தி. ஜானகிராமன் சிறுகதைகள்
(1937 – 1960)

தொகுதி

1

ஆசிரியரின் காலச்சுவடு வெளியீடுகள்

நாவல்
- அமிர்தம்
- மோக முள்
- மலர் மஞ்சம்
- அன்பே ஆரமுதே
- அம்மா வந்தாள்
- உயிர்த் தேன்
- செம்பருத்தி
- மரப்பசு
- நளபாகம்

சிறுகதை
- கொட்டு மேளம்
- சிவப்பு ரிக்ஷா
- சிலிர்ப்பு
- தி. ஜானகிராமன் சிறுகதைகள் (முழுத் தொகுப்பு)
- கச்சேரி (தொகுக்கப்படாத கதைகள்)
- பாயசம்

குறுநாவல்
- அடி
- தி. ஜானகிராமன் குறுநாவல்கள் (முழுத் தொகுப்பு)

பயண நூல்
- நடந்தாய்; வாழி, காவேரி! (சிட்டியுடன்)
- கருங்கடலும் கலைக்கடலும்
- உதய சூரியன்

வாழ்வியல் சித்திரம்
- அபூர்வ மனிதர்கள்

கட்டுரைகள்
- தி. ஜானகிராமன் கட்டுரைகள்

தி. ஜானகிராமன் சிறுகதைகள்
(1937–1960)

தி. ஜானகிராமன் (1921-1982)

தி. ஜானகிராமன் தஞ்சை மாவட்டம் மன்னார்குடியை அடுத்த தேவங்குடியில் பிறந்தவர். பத்து வருடங்கள் பள்ளியாசிரியராகப் பணியாற்றியவர். பின்பு அகில இந்திய வானொலியில் பணியாற்றி ஓய்வுபெற்றார். கர்நாடக இசை அறிவும் வடமொழிப் புலமையும் பெற்றிருந்தவர்.

1937இல் எழுதத் தொடங்கிய தி. ஜானகிராமன், 'மோக முள்', 'அம்மா வந்தாள்', 'மரப்பசு' உள்ளிட்ட ஒன்பது நாவல்கள், நூற்றுக்கும் மேற்பட்ட சிறுகதைகள், மூன்று நாடகங்கள், பயண நூல்கள் ஆகியவற்றை எழுதினார். சிட்டியுடன் இணைந்து எழுதிய 'நடந்தாய் வாழி காவேரி' பயண இலக்கிய வகையில் முக்கியமான நூலாகக் கருதப்படுகிறது.

'மோக முள்', 'நாலு வேலி நிலம்' ஆகியன திரைப்படமாக்கப் பட்டுள்ளன. 'மோக முள்', 'மரப்பசு', 'அம்மா வந்தாள்' ஆகிய நாவல்களும் பல சிறுகதைகளும் இந்திய, ஐரோப்பிய மொழிகளில் மொழிபெயர்க்கப்பட்டிருக்கின்றன.

1979இல் 'சக்தி வைத்தியம்' சிறுகதைத் தொகுப்பிற்கு சாகித்திய அக்காதெமி விருது வழங்கப்பட்டது.

சுகுமாரன் (பி. 1957)

பதிப்பாசிரியர்

கோவையில் பிறந்தவர். அச்சிதழ், தொலைக்காட்சி, நூல் வெளியீட்டுத் துறைகளில் பணியாற்றியவர். கவிஞர், கட்டுரையாளர், நாவலாசிரியர், மொழிபெயர்ப்பாளர். *காலச்சுவடு* இதழின் பொறுப்பாசிரியர். கனடா தமிழ் இலக்கியத் தோட்டம், கோவை கொடீசியா அமைப்பு ஆகியவற்றின் வாழ்நாள் சாதனையாளருக்கான இயல் விருது, புத்தகத் திருவிழா விருதுகளை 2016, 2023ஆம் ஆண்டுகளில் பெற்றார்.

தொடர்புக்கு: nsukumaran@gmail.com

தி. ஜானகிராமன் சிறுகதைகள்
(1937–1960)

தொகுதி

பதிப்பாசிரியர்
சுகுமாரன்

காலச்சுவடு பதிப்பகம்

அன்பார்ந்த வாசகருக்கு,

வணக்கம்.

காலச்சுவடு நூலை வாங்கியமைக்கு நன்றி.

நூலின் உள்ளடக்கம், உருவாக்கம், அட்டைப்படம் இன்ன பிற அம்சங்கள் பற்றிய உங்கள் கருத்துகளையும் ஆலோசனைகளையும் காலச்சுவடு வரவேற்கிறது. தகவல், எழுத்து, வாக்கியப் பிழைகள் தென்பட்டால் அவசியம் தெரிவித்து உதவுங்கள். நூல் தயாரிப்பில் கடும் குறைபாடு இருப்பின் மாற்றுப் பிரதி உங்களுக்குக் கிடைக்கக் காலச்சுவடு ஏற்பாடு செய்யும்.

மின்னஞ்சல்: publisher@kalachuvadu.com

காலச்சுவடு நாகர்கோவில் அலுவலகத்திற்குக் கடிதம் அனுப்பலாம்.

தங்கள்
எஸ்.ஆர். சுந்தரம் (கண்ணன்)
பதிப்பாளர் – நிர்வாக இயக்குநர்

தி. ஜானகிராமன் சிறுகதைகள் (1937–1960) ♦ சிறுகதைகள் ♦ © உமா சங்கரி ♦ பதிப்பாசிரியர்: சுகுமாரன் ♦ பதிப்பும் அமைப்பும் © N. சுகுமாரன் ♦ மேம்படுத்திய புதிய பதிப்பு: டிசம்பர் 2022, மூன்றாம் பதிப்பு: ஜூலை 2024♦ வெளியீடு: காலச்சுவடு பப்ளிகேஷன்ஸ் (பி) லிட்., 669, கே.பி. சாலை, நாகர்கோவில் 629001

Thi. jaanakiraaman ciRukataikaL (1937-1960) ♦ Complete Short Stories of Thi. Janakiraman (1921-1982) ♦ © Uma Shankari ♦ Edited by: Sukumaran ♦ Compilation, editorial format and arrangement © N. Sukumaran ♦ Language: Tamil ♦ Enhanced Edition: December 2022, Third Edition: July 2024 ♦ Size: Royal ♦ Paper: 18.6 kg maplitho ♦ Pages: 784

Published by Kalachuvadu Publications Pvt. Ltd., 669 K.P. Road, Nagercoil 629001, India ♦ Phone: 91-4652-278525 ♦ e-mail: publications@kalachuvadu.com ♦ Printed at Clicto Print, Jaleel Towers, 42 KB Dasan Road, Teynampet Chennai 600018

ISBN: 978-93-5523-309-7

07/2024/S.No. 1177, kcp 5187, 18.6 (3) rss

பொருளடக்கம்

பதிப்புரை முதல் தொகுதி	11
முன்னுரை: *அழகின் சிலிர்ப்பு*	15
மன்னித்து விடு	33
ஈசுவரத் தியானம்	38
புஷ்கரணி	40
நர்மதையின் யாத்திரை	45
ஜயத்தின் பயம்	48
வித்தியாசம்	54
கமலியின் குழந்தை	65
மணச் சட்டை	71
பணக்காரன்	78
ஆண்டவன் நினைத்தது	84
பசி ஆறிற்று	90
இக்கரைப் பச்சை	97
நரை	114
ஆனைக்குப்பம்	122
சண்பகப் பூ	128
தூக்கம்	136
ராஜப்பா	145
கழுகு	155
பொய்	166
அதிர்ஷ்டம்	176
அவப்பெயர்	186
கடன் தீர்ந்தது!	195

ஜீவனாம்சம்	210
ரசிகரும் ரசிகையும்	217
நானும் எம்டனும்	229
துணை	243
அத்துவின் முடிவு	254
வேறு வழியில்லை	264
கொட்டு மேளம்	277
பஞ்சத்து ஆண்டி	291
வேண்டாம் பூசனி!	306
குளிர் ஜுரம்	317
அன்ன விசாரம்	326
தவம்	338
நான்தான் ராமன் நாயர்	351
ஆறுதல்	361
பொட்டை	372
தேவர் குதிரை	382
சிலிர்ப்பு	392
பரமபாகவதன்	404
கோயம்புத்தூர்ப் பவபூதி	413
தர்மம்	425
கோபுர விளக்கு	430
யதுநாத்தின் குருபக்தி	441
சிவப்பு ரிக்ஷா	455
தங்கம்	467
பாப்பாவுக்குப் பரிசு	478
அடுத்த . . .	485
வெயில்	493
செய்தி	499
காட்டுவாசம்	509
மறதிக்கு . . .	523
அர்த்தம்	533
தூரப் பிரயாணம்	545
ராவணன் காதல்	554

பரதேசி வந்தான்	562
சத்தியமா!	571
ஆடை	580
பட்சிசாஸ்திரக் கிளி	586
மணம்	596
கங்காஸ்நானம்	608
குளிர்!	617
குழந்தைக்கு ஜுரம்	625
தீர்மானம்	635
உண்டை வெல்லம்	643
முள் முடி	651
மரமும் செடியும்	659
சங்கீத சேவை	666
குழந்தைமேதை	674
அக்பர் சாஸ்திரி	680
மயில்சாமியின் தேவை	689
அட்சராப்பியாசம்	700
அதிர்வு	708
கோவிந்தராவின் மாப்பிள்ளை	716
எருக்கம் பூ	722
திருப்பதிக்குப்போன மயில்சாமி	726
மூர்ச்சை	734
கள்ளி	743
ஆரத்தி	753
நாய்க்கர் திருப்பணி	761

பின்னிணைப்புகள்

தி. ஜானகிராமன் வாழ்க்கைக் குறிப்பு	773
கதைகள்: காலவரிசை	775
தலைப்பகராதி	779

பதிப்புரை

இரண்டு தொகுதிகளாக வெளிவரும் **தி. ஜானகிராமன் சிறுகதைகள் – முழுத் தொகுப்பு** நூலின் முதலாவது தொகுதி இது.

தி. ஜானகிராமன் சிறுகதைகள் முழுத் தொகுப்பை காலச்சுவடு பதிப்பகம் 2013ஆம் ஆண்டு வெளியிட்டது. தொகுப்பில் 107 கதைகள் இடம்பெற்றன. ஐந்திணை பதிப்பகம், சென்னை தனித்தனியாக வெளியிட்ட எட்டு சிறுகதைத் தொகுப்புகளிலும் அதே பதிப்பகம் இரண்டு தொகுப்புகளாக வெளியிட்ட **தி. ஜானகிராமன் படைப்புகள்** நூலிலும் இடம் பெற்ற கதைகளுடன் அதுவரை தொகுப்புகளில் சேர்க்கப்படாத கதைகள் சிலவும் காலச்சுவடு பதிப்பில் இருந்தன.

காலச்சுவடு பதிப்பகத்தின் முழுத் தொகுப்புக்கான பணியில் ஈடுபட்டிருந்த வேளையிலேயே தொகுக்கப்படாத சிறுகதைகளைத் தேடிச் சேர்க்கும் முயற்சியும் மேற்கொள்ளப் பட்டது. அதன் பயனாக இதழ்களிலும் தீபாவலி மலர்களிலும் சிறப்பு மலர்களிலும் முடங்கிக் கிடந்த 28 கதைகளை வாசகர்கள், இலக்கிய நண்பர்கள் ஒத்துழைப்புடன் கண்டெடுத்துத் தொகுக்க முடிந்தது. தொகுக்கப்படாத கதைகளை **கச்சேரி** என்ற தலைப்பில் காலச்சுவடு பதிப்பகம் 2020இல் வெளியிட்டது. இந்த இரு தொகுப்புகளும் தி. ஜானகிராமன் எழுதிய அனைத்துச் சிறுகதைகளையும் உள்ளடக்கியவை. ஆசிரியரது வாழ்நாளில் வெளியானவையும் அவரது மறைவுக்குப் பின்பு தொகுக்கப்பட்டவையும் அண்மைக் காலத்தில் கண்டெடுத்தவையும் ஆக மொத்தம் 134 கதைகள் இவற்றில் இடம்பெற்றன. 'காத்திருந்தவள்' கதை மட்டும் கிடைக்கவில்லை.

தி. ஜானகிராமன் சிறுகதைகள் – முழுத் தொகுப்பு தொடர்ந்து ஐந்து பதிப்புகள் வெளியாகியுள்ளது.

மகத்தான இந்த வரவேற்பின் நிழலில் வாசகர்களின் குறையொன்றும் இருந்தது. நூலின் பக்க அளவும் அதனால் ஏற்பட்ட கனமும் வாசிப்புக்கு வசதியாக இல்லை என்று தெரிவிக்கப்பட்டது. அதைக் கருத்தில் கொண்டே இந்தப் புதிய பதிப்பு திட்டமிடப்பட்டிருக்கிறது. தி. ஜானகிராமன் சிறுகதைகள் - முழுத் தொகுப்பு, கச்சேரி - தொகுக்கப்படாத சிறுகதைகள் ஆகியவற்றில் இடம்பெற்றுள்ள கதைகள் அனைத்தும் இரண்டு தொகுதிகளாகப் பகுக்கப்பட்டுள்ளன.

முழுத் தொகுப்பில் கதைகள் அவை வெளிவந்த தொகுப்புகளில் கடைப்பிடிக்கப்பட்ட அதே வரிசையில் அமைந்திருந்தன. இந்தப் பதிப்பில் அவை கால அடிப்படையில் வரிசைப்படுத்தப்பட்டுள்ளன. சரிவரத் தெரியாத காரணத்தால் முந்தைய பதிப்புகளில் சில கதைகளுக்கு வெளியீட்டு விவரங்கள் தரப்படாமலிருந்தன. பின்னர் கிடைத்த விவரங்கள் இந்தப் பதிப்பில் சேர்க்கப்பட்டுள்ளன. வாசகர்களும் இலக்கிய நண்பர்களும் ஆய்வாளர்களும் சுட்டிக் காட்டிய பிழைகள் இயன்றவரை திருத்தப் பட்டிருக்கின்றன.

மொத்தம் 134 கதைகளில் 80 கதைகள் (1937 முதல் 1960 முடிய அச்சில் வந்தவை) முதல் தொகுதியாகவும் எஞ்சிய 54 கதைகள் இரண்டாம் தொகுதியாகவும் அமைக்கப்பட்டுள்ளன. முழுத் தொகுப்பு முன்னுரையும் பதிப்புரையும் கொண்டிருந்தது. தி. ஜானகிராமனின் சிறுகதைகளை மதிப்பிட்டு எழுதிய முன்னுரை 'அழகின் சிலிர்ப்பு' முதல் தொகுதியிலும் பதிப்புத் தொடர்பான செய்திகள் அடங்கிய பதிப்புரை - 'ஆர்வப் பதிப்பு' இரண்டாம் தொகுதியிலும் கொடுக்கப்பட்டுள்ளன. இந்த முதல் தொகுதிக் கதைகள் வெளியான இதழ்களின் பட்டியலும் அகர வரிசையிலான தலைப்பகராதியும் சேர்க்கப்பட்டுள்ளன. இரு தொகுதிகளுக்கும் தனித்தனி புதிய முகப்போவியம் வடிவமைக்கப்பட்டிருக்கிறது. அவை வாசிப்புக்குப் புதுப் பொலிவை அளிக்க உதவும்.

தி. ஜானகிராமன் மறைந்து நாற்பது ஆண்டுகளே ஆகின்றன. அவரது வாழ்நாளில் வெளிவந்த சிறுகதைத் தொகுப்புகளில் இடம் பெற்றவை தவிர அச்சேறிய பல கதைகள் குறித்த தகவல்கள் கிடைப்பதற்கு அரிதாகவே இருந்தன. அவற்றைக் கண்டடையும் முயற்சிக்குப் பலரது ஆர்வமும் இடையறாத தேடலும் சலியாத உழைப்பும் துணைநின்றன. அரசு நூலகங்களும் ஆவணக் காப்பகங்களும் தனியார் நூலகங்களும் தனிநபர் புத்தகச் சேகரங்களும் உதவின. அந்தத் துணையும் உதவியும் இல்லாமல் முழுத் தொகுப்பு சாத்தியமாகி இராது. அந்த ஆர்வலர்களுக்கும் அமைப்புகளுக்கும் மனமார்ந்த நன்றி.

முன்னரே ஏறத்தாழ 1300 பக்க நூலில் இடம்பெற்ற கதைகளையும் இணைப்புகளையும் கால வரிசைப்படிப் பிரித்து மீண்டும் வேய்வது இடர் மிகுந்த பணியாகவே இருந்தது. காலச்சுவடு பதிப்பகத்தின் இளைய தோழர்களான ஹெமிலா, ஜரின் இருவரும் காட்டிய உற்சாகமும் கலா முருகனின் மேற்பார்வையும் ஊக்கமூட்டின. தி. ஜானகிராமன் புதல்வி உமாசங்கரி அரிய புகைப்படங்களை அளித்து உதவினார். தி. முரளி புதிய முகப்புகளை வடிவமைத்துக் கொடுத்தார். இவர்கள் அனைவருக்கும் நன்றி.

காலத்தை விஞ்சிய எழுத்தாளர்களில் ஒருவர் என்ற பெருமைக்குத் தி. ஜானகிராமன் உரியவர். எழுதிக்கொண்டிருந்த காலத்திலிருந்து இன்றுவரையும் அவரது கதைகள் வாசிக்கப்பட்டுக் கொண்டிருக்கின்றன. காலச்சுவடு பதிப்பகம் வெளியிட்ட முழுத் தொகுப்பு அந்த வாசிப்பை மேலும் விரைவுபடுத்தியது; மேலும் பரவலாக்கியது என்று உறுதியாகச் சொல்லலாம். முழுத் தொகுப்பின் ஐந்து பதிப்புகளுக்குக் கிடைத்திருக்கும் வாசக வரவேற்பே அதற்கான சான்று. இரண்டு தொகுதிகளாக வெளிவரும் இந்தப் பதிப்புக்கும் அந்த வரவேற்பு நிச்சயம் உண்டு என்பது பதிப்பாசிரியனாக எனது உறுதியான நம்பிக்கை.

கோயம்புத்தூர்   சுகுமாரன்
10 நவம்பர் 2022

முன்னுரை

அழகின் சிலிர்ப்பு

'காலம் கனிந்து அளித்த கொடை' என்ற வாசகம் பொதுவாக எல்லாக் கலைகளுக்கும் பொருந்தக் கூடியது தான். ஆனால் தி. ஜானகிராமன் கதைகளை ஒவ்வொரு முறை வாசிக்கும்போதும் இந்த வாசகத்தை அவரது சிறுகதைக் கலைக்கு அழுத்தம் கொடுக்கும் பிரத்தியேக வாக்கியமாகவே புரிந்துகொள்ளத் தோன்றியிருக்கிறது. இந்தப் புரிந்துகொள்ளுக்கு 'கொட்டு மேளம்' தொகுப்பைப் பற்றி க.நா. சுப்ரமணியம் தனது 'படித்திருக்கிறீர்களா?' நூலில் குறிப்பிட்டிருக்கும் வரிகள் ஒருவேளை காரணமாக இருக்கலாம். '1946க்குப் பிந்திய இலக்கியத் தேக்க காலத்திலே தோன்றிய நல்ல ஆசிரியர் என்று தி. ஜானகிராமனைச் சொல்ல வேண்டும். சூழ்நிலை, இன்றைய வேகம் இரண்டை யும் எதிர்த்து நீச்சுப் போடுவதென்பது சிரமமான காரியம். இந்தக் காரியத்தை இலக்கியபூர்வமாகவும் ஒரு அலக்ஷிய பாவத்துடனும் செய்திருக்கிறார் தி. ஜானகிராமன்.' இவை க.நா.சு.வின் வரிகள்.

க.நா.சு. வரையறுத்துச் சொல்லும் காலப்பகுதி நவீன இலக்கிய வரலாற்றில் முக்கியத்துவம் வாய்ந்தது. மறுமலர்ச்சி எழுத்துக்களின் களமாக இருந்த மணிக்கொடி இதழ் தனது மூன்று கட்டச் செயல்பாடுகளுக்குப் பின்னர் ஏற்கனவே 'ஜீவன் முக்தி' அடைந்துவிட்டிருந்தது. மணிக்கொடி மூலம் தமது சாதனைப் படைப்புகளை வெளியிட்டிருந்த சிறுகதை ஆசிரியர்கள் பலரும் களம் நீங்கியிருந்தார்கள். கு.ப.ராஜ கோபாலன் காலமாகிவிட்டிருந்தார். புதுமைப்பித்தன் திரைப்பட முயற்சிக்காகப் பூனே வாசியாகியிருந்தார். அபூர்வமாகவே கதைகளை எழுதிய மௌனியும் இடைவேளை எடுத்துக்கொண்டிருந்தார். வேறு பலரும் தமது முன்னாள் சாதனைகளுக்காகவே பேசப்பட்டுக் கொண்டிருந்தார்கள். புதிய சலனங்கள் இல்லாமல் மந்தகதியில் நகர்ந்துகொண்டிருந்த இலக்கியப் போக்கையே

தேக்க காலம் என்கிறார் க.நா.சு. இந்தப் போக்கில் புது வேகத்தை ஏற்படுத்திய ஒன்றாகவே தி. ஜானகிரமனின் வருகையை அறிவிக்கிறார். இது மிகச் சரியான இனங்காணல்தான் என்பதை ஜானகிரமனின் சிறுகதைகள் நிறுவின. 'தனித் தன்மையும் உணர்ச்சி நிறைவும் தெறிப்பும்' கொண்ட கதைகள் மூலம் அவர் தமிழ்ச் சிறுகதை மரபைப் புதிய திசைக்கு நகர்த்தினார். இந்த முன்னெடுப்பில் தி. ஜானகிரமனுடன் இன்னொரு பெயரையும் இணைக்கலாம். லா.ச. ராமாமிருதம். க.நா.சு. குறிப்பிட்ட தேக்கத்தை இவ்விருவருமே உடைத்தார்கள், இரு வேறு முறைகளில்.

தி. ஜானகிரமனின் முதல் தொகுப்பான 'கொட்டு மேள'த்தில் இடம் பெற்றிருக்கும் கதைகளை வைத்தே அவரது சிறுகதைப் பங்களிப்பை க.நா.சு. பாராட்டுகிறார். தொகுப்பில் இடம்பெற்றுள்ளவை 1946 முதல் 53ஆம் ஆண்டு வரையிலான எட்டு ஆண்டுகளில் எழுதிய கதைகள். அவற்றில் தேர்ந்த சிறுகதையாளனின் அடையாளம் துலக்கமாகப் புலப்படுகிறது. தொகுப்பிலுள்ள கதைகளில் காலவரிசைப்படி பழமை யானது 'பசி ஆறிற்று' என்ற கதை. கலாமோகினி இதழில் 1946ஆம் ஆண்டு வெளியானது. ஜானகிரமனின் பிற்காலக் கதைகளில் காணக் கிடைக்கும் தனித்துவமான அழகும் ஆழ்மன விசாரமும் வெளிப்படும் நேர்த்தியான கதை இது. இந்தக் கதை வெளியான ஆண்டைத்தான் தேக்க உடைப்பின் காலமாகக் க.நா.சு. கணிக்கிறார் என்று யூகிப்பது ஒருவகையில் பொருத்தமானது.

ஜானகிரமனின் தனித்துவம் இலக்கணச் சுத்தமாகத் தென்படும் முதல் கதையாக 'பசி ஆறிற்று' கதையையே முன்வைக்க விரும்புகிறேன். இந்தக் கதையில் கூடியிருக்கும் இலக்கண ஒழுங்குக்கு வருவதற்கு முன்பே அவரது ஏழு கதைகள் பத்திரிகைகளில் வெளியாகியிருக்கின்றன. தொகுப்புகள் எதிலும் சேர்க்கப்படாத இந்தக் கதைகள் சோடையானவை அல்ல. வாழ்வையும் இலக்கியத்தையும் குறித்த அவருடைய ஆதாரமான அக்கறைகளை இந்தக் கதைகள் ஓரளவுக்கு முன்னறிவிக்கின்றன. 'மணச் சட்டை' என்ற கதையில் வரும் கனோரா அரசியின் பெண்மைச் சாகசத்தைப் பிற்காலக் கதையான 'சிவப்பு ரிக்ஷா'விலும் பார்க்க முடியும். இரண்டுக்கும் காலப் பின்னணி வேறு. ஆனால் கதையில் தெரியும் மனத்தளம் ஏற்த்தாழ ஒன்றுதான். 'மன்னித்து விடு' கதையில் வெளிப்படுவது தானறியாமல் இழைத்துவிட்ட குற்றத்துக்காக மனம் கொள்ளும் தத்தளிப்பும் பரிகார முனைப்பும். இதுவே அவரது பிற்காலச் சிறந்த கதைகளில் ஒன்றான 'கண்டாமணி'யின் கதை மையமும். ஒரு படைப்பாளியாக தி. ஜானகிரமன் தன்னியல்புடனும் அநாயாசமான மேதைமையுடனும் வெளிப்படுவது சிறுகதைகளில்தான்.

சிறுகதைகள் வெளிவரத் தொடங்கிய அதே நாட்களில் நாவலையும் ஒரு கை பார்க்க, ஜானகிரமன் முயன்றிருக்கிறார். அவரது முதல் நாவலான 'அமிர்தம்' 1944இல் *கிராம ஊழியன்* இதழில் தொடராக எழுதப்பட்டு 48இல் புத்தகமாக வெளிவந்தது. முதல் சிறுகதைத் தொகுப்பு வருவதற்கு முன்பே நாவல் வெளிவந்திருக்கிறது. அவரை

முதன்மையாக ஒரு நாவலாசிரியராகவே முன்னிறுத்தி வந்ததன் காரணம் இந்த அறிமுகமாக இருக்கலாம். சற்று அத்துமீறிச் சிந்தித்தால் அவரே நாவலாசிரியராகத்தான் அறியப்பட விரும்பி இருப்பார் என்றும் தோன்றுகிறது. அவர் காலத்திய எழுத்து முன்னோடிகளான புதுமைப்பித்தனும் கு.ப.ரா.வும் அப்படி அறியப்பட விரும்பினார்கள். ஆனால் அவர்களது நாவல் முயற்சிகள் பலிதமாகாத குறைக் கனவு களாகவே மிஞ்சின. ஜானகிராமனின் நாவல் முழு வடிவை எட்டியது; எனினும் அதுவும் ஒரு சிதைவுற்ற கனவுதான். 'அது ஆசைக்கு எழுதிப் பார்த்தது. அதற்கு மேல் சொல்ல ஒன்றுமில்லை' என்று நேர்ப் பேச்சில் அவர் குறிப்பிட்டது நினைவுக்கு வருகிறது.

நாவலில் அவரது தோல்விகளை எளிதாகச் சுட்டிக் காட்ட முடியும். ஆனால் அவரது மாற்றுக் குறைவான சிறுகதைகளையும் தோல்வி என்று குறிப்பிடுவது கடினம். அவற்றைப் பாதியில் நிறுத்தப்பட்ட அல்லது முழுமை கூடாத சித்திரங்கள் என்றே சொல்ல முடியும். அவரது தனித்துவம் தென்படும் ஏதாவது கூறு, கதைகளில் நிச்சயம் இருக்கும். 'பாப்பாவுக்குப் பரிசு' அந்த வகையிலான கதை. குழந்தையின் வெகுளித்தனமான சாட்சியம் ஒரு திருடனைத் தண்டனைக்குள்ளாக்கு கிறது. அவன் நையப்புடைக்கப்படுகிறான். தவறை ஒத்துக்கொள்கிறான். தவறை ஒத்துக் கொண்டவனைத் தண்டிப்பதை பாப்பா விரும்புவதில்லை. அவன் மீது ஏற்படும் இரக்கத்தால் தனது தீர்த்துக்குப் பரிசாக வழங்கப் பட்ட பட்டுச் சட்டையைப் புறக்கணிக்கிறாள். மிகச் சாதாரணமான இந்தக் கதை ஜானகிராமனின் கைப் பக்குவத்தால் சுவாரசியமான வாசிப்புக் குரியதாகிறது. கதைப் பொருள் களங்கமில்லாத மானுடக் கரிசனத்தை வெளிப்படுத்தும் எளிய பிரகடனமாகிறது. இந்த மானுடப் பரிவே தி. ஜானகி ராமன் கதைகளின் பொது இயல்பு எனலாம்.

இலக்கிய உரையாடல்களில் தி. ஜானகிராமன் தமிழின் முதன்மை யான நாவலாசிரியர்களில் ஒருவராகவே பேசப்படுகிறார். உண்மை. பிற இந்திய மொழிகளில் புகழ்பெற்ற எந்த நாவலுக்கும் ஈடுநிற்கும் நாவலை ('மோக முள்') எழுதியவர். இதுவும் உண்மை. இந்த இரு உண்மைகளின் வெளிச்சத்தில் தமிழ்ச் சிறுகதையில் கலாபூர்வமான சாதனைகள் நிகழ்த்தியவர் என்ற அகல் வெளிச்சம் மங்கலாகவே புலப்படுகிறது. அவரது நாவல்துறைச் சாதனைக்குச் சற்றும் குறைந்த தல்ல. சிறுகதைகளில் நிகழ்த்தியிருக்கும் சாதனை. ஒரு செவ்வியல் படைப்பாளர் என்ற நிலையில் நாவலைவிடவும் ஒரு மாற்று உயர்வானது என்பது என் எண்ணம். இந்தக் கருத்து தமிழ் இலக்கியச் சூழலில் வலியுறுத்திச் சொல்லப்பட்டதும்கூட. முன்னுரையின் ஆரம்பப் பகுதியில் மேற்கோள் காட்டப்படும் க.நா.சு.வின் வாசகங்கள் வலியுறுத்தலின் தொடக்கம். ஜானகிராமன் மறைந்து கால் நூற்றாண்டுக்குப் பின்பு எழுதிய கட்டுரையில் (ஜானகிராமன் அனுப்பிய தந்தி *தி ஹிந்து* ஞாயிறு பதிப்பு 9 மார்ச், 2008) அசோகமித்திரன் 'ஜானகிராமனின் களம் சிறுகதை தான்' என்று குறிப்பிடும் வாசகத்திலும் இந்த வலியுறுத்தல் தென்படு கிறது. தனது இலக்கிய முன்னோடிகள் வரிசைத் தொடரின் மூன்றாவது நூலான 'சென்றதும் நின்றது'மில் தி. ஜானகிராமனைக் குறித்த பகுதியில்

ஜெயமோகன் 'தி. ஜானகிராமனின் சிறுகதைகளே கலைஞனாக அவரைத் தமிழில் நிலைநிறுத்துபவை' என்று குறிப்பிடுகிறார்.

2

தி. ஜானகிராமனின் படைப்பு ஆளுமையை வார்த்தெடுத்தவை, அவருக்கு இருந்த வடமொழிப் புலமையும் ஆங்கிலக் கல்வியும் எனலாம். கல்லூரிப் பருவத்தில் வாசிக்கக் கிடைத்த நவீன ஆங்கிலப் படைப்புகளும் மறுமலர்ச்சிக் காலத் தமிழ் இலக்கியங்களும் அவரைத் தூண்டிவிட்டன. அதே பருவத்தில் கு.ப.ரா.வுடன் ஏற்பட்ட நெருக்கம் படைப்புச் செயல்பாட்டுக்கு உந்துதல் அளித்தது. கு.ப.ரா.வைத் தனது 'வழிகாட்டி' என்றே அவர் பெருமைப்படுத்துகிறார். இந்த நெருக்கத்தால் தான் அவர் கு.ப.ரா.வின் மரபைச் சேர்ந்தவராக அடையாளப்படுத்தப் படுகிறாரா? இருக்கலாம். ஆண் பெண் உறவுச் சிக்கல், பெண்ணின் உளவியல் குறித்த அலசல், காமத்தின் ஸ்வர பேதங்கள் ஆகிய கருப்பொருள்களைக் கையாளுவதில் கு.ப.ரா.வின் பாதிப்பும் தொடர்ச்சி யும் ஜானகிராமனிலும் தென்படுகின்றன. எனினும் தனது வழிகாட்டியின் காலடியை விலகாமல் பின்தொடர்ந்தவர் அல்லர். அவரது ஆரம்பகாலக் கதைகளிலேயே கு.ப.ரா.வை அணுகும் போக்கும் விட்டு விலகும் முனைப்பும் ஒருசேரத் தென்படுகின்றன. முன் சொன்ன 'பசி ஆறிற்று' கதையில் கு.ப.ரா.வின் வலுவான பாதிப்பைப் பார்க்க முடியும். டமாரச் செவிடான சாமிநாத குருக்களுக்கு வாழ்க்கைப்பட்ட அகிலாண்டத்தின் வேட்கைதான் கதையின் உள் முரண். அடுத்த வீட்டு இளைஞன் ராஜத்தின் மீது அவளுக்கு ஈடுபாடு உருவாகிறது. அது பாலுணர்வுத் தத்தும்பலாக வழியும் தருணத்தில் அவன் வெளியூர் செல்கிறான். அகிலாண்டத்தின் வேட்கையை அவனது விலகல் கலைக்கிறது. அந்த மன வெறுமையைச் செவிட்டுக் கணவனின் பரிவு நிரப்புகிறது. உடலின் பசி தணிகிறது. பெண்ணின் பாலுணர்வுத் தத்தளிப்பைச் சொல்லும் இந்தக் கதை, கு.ப.ரா.வின் வரைகோட்டில் ஜானகிராமன் பூர்த்தி செய்த ஓவியமாகவே தெரிவது வியப்புக்குரியது அல்ல. 'ஆற்றாமை' உட்பட கு.ப.ரா.வின் பல கதைகளிலும் இந்தக் கதைத் தருணத்தைக் காணலாம். தி. ஜானகிராமன் கு.ப.ரா.வை ஒட்டி நிற்கும் இடம் இது.

இன்னொரு கதைக் களத்திலும் இருவரையும் பொதுமைப்படுத்தலாம். வரலாறு, இதிகாசம், தொன்மம் ஆகியவற்றைப் பின்புலமாக வைத்து உருவான கதைகளை இருவரும் எழுதியிருக்கிறார்கள். இந்தப் போக்கு அன்றைய இலக்கிய நடைமுறை சார்ந்த ஒன்று. பழங்கதைகளின் ஏற்றுக்கொள்ளப்பட்ட மதிப்பீடுகளை மறு விசாரணைக்கு உட்படுத்தும் கதைகளை மிக அதிக அளவில் எழுதியவர் கு.ப.ரா. அவரது 'காணாமலே காதல்' இத்தகைய கதைகளின் தொகுப்பு. 'மணச் சட்டை', 'ராஜ திருஷ்டி', 'ராவணன் காதல்', 'யதுநாத்தின் குரு பக்தி', 'அதிர்வு' முதலான ஜானகிராமன் கதைகள் இந்த வகையானவை. இப்படியான ஒற்றுமை யிலும் ஜானகிராமன் கதைகள் முன்னோடியான கு.ப.ரா.வை மீறிச் செல்கின்றன. இந்த வகையிலான கு.ப.ரா. கதைகள் நெருப்பின் சுடர்கள் என்றால் ஜானகிராமன் கதைகள் தாவிப் பரவும் ஜுவாலைகள்.

ஆரம்பகாலக் கதைகளுக்குப் பின்பு, தனது தனிப் பாதை துலக்கமான நிலையில் ஜானகிராமன் உருவாக்கிய கதையுலகம் விரிவானது. கதைத் தளங்கள் வெவ்வேறானவை. தலைகீழாகச் சொல்வதென்றால் எண்ணிக்கையில் ஜானகிராமனுக்கு நிகரான கதைகளை கு.ப.ரா.வும் எழுதியிருக்கிறார். ஆனால் வழிகாட்டியின் கதைப் பரப்பு வரையறைக்கு உட்பட்டது. இரண்டே பிரதானவகைகளில் கு.ப.ரா. கதைகளை அடக்கிவிடலாம். ஆண் பெண் உறவு சார்ந்த கதைகள், சமூக விமர்சனமாக அமைந்த கதைகள் என்ற இரண்டு வகையில். இவற்றிலும் முதல்வகைக் கதைகளே பெரும்பான்மையானவை. ஆண் பெண் உறவுச் சிக்கலையும் காமத்தையுமே அதிகமாக எழுதினார் என்ற பாரபட்சமான விமர்சனத்துக்கு மாறானதாகவே தி. ஜானகிராமனின் கதையுலகம் அமைந்திருக்கிறது. அவரது நாவல்களுடன் பொருத்திப் பார்த்தால் இந்தக் கருத்து ஓரளவு சரியானதாக இருக்கலாம். ஆனால் அவரது சிறுகதைகள் அவற்றின் பொருள் விரிவால், கதாபாத்திரங்களின் பெருக்கத்தால் இந்தக் கருத்தை மிக எளிதாகப் புறந்தள்ளுகின்றன. சமூகத்தின் கோணல்களைப் பற்றியும் மனித மனத்தின் விநோதங்கள் குறித்தும் தார்மீக அக்கறைகளைச் சார்ந்தும் கலை மேன்மையும் அழகும் நிரம்பிய கதைகளை எழுதியவர் அவர். வாழ்வின் எல்லாத் தளங்களையும் தீண்டும் கதைகள் அவருடையவை. தனது வழிகாட்டியிடமிருந்து ஜானகிராமன் விலகும் இடம் இது என்பது என் கணிப்பு.

கு.ப.ரா. சிறுகதைகள் முழுத் தொகுப்பின் முன்னுரையில் அதன் பதிப்பாசிரியர் பெருமாள்முருகன் கு.ப.ரா.வின் கதைத் திறனை 'ஒரே இடத்தில் நின்றபடி நிகழ்த்தும் வாள் வீச்சாக' உருவகப்படுத்துகிறார். அவரைப் பின்தொடர்ந்த ஜானகிராமன் பல களங்களில் நின்று வாளைச் சுழற்றுகிறார் என்று குறிப்பிடலாம். இப்படிச் சொல்வது முன்னவரைத் தகுதி இறக்கம் செய்வதோ பின்னவரைச் சிகரத்தில் ஏற்றுவதோ அல்ல. காலமும் அனுபவங்களும் இருவரிடமும் செயல்பட்டிருக்கும் பாங்கைச் சுட்டிக் காட்டுவதுதான். தாய்ப் பாய்ச்சல் எட்டு அடியென்றால் குட்டிக்குப் பதினாறு அடிதானே இலக்கணம். இலக்கியத்தில் முன்னேற்றம் என்பது இந்தப் பாய்ச்சல்தானே.

3

தி. ஜானகிராமனின் சிறுகதை ஆளுமை செவ்வியல்தன்மை கொண்டது என்பது என் அனுமானம். அவரது ஆரம்பகாலக் கதைகளில் ஒன்றான 'பசி ஆறிற்று' முதல் கடைசிக் கதை 'சுளிப்பு' வரையிலும் இந்தத் தன்மையினைக் காணலாம். வடமொழி இலக்கியங்களில் பெற்ற அறிமுகம், தமிழ் இலக்கியங்களிலிருந்து பயின்ற விரிவு, பிறமொழி இலக்கியங்களிலிருந்து அடைந்த செய்நேர்த்தி இவை கதைகளின் புற வடிவத்தையும் காலங்காலமாகப் போற்றப்பட்ட மானுட மதிப்பீடுகள்மீது கொண்ட நம்பிக்கை கதைகளின் ஆழத்தையும் நிர்ணயித்திருக்கிறது. இந்தக் கூறுகளால் ஆன படைப்பு மனம் இயல்பாகவே ஒரு பூரித நிலையை எட்டியிருந்தது. அதில் மேலதிகமாக எதையும் சேர்க்கவோ அல்லது எடுக்கவோ அனுமதிக்காத முழுமையை அந்த மனம்

கொண்டிருந்தது. காற்றிலிருந்து ஈரத்தை உறிஞ்சிக்கொள்வதுபோல காலத்தின் கசிவை அந்தப் படைப்பாற்றல் உள்ளிழுத்துக்கொண்டு தன்னை நிரந்தரப் புதுமையாகவும் வைத்துக்கொண்டிருந்தது என்றே நம்புகிறேன். இன்று வாசிக்கும்போதும் தி. ஜானகிராமனின் கதைகள் புதுமை குன்றாதவையாகவும், வாசகனை ஈர்க்கும் வசீகரத்தை இழந்து விடாததாகவும் இருப்பது இந்த குணத்தால்தான் என்று தோன்றுகிறது. இசை தொடர்பான ஒரு குறிப்பு மூலம் இதை விளக்கமாகப் பார்க்கலாம். ஜானகிராமனின் படைப்பு மனத்தை உருவாக்கியதில் இசைக்கும் பங்கு உண்டு என்பதனால் இந்த விளக்கம் பொருத்தமானதுதான்.

ஜானகிராமனின் ஆதர்சப் பாடகரும் நண்பருமான மதுரை மணி அய்யரின் இசையை செவ்வியல்தன்மை நிரம்பியது என்று சொல்வது சரி. அந்த இசை இலக்கண சுத்தமானது, அதே சமயம் இலக்கணத்தை மூடத்தனமாகப் பின்பற்றாதது. முழுமையான மனோதர்மத்துக்கு உட்பட்டது, அதே போல கேட்பவனின் மனத்துக்கும் இடமளிப்பது. மரபு சார்ந்தது. அப்படி இருக்கும்போதே மரபை மீறுவது. வெறும் உத்திகளில் நம்பிக்கை கொள்ளாதது. அதேவேளையில் வித்தியாசங்களைக் கொண்டது. இந்தக் காரணங்களாலேயே அது ஒரே நேரத்தில் ஜனரஞ்சக மானதாகவும் செவ்வியலானதாகவும் நிலைபெறுகிறது. இந்த விளக்கத்தில் இசையின் இடத்தில் இலக்கியத்தைப் பொருத்தினால் அது தி. ஜானகிராமனின் கதைக்கலையை எளிதாக விளக்கிவிடும்.

செவ்வியல்தன்மையின் இன்னொரு கூறு அழகுணர்ச்சி. தமிழில் அழகுணர்ச்சி மேலிட எழுதப்பட்ட கதைகள் தி. ஜானகிராமனுடையவை. தனது எழுத்தை சௌந்தர்ய உபாசனை என்று சொன்ன லா.ச.ரா. நினைவுக்கு வருகிறார். ஜானகிராமனின் சக காலத்தவர். எனினும் அழகுணர்ச்சி குறித்த இரு எழுத்தாளர்களின் பார்வையும் வேறுபட்டவை. லா.ச.ரா. இயல்பிலேயே அழகானதை ஆராதனை செய்யும்போது ஜானகிராமன் தனது ஆராதனை வாயிலாகவே ஒன்றை அழகானதாக ஆக்குகிறார். பொக்கை வாயும் சருமமே தெரியாத அளவு முகச் சுருக்கங்களும் கொண்ட மூதாட்டி பார்வைக்குக் குரூபியாக இருக்கலாம்; ஆனால் அந்த முகத்தை நுட்பமாகப் பதிவுசெய்யும் ஓவியத்தையோ புகைப்படத்தையோ அழகில்லாதது என்று சொல்லுவதில்லை. எதார்த்தத்தின்மீது கலையின் ஸ்பரிசம் பட்டு அழகானதாகிறது அந்த நகல். ஜானகிராமனின் கலையின் அடிப்படை இதுதான். அதனாலேயே அவர் கதைகளில் சித்திரிக்கப்படும் எதுவும் அழகானதாகவும் வெளிச்சம் நிரம்பியதாகவும் அமைகிறது. இது அவரது கதைகளுக்கு ஆழமான பொருளை அளிக்கிறது. ஜானகிராமன் கதைகளில் வரும் நிலம், மனிதர்கள், மரணம், ஏமாற்று, துரோகம், கீழ்மை, வியப்பு , தந்திரம், வன்மம், மூடத்தனம் எதுவும் வசீகரமானதாகவே தோன்றுகிறது. ஆனால் அந்த அழகின் ஆழத்தில் மனிதனின் ஆதார உணர்வுகளின் சிக்கல்களும் மோதல்களும் கிடக்கின்றன. அழகை விரும்பி வாசிப்பவனுக்கு கதை, ஜனரஞ்சக சுவாரசியமுள்ளதாகவும், ஆழத்தை உணர்பவனுக்கு இலக்கிய நுண்மை கொண்டதாகவும்

ஆகிறது. இந்த ரசவாதத்தைத் தமிழ்ச் சிறுகதைகளில் வெற்றிகரமாகச் சாதித்தவர்களில் முக்கியமானவர் ஜானகிராமன்.

4

தனது எழுத்துக்களைப் பற்றி தி. ஜானகிராமன் வெளிப்படையாகப் பேசிய சந்தர்ப்பங்கள் மிகவும் குறைவு. நாவல்களைப் பற்றியாவது ஒரிரு சந்தர்ப்பங்களில் பேசியிருக்கிறார். 'அம்மா வந்தாள்' நாவல் சர்ச்சைக்கு இலக்கானபோதும் பத்திரிகைத் தேவைக்காக நாவல் பிறந்த கதை என்ற விதத்தில் 'மோக முள்'ளைப் பற்றியும். அதுவும் தவிர்க்க இயலாமல். ஆனால் கதைகள் குறித்துப் பேசியதில்லை. அவரது வாழ்நாளிலேயே முக்கியமான சிறுகதைகள் கொண்ட ஏழு தொகுப்புகளும் வெளிவந்திருந்தன. அவற்றில் 'அக்பர் சாஸ்திரி', 'யாதும் ஊரே', 'பிடி கருணை' ஆகிய மூன்று தொகுப்புகளுக்கு மட்டுமே முன்னுரைக் குறிப்புகளை எழுதியிருக்கிறார். அதுவும் தவிர்க்க முடியாமல். இந்த மூன்று குறிப்புகளிலும் அவர் வலியுறுத்திச் சொல்லும் வாசகம் 'இவையெல்லாம் இலக்கண சுத்தமான சிறுகதைகள் அல்ல' என்பது. தனது வாழ்க்கையில் தி. ஜானகிராமன் சொன்ன மாபெரும் பொய் இதுவாக இருக்க வேண்டும் என்று கதைகளை வாசிக்கும் எளிய வாசகனும் புரிந்துகொள்வான். 'சிறுகதை எழுதுவது எப்படி?' என்ற கட்டுரையில் 'தனித் தன்மையும் உணர்ச்சி நிறைவும் தெறிப்பும்' இருப்பதுதான் சிறுகதை என்று வரையறுக்கிறார். அவரது எந்தக் கதையும் இந்த வரையறையை மீறுவதில்லை. கட்டுரையில் அவர் தொடர்ந்து சொல்லும் கருத்துகள் இவை:

> எந்தக் கலைப்படைப்புக்கும் முழுமையும் ஒருமையும் அவசியம். அவை பிரிக்க முடியாத அம்சங்கள். சிறுகதையில் அவை உயிர்நாடி. ஓர் அனுபவத்தைக் கலைவடிவில் வெளிப்படுத்த சிறுகதையில் இடமும் காலமும் குறுகியவை. எனவே எடுத்துக்கொண்ட விஷயம் உணர்வோ, சிரிப்போ, புன்சிரிப்போ, நகையாடலோ முறுக்கேறிய, துடிப்பான ஒரு கட்டத்தில்தான் இருக்க முடியும். சிறிது நேரத்தில் வெடித்துவிடப் போகிற ஒரு தெறிப்பும், ஓர் அவசரத் தன்மையும் நம்மை ஆட்கொள்ள வேண்டும். தெறிக்கப் போகிறது பட்டுக் கயிறாக இருக்கலாம். ஈஃகு வடமாக இருக்கலாம். ஆனால் அந்தத் தெறிப்பும் நிரம்பி வழிகிற துடிப்பும் இருக்கத்தான் வேண்டும். இந்தத் தெறிப்பு விஷயத்திற்குத் தகுந்தாற்போல் வேறுபடுவது சகஜம். கதையின் பொருள் சோம்பல், காதல், வீரம், தியாகம், நிராசை, ஏமாற்றம், நம்பிக்கை, பக்தி, உல்லாசம், புதிர் அவிழல் அல்லது இவற்றில் சிலவற்றின் கலவைகளாக இருக்கலாம். அதற்குத் தகுந்தபடி அந்தத் தெறிப்பு பஞ்சின் தெறிப்பாகவோ, பட்டின் தெறிப்பாகவோ, ஈஃகின் தெறிப்பாகவோ, குண்டு மருந்தின் வெடிப்பாகவோ சத்தம் அதிகமாகவோ குறைந்தோ மௌன மாகவோ மாறுபடும். எனக்கு வேறுமாதிரியாக இந்த அனுபவத்தை விளக்கத் தெரியவில்லை. பல சமயங்களில் சிறுகதையைப் பற்றி நினைக்கும்போது, நூறு அல்லது ஐம்பது கஜ ஓட்டப்பந்தயத்திற்கு

ஆயத்தம் செய்துகொள்ளுகிற பரபரப்பும் நிலைகொள்ளாமையும் என்னைக் கவிக் கொள்கிறதுண்டு. இது ஒரு மைல் ஓட்டப்பந்தய மல்ல. சைக்கிளில் பல ஊர்கள், வெளிகள், பாலங்கள், சோலைகள், சாலைகள் என்று வெகுதூரம் போகிற பந்தயம் இல்லை. நூறு கஜ ஓட்டத்தில் ஒவ்வோர் அடியும் ஒவ்வோர் அசைவும் முடிவை நோக்கித் துள்ளி ஓடுகிற அடி அசைவு. ஆற அமர, வேடிக்கை பார்த்துக்கொண்டு செல்லவோ வேகத்தை மாற்றிக் கொள்ளவோ இடமில்லை. சிறுகதையில் சிக்கனம் மிக மிக அவசியம். வளவளப்புக்கு இடமே கிடையாது. வளவளப்பு என்றால் அதிகச்சுமை. ஓடுவது கஷ்டம்.

இந்தக் கருத்துகளின் தூல வடிவமே அவரது சிறுகதைகள் அல்லது கதைகளின் சூக்குமமே இந்தக் கருத்துகள். தெளிவாகவும் திடமாகவும் இப்போது சொல்லும் இந்த வாக்கியத்தைத் தேசலான ரூபத்தில் நேரிடையாக அவரிடம் தயங்கித் தயங்கிச் சொன்னது நினைவுக்கு வருகிறது. தமிழில் மாற்றுச் சிந்தனை கொண்டவர்களின் பொது அமைப்பான இலக்கு உருவாகி நடந்த முதல் கூட்டம். சென்னை வில்லிவாக்கத்தில் 1982ஆம் ஆண்டு ஜனவரி முதலிரண்டு நாட்கள் நடைபெற்றது. கோவையி லிருந்து அதில் கலந்துகொள்ள சென்னை சென்றிருந்தபோது தி. ஜானகி ராமனை முதன்முதலாகச் சந்தித்தேன். பெல்ஸ் சாலையில் இருந்த கணையாழி அலுவலகத்தில். அப்போது அவர் கணையாழியின் கௌரவ ஆசிரியர். காலை ஒன்பதரை மணிக்குத் தொடங்கிய சந்திப்பு நண்பகல் வரை நீண்டது. நண்பர்களான ஆறுமுகமும் கோவை வாணன் என்ற துரையும் உடனிருந்தார்கள். 'மோக முள்', 'அம்மா வந்தாள்', 'மரப்பசு' நாவல்களைப் பற்றித் தொடங்கிய உரையாடல் சிறுகதை களில் மையங்கொண்டு நின்றது. தமிழ்ச் சிறுகதைகளின் தீவிர வாசகரான நண்பர் ஆறுமுகம் தி. ஜானகிராமனின் பிரசித்தி பெற்ற கதைகளைக் குறித்த சந்தேகங்களையும் மேன்மைகளையும் சொல்லிக் கொண்டிருந்தார். 'இதெல்லாம் ரொம்ப' என்று சிரிப்புடனும் மேற்கொண்டு பேச்சைத் தவிர்க்கும் நோக்கத்துடனும் ஜானகிராமன் ஒற்றை வார்த்தை ஆமோதிப்புகளுடனும் கேட்டுக்கொண்டிருந்தார். இடையில் புகுந்து அப்போது வாசிக்கக் கிடைத்திருந்த ஜானகிராமன் தொகுப்புகளில் இடம்பெறாமலிருந்த 'கடைசி மணி' கதை எனக்குத் தந்த பரவசத்தைச் சொல்ல ஆரம்பித்தேன். பேசி முடியும்வரை கேட்டுக் கொண்டிருந்த ஜானகிராமன் புன்னகையுடன் 'அது நல்ல கதையா என்ன?' என்று சந்தேகம் தொனிக்கக் கேட்டார். 'எழுதுவது எப்படி?' கட்டுரையில் அவர் சொல்லியிருக்கும் சிறுகதைக்கான இலட்சணங்கள் அந்தக் கதையில் எப்படி வெளிப்படுகின்றன என்பதை அதிகப் பிரசங்கம் செய்துகொண்டிருந்தேன். 'எழுதியவனுக்குத் தெரியாத ஒன்று வாசகனுக்குப் புலப்பட்டால் அது நல்ல கதைதான். அப்படி ஒரு இடம் படிக்கிறவனுக்கு இருக்கிறது இல்லையா?'. அவர் அப்போது கேட்ட கேள்விக்கு எனக்கு உடனடியான விடை தெரியவில்லை. இப்போது வெளிச்சமாகப் புலப்படுகிறது. வாசிக்க வாசிக்க அதன் நுண் தளங்கள் வெளிப்படுகின்றன.

பள்ளிக்கூட கெமிஸ்ட்ரி வாத்தியார் ஆராவமுதனுக்கு முப்பத்து நான்கு வருட சர்வீசில் ஒரு நாள் தலைமை ஆசிரியராக இருக்கும் வாய்ப்பு கிடைக்கிறது. ஒருநாள் ஹெட்மாஸ்டராக இருந்தது ஜில்லாவிலேயே நினைவிருக்க வேண்டும் என்பதற்காகத் தன்னுடைய தைரிய மின்மையையும் மீறி இரண்டாவது பீரியடோடு பள்ளிக்கு விடுமுறை விடுகிறார். எளிய கதை. ஆனால் கதை சொல்லப்பட்ட விதத்தில் இயல்பாகவே துணைப் பிரதிகள் உள்ளே புகுந்துகொள்கின்றன. நிலவு கொட்டிக் கிடக்கும் இரவில் ஒரு வெள்ளை யானையின் மேலேறி தென்னை மரத்திலிருந்து காய் பறிப்பதாக ஆராவமுது காணும் கனவுடன் தொடங்குகிறது கதை. அது அவரது ரகசிய ஆசையைச் சொல்கிறது. தன்னுடைய அந்தஸ்துக்குக் குறைந்த தகுதியிலிருக்கும் எவருடனும் பேசாத ஓய்வுபெற்ற அதிகாரியான பள்ளிச் செயலாளரைப் பற்றிய சித்திரிப்பில் ஆராவமுதுவின் பயமும் அதிகாரி பற்றிய பார்வையும் வெளிப்படுகிறது. 'ஒரு பெரிய சாய்வு நாற்காலியில் அந்த மனுஷி ஏணி வளைந்து படுத்திருந்தது' என்ற வரியிலேயே இருவரின் குணப் பதிவுகள் விளங்குகின்றன. ஒருநாள் அதிகாரம் கிடைத்த தெம்பு மனைவியை விரட்டுகிறது. 'நீர்தான் இன் சார்ஜாமே இன்னிக்கு' என்று இளப்பமாகக் கேட்கும் சக ஆசிரியர் ஆனைக்கால் கோபாலய்யரிடம் 'ஆமா, தலையெல்லாம் லீவு எடுத்துண்டா, என் மாதிரிக் காலுக்குப் பாரம் வந்து சேர்கிறது' என்று எதிர்ப் பேச்சாளரின் உடற் குறையைச் சுட்டிக் காட்டிக் கேலி செய்கிறது. அடுத்த கணம் கழிவிரக்கத்துடன் வருந்தும்போதே ஆராவமுது திக் விஜயத்தில் வெற்றிபெற்ற சக்கரவர்த்தி போலவும் தன்னை உணர்கிறார். அதைக் கொண்டாடிக் கொள்ளவே விடுமுறையும் அறிவிக்கிறார். மனித மனத்தின் விநோதங்களை வாசகன் முன்னால் பகிரங்கப்படுத்துகிறது கதை. இவ்வளவு நுட்பங்கள் வெளிப்படும் கதை நல்ல கதைதான் என்று அந்தச் சந்திப்பில் ஜானகிராமனிடம் சொல்ல முடியாமல் போயிற்றே என்று இப்போது ஏங்குகிறேன்.

பள்ளிப் பருவத்தில் படித்த 'கடைசி மணி' கதை மனதுக்குள் இத்தனை நீண்ட காலத்துக்குப் பின்பும் கலையாமல் இருக்கத் தனிப்பட்ட காரணமும் இருக்கிறது. கதை கல்கி தீபாவளி மலரில் வெளிவந்தது. அன்று கைக்குக் கிடைத்ததை வாசித்து மேலும் பசியுடன் தவித்த காலம். அம்மாவிடம் மன்றாடி வாங்கிய காசில் பள்ளி உணவு இடைவேளையில் ஓடிப் போய் முகவரிடமிருந்து மலரை வாங்கி வந்தேன். இடைவேளைக்குப் பிறகு கூடிய பள்ளி ஒரே வகுப்புடன் அன்றைக்கு முடிந்தது. வீடு திரும்பியதும் மலரில் வாசித்த முதல் கதை தி. ஜானகிராமனின் 'கடைசி மணி'தான். கதைச் சம்பவம் அந்த தினத்தின் எதார்த்தமாக இருந்ததை உணர்ந்த நொடியில் தெறித்துப் பரவிய பரவசம் வாழ்வின் பேரனுபவம். ஒருவேளை அந்த ரசவாதத்தின் பேரில்தான் ஜானகிராமன் கதைகளை மதிக்கிறேன்போல. இலக்கியத்தின் விளைவு என்று அன்று தீர்மானிக்கத் தெரியாமலிருந்த இந்த அனுபவம் பின்னர் அநேகமாக அவரது எல்லாக் கதைகளிலும் கிடைத்திருக்கிறது. கலையின் இந்த உயிர்ச் செயலை ஜானகிராமனே

தனது ஆகச் சிறந்த கதைகளில் ஒன்றான 'செய்தி'யில் எடுத்துக் காட்டியிருக்கிறார் என்பதும் ஞாபகம் வருகிறது.

தி. ஜானகிராமனின் பெரும்பான்மையான கதைகள் அவரே வகுத்துச் சொல்லும் இலக்கணத்துக்குப் பொருந்துபவைதான். சிலகதை களில் நூறு சதவீதப் பொருத்தம். சிலவற்றில் சதவீதக் குறைவு. அவருடைய உவமையை மேற்கோளாக வைத்துச் சொன்னால் 'மரத்தின் நிழல் கருக்காகக் கத்தரித்தாற்போல விழுந்தவையும் பூசினாற்போல விழுந்தவையும்'.

கத்தரித்த நிழல்போல விழுந்தவை அவருடைய சிறந்த கதைகள். பூசினாற்போல விழுந்தவை மற்றவை. ஆனால் எந்தக் கதையும் அவரது தனித் தன்மையைக் கொண்டிராதவை அல்ல.

5

தி. ஜானகிராமன் படைப்புகள் குறித்த சிந்தனையில் கூறியது கூறலாக மனதுக்குள் வரும் வாசகம் 'அவர் நவீனத்துவர் அல்ல' என்பது. சிறுகதைகளைப் பற்றி யோசிக்கும்போது கூடுதலான அழுத்தத்துடன் இந்த வாசகம் நினைவில் மிளிர்கிறது. அவரது மனப் பாங்கும் படைப்பு முறையும் மரபு சார்ந்தவை. ஆனால் மரபை மீற வேண்டிய தருணங்களில் தன்னிச்சையாகவே அவை விடுதலை பெற்றுவிடுகின்றன. மனித சுதந்திரத்துக்கு முட்டுக்கட்டையாக இல்லாதவரை மரபை ஏற்றுக் கொள்கிறார். அது தடையாக முன் நிற்கையில் மிக இயல்பாக மீறுகிறார்.

ஜானகிராமனின் வாழ்க்கை சார்ந்தும் படைப்பு சார்ந்தும் இதை விளக்க முடியும். ஜானகிராமன் நினைவுகூரலாக எழுதிய கட்டுரையில் கரிச்சான் குஞ்சு தனி வாழ்க்கைச் சம்பவங்கள் சிலவற்றைச் சொல்லு கிறார். அதில் ஒன்று ஜானகிராமன் சகோதரியின் மறுமணம். 'அவனுடைய இளைய சகோதரி மூத்த சகோதரியின் புருஷரையே மணக்க வேண்டிய நிர்ப்பந்தம் நேர்ந்தபோது அவர்கள் குடும்பத்தில் அது பெரிய குழப்பத்தை, அதிர்ச்சியை ஏற்படுத்தியது. கிடந்து பொறுமினான் இவன். தந்தையாரிடம் இருந்த மரியாதையால் அடங்கினான். ஆனால் பிற்பாடு அந்த ஸகோதரிகள் இருவருடைய கணவனாய் இருந்தவர் இறந்த பத்தாவது நாள் கழுத்தில் புடவை போடுவது வேண்டாமென்று கத்தி ஆர்ப்பாட்டம் செய்து துடிதுடித்தான். புரோஹிதர் வயதானவர் ஒருவரைத் திட்டியும் விட்டான். அப்போது சமாதானம் செய்யப்போன என்னையும் அடித்து விட்டான்'. இந்த தார்மீகக் கோபத்தை அவரது முதன்மையான சில கதைகளில் பார்க்கலாம். குறிப்பாக 'சண்பகப் பூ' சிறுகதையில். கணவனை இழந்த பதினெட்டு வயது மனைவி. ஆனால் அந்த இழப்பை அவள் பொருட்படுத்துவதில்லை. சுற்றி இருப்பவர்கள் சுட்டிக் காட்டியும் தன்னை அலங்கரித்துக்கொண்டு நடமாடுகிறாள். உச்சக்கட்டமாகக் கணவனின் தமையனுடன் 'நாணம் பூக்க' வண்டியேறுகிறாள். மரபை மீறிய ஒரு வாழ்க்கைக் கணத்தை விரித்துச் சொல்லுகிறது கதை.

இன்று இந்தக் கதைக்குக் காலப் பொருத்தம் இல்லை. ஆனால் கதையின் மையத்துக்குக் காலத்தை மீறிய இசைவு இருக்கிறது. அன்று விதவை மறுமணத்துக்கு வாதிட்ட கதையை ஒரு பெண் தன் வாழ்க்கையைத் தானே தேர்ந்துகொள்ளும் உரிமை சார்ந்த ஒன்றாகப் பார்க்கும்போது சம காலத்தியதாகப் பொருள் படுகிறது. இது அவரது மனப்பான்மையை எடுத்துக் காட்டும். அவரே தன்னை விலக்கப் பட்டவனாகவும் (பிரஷ்டனாக) விலக்கப்பட்டவர்களின் சார்பானாகவும் அறிவித்திருக்கிறாரே. 'நல்ல கலை பிரஷ்டர்களிடமிருந்துதான் தோன்று கிறது' என்று பிரகடனமும் செய்திருக்கிறாரே.

சிறுகதைகளின் வடிவத்திலும் கூறுமுறையிலும் ஜானகிராமன் நவீனத்துவத்தின் இயல்புகளைக் கையாள மறுத்தவர். எளிமையும் நேரடித்தன்மையும் கொண்டவை அவரது கதைகள். கச்சிதமானவையாக இருக்கும் அதேநேரத்தில் உள் விரிவுகள் கொண்டவை. அவரைச் செவ்வியல் கதைஞர் என்று வகைப்படுத்த இதுவே காரணம். ஏறத்தாழ ஒரே மாதிரியான வடிவத்திலேயே கதைகளை எழுதியிருக்கிறார். புதுமை என்றோ நவீனம் என்றோ சொல்ல முடியாத செவ்வியல் வடிவமே அவற்றில் காணக் கிடைப்பவை. காலத்தின் நகர்வில் களிம்பேறிப் போகும் செவ்வியல் அல்ல; மாறாக பழைய இலக்கியங்களில் தென்படும் சிரஞ்சீவிப் புதுமை கொண்டவை. உத்திகள் மூலம் கதைகளை முன்வைப்பது அவருக்கு உவப்பில்லாத செயல். பூரிதநிலையில் இருக்கும் அவரது படைப்பு மனம் அவற்றைப் புறக்கணிக்கிறது. சமயங்களில் அவற்றைக் கேலியும் செய்கிறது. 'கருங்கடலும் கலைக் கடலும்' என்ற பயண நூலில் அதி நவீனரான பிரான்ஸ் காஃப்காவின் கதைகளைக் குறித்து வெளிப்படுத்தும் கிண்டலும் நவீன ஓவியங்கள் பற்றிய அணுகு முறையும் இந்தச் செவ்வியல் மனதின் நிராகரிப்புகள்தாம்.

நூற்றுச் சொச்சம் வரும் கதைகளில் வித்தியாசமான கூறுமுறை களில் எழுதப்பட்டவை பத்துக்கும் குறைவே. தன்மைக் கூற்றிலும் படர்க்கைக் கூற்றிலுமாக நேரடியான கதையாடல் கொண்டவை, துணைப் பாத்திரங்கள் மூலம் முன்வைக்கப்படுபவை, உரையாடல் மூலம் நிகழ்த்தப்படுபவை, கடிதங்கள் மூலமாக விரிபவை என்ற நான்கு முறைகளிலேயே பெரும்பான்மையான கதைகள் அமைந்திருக்கின்றன. விமர்சன அடிப்படையில் வரையறுத்தால் ஜானகிராமனின் கதைகள் அவரே உருவாக்கிய சூத்திரங்களுக்கு உட்பட்டவை. 'ஆரம்பம், இடை, முடிவு ஆகியவை தெளிவாகத்தான் இருக்க வேண்டும் என்பதில்லை' என்பது அவரது கருத்து. அதை ஏறத்தாழ எல்லாக் கதைகளிலும் பின்பற்றியிருக்கிறார். இடைப் பகுதியில் ஆரம்பித்து முன்னும் பின்னுமாகச் செல்லும் கதையாடலையே அதிகமாகக் காணலாம். ஒருவேளை இது அவரது இசை ரசனையின் தூண்டுதலாக இருக்கலாம். அனுபல்லவியி லிருந்தோ சரணத்திலிருந்தோ தொடங்குவதன் மூலம் கேட்பவனுடன் சட்டென்று ஒன்றிவிடும் இசைக் கலைஞனின் அனாயாசத் திறனுடன் இதை ஒப்பிட முடியும். விஸ்தாரமான ஆலாபனையோ ராகத்தை இடை நிறுத்தி மேற்கொள்ளும் ஸ்வரப் பிரஸ்தாரங்களோ இல்லாமல் கீர்த்தனையை மட்டுமே பாடுவது போன்ற செயலைத்தான் கதையில்

ஜானகிராமன் கையாண்டது போலப் படுகிறது. ஒரு கீர்த்தனைக்கு அமைந்திருக்கும் கச்சிதவடிவத்தை அவருடைய கதைக்குப் பொருத்தலாம். அது ஒரு திட்டமிட்ட வடிவம். சூத்திரப்படியான வடிவம். அது மறைமுகமாகச் செவ்வியல் முழுமையின் அடையாளம் கூட. ஜானகிராமனின் வீச்சுக் குறைவான சிறுகதைகூட வடிவ ஒருமை கொண்டிருப்பது இந்தச் செவ்வியல்தன்மையால்தான். அவரது கதைகள் எதுவும் பலமுறை திருத்தி எழுதப்பட்டவையாகத் தோன்றுவதில்லை. எடுத்த எடுப்பிலேயே முழுமை கூடிய ஒரு உருவம் அமையப் பெற்றவையாகவே தெரிகின்றன. அவற்றில் மூளியானவை குறைவுதான்.

6

செவ்வியல்தன்மை கொண்டது ஜானகிராமனின் படைப்புகள் என்பதை நிறுவ உதவும் பெரும் சான்று படைப்புகளில் அவர் வெளிப்படுத்தும் உலகம். மிகப் பரந்தது அந்த உலகம். வெவ்வேறு நிலக் காட்சிகள் கொண்டது. அவருடைய ஆக துயரமான கதைகளில்கூட அந்த உலகம் பிரகாசமானதாகவே இருக்கிறது. எடுத்துக்காட்டாக இரண்டு கதைகளை ஒப்பிடலாம். புதுமைப் பித்தனின் மகத்தான சிறுகதையான 'செல்லம்மாள்'; தி. ஜானகிராமனின் குறிப்பிடத்தகுந்த கதையான 'வேண்டாம் பூசனி'. இரண்டும் வெவ்வேறு கதை நிகழ்வுகள் கொண்டவை. ஆனால் மரணத்தின் பின்புலத்தில் நிகழ்பவை. 'செல்லம்மாளுக்கு அப்போதுதான் மூச்சு ஒடுங்கியது' என்ற மரண அறிவிப்புடன் முதல் கதை தொடங்குகிறது. 'பாட்டிக்குக் கைகால்கள் எல்லாம் வீங்கிவிட்டன. ரத்தம் இல்லாத குறைதான்' என்ற மரணத்துக்குக் காத்திருக்கும் அறிகுறியுடன் இரண்டாவது கதை ஆரம்பமாகி பாட்டியின் சாவில் முடிகிறது. இரண்டிலும் சித்தரிக்கப்படும் பின்னணி மரணத்தையும் அதையொட்டிய நினைவுகளையும் சார்ந்தவைதாம். ஆனால் புதுமைப்பித்தனின் கை அந்தப் பின்னணியை இருளின் வர்ணத்தில் தீட்டிக் காட்டும்போது ஜானகிராமன் அதை வெளிச்சத்தின் நிறத்தில் வரைந்து காட்டுகிறார்.

இந்த அவதானிப்பு தி. ஜானகிராமன் கதைகளில் மரணம் சித்தரிக்கப்படும் பொது அவதானிப்புக்கு இட்டுச் செல்கிறது. 'செண்பகப் பூ', 'நானும் எம்டனும்', 'அக்பர் சாஸ்திரி', 'பரதேசி வந்தான்', 'வெயில்', 'கோபுர விளக்கு', 'அத்துவின் முடிவு' ஆகிய கதைகளில் மரணம் முக்கிய இடம்பெறுகிறது. ஆனால் அந்த மரணங்கள் அச்சுறுத்துபவை யாகச் சித்தரிக்கப்படுவதில்லை. ஒரு பார்வையாளனின் வேடிக்கைக் கோணத்திலோ, குழந்தையின் பராக்குப் பார்க்கும் போக்கிலோ, கோமாளி யின் நையாண்டியாகவோ, தவிர்க்க முடியாத சங்கதி என்ற பெரும் போக்குடனோதான் இடம்பெறுகின்றன. மரண நிகழ்வை மிக இயல்பான ஒன்றாகவும் சற்றுக் கவித்துவமானதாகவுமே அவர் குறிப்பிடுகிறார். 'டாக்டர் உதவியில்லாமலே அக்பர் சாஸ்திரி மனிதன் செய்கிற கடைசிக் காரியத்தையும் செய்துவிட்டார்' ('அக்பர் சாஸ்திரி'), 'அம்மாவின் காதில் ஒன்றும் விழவில்லை. அம்மா கைலாசத்தில் சிவனாரின் மடியில் தலை

வைத்து உறங்கிக்கொண்டிருந்தாள்' (வேண்டாம் பூசனி) - ஆகிய சித்தரிப்புகள் இதற்கு உதாரணங்கள். அவரது அக்கறையும் பரிவும் வாழ்வின் மீதுதான்; அதன் விநோதங்கள் மீதுதான். அதை நடத்தும் மனிதர்கள் மீதுதான் என்பதையே இது வலியுறுத்துவதாகப் படுகிறது. அவரது கதையுலகம் மனிதர்களால் நிரம்பி இருப்பதும் இதற்கு அத்தாட்சி.

இது இன்னொரு உண்மையையும் வெளிப்படுத்துகிறது. தி. ஜானகி ராமனின் படைப்புகளைப் பற்றிய ஒரு விமர்சனம், அவர் பிராமணக் கதைமாந்தர்களையே அதிகம் படைத்திருக்கிறார் என்பது. 'எனக்கு அம்மாமிகளைப் பற்றித்தான் அதிகம் தெரியும். ஆத்தாள்களைப் பற்றித் தெரியாது. தெரிந்ததைத்தானே எழுத முடியும்' என்பதாக அந்தத் தூற்றுதலுக்கு ஜானகிராமன் மெனக்கெட்டுப் பதிலும் அளித்திருக்கிறார். மொத்தமாகக் கதைகளைப் பரிசீலிக்கும்போது அவருடைய ஒப்புதல் வாக்குமூலம் பொருத்தமற்றதாகத் தெரிகிறது. அம்மாஞ்சிகளையும் அம்மாமிகளையும் பாத்திரங்களாக வைத்து எழுதியதை விடவும் அய்யாக்களையும் ஆத்தாள்களையும் கதை மாந்தராக்கி எழுதியவையே அதிகம். இன்று அந்தக் கதைகளை எழுத நேரிட்டால் அவரைக் குறிவைக்கக் காத்திருக்கும் ஆபத்துகளை யோசிக்கும்போது அந்தக் கலைஞனின் துணிவு வியக்க வைக்கிறது. கலைக்கான எதார்த்தங்கள்தாம் சார்பு கொண்டவை. கலையின் செயல்பாடு சார்புகளை மீறியது என்று சொல்லலாமா? எல்லாப் பெருங் கலைஞர்களின் படைப்புகளைப் போலவே ஜானகிராமன் படைப்புகளும் 'சொல்லலாம்' என்றே ஆமோதிக்கின்றன.

7

தமிழ்ச் சிறுகதைகளில் மிகமிக அதிகக் கதாபாத்திரங்கள் வரும் கதைகள் தி. ஜானகிராமனுடையவை என்று படுகிறது. இதைச் சொல்லும் போதே ஒற்றைப் பாத்திரத்தை வைத்து புதுமைப்பித்தன் எழுதியிருக்கும் 'தெரு விளக்கு' நினைவுக்கு வருகிறது. அப்படியான செய்கையை ஜானகி ராமனிடம் பார்ப்பது அசாத்தியம். முதன்மையான இரண்டோ மூன்றோ பாத்திரங்கள் கொண்ட கதையில்கூட துணைப்பாத்திரங்களின் எண்ணிக்கை அதிகம். பெரும்பாலும் துணைப்பாத்திரங்களே கதையை விரிக்க உதவுபவையாக அமைகின்றன. 'கொட்டு மேளம்' கதை டாக்டரை மையமாகக் கொண்டது. உலகியல் சூதுகள் தெரிந்தும் அதில் ஈடுபட முடியாத மனித மனத்தின் மேன்மையைச் சொல்லுகிறது கதை. டாக்டர் துரைசாமி, அவரை மணக்கவிருக்கும் பார்வதி, கம்பவுண்டர் ஜீவரத்தினம் ஆகிய மூன்று புள்ளிகளைச் சேர்த்து உருவாகும் கதையைத் துணைப் பாத்திரங்களே முழுமையாக்குகின்றன. ஜராவதம் முதலியார், மாரியப்பப் பிள்ளை என்று பருண்மையாகக் கதையின் நிகழ் காலத்தில் வரும் துணைப்பாத்திரங்களும் அண்ணன், அண்ணி, அம்மா, கர்னல் சுந்தரத் தாண்டவன் என்று குறிப்பாகச் சொல்லப்படும் உப பாத்திரங் களும் சேர்ந்தே கதையை முழுமையாக்குகின்றன. இத்தனைப் பாத்திரங் களும் இத்தனைக் கிளை பிரிதல்களும் வேண்டுமா என்று கேட்கவிடாமல்

இணைவது ஜானகிராமனின் உத்தியால்; அல்லது சூத்திரத்தால். இந்தத் துணைப்பாத்திர சகாயம் இல்லாமல் கதை இல்லை. திட்டமிட்டு ஒரு கதையை உருவாக்குவதல்ல; மாறாகத் தன் முன் காட்சியளிக்கும் பரந்த வாழ்க்கையின் ஒரு விள்ளலைப் பிரித்தெடுத்துக் காண்பிப்பதே அவரது கலை.

கதைகளில் அங்கம் வகிக்கும் பாத்திரங்கள் வெவ்வேறு வகை யானவர்கள். காதலர்கள், கணவர்கள், பிறன்மனை நயப்பவர்கள், தேவதைகள், பிசாசுகள், குழந்தைகள், அரசர்கள், துறவிகள், பரதேசிகள், தாசிகள், இசைக்கலைஞர்கள், விமர்சகர்கள், வாத்தியார்கள், மாணவர்கள், வண்டியோட்டிகள், தொழு நோயாளிகள், பிச்சைக்காரர்கள், அரசு அதிகாரிகள், கன்னிகள், விதவைகள், அம்மாக்கள், அண்ணிகள், சகோதர சகோதரிகள், மாமியார்கள், மைத்துனர்கள், அர்ச்சகர்கள், உஞ்சவிருத்திக் காரர்கள், நடன மணிகள், சினிமா நடிகைகள், டாக்டர்கள், வைத்தியர்கள், பக்தர்கள், தெய்வ தூஷணையாளர்கள், பக்தர்கள், ஆஷாடபூதிகள், கிழவர்கள், கிழவிகள், பகுத்தறிவுச் செம்மல்கள், கடன்காரர்கள், வாங்கிய கடனைத் தர வக்கில்லாதவர்கள், ஏமாற்றுப் பேர்வழிகள், தரகர்கள், ஜமீன்தார்கள் என்று வாழ்வின் சகல மனிதர்களும் நடமாடும் பரந்த முற்றம் ஜானகிராமனின் கதைப் பரப்பு. தட்டச்சு எந்திரமும் பஸ்ஸும் கிளியும் குதிரையும்கூட அந்த முற்றத்தில் நடமாடுகின்றன. இவர்கள் வாழ்வின் பொருட்டாகச் செய்யும் எல்லாவற்றையும் உள்ளடக்கிய ஒரு பெருங்காட்சியாக ஜானகிராமன் கதையுலகின் இயக்கம் விரிவு பெறுகிறது.

பெரும்பான்மையான கதைகள் அவரது சொந்த நிலமான தஞ்சாவூரைக் களமாகக் கொண்டவை. பெரிதும் அந்த மண்ணின் மொழியைப் பேசுபவை. அந்த நிலத்தின் இயற்கையையும் கிராமங் களையும் நகரங்களையும் சித்தரிப்பவை. அதைப் புவியியல் சித்தரிப்பாக அல்லாமல் மானுட வயப்படுத்தப்பட்ட நிலக் காட்சியாகவே ஜானகிராமன் காட்டுகிறார். அந்த மண்ணின் பிரத்யேக குணத்தைச் சொல்லும்போதே அதைக் கடந்த இன்னொரு இடத்துக்கும் பொருந்தும் வகையில் உருவாக்குகிறார். காமமும் ஏமாற்றும் பரிவும் காதலும் மண்ணின் குணம் என்பதுபோலவே மானுடத்தின் குணம் என்பது அவரது எண்ணம். 'கடன் தீர்ந்தது' சிறுகதையில் தன்னிடம் வாங்கிய இருபதினாயிரம் ரூபாய்க் கடனைத் திரும்பத் தராத ராமதாஸிடம் வெறும் இரண்டு அணாவை வசூல் செய்துவிட்டுக் கடன் தீர்ந்தது என்று சொல்கிறார் சுந்தர தேசிகர். நாடுவிட்டு நாடுவந்த விருந்தாளியைக் கவனித்துக்கொள்ளும் பொறுப்பின் இடையே தனக்கு நேர்ந்த பேரிழப்பைச் சொல்லாமல் அவரை உபசரிக்கிறார் ஜப்பானியரான யோஷிகி. இந்த இரண்டு எளிய மனிதர்களின் பெருந்தன்மையைச் சொல்லும் கதைகள் முறையே தஞ்சாவூர் கிராமத்திலும் ஜப்பானிய கோபே நகரத்திலும் நடக்கின்றன என்பது தற்செயலானது. இடம் மாறியிருந்தாலும் ஜானகிராமன் இதே பரிவுணர்வைத்தான் சொல்லியிருக்க முடியும். மனிதர்கள்மீது காட்டும் வாஞ்சையே அவரது கலையின் மையம். அந்த அளவில்

இலட்சியவாத எழுத்தின் பிரதிநிதி. எனினும் எதார்த்தத்தை விட்டு விலகாதது அந்த இலட்சியவாதம்.

8

தி. ஜானகிராமன் கதைகளின் தனித்துவம் அதில் வரும் உரையாடல்கள். பாத்திரங்களின் கூற்றாக நிகழும் உரையாடலின் மூலமே அவர்களின் குணங்களையும் கதையின் உருவத்தையும் கொண்டு வந்துவிடுகிறார். ரசிகரும் ரசிகையும் கதை உரையாடலாகவே அமைந்தது. அந்தப் போக்கிலேயே தானில்லாமல் தியாகராஜ உற்சவ மில்லை என்று அகங்காரம் கொள்ளும் பாடகர் மார்க்கண்டமும் 'இப்பத்தான் சமயம் வாச்சுது எனக்கு' என்று இடித்துரைக்கும் பக்க வாத்தியக்காரரும் 'தியாகய்யரைவிட நான் நல்லாப் பாடறேனாம், இந்த மாதிரி உளறிகிட்டு அலையாதே' என்று பாடகரை விரட்டும் தாசி ஞானாம்பாளும் குரல்களிலிருந்து உயிர்த்துத் திட வடிவம் பெறுகிறார்கள். வேறு சில உரையாடல்கள் பாத்திரங்களின் குணாம்சத்தைப் பகிரங்கப் படுத்துகின்றன. அவரது ஆகச் சிறந்த கதையான 'சிலிர்ப்'பில் வரும் உரையாடல் மொத்தக் கதாபாத்திரங்களின் குணாம்சத்தை யும் வெளிப்படுத்துகிறது. 'சத்தியமா?' கதையின் உரையாடல் போக்கே முழுமையாகக் கதையையும் அதன் ஆழத்தையும் எடுத்துக் காட்டிவிடுகிறது. இதே பணியை அவரது உவமைகளும் மேற்கொள்ளு கின்றன. 'பழைய பேப்பர்க்காரன் தராசு தெய்வீகக் கொல்லன் கைவேலை. ஆனையை வைத்தால் ஆறு பலம் காட்டும். ஆறு மாசத் தினசரிக் காகிதம் எந்த மூலை?' என்ற 'கோதாவரிக் குண்டு' கதையின் ஆரம்ப வரிகள் சுவாரசியமானவை. ஒருவகையில் கதையைத் திறக்கும் கருவியும் அந்த வரிகளே. பழைய பேப்பரை விற்று மாதாந்திர பட்ஜெட்டைச் சரிகட்டும் ஆளிடம் மனைவி வெட்டிச் செலவுக்காகப் பாத்திரத்தை அடகு வைப்பதையும் அதை மிக இயல்பாக எடுத்துக் கொள்ளும் கணவனையும் மையப்படுத்தும் கதைக்கு ஆரம்ப வரிகளின் தரித்திரநிலை விளக்கம் பொருத்தமானதுதானே.

9

ஆண் பெண் உறவில் எழும் பிரச்சனைகளையும் காமத்தையும் அதிக அளவில் ஜானகிராமன் எழுதியதாக ஒரு கருத்து நிலவுகிறது. மொத்தக் கதைகளை வைத்துப் பார்த்தால் இது போன்ற கதைகள் பத்து விழுக்காடுகூட இல்லை. 'சண்பகப் பூ', 'பசி ஆறிற்று', 'வேறு வழியில்லை', 'மணம்', 'அதிர்வு', 'தூரப் பிரயாணம்', 'குளிர் ஜுரம்', 'பாஷாங்க ராகம்', 'மனநாக்கு', 'தவம்', 'யதுநாத்தின் குரு பக்தி', 'ராவணன் காதல்' ஆகிய கதைகளில் மட்டுமே பாலுறவுச் சிக்கல்களும் காமத் தத்தளிப்பும் சித்தரிக்கப்படுகின்றன. இதே கதைகளிலும் இன்னொரு உப பிரதியை வாசிக்க முடியும். உதாரணமாக, 'சண்பகப் பூ' கதையில் பெண்ணின் சுதந்திரத்தையும் சமூகத்தின் பொருமலையும். மணத்தில் பெண்ணின் உடல்மீது நிகழும் தந்திரமான சுரண்டலையும் அவளது அருவருப்பையும் தவம் கதையில் காமத்தின்

வியர்த்தத்தையும் ஆணின் முட்டாள்தனத்தையும் தூரப் பிரயாணத்தில் ஆணின் அத்துமீறலையும் அவளது சுய தேர்வையும் வாசிக்கலாம்.

'ஜானகிராமனின் மகோன்னத பாத்திரங்கள் பெண்கள்தாம்' என்று அசோகமித்திரன் குறிப்பிடுகிறார். அது துல்லியமான கணிப்பு. குழந்தை முதல் கிழவிவரையான எல்லாப் பருவங்களிலுமாக அவரது பெண் பாத்திரங்கள் இருக்கிறார்கள். அவர்களை வியந்து பாராட்டுவதில் அவருக்கு அலுப்பே ஏற்படுவதில்லை. பல சமயங்களில் அவர்கள் மானுடப் பிறவிகள்தானா என்று பரவசப்பட்டுக் கேட்கிறார். அப்படிப் பரவசம் மேலிடும்போது அவரது வர்ணனைகள் கவிதையின் சாயலை அடைகின்றன. நெருப்பின் வெவ்வெறு நிலைகளுடன் சுடர், ஜுவாலை, குத்து விளக்கு என்றுதான் வர்ணிக்கப்படுகிறார்கள். சிருஷ்டியின் வெம்மை அவர்களிடமே இருக்கிறது என்பதனாலாக இருக்கலாம் இந்த வியப்பு. சிருஷ்டியின் குளிர்ச்சியை அவரது குழந்தைப் பாத்திரங்கள் பரப்புகின்றன. அதன் மகத்தான உதாரணம் 'சிலிர்ப்பு'. பெண்கள் மீதான அவருடைய வியப்பு கவித்துவமானது என்றால் பிற பாத்திரங்களுடனான அணுகுமுறை எதார்த்தம் சார்ந்தது. நடைமுறை உலகின் எல்லா மனிதர்களும் எல்லா மனித நடவடிக்கைகளும் கதைகளில் இடம் பெறுகின்றன. கதை மாந்தர் எல்லாரும் உணர்வு சார்ந்தே முன்னிருத்தப் படுகிறார்கள். மனிதனின் காமம் (தூரப் பிரயாணம்), ஏமாற்று (கங்கா ஸ்நானம்), வன்மம் (பாயசம்), தனிமை (கிழவரைப் பற்றி ஒரு கனவு), அற்பத்தனம் (விரல்), பரிவு (கோபுர விளக்கு), கருணை (சிலிர்ப்பு), கழிவிரக்கம் (சாப்பாடு போட்டு நாற்பது ரூபாய்), அரசியல் சூது (மரமும் செடியும்), குற்ற உணர்வு (கண்டாமணி), வஞ்சம் (அத்துவின் முடிவு) என்று மேலோட்டமாக அட்டவணைப்படுத்தலாம். ஆனால் அது அவரது கதைக் கலைக்குச் செய்யும் அநீதி. ஏனெனில் கதைகள் வெறும் கதைகள் மட்டுமல்ல.

மனிதர்களின் களிப்பையும் துயரத்தையும் வெற்றியையும் வீழ்ச்சியையும் தடுமாற்றத்தையும் திடத்தையும் மதிப்பீடுகளையும் பிறழ்வுகளையும் ஏறத்தாழ சமமாகவே பார்க்கும் பார்வையில் வெளிப் பட்டவை ஜானகிராமன் கதைகள். வாங்கிய இருபதாயிரம் ரூபாய்க் கடனைத் திருப்ப மறுப்பவனிடம் இரண்டணா வாங்கிக்கொண்டு கடன் தீர்த்தது, என்று சமாதானம் கொள்ளும் சுந்தர தேசிகரும் ('கடன் தீர்ந்தது') மருமகன் எண்ணிக்கொடுத்த மூவாயிரத்து நாற்பத்தேழு ரூபாயை மறைத்து வைத்துவிட்டுப் பணத்தைக் கொடுக்கவில்லை என்று வழக்கு தொடுக்கும் துரையப்பாவும் ('கங்கா ஸ்நானம்') ஜானகிராமனின் கதைப் பார்வையில் சமமானவர்களாகவே இருக்கிறார்கள். சூழ்நிலையும் உணர்வும் மனிதர்களை ஆட்டிவைக்கும் விசித்திரத்தைப் பார்க்கும் பார்வை அது. "ஒரு சிறுவன்போல நான் அன்றாட உலகத்தைப் பார்த்து வியக்கிறேன். சிரிக்கிறேன். பொருமுகிறேன், நெகிழ்கிறேன், முஷ்டியை உயர்த்துகிறேன், பிணங்குகிறேன், ஒதுங்குகிறேன், சில சமயம் கூச்சல் போடுகிறேன்" இந்தச் சேஷ்டைகள்தாம் தனது கதைகள் என்கிறார் ஜானகிராமன். சொன்ன ஒவ்வொரு சேஷ்டைக்கும் சான்றாகும் வகையில் கதைகளை வரிசைப்படுத்திவிட்டால் அவரது

படைப்பு ரகசியத்தையும் செய்தியையும் கண்டடைந்துவிடலாம். ஆனால் அது அவ்வளவு எளிதல்ல.

10

இன்றைய தேதிக்கு தி. ஜானகிராமன் சிறுகதைகள் காலப் பழக்கம் கொண்டவை. அவற்றில் கையாளப்படும் விஷயங்கள் இன்று காலக்கெடு தீர்ந்தவை. இடம்பெறும் நிலக் காட்சிகள் மாறி யிருக்கின்றன. பின்புலங்கள் மாறியிருக்கின்றன. மனிதர்களின் தோற்றங்களும் பழக்கங்களும் மதிப்பீடுகளும் மாறியிருக்கின்றன. கதைகளில் செயல்பட்ட உத்திகளும் கூறுமுறைகளும் மாறியிருக்கின்றன. ஆனால் இந்தக் கதைகள் இன்றைய வாசிப்பிலும் பழையனவாக மாறிவிட வில்லை. ஏனெனில் அவை மனிதப் படைப்பின் ஆதார குணங்களின் மீது உருவாக்கப்பட்டவை. என்றென்றைக்குமான நித்தியப் புதுமையைக் கொண்டிருப்பவை. இந்தத் தொகுப்பிலிருந்து அப்படியான பல கதைகளை எடுத்துக் காட்ட முடியும். ஆனால் அந்தப் பட்டியல் வாசிப்பவருக்குத் தகுந்தவாறு மாற்றங்களைக் கொண்டிருக்கும். ஒரு வாசகனாக, நாவலாசிரியர் தி. ஜானகிராமனுக்கு என் வாசிப்பில் உயர்வான இடம் உண்டு. அதைவிடவும் ஓர் அங்குலம் உயர்ந்த இடத்தை யாவது சிறுகதையாசிரியர் ஜானகிராமனுக்கு அளிக்கவே விரும்புவேன். அப்படிச் செய்வதற்கான சான்று அட்டவணையில் பின்வரும் கதைகள் நிச்சயம் இருக்கும். 'கொட்டு மேளம்', 'சண்பகப் பூ', 'ரசிகரும் ரசிகையும்', 'பசி ஆறிற்று', 'நானும் எம்டனும்', 'கழுகு', 'தவம்', 'சிலிர்ப்பு', 'சிவப்பு ரிக்ஷா', 'கடன் தீர்ந்தது', 'பரதேசி வந்தான்', 'சத்தியமா', 'செய்தி', 'தூரப் பிரயாணம்', 'அக்பர் சாஸ்திரி', 'துணை', 'குளிர்', 'அடுத்த . . .', 'கோபுர விளக்கு', 'கண்டாமணி', 'யோஷிகி', 'மணம', 'யதுநாத்தின் குரு பக்தி', 'வெயில்', 'பிடி கருணை', 'பாயசம்', 'கங்கா ஸ்நானம்', 'தீர்மானம்', 'முள் முடி', 'இசைப் பயிற்சி', 'கோதாவரிக் குண்டு', 'சாப்பாடு போட்டு நாற்பது ரூபாய்', 'குளிப்பு', 'கடைசி மணி', 'அத்துவின் முடிவு', 'பாஷாங்க ராகம்.'

'கொட்டு மேளம்' தொகுப்பை முன்வைத்துப் பேசிய க.நா.சு. தி. ஜானகிராமன் கதைகள் வாசிக்கக் கிடைத்த வாசகர்கள் பாக்கிய சாலிகள் என்றார் 1965இல் இலக்கிய வட்டம் இதழில். தி. ஜானகிராமனின் தேர்ந்தெடுத்த கதைகளை முன்னிலைப்படுத்திய பிரபஞ்சன் அதே சொற்களை வழிமொழிந்தார் 2005இல் 'சிலிர்ப்பு' தொகுதி முன்னுரையில். ஐம்பது ஆண்டுகளுக்கும் பத்து ஆண்டுகளுக்கும் முற்பட்ட அதே வாசகங்களையே நானும் வலியுறுத்த விரும்புகிறேன். இது கலையின் அருமையா, தி.ஜா.வின் பெருமையா? அல்லது இரண்டுக்குமான மரியாதையா?

திருவனந்தபுரம்   **சுகுமாரன்**
25 டிசம்பர் 2014

(முதல் பதிப்பின் முன்னுரை)

மன்னித்து விடு

நல்லப்பன் மகள் கல்யாணத்திற்கு அநேகமாக எல்லா பந்துக்களும் வந்திருந்தார்கள். தெருவின் ஒவ்வொரு வீட்டுத் திண்ணையிலும் 'கழுதை'யாட்டமும் பதினெந்தாம் புள்ளியும் பேரிரைச்சலைக் கிளப்பிக் கொண்டிருந்தன. சாப்பாட்டிற்கு ஒரு பெரிய கொட்டாரம் போடப்பட்டிருந்தது. வெட்டியான் முதல் பட்டாமணியம் வரைக்கும் அதில்தான் சாப்பாடு. கள்ளுத் தண்ணி கண்டிப்பாக நிறுத்தப்பட்டது. அதற்குப் பதிலாக நீர் மோரும் 'பதனி'யும் தான் கொடுக்க பட்டன.

கல்யாணம் ரொம்ப ஆர்ப்பாட்டமாக நடந்தது. நல்லப்பன் ஊர்கோலத்திற்கு மாத்திரம் ஆயிரம் ரூபாய் செலவழித்தான். பொய்க் கால் குதிரையாட்டத்திற்கு அவன் ஏற்பாடு செய்திருந்ததைப் பற்றி அவன் ஆட்களுக்கு ரொம்பப் பெருமை. பிறகு எங்கு கல்யாணம் நடந்தாலும், "ஐயா, பண்ணைக் கல்யாணத்தை விட இது என்ன ஓசத்தியோ! நம்ப கல்யாணத்தில் இரண்டு பொய்க் குதிரை யாடிற்றே" என்று நல்லப்பனிடமே சொல்லுவார்கள்.

அந்த ஊரில் ஒரு கல்யாணமும் அப்படி நடந்ததில்லை. மாங்குளம் பிள்ளைகளெல்லாம் காசில் 'கிண்டன்'கள் என்று பிரசித்தம். நல்லப்பன் தன் மகள் கல்யாணத்தை வெகு சிறப்பாக நடத்தியது பற்றி அவன் மேல் அவர்களுக்குக் கொஞ்சம் பொறாமைதான். அவர்களின் பொறாமையை மேலும் வளர்ப்பதற்கிடமாக, நல்லப்பன், வழக்கத்திற்கு மாறாக, கல்யாணத்தின் கடைசி நாளன்றைக்கு ஊர் மிராசுதார்களுக்கு முன்னால் பாக்கு வெற்றிலை கொடுக்காமல், குடியானவர்களுக்கும், தொழிலாளிகளுக்கும் கொடுத்துவிட்டு, பிறகு கொடுத்தான். இது அவனை ஊரார் கோபத்திற்காளாக்கியது. தெருவில் எல்லாரும் சேர்ந்து அவனை அவமானம் பண்ணுவதற்கு வழி தேடிக் கொண்டிருந்தார்கள்.

ராசு, நல்லப்பனுக்கு அத்யந்த நண்பன். நல்லப்பன் வீட்டிற்குக் காய் கறிகளோ அல்லது வேறு எது வந்தாலும் அதில் பாதி ராசு வீட்டிற்குச் சேர்ந்து விடும். இருவரும் சேர்ந்துதான் வயல்வெளியைப் பார்வையிடப் போவது வழக்கம். ராசுவின் நிலங்கள் நல்லப்பனின் நிலங்களுக்குப் பக்கத்திலேயே இருந்தன. அவன் நல்லப்பன் வீட்டுக் கல்யாணத்தைப் பாதிப் பொறுப்பை ஏற்றுக்கொண்டு நடத்தி வைத்தான்.

நல்லப்பனுக்குப் பிள்ளையில்லை. இந்த விஷயத்தில் அவனுக்கு ரொம்பக் குறைதான். ஆனால் ராசு பக்கத்திலிருக்கும் வரை அதைப்பற்றி நினைப்பதேயில்லை. ராசு இருப்பது அவனுக்கு வலது கை மாதிரியிருந்தது.

ராசுவின் அண்ணன் நாகலிங்கம் மாங்குளத்திலேயே பெரிய போக்கிரி. தம்பி வீட்டிற்கு நாலைந்து வீடு தாண்டி அடுத்த வீட்டிலிருந்தான். ஊரில் ஏதாவது கலகத்தை மூட்டிவிட்டு, ஒன்றிலும் தான் பட்டுக் கொள்ளாததுபோல் விலகி விடுவது அவன் வழக்கம்

o o o

ஒரு நாள் அவன், சாலை ஓரமாக இருக்கின்ற மாந்தோப்பில், இரண்டு மூன்று குடியானவர்கள், கொல்லன், பரியாரி முதலிய எல்லாத் தொழிலாளிகளையும் கூப்பிட்டு, நல்லப்பன் தன் பெண் கலியாணத்தின்போது அவர்களுக்குக் கள்ளுத் தண்ணிகூட இல்லாமல் வேலை வாங்கிக்கொண்டதையெடுத்துக் காட்டியும் பலவிதமாகத் தூஷித்தும், நல்லப்பனை எல்லாருமாக அடித்தால் தான் பணம் தருவதாகவும் கூறினான்.

இதைக் கேட்டதும் ஆசாரி அண்ணாவு கோபத்துடன், "என்ன ஐயா, நீங்க மாத்திரம் என்னா பரமாதமாக் குடுத்துக் கிளிச்சுப்புட்டீங்க? போன தீவாளிக்கு எல்லாப் பண்ணேலியும் தொயிலாளிக்கெல்லாம் ஆளுக்கு ஒரு கலம் நெல்லு கொடுத்தாங்களே. நீங்க தானே ஐயா, தரேன் தரேன்னு பாச்சை காட்டி ஏச்சுப்புட்டீங்க! நல்லப்ப ஐயா எங்களைச் சுருட்டுப் பாயிலே குந்தவச்சு. பாக்கு வெத்தலை கொடுத்த லச்சனம் ஒண்ணே போதுமே! அவரு கள்ளுத் தண்ணி கொடுக்காட்டிப் போனா எங்களுக்கு ஒண்ணும் மோசம் போயிடலே, போய்யா" என்று சொல்லிவிட்டு அலட்சியமாக நடந்து தோப்பைத் தாண்டினான். மற்ற ஆட்களும் அவனைப் பின் தொடர்ந்தார்கள்.

அண்ணாவு, நல்லப்பனிடம் போய் ரகசியமாகச் சாலை மாந்தோப்பில் நடந்த சங்கதியைச் சொன்னான். நல்லப்பனுக்கு ஏற்பட்ட துக்கமும் வெறுப்பும் தாங்க முடியவில்லை. ஆனால், அவன் பொறுமையை இழக்கவில்லை.

o o o

கிராமத்தின் பொதுவுடைமைச் சொத்தின் நிர்வாகம் நாகலிங்கத்தி னிடம் இருந்தது. நிர்வாகத்தில் ஊழல்களோடு இன்றி, நாகலிங்கம் பொய்க் கணக்கெழுதி ஆயிரம் ரூபாய் வரை தன் வாயில் போட்டுக்கொண்டும் விட்டான். நல்லப்பனுக்கு இது தெரிந்தது. அவனுக்கு இந்த ஊழல்க

எல்லாம் பிடிக்கவில்லை. ஒரு நாள் அவன் நாகலிங்கத்தினிடம் கணக்கைப் பார்க்கவேண்டுமென்று கணக்குப் புத்தகத்தைக் கேட்டான். அவன் எவ்வளவோ கேட்டும், நாகலிங்கம் கொடுக்க மறுத்துவிட்டான். பட்டா மணியத்திடம் சொன்ன பிறகுதான் நல்லப்பன் கைக்குப் புத்தகம் வந்தது. கணக்கைப் பார்த்தபொழுது நாகலிங்கம் ஆயிரம் ரூபாய்க்குமேல் மோசடி செய்துவிட்டான் என்று தெரிந்தது. பட்டா மணியம் உடனே மோசடி செய்யப்பட்ட தொகையை அவனிடமிருந்து வாங்கி, நிர்வாகத்தைத் தம் கைக்கு மாற்றிக்கொண்டு விட்டார். நிர்வாகம் தன் கையை விட்டுப் போனதால் அவமானமடைந்த நாகலிங்கம், நல்லப்பனை எப்படியாவது ஊரைவிட்டு ஒழிக்கவேண்டுமென்று எண்ணங்கொண்டான்.

ஒவ்வொரு நவராத்திரியின் கடைசி நாளில், ராசு ஆற்றுக்கு அக்கரையிலுள்ள பிடாரி கோவிலில் 'பச்சை' போடுவது வழக்கம். 'பச்சை' போட்டவுடன் இரண்டு பூசாரிகள் உடுக்கையடித்துக் கொண்டே பாடுவார்கள். அவர்களுக்கு நடுவில் ஒரு பூசாரிக்குச் 'சாமி' வந்து ஏதாவது 'ஆருடம்' சொல்லிவிட்டுப் போகும்.

ராசுவுக்கு ஆவேசத்தில் ரொம்ப நம்பிக்கை அதிகம். மாங்குளம் கிராமத்தையே அவனுக்கு இனாம் கொடுத்து 'காளியம்மா சொல்வதை நம்பாதே' என்று சொன்னாலும் கேட்கமாட்டான். அன்றைக்கு வந்த காளியம்மா, "ந'னாவை முதலெழுத்தாகக் கொண்ட பேருடையவன், துரோகம் பண்ணிக் கற்புக்கரசியான ராசுவின் பெண்ஜாதியைக் கெடுக்க நினைக்கிறான். அவனை ஊரைவிட்டு ஒழித்தாலொழிய நான் கிருபை பண்ணமாட்டேன்" என்று சொல்லி மலையேறிவிட்டது.

இது நடந்த சமயம் நல்லப்பன் ஊரில் இல்லை. ராசுவுக்கு முதலில் ஆவேசம் கூறியதை நம்ப முடியவில்லையானாலும் கொஞ்சம் கொஞ்சமாய் அவன் மனது சந்தேகங்கொள்ள ஆரம்பித்தது. கூடிய சீக்கிரத்தில் நல்லப்பனைக் கடும் பகைவனாக எண்ண ஆரம்பித்தான் ராசு. அவன் ஊருக்குத் திரும்பி வந்தவுடன் அவனை முழுசாக ஒரு வாரம்கூட மாங்குளத்தில் இருக்கவொட்டாமல் பண்ணி, கூண்டோடு கைலாசமாக அந்த ஊரைவிட்டு விரட்டவேண்டும் என்று எண்ணினான். நல்லப்பன் நிலங்களை மேற்பார்வை பார்த்து வந்த அண்ணாவுவை மரத்தில் கட்டி ரத்தம் பீரிட்டு வரும்படியாக அடித்தான். நல்லப்பனின் வயல்களில் ராசுவின் மாடுகள் மேய்ந்து பாழாக்கிக் கொண்டிருந்தன.

அடிபட்ட இரவே, பெண்ஜாதி, பிள்ளை குட்டியையெல்லாம் பிறந்த வீட்டுக்கு அனுப்பிவிட்டு, அக்கரைச் சீமைக்கு ஓடிப்போவதற்கு ஊரைவிட்டுக் கிளம்பினான் அண்ணாவு. ராத்திரியை ஒரு சத்திரத்தில் கழித்துவிட்டு, விடியற் காலையில் எழுந்து சாலையில் வேகமாக நடந்தான். எதிரில் நல்லப்பனும் அவன் பெண்ணும் வண்டியில் வந்து கொண்டிருந்ததைப் பார்த்தவுடன் அவனுக்கு அடக்கமுடியாத வருத்தம் வந்தது. நல்லப்பனிடம் ஓடி, "ஐயா, பாழாப் போய்ட்டீங்க. உங்களுக்குத் துரோகம் பண்ணிட்டாங்க பாவிப் பயகளெல்லாருமாச் சேர்ந்து" என்று அழுதுகொண்டே கூறிவிட்டு, காளியம்மா சோசியம் முதல் அவன் அக்கரைச் சீமைக்கு கிளம்பினது வரைக்கும் ஒன்று விடாமல்

சொல்லிவிட்டான். எல்லாவற்றையும் கேட்டு நல்லப்பனுக்கு இடி விழுந்தாற்போல் இருந்தது. நீண்ட நேரம் ஒன்றும் புரியாமல் விழித்துவிட்டு, வண்டியைக் காசாங் குளத்திற்கு ஓட்டச் சொன்னான்.

o o o

நல்லப்பன் ஊரை விட்டுப்போய் ஏழெட்டு வருஷங்கள் கழிந்தன. ஆனால் இன்னும் ராசுவுக்கு அவன் மேல் இருந்த வேகம் குறையவில்லை. அவனைத் திட்டுவதையும் நிறுத்தினபாடில்லை. "கோடி கோடி வருஷமானாலும் அந்தப் பதரை மன்னிக்கவே மாட்டேனே! சிநேக த்ரோகம் பண்ணின பாவி அல்லவா அவன்? அவன் இந்த ஊருக்கு ஒரு தடவை தப்பித் தவறி வந்தாலும், அவன் காலை முறித்துவிட்டுத்தான் மறு காரியம் பார்ப்பேன்" என்று சொல்லிக்கொண்டிருந்தான்.

ஒரு நாள் அந்திப்பொழுது ஆனவுடன், ராசு வயலைப் பார்த்து விட்டு வந்து, முற்றத்தில் ஒரு செம்பு ஜலத்தால், வயலில் ஊன்றி ஊன்றிச் சேறு ஒட்டிக்கொண்டிருந்த கழியை அலம்பிக்கொண்டிருந்தான். அவன் பெண்ஜாதி தனபாக்கியம் அங்க வந்து, "நீங்க வயக்கரைக்குப் போனாங்காட்டியும் உங்க அண்ணாத்தி வந்து உங்க பேரைச் சொல்லி கூப்பிட்டாரு. நான் இல்லேன்னு சொன்னேன். அவரு எங்க போயிருக்காருன்னு கேட்டுகிட்டே உள்ளவந்து எங்கிட்ட கிட்ட வந்து நின்னாரு. எனக்குத் தெரியாதுன்னு சொல்லிட்டு குடத்தை எடுத்துக்கினு தண்ணி கொண்டு வர்ராப்போலே அடுத்த ஊட்டுக்குப் போயிட்டேன். ரொம்ப நாளி களிச்சுத்தான் ஊட்டுக்குள்ளே வந்தேன்" என்று கண்ணைத் துடைத்துக் கொண்டே சொன்னாள். கழியைக் கூடல்வாயில் சொருகி விட்டு, ராசு "இந்தா, நன்னா விளங்கச் சொல்லு சங்கதியை!" என்று ஊஞ்சலில் உட்கார்ந்தான். அவள், "நீங்க வயக்கடைக்கு போனீங்கள்ள" என்று ஆரம்பிப்பதற்குள், பூசாரி மகன் ஓடி வந்து, "ஐயா, உங்க அண்ணன், தலையாரி சோழு பெண்ஜாதி மேலே கையை வச்சுட்டாராம். அவனுக்கு அது தெரிஞ்சு அவரு கழுத்தை முறிச்சுப் போட்டுட்டான். அவரு மாந்தோப்பில் செத்துக் கிடக்கிறாரு" என்றான். ராசு உடனே எழுந்து மாந்தோப்பிற்கு ஓடினான்.

அண்ணன் நாகலிங்கம் செத்து ஒரு மாதமாகிவிட்டது. ராசுவின் மனம், "நல்லப்பன் ஒரு பாவமுமறியாத அப்பாவி. அவன் காலில் விழு. நீ செய்த அக்கிரமங்களுக்கு மன்னிப்புக் கேட்டுக்கொள். அவன் பொறுமை உன்னை மன்னித்துவிடும்" என்று அவனைத்தூண்டிக்கொண்டேயிருந்தது. "கொடிய பாவி நீ எங்கே, நல்லப்பன் எங்கே? நீ செய்த அட்டூழியங்களை அவன் சாகும் வரையில் மறக்கமாட்டானே" என்றும் சொல்லிற்று. ராசுவுக்கு என்ன செய்வது என்று புரியவில்லை. அவன் காளியம்மாவிடம் நாளைக்குப் பத்து தடவை மன்னிப்புக் கேட்டுக்கொண்டேயிருந்தான். நல்லப்பனின் உருவம் ஒவ்வொரு இரவும் அவன் கனவில் தோன்றவாரம்பித்தது.

o o o

நல்லப்பன் ஜெயிலிலிருந்து விடுதலையடைந்து நேராக 'பாரதக் குடிலை'யடைந்தான். அண்ணாவு முதலில் இவனைப் பார்த்தவுடன்,

"ஐயா வந்துட்டாரு, எல்லாரும் இங்க வாங்க" என்று ஒரு பெரிய சத்தம் போட்டான். ராட்டினம், தறி, பாய் எல்லாவற்றையும் போட்டு விட்டு, அங்கிருந்த ஹரிஜனங்கள் ஓடிவந்து நல்லப்பனைச் சூழ்ந்து கொண்டார்கள். 'பாரதக் குடி'லில் நூற்றெழுபது ஹரிஜனங்கள் இருந்தாலும் ஒவ்வொருவரையும் நல்லப்பனுக்கு நன்றாய்த் தெரியும். 'குடில்' அன்றைக்கு எப்பொழுதுமில்லாத சோபையுடனும், களிப்புடனும் விளங்கிற்று.

"சங்கிலி வரவில்லையா?" என்று கேட்டான் நல்லப்பன்.

"அவனுக்குக் காய்ச்சல்" என்றான் அண்ணாவு.

கொஞ்சநேரங் கழித்து, நல்லப்பன் சங்கிலி வீட்டுக்குப்போய் அவனுக்கு மருந்து வாங்கிக் கொடுத்துவிட்டு வீட்டுக்குச் சென்றான். வாசலில் நுழைந்தவுடன் ஏழு வயது நிரம்பாத அவன் பேரன் ராச கோபாலன் "தாத்தா, இத்தினி நாளா எங்க போயிருந்தே?" என்று அவனைக் கட்டிக்கொண்டான்.

அன்று ராத்திரிதான் தீபாவளி. சாயங்காலம் நல்லப்பன் தன்னறையில் உட்கார்ந்து ஒரு தினசரியைப் படித்துக்கொண்டிருந்தபொழுது, மெலிந்த வாடிய ஒரு உருவம் ஓடி வந்து அவன் காலில் விழுந்தது. "நீங்கள் யார்?" என்று கேட்டான், ஒன்றும் புரியாமல்.

நான்தான் உன்னைச் சீர்குலைத்தேன். உன் லக்ஷ்மியைப் பாழாக்கினேன். ஊரார் பேச்சைக் கேட்டு உன்மேல் அபாண்டமான சந்தேகம் கொண்டேன். உன்னை ஊரைவிட்டுத் துரத்தியதும் நான்தான். என் பாபங்கள் ஏழேழு ஜன்மத்திலும் என்னை விடாது. 'ராசு, உன்னை மன்னித்துவிட்டேன்' என்று ஒரு வார்த்தை சொல்லிவிடு" என்றான்.

நல்லப்பன் கண்களினின்றும் நீர் தாரை தாரையாக வழிந்தது. ராசுவும் குழந்தைபோல் அழுதான்.

"ராசு! அப்படி நடக்காவிட்டால் இத்தனை ஏழைகள் பிழைக்க முடியுமா?" என்று கூப்பிடு தூரத்திலுள்ள 'பாரதக் குடி'லைச் சுட்டிக் காண்பித்தான் நல்லப்பன். "நான் உப்பு சத்யாக்ரகத்தில் கலந்து ஜெயிலுக்குப் போய் இன்றுதான் விடுதலையடைந்தேன். இதுவரை அண்ணாவுதான் குடிலைப் பார்த்துக்கொண்டிருந்தான்" என்று அவன் மேலும் சொன்னவுடன், ராசு மறுபடியும் கண்ணீர் விட்டான்.

ஆனந்த விகடன், டிசம்பர் 1937

ஈசுவரத் தியானம்

"நல்ல ஸ்திதியில் இருந்தால் சுவாமி ஞாபகமே வராது. இப்பொழுது என்னமோ அறுபது ரூபாய் சம்பளத்தில் இருக்கிறாய். நாளைக்கு என்னமாவோ வேலை போய்விடுகிறது என்று வைத்துக்கொள். அப்புறம்தான் நான் சொல்லுகிறதெல்லாம் படும். நித்தியம் பதினெட்டு தடவை கோயிலுக்குப் போவாய். இப்பொழுதாவது கோயிலுக்குப் போய் ஸ்வாமியை எட்டிப் பார்த்துவிட்டு வாயேண்டாப்பா. அதெல்லாம் நான் எதற்குச் சொல்லணும்? நான் சொன்னால் கேட்கப் போகிறாயா? உம் . . ." என்று சொல்லி தாயார் ஒரு பெருமூச்சு விட்டாள்.

"ஏனம்மா கோயிலுக்குப் போகவேண்டும்? வீட்டிலே ஸ்வாமி இல்லையா? அந்தக் கூட்டத்திலே போய் உடம்பு வேஷ்டி எல்லாவற்றையும் வியர்வையிலும் எண்ணெயிலும் நனைத்துக்கொண்டு வந்தால் தான் பக்தியாக்கும்?" என்றான் பிள்ளையாண்டான்.

"நீ எக்கேடு கெட்டுப் போடா. எனக்கென்ன? நான் அழறதெல்லாம் அழுதாச்சு" என்று சொல்லி, ருத்ராக்ஷ மாலையை உருட்டிக்கொண்டே பாட்டி எழுந்து சமையலறைக்குள் சென்றாள். ஜன்னல் வழியாக, யாரிடமோ குற்றம் கண்டுபிடித்த அவள் கண்கள் அவளைக் கிணற்றடிக்கு இழுத்துப் போயின.

"ஏண்டி, நாலு மணிக்கே சோப்புப் போட்டுப் போட்டு மூஞ்சியை அலம்பியாகணுமோ? நான் கத்துகிறதெல்லாம் லட்சியமில்லையா உனக்கு? காலா காலத்திலே சனீச்வரன் கோயிலுக்குப் போய், எண்ணெய் ஊற்றிவிட்டு, ஸ்வாமி தரிசனம் பண்ணிவிட்டு வரப்படாதோ?" என்றாள் நாட்டுப் பெண் பாகீரதியிடம்.

நாட்டுப் பெண் பல்லைக் கடித்தாள். அவள் பதில் சொல்ல வாயெடுக்கும்போது பேரன் கணேசு ஓடிவந்தான்.

"தலையையும் சந்தத்தையும் பாரு, தாயில்லாப் பிள்ளையாட்டமா? கன்னான் மாதிரி வேஷ்டி. போடா, விபூதி இட்டுக் கொண்டு கோயிலுக்குப் போய்விட்டு வாடா" என்று கூறி பாட்டி நிலைப்படியில் உட்கார்ந்தாள்.

O

பாட்டிக்கு ஜூரம். படுத்த படுக்கையாய் இருந்தாள். ஆனால் படுக்கையிலிருந்தே அதிகாரம், வசவு எல்லாம் மட்டும் வழக்கம் போல் கிளம்பிக் கொண்டிருந்தன.

"எப்பொழுது பார்த்தாலும் வீட்டில் இந்த 'ஐயோ'ச் சத்தம்தானா? ஒரு ராமஸ்மரணை கூடக் கிடையாதா? முன்னே கந்தபுராணம் எல்லாம் வாசிப்பீர்களே! உடம்பு சரியாயில்லாதபோது கணேசுவையானும் கொஞ்சம் வாசிக்கச் சொல்லிக் கேட்கப்படாதா?" என்பாள் நாட்டுப் பெண் பாகீரதி. ஆனால் பாட்டி மாத்திரம் 'ஐயோ' ஸ்மரணையை விடவில்லை.

பாகீரதி புத்திசாலி. ஒரு யுக்தி செய்தாள். அன்று ராத்திரி கொஞ்சம் அரிசியை எடுத்துக் கல் உரலில் போட்டு இடித்தாள்.

"இருட்டு மா இடிக்காதேடி!" என்றாள் பாட்டி.

"முன்னெல்லாம் 'இரா மா இடிக்காதே!' என்று சொல்லுமே. புத்தி மாறிப் போச்சு" என்று பாகீரதி தனக்குள் சொல்லிக்கொண்டாள்.

நாலைந்து நாள்கள் கழிந்தன. பாட்டியின் நிலைமை மோசமாகி விட்டது. பிள்ளை சுந்தரமய்யர், "இரண்டு எழுத்து தானே, அம்மா? 'ராமா'ன்னு எப்படியானும் கஷ்டப்பட்டுச் சொல்லிவிடேன்!" என்றார்.

"ஊஹூம். அதுதானேடா முடியவில்லை" என்று இரண்டு மூன்று தடவை பதில் கூறிவிட்டுப் பாட்டி கண்ணை மூடினாள்.

ராம் ராம் ராம்.

ஆனந்தவிகடன், மே 1938

புஷ்கரணி

"ஸ்நானம் பண்ணலாமா ஜலம் நிரப்பியாச்சு" என்று குரல் வந்தது. "சரி" என்று புஸ்தகத்தை மூடிவிட்டுக் கொடியில் தொங்கும் துண்டை உருவினேன். "குப்"பென்று ஒரு 'வாசனை'. முந்தா நாள் தும்பைப் பூவாயிருந்த துண்டில் ஒரு பழுப்பு. 'ஐயய!' வீசியெறிந்தேன்.

"மொள்ளடா மொள்ள" என்றாள் ஊஞ்சலில் உட்கார்ந்திருந்த பாட்டி. எனக்கு விஷயம் புரிந்து விட்டது.

"என் துண்டை நீ ஏன் எடுக்கறே பாட்டி?"

"அப்படித்தாண்டாப்பா கேட்கணும். முந்தானா சாயங்காலமே பிடிச்சு நாதியில்லாமே கொல்லேலே ஊறிண்டு கிடந்தது. குளிக்கப்போரச்சே நான் எடுத்துண்டு போய் அறுஞ்சிண்டுவந்தேன்" என்று சமையல் அறைப்பக்கம் பார்த்துக்கொண்டு சொன்னாள் பாட்டி.

"துண்டைக்கூட பாட்டிக்கா விடணும்? காலா காலத்திலே கிணத்தடியிலே தோச்சு உலர்த்தினா என்ன?" என்று நானும் சமையலறைப்பக்கம் ஒரு ஈர்க்குச்சி அம்பை யெறிந்தேன்.

பாட்டிக்குத் திருப்தியாய்விட்டது. பேசாமலிருந்து விட்டாள். ஆனால் எனக்கென்ன ஆயிற்று? துண்டை இனிமேல் சலவைக்குப் போட்டுத்தான் நான் உபயோகிக்க வேண்டும். அந்தப் பழுப்பையும் வாசனையையும் பொறுத்துக்கொள்ள இந்தப் பாபி தேகத்திற்குத் துப்பில்லை.

எல்லாம் அதோ, எங்கள் வீட்டின் முன் விளங்கும் புண்ய தீர்த்தத்தின் மகிமைதான். "இவ்வளவு நீருடன் உன் பாபங்களைக் கரைக்க நான் சித்தமாயிருக்கையில் இன்னும் கிணற்றடித் தவளையாகக் காலங்கழிக்கும் மூடா..." என்று என்னை நிந்திக்கும் தோரணையுடன் அகன்று கிடக்கிறது.

தி. ஜானகிராமன் சிறுகதைகள்

மின்னும் சுருட்டை மயிரைப் போன்ற அதன் சிற்றலைகள் சிலசமயம், என் பாப ஜன்மாவை எண்ணிக் கருணையுடன் கோபச் சிரிப்புச் சிரிக்கின்றன. நான் மட்டும் இந்த மிளகாய் நகைப்புக்கு அஞ்சாமல் இருபது வருஷமாகப் போராடி வருகிறேன். ஏனென்றால் இந்த இருபது வருஷமாக அதில் (ஓரிரண்டு முறைக்கு மேல்) என் உடம்பை நனைத்ததாக நினைவேயில்லை எனக்கு.

காசிவாசிக்கும் கங்கைக்கும் ஸ்நானப்ராப்திகூட இல்லை என்று சொல்லலாம். காச்மீரியும் கன்னிமுனையானும் கங்கையில் ஒரு முழுக்குப் போட்டு கோடி கல்பங்களில் கட்டிய பாப மூட்டைகளை எல்லாம் அவிழ்த்து உதிர்க்கும்போது, காசிவாசி மட்டும் ஸ்நானத்திற்கு வெந்நீர் அடுப்பைக் கண் கலங்க ஊதிக் கொண்டிருக்கிறான். தஞ்சைப் பெரிய கோயிலைப் பாருங்கள் – கருமை பாய்ந்த கோபுரமும், புல்முளைத்த பிரகாரமும், மூளி மூக்கு விக்ரகங்களும், கோயிலின் பழமையை நிலைநாட்டிக் கொண்டிருக்கின்றன. எந்தக் காலத்திலும் 'ஹோ'வென்று நிர்ஜனமாக அது மௌன யோகத்தில் ஆழ்ந்துகிடக்கிறது. இதனால் தஞ்சைவாசிக்கு கலையுணர்ச்சி, அழகுணர்ச்சி எல்லாம் கிடையாது, என்று சொல்ல முடியுமோ? 'எங்களுக்குப் புளித்துவிட்டது' என்றுதான் அவர்கள் சொல்லுவார்கள்.

சரி, நான் என்ன செய்துவிட்டேன். புளித்துப் போகும்படியாக? புளித்துப் போகும்படி நான் பழக்கூடவில்லையே. இந்த "மாமாக்"குளம் (மகாமகக்குளம்) புண்ய தீர்த்தம் என்பதனாலேயே நான் அதைக்கண்டு நடுங்குகிறேன். ஆந்திரம், வங்கம் மலையாளம் முதலிய சர்வதேச பாபங்கள் எல்லாம் அதில் கரைந்திருக்கின்றன அதோடு. அந்த யாத்ரிகர்களின் விசித்ர வேஷ்டி அழுக்குகளையெல்லாம் இந்தத் தீர்த்தம் ஆட்கொண்டிருக்கிறது. புண்ய தீர்த்தத்திற்கு வேறு என்ன லக்ஷணம் வேண்டும்? இன்று என் துண்டு பாட்டியின் சிரத்தையால் ஒரு புனிதத் தன்மையடைந்துவிட்டது. ஆனால் அதில் வீசும் வாசனையைப் புண்ய கந்தமென்று நினைத்துக்கொள்ளவோ, அந்தப் பழுப்பிலே புண்ய லக்ஷணத்தைக் கண்டுபிடிக்கவோ, இந்தப் பாப நெஞ்சு கொடுத்து வைக்கவில்லை.

ஆயிரக்கணக்கான மைல்களுக்கு அப்பாலிருந்துவரும் யாத்ரீகர்களை நினைத்தால் எனக்கு நம்பமுடியவில்லை. முக விகாரமில்லாமல் அவர்கள் முழுகுவதைப் பார்த்தால் என் கண்களை நம்பமுடியவில்லை. உடம்பைத் தேய்த்துத் தேய்த்து அவர்கள் பாபத்தை வழித்து விடுவதைப் பார்த்தால் என்கண்களை நம்பமுடியவில்லை. மனுஷ்ய யத்தனத்தில் சாத்யமான கார்யமா இதெல்லாம்? திண்ணையில் உட்கார்ந்து பார்க்கும் எனக்கு, விழித்துக்கொண்டு பார்ப்பதாகவேயில்லை. தூக்கத்தில் கனவு காண்கிற மாதிரியிருக்கிறது. இதோடு ஒரு வருத்தம் எனக்கு. இவ்வளவு சகிப்புத்தன்மை நிறைந்தவர்கள் திகழும்போது நம் நாட்டுக்கு இன்னும் ஏன் சுதந்திரம் கிட்டவில்லை என்று. ஆனால் பெரியவர்களின் போக்கை யாரையா கண்டார்கள், அதற்குத்தான் இவர்கள் இங்கு பயிலுகிறார்களோ என்னமோ? 'பலானுமேயா: ப்ராபரம்பா' என்று காளிதாசன் எழுதி விட்டுப் போயிருக்கிறானே!

எத்தனையோ குழந்தைகளையும் கிழங்களையும் ஏப்பம் விட்டிருக்கும் இதன் பாசிப் படிக்கட்டுகளோடு போராடி என் எழுபது வயதுப் பாட்டி மட்டும் நீராடிவிட்டுத் துணிகளை "வெளுத்து"க் கொண்டுவந்து விடுகிறாள். ஆனால் இவள் சுவர்க்கலோகம் தேடுகிறாள். சுதந்திர பாரதத்திற்கும் இவளுக்கும் சம்பந்தமில்லை.

"இந்தக் குளத்தில் நீர் ஏன் குளிப்பதில்லை"? என்று பலர் என்னைக் கேட்கிறார்கள். இப்பொழுது நானே கேட்டுக்கொள்கிறேன். பதில் சொல்லக் கடமை உண்டு.

முதலாவதாக, அது புண்ய தீர்த்தமாக இருப்பதால்தான். புண்ய தீர்த்தத்தின் முக்ய லக்ஷணத்தைத்தான் முன்னமேயே சொல்லி விட்டேனே. மேலும் இந்தக் குளத்திற்கு முன்னேற்றத்தில் நம்பிக்கை கிடையாது. முன்னேற்றத்திற்கு மாறுதல்தான் முக்யத் தேவை. ஆனால் இந்தக்குளம் மாறியதேயில்லை. அதாவது பழைய நீர் கழிந்து வெளிப்போகவும், புது நீர் புகவும் இதில் வழி கிடையாது இது கலப்பில்லாத ஒரு "ஸர்வபாப நிவாரண ஆஸவம்" என்று கூறவேண்டும். இது ஆஸவமாய் இல்லாமல் இங்கிலீஷ் மருந்தைப்போல இனித்தால், நானும் எந்த ஹைதர் காலத்திலேயோ புண்யவானாகியிருப்பேனே.

மேலும் எனக்கு ஸ்நானம் செய்ய என்ன அவசியம்? வாழ்க்கையில் ஒரே ஒரு முழுக்குப் போட்டுவிட்டு எந்தப் புண்யத்தை வாசனாரூபமாக வும் வர்ணரூபமாகவும் தம் உடையில் ஏற்றிக்கொள்கிறார்களோ இந்த யாத்ரீகர்கள், அந்த கந்தத்தை நான் தினந்தோறும் நுகர்கிறேன். அந்தப் பழுப்பை நாடோறும் தரிசிக்கிறேன். இந்தக் குறுகல் வீட்டுக் கோவணரேழி யில் பாட்டியின் 'வெள்ளைப்' புடவை உலர்த்தப்பட்டிருக்கிறது. ரேழியைக் கடக்கும்போதெல்லாம் அந்தப் புண்ய கந்தம் என்னை ஆட்கொள்ளாமல் இருந்ததேயில்லை. இன்னும் வருஷத்திற்கொரு முறை இந்த புஷ்கரணியின் பாசிகள் ஜன்ம நக்ஷத்திரத்தைக் கொண்டாடும் வழக்கமுண்டு. அவைகள் நான்கு மூலைகளிலும் ஒன்று கூடி, சுமார் முன்னூறு கஜம் சுற்றுவட்டத்திலுள்ளவர்களின் வயிற்றைக் கலக்கும். அப்பொழு தெல்லாம் அந்தக் குளத்தைப் பார்த்து "ஏ, புண்ய தீர்த்தமே! என்போன்ற பாபிகளைப் பழிவாங்கும் எண்ணமா உனக்கு, அல்லது எங்கள் அலக்ஷ்யத்தைக்கூடப் பாராட்டாமல் தானே வந்து கரையேற்றும் எண்ணமா?' என்று நான் கேட்பது வழக்கம். ஆனால் அவைகளையே கரையேற்ற முனிஸிபல் வண்டிகள் ஒரு நாள் வந்துவிடும் வழக்கமும் உண்டு.

"நீ ஏன் ஸ்நானம் பண்றதில்லை இதில்? பழகப் பழகப் பாலும் புளிக்கும்பாலே, அது மாதிரி ஆயிட்டுதோ?" என்று மொச்சைக் கொட்டைச் சிரிப்புடன் கிராமத்திலிருந்து புரோஹிதத்திற்கு வரும் என் ஒன்றுவிட்ட அத்திம்பேர் கேட்டார்.

"பழகிப்பழகி உங்களுக்குப் புளியே இனிக்கிறபோது…" என்று நான் பதிலை முடிப்பதற்குள்,

"சேச்சே, அப்படியெல்லாம் சொல்லலாமோ, புண்ய தீர்த்த மில்லையா?" என்று மனஸ்தாப்படுவார்.

"ஒவ்வொருத்தரும் ஒரு திணுசாப் புண்யம் சம்பாதிக்கறா" என்று நான் பேசாமலிருந்துவிட்டேன்.

இந்தக் குளத்தைச் சுற்றிலும் பதினாறு அழகிய மண்டபங்கள். வெள்ளி முளைக்கும் வேளையில் வட்டமிடும் நாரைக் கூட்டமும், உதிக்கும் சூரியன் உதிர்க்கும் இந்திர ஜாலங்களும், உச்சி வேளையில் வெள்ளிப்பாளங்களை உலுக்கி இறைக்கும் கருநீரும் இருட்டியதும் எதிர்க்கரை மின்சார ஒளிநெளிந்து குலுங்குவதும் ரயிலுக்குப் போகும் வண்டி விளக்கின் மினுக்கொளி நீர்ப் பரப்பில் நீண்டு நீந்துவதும், மாலை மங்கலில் கோயில் மணியின் மகா நாதத்தில் இந்தப் புண்ய தீர்த்தம் பெறும் காம்பீர்யமும், இந்த மாறுதல்களுக்கிடையே மனதில் பெருகும் சாந்தமும் — எல்லாம் புண்யங்கள். இந்தத் திண்ணையில் உட்கார்ந்த படியே எனக்குக் கிடைத்துவிட்டன. சொல்ல முடியாத இன்பம் ஒன்று இதைக் காணும்போதெல்லாம் நெஞ்சில் தோகை விரித்து ஆடுகிறது.

நான் ஸ்நானம் பண்ணவில்லை. என்னைப் போல பலபேர். ஆனால் இந்த நடுநிசியில் குளப்படியிலிருந்து 'டப் டப்' என்று வேஷ்டி தோய்க்கும் ஓசை கேட்கிறது. யாத்ரீகனா? இந்த நடுநிசியை ஸுலக்ன மாக வைத்துக்கொண்டு ஒரு யாத்ரீகனும் குளத்திலிறங்கப் போவ தில்லை. பிசாசா? பிசாசுக்குப் புண்ய தீர்த்தத்தில் என்ன வேலை? இது கும்பகோணம்வாசியாகத்தான் இருக்க வேண்டும். நடுநிசி, ஜலக்க்ஷடம், எல்லாம் இவனைக் கொண்டு இங்கு தள்ளியிருக்கின்றன. ஆனால் காவிரி யும் அரசனும் ஓடைகளில், இந்த லக்ஷ்ய புண்யதீர்த்தத்தில், பக்கத்துப் படிமீது, ஊன்றுகழியை அலம்பிவிட்டு தகர டப்பாவில் நீரைமொண்டு மொண்டு தன் அழுகிக்குறைந்த அங்கங்களை நனைக்கும் வியாதியஸ் தனைக் கூட கவனிக்காமல் இந்த ஊர் ஜனங்களே எவ்வளவோ பேர் ஸ்நானம் செய்கிறார்கள். இதைக் கண்ணுறும் போது ஒரு பழங்கதை நினைவுக்கு வருகிறது.

"பார்வதியும் பரமேச்வரனும் வானத்தில் செல்லுகையில் ஒருநாள் கங்கை வழியாகப்போனார்கள். பார்வதி கோடிக்கணக்கான மக்கள் நீராடுவதைப் பார்த்து, தன் வழக்கம்போலக் கேட்டாள். "நாதா இவ்வளவு ஜனங்கள் ஸ்நானம் செய்கிறார்களே, இவ்வளவு பெருக்கும் கங்காநதியின் பாவத்தன்மையில் பூர்ண நம்பிக்கையுண்டா?" என்று. "இரு சொல்லுகிறேன்" என்றார் பரமசிவன். உடனே கங்கைப் படித்துறையில் இரண்டு தொண்டு கிழங்கள் — புருஷனும் மனைவியும் — இறங்கினர். இறங்கின சுவடோடு ஆண் கிழும் கால்வழுக்கி ஆற்றோடு கலந்து இரண்டு வாய் தண்ணீரும் குடித்துவிட்டது. "ஐயோ ஐயோ, என்று கிழவி அலறினாள். பாதி முழுகுகிறவர்கள், தலையைப்பாதித் துவட்டிக் கொண்டிருந்தவர்கள் — இப்படியாக பலர், போகும் கிழவரை மீட்கப் போனார்கள். உடனே, "ஐயோ, ஜன்மாவில் ஒரு பாபம்கூடச் செய்யாதவர்கள்தான் அவரைத்தொடலாம்" என்று அலறினாள். அவ்வளவு பேரும் திடுரென்று நின்றுவிட்டார்கள். பாபமே இல்லா தவர்கள் என்று எப்படி மனதறிந்து பொய் சொல்வது என்று நினைத்தான் ஒவ்வொருவனும். கிழவன் போய்க்கொண்டே இருந்தான். கிழவி, இன்னும் பரிதாபமாகப் புலம்பினாள். யாரோ தெருவோடு

போய்க்கொண்டிருந்தவன், புலம்பலைக்கேட்டு அங்குவந்தான். சூர்யோதயம் ஆகி நாலைந்து நாழியாகியும் பல்கூடத் தேய்க்கவில்லை. வாய் நிறையப் புகையிலை. எங்கேயோ தாசி வீட்டில் இரவைக் கழித்து விட்டு வருகிறான். கண்கூச்சம் கூடத் தெளியவில்லை. "இந்தக் கூட்டத்தில் ஒரு பாபம் செய்யாதவன் கூட இல்லையா இந்தக் கிழவரைக் காப்பாற்ற" என்று கிழவி அலறினாள்; விட புருஷன் திடீரென்று ஒரு முழுக்குப் போட்டான்.

வேகமாக நீந்திப் போய்க் கிழவரைக் கரகரவென்று கரையில் இழுத்துப்போட்டுவிட்டான். முழுக்கில் பாபம் தொலைந்தது. கிழவரும் பிழைத்துவிட்டார் என்று அந்த விடனின் நம்பிக்கை. நாள் தவறாமல் கங்கையைக் கலக்கிக்கலக்கி நீராடும் கர்மிஷ்டர்களின் முகத்தில் ஈயாடவில்லை.

கிராம ஊழியன், 15 அக்டோபர் 1943,
எழுத்தாளன், சிறப்புமலர் 1978

நர்மதையின் யாத்திரை

"ஆயிரக்கணக்கான கோபிகைகள் பங்கிட்டுக் கொள்கிறார்கள் கண்ணனை – அழகு செல்வத்தை. நீ இங்கு வருந்தி ஏன் ஏங்குகிறாய்? அங்குசென்று பங்கைப் பெற்றுக்கொள்ளேன்" என்றான் வசந்தன்.

ராதை கிளம்பிவிட்டாள் கண்ணனை அடைய. அபிஸரணம்தான். நடந்துதான் போகவேண்டும். எத்தனையோ தடைகள் வழியில். இருக்கட்டுமே? அதற்காகச் சோர்ந்துவிட முடியுமோ? பால் நிலவிலும், சிலம்பொலியிலும் யார்கண்ணிலும் படாமல்போவது அஸாத்தியம்தான். யார் கவனித்தாலென்ன? குடியா முழுகிப்போய்விடும்? ஆனால் நாணம் ஒன்றிருக்கிறதே. மெதுவாகப் போகிறாள் ராதை. அவள் லட்சியம் கண்ணன். இடையில் யார் இவளைக்கலைத்தோ, மயக்கியோ மனதை மாற்றமுடியும்? அவள் கண்ணனை அடைந்த பிறகுதான் சுய உணர்வு அடைவாள். அதுவரை அதிமானுஷமான சக்தி – காதல்தான் அவளை நடத்தும்.

இவளைப் போலத்தான் நர்மதையும்.

"ஆயிரக்கணக்கான நதிகள், சமுத்திர ராஜனைப் பங்கிட்டுக்கொள்கிறார்கள். நீயும் போயேன். உன் அழகிற்குச் சொல்லவா வேண்டும்?" என்று நர்மதையிடம் புகன்றான் வர்ஷதேவன்.

நர்மதை – புறப்பட்டுவிட்டாள். சமுத்திர ராஜனிடம் தீராக்காதல் கொண்டு. ஆனால் மலைமலையாக எத்தனை இடையூறுகள்!

மப்பும் மந்தாரமுமாக இருக்கிறது வானம். பெரிய பெரிய மேகங்கள் காற்றை மாலுமியாகக்கொண்டு கப்பல்கள்போல் சென்று கொண்டிருக்கின்றன. நுரைக்கும் அலைகள்போல் பக்கவாட்டில் சிதறிக்கிடக்கும் மேகச்செதில்கள். இந்த பெரிய கப்பல்களிலிருந்து எதிர்க்காற்றால் பிய்க்கப்பெற்ற சின்னஞ்சிறு மேகங்கள், கப்பலில் பண்டங்களை ஏற்றிவிட்டுவரும் படகுகளைப் போல் அமைதியாகத் திரும்பிக்கொண்டிருக்கின்றன.

நர்மதை புறப்படும் இடத்திற்கு வந்தோம். எண்ணிறந்த பாறைகள். எண்ணிறந்த குன்றுகள். நர்மதை பயப்படுகிறாளா? வீரப் பெண்மணி. தன்னை அணையவரும் குன்றுகளை விலக்கித் தப்பித்துக்கொண்டு திடீரென்று ஒரு பள்ளத்தில் குதித்துவிட்டாள். அவள் இப்பொழுது ஒரு அருவி. அவளுடைய வெற்றி நாதம் அந்தக் கரைகாணாத அமைதியை அதிகப்படுத்துகிறது.

சூரியனுக்கு அவளைப் பிரிய மனமில்லை. பரஸ்திரீயிடம் மோகங் கொண்டு, ஆனால் அவள் கண்ணிற்கு அஞ்சி மறைவிடத்திலிருந்து, பார்த்துப் பார்த்து தன் துராசையைத் தணிக்க முயலும் காமுகன்போல், குன்றுகளுக்கிடையே மறைந்து எட்டிஎட்டி அவளைப் பார்க்கிறான். வர்ஷதேவன் தந்த சந்தனத்தைப் பூசிக் கொண்டுபோகும் நர்மதையின் தேகத்தைப் பார்க்கிறான். தன் கிரணங்களை வீசி, அந்த யௌவனத்தின் தளதளப்பில் மேலும்மேலும் எழிலை இறைக்கிறான். ஆனால் மலைவாயில் விழுந்து உருள்போகும் இந்த விருத்த சூரியனின் சோர்ந்த கைகளைக் கூட அவள் சகிக்கவில்லை. அவள் உடல் எரிகிறது. விறுவிறுவென்று பகீரத பிரயத்தனம் செய்து ஒரு சிறு மலையிடுக்கு வழியாக ஓடி விடுகிறாள்.

இப்பொழுது நல்ல அகலமான இடம். எந்த துஷ்டனும் அவளைப் பார்க்க முடியாது. இரண்டு பக்கமும் வெள்ளை வெளேரென்று சலவைக் குன்றுகள். சூரியன் இந்தக் கோட்டைகளைத் தாண்டிவர முடியாது. நர்மதை ஒரு பெருமூச்சு விடுகிறாள். குன்று, பாறைகளோடு புரிந்த போர், அந்த இடுக்கின் வழியாக அவள் உடலை ஒடுக்கி வெளிவந்த சிரமம் – எல்லாம் அவளை அயர்த்திவிட்டன. மெதுவாகச் செல்லு கிறாள். இரு பக்கமும் அவளைக் காக்கும் வெண்மலைகளிடம் அவளுக்கு பூர்ண நம்பிக்கை. அந்த வெண்ணிறமே சொல்லுகிறதே, அவர்களுடைய சுத்த ஹிருதயத்தை. அகத்தினழுகு முகத்தில் தெரியாதா?

ஆனால் இன்னும் பெரும்பெரும் சோதனைகள் காத்திருக்கின்றன. அதோ! அவள்வழியைத் தடுத்துக்கொண்டு அசுரவர்க்கம் மாதிரி நிற்கும் பாறைகள். இந்த அபலையை என்னதான் செய்ய நினைத்திருக் கிறார்கள் அவர்கள்? அவள் போர்க்கோலம் பூண்டுவிட்டாள். முட்டித்தள்ளுகிறாள் சில குன்றுகளை. தலையினால் மோதிமோதி எறிகிறாள். கதையால் அடியுண்டவனைப்போல் பாறைகள் அப்படியே சாய்ந்து மடிகின்றன. கிடுகிடுவென்ற யுத்தநாதம். குடைந்து குடைந்து அவள் எதிரிகளைக் கழித்துக்கொண்டே செல்கிறாள். என்ன சீரல். அவள்போடும் இரைச்சலில் நாங்கள் திடுக்குற்று செயலோய்ந்து நின்றோம். கத்திபோல எத்தனையோ கற்கள் அவள் மேனியைப்

தி. ஜானகிராமன் சிறுகதைகள்

புண்படுத்திக்கொண்டிருக்கின்றன. ஆனால் அவள் இதையெல்லாம் சட்டை செய்யவில்லை. அவளுக்குப்போதுமான யுத்தாப்பியாசம் கிடைத்துவிட்டது. எதையும் வீழ்த்திப்போகும் சக்தியை அவள் பெற்று விட்டாள். இப்பொழுது அவள் பேச்சிலும் நடையிலும் புதிய வீரம். இதுமாதிரிப் போர்க்களங்களையே வழியாகக்கொண்டு நூற்றுக் கணக்கான க்ரோசங்களை அவள் கடந்துவிட்டாள்.

இந்தச் சமவெளியில் அவளுடைய வேகமெங்கே? ஓகோ, காதலனை நெருங்கிவிட்டாள். நாணமும் கூச்சமும் அவள் வேகத்தைத் தணித்துவிட்டன. சமுத்திரராஜனுக்கு அலை அலையாக மாலைகள் தொடுத்துக்கொண்டு செல்கிறாள். கிலேசம், தவம், லஜ்ஜை எல்லாம் அவளுடைய வேகத்தைக் குறைத்துவிட்டன. உடல்குன்றிவிட்டது.

சமுத்திரராஜனை அடைந்துவிட்டாள். அந்த அலைமாலைகள் அவன் கழுத்தில் விழுகின்றன. மாலைகளை அவன் கழுத்தில் போடும் போது, "ஆர்ய அரசனை வெறுங்கையோடு பார்க்கக்கூடாது என்று பல புஷ்பங்களைக் கொண்டு செல்கிறார்கள் குடிகள். அப்படித்தான் நானும் வருகிறேன். கம்பீரமாகப் பாடும் அலைகள், உயர்ந்த ரத்னங்கள், செல்வங்கள் எல்லாம் உன்னிடம் இருக்கின்றன. என்னாலியன்றதைத் தருகிறேன். இந்த மாலைகளை – இந்தத் தங்க மணல்களை– ஏற்றுக் கொள்ள வேண்டும்" என்று சொல்லி, மாலையைக் கழுத்தில்போட்டு அவனுடன் கலந்துவிட்டாள்.

கிராம ஊழியன், 15 அக்டோபர் 1943

ஜயத்தின் பயம்

புளியந்தோப்பில் கரிச்சான் கூவிக்கொண்டிருந்தது. மாடி உள்ளில் அதே இனிமையுடன் ஒரு வடக்கிந்திய மெட்டை தொண்டைக்குள் இழுத்துக்கொண்டிருந்தாள் ஜயம். முத்து வெளிச்சத் துடன் சுவரில் மாட்டியிருந்த பெட்ரும் விளக்கு பெரிய நிழலையும் இருட்டையும் அறை முழுவதும் எறிந்திருந்தது.

"இன்னும் தூங்கலையா நீ?" என்று கேட்டான் ராகவன்.

"இல்லை."

"ஏன்?"

"தூக்கம் வரவில்லையே."

"மூன்று மணிக்கு எழுந்திருக்கணுமே."

"நான் தூங்கப் போவதில்லை. எனக்குப் பயமா யிருக்கிறது."

"என்ன பயம் நான் இருக்கும்போது?"

"நீங்கள் இருப்பீர்கள் என்று என்ன நிச்சயம். பெட்டி படுக்கைகளை எடுத்துக்கொண்டு நீங்கள் பாட்டுக்குப் போய்விட்டால்?"

அந்த வார்த்தைகள் சுருக்கென்று அவன் உள்ளத்தில் தைத்தன.

போன வருஷத்து தீபாவளி அலகபாத்தில் நடந்தது. தலைதீபாவளிக்கு நாலைந்து நாள் முந்தியே வருமாறு, மாமனாரிடமிருந்து கடிதம் வந்திருந்தது. மதராஸிலிருந்து ராகவன் புறப்பட்டுப் போனான். 'உஹுஹு'வென்று குளிர்தாங்காமல் நடுங்கிக்கொண்டே டாங்காவிலிருந்து இறங்கினான். "தொளதொள"வென்று ஒரு வெள்ளைப் பைஜாமா, ஒரு வெள்ளைச் சட்டைமேலே மயிர்க் கருப்பாக ஒரு கம்பளிக் கோட்டு, காலில் பஞ்சாப் ஜோடு

இத்தனையும் அலகபாத் குளிர் லக்ஷியம் செய்யவில்லை. மூன்றாவது நாள் மதராஸில் இருந்துவிட்டு அதே லேசான உடுப்போடு வந்து விட்டால்? ராகவனுடைய காலெல்லாம் வலைவலையாகக் கோடு விழுந்து வெடித்துப்போய் எரிச்சல் தாங்காமல், ஒருசெருப்பை வெகு சிரமத்துடன் கழட்டியெறிந்தான்.

"நான் கழட்டக்கூடாதா?" என்று கொஞ்சிக்கொண்டே இன்னொரு செருப்பைக் கழட்டினாள் ஜயம். செருப்பைத் தொடும்போது, அவளுக்கு அதனோடேயே ஐக்கியமாகி விடுவது போல் இருந்தது.

"இந்தக் குளிரில் இவ்வளவு தூரத்தைக்கூட கவனிக்காமல் எனக்காக நீங்கள்" என்று சொல்லும்போதே அவளுக்கு நெஞ்சடைத்து விட்டது.

ராகவனும் தலையைத்தான் ஆட்டினான். அவனுக்கும் பேச முடியவில்லை. மெதுவாக அவள் தலையைத் தொட்டான். அவள் சிலிர்த்துப்போய் கண்ணைத் துடைத்துக்கொண்டாள். கர்வத்தால் அவள் ஹிருதயம் வெடித்துவிடும்போல் தோன்றிற்று.

அன்று மத்தியானம் சாப்பாடாயிற்று. ராணுவ உத்தியோகஸ்த ராக இருந்த சுந்தரமய்யர் ஒன்பது மணிக்கே ஆபீஸிற்குப் போய் விட்டார். குளிர் உடலைக்குத்திக் கொண்டிருந்தது. இருக்கிற கம்பளிச் சட்டையெல்லாம் வாரிப்போட்டுக்கொண்டு ராகவன் கூடத்துக் கட்டிலில் படுத்துக்கொண்டான். மூன்று நான்குநாள் பிரயாணத்தில் தேகம் அலுங்கிக்கிடந்தது. ஆனால் தூக்கம் மட்டும் வரவில்லை. "இதென்னவேலை, நான் ஊருக்குப்போனபிறகு வேலையைப் பார்த்துக் கொண்டாலென்" என்று கசாலிலிருந்த ஜயத்தை மனதுக்குள் குறை கூறிக்கொண்டிருந்தான்.

பிரயாணத்தின்போது சிரமப்பட்டதாகவே அவனுக்குத் தோன்ற வில்லை. டில்லி எக்ஸ்பிரஸில் சிப்பாய் வண்டியைத் தவிர வேறு வண்டி ஏது? ஏதோ ஒன்றில் ஏறி உட்கார்ந்துகொண்டான். வண்டிக்குள் ஏறும் வரையில் உயிர் அவனிடம் இல்லை. பத்மவியூகத்தில் அபிமன்யு பட்டபாடு பட்டுவிட்டான். சிப்பாய்களின் பாட்டு. அஸ்ப்பியப்பேச்சு. வடக்கித்தி சிப்பாயின் புரியாத கூச்சல் — இன்னும் எவ்வளவோ, சகிக்க முடிந்தால்தானே இருந்தாலும் அதையெல்லாம் அவன் வெறுக்கவில்லை. நாகபுரி ஹோட்டலில் குடலை குமட்டிய நெய், தூங்க முடியாமல் நிற்கமுடியாமல், உட்காரமுடியாமல் ரயிலில் நசுங்கினது. — எல்லாம் அந்தப் பிரேம யாத்திரையின் முக்கிய அம்சங்களாக அவனுடைய ஹிருதயத்தில் இணைந்திருந்தன.

"என்ன குளிர் தாங்க முடியவில்லையா?" என்று கேட்டுக்கொண்டே வந்தாள் ஜயம்.

"எப்படித் தாங்கமுடியும்? இந்த 'வாயில்' ரவிக்கை 'வாயில்' புடவைகளுடன் மட்டும் நீங்கள் எப்படியிருக்கிறீர்கள்?"

"பழகிப்போயிடுத்து."

"ஏ, அப்பா, நல்ல குளிர்தாப்பா!"

"இப்பொழுது தெரிந்ததா ? ஜயத்தைப்பார்க்க வேண்டுமென்றால் சுலபமாகப் பார்த்துவிட முடியாது. குளிரில் நடுங்க வேண்டும். ரயிலில் இடிபடவேண்டும்."

ராகவன் சிரித்துவிட்டான். ஒன்றும் பதில்சொல்லத் தோன்ற வில்லை.

"சரி, காலை இப்படிக்கொடுங்கள். கடுகெண்ணெய் தடவி விடுகிறேன். காலையில் வெடிப்பெல்லாம் மாறி, வழவழவென்று ஆகிவிடும்" என்று ராகவனின் கால் போர்வையை எடுத்துவிட்டு அவள் எண்ணெய் தடவ ஆரம்பித்தாள்.

"மாமனாராத்திலே இருக்கிற மாதிரி என்று சொல்லுகிறார்களே, அப்படி ஒன்றும் இங்கு இருக்கிறதாகத் தோன்றவில்லை. உங்களுக்கு மாட்டுப் பெண் புக்ககத்திலிருக்கிற மாதிரி இருக்கிறது இல்லையா ?" என்று ஜயம் கிண்டினாள்.

"உனக்கு ஏன் அப்படித்தோன்றுகிறது" என்று சிரித்துக்கொண்டே கேட்டான் ராகவன்.

"இந்தக் குளிர் – இந்த டிபன் உடுப்பி லாட்ஜிலே சாப்பிடுகிறவர் களுக்கு இதெல்லாம் ஒருபெரிதாகத் தோன்றுமா என்ன ?"

அப்பொழுது செல்லம்மாள் ஒரு பெட்டியை எடுத்து வந்து அதிலுள்ள சாமான்களை கீழே ஒவ்வொன்றாக எடுத்து வைத்தாள். தங்கச் சங்கிலியுடன் ஒரு கைக் கெடியாரம். ட்வீட் ஸௌட்டும் கோட்டும், ஜரிகை வேஷ்டி. பெயர் செதுக்கிய மோதிரம் எல்லாம் புதுமையின் விசேஷ ஒளியுடன் மின்னிக்கொண்டிருந்தன.

"பணம் செலவழிக்கிறதுதான் மிச்சம். ஒன்றும் நேராகச்செய்ய முடிகிறதில்லை. ஒன்றுக்கு ஏழுவிலை விற்றால் என்ன செய்கிறது ?" என்றாள் செல்லம்மாள்.

இது மரியாதைக்காகச் சொன்ன பேச்சு. ஏனென்றால் தங்கள் நிலைமைக்கு மீறியே அவர்கள் தீபாவளிச் செலவு செய்திருந்தார்கள். எல்லாம் தங்கள் ஒரே பெண்ணை உத்தேசித்துதான். இது ராகவனுக்கும் தெரிந்திருந்தது. பார்த்ததும் பார்க்காதது போலவும் எல்லா சீர்களையும் பார்த்தான். அவன் நினைவு கல்யாண நாட்களை நோக்கி ஓடிற்று.

"ரொம்ப அதிகமான செலவுதான் இது" என்று சொல்லிவிட்டு "ஆமாம் இப்பொழுதெல்லாம் இவ்வளவு செய்கிறீர்கள். கல்யாணத்தில் மட்டும் ஏன் நல்ல பெயர் வாங்கிக்கொள்ளவில்லை ?" என்று பழைய சமாசாரத்தைத் தன்னையறியாமல் கிளறிவிட்டான்.

"ஒருமாத லீவில் என்னசெய்ய முடியும். இங்கிருந்து ஊருக்கு வருவதற்கே நான்கு நாட்கள் ஆகிவிட்டன. கல்யாணமென்றால் ஆள் மாகாணம் எல்லாம் வேண்டாமா ? ஒரு வசதியுமில்லாமல் போய்விட்டது" என்று போர்த்தினாள் செல்லம்மாள்.

"நெய்யில்லாத தித்திப்பு பட்சணம் – என் சிநேகிதர்கள் கூடப் பரிகாசம் செய்ய ஆரம்பித்துவிட்டார்கள். அன்றைக்கு மைலாப்பூரில்

ராமதாஸ் ஐய்யரைக் கண்டேன். ஜஸ்காபிக் கல்யாணம், அரிசி உப்புமாக் கல்யாணம் என்றெல்லாம் பீனாப்பழம்" கட்டியிழுத்து விட்டார். டிரஸ்ஸுக்கு நூறு ரூபாய் தனியாகத் தருவதாகச் சொல்லி விட்டு 'கம்'மென்று வாய்திறக்காமல் இருந்துவிட்டார்களே என்று பாலு மாமாவுக்குக் கோபம். அதெல்லாம் கிடக்கட்டும், அல்ப சங்கதிகள், சம்பந்திகள் இறங்கியிருக்கிற வீட்டில் அழகாக இரண்டு பெட்ரோமாக்ஸ் விளக்குகளாவது வைக்க ஏற்பாடு செய்யவேண்டாமா? என் சிநேகிதர் களுக்கு ரொம்பக் குறையாக இருந்தது" என்று ராகவன் சற்று தாங்க லுடன் சொன்னான்.

"சிநேகிதர்களுக்குக் கல்யாணமா? நமக்குக் கல்யாணமா" என்று பதட்டத்துடன் குறுக்கிட்டாள் ஐயம்.

"பேசாமல் இருடீ நீ" என்றாள் செல்லம்மாள்.

"பேசாமல் இருக்கிறது என்ன? விலைக்கு வாங்கிவிட்டார்களோ நம்மை, எதுவேண்டுமானாலும் கேட்பதற்கு?"

"அப்பொழுது கூட்டமே கூட்டியிருக்க வேண்டாமே. கொட்டு மேளம் எதற்கு? பேசாமல் மோதிரம் மாற்றிக்கொண்டிருக்கலாமே புருஷனும் பெண்டாட்டியும்" என்று ஆத்திரத்தை அடக்கிக்கொண்டு இரைந்தான் ராகவன்.

"எங்களுக்கு அவ்வளவுதான் செய்ய முடியும். உங்கள் சொந்தக் காரர்கள் கல்யாணத்திற்குச் சொந்தக்காரில் வருகிறவர்களாயிருந்தால் எங்களுக்கு என்ன? எத்தனை பேருக்கு இழுத்துப் போட்டுண்டு செய்ய முடியும்?"

"எங்களுக்கு" – அதற்கென்ன அர்த்தம் என்று மனதிற்குள் கேட்டுக்கொண்டான் ராகவன்.

ஸ்வாதீனத்தில் யோஜனையில்லாமல் ஐயம் கொட்டிவிட்டாள்.

"நீ வாயைப்பொத்திக்கொண்டு இருக்கமாட்டே உன்னை யார் கேட்டார்கள் இதெல்லாம்? தப்பை எடுத்துச்சொன்னால் ஒப்புக்கொள்ளத்தானே வேணும்" என்று அவளை அடக்கிவிட்டு "காபி ஆறிப்போய்விடுமே" என்றாள் மாப்பிள்ளையிடம் செல்லம்மாள்.

"இப்பொழுது காபி வேண்டாம்" என்று முகத்தைச் சிணுங்கிக் கொண்டான் ராகவன்.

"பிறகு ரொம்ப ஆறிப் போயிடுமே!"

"பரவாயில்லை சற்றுக்கழித்து ஆகட்டும். குளிர் தாங்கவில்லை கொஞ்சம் வெயிலில் சுற்றிவிட்டு வருகிறேன்." என்று ராகவன் வெளியே எழுந்துபோனான். போனவன் போனவன்தான். மூன்று நான்கு ஐந்து ஏழுமணி ஆகி இருட்டிவிட்டது. திரும்பவில்லை.

இரவு ஏழு மணிக்கு அயர்ந்துபோய் ஆபீசிலிருந்து திரும்பி வந்தார் சுந்தரமய்யர். இரண்டு மூன்று பத்திரிகைகளை மேஜையில் போட்டுக்கொண்டே "என்ன மாப்பிள்ளை, சினிமாப் பத்திரிகை

உங்களுக்குப் பிடிக்குமா"? என்று ஹாலுக்கு ஓரமாயுள்ள அறைப் பக்கம் போனார். மாப்பிள்ளையைக் காணவில்லை.

"ஜயம், எங்கே உன் ஆத்துக்காரர்?" என்று கேட்டார்.

ஜயமும் செல்லம்மாளும் மௌனமாக நின்றார்கள். சற்றுக் கழித்து மத்தியானம் நடந்த சம்பாஷணையை விளக்கி "மாப்பிள்ளைக்கு கோபமோ என்னமோ, அப்பொழுது போனவர் வரவில்லை. இந்த வாய்த்துடுக்கை ஒரு நாளைக்குக் கட்டி வைத்தாலென்ன, பெண்ணைப் பாரு பெண்ணை, சனியன்" என்று கவலையும் கோபமும் பொங்கப் பேசினாள் செல்லம்மாள்.

சுந்தரமய்யருக்குத் தூக்கி வாரிப்போட்டது. "ஜயம் எங்களை உபத்திரவப்படுத்த வேண்டும் என்ற எண்ணமா உனக்கு" என்று ஒடுங்கிப்போய் கேட்டார்.

"இல்லேப்பா என்னைப்பெற்றுவிட்டு நீங்கள் ஊர் அவமானத்தை யெல்லாம் வாங்கிக் கட்டிக்கொள்ள வேண்டியிருக்கே என்று தாங்காமல் பேசிவிட்டேன்" என்றாள் ஜயம்.

"அவமானம் என்ன அவமானம். மனசு இவ்வளவு துர்பலமாக இருக்கலாமோ? உனக்குத் தாங்கலேன்னா பிறருக்கு நீ பேசுகிறது தாங்கமுடியுமா என்று யோசித்துப் பார்க்கவேண்டாமோ" என்றார் சுந்தரமய்யர்.

ஜயம் பதில் பேசவில்லை. உள்ளேபோய் விம்மி விம்மி அழத் தொடங்கிவிட்டாள்.

அலகபாத் முழுவதும் தேடிவிட்டார் சுந்தரமய்யர். பட்டணத் திற்குத் திரும்பிப் போயிருப்பான் என்று நிச்சயமாகப் பட்டுவிட்டது அவருக்கு. பெரிய தலைதீபாவளித் திட்டங்கள் நின்றுவிட்டன. காமாசோமான்னு இரண்டு பக்ஷணத்தைப்பண்ணி வைத்தார்கள் தீபாவளிக்கு விசேஷ பக்ஷணங்கள் செய்யவந்திருந்த லாலா திரும்பிப் போய்விட்டான்.

தீபாவளிக்கு முதல் நாள் இரவு அந்தத் தெருவே கந்தர்வலோகமாக இருந்தது. எங்கு திரும்பினாலும் தீபங்கள். மத்தாப்புகள். எதிர் வீட்டு வாசலில் மத்தாப்பிற்குப் பின்னால் ஒரு குழந்தையின் மலர்முகம் சிரித்துக் கொண்டிருந்தது. பக்கத்தில் தம்பியை இடுப்பில் வைத்து கொண்டு பதினாறு வயதுள்ள ஒரு பெண் மத்தாப்பு விட்டுக்காட்டிக் கொண்டிருந்தாள். அந்த சௌந்தர்யவதியின் முகத்தைச் சுற்றி மத்தாப்பூ மௌனமாக ஜ்வலித்துக்கொண்டு பூப்பூவாக இறைத்துக்கொண் டிருந்தது. சற்று தூரத்தில் ஒரு வாலிபன் இந்தக்காக்ஷியைக் கவிதையை ரஸிப்பதைப்போல ரஸித்துக்கொண்டிருந்தான்.

ராகவனுக்கு இருப்பாக இருக்கவில்லை அவன் தங்கி இருந்த "சந்து ஹோட்டலில் இவ்வளவு கோபம் வந்தால் மீதி நாட்களை எப்படிக் கடத்துவது? இவ்வளவு பலவீனம் கூடவா நம்மிடத்தில் இருக்கிறது? நம் கக்ஷியை நாம் தாங்கிப்பேசினோம். சொந்தத் தாய் தகப்பனாரை

– கொஞ்ச நாள் கழிந்துப் பிரியப்போகும் தாய் தகப்பனார்களைத் தாங்கிப் பேசும் உரிமைகூட ஒரு பெண்ணிற்கு இருக்கக்கூடாதா? நான் மட்டும் என் கக்ஷியை, பிள்ளைவீட்டுக் கக்ஷியை ஆத்திரத்துடன் தாங்கிப் பேசினேனே. ஏன்? ஊருக்குப்போனால் என்ன சொல்வது? தீபாவளி நடந்த தென்றா? நடக்கவில்லையென்றா? அப்படியானால் யாரைக் குற்றம் சொல்கிறது? இன்னும் உலகமறியாத சிறுமி ஜயத்தையா?"

ராகவனுக்குப் பொறுக்கவில்லை. மத்தாப்பின் ஜ்வலிப்பு, எதிர் வீட்டுத் தம்பதிகளின் மகிழ்ச்சி, ஹோட்டல்காரனின் உபசாரம் – எல்லாம் பரிகாசமாகத்தோன்றின விறுவிறுவென்று உள்ளேபோய் "ஜீ, கணக்கு என்ன ஆயிற்று" என்று ஹோட்டல்காரனிடம் சீக்கிரமாகக் கணக்கைத் தீர்த்துவிட்டு வெளியே வந்தான் மனதிலிருந்த வேகத்தில் வழிகண்டுபிடிப்பதும் ஒரு கஷ்டமா, அலுப்பா?

"அப்பா" என்று கத்திவிட்டாள் ஜயம்.

"என்ன மாப்பிள்ளே, எங்கே?"

"பனாரஸ் போயிருந்தேன். ஹிந்து காலேஜைப் பார்க்க" என்றான் ராகவன்.

"இப்பொழுது ஏது வண்டி?"

"மத்தியானமே வந்துவிட்டேன். நேரே இந்த ஊர் கலாசாலையைப் பார்க்கச் சென்றேன். நாழியாய்விட்டது." என்றான்.

சுந்தரமய்யர் பேச்சை வளர்த்தவில்லை. சாப்பிட்டுவிட்டு எழுந்திருந்தவுடன் ஜலம் எடுத்துக்கொண்டே "கோபமா என் மேல்?" என்று வாடிவதங்கியிருந்த ஜயம் கேட்டாள். முழுக்கக் கேட்க முடிய வில்லை. 'குபு குபு'வென்று கண்ணீர் வந்துவிட்டது.

'ஊஹூம்' என்று தலையசைத்துவிட்டுக் கூடத்திற்கு வந்தான் ராகவன்.

லாலா கடையிலிருந்தே பக்ஷணங்கள் வந்துவிட்டன.

o o o

"என்ன பேசல்லே, போன வருஷம் மாதிரி நீங்கள் செய்துவிட்டால்? எனக்கு பயமாயிருக்கிறது" என்றாள் ஜயம். "சத்தம் போடாமல் பேசேன்" என்று ராகவன் அவள் வாயை அன்புடன் பொத்தினான்.

"மாப்பிள்ளே, நாழியாச்சே எழுந்திருக்கலாமே?" என்று கீழேயிருந்து குரல் வந்தது.

கிராம ஊழியன், **நவம்பர்** 1943

ஜயத்தின் பயம்

வித்தியாசம்

தம்பதிகள் இருவரும் ஏகாந்தமாக முதற்காதலின் இன்பத்தைப் பருகிக்கொண்டிருந்தார்கள். அவனுக்கு அவளுடைய பேச்செல்லாம் மனுஷ்யப் பேச்சாகவே தோன்றவில்லை. அவனும் அவள் கண்ணுக்கு சாதாரண மனிதன் மாதிரியே தோன்றவில்லை. வேறு ஒருவருக்கும் தெரியாத, எட்டாத ஒரு லோகத்திற்குப் போய் தங்களுக்காவே தனியாக சிருஷ்டிக்கப்பட்ட சுகத்தை அனுபவிப்பது போலிருந்தது அவர்களுக்கு. காற்றுக்கூடக்கேட்க முடியாத அவளுடைய ரகஸ்யப் பேச்சு ஒவ்வொன்றும் மௌனம் நிறைந்த ஆகாச வெளியில் உதிக்கும் நக்ஷத்திரம் போல் அவனுக்குத் தோன்றிற்று. சொல், ஸ்பர்சம் இந்த இன்பத்தில் அவர்கள் கரையேற மனமில்லாமல் திளைத்துக்கொண்டிருந்தார்கள்.

"மியாவ்"

மனைவிக்குத் தூக்கிவாரிப் போட்டது.

இப்பொழுது அவன் எழுந்து உட்கார்ந்துவிட்டான்.

"பூனைக்கா இவ்வளவு பயம்?" என்று பரிகாசம் செய்தான். அவன் வாய் மூடுவதற்குள்,

"கிராவ்" என்று கரகரப்பான ஓசை கேட்டது.

"அது பெண் பூனை. இது கடாப் பூனை" என்று அவன் தெளிவுபடுத்தினான்.

"மேலே விழுந்துவிடப் போகிறதுகளே."

"எப்படி விழும் பலகை மச்சு இருக்கிறபோது, பயப்படாதே."

"மீவ்"

"கிராவ்"

"மியா–வ்."

"கிரா–வ்."

"மீவ்–கிராவ் – மி... – க் – யா. கிரா–ய்வ், மியாவ், கிராவ், மிய்க்கிராவ்."

"அட, சனியன்கள்."

"சனியன்கள் என்று சொல்லாதே."

"தூக்கத்தைக் கெடுக்கிறதுகளே."

"நாம் தூங்கவில்லையே இப்பொழுது."

"மீவ் – கிராவ் – மியா – வ், கிரா – வ்."

"சண்டை ஓயக்கணோமே!"

"சண்டையா எங்கே?"

"இங்கேதான்."

"இதுவா சண்டை யார் சொன்னார்கள் உனக்கு?"

"யார் சொல்லணும்? நான்தான் சொல்லுகிறேன்."

"நீ சொல்லுகிறது எல்லாம் சரியாக இராது."

"பின்னே இது சண்டை இல்லையா?"

"இல்லை."

"பின்னே என்ன?"

"உனக்குத் தெரியவில்லையா?"

"தெரிந்ததைத்தான் சொல்லிவிட்டேனே. சண்டை இல்லாவிட்டால் இது என்ன?"

"காதல்."

"காதலா?"

"ஆமாம். காதல் தான்."

"காதலாவது. அதற்கு இவ்வளவு சத்தமும் சண்டையும் அவசியமா என்ன?"

"அவசியம் தான்."

"ஏன்?"

"அதுதான் நமக்கும் பூனைக்கும் வித்தியாசம்."

o o o

அவர்களுக்குமேலே அந்தக் கட்டிலுக்குமேலே பலகை மச்சுப் போட்டிருந்தது. சாம்பலும் பிசுக்கும் பூத்த புளிப்பானை, மாங்கொட்டை நார்த்தங்காய்ச் சட்டிகள், துணிபோட்டு வாயைக்கட்டி இருந்த

விபூதிப்பானை, அங்கம் அங்கமாகப் பிரித்து வைத்திருந்த வெண்கலக் குத்து விளக்கு – இந்த மலைப் பிரதேசத்தில் காதல் போர் நடந்து கொண்டிருந்தது.

"மீவ்"

"கிரா – வ்"

"மீவ் – ஏன் வந்து பிசாசு மாதிரி மேலே விழறே?"

"கிராவ் – நீ எனக்கு இணங்கமாட்டாயே?"

"மீவ் – மியாவ் காட்டுமிராண்டி!"

"கிராவ் – அடிமையே – வெறும் பொம்மானாட்டி என்னை எதிர்த்து நிற்கிறாயே, முடியுமா?"

"மீவ் – மியா – வ், தொலை அப்பால்."

"கிராவ் – அட மேலே விழுந்து பிடுங்கிவிட்டாயே. ரத்தம் பெருகுகிறது. சண்டி முரண்டால் காடு கொள்ளாது என்று இந்த வீட்டு மனுஷ்யர்கள் பேசிக்கொள்ளுகிறார்கள். இதுதான் அர்த்தம் போலிருக்கு, அதற்கு பெண் ஆத்திரம், பேயாட்டம்"

பெண் பூனைக்கு நெஞ்சு இளகிவிட்டது. கிட்டே வந்தது.

"ரொம்பக்காயம் பட்டுவிட்டதோ பாவம்."

"அதெல்லாம் அப்படி ஒன்றுமில்லை. போனால் போகிறது. நானும் பார்க்கிறேன் இந்தப் பூனை ஜாதியே இப்படித்தான் இருக்கிறது. மற்ற சமயங்களில் எல்லாம் சரியாக இருக்கிறது. இந்தக்காதல் என்று வந்துவிட்டால் காயமும் ரகளையுமாய்ப் போய்விடுகிறது. போன வருஷம் இப்படித்தான். வேலூரில் ஒரு பெண்ணைப் பார்த்தேன். ரொம்ப அழகு. சின்ன மீசை. கருப்பும் வெள்ளையுமாக உன்னைப்போலவே இருப்பாள். வால்தொங்குகிறதே தனி அழகு. முதலில் பார்த்தேன். ரொம்ப ஆசையாகப் பார்த்தாள். கிட்டப் போனேன். இப்படித்தான் ரத்த விளாறாகப் போய்விட்டது."

கடாப் பூனை பேசி முடிப்பதற்குள் "டப் டப்" பென்று பெரிய சத்தமாகக் கேட்டது. இரண்டும் ஒரு முறை துள்ளிவிழுந்தன.

"சற்று இரு. கேட்போம்" "டப் டப் டப், சூ சூ சூ."

"பலகையை யாரோ கழிகொண்டு தட்டுகிறார்கள். இரு அந்த ஓட்டை வழியாகப் பார்க்கிறேன்"

கடாப் பூனை எட்டிப் பார்த்தது.

"அப்பா ஓய்ந்ததுடாப்பா" என்றாள் மனுஷ்யஸ்திரீ கீழே இருந்து.

"ஓய்ந்ததா, சற்றுக் கழித்து ஆரம்பித்துவிடும்" இது புருஷனின் பதில்.

"சரி நீங்கள் வாருங்கள். அது போனால் போகிறது" என்று அழைத்தாள் பெண்.

"என்ன அவசரம்டாப்பா?" என்று கடாப் பூனை ஓட்டை வழியாகக் கிண்டலுக்கு ஆரம்பித்தது.

பெண் பூனை:– என்ன அங்கே.

க.பூனை:– அங்கும் இதுதான்.

பெ.பூனை:– என்ன?

க.பூ:– காதல்தான்.

பெ.பூ:– சற்று பாரேன், நானும் பார்க்கிறேன்.

க.பூ:– அங்கே ஒரு இடுக்கு இருக்கு.

பெ.பூ:– இதுதான் காதலா?

க.பூ:– பின்னே என்ன? நம்மைப்போலச் சண்டை போடவில்லை என்று பார்க்கிறாயாக்கும்? உன் மாதிரி காட்டுமிராண்டி என்று புருஷனை வைகிறாளா? அவள்?

பெ.பூ:– உன் மாதிரி, நீ வெறும் பொம்மனாட்டி – என்னை எதிர்த்து நிற்கிறாயே என்று சொல்லிக்கொண்டு அவன் விழவில்லையே.

க.பூ:– எப்படியோ. சண்டையில்லை.

பெ.பூ:– அதுதான் எனக்கு ஆச்சரியமாயிருக்கிறது.

கடாப் பூனை:– ஆச்சரியமென்ன? அதுதான் நமக்கும் மனுஷ்ய னுக்கும் வித்யாசம்.

மச்சுக்குக் கீழே.

புருஷன்:– திரும்பு, அந்த மல்லிகைப்பூ......... ஹம் – அப்பாடா, என்ன வாசனை!– கல்யாண வாசனை அடிக்கிறது – அப்பாடா, பரவசமா அடிக்கிறது.

மனைவி:– எனக்கும் ஒன்றுமே சொல்ல முடியவில்லேயே –ம். சிலிர்த்துப் போகிறதே.

புருஷன்:– உன் கை ஏன் இப்படி பூமாதிரி மிருதுவாக இருக்கிறது?

ம:– நான் அழகாக இருக்கிறேனா?

பு:– நீயா அழகாக இருக்கிறேனா என்று கேட்கிறாய்? நீயே பார்த்துக்கொள்ளேன் அந்தக் கண்ணாடியில். விளக்கைப் பெரிது பண்ணட்டுமா?

ம:– வேண்டாம், வேண்டாம், ஐயையோ வேண்டாமே.

பு:– சரி.

ம:– இதுதான் விஷமத்துக்கு ஆரம்பித்து வருகிறது.

பு:– விஷமம் என்ன, நீயே உன் அழகைப் பார்த்துக்கொள்ளலா மென்று நினைத்தேன்.

ம:– உங்களைச் சொல்லத்தானே சொன்னேன்.

பு:– அழகா இல்லாவிட்டால் தேவகோட்டைக்கு நான் பெண் பார்க்க வந்து, உன் அப்பா ரயில் சார்ஜ் கொடுக்கமாட்டேனென்று தகராறு பண்ணி பேசின பேச்சுதவறி, நிச்சயமாகாதுபோல் இருக்கிற நிலைமையில் நான் உன்னைத்தான் கல்யாணம் செய்துகொள்ளப் போகிறேன் என்று ஏன் பிடிவாதமாகச் சொல்லவேண்டும்?

ம:– எனக்கும் கல்யாணம் நின்று போய்விடுமோ? என்று பயம் தான். ஆனால், ஆனால் ஸ்வாமி உங்களை எனக்கு என்று வைத்திருக்கும்போது எப்படி நடக்காமலிருக்கும்?

பு:– நானும் பிடிவாதமாய்த்தான் இருந்தேன்.

ம:– நான் எங்கேயோ தேவகோட்டையிலே ஒரு மூலையிலே கிடந்தேன். நீங்கள் இந்த ஊரில் இந்த சந்தில் இருக்கிறீர்கள். நாம் எப்படி சேர்ந்தோம் முன்னே பின்னே பார்த்துக்கொண்டதே இல்லை. அப்பா அம்மாவாகப் பார்த்துப் பண்ணிவைத்ததுதானே. ஒரு மாசம் முன்னாடி தனியாகத் திரிந்துகொண்டிருந்தேன். இப்பொழுது ஏன் இவ்வளவு லயித்துக்கிடக்கிறோம்? நீங்கள் இவ்வளவு அன்பைக் கொட்டுகிறீர்களே, நான் அவ்வளவு அழகாகவா இருக்கிறேன்?

பு:– பின்னே வேறே யார் இந்த உலகத்திலே அழகாக இருக்கிறார்கள்?

ம:– நீங்கள் எத்தனையோ பெண்களைப் பார்த்துவிட்டு வேண்டாம் வேண்டாம் என்று சொல்லிவிட்டீர்களாமே. அவர்களை எல்லாம் விடவா நான் அழகாக இருக்கிறேன்?

பு:– அவர்களெல்லாம் அழகாக இருந்தாலென்ன? எனக்காக நீ இருக்கிறபோது எப்படி அதெல்லாம் அழகாகத்தோன்றும்? இனிமேல் ஒரு திரிலோகசுந்தரி வந்தால்கூட அங்கே மனது போகாது.

ம:–நானும் நினைத்து நினைத்துப் பார்க்கிறேன். முன்னே பின்னே பார்க்காமல், எப்படி ஒரு மாசத்துக்குள்ளே இப்படி லயித்துப்போய் மெய் மறந்து கிடக்கிறோம் என்று. ஒன்றுமே இல்லை. அதை நினைத்தால் சிலிர்த்துப்போகிறது.

மச்சின் மேல்

க:– கேட்டாயா பேச்சை?

பெ:– 'ம்'.

க.பூ:– எனக்கும் என் ஞாபகமே வருகிறது. என் கதை உனக்குத் தெரியாதே. ரொம்ப ஸ்வாரஸ்யமாக இருக்கும். போன மாதம் வரையில் – இரண்டு மூன்று வருஷமாக வேலூரிலிருந்தேன். போலீஸ் துரை ஹென்றி போர்ட்டர் வீட்டில் என்னை வளர்த்து வந்தார்கள். அவருக்கு நான்கு குழந்தைகள். நான் ஐந்தாவது குழந்தையைப்போல. நான்காவது குழந்தை – விக்டோரியாவுக்கு என்னைக்கண்டால் வேண்டியிருக்காது.

பெ.பூ:– ஏன்?

க.பூ:– ஏன் என்றால் என்மேல் அவ்வளவு உயிர். என்னை விட்டு ஒரு நிமிஷங்கூடப் பிரிந்திருக்கமாட்டாள். பாலும் சாதமும் மாமிசமும் கணக்கு வழக்கே கிடையாது. இப்படி மூன்று வருஷம் ஆயிற்று. அப்புறம் எனக்கு வேலூர்வாசம் முடிந்து போய்விட்டது. உன்னை வந்து பார்த்து உன்னோடு சேரவேண்டுமென்று இருக்கும்போது வேலூர் வாசம் எப்படி நிலைக்கும்?

பெ.பூ:– வேலூரை விட்டு இத்தனை தூரம் தஞ்சாவூருக்கு வருவானேன்?

க.பூ:– ஹென்றி போர்ட்டருக்கு மூன்றாவது குழந்தை ஜான் போர்ட்டர் என்று ஒரு பயல். ஒன்பது வயதிருக்கும். அவனுக்கு என்னைக் கண்டால் வேப்பங்காயாக இருக்கும். போர்ட்டர் அந்தப் பயல் சவாரி செய்வதற்காக உள்ளூர் வண்ணானிடமிருந்து ஒரு கழுதைக்குட்டி வாங்கிக்கொடுத்திருந்தார். அழுக்குச் சுமக்கிற கழுதைக்கு துரை வீட்டு பிள்ளையைத் தூக்கினவுடன் திமிர் ஏறி விட்டது. போர்ட்டரின் சலுகையை வைத்துக்கொண்டு எல்லாரிடமும் செல்லம் கொஞ்சும். பயிற்சிக்கு வந்த ஸப் – இன்ஸ்பெக்டர்களின் குதிரைகள் நாலுகால் பாய்ச்சலில் ஓடி வரும்போது, குறுக்கேபோய் மூக்கைத் துருத்திக்கொண்டு 'உம்' என்று நிற்கும் இது. குதிரைகள், சப் இன்ஸ்பெக்டர்கள் எல்லோருக்கும் ஆத்திரம். 'பத்மாஷ்' என்று ஒரு போக்கிரிக் குதிரை. அதனிடம்போய், பெரியமனுஷ்யர்களைக் காக்காய் பிடிக்கிறவன் மாதிரி, இந்தக்கழுதை அதன் வாலைப்போய் மூந்து பார்த்திருக்கிறது. அவ்வளவுதான். 'பத்மாஷ்' விண்ணென்று விட்டு ஒரு உதை. கழுதைக்குட்டியின் வெள்ளி மூக்கு சிவப்பு மூக்காகிவிட்டது. வலி தாங்காமல் அது அப்பால் ஓடி வந்துவிட்டது. எனக்குப் பரிதாபமாக இருந்தது. அதனருகில் போய், 'உனக்கேன் இந்த வம்பு' போக்கிரிகளோடு சங்காத்தமே எப்பொழுதும் ஆபத்து, பேசமாலிருக்கப்படாதோ நீ?' என்று கேட்டேன். யார் மேலேயோ கோபம் எங்கேயோ காண்பித்தானாமே, அதுமாதிரி கழுதைக்கு நான் கேட்டது தாங்கவில்லை:

பின்னங்காலால் ஒரு உதைவிட்டது. என் முதுகில் நல்ல அடி. இந்தக் கிறுக்கனிடம் போய் இரக்கம் காட்டினோமே என்று வருத்தப் பட்டுக்கொண்டே நான் ஓடி விட்டேன். இதை எல்லாவற்றையும் கழுதைச்சவாரி ஜான்பயல் பார்த்துக்கொண்டிருந்தான் போலிருக் கிறது, விழுந்து விழுந்து சிரித்தான். எனக்கு மானம் போய்விட்டது. உடனே நேராக, துரையின் காம்ப் கிளார்க் கண்ணுசாமி வீட்டிற்கு ஓடிவந்துவிட்டேன். ஒரு மாதம் அவர் வீட்டிலேயே இருந்தேன். அவருக்கு இங்கு மாற்றலானதும் என்னையும் இங்கே அழைத்து வந்துவிட்டார். இந்தத் தெருக்கோடி வீட்டில்தான் ஜாகை அவருக்கு. இன்று காலை வரையில் உன்னைப்பார்த்ததே இல்லை நான். இன்றுதான் முதன் முதலாகச் சந்தித்திருக்கிறேன். அதற்குள்ளேயே இவ்வளவு கட்டுண்டு போய்விட்டது மனசு. ஆ! முன்னே பின்னே பார்க்காதவளிடம் என்னமா இவ்வளவு பாசம் வந்தது என்று நினைத்து

வித்தியாசம் 59

நினைத்துப்பார்க்கிறேன். ஆச்சரியமாக இருக்கிறது. மனுஷ்யர்களும் நாமும் ஒன்றாகத்தானிருக்கிறோம்.

பெண் பூனை:— அதுதான் காட்டுமிராண்டி மாதிரி மேலே வந்து விழுந்தாயாக்கும் மனிதனும் நாமும் ஒன்று என்கிறாயே. மனுஷனுக்கு இரண்டு மூன்று புருஷர்கள் இருக்கிறார்களோ?

கடாப் பூனை:— நான் என்னமோ இதுவரையில் காதலே கொண்டதில்லை.

பெ.பூ:— யாரோ அழகாக ஒரு பூனையோடு சண்டை போட்டேன் என்று சற்று முன்னாடி சொன்னாயே.

க.பூ:— ஆனால் நான் காதலிக்கவில்லையே.

பெ.பூ:— பொய் சொல்லுகிறாய் என்று முகம் சொல்லுகிறதே. சரி, போ, நீ காதலே கொண்டதில்லையா!

க.பூ:— இதுதான் முதல் தடவை.

பெ.பூ:— அப்படியானால் உனக்கு இப்பொழுது தான் வயது வந்திருக்கிறது என்று நினைக்கிறேன். உன்னைவிட நான் பெரியவள், தெரியுமா? எனக்கு முன்னாடியே ஐந்தாறு குட்டிகள் உண்டு.

க.பூ:— ஹா.

பெ.பூ:— என்ன பிரமித்துவிட்டாய்?

க.பூ:— ஐந்தாறு குட்டிகளுண்டா? சரி, நீ எப்படி இருந்தாலென்ன? என் மனசு உன்னிடம் போய்விட்டது. இனிமேல் வேறு எங்கும் போகாது. நாம் மனிதன் மாதிரி இருக்க வேண்டும்.

பெ.பூ:— மனிதன் மாதிரி இருக்க முடியுமா? ஒரு நாளும் முடியாது.

க.பூ:— எல்லாம் இருக்கலாம், மனமிருந்தால் உண்டு. எல்லாப் பூனைகளிடமும் இதைச் சொல்ல வேண்டும். ஒரு பூனைக்கு ஒரு பூனை தான் ஜோடி. அப்புறம், இரண்டு பூனைக்கு இது மாதிரி ஒரு மச்சு தேடிக்கொள்ள வேண்டும். அப்பொழுது தான் மனசுக்கு ஸந்துஷ்டி, நிம்மதி எல்லாம் கிடைக்கும்.

பெ.பூ:— நீ இப்படித்தான் சொல்லிக்கொண்டிருப்பாய். அப்புறம் எவளாவது மீசையை நீட்டிக்கொண்டு, கண்களை மூடித்திறந்து கொண்டு, வந்தால் இந்த வைராக்யமெல்லாம் பறந்து போய்விடும்.

க.பூ:— உன்னைப்பார்த்த பிறகா?

o o o

நான்கு மாதம் கழித்து ...... கீழே ...... மானிட தம்பதிகள்.

மனைவி:— ஏன் இத்தனை நாழி இன்றைக்கு?

புருஷன்:— ஏன்னா பள்ளிக்கூடத்தில் வேலை இருந்தது. வாத்யார்கள் மீட்டிங்.

ம:– பத்துமணி வரையிலா மீட்டிங் நடந்தது?

பு:– ஆமாம்.

ம:– நேற்று?

பு:– நேற்று பையன்களெல்லாம் டீபார்ட்டி கொடுத்தார்கள்.

ம:– முந்தாநாள்?

பு:– உன் தலை!

ம:– ஒரு மாசமாக இப்படித்தான் ராத்திரி பத்து மணிக்குப் பிறகு தான் வருகிறீர்கள்.

பு:– ஏன், உனக்குப் பசித்ததானால், சாப்பிட்டுவிடேன் எனக்காகக் காத்திருக்க வேண்டாம்.

ம:– ஆமாம், உடனே இப்படித்தான் பேசத்தெரியும்.

பு:– பின்னே என்ன? வேலை இருந்தால் நாழியாகிறது வருகிற தற்கு ... தினம் இப்படி வருகிறாயே என்று வாசலில் நுழைகிறதற்கு முன்னால் மனுஷனைப் பிடுங்கித்தின்றால்?

ம:– சரின்னா, நான் ஒன்றும் சொல்லவில்லை. மூஞ்சியெல்லாம் இப்படி வாடிவதங்கி வருகிறேறே எத்தனை நாழி பட்டினி கிடப்பேன் என்று சொன்னேன்.

பு:– சரி சரி போ.

ம:– சரி, சட்டையைக் கழற்றிவிட்டு காலை அலம்பிக்கொள்ளுங்கள். யாரோ சாயங்காலம் உங்களைத் தேடிக்கொண்டு வந்தார்கள்.

பு:– யாரு? பேர் கேட்டு வைத்துக்கொண்டாயா? புருஷாளைக் கண்டவுடன் வாசலுக்குள் ஓடி ஒளிந்துகொண்டுவிட்டாயா?

ம:– வந்தது புருஷர் இல்லை. பொம்மனாட்டி.

பு:– பொம்மனாட்டியா?

ம:– ஆமாம். ஸரஸ்வதியாம்.

பு:– சரஸ்வதியா? யாரது? எதுக்காகவாம்?

ம:– ட்யூஷன் வைத்துக்கொள்ள வேண்டுமாம்.

பு:– அது யார், ஸரஸ்வதியா?

ம:– டி.ஸி. ஸரஸ்வதியாம்?

பு:– கல்யாணமய்யர் பெண்ணோ? டி.ஸி. என்று சொல்லுகிறாயே விலாசம் கொடுத்தாளா?

ம:– ராஜகோபால் ஸ்வாமி தெருவாம்.

பு:– ஓகோ, சிதம்பரய்யர் பெண் தான். சரி சுருக்க இலையைப் போடு. சாப்பிட்டுவிட்டுப் போய்ப் பார்த்துவிட்டு வருகிறேன்.

வித்தியாசம்

ம:– ரொம்ப நாழியாகிவிட்டதே. காலமே போகப்படாதா?

பு:– சரி, ஆரம்பிக்கும்போதே அஸ்து சொல்லு. ஒரு காரியத்தை நினைக்க வேண்டியதுதான் உடனே அதற்கு ஒரு ஆக்ஷேபம்.

ம:– சரி, பேஷ் பேஷாகப் பார்த்துவிட்டு வாருங்கள்.

மச்சின் மேல்

கடா பூனை:– என்ன ஆயிற்று?

பெ.பூ:– நாம் அப்பொழுது சண்டை போட்டோம். இப்பொழுது காதலுக்குப் பிறகு அவர்கள் சண்டை போடுகிறார்கள். புருஷன் குஸ்திக்கு ஆரம்பித்துவிட்டான். சிள்ளு புள்ளுன்று விழுகிறான்.

கீழே

புருஷன்:– வந்தவர்கள் சொன்னதை முழுக்கச் சொன்னால் தேவலை, அந்தப்பெண் இங்கே காலையில் வருகிறேன் என்று சொல்லிவிட்டுப் போனாளாமே. ஏன் அதைச்சொல்லலில்லை?

மனைவி:– சொல்லலாம் என்றுதான் நினைத்தேன். வாயைத் திறக்கிறதற்கு முன்னாடிதான் அஸ்து சொல்லுகிறேன், அபசகுனமாகக் குறுக்கே நிற்கிறேன் என்று ஆரம்பித்து விடுகிறீர்களே?

பு:– சரிசரி போ. போன காரியம் ஆய்விட்டது.

ம:– என்ன?

பு:– முப்பது ரூபாய் மாதம். வாரம் நான்குநாள். கணக்குமட்டும் சொல்லிக்கொடுக்க வேண்டியது.

ம:– அந்தப் பெண்ணுக்கா?

பு:– ஆமாம்.

ம:– என்ன வாசிக்கிறாள்?

பு:– ஸ்கூல் பைனல்.

o o o

இன்னும் ஆறுமாதம் கழித்து காம்ப் கிளார்க் வீட்டிற்குப் பெண்பூனை போயிற்று.

பெண் பூனை:– இங்கே வா.

கடா பூனை:– என்ன அவ்வளவு அவசரம்?

பெ.பூ:– வாயேன்.

க.பூ:– எங்கே?

பெ.பூ:– என் வீட்டுக்கு.

க.பூ:– என் வீட்டுக்கா? இதென்ன புதுப்பேச்சு? 'நம்வீட்டுக்கு' என்று சொல்லக்கூடாதா?

தி. ஜானகிராமன் சிறுகதைகள்

பெ.பூ:– அப்படித்தான் சொல்லுவேன் நீ வா.

க.பூ:– விஷயம் என்ன?

பெ.பூ:– நீயே பார்த்துக்கொள்.

o o o

மனைவி:– நீங்கள் ட்யூஷன்தானே சொல்லிக் கொடுக்கிறீர்கள் அந்த சரஸ்வதிக்கு.

பு:– ஏன்?

ம:– கேட்டேன்.

பு:– ஆமாம், ஏன்?

ம:– கணக்குத்தானே?

பு:– இதென்ன விசாரம் உனக்கு இப்பொழுது?

ம:– வேறே ஒன்றும் சொல்லித்தரவில்லையா?

பு:– இல்லை.

ம:– கடிதாசு எழுதக் கற்றுக்கொடுத்திருக்கிறீர்கள் போலிருக்கிறதே!

பு:– ஏன் இந்த சந்தேகம்?

ம:– இதனால்தான்,

என்று சொல்லி ஒரு கடிதத்தை நீட்டினாள் மனைவி. "அப்பா ஊரில் இல்லை. அம்மா ஒன்பது மணிக்கு கோவிலுக்குப் போகிறாள். நான் ஒண்டியாக இருக்கிறேன். துணைக்கு ஒருவருமில்லை. தயவுசெய்து வரவேண்டும். கட்டாயம் வரவேண்டும்" என்று பென்ஸிலால் எழுதி இருந்தது. புருஷன் முகம் வெளுத்துவிட்டது. சமாளித்துக்கொள்ளப் பிரம்மப் பிரயத்தனம் செய்தான்.

ம:– கோயிலுக்கு இருட்டில் போகிறவன் பெண்ணையும் இழுத்துக் கொண்டு போகக்கூடாதா? துணைக்கு ட்யூஷன் வாத்தியார் இல்லாமல் சரிப்படவில்லையாக்கும்?

பு:– சீ, இடம் தெரியாமல் பேசாதே.

ம:– இடந்தான் தெரிந்து கிடக்கிறதே!

பு:– துணைக்குக் கூப்பிட்டால் என்ன தப்பு?

ம:– அதிலே ஒன்றும் தப்பில்லை. வாத்தியாரோடு போட்டோ எடுத்துக்கொள்கிறதும் தப்பில்லை.

பு:– வருஷா வருஷம் எல்லாக் குழந்தைகளும் வாத்தியாரோடு போட்டோ எடுத்துக்கொள்வது வழக்கம்தானே.

ம:– இந்தப் பதினெட்டு வயதுக்குழந்தையும் ட்யூஷன் வாத்தியார் தோள்மேல் கைபோட்டுக்கொண்டு போட்டோ எடுத்துக்கொள்கிறது வழக்கம்தான் போலிருக்கிறது.

வித்தியாசம்

பு:– சீ, சீ, அல்பமே பேசாதே. உன்னை யார் என் பெட்டியைத் திறக்கச் சொன்னா?

ம:– பெட்டியை வேறு திறக்க வேண்டுமா? மேஜைமேல்தான் 'ஆக்ஸ்போர்ட்' டிக்ஷனரியில் இருந்தது.

பு:– அது உன் கண்ணில் விழுந்ததே. உன் கண்ணில் தோஷம்தானே படும்.

ம:– வேறே என்ன இருக்கிறது அங்கே?

பு:– சீ வாயே மூடு

ம:– வாயே மூடிண்டுதான் இருக்கனும்.

பு:– என்ன மேலே மேலே பதில் பேசுகிறாய்?

உடனே மூர்க்கத்தனமாகப் பாய்ந்து கன்னத்தில் ஓங்கி ஒரு அறை விட்டான். கன்னத்தைப் பிடித்துக்கொண்டே அப்படியே துவண்டு கீழே விழுந்தாள் அவள்.

மேலே துண்டைப்போட்டுக்கொண்டு, செருப்பையும் மாட்டிக் கொண்டு அவன் வேகமாக வெளியே போனான்.

o o o

பெண் பூனை:– என்ன, கேட்டியா? மனிதன் மாதிரி இருக்க வேண்டுமென்று சொன்னாயே." கடாப் பூனை மௌனம் சாதித்தது.

"இவன் யார்"? என்று கேட்டுக்கொண்டே அங்கு இன்னொரு கடாப்பூனை வந்து சேர்ந்தது. நல்ல வளர்த்தி. முதல் கடாப் பூனைப் போல் ஒன்றரை மடங்கு பெரிதாக இருந்தது. கண் ரத்தம் கக்கிற்று.

"இவன் யார்"? என்று பெரிய கடாப்பூனை கேட்டது.

"இதுவா? போனவருஷம் வேறு காதலே கொண்டதில்லை என்று பொய் சொல்லிற்று என்று சொல்லவில்லை நான் – அதுதான் இது. வேலூர்ப்பூனை. என்னைத்தவிர வேறு ஒருத்தியிடமும் மனசைத் திருப்பமாட்டேன் என்று சபதம் பண்ணிற்றே, அந்த ஏகப்பத்தினி விரதர்", என்று ஏளனமாகச் சொல்லிவிட்டு, சிரித்துக்கொண்டே பெண்பூனை பெரிய பூனையுடன் ஓடிவிட்டது. போகும்போது "நானும் மனுஷன் மாதிரியேதான் செய்கிறேன்" என்று வேலூர்ப் பூனையைப் பார்த்துக் கத்திவிட்டுப் போயிற்று.

வேலூர்ப்பூனை, கொதிக்கிற பாலில் நாக்கை வைத்தாற்போல் அவமானத்தில் துடித்துக்கொண்டே திரும்பியது.

கிராம ஊழியன், ஆண்டுமலர் 1944

கமலியின் குழந்தை

கமலிக்கு ஒன்பதாவது மாதம். உட்கார ஒரு நாழி, எழுந்திருக்க ஒரு நாழி; நடந்தால் சிரமம், திரும்பினால் திணறல். இந்த ஸ்திதியில், மேல் மூச்சு வாங்க, கிணற்றிலிருந்து மூன்று வாளி தண்ணீர் இழுத்துத் தோண்டியில் கொட்டி விட்டாள். தோண்டியை எடுத்து இடுப்பில் தூக்கி வைத்த அவள் ஒரு க்ஷணம் ஆடிவிட்டாள்.

தாழ்வாரத்தில் தன் குழந்தைக்கு விசிறிக்கொண் டிருந்த மன்னி – கமலிக்குப் பெரிய மைத்துனன் மனைவி – இந்தச் சிரமத்தை உட்கார்ந்தபடியே வேடிக்கை பார்த்துக் கொண்டிருந்தாள்.

"இடுப்பிலே தூக்கிக்கொள்ள முடியாவிட்டால், கையைத் தொங்கவிட்டு எடுத்துக்கொண்டு போயேன்" என்று மன்னி சொல்லிக் கொடுத்தாள்.

கர்ப்பிணி இந்த யோசனையை ஏற்றுக்கொண்டு இடுப்பில் இருந்த குடத்தைக் கைக்கு மாற்றிக்கொண்டு உள்ளே போனாள். வெட்கத்தினால் முகத்தில் லேசாகப் புன்சிரிப்பு தவழ்ந்தது.

அந்தப் புன்னகைதான் விஷமமாக இருந்தது மன்னிக்கு. வாயைத் திறந்து ஏதேனும் 'சிரமமாயிருக்கு' என்று சொன்னால் அவளை அழ விடலாம், புண்ணில் கோலை விட்டு வேடிக்கை பார்க்கலாம் என்று அவள் நினைத்தாள். கமலிக்கு அதுகூட சொல்லத் தெரியாது.

கூடத்திலிருந்து குரல் கேட்டது. "திணறித் திணறி எதுக்காகத் தூக்கிக்கொண்டு வரணும்! சிரமமாயிருக்கு என்று சொன்னால் தலையா போய்விடும்! மக்கு" என்று கமலியின் கணவன் மெதுவாக மூன்றாம் பேர் காதில் விழாதபடி கடிந்துகொண்டான். சொல்லிவிட்டு ஆபீசிற்குப் போய்விட்டான். அவன் மெதுவாகப் பேசிவிட்டுப்

போனது எப்படியோ மன்னியின் காதில் விழுந்தது அவள் எரிச்சலைக் கிளப்பிவிட்டது.

"என்ன கரிசனமடாப்பா பெண்டாட்டியிடம்? ஏன், ஒரு குடம் தானே இழுத்துக்கொட்டி விட்டுப் போகிறது தானே!" என்று மனதிற்குள்ளேயே மைத்துனனுக்கு ஒரு சவுக்குக் கொடுத்தாள். இந்த ஆத்திரத்தில் வீசிறிக்கொண்டிருந்த கை நின்றுவிட்டது. சமயத்தை எதிர்பார்த்துக் கொண்டிருந்த இரண்டு மூன்று ஈக்கள் குழந்தையின் மீது உட்காரவே குழந்தை புரண்டு கொடுத்தது. மன்னி சட்டென்று விழித்துக்கொண்டு ஈக்களை ஓட்டினாள்.

மன்னிக்குக் கலியாணமாகிப் பத்து வருஷமாய் விட்டது. புருஷன் தாலூகாக் கச்சேரி சமுத்திரத்தில் ஒரு இருட்டு மூலையில் வேலை பார்த்துக்கொண்டிருந்தான். நாற்பது ரூபாய் சம்பளத்திற்கு நாற்பது நாழி ஆபீஸில் வேலை. ஆபீஸ் கட்டுக்களை வீட்டுக்குச் சுமந்து வந்து முடிக்க மீதி இருபது நாழி. புருஷன் கை நிறையத்தான் சம்பாதிக்க வில்லையென்றால், வீட்டிலும் ரொம்பப் பெருமைக்கு இடம் இல்லை. அடுத்தடுத்து ஐந்து குழந்தைகள் பிறந்தன. எத்தனை குழந்தைகள் பிறந்தால் என்ன, யாராவது வேண்டாமென்று சொல்லப் போகிறார்களா? ஆனால் எல்லாம் பெண்ணாகப் பிறந்துதான் மன்னிக்கும் உலகத்திற்கும் பிடிக்கவில்லை.

"இப்படித்தான் அஞ்சும் பொண்ணாப் பிறக்கணுமோ, அடுத்தானும் பிள்ளையாய்ப் பிறக்கணும்" என்று வீட்டுக்கு வருபவர்கள் அங்கலாய்த்தார்கள். அவளுக்குக் கோபம் கோபமாக வந்தது. மாமனாரை வைகிறதா? புருஷனை வைகிறதா, தன்னையே நொந்து கொள்ளுகிறதா என்று அவளுக்குப் புரியவில்லை. புக்ககத்துக்கு வந்து பத்து வருஷமாய்விட்டது. ஐந்து பெண் குழந்தைகள், ஒட்டின கன்னம், கட்டுவிட்டுப் போன உடல் – இவைகளைத் தவிர வேறு சுகத்தைக் கண்டதாக அவளுக்குத் தெரியவில்லை.

மைத்துனனுக்குப் போன சித்திரையில் கலியாணமாகி ஓர்ப்படி வீட்டுக்கு வந்தாள். பதினாறு வயதிருக்கும். குடும்பத்திற்குப் போதுமான அழகு இருந்தது. நல்ல அடக்கம். கோபம் பிறந்த ஊரிலேயே கமலி பிறக்கவில்லை. புன்சிரிப்பாலேயே எதையும் சமாளித்துக்கொண்டு போய்விடுவாள்.

மன்னிக்கு இப்பொழுதுதான் ஓய்வு கிடைத்தது. சமையல், காரியம், வீடு மெழுகுவது, எல்லாம் கமலி ஏற்றுக்கொண்டாள். உப்பு எவ்வளவு போட வேண்டும், புளி இவ்வளவு கரைக்கலாமா என்று கமலி கேட்ட சந்தேகங்களைத் தீர்த்துக்கொண்டிருந்தாள் மன்னி. மன்னியின் சாமர்த்தியங்களெல்லாம் வெளிக்காட்டச் சந்தர்ப்பம் கிடைத்தது. சிரித்துக்கொண்டே, அதிகாரமென்று காட்டிக்கொள்ளாமலே, தட்டிக் கொடுத்துக் கமலியை வேலை வாங்க ஆரம்பித்தாள் – பழைய குமாஸ்தா புது குமாஸ்தாவை வேலை வாங்குகிற மாதிரி. ஆனால் தாலூகா குமாஸ்தாவிற்கு உயர்வு கிடைக்கவில்லை; பிள்ளையும் பிறக்கவில்லை.

கமலிக்கு இப்பொழுது ஒன்பதாவது மாதம். அதற்காக மன்னி கோபப்படவில்லை. வருகிறவர்கள் சொன்னதுதான் ஆத்திர மூட்டியது.

"பெரியவர்களுக்குத்தான் அஞ்சும் பொண்ணாப் பிறந்திருக்கு. உனக்காவது பிள்ளையாய்ப் பிறக்கணும்" என்று கமலிக்கு அனுக்ரகம் செய்தார்கள் வந்த ஸ்திரீகள். மன்னிக்குப் பற்றி எரிந்தது. "பிள்ளை பிறக்கணும்னு மட்டும் சொல்லிவிட்டுப் போங்களேன். அவளுக்கு அஞ்சும் பொண்ணு, ஆறும் பொண்ணுன்னு என்னைச் சந்திக் கிழுப்பானேன்?" என்று வந்த வெறுப்பை மனதிற்குள்ளேயே கக்கிக் கொண்டாள்.

"கமலிக்குப் பிள்ளை தாண்டி பிறக்கும். உடம்பு அழகு கொடுக்கலியே. பொண்ணாயிருந்தா மினுமினுன்னுனா இருக்கும் உடம்பு. கமலி இப்படிச் சோகை கண்டு சீம்பிக் கிடக்கிறாளே. பிள்ளைதாண்டி, என்னடி சந்தேகம்?" என்று ஆராய்ச்சி முறையில் ஜோஸ்யம் சொன்னாள் மேல் வீட்டுப் பாட்டி.

ஸ்திரீ வர்க்கம்தான் இப்படிச் சொல்லிற்றென்றால் புருஷர் களானும் வெறுமனே இருக்கக் கூடாதோ?

"ஏய், உங்க அண்ணா தான் ஒண்ணும் பிரயோசனமில்லை. நீ யானும் பிள்ளையாய்ப் பெற்று வைடா!" – மைத்துனனின் நண்பர்கள் பேச்சு. இது உள்ளே இருந்த மன்னிக்கு ஏக்கமும் குரோதமும் பொங்கின. வேண்டுமென்றே எல்லோரும் கூடிப் பேசிக்கொண்டு சூழ்ச்சி செய்கிறாப்போல் அவளுக்குத் தோன்றிற்று.

இதெல்லாவற்றிற்கும் சிகரம் வைத்தாற்போல் அன்று காலை அந்த ஊமை ஜோஸியன் வந்து சேர்ந்தான். அடுத்த வீட்டுப் பொம்மனாட்டிகள் கையைக் காண்பித்தார்கள். கமலியின் கையைப் பார்த்துவிட்டு அவன் மீசையை முறுக்கிக் காட்டினான், பிள்ளை என்ற அர்த்தத்தில். மன்னி முகத்தில் ஈயாடவில்லை.

கமலியைப் பார்க்கப் பார்க்க அவளுக்குப் பொங்கிக்கொண்டு வந்தது. ஊர்ப்பேச்சும், ஊமை ஜோஸியமும் கமலிக்குப் பிள்ளை தான் பிறக்கும் என்று தீர்மானமாகச் சொல்லிவிட்டன. மன்னிக்கு கமலியி னால் தன்னுடைய கௌரவமே ஒழிந்துவிட்டதுபோல் இருந்தது.

அண்ணன் தம்பிகளும் ஆபீஸுக்குப் போய்விட்டார்கள். மன்னிக்குச் சமயம் வாய்த்தது. வாய் போனபடி கமலியை குடைய ஆரம்பித்து விட்டாள்.

"ஏ கமலி, தவலை நிறையத்தான் ஜலம் கொட்டினா என்ன? இரண்டு சொம்பு மொண்டால் ஆயிடறது. கூட இரண்டு தோண்டி கொட்டி விடுகிறது." என்று சொன்னாள். அது செய்து முடிந்ததும். "கமலி, செத்த இந்த ரவிக்கைக்கு சவுக்காரத்தைப் பூசி இரண்டு அடி அடித்து விடேன்" என்றாள். முற்றத்தில் அடிக்கும் வெய்யிலைக்கூடப் பாராமல் கமலி அதையும் முடித்துவிட்டு, துணியை விரித்துப் படுத்துக் கொண்டாள்.

"அதுக்குள்ளே என்ன படுக்கை? சாதத்திற்குத் தீர்த்தம் கொட்டி விட்டு, பத்துப் பாத்திரங்களையெல்லாம் கொல்லையிலே கொண்டு போடப் படாதோ! உலகத்துலே ஒருத்தரும் 'பிள்ளை யாண்டே' இருந்த தில்லையா என்ன? இதென்னமோ எனக்கு அதிசயமா இருக்கு! சற்றைக் கொடுதரம் சாய்ந்திருக்கிற இடமெல்லாம் படுத்துண்டு – ஐய!– என்ன வேண்டியிருக்கு?" என்று மன்னி ஆரம்பித்தாள்.

கமலிக்கு இப்பொழுதுதான் கண்ணில் நீர் தளும்பிற்று. ஆனால் அடக்கிக்கொண்டு விட்டாள்.

மத்தியானம் மூன்று மணி இருக்கும். டிபன் பண்ணுவதற்காக மன்னி வாழைக்காயை நறுக்கிவிட்டு எண்ணெய்ச் சட்டியை அடுப்பில் போட்டாள். அடுப்பு திகுதிகுவென்று எரிந்ததில், வெகு சீக்கிரத்தில் எண்ணெய் காய்ந்துவிட்டது. கடலை மாவு கரைத்து வைத்துக்கொள்ள வில்லை என்று இப்பொழுதுதான் மன்னிக்கு நினைவு வந்தது. 'பளிச்' சென்று இந்த யோசனையும் தோன்றிற்று

"கமலீ!" என்று கூப்பிட்டாள். அடுப்பை மொழுகிவிட்டு, படபடப்புத் தாங்காமல் இடைகட்டில் ஒருகளித்துப் படுத்திருந்தாள் கமலி. மன்னி கூப்பிட்டதும் மெதுவாகக் கையை ஊன்றி எழுந்து உள்ளே வந்து "ஏன் மன்னி, கூப்பிட்டேளா?" என்று கேட்டாள்.

"ஆமாம், செத்தே மச்சுமேல் ஏறி, கடலை மாவை எடுத்துத் தரயோ? முடியுமோ? இல்லாவிட்டால் நான் எடுத்துக்கொள்கிறேன்" என்று கெஞ்சுகிற பாவனையில் சொன்னாள் மன்னி.

"இல்லை, மன்னி! நான் எடுத்துத் தருகிறேன்" என்று கமலி ரேழிப் பக்கம் போய் ஏணியை எடுத்து வந்தாள்.

ஏணி ரொம்பக் குறுகல். படி தூர தூர இருந்தது. ஒரு படியின் மூங்கில் ஒடிந்து போய், கயிறு போட்டு ஒட்டுப் போட்டிருந்தது.

கமலி முதல் படி ஏறினாள். இரண்டாம் படியும் ஏறிவிட்டாள். மூன்றாம் படி ஏறுவதற்குள் மேல் மூச்சு வாங்கிற்று. சற்று ஆசுவாசப் படுத்திக்கொண்டு, நான்காவது படி ஏறினாள். வலி பொறுக்க முடிய வில்லை.

நின்றுகொண்டே மன்னியை கூப்பிடலாமா என்று யோசித்தாள். கூப்பிடுவதற்குத் தைரியமில்லை. திணறிக்கொண்டே நின்றுகொண் டிருந்தபோது, அண்ணா தாலுகா ஆபீசிலிருந்து திரும்பி வந்து, ரேழியைக் கடந்து உள்ளே வருவதைப் பார்த்தாள். அவர் உருவம் மறைந்ததும் கொல்லைப் பக்கத்திலிருந்து மன்னி வந்தாள், கமலியின் சிரமத்தைக் கண்டுகளிப்பதற்காக. அண்ணா வந்தது மன்னிக்குத் தெரியாது.

"இன்னும் எடுக்கலே?" என்று மன்னி கேட்டாள்.

"சிரமமாயிருக்கு, மன்னி" என்று தாழ்ந்த குரலில் சொன்னாள் கமலி. 'மன்னித்துவிடுங்களேன்' என்று முகம் கெஞ்சிற்று.

"சிரமமாயிருக்குன்னா இறங்கிவிடேன். முடியுமான்னு கேட்ட துக்கு, நான் எடுத்துத் தரேன்னு சொன்னியேன்னு பேசாமல் இருந்தேன்.

தி. ஜானகிராமன் சிறுகதைகள்

அப்பவே சிரமமாயிருக்குன்னு சொல்லப்படாதோ? அப்படிப் பயப்படறதுக்கு என்னடம்மா இருக்கு எங்கிட்ட, புலியா சிங்கமா?" என்று மன்னி புகைய ஆரம்பித்தாள்.

கமலிக்கு ஏன் சொன்னோம் என்று ஆய்விட்டது. மேலே ஏறவும் மன்னி விடமாட்டாள். கலவரத்தை மறைக்கப் புன் சிரிப்புச் சிரித்துக் கொண்டே இறங்க ஆரம்பித்தாள். படிகள் தூர தூர இருந்தன. குளத்தில் காலை விட்டு ஆழம் பார்ப்பதுபோல் பார்த்துத் தான் இறங்கவேண்டும். குடித்தனம் வந்தது முதல் அதில் ஏறி ஏறிப் பழக்கம் உண்டு அவளுக்கு. ஆனால் இப்பொழுது? வயிறு இடித்தது. ஆழம் பார்த்த வலது கால் படியைத் தாண்டிவிட்டது. அவ்வளவு தான். முறிந்துபோன முருங்கைக் கிளை மாதிரி திடீரென்று சரிந்து கீழே விழுந்தாள் கமலி.

மன்னி இப்படி முடியும் என்று எதிர்பார்க்கவே இல்லை. பயத்தில் அவள் முகம் வெளுத்துவிட்டது.

"என்னடீ அங்கே?" என்று கச்சத்தை அவிழ்த்துத் தட்டுச் சுற்றுக் கட்டிக்கொண்டிருந்த அண்ணா ஓடி வந்தார். மன்னிக்கு அவர் வந்ததே தெரியாதாகையால் திடீரென்று அங்கு அவரைக் கண்டதும் திகைத்துப் போய்விட்டாள்.

"ஏணிமேல் அவளை ஏதுக்காகடி ஏறச் சொல்றே! தரித்ரமே? அஞ்சு குழந்தையைச் சுமந்திருக்கியே, ஞானமில்லையே?" என்று கூச்சல் போட்டார் அண்ணா. தம்பி வந்தால் என்ன சொல்லுவான்? யாருக்கு எப்படிப் பதில் சொல்லுவது? அவமானமும் பழியும் பெரிதாக வந்துவிடும் போலிருக்கிறதே என்று அவர் உடம்பு பதறிற்று. உடனே கசகசவென்று நனைந்திருந்த பனியனைக் கூட கழட்டாமல் டாக்டரைக் கூப்பிடு வதற்காக ஓடினார்.

மன்னியும் ஓடிப்போய் ஜலத்தைக் கொண்டுவந்து, முகத்தில் தெளித்தாள். கமலியின் தலையை மடியில் வைத்துக்கொண்டு விசிறி விட்டு வயிற்றை மெதுவாகத் தடவினாள். உள்ளே இருந்த ஜீவன் துடி துடியென்று துடித்துக்கொண்டே அரைச் சாண் உலகத்தில் சுழன்று கொண்டிருந்தது.

கமலி மெதுவாகக் கண்ணைத் திறந்தாள். ஆனால் பேச முடிய வில்லை. மன்னியின் குற்றம் செய்த கண்கள் கெஞ்சின. சற்றுக் கழித்து– இடுப்பைப் பிடித்துக்கொண்டே, "மன்னி ஏணியிலே ஏறினேன்னு ஒருத்தரிடமும் சொல்லாதேங்கோ, மன்னி" என்று கமலி கெஞ்சினாள். அப்பொழுதுதான் மன்னியின் – ஐந்து குழந்தைகளைப் பெற்றவளின்– கண்ணில் கரகரவென்று நீர் பெருக்கெடுத்தது.

பிறந்தகம் போனதும் வரப் போகிற இடுப்பு வலி இப்பொழுதே கண்டு விட்டது. வர வர அதிகமாகியும் விட்டது. டாக்டரும் அண்ணா வும் சற்று நேரத்தில் வந்து சேர்ந்தார்கள்.

காமிரா உள்ளே ஒழித்து படுக்கையைப் போட்டுக் கமலியை அழைத்துப் போனாள் மன்னி. மருத்துவச்சியும் கொஞ்ச நேரத்தில் வந்தாள்.

இரவு ஏழு மணி, அண்ணா கவலையில் இங்கும் அங்கும் இருப்புக் கொள்ளாமல் அலைந்துகொண்டிருந்தார். கோளாறு ஒன்றும் ஆகாமல் இருக்க வேண்டுமே என்று காமாகூஷி கோயில் வாசல் திண்ணையில் இருக்கும் பெரிய பிள்ளையாருக்கு அபிஷேகத்திற்கு வேண்டிக் கொண்டார். தம்பி இன்னும் ஆபீஸிலிருந்து வரவில்லை. இரவு ஒன்பது மணிக்குத்தான் வருவான். அவனிடம் என்ன சொல்லுவது என்று வேறு அவருக்குக் கவலை.

மன்னி மருந்து அரைத்துக்கொண்டும், வெந்நீர் போட்டுக் கொண்டும், வெளியே இருந்தபடியே மருத்துவச்சிக்கும் கமலிக்கும் சிசுருஷை செய்துகொண்டிருந்தாள். அவளுடைய தாய் மனம் கோட்டை கட்டிக்கொண்டிருந்தது. தனக்குப் பிள்ளை பிறந்தால் 'ராகவா' என்று கூப்பிடவேண்டும் என்று உத்தேசித்திருந்த பெயரையே கமலியின் பிள்ளைக்கு வைத்துவிடுவது என்று தீர்மானித்துவிட்டாள். வேதனை தாளாமல் கமலி முனகும் சப்தம் உள்ளே இருந்து வந்தது.

ஏழரை மணி இருக்கும். மருத்துவச்சி 'அம்மா அம்மா' என்று கூப்பிட்டாள். அவசரம் அவசரமாக மன்னி ஓடினாள். மூச்சைப் பிடித்துக்கொண்டே "என்ன?" என்று கேட்டாள்.

"பிரசவம் ஆயிடுத்தம்மா."

"என்ன?"

"பெண் குழந்தை!"

"பெண்ணா?"

"ஆமாம்."

மன்னி அப்படியே சமைந்துவிட்டாள். இப்பொழுதும் அவள் முகத்தில் ஈயாடவில்லை. குரலில் சுரத்து இல்லை. சம்பிரதாயமாக "தாயார்க்காரி எப்படி இருக்கிறாள்?" என்று கேட்டாள்.

"அதெல்லாம் ஒன்றும் பயமில்லை, போம்மா!"

ஊர்ப் பேச்சையும் ஊமை ஜோஸியத்தையும் வைதுகொண்டே மன்னி உள்ளே போய்ச் சர்க்கரையை எடுத்து வந்து வாசல் திண்ணை யில் இருந்த அண்ணாவிடம் 'இந்தாங்கோ! என்று நீட்டினாள்.

ஆனந்த விகடன், ஜூலை 1944

மணச் சட்டை

குன்றின் அடிவாரத்தில் சைன்யம் சூழ நின்ற சுல்தான் எல்லையில்லாத பூரிப்படைந்தான். குன்றின் மேல் கோட்டை. கோட்டைக்கு நடுவில் ஓங்கி நின்ற மூன்று மாடி அரண்மனை. அதன் திறந்த மூன்றாம் மாடியில் கைப்பிடிச் சுவரோரமாக இரு கைகளையும் உயரத் தூக்கி நின்றாள் கனோராவின் அரசி. அந்தச் சரணாகதியை ஏற்றுக்கொண்டு "நில்" என்று மலைவெளி அதிர, ஒரு சத்தம் போட்டான் சுல்தான்.

"ராணியை வென்றுவிட்டேன்" என்று மறுபடியும் கோஷமிட்டான் அவன். வியூகம் கலைந்த சைன்யம் ஜயகோஷம் செய்துவிட்டு அடங்கியது.

கான் திரும்பவும் மேலே பார்த்தபோது, மொட்டை மாடி மொட்டையாக இருந்தது. அங்கே கனோராவின் வீரசக்தியைக் காணவில்லை. உடனே மெய்க்காப்பாளர் களையும் தளபதியையும், மட்டும் அழைத்துக்கொண்டு குன்றின்மீது ஏறினான் அவன்.

கோட்டைக்குள்ளிருந்த மாளிகைக்கு வந்தார்கள். இவர்கள் உள்ளே நுழைவதற்கும் உள்ளேயிருந்து ஒரு தூதன் வருவதற்கும் சரியாக இருந்தது

"கான், ராணி தங்கள் கட்டளைக்காகக் காத்திருக் கிறாள். தங்கள் ஆக்ஞையைக் கேட்டு வரத்தான் அனுப்பப் பட்டிருக்கிறேன்" என்று சொல்லி ஆசனத்தைக் காண்பித்தான் தூதன்.

ஆனால் கான் உட்காரவில்லை. நின்றுகொண்டே சொன்னான்: "ராணியின் இருதயம் அதிரும்படியாக நான் ஒன்றும் சொல்லப் போவதில்லை. இதை மட்டும் போய் அவர்களிடம் தெரிவி: ஐந்து கோட்டைகளைப் பிடுங்கி, தங்களை ஓடஓட வெருட்டியதற்காக மிகவும் வருந்துகிறேன். இந்தக் கோட்டையைப் பிடித்ததற்காகவும் வருந்துகிறேன்.

தாங்கள் சரணாகதி அடைந்தது வாஸ்தவம். ஆனால் நான் அதை ஏற்கவில்லை. அதற்குப் பதிலாக நான் சரணடைகிறேன். இனிமேல் நான் சுல்தான் அல்ல. என் இருதயக் கோட்டையை வென்று வீற்றிருக்கும் தாங்களே சுல்தானா. இந்தக் கனோராவிற்கு மட்டும் அல்ல; பூபாலுக்கும், தங்கள் நினைவின் ஊக்கத்தால் நான் இனி வெல்லப் போகும் அரசு களுக்கும் தாங்களே அதிபதி. என் வெற்றிகள் யாவும் தங்கள் வெற்றி."

"இப்படியே சொல்ல வேண்டுமென்று கானின் கட்டளையா?"

"ஆமாம். ஓர் எழுத்துக்கூட விடாமல் சொல்ல வேண்டும்."

தூதனுக்கு உதறல் எடுத்தது. இதைப் போய்த் தேவியிடம் எப்படிச் சொல்வது என்று புரியவில்லை. மெள்ள நகர்ந்தான்.

மேல் மெத்தையில் நின்று, கிடுகிடு பாதாளத்தில் சலக்சலக்கென்று பாறைமீது மோதிச் சென்ற நர்மதையின் அலைகளைப் பார்த்துக் கொண்டிருந்தாள் ராணி. நதிக்குச் சுவர் எடுத்தாற்போல் செங்குத்தாக இருந்தது குன்று. ராஜ்ய காரியத்தை முடித்துவிட்டு அங்கு வந்து, அத்தனை உயரத்தில், குளுகுளுக்கும் காற்றில், மகாராணி நிம்மதியை அடைவது வழக்கம்.

இன்று அவள் நிலை நேர்மாறாக இருந்தது. காலடியில் சத்துரு வந்து நிற்கிறான். கனோராவின் கண்ணான ஐந்து கோட்டைகளும் போய்விட்டன. ஆனமட்டும் அவளும் முயன்று பார்த்தாள். கடைசி வரை போராடியதெல்லாம் பயனற்றுவிட்டன. இப்போது ஐந்தும்போய், இந்த விச்ராந்திக் கிருஹமும் விழப்போகிறது. சரணடைந்தாகிவிட்டது. இந்த அவமானத்தை எப்படிப் போக்குவது? செயலற்றுப் போய், அவள் குழம்பிக்கொண்டிருந்தாள். தூதன் வந்துவிட்டான்.

"தேவி, கான் கீழே மண்டபத்தில் இருக்கிறான். கூட மெய்க்காப்பாளர்கள் இருக்கிறார்கள்."

"மண்டபத்தில் இருக்கிறானா? எப்பொழுது வந்தான்? சைன்யம்?"

"சைன்யம் கீழே இருக்கிறது, குன்றின் அடியில்."

"என்ன சொன்னான்?"

"சொல்லக் கூடாதவற்றைச் சொல்லியிருக்கிறான். இந்த வார்த்தை களைச் சொல்ல விதி என்னைத்தானா பொறுக்க வேண்டும்?"

"பாதகம் இல்லை, சொல்லு."

"தங்கள் சரணாகதியை அவன் ஏற்கவில்லையாம். அவன்தான் தங்களிடம் சரணடைகிறானாம். கனோ, பூபால், அவன் வெற்றிகள் – யாவற்றையும் தங்கள் சரணத்தில் சமர்ப்பிக்கிறானாம். அவன் இருதயம் –"

"சரி சரி, அலாவுதீன் சமாசாரம்போலத் தானே?"

"ஆமாம்."

"ஹூம், அரணைப் பிடிப்பதற்கு முன்னால் அந்தப்புரத்திற்கு ஆள் பிடிக்கத் தொடங்கிவிடுகிறார்கள் இவர்கள். ஆனால் அதுவரையில் யார்

காத்திருக்கப் போகிறார்கள்? நர்மதை இத்தனை நாளாகக் கோட்டையைக் காப்பாற்றிவிட்டாள். என்னைக் காக்க மாட்டாளா என்ன?"

சற்று நேரம் கண்ணை மூடித் தன் குலதெய்வத்தைப் பிரார்த்தித்தாள். மேற்கே தகதகவென்று தங்க வட்டம் கொஞ்சம் கொஞ்சமாகக் கீழே நழுவிக்கொண்டிருந்தது. அவளுக்குக் கண் கூசாமல் பார்க்க முடிந்தது. அந்த ஜோதிஸுக்கும் வணக்கத்தைச் செலுத்தினாள். உடனே தலைப்பை இழுத்துச் செருகி, கட்டைச் சுவரிடையே, அலங்காரமாகப் பூவும் செடியுமாகக் கட்டப்பட்டிருந்த கற்களினிடையே கால் வைத்து ஏறினாள்.

"தேவி!" தூதன் பதறினான். கூட இருந்தவர்கள் மூச்சடைத்து நின்றார்கள். தலை சுழலும் பள்ளத்தில் ஒடுகிறது நர்மதை. தேவி அதில் விழ – அவர்களுக்கு அந்தப் பயங்கரக் கற்பனையையே செய்து பார்க்க முடியவில்லை. பதறினார்கள்.

"நில்" என்று மாடிப்படியில் எதிரொலித்தது. தூக்கி வாரிப் போட்டு நின்றார்கள் எல்லோரும். ராணி திரும்பிப் பார்த்தாள்.

"யார் நீ?"

"கான் எங்கள் இருவரையும் காவலுக்கு அனுப்பியிருக்கிறார்."

"மரணத்திலும் பாவி குறுக்கிட்டுவிட்டானே" என்று துக்கப் பட்டாள் தேவி.

"காவல் எதற்காக? நான்தான் கானுடைய உத்தரவுக்குக் காத்திருக்கிறேனே. எங்கே அவர்?"

"கீழே இருக்கிறார்."

"நான் பார்க்கலாமா?"

"சித்தம்."

"சரி, முன்னால் போ."

"பின்னாலேயே வருகிறோம்."

"பேடிகள்!"

முதலில் இறங்கினாள் அவள்.

அப்போது கான் நிலைக்கண்ணாடியின் முன் நின்று தன் அழகிலேயே சொக்கிப் போயிருந்தான். பொன் வடியும் உடல். கருகருவென்று கன்னத்தையொட்டிச் சுருண்டிருந்த தாடி. தலைப்பாகை. போர்ப் புழுதி படிந்திருந்த சட்டை. பளிச்சிட்ட உடைவாள். சற்று மார்பை முன் தள்ளி, "இப்படி யார் கிடைக்கப் போகிறார்கள் உனக்கு?" என்று கான் ராஜ பார்வையை மேலே உயர்த்தினான். அங்கே கனோராவின் திரிலோக சுந்தரிக்குப் பதிலாக, மேல் மாடியின் ஓடுதான் தெரிந்தது.

"ஆகா! ஆகா!"

கான் திரும்பிப் பார்த்தான். 'அவனை ஆட்கொண்ட வனப்பு வடிவம் அங்கு நின்று புன்முறுவல் பூத்துக்கொண்டு இருந்தது.

மணச் சட்டை

"ஆகா, என்ன சௌந்தரியம்!" என்று மீண்டும் ஆகாகாரம் செய்தாள் தேவி.

"நானா அழகாக இருக்கிறேன்?"

"உங்களுக்குத் தெரியவில்லையா? கண்ணாடியில் பார்க்கிறீர்களே! இந்தப் பிரபஞ்சத்தில் இவ்வளவு சுந்தர புருஷனை எங்கே பார்த்திருக்கிறீர்கள்?"

"நான் உனக்குச் சொல்ல வேண்டியதை, நீ சொல்லுகிறாய் எனக்கு?"

"கான், தங்கள் பத்தினி மகா அதிர்ஷ்டசாலியாக இருக்க வேண்டும்."

"யார்?"

"பூபாலில் தாங்கள் வெற்றியுடன் திரும்புவதைக் காணக் காத்திருப்பவள்."

"எனக்குப் பத்தினி இல்லையே. நான் மறுபடியும் பிரம்மசாரி ஆகிவிட்டேன்."

"அப்படியென்றால்?"

"போபாலின் ராணி நீதான். வெறுமே, பட்டமஹிஷி என்று பெயருக்கு மட்டுமல்ல. ராஜ்யத்தின் சர்வ அதிகாரமும் உன் கைக்கு வந்துவிட்டது."

"கான், அப்படிச் சொல்லக்கூடாது. தங்கள் பத்தினிக்கு இதைவிடக் கொடுமையான, குரூரமான அநியாயம் இழைக்க முடியாது. பேசாமல் இருங்கள். தங்கள் வெற்றியைக் கண்டு பெருமிதம் அடைகிறவள் அவள் ஒருத்திதானே? நான் உங்கள் சத்துரு. நானா கர்வப்படப் போகிறேன்?"

"எனக்குப் பத்தினி இல்லை என்று சொல்லிவிட்டேனே. இனிமேல் நீதான் சுல்தானா. நீ என் சத்துரு அல்ல. என் எஜமானி. நீ என்னையே வென்றுவிட்டாய். என் அற்ப வெள்ளிகளைக் கண்டு பெருமிதம் அடைய அவ்வளவு சிறியவளல்ல நீ. உன் ராஜ்யத்தை மேன்மேலும் பெருக்கி, உன்னிடம் சமர்ப்பித்து, உன் ஆக்ஞைகளுக்குக் காத்திருப்பது இந்த அடிமையின் கடமை."

"கான், பிதற்ற ஆரம்பித்துவிட்டீர்களே."

"உன்னைக் கண்டால், நாக்கு உளறாமல் என்ன செய்யும்?"

"அப்படியானால் இவ்வளவு வாக்குறுதியும் அர்ப்பணமும் நாக்குளறல்தாமோ?"

"தேவி, சமத்காரமாகப் பேசுகிறாய். நான் எப்படிச் சொல்லுவது? ஹிந்துஸ்தானம் முழுவதையும் வென்று உன் காலில் கிடத்துகிறேன். நீ சர்வாதிகாரியாக இரு. என் அந்தப்புரம் முழுவதையும் உன் அடிமை யாக்கிவிடுகிறேன்."

"பெரிய அந்தப்புரந்தானோ!" என்று விஷமச் சிரிப்புச் சிரித்தாள் அவள்.

கான் வெட்கிப் போனான்.

"அப்படியானால் நான்தான் சர்வாதிகாரி என்று சொல்லுங்கள்."

"ஆமாம்."

"நானே சுல்தானா!"

"ஆமாம்."

"நான்தான் அந்தப்புரத்து எஜமானி!"

"ஆமாம்."

"நாணயத்தில்கூட என் உருவத்தைத்தான் போடுவீர்களோ?"

"ஆமாம்."

"நல்ல 'ஆமாம்' இது."

"பின் நான் என்ன சொல்வது?" என்று லேசாகச் சிரித்தான் கான்.

"கான், என்னை மன்னிக்க வேண்டும். தங்கள் சுபாவம் தெரியாமல் பேசிவிட்டேன். குழந்தைபோன்ற, துல்லியமான, கபடற்ற, வெள்ளை இருதயம் தங்களுக்கு. ஆனால் செயலோ பிரமிக்க அடிக்கிறது. புகை புகாத கனோராக் கோட்டைக்குள் புகுந்து என்னை இந்த மூலையில் தள்ளி நெருக்கிவிட்டீர்களே. தங்கள் சுத்த வீரத்தையும், காம்பீர்யத்தையும், வீர்யஸ்ரீயையும் கண்டு எந்த ஸ்த்ரீதான் மனத்தை இழக்க மாட்டாள்? ஆனால் யாருக்கும் கிட்டாமல், எனக்கு நீங்கள் கிடைத்திருக்கிறீர்கள்! மகாவீரரான தங்களை நான் வந்து வரிக்க வேண்டியிருக்க, தாங்கள் வந்து என்னை வரிக்குமாறு நான் செய்ததே பெரிய குற்றம். மன்னிக்க வேண்டும். இப்போதே திருமணத்திற்கு ஏற்பாடு செய்யுங்கள். இன்று பௌர்ணமி. மேல்தளத்தில் நம்முடைய ஏகாந்தத்தின்மீது நிலவு பொழிந்து பரவசப்படுத்தப் போகிறது.

"தேவி, என்ன இனிமை, என்ன இனிமை! இன்னும் கொஞ்சம் பேசு. நான் கேட்கிறேன்" என்ற கான் கண்ணை மூடினான்.

"காரியம் தலைக்கு மேல் கிடக்கிறது. பேசிக்கொண்டிருந்தால் நடக்காது. எனக்கு அலங்காரம் செய்துகொள்ள ஐந்தாறு நாழிகையாகும். தங்கள் திவ்ய சுந்தர விக்கிரகத்தை மணக்கோலத்தில் காண வேண்டும். போய் ஆடைகளை அனுப்புகிறேன்" என்று சொல்லி ராணி உள்ளே விரைந்தாள்.

அவள் அனுப்பிய ஆடைகளைக் கையில் எடுத்தான் கான். ஆடையிலிருந்து லேசாக மணம் வீசியது. முகத்தில் புதைத்து மோந்து பார்த்தான் அவன். "என்ன திவ்ய கந்தம்! ஆகா, ராணி மகா ரஸிகை!" என்று கண்ணை மூடி மூடிப் பரவசமானான். அணிந்துகொள்றுமாறு பக்கத்தில் இருந்தவர்கள் அவனுக்கு ஞாபகப்படுத்த வேண்டியிருந்தது.

o o o

சந்திரோதயமாகி ஒரு நாழிகைக்கு மேலாகிவிட்டது. மேல் தளத்தில் நிலவின் ஒளியில், கானும் தேவியும் தனித்திருந்தனர். பக்கத்தில் பக்கத்தில்

மலர்ப் படுக்கையில் அமர்ந்து, ஏகாந்தத்தில் கனியும் ஆழ்ந்த, பாதி ரகஸ்யக் குரலில் ஒருவரையொருவர் புகழ்ந்துகொண்டிருந்தார்கள்.

"கான், எவ்வளவோ புண்ணியம் பண்ணியிருக்கிறேன் நான். ஷாஹேன் ஷாவாக வரப்போகும் கானா அற்பமான கனோராவின் குடிசையில் இருக்கிறார்! ஷாஹேன் ஷாவா என்னுடன், என் பக்கத்தில் உட்கார்ந்திருக்கிறார்! ஆகா! எனக்கு நம்பவே முடியவில்லையே!"

"ஷாஹேன் ஷா ஆவதா பெரிது? தன் சிருஷ்டித் திறன் முழுவதையும் உனக்காகச் செலவிட்டுவிட்டான் அல்லா. இத்தனை சக்கரவர்த்திகளைக் கடந்து, என்னிடம் வந்திருக்கிறதே, ஆண்டவனின் அந்த எழிற்கனவு! என்னை இவ்வளவு பாக்கியசாலியாக ஆக்கிய அவனுக்கு என்னிடம் ஏதோ விசேஷ அன்பு இருக்க வேண்டும். நிலவு, புஷ்பம், உதய வானம் – எல்லாவற்றையும் கலந்து உன்னை நிர்மித்திருக்கிறான் அவன். விச்வத்தின் அழகே உன் உருவில் வடிந்திருக்கிறது."

"கான் என்னைப் புகழ்வது இருக்கட்டும். இரவைப் பாருங்கள்; நிலவைப் பாருங்கள்; சுற்றிலுமுள்ள மலைகளைப் பாருங்கள்; கனோராவின் வம்சத்திற்கு எவ்வளவு ராஸிக்யம் பார்த்தீர்களா? மாளிகையை எவ்வளவு அழகான இடத்தில் நிறுவியிருக்கிறது!"

"அதையெல்லாம் ஏன் பார்க்க வேண்டும்? நிலவு, புஷ்பம், மலையின் காம்பீர்யம் – எல்லாவற்றையும் உன்னிடத்தில் காண்கிறேன். ஆடையில் வீசும் இந்தத் தெய்வீக கந்தம் உயிரையே கொண்டு போகிறதே! ஆகா, உன் கையால் கொஞ்சம் விசிறேன்."

"இன்னுமா காற்று வேண்டும்? ஏற்கனவே காற்று, சில்லிட்டில்லை?"

"உன் கையின் காற்று வேண்டும்"

"தலைப்பால் விசிறுகிறேன்."

"விசிறியைக் கொண்டுவா. இது போதவில்லை. புழுக்கம் அதிகமாக இருக்கிறது."

"எனக்குக் குளிர்கிறது; புழுக்கம் தாங்கவில்லை என்கிறீர்களே!"

"உண்மையைச் சொல்லுகிறேன். உடம்பு எரிகிறது. ஜுரம் மாதிரி இருக்கிறது. தொட்டுப் பார்."

"சொன்னால் நம்பமாட்டேனா? தொட்டுத்தானா தெரிய வேண்டும்?"

"போய் விசிறியைக் கொண்டு வா. நெஞ்சு, கண், எல்லாம் பற்றி எரிகின்றன. தண்ணீரும் கொண்டு வா. நல்ல குளிர்ந்த ஜலமாக இருக்கட்டும்."

"ஷாஹேன்ஷா!"

"போயேன்."

"லோகாதிபதி!"

"அப்புறம் அழைக்கலாம். போயேன். தண்ணீர் கொண்டுவா. நாக்கு ஒட்டிக்கொள்கிறது. போயேன், போ. போ" என்று சட்டையைக் கழற்றத்

தொடங்கினான் கான். கழற்றும் வரையில் சூடுபொறுக்க முடியவில்லை. கிழித்தான்.

"கான், என்னிடம் நீங்கள் யாசகம் செய்யலாமா?"

"போயேன், நான் அடிமை, போ, தண்ணீர் கொண்டுவா."

"அடிமைக்கு– அதுவும் இந்த மாதிரி அடிமைக்கு நாங்கள் தண்ணீர் கொடுக்கும் வழக்கம் இல்லை, கொடுக்கவும் கூடாது" என்று எழுந்து ராணி, கோரமாகச் சிரித்தாள்.

"நாக்கு இப்படி உலர்ந்து போகிறதே. என்ன காரணம்? மரணதாக மாக இருக்கிறதே!"

"மரணதாகந்தான்!"

"ஹா!"

"அதேதான், கான், உன் உடம்பில் ஒவ்வோர் அணுவிலும், மயிர்க் காலிலும் மரணம் புகுந்துவிட்டது. நீ போட்டிருக்கும் சட்டை, கால் சட்டை, எல்லாம் விஷத்தில், காளகூட விஷத்தில் தோய்க்கப்பட்டிருப் பவை. அந்தத் தெய்வீக கந்தமும் அதுதான்."

"என்ன!"

"எனவா? மிருகமே, இந்த ஸ்திரீசபலம் என்று உங்களை விட்டுப் போகப் போகிறதோ! உன் சபலத்தைத் தெரிவித்தாய். நான் தப்பப் பார்த்தேன். முடியவில்லை. உன் சேவகன் குறுக்கிட்டான். உன் கட்டளைக்கு கட்டுப்பட வேண்டி வந்துவிட்டது. இப்போது என் நெஞ்சு ஆறிவிட்டது. மிகவும் அழகாக, நிலவொளியில், மலர் மஞ்சத்தில், திவ்யகந்தத்துடன் உன்னைப் பழி வாங்கிவிட்டேன். உன்னை வாயாரப் புகழ்ந்து, மரண வலையில் வீழ்த்திவிட்டேன். ஆனால் அந்தப் புகழ்ச்சிக்கு, அந்தப் பொய்ப் புகழ்ச்சிக்குக்கூட என் மனம் இடங்கொடுக்க மறுக்கிறது. பொய்யோ, மெய்யோ, புகழ்ந்துவிட்டேன், நாயகனைப் புகழ்கிற மாதிரி. இந்த நர்மதை என்னைப் பரிசுத்தப்படுத்தி விடுவாள். கட்டாயம் என்னை ஏற்றுக்கொள்வாள். அப்பொழுது காவல் போட்டாய். இப்போது யார் என்னைத் தடுக்க? கடவுளை நினைத்துக்கொள். இன்னும் நாலைந்து நிமிஷம் உன் உயிர் இருந்தால் அதிகம்."

கானுக்கு கிறுகிறுத்தது. காது அடைத்துவிட்டது. அவள் பேசியது எங்கோ தொலைவில் இருந்து பேசுவதுபோல் கேட்டது.

சுவர்மீது ஏறினாள் அவள்.

"ஹாம் ஹாம்" என்று திகிலுற்றுச் சத்தம் போட முயன்றான் அவன். ஆனால் வாயில் ஓசை கிளம்பவில்லை. அவனால் எழுந்திருக்கவும் இயலவில்லை.

சுவர்மீது ஏறி ராணி குதித்தாள்.

சுல்தானின் தலையும் தொங்கிவிட்டது.

கலைமகள், செப்டம்பர் 1945

பணக்காரன்

தண்டு மூன்று மோட்டார்கள் வாங்கிவிட்டான். சின்ன 'சைஸு'க்கு ஒரு பேபி ஆஸ்டின், பெரிதாக ஒரு பி. 8 போர்ட் மோட்டார். உபயோகத்துக்கு ஒரு பழைய செவர்லட்.

எந்தக் காரில் போனாலும் தனியாகப் போவது கிடையாது. வண்டி பிதுங்கப் பிதுங்க ஏழெட்டு நண்பர்கள் உட்கார்ந்திருப்பார்கள். சில நாளைக்கு ஒரு மோட்டார் பற்றாமல், பழைய செவர்லட்டிலும் நாலைந்து நண்பர்களை ஏறிக் கொள்ளச் சொல்லுவான். பத்தில் எட்டில் மூன்று கார்களும் தண்டு கோஷ்டியாரை ஏற்றிக்கொண்டு ஒன்றன் பின் ஒன்றாகப் போய் ஆர்யபவன் வாசலில் வந்து நிற்கும். சகாக்களுக்கும் 'டிபன்' – தண்டுவின் செலவில். பத்து கிளாஸ் பாதம்கீர் குடிப்பவனுக்கு ஐந்து ரூபாய் என்று போட்டி வைப்பான் தண்டு. பந்தயத்தில் குறைந்த பக்ஷம் நாலு பேராவது கெலித்துவிடுவார்கள். அதற்காக அல்பத்தனமாக ஐந்து ரூபாயைப் பிரித்துக் கொடுத்துவிட மாட்டான் தண்டு.

"டேய், இது பள்ளிக்கூடத்து வியாசப் போட்டி யில்லை. பத்திரிகைப் 'பஸல்' இல்லை. பரிசை 'பிராக்கட்' செய்து கொடுக்க. இந்த நாலு பேருக்கும், அஞ்சு, பத்து, பதினஞ்சு, இருபது – சரிதானா.

"சபாஷ்!"

"வாஹ்!"

"காபிடல்!"

கடைசி மூன்று வார்த்தைகளும் நண்பர்களின் ஆமோதம்.

சரி, செலவு என்ன ஆயிற்று தண்டு வீட்டைவிட்டு கிளம்பியது முதல்? பதினெட்டு பேருக்கும் டிபன் முப்பத்து ஆறு ரூபாய். பீடா, புகையிலை, சிகரெட், குண்டு

கிருஷ்ணமாச் சாரிக்குப் பட்டணம் பொடி – இதெல்லாம் மூன்று ரூபாய். பிறகு 'கடப்பா எக்ஸ்பிரஸ்' ஸ்டண்ட் படம் பார்த்ததற்கு டிக்கட், கிரஷ் உட்பட நாற்பது ரூபாய். ஆக, சினிமா பாதி முடிவதற்குள் எண்பது ரூபாய் தீர்ந்துவிட்டது.

o o o

விருத்தாந்தத்தை முடித்து "ரொம்ப குஷிப் பேர்வழியில்லையா தண்டு! இப்படி யாருக்கு மனசு வரும்?" என்று தண்டு கோஷ்டியின் முக்கிய நபரான நன்னாச்சு கேட்டான் என்னை.

"அவனுக்கு ஏது இவ்வளவு பணம்?" என்று கேட்டேன். தண்டு மூன்று மாசத்திற்கு முன் எங்களைப்போல் இருந்தவன்தான்.

"ஏதோ? அப்படிக்கேளு. நீ பி.ஏ. பாஸ் பண்ணிவிட்டு வேலைக்கு மனு போட்டிண்டிருக்கே. நான் நூறு காபி மனு 'டைப்'பே அடிச்சு வச்சிண்டிருக்கேன். இன்னும் நமக்குப் பதில் வந்தபாடில்லை. அதிர்ஷ்டம் வேண்டாமா? அது தண்டுக்குத் தான். செகண்ட் பாரம் குண்டு அடிச்சுப்பிட்டு பன்னிரண்டு வருஷமாத் தண்டச்சோறு தின்னுண்டு திரிஞ்சிண்டிருந்தான் தண்டு. திடீர்னு மதுரையில் யாரோ அவனுக்குத் தூரத்து உறவாம். செத்துப் போனாளாம். தூங்கிண்டிருந்தவனை எழுப்பிண்டு போய், ரயிலில் ஏற்றி 'நீதோண்டாப்பா' வார்சு என்று ஒண்ணரை லக்ஷம் ரொக்கமாகக் கொடுத்தார்கள். இப்ப பய மன்னன் மாதிரி ஆள்றான். மூணுகார். பொண்டாட்டி உடம்புலே பதினாயிரத்துக்கு நகை. பசுபதி உடையார் ராஜாங்கம்னு ஒரு தாசி வச்சிண்டிருந்தார். ரகுநாதய்யர் செல்லமணின்னு ஒரு தாசியை வச்சிண்டிருந்தார். இந்த ரண்டு பேரையும் வசப்படுத்திவிட்டான் தண்டு. இவன் கார்வாரைப் பார்த்து, எத்தனை தேவடியாள் 'குட் வில்'லை இவங்கிட்ட மாத்திக்கத் துடிச்சிண்டிருக்கா தெரியுமோ?"

"நீயும் அதிர்ஷ்டக்காரன்தான். தண்டு உனக்கு ரொம்ப 'சம்'மாமே?"

"சம்மா? இரண்டு பேரும் ஒரே 'லைப்'னுதான்னு வச்சுக்கோயேன். நீ ஏன் வரமாட்டேங்கறே அங்கே?"

"எங்கே?"

"தண்டுவாத்துக்கு."

"எனக்கு அவனைத் தெரியாதே?"

"உன்னோடு படிக்கலை அவன்?"

"மூணாம் கிளாஸ் வரையில் என்னோடு படிச்சான். அப்புறம் வேறே வேறே செக்ஷூன்லே போட்டுட்டா. அதோட விட்டுப்போச்சு."

"பரவாயில்லை. என்னோட வாயேன். மறுபடியும் ஞாபகப்படுத்தி வைக்கிறேன்."

"அங்கே என்ன வேலை எனக்கு?"

"சும்மா குஷியாய் இருக்கறது."

பணக்காரன்

"ஆமாம்."

"அதான். சுத்தக் கிணத்துத் தவளைகள் நீங்கள்? என்ன சங்கோசம் இது? உலகம் தெரியவாண்டாமோ?"

"எனக்குத் தலையை வலிக்கிறது."

"அப்ப என்னிக்கு வரே?"

"பார்க்கலாமே."

"அப்ப நான் வரட்டுமா? மணி நாலு பத்தாகிவிட்டதே. நாலு மணிக்கே வந்துவிடச் சொன்னான் தண்டு. நான் வரேன்.

o o o

மறு நாளைக்கு நானும் என் சகாக்களும் ஆர்யபவனில் டிபன் சாப்பிட்டுக்கொண்டிருந்தோம். என்ன டிபன்! பட்டணம் பகோடா. அரைக் காபி. காபியை ஆற்றிக்கொண்டிருக்கும்போது ஒரே சிரிப்பும் இரைச்சலுமாகக் கேட்டது. வந்துவிட்டான் தண்டு. கூடப் பெரிய பரிவாரம். எண்ணினேன். பன்னிரண்டு பேர்கள் இருந்தார்கள். தடதட வென்று நாற்காலிகள் இழுபட்டன. சரசரவென்று செருப்புகள். பட்பட்டென்று 'பூட்'டுகள்.

"வாங்கோண்ணா."

"என்ன சங்கரா என்ன இன்னிக்கி?"

"கொண்டுவரேன். என்னன்னு கேக்கலாமாண்ணா?" என்றான் சங்கரன் – ஸர்வர்.

"யார்ராது. நீயா?" என்றான் நன்னாச்சு.

"தண்டு, நம்ப ராமனைத் தெரியாது உனக்கு."

"ஓ தெரியுமே. நாங்கதான் மூணாம் கிளாஸிலே சேர்ந்து வாசிச்சோமே. சங்கரா, அவா பில்லையும் சேர்த்துப் போட்டுடு நம்மோட."

"சரீண்ணா."

நானும் என் சகாக்களும் தண்டு கோஷ்டியோடு இரண்டாம் முறை டிபன் சாப்பிட்டோம். வெளியில் வரும்போது ஐந்தரை மணியாய்விட்டது. நாலரை மணிக்கு உள்ளே நுழைந்த ஞாபகம்.

நாற்பது ரூபாயை எடுத்து வீசினான் தண்டு.

"கடைக்கு எவ்வளவுடா, நன்னாச்சு?"

"முப்பத்து ஒரு ரூபாய், அரையணா."

"சரி மீதி. சில்லறையை வாங்கி வச்சுக்கோ. நான் நாயர் கடையில் பீடா கட்டச்சொல்றேன்.

"நான் வரட்டுமா சார்?" என்றேன் நான்.

தி. ஜானகிராமன் சிறுகதைகள்

"என்னப்பா? சினிமாக்குப் போறோம்."

"சேர்ந்து போகலாமே."

"இல்லை ... இன்னொரு நாளைக்கு –"

"ஏன்? ஜாலியிருக்கா?"

"ஆமாம்?"

"சும்மா வாப்பா."

". . ."

"சும்மா வா."

"பீடாப் போடு, புகையிலே போடுவாயா?"

"ம்ஹூம்."

"சிகரெட்?"

"வாண்டாம்."

"பீடா."

"போட்டுக்கறோம்."

"இந்தாடா சில்லறை தண்டு" என்று நன்னாச்சுவும் நண்பர்களும் வந்தார்கள்.

"இந்த சில்லறை கொடுக்காட்டா குறஞ்சு போயிடுவேனோ? ஏண்டா கூஸ்?"

"இல்லேடா" என்று சிரித்துக்கொண்டே கடியாரப் பையில் சில்லறையைப் போட்டுக்கொண்டான் நன்னாச்சு.

○ ○ ○

நாலுநாள் கழித்து நன்னாச்சு வந்தான்.

"பாத்தியா? தண்டு எப்படி?"

"ஏ அப்பா, நீ அப்புறம் அந்த சில்லறையைத் திருப்பிக் கொடுக்கலையே?"

"நேத்திக்கிக் கொடுத்தானே அதையா?"

"நேத்திக்கா! நேத்திக்கி வேறெயா? சரிதான் இதுலெ மாசம் உனக்கு எவ்வளவு கிடைக்கும்."

"போடா முட்டாள். நீ ரொம்ப சாது"

○ ○ ○

அன்று சாயங்காலம் ஐந்து மணியிருக்கும். காந்தி பார்க் வாசலில் நின்றுகொண்டிருந்தேன்.

எனக்கு முன்னால் வந்து தண்டுவின் ஆஸ்டின் கார் நின்றது.

"என்னப்பா ராமன்?"

"என்ன சேதி?"

"கார்லே ஏறிக்கொள்ளேன்."

"எங்கே?"

"ஏறிக்கொள்ளென்றால்!"

"எங்கேப்பா?"

"வா தஞ்சாவூர் போயிட்டு வருவோம்."

"தஞ்சாவூருக்கா? எதுக்கு?"

"சோடா சாப்பிட்டுவிட்டு வருவோம்" கும்பகோணத்திலிருந்து தஞ்சாவூருக்கு சோடாக் குடிக்கவாம்! ஏறிக்கொண்டேன். சோடாக் குடித்துவிட்டு வந்தோம்.

o o o

இதன் மத்தியில் எனக்கு டில்லியில் குமாஸ்தா வேலை கிடைத்து விட்டது. அறுபது ரூபாயில் பன்னிரண்டு ரூபாய் வாடகைக்குப் போய்விட்டது. சாப்பாடு ஒடுக்கி முப்பத்தெட்டு ரூபாய். ஒரு டிபனுக்கு ஆறனா! கும்பகோணத்தில் ஆறணாக்கு ஒரு டிபன் சாப்பிட்டுவிட்டு "வீர்யமாலா" பார்த்துவிட்டு, ஒரு வடையமும் போட்டுக்கொண்டு வந்துவிடலாம். இப்பொழுது ஒரு தண்டு இருந்தால், அறுபது ரூபாயை அப்படியே 'முளையடித்த டிபாஸிட்டி'ல் போட்டுவிடலாம்.

நன்னாச்சு அதிர்ஷ்டக்காரன்தான்.

ஊருக்கு எப்பொழுது போய் அம்மா கையால் வற்றல் குழம்பு சாப்பிடப் போகிறோம் என்றாகிவிட்டது. எல்லாம் ஆறு மாதத்திற்குள், ஹோட்டலில் சாப்பிட்டுவிட்டு, ஹோட்டல்காரனை வைதுகொண்டே வந்தோம். ஊரிலிருந்து கடிதம் வந்திருந்தது. தங்கைக்குக் கலியாணமாம், உடனே புறப்பட்டு வரும்படி. செலவுக்குப் பணமும் அனுப்பிருந்தார் அப்பா.

புறப்பட்டாய் விட்டது. நாலு நாள் கும்பகோணம் வந்தாய்விட்டது. வண்டி பேசிக்கொண்டே சாமானைக் கொண்டு வைத்தேன்.

"ஆறு அணா கொடுய்யா" என்றான் வண்டிக்காரன். கள் நாற்றம் குப்பிட்டது. மூக்கைப் பிடித்துக்கொண்டு ஏறினேன்.

ஏறினவுடன் "என்னப்பா ராமனா?"

"யார்றா அது?"

"நான்தான்பா தண்டு."

"தண்டுவா."

"தண்டுதான்."

"என்னடாது? இதென்ன உத்யோகம்?"

"எல்லாம் போயிட்டுது. இப்ப வண்டி வச்சு ஓட்றேன்" இன்னிக்கி வண்டிக்காரப் பய வரலை. நானே ஓட்றேன்"

"என்னமாப் போச்சு?"

"நீ தான் பாத்திருக்கியே."

"ம் பூணல் எங்கே?"

"பூணல் எதுக்கு? இப்ப நீ எங்க இருக்கே?"

சந்திரோதயம், **ஜனவரி** 1946

ஆண்டவன் நினைத்தது

வண்டி அரை மணி தாமதமாக வந்தது இறங்குகிற வர்களை இறங்க விட்டாமல் அடித்துப் பிடித்துக் கொண்டு ஏற ஆரம்பித்தோம். என் சிரமமெல்லாம் வீணாகி விட்டது. நான் ஆசைப்பட்டுப் பார்த்த இடங்களையெல்லாம், இறங்காமல் நேராகப் போகிற ஆசாமிகள் பிடித்துக் கொண்டிருந்தார்கள். நின்றுகொண்டே வண்டி முழுவதும் ஒரு கண்ணோட்டம் விட்டதில் சீட்டு ஒன்றும் காலியா யில்லை என்று தெரிந்து, பேசாமல் அங்கேயே உட்கார்ந்தேன். நான் ஆசைப்பட்ட இடத்தில் ஒரு நரிக் குறவன் உட்கார்ந் திருந்தான். எதிர் ஓரத்தில் அவன் பெண்டாட்டி உட்கார்ந்திருந்தாள்.

ஐந்து நிமிஷமானதும் அமைதி நிலவிற்று. அடித்துப் பிடித்து ஏறினோமே தவிர, கூட்டம் அவ்வளவாக இல்லை. என் சீட்டில் குறவனைச் சேர்த்து நாலு பேரும் எதிர் சீட்டில் குறத்தியைச் சேர்த்து நாலு பேரும்தான் இருந்தோம்.

குறவன் படுகிழவனாக இருந்தான். முண்டாசு, கோவணம், கழுத்தில் பூனைக்காய்ச்சி, பாசி மணி மாலைகள், ஈய மோதிரம், தொங்கின மீசை – இவைதான் அவன் ஆபரணங்கள். கிழவி மூக்கு வளையமும் பாவாடையும் அணிந்திருந்தாள்.

வண்டி புறப்பட்டது. ஏனோ விளக்குகள் எரியாததால் வண்டிக்குள் இருட்டாக இருந்தது.

"அது என்னமோ நானும் திருஷ்ணாப்பள்ளியி லேருந்து வந்திட்டிருக்கேன். தஞ்சாவூர் தாண்டினப்ப இருட்டிடிச்சு. ஊதுவத்தி சுத்தறாப்பலே கொஞ்சம் மினுங்கிச்சி விளக்கு. அப்பவே 'டப'க்குன்னு அவிஞ்சு போச்சு. அது என்னமோ; இதுக்கும் ரேஷன் கீசன் வந்திடிச்சோ என்னமோ!" என்று ஒரு கிழவன் சர்ச்சையை முடித்தான்.

திருநாகேச்வரத்தில் ஒரு நிமிஷம் நின்று கிளம்பிற்று வண்டி. வண்டியைப்பற்றி ஒருவராவது நல்ல வார்த்தை சொல்லவில்லை. முதலில் விளக்கில்லாத குற்றம். இரண்டாவதாக, கட்டை வண்டி மாதிரி வண்டியின் வேகம். எல்லாம் அழுது வடித்துகொண்டிருந்தது. குறத்திக்குப் பக்கத்திலிருந்த பாட்டி கொஞ்சம் இடம் பண்ணிக்கொண்டு ஒரு சாணில் முடங்கிப் படுத்துக்கொண்டாள். அவளுக்குக் குளிர் தாங்க வில்லையாம்.

ஒருவரும் பேசவில்லை. குறவன் கூட பேச்சைச் சற்று நிறுத்தி யிருந்தான்.

திடீரென்று அவன், "என்னமோ சண்டை போலிருக்குங்க. பொம்பிளெங்க கூச்சல் போடறாப்பலே இருக்குது" எனப் பரந்தான்.

எங்களுக்கும் ஏதோ அழுகையும் கூச்சலுமாகக் கேட்டது. ஜன்னல் பக்கம் தாவிப் போய்ப் பார்த்தோம். அடுத்த கணம் 'வீல் வீல்' என்று ஏழெட்டுத் தடவை கத்திவிட்டு நற நறவென்று வேகம் குறைந்து நின்றுவிட்டது வண்டி. யாரோ அபாயச் சங்கிலியை இழுத்து விட்டார்கள் போலிருக்கிறது: கதவைத் திறந்து கீழே இறங்கினோம். மற்ற வண்டிகளிலிருந்தும் இறங்கியிருந்தார்கள். ஒரே குழப்பம், கலவரம்.

"என்னாய்யா என்னா?"

"குளந்தை உளுந்திரிச்சையா!"

"ஆ, குளந்தையா?"

குழந்தையைப் பறிகொடுத்தவன் ஓடினான். அவன் பின்னால் கார்டு, கான்ஸ்டபிள், இன்னும் பத்து பதினைந்து பேர் ஓடினார்கள். நாங்கள் இருந்த இடத்திலேயே நின்றுவிட்டோம்.

கும்பல் கும்பலாகக் கூடிப் பேச்சுக் கிளம்பிற்று. "என்ன வேளையிலே கிளம்பினானோ. பாவிப்பய!"

"வண்டி ஒரு மைல் வந்திருக்கும் போலிருக்கே!"

"ஏதுய்யா. இப்பதானையா குறவன் சத்தம் போட்டான். எழுந்து பார்த்தோம்; வண்டி நின்னடிச்சு. ஒரு பர்லாங், ரண்டு பர்லாங்குக் குள்ளாரதான் இருக்கும்."

"எத்தினி வயசாம்?"

"யாரு கண்டாங்க?"

"ஆம்பிளப் புள்ளியா? பொம்பிளெப் புள்ளியா?"

"எதாயிருந்தா என்னா? புள்ளை போயிடிச்சு!"

"என்னத்தைச் சொல்றது? என்ன ஓட்டம் ஓடியிருக்கு வண்டி! செதில்கூட ஆப்படாது."

"ஒண்ணும் சொல்றத்துக்கில்லீங்க. ஆண்டவன் என்ன நினைச்சிருக்கானோ?" என்று குறவன் மெதுவாகச் சொன்னான்.

ஆண்டவன் நினைத்தது

"ஆண்டவன் நெனச்சுத்தானே வண்டியிலேருந்து அதைக் கீளே தள்ளியிருக்கான்."

"இந்த பொம்பிளெங்களுக்கெல்லாம் புத்தியே கிடையாது. குளந்தைகளெ ஜன்னப் பக்கம் வச்சிக்கலாமா?"

"அதுகள்ளாம் புடிவாதம் பண்ணுறப்போ?"

"ஓங்கி ரண்டு வக்யறது!"

பத்து நிமிஷத்தில் கூட்டம் திரும்பி வந்துகொண்டிருந்தது.

"குழந்தை ஆப்பிடிச்சா?"

"ஆப்பிடிச்சு, நல்ல வேளையா உசிரு போகலே! காயமும் ரொம்ப இல்லை! கையில் மட்டும் கொஞ்சம் சிராய்ச்சிருக்கு."

ஆறு வயதுள்ள அந்தப் பெண் குழந்தை முனகிக்கொண்டிருந்தது.

"எங்கே கிடந்திச்சு புள்ளே?"

"ஒரு புல்லுப் பத்தையிலே எளுந்திரிச்சுக் குந்தி அளுதுக் கிட்டிருந்திச்சு."

குழந்தையை 'ஐஸ்' வண்டிக்குத் தூக்கிச் சென்றார்கள். காயத்தைக் கழுவினார்கள். குழந்தை வலி பொறுக்காமல் அரற்றிக்கொண்டிருந்தது.

எல்லோரும் திரும்பி வந்து ஏறி உட்கார்ந்து கொண்டோம்.

"வண்டியிலேருந்து உளுந்து புழைச்சிதே. அதைச் சொல்லுங்க."

இத்தனை நாழியாகப் பேசாமலிருந்த குறவன், "ஆயுசு கெட்டியா யிருந்தா சமுத்ரத்திலே உளுந்தாலும். நெருப்பிலே உளுந்தாலும் பொளச்சிடுங்க. ஒரு உசிரு வாளணும்னு ஆண்டவன் நெனச்சிட்டா ருன்னா அது சாவாது! எசமாங்களே, சாவாது, தெரியுமா?"

"தெரியாதே!"

"எசமான் கேலி பண்றாங்க.இதோ இருக்கேன் பாருங்க அக்கினி –"

"அக்கினியா?"

"ஆமாமுங்க. அக்கின்னு எம்பேரு. இப்ப எளுவது வயசு ஆவது எனக்கு. இருபத்தஞ்சு வயசிலேயே நான் செத்துப் போயிருக்கணும். இதோ குந்தியிருக்கா பாருங்க கிளவி, இவ மாங்கில்யம் கெட்டியா இருந்திச்சு, பிளச்சேங்க. இப்பல்ல இவ கிளவியா இருக்கா? அப்ப பாக்கணுங்க இவளை ... தகதகன்னு புலிக்குட்டியாட்டம் இருப்பா. ரொம்ப நல்லா பாடுவா. இம்மா வயசாச்சில்ல, இப்பவும் நடுக்காமெப் பாடுவா.

"கும்மாணத்துலே ஒரு நாளெக்கித் தெருவிலே கஸ்தூரி வித்துக்கிட்டிருந்தேங்க. ஒரு ஊட்டு வாசல்லே நிண்ணுக்கிட்டு இவ ஆடிக்கிட்டிருந்தா: எப்படி யாடினாங்கிறீங்க! பாத்துக்கிட்டே நின்னிட்டேன். ஆட்டம் முடிஞ்சு அரிசி வாங்கிக்கிட்ட அப்பறம்,

'வெத்திலே பாக்கு இருக்கா, வா யெக்கடுக்குது'ன்னு கேட்டா இவ. எடுத்துக்குடுத்தேன். கையெல்லாம் நடுங்கிச்சு. வெக்கமாயிருந்திச்சு. ஆனா, மனசுக்குள்ளே சந்தோசம் தானுங்க. தைரியமா, நீ எங்கே இருக்குறேன்னு கேட்டுட்டேங்க. அரசலாத்து ஓரமா கூட்டம் தங்கி யிருக்குன்னு சொன்னா இவ! ... நாங்க காவேரிக்கு அப்பாலே குடிசெ போட்டிருந்தோம்.

"ரொம்ப நாளி சேந்து பேசிக்கிட்டே போனோம். திடீர்னு 'நீ போயிடு. அப்பறம் பாக்கலாம்'னு கத்தரிச்சிப்பிட்டு நடந்தா இவ.

"பொளுது சாஞ்சப்ப, அரசலாத்துப் பக்கமாப் போனேனுங்க, தண்டவாளத்துக்குப் பக்கத்துலே ஆத்தோரமா கூட்டம் இருந்திச்சு. கிட்டப் போக பயமா இருந்திச்சு. மெதுவா இறங்கி, கட்டுக் கரையோடே நடந்து போனப்போ, இந்தான்னு குரல் குடுத்துக்கிட்டே வந்தா இவ. மரத்தடியிலே பதுங்கிக்கிட்டு ரெண்டு பேரும் ரொம்ப நேரம் பேசிக்கிட்டேயிருந்தோம். இருட்டினதே தெரியலேங்க.

"ஒரு மாசம் இப்பிடி வந்து வந்து இவளெப் பாத்துக்கிட்டிருந்தேன். ஒரு நாளெக்கி, 'கவனிக்கிறாங்க, சாக்கிரதையா இருக்கணும்'மின்னு சொல்லிப் போட்டா இவ. எனக்கு முதல்லே திக்குண்ணிச்சு. அப்பாலே, 'கவனிச்சா என்னா? நாம் ஆசைப்படுறோம், பேசிக்கிறோம். கவனிச்சா வெட்டிப் புடுவேன்'னு சொன்னேன்."

இப்பொழுது குறத்தி குறுக்கிட்டாள்:- "அப்பிடிச் சொல்லிலீங்க இவுரு. யாராச்சியும் தடுத்தா ஒரே வீச்சு வீசிக் காவு குடுத்திருவேன்னாரு. எனக்குச் சுருக்குச் சுருக்கிண்ணிச்சு. ஒரு நா பொளுது சாஞ்சு கௌம்பி னேன். 'ஏ நரிக்குட்டி, எங்க போறே? கிட இஞ்சாலே! உன் நரியை வெட்டிப் போட்டுடப் போறேன்' இன்னு அம்மிடி உறுமினான்."

"அம்மிடி யாரு தெரியுமாங்க?" என்ற குறவன் குறுக்கிட்டுக்கேட்டு விட்டு மேலும் சொன்னான்:- "இவங்க கூட்டத்து ஆளு / முறைப் பிள்ளை. இவளைக் கட்டிக்க இருந்தவன். நானா பயப்படுகிறவன்? மக்யா நாளு விடிஞ்சப்பறம் நேரா இவ அப்பங்கிட்டப் போயி 'உம் மவளெ நான் கட்டிக்கிறேன். எனக்கு மூணு மாடு இருக்கு ரண்டு குடிசைக்கு சாமான் இருக்கு. குடுக்கிறியா'ன்னு கேட்டுட்டேன். முறைத் தப்பாப் போவப்படாது பாருங்க!

"அதெல்லாம் முடியாது. இங்கிட்டு அம்மிடின்னு முறைப்பிள்ளை ஒருத்தன் இருக்கான். உனக்குக் கட்டி குடுக்க முடியாது'ன்னிட்டான் இவ அப்பன். எனக்கு அல்லாரையும் கிளிச்சுப் போடலாமான்னு வந்திச்சு. அம்மிடி வந்தான் அங்கிட்டு; என்னெப் பாத்தான். இவ அப்பன், நடப்பை அவங்கிட்டச் சொன்னான். அம்மிடி ஆத்திரப்படவே இல்லீங்க. 'அதுக்கென்னா உனக்கிட்டமாயிருந்தா கொடேன்'னான். எனக்குப் பால் வாத்தாப்பலே இருந்திச்சு. ஆனால் கூட்டத்து ஆளுங்க மத்தவங்க ஒருத்தரும் சம்மதிக்கலே. நானும் உடல்லே. அவங்களெ எப்பிடியாவது இளக்கிடணும்னு நெதக்கிம் அங்க போனேனுங்க, எம்மேலே எல்லாருக்கும் பிரியம் உளுமிடியாப் பேசுவேன். ரொம்ப நல்லவன்னு பேரெடுத்தேங்க. அம்மிடி ரொம்ப தோளனாப்

ஆண்டவன் நினைத்தது

போயிட்டான் எனக்கு. சிரிக்கச் சிரிக்கப் பேசுவாங்க அவன். எங்கினாச்சிம் போனா சேந்துதான் போவோம். ஒருநா கள்ளுக் கடைக்கி என்னை அளச்சிட்டுப் போனான் அம்மிடி. எனக்குப் புடிக்கவே இல்லீங்க. ரொம்ப உடம்புக்கு நல்லதுன்னு சொல்லி தன்னெக்கட்டி எனக்குக் குடிகக் கத்துக் குடுத்திட்டான் அவன்.

"ஒரு நா சொம்பு, ஊசி கஸ்தூரி எல்லாம் நெறைய வித்துக் கை ரொம்பக் காசு வச்சிருந்தோம். அவன் நல்லாச் செலவு பண்ணுவான்; எனக்கு நிறையக் கள்ளு வாங்கி கொடுத்தான். 'காசு ரொம்ப இருக்கு. ரயிலுலே ஏறிப்போயிட்டு வரலாம் வா'ன்னு ஒரு சீட்டு வாங்கிக்கிட்டு வந்தான். ரயில்லே போயி ஒரு வண்டியிலே ஏறிக்கிட்டோம். இப்பமாரி அப்பெல்லாம் கூட்டமே இருக்காதுங்க. எங்க பொட்டியிலே நாங்க ரெண்டு பேரும் தான் இருந்தோம். குடி மயக்கத்திலே எனக்கு மண்டை கிறுகிறுன்னுச்சு. அப்படியே படுத்துத் தூங்கிட்டேன்.

"திடீர்னு முளிச்சேன். கீழே உளுந்தாப்பலே இருந்திச்சி சொப்பனத்திலே. கீழே தொட்டு பார்த்தேன். ஈரமாயிருந்திச்சி. தடவி னேனுங்க. பிடி மணலு ஆம்பிடிச்சு. திடு திடுன்னு சத்தம் கேட்டிச்சு. அண்ணாந்து பாத்தேன். ரயிலு வேகமாப் போயிகிட்டிருந்திச்சு. அப்ப தான் எனக்கு விளங்கிச்சு. ரயில்லேருந்து உளுந்திட்டேன் – உளுவலை! அந்தப் பய அம்மிடிதான் என்னெக் கொலை செய்யறத்துக்காவ் தூக்கி யெறிஞ்சிருக்கான். வஞ்சக்காரன்! எவ்வளவு ரோசிச்சுச் செஞ்சான், பாத்தீங்களா?"

"நான் சுத்தி முத்தி பார்த்தேன். எங்கே யிருக்கோமின்னு புரியலெ. கும்மிருட்டா இருந்திச்சு; எளுந்து நடந்தேன். கால்லெ தண்ணி தண்டிச்சு. வீச்சா ஓடற மாரி யிருந்திச்சு தண்ணி. வர வர முளங்கால் தண்ணி வந்துது. அப்பறம் இடுப்பு மட்டும் ஆயிடிச்சு, திரும்பி வந்தேன் உளுந்த இடத்துக்கு. ஒண்ணுமே புரியலே. அங்கேயே குந்திட்டேன். ரொம்ப நாளி அப்பிடியே குந்திகிட்டிருந்தேன். கொஞ்சம் கொஞ்சமா மானம் வெளுத்திச்சு. முளிச்சு பாத்தா, ஏ அப்பா! எம்மாந் தண்ணி, எம்மாம் தண்ணி! பெரிய ஆளுங்க! நாலு பக்கமும் தண்ணி, நான் ஒரு திட்டிலே நின்னுக்கிட்டிருந்தேன். மெதுவா நீஞ்சிக்கிட்டு முண்டியடிச்சு எப்படியோ கரையைப் புடிச்சிட்டேன். நல்லா விடிஞ்சப்பறம் தண்டவாளத்துக்கிட்ட ஒரு ஆளு வந்திச்சு. பேச்சுக் கொடுத்தேன். அதான் கொள்ளடம்னாரு. கும்மாணம் எங்கேயிருக்குன்னு கேட்டேன். 'இங்கே எங்கடாலே யிருக்கு? நாப்பது அம்பது மைலு இருக்கும்டா'ன்னாரு. தூக்கி வாரிப் போட்டிச்சு எனக்கு.

"ஒரு டேசனுக்கு வந்தேன். அங்கே ஒரு வண்டிலே ஏறிக்கிட்டேன். டிக்குட்டு இல்லேனு டேசனுக்கு டேசன் இறக்கிட்டாங்க. எப்படியோ மூணா நாளு கும்மாணம் வந்தேனுங்க. நேரா அரசலாத்தங்கரைக்கு நடையைக் கட்டினேன்.

"ஐயையோ! இதோ வந்திட்டானே!'ன்னு கூச்சல் போட்டான் இவ அப்பன். இவ அப்பிடியே வந்து என்னெக் கட்டிக்கிட்டு 'உசிரோட இருக்கியா ராசா'ன்னு அளுதா. அம்மிடி என்னைக் கண்டதும் வெட

வெடன்னு நடுங்கினான். அப்பறம் ஆளையே காணும். கூட்டத்தை உட்டே ஓடிப்போயிட்டானாம். 'ஏ கள்ளி! கொள்ளடத்துலே தள்ளிக் கொன்னிட்டேன் அந்த நரிப்பயலெ' இன்னானாம் இவ கிட்ட அவன் முத நாளைக்கி. நரிப்பய யாரு? சொல்லுங்க எசமான்! அப்புறம் இவ அப்பனைப் பாத்து, 'பாத்தியா, கொள்ளிடத்திலெ தூக்கிப்போட்டானே நான் செத்தேனோ பாரு. ஆண்டவன் எழுதியிருக்கான் நானேதான் உன் மவளைக் கட்டிக்கணுமின்னு' இன்னு சொன்னேங்க. மத்யா நாளே வன போசனம் பண்ணி இவளெக் கட்டிக்கிட்டு வேட்டைக்குப் போனேணுங்க! ... என்னாங்க, ஆண்டவன் நெனக்காட்டி, ஓடற வண்டிலேருந்து உளுந்து, அதுவும் ஆத்திலே உளுந்து பொளைச்சுக் கண்ணாலமும் பண்ணிக்கிறதுங்களா?" என்றான்.

வாயடைத்திருந்தோம் நாங்கள்.

ஆனந்த விகடன், டிசம்பர் 1946

பசி ஆறிற்று

"மணி பன்னிரண்டாகப் போகிறது. சுருக்க வாங்கோ" என்று மத்தியான்ன பூஜைக்கு நைவேத்தியத்தை எடுத்துக்கொண்டு கோயிலுக்குப் போகும் புருஷனுக்குப் பின்னால் கத்தினாள் அவள். கத்தின கத்தில் குரல் விரிந்துவிட்டது. புகைந்து புகைந்து இருமி, நெஞ்சு கமறி இரண்டு பொட்டு ஜலம்கூடக் கண்ணில் வந்துவிட்டது.

"என்ன?" என்று திரும்பிப் புருவத்தை உயர்த்திக்கொண்டு கேட்டார் சாமிநாதக் குருக்கள்.

"நாசமாய்ப் போச்சு!" என்று மெதுவாகச் சொல்லிக் கொண்டே முற்றத்தில் வந்திருந்த வெள்ளை வெயிலையும் நிழலையும் காட்டி ஜாடை செய்தாள் அகிலாண்டம்.

"நாழியாயிடுத்துன்னு சொல்றயா? இதோ வந்துடறேன்" என்று அவர் பதில் கொடுத்துவிட்டுக் கிளம்பினார்.

சாலப் பிறை வழியாக அடுத்த வீட்டில் பேசுவது காதில் விழுந்தது. "ஏனக்கா, ஏன் இவ்வளவு மெதுவாகப் பேசுகிறாள், அடுத்த வீட்டு அம்மாமி?" என்று.

அதற்காக அவள் வருத்தப்படவில்லை. அதைப் போல எவ்வளவோ பேர் சொல்லியிருக்கிறார்கள். டமாரச் செவிட்டுக்கு மாலை போட்டுவிட்டு இதையெல்லாம் சட்டை செய்துகொண்டிருந்தால் எப்படி வேலை நடக்கும்? அதைப்பற்றி அவள் கவலைப்படவில்லை. அவள் கவனத்தை இழுத்தது, அந்தக் குரல் புதிதாக இருந்துதான். அடுத்த வீட்டு ருக்மிணி அம்மாமி, 'தம்பி வரப்போகிறான்' என்று நேற்றுச் சொல்லிக் கொண்டிருந்தாள். பேசினது அவனாகத்தான் இருக்க வேண்டும்.

சற்றுக் கழித்து, "நான் காவேரிக்குப் போய்க் குளித்து விட்டு வருகிறேன் அக்கா" என்று அவன் சொல்லிக் கொள்வது காதில் விழுந்தது. இருப்புக்கொள்ளாமல் வாசலுக்கு ஓடினாள் அகிலாண்டம்.

தி. ஜானகிராமன் சிறுகதைகள்

வாசலுக்கு வந்த அவன், இடுப்பிலிருந்து பொடி மட்டையை எடுத்து, ஓட்டுச் சார்ப்பின் மூங்கிலுக்குள் செருகிவிட்டுத் தற்செயலாகத் திரும்பினான். திண்ணையிலிருந்தே போக்குவரத்துச் செய்து கொள்வதற்காக இருந்த திறப்பின் வழியாக அகிலாண்டம் நிற்பதைப் பார்த்தான். உடனே உள்ளே ஒருமுறை பார்த்தான். தெருவில் கிழக்கும் மேற்குமாக ஒரு முறை பார்த்தான். குரைக்கக்கூடச் சோம்பல்படும் நாயைத் தவிர வேறு ஈ, காக்காய் இல்லை. தைரியமாக அவளைப் பார்க்க ஆரம்பித்துவிட்டான்.

நறுக்கென்று அவள் மறைந்துவிட்டாள். ஆனால் ரேழிக்குப் போனதும் கால் தயங்கிற்று. சற்று நின்றாள். உள்ளுக்கா, வாசலுக்கா என்று கேட்டுக்கொண்டிருந்த மனத்தைக் கடைசியில் வாசல் பக்கமே திருப்பிவிட்டாள். நிலைக்கருகில் நின்று பார்த்தபோது அவனைக் காணவில்லை, சோப்புப் பெட்டியை ஆட்டிக்கொண்டு வேகமாகப் போய்க்கொண்டிருந்தான். சடக்கென்று தான் மறைந்ததைப் பார்த்தும் பயந்துகொண்டு போய்விட்டானோ, என்னவோ?

வாஸ்தவமாகத் தன் துணிச்சலை நொந்துகொண்டுதான் அவன் போனான்.

அவளுக்கும் தான் செய்தது தப்பு என்று பட்டது. 'வேறு என்ன செய்வது? பைத்தியக்காரப் பெண் ஜன்மம்! அந்தச் சமயத்தில் வேறு என்ன செய்யும்?' என்று பெண்மையை நொந்துகொண்டாள். 'அவன் திரும்பி வரட்டும். இங்கேயே நின்றுகொண்டிருக்கலாம். அவன் திரும்பி வரும்போது அவனுடைய சந்தேகத்தையும் பயத்தையும் போக்கி விடலாம்' என்று தீர்மானித்துக்கொண்டாள்.

மேல் வீட்டில் எல்லோருமே அழகுதான். ருக்மிணி அம்மாமிக்கு நாற்பது வயது ஆனாற்போலவே இல்லை. கன்னமும் காலும் பட்டுத் துடைத்துவிட்டார் போல இருக்கின்றன. தம்பியும் அப்படித்தான் இருக்கிறான். காலேஜில் வாசிக்கிறானாம். சிரிக்கச் சிரிக்கப் பேசுவானாம். ஓடுகிற பாம்புக்குக் கால் எண்ணும் வயசு. வெகு புத்திசாலி என்று ருக்மிணி அம்மாமி சொல்வதுண்டு.

'எப்படியிருந்தால் என்ன? இதையெல்லாம் நினைத்து என்ன பிரயோஜனம்? கவைக்குதவாத ஆசை.'

கல்யாணமாவதற்கு முன், பிறந்த ஊரில் எதிர் வீட்டுக்கு ஒரு பையன் வந்திருந்தான். அவன் பார்த்த பார்வை! என்ன குளுமை! விழுங்கி விழுங்கிப் பார்த்துவிட்டுக் கடைசியில் ஊருக்குப் போய் விட்டான். பிறகு ஆளையே காணவில்லை.

'இந்த டமாரச் செவிட்டுக்கு வாழ்க்கைப்பட்டாகிவிட்டது. குருக்கள் பெண் குருக்களுக்குத்தான் வாழ்க்கைப்பட வேண்டும் என்றாலும் அப்பாவுக்கு இந்தப் பூமண்டலத்தில் வேறு ஒரு வரன்கூட அகப்படவில்லை? கட்டை குட்டையாய், கல்லு மாதிரி உடம்பு. காதிலே கடுக்கன்; எதற்காகவோ தெரியவில்லை. கேட்காத காதுக்குக் கடுக்கன் என்ன? மாட்டல் என்ன? கல்யாணமானது முதல் நாலு

பசி ஆறிற்று

வார்த்தை சேர்ந்தாற் போல் பேசினோம் என்பதே இல்லை. இரண்டு வார்த்தை பேசுவதற்குள் விழி பிதுங்கி, தொண்டை உடைந்துபோய் விடுகிறதே.இவள் குரல் எப்படி இருக்குமென்றே அவனுக்குத் தெரியுமோ என்னவோ? பரவச நிலையில், அடங்கிய குரலில், பேசும் பாதி ரகஸ்யப் பேச்சுக்கள் அவளுக்கு எப்படிக் கிட்டும்? அவனோடு பேசிப் பேசித் தொண்டை பெருகிவிட்டது. பிறந்த ஊருக்குப் போனபோது, 'ஏண்டி இப்படிக் கத்தறே? மெதுவாய்ப் பேசேன். ஊர் முழுக்க க்கிடுகிடுக்க ணுமா?' என்று தங்கை தமக்கைகள் அலுத்துக்கொள்வார்கள்.

'போடி போ, அத்திம்பேருக்கு நீங்கள் மாலை போட்டிருந்தால் தெரியும். அவர் காதுக்கிட்டப் பீரங்கி வெடிச்சா, நெருப்புக் குச்சி கிழிக்கிற மாதிரி இருக்கு அவருக்கு. என்னைப் போய்ச் சொல்ல வந்துட்டா!' என்று அவள் பதில் சொல்லும்போது எல்லோரும் சிரிப்பார்கள்.

இப்படி அவர்கள் சிரிக்கச் சிரிக்கப் பேசினாலும், அவள் மனத்திற்குள் மட்டும் துணுக்கென்றது. செவிடாய்ப் போவதைவிட மட்டம் ஒன்றுமே இல்லை; யாராவது பேசும்போது, 'அ ... ஆ?' என்று ஜாடம் மாதிரி கேட்டுக்கொண்டேயிருந்தால்? செவிட்டுப் புருஷ னோடும் செவிட்டு மனைவியோடும் எத்தனையோ பேர் அந்யோந்யி மாகத் தாம்பத்தியம் நடத்துகிறார்கள். அவளுக்கு மட்டும் ... அவளுக்கு மட்டும் என்ன? பிரியம் இல்லாமலா இருக்கிறது? எல்லாம் இருக்கிறது. ஆனால் குறை குறைதானே.

போன வருஷம் எதிர்வீட்டில் ராதா கல்யாணத்தின்போது மதுரை மணி சங்கீதக் கச்சேரி நடந்தது. கூட்டத்திற்கு நடுவில் அவள் புருஷனும் உட்கார்ந்திருந்தான். பக்கத்தில் வாயைப் பிளந்தும் ஆகாரம் போட்டும் மெய் மறந்திருந்தவர்களை ஜாடம் மாதிரி பார்த்துக்கொண்டிருந்தான். நடுநடுவே பெரிய வீட்டு வாயாடி கிட்டுச்சாமி, 'கச்சேரி எப்படி?' என்று கண்ணைச் சிமிட்டி அவனிடம் ஜாடை செய்துகொண்டிருந்தான்.

ஸ்திரீகளுக்கு நடுவில் உட்கார்ந்திருந்த அகிலாண்டத்திற்கு வந்த ஆத்திரத்திற்கும் துக்கத்திற்கும் அளவே இல்லை. 'காதுதான் இல்லையே! நடுக் கச்சேரியில் உட்கார்ந்து அசட்டுத்தனத்தைத் தப்படித்துக்கொள்ளுவானேன்!' புருஷன் கையைக் கரகரவென்று பிடித்து இழுத்து வீட்டுக்கு அழைத்துக்கொண்டு போய்விட்டால் தேவலைபோல் இருந்தது அவளுக்கு. அருகில் உட்கார்ந்திருந்த ஸ்திரீகளை ஏறிட்டுப் பார்க்கவே கூச்சமாக இருந்தது. பார்த்தால் எல்லோர் கண்ணிலும் தென்படும், 'ஐயோ, பாவ'த்தை எப்படிச் சகிப்பது? அவ்வளவு தூரத்திற்கு – எல்லோரும் பாட்டைக் கேட்காமல் அவளைப் பார்த்து இரக்கப்பட்டுக்கொண்டிருப்பார்கள் என்ற அளவுக்கு – அவள் துன்பம் வந்துவிட்டது.

கச்சேரி நடக்கும் பெஞ்சுக்கு முன்னால், உட்கார்ந்திருந்தான் ராஜம். அந்த வீட்டுக்காரரின் பையன் அவன். இருபது வயதிருக்கும். எங்கோ மீரத்தில் மிலிடரியில் உத்தியோகம், ராதா கல்யாணத்திற்காக லீவு எடுத்துக்கொண்டு வந்திருந்தான். நல்ல சாரீரம் அவனுக்கு. நன்றாகப்

பாடுவான். அகிலாண்டம் பாடகரைப் பார்க்கப் பிரம்மப் பிரயத்தனம் செய்துகொண்டிருந்தாள். ஆனால் கண், தலையாட்டிப் பொம்மை மாதிரி ராஜத்தின் மேலேயே திரும்பித் திரும்பி விழுந்தது. அவன் பாட்டை ரஸிக்கும் அழகைக் கண்டு வியந்துகொண்டிருந்தாள்.

பிறகு இரண்டு நாளைக்கு அகிலாண்டத்திற்கு ஒன்றும் ஓட வில்லை. தேனீ மாதிரி அவன் நினைவே வந்து அவளை ஒட்ட ஒட்ட மொய்த்துக்கொண்டிருந்தது. எதாவது ஒரு சாக்கைச் சொல்லி எதிர்வீட்டுக்கு, மணிக்கு ஏழு தடவை போக ஆரம்பித்தாள். ராஜம் ஊஞ்சலில் உட்கார்ந்திருந்தான்.

"மாமி, சற்று எறும்பு வடிகட்டியைக் கொடுங்களேன். இதோ தந்துவிடுகிறேன்" என்று அகிலாண்டம் அதை வாங்கி வந்தாள். சற்றுப் பொறுத்து, அதை ஜோட்டி ஜலத்தில் நனைத்துத் திருப்பிக் கொடுத்து விட்டு வந்தாள். அவள் கூடத்திற்குத் திரும்பி வரும்போது "ஏண்டி, அகிலம், தேங்காய் உரிக்கிற பாறையைத் திருப்பிக் கொடுத்து விட்டாயோ?" என்று ராஜத்தின் தாயார் கேட்டாள் சமையல் உள்ளிலிருந்து. "என்ன?" என்று கேட்டுக்கொண்டே ஊஞ்சலில் உட்கார்ந்திருந்த ராஜத்தைப் பார்த்தாள் அவள். அப்பொழுதுதான் அவன் கண்ணெடுக்காமல், இத்தனை நாளாக இல்லாத ஒரு பார்வை பார்த்தான். அவளைப் புரிந்துகொண்டுவிட்டதாகச் சொல்வதுபோல் இருந்தது.

"பாறையா? இதோ கொண்டு வருகிறேன்" என்று சொல்லிவிட்டு அவள் திரும்பினாள்.

திரும்பி வந்தவள் ஏதோ ஞாபகம் வந்து ஒரு வெண்கலப் பானையை, "மறந்தே போய்விட்டது" என்று கெஞ்சிக் கொடுத்துவிட்டு வந்தாள்.

ஏழெட்டு நடை ஆகிவிட்டது. மறுபடியும் போனாள்.

"வெற்றிலை இருக்கோ, மாமி?"

சமையல் உள்ளில் இருந்த ராஜத்தின் தாயார், 'ராஜம், அலமாரியி லிருந்து கொஞ்சம் வெற்றிலை எடுத்துக் கொடேன் அந்த மாமிகிட்ட' என்று உள்ளே இருந்தபடியே சொல்லிவிட்டுப் பத்துப்பாத்திரத்தை எடுத்துக்கொண்டு புழக்கடைக்குப் போய்விட்டாள். ராஜம், ராதா கல்யாணத்திற்குக் கண்டு மிஞ்சியிருந்த வெற்றிலையில் பாதி எடுத்து அவள் கையில் வைத்தான். அவன் நிமிர்ந்து பார்த்தாற்போல் அவளுக்குப் பார்க்க முடியவில்லை. வெடவெடத்துக்கொண்டு, அதை வாங்கிக் கொண்டு திரும்பி விரைந்தாள். தன் வீட்டு ஆளோடியில் ஏறும்போது இருமல் ஓசை கேட்கவே, திரும்பிப் பார்த்தாள். நிலையின்மேல் இரு கைகளையும் தூக்கி வைத்துக்கொண்டு, ராஜம் அவள்மீது பார்வையை நாட்டியிருந்தான்.

அவசர அவசரமாக அவள் உள்ளே வந்து அடுக்கில் வெற்றிலையை வைத்து மூடிவிட்டு, மீண்டும் வாசலுக்கு வருவதற்காகக் கிளம்பினாள். "காபி போட்டாச்சா?" என்று கூடத்தில் துணியை விரித்துப் படுத்திருந்த

அவள் புருஷன் தூக்கம் தெளிந்து உலர்ந்த உதட்டை நனைத்துக் கொண்டே கேட்டான். அப்போதுதான் அவளுக்கு மறந்துபோன காரியங்களெல்லாம் ஞாபகத்திற்கு வந்தன. மாட்டுக்குத் தண்ணீர் காட்டவில்லை; பால் கறக்கவில்லை; பசு சோர்ந்துவிட்டிருந்தது. அதைக் கவனிக்க ஆரம்பித்தாள். பாலைக் கறந்து, அடுப்பை மூட்டிக் காபியைப் போட்டாள். சர்க்கரை டப்பாவை எடுத்துத் திறந்தபோது, அது துடைத்துவிட்டாற்போல் இருந்தது. தட்டித்தட்டி, ஓர் ஓரத்தில் ஒட்டி மினுங்கின துண்டைத் தவிர ஒன்றுமில்லை.

"சர்க்கரை வாங்கிண்டு வந்துடறேன்" என்று அவன் காதருகில் கர்ஜித்துவிட்டு எதிர் வீட்டுக்கு ஓடினாள். வாசலில் அரை வண்டி பூட்டி நின்றுகொண்டிருந்தது. உள்ளே போனாள். கூடத்தில் கோட்டும் சட்டையும் போட்டுக்கொண்டு ராஜம் நின்றுகொண்டிருந்தான். அவன் தாயார் தட்டிலிருந்து விபூதியைக் கட்டைவிரலால் எடுத்து அதை அவனது நெற்றியில் இட்டுக்கொண்டிருந்தாள். ஊஞ்சலில் அவன் தகப்பனார் உட்கார்ந்திருந்தார். விபூதி இட்டுக்கொண்டதும் ராஜம் அவர்கள் இருவருக்கும் நமஸ்காரம் செய்தான்.

"ஒன்றும் மறக்கவில்லையேடா? எல்லாம் எடுத்து வச்சினுட்டியோ இல்லையோ?" என்று கேட்டார் அவர்.

"ஒன்றும் மறக்கவில்லை."

"போய்ச் சேர்ந்தவுடனே லெட்டர் போடு. வாரம் ஒரு கடுதாசி போடணும். உன் செளகர்யப்படிதான் எழுதணும் என்று வச்சுக்கப் படாது. அம்மா ரொம்பக் கவலைப்பட ஆரம்பிச்சுடறாள்."

"நீங்க சொல்லிண்டே இருக்க வேண்டியதுதான். அவன் போட்டால் தானே."

"போடுகிறேம்மா" என்று ஆயிரம் மைல் பிரயாணத்திற்கும் தனிமைக்கும் ஹோட்டல் சாப்பாட்டுக்கும் கிளம்பிக்கொண்டிருந்த ராஜம் தழுதழுத்தான்.

ரேழி வாசற்படிக்கருகில் நின்று இவ்வளவையும் பார்த்துக் கொண்டிருந்த அகிலாண்டத்திற்கு ஏக்கம் பிடித்துவிட்டது. அயர்ச்சி தாளாமல் திரும்பினாள்.

"என்னடி அகிலாண்டம், என்ன வேணும்?" என்று கேட்டாள் ராஜத்தின் தாயார்.

"சர்க்கரை ஒரு கரண்டி வேணும். காபி கலந்து வைத்தேன். அப்புறந்தான் சர்க்கரை இல்லை என்று ஞாபகம் வந்தது ..."

"வாங்கிக்கொண்டு போயேன். நன்னாத் திரும்பிப்போகிறாள் அசடு."

"நிறையக் கொடுடி, ஒரு கரண்டி என்ன?" என்று உத்தரவு போட்டார் ராஜத்தின் தகப்பனார். சகுனம் ஆயிற்றே என்று அவருக்கு முகம் மலர்ந்துவிட்டது. "ராஜம், கிளம்பு" என்று பெட்டியை எடுத்துக்கொண்டு வாசலுக்குப் போனார். ராஜம் தயங்கி நின்றான்.

தி. ஜானகிராமன் சிறுகதைகள்

"போயிட்டு வரேம்மா, அந்த மாமி கிட்டவும் சொல்லு" என்று விடைபெற்றுக்கொண்டான்.

"போயிட்டு வரேன்னு சொல்லிக்கிறாண்டி" என்று அகிலாண்டத்திற்கு அஞ்சல் செய்தாள் தாயார்.

"சரி" என்று வேதனையை அடக்கிப் புன்சிரிப்புடன் கூறினாள் அகிலாண்டம். உடனேயே வாசலுக்கு வந்துவிட்டாள்.

எல்லோரும் வாசலுக்கு வந்ததும், "பார்த்தாயா, ஊஞ்சல் பலகையில் வச்சிருக்கிற புஸ்தகத்தை மறந்துவிட்டேன்" என்று நினைத்துக்கொண்டு சொன்னான் ராஜம்.

"நான் போய் எடுத்துண்டு வரேண்டா" என்று உள்ளே ஓடினார் தகப்பனார்.

"அம்மா ஒரு கிராம்பு கொண்டு வாயேன்" என்றான் ராஜம்.

அம்மாவும் உள்ளே போனாள். வாசலில் வண்டிக்காரனைத் தவிர வேறு ஒருவரும் இல்லை. அவனும் மாட்டுச் சலங்கையைச் சரிப்படுத்திக்கொண்டிருந்தான்.

"போயிட்டு வரட்டுமா?" என்ற பாவனையில் அகிலாண்டத்தைப் பார்த்துத் தலையாட்டினான் ராஜம். தன்னிடம் தனியாகச் சொல்லிக் கொள்ள அவன் இவ்வளவு சிரமப்பட்டதைக் கண்டு அவளுக்குப் பெருமை தாங்கவில்லை. கண்ணில் நிறைந்த ஜலத்தை விழாமல் தேக்கிக்கொண்டு தலையாட்டினாள். கிராம்பும் புஸ்தகமும் வந்து விட்டன. சலங்கை ஒலித்தது. ஒரு நிமிஷத்தில் வாசல் வெறிச்சோடி விட்டது. கண்ணைத் துடைத்துக்கொண்டு உள்ளே போனாள் அகிலாண்டம்.

பித்துப் பிடித்தாற்போல உட்கார்ந்திருந்தாள் அவள். பறி கொடுத்து விட்ட மனது அடித்துக்கொண்டே இருந்தது. சாயந்தரம், வேலைக்காரி வந்தபோது, பாத்திரத்தில் ஏதோ பத்து ஒட்டிக்கொண்டிருந்தென்று, விதியிடம் பட்ட ஆத்திரத்தை அவள்மீது திருப்பிவிட்டாள்.

"எத்தனை நாளைக்கடி சொல்றது சொரணை கெட்டவளே, இப்படித் தேய்க்காதேன்னுட்டு; நீ சோறுதான் திங்கிறியா? இதென்ன வேலை? கழுதைக்குட்டி மாதிரி இளிக்கிறியே. சீ, பல்லை மூடு, மானங் கெட்டவளே …"

இளித்துக்கொண்டிருந்த வேலைக்காரியின் முகம் இருண்டு விட்டது. அவள் விஸ்வரூபம் எடுத்துவிட்டாள்.

"என்னாம்மா களுதை குதிரைங்கறே? என்ன மானங்கெட்டுப் போயிட்டேன்? நாக் கூசாம அடுக்கிறியே; மானங்கெட்டவ, மானங் கெட்டவன்னுட்டு? இந்தப் பேச்சுக்கு, அந்த மவராசன், உன் புருஷன் பூசை பண்றானே அந்த ஆண்டவன் தான் உன்னைக் கேக்கணும்; ஐயையோ, இதென்னாடி பேச்சு!"

"சீ சீ, பதில் பேசாதே."

"சரிதாம்மா, பேசாம இரு. ரொம்ப நல்லாப் பேசிட்டே பாரு. கணக்கைப் பாத்துக் காசை விட்டெறி. மானங்கெட்டவ வேலையும், சங்காத்தமும் உனக்கு வாணாம். நீ ஒரு மனுசி மாதிரி" என்று பொரிந்து விட்டுக் கொல்லைப் படலைத் திறந்துகொண்டு பறந்துவிட்டாள் வேலைக்காரி.

படபடப்பு ஓய்ந்ததும், நடந்ததை நினைத்து அழுதாள் அகிலாண்டம். நிம்மதியிலிருந்து நழுவிவிட்ட மனம் வேதனை தாங்கமாட்டாமல் அழுந்திக்கொண்டிருந்தது. நாலு நாள் கழித்துத் தற்செயலாக அவள் தகப்பனார் வந்தார். அவரோடு பிறந்தகம் போய்ப் பத்துப் பதினைந்து நாள் இருந்துவிட்டு வந்துந்தான் மனம் நிலைகொண்டது. கொஞ்சம் கொஞ்சமாக, இரண்டு நாள் அவள் கற்பனையிலும் ஆசையிலும் நாடகம் ஆடிவிட்டுப் போன ராஜத்தை மறந்துவிட்டாள்.

இப்பொழுது அந்த ஸ்தானத்திற்கு வந்துவிட்டான் அடுத்த வீட்டு ருக்மிணி அம்மாயின் தம்பி. அவனுக்கு லீவு பத்துப் பதினைந்து நாள் இருக்கிறது. இருந்தால் என்ன? அவள் அதிர்ஷ்டம் தெரிந்ததுதானே. இருந்தும் மனது கேட்கமாட்டேன் என்கிறது. ஒரு ஆசை – குளிக்கப் போனவன் இன்னும் வரவில்லை. துடிக்கத் துடிக்க அவனை எதிர்பார்த்துக் கொண்டிருந்தாள் அவள்.

"என்ன யோஜனை பலமாயிருக்கு!" என்று குரல் கேட்கவே, சூன்யத்தைப் பார்த்து, நினைவிழந்திருந்தவளுக்குத் தூக்கி வாரிப் போட்டது. அவள் புருஷன் நைவேத்தியப் பாத்திரத்துடன் புன்சிரிப்புச் சிரித்துக்கொண்டு நின்றான்.

"ரொம்ப நாழி பண்ணிவிட்டேனா? பசி துடிக்கிறதாக்கும் அம்பாளுக்கு?" என்று கேட்டார் அவர். செவிடனின் சிறு குரலில் எவ்வளவு பரிவு! எவ்வளவு கனிவு! எவ்வளவு நம்பிக்கை! என்ன நிர்மாயமான, நிர்மலமான பார்வை! வெயிலில் கால் பொரிய நடந்துவிட்டு வந்த தேகம் வேர்த்து விறுவிறுத்துக்கொண்டிருந்தது. ஜன்மத்திலேயே கோபத்தை அறியாத கண்ணும் உதடும் வழக்கம்போல் புன்சிரிப்பில் மலர்ந்திருந்தன.

"இதைவிட என்ன வேண்டும்!" என்று மயங்கிப் போனாள் அகிலாண்டம்.

சிரித்துக்கொண்டே, நைவேத்தியப் பாத்திரத்தைக் கையில் வைத்துக் கொண்டு அவ்வளவு அன்பைக் காட்டிய விதியை உள்ளே அழைத்துப் போய்க் கதவைத் தாழிட்டு, அதன் உடல் வேர்வையைத் துடைத்தாள். அது, இலையில் உட்கார்ந்து சாப்பிட்டபோது, அவளுக்கு எல்லாப் பசியும் தீர்ந்துவிட்டது.

கலாமோஹினீ, 1946

இக்கரைப் பச்சை

முப்பத்தாறு ரூபாய் சம்பளத்தில், பால் பணம், மோர்ப் பணம், வீட்டு வாடகை, மளிகைப் பற்று எல்லாம் போக மீதியிருந்த மூன்று ரூபாயைச் செலவழிக்க முடியாமல் திண்டாடிக்கொண்டிருந்தான் அவன். எதிர் வீட்டு ராயரிடம் வாங்கின கைமாற்றைத் திருப்பிக் கொடுப்பதா? சுதந்திரக் கொண்டாட்டத்திற்கு ஐம்பமாகக் கையெழுத்திட்ட ஒரு ரூபாயைக் கொடுப்பதா? ஊரில் தேசியக் கொடி ஸ்டாக் இல்லாமல் போனதும் மத்தியானத்தோடு மத்தியான்னமாகக் காடாத் துணியைச் சாயம் நனைத்து உலர்த்தி மூட்டுப்போட்டுச் சக்கரம் தைத்து முக்கால் ரூபாய் பொறாத கொடியை ஆறு ரூபாய்க்கு வியாபாரம் பண்ணின அஜ்ஸ்ராவுத்தரிடம் பற்று எழுதி வாங்கிய கொடிக்குப் பணம் கொடுப்பதா? அன்றைக்கு இருந்த வெறியில் ஆறு ரூபாய் பெரிதாகத் தோன்றவில்லை. மேலும் பற்று எழுதி வாங்கியதுதானே!

பாம்பு வாயில் தவளை, தவளை வாயில் வண்டு; அந்த வண்டு எதிரேயிருந்த சிலந்தி வலையில் சிக்கின ஒரு பூவைக் கண்டு தேன் குடிக்கத் திட்டம் போட்ட சந்தோஷம் ஒன்று அவனுக்கு ஏற்பட்டது. மேலண்டை வீட்டு வேலைக்காரி ஊமைச்சி, கொல்லையில் போய்க் கொண்டிருந்தாள். அவனுக்கு உடனே முதல் நாள் வாசித்த விகட துணுக்கு நினைவிற்கு வந்தது. 'பெப்பே ... பாவ் ... ஊ. ஆ. அ. பாவ்' என்ற பிச்சைக்காரனைப் பார்த்து, 'ஏனப்பா உனக்கென்ன வந்துடுத்து?' என்று ஒருவர் கேட்க, 'ஒண்ணுமில்லீங்க, ஊமைங்க, அவ்வளவுதான்' என்று அவன் பதில் சொன்னானாம். அதை நினைத்ததும் கைலாசத்திற்குச் சிரிப்புத் தாங்க முடியவில்லை. அடக்கி அடக்கி உடல் குலுங்க வாய்க்குள்ளேயே சிரிக்க முயன்றான். வீட்டுக் கொல்லைக் கிணற்றங்கரையில் துவைக்கிற கல்லின்மீது உட்கார்ந்திருக்கிறோம் என்ற ஞாபகம் வரவே, யாராவது

பார்த்துவிட்டார்களோ என்ற சந்தேகத்துடன் நாலு பக்கமும் சுற்றிப் பார்த்தான். என்ன ஆச்சரியம்! கீழண்டை வீட்டில் அத்து நின்று சிரித்துக்கொண்டிருந்தார். சிரிப்பில்லை, புன்முறுவல்தான். ஒரு பர்லாங்குக்கு அப்பால் கவலையில்லாதவன் மாதிரி, இருட்டைக் கொட்டி வளர்ந்து கிடந்த மூங்கில் கொல்லையைப் பார்த்துப் புன்முறுவல் பூத்துக் கொண்டிருந்தார். தன்னைப் பார்த்துவிட்டுச் சிரிக்கிறாரோ என்று கைலாசம் யோசித்தான். அது இல்லை என்று படவே வியப்பாகத்தான் இருந்தது அவனுக்கு.

"என்ன ஐயா? மூங்கில் கொத்தைப் பார்த்து மந்தஹாசம் பண்ணுகிறீர்? கோவிந்த வன்னி விகடத் துணுக்கு எழுதி வச்சிருக்காரோ அங்கே?" என்று கேட்டான் அவன்.

"அட இங்கேயா உட்கார்ந்திருக்கீர்! இன்னிக்கென்ன, ஞாயிற்றுக் கிழமை லீவாக்கும்? தேவலை ஐயா உம்ம பாடு, இந்த ஆளையும் கட்டிண்டு மாரடிக்கறதைவிட."

"எம்பாடு இருக்கட்டும். கோவிந்த வன்னியர் கொல்லையைப் பார்த்துச் சிரிச்சுண்டிருந்தீரே, என்ன விசேஷம்?"

"யாரு? கோவிந்த வன்னியரா? யாரையா அது?"

"யாரா? என்னையா புதிர் போடறீர்? என்ன விசேஷம் சொல்லுமேன்?"

"நேத்தி மத்யானம் பன்னிரண்டு மணிவரை கோவிந்த வன்னியர் சொத்து அது. அப்புறம் —"

"அப்புறம் என்ன? நன்னாச் சொல்லுமேன். அத்துவின் கைக்கு வந்துட்டுதோ?"

"அப்படித்தான் வச்சுக்குமேன்" என்று சிரித்துக்கொண்டார் அத்து.

"ரிஜிஸ்டர்தான். நேத்திக்கிப் பன்னிரண்டு மணிக்கு. சாசனம் எழுதி ஒரு வாரமாச்சு."

"அதானா? என்னடா பாத்துப் பாத்து மகிழ்ந்து போறீரேன்னு பார்த்தேன்? எத்தனை ஏக்கர்?"

"ரண்டு வேலி சொச்சம். ஒண்ணரை வேலி நஞ்சை. மூங்கில் கொத்து முந்நூறு. தென்னந்தோப்பு நூத்தைம்பது மரம்."

"நூத்தம்பது தென்னமரமா? ம், ஹ, ம்! உம்ம 'ஐடியலை' நெருங்கிட்டாப்போல் இருக்கே."

"நெருங்கியும் ஆச்சு. கொஞ்சம் தாண்டியும் ஆச்சு! இப்ப ஆயிரத்து இருவது தென்னமரம், ஆயிரத்து நூறு மூங்கில் கொத்து ஆயிருக்கு. நஞ்சை ஒரு ஒன்பது, பன்னிரண்டு, படுகை நாத்தங்கால் இரண்டு, பிள்ளையார் கோயில் கட்டு ஒரு பதினாலு, ஆகக் கூடிப் பத்து வேலி பதினஞ்சு மாவாச்சு, எல்லாம் மொத்தமா ..." இருந்த பூரிப்பில் அத்துவால்

மேலே பேச முடியவில்லை. நெஞ்சுக்குள்ளேயே இந்த ஆனந்தத்தை நிறுத்திப் புன்சிரிப்புப் பூத்துப் பூத்து அநுபவித்தார்.

"விலை என்ன?"

"அதான் கூடிப்போச்சு. சகட்டுமேனிக்குக் குழி அஞ்சரை ரூபாய்னு கொடுத்துட்டேன். ஒரேயடியாய் இழுத்துண்டு போயிடுத்து."

"ஓய், அஞ்சரை ரூபாய்க்கு லாட்டரிச் சீட்டு அடிச்சாப் போல வாங்கிப்பிட்டு வலிக்கிறதோ உமக்கு! விலை கூடிப்போச்சாம், மலைமுழுங்கி!"

ரொம்ப மலிவாக வாங்கிவிட்டால் மேற்படி பாணியில் அதைக் குறிப்பிடுவதில் அத்துவுக்கு ஒரு திருப்தி. அத்துவின் விசேஷ பாணியே அதுதான்.

அவர் சொன்னார். "'ஏ ஒன்' நிலங்கள்! இருபோகமும், நாற்பது கலத்துக்கு எந்தப் பஞ்சத்திலும் குறையாது."

"உமக்கென்னையா! கனகாபிஷேகம் பண்ணியிருக்கீர்; அடிக்கிறது!"

"போன ஞாயித்துக்கிழமைக்கு முந்தின ஞாயித்துக்கிழமை அக்ரிமண்ட் ஆச்சு. ஆன மறுநாள் விடிய விடியக் கண்ணுப்பத்தர் ஆத்துக்கு வந்தார்; மேலே ஐயாயிரம் கொடுத்துடறேன். அக்ரிமெண்டை என் பேருக்கு மாத்தி விடுங்கோன்னார். ஸ. ஆமாம். ஐயாயிரம், பதினாயிரம்! கொல்லையிலே இருக்கு நிலம். மொட்டை மாடியிலே நின்னுண்டு பார்த்தேன்னா வயல்லே ஓரோர் அங்குலமும் கண்ணில் படும். ஒரு எட்டிலே நடந்தால் போச்சு. நெனச்ச போது போய்ப் பார்க்கக் கொள்ள சௌகரியமாயிருக்கும். 'சரிதான் போய்யான்'னு கழிச்சு விட்டுட்டேன். ஐயாயிரம் ரூபாயை வாங்கி என்னையா பண்றது? பொட்டிலே வச்சுத் திறந்து திறந்து பார்த்திண்டிருக்க வேண்டியது தானே. ஏன்? நான் சொல்றது என்ன?"

"ஆமாம்."

"போனவருஷம் பெருமாள் கோயில்கிட்ட ஒரு ஸ்தலம் வாங்கினேனோல்லியோ? ஒரே தாக்கா இரண்டரை வேலி, இதே மாதிரிதான். வாங்கிப் பத்து நாள் ஆச்சு. ரொட்டிக்கார யூசுப்பு ராவுத்தர் வந்தார். ரொக்கத்தை வச்சிண்டு திண்டாடிண்டிருந்தவர் அவர். ஒரு நாள் காலமே ஒம்பது மணி இருக்கும். ஆத்துக்கு வந்து குழி பதினஞ்சு ரூபாய் மேனிக்கு அப்படியே அந்தத் தாக்கைக் கொடுத்துங்கோன்னார். குழி பதினஞ்சு ரூபாய்! நான் வாங்கினது ஏழு ரூபாய்; பார்த்தேன். எழுபத்தி ஐயாயிர ரூபாய், முக்கால் லக்ஷமா? மலைப்புத் தட்டிது. ஏன்?"

"ஆமாம்."

"இல்லையோ, முக்கால் லக்ஷம்னா! முக்கால் லக்ஷமும் என்ன? கைமேலே ரொக்கம். பேசிண்டேயிருக்கச்சே, குனிஞ்சு குல்லாயைக் கையில் எடுத்தார் சாய்பு. பச்சை நோட்டா எழுபத்தஞ்சு கட்டி

வச்சிருந்தான் மனுஷன். பார்த்தேன். செச்சே, இப்பத் தளரப்படாதுன்னு தீர்மானம் பண்ணிண்டேன். வாண்டாம், நான் விற்கலைன்னுட்டேன்."

"முக்கால் லக்ஷத்தையா! நீரா!"

"ஆமாம்யா, நான்தான். என்ன சொன்னேன் தெரியுமோ; 'சாயபூ, உம்ம பணத்தை மடிச்சுப் புடிச்சா உள்ளங்கைக்குள்ளே அடக்கிப்பிடலாம் காணும். கட்டுக் கரையோரமாய் நின்னுண்டு ரண்டரை வேலி ஸ்தலத்தையும் ஒரே இடத்துலே, பச்சேப் பசேர்னு, கண் குளிர, மனசு குளிர ஒரு தடவை பாக்கறத்துக்கு ஈடாகுமாங்காணும், உம்ம முக்கால் லக்ஷம்! பொட்டி மூலையிலே, இடுக்கிலே மடிஞ்சு தூங்கற உம்ம முக்கால் லக்ஷம்'னு கேட்டேன். ஏன்? நான் கேட்டது சரிதானே?"

"பேஷா."

"சாய்பு அப்படியே மூக்கிலே விரலை வச்சார். நீங்கன்னா ஆளுன்னார்."

"ம்?"

"ஆமாம். அப்புறம் கஜகர்ணம் போட்டுப் பார்த்தார். ஆயிரம் சிபார்சு வச்சார். சப் ஐட்ஜு சீமா ராகவையங்காரைத் தெரியுமாம் அவருக்கு. அவர் வந்தார் சிபார்சுக்கு. எங்க அத்தான் சுப்புணி இருக்கானே, டிவிஷனல் ஆபீசர், அவன் சிபார்சு பண்ணினான். போடா ஜாண்டான்னுட்டேன்."

"நீர் இடமே கொடுக்கலை?"

"கொடுப்பேனோ? இதுமாதிரி எத்தனையோ ரூபாயைப் பாத்தாச்சு, தள்ளும். அதே நிலம் போன தையோடே, குறுவையும் சம்பாவுமா ரண்டாயிரம் கலம் கண்டுது. செலவு செத்தாயம் போகக் கலம் அஞ்சு ரூபாய்னு வித்தேன் – எண்ணாயிர ரூவா கிடைச்சுது. நாலு வருஷம் ஆச்சுன்னா போட்ட முதல் முப்பத்திரண்டு ரூபாயையும் எடுத்துடறேன். அப்பறம் லாபம் தானேய்யா? அகவிலை என்ன குறைஞ்சாலும் முக்கால் வட்டிக்குக் குறையுமா? அகவிலை குறையற போது பாத்துப்போம். ஏன்?"

"ஆமாம்."

"என்ன சிரிக்கிறீர்?"

"உம்ம அதிர்ஷடத்தை நினைச்சுத்தான். சும்மா உட்கார்ந் திருக்கிறவனைக் குத்திக் குத்தி, 'இந்தா எடுத்துக்கோ'ன்னு கொடுக்கிறது உம்ம அதிர்ஷடம். ஆயிர ரூவாய்க்கு ஏதாவது பழைய வீட்டை வாங்கி, பிரிச்ச, சாமானை ஆயிர ரூவாய்க்கு வித்து, கல்லையும் விக்கிறீர். மனைக்கட்டை ஆயிர ரூவாய்க்கு கேக்கிறான். தகராறு பண்ணறீர்."

"நீர் ஒண்ணு. கொஞ்ச அவஸ்தையா பட்டோம், அப்ப. நாங்கள்ளாம்! தொளாயிரத்தி முப்பது, முப்பத்தி ஒண்ணுலேருந்து முப்பத்தெட்டு வரைக்கும் கொஞ்சக் கஷ்டமா? கொஞ்ச நஷ்டமா? 'ஸ்லம்ப்' வந்து

எங்களை அதல பாதாளத்திலே அழுத்திப்பிடுத்து ஐயா. கலம் முக்கால் ரூவாய்க்கு வாங்கறத்துக்கு ஆள் கிடையாது. நெல்லைக் கொண்டு வீடுவீடாகத் தலையிலே கட்டி, பணத்தை மொள்ளக் கொடுங்கோன்னு சந்திலே நின்னோம் ஐயா, சந்திலே நின்னோம்! இந்த வீட்டைப் பிரிச்சு வேலை செய்ய ஆரம்பிச்சுட்டேன். இப்பன்னா ரட்டை மாடியா விளங்கறது. பிள்ளைகள் கால்மேலே கால் போட்டுண்டு படிக்கிறத்துக்கு ஒரு உள்ளு, படுக்கறத்துக்கு ஒரு உள்ளுன்னு. அப்பத் துளியூண்டு ஒட்டு வீடுதானே. கையை வச்சா இதோ இதோன்னு எண்ணாயிர ரூவாயை முழுங்கிப்புட்டுது. வரும்படி யென்ன? நானூறு கலம் – காசு முந்நூறு ரூபா, அந்தக் கடனை அடைக்கப் பத்து வருஷமாச்சே எனக்கு. நல்ல வேளையா இனாம் கிராம்மா இருக்கோ, பொழச்சோமோ! இல்லாட்டா தலை தூக்க முடியுமா? எங்கப்பா ஆறு ரூபாய் சம்பளத்துக்கு முதலியார் பண்ணையிலே காரியம் பார்க்கப் போனாராம் முப்பதாவது வயசிலே. விவகாரத்துல மகா சூரர். செத்துப் போறபோது ஆறு வேலி நிலம் வச்சுட்டுப் போனார். அண்ணன், தம்பி மூணு பேரும் பிரிச்சுண்டு, கடன் போக ஆளுக்கு ஒண்ணரை வேலி மிஞ்சித்து. பெரிய அண்ணா நிலத்தை வித்துட்டு உத்தியோகத்துக்குப் போயிட்டான். சின்ன அண்ணா பாட்டு, தேவடியான்னு ஆடி, சொத்தைத் துவம்சம் பண்ணிப்பிட்டு வாயைப் பொளந்துட்டான். நானும் உத்தியோகத்துக்குப் போகலாம்னுதான் ஆசைப்பட்டேன். நல்ல சான்ஸெல்லாம் வந்தது. போயிருந்தா இந்த அம்பது வயசிலே நூறு ரூபாய் வாங்கிண்டு ரேஷனுக்கு ஓடிண்டிருக்கணும். ஏன்?"

"ஆமாம்."

"என்னமோ பகவான் நல்ல புத்தி கொடுத்தான். ஊரோடே உட்கார்ந்தேன்."

"அதிர்ஷ்டமும் அடிச்சுது."

"ஆமாம் அதிர்ஷ்டம். ஏதோ போமேன். எல்லாம் நம்ம செயலிலா இருக்கு?"

"யார் செயலோ? கடைசியிலே லக்ஷ்யத்தைப் போய்ப் புடிச்சிப்பிட்டீர். அதென்ன சொல்லும்? தம்பிடி கிஸ்தியில்லாமல் பத்து வேலி நஞ்சை. ஆயிரம் தென்ன மரம், ஆயிரம் மூங்கில் கொத்து. அதானே?"

"ரெண்டு ஏக்கர் கறி காய்க் கொல்லை."

"ஓகோ, அதை விட்டுட்டேனே."

"இவ்வளவும் இருந்துட்டா, ஒரு மனுஷன் யாரை ஐயா லக்ஷ்யம் பண்ணணும்? நெல்லுக்கு நெல்லாச்சு. காசும் ஆச்சு. மூங்கில் அப்படியே பணம். கறிகாய்க் கொல்லை ஏழு குடும்பத்துக்கு நாலு வருஷத்துக்கு இலையும் கறியும் கொடுக்கும். உத்தியோகம் பாக்கறான்களாம், உத்தியோகம்! கையைக்கட்டி வாயைப்பொத்திண்டுதானே நிக்கணும் ஒத்தன்கிட்ட. கவர்னர் ஜெனரலே ஒத்தனுக்கு அடங்கியவன் தானேய்யா!"

"ராஜாவே பார்லிமென்டுக்குக் கட்டுப்பட்டவன்தான்."

"ம் ..."

அத்துவின் வாதத்தைக் கைலாசம் இன்னும் சற்றுத் தொடர்ந்து பார்த்ததில் கடவுளுக்குத்தான் அவர் சமம் என்று தோன்றிற்று. பாழுங்கிணற்றில் விழுந்து விகடத் துணுக்குத் தேன் சொட்டை நக்கி நப்புக் கொட்டிக்கொண்டிருந்தவனுக்குப் பொறாமைப்படாமல் இருக்க முடியவில்லை. சம்பளத்தில் மிஞ்சின மூன்று ரூபாயை வைத்துக்கொண்டு யாருக்கு எப்படிச் சாக்கு சொல்வதென்று அவன் வாசகம் தேடும்போது அத்துவுக்கு லக்ஷியசித்தி கிடைத்துவிட்டது.

எதிர்த்த வீட்டுப் பழைய காலத்து எம்.ஏ.எல்.டி. ராம லிங்கத்தின் பெண்ணுக்கு மூன்று வயசிலேயே 'டயாபிடிஸ்' வந்துவிட்டதாம். டாக்டர் கண்டம் கண்டமாகக் கழித்துவிட்டு இன்ஸுலின் இன்ஜக்‌ஷன் நாள் தவறாமல் கொடுக்கச் சொல்லிவிட்டான். ராமலிங்கம் நடுக்க மில்லாமல் இன்ஜக்‌ஷன் பண்ணுவார். தொண்ணூறு ரூபாய் சம்பளம் வாங்கிக்கொண்டு மூவாயிர ரூபாய் பெண்ணுக்குச் செலவழித்து விட்டாராம்.

நாலாவது வீட்டு மகாலிங்கம் பி.ஏ. வரையில் மூன்று பிள்ளை களையும் வாசிக்க வைக்கப்போக, அவர்கள் உத்தியோகம் பார்க்க ஸ்வர்க்கத்திற்குப் போய்விட்டார்கள்.

அதே தெரு, பெரிய பண்ணை சேஷசாயி இப்போது எல்லாம் தொலைந்து சவடால் மாத்திரம் போகாமல் கடைத் தெருவில் உட்கார்ந்து காபி சாப்பிட ஆள் தேடுகிறான்.

அத்துவின் வளர்ச்சியும் கைலாசத்திற்கு நன்றாகத் தெரியும். பத்து வருஷத்துக்கு முன் சூனா பானா கடையில் அவன் கணக்குப் பிள்ளை யாக வந்தபோது அத்துவுக்கு இரண்டு வேலியும் ஓட்டுவீடுந்தான். இப்போது ஓட்டுவீடு இரட்டை மாடிக் கிரீடம் வைத்துக்கொண்டு வானொலி ஏரியலைத் தரித்து நிற்கிறது. தெருவில் ஏழெட்டு வீட்டுக்கு மேல் அத்துவின் உடமையாகிவிட்டன. இரண்டு வேலி, பத்துவேலி, ஆயிரம் மூங்கில் வகையறாவாயிற்று. மூங்கில் கொத்தைப் போலாவே அதிர்ஷ்டமும் கால தேசம் பாராமல் வெடித்து வெடித்துப் பெருகிவிட்டது.

கைலாசத்திற்கும் ஒன்றும் குறைச்சல் இல்லை. பன்னிரண்டு ரூபாய் சம்பளம், முப்பத்தாறு ரூபாயாகத் தாண்டிக் குதித்திருக்கிறது. கல்யாணமாகி மூன்று குழந்தைகள். இரண்டுக்குக் கட்டி மருந்தும் ஆரஞ்சும் மாசம் தலைக்கு ஐந்து ரூபாயாகச் சாப்பிட்டு வருகிறது. ஆரஞ்சைக் குழந்தைகளுக்கு உரித்துக் கொடுத்துவிட்டுக் கடைசியில் அவன் விரலை நக்கிப் பார்ப்பதுண்டு.

"சாமி!" குரல் அடுத்தவீட்டில். முத்துக் கொத்தனார் அத்துவைக் கூப்பிட்டுக் கொண்டுவந்தார்.

"யாரு, முத்துவா? வா, சித்தாள் அழைச்சிண்டு வந்திருக்கியா?"

"ம்."

"கூடத்திலே சிமிண்டு மூட்டையிருக்கு. செங்கல் வாசல்லே கிடக்கு, சட்டுனு முடி."

"முடிக்காமெ? இதென்னங்க, அரை மணி வேலை."

"என்னையா? என்ன வேலை?" என்று கேட்டான் கைலாசம்.

"ஒண்ணும் இல்லை. கிணத்தோரமா ஒரு மேடைகட்டலாம்னு."

"எதுக்கு?"

"உக்காந்துக்கும்படியா ஒரு மேடை. அதிலேயே ஒரு தாம்பாளம் மாதிரி குழிவாக் கட்டிப்பிடறது. ஒரு அமாவாசை, திதி, கிதின்னா உட்கார்ந்து தர்ப்பணம் பண்ணலாமோல்லியோ?"

"ஏன்?"

"பேஷாச் சொந்த லக்ஷ்யத்தை அடைஞ்சு திருப்தியடைஞ்சாச்சு. இனிமே பாட்டன்மார்களை திருப்தி பண்ண வேண்டியதுதானே!"

"ஓய், நீர் பொல்லாத ஆளுங்காணும்!"

"என்னது? தர்ப்பணம்னா என்ன அர்த்தம் தெரியுமோல்லியோ?"

"ம் ..."

"திருப்தி பண்ணுகிறதென்று அர்த்தம்."

"தன்னைத் திருப்தி பண்ணிண்டாச்சு, இப்பப் பித்ருக்களைத் திருப்தி பண்ணக் கிளம்பிவிட்டேன் என்கிறீர். அதானே?"

"அதென்ன சாதாரணக் காரியமா? செய்ய வேண்டியதுதானே."

அத்து அப்படியே பூரித்துவிட்டார்.

"அப்பா, அப்பாவ்!"

கைலாசத்தின் மூத்த பெண்ணின் குரல்.

"அம்மா காபி சாப்பிடக் கூப்பிடறா."

"போட்டாச்சா?"

"அப்பவே போட்டாச்சு."

பல்லைத் தேய்த்தான் கைலாசம்.

"ஏனய்யா, உனக்குக் காபி ஆயிடுத்தா?"

"இனிமேல்தான்."

அப்போதுதான் அத்துவின் சம்சாரம் செம்பையும் சாம்பலையும் எடுத்துக்கொண்டு தூக்கம் தெளிந்ததும் தெளியாததுமாக வந்தாள்.

கைலாசம் உள்ளே வந்தான்.

"காபி போட்டாச்சா? இப்பத்தான் அடுத்தாத்து மாமி எழுந்திண்டு வரா. இனிமே எப்ப அடுப்பு மூட்டப் போறா?"

"பணக்காராளுக்குப் பசி பொறுக்க முடியும். நீங்க சாப்பிடுங்கோ. ராஜாவுக்குப் பசி தாங்காது."

கைலாசம், 'ராஜா'ப்பட்டம் பெண்ணின் காதில் விழுந்துவிட்டதோ என்று திரும்பிப் பார்த்தான். பெண் புத்தக மூட்டையுடன் வாசல் திண்ணைக்குப் போய்விட்டாள். சங்கீத சாதகத்திற்கு இரண்டு குழந்தையும் போயிருந்தது.

"அத்து சமாசாரம் கேட்டியா? நேத்திக்கு இரண்டு வேலி சொச்சம் படுகையோரமா நிலம் வாங்கியிருக்கு."

"போனால் போயிட்டுப் போறது, பாவம்!"

"என்னடி பாவங்கறே!"

"இப்படி அநாவசியமாகச் சேர்த்துக் கவலையை வளர்த்துக் கறதே பிராமணன்னுட்டுத்தான்."

"கவலையா? அவர் ரொம்ப நாளாச் சொல்லிண்டிருந்த ஆஸ்தை– பத்துவேலி, ஆயிரம் தென்னமரம், ஆயிரம் மூங்கில் கொத்து, ரெண்டு ஏக்கர் கறிகாய்க்கொல்லை – இந்த ஆஸ்தை நேத்திக்கித்தான் கை கூடிதுன்னு கவலை நீங்கிப் பெருமூச்சு விட்டுண்டிருக்கார். கவலையை வளத்துக்கறார்ங்கிறியே?"

"இனிமே சொத்துலே ஆசையே கிடையாதாமோ?"

"அப்படித்தான் இருக்கும்போல் இருக்கு. இல்லாட்டாப் பித்ருக்களைக் கரை ஏத்தக் கிளம்புவாரா?"

"என்னது?"

"தன் கவலை தீர்ந்து போச்சுன்னு, தர்ப்பணம் பண்ணிப் பித்ருக்களைக் கரையேத்தக் கிணத்தடியிலே ஒரு தர்ப்பண மோடை கட்டப் போறார். கொத்தன் வந்திருக்கான்."

"தர்ப்பண மோடையா?"

"ஆமாம்."

"அதானா? நேத்துச் சாயங்காலம் ரெண்டு பேரும் தகராறு பண்ணிண்டிருந்தா. எதோ கட்டணும்னார் அவர். அவ, 'படாது, அழகாயிராது'ன்னா. 'இல்லை, கட்டியாகணும்'னார் அவர். 'கட்டினாத் தெரியும் சேதி'ன்னு அதட்டினா அவ."

"கொத்தன் வந்துட்டான்."

"ஒண்ணிலேயும் குறைச்சல் இருக்கப்படாது, அவருக்கு."

"நீ பாரு, என்னை, 'ராஜா ராஜா'ன்னு கூப்பிட்டிண்டிருக்கே."

"ராஜாவுக்கு என்ன குறைச்சலாம்?"

"இரண்டுதான் குறைச்சல். ராஜ்யம், காசு!"

"ராஜ்யம் இல்லாட்டா என்னவாம்? உங்களுக்குத்தான் போட்டிப் பந்தயம் இருக்கே. அந்த ராஜாக்கள் குதிரைப் பந்தயத்துக்குப் போறா. நீங்க, தலை தடையா, குலை குடையா, நாக்கு நாதேவியா, மூக்கு

மூதேவியான்னு கேட்டுண்டு மண்டையை உடைச்சுக்கறேளே; நீங்களும் ராஜாதான்."

"போக்கிரி!" என்று அப்படியே அவளை ஆட்டுக்குட்டி மாதிரி தூக்கி அவன் கொஞ்சினான்.

"விடுங்கோன்னா, குழந்தைகள் வந்து தொலைக்கப்போறது. நல்ல புருஷாடிம்மா இவா!" என்று குதித்துக் கன்னத்தைத் துடைத்துக் கொண்டு விரைந்தாள் அவள்.

o

ராஜா கூடத்தில் உட்கார்ந்து 'பயர், பியர், டயர்' என்று முணுமுணுத்துக்கொண்டே இங்கிலீஷ் அகராதியை ஆதிக்கும் அந்தத்திற்கும் புரட்டிவிட்டு இரண்டு மணி நேரத்தில் மூளை சோர்ந்து மனம் சோர்ந்தவுடன் குளிப்பதற்காகக் கொல்லைப் பக்கம் எழுந்து சென்றான்.

அடுத்த வீட்டுப் பக்கம் பார்த்தபொழுது, கொத்தன் வேலையை முடித்துவிட்டுப் போயிருந்தான். கிணற்றுக்கு நாலடி தூரத்தில் ஒரு மேடை; மேடைமீது ஒரு குழிவு; அதற்கு முன் ஒரு ஆள் உட்கார இடம்; குழிவிலிருந்து ஒரு வடிகால். வேலை கச்சிதமாக, அழகாக இருந்தது.

மனுஷனுக்குத்தான் என்ன அதிர்ஷ்டம்! என்ன வாய்ப்பு! எள்ளிறைக்கக் கூடப் பிரத்தியேகமாக ஒரு இடம். அதுவும், ஊர் முழுவதும், ஆபீசுக்கு வருவது போலப் பத்து மணிக்கு வந்துவிட்டு நாலு மணிக்குக் கொத்தர்கள் திரும்புகிறார்கள். இருட்டு விடிய விடிய வந்துவிட்டுப் போய்விட்டான். நினைத்த லட்சியம் நிறைவேறிவிட்டது. பத்துவேலி, ஆயிரம் தென்னை, ஆயிரம் மூங்கில்! என்ன விரைவு! இது போதாதென்று மாட்டுத் தரகில் சம்பாத்யம்! இன்சூரன்ஸ் ஏஜன்ஸியில் சம்பாத்யம்! நிலத் தரகு, வீட்டுத் தரகு, நகைத் தரகுகளில் சம்பாத்யம். தெருவில் ஏழெட்டு வீடு. அந்த வாடகை வேறு. காய்கறி விற்றுமுதல். இன்னும், திண்ணையில் உட்கார்ந்து வீதியில் போகிற எள்ளு, பயறு மூட்டைகளைச் சும்மாவது பணத்தைப் போட்டு வாங்கி வைத்து, எட்டு, பத்து என்று லாபத்தில் விற்கிறது. ஏதாவது ஒரு வீட்டை விலைக்குப் பேசி ஒப்பந்தம் எழுதி, கூட நானூறு, ஐந்நூறு வாங்கிக் கொண்டு ஒப்பந்தத்தை யாருக்காவது மாற்றிவிடுகிறது. தனக்கென்று வாங்கின வீடுகளில் தலைமுறை தலைமுறையாக மூன்று, நாலு என்று வாடகை கொடுத்து வந்தவர்களை மிரட்டி இருபது ரூபாய்க்குக் கொண்டு விட்டுவிடுகிறது. அத்துவாலேயே ஊரில் வீட்டு வாடகை உயர்ந்துவிட்டதாம். கைலாசம் வந்த புதிதில் கொடுத்த ஒன்றரை ரூபாய் இப்போது ஆறாகிவிட்டது.

எல்லாவற்றையும்விட, சிகரம் வைத்தாற்போல், அத்துவிற்கு பெண்டாட்டி வாய்த்திருந்தாள். கொன்னைப் பூ நிறம். கண்ணை நிறுத்திவிடும் வனப்புள்ளவள். கருகருவென்று சிற்றலையிட்ட கூந்தல். பூசணிக்கொடி நுனிபோல, நெற்றியில் இரண்டு சுருள் தொங்கி ஆடிக்கொண்டிருக்கும். அவள் சாதாரணப் புடைவையே உடுத்துவதில்லை.

இக்கரைப் பச்சை

ஆனால் எந்த நிறமும் எந்த மட்டமும் அவளுக்குப் பொருந்தித்தான் இருக்கும். எண்ணெய் தேய்த்து நுனி முடிச்சுப் போட்டு, நகையில்லாமல் பழம் புடைவையுடன் அவள் காட்சியளிப்பதும் யாருக்கும் கிட்டாத ஒரு மோகன நிலைதான். நாலு பெண்ணும் நாலு பிள்ளையும் பெற்றுவிட்டாள். முதல் பிள்ளை இஞ்சினியரிங் மாணவன்; இரண்டாவது வைத்யம்; சின்னஞ் சிறுசுகளாக ஐந்தாறு. இவ்வளவுக்கும் அவளை முப்பது வயதிற்கு மேல் மதிக்க முடியாது. பிரமித்து நின்றான் கைலாசம். அத்துவையும் தன்னை யும் ஒத்துப் பார்த்தான். குழம்பினான்; வருந்தினான். கடைசியில், 'கடவுள் மடப்பயல்' என்று தெரியமாகப் பரம்பொருளை மட்டந்தட்டி விட்டுத் தோண்டிஜலத்தைத் தலையில் கவிழ்த்துக்கொண்டான்.

O

மாலை ஆறு மணிக்குக் கருவடாம் உலர்த்துகிற ஈச்சம் பாயை மொட்டைமாடியில் போட்டு, 'ராஜா' சேம்பர்ஸ் அகராதியை வைத்துக் கொண்டு உட்கார்ந்திருந்தார்.

'பயர், பியர் போடலாமா, டயர் டியர் போடலாமா? பயர் செயப்படு பொருள் கொண்ட வினைதானோ?...'

பலவகை முணுமுணுப்பு; இலக்கண ஆராய்ச்சி; ஆண் பெண் மனோதத்துவ ஆராய்ச்சி; கொச்சை மொழி ஆராய்ச்சி.

இதையெல்லாம் முடித்து எதிரே கிடந்த அச்சிட்ட சதுரத்தில் அதிர்ஷ்ட தேவிக்குக் காதல் கடிதம் எழுதியாக வேண்டும். அவள் என்ன செய்கிறாளோ!

'பயர், பியர் ...'

திடீரென்று ஒரு மைலுக்கு அப்பாலிருந்த மாதா கோயிலிலிருந்து மாலை மணி ஒலித்தது.

'பேஷ், பியர்தான். பயமில்லை' என்று முடிவுகட்டி ஒரு கட்டத்தைப் பூர்த்தி செய்தான் அவன். 'ராகு காலத்தில் எழுத வேண்டாம்; சும்மா யோசிப்போம்' என்று வந்து உட்கார்ந்தவனின் ஞாபகத்தை மணி கேட்ட சந்தோஷம் சாப்பிட்டுவிட்டது. அதே தாது புஷ்டியுடன் கைக்கு வந்த எழுத்துக்களைக் கொண்டு இன்னும் நாலைந்து கட்டங்களைப் பூர்த்தி செய்தான்.

"ஏன்னா!"

அவள் கூப்பிட்டாள்.

"என்ன?"

"கொஞ்சம் வரேளா? ஒரு வேடிக்கை."

"எங்கே?"

"வாங்கோளேன். வந்தால் தானே தெரியறது."

"என்ன விசேஷம்? சொல்லேன்."

"வந்தான்னா தெரியும்."

அவன் எழுந்தான்.

கொல்லைத் தாழ்வாரத்தை அடைந்ததும், "இங்கேயே நில்லுங்கோ" என்று எச்சரித்தாள் அவள்.

அடுத்த வீட்டுக் கொல்லையிலிருந்து டங் டங் என்று சத்தம் கேட்டது.

"என்னன்னா, தெரியறதா?"

"தர்ப்பண மோடைன்னா இடியறது! யாரு இடிக்கறா? சிங்காரமா?"

"சிங்காரம், தானா இடிப்பானா?"

"அம்மாமி உத்தரவோ?"

"பின்னே, காலமே கட்டினதைச் சாயங்காலம் அவரா இடிக்கச் சொல்லுவர்?"

"மாமா எங்கே?"

"ஆத்தில் இல்லை."

"அவர் வந்தால்?"

"அதை அப்பப் பாத்துக்கறது."

"இப்ப வயலுக்குப் போயிருக்கும் அது."

"வருகிற சமயந்தான்."

"ஏன் இடிக்கிறா?"

"அதான் காலமே சொன்னேனே."

"என்ன?"

"அவளுக்குப் பிடிக்கலை. கட்டினாத் தெரியும் சேதின்னு சொன்னான்னேனே."

"கட்டறத்துக்கு முந்தியே தடுக்கப்படாதோ?"

"அவளைத்தான் கேட்கணும்."

"நல்ல பொம்மனாட்டி!"

"நல்ல பொம்மனாட்டிதான் ... இருக்கட்டும். நான் இப்படிச் செஞ்சா என்ன பண்ணுவேள்?"

"நீ இப்படிச் செய்யமாட்டியே."

"செஞ்சா?"

"அப்படியே பக்கத்திலே இருக்கிற கிணத்திலே குதிச்சு உசிரை விட்டுடுவேன்."

இக்கரைப் பச்சை

"ரொம்பச் சமத்துத்தான் போங்கோ."

"ஏண்டி?"

"ஏண்டியா, இழுத்து வச்சுப் பளீர் பளீர்னு கன்னத்திலே நாலு விடுவேன்னு சொல்லுவேளா, கிணத்திலே விழறாளாம்! புருஷாளைப் பாரு!"

"அத்து அப்படிச் செய்யமாட்டார் என்கிறாயா?"

அவள் யோசித்துப் பதில் சொல்ல வாயெடுப்பதற்குள், "இரு இரு" என்று நிறுத்தினான் கைலாசம்.

அத்து கொல்லையில் வந்திருந்தார்.

"என்ன இது?" என்று அத்து கத்தினார்.

ஸ்ரீமதி அத்து பதில் சொல்லவில்லை.

"என்ன இது?" – ஸ்வரம் கொஞ்சம் உயர்ந்தது. பதில் இல்லை.

"என்ன இது?" – இன்னும் உரக்க.

"..."

"சொல்றயா, மாட்டியா?"

ஸ்ரீமதி அத்து வாயைத் திறந்தாள்.

"பார்த்தாத் தெரியலியோ?" என்று பதில் கேள்வி.

"என்ன?"

"இடிக்கிறது."

"ஏன் இடிக்கிறே?"

"எனக்குப் பிடிக்கலை."

"உனக்குப் பிடிக்காததெல்லாம் நாசமாய்ப் போயிடணுமா, இந்த லோகத்திலே!"

"ஆமாம்."

'பளார்' என்று நல்ல அறை ஒன்று ஸ்ரீமதியின் கன்னத்தில் விழுந்தது.

ஸ்ரீமதி அத்து பதில் சொல்லவில்லை.

"ஏய் சிங்காரம், காமாட்டிக் கழுதை, நிறுத்து, போ வெளீலே."

ஸ்ரீமதிக்கு இன்னொரு அறை, இன்னொன்று, இன்னொன்று, நாலு, ஐந்து.

"பிசாசே, இடங்கொடுத்தா மடத்தையா பிடுங்கறே?" அத்துவின் தொண்டை நரநரத்தது.

ஸ்ரீமதி அத்து விர்ரென்று உள்ளே நுழைந்தாள்.

தி. ஜானகிராமன் சிறுகதைகள்

பளீர் என்று கொல்லைத் தாழ்வாரத்தில் இன்னும் இரண்டு அறை.

"ம்ஹம் ..." என்று அத்துவின் ரௌத்ராவஸ்தை உறுமிற்று.

கைலாசம் தம்பதிகள் சற்றுநேரம் மண்டையில் ஓங்கி அடித்தாற் போல் நின்றுகொண்டிருந்தார்கள். காதும் மனதும் ஒரு சுவரைக் கடந்து லயித்திருந்தன.

"நாயே, வெளியிலே போ, இந்த வீட்டிலே உனக்கு இடமில்லை."

"நீ போ."

"ஹாம். ஹம். நீயா, நீயாயிட்டேனா நான்?"

அடி.

சிறிது நிசப்தம்.

நணநண, மட்டுமட்டு – தட்சட் – டின், பாத்திரங்கள் உருண்டு ஓடும் சப்தம். குழந்தைகளின் ஓலம்.

"பார்ரா உங்க அம்மாவை!"

வெளியே போயிருந்த முதல் பிள்ளை இன்ஜினியரிங் மாணவன்– வந்துவிட்டான்போல் இருக்கிறது.

ஐந்து நிமிஷம் கழித்து ஒன்றும் கேட்கவில்லை. ஸ்ரீமதி அத்துவின் கனத்தொண்டை அழுகை, குழந்தைகளின் ஓலம் விசும்பல்களின் நடுநாயகமாகக் கேட்டது.

o

"ரொம்ப அடிச்சுட்டார், பாவம்."

"ரொம்ப மாஞ்சு போறேனே. மென்னியைத் திருகிப் போட்டுடாமே இருக்கே, அந்தப் பிராமணன், அதென்னா சொல்லணும்! என்ன நெஞ்சழுத்தம்! ஒரு புருஷன் மெனக்கட்டுக் கட்டியிருக்கான், கல்லும் கூலியும் போட்டு, ஆசையா; இடிக்கறாளே இவ, காள கண்டி!"

"உன்னை இதுமாதிரி அடிக்கணும்!"

"ஏனாம்?"

"உனக்கு வாய் ஜாஸ்தியாயிருக்கோல்லியோ?"

"ஏன்! இப்பத்தான் அடியுங்களேன். எனக்கும் அடி வாங்கணும் போல ஆசையாத்தான் இருக்கு."

சாப்பிட்டுவிட்டுக் கைலாசம் வெற்றிலை போட்டுக்கொண்டிருந் தான். ஒன்பதரை மணி இருக்கும்.

"ஐயா!"

"யாரு?"

"நான்தாங்க."

சிங்காரம் உள்ளே வந்தான்.

"என்னடா சேதி? சாப்பிட்டாச்சா? எங்கே ஐயரு? படுத்துட்டாரோ?"

"படுக்கிறதா, வயிறு காயுது ... படுக்கையாம்!"

"ஏண்டா, என்ன? ஐயருக்குப் பலகாரமா!"

"காரந்தான். பலகாரம் இல்லே. நீங்க ஒண்ணு. ஒண்ணுமே தெரியாததுபோல!"

கைலாசம் மெதுவாகச் சிரித்தான். "நீ சாப்பிடலையாடா?"

"பூசாரி சாப்பிட்டுல்ல நாக்குட்டிக்கி."

"ஐயருக்கு இன்னும் கோவம் தணியிலியா?"

"அம்மா கோவமில்லே பெரிசா இருக்கு!"

"என்ன?"

"இப்படி அடிச்சா?"

"பின்னே இடிக்கச் சொல்லலாமா அவங்க? நல்லாத்தான் அடிப்பாரு."

"அய்யரு அடி கிடக்கட்டுங்க. அம்மா அடியில்லே பார்க்கணும்."

கைலாசத்திற்குத் தூக்கிப் போட்டது.

"ஏய், என்ன உளர்றே?"

"உளர்றதா? நீங்க என்னா செய்வீங்க? எங்கேயாவது நடக்கிற காரியமாயிருந்தா நம்புவாங்க. இல்லாட்டி உளர்றேன்னுதான் சொல்லுவாங்க."

"என்னடாது, நெஜம்மாவா?"

"ஆமாங்க."

"இவர்தானேடா அடிச்சார்!"

"அது கொல்லையிலே. அடி வாங்கிக்கிட்டு அம்மா உள்ளார வந்தாங்க. அய்யரும் உறுமிக்கிட்டே கூட வந்தாரு. கொல்லைத் தாவாரம் வந்ததும் திரும்பிக்கிட்டு பட்பட்னு அம்மா இளுத்தாங்க பாரு, அய்யரு அப்படியே உலுங்கிப் போயிட்டாரு!"

"என்னடா இது!"

"அய்யரு ஹாம் ஹாம்னு சத்தம் போட்டாரு; நாயென்னாரு பேயென்னாரு; கடாசிலே கையிலம்பற சின்னச் சொம்பை எடுத்து ஓங்கி ஒரு மொத்துமொத்தினாங்க பாரு, அவ்வளவு தான்! அம்மா விர்ன்னு உள்ளே போனாங்க. சாவியை எடுத்துப் பீரோவைத் துறந்தாங்க. வெள்ளிப் பிளேட்டு, தவரா, தம்ளரு, கிண்ணம், பேலா எல்லாம் அய்யரு மூஞ்சியைக் காட்டிப் பறக்க ஆரம்பிச்சிடிச்சு. மூஞ்சியிலே சாரலடிச்சாக் குனியுவமே, அது மாதிரி குனிஞ்சு எல்லாத்தையும்

110 தி. ஜானகிராமன் சிறுகதைகள்

தடுக்கப் பாத்தாரு அய்யரு, ... பீரோலெ உள்ள சாமானெல்லாம் தீந்து போனதும், அய்யரு மடமடன்னு அடுக்களைக்குள்ள போயி அலமாரி, தட்டு ஸ்டாண்டுலெ இருக்கிற வெங்கலத் தமிளரு, அலுமினியம் தட்டு, கரண்டி எல்லாத்தையும் எடுத்து வீச ஆரம்பிச்சிட்டாங்க –"

"அப்பக்கூடத் திருப்பி அந்த வெள்ளிப் பாத்திரங்களையே எடுத்து வீச மனசுவல்லெ பாத்தியா அய்யருக்கு!"

சிங்காரம் சிரித்தான்.

"ம்! அப்பறம்?"

"அப்பறம் என்னா? நாணா வெளியிலே போயிருந்து வந்திரிச்சு. பாத்திரமும் பாடியும் இறைஞ்சு கிடக்கிறதைப் பாத்திச்சு. பொல பொலன்னு கண்ணாலெ ஜலம் விட்டிடுச்சு. அய்யரு கிடுகிடுன்னு வெளியிலே போயிட்டாரு. அம்மா லைட்டை அணைச்சு அடுக்களை யிலெ படுத்திட்டாங்க. நானும் நாணாவும் சேந்து பாத்திரத்தை யெல்லாம் எடுத்துப் பீரோல்லெ வச்சிப் பூட்டினோம். குளந்தைங்களாம் பட்டினி. அரை நாளி முன்னாடி கடாசிக் குளந்தையிருக்குல்ல பேபி – அதுக்கு இருக்கிற புத்தியைப் பாருங்க – அம்மாகிட்டப் போகாமெ, மாடிக்குப் போயி, 'அண்ணா பசிக்கிலெது, பசிக்கிலெது'ன்னு நாணாகிட்ட அளுதிச்சு. 'வா சாதம் போடறேன்'னு நாணா அதைத் தூக்கிட்டுக் கீளே வந்தாரு. அடுக்களை லைட்டைப் போட்டு வெங்கலப் பானையைத் துறந்தாராம். தொறந்த சாதத்து மேலே ஒரே சாணித் தண்ணியாக் கிடந்திச்சாம். ஒரு பானை சோத்திலேயும் சாணியைக் கரைச்சு ஊத்திட்டுப் படுத்திருக்காங்க அம்மா."

"பாவி பாவி! கேக்கறதுக்கே முடியலியே!" என்று பெருமூச்செறிந்தாள் கைலாசத்தின் மனைவி.

"அப்பறம் நாணா சில்லரெ எடுத்துக்கிட்டுக் கோயிலுக்குப் போயிருக்காரு, உண்டக் கட்டி வாங்கி வார. புள்ளைங்கள்ளாம் வாசலெப் பாத்துக்கிட்டு நிக்கிது. அளுதுக்கிட்டு."

"அய்யரு?"

"அய்யரைக் காணோம்."

"உண்டக் கட்டி வந்துதான் உனக்கும் சாப்பாடோ?"

"என்னமோ தெரியலியே!"

"இஞ்ச சாப்பிட்டுடு."

"அடேயப்பா, வாணாங்க. அய்யருக்குத் தெரிஞ்சா மண்டையை உடச்சிடுவாரு."

ரொம்ப நிர்ப்பந்தம் செய்த பிறகு நாலு தோசை தின்றான் அவன்.

கைலாசம் பெருமூச்சு விட்டான்.

"என்னடி, எப்படியிருக்கு கதை?"

"எப்படியிருக்கா? எனக்கு என்னமோ பண்றது."

O

பத்து மணிக்குப் பிறகு 'புல்லட்டின்' கொடுக்கவந்தான் சிங்காரம். குழந்தைகள் உண்டைக் கட்டியைத் தின்று தூங்கிவிட்டனவாம். அம்மா இன்னும் அப்படியே படுத்திருக்கிறாள். அத்து – போன ஆள் இன்னும் வரவில்லை. அப்பா வந்தால் சாப்பிடச் சொல்லச் சிங்காரத்திடம் சொல்லிவிட்டு, அவனுக்கு நாலணாச் சில்லறையையும் கொடுத்துவிட்டு மாடிக்குப் படுக்கப் போய்விட்டான் நாணா.

O

பதினோரு மணி இருக்கும். அத்து வாசல் கதவைத் தட்டினார். (ரேழி உள்ளிருந்து கைலாசம் தம்பதிகள் பார்த்தது) – உள்ளேயிருந்து பதில் இல்லை.

இன்னொரு குரல் கூப்பிட்டார்.

இன்னொரு குரல்.

பதில், கதவு திறப்பு ஒன்றும் நடக்கவில்லை.

அரை மணி கழித்து, கைலாசம் வாசலில் வந்தான். திண்ணையில் துண்டை விரித்துப் படுத்திருந்தது அத்து.

"என்னையா, என்ன இன்னிக்கு வெளியிலே?"

"சும்மாத்தான். உள்ளே ஒரேயடியா வேகறது, காற்றாடக் கொஞ்சம் இருக்கலாம்னு வந்தேன்."

"வேகறதா? சிலுசிலுன்னு அடிக்கிறது காத்து!"

"நீர் இந்தக் காலத்துப் பிள்ளை. இந்தக் காத்தைக்கூடத் தாங்க முடியலை உமக்கு. எனக்கு இது போதவே இல்லை" என்று அந்தப் பசியிலும் சொந்தப் பாணியை விடாமல் பதில் சொல்லிவிட்டு, அப்பால் திரும்பி ஒருக்களித்தார் அத்து. பேச விருப்பமில்லை போல் இருக்கிறது.

O

காலை நாலு மணி இருக்கும். கைலாசம் வெளியே எழுந்து வந்தான். அதே இடத்தில்தான் அத்து படுத்திருந்தார். ஆனால் நல்ல தூக்கம். திண்ணைக் கோடியில் சிங்காரத்தின் சிணுக்குக் குறட்டை கேட்டது.

சற்று நின்று நக்ஷத்திரத்தைப் பார்த்துவிட்டு உள்ளே திரும்பி வந்தான் கைலாசம்.

"என்ன?" என்று அவள் கேட்டாள்.

"நீ முழிச்சிண்டிருக்கியா?"

"சொப்பனம் கண்டு பயந்து முழிச்சுண்டுட்டேன்."

"ஏன் சுவப்னம்?"

தி. ஜானகிராமன் சிறுகதைகள்

"யாரோ வாசல் கதவைத் தட்றாப்போல் இருந்தது. எழுந்து போய்க் கதவைத் திறக்கிறேன். யாரோ ஓர் ஆள் கறுப்பா, தாடி வச்சிண்டு, 'நான் தான், அத்துவின் அதிர்ஷ்டம்'னு சொல்லிண்டே உள்ளே வரப் பார்க்கிறான். தடார்னு கதவைச் சாத்திண்டு உள்ளே ஓடிவந்து படுத்துண்டுட்டேன். அப்புறம் முழிப்புக் கொடுத்துப் போச்சு ... வாசக்கதவைத் தாப்பாள் போட்டேளோ?"

"போட்டுட்டேன். பயப்படாதே! அவன் உள்ளே வரமாட்டான். அதிருக்கட்டும்; தூங்காமெயே மனுஷா ஸ்வப்னம் காண்றதும் உண்டோ?"

அவள் சிரித்தாள் "போதுது, சேம்பர்ஸ் டிக்ஷனரியைப்பாத்தோ கீத்தோ இதானும் கண்டுபிடிக்கத் தெரிஞ்சதே, என் ராஜாக்கு!"

"அத்து இன்னும் திண்ணையிலெதான் படுத்திண்டிருக்கு. ஊதல் காத்தா அடிக்கிறதே."

"பொம்மனாட்டியை ஆளத் தெரியாட்டா அப்படித்தான். கிடக்கட்டுமே ஒரு நாளைக்கு."

"பரிதாபமாயிருக்கு!"

"பொண்டாட்டிகூட இப்படிக் கவலைப்படலை?"

"அம்மாமி ஒண்டியாயிருப்பாளே. குளுராது?"

"இன்னிக்கு ஒருநாள்தானே. எப்பவும் இப்படியே இருந்துடப் போறாளோ? இல்லை, நாணாவுக்கு இன்னும் நாலஞ்சு தம்பி தங்கைகள் பிறக்காமல் போயிடப்போறதோ?"

"உனக்கு இரக்கமே கிடையாதுடி."

"இல்லாட்டாப் போறது. போர்வை முழுக்க நீங்களே இழுத்துக் கொண்டுவிட வாண்டாம். எனக்குக் கொஞ்சம் இருக்கட்டும்."

கைப் போர்வையும் மூச்சுக் காற்றும் பட்டு, குளிர், அத்து, அவர் அதிர்ஷ்டம் எல்லாவற்றையும் மறந்துவிட்டுத் தூங்கினான் கைலாசம்.

சிவாஜி தீபாவளி மலர், 1947

நரை

மாடி அறையில் வாசித்துக்கொண்டிருந்த சின்னசாமிக்கு அவளைப் பார்க்க வேண்டும் போலிருந்தது, விளக்கைக்கூட சிறிது பண்ணாமல் கீழே இறங்கி வந்தான். கூடத்தில் அவள் இல்லை. வாசல் குறட்டில் உட்கார்ந்து சுப்பலட்சுமியுடன் பேசிக்கொண்டிருந்தாள். சுப்பலட்சுமி அவளுக்குத் தாய்வழியில் தூரத்து உறவு. சப்தஸ்தானப் பல்லக்குப் பார்க்க வந்திருந்தாள். நாட்டுப்புறத்தைச் சேர்ந்தவள். சாண் பிள்ளையானாலும் ஆண் பிள்ளைகள் முன்னால் நின்றுகொண்டே பேசுகிறவள். சம்பந்தி வீட்டு உறவு நாணத்தை இன்னும் நெளிய வைத்தது. ஆகவே சின்னசாமி வாசல் பக்கமும் போகாமல் தனத்தையும் கூப்பிடாமல் வரட்டும் என்று கூடத்தில் இருந்த சாய்வு நாற்காலியில் சாய்ந்துகொண்டான். பேச்சு நடுக் கட்டத்தை அடைந்திருந்தது.

"விலை?"

"இரண்டாயிரத்துக்குமேல் ஆயிடிச்சி. குறைச்சலாக வாங்கலாம். இது நீல ஜாதி. அதான் விலை கூடி போச்சி."

"இந்தத் தோடே இவ்வளவு ஆச்சின்னா களுத்து அட்டிகை என்ன ஆகியிருக்குமோ. பளபளன்னு வீசிக் கொட்டுதே."

"வைரம் அவ்வளவு ஓஸ்தி இல்லே. எல்லாமாக ஆயிரம் ரூபா ஆயிடிச்சி."

"சங்கிலி பத்து பவுனுக்கு மேல் இருக்கும் போல் இருக்கே."

"பனிரண்டு பவுன்."

"கல்யாணம் கார்த்திகென்னா எடுத்துப்போட்டுக்கப் பொட்டியிலே இன்னும் எதாச்சிம் வச்சிருப்பே."

"இருக்கு, ஒட்டியாணம் ஒண்ணு இருவது பவுனிலே! கழுத்து அட்டிகை மாதிரியே கல் வச்ச வளையல் இரண்டு ஜோடி இருக்கு."

"என்னமோ ஆத்தா, பொறந்த இடம் சுமாரா இருந்தாலும் பூந்த இடம் நல்லா அமஞ்சிடிச்சி; அவரும் தங்கக் கம்பீன்னுதான் எல்லாரும் சொல்லிக்கிறாங்க."

"உரக்கக் கூடப் பேசமாட்டாங்க அத்தே. ஊரிலே ஒரு பகை கிடையாது. என்னையும் சீ நாயே அப்படி இப்படின்னு ஒரு சொல்லு அதிந்து சொல்லி இருக்கமாட்டாங்க."

"அதைச் சொல்லு ஆத்தா. நகை நட்டு எல்லாம் கிடக்கட்டும் ஒரு பக்கம்."

"நீ பத்து நாளாச்சும் இருந்து பாக்கணும் அத்தை அவங்களை. எப்பபாத்தாலும் வேடிக்கையா பேசிட்டே இருப்பாங்க. அவுங்க பேசுரதை கேட்டா விலாவெல்லாம் இளுத்துக்கிடும்."

"என்னமோ ஆத்தா, எல்லாம் நல்லாவே அமைஞ்சு போச்சு, கட்டி கொடுத்து ஏழு எட்டு வருசம் ஆச்சேன்னு எல்லாரும் கவலைப்பட்டு கிட்டே இருந்தாங்க. இப்ப சாமி அதையும் குறைக்கலே. எத்தினை மாசம்?"

"ஏழு மாசம். இன்னம் ஒரு வாரத்திலே ஆத்தாவும் அய்யாவும் அளச்சிப்போக வரேன்னு எழுதி இருக்காங்க."

"என்னமோ போ. ஒண்ணும் குறைவு வராது உனக்கு."

"நீ என்னா அத்தே. மனிசங்களுக்கு ஒரு குறைகூட இருக்காதுன்னு நினைச்சிட்டியா?"

"மேனி முழுக்க பூரிப்பு, பூவாட்டம் புருசன், வயித்திலே பூச்சி இன்னும் என்னாத்தா வேணும்."

"இஞ்சயும் ஒரு நரை இருக்கத்தான் இருக்கு."

"நரையா?"

"கருகருன்னு மயிர் இருந்தாலும் கண்ணுக்கத் தெரியாத ஒரு நரை மயிர் இருக்குன்னு சொல்றேன். நல்ல வேளையா நீ வரயிலே ஊருக்குப் போயிருக்கு."

"யாரு, மாமியாளா?"

"பின்னே யாராயிருப்பாங்க."

சின்னசாமி நிமிர்ந்து உட்கார்ந்தான்.

"ஏன் அவுங்களுக்கு என்ன?"

"மாமியாள்ளாம் எப்படி இருப்பாங்க? மருமவளை ஏமாத்தறதும் மவளுக்கு வாரிக்கட்றதும்தான் அவங்க மணியம்."

"ம் . . . இங்கயும் அப்படித்தான் இருக்கா?"

"மகா சின்ன புத்தி. இம்மாம் சொத்துக்கு இவ்வளவு அல்பத்தனம் உதவாது."

சின்னசாமி மூச்சு தடைப்பட்டு பேச்சில் வயித்தான்.

"ஊருக்குப் போயிருந்தப்போ என் கை காசு போட்டு ஒரு அலுமினிய டவரா வாங்கியாந்திருந்தேன். நீளமா கைப்பிடி வச்சிருக்கும், மூணரை ரூபாய் விலை ஆச்சு. நான் ரொம்ப ஆசையா அதை வச்சிகிட்டு இருந்தேன்னு அதுக்கு தெரிஞ்சு போச்சு. போன மாசம் சின்னவ வந்து இருந்தா. வண்டை வத்தல் எடுத்துக் குடுக்கிறேன்னு அதுலே கட்டி குடுத்துட்டா மவராசி. வத்தல் குடுக்கிறதுக்குப் பிடிவச்ச டவராதானா கிடைச்சது! நான் ஆசையா வச்சுட்டிருந்தேன்ல அது பொறுக்கலே ஆத்தாளுக்கு. அட அல்பமேன்னு நினைச்சுக்கிட்டேன்."

"சை" என்று உள்ளே சின்ன சாமி வெறுத்துக்கொண்டான். குடம்பாலில் அரணை விழுந்து செத்துவிட்டாற்போல் இருந்தது. அவனுக்கு: உடல் தாங்காத ஒரு கோபத்தில் மார்பு விம்மிற்று; கரகர வென்று அவளை இழுத்து வந்து மிதித்து நசுக்கிவிடலாம் போல அவன் காலும் கையும் துடித்தன. அளவுக்கு மீறிய தைரியத்துடன் இந்த மிருக வெறியை எப்படியோ சமாளித்துக்கொண்டு உட்கார்ந்திருந்தான். இருளும், புகையும் எழுந்து உள்ளத்தை அடைத்துக்கொண்டிருந்தன.

"அதைத் திருப்பி கொடுக்கலே அவ?"

"திரும்பி வர வேண்டாம்ட்டுதானே இவ என் பாத்திரத்தை கொடுத்திருக்கா."

"அடிபாவி" என்று மெதுவாக கத்தினான் சின்னசாமி. இனி மேல் அங்கு இருந்தால் உடல் பேயாட்டம் கண்டுவிடும். வெந்து பொசுக்கும் கோபத் தீயிலிருந்து தப்பித்துக்கொள்வதற்காகச் சரசரவென்று மாடிக்கு ஏறிப்போனான். மொட்டை மாடியில் கிடந்த கட்டிலில் விழுந்து தலைமாட்டு மெத்தைச் சுருட்டின் மீது கைகளைப் போட்டு மல்லாந்து படுத்துவிட்டான்.

"ஆத்தாளா அல்பம்! ஆத்தாளுக்கா சின்னபுத்தி! காதாலே கேக்க முடியவில்லையே. இவ்வளவு அபாண்டமாக இவளா, இந்த தனமா, என்னுடைய தனமா பேசுகிறாள்! ஆத்தாள். அல்பமென்று இவளுக்கா தோன்றிற்று? வால்டவரா இவள் வாங்கினாளாம்! ஆத்தாள் அதை எடுத்துக் கொடுத்தால் என்ன? என்ன குறைந்து போய்விடும்? இவள் ஆசையோடு வைத்திருந்தது ஆத்தாளுக்கு பொறுக்க வில்லையாம். மனசில் புகுந்து பார்த்தது போல் பேசுகிறாள். ஆத்தாள் அப்படியா இருக்கும்? ஆத்தாளின் பெரும் போக்கு ஊர் அறிந்த செய்தி ஆயிற்றே. இந்த எண்ணம் எல்லாம் ஆத்தாளுக்குத் தோன்றுமா என்ன? கல்யாணமாகி இவள் வந்து புகுந்து ஏழு வருஷம் ஆயிற்று. எழுபது அரிக்கன் கிளாஸ் ஆவது உடைத்து இருப்பாள். ஒரே ஒரு முறை நான் கோபித்துக்கொண்டேன். அப்போதுகூட ஆத்தாள் "சரிதான் போடா, கண்ணாடி உடஞ்சது போதும். மனசை வேற உடைக்க வேண்டாம்" என்று கடுமையாகவே பேசிற்று என்னை. அந்த ஆத்தாளுக்கா இவள் ஆசைவைத்திருந்தது

தி. ஜானகிராமன் சிறுகதைகள்

பொறுக்கவில்லை! அலுமினியப் பாத்திரத்திற்கு இந்த பேச்சுப் பேசுகிறாளே இவள். சின்ன புத்தி யாருக்கு? ஆயிரம் வேலிப் பண்ணையில் பிறந்தது போலப் பேசுகிறாள். புகுந்த வீட்டு மனிதர்கள் எல்லாம் சிங்கம் புலிகள். பிறந்த வீடு தர்ம ராஜா அரண்மனை. பொண்டுகள் வர்க்கத்தில் முக்கால் வாசிப்பேர் இப்படித்தான் பேசுவார்கள் போல் இருக்கிறது. பரிசம் கட்டப் போனபோது இவள் அப்பனும் அவன் மாமனாரும் பழுக்காத் தட்டில் இரண்டு சீப்பு பூவம்பழம் வாங்கி வைத்திருந்தார்கள். தஞ்சாவூரில் மலைப்பழம் கிடைக்க வில்லையாம். இந்த கர்ணமகா ராஜன் மகள் ஆத்தாளுக்கு அல்பப் பட்டம் கட்டி விட்டாள். குழந்தை பிறந்து, பெயர் வைத்ததற்கு ஐந்துருபாய்க்குக் கூட வழியில்லை என்று விழுப்புரத்துச் சகலை வருத்தப்பட்டார். அவருக்கு வேஷ்டி வாங்கவா காசில்லை? இவளைப் பெற்ற குபேரனுக்கு அதுகூட அதிகமாய்ப் போய்விட்டது. ஆத்தாளுக்குச் சின்ன புத்தியாம். இந்த எண்ணம் ஏன் தோன்றிற்று இவளுக்கு? கேடு காலத்திற்கா? ஆத்தாள் காதில் விழுந்தால் அது என்ன துடிதுடிக்கும்? அது வருத்தப்பட்டால் இவளுக்கு நல்ல காலம் ஏது? இவள் வாழ்வையே பொசுக்கிவிடும் அது மனசு புண்ணானால்! ஆத்தாளுக்குச் சின்ன புத்தியாம். இவளுக்கு ஏன் இந்தப் புத்தி வந்தது!"

அவனுக்குக் குமுறல் அடங்கவில்லை. ஆத்தாளை நினைத்து நினைத்துக் கண் முன் நிறுத்தினான். ஆத்தாள் கபடும் லோபமும் பிறந்த ஊரிலேயே பிறந்தவள் இல்லை. அந்த மாதிரிசாது இனிமேல் படைக்கப்பட்டால்தான் உண்டு.

கோபம், தாங்க முடியாத துயரமாகப் பரிணமித்தது. துக்கக் கட்டி தொண்டையை அடைக்க, கண்ணில் நிறைந்து வந்த நீரைத் துடைத்து விட்டுக் கொண்டான். விம்மலில் பாதிச் சுமை இறங்கியதும் வாயைத் திறந்து ஒரு பெருமூச்சு விட்டான்.

காற்று குளுகுளுத்து வீசிற்று. வடக்கில் பாதி வானத்தை அடைத்து கொண்டு சப்த ரிஷிநக்ஷத்திரம் சாசுவதமான கேள்விக் குறியைப் பரப்பிப் படுத்து இருந்தது.

"இவளுக்கு எப்படி, ஏன் இந்த எண்ணம் உதித்தது? போய் இரைந்தால் மன்னிப்புக் கேட்டுக்கொள்வாள். மன்னிக்கிறோம். ஆனாலும் இந்த எண்ணம் தோன்றிய ஹ்ருதயம் எவ்வளவு நெடி நிறைந்து இருக்க வேண்டும்!"

"சாப்பிட வாங்க" என்று குரல் கேட்டபொழுது பசிக்கவில்லை என்று பதில் அளித்துவிட்டான் அவன்.

o o o

பெரிய மகள் வீட்டிற்குப் போயிருந்த ஆத்தாளும் சப்த ஸ்தானம் பார்க்கச் சமயத்திற்கு வந்துவிட்டது. தலைக்குமேல் வேலை கிடைக்கிறது என்று சுப்பலட்சுமி மறுநாளே புறப்பட்டுப் போய்விட்டாள். அன்று சாயங்காலம் ஆத்தாள் கோவிலுக்குப் போயிருந்தபொழுது சின்னசாமி சொன்னான்.

"தனம், உன்கிட்ட ஒரு சின்ன விஷயம் பேசணும்."

"என்ன?"

"ஒண்ணும் இல்லை. ஆத்தா கோவில்லேருந்து வந்ததும் அவங்க காலிலே விழுந்து, 'அம்மா எனக்குத்தான் சின்னப்புத்தி வந்திரிச்சு. உங்களுக்கு இல்லை; என்னை மன்னிச்சிட்டேன்னு சொல்லுங்க. நான் நல்லா இருக்கணும்ணு வாக்கு கொடுங்கோ'ன்னு கேட்டுக்கணும்."

தனத்திற்குச் சுரீர் என்றது. திருதிரு வென்று விழித்தாள்.

"அப்படி கேட்டுகிட்டு ஆத்தா மன்னிச்சாத்தான் உன் வாழ்வு நல்ல வாழ்வா இருக்கும்."

"எனக்கு ஒண்ணுமே விளங்கலியே, எதுக்காகக் காலிலே விளுவரது? எதுக்காக மன்னிப்புக் கேட்கிறது?"

"ஒண்ணுமே விளங்கிலியா? மாத்தாருக்கு ஒரு கடுதாசி எழுதிப் போட்டு சுப்பலட்சுமி அக்காவை வரச் சொல்லலாமா? எல்லாம் விளங்கச் சொல்வாங்க."

மலைப் பாம்பு நெருங்கி நெருங்கி வருவது போல் இருந்தது அவளுக்கு தப்பித்துக்கொள்ள வழி இல்லாமல் தவித்தாள். அவளுடைய வேதனையைக் கண்டு மடக்கிவிட்ட வெற்றியில் வெறிகொண்டு நிதானத்தை இழக்காமல் அவன் மகிழ்ந்துகொண்டிருந்தான்.

"ஒட்டுக் கேட்டீங்களாக்கும்."

"ஒட்டுக் கேக்கலை. மாடியிலே வாசிச்சுகிட்டே இருந்தேன், திடீர்னு உன்னை பார்க்கணும்போல ஆசையா இருந்திச்சி. கீழே இறங்கி வந்தேன். நீ வாசல் திண்ணையிலே உக்கார்ந்து சுப்பலட்சுமி யாத்தாவோட இதெல்லாம் சொல்லிகிட்டிருந்தே. என்காதில் விழுந்துச்சி. ஒட்டு கேக்கிறுக்குத் தேவையே இல்லை. உரக்கத் தெம்போடுதான் நீ பேசி கிட்டு இருந்தே."

"நல்லாத்தான் சொல்வாங்க. நான் கைகாசு போட்டு வாங்கியாந்ததை உங்க தங்கச்சிக்கு எடுத்துக் கொடுத்தாங்களே உங்க ஆத்தா."

"எங்க ஆத்தாவா? உனக்கு ஆத்தாள் இல்லையா?"

". . ."

"ஏன், ஆத்தாவுக்கு எடுத்து கொடுக்க உரிமை இல்லையா?"

"என் பண்டத்தை ஏன் எடுத்துக்கொடுக்கணும்? வேறே பாத்திரங்களே இல்லியா?"

"அப்ப இங்கே இருக்கிறது எல்லாம் உன்னதுன்னு சொல்லு."

". . ."

"மருமவளை ஏமாத்திவிட்டு மவளுக்கு கொடுக்கிறதுதான் மாமியார்ங்க மணியம்ன்னு சொன்னியே உங்க அண்ணியை ஏச்சி உனக்கு என்ன வாரி கொடுத்துட்டா உங்க ஆத்தா?"

"எங்க ஊட்டிலே அந்த மாதிரி எல்லாம் செய்ய மாட்டாங்க."

"அப்ப எங்க ஆத்தா தான் பொல்லாதவங்கன்னு சொல்லு."

". . ."

"கல்யாணம் நிச்சயம் பண்ண வந்தப்ப உங்க வீட்டிலே இரண்டு சீப்புப்பூவம்பளம் வாங்கி வச்சிருந்தாங்க. உங்க தஞ்சாவூரிலே மலைப்பளம் கிடைக்கலியாம்."

"அப்பா பொய் சொல்லமாட்டாங்க; இருந்திச்சின்னா ஆரஞ்சி ஆப்பிளாவே வாங்கியாரத் தயங்க மாட்டாங்க."

"அப்படியா."

"ஆமாம்."

"சரி போவுது. ஆத்தா வர நேரம் ஆச்சு. நீ என்னா செய்யப் போறே? கால்லே விழுந்திறீயா?"

"அவங்களுக்கு ஒண்ணுமே தெரியாத இருக்கிறப்போ நீங்க ஏன் கல்லை சரிச்சு விடறிங்க?"

"தெரியாம இருக்கிறது வேறே சங்கதி; தெரிஞ்சு, செஞ்சது தப்புன்னு நீயும் உணர்ந்து அவங்களும் மன்னிச்சாத்தான் நல்லது."

"நான் ஒண்ணும் பொய்யா சொல்லிடலியே?"

"அப்போ ஆத்தா வேணும்னே உன்னை ஏச்சிபிட்டாங்கன்னு சொல்லு."

"ஆமாம்."

"ஏச்சதாகவே வச்சுக்குவம். ஏச்சாத்தான் என்ன? அலுமினியத்லே என்ன குடிமுளிவிப்போச்சு?"

"இப்ப சின்னதா இருக்கு. நாளைக்கு பெரிசா வளரும்."

"ஓ."

"____"

"சரி நான் கடசியா சொல்லிடறேன். நீ சொன்னது தப்புன்னு எனக்குத்தோணுது. ஆத்தாகிட்ட மன்னிப்பு கேட்டுக்கிட்டுதான் ஆகணும்."

"சும்மாவானும் எதுக்காகக் கேக்கிறது."

"அப்படின்னா முடியாதா?"

"ம்ஹ்ம்."

"அப்பசரி; அதான் ஒரு வார்த்தை கேட்டுடனும்னு நினைச்சேன்" என்று எழுந்து வாசலில் போய்விட்டான் சின்னசாமி.

o o o

தனத்தை அழைத்துப் போக ஆத்தாவும் ஐயாவும் வந்திருந்தார்கள்.

மூட்டை எல்லாம் கட்டியானதும் சின்னசாமி தனத்தை மாடிக்குக் கூப்பிட்டான்.

"தனம், வண்டிக்கு சொல்லி அனுப்பியாயிடிச்சு. அது வாரத்துக் குள்ள நான் போட்ட தோடு, அட்டிகை, கைவளையல்கள், பட்டுப் புடவைகள் ஜாடாவையும் இந்த மேஜை மேல் கயட்டிவச்சிடனும்."

அயர்ந்துவிட்டாள் அவள்.

"எதுக்காகவாம்? நான் முடியாது."

"முடியாதுன்னா காரியம் வேறு மாதிரியாக நடக்கும்."

"என்ன நடக்கும்?"

"அது அப்ப தெரியும் . . . சரி நீ எடுத்து வைக்கிறியா இல்லையா?"

அவன் இரையவோ, கூச்சல் போடவோ இல்லை. மெதுவாக, நிதானமாகத்தான் பேசினான். சாவை மறைத்து நிற்கும் மரண மடு மாதிரி இருந்தது அந்த நிதானம். தனத்தின் உள்ளம் நடுங்கிற்று.

"இனிமே அதெல்லாம் சொல்லலை" என்று அழுதாள்.

"அதெல்லாம் சரி; நீ கயட்டி வைக்கிறியா இல்லையா?"

"நான் ஆத்தா கிட்டே மன்னிப்புக் கேட்டுக்கறேன்."

"வேண்டாம்."

"ஏன்?"

"வெள்ளம் தாண்டிப் போயிடிச்சி. இனிமே தடுக்கறத்துக்கு இல்லே. கயட்டிவை."

அழுதுகொண்டே அவள் எல்லாவற்றையும் கழற்றி வைத்தாள். நீலம் வீசும் காதணிகள், மூக்குப் பொட்டுகள், அட்டிகை, புடைவைகள் எல்லாம் மேஜைக்கு வந்துவிட்டன.

வண்டி வாசலில் வந்து நின்ற பொழுது அவளுடைய பிறந்த வீட்டுச் சிவப்புத் தோடும் வெள்ளை மூக்குத்தியும் இரண்டு மூங்கில் கைவளையுமாக ஒரு நூல் புடைவை கட்டிக்கொண்டு நின்றாள்.

ஆத்தாளை வணங்குகையில், "ஏன் ஆத்தா நகை எல்லாம் போட்டுகிட்டு போனா என்ன?" என்று கேட்டாள் ஆத்தாள்.

"நான்தான் அம்மா இதுகளே போதும்ம்னேன். ரயில் கரி வைரங்களுக்கு ஆகாது" என்று அவசரமாகக் குறுக்கிட்டான் அவன்.

"அதுவும் சரிதான்" என்று அவன் மாமனாரும் ஒப்புக் கொண்டார்.

வண்டி போய்விட்டது. சின்னசாமி அண்டத்திற்கே கேள்வி போட்டிருந்த சப்தரிஷி நக்ஷத்திரத்தைப் பார்த்துக்கொண்டு கட்டிலில் விழுந்து கிடந்தான்.

'ஆத்தாளை அபாண்டமாகச் சொல்லிவிட்டுப் போய்விட்டாள். மன்னிப்புக் கேட்கவில்லை அவள். ஐந்தடி மனிதக் கட்டைக்கு ஏன் இந்த அகம்பாவம்?'

பதில் சொல்லாமல் வானத்தில் அந்தக் கேள்விக் குறி தொங்கிற்று.

நாலைந்து மாதம் கழித்து அவள் குழந்தையுடன் திரும்பி வரும் பொழுது?

o o o

இரண்டு மாதம் கழித்துத் தஞ்சாவூரிலிருந்து தந்தி வந்தது: 'ஆண் குழந்தை பெற்று தாயும் குழந்தையும் சேர்ந்து இந்த உலகத்தையே விட்டுப் போய்விட்டார்கள்' என்று.

ஆத்தாள் பொறி கலங்கி, செய்தி புரியாமல் சற்று நேரம் வெறித்துப் பார்த்துக்கொண்டே உட்கார்ந்திருந்தாள். பிறகு வாய்விட்டுக் கதறினாள்.

சின்னசாமி வருத்தப்படவில்லை. "அதை மன்னிச்சிடும்மா" என்று அழுகை ஓய்ந்த பிறகு கேட்டுக்கொள்ள வேண்டுமெனக் காத்திருந்தான்.

தேனீ, *சித்திரை* 1948

ஆனைக்குப்பம்

ஆசிரியர் சண்டஹாசனிடமிருந்து வந்துள்ள கடிதத்தின் ஒரு பகுதி இது. "... நீர் எழுதியுள்ள 'சாப்பாடு' என்ற கட்டுரையைப் படித்தோம். பதினாறு பக்கப் பத்திரிகையில் பதினைந்து பக்கம் விளம்பரங்களைப் போட்டு ஒரு பக்கத்தில் கவிதை, கட்டுரை, அரசியல் சினிமா விமர்சனம் முதலிய எல்லாம் செய்துவிடுவார் என்று நாம் பத்திரிகை நடத்தும் வகையைப் பற்றி எழுதியிருக்கிறீர். அது நையாண்டியோ, யதார்த்தமோ, எதுவாயிருந்தாலும் ஒன்று மட்டும் சொல்ல விரும்புகிறேன். நீர் பிழைக்கத் தெரியாதவர். உமக்குப் பத்திரிகை நடத்துவது போவது ஒன்றும் தெரியாது. தென்னை மார்க் தொன்னை, பெருச்சாளி மார்க் பெருங்காயம், கூவம் மார்க் அத்தர் இன்னும் மற்ற சாமான்களை விற்பனை செய்யும் முதலாளிகள் தயவால்தான் பத்திரிகைகள் பிழைத்து நிற்கின்றனவே தவிர, உம் எழுத்தின் மகிமையால் அல்ல. மேற்படி முதலாளிகள் நமக்களிக்கும் விளம்பரங்களை நிறுத்திவிட்டால் ஒரு பத்திக்கு அரை ரூபாய் வீதம் நீர் தட்டிக்கொண்டு போகும் சன்மானத்தைக் கோட்டை விட்டுவிட்டுப் புறங்கையை நக்க வேண்டியது தான்... அது சரி நம் கடிதத்தின் முக்கிய விஷயம் இதுவல்ல அடிப்படைத் தத்துவமாக சாப்பாட்டில் நமக்கு உள்ள பக்திபூர்வமான மோகத்தை நீர் பாராட்டியுள்ளதற்கு மிகவும் நன்றி. ஒரே ஒரு சந்தேகம் நாம் பத்திரிகை நடத்தும் வகை பற்றிக் கூறிவிட்டு "இந்த ஆனைக்குப்பத்தான் வேலையை விட . . ." என்று குறிப்பிட்டுள்ளீர். ஆனைக்குப்பத்தான் என்பவர் யார் என்பதை விவரமாகத் தெரிவிக்கவேண்டும். யாருக்கும் புரியாத ஒரு வார்த்தையைப் போட்டு, விளக்கமும் கொடாமல் போகும் உம் போன்றவர்களைக் கண்டு நமக்கு உண்மையாகவே பரிதாபமாயிருக்கிறது. பாதகமில்லை "ஆனைக்குப்பத்தானை" விளக்கிச் சொல்லும் . . ."

இப்போதுதான் எனக்கு ஞாபகம் வருகிறது. தஞ்சாவூர் ஜில்லாவில் பிறந்தாலும் ஆசிரியர் சண்டஹாசன் வேறு ஏதோ ஜில்லாவில் வளர்ந்தார் என்று. தஞ்சாவூர்

ஜில்லாக்காரர்களுக்கு "ஆனைக்குப்பத்தானை"த் தெரியாமல் இராது. தெரியாதவர்களும் இருக்கலாம். போன தலைமுறைக்காரர்கள் எல்லோருக்கும் நிச்சயமாய்த் தெரியும். தற்போதைய தலைமுறையில் பலருக்குத் தெரியாமலிருக்கவும் நியாயமுண்டு. காரணம், உயிர்ப் பரிணாமத்தின் போக்கில் அடியோடு அழிந்து மறைந்துவிட்ட ஜீவராசிகளைப் போல, ஆனைக்குப்பத்தான்களும் மறைந்துவிட்டதுதான்.

ஆனைக்குப்பம் மிக மிகச் சிறிய பட்டிக்காடு. ஆனால் அதன் கீர்த்தியோ ஆனையைப் போன்றது. விரலை மடக்கி எண்ணி விடக் கூடிய ஒரு சில ஆசாமிகள் ஊரின் புகழை உலகம் எங்கும் வாரியிறைத்து விட்டார்கள். அந்த ஒரு சில ஆசாமிகளுக்குத்தான் ஆனைக்குப்பத்தான் என்ற பெயரும் தகும். வேறு யாரையும், அவர்கள் ஆனைக்குப்பத்திலேயே பிறந்து வளர்ந்து மாண்டிருந்தாலும், அந்தப் பெயரைச் சொல்லியழைத்தால் முழுவதுமே நார்த்தையிலையைப் பொடி செய்துவிட்டு, வேப்பிலைக் கட்டி என்று பெண்பிள்ளைகள் அழைப்பதற்குச் சமனமாகத்தான் ஆகும். ஆதலால் நாம் ஆனைக்குப்பத்தான் என்று சொன்னால் அது அந்த ஒரு சிலரைத்தான் குறிக்கிறது. இப்போது ஆனைக்குப்பத்தில் வாழ்பவர்கள் அந்தப் பெருமை தங்களைச் சார்கிறது என்று ஆத்ம திருப்தியோ அகங்காரமோ அடையத் தேவையில்லை.

ஆனைக் குப்பத்தான்களுக்கு இரண்டே அலுவல்கள்தான் வாழ்க்கையில். அவையாவன: (1). சாப்பாடு. (2). கூப்பாடு. சாப்பாடு கிடைக்காவிட்டால் கூப்பாடு என்று ரத்னச்சுருக்கமாகச் சொல்லி விடலாமானாலும் விளக்கிச் சொல்லுமாறு கோரியுள்ள சண்டஹாசனின் வேட்கையைத் தீர்ப்பது கடமை. விளக்கியே சொல்லிவிடுகிறேன்.

ஆனைக் குப்பத்தான்கள் போஜனப்பிரியர்கள். ஆனால் ஆசை யிருந்தும் செயலில்லாத அல்பப் பசிக்காரர்களோ, சபலக்காரர்களோ அல்ல. பின்னே என்ன? சாம்பார் சாதம் இரண்டு தடவையும், மோர்க் குழம்பு சாதம் இரண்டு தடவையும், ரசம், புளி, தேங்காய், சர்க்கரை சாதங்கள் ஒவ்வொன்றையும் இரண்டிரண்டு தடவைக்குக் குறையாமலும் சாப்பிடமாட்டார்கள் என்று மந்தமாக, விறுவிறுப்பில்லாமல் சொல் வதற்குப் பதிலாக அவர்களைப் பற்றிய உண்மை வரலாறு ஒன்றையே சொல்லிவிடுகிறேன்.

அந்தக் காலத்தில் மன்னார்குடி ஹனுமந்தராயர்ஹோட்டல் சாம்பாருக்கு மிஞ்சிய சாம்பார் உலகத்திலேயே கிடையாது. சாப்பாடு இரண்டரையணாதான் என்றாலும் ஹனுமந்த ராயர் வாரி வாரித்தான் கொட்டுவார். பொதுவாக ராயர்களே பெரிய அன்னதாதாக்கள் தானே. ஹனுமந்தராயருக்குக் கரண்டி, சட்டுவம் இதெல்லாம் தெரியாது. சாம்பாரைக் கோகர்ணத்தின் மூக்கைச் சாய்த்து ஊற்றுவாரே தவிர, கரண்டியால் மொண்டு மொண்டு பசியைப் பதம் பார்க்க மாட்டார். மற்ற ஹோட்டல் காரர்களைப்போல் நெய் வார்க்க ஒரு குறும்பை வாங்குவதும், சோற்றுத் தட்டை டமடமவென்று தட்டுவதும், பரிமாறு வதில் சங்கோசமும் அவரிடம் கிடையா. ஆகக்கூடி, படுதாராளம் என்று தான் சொல்ல வேண்டும். "இன்னும் கொஞ்சம்" என்ற வார்த்தைகளை அவர் கேட்டதேயில்லை.

இருபது வருஷம் இப்படி மானமாகக் காலத்தை ஒட்டிவிட்ட ராயரின் ஹோட்டலுக்கு ஒரு நாள் இரண்டு ஆனைக் குப்பத்தார்கள் வந்துசேர்ந்தார்கள். கச்சலான ஆசாமிகள் தாம். முதலில் போட்ட சாதத்தை ஆளுக்கு ஒரு கோகர்ண சாம்பார் ஊற்றிக்கொண்டு உள்ளே தள்ளிவிட்டார்கள். இரண்டாம் முறை சாதம் பரிமாறிவிட்டு ரசம் கொண்டு வந்தபோது, அவர்கள் "சாம்பார்" என்கவே ராயருக்குத் தூக்கி வாரிப் போட்டது. ஆனால் அது தன் கைமணத்திற்கு சர்டிபிகேட் என்று சமாதானம் செய்துகொண்டு சாம்பார் கொண்டுவந்து ஊற்றினார். கோகர்ணம் நிமிரவில்லை. போதும் என்ற சப்தமும் கேட்கவில்லை. நாற்று முளைத்த வயலைப்போல இருந்தது இலையில் சில பருக்கைகள்தான் வெளியே தென்பட்டன. இன்னொரு கோகர்ணம் கொண்டுவந்தார், இரண்டாவது ஆளுக்கு. ஆனால் முதல் ஆள் "அண்ணா, இன்னும் கொஞ்சம் சாம்பார்" என்றான். ராயருக்குப் பொறுக்கவில்லை. "அட, பஞ்ச மகா பாதகா என்று மனதிற்குள் குமுறிகொண்டே அப்படியே கோகர்ணத்தை இலையில் கவிழ்த்துவிட்டார். அதோடு நில்லாமல் உள்ளே போய் ஒரு பெரிய கோகர்ணத்தில் சாம்பார் மொண்டு வந்து இரண்டாவது ஆசாமியின் பக்கத்தில் வைத்துவிட்டுப் போய்விட்டார். ரசமும் மோரும் இதே திட்டத்தில்தான் நடந்தன.

கையலம்பிவிட்டு அவர்கள் வெளியே கிளம்பியபோது "ஸ்வாமி, தயவுசெய்து இப்படி உட்காரணும்" என்று ராயர் கூப்பிட்டார்.

"தாங்கள் எந்த ஊரோ!"

"ஆனைக் குப்பம்"

"ஆனைக்குப்பமா? அடடா அப்பவே தெரியாமல் போச்சே."

"என்ன விசேஷம்! உட்காரச் சொன்னேளே."

"ஒண்ணுமில்லை. எனக்கு வயசு அறுபதாகப் போகிறது. இரண்டு பெண்பிள்ளைகள் கல்யாணத்திற்கு இருக்கின்றன. ரொம்ப சம்சாரி. இந்தாருங்கோ, இதைப் பிடியுங்கோ" என்றார். ஆச்சரியத்தோடு அவர்கள் தட்டிலிருந்த வெற்றிலைப் பாக்கையும் ஐந்து ஐந்து ரூபாய் பணத்தையும் பார்த்தார்கள்.

"என்னத்துக்கு ஸ்வாமி?"

"பிடியுங்கோ, சொல்றேன், நான் சம்சாரி. இனிமேல் நீங்கள் மன்னார்குடிக்கு வந்தாலும், அடியேன் ஹோட்டலுக்கு வராமல் இருக்கணும். நான் மேலே என்ன சொல்ல இருக்கு?" என்று கைகூப்பி நின்றார் ராயர்.

"அடடே" என்று அவர்கள் பதில் சொல்ல வாயெடுப்பதற்குள் வாசல் கதவை மடார் என்று சாத்திக்கொண்டு உள்ளே போய்விட்டார்.

முதல் ஆனைக் குப்பத்தான் இரண்டாவது ஆனைக்குப்பத்தானைப் பார்த்துக் கண்ணைச் சிமிட்டினான். ரூபாயை எக்கில் செருகிக்கொண்டு இருவரும் தெருவில் இறங்கிப் போனார்கள்.

"பஞ்ச மகாபாதகர்கள் ... மூஞ்சியிலேயே முழிக்கக் கூடாது" என்று உள்ளே முணு முணுத்தார் ராயர். எல்லை மீறிக் கொட்டிக்கொள்வது பஞ்சமகா பாதகங்களில் ஒன்று என்று தர்ம நூல்கள் கோஷிக்கின்றன.

ஆனைக் குப்பத்தான் சாப்பாட்டுக்கு இந்தக் கதை போதாதா?

சரி, ஆனைக் குப்பத்தான் கூப்பாடு என்றால் என்ன?

கல்யாணங்களில் பூரி கொடுப்பது என்று ஒரு வழக்கமுண்டு. சாப்பிடுகிற பூரி இல்லை. காசு, தாலி கட்டிய பிறகு ஒரு வெள்ளிக் கிண்ணத்தில் வழிய வழியச் சில்லறைகளைப் போட்டு வாசல் படிக்கு வருவார் கல்யாண நிர்வாகிகளில் ஒருவர். வெளியே போகிறவர்களுக்கு ஆளுக்கு ஒரு அணா இரண்டணா என்று அவர் உசிதப்படி கொடுத்துக் கொண்டிருப்பார். பெரிய இடத்துக் கல்யாணங்களில் ஒன்று அரை ரூபாய் என்று கொஞ்சம் பெரிய பிடியாக இருக்கும்.

இதோ பாருங்கள்.

பெரிய இடத்துக்கல்யாணம். ஐம்பது அறுபதினாயிரக் கணக்கில் வரதக்ஷிணை, ஆயிரக்கணக்கில் சாப்பாடு. உள்ளே முகூர்த்தம் நடந்து கொண்டிருக்கிறது. கல்யாணக்காரரின் வலது கண்ணாக விளங்கும் ஒன்றைக்கண் குப்பு மொட்டை பெரிய சந்தனப் பேலாவில் சில்லறை எடுத்து வாசல் படியில் வந்து நிற்கிறான்.

நெருக்கடி சமாளிக்க முடியவில்லை. கிழக் கைகள், குழந்தைக் கைகள், மோட்டாக் கைகள், சொறிக் கைகள், நடுங்குகிற கைகள் என்று நூற்றுக் கணக்கான கைகள் நீள்கின்றன. ஒரு மாதிரியாக எல்லோரையும் வரிசை பண்ணி குப்புமொட்டை பூரி வழங்குகிறான். அரை அரை ரூபாயாக பாதிக் கூட்டம் கலைந்துவிட்டது.

அதோ ஒரு ஆசாமி. அழுக்கு வேஷ்டி. விஷமச்சிரிப்பு. செம்பட்டைத் தலை யாரோ கங் காளிப் பயல் என்று கால் ரூபாயை வைக்கிறான் குப்பு மொட்டை.

"ஸ்வாமி, நான் மட்டும் துரதிர்ஷ்டசாலியா?" என்று கேள்வி பிறக்கிறது.

ஒரு முறைப்பு முறைத்துவிட்டு இன்னொரு இரண்டணாவை வைக்கிறான் குப்பு மொட்டை.

"ஒரு காலணாவையும் போட்டுடுங்களேன்" என்று கெஞ்சுகிறான் ஆசாமி. யாராவது செத்துப் போய்விட்டால் அவர்களை ஸ்னானம் செய்து கரையேற்ற புரோகிதர்களை அழைத்து ஆறே காலணா கொடுப்பது வழக்கம். காரணமில்லாத ஒரு கணக்கு. யுகயுகமான சம்பிரதாயம்.

குப்பு மொட்டைக்குத் தூக்கிவாரிப் போடுகிறது.

"ஹாம், என்ன சொன்னே?" என்று ஆசாமி தலையில் ஒரு குட்டு வைக்கிறான். குட்டு என்னமோ சாதாரணக் குட்டுதான். ஆனால் குட்டுப் பட்ட ஆசாமி ஆடினான், கலங்கினான், மொடேர் என்று மல்லாந்து கீழே விழுந்துவிட்டான்.

ஆனைக்குப்பம்

"ஐயையோ. போயிட்டியா பாவி" என்று ஒரு அலறல்.

அவன் தோழன் ஓடி வருகிறான். பார்க்கிறான். நுரை வழிகிறது வாயிலிருந்து. மூக்கில் கை வைக்கிறான். தீர்ந்துவிட்டது. மேல் சவுக்கத்தை எடுத்து உச்சந்தலை உள்ளங்கை கால் எல்லாம் மறையப் போர்த்து கிறான். சந்தேகத்தோடு ஒருமுறை உலுக்குகிறான். பயனில்லை. உடல் கட்டையாகக் கிடக்கிறது.

"ஐயையோ, கல்யாணும்னு வந்தேனே. இப்படி ஆயிடுத்தேடா. உயிரை விட்டுட்டயேடா, பாவி, நான் உன்னை விட்டுட்டு எப்படிடா இருப்பேன்? ஏய், கல்யாணம்னு வந்தோமேடா, இப்படி முடியும்னு நான் சொப்பனத்தில்கூட நெனைக்கலியே. ஐயையோ, பொணந் தின்னிக்கழுகுகள்ளாம் கல்லுமாதிரி இருக்கச்சே, நீ தான் அகப்பட்டியாடா. இந்த இழவுக்கு நான் தாண்டா கொடுத்துவைக்கலே நான் தான் பாவி, பாவி, பாவி, பாவி" என்று 'பாவி'க்கு ஒரு போடுவீதம் ணங்குணங்கென்று மார்பில் அடித்துக்கொண்டான். முகத்தில் அடித்துக்கொண்டான். மண்டையில் போட்டுக்கொண்டான். மயிரைப் பியத்துக்கொண்டான். உடலின் மேல் விழுந்து புரண்டு அழுதான். கண்ணில் தாரை தாரையாக நீர் பெருகுகிறது.

குப்பு மொட்டை இருந்த இடம் தெரியவில்லை. உடலைச் சுற்றி ஒரே கூட்டம். தோழனுடைய புலம்பல் நெஞ்சைப் பிளக்கிறது.

"பாவம், பசி, குட்டுத் தாங்காமல் உயிர் போய்விட்டது."

"என்ன வேளையில் புறப்பட்டு வந்தானோ?"

"அட, ரண்டு காசு கேட்டான்னா, இப்படியா குட்டுரது அவருக்கு வலது கையோல்லியோ, அந்தத் திமிரு, அல்பப் பயல்."

இப்படிக் கூடியிருந்தவர்கள் விதவிதமாக அங்கலாய்க்கிறார்கள்.

"ஐயா, பேசிண்டுருக்கறேளே. மேலே ஆகவேண்டிய காரியத்துக்கு எதாவது செய்யுங்கோ, ஐயா, மட்டை, மூங்கில், சட்டியெல்லாம் வாங்கணுமே, கல்யாண வீட்டிலே இழவு புறப்பட்டு விட்டதே. இப்படியே இருக்கப்படாதுய்யா" என்று தோழன் தேம்புகிறான்

எல்லா முகமும் செத்து கல்யாணக்காரர் முகத்தில் ஈயாடவில்லை. இந்த அபசகுனத்தைப் பார்த்து அவர் உள்ளம் கலங்கி அழுங்கிவிட்டது. அவருடைய அத்தான் கிழவர் "நீர் எந்த ஊர் ஐயா?" என்று கேட்கிறார்; "ஆனைக் குப்பம்" என்று பதில் வரவே, "அப்படியா?" என்று ஆச்சரியப் படுகிறார்.

கல்யாணக்காரரைத் தனியாக உள்ளே அழைத்துப் போய் "ஏய் கிட்டப்பா, பத்து ரூபாய் கொடுத்தால் போன உசிர் வந்துடும், என்ன சொல்றே?" என்கிறார்.

"என்ன அத்தான் சொல்றே? புரியலியே?"

"என்ன புரியலே, அவன் ஆனைக்குப்பத்தான். 'ஔதாக் கட்டி'க்காகச் செத்துப் போய் இருக்கான். பத்து ரூபாய் வந்தால்தான் பிழச்சிக்குவன் அவன் தொழில் இது"

தி. ஜானகிராமன் சிறுகதைகள்

"அப்படியா, அடப்பாவிகளா அத்தான், அந்தப் பேச்சு மட்டும் இனிமே நடக்காது. கம்பத்திலே கட்டி வச்சு உரிக்கிறேனோ இல்லியா பாருங்கோ, ரத்தம் பீரிட்டு அடிக்கணும் ரண்டு பசங்களுக்கும்."

"ஏய் கிட்டப்பா, நான் சொல்றதைக் கேளு. இது மாதிரி ஆயிரம் கம்பத்திலே நின்னு குடங்குடமாக ரத்தம் சிந்தியிருக்கான் அவன்கள். பேசாம ரூபாயைக் கொடுத்துடு. இல்லாவிட்டால் சமாசாரம் ஊர் ஊரா எட்டி இன்னும் நாலு ஆனைக்குப்பத்தான் வந்து ஒப்பாரி பாடுவன். வருஷம் நூறு ஆனாலும் சரி, யானையைவிட்டு ஓட்டினாலும் சரி, அவன் எழுந்திருக்கமாட்டான். நீ என்ன சம்பந்திகளை வச்சுண்டு நாலு நாள் கல்யாணம் பண்ணப்போறியா, இல்லை இவங்களோட குஸ்திக்கு நிக்கப் போறியா, சீக்கிரம் தொலைச்சு அனுப்பிவிடு. இல்லையோ, கொஞ்ச நேரத்துக்கெல்லாம் பெரிய ஒப்பாரி வைக்க ஆரம்பிச்சுடுவன்."

கல்யாணக்காரருக்கு ஒன்றும் புரியவில்லை. கோபம், வருத்தம், வியப்பு இப்படி ஒரு மனிதர்களா என்று. அத்தானோ அவசரமாக எந்த யோசனையும் சொல்லமாட்டார். வயதானவர், அனுபவஸ்தர்.

பத்து ரூபாய் தோழனிடம் கொடுக்கப்பட்டது.

உடல் அசைந்தது.

"ஸ்வாமி, என்னமோன்னு நெனச்சுப் புலம்பிவிட்டேன். நல்ல வேளையா உசிர் இருக்கு என்று சமாதானம் சொல்லுகிறான் தோழன்.

போர்வையை நீக்கி, ஒன்றும் புரியாததுபோல் விழித்துவிட்டு, சோம்பல் முறித்துவிட்டுச் செத்தவன் எழுந்தான். அவனை ஜாக்கிரதை யாய்ப் பிடித்து அழைத்துக்கொண்டு போகிறான் தோழன். எல்லோருக்கும் ஒரே பாய்ச்சலாகப் பாய்ந்து அவன் கழுத்தைத் திருகிப்போட்டு விடலாமா என்று துடிக்கிறது. ஆனால் தொட்டால் வந்தது மோசம். இரண்டாம் தடவை செத்துப் போனால் பிழைக்க நூறு ரூபாய் செலவாகும். செலவானாலும் புலம்பலை யார் கேட்கிறது?

அவர்கள் போன பிறகு ஆனைக் குப்பத்தான் கதையே தான் பேச்சா இருக்கிறது.

"உடல் அசங்கித்தா பாரு வாயில் நுரைவேறு . . ."

"அவன் புலம்பினதைக் கேட்டியாடா? நம்ம மங்களம் பாட்டி அது மாதிரி அழணும்னா ஏழு ஜன்மம் ஆனைக்குப்பத்திலே பொறந்து வரணும்" இப்படிப் பல விமர்சனங்கள்.

o o o

இந்த ஆனைக்குப்பத்து வீரர்கள் இப்போது இல்லை. நாகரிகப் பேயின் ஆட்டத்தில் அந்தப் பூண்டே மறைந்துவிட்டது. இந்த மஹத்தான ஆனைக் குப்பத்தான் பண்பாட்டை நாம் காணக் கொடுத்துவைக்கவில்லை. அதிர்ஷ்டம் அவ்வளவுதான்.

தேனீ, வைகாசி 1948

சண்பகப் பூ

குடியிருக்கிற கிழவர் தந்தியை வாசித்துச் சொல்லி விட்டு வெலவெலவென்று துவண்டு உட்கார்ந்துவிட்டார். கோசலையம்மாள், விழுந்த இடியை விழவேண்டிய இடத்தில் தள்ளுவதற்காகக் கிணற்றங்கரைப் பக்கம் ஓடினாள். அங்கே அந்தப் பெண் குளித்துக்கொண்டிருந்தது. நெருப்புக்கு வடிவு கொடுத்தாற்போல் இருந்த உடலின் தக தகப்பின் மீது ஒட்டியும் ஒட்டாமலும் செம்பினின்றும் ஒழுகிய நீர் வழிந்து ஓடிற்று. பந்தாகச் சுருட்டிப் பின்னந் தலையில் செருகப்பட்டிருந்த பின்னலின் வெல்வெட்டுச் சிவப்பு ரிப்பன் எழுந்து வளைந்து தொங்கிற்று.

"குஞ்சலமே, மஞ்சளை அப்பிக்கிண்டு முழுகறையே, மகமாயி மாதிரி! கரியைப் பூசிப்பிட்டுப் போய்விட்டானேடி பாவி! முடிச்சை முழுங்கிப்பிட்டுப் போயிட்டானேடி பாவி, பாவி!"

பெற்ற வயிற்றிலிருந்து பீறின அலறல் தொண்டைக் கட்டியை அறுத்து எழுந்தது.

"அம்மா, அம்மா!"

கூடத்திலிருந்து இதைப் பார்த்துக்கொண்டிருந்த கிழவர், "ரத்தப்பூவடி அது, ரத்தப் பூ. சண்பகப் பூ மூந்தால் மூக்கில் ரத்தம் கொட்டும். அதான் மண்ணாய்ப் போயிட்டான்" என்று மனைவியைப் பார்த்துச் சொன்னார். இந்த வார்த்தையைச் சொன்ன பிறகுதான், பிரமிப்பில் ஏறி நின்ற சோகத்தின் அதிர்ச்சி கண்ணீராகக் கரைந்தது. விசிக்க ஆரம்பித்து, வாயை மூட முடியாமல், விட்டுக் கதறினார்.

ஈரம் சொட்டச் சொட்ட, பெண்ணைக் கூடத்திற்கு அழைத்து வந்தார்கள். அடுத்த வீடுகள் அமங்கலியும் சுமங்கலியுமாகத் திரண்டுவிட்டன. பெண்ணை நடுவில் போட்டுச் சுற்றி உட்கார்ந்துவிட்டார்கள்.

கிழவர் தலை தூக்கிப் பார்த்தார். பெண்ணின் பின்னல் அவிழ்ந்து அலங்கோலமாகக் கண்ணையும் மூக்கையும் மறைத்து விழுந்திருந்தது. அதிர்ந்தவர்களும் அநுபவஸ்தர்களும் கலந்து எழுப்பிய குரல்களுக்கும் ஆலிங்கனங்களுக்கும் நடுவில் பெண்ணின் குரலும் முகமும் புதைந்து போயிருந்தன.

சம்பகப் பூவோடி, நீ
கம்முனு, மணத்தை யோடி,
மூந்து பாக்கிறேன்னு மூக்கிலே வச்சு
மண்ணில் புதைந்தானே, உன்னை
மண்ணில் புதைச்சானே . . .

என்று கிழவரின் மனைவி, அதிர்ச்சி நிலையைக் கடந்து சம்பிரதாயத் துடன் அழுதாள்.

கிழவர் மெதுவாக வாசல் திண்ணைக்குப் போய்ச் சாய்ந்து விட்டார்.

அரை மணிக்கு முன்னால்தானே அது பதினைந்தாம் புலி ஆடிக் கொண்டிருந்தது! "தாத்தாவை (புலியை)க் கட்டிவிட்டேன்! கட்டி விட்டேன்!" என்று கிடந்து கூத்தாடிற்றே! அரை மணி கூட ஆக வில்லையே! அதற்குள் இந்த விபரீதமா!

பதினெட்டு வயசு முடியவில்லை. குங்குமக் கிழவிகள் கட்டிப் புலம்பல் ஆகிவிட்டதே! பச்சைப் பெண்.

பெண்ணா அது! மண்ணில் பிறந்த பெண்ணும் ஆணும் முயங்கி வடித்த மனுஷ்யப் படைப்பா அது?

கிழவர் வெகு நாளாக இந்தக் கேள்விகளைக் கேட்டுக்கொண்டது உண்டு. பதில் என்ன சொல்லிக்கொண்டோம் என்று அவர் நினைத்துப் பார்த்தார். குழப்பந்தான் மிஞ்சிற்று.

இந்த இனிமைப் புதையலை எடுத்த தாயும் தந்தையும் விண்ணவள் மேனகையும் மன்னவன் விசுவாமித்திரனுமா? அதெல்லாம் ஒன்றும் இல்லை. கோசலையம்மாள் எல்லாக் குடும்பத்திலும் காண்கிற நடுத்தர ஸ்திரீதான். பங்கரையாக இருக்கமாட்டாள்; சப்பை மூக்கில்லை; சோழி முழியில்லை; நவக்கிரகப் பல்லில்லை; புஸுபுஸுவென்று ஜாடி இடுப்பில்லை; தட்டு மூஞ்சி இல்லை; எண்ணெய் வழியும் மூஞ்சியில்லை; அவ்வளவுதான். அவலட்சணம் கிடையாது. அழகு என்று சொல்லும்படியாக ஒன்றும் இல்லை. மாநிறம்.

அவள் புருஷன் ராமையா இருந்தாரே, அவரும் அப்படித்தான். குட்டையில்லை; கரளையில்லை; இரட்டை மண்டையோ, பேரிக்காய் மண்டையோ இல்லை; கோட்டுக்கண்ணோ, ரத்த முழியோ இல்லை; இவ்வளவெல்லாம் எதற்கு? ஓகோ என்று மாய்ந்து போகும்படியான அழகன் இல்லை. சற்று நின்று பார்க்கத் தேவையில்லாத எத்தனையோ ஆண்களில் ஒருவர்.

அவர்களுக்குத்தான் இந்தப் பெண் பிறந்திருந்தது – தேங்காய்க்கும் பூவன் பழத்திற்கும் நடுவில் நிற்கிற குத்து விளக்கைப் போல. படைப்பின்

எட்டாத மர்மத்தைக் கண்டு வியந்துகொள்ளும் கிழம். காவியத்தில் அழகுக்குப் பஞ்சம் இல்லை. ரம்பையும் அபரஞ்சியும் மலிந்து கிடக்கிற அந்தக் கும்பலில் சாமானியர்களே தென்படுவதில்லை. சாமுத்ரிகைச் சின்னங்களை அறுபத்து நாலாகக்கூட விரிக்க முற்பட்டுவிட்டார்கள் போல் இருக்கிறது, காவ்ய நாயிகள். ஆனால் மன்னார்குடி ஒற்றைத் தெருவில், ஒரு தாழ்ந்த வீட்டில், சாமான்யக் கோசலைக்கும் சாமான்ய ராமையாவுக்கும் ஒரு புதையல்! – கிழவர் ஆச்சரியப்பட்டதில் வியப்பில்லை.

தெம்புள்ள வீடுகளில் ஊட்டம் உண்டு. நடுத்தரங்கூட ஊட்டத்தில் பொலிவும் மெருகும் பெற்று எடுப்பாக நிற்கிறது. இங்கே அதுவும் இல்லை. ராமையா பள்ளிக்கூட வாத்தியார். அரைப்பட்டினி ஆரம்ப வாத்தியாராயில்லாமல், எல்.டி. வாத்தியாராயிருந்தாலும் பத்தாம் தேதிக்குப் பிறகு கடன் இல்லாமல் வாழ்ந்ததில்லை. செத்தும் போய் விட்டார். வைத்துவிட்டுப் போனது குழம்பு, ரசத்திற்குக் காணும். இருந்தும், பெண், 'ஜர்ட்ஸ் வீட்டுப் பெண் மாதிரி இருக்கிறதே!' என்று கிழவரின் மனைவி திகைப்பாள்.

கிழவருக்கு வேலை ஒன்றும் இல்லை. பிள்ளைகள் சம்பாதித்துப் பணம் அனுப்புகிறார்கள். இங்கிலீஷ் நாவல், ராமாயணம், கீதை, குறள், வடுலூர் என்று அறிவை அவியல் உருவில் சேர்த்துக்கொண்டும், வெற்றிலையும் பொடியும் போட்டுக்கொண்டும், வேடிக்கைப் பேச்சிலும் எண்ணங்களிலும் காலம் கழிகிறது. கூட, புதையலைக் கண்டு வியப்பது அவருக்கு முக்கியமான வேலை. பலனை நோக்கிச் செய்யாத நித்தியக் கடமை போல அவருக்கு ஆச்சரியப்படுவது தினசரிக் கடமை. மனத்திற்கு வேலை வேண்டுமே.

மலர்ந்து இரண்டு நாளான கொன்னைப் பூவைப்போல வெண்மை யும் மஞ்சளும் ஒன்றித் தகதகத்தையும் நீரில் மிதந்த கரு விழியையும் வயசான துணிச்சலுடன், கண்ணாரப் பார்த்துப் பூரித்துக்கொண்டிருந்தார். 'அது என்ன பெண்ணா? முகம் நிறையக் கண்; கண் நிறைய விழி; விழி நிறைய மர்மங்கள்; உடல் நிறைய இளமை; இளமை நிறையக் கூச்சம்; கூச்சம் நிறைய நெளிவு; நெளிவு நிறைய இளமுறுவல், இது பெண்ணா? மனிதனாகப் பிறந்த ஒருவன் தன்னது என்று அநுபவிக்கப்போகிற பொருளா?

கிழவருக்கு இந்த எண்ணந்தான் சகிக்க முடியவில்லை. லக்ஷ ரூபாய் லாட்டரி விழுந்த செய்தி கேட்டானாம் தோட்டி. ஹா! என்று மாரடைத்துக் கீழே விழுந்து செத்தானாம். இந்த முழுமையைத் தனது என்று சொல்லிக்கொள்ளக் கொடுத்து வைத்தவன் இருக்கிறானா? அப்படித்தான் புருஷன் என்று சொல்லிக்கொண்டு வருகிறவனுக்கு இதைத் தொட்டு ஆள மனசு வருமா? தொட்டுவிட்டால் ..?

கல்யாணம் செய்தத்தான் போகிறார்கள். ரோஜாப் பூவை அரைத்துக் குல்கந்து தின்கிற நாசகார உலகத்தில் ஒருவன் இவளை வந்து தொட்டு ஆண்டு, தாயாக்கி, பாட்டியாக்கி எல்லோரையும்போல மனுஷியாக்கத்தான் போகிறான். தேயா இளமையும் தெவிட்டாக் கேளியும் கந்தர்வ லோகத்தில்தான்.

கிழவருக்கு வருத்தந்தான் – அந்தப் பெண், உலகம் தவறிப் பிறந்து விட்டதே என்று.

கடைசியில் அதற்கும் கல்யாணம் ஆகத்தான் ஆயிற்று. பெண் பார்க்க வந்தான் பையன். கூடத் தாயும் தகப்பனும் தமையனும் வந்தார்கள். 'தேவலை' என்று தாயாரிடம் அடக்கமாகச் சொல்லி முகத்தில் நிரம்பி வழிந்த ஆவலைத் தேக்கிக்கொண்டான் பையன். 'ஒரு பிடி குட்டையாக இருக்கலாம்; பரவாயில்லை' என்று வழக்கத்தையும் மீறாமல் நொட்டைச்சொல் சொல்லி சம்பந்தியம்மாள் தன்மையைக் காட்டிக்கொண்டாள் தாயார். தகப்பனார், தாயார் பேச்சை ரசிக்காமல், அதற்காகக் கோபித்தும் கொள்ளாமல் முகூர்த்தத்திற்கு நாள் பார்க்கச் சொன்னார். தமையன் – கல்யாணமானவன் – தம்பியைக் கண்டு பொறாமைப்படாதவாறு மனசைக் கடிந்துகொண்டான். 'இரட்டை நாடியாயிருந்த பெண்டாட்டி, கெட்டிக்காரி; இங்கிதம் தெரிந்தவள்' என்ற ஆறுதலில் குறையை அமுக்கிச் சந்தோஷத்தைக் காட்டிக்கொண்டான்.

கிழவர் ஓடுகிற பாம்புக்குக் கால் எண்ணுகிறவர். இந்த விசித்திரங் களைப் பார்த்து மகிழ்ந்தார். அதுதானே அவருக்கு வேலை.

பாக்கு, வெற்றிலை மாற்றிக்கொண்டார்கள். பந்தற்கால் முகூர்த்தம் செய்தார்கள். காவிப்பட்டை அடித்தார்கள். மேளம் கொட்டித் தாலி கட்டியாகிவிட்டது.

பையன் சுமார்தான்! ஒல்லி. ஒடிந்துவிழும் உடல்; கூனல், சராசரிக்குக் குறைந்த புஷ்டி. நீள வகை. கால், கை, மூஞ்சி, விரல், மூக்கு எல்லாம் நீளம். சதைப்பற்று இல்லாதது, நீளத்தை இன்னும் நீட்டிக் காட்டிற்று. பாங்கியில் குமஸ்தா வேலையாம் அவனுக்கு. பொருத்தம் சுமார்தான். எப்படி இருந்தால் என்ன? அதிர்ஷ்டக்காரன்! கிழம் வயிற்றெரிச்சல் பட்டது. 'தன்னது என்று சொல்லிக்கொள்ளக் கொடுத்துவைத்தவன் இருக்கிறானா? இருக்கிறானே! கையைப் பிடித்துத் தனதாக்கிக் கொண்டு விட்டானே!'

பெண் புக்ககம் கிளம்பிற்று. கிழவரின் திருட்டுத்தனத்திற்கும் சாமர்த்தியத்திற்கும் ஈடு கொடுத்துக்கொண்டு பதினைந்தாம் புலியும் சதுரங்கமும் ஆட இனி ஆள் கிடையாது. கிழவருக்கு வலது கை ஒடிந்து விட்டது.

'இதைப்பாரு, அவருக்கும் பதினைந்தாம்புலி கற்றுக் கொடுக்கிறேன்னு சொல்லு. உங்கிட்டக் கத்துக்கச் சங்கோசப் பட்டார்னா எனக்கு ஒரு கார்டு எழுது. நான் வந்து நாலு நாள் இருந்து சொல்லித்தரேன். காசு, பணம் வேண்டாம்மா. உன் கையாலே அந்த நாலு நாளைக்கு ரவா சொஜ்ஜியும் வாழைக்காய்ப் பஜ்ஜியும் உருண்டை கொட்டைக் காபியும் போட்டுக்கொடு, போதும்' என்று தெரிவித்துக்கொண்டார் கிழவர்.

'இப்பவே வாங்கோ தாத்தா' என்று தழதழப்புடன் வேடிக்கை பண்ணிவிட்டு வண்டியில் ஏறிக்கொண்டது பெண்.

கிழவர் இந்த வாழ்க்கை ரெயில் சிநேகத்தை நினைத்து வேதனைப் பட்டுக்கொண்டே கலகலப்பை நாடிக் கடைத்தெருப் பந்தலடியைப் பார்க்க நடந்தார்.

இதெல்லாம் நடந்து ஒரு வருஷந்தான் ஆகியிருக்கும். நடுவில் இரண்டுமுறை பெண் வந்துவிட்டுப் போயிற்று. அது வந்தபோதெல்லாம் தவிட்டுப் பீப்பாயில் கிடந்த பதினைந்தாம் புலிப்பலகையை எடுத்து ஈரத்துணியால் துடைத்து சாக்கட்டிக்கோடு கிழித்துத் தயார் செய்து விடுவார் கிழவர். காலைக் காபியைச் சாப்பிட்டுவிட்டு இரண்டு பேரும் ஆட உட்காருவார்கள். நாலு ஆட்டமாவது புலியைக் கட்டினால்தான் அவளுக்கு எழுந்திருக்கக் கால் வரும். பத்து மணிக்குப் பின்னலைத் தூக்கிச் சுருட்டிப் பின்னந்தலையில் செருகிக்கொண்டு சோப்புப் பெட்டியும் துண்டுமாகக் கிணற்றடிக்குப் போவாள். சாப்பாடு ஆனதும் ஒரு பத்து ஆட்டம். இரண்டு பேரையும் கிளப்ப, எங்காவது பட்டணம் கொள்ளை போனால்தான் உண்டு. இது பத்துப் பதினைந்து நாளைக்கு. சிரிப்பும் கூத்துமாக நாடகம் ஆடிவிட்டுக் கடைசியில் கிழவரைப் பறக்கவிட்டு விட்டுச் சென்றுவிடுவாள் அவள். பந்தலடியில் நாலு நாள் வாசம் செய்யும் கிழம்.

இப்போது மூன்றாம் தடவையாகப் புக்ககம் வந்திருக்கிறது பெண். வந்து நாலு நாள் ஆயிற்று.

அரை மணிக்கு முன்னால் அவரோடு 'கர்வம்' கட்டிக்கொண்டு பதினைந்தாம் புலி ஆடிக்கொண்டிருந்தது. ஆட்டம் முடிந்து அது குளிக்கப் போனதும் அவர் சாப்பிட்டுக் கையலம்பிவிட்டு, வெற்றிலையைப் போட்டுக்கொண்டு, 'அப்பாடா' என்று துண்டை விரித்தார். இரண்டு நிமிஷம் ஆகியிராது. வந்துவிட்டான் சிகப்புச் சைக்கிள்காரன். தலையில் ஓங்கி அடித்துவிட்டுப் போய்விட்டான்.

அடுத்த வண்டியில் ஏறிப் பட்டணத்திற்குப் போனார்கள், தாயும் பெண்ணும் சவத்தைப் பார்க்க. யாரோ அடுத்த தெருவில் இருந்து சொந்தக்காரர் அழைத்துப்போனார்.

கிழம் அழுதது. "இது ஏன் பிறந்தது? இவ்வளவு அழகாக ஏன் பிறந்தது? எதற்காக இத்தனை அழகு? நாசமாய்ப்போகவா? கல்யாணம் ஏன் செய்துகொண்டது? சந்தியில் நிற்கவா? 'புருஷனை முழுங்கிவிட்டது' என்று தோசிப் பட்டம் கட்டிக்கொள்ளவா?" என்று கேள்விக்கு மேல் கேள்வியாகக் கேட்டுக்கொண்டது.

'எனக்கு அப்பொழுதே தெரியும். சண்பகப் பூவை மூந்து பார்த்தால் மூக்கில் ரத்தம் கொட்டும். வாசனையா அது? நெடி. அதை யார் தாங்க முடியும்? சாதாரணமாயிருந்தால் சரி. மோகினியைக் கட்டிக்கொண்டால் கபால மோக்ஷந்தான். தொலைந்தான்' என்று பதிலும் சொல்லிக் கொண்டது.

மனைவியைக் கூப்பிட்டுச் சொல்லிற்று. "என்னடி, மனுஷ்யப் பிறவியாய் இருந்தால் மனுஷனுக்கு மாலை போட்டுச் சந்தோசமா வாழலாம். இதுதான் அக்னி மாதிரி இருக்கே, தகதகன்னு. இப்படி ஒண்ணைச் சிருஷ்டிச்சிப்பிட்டு, மனுஷ் காக்காய் கொத்திண்டு போறதைப் பார்த்துண்டு பேசாமல் இருக்குமா தெய்வம்?"

"பின்னே பிறந்து தொலைப்பானேன்?"

"நம்மையெல்லாம் அசடா அடிக்க வாண்டாமா? தெய்வத்துக்கு அதைவிட வேலை கிழிக்கிறதோ?"

"என்னமோ, மலையிலிருந்து உருட்டறாப்போல உருட்டிப்பிட்டு நிக்கிறது அகமுடையானை. துடைகாலி" என்று கிழவி சொன்னாள்.

"நான் சொல்றது தாண்டி தத்துவம்."

"அப்படியே இருக்கட்டும்" என்று அலுத்துக்கொண்டாள் கிழவி.

O

மறு நாளைக்கு மறுநாள் பெண்ணும் தாயும் திரும்பி வந்தார்கள். பையனுக்கு ஒரு நாள் ஜூரம் அடித்ததாம். பிரக்ஞை இழந்து கிடந்தானாம். மறுநாள் காலையில் முடிந்துவிட்டதாம். பெண்ணை வாத்தியாரம்மா வேலைக்கு வாசிக்க வைக்கலாமா என்று கோசலயம்மாள் யோசித்துக் கொண்டிருந்தாள். மாப்பிள்ளையின் தமையன் ஏற்பாடு செய்வதாகச் சொல்லியிருக்கிறானாம்.

O

ஏழாம் நாள் காலையில் பத்து மணி இருக்கும். கிழவர் எங்கேயோ வெளியில் போய்விட்டுக் கால் அலம்புவதற்காகக் கிணற்றங்கரைக்குப் போனார்.

அந்தப் பெண் தலையை இழையச் சீவிப் பிடியில் அடங்காப் பின்னலைப் பின்னந்தலையில் எடுத்துச் செருகிச் சிவப்பு வெல்வெட்டு ரிப்பன் வளைந்து தொங்க, மூஞ்சியில் சந்தன சோப்பைத் தேய்த்துக் குளித்துக்கொண்டிருந்தது. கல் மோதிரம் பூரித்த இடுதுகை ஆள்காட்டியும் கட்டை விரலும் கண்கரிச்சலை வழித்துக்கொண்டிருந்தன.

கிழவருக்குத் 'திக்'கென்றது. தலை நிமிராமல் காலை அலம்பிவிட்டு உள்ளே வந்தார். நெஞ்சு அடித்துக்கொண்டது.

சாப்பாடு கொள்ளவில்லை. சாதத்தைப் பிசைந்துகொண்டு கிழவி யிடம் சொன்னார் மெதுவாக: "துக்கம் பாராட்டக்கூட வயதாக வில்லை. குறைப்பட்டுப் போயிடுத்துப் பாரு" என்று.

"என்ன செய்யறது? தலையெழுத்து."

"கொல்லையிலே பார்த்தியோ, இல்லியோ?"

"என்ன"

"என்னவா?"

"என்ன? சொல்லட்டுமே."

"தெரிஞ்சுண்டு பதில் சொல்றயாக்கும்னு நெனச்சேன். போய் எட்டிப் பார்த்துட்டு வா."

கிழவி எட்டிப் பார்த்துவிட்டு வந்தாள்.

"என்ன வாரல், என்ன சீவல்! என்ன சோப்பு. நலங்குக்குப் போகப் போறாப்போல்னா நடக்கிறது?" என்று மலைத்துப் போய் முகவாயில் கை வைத்துக்கொண்டாள்.

"விவரம் தெரியாத வயசுடி. தெய்வம் இருக்கே, அந்த முட்டாளென்னா சொல்லணும். துக்கத்தை நெனைக்கக்கூடத் தெரியாத நெஞ்சிலேருந்து தாலியை இழுத்துப் பிடுங்கிடுத்தே, அதைச் சொல்லு."

"ரொம்ப அதிசயமாயிருக்கு, பேசறது. ஒரே அப்பாவியான்னா அடிச்சாறது. விவரம் தெரியாத வயசாம்; இப்பப் போன கார்த்திகைக்குப் பத்தொன்பது முடிஞ்சிடுத்து. நான் சுந்தரத்தையும் கமலியையும் பெத்தெடுத்த வயசு! விவரம் தெரியாத வயசாம்!"

கிழவியின் முதல் இரண்டு குழந்தைகள் சுந்தரமும் கமலியும். கமலியைப் பிரசவிக்கும்போது பத்தொன்பதுகூட ஆகவில்லை என்று கிழவி புள்ளிவிவரம் கொடுத்தாள்.

"தெரிஞ்சுண்டே செய்யறதுன்னு நினைக்கிறாயா?"

"அது என்னமோ? ஒரே அப்பாவியாக ஆக்கறது எனக்கு வேண்டி யிருக்கலெ. உலகம் தலைகீழே நிற்கிறது இப்பெல்லாம்."

'சீ, இந்தப் பீடையோடு பேச வந்தோமே: நல்லது என்னைக்கி இது வாயிலே வந்தது' என்று மனசிற்குள் சொல்லிக்கொண்டு மேலே பேசாமல் மோர் வரையில் சாப்பிட்டு எழுந்தார் கிழவர்.

குளித்துவிட்டுப் பனாரஸ் பச்சைப் பட்டுப் புடைவை கட்டிக் கொண்டு, ஒன்றுமே நடக்காததுபோல் பேசிச் செய்துகொண்டிருந்தது பெண். வாசனைத் தேங்காயெண்ணெய் தடவி இழைய வாரின தலை. சந்தன சோப்புத் தேய்த்த உடல். குங்குமம் இல்லாவிட்டால் என்ன? சுமங்கலிக்கே குங்குமப் பொட்டு கர்நாடகம் ஆகிவிட்டதே. வெண்தாமரை மாதிரி பளிச்சென்று கூத்திற்கும் சமையல் உள்ளுக்கும் நடந்து காரியம் செய்து கொண்டிருந்தது அது. காரியம் ஓய்ந்தபோது ஓட்டையும் சூன்யத்தையும் வெறித்துப் பார்த்து உட்கார்ந்திருக்கவில்லை. புஸ்தகத்தை எடுத்து எழுத்தில் லயித்திருந்தது. கிழவர் பார்த்தார். கிழவியை, 'பீடை பீடை' என்று மனத்திற்குள் வைதார்.

எட்டாம் நாள் போயிற்று. ஒன்பதாம் நாள் போயிற்று. கூந்தல் சீவிப் பளபளத்தது. நுரையில் முழுகி முகம் ஒளிர்ந்தது.

பத்தாம் நாள் பின்னலை அவிழ்த்துக் கூந்தல் ஆக்கி, அடித்துக் கொண்டு அழுதுவிட்டுப் போனார்கள். அன்று சாயங்காலமே பின்னல் கருநாகம் போல நீண்டு தொங்கி ஆடிற்று. அழுக்கைச் சோப்பு நுரை கழுவிவிட்டது.

'இந்தக் குழந்தையை இப்படி அடித்துவிட்டதே விதி' என்று கிழத்தின் கண் அழுதது.

கிழவிக்குக் கிழத்தின் பார்வையும் பரிவும் வயிற்றெரிச்சலைக் கிளப்பிவிட்டன.

O

நாள் ஓடிற்று. பதினைந்தாம்புலிப் புலியும் ஆடுகளும் அழியாத பகையை மீண்டும் துவங்கிவிட்டன.

தி. ஜானகிராமன் சிறுகதைகள்

நாலாந்தேதி. அவன் செத்துப்போன தேதி. ஒரு மாதம் முடிந்திருந்தது. அன்று மாப்பிள்ளையின் தமையன், கோசலை அம்மாளுக்குக் கடிதம் எழுதியிருந்தான். பள்ளிக்கூடத்தில் சேர்க்க ஏற்பாடு ஆய்விட்டதாம். எட்டாந்தேதி வந்து அழைத்துப் போவதாக எழுதியிருந்தான்.

"சமுத்திரத்தில் பாய்கிற நதி பயிருக்குப் பாயட்டுமே" என்று சின்னஞ்சிறு முகங்கள் நிறைந்த பள்ளிக்கூடத்து அறையைக் கிழவர் மனக்கண்முன் கண்டார்.

முதல் இரவே பயணத்துக்கு ஏற்பாடெல்லாம் ஆய்விட்டது. காலையில் மாப்பிள்ளையின் தமையன் வந்தான்.

"ஐயா, நான் நினைக்கவே இல்லை இப்படி வரும்னு" என்று கிழம் மேலே பேச முடியாமல் கதறிற்று.

சாப்பாடானதும் அவனிடம் சொல்லிற்று: "வீட்டில் சாணி அள்ளிண்டு உட்காரணுமா? உங்க யோஜனை சஞ்சீவி மாதிரி இருக்கிறது எனக்கு. குழந்தைக்கு நல்ல வழியா வகுத்து விடுங்கோ, சந்தோஷமா யிருக்கட்டும்."

"அது என் கடமை தாத்தா" என்றான் அவன்.

பொழுது சாய்ந்ததும், ஒற்றை மாட்டு வண்டி வாசலில் வந்து நின்றது.

"கோசலே, சந்தோஷமாயிருக்கட்டும்டீ பொண்ணு" என்று விடை கொடுத்தாள் கிழவரின் மனைவி.

பெண் வண்டியில் ஏறிற்று. முன்னால் இருந்த மூட்டையை நகர்த்தி ஏற இடம் பண்ணினான் அவன்.

நாணம் புன்னகை பூக்க, பெண் வண்டியில் ஏறிற்று. தாயார் ஏறினாள். அவனும் ஏறி ஓரத்தில் ஒட்டி உட்கார்ந்துகொண்டான்.

"போய்ட்டு வரேன் தாத்தா."

"ஆஹா."

வண்டி மறைந்தது, கிழவர் திண்ணையில் உட்கார்ந்துகொண்டார். கிழவி ஆளோடியில் நின்று சொன்னாள்.

"ரத்தப்பூவாம், எல்லா மூக்கும் ரத்தம் கொட்டாது, சண்பகப்பூவை மூந்து பார்த்தா! என்ன சிரிப்பு, என்ன நெளிசல்; அவள் அகமுடையான் உயிரோடுதான் இருக்கான். அதான் நெளியறது. குழந்தையப் பார்க்கலே!"

"ஏ தோசி, உள்ளே போறயா இல்லையா?" என்று கிழவர் கபோதிக் கோபத்தில் அதட்டினார்.

கிழவியின் குறி தப்பாது என்பது அவர் அநுபவம்.

தேனி, ஆனி 1948

தூக்கம்

நள்ளிரவு கடந்து வெகு நேரமிருக்கும் போல் தோன்றிற்று. அப்படி ஊர் அடங்கிக் கிடந்தது. இருளின் மடியில் முகத்தை ஆழப் புதைத்து கிராமம் தூங்குவது போல் ஒரு தோற்றம், தூங்காமலே கண்ணை மூடிப் படுத்திருந்த மருதமுத்துவின் மனதில் வந்து ஒரு கணம் நின்று போயிற்று. திண்ணையில் படுத்திருந்தான் அவன். வழக்கம் போல், திண்ணையை அடைத்திருந்த கீற்று நிரைசலைக் காற்றுக்காக ஒரு மூங்கில் குச்சியால் முட்டுக் கொடுத்துத் தூக்கி வைத்துவிட்டுப் படுத்துக்கொண்டிருந்தான் – என்னவோ கவலையில்லாமல் உறங்கப் போகிறவன் மாதிரி. ஆனால் தூக்கம் எப்படி வரும்? கடவுளுக்கே அடுக்காத அநியாயம் நடந்துவிட்டபோது! தம்பி தூங்கிக்கொண்டுதானிருப்பான். அவனுக்குக் காரியம் கைகூடிவிட்டது. நினைத்தபடி நடந்துவிட்டது. இருக்கிற வெள்ளைப் பொடியை, வாசனை அடிக்கிற அந்தச் சீமை வெள்ளைப் பொடியை எல்லாம் அவள் முகத்தில் காப்பு சாத்துவதுபோல் சாத்திவிட்டு, நினைப்பு கை கூடின சந்தோஷத்துடன் குலாவிவிட்டுத்தான் தூங்கிக்கொண்டிருப்பான்.

வயிறு கொதிக்கக் கொதிக்க, சத்ய நியாயத்திற்கு விரோதமாகத் தீர்ப்புச் சொல்லை விட்டுப்போன பஞ்சாயத்தார்களும் தூங்கிக்கொண்டுதான் இருப்பான்கள்.

நிரைசல் ஹோ வென்று திறந்துதான் கிடந்தது. காற்று மட்டும்தான் வீசவில்லை. வானம் முழுவதும், ஒரு மேகத் துகள்கூட இல்லாது தெளிந்து கருத்துப் பரந்திருந்த வானம் முழுவதும் நக்ஷத்திரமாகக் கொட்டிக் கிடந்தது. அதனால் கும்மிருட்டு என்று சொல்ல முடியாத ஒரு முக்கால் இருட்டு எங்கு பார்த்தாலும் சூழ்ந்திருந்தது. எதிர்ச்சாரி கொல்லைப் பக்கங்களில் ஓங்கி நின்ற தென்னைமரங்களும், வாசலில் கிடந்த கட்டை வண்டியும் கண்ணுக்கு நன்றாகவே தெரிந்தன.

ஊர் முழுவதும் தூங்குகிறது. எதிர்வீட்டுத் திண்ணையிலிருந்து பசுபதியின் குறட்டை கேட்கிறது. தவளைகள் கொரகொரக்கின்றன. சுவர்க்கோழி மௌனத்தில் கோடு இழுக்கிறது.

பத்து வயல் கடைக்கப்பால் உள்ள சேரியில் தூங்கும் உலகத்தையே தான் தான் காப்பாற்றுவதுபோல ஒரு நாய் குரைத்துக்கொண்டிருக்கிறது. எங்கேயோ, நாலைந்து ஊருக்கப்பாலிருந்து தப்புக் கொட்டு வருகிறது. சாவோ, சாமி பூசையோ, கல்யாணமோ தெரியவில்லை. இவற்றைத் தவிர வேறு சப்தமே இல்லை.

ஊர் முழுவதும் தூங்குகிறது. காற்று தூங்குகிறது. மரம் தூங்குகிறது. நுகத்தடி தரையைக் குத்த, வாசலில் கிடக்கும் கட்டை வண்டிகூடத் தூங்குகிறது போல் அவனுக்குத் தோன்றிற்று, அவன் ஒருவன்தான் தூங்கவில்லை. மனம் விழித்துக்கொண்டு, எந்த நியாயத்திற்கும் கட்டுப் படாமல் பாதகம் பண்ணிவிட்டு சொஸ்தமாகத் தூங்கும் உலகத்தைக் கண்டு எரிந்து வெம்பிற்று.

அண்ணன், தம்பி, சிநேகிதன் இந்த மாதிரி உறவெல்லாம் உண்மை தானா? மாத்தூர் திரௌபதையம்மன் கோயிலில் பாரதம் சொன்ன பூசாரி சொன்னான்: "சூரியன் மலைவாயிலே விழுந்திட்டான். பாண்டவர்களும், துரியோதனாதிகளும் யுத்தத்தை உடனே நிறுத்திட் டாங்க. ராத்திரி சண்டை போடக் கூடாது. விடிஞ்சு எழுந்திரிச்சுதான்" என்று. இந்த ராத்திரி சமாதானம் போலத்தான் இந்த ரத்த பாசமும், மனித பாசமும் இருக்கும் போல் தோன்றுகிறது.

தம்பி ஆறு ஏழு மாதம் முன்னெல்லாம் ஒழுங்காகத்தான் இருந்தான். கொடவாசல் இங்கிலீஷ் பள்ளிக்கூடத்தில் எட்டு வருஷம் வாசித்தவன் தான். இருந்தாலும் வரம்பு மீறினவன் இல்லை. கிழித்த கோடு தாண்ட மாட்டான். அப்பேர்ப்பட்டவனை ஒரு சிறுகுட்டி தலைகுப்புறக் கவிழ்த்துவிட்டாளே. அண்ணன் கிழித்த கோட்டை சாணிபோட்டு மெழுகிவிட்டாள், ஒண்ட வந்தவள்.

தம்பியும் அவனும் சேர்ந்துதான் வயலைப் பார்க்கப் போவார்கள். அப்படிச் சேர்ந்து போகும்போதுதான் ஒரு நாளைக்கு இந்தப் பேச்சு நடந்தது. வரப்பில் நடந்து போகும்போது காலடியில் காய்ந்து வறண்டு கிடந்த சாணத் தட்டைகளை மெனக் கட்டும் பெயர்த்து வயலில் போடுவான் மருதமுத்து. இந்தக் கையகலத் தட்டையா பிரமாதமாகக் கண்டு முதலை உயர்த்திவிடப் போகிறது? அது இல்லை. என்னமோ, பழக்கம். பழக்கம் என்றும் ஒரேயடியாகச் சொல்லிவிடவும் முடியாது வயலுக்கு வராத நாள்கிடையாது. தினம் நாலு சாணத் தட்டையைப் பெயர்த்துப் போட்டால் நாலு நாளில் கூடை எருவாகத்தானே ஆகும்! அது எப்படியாவது இருக்கட்டும். அன்று கைத்தடியை வரப்பில் சாத்திவிட்டு ஒரு தட்டையைப் பெயர்க்கும்போது, தம்பி சொன்னான்.

"அண்ணே, இதுக்கு ஏன் மெனக்கடணும்? இதுவா எருவை சாஸ்தியாய்ப் பெருக்கிடப்போவுது? எழுந்திருங்க. யார்னாச்சிம் பாத்தாக்கூட கவுரமாயிராது."

தூக்கம்

பெயர்த்துக்கொண்டிருந்தவன் இதைக் கேட்டு சடக்கென்று திரும்பி, தம்பியின் முகத்தைப் பார்த்து, லேசாகச் சிரித்தான். தம்பியின் முகம் விழுந்திருந்தது. கொஞ்சம் வெறுப்பு, கொஞ்சம் பயம் இரண்டும் சேர்ந்து முகத்தை விகாரமாக்கி விட்டிருந்தன.

"என்னடா தம்பி, கவுரவத்தைப் பார்த்துக் கிட்டா இருந்தாங்க அப்பா? அப்படி இருந்திருந்தா மூணு மாவை முப்பதுமாவாப் பண்ணியிருக்க முடியாதுடா அவராலே. வரப்பிலே கிடக்கிற சாணி சும்மா கிடப்பானேன். வயல்லேதான் கெடக்கட்டுமே. இன்னொருத்தன் வயல்லெ இருக்கறதை எடுத்துப் போட்டுடலியே" என்று மருதமுத்து சொல்லி நிறுத்திவிட்டான்.

தம்பி பேசவில்லை.

இத்தனை நாளாக இல்லாத வார்த்தை ஏன் இப்போது வர வேண்டும் என்று மருத முத்துவுக்கு வியப்பாக இருந்தது. கௌரவம் இல்லையாம். இது அகௌரவம் என்று இவனுக்கு யார் சொல்லிக் கொடுத்தார்கள்? அமேதியாக இருந்த மனத்தில் ஒரு சிறு குழப்பம். அதைப்பற்றியே நினைத்துக்கொண்டிருந்தான் மருதமுத்து. தம்பிக்கு ஒரு மாதம் முன்னால் கல்யாணமானதையும் இந்த 'அகௌரவ'த்தையும் அவனால் சேர்த்துப் பார்க்காமல் இருக்க முடியவில்லை . . . ஆனால் ஒரு பெண்ணுக்கு, பதினைந்து வயது பெண்ணுக்கு கௌரவமும் அகௌரவமுமா தெரியும் கல்யாணத்திற்கும் இதற்கும் சம்பந்த மிராது. ஒரு பெண்ணைப்பற்றி அனாவசியமாக ஏன் தப்பாக நினைக்க வேண்டும்? . . . ஒன்றும் பெரிதாக நடந்துவிடவில்லை என்று அந்தச் சம்பவத்தைச் சிறுது சிறிதாக மறந்துவிட்டான் மருதமுத்து. ஸ்தம்பித்து நிற்கிற குட்டை நீர் சிறுகல் பட்டு ஒரு கணம் ஆடி அலைந்து மீண்டும் ஸ்தம்பித்துவிடுவதுபோல அவன் மனது பழைய நிம்மதியை அடைந்தது. புதிதாக வந்த பெண் நல்ல பெண்ணாகத்தான் இருந்தாள். அண்ணி சொன்னதைத் தட்டுகிறதில்லை. வேலைக்கு முனகுவதில்லை.

ஆனால் நடக்கிற நடப்பைப் பார்த்தால் பழைய சந்தேகங்கள் மீண்டும் எழும்படியாகத்தான் இருந்தது. அன்று மாமியார் வீட்டுக்கு சுவாமிமலை போய்விட்டு வந்தான் தம்பி, அவளை அழைத்து வருவதற்காக. பஸ்ஸை விட்டு இறங்கியதும், ஊருக்கு ஒரு வண்டி வைத்துக்கொண்டு வந்தான் சத்தம் ஒன்றரை ரூபாய். இரண்டு மைல் நடந்து வந்துவிட முடியாதா? வலங்கை மானுக்கும் ஊருக்கும் வண்டியென்று குடும்பத்தில் எந்தக் காலத்திலாவது நடந்திருக்கிறதா? விவரம் தெரிந்த நாளாக அது மாதிரி சேதியே கேட்டில்லை . . . சரி, புது மாப்பிள்ளை போகட்டும். ஆனால் இரண்டு மூன்று தடவை நடந்துவிட்டது. புது மாப்பிள்ளை சுவாமிமலைக்கு அடிக்கடி போய்விட்டு வர வேண்டியிருந்தது. வரும் போதெல்லாம் வலங்கைமானிலிருந்து வண்டியில்லாமல் வருவதில்லை. போகிறபோது நடைதான். வரும்போது மட்டும் என்ன வண்டி? ஊர் இந்த வரட்டுத்தனத்தைக் கண்டு சிரிக்கக் கூட ஆரம்பித்துவிட்டது. நிலைமைக்கு மீறி, வழக்கத்திற்கு மீறி செய்து ஊரார் நகைப்பைக் கட்டிக்கொள்வது அகௌரவம் இல்லை போலிருக்கிறது!

சுவாமிமலைக்குப் போய் வரப் பத்து ரூபாய் செலவாம். மாமனார் வீட்டுக்கு மாம்பழம் வாங்கிப்போனது சரி. வழியில் காப்பிச் செலவு மூன்று ரூபாயாம். காப்பிக்கும் நமக்கும் என்ன உறவு? நாலாணாவுக்கு யானை விற்றால் வாங்கிக் கட்டிப் போட்டுவிடுகிறதா? மூன்று ரூபாய்க்குச் சீமை எருப் போட்டால் மூன்று கலம் கூடுதலாகக் கண்டு முதல் செய்யலாம். மருதமுத்துக்கு என்ன செய்வதென்று புரியவில்லை. வாயைத் திறக்காமல் எல்லாவற்றையும் பொறுத்துக்கொண்டிருந்தான். தம்பி மூன்று நாள் வட்டம் வலங்கைமானுக்குப் போய் காப்பிக் கிளப்பில் காப்பி பலகாரம் எல்லாம் பண்ணிவிட்டு வந்தான். பழக்கம் நன்றாகப் பிடித்துக்கொண்டுவிட்டது போலிருக்கிறது. இப்பொழுது தினசரி வழக்கமாகிவிட்டது அது.

மாடத்தில் ஒரு நாள் சிவப்பாக, அழகாக ஒரு டப்பா இருப்பதைப் பார்த்து, மருத முத்து திறந்து பார்த்தான். இது வரையிலும் எந்தப் பூவிலும், எந்தக் கல்யாணத்திலும் காணாத வாசனையாக இருந்தது. சல்லடை மாதிரி ஓட்டைகள். உள்ளங்கையில் கொட்டினான். வெள்ளை வெளேரென்று மாவு. என்ன வாசனை! வாசனையைப் பார்த்தால் நாலைந்து ரூபாய்க்குக் குறையாது போலிருக்கிறது. அதை என்ன செய்வதென்று புரியவில்லை. மறுநாள் சாயங்காலம், புதுப் பெண் மூஞ்சியைக் கழுவித் துடைத்து, மாடத்து டப்பாவை எடுத்து மாவை

மூஞ்சியில் பூசிக்கொண்டதைப் பார்த்தான். அதற்குப் பெயர் பூடர் மாவு என்று பின்னால் அவனுக்குத் தெரிந்தது.

மறுநாள் ரொம்ப சாமர்த்தியத்துடன் கபட்டுத் தனத்துடன் கேட்டான். "தம்பி, மாடத்துலே ஒரு சிகப்பு டப்பாவிலே மாவு இருக்கு பாரு. ரொம்ப நல்லா இருக்கே. கமாய்க்குதே வாசம். என்னவிலை அது?"

"ரண்டு மூன்று ரூபா இருக்கும்."

"இருக்கும் கிறியே. உனக்குத் தெரியாதா?"

"சுவாமிமலையிலே வாங்கிக் குடுத்திருக்கிறாங்க. அடுத்த தடவை நான் வாங்கப் போறபோது தெரியுது, தானா."

"நீ வாங்கப் போறியா? அவ்வளவு விலை கொடுத்து இதெல்லாம் வாங்கத் தேவையா? நமக்குக் கட்டுமா? நாலுமா முழுக்க மஞ்சள் போட்டிருக்கமே. கடைக்குப் போயா அளகுவாங்கணும் நாம?"

"என்ன அண்ணே? இந்த ஊட்டிலே ஒரு சின்னக் காரியம்கூட நான் செஞ்சிக்கக் கூடாதா? காலையும் கையும் கட்டிப் போட்டுக்கிட்டு மூலையிலே கெடக்கணுமா? இல்லெ, வரப்புலே கெடக்கிற சாணித் தட்டையப் பேத்துப் போட்டுக்கிட்டிருக்கணுமா?" என்று படபடவென்று தூக்கி எறிந்தான் தம்பி. அதோடு நிற்கவில்லை. திகைத்துப்போய் வாயடைத்து உட்கார்ந்திருந்தவனைப் பார்த்து மேலும் சொன்னான். "கயிஷ்டமாயிருந்தா என் பங்கைப் பிரிச்சுக் குடுத்திருங்க" என்று.

அதிர்ந்துவிட்டான் மருத முத்து. "என்ன நடந்துவிட்டது? எதற்காக இப்படிக் கத்துகிறான் இவன்?" என்று திகைத்தான். சாணித்தட்டை பெயர்க்கிறதைக் குத்திக் குத்திக் காட்டுகிறான்! என்னடா இது? ...

தூக்கம் 139

'நம்ம பிசுகுதான். முளையிலே கிள்ளி எறிஞ்சிருக்கணும். முள்ளாலெ எடுக்கிறதை இன்று கோடாலி போடும்படியா வளரவிட்டது நம்ம தப்பு' என்று வருந்தினான்.

"என்னடா தம்பி? உனக்கு யார்ரா இதெல்லாம் போதிச்சாங்க? மட்டு மரியாதை போயிடிச்சே! என்று வருத்தமும் வியப்பும் கலந்து சொன்னான்.

"ஒருத்தரும் போதிக்கலே எம்மாதிரி எல்லாரும் மரியாதையா இருந்தால்போதும்.

"சாணித் தட்டையைப் பேத்துக்கிட்டிருக்கணுமான்னு கேக்கிறியே. அதிலே என்ன தப்பு இருக்கு சொல்லேன் கேட்டுக்கிறேன்!"

"சும்மா இருங்க அண்ணே வாயையவாயைக் கிளப்பாதீங்க!"

"ச்சீ, நாயே, போ நாயே மரியாதை கெட்ட நாயே" என்று உள்ளே எழுந்து போய்விட்டான் மருதமுத்து.

"சும்மா கத்தாதிங்க. பங்கை பிரிச்சிட்டு கத்திக்கிட்டு கிடங்க; இப்ப ஒண்ணும் வாணாம்" என்று வாசலில் நின்றபடியே இரைந்துவிட்டுத் தெருவில் இறங்கிப்போனான் தம்பி.

"ஏய், பாத்தியாடி உன்கொளுந்தன் சொல்றத்தை! பங்கைப் பிரிச்சுக் குடுத்திடுணுமாம் இந்தப் பயலுக்கு, இஞ்ச இருக்கிற சொவம் பத்தலை. தனிக் குடித்தனம் வச்சு சோக்கு பண்ணனும் போலிருக்கு!"

மருத முத்துவின் பெண்ஜாதி பதில் சொல்லவில்லை. ஆண்பிள்ளை தவிசல்; போதாததற்கு ஓர்ப்படியாள் வேறு இருக்கிறாள்.

தம்பி மாறியே போய்விட்டான். பழைய தம்பி இல்லை. அன்று முதல் விறைப்பும் முறைப்பும் சகிக்கமுடியவில்லை; கேட்ட கேள்விக்கு மௌனம். பதில் சொன்னால், இடைவெட்டு அலக்ஷியம், தூக்கி எறிதல்; காபிக் கிளப்புச் சிலவு நஞ்சு போல ஏறிற்று. வாசனை சாமான்கள் மாடம் கொள்ளவில்லை. நாலுநாள் கழித்து பெண்டாட்டிக்கு ஒரு சீட்டிச் சேலை. கலியாணமா கார்த்திகையா ஒரு காரணமில்லாமல் எதற்குப் புடவை? கலியாணம் ஆகி ஆறு மாதம் ஆகாத பெண்ணுக்குப் புடவைக்கு என்ன பஞ்சம்? இவன் வாங்கிக் கொடுக்க இப்பொழுது என்ன முடை?

தலைமுறை தலைமுறையாகக் காணாத செலவுகள் குடும்பத்திற்கு வந்தன.

ஒரு மாசமாகப் பாகம் பிரிக்க அடிபோடுகிறான் தம்பி.

"உனக்கு என்னடா சுகத்துக்குக் குறைச்சல்? பாகம் பிரிக்கணும் பாகம் பிரிக்கணும்மு கூப்பாடு போட்டுக்கிட்டே இருக்கியே? நீ தாம் தாம்னு வாரி இறைச்சுக்கிட்டேயிருக்கணும். சொல்லப் போனா பாகம் பிரி; நீ தலைகீளே நில்லு அந்தப் பேச்சு நடக்குதா பார்ப்பம்?" என்று ஒரு இரைச்சல் போட்டான் மருதமுத்து.

"நடக்காதா? நடக்குது இல்லியா, பார்ப்பமே. எம்பேர் காளிமுத்துவா இருந்தா நடந்து தீரமயா போயிரும்?" என்று பதில் கொடுத்தான் தம்பி.

தி. ஜானகிராமன் சிறுகதைகள்

அவன் பண்ணுகிற செலவையும் அழிச்சாட்டியத்தையும் பார்க்கிற போது, எப்படியாவது தொலையிட்டும் என்று விட்டுவிடலாம் போல்தான் தோன்றிற்று. மூன்று நாள் நாலு நாள் என்று வீட்டில் சோறு தின்பதில்லை. ஐந்தா நாள் வந்து குழம்புக் கறியில்லை, அது இல்லை, விடியாமூஞ்சி வீடு என்று கத்துகிறது. அண்ணிக்கே சகிக்க முடியவில்லை. "அவரு போக்குப்படி விட்டுடுங்களேன்" என்று சொன்னாள். மருதமுத்துக்கு மனசு இடம் கொடுக்கவில்லை. "அவன் போக்குப்படி விட்டா அளிஞ்சி போயிடுவான். வாயை மூடிக்கிட்டுக் கிட நீ, பைத்யமே" என்று அவள் வாயை அடைத்துவிட்டான்.

இன்று – தூக்கம் வராமல் அவன் படுத்துப் புரள்கிறானே – இன்று இருட்டிச் சாப்பாடானதும் மணியக்காரரும், கணக்குப் பிள்ளையும் சின்னப்பிள்ளை நாராயண வன்னியும் வாசலில் வந்து கூப்பிட்டார்கள். மருதமுத்து, "ஏன்" என்று கேட்டுக்கொண்டே வாசலுக்குப் போனபோது, அவர்களோடு தம்பியும் நின்றுகொண்டிருந்தான். மருதமுத்து இன்ன தென்று தெரியாத ஒரு பயத்திலும் சந்தேகத்திலும் கிடந்து தடுமாறினான்.

"வாங்க உக்காருங்க, எங்கேங்க?" என்று கேட்கவும் கேட்டான்.

மூன்று பேரும் திண்ணையில் வந்து உட்கார்ந்தார்கள்.

"என்ன மருதமுத்து, காளி என்னமோ சொல்றானே?" என்று மணியக்காரர் கேட்டார்.

"என்ன?

"பிரிச்சுக்கிட்டுப் போகணுமாமில்லே."

"எதுக்காக?" ஊர் வரையில் செய்தி போய்விட்டதே என்று மருதமுத்துக்கு ஆத்திரம் பொங்கிற்று.

"எதுக்காக தம்பி?" என்று மணியக்காரர் கேள்வியைக் காளிமுத்து விடம் திருப்பினார்.

"பிரிச்சுகிட்டுப்போனா தேவலாம்போலத் தோணுது எனக்கு."

"காரணம்?"

மருதமுத்து குறுக்கிட்டான்: "காரணமா? நான் சொல்றேங்க. பொழுது எப்பசாயும்னு காத்துக்கிட்டிருக்கான் அவென். சாஞ்சவுடனே வலங்கிமானுக்குப் போயிடறான் காபி குடிக்க. தினசரி நாலணா செலவு ஆவுது. முப்பத்திக்கா ஏளரை ரூபா காபிக்கு நம்ம குடும்பம் தாங்குமான்னு கேக்குறேன். அவனுக்குப் புடிக்கலே."

"அது எம்பளக்கங்க, இவரு எதுக்காக கேக்குறாரு. அது இல்லாட்டி எனக்கு தலை வலிக்குது."

"சரி அப்புறம்?"

"அப்புறம் என்னா? ஊட்டுக்கு ஏதாவது வாங்கியாந்தா அதுக்கு ஒரு மூஞ்சியை சுளுக்கறாரு."

"இதைப் பாருங்க அண்ணே மூஞ்சிக்கு அடிக்க என்னென்னமோ வாசனை டப்பாவெல்லாம் வாங்கியாறான். இடறி விழுந்தா மஞ்சக் காடு ஊரிலே ஏன் அதெல்லாம் வாங்கணும்னு கேட்டேன். தப்பா? ஊட்டுக்கு என்ன, கறியும் வாங்கிச் சாய்ச்சுக் கிட்டிருக்காரா இவரு? . . . நம்ம பொம்பிளை கள்ளாம் அளகுலே கொறஞ்சா போய்ட்டாங்க? நாலும் அஞ்சு கொடுத்தா அளகு வாங்கினாங்க அவங்க?"

"ஏன் தம்பி, இந்தச் செலவெல்லாம் நமக்கு அவசியம்தானா?" என்று சின்னப் பண்ணைக்காரர் கேட்டார்.

"அதெல்லாம் எதுக்குங்க செலவு பண்ணனும்னு நான் தனியாகப் போக விரும்பலே எனக்கு என்னமோ பிடிக்கலை."

"என்ன பிடிக்கலை?"

"சேந்து இருக்க."

ஆண்டவனே என்று கலங்கினான் மருதமுத்து. பிடிக்காமல் இருக்கும்படியாக அவனிடம் என்ன குறை இருக்கிறது சிறிது நேரம் குழம்பிவிட்டு "அவன் எப்படியானும் இருக்கட்டும். காபி குடிக்கட்டும் கள்ளே குடிக்கட்டும். எது தேவையானாலும் வாங்கிக்கிட்டும். பிரிக்கிற பேச்சு வாணாம். ஏதோ ஒண்ணால வேலி ரண்டேதாக்கா அமஞ்சிருக்கு அப்பாரு பாடுபட்டதிலே கண்டு முதலும் நிறையக் குடுக்கற பூமாதேவி. அதைப் பிரிச்சுக் கொலை பண்ணவாணாம்" என்று கெஞ்சினான்.

யாரும் பேசவில்லை. தெரு நிசப்தமாகயிருந்தது; மேலும் பேசினான் அவன்.

"இன்னொரு சேதியும் சொல்லிப்பிடறேன். அப்பாரு கண்ணை மூடும்போது இவனும் பக்கத்திலேதான் இருந்தான். என்ன சொன்னாரு கேளுங்க?"

பதில் இல்லை.

"கடைசி மூச்சு போறப்போ, எங்க ரண்டுபேரையும் கூப்பிட்டாரு. "கடாசியாக ஒரு சேதி சொல்லணும். ஆயிரம் வரட்டும். குடியே முளுங்கிப் போவட்டும். நிலத்தைப் பிரிக்கிற சேதி வச்சுக்காதிங்க. ஒங்க ரண்டுபேரையும்கூட அப்படி வளக்கலை. அப்படி கண்ணுக்குக் கண்ணாய் வளத்து வச்சிருக்கேன். அவ்வளவு தான்" இன்னாரு. அப்பாலே கால் நாளிதான் மூச்சு இருந்திச்சு. நீங்க பஞ்சாயத்து பண்ண வந்திருக்கீங்க. உங்ககிட்ட சொல்லிப்பிட்டேன். தர்மம், நியாயத்தைப் பார்த்துச் செய்யுங்க" என்று வேகத்தோடு முடித்தான் மருதமுத்து.

பஞ்சாயத்துக்கு வந்தவர்கள் ஒரு நிமிஷம் கலங்கிவிட்டார்கள். ரொம்ப இக்கட்டாகப் போய்விட்டது. சொல்வது தெரியாமல் வாய் அடைத்து, குனிந்து சூன்யத்தைப் பார்த்துக்கொண்டு உட்கார்ந்திருந்தனர்.

சற்றுக் கழித்து தம்பி சொன்னான். "செத்துப் போறவங்க சொல்லிட்டுப் போனாங்க; அவங்க நெனச்ச படியா நடக்கும்?" என்றான்.

"அட பாவி, பாவி! என்னா சொன்னே? எலே உனக்கு மனசாச்சி இருக்காடா, கிராதகப்பயலே. தெய்வம் இருக்கா? சத்யம் இருக்காடா உனக்கு? நெஞ்சு ரப்பு இவ்வளவு ஆகாதுடா, பாவி. அண்ணே, சும்மா உக்காந்திருக்கிங்களே. செத்துப் போனவரு சொன்னாருங்களேன். இப்படி பேசுறான். சும்மா இருக்கிங்களே; அவன்மென்னியைத் திருகிப் போடவாணாம்?" என்று கொதித்தான் மருத முத்து. பஞ்சாயத்துக்கு வந்திருக்கிற மூன்று பேரும் கிராமத்தில் முதல் நம்பர் அயோக்யர்கள் என்று அவனுக்குத் தெரியும்; பாபத்திற்குப் பயப்படாமல் வம்பும், புனைச் சுருட்டும் செய்கிறவர்கள் அவர்கள். நியாயம் கிடைக்காது. தன்னந் தனியாக விடப்பட்ட குழந்தை போலக் குமுறினான் அவன்.

"மருதமுத்து, எல்லாம் சரிதான். அவன் கட்டுப்பட்டாத்தானே? அப்படியிருக்கிறவனை என்ன செய்றது? உனக்கும் இவ்வளவு பிடிவாதம் வாணாமே. குப்பையைக் கழுத்தைப் பிடிச்சுத்தள்ளு" என்று கோபித்துக்கொள்வது போலவும் இரக்கப்படுவது போலவும் பேசினார்கள். வஞ்சனையே வடிவெடுத்தவர்கள்!

"சரி, நாளைக் காலையிலே வர்றோம். எப்படியாவது சண்டையில்லாம சிரிச்ச முகமா பிரிச்சிக்கிடுங்க. வேண்டாத பொண்டாட்டியோட எத்தினி நாள் வாள முடியும்?" என்று கோடு கிழித்துவிட்டு எழுந்தார்கள் பஞ்சாயத்தார்கள்.

மருதமுத்துக்குச் சோறு வேண்டியிருக்கவில்லை. கரைத்துக் குடித்து விட்டுப் படுத்தான். தம்பிக்கு நல்ல பசி. சாப்பிட்டு உள்ளே படுத்து விட்டான். அவனுக்கு என்ன? காரியம் கை கூடிவிட்டது. குலாவிக் கொண்டே படுத்துக்கிடப்பான்.

தர்மம், நியாயம் இதெல்லாம் கிடையாதா பூமியிலே? செத்தவர் வார்த்தைக்கு இவ்வளவு தானா மதிப்பு!

மருதமுத்து புரண்டு புரண்டு படுத்தான். மணியக்காரர் சொல்லைத் தட்ட முடியாது. தட்டிவிட்டால், ஊரில் கால் ஊன்றி வாழ்வது என்ற பேச்சே சாத்தியப்படாது.

நள்ளிரவு கடந்து வெகு நாழியாகியிருக்கும் போலிருக்கிறது. நாய் குரைக்கிறது; எங்கேயோ, தவளை கத்துகிறது. சுவர்க் கோழி கத்துகிறது. எதிர் வீட்டுத் திண்ணையில் பசுபதி குறட்டை விடுகிறான் எந்தத் திண்ணையிலும் தூக்கத்தைத் தவிர வேறு ஒன்றுமில்லை. தம்பி தூங்கு கிறான். காற்று தூங்குகிறது. தென்னங் கீற்று தூங்குகிறது. நுகத்தடியை தரையில் குத்திப் படுத்திருக்கும் கட்டை வண்டியும் தூங்குகிறது.

நமக்கு மட்டும் தூக்கம் வராதா என்ன என்று நினைத்தான் மருதமுத்து. பாயை விட்டு எழுந்து நடந்து கோட்டான் குளத்தைப் பார்க்க நடந்தான். சின்னப் பண்ணையார் திண்ணையில் கட்டிலில் படுத்து உறங்கிக்கொண்டிருந்தார். பந்தலில் கட்டிலைப் போட்டு, ஒருக்களித்து சிறு குறட்டை விட்டு உறங்கினார் கணக்குப் பிள்ளை.

கோட்டான் குளத்து அரச மரமும் தூங்கிக்கொண்டிருந்தது. சற்றைக்கொருதரம், கண்ணாடி போல் நின்ற குட்டை நீரை தவளையோ, மீனோ குதித்து, சிறு கலக்குக் கலக்கி ஓய்ந்தது.

குளத்தங்கரை மடத்திற்குள் நுழைந்தான் மருதமுத்து. ஊரில் பாபம் செய்தோ புண்ணியம் செய்தோ யார் செத்தாலும், எல்லாரையும் சகட்டு மேனிக்குக் கரையேற்றி விடும் கருமாதி மடம் அது. அவன் நிலைப்படி ஓரத்தில் குனிந்து எதையோ எடுத்துத் திண்ணையில் கிழித்துப்பார்த்தான். கரித் துண்டுதான். அதைக் கையில் எடுத்துக்கொண்டு உள்ளே நுழைந்தான்.

நல்ல இருட்டு. கரித் துண்டால் எழுத்து ஒன்றின் மேல் ஒன்று சவாரி செய்துவிடாமல், தாராளமாக இடம்விட்டு விட்டு எழுதினான்.

"என் உசிரு இருக்கறவரைக்கும் எந்தப் பயலும் நிலத்தை பிரிக்க முடியாது. புதுக்களத்தி அம்மங்கூட பிரிச்சுக் குடுக்க முடியாது"

இதை எழுதின பிறகுதான் அவனால் நிம்மதியாகத் தூங்க முடிந்தது.

மறுநாள் சாயங்காலம் மடத்திற்குள் நுழைந்த ஒரு மாட்டுக் காரப் பயல் மருதமுத்து கழுத்தில் கயிறு இறுக்க, கண் பிதுங்க, உத்தரத்திலிருந்து தொங்குவதைப் பார்த்து மிரண்டு போய் கூச்சல் போட்டான். மருத முத்து தூங்குகிறான் என்று அவனுக்குத் தெரியவில்லை.

தேனீ, ஆடி (ஜூலை) 1948

ராஜப்பா

நடுப்பகல் வர ஒரு நாழிகை தான் பாக்கி. அதற்குள் நான் சாப்பிட்டுவிட்டு, வெற்றிலையும் போட்டுக்கொண்டு திண்ணையில் வந்து உட்கார்ந்துவிட்டேன். கிராமத்து மற்ற வீடுகளில் எல்லாம் சாப்பிட்டதாகத் தெரியவில்லை. வயலுக்குப் போய்விட்டுக் குண்டுப்பஞ்சாமி திரும்பி வந்துகொண்டிருந்தார். கணக்குப்பிள்ளை, கொஞ்சம் தெம்புள்ளவன், பண்ணை கிண்ணை என்று பிடுங்கல் வைத்துக்கொள்ளாமல், எல்லா நிலத்தையும் குத்தகைக்கு விட்டு சுகவாசம் பண்ணுகிறவன், பக்கத்துக் கிராமத்து மைனர்களோடு வம்புதும்பெல்லாம் பேசிவிட்டுத் திரும்பி வந்தான். கோடி வீட்டிலிருந்து அழுக்கு வேஷ்டிப் பட்டா மணியம் ஹைதராபாத் விஷயமாக யாரோ செவிட்டுக்குத் தொண்டையைக் கிழித்துக்கொண்டிருந்தான். யார்யாரோ ஆற்றுக்குக் குளிக்கக் கிளம்பிக்கொண்டிருந்தார்கள். இன்னாரென்று தெரியவில்லை. ரிடயராகி நான் ஊரோடு வந்து ஒருவாரம்கூட ஆகவில்லை. இன்னும் பத்துநாள் போனால் ஒவ்வொருவராக நெருங்கிப் பழகித் தெரிந்து கொண்டுவிடலாம். பன்னிரண்டு மணிக்குக் கால்பொரிய நடந்து குளிக்கப் போகும் பிரகிருதிகள் மனிதர்கள்தானா என்று ஒரு சந்தேகம். இவ்வளவு நாழி வயிற்றைக் காயப் பட்டுக்கொண்டிருக்கிறார்களே என்று ஒரு பிரமிப்பு. நம்மால் தாங்காது என்று ஒரு ராஜ பாவம். இதெல்லாம் சேர்ந்து பட்டிக்காட்டில் பொழுது போகாது என்ற கவலையை ஓரளவுக்கு ஒதுக்கிவிட்டிருந்தது. கடையும் சினிமாவும், கூட்டமும் சத்தமும், புஸ்தகமும் பத்திரிகையும் இல்லாமல் எப்படி இவர்களுக்குப் பொழுது போகிறது, என்ன செய்கிறார்கள் இவர்கள், என்ன செய்துகொண்டிருப்பார்கள் என்ற சிந்தனையில் என் பொழுது சற்று வேகமாகவே ஓடிக்கொண்டிருந்தது.

நான் சாப்பிட்டு வெற்றிலையும் போட்டுக்கொண்டு, திண்ணைக்கு வந்து சிமிண்டுச் சாய்மணையின் சில்லிப்பிலும்

சாய்ந்தாகிவிட்டது. ஒன்பது மணிக்குச் சுடச்சுடத் தின்றுவிட்டு பஸ்ஸுக்கும் டிராமுக்கும் காத்துப் பழக்கமானவனுக்கு பன்னிரண்டு மணியே தாமதம்தான். பொம்மனாட்டிக்கு ஊர்ப் பழக்கம் நாலு நாளிலேயே பிடிபட ஆரம்பித்துவிட்டது. ஒரு மாதம் போனால் இன்னும் நாழியாகுமோ என்னமோ! யாரோ ஒரு கிழவர் எருமை மாட்டை ஸ்நானத்திற்குப் போகச் சொல்லி பின்தொடர்ந்து போய்க்கொண் டிருந்தார். அவர் சென்றதும், எதிர்வீட்டுக்காரர், வயலிலிருந்து வந்து சேர்ந்தவர் உடம்பு வியர்த்து விறுவிறுக்க "அப்பாடா" என்று வாசற்படி மீது வந்து நின்று, காலில் ஒட்டிக்கொண்டிருந்த சேற்றை ஒரு தடவை பார்த்துவிட்டு, "ஒரு சொம்பில் தண்ணி" என்று ஒரு சத்தம் போட்டார் உள்ளே பார்த்து. அடுத்த விநாடியே "வராதோ, நான் குளத்தாங்கரைக்குப் போறேன்" என்று இறங்கி மேற்கே போய்விட்டார்.

ஓட்ட ஓட்டமாக உள்ளேயிருந்து ஒரு செம்பில் தண்ணீரை எடுத்துக் கொண்டு வந்தாள் அவர் மனைவி. அதற்குள் மனுஷ்யன் நாலுவீடு தாண்டிவிட்டார்.

"ஏய், வாஞ்சி, மாமாவைக் கூப்பிடேன்" என்று என் வீட்டுக்குப் பக்கத்து வீட்டு வாசலைப்பார்த்துக் கூப்பிட்டாள் அந்த அம்மாள்.

"மாமா, மாமா" என்று அடுத்த வீட்டிலிருந்து ஒரு கூப்பாடு. மனுஷ்யன் காதில் விழாதது போல நடந்துகொண்டிருந்தார். அம்மாள் அவரை தெருக்கோடிவரை பார்த்துவிட்டு உள்ளே திரும்பினாள்.

"ஒரு சொம்பில் தண்ணி வராதோ, நான் குளத்தாங்கரைக்கு போறேன்." எவ்வளவு பொறுமை! தண்ணீர் வருகிறவரையில் தாங்க வில்லை அவருக்கு. இத்தனைக்கும் தண்ணீர் ஒரு கண நேரத்தில் வந்துவிட்டது.

அவர் பெயர் ராஜப்பா. எட்டுவேலி நிலம். இரண்டு பிள்ளைகள். மூத்தவனுக்கு எங்கேயோ, வடக்கே உத்தியோகம். சின்னப்பிள்ளை மாமனார் வீட்டோடு இருக்கிறானாம். காரணம் தெரியவில்லை. ராஜப்பாவைப் பற்றி நான் விசாரித்துத் தெரிந்துகொண்டது இவ்வளவு தான்.

மேலே கண்ட காட்சியைப் பார்த்து, அவருக்கும் மனைவிக்கும் ஏதோ நெடுநாள் பட்ட மனஸ்தாபம் இருப்பதாகத் தோன்றிற்று. 'செம்பில் ஜலம்' என்று கேட்ட உத்தாகூஷணத்தில், 'வராதோ, குளத்தாங்கரைக்குப் போறேன்' என்று அவர் நடையைக் கட்டுவானேன்?

அம்மாள் முகத்தையும் பார்த்தேன். ரொம்ப அடங்கிய ஸ்திரீ என்றுதான் பட்டது. பரமார்த்தி என்று சொல்லுவார்களே அந்தமுகம்; கபடு இல்லாத, புருஷன் எப்படியிருந்தாலும் அவனே சரணம் என்று இருக்கிற முகம்.

பொழுது போக்கிற்கு நல்ல பிரச்சனை சிக்கிவிட்ட சந்தோஷத்தில் ஸ்வானுபூதியின் அடிப்படையில் அவர்களுடைய வாழ்க்கையைப் பற்றி, தகராறைப்பற்றிக் கற்பனைசெய்து பார்த்துக்கொண்டிருந்தேன்.

அடுத்த வீட்டிலிருந்து யாரோ பையன் எட்டிப்பார்த்தான். மெதுவாக "அந்த மாமாவைப் பார்த்தேளா?" என்று கேட்டான்.

"யாரை?"

"இப்ப ஜலம் கேட்டுவிட்டுப் போனாரே, அந்த மாமாவை"

"பார்த்தேன்."

"இதுதான் அவருக்கு வேலை. அந்த மாமி கூப்பிடச் சொன்னாள், கூப்பிட்டேன். காதிலே விழாததுபோல போனார். துர்வாசசு!"

அந்தப் பையன்தான் வாஞ்சிபோலிருக்கிறது. பன்னிரண்டு வயது தான் இருக்கும். கிழவன்மாதிரி பேச்சு. இல்லாவிட்டால் படுசுட்டி துர்வாசசு என்று அவரை வர்ணிக்குமா?

பேச்சக் கேட்க நான் தயாராயிருப்பதை அறிந்துகொண்டு அருகில் வந்தான் அவன்.

"அவருக்குக் கோபம் வந்துதோ, தலைகால் தெரியாது. அரிவாள், உலக்கை, எது கையிலே அகப்பட்டாலும் அதாலே போட்டுடுவார். சொம்பிலே தண்ணி வராதே, குளத்தாங்கரைக்குப் போறேன்." என்று அவரைப் போலவே தத்ரூபமாக முகத்தையும் புருவத்தையும் வைத்துக் கொண்டு சொல்லிக் காட்டினான் அவன்.

"உள்ளே போய்ப் பாருங்கோ, இப்படித்தான் பேசுவர். ஊஞ்சப் பலகையிலே உட்கார்ந்து 'தீர்த்தம்! வராதே, சரி' என்று கொல்லைப் பக்கம் சாரைப்பாம்பு மாதிரி போயிடுவர். கிணத்துலேருந்து ஜலம் இழுத்துக் குடிப்பர். எல்லாம் கை சொடுக்கறத்துக்குள்ள ஆயிடும். அந்த மாமி டம்ளர்லே ஜலம் எடுக்கறத்துக்குள்ளே ஆயிடும். தீர்த்தம்னு கேட்டுப்பிட்டு, இம்மன்னா முடியறபோதே தீர்த்தம் வரலைன்னு கோவிச்சிண்டு, கிணத்தங்கரைக்குப் போயிட்டால்? இவருக்குத் தாகமா யிருக்குன்னு அந்த மாமிக்கு ஜோசியம் தெரியணும். தயாரா ஒரு ஏனத்திலே தண்ணியை வச்சுண்டு நிக்கணும். அப்பக்கூ குடிக்கமாட்டார். இவர்தான் கேட்டுட்டு 'வராதோன்னு' போயிடறாரே. இவர் ஜலம் கேக்கறது குடிக்கறதுக்கா, கோச்சுண்டு போறதுக்கான்னு தெரியலியே! ஒண்ணு செய்யலாம். ஒரு டம்ளரில் ஜலத்தை வைத்து, 'பா, பா'ன்னு கூப்பிட்டுக் காண்பிக்கலாம்."

பையன் இதே சுவட்டில் பேசிக்கொண்டுபோனான். நடுநடுவே நான் எப்படிக் கேட்கிறேன் என்று கவனித்துக்கொள்ளாமலும் இல்லை.

"தீர்த்தம் – வராதோ', மூஞ்சியப் பாரு. தீர்த்தம் உடனே இவர் முன்னாடி வந்து நிக்கணும், சிடுமூஞ்சி. 'சதா துஹ்க்கி'ன்னு சொல்லுவா எங்கம்மா. இந்த மாதிரி சிடுசிடுன்னு கோச்சுக்கிண்டும் அழுதுண்டும் இருக்கறவாகிட்ட லக்ஷ்மி தங்க மாட்டாளாம். ஆனா இவருக்கு மட்டும் போர் போரா நெல்லும் வக்யலும் வரது. நெறைய ஆளுகள் இருக்கான்" என்று கடவுளின் நியாயத்தைக் கண்டு குறைப்பட்டுக்கொண்டான் பையன்.

"ஒரு நாள் ஜலம் கேட்டுது இது. அந்த மாமிகொண்டு குடுத்தா. அதிலே எதோ தூசி மிதந்துதுன்னு டம்ளரை நெத்தியைப் பார்க்க வீசிப்பிட்டுது நரசிம்மஸ்வாமி. கொடகொடன்னு ரத்தம் கொட்டிச்சு மாமி நெத்திலேயிருந்து... வந்துட்டுது காலை அலம்பிண்டு... உடம்பைப் பாரு காட்டானை மாதிரி... நான் போறேன் மாமா, இன்னும் சாப்பிடலை" என்று எழுந்து போனான் பயல்.

ராஜப்பாவை நினைத்து ஆச்சரியப்படுவதா, இல்லை பையனை நினைத்து ஆச்சரியப்படுவதா என்று புரியவில்லை எனக்கு. வயசு பன்னிரண்டு. வெகண்டையோ, சகிக்க முடியவில்லை.

ராஜப்பா வீட்டுக்குள் நுழைந்துவிட்டார்.

மீண்டும் எட்டிப் பார்த்துக்கொண்டே சொன்னான் பையன். "உள்ளே போயிட்டுது, மடத்துயானை. கையும் காலும் பார்த்தேளா, குண்டு குண்டா, சமையக்காரன் மாதிரி".

"மெதுவாடா, காதிலே விழப்போறது."

"நீங்க சாப்பிட்டாச்சா, வெத்திலை போட்டுண்டிருக்கேளே"

"ஆச்சு".

"நீங்கள்ளாம் டவுன்லே இருந்தவா. எங்கப்பா இப்பதான் குளிக்கப் போயிருக்கார். எனக்குப் பசிக்கிறது. நான் சாப்பிடப் போறேன். சாப்பிட்டு வரேன்" என்று மேல்பேச்சுக்கு அச்சாரம் கொடுத்துவிட்டுப் போனான் வாஞ்சி. கோரமான, உடலை அயர்த்தும் வெயில் தூக்கமாக வந்தது எனக்கு.

கண்விழித்தபோது ஒட்டுத் திண்ணையில் வாஞ்சி உட்கார்ந்து ஏதோ படித்துகொண்டிருந்தான்.

"சாப்பிட்டு விட்டு வந்தேன். நீங்க அசந்து தூங்கிண்டிருந்தேள். எழுப்ப வாண்டாம்னு உக்காந்துட்டேன்" என்றான். பொழுது நன்றாகச் சாய்ந்துவிட்டது. வெகுநேரம் தூங்கிவிட்டேன்.

உள்ளே போய் காப்பி சாப்பிட்டுவிட்டுத் திரும்பிவந்தபோது, ராஜப்பாவின் மனைவி இடுப்பில் ஒரு குடமும் கையில் ஒரு குடமுமாகத் தெருவில் இறங்கிப் போனாள்.

வாஞ்சி ஆரம்பித்தான். "இந்த மாமி எங்கபோனா தெரியுமோ? மிளகாய்க் கொல்லைக்குத் தண்ணி இறைக்க."

"என்னது?"

"ஆமா மாமா. வீட்டிலே இருபது ஆள் இருக்கான், அவங்க இறைக்கப் படாதாம். மாமிதான் இறைக்கணும்னு நரசிம்ம ஸ்வாமி ஆக்கினை போட்டிருக்கு. சிவனேன்னு நூறு குடம் இழுத்துக் கொட்டிவிட்டு வரா மாமி."

"என்னடாம்பி, நிஜம் தானா?"

"வேணுமானாப் புறப்படுங்கோ. இப்படி வயல்பக்கம் போறாப்பலே பாத்துட்டு வருவம். ரகசியம் என்ன? ஊர் முழுக்க தெரிஞ்ச சேதிதான். யார் சொல்றது? மூணு மாசமா இப்படி நடக்குது. பக்கிரின்னு ஒரு ஆளு. அவனுக்கு மனசு கேக்கலை. ஒருநாள் தண்ணியிழுத்துக் கொடுத்தானாம் மாமிக்கு. இதுக்குத் தெரிந்துபோச்சு. ஓடனே சீட்டுக்கிழிச்சுடுத்து அவனுக்கு. அது மாத்திரமில்லை. மாமியைப் பிடிச்சு ஆயிரம் அவுசாரிக்கு இழுத்துப்பிடுத்து. ஒரு ஆள் அங்க போகப்படாது இப்ப."

"எதுக்காகப் பொண்டாட்டியைப் போகச் சொல்றார் அவர்."

"அவரைத்தான் கேட்கணும் மொங்கு மொங்குன்னு எத்தனை வருடம் இழுத்துக்கொட்ட முடியும் பொம்மானாட்டிகளுக்கு!"

பையன் சொல்றது உண்மையா இல்லையா என்று தெரியவில்லை. காது மூக்கு வைத்துச் சொன்னாலும், எலும்பாவது இருக்கத்தானே வேண்டும்.

பேசிக்கொண்டே யிருக்கும்போது ராஜப்பா வாசலுக்கு வந்தார். வந்தவர் வாயிலிருந்த புகையிலைச் சாறை பந்தல் காலடியில் உமிழ்ந்து விட்டு பந்தலுக்குள் கிடந்த சாய்வு நாற்காலியில் உட்கார்ந்து 'ஏலே! சோனி!' என்று மேற்கே பார்த்து ஒரு சத்தம் போட்டார். உடனே மேற்கேயிருந்து மொழுமொழுவென்று ஐந்து வயசுப் பையன் ஒருவன் இடுப்பில் ஒன்றரை வயதுக் குழந்தை ஒன்றைக் கீழே போட்டு விடுபவன்போல் தூக்கமாட்டாமல் தூக்கிக்கொண்டு, பந்தலுக்கு வந்தான். கூட மூன்று வயதிருக்கும், ஒரு பெண் குழந்தையும் வந்தது. குழந்தையை வாங்கிக்கொண்டு ராஜப்பா கொஞ்ச ஆரம்பித்தார். கண்ணு, மூக்கு, மக்கு, மண்டு, யமன், குண்டு ராஸ்கல் என்று பல செல்லப் பெயர்களால் அழைத்துவிட்டு அதன் முகத்திலும் கன்னத்திலும் முத்தமிட்டு வயிற்றில் புர்ர் என்று ஏழெட்டு தடவை ஊதிவிட்டு கடையில் அதன் இரண்டு கால்களையும் பிடித்து தலை கீழாக தொங்கவிட்டு கிலகிலவென்று கொஞ்சினார். "சார், சார்" என்று நான் இந்தப் பயங்கர விளையாட்டைப் பார்த்து கத்தினேன். "குடல் ஏறி விடப்போகிறது சார் குழந்தைக்கு" என்று என் வாய் பதறிற்று. நிதானமாக அவர் பதில் சொன்னார். "குடலேத்தமா? இதுக்கா? இந்த யமகுண்டுக்கா? இந்தக் குழந்தைகள் யார் தெரியுமோ இல்லியோ, கணக்குப் பிள்ளை வைத்தியின் சந்ததிகள். யமனை விரட்டும். பிசாசைத் துரத்தும். கூழாங்கல்லை ஜீரணம்பண்ணும். கொம்பேறிக் குதிக்கும்... அசுரக் குஞ்சுகள்" என்று எனக்குச் சமாதானம் சொன்னார்.

"அப்படியா! தேவலையே" என்று நான் மரியாதையாக ஆச்சரியப் பட்டுவிட்டுப் பேசாமல் இருந்துவிட்டேன். அவர் சொன்னதென்னவோ வாஸ்தவம்தான். இரண்டு காலையும் ஒரு கையில் கொடுத்துத் தலைகீழாக அரை நிமிஷம் தொங்கி உலுங்கினதற்காக அந்தக் குழந்தை அரண்ட தாவோ, அதிர்ந்ததாகவோ தெரியவில்லை. சோனியும் அந்தப் பெண் குழந்தையும் இந்த 'வேடிக்கை'யைப் பார்த்துச் சிரித்தன.

குழந்தையைக் கையில் வைத்துக்கொண்டு சொன்னார் ராஜப்பா. "ஏலே, சோனி, செத்துப்போ, பார்ப்பம்" என்று. அவ்வளவுதான். சோனி

யோஜனை பண்ணாமல் பந்தல் மணலில் மல்லாந்து படுத்து, கண்ணை மூடி, கட்டையோடு கட்டையாகப் படுத்துவிட்டான். உடல் இம்மிகூட அசையாமல், கண் பாதி மூடியிருக்க, அசல் சவம் மாதிரியே இருந்தது.

"அம்மாளு, உங்க ஆமடையான் தெ(ெ)துப்போயிட்டா, என்ன பண்ணுவே சாமி" என்று அந்தப் பெண் குழந்தையைப் பார்த்து ராஜப்பா கேட்கவே, அது மார்பிலும் முகத்திலும் அடித்துக்கொண்டு அழத்தொடங்கிவிட்டது. சோனியின்மேல் சாய்ந்து உட்கார்ந்துகொண்டு புலம்பிற்று.

"போரும்" என்று அவர் சொன்னதும் குழந்தைகள் எழுந்து விட்டன. ராஜப்பா ஒரு வெற்றிலையைச் சுருட்டி, சீவலும் சேர்த்துக் கொடுத்தார். சோனி அதை வாங்கி வாயில் போட்டுக்கொண்டான். அம்மாளுவும் ஒரு தரத்திற்கு வெற்றிலை போட்டுக்கொண்டது.

"சரி, போங்கோ"

குழந்தைகள் சென்றுவிட்டன. அவரும் எழுந்து கிழக்கே போனார்.

நூதனமான விளையாட்டுத்தான்!

"அசடு வழியறது" என்றான் வாஞ்சி.

"அந்த குழந்தைகளைப் பாருங்களேன் மாமா. அவருக்குச் சரியா அதுகளும் ஆடறது."

எனக்கு என்ன சொல்கிறதென்று புரியவில்லை. இதெல்லாம் என்ன விளையாட்டு? இவர் ஏன் இப்படி விளையாடுகிறார், அஸப்யமாக? எதிர் வீட்டில் நான் உட்கார்ந்திருக்கிறேன். அதைக்கூட லக்ஷ்யம் பண்ணாமல், கூச்சமின்றி, வெட்கமின்றி இப்படி விளையாடினால், அது தைரியமா, அசட்டுத்தனமா? இந்தப் போக்கே விசித்ரமாயிருந்தது.

o o o

ராஜப்பாவிற்கு அதிர்ஷ்டத்திற்குக் குறைவு கிடையாது. அவர் நிலங்கள் எந்தப் பஞ்ச காலத்திலும் சோடை போகிறதில்லை. ஏராளமான ரொக்கம். வருஷத்திற்கு ஒருமுறை மூத்தபிள்ளை வந்து ஏழெட்டு நாள் தங்கிவிட்டுப் போவான். சின்னப்பிள்ளை வீட்டுக் குத்துச் செங்கல் ஏறக்கூடாது என்று உத்தரவு. அவரைக் கேட்காமல் பெண்டாட்டிக்கு எதோ நகைவாங்கிப் போட்டு விட்டானாம். அதுதான் காரணம். 'பெண்டாட்டியை அழச்சிண்டு நட. இஷ்டப்படி நகையோ, நட்டோ போட்டுக்கலாம்' என்று வெளியேற்றிவிட்டார். அவன் வீட்டுப்பக்கம் வரக் கூடாது. ஊருக்கு வந்தால் கோயிலிலோ குளத்திலோ கண்டு தாயார் அவனோடு பேசக்கூடாது. ஒரு தடவை பேசிவிட்டு, அவள் யமலோகத்தை எட்டிப்பார்த்து வந்தாள் — ராஜப்பா அடித்த அடியில். அவ்வளவுதான். அதற்குப் பிறகு சின்னப்பிள்ளை ஊர்ப் பக்கம் வந்திருக்கிறான் என்று தெரிந்தால் அவள் வெளியே தலைகாட்டுவதில்லை. யார்யாரோ சின்னப் பிள்ளைக்காக மத்யஸ்தத்திற்கு வந்தார்கள். பலிக்கவில்லை. அவன் மாமனார் வீட்டோடு இருக்கிறான்.

மேற்படி விஷயங்கள் ஸவிஸ்தாரமாகச் சொல்லிக்கொண்டிருந்த வாஞ்சி "இந்தமாதிரி யாராவது மனுஷாளே இருப்பாளா மாமா?" என்று பதில் தேவைப்படாத ஒரு கேள்வியும் கேட்டு விட்டு ஓய்ந்தான்.

"ஒருத்த ரோடயும் ஒட்டாது மாமா இது. ஊரிலே எதாவது கல்யாணம்னா, இதுக்கு வெளியூர்ப் பிரயாணம் வந்துவிடும். எதாவது சாக்குச் சொல்லிக்கொண்டு புறப்பட்டுப் போய்விடுவா. கல்யாணம் ஆகி ஆறாம் நாள் காலையில் வந்து நிற்பார். பிறத்தியார் வீட்டுச் சாப்பாடுன்னா அவ்வளவு விஷம் அதுக்கு. மாமி சமையலைத் தவிர வேறு ஒண்ணும் சாப்பிடாது. பதிலுக்கு உதை கொடுத்துண்டேயிருக்கும்."

வாஞ்சி ஓய்வதாக இல்லை. எதிர்த்த வீட்டு ராஜப்பாவைக் கவனித்து ஆராய்வதற்கே உலகத்திற்கு அனுப்பப்பட்டவன் போல இருந்தது அவன் பேச்சு.

சாயங்காலம் ஆறுமணியிருக்கும், கிழக்கேபோன ராஜப்பா திரும்பி வந்துவிட்டார். சாய்வு நாற்காலியின் சட்டத்தை நீட்டி அதில் அந்தக் கற்லாக் கால்கள், கருத்துத் திரண்டு இரை தின்ற வெண்ணாந்தை மாதிரி கிடந்தன. ராஜப்பாவோடு பேசிப்பழக வேண்டும் என்ற ஆவல் எனக்கு இன்னும் எழவில்லை. தூர இருந்து பார்த்துக்கொண்டிருப்பதே 'ஸ்த்தி'யாகப் போதும் என்று பட்டது. பொழுதுபோக வேண்டுமே! நானும் ராஜப்பா மாதிரி உள்ளேபோய் வெற்றிலை போட்டுக்கொண்டு வந்து மெல்லத் தொடங்கினேன்.

கையெழுத்து மறையும் நேரத்திற்கு, தெருவில் ஒரு கிழவர் ஒரு கையில் மூட்டையும், ஒரு கையில் தடியுமாக, குசேலஸ்வாமி மாதிரி வந்துகொண்டிருந்தார். ராஜப்பா வீடு ஊரிலேயே பெரியதுதான். ஊரில் பணக்காரரே அவர்தானே. வீட்டையும் பந்தலையும் பார்த்தால் தெரிந்துவிடும் இது. தயங்கித் தயங்கிக் கிழவர் ராஜப்பாவை அணுகினார்.

"யார்?" என்று ஒரு அதட்டல். கிழவர் கோலை இடது கைக்கு மாற்றி, வலது கைவிரல்களை வாயருகில் வைத்து, "அசலூர், பாபனாசத்திலேயி லிருந்து நடந்து வரேன்"

"ஏன் வண்டி கிடைக்கலியோ?"

"கோவிந்தக் குடி சாலையிலே அரைச்சேர் டீ சாப்பிட்டேன்"

"ராச்சாப்பாட்டைக் கொட்டிக்க இஞ்ச வந்தீராக்கும்"

"பசி அசாத்யமாயிருக்கு"

"உள்ளே போய்த் தின்னுட்டுப் போம்மங்காணும். ஏன் பல்லை இளிச்சண்டு பறக்கிறீர்? தரித்ரமே! . . . ஏன் எங்கே போறீர்?"

"எங்கியும் இல்லை. ஆத்துலே போய்க் கை காலை அலம்பிண்டு வரேன்."

"சுருக்க வந்து தொலையும்."

கிழவர் ஊருக்குள் சென்றார்.

அரை மணி, ஒரு மணி, இரண்டு மணியாற்று. கிழவர் திரும்பவில்லை. ராஜப்பா சாப்பிடவில்லை. திண்ணையில் விளக்கை வைத்துக்கொண்டு தெருவைப் பார்த்துக்கொண்டிருந்தார்.

இன்னும் அரை மணி. கிழவரைக் காணோம். "எலே, வாஞ்சி, இந்தக் கிழம் ஒண்ணு வந்துதே, அது எங்கேயானும் திண்ணையிலே படுத்துண்டிருக்கோ என்னமோ, போய்ப் பார்த்துவிட்டு வா," என்று விளக்கை கொடுத்து என்னோடு உட்கார்ந்திருந்த பையனை விரட்டினார். பையன் நாற்பது வீட்டு திண்ணைகளையும் பார்த்துவிட்டான். ஆள் இல்லை.

"சத்திரத்து திண்ணையிலே பார்த்தியாடா?"

"இல்லையே!"

"என்ன இல்லையே, மக்கு. அங்க போய் பார்றா".

சத்திரம் ஊருக்கு வெளியில், ஊர் பாதை சாலையோடு சேரு மிடத்தில் இருக்கிறது. அங்கேயும் கிழவரைக் காணவில்லை.

"என்னடாது. பசி பசின்னு பறந்துது. ஆத்தங்கரைக்குப் போறேனு போச்சு. ஆத்தோடு போயிடுத்தோ, என்ன எழவோ" என்று துடித்தார் ராஜப்பா.

இரண்டாம் முறையாக, பெருமாள் கோவில், சிவன் கோவில், ஊர்த் திண்ணைகள் எல்லாவற்றையும் சல்லடை போட்டு சலித்து விட்டு வந்தான் ஒரு ஆள், மஹ்ரம்.

"தொலை, காமாட்டி, நீ நன்னாப் பார்த்திருக்க மாட்டே" என்று அவனைக் கழித்துவிட்டு, தானே அரிக்கேன் எடுத்துக்கொண்டு ஒவ்வொரு வீட்டுக் கதவாகத் தட்டி விசாரிக்க ஆரம்பித்தார். நாற்பது வீடும் முடிவதற்குள் மணி பத்தாகிவிட்டது.

"ஊரை விட்டே தொலஞ்சு போயிட்டுதோ, ஆத்தோடுதான் போயிட்டுதோ" என்று முணுமுணுத்துக்கொண்டே பந்தலுக்குள் வந்து சேர்ந்தார்.

திண்ணையில் ஒரு பழம் பாயைப் போட்டுப் படுத்திருந்த வாஞ்சி "சாப்பிட வாங்கோன்னு சாதாரணமாகச் சொல்லியிருக்கணும் மாமா, நீங்க அதட்டினேளோ இல்லியோ, பயந்துண்டு ஊரையே விட்டுப் போயிட்டார் போலிருக்கு. இத்தனை நாழி கருப்பூர்லே எங்கியாவது சாப்பிட்டுவிட்டு ஹாயாத் தூங்கிண்டிருக்காரோ என்னமோ" என்று முத்தாய்ப்பு வைத்தான்.

"எலே வாயாடி, என்னது? கிழம் சோத்தை திங்கப் போறதா? என் கோபத்தை திங்கப் போறதா? ஏண்டா அதிகப் பிரசங்கி. நான் எப்படியிருந்தா என்ன? சோறு திங்கறத்துக்கும் அதுக்கும் என்னடா?"

"சாதம் போடத்தான் போறேள்? ஏன் விழுந்து பிடுங்கணும்"

"சீ வாயாடி" என்று அர்த்தமில்லாமல் பதில் கொடுத்துவிட்டு உள்ளே சென்றுவிட்டார் அவர்.

"சோத்தைக் கொட்டுறவர் எதுக்காக வேட்டை நாயாகக் குரைக்கணும்? குளுமையாய்ப் பேசினா உலகத்தையே மடக்கிப்பிடலாம்" என்று என்னிடம் வாஞ்சி சொன்னதும், இந்தப் பயல் நீண்ட நாள் பிழைத்திருக்க வேண்டுமே என்று கவலை வந்துவிட்டது எனக்கு.

ராஜப்பாவுக்குக் கட்டாயம் சோறு வேண்டியிருந்திராது அன்று. அரிக்கன் வெளிச்சம் அவர் கலவரத்தை நன்றாகவே காட்டிற்று.

o o o

ஆறு மாதமாகிவிட்டது நான் வந்து. நானும் பார்க்கிறேன். சராசரியாக ஒரு விருந்தாடியாவது ராஜப்பா வீட்டிற்கு வராமல் இருப்பதில்லை. கங்காளி, பரதேசிகள் வந்தால், நாலு பாட்டுப் பாடாமல் அதட்டல் போடாமல் சாப்பாடு போட மாட்டார் ராஜப்பா. பயந்துகியந்து போய் விட்டானோ, எங்கிருந்தாவது ஆளைப் பிடித்துத் தரதரவென்று இழுத்து வந்து இலையில் உட்கார்த்திவிடுவார்.

"வயிறு பறக்கிற பறப்பிலெ, கோபம் வேறேயா, உமக்கு. வெளியிலே போய்த் தூத்தணுமோல்லியோ" என்று வந்தவனை ஒரு அதட்டல் போட்டுவிட்டுத்தான் அந்த இலையிலும் உட்கார்த்திவைப்பார்.

o o o

ராஜப்பாவும், நானும் சிநேகமாகத்தான் இருந்தோம். ரொம்ப நெருக்கமில்லை. சண்டை கிடையாது. மனஸ்தாபம் கிடையாது. ராஜப்பாவைப் பார்க்காவிட்டால் எனக்கு என்னமோ போலிருக்கும் அளவுக்கு இந்தக் கவர்ச்சி என்னைப் பற்றிவிட்டது.

திடீரென்று சொல்லிக்கொள்ளாமல் ஒரு நாள் எங்கேயோ போய் விட்டு, மனைவி, மூத்தப் பிள்ளை, சின்னப் பிள்ளை எல்லோரையும் கலங்க வைத்துவிட்டு, ஒரு வருஷம் கழித்து, "காசி, ஹரித்வாரம், கேதார் நாதம் எல்லாம் சுற்றிவிட்டு வந்தேன். மூட்டை கரையணுமோ இல்லியோ" என்று சொல்லிக்கொண்டே வந்து சேர்ந்தார். அவர் பிரிவு எவ்வளவு சகிக்க முடியாதது என்று எனக்கு அப்போதுதான் தெரிந்தது. ஆயிரம் கொடுத்தாலும் வராத, கெட்டுப்போன காலணா மீண்டும் கிடைத்து அளிக்கிற உள்ள நிறைவு என்னை நிரப்பிற்று.

o o o

ராஜப்பா இப்போது இல்லை. அவர் காலமாகி நாலு மாதமாய்விட்டது. சின்னப் பிள்ளையையும் மன்னித்து பாதி சொத்தைக் கொடுத்துவிட்டுத் தான் போய்ச் சேர்ந்தார் அவர். நடு இரவு இருக்கும் அவர் கடைசி மூச்சுப் போகும்போது. இரண்டு நாள் தான் படுத்திருந்தார். வெறும் ஜூரம்தான். உயில் எல்லாம் வக்கணையாக நாலு பேரை வைத்துக் கொண்டு எழுதிவிட்டுப் போய்விட்டார். சொத்தில் கால் பாகம் அன்ன தானத்திற்கு ஒதுக்கியதில் யாரும் ஆச்சரியப்படாவிட்டாலும், உயில் எழுதின சுந்தரேசன், கையெழுத்தான பிறகு வெளியே சிரித்துக் கொண்டே வந்தான்.

"என்னடா சுந்தரேசா?"

"ஒன்றுமில்லை. உயில் கடைசி வரியை நினைச்சாத்தான் சிரிப்பு வரது" என்றான்.

"என்ன?"

"ஆலத்தூர் வீட்டுக் கிட்டு சாமிபிரான் வியோகமானதும், பாடை கட்டின குண்டுப் பஞ்சாமி கிட்டுசாமி அய்யரின் தலையைக் காலால் உதைத்து முட்டுக்கொடுத்துக் கட்டின போக்கிரித்தனத்தை நானே என் கண்ணால் பார்த்துக்கொண்டிருந்ததால், மேற்படி குண்டுப் பஞ்சாமி, நான் வியோகமான பிற்பாடு, மனுஷ்யபதார்த்த வசதி எது இருந்தாலும் இல்லாவிட்டாலும், எந்தக் காரணத்தைக் கொண்டும், என் பிணத்தைக் கட்டக் கூடாது என்றும் தொடக் கூடாது என்றும் தூக்கக் கூடாது என்றும் கௌரீசர் ஆணையாகச் சொல்லப்படுகிறதென்று இப்படிக்கு ராமையா குமாரர் ராஜப்பா' – இதுதான் மாமாவுடைய வக்கணை குறையாகக் கடைசிப் பிரார்த்தனை. நான்தான் எழுதினேன். எழுதறபோதே சிரிப்பை அடக்க முடியவில்லை. நல்ல வேளையா யார் மேலேயும் புகையிலைச் சாரை வர்ஷிக்காமல் தப்பிச்சேனே? பா?" என்று சிரித்தான் சுந்தேரேசன்.

செத்துக்கொண்டிருந்தால் என்ன? ராஜப்பா ராஜப்பாதான்.

சிந்தனை, **ஆகஸ்ட் 1948**

கழுகு

"ஏய், இதென்னாது, கோயில் மணி கிணு கிணாய்க்குது?"

"என்னா சொல்றீங்க?"

"வேளை இல்லாத வேளையிலே கோயில்லே மணி பொளக்குதே! தோப்பன் சாமிக்கு அதுக்குள்ளார என்ன சாப்பாடு? மணி மூணரைதானே ஆச்சு."

"அந்த வேளையாத்தான் நானும் இருக்குறேன்."

"ஒரு எளவும் புரியலே போ, எனக்கு."

"புரிஞ்சிரும் நாலு நாளியிலே. எளவுதான். கொல்லை யிலே போய் நாலு இலை நறுக்கிக்கிட்டுவாங்க. குளம்பு இறக்கியாச்சு. சோறு கொதிக்குது. இறக்க வேண்டியதுதான். சட்டுப் புட்டுன்னு அள்ளிப் போட்டுக்கிடணும்."

"சமையலாவுதா! யாருக்கு எளவு? எல்லாம் திடீர்ச் சேதியால்ல போயிரிச்சி, வரவர. வரை முறையே கெட்டுப் போச்சே. திடீர், திடீர்னு சொல்லிக்காம கொள்ளாமல்ல செத்துப்போக ஆரமிச்சிட்டாங்க."

"ஆமாமா, ஊடு ஊடா நுளஞ்சி, 'மாமா, மாமா செத்துப் போய்ட்டு வரேன்'னு சொல்லிக்கிட்டுத்தான் சாவாங்க போல் இருக்கு."

"அது கிடக்கு, இப்ப யாரு மூட்டை கட்டிக்கிட்டிருக் காங்க?"

"இப்பவானும் கேட்டீங்களே, தயவுள்ளவங்கதான் போங்க!"

"எனக்கொண்ணும் தயவு கியவு இல்லை. செத்துப் போறவங்களைப் புடிச்சு வச்சா நிறுத்த முடியும்? தயவு எதுக்கு? யாரு செத்துக்கிட்டிருக்காங்க, அதைச் சொல்லுவியா?"

"நம்ம கணக்குப்பிள்ளை மாமாதான்."

"யாரு? கணக்குப்பிள்ளை மாமாவா?" நம்ம சோமு மாமாவா?"

"ஆமாம்."

"இதுக்குத்தானா இம்மாம் பறப்பு, சமையலுக்கு! அடுப்பை அவி, சொல்றேன். சித்ரகுப்தக் கணக்குப் புள்ளே திகைப்பூண்டு மிதிச்சாருன்னு நெனச்சிட்டியா, கணக்குப்பிள்ளே மாமாகிட்ட வர?"

"நீங்க சொல்றது சரி. இ ... இருந்தாலும் இப்ப அப்படி இல்லே."

"எப்படி இல்லே?"

"முன்னெல்லாம் போல இல்லே; இப்பத் தொண்டைக்குளிக்கு வந்திரிச்சு உசிரு. மேல் மூச்சு வாங்க ஆரமிச்சிடிச்சி. தாவாரத்துலேந்து ரேளி நடைக்குத் தூக்கியாந்து போட்டுட்டாங்க இன்னும் மூணேமுக்கா நாளி கெடு வச்சிட்டுப் போயிட்டாரு சுப்பையா வைத்தியரு."

"நெசமாவா?"

"கண்ணாலே பாத்திட்டு வந்துதான் சொல்றேன்."

"நான் நெனக்கலெ. அஞ்சு தடவையாச்சு இத்தோட, மாமா நம்மளை ஏமாத்தறது. 'செத்துப் போப்பறாரு செத்துப் போப்பறாரு'ன்னு எத்தினி தடவை அள்ளி அள்ளிப் போட்டுக் காத்துக் கிடந்தாச்சு! 'நாலு தடவை தப்பிச்சவனுக்கு நம பயம் கிடையாது'ன்னு கேட்டதில்லியா நீ?"

"பெரியவங்க சொன்னதா இல்லாட்டியும் சொல்லுங்க. நல்லாத் தான் இருக்கு. நீங்க போய் இலை நூறுக்கிட்டு வாங்க. வெளையாடிக்கிட்டு இருக்கறத்துக்கு நேரமில்லே."

"அதெல்லாம் முடியாது, ஒண்ணரை மணிக்குச் சோறு திங்கிறதாம். மூணரை மணிக்கு திரும்பவும் திங்கிறதாம்; வேலையைப் பாரு."

"தெனக்கிமா இப்படி. இண்ணக்கி ஒரு வேளெதானே. பச்சப் புள்ளெயாப் பேசாதிங்க. நீங்க போறீங்களா, நான் போகட்டா? இப்ப சாப்பிட்டாத்தான் சரியாய்ப் போச்சு. அப்புறம் காரியம் முத்திடிச்சின்னா கயிஷ்டம். பாதி ராத்திரிக்கித்தான் தூக்குவாங்க. அதுவரைக்கும் காஞ்சிக்கிட்டா கெடப்பீங்க? எளுந்திருங்க, சொல்றேன்."

"ஐயையோ! ஈயக்குண்டு மாதிரி இருக்கறவங்களெச் சாக அடிச்சிட்டியே!"

"காரியம் முத்திடிச்சின்னுட்டுத்தானே சொன்னேன். செத்துப் போயிட்டாங்கன்னேனா? எளுந்திருங்களேன்." பொறுமையிழந்து அலுத்துக்கொள்ளத் தொடங்கிவிட்டாள் அவள். சாய்வு நாற்காலியை விட்டு, 'அட கடவுளே!' என்று எழுந்திருக்க வேண்டியிருந்தது.

"மாமா செத்துப் போயிடுவாங்கங்கிறியா?"

"ஆமாம்."

"நான் மாட்டாங்கங்குறேன்."

"ஏன்?"

"பந்தியம்?"

"பந்தியத்துக்குத் துட்டு இல்லெ எங்கிட்ட. நீங்க போறீங்களா இல்லியா?"

"எவ்வளவு இருக்கு?"

"எங்கிட்டவா? அஞ்சணா இருக்கு, அஞ்சலைப் பெட்டியிலெ."

"அதைக் கட்டு, போதும்."

"சரி."

"அப்படி வா வளிக்கி."

"போங்களேன்."

"அஞ்சு அம்மன் காசாயிருந்தாலும் பந்தியம் பந்தியந்தான். குடு கத்தியை."

"ஏலே, சின்னக்கண்ணு நீலாச்சி!" என்று சத்தம் போட்டுக்கொண்டே வெயில் வீணாகிவிடாமல் வாசலில் ஏரப்ளான் பாண்டி ஆடிக்கொண்டு இருந்த குழந்தைகளை மிரட்டி உள்ளே ஓட்டிவந்தாள் அவள்.

இலை போட்டாகி விட்டது.

"இப்பச் சோறு வாணாம்மா" என்று சிணுங்கினான் சின்னக்கண்ணு.

"அதுக்குள்ளார ஏம்மா சோறு இண்ணக்கி?" என்று இலையில் உட்கார்ந்து கேட்டது நீலாச்சி.

"கணக்குப் பிள்ளைத் தாத்தா செத்துப் போய் போறாங்க. செத்துப் போயிட்டாங்கன்னா பொணம் தூக்கற வரைக்கும் சோறு திங்கக் கூடாது. ராத்திரித்தான் தூக்குவாங்க. அதுவரைக்கும் பட்டினி கிடக்க முடியாதுல்ல. அதுக்குத்தான்" என்று விவரமாக அவள் எடுத்துரைத்தாள். சொன்ன மாதிரியைக் கண்டு சிரிப்பு வந்தது எனக்கு.

சோறு வேண்டியிருக்கவில்லை. பகல் சாப்பாடு சாப்பிட்டு இரண்டு மணி நேரம் ஆகவில்லை. இராச் சாப்பாட்டையும் எப்படித் திணிக்கிறது? அவள் உருட்டலுக்குப் பயந்து மல்லுக் கட்டிக் கொறித்தன குழந்தைகள்.

"பொணம் கிடக்கையிலெ சோறு தின்னா என்னாம்மா?" என்று நீலாச்சி கேட்டது.

"தின்னா உடம்பு இளச்சிப் போயிரும். எலும்புக்கூடா ஆயிரும்."

"அதெல்லாம் இல்லெ பாப்பா, அம்மா சும்மாச் சொல்லுது" என்று நான் சொன்னபோது அவளுக்குத் தாங்க முடியவில்லை.

"இந்தாங்க, உங்களுக்குத்தான் வரைமுறை கிடையாது. கீழ்வாரிசு களும் உங்க மாதிரியே வளரணுமா, பயம் பக்தி இல்லாம? நல்லாருக்கு!"

நீலாச்சி விழித்தது.

"சின்னக்கண்ணு!" என்று அடுத்த வீட்டுப் பையன் கூப்பிட்டுக் கொண்டு வந்தான்.

"இரு வாரேன்" என்று சமயம் கிடைத்தது என்று எழுந்து ஓடினர், சின்னக் கண்ணும் நீலாச்சியும்.

"நான் கூட சுடு சோறு தின்னேன் இப்ப" என்றான் அடுத்த வீட்டுச் சுப்பாண்டி.

"நானுந்தான்" என்றான் அவன் தம்பி மனோஹரன்.

"பாத்தீங்களா? ஊரெல்லாம் சாப்பிட்டுடிச்சு. கும்மாணத்துலே போயிக் கோண எழுத்து வாசிச்சவங்களுக்குத்தான் வரைமுறை எல்லாம் பொய்யாயிடிச்சி."

"இந்தா, கும்மாணத்துலே வாசிச்சா என்ன, கொட்டையூர்லே வாசிச்சா என்ன? நீ காரியத்தை முடிச்சுக்கிட்டே. நாக்குட்டி மாதிரி நான் இலையிலே குந்திச் சாப்பிட்டுட்டேன். அடுக்களை நிலைவரைக்கும் ராணியம்மா வச்சதுதான் சட்டமாப் போயிடிச்சு."

கையலம்பி, வெற்றிலை போட்டுக்கொண்டு சோமு மாமாவைப் பார்க்கக் கிளம்பினேன்.

"தாத்தா செத்துப் போப்போறாங்களா அப்பா? நானும் வர்றேம்பா" என்று வந்தான் சின்னக்கண்ணு. அவனுக்கு நல்ல வார்த்தை சொல்லி நிறுத்த வேண்டியிருந்தது.

o

சோமு மாமாவை ரேழி நடையில் கொண்டு போட்டிருந்தார்கள். கெடு, தவணைகள் கொடுத்துச் சாகப்போகிறவர்கள் ரேழி நடையில்தான் மண்ணுலகை விட்டு விடைபெற்றுக்கொள்ள வேண்டும். இதே நடையில் எத்தனையோ நாயனக்காரர்கள் உள்ளே நடக்கும் கல்யாண முகூர்த்தங்களுக்குப் பொழிந்து தள்ளி இருக்கிறார்கள். மண்ணின்பத்தை விடும் போதும் இங்கேதான் விடவேண்டும். இந்த நடைக்குக் கணக்குப் பிள்ளை மாமா வந்து படுத்துவிட்டார்கள். மாமாவின் கண் பஞ்சடைந்து விட்டது.

அடிக்கடி மாமாவின் கைமாட்டிலும் கால்மாட்டிலும் அணைத்து அமர்ந்திருந்த சந்ததிக் கூட்டம் அழுது அழுது ஓய்ந்தது. அழும்போது தான் நான் போனேன். என்னைக் கண்டதும் அழுகை சற்று ஓய்ந்தது.

"அப்பா, இதைப் பாருங்க, இதோ வந்திருக்கிறது யாரு தெரியுதா?"

மாமா உத்தரத்தைப் பார்த்துக்கொண்டிருந்தார்.

"இது எத்தனை விரல் சொல்லுங்க?" என்று மாமாவின் இரண்டாவது மகள் மாமாவின் முகத்துக்கு நேராக நாலு விரலை நீட்டிப் பிடித்தாள்.

மகா யாத்திரை செய்யப் போகிறவனுக்கு எவன் யாராயிருந்தால் என்ன, எது எத்தனை விரலாயிருந்தாலென்ன?

"மாமா, இதைப் பாருங்க."

தி. ஜானகிராமன் சிறுகதைகள்

மாமாவின் காதில் யமன் விரலை வைத்து அடைத்துவிட்டான்.

சற்றுநேரம் நின்று பார்த்தேன். மாமாவுக்கு மூர்ச்சை; மூச்சு மட்டும் இருந்தது; எண்பத்தாறு வயதாகிவிட்டது அவருக்கு. இருந்தாலும் சாவு, சாவுதானே. யாராயிருந்தால் என்ன? வயிற்றைப் புரட்டிற்று. மனத்திற்குள் அடிக்கடி எழுந்த, 'அவ்வளவுதானு'க்கு என் தலை என்னை அறியாமல் ஆடிற்று.

இரண்டு மூன்று நிமிஷம் ஆழும் தெரியாத அமைதி நிலவியிருந்தது. இது பொறுக்க முடியவில்லை, மாமாவின் சந்ததிகளுக்கு. பெரிய புலம்பலாக ஆரம்பித்தார்கள்.

மாடி வீட்டுக் காவேரியாத்தா மெதுவாக வாசற்படி ஏறி வந்தாள். இந்தப் புலம்பலைக் கேட்டு ஆத்தாவின் முகம் சுருங்கிற்று.

"இந்தாங்க, ஏன் இப்படி, 'ஐயோ, ஐயோ!'ன்னு அவச் சத்தம் போடுறீங்க? மாமா என்ன குறைச்சலா வாழ்ந்தாங்களா? குறைச்ச வயசிலே போறாங்களா? மனசிலெதான் குறை உண்டா அவங்களுக்கு? கத்திரிக்காய் பச்சடி கொஞ்சமாச் சாப்பிட்டாங்களா? வாளக்காய் வதக்கல் கொஞ்சமாச் சாப்பிட்டாங்களா? அறவது வயசு வரதி, உறை குத்தின தயிரும் நத்தத்துக் களத்து மாவடுவும் போட்டுக்கிட்டுப் பளயது சாப்பிட்டுக்கிட்டிருந்தாங்க. ராசா தலையை இரடும் அந்தப் பளயது! யாருக்குச் சாப்பிட முடியும்? அது மாதிரி யாருக்குச் சாப்பிடத் தெரியும்? பரமக்குடிலேந்து பாவக்காய் வரவளைச்சு நெய்யிலே வதக்கச் சொல்லிப் பளயதுக்குத் தொட்டுக்கிட்டுச் சாப்பிடுவாங்க. என்னா குறைச்சல் அவுங்களுக்கு? நாலு பேத்தியுவளுக்கும் கட்டிக் குடுத்து, கடாசிப் பேத்தி கூடப் புள்ளையும் தாச்சியுமா நவுர்றதைக் கண்ணாலே கண்டுட்டாங்க. சம்பாரிச்சதுதான் குறைச்சலா? மாமா தலை எடுத்து எண்ணாயிரம் கடன் அடச்சாங்க. அடையற கடனா அது? வெட்டுக் காயம். அதை அடைச்சாங்க. மனசு ஆராம போறாங்களா அவங்க? ஏன் அவச்சத்தம் போடுறீங்க? சங்கரா, ராமா, முருவான்னு காதிலே அலருங்க. போற வளியிலெயாவது பூவாக் கொட்டிக் கிடக்கட்டும்."

அழுகை எப்பொழுதோ அடங்கிவிட்டது.

"சொல்லுங்க, ராமா, ராமான்னு."

வெளியே வந்தேன். கிராமத்து நாற்பது வீடுகளும் கொண்டான் கொடுத்தான் முறையில் பன்னாடையாகப் பிணைந்த உறவை நினைத்து, ஒவ்வொன்றாகப் பார்த்துவிட்டுப் போயிற்று.

வீட்டுக்கு வந்து, "ராணியம்மா சொன்னது சரியாப் போச்சு" என்று சொன்னபோது அவள் ஒரேயடியாக எக்களித்தாள்.

"என்னா? ஆயிடிச்சா?"

"இன்னும் செத்த நாளியிலெ ஆயிடும்."

"சாப்பிட்டது நல்லதாப் போச்சுப் பாத்தீங்களா? குளந்தைங்க தான் நல்லாச் சாப்பிடலெ. கொறிச்சிட்டு எளுந்திருச்சுட்டுவ. எப்படித் தாங்கப் போவுதுவளோ!"

கழுகு

நிலா பாலாகப் பொழிந்தது. அடுத்த வீட்டுப் பசுபதி, பட்டா மணியம் செந்திரு, ராசகோவாலு, சிவப்பிரகாசம் எல்லோரும் வாசலில் உட்கார்ந்து பேசிக்கொண்டு இருந்தோம். எதிர்ச்சாரியில் நிலா விழுந்திருந்ததால், சற்று தள்ளி நிலவில் அமர்ந்திருந்தோம். பேச்சு எங்கெங்கோ சுற்றிவிட்டுக் கடைசியில் மாமாவையே மீண்டும் மீண்டும் வந்து அடைந்து கொண்டிருந்தது. செந்திரு, மாமா வீட்டுக்குப் போய்ப் பார்த்துவிட்டு இடையில் வந்து சேர்ந்தான்.

"என்னாப்பா, என்னா ஆச்சு?"

"நல்லா ஆச்சு போ. எனக்குத் தோணலெ."

"அப்படீன்னா?"

"மாமாவாவது சாகவாவது? சும்மா திகிடுதத்தம் பண்ணிக்கிட் டிருக்காங்க. எனக்கு உடம்பெல்லாம் இசிக்குது. இந்தப் பசியை யார் பொறுக்கிறது? இந்தப் பொண்டுங்க எல்லாம் நல்லாக் கூத்தடிக்றாங்க."

"பெண்டுகளே உலகத்துலெ இருக்கக்கூடாது. அநாவசியம்."

"ஹல் ... ல்" என்று ஓலையிழுக்கிறாற்போலச் சிரித்துவிட்டு, "அதாண்டா சரி!" என்று முடித்தான் பசுபதி.

"நல்ல சிரிப்புடா இது! இந்தப் பசியிலெ சிரிக்க முடியுது பாரு பசுபதிக்கு."

"ஏ, பசுபதி, நீதான் பசிக் களைப்புத் தெரியாதவன். நீ போய் உண்டா இல்லையான்னு கேட்டுக்கிட்டு வா, போ."

"என்ன உண்டா, இல்லையா?"

"மாமா செத்துப் போறாங்களா இல்லியா? ரெண்டுலெ ஒண்ணு தெரியணும். மாமாவையே முடிஞ்சாக் கேட்டுறணும்."

"ஹல் ... ல் ... ல்" என்று மறுபடியும் ஓலைச்சிரிப்பு சிரித்துக்கொண்டே, வயிற்றைப் பிடித்த வண்ணம் கீழே உட்கார்ந்துவிட்டான் பசுபதி.

"அப்பப்பா, விலாவெல்லாம் இளுத்துக்கிச்சு. நான் போக முடியாது ... ஹல் ... ல். அப்பா, அப்பாடி!"

"என்ன சிரிப்புடா இது? பெரியவங்க காதிலே உளுந்தா எதானும் நெனைச்சுக்கப் போறாங்க; சாவு வேளையிலே என்னா சிரிப்புன்னிட்டு!"

"சாவு வேளையா! அப்பா, மாமாவைக் கொன்னுப்பிட்டியே ... ஹல் ... ல்."

ராசகோபாலு வீட்டு வாசற் கதவு படார் என்று சாத்திக்கொள்ளவே, "நான் போறேம்பா. எனக்குத் தூக்கம் தூக்கமா வருது" என்று குறிப்பறிந்து எழுந்து போய்விட்டான் அவன்.

அவ்வளவுதான். பேச்சு சிறிது சிறிதாகக் குறைந்தது. ஒவ்வொருவராக எழுந்து போகவும் தொடங்கினார்கள். கடைசியில் செந்திருவுக்கு விடை

தி. ஜானகிராமன் சிறுகதைகள்

கொடுத்துவிட்டு, கட்டிலைத் தூக்கித் திண்ணையில் போட்டுக் கதவைத் தாளிட்டு உள்ளே வந்தேன்.

மணி பதினொன்று. அந்த நிசப்தத்தில் சுவர்க்கோழியின் ஞீ ஒலியும் தாழ்வாரத்தில் தூங்கிக்கொண்டிருந்த குழந்தைகளின் மூச்சும் பயங்கரமாக இருந்தன. குழந்தைகளுக்கு அப்பால் அவள் அடித்துப் போட்டாற்போல் உறங்கிக்கொண்டிருந்தாள்.

'வயிறு காய்கிறது! நல்ல தூக்கம் ... உடம்பு தெரியாமல்!... இந்தப் பொண்டுக வர்க்கமே இருக்கக்கூடாது; பொணம் கிடந்தாப் பத்து வீட்டுக்கு இப்பாலே சாப்பிட்டா என்ன? – காவேரி வெள்ளத்துக்கில்ல கையாலே அணை போடுறாங்க! – பத்தாம் பசலி. ம்ஹம்! – நூறாம் பசலி; – தூங்கறத்தைப் பாரு, கும்பகர்ணி மாதிரி!'

பேச்சு முடியுமுன் என் உடல் விசுப்பலகை மீது பரப்பியிருந்த மெத்தையில் நீண்டு விழுந்துவிட்டது.

தூக்கம் பிடிக்கவில்லை. பெட்ரும் விளக்கு மாடத்தில் முத்திட்டிருந்தது. படுத்த வாக்கில் முற்றத்தில் திறப்பில் தெரிந்த கொல்லைப் புளிய மரத்து உச்சியையும், மேலே எலி அறுத்துக்கொண்டிருந்த ஓட்டு வளையையும் மாறி மாறிப் பார்த்துக்கொண்டிருந்தேன் ... ஞீ ஞீ ஞீ ஞீ என்று எங்கிருந்தென்று தெரியாமல் வந்த சுவர்க்கோழியின் சிவநாமம் ஒரு பக்கம். எலி அறுப்பு ஒரு பக்கம். பத்து வீட்டுக்கப்பால் மாமா வீட்டிலிருந்து அழுகைச் சத்தம் வருவது போல் அடிக்கடி தோன்றிற்று. காதிற்குள் விரலை விட்டுக்கொண்டேன். இன்னும் அழுகை கேட்டது.'சை, பிரமையல்லவா? மனத்தையல்லவா பொத்த வேண்டும்? எப்படி?' சற்று பேசலாம் என்றால் கும்பகர்ணி மாதிரி மல்லாந்து படுத்து வாயை வேறு சிறிது திறந்து தூங்குகிறாள் அவள். 'ராம ராம ராம ராம ராம!' பயத்தை மறக்க வெகுநாள் பழக்கம் இது. 'ராம ராம – சீதை – காடு – அதோ, தசரதர் செத்துப்போகிறார். முந்நூறு பொம்பிளைகள் அழுகிறார்கள் – தசரதர் கண் செருகிவிட்டது. "ராமராமா"ன்னு ஒதுங்க– காவேரியாத்தா சொல்கிறாள் – மாமா கண்ணும் செருகிவிட்டது – சை– நல்ல ராம நாமம்!' எங்கேயாவது ஓடிப்போய்விடலாம் போல் இருந்தது. நல்ல யம வாதனை.

தாழ்வாரத்திலிருந்து இருந்தாற்போல் இருந்தது "இக் ... க் ... ம் ... ஊ ..." என்று நீலாச்சியின் அழுகை கேட்டது. கட்டிலில் படுத்தபடியே 'த்ஸ த்ஸ த்ஸ த்ஸ' என்று தூங்கச் செய்தேன். அழுகை நின்றது. ஆனால் 'த்ஸ த்ஸ' நின்றதும் மீண்டும் அழுகை துவங்கிற்று. மீண்டும் சூள் கொட்டினேன். ஆனால் அழுகை நிற்கவில்லை. புரண்டு பார்த்தபோது, நீலாச்சி எழுந்து உட்கார்ந்து அழுதுகொண்டிருந்தது. வெறும் அழுகை யல்ல. அடிவயிற்றிலிருந்து தாங்கமாட்டாத குறையைச் சுமந்து நெஞ்சு நோக வேதனை நிரம்பிவரும் அழுகை. எழுந்து போய்த் தூங்கச் செய்தால்தான் உண்டு.

"பாப்பா, அளுவாதே, தூங்கு; எங்கிட்டப் படுத்துக்கிறியா?"

"ஊ ... ம் ... க் ... ஆ ... ப் ..."

"வா, படுத்துக்க."

"ம்ஹம்."

"வாணாம். அம்மாகிட்டப் படுத்துக்கிறியா?"

"பசிக்கிறது."

அப்படியா சேதி!

அவள் எழுந்திருக்கிற வழியாயில்லை. வா என்று கையைப் பிடித்து அழைத்துக்கொண்டு, மாடத்தில் இருந்த பெட்ரூம் விளக்கை எடுத்து, அடுக்களைக்குள் சென்றேன். நீலாச்சியின் அதிர்ஷ்டம், பழையது மாடம் காலியாயில்லை. ஈயச் சட்டியை எடுத்து வெளியே வைத்தேன். உறியிலிருந்து மோர்ச் செம்பை எடுப்பதற்குள், பழையதுச் சட்டி மூடியை எடுத்து வைத்துவிட்டு இரண்டு பிடி சோற்றையும் போட்டுக் கொண்டுவிட்டது நீலாச்சி. என் வம்சம் புத்திசாலிகளுக்குப் பெயர் போனது. மோர்ச்சட்டியை எடுத்து வரும்போது, தூணுக்கருகில் கவிழ்த்திருந்த பித்தளைத் தாம்பாளம் உதை பட்டு, ஓலமிட்டுக் கொண்டே சுவரின்மீது மோதிற்று.

"த்தா, சூ. சூ."

அவள் விழித்துக்கொண்டு விரட்டினாள்.

"பூனையில்லை. நான்தான்."

"அ, யாரு? அ?"

"நான்தான்."

"எங்க இருக்கீங்க?"

"இஞ்சத்தான், அடுக்களையிலே."

"என்னா செய்யுறீங்க?"

"எழுந்திருச்சு வந்தால்ல தெரியும். படுத்துக்கிட்டே கேட்டுக்கிட்டிருந்தா?"

தூக்கக் கலக்கத்துடன், தலைமயிர் சூரிய கிரணமாய்ப் பரந்து நிற்க அடுக்களைக்குள் வந்தாள் அவள்.

"நீலத்துக்கா சோறு போடுறீங்க?"

"இப்பத்தான் புரிஞ்சிது போல்ருக்கு."

"எடுத்திட்டாங்களா அங்கே?"

"அஸ்தி கரைச்சாயிடிச்சான்னிட்டுக் கேளு."

"ஏங்க?"

"என்னா ஏங்க? எல்லாம் உன்னாலே வருது. உன்மாதிரி அஜீரண வியாதி எல்லாருக்குமா இருக்கும்?"

"சும்மா ஏன் கோவிச்சுக்கிறீங்க? வேணுமின்னா சாப்பிட்டு, பாவத்தைக் கட்டிக்கங்களேன்."

"நீ கட்டிக்க பாவத்த; கல்லு மாதிரியிருக்கறவங்களைச் சாக அடிச்சிட்டு."

"என்னாங்க இது? இன்னுமா முடியலெ?"

"மாமா முடிய மாட்டாங்க. இஞ்ச வா."

"நல்ல கூத்து இது."

"கூத்துதான். இலையைப் போட்டுக்கிடறேன். கொஞ்சம் சாதம் பிசஞ்சி போடு."

தலைமயிரைக் கோதிவிட்டு, முந்தானையைச் செருகி கையைக் கழுவிவிட்டு வந்தாள்.

"உனக்குப் பசிக்கலியா?"

"ஐய, பாதி நிசியிலே யாருக்கு இறங்கும் சோறு?"

"சும்மா கொஞ்சம் சாப்பிடேன்."

முறுக்கெல்லாம் செய்துகொண்டு கடைசியில் பணிந்தாள் அவள். சோறு போன இடம் தெரியவில்லை.

நீலாச்சி படுத்துத் தூங்கிவிட்டது.

எங்களுக்குத் தூக்கம் வரவில்லை. முற்றத்து நிலவில் உட்கார்ந்து கொண்டோம். தெளிவும் தண்மையும் வெண்மையும் நிறைந்து நிலவு பரந்திருந்தது. அந்த நிசப்தத்தில் கொல்லைப் புளிய மரத்தில் ஒரு காக்கை கரைந்தது, பொழுது புலர்ந்த பிரமையில்.

"காக்காய்க்குப் புத்தியே கிடையாது; இல்லீங்களா?"

"ஏன்?"

"நிலவை விடிஞ்சாப்பலே நெனைக்குதே."

"நெனச்சா என்னவா? இப்ப இல்லாட்டி இன்னும் நாலு நாளியிலெ பொளுது புலரப் போவுது. நிச்சயமாப் புலரத்தான் போவுது. சாகப் போறாங்க, சாகப் போறாங்கன்னு பட்டினி கிடக்கலையே காக்கா!"

"ஆமா, உங்களுக்கு எம் மண்டையை உருட்டிக்கிட்டே இருக்கணும். மாமாவுக்கும் ஒரு நாளைக்குப் பொலரத்தான் போவுது."

"யாரு மாமாவா? பொணந்தின்னிக் கழுகுவளுக்குச் சுடுகாட்டை விட்டுப் போகவா மனசு வரும்? நான் நெனைக்கல்லே. மாமா செத்து நாம் பார்க்கப் போறதில்லெ. நீலாச்சி, சின்னக்கண்ணு இவங்க யாராவது பாத்தாத்தான் உண்டு."

"சும்மா இருங்க. அச்சான்யமாப் பேசக்கூடாது."

நான் மட்டும் பேசக்கூடாதாம். மணி மூன்று, நாலுக்கு மேல் ஆகி விட்டது. தூக்கம் அடியோடு கலைந்துவிட்டது. வெகு நாழி பேசிக் கொண்டிருந்தோம்.

கிழக்கு வெளுக்கும்போது ஒரு சின்ன அழுகைக் குரல் வாசலில் கேட்டது. சரேலென்று எழுந்து போனோம். கணக்குப் பிள்ளை மாமாவின் கடைசித் தங்கை தங்கக் கிளியாத்தா வெள்ளைத்துணியில் எதையோ சுற்றிக்கொண்டு போனாள். கூட இரண்டுபேர் அழுதுகொண்டு போனார்கள்.

அடுத்தவீட்டுத் திண்ணையிலிருந்து பசுபதி சொன்னான். "சேதி புரிஞ்சுதாப்பா. மாமா கடாசிப் பேத்திக்கு ராத்திரி ரெண்டு மணிக்கு நோவு கண்டிடிச்சாம். ரெட்டைக் கொளந்தை. ஒண்ணு இப்படி ஆயிடிச்சு."

"மாமா?"

"ஹல் ... ல் மாமா நடையிலிருந்து திரும்பி உள்ளாரப் போய்ட்டாங்களாம் மறுபடியும்."

"நெசம்மாவா?"

"பொய்யா பின்னே?"

"ராணியம்மா கேட்டுக்கிட்டியா, எடு அஞ்சணாவை."

"ஏனாம்?"

"ஏன்னா? மாமா செத்துப்போகலே!"

"போகாட்டி? யமன் வந்தானா இல்லியா மாமா ஊட்டுக்கு?"

"அதுக்காக."

"மாமாவுக்குத்தான் வந்தான். ரெட்டைப்புள்ளெ எதுக்குன்னு ஒண்ணைத் தூக்கிக்கிட்டுப் போயிட்டான். யோசிச்சுப் பாருங்க."

o

சாயங்காலம் மாமாவைப் பார்க்கப் போனோம், பசுபதியும் நானும். நடையைக் கடந்து, முற்றத்துத் தாழ்வாரத்தில் நாலைந்து தலையணை களைச் சுவர் ஓரமாகக் குவித்துச் சாய்ந்திருந்தார் மாமா.

"மாமா!"

"யாரப்பா பெரிய தம்பியா? இன்னும் யாரு?"

"நான்தான்."

"ம். பசுபதியா? வாப்பா, உக்காருங்க. பாத்தீங்கள்ள, சேதியை? முருவன் என்னை அளச்சிக்க மாட்டான்போல் இருக்கு. என்னமோ ரொம்பக் குடுத்திட்டாப்பலே, ஒண்ணைப் பிடுங்கிக்கிட்டுப் போயிட்டான் ... ஏதோ, ஒண்ணையாவது வச்சானே."

நாங்கள் ஒன்றும் பேசவில்லை.

"போன மாசிக்கு இப்பிடித்தான் கெடந்தேன். அப்பவும் இதேதான் ஆச்சு. முந்நூறு ரூவாய்க்கு எருமை மாடு ஓட்டியிருந்தது. பதினாலு சேர் கறவை. அது செத்துப்போச்சு. இந்தத் தடவை இப்படியாயிருக்கு. அடுத்த தடவை என்ன ஆகுதோ?"

சும்மா இருந்தோம்.

"ஏதோ நடக்குது. முருவன் மனசு நமக்கா தெரியும்?" என்று பசுபதி சொன்னான்.

"ஆமாம்பா, ஆமாம். இல்லாட்டி இப்பிடியா நடக்கும்?"

சற்று யோசித்து ஒரு நிமிஷம் கழித்துச் சொன்னார் மாமா. "ஏதோ ... நம்ம சுப்பையாதான் சுப்ரமண்யர்னு எனக்குத் தோத்தம். தொண்டைக் குழிக்கு வந்த உசிரெல்ல உள்ள தள்ளிட்டான்! இப்பிடி ஊட்டுக்குள்ளார திரும்பி வந்து படுக்கப் போறேன்னு கனாக் கண்டுருப்பேங்கிறியா? வைத்தியன்னா எவ்வளவோ பேரு எவ்வளவோ சொல்லுவாங்க ... என்னமோ, சுப்பையா கையிலே சஞ்சீவிப் பச்செலை முளச்சிருக்கூன்னுதான் தோணுது!"

பசுபதி, 'ஹல்ல்' என்று சிரித்துவிடாமல், 'அட கழுகே!' என்று மூன்றாவது காதில் விழாமல் சொன்னான்.

தேனி, ஆவணி 1948

பொய்

"வாசல்லே நின்னு பாத்துண்டு போங்கோ. அடுத்த வீட்டுத் துடைகாலி நிக்கப்போகிறது. பூனைக்குட்டியை மடியிலே கட்டிண்டிருக்கிற மாதிரி வந்து தொலச்சிருக்கே."

"உஸ் எரையாதே, முண்டமே. காதிலெ விழுந்து வைக்கப்போறது. எத்தனை சொன்னாலும் தெரிய மாட்டேங்கறதே உனக்கு ... சரி, ஏதாவது தபால் வந்தா ஜாக்கிரதையா எடுத்து வை. திங்கக்கிழமையே வந்துடப் பார்க்கறேன்."

துடைகாலி சாவித்திரி அடுத்த வீட்டுக்காருக்கு அபசகுனமாக வாசலில் நிற்காமல், மொட்டை மாடியில் உட்கார்ந்து இதைக் கேட்டுக்கொண்டுதான் இருந்தாள். அடுத்த வீட்டுச் சுமங்கலிக் கிழவிமீது கோபம் வரவில்லை அவளுக்கு. எதற்காகக் கோபித்துக்கொள்ள வேண்டும்? உண்மையைத்தானே சொல்லுகிறாள் அவள். துடைகாலி என்று அவளை அழைப்பதில் தப்பென்ன இருக்கிறது? இரண்டு நாளைக்கு ஒரு பெட்ரும் கண்ணாடியை உடைக்கிற மாட்டுப் பெண்ணுக்கும், போது விடிந்தால் அந்த எண்ணெயைக் கொட்டி, இந்தப் பாத்திரத்தை நழுவவிட்டு நசுக்கி, மூக்குத் திருகையும் கால் உருட்டையும் கெட்டுப் போக்கிவிடும் பெண்களையே துடைகாலிகள் என்று அழைக்கிறார்கள். கணவனையே துடைத்துவிட்டவளுக்கு அந்தப் பட்டம் முற்றும் பொருந்தத்தானே வேண்டும்! கிழவி சொன்னதில் தப்பொன்றும் இல்லை. அனுதாபம் இல்லாத வார்த்தைதான். ஆனால், அனுதாபப்படத்தான் என்ன தேவை இருக்கிறது? கிழவிக்கு வயது அறுபது கடந்துவிட்டது. சுமங்கலி முத்திரை மட்டும் 'பளீர்' என்று நெற்றியில் வீசிச் சிரிக்கிறது, பாழும் நெற்றிகளைப் பார்த்து. மூன்றாவது வீட்டுக் கிழவியும் பழுத்த சுமங்கலிதான். எதிர்த்த வீட்டுச் சுந்தரக்காப் பாட்டிக்கு எள்ளுப்பேரன் பிறந்துவிட்டான். குங்குமமும்

காலிறங்கின புடைவையும் அவளைக் காடுவரை கொண்டுவிட்டுக் கூடவும் எரியப் போகின்றன போல்தான் தோன்றுகிறது.

கூனல் முதுகுகள் இப்படிக் கிடக்கும்போது இருபது தாண்டாதவள், கொண்டவனை விழுங்கிவிட்டு நின்றால் எதற்காக அநுதாபப்பட வேண்டும் . . ?

துடைகாலிப் பட்டத்திற்கு யார் பொறுப்பு? அவளா? இருக்க முடியாது. உடல் அறுபது வயசைக்காட்டும்போது நாற்பத்தைந்து என்று சொல்லிக்கொண்டு வந்த 'அந்த'க் கிழவரைக் கண்டு சிரித்து, பயந்து, அடம்பிடித்து, அழுது முதலில் மாட்டேன் என்றாள் அவள். அப்பா நாலாயிரத்திற்கு மயங்கிச் சரி என்றார். அவர் தானே பொறுப்பாளி? அதுவும் இருக்க முடியாது. மனதாரவா அவர் ஒப்புக்கொண்டிருப்பார்? குடும்பக் கடன் மலையாக அழுத்திற்று. அவர் மானி. தாரை வார்த்துக் கொடுத்துவிட்டு, அவர் மாடிக்கு ஏதோ எடுக்கப் போவது போல் போய்ப் பீறிவந்த அழுகையை யாருக்கும் தெரியாமல் அழுதுவிட்டு வந்தது அவளுக்குத் தான் தெரியும். பின் யார்தான் பொறுப்பு? துடைகாலிப் பட்டத்தை அவளுக்குக் கட்டுவதற்காகத் தாலி கட்டி இரண்டு வருஷத்தில் கண்ணை மூடிய அந்த அறுபத்திரண்டு வயசுக் கணவனா? அதுவும் இருக்க முடியாது. இரண்டு வருஷத்தில் இருபது பட்டுப் புடவைகளையும் இருநூறு பவுடர் டப்பாக்களையும், இருநூறு பவுனுக்குச் சுமக்க மாட்டாத நகைகளையும் வாரிச் சொரிந்தவர் மனசோடவா போயிருப்பார்? அவரும் இன்னும் முப்பது வருஷமாவது இருந்திருக்கக் கூடியவர்தான். 'அந்த'க் காலத்து மனிதர். வல்லாரை இலை பறிக்கப்போன இடத்தில் தடுக்கி விழுந்து மண்டையை உடைத்துக்கொண்டு மூளை ஜுரம் வந்து உயிரையே பறிகொடுத்துவிட்டார், அவர் வேண்டும் என்று போகவில்லை.

கடைசியாகத் தெய்வம் என்று ஒன்றைப் போட்டு, செத்துப் போய்விட்ட கிழவரின் மீதிருந்த கோபத்தை அதன் மீது மாற்றி விட்டாள் அவள்.

"மாமி?"

"யார்?"

"இதை அம்மா கொடுத்துவிட்டு வரச்சொன்னாள்" என்று வந்த சிறுவன் வாரப்பத்திரிகை ஒன்றைக் கொடுத்துவிட்டு, 'உழலூக்கும் தொழிலூக்கும் மந்தனை செய்வோம்' என்று இரைந்து பாடிக் கொண்டே கையில் இருந்த இரும்பு வளையத்தைத் தெருவில் மறுபடியும் விடுவதற்காக வேகமாக ஓடினான்.

சாவித்திரி பத்திரிகையைப் புரட்டினாள். கிழவர் கணக்கில்லாமல் காணிக்கை கொடுத்த வாசனாத் திரவியங்களையும் நகைகளையும்விட கதைகள் ஒருபடி அதிகமான ஆறுதலையே அவளுக்குக் கொடுத்தன என்றுதான் சொல்ல வேண்டும். அட, சுந்தரம் கதை எழுதியிருக்கிறான். இரண்டு மூன்று மாதமாக அவன் எழுதவே இல்லை. நன்றாக எழுது கிறவன். மேலும் உறவு வேறு. ஒன்றுவிட்ட அத்தையின் பிள்ளை. வாசிக்கத்தான் வேண்டும். ஆவலுடன் படிக்க ஆரம்பித்தாள் அவள்.

ரேழி உள்ளில் பகவத்கீதை பாராயணம் செய்துகொண்டிருந்த கிட்டப்பா வுக்கு யாரோ உள்ளே போவது போல் தெரிந்தது. உடனே எழுந்து உள்ளே போனார் அவர். கொல்லைப் பக்கத்தில் புடைவை துவைக்கும் சத்தம் கேட்டு அவர் அங்கே சென்று பார்க்கையில் கிணற்றங்கரைக்குப் பக்கத்திலுள்ள ஜாதிச் செடியில் பூப்பறித்துக் கொண்டிருந்தான் எதிர் வீட்டு ராமசாமி.

"மாமா ரேழி உள்ளேயிருக்காரா, ராமசாமி?" என்று கேட்டாள் கமலத்தம்மாள்.

"இருக்கார்."

"பாராயணம் பண்ணிண்டிருக்காரோ?"

"ஆமாம்!"

"மார்க்கட்டுக்கு எப்பப் போகப்போறாரோ, தெரியவில்லையே."

"ஏய் ராமசாமி" என்று ஒரு அதட்டல் போட்டார் கிட்டப்பா. திடுக்கென்று திரும்பிப் பார்த்தான் அவன்.

"இனிமே வேறே எங்கியாவது பூப்பறிச்சுக்கோ நீ. எனக்குப் பூஜைக்குப் போரலை பூ."

"அவன் எடுத்திண்டா பூஜைக்குக் குறைஞ்சு போயிடும்! அழகாத்தான் இருக்கு!"

"எனக்குத் தெரியும்."

ராமசாமி குடலையை எடுத்துக்கொண்டு கிளம்பினான்.

"நாளையிலேயிருந்து இஞ்ச பூ எடுக்க வாண்டாம்."

"சரி மாமா."

ராமசாமி போன பிறகு, "ஏன் இப்படிச் சொல்லணும்? பூக்கிற பூவைப் பறிச்சு மாளலை. அவன் கொஞ்சம் எடுத்துண்டு போனா என்ன?" என்று கேட்டாள் கமலத்தம்மாள்.

"..."

"..."

"போனா என்ன? உனக்கும் குஷியாத்தான் இருக்கும். நீ குளிக்கிற டயம் அவனுக்கும் சரியாகத் தெரியறது. குடலையைத் தூக்கிண்டு வரான். சல்லாபம் பண்ணிண்டே நீயும் குளிக்கலாம். அவனும் பறிக்கலாம்."

பகீர் என்றது அவளுக்கு! "என்ன சொல்றேள்?" என்று யந்திரம் மாதிரி கேட்டு வைத்தாள்.

"நான் என்ன சொல்றேன்? சொல்றதைத்தான். மாமா மார்க்கட்டுக்குப் போறார். நீ குளிக்கறே. அவன் பூப்பறிக்கிறான். வேறே என்ன சொல்லித் தெரிஞ்சுக்கணும். நீதான் நடத்திண்டே இருக்கியே?"

"சிவா, சிவா, சிவா – அசடு வழியறதே!"

"அசடா வழியறது? இதோ பார். கண்ணிலேருந்தே வழியறதை!" என்று பளார், பளார் என்று அவள் கன்னத்தில் பேயறையாகப் பத்து அறை கொடுத்துவிட்டு "காமாட்டிக் கழுதை! சுட்டுப்பிடறேன் இரு, உன்னை!" என்று சொல்லி சன்னதம் வந்தவன் மாதிரி விர்ரென்று திரும்பிப் போய் பகவத்கீதைக்கு முன் உட்கார்ந்துகொண்டார் கிட்டப்பா.

கமலத்தம்மாள் கண்ணிலிருந்து கண்ணீர் வழியத்தான் வழிந்தது. நாலைந்து மாதமாகவே அவர் ஒரு மாதிரியாகத்தான் இருக்கிறார். திடீர், திடீரென்று எழுந்து உள்ளே போய் அவளை ஒரு பார்வை பார்த்து விட்டுப் போவார். குளிக்கப் போகிறேன் என்று ஆற்றுப் பக்கம் நடந்து பாதியிலேயே திரும்பி வந்து ஒரு நோட்டமிடுவார். சந்தேகத்திற்குக் காரணமா வேண்டும்? கமலத்தம்மாளுக்கு நாற்பத்தைந்து வயது ஆகிவிட்டது. அவர் மனத்தில் ஏற்பட்ட விபரீதத்தைத் தடுக்க முடிய வில்லை. அடி, உதை எல்லாங்கூட வந்துவிட்டது.

'ராக்ஷசன்!' அடிக்கடி அவரோடு வந்து பேசிக்கொண்டிருந்தான்.

'ராக்ஷசன்' என்று கங்காதர சாஸ்திரிக்குச் செல்லப் பெயர். தோற்றம், காரியம் இரண்டிலும் ராக்ஷசப் பிரகிருதி அவன். கழுக்கட்டில் நாலாயிரம் ஜாதகங்களுக்குக் குறையாமல் இருக்கும், வக்கீல் குமாஸ்தா வின் நம்பர்க் கட்டைப்போல. வலது கை தொங்கி யாரும் பார்த்த தில்லை. ஆதலால் அந்த ஜாதகக் கட்டு, பிறவியிலேயே அங்கே இருந்ததோ என்று சந்தேகப்பட்டால் அது முக்காலும் உண்மைதான்.

பதினாறு வயசில் அவன் ஜோஸ்யம் கற்றுக்கொள்ள ஆரம்பித்து, 'கல்யாண எக்ஸ்சேஞ்சா'க என்று ஆனானோ, அன்றுமுதல் அந்த ஜாதகக் கட்டு, கையிடுக்கில் புகுந்து அளவில் பருத்துக்கொண்டே வருகிறது. காசியும் ராமேசுவரமும் அவனுக்குக் கொல்லைத் தலைமாடு. ஆயிரம் பொய் சொல்லி ஒரு கல்யாணம் செய்வதற்குப் பதிலாக ஒரு பொய் சொல்லி ஆயிரம் கல்யாணம் செய்துவைக்க அவனுக்கு வாய் இருந்தது, புத்தியும் இருந்தது. இந்தக் காரியத்தை, புண்ணியமென்று உலகம் முழுவதும் சொல்லும்போது கிட்டப்பா மட்டும் அவனைப் பஞ்சமா பாதகர்களில் ஒருவனாகச் சேர்த்து, 'பாபி, மூஞ்சியில் முழிக்கத் தகாதவன், கடின சித்தன்' என்று திட்டிக்கொண்டே இருப்பார். நாலைந்து மாதம் முன் வரையில் அவனை வாசலில் கண்டாலே திண்ணையில் உட்கார்ந்திருப்பவர் எழுந்து உள்ளே போய்விடுவார்.

ஆனால் இப்போது?

'ராக்ஷசா, எங்கடா உன்னைக் கண்ணிலேயே காணோம்?' என்று ஆரம்பித்தார் அவர்.

ராக்ஷசனுக்கு இந்தப் பரிவைக் கண்டு கொஞ்சம் வியப்பாகத்தான் இருந்தது. 'சரி, என்னமோ விஷயம் இருக்கிறது' என்று பட்டுவிட்டது அவனுக்கு. லக்ஷோப லக்ஷம் பெண்ணைப் பெற்றவர்களையும், பிள்ளைகளைப் பெற்றவர்களையும் கண்டு, நெருங்கிப் பழகிய அநுபவத்தினால், சரீரத்தை ஊடுருவி மனத்தில் உள்ளதைப் பார்த்து விடும் எக்ஸ்ரே அறிவு இருந்தது அவனுக்கு. 'காரியவாதி' என்று

அசட்டை செய்துவிடாமல் கரைபுரளும் உத்ஸாகத்துடன், "மாமாவைத் தான் பார்க்கவே முடியலை. ஆனால் உங்களைத்தான் என்னமா சொல்றது? எனக்கும் ஜோலி சரியாய்த்தான் இருக்கு! ராக்ஷசன், ராக்ஷசன்னு பேரே ஒழிய, நாரதர் மாதிரி நான் அலையறேன். கர்நூல்லெ ஒரு எலெக்ரிக் இஞ்சினீர் இருக்கார். வயது ஐம்பதுதான் ஆறது. சம்சாரம் இருக்காள், பிள்ளையில்லே. அவருக்கும் ரொம்பக் குறை. அந்த அம்மாளுக்கும் ரொம்பக் குறை. கல்யாணம் ஒன்று செட்டில் பண்ணிவிட்டேன். நாளன்னிக்கு முகூர்த்தம் கட்டாயம் வரணும்னு அவர் பிடிவாதம் பண்றார். போகாட்டா வருத்தப்படுவர் ... சரி, வண்டிக்கு டயம் ஆச்சு. அப்புறம் பார்க்கிறேன்" என்று மின்வெட்டுப் போல மறைந்து ஸ்டேஷனுக்குப் போய்த் திருவனந்தபுரத்துக்கு டிக்கட் வாங்கிக்கொண்டான்!

ராக்ஷசன் சரியான 'ஸ்விச்'சைத்தான் அமுக்கிவிட்டுச் சென்றான். கிட்டப்பாவின் மனத்தில் ஒரு மூலையில் இருந்து இருளை நீக்கிவிட்டது அது. 'இந்தக் காமாட்டியைப் பழி வாங்க ஒரு கல்யாணம் செய்துக்க வாண்டாமோ?' என்று வீராப்பாக நினைத்துவிட்டு, பிறகு முடியுமா என்று சஞ்சலப்பட்டுக் கொண்டிருந்தவருக்கு, திடீரென்று தெளிவு, வெளிச்சம் எல்லாம் வந்துவிட்டன. 'பிள்ளை' நல்ல காரணம். சுவீகாரம் எடுத்துக்கொண்டு முகம் தெரியாதவனுக்குச் சொத்தைக் கொடுத்துவிட்டுப் போகிறதில் என்ன லாபம்? ராக்ஷசன் மனது வைத்தால் ... வஞ்சம், சந்ததி இரண்டும் ஒரே கல்லில் அடிபட்டுவிடும் ... பெண் மாத்திரம் நல்ல சிவப்புப் பெண்ணாக இருக்கவேண்டும்.

இரண்டு மூன்று நாளாகியும் ராக்ஷசன் வரவில்லை. கிட்டப்பாவுக்கு அவனை இன்னும் பாராதது ஏக்கமாகக் கூட இருந்தது. இருப்புக் கொள்ளவில்லை. ஐந்தாறு தடவை அவன் வீட்டுக்குப் போய் அவன் கடைசிப் பிள்ளையைக் கண்டு, "அப்பா வந்துவிட்டானாடா?" என்று கேட்டுவிட்டு வந்தார்.

ஒரு வாரம் கழித்து ராக்ஷசன் பேட்டி கிடைத்தது.

ராக்ஷசனால் ஆகக்கூடாத காரியமா இருக்கிறது?

என்ன சுருக்கு! என்ன கெடுபிடி!

அவன் அதற்காகவே பிறந்தவன். புள்ளி போட்டுவிட்டான். ஆடுதுறை ஸ்டெஷனில் இறங்கி ஒரு மைலில் ஒரு கிராமம். கிட்டப்பா வும் அவனும் பெண் பார்க்கப் போனார்கள்.

மாடி வீடு இடிந்து கிடந்தது. வீட்டுக்காரரின் தகப்பனார் தெம்பாக இருந்து, ஊர் வம்புகளில் மாட்டிக்கொண்டு எல்லாவற்றையும் இழந்து விட்டவராம். பிள்ளைக்கு வைத்துப் போனது மாடிவீடு, கடன் கொஞ்சம், உலகத்திற்குக் கொஞ்சம். பிள்ளைக்கு அதைத் தாங்கி நிற்கத் தெம்பில்லை.

வீடு முன் பக்கம் இடிந்துவிட்டது. கை வைத்தால் அது இது என்று ஆயிரத்துக்கு இழுத்துக்கொண்டு போய்விடும்.

கல்யாணத்திற்கு இன்னும் நான்கு பெண்கள் இருக்கின்றன. முதல் பெண்ணுக்குத்தான் கல்யாணம் ஆகியிருக்கிறது. அந்தக் கொஞ்சக் கடனில் மூன்றில் ஒரு பங்கு அவள் தேடி வைத்துவிட்டுப் போனது தான்.

வேறு வழி? தகப்பன்காரன் சம்மதித்துவிட்டான். பாழுங் கிணறானாலும் புதையல் கொடுக்கிற கிணறு. அவ்வளவுதான். பாக்கு வெற்றிலை மாற்றி முகூர்த்தத் தேதியையும் நிச்சயம் செய்துவிட்டார்கள். இப்பொழுது இருக்கட்டும் என்று சொல்லி இரண்டாயிரத்தைக் கொடுத்தார் கிட்டப்பா. கல்யாணம் நிச்சயம் செய்கிற மாதிரியே இல்லை. மனம் விட்டு வராத பேச்சு, ஆரம்பத்திலிருந்து அரசாண்ட நிசப்தம், பாழும் வீட்டில் பறந்த வெளவால், அழுது வடியும் சிவப்பு மண்ணெண்ணெய் அரிக்கேன் – எல்லாம் சேர்ந்து சூதாட்ட வீடு மாதிரி செய்துவிட்டது வீட்டை.

இவ்வளவு எளிதாகக் காரியம் முடிந்துவிடும் என்று கிட்டப்பா எதிர்பார்க்கவே இல்லை. அதனால்தான் திரும்பி ரெயிலுக்கு வரும் போது, "ராக்ஷசா, நீ உண்மையாகவே ராக்ஷசன் தாண்டா!" என்று மலைத்துப்போய்ச் சொன்னார்

.

இன்னும் ஏழு நாள், ஆறு நாள், ஐந்து, நான்கு ... நாட்கள் வேகமாக ஓடுவதுபோல் இருந்தது கிட்டப்பாவுக்கு. முதல் நாளைக்கு முதல் நாள், தலை தெறிக்கிற வேகத்தில் பறந்து போய், இரவைக் கொண்டுவந்து விட்டது. கிட்டப்பா விவரிக்க முடியாத பயத்துடன் ராத்திரி, படுக்கையில் புரண்டுகொண்டிருந்தார். காலம் ஏன் இப்படி ஓடுகிறதென்று அவருக்குப் புரியவில்லை. படுக்கையில் எழுந்து அடிக்கடி உட்கார்ந்து இருளை ஊடுருவிப் பார்த்துக்கொண்டிருந்தவருக்கு, காலத்தை வாலைப் பிடித்து நிறுத்த முயலுவதுபோலவும், அது நிற்காமல் அவரையும் சேர்த்து இழுத்துக்கொண்டு போவது போலவும் கனவு மாதிரி ஒரு தோற்றம் எழுந்தது. கனவாகக்கூடத் தெரியவில்லை. மீண்டும் மீண்டும் அது தோன்றியது. நனவு தானோ! வர வரத் தோற்றம் தேய்வு தெளிந்து, நன்றாகத் தெரிகிறது. காலம் முரட்டுக் காளையைப்போல ஓடுகிறது. பஞ்சக்கச்சத்தின் நுனியை இடுப்பில் தூக்கிச் செருகி அவர் வாலைப் பிடித்துக்கொண்டு ஓடுகிறார். காளையா? இல்லை. நீண்ட ரெயில் தொடர் மாதிரி இருக்கிறது. இல்லை காளைதான். இல்லை, இல்லை ரெயில் தான் ... இரண்டைப் போலவும் இல்லை, ரெயில், ரெயில் மாதிரியும் இருக்கிறது. ரெயில் துள்ளித் துள்ளி ஓடுகிறது. காளை மாதிரி முகம், காளை மாதிரி வால். காலும் அப்படித்தான் இருக்கிறது. ஆனால் உடல்தான் நீளமாக, சிவப்பாக ரெயில் பெட்டிகள் மாதிரி தோன்றுகிறது. தோன்றுகிறதென்ன? ரெயில்தான். ரெயிலின் வாலைப் பிடித்துக்கொண்டு ஓடுகிறார் கிட்டப்பா. வெற்றி உத்சாகத்தில் ரெயிலின் காளை முகம் பூபாள ராகம் பாடுகிறது. அரைத் தூக்கம் தெளிய, மறுபடியும் படுக்கையைத் தடவிப் பார்த்து, காமிரா உள்ளில் படுக்கையில் தான் படுத்திருக்கிறோம் என்று ஆசுவாசம் அடைந்த கிட்டப்பாவுக்கு, கமலத்தம்மாள் பூபாளம் பாடிக்கொண்டு கூடத்தைப் பெருக்குவது காதில் விழுந்தது. தூக்கம்

தெளிந்து, உலகத்திற்கு வந்து, அச்சம் தெளிந்ததும் குழப்பம் தெளிய வில்லை அவருக்கு.

அடுத்த வீட்டு வாசலில் சாணி தெளிக்கும் ஓசை கேட்டது.

"மாமா!"

ராக்ஷசன் குரல். திடுக்குற்று எழுந்து வாசலுக்குப் போனார் கிட்டப்பா.

"ரெண்டுமணி வண்டி, ஞாபகம் இருக்கட்டும்."

"ம்" என்று அவர் இழுப்பதற்குள் ராக்ஷசன் போய்விட்டான் ஆற்றங்கரையை நோக்கி.

உள்ளே வந்தார் கிட்டப்பா. பூஜை அலமாரியைத் திறந்து அகலை ஏற்றி வைத்துவிட்டு, கோலம் போட்டுக்கொண்டிருந்தாள் கமலத்தம்மாள்.

பார்த்துக்கொண்டே நின்றார் அவர்.

எத்தனை நாழி நின்றிருப்போம் என்று அவருக்குத் தெரியவில்லை.

"பல்லைத் தேச்சு, ஸ்நானத்தைப் பண்ணிவிடலாமே. வெந்நீர் எடுத்து வச்சிருக்கேன். காபி ஆறிப் போயிடப் போறது."

உலுப்பிக் கொண்டு கொல்லைப் பக்கம் போனார் கிட்டப்பா.

குளித்துவிட்டுச் சமயலறையில் உட்கார்ந்து காபி சாப்பிடும்போது, அவர், "கமலம், உனக்கும் ஒரு குழந்தை காலாகாலத்திலே பொறந்திருந்தா நீ இப்படி ஒண்டியாத் தள்ளாடுவியா?" என்று கேட்டார். புனிதமான மந்திரத்தைச் சொல்லி அந்தராத்மாவின் களங்கங்களை அலம்பிச் சுத்தி செய்துகொண்டு விட்டதுபோல, ஒரு நிம்மதி ஏற்பட்டது அவருக்கு, அந்த வார்த்தைகளைச் சொன்ன பொழுது.

"நீங்க இன்னும் குழந்தையாய்த் தானே இருக்கேள், போறாதா?" என்றாள் கமலத்தம்மாள்.

காமிரா உள்ளில் போய் அவர் கண்ணைத் துடைத்தது பாபத்தி லிருந்து கரையேறின சந்தோஷத்தினால்தான். மனசிலே அழுத்தின சுமை இறங்கிவிட்டது.

உச்சிவேளையில் ராக்ஷசன் வந்தான். இரண்டு பேரும் ஸ்டேஷனுக்குப் போய் ரெயில் ஏறினார்கள். அவர் கலகலப்பாக இல்லை. ராக்ஷசன் உற்சாகப்படுத்திக்கொண்டே வந்தான். இந்த மாதிரி நிலையில் மௌனம் சகஜம் என்று தான் அவனுக்கு அநுபவம் சொல்லிற்று.

கும்பகோணம் வந்தது.

"ராக்ஷசா, இப்படிக் கொஞ்சம் இறங்கிக் காபி சாப்பிட்டு வரலாம் வா" என்றான் கிட்டப்பா.

இறங்கினார்கள்.

ஹோட்டலில் பெரிய பட்டியலாகப் போட்டார் கிட்டப்பா. காபி சாப்பிடும்போது ரெயில் ஊதவே ராக்ஷசன் பாதி குடித்தபடியே டம்ளரை வைத்து, "ஊதிவிட்டான் மாமா" என்று நாற்காலியை விட்டு எழுந்து பறந்தான்.

"போனால் போகட்டும் என்றுதான் வந்திருக்கிறேன். இந்தா, பணத்தைக் கொடுத்துவிட்டு வா; வெளியிலே எல்லாத்தையும் சொல்றேன்" என்றார் கிட்டப்பா சாவதானமாக. பில் கொடுக்கும்போது வண்டி கேட்டைத் தாண்டிவிட்டது.

"ராக்ஷசா விடியகாலமே நீ வந்து கூப்பிட்டெ பாரு. அப்பவே நான் ஒரு தீர்மானத்துக்கு வந்துவிட்டேன். மனசு குழம்பறது எனக்கு. சந்ததியை நினைச்சு நான் மனப்பூர்வமா இந்த விஷயத்தில் இறங்க வில்லை" என்று நிறுத்தி யோசித்தார் கிட்டப்பா. மனத்திலுள்ள அந்த அழுக்கை ராக்ஷசனிடம் சொல்ல வேண்டுமா என்று ஒரு சந்தேகம் வந்தது. ஏன் சொல்ல வேண்டும்? தொடக்கூடாத ரகசியம். அதை அவனுக்குச் சொல்ல வேண்டிய அவசியம் என்ன?

"கமலத்துக்குத் துரோகம் பண்ணிவிட்டு இந்த உசிரை வச்சிண்டு வாழ அவசியம் இருக்கும்னு எனக்குத் தோணலை. எனக்குக் கண் சரியாயில்லைன்னு நினைக்கிறேன். திடீர் திடீர்னு யாரோ போகிறாற் போல் இருக்கிறது. திரும்பிப் பார்த்தால் ஒன்றுமில்லை –"

மறுபடியும் நிறுத்தினார்.

'தொடக்கூடாத விஷயத்தைத் தொட்டுவிட்டோமே' என்று உணர்ந்து விழித்துக்கொண்டார்.

மேலே சொன்னார்.

"இரண்டாயிரம் கொடுத்ததைத் திருப்பி வாங்க வேண்டாம். இவ்வளவு மலிவாக நல்ல புத்தி யாருக்கும் கிடைக்காது. நீ சிரமப் பட்டதற்கு இந்த நூறு ரூபாயை வச்சுக்கோ. அடுத்த வண்டியிலே போய் அவாளிடம் விஷயத்தைச் சொல்லிவிடு."

"மாமா, என்ன இது?"

"ஏய் வண்டி!" என்று கூப்பிட்டார் கிட்டப்பா.

வண்டி வந்தது. ஏறிக்கொண்டார்.

"மாமா!"

"நான் தீர்மானம் பண்ணிவிட்டேன். நீ போ."

"எங்க சாமி போகணும்!"

"கண்ணாஸ்பத்திரிக்கு விடு. மகாலிங்கையர் கண்ணாஸ்பத்திரி தெரியுமோல்லியோ?"

"தெரியுங்க."

பொய்

"சரி."

ராக்ஷசன் மனிதனாக மாறி வெலவெலத்து நின்றுகொண்டிருந்தான்.

கதை முடிந்துவிட்டது.

முடிந்து எத்தனையோ நாழிகை ஆகிவிட்டது. ஆனால் மாதா கோயில் கண்டாமணியைப் போல அதன் கார்வை அவள் மனத்தில் இன்னும் எழும்பிக்கொண்டுதான் இருந்தது. இருள் சூழ்ந்து நக்ஷத்திரங்கள் வந்து இறைந்துவிட்டன. எத்தனையோ நாழியாகிவிட்டது. கதையின் கார்வை அடங்கவில்லை.

மூன்றாம் நாளன்று சுந்தரம் அவள் எழுதிய கடிதத்தைப் பிரித்து படித்துக்கொண்டிருந்தான்:

"அத்தானுக்கு அநேக நமஸ்காரம். உன் கதையைப் படித்தேன். நன்றாகத்தான் இருக்கிறது. ஆனால் ஏன் நீ உண்மையை எழுதவில்லை? 'கமலத்தம்மா'ளுக்கு அவர் துரோகம் செய்யவில்லை என்று ஏன் பொய் சொல்லுகிறாய்? நேராக வந்து ஆடுதுறை ஸ்டேஷனில் இறங்கி என்னைக் கல்யாணம் செய்துகொண்டு சென்றவரை, கும்பகோணத்தில் இறங்கிக் கண்ணாஸ்பத்திரிக்கு அனுப்பியது எதற்காக? அவருக்கு அவ்வளவு திடசித்தம் இருந்திருந்தால் அடுத்த வீட்டுக் கிழவி என்னைத் துடைகாலி என்று சொல்லும்படி ஏற்பட்டிராது. கதை நன்றாகத்தான் இருக்கிறது. ஆனால் பாதி பொய் என்று தெரியும்போது ஒருவித அதிருப்தியும் கசப்பும் உண்டாகின்றன. நீ என்ன நினைத்துக்கொண்டு அப்படிக் கற்பனை செய்தாயோ, தெரியவில்லை ... "இப்படி நேர்ந்திருந்தால்," "ஏன் இப்படி நேர்ந்திருக்கக் கூடாது" என்று கற்பனை செய்திருக்கிறாய். ரொம்ப அவசியமான கற்பனைதானா என்று சந்தேகமாக இருக்கிறது. எதற்காக இப்படிக் கற்பனை செய்யவேண்டும்? நான் ஏன் திடசித்தமாக, 'மாட்டேன், என்று சொல்லவில்லை என்று உனக்குக் கோபமோ என்னமோ? மாட்டேன் என்று சொல்ல எனக்குத் துணிச்சல் வரவில்லை. சொல்லியிருந்தால் அரைப்பாழ் வீடு முழுப்பாழாகி இருக்கும். அதற்குள் அமீனா புகுந்திருப்பான்.

"உன் கதை முடியும் இடத்திற்குக் கீழ் உள்ள விளம்பரத்தைப் பார்த்தால் எனக்கு ஆச்சரியமாக இருக்கிறது. உனக்கும் அது வியப்பைத் தரலாம். அது தற்செயலாகத்தான் அந்த இடத்தில் அச்சாகியிருக்க வேண்டும். இருந்தாலும் உன் பொய்யை அது நன்றாக எடுத்துக்காட்டும். அம்மாவுக்கு என் நமஸ்காரங்களைத் தெரிவிக்கவும்.

இப்படிக்கு,
சாவித்திரி.

அவசரமாகப் பத்திரிகையை எடுத்துச் சுந்தரம் கதை முடியும் இடத்தைப் பார்த்தான்:

மார ரஸம்

ஐயா,

நீங்கள் அனுப்பிய மார ரஸத்தை உபயோகித்தேன். ஆச்சரியமான ஒளஷதம் என்றுதான் சொல்ல வேண்டும். இன்னும் இரண்டு பாட்டில் உடனே அனுப்பி வைக்கவும்.

(கை – ம்) கிருஷ்ணசாமி அய்யர், V.
4 – 6 – '44

இழந்த வாலிபத்தைத் திரும்பப் பெற இணையற்ற சஞ்சீவி மார ரஸம். எல்லா மருந்து வியாபாரிகளிடமும் கிடைக்கும்.

சுந்தரமும் அதைத் தற்செயலாக ஏற்பட்டதென்று நினைக்கவில்லை. ஆனால் கிட்டப்பா அதே வருஷம் ஜூலை மாதம் செத்துப் போனதால் அந்த இரண்டு பாட்டிலை முழுவதும் உபயோகித்திருப்பாரா என்று சந்தேகம் எழுந்தது அவனுக்கு. அவர் செத்துப்போய் நான்கு வருஷமாகியும் இன்னும் அந்தக் கடிதத்தை வியாபாரி விடவில்லையே என்று ஆச்சரியமும் பட்டான் அவன்.

சிவாஜி தீபாவளி மலர், 1948

அதிர்ஷ்டம்

நாம் சம்பளமாக வாங்கிக்கொண்ட பணம் அசல் வெள்ளியும் நிக்கலும் போட்டு அடித்துச் சர்க்கார் வெளியிட்ட பணமா? அல்லது செப்பிடு வித்தைக்காரன் தருவித்த பணமா? மந்திரக்காரன் வரவழைத்த காசோ, பண்டமோ மூன்றேமுக்கால் நாழிகைக்குமேல் நிற்காதாம். பார்த்துக்கொண்டேயிருக்கையில் மறைந்துவிடுமாம். முப்பது நாள் செலவுக்காகக் கொடுத்த பணம் முக்கால் நாளில் செலவழிந்துவிட்டால்? அதாவது, நேற்றுச் சாயங்காலம் சம்பளக் கவரைக் கொண்டு வந்து கொடுத்து நோட்டில் கையெழுத்து வாங்கிப் போனான் காரியாலயச் சேவகன். வீட்டுக்குப் போனதும் வீட்டு வாடகை, பால் பணம், மளிகைப் பற்று, டாக்டர் பில், டிராம் பஸ் – எல்லாம் போக மிஞ்சியிருப்பது இரண்டேகால் ரூபாய். மீதி அவ்வளவும் முக்கால் நாளில் செலவழிந்துவிட்டது. இது நிஜப் பணமா? பொய்ப் பணமா? பொய்ப் பணமா யிருந்தால் இந்த இரண்டேகால் ரூபாய் எப்படி மிச்சம் இருக்கும்? கோட்டின் வலது பையில் கனச் சில்லறையாக உட்கார்ந்திருக்கும் அந்தப் பணம் கோட் நுனியை வலப்பக்கம் ஓர் அங்குலம் கீழுக்கு இழுத்துத் தொங்குகிறது. அந்தக் கனமும் இழுப்பும் உடலில் நன்றாகப் படுகின்றன; நிஜப் பணந்தான்! –

"சார், வயி உடு சார், இறங்கிடேறன்" என்று குரல் கேட்டது.

"பிச்" என்று ஓசையிட்டு டிராம் நின்றது. நினைவு கலைந்து சிதம்பரம் இறங்குகிற ஆளுக்கு வழிவிட்டான். இன்னும் நாலைந்து பேர் இறங்கினார்கள். சிரம்பரத்தோடு இடித்துக்கொண்டு நின்று வரும் கும்பல் இறங்குகிறவர் களுக்குச் சற்று விலகி வழிவிட்டு மீண்டும் நெருங்கிக் கொண்டது.

தலையை நீட்டி உட்கார இடம் அகப்படுமா என்று பார்த்தான் சிதம்பரம். ஊசி நுழைய இடம் இல்லை. டிராம் ஓர் அதிர்ச்சியுடன் புறப்பட்டது.

"சார், சார், உள்ளுக்குப் போங்க" என்று கண்டக்டர் கத்தினார். மரியாதைக்காக ஓர் அங்குலம் அந்தக் கும்பல் 'உள்ளுக்கு' நகர்ந்தது.

சிதம்பரத்தை மீண்டும் கவலை சூழ்ந்துகொண்டது. திருச்சிராப்பள்ளியிலிருந்து அண்ணா எழுதியுள்ள கடிதம் சற்றுக் கண்டிப்பாகத் தான் இருந்தது.

"... அங்கு, நீ, செள. கௌரி, குழந்தை யாவரும் செளக்கியமென்று நம்புகிறேன். இவ்விடம் மன்னி, செள. ராதை க்ஷேமம். நிற்க; இப்போது எனக்கு மிகவும் பணமுடையாக இருக்கிறது. போன செட்டம்பரில் வாங்கிக்கொண்ட பணத்தை நீ இன்னும் திருப்பித் தராதது எனக்கு ஆச்சரியத்தை விளைவிக்கிறது. அறுபது ரூபாய் அனுப்பவா இவ்வளவு தாமதம்? அடுத்த மாதமே தருவதாகச் சொன்னாயே. இந்தக் காலத்தில் விலைவாசியெல்லாம் தூக்கலாகத்தான் இருக்கிறது. குடும்பம் நடத்துவது, அதுவும் சென்னையில் நடத்துவது, மிகவும் சிரமசாத்தியமான காரியந் தான். இருந்தாலும் உன் கைக்குச் செலவு செய்வது அதிகம் என்றே எனக்குப் படுகிறது. சிக்கனம் பழகவோ, கற்றுக்கொள்ளவோ உனக்கு வயசு வந்துவிட்டது. நாளைக் கவலை நாளைக்குத்தானே என்று இருப்பது எப்பொழுதுமே முடியாது. தொகை முழுவதும் ஒரே தடவையில் கொடுக்க முடியாவிட்டாலும், மாசம் பத்துப் பதினைந்தாவது அனுப்பக் கூடாதா? ஆதலால் இந்த மாசத்திலிருந்தே அப்படிச் செய். தவறமாட்டாய் என்று நம்புகிறேன்."

அடுத்த வரிகள் தன்னுடைய பொறுப்பையும் பிறருடைய பொறுப்புகளையும் உணர வேண்டிய அவசியத்தைப் பற்றிச் சொல்லின. "நாளைக்குப் பத்து ரூபாயாவது அனுப்பு" என்றுதான் அர்த்தம். அதனால் தான் இரண்டாம் தேதி கடிதம் வந்திருந்தது.

"அண்ணா நல்லவர்தாம். இன்னொருவனாக இருந்தால் கன்னா பின்னாவென்று எதையாவது எழுதி வைத்திருப்பான். இன்னொருவன் என்ன? இதையே சின்ன அண்ணாவிடம் வாங்கியிருந்தால் இந்நேரம் அரிவாளை ஓங்கிக்கொண்டு வந்திருப்பான். மிகவும் தாக்ஷண்யப் பிரகிருதி!

"பெரிய அண்ணாவுக்கு அப்படிப் பெரிய சம்பளமும் இல்லை. சுமாராக வருகிற வரும்படியையும் சாப்பிடுவதற்குத் தயாராக இதோ இதோ என்று ஐந்து பெண்கள் பிறந்திருக்கின்றன. பெண்களும் லேசுப் பட்டவர்களல்ல. அது இது என்று காசு தண்டிக்கொண்டே இருக்க வேண்டும் அவர்களுக்கு. அப்படித்தான் கண்டதை வாங்கித் தின்று வளர்கிறார்களா என்றால் அதுவும் இல்லை. பொழுது விடிந்தால் நச்சு நச்சு என்று ஏதாவது வியாதி படுத்திக்கொண்டே இருக்கும், ஒவ்வொரு பெண்ணையும். மன்னிக்கும் செட்டு கட்டு இந்த இழவெல்லாம் தெரியாது. மைத்துனன் இருக்கிறோமே, நம்மைப் போல்தான் அவளும். குடும்பம் நடத்துகிற தோரணையைப் பார்த்தால் யாரோ லக்ஷக்கணக்கில் மான்யம்

அதிர்ஷ்டம் 177

கொடுத்து, "செலவழியம்மா உன் இஷ்டப்படி" என்று சொல்லிவிட்டுப் போனதுபோல் இருக்கும். இரண்டு கறி, ஒரு கூட்டு, அப்பளம் இல்லாமல் சமைக்கத் தெரியாது அவளுக்கு. வாரத்திற்கு நான்கு நாளாவது நெய் வாசனை அடிக்காமல் பகல் பொழுது கழியாது. இந்த ரகளையிலும் அண்ணா ஒரு நானூறு ஐநூறை தபாலாபீசில் போட்டுக் குருவி மாதிரி சேர்த்துத்தான் வைத்திருக்கிறார். இப்போது என்ன முடையோ அவருக்கு? கொடுத்த பணத்தைத் திருப்பிக் கேட்டால் அதில் என்ன தப்பு இருக்க முடியும்? யோசனை சொல்லுகிறதிலும் கெட்டிக்காரர் அவர்; பத்துப் பத்து ரூபாயாக அனுப்பித் தீர்த்துவிடலாம் என்று நமக்குத் தோன்றவேயில்லையே! நாளைக்கே பத்து ரூபாய் அனுப்பலாம். ஆனால் கையில் இருப்பது இரண்டே கால் ரூபாய்தான்.

"ஒருவேளை டிராம் பாஸ் வாங்காமல் இருந்திருந்தால் . . .? ஹம். டிராம் பாஸ் இல்லாமல் என்ன செய்வது? திருவல்லிக்கேணியிருந்து பிராட்வேக்கு நடந்தா போக முடியும்? நாமும் நாலு வருஷமாகக் கஜகர்ணம் போட்டுத்தான் பார்க்கிறோம், பிராட்வேக்குப் பக்கத்தில் ஜாகை மாற்றிக்கொள்ளலாம் என்று. கிடைக்கவில்லையே!

"எட்டு வருஷமாக உத்தியோகம் பார்க்கிறோமே, ஒரு காலணா வாவது மிச்சம் பிடிக்க முடிகிறதா? ஏன் முடியவில்லை?

"ஒன்றியாக இருந்தபோது துரை தித்திப்பு இல்லாமல் டிபன் சாப்பிட்டுவிடுவாரா என்ன? ஓர் இங்கிலீஷ் படம், ஒரு கச்சேரி தவறியது கிடையாது. அப்படிப் பிரம்மச்சாரியாக இருந்தபோதே பக்கத்து அறை ஆசாமிகளிடம் இரண்டு மூன்று கடன் வாங்காமல் தள்ளியதில்லை.

"கடைசியாக நம் வீட்டில் தித்திப்பு என்று தின்றது கல்யாணத்தின் போதுதான். நம் வீட்டிலா! கல்யாணம் அவள் வீட்டில் அல்லவா நடந்தது! கல்யாணம் ஆகி மூன்று தடவையோ நாலு தடவையோ அவள் பிறந்த வீட்டுக்குப் போய் வந்திருக்கிறாள். வருகிறபோது ரவாலாடு, குஞ்சாலாடு என்று கொண்டு வந்திருக்கிறாள். அந்தக் குஞ்சாலாடுக்குக்கூட நான்கு நாட்களுக்குமேல் சரியாக இருக்க மனசுவராது; சிக்கு நாற்றம் வீச ஆரம்பித்துவிடும். கௌரியின் அப்பா என்ன கலெக்டரா, தாசீல்தாரா? ஜில்லா போர்ட் மேஸ்திரி. தேங்காயெண்ணெய் கலக்காமல் முழு நெய் விட்டுக் குஞ்சாலாடு எப்படிப் பிடிக்க முடியும் அவர்களுக்கு? அப்படியாவது, ஒரு மாப்பிள்ளையாக இருந்தால் போட்டடித்துப் பண்ணிவிடலாம். ஆறு மாப்பிள்ளைகள்! வளைகாப்பு, மூன்றாவது பிரசவம், பச்சை போடல், புருஷனுக்குப் புதிதாக மாற்றலான இடத்தில் வீட்டுப் பஞ்சம், மாவிளக்கு வேண்டுதல் – இப்படி ஏதாவது ஒரு காரணத்தைச் சொல்லிக்கொண்டு ஒவ்வொரு பெண்ணும் பிறகத்திற்கு வர 'க்யூ' நிற்கிறார்கள். தித்திப்பாவது மண்ணாவது!

"கௌரிக்குச் சித்திரை நக்ஷத்திரம். சித்திரை நக்ஷத்திரத்திற்கு வறட்சியைத் தவிர ஒன்றும் தெரியாதாம். புருஷனைச் சம்பாதிக்கவும் விடாது; விட்டாலும் ஏதாவது ஒரு பெரிய ஓட்டே போட்டு அதிகப் படியான பணத்தை நழுவ விட்டுவிடுமாம். சை! கல்யாணமாகி மூன்று வருஷமாகி, ஒரு குழந்தையும் பிறந்துவிட்டபிறகு என்ன அசட்டுக்

குறைகள்? சித்திரை நக்ஷத்திரமா யிருந்தால் என்ன? இந்த அடக்கமும், 'நறுவிசும்' யாருக்கு வரும்? நம் தாரித்திரியத்திற்கு அவளா பொறுப்பு? இனிமேல் தப்பித் தவறிக்கூட இதுமாதிரி நினைக்கக்கூடாது.

நமக்கு மூன்று வேளை காபி வேண்டியிருக்கிறது. மத்தியானத்திற்காக் கொடுக்கிற தர்மாஸ் பிளாஸ்க் காபி போதவில்லை. சாயங்காலம் வீட்டுக்கு வந்ததும் ஓர் அரைச்சேராவது இல்லாவிட்டால் தலைவலி போடு போடு என்று போட ஆரம்பித்துவிடுகிறது.

காபிக் கொட்டை போதாதென்று பால் புட்டிகள்.

குழந்தைக்குப் பால் இல்லை. ஆறு மாசத்திலா பால் வற்றிவிடும்? இந்தக் காலத்துப் பெண்களே அதிசயமாகத்தான் இருக்கிறார்கள். மாசம் மூன்று பால்புட்டி. உள்ளிப்பூண்டு சேர்த்தால் நல்லது. இவளுக்கா னால் குடல் பீறி விழுந்து விடுகிறதுபோல் குமட்டுகிறதாம்.

போதும் போதாததற்குக் கட்டி. வைத்தியனிடம் குழந்தையைக் கொண்டுபோய்க் காட்டியதும், முதுகோடு வயிற்றை ஒட்டி விடுகிறாற் போல நாலைந்து அழுக்கு அமுக்கிவிட்டுச் சொன்னான்:

"நல்ல வேளை. ஆரம்பித்திலேயே கொண்டு காண்பித்துவிட்டீர்கள். இன்னும் ஒரு மாசம் கவனிக்காமல் இருந்திருந்தால் சிரமமாய்ப் போயிருக்கும். இப்பொழுது வந்து நல்லதாய்ப் போயிருக்கும். மருந்து கொடுக்கிறேன். கொடுங்கள். சரியாகிவிடும். கவலைப்படவேண்டா" என்று மருந்தைக் கொடுத்தான்.

"அது என்ன மருந்தோ தெரியவில்லை. கட்டியோ மிகவும் கொஞ்ச மாக இருக்கிறதாம். ஆரம்பத்திலேயே கொண்டு காண்பித்துவிட்டோமாம். கவலை வேண்டாமாம். ஆனால் எட்டு மாசகாலமாகிறது. இன்னும் மருந்தை நிறுத்தின பாடில்லை."

"போன தடவை காண்பித்ததுக்கு இந்தத் தடவை கொஞ்சம் குணமென்றுதான் சொல்லவேணும். இன்னும் ஒரு மாசம் கொடுங்கள்" என்று தவறாமல் ஒவ்வொரு மாசமும் சொல்லிக்கொண்டிருக்கிறான். மருந்தும் கொடுக்கத் தவறவில்லை. ஒருவேளை அது ஈயக்கட்டி, இரும்புக் கட்டியாக இருக்குமோ, என்னவோ, தெரியவில்லை.

"மருந்து கிடக்கட்டும். குழந்தைக்கு அவன் கொடுக்கிற ஆகாரப் பட்டியல் அரண்மனைப் பட்டியலாக இருக்கிறது. தினமும் இரண்டு சாத்துக்குடி ஆரஞ்சு உரித்துக் கொடுக்க வேண்டும். அடிக்கடி திராக்ஷ ரசம் கொடுக்க வேண்டுமாம். பிறக்கிற குழந்தைகள் இப்படியா பிறக்க வேண்டும்?"

"நாம்தான் சும்மா இருக்கக்கூடாதா? "என் ஆண்டுநிறைவுக்கு ஊரைக் கூட்டிச் சாப்பாடு போடு; அம்மாவுக்குச் சில்க் புடவை எடு; உனக்கு ஒரு பட்டு அங்கவஸ்திரம் வாங்கிக்கொள்; எனக்கு ஒரு பட்டு வேஷ்டியும், கல்லிழைத்த லோலக்கும் வாங்கிப்போடு; மேளக்காரனைக் கூப்பிடு" என்று குழந்தையா சொல்லிற்று? நமக்கு ஏன் இந்த வம்பு? சாதாரண வேஷ்டியும், சாதாரணப் புடவையும் வாங்கினால் ஆண்டு நிறைவு

அதிர்ஷ்டம் 179

நடக்காதா? மேளம் இல்லாமல் லோலக்குக் காதில் நுழைய மாட்டேன் என்றதா? இதெல்லாம் நாமாகச் செய்துகொண்டதுதானே? மாமனார் செய்ததுபோக நமக்குக் கைச்செலவு தொண்ணூறு ரூபாய். கையில் முப்பது ரூபாய்தான் இருந்தது. நல்ல வேளையாகக் கேட்டவுடனே அண்ணா அறுபது ரூபாய் எடுத்துக் கொடுத்தார். அதைத் திருப்பிக் கொடுக்கச் சிங்கியடித்தாகிறது. ஓர் அம்மன் காசு கொடுத்தபாடில்லை. கிருஷ்ண பரமாத்மா அவதாரம் பண்ணிவிட்டாரா, ஊரைக் கூட்டி அமர்க்களம் செய்து ஆண்டு நிறைவு கொண்டாட? த்ஸ, அதைத்தான் சொல்லி என்ன பயன்? முதல் முதலில் பிள்ளை பிறந்திருக்கிறது; தேவடியாள் பிள்ளை பிறந்தாற் போல் அழுதா விடியவேண்டும்? என்னவோ, செய்த வரையில் சரி; அதை நினைத்துக் குழம்புவதில் புண்ணியம் இல்லை.

"குழந்தையின் கல்யாணம், அதுவும் முதல் குழந்தையின் கல்யாணம், நன்றாக நடத்த வேண்டியதுதான். ஆனால் சிநேகிதன் கல்யாணத்திற்கு எண்பது ரூபாய் செலவு செய்தால் நமக்கு அடுக்குமா?

"நடராஜன் மிகவும் நெருங்கிப் பழகியவன். பால்யத்தில் அவனால் பல காரியம் ஆகியிருக்கிறது. அவனுடைய கல்யாணத்திற்குப் போகாமல் இருந்தால் அதைவிட நன்றிகெட்ட தனம் வேறு கிடையாது. ஆனால் நம் அதிர்ஷ்டம் கல்யாணம் எங்காவது பக்கத்து ஊரில் நடக்கக்கூடாதா? மைசூரில் நடந்தது. மைசூர் என்ன கூப்பிடு தூரத்திலா இருக்கிறது? கௌரியையும் அழைத்துக் கொண்டுபோக வர நான்கு கட்டணம். நடராஜனுக்கு வெள்ளிக் கிண்ணம். அவன் பெண்டாட்டிக்கு ரவிக்கைத் துண்டு, ஏழு ரூபாய் பணம். இந்தச் செலவெல்லாம் செய்யத் தெம்பு ஏது நமக்கு? பனங்காயைக் குருவியா தூக்க முடியும்? இத்தனைக்குப் பணம் ஏது? மாமனார் சாப்பிடுவதற்காக வைத்த வெள்ளித் தட்டைக் குடியிருக்கிற கமலத்தம்மாளிடம் அடகு வைத்து எண்பது ரூபாய் கடன் வாங்கினோம். பாங்கியில் போனால் முப்பது ரூபாய்தான் கொடுப்பான். கமலத்தம்மாள் நல்ல பிராணி. தட்டை அடகு வைத்துவிட்டு இப்பொழுது தினமும் ஓர் அணாவுக்கு இலைவாங்க வேண்டியிருக்கிறது.

"கமலத்தம்மாள் கடனை எப்போது தீர்க்கிறது? அண்ணா கடனைத் தீர்த்தாகவேண்டும். இருபது இரண்டே கால் ரூபாய். இன்னும் இருபத்தொன்பது நாள் தள்ளியாக வேண்டும். இப்படியே போய்க் கொண்டிருந்தால் இந்த இரண்டு கடனையும் அடைக்க இன்னும் இரண்டு ஜன்மம் எடுத்துத்தான் ஆகவேண்டும் போல் தோன்றுகிறது.

"பணம் சம்பாதிக்கும் வழியும் எவ்வளவோ பார்த்தாகிவிட்டது."

"ஆரம்பித்திலேயே ரெவின்யூ இலாகாவில் புகுந்திருந்தால் – இப்போது ஒரு மோட்டார் வாங்கியிருக்கலாம். சொக்கலிங்கம் நம்மோடு படித்துப் பாஸ் பண்ணியவன்தான். கலெக்டர் ஆபீஸ் குமாஸ்தாவாகப்போனான். ஆறு வருஷம் ஆகவில்லை. நாலு வீடு வாங்கிவிட்டானாம். இப்போது நினைத்துக்கொண்டு என்ன செய்கிறது? வயசு முப்பதாகிவிட்டது. முப்பது வயசுக்குமேல் எல்லோரையும் கிழப்பயல்கள் என்று சர்க்கார் நினைத்துக்கொண்டிருக்கிறதே."

தி. ஜானகிராமன் சிறுகதைகள்

"கிண்டிக் குதிரைகளைக் கெஞ்சினோம். ஆங்கிலத்திலும் தமிழிலும் ஆயிரம் அகராதிகளைப் புரட்டிப் போட்டிகளை எல்லாம் ஒருகை பார்த்தோம். யார் யாருக்கோ பரிசு விழுந்துகொண்டுதான் இருக்கிறது. நமக்குத்தான் கிடைக்கவில்லை. ஒரு சமயம் நமக்குச் செலவழிக்க வழி தெரியாது என்று விழவில்லை போலிருக்கிறது.

ஊரிலிருந்து ஒன்றுவிட்ட மைத்துனன் கைத்தறி வேஷ்டிகள் அனுப்பினான். மாதத்திற்கு ஐந்தாறு ஜோடி என்று விற்றோம். ரூபாய்க்கு ஓர் அணா இரண்டு அணா லாபம் கிடைத்துக்கொண்டு வந்தது. கடைசியில் ஆடிட் ஆபீஸ் மாத்ரூதூம் நாற்பது ரூபாய்க்குக் கடனாக வேஷ்டிகளும் புடைவை ஒன்றும் வாங்கிப் போனவர், பணத்தைக் கொடுக்காமலே திடீரென்று பிராணனை விட்டுவிட்டார். குடும்பம் ஊரைவிட்டுப் போய்விட்டது. இப்போது இருக்கிற விலாசம் தெரியவில்லை. வந்த லாபம் முழுவதையும் இது அடித்துக்கொண்டு போய்விட்டது. தவிக்கிற குடும்பத்தை, விலாசம் கண்டுபிடித்தா வதைக்கிறது?"

சிதம்பரத்திற்கு உட்காரவேண்டும் என்ற பிரக்ஞையே அற்றுப் போயிருந்தது. சென்டிரல் ஸ்டேஷனுக்குமுன் நின்றதும், "ஏம்பா சிதம்பரம், என்னாப்பா யோசிச்சுக்கினே நிக்கிறே? வாப்பா, உக்காருப்பா" என்ற குரல் கேட்டது. சட்டென்று பின்னால் திரும்பிப் பார்த்தான் சிதம்பரம். சிவஞானம், "இண்ணாப்பா, ஊட்லே தோசை இருக்குமா, உப்மா இருக்குமாண்ணு யோசிக்கிறியா? உக்காருப்பா" என்று அழைத்தான்.

சிதம்பரம் சிரமப்பட்டு ஒரு வறட்டுப் புன் சிரிப்புப் பூத்துக் கொண்டே போய் உட்கார்ந்தான்.

"நம்ம மானேஜர் இருக்கான் பாருப்பா; நம்மை சும்மாச் சும்மா வார்த்தை சொல்லிக்கினே இருக்குறான். ஒரு நாளைக்குப் படாகோவம் வரப்போவுது. டேய் போடா உன்னைத் தெரியும்னு வேலையை உட்டுட்டுப் பூடப்போறேன்; ஆமாம்" என்று ஆபீஸ் புராணத்தைத் தொடங்கிவிட்டான் சிவஞானம்.

"ஆமாம். நீ வேலையை விட்டுட்டா, கம்பெனியே மூடிவிடப் போறாங்க. போடா போக்கத்தவனே."

"இல்லெ, நான்தான் செத்துப்பூடப் போறேனாக்கும். உட்டுத் தள்ளப்பா; இதெவிட்டா ஆயிரம் வேலை."

"நீ எம்.ஏ.ஜி.டி.ஏ பாரு. உனக்கு வேலையை வச்சிண்டு எல்லாக் கம்பெனிகளும் காத்துண்டு நிக்கிறது."

"ஏம்பா, ஜீடியேக்குத்தான் வேலை கொடுப்பாங்களா? வாணாமே, இப்பத்தான் மதுவிலக்குக் கொண்ணந்திட்டாங்கள். எல்லாரும் காபி, டீன்னு சரணாகதி பண்ண ஆரமிச்சிட்டாங்க. வண்ணாரப்பேட்டையிலெ ஒரு டீ பங்க் வச்சேன்னா, தினமும் பத்து ரூபாய்க்கா குறஞ்சி போயிடும்?"

"ஏன், நாளைக்கே வச்சூடேன்."

"வக்யாமியா இருக்கப்போறேன்? நீ பாரு, சொல்றேன்."

பதில் ஒன்றும் சொல்லாமல் ஸ்டேஷன் கடிகாரத்தைப் பார்த்தான் சிதம்பரம்.

பேச்சில் மனம் செல்லவில்லை. எல்லையில்லாத கவலை உள்ளத்தை வாட்டுகிறது. மலை மாதிரி இரண்டு கடன்கள், தீராத கடன்கள், தலை மீது அமர்ந்து அழுத்துகின்றன. அவற்றையும், அவற்றோடு சேர்த்து அமர்ந்துள்ள வேதனையையும் எப்படிக் கீழே தள்ளுகிறது?

முகம் எண்ணெய் வழிந்துகொண்டிருந்தது. கைக்குட்டையை எடுத்துக் கன்னம் நெற்றி மூக்கெல்லாம் அழுத்தித் தேய்த்துத் துடைத்துக் கொண்டான்.

ஒரு பார்ஸிக்காரனும் அவன் பெண்டாட்டியும் எதிரே உட்கார்ந் திருந்தார்கள். பக்கத்தில் ஒரு தமிழன். அப்பால் ஆவடியிலிருந்து ஓர் அகதிக் குடும்பம் தாடியும் மீசையும் கொண்ட தலைவனுடன் உட்கார்ந்திருந்தது. "இந்தப் பார்ஸிகளுக்கெல்லாம் பட்டைத் தவிர ஒன்றுமே தெரியாதா? என்ன சிவப்பு, என்ன மேனி! இந்த அகதிகள்! அகதிகளா! என்ன வளர்ச்சி, என்ன கட்டு, முகத்தில் என்ன ஜீவன்! இதெல்லாம் தேச வாக்கா, தேக வாக்கா, அல்லது பணத்தின் கோலமா? சிதம்பரம் பிரமித்துப்போய்ப் பார்த்துக்கொண்டிருந்தான். அந்த அகதியின் பெண்டாட்டி நாக்கில் பல் படாமல் பேசுவது போல் இருந்தது. வார்த்தைகள் வெள்ள விரைவில் வாயிலிருந்து வழுக்கி விழுவது போல் தோன்றின. முகம் பால் வடிந்துகொண்டிருந்தது. என்ன வளர்த்தி, என்ன களை! சரீரத்தின் ஒவ்வோர் அணுவிலும் சந்தோஷமும் ஜீவனும் துள்ளிக்கொண்டிருந்தன. சற்றைக்கொரு தரம் கும்டாவைச் சரிப்படுத்திக்கொள்வாள். பேச்சு ஓயவில்லை. சிரிப்பு வாயை நிறைத்திருந்தது. ஸென்டிரலில் தொடங்கிய பேச்சும் கலகலப்பும், மன்ரோ சிலை வந்தும் ஓயவில்லை. அவள் புருஷன், தாடிக்காரன், மீசையை எழுத்தாணி மாதிரி முறுக்கி விட்டுக்கொண்டே வாய் திறந்து சிரித்துவிடாமல் புன்சிரிப்புடன் தலையை லேசாக ஆட்டியவாறு அவள் பேசுவதைக் கேட்டுக்கொண்டிருந்தான். பாஷை புரியவில்லை. ஏதோ கந்தர்வ ஜோடி தெவிட்டா இன்பங்களைப் பற்றி ஒருவருக்கும் புரியாத பாஷையில் பேசிக்கொள்வது போல் சிதம்பரத் துக்குத் தோன்றிற்று.

"நான் வர்றேனப்பா" என்று சிவஞானம் அவனை ஓர் உலுக்கு உலுக்கிவிட்டு இறங்கிப் போனான்.

"இத்தனை சந்தோஷத்திற்கும் பணந்தான் காரணமாக இருக்க முடியும். கவலைகள் அனைத்தையும் போக்கிவிடும் படியாக அவ்வளவு பணம் எங்கே கிடைக்கும்? வியாபாரத்தில் கிடைக்குமா? ஹோட்டல் வைத்தால் கிடைக்குமா? சினிமாவில் நடித்தால் கிடைக்குமா? நடிக்கத் தெரியாவிட்டாலும் பாடத் தெரியவேண்டும். நம் வம்சத்திற்கும் சங்கீதத்திற்கும் தலைமுறைக் கணக்கான விரோதம்.

மவுண்ட் ரோட்டில் டிராம் நின்றதும், திடுதிடு வென்று ஒரு பெரிய கூட்டம் ஏற ஆரம்பித்தது. அகதி தம்பதிகள் இரண்டு குழந்தைகளையும்

அழைத்துக்கொண்டு இறங்கிவிட்டார்கள். ஒரு நிமிஷத்தில் டிராம் முழுவதும் நிறைந்துவிட்டது. யாரோ ஸ்திரீ ஏறி அவன் முன்னால் நின்று அவஸ்தைப்படுவதைக் கண்டு எழுந்து இடம் விட்டுப் படியண்டை நகர்ந்தான் சிதம்பரம். வண்டி நகர்ந்தது.

படிக்கட்டுக்கு மேலும் கீழும் பக்கத்திலும் அசாத்திய நெருக்கடி. மூச்சுத் திணறும் போல் இருந்தது. கோட்டுக்குள் வேர்வை ஆறாக ஊற்றுகிறது. முதுகெல்லாம் சுடுகிறது.

சிதம்பரத்தை முட்டித் தள்ளிவிடுவது போல ஒரு பருத்த ஆசாமி வைரக் கடுக்கனும் வைர மோதிரங்களும் காவிப்பல்லும் சால் தொப்பையுமாக நின்று, உஸ் உஸ் என்று வேர்வை தாங்காமல் பெருமூச்சு விட்டுக்கொண்டிருந்தார். சரீரம் மிக மிக ஸ்தூல சரீரம். வேர்வை வஞ்சனை இன்றிப் பெருகிக்கொண்டிருந்தது. பக்கத்தில் இருப்பவர்கள் அந்த வாடையை விரும்பமாட்டார்கள் என்று வேர்வைக்கா தெரியும்? சிதம்பரம் மூச்சைப் பிடித்துச் சகித்துக்கொண்டே நின்றான். அப்பால் போகலாம் என்றால் ஓர் அடி எடுத்து வைக்க இடம் இல்லை.

மனுஷன் என்ன பருமன்! வெற்றிலை நிறைந்த வாய் மூச்சுவிடாமல் அரைத்துக் கொண்டிருந்தது. பெரிய ஜிப்பா ஒன்று அணிந்திருந்தார் அவர். பக்கத்துப் பையில் பளபளவென்று பெரிய மணிபர்ஸ் ஒன்றுநீட்டிக் கொண்டிருந்தது. என்ன அஜாக்கிரதை! கூட்டமோ தாங்க முடியவில்லை. இந்தக் கூட்டத்தில் இந்த மாதிரி பக்கத்தில் பை வைத்த ஜிப்பா அணிந்து கொள்வதே தப்பு. அதிலும் ஒரு மணிபர்ஸை, இவ்வளவு பெரிய மணிபர்ஸை, வைத்துக்கொண்டிருந்தால் இதைவிட அசட்டுத்தனம் வேறு என்ன வேண்டும்? ஸ்தூல சரீரிகளுக்கே வஞ்சனை தெரியாது. சிதம்பரம் அவரை எச்சரிக்கலாமா என்று நினைத்தான். என்னவோ செய்யவில்லை.

மவுண்ட் ரோடில் வளைவைத் தாண்டிக் கிழக்கே வண்டி திரும்பி வேகமாகப் போக ஆரம்பித்தது. கடல் காற்றைக் கிழித்துப் போனது. சஞ்சீவிக் காற்றுப்படுவது போல இருந்தது.

திருவல்லிக்கேணிச் சாலை திரும்புகையில் சரேல் என்று இறங்கி விட்டான் சிதம்பரம். நல்ல வேளையாக பின்னால் வந்த மோட்டார் மயிரிழையில் அவன் மீது ஏறிவிடாமல் நகர்ந்து பறந்தது. இறங்கிய சூட்டோடு விர்ரென்று நடந்து ஒரு சந்தில் புகுந்துவிட்டான்.

மார்பு படபடவென்று அடித்துக்கொண்டது. உடல் மேலும் வேர்த்து விட்டது. குபீல் என்று உடலுக்குள் அனல் அடித்தது.

"நாமா இந்தக் காரியத்தைச் செய்தோம்? எப்படிச் செய்தோம், ஏன் செய்தோம்? நூற்றுப்பத்து ரூபாய் சம்பளம் வாங்கும் நாமா இந்தக் காரியம் செய்தோம்?" என்று திரும்பத் திரும்பக் கேட்டுக்கொண்டான். அவனுக்குத் தன்னையே நம்ப முடியவில்லை. இடப் பக்கம் மார்புமீது தடவிப் பார்த்தான். களவாடிய மணிபர்ஸ், பத்திரமாக, பெரிதாக, கோட்டின் உள்பையில் ரகசியமாக, உலகத்திற்கே தெரியாமல் உட்கார்ந்திருந்தது.

கீழே கால் பாவாமல்தான் நடந்தான் சிதம்பரம். ஆனால், அந்தக் கால்கூட நடக்கமுடியாமல் இற்றுவிட்டாற்போல் தோன்றிற்று. நடக்கிற

வேகமோ, அசாதாரணமாக, ஜன்னி வேகமாக இருந்தது. இன்னொரு சந்தில் திரும்பினான். பின்னால் பார்த்துக்கொண்டான். யார் அவனைப் பின் தொடரப்போகிறார்கள்? டிராம் எவ்வளவோ தூரம் போய் விட்டது. வேறுயாரும் அவனோடு இறங்கவில்லை. அந்த வேகத்தில் கண்டக்டருக்குத்தான் இறங்க முடியும். அதுவும் அவனைப் பார்த்தால் திருடனாகவா தோன்றும்?

பீதி அனல் அனலாக அடித்தது. கிருஷ்ணசாமி முதலியார் சந்தில் திரும்பினான். கடற்காற்று குளுகுளுவென்று தவழ்ந்து வந்து அணைத்தது. அந்தக் காற்றுப் பட்டதும் யாரோ குழந்தை மௌனமாகப் புன்சிரிப்புச் சிரிப்பது போல அவனுக்குத் தோன்றிற்று. பெல்ஸ் ரோட் வந்ததும், கொஞ்சம் நடந்தான் அவன். ஆனால் அதன் விஸ்தாரத்தை, ஹோவென்று கிடந்த அதன் திறப்பை, அவன் நெஞ்சு தாங்க முடியாமல் துடித்தது. மறுபடியும் ஒரு சந்தில் நுழைந்துவிட்டான்.

"திருப்பிக் கொடுத்துவிடலாமா? என்ன சொல்லிக் கொடுப்பது? அதிருக்கட்டும். இந்த ஜன சமுத்திரத்தில் அந்த ஆளை எங்கே தேடப் போகிறோம்? ஹும். எப்படித் துணிந்து அதை எடுத்தோம்? எப்படி அதைக் கோட்டு உள்பையில் போட்டுக்கொண்டோம், யாரும் பாராமல்?"

எல்லாம் கனவு மாதிரி இருந்தது.

சந்திலும் பொந்திலும் புகுந்து, பைகிராப்ட்ஸ் ரோட்டைக் கடந்து வீராசாமி தெருவை அடையும்போது ஜவுளிக்கடைக் கடிகாரம் ஆறு அடித்தது.

வீட்டுப் படி ஏறியதும், ரேழியில் குழந்தை விளையாடிக் கொண்டிருந்ததைக் கண்டான். அவனைக் கண்டதும், புன் முறுவல் பூத்து, தூக்கிக்கொள்ளுமாறு இரண்டு கைகளையும் உயர்த்திற்று அது. எப்போதும் தூக்கிக்கொள்ளுகிறவன், செருப்பை மாடத்திற்குள் உதைத்துவிட்டு, குழந்தையைக் கவனியாமலே உள்ளே நுழைந்தான். குழந்தை வீல் என்று அழத் தொடங்கிற்று.

கோட்டைக் கழற்றி மாட்டி அந்த மணிபர்சை நடுங்கிக்கொண்டே எடுத்தான். எவ்வளவு பெரிய பர்ஸ்!

பொத்தானைப் பலமாக இழுக்கவேண்டியிருந்தது. இழுத்தான், திறந்தான்.

பொல பொலவென்று கொட்டைப் பாக்குச் சீவல் மேஜைமேல் உதிர்ந்தது.

ஹா, சீவலா?

சீவலுக்கா மணிபர்ஸ்! பர்ஸில் காசு போடாமல் சீவலா போடுவார்கள்? எத்தனை சீவல்? பர்ஸ் நிறையச் சீவல் தவிர வேறு ஒன்றும் இல்லை.

"என்னன்னா இது? இன்னிக்கு ஏன் இத்தனை நாழிகை? என்ன இது, இவ்வளவு சீவல் எதற்கு? கடுதாசியில் கட்டி வந்தால் கிழிஞ்சு போயிடும்னு

தி. ஜானகிராமன் சிறுகதைகள்

மணிபர்சிலே போட்டுண்டு வந்தேளா? ராஜா யோசனையே அலாதி" என்று முகம் மலர்ந்து மேஜையண்டை நின்றாள் கௌரி.

ஒன்றும் பேசாமல் சீவல் முழுவதையும் கொட்டினான் அவன்.

"ஏன், மேஜைமேலே கொட்டறேள்?"

"எடுத்து அள்ளி வை, ஒரு டப்பாவிலே."

"டப்பாவிலே எதுக்கு அள்ளணும்? நீங்க செஞ்சுதுதான் சரி. மணிபர்ஸிலே காசு இல்லாடாலும் சீவலாவது இருக்கட்டும். அது வெறுமே கிடக்கணுமா? மணிபர்ஸிலேயே போட்டுடலாம்."

"சரி, போ, காபியைக் கொண்டுவா."

அவள் அடுக்களைக்குள் சென்றதும், அயர்ச்சி தாளாமல் அந்த அதிர்ஷ்ட மணிபர்ஸில் மறுபடியும் சீவலை எடுத்துத் திணித்தான் சிதம்பரம்.

"நாமதான் முட்டாள்னா, தெய்வமும் முட்டாளா இருக்கே!" என்று அப்பொழுது அவன் வாய்விட்டுத்தான் சொன்னான்.

கலைமகள், செப்டம்பர் 1949

அவப்பெயர்

கண்ணுசாமிப்பிள்ளை வண்டியைக் கட்டச் சொன்னார். ராவ்பகதூர் கைலாச முதலியார் ஹைஸ்கூலில் பழைய மாணவர்களின் கமிட்டிக் கூட்டம் எட்டரை மணிக்குத் தொடங்குகிறது – கூட்டத்தில் கலந்து கொள்வோருக்கு இட்லி, காபி உண்டு. முப்பத்தைந்து வருஷங்களுக்கு முன்னால் அது ஆரம்பப் பள்ளிக்கூடமாயிருந்தபோது மூன்றாவது வகுப்போடு கண்ணுசாமிப் பிள்ளை படிப்பை நிறுத்திவிட்டாலும், பஞ்சாயத்து போர்டுத் தலைவரானதற்காகவும், மண்ணெண்ணெய் வியாபாரத்தில் மாடி வீட்டுக்கும், மூன்று 'லகர'த்திற்கும் முதலாளியாகிவிட்டதற்காகவும், பழைய மாணவர் சங்கத்திற்குத் திடீரென்று அவர்மீது அன்பு பொங்கி வழிந்து ஓட ஆரம்பித்துவிட்டது. சங்கக்கூட்டம், பள்ளிக்கூடத்து 'எக்ஸிபிஷன்', ஆண்டுவிழா, வீர சிவாஜி நாடகம், குருளையர் சாரணர் கூட்டம், விளையாட்டுப் போட்டி எல்லாவற்றிற்கும் அவரைப் பார்வையாளராகவும், தீர்ப்பாளராகவும், தலைவராகவும், காரியக் குழு அங்கத்தினராகவும் பொறுக்கிப் பற்பல பதவிகளை அவர் மீது சொரிந்துவிட்டார்கள். பெரிய மனுஷனாக ஆனாலும், சங்கடமாகத்தான் இருக்கிறது. கும்பாபிஷேகத்திலிருந்து குருளையர் 'ராலி' வரையில் நன்கொடைகளுக்கு முதல் கையெழுத்தை அவர்தான் போட வேண்டுமாம் ஆகி வந்த கையாம்

வண்டி பூட்டியாய்விட்டது. எதிர் வீட்டுச் சுப்பட்டாவை ஏறச் சொல்லிவிட்டு, பின்னால் ஏறிக்கொண்டார் கண்ணுசாமிப் பிள்ளை. சுப்பட்டாதான் அவருக்கு இப்பொழுதெல்லாம் நன்மந்திரி, நற்றுணை, வழிகாட்டி எல்லாம். சீட்டாட்டத்துக்கு நிரந்தரமான கை, பிரயாணத்திற்கு நிரந்தரமான துணை, நாடகம் பார்க்கத் தோழன் – எல்லாம் சுப்பட்டா என்கிற சுப்பிரமணிய உடையார்தான்.

சுருக்கமாகச் சுப்பட்டாவைக் 'கண்ணுசாமிப் பிள்ளையின் கைத்தடி' என்று சொல்லிவிடுவதுதான் நல்லது.

தலைமையாசிரியரும் பள்ளிக்கூடத்துக் குமாஸ்தாவும் அவரை எதிர்கொண்டழைத்துச் சென்றார்கள். இட்லி காபி கொடுத்தார்கள். வெற்றிலை சீவல் போட்டுக்கொள்ளச் சொன்னார்கள். எட்டரை மணிக்குத்தான் ப.மா. சங்கக் கூட்டம். இன்னும் இருபது நிமிஷங்கள் இருந்தன.

"நேரம் கீரமெல்லாம் யோசனையோடதான் 'அட்ஜஸ்ட்' பண்ணிக்கிட்டு வந்திருக்கீங்க" என்று இளித்தார் தலைமையாசிரியர்.

கண்ணுசாமி சரியாகக் கேட்டுக்கொள்ளாமல் "அ?" என்று கேள்விக் குறி போட்டார்.

"கூட்டம் தொடங்க அரை மணி செல்லும். 'எக்ஸிபிஷ'னைப் பார்த்திட்டு வரலாமில்ல?"

"செய்யறது."

முகப்புக் கட்டடத்துக்குப் பின்னால் இருந்த நாலாம், ஐந்தாம் வகுப்புக் கொட்டகையை மூன்றாகத் தடுத்து, தொழில், சுகாதாரம், விஞ்ஞானம் என்று, மூன்று தத்துவங்களையும் பிரித்து வைத்திருந் தார்கள். முதல் தடுப்பில் ராவ்பகதூர் கைலாச முதலியார் ஹைஸ்கூல் மாணவர்களின் தச்சு வேலைப்பாடுகளும், நெசவுக் கலைத் திறங்களும் அடுக்கி வைக்கப்பட்டிருந்தன—நாலு ஸ்கேல்கள், இரண்டு பேனா ஸ்டாண்டுகள், ஒரு கடியார ஸ்டாண்டு, முக்காலியில் நாலைந்து, ஒரு ஆப்பைக் கூடு, சட்டை மாட்டுகிற முளை ஒரு கூடை, 'பசபச' வென்று பிசிரடிக்கும் காரிக்கன் துண்டு ஒரு மடி, சோகை பிடித்த ஒரு பச்சை சிவப்பு ஜமக்காளம், வியர்வையில் திரிந்து வரும் அழுக்குப் போல பிசிர் பூத்த அழுக்குக் கட்டில் நாடா ஒரு சுருள், இன்னும் தட்டு முட்டாகப் பத்துப் பதினைந்து சாமான்களும் பார்ப்போரைப் பரவசப்படுத்திக்கொண்டிருந்தன. வந்திருந்தவர்களுக்கு இவைகள் எக்ஸிபிஷனுக்குத் தகுந்த சாமான்களாகத் தோன்றாவிட்டாலும், வீவிங் மாஸ்டர் கோதண்டபாணி மட்டும் டாக்கா மஸ்லினைக் காவல் காப்பது போலக் காத்து, யாரும் இந்தச் செல்வங்களைக் கையால் தொட்டுக் கெடுத்துவிடாமல் இருக்கவேண்டி, "தூர நின்னுகிட்டுப் பாக்கணும், ஆமாம், தொடக் கூடாது" என்று அடிக்கடி குரல் கொடுத்துக் கொண்டிருந்தார்.

"அம்மா, தொடாதீங்கம்மா, தொட்டுத்தானா தெரியணும், பார்த்தாத் தெரியலியா?"

"எலெ தம்பி, தொடக் கூடாதுன்னு சொன்னேன்ல?"

"பாத்தியா, மறுபடியும் தொட ஆரம்பிச்சிட்டீங்களே, நீங்கள்ளாம் பச்சைப் புள்ளையில்லெ; ஒரு தரம் சொன்னாத் தெரிஞ்சிக்கிடலாம்."

"எலே, யார்றா அவன்? தூர நின்னு பாரு. தொட்டா, கையை முறிச்சுப்பிடுவேன்."

இதெல்லாம் கோதண்டபாணியின் சத்தம்தான். அவர் மட்டும் போதாதென்று அவருக்கு உதவியாகக் காக்கிச் சட்டையும் கைத் தடியுமாக இரண்டு 'ஸ்கௌட்'டுகள். நின்றுகொண்டிருந்தார்கள். அங்கு மட்டு மில்லை; கண்காட்சி முழுவதிலும் கர்சன் பிரபுவின் புராதனக் கலைச்செல்வப் பாதுகாப்புச் சட்டத்தைப்போல, பல 'ஸ்கௌட்'டுகள் காவல்புரிந்து கொண்டிருந்தனர்.

பக்கத்துக் கிராமத்திலிருந்து வந்திருந்த ஒருவன் காரிக்கன் துண்டுமடியைச் சற்றுநேரம் கண்ணால் விழுங்கிவிட்டு, "இந்த மடி என்ன விலை ஆவுதுங்க?" என்று கேட்டுவிட்டான்.

"என்னது?" என்றார் கோதண்டபாணி.

"இந்த மடி என்ன வெலையென்னு கேக்குறேன்."

"மடி வேணுமா உனக்கு?"

"சொல்லுங்க."

"சொல்லட்டுமா, இப்படிப் பள்ளிக்கூடத்துக் கேட்டை தாண்டி கிளக்கே திரும்பி நேராப் போனா யூசிப்புராவுத்தர் கடையிருக்கு. அங்கே கேளு, மடி கிடைக்கும்."

"இதைச் சொல்லுங்களேன்."

"சொல்லுறதா? எதைச் சொல்றது? எதையா சொல்றது? சொல்லேன்."

கோதண்டபாணியின் உருட்டலைப் பார்த்துவிட்டு, ஒரு காக்கிப் பையன் கொஞ்சம் இரக்கத்துடன், "ஐயா, இதெல்லாம் வெலைக்குக் கொடுக்கிறதில்லை. சும்மா பாக்கறதுக்காக வெச்சிருக்கு" என்று விளக்கிக் கூறினான்.

திடீரென்று கோதண்டபாணி ஸ்டூலை விட்டெழுந்தார். "ம்... ம்... போய்யா; அங்கெல்லாம் போய்ப் பாரு" என்று ஆளை வெரட்டினார். தலைமையாசிரியர் கண்ணுசாமிப் பிள்ளையையும் சுப்பட்டாவையும் அழைத்து உள்ளே வந்துகொண்டிருந்தார். 'ஸ்கௌட்டு'கள் விறைத்து நின்றார்கள். கோதண்டபாணி வைத்த சலாமுக்குப் பதில் புன்சிரிப்புக் கொடுத்து மேலே நடந்துகொண்டிருந்தார் கண்ணுசாமி.

நாட்டுப்புறத்து ஹைஸ்கூல்; பக்கத்துக்கிராமங்களிலிருந்து பட்டு உருமாலைக் குழந்தைகளும், அறுப்பு ஓய்ந்து ஆறுதல் கொண்ட பெண்களும், பாட்டிகளும் வந்திருந்தார்கள். ராவ்பகதூர் கைலாச முதலியார் பள்ளிக்கூடத்திற்கு அது எள் போட்டால் எள் விழாத கூட்டம் என்று சொல்லத்தான் வேண்டும்.

கண்ணுசாமி பிள்ளை எக்ஸிபிஷனுக்கு ஒரு கண்ணும், பெண்களும் ஒரு கண்ணுமாக விதாயம் பண்ணியவாறு ஊர்ந்து கொண்டிருந்தார்.

தொழில் பகுதியில் கோதண்ட பாணியின் 'தொடாதே!' தான் முழங்கிக்கொண்டிருந்தது. சுகாதாரப் பகுதியில் கொக்கிப் புழுவைப்

தி. ஜானகிராமன் சிறுகதைகள்

பற்றிச் சொல்லிவிட்டு, 'தெருவில் துப்பாதே, அசிங்கம் செய்யாதே, எருமை மாட்டோடு சேர்ந்து குளிக்காதே' என்று வேத ரீதியாக உபதேசம் செய்து கொண்டிருந்தார், சுதாமா என்கிற நடராஜையர், அவருடைய உடல் எலும்பையும், கன்னப் பள்ளங்களையும், முதுகு வளைவையும் பார்த்து அ.மு. சதாசிவப் புள்ளவராயர், பி.ஏ.எல்.டி. அவருக்கு 'சுதாமா' என்ற பெயரை வைத்துவிட்டாராம். நடு நடுவே சுதாமா, பின் பக்கத்திலிருந்து வந்த வாசனையைத் தாளாமல் 'ஹ்ர்ம், ஹர்ம்' என்று, விளக்குமாறுபட்ட நாயைப் போல மூக்கை உசுப்பிக் கமறிக்கொண்டிருந்தார். கண்ணுசாமிப் பிள்ளைக்குச் சுகாதாரப் பகுதியில் சுதாமா படுகிற அவஸ்தையே பெரிய கண் காட்சியாகவும் நகைச்சுவை யூற்றாகவும் இருந்தது. கண்ணுசாமிப் பிள்ளை நின்று பார்க்காமல் போனதைப் பற்றிச் சுதாமாவும் கவலைப் படவில்லை. நைந்துபோன சுவாசப் பைக்கு நாலு வார்த்தையும் நாலு பேச்சும் மிச்சமென்று கணக்குப் போட்டு விடுதலை பெரு மூச்சுடன் ஆராய்ச்சி ஸ்டூல் என்ற உயரமான ஸ்டூலில் உட்கார்ந்து இளைப்பாறினார்.

மூன்றாவது பகுதியில், அதாவது விஞ்ஞானப் பகுதியில் அடி வைத்தார் கண்ணுசாமி. சுதாமா பகுதி மாதிரி இது அழுது வடியவில்லை; கோதண்டபாணியின் தொழில் பகுதியைப்போலத் 'தொடாக் கட்டளை'யும் முழங்கவில்லை. ஒரே சிரிப்பும் கூத்துமாக இருந்தது. காரணம் பள்ளிக்கூடத்து விஞ்ஞான ஆசிரியர் அ.மு. சதாசிவப் புள்ளவராயர் பி.ஏ.எல்.டி தான். அங்கு வைத்திருந்த எலும்பு மனிதன், அட்டை ஏரோப்ளேன், அட்டை மோட்டார், நீர்க் குமிழி, மலை மேல் ஏறும் பந்து, மின்சார மணி, பேசாத டெலிபோன், கண்ணாடிப் பாத்திரத்தில் திராவகத்தில் ஊறிக் கிடந்த ஐந்து மாசச் சிசு என்று பல வகைச் சக்திகளைக் கட்டி அவர் ஆண்டுகொண்டிருந்தார். புள்ளவராய ரும் ஒரு எக்ஸிபிஷன் சாமான் என்றே கண்ணுசாமிக்குத் தோன்றிற்று. பட்டுக் குல்லாய், சந்தனப்பொட்டு, நீலக் கோட்டு, அரைக்கால் சட்டை, புஸ்தி மீசை, காவிப் பல், மோட்டார் டயர் செருப்பு என்று பல நாட்டு ஆசாரங்களைச் சேர்த்துப் போட்ட சர்வதேச சமரச மனிதனாகத் திகழ்ந்த புள்ளவராயரைப் பார்த்து ஐ.நா. சபையின் கலாசார சபைக்குத் தகுந்த தலைவர் என்று கண்ணுசாமி மனதிற்குள் புள்ளி போட்டுக் கொண்டிருந்தார். ஆகவே எக்ஸிபிஷனை விட எக்ஸிபிஷன் கர்த்தா மீது அவர் லயித்திருந்தது நியாயம்தான். புள்ளவராயருடைய நகைச்சுவை அப்பாமங்கலத்திலேயே மிகப் பிரசித்தமானது. ஹாஸ்யமாகப் பேசுவதற்கு முன் அவரே சிரித்துத் தீர்த்துவிடுவதை யாரும் அவ்வள வாகப் பொருட்படுத்துவதில்லை.

புள்ளவராயருடைய ஹாஸ்ய மேதை பஞ்சாயத்துத் தலைவரைக் கண்டதும் சிறகடித்துப் பறக்கத் தொடங்கிற்று. குரலை உயர்த்திக் கொண்டு, "எலே தம்பி, ரொம்ப நாளி அங்கேயே நிக்காதே, ஏர்ப்ளான் தூக்கிக்கிட்டு மானத்திலே பறந்திரும்" என்று ஒரு பையனைப் பார்த்து ஒரு சப்தம் போட்டார். அட்டை ஏரோப்ளேனுக்கு முன்னால் நின்று ஒரு மணி நேரமாக ஏக்கமும் வியப்பும் மேலிடப் பார்த்துக்கொண் டிருந்த பையன் திரும்பிப் பார்க்கவில்லை.

நின்றுகொண்டிருந்த ஸ்திரீகள் கும்பல் ஒரு சிரிப்புச் சிரித்து ஓய்ந்தது.

"ஏலெ, உன்னைத்தாண்டா!" என்று வந்த இரண்டாவது குரலுக்குப் பையன் ஒரு முறை அவரைத் திரும்பிப் பார்த்து, உருமாலையை விழுந்து விடாமல் தோளில் சரிப்படுத்திக்கொண்டு, மீண்டும் விமானத்தின் பக்கம் திரும்பினான்.

புள்ளவராயர் சொன்னதும் உண்மைதான். விமானத்திற்கு அறிவு இருந்திருந்தால், பையனைத் தூக்கி ஒரு சுற்றுப் பறந்து வந்து அவன் ஏக்கத்தையும் ஆவலையும் பூர்த்தி செய்திருக்கும்.

"இஞ்ச வாடா, போட்டோ பிடிக்கிறேன் உன்னை. ஏலெ, வான்னு சொல்லிபிட்டா வந்திரணும் ... ம் ... அப்படி வாடா ... இப்பல்ல நல்ல புள்ளெ ... ம் ... இந்தக் கறுப்புத் துணிக்குள்ளார தலையை விட்டுக்கிட்டுப் பாரு ... பாத்தியா?"

"ம்"

"என்ன தெரியுது?"

"எம் மூஞ்சி".

"உன் மூஞ்சி. ம் ... நெத்திப் பொட்டுத் தெரியுதா?"

"ம்"

"முத்து முத்தா வியர்வை தெரியுதா?"

"ம்"

"சரி, இப்ப போட்டோ பிடிக்கட்டுமா?"

"ம்"

"சரி, இப்ப போட்டோ பிடிக்கட்டுமா?"

"ம்"

"பிடிக்கறேன்"

"அம்மாடியோவ்" என்று பையன் சப்தம் போட்டுத் தலையை வெளியில் எடுத்தான்.

"எப்படிடா போட்டோ?" என்று, கேட்கக்கூட முடியாமல் புள்ளவராயர் சிரித்தார். பையனும் வேடிக்கை தாங்காமல் சிரித்தான்.

"சரி, உன்னைப் போட்டோ, பிடிக்கட்டுமா?" என்று புள்ளவராயர் கேட்டதும் ஒரு பெண் கறுப்புத் துணியில் தலையை விட்டாள்.

அதே பேச்சு; அதே 'ம்' பதில்; அதே 'அம்மாடியோவ்!' தான். முகம் மண்டையோடாக மாறினால் 'அம்மாடியோவ்' கிளம்பாமலா போகும்? ஐந்து நிமிஷத்தில் எல்லா ஸ்திரீகளும் பார்த்துவிட்டுச் சிரித்துக் கொண்டிருந்தார்கள். கண்ணுசாமி பார்த்தார். சுப்பட்டாவும் பார்த்தார்.

"உயிரு போனதுக்கப்பறம் விழுவுற போட்டோல்ல இது!" என்று சுப்பட்டா, ஓய்ந்துகொண்டிருந்த நாட்டுச் சிரிப்பை மீண்டும் கிளப்பி விட்டார். புள்ளவராயருக்குச் சிரிக்கிற சிரிப்பில் பிராணன் போய்விடும் போலாகிவிட்டது.

சிறிது கழித்துப் புள்ளவராயர் தொடங்கினார்; "சரி, போட்டோ புடிச்சோம், இத்தனை நாளியா. எதைப் பிடிச்சோம்? ஐயா சொல்றாப்பலே நாம் எல்லாம் இந்த உலகத்தை விட்டுவிட்டு, இந்தக் கண்ணையும், அழகான தோலையும், இன்னும் எல்லாத்தையும் விட்டுவிட்டுப் பிரிச்சுப் போட்ட முத்துப் பல்லக்கு மாதிரி எலும்புக் கூடா ஆகி மண்ணிலே படுக்கிறோமே, அந்த மாதிரி போட்டோப் பிடிச்சோம். அது ஆச்சா? இப்ப இஞ்ச வாங்க. இது ஒரு புதுப் போட்டோ; போட்டோ இல்லெ. நெசம் ஆளே. மனிசன் பொறக்குறுக்கு முன்னாலே வயிற்றுக்குள்ளே எப்படியிருக்கான் பாருங்க" என்று அறை மூலையில் ஒரு ஸ்டூலில் வைத்திருந்த கண்ணாடிப் பாத்திரத்தண்டை அழைத்துச் சென்றார் புள்ளவராயர்.

திடீரென்று சிரிப்பும் கலகலப்பும் ஓய்ந்துவிட்டன. எல்லோரும் ஊன்றிக் கவனித்தார்கள்.

திராவகத்தில், சாண் நீளத்தில் ஒரு குறையாகப் பிறந்த குழந்தை முடங்கிக் கிடந்தது. ஒரே மாவு வெள்ளை. எலுமிச்சங்காயளவு தலை; கையும் காலும் நகம் உள்பட முளைத்திருந்தன. தலை மயிர் கோடு கோடாக வரிந்திருந்தது. கண்ணுக்கும் வாய்க்கும் அடையாளமாகக் கோடுகள்.

எல்லோரும் ஊன்றிப் பார்த்தார்கள். பார்க்கத் தகாத அருவருப் பான பொருள் எதையோ பார்த்துவிட்டது போல் எல்லா முகங்களும் சினுங்கின. இருந்தாலும் பார்ப்பதை விடவில்லை.

ஸ்திரீகள் அலசி அலசி, முடிந்த கோணங்களிலிருந்தெல்லாம் பார்த்தார்கள். தாய்மை வியப்பும் பரிவும் பெருகப் பார்த்தது.

கண்ணுசாமி குழந்தையையும் தாய்களையும் மாறி மாறிப் பார்த்துக் கொண்டிருந்தார்.

பெண் பிள்ளைகள் கேள்விகளைத் தொடங்கினார்கள். புள்ளவராயர் சளைக்காமல் பதில் கொடுத்துக் கொண்டுவந்தார்.

"எத்தினி மாசங்க?"

"என்ன, அஞ்சு மாசமிருக்கும்."

"இது என்னா, மாவாலெ செஞ்சுதா?"

"ஆமாம், ஆண்டவனே செஞ்சுது!"

"நெசம்மா? நெசக் குழந்தையா இது?"

"நெசக் கொளந்தையே தான். இந்தத் திராவகத்திற்குப் பேர் தெரியுமில்லே? பார்மலின் . . ."

"திராவகம் கெடக்கட்டுங்க. கொளந்தை எப்படிக் கிடைச்சதுங்க உங்களுக்கு?"

"அது தெரிஞ்சு என்னா ஆவணும்?"

"சொல்லுங்க சாமி."

"இந்த ஊர்லே ஒரு பொம்பிள்ளை இருந்துது நாலஞ்சு வருஷத்துக்கு முன்னாலே. குறைப்பட்டுப் போயிடிச்சு. புருசன் செத்தப்பறம் ரொம்பக் கயிஷ்டப்பட்டு வேலை கீலை செஞ்சு பொளச்சிக்கிட்டிருந்துது. பாக்கறதுக்குக் கொஞ்சம் எடுப்பா இருக்கும். யாரோ பாவி அதைத் தீண்டிப் புட்டான்; இந்த மாதிரி ஆயிடிச்சு. ரொம்ப மானமா வாழ்ந்த பொண்ணு. ஒரு நாளைக்குத் தூக்கு மாட்டிக்கிட்டு உசிரைப் போக்கிக் கிடிச்சி. யாராவது இப்படித் துர்மரணமாய் போயிட்டாங்கள்ளா, தூக்கியாந்து ஆஸ்பத்திரியிலே போட்டுச் சோதிச்சுப் பார்ப்பாங்க. 'ஏன் செத்துப் போச்சி, எப்படிச் செத்துப் போச்சி, எதனாலே'ங்கிற தெல்லாம். தெரியணுமில்ல? அதுக்காக, நம்மூரு ஆஸ்பத்திரியிலே சோதிச்சாங்க, கத்தி கித்தி போட்டு. அதுலே கெடச்சது இந்தக் கொளந்தை. பள்ளிக் கூடத்து 'மூசிய'த்துக்கு இதைக் கொடுத்திட்டாரு டாக்டரு . . . அதான் சேதி. போதுமில்ல? அப்புறம்?"

"அப்புறம் என்ன?"

கண்ணுசாமிப் பிள்ளை ஒரு பத்து விநாடி சமைந்துவிட்டார். வயிற்றை என்னமோ செய்யவே, சுப்பட்டாவின் தோளைப் பிடித்துக்கொண்டு நின்றார். தோளில் பட்ட கையைப் பார்த்துச் சுப்பட்டா திரும்பிப் பார்த்தார். பிள்ளையின் கண் எங்கேயோ பார்த்துக்கொண்டிருந்தது. அசாதாரணமான, தாள முடியாத மன நோவு முகத்தில் நிழலை வீசி யிருந்தது. சுப்பட்டாவுக்குக் கொஞ்சம் குறையாக இருந்தது, பிள்ளை மாதிரி உன் உள்ளம் இப்படி, சோகத்தைக் கண்டு இளகவில்லையே என்று. கண்ணு சாமியைப் போல ஒரு ஐசுவரியவான் இந்தச் சோகத்தை – பெயர் தெரியாத ஏழையின் சோகத்தில் – மனசில் வாங்கி அனுபவித்துக் கலங்க வேண்டும் என்று என் முடை? மனசு எவ்வளவு விசித்திரமான பொருள்?

குழுமியிருந்த ஸ்திரீகள் கழிவிரக்க நிலையைக் கடந்து குழந்தையைப் பற்றி, அதன் வளர்ச்சியைப் பற்றிப் பேச ஆரம்பித்து விட்டார்கள்.

கண்ணுசாமியின் உள்ளம் மட்டும் இன்னும் துடித்துக் கொண்டிருந்தது.

சுப்பட்டா அவர் முகத்தைப் பார்த்தார். புள்ளவராயரும் பார்த்தார்.

தலைமை ஆசிரியருக்கு நாலு வருஷமாகப் படாத உண்மை ஒன்று பட்டது. 'மியூசிய'ப் பொருளாக வந்திருந்த அதில் ஒரு கொடுமையும், தாளமையும், துயரமும் நிறைந்த ஒரு நாடகம், மனுஷ்யத் தன்மை, உள்ளத்தைக் கரைக்கும் வேதனை எல்லாம் மறைந்திருந்தன என்று. அது இப்பொழுது தான் அவர் மனதுக்குப் புலனாயிற்று, கண்ணுசாமியின் நிலையைக் கண்டு. கண்காட்சிப் பொருள் என்ற நோக்கைத் தவிர வேறு ஒன்றும் இத்தனை நாட்களாக, நாலு வருஷமாக அவர் மனதில் தட்ட வில்லை. இப்போது, ஒரு பணக்காரனுடைய மனது இவ்வளவு ஆடுவதைக் கண்டு, தனக்கும் அந்நிலை கிட்டாததை நினைத்து, சுப்பட்டாவைப் போல அவரும் குறைப்பட்டுக்கொண்டார்.

தோள்மீது பாவியிருந்த பிள்ளையின் கை விரல்கள் சற்று நடுங்குவதைச் சுப்பட்டா உணர்ந்தார்.

"என்ன போவோமா?" என்று கேட்டபோது, "ம்" என்று சொல்லி விட்டுப் பிள்ளை நின்றுகொண்டேயிருந்தார். சுப்பட்டா நகர்ந்ததும் அவரும் இயந்திரம் போலப் பின்தொடர்ந்தார்.

இந்தத் துக்காநுபவத்திற்கு முன் தலைமையாசிரியர் தன் பதவியின் சிறுமைகளை நினைந்து, தானே ஓடிப்போய், களைப்படைந்த கண்ணுசாமிப் பிள்ளைக்கு ஒரு 'கப்' காப்பி வாங்கி வந்து கொடுக்கலாம் என்று, ப.மா. சங்கத்தார்கள் இட்லி, காபி சாப்பிட்டுக்கொண்டிருந்த அறையை நோக்கி விரைந்தார்.

o o o

கூட்டம் பதினோரு மணிக்கு முடிந்துவிட்டது. கூட்டத்தில் பிள்ளை வாயைத் திறக்கவில்லை. யார் எது சொன்னாலும், 'எது சரின்னு படுதோ அப்படியே செஞ்சிருங்க' என்று மையமாகப் பதில் சொல்லிக் கழித்துவிட்டார். அந்தத் துயரத்தின் மங்கல் கண்ணிலும் முகத்திலும் இன்னும் தங்கியே இருந்தது.

கூட்டம் முடிந்ததும் வண்டி கிளம்பிற்று.

o o o

சாப்பாட்டுக்குப் பிறகு தோட்டத்தில் கொட்டகையில் சுப்பட்டாவும் பிள்ளையும் இளைப்பாறிக்கொண்டிருந்தார்கள். விளாமிச்சை வேர்த் தட்டியிலிருந்து தண்ணீர் சொட்டிக்கொண்டிருந்தது. மல்லாந்து படுத்திருந்த சுப்பட்டா தனக்கென்று, ஆனால் பிள்ளைக்கே முழுக் காற்றும் படும்படியாக விசிறிக்கொண்டிருந்தார்.

"என்னாங்க, நீங்க இவ்வளவு கோழைன்னு இத்தனை நாளாத் தெரியலியே எனக்கு" என்று சுப்பட்டா சிரித்தார்.

"சுப்பட்டா, மனசிலே ரொம்ப நேரமா ஒரு சேதி அழுத்திக் கிட்டேயிருக்கு. உங்க கிட்ட சொன்னாத்தான் ஆறும் போலத் தோணுது."

"என்ன?"

"ஒரு தப்புக் காரியத்தை ஒருத்தர்கிட்டச் சொல்லி ஒப்புக்கிட்டாலே, மனசிலே கனமும் குறையும், பாவம் கூடக் குறையும்ணு நெனக்கிறேன்."

பிள்ளை இந்த மாதிரித் தோரணையிலேயே ஒரு நாளும் பேசின தில்லை. குரலில் வழக்கமான பணக்காரத் தன்மை கூட முழுவதும் அடங்கி ஓய்ந்து கிடந்தது.

சுப்பட்டா என்ன பேசுவது என்று தெரியாமல் சும்மா இருந்தார்.

"இன்னிக்கு நாம பாத்தாமே, ஒரு குறைக் குழந்தை. அந்தக் குழந்தை யில் பாதி பாகம், கண்ணுசாமி. உங்க பக்கத்துலே படுத்திண்டிருக்கிற கண்ணுசாமி! நாலு வருஷம் முன்னாலெ அந்தப் பொண்ணு தூக்குப்

போட்டுக்கிட்டு செத்துப் போனது நமக்குத் தெரியும். ரொம்ப அழகான பொண்ணுன்னு தான் சொல்லணும்; பதினெட்டு வயசிலே குறைப்பட்டுப் போச்சு. ப்ராஞ்சுக் கடைக்கு மண்ணெண்ணெய் வாங்க வரும். வாரத்திற்கு ஒருமுறை வரும். நான் ப்ராஞ்சுக் கடையில் கொஞ்சம் அதிகமாகவே குந்தத் துவங்கினேன். தினமும் வந்தா சின்னம்மா... எப்படியோ வந்து முடிஞ்சுது ஒரு வருஷம். மூணாம் பேர் அறிவுக் கெட்டலை விஷயம்! முதல் நாளுக்கு முதல் நாள் ராத்திரி சொல்லிச்சு சேதியெல்லாம். எனக்கும் பகீர்னு ஆயிடிச்சு. சின்னப்பாட்டி புளுத்த நாய் குறுக்க போவாத வண்ணம் திட்டிச்சாம். நான் எவ்வளவோ ஆறுதல் சொன்னேன். அது அழுதது; அழுதது எனக்குத் தாங்க முடியவில்லை. எப்படியோ தேத்தி அனுப்பிச்சிட்டேன். மூணாம் நாள். மத்யானம் ஊர் பரபரத்துப் போச்சு. டாக்டர் பார்த்தாரு; போலீஸ் பார்த்தது; 'தற்கொலைச்சாவுன்'னு கடாசியிலே ரிபோர்ட் கொடுத்துட்டாங்க. அது தற்கொலை பண்ணிக்கிட்டு என்னமோ உண்மைதான், ஆனால் இதைத் தற்கொலைன்னு எப்படிச் சொல்றது? சட்டத்தை ஒதுக்கிப் பிட்டு, உலக நியாயமா விசாரிக்கப் போனா கண்ணுசாமி மேலே கொலைக் கேஸ் கொண்டு வரலாமா, இல்லையா?"

கண்ணுசாமி சற்று நிறுத்தினார், சுப்பட்டா பதில் பேசவில்லை.

"மனுஷச் சட்டத்திலே தப்பியாச்சு; படைச்சவன் சட்டம் கூடவா விட்டுடும்?"

சுப்பட்டா இப்போதுதான் பேசினார்.

"இந்தாங்க, நீங்க சும்மா அலட்டிக்காதிங்க; இவ்வளவு நெனச்சிக் கறதே போதும், இதுக்கப்பறமும் கடவுளுக்கு மன்னிக்கத் தெரியாட்டி அதைவிடச் சின்னத்தனம் ஒண்ணு இருக்குமா என்ன?"

"அந்த நம்பிக்கை உண்டு எனக்கு, ஆனா உலகம் போகிற போக்கைப் பாருங்க; குத்தம் செஞ்சவன் யாருன்னு உலகத்துக்குத் தெரியாமயே போயிடிச்சு! அவமானத்துக்குப் பயந்து அது உசரை விட்டுக்கப்போயி, கடாசியிலே அவமானம் போச்சா பாருங்க? குழந்தையை மெனக்கட்டு எடுத்து, பள்ளிக்கூடத்து 'ம்யூசிய'த்துக்குக் கொடுத்திருக்கான் டாக்டரு! வருஷம் நாலாச்சு: இன்னும் சிரிக்குது! புள்ளவராயரு கதை சொல்றாரு! அவப்பேரு எங்கே மறைஞ்சிறப்போறதோன்னு, வேணுமின்னு 'ம்யூசிய'த்துக்குக் குடுத்தாப்லல்ல இருக்கு".

"காப்பி சாப்பிடக் கூப்பிடுறாங்க" என்று ஆள் வந்து கூப்பிட்டான்.

நாலு நாட்களுக்குப் பிறகு, பஞ்சாயத்துத் தலைவர் எழுதிய உருக்க மான கடிதத்தின் பேரில் சின்னம்மாளின் அவப் பெயரை நீக்க ராவ்பகதூர் கைலாச முதலியார் பள்ளிக்கூடத்துத் தலைமையாசிரியர், மானேஜரின் அனுமதிகூட இல்லாமல் தியாகம் செய்ய முனைந்து விட்டார். அவர் கட்டளைப்படி திராவகம், பாத்திரம், 'அது' எல்லாம் பூமிக்குள் மறைந்தன.

அமுதசுரபி, **தீபாவளி மலர்** 1949

கடன் தீர்ந்தது!

"மாமா, நீங்களே இப்படி ஏமாந்து போவதுன்னா என்னாலே நம்பவே முடியலியே! மூணு வருசமாச்சுங்கிறீங்க. ஒரு நாளாவது என்கிட்ட ஒரு வார்த்தை சொல்லணும்னு தோணலியா?"

"அங்கேதானே பய ஜாக்கிரதை பண்ணிக்கிட்டான்? 'ரத்ன தேசிகர்கிட்ட வாய் விட்டுடாதீங்க. விட்டிங்களோ. போச்சு! மோசம்'னு தேள் கொட்றாப்போலக் கொட்டிக் கிட்டேயிருந்தான். நானும் அதைப் புடிச்சுக்கிட்டேன்."

"நானும் நெனச்சு நெனச்சுப் பார்க்கறேன், மாமா – ஆற மாட்டேங்குது. நீங்கதான் இல்லேன்னா, அண்ணி சொல்லக் கூடாதா? இல்லே, உங்க தம்பியாவது சொல்லக் கூடாதா? எங்கிட்ட இல்லாத நம்பிக்கை அந்தக் காலி மேலே விழுந்திடிச்சே உங்களுக்கெல்லாம்! இந்த வட்டாரத்திலே குழி நாலரை ரூபாய்னு சொன்னா எந்தப் பித்துக்குளியாவது நம்புவானா? இந்த ஊரிலே பிறந்த குழந்தை நம்புமா! அகவிலை முக்கால் ஒரு ரூபாய்னு வித்தபோதே குழி அஞ்சு ரூபாய்க்குக் குறைஞ்சு வித்ததுண்டா? ஓசைப்படாம இருபத்தி நாலாயிர ரூபாயைத் தூக்கிக் கொடுத்திட்டிங்களே. என்னடா, முன்னெப்பின்னே தெரியாதவன் ஒருத்தன் சொல்றானே, யாரையாவது கலந்துக்கிட்டுக் கொடுப்போம்னு யோசிக்கறதில்லே? இதென்ன பச்சைப் புள்ளை ஏமாறுறாப் போலல்ல இருக்கு? அண்ணி! எங்கிட்ட உங்களுக்கும் ஒரு வார்த்தை சொல்லணும்னு தோணலியா!" என்று ஆற்ற மாட்டாமல் குமுறிக்கொண்டு, தூணில் சாய்ந்துகொண் டிருந்த மீனாட்சி அக்காளைப் பார்த்தார் ரத்ன தேசிகர்.

"நீ போட்டிக்கு வந்திட்டா, குழி நாலரை ரூபாய்க்கு வாங்க முடியுமா? அதான் சொல்லலே. 'ஆத்தா புடவை கொடுத்தா, அப்பன் குதிரை கொடுத்தான்'னு சொல்லுங்கற சேதியா? நானும் இந்த மூக்குத் திருகு, இந்தச் சேப்பு

ஓலை, இதைத் தவிர மீதியெல்லாம் கழட்டிக் கொடுத்திட்டேன்" என்று சொல்லிக்கொண்டே தொண்டையை அடைத்துக்கொண்டு வந்த அழுகையை அடக்க முடியாமல் உள்ளே போய்விட்டாள் அண்ணி.

ரத்ன தேசிகர் கல்லாய்ச் சமைந்துபோய்விட்டார். கட்டிலில் படுத்துக்கொண்டிருந்த சுந்தர தேசிகர் கண்ணிலிருந்து கரகரவென்று நீர் பெருகிற்று.

"ரத்னம், நிலத்தை வித்தேன், பாங்குப் பணத்தையும் எடுத்தேன். அதோடு நிற்கலை. அவ நகை ஜாடா எடுத்து அவன் கையிலே கொடுத்திட்டேன். நாலாயிர ரூபாய்க்கு அவ மேலே நகையிருந்தது. சும்மா ஆத்திலே போடுறாப்போல எல்லாத்தையும் பிடுங்கிப் போட்டிட்டேன். இன்னிக்குத்தான் அவ இரண்டாவது மனுசன் காதிலே இந்தச் சேதியைப் போட்டிருக்குறா. அவளும் யார்கிட்ட வாவது சொல்லித் தீர்த்துத்தானே ஆகணும்? இப்பச் சொன்னதைத் தவிர வேறு ஒரு பிராணிகிட்ட அவ சொன்னதில்லை. அவளுக்கே தாங்க மாட்டாமெ சொல்லிப்பிட்டா. என்னாலே எத்தனை பேர் மனசு கசந்திருக்கு பாரு. என் சம்சாரம் போயிட்டுப் போறான்னு வச்சுக்குவம். என் தம்பி, அவன் சம்சாரம், அவன் பிள்ளை குட்டிங்க – ஒருத்தரைக் கலக்காமெ, குடும்பத்துக்குப் பெரியவன்னு ஒரு நிலையை எவ்வளவு தூரம் உபயோகப்படுத்திக்கணுமோ அவ்வளவும் செஞ்சு எல்லாத்தையும் அழிச்சுப்பிட்டேன். ஆனா இந்தக் குடும்பத்திலே ஒருத்தராவது, 'இப்படிச் செஞ்சிப்பிட்டியே!'ன்னு என்னை இன்னும் ஒரு வார்த்தை கேட்டதில்லை. அதுவரைக்கும் நான் கொடுத்து வச்சவன்தான்! ஆனா நாளைக்கு நான் தெய்வத்துக்குப் பதில் சொல்லித்தானே ஆகணும்? நானும் நெனச்சு நெனச்சுப் பார்க்கறேன்; இவ்வளவு முட்டாளா இருக்க முடியுமா ஒரு மனுஷன்னு! எனக்கு எப்படி கல்லுக் கல்லா ரூபாயைத் தூக்கிக் கொடுத்தேன்னு புரியவே இல்லை. சொக்குப் பொடி போட்டு மயக்கிப்பிட்டானா? அல்லது வேலைக்காரன்தான் நம்ம புத்தியைக் கெடுத்துச் சந்தியிலே இழுத்துக்கிட்டுப் போயிட்டானா? ஒண்ணுமே புரியலை" என்று பிரமித்துப்போய்ச் சாய்ந்துவிட்டார் சுந்தர தேசிகர்.

ரத்ன தேசிகர் கீழே கிடந்த கடுதாசிக் கட்டிலிருந்து ஒவ்வொரு கடுதாசாக எடுத்து வாசித்துப் பார்த்தார். ஒன்றிலாவது ராமதாஸ் நாயுடுவின் பெயரைக் காணவில்லை. 'பணம் வந்தது. வந்தனம். சீக்கிரம் சாஸனம் எழுதி முடிக்க ஏற்பாடு செய்துவிடுவோம்!' பணம் பெற்றுக்கொண்டேன். இன்னும் ஒரு வாரம் அல்லது இரண்டு வாரத்தில் சாஸனத்தை எழுதி, ரிஜிஸ்டர் செய்துவிடலாம்!' என்று மொட்டையாகத் தொகையைக்கூடக் குறிப்பிடாமல், கடைசியில், 'இப்படிக்கு, கந்தசாமி' என்று கடிதங்கள் முடிந்திருந்தன. ஒவ்வொரு 'கடுதாசியிலும் மேலே 'மயிலாப்பூர்' என்று கண்டிருந்தது. விலாசம் இல்லை. இந்தக் கந்தசாமி யார்? கந்தசாமி என்று யாராவது ஓர் ஆள் உண்மையாகவே இருக்கிறானா என்று ரத்ன தேசிகருக்குச் சந்தேகம் எழுந்தது. இந்தக் கந்தசாமி யார் என்பது கடவுளுக்குத்தான் தெரியும். அவருக்கே தெரியாமலும் இருக்கலாம். அந்த மாதிரி ஓர் ஆசாமியையே அவர் படைக்காமல்

இருந்திருந்தால்? ஆகவே ராமதாஸ் நாயுடுவைக் கேட்டால்தான் தெரியும். ராமதாஸ் கம்பி நீட்டிவிட்டான். இரண்டு மாதமாகத் தலைமறை வாகச் சுற்றிக்கொண்டிருக்கிறான். அவன் பெண்டாட்டியைக் கேட்டால், 'எனக்குத் தெரியாது' என்ற பதிலைத் தவிர வேறே ஒன்றும் கிடைக்க வில்லை.

கீழே கிடந்த முப்பது முப்பத்திரண்டு கடிதங்களையும் மாறி மாறிப் பார்த்துக்கொண்டிருந்தார் ரத்ன தேசிகர். இருபத்துநாலாயிரம் வாங்கிக்கொண்ட சுவடே அதில் காணவில்லை. மொத்தமாகப் பணம் பணம் என்றுதான் கண்டிருந்தது. தப்பித் தவறியாவது, 'ராமதாஸ் நாயுடு மூலம் பெற்றுக்கொண்டேன்' என்று ஒரு கடிதத்திலாவது கண்டிருக்கக் கூடாதா? தரித்திரம் பிடித்த சட்டத்திற்குச் சாட்சி வேண்டுமே! சாட்சியை வைத்துக்கொண்டுதான் கொலை செய்ய வேண்டுமென்று சொல்லுகிற சட்டத்திற்கு எப்படிப் பதில் சொல்வது? ரத்ன தேசிகர் திகைத்தார், எவ்வளவு அழகாக ஏமாற்றியிருக்கிறான் என்று.

நாள்தவறாமல் வீட்டு வாசலில் பாராக் கொடுத்துக்கொண்டிருந்த ராமதாஸ் இரண்டு மாதமாக மறைந்துவிட்டான். அதிலேயே ஏக்கம் பிடித்துவிட்டு சுந்தர தேசிகருக்கு. 'பணம் போய்விட்டது, சர்வமும் தொலைந்துவிட்டது' என்ற அதிர்ச்சியில் அவர் விழுந்துவிட்டார்; படுத்துக் கிடக்கிறார். திரும்பி வராது என்று வேறு சொல்லிவிட்டால் ஆள் பிழைப்பது துர்லபம். ரத்ன தேசிகருக்கு இன்னது செய்வது என்று தெரியவில்லை.

வெகு நாழிகை இருவரும் ஒன்றும் பேசவில்லை. கடைசியில், "மாமா, போலீஸிலே எழுதி வச்சு, ஆள்மேலே வாரண்டுக் கிளப்பித் தான் ஆகணும். நீங்க கவலைப்படாமெ இருங்க. நான் பார்த்துக்கிறேன். கொஞ்சம் முன்னாடி சொல்லியிருந்தா இவ்வளவுக்கு வந்திராது. போவுது; நடந்து போன சமாச்சாரத்தைப் பத்திப் பேசுறதிலே புண்ணியமில்லை. அதைரியப்படாமெ இருங்க."

"அதைரியம் என்னப்பா? எனக்கு ஒண்ணும் ஆசையில்லை, சொத்தைக் காப்பாத்திக்க வேணும்னு. என் சொத்தினாலே இன்னொரு ஜீவன் திருப்தியடைஞ்சு சந்தோஷமடைஞ்சா அதுவே எனக்குத் திருப்தி. ஆனா இது முழுக்கவா என் சொத்து? தம்பி இருக்கிறான். அவன் பெரிய சம்சாரி. என் வார்த்தைக்கு ரெண்டு சொல்ல மாட்டான். அவனை நினைச்சாத்தான் எனக்கு ஆறவே மாட்டேங்குது!"

"சும்மா அதை நினைச்சுக்கிட்டு நொந்துக்காதீங்க. நம்ம கையிலே என்ன இருக்கு? ..."

"சரி அப்பா, எல்லாத்துக்கும் வலது கை மாதிரி இருந்து வரே நீ. உன்னை நம்பாமெ போனத்துக்கு ஆண்டவன் என்னைச் சரியானபடி தண்டிச்சுப்பிட்டான். உங்கிட்டப் பேசுறத்துக்கே கூசுது எனக்கு."

"அப்படி எல்லாம் சொல்லாதீங்க, மாமா! என்னமோ காலக்கோளாறு. நம்ம செயலிலே என்ன இருக்கு? அப்ப வரட்டா?"

"சரி."

சுந்தர தேசிகர் சூன்யத்தைப் பார்த்துக்கொண்டு உட்கார்ந்திருந்தார். அந்தி மயங்குகிற வேளை. தொலைவிலிருந்து மாதாகோயில் மணியின் ஓசை கம்பீரமாக மிதந்து வந்துகொண்டிருந்தது. முற்றத்துக்கு மேலே ஒரே ஒரு நக்ஷத்திரம் முளைத்துப் பளிச்சிட்டுக்கொண்டிருந்தது. அவருடைய படிப்பு, விவேகம், அறிவு ஒன்றும் சொந்த விஷயத்தில் உபயோக மில்லாமல் போய்விட்டது அவருக்கு வியப்பை அளித்தது.

வயது அறுபது ஆகிறது; சைவ சித்தாந்தத்தில் கரைகண்டவர். தேவாரம் பாட ஆரம்பித்தால் மூன்று ஸ்தாயி பேசும் அந்தச் சாரீரம். பிசிறில்லாமல் தம்புராவுக்கு ஜீவா பிடித்தாற்போலப் பேசி நாதமாகப் பொழியும். ஊரில் அண்ணன் தம்பிச் சண்டைகள், புருஷன் பெண்டாட்டித் தகராறுகள், சொத்துப் பிரிவினைகள், நல்ல நாள் பார்த்தல் எல்லாம் அவருடைய யோசனையை நாடி வந்தவண்ணமாக இருக்கும். தர்மத்தி லிருந்து இழை தவறாதவர் என்ற கௌரவ புத்தியால், ஊருக்குப் பெரியவர் என்ற ஸ்தானத்தைக் கொடுத்து, அவரைப் போற்றிவந்தார்கள். கொஞ்சம் சொத்து சுதந்திரம் இருந்தது அவருக்கு. ஏமாற்றுவதற்கு இவரைத்தானா பார்த்தான் ராமதாஸ் நாயுடு!

ராமதாஸுக்கும் அவருக்கும் நெருக்கமான சிநேகம் இருந்ததே இல்லை. அப்பாமங்கலத்திலுள்ள அந்த ஐயாயிரம் ஆறாயிரம் பேரையும் அவருக்குத் தெரியும். ஊருக்குப் பெரியவர் என்று எல்லோரும் அவருக்குக் கும்பிடு போடுவது வழக்கம். அந்த மாதிரி ஆட்களில் ஒருவன்தான் ராமதாஸ்.

என்னவோ திடீரென்று ஒரு நாளைக்கு அவன் அவரைத் தொத்திக்கொண்டுவிட்டான்.

ஒருநாள் இதேமாதிரி அந்தி மயங்குகிற வேளை. வாசல் திண்ணை யில் உட்கார்ந்து ஒரு கிராம்பைச் சுவைத்துக்கொண்டு ஏதோ ராகத்தை தொண்டைக்குள் மனனம் செய்துகொண்டிருந்தார் அவர். ராமதாஸ் வாசலில் போய்க்கொண்டிருந்தான். வெகு நாளாக அவனைப் பார்க்க வில்லை அவர்.

"என்ன ஐயா, ராமதாஸ் சௌக்கியமா? என்ன, கண்ணிலியே காணோம்?" என்று சொல்லி அவனைக் கூப்பிட்டார்.

"காணாமெ என்னங்க?" என்று செருப்பை வாசலிலேயே கழற்றி விட்டு வந்து உட்கார்ந்தான்.

"சௌக்கியந்தானே?"

"சௌக்கியந்தானுங்க."

"சவுக்க மரம் எப்படி விக்குது இப்ப?"

"சவுக்க மரமா? நான் கடையை எடுத்து ஒரு வருஷம் ஆகப் போவுதே!"

"கடையை எடுத்துப்பிட்டீரா? எனக்குத் தெரியவே தெரியாதே! ஏனையா!"

தி. ஜானகிராமன் சிறுகதைகள்

"ஒண்ணும் புண்ணியமில்லிங்க. பாடு ஜாஸ்தி, பலன் குறைச்சல்."

"உம்மாலே சும்மா இருக்க முடியாதேய்யா! கடையை எடுத்திட்டு என்ன பண்ணுறீர்?"

"ஏதோ கமிஷன் வியாபாரம் மாதிரி செய்துட்டிருக்குறேன். நிலம் கிலம் முடிச்சுக் கொடுக்குறேன். ஏதாவது தரகு வருதுன்னா."

"பாடு குறைச்சல், பலன் ஜாஸ்தி."

"உம். அப்படி ஒண்ணும் கொந்தி எறிஞ்சிடலைங்க. ஏதோ வயித்துக்குப் போதும்."

"அட, வருஷத்துக்கு நாலு தரகு கிடைச்சாப் போதுமே ஐயா!"

"அது சரி."

"ஒரு மாசம் அலைஞ்சாலும் பதினோரு மாசம் சும்மா உட்கார்ந்திருக்கலாமே!"

"அது சரிங்க."

"நூறு இருநூறுன்னு வாங்குறீரா, ஆயிரம் இரண்டாயிரம்னா?"

"உம். ஆயிரத்துக்குப் போனா நான் ஏன் இப்படி இருக்கேன்? அந்த மாதிரி வாங்கினா நாலு வீடு வாங்கிப் போட்டுட மாட்டேனா! ஏதோ இப்ப ஒரு நல்ல 'சான்ஸ்' வருது. எந்த மகராஜன் கொடுத்து வச்சிருக்கானோ! அவன் வாங்கினா நமக்குப் பெரிசா எதையாவது கண்ணிலே காணலாம். அப்படிப் புதையல் மாதிரி ஒரு தசை வருது. யார் காத்திட்டிருக்கானோ?"

"நிலமா, வீடா?"

"நிலந்தானுங்க. கண்ணான நிலம். இரு போகம்; ஒரே தாக்காக ரெண்டரை வேலி. குருவை இருபது, தாளடி இருபது காணும். எந்தப் பஞ்சத்திலேயும் இரண்டு போகமும் சேர்ந்து முப்பத்தஞ்சுக்குக் குறையாது."

"ஸ்தலம் எங்கே இருக்கு?"

"இதோ இருக்குங்க, புங்கஞ்சேரியிலே."

"புங்கஞ்சேரியா? அப்பக் கேட்பானேன்? இருபதும் விளையும், முப்பதும் விளையும். என்ன விலை?"

"நாலரை ரூபாய்."

"ஆ!"

தேசிகருக்குத் தூக்கி வாரிப்போட்டது.

"என்ன ஐயா இது, புங்கஞ்சேரியிலா! நாலரை ரூபாயா!"

"உஸ், சத்தம் போடாதீங்க; காரியம் கெட்டுப்போயிடும்."

தேசிகர் குரலைத் தாழ்த்திக்கொண்டார்.

"என்ன ஐயா இது, புரளி பண்றீரு! அந்தத் திக்கிலே பதினஞ்சு ரூபாய்க்குக் குறைஞ்சு நிலம் ஏதுய்யா?"

கடன் தீர்ந்தது!

"இங்கே வாசலிலே இருந்துக்கிட்டுப் பேசக் கூடாது. உள்ளே வந்தீங்கன்னாச் சொல்றேன்."

"சரி, உள்ள போவோம், வாரும்" எழுந்து உள்ளே போனார் தேசிகர். அப்பொழுது ராமதாஸின் மனச்சாட்சி எழுந்து, சற்றுப் படம் எடுத்து ஆடிற்று. அதை ஓங்கி அடித்துப் படுக்கப் போட்டுவிட்டு, முழு மூச்சில் இந்த வேஷத்தைப் போட்டு, ஆடிவிடுவது என்று இறங்கிவிட்டான் அவன். தேசிகரைத் தொடர்ந்து உள்ளே போனான். ஒரு நாற்காலியைக் காட்டினார் அவர்.

"பரவாயில்லை" என்று கீழே உட்கார்ந்தான், ராமதாஸ்.

"ராமதாஸ், நீர் என்ன புதிர் போடுறீரா? புத்தி ஸ்வாதீனமில்லாமெ பேசுறீரா? ஒண்ணும் புரியவில்லையே எனக்கு."

"அதாங்க, இது நம்புறத்துக்கு லாயக்கில்லாத சேதிதான். ஆனா கொடுத்துவச்சவன் நம்புவான்."

"நிஜமாவா? நாலரை ரூபாயா!" என்று களங்கமற்ற வியப்புடன் கேட்டார் தேசிகர்.

"ஆமாம்; உடமைக்காரரு மதராஸிலே ஏதோ கம்பெனியிலே வேலையா இருக்காரு. குத்தகைக்காரன் தவிசல் பண்ணிக்கிட்டே யிருக்கான். அவரும் பட்டணத்திலேயே வீடு கீடு கட்டிக்கிட்டுத் தங்கிடலாம்னு நினைக்கிறாரு. கொஞ்சம் புது மோஸ்தரான ஆளுன்னு வச்சுக்குங்களேன். பரம்பரையா வந்த சொத்து. அவரு தகப்பனாரும் மதராஸிலேயே உத்யோகம் பாத்துச் செத்துப்போயிட்டாரு. பட்டணத்திலேயே பிறந்து வளந்திட்டாரு இவரு. ஊர் நிலைமை தெரியாதவரு. அநுபோக பாத்யம் கொண்டாடப் போறானேன்னு குத்தகையை மூணு நாலு கை மாத்தினாரு. நாலஞ்சு தடவை அதுக்காக இந்தப் பக்கம் காலடி எடுத்து வச்சிருக்காரு. அதைத் தவிர ஊர் நிலைமை ஒண்ணும் தெரியாதவரு. இப்பக்கூட நிலம் எங்கே இருக்குன்னு யாராவது காட்டினாத்தான் தெரியும். நம்பிக்கையா அவருக்கு ஒரு ஆளு, கண்டு முதலைப் பார்த்து நெல்லோ, நீரோ, காசோ அனுப்பறதுக்குக் கிடைக்க மாட்டேங்கறான். ஊரோடேயே ஒட்டாதவனுக்கு எங்கேயிருந்து இதுக்கெல்லாம் ஆள் கிடைப்பானுங்க? அவருக்குப் பட்டணத்திலேயே இருக்கணும்ம்னு ஆசை. வித்திடேறங்கிறாரு. இதான் கதை. போன வாரம் போயிருந்தேன். சொன்னாரு. விலை கேட்டதுக்கு நாலரை ரூபாய்னாரு. எனக்கே நம்ப முடியவில்லை. நிலவரம் தெரியாதவருன்னு பேச்சுக் கொடுத்ததிலே தெரியவந்தது. ஏதோ இருபது இருபத்தஞ்சாயிரம் முடைபோல் இருக்கு. நறுக்குன்னு நாலரை ரூபான்னுட்டாரு போங்களேன். நானே இரண்டாம் பேர் அறியாமெ தளுக்கா அமுக்கிப்பிடலாம்னு பார்த்தேன். இருபதினாயிரத்துக்கு நான் எங்கே போவது? நம்மை நம்பி யாராவது இந்தத் தொகையைக் கொடுக்கப் போறானா? அதெல்லாம் நடக்கிற பேச்சில்லை. சரிதான், நம்ம தலையிலே எழுதினது ஏதோ ஆயிரம் இரண்டாயிரம் தரகுதான்னு முடிவு கட்டிப்பிட்டேன். நான் ஆசைப்படறது வேறே ஒண்ணுமில்லைங்க. அட, நமக்குத்தான் முடியலெ. நமக்கு வேணுங்கப்பட்டவுங்க யாருக்காவது முடிச்சு வைக்கலாமேன்னுதான்.

அதுக்குப் பாருங்க நமக்கு நம்பிக்கையா ஆள் இல்லை. நிர்வாணத் தேசத்திலே கோவணங் கட்டினவன் பைத்தியக்காரன்'னு சொல்றாப் போல, புங்கஞ்சேரியிலே நாலரை ரூபாய்க்கு நிலமிருக்கின்னா யாராவது காது கொடுத்துக் கேக்கற சேதியா அது? இதுக்கு இடையிலே உள்ளூர்க் கழுகு ஒண்ணு அங்கே போய் வட்டம் போடுது."

"அது யாரு?"

"எல்லாம் உங்க ஆளுதான்; ரத்ன தேசிகரு. ஒரு வாரத்துக்குள்ளார இரண்டு தடவை பட்டணம் போயிட்டு வந்திட்டாரு. புங்கஞ்சேரிச் சாலையிலே முந்தானா பாத்தேன். 'எங்கே இப்படி'ன்னு கேட்டேன். 'சும்மாதான் காத்தாட வந்தேன்'னாரு. காத்து வாங்க நம்மூரிலியா இடமில்லே? எங்கிட்டக் காது குத்தினாரு. நானும் சரிதான்னு கேட்டுக் கிட்டு வந்திட்டேன்."

"ரத்னம் இறங்கிட்டானா? அப்பக் கட்டாயம் அவனுக்குத்தான் சேரப்போவுது அது."

"சேர்ந்திடுமா அது? அவரு ரத்னம், நான் ராமதாஸ்! நம்ப ரானா வுக்கு ஒரு கால் இருக்குங்க."

"சரிதான் ஐயா, நீர் எப்படி முந்திக்க முடியும்?"

"ஒரு மூவாயிரத்தை அட்வான்ஸ் கொடுத்து, ஆணி அறையறாப் போல அறைஞ்சுப்பிட்டா அப்புறம் ரத்னமாவது, வைடூரியமாவது?"

"உம்மாலே முடியுமா அது?"

"ரூபா இருந்தா முடியாமெ என்ன?"

"எத்தனை ரூபாய்!"

"மூவாயிரம் இருந்தாப் போதும்."

"சரி, கவலைப்படாதீர். நாளைக்குச் சாயங்காலம் நாலு மணிக்கு வாரும்."

"யாருக்கு?"

"இங்கே ஒருத்தருக்கு?"

"யாருக்கு? சொல்லுங்களேன்."

"அட, நமக்குத்தான்னு வச்சுக்குமேன்."

"அப்படியானா சரி. பாலிலே பழம் விழுந்தாப்போல ஆச்சு. நானும் அதுதான் எதிர்பார்த்தேன். ஆனால் விஷயத்தை வெளியிலே விட்டுடாதீங்க. ஜாக்கிரதை!"

"ஜாக்கிரதையா இல்லாமெ வேறே எப்படியா இருக்க முடியும், இந்தச் சமாசாரத்துலே?"

"என்னமோ, என் பதட்டம், என் கவலை, சொல்லி வைக்கிறேன்."

"கவலைப்படாதீர். நாளைக்கு நாலு மணிக்கு வாரும்."

மறு நாளைக்குப் பாங்கியில் ஆபத்து சம்பத்திற்காக வைத்திருந்த இரண்டாயிரம் ரூபாயை எடுத்துவிட்டார் தேசிகர். இரும்புக்கடை வைத்தியநாத பிள்ளையிடம் நோட்டெழுதிக் கொடுத்து ஓராயிரத்தை வாங்கினார். எல்லாம் பகல் சாப்பாட்டிற்குள் முடிந்துவிட்டது. மாலை நாலு மணிக்கு ராமதாஸ் மூவாயிரத்தையும் வாங்கிக்கொண்டு போனான்.

"அநேக நமஸ்காரம் ... பணம் வந்து சேர்ந்தது ... சீக்கிரம் சாஸனம் செய்ய ஏற்பாடு செய்கிறேன். மற்றவை நேரில்.

ரா. கந்தசாமி"

அன்று சாயங்காலம் இருட்டுகிற சமயத்திற்கு ராமதாஸ் வந்தான். அவன் பெயருக்கும் ஒரு கடிதம் வந்திருந்தது. அதை எடுத்து அவரிடம் காட்டினான்.

மறுநாளைக்கு மறுநாள் மயிலாப்பூரிலிருந்து ஒரு கடிதம் வந்தது:

"... பணம் வந்தது. தேசிகருக்கும் இன்று கடிதம் எழுதியிருக்கிறேன். சீக்கிரமே சாஸனத்திற்கு ஏற்பாடு செய்வோம். தேசிகருக்கு நிலங்களைக் காண்பிக்கவும்.

ரா. கந்தசாமி"

"நிலத்தைப் பார்க்கிறது என்னையா? எல்லாம் நீர் சொன்னா சரி!" என்றார் தேசிகர்.

"அது முறையில்லீங்க. எல்லாத்துக்கும் ஒரு தடவை பார்த்துவிடறது தான் நல்லது. பார்க்காமெ எந்தக் காரியமும் செய்யப்படாதுங்க. நாளைக்குத் திருப்தியில்லாமெப் போச்சுன்னா?"

"சரிய்யா. உம்ம இஷ்டத்தைத்தான் கெடுப்பானேன்? என்னிக்கிப் போகலாம்?"

"எப்ப வந்தாலும் நான் தயார்."

"வியாழக்கிழமை போவமா?"

"உம், ஆனா விடியற்காலமே அல்லது இருட்டுற நேரத்துக்குப் போனா நல்லது. கையெழுத்தாகி ரிஜிஸ்டர் ஆற வரைக்கும் மூட்டமா இருக்கிறதுதான் தேவலாம்."

"சரி, வியாழக்கிழமை விடிகாலம் வர்றேன்."

வியாழக்கிழமை இருள் பிரிவதற்கு முன்னேயே வண்டியைக் கட்டி தாமே ஓட்டிக்கொண்டு சென்றார் தேசிகர். ஊர்க்கோடியில், சாலையில் நின்றுகொண்டிருந்த ராமதாஸ் வண்டியில் ஏறிச் சாரத்தியத்தைத் தான் ஏற்றுக்கொண்டான். நாற்பது வருஷ காலத்தில் அன்றுதான் தேசிகருக்குப் பிராதஸ்நானம் தவறிவிட்டது.

புங்கஞ்சேரி நாலு மைலில் இருந்தது. விடிய விடிய வண்டி புங்கஞ்சேரி எல்லையை அடைந்தது. ஜிலுஜிலுவென்று காலைக்காற்று, குளிர்ந்து

அடித்துக்கொண்டிருந்தது. வலியன் குருவி ஊருக்குமுன் எழுந்து ஊரை எழுப்பிக்கொண்டிருந்தது. காலையின் மௌனம், குளிர்ந்த காற்று, மனசில் இருந்த எழுச்சி, எல்லாம் தேசிகருக்குப் பிராதஸ்நானம் தவறிப் போனதற்கு ஈடு கட்டிவிட்டன.

"அட, இதோ நிக்கிறாரே!" என்று வண்டியை நிறுத்தினான் ராமதாஸ்.

"யாரு?"

"நிலத்துக் குத்தகைக்காரருங்க. இங்கேயே இறங்கிப்பிடலாங்க. வண்டியை இங்கேயே அவுத்துப்போடலாம். இதோ இருக்கு. போய்ப் பாத்துப்பிட்டு உடனே திரும்பிடலாம். சும்மா மரத்திலே மாட்டுத்தலைக் கயிற்றைக் கட்டிப்பிட்டுப் போகலாம்."

"சரி."

நாலு வயல் கடைக்கு அப்பால் இருந்தது அந்த இரண்டரை வேலித் தாக்கும். வரப்பின்மேல் மூவரும் நடந்து வந்து நின்றார்கள்.

"நமக்கு ரொம்ப வேண்டியவருங்க குத்தகைக்காரரு. ஓய், குத்தகைக் காரரே, உங்க நிலத்துக்கு இனிமே முதலாளி இவுங்கதான்!"

"தெரியுதுங்க."

தேசிகர் கருகமரத்தடியில் நின்று பார்த்தார். பயிர் கருகருவென்று கரும் பச்சையாக வாளித்து வளர்ந்து காலைக் காற்றில் அலையாடிக் கொண்டிருந்தது.

"காவேரிப் பாசனம் பாசனந்தான். பயிர் எப்படி ஓய்யாரமா, மதம் புடிச்சாப்போல நிக்குது பாரும்! குத்தகைக்காரரே, கண்டு முதல் சுமாரா எப்படியிருக்கும்?"

"குருவை, பதினெட்டு இருபதுக்குக் குறையாது. தாளடி பதினாறு பதினேழுக்குக் கீள போனதில்லை."

"குத்தகை?"

"இருபத்தஞ்சு."

"அதிகந்தான்."

"நீங்க சொல்றீங்க. முதலாளிக்கு ரொம்பக் குறைச்சல்னு எண்ணம். கிஸ்தியும் நீயே கட்டிப்பிடுங்கிறாரு. இது உலகத்தில் இல்லாத சேதியா இருக்கு. கிஸ்தியைக் கூடவா குத்தகைக்காரன் கொடுப்பான்? அதாங்க தவிசல்! நெல்லுக்காச்சி மரம் எங்கே இருக்குன்னு கேக்கிறவங்களுக்குப் பாடுபடறவன் அருமை, வழக்கம் முறை ஏதாவது தெரியும்படி என்னமாங்க சொல்றது. அவருபாட்டுக்குக் கேக்குறாரு."

"இனிமே அந்தக் கவலை ஏன் ஐயா, உமக்கு? புது முதலாளி எப்படின்னு கொஞ்ச நாளில் தெரிஞ்சு போயிடுது."

"நெலம் நல்லாத்தான் இருக்கு. விளைச்சலும் நல்ல விளைச்சலாகத் தான் சொல்றாரு குத்தகைக்காரரு!" என்று பயிரின் கரும் பசுமையைக் கண்டு பூரித்துக்கொண்டே சொன்னார், தேசிகர்.

கடன் தீர்ந்தது!

"அதெல்லாம் உழைப்பிலே சளைக்கிற ஆளு இல்லீங்க குத்தகைக் காரரு. குத்தகை நிலந்தானேன்னு சோம்பிச் சோம்பி மயங்குற ஆளு இல்லே" என்றான் ராமதாஸ்.

"எதுக்காகச் சோம்புறதுங்க! பூமாதேவி 'இந்தா இந்தா'ன்னு கொடுக்கக் காத்துக் கிடக்குறா. அவளுக்கு வேணுங்கிற தீனியைக் கொடுத்தாக் கைநிறைய வாரிக் கொடுக்கிறா, தாயி. உள்ளே கிடக்குது புதையல். அதுக்குக் கொஞ்சமாவது நாம் பிரயாசைப்பட வேண்டாங்களா? சோம்பினா அது தெரியாத்தனம் இல்லே?"

"நீ சொல்றே தம்பி! உன் மாதிரி எல்லாரும் இருந்தா நம்ம தேசத்திலே சாப்பாடு ராஜாங்கத்துக்குக் தலைவலியைக் கொடுக்குமா? உழைக்காமலே வாயிலே சோறு வந்து விழணும்னு நாம் தூங்கறோம். அதான் தேசமே தவிக்குது" என்று சொல்லிவிட்டுத் தேசிகர் நிலத்தைப் பார்த்துக்கொண்டே இருந்தார்.

"என்னமோங்க. வஞ்சனையில்லாமல் உழைக்கிறேன். சொந்தக் கொளந்தை மாதிரி நெனச்சுத்தான் செய்நேத்தி செய்யறேன். குத்தகை தக்கணும்; ஆண்டவன் செயல்."

"கவலைப்படாதையா! வஞ்சனையில்லாமல் உழைச்சா உன்னை விட்டு ஏனையா குத்தகையை மாத்தறேன்?"

"ஓய், நீர் ஒண்ணும் சொல்ல வாண்டாம். அதெல்லாம் அவங்களுக்குத் தெரியும்" என்றான் ராமதாஸ்.

சற்று நேரம் கழித்து மூவரும் சாலைக்குத் திரும்பினார்கள்.

வண்டி கிளம்பிற்று. ஊர்க்கோடியில் தலைக்கயிற்றைத் தேசிகர் கையில் கொடுத்துவிட்டு, "மறுபடியும் சொல்றேன்னு நெனச்சுக்காதிங்க. யார்கிட்டேயும் சேதியை வெளியிலே விட்டுடாதீங்க. முக்கியமா ரத்ன தேசிகர் காதுக்கு எட்டிச்சோ, போச்சு!" என்று எச்சரித்துக்கொண்டே இறங்கினான் ராமதாஸ்.

"எனக்கென்ன பைத்தியமா? இதுக்கு என்னையா கவலை?" என்று தைரியம் சொன்னார் தேசிகர்.

வண்டி போய்விட்டது. கத்தியை எடுத்து ஒரு கருகக் குச்சியை நறுக்கிக் கடித்துக்கொண்டு வாய்க்கால் கரையில் நின்றான் ராமதாஸ். அவன் நெஞ்சு தேசிகரை நினைத்துக் கழிவிரக்கத்தில் கசிந்தது. குற்றம் செய்கிற குறுகுறுப்பு அங்கே இல்லை. 'இவ்வளவு நம்பிவிட்டானே பாவி!' என்று வருத்தப்பட்டான்.

தேசிகர் பார்த்த அந்த இரண்டரை வேலித்தாக்கும் புங்கன்சேரிக் கொங்கணேசர் கோயில் நிலம். அந்தக் 'குத்தகைக்காரன்' தஞ்சாவூரில் மாட்டுத் தரகு செய்துகொண்டிருந்தவன். ராமதாஸிடம் பத்து ரூபாய் 'பீஸ்' வாங்கிக்கொண்டு குத்தகைக்கார வேஷம் ஆடிவிட்டு அடுத்த பஸ்ஸில் தஞ்சாவூர் போய்விட்டான்.

'பாவிப் பய, துரதிர்ஷ்டக்கார மனுசன்! இப்படி ஏமாந்து போகிறானே! இதோடு இந்த நாடகம் சாயம் வெளுத்துவிட்டால்கூடப்

பிழைத்துவிடுவான்' என்று ஒரு நிமிஷம் தோல்வியைக்கூட விரும்பினான் ராமதாஸ். தேசிகருடைய குழந்தைத் தன்மை ஒரு கணம் அந்த நிலைக்குக் கொண்டுவந்துவிட்டது அவனை. அந்த எண்ணத்தை உலுக்கி, உதறி எறிவது சற்றுக் கஷ்டமாகத்தான் இருந்தது அவனுக்கு.

தேசிகர் அன்று இரவு தூங்க நேரம் பிடித்தது. இரண்டரை வேலி நிலம் ஒரே தாக்காகத் தம்மை அணுகி வருவது கண்டு அவர் நெஞ்சு எழுச்சியில் மகிழ்ந்து படபடத்தது.

ராமதாஸ் நாள் தவறாமல் வந்து அரைமணி நேரமாவது பேசி விட்டுப் போய்க்கொண்டிருந்தான். பதினைந்து நாள் கழித்து ஓர் எண்ணாயிரம் கேட்டான். தேசிகர் உடனே நஞ்சையும் புஞ்சையுமாய் இருந்த குடும்பச் சொத்தான பன்னிரண்டு மா நிலத்தையும் குழி பதினைந்து ரூபாய் என்று உச்சிக் கிரயத்தில் விற்று ரொக்கத்தை வாங்கி எண்ணாயிரத்தை ராமதாஸ் கையில் கொடுத்துவிட்டார். அதற்குள் மயிலாப்பூரிலிருந்து ஒரு கடிதம் வந்துவிட்டது. வைத்தியநாத பிள்ளையின் கடனை உடனே தீர்த்துவிட்டார் தேசிகர்.

ஒரு மாதம் ஆகிவிட்டது. மயிலாப்பூர்காரருக்கு இன்னும் ஒழிய வில்லை. ஆனால் ராமதாஸ் முதல்தர நெல்லாக நாலு வண்டியும் தேசிகர் பசுக்களுக்கும் எருமைகளுக்கும் வைக்கோல்போரும் போட்டு விட்டுப் போனான்.

நாலு மாதம் ஆயிற்று. இன்னோர் ஆயிரம், இன்னொரு நாலாயிரம் ராமதாஸ் கைக்குப் போயிற்று. கடிதத்துடன்தான். இரண்டாம் போகம் கண்டு முதலுக்குப் பிறகு இன்னொரு நாலு வண்டி நெல் வந்துவிட்டது. தேசிகருக்குச் சாப்பாட்டுக் கவலை ஒழிந்தது. மாயவரத்துப் பாதிரிப் பழம் தேசிகருக்கு உயிர். நாலைந்து கூடைகள் வந்தன. மதுரை மலை மாவடு அவருக்கு இரண்டாவது உயிர். அவருடைய அந்தரங்க ருசிகளை எல்லாம் வெகு குறிப்பாக அறிந்து நிறைவேற்றிவந்தான் ராமதாஸ்.

"ஓய், நீர் ரொம்ப இங்கிதம் தெரிஞ்ச ஆளையா!" என்று ஒருநாள் அவர் கொடுத்த 'சொட்டு' அவன் மனச்சாட்சி மீது புண்ணில் 'சொட்டு'க் கொடுத்தாற் போல் விழுந்தது. சுரீர் என்று அந்த வலியைப் பொறுத்துக்கொண்டு நிமிர்ந்துகொண்டான்.

நிலம் விற்ற ரொக்கம் முழுவதும் கரைந்துவிட்டது. ஆனால் பன்னிரண்டு மாநிலத்துப் பணத்தில் வரவிருந்த இரண்டரை வேலி நிலம் அணுகிக்கொண்டே இருந்ததே தவிர, கைக்கு எட்டவில்லை.

தேசிகர் மயங்கினார்.

ராமதாஸ் காளவாய் மாதிரி பணம் கேட்டுக்கொண்டிருந்தான். கொடுத்த பணத்தை வாங்குவதற்காகவாவது இன்னும் கொடுத்தால் தான் நல்லது என்று தேசிகருக்குத் தோன்றிவிட்டது. மீனாட்சியம்மாளின் கை வளையல், அட்டிகை, மூன்று வடம் சங்கிலி, அந்த நாளில் அணிந்திருந்த புல்லாக்கு ஒவ்வொன்றாகக் கடுதாசாக மாறிக் கை மாறிற்று. இரண்டு வருஷம் ஆகிவிட்டது. மயிலாப்பூர்க்காரர் இதோ, இதோ என்று மன்னிப்புகள் கேட்டுக் கேட்டுக் கடிதம் எழுதிக்கொண்டேயிருந்தார்.

இன்னோர் ஆறு மாதம் ஆயிற்று. சாப்பாட்டுக் கவலை இல்லை. ஏராளமாக நெல்லும் நீரும் வீட்டில் நிறைந்து கிடந்தது. எங்கிருந்து வந்ததோ!

திடீரென்று ராமதாஸ் நின்றுவிட்டான்.

தேசிகருக்கு தளர்ச்சி கண்டது. ஜுரம் வந்தது. நெஞ்சு திகிலுற்றது. படுத்துவிட்டார். ரத்ன தேசிகர் அவருக்கு ஒன்றுவிட்ட அத்தை மகன், அடுத்த ஊரிலிருந்து அவரைப் பார்க்க வந்தபோது, "ரத்னம், இந்த ராமதாஸை உனக்குத் தெரியுமா?" என்று சாதாரணமாகக் கேட்டு வைத்தார்.

"தெரியும்!"

"ஆள் எப்படி?"

"ஏன், ஏதாவது கடன் கிடன் கொடுத்திருக்கீங்களோ?"

"என்னப்பா, அப்படிக்கேட்டே!"

"பின்னே ராமதாஸைப் பத்தி யார் விசாரிப்பாங்க! நூறு இருநூறு கொடுத்திருந்தா, பேசாமே ஒரு முழுக்குப் போட்டுட்டு முழிச்சிடுங்க. இனிமே கொடுக்க வாணாம்."

தேசிகருக்குப் பகீரென்றது. ஒரு மணிநேரத்தில் எல்லாவற்றையும் கக்கி உருகிவிட்டார்.

ரத்ன தேசிகருக்கு மண்டையில் அடித்தாற்போல் இருந்தது. மொட்டைக் கடுதாசிகளும் முட்டாள்தனமும் அவரை அதிரச் செய்து நடுக்கிவிட்டன. ஒன்றும் ஓடவில்லை அவருக்கு.

போலீஸில் பதிவு செய்தார். மறுநாள் ஊர் சலசலத்துவிட்டது. தேசிகரைக் கூட்டம் கூட்டமாக வந்து துக்கம் விசாரித்தார்கள். வேடிக்கை பார்த்தார்கள். அவருடைய உயிர் சாகசத்துடன் உடலில் ஒட்டிப் பிடித்துக்கொண்டிருந்தது. பஞ்சாயத்து போர்டு தலைவர் கண்ணுசாமிப் பிள்ளை, குப்புசாமி டாக்டர், சுப்பட்டா இன்னும் நாலைந்து பேர் கீழே உட்கார்ந்திருந்தார்கள்.

"இந்தக் காலத்திலே தகப்பன் பிள்ளையை நம்ப மாட்டேங்கறான். பெண்டாட்டி, பிள்ளை, அண்ணன், தம்பி ஒருத்தரையும் நம்ப மாட்டேங்கறாங்க. இப்படி ஒரு அல்காப் பயலை நம்பிவிட்டீர்களே!"

"உங்களைப் போய் ஏமாத்தினானே, பாவி, பாவி! அவனை உசிரோட வச்சு வச்சுக் கொல்ல வாண்டாம்?"

"அந்தப் பய ஹோட்டல்லெ எப்படிச் சாப்பிட்டான் தெரியுமா? தினந்தோறும் இரண்டு ஜாங்கிரி, இல்லாட்டி இரண்டு அல்வா, டிக்ரி காப்பி இப்படில்ல முழுங்கினான்? பாவி, பாவி!"

"என்ன வேட்டி! என்ன சட்டை! பெண்டாட்டியை அழைச்சிக் கிட்டு அமாவாசைக்கு வேதாரண்யம் போனான். சிவராத்திரிக்கு ராமேசுரம் போனான்."

திகைப்பும் குரோதமும் பரிவும் தேசிகர் முன் தாறுமாறாக ஆடிக்கொண்டிருந்தன.

"என்னடா இப்படி பேசறேனென்னு நீங்க நெனைக்கலாம். என் பணத்தைக் கொண்டு இவ்வளவு சந்தோஷம் ஒத்தன் அடைஞ்சான்னா அது எனக்கு ஒரு திருப்தியாகத்தான் இருக்கு. என்ன கண்ணுசாமி பிள்ளை, நான் சொல்றது எல்லாம் உங்களுக்குச் சம்மதமில்லைபோல் இருக்கு. நீங்க எல்லாரும் இவ்வளவு ஆத்திரப்படறபோது நான் பேசுகிறது ருத்ராக்ஷப் பூனை மாதிரி இருக்கும். 'இந்தப் பழம் புளிக்கும் டாங்'கிற போக்கிலே நான் சொல்லல்லே. உண்மையாகவே எனக்கு ஒரு திருப்தி உண்டாகத்தான் செய்யுது. இந்தப் பணம் போனா என்ன? என் நடராஜன், சபாபதிப் பெருமான் எனக்கு வேறே கொடுத்திட்டுப் போறான். கட்டாயம் கொடுப்பான். ஐயோ, அத்தனையும் போயிடுச்சே!'ன்னு இடிஞ்சுபோய் முதல்லே உட்காரத்தான் உட்கார்ந்தேன். ஆனா யோசிச்சுப் பாக்கறப்ப, பரவாயில்லேன்னு தோணுது. நான் இப்பக் கவலைப்படலே. என் பணம் நிச்சயம் வரும்."

"அதுக்காக அந்தப் பயலை ஒண்ணுமே செய்யாமெ விட்டு விடுகிறதா?"

"நான் அப்படிச் சொல்லலையே, மோசடி பண்ணுகிறவனைத் தண்டிச்சுத்தான் ஆகணும். ராஜாங்கம் அவனைத் தண்டிக்கணும்னு தான் நான் விரும்புகிறேன். நான் சொல்ல வந்தது, என் மனசிலே ஏற்பட்ட ஒரு எண்ணத்தைத்தான்!"

ஆனால் ராமதாஸின் ரத்தத்தையே குடித்துவிடத்தான் துடித்தது ஒவ்வொரு நெஞ்சும்.

இருபது நாள் கழித்துச் சிதம்பரத்திற்குப் பக்கத்தில் ராமதாஸ் பிடிபட்டுவிட்டான். விலங்கிட்டு இழுத்து வந்தார்கள். "பணமாவது, வாங்கிக்கவாவது? தேசிகர்கிட்டயா! இது என்னையாது புதிரா இருக்கு!" என்று அவன் முகம் ஆச்சரியக்குறி போட்டுக் கேட்டது. அதன் பலனாக, நகக் கண்ணில் ஊசி ஏறிற்று. முதுகு பட்டையாகத் தடித்தது. முகம் வீங்கிற்று.

இந்தக் கட்டத்தை அவன் எதிர்பார்க்கவில்லை. மடத்து நாய் மாதிரி எலும்பு கடகடக்க அடிபடும் கட்டம் அவன் போட்ட திட்டத்தில் இல்லை. ஜாமீன் கொடுத்து வெளியே வந்தான்.

கேஸ் நடந்துகொண்டிருந்தது. அந்தக் கடிதங்கள் தான் எழுதினவை அல்ல என்று பொய்ச் சத்தியம் செய்தான். அன்று வெளியே வரும்போது கண்ணுசாமிப் பிள்ளை அவன் மீது கோர்ட் வாசலில் காறி உமிழ்ந்தார்.

கையில் இருந்த ஐந்நூறு, ஆயிரமும் தீர்ந்துவிட்டது.

தலைவலி என்று ஒருநாள் படுத்தான் ராமதாஸ். நிற்காத தலைவலி அது. வளர்ந்தது; காய்ச்சல் கண்டது; பூச்சி வெட்டின வெண்டைச் செடி

போல விறுவிறுவென்று வாடி உடல் தேயத் தொடங்கிற்று. படுத்த படுக்கை ஆகிவிட்டான். மருந்து வாங்கக் காசு இல்லை. அடிபட்டு அடிபட்டு வாலைச் சுருட்டி வதங்கி மடிந்திருந்த உள் மனம் ஓங்கி ஜ்வாலை விட்டு எரிந்தது. அதை அடித்து உட்கார வைக்க அவன் மனசு தெம்பு இழந்துவிட்டது. பிழைக்கிற குணம் தெரியவில்லை. மூன்று வாரம் ஆக வில்லை. இன்றைக்கோ, நாளைக்கோ என்று பொழுதை எண்ணும் நிலை நெருங்கிவிட்டது.

அன்று காலை எட்டு மணி இருக்கும்.

"வெந்நீர்" என்றான் ராமதாஸ்.

"அவங்க வந்திருக்காங்க" எனப் பதறினாள் அவள்.

"யாரு?"

"தேசிகரு!"

"ரத்ன தேசிகரா?"

"இல்லே, நம்ம தேசிகரு."

"ஆ!"

அவன் வாய் மூடுவதற்குள் சுந்தர தேசிகர் உள்ளே வந்துவிட்டார். சுற்றுமுற்றும் பார்த்தார். கந்தல் துணிகளும் அழுக்குத் துணிகளும் தேயும் உடலும் நாற்றம்வீசி வயிற்றைக் கலக்கின. ராமதாஸின் மனைவி ஒன்றும் புரியாமல் விழித்தாள். ஒரு நாற்காலி காட்டினாள், அவரை அமரச் சொல்லி.

"ராமதாஸ், உனக்கு உடம்பு சரியா இல்லை. கவலைக்கிடமா யிருக்கு என்று சொன்னாங்க. பார்த்துவிட்டுப் போகலாம்ணு வந்தேன். அதுமட்டும் இல்லெ. உன்னிடம் ஒரு முக்கியமான சேதி பேசணும்."

ராமதாஸ், கயிற்றுக் கட்டிலில் படுத்திருந்தான். சற்று எழுந்து தலையணையில் சாய்ந்தாற்போல உட்கார முடியாமல் அவனுக்குத் தெம்பு செத்துவிட்டது.

"ராமதாஸ், உன்னைப்போல ஒரு கெட்டிக்காரனை நான் பார்த்திருக் கேன்னு நினைக்கலை. இந்த உலகத்திலே சுகம் அடையறதுக்காகப் பாடுபடறாங்க, உழைக்கிறாங்க. ஆனா உன்னைப்போல இவ்வளவு சுலபமாக அதை அடைஞ்சவர்கள் ரொம்ப ரொம்பக் கொஞ்சம். ஆனா கடைசியில் மாட்டிக்கவும் மாட்டிக்கிட்டே. எனக்கு ஜயிச்சதுன்னா உனக்குத் தண்டனை கொடுப்பாங்க. ஆனா எனக்கு ஜயிக்கும்ணு நான் நம்பவில்லை. அவ்வளவு சாமர்த்தியமா நீ என்னை ஏமாத்திப்பிட்டே. ஆனா, கேஸ் உனக்கு ஜயிச்சுதுன்னா உன்னைப்போலத் துர்பாக்கிய சாலி ஒருத்தரும் இருக்க முடியாதுன்னுதான் எனக்குத் தோணுது. எந்தத் தப்பு, குத்தம் பண்ணினாலும் அதுக்குப் பிராயச்சித்தம் பண்ணி இந்த உடம்பையும் நெஞ்சையும் வருத்தித்தான் ஆகணும், மனுஷன். இல்லாட்டா பாவம் பின்னாலே வந்து வந்து அறுக்கும்.

ஆனா இப்ப உன் நிலையைக் கேட்டுதான் ஓடி ஓடி வந்தேன். கேஸ் யாருக்கு ஜயிச்சா என்ன? இப்ப உன் பிராணன் போயிக்கிட்டிருக்கு. நீ நல்ல வழி தேடிக்காமே போயிடப் போறேன்னு நான் ஓடி வந்தேன். நம்ம சாஸ்திரங்களிலே வாங்கின கடனைத் திருப்பிக் கொடுக்காமே செத்துப்போகக் கூடாதுன்னு சொல்லியிருக்கு. இப்ப உன் கடனை நீ தீத்துப்பிடணும், நானும் பாக்கி இல்லேன்னு குறையிலாமே மனசாரச் சொல்லிடணும். இப்போ அதுக்குத்தான் நான் வந்தது. நீ என் பணத்தை வச்சுக்கிட்டுப் பழைய கடனெல்லாம் அடச்சே. சுகமாகவும் இருந்தே. எல்லாம் கேள்விப்பட்டேன். எனக்கு ரொம்பத் திருப்திதான். ஆனாக் கடனை அடைக்காமே போகக் கூடாது. அக்கம் பக்கத்திலே விசாரிச்சேன். டாக்டருக்குக்கூடப் பணம் உன்னாலே கொடுக்க முடியலேன்னு சொன்னாங்க. அதனாலே ஒண்ணே ஒண்ணு கேக்கறேன். உன் கையிலே இருக்கிறது ஏதாவது கொடு, போதும். அஞ்சு அல்லது ஒரு ரூபா கொடுத்தாலும் போதும். நான் சந்தோஷமா வாங்கிக்கிட்டு, உன் கடன் தீர்ந்து போச்சுன்னு என் தேவார ஆணை, லோகமாதா ஆணையாச் சொல்லிப்பிடறேன். என்ன? அதுக்குத்தான் நான் வந்தது" என்று தேசிகர் நிறுத்தி, பதிலுக்குக் காத்துக்கொண்டிருந்தார்.

ராமதாஸுக்கு இவ்வளவையும் மனத்தில் வாங்கிக்கொள்ளச் சற்று நேரம் பிடித்தது. மருண்டு விழித்தான். அவன் உயிர் நெருப்பில் விழுந்து துடித்தது.

"நான் நெசமாகத்தான் இதைச் சொல்கிறேன். ஏதாவது கொடு போதும். இருபதினாயிரத்துச் சொச்சமும் தீர்ந்து போச்சுன்னு மனசாரச் சொல்லிப்பிட்டுப் போயிடறேன்."

விம்மியழும் குரல் கேட்டது. திரும்பிப் பார்த்தார் அவர். ராமதாஸின் மனைவி, உடல் குலுங்க, வாய்விட்டு வரும் அழுகையை அடக்க முடியாமல் அடக்கிக்கொண்டு அவனருகே வந்தாள். அவன் பக்கத்தில் துவண்டு, சீம்பித் தொங்கிய வலது கையை எடுத்து உள்ளங்கையில் எதையோ வைத்துத் தேசிகரை நோக்கிக் கையை இழுத்து அவர் பக்கமாக நீட்டினாள்.

அவர், கையைப் பிடித்து அந்த இரண்டணாவை வாங்கிக் கொண்டார்.

"அம்மா, இனி ஏன் அழறே? பேசாம இரு. என் கடன் தீர்ந்து போச்சு. பராசக்தி கேக்கச் சொல்றேன். உன் புருஷன் கடனைப் பூராவும் தீர்த்துவிட்டான். கவலைப்படாதே! அவனும் கவலைப்பட வேண்டாம். நான் போய்வாரேன்" என்று வெளியே போய்விட்டார்.

கல்கி, அக்டோபர் 1950

ஜீவனாம்சம்

புருஷனுக்கும் பெண்டாட்டிக்கும் சண்டை. ஓயாத சண்டை. ஒழியாத சண்டை. 'ஏனடா இந்த இரண்டையும் குடிவைத்துக்கொண்டோம்', என்று ஆய்விட்டது. குடிவந்து எட்டு மாதம் ஆகவில்லை. அதற்குள் எத்தனை சண்டை! எத்தனை சண்டை! சண்டையின் இலக்கணம் என்ன? இரண்டு எதிரிகளும் அடித்துக்கொள்ள வேண்டும். பார்ப்பவர்களுக்கு அதுதான் பாங்காக இருக்கிறது. கணிசமாக இருக்கிறது.

இந்தச் சண்டை அப்படியில்லை, புருஷன்காரன்தான் 'தொம் தொம்'மென்று அவளை உப்புச் சுமந்த கழுதையைச் சாத்துகிறமாதிரி சாத்திக்கொண்டிருந்தான். அந்தப்பெண் பொறுத்துப் பொறுத்துப் பார்த்துவிட்டுக் கடைசியில் தாங்க முடியாமல் ஊளையிடும். பெண்பிள்ளை அழும்போது மட்டும் இந்த மனத்தில் எவ்வளவு வேதனை, எவ்வளவு கலக்கம் புரளுகிறது! எழுந்து போய் ஒரே வெட்டாக அந்தப் பயலை வெட்டிவிடலாம்போல் தோன்றுகிறது. இரக்கத்தைத் தட்டி எழுப்புகிற சண்டை சண்டையா?

ஒரு வருஷம் முன்னால் நாற்பத்தைந்து வயதில் அவனுக்கு ஒரு மனைவி இருந்தாளாம். அப்போது வேறு ஏதோ தெருவில் குடியிருந்தான் அவன். அவளை அடித்தே கொன்றுவிட்டானாம். சொல்லக் கேள்விதான். அடித்தா கொல்ல முடியும்? ஒன்று என்றால் பத்து என்று அளந்து கொட்டும் ஊர். நம்பத்தான் முடியவில்லை. ஆனால் இப்பொழுது நடக்கிறதைப் பார்த்தால் அப்படி செய்யக் கூடிய ஆள் என்று தான் தோன்றுகிறது.

அவள் செத்துபோன பிறகு இரண்டாம் மாதமே கடலூரில் போய் பதினெட்டு வயதில் ஒரு கிளியைப் பிடித்துக்கொண்டு வந்துவிட்டான். எங்கள் வீட்டுக்குக் குடிவரும்போது இரண்டு பெண்கள் அவனுடன் வந்தார்கள். முன்னால் அவனுடைய பெண்கள் என்று நினைத்துக்கொண்டிருந்தேன். சற்றுக் கழித்து ஒன்று பெண்,

தி. ஜானகிராமன் சிறுகதைகள்

ஒன்று பெண்டாட்டி என்று கேட்டதும், அடப்பாவி' என்று பதறாமல் இருக்க முடியவில்லை.

பெண் அதாவது பெண்டாட்டி நல்ல உயரம். சற்று உருண்டை முகம். நல்ல சிவப்பு என்று சொல்லக்கூடிய நிறம்தான். பின்னலைப் பார்த்தேன். அகலமாக, மொத்தமாக நீண்டு முதுகில் புரண்டுகொண்டிருந்தது. பிடிக்கு அடங்காத மயிரைக் கையில் அடக்கிப் பிடித்து மடக்கி பாம்பைக் கட்டுகிற மாதிரி அடக்கியிருந்துபோல் தோன்றிற்று. கன்னம், கழுத்து, கால் – மூன்றும் ஒரு கோடுகூட இல்லாமல், வழவழவென்று மஞ்சளும் வெள்ளையுமாகப் பொன் வீசிக்கொண்டிருந்தது.

"பார்த்தேளா ஜோடி சேர்ந்ததை, இந்த இளையாளா வாழ்க்கைப் படறதுக்குன்னே தனி அழகு வச்சுப் பண்றான் போலிருக்கு அந்தப் புத்திசாலி பிரம்மா. நானும் எவ்வளவோ பார்த்துட்டேன். ரண்டாம் தாரங்களாம் கிளியாத்தான்.

கொஞ்சறது ... ஹூம் எல்லாத்துக்கும் அதிர்ஷ்டம் வேண்டாமா" என்றாள் எனக்கு வாழ்க்கைப்பட்டவள். சொன்னதைக் கொஞ்சம் விஷமச் சிரிப்புடன்தான் சொன்னாள். அவள் அந்தப் பெண்ணின் அதிர்ஷ்டத்தைப் பற்றிச் சொல்லவில்லை. அவளே கறுப்பு. சுமார்தான் கலியாணம் ஆன நாளிலிருந்து என்னைக் கண்டு அங்கலாய்த்துக்கொண்டுதானிருக்கிறாள்.

"இப்பேர்ப்பட்ட பெண்ணுக்கு இந்தக் கிழவன்தானா அகப் பட்டான் ?"

இந்தக் கேள்வியை நான் அப்போது கேட்கவில்லை. நாலு மாதம் கழித்துக் கேட்டேன். அந்தப் பெண் ஒரு நாள் ரொம்ப அடிவாங்கி முகம் வீங்கி, கன்னத்தில் இட்லி தோசை மாவு அறைக்கிற விரல்கள் நாலும் பதிந்து கலங்கி கண்ணீர் விட்டுக்கொண்டிருந்ததைப் பார்த்தவுடன் கேட்டேன்.

மறுநாள் கௌரி பதில் சம்பாதித்துக்கொண்டு வந்து சொல்லி விட்டாள். "நான் என்ன பண்றது மாமி. அப்பாவும் இல்லை. அம்மா வும் இல்லை. ஒண்ணுவிட்ட அத்தை வளத்துண்டிருந்தா, அவளும் ஒண்டிக்காரி. சின்ன வயசிலேயே குறைப்பட்டுப் போயிட்டா. சொத்தத்திலே சின்னப் பிள்ளைகள் இருக்கு. ஆமா எல்லாம் ஏகத்தாராப் பணத்தக் கேட்டு அவ பணத்துக்கு எங்கபோவா? இங்க பூந்துட்டேன். கிழவனா இருந்தா என்ன, சந்தோஷமா இருக்கப்படாதா? இளையாள்னா உள்ளங்கையிலே வச்சுத்தான் காப்பாத்தறா எல்லாரும்னு நினைச்சேன். எனக்கு அதுவும் இல்லை" என்று சொல்லிற்றாம் அது.

"எதுக்குப் போட்டு இப்படி அடிக்கிறார் ?"

'ஒரு காரணமுமில்லை. கிழவன் பொண்டாட்டி சின்னப் பொண்ணா இருந்தா சந்தேகம்வரது. வேற என்ன ?' என்று சுருக்கமாகச் சொல்லி விட்டாள் அந்தப் பெண்.

நாலு மாதம் கழித்து அது பொறுமை இழந்துவிட்டது. வேறு ஒன்று மில்லாவிட்டாலும் வயிறாவது நிறைய வேண்டும். அதற்கும் நாதி இல்லை. உப்பு, புளி, அரிசி ஒன்றும் வேளைக்கு வாங்கிப் போடுவதில்லை. பாதிநாள்

அரிசி இராது. இல்லாவிட்டால் மிளகாய், புளி இராது. அநேகமாக ஒருநாள் விட்டு ஒரு நாள் ஒருவேளைச் சாப்பாடுதான் அந்தப் பெண்ணுக்கு. மூன்று நாள் குழம்பு, கறி ஒன்றும் இல்லாமல் வெறும் வறட்டுச் சோற்றை – நீர் மோரை ஊற்றித் தின்ன யாரால் முடியும்? அவனுக்கு ஹோட்டலில் இட்லி தோசை மாவு அரைக்கிறவேலை. சாப்பாடு, காபி எல்லாம் அங்கேயே கிடைத்துவிடுகிறது. பெண் கல்யாணமாகிப் புருஷன் வீட்டிற்குப் போய்விட்டாள். வீட்டில் மீதி யிருக்கிற ஒரு வயிற்றுக்கு வாங்கிப்போட 'இடக்கு'ப் பண்ணிக் கொண்டிருந்தான் அவன்.

பெண் பொறுத்துப் பொறுத்திருந்து கடைசியில் வாயாடத் தொடங்கிவிட்டது.

அன்று நடந்தது இது.

ராத்திரி ஒன்பது மணிக்கு ஹோட்டலிலிருந்து வந்தவன் அறைக்குள் நுழைந்தான். அவளைக்காணவில்லை. கூடத்தில் வந்துபார்த்தான். அவள் கொல்லைக் கிணற்றிலிருந்து ஒரு தோண்டி ஜலத்தை இடுப்பில் வைத்துக்கொண்டு வந்தாள்.

"எங்கே போயிருந்தே?"

"ஏன்? கொல்லையிலே இருந்து வரேனே, தெரியலையா? பாத்திரம் தேய்க்க தண்ணி இல்ல. கொண்டுவந்தேன்!"

"நான் வரபோதுதான் எல்லாம் வரது?"

"என்ன வரது?"

"தண்ணி தீந்துபோறது. உனக்கு இருமல் வரது. எச்சில் துப்ப வரது. கொல்லையிலே போய் துப்பப் போறே"

"நீங்க வரப்போறேன்னு தெரிஞ்சா, அந்த இருமல், எச்சில் எல்லாம் தானே அடங்கிண்டுடும். தண்ணியும் கொஞ்ச நாழி இருப்போம் அப்றமாத் தீர்ந்துபோயிடலாம்ன்னு இருக்கும். இன்னிக்கு என்னமோ தெரியலை போலிருக்கு அதுக்கு!"

"என்னதான் அந்தக் கொல்லையிலே வச்சிருக்கோ, தெரியலை

"நாலு சுவர் இருக்கு கிணத்தங்கரையைச் சுற்றி. கொல்லைக் கதவையும் ஆறு மணிக்கே பூட்டிவிட்டா வீட்டுக்காரா, அங்கே என்ன இருக்கப் போறது?"

பெண் உரக்கவே பதில் சொல்லிக்கொண்டிருந்தது 'பலே' என்று எனக்குள்ளேயே சொல்லிக்கொண்டேன்.

சற்றுக் கழித்து விக்கல், விம்மல், முனகல், நிசப்தம். நானும் தூங்க நாழி பிடித்தது.

"அந்தப் பொண்ணு வெளியிலே, வாசல்லே கூட போகிறதில்லை. சாதுவா இருக்கு. இப்படிப் போட்டுச் சாத்தறானே, பாவி. இப்படியா கொண்டு ஒரு பெண்ணைக் குழியிலே தள்ளுவா? பெத்தவா போயிட்டாலும் வளர்த்தவளுக்குக் கொஞ்சம் கூடவா புத்தி இராது?" என்று கௌரி மறுநாள் சாயங்காலம் சொன்னாள்.

நான் பேசவில்லை.

"இன்னிக்கி மத்யானம் அந்தப் பொண்ணு ஏதோ புஸ்தகம் வச்சுண்டு படுத்துண்ட வாக்கிலே வாசிச்சிண்டு இருந்துதாம். திடீர்னு வந்துட்டானாம் கிழவன். உடனே ஏதோ இருமுகிறாப்போலத் திரும்பி புஸ்தகத்தை அவன் கண்ணிலே படாதபடிக்கு தலைமாட்டிலே இருந்த மரப்பெட்டியில் போட்டு விட்டுதாம் அது.

'என்ன பண்ணிண்டிருந்தேன்னு' குறுக்குக் கேள்வி போட்டான் அவன். 'ஒன்றுமில்லையே, வெறுமேதான் படுத்திண்டிருக்கேன்னு' சொல்லித்து அது. 'நீ ஒன்றுமே பண்ணலை, ஒண்ணுமே பண்ணலை. நெஜமா ஒண்ணுமே பண்ணலை நெசம்மா, நெசம்மான்னு' கேட்டுண்டே அவளை நெருக்கிண்டே சுவத்து மூலை வரையில் போனானாம். அப்புறம் மயிரை உடும்பு மாதிரி பிடிச்சு இழுத்திண்டு அந்த மரப்பொட்டியிலே புஸ்தகத்தைக் காமிச்சு "இது என்ன, இது என்ன இது, ஒண்ணுமே பண்ணலேன்னியே"ன்னு மூஞ்சிமோரையெல்லாம் அடிச்சு நொறுக்கிப்பிட்டான்!"

"அப்படி என்ன பார்க்கக்கூடாத புஸ்தகத்தை வாசிச்சிண்டிருந்தா அவள்?"

"ஏதோ கதைப் புஸ்தகம் எதா இருந்தா என்ன? புஸ்தகமே படிக்கப்படாதுன்னா?"

"புஸ்தகம் படிக்கப்படாதா?"

"ஆமாம். பொண்களைப் படிக்கவைச்சாக் கள்ளப் புருஷனுக்கு லெட்டர் எழுதுங்கள்ணு எங்க பாட்டி நாள்லே சொல்ற வழக்கம். இந்தக் கிழமும் அதையே நெனச்சுண்டுதான் அப்படிச் சொல்றது."

"ஆச்சரியமாயிருக்கே. புஸ்தகம் படிக்கப்படாதா?"

"அதுக்கும் பொழுதுபோகலை. ஏதாவது புஸ்தகம் இருக்கான்னு கேட்டுது. கொடுத்தேன். கொடுத்தது தப்பாப் போயிடுத்து"

"அதுதான் அவன் மனசுப்படி இருந்துடப்படாதோ? எதுக்காகப் படிக்கிறது?"

"ஐயையோ அது கலியாணமானதிலேயிருந்து படிக்கிறதையே நிறுத்திப்பிடுத்தாம். கலியாணம், ஆனவுடனேயே புஸ்தகம் படிக்கப்படாதுன்னு கண்டிப்பாச் சொல்லிவிட்டானாம். அதுவும் சிவனேன்னு புஸ்தகத்தை விரலாலே தொடலை. இன்னிக்கு என்னமோ. கொஞ்சநாழி நிம்மதியாயிருக்கணும்ணு படிக்கலாம்ணு நெனச்சாப்போல இருக்கு. கேட்டுது கொடுத்தேன். மத்தியானம் வரவே வராதவன், திடீர்ன்னு இன்னிக்கு வந்து தொலைஞ்சான்?"

"எதுக்காக வந்தான்?"

"ஒரு காரியமும் இல்லை. சும்மாவானும் திடீர்னுவரது. என்ன செய்யறாள், எங்க நிக்கறாள், யாரோடு பேசிண்டிருக்காள்ணு பாக்கறதுக்காகத்தான். அது அதிர்ஷ்டம் இன்னிக்கி அது புஸ்தகத்தை வச்சிண்டு படிச்சிண்டிருந்தது. அதுவும் அதிர்ஷ்டக் கட்டைதான். பளிச்சுன்னு அழகை வச்சிண்டு இப்படியா அடியும் உதையும் வாங்கும்?"

"அந்தப் பொண்ணைக் கூப்பிடேன். எனக்கு அதோட ரண்டு வார்த்தை பேசணும் போலிருக்கு" என்றேன்.

"அது இல்லை. ஹோட்டல் முதலாளி சம்சாரம் வந்து கூப்பிட்டுக் கொண்டு போயிருக்காள், அப்பளம் இடணம்னு. அது தயங்கித்து. கடைசியிலே முதலாளி பெண்டாட்டியாச்சேன்னு தடைசொல்ல முடியாம போயிருக்கு"

"அது அவனுக்குத் தெரிஞ்சு போயிடுத்துன்னா?"

"முதலாளி வீட்டுக்குப் போனா ஒண்ணும் சொல்ல மாட்டான். படியளக்கிறவனாச்சே"

ஆனால் அவ்வளவு சுலபமாகப் போய்விடவில்லை விஷயம், இரவு ஒன்பது மணிக்கு அவன் வந்ததும் மொலுமொலுவென்று சண்டைக்கு வந்துவிட்டான்.

"இன்னிக்கி எங்கே போயிருந்தே?"

"எங்கியும் போகலையே"

"இஞ்சதான் இருந்தியா?"

"ஏன்?"

கையெல்லாம் என்னமோ போல இருக்கே? இருநூறு முன்னூறு அப்பளம் இட்டுட் டியோ?"

"உங்களுக்கு யார் சொன்னா நான் முதலாளியாத்துக்கு போனேன்னு. அந்த அனுமார் மாதிரி ஒரு பய வரதே அந்த கிராக்கு சொல்லித்தோ? அதுதான் சொல்லியிருக்கும். அதுதான் கோதுமை மாவு எடுத்துண்டு போக வந்திருந்துது. அந்தக் குரங்குதான் சொல்லியிருக்கும்"

"ஏண்டி அவனைப் புடிச்சு வெய்யறே. அவன் உள்ளதைத் தானே சொன்னான்"

"அவன் உங்க ஸி.ஐ.டி யாக்கும்?"

"முதலாளியாத்துக்கு வேலைக்காரியா நீ?"

"நாலு அப்பளம் ஒத்தாசையா இட்டுக் கொடுத்தா வேலைக் காரின்னு அர்த்தமா? ... இதெல்லாம் என்ன பேச்சு? மனுஷாகூட வாண்டாமா நமக்கு?"

"முன்னாடி எங்கேயும் போகலேன்னியே"

"சொன்னேன். நீங்க ஸி. ஐ. டி வச்சுத் தெரிஞ்சுனுட்டேள்ளு தெரிஞ்சிருந்தா உண்மையைச் சொல்லியிருப்பேன்"

"நீ என்ன ரொம்ப வாயாடறே?"

"நீங்கதானே என் வாயை கிண்டிவிடறேள். ஒண்ணுமில்லாத்துக் கெல்லாம் என் வாயைப் பிடுங்கினா நான் என்ன செய்வேன்"

உடனே வழக்கம் போல அந்த வாயில் ஒரு அடி விழுந்தது. இன்னும் நாலு அடி. அழுகை.

அன்று பொழுது கழிந்துவிட்டது.

மறுநாள் காலையில் அந்தப் பெண் முதலாளி வீட்டுக்குப் போய் அந்த அனுமார் கோள் சொல்லிவிட்டதையும் தனக்கு அடி விழுந்ததையும் பதமாக பற்றவைத்துவிட்டு வந்துவிட்டது. முதலாளி 'அனுமாரைப்' பிடித்து நன்றாக உதைத்துவிட்டானாம்.

"இந்தத் தடிப் பயல்களுக்குப் போட்டாத்தான் மாமி புத்தி வரும் இதைப் போய் பிரமாதமாகச் சொல்லிக்கொடுத்தான் பாருங்கோ." என்று சொல்லிற்று என் மனைவியிடம் அந்தப் பெண்.

நாலு நாள் கழித்து அந்த 'அனுமார்' வாசலோடு போய்க் கொண்டிருந்ததைப் பார்த்த கல்யாணி – அந்தப் பெண்ணின் பெயர் – அவளைக் கூப்பிட்டு "ஏய் இனிமே ஜாக்கிரதையா இருடா. இந்தக் கோழிச்சொல்ற வழக்கமெல்லாம் வச்சுக்காதே. முதுகைக் கிழிச்சுப் பிடுவேன்" என்று எக்களித்தது.

"இந்த தாத்தா பேச்சைக் கேட்டுது ஆபத்தா போச்சு. இன்னமே நான் ஏன் உன் வளிக்குவரேன்" என்று இளித்துக்கொண்டே மறைவாக வஞ்சம் தீர்த்துக்கொண்டு போனான் 'அனுமார்'.

"உன்னை எல்லாரும் நல்லவன்னுதான் சொல்றா நீ நல்ல பேர் எடுத்துட்டெ" என்று இந்த சம்பவத்தை மனத்தில் வைத்துக்கொண்டே பொருமினான் கிழவன்.

"ஏன், ஒரு நாளைக்குப் போய் அப்பளாம் இட்டதை அவன் உங்க கிட்டச் சொல்றதும், நீங்க அதைப் பெரிய காரியமா நெனச்சுண்டு என்னைப் புடைச்சதும் எந்த நியாயத்தைச் சேர்ந்தது? அதான் போய் அந்த மாமிகிட்டச் சொன்னேன். முதலாளி உதைச்சாராம். உதைச்சான்னு கேட்டப்பறம்தான் எனக்கு நிம்மியாச்சு."

"நீ பெரிய ஆளா இருப்பே போலிருக்கே. உன்னோடு குடித்தனம் பண்றதே பிரம்ம பிரயத்னமா இருக்கும் போலிருக்கே!"

"இது யார் சொல்ல வேண்டிய வார்த்தை?"

"அப்படின்னா?"

"நீங்க புளி மிளகாய்கூட வாங்கிப்போடலை. நான் அகடவிகடம் பண்ணி காலத்தை ஓட்றேன். வீட்டுலே சாப்பிட்டா பொண்டாட்டி அருமை, வீட்டுக் கவலை எல்லாம் தெரியும். என்னோடு குடித்தனம் பண்றது பிரம்ம பிரயத்னம்னு நீங்க சொன்னாப் பொருந்துமா?"

"பின்னே நீ சொல்லணுமா?"

"என்னமோ!"

"உனக்குக் கஷ்டமாயிருந்தா ஜீவனாம்சம் கொடுத்துடறேன். நீ போயிடேன்!"

"ஜீவனாம்சமா, உங்கிட்ட என்ன புளியங்காய் வச்சிருக்கே ஜீவனாம்சம் கொடுக்க. ஒரு கை கடுகு வாங்கிப்போட நாதியைக் காணோம் ஜீவனாம்சமாம், புளியங்காய்!"

எனக்கு இந்த 'நீ'யைக் கேட்டதும் தூக்கிவாரிப் போட்டது. ஆனால் இந்தப் 'புளியங்காயை' கேட்டதும் கரகோஷம் செய்ய வேண்டும் போல்தான் துடித்தது.

ஒரு நாள் அத்தைக்கு உடம்பு சரியாக இல்லையென்று யாரோ ஒரு பையன் வந்து கல்யாணியைக் கடலூருக்கு அழைத்துப் போனான். அவன் வந்த பரபரப்பில் கிழவனுக்கு அனுப்பமாட்டேன் என்று சொல்ல வாய் வரவில்லை.

ஒரு வாரம், இரண்டு வாரம், நாலு, எட்டு ஆகிவிட்டது. கல்யாணி வரவில்லை.

இரண்டரை மாதம் கழித்து திடீரென்று என் மனைவியின் பெயருக்கு ஒரு கடிதம் வந்தது.

மதராஸ்

"கௌரி அம்மாமிக்குக் கல்யாணி நமஸ்காரங்கள் செய்து எழுதிக் கொண்டது. அங்கு நீங்கள் மாமா யாவரும் சௌக்யம் என்று நினைக்கிறேன்.

நான் இப்போது மதராஸ் வந்துவிட்டேன். அத்தையும் இங்குதான் இருக்கிறாள். என்ன செய்கிறது மாமி? நான் அழகாயிருக்கிறேன் என்று எனக்கே தெரிகிறது. எல்லோரும் சொல்கிறார்கள். எனக்கு நன்றாகப் பாடத் தெரியும். எல்லாம் வியர்த்தமாகப் போகும் என்றுதான் நினைத்தேன். ஏதோ வயிற்றுக்கு நாலு பருக்கையும் ஆசையாக நாலு வார்த்தையும் கேட்டால் சந்தோஷமாக இருந்துவிடலாம். எனக்கு அது கிடைக்கவே போகிறதில்லை என்று தோன்றிவிட்டது. இங்கு சினிமாவில் நடிப்பதற்காக ஆள் எடுத்தார்கள். சேர்ந்துவிட்டேன். மாசம் ஐந்நூறு ரூபாய் சம்பளம் போட்டிருக்கிறார்கள். என்னைக் கலியாணம் பண்ணிக்கொண்ட தோஷத்திற்காக அவருக்கு மாசம் நூறு ரூபாய் அனுப்பலாம் என்று உத்தேசம். அவரை நினைத்தால் மனசு ரொம்பவும் கஷ்டப்படுகிறது. இதையெல்லாம் விட்டுவிட்டு ஓடி வந்துவிடலாம் என்று தோன்றுகிறது. ஆனால் இறங்கியாய் விட்டது. இனிமேல் ஏறுவது கஷ்டமாக இருக்கும். அவரைப் பார்க்கவும் மனசு இல்லை. நானே ஜீவனாம்சம் கொடுக்கிற நிலை ரொம்ப உயர்ந்த நிலையாகத் தோன்றவில்லை. ஆனால் ஒரு தப்புப் பண்ணினால் பல தப்புகள் பண்ணவேண்டியிருக்கிறது மாமி. என்ன செய்கிறது? அத்தை கொஞ்சம் பல்லைக் கடித்துக்கொண்டு கொஞ்சம் பணத்தைச் சேர்த்து ஒரு சின்னப் பிள்ளையாகப் பார்த்து என்னைக் கொடுத்திருக்கப்படாதா? எனக்கு ஒன்றும் தோன்றவில்லை.

உங்கள் ஞாபகமாகவே இருக்கிறேன். மதராஸ் வந்தால் என்னோடேயே நீங்களும் மாமாவும் தங்கவேண்டும். நானும் பழகத் தெரிந்தவள் மாமி. என்ன செய்கிறது. மாமாவுக்கு என் நமஸ்காரங்களைச் சொல்லவும்.

தங்கள் அன்புள்ள
கல்யாணி

அமுதசுரபி – **தீபாவளி மலர், நவம்பர் 1950**

ரசிகரும் ரசிகையும்

"திருவையாத்லே ஆராதனை என்னிக்கி?"

"நாலாம் நாள்."

"நீங்க போகப் போறேளா?"

"நீங்க போகப் போறேளான்னா? மார்க்கண்டம் இல்லாமல், பதினஞ்சு வருஷமாத் திருவையாற்று உற்சவம் நடக்கலியே!"

"எப்பப் போகப் போறேள்?"

"இன்னிக்கி ராத்திரி."

"சொல்லவே இல்லியே."

"உங்கிட்டச் சொல்லணுமா, பருப்பில்லாமல் கல்யாணம் நடக்காதுன்னு?"

"ஆராதனையன்னிக்கிக் காலமே அங்கே போய்ச் சேர்றாப் போல் போனாப் போறாதா?"

"ஏன்?"

"என் உடம்பு இப்படி இருக்கேன்னுதான் சொல்றேன்."

"உடம்புக்கென்ன பிரமாதம்? டாக்டரைக் கேட்டேன். இன்னும் ஏழெட்டு நாள் செல்லும்ம்னு சொன்னார். அவரும் நித்யம் வந்து கவனிச்சிக்கறேன்னு சொல்லியிருக்கார். புரசவாக்கத்துக்கும் உங்க அத்தைக்கும் வரச் சொல்லிக் கடுதாசி போட்டிருக்கேன். நாளைக்கு வந்துடுவள். அருணாச்சலமும் இருக்கான் கூப்பிட்ட குரலுக்கு. அவசியமாயிருந்தா ஆம்புலன்ஸுக்கும் ஏற்பாடு பண்ணச் சொல்லியிருக்கேன், எக்மோர் ஆஸ்பத்திரிக்கு அழச்சிண்டு போகச் சொல்லி. அப்புறம் என்ன கவலை?"

"அருணாச்சலம்?"

"அவனை அழச்சிண்டு போகலை."

"வெத்தலைப் பெட்டியை யார் தூக்குவா?"

"வெத்தலைப் பெட்டி தூக்கச் சிஷ்யந்தானா? எத்தனையோ கெஸட்டட் ஆபீஸரெல்லாம் காத்திண்டிருக்கான் அதுக்கு. அருணாச்சலத்தை இப்ப ஸ்பெஷல் ட்யூட்டிலே, போட்டிருக்கேன். மெடர்னிட்டி டிபார்ட்மெண்டைக் கவனிச்சுக்க வேண்டியது அவன். சரிதானே?"

"சிரிச்சுக்குங்கோ. இந்தச் சிரிப்பு ஒண்ணுதான் குறைச்சல். உலகத்துலே எங்கேயும் கோபுரத்தைப் பொம்மை தாங்கிண்டு நிக்கறதாகத் தெரியலை. உற்சவத்துக்கும் போறாளாம்!"

"பொம்மை தாங்க வாண்டாமே கோபுரத்தை. பொம்மை இல்லாட்டாக் கோபுரத்துக்கு அழகேது!"

"இந்தா, அசடே, கண்ணைத் துடைச்சுக்கோ. சன்னதியிலே போய் உட்கார்ந்து ரெண்டு பாட்டாவது பாடாட்டா எனக்கு நிம்மதி இராது. அதுகூட முடியாட்டா இது என்ன ஜன்மம்? இந்த வைரத்தோடு, இந்த வீடு, இந்தப் பட்டம் எல்லாம் அந்தத் தியாகப் பிரும்மம் கொடுத்ததுட. வருஷத்துக்கு ஒரு நாள் ... எங்கே கிடைக்கப் போறது."

"எனக்குப் பேச வாயில்லியே."

"போயிட்டு வான்னு சொல்லு, ஒரு வார்த்தை. ஆராதனை அன்னிக்கி ராத்திரியே ரெண்டு பாட்டுப் பாடிப்பிட்டு போட் மெயில்லே கிளம்பி ஓடி வந்துடறேன். சொல்லு, போயிட்டு வான்னு."

"வாயாலே சொல்லுங்கோ போரும். கன்னத்தை வேறே நிமிண்ட வாண்டாம். குழந்தைகள் வந்து பார்த்து வைக்கப் போறது!"

"பின்னே சொல்லு."

"சரி, போய்ட்டு வாங்கோ."

"அப்பா, ராஜ ராஜேஸ்வரிகிட்டத் தவங்கிடக்கறாப் போலே கிடக்க வேண்டியிருக்கு."

"உங்க காரியம் ஆயிட்டுதோல்லியோ; சிரிச்சுக்குங்கோ. எனக்கு இப்படியெல்லாம் நாடகம் ஆடத் தெரியலியே."

"பாத்தியா!"

"ஆராதனையன்னிக்கி ராத்திரி, கட்டாயம் புறப்பட்டு வந்துடணும். நான் வாசலெப் பாத்துண்டே இருப்பேன், காலமே."

2

"பிள்ளைவாள், இப்படி வாருமே, கீழ நின்னுண்டிருப்போம்."

"இருக்கட்டுங்க. காத்து, சில்லாப்பா அடிக்குது. வண்டி கிளம்ப எத்தனை நிமிஷம் இருக்கு?"

"அது இருக்கு, பத்து நிமிஷம்."

"குளுரு தாங்கலீங்களே, கீள நிக்கிறீங்களே?"

"என்னையாது? மிருதங்கத்தைத் தட்டப் போறவர் இப்படிப் பயந்து செத்தீர்ன்னா எனக்கு என்னமாய்யா இருக்கும் பாடறவனுக்கு?"

"அதான் சொல்றேன், உள்ள வந்திடுங்கன்னு. தொண்டை கட்டிக் கிட்டா என்ன செய்யறது?"

"நன்னாப் பயப்பட்டீர்! வாரும்யா இப்படி."

"எனக்கு இஞ்ச இருந்தே தெரியுதே."

"என்ன தெரியுது?"

"உங்களை எல்லாச் சனங்களும், 'இந்தப் பார்றா மார்க்கண்டம், இந்தப் பார்றா மார்க்கண்டம்!'னு வேடிக்கை பாத்துக்கிட்டு நிக்கிறது."

"அட யமனே! நான் அதுக்காக நிக்கலையா! காத்துக்காக நிக்கறேன்."

"நல்லா நில்லுங்க. தை மாசத்து ஊதல்தானே. உடம்புக்கு ரொம்ப நல்லது. ஒரே பக்கமாப் பாக்கிறீங்களே. இப்படியும் அப்படியும் திரும்புங்க. கொஞ்சம் அசைஞ்சு கொடுத்தாத்தானே கடுக்கன் டாலடிக்கிறது தெரியும்."

"அப்புறம்?"

"உங்களுக்கு என்ன ஐயா? எல்லா வித்வான் மாதிரியா இருக்கீங்க! நல்ல முகவெட்டு, நல்ல ஓசரம், நடு வயசு, நல்ல படிச்ச களையும் இருக்கு."

"படிச்ச களையா? ஓய், பஸ்ட் பாரம் பாஸ் பண்ணிருக்கேன்யா, மூக்குப்பொடிக் கந்தசாமி ஐயர் பள்ளிக்கூடத்துலே."

"பின்ன என்னாங்க. அதுவே பிராயம். நல்ல வேளை அத்தோட நிறுத்தினீங்களே! மேலே படிச்சு, கணக்கப்பிள்ளை வேலைக்குப் போகாமெ!"

"ஏன் நிறுத்திப்பிட்டீர்?"

"உள்ளார வாங்க சொல்றேன். சிறுசுங்கள்ளாம் உங்களைப் பாக்கறதைக் கண்டாப் பயமாயிருக்கு எனக்கு. கண்ணாலேயே பாதி ஆளைத் தின்னுடும் போலே இருக்கு! திருவையாத்துக் கண்களுக்குப் பாதியாவது மிஞ்சட்டும். இந்தப் பொண்ணே உங்களைத் தின்னுடும் போல இருக்கே."

"யாரு, அந்தச் சேப்பு ஸாரியா?"

"ஆமாம். நீங்க வாங்க."

"நானும் கவனிச்சுண்டுதான் இருக்கேன். ஓய், முகம் என்ன அமைச்சல் பாத்தீரா? மூக்கைப் பாருமே, வெள்ளரிப் பிஞ்சு மாதிரி."

"உங்களைத்தான் பாத்துக்கிட்டே நிக்கிது. நானும் தலையை ஜன்னலுக்கு வெளியிலே நீட்டிக்கிட்டு இருக்கிறேன். எம் பக்கம் திரும்பக்கூட மாட்டேங்குது. ம்ஹும்."

"நீர் மொட்டை. கிராப்பு வச்சுக்கணும் எம்மாதிரி."

"அது போதுமா? அட்டைக் கறுப்பு, சர்க்கார் மம்மிட்டி மாதிரி பல்லு. என்னைப் பார்க்கலேன்னு நான் அழுதா? 'சீ பேசாம இரு'ன்னு தெய்வமே கன்னத்துலே நாலு அறஞ்சிட்டுப் போயிரும்."

"அந்த மூக்கைப் பாருமே ... என்ன எடுப்பு! என்ன எடுப்பு! ஆஹா!"

"சும்மா முறைக்காதீங்க. கட்டின புள்ளையாண்டான் பக்கத்துலே நின்னுக்கிட்டிருக்கான். என்னதாது கொஞ்சங்கூட இனம் தெரியாதவனா இருக்காங்கன்னு நெனச்சுக்கப் போறான்."

"நெனச்சா நெனச்சுக்கட்டும். இந்த அழகைப் பார்க்காத கண்ணு இருந்தா என்ன, அவிஞ்சா என்ன? அழகைப் பார்த்து ரசிக்க எல்லாருக்கும் பாத்யமுண்டுய்யா. அப்படிப் பார்க்கப்படாதுன்னு சொன்னா, படைச்சானே பிரும்மா, அவனைத்தான் குறை கூறணும்."

"அப்பன்னா, இப்ப சும்மாத்தான் பாக்கறேன்னு சொல்லுங்க."

"ஆக்ஷேபம் என்ன?"

"சரி."

"உலகத்துலே எவ்வளவோ அழகு எத்தனையோ தினுசா இறைஞ்சு கிடக்கு. சாந்தோம் பீச்சிலே உட்கார்ந்துண்டு அலையைப் பாக்கறோமே, அது ஒரு அழகு. மன்னன் தியாகையர் கீர்த்தனம் பண்ணினாரே அது ஒரு அழகு."

"அப்பன்னா தியாகையர் கீர்த்தனமும் இதுவும் ஒண்ணுன்னு சொல்லுங்க."

"அது ஒரு அழகு, இது ஒரு அழகு."

"நான் வாத்யத்துலே குடுக்குற ஒரு 'குமுக்குக்'குங்கூட இது காணாதுன்னுல்ல நெனச்சுக்கிட்டிருக்கேன். பெரிய குண்டாத் தூக்கித் தலையிலே போட்டுட்டீங்களே."

"ஆமாம். உம்ம குமுக்கைத் தூக்கி உடைப்பிலே போடும். இந்த மூக்கு நுனியிலே இருக்கிற அழகை எட்டிப் பிடிக்கறதுன்னா உம்ம குமுக்கு ஏணி வச்சுண்டு ஏறணும், தெரியுமா?"

"சரி, ஏணிக்குச் சொல்றேன். நீங்க உள்ளாற வாங்க, கெடக்கு; இந்தப் பொண்ணு மாத்திரமில்ல. இந்த ஸ்டேசன்லே இன்னும் பத்துப் பதினஞ்சு பொம்பிளை, நூறு ஆம்பிளை எல்லாரும் உங்களை முழுங்கிக்கிட்டு நிக்கிறாங்க. திருவையாத்துக்குக் கொஞ்சம் மிஞ்சியிருக்கட்டும். ஏற்கனவே உங்க உடம்பு இளைச்சுக் கிடக்கு. இந்தப் பாவிப் பயலுவ, பாட்டில் மேலே கையை வச்சானுவலே, அதைச் சொல்லுங்க. தோசி பிடிச்சவங்க. என்னமா, நிகுநிகுன்னு இருந்த உடம்பு! எப்படியிருந்த தாடை! அப்படியே வத்திப் போயிடிச்சே! பொட்டிக்குள்ளார ஏதாவது வச்சிருக்கீங்களா? வச்சிருந்தா வெளியே தூக்கிப் போட்டுடுங்க. வண்டி வண்டியா வந்து ஸர்ச்சுப் போடறானுவளாமே!

"ஆ, ஸர்ச்சா! நெஜம்மாவா!"

"...என்னாங்க உள்ளார வந்தீட்டீங்க! பயந்து பூட்டிங்களே! சும்மால்ல சொன்னேன்."

"அட பாவி, வயத்துலெ நெருப்பள்ளிப் போட்டுட்டீரே, ஒரு ஸெகண்டிலே! உம்மோட உருப்படியாத் திருவையாறு போய்ச் சேர முடியாதுபோல் இருக்கே."

"துணிஞ்ச கட்டைன்னுல்ல நெனச்சேன். ஆகக் கூடி, போலீஸ்காரன் ஸர்ச்சு போட்டு அவமானப்படுத்தறது, நூறு சனங்களுக்கு மத்தியிலெ ஒரு பொம்பளையை வெறிக்க வெறிக்க பாக்கற அவமானத்தை விடப் பெரிசுன்னு ஆயிடிச்சு?"

"உம்ம வாய் அடைக்காதா?"

"நீங்க உளறி அடிச்சிக்கிட்டு வந்ததைப் பார்த்தா நெசம்மாவே இரண்டு மூணு பாட்டில் வச்சிருப்பீங்க போல் இருக்கே."

"என்னையா பண்றது! பழக்கம் விடமாட்டேங்கறதே. சாயங்காலம் ஆறு மணி ஆயிடுத்துன்னாப் பைத்தியம் புடிச்சுடறது."

"அப்பன்னா இருக்குன்னு சொல்லுங்க."

"இருக்குய்யா, இருக்கு. கொஞ்சம் மெதுவாய்ப் பேசித் தொலையுமேன். நான் ஏந்து வேறே காரியேஜுக்குப் போயிடட்டுமா?"

"இன்னமே எங்கே போறது? வண்டி ஊதிப்பிட்டானே. இந்தா, நகரக்கூட நகந்திருச்சே, ஏங்க இதெல்லாம் உங்களுக்கு? நல்ல வித்வத்து, நல்ல ஞானம், நல்ல சாரீரம்; சுதியைப் போய்க் கவ்வுது. சீனியருக்கும் சீனியரா உலகமே உங்களை தலையிலே வச்சிக்கிட்டுக் கூத்தாடுது. இன்னிக்குப் பேன் எடுக்கறதும் நாளைக்குக் காதைக் கடிக்கிறதுமா எழுதறானுவளே பத்திரிகைக்காரனுவ, அந்தக் குரங்குவகூட ஒரே மாதிரியா சலாம் போட்டுக்கிட்டே இருக்குறானுவ. இன்னும் நாலு தலைமுறைக்கு உங்களை அடிக்க ஆளு கிடையாது. இன்னும் மேலே ஓசரப் போறீங்க. இந்தச் சங்கீத்தை இப்படியா காப்பாத்தறது? நின்ன வரைக்கும் நெடுஞ்சுவருன்னு இருக்கப் படாதய்யா. செவுத்தைக் கெட்டிப்படுத்தறதுதான் நாம் செய்ய வேண்டிய வேலை. இல்லாட்டிப் பாட்டு என்னமா உருப்படும்? எந்த ராட்சசன் இந்த அப்யாசம் பண்ணிக் குடுத்தான் உங்களுக்கு? இதிலே என்னடான்னா காந்தி யோடேயே பொறந்து வளந்தாப் போல, கதர்ச்சட்டை, கதர் வேட்டி, கதர்த் துவாலை, கதர்க் கைக்குட்டைன்னு, உங்க தேகமே உச்சந்தலையிலேந்து உள்ளங்கால் வரைக்கும் 'கதருது. உட்டுத் தொலைங்களேன்யா இதை. நம்ம தொளிலுக்கே சாபத்தீடா வந்திரிச்சையா இது."

"ஓய், நான் தனியா அம்பிட்டுக்கப் போறேன்று எத்தனை நாளாய்யா காத்துக்கிட்டிருந்தீர்?"

"இப்பத்தான் சமயம் வாச்சுது எனக்கு. வயத்தெரிச்சத் தீரச் சொல்லிப் போடணும்னு சொல்றேன்."

"என்னாலே முடியலியேய்யா."

"முடியலேன்னு சொன்னாப் போதுமா? முனஞ்சு பாக்கணும்."

"எல்லாம் பாத்தாச்சு. பேசாம இரும்."

"இதெல்லாம் என்னமாக் கிடைக்குது உங்களுக்கு?"

"நீர் பேசாம இருக்கிறீரா, உம்மத் தூக்கி வெளியிலே எறிஞ்சுடட்டுமா?"

"சும்மாச் சொல்லுங்க. ஒரு ராஜாங்கத்தையே ஏமாத்தறதுன்னா, அந்தச் சூரத்தனம் எப்படீன்னுதான் தெரிஞ்சுக்கறேனே."

"நீர் வேற ஏதாவது பேசுவீரா மாட்டீரா?"

"முடியாது."

"சொல்லித்தான் ஆகணும்."

"சரி, சொல்றேன். அப்பறம் இதைப்பத்திப் பேசமாட்டீரே."

"இல்லை."

"நிச்சயமா?"

"நிச்சயமா இல்லை."

"சொல்லட்டுமா?"

"சொல்லுங்க."

"ரிஷிமூலம், பாட்டில் மூலம் இதெல்லாம் கேட்கப்படாது; சொல்லியாச்சு. இப்ப வேறெ பேசும்."

"அட ஆண்டவனே, ரிஷி மூலம், பாட்டில் மூலம் இதெல்லாம் கேக்கப்படாதா?"

"ஓய், நீர் வேற ஏதாவது பேசும்; இல்லாட்டாச் சும்மாக் கிடவும்."

"பேசாட்டி?"

"..."

"வெளியிலே தூக்கிப் போட்டிருவீங்களோ?"

"..."

"எப்பத் திரும்பப் போறீங்க?"

"அப்படி வாரும். ஆராதனையன்னிக்கி ராத்திரியே திரும்பிவிடப் போறேன்."

"ஏன், சுணங்கலியா?"

"வீட்டிலே பிரசவ டயமாயிருக்கு."

"அப்ப சரி; இந்த வருஷம் எங்கே தங்கப் போறீங்க? போன வருஷம் மாதிரி ..."

தி. ஜானகிராமன் சிறுகதைகள்

"ஓய், ஏன்யா எரிச்சப்படறீர்? நீரும் யாராவது ராஜாம்பா, கமலாம்பான்னு யாரோடேயாவது தங்கறதுதானே?"

"நான் ஆசைப்பட்டாலும் முடியலியே. எம் பல்லும் எம் மொவரையும் முன்னாடியே அவுங்க வீட்டுக் கதவைப் போய் இறுகச் சாத்திக் கிட்டுல்ல நின்னிடுத்து."

"அதான் தப்பு. என்னோட வந்து இருக்கிறா? நீர் நினைக்கிறது தப்பூன்னு நீரே தெரிஞ்சுக்கும்படியாப் பண்றேன்."

"அதாவது ராசாம்பா, கமலாம்பா வீட்டுக் கதவுங்கள்ளாம் எனக்கும் திறக்கும்னு சொல்றீங்க."

"ஆமாம்."

"அப்பனே, கதவுன்னா அதைச் சொல்லலே நான். மனக் கதவைச் சொன்னேன். எம்மாதிரி சுப்ர தீபங்களுக்கெல்லாம் அவுங்க மனக்கதவைத் திறக்க மாட்டாங்க. வெளியழுகுக்கு உலகம் அழியற அளவுக்கும் மவுசு உண்டு."

"இந்த மாதிரி வேதாந்தம் பேசறவர் இதுக்கெல்லாம் ஆசையே படப்படாது."

"அதான் சொல்றேன். மனக்கதவு திறக்காட்டி அங்கே என்னாங்க இருக்கும்."

"அப்ப, இன்னும் கொஞ்சம் விபூதியைப் பூசிண்டு, இந்தக் கூஜாவைத் திறந்து ஒரு டம்ளர் தீர்த்தத்தை எடுத்துக் குடிச்சுப்பிட்டு வயித்தெரிச்சலைத் தணிச்சுண்டு தூங்கும்."

"நீங்க பேசறதைப் பார்த்தா, இந்த வருசமும் போன வருசம் போல ..."

"இல்லே இல்லே. ஒரு ரசிகர் கடுதாசி போட்டிருக்கார். யாரோ அழகு சிங்கு ஐயங்காராம். நம்மாத்திலேதான் தங்கணும்னு பிடிவாதமா எழுதியிருக்கார். ஸ்டேஷனுக்கு வாராராம். கார் கொண்டுவரேன்னு எழுதியிருக்கார். மகா ரசிகர்னு தோணறது. யாருன்னு தெரியலே. பேரே புதுசா இருக்கு; அழகு சிங்கு ஐயங்காராம். உமக்குத் தெரியுமோ?"

"அழகுசிங்கா?"

"ம்."

"தெரியலையே."

"நம்ம சங்கீதத்திலே இருக்கிற ஒரோரு அம்சத்தையும் எடுத்து அவர் லெட்டர்லெ சொல்லி இருக்கிறதைப் பார்த்தா, வெறுமனே மேல் பஞ்மத்துக்குக் கைதட்ற ரசிகர் இல்லேன்னு மாத்ரம் தெரியறது. வாஸ்தவமாகவே விஷயம் தெரிஞ்சவரா இருப்பார் போல இருக்கு. நீரும் நம்மோடேய தங்கிப்பிடறீரா?"

"நமக்கு வாண்டாங்க."

"ஏனையா?"

"நமக்கு ஒரு கை விபூதியும், ஒரு டம்ளர் தண்ணியும் போதுங்க, எரிச்சலைத் தணிச்சுக்க."

"ஓய் யமனே, இந்த வருஷத்து உத்சவத்தை மாத்ரம் நான் மறக்கவே போறதில்லெ."

"ஏங்க?"

"இந்த மாதிரி ஒரு வாயாடிகிட்ட தனியா இந்தச் செகண்ட் க்ளாஸிலே ஆம்பிட்டுண்டேனே. இன்னும் நூறு ஜன்மாக்குப் போருமய்யா இது."

3

"இன்னிக்கி எனக்கு அதிர்ஷ்ட நாள்."

"எனக்கும் அப்படித்தான்."

"இங்கேயேதான் இருக்கியா நீ?"

"இங்கேயேதான் இருக்கேன்."

"எத்தனை நாளா?"

"இந்த மண்ணிலே பொறந்துலேந்து இங்கதான் இருக்கேன்."

"இந்த அழகு சிங்கு யாரு!"

"ஏன்?"

"யார் சொல்லேன்."

"எங்க காரியஸ்தர். நிலங்களுக்கெல்லாம் கார்வாரியா இருக்காரு."

"மூஞ்சியைப் பார்த்தா, 'சங்கீதம் மாகாணி என்ன விலை'ன்னு கேப்பார்போல் இருக்கு. என்னடாப்பா பிரமாதமா என் சங்கீதத்தைப் பத்தி லெட்டர்லே எழுதியிருந்தாரேன்னு பார்த்தேன்."

"அவர்தான் எழுதினாரு."

"எழுதினது அவர்தான். கையெழுத்தும் அவருதான். யார் இல்லைன்னா?"

"ஏன்?"

"நீ சொல்லியிருக்கே; அவர் எழுதியிருக்கார்; அதானே?"

"அது எப்படியிருந்தா என்ன?"

"ஞானம், நீ இப்படி ஞானக்கடலா இருக்கியே. இத்தனை நாளா என் கண்ணிலியே படலியே!"

"போன வருஷத்திலிலேருந்துதானே நீங்க நெஜம்மாப் பாட ஆரம்பிச்சிருக்கீங்க."

"அதுக்கு முன்னாடி?"

"சும்மா சத்தம் போட்டுக்கிட்டிருந்தீங்க."

"ஐயையோ, இது என்ன புது தினுசு விமர்சனமா இருக்கு! பத்து வருஷமா உலகமே மார்க்கண்டத்தைத் தலையிலே தூக்கி வச்சுண்டு கூத்தாடறதே."

"உலகம் எதைத்தான் தலையிலே தூக்கி வச்சுக்கலை? கோமாளி கூடத்தான் தலையிலே ஒரு பையைக் கவுத்துக்கிட்டுக் கூத்தாடறான். நீங்க போன வருஷத்திலேருந்து பாடறுதுதான் பாட்டு. இப்பத்தான் உங்க பாட்டு அநுபவிச்சுப் பாடற பாட்டா இருக்கு. அதுதான் பாட்டு."

"எது?"

"என் காதை ரொப்பறதுதான் பாட்டு. என் காதை ரொப்பணும். என் மனசை ரொப்பணும். என் பிராணனைப் போய்க் கவ்வணும். இந்தத் தேகம், உயிர் எல்லாம் மறந்து போகணும். இவ்வளவு தூரம், ஏன் சொல்லணும்? இந்த வீட்டுக்கு அப்படிப் பாடற ஆத்மாவை நான் வரவளைக்கணும்."

"இப்படிச் சாஞ்சுக்கணும்."

"இது கிடக்கு சனியன்."

"நீ பெரிய ஆளா இருக்கியேம்மா."

"பெரிய ஆள்தான். பாடறேன் பாடறேன்னு சும்மா படார் படார்னு துடையைத் தட்டிக்கிட்டு, மனசிலே படாம, நெஞ்சிலே படாம, தொண்டையைக் கடகடன்னு உருட்டிக்கிட்டிருந்தா பாட்டாயிடுமா? அதுக்கென்ன, இந்தச் சீவல் டப்பாவைத் தள்ளிவிட்டா உருளாதா? இதா பாட்டு?"

"இந்த மாதிரி ரஸிகையை நான் எங்க பார்க்கப் போறேன்?"

"இந்த வருஷம் உங்க பாட்டுக்கு ஈடே கிடையாது! அப்படி என் காது நிறஞ்சுது. என்ன சுருதி! என்ன அநுபவம்!"

"நான் இன்னிக்கி ரொம்ப அதிர்ஷ்டம் பண்ணியிருக்கேன். நேத்திக்கி ஊருக்குப் போயிருந்தேன்னா இந்த அமிருதம் என் காதில் எங்கே விழுந்திருக்கப் போறது?"

"நேத்தே ஊருக்குப் போகணும்னீங்களாமே."

"ஆமாம். ஊர்லே ஜோலியிருக்கு."

"பின்னே ஏன் தங்கினீங்க?"

"இந்த வார்த்தைகளைக் கேக்கத்தான். நேத்திக்கே இந்தச் சர்டிபிகேட்டைக் கொடுத்திருக்கப்படாதா?"

"கொடுத்திருக்கலாம். நேத்து ஆராதனையாச்சேன்னு இருந்தேன். பொழுது விடிஞ்சா இந்தப் பாவந்தான் இருக்கவே இருக்கு."

"பலே! எல்லாத்துக்கும் நடுவிலே ஆசாரம், மடி எல்லாம் வேறே வச்சிண்டிருக்காப்பலே இருக்கே."

"இதிலே என்ன தப்பு? ஒரு நாளாவது இதையெல்லாம் மறந்திட்டு இருக்கப்படாதா?"

"போன வருஷம், முந்தின வருஷம் எல்லாம் யார் சர்டிபிகேட் வாங்கினா?"

"ஒத்தருமே வாங்கினதில்லை இதுவரைக்கும்."

"ஒத்தருமே வாங்கினதில்லையா?"

"ஒத்தர்கூட இல்லை. சங்கீதக்காரங்களையே அண்ட விடறதில்லை. யாரும் மனசுக்குத் திருப்தியாய்ப் பாடினதே இல்லை."

"அப்பன்னா . . ?"

"சும்மா சொல்லுங்க."

"வீடு வாசல்."

"வீடு வாசல்லாம் பாடறவன் கொடுக்காட்டாக் கிடைக்காதா? பாடறவங்களை நம்பிப் பொளைக்க ஆரம்பிச்சிருந்தா ஒட்டை தம்புராக் கூடக் கிடைச்சிருக்காதே."

"அம்மா, நீ நெஜமாவே ஞானாம்பாதான். வாய் முழுக்க விஷப் பல்லா இருக்கே இப்படி."

"உங்க சர்டிபிகேட்டும் நல்லாத்தான் இருக்கு."

"வாஸ்தவமாவே நீ ஞானாம்பாதான். என்ன அழகு! என்ன பேச்சு! நான் என்னமோ பாடறேன் பாடறேங்கிறியே. ஆராதனை முடிஞ்சப்புறம் நேத்திக்கி நீ சமாதிக்கிட்ட நின்னுண்டு, சந்தனக்கலர் புடைவை தளரத்தளர முதுகுலே கூந்தல் பெரள, நெத்தியிலே ஒரு விபூதிப் பொட்டு, அதுக்குக் கீழ் ஒரு குங்குமப்பொட்டு, இந்தக் கோலத்திலே நின்னுண்டு பாடினியே … கண்ணைப் பறிச்சுது ரூபம், மனசைப் பறிச்சுது பாட்டு … நான் பாடறேங்கிறியே … இந்தக் கீர்த்தனங்களை இவ்வளவு அநுபவிச்சு யார் பாடப்போறா? இன்னும் அந்தக் காட்சி என் மனசிலே தாண்டவ மாடறது. இந்த லோகத்திலே எத்தனை தினுசான அழகு! உன்னை நேத்திக்கிப் பாக்கறபோது தியாகையர் கீர்த்தனமே ரூபம் எடுத்திண்டு நிக்கிறாப்போல் இருந்தது."

"என்ன என்னமோ பேசிறீங்களே?"

"ஆம் தியாகையர் கீர்த்தனம் மாதிரியே அவ்வளவு அழகா இருந்தே நீ."

"நாம் ஒருத்தரைப்பத்தி ரொம்பப் பெரிசா நெனச்சுக்கிட்டே இருக்கறபோது அவுங்களைப் பார்க்காமலே இருந்திட்டாத் தேவலைப் போல ஆயிடுது சில சமயம்."

"ஏன்!"

"நேரே கண்டுட்டா, அசடு வழிஞ்சு ஓட ஆரம்பிச்சிடுது."

"நான் என்ன இப்ப அசடு வழிஞ்சுபிட்டேன்?"

"இத்தைவிட இன்னும் வழியணுமா? ஒரு நொடியிலே திடுதிடுன்னு சரிஞ்சுப்பிட்டீங்களே. இது பூச்சி அரிக்கப்போற உடம்பு. எவ்வளவோ மனுஷ்ஷப் பூச்சியெல்லாம் மனம் போனபடி அரிச்சு வேறே ஆயிடிச்சு. இதுக்கும் தியாகையர் பாட்டுக்கும் சரிக்கட்ட வாணாம்."

"தலையிலே இவ்வளவு ரோஜாப் பூவை வாரி வச்சிண்டிருக்கியே ... ஆச்சு, வாட ஆரம்பிச்சுடுத்து. இருந்தாலும் இருக்கறவரைக்கும், மணமா வீசி, பிரளயமாடிவிட்டுத்தானே போப்போறது அது."

"உங்க மனசிலே இருக்கறதை உங்களோட வச்சிக்கிங்க. என் காது கேக்க வாணாம். விட்டுடுங்க."

"ஏன் விடணும்? வாஸ்தவத்தைச் சொல்றேன். நேத்திக்கி நீ பாடினியே, அந்தத் தியாகையர் கீர்த்தனத்தைத் தியாகையரே அப்படிப் பாடியிருக்க முடியும்னு நெனக்கிறியா?... ஏன் ஏந்துனூட்டே?"

"ஏ தரித்திரமே, ஏந்திரிச்சுப் போ, சொல்றேன். தேவடியாள்னா என்ன வாணாப் பேசிக்கிட்டு திரியலாம்னு நெனைக்க வாணாம். தாசியாப் பொறந்திட்டா, இந்த மாதிரி முட்டாத்தனத்தையெல்லாம் பொறுத்துக்கிட்டுக் கிடக்கணும்னு மொடையில்லே."

"நான் என்ன சொல்லிப்பிட்டேன் இப்ப?"

"சொன்னது போதும், போய்யா எழுந்திரிச்சு. தியாகையர் கீர்த்தனத்து அழகையெல்லாம் நீ தானே கண்டுப்பிட்டே. அவரே இந்த மாதிரி பாடியிருக்க மாட்டாராம்! உன் நாக்கு அறுந்து விளமாட்டேங்குதே!"

"நீ பரம ரசிகைங்கற அர்த்தத்திலேதானே சொன்னேன்."

"அப்படி நான் இருக்கிறதுனாலேதான் உன்னை இப்ப வெளியே போவச் சொல்றேன் ... போய்யா, உன் பேச்சும் மூஞ்சியும்."

"பேசறத்துலே ..."

"போய்யான்னா, இந்தா, இந்த அங்க வஸ்திரத்தை எடுத்துக் கிட்டுப் போ. இந்த மாதிரி உளறிக்கிட்டு அலையாதே, எல்லாருட்டியும் உளர்த்தாப்பலே. நட்சத்ரம் இல்லே இஞ்ச யாரும்."

"நான் சொல்றதை ..."

"எல்லாம் கேட்டாச்சு ... போ. நடையிலே இருட்டா இருக்கு. உளுந்து மண்டையை உடைச்சுக்க வாணாம். லைட்டைப் போடறேன். கதவைத் தெறந்து விடறேன். அய்யங்கார் ஊட்டுலே போய் நல்லாப் படுத்துத் தூங்கினாச் சரியாப் போயிரும். இன்னமே இங்கிதம் தெரிஞ்சு பேசக் கத்துக்க. அப்பா ஒளிஞ்சுதுடாப்பா!"

"ஏண்டி அவரை இப்படி வெரட்டியடிக்கிறே?"

"தியாகையரைவிட நான் நல்லாப் பாடறேனம்மா. இந்த மகான் சொல்லிட்டாரு!"

"எப்பச் சொன்னாரு?"

"இப்ப உள்ற இருக்கிறப்போ?"

"அப்பத்தானே. நீ நெசம்னு நெனச்சுக்கிட்டியா?"

"அவரு நெசமாச் சொல்லேலன்னு தெரியும் எனக்கு. எந்த நேரத்துலே பேசினாலும் எல்லாத்துக்கும் வரம்பு இருக்கு. பொம்மனாட்டி கொஞ்சம் பார்க்கும்படியா இருந்திட்டா, இப்படிப் பைத்யம் புடிச்சுப் பாயைப் பிராண்டிக்கிட்டுப் பேத்திக்கிட்டுத் திரியணுமா? எனக்குப் பிடிக்காது இந்த மாதிரியெல்லாம் பேசினா. முன்னாடியே சொன்னேன், என் காது கேக்க இப்படிப் பேசாதையான்னு. கேக்கலெ. ஓடறாரு பனீலே. நான் என்ன செய்ய?"

"ரொம்பக் கெட்டிக்காரிதான் போ."

"சீமையிலே ஒரு வெசை கண்டுபிடிச்சிருக்கானாம். அதுலெ ஏறி நின்னா குத்வாளி யாருன்னு காமிச்சுக் கொடுத்திடுமாம். அதை வந்து சமாதிக்கிட்டக் கொணாந்து வக்கணும். நெசம்மா, உத்சவத்துக்கு மாத்திரம் யாரு வந்திருக்காங்கன்னு தெரிஞ்சு போயிடுமில்ல?"

"கொண்ணாந்து வை. நான் போய்ப் படுத்துக்கறேன். நல்ல தூக்கத்திலே கெளப்பிவிட்டியே மகராசி. அடுத்த வருசத்துக்குள்ளார நீ பைத்யக்கார ஆஸ்பத்திரிக்குத்தான் போப்போறே."

மணிக்கொடி, 1950

நானும் எம்டனும்

இந்தப் பஞ்சப்பாட்டுப் பாடிப் பாடி அலுத்து விட்டது. இல்லையே இல்லையே என்று ஏங்கிக்கொண்டே இருப்பதற்காகவா ஜன்மம் எடுத்தோம்? சாருத்தன் தூக்கு மேடைக்குப் போகும்பொழுது, 'வறுமையே, நான் செத்துப் போவதைப் பற்றிச் சற்றுகூட வருந்தவில்லை. உன்னை நினைத்தால்தான் எனக்குத் துன்பம் உண்டாகிறது. ஐயோ, நான் போய்விட்டால் உனக்கு நெருங்கிய நண்பன் வேறு யார் இந்த உலகத்தில் கிடைக்கப்போகிறான்?' என்று, தாரித்திரியத்தை அநாதையாக விட்டுவிட்டுப் போவதை நினைத்துப் புலம்பினான். 'சாருத்தா, உனக்கு ஏன் கவலை? நான் வந்துவிட்டேன். நீ போய்விட்டால் சிநேகத்திற்கே பஞ்சம் வந்துவிடுமென்று நினைந்துவிட்டாயே.'

"என்னங்க யோசிக்கிறீங்க?"

"ஒண்ணுமில்லை."

"பின்னே ஒண்ணுமில்லாமையா யோசனை பண்றீங்க? எனக்கு நாளியாச்சில்ல?"

"வேறு எல்லார்கிட்டேயும் வாங்கிட்டு வாங்களேன்; அப்புறம் பாத்துக்கலாம்."

"எல்லாரும் கொடுத்துட்டாங்க. நீங்கதான் பாக்கி."

"யாரு கொடுத்தா?"

"பின்னே நான் பொய்யா சொல்றேன்!... நோட்டு பேசுதா இல்லையா?"

நோட்டு நன்றாகத்தான் பேசுகிறது. கண்ணுச்சாமிப் பிள்ளை இருநூறு ரூபாய், மகாலிங்க மழவராயர் இருநூறு ரூபாய், வைத்தியநாதக் கண்டியர் நூற்றைம்பது, கருப்பையாக் கோனார் நூற்றைம்பது, லேண்டு லார்டு குப்புசாமி ஐயங்கார் நூற்றைம்பது, நெல் மிஷின்

நடேசையர் நூறு, காபி ஹோட்டல் அம்பி ஐயர் நூறு, மிலிட்டேரி ஹோட்டல் குப்புராவ் நூறு. கெடிகார வியாபாரம் ஜானகிராம் நாயுடு நூறு – இப்படி நூறு ரூபாய்ப் புள்ளிகளே இருபது இருந்தன. பிறகு ஐம்பது, நாற்பது, இருபது – பத்துத்தான் கடைசித் திட்டம்.

நோட்டு நன்றாகத்தான் பேசுகிறது. எனக்குத்தான் பேச முடியாமல் நாக்கு உள்ளே போய்விட்டது.

"இருக்கட்டுமே, இன்னும் நாலு பேரைப் பாத்துட்டு வாங்களேன்."

"நாலு பேரைப் பாத்திட்டு உங்க கிட்ட வரணும். நீங்க அஞ்சு ரூவாயைக் கொடுத்திட்டுப் போடான்னு என்னை விரட்டிரணும். அதானே சொல்றீங்க?"

"அப்படீன்னா – நீங்க என்னை அஞ்சு ரூபாய் கொடுக்கணும்னு எதிர்பார்க்கறேளா?"

"உங்களுக்குக் கொடுக்கறத்துக்கு இஷ்டம் இல்லைன்னா சொல்லிடுங்க, நுறுக்குன்னு. எழுந்திரிச்சுப் போயிடறேன். ஏன் வீண் பேச்சு?"

பட்டென்று, 'இஷ்டமில்லை' என்று சொல்லிவிடலாம். அவ்வளவு தைரியமும் கண்டிப்பும் இருந்திருந்தால், பத்து வருஷமாகவா மளிகைக் கடைக் குமாஸ்தாவாக இருக்க வேண்டும்? இத்தனை நாள் தனிக் கடையே வைத்திருக்கலாமே.

'என் நிலைமைக்கு அஞ்சு ரூபாய் கொடுக்க முடியுமா, நீங்களே யோசித்துப் பார்த்துச் சொல்லுங்கோ?"

"ஐயா, பத்து ரூபாய்க்குக் குறைச்சலில்லாமே வாங்கிக்கிட்டுப் போகலாம்னு வந்திருக்கேன். நாட்டியமா, டீ பார்ட்டியா? வெள்ளத்திலே அடிச்ச துண்டைக்கூடப் பறிகொடுத்திட்டு நிக்கிறாங்கையா. நீங்கள்ளாம் இப்படிச் சண்டித்தனம் பண்ணினா அப்புறம் எங்கையா போறது நான்?"

"நீங்கள்ளாம்னா என்ன? இங்கே என்ன கொல்லையிலே காய்க்கிறதா?"

"சரி, கடையிலே காய்க்கிறதுன்னு வச்சிக்குங்களேன். எழுந்திருங்க, போய்க் கொண்டாங்க சொல்றேன்."

"இப்பக் கையிலே தம்பிடி கிடையாது."

"என்னது!"

"ஆமாம்."

"தம்பிடி கிடையாதா?"

"தம்பிடின்னா தம்பிடிகூட இல்லை."

"நீங்கதான் பேசறீங்களா?"

"நான்தான், கைலாசந்தான் பேசறேன்."

"என்னையாது, பிரளி பண்றீங்க?"

"பிரளி என்ன? இருக்கறத்தைச் சொல்றேன். கையிலே காலணா இல்லை."

"சரி, எப்ப இருக்கும்?"

"..."

"சரி, இதிலே கையெழுத்துப் போடுங்க. நாளைக்கு வந்து வாங்கிக்கறேன்."

"நாளைக்கு மாத்திரம் ஆகாசத்திலேருந்து குதிச்சுடப் போறதா?"

"உங்களுக்குக் குடுக்கணும்ன்னு மனசு இருந்தா எங்கேருந்தாவது குதிச்சுருமையா."

"ம், ம், குதிக்கும் குதிக்கும்!"

"ஐயய்ய. பெருத்த மோசமாப் போயிடிச்சே. ஏது ஏது!... போடுங்கையா கையெழுத்தே."

பிள்ளை நோட்டை நீட்டும்பொழுது அது நோட்டாகத் தோன்ற வில்லை எனக்கு. ஆந்திர தேசத்து கிருஷ்ணா நதியே கரைபுரண்டு அலையெறிந்து, என்னை என் உண்டிப் பெட்டியில் உள்ள பத்து ரூபாய் நோட்டுடன் அடித்துப் போக வருவதுபோல் இருந்தது. வேதனையுடன் நோட்டை வாங்கிக் 'கைலாசம், மளிகைக் கடை ரூ. 5 – 0 – 0' என்று போட்ட பொழுது, 'இவ்வளவுதான் தெரியுமா உங்களுக்கு?' என்று பிள்ளை அதட்டினார்.

"இந்தாங்கோ. பேசாமே நோட்டை வாங்கிக்குங்கோ."

"அஞ்சுக்கு முன்னாடி ஒரு கோட்டை இழுங்க சொல்றேன்."

"ஏன், பின்னாடி இழுத்தால் சந்தோஷக் குறைச்சலா இருக்கப் போறதோ உங்களுக்கு?"

"சந்தோஷமாகத்தான் இருக்கும். ஆனா இதுக்கேதான் ஊர் கூடிச் செக்குத் தள்ளவேண்டியிருக்கே. சரி, நான் திருத்திரட்டுமா?"

"என்ன திருத்தப் போறேள்?"

"பதறாதீங்க," என்று 5க்கு முன் ஒரு கோட்டைப் போட்டு 5ஐச் சுழியாகத் திருத்தினார் பிள்ளை.

"பேஷாகத் திருத்திக்குங்கோளேன். கொடுத்தாத்தானே?"

"கொடுக்காட்டிப் போனா யாரு வுடப்போறாங்க ... சரி, நாளைக்குக் காலமே பத்து மணிக்கு வரேன்."

பிள்ளை ரப்பர் பூட்ஸை மாட்டிக்கொண்டு கிளம்பினார். வாசல் வரையில் அவரைக் கொண்டுவிடப் போனேன்.

'கிடுகிடு, கிடுகிடு, கிடுகிடு, கிடு' என்று, ஹோட்டல் அம்பி ஐயர் பையன் எம்டன் மூச்சுப் பிடித்துக்கொண்டே, கட்டிக்கொண்டு தொங்கின

நான்கு பையன்களையும் நாய்க் குட்டியை இழுக்கிறாற்போல, தரதர வென்று இழுத்துக்கொண்டு போய்க் கோட்டைத் தொட்டுவிட்டான். கோலாகலம் காதைப் பிளந்தது.

"எலே, எம்டன்டா!" என்று எம்டன் கட்சிப் பையன்கள் ஓர் ஓரத்தில் நின்றுகொண்டு கால் கீழே படாமல் குதித்தார்கள்.

இதைப் பார்த்து ரஸித்தார் பிள்ளை. அவர் எம்டனை விட்டுக் கண்ணெடுக்கவில்லை. எம்டனுக்குப் பதின்மூன்று வயசு இருக்கும். மஞ்சள் நிறம். பூதாகாரமான தேகம். கைகள் தொடையளவு இருக்கும். நீல நிக்கர், கூடை மாதிரி இடுப்பு, சட்டி மண்டை, செம்பட்டை மயிர், மேலெல்லாம் மினுமினுவென்று தங்க மயிர். இந்த உடம்பைத் தூக்கிக்கொண்டு அவன் நடக்கிறதே ஒரு பெரிய சாதனை. ஆனால் அவன் பூனைக் கண்ணால் பார்த்துக்கொண்டே குண்டு குண்டென்று ஓடிக்கொண்டிருந்தான்.

"ஐயரே, எனக்கு ஒரு யோசனை தோணுது. இந்தப் பையனை சலாங்குடு ஆடவைச்சு டிக்கட் வைச்சோம்னா, உங்க மாதிரி மூஞ்சியைத் தூக்காமே எல்லாரும் காசைக் கக்குவாங்க. இது யார் பையன்?"

"ஹோட்டல் அம்பி ஐயர் கொடுக்கு."

"அப்படிச் சொல்லுங்க. அதானே! என்டான்னு பாத்தேன். உளுத்த மாவு சேராட்டி உடம்பு இப்படியா மினுக்கும்?"

"பிள்ளைவாள் கண் பட்டுடப் போறது. ஒரே பிள்ளை அவன்."

"எலே டில்லி, ஏந்திர்றா. நீ பொழச்சுட்டே!" என்று எம்டன் குரல் கொடுத்ததும், திண்ணையிலிருந்து வந்தான் டில்லி. அவனுக்குப் பிழைத்துவிட்டதில் எல்லையில்லாத சந்தோஷம். ஆனால் அவன் உடம்பில் எலும்புதான் இருந்தது. ஆறு மாசம் பட்டினி கிடந்தவன் மாதிரி முட்டிக்கால் தட்டிக்கொண்டே அவன் வந்து நின்றான்.

"வாங்க வாங்க. டில்லி மட்டம் வரது பார்றா" என்று எதிர்க்கட்சி, இரைக்கு நப்புக் கொட்டிற்று.

"எலே, டில்லி! நீ சும்மா இர்றா. நான் போய்ட்டு வறேன். நான் போகச் சொன்னாத்தான் நீ போகணும்" என்று உத்தரவு போட்டுவிட்டு எம்டன் கிளம்பினான்.

பளபளவென்று திரண்டிருந்த மஞ்சள் துடைகளில் நாலு தட்டுத் தட்டிவிட்டு, 'கிடுகிடு, கிடுகிடு'வென்று எதிர் வியூகத்தில் புகுந்து விட்டான். உடனே, பாய்ந்து கவ்வுவதற்கு தயாராக முறைத்துக் கொண்டிருந்த புலிகள் தாறுமாறாகச் சிதறி ஓடின. கையை நீட்டிக் கொண்டே ஓர் ஆளைத் தட்டி விட்டு எம்டன் கோட்டுக்கு வந்துவிட்டான்.

"எலே, ராஜா, நீ எழுந்திர்றா, நீ பொழச்சுட்டே."

ராஜா வந்தான். அதாவது நோஞ்சான்களுக்கு ராஜா இவன். டில்லியைப்போல இவனுக்குச் சூணா வயிறே இல்லை. ஆனால் எலும்புகள் டில்லியின் எலும்புகளோடு போட்டி போட்டுக்கொண்டு தோலை முட்டின.

எதிர்க் கட்சி படையெடுத்தது.

"நாலு பக்கம் பாத்தாலும் நாதியத்த வீடுதான்

நாம தாண்டா இந்த இடிஞ்ச நாதியத்த வீட்டுக்கும்

வளைகளுக்கும் மகாராஜா என்று சொல்லி வந்துதாம்

சுண்டெலீ, சுண்டெலீ, சுண்டெலீ, சுண்டெலீ!"

திடீரென்று பாட்டு நின்றுவிட்டது. பின்பக்கமாக ஒரே பிடி. எம்டன் எதிர்பாராமல் திடீரென்று அமுக்கிவிட்டான். மூச்சு நின்றுவிட்டது.

"சுண்டெலீ மாட்டிக்கிச்சுறா பொறியிலே. கத்து, கத்து, கீச்சு, கீச்சினு" என்று டில்லி எம்டனை வந்து கட்டிக்கொண்டான். அவனைக் கட்டிக்கொண்டால் எதிரியைக் கட்டிக்கொள்வதாக அவன் பாவனை.

"எலே சம்பத்து, ஏந்திர்றா, நீ பொழச்சுட்டே" என்று எம்டன் கத்தினதும், ஒரு பையன் – ஏழு வயிதிருக்கும் – ஓடி வந்தான்.

"என்னாங்க இது. எம்டன் ஆளுங்க எல்லாம் ம்யூயியத்திலேருந்து ஓடி வந்தாப்பலே இருக்கே!" என்று கேட்டார் பிள்ளை.

"எம்டன் ஒத்தன் போறாதா எங்க கட்சிக்கு?" என்று செத்துப் போய்த் திண்ணையில் உட்கார்ந்திருந்த ஒரு பையன் பதில் கொடுத்தான்.

"நீ எம்டன் கட்சியா?" என்று கேட்டார் பிள்ளை.

"ஆமாம்."

"உன் பெயரென்ன?"

"சோனி. பள்ளிக்கூடத்திலே அட்டண்டென்ஸிலே வீரராகவன்னு கூப்பிடுவா."

"பள்ளிக்கூடத்திலே சோனீன்னு கூப்பிட மாட்டாங்களா?"

"ம்ஹம்."

"ஏன்?"

"கூப்பிட்டா ஒரே குத். இப்படி ஒரு குத் விட்டேன்னா" என்று இடது கையை முருங்கைக்காய் மாதிரி ஓங்கினான் அவன். "அப்பாடி யோவ்!"

பிள்ளையோடு சேர்ந்து பையனும் சிரித்தான். "எலே, சோனி, எழுந்திர்றா, நீ பொழச்சுட்டே."

"ம்ஹம், பலே! யார் செத்தா?"

"எல்லாம் போயிடிச்சி, ஐயா ஒத்தர்தான் பாக்கி" என்று எதிர்க் கட்சியில் நின்றுகொண்டிருந்த ஒரே பையனைப் பார்த்து எம்டன் சிரித்தான்.

தனிப்போராட்டம் நடத்தப் போகும் எதிர்க்கட்சியின் கடைசி நம்பிக்கை, முன் ஜாக்கிரதையாகத் தூரத்தில் நின்றுகொண்டிருந்தது.

எம்டன் புறப்பட்டான் "கிடுகிடு, கிடுகிடு!"

"ஏலே எம்டன்! என்ன நீயே வந்திண்ட்ருக்கே; நானும் ஒரு நாழியாப் பாக்கறேன்."

எம்டன் கோட்டுக்குத் திரும்பி வந்து சொன்னான். "ஏண்டா, என் கட்சியிலே வாண்டு நண்டுகளையெல்லாம் போட்டுண்டிருக்கேன். அவங்க வெறும்னே வெறும்னே வர முடியுமா? இந்த அழுகுணிப் பேச்செல்லாம் பேசக்கூடாது."

"ஏலே, யாரைச் சொல்றே அழுகுணீன்னு? இனிமே சொன்னயோ தெரியுமா?"

"நீ இப்ப என்ன சொல்றே?"

"வேறே யாரையாவது வரச் சொல்லு."

"சரிடா – இதோரு அழு மூஞ்சி – ஏய், நீ போடா டில்லி."

குடு குடு நாதா, குளுஞ்சி நாதா

கொட்டையில்லாப் பழம் என்ன பழம்?

வாழைப்பழம். தோலைக்கடி

பூசணிக்காய், காம்பைக் கடி

உங்கப்பனுக்கம் ஆயிக்கும் ஒரு பணம்

தண்டம்

தண்டம் தண்டம் தண்டம்

என்று பெரிய பாட்டாகப் பாடிக்கொண்டு கோட்டுக்கு ஒரு சாண் தூரத்திலேயே நாட்டியமாடிவிட்டுத் திரும்பிவிட்டான் டில்லி.

"ஒன்ஸ்மோர்."

"ஏன், சிங்கம் களைச்சுப் போச்சோ?" என்று நையாண்டி செய்தான் டில்லி.

"ஆமாண்டி சிங்கி. உனக்கு ஆறுபேர் கூட இருக்காங்க, நீ பேச மாட்டியா?"

"ஏலே சும்மாயிருடா டில்லி" என்று சொல்லிவிட்டு எம்டன் கஜேந்திரன் மாதிரி புறப்பட்டு ஒரு கை வீச்சில் எதிரியைத் தொட்டு விட்டுக் கோட்டுக்கு வந்துவிட்டான்.

தி. ஜானகிராமன் சிறுகதைகள்

அவ்வளவுதான், "கேம், கேம்" என்று எம்டன் கட்சி ஈர்க்குச்சிகள் முழுதும் ஆகாசத்தில் குதித்தன. டில்லி முட்டிக்காலைத் தட்டிக் கொண்டு குதித்தவன் கீழே விழுந்துவிட்டான். ஒரே ரகளைப் பட்டது.

பிள்ளை விழுந்து விழுந்து சிரித்தார். எதிர்க் கட்சிச் சிங்கத்திற்கு எரிச்சல் வந்துவிட்டது. "ஏலே எம்டன் என்ன, பிரமாதமாக் குதிக்கிறே? படிப்பிலே ஒரு மார்க் வாங்கறத்துக்கு யோக்யதை இல்லை. கணக்கிலே சைபர், ஹிஸ்டிரிலே ஒண்ணரை, இங்கிலீஷிலே சுட்டா. பள்ளிக்கூடத்திலே ஐயராம் நாயுடுகிட்ட நீ வாங்கற உதை எங்களாலே எண்ண முடியல்லே; என்ன குதிக்கறே?"

"ஏலே நானா குதிக்கறேன். எங்க கட்சிப் பசங்களெல்லாம் குதிக்கறாங்க. அதுக்கு நான் என்ன பண்றது?"

"அதெல்லாம் இருக்கட்டும்; படிப்பிலெ நாலு மார்க் வாங்கறதெப் பாரு."

"நீ போடா, நீ படிச்சுக் கிழிச்சுட்டியே. இவர் பெரிய ஸி.வி. ராமன்! போடா; தோக்கறதையும் தோத்துட்டு அநாவசியப் பேச்சுப் பேசறான். நீ இப்ப மார்க் வாங்குடா இதிலே. பள்ளிக்கூட்து மார்க்கை அப்புறம் பாத்துப்பம்."

"ஏலே, என்ன ஜாஸ்தி பேசறே?"

"சரி, நீ விளையாடப் போறயா இல்லையா? போங்கடா எல்லாரும் அந்தப் பக்கத்துக்கு."

"முடியாது."

"நீ ஆடலியா?"

"இல்லே."

"அப்ப நீ அந்தண்ட போ."

"போக முடியாது."

"முடியாதுன்னா?"

"முடியாதுன்னா முடியாது. நீ யார் சொல்றத்துக்கு?"

"ஏண்டா வீம்பு பிடிக்கிறே?"

"நான் வரேன். காலையிலே பத்து மணிக்கு வரேன்" என்று சொல்லிவிட்டுப் பிள்ளை இறங்கிப் போனார்.

"நீ போறயா மாட்டியா?"

"மாட்டேன்."

"இழுத்துப் போட்டுடுவேன்."

"அடி சிங்கம், எங்கே போடு பாப்பம்."

அவ்வளவுதான். அவனை அப்படியே குண்டுக் கட்டாகத் தூக்கி என் வீட்டுத் திண்ணையில் கொண்டு வைத்துவிட்டான் எம்டன். கூச்சலும் கரகோஷமும் மறுபடியும் எழும்பின.

நானும் எம்டனும்

"எலே, எலே!" என்று அகற்றப்பட்டவன் ஆத்திரத்துடன் ஒரு பாய்ச்சல் பாய்ந்து எம்டனின் ஆடு சதையைப் பல்லால் கவ்வி விட்டான். "ஏய் விடு விடு, கடிக்காதே!" என்று கத்திப் பார்த்தான் எம்டன். பயனில்லை. கடையில் வீசி ஒரு உதறு உதறியதும் அப்பால் போய் விழுந்தான் பையன்.

"நாய் மாதிரி கடிக்கிறாண்டா."

"வைடா நாலு" என்று பையன்கள் ஆளுக்கு ஒன்றாகச் சாத்தினார்கள்.

"எலே, அடிக்காதிங்கடா. பாருங்கோ மாமா, நாய் மாதிரிக் கடிக்கிறதை" என்று என்னிடம் வந்தான் எம்டன்.

"எலே, என்ன நாய் நாய்ங்கறே? பல்லை ஓடைச்சுப்பிடுவேன்; தெரியுமா?" என்று உதை வாங்கினவன் மீண்டும் கிளம்பினான்.

"ஏ, காலி, நீ சும்மா இருக்கமாட்டே?" என்று நான் அதட்டிய பிறகுதான் அவன் அடங்கினான். முழுவதும் அடங்கிவில்லை. "பூசணிக்கா, சித்தானைக் குட்டி, சைனா குண்டு!" என்று எம்டனை நோக்கி வாய்ப்பாணமாக எறியத் தொடங்கினான்.

"ரத்தம் வரது மாமா" என்றான் எம்டன்! பார்த்தேன். பல் ஆழப் பதிந்து ரத்தம் கசிந்துகொண்டிருந்தது. பக்கத்துத் தெருவிற்கு டாக்டர் வீட்டிறகு அழைத்துப் போனேன். அவர் ஒரு இன்ஜக்‌ஷனைப் போட்டு, மேலுக்கும் மருந்து போட்டு அனுப்பினார். கூட வந்த பட்டாளத்தைச் சிரமப்பட்டுத்தான் கலைக்க வேண்டியிருந்தது.

"இந்தப் பயலுக்கு நாலு குடுத்தாத்தான் புத்தி வரும்" என்று வரும்போது சொன்னேன்.

"எதுக்கு மாமா? ஒரு அடி தாங்கமாட்டான் இந்தப்பய. ஆனா ஒரு அடி அடிச்சுட்டா, கப்பிக்கல்லு, உலக்கை எது ஆப்பிட்டாலும் எடுத்து மேலே வீசிப்பிடுவான். அடிக்கறதை அடிச்சிட்டு அழ வேறு அழுவான். அவன் அப்பா இருக்காரே சுப்பண்ணா அவருக்குக் கோவம் வந்துதோ இவனைக் கொன்னு குழியை வெட்டி மூடிப்பிடுவார். அன்னிக்கிச் சம்பத்தை அடிச்சுட்டான் இந்தப் பய. அவன் சுப்பண்ணா மாமாகிட்ட அழுதுண்டே போய், 'அடிச்சிப்பிட்டான், உங்க நாராயணன்'னு சொல்லிப்பிட்டான். அவ்வளவுதான். அன்னிக்கு ஒரு விசிறிக் காம்பு முறிய முறிய அடிச்சிருக்கார் பாருங்கோ, பாவமாயிருந்தது. முதுகு மூஞ்சியெல்லாம் பூரான் கடிச்சாப்பலெ தடிச்சுப் போயிடுத்து" என்றான் எம்டன்.

○

டாக்டர் வீட்டுக்குப் போனதில் அரைமணி காபிக்குத் தாமதமாகி விட்டது.

"இன்ஜக்‌ஷன் பண்ணணுமா இதுக்கு? அவ்வளவுக்கு என்ன?" என்று கௌரி கேட்டாள்.

"ஏதாவது விஷம் கிஷம் இருக்கலாம். முன்னாடி ஜாக்கிரதை பண்ணிக்கிறது நல்லதுதானே."

"இந்த டாக்டருக்கெல்லாம் இன்ஜக்ஷன் போடாட்டாத் தூக்கம் வராது. அந்தக் கடியையும் வாங்கிண்டு பேசாமெ இருந்துதே இந்த எம்டன், அந்தச் சமத்தை எங்க போய்ச் சொல்றது..! சாயங்காலம் யாரு வந்திருந்தா?"

கடைசிக் கேள்வியைக் கேட்டதும் என்னை அறியாமல் மறைந்திருந்த சோகம் திடீரென்று வயிற்றைப் புரட்டிக் கலக்கிற்று.

"உண்டிப்பெட்டியைக் கொண்டா."

"எதுக்கு?"

"கொண்டாயேன்."

உண்டிப்பெட்டி வந்தது. சின்னப் பெட்டி. பரம்பரையாக வந்த குடும்பக் கஜானா. திறந்தேன். பத்து ரூபாய் நோட்டுக் கிடந்தது.

"இதோ பார்க்கிறார் பார், ஜார்ஜ் ராஜா. என்ன ராஜா வேண்டி யிருக்கு? நமக்கு வேஷ்டி சட்டை வாங்கிக் கொடுக்கக்கூட மனசில்லை அவருக்கு."

"என்ன, சுத்திச் சுத்தி மூக்கைத் தொட்டாறது?"

"ஒண்ணுமில்லே. ஒரு வருஷமா, ஒரு நல்ல நாலு முழத்தையும் ஒரு கிழிசல் நாலு முழத்தையும் கட்டிண்டு காலத்தை ஓட்றேனா? இப்பவும் அப்படியே இருங்கிறார் இவர்."

"ஏனாம்?"

"ஆந்திராவிலே புயலடிச்சு வெள்ளம் வந்து அரைத்துணிகூட இல்லாமல் பறக்கிறாளாம் ஜனங்கள். அங்கே போகணுங்கறார். என்னத்தைச் சொல்றது?"

"கொடுக்க முடியாதுன்னு சொல்றது."

"எப்படிச் சொல்றது?"

"தனக்கு மிஞ்சித்தான் தர்மம். நம்ப கஷ்டத்தைத் தீர்க்க யார் கொடுக்கப் போறா? உங்க வேஷ்டிக்கு மூட்டுப்போட, தையக்கூலி ஓர் அணாவுக்குப் பிரயோஜனமுண்டோ இந்த மனுஷாளாலே?"

"அது அவாளுக்குத் தெரியலியே. முதலாளி பண்ற பளாக் மார்க்கட்டிலே எனக்கும் பங்குண்டுன்னு நெனச்சிண்டிருக்கா எல்லாரும். எதாவது பங்குன்னு வாயைத் திறந்துடுவமோன்னு பயந்துண்டு, சம்பளத்தை நாப்பது ரூபாயிலேருந்து அறுபதா உசத்திப் போட்டுட்டார் முதலாளி. அவர் பண்ற அகட விகடமெல்லாம் ஊருக்கா தெரியப்போறது?"

"சரி, இப்ப என்ன பண்ணப் போறேள்?"

"கையில் தம்பிடி இல்லைன்னு சொல்லி அனுப்பிச்சுட்டேன்."

நானும் எம்டனும்

"போறது. அதாவது சொல்லத் தெரிஞ்சுதே."

"அதுக்குக்கூட வாயில்லையா எனக்கு? எட்டு வருஷமா எந்தச் சாமான் கேட்டாலும் இல்லை இல்லேன்னு குறவன் மாதிரின்னா பழக்கமாயிருக்கு."

"நல்ல வேளையாப் பொழச்சேள்."

"யாரு?"

"என்ன?"

"நானா பொழச்சேன்? நாளைக்கு வரேன்னு சொல்லிவிட்டுப் போயிருக்கார். கையெழுத்துப் போட்டுட்டேன். இப்ப சத்தியாச் சொல்லியனுப்பிச்சிருக்கேன். அவ்வளவுதான்."

"கையெழுத்துப் போட்டுட்டேளா, எத்தனைக்கு?"

"5ன்னு போட்டேன். 10ன்னு திருத்திண்டிருக்கார்."

"அப்ப நீங்க ஈன்னு இளிச்சுண்டிருந்தேளா?"

"இளிக்கலை. கொடுக்க முடியாதுன்னேன்."

"யாரு அந்தத் தடியன்?"

"தடியனா? பர்மா ஷெல் கண்ணுசாமி பிள்ளை! மூணு லக்ஷம் சொத்து இருக்கு அவருக்கு! ஊரிலேயே அவர்தான் பணக்காரர்."

"மூணு லக்ஷம் உள்ளவன், உங்க பத்து ரூபாயையும் சேர்த்துப் போட்டுடறதுதானே?"

"அப்படி எல்லாருக்கும் போட்டா, நம்ம மாதிரி கடையிலே கணக்கு எழுதலாம்."

"சரி, அந்தப் பத்து ரூபாயை இப்படிக் கொடுங்கோ!"

"ஏன்?"

"கொடுங்கோ, சொல்றேன்."

கொடுத்தேன்.

"நாளைக்கு அவன் வரட்டும். போடா வேலை மெனக்கட்டவ னேன்னு நாலு பாட்டுப் பாடி அனுப்பறேன்."

"அம்மா, பரதேவதே!"

"பின்னே என்ன?"

"உங்கிட்டச் சொன்னதே தப்பு."

"பின்ன யார்கிட்டச் சொல்லி அழப் போறேன்? தூக்கிக் கொடுத்துட்டு, இப்படிப் பரதேசி மாதிரி கந்தலைக் கட்டிண்டு அலையுங்கோ. அய்யர்வாள், அய்யர்வாள்ன்னு ஊரெல்லாம் கெட்டி மோளம் அடிக்கிறது. இந்த மடிச்ச வேஷ்டியை வீசி எறிய நாள் வரலை. எதுக்கு இந்த ரெண்டுங்கெட்டான் செல்வாக்கு?"

தி. ஜானகிராமன் சிறுகதைகள்

"சேது உடையார் ஜாதகம் பார்த்துட்டு அதைத்தான் சொன்னார்; 'உங்களுக்கு ஜீவேஜி இராது. ஆனா லக்ஷப் பிரபுவுடைய செல்வாக்கு இருக்கும்'னு."

"அதை நெனச்சுண்டு பூரிச்சுண்டிருந்தா சரியாப் போயிடும்! ஐய, இந்த ஜாதகப் பேச்சை எடுக்கறபோது எனக்கு வயத்துலே மொளகாயை அறச்சுத் தடவினாப்பல இருக்கு. இந்த அதிசயத்தை ஜோஸ்யனா சொல்லணும்! நமக்குத்தான் தெரிஞ்சிருக்கே, ஜாதகம்! நான் சொல்றேன். நீங்களும், இந்த அசடு இருக்கே எம்டன் அதுவும் ஒண்ணு. கால்லே கடியை வாங்கிண்டு, திருப்பி நாலு வாங்கத் தெரியாமெ முழிச்சுதே. அதுவும் நீங்களும் ஒண்ணு. ஊரிலே இருக்கிறவன்லாம் உங்க தலையிலே மொளகாயை அறச்சுத்தடவட்டும். நீங்க அசையாம கட்டிண்டு நில்லுங்கோ. எனக்கென்ன? குழந்தைக்குப் புதன்கிழமை பள்ளிக் கூடத்துச் சம்பளம் கட்டணும். நீங்க எக்கேடு கெட்டுப் போங்கோ."

"அப்படீன்னு ரூபாயைச் சுருட்டிண்டு போறியே இஞ்ச போட்டுடு அதை."

"முடியாது."

○

ராத்திரித் தூக்கம் வரவில்லை. எண்ணெய் தேய்த்துக்கொண்டு நாளாகிவிட்டது. கண்ணெல்லாம் பொங்கிற்று. புரண்டு புரண்டு படுத்துதான் மிச்சம். தலையணைக்கு அடியிலிருந்த பொடி மட்டையை எடுத்து எடுத்து எத்தனை தடவைதான் போடுகிறது? ராத்திரிக்குப் பொடி காணுமோ காணாதோ என்று பயம் வந்துவிட்டது.

மனோராஜ்யம் விரிந்தது. 'தனியாக பிஸினஸ் பண்ண வேண்டும். நம்மை நம்பி இரண்டாயிர ரூபாய் யாராவது கடன் கொடுத்தால் போதும். ஒரு மளிகைக்கடை, ஒரு சிமின்ட் ஏஜன்ஸி, ஒரு சர்க்கரை ஏஜன்ஸி, ஒரு இரும்புக் கடை, ஒரு 'ஷாப்பு'க் கடை, பேப்பர் வியாபாரம். ஒரு ஜில்லாவுக்குத் தனி உரிமை போதும். ஒரு ஒன்பது வால்வு ரேடியோ; ஒரு கார்; ஒரு சினிமா எடுக்க வேண்டும்; சம்பளத்தை வாரியிறைக்க வேண்டும் ...'

தரித்திரங்களின் மனோராஜ்யத்திற்குக் கரையேது?

மணி பன்னிரண்டுக்கு மேல் இருக்கும். தென்னங்கீற்றுத் தான் சலசலத்துக்கொண்டிருந்தது.

வாய் கடுக்கத் தொடங்கிவிட்டது. சினிமாக் கொட்டகைப் பக்கம் போய், ஒரு ஆவர்த்தனம் வெற்றிலைச் சீவல் போட்டுக்கொண்டு வந்து மறுபடியும் படுக்கையில் உட்கார்ந்தேன்.

"அந்த எம்டனும் நீங்களும் ஒண்ணு."

எனக்குச் சிரிப்பு வந்தது. என்னையும் எம்டனையும் பக்கத்தில் பக்கத்தில் சேர்த்து வைத்து மனசில் பார்த்துக்கொண்டேன். கொழு கொழுவென்று தொந்தி வளைய, மஞ்சள் முகத்தில் எண்ணெய் வழிய,

நீல நிக்கருடன் எம்டன்! பக்கத்தில் கச்சலாக, கறுப்பாக, உயரமாக, பித்த நரைத் தலையுடன், வெற்றிலை வாயுடன் நான்.

எம்டன் மண்டு. கணக்கில் சைபர், இங்கிலீஷில் ஸூட்டா, ஹிஸ்டரியில் ஒண்ணரை.

நான் ஜகப்புரட்டுகள் பண்ணி இன்கம்டாக்ஸ் மோப்ப நாய்களை ஏமாற்றி முதலாளிக்கு லக்ஷக்கணக்கில் பணம் சேர்த்துக் கொடுத்தவன்.

நானும் எம்டனும் ஒன்று.

போட்டோ பிடித்துக்கொள்வதற்காக நானும் எம்டனும் நிற்கிறோம். எதிரேயுள்ள காமிராவுக்குப் பின்னால் கறுப்புத் துணியில் தலையை விட்டுக்கொண்டு நிற்கிறாள் கௌரி.

விடியற்காலையில் விழிப்புக் கொடுத்துவிட்டது. பத்து நிமிஷத் திற்கு ஒரு முறை விழித்துப் பூனைத் தூக்கம் தூங்கியதில் அலுப்புத் தட்டிவிட்டது. எரிச்சலுடன் பாயைச் சுருட்டினேன்.

○

காபி ஆயிற்று. எட்டு மணி இருக்கும்.

"மாமாவ்."

ஓ, சனிக்கிழமையா!

உள்ளே எம்டனும் கோஷ்டியும் வந்தார்கள். வால் கிண்ணத்தில் எண்ணெயும் ஓர் அரப்புப்பொட்டலமும் ஏந்தி வந்தான் எம்டன். கூட வந்த சைனியம் அலுமினியம் பித்தளைக் கிண்ணங்களில் எண்ணெயும், மரவைகளில் அரப்புமாகக் கூச்சல் போட்டது.

"இதோ வந்துட்டேண்டாப்பா." நானும் எண்ணெய் சீயக்காயுடன் கிளம்பினேன். நாராயணன் - கடித்த பையன் - என்னிடம் பேச்சுக் கொடுத்துக்கொண்டே, தன்னை நல்லவனாக்கிக்கொள்ளப் பிரயத்தனம் செய்துவந்தான்.

நாவல் மரத்தை உலுக்கிப் பழம் தின்றுவிட்டு மீண்டும் கிளம்பிற்று, படை.

மேலெல்லாம் தாறுமாறாக எண்ணெயை வழிய விட்டுக் கொண்டு, காவேரியை இரண்டு பண்ணத் தொடங்கிவிட்டன எல்லாம். ஒரே பாட்டு, கூத்து, நீச்சல், குதியல். காவேரிக்கு வாயிருந்தால் அழுது தான் இருக்கும். கற்றுக் குட்டிகள் துறையோரமாகச் சுற்றிச் சுற்றி வந்து கொண்டிருந்தன.

"ஏய் எம்டன் குதிக்கறாண்டோய்!" பார்த்தேன். அத்தி மரத்தில் பட்டாளத்தில் பாதி அமர்ந்திருந்தது.

எம்டன் குதித்தான் பர்வதம் மாதிரி.

"ஹேய் ஹேய்!"

வரிசையாகக் குதித்துக்கொண்டிருந்தார்கள். "மாமா, ஏக், க்ஊ, மாமா!"

"மாமா, மாமா, நாராயணன் ஆத்தோட போறான். மாமா, மாமா, கைலாச மாமா!"

திரும்பிப் பார்த்தேன். நாராயணனைக் காணவில்லை.

"எங்கேடா போறான்?"

"அதோ முழுகறான்."

"இப்பக் கத்தினான்."

"அதோ தெரியறான்."

நாராயணன் கால் அண்டாத ஆழத்தில் போய்க்கொண்டிருந்தான்.

என் உடல் துடித்தது. பரந்தது. கால் துடித்தது.

நீந்தத் தெரியாது எனக்கு.

பக்கத்தில் ஆள் யாருமில்லை.

"நாராயணா!" என்று சத்தம் போட்டேன்.

"நான் போய் இழுத்துண்டு வரேன் இருங்கோ" என்றான் எம்டன்.

"உனக்கு முடியுமாடா?" என்றேன். அவனுக்கு முடியுமா? முடியும் என்றுதான் எனக்குத் தோன்றிற்று.

எம்டன் நீந்திப் போனான். போய்க்கொண்டே இருந்தான். நாங்கள் பார்த்துக்கொண்டே இருந்தோம்.

○

நாலு பெற்றோர்களும் அலறினார்கள்.

"குழந்தே, சங்கரா!"

"நாராயணா, இப்படி விட்டுட்டு போயிட்டியேடா."

தெரு அல்லோலகல்லோலப்பட்டது.

"கௌரீ, எம்டன் ஆத்தோட போயிட்டாண்டி!" என்று வீட்டு வாசலில் வந்து கத்தினேன். என் தொண்டை உடைந்தது. குழந்தை மாதிரி அழுதேன்.

"துறையிலே பெரியவாளே இல்லியா?" என்று சற்று நாழிகை கழித்துக் கேட்டாள் கௌரி.

"நான்தான் இருந்தேன்."

"நீங்க பெரியவாங்கறது தெரிஞ்சிருக்கே. நீஞ்சத் தெரிஞ்சவா இல்லியா?"

"ம் ஹ ம்."

சோனிகளை வைத்துக்கொண்டு ஐயக்கொடி நாட்டுகிற எம்டன் போய்விட்டான். "யாரோ, பாசத்திற்கு அப்பாலுள்ள உயிரை மீட்கப் போய்விட்டான் எம்டன். இவனுக்கு யார் இந்த வித்தை சொல்லிக் கொடுத்தார்கள்?"

"எம்டனும் நானும் ஒண்ணுன்னியே."

சொந்தக் குழந்தை செத்துப் போயிருந்தால்கூட அவள் அவ்வளவு ஏங்கியிருக்கமாட்டாள்.

"உசிரையே பலி கொடுத்துட்டானே, ஆளை இழுத்துண்டு வரேன்னுட்டு. அவனும் பெரியவனாய்ப் போய், சம்பாதிச்சால் பத்து ரூபாயைப் பெரிசாய் மதிச்சிருப்பானோ?"

"அதான் பெரியவனா ஆகாமலே தப்பிச்சுனுட்டான்."

மணிக்கொடி, 1950

துணை

"பையன்கூட வந்துவிட்டான்" என்று நான் உள்ளே நுழைந்து செருப்பை மாடத்திற்குள் கழற்றும்போது, என் தகப்பனார் சொல்லிக்கொண்டிருந்தார்.

"வந்துட்டானா, பேஷ்"

"ஏண்டா மார்க்கெட்டுக்குப் போயிருந்தியா?"

"ஆமாம்ப்பா" என்று சொல்லிவிட்டு, அப்பாவோடு ஊஞ்சலில் உட்கார்ந்திருந்த சின்னக் குழந்தையைப் பார்த்து "வாங்கோ" என்று வரவேற்றேன்.

"சௌக்யம்தானே, தாத்தா? இதோ வந்துவிட்டேன்" என்று கறிக்காய் பையை உள்ளே கொண்டு வைக்கப் போனேன்.

"யாருடா வந்திருக்கா கூடத்திலே?" என்று அம்மா கேட்டாள். அம்மாவுக்கு அரைக்கண். சதை வளர்ந்திருந்தது.

"சின்னக் குழந்தை தாத்தா?"

"சின்னக் குழந்தையா. நானும் நெனச்சேன், குரல் அது மாதிரி இருக்கேன்னு."

கூடத்திற்கு வந்தேன்.

"தாத்தா சௌக்யமா இருக்காரா?"

"யாரு, தோப்பனாரைத்தானே கேக்கறே?"

"ஆமாம்."

"சௌக்யமா இருக்கார். நல்ல வேளையா குளுரு நாள் போயிட்டுது. இந்த பிப்ரவரி, மார்ச்சு தாண்டியாயிடுத் துன்னா ஒரு கண்டம் தாண்டினாப்போலே."

"ஏன்?"

"எங்கப்பாவுக்கும் ஆஸ்த்துமான்னா, குளிர் வந்துடுத்தோ இழுப்பு, இரைப்பு எல்லாம் வந்துவிடும். அப்ப அவர் படற அவஸ்தையைக் கண்கொண்டு பார்க்க முடியாது."

"டாக்டர் பார்க்கிறாரோல்லியோ?"

"பார்க்கறான். நல்ல டாக்டர்தான் பார்க்கறான். நம்ம கலியாண சுந்தரம்தான் பார்க்கறான். மருந்து செட்டு எப்பவும் தயாரா இருந்துண்டேதான் இருக்கு. எவ்வளவு இருந்தால் என்ன? வியாதி ஒருகை பார்த்துவிட்டுத்தானே போகிறது! அப்படித்தான் என்ன இளம் ரத்தமா டக்குனு மருந்து புடிச்சு வேலை செய்ய? எனக்கே இந்த மாசிக்கு எழுபத்தொன்பது முடிஞ்சுடுத்து. அப்பாவுக்கு கேட்பானேன்!"

"அப்பன்னா உங்கப்பாவுக்கு –"

"தொண்ணூத்தெட்டு முடிஞ்சுடுத்து ... என்ன பார்க்கறே? ... ம் அந்தக் காலத்திலே பதினேழு வயசுக்கெல்லாம் சாந்தி கல்யாணம் ஆயிடும். எனக்கும் பதினேழு வயசிலேதான் ஆச்சு; என் பையனுக்குத்தான் இருபது வயசு. என் பேரன்தான் கலியாணம் வாண்டாம் வாண்டாம்னு சொல்லிப்பிட்டு, கடைசியிலே இருபத்தஞ்சு வயசுலே பண்ணிண்டான். அந்தக் காலத்திலே இருபது வயசுக்குள்ளே கலியாணம் ஆகலேன்னா, ஏன் ஆகலே, ஏன் ஆகலேன்னு லோகம் முழுக்க நச்சரிக்கக் கிளம்பி விடும். அப்பாவுக்கும் இந்த ஆஸ்த்துமா நாற்பது வயசுக்கு மேலேதான் பிரகோபமா வந்தது. அவர் சரீரம்தான் இவ்வளவு உபாதைகளையும் தாங்கிண்டு நிற்கிறது. பால்யத்திலே கொஞ்ச பலமா அவருக்கு? ஏ, அப்பா! ஆஜானுபாகுவா இருப்பர். தலையிலே கருகுருன்னு சுருட்டை சுருட்டையா இருக்கும் மயிர். தொடையில் வந்து இடிக்கும். மத்தியானம் படுத்துண்டார்னா அந்த மயிரையே பந்தாக முடிஞ்சு தலைக்கு அடியிலே தலையணையா வச்சுனுடுவர். லேடி, லேடின்னு அதனால்தான் பெயர் வந்து அவருக்கு. பளபள பளபளன்னு இருப்பர். அசாத்ய பலம். ஊர்லே இருந்தபோது இருட்டுப் பிரியறதுக்கு முன்னாடி படுக்கையைவிட்டு எழுந்து கிளம்பிவிடுவாராம். மார்கழி மாசக் குளிரோ, ஐப்பசி மழையோ லக்ஷியம் பண்ணமாட்டார். நேரெ நாய்க்கன் சாவடிக்குப் போயிடுவர். எங்க ஊரிலே கோபால்சாமி நாய்க்கர்னு பெரிய மனுஷன். அவர் பையன் அப்பாவோடு வாசிச்சிண்டிருந்தான். அவன் ஒரு கொட்டகை போட்டு கர்லாக்கட்டை கிர்லாக்கட்டை எல்லாம் வச்சிருந்தான். அங்கே போய் ராக்ஷஸ கர்லாவா ஒரு கட்டையை எடுத்து, இந்தக் கைக்கு நானூறு, அந்தக் கைக்கு நானூறு சுத்திச்சுத்தி, தண்டாலில் இருநூறு எடுத்து, பஸ்கி முந்நூறு எடுத்து பிரளயமா வேர்த்து ஊற்றினால் ஒழிய அவர் உடம்பு சரி வராது. அப்படியே குளத்துலே ஸ்நானத்தைப் பண்ணிவிட்டு ஜபத்துக்கு ஆரம்பிப்பார். பாட்டி, தோச்ச தயிரைப் போட்டு பழையதைப் பிசைந்து எரிச்ச குழம்பையும் வச்சுண்டு காத்திண்டிருப்பள். அப்பாவோடு நானும் உட்கார்ந்துடுவேன். ஈ மாதிரி ஆனை ஆனையா உருட்டி, அப்பா கையிலே சாத்தைப் போடுவாள் பாட்டி. ஹும் ... அதெல்லாம் போச்சு ... நானும் பதினாறு வயசு வரையில் இந்த கர்லாபஸ்கி எல்லாம் எடுத்துண்டுதான் இருந்தேன். அப்புறம் என்னமோ விட்டே போயிடுத்து. ஆனால் ஒரு நல்ல பழக்கம் மாத்திரம் இன்னும் வச்சுண்டிருக்கேன். என்ன உடம்பு வந்தாலும் வெந்நீரிலே குளிக்கிற

இல்லை; வெந்நீர் குடிக்கிறதுமில்லை; இப்பத்தான் இரண்டு வருஷமா கால் குடைச்சல் வந்து மாசம் ஒரு தடவை, இரண்டு தடவை வெந்நீரில் ஸ்நானம் பண்ணுகிறேன். என் பிள்ளையாண்டானும் அப்படித்தான். அவனுக்கும் வெந்நீர்ப் பழக்கம் கிடையாது. பேரனுக்குத்தான் இந்த சம்பிரமங்களெல்லாம் வேணும். அவன் பிறக்கறபோதே குத்துயிரும் குலை உசிருமாய் பிறந்தான். நாலு வருஷம் வரையில் உட்கார்த்தின இடத்திலேயே களிமண் மாதிரி உட்கார்ந்திருப்பான். சூணாவயிறு, கைகால் எல்லாம் காத்துலே கோடு கிழிச்சாப்பலே குச்சி குச்சியா இருக்கும். மனுஷ்ய அவயவமாகவே இராது. 'இது பாலாரிஷ்டம், ஆறு வருஷம் வரையில் அப்படித்தான் இருக்கும்'னு சொன்னான் ஜோசியன். அவன் சொன்னாப்போலவே ஆறு வருஷம் கழிச்சு அவன் உடம்பு தேற ஆரம்பிச்சது. என்னதான் தேறினாலும், நான், எம்பிள்ளை மாதிரியெல்லாம் அவனாலே இருக்க முடிஞ்சதேயில்லை. ஒன்று மாற்றி ஒன்று ஏதாவது சீக்குப் படுத்திக்கொண்டேதானிருக்கும். தலைவலி, வயத்துவலி, மார்வலி, கண்குடைச்சல், மூச்சுப்பிடிப்பு இப்படி ஏதாவது வந்த வண்ணமாகத் தான் இருக்கும். கணைச்சூட்டுச் சாரங்களே இப்படித்தான். ஒரு நாளாவது சீக்கில்லாமல் இராது. இப்பத்தான் என்ன, தாசில்தாரா இருக்கான்னு பேருதான். வாங்கற சம்பளமெல்லாம் மருந்துக்குத்தான் சரியா இருக்கு...'

மணி அடித்தது.

"மணி என்ன ஒன்பதா?"

"ஆமாம் ..."

"அப்ப எனக்கு நாழியாச்சு. ஒண்ணுமில்லே. உங்கப்பா கிட்டக்கூட சொல்லிண்டிருந்தேன். இன்னிக்கு மஸ்டர்டே,"

"மஸ்டர் டேயா?"

"ஆமா; பென்ஷன் வாங்கிண்டு இருக்கோல்லியோ? வருஷத்துக்கு ஒரு தரம் அவன் கிட்டே உசிரோட இருக்கோம்னு தலையைக் காண்பித்து விட்டு வரணும். அப்பாவும் நானும் போகிறோம். கொஞ்சம் எங்களை வண்டி வச்சு அழச்சிண்டு போய்க் கொண்டுவந்து விடணும். நாங்க இரண்டு பேரும் மாத்திரம் போகலாம், பிரமாதமில்லே. இருந்தாலும் தள்ளாத உடம்புதானே. கூட ஒருத்தர் இருந்தா தெம்பா இருக்கும்னு நினைக்கிறேன். என் பிள்ளையும் இல்லையா ..."

"எங்கே அவர்?"

"அவன் காசிக்குப் போயிருக்கிறான். ஆறு மாசமாச்சு."

"நீங்கள்?"

"நானா? எனக்கு நாலு தடவை ஆயிடுத்து காசிப் பயணம். தெம்பு இருக்கிறபோது முடிச்சினுட்டேன். அதெல்லாம்."

"ஏன் இப்ப போனால்தான் என்னவாம்?"

"ஏதுக்கப்பா வம்பு? எண்பது வயசுக் கிழவனை இரண்டாயிரம் மூவாயிரம் மைல் ரயிலேயும் வண்டிலேயும் அழச்சிண்டு போற துன்னா லேசா இருக்கா? சம்பாதிச்ச புண்யம் போருமே. ஆசையாய்த்தான்

இருக்கு. கங்கையிலே ஸ்நானம் பண்றதுன்னா யாருக்குத்தான் ஆசையா இராது? சரீரதர்மம் இடங்கொடுக்க வாண்டாமா? பிள்ளையை மாத்திரம் போகச் சொன்னேன். அவனும் என் மாட்டுப் பெண்ணும் போயிருக்கா ... ஆகக்கூடி இந்த வருஷம் மஸ்டருக்கு அவன் இல்லை. கொள்ளுப் பேரன் வந்திருக்கான். அவனை அழைச்சிண்டு போகலாம். ஆனால் அவன் ரொம்பப் பொடிப்பயல்."

"ஏன், இவன் அழைச்சுண்டு போறான். சும்மாதானே இருக்கான்" என்று என் தந்தை சொன்னார்.

"பேஷா அழைச்சுண்டு போறேன் தாத்தா" என்றேன்.

"எல்லாம் உங்க பேரன் மாதிரி அவனும்ன்னு நெனச்சுக்குங்கோ. ஏய் ஜாக்கிரதையாய் அழைச்சிண்டு போய்ட்டு வா."

"ம்"

"இந்த மாதிரி பெரியவர்களுக்கெல்லாம் செய்றதுன்னா கொடுத்து வைக்கணும். இப்படி ஒரு சமயம் எங்கே வாய்க்கப் போகிறது?"

"ம்"

"எத்தனை மணிக்கு வரணும்?"

"பத்தரை மணிக்குக் கிளம்பணும்."

"அப்படியானா, பத்தேகால் மணிக்கு வந்து விடறேன்."

"நல்லது, வரட்டுமா அப்பா?"

"சரி நீங்க கவலைப்பட வேண்டாம். சரியா பத்தேகால் மணிக்கு வந்துடறேன்."

"நல்லதுப்பா, யார் செய்யப் போறா! ஷேமமாயிருக்கணும்டாப்பா."

சின்னக் குழந்தை கைத்தடியை எடுத்துக்கொண்டு, கால் கட்டையை யும் மாட்டிக்கொண்டு படியிறங்கினார்.

"ஒரு கிழவர், அவருக்குப் பிள்ளை, அவருக்கு ஒரு பிள்ளை, அவருக்கு ஒரு பிள்ளை, அவருக்கு ஒரு பிள்ளை ..."

"என்னப்பா சொல்லிக்கொண்டே போனா?"

"அதுதான் நிறுத்திப்பிட்டேனே. அஞ்சு தலைமுறை. கடைசி இது – தாசில்தார் வயிற்றுப்பிள்ளை – பிள்ளையாய்ப் போயிட்டுது. பெண்ணா யிருந்தா அதுக்கும் ஒரு குழந்தை பிறந்து ஆறாவது தலைமுறை முளை விட்டிருக்கும்."

"நினைக்கிறபோதே ஜோராயிருக்கப்பா, இல்லையா? நல்ல வளம். வைரம்."

"இவர் அப்பாவுக்குத் தொண்ணூற்றெட்டு வயசுன்னு சொன்னாரே, கேட்டியா? நாலைந்து வருஷமா இப்படியே சொல்லிண்டிருக்கார். இந்த மாமாங்கம் வந்துதே. அதுக்கு முதல் வருஷமே தொண்ணூற்றெட்டுன்னு சொன்ன ஞாபகம் எனக்கு. இப்ப நூற்று இரண்டு, நூற்று மூன்றுக்குக் குறையாது. தொண்ணூற்று எட்டாம்!"

தி. ஜானகிராமன் சிறுகதைகள்

"ஞாபகம் இல்லையோ? என்னமோ இவருக்கு?"

"ஞாபகம் இல்லையா? யாருக்கு, இந்தக் கிழத்துக்கா! போன ஜன்மமெல்லாம் சொல்லுவார் இவர். ஞாபகப் பிசகில்லை. வயசைச் சொன்னால் திருஷ்டி பட்டுவிடுமாம்."

"திருஷ்டியா?"

"ஆமாம், வயசாக ஆக, சொல்ல மனசு வராது மனுஷனுக்கு ... தொண்ணூற்றெட்டாம் ... இவர் பிள்ளை காசிக்குப் போயிருக்காரே, அவர், இவர், இவர் அப்பா மூணும் சேர்ந்துதான் ஒரு ஒற்றை மாட்டு வண்டியிலே மஸ்டர் டேயன்றைக்குப் பென்ஷன் வாங்கப் போகும். நாலு வருஷமா இப்படித்தான் நடக்கிறது. பெரியகிழம் இருக்கே, அது உத்தியோகம் பார்த்தது இருபத்தாறு வருஷம். ஐம்பத்தாறு வருஷத்திற்கு மேல் பென்ஷன் வாங்கிவிட்டது. இந்தக் கிழமும் இருபத்திரண்டு வருஷம் பென்ஷன் வாங்கியிருக்கும். குட்டிக் கிழம் – காசிக் கிழம் – ரிடயராகி நாலு வருஷமாகிறது."

"தாசில்தாரும் சேர்ந்துக்கிற வரையில் பெரிய கிழம் இருக்குமோ ..."

"ம். அவன் ரிடயராக இருபது வருஷம் இருக்கு ... ஏன்? ஆஸ்துமா தானே அதுக்கு வியாதி! ஆஸ்துமா ஆளை வச்சு வச்சுக் கொல்லும். ஆஸ்துமாக்காரர்கள் அஸ்வத்தாமா, பலி, வியாசா, ஹனுமான், விபீஷணர், கிருபர், பரசுராமர் இவர்களைப்போல சிரஞ்சீவிகள். காலபாசம் கொஞ்சம் சிரமப்படக்கூடிய இடம்தான். அப்படியே பெரிய கிழவர் போயிட்டாலும் அவர் இடத்துக்குச் சின்னக் குழந்தை வந்துவிடுவார். என்ன பிரமாதம்? மேலும் பெரிய கிழம் வாழாது என்று சொல்லமுடியாது. அது காப்பியை மூந்துகூடப் பார்த்ததில்லை. பிள்ளைக்கும் காப்பி தெரியாது. காசி யாத்திரைக் கிழத்திற்கும் காபி, டீ கிடையாது. தாசில்தாருக்குத்தான் இந்தப் புது மோஸ்தரெல்லாம் உண்டு. அவன் இந்த மாதிரி பென்ஷன் வாங்கமாட்டான்னு நிச்சய மாகச் சொல்லலாம்."

அப்பா நிறையச் சொல்லுவார். ஆனாலும் அம்மா கிட்டு கிட்டு, என்று பறந்தாள்.

"ஏய் அம்மா கூப்பிடறா. போய் வெந்நீர் சுட்டுப் போச்சா பாரு, குளிச்சுடலாம்."

o o o

நான் போகும்போது சின்னக் குழந்தை சாப்பிட்டுவிட்டு வாய் நிறைய வெற்றிலையை மென்றுகொண்டு திண்ணையில் உட்கார்ந்து 'தினமணி' படித்துக்கொண்டிருந்தார்.

"என்ன தாத்தா?"

"வாப்பா, வா. அடே! பத்தேகாலுக்கு வந்துட்டியே, சொன்னாப் போலே, ஒரு நல்ல வண்டியாக் கூப்பிடேன்?"

வண்டிப்பேட்டை பக்கத்தில்தான் இருந்தது. ஒரு குரலுக்கு நல்ல வண்டி வந்து சேர்ந்தது.

"உள்ளே, வாப்பா!"

கூடத்தில் ஒரு பெஞ்சின் மீது லேடிக் கிழவர் – சின்னக் குழந்தையின் தகப்பனார் உட்கார்ந்திருந்தார். லேடியென்று இப்போது சொல்ல முடியாதுதான். தலை முழுவதும் ஒரு அணு விடாமல் வழுக்கை பளபளத்துக்கொண்டிருந்தது. நெற்றியில் விபூதியிட்டாற்போல் மூன்று கோடு சந்தனம். கையில் உத்ராக்ஷ மாலை. வாயில் பாக்குரலில் இடித்த வெற்றிலைப்பாக்கு. அவர் வெகு நாழியாகக் கிளம்பச் சித்தமாகிவிட்டார் என்று அல்பாகா கோட்டும், கழுத்தில் வளைந்த பழுப்படைந்த வெண்பட்டும் சொல்லின. நூற்றிரண்டு வயசாகிவிட்டதற்காக ஒரு அங்கமும் குறைந்துவிடவில்லை அவருக்கு. சாதாரணக் கிழவர்களைப் போலத்தான் இருந்தார். அவர் மனம் வெற்றிலை மணத்தில் லயித்திருந்தது. அருகில் போய் "தாத்தா, சௌக்கியமா?" என்று கேட்டேன்.

"யாரது, எனக்குக் கண்டால் சரியாகத் தெரியாது. காது கேட்கும்" என்று பதில் வந்தது. இந்தக் கிழங்களுக்கு முன் இயல்பாகவே குரல் உச்சஸ்தாயியில் நான் பேசுகிறது தவறு என்று உணர்ந்துகொண்டேன்.

"ஸப் ரிஜிஸ்ட்ரார் பையனப்பா. துணைக்கு வந்திருக்கிறான்."

"ஓஹோ, அப்படியா, உன் பேர் கிருஷ்ணசாமிதானே?"

"ஆமாம்."

"நீதானே புனா மிலிடரி அக்கௌண்ட்ஸிலே இருக்கே."

"ஆமாம்."

"லீவு எடுத்துண்டு வந்திருக்கியோ?"

"ஆமாம்."

"ஒரு மாசமா?"

"ஆமாம்."

"சரிதான்."

"கல்யாணத்தைப் பண்ணிண்டு குடித்தனம் வைக்கப்படாதோ?"

" ..."

"என்ன வயசாறது உனக்கு?"

"இருபத்தேழு."

"என்னடாப்பா இது? இன்னும் சும்மா இருந்தா?"

"மணி பத்தரையாகப் போறது."

"பத்தரையாகிறதா! அப்படின்னா கிளம்பலாமே. என்னடா சின்னக் குழந்தை, கிளம்பலாமோல்லியோ?"

மணி சொன்னது பெரியவரைப் பரபரப்புக்குள்ளாக்கிவிட்டது.

"சின்னக் குழந்தை!"

"இதோ, ஆச்சுப்பா. சட்டையைப் போட்ண்டு வந்துடறேன்."

"சட்டை போட்டுக்கப் போறியா? பேஷ். முன்னாடியே போட்டுக்க முடியலியா?"

"_ _"

"என்னிக்குத்தான் இந்தச் சோம்பலை நீ விடப் போறியோ, தெரியலை. சரி சரி, வா, சட்டுனு."

சின்னக் குழந்தை புன்முறுவல் பூத்துக்கொண்டே உள்ளே போய் ஒரு ஒட்டுப்போட்ட கறுப்புக் கோட்டும், அதைச் சுற்றி ஒரு நாட்டுத் துணுக்கும் போட்டுக்கொண்டு வந்தார். கோட் ஸ்டாண்டிலிருந்த ஒரு வெண்பட்டை எடுத்து, கண்ணாடிக்கு முன்னால் நின்று ஒரு முண்டாசு– அல்லது தலைப்பாகை கட்டிக்கொண்டு, "போகலாமா?" என்றார்.

"ம்"

"யாரங்கே, போயிட்டு வந்துடறோம் நாங்க. அம்மா வரட்டுமா?"

இப்பொழுதுதான் அவர் அம்மா இருக்கிற இடம் தெரிந்தது. கூடத்திலேயே ஒரு மூலையில் நீட்டின காலோடு உட்கார்ந்திருந்தாள். தலை கத்தாழை நாராக வெளுத்திருந்தது. காதில் பெரிய சம்புட அகலத்திற்கு ஒரு சிகப்புத் தோடு தொங்கி ஆடிக்கொண்டிருந்தது.

பூஜை அலமாரியைத் திறந்தார் பெரியவர். பிரார்த்தித்துக் கொண்டார். சின்னக் குழந்தையும் நெடுஞ்சாண் கிடையாக நமஸ்காரம் செய்துவிட்டுக் கிளம்பினார்.

'குழந்தே, ஜாக்கிரதையாப் பார்த்துகோடாப்பா,' என்று சின்னக் குழந்தை சம்சாரம் வந்து சிபாரிசு செய்தாள். அவளுக்கும் மாமியார்க் கிழவிக்கும் அதிக வித்தியாசம் தெரியவில்லை. பெரிய கிழவி நடக்க முடியாமல் மூலையில் கிடந்துதான் குறை.

சின்னக் குழந்தை தகப்பனாரின் கையைப் பிடித்து மெதுவாக அழைத்து வந்தார்.

"காலைத் தூக்கிவச்சு வாங்கோப்பா."

"தூக்கித் தாண்டா வக்கறேன், தெரியலியா?"

"நிலை குனிஞ்சு வாங்கோ."

"தெரியறது."

"திண்ணையைப் புடிச்சிண்டு இறங்குங்கோ."

"ஏன், இல்லாட்டா விழுந்துடுவேனோ? ஏண்டாப்பா!"

"இல்லே, சொன்னேன்."

"என்னத்தைச் சொன்னேன்?"

வண்டியில் அவரை முன்னால் ஏற்றிவிட்டு, சின்னக் குழந்தை ஏற, நானும் உட்கார்ந்துகொண்டேன்.

o o o

கஜானாவுக்கு அருகில் கூட்டத்திற்கா பஞ்சம்? அதுவும் பக்கத்தில் கலெக்டர் ஆபீஸ், கோர்ட்டுகள், நெல் கொள்முதல் ஆபீஸ் இவ்வளவு ஆபீஸுகளும் இருக்கும்போது; பெரிய காம்பவுண்டு. தூங்குமூஞ்சி மரங்கள் பரந்து நெருங்கி வளர்ந்து நிழல் எறிந்து இருந்தன. நிழல் விழுந்த இடமெல்லாம் கிழங்கள் படுத்திருந்தன. முழங்காலைக் கட்டி அமர்ந்திருந்தன. போனவருஷம் பதவி விட்ட கிழம் முதல் சின்னக் குழந்தை வரையில் பல கிழங்கள்.

வண்டி காம்பவுண்டுக்குள் நின்றது. மெதுவாக லேடிக் கிழவரை கீழே இறக்கி ஒரு தூங்குமூஞ்சி நிழலில் உட்கார வைத்தோம்.

"என்னப்பா லேடி! சௌக்கியமா? மஸ்டர் நாளைத் தவிர மத்த நாளில் உன்னைப் பார்க்க முடியாதுன்னு ஆயிட்டுது இப்ப."

"யாருடா அது கேதாரி ராமனா?"

"ஆமாம்பா, ஆமாம்."

"என்ன போ, இந்த வருஷம் ஆஸ்த்மா என்னைப் போட்டுக் கொன்னுடுத்து. ஏதோ போ, இழுத்துண்டு கிடக்கேன்."

"யாரு நீயா? காந்தி போயிட்டார் நூத்திருவத்தஞ்சு, நூத்திருவத் தஞ்சுன்னு சொல்லிப்பிட்டு! நீ கட்டாயமா இருந்துதான் காமிக்கப் போறே."

"எதுக்காக? என்னடாப்பா முடை? தேசோத்தாரணம் பாழாப் போறதே, அதுக்காகவா?"

"தேசோத்தாரணம் பண்ணினாத்தான் இருக்கணுமா. இல்லாட்டா இருக்கப்படாதா என்ன? ஏன் பிள்ளையை மாத்திரம் அழைச்சிண்டு வந்திருக்கே? பேரன் எங்கே?"

"காசிக்குப் போயிருக்கான்."

"காசிக்கா! போடு சாம்பிராணி. ஏன் நீயும் போயிட்டு வரப் படாதோ?"

"நானுமா? பேஷ். ஹுஜூர் கஜானாவே காசியா இருக்கு நமக்கு. நன்னாச் சொன்னே போ. உன் பேத்தி பிரசவிச்சுட்டாளா?"

"என் பேத்தியா? குழந்தை பிறந்து எத்தனை மாசமாச்சு. அடுத்த மாசம் ஆண்டு நிறைவு."

"பிள்ளையா, பெண்ணா?"

"பிள்ளை."

"பேஷ்."

"உன் பிள்ளை லீவிலே வந்திருந்தானே டிடியிலே ஜாயினா யிட்டானா?"

"போன ஏப்பரல்லே வந்தானே, அதைச் சொல்றயா?"

"அதுதானே எனக்குத் தெரியும்."

"ஜாயினாகி, இப்ப வேறே இரண்டு மாசம் மெடிகல் லீவிலே வந்துட்டு, மறுபடியும் போன மாசம் ஜாயினாயிட்டான். இன்னும் என்ன கேட்கப் போறே?"

"என்னத்தைக் கேக்கறது! வருஷத்துக்கு ஒருநாள் சந்திக்கிறபோது கேட்டுத்தானே ஆகணும்."

அப்போதுதான் நானும் கவனித்தேன். லேடிக் கிழவரை எத்தனையோ பேர் கவனித்துக்கொண்டிருந்தார்கள். சுற்றி ஒரு கூட்டம். அவரை எல்லோரும் பார்த்துக்கொண்டிருந்தார்கள்.

"இது யார் பையன்? கொள்ளுப் பேரனா?" என்று கேதாரிராமன் கேட்டார்.

"நாலு வீடுபோட்டு அந்தாண்டை இருக்கான். சப் ரிஜிஸ்ட்ரார் பிள்ளை, துணைக்கு வந்திருக்கான்."

"போடு சாம்பிராணி! துணை வேறயா? நீ அவனுக்குத் துணையா? அவன் உனக்குத் துணையா?"

"என்னடாப்பா இது? எனக்கு உசிர் இருக்குன்னா, பலம் கூட இருக்கணும்னு அவசியமா என்ன? ஏண்டாப்பா?"

"அது சரி, இதோட எத்தனை மஸ்டர் ஆச்சு?"

"ஞாபகம் இல்லையே."

"அறுபது இருக்குமா?"

"அறுபதா? 55 – ம் 60 – ம் நூத்திப் பதினைந்துன்னா? என்னடா இது? நூத்திப் பதினைஞ்சு வயசா ஆயிடுத்து எனக்கு?"

"பின்னே சொல்லேன்."

"என்னமோ போ. இதெல்லாம் என்ன கேள்வி?"

"ஏன் கேக்கப்படாதோ?"

"கேட்டுண்டே இரு, போ."

சின்னக் குழந்தை எழுப்பியபோதுதான் மணி மூன்று என்று தெரிந்தது. சுயராஜ்யத்தைத் திட்டிக்கொண்டே வண்டியைக் கட்டச் சொன்னார் அவர்.

வண்டிக்காரன் மாட்டைப் பூட்டும்போது நான் கண்ட கனவு ஞாபகம் வந்தது. நான் ரொம்பக் கிழவனாகப் போய்விட்டதாகவும், ஆனால் ரிடயர் ஆகாமலே பென்ஷன் கொடுக்கும் குமாஸ்தாவாக இருப்பது போலவும் சொப்பனம்.

எனக்கே சிரிப்பு வந்தது.

"என்னடா குழந்தை சிரிக்கறே?" என்று கேட்டார் சின்னக்குழந்தை.

"ஒண்ணுமில்லே."

"என்ன, சொல்லேன்?"

"எல்லாரும் ஏன் ரிடயர் ஆறா?"

"அப்படின்னா?"

"ரிடயர் ஆகாமலே வேலை பார்க்கறது?"

"வயசாயிடுத்துன்னா என்ன பண்றது?"

"அப்படீன்னா இப்ப வேலை செய்ய முடியாதா உங்களுக்கு?"

திடீரென்று லேடிக் கிழவர் குறுக்கிட்டார். "ஏன் முடியாது? பேஷா முடியும், இவ்வளவு பேருக்கும் ஒரு மணி நேரத்துலே பென்ஷன் கொடுத்து, வீட்டுக்குப்போய் ஹாயாகத் தூங்குங்கோன்னு பண்ணி யிருப்பேன் நான். என்னமோ 55 வயசாயிடுத்துன்னா முட்டாளாப் போயிடறான், கபோதியாப் போயிடறான்னு கவண்மெண்ட் நெனச்சிண்டிருக்கு. ரிடயராகாமல் வேலை செய்யறதுதான் சரி. அவாவா பலத்துக்கேத்தாப்போல வேலை பார்க்க பாத்யம் இருக்கணும். சகட்டுமேனிக்கு 55ன்னு வக்யறது. என்னடா பேத்தல்!"

"சரி வண்டியிலே ஏறுங்கோ."

எல்லோரும் ஏறிக்கொண்டோம். வண்டி கிளம்பிற்று. காம்பவுண்டு தாண்டியதும் பறந்தது. மெயின் ரோட்டைக் கண்டால்தான் இந்த நகரத்து மாடுகளுக்கு ஜோர் உண்டாகுமாம், வண்டிக்காரன் சொன்னான்.

நல்ல மேற்கத்திக் காளை. வண்டிக் குடமும் நல்ல அழுத்தமான குடம். குடுகுடுவென்று, அமர்ந்து கேட்கும் இடிபோல முழங்கி காதில் இனிமை ஊற்றிற்று.

"என்னப்பா விலை மாடு?" என்று லேடிக் கிழவர் கேட்டார்.

"முந்நூறு ரூபாய்ங்க."

"வண்டி?"

"இரு நூற்றைம்பது."

"பேஷ், இரண்டும் நல்ல அமைச்சல்."

"பாவ் பாவ் டேய். க், க ஆவ்."

○ ○ ○

எனக்கு ஒன்றும் புரியவில்லை. நான் கீழே கிடந்தேன். எனக்குமேல் சின்னக் குழந்தையும் லேடிக் கிழவருந்தான் கிடந்திருக்க வேண்டும். வேறு யார் கிடப்பார்கள்? வண்டி பின்பக்கமாகக் குடை சாய்ந்துவிட்டது. ஏர்க்கால் ஆகாயத்தை எட்டிற்று. மாட்டுக் கழுத்துக் கயிறுதான் அறுந்திருக்கவேண்டும்.

"ஏலே கொசப்பயலே, வண்டியைத் தூக்குடா, கூறுகெட்ட கொசப்பயலே."

லேடிக் கிழவரின் குரல்.

எனக்குக் கை வலித்தது.

வண்டியை இழுத்தார்கள்.

லேடிக் கிழவரைத் தூக்கினார்கள். சின்னக் குழந்தை எழுந்து கொண்டார்.

எனக்கு எழுந்திருக்க முடியவில்லை. வலது முன்னங்கை வளைந் திருந்தது. ரத்தம் பெருகிற்று. எலும்பு உடைந்து சதையைப் பிய்த்து வெளியே நீட்டிக்கொண்டிருந்தது. ரத்தத்தைப் பார்த்ததுதான் எனக்குத் தெரியும். கண் திறந்தபோது எல்லாம் மெதுவாகத்தான் விளங்கிற்று.

கண்ணாடி போட்ட ஆசாமி: 'ஓ!' டாக்டர், பிறகு நர்ஸு.

சர்க்கார் ஆஸ்பத்திரி என்று தெரிந்தது. சின்னக் குழந்தை நின்று கொண்டிருந்தார்.

"எக்ஸ்ரே எடுக்க வேண்டும்" என்றார் டாக்டர்.

எக்ஸ்ரே அறைக்கு என்னைக் கொண்டு செல்லும்போது, நடையில் ஒரு பெஞ்சில் லேடிக்கிழவர் உட்கார்ந்திருந்ததைப் பார்த்தேன்.

எக்ஸ்ரே எடுத்தார்கள். இரட்டை முறிவாம். பொருத்தி, பாரிஸ் பிளாஸ்திரி போட்டு கையைக் கழுத்தோடு மாட்டிவிட்டார்கள். வேறு ஏதோ வண்டியில் தூக்கி உட்கார வைத்தார்கள், பிறகு லேடிக் கிழவரும் சின்னக் குழந்தையும் ஏறிக்கொண்டனர்.

வீட்டு வாசலில் வண்டி வந்து நின்றது. எல்லோரும் இறங்கிய பிறகு இறங்கினேன்.

வண்டி நிற்கும் சத்தத்தைக் கேட்டு அம்மா வாசலுக்கு ஓடி வந்தவள், என் கோலத்தைக் கண்டதும் "என்னடா குழந்தே, என்னடா இது!" என்று பதறி அருகில் வந்தாள்.

"ஒண்ணுமில்லேம்மா, சும்மா கத்தாதே வாசலிலே நின்னுண்டு... வண்டி குடை சாஞ்சுது. கை லேசா முறிஞ்சிருக்கு. தாத்தா அழைச்சுண்டு போய் க்ளீனா கட்டி அழைச்சிண்டு வந்துட்டார்."

சின்னக் குழந்தையின் நெற்றியில் ஒரு சிறிய குறுக்குப் பிளாஸ்திரி போடப்பட்டிருந்தது. அவர் வெறும் சிராய்ப்போடு பிழைத்துவிட்டார். லேடிக் கிழவருக்கு குதிரை முகத்தில் அடியாம். வேறு காயம் இல்லை.

"அம்மா, எங்களோடு வந்ததுக்குத் தண்டனை உங்க குழந்தைக்கு. படுகிழங்கள் இருக்கோமே, எங்களுக்கு ஏதாவது வரப்படாதோ ராஜா மாதிரி அழைச்சிண்டு போனான் குழந்தை ..."

"நாம் அழைச்சிண்டு வந்துட்டோம்" என்று முடித்தார் லேடிக் கிழவர்.

அம்மா மெத்தையைப் போட்டாள். படுத்துக்கொண்டேன்.

"மூணு மாசம் மெடிக்கல் லீவு போட்டுவிடப்பா, ஆமாம்" என்றார் லேடிக் கிழவர்.

"சரி தாத்தா."

மணிக்கொடி, 1950

அத்துவின் முடிவு

"சார், இவளை நான் ஒரு நாளைக்குச் சந்தியிலே நிறுத்தி வைக்காட்டா, என் பேர் அத்து இல்லை – அது எப்படி நிக்க வைக்கப் போறேனோ, எனக்குத் தெரியாது. ஆனால் கட்டாயமா ஒரு நாளைக்கு நிறுத்தத்தான் போறேன், அவ ரொம்பக் கஷ்டப்படப் போறா, பாரும்…"

"ஓய், அப்படியெல்லாம் பேசாதீரையா! நீர் என்ன, தாலி கட்டின புருஷனாகவா பேசுகிறீர்? என்னையாது தத்துப் பித்துன்னு."

"தத்துப் பித்துன்னா? ஓய், இந்த உப்புமாவைத் தின்னு பாருங்காணும். அப்பாமங்கலம் அர்த்த நாரீச்வரையர், அப்பா செத்துப் போனபோது வச்சுட்டுப் போன ஆறு ஏக்கரைப் பத்து வருஷத்தில் அறுபத்தினாலு ஏக்கராவாகப் பெருக்கின அர்த்த நாரீச்வரையர், ஔரோரா இன்ஷூரன்ஸ் கம்பெனிக்கு ஐம்பது லக்ஷம் ரூபாய் பாலிஸி ஒரு வருஷத்தில் சேர்த்துக் கொடுத்த அர்த்த நாரீச்வரையர், அப்பாமங்கலம் பர்மனென்ட் பண்ட் டைரக்டர் அர்த்த நாரீச்வரையர் – இந்த உப்புமாவைத்தான் திங்கணுமா? நீர் கொஞ்சம் இதைத் தின்னு பாருமே. பாருமேன்னா பார்க்கணும், ம், பாரும், சொல்றேன்" என்று ஒரு பிடி உப்புமாவை என் கையில் வைத்து அழுத்தினார் அத்து.

"என்னையா, பேசாமல் கையில் வச்சுண்டு உட்கார்ந் திருக்கிறீர். சாப்பிட்டுப் பார்த்துச் சொல்லும். நான் உம்மை உபசாரம் பண்ணலை. நடப்பைத் தெரிஞ்சுக்கணும்ன்னு தான் சொல்றேன். போட்டுண்டு பாரும்" என்று மேலும் மேலும் தூண்டவே, உப்புமாவை வாயில் போட்டுக் கொண்டேன்.

அரிசி உப்புமா. களி களியாக நெஞ்சைப் போய் அடைத்தது. ஒரே ஜல பக்குவம். எண்ணெய் வாசனை, ஜன்மாந்தர வாசனையாக மிகச் சிரமப்பட்டுக் கண்டு பிடிக்க வேண்டிய அளவுக்கு வீசிற்று.

"ஓய், கைலாசம், உம்ம மனச்சாட்சிக்கு விரோதமில்லாமல் சொல்லும். அதுலே ஏதாவது கடுகு, கருவேப்பிலை இதுகளுடைய நிழல் விழுந்திருக்கான்னு – ஏனய்யா, எனக்கு இருக்கிற சொத்துக்கு இந்த உப்புமாவை ரெண்டு முட்டை நெய்யை ஊத்திப் பண்ணினாத்தான் என்ன? பாங்கிலெ இருக்கிற பணச் சுவரு திடுதிடுன்னு இடிஞ்சா விழுந்திடும்..? சம்பாதிச்சாப் போறாது ஐயா! சாப்பிடக் கொடுத்து வைக்கணும்" என்று சொல்லிக்கொண்டு வந்த அத்துவின் நெஞ்சு அடைத்துத் தழதழத்தது. கண்களில் இரண்டு சொட்டுக் கண்ணீர் மல்கி நிறைந்தது. சட்டென்று அவர், மேல் வேஷ்டியால் கண்ணைத் துடைத்துக்கொண்டார். 'இத்தனை பலஹீனமான நெஞ்சா!' என்று எனக்கே ஆச்சரியமாயிருந்தது. சமாதானப்படுத்த முயன்றேன்.

"போனால் போகிறது ஐயா. இதுக்காக ஒருத்தர் மனசைப்போட்டு அலக்கழிச்சுப்பாளா? வீட்டிலே பண்ணிக் கொடுக்கலாட்டா, 'சீ, நாயே போ, நீ பண்ணிப் போடக் கொடுத்து வைக்கலை'ன்னு நெனச்சுண்டு ஹோட்டல்லேருந்து வரவழைத்துச் சாப்பிட்டுப் போவீரா? இதுக்காகக் கண்ணாலே ஜலம் விடறீரே, பச்சைக் குழந்தை மாதிரி. மனுஷ்ய வாழ்க்கென்னா எல்லாம் பொருந்தியிருக்குமா? ஒண்ணு இருந்தா ஒண்ணு இராது, ஒண்ணு பாதியாயிருக்கும். எல்லாம் சகஜந்தானே. இப்ப என்ன நடந்துடுத்து, பிரமாதமா நெனச்சு உருகி, இளகிக் கஷ்டப் படறதுக்கு! ஏனய்யா!"

"இல்லையா, சொல்றேன் உமக்கு – 'இவ்வளவு இருந்தும் வீட்டி லேருந்து சாப்பிடக் கொடுத்து வைக்கலை பாரும்' என்கிறதுக்காகச் சொல்ல வந்தேன். நீர் சொல்றாப்போல, 'சீ நாயே, எனக்குப் பண்ணிப் போடக் கொடுத்து வைக்கலை நீன்னு சொல்லிப்பிட்டு ஹோட்டல்லெ வாங்கிச் சாப்பிடத்தான் போறேன். இருந்தாலும் ஒரு பேச்சுக்குச் சொல்ல வந்தேன். மனுஷ்யனுக்குச் சுகங்கிறது பணத்திலா இருக்கு? நீரும் இருக்கீர். மளிகைக்கடை குமாஸ்தாதான். அறுபது ரூபாய்தான் சம்பளம். இருந்தாலும் புடலங்காயை இளசாப் பொறுக்கி வாங்கி, நெய்யிலேன்னாய்யா பொரிச்சுப் போடறாள், உம்ம சம்சாரம்... அன்னிக்கிக் கொடுத்தீரே, என்னமா இருந்தது தெரியுமோ! ஓய், உம்ம சம்சாரம் தங்கக் கம்பியய்யா! ரொம்ப அடங்கின சரக்கு. நான் அன்னிக்கு அந்தப் பொரியலை எடுத்துண்டு உள்ளே போய்க் காமிச்சேன். அந்தப் பிசாசு என்ன சொல்லித்துத் தெரியுமோ? 'சம்பாதிக்கிறது அம்பி அரணாக் கயிற்றுக்கு போராட்டாலும் இந்தத் திமிருக்குக் குறைச்சல் இல்லை'ன்னு சொன்னாய்யா அவ! எனக்கு அப்படியே மென்னியைத் திருகிப் போட்டுடலாமான்னு வந்துடுத்து. பாரும், தனக்குப் பண்ணிப் போடத் துப்பில்லைன்னாலும், பிறத்தியாருக்கு நொட்டை சொல்றதை ... ம். பணமா சொத்து? பக்கத்திலே இருக்கிற மனுஷாள்ளனா சொத்து" என்று முடித்தார் அத்து. அத்துவுக்கு, 'பணமா சொத்து' என்று சொல்லுகிற அளவுக்கு ஞானோதயம் ஆகிவிட்டதா என்று வியப்பாகத்தான் இருந்தது எனக்கு. உடனே கேட்டேன். "அப்படியானால் இந்தப் பர்மனண்ட் பண்ட் மானேஜிங் டைரக்டர் வேலையைக் கொடுத்துடும். இந்த இன்ஷுரன்ஸ் ஏஜண்ட் உத்தியோகத்தையும் விட்டுடும்" என்று.

அத்துவின் முடிவு

அத்து சிரித்துக்கொண்டார். "விடாமலா போகப்போகிறேன்? அதுக்கு ஒரு டயம் வரணும் என்று எதிர்பார்த்துண்டுதான் இருக்கேன்" என்று சொன்னார். (அப்புறம் இரண்டு வீடு வாங்கிவிட்டார் அவர்.)

பர்மனெண்ட் பண்ட் ஆபீஸில் ஏதோ 'செக்' மாற்றப்போனபோது இந்தப் பேச்சு நடந்தது. அப்போது இடைவேளை. இரண்டு குமாஸ்தாக்களும் காபி சாப்பிடப் போயிருந்தார்கள். அத்து உப்புமாவைச் சுவைக்க ஆரம்பித்தவர் தம் வேதனைகளைக் கொட்டித் தீர்த்துவிட்டார்.

சற்றுக் கழித்து – இடைவேளை முடிந்ததும் – ப்யூன் ஒரு பெரிய – இரண்டு மூன்று மணு எடையுள்ள – நோட்டை அவர் முன்னால் கொண்டு வைத்தான். அத்து அதில் முனைந்து விட்டார்.

அவர் சொன்னதில் என்ன தப்பு இருக்கிறது? பணம் சொத்தா? மனுஷ்யர்கள் சொத்தா?

அத்துவுக்கு மைதாஸின் ஸ்பர்சம் இருந்தது. அவர் தொட்ட தெல்லாம் பொன்னாகத்தான் கொழிக்கும். அவர் தலைப்பட்டு, பிதிரார்ஜிதமான ஒன்றரை வேலி நிலத்தைப் பத்துவேலி நிலமாக ஆக்கிவிட்டார். அவர் அடிக்கடி கனவு கண்டுகொண்டிருந்த லக்ஷ்யமும் அவருக்குக் கிடைத்து விட்டது – "பத்துவேலி நன்செய், ஆயிரம் மூங்கில் கொத்து, ஆயிரம் தென்னை மரம், இரண்டு ஏகர் கறிகாய்க் கொல்லை! இவ்வளவும் இருந்தால், ஒரு மனுஷன் யாரை ஐயா லக்ஷ்யம் பண்ணணும்? லக்ஷம் ரூபாய் சம்பளம் வாங்கினாலும் உத்தியோகம்னா கைகட்டிச் சேவசந்தானே?" என்று உலகத்திலுள்ள உத்தியோக வர்க்கத்தையே மட்டம் தட்டிக்கொண்டிருப்பார். அத்து வுக்குப் பல வழிகளில் சம்பாத்தியம் – மாட்டுத் தரகு, கமிஷன், வியாபாரம், இன்ஷூரன்ஸ் ஏஜன்ஸி, முத்திரை ஸ்டாம்பு விற்பனை, வீட்டு வாடகை – இன்னும் எவ்வளவோ சம்பாத்தியங்கள். அப்பாமங்கலத்தில் அவருக்குப் பதினைந்து வீடு இப்பொழுது.

எனக்குப் பிரமிப்பாகத்தான் இருந்தது. பத்து வருஷம் முன்னால் நான் மளிகைக் கடை குமாஸ்தாவாகப் பதவி ஏற்றபோது அத்துவிற்கு ஒன்றரை வேலி நிலந்தான். இப்போது அத்துவிற்கு ஐந்தாறு 'லகாரம்' என்று ஊரெல்லாம் சொல்லிற்று. அவரே நான்கு லகாரத்திற்குக் குறையாது என்று புன்சிரிப்புடன், பூரிப்புடன், சொல்லியிருக்கிறார். சாமர்த்தியத்திற்கும் அதிர்ஷ்டத்திற்கும் இனிமேல் அவர் மாதிரி பிறந்து வந்தால் தான் உண்டு.

சொல்லிக்கொண்டே போகலாம். அவருக்குச் சொத்துச் சேரும் அதிர்ஷ்டத்தைச் சொல்வதா? மனைவி வாய்த்த அதிர்ஷ்டத்தைச் சொல்வதா? பிள்ளைகள் பிறந்த அதிர்ஷ்டத்தைச் சொல்வதா?

"ஐயா" என்று யாராவது வாசலில் கூப்பிடுகையில், "யார்?" என்று அவள் கேட்டுக்கொண்டு வரும்போது யாரும் திகைத்துத்தான் போவார்கள். பளீர் என்று ஒரு சிவப்பு; கருகருவென்று சிற்றலையிட்ட கூந்தல்; கறுப்புப் பட்டுப் புடைவை; மத்தாப்பூவாகப் பூரிக்கும் தோடு; ஏதோ தேவதை வருவதுபோல்தான் இருக்கும். ஏழெட்டுக் குழந்தை களுக்குத் தாய் என்று சத்தியம் செய்தால்தான் நம்ப முடியும். முதல்

பிள்ளை இன்ஜினீயரிங் வாசிக்கிறானே, அவனுக்கு இருபத்தொரு வயது – அடுத்த பிள்ளை, வைத்தியக் கல்லூரி – பதினெட்டு வயது. அப்புறம் சின்னஞ் சிறியதாக ஐந்து. ஆனால் இத்தனை பேருக்கும் மூத்த சகோதரி மாதிரி, இப்போது தான் மணமாகிப் புக்ககம் சென்ற மூத்த சகோதரி மாதிரி இருப்பாள் அவள்; அந்த அம்மா. அந்த வம்சத்திற்கே கட்டு விடுகிறது, கிழடு என்கிற செய்திகளே தெரியாதாம்! இப்பேர்ப்பட்ட மனைவி.

பிள்ளைகள்? நடக்கிற நடையும், பேசுகிற பேச்சும், பழகுகிற தோரணையும் பெரிய மனுஷன் வீட்டுக் குழந்தைகள் என்று நூறு கஜத்தில் சொல்லிவிடலாம். முதல் பையனும் அடுத்த பையனும் அடுத்தடுத்து இன்டர் பரீட்சையில் மாகாண முதல்வர்களாகத் தேறிப் பிரமிக்க அடித்தார்கள். ஊர் எரிச்சலைக் கிளப்பிவிட்டார்கள்.

இப்பேர்ப்பட்ட அத்து, அதிர்ஷ்டமே வடிவெடுத்து வந்த அத்து!

இந்த அத்துவுக்கு மற்ற பணக்காரர்கள் மாதிரி சொத்தை அநுபவிக்க முடியாமல் நீர் ரோகமா, வயிற்றுவலியா, ஒன்றும் இல்லை. நிறையச் சாப்பிட வேண்டும். மல்கோவாவும் ஆப்பிளும் பால்கோவாவும் பாதுஷாவுமாகச் சாப்பிட வேண்டும் என்ற ஆசை. அவரும் சாப்பிடத் தயார்தாம்.

கொடுக்கிறவர்கள்தாம் இல்லை! அந்தத் தேவதைக்குச் சமைத்துப்போட முடியாது என்று ஒரு சமையற்காரன் இருக்கிறான். அத்துவின் நோக்கம் அவளுக்கு முடியாது என்று அல்ல. சமையற்காரன் வந்தால் இரண்டு கறி, இரண்டு கூட்டு, மத்தியான்ன டிபன் – இப்படி ஏதாவது கிடைக்கும் என்றுதான். ஆனால் தேவதை ஒரு யுக்தி செய்துவிட்டது. சமையற்காரன் சமையலுக்கு அடுப்பு மூட்டும்போது, இரண்டு முட்டை நல்லெண்ணெய், நாலு கடுகு, வெந்தயம் – இந்தச் 'சாமான்'களைக் கொடுத்துவிட்டுக் கூடத்திற்கு வாரப்பத்திரிகைகள் வாசிக்கப் போய்விடும். ஆக, அத்துவிற்குக் கிடைப்பது கொத்தவரைக்காய் வதக்கல், அவரை வற்றல் குழம்பு, இந்த இரண்டுந்தான். குழம்பும் ரசமும் சேர்ந்து ஒரே வேளையில் வரா – இரண்டு எதற்காக? இரவு பட்ஜட் – கொல்லைக் கத்திரிக்காயைச் சுட்டு ஒரு தொகையல், மிளகு ரசம், காய்ச்சின அப்பளம். தேவதையின் அப்பாவே ஊரிலிருந்து வந்தால் கூட அந்த ராத்திரி பட்ஜட்டில் பருப்போ, குழம்போ சேர்ந்துவிடாது.

இதற்குப் பயந்துகொண்டே சின்ன விடுமுறைகளுக்கெல்லாம் மதராஸ் ஹாஸ்டலிலேயே தங்கிவிடுவார்கள் முதல் இரண்டு பையன்களும். கோடை விடுமுறை வந்தால், வந்து நாலைந்து நாள் இருந்து விட்டு, எங்காவது போய் விடுவார்கள்.

இதுவும் ஓர் அதிர்ஷ்டந்தான். யாருக்குக் கிட்டும்?

"இந்தாரும், எண்ணிப் பாரும். ஐந்நூறு இருக்கா பாரும்?" என்று அந்த ரொக்கத்தை மீண்டும் எண்ணிக் கொடுக்க ஆரம்பித்தார் அத்து. பணத்தை எண்ணுவதில் என்ன சுருக்கு! என்ன லாவகம்!

ஆறு மாதம் ஆகவில்லை இது நடந்து. எனக்கும் ஞாபகம் இருக்கிறது. ஒவ்வொரு பேச்சும் கண்ணீரும் அப்படியே ஞாபகம் இருக்கின்றன.

ஒரு மாதம் லீவு எடுத்துக்கொண்டு போய் எங்கெங்கேயோ சுற்றி வந்தேன். போகும்போது பாங்கிற்குப் போய் அத்துவிடம் சொல்லிக் கொண்டுதான் போனேன்.

"பழனிக்குப் போறீரா? எனக்கு ஒரு சேர் பஞ்சாமிர்தம் வாங்கிண்டு வாரும்" என்று பணமும் கொடுத்தார் அத்து.

பஞ்சாமிர்தம் வாங்கிக்கொண்டுதான் வந்தேன்.

ஆனால் பஞ்சாமிர்தம் சாப்பிடும் நிலையில் இல்லை அத்து. அவருக்கு டி.பி.யாம். பத்து நாளாகப் படுத்த படுக்கையாம். நாலு நாளைக்கு ஒரு முறை அரைப்படி, கால்படி என்று ரத்தமா வாந்தி எடுக்கிறாராம். எக்ஸ்ரே எடுத்ததில் இடது பக்கம் முழுவதும் அரிக்கப் பட்டு, வலது பக்கத்திலும் பாதி பிடித்துவிட்டது. மனுஷ்யன் பிழைத்தால் புனர்ஜன்மம். பிழைக்கிறது எங்கே?

இரண்டு வருஷமாகவே வியாதி இருந்திருக்கிறாற்போல் இருக்கிறது. மனுஷன் வெளியே சொல்லவில்லை. டாக்டரைக் கேட்டேன்.

"கொல்லையில் கத்தரிக்காய் காய்க்கிறது என்று கத்தரிக்காய்த் தொகையல், எலுமிச்சங்காய் காய்க்கிறது என்று ஒருநாள் பார்த்தாற்போல டிபனுக்கு எலுமிச்சங்காய்ச் சாதம், அல்லது அரிசி உப்புமா. ஓர் உத்தரணியாவது, பாலும், தயிரும் உடம்பில் சேரவேண்டாமா, சார்? அந்த அம்மா குறும்பை வாங்கியினாலேதான் நெய் போடுவாங்களாம். மனுஷ்யனுக்கு டி.பி. ஏன் வராது? இந்தச் சொத்து நமக்கு இருந்தா நம்மைக் கட்டிப் பிடிக்க முடியுமா, ஏன் சார்?"

"அதுதான் நமக்குக் கொடுக்கலை."

டாக்டர் சிரித்தார். அத்துவைப் போய்ப் பார்த்தேன். ஆறுதல் சொன்னேன்.

"ஓய், நீர் ஒண்ணும் கவலைப்படவாண்டாம். டாக்டர் போடற இன்ஜக்ஷன் டி.பி.க்காகப் புதிசாகக் கண்டுபிடிச்சிருக்காளாம். இன்னும் ஒரு மாசத்திலே உடம்பு கல்லு மாதிரி ஆயிடும், கவலைப்படாதீர்."

"என்னமோ நீங்களெல்லாம் பகவானைப் பிரார்த்திச்சுக்குங்கோ."

"பேஷா. ஸ்வாமி கட்டாயம் உம்மைக் காப்பாத்துவார். நிறையப் பாலும் தயிரும் சாப்பிடும்."

"சாப்பிடாமலா? இப்ப ஒரு பசுமாடு வாங்கிக் கட்டியிருக்கேன். நீர் பாக்கலையே, முந்தாநாள்தான் சிங்காரம் கொடவாசல்லேருந்து ஓட்டிண்டு வந்தான். நானூறு ரூபாய். காலமே பதினாலு சேர், ராத்திரி பன்னிரண்டு சேர் கறக்கறது. பாதிப்பாலை நான்தான் சாப்பிடறேன்."

"எல்லாப் பாலையும் சாப்பிடும், நீர் கவலைப்பட்டுண்டு இன்னும் உடம்பைக் கெடுத்துண்டோதீர். ஒரு பயமும் இல்லை. நான் வரட்டுமா?"

தி. ஜானகிராமன் சிறுகதைகள்

"சரி, அடிக்கடி வந்து பார்த்துட்டுப் போங்கோ. உங்களுக்கு நான் சொல்ல வேண்டியதில்லை. உம்ம மாதிரி மித்ராள்தான் எனக்கு ஆறுதல்."

இதைச் சொல்லும்போது நான் அவரைப் பார்த்தேன். எல்லையில்லாத வேதனை எழும்பு முட்டும் அந்த முகத்தில் படர்ந்திருந்தது.

வெளியில் போய் ஜன்னல் வழியாக ஒருமுறை பார்த்துவிட்டுப் போனேன். எத்தனை ஹார்லிக்ஸ், ஓவல்டின் டப்பாக்கள், எத்தனை ஆரஞ்சு ஆப்பிள்கள்! இதெல்லாவற்றையும் அப்பொழுதே சாப்பிட்டிருந்தால் . . ? சாப்பிட யார் விட்டார்கள்?

இந்தத் தகப்பனாரைப் பார்க்க, மதராஸிலிருந்து பையன்கள் வரவில்லை. இதைப் பற்றி அவர்களுக்குச் செய்தியே போகவில்லையாம். "அதுகள் வந்து என்ன பண்ணப் போறது? படிக்கிறபோது இந்தக் கவலை வேறா?" என்று தேவதை சொல்லிவிட்டது.

இரவு காமிரா உள்ளில் உட்கார்ந்து பேப்பர் படித்துக்கொண்டிருந்தேன். சங்கரி வந்தாள்.

"உங்க சிநேகிதருக்கு என்னமா இருக்கு உடம்பு?"

"ஏதோ இருக்கு. டாக்டர் இன்ஜக்ஷன் கொடுத்துண்டு வரான். ரத்தவாந்தி நின்னுருக்காம். ஆரஞ்சா உரிச்சுத் தின்கறார் மனுஷன்."

"அவர் சீக்காப் படுத்துண்டதிலேருந்து அந்த மாமி அவரைப் பார்க்கவே இல்லையாம்."

"பார்க்கவே இல்லைன்னா?"

"அவளுக்கு அம்மாஞ்சி யாரோ திருச்சினாப்பள்ளியிலே டாக்டராய் இருக்கானாம். அவன் அவரைப் பார்க்க வந்தானாம். ஊருக்குப் போகச்சே, 'இது ஒட்டுவாரொட்டி, அதிகமா நெருங்கப்படாது. குழந்தைகளை ஜாக்கிரதையாப் பார்த்துக்கணும்னு சொல்லி விட்டுப் போனானாம். அம்மாமி அதைக் கெட்டியாப் பிடிச்சுனுட்டா. ஒரு மாசமா அந்த மாடிப்படியே ஏறலியாம் அவ."

"சாதம் யாரு போடறா?"

"சிங்காரந்தான். மாமி சாத்தைப் பிசைஞ்சு ஒரு பாத்திரத்தில் அவன்கிட்டக் கொடுத்தனுப்பறாளாம்."

"சே சே, இராது."

"அப்படித்தான் நடக்கிறதாமே!"

"சும்மா? யாராவது சொல்லுவா! ஒண்ணுன்னா பத்துச் சொல்லும் ஊரு. உனக்கு யார் சொன்னா?"

"அந்த மாமிதான்."

"யாரு, மாமியா!" எனக்குத் தூக்கி வாரிப் போட்டது.

அத்துவின் முடிவு

"மோர்ப் பணம் கொடுக்கப் போனேன். அப்ப அந்த மாமிதான் சொன்னா."

இப்பொழுது நம்பாமல் என்ன செய்வது? சங்கரி பொய் சொல்ல மாட்டாள். வீண் வம்பு பிடிக்காது அவளுக்கு.

"அந்த மாமி ரொம்ப வைதீகமாச்சே?"

"அதுக்காக உயிர் மட்டமாய் போயிடுமா!"

"சிங்காரம் மட்டும்?"

"அவன் வேலைக்காரன். அவன் போனா யாருக்கு நஷ்டம்? அவளும் செத்துப் போனாக் குழந்தைகளை யார் காப்பாத்துவான்னு என்றாளோ, என்னமோ?"

எனக்கு வயிற்றைக் கலக்கிற்று. 'வாழ்க்கையில் இவ்வளவு கொடுமை தென்படுமா?' என்று நினைக்கும்போது உடல் சிலிர்த்தது.

இரவு தூக்கம் பிடிக்கவில்லை. வெகுநாழிகை கழித்துத் தூங்கின தாலேயே, அதிகாலையில் விழிப்புக் கொடுத்துவிட்டது. இருள் பிரிய வில்லை. எழுந்து பல் தேய்ப்பதற்காகக் கொல்லைப் பக்கம் போனபொழுது, அடுத்த வீட்டுக் கொல்லையில் வெந்நீர் அடுப்பு, திகுதிகுவென்று எரிந்து கொண்டிருந்தது.

சிங்காரம் ஓலைகளை உள்ளே தள்ளித் தள்ளி நெருப்பை ஓங்க விட்டுக்கொண்டிருந்தான்.

"யார்றாது, சிங்காரமா?"

"சாமி!"

"என்னடா பண்ணிண்டிருக்கே?"

"ஒண்ணுமில்லைங்க. ஐயருக்குக் கஞ்சி வச்சிக்கிட்டிருக்கேன். ரொம்பப் பசிக்கிறதுன்னாங்க."

"நீ எதுக்காக வைக்கணும்?"

"பின்னே யாரு வப்பாங்க?"

"என்னடாது? சேதியை நல்லாச் சொல்லு. அம்மா தூங்கறாங்களா?"

"அம்மா முளிச்சுக்கிட்டிருந்தாலும் நான்தான் வக்கணும். ஐயருக்காக ஒரு செட்டுப் பாத்திரம் எடுத்துக் கொடுத்து, அன்னன்னிக்கித் தேவையான பாலு, விறகு, அரிசி எல்லாம் கொடுத்திருவாங்க. இந்த அடுப்பிலே அதெல்லாத்தையும் வச்சுக்கிட்டு ஐயருக்கு வேணுங்கறத்தை நான் பண்ணிப்போட வேண்டியது. இந்தப் பாத்திரங்களை வேறு பாத்திரங்களோடு கலக்கக்கூடாது. கொல்லையிலேயும் இதை வைக்கக் கூடாது. ஆத்தங்கரைக்குப் போய்த்தான் வெளக்கிட்டு வரணும். பதினஞ்சு நாளா நான்தான் ஐயருக்குச் சமையல்காரன்."

"ஏன் இப்படி?"

"அது என்னமோ!"

"இது ஐயருக்குத் தெரியுமோ?"

"நான் சொல்லலே. ஆனா, சாப்பிடுகிறபோது ஐயருக்குத் தெரியாமலா இருக்கும்?"

வாழ்க்கையில்தான் நம்ப முடியாத நிகழ்ச்சிகளெல்லாம் நிகழ்கின்றன. அந்த அம்சத்தில் கதையோ கற்பனையோ வாழ்க்கைக்கு உறைபோடக் காணாது என்றுதான் தோன்றிற்று.

சங்கரியிடம் இதைச் சொன்னேன். பொறி கலங்கிவிட்டாற் போல் சிறிது நேரம் சூன்யத்தைப் பார்த்துக்கொண்டு நின்றுவிட்டு, "நாம் இந்த வீட்டைக் காலிபண்ணி விடணும். பக்கத்து வீட்டிலே இந்த மாதிரி தெய்வத்துக்கு அடுக்காத சேதி நடக்கறபோது, எப்படிச் சகிச்சிண்டிருக்கிறது? கட்டின பெண்டாட்டி இப்படி இருக்கிற இடத்துக்கிட்ட வாழறதே பாவம். நீங்க வேறு வீடு பாருங்கோ" என்று தழுதழுத்தாள்.

"எனக்கு எப்படி வயத்தைக் கொதிக்கிறது தெரியுமோ? அப்படியே அவளைப் பிடித்து இரண்டாகக் கிழிச்சுப் போட்டுடணும்போல் பத்திண்டு வரது. நீங்க போய் அவரோட பேசறதுகூட அவளுக்குப் பொறுக்காதே" என்றாள் மேலும்.

அவள் சொன்னது உண்மைதான். அன்று அத்துவைப் பார்க்கப் போனபோது, மாடிப்படி ஏறுமுன், "டாக்டர் அதிகமாப் பேச்சுக் கொடுக்க வாணாம்னாராம். அம்மா சொல்லச் சொன்னா" என்று அத்துவின் மூன்றாவது பையன் சொன்னான்.

"சரி, சும்மாப் பாத்துட்டு வந்துடறேன். ரொம்ப நெருங்கிப் பழகிவிட்டோம்டாப்பா. மனசு கேக்க மாட்டேங்கறது. இதோ வந்துடறேன்" என்று சற்று இரைந்தே சொல்லிவிட்டுப் போனேன்.

அத்துவின் முகத்தில் மனுஷ்யக் களையே இல்லை. மரவட்டை யாகச் சுருண்டு கிடந்தார். என்னைக் கண்டவுடன் தட்டுத்தடுமாறி எழுந்து தலையணைமீது சாய்ந்துகொண்டு உட்காரும்படி நாற்காலியைக் காட்டினார். குரல் கம்மி விட்டிருந்தது. "நெஞ்சு பாறையாகக் கட்டி யிருக்கு" என்று மட்டும் சொல்லிவிட்டுப் பேசாமல் இருந்தார்.

"பசி இருக்கா?"

தலையாட்டல்.

இருக்கிறது என்ற அர்த்தத்தில் தலையாட்டல்.

"இருமல்?"

"கைலாசம், ஒண்ணொண்ணாக் கேக்கிறீரே என்ன? இருமல் தணிஞ்சா என்ன, டெம்பரேச்சர் குறைஞ்சா என்ன? நான் பிழைச்சு யாருக்கு என்ன சாதிக்கப் போறேன்? நான் சீக்கிரமாப் போகணும்னு நீங்கள்ளாம் பகவானைப் பிரார்த்திச்சுக்குங்கோ."

அத்துவின் முடிவு

"அப்படியெல்லாம் பேசாதீர்யா. டாக்டரைப் பார்த்தேன். ரொம்பக் குணமாயிருக்குன்னு சொன்னார்."

"ஏன் வீண்பேச்சு? நான் சொல்றபடி பகவானைப் பிரார்த்திச்சுக்குங்கோ. ஒரு மாசமா அவள் என்னை வந்து பாக்கலை. மாடிக்கு ஏறமுடியாமல் அவளுக்கும் டி.பி. வந்துடுத்துப் போல் இருக்கு. அவளுக்கு வந்து பாக்கணும்னு தோணினாலும் தோணும். அதுக்கு முன்னாலே நான் போயிடணும்..."

அவர் கண்களில் கரகரவென்று நீர் வழிந்துகொண்டிருந்தது.

என்ன பேசுகிறது? பேசாமல் உட்கார்ந்திருந்தேன்.

"இப்பவே எனக்கு ஈச்வர தரிசனம் கிடைக்கணும்" என்று சொல்லிவிட்டுப் படுத்துக்கொண்டார் அத்து. நான் எழுந்து வந்தேன்.

உடம்பு மிகவும் கேவலமாகிவிட்டது. டாக்டர் ஆஸ்பத்திரிக்குத் தூக்கிப் போகச் சொன்னான். கும்பகோணத்திற்குத் தூக்கிக்கொண்டு போனார்கள். நிலைமையைப் பார்த்துவிட்டு, "இடமில்லை" என்று திருப்பி அனுப்பிவிட்டான் கும்பகோணத்து டாக்டர். மோட்டார் அத்துவுடன் திரும்பிற்று. ஆனால் அவரை மாடிக்கு ஏற்ற முடியவில்லை. கீழேயே கூடத்தில் போட்டார்கள். மீண்டும் வந்த உள்ளூர் டாக்டர் இரண்டு, மூன்று நாள் கெடு வைத்துவிட்டான்.

இப்போது சமையல் உள்ளைத் தாண்டி வருவதில்லை தேவதை.

மூன்று நாள் கெடுவைக் கேட்டதும், தெருவில் உள்ளவர்கள் கடைசிமுறையாக, ஒவ்வொருவராக வந்து பார்த்துவிட்டுப் போனார்கள். வாசல் நிலை ஓயவில்லை. வெளியே வருபவர்கள் மனம் போனபடி "இன்னும் அஞ்சுநாள்", "ஏதுய்யா காலமே வரையில் தாங்கினால் போறாதா?", "அப்படிச் சொல்றுக்கில்லை" என்று தவணை சொல்லிக் கொண்டே போய்ச் சேர்ந்தார்கள்.

தந்தி பறந்தது. மதராஸிலிருந்து பையன்கள் வந்துவிட்டார்கள்.

கோவிந்தவன்னி, சுப்பட்டா உடையார், பஞ்சாயத்துத் தலைவர் கண்ணுசாமி எல்லோரும் பார்த்துவிட்டுப் போனார்கள். அவர்களுக்கு ஏதோ கடன் கொடுக்க வேண்டுமாம் அத்து.

அன்று காலை சிங்காரம் வந்தான். அழுதுகொண்டே நின்றான்.

"என்ன சமாசாரம். ஏன், முடிஞ்சு போயிடுத்தா?"

"இல்லீங்க. காலமே ஐயா வாயிலே ஈ மொச்சுக்கிட்டிருந்தது. விசிறினேன். 'என்னடா விசிறல், இன்னும் செத்தக் கழிச்சு இழுத்துப் போடணும், விசிறல் என்ன வேண்டிக்கிடக்கு?'ன்னு ஒரு சத்தம் போட்டாங்க அம்மா. அப்புறம் உத்தரணியாலே ஒரு வாய் தண்ணி ஊத்தினேன். 'ஏய் பாவி, உன்னாலெதான் நல்லாப் போகிற உசிரும் நின்னு நின்னு கஷ்டப்பட்டுண்டு போறது. ஏன் தண்ணியைக் கொடுத்து, போகிற உசிரை, வச்சு வச்சுக் கொல்றே. நீ போ வெளியே'ன்னாங்க அம்மா. நானும் சும்மா இருக்கலை, 'ஏ பிசாசே, அந்த மவராசன் காசை

வாங்கிப் பொளச்சேன். தண்ணி கொடுக்கிறேன். நீ சும்மாக் கிட'ன்னு சொல்லிப்பிட்டு நான் வெளியே வந்திட்டேன். புள்ளைங்களைக் கூப்பிட்டு, 'அப்பாக்கு ஆளுக்கு ஒரு வா தண்ணி ஊத்துங்க'ன்னு சொல்லிவிட்டு வந்திட்டேன்" என்று அழுதான் சிங்காரம்.

சங்கரியும் நானும் வாயடைத்து நின்றோம்.

பிற்பகல் மூன்று மணிக்கு அழுகைச் சத்தம் கேட்டது. வாசலுக்கு ஓடினோம்.

ஸ்ரீமதி அத்து வாசலில் விழுந்து அழுதுவிட்டு, தான் இனிமேல் ஸ்ரீமதியில்லை என்று காண்பித்துவிட்டு அலங்கோலமாக உள்ளே சென்றாள்.

சவம் புறப்பட்டது. ஏகக் கூட்டம். அப்பாமங்கலமே திரண்டு பின்னால் போயிற்று.

ஆற்றங்கரை முக்கில் குடியானவர் தெருவே திரண்டு நின்று கதறிக்கொண்டிருந்தது. தாய்கள் அழுததைக் கண்டு சேய்கள் சேர்ந்து கதறின.

சேரியிலிருந்து ஒரு கூட்டம் கூடி நின்று அழுதுகொண்டிருந்தது. அத்துவுக்கு வியாதிக் காலத்தில் சுச்ரூஷை செய்த, தோட்டி பேச்சிமுத்து மயானப் பாதையை ஒரு சருகில்லாமல் சுத்தம் செய்து வைத்திருந்தான்.

மனித வெள்ளம் மௌனமாக மயானத்தை நோக்கி ஊர்ந்தது.

அப்பாமங்கலத்தில் யாருக்கும் இப்படி நடந்ததில்லை. ஈமக்கிரியைகள் முடிந்தன.

ஒரு மாசம் ஆயிற்று.

அத்துவின் கடன் மூன்று லக்ஷமாம்! அவர் வாங்கின வீடுகள், நாலுவேலி நிலம் எல்லாம் கடன் வாங்கி வாங்கினவையாம். ஆறு வருஷ வட்டி விஷமாக ஏறியிருந்தது.

ஒரு மாசக் கடைசியில் ஆயிரம் தென்னையும், ஆயிரம் மூங்கில் கொத்தும் பத்துவேலியும் சேர்ந்து நிர்மாணம் செய்து வைத்த லக்ஷியம் இடிந்து விழுந்தது. ஒரு வீடு மிச்சம். மேல் படிப்பை முடிக்க அதையும் விற்க யோசனை செய்துகொண்டிருந்தான் பெரிய பிள்ளை.

"அவளைச் சந்தியிலே நிறுத்தி வைக்காட்டா என் பேர் அத்து இல்லை" என்று பாங்கியில் சொன்னாரே அத்து!

அத்து சாமர்த்தியசாலிதான்!

காதம்பரி, 1950

வேறு வழியில்லை

"என்னடி தளுக்கு சுந்தரி, யாருக்காகடி இதெல்லாம்?"

கண்ணிலிருந்து சோப்பு நுரையைத் தண்ணீர் விட்டு வழித்துக்கொண்டிருந்தவளுக்குத் தூக்கிவாரிப் போட்டது. திகிலில் உடல் பரக்க, முற்றத்திற்கு இறங்கும் படியில் ஓட்டுச் சார்ப்பில் தலை இடித்துவிடாமல் சற்றுக் குனிந்து நெளிந்து நின்ற கிழவனைப் பார்த்தாள். அழுக்கு வேஷ்டி, வழுக்கைத் தலை, கசகசவென்று உடல் முழுவதும் வேர்வை. மூக்கின் இரு மருங்கிலும் வாய் ஓரம்வரை சரிந்த கிழட்டுக் கோடுகள். கிழம்! அவளுக்கு அருவருப்புப் பிடுங்கிக் கொண்டு வந்தது.

"மயிர் செம்பட்டை பரந்தது; வாரிப் பின்னிண்டேன். வேர்த்து ஊத்திற்று; மூஞ்சியை அலம்பிக்கிறேன். நான் பெண்ணாகப் பிறந்துக்குத் தளுக்கு வேறேயா?"

அவ்வளவுதான், ஒரே பாய்ச்சலாகப் பாய்ந்தான் அவன். பின்தலையில் சுருட்டிப் பந்தாகக் கட்டியிருந்த பின்னலைப் பிடித்துவிட்டான். நாய் கவ்வுகிற மாதிரிதான் இருந்தது அவளுக்கு. இரண்டு மூன்று பிடரி மயிர் மட்டும் மயிர்க்காம்பிலிருந்து கிளம்பிச் சுரீரென்று வலித்தது. பல்லைக் கடித்துக்கொண்டே, "என்ன சொன்னே, என்ன சொன்னே? இன்னொரு தடவை சொல்லு" என்று உறுமினான் அவன்.

நரை விழிகள்! சுற்றிக் கிழப் பழுப்பேறிய வெள்ளை விழி. கிழம்! அவளுக்குப் பயங்கூட இல்லை. அருவருப்புத் தான் ஓங்கி நின்றது.

"இப்ப என்ன சொல்லிவிட்டேனாம்?"

"நான் உனக்கு என்ன சொல்லியிருக்கேன்?"

"என்ன!"

"பின்னிக்கப்படாதுன்னு சொல்லலை?"

"..."

"சோப்புத் தேச்சுக்கப்படாதுன்னு சொல்லலே?"

"தலைமயிரை விடுங்கோ."

"நான் கேட்டதுக்குப் பதில் சொல்லு. சோப்புத் தேச்சுக்கப்படா துன்னு சொல்லியிருக்கேனா?"

"அப்படித்தான் தேச்சுப்பேன்."

"என்ன, என்ன? அப்படித்தான் தேச்சுப்பியா, அப்படித்தான் தேச்சுப்பியா?" என்று கறுவிக்கொண்டே ஓங்கித் தலையில் ஓர் அறை விட்டான். முகத்தில் அறைந்தான். கன்னத்தில் அறைந்தான். வாயில் அடித்தான். முதுகில் குத்தினான். மாறி மாறி இடையீடில்லாமல் அடி விழுந்தது. செவிகளில் ஓர் அறை விழுந்ததும் அப்படியே கிணற்றுச் சுவர்மீது தலையை மோதிக்கொண்டு கீழே விழுந்தாள். ஓங்கி இடுப்பில் உதைத்தான்.

"ஐயோ, கொல்கிறானே, பாவி, பாவி!" என்று கடைசியில் தாங்க முடியாமல் கத்தினாள் அவள். கதறல் கேட்பதற்கு முன்னாலேயே குடியிருக்கிறவர்கள் தாழ்வாரத்திற்கு ஓடிவந்து நின்றுவிட்டார்கள். அருகில் வந்து அவனை விலக்க யாருக்கும் தைரியம் வரவில்லை.

"ஓய் நரசிம்மையர்! என்னையா இது?"

திரும்பிப் பார்த்தான் அவன். முன் கட்டில் குடியிருக்கிற வாத்தியார் குஞ்சிதபாதம் மூடாத பேனாவைப் பிடித்துக்கொண்டு நின்று கொண்டிருந்தார்.

"என்ன?"

"நீர் என்ன மனுஷன்தானா?"

"உமக்கு என்னமாப் படறது?"

"மடத்து நாயை அடிக்கிறாப் போலே அடிக்கிறீரே!"

"என் பெண்டாட்டியை நான் அடிக்கிறேன். நீர் வக்காலத்துக்கு வரவேண்டாம். உம்ம காம்பொஸிஷன் நோட்டெல்லாம் திருத்தி ஆயிட்டாப்போல இருக்கு."

"திருத்த முடியலேன்னுதான் ஓடி வந்தேன். இப்படிக் கொலை விழுகிற வீட்டில் நிம்மதியா என்ன செய்ய முடியும்? இது என்ன பெண்ணா, கழுதையா?"

ஞானத்தின் நெற்றியிலிருந்து ரத்தம் பெருகிக்கொண்டிருந்தது. ரத்தப் பெருக்கும் கூட இருக்கிற ஆண்பிள்ளைத் துணையும் தைரியம் அளிக்கவே, நடுக் கட்டிலுள்ள மளிகைக் கணக்குப் பிள்ளையின் தாய் ஓடி வந்து அவளைக் கையைப் பிடித்துத் தூக்கிக் காயத்தைக் கையால் அழுக்கிக்கொண்டே, "இப்படித்தான் அடிப்பாளா என்ன? இதுக்குக்

வேறு வழியில்லை

கல்யாணமே பண்ணிண்டிருக்க வாண்டாமே" என்ற அவளை உள்ளே பிடித்து அழைத்துச் சென்றாள்.

ஆத்திரத்தில் குமுறிக்கொண்டே, "அப்படித் தான் தேச்சுப்பியா? இப்ப எப்படி இருக்கு?" என்று நரசிம்மன் உறுமினான்.

"சீசீ! பொழுது விடிஞ்சா இதே பேரெழவாய்ப் போய்விட்டது. இங்கே குடியிருக்கிறதைவிட எங்கேயாவது மீன்கடையிலே போய் உக்காந்துக்கலாம்."

"ஏன் உக்காந்துக்கறதுதானே? சத்தம் போடாதேன்னு நீர் கத்தறதுக்கு அதுவும் நல்ல இடந்தான்."

"பின்னே என்ன ஐயா? எங்கேயாவது கண் காணாத இடத்திலே உம்ம பெண்டாட்டியைக் கொலை பண்ணிக்குமே. இங்கே என்ன?"

"சரி போதும்; போம் உள்ளே."

"போகாட்டா?"

"போய்யான்னா!"

"அவரோட என்ன உங்களுக்கு இப்ப? உள்ளே வாங்கோ" என்று மனைவிசுக்குப்பிடவே, குஞ்சிதப்பாதமையர் உள்ளே சென்றார்.

நரசிம்மன் வேகமாக வெளியே போய்விட்டான். ரத்தத்தை நீரால் துடைத்துத் தேங்காய் எண்ணெயைத் தடவித் துணியைக் கிழித்து ஒட்டினாள் கமலத்தம்மாள். வாத்தியார் மனைவியும் கொட்டிலில் குடியிருந்த அலமேலுக் கிழவியும் நின்றுகொண்டிருந்தார்கள்.

"போயிட்டான் போ."

"உள்ளே வரபோதே நரசிம்மாவதாரம் வந்தாப் போல, வீடே கிடுகிடுத்துப் போறதடிம்மா?"

"பின்னே பேருக்குப் பொருத்தம் வேண்டாமா?"

"இப்ப எதுக்கு வந்தான்? வியாபாரம் முழிபுதுங்குகிற நேரமாச்சே இப்போ."

"எதுக்கு மாமி? எங்கேயாவது வாசல்லே நின்னுண்டிருக்கேனா, வீட்டலே இருக்கேனா, ஊரைச் சுத்தறேனான்னு தெரிஞ்சுக்கணும்; வேறே என்ன?"

"எதுக்காக இப்படிப் புடைச்சான் இப்ப? நீ என்ன சொன்ன?"

"ஆமாம், அவ சொல்லணும், அவளைப் பார்த்ததாலேதான் அவனுக்கு ஆங்காரம் பீரிட்டுண்டு வரதே."

"ஒண்ணுமில்லே மாமி; தலைமயிர் நாராப் பறந்தது. ஒரு முட்டை எண்ணெய் தடவி வாரி ஒரு பின்னல் போட்டுண்டு மூஞ்சியைத் தேச்சு அலம்பினேன். திடீர்ன்னு இவன் வரப்போறான்னு நான் கண்டேனா?"

"பின்னிக்கப்படாது, சோப்புத் தேச்சுக்கப்படாது. நல்ல ஆக்ளுஇது! பிச்சைக்காரி மாதிரி நிக்கணுமாக்கும்."

"அவன் கிழவனோல்லியோ? நானும் கிழவியா இருக்கணும் என்கிறான்."

"அதுக்கு ஒரு குமரியைத்தானா கல்யாணம் பண்ணிக்கணும்?"

அலமேலுக் கிழவி சொன்னதைக் கேட்டு எல்லோரும் சிரித்தார்கள்.

"இப்பக் கிழங்களெல்லாம் குமரியாறெங்கிறது. நரசிம்மையர் பாடம் தலைகீழா இருக்கு."

இந்த இரக்கப்பேச்செல்லாம் ஞானத்திற்கு ஆறுதல் அளிக்கவில்லை. எல்லாம் பழகிப் போனது; அர்த்தம் இழந்தது.

ஒவ்வொருவராகப் போய்விட்டார்கள். ஞானம் எழுந்து, தன் அறைக்கு வந்து விளக்கை ஏற்றிக் கலைந்த தலைமயிரைக் கோதி, கண்ணாடிக்குமுன் ஒரு குங்குமப் பொட்டை வைத்துக்கொண்டாள். சிராய்த்த முழங்கை வலித்தது. சற்று உட்கார்ந்தாள். இருப்புக் கொள்ளவில்லை. நீலக் காலர் பனியனும், நீள மூக்கும், துளைக்கும் விழியும் அவளை அழைத்தன. கதவைப் பூட்டிக்கொண்டு கிளம்பினாள். அடிபட்டு வீங்கி அலங்கோலமாயிருக்கிற முகத்தை இன்று அவனிடம் காட்ட வேண்டுமா என்று தயங்கினாள். மனம் கேட்கவில்லை. கோயிலுக்குப் போய் ஒரு நமஸ்காரம் பண்ணிவிட்டுத் திரும்பி அந்த வீட்டிற்குள் தயங்கித் தயங்கி நுழைந்தாள்.

கூடத்தில் அவன் நாற்காலியில் சாய்ந்து படித்துக்கொண்டிருந்தான். அவளைப் பார்த்து ஒரு புன்சிரிப்புச் சிரித்தான்.

"மாமி!"

"அக்கா" என்று எழுந்து சமையல்கட்டைப் பார்த்துக் கூப்பிட்டான் அவன். "யாரோ வந்திருக்கா."

"யாரு, நீயா? வாம்மா?" என்று அழைத்தாள் அவன் அக்கா.

கூடத்தை வேகமாகக் கடந்து உள்ளே சென்றாள் ஞானம்.

"வாம்மா, உக்கார்ந்துக்கோ."

"இல்லே மாமி; நாழியாச்சு."

"வரபோதே நாழியாச்சுங்கிறியே. கொஞ்சம் உக்காந்துக்கோ; போகலாம்."

உடல் சிலிர்த்து நடுங்க, அவள் உட்கார்ந்துகொண்டாள். கூடத்தில் ஒரு சுவருக்கப்பால் உள்ள அவன் உருவம் அவளைப் புல்லரிக்கச் செய்தது.

"காலமேயே வரச்சொன்னேனே. வரப்படாதா?"

"முடியல்லே, மாமி. வேலை இருந்தது."

"நெத்தியிலே என்ன?"

அவளுக்குப் பதில் சொல்ல முடியவில்லை. ஓய்ந்து கிடந்த துக்கம் எழுந்து தொண்டையைப் பிடித்தது. கண்ணீரை இமைக்குள் அடக்கிக் குனிந்துகொண்டாள்.

"விழுந்தியா?"

"ஒண்ணும் இல்லை."

"என்னமோ மறைக்கிறே நீ. சொல்லு, பாதகம் இல்லை."

அதற்குமேல் அடக்க முடியவில்லை. கன்னத்தில் கண்ணீர் விழுந்தது.

"ஏன், அவர் அடிச்சாரா?"

வாயில் வார்த்தை வராமல், "ஆமாம்" என்ற பாவனையில் தலையை ஆட்டினாள் அவள்.

"என்ன நடந்தது?"

"நான் இருபத்திரண்டு வயசுப் பொண்ணா இருக்கிறது பிடிக்கலே அவனுக்கு. நான் சோப்புத் தேச்சுக்கப்படாது, தலை பின்னிக்கப்படாது."

"கல்யாணம் பண்ணிண்டு சந்தேகப்பட்டண்டேயிருந்தா நாளை எப்படி ஓட்டுகிறது? கிழவன்னு தெரிஞ்சுதானே நீ கல்யாணம் பண்ணிண்டே?"

"தெரியும் மாமி! கிழவனாயிருந்தாலும் ஆசையாய் வச்சுப்பன்னு நினைச்சேன்."

"எப்பக் கல்யாணமாச்சு உனக்கு?"

"போன ஆவணியிலேதான் ஆச்சு. ஒன்பது மாசந்தான் முழுசா ஆயிருக்கு. தொண்ணூறு மாசம் ஆயிட்டாப்பலே இருக்கு, மாமி. நான் என்ன பண்ணுவேன் மாமி?" என்று ஞானம் வாயைத் திறந்து பெருமூச்சு விட்டாள். மூச்சில் அனல் அடித்தது. "இன்னும் எத்தனை நாள் இப்படி இருக்கிறது? எனக்கு ஒண்ணுமே புரியலே."

"பிறந்தகத்துக்குப் போய் ரெண்டு மாசம் இருந்துட்டு வரப்படாதா?"

"பிறந்தகம் எது மாமி எனக்கு?"

"அப்பா அம்மா இருக்காளோல்லியோ?"

"அப்பா இல்லை. அம்மாதான் இருக்கா. அவளே இட்லிக்கும் தோசைக்கும் அரைச்சிண்டு உசிரைக் காப்பாத்திக்கறா. நானும் போகணுமா இப்ப? இருபத்திரண்டு வருஷம் அவளைச் சுத்திண்டு நின்னது போராதா?"

"இந்தக் கிழவனைத் தவிர வேறு மாப்பிள்ளையே கிடைக்கலையா உங்க அம்மாவுக்கு?"

"என்ன மாமி செய்யறது? உறவிலே பிள்ளைகள் இருக்கு. யாரும் ஐந்நூறு ரூபாய்க்குக் குறைஞ்சு வாங்கிக்கமாட்டேன்னுட்டா. அம்மாகிட்ட இருநூறு ரூபா தான் இருந்தது. இந்தக் கிழவன் கிட்டே கொண்டுவந்து இருநூறு ரூபாயையும் என்னையும் கொடுத்துட்டா."

"மூந்நூறு ரூபாய் இல்லேன்னு பாழுங்கிணத்திலே கொண்டு தள்ளிவிட்டாளா?"

"நான் என்ன மாமி பண்ணுவேன்! எனக்கு ஒண்ணும் புரிய மாட்டேங்கறது" என்று மீண்டும், முடிவில்லாமல் வளர்ந்துகிடக்கிற வருஷங்களை நினைத்து அனல் வீசும் பெருமூச்செறிந்தாள் அவள்.

"உனக்கென்ன குறைச்சல்? சுடராட்டமா நிக்குறையே. சிவப்பு கண்ணைப் பறிக்கிறது. உன் அழகைப் பார்த்தாவது உன்மேலே இரக்கப் பட்டுக் கல்யாணம் பண்ணுக்கிறேன்னு உன் உறவிலே ஒரு பிள்ளை யாவது வரலியா?"

"ஒருத்தருக்காவது கருணை கிடையாது மாமி. அதனாலேதான் கிழவனாயிருந்தா என்ன, அருமையாவாவது வச்சுப்பன்னு சம்மதிச்சேன். இந்தக் காடும் முள்ளாத்தானிருக்கு. என் தலையில் எழுத்து இப்படி ஆயிட்டது."

"தலையிலாவது எழுத்தாவது! நீ வேறே கல்யாணம் பண்ணிக்கோயேன்" என்றான் கூடத்திலிருந்து இதையெல்லாம் கேட்டுக்கொண்டிருந்தவன். வேதனையும் குரோதமும் அந்தக் குரலில் புகைந்தன. "எனக்கா, பண்ணிண்டா என்ன?" என்று கேட்டுக்கொண்டே வந்து ஞானத்தைப் பார்த்தான். அவள் கை பருவத்தின் வளைவு குழைவுடன் சரிந்து நிலவில் தோய்ந்தது மாதிரி பளபளத்தது. கழுத்தில் எவ்வளவு உறுதி! வளைந்து வழிந்த தோள்கள். தலையில் கட்டுக் கடங்காத மயிர் அழுத்திச் சீவிச் சேர்க்கப்பட்டிருந்தது.

"இதென்ன பேச்சுடா, கவைக்குதவாத பேச்சு! நம்ம தேசத்துலே இதெல்லாம் நடக்கிற சேதியா? பதிதான் தெய்வம் நமக்கு. தலை யெழுத்தை எப்படி மாத்தறது?"

"இப்படித் தலையெழுத்து காலெழுத்துன்னு சொல்லிச் சொல்லித் தான் மண்ணை வாரிப் போட்டுக்கறோம்."

"சரி, கொஞ்சம் காபி சாப்பிடுடீம்மா" என்று சங்கரி எழுந்து அடுப்பண்டை போனாள். தன்னை அறியாமல் ஞானம் திரும்பிப் பார்த்தாள். அவன் உதட்டில் புன்னகை, ஒரு கருணைப் புன்னகை, தவழ்ந்தது.

"நான் காபியே சாப்பிடறதில்லையே!"

"அதியசமாயிருக்கே! காபி சாப்பிடறதில்லையா?"

"காபியாவது! அரிசியை நித்யம் ஒழுங்கா வாங்கிப்போட்டா போராதா? பாதி நாளைக்கு ஒருவேளைப் பழையது கிடைச்சாப் போரும்னு இருக்கு ... மாமி, நான் என்ன என்னமோ சொல்றேன்னு நினைச்சுக்காதிங்கோ. வாயைத் திறக்காம பொறுத்துண்டுதான் இருக்கேன். உங்களைப் பாத்தாச் சொல்லணும் போலத் தோணறது."

"சொன்னா என்னடிம்மா? நானும் உன் தாயார்னுதான் நினைச்சுக்கோ. இந்தா, இதைச் சாப்பிடு."

அவள் காபியைச் சாப்பிட்டுவிட்டு, "மணி எட்டடிக்கப்போறது; நான் வரேன்" என்று கிளம்பினாள்.

வேறு வழியில்லை

"நித்யம் சாயங்காலமா இப்படி வாயேன்."

"அம்மாடி! நித்யமா! உங்காத்துக்கு வரது தெரிஞ்சாலே என் எலும்பு நொறுங்கிவிடும்."

"ஏனாம்?"

"நான் எங்கேயும் போகப்படாது. யாரோடேயும் பேசப்படாதுன்னு உத்தரவு. குடியிருக்கிறவாளோடு பேசலாம். போனா முதலாளியாத்துக்குப் போகலாம். அதுக்கப்புறம் அனுமதி கிடையாது."

அவன் சிரித்துக்கொண்டே சொன்னான், "நீ கெட்டிக்காரியா இருந்தா இங்கே வர வழி பண்ணிக்கமாட்டியா? அவன் சொன்னதைச் சிவனென்னு கேட்டிண்டு பொறுத்துக்கொண்டிருந்தா ஏன் தடை சொல்றான்? கொஞ்சம் பிரியமா இருக்காப்போலே காட்டிண்டா, தானே சரிங்கறான்."

அவள் சங்கரியம்மாளைப் பார்த்துப் புன்னகை பூத்தாள்.

"நான் வரேன்."

"சரி" என்று சமையலுக்குள்ளிருந்தே விடை கொடுத்துவிட்டாள் அவள்.

கூடத்தைக் கடந்து வாசலுக்குப் போகும் பொழுது அவன் கண்கள் தொடர்வதை அவளுடைய கடைக்கண் உணர்ந்ததுமட்டும் அல்ல. அவளுடைய கை கால் மேனி முழுவதும் உணர்ந்து புல்லரித்தது.

வாசலில் இறங்கியபோது திரும்பிப் பார்க்கத் துடித்தவள் தைரியம் இல்லாமல் அப்படியே படி இறங்கினாள்.

"இந்தப் புருஷர்களுக்கு என்ன தைரியம்!" என்று வியந்தாள். அவனுடைய ஒவ்வொரு பேச்சையும் சுவைத்துக்கொண்டே போனாள். அவன் என்னவோ நிறையப் பேசிவிட்டது போலத் தோன்றிற்று. இரண்டு மாதமாகத்தான் அவள் கண்ணில் பட்டுக்கொண்டிருக்கிறான் அவன். ஆனர்ஸ் தேறிவிட்டு, கலெக்டர் பரீக்ஷுக்குப் படிக்கிறானாம்.

போன வருஷம் கல்யாணமாகி அவள் மதுரையிலிருந்து வந்ததும் நான்கு மாதம் வீட்டிலேயே அடைபட்டுக் கிடந்தாள். பிறகுதான் ஆற்றுக்குக் குளிக்கப் போக அனுமதி கொடுத்தான் கிழவன்; அதுவும் குடியிருக்கிறவர்களின் துணையோடுதான். ஆனால் அவர்களுடைய நேரம் அவளுக்கு ஒத்து வரவில்லை. தனியாகவே போய்க்கொண்டிருந்தாள். இந்த வருஷந்தான் ஆற்றுப்பாதையில் தவறாமல் 'அவன்' அவளைக் கடந்து போய்க்கொண்டிருந்ததைப் பார்த்தாள். நாள் தவறாமல் அவன் கடந்து போய்க்கொண்டிருப்பான். பதினைந்து நாளைக்கு முன் திடீரென்று என்றும் இல்லாத ஒரு பார்வை பார்த்தான். அந்தப் பார்வை கண்ணையும் கடந்து உள்ளே எதையோ தேடுவதுபோலப் பார்த்தது. திரும்பி வந்தபோது அவன் இரும்புக் கிராதி அடைத்த திண்ணைக்குள் முடமுடவென்று வேஷ்டியைக் கட்டி நீலக் காலர் பனியன் அணிந்து, தலையை இழைஞ்ச் சீவி, மழையில் நனைந்து காலில் வெயிலில் புதுமைபூத்து மின்னும்

செடி மாதிரி நின்று, அவளைப் பார்த்து உதடசையாமல் புன்னகை புரிந்தான்.

மறுநாள் ஆற்றங்கரைப் பாதையில் அவள் எதிர்பார்த்தவாறே, சொல்லிவைத்தார்போல அவன் குளித்து ஈர வேஷ்டியுடன் எதிரே வருவது தெரிந்தது. அவனைக் கடந்தபோது அவனைப்போல மெல்ல நடக்க முடியவில்லை அவளுக்கு. எதிலிருந்தோ தப்பி ஓடுவது போல் காலை வீசிப்போட்டு விறுவிறுவென்று கடந்தாள். நெஞ்சில் படபடப்பு நிற்கச் சற்று நேரம் பிடித்தது. திரும்பி வருகையில் அரசமரத்தருகே வரும்போது நெஞ்சு ஏக்கம் பிடித்து அலைந்தது. அழுகை வந்து விட்டது.

"பாழுங்கிணத்துலே விழுந்தாச்சு. எட்டாத கோட்டையெல்லாம் பார்த்து ஏங்கவேண்டியிருக்கே" என்று விநாயகரைப் பார்த்து ஒரு கணம் அழுது நகர்ந்தாள். சோறுகூட அவளுக்குச் சரியாக வேண்டியிருக்கவில்லை.

முந்தாநாள் காலை, ஆற்றுப்பாதையில் அவன் மட்டும் வந்து கொண்டிருந்தான். வேறு ஈ காக்கை இல்லை. அவளைக் கடந்த போது, "இப்படியே போயிண்டிருக்க வேண்டியதுதானா?" என்று கேட்டுக்கொண்டே அவளைப் பாராமலேயே நடந்தான். காலே இற்று விட்டாற்போல் இருந்தது. மார்பு துடிக்க நெஞ்சு நிறைந்து வழிந்தது. ஆற்றில் இறங்கி, தண்ணீரைக் குழந்தை மாதிரி அடித்து அடித்துக் குளித்தாள்.

இரவு தூக்கம் பிடிக்கவில்லை. பதினைந்து நாளாகவே சுமாரான தூக்கந்தான். அன்று கொஞ்ச நஞ்சம் வரும் தூக்கமும் வரவில்லை. "இப்படியே போயிண்டிருக்க வேண்டியதுதானோ" என்று அவளே கேட்க விரும்பியதுதானே? அவன் ஆண்பிள்ளை, கேட்டுவிட்டான்.

மறுநாள் காலையில் அவன் அக்கா குளித்துக்கொண்டிருந்தாள். அவளிடம் தானாகப் பேச்சுக் கொடுத்தாள் ஞானம்.

"மாமி, கொஞ்சம் அந்தக் கல்லில் தோச்சுக் கட்டுமா?"

"பேஷாத் தோச்சுக்கோயேன்" என்று புடைவையை எடுத்துக் கொண்டாள் சங்கரி.

"ஜலம் நல்ல தெளிவாப் போறது; இல்லையா மாமி?"

"எப்படிப்போனால் என்ன? காவேரி அம்மன் காவேரி அம்மன் தான். அவள் உடம்பிலே பட்டால் போராதா?"

குளித்துக் கரை ஏறினபோது, அவளோடு சேர்ந்துகொண்டாள் ஞானம்.

"நீ யாரும்மா? எங்கே இருக்கே?"

"நீங்க இருக்கிற தெருவிலேதான் மாமி இருக்கேன்."

"உன் புருஷன் என்ன செய்யறார்?"

"ஹோட்டல்லே வேலை செய்யறார்."

"யாரு?"

வேறு வழியில்லை

"ஒரு சின்னப் பிள்ளை மாமி. ஐம்பது வயசு இருக்கும்!"

"இளையாளா வாழ்க்கைப்பட்டிருக்கிறயா?"

"ஆமாம்."

"எந்த ஊர் உனக்கு?"

"மதுரை."

"சரிதான்" என்று அவளை முன்னே விட்டு, சங்கரியம்மாள் அவளை உச்சி முதல் உள்ளங்கால்வரை பார்த்துக்கொண்டே வந்தாள்.

"குத்து விளக்கு மாதிரி பளிச்சுனு இருக்கியேடம்மா. சின்னப் பிள்ளையாப் பாத்துக் கொடுக்க முடியலியா, உன்னைப் பெத்தவாளுக்கு? ... ம், அவாவா கொடுத்து வச்சது. இளையாளா வாழ்க்கைப்பட்டாச் சுகமில்லேன்னு சொல்ல முடியாது –"

"ம். ரொம்ப சுகமாகத்தான் இருக்கேன். சுகத்துக்கு என்ன குறைச்சல்?"

ஆற்றங்கரைப் பாதை முடிந்து தெருவந்ததும் பேச்சை மாற்றி விட்டாள் ஞானம். சங்கரியம்மாள் வீட்டுவாசல் வந்ததும், "வாயேன்; உள்ளே வந்து வெத்திலை சீவல் வாங்கிண்டு போகலாம்" என்று கூப்பிட்டாள். வாசலில் அவன் நின்றுகொண்டிருந்தான். உள்ளே போய் அவசர அவசரமாகக் குங்குமத்தை இட்டுக்கொண்டு வெற்றிலை சீவலை வாங்கிக்கொண்டு கிளம்பினாள்.

"நாளைக் காலமே வாயேன். வெள்ளிக்கிழமை; வெத்திலை சீவல் வாங்கிண்டு போகலாம்" என்றாள் சங்கரி.

"ஆகட்டும்" என்று பரக்கப் பரக்க நடையைக் கட்டினாள் ஞானம்.

அன்று காலை போவதாக இருந்தாள் அவள். ஆனால் கிழவன் அவள் வாயில் மண்ணைப் போட்டுவிட்டான். இருள் பிரிவதற்கு முன்னாலேயே ஹோட்டலுக்கு எழுந்து செல்லுகிறவன் அன்று காலை ஒன்பது மணி வரையில் தலைபாரமாக இருக்கிறது என்று படுத்து விட்டான். தலைவலியாவது, மண்ணாவது! ஒன்றும் இல்லை. இரண்டு மூன்று மாதங்களுக்கு ஒருமுறை ஏதாவது அழிம்பு வந்துவிடும் அவனுக்கு. வயிற்றுப் புரட்டல், உடம்பு வலி எனறு ஏதாவது சொல்லிக்கொண்டு படுத்துவிடுவான். அப்பொழுதெல்லாம் பாயில் அவனுக்குப் பக்கத்திலேயே உட்கார்ந்திருக்க வேண்டும். எழுந்துபேய்ச் சமைக்கக்கூட விடமாட்டான். அறையை விட்டு வெளியேறக்கூடாது. பகல் பொழுதில் கூட நாலு குடித்தனம் குடியிருக்கிற வீட்டில் கதவைச் சாத்திக்கொண்டு புருஷனும் பெண்ஜாதியும் உட்கார்ந்திருந்தால் என்ன விகாரம்! அது மாதிரி ஆறுநாள் ஒரு தடவை உட்கார்ந்திருந்தாள் அவள்.

"வயத்தை வலிக்கிறதுங்கேறன். மேலே கூடப் படாம, என்னமோ முள்ளம்பன்னிகிட்ட உட்கார்ந்திருக்கிற மாதிரி ஒதுங்கி ஒதுங்கிப் போறயே, என்ன?" என்றான் அவன்.

"எல்லாம் இது போரும்" என்ற அருவருப்பை யோஜனை யில்லாமல் கொட்டிவிட்டாள். அவ்வளவுதான், அப்படியே கழுத்தை

நெறித்து விட்டான் அவன். ஒரு வாரமாயிற்று அவளுக்குக் கழுத்துச் சுளுக்கு நிமிர.

"இப்படி வெறுமே வேலைக்குப் போகாம அடம் பண்ணிண்டு படுத்திண்டிருப்பாளா? அடுப்பிலே பூனை குடி பூந்துடும்போலிருக்கே" என்று பசி தாங்காமல் புகைந்தாள் அவள்.

ஒருநாள் முழுவதும் பட்டினி கிடந்து அவளையும் பட்டினி போட்டு விட்டு ஏழாம் நாள்தான் கடைக்குப் போனான் கிழவன்; அதுவும் முதலாளியிடமிருந்து கடுமையாக வார்த்தை வந்தபிறகு.

அந்த மாதிரி அழிம்புதான் இன்றும் வந்துவிட்டதோ என்று அவள் பயந்தாள். நல்லவேளையாக உச்சி வேளைக்குக் குளித்துவிட்டுக் கடைக்குப் போய்விட்டான்.

அந்தி மயங்கியதும் ஆவலாகத் தலையைச் சீவிப் பின்னி முகத்தை அலம்பிக்கொண்டாள். அப்போதுதான் வந்து அடித்து நொறுக்கி விட்டுப் போய்விட்டான் அவன்.

சங்கரியம்மாள் கொடுத்த வெற்றிலை சீவலை அலமாரியில் வைத்துவிட்டு, விளக்கைப் பெரிது பண்ணிச் சாப்பிட்டுவிட்டுப் படுக்கையைப் போட்டாள் ஞானம். இதுவும் அவன் ஆக்ஞைகளில் ஒன்றுதான். இரவு ஒன்பது ஒன்பதரை மணிக்கு அவன் வருவான். அவனுக்கு ஹோட்டலிலேயே இரண்டு வேளைச் சாப்பாடும். அவன் வரும்போது படுக்கையைப் போட்டுத் தயாராயிருக்க வேண்டும்.

படுக்கையில் ஒருக்களித்துப் படுத்துக்கொண்டாள் அவள். நீலக்காலர் பனியனும் நீள மூக்கும் வலது வகிடு கிராப்பும் புன்சிரிப்பும் தேடும் விழியும் அவள் முன் எழுந்தன. ஆனர்ஸ் முடித்தவன், கலெக்டர் பரீக்ஷைக்குப் படிப்பவன். ஓங்கி வளர்ந்து ஆற்றுநீரில் வளைந்து முத்த மிடும் ஆலங்கிளையில், மிதந்துவரும் கருவேலம்பூச் சிக்கியது போலிருந்தது அவளுக்கு.

'அந்த வீட்டுக்குப் போகிறது தெரிந்தால்?'

"கொஞ்சம் பிரியமா இருக்காப்போலக் காட்டிண்டாதானே சரிங்கறான்!"

"இந்தக் கிழத்திடமா பிரியமாகப் பேச முடியும்? இந்தச் சிடுமூஞ்சி யிடமா? அறுபது நாழிகையும் எள்ளும் கொள்ளும் வெடிக்கும் இந்தக் கடுவன் பூனையிடமா? எப்படி அன்பைக் காட்டுகிறது?"

"கொஞ்சம் பிரியமாயிருக்காப்போலக் காட்டிண்டா, தானே சரிங்கறான்."

"ஈச்வரா?"

"என்னடி ஈச்வரனைக் கூப்பிடறே?" குரல் கேட்டது. அவள் வாரிச் சுருட்டிக்கொண்டு எழுந்திருந்தாள்.

"ஈச்வரனைக் கூப்பிடாம நான் வேறு யாரைக் கூப்பிடப் போறேன்? எனக்கு யார் இருக்கா?" என்று பதில் கேள்வியைப் போடப்

வேறு வழியில்லை
273

போனவள் அதை அடக்கிக்கொண்டு, "மணி பத்திருக்கும்போலிருக்கே; இன்னும் வரக்காணுமேன்னு பாத்துண்டிருந்தேன். ஒண்டியா எத்தனை நாழி இருக்கிறது?" என்றாள்.

"ஹூம், அப்புறம்!" என்று நையாண்டி செய்தான் அவன்.

"உங்களுக்கு எப்பவும் கேலிதான். ஏன் இத்தனை நாழியாம்?"

"நாளைக்குக் கடையடைப்பாச்சே. சனிக்கிழமென்னா! நாளன்னி ஸ்வீட்டெல்லாம் போட்டு வச்சுட்டு வந்தேன்.'

"எதுக்காக இத்தனை நாழி வேலை வாங்கறான்? இதுக்குத் தனிக்கூலி உண்டா?"

"தனிக்கூலி கேட்டாச் சீட்டைக் கிழிச்சுப்பிடுவன்."

"அவன் வாழ்ந்தான்! கொஞ்சம் மோர் சாப்பிடலாமா?"

"இப்ப எதுக்கு மோரு?"

"நல்ல மோராயிருக்கு."

"சரி சாப்பிடறேன்"

மோரைக் குடித்தான் நரசிம்மன்.

"சரியாச் சாப்பிடலையா என்ன? இன்னிக்கி?"

"ஏன்?"

"மூஞ்சியெல்லாம் வாடினாப்போல இருக்கே!"

"அதெல்லாம் ஒண்ணும் இல்லே. கையிலே தணல் விழுந்தது. விரல்லே நன்னாச் சுட்டுது" என்ற வலது கை ஆள்காட்டி விரலை நீட்டினான் அவன்.

"அப்பா! எரிச்சலா எரியறது!"

ஆள்காட்டியில் துணி சுற்றியிருந்தது.

"பெரிய கட்டாக் கட்டியிருக்கே. மருந்து போட்டேளா?"

"தேங்காயெண்ணெய் போட்டுக் கட்டியிருக்கேன்."

"பிரிச்சுப் பார்க்கிறேனே."

"அதுதான் கட்டியிருக்கேனே. இப்ப ஏன் பிரிக்கறே அதை?"

"பாக்கறேனே" என்று பிரித்தாள் அவள். முக்கால் அங்குல நீளத்திற்கு நெருப்புச் சுட்டுத் தோல் வழன்றிருந்தது.

"இதோ வந்துட்டேன்" என்று கதவைத் திறந்துகொண்டு வெளியே போய் வாத்தியார் மனைவியை எழுப்பி ஆயிண்ட்மென்ட் டப்பாவை வாங்கி வந்தாள்.

"கொஞ்சம் ஜாக்கிரதையாக இருக்கப்படாதா?" என்று கடிந்து கொண்டே மருந்தைத் தடவினாள்.

"ஸ். மெள்ள மெள்ள, அப்பா!"

"போடறபோது எரியாதா? இதுக்கு ஒரு ஆட்டமா ... ம். ஆச்சு" என்று தப்பாவை மூடினாள்.

"இப்படிக்கொடேன்" என்று அவன் அதைப் பிடுங்கித் திறந்து அவளுடைய நெற்றியில் இருந்த துணியை எடுத்து அந்தக் காயத்தில் பூச்சைத் தடவினான்.

"எனக்குந்தான் எரியறது; நான் உங்களைப்போல உஸ் உஸ்னு குதிக்கிறேனா பார்த்தேளா?"

"நீ பூமாதேவி. பொறுத்துக்கறே ... ரொம்ப அடிச்சுட்டேனா?"

அவள் தலைகுனிந்து பேசாமல் இருந்தாள்.

"இந்த மாதிரி குளுமையாக நீ ஒரு வார்த்தை பேசிவிட்டால் நான் மனுஷனாக இருக்க மாட்டேனா?" என்றான் அவன். அவள் நிமிர்ந்து அந்தப் பரிவைப் பருகினாள்.

"இனிமே ஒரு வார்த்தை எதிர்த்துப் பேசமாட்டேன். உங்களை விட்டா எனக்கு யார் இருக்கா?" என்று அவனுடைய தோள் இரண்டை யும் பிடித்துக் குனிந்து மார்பில் புதைந்தாள் அவள்.

"சரி சரி; எழுந்திரு அசடு!"

"நீங்க ஏன் இப்படி வேர்க்க வேர்க்க மாடாக உழைக்கணும்? மென்டேஷன் படிச்சவா இந்த வேலைக்குத்தானா போகணும்?"

"என்னது? என்ன படிச்சுட்டு?"

"ஆமாம். என்னை இப்பப் பரிகாசம் பண்ண வேண்டாம்."

"மெட்ரிகுலேஷன் என்று சொல்லு."

"சரி, இந்த வேலைக்கு ஏன் வந்தேள்."

"நான் இந்த வேலைக்கு வல்லே. இஞ்சினீர் ஆபீஸ் நூறு ரூபாய் படியளந்திண்டிருந்தது. ஏதோ ஒருநாளைக்கு எழுத்திலே தவறிப்போச்சு. உனக்கு மூளைகிளை இருக்காய்யா, கூஸ்னு கேட்டான் மானேஜர், வாளிப்பயல். 'என்ன சொன்னே'ன்னு மைக்கூட்டை எடுத்து அவன் மேலே வீசினேன். ரகளை நடந்தது. வேலை போயிட்டது எனக்கு. அப்புறம் எங்கெல்லாமோ சுத்தினேன். நெல்லு முக்கால் ரூபாய்க்குச் சிரிப்பாகச் சிரித்த காலம். வேலை கிடைக்கல்லெ. கால் ஒஞ்சுது. வயசும் முப்பது தாண்டிவிட்டது. பேசாமல் ஹோட்டலுக்குள் நுழைந்துவிட்டேன். இந்த வேலை என்ன மட்டமா? உடம்புக்கு நல்ல வேலை. இப்ப ஒண்டி யாய் நாலுபேரை அடிக்கச் சொன்னால் அடிப்பேன். இந்த முண்டாவைப் பார் !" என்று கையை மடக்கினான் அவன். அவள் இரும்பாக உருண்டு திரண்டிருந்த அந்தப் புஜத்தை அழுக்க முடியாமல் அழுக்கினாள்.

"எங்கே அழுக்கு, பார்ப்போம் ... இந்த வேலையிலே என்ன குறைச்சல்? இன்னும் இருபது வருஷத்துக்கு இதே போக்கிலே வண்டி ஓடும். துறையூர்ச் சின்னப் பண்ணை வம்சத்துக்கிளை இந்தக் கட்டை. ஆறு அடிக்குக் குறைந்த ஆளே இந்த வம்சத்தில் பிறந்ததில்லை."

"இவ்வளவு பெரிய வம்சத்து அடியை நான் தாங்க முடியுமா?" என்று அந்தக் கைமீது சாய்ந்துகொண்டாள் அவள், மலைப்பாம்பின் மீது புரள்கிற மாதிரி.

"பாலாகப் பொழியறையே இன்னிக்கி! எனக்கு ஒண்ணும் புரியலியே."

அவள் பேசவில்லை. எங்கேயோ அற்புத லோகத்தில் புகுந்து விட்டது போல இருந்தது.

"இதோ கிடக்கிறேன். உன் கால் தூசி. மலர்ந்து ஒரு பார்வை பாரு."

அவன் தூங்கியபொழுது மூன்று மணி ஆகிவிட்டது. வேற்று ஊருக்குப் போய்த் தங்கிய இரவு மாதிரி, அவளுக்குத் தூக்கம் வரவில்லை.

தேக்கு மரத்தைப்போல அறையை நிறைத்துப் படுத்து அவன் உறங்கிக்கொண்டிருந்தான். வலுவின் வடிவமாக, வனப்பின் வடிவமாக, வைரம் பாய்ந்த அந்த உடல் மெல்லிய மூச்சொலி இசைய விரிந்து சுருங்கிக் கொண்டிருந்தது.

புழுக்கம் உடலை வறுத்தெடுத்தது. விசிறியை எடுத்து அவன்மீது விசிறிக்கொண்டே இருந்தாள் அவள்.

"நீ தூங்கலையா?" என்று விழித்துக்கொண்டு அவன் கேட்டான். "விடிஞ்சுபோயிட்டாப் போல இருக்கே" என்று மேலே பார்த்தான். ஓட்டுக் கூரையில் ஒளிக் கண்ணாடியில் காலையின் வெண்மை படர்ந்திருந்தது.

"நீ தூங்கலை? முழிச்சுண்டேயா உட்கார்ந்திருக்கே?"

அவள் எழுந்து வகிடு தரையில் பட அவனை வணங்கினாள். "போட்டதுதானே முளைக்கும்? வெறுப்புப் போட்டால் வெறுப்பு முளைக்கிறது; வேறு போட்டால் வேறு முளைக்கிறது. நான் ஒன்றும் தெரியாத மூடமாக இருக்கேன். என்னைக் கோவிச்சுக்காம இருக்கணும்."

அவளுடைய கண்ணீரைத் துடைத்துக்கொண்டே சொன்னான் அவன்: "உன்னைவிடத் தெரிஞ்சவ ஒருத்தி இருக்க முடியுமா என்ன? ... சரி, கொஞ்ச நேரம் படுத்தத் தூங்கு. தோண்டியைத் தூக்கிண்டு காவேரிக்குக் கிளம்பிட வேண்டாம்; என்ன?"

"காவேரிக்கா? கண்ணெல்லாம் ஜிவுஜிவுங்கறது. இப்படியே காவேரியில் அழுங்கினால் சரி, ஜலதோஷமும் ஜுரமும் எங்கே எங்கேன்னு காத்திண்டிருக்கும். வெந்நீருக்கா பஞ்சம்? உடம்பெல்லாம் வலிக்கிறது."

"அப்ப நான் போய்க் காவேரிலே குளிச்சுட்டு வரேன்."

அவளுக்குக் காவேரியின் நினைவே இல்லை. அவன்தான் போனான். அரசமரத்துப் பிள்ளையாருக்கு முன் ஈரவேஷ்டியுடன் அவனைக் கடந்து வந்த பையன் யாரென்று அவனுக்குத் தெரியவில்லை.

கலைமகள், மே 1951

கொட்டு மேளம்

டாக்டர் வரும்போது ஒன்பது மணிக்கு மேல் ஆகிவிட்டது. கம்பவுண்டரின் முகத்தைப் பார்த்தார்.

"ஐயாவுக்கு ரொம்பப் பசி போல் இருக்கு. என்ன செய்ய? நாழியாயிட்டுது."

"அதெல்லாம் ஒண்ணும் இல்லீங்க!"

"என்ன ஒண்ணும் இல்லீங்க? உம் மூஞ்சிதான் ஆறு மாசம் பட்டினி கிடந்தவனாட்டம் இருக்கே. என்ன செய்ய? கல்யாணம் பண்ணிக்கப் போறவன் கடைக்குப் போனா, நேரந்தான் ஆவுது. நீ கல்யாணம் பண்ணிக்கப் போறபோது, இப்படித்தானே அலைஞ்சிருப்பே?"

"நீங்க நேரம் களிச்சு வந்தீங்கன்னு நான் இப்பச் சொன்னேனா?"

"நீ சொல்லித்தான் பாரேண்டா. நான் அப்படித்தான் வருவேன். என்ன தபாலா, மேஜைமேலே?"

"ஆமாம் இன்னிக்கு மெயில் நானூறு நிமிஷம் லேட்டாம்."

"நல்ல வேளை. நானூறு வருஷம்ணு சொல்லாம இருந்தியே. அட, கர்னல் சுந்தர தாண்டவனா? ஏய் பார்த்தியாடா பத்திரிகையை? கர்னல் சுந்தர தாண்டவன் அனுப்பிச்சிருக்காரு. இவர் யார் தெரியுமா? எங்க அண்ணிக்கு அத்தை மகன். என்னைவிட ஒரு வருஷம் சின்னவரு. மகளுக்குக் கல்யாணம் பண்றாராம். மருமவனும் லேசுப்பட்டவன் இல்லை. சப் கலெக்டர். நீயும் நானும் இருக்கமே. அம்பது ரூபா சம்பளத்துக்கு நீ எங்கிட்டச் சேவகம் பண்றே. நான் ஜெனரல் ஆஸ்பத்ரியும் இருபத்துமூணு டாக்டரும் இருக்கிற இந்த ஊரிலே இருநூறு ரூபாய்க்கு மோளம் அடிக்கிறேன். இவனைப்

பார்த்தியா? கர்னல் ஆயிட்டான். நீ ஏண்டா நிக்கறே? என் பேச்சைக் கேட்டுக்கிட்டு நின்னா வயிறு ரொம்பிடுமா? போயிட்டு வா."

புன்சிரிப்புச் சிரித்துக்கொண்டே ஜீவரத்தினம் நகர்ந்தான்.

"போன தடவை தம்பிக்குக் கல்யாணம்னு பத்திரிகை அனுப்பிச்சிருந்தான். அப்ப மேஜராயிருந்தான். இப்பக் கர்னலாப் போயிட்டான். ஜீவரத்தினம், உனக்கு எங்கடா இதெல்லாம் புரியப் போறது? நீ எட்டாம் கிளாசுக்கு அப்பாலே எட்டிப் பார்த்ததில்லெ. என் மாதிரி எம்.பி.பீ.யஸ். எல்லா வருஷமும் முதல் பிரைஸ் அடிச்சுப் பாஸ் பண்ணிவிட்டுக் கடைசியில் சாண் ஏறி முழம் சறுக்கற வித்தை யிலே அடி பட்டவனாயிருந்தாத் தெரியும்."

டாக்டர் உட்கார்ந்துவிட்டார். அவருடைய உற்சாகத்தில் பனி படர்ந்துவிட்டது. வரிசை வரிசையாக வந்த தோல்விகளின் ஏக்கம் அவரை அழுத்திற்று. அவரோடு படித்தவர்கள் அவரைப் போலச் சாண் ஏறி முழம் சறுக்காமல் முழம் முழமாக ஏறிவிட்டார்கள். அவரைச் சறுக்கிவிட்டது எது என்று புரியவில்லை. சகபாடிகளின் முகங்களும் மலர்ச்சிகளும் அதிகாரமும் மோட்டார்களும் அவர் கண்முன் ஊர்ந்து கொண்டிருந்தன.

"என்ன டாக்டர் சார், திரும்பியே பாக்மாட்டீங்க போல இருக்கே."

"அட பார்வதியா, நீ எப்ப வந்தே?"

"நான் வந்து இரண்டு நிமிஷமாச்சு. நீங்க திரும்பிப் பாக்கற வழியாயில்லே. கூப்பிட்டுவிட்டேன்!"

"ஒண்ணுமில்லே. என்னமோ யோசிச்சுக்கிட்டே இருந்தேன்."

டாக்டர் முகம் சுண்டிக் கிடந்தது.

"முன்னுக்கு வரது எப்படீன்னு யோசிச்சுக்கிட்டிருந்தேன்."

"வழி கிடைச்சுதா?"

"இன்னும் கிடைக்கவில்லை."

"ஏன்?"

"ஏனா? ஏன்னா?"

கொட்டு மேளச் சத்தம் கேட்டது. வெறும் மேளச் சத்தம் இல்லை. நாயனக்காரன் என்ன வாசிக்கிறான் என்று புரியவில்லை. டடிம் டகு டகு, டடிம் டகு டகு என்று ஒரே சொல்லைத் திருப்பித் திருப்பி நாலைந்து தவுல்காரர்கள் சேர்ந்து அடித்துப் பிளந்துகொண்டு வந்தார்கள். அந்தச் சத்தம் 'எல்லையில்லாத வஸ்துவான சங்கீத்தையே விழுங்கிவிட்டேன்!' என்று ஏய்ப்பம் விட்டுக்கொண்டே தெருக்கோடியிலிருந்து டாக்டர் வீட்டு வாசலை நோக்கி நகர்ந்துகொண்டிருந்தது.

டாக்டர் உடனே எழுந்து வாசலுக்கு ஓடிவிடவில்லை. அவர் இந்தச் சத்தத்திற்கெல்லாம் அசைகிறவர் அல்ல.

'டாக்டர் வீடு நல்ல 'ஷுகரில்' இருக்கிறது' என்று ஐம்பது வருஷம் முன்னால் அவர் தந்தை அந்த வீட்டை வாங்கியபோது எல்லோரும் சொல்லுகிற வழக்கம். தெருவின் மேலக்கோடி வீடு அது. வாசற்படி இறங்கி இரண்டடி மேற்கே நடந்தால் ராஜவீதி. தெருவைப் பார்த்துக்கொண்டு வைகுண்டநாதர் கோயில் கொண்டிருந்தார். பெருமாள் கொஞ்சம் பெரிய புள்ளி. முந்நூறு வேலி நிலம், மூன்று நாலு லட்சத்திற்கு நகைகள், இரண்டு பெரிய பிரகாரங்கள், வெள்ளி வாகனங்கள், தங்கத்தில் கருட வாகனம். இவ்வளவு சம்பிரமங்களும் உண்டு. ஆறு கால பூஜை அவருக்கு நடந்ததில் ஆச்சரியம் இல்லை. நாகஸ்வர வித்தைக்கே பிரமாணமாக விளங்கின கிருஷ்ணன் கோயில் மேளக்காரன் – பரம வைஷ்ணவன் என்று அவனைச் சொல்வது வழக்கம் – ஆறு கால பூஜைக்கும் அவன்தான் சேவகம் செய்வான். நாத வெள்ளமாகப் பொழிவான். பொழுது புலருவதற்கு முன்னால் அவன் வாசிக்கிற பௌளி ராகத்தையும் மலயமாருதத்தையும் கேட்டுக்கொண்டுதான் டாக்டர் படுக்கையை விட்டு எழுந்திருக்க வேண்டும். மறுபடியும் ஒன்பது மணி பூஜை, உச்சி காலம், மாலை, இரண்டாம் காலம், அர்த்த ஜாமம்; எல்லா வேளைகளிலும் கால நியதியை ஒட்டி ராகங்களில் சஞ்சரித்துக்கொண்டிருப்பான். கல்யாண மண்டபத்தின் எதிரொலியில் அந்தச் சங்கீதம் விம்மி வளர்ந்து ஆகாய வெளியெல்லாம் முழங்கும்.

மாலை வேளையில் கோயில் நகராக்காரன், மான்யத்திற்கு வஞ்சனை பண்ணிவிடாமல் அரை மணிநேரம் கெத்துவைத்து ஊரையே கிடுகிடுக்க அடித்துவிடுவான்.

டாக்டர் இருக்கிற தெரு ராஜ வீதி நான்கிற்கும் மையமானது. மேல வீதியையும் கீழ வீதியையும் இணைக்கும் வீதி அது. கல்யாண ஊர்வலங்கள் நாலு வீதியையும் சுற்றக் கூடாது என்று ஒரு கட்டுப்பாடு இருந்தது. நாலு வீதி ஊர்வலம் வைகுண்டநாதருடைய தனி உரிமை. மனிதன் மனிதன்தான் என்று இடித்துக் காட்டுவதற்காக, கல்யாண ஊர்வலங்கள் நாலு வீதியையும் சுற்றாமல் டாக்டர் இருக்கிற மைய வீதி வழியாகப் போகவேண்டும் என்று வரைசெய்து வைத்திருந்தார்கள். ஆக, நாலு வீதியில் எந்த முடுக்கில் கல்யாணம் நடந்தாலும், அந்த ஊர்வலங்கள் டாக்டர் வீட்டு வாசலை மிதித்துத்தான் ஆகவேண்டும். ஊர் பெரிய ஊர். வருஷத்திற்கு ஐம்பது கல்யாணம் என்பது குறைந்த கணக்கு.

அதைத் தவிர, நாலு வீதியிலும் உள்ள சின்னக் கோயில் கடவுள்கள், வைகுண்டநாதருக்கு அபசாரம் செய்துவிடாமல் இருப்பதற்காக இந்தப் பவனி வருகிற விஷயத்தில் மனிதர்கள் மாதிரியே நடந்துகொண்டார்கள்.

டாக்டருக்குக் கொட்டு மேளம் மூச்சுக் காற்றாக மாறிவிட்டது. நாதக் கடலில் அவருடைய உள்ளம் ஆறு காலமும் முழுகிக் கிடந்தது. மற்ற வேளைகளில் நாத வெள்ளம் இல்லாவிட்டாலும், கொட்டு மேளமாவது அவர் காதை அறைந்துகொண்டிருக்கும். அவர் காது காய்த்துப் போய் விட்டது. குருதியையும் பிணிகளையும் கண்டு காய்த்துப்போன உள்ளம் போலவே, அபஸ்வரங்களுக்கும் சத்தங்களுக்கும் அவர் செவி காய்த்துப் போய்விட்டது. கொட்டு மேளம் இல்லாவிட்டால் அவருக்கு வேலை ஓடுவதுகூடச் சந்தேகந்தான்.

கொட்டு மேளம்

இந்தத் தவுல் சத்தத்துக்கா அவர் அசையப்போகிறார்?

திடீரென்று அந்தத் தவுல் சத்தத்துக்கிடையே 'ஜே! ஜே!' என்று கோஷம் எழுந்தது. டாக்டர் அசைந்து கொடுத்தார்.

"பார்வதி? அது என்ன சத்தம்? வேல் வேலா, ஜே ஜேயா?"

பார்வதி உற்றுக் கேட்டாள். இரண்டு பேரும் மூச்சை அடக்கி மனத்தைச் செலுத்தினார்கள். புரியவில்லை.

"யாருக்கு ஜயகோஷம்? முருகனுக்கா மனுஷனுக்கா?"

"இன்னிக்கிக் கிருத்திகைகூட இல்லையே. கிருத்திகையாயிருந்தாலும், ராத்திரியா காவடி தூக்குவார்கள்?"

"ஸ்வாமி புறப்பாடோ என்னவோ?"

"அதுக்கு இத்தனை தவுல் என்னாத்துக்காம்?"

"அதுவும் சரிதான்!"

"இதைக் கண்டுபிடிக்க ஒரே வழிதான் தோணுது."

"நானும் அதான் நெனச்சேன். வா."–இருவரும் எழுந்து வாசலுக்குப் போனார்கள்.

தெருப்பாதியில் காஸ் விளக்குகள் வரிசையும் கும்பலுமாக நகர்ந்து வந்துகொண்டிருந்தன. இருபது கஜத்துக்கு முன்னால், நாலு விளக்கை வைத்துக்கொண்டு பொய்க்கால் குதிரை ஜோடி டம் டிம் டகுடு என்று கிறுக்கட்டி ஒலித்த ஒற்றைக் கொட்டுக்கு இசைவாக ஆடிக்கொண்டிருந்தது.

"என்னாப்பா சத்தம்?" என்று வாசலில் ஓர் ஆளைப் பார்த்துக் கேட்டார் டாக்டர்.

"எலக்ஸனுங்க! ஆமாம். நம்ப விறகுவாடி மாரியப்ப பிள்ளை ஜெயிச்சுப்பிட்டாரு."

"மாரியப்பபிள்ளை ஜெயிச்சுப்பிட்டாரா?"

"ஆமாங்க."

"போடு சக்கை."

பொய்க்கால்குதிரை போனதும், கொட்டு மேளம் வாசலுக்கு வந்துவிட்டது. நாயனம் நாலு ஜோடி. தவுல்காரர்கள் எட்டுப் பேர். அதே டடிம் டகு டகுவைப் பிளந்துகொண்டே வந்தார்கள். தவுல்காரர்களுக்கு அந்தக் கலையே தேகப்பயிற்சியாகவும் அமைந்துவிட்டதை நினைத்து வியந்தார் டாக்டர். கல்லுக்கல்லாக மின்னும் முண்டாக்கள், வயிறு மார்பெல்லாம் கண்டு கண்டாகத் தசைகள்; அகன்ற வைரம் பாய்ந்த மார்பு, மெல்லிய கழுத்துச் சங்கிலி, தலையில் ஒரு சொருக்கு, மேலெல்லாம் வேர்வை – தவுல் சொன்னபடி கேட்காமல் என்ன செய்யும்?

வாத்தியக்காரர்களுக்குப் பின்னால், 'மாரியப்பருக்கு ஜே! மாரியப்பருக்கு ஜே!' என்று ஒரு பெரிய கூட்டம் கோஷம் போட்டுக்

கொண்டு வந்தது. மாரியப்பபிள்ளை மோட்டாரில் உட்கார்ந்திருந்தார். அவர் முகத்தைப் பூ மாலைக்கிடையே தேடிக் கண்டுபிடிக்க வேண்டி யிருந்தது. புஸ்தி மீசை; ஜவ்வாதுப் பொட்டு; கையைப் பார்த்தால் ஜிப்பாதான் போட்டுக்கொண்டிருப்பார் போல் இருந்தது. டாக்டரைப் பார்த்து ஒரு கும்பிடு போட்டார் மாரியப்பர். டாக்டர் அதைவிடப் பெரிய கும்பிடாக போட்டபோது இரண்டு கை நீளம் கிண்டலும் அதில் இருந்ததை மாரியப்பர் அந்த நிலையில் கவனிக்கவில்லை.

ஊர்வலம் வந்த சுருக்கில் தேய்ந்துவிட்டது. காஸ் விளக்குகள் மறைந்ததும் இருள் சற்று அதிகமாகவே இருந்தது. அந்த இருளில் இன்னொரு கூட்டம் கூச்சல் போட்டுக்கொண்டே வந்தது.

முப்பது நாற்பது வாண்டுப்பயல்களும், சோதாக்களுமாகக் கூடிக் கொண்டு, 'ஐராவதத்துக்கு ஜே! தியாகி ஐராவதத்துக்கு ஜே!' என்று கத்திக்கொண்டு வந்தார்கள். டாக்டர் வீட்டு வாசல் விளக்கொளிக்கு முன் வந்ததும், 'இருங்கடா, டாக்டர் ஐயாகிட்டே ரெண்டு வார்த்தை பேசிக்கிட்டு வரேன்' என்று பித்துக்குளி ஐராவதம் நின்றான். கழுத்தில் ஏழெட்டு அரளிப் பூ மாலைகள், மார்பு நிறைய சந்தனம்; ஐராவதம் சிரித்தான்.

"டாக்டர் சார், கும்பிடறேன்!"

"என்ன, முதலியாரா? வாங்க."

"அரளிப்பூ மாலையையும் சந்தனத்தையும் கண்டு என்னமோ ஏதோன்னு பயந்திடாதிங்க; விரலுக்குத் தகுந்த வீக்கம். அவ்வளவுதான்."

"ஒண்ணும் புரியலியே!"

"என்ன புரியலே? 'தியாகி ஐராவதத்துக்கு ஜே!'ன்னு கூப்பாடு போடறாங்களேன்னு யோசிக்கிறீங்களா? ஆமாங்க டாக்டர். நான் மூளையைத் தியாகம் பண்ணிவிட்டேன். மாரியப்ப பிள்ளையைப் பாருங்க – என்னமோ பார்லிமெண்டுக்குச் செலவு பண்றாப் போலப் பண்ணிக்கிட்டு வராரு. இத்தோட விட்டுடுங்கிறீங்களா? நாலு ஐதை நாயனம், பொய்க்கால் குதிரை, இன்னும் கூச்சல் போடறவங்களுக் கெல்லாம் ஸ்வீட்டு, காரம், காபி எல்லாம் வாங்கிக் கொடுத்தாகணும். கடாசியிலே என்னதாய்யான்னு பார்த்தாத் துக்கினியூண்டு ஊர்லே துக்கினியூண்டு ஏளாவது வார்டுக்கு மெம்பர் – எனக்குப் பாருங்க, செலவே இல்லாம எல்லாம் ஆயிடிச்சி. இந்த அரளிப்பூ மாலையெல்லாம் சத்யமா தம்பிங்க வாங்கிப் போட்டதுதான். நான் காசே கொடுக்கலை. கடாசியிலே இதையும் சொல்லிப்பிடறேன். மாரியப்ப பிள்ளைக்கு எதிராக நான் ஏன் நின்னேன் தெரியுமா? புத்தி நிதானமா இருக்கறவங்களாமே ஓட்டுக்கொடுக்கறது, புத்தி நிதானமாயிருக்கறவங்களையே தேர்ந்து எடுக்கறதுன்னா, புத்தியில்லாதவங்க கதி என்ன ஆவுதுன்னு என்னை நிக்கச் சொல்லித் தம்பிங்களாம் தொந்தரவு பண்ணிட்டாங்க. ஆயிரத்துத் தொளாயிரத்து இருபத்தெட்டாம் வருஷத்துலெ மாரியப்ப பிள்ளை கடையிலே நாலு மணு விறகு வாங்கினேன். 'மீதி மூணரையணா சில்லறை இல்லே. அப்புறம் வா, தாரேன்'னரு, இன்னம் கொடுக்கப்

கொட்டு மேளம்

போறாரு. நான் அந்தக் கோவத்துனாலெ அவருக்கு எதிராக நிக்கலெ. உள்ளதைச் சொல்லிப்பிடணும் பாருங்க. சரி, நாளியாச்சு, நான் வரட்டுங்களா?"

"செய்யுங்க. எலெக்ஷனானத்துக்கு காபி, கீபி ஒண்ணும் கிடையாதா?"

"அது நீங்கள்ள வாங்கிக் கொடுக்கணும்" என்று கழுத்தை ஒடித்து நீட்டிக் கண்ணைச் சிமிட்டிவிட்டு நகர்ந்தான் ஐராவதம்.

ஐராவதம் உண்மையாகவே பைத்தியமா என்று டாக்டருக்குச் சந்தேகம் வந்துவிட்டது.

உள்ளே வந்ததும், "பார்வதி, அதோ அந்தப் பீரோவைத் திறந்து அடித்தட்டிலெ சிகப்பா, சின்னதா ஒரு நோட்டு இருக்கும். அதை எடேன்" என்று சாவியைக் கொடுத்தார்.

"பதினெட்டாவது பக்கத்தைப் புரட்டு. என்ன எழுதியிருக்கு?"

"மாரியப்ப பிள்ளை – முந்நூறு ரூபாய்ன்னு போட்டிருக்கு."

"போட்டிருக்கறது என்ன? நான் எழுதினதுதான் அது. இது ரொம்ப ரகசியமான தஸ்தாவேஜி. அதனால்தான் உனக்கு காண்பிக்கணும்னு எடுக்கச் சொன்னேன். இந்த மாரியப்பன் என்னோடெ வாசிச்சவன். அஞ்சாங்கிளாஸ் மட்டும் வாசிச்சு விட்டுட்டான். நான் டாக்டர்னு போர்டு போட்டுத் தொழில் பண்ண ஆரம்பிச்சதுலேருந்து எங்கிட்டத் தான் வைத்தியம் பாத்துக்கிட்டு வரான். ஆனா ஆச்சரியத்தைப் பாரு! காலணாக் காசு எனக்குக் கொடுக்கணும்னு அவனுக்குத் தோணினதே யில்லெ!"

"என்னது!"

"வைகுண்டநாதர் சாட்சியாகக் கொடுத்ததே இல்லை."

"ஏன் கொடுக்கலெ?"

"வைகுண்டநாதரைத் தான் கேக்கணும்."

"எலக்ஷன்லெ ஏகச்செலவு பண்ணியிருக்கிறாரே."

"எனக்குக் கொடுக்கத் தோணலை. அவ்வளவுதான்."

"நீங்க முந்நூறு ரூவா ஆகிறவரையிலெ அவரைச் சும்மாவா விட்டு வச்சிருந்தீங்க."

"இன்னமும் சும்மாத்தான் விடப்போறேன்."

"எதுக்காக?"

"பார்வதி, நான் பணம் வரலைங்கிற கோபத்தினாலெ சொல்லலெ. மனிதன் எப்பேர்ப்பட்டவன்னு சொல்றதுக்காகத் தான் இதை எடுத்துக் காமிச்சேன்."

"இன்னமும் எனக்குப் புரியலெ. இவ்வளவு செலவு செய்யறவரு ஏன் உங்களுக்குப் பணம் கொடுக்கலெ?"

"அதைத்தான் நான் இப்ப யோசனை பண்ணிக்கிட்டிருக்கேன்."

"நீங்க கேக்கலையா?"

"பில் ஒழுங்கா அனுப்பிக்கறேன்."

"இப்பவும் நீங்கதானே டாக்டரு அவருக்கு?"

"இப்பவும் நான்தான்."

"அவர் வரபோது வாயைத் திறந்து கேட்கக் கூடாதா?"

"பில் அனுப்பிச்சாச்சு. வாயை வேறே திறக்கணுமா?"

"கடன், கேக்காம போச்சுன்னு வசனம் சொல்லுவாங்க. சில ஆளுங்க கேட்டால் ஒழியக் கொடுக்க மாட்டாங்க."

"மாரியப்பன் கேட்டாலும் கொடுக்கப் போறதில்லை. சாதாரண மாக, டாக்டர் என்றால் இந்தக் காலத்திலே மதிப்பு அதிகந்தான். எந்த உயிரையும் கூண்டை விட்டுப் போயிடாமல் பிடித்து நிறுத்துகிறவன் டாக்டர். உயிர், உடல் ரகசியம் எல்லாம் தெரிந்தவர். சாமான்ய மனிதர்களுக்கு – அதாவது டாக்டரல்லாத மனிதர்களுக்கு – இல்லாத சக்தியெல்லாம் அவருக்கு உண்டு. ரொம்பச் சின்ன டாக்டருக்குக்கூட இந்தப் பெருமை உண்டு. அதனால்தான் டாக்டரிடம் ஒரு மரியாதை, பயம் எல்லாம் வைத்திருக்கிறார்கள். அப்படிப்பட்ட ஒரு டாக்டரை முந்நூற்றுச் சொச்ச ரூபாய்க்கு நாமம் சாத்தலாம் என்று மாரியப்பன் முடிவு கட்டிவிட்டான். மாரியப்பன் என்ன கருமியா? ஐராவதம் சொன்னாப்பலே, துக்கினியூண்டு ஊரிலே துக்கினியூண்டு ஏழாவது வார்டுக்குப் பார்லிமெண்டுக்குச் செலவு பண்றாய் போலப் பண்ணி விட்டான். என்னைக் கண்டால் கொடுக்க வேண்டாம் என்று தோன்றி யிருக்கிறது அவனுக்கு. அவ்வளவுதான்."

"உங்களைக் கண்டால் மாத்திரம் அப்படித் தோணுவானேன் அவருக்கு?"

"பார்வதி, அதிர்ஷ்டம் என்று சொல்லுகிறார்கள். அந்த வார்த்தை பல பேருக்குப் பிடிக்கிறதில்லை. சோம்பேறிகளின் மந்திரம் என்று நினைக்கிறார்கள். சோம்பேறிகள் சொல்லிச் சொல்லி அந்த வார்த்தைக்கே கெட்ட பெயர் வந்துவிட்டது. ஆனால் எனக்கு அந்த வார்த்தைதான் உயிர். மனிதனுக்குத் தன் முயற்சி அவசியம் என்பதை ஒப்புக்கொள்ளுகிறேன். ஆனால் முயன்றால் மனிதன் நூறு மைல் வேகத்தில் ஓட முடியுமா? அதற்கு ரெயிலும் விமானமும் வேண்டும். தானாக இந்த உடம்பை வைத்துக்கொண்டு அந்த வேகத்தில் ஓடுவதற்குத் தவம் வேண்டும்; உறுதி வேண்டும்; அந்தத் தவம் செய்ய நீண்ட வாழ்வு வேண்டும். எல்லா மனிதர்களுக்கும் இந்தச் சக்திகள் கிட்டுமா? என்னைப் போன்ற சாமான்யமான மனிதர்களுக்கு அதிர்ஷ்டந்தான் தேவை. அசாதாரணமான திறமையும் சக்தியும் உள்ளவர்கள் சொந்த முயற்சியால் முன்னுக்கு வந்து விடுகிறார்கள். அப்படி இல்லாத என்னைப் போலொத்தவர்களுக்கு நான் சொன்ன அதிர்ஷ்டந்தான் வேண்டும். அது எனக்குக் கிடையாது. இருந்திருந்தால் அது மாரியப்பன் காதில் போய், "ஏண்டா பயலே;

கொட்டு மேளம்

டாக்டர் பணத்தை இன்னும் கொடுக்கலே?" என்று கட்டாயமாகக் கேட்டிருக்கும். அதிர்ஷ்டத்தை நம்பி நாளை ஓட்ட வேண்டுகிறவர்களில் நானும் ஒருவன்."

"மாரியப்ப பிள்ளை முந்நூறு ரூபாய் கொடுக்காவிட்டால் குடி முழுகிப் போய்விடாது. உங்களுக்கு என்ன அதிர்ஷ்டக் குறைவு வந்து விட்டது இப்போது?"

"இதோ பாரு, கல்யாணப் பத்திரிகை வந்திருக்கிறது."

"இது யாரு? கர்னல் சுந்தர தாண்டவனா?"

"அவன் மகளுக்குக் கலியாணம். மருமவன் யாருன்னு பாத்தியா?"

"மருதவாணன் எம்.ஏ., ஐ.ஏ.எஸ்., சப் கலெக்டர்."

"நீ என்ன நினைக்கிறே?"

"இரண்டு இடமும் பெரிய இடந்தான்."

"இந்தச் சுந்தர தாண்டவன் எனக்கு ஒரு வயசு சின்னவன். நாற்பத்திரண்டு வயசாகிறது. எங்க அண்ணன்தான் அவனுக்கு மிலிடரி யிலே வேலை பண்ணி வச்சாரு. அந்தக் காலத்துலே வெள்ளைக்காரன் ஆண்ட காலத்துலே – நாமெல்லாம் ராணுவ ஆபீசரா ஆறதுன்னா ஜலஸ்தம்பனம் வாயுஸ்தம்பனம் பண்ணுகிற மாதிரிதான். அண்ணன் மனசு வச்சாரு; தாண்டவன் மிலிடரி ஆபீசராயிட்டான். அவன் புத்திக்கும் சாமர்த்தியத்திற்கும் எடை போட்டு வேலை கொடுக்கிறதுன்னு ஆரம்பிச்சா – அதை நான் சொல்லுவானேன்? ரெயில் போர்ட்டர் எல்லாம் சண்டைக்கு வந்திடுவாங்க. அதாவது அவன் அப்பன் இருந்த நிலையிலே சொல்றேன். இப்ப அவன் கெட்டிக்காரனா மாறியிருக்கலாம். என்ன சிரிக்கிறே? நீயானும் சிரிக்கிறே. இந்த மாதிரி வேடிக்கையாய் பேசறேன்னு. பேசிட்டுத்தான் நான் பெருமாள்கோயில் தேர் மாதிரி இருந்த இடத்துலேயே உட்கார்ந்துக்கிட்டிருக்கிறேன். இல்லாட்டி, நானும் இப்பக் கர்னலாயிருக்க வேண்டியவன் தான்."

"யாராவது ஆபீசரைப் பார்த்து ஏதாவது இந்த மாதிரி பேசினீங்களாக்கும்?"

"ஆபீசர் கிட்ட பேசலே. ஆபீசர் பெண்ஜாதிகிட்டப் பேசினேன். பிடிச்சுது சனி. வெறெ யாரும் இல்லெ. எங்க அண்ணிகிட்டத்தான். என் கூடப் பிறந்த அண்ணன் பெண்ஜாதி கிட்டத்தான் பேசினேன். இந்தத் தாண்டவன் என் அண்ணிக்கு அத்தை மகன். அண்ணாரு அப்ப மீரத்திலே இருந்தாரு. அண்ணி ஊருக்கு வந்திருந்தா. நான் இன்டர் பாீட்சைக்கு போயிட்டே இருந்தேன். அண்ணி ஊருக்குக் கிளம்பற அன்னிக்கி இந்தத் தாண்டவன் வந்து சேர்ந்தான். அவனையும் கூட அளச்சிக்கிட்டு அவனை மிலிடரியிலே இழுத்து விடறதாக ஏற்பாடு பண்ணியிருந்தாங்க அண்ணி. சாப்பிடறப்போ வேடிக்கையாய் பேசிக் கிட்டிருந்தேன் நான். 'மிலிடரி டிபார்ட்டுமென்டே அண்ணி ஆளாவே போயிடும் போல் இருக்கே'ன்னு சிரிச்சுக்கிட்டே சொன்னேன்.

உலகத்துலே எப்பவும் அண்ணிங்களே ஒரு தனி ஜாதீன்னு எனக்கு எண்ணம். கொழுந்தன் சொல்றதெல்லாம் அவகளுக்குத் தேனா இருக்கும். பெத்த புள்ளை மாதிரி கொழுந்தனை மதிக்கிறவ அண்ணிதான்னு எனக்குத் தீர்மானம். எங்க அண்ணியும் அப்படித்தான் இருப்பாங்க. ஆனா அந்தச் சமயத்துலே அண்ணி சிரிக்கலெ. மொலு மொலுன்னு அம்மாகிட்டப் போய்ப் பிடுங்கித் தின்னுக்கக் கிளம்பிட்டாங்க. 'அம்மா, நாங்க என்னம்மா பண்ணுவோம்? அவுங்க அவுங்க தலையெளுத்துப்படிதானே நடக்கும்? உங்க பெரிய புள்ளைக்குக் கத்தியும் கபடாவும் எடுத்துச் சண்டை போட்டுப் பொளைக்கணும்னு இருக்கு. எப்பிடியோ வயித்தை வளக்கிறோம். காக்கிச் சட்டைதான் எங்களுக்குக் குலதெய்வம். அதுதான் எங்களுக்குச் சோறு போடுது. அது ஒண்ணும் ஈனாயமா, கௌரவக் குறைச்சலாப் படலெ. அவுங்க அவுங்க மனுசங்களை அவுங்க அவுங்க கவனிச்சுக்கறதும் என்ன தப்பு? மறுபடியும் சொல்றேன், தின்ன உப்புக்கு உளைக்கிறாங்க அவுங்க. அந்த மாதிரி வேலை ஈனாயமாப் படலெ அவுங்களுக்கு. அப்படி நெனச்சிக்கறவங்க வேறே வேலைக்குப் போகட்டுமே, இந்த உலகம் எவ்வளவோ பெரிசு' அப்படி இப்படீன்னு பொரிஞ்சு கொட்டிப்பிட்டா. நான் அப்படியே பிரமை புடிச்சாப் போல உக்காந்துப்பிட்டேன். அப்ப அம்மாகூடச் சொன்னாங்க.

"என்னம்மா சொல்லிப்பிட்டான், சிறிசு. அண்ணியாச்சேன்னு வேடிக்கையாய்ப் பேசிட்டான். நானும் கேட்டுக்கிட்டுத்தான் இருக்கறேன். தவறுதலா ஒண்ணும் சொல்லிவிட்டதாகத் தெரியலியே"ன்னு சொன்னாங்க அம்மா.

"வேடிக்கையாவது? என்ன பச்சைக் குளந்தையா? இடம் பொருள் ஏவல் இருக்கு எல்லாத்துக்கும்" என்று திருப்பினாள் அண்ணி.

"அடியம்மாவே. என்னென்னமோ பேசக் கிளம்பிட்டியே?... ஏய் துரைசாமி, துடைப்பக்கட்டே. உனக்குக் குட்டிச்சுவருக்கு ஆவுறாப்பாலே வயசாச்சே, நாக்கை அடக்கி ஏண்டா பேசத் தெரியலே?"ன்னு அம்மா என்னைக் கோவிச்சிட்டாங்க.

"அண்ணியை ரெயில் ஏற்றிவிடும்போது மன்னிப்புக் கேட்டுக் கொண்டேன். அண்ணி முகங்கொடுத்தே பேசலை. போய் என்ன வத்தி வச்சாங்களோ? அண்ணன் ஆறுமாசம் காயிதமே போடலை. அப்புறம் ஒருவருசமும் காத்துக்கிட்டிருந்தேன். சரி, காக்கிச்சட்டைக்கு நாம் கொடுத்து வக்கலேன்னு டாக்டருக்குப் படிச்சேன். கர்னல் அதிர்ஷ்டம் மலை ஏறிடிச்சி."

"அதிர்ஷ்டம் என்ன செய்யும்? நீங்க கொஞ்சம் ஜாக்கிரதையாப் பேசியிருக்கணும்."

"அந்த அஜாக்கிரதையைத்தான் நான் அதிர்ஷ்டம்னு சொல்றேன்."

"சண்டை நடக்கிறபோது டாக்டரெல்லாம் போனாங்களே."

"அதுவா? நான் வெள்ளைக்காரன் சண்டையிலே சேர்றதுக்கு இஷ்டமில்லாமெ, போகலேன்னு சில பேரு சொல்லிக்கிறாங்க. அதுவும் உண்மைதான். ஆனால் சண்டைக்கு முந்தியே எனக்குக் காக்கிச்சட்டை கசந்து போச்சு. ஒரு தடவை இந்தியா முழுக்கச் சுத்தினேன். புனாப்பக்கம் போனேன். என் சிநேகிதன் ஒருத்தன் லெப்டினன்டா இருந்தான். ஒரு சிறுபையனைச் சிப்பாய் ஆஸ்பத்திரியிலே வேலைக்கு வச்சிருந்தான். அந்தப் பையன் திடீர்னு ஒரு நாளைக்கு அழுதுகொண்டு வந்தான். நானும் சிநேகிதனும் பேசிக்கிட்டிருந்தோம். இந்தப் பையன் வேஷ்டி கட்டிக்கிட்டு அவன் ஆபீசர் – ஒரு மேஜர் – அவன் முன்னாலே போய்நின்னாளாம். 'என்னப்பா, கௌபீனம் கட்டிக்கிட்டு வரதுதானே, மரியாதை கெட்டவனே! ஆபீசருக்கு முன்னாடி வர டிரஸ்ஸாடா இது?'ன்னு கேட்டானாம் அந்த மேஜர். பையன் சுடச்சுட பதில் கொடுத்திருக்கான். 'மேஜர் ஐயா, நம்ம தேசத்துலே கௌபீனங் கட்டிக்கிட்டு அலையறவங் களுக்கு மதிப்பு அதிகம். அந்த மதிப்புக்கூ இந்த வேட்டிக்குக் கொடுக்க மாட்டேங்கறீங்களே!'ன்னு சொல்லியிருக்கான் பையன். 'வாயை மூடுடா பிச்சைக்காரப் பயலே!'ன்னு கத்தினான் ஆபீசர். 'ஒரு ஆபீசர் வாயிலிருந்து வர வார்த்தையா இது?'ன்னு பையன் கேட்டிருக்கான். உடனே அந்த ஆபீசர் எழுந்து பளார் பளார்னு இரண்டு கையாலேயும் மாறி மாறி அந்தப் பையனைக் கன்னத்திலே இழுத்துப்பிட்டான். பையன் அழுதுகொண்டே ஓடி வந்துவிட்டான். அதுக்கு என் சிநேகிதன் என்ன சொன்னான் தெரியுமா? 'போடா போக்கத்த கழுதை! அவன் சொன்னானாம், இவன் எதிர்த்துப் பேசினானாம். பணிஞ்சு போகாத நாயில்ல நீ? மேலே இருக்கறவங்க சொன்னா என்னடா குடி முழுகிப் போச்சு? இடைவெட்டுப் பண்ணிவிட்டு இஞ்ச வந்து அளுவிறியே? உனக்கு வேலை பண்ணிவச்சதற்கு நல்ல கைம்மாறுடா. ஏண்டாலே, எதிர்த்துப் பேசினயே, உனக்கு வேலைக்குச் சிபார்சு பண்ணினேனே நான்; என்னைப்பத்தி அவன் என்ன நினைச்சுப்பான்னு யோசிச்சியாடா, பிச்சைக்காரப்பயலே!'ன்னு ஒரு மணி நேரம் குலைச்சுத் தள்ளிப்பிட்டான். அவன் சொன்னதை நான் இப்ப முழுக்கச் சொல்லலே. புழுத்த நாய் குறுக்கே போகாது, அந்த மாதிரி வசவுகள். நான் அப்படியே அதிர்ந்து போயிட்டேன். பையனும் இடிந்து போய் நின்றான். என் நண்பன் எப்படி இவ்வளவு மூர்க்கனானான்? ராணுவத்து வெள்ளைக்காரன் சகவாசமா? அப்புறம் அந்தப் பையன் தனியாக என்னிடம் வந்தான். 'ஸார், உங்க சிநேகிதர்தான் வேலை பண்ணி வச்சாரு. அதை நெனைக்காட்டி நான் சோத்துக்குப் பறக்கணும். இருந்தாலும் என் மனசிலே பளுவை யாருகிட்ட பாய்த்தோட சொல்லி இறக்கிக்கறது? இந்த ஊர்லே இவருதானே எனக்கு எல்லாம். இவர்கூட இப்படிப் பேசிப்பிட்டாரு பாத்தீங்களா? நான் சின்னப் பையன்தான். ஆனா எனக்கும் சின்னதா ஒரு நெஞ்சு சின்னதா ஒரு சுய மரியாதை எல்லாம் இருக்குதால்லியா?' என்று என்னிடம் வந்து வேதனைகளைச் சொல்லித் தீர்த்துக்கொண்டான். மறுநாளைக்கே கால்கடுதாசையும் நீட்டிவிட்டு, நான் வரும் போது என்னோடு ஊருக்குக் கிளம்பி வந்திட்டான். அன்னிக்கி முடிவு கட்டினேன், 'இந்தக் காக்கிச் சட்டை போடக் கூடாது'ன்னு. 'மிலிடரிக்குப் போறதைவிட மிருகத்தனம் கிடையாது'ன்னு அன்னக்கி முடிவு கட்டினேன். மிலிடரியிலே இருக்கறவங்க எல்லோரும் மிருகம்னு

நான் இப்பச் சொல்ல வரலை. அப்படி நினைக்கவும் இல்லை. என்னைப் பத்தினவரையில் நம்ம சிநேகிதன் அடிச்ச கூத்தும், பையன் சொன்ன சொல்லும் என்னை உலுக்கிவிட்டிடிச்சு. அந்தப் பையன் யார் தெரியுமா? நம்ம கம்பவுண்டர் ஜீவரத்தினம்தான்."

"நம்ம கம்பவுண்டரா, ஜீவரத்தினமா?"

"ஆமாம்."

"அவரும் சோடைதான்னு சொல்லுங்க."

"ஏன்!"

"இல்லை. இவ்வளவு துடியாயிருந்தவரா மாரியப்ப பிள்ளையை அறஞ்சு பணத்தை வாங்காம இருக்கார் இன்னமும்?"

"பார்வதி, ஜீவரத்தினத்தை மருந்து கலக்கிற வேலைக்குத்தான் வச்சிருக்குறேன். கணக்கும் நிலுவையும் என் வேலை."

"உங்க அதிர்ஷ்டத்தை யாராவது சரிப்படுத்திடப் போறாங்க ளேன்னு பயமாக்கும் உங்களுக்கு!"

"மாரியப்பனை ஒரு கோடியாகத்தானே காட்டினேன். நம்ம அதிர்ஷ்டம் மாரியப்பனுக்கு அந்தப் புத்தியைக் கொடுத்திருக்கறப்போ, ஜீவரத்தினமா அதை மாற்றிவிட முடியும்? அப்புறந்தான் நான் சறுக்காமல் ஏறியிருக்கக் கூடாதா? நானும் பெரிய டாக்டர் வேலைக் கெல்லாம் எழுதிப் போட்டேன். ஆனா என் அதிர்ஷ்டம் எனக்கு முந்தியே ரெயில் ஏறிப் போக ஆரம்பிச்சிசு. வைகுண்டநாதருக்கு என்னை விட இஷ்டமில்லேன்னு தெரிஞ்சுக்கிட்டேன். இந்த ஊர்தான், இந்த வீடுதான் நமக்குச் சரீன்னு தங்கிப்பிட்டேன். பேப்பரைப் பார்க்கறபோது கொஞ்சம் நப்பாசை தட்டும் அடிக்கடி. ஆனா ஒரு ஆச்சரியம் பாரு. எந்த வேலைக்கும் நம்மை விட ஒண்ணு இரண்டு வயசு குறைச்சலாகவே கேப்பாங்க எல்லாரும். இந்தப் பய எங்கயாவது அப்ளிகேஷன் போட்டுறப் போறானோன்னு பயந்துக்கிட்டே விளம்பரம் கொடுத்தாப் போலத் தோணும். ஆச்சுடாப்பா, நானும் நாளைக் கடத்திப்பிட்டேன். இன்னமே இந்த நப்பாசையே வராது. முப்பத்தஞ்சு, இல்லாட்டி நாற்பது வயசுக்கு மேலே ஒருத்தருமே வாண்டாமாம் இப்ப" என்று இடி இடித்தாற் போலச் சிரித்தார் டாக்டர். அவர் முகம் மலர்ந்துவிட்டது.

"காலம் ஒத்துக்கறதுன்னு சொல்றாங்களே, அதுதான் இது. நீ கூட எட்டாங் கிளாசுக்கு இங்கிலீஷ்ப் பாடம் சொல்லிக் கொடுப்பியே, 'லேட் லத்தீன்னு' அது நான்தான். இப்பத்தான் லேட் லத்தீனானதும் நல்ல காரியம்னு தெரியுது" என்று பார்வதியைப் பார்த்துச் சிரித்தார்.

"தாமதமா இருக்கிறவங்களும் நல்லாத்தான் இருப்பாங்க" என்று சிரித்தாள் பார்வதி. "அது சரி, மாரியப்பனை ஒரு கோடியாய்க் காட்டினேன்னு சொன்னீங்களே. வேற எதாவது வரவேண்டியது இருக்கா?"

"பார்வதி, நீ கேக்கறதைப் பாத்தா எனக்குச் சந்தேகமாயிருக்கே!"

"என்ன?"

"இன்கம் டாக்ஸ்காரன் மாதிரி கணக்குக் கேக்கிறியேங்கறேன். கலியாணம் ஆறுக்கு முந்தியே இப்படிக் கணக்குக் கேக்கக் கிளம்பிட்டா, அப்புறம் நான் எங்கே போறது? பேசாம, கல்யாணப் பெண்ணா, லக்ஷணமா வெக்கப்பட்டுக்கிட்டு இருப்பியா! அதோ பாரு, அந்தச் சேப்பு நோட்டு முழுக்க வராத கடன் எல்லாம் எளுதி வச்சிருக்கேன். பத்துப் பதினஞ்சுன்னு வராத கேசு ஐந்நூறு இருக்கும். சேர்மன் மாரியப்ப பிள்ளைக்கு அடுத்தாப்பாலே பாரு, இருக்கா? எவ்வளவு!"

"நாலாயிரம்."

"விச்வலிங்கமையர்தானே?"

"ஆமாம்."

"பத்திரிகை நடத்தப் போறேன்னு நாலாயிரம் கை மாத்துக் கேட்டாரு. கொடுத்திருக்கேன். அதுதான் நல்ல புள்ளி."

"கைமாத்தாவா?"

"கைமாத்துத்தான்."

"பத்திரம் கித்திரம் கிடையாதா?"

"இந்தா, சும்மா இரேன். ரொம்ப அவசரம்னு கேட்டாரு. கொடுத்தேன். ஆறு வருஷமாச்சு. நான் பட்டணம் போறபோதெல்லாம் அவரைப் போய்ப் பார்க்க ஒழியறதில்லை. போன வருஷம் போனபோது நேரம் இருந்திச்சு. போனேன். ஆபீஸ்கிட்டப் போறப்போ பணத்துக்கு வந்திருக்கானோன்னு பயந்துக்கப் போறாரேன்னு திரும்பிட்டேன்."

"நீங்க பயப்படலியாக்கும்?"

"கேளேன். இரண்டு மாசம் முந்தி, பேச்சு வாக்கிலே, 'நீங்க ஒரு கார் வாங்கப்படாதா?'ன்னு கேட்டியா? எனக்கும் அது சரீன்னுதான் பட்டுது. போனவாரம் ஜீவரத்தினம் பட்டணம் போயிட்டு வந்தான் பாரு. அப்ப ஒரு வார்த்தை கேளுடாப்பான்னு சொல்லியிருந்தேன். போய்க் கேட்டானாம். 'டாக்டர் பணம் பத்திரமா இருக்குன்னு சொல்லு. என் பிராணன் போறதுக்குள்ள நான் கொடுத்திடப் போறேன்' னு சொன்னாராம் என்று டாக்டர் இடிச் சிரிப்புச் சிரித்துக்கொண்டே, "அவரு தீர்க்காயுசா இருக்கட்டும். காரில்லாம காலா ஓடிஞ்சு போச்சு? எப்படியாவது பத்திரிகை நடந்தாச் சரி" என்று முடித்து மூச்சுவிட்டார். மறுபடியும் சிரித்தார். பார்வதிக்கு அமிருத பானம் செய்கிற மாதிரி இருந்தது அந்தச் சிரிப்பு.

"அந்த நோட்டுத்தான் உனக்கு ஸ்ரீதனம். நீ எடுத்துக்க."

"நீங்க எனக்கு ஸ்ரீதனம் கொடுக்க வாண்டாம். நான் உங்களைத்தான் கல்யாணம் பண்ணிக்கப்போறேன். இந்தச் சேப்பு நோட்டையோ, உங்க அதிர்ஷடத்தையோ கல்யாணம் பண்ணிக்க வரலை."

"அப்படி வா வழிக்கு; அப்ப நிச்சயமா என்னைத்தான் கல்யாணம் பண்ணிக்கப்போறேன்னு முடிவு பண்ணிப்பிட்டியா?"

தி. ஜானகிராமன் சிறுகதைகள்

"ஐயோ, இதென்ன இரைச்சல்! நாலு தெருவுக்குக் கேட்குதே!"

"வாடாய்யா, இப்பல்ல கல்யாணப் பொண்ணா லட்சணமாயிருக்கு. கொஞ்சங்கூட வெக்கப்படாம கல்யாணம் பண்ணிக்கிடலாம்னு பாத்தியா?"

பார்வதி முகம் சிவக்கத் தலை குனிந்து ஸ்டெத்தாஸ்கோப்போடு விளையாடிக் கொண்டிருந்தாள்.

"என்னமோ பிரசங்கம் பண்ணிப்பிட்டேன்னு நெனச்சுக்காதே. ஏதுக்குச் சொல்ல வந்தேன்னா, முன்னுக்கு வரதுங்கறது சில ஆட்களுக்குத் தான் முடியும். மாரியப்பன் மாதிரிதானே கொட்டு மேளம் கொட்டிக்கணும். இல்லாட்டி இன்னொருத்தரை விட்டு, 'இவரு இந்திரன் சந்திரன்'னு கொட்டச் சொல்லணும். மாரியப்பன் மாதிரி நம்மாலே செஞ்சுக்க முடியாது. எங்கண்ணாரும் எனக்காகக் கொட்ட மாட்டேன்னிட்டாரு. நான் சொல்றது சரிங்கறதுக்குச் சாட்சி பாரு. கோயில்லே கொட்டு மேளம் கொட்டுது. அர்த்த ஜாமக் கொட்டு மேளம். நம்மைப் படச்ச பெருமாளுக்கே கொட்டு மேளம் கொட்ட வேண்டி யிருக்கு. இல்லாட்டி அவரு காலமே எழுந்திரிக்கறதும் தூங்கப் போறதும் யாருக்குத் தெரியும்? நாம் பாட்டுக்குத் தூங்கிக்கிட்டே கிடப்போம். கொட்டு மேளம் கொட்டினாத்தான் ஜயிக்கலாம். ஜயிச்சாலும் கொட்டு மேளம் கொட்டலாம்."

"அப்பன்னா நீங்க தோல்வியடைஞ்சவரா!"

"நான் இப்ப அந்த மாதிரியா பேசறேன்? கொட்டு மேளம் ஆண்டவனுக்குத்தான் வேணும்; எனக்கு வேண்டியதில்லே. நான் அவரைவிட உசத்தி, தெரியுமா?"

டாக்டர் அகந்தையே உருக்கொண்டு ஓங்கி நின்றார். உலகத்தின் சிறுமையெல்லாம் அவர் காலடியில் கிடந்தது. பார்வதி அவரையே பார்த்துக்கொண்டு விசுவரூபம் எடுத்து நின்ற அவருடைய வெற்றியைப் பார்த்துக்கொண்டு நின்றாள். அர்த்தஜாமக் கொட்டு மேளம் திடரென்று ஓய்ந்தபோதுதான் அவள் விழித்துக்கொண்டு, "டாக்டர், நான் உங்களுக்குத் தகுதியானவள்தானா?" என்று தழுதழுத்தாள்.

"சீ சீ பைத்தியம்! இந்தப் பொம்மனாட்டித்தனந்தானே வாணாம்னு சொல்றேன்!" என்று டாக்டர் அவள் முகத்தைத் தட்டிக்கொடுத்தார்.

டாக்டருக்கு அன்று இரவு தூக்கம் பிடிக்கவில்லை. உடலிலும் அயர்வு இல்லை. எழுச்சிகொண்டு, மொட்டை மாடிக்குப் போய் அங்குமிங்கும் அலைந்துகொண்டிருந்தார். வராத கடன், சருக்கல்கள், கிட்டாத வாழ்வு—எல்லாத் தோல்விகளும் திரண்டு வந்து வெற்றியாகவே காட்சியளித்தன. அண்ணியிடம் போய், 'அண்ணி, நான் பைத்தியக்காரன். குழந்தை மாதிரி உளறிவிட்டேன்' என்று மன்னிப்புக் கேக்க வேண்டும் போல் இருந்தது. விசுவலிங்கம் ஐயரிடம் போய், 'உங்களுக்கு எவ்வளவு பணம் வேண்டுமானாலும் தருகிறேன். கவலைப்படாதீங்க' என்று சொல்ல

கொட்டு மேளம்

வேண்டும் போல் தோன்றிற்று. நிறைவும் திருப்தியும் நக்ஷத்திரங்களைப் போல அவருடைய நெஞ்சு வெளியை நிறைத்துக்கொண்டிருந்தன. அவர் நெஞ்சு பொங்கி வழிந்தது. 'எடுத்த காரியம் யாவினும் வெற்றி; விடுத்த வாய்மொழிக் கெங்கணும் வெற்றி' என்று பிலகரி ராகத்தில் வீர ரசத்துடன் பாடிக்கொண்டிருந்தார்.

அவர் ராகத்திற்குக் கீழ்ப்படிந்து பொழுதும் புலர்ந்துவிட்டது. சற்று முன் கறுத்து மங்கி நின்ற கருமேகத் துண்டுகள், அவருடைய தோல்வி வெற்றியானது போல, கதிரொளி பட்டுத் தகதகவென்று தங்கமாகக் கனிந்தன.

o

கல்யாணப் பதிவு ஆபீசை விட்டு வெளியே வரும்போது டாக்டருக்குக் கொஞ்சம் மனசு சிரமமாகத்தான் இருந்தது. கனிந்த குரலில் சொன்னார்: "பார்வதி, ஆயுளிலேயே கல்யாணம் முக்கியமான கட்டம். அதுக்குக் கூடக் கொட்டு மேளம் இல்லாம போயிடிச்சுப் பாத்தியா?"

பார்வதி – அவர் முகத்தைப் பார்த்தாள்.

"அந்தக் கல்யாணத்தைக் கூடக் கொட்டு மேளம் இல்லாமல் நடத்திவிட்டோம் என்று நான் அகம்பாவப்பட்டுக்கிட்டிருக்கேன்! நீங்க அங்கலாய்க்கிறீங்க."

"சபாஷ்!" என்றார் டாக்டர்.

"என்ன சபாஷு? தோத்துப்போன பேச்சுப் பேசி விட்டுச் சபாஷாம்?"

"நானா தோத்துப் போயிட்டேன். பார்வதி இதைப் பாரு, மாரியப்பனுக்குச் சேர்மனாயிடிச்சாம். இன்னிக்கி அதுக்காக மறுபடியும் ஊர்வலம் விடப்போறாங்களாம். என்ன செய்யறேன் பாரு!"

"என்ன செய்யப் போறீங்களாம்?"

"பாரேன்."

இரவு சேர்மன் மாரியப்பப்பிள்ளை ஊர்வலம் போனபோது, 'தர்ம வைத்தியசாலை' என்று டாக்டர் வீட்டு வாசலில் வெளிச்சப்பலகை தொங்குவதைப் பார்த்துப் பிள்ளைவாள் யோசனையில் ஆழ்ந்துவிட்டார்.

மொட்டை மாடியில் டாக்டரும் பார்வதியும் அந்த முகத்தைப் பார்த்துக்கொண்டுதான் இருந்தார்கள்.

"மாரியப்பன் யோசிக்கிறான் பாத்தியா?"

"டாக்டரையா பிழைக்கத் தெரியாதவர்னு யோசிக்கிறாரு" என்று பார்வதி சிரித்தாள்.

கலைமகள், செப்டம்பர் 1951

பஞ்சத்து ஆண்டி

அடுத்த வீட்டிலோ, எதிர் வீட்டிலோ சத்தம் போடுவது போல இருந்தது:

"எழுந்திரிய்யா, நல்லாப் படுத்துத் தூங்கறே! தூக்கு சொல்றேன், இந்த மூட்டை, முடிச்சு, பானை, சட்டி எல்லாத்தையும். கிளம்புங்க... ம்! வரவரச் சத்திரமாப் போயிடுச்சு, இந்தத் திண்ணை... எழுந்திருக்க மாட்டிங்க?... இன்னிக்கிப் புரட்டாசி சனிக்கிழமை."

இரைச்சல் அதிர அதிரக் கேட்டது. நன்னையனுக்குத் தன்னைப் பார்த்துத்தான் இவ்வளவு சத்தமும் என்று நிச்சயம் வந்தது. கண்ணைப் பிட்டுக்கொண்டான். ஒட்டுத் திண்ணையில் ஓர் அடுக்கை வைத்துச் சாணத் தண்ணீர் கரைத்துக்கொண்டிருந்தாள், வீட்டுக்கார அம்மாள். உடனே வாரிச் சுருட்டிக்கொண்டு எழுந்து, பெரிய பானையையும் தூங்கிக்கொண்டிருந்த பெரிய குழந்தையையும் தோளில் சார்த்தித் திண்ணையை விட்டுக் கீழே இறங்கினான் அவன். அதற்குள் அவன் பெண்டாட்டி, கைக்குழந்தை, இரண்டாவது மூட்டை இரண்டையும் எடுத்துக்கொண்டு நடந்தாள். இரைச்சலில் விழித்துக்கொண்ட நடுக்குழந்தை அவர்களுடைய அவசரத்தைக் கண்டு பரபரவென்று எழுந்து, அவர்களைத் தொடர்ந்தது. நன்னையன் அடுத்த வீட்டுத் திண்ணையில் கைச்சுமைகளை இறக்கி, வேட்டியை இறுகக் கட்டிக்கொண்டு, மீண்டும் நடந்து, எதிர்த்த சாரியில் ஆறேழு வீடு தள்ளியிருந்த பிள்ளையார் கோயில் திண்ணைக்குப் போய்ச் சேர்ந்தான்.

முதுகில் வெயில் விழத் தூங்குகிறவனை எழுப்புவது போல் அவள் எழுப்பினாளே தவிர, அப்படி ஒன்றும் கண் விழிக்க நேரமாகிவிடவில்லை. இருள் சற்றே பிரிந்திருந்தது. சல்சல்லென்று ஒவ்வொரு வாசலிலும் கேட்ட, சாணி தெளிக்கிற ஓசை கொஞ்சம் கொஞ்சமாக இருளை விரட்டிக்கொண்டிருந்தது.

கோயில் திண்ணைமீது போட்டதும் குழந்தைகள் மீண்டும் சுருண்டு துயிலில் ஆழ்ந்துவிட்டன. நன்னையனுக்குக் கண்ணெல்லாம் பொங்கிற்று. அவனுடைய பெண்டாட்டிக்கும் கண் திறக்க முடியாமல் பொங்கிற்று. இரவு இருவரும் சாப்பிடவில்லை. இராக்காலப் பிச்சையாகக் கிடைத்த பழைய சோறு குழந்தைகளுக்கே சரியாகக் காணவில்லை. நாலு நாளாக ஒரு வேளைச் சாப்பாடுதான்; அதுவும் அரை வயிற்றுக்கு. ஆறாப் பசி, அடி வயிற்றில் அனலாகக் குமைந்தது. இப்படியே இன்னும் ஒரு வேளை இருந்தால் குமட்டல் கிளம்பிவிடும். தலை கனத்தது. வறட்சியினால் முணு முணு என்று வலித்தது. கண்ணைக் கசக்கித் தேய்த்துத் தெருவைப் பார்த்ததும், அந்த அம்மாள் கிழமை சொல்லிக் கூச்சல் போட்டது நினைவுக்கு வந்தது.

புரட்டாசி சனிக்கிழமைதான். உலகத்துப் பிச்சைக்காரரெல்லாம் ஊரிலே கூடிவிட்டார்கள். ஒரு பெரிய ஆண்டிக் கூட்டம் போய்க் கொண்டிருந்தது. எத்தனை ஆண்டிகள்! நாற்பது ஐம்பது இருக்கும்! பொழுது புலருவதற்கு முன்னால் எத்தனை ஆண்டிகள்! இவர்கள் எப்போது கண் விழித்தார்கள்? இரவு எங்கே படுத்திருந்தார்கள்? எங்கிருந்து வந்தார்கள்? பல் தேய்க்கவில்லையா? எல்லாம் ஒரே வார்ப்பு! வெளுத்துப்போன காவித்துணி. கழுத்தில் கொட்டை, கையில் ஓடு, பாதிப் பேர் மொட்டை, பாதி பரட்டை. படுகிழங்கள், கண் குருடு, கால் விந்தல்! – முன்னை வினைப் பயன்கள் ஊர்வலம் போவதுபோல் இருந்து நன்னையனுக்கு.

திண்ணையில் உட்கார்ந்தவாறே அவன் கேட்டான்:

"சாமி, எங்கே போறீங்க?"

"சிவகுரு செட்டியார் வீட்டிலே கொடுக்கறாங்க."

"என்ன கொடுக்கறாங்க?"

"வர்ற பரதேசிங்களுக்கெல்லாம் ஒரு சல்லி, ஒருபிடி அரிசி. போறோம்."

"சல்லியா?"

"ஆமாம்."

"சல்லிக் காசு யாருக்குய்யா ஆம்பிடுது இப்ப! பெரிய தர்மந்தான் போ!"

"கட்டின வீட்டுக்கு யார்தான் பஞது சொல்ல முடியாது?" என்று கூட்டத்தோடு நடக்கப் பெருநடை போட்டான் பரதேசி.

நன்னையன் கூட்டிப் பார்த்தான். அவன், பெண்டாட்டி, மூன்று குழந்தைகள் – ஐந்து பிடி அரிசியும் ஐந்து சல்லியும் தேறும்; கைக்குழந்தையையும் ஆளாக மதித்தால்.

"அஞ்சு பிடி அரிசி, ஒரு வயித்துச் சுவரிலே ஒட்டிக்கக் காணுமா?" என்று கேட்டுக்கொண்டான்.

"எல்லாரும் போறாங்களே. நீங்களும் போய்ப் பாருங்களேன்" என்று யோசனை சொன்னாள் மனைவி.

"போய்ப் பாருங்களேனா? நீ வரலியா?"

"என்னாலே நடக்குறதுக்கு இல்லே. மூட்டை முடிச்செல்லாம் தூக்க முடியாது. இந்த மூணும் சுருண்டு சுருண்டு தூங்குது. வயித்துலே காத்துத்தான் இருக்கு. அதுக எப்படி நடக்கும்?"

அவன் மட்டும் எழுந்து நகர்ந்தான். அதற்குள் சிவகுரு செட்டியார் வீட்டு வாசலில் ஆண்டிகள் 'க்யூ' வரிசையில் உட்கார்ந்துவிட்டார்கள். உட்கார்ந்த ஒழுங்கைப் பார்த்தால் தொன்றுதொட்ட வழக்கமாகத் தோன்றிற்று. புரட்டாசியில் மட்டும் இல்லை. எல்லாச் சனிக்கிழமை களிலும் சிவகுரு இந்தத் தர்மத்தைச் செய்கிறாராம். நாற்பது ஐம்பது பேருக்குப் பிறகு, கடைசி ஆளாக உட்கார வேண்டும் என்று நினைத்த போது, நன்னையனின் காலும் உள்ளமும் ஏழெட்டு மைல் நடந்து வந்தது போலக் களைத்துவிட்டன.

இவர்களோடா உட்கார வேண்டும்? என்ன இருந்தாலும் அவன் பஞ்சத்து ஆண்டிதான். சுபிட்சம் என்ற வாடையை நுகராத இந்தப் பரம்பரை ஆண்டிகளோடா உட்கார வேண்டும்! உட்கார்ந்தாலும் மோசமில்லை. முகம் தெரியாத ஊர்தானே? ஆனால் செட்டியார் இன்னும் வாசலுக்கு வரவில்லை. ஒரு மணி நேரம் செல்லுமாம். பூஜையில் உட்கார்ந்திருக்கிறாராம். வெயில் கூடக் கிளம்பவில்லை. வேறு எங்கே போவது? நன்னையன் உட்கார்ந்தான். தான் வேறு என்ற தன்மையுடன், உள்ளங் குன்ற, உடல் குன்ற, ஓர் அடி தள்ளினாற் போல் உட்கார்ந்துகொண்டான். பரதேசிகளில் பலர் தூங்கி வழிந்து கொண்டிருந்தார்கள். அவனுக்குப் பக்கத்தில் இருந்த பரதேசிக்குக் கிராப்புத் தலை, சீவாத பரட்டைக் கிராப்பு; சீசாவுக்குள் விட்டுக் கழுவுகிற பிரஷ் மாதிரி. கழுத்தில் கொட்டை; தடிப்பயலாக வளர்ந்திருந்தான்.

"சாமிக்கு எந்த ஊரு?" என்று அவன் கேட்டான். நன்னையனுக்கு அவனோடு பேசுவதற்கே கௌரவக் குறைச்சலாக இருந்தது பதில் சொல்லவில்லை.

"உங்களைத்தாங்க. எந்த ஊரு உங்களுக்கு?"

"ஏன்?"

"கேட்கக் கூடாதுங்களா?"

"சேலம்."

"சேலமா? ஏ அப்பா? ரொம்பத் தொலையான ஊராச்சே."

"ஆமாம்."

"எங்கே இம்மாந் தூரம்?"

வரிசையில் உட்கார்ந்த பிறகு, பதில் சொல்லாமல் எப்படி இருக்க முடியும்?

"ஆமாம், என்ன செய்யுறது? பிளைப்புப் போயிடிச்சு. பிச்சைக்குக் கிளம்பியாச்சு."

"அப்படின்னா வேற பொளப்பு உண்டுன்னு சொல்லுங்க!"

"இருந்தது. இப்ப இல்லே ..."

"என்ன! வெள்ளாமையா?"

"நெசவு."

"நெசவா? வேட்டி புடவையெல்லாம் நெய்வமுனு சொல்லுங்க."

"துண்டு துப்பட்டிகூட நெய்வோம். நூல் இல்லே. எத்தினி நாளைக்கு இருக்கிறதை வித்துத் திங்க முடியும்! மூக்குலே, கையிலே இருக்கிற வரைக்கும் நகைதான். வித்துக் காசாக்கிட்டா, ரெண்டு நாள் சோறுதானே! தீந்துது. இப்படிப் பண்ணிக்கிட்டே வந்தா, அப்புறம் விக்கிறதுக்கு என்ன இருக்கும்?"

"ஏன் நூல் கிடைக்கலே?"

"என்னமோ கிடைக்கலே."

"வேறெ பிளைப்புக் கிடைக்கலியோ?"

"வேறெ ஏதாவது தெரிஞ்சால்ல செய்யலாம்? வேட்டி புடவை நெய்யத் தெரியும். பொழுதெல்லாம் தறியிலே உக்காந்து, ரத்தம் செத்த கூட்டம் நாங்க. கோடாலி, மண்வெட்டி தூக்க முடியுமா? ஓடியாடி வேலை செய்ய முடியுமா?"

"பாவம்!"

அதற்குள் அவனை அடுத்து உட்கார்ந்திருந்த ஓர் ஒற்றைக் கண்ணன் சொன்னான்: "பிச்சை எடுக்க மட்டும் தெம்பு வேண்டியதில்லைன்னு இதுக்கு வந்தீங்களோ? இதுவும் லேசுப்பட்டதில்லே. எங்களைப் பாரு. இன்னிக்கு ஒரு ஊரு. சாயங்காலம் ஒரு ஊரு, ராத்திரி வேறெ ஊரு, நாளைக்குக் காலமே எத்தனையோ தூரம் போயிருப்போம். இதுக்கும் ஓடியாடிப் பாடு பட்டாத்தான் உண்டு."

பரம்பரைப் பிச்சைக்காரனின் தொழில் அபிமானத்துடன் பேசின அவனுடைய குரலில் கற்றுக்குட்டியைக் கண்டு அசட்டையும் ஆதரவும் தொனித்தன.

"இன்னிக்குத் தஞ்சாவூருன்னா, நாளைக்கு கும்மாணம், நாளை ராத்திரி திருட மருதூரு, நாளைத் தெறிச்சு மாயாவரம், அப்பறம் சீயாளி, கனகசபை, இப்படி நாளுக்கு ஒரு சீமையாப் பறக்கிறோம் நாங்க. நீங்க என்னமோ உடம்பு முடியலேன்னு பிச்சை எடுக்க வந்தேங்கிறீங் களே; என்னத்தைச் சொல்றது?"

"இப்படியே நடந்து நடந்து உயிரை விடவா நாம் பிறந்திருக்கோம்?"

"நடந்தாத்தான் சோறு உண்டு. ஒரே ஊரிலே சுத்திச் சுத்தி வந்தா, சனங்களுக்குக் கச்சுப் போயிடும் ... சும்மாக் குந்தியிருக்கிறது

சோம்பேறிப் பிச்சைக்காரங்களுக்குத்தான். சாமிங்க, சிவனடியாருங்க இவங்களுக்கெல்லாம் யாத்திரைதான் கொள்கை."

'நீ பிச்சை எடுக்க லாயக்கில்லை' என்று சொல்லாமல் சொல்வது போல் இருந்தது. நன்னையனுக்கு இருப்புக்கொள்ளவில்லை. 'எப்பொழுதுமே பிச்சையா எடுக்கப் போகிறோம்? ஏதோ சோதனைக் காலம்! ஹூம். வெட்டிப் பயல்கள்' என்று மனத்திற்குள் சபித்துக் கொண்டே எழுந்தான்.

"என்ன அண்ணே, எளுந்துக்கிட்டீங்க?"

"இருங்க, பல் தேய்ச்சிட்டு வந்திடறேன்" என்று எழுந்தான் அவன். தெருக்கோடி திரும்பி, ஆற்றங்கரை நடப்பில், குறுக்கே ஓடிய வாய்க்காலில் இறங்கினான். மதகின் மீது ஒரு செங்கல் துண்டை உரைத்துப் பல்லை விளக்கி, முகத்தைக் கழுவிக்கொண்டான். ஒரு கை தண்ணீர் மொண்டு விழுங்கினான். அது நெஞ்சையும் மார்பையும் அடைத்து, உயிரைப் பிடிப்பதுபோல் வலியைக் கொடுத்தது. நல்ல பசியில் வெறும் வயிற்றில் தண்ணீர் ஊற்றிய அதிர்ச்சி அது. மெதுவாக அதை உள்ளே இறக்கி, வாய்க்கால் கரையிலேயே ஒரு நிமிஷம் உட்கார்ந்தான். மீண்டும் எழுந்து, வயிறு கொண்ட மட்டும் தண்ணீரைக் குடித்துவிட்டுத் தெருவை நோக்கித் திரும்பினான்.

சனிக்கிழமை; போட்டி ஏராளம். அதையும் மிஞ்சினால்தான் வயிற்றில் ஏதாவது போட முடியும். போட்டியை மிஞ்ச ஒரு வழிதான் உண்டு. உண்மையைக் கலப்படமில்லாமல் சொல்ல வேண்டும். பிச்சை நமக்குத் தொழில் அல்ல என்று படப்படச் சொல்ல வேண்டும். அப்படித் தான் கருணையை எழுப்பலாம்.

வெயில் வந்துவிட்டது. சிவகுரு செட்டியார் இன்னும் பூஜையில் தான் இருக்கிறார். பத்துப் பதினைந்து வீட்டைக் கடந்து சென்றான் அவன். அங்கும் ஒரு போட்டி காத்திருந்தது. ஒரு குரங்காட்டி, குச்சியை இரண்டு முழ உயரத்தில் பிடித்து, லங்கையைத் தாண்டச் சொல்லிக்கொண்டிருந்தான். லங்கையையா சமுத்திரத்தையா என்று யோசிக்காமல் குரங்கு தாண்டித் தாண்டிக் குதித்தது. வேடிக்கை பார்க்கச் சிறுவர்களின் கூட்டம். ஒரே சிரிப்பு, கூச்சல்! மிகப் பெரிய போட்டி இது! நன்னையன் இன்னும் இரண்டு வீடு தள்ளிப் போய் நின்றான்.

வீடு பெரிய வீடு. வாசலில் கொட்டகை. அங்கே சாய்வு நாற்காலியை மேற்கே பார்க்கப் போட்டுச் சாய்ந்திருந்தார் ஒரு பெரியவர்.

"அம்மா!" என்று நன்னையன் கூப்பிட்டான்.

"ஏனயா அம்மாவைக் கூப்பிடறே? ஐயா ஒண்ணும் கொடுக்க மாட்டாருன்னா? கண்ணைப் பிட்டுக்கறத்துக்கு முன்னாடி வந்து நிக்கிறியே; விடியட்டுமேன்னு காத்திருந்தியா முகதரிசனம் கொடுக்க! ஐயா எளுந்தவுடனே நல்ல பண்டமாப் பாத்துக் கண் விளிக்கட்டுமேன்னு வந்தியாக்கும்? எனக்கு ஒண்ணும் புரியலியே. சும்மா நின்னுக்கிட்டே இருந்தா? பதில் சொல்லுய்யா... விடியக்காலமே, எளுந்திருக்கறத்துக்கு

முன்னாடி வந்து நிக்கிறியே?... என்ன எண்ணம்மு கேக்கறேன். பேசாமெ நின்னுக்கிட்டே இருந்தா...? பேசு... இப்பத்தான் படுக்கையி லேருந்து எளுந்து மூஞ்சியைக் களுவிக்கிட்டு வந்து சாஞ்சிருக்கேன். மூஞ்சியைக் காட்டுறியே. நீ என்ன குத்துவிளக்கா? கண்ணாடியா? கட்டின பொஞ்சாதியா? சொல்லு –"

மூச்சுவிடாமல் பேசிக்கொண்டே இருந்தார் அவர். பதில் சொல்லு சொல்லு என்று சொன்னாரே தவிர, அது வருவதற்கு இடங்கொடுக்காமல் பேசிக்கொண்டே இருந்தார். ஒரு பாக்கு வெட்டு நேரம் சும்மா இருந்தால் அவன் ஆரம்பிக்கலாம்; அவர் நிற்கவில்லை.

"ஏனையா, கோளி கத்தறத்துக்குள்ளாற இந்தத் தாடி, மீசை, கிளிசல், கையிலே ஒரு இளிக்கிற சொம்பு – இப்படி வந்து நிக்கிறியே... உடனே போட்டுடுவாங்கன்னு நினைக்கிறியா? இல்லை சொல்லேன்? பேசாமடந்தையா நிக்கிறியே."

நன்னையனுக்கு, "நீங்க பேசாமெ இருந்தா போதும் நான் போயிடறேன். சும்மா அலட்டிக்காதீங்க" என்று சொல்லிவிட்டுப் போய் விடலாம்போல் இருந்தது. ஆனால் அதற்கும் அவர் விடவில்லை. திருப்பித் திருப்பி அவன் கண்ணாடியாக, குத்துவிளக்காக, கட்டின பெண்டாட்டி யாக இல்லாததை, நாலைந்து தடவை இடித்துக் காட்டிவிட்டு, "உனக்குத் தான் வேலை. எங்க வீட்டுலெ ஒருத்தருக்கும் வேலையே கிடையாது. பத்துப் பசை தேய்க்கிறது, முகங்களுவறது எல்லாத்தையும் அப்படி அப்படியே போட்டுட்டு, உன்னை வந்து உபசாரம் செய்யணும்; இல்லியா?" –

அப்பாடா!... கொஞ்சம் ஓய்ந்துவிட்டார்.

"இல்லீங்க" என்று சொல்ல வாயெடுத்தான் நன்னையன். ஆனால் மறுபடியும் அவர் பிடித்துக்கொண்டு விடப்போகிறாரே என்று பயந்து நேராக விஷயத்துக்கு வந்துவிட்டான்.

"நம்பளுக்குத் தொழில் நெசவுங்க. நமக்குச் சேலம். தறியிலே நெசுக்கிட்டு மானமாப் பொளச்சிக்கிட்டிருந்தோம். ஏளோட்டு மாசமா நூலே கிடைக்கலே. வேலை இல்லேன்னிட்டாங்க. இருந்ததை வித்துச் சாப்பிட்டோம். இங்க ஏதாவது வேலை கிடைக்குமான்னு வந்தோம். இங்கேயும் அப்படித்தான் இருக்கு. மூணு நாள் கோயில்லே தேசாந்திரிக் கட்டளைக்குச் சீட்டுக் கொடுத்தாங்க. மூணு நாளைக்கு மேலே கிடையாதாம். அப்பாலெ நிறுத்திட்டாங்க. நாலு நாளாக் கால்வயித்துக்குக் கூடக் கிடைக்கலே. மூணு பச்சைக் குளந்தை பட்டினி கிடக்குது. நேத்திலேருந்து நானும் வீட்டிலேயும் பட்டினிங்க" என்று மூச்சு விடாமல் சொல்லித் தீர்த்தான்.

"இப்ப என்னை என்ன பண்ணச் சொல்லுறே? தறியும் நூலும் வாங்கித் தரச் சொல்றியா?"

"நாம்ப அப்படிக் கேக்கலாம்களா? குளந்தைகளைப் பார்க்க வளங்கிலீங்க – ஏதோ கொஞ்சம் வயித்துக்கு?"

"இந்தா பாரு, எனக்கு இப்ப ஒரு சந்தேகம் வந்திடிச்சு. இந்தச் சேலம் டவுனு இப்ப இருக்கா. இல்லை ஈ காக்காய் இல்லாமெ ஒரே

பொட்டைக்காடாப் போயிடிச்சான்னு தெரியலே. நானும் ஆறு மாசமாப் பாக்கறேன். லகூஷம் பேரு உன்மாதிரி வந்திட்டாங்க. நூல் இல்லை, வேலையில்லேன்னு வயித்தை எக்கிக்கிட்டு வந்து நிக்கிறாங்க. என்ன சொல்றே?"

"அப்பறம் என்னத்தைச் சொல்றதுங்க?"

"என்னத்தைச் சொல்றதுங்களா? நான் சொல்றேன் கேளு. பிச்சைக்கும் முதல் போட்டுத்தான் ஆகணும். அதோ பாரு அநுமார் நிக்கிறாரு. அவருதான் அவனுக்கு முதல்."

திரும்பிப் பார்த்தான் நன்னையன். குரங்காட்டி அவர் பேசுவதைக் கேட்ட வண்ணம் நின்றுகொண்டிருந்தான்.

பெரியவர் சொன்னார்:

"அந்த அநுமார் அவனுக்கு முதல். இன்னும் கொஞ்ச நாளியிலே பாரு: அந்த அலுமினிய ஜோட்டி நிறைய அரிசி ரொப்பிக்கிட்டுப் போயிடுவான். அவன் பொளைக்கிறவனா, நீயா? இந்த உலகத்திலே எந்தத் தொழிலுக்கும் முதல் வேணும்டாப்பா, முதல் வேணும்; பாம்பாட்டியும் குரங்காட்டியும் ஜாலராப் போட்டுக்கிட்டுப் பாடணும்; இல்லாட்டிக் கொத்தமல்லி கறிவேப்பிலை விக்கணும். இல்லாட்டி, மூட்டைதான் தூக்கலாம். அதுக்கும் உங்கிட்ட முதல் இல்லே. எலுமிச்சம் பழத்தை நறுக்கிப் பத்துநாள் புரட்டாசி வெயில்லே காயப்போட்டது போல நிக்கறே."

ஒரு கணம் மௌனம்.

'குரங்காட்டியைவிடவா மட்டமாகப் போய்விட்டோம்!' அவனுக்குத் தொண்டையை அடைத்தது. சேலம், தறி, அவன் குடியிருந்த வீடு, பசுமாடு, முற்றத்தில் சாயம் நனைத்துத் தொங்கின நூல் பத்தை – எல்லாம் அவன் கண்முன் ஒருமுறை வந்து போயின. 'எங்கோ பிறந்து, எங்கோ தொலைவில் வாழ்ந்து, யாரோ முகம் தெரியாதவரிடம் பாட்டு வாங்கிக்கொண்டிருக்கிறோமே! எதனால்? எதற்காக?' அவன் கண் நிரம்பிற்று. உடுட்டைக் கடித்தால் கண்ணீர் தெறித்துவிடுமென்று மூச்சைப் பிடித்து நிறுத்தி, வாயைத் திறந்து கண்ணீரைக் கன்னத்தில் சொட்டவிடாமல், தேக்கினான்.

"என்ன சொல்றே?" என்று வழக்கமான கேள்வியைக் கேட்டார் அவர்.

இதற்கு என்ன பதில் சொல்வது? கண்டம் நடுங்கிற்று. அவன் பேசாமல் நின்றான்.

"சும்மா நின்னுக்கிட்டே இரு" என்று எழுந்து உள்ளே போய் விட்டார் அவர்.

குரங்காட்டி கேட்டான்: "நெசவு வேலையா உங்களுக்கு?"

நன்னையன் தலையை ஆட்டினான்.

"காலங் கெட்டுப் போச்சுய்யா. இந்த மாதிரி அவதியையும் பஞ்சத்தையும் ஒருநாளும் பார்த்ததேயில்லை. பாயிலே கிடந்தவங்க எல்லாரையும் தரையிலே உருட்டிடிச்சே இந்தப் பாவி மவன் பஞ்சம்.

தருமம் கெட்ட உலகம்!" என்று, நொடித்தவன் நிலைமையை மனத்தில் வாங்கி, இரக்கம் சொல்லி, அவனையே பார்த்துக்கொண்டு நின்றான் குரங்காட்டி. 'நாங்கதான் இப்படியே பிறந்திருக்கோம். நீயும் இப்படி ஆகணுமா, கண்ணராவி!' என்று அவன் மனம் கண்ணின் வழியாகச் சொல்லிற்று. அந்தப் பார்வையைப் பார்த்ததும் ஆடிக்கொண்டிருந்த நன்னையன் போல பொலவென்று கண்ணீர் உகுத்தான்.

சற்றுக் கழித்துப் பத்துப் புது இட்லி, இரண்டு வயிற்றுக்குப் பழைய சோறு – எல்லாவற்றையும் எடுத்துக்கொண்டு வந்து போட்டாள் பெரியவர் மனைவி. குரங்காட்டிக்கும் குரங்குக்கும் இரண்டு இட்லி கிடைத்தன.

"இந்தா பாரு! நித்யம் கிடைக்கும் இந்த மாதிரின்னு நெனச்சுக்காதே. நாளைக்கு வந்தியோ கெட்ட கோபம் வந்திடும்! போ, பொளைக்கிற வளியைப் பாரு" என்று வாசல் நிலைப்படியிலிருந்தே சொல்லிவிட்டு அவனுடைய கும்பிடைக்கூடப் பார்க்காமல் பெரியவர் உள்ளே போய்விட்டார்.

நன்னையன் கோயில் திண்ணையை நோக்கி நடந்தான்.

"இந்தா, இதை வாங்கிக்க."

அவன் பெண்டாட்டிக்கு அதைப் பார்த்ததும் சோற்றுக் களஞ்சியத்தில் குதித்துவிட்டாற்போல் இருந்தது.

"ஏது இத்தினி? கிளப்புலே வாங்கினீங்களா?"

"கிளப்புலே வாங்கும்படியாத்தானே இருக்குறோம் இப்ப! பிச்சைதான்! வாங்கி வை."

பெரிய குழந்தை, பலகாரத்தை வளைத்துக்கொண்டது. நடுக்குழந்தை, "அப்பா, குரங்குப்பா!" என்று கத்திற்று. குரங்காட்டி, திண்ணை ஓரமாக நின்றுகொண்டிருந்தான்.

"என்னாப்பா?"

"ஐயா, நீங்க பொளைக்கத் தெரியாதவங்க. அவங்க கொஞ்சம் சோறும் பலகாரமும் கொடுத்தாப் போதுமாய்யா? அப்படியே இன்னும் நாலு வீட்டிலெ அரிசியும் வாங்கியாரக் கூடாது? ராத்திரிப் போதுக்கு, மறுபடியும் ஒரு நடை அலையணுமால்லியா?"

"நீ சொல்லு. உனக்கென்ன? நேத்து மத்தியானமே புடிச்ச எல்லா வயிரும் காயுது. இப்ப இதைத் திங்கிறது. அப்புறம் பாத்துக்கறோம்."

குரங்காட்டி சற்று நேரம் பேசாமல் இருந்துவிட்டுப் பிறகு சொன்னான்:

"இந்த ஊரிலே யாரையாவது தெரியுமா உங்களுக்கு?"

"ஊரே புதிசு. ஏன்?"

"இல்லே, கேட்டேன். ஒரு சேதி சொல்லணும்."

"என்ன சேதி!"

"சொன்னாக் கோவிச்சுக்க மாட்டிங்களே?"

"சேதியைச் சொல்லேன். கோவிச்சுக்கறது என்ன?"

"சரி, சோறு தின்னுட்டு வாங்க. இங்க ஒருத்தரு இருக்காரு. உங்களைப்போல ஆளுங்களுக்கெல்லாம் நிறையக் கொடுப்பாரு. அவருகிட்ட அளச்சுக்கிட்டுப் போறேன்."

"யாரு சொல்லேன்! வியாபாரியா?"

"அதெல்லாம் அப்புறம் பேசிக்கலாம். நீங்க சாப்பிடுங்க."

"சாப்பாடு முடிந்ததும், திண்ணையிலிருந்துஇறங்கிக் குரங்காட்டியோடு நடந்தான் நன்னையன். கடைத்தெருச் சதுக்கத்தைக் கடந்து, ரெயிலடி ரஸ்தாவில் நடந்தார்கள். கால் நாழிகை தூரம் போனதும் ஊர் முடிந்துவிட்டது. அப்பால் ஒரு குளம். அதற்கும் அப்பால் சாலையோரமாகத் தோட்டிகளின் சேரி. முப்பது குடிசைகள் இருக்கும். எங்கும் திறந்த வெளி. பச்சை வயல்கள். ரெயிலடிச் சாலையின் இரு மருங்கிலும் தென்னமரங்கள். இந்தப் பச்சையைப் பார்க்கிறபோதெல்லாம் நன்னையன் காணாததைக் கண்டதுபோல் மயங்கி நின்றான்.

சேரிக்கு முன்னால் நின்று, "இங்கதான் இருக்காரு. நான் சொன்ன ஆளு" ... "காளி, ஏ காளி!" என்று உரக்கக் குரல் கொடுத்தான் குரங்காட்டி.

"ஏன்?" என்று குடிசைகளின் நடுவேயிருந்து பதில் குரல் வந்தது.

"வைத்திலிங்கத்தை அளைச்சுக்கிட்டு வா இப்பிடி."

நன்னையன் ஒன்றும் புரியாமல் விழித்தான்.

கையில் ஈயக் காப்பும் ஈய மோதிரமும் ஈய காதணியும் ஈய மூக்குத்தியுமாக ஒரு பெண்பிள்ளை வந்தாள். கூட, குட்டிப் பருவத்தைக் கடந்து வளர்ந்த குரங்கு ஒன்று ஓடி வந்தது.

"இந்தப் பாருங்க, இவன்தான் வைத்திலிங்கம்... ஏய் வைத்திலிங்கம், வா இப்பிடி" என்று அழைத்தான் குரங்குக்காரன்.

குரங்கு துள்ளிக் குதித்தது. அவனுடைய அரைத் துணியைப் பிடித்து, அண்ணாந்து பார்த்துக் குலவிற்று. அவன் கையிலிருந்த குரங்கின்மேல் விழுந்து தள்ளிற்று.

"இந்தப் பாருங்க. அப்பவே கோவிச்சுக்க மாட்டேன்னு சொல்லியிருக்கீங்க. நெசந்தானா?"

"நெசந்தான்."

"நான் சொன்ன ஆளு இந்த வைத்திலிங்கந்தான்!"

"யாரு! ... என்னய்யா விளையாடறே?"

"பாத்தீங்களா? கோவிச்சுக்கிறீங்களே! இவனை நானும் எம் பொஞ்சாதியும் உசிராட்டம் வளர்த்து வரோம். இதை உங்களுக்குக் கொடுத்திடட்டுமா?"

"எனக்கு என்னாத்துக்கு?"

"ஆமாங்க! உங்களுக்குப் பிச்சை எடுக்கவே தெரியலியே! நெசவாளிங்களுக்கு எப்படிப் பிச்சை எடுக்கத் தெரியும்? அது பிறவியிலே வரணும். வமிச குணங்க. லேசிலே கத்துக்க முடியாது: தச்சு வேலை,

கொல்லு வேலை மாதிரிதான். வன்னியர் ஐயா சொன்னாப்போல உங்களுக்கு மூட்டை தூக்கறதுக்குக்கூட முதல் இல்லே. நீங்க என்னா பண்ணப்போறீங்க? அதுவும் இந்த ஊரு, தரித்திரம் பிடிச்ச ஊரு. செட்டியாரு, சனிக்கிழமை காசும் அரிசியும் கொடுப்பாரு. மத்த நாளிலே பிச்சைக்காரன் வாடையே அந்தப் பக்கம் வீச விடமாட்டாரு. வன்னியரும் தர்மசாலிதான். அதுக்காகத் தினந்தினம் அவங்க வீட்டு வாசல்லே போயி நிக்கிறதுக்கு ஆச்சா? அவங்க ரெண்டு பேருந்தான் கொடுக்கிறவங்க. மீதி அத்தனையும் பிடாரி. போறதுக்கு முன்னாடி மேலே உளுந்து புடுங்குவாங்க. தண்ணியை வாரி மேலே வீசுவாங்க. தர்மம் பெருத்த ஊரு! நீங்க எதாவது கொடுத்தா உங்களுக்கும் எதாவது கிடைக்கும். அதுக்குத்தான் சொல்றேன்.

"இந்த ஊர்லே ஒருத்தருக்கும் உங்களைத் தெரியாது. இந்த வைத்திலிங்கத்தை வச்சு ஆட்டுங்க. சோத்துக் கவலையே இராது. நெசவாளி நெசவாளின்னு சொன்னா நம்பறதுக்கு இந்த ஊர்லே ஆளுக் கிடையாது."

நன்னையன் புன்சிரிப்புச் சிரித்தான்.

"என்னையும் குரங்காட்டியா அடிச்சிடணும்னு பாக்கறே! ம்... சொல்லு சொல்லு. தலைக்கு மேலே போயிடுச்சு! அப்பாலே சாண் என்ன, முளம் என்ன!"

"தலைக்கு மேலே ஒண்ணும் போயிடலீங்க. பஞ்சம் பறந்து போச்சின்னா, நீங்க மறுபடியும் ஓட்டு வீட்டுக்குப் போயிடுவீங்க. இது எத்தினி நாளைக்கு? அதுவரைக்குத்தான் சொல்லுறேன். அப்படியும் குரங்காட்டின்னா மட்டம் இல்லே. ஐயா சொன்னாப்போல இது அப்படியே தங்கக்கட்டி, நல்ல முதலு. வேற யாரையாச்சும் கூப்பிட்டு இதைக் குடுத்திடுவேனா? உங்க குளந்தைகளையும் அம்மாவையும் பாத்தேன். எனக்குப் பொறுக்கலே."

"காளி, இவங்க யாரு தெரியுமா? இவங்களுக்குச் சேலம். தறியிலே நெசு, மானமாப் பொளச்சிக்கிட்டிருந்தவங்க. நூல் கிடைக்கலியாம். கையிலே ஓட்டை எடுத்திட்டாங்க. இவங்க அம்மா லச்சுமி மாதிரி இருக்காங்க. அந்த மகா லச்சுமியும் வாடித் தேம்புது. பச்சைக் குளந்தை மூணு, துவண்டு துவண்டு விளுது. வைத்திலிங்கத்தை இவங்க வச்சுக்கட்டுமே. கண்ணராவியாக இருக்குது, பார்த்தா!"

"என்ன, வைத்திலிங்கத்தையா!"

"அட, என்னமோ பதற்றியே? நம்மகிட்டதான் மூணு இருக்கே. ஒண்ணைக் கொடுக்கறது. இங்க வச்சு ஆட்றதுக்கு ஆளை காணும். இவங்க மூஞ்சியைப் பாத்துப் பெரிய மனசு பண்ணு. உன் கலியெல்லாம் தீந்துரும். ஒரு ராசா பொறப்பான் உனக்கு"

"அவங்க கேக்கக்கூட இல்லைபோல் இருக்கு. எடுத்துக்க, எடுத்துக்கன்னு அவங்க தலையிலே கட்டுறியே?"

"எல்லாம் எடுத்துக்குவாங்க."

"ஏஞ்சாமி எடுத்துக்கிறீங்களா?"

"எடுத்துக்கிறேன்னு சொல்லுங்களேன்" என்று குரங்காட்டி நச்சரித்தான்.

"சரிம்மா, எடுத்துக்கிறேன்."

"பாத்தியா உங்கிட்டையே சொல்லிட்டாரு, எடுத்துக்கிறேன்னு!"

அவள் பளபளவென்று வெண்முத்துச் சிரிப்புச் சிரித்தாள். அவனுடைய கருணை அவளையும் தொட்டுத்தான் விட்டது. அவள் சொன்னாள்: "பாத்தியா, என்னை இந்தக் குரு முட்டுலே வச்சுச் சரின்னு தலையாட்டச் சொல்றே பாத்தியா ... இரு இரு ... சாமி! அவங்க சொல்றாங்க, கொடுக்கிறேன். எடுத்துக்கிட்டுப் போங்க. வைத்திலிங்கம் வயித்துக் கவலையே வைக்கமாட்டான்."

கோயில் சிலைபோலக் கறுப்பாக, ஆரோக்கியமாக, பளபள வென்று வனப்பு வடிவாக நின்றாள் அவள்.

"அப்பாடா, காளியாத்தா மனசு இரங்கிட்டா! இனிமேக் கவலை யில்லை!" என்று குரங்காட்டி சிரித்தான்.

சுற்றிலும் வயல். எட்டியவரையில் பரந்து நின்ற பச்சை வயலில் அலை ஓடிக்கொண்டிருந்தது. குளிர்ந்த காற்று. பஞ்சு பொதிந்த வானம். அவள், அவளுடைய போலிக் கோபம், சிரிப்பு எல்லாவற்றையும் பார்த்தான் நன்னையன். துணிவு பிறந்தது.

"இந்தக் குச்சியைக் கையிலே பிடியுங்க. பிடிச்சீங்களா? 'லங்கையைத் தாண்டுடா'ன்னு சொல்லுங்க. சும்மா சொல்லுங்க."

"லங்கையைத் தாண்டுடா!"

வைத்திலிங்கம் லங்கையை தாண்டிக் குதித்தது.

குச்சியை வாங்கி அதன் கையிலே கொடுத்து, "ஆடு மேய்டா வைத்திலிங்கம்னு சொல்லுங்க" என்று சொல்லிக்கொடுத்தான் குரங்காட்டி.

"ஆடு மேய்டா வைத்திலிங்கம்."

குரங்கு குச்சியைப் பிடரியில் வைத்துக்கொண்டு இப்படியும் அப்படியும் இரண்டு நடை போய்வந்து, அடுத்த கட்டளைக்குக் காத்து நின்றது.

பிறகு பள்ளிக்கூடம் போகும் கோலம், கைதி கைகட்டி நிற்கிற கோலம், பெண்டாட்டியோடு ரகசியம் பேசும் நிலை, கோபுரம் ஏறும் வித்தை – எல்லாவற்றையும் பாடம் சொல்லிக் கொடுத்தான் குரங்காட்டி.

நன்னையனையும் குரங்காக ஆட்டி வைத்துவிட்டான் அவன்!

அவள் சிரித்தாள்.

"நல்லவேளை, பழகின குரங்கு. புதுக் குரங்கு இப்படிச் சுளுவா மசியாதுங்க" என்றாள் அவள், சிரித்தற்குக் காரணம் சொல்லுவதற்காக. பிறகு "சரி அளைச்சுக்கிட்டுப் போங்க" என்றாள்.

அதை உச்சிமோந்து காளி வழியனுப்பினாள். குரங்குதான் போக மறுத்தது. சேரிக்குள் ஓடிப்போய் ஒரு பிடி கடலை எடுத்து

வந்து நன்னையனிடம் கொடுத்து, "இதைக் கையிலே வச்சுக்கிட்டு ஒண்ணொண்ணாப் போட்டுக்கிட்டே போங்க; ஓடியாரும்" என்று சொல்லிக் கொடுத்தாள் காளி.

"நீ வரலியா?" என்று கேட்டான் நன்னையன்.

"நான் பின்னாலெ வர்றேன், போங்க" என்று நின்றுவிட்டான் குரங்காட்டி.

"என்னாங்க இது, குரங்கைப் பிடிச்சுக்கிட்டு! ஏது?"

"எல்லாம் பிளைக்கிறதுக்குத்தான். குரங்காட்டி கொடுத்தான்."

"பஞ்சத்துக்கு மூணு குளந்தை பத்தாதுன்னு சொல்லியா?"

"அந்தக் குளந்தைங்களாம் திங்கத்தான் திங்கும். இது திங்கவும் திங்கும், சம்பாரிச்சும் போடும். தூக்கு மூட்டையை; எதிர்த்த வீட்டுத் திண்ணையில் கட்டிப் போடுவோம்."

ஜாகை மாறிற்று. திண்ணையிலிருந்த ஜன்னல் கம்பியில் குரங்கைக் கட்டிப் போட்டான் அவன்.

கைக்குழந்தை சிரித்துக்கொண்டு கையைக் கொட்டிற்று. குரங்கைப் பிடித்துத் தலையில் அடித்தது.

"ரொம்ப நல்ல குரங்கு பழகின மாதிரியல்ல நடந்துக்குது!" என்றாள் அவள்.

இரண்டாவது குழந்தை வீல் என்று அழுதது. "ஏதுடா சனி!" என்று சொல்லப்போகிறாளே என்று பயந்து, நன்னையன் குரங்காட்டியின் வாதங்களைத் தான் சொல்லுகிறமாதிரி எடுத்து விளக்கினான்.

"நல்லதுதான். குழந்தைகளுக்கும் விளையாடுகிறதுக்கு ஆச்சு" என்று எதிர்பார்த்ததற்கு மாறாக, அவன் கவலையைத் தீர்த்தாள் அவள்.

முதல் குழந்தை பயந்துகொண்டு, தூரத்தில் நின்றுகொண்டிருந்தது.

"இதைப் பாத்தியா, அநுமார்!" என்று ஆஞ்சநேயர் கதையெல்லாம் சொல்லி, அறிமுகப்படுத்திப் பயத்தைப் போக்குவதில் ஈடுபட்டான் நன்னையன். தடவிக்கொடுக்கச் சொன்னான். தனக்கும் ஓர் ஒத்திகையாக இருக்கட்டும் என்று விளையாட்டுக் காட்டுகிற போக்கில், அதை லங்கையைத் தாண்டி, ஆடு மேய்க்கிற வித்தை முதலியவைகளைச் செய்து காட்டச் சொன்னான்.

கடைசியில் வைத்திலிங்கம் மூட்டையைப் பிரித்துப் பார்க்க ஆரம்பித்தது. அதற்கும் பசி வேளை.

"சும்மா எத்தினி நாளி விளையாடுவது? ராத்திரிக்கு என்ன செய்யறதாம்?"

பொழுது போனது தெரியத்தான் இல்லை. புது குழந்தையோடு குழந்தைகள் விளையாடியதைப் பார்த்து, வெகு நேரம் மகிழ்ந்துவிட்டது குடும்பம்.

அலுமினியப் பேலாவை எடுத்துக்கொண்டு இறங்கினான் அவன்.

"ஏன், இதை அளச்சிக்கிட்டுப் போகலியா?"

"அதுக்குள்ளாறவா?"

அவ்வளவு சீக்கிரமாகப் பரம்பரைப் பிச்சைக்காரனாகச் சரிந்துவிட அவன் உடன்படவில்லை. முழங்காலுக்குக் கீழே தொங்கத் தொங்கத் தட்டுச்சுற்றுக் கட்டி, உடம்பில் மல்பாடியும் போட்டுக்கொண்டு போனால் குரங்குங்கூட அவனைக் குரங்காட்டியாக மதிக்காது. சற்றுக் குழம்பி நின்று, கடைசியில் ஒன்றியாகவே போனான்.

உண்மைப் பல்லவியைப் பாடிக்கொண்டு, நாலைந்து தெருக்களில் வாசல் வாசலாக ஏறி இறங்கினான். ஊர் நடப்பே தெரியாத, தெரிந்து கொள்ளாத, கவலைப்படாத காதுகளெல்லாம் அவனுடைய நூல் பஞ்சக் கதையைக் கேட்டன.

நாலு தெருச் சுற்றிக் கால் ஓய்ந்தபோதுதான் குரங்காட்டி சொன்னது சரி என்று பட்டது அவனுக்கு. அந்தச் சின்னப் பேலாவில் பாதியை எட்டத் தவித்தது அரிசி. திரும்பி வந்து திண்ணையில் ஏறியபோது வெயில் நன்றாக ஏறிவிட்டது. காலணாவும் அரையணாவுமாக ஏழெட்டுக் காசு சேர்ந்திருந்தது. பட்டாணிக் கடலையும் வாழைப்பழமும் வாங்கி வந்தான்.

வெயில் கனல் வீசிற்று. புரட்டாசிக் காய்ச்சல் சுள்ளென்று காய்ந்தது. குழந்தைகள் கடலையையும் வழைப்பழத்தையும் தின்று, தூங்கத் தொடங்கின. குரங்கும் அதையே தின்றது. வெயில் தாங்க முடியாமல், அதுவும் ஒருக்களித்துப் படுத்து அயர்ந்து உறங்கிவிட்டது. பெண்டாட்டி யும் தூங்கினாள்.

தூங்கும் குரங்கைப் பார்த்து நன்னையன் சிரித்துக்கொண்டான். அது மனிதன் மாதிரியே தூங்கிற்று. வெயில்பட்ட வெண் மேகத்தைப் பார்க்க முடியாமல் கண்ணைக் கையால் மறைத்துக்கொண்டு தூங்கிற்று. அதற்கு வயசு என்ன? ஆறு மாதம், ஒரு வருஷம் இருக்கலாம். அதற்குள் முப்பத்தைந்தும் முப்பதும் ஆன ஒரு மனிதப் புருஷனின் பெண்டாட்டியை யும் மூன்று குழந்தைகளையும் பாதுகாக்கச் சக்தியைப் பெற்றுவிட்டது. இந்தப் பொறுப்பு, தன் தலையில் விழுந்திருப்பது தெரியுமா அதற்கு? எங்கோ பிறந்து வளர்ந்தவனின் குடும்பத்தை நூற்றைம்பது மைலுக்கு அப்பாலுள்ள ஒரு தோட்டிச் சேரிக் குரங்கு எப்படிக் காக்க நேர்ந்தது? நன்னையன் வியந்துகொண்டிருந்தான். வயிறு நிறைந்திருந்ததால் துன்பத்தை நினைத்து அழாமல், சிரித்துக்கொள்ள, மலர்ச்சியும் தெம்பும் இருந்தன அவனுக்கு. யுத்தம் நடந்தபோது அவன் வாழ்ந்த வாழ்வு, இந்தக் குரங்குக்குத் தெரியுமா! தினம் மூன்று ரூபாய்க்குக் குறையாமல் கூலி கிடைத்தது. அவளும் நூல் இழைத்து எட்டணா, பத்தணா சம்பாதித்துக் கொண்டிருந்தாள். காலையில் எழுந்தும் கிருஷ்ணா லாட்ஜில் இரண்டு இட்லியும் ஒரு முறுகல் தோசையும் காபியும் சாப்பிட்டுவிட்டு, அவளுக்கும் குழந்தைகளுக்கும் வாங்கி வருவான். தாம் தூம் என்று செலவு. சினிமா தவறுவதில்லை. தேவைக்குமேல் வேட்டி, சட்டை, புடவைகள். அந்த நாளில் மாதம் பத்து ரூபாய் எளிதில் மிச்சம் பிடித்திருக்க முடியும். பிடித்திருந்தால்...

பஞ்சத்து ஆண்டி

கடைசியில் அவனும் அயர்ந்துவிட்டான்.

இரண்டு மணி நேரம் கழித்துக் கண்விழித்தபோது – தானாகக் கண் விழிக்கவில்லை அவன். குழந்தைகள் அவனை அடித்துத் தட்டிக் கூப்பிட்டன.

"அப்பா, அப்பா. எழுந்திரிப்பா. குரங்கு ஓடிப்போயிடிச்சு. அப்பா, குரங்கு பிடிங்கிக்கிட்டுப் போயிடிச்சு!"

விறுக்கென்று எழுந்து உட்கார்ந்தான்.

"குரங்கு போயிடிச்சு, அதோ பாருங்க" என்றாள் அவள்.

"எங்கே?"

குரங்கு எதிர்த்த வீட்டு ஓட்டுக்கூரையின் கூம்பில் உட்கார்ந்திருந்தது.

"பா, பா!" என்று கூப்பிட்டான் அவன்.

"எப்படி ஓடிச்சு?"

"இதுங்களுக்கு விளையாட்டுக் காட்டறதுக்காக அவுத்துப் பிடிச்சுக் கிட்டிருந்தேன். விசுக்குனு பிடுங்கிக்கிட்டுப் போயிடிச்சு."

"நல்ல கெட்டிக்காரிதான், போ!"

அவள், அவன் இருவரும் அழைத்தார்கள். கடலையும் வாழைப் பழமும் அவர்களுடைய வயிற்றில்தான் இருந்தன. வெறுங் கைகளைப் பார்த்ததும் அது இறங்கி வரத் தயங்கிற்று.

அதற்குள் தெருவில் போன சிறுவர்களும் சிறுமிகளும் கூடி விட்டார்கள். 'ஹோ ஹோ!' என்று இரைச்சல்.

"ஏய், சீரங்கி!"

"ட்ரூவ்!"

கல்லை விட்டு அடித்தான் ஒரு பயல். வைத்திலிங்கம் நறுக்கென்று ஒரு தாவுத் தாவிப் பக்கத்தில் இருந்த மின்சாரக் கம்பத்தின்மேல் ஏறிற்று. உச்சியில் கம்பிகளைப் பிடித்தது.

"போகாதே, போகாதே!" என்று யாரோ ஒருவர் கூச்சல் போட்டார் அவ்வளவுதான். உடம்பு ஒரு முறி முறிந்தது. கிரீச்சென்று கோரமான கூச்சல்! பேயடித்தாற்போலத் தடாரென்று அவ்வளவு உயரத்திலிருந்து கீழே விழுந்தது குரங்கு. இரண்டு துடிதுடித்து, கண்ணை மூடி ஒடுங்கி விட்டது.

அண்டை வீட்டுக்காரர்கள் கூடினார்கள். தெருவே கூடிற்று. அரை மணியில் ஊரே கூடிவிட்டது. மின்சாரம் தாக்கிய விலாப்பக்கம் அப்படியே கருகிப்போயிருந்தது. எதற்காக என்று தெரியாமல் நன்னையனும் பெண்டாட்டியும் அழுதார்கள். அதைப் பார்த்துக் குழந்தைகளும் அழத் தொடங்கின.

"ஏண்டா, உன் குரங்கா இது?" என்று கேட்டார், ஒரு வயசானவர்.

"ஆமாங்க."

தி. ஜானகிராமன் சிறுகதைகள்

"எப்படிச் செத்துப்போச்சு?"

நன்னையன் கதையைச் சொன்னான்.

"ஏண்டா அநுமார் அவதாரம்டா அது. சாக விட்டுட்டியே. இதை வச்சுக் காப்பாத்த முடியலியாடா, பாவிப் பயலே?" என்று அவன் முதுகில் இரண்டு குத்துவிட்டார் அவர். ஊருக்குப் பெரியவர்களில் ஒருவர் போல் இருக்கிறது. ஒருவரும் அவரைத் தடுக்கவில்லை. ஊரெல்லாம் இதை வந்து பார்த்தது.

காளியும் புருஷனும் ஓடிவந்தார்கள். காளி வைத்திலிங்கத்தைத் தொட்டுத் தொட்டு அழுதாள்.

"குரங்கின் கையிலே பூமாலை கொடுத்தாப்பலே பண்ணிட்டீங்களே சாமி!" என்று நன்னையனைப் பார்த்து வெதும்பினாள்.

பரபரப்பு அதிகமாகிவிட்டது. தெருவில் உள்ளவர்கள் மும்முரமாக அங்கும் இங்கும் ஓடினார்கள்.

ஒரு மணி நேரத்திற்குள் ஒரு சின்ன சிங்காரச் சப்பரம் தயாராகி விட்டது. சிறிய வாழைக்குலை, ஓலைநெருக்கு, இரண்டு மெழுகுவர்த்தி – சப்பரம் வெகு அழகாக இருந்தது. வைத்திலிங்கத்தைக் காலைத் தொங்க விட்டு, கையை அஞ்சலி பந்தம் செய்து உட்காரவைத்து ஜோடித்தார்கள். உட்கார வைக்குமுன் குளிப்பாட்டியாகிவிட்டது. நெற்றியில் நாமம், திருச்சூர்ணம். மேலெல்லாம் குங்குமம். ஒரு ரோஜாப்பூ ஹாரம்.

பஜனை கோஷ்டி, ஜாலர் ஒலிக்க, 'ரகுபதி ராகவ ராஜாராம்' பாடிக்கொண்டு முன்னால் சென்றது. நல்ல கூட்டம். நன்னையன் கைதியைப்போல், பஜனை கோஷ்டியில் நடுவில் மாட்டிக்கொண்டு விட்டான்.

ஒரு சந்து பொந்து விடாமல் ஊர் முழுவதும் சுற்றி, ஆற்றங்கரைப் பாதையில் வாய்க்காலுக்குப் பக்கத்தில் நின்றது ஊர்வலம். பஜனை கோஷ்டியின் திவ்ய நாமம் ஆற்றங்கரை வெளியெல்லாம் எதிரொலித்தது. அரைமணி நேரம் ஆஞ்சநேயரின் நாமம் கடலலை போல முழங்கிற்று.

அழகாக இரண்டு முழம் உயரத்துக்குச் சிமிண்டு போட்டுச் சமாதி எழுப்பிவிட்டார்கள். பின்னால் அரசங்கன்றும் நட்டு நீர் ஊற்றினார்கள்.

திவ்ய நாமம் முடிந்தது. எல்லோரும் விழுந்து வணங்கினார்கள்.

"என்னடா, சும்மா நிக்கிறியே, கொலைகாரப் பயலே, விழுந்து கும்பிடுடா!" என்று ஊருக்குப் பெரியவர் ஓர் இரைச்சல் போட்டார். பரபரவென்று இடுப்பில் சோமனைக் கட்டி நெடுஞ்சாண் கிடையாக நாலுமுறை எழுந்து எழுந்து விழுந்தான் நன்னையன்.

கலைமகள், அக்டோபர் 1951

வேண்டாம் பூசனி!

பாட்டிக்குக் கைகால்கள் எல்லாம் வீங்கிவிட்டன. ரத்தம் இல்லாத குறைதான். வயது என்ன, கொஞ்சமாக ஆயிற்றா? வருகிற கந்த சஷ்டிக்கு எண்பத்திரண்டு நிறைந்து விடுகிறது. இனிமேல் சாப்பாடு சாப்பிட்டா ரத்தம் ஊறப் போகிறது? திடீர் திடீரென்று கிறுகிறுவென்று மயக்கம் வருகிறது. கண்ணில் நிழலாடுகிறது. யாராவது வந்தால் ஏதோ தேய்த்துவிட்டாற்போல் தெரிகிறதே தவிர, இன்னாரென்று பளிச்சென்று சொல்ல முடியவில்லை. பொழுது சாய்ந்து விட்டால் இந்த அரைப்பார்வையும் மங்கிவிடுகிறது. இப்போது ஆறு மாதமாக ராத்திரிப் பலகாரம் கூடக் கிடையாது. மத்தியானம் பன்னிரண்டு மணி சுமாருக்குச் சாப்பிடுவதோடு சரி. வாய் ருசிக்கத் தோசை, இட்டலி, கொத்தமல்லித் துவையல் என்று தவறாமல் சாப்பிட்டுவிட்டுத் திடீரென்று இவற்றை எல்லாம் நிறுத்திவிட்டது, முதலில் கொஞ்சம் கஷ்டமாகத்தான் இருந்தது. ஆனால் உடம்புப் பாட்டைக் குறைத்துக்கொள்ளத்தான் இந்த ஏற்பாட்டை ஆரம்பித்தாள் பாட்டி. நடக்கவோ முடியவில்லை. கையில் தெம்பில்லை. பலகாரம் சும்மா வாயில் வந்து விழுமா? அதற்கும் அரிசி, உளுந்து என்று எதையாவது நனைத்துக் கல்லுரலில் போட்டு அரைத்தால்தானே உண்டு. கல்லுரல் குழவியைப் பம்பரமாகச் சுற்றிக்கொண்டிருந்த கைக்கு இப்போது அதை நகர்த்துவதே பாடாக இருந்தது. அதுவுமின்றித் தட்டித் தடவிக்கொண்டு இலையைப் போட்டுப் பலகாரத்தை வைத்து, எண்ணெய், மிளகாய்ப் பொடி எல்லாம் தானேதான் போட்டுக்கொள்ள வேண்டியிருக்கிறது. அதோடு நின்றுவிடுகிறதா? அந்த இலையை வாசலில் கொண்டு எறிய வேண்டும். பிறகு தின்ற இடத்தை மெழுகவேண்டும். 'இவ்வளவு பாடு எதற்காக?' என்றுதான் பலகாரப் பழக்கத்தையே நிறுத்தினாள் பாட்டி.

ஒரு வேளைச் சாப்பாடு சமைப்பதே பிரம்மப் பிரயத்தனமாக இருக்கிறது. 'டா'னாப் பாடாக வளைந்து விட்ட உடம்பைச் சுமந்துகொண்டு எத்தனை வேலை

செய்ய வேண்டியிருக்கிறது! விடியற்காலையில் வாசலைப் பெருக்கிச் சாணி தெளித்துக் கோலம் போடவேண்டும்.

"ஏண்டி ராது, வாசல் எவ்வளவு பெரிசு இருக்கு. என்னமோ பிளாஸ்திரி போட்டாப்போல் கையகலத்துக்குப் பெருக்கி மொழுகி யிருக்கியே!" என்று சுந்தராம்பாக் கிழவி சொன்னபோது, "நான் பிள்ளை பெத்த அழுக்குக்கு இது போரும். என்னைச் சொல்லி என்னடி பண்றது? ஒரு வீடு தள்ளித்தானே இருக்கா நாட்டுப் பொண்ணு. அவளை அழச்சிண்டு வந்து காண்பியேன் என்று பாட்டி பதில் கொடுத்தாள்.

"அவ இந்தக் கோலத்தை மிதிச்சுண்டுதானே காவேரிக்குப் போறா, குளிக்க?"

"பின்னே ஏன் என்னைக் கேக்கறே? என் வயத்தெரிச்சலைக் கிளப்பாமா போ. நீ கொடுத்துவச்ச மகராசி. உன் நாட்டுப்பெண் இரண்டும் அடங்கின சரக்கு. காலைப் புடிக்கிறதென்ன, புடவை தோய்ச்சுப் போடறதென்ன, 'ம்' முன்னாப் பத்து அரைச்சுப் போடறதென்ன, அதுக்கெல்லாம் கொடுத்து வைக்க வாண்டாமா?"—சுந்தராம்பாக் கிழவி போன பிறகு, பாட்டி அந்தக் கையகல மெழுகலையும் கோலத்தையும் பார்த்துக் கொண்டேயிருந்தாள். அறுபது, அறுபத்தைந்து வருஷத்துக்கு முன், சாந்திகல்யாணம் ஆகிப் புக்ககம் வந்த புதிதில் பிடாரியம்மன் புறப்பாட்டுக்காகத் தெருவடைத்துத் தேர்க்கோலம் போட்டாள் அவள். ஊரே அதைப் பார்த்துப் பிரமித்தது. அவளுடைய மாமியார், 'நன்னாப் போட்டா, அசடு!' என்று பூரிப்புத் தாங்காமல் சொல்லிக்கொண்டே, சுவாமி அலமாரியைத் திறந்து விபூதி எடுத்து ஒரு பொட்டு அவள் நெற்றியில் வைத்தாள். 'அடுத்த வீட்டுச் சிவகாமு கண்ணு படப்படாது, சுவாமி! என் மாட்டுப்பொண்ணு பரமசாது' என்று வேண்டிக்கொண்டாள். 'அவ கண்ணிலே ஆலகால விஷம் இருக்குடி அம்மா. பட்டுதோ போச்சு. அதோ உயரக்க, சுவத்துலே இருக்கே ராதாகிருஷ்ண படம், அது அவா போட்டது. பரண்கட்டி அதுமேலே உட்கார்ந்து எழுதிண்டிருந்தா. சிவகாமு வந்து, 'அட, சித்திரம் போட்டாறதா'ன்னாள். சொல்லி ஒரு முகூர்த்தமாகலே, பரண் முறிஞ்சு திடீர்ன்னு விழுந்தது. ஒரு மாசம் எழுந்திருக்கலே. அவ்வளவு குளுமையான கண்ணு! அப்பப்பா! இந்தா, 'ஆக்'காட்டு" என்று ராதையின் வாயிலும் கொஞ்சம் விபூதியைப் போட்டாள்.

நேற்று நடந்தாற்போல இருக்கிறது. இந்த மாதிரி மாமியார் யாருக்குக் கிடைக்கப் போகிறாள்? தெய்வப்பிறவி! ராதையும் அந்த மாமியாருக்குக் கொஞ்சமாகச் செய்யவில்லை. முடக்கு வாதம் வந்து இருந்த இடத்தை விட்டு நகரமுடியாமல் அவள் கிடந்தபோது ஒரு காரியம் விடாமல், கூசாமல், ஜுகுப்ஸை இல்லாமல் செய்தாள். 'உனக்கு ஒரு குறைவும் வராதடி அம்மா' என்று வாயார அவள் ஆசி கூறினதும், அதைக் கேட்டு உணர்ச்சி தாங்காமல் கண்ணைத் துடைத்துக்கொண்டதும் நன்றாக ஞாபகத்தில் இருக்கின்றன. 'அந்த உத்தமி வாக்குக்கூடப் பலிக்கவில்லை? பலித்தால் மூன்று பிள்ளைகளையும் இரண்டு பெண்ணையும் கல்லுக் கல்லாகப் பெற்றுவிட்டு இந்தக் காடு அழைக்கிற வயசில் ஒன்றியாக,

வேண்டாம் பூசனி!

வீங்கின கையும் வீங்கின காலுமாகத் திண்டாடுவோமா? வாக்குப் பலிக்கத்தான் இல்லை.'

கோலம் போட்டானதும் நடுப்பிள்ளை வீட்டிலிருந்து அரைச்சேர் பால் வரும். அவன் ஸ்வீகாரம் போய்விட்டான். அபார சம்சாரி. ஒன்பது பெண்கள்! ஸ்வீகாரச் சொத்து மூன்று வேலியும் கரைந்து மூன்றரை மாவுக்கு வந்துவிட்டது. 'ஒன்பது பெண்ணைப் பெத்துருட்டு உசிரோடே இருக்காகானே. அதுதான் பெரிசு' என்று ராதுப் பாட்டி வாய்க்குள் சொல்லிக்கொள்வாள். நடுப்பிள்ளையிடம் ஒரு தயவும் அன்பும் உண்டு. இவ்வளவு சம்சாரத்துக்கிடையில் அவன் சொந்தத் தாயாரை மறக்க வில்லை. வருஷத்திற்கு இரண்டு புடவை, பத்துக்கலம் நெல், காய்கறி, பட்சணங்கள் என்று அவளுக்கு வேண்டியதையெல்லாம் கொடுத்துக்கொண்டிருந்தான். மருமகளையும் கோயிலில் வைத்துக் கும்பிடவேண்டியதுதான். அவன் வீட்டிலிருந்து தினமும் அரைச் சேர் பசும்பால் வரும். வேண்டுமென்றால் காபியாகவும் வந்துவிடும்.

காபி குடித்துவிட்டு, ஆற்றங்கரைக்குப் போய்க் குளித்துவிட்டு வருவதற்குள் ஒன்பது மணியாகிவிடும். அப்புறம் சூரிய நாராயண ஜபம். 'என்னமோ அந்த மாமியார்த் தெய்வம் கொடுத்துவிட்டுப் போன சொத்து அது. அது இல்லாவிட்டால் இந்த வயசில் இவ்வளவு தூரம் எங்கே கண் தெரியப்போகிறது?' என்று சாயாதேவி ஸுவர்ச்சலா தேவி சமேதரான சூரியபகவானை விடாமல் பூஜை செய்து வந்தாள் பாட்டி. காலணா அகலத்திற்கு ஒரு பொன் தகட்டில் ரதமும் குதிரைகளும் கதிரவனும் வெகு நுணுக்கமாக வேலை செய்யப்பட்டிருந்தன. கால் மணி நேரம் அதற்கு முன்னால் உட்கார்ந்து அதன் புகழ் பாடி அதன் அழகைப் பார்த்துத் தினம் ஒரு முறை பூசித், இரண்டு வறட்டுத் திராட்சைப் பழங்களை நைவேத்தியம் செய்து, நமஸ்கரித்து அந்தப் பகவானை ஒரு வெள்ளிச் சம்புடத்தில் – சம்புடமும் மாமியார் சொத்துத் தான் – போட்டு மூடி, யாராவது தெருவோடு போகிற குழந்தையைக் கூப்பிட்டு அந்த இரண்டு திராட்சைகளைக் கொடுத்த பிறகுதான் பாட்டி சமைக்க ஆரம்பிப்பாள்.

சமைக்கிறதுதான் மகா பாடு. கொல்லைத் தோட்டத்தில் இருந்து தண்ணீர் கொண்டுவர வேண்டும். அந்தக் கிணறு தரையோடு தரையாக இருக்கும். சுவர் கிடையாது. ஏற்றமோ சகடையோ கிடையாது. நின்ற வாக்கில் கயிற்றில் குடத்தைக் கட்டிவிட்டு இழுக்க வேண்டும். இந்தத் துர்ப்பலமான உடம்பில், ஒரு நாளைக்கு அந்தக் கிணற்றுக்குள் அப்படியே விழுந்தாலும் விழுந்துதுதான்.

பாதி நாள் ரசம் அல்லது வெறுங் குழம்பு என்று ஏதாவது ஒன்று தான் பண்ணிச் சாப்பிட முடியும்.

'மொகரையைப் பாரு. உங்களுக்கெல்லாம் வேளைக்குச் சமைச்சுக் கொட்டணுமோ? வெறுமனே கரைஞ்சுண்டுகிடங்கோ. இன்னும் ஒரு நாழியாகும் இன்னிக்கு. நீயுந்தான் போயேன். எங்கேயாவது பந்தல் கால்லே படுத்துத் தூங்கிப்பிட்டு ஒரு நாழி கழிச்சு வந்து சேரு' என்று முற்றத்தில் உட்கார்ந்து கரையும் காக்கைக் கூட்டத்தையும், இடைக்கட்டில் வந்து வாலையாட்டிக் குழையும் நாயையும் செல்லமாகக் கடிந்துகொள்வாள் பாட்டி.

சாப்பாடானால் அன்று வேலை தீர்ந்தாற்போல. வீட்டைச் சாயங்காலம் ஒரு முறை பெருக்கிவிட்டால் போதும். குப்பையை மூலையிலிருந்து திரட்டி வாசலில் எறிவும் சிரமமான வேலைதான். எத்தனை தடவை எழுந்து உட்கார்ந்து குனிந்து நிமிர வேண்டியிருக்கிறது? 'பெண்ணாகப் பிறந்தவர்களின் ஆயுசில் பாதி குனிந்து நிமிர்வதிலேயே போய்விடுகிறது' என்பது பாட்டி கணக்கு. ஆனால் இந்த வயசில் ஒரு தடவை குனிந்து நிமிர்கிறதானால்... அப்பப்பா!

சாயங்காலம் திண்ணையில் காலை நீட்டி உட்கார்ந்துகொண்டு விட்டால் பொழுது போவதே தெரியாது. இயந்திரம் மாதிரி கை உருத்திராக்ஷக் காய்களை எண்ணும். வாய் ராமாயணத்தைச் சொல்லும். ஆனால் மனம் மட்டும் பழைய முகங்கள், ஆசைகள் எல்லாவற்றையும் பார்த்துப் பார்த்து ஏங்கிக்கொண்டிருக்கும்.

மூத்த பிள்ளையைப் பார்த்து இரண்டு வருஷம் ஆகிவிட்டது. எப்போதாவது நான்கு வருஷத்திற்கு ஒரு தடவை வருவான். வந்தால் தாயாரைப் பார்க்கக்கூடத் தோன்றாது. அவனுக்குத் தாயார், தகப்பனார் இருவர் மீதும் கோபம். 'சின்னப் பிள்ளைக்கு அதிகமாகச் செய்து விட்டார்கள்' என்று அவன் எண்ணம். இந்த மாதிரி அசட்டு எண்ணங்கள் தோன்றிவிட்டால் படைத்தவன் கூடத் திருத்த முடியாது. அதுவும் அவனுக்காகப் படாமல் பெண்டாட்டி சொல்லி ஏற்பட்டுவிட்டால் அது கல்லில் செதுக்கினாற்போலத்தான். அவன் மனைவி 'படாமணி!' இது ஊர் அறிந்த விஷயம். அவளுக்குச் சிநேகிதர்களே கிடையாது. ஒரு நிமிஷத்தில் யாரோடும் சண்டை போட்டுக்கொண்டுவிடும் வித்தை அவளோடு கூடப் பிறந்திருந்தது. புகுந்த நாள் முதல் மாமியார், மைத்துனன் மனைவி எல்லோரோடும் வரிந்து கட்டிக்கொண்டு குஸ்திக்கு நின்றுவிட்டு, கடையில் பாகம் பிரித்துக்கொண்டு புருஷனோடு வேறு வீட்டுக்குப் போனாள். கடையில் ஊரைவிட்டே இருவரும் போய்விட்டார்கள். தகப்பனார் செத்துப்போனபோது வந்தான் அவன். ஈமக் கடன் செய்ய முடியாது என்று ஒற்றைக் காலால் நின்றான். கடையில் யார் யாரோ சொல்லி நடுப்பிள்ளை அவனுக்குப் பணத்தைக் கொடுத்துப்பண்ணச் சொல்வதற்குள் ஊர்கூடித் தேர் இழுக்கிற பாடுபட்டுவிட்டது. நடுப்பிள்ளை ஸ்வீகாரம் போய்விட்டோமே என்று பார்க்காமல் தாராளமாகச் செலவு செய்தான். கிழவர் சாவுக்குக் கல்யாணத்திற்கு நடக்கிறதுபோல்தான் இருந்தது. இந்த வைபவத்தை மூத்த மாட்டுப்பெண் வந்து எட்டிக்கூடப் பார்க்கவில்லை. 'இந்தச் சமயத்திலே இப்படித் துவேஷம் பாராட்டலாமா? யாரும் பாராட்ட மாட்டா. ஒண்ணு, அவ பரம அசடா இருக்கணும்; இல்லைன்னா மனுஷ்ய ஜன்மமா இல்லாம இருக்கணும்' என்று சமாதானம் செய்து கொண்டாள் பாட்டி. இருந்தாலும் அந்தரங்கத்தில் அவள் வரவில்லையே என்ற தாங்கல் ஒட்டிக்கொண்டுதான் இருந்தது.

கடைசிப் பிள்ளைதான் ஒரு வீடுபோட்டு அடுத்த வீட்டில், பிதிரார்ஜிதமான வீட்டில், பாட்டி அறுபது வருஷமாக வாழ்ந்து குடித்தனம் செய்த வீட்டில் இருக்கிறான். அவனும் பெரிய பிள்ளையைப் போல்தான். தகப்பனாரிடம் தன் கோபத்தைக் காட்டவில்லை அவன்.

வேண்டாம் பூசனி!

'தாயார், பெண்ணுக்கு அதிகமாகச் செய்கிறாள்' என்பது அவன் எண்ணம். அவனுக்கு அதைப்பற்றிச் சந்தேகம் இருந்தாலும் அவன் பெண்டாட்டிக்கு நிச்சயந்தான்.

"அம்மாடியோவ்; வயசாவது ஆகவாவது! ஒண்ணரைப் படி சாதம் சாப்பிடறதே! இந்தாருங்கோ, உங்கம்மாவுக்குச் சாதம் என்னாலே போட முடியாது. ஆனாலும் இந்த மாதிரி, பகாசுரத் தீனி திங்கறத்தைப் பார்த்தா எனக்குப் பயமாயிருக்கு. குழந்தைகள்ளாம் பயப்படறது. உங்கம்மாவைத் தனியாச் சமைச்சுச் சாப்பிடச் சொல்லுங்கோ, ஆமாம். இல்லேன்னா நீங்களும் உங்க அம்மாவுமாச் சேர்ந்து குடுத்தனம் நடத்திக்கோங்கோ. நான் என் குழந்தைகளை அழச்சிண்டு தனியாகப் போறேன்" என்று மாமியார் சாப்பிட்டுக்கொண்டிருக்கையிலேயே ஒரு கர்ஜனை போட்டாள். அம்மா அப்படியே மண்டையில் அடித்தார்போல் திகைத்துவிட்டாள். பிள்ளை தலையைக் குனிந்துகொண்டே வாசலுக்குப் போய்விட்டான். 'சீ நாயே! என்று சொல்லத் துப்பில்லையே இவனுக்கு' என்று ஏங்கினாள். சாப்பிடும்போது இந்தக் கடும் வார்த்தைகளைக் கேட்ட போது அவள் நெஞ்சு சுட்டது. சாதத்தை விழுங்க முடியாமல் தாரை தாரையாகக் கண்ணீர் விட்டாள். குழந்தைகள் திக்கிப் போய் உட்கார்ந் திருந்தன. கடைசியில் மனது இருந்த எழுச்சியில் இலையைக் கையோடு எடுத்துச்செல்ல மறந்துவிட்டாள்.

"ஏ முண்டமே! இந்த எச்சில் இலையை யார் தூக்கிண்டு போவா?" என்று எச்சில் இலையை எடுத்துப் பாட்டி தலை மீது வீசிவிட்டாள் அவள். பாட்டி வாய்விட்டு அழுதுகொண்டே இலையைப் பொறுக்கி வாசலில் எறிந்து கையை அலம்பி விட்டு அப்படியே நடுப்பிள்ளை வீட்டைப் பார்க்க ஓடிப்போய் நடந்ததைச் சொல்லி அழுதாள். நடுப்பிள்ளை ரௌத்ராகாரமாகச் சீறிக்கொண்டு ஓடிவந்து, "ஏ நாயே, என்ன துளுத்துப் போச்சு, கட்டை! இனிமே வாயைத் திறந்தாயோ மூட்டை கட்டி அனுப்பிச்சுடுவேன். ஏண்டா, பெண்டாட்டியை ஆள்கிறது அழகாயிருக்குடா, மானங்கெட்டவனே! பேசாம உட்கார்ந்திருக்கியே, இடுப்பிலே நாலு உதை விடறதுக்கில்லாம; கூறு கெட்டவனே; முதுகெலும்பில்லே உனக்கு?" என்று தம்பியைப் பார்த்துச் சத்தம் போட்டான். தம்பி இப்போதும் வாயைத் திறக்கவில்லை; தலையைக் குனிந்துகொண்டே உட்கார்ந்திருந்தான். இந்த மௌனத்திற்கு என்ன அர்த்தமென்றே தெரியவில்லை. அன்று முதல், பாட்டி அந்த வீட்டில் ஓர் ஓரமாகச் சமைத்துச் சாப்பிட ஆரம்பித்தாள். ஆனால் ஆறு மாசத்திற்குள் அந்த வாழ்க்கையும் நாசமாகப் போய்விட்டது. திடீரென்று உலர்த்தி யிருக்கிற புடவையின் நடுவில் தானாக ஒரு கஜம் கிழிந்திருக்கும். படுக்கிற இடத்தில் ஒரு முட்டுச் சாணம் இறைந்து கிடக்கும். கரண்டிகள் மறைந்துவிடும்.

பாட்டி நடுப்பிள்ளையிடம் வந்து அழுதாள்.

"அப்பா, என்னாலே ஒத்தருக்கும் தொந்தரவு வாண்டாம். கோடி வீட்டிலே ஓர் ஓரமாக நான் இருந்துக்கறேன்" என்று தழதழுத்தாள். கோடி வீடு நடுப்பிள்ளையுடையது. நெல் சேர் கட்டி வைத்திருந்தான் அங்கே. அங்கே வாசல் பக்கத்தில் ஓர் அறை இருந்தது. அந்த அறையைத் தவிர

வேறு எங்கும் வெறும் திறந்த வெளிதான். தேர் தேராக நாலைந்து சேர் இருந்தன. அந்த வீட்டில்தான் இப்போதும் இருக்கிறாள் பாட்டி. ஆறு வருஷமாக ஒன்றியாகக் காலம் கழிந்துகொண்டு வருகிறது.

தெய்வத்தின் வழியே அவளுக்குப் புரியவில்லை. மாமியார், மாமனார், மைத்துனர்கள் எல்லோருக்கும் அவள் கொஞ்சமாகவா உழைத்தாள்? அரை மனது, கால் மனது என்றில்லாமல், கபடமில்லாமல் அவள் செய்தது பகவானுக்குத்தான் தெரியும். எல்லோரிடத்திலும் நல்ல பெயர். 'நீ செத்த இடத்திலே செங்கழுநீர் பூக்கணும்டம்மா' என்று மாமனார் ஆசீர்வாதம் செய்வது வழக்கம். ஆனால் பாட்டிக்கு இதுவரை எந்த ஆசை, எந்த ஆசீர்வாதம் பலித்தது? 'மஞ்சளும் பூவுமாகப் போகப் போகிறோம்' என்றுதான் மனப்பால் குடித்துக்கொண்டிருந்தாள். ஆனால் திடமா யிருந்த கிழவர் திடீரென்று மாரடைப்பு வந்து முந்திக்கொண்டு விட்டார். அதுவே பெரிய இடியாக இருந்தது. ஏனென்றால், 'நாம்தான் முன்னால் போகப்போகிறோம்' என்று பாட்டிக்கு நிச்சயமாக ஒரு தீர்மானம் வேரூன்றிவிட்டிருந்தது. அது எதிர்பாராத வகையில் திடீரென்று பொய்த்துப் போனது பொறி கலங்கச் செய்தது.

அதுதான் நிறைவேறவில்லையென்றால் சாதாரணமாகவாவது வாழக் கூடாதா? பாபமே வடிவெடுத்தாற் போல இரண்டு நாட்டுப் பெண்கள். 'தின்கிற ஒரு பிடிச் சாத்தைக் கூடப் பகாசுரத் தீனி தின்கிறது என்றாளே! "உங்க அம்மாவோட நீங்க குடுத்தனம் பண்ணிக்குங்கோ; இல்லாட்டா என் குழந்தைகளை அழச்சிண்டு நான் போறேன்; என் குழந்தைகளிடம்!" அவனுக்குக் குழந்தைகள் இல்லையா? ஐய, காது கொண்டு கேக்கவே கூசறது. என்னமோ, இப்ப அவளுக்கே வந்துடுத்து. பம்பாயிலே இருக்கிற பிள்ளை திரும்பிக்கூடப் பார்க்க மாட்டேங்க றானாம்; நாம் பெரியவாளுக்குச் செஞ்சாத்தானே நம்ம கீழ் வாரிசுகள் நமக்குச் செய்யும்? அதையுந்தான் என்னமாச் சொல்றது?

'இந்தக் கட்டை கொஞ்சமாகச் செஞ்சுதா? இப்ப ஏன் லோல் படறது இப்படி!'

பாட்டி என்ன என்னவோவெல்லாம் எண்ணிக்கொண்டிருப்பாள். கணகணவென்று மேற்குக் கோடியிலுள்ள பெருமாள் கோயிலிலிருந்து தீபாராதனை மணியோசை கேட்கும். உடனே திண்ணையை விட்டு எழுந்து வாசலில் வந்து நின்று, தெருவின் அந்தக் கோடியிலிருந்த அந்தப் பெருமாளை இந்தக் கோடியிலிருந்தே வணங்கிவிட்டு, பாட்டி வாசல் கதவைத் தாழிட்டுக்கொண்டு உள்ளே சென்றுவிடுவாள்.

அன்று சாயங்காலம் கணகணவென்று கோயில் மணி ஒலித்தபோது திண்ணையை விட்டு எழுந்து வந்தவளுக்கு ஏதோ கிறுகிறுவென்று தலையைச் சுற்றுவது போல் இருந்தது. அவ்வளவுதான். மறுகணம் நடு வாசலில் மயக்கம் போட்டு மடேரென்று விழுந்துவிட்டாள்.

மண்டையில் நல்ல அடி. ரத்தம் சடசடவென்று கொட்டிக் கொண்டிருந்தது. யார் யாரோ வந்து தூக்கினார்கள். நடுப்பிள்ளை வீட்டில் கொண்டுபோய்ப் போட்டார்கள். சாணார வைத்தியன் வந்து மருந்து போட்டுவிட்டுப் போனான். நடுப்பிள்ளை நன்றாகத்தான் கவனித்தான்.

வேண்டாம் பூசனி!

அவன் மனைவியும் ஆஸ்த்மா இழுப்பு, இரைப்பு, இருமல் ஒன்றையும் லட்சியம் செய்யாமல் இயல்புக்கு மீறிய வேகத்துடன் சுச்ருஷை செய்து கொண்டிருந்தாள்.

இரண்டு நாள் ஆன பிறகு பாட்டியின் பெண்ணும் மாப்பிள்ளையும் வந்தார்கள் பார்க்க. மூன்று மைலில் கிழக்கே ஒரு கிராமம். அங்கேதான் பெண் வாழ்க்கைப்பட்டிருந்தாள். அவளும் சம்சாரிதான்; ஆறேழு பெண்கள்; நான்கு பிள்ளைகள்; கையில் ஒரு பெண்.

"அண்ணா, நான் அம்மாவை அழைச்சிண்டு போய் வச்சுக்கறேன்" என்றாள் பெண்.

"நானும் அதான் சொல்லணும்னு நெனச்சேன்" என்று மாப்பிள்ளையும் கூச் சேர்ந்துகொள்ளவே, பாட்டி பெண்ணுடன் போவது என்று தீர்மானம் ஆகிவிட்டது.

பெண் வாழ்க்கையில் அடிபட்டவள்; சம்சாரி; கெட்டிக்காரி. கையும் காலும் வீங்கியிருப்பதைப் பார்த்து, மூன்று நாலு மாதத்திற்குமேல் அம்மா தரிக்கமாட்டாள் என்று நிச்சயமாகத் தோன்றிற்று. 'கடைசிக் காலத்தில் கிழவிக்குச் செய்த புண்ணியமும் கிடைக்கும்; நூற்றைம்பது இருநூறு ரூபாய் பாத்திரங்களும் கிடைக்கும் என்று புள்ளி போட்டு விட்டாள். மறுநாள், அம்மா, அவளுடைய வெந்நீர் தவலை, வெண்கலப் பானைகள், ஈய ஜோட்டி, ஈயச் சொம்பு, சீனாச்சட்டி, அகப்பைக்கூடு, பித்தளைச் செம்புகள், வெண்கல டம்ளர்கள், உருளி, கால்பவுனில் ஒரு சிகப்புக்கல் மோதிரம் எல்லாம் ஒரு வண்டியில் ஏறி மாப்பிள்ளை வீட்டுக்குப் போயின.

பாட்டிக்குக் கஷ்டமெல்லாம் ஒரு மாதிரியாக விடிந்துவிட்டது என்று சொல்ல வேண்டும். கடைசிக் காலத்தில் பிள்ளை வீட்டில் இராமல் பெண் வீட்டில் இருப்பது வழக்கத்திற்கே விரோதமாகத்தான் இருக்கிறது. என்ன செய்ய முடியும்! பெண்ணாவது அழைத்து வைத்துக் கொள்கிறேன் என்று சொன்னாளே, அதுவே சந்தோஷப்பட வேண்டிய விஷயம்.

இப்போது குனிந்து நிமிர வேண்டிய வேலை கிடையாது. தண்ணீர் இழுக்க வேண்டியதில்லை. வீடு பெருக்க வேண்டியதில்லை. உட்கார்ந்த இடத்திலிருந்தே கறி நறுக்கிக் கொடுப்பாள். புளிக்குக் கொட்டை எடுப்பாள். இல்லாவிட்டால் காலை நீட்டிக்கொண்டு பெண்ணின் கைக்குழந்தையை இரண்டு கால்மீதும் மல்லாக்க விட்டு ஆராரோப் பாடி இட்டாச்சுக் காட்டிக்கொண்டிருப்பாள். ஆறு வயதிலும் பத்து வயதிலும் இரண்டு பேத்திகள். அது இரண்டுக்கும் தினமும் இருட்டியதும் கதை சொல்ல வேண்டும். பிள்ளை வயிற்றுப் பேரன்களைப் போல ஓசைப்படாமல் கிள்ளிவிட்டு ஓடத் தெரியாது அதுகளுக்கு. பாட்டிக்கு உடம்பில் புது பலம்கூட ஊறிவிட்டது. கவலை இல்லை. எப்போதும் உற்சாகம், எப்போதும் அமைதி. கண்ணாடி மேல் ஓடுவதுபோல் பொழுது ஓடிற்று. ஆடி வந்தது. பிள்ளையார்ச் சதுர்த்தி வந்தது. நவராத்திரி வந்தது. தீபாவளி, கார்த்திகை – அட வைகுண்ட ஏகாதசி வந்துவிட்டதா! 'நான் வந்து எட்டு மாசமா ஆயிட்டுது!' என்று ஆச்சரியத்துடன் கேட்டாள் பாட்டி.

"ஆனா என்னம்மா. நீ சாப்பிட்டா இங்கே ஆயிடப்போறது?" என்று பெண் வறட்டுக் குரலில், 'அப்பா குதிர்க்குள்ளே இல்லை' என்கிற மாதிரி சொல்லிவைத்தாள்.

"என்னமோ பகவான் இன்னும் அழச்சுக்க மாட்டேங்கிறான் என்று பாட்டியும் பதில் சொல்லிவைத்தாள். பெண் சொன்ன பதில் அவளுக்கு அவ்வளவாகப் பிடிக்கவில்லை. 'பாத்திரத்தையெல்லாம் இவளிடம் கொடுத்துவிட்டு இரண்டு மாசத்தில் செத்துப்போகலாம் என்று வந்தால், ஆயுசு நீண்டுகொண்டே போகிறதே' என்று கலங்கினாள்.

பொங்கலுக்கு ஒரு வாரம் இருக்கும். பாட்டி கூடத்தில் உட்கார்ந்து உருத்திராட்சத்தை எண்ணிக்கொண்டிருக்கையில், "அம்மா!" என்று குரல் கேட்டது. மூத்த பிள்ளையின் குரல்.

"யாரு, நீலுவா?"

"ஆமாம்மா."

"வா, உட்காரு, இப்பத்தான் வரியா?"

"ஆமாம்."

"எங்கேயிருந்து?"

"மாயவரத்திலேருந்து தான்."

"அங்கேதான் இருக்கியா! எத்தனை நாளா?"

"ஒரு வருஷமா."

"என்ன வேலையோ?"

"ஒரு செட்டியார் கடையிலே கணக்கு எழுதிண்டிருக்கேன்."

"சவுகர்யமா இருக்கா ஊரு?"

"ஏதோ இருக்கு."

"நான் இங்கே இருக்கேன்னு தெரியுமா?"

"ஊருக்கு வந்து பார்த்தேன். இஞ்ச வந்துட்டதாகச் சொன்னா. வந்தேன்; அடுத்த திங்கட்கிழமை எனக்குச் சஷ்டியப்த பூர்த்தி."

"ஓஹோ, தை மாசம்னாடா நீ பிறந்தே! அட, அறுபது ஆயிட்டுதா உனக்கு!"

"ஆசீர்வாதம் பண்ணும்மா, அதுக்குத்தான் வந்தேன்."

பிள்ளையின் குரல் கம்மித் தழுதழுத்தது.

"தீர்க்காயுசா இருடாப்பா. நல்லபடியா நூறு வயசு இருக்கணும், சௌக்யமாக் குழந்தை குட்டிகளோட. விசாலாட்சி இருக்காளா?"

"இருக்கா."

வேண்டாம் பூசனி!

பாட்டிக்குப் பிள்ளையின் அறுபதாம் கல்யாணத்தைப் பார்க்க ஆசைதான். ஆனால் அவன் அழைத்தால்தானே. ஆசீர்வாதத்தை மட்டும் பெற்றுக்கொண்டு போய்விட்டான்.

"கலியாணம்னு சாக்கு வச்சுண்டாவது அம்மாவை அழச்சிண்டு போகணும்; நாலு நாள், பத்து நாள் வச்சுக்கணும்னு தோணித்தா பாரும்மா அண்ணாவுக்கு" என்று பெண் சொன்னாள். சொன்னது உண்மைதான். ஆனால் இவ்வளவு ஸ்பஷ்டமாக இவள்தான் இதை ஏன் சொல்ல வேண்டும்? – அம்மாவுக்கு வேதனை, பூச்சி அரிக்கிறது போல அரித்தது.

வர வர, பெண்ணும், தான் போட்ட கெடுவிற்குமேல் அம்மா பிழைப்பதைச் சுட்டிக் காட்டுவது போலப் பேசிக்கொண்டிருந்தாள்.

சூரிய நாராயண சம்புடத்திற்கு முன்னால் உட்கார்ந்து பாட்டி மனப்பூர்வமாக வேண்டிக்கொண்டாள். 'அப்பனே, உன் கை பட்டுன்னா எவ்வளவு சீக்கிரம் எல்லாம் வாடறது? பூமி, ஜலம் எல்லாத்தையும் சுட்டுக் கொளுத்தறயே! என்னையும் பொசுக்கிப்பிடேன். ஏன் என்னை வச்சு வச்சுக் கொல்றே? அப்பனே!'

அன்று மாலை தாழ்வாரத்திலிருந்து முற்றத்தில் இறங்கும்போது கால் தடுக்கிற்று. பாட்டி இசைகேடாக விழுந்தாள். உதட்டில் முற்றத்துக் கருங்கல்படி ஆழமாகக் குத்தி, ரத்தம் ஆறாகப் பெருகிற்று. மேல் உதடு நன்றாகக் கிழிந்து – ஈறு தெரியும்வரை கிழிந்தது – ரத்தம் கொட்டிற்று. மூக்கும் கிழிந்துவிட்டது. 'இந்த உலர்ந்த கடையில இவ்வளவு ரத்தம் எங்கிருந்து வந்தது!' என்று எல்லோருக்கும் ஆச்சரியமாக இருந்தது. அரை மணி நேரத்திற்குள் அதிர்ச்சி தாளாமல் முகம் பெரிதாக வீங்கிவிட்டது. ரத்தம் மட்டும் நிற்கவில்லை. விபூதியை வைத்து அப்பினார்கள். 'ராமா, ராமா!' என்று பாட்டி புலம்பிக்கொண்டிருந்தாள்.

ஆஸ்பத்திரி மூன்று மைலில் இருக்கிறது. இருள் கவிந்துவிட்டது. வண்டியைக் கட்டிக்கொண்டு போக வேண்டும்.

"டாக்டர் இத்தனை நாழிக்குமேல் இருக்கமாட்டார். வீட்டுக்குப் போயிருப்பார்."

"வீட்டுக்கே வண்டியை ஓட்டிண்டு போயிடறது."

"இத்தனை நாழிக்கு மேல் இருக்கமாட்டார்."

"ஏன்?"

"நாழியாயிடுத்தே."

"உடம்புக்கு வர வியாதிக்கும், ஆபத்துக்கும் ஜோஸ்யமா தெரியும்; அல்லது ஆஸ்பத்திரி மூடறத்துக்குள்ளே வரணும்னு தெரியுமா?"

"டாக்டர் பாக்கணுமே."

"டாக்டர் என்ன மளிகைக் கடக்காரரா, கடை பூட்டினப்புறம் வியாபாரம் பண்ணமாட்டேன்னு சொல்றதுக்கு?"

"ம்..." என்று இழுத்தார் மாப்பிள்ளை.

"கட்டும் வண்டியை" என்று எதிர் வீட்டுக்காரர் துரிதப்படுத்தினார். மாப்பிள்ளை அசையவில்லை.

"என்னையா உக்காந்திருக்கிறே?" என்று மேலே தூண்டுதல் வரவும், 'இதோ வரேன்' என்று உள்ளே எழுந்து போனார்

"எம் பாட்டி, தாத்தா, ரெண்டு பேரும் இப்படி விழுந்துதான் செத்துப்போனா. அதே மாதிரிதான் அம்மாவுக்கும் வந்திருக்கு. பாட்டி ஆத்துக்குப் போய் ஸ்நானம் பண்ணிட்டு, வரபோது சாலையிலே மண் தடுக்கி விழுந்தா. மூர்ச்சை போட்டுடுத்து. கொண்டு கூடத்திலேயே போட்டுடுத்து. அரைமணிக்கெல்லாம் நின்று போச்சு. தாத்தா பூப் பறிச்சிண்டிருக்கும் போது மடேர்னு விழுந்து செத்துப்போனார். அம்மாவும் வம்சவழக்கத்தையே புடிச்சிண்டுட்டா" என்று பார்க்க வந்திருந்த அக்கம்பக்கத்து ஸ்திரீகளிடம் பெண் சற்று இரைந்தே சொல்லிக்கொண்டிருந்தாள்.

இதைக் கேட்டுவிட்டு மாப்பிள்ளை வண்டி கட்டும் யோசனையை விட்டுவிட்டு வாசல் பக்கம் திரும்பியவர், அங்கே எதிர் வீட்டுத் தூண்டும் புலி உட்கார்ந்துகொண்டிருப்பது ஞாபகம் வந்ததும் மாட்டுக்கொட்டில் பக்கம் போய்விட்டார்.

இரவு வெகுநேரம் கழித்துத்தான் ரத்தப்பெருக்கு நின்று கசியும் நிலைமைக்கு வந்தது. மறுநாள் மாலை அந்தக் கசிவும் நின்றுவிட்டது. பாட்டி, கோயில் மணியோசை கேட்டு எழுந்துகூட உட்கார்ந்தாள். 'இந்தக் காயத்திற்குப் பலியாக மாட்டோம்' என்று ஓர் உணர்ச்சி ஏற்பட்ட போது தாங்க முடியாத வேதனை வயிற்றைக் கலக்கிற்று. பெண்ணை நினைத்தும் வருந்தினாள்.

கோயில் மணி நின்றதும் பெண்ணைக் கூப்பிட்டாள்.

"ஏம்மா?"

"சிவராத்திரி நாளைக்குத்தானே?"

"ஆமாம்."

"ஒரு காரியம் செய்யறியா?"

"என்ன, சேவை புழியணுமா, பலகாரத்துக்கு?"

"அதெல்லாம் ஒண்ணும் வாண்டாம். அறுபது வருஷமாக ஒரு சிவராத்திரி விடாமல், நம்ம ஊர் கங்காதரேசுவரரைத் தரிசனம் பண்ணிண்டு வந்திருக்கேன். இந்த சிவராத்திரிதான் கடைசி சிவராத்திரியா இருக்கும். ஒரு வண்டியை வச்சு ஊர்லே கொண்டுவிடச் சொல்லு. போய்த் தரிசனம் பண்ணறேன். அடுத்த சிவராத்திரி எனக்குக் கிடையாதுன்னு தோண்றது."

"இந்தத் தள்ளாத உடம்பிலே போக முடியாதும்மா, உனக்கு. உன் ஆசைக்கு நான் குறுக்கே நிக்கலெ. கட்டாயமாப் போய்த்தான் ஆகணும்னா கொண்டுவிடச் சொல்றேன்."

"போனால் தேவலை."

○

வேண்டாம் பூசனி!

சிவராத்திரியன்று காலையில் பாட்டி நடுப்பிள்ளை வீட்டிற்குப் புறப்பட்டுவிட்டாள். வண்டியில் வரும்போதெல்லாம், வண்டி கைலாசத்தை நோக்கிப் போவதுபோல் தோன்றிக்கொண்டிருந்தது அவளுக்கு. 'ஈசனே! என்னை ஏமாற்றித் திருப்பியனுப்பிவிடாதே. வேண்டாத பூசனிக்காயை நீதான் எடுத்துக்கொள்ளணும். இவ்வளவு வயசான பிறகு உலகத்தில் மனுஷ்யர்கள் உயிரோடிருக்கலாமா? யாருக்காவது சாதகமாகச் செய்துபோட முடிகிறதா? ஒரு குடும்பத்திற்கு வீண் பாரம். அப்படித்தான் சொத்து இருக்கிறதா, கொடுத்துவிட்டுப் போகலாம் என்பதற்கு? ஈசனே! உனக்கா தெரியாது?' என்று திருப்பித் திருப்பிச் சொல்லிக்கொண்டு வந்தாள்.

வண்டி நடுப்பிள்ளை வீட்டு வாசலில் வந்து நின்றது.

வண்டி நிற்கிற சத்தத்தைக் கேட்டுப் பிள்ளையும் அவன் மனைவியும், 'யார்?' என்று பார்க்க ஓடி வந்தார்கள்.

"அம்மா!"

"அம்மா!"

"ராத்திரிக் கண் முழிக்கணுமேன்னு இப்பத் தூங்கறார் போல் இருக்கு" என்றாள் அவள்.

"அம்மா, அம்மா!" என்று பிள்ளை எழுப்பினார்.

"அம்மா, அம்மா!" என்று வண்டிக்காரன் குரல் கொடுத்தான்.

அம்மா காதில் ஒன்றும் விழவில்லை. அம்மா கைலாசத்தில் சிவனாரின் மடியில் தலைவைத்து உறங்கிக்கொண்டிருந்தாள்.

அமுதசுரபி 1951

குளிர் ஜுரம்

நெருப்புத் துண்டத்தைப்போல அந்த வெறும் 'வணக்கம்' கனிந்துகொண்டிருந்தது. ஆசிரியருக்கு அவ்வளவு கோபம். இல்லாவிட்டால், 'அன்பார்ந்த, மதிப்பிற்குரிய ஸ்ரீ குலாலன் அவர்களுக்கு,' என்று வழக்கம் போல ராஜோபசாரம் செய்திருப்பார். ஆனால் இப்போது, கடைசி நிமிஷத்தில் உயிரை வாங்குகிறானே என்று அவர் வயிறு எரிந்தது. 'ஸ்வாமி பதினைந்து நாள் முன்னமேயே இதை வேண்டும் என்று தங்களுக்கு அறிவிப்புக் கொடுத்து விட்டோம். தாங்களும் இரண்டு நாளில் அனுப்புவதாகப் பிரமாணம் செய்யாத குறையாக எழுதியிருந்தீர்கள். போன வாரக் கடிதத்திலும் அதையே குறிப்பிட்டிருந்தீர்கள். இன்னும் தங்கள் கதைக்குச் சாதக பக்ஷியாகத் துடித்துக் கொண்டிருக்கிறோம். தங்கள் உடல் நலமா? ... இனியும் எங்களைச் சோதனைக்குள்ளாக்காமல் உடனே கதையை அனுப்பி வைக்க வேண்டும். உங்கள் பெயரைப் போட்டு விளம்பரப் படுத்திவிட்டோம். அதற்காகத் தாங்கள் இப்படித் தண்டிப்பது முறையல்ல." ஆசிரியரின் கடிதம் இது.

"ஆசிரியரே, உம்முடைய மனத்தின் வேகத்தில் பத்தில் ஒரு பங்கு எனக்கு இல்லையே! இருந்தால் இந்த ஜுரத்தைக் கூட லக்ஷ்யம் பண்ணாமல் இருபது கதை எழுதித் தள்ளி யிருப்பேன்" என்று இரண்டு வரி எழுதிப்போடலாமா என்று குலாலன் கை துடித்தது. 'இந்த ஜுரத்தைக்கூட லக்ஷ்யம் பண்ணாமல்' என்பது அவருக்குப் பழக்கமாக ஏற்பட்ட வியாதி. தாலூகா கஜானா ஆபீசிற்கு அவர் லீவு எழுதிப் போடும் தோரணை அது.

இந்தச் செப்பிடு வித்தையைச் சற்று அளவு மீறிச் செய்து விட்டதன் விளைவுதானோ இந்தக் கடிதம் என்று அவருக்கு ஒரு சங்கை உண்டாயிற்று. பதினைந்து நாள் முன் அழைப்பு வந்தபோது, "நான்கு நாட்களாகக் கடும் ஜுரம். நாளை மறுநாள் தலைக்கு ஜலம் விட்டுக் கொண்டுவிடுவேன்.

நாலாவது நாள், அல்லது அதிகபட்சம் அதற்கு மறுநாள் தபாலில் கதை உங்கள் கைக்கு வந்துவிடும்" என்று பவ்யமாகவும் உத்தரவாதமாகவும் எழுதிவிட்டார். சென்ற வாரம் நினைவுறுத்தும் ஒரு கடிதம் வந்தது. அன்றுதான் அவர் படுக்கையை விட்டு எழுந்து தலைக்கு ஜலம் போட்டுக் கொண்டார்! ஸ்நானம் செய்த களைப்பு இருப்பது இயற்கைதானே?

குலாலன் சிரித்துக்கொண்டார். அவருக்குத் திடீரென்று இந்த ஜுரத்திற்குப் புது அர்த்தம் ஒன்று உதயமாயிற்று. ஜுரம் என்றால், கையையக் காலை நடுக்கிப் படுக்கவிடும் ஜுரம் அல்ல. "ஐயோ எழுதச் சொல்லிவிட்டார்களே!" என்ற அதிர்ச்சிதான். பீதிதான், ஜுரம்.

"ஸ்வாமி ..." என்று மேஜையில் கனிகிற கொள்ளித் துண்டம் அவருடைய மயக்கத்தைக் கலைத்து மீண்டும் வயிற்றைக் கலக்கியது.

"இந்தக் கடிதத்தை இந்தச் செவிட்டுச் சிரஸ்தேதார் பார்க்க வேண்டுமே. கெஜட் பதிவில்லாத, கெஜட் பதிவுள்ள எல்லா அதிகாரி களுக்கும் எவ்வளவோ படிக்குமேல் உட்கார்ந்துள்ள ஆசிரியர், மாதம் பதினாயிரம் வாங்கும் ஜனதிபதி கூட என்ன எங்கே என்று மாதம் பிறந்ததும் வாங்கும் பத்திரிகையின் ஆசிரியர், நம்மிடம் இப்படிக் குலாம் போடுகிறார். பெற்றெடுத்தவனைவிட ஸ்வாதீனமாகக் கோபித்துக் கொள்ளுகிறார். இந்தக் கடிதத்தைச் சிரஸ்தேதார் பார்க்க வேண்டாமா? அன்று 'மாயூரம்' என்பதற்குப் பதிலாக 'மாயவரம்' என்று போட்டதற்காகச் சன்னதம் வந்தவன் போல ஆடினானே, அந்தச் சின்ன மனிதன். அவன் இந்தக் கடுதாசியைப் பார்க்க வேண்டாமா?" என்று ஜயபேரிகை கொட்டிக் கொண்டார் குலாலன்.

"பதினைந்து நாள் முன்னமேயே ..."

"ஓய் ஆசிரியரே, பதினைந்து நாள் இராப் பகலாக உம் ஞாபகந் தான் எனக்கு. கம்சனுக்குக் கிருஷ்ண கிலி பிடித்தால் போலச் சுற்றிச் சுற்றி ஆடுகிறேன். ஆசிரியரே. நீர் வந்து பாருமே என் அவஸ்தையை! பதினைந்து நாள் நோட்டீஸ் என்கிறீரே, பதினைந்து நாள் என்றால் என்ன அர்த்தம்? பதினைந்து பகல்; பதினைந்து இரவு. அதுதானே? ஒரு நாளைக்கு அறுபது நாழிகையாக இருக்கக்கூடாதா என்று நான் தவிக்கிறேன். பல் தேய்த்து, காபி குடித்து, கறிகாய் வாங்கி, குளித்து, சாப்பிட்டு, கஜானாவுக்குப் போய், தாலூகா வருமானங்களைப் பைசாத் தவறாமல் எழுதி, செவிட்டுச் சிரஸ்தேதாருக்கு அதை விளக்கி விட்டு, இரவு ஏழரை மணிக்கு எழுந்து கிளம்பி, சிரஸ்தேதார் பையனுக்காக மேட்டூர் மல்லுக்கும் அவர் வீட்டுக்குமாக வெள்ளைச் சர்க்கரையைக் கறுப்பில் வாங்கவும் அலைந்து வீட்டுக்கு வந்து, சாப்பிட்டு ஆபீஸ் கட்டு மிச்சங்களை ஒரு நோட்டம் விட்டு ..."

"ஒரு வழி சொல்லட்டுமா? ஒரு கதைக்குப் பத்து ரூபாய்தான் நீர் தருகிறீர். இனி மேல் முந்நூறு ரூபாய் தருவதாகச் சொல்லும் வேண்டாம், அதில் பாதி போதும். இந்தக் கஜானாவிற்கு ஒரு முழுக்குப் போட்டு விட்டு நீரே சரணம் என்று விழுந்து கிடந்து வருஷத்துக்குப் பன்னிரண்டு கதை எப்படியாவது எழுதிக் கொடுக்கப் பாடுபடுகிறேன்.

"... ஆ! இப்போதல்லவா ஞாபகம் வருகிறது? பதினைந்து நாள் என்கிறீரே. என்ன அர்த்தம்? உமக்கு ஒரு ரகசியம் சொல்ல விரும்புகிறேன். எனக்கு ஒரு கதை எழுத, குறைந்தது ஒன்பது மாதமாகும்; சராசரியாக இரண்டு வருஷமாகும்; ஆனால் மூன்று வருஷத்திற்கு மேல் ஒரு கதைக்கு நான் சிரமப்பட்டது கிடையாது. அது நிச்சயம். பிரமாதமாக ஆச்சரியப்படுகிறீரே, என்ன? இதில் ஆச்சரியப்பட என்ன இருக்கிறது? 'ம்'மென்றால் முந்நூறு பாட்டு எழுதிய மகான்களும் முப்பது நாவல் எழுதும் பெரியார்களும் இருக்கிற இந்த நாட்டில் 'ம்'மென்று சொல்ல மூன்று வருஷம் பிடிக்கும் எழுத்தாளர் ஒருவர் இருப்பது புதுமையில்லையா?" 'ம்'மென்று சொல்ல மூன்று வருஷம் செலவிட்டிருந்தால். அதற்கு அவர் எவ்வளவு சிந்தனை செலவிட்டிருக்க வேண்டும்? அந்த 'ம்'மில் எவ்வளவு பொருட் செறிவு இருக்கவேண்டும்? அது போகட்டும். நீர் கொடுக்கிற பதினைந்து நாள் தவணையில் 'ம்' என்று சொல்ல நினைப்பதுகூட என்னால் முடியாதே! எனக்கு ஒன்றும் புரியவில்லை. உம்முடைய கடிதமோ பாம்புக் குட்டியைப் போலச் சீறுகிறது. சரி, மணி ஒன்பது அடித்துவிட்டது. கடை திறந்திருக்கும். கதை வாங்கி அனுப்புகிறேன் ... ஒன்றும் இல்லை. மார்க்கட்டில் ஒரு பெண்மணி தேங்காய் வியாபாரம் செய்கிறாள். மாநிறம். எடுப்பான பெண்பிள்ளை. அவளுடைய வலது கை ஆள் காட்டி நகத்தால் தட்டப்படாத தேங்காயே இந்த ஜில்லாவில் கிடையாது. அதாவது, லக்ஷக் (தேங்காய்) கணக்கில் கொள்முதல் செய்பவள். இருபத்தைந்து வயசாகிறது. ஆறு வருஷத்திற்கு முன் கணவனை இழந்தும் நித்தியசுமங்கலி என்று விருது பெற்ற வீராங்கனை. அவளைப்பற்றி முந்தாநாள் பரபரப்பான செய்தி கிடைத்திருக்கிறது. அவளுடைய காதலன் ஒருவன் தூக்குப் போட்டுக்கொண்டு இறந்துவிட்டான். செங்கமலம் துரோகம் செய்துவிட்டதுதான் இதற்குக் காரணமாம். அதைப் போய் விசாரித்துக் கதையாக்கித் தருகிறேன். திருப்திதானே?" என்று குலாலன் அந்த நெருப்புத்துண்டத்தினிடம் விடைபெற்றுக்கொண்டு கிளம்பினார்.

பின்பனிக் குளிர் இன்னும் விலகாததால், வெள்ளையாக மாறிக் கொண்டிருந்த வெயில் உடம்புக்கு உணக்கையாக இருந்தது. உலகமே ஜீவகளை ததும்பி விளையாடத் தொடங்கிய நேரம். தெருச் சிறுவர்கள் ஜண்டையாகக் குளத்துக்குக் குளிக்கப் புறப்பட்டுக்கொண்டிருந்தார்கள். ஓர் அங்காடிக்காரி தளதளவென்று புதுமை செழித்து மின்னும் முளைக்கீரையை மதுரமாகக் கூவிக்கொண்டு வந்தாள். பனி விலகித் தெளிந்த வானத்தின் நீலப்பரப்பும் உயிரூட்டிக் குளிப்பாட்டிய வெயிலும் குலாலனுக்குக் கரை கடந்த நம்பிக்கையையும் உற்சாகத்தையும் அளித்தன. சேட தெருவிலிருந்து வந்து உகாரசாதகம் செய்துகொண்டே குப்பையைக் கொத்திய புறாக் கூட்டம் அவரைக் கண்டதும் படபட வென்று சிதறிப் போய் மீண்டும் கூடிக் கொண்டது. தோட்டிகள் தெருவில் கிடந்த வாழைப் பட்டைகளையும் அழுகல் கத்திரிக்காய்களை யும் குவித்து உலகத்தையே சுத்தப்படுத்திக்கொண்டிருந்தனர்.

தேங்காய்க் கடை பூட்டிக் கிடந்தது.

குலாலன் விசாரித்தான்.

"அம்மா ஓர் ஆளை முழுங்கிப்பிட்டா! அம்மாவைப் போலீஸ் காரன் முழுங்கப் போறான்" என்று அடுத்த கடை ரத்தினம் சொன்னான்.

"விளங்கச் சொல்லு. ஒண்ணும் புரியலியே?"

"என்ன புரியலே, சாமி? ஊர் முழுக்கப் புளுதியாகப் பரவிக் கிடக்கு சேதி. தேசன் கிட்ட இலுப்பைத் தோப்பிலே தூக்குப் போட்டுக் கிட்டான் கோபாலசாமி!"

"யாரு?"

"அதாங்க. பேரீச்சம்பளம் விப்பானே செல்லையா, ஒசரமா நல்ல குறிப்பா இருப்பானே."

"ஆமா, ஆமாம்?"

"அவன்தான். இவள் பத்தினின்னு நெனச்சுக்கிட்டிருந்தானாம். கடைசியிலே முந்தாநாளு உண்மை விளங்கிடிச்சாம். தூக்கு போட்டிட்டானாம். போக்கத்த பயலுக. சீசீ! கழுதை விட்டுதுன்னு இன்னும் நாலு டன் பேரீச்சம் பளம் கொள்முதல் பண்ணத் துப்பில்லாத பய!"

"இவ எங்கே போயிருக்கா?"

"தூக்கு மாட்டிக்கக் காரணம் கண்டு பிடிக்கணுமே. போலீஸ்காரன் இவளை நாலு மிரட்டு மிரட்டப் போறான். விட்டுடப் போறான். கண்ணை அப்படிச் சொருகி ஒரு சிரிப்புச் சிரிச்சான்னா, அடியே பரதேவதே, அவராதம்மடி அவராதம்மடின்னு கன்னத்துலே போட்டுக்கிட்டு வண்டி வச்சு வீட்டிலே கொண்ணாந்து விட்டிடப் போறான். இன்னிக்கித் தேங்கா யில்லாம சாப்பிடுங்க. நாளைக்கு அம்மா கடை திறந்திருக்கும்; பாத்துக்கலாம்."

குலாலன் அயர்ந்துவிட்டான். "நெஞ்சில் எவ்வளவு வறட்சி எவ்வளவு அசட்டை! உயிரை மதிக்காமல் தொங்குகிறவன் மீது எவ்வளவு அநுதாபம்! இவள் நித்திய சுமங்கலி என்று இறந்தவனுக்குத் தெரியாதா? அப்படித் தெரியாத விஷயமல்லவே அது? அவனுக்கு மட்டும் தெரியவில்லையா? தெரிந்துதான் அவன் நம்பவில்லையா?"

கடைத்தெரு இந்தக் கவலையெல்லாம் படுவதாகவே தெரிய வில்லை. என்றும்போல வியாபாரம் பரபரப்பிலாமல் நடந்துகொண் டிருந்தது. முடிவைப் பற்றி எல்லோருக்கும் ஒரு நிச்சயம் இருந்ததால் தான் இவ்வளவு அசிரத்தையோ? செங்கமலம் நாளைக்குத்தான் வெற்றி வாகை சூடி வரப்போகிறாள். இந்த நிகழ்ச்சிக்குப் பின் அவளுடைய போக்கு என்ன என்று அவளைப் பார்த்தால்தானே தெரியும்? மத்தியான்னத் தபாலுக்குத் தயாராகிற கதையா இது? ஸ்திரீயின் உள்ளம்! அதுவும் பௌருஷம் படர்ந்த ஸ்திரீயின் உள்ளம். தோல்வி காணாத அரசியின் உள்ளம். மூன்று யுகச் சிந்தனையில் தோய்ந்து உருப்பெற வேண்டிய விஷயம் என்று குலாலனுக்குத் தீர்மானமாகப் பட்டுவிட்டது. மேலே நடந்தார்.

கோவிந்து ஹோட்டல் வாசல் நெய் மணத்தது. கரிமண்டிய அந்த ஜன்னலிலிருந்து வரும் நெய் மணம் யாரைத்தான் தடுத்து ஆட்கொள்ளாது?

"ஏய் வேம்பு, முறுகலா ஒரு ரவா தோசை. நெய்யிலே ஏய்! ஸ்தாவர நெய்யில்லே; ஜங்கம நெய்! ஞாபகம் இருக்கட்டும்" என்று ஆர்டர் கொடுத்துவிட்டுக் கிணற்றண்டை போனார்.

அவர் கையலம்பிக் கொப்புளித்து நாக்கைத் தீட்டிக்கொண்டு மேஜைமுன் உட்கார்வதற்குள் ரவா தோசை, மொரமொரவென்று நெய் கசிய அமிர்தமே வடிவாக வந்துவிட்டது.

"சட்னியா, சாம்பாரா அண்ணா?"

"ஏய் பாவி, அதிருக்கட்டும். அதுக்குள்ளே என்னமாடா தோசை கொண்டுவந்தே? காலமே போட்டு வச்சிருந்ததை அப்படியே கல்லிலே போட்டு எடுத்துண்டு வந்துட்டியா?"

"அண்ணா, ஒரு விள்ளல் வாயிலே போட்டுப் பாருங்கோ. வேம்பு அப்பேர்ப்பட்ட கிராதகனான்னு தானே தெரியறது?"

"ஏய் நீ கிராதகன் தாண்டா, யமப் பயல்" என்று முறுகலை ஒடித்தார் குலாலன்.

"யமப்பயலா? அவன் அழிக்கிறவனாச்சே. பிரம்மான்னு சொல்லுங் கோண்ணா. அந்தப் பிரம்மாதான் இப்படித் தோசை கிருஷ்டிக்க முடியுமோ?"

"ஏய் நீ ஒரு மணிக்கு எத்தனை தோசை இப்படிப் போடுவே?"

"சுக்காக் காஞ்ச சவுக்க விறகு, நாலடிக்கு மூணடி தோசைக் கல்லு-ரெண்டும் கொடுத்துட்டா மணிக்கு ஆயிரம் தோசை!"

"ஆயிரம் தோசையா, அட பாவி!"

"ஆயிரம்னா எண்ணிக்கணும்"

"ஏய், பிசாசு ஆயிரக்கால் மண்டபம் கட்றாப் போலிருக்கே. ஏய் காளமேகன்னு ஒரு கவியிருந்தானே, கேள்விப்பட்டிருக்கியோ?"

"பார்த்தே இருக்கேன்!"

"என்னது!"

"போன மாசம் ஒடித்தே யமுனாவிலே – செகண்ட் வீக்கிலே."

"அவன் தாண்டா நீ."

"என் தோசையை வாயிலே போட்டவுடனே அடி நாக்குச் சப்புக் கொட்டுமே. யோசிக்க வாண்டாமே. அர்த்தம் பண்ண வாண்டாமே. என்ன சொல்றேன்?"

"ஏய் வேலைக்காரா, காளமேகத்தை விடவா நீ ஒஸ்தி?"

"அது என்னமோ நீங்கன்னா சொல்லணும்" என்று அடுத்த ஆர்டருக்குத் தோசை போட உள்ளே போய்விட்டான் வேம்பு.

சில்லறை கொடுத்துத் தெருவிற்கு வந்ததும் அவர் மனம் எங்கும் ஒண்டாமல் அலைந்தது. பைத்தியம் பிடித்தார்போல நடந்து வந்தார். லோகல் பண்டு ஆஸ்பத்திரி வாசலில் திடீரென்று ஒரு குரல் கேட்டது.

குளிர் ஜுரம்

"ரைட்டர் ஸார், இப்படி வாங்க, ஏ ஒன்னா ஒரு கதை காத்துக் கிடக்கு உங்களுக்கு. பராமுகமாப் போறீங்களே."

அசரீரியாக வந்த குரல் தெய்வத்தின் குரலோ!

"என்ன டாக்டர்" என்று உள்ளே சென்றார் அவர்.

"உட்காருங்க ஸார். இவனைப் பாருங்க. ஏலே நான் கேட்ட கேள்விக்கெல்லாம் மறுபடியும் பதில் சொல்லணும். மறைச்சயோ, பெட்டி எடுத்துவிடுவேன்" என்று டாக்டர் அதட்டல் போட்டார்.

எதிரே ஒரு நடைப் பிணம் நின்றுகொண்டிருந்தது. சதையின் வாடையே அற்றுப் போன எலும்பும் தோலும். தேகம் முழுவதும் அடை அடையாகச் சொறி.

"இவனுக்கு எத்தனை வயசு ஸார் இருக்கும்?"

"முப்பத்தைந்து இருக்கும்."

"என்னடா வயசு உனக்கு?"

"இருபத்திரண்டுங்க"

"பாருங்க ஸார். உடம்பு அவ்வளவு இளமையாகக் காட்டுது. உம் பேர் என்ன?"

"சுந்தர முதலி."

"ஊரு?"

"திண்டுக்கல்லு."

"உனக்கு அப்பா இருக்கிறாரா?"

"இருக்காரு."

"என்னா வேலை அவருக்கு?"

"தரகு வேலைங்க."

"நீ என் இப்படிப் பிச்சை எடுக்கிறே? அப்பன் கிட்டச் சண்டை போட்டுக்கிட்டு வந்திட்டியா?"

நடைப்பிணம் தலை குனிந்து மௌனம் சாதித்தது.

"களுத்திலே என்னாடா?"

"… … …"

"இப்பச் சொல்றியா இல்லையா?"

"உத்திராட்சக் கொட்டைங்க."

"முருக பக்தனா?"

தலை குனிந்து மௌனம்.

"முருகன் எப்படி வச்சிருக்கான், பாத்தியடா உன்னை? ஏன் தெரியுமா? ஒரு துரும்பை எடுத்து அப்பாலே போடாமே, உலகத்தை

ஏமாத்திக்கிட்டுத் திரியுறே பாரு, அதனாலேதான். தெரிஞ்சுதாடாலே? நிக்க முடியலியா? படு படு; வேணும்டாலே உனக்கு. இந்தச் சொறி எப்படிடா வந்திச்சு உனக்கு?"

"………"

"ஏலே, என்ன தலை குனிஞ்சிட்டு நிக்கறே. செய்யறதையும் செஞ்சிட்டு, வெக்கம் வேறயா உனக்கு? ஏலே, அப்பன், ஆயி, உலகம் எல்லாத்தையும் துறந்தவனுக்கு இது என்னாத்துக்கடா? கலியாணம் பண்ணிக்கத் தான் முருகன் கிட்டப் பாடம் படிச்சியோ? இந்தா பாரு, நாளைக்கு இந்தக் கொட்டைகிட்டை யெல்லாம் அறுத்தெறிஞ்சிட்டு வா. ஆஸ்பத்திரிப் படுக்கையிலே வச்சுச் சொகம் பண்ணி அனுப்பறேன். அனுப்பறேன்னா வெளியிலே அனுப்பிச்சிட மாட்டேன். வேலைக்கு அனுப்பிச்சிடுவேன். ஆமாம். இஷ்டமிருந்துன்னா வா. இல்லாட்டா, ஓடிப் போயிடு. ஆம்மாம் … அவ்வளவு தான், ஸார். வெரி ஸாரி, நீங்க என்ன வேலையாப் போயிட்டிருந்தீங்களோ. நீங்க பார்க்கணும்னுதான் கூப்பிட்டேன். மன்னிக்கணும்" என்றார் டாக்டர்.

"டாக்டர், கொடுக்கிற தெய்வம் கூரையைக் கிளிச்சுக்கிட்டுக் கொடுக்கும்னு சொல்ற வழக்கம் நானும் கதைக்குத்தான் அலஞ்சிக் கிட்டிருந்தேன்."

"அட அப்படியா, இந்தப் பயலை நல்லா விளாசிப் போடுங்க ஸார், கொன்னுபோடுங்க."

குலாலன் மனத்தில் உள்ளதைச் சொல்லிவிட்டாரே தவிர, வெளியே வந்து மத்தியான்னத் தபாலை நினைத்தபோது அவருக்கு அஸ்தியில் ஜூரம் கண்டுவிட்டது.

"ஆசிரியரே, விளம்பரம் போட்டாகிவிட்டது என்று புலம்புகிறீரே. நான் படும் அவதியைப் பாரும். விளம்பரம் போட்டால் என்ன? போட்ட படி கதையைப் பிரசுரிக்க வேண்டுமென்று சாஸ்திரமா? சட்டமா? வாசகர்களுக்கு ஸ்டாம்பு மேல் கையெழுத்துப் போட்டுவிடவில்லையே! இல்லை, நீரே கதை எழுதி என் பெயரில் போட்டுவிடும். நான் ஒன்றும் தடை சொல்லவில்லை. என் கதையில்லாமல் உம்முடைய பத்திரிகையோ இந்த உலகமோ அஸ்தமித்துவிடப் போவதில்லை. ஜனங்கள் இந்தக் கதையை வாசிக்கிறார்கள் என்று என்ன உத்திரவாதம்? அவரவர்களுக்குத் தலைக்குமேல் வேலை கிடக்கிறது. ஒழிந்த வேளையில் படிப்பதற்கு விஷயமா இல்லை? நீராவி, அணுக்குண்டு, காசம், கூஷ்யம், ஆனைக்கால், கருத்தடை, அடிப்படைக் கல்வி, இவ்வளவு நமக்குத் தெரிய வேண்டும். கதை படித்துப் பொழுதை மண்ணாக்கச் சொல்கிறீரே! கேட்க மாட்டாரா? என் கதை தான் வேண்டுமா? சரி, போம். விதி யாரைத் தான் விட்டது? உம்மையா, என்னையா, இரண்டும் இல்லை."

பிள்ளையார் கோயில் வாசலில் ஒரு சின்ன வேடிக்கை. அதுவும் அவரை நிறுத்திவிட்டது. கதையைத் தவிர வேறு எதையும் பார்த்து, நினைத்து, அலசி, ஆராய வேண்டும் என்று அவர் மனம் அலைந்த அலைப்பில், எதையும் விட அவருக்கு மனம் இல்லை. அந்த வேடிக்கை

அவரை அசையாமல் நிறுத்திவிட்டது. மளிகைக் கடையில் 'பில்' போடுகிற பிச்சைக்குப்பு சூடம் ஏற்றிக்கொண்டிருந்தான். கோயிலுக்குக் குறுக்கு வாக்காக மூங்கில் ப்ளாச்சு அடித்திருந்தது. லகுவில் கை நுழையாத இடுக்குகளில் ஒன்றின் வழியாகச் சூடத்தை உள்ளே தள்ளிவிட்டு, வெளியே இருந்து நெருப்புக் குச்சியைக் கிழித்து உள்ளே இருந்த சூடத்தைப் பற்ற வைக்க அரும்பாடு பட்டுக்கொண்டிருந்தான் அவன். கை நுழையவில்லை. குச்சி அணைந்துவிட்டது. இரண்டு, நாலு, பத்துக் குச்சிபோல் தீர்ந்துவிட்டன. பிறகு இரண்டு கைகளையும் இரண்டு இடுக்குகளில் உள்ளே தினித்து நெருப்புப் பெட்டையைக் கிழிக்க முயன்றான். கிழிக்கிற வாகுக்குக் கையை அசைக்க முடியவில்லை. மணிக்கட்டை உள்ளே தள்ளி வேறு குச்சி கிழித்தான். சூடம் எட்ட வில்லை. கையை உள்ளே பிதுக்கினான். குச்சியெல்லாம் தீர்ந்துவிட்டன. சூடத்தை அப்படியே போட்டுவிட்டு, நெற்றியில் இரண்டு குட்டுக் குட்டு, இரண்டு தோப்புக்கரணம் போட்டுவிட்டுக் கிளம்பத் திரும்பினான் அவன்.

"ஓய், சூடத்தை விட்டுவிட்டுப் போகிறீர்" என்றார் குலாலன்.

"ஏத்த முடியலே; குச்சியெல்லாம் ஆயிட்டுது. அதையும் எடுக்க முடியலே."

"குருக்கள் சாய்ங்காலம் வந்துடுவார். இருந்து எடுத்திண்டு போமேன்."

"போனாப் போயிட்டுப் போறது, ஸார். ஒண்ணணரைத் தம்பிடி" என்று பதில் சொல்லிவிட்டு நடையைக் கட்டிவிட்டான் அவன்.

குலாலன் தனியாக நின்றார். அவருக்குப் போக்குக் காட்ட, ஆறுதல் சொல்ல ஓர் ஆத்மாவும் இல்லை.

மணி பத்தரை அடித்துவிட்டது. விறுவிறுவென்று வீட்டுக்குப் போய், "வயிற்றுவலி தாளவில்லை. ஒரு நாள் லீவு தயவு செய்து கொடுக்கவும்" என்று சிரஸ்தேதார் சமூகத்திற்கு ஒரு கடுதாசி கொடுத்தனுப்பிவிட்டுக் குளித்தார்; சாப்பிட்டார்; வெற்றிலை போட்டார்; சாய்வு நாற்காலியில் அமர்ந்து, ஸ்டூலை இழுத்துப் போட்டு, ஒரு தஸ்தர்த் தாளை எடுத்து வைத்துக்கொண்டு கண்ணை மூடிக் குலதெய்வத்தைத் தியானம் செய்து பேனாவைப் பிடித்தார்.

என்ன ஆச்சரியம்! சுந்தர முதலி கதைதான் எழுத்தாக உருண்டு வர ஆரம்பித்தது. கடல் மடை திறந்துவிட்டாற் போலச் சொற்கள் பெருக்கெடுத்து வந்து குவிந்தன. ஒரு பக்கம் எழுதியதும் ஆவேசம் வந்து போல, பிசாசைப் போல, எழுத ஆரம்பித்தார். காட்டு வெள்ளம் கரை புரண்டது. கஞ்சாக் குடித்தவனைப் போல அவர் மனம் கதையில் ஒன்றிற்று. உற்சாகம் தாங்கவில்லை. அவருக்கே புரியவில்லை. தம்மை மீறிய சக்தி பேனைவைப் பிடித்து எழுதிக்கொண்டிருப்பது போன்ற ஒரு துடிப்பு அவரை ஆட்கொண்டிருந்தது. ஒன்று, இரண்டு, பத்து, முப்பது, அறுபது, பக்கம் பக்கமாகத் தாவிற்று. பந்தயக் குதிரைபோல நுரைக்கநுரைக்க ஓடிவந்த அவர் உள்ளம் கடைசியில் எழுத்தை முடித்து, 'அப்பாடா' என்ற பெருமூச்சுடன் இரைத்துக்கொண்டு நின்றது. கவரில்

கதையைப் போட்டு, தலையை ஒட்டி, பெட்டியில் சேர்த்தார். மணி ஐந்து பத்து. இந்த மாதிரி ஐந்து மணி நேரம் இருந்த இடத்தை விட்டு அசையாமல் அவர் ஜன்மத்திலேயே எழுதிய பேச்சே கிடையாது. பெட்டிக்குள் கவர் விழுந்ததும் அவருக்குக் குளிர்விட்டது.

ஆசிரியரிடமிருந்து நன்றிக் கடிதமும் வந்தது. அப்பா, குளிர் விட்டது!

குளிர் விட்ட அழகு பிறகுதான் தெரிந்தது. அவருக்கு.

"இதைப் பாருங்கோ, கண்ணை நன்னாத்திறந்து பாருங்கோ" என்று அவர் மனைவி அவரைச் செல்லமாக உலுக்கி, தூக்கக் கலக்கத்தைத் தெளிய வைத்து நிமிர்த்தி உட்கார்த்தி, "இப்படி எழுதினது போதுமா, பாருங்கோ?" என்றாள். கண்ணை விழித்துப் பார்த்தார் அவர்.

"அன்பு மிக்க ஆசிரியருக்கு.

வணக்கம். என் கணவர் ஸ்ரீ குலாலனுக்கு மீண்டும் ஜூரம் திருப்பிக் கொண்டு பெரிய 'ரிலாப்ஸாக்' வந்திருக்கிறது. 104 டிகிரி ஜூரத்தில் படுத்திருக்கிறார். இன்று முழுவதும் மூச்சை போட்டார் போல இருந்தது. இப்போதுதான் கண் திறந்திருக்கிறார். இந்த இதழுக்கு அவர் கதை அனுப்ப முடியாததற்காக அவர் சார்பாக என் வருத்தத்தைத் தெரிவித்துக் கொள்கிறேன்.

வணக்கம்.

கௌரி."

"இதை அனுப்பிவிடட்டுமா?" என்று கேட்டாள் அவள்.

குலாலன் விழித்தார். தெளிந்தார். சிரித்தார். ஒரு தஸ்தர் வெள்ளைக் காகிதம் வெள்ளையாகவே ஸ்டூல்மீது இருந்தது.

"அனுப்பிவிடு."

மையிட்ட கண்ணும் அரக்கு வர்ணப் புடைவையுமாகக் கௌரி புன்னகை பூத்து வளைந்து நின்றாள்.

அவருக்கு, ஆசிரியர், விளம்பரம், அவருடைய நன்மதிப்பு, காலம், தேசம் எல்லாம் மறந்துவிட்டன.

கலைமகள், ஏப்ரல் 1952

அன்ன விசாரம்

"தம்பி, சாமானையெல்லாம் ஒண்ணொண்ணா எடுத்துக்கொடு. நான் முன்னாடி ஏறிக்கிடறேன்" என்று கூலிப்பையனை 'உஜார்'ப் பண்ணிவிட்டு வேஷ்டியை மடித்துக்கொண்டு தயாராகிவிட்டேன். திருச்சி வண்டி பிளாட்பாரத்தில் நிற்பதற்காகப் பின்பக்கமாக வந்து கொண்டிருந்தது.

ஒரே பாய்ச்சலாக மூன்றுபேர் பாய்ந்தோம். மூன்று பேரும் சேர்ந்து கதவண்டை நெருங்கி கால் நிமிஷநேரம் நசுங்கி, கடைசியில் நடுவில் இருந்த நான் பிதுங்கி உள்ளே விழுந்து ஜன்னல் ஓரமாக இடத்தை பிடித்துக்கொண்டேன். துண்டை விரித்துவிட்டு சாமான்களை வாங்கி மேலும் கீழுமாகத்தள்ளினேன். பிதுங்கிப்பிதுங்கி ஒன்றும் இரண்டு மாகக் கும்பல் உள்ளே வந்துகொண்டிருந்தது. வண்டி சிறியதுதான். ஒரு நிமிஷத்தில் பெட்டி நிறைந்துவிட்டது. இனிமேல் ஏறவும் முடியாது. ஏறினாலும் இடம் கிடையாது. பக்கத்தில் இருந்த பையனை இடத்திற்குக் காவல் போட்டு விட்டுக் கீழே இறங்கிப்போனேன்.

காபி சாப்பிடுகிற இடத்தில் ஒரு கிழவர். நாலு வடையை வைத்துக்கொண்டு, ஒரு விள்ளலுக்கு ஒரு வாயாகக் காபியையே சாப்பிட்டுக்கொண்டிருந்தார். தண்ணீருக்குக் காப்பியை உபயோகிக்கிறவர் பரம ரசிகராக இல்லாமல் எப்படி இருக்கமுடியும்?

"வரவர காபியே சாப்பிடறதுக்கு லாயக்கில்லாம போயிடிச்சு சார். முழுசா அரைக்கப்புகூட இல்லேன்னா!" என்று எழுந்து கையலம்பி, மறுபடியும் ஒரு கப் காபி வாங்கிக் காபியாகவே சாப்பிட்டார். ஏன் அவர் காபியா லேயே கையலம்பவில்லை என்று நான் யோசிப்பதற்குள் வெளியே போய்விட்டார் அவர்.

காபி கெடுதலாக இல்லை. நடுக்கிய குளிருக்கு அந்தச் சூடு ஒரு மணமாக, இதமாக இருந்தது.

அதற்குள் வண்டியில் உட்காருவானேன்? பிளாட்பாரத்தில் கால் ஓய்கிறவரையில் உலாவி, புத்தக ஸ்டாலில் கண்ணை இடுக்கி பத்துநிமிஷம் நோட்டம்விட்டு, குப்பைக் குந்துமணியாக ஒரு மலிவுப் புஸ்தகத்தை வாங்கிக்கொண்டு, வண்டி புறப்பட ஐந்து நிமிஷத்திற்கு முன்னால் வந்து ஏறினேன். இடம் பத்திரமாக இருந்தது. காவலுக்கு வைத்திருந்த பையனைக் காணவில்லை. அந்த இடத்தில் காபியைத் தண்ணீராகச் சாப்பிட்ட கிழவர் உட்கார்ந்திருந்தார். பையன் கீழே நின்றுகொண்டிருந்தான்.

"அட! நீங்கதானா?"

"ஆமாங்க, நீங்கதான இறங்கிப்போயிருந்தீங்க. உட்காருங்க. பையன் நம்ம பையன்தான். எப்பவும் வண்டியிலே ஏறதுன்னு சொன்னா, யாராவது ஒரு ஆள் இப்படி அனுப்பிச்சு அப்பாலே தான் நான் வரது. எளுபத்தி நாலு வயசிலே ஏறிக்குதிச்சுப் பாயுறதுன்னா, முடியாதுபாருங்க. என்னாங்க நான் சொல்றது?"

"ஆமாமா".

"நீங்க சிறுசு, அடிச்சுப்புடிச்சு ஏறலாம். நமக்கு முடியுமா? எவ்வளவு தூரம் போறீங்க?"

"கும்பகோணம்"

"நானும் கும்பகோணம்தான் வர்றேன். ஆனால், நடுவிலே கரூரிலே இறங்கவேண்டியிருக்குது. ஒரு நாள் தங்கிட்டு அப்பாலே கும்பகோணம் வரப்போறேன்".

கிழவர் தலை ஆடாமல் அசையாமல் பேசிக்கொண்டிருந்தார். பளபளவென்று வழுக்கைத்தலை. வெள்ளைவெளேரென்று டப்பில் ப்ராக்கட் மீசை. ஸ்தூல சரீரம். வயிற்றின் சரிவும் சுற்றளவும் பருமனை இன்னும் அதிகமாகக் காட்டிற்று. கண்ணின் வெள்ளை மஞ்சள் பூத்திருந்தது. பெரிய கண்கள். விழியும் பெரிதுதான். மேல் கீழ் ஓரங்களை அநேகமாகத் தொடாமலே தனியாக மிதந்துகொண்டிருந்தன. எப்போதும் கவலைப்படுவதுபோல் சற்று உயர்ந்த புருவம். உப்பி அறுந்து தொங்கின தாடை. உப்பின கன்னம். மோவாய்க்கு அடியிலும் சதை சரிந்திருந்தது. கண்ணில் தூக்கக்கலக்கம்போல ஒரு தோற்றம். கழுத்தை மூடிப் புத்தான்போட்டிருந்த மஞ்சள்நிறக் குளோஸ் கோட்டு, வயிற்றுப் புத்தான்கள் போடப்படாமல் வாயைப் பிளந்துகொண்டிருந்தது. இரண்டு பித்தான் இருந்த இடத்தில் நூல் முடிச்சுத்தான் இருந்தது. மற்றவைகள் வண்ணானிடம் அடிபட்டு அரையும் காலுமாக விண்டுகிடந்தன. பைகளில் ஏகப்பட்ட கடுதாசிகள். அரையில் மூலக்கச்சம். தோளில் கைதுடைக்கிற சின்னச் சவுக்கம். கிழவரின் வாயிலிருந்து பச்சைக்கற்பூரமும் ஏலக்காயும் மணம் வீசின. வாய் வெற்றிலையை அரைத்துக்கொண்டிருந்தது.

இந்தத் தொண்டுகிழம் பங்களூரிலிருந்து கும்பகோணம் வரையில் பிரயாணம் போகுமாறு என்ன நேர்ந்துவிட்டது என்று எனக்குப் புரிய வில்லை. கரூரில் வேறு இறங்கப் போகிறாராம். பொதுவாக, தள்ளாத வயதில் தனியாகப் பயணம் போகிறவர்களைக் கண்டால் கோபம்தான் வருகிறது. ரயிலிலும் பஸ்ஸிலும் இடிபட்டுக்கொண்டு இவர்கள் போகாமல்

அன்ன விசாரம்

எந்தக் காரியம் நின்றுவிட்டதோ, தெரியவில்லை. கிழவர் கூஜாவை எடுத்து இரண்டு டம்ளர் தண்ணீரால் வாயைக் கொப்பளித்துத் துப்பினார். முகத்தைக் கழுவித் துடைத்துக்கொண்டார். பையன் மறுபடியும் கூஜாவை எடுத்துப்போய் தண்ணீர் நிரப்பி வந்தான்.

"சாப்பிட்டுடிறீங்களா?"

"அதுதான் நெனச்சேன்"

"கண்டோன்மெண்ட் தாண்டின பிற்பாடு சாப்பிடலாமே. அங்கே எப்படியும் ரண்டு மூணு ஜனமாவது ஏறும். அப்புறம்தான் வண்டி நிதானப்படும் என்ன செய்யலாம்?"

"அதுவும் சரிதான் . . . ம் . . ."

"இப்பச் சாப்பிட்டாலும் பரவாயில்லை, இருந்தாலும் சொன்னேன்."

"கண்டோன்மெண்ட் தாண்டியே சாப்பிட்டுக்கிறேன் நீ போய் ஏதாவது வாங்கிவா."

பையன் காசை வாங்கிக்கொண்டு போனான். வண்டி ஊதிவிட்டது "டேய் டேய், பதுமூ" என்று கத்தினார் கிழவர்.

வண்டி நகர்ந்தது பையன் வேகமாக ஓடிவந்து "பிடிங்க" என்று ஐந்தாறு வடையை இலையோடு கையில் கொடுத்துவிட்டு நின்றான். மடியில் வைத்துக்கொண்டார் வடையை.

"ரேடியோ காதோடு நிக்கவில்லீங்க தொண்டைக்கும் வந்திடிச்சு. இப்ப எல்லாச் சாமானும் ரேடியோ ஆயிலாமில்ல அதுலெ பண்ணு றாங்க" என்று புன்சிரிப்புச் சிரித்துக்கொண்டே மூன்று வடையை மென்றார் கிழவர்.

கண்டோன்மெண்டில் இரண்டு மூன்று நிமிஷம் நின்றுவிட்டு வண்டி புறப்பட்டது. கிழவர் கூஜாவை எடுத்துத் திறந்தார். அடுத்திருந்தவரை நகர்த்திவிட்டு, டிபன் கேரியரை எடுத்து ஒவ்வொரு அடுக்காகப் பிரித்து எங்களிருவருக்கும் நடுவில் வைத்துக்கொண்டார். நான் கும்பகோணத்திற்கு நேரே போகிறேன். அவர் சற்றுத் தங்கி வருகிறார். நெருங்கி வந்தாய்விட்டு எனக்கு முன்னால் சாப்பிட்டால் என்ன?

இன்னொருவர் சாப்பிடுவதைப் பார்ப்பதைப்போல கண்றாவியான அனுபவமே கிடையாது. அதுவும் என்னைப்பற்றி வரையில், மனிதன் தூங்குகிறதும் சாப்பிடுகிறதும் பரம கோரமான காட்சிகள். சாப்பிடுகிற போது மன்மதனைக்கூட நான் பார்க்க விரும்பவில்லை. சினிமாவில் கதாநாயகி வாய்நிறைய எதாவது மென்றுகொண்டு காதலனுக்கு அழகுகாட்டும்போது, கண்கொடுத்த கடவுளை வையத்தான் தோன்றுகிறது. ஆனால் கிழவரின் தோரணை, அடுக்கடுக்காக பிரமிக்க அடித்த சம்பிரமம் – என்னை வலுக்கட்டாயமாக "பாரு, பாரு" என்று இழுத்தது. மேலும், எத்தனை நேரம் முகத்தை திருப்பிக்கொண்டிருக்க முடியும்? சாம்பார்சாதம், ரசம்சாதம், தயிர்சாதம் – எல்லாம் பிசைந்தே வைத்திருந்தது, கத்திரிக்காய் வதக்கல், வெண்டை வதக்கல், மூன்று நான்கு வற்றல்கள், சட்னி, பெரிதாக நாலு மைசூர்பாகுகட்டி, சராசரி அளவினும் பெருத்த

ஏழெட்டு பஜ்ஜி இத்தோடு பையன் வாங்கித் தந்ததில் மீதி மூன்று வடை. கீழே இருந்த பையிலிருந்து கிழவர், மணமகள், மாப்பிள்ளை, பெயர்கள் நன்றி எல்லாம் அச்சடித்த ஒரு கல்யாணக் கடுதாசிப்பையை எடுத்து டிபன்காரியின் மூடியில் கவிழ்த்தார். பப்பட நொறுக்கல். ஏறுபடியான சாப்பாடுதான்.

கிழவர் நிதானமாகச் சாப்பிட்டுக்கொண்டிருந்தார், காணாததைக் கண்டுவிட்டதுபோலப் பறக்கவில்லை. ஒரு கவளம் நன்கு மெல்லப்பட்டு பக்குவமாக உள்ளே சென்றுவிட்டது என்று தொண்டையிலிருந்து செய்தி வந்தபிறகுதான் அடுத்த கவளத்தை அனுப்புவார்.

"கும்பகோணம்தான் சொந்த ஊருங்களா நமக்கு?"

"ஆமாம்"

"ஆபீஸ் வேலையா?"

"இல்லீங்க மளிகைக்கடை. மானேஜராயிருக்கிறேன்."

"யாரு கடை?"

"பெத்தபெருமாள் செட்டியாருன்னு ஒருத்தரு."

"பெத்தபெருமாள் செட்டியாருங்களா? நமக்கு நல்லாத் தெரியுமே. பெரிய புள்ளில்ல. எட்டு லக்ஷத்துக்கு மேலே இருக்கும்னு பத்து வருடத்துக்கு முன்னாலே சொல்லிக்கு வாங்க. யுத்தத்திலெ நல்லா சம்பாதிச்சிட்டாராமே"

"அதைவிட இப்ப ஆறுமடங்கு இருக்கு"

"ஆ! ஆறுபங்கு! ஐம்பது ரூபாய்னா சொல்றீங்க"

"ஆமாம்"

"பலேபலே. அவருக்கு என்னங்க. பெரிய மனசுக்காரரு. பகவான் கொடுக்கிறான். முன்னெல்லாம் கும்பகோணம் வந்தா சாப்பிடக் கூப்பிடுவாரு. சாம்பார்க் கரண்டியாலெதான் நெய் ஊத்துவாங்க. ரண்டு கரண்டி அப்புறம் கையிலே வேறே ஊத்திகங்கன்னு பிடிவாதம் பண்ணுவாரு. நாலுகறி, அப்பளம், ரண்டு பச்சடி. இது இல்லாம சாப்பிடவே தெரியாது அவருக்கு. குஞ்சு குழந்தைங்க எல்லாருக்கும் இதே ரேட்டுத்தான். கடைப் பையனுக்கும் இதே சாப்பாடுதான்னா பாத்துங்களேன்."

எங்கள் முதலாளியைப்பற்றி எல்லாம் தெரியும் எனக்கு. பத்துப் பதினைந்து லக்ஷம் செலவழித்து ஒரு சிவன் கோயில் திருப்பணி செய்திருக்கிறார். யுத்த நிதிக்கு நாலுலக்ஷம் கொடுத்தார். மூன்றுவேத பாடசாலை எங்கெங்கோ அவர் செலவில் நடக்கிறது. பள்ளிக்கூடங் களில் நூற்றுக்கணக்காக உபகாரச் சம்பளங்கள் கொடுக்கிறார். மாட்டுத்தண்ணீர்த் தொட்டி சுமைதாங்கிகள் – அவர் செய்யாத தருமமே, கிடையாது. ஆனால் கிழவர் என்னைவிட அதிகமாகவே தெரிந்துகொண்டிருந்தார்.

அன்ன விசாரம்

"இலை ஒண்ணொண்ணும் இம்மாப் பெரிசு" என்று அவர் இடதுகை ஆள் காட்டியால் காற்றில் ஒரு பெரிய வளையம் போட்டார். "அதுவும் கும்பகோணத்திலே வாழை இலைக்குக் கேக்கணுங்களா? காவேரிப் படுகையில்லே?" ஒரு புன்சிரிப்பு.

"உங்களுக்கு எந்த ஊரு?"

"எனக்குப் பங்களூர்தான்"

"வியாபாரமா?"

"ஆமாம் பட்டு வியாபாரம். கரூர், திருச்சி, மதுரை, கும்பகோணம், சிதம்பரம், ஆரணி – எல்லா ஊரிலேயும் வாடிக்கை உண்டு இப்ப நிலுவைக்குத்தான் போயிட்டிருக்கேன்."

"கும்பகோணத்திலே யார் யாரு வாடிக்கை?"

"ரண்டு மூணுபேரு உண்டு. ஆனா வெங்கடபதி வீட்டிலெதான் தங்கறது. தெரியுங்களா வெங்கடபதியை? செவலையா, தடியா அம்மை வடுமூஞ்சியா."

"என்னாது? வெங்கட பதியைத் தெரியாமயா? நமக்கு ரொம்ப நெருக்கங்க"

"அவர் வேறே எங்கியும் நம்பளைத் தங்கவிடமாட்டாரு, தங்கிட்டோமே பிரமாதமாக கோவிச்சிக்கிடுவாரு. ரொம்ப கணிசமான ஆளு. அப்ப அப்ப பாக்கியைத் தீத்துக் கட்டிப்பிடுவாரு. தவிர, நல்ல செலவாளிங்க. உங்க செட்டியாரைவிட இரண்டுபடி மேலேன்னுதான் சொல்லணும். சாப்பாடுன்னா அப்பேர்ப்பட்ட சாப்பாடுங்க. காலமே கண்ணைத்திறக்கறதுக்கு முன்னாடி, நெட்டையா, இம்மா உசரத்திலே ஒரு டம்ளரிலே, பக்காப்படி அரைப்படிக்கு ஒரு நூல்தான் குறைச்சலா யிருக்கும், அது நிறைய காபி. காபின்னா எப்படிங்கிறீங்க? ஏன்னு கேக்கும். அப்படியே கறந்தபடிக்கே காய்ச்சின பாலு. தண்ணி உடாம காச்சினா, மாட்டுக்காம்பு வெடிச்சுப் பூடும்னு பொம்பிளைங்க சாத்திரம் சொல்லுவாங்க, அதுக்காக ஒரு பொட்டுத்தண்ணீரைத் தெளிச்சு இருப்பாங்க. அவ்வளவுதான். காபி கள்ளிச் சொட்டுக்கணக்கா, கமகமன்னு நுரைச்சிக்கிட்டு நிக்கும். குளிச்ச பிற்பாடு இட்டிலி – உப்புமா, உப்புமா – தோசை, பொங்கல் – வடை – இப்படி இரட்டையா ஏதாவது. வெங்கிடபதிகிட்ட ஒரு விசேஷம் பாருங்க. எண்ணைவாடையே வீசக்கூடாது. எல்லாம் நெய், அதுவும் நேத்து வெண்ணையா உருக்கின நெய்யி. உப்புமா, வெண் பொங்கல் எல்லாம் இலையிலே வழுக்கிக்கிட்டு ஓடும். நானும் இந்த இந்தியா தேசம் முழுக்கச் சுத்திருக்கிறேன். வெங்கிடபதி சம்சாரம் கத்திரிக்காயும், வாழைக்காயும் சேர்த்து கொத்ஸு பண்ணுவாங்களே அதுக்கு ஈடாச் சாப்பிட்டதே கிடையாது. கொத்ஸுன்னா ஏன்னு கேக்கும்" என்று கொத்ஸின் மகிமையை இடதுகை உள்ளங்கையை மல்லாத்து சின்முத்திரையால் விளக்கினார் கிழவர்.

"பட்டு மார்க்கெட்டு இப்ப எப்படி இருக்கு?"

"ஏதோ இருக்கு . . . ஆச்சா . . . நிலுவைக்குப் போயிட்டு வந்தா, மத்தியான ஒண்ணரை மணிக்குச் சாப்பாடு, எப்பேர்ப்பட்ட சாப்பாடுங்கிறீங்க? சாம்பார், மோர்க்குழம்பு இரண்டுகறி. இரண்டு கூட்டு, பச்சடி, மைசூர் ரசம் ஒரு தித்திப்புப் பஷணம். அதிலே ஒரு விசேஷம் பாருங்க, வடக்கே இந்துஸ்தான்மாருங்கள்ளாரும் தித்திப்பு இல்லாம சாப்பிடமாட்டாங்க. அதாவது மனுஷனுக்குச் சாப்பாடுங்கறது பல தினுசா இருக்கணும். ஆறு ரசங்களும் உடம்புக்குச் சேரணும். அப்பத்தான் கபவாதபித்தம் மூணும் சமனா இருக்கும் மனசுக்கு ஆயாசமில்லாம வேலையைக் கவனிக்கலாம். இல்லாட்டி எதாவது ஒண்ணு தூக்கலாப் போயி பெரிய தொல்லையா போயிடும். தெரிஞ்சுதுங்களா? வெங்கடபதி தித்திப்பு பக்ஷணம் இல்லாம சாப்பிடவே மாட்டாரு. அப்பவும் மூணு நாலு ஊறுகாயோட தயிர்சாதம். தயிருன்னா கத்திபோட்டு அறுக்கணும் தெரிஞ்சுதுங்களா?"

"ம் சரிதான் இப்ப பட்டுவிலை எப்படி இருக்குங்க?"

"இருபத்தெட்டு இன்னிவிலை. ஒஸ்தியெல்லாம் முப்பத்தாறு முப்பத்தெட்டு. இப்படி ரகவாரியா இருக்கு. சாயங்காலம் அஞ்சு மணிக்கு ஒரு மைசூர்பாகு, ஜிலேபி, கோதுமை அல்வா, தக்காளிப்பழ பஜ்ஜி, காபி, எல்லாம் முரட்டுத்தனமாத்தான் இருக்கும். நெய்யைக் கக்கும். மூணுகாபி ஆச்சுங்களா?"

"ஆமாம்"

"எப்படி மூணு?"

"எப்படி?"

"நீங்களும் எப்படின்னா? சரியாக் கவனிக்கலை போலிருக்கு. தூக்கம் வருதுங்களா?"

"தூக்கமா! ரயில்லெ தூங்கறபளக்கமே கிடையாதுங்க நமக்கு. சொல்லுங்க"

"காலமே ஒருகாபி, அப்புறம் எட்டு மணிக்கு, பலகாரத்தோட ஒரு காபி. அதைத்தான் மறந்திட்டேன். அதனாலெ எப்படி மூணுன்னு கேட்டேன். சாயங்காலம் ஒரு காபி. சரியாப் போச்சுங்களா?"

"ஆமாம். மூணுதான்."

"இத்தினிக்கும் ராத்திரிச் சாப்பாடு குறைஞ்சுபூடும்கிறீங்களா?"

அட ஆண்டவனே!

"ஒரு சாம்பார், ஒரு கரி, கூட்டு, ரசம், பப்படம், வருவல், டாங்கர் — இந்த ஏழும் நிச்சயம் உண்டு." என்று இடது கை விரலால் ஏழு எண்ணினார் அவர். "படுக்கறப்போ, அதே நீள டம்ளர் நிறைய பசும்பால், சும்மா அப்படியே சுண்டச் சுண்டக் காய்ச்சி, ஜாதிக்காயும் குங்குமப்பூவுமா மணத்துக்கிட்டு மஞ்ச மஞ்சேருன்னிட்டு, அமிர்தமாப் பொங்கும்."

கிழவருக்கு உற்சாகம் பொங்கிற்று, வெங்கடபதி வீட்டுப் பாலைப் போல.

அன்ன விசாரம்

ஆனால் அத்தனை உற்சாகத்தையும் தலைஅலுங்காமல், புன்னகை யாலும் சின்முத்திரையாலுமே வெளிப்படுத்திக்கொண்டு வந்தார்.

பங்கார்ப்பேட்டை ஸ்டேஷன் வந்துவிட்டது. ஒன்றே கால் மணி வண்டி ஓடியிருக்கிறது. சாப்பாடு இன்னும் முடியவில்லை. இன்னும் நாலைந்து கவளம் பாக்கி.

"டேய் வேர்க்கடலே" என்று கிழவர் கூப்பிட்டார்.

"சார், கை எச்சிலா இருக்கு. கொஞ்சம் கடலை வாங்கி வச்சிடுங்க ளேன்" என்று இடது கையால் மேல் பாக்கட்டிலிருந்து நாலணாவை எடுத்துக் கொடுத்தார். வாங்கி வைத்துவிட்டேன்.

"ஏனுரி" என்று புதிதாக ஏறிய பிரயாணியிடமிருந்து குரல் எழுந்தது. "போஜனமா?"

"அட, கெம்பையா வா, பன்றி" அவ்வளவுதான் எனக்குப் புரிந்தது. கன்னடத்தில் என்னென்னமோ பேசிக்கொண்டிருந்தார்கள்.

கிழவர் சாப்பாட்டை முடித்து கையலம்பி, கூஜாவில் மீதியில் லாமல் தண்ணீரைக் குடித்து பெரிய ஏப்பமாகவிட்டார். வையமனைத்தை யும் வயிற்றில் அடக்கிய தாமோதரனே ஏப்பம் விடுவதுபோலத் தோன்றிற்று. நீ நினைப்பதில் தவறில்லை என்று சொல்லுவதுபோல, கூஜாவை மூடிவிட்டுக் கிழவர் கடலை தின்னத் தொடங்கினார். எனக்கும் நாலு நீட்டினார். எனக்கு அப்போதுதான் மருந்து ஞாபகம் வந்தது. பையில் இருந்த பாட்டிலைத் திறந்து ஒரு மாத்திரை போட்டுக் கொண்டேன்.

"என்னங்க, மருந்தா?"

"ஆமாம்."

"எதுக்கு?"

"பித்த உபரிக்கு. வயிற்றில் புண். அசீரணம். சாப்பிட்ட முக்கால் மணிக்கெல்லாம் வயிற்றுவலி உயிரைவாங்குது. பங்களூரிலே நம்ம அண்ணாரு மிலிடரியிலே இருக்காரு. அவரு ஊட்டுலேபோய் ரண்டு மாசம் ரெஸ்ட் எடுத்துக்கிட்டேன். பங்களூர் டாக்டர்தான் எழுதிக்கொடுத்தாரு."

"குணம் தெரியுதா?"

"நல்ல குணம்தான்."

"மருந்து பேரு என்னாங்க?"

"பைலே பெப்ஸி காஸ்ட்ரம் வித் வைட்டமின் பி, சி அண் டி."

"பசி எடுக்காமே இருந்தா இதை சாப்பிடலாமா?"

"ம். சாப்பிடலாம். யாருக்கு?"

"எனக்குத்தான்."

"பசியெடுக்கவா?"

"ஆமாங்க. ஒரு அஞ்சாறு மாசமா வயிறு மந்தமா இருந்து வருது. ருசிக்க எதையும் சாப்பிட முடியலே. அன்னத் திரேஷம் மாதிரியா இருக்கு. வயசு ஆயிட்டுது. நரம்பு தளர்ந்ததனாலே இருக்கலாம். தங்க சம்மந்தமா எதாவது சாப்பிடுங்கன்னு ஒரு நாட்டு வைத்தியர் சொன்னாரு. தங்க பஸ்பம் ஒரு மாசம் சாப்பிட்டேங்க. சாப்பிடறவரைக்கும் சரியா இருந்திச்சு. மறுபடியும் திருப்பிக்கிச்சு. அதான் இது தேவலாமான்னு கேக்கிறேன்."

"சாப்பிடலாம்"

"அப்பன்னா இந்தக் கடுதாசிலே எழுதிக்கொடுத்திருங்களேன்."

எழுதிக்கொடுத்தேன்.

வண்டி போகும் சத்தம் கண்ணை அயர்த்திற்று. ரயில் தூக்கம் தான். சற்றைக்கொருமுறை கண்திறந்தது. கிழவர் கடலையை மென்று கொண்டே கெம்பையாவோடு பேசிக்கொண்டு வந்தார். எதிரே இருந்த மலையாளி என் புத்தகத்தில் பாதி முடித்துவிட்டார். அவருக்குப் பக்கத்தில் இருந்த மாயவரம் போகிற சாஸ்திரியார் கண்கொட்டாமல் கிழவரைப் பார்த்துக்கொண்டேயிருந்தார். பொன்மலைக்குப் போகிற பாட்டி பூனைத் தூக்கம் தூங்கிக்கொண்டே வந்தாள்.

கிழவருக்கும் வக்கீல் நாகேஸ்வர அய்யருக்கும் எச்சுஸ்தாயியில் ஒரு தர்க்கம். கலியாணத்திற்குப் போய்த் திரும்பி வந்துகொண்டிருந்த நாகேஸ்வர அய்யரைத் தெருவில் கண்டுவிட்டார் கிழவர்.

"என்ன வக்கீல் சார், சாப்பாடு பிரமாதம்தானோ?"

"ஆமாம். உம்ம சாப்பாட்டை உடைப்பிலே போடும். யாருக்கு வேண்டியிருக்கு. இந்தச் சோறு, கறி, பாயசம், பக்ஷணம் எல்லாம். ஓய் விதரணை தெரியணும் காணும். எத்தனையோ கலியாணத்திலே பார்த்தாச்சு. வெந்நீர் கேட்டால் இல்லையேன்னு ஈனு பல்லைக் காமிப்பன். இல்லேன்னா பாதித் தண்ணியை விட்டுத் தடியாலடிச்சு, இல்லேன்னா அடுப்பிலே ஏத்தி உடனே இறக்கிக்கொண்டு வைத்துக் கழுத்தை அறுப்பான். காளி கௌடர் என்ன பண்ணினார் தெரியுமா? விதரணைனா எல்லாருக்கும் வந்துடுமா? அந்த மனுஷன் வெண்ணீர் டிபார்ட்மெண்டைக் கவனிச்சுக்கறத்துக்காக ஒரு தனிக்கமிட்டியே போட்டுவிட்டான்.துளி பச்சை ஜலம் கலக்கப்படாது.கடுமையான ஆர்டர். நெருப்பாக் கொதிச்சு பிறகு தானாக ஆறி, சுக்கும் சீரகமும் ஒத்துண்டு தொண்டையிலே பதமா விழுந்தபோது அடாடா எனக்கு அப்படியே மேளம் கட்டிப்போச்சு. என் வயிற்றுவலி கூட பறந்துபோயிட்டாப் போல இருக்கு."

"வெந்நீரே இப்படின்னா, சாப்பாடு எப்படியோ?"

"ஆமா, சாப்பாடு, சாப்பாடு, சாப்பாடு, கலியாணம்னா நாலு கறி, பாயசம், பக்ஷணம் எந்த தரித்திரப் பயலும்தான் போடறான். நான் சிரத்தையோட கவனிக்கிற அழகன்னா சொல்லுறேன். வெந்நீர் கொடுக்கிறது ஒரு தனிக்கலை. அது கோடியிலே ஒருத்தனுக்குத்தான் தெரியும்."

அன்ன விசாரம்

"நல்ல வக்கீல் சார் நீங்க. வயித்து வலி வக்கீல்" என்று தெருக் கோடியிலிருந்த கட்சிக்காரர்கள் சொல்லிவிட்டுச் சிரித்தார்கள்.

நான் விழித்துக்கொண்டுவிட்டேன். வண்டி நின்றிருந்தது.

"என்ன ஸ்டேஷன் ஸார்?"

"ஜோலார்ப்பேட்டை."

"அதுக்குள்ளாறவா"

கிழவர் கொய்யாப்பழும் வாங்கிக்கொண்டிருந்தார்.

"சாருக்கு நல்ல தூக்கம். சார், ஒரு கொய்யப்பளம் சாப்பிடுங்க. இதைப் பாத்தீங்களா, ஜோலார்ப்பேட்டை கொய்யாப்பளம் ரத்தம் மாதிரி இருக்கும்" என்று விண்டு காண்பித்தார். வாசனை என் வயிற்றைப் புரட்டிற்று.

"இருந்தாலும் உங்க தஞ்சாவூர் பழம் ஆகாது. அது தனி ருசி."

"எங்க தஞ்சாவூர் என்ன? கொய்யாப்பளம்னாலே வயிற்றைப் புரட்டும் எனக்கு. மகா பித்தமில்ல, சனி. லிவரை அப்செட் பண்ணிடும்."

"த்ஸ், தினமுமா சாப்பிடப் போறோம்? எப்பவானும் இப்படி போறப்போதானே? ஆனா, நல்ல குளுமைங்க. அது. வெக்கை சூடுங்களுக்கெல்லாம் கோடாரி மாதிரி."

"என்னமோ மகா அதிகப் பிரசங்கி, இந்தக் கொய்யா, நாரத்தங்க இதெல்லாம். நாரத்தங்காயாவது சேத்துக்கலாம். கொய்யாப்பளம் சாப்பிட்ட அஞ்சு நிமிஷத்துக்கெல்லாம் பாருங்க. வாய், கை எல்லாம் நாறிக்கிட்டேகிடக்கும்."

"அது வாஸ்தவம். சுகம் மூணுவகைங்க. முன்னாலே கஷ்டம் பின்னாலே சுகம். முன்னாடி சுகம் பின்னாடியும் சுகம், முன்னாலே சுகம், பின்னாலே கஷ்டம். இதுலே மூணாவது ரகம்னு சொல்றீங்க. வாஸ்தவம். இருந்தாலும் தினமுமா இது அகப்படப்போவது."

கெம்பையா கோடைவாய் வழியத் தூங்கிக்கொண்டிருந்தார். "வண்டி கிளம்ப இன்னும் ரண்டுமணி நேரம் இருக்கு. வர்றீங்களா? கொஞ்சம் டீ சாப்பிட்டுவருவோம் என்று இளித்தார் கிழவர்.

"ஐயையோ, தூக்கம் கலைஞ்சு போயிடும் வாண்டாங்க."

"ரயில்லெ தூக்கமே வராதுன்னீங்களே" என்று என் ஜம்பத்தைப் பொசுக்கிட்டு கீழே இறங்கிவிட்டார் அவர்.

மாயவரத்துக்குப் போகிற சாஸ்திரியார் சொன்னார்.

"சார் நீங்க தூங்கிப் போயிட்டேள். நானும் பாக்கறேன். பங்களூரிலே வாயைத் திறந்த ஆசாமி இன்னும் மூடவில்லை. குப்பம் ஸ்டேஷன்லெ ஒன்பது பேரிக்காய் வாங்கி ஜோலார் பேட்டை வரைக்கும் ஓட்டினார். இப்ப நாலு கொய்யாப்பழும் ஆச்சா, இப்ப பிஸ்கத்தும் டீயும். அதோ பாருங்கோ"

கிழவர் சிற்றுண்டியை முடித்துவிட்டு ஜன்னலண்டை வந்து ஒரு பீடாவை அரைத்துக்கொண்டே தூங்குகிற கெம்பையாவைப் பார்த்து அலட்சியமாகச் சிரித்தார். தாழ்ந்த குரலில் சொன்னார்.

"பாருங்க சார், அனாதிப் பிரேதம் மாதிரி தூங்குகிறதை. மூணு பிஸினஸுக்கு முதலாளி, பட்டுக்கடை ஊதுபத்திக்கடை, புகையிலைக் கடை, காசிலே கிண்டன். பாத்திங்களா தூங்குறதை, அஞுவறாப்போல இருக்கு. ஐயோ இன்னிக்கிச் சாப்பிட்டோமே, செலவளிஞ்சு போச்சேன்னு அஞுவறான். விலை மோரில் வெண்ணை எடுப்பான். சாப்பாடு என்னாங்கிறீங்க?"

"வத்தல் குழம்பா?"

"ரைட், அதேதான். அதோட பசலைக்கீரையாலே கூட்டு. ராத்திரி புதினாக்கீரையாலே துவையல். மத்தியானச் சாப்பாட்டுலே ஏறின பித்தத்தைத் தணிக்க. புள்ள குட்டி கிடையாது. ஒரு விருந்து வராது. தினமும் இருநூறு ரூபாயாவது நெட்டா பாங்கிலே போடாம தூங்க மாட்டான். ஒரு தடவை அவன் ஊட்டுலே சாப்பிடும்படியா ஆயிடிச்சு எனக்கு. அவன் சம்சாரம் - நல்ல ஜோடி - சிப்பல்லே சாதத்தை வச்சுக்கிட்டுநிக்கிறா. சோறு விளட்டுமா வாண்டாமான்னு என்னைப் பாச்சைக்காட்டுது. குறும்பை வாங்கியாலே ஒருமுட்டை நெய்யி. அதுவும் என்ன? குதிரைக் கொட்டில் நாத்தம் அடிக்குது. எங்கேருந்து தான் இந்த நெய்யைப் புடிச்சுக்கிட்டு வந்தானோ, பாவிப்பய. இதைப் பாருங்க. செலவளிக்க மனசு வரணும்ன்னா அதுக்கும் ஒரு புண்யம் பண்ணியிருக்கணும். இல்லீங்களா, என்ன சொல்றீங்க?"

"சந்தேகமில்லாமல்."

"அது என்னமோ, காசு அவனுக்குத்தான் சேருது" என்று பெருமூச்சு விட்டார் கிழவர்.

விற்கிறவர்கள் ஓய்ந்துவிட்டார்கள். ஸ்டேஷன் தூங்கி வழிய ஆரம்பித்தது. நானும் தூங்கி வழிந்தேன்.

விழித்துக் கொண்டு சுற்றி முற்றிப் பார்த்தேன்.

"என்ன சார், பார்க்கிறேள்? ஈரோடு வந்தாச்சு. போது விடியப் போறது" என்று மாயவரத்து சாஸ்திரியார் சத்தம் போட்டார்.

"ஈரோடா, அதுக்குள்ளாரவா?"

"ஏன் அதுக்குள்ளே, எல்லாம் சரியாகத்தான் வந்திருக்கு. கிழவர் எங்கேன்னு பாக்கறேளா? கவலைப்படாதீங்கோ. ஆர்.ஆர். ரூமுக்கு போயிருக்கார். வந்திடுவர். ஜோலார்ப் பேட்டையிலே ரண்டு கொய்யாப் பழம்தான் பாக்கி. ஸ்டாக் பண்ணிக்காமல் போயிட்டார். தவியாத் தவிச்சுப் போயிட்டார் மனுஷன். சங்கரி துர்க்கத்திலே வகையா ஒண்ணும் காணும். சிவனேன்னு ஒரு சோடா வாங்கிக் குடிச்சார். சும்மாயிருக்காரேன்னு வெற்றிலைப் பெட்டியை நீட்டினேன். குட்ட ஹள்ளி வெத்திலை நன்னாருக்கும்ன்னு வச்சிருந்தேன் சார். அரைக்

அன்ன விசாரம் 335

கவுளியை அரைச்சு தீத்துப்பிட்டாரைய மனுஷன். சேலத்துலே இறங்கி ஒரு டஜன் பச்சை வாழைப்பழம் வாங்கி வந்தார். எனக்கு ரண்டு கிடைச்சுது. தீத்துக் கட்டினார். இதுதான் கதை. ஈரோடு வந்தாச்சு. நீங்களும் முழிச்சுண்டாச்சு. இனிமே நீங்களே பாத்துக்கலாம்"

கிழவர் முகம்பி வாங்கிக்கொண்டிருந்தார்.

"என்ன சார், காபி சாப்பிடலையா?" என்று கேட்டேன்.

"சாப்பிட்டாச்சு, போங்க. பூரி கிழங்கும் வடையும்தான் போட்டிருக் காங்க. உப்புமா சுமார்தான்" கிழவர் முகம் சுண்டிக் கிடந்தது.

அவர் முகம்பியை முடிப்பதற்குள் கரூர் வந்துவிட்டது. இறங்கினார். எனக்குக் கை ஒடிந்துவிட்டதுபோலிருந்தது. ஜன்னல் பக்கம் வந்தார்.

"அப்ப வரட்டுங்களா, கும்பகோணத்திலே சந்திக்கிறேன்."

"அவசியமா வாங்க"

"அப்ப, இந்த மருந்தையே சாப்பிடலாம்னு சொல்றீங்க"

"சாப்பிட்டுப் பாருங்களேன். ஒரு பாட்டில் பரீக்ஷை பார்க்கிறது."

"ஒரு பாட்டில் என்ன? ரண்டோ, மூணோ குணம்தெரியற வரைக்கும் சாப்பிடறோம். இல்லாட்டி பாத்துக்கறோம்."

"இல்லாட்டி பாத்துக்கறோம்."

"அப்ப வர்றேன். வரேங்க உங்களைத்தானே, வந்தேன்" என்று சொல்லிக்கொண்டு கிளம்பிவிட்டார்.

"அடேடே, பட்டு அங்கவஸ்திரம் போட்டுக் கொடுக்கச் சொல்ல லாம்னு நெனச்சுக்கிட்டே இருந்தேன். மறந்து பூட்டேன்" என்று இரண்டு நிமிஷம் கழித்து ஞாபகம் வந்து சொன்னேன்.

"நீங்க ஞாபகம் வந்தாலும் அவரைக் கேட்டிருக்க முடியாது" என்று சாஸ்திரியார் சொன்னார்.

"ஏங்க?"

"அவருக்கு வாயிலே வார்த்தைக்கு இடம் எங்கே இருந்துது?"

பிளாட்பாரத்தில், தங்க எழுத்து மின்னிய காக்கிச் சட்டை காரருக்குப் பின்னால் ஒரு கிழவி தேம்பித் தேம்பி அழுதுகொண்டே வந்தாள்.

"படி ரண்டு ரூபா கொடுத்து வாங்கியாந்ததுங்க, மகராசரே. வயித்திலே அடிக்காதீங்க சாமி."

"சீ சீ பேசாம வா."

"பட்டினி போடாதீங்க சாமி. கால்லே உளுவரேன்"

"நீ மாத்திரம் பக்காப்படி சாப்பிடணும். நாங்க அஞ்சு அவுன்ஸ் சாப்பிடணும். மரியாதையா வா. சும்மா சத்தம் போடாதே."

அவர்களோடு கையாலாகாத வேடிக்கை பார்க்கிற கூட்டம் போய்க்கொண்டிருந்தது.

"இந்த அன்னவிசாரம் எனனிக்கி ஒழியப் போகிறதோ பகவானே. பணத்தைக் கொட்டி அரிசியை வாங்கிப்பிட்டு அதைப் பறிகொடுக்க வேறே அழணுமா?" என்று பாட்டி வேதனையாகக் கொட்டினாள்.

வாயே திறக்காத மலையாளி சொன்னார், "இறங்கிப் போச்சே, இந்த செட்டியார் அவரை நோக்கலியோ? அன்ன விசாரத்துக்கு என்ன பஞ்சம்? ஜன்மா ஆயிரமாக்கும் கிடைக்கும். அன்னம் அந்த சுலபமாக கிடைக்குமா, நல்ல ஞானம் படைச்ச கிழவராக்கும்" என்று தங்கப்பல்லைக் காட்டிச் சிரித்தார்.

எனக்கு மருந்து ஞாபகம் வந்தது.

சிவாஜி, 18ஆம் ஆண்டுமலர், அக்டோபர் 1952

தவம்

"சரிதான் போய்யா; என்னமோ அந்தப் பொண்ணு கொஞ்சம் சேப்பாயிருக்கு. நீ அதைப் பார்த்து மயங்கறே. உன் மவனுக்குத் தகுந்த பொண்ணா அது? சேப்பா இருந்தா ஆயிடிச்சா?"

"ஏண்ணே, சேப்பு ஒரு அழகு, சூடு ஒரு ருசீன்னு சும்மாவா சொல்றாங்க?"

"சொல்லட்டுமே; சேப்புத்தான் அழகுன்னு சொல்ல லியே. சேப்பாயிருந்தாப் போதுமா? முகத்துலே களை குறி ஒண்ணும் வாண்டாமா? நம்ம வகையராவிலே டில்லி மட்டம் மாதிரி பொண்ணுங்கள்ளாம் இருக்கே. அதெல்லாம் விட்டுட்டு, இதைப் போய் எடுக்கிறியே! பூன்னு ஊதினா ஒடிஞ்சு விழுந்திடும். குச்சி உடம்பு, கூனல், குச்சிக்காலு, உள்ளங்காலு சப்பை, தண்ணியை மிதிச்சிட்டு அந்தப் பொண் நடந்து வரபோது காலடியைப் பார்த்திருக்கியா? உள்ளங்காலு முழுக்க அப்படியே சொத்துனு தரையிலே பதிஞ்சிருக்கும். என்னமோ செல்லூர்ச் சொர்ணாம்பா கெட்டுப் போயிட் டாப்பலே பேசுறியே!"

அடுத்த மேஜையில் உட்கார்ந்து டீ குடித்துக் கொண்டிருந்த கோவிந்த வன்னிக்குத் தூக்கிவாரிப் போட்டது. திரும்பிப் பார்த்தான்; அந்தப் பெயரைச் சொன்ன மகாராஜன் யாரென்று. ஒரு க்ஷணம் பிரமை தட்டினார் போல உட்கார்ந்திருந்தான். பத்து வருஷம் ஆகிவிட்டன இந்தப் பெயரைக் கேட்டு. அவன் நெஞ்சை ஆட்கொண்டு அவனை ஊக்கிக்கொண்டிருந்த அந்தப் பெயரை இந்தப் பத்து வருஷ காலத்தில் இரண்டாவது மனிதன் ஒருவன் சொல்லி அவன் கேட்கவில்லை. இடைவிடாமல் அவனுடைய அந்தரங்கத்தை நிறைத்து நின்ற அந்த வனப்பு வடிவம் எதிரே நிற்பது போல் இருந்தது. வெந்தாழை முகம், பாதம், கை; முதுகில் தளர்ந்து புரளும் சிற்றலையோடும் கூந்தல்; அரக்கு வர்ணப் புடவை; வலது கையில் பூஜைத்தட்டு,

இடது கையில் முன்றானை; வாளிப்பும் வர்ணமும் ஒன்றி வடிந்த அழகு; பளீர் என்று தடுத்து நிறுத்தும் தோற்றம். கோயில் திண்ணையில் இருந்த பெரிய பிள்ளையாருக்கு முன் வந்து நின்று, மோதிரக் கற்களின் ஒளி சிதற நெற்றியில் குட்டிக்கொள்கிறாள். குருக்கள் விபூதியைக் கொடுத்ததும் வாங்கி நெற்றியில் குங்குமத்தின் கீழ் வைத்துக்கொள்ளுகிறாள். குருக்களின் அழுக்கு வேஷ்டித் தலைப்பில் பழைய தினசரித் துண்டில் கிடந்த அந்தச் சாம்பலுக்கு இப்போது எவ்வளவு பெரிய ஸ்தானம் கிடைத்து விட்டது.

கோவிந்த வன்னி ஒரு கணம் இந்த லயிப்பில் ஒன்றியிருந்தான். பிறகு உலுக்கிக்கொண்டு நெஞ்சத்தில் மழை பொழிந்த அந்தப் புண்யாத்மாவைப் பார்த்தான்; இன்னும் ஏதாவது சொல்லப் போகிறாரா என்று. ஆனால் அந்தப் பேச்சு ஏதோ கல்யாணப் பேச்சாக வளரும் போல் இருந்ததே ஒழிய, மீண்டும் சொர்ணாம்பாளின் பெயரே அதில் வரவில்லை.

"அண்ணே, இப்ப ஏதோ பேர் சொன்னீங்களே, ரொம்ப அழகின்னு. அது என்ன?"

"அதுவா? சொர்ணாம்பா, செல்லூர்ச் சொர்ணாம்பா."

"ஆண்டாள் கோயில் காமாக்ஷிதான் ரொம்ப அழகுன்னு சொல்லுவாங்க. தமிழ்ச் சீமையிலேயே அவ காலிலே கட்டி அடிக்கறத் துக்குக் கூட பொம்பளை கிடையாதுன்னு பேரு."

"அதெல்லாம் ஐதர் காலத்து கதை. இந்தச் சிங்கப்பூர்லே எத்தினி நாளா நீங்க இருக்கீங்க?"

"கிட்டத்தட்ட பத்து வருஷமாச்சு."

"அதுக்கு முன்னாலே?"

"திருச்சிராப்பள்ளியிலே இருந்தேன்."

"திருச்சிராப்பள்ளியிலேயிருந்திட்டா சொர்ணாம்பாளைப் பத்திப் புதிசாச் சேதி கேக்கிறீங்க? ஜில்லா தாண்டி ஜில்லா அவ பேர் போயிருக்கே! நீங்க சொல்ற காமாச்சி இருபது வருசத்துக்கு முன்னாலே. சமீபத்திலே எப்பவாவது ஊருக்குப் போகப் போறீங்களா?"

"போகப் போறேன். ஒரு வாரத்துலே."

"போனா, தஞ்சாவூருக்கு ஒரு டிக்கட் எடுத்துக்கிட்டு அவளைப் போய்ப் பாத்திட்டு வாங்க. ரெயிலை விட்டு இறங்கினதும் ஒரு ஒத்தை மாட்டு வண்டி பிடிச்சு செல்லூர்ச் சொர்ணாம்பா வீடுன்னாக் கொண்டு விட்டுவிடுவான். ஆனால் போறபோது வெறுங்கையோட போங்க. இல்லாட்டி இந்தச் சீமையிலே சம்பாரிச்சதெல்லாம் நீங்களா அவ காலிலே கொட்டிப்புடுவீங்க. ஆனா வெறுங்கையோட போனாத்தான் என்ன? திரும்பி வீட்டுக்கு வந்து எல்லாத்தையும் எடுத்துக்கிட்டுப் போய் அவகிட்டக் கொடுக்கத்தானே போறீங்க? அதனாலே நீங்க தஞ்சாவூருக்கும் போக வாணாம், அவளைப் பாக்கவும் வாணாம்."

"என்ன ஐயா, அவ்வளவு அதிசயமான ரதி?"

"ஐயா, ஏன் இந்த வீண் பேச்சு? நான் சொன்னா நம்பமாட்டீங்க. போய்ப் பாத்திட்டே வந்திடுங்க. எத்தனையோ லக்ஷப் பிரபுவெல்லாம் துணியை உதறிக் கொட்டிப்பிட்டான். வடக்கேயிருந்து ஒரு ஜமீன்தார் வந்து ஒரு வருஷம் அவளைச் சுத்திப்பிட்டுப் போதும் போதும்ணு ஓடிப் போனான். நீங்களும் போங்க."

"நம்ம வன்னியரு அதுக்கெல்லாம் மசியறவரு இல்லே. செலவழிக்க நல்ல ஆளைப் பாத்தீங்களே. எனக்குத் தெரிஞ்ச நாளா இந்த ஹோட்டல்லே ஒரு டீ, ஒரு சைவச் சோறு; அதுக்குமேலே சாப்பிட்டதில்லையே இவரு!" என்று ஹோட்டல் முதலாளி நையாண்டி செய்தார்.

"நானா செலவழிக்கிறதில்லே? ஏய், கொண்டா சொல்றேன், மூணு பிரியாணி!"

உடனே அந்தச் சீனாக்காரப் பையன் உள்ளே ஓடினான்.

"என்னாத்துக்குங்க, ராத்திரிப் பத்து மணிக்கு மேலே?"

"பரவாயில்லீங்க. சும்மாச் சாப்பிடுங்க."

"இல்லீங்க."

"நீங்க சும்மாயிருங்க."

பிரியாணி வந்துவிட்டது. அவர்கள் சாப்பிட்டார்கள். வன்னியும் பத்து வருஷத்துக்குப் பிறகு புலவை ருசித்தான்.

"இன்னிக்கு என்ன வன்னியருக்கு ஒரே குஷி கிளம்பிடிச்சி?" என்றார் முதலாளி.

"இந்த மாதிரி பேசற ஆளைப் பார்த்தா ஏனையா செலவு செய்யக் கூடாது? பெரிய ஆளு இவரு. அந்தப் பொம்பளே அழகா இருக்கோ என்னவோ, இவரு பேசறத்திலேயே அவளை ரதியா அடிச்சிடுவாரு போல் இருக்கு."

"அப்படீன்னா, நான் என்னமோ ஒண்ணுமில்லாததைப் பெரிசு பண்ணி அளக்கிறேன்னு சொல்லுறீங்க. நீங்கதான் போய்ப் பார்க்கப் போறீங்களே. நான் சும்மா சும்மா சொல்லிக்கிட்டுக் கிடப்பானேன்?"

"சரி, பாத்திடறேன்."

"நீங்க சொன்ன காமாக்ஷி, ஆடினா, பாடினா, நாடக மாடினா. ஆனா சொர்ணாம்பா சும்மா எதிர்க்க நின்னாப் போதும். பதினாலு லோகமும் அவ காலிலே உளுந்திடும். அவ ஒத்தரையும் ஒண்ணும் கேக்கறதில்லே. தானே கொண்டு கொட்டிப்பிட்டுத் தலையிலே துணியைப் போட்டுக்கிட்டு ஓடற கதிக்கு வறாங்க. இத்தனைக்கும் அவளுக்கு ஆடவும் தெரியாது; பாடவும் தெரியாது. சும்மா ஆள்தான். அதுதான் இப்படிப் பம்பரமா ஆட்டிவைக்குது. நல்லவேளையா இத்தோட விட்டான். ஆண்டவன் ஆட்டம் பாட்டமுன்னு ஏதாவது கொடுத்திருந்தான்; இந்த உலகம் தப்பறதா?"

"அண்ணே, என்ன பேசிக்கிட்டே இருந்தா எப்பப் போறது?" என்று அவனுடைய நண்பன் குறுக்கிட்டான்.

"மணி என்ன, பத்தரை ஆயிடுச்சா? அப்ப நான் போய் வரேங்க."

"எந்த ஊர் உங்களுக்கு?"

"எனக்குச் சிதம்பரங்க. கோலாலம்பூர்லே இருக்கேன். கடை இருக்கு."

"வந்தா நம்ம ஊர்ப் பக்கம் வாங்க. கொடவாசல்தான். கோவிந்தவன்னின்னாச் சொல்லுவாங்க."

"சரிங்க, நான் வரட்டுமா?"

அவர்கள் போய்விட்டார்கள்.

ஹோட்டலில் வேறு ஒருவரும் இல்லை. வன்னி, முதலாளி, சீனாக்காரப் பையன் மூவருமே இருந்தார்கள். கடை கட்டுகிற சமயம். பட்சண அலமாரியைப் பூட்டிவிட்டு வீட்டுக்குப் போகுமாறு பையனிடம் சொல்லிவிட்டு, டிராயரைத் திறந்து சில்லறையை எண்ணத் தொடங்கினான் முதலாளி.

"அண்ணே, இந்த ஆளு எப்படிப் பேசறாரு, பாத்தியா?" என்றான் வன்னி.

"அந்தப் பொம்பளை பெரிய ஆளாத்தான் இருக்கணும், பேரைச் சொன்னதுமே அவங்களுக்கும் ரெண்டு பிரியாணி கிடைச்சது. எனக்கும் ரெண்டு ப்ளேட் வியாபாரமாச்சு."

"அட போங்கண்ணே. அந்தப் பொம்பளெக்காகவா இது? அந்த ஆளு பேச்சுக்காகல?"

"அதிருக்கட்டும். நாலு வருசமா என்னோட பழகிட்டுவரீங்களே. அப்படி இருக்கிறவரு எனக்கு ஒண்ணும் கொடுக்காம, யாரோ முகந்தெரியாத ஆளுக்கு விருந்து பண்ணினீங்களே?"

"அண்ணே, நீங்கதான் விருந்தாப் பண்ணி எல்லார் வயத்தையும் நிரப்புறீங்க. நான் என்னத்தைச் செய்ய உங்களுக்கு?"

"ம், சரி."

"அலுத்துக்காதீங்க. இப்பவே ஒரு பெரிய விருந்தாச் செய்யப் போறேன் உங்களுக்கு."

"என்னாய்யா அது?"

சீனப்பையன் விடைபெற்றுக்கொண்டு போனான்.

"ஒரு உண்மையான சிநேகிதனுக்கு என்னங்க விருந்து செய்யலாம்? இன்னும் நாலு நாளிலே ஊருக்குக் கிளம்பப்போறேன். பாஸ்போர்ட்டும் வந்திரிச்சு. உங்களுக்குத் தெரியும். என் ஞாபகம் உங்களுக்கு மறக்காம இருக்கும்படியா ஒண்ணு கொடுக்கப் போறேன். சாமான், விருந்து இதெல்லாம் அழிஞ்சு போயிரும். அழியாத சாமானாக் கொடுக்கப் போறேன். இதுவரையில் ஒருத்தருக்குமே சொல்லாத,

கடவுளுக்கும் எனக்கும் மாத்திரம் தெரிஞ்ச ஒரு ரகசியத்தை உங்க கிட்டே சொல்லப் போறேன். பெட்டியிலே போட்டுப் பூட்டறதுபோல, ஒரு அருமையான சிநேகிதனுக்குத்தான் ஒரு ரகசியத்தைச் சொல்லணும். அதைவிட உசந்த பொருள் கொடுக்க முடியாது."

"வன்னியரே, என்னமோபோல இருக்கீங்க நீங்க இன்னைக்கி. நிதம் பாக்கற வன்னியரா இல்லே."

"அந்த ஆள் பேசின பேச்சு அத்தனையும், ஒவ்வொரு எழுத்தும் உண்மை. அந்தச் சொர்ணத்துக்கு ஈடா நிக்க ஒரு பொம்பளை இந்த உலகத்திலே இருக்க முடியாது. நானும் இந்தச் சிங்கப்பூர்லே எவ்வளவோ தேசத்துப் பொம்பளைங்களைப் பாத்திட்டேன்; இன்னும் பாக்கறேன்; ஐப்பான்காரி, சைனாக்காரி, வெள்ளைக்காரி, பர்மாக்காரி, பஞ்சாப்காரி – எவ்வளவோ பாக்கறேன்! ஆனால் அந்தச் சொர்ணாம்பா வீட்டு வாசப்படியிலே கூட இவங்களையெல்லாம் நிக்கவைக்க முடியாது."

"அப்பன்னா நீங்க பாத்திருக்கீங்களா அவளை?"

"பாத்தும் இருக்கேன். கிட்டக்க நின்னு பேசியும் இருக்கேன்."

"என்னமோ ஒண்ணுமே தெரியாதது போல விசாரிச்சீங்களே!"

"அவளைப் பத்திப் பேசிப் பேசிக் கேக்கணும்னு நெனச்சேன். பாசாங்கு பண்ணினேன். நீங்க கடையைக் கட்டிக்கிட்டு வாங்களேன். இங்கே ரொம்பப் புளுக்கமா இருக்கு. பார்க்கிலே போய்க் கொஞ்ச நேரம் உக்காந்துக்லாமே."

ஹோட்டல் முதலாளி சில்லறைகளை எண்ணிக்கொண்டிருந்தார்.

கோவிந்த வன்னி எழுந்து வெளியில் போய்க் காற்றாட நின்றான். சிங்கப்பூர் இவ்வளவு அழகாக ஒரு நாளும் தோன்றியதில்லை அவனுக்கு. பார்க்கில் இருளில் ஓங்கி நின்ற மரங்கள், நீல விளக்குகள் ஒவ்வொன்றும் தனக்கு இன்பம் அளிப்பதற்காகப் பிரத்தியேகமாக ஏற்பாடு செய்யப்பட்டிருப்பது போல் தோன்றிற்று. சொல்லுக்கு எட்டாத நாளாக யாரிடமும் சொல்லாமல் அவன் இருதயத்தை அழுத்திச் சுமந்துபோன அந்த ரகசியம், இப்போது வெடித்து வெளிப்படத் துடித்தது.

முதலாளி ஹோட்டலைப் பூட்டிக்கொண்டு வந்தார். கொஞ்ச தூரம் போனதும் வன்னி சொன்னான்:

"நான் இந்தச் சிங்கப்பூருக்கு வந்ததே அந்தச் சொர்ணாம்பாளுக்காகத் தான்."

"என்னது!"

"ஆமாம். பொண்டாட்டி புள்ளைக்குச் சேர்த்து வைக்கணும்னு வல்லை. அந்தச் சொர்ணாம்பாதான் என் மனசிலே கோயில் கொண்டிருக்கா. அவளுக்காகத் தான் இந்தக் கண்காணாத சீமையிலே வந்து ஒண்டியா நாளை ஓட்டிக்கிட்டு இருக்கிறேன். குண்டு, பீரங்கி, குத்து, வெட்டு இதுக்கெல்லாம் நடுவிலே ஊருக்கு ஓடாமே, உசிரைக் கையிலே புடிச்சுக்கிட்டு உட்கார்ந்து இருந்தேன். நல்ல வேளையா என் ஆசையும்

நெறவேறிடிச்சு. அந்த மனிசன் பேசிக்கிட்டிருந்தாரே, அவரு என் மனசை அறிஞ்சுதான் பேசிக்கிட்டு இருந்தாரோ, என்னவோ? போனவுடனே ஒரு டிக்கட்டு எடுத்துக்கிட்டுத் தஞ்சாவூருக்குப் போன்னாரே; என்னமாத்தான் சொன்னாரோ! நான் இந்த ஊரிலே பத்து வருசம் முன்னாடி காலடி எடுத்து வக்கிறபோதே அப்படிப் போற எண்ணத்தோடதான் வச்சேன். வெறுங்கையாப் போன்னாரே, அப்படிப் போகல்லே. சம்பாதிச்ச தெல்லாம் அங்கேதான் கொண்டுபோகப் போறேன்.

"அப்ப ஒரு முதலாளிகிட்ட வேலை செஞ்சிக்கிட்டிருந்தேன்; சுப்பையா உடையாருன்னு பேரு. பெரிய மிராசுதாரு. நூத்தைம்பது வேலி நிலம்; காவேரிப் பாசனம். மோட்டார் வெச்சுக்கிட்டிருந்தாரு. தஞ்சாவூருக்குப் போறபோதெல்லாம் இந்தச் சொர்ணாம்பா வீட்டிலே தான் தங்குவாரு. முதல் தடவை அங்கே என்னை அளச்சிக்கிட்டுப் போனாரு. காரை வாசல்லே நிறுத்திட்டு உள்ளே நுழைஞ்சாரு. பின்னாலே பெட்டியைத் தூக்கிக்கிட்டுப் போனேன் நான்.

"வாங்கன்னு குரல் கேட்டது. நிமிர்ந்து பார்த்தேன். இப்ப நினைக்கறப்பவே உடலெல்லாம் புல்லரிக்குது. பளீர்னு மின்னல் அடிச்சாப்பாலே இருந்தது. அந்த மாதிரி நிறமே நான் பார்த்ததில்லே. கொன்னைப்பூப் பூத்து ரெண்டு நாள் ஆனப்புறம் அந்த மஞ்சள் வெள்ளையாய்ப் போயிடுமே. அதுவும் காலை வெயில்லே அதைப் பாத்தா எப்படி இருக்கும்? அந்த நெறம்! தலைமயிர் கருகருன்னு மின்ன, சுருட்டை சுருட்டையாத் தொடை மட்டும் தொங்கிக்கிட்டிருந்தது. நடந்து வராப்பாலே இல்லே, மிதந்து வர மாதிரி இருந்தது. கண்ணு, மூக்கு, கைவிரல், கால்விரல் – மனுஷப் பிறவி இவ்வளவு அழகா இருக்கமுடியுமா? எனக்கு ஒரு சந்தேகம் நிழலாடிச்சு. ஏதோ மோகினியா இருக்குமோன்னுகூட அச்சமாயிருந்திச்சு. பூ அழகாயிருந்தா அது சகஜம். பழம் அழகா யிருந்தா அதுவும் நடப்புத்தான். ஆனா மனுசப் பிறவி இப்படி இருந்தா? ... நம்பவே முடியல்லே. கொஞ்சநாழி எனக்கு ஒண்ணும் புரியலே. மண்டையிலே அறஞ்சாப்பலதான் இருந்தது.

"அதே கண்ணோடே முதலாளியையும் பார்த்தேன். போய்ச் சோபாவிலே உட்கார்ந்திருந்தாரு. அந்த மாதிரிக் கறுப்பை இனிமே பார்க்கவும் முடியாது. பண்ணவும் முடியாது. பளபளன்னு, எண்ணெய் வழியற கறுப்பு. வழுக்கைத்தலை. வாய் நிறைய வெத்திலை காவி. புசு புசுன்னிட்டு, பள்ளமும் மேடுமாச் சேனைக்கிளங்கைப் போட்டு மூட்டை கட்டினாப்பாலே உடம்பு. அவ வீட்டுப் பங்கா இருக்கக்கூட லாயக்கு இல்லாத லச்சணம். காதிலே வைரக் கடுக்கனும் கை நிறைய வைர மோதிரமும் இல்லாட்டி ஏதோ மூட்டை தூக்கின்னுதான் நெனக்கணும். அதுவும் மகாராஜன் குடிச்சிப்பிட்டாரோ, அந்த அழகைக் கண்ணைப்பிடுங்கி வச்சிட்டுத்தான் பார்க்கணும்.

"அதே கண்ணோட என்னையும் பார்த்துக்கிட்டேன், நிலைக் கண்ணாடியிலே. மூட்டை தூக்க அவரைப் போட்டு, அந்த ஸோபாவிலே என்னைத் தள்றுக்குப் பதிலா, கடவுள் ஏதோ அவசர அடியிலே கைப்பிசகா மாத்திப்பிட்டாரோன்னு தோணிச்சு.

"சொர்ணாம்பா கீளெ விரிப்பிலே உக்காந்துக்கிட்டா. 'நீ வாசல்லே போ'ன்னாரு முதலாளி. சிவனேன்னு வாசலுக்குப் போனேன். ஒரு மணி நேரம் களிச்சுச் சமையற்காரி சாப்பிடக் கூப்பிட்டா. அவதான் சோறும் போட்டா. கீழே வேறே ஒருத்தரும் இல்லே.

"மறுநாளும் அங்கேதான் இருந்தோம். அன்னிக்கு வெள்ளிக் கிழமை. காமாக்ஷி அம்மன் கோயிலுக்குப் போனோம். நடந்துதான். முதலாளியும் அம்மா கூடவே வந்தாரு. என்னமோ கட்டின புருசன் மாதிரி. கோயில்லே நல்ல கூட்டம். நாங்க நுழைஞ்ச உடனேயே கலகலப்பு, சத்தம் எல்லாம் ஒஞ்சு போச்சு. நானும் பார்த்தேன். ஒரு ஆளாவது அந்த அம்மனைப் பார்க்கணுமே. பொம்பளைங்களெல்லாம் நேரா அந்த மோகினியைப் பார்த்தாங்க. ஆம்பிள்ளைங்க பயப்பட்டுக்கிட்டே பாத்தாங்க; திருட்டுத்தனமாய்ப் பாத்தாங்க; வேறே எதையோ பாக்கறமாதிரி பாத்தாங்க. கடாசியிலே சரிதான் போன்னு துணிச்சலாக் கண்ணெடுக்காமலும் பாத்தாங்க. அந்தச் சொர்ணாம்பாளைத் தவிர வேறு ஒரு கண்ணாவது அம்பாளைப் பாக்கலே. அவதான் ஒரேயடியா அம்பாளைப் பாத்துக்கிட்டிருந்தா. அந்த அம்மன் லேசாகச் சிரிக்கிறாப்பலே பட்டுது. இத்தனை பேர் தவிக்கிறப்போ, ஒண்ணுக்கும் அசையாம, கண் எடுக்காம, ஒண்ணுமே தெரியாதது போல நம்மைப் பார்த்துக்கிட்டிருக்காளே, என்ன நெஞ்சுரப்பு, என்ன துணிச்சல்ன்னு அந்த அழகைப் படைச்ச லோக மாதா சிரிக்கிறாப்பலே இருந்தது. அர்ச்சனைத் தட்டுகளை குருக்கள்மார் வாங்கிக்கிட்டுப் போனாங்க. ஆனா எல்லாருக்கும் என்ன கொடுக்கிறோம், என்ன வாங்குகிறோம், என்ன செய்யறோம் என்கிற ஞாபகமில்லாமலே செஞ்சிட்டிருந்தாங்க. நானும் சொர்ணத்தைப் பாக்கறபோது என் நெஞ்சு குறுகுறுன்னுது. அந்த அம்மாவோ அம்மனை விட்டுக் கண்ணெடுக்கலே. மனுசர்களை மதிக்கிறதாகவே படல.

"ராத்திரி திண்ணையிலே படுத்துக்கிட்டிருந்தேன். ஒரே நெனப்பு னாலேயோ என்னமோ ஒரு கனாக் கண்டேன். அந்தச் சொர்ணம் ரோஜாப்பூ மாலையா மாறிட்டாப்பலேயும், முதலாளி பன்னிக்குட்டி ரூபமா மாறி ஊர்ச் சகதியிலே எல்லாம் புரண்டுட்டு, அந்த மாலையைக் களுத்திலே சுத்திக்கிட்டு விளையாடறாப் போலெயும் இருந்திச்சு.

"மறுநாள் காலமே நானும் சமையக்காரியும் கறிகாய் வாங்கறதுக் காக மார்க்கட்டுக்குப் போனோம், ஒருத்தருக்கொருத்தர் ஊரு, பேரு, குலம், கோத்ரம் எல்லாம் விசாரிச்சுக்கிட்டே. அவளுக்கு மாசம் ஆறு ரூபா சம்பளமாம், சாப்பாடு போட்டு. இதுக்கு முப்பது நாளும் தூங்கற வரையில் ஓய்ச்சல் ஒழிவு கிடையாது. இதே கணக்கிலே சம்பாதிச்சுக் கிட்டுப் போனா, அம்மா ஒரு நாளைக்குச் சம்பாதிக்கிற பணத்தை, ஏழெட்டு வருசத்திலே சம்பாதிக்கலாம்னு ஒரு கணக்குச் சொன்னா அவ. எனக்கும் முதலாளி சாப்பாடு போட்டு ஏழு ரூபா கொடுத்து வந்தாரு. நானும் கணக்குப் போட்டேன். எம் பொஞ்சாதியும் ரெண்டு குழந்தை களும் சாப்பிடாமலே பட்டினி கிடக்கிறதா இருந்தா, நானும் ஆறேழு வருஷத்திலே அத்தனை பணம் சம்பாதிக்க முடியும். ஒரு தரம்

நெனச்சுப் பார்த்தேன். எனக்கும் ஒண்ணும் புரியல்லே. ஒரு நாளைக்கா இவ்வளவு சம்பாதிக்கிற அம்மாண்ணு மறுபடியும் கேட்டேன் அவளை. 'ஆமாமையா, ஆமாம். ஒரு நாளைக்குத்தான் இவ்வளவு. இல்லாட்டி உங்க முதலாளிக்கு இங்கே என்ன வேலை? அதுவும் உங்க முதலாளிக்கு ராஜ வடிவு பாரு! அவருக்கு ரெட்டைப் பங்கு வரி இருக்கும்ணு சொன்னா அவ. பொண்டாட்டி பிள்ளைகளை காப்பாத்தியாகணும். அப்படின்னாப் பத்துப் பிறவி எடுத்தாலும் நாம் காலணா மிச்சம் பிடிக்கப் போறதில்லே. பாத்தேன். ஒரு மாசமா என் மனசு ஒரு நிலையிலே இல்லே. தூக்கம் பிடிக்கல்லே. முதலாளிகிட்டேயிருந்து களட்டிக்கிட்டு ஊருக்குப் போனேன். ஊட்டுப் பொம்பளையைச் சமாதானப்படுத்தி நல்ல வார்த்தை சொல்லி, நாலு பவுன்லே அட்டிகை, ஒரு மோதிரம் எல்லாத்தையும் வித்தேன். இங்கே வந்து சேந்துட்டேன்.

"அக்கரைச் சீமைக்கு வந்தா என்ன, சாக்குச் சாக்காவா பணம் கட்ட முடியும்? மூட்டை தூக்க எவ்வளவு தெம்பு வேணுமோ அவ்வளவுதான் சாப்பிட்டேன். பெண்டாட்டி பிள்ளைக்கும் துரோகம் பண்ணல்லே. மாசம் பத்து ரூவா மேனிக்கு அனுப்பிச்சுக்கிட்டு வந்தேன். சண்டை வந்தது. ரொம்பப் பேர் பயந்துக்கிட்டு ஓடினாங்க. பீரங்கி, குண்டு, குத்து, வெட்டு ஒண்ணும் பெரிசாப் படலே எனக்கு. உசிரைக் கையிலே புடிச்சுக்கிட்டு இங்கியே ஒட்டிக்கிட்டேன். ஜப்பான் காரன் ராஜ்யத்தையும் பாத்தாச்சு. மறுபடியும் நெஞ்சிலே சம்மட்டி அடிக்கிறாப்பலே வெடியும் குண்டும் வெடிச்சுது. ஆனா என் உசிரு நின்னுது. குருவி சேக்கிறாப்பலே சேத்த பணமும் நின்னுது. ஏ அப்பா! பத்து வருசம்! நான் இங்கே வந்து பத்து வருசம் ஆயிடிச்சு. எத்தனை ஆபத்து. நடுவிலே! எத்தனை அதிரல்! ஆனா இந்த உசிருக் கவலை; பூதம் காக்கிற மாதிரி பணம் காக்கிற கவலை; இத்தனைக்கும் நடுவிலே நான் சேந்தாப்போல் அஞ்சு நிமிஷம் சொர்ணாம்பாளை நெனைக்காம இருந்ததில்லே. எனக்கே ஆச்சரியமா இருக்கு! உசிருக்கு ஆபத்து வரப்போ, பெண்டாட்டி, பிள்ளை ஞாபகம் உங்களுக்கு வராதா? எனக்கு வல்லை அண்ணே. நான் அவளைத்தான் பளிச்சுப் பளிச்சினு நெனச்சுக்கிட்டிருந்தேன். ஒரு பிராணிகிட்டே இதை நான் சொல்லல்லே. இன்னிக்கு அந்த ஆளு வந்தப்புறம் எனக்குப் பொங்கிப் பொங்கி வந்திச்சு. என் நெஞ்சு வெடிச்சுப் போகும் போல ஆயிடிச்சு. இப்பக் கவணையைத் திறந்து விட்டிட்டேன். அப்பாடா!"

வன்னி பெருமூச்சு விட்டான். பத்து வருஷச் செய்தி வெளியே பாய்ந்து ஓடியதும் சலசலப்பு ஓய்ந்து அவன் நெஞ்சு அமைதியாக நின்றது. பார்க் விளக்குகள் மௌனமாக எரிந்துகொண்டிருந்தன. இலைகள் ஓய்ந்து உறங்கின.

"ம்!" என்று உடல் விரிய ஒரு பெருமூச்சு விட்டார் ஹோட்டல்காரர்.

"அம்மாடா!" என்று சோர்வைக் கழித்தான் வன்னி. ஏழெட்டு மைல் நடந்துவிட்டாற்போல் அவனுக்கு உடல் களைத்துவிட்டது.

"வன்னியரே, இது ரொம்ப வேடிக்கையான செய்தி. ஒரு நாள் செலவழிக்கிற பணத்துக்காக, பத்து வருஷம் ராப்பகலா உழைச்சு வயத்தை

ஒடுக்கி ஓடாப் போறத்துக்கு என்ன முடை? நீங்க மனுஷப் பொறவி இல்லையா? வித்தியாசமா நெனச்சுக்காதீங்க. எனக்கு ஒண்ணும் புரியல்லே. நானும் யோசிச்சு யோசிச்சுப் பாக்கறேன்."

வன்னி பேசவில்லை.

"அந்த ஒரு நாளிலே எல்லாத்தையும் தீத்துப்பிட்டு, மறுபடியும் உடம்பை வேலைக்குப் பூட்டித்தானே ஆகணும்? பிழைக்கணுமே, உசிர் வாழணுமே."

ஹோட்டல்காரர் சரியாகத் தன்னைப் புரிந்துகொள்ளவில்லை என்று சந்தேகப்பட்டுக்கொண்டே மேலும் அழுத்திச் சொன்னான் வன்னி:

"அப்புறம் உசிர் வாழணும்னுதான் என்ன முடை? உசிரே இல்லாம இருந்திட்டா?"

o

கப்பல் கரையை விட்டு விலகி நடுக்கடலுக்கு வந்துவிட்டது.

ஹோட்டல்காரர் மனைவியுடன் கப்பலுக்கு வந்து வன்னிக்கு விடை கொடுத்தார்.

சிங்கப்பூர் மெல்ல மெல்ல மறைந்தது.

முதல் நாள் முழுவதும் கையிலும் நீலக் கோட்டும் அணிந்திருந்தான் வன்னி. மறுநாள் பொழுது விடிந்ததும் கூட்டத்தோடு கூட்டமாகக் குளித்துவிட்டு, மல்வேஷ்டியை எடுத்து மூலக்கச்சம் கட்டிக்கொண்டு, ஒரு ஜிப்பாவைப் போட்டுக்கொண்டான். கப்பல் டீக்கடை பீரோவின் கண்ணாடிக் கதவில் தன்னை ஒரு முறை பார்த்துக்கொண்டான். 'காய்கறி விற்று, மூட்டை தூக்கி, ஹோட்டல் மேஜை துடைத்து, இட்லி மாவு அரைத்து, கொத்தனுக்குச் சுண்ணாம்புச் சட்டி தூக்கின ஆள்' என்று அவனை யாரும் சொல்ல முடியாது. உயரமும் அகன்ற முதுகும் லட்சிய சித்தியும் உடைய அவனுக்கு அந்த உடை வெகுநாள் பழக்கப் பட்டதுமாதிரி ஒரு தோற்றம் அளித்தது. அவனுக்குத்தான் அந்தப் புது உடை முதலில் என்னவோபோல், உடலில் ஒட்டாதது போலக் குறு குறுத்தது. சுப்பையா உடையார் மாதிரி தன்னையும் நினைத்துக் கொண்டு, அந்த உடை பழக இரண்டு நாள் பிடித்தது. நீள மூக்கு, ஒட்ட வெட்டிய கிராப்பு, எதிரே உள்ளதைப் பார்க்காத பார்வை எல்லாம் அவன் அந்தஸ்தை உயர்த்திவிட்டன. கம்பியின் மீது சாய்ந்து, வாரி மோதி விழுந்த அலைகளையும் வான வெளியையும் பார்த்துக்கொண்டிருந்தான். ஒரு வாரம் ஆயிற்று. காற்று சரியாக இல்லையாம். மதராஸ் இன்னும் இரண்டு நாள் ஆகுமாம். நினைத்த நினைப்பில் எங்கும் போய், எல்லாம் தெரிந்து, எல்லாம் செய்ய வேண்டும்போல வானவெளி அவன் ஆசையைக் கிளப்பிற்று. ஆனால் கப்பலுக்கு அவன் துடிப்புத் தெரியவில்லை. நின்று நின்று தட்டித் தட்டிச் சென்னையை அடையப் பத்து நாட்கள் ஆயின.

ஒரு நாள் இரவு ரெயில் பிரயாணம். காலையில் பஸ் ஏறிக் குடவாசலை அடைந்தான்.

சாமான்களை மாட்டுவண்டியில் ஏற்றும்போது, பொம்மலாட்டம் வெங்கட்டா ஐயர் ஒரு மூட்டை நெல்லைத் தலையில் தூக்கிக் கொண்டு நெல் மிஷினுக்குப் போய்க்கொண்டிருந்தார். அப்பொழுதே அவருக்கு ஐம்பத்தாறு ஐம்பத்தேழு வயது. எப்படியும் இப்பொழுது அறுபத்தைந்துக்குக் குறையாது. தலையில் இரண்டு கலம் நெல்! அந்த நாளில் பொம்மலாட்டத்துக்குப் பாடும்போது, பக்கத்தில் ஒரு செம்பு ஆமணக்கெண்ணையை வைத்துக்கொண்டு, பாட்டுக்குப் பாட்டு அரைச்சேர் குடித்துத் தீர்த்துக்கட்டுவாராம்! வலுவுக்கு என்ன பஞ்சம்!

ஊரில் ஒன்றும் அப்படி மாறுதல் இல்லை. இரண்டொரு சைக்கிள் வாடகைக் கடைகள் அதிகமாயிருந்தன. ஹோட்டல்கள் இடம் மாறி யிருந்தன. அவ்வளவுதான். கடைத்தெருக் கோடியில் தேரைக் காண வில்லை. யுத்த முடையில் வெட்டி விறகாக்கி விட்டார்களாம்.

அவன் பெண் பதினாலு வயது பூரித்துப் பரிசத்திற்குக் காத்துக் கொண்டிருந்தது. கைக்குழந்தை இப்போது ஹைஸ்கூலில் சேர்ந்து விட்டது. அவளும் அப்படியேதான் இருந்தாள். கொஞ்சம் வயது, சதை வைத்திருந்ததைத் தவிர வேறொன்றும் மாறிவிடவில்லை. தாரைதாரை யாக அவள் கன்னத்தில் வழிந்த கண்ணீர் அவனை மறுபடியும் குடும்பஸ்தனாக்கிற்று. அணைத்து அவள் முதுகைத் தடவினான். கப்பலில் ஒரிரண்டு தடவைக்கு மேல் அவள் நினைவே வரவில்லை. 'இதுவா மனுஷத்தனம்?' என்று கேட்டுக்கொண்டான். நெஞ்சு குழம்பிற்று. ஊசலாடினான்; தயங்கினான்.

சாப்பிட்டதும் தூக்கம் பிடிக்க நேரமாயிற்று. அதுவும் மூன்று மணிக்குக் கலைந்துவிட்டது; உதறிக்கொண்டான். உலுக்கிச் சஞ்சலத்தைச் சிலிர்த்து எறிந்துவிட்டுக் கும்பகோணம் போகிறதாகக் கிளம்பி விட்டான்.

அக்கரைச் சீமையிலிருந்து வந்தவனுக்கு எவ்வளவோ வேலை இருக்கும். அவள் பேசாமல் இருந்துவிட்டாள்.

O

தஞ்சாவூர் வரும்போது இருட்டி இரண்டு நாழிகையாகி விட்டது. ரெயிலடி ஹோட்டலில் சாப்பிட்டுவிட்டு வன்னி வேகமாக நடந்தான். மாறுதல் ஒன்றும் தெரியவில்லை. மணிக் கூண்டுக்கு அப்பால் புதிதாக முனிசிபல் ரேடியோ நிலையம் முளைத்திருந்தது. பெயர் தெரியாத வாத்தியம் ஒன்று, சாகிற பூனைமாதிரி முனகிக்கொண்டிருந்தது அப்போது. எதிரே சற்றுத் தூரத்தில் ஒரு புதுச் சினிமாக் கொட்டகை. இன்னும் கொஞ்ச தூரம் நடந்ததும் பழகின குரல் ஒன்று கேட்டது. ராமர், கிருஷ்ணர் படம் எழுதும் எதிராஜு, இடிந்து பொக்கை விழுந்த திண்ணையில், ஒட்டி உலர்ந்த அழுக்கும் கிழிசலுமாக உட்கார்ந்து ஒரு நோஞ்சான் குழந்தையைக் கொஞ்சிக்கொண்டிருந்தான். வருஷம் தவறினாலும் அவனுக்குப் பிள்ளை தவறுகிறதில்லை.

புதிது புதிதாக லாண்டரிகள்! தஞ்சாவூர் பெரிய ஊராகத் தான் போய்விட்டது.

தவம்

இன்னும் சற்றுத் தூரம் வந்தான் வன்னி. நெஞ்சு படபடத்தது. வயிற்றில் இருந்தாற்போல் இருந்து ஒரு கனம். நீலச் சுண்ணாம்பு அடித்த அந்த வீடு அதோ வந்துவிட்டது. அவன் உடல் முழுதும் சூடேறி நிலை கொள்ளாமல் பரந்தது. கால் இற்றுப் பலம் இழந்துவிட்டது. எப்படியோ நடந்தான்.

இரும்புக் கேட் திறந்திருக்கவே சரேலென்று உள்ளே நுழைந்தான்.

"யாரது?"

"அம்மா இருக்காங்களா?"

"இருக்காங்க."

வன்னி உள்ளே நுழைந்தான்.

"யாரு?"

"இன்னும் யார் இருக்காங்க?"

"வேறே ஒருத்தரும் இல்லை, ஏன்?"

"பார்க்கணும்."

"யாரய்யா அது? பழகின குரலா இருக்கு."

"ஆமாம்."

"அட, வன்னியரல்லே! ஆளே மாறிப் போயிட்டியே!"

வன்னி திரும்பினான். நடை விளக்குக் குப்பென்று எரிந்தது. திண்ணையிலிருந்து கேட்டுக்கொண்டிருந்தவள் நடைக்கு வந்தாள். விழித்துப் பார்த்தான் வன்னி.

"என்ன ஐயா, இதோ நிற்கிறேனே. தெரியல்லியா? கண்ணுதான் தெரியலே; காது கூடவா கேக்கல்லே?" என்றாள்.

"யாரு. அம்மாவா?"

வன்னி பதறிவிட்டான். கண்ணை அகற்றிப்பார்த்தான். அவன் வாய் அடைத்துவிட்டது.

கொன்றைப்பூ நிறம் அப்படியே அற்றுப்போய் உடல் பச்சை பாய்ந்து கறுத்திருந்தது. கூனல், வெகுநாள் கூனல்போல. தோள் பட்டையிலும் கன்னத்திலும் எலும்பு முட்டிற்று. தலை முக்கால் நரைத்துவிட்டது. வகிட்டுக் கோட்டில் வழுக்கை தொடங்கி அகன்றிருந்தது.

வன்னி பார்த்தான்.

அந்த உடலில் சதையே மறைந்துவிட்டது. மணிக்கட்டு முண்டு தோலை முட்டிற்று. புறங்கை நரம்பு புடைத்து நெளிந்தது. தோலில் பசையற்று வற்றி உலர்ந்த சுருக்கம். சிரிக்கும்போது தேய்ந்த பல்வரிசை தெரிந்தது. எத்தனை இடுக்கு! தலைமயிர் கூழை பாய்ந்துவிட்டது. குரலைத் தவிர வேறு பழைய அடையாளம் இல்லை. அவள்தான் சொர்ணம் என்று நிதானம் செய்துகொள்ள இரண்டு நிமிஷம் ஆயிற்று அவனுக்கு.

தி. ஜானகிராமன் சிறுகதைகள்

"எங்கேருந்தையா வரே?"

"சிங்கப்பூரிலிருந்து."

"சிங்கப்பூரிலிருந்தா? ஏ, அப்பா! அங்கே எங்கையா போனே?"

"உனக்காகத்தான்."

"எனக்காகவா?" அந்த ஏகவசனமான அழைப்புத்தான் அவளுக்கு வியப்பைத் தந்தது.

"ஆமாம்; உனக்காகத்தான் போனேன். ஆனா உன்னை இப்படிப் பார்க்கணும்னு இல்லை. அன்னிக்குப் பாத்த மாதிரி பாக்கணும்னு போனேன். சமையற்காரி சொன்னா, அம்மா அறுநூறு எழுநூறு ஒரு நாளைக்குச் சம்பாதிக்கிறான்னு. கிளம்பிவிட்டேன். பத்து வருஷமா மணலை எண்ணிப் போடறாப்பலே சேர்த்தேன். குண்டு, பீரங்கிக் கெல்லாம் அசையலே, தூங்கலே. மாடு மாதிரி பாடுபட்டேன். நாலு நிமிஷம் சேர்ந்தாப்போல உன்னை நான் மறந்தது கிடையாது. இதோ..." என்று கையிலிருந்த கடுதாசிக் கவரை எடுத்துப் பிரித்து ஏழெட்டு நூறு ரூபாய் நோட்டுகளை வைத்தான். அவன் கை நடுங்கிக்கொண்டிருந்தது.

அந்த அழகு போன ஜீவன் விக்கிப்போய் அவனைக் கண் கொட்டாமல் பார்த்துக்கொண்டே நின்றது. வன்னி அந்தத் தேய்ந்த பல்லையும் மஞ்சளிட்ட கண்ணையும் பச்சை பூத்த தோலையும் வெறித்துப் பார்த்துக்கொண்டே கல்லாக நின்றான்.

"என்ன உடம்பு உனக்கு?"

"உடம்புக்கென்ன? ஒன்றும் இல்லை. வயசு கொஞ்சமா ஆச்சு?"

"வயசாயிடிச்சா?" என்று அவளைப் பார்த்தான் அவன். அழகில் லாதது கோரமாகலாம். அழகு கோரமானால்? பயங்கரமாக இருந்தது அவளுடைய தோற்றம்.

"ஆமாம்" என்றாள் அவள். "முப்பதுக்கப்பாலே வருஷம் பத்தாகக் கூட்டியாகணும்: நாப்பது, ஐம்பது, அறுபது, எழுபது, எண்பது, தொண்ணூறு; அடுத்த ஆடிக்கு நூறு பிறந்திடும். நான் தாசி. ஒரு வருஷம் எனக்குப் பத்து வருஷம். என்னைப் போல அழகே இல்லேன்னு ஆயிரம் வாய் சொல்லிக் கேட்டிருக்கிறேன். முகத்துக்குச் சொன்னதில்லே அது. இந்த நிலைக் கண்ணாடியே சாட்சி. பார்த்த பேரெல்லாம் மடங்கி மடங்கி நெருப்பிலே விழுகிற மாதிரி விழுந்தாங்க. நெருப்பு எரிய எரியக் குப்பையும் கரியும் அதிகமாகத்தானே இருக்கும்?"

வன்னி அதிர்ந்துபோய், நினைவிழந்த மாதிரி நின்றான். பேசத் தோன்றவில்லை.

"நானும் மல்லுக்கு நின்னுதான் பார்த்தேன், முடியலே. போனது வராட்டாலும் இருக்கிறதை வச்சுக்கலாம். அதுவும் முடியலே. இந்த மாதிரி விஷயங்களிலே யாராலே சண்டை போட முடியும்? பணமா? காசா?"

"ஹ்ம்" என்றான் வன்னி.

"தவங்கிடக்கறதுக்கு முறை உண்டு. கண்டதுக்கெல்லாம் தவங் கிடந்தா மனசுதான் ஓடியும். தண்டனைதான் கிடைக்கும். இப்படி வா" என்றாள் அவள்.

"இந்தா" என்று அவனைத் தழுவி முத்தமிட்டாள். அவன் கண் மூடியிருந்தது.

"இதை அறுபது வருஷத்துக்கு முன்னாடி கொடுத்திருந்தா, நீ படற சந்தோஷம் வேறே. ஆனா ... நான் இந்த மாதிரி எப்பவும் நெறைஞ்சு ஆனந்தப்பட்டதே கிடையாது. இவ்வளவு மனசோடே நெறைஞ்சு எதையும் பார்த்ததில்லே. இப்ப எப்படி இருக்கு, தெரியுமா? நான் புருவத்தைச் சுளித்துக்கொண்டே ஒரு நிமிஷம் அவள் அணைப்பில் கண்ணை மூடிக்கொண்டு நின்றான் அவன். பிறகு கீழே கிடந்த நோட்டுக்களைச் சேர்ந்து அடுக்கி அவன் சட்டைப் பைக்குள் வைத்தாள் சொர்ணம்.

"சாப்பிட்டாச்சா?"

"ஆச்சு."

"காலமே ஆறேகாலுக்குக் கும்பகோணத்துக்கு வண்டி இருக்கு."

"இல்லை. போட்மெயிலிலே போகப் போறேன். இப்பப்போனாச் சரியா இருக்கும்."

ஆனால் உடனே போக முடியவில்லை அவனால். கால்மணி நேரம் பேசாமல் சோபாவில் உட்கார்ந்தான். பிறகு அவள் கொடுத்த பாலையோ எதையோ சாப்பிட்டுவிட்டு வாசற்படி இறங்கினான்.

யாரோ வெகுநாள் திட்டமிட்டு அவனை முட்டாளாக அடித்து விட்டதுபோல் அவனுக்குத் தோன்றிற்று.

தெருக்கோடியில் வெற்றிலை பாக்குக் கடையில் வெற்றிலை, சீவல் வாங்கிப் போட்டுக்கொண்டு, அங்கேயே சோடா பாட்டில்களுக்குப் பக்கத்தில் உட்கார்ந்து, பத்து வருஷங்களை அசை போட ஆரம்பித்தான்.

கலைமகள், **அக்டோபர் 1952**

நான்தான் ராமன் நாயர்

இன்று மாலை ஆறு மணிக்கு ஆஸ்பத்திரியிலிருந்து வெளியேறிவிடுவேன். பெரிய டாக்டருக்கு என் மேல் கோபம். 'டிஸ்சார்ஜ்' பண்ணிவிட்டார். எல்லாம் இந்த முத்துப்பிள்ளையால் வந்தது. கான்ஸ்டேபிள் அவன். சட்டப்படி நடப்பதாக எண்ணம்! யோசிக்காமல் எனக்கு வெடி வைத்துவிட்டான்.

அவனுடைய சீசாவும் எட்டு அணாவும் தொலைந்து போனதற்கு நானா பொறுப்பு! வழக்கமாகக் காபி வாங்கிக் கொடுக்கிற ராயப்பனிடந்தான் கொடுத்தேன்.

இந்த வார்டுக்கும் அடுத்த வார்டுக்கும் ராயப்பன் 'கன்டிராக்டர்' மாதிரி! காலை எட்டு மணிக்குக் காம்பவுண்டு இரும்புக் கிராதிக்கு இப்பால் புல்லாந் தரையில் உலாத்திக் கொண்டிருப்பான். கூலியாக ஓர் அணா கொடுத்தால் போதும், கேட்ட சாமான் நொடியில் வந்துவிடும்.

கூலி சற்று அதிகந்தான். நாலணாவுக்கு வாங்கி வந்தாலும் ஓர் அணாதான் கொடுத்தாக வேண்டும். ஆனால் படுக்கையில் கிடக்கிற நோயாளிக்குப் பசிக்கிற வேளையில் வாங்கிக் கொண்டுவந்து தருகிறானே!

நாங்களெல்லாம் நோயாளிகள், காம்பவுண்டைத் தாண்டக் கூடாது. ஆஸ்பத்திரி ஒரு ஜெயில். ராயப்பன் இல்லாவிட்டால், ஆஸ்பத்திரிச் சாப்பாட்டைத் தவிர வேறு ஒன்றுக்கும் நாங்கள் ஆசைப்பட முடியாது. வயிற்றைக் கட்டிக் காயப்போட்டுக்கொண்டு கிடக்க வேண்டும்.

நான் கொஞ்சம் நடமாடும் நோயாளி. படுக்கையில் தைத்துப் போட்டாற்போல் கிடக்கும் நோயாளிகளின் காசை, ராயப்பனிடம் சேர்க்கவேண்டிய பொறுப்பு என்னுடையது. அதைக்கொண்டு நோயாளிகளுக்குத் தேவையானதை வாங்கி வருவான் அவன்.

நேற்று காலை எட்டு மணிக்குக் கான்ஸ்டேபிள் முத்துப்பிள்ளை— குடல் ஆபரேசன் ஆகி மூன்று வாரமானவர் – கொடுத்த ஹார்லிக்ஸ் பாட்டிலையும் எட்டணாவையும் வாங்கிக்கொண்டு போய் அவனிடம் கொடுத்தேன், இட்லி காப்பி வாங்கி வருவதற்காக. டிராம்லயனைத் தாண்டிப் பத்து அடி நடந்தால் ஹோட்டல். போய்வர அதிக பட்சம் அரை மணிக்கு மேல் ஆகாது.

ஆனால், எட்டரை, ஒன்பது, பத்து, பதினொன்று ஆயிற்று. போன ஆளைக் காணவில்லை. கம்பி நீட்டிவிட்டான் என்றுதான் தோன்றுகிறது.

நான் என்ன செய்ய? மூன்று மாதமாக ஒரு தகராறில்லாமல் வாங்கிக் கொடுத்தவன் திடீரென்று ஏமாற்றிவிடுவான் என்று நான் கண்டேனா? 'இப்படிக் கொடுடா காசையும் சீசாவையும்!' என்று முத்துப்பிள்ளை சத்தம் போட்டார்.

கட்டி வைத்தாலும் காலணாக் கிடையாது. முந்தாநாள்தான் ஊருக்கு முப்பது ரூபாய் மணியார்டர் செய்தேன். 'நானூறு மைலுக்கு அப்பால் மதராஸுக்கு வந்து, தனியாக ஆஸ்பத்திரியில் நோயாளியாகப் படுத்திருப்பவனுக்கு ஊரிலிருந்தல்லவா பணம் வரும்? நீ பணம் அனுப்பினேன் என்கிறாயே!' என்று நீங்கள் ஆச்சரியப்படுகிறீர்கள். ஆச்சரியப்பட ஒன்றும் இல்லை. என்னைப்பற்றிக் கொஞ்சம் சொன்னால் புரிந்துவிடும்.

நான்தான் ராமன் நாயர். வயது நாற்பத்திரண்டு. தொழில் ரெயில்வே போர்ட்டர். மலையாளத்தில் ஏதோ ஒரு ரெயில்வே ஸ்டேஷனில் வேலை செய்துவந்தேன். இப்போது அந்தத் தொழில் செய்யாததால், எந்த ஸ்டேஷனென்று சொல்ல வேண்டிய அவசியம் இல்லை. இனிமேல் போனாலும் எந்த ஸ்டேஷனுக்குப் போவேனோ?

பட்டணமோ பட்டிக்காடோ, இரண்டுமில்லாத ஒரு ஊரின் ஸ்டேஷன். வியாபாரம் பெருத்த ஊரும் இல்லை. தலைகீழாக நின்றாலும் நாளுக்கு ஒரு ரூபாய் கிடைத்தால் அதிகம். அதுவும் ஸ்திரமில்லை. குடும்பம் நடத்துவது அகடவித்தை! ஒரு ரூபாய் சம்பாத்தியக்காரனுக்கு நான்கு குழந்தைகளும் மனைவியும் இருந்தால் அது சின்னக் குடும்பமா? குழந்தைகளுக்கு முறையே வயது ஏழு, ஐந்து, மூன்று, ஒன்றரை.

கஷ்டம் விடிகிற வழியாக இல்லை. அது இன்னொரு தோழனையும் அழைத்துக்கொண்டு வந்து, என்னிடம் விட்டுவிட்டது: வயிற்று வலி! சாப்பிட்ட அரைமணிக்கெல்லாம் வயிற்றைச் சுருட்டி இழுக்கும். அந்த வலி மலையாளத்து வைத்தியத்திற்கே மசியவில்லை.

ஆளைப் பார்த்தால் நான் வயிற்றுவலிக்காரன் என்று யாரும் சொல்ல முடியாது. நான் கவர்ச்சிகரமான ஆசாமி என்பதைச் சொல்ல மறந்துவிட்டேன். கண்ணாடியில் பார்த்ததைச் சொல்லுகிறேன். நடுத்தர உயரம், கட்டுமஸ்தான உடல், மூட்டை தூக்கி முண்டா ஏறிய புஜங்கள். மணிக்கட்டு இரும்புமாதிரி. ஹோட்டல் கண்ணாடியின் முன்னால் கை கழுவும்போது மணிக்கட்டைத் திருப்பித் திருப்பி, அதன் உறுதியைக்

கண்டு பெருமிதம் அடைவேன். என் முகத்தோற்றமோ, ராஜா, மந்திரி இந்த வேஷங்களுக்கு அமைப்பானது என்னமோ, படிப்பு இல்லை; இப்படி மூட்டை தூக்கியாகக் காலத்தை ஓட்டும்படி ஆகிவிட்டது.

ஆனால் முப்பது வருஷம் வாழ்ந்தவனும் இல்லை; முப்பது வருஷம் தாழ்ந்தவனும் இல்லை. திடீரென்று எனக்கும் ஒரு நல்ல காலம் பிறந்துவிட்டது.

ஸ்டேஷனுக்கு 'புக்கிங் கிளார்க்' ஒருவர் புதிதாக மாற்றலாகி வந்திருந் தார். அவர் மதராஸ் ஆஸ்பத்திரியில் ஆபரேஷன் செய்துகொண்டு, பத்து நாள் இருந்தாராம். படுக்கை, சாப்பாடு, நர்சுகளின் கவனம், டாக்டர்களின் தரம் – ஒவ்வொன்றையும் பற்றி ஒரு மணி நேரம் ஸ்டேஷன் மாஸ்டரிடம் சொல்லிக்கொண்டிருந்தார். 'இப்படியும் இந்தத் தரித்திர உலகத்தில் ஒரு இடம் இருக்கிறதா?' என்று மலைப்பாய்ப் போய்விட்டது.

என் வயிற்று வலியைப்பற்றி அவரிடம் சொன்னேன். "ஏய், என்னை விட நீ அதிர்ஷ்டசாலி. நானாவது படுக்கை, ஆபரேஷன், எல்லாவற்றிற்கும் காசு கொடுத்தேன். உனக்கு எல்லாம் இலவசமாகக் கிடைக்கும். போய் வயிற்றுவலியை விரட்டிவிட்டு வா. போர்ட்டர் வேலை ஓடியா போய் விடும்? ஆள் நன்றாக இருந்தால்தானே சம்பாதிக்க முடியும்? இப்படியே விட்டுவிட்டால், ஒரேயடியாய் முற்றிப் போய் ..."

நான் மதராஸுக்குப் புறப்பட்டுவிட்டேன். டிக்கட் இல்லை என்று ஒட்டப்பாலத்திலும் சேலத்திலும் ஜோலார்ப்பேட்டையிலும் இறக்கி விட்டுவிட்டார்கள். கடமையைச் செய்பவர்களைக் குறை சொல்ல நமக்கு வக்கு ஏது?

புறப்பட்டு ஐந்தாவது நாள் மதராஸுக்கு வந்தேன். வண்டியி லிருந்து இறங்கி மூன்று மணி நேரத்தில் ஜெனரல் ஆஸ்பத்திரிப் படுக்கையிலே படுத்துவிட்டேன்!

ஜன்மத்திலேயே எட்டிக்கூடப் பார்த்திராத, பார்க்க முடியாத படுக்கை, கட்டில், ரொட்டி பால் வைக்க ஒரு வலை பீரோ. அதைப் பார்த்த பொழுது சாகிறவரை நோயும் சாகாமல் இருக்கக் கூடாதா என்று தோன்றிற்று!

தேடிவரும் சாப்பாடு, நாளுக்கு ஒரு நர்சின் சுச்ருஷை, பளபள வென்று தரை; நல்ல காற்று; மேலே விசிறி. வியாதி இல்லாதவர்கள் லக்ஷ ரூபாய் கொடுக்கட்டுமே! கிடைக்குமா!

டாக்டர் மூன்று நாள் கழித்துத்தான் பார்த்தார். ஏனோ தெரி யவில்லை, அது வார்டின் பெரிய டாக்டர் பார்க்க வேண்டிய கேஸாம். மூன்று நாள் லீவில் போயிருந்தார் அவர்.

வயிற்றைப் போட்டோப் பிடித்துப் பார்த்து, "கட்டி இருக்கிறது, ஆபரேஷன் செய்ய வேண்டும்" என்று அவர் சொல்லிவிட்டார். எது வேண்டுமானாலும் செய்யட்டும் என்று உடல் ஆவி இரண்டையும் ஒப்படைத்துவிட்டேன்.

ஆபரேஷன் ஆன அன்று சக்கரவர்த்திக்குக்கூட அவ்வளவு உபசாரம் நடந்திராது; அப்படிச் செய்தார்கள்! என்னை யாரும் பார்க்க வரவில்லை. மதராசில் எனக்கு யார் நாதி? சாயங்காலம் நாலு மணியிலிருந்து ஆறு மணிவரை ஆஸ்பத்திரி திமிலோகப்படுகிற வழக்கம். விசிட்டர்கள் வரும் நேரம்.

ஒவ்வொரு படுக்கையைச் சுற்றிலும் குஞ்சு, குழந்தை, பெரியவர்கள் என்று குறைந்தது பத்துப் பேராவது இருப்பார்கள்.

நானும் என்னைப்போல இரண்டு ஆத்மாக்களும் தனியாகக் கிடந்தோம். பக்கத்துப் படுக்கையிலிருந்த நோயாளியைப் பார்க்க வந்த ஓர் அம்மாள் என்னை ஊர், பெயர் எல்லாம் விசாரித்தாள். "பாவம், தனியாக இருக்கியே? கவலைப்படாதே. வடக்கு மலையான் காப்பாத்துவான்!" என்று ஆறுதல் சொல்லி, எனக்கு ஆரஞ்சு ஒன்றைக் கொடுத்து விட்டுப் போனாள்.

ஏழு மணிக்கு ஆஸ்பத்திரி வெறிச்சோடி ஓய்ந்துவிட்டது. பத்து நாள் ஆன பிறகு, நர்ஸ் தேவகியிடம் ரொட்டியும் பாலும் போதவில்லை என்றேன். ரொம்ப இளகிய மனசு. உடனே டாக்டரிடம் சொல்லி டி.பி. ஆகாரத்திற்கு உத்தரவு வாங்கிவிட்டாள். அவ்வளவுதான்! கோழி முட்டை, தக்காளி, பால் எல்லாம் வந்துவிட்டது.

வயிற்றுவலி தீர்ந்துவிட்டது; உடம்பும் ஒரு சுற்றுப் பருத்துவிட்டார் போல் இருந்தது. பிறருக்கு உபகாரம் செய்யத்தானே உடம்பு எடுத்திருக்கிறோம்? வார்டில் இருந்த இருபத்தாறு நோயாளிகளுக்கும் என்னால் ஆன உபகாரத்தைச் செய்துகொண்டிருந்தேன்.

தண்ணீர் கொண்டு கொடுப்பது, எழுந்திருக்க முடியாதவரை தூக்கிவிடுவது, தள்ளு நாற்காலியில் நோயாளியை வைத்துத் தள்ளிக் கொண்டு போவது. செய்த உபகாரத்தையெல்லாம் கணக்கிட்டுச் சொல்லிக்கொண்டிருக்க முடியாது. ஆஸ்பத்திரியில் ஆயிரம் வகையில் உபகாரம் செய்ய இடம் இருக்கிறது.

நாலு வாரம் ஆகிவிட்டது. திடீரென்று ஒரு நாள் காலை என்னை டிஸ்சார்ஜ் செய்துவிட்டார் பெரிய டாக்டர். ஆஸ்பத்திரி உடைகளைக் கழற்றி வாங்கிக்கொண்டு என் ஒட்டுப்போட்ட சட்டை, துணிகளை நர்ஸ் எடுத்துக் கொடுத்து விடை கொடுத்தாள். உயிருக்கு உயிராகப் பழகிவிட்ட நோயாளிகளைப் பிரியும்போது நெஞ்சு வெடித்துவிட்டது.

வெளியே வந்தேன். ஈசலைப்போல மோட்டார் கார்கள். ஒரே ஜன வெள்ளம். டிராம் வண்டிகள் 'தடும் தடும்' என்று காதைப் பிளந்து நகர்ந்துகொண்டிருந்தன. நடைபாதையில் வந்து நின்றேன். எங்கே போவது? எனக்கு யார் இருக்கிறார்கள்?

"டிஸ்சார்ச் பண்ணிட்டாங்களா, நாயரே?" என்று கேட் இடுக்கில் உட்கார்ந்திருந்த ஒரு சேவகன் கேட்டான்.

"ஆமாம்."

தி. ஜானகிராமன் சிறுகதைகள்

"எங்கே, ஊருக்குப் பயணமா?"

"ஒண்ணும் புரியலை!"

"எந்த ஊரு?"

"மலையாளம்!"

"வேலை?"

"போர்ட்டர்!"

"இப்பப் போனா சரியா இருக்கும், போ! கொச்சின் எக்ஸ்பிரஸ் ஊதுற நேரந்தான்."

கூட்டத்தோடு கூட்டமாக டிக்கட் கலெக்டர் பார்வையிலிருந்து தப்பித்துக்கொண்டேன். கொச்சின் எக்ஸ்பிரஸில் ஏறினேன். வண்டி நல்ல வேகம். காலை பத்து மணிக்கு ஊர் சேர்ந்துவிடலாம். ஆனால் அரக்கோணத்தில் என் அதிர்ஷ்டம் வண்டியைவிட்டு இறங்கிவிட்டது. டிக்கட் பரிசோதகர் என்னைக் கீழே இறக்கிவிட்டுவிட்டார். நான்தான் சொன்னேனே, கடமையைச் செய்கிறவர்களைக் குறை சொல்லக் கூடாது என்று!

நல்ல வேளையாக ஆஸ்பத்திரியில் இரவுச் சாப்பாட்டைப் போட்டு அனுப்பியிருந்தார்கள்.

பைத்தியம் பிடித்தாற்போல் அலைந்தேன். ஆஸ்பத்திரி என் மனைசை விட்டுப் போகவில்லை. நின்றேன்; குழம்பினேன். மறுபடியும் அங்கேயே போனால் என்ன? ... என்ன சொல்லிக்கொண்டு போவது ..? சரி, எப்படியாவது பார்த்துக்கொள்வோம் என்று மறுபடியும் பம்பாய் எக்ஸ்பிரஸைப் பிடித்தேன். அன்று பம்பாய் எக்ஸ்பிரஸ் இரண்டு மணி நேரம் 'லேட்'.

செண்டிரல் ஸ்டேஷனில் இரவைக் கழித்துவிட்டு, காலையில் ஜெனரல் ஆஸ்பத்திரியில் காலடி வைத்தேன்.

என்ன ஆச்சரியம்! மறுபடியும் என்னை 'அட்மிட்' செய்து விட்டார்கள். வார்டுதான் வேறு. நோய், வயிற்றுவலியேதான்!

"ஆபரேஷன் ஆச்சுங்க. வலி கொஞ்சம் குணமாயிருந்துது. மறுபடியும் வலிக்குது" என்று உண்மையுடன் கொஞ்சம் பொய்யைக் கலந்தேன். குணமாகிற வரையில் இருந்து, மருந்து சாப்பிடச் சொல்லி உத்தரவு பிறந்தது.

இரண்டு மாதம் ஓடிற்று. எப்போதும் ஒரே தினுசான வாழ்க்கை இருக்குமா? காசு கொடுக்கிற, நல்ல சம்பளம் வாங்குகிற நோயாளி வந்தால் என்னைத் தரையில் உருட்டிவிடுவார்கள். கம்பளியும் பாயும் தான் கிடைக்கும். அதனால் என்ன? காசு கொடுக்கிறவர்களுக்கு இந்த வசதிகூட இல்லாவிட்டால், அப்புறம் நியாயம் என்ன இருக்கிறது?

வயிற்றுவலி தீரவில்லை. எப்படித் தீரும்? கடைசியில் ஒரு நாள் டாக்டர் என்னை ஆஸ்பத்திரியிலிருந்து கழற்றிவிட்டுவிட்டார்.

நான்தான் ராமன் நாயர்

நானும் விடவில்லை. இந்தத் தடவை அரக்கோணம் போகாமலேயே வேறு வார்டில் 'அட்மிட்' ஆகிவிட்டேன்!

இப்போது மார்பு வலி! ஆபரேஷன் கிடையாது, மருந்துதான்.

அதே வார்டில் ஒரு மாதத்திற்குப் பிறகு முதுகு வலி! இன்னும் ஒரு மாதம்!

கடைசியில் வெளியே போகத்தான் வேண்டும் என்ற நிலைமை ஏற்பட்டபொழுது நல்ல வேளையாக மஞ்சள் காமாலை வந்தது. பிறகு கழுத்து வீங்கிய மாதிரி இருந்தது. பொய்யும், போலி நோய்க்குச் சாப்பிட்ட மருந்தும் வேலை செய்கின்றன!

இப்படி எட்டு மாதங்கள் ஓடிவிட்டன.

மூன்றாவது வார்டில்தான் ராயப்பனைச் சிநேகம் பிடித்தேன். சுருட்டைக் கிராப்பு, ஒல்லியான தேகம், சிவப்பு அரைக்கால் சட்டை, ஒரு நீலச் சட்டை. அவனுக்குச் சினிமாக் கொட்டகையில் கூட்டுகிற வேலையாம். விஸிட்டர்கள் வரும் நேரத்தில் நோயாளி ஒருவரைப் பார்க்க வந்திருந்தான். பேச்சுக் கொடுத்தேன். சிநேகமாக முடிந்தது. வால்டாக்ஸ் ரோடில் ஒரு சந்தில்தான் அவனுக்கு வீடாம்.

"அண்ணே, காலையிலே இட்டிலி, காப்பி வேணும்னா சொல்லு. கேட்டில் வந்து காசு கொடுத்தா, வாங்கித் தாரேன்" என்றான் ராயப்பன் வலியவந்து.

மறுநாளைக்கு அடுத்த படுக்கையிலிருந்த பள்ளிக்கூட வாத்தியார் என்னைக் கூப்பிட்டு, "ஓய், நாயர்! உனக்கு இரண்டணா தர்றேன். நாலு இட்லி, வடை, காப்பி வாங்கி வருவியா?" என்று கெஞ்சினார்.

"சரி"

ராயப்பன் வந்திருந்தான். ஐந்து நிமிஷத்தில் எல்லாம் வந்து விட்டது.

நோயாளிகள் எல்லோரும் எனக்கு உறவினர்கள். அநாதைக்கு உலகம் முழுவதும் நான்தான்! எது வாங்கிக் கொடுத்தாலும் இரண்டணா என்று ஓர் ஏற்பாடு பண்ணிக்கொண்டோம். இதில் ராயப்பனுக்கு ஓர் அணா. யார் எதைச் சொன்னாலும் மறுப்பதில்லை. காசு கொடுக்கமாட்டான் என்பதற்காக ஓர் ஏழையைப் புறக்கணிப்பானேன்? பரோபகாரம் செய்யத் தொடங்கிக் கடைசியில் காசு வாங்குவதில் வந்து முடிந்து விட்டது. ஏழை பாழைகளுக்காவது இரங்குவோமே! இலவச உதவி செய்வோமே. உடல் தேய்ந்தா போய்விடும்?

தலையணையை எடுத்து ஒருவருக்குச் சரியாக வைப்பேன். ஒருவருக்குப் போர்த்திவிடுவேன். ஒருவர் வாயில் பால் ஊற்றுவேன். மற்றொருவரைத் தூக்கிவிடுவேன்.

யாராவது ரொட்டி, மிச்சம் கொடுத்தால் சாப்பிடுகிறதுதான். வேண்டாம் என்று சொல்வதில் ஒரு ஜம்பமா? மனதாரக் கொடுக்கிற பண்டத்தை வேண்டாம் என்று முகத்தில் அடித்தாற்போல் எப்படிச்

தி. ஜானகிராமன் சிறுகதைகள்

சொல்கிறது? ஏதோ உபகாரம் செய்கிறோம். பிரதியாக ஒன்று அவர் செய்ய நினைக்கிறார். அதில் அவருக்கு ஒரு மகிழ்ச்சி. அதை ஏன் கெடுக்க வேண்டும்? நாம் ஒன்றும் எதிர்பார்க்கவில்லை. தானாக வருவதைத் தள்ளுகிறதா?... நோயாளிகளுக்கு ஆறுதல் சொல்லுவேன். ஹாஸ்யமாகப் பேசுவேன். இதெல்லாம் உபகாரமில்லையா? எந்த எந்த வியாதிக்கு எப்படிப் படுக்க வேண்டும், எப்படி அசங்காமல் இருக்க வேண்டும் என்று அனுபவம் காரணமாக எனக்கு ஓர் அறிவு ஏற்பட்டுவிட்டது. இதைப் பரோபகாரத்திற்குப் பயன்படுத்தினால் குடியா முழுகிப்போய்விடும்?

'குளோரோபாம் கேஸ்' எப்படி நடந்துகொள்ள வேண்டும்? மறப்பு ஊசி போட்டதனால் ஏற்படும் உபாதையைச் சமாளித்துக்கொள்ளும் வழி என்ன . . ?" இம்மாதிரியாக எவ்வளவோ சொல்லிக்கொடுத்தேன்.

நர்சுகளுக்குக் கூடமாட உதவி செய்வேன். பெரிய டாக்டர் வேணும் என்பதை ஓடிப்போய் உள்ளேயிருந்து வாங்கி வருவேன்.

எல்லாவற்றிற்கும் விளைவு என்ன என்று சொல்ல வேண்டுமா? ஒரே அன்பு, ஒரே பிரியம்! ஒவ்வொரு நோயாளியும் ஒரு நிமிஷமாவது ராமன் நாயர் வந்து பேசாவிட்டால் எப்படி ஏங்குகிறார்! நம்மேல் இத்தனை மனிதர்கள் அன்பு வைத்திருந்தார்களா என்று நினைக்க நினைக்க எனக்கு வியப்புத் தாங்கவில்லை. ஆஸ்பதிரியிலேயே லயித்து விட்டேன். வெளி உலகம் ஒன்று இருக்கிற ஞாபகங்கூடச் சில சமயம் மறைந்துவிடுகிறது உண்டு.

இதையும் சொல்லித்தான் விடவேண்டும். இந்த வார்டுக்கு வந்த பிறகு, இதுவரை ஐம்பது, முப்பதாக மூன்று தடவை ஊருக்கு மணியார்டர் செய்துவிட்டேன்.

ஒரே ஒரு நோயாளி. பெயர் கண்ண முதலி. ஏழு மாதமாக அதே வார்டில் ஒரே படுக்கையில் கிடக்கிறார். படுத்த படுக்கையாக ஏழு மாதம்! சாப்பாடு, கழுத்தில் குழாய் வைத்துத் திரவமாக இறக்கப்படு கிறது. அவர் பக்கத்து நோயாளியிடம், "பாருங்க, சார்! ஆள் கிழங்குக் கணக்கா இருக்கிறான். இவனுக்கு வியாதியாம்! பால், ரொட்டி, தக்காளிப் பழம், இருக்கிறவங்க கொடுக்கிற மிச்சம் எல்லாத்தையும் துண்றான். வாய் மூடாப் பட்டினி! காசு வேறே கேக்குறான்" என்று என்னைப் பற்றிச் சொன்னாராம்.

'குளுமையான நெஞ்சு! இந்த நெஞ்சில் சோறு எப்படி இறங்கும்!' என்றுதான் சொல்லத் தோன்றுகிறது. தொலைந்து போகிறார்! இன்னமும் அவர் மனைவி வராத வேளைகளில் நான்தான் அவரைக் கவனித்துக் கொள்கிறேன். எனக்கு இந்த விஷக் கண்கள் படுவதில் நம்பிக்கை உண்டு. இல்லாவிட்டால் திடீரென்று இந்த நிலைமைக்கு நான் வரக் காரணம் என்ன?

ராயப்பன் மகா நம்பிக்கையான ஆசாமி. நாலணாவிற்கு ஓரணா கூலியே தவிர, தப்புத் தண்டாவிற்குப் போகமாட்டான். அவனும் இந்த மூன்று மாதத்தில் நூறு ரூபாய்க்குமேல் இந்த வார்டிலிருந்து சம்பாதித்து விட்டான்.

முத்துப்பிள்ளை வந்து, மூன்று வாரம் ஆகிறது. அவர் கான்ஸ்டேபிள், காசு கொடுக்கிற சீக்காளி. மூன்று வாரமாக வாயைக் கட்டிக்கொண்டிருந்த ஆளுக்குத் திடீரென்று நேற்று, பொங்கலும் வடையும் தின்ன ஆசை வந்துவிட்டது. வார்டில் இருக்கும் அத்தனை பேரும் இட்டிலி, பொங்கல், வடை என்று சாப்பிட்டுக்கொண்டிருக்கும்பொழுது, அவர் மட்டும் எவ்வளவு நாட்கள்தான் வாயைக் கட்டிக்கொண்டு சும்மா உட்கார்ந்திருக்க முடியும்? பத்துப் பதினைந்து நாட்களாகப் பத்திய ஆகாரம் சாப்பிட்டுச் சாப்பிட்டு நாக்குச் செத்து விட்டது. நப்பாசை தட்டிவிட்டது. இந்த உலகத்தில் ஆசை யாரை விட்டது!

வாயைக் கட்டி, வயிற்றைக் கட்டி அவ்வளவு நாட்களை ஓட்டி விட்ட முத்துப்பிள்ளை, அன்று என்னைக் கூப்பிட்டார். ஒரு காலி ஹார்லிக்ஸ் சீசாவையும் எட்டணாவையும் கொடுத்து, "எந்தா ராமன் நாயர், ஒரு பொங்கலும், நாலு வடையும் வாங்கிக் கொடுக்கியோ? சட்டி நிறைய இருக்கணும். எந்தா. ஓ!" என்று புன்சிரிப்புச் சிரித்தார். மலையாளம் பேசுகிறானாம்! நாக்கைப் பொசுக்க!

அவன் மாத்திரம் இல்லை; பதினெட்டு நோயாளிகள்! ஒன்று, அரை, கால் என்று கொடுத்தார்கள். கையில் ஏககாலத்தில் அவ்வளவு சில்லறைக் காசுகள் குலுங்கினதே இல்லை. தினமும் இப்படியே கிடைத்துக்கொண்டிருந்தால் இந்த வேலைக்கு ஈடாகுமா, போர்ட்டர் வேலை! ராயப்பனைத் தேடிச் சென்றேன்.

ராயப்பன் மூக்கில் வியர்த்த குருவியாக என்னை எதிர்பார்த்து நடைபோட்டுக்கொண்டிருந்தான், கிராதிக்கு அருகில்.

"ராயப்பன்! இன்று நீ நரி முகத்திலே முளிச்சிருக்கே. பதினெட்டுப் பேர் பணம் கொடுத்திருக்கிறாங்க. உனக்குக் கூலி பதினெட்டணா. அதாவது ஒண்ணே அரைக்கால் ரூபாய்!" என்றேன். பிறகு கணக்கைச் சொல்லிக் காசு அத்தனையையும் கொடுத்தேன்.

ராயப்பன் அத்தனையையும் வாங்கிக்கொண்டு போனான். கிராதிக்குப் பக்கத்தில் வால்டாக்ஸ் ரோட்டைப் பார்த்துக்கொண்டே நான் நின்றேன். நின்றேன், நின்றேன்! அப்படியே நின்றுகொண்டிருந்தேன்! கால் கடுத்தது, ராயப்பன் வரும் வழியாக இல்லை. கடையில் நம்பிக்கை இழந்து, பதினொரு மணிக்கு வார்டுக்குத் திரும்பி வந்தேன்.

"நாயர், எங்கே வடை?"

"நாயர், எங்கே ஐயா இட்டிலி?"

"என்னய்யா! வெறுங்கையோடு வறியே?"

"ஓ ராமன்நாயர்! எந்தாயா தாமசம்?"

எல்லோருக்கும் பதிலாக, "இன்னும் ஆள் வரவில்லையே!" என்றேன் வருத்தத்துடன். கொஞ்ச வருத்தமா?

"டேய், யார் கிட்டா உன் வேலையைக் காண்பிக்கிறே! வைடா காசை! எங்கேடா பாட்டில்!"

தி. ஜானகிராமன் சிறுகதைகள்

'டா' என்று ஆரம்பித்துவிட்டார் முத்துப்பிள்ளை; கான்ஸ்டேபிள் ஆயிற்றே!

நர்சுக்குச் செய்தி போய்விட்டது. கௌசல்யா வந்தாள். எல்லா வற்றையும் விவரமாக விசாரித்தாள்.

"நீதானே காசை வாங்கிட்டு போனே; நீதான் பொறுப்பு. நீதான் திருப்பிக் கொடுக்கணும்" என்று தீர்ப்புக் கூறினாள் அவள்.

"எப்படி? உபகாரத்துக்கு ஒரு ஆளுக்கிட்டச் சொன்னேன். அவன் ஓடிப் போய்ட்டான். அதுக்கு நான்தான் பொறுப்பாளியா?" என்றேன்.

"இது என்ன குதர்க்கம்? மலையாளிமார் பெயரையே கெடுக்கிறியே?" என்றாள் அவள். அவளும் என்னைப்போல மலையாளி. மலையாளி களின் பெயரைக் காப்பாற்ற என்ன அக்கறை! என்னை அவள் திருடன் என்று சொல்லவில்லை. நீதான் பொறுப்பாளி என்று சொன்னாளே தவிர, ஒரு வார்த்தை அப்பழுக்காகச் சொன்னாளா? கையில் மட்டும் அப்பொழுது அத்தனை பேருக்கும் திருப்பிக் கொடுக்கக்கூடிய பணம் இருந்தால், அப்பொழுதே தலையைச் சுற்றி வீசி எறிந்திருப்பேன். கையில் சல்லிக் காசு கிடையாது. முந்தாநாள்தான் ஊருக்கு முப்பது அனுப்பித்தேன். என்ன செய்கிறது?

அதற்குள் பெரிய டாக்டர் வந்துவிடவே, எல்லோரும் அவரிடம் போய் முறையிட்டார்கள்.

"பொய்யன், திருடன்" என்று டாக்டர் கூச்சல் போட்டார்.

நானா திருடன்? பொய்யன் என்றாலும் ஒத்துக்கொள்ளலாம். நானா திருடன்? எனக்குக் கோபம் பீறிக்கொண்டு வந்தது.

"டாக்டர் ஸார், நான் திருடனில்லை" என்று கத்தினேன்.

"போடா!"

"நான் ..."

"அதெல்லாம் முடியாது."

டாக்டர் எனக்கு 'டிஸ்சார்ஜ்' உத்தரவு கொடுத்துவிட்டார். மன்னிப்புக் கேட்க மனமில்லை.

ஹூம் ... நான் 'டிஸ்சார்ஜ்' ஆனதற்குக் கண்ண முதலியாரின் கண்ணைத் தவிர வேறு எது காரணமாக இருக்க முடியும்? டாக்டரைச் சொன்னால் நாக்கு அழுகிடும்.

ஊருக்குப் போனால், நான் அனுப்பின நூற்றைம்பது ரூபாயில் நாற்பது, ஐம்பது மிச்சம் பிடித்து வைத்திருப்பாள் ருக்கு. அவள் கெட்டிக்காரி.

அதை முதலாகப் போட்டு ஒரு வெற்றிலைப் பாக்குக் கடை வைக்க வேண்டும். எல்லாவற்றையும் அவள் செலவழித்திருந்தால் ..? செலவழித்திருக்கட்டுமே! குடியா முழுகிவிடும்!

இந்த ஆஸ்பத்திரி இல்லாவிட்டால் வேறு ஒரு பெரிய ஆஸ்பத்திரி என்று சொல்கிறீர்களா?

அதுதான் இல்லை. இது ஒரு பிழைப்பா! நிம்மதியோடு யாராவது பொய் சொல்லிக்கொண்டிருக்க முடியுமா? அதுவும் எத்தனை நாளுக்கு?

மறுபடியும் மூட்டை தூக்குகிறேன், அது எவ்வளவோ கௌரவம்.

'உழைத்தோம், சம்பாதித்தோம்!' என்று திருப்தியாவது இருக்கும் இல்லையா?

கல்கி தீபாவளி மலர், 1952

ஆறுதல்

இன்று அவளிடமிருந்து கடிதம் வந்திருக்கும். நேற்று வராததால் இன்று கட்டாயம் வந்திருக்கும். குடித்தனம் செய்கிற பெண்ணுக்குக் கடிதம் எழுதுவது என்றால், கலியாணம் செய்கிறதுபோல. கை ஒழிந்து, குழந்தையைத் தூங்கச் செய்து . . . குழந்தை உட்கார்ந்துகொள்கிறாள். போன கடிதத்திலேயே எழுதி இருந்தாள். மூன்று வாரம் முன்னால் ஊருக்குப் போயிருந்தபோது, வேகமாகத் தவழ்ந்து கொண்டிருந்தது, உட்காரத் தெரியவில்லை. அதற்குள் உட்காரத் தெரிந்துவிட்டது. பிடித்துக்கொண்டு நிற்கிறாள். குழந்தைகள் எவ்வளவு விரைவாக வளர்கின்றன. ஆனால் அந்தக் கண்ணின் நீலம்தான் இல்லை. மூன்றரை மாதத்தில் பார்த்தபோது, கண்ணின் வெள்ளையில் ஒரு நீலம், கத்தரிப்பூ நீலம். ஆனால் மூன்று வாரம் முன்னால் போயிருந்தபோது அதைக் காணவில்லை. தலையில் மயிர் வளையம் வளையமாக அடர்ந்து கிடந்தது. அறுபது வளையத்திற்கு மேல் எண்ணிய ஞாபகம். அதற்குள் அவள் விரலைவிட்டு தலையைக் கலைத்துவிட்டாள். கண்பட்டு விடுமாம்! ஆனால் அத்தனை வளையமும் மறுபடியும் வந்து சுருண்டன. இன்று புதிதாக ஏதாவது எழுதியிருப்பாள்.

பனகல் பார்க் ஸ்டாப்பில் பஸ் நின்றது. இறங்கினேன். புழுக்கமான புழுக்கமாக இல்லை. கோட்டுக்குள் கசகச வென்று பனியனும் சட்டையும் முதுகோடு ஒட்டிக்கொண் டிருந்தது. ஆடு சதை, எங்கு பார்த்தாலும் வியர்வை. முகம் எண்ணெய் வழிந்தது. ஆபீஸுக்குப் போவதற்கும் திரும்பி வருவதற்கும் எவ்வளவு வித்தியாசம்! ஜிலீர் என்று குளிர்ந்த ஜலத்தை வாளிவாளியாக மொண்டு தலையில் விட்டுக்கொண்டு – நல்ல வேளையாக பழைய மாம்பலம் மனிதர்கள் குழாயை நம்பிக் கிணறுகளைத் தூர்த்துவிட வில்லை – தலையை வாரி, ஸ்னோவை விரலால் தடவி, மேலே பவுடரைத் தூவி மொட மொடவென்று வெள்ளைச் சட்டையும் கால் சட்டையும் போட்டு, கமகமவென்று

அமர்ந்த குளிர்ந்த மனத்துடன் புதுமை மொரமொரக்கக் கிளம்பு வதற்கும், இப்படி ஆடி, அயர்ந்து, உடல் கசகசக்க, முகம் எண்ணெய் வழிய வருவதற்கும் எவ்வளவு வித்தியாசம்! பசி வேறு! கோரமான பசி! இந்த ரூபாய் முழுங்கி ஹோட்டல்களில் ஆறாத பசி. சீக்கிரம் ஒரு ஜாகையைப் பார்த்து அவளை அழைத்துவந்துவிட வேண்டியதுதான். மூன்று மாதத்திற்கு முன்னால் முதல், அதாவது அவள் பிரசவித்து ஆறு மாதம் கழிந்தவுடனேயே – இங்கு வீடு தேடும் வேலை தொடங்கியாகி விட்டது. பலன்தான் இல்லை. இன்னும் ஒரு மாதத்தில் கோவிந்து தெருவில் ஒரு போர்ஷன் காலியாகுமாம். அது கிடைக்கும் போலிருக்கிறது. அது வரையில் பல்லைக் கடித்துக்கொண்டு, அவளுடைய கடிதங்களை மட்டும் பார்த்துக்கொண்டு திருப்திப்பட வேண்டியதுதான். அதுவரையில் இந்த அரைவயிற்றுச் சாப்பாட்டைச் சாப்பிட்டுத்தான் ஆகவேண்டும்.

இப்படியே இந்தக் கசகசப்புடன் டிபன் சாப்பிடவும் வேண்டி யிருக்கவில்லை. ரூமுக்குப் போய் இந்தக் குழாய், கோட்டு, சட்டை யெல்லாம் அவிழ்த்து எறிந்து ஒரு வேட்டியும் சட்டையுமாக, குளிர்ந்த நீரில் உடலையும் முகத்தையும் நனைத்துக் கழுவித் துடைக்காமல் எதைத் தின்பது?

இன்று நல்ல வேளை! தினமும் நாம் வரும்போது லெவல் கிராஸ்ஸிங் மணி அடிக்கும். பிறகு இப்படியும் அப்படியுமாக திடுதிடு வென்று இரண்டு மினசார ரயில்கள் ஓடிப்போகிற வரையில் காத்துக் கொண்டிருக்க வேண்டும். இன்று நல்ல சமயம். துரைசாமி ரோட்டுக் கோடியை அடைவதற்குள்ளாகவே ஒரு வண்டி போய் 'கேட்'டையும் திறந்துவிட்டான். அவசரம் அவசரமாக நடந்தேன். வீட்டு மாடியேறும் போது, வீட்டுக்காரன் குழந்தை "மாமாவ், சாக்லேட்டு தராம போறியே?" என்றான்.

"ஏய், பேசாம இருடா" என்று குழந்தையின் தாயார் அதட்டினாள். அதட்டலாகக்கூட இல்லை. ஒரு நாளும் அவள் இப்படிச் சொன்ன தில்லை.

"அடடே, மறந்து போயிட்டேன்டா, இந்தா" என்று கோட்டுப் பையில் கிடந்த ஒரு சாக்லேட்டை அதன் கையில் கொடுத்துவிட்டு மாடிக்குப் போனேன். அறையின் நிலைப்படியில் கோபால் உட்கார்ந் திருந்தான். நானும் அவனும்தான் அந்த ரூமை வாடகைக்கு எடுத்திருந் தோம். மெடிகல் காலேஜில் மாணவன் அவன்.

"என்ன கோபால்?"

"சங்கர், கெட்ட செய்தி ஒன்று இருக்கிறது" என்று மட்டும் சொல்லி, கதவிடுக்கில் இருந்த கடிதத்தை என்னிடம் கொடுத்து மொட்டைமாடிக் கட்டையைத் தழுவி நின்ற வாதா மரத்தைப் பார்த்துக்கொண்டு நின்றான். ஒரு கார்டு. அவள் கையெழுத்துக்கூட இல்லை. மேலே தஞ்சாவூர் என்றுதான் போட்டிருந்தது.

"அன்புள்ள நண்பனுக்கு, எனக்கு என்ன சொல்வதென்று தெரிய வில்லை. இந்தத் துரதிர்ஷ்டச் செய்தியை எழுதும் துர்ப்பாக்யம் எனக்கு

வந்துவிட்டது. உன் சித்தப்பா போன வாரம் வந்து உன் மனைவியையும் குழந்தையையும் ஒரு வாரம் இருக்கட்டும் என்றும் திருச்சிக்கு அழைத்துப் போனார். போன இடத்தில் குழந்தைக்கு உக்ரமான அம்மை போட்டு, கண் மூக்கு எல்லாம் மறைத்து, கடைசியில் குழந்தை குளிர்ந்துவிட்டது. உனக்கு நான் என்ன ஆறுதல் சொல்வதென்று எனக்குப் புரியவில்லை. இன்று ஐந்தாவது நாள். அம்மையானதால் உன் தகப்பனார் தாங்கள் எழுதக்கூடாது என்று என்னை எழுதச் சொன்னார்கள். உன் தகப்பனாரையும் என்னால் சமாதானப்படுத்த முடியவில்லை.

இப்படிக்கு,
'பஞ்சாபகேசன்'

நாலைந்து தடவை வாசித்தேன். பிறகுதான் புரிந்தது. செய்தி மனதில் பதிந்தது. உதட்டைப் பல்லால் கடித்தேன். நெஞ்சை வலித்தது. "சங்கர், சட்டையெல்லாம் கழட்டிப் போட்டுவிட்டு வாங்கோ. நான் தண்ணியிழுத்து விடறேன்."

நான் வந்த நிலையிலேயே மாடிப்படியில் இறங்கினேன். கிணற்றண்டை முகத்தைத் திருப்பிக்கொண்டு நின்றேன். ஜன்னலில் இருந்து அந்தக் குழந்தையின் தாயார் என்னை வெறிச்சென்று பார்த்துக் கொண்டிருந்தாள். தலையைக் குனிந்து கண்ணீரை மறைத்தேன்.

"உட்காருங்கோ, சங்கர்."

தலையில் தண்ணீர் விழுந்தது. கோட்டு, கால் சட்டையெல்லாம் வழிந்து ஓடிற்று.

"கோட்டைக் கழட்டிவிடுங்களேன்."

கழட்டினேன்.

"சட்டையையும் கழட்டிப்பிட்டாத் தேவலை."

சட்டையை உரித்துக் கீழே போட்டேன். கால் சட்டையையும் அவன் கொடுத்த துண்டைக் கட்டிக்கொண்டே கழற்றினேன்.

நாலைந்து வாளி தண்ணீர் தலையில் விழுந்தது. அவன் கொடுத்த துவாலையால் தலையையும் உடலையும் துவட்டிக்கொண்டு, சட்டை, கோட்டு எல்லாவற்றையும் பிழிய ஆரம்பித்தேன்.

"பேசாம போட்டுட்டுப் போங்கோ. நான் பிழிந்துகொண்டு வந்து கொடுக்கிறேன்." என்று குரல் வந்தது ஜன்னலிலிருந்து. வேறு சமயத்தில் இந்த வார்த்தை திகைப்பைக் கொடுத்திருக்கும். "வேண்டாம்" என்று வாய்விட்டுச் சொல்ல முடியாமல் தலையை அசைத்து மீண்டும் பிழிந்தேன்.

"பேசாமல் போட்டுடுங்கோ. நான் பிழிந்துகொண்டு வந்து கொடுக்கிறேன்" என்று மறுபடியும் அதே குரல். அப்படியே நழுவ விட்டு விட்டேன்.

"சங்கர், நீங்க போங்கோ, நீங்கள் பிழிய வேண்டாம். கூட்டுக்காரி வந்தாள் பிழியச் சொல்லுங்கள்" என்று ஜன்னல் பக்கம் பார்த்துச் சொல்லி

விட்டு கோபால் என் பின்னாலேயே மாடிப்படி ஏறினான். எனக்குக் கட்டிக்கொள்ள வேஷ்டி, சட்டைகளை எடுத்துக் கொடுத்துவிட்டு, "வாங்கோ, டிபன் சாப்பிட்டுவிட்டு வந்துவிடலாம்" என்று ரூம் கதவைப் பூட்டினான்.

அந்த நீலக் கண் அதற்குள்ளாகவே மூடிவிட்டது. போன வாரம் எழுதியிருந்தாளே ... உட்கார்ந்து கொண்டு வாவா என்று அழைக்கிற தென்று. அதையே யாரோ அழைத்துக்கொண்டு போய்விட்டானே. கமலி, உனக்குப் பதினைந்து வயதில் கலியாணம். பதினாறு கடந்து பதினேழு முடிவதற்குள், பத்து மாதம் சுமை சுமந்து, குழந்தை பெற்று, ராத்திரியெல்லாம் கண்விழித்து அதோடு மன்றாடி, வளர்த்து, கடைசி யில் அதையும் பறிகொடுத்து ... பதினேழு வயதுக்குள் இப்படி ஒரு அனுபவமா? இதற்கு யார் பாத்யம், நானா? அதற்குள் உன்னைக் கலியாணத்தைச் செய்து வைத்துக் குடித்தனத்தில் பூட்டிவிட்ட உன் அப்பா அம்மாவா? இல்லை, எல்லாவற்றையும் தட்டிவிட்டுத் தன்னிஷ்டப்படி படிபோட்டு, முடிபோட்டு அடியும் போடும் தெய்வமா? ... கமலி ... சின்னஞ்சிறு பெண், எப்படி இதைத் தாங்கிக் கொண்டிருக்கப் போகிறாள்?

ஒன்றுக்கும் அர்த்தம் புரியவில்லை. ஒரு பெண் நாட்கள் யுகம் யுகமாகக் கழிய, பட்ட வேதனையும் துன்பமும் கடைசியில் இப்படிப் பறிகொடுத்துவிட்டு நிற்கவா? இதற்கு இவ்வளவு ஏன் பட்டிருக்க வேண்டும்? கடுமையான தவம், உடல் பருத்து, வரவரப் பெருகுஞ் சுமையை ஏந்திக்கொண்டு, நாட்களைத் தள்ளுவது தவத்திலும் தவம். வியர்க்க வியர்க்கக் கொத்தி, நீர்பாய்ச்சி வளர்த்த பூச்செடிகள் திடீரென்று காற்று மோதி சாய்ந்து மாய்ந்துவிடுகின்றன. அர்த்த மில்லாத உழைப்பு, அர்த்தமில்லாத தாக்குதல். செய்யும் தவத்தையும், கடைசியில் பலனை இழந்து படும் வயிற்றெரிச்சலையும் பார்க்கும்போது நினைக்கவே முடியாத ஒரு அதிர்ச்சி, கண்ணராவி.

தளிர்க் கைகளைத் தூக்கி, தலையில் கரிய மயிர்ச் சுருள்கள் ஆட, புன்னகை மலர, குழந்தை கூப்பிடுவது போலிருந்தது. இதை வந்து அவித்து, மண்ணில் மக்கும்படி அடிக்க ஒரு சக்திக்கு எப்படி மனம் வந்தது?

கிரிப்பித் ரோடு முழுவதும் அழுதுகொண்டே நடந்தேன். மௌன மான அழுகை. கோபாலன் அதற்குத்தான் நடமாட்டமில்லாத அந்தத் தெரு வழியாக அழைத்துக்கொண்டு போனான் போலிருக்கிறது.

"சங்கர், கண்ணைத் துடைச்சுடுங்கோ, என்ன செய்றது? நாம கொடுத்து வச்சுது அவ்வளவுதான்."

எனக்கு மீண்டும் அழுகை குமுறிக்கொண்டு வந்தது. உஸ்மான் ரோடு இன்னும் பத்து தப்படியிலிருந்தது. நின்றுகொண்டு மேலே முகத்தை நிமிர்த்தி வானத்தைப் பார்த்து ஒருமுறை அழுது முடித்தேன். கண்ணைத் துடைத்து மூக்கைச் சிந்தினேன். சுமை கொஞ்சம் இறங்கியது போலிருந்தது.

ஹோட்டலில் நான் சாப்பிட்டது கொஞ்ச நஞ்சமில்லை. இரண்டு தோசை, பஜ்ஜி, வடை, ரொட்டி – பசி கோரமான பசி. வயிறு நிரம்புகிற

மட்டும் தின்றேன். கோபால் மேலும் மேலும் கொண்டுவரச் சொன்னான். இதற்கு முன் நான் இந்த மாதிரிச் சாப்பிட்டதே இல்லை. காபியைச் சாப்பிட்டு வெளியே வந்ததும், ஒரு பீடாவை நீட்டினான் அவன். அதையும் மென்றேன்.

வெளியே வந்ததும் அவன் சொன்னான், "சங்கர், ஒரு விஷயம் சொல்லணும். நீங்கள் வருத்தப்படக்கூடாது" என்றான்.

நான் நிமிர்ந்து அவனைப் பார்த்தேன்.

"என் அப்பாவிடமிருந்து கடிதம் வந்திருக்கிறது. அம்மாவுக்கு உடம்பு சரியாக இல்லையாம். கிணற்றடியில் சறுக்கி விழுந்து கை கால் எல்லாம் அடியாம்."

"எப்ப?"

"முந்தாநாள் சாயங்காலம், கிணற்றங்கரையில் ஒரே பாசி. வழுக்கி விழுந்துவிட்டாளாம். என்னைப் பார்க்கணும் பார்க்கணும் என்று முனகுகிறாளாம். நான் இன்று கட்டாயம் போக வேண்டும். உங்களை விட்டுப் போக எனக்கு விருப்பமில்லை. நீங்கள் சரியென்றால் நான் போகிறேன்" என்று சொல்லவும் முடியாமல் மெல்லவும் முடியாமல் சொல்லி முடித்துவிட்டான் அவன்.

கள்ளங் கபடமில்லாத சுபாவம். இதைச்சொல்ல எத்தனை யோசனை. எத்தனை சங்கோசம். குற்றம் செய்வதுபோல ஒரு கூச்சம். இன்னொரு தாயும் துடிக்கிறாளா?

"கோபு, நீங்கள் செய்திருக்கிறது கொஞ்சமா? உடனே புறப்படுங்கள். உங்களைப் பார்த்தால் புறப்படுகிறவராகத் தோன்றவில்லையே, எப்போது கிளம்புவது? நாழி ஆகவில்லையா?"

"உங்களைத் தனியாக விட்டுவிட்டுப் போகவேண்டுமே என்று நினைத்துக்கொண்டிருந்தேன். டவுனுக்குப் போய்க்கொஞ்சம் பழம் வாங்கிக்கொண்டு அப்படியே ஸ்டேஷனுக்குப் போக வேண்டும்."

"சரி, புறப்படுங்கள்."

"நீங்கள் . . ?"

"நான் இப்படி . . . போய்விட்டு பிறகு ரூமுக்குப் போகிறேன்."

"அப்படியானால் சாவியை கீழே வீட்டுக்காரர்களிடம் கொடுத்து விட்டுப் போகட்டுமா?"

"சரி."

அவன் போனதும் எனக்குத் திடீரென்று நடுக்காட்டில் நிற்பது போலிருந்தது. நடக்க ஆரம்பித்தேன். கோபதி நாராயணசாமி ரோடு ஹோவென்று வழக்கம்போல, எப்பொழுதும் போல ஓய்ந்துகிடந்தது.

"சார் சார்!"

ஆறுதல் 365

திரும்பிப்பார்த்தேன். வீட்டுக்காரர். "என்ன சார் இப்படி?" கோபால் சொன்னார். எனக்கு ஒன்றும் ஓடவில்லை. பத்மாவும் அப்படியே இடிஞ்சு போயிட்டா. வசூரியாமே என்ன அக்கிரமம்! வசூரி வந்து உயிரைக் கூடவா கொண்டுபோகணும்! வைசூரி வந்து எல்லாருமா போயிடறா? ரொம்ப அநியாயம், அநியாயம். எனக்கும் ஒண்ணும் சொல்லத் தெரியலே."

எனக்கு மீண்டும் அழுகை பீறி வந்தது. உதட்டைக் கடித்துக் கொண்டும் கண்ணீர் பெருகிற்று.

"இது என்ன கஷ்டம்? இவ்வளவு பால்யத்துலே இப்படியெல்லாம் ஒரு அனுபவமா?"

பிறகு சற்று பேசாமல் என்னைப் பார்த்துக்கொண்டே நின்றார்.

நான் கண்ணைத் துடைத்துக்கொண்டு ஒருவாறு அடங்கினதும், "ஸார், ராத்திரி என்னோடவே வீட்டில் சாப்பிட்டுவிடலாம். ஏழரை மணிக்குள் வந்துவிட்டால் நல்லது. எனக்கு இன்னிக்கி 'நைட் டூட்டி' எட்டு மணிக்குப் போகணும். அதுக்காக என்ன பண்றது? வயத்தைக் காயப்போட முடியுமா?"

"காயப் போடவில்லை. இப்போதே இரண்டு ஆள் சாப்பிடுகிற மாதிரி டிபன் பண்ணிவிட்டு வருகிறேன். ராத்திரி சாப்பாடு வேண்டி யிருக்காது."

"அப்படிச் சொல்லாதீங்க சார். உங்கள் சௌகரியம் போல சாப்பிடுங்கள். பத்மாவை உங்களுக்கு எப்பொழுது வேண்டுமோ அப்போது போடச் சொல்லுகிறேன். நீங்கள் சங்கோசப்பட்டுக்கொண்டு சும்மா இருந்துவிடக்கூடாது."

"என்னமோ, பசியில்லை. பசித்தால் பார்த்துக்கொள்கிறேன்."

"பார்த்துக்கொள்கிறேன் என்று சொல்லக்கூடாது. கட்டாயம் எதாவது, கொஞ்சமாவது சாப்பிடத்தான் வேண்டும். கோபாலும் ஊருக்குப் போகிறேன் என்று சொன்னார். அவர் அம்மாவுக்கு சறுக்கி விழுந்து காயமாம்."

"ஆமாம் சொன்னார்."

"அவர் இருந்தால்கூட நான் இவ்வளவு சொல்ல மாட்டேன். நீங்கள் எதாவது சாப்பிடுங்கள். பட்டினிபோடக் கூடாது."

மிகவும் பரிவுடன் என் துயரத்தை மனதில் வாங்கி கெஞ்சினார் அவர். துயரப்பட்டவனுக்குத் தானும் எதாவது செய்ய வேண்டும் என்று அவர் துடித்த துடிப்பு அவர் முக வேதனையில் தெரிந்தது.

"சரி சார், சாப்பிடுகிறேன்."

"அப்படிச் சொல்லுங்கோ, சார். இப்பதான் எனக்கு ஆறுதலா யிருக்கு ... சரி. இப்ப எங்க போறேள்?"

"சும்மா ... இப்படி போய்விட்டு வரேன்."

"ஜாக்கிரதையாகப் போங்கள். நடைபாதையில் போங்கள். ரோட்டில் இறங்க வேண்டாம் . . . நீங்கள் தனியாகப் போகிறீர்களே . . . எனக்குக் கவலையாக இருக்கிறது."

"பரவாயில்லை சார்"

"நீங்கள் என்னோடு வந்துவிடுங்களேன். நீங்கள் இருக்கிற நிலையில், இப்படி காரும் பஸ்ஸும் போகிறபோது. ஜாக்கிரதையாகப் போகணுமே என்று பயமாயிருக்கிறது."

"அதெல்லாம் ஒன்றுமில்லை . . ." என்று நான் நடந்தேன்.

"சரி, ஜாக்ரதை. இப்படியே போய்த்திரும்பிவிடுங்கள். பாண்டிபஸார்ப் பக்கம் போகவேண்டாம் . . . ட்ராபிக் ஜாஸ்தி."

"சரி சார்."

மனிதருக்கு எவ்வளவு கவலை! சோகம் அபூர்வமான ஒரு அனுபவம். சோகப்படுகிறவன் மற்ற மனிதர்கள் அனைவரினும் உயர்ந்து விடுகிறான். அதன் காலடியில் மற்ற உணர்ச்சிகளும் ரஸங்களும் விழுந்து அடிமைப்பட்டுவிடுகின்றன . . .

குழந்தையில்லாமல் அவள் என்ன செய்வாள்! போனதடவை ஊருக்குப் போகையில், வாசலில் நுழையும்போது, அவள் குழந்தையை முகத்திற்கு நேராக இருகைகளாலும் தூக்கிப் பிடித்துக் கொஞ்சிக் கொண்டிருந்தாள். கூடத்தில் ஒருவரும் இல்லை. ஏகாந்தமாக அந்த ஆனந்தத்தை அனுபவித்துக்கொண்டிருந்தாள். மாமனார், மாமியார் இருக்கும்போது, அவர்களுக்கு நேராகக் குழந்தையைக்கூடக் கொஞ்ச முடிவதில்லை. கிட்டிய சந்தர்ப்பத்தை விட்டுவிடாமல் பயன்படுத்திக் கொள்கிறாள் என்று எனக்குப்பட்டது.

"அட எப்ப வந்தது" என்று மலரும் வியப்புடன் என்னைப் பார்த்தாள். "எல்லாரும் எங்கே?"

"கோயிலுக்குப் போயிருக்கா."

"அடி, கண்ணு," என்று அவளையும் குழந்தையையும் சேர்த்து அணைத்தேன்.

"போதும், எத்தனை நாழி? குழந்தை பயந்துக்கப் போறது. பப்பி, அப்பாவைப் பார், அசட்டு அப்பா"

"ம்மம் . . . நீ பூனைக்குட்டி மாதிரி இருக்கே. அதுக்குள்ளே ஒரு குழந்தை உனக்கு."

"ஏன், என்னைப் பார்த்தா அம்மா மாதிரி இல்லையா? நீங்களும் தான் துளியுண்டு பள்ளிக்கூடத்துப் பையன் மாதிரி இருக்கேள் . . ." என்று சிரித்தாள்.

அவ்வளவு சின்னப் பெண்ணைக் குழந்தையுடன் பார்க்கும்போது எனக்கு வேடிக்கையாயிருந்தது. விதைத்த ஒரு மாதத்திற்குள் பூத்துவிடம் காசித்தும்பை போல மலர்ந்து நின்றாள் அவள்.

"என்ன ஸார், எண்ணெய் தேச்சுக் குளிச்சீங்களா?" என்று எதிரே குரல் கேட்டது. நிமிர்ந்து பார்த்தேன். ஹோட்டலில் என்னோடு சாப்பிடுகிறவர். கேட்டுக்கொண்டே என்னைக் கடந்துவிட்டார். கண்டால் புன்சிரிப்புச் சிரித்துக்கொள்கிற நட்புதான்.

தேனாம்பேட்டை அந்த இடம். இவ்வளவு தூரமா நடந்து விட்டேன். அப்புறம் எங்கே போவது? மவுண்ட்ரோடு அவ்வளவு காரும் பஸ்ஸும் போயும் சூன்யமாகவே தோன்றிற்று. அங்கு நடக்கலாமா?

நன்றாக இருண்டுகொண்டிருந்தது. நீல விளக்குகள் எரியத் தொடங்கின. மேற்குக் கோடியில் வானத்தில் தங்கக் கால்வாய் சிறிது சிறிதாகப் பொன்னையிழந்து நரைத்துக்கொண்டிருந்தது.

திரும்பி நடக்கத் தொடங்கினேன்.

o o o

சித்தப்பா பதறிப் போயிருப்பார். ஆசையாக நாலைந்து நாள் அவளை யும் குழந்தையையும் வைத்துக்கொள்ள வேண்டும் என்று அழைத்துப் போனவருக்கு எவ்வளவு அதிர்ச்சி. வைத்தியம் கூடப் பார்க்க முடியாத அம்மை வந்து புகுந்து குழந்தையைச் சூறையிட்டுவிட்டது. சித்தப்பா தன் கைராசியை நினைத்துப் புழுங்கிக்கொண்டிருப்பார்.

ஊரில் அப்பா என்ன பாடுபடுகிறாரோ? ஒன்றுமில்லாததற்கெல்லாம் கவலைப்படுவதும் பயப்படுவதும் அவர் இயல்பு. பாதிநேரம் குழந்தை அவரிடம்தான் கிடக்கும். அவர் பூஜை, பாராயணம் செய்யும்போதும் குப்புறப் படுத்து, புஸ்தகத்தைப் பிடித்து இழுக்கும். அவர் சாப்பிடும் போதும் அது பக்கத்தில்தான் கிடக்கும். "அழாத குழந்தைடா இவ. காளி மாதிரி எப்பவாவது கத்தறாளா பார்! அது பாட்டுக்குச் சிரிச்சுண்டே கிடக்கும் . . . எப்பப் பார்த்தாலும் மந்தஹாஸம்தான் . . . இதோ, பார், சுமுகி, ஏய், சுமுகி" என்று கூப்பிடுவார். அந்தக் காரணப் பெயரில். அதற்கு, வேப்பிலை கட்டி, உரல் இடித்து வைத்த பெயர்கூட மறைந்துவிட்டது. அவருக்கு யார் சமாதானம் சொல்லப் போகிறார்கள்? . . .

இருட்டி வெகுநேரமாகிவிட்டது. வாசல் 'கேட்' உள்ளுக்குள் தாளிட்டிருந்தது.

"ஸார்!"

வீட்டுக்காரரின் மனைவி வந்து திறந்துவிட்டாள்.

"இத்தனை நாழிகாத்துண்டிருந்தா. 'டீடி'க்கு நாழியாயிடுத் துன்னு புறப்பட்டுப் போயிட்டா. கால் மணியிருக்கும். இன்னிக்கி மீனம்பாக்கத்தில் வேலையாம். சாப்பிட்டு விடுகிறீர்களா?"

"பசிக்கவில்லை, சற்றுப் போகட்டும் என்று நினைக்கிறேன்."

"சரி, கோபு சாவியைக் கொடுத்துவிட்டுப் போனார்."

சாவியை வாங்கிக்கொண்டு, மாடிக்குப் போய், அறையைத் திறந்து பாயை உதைத்துப் படுத்துக்கொண்டேன்.

ஊருக்குப் போகலாமா? எதற்குப் போவது? பத்தாம் பசலிகள் இந்த நிலையில் அவளைத் தனியே கண்டு பேசக்கூட விடமாட்டார்கள். பிரியம் ஒரு பக்கம்! கட்டுப்பாடு ஒரு பக்கம். தனியாகச் சற்று சேர்ந்து இருந்தால், சந்தேகம் வந்துவிடும் அவர்களுக்கு! வாஸ்தவம் தான். ஆனால் இந்த சந்தர்ப்பத்தில் கூடவா? அவர்களுக்கு அது புரியாது. சற்றுத் தனியாக இருந்தால், சீரத்தைப் பற்றிய சந்தேகம்தான் அவர்களுக்கு வரும். நாம் போய் என்ன ஆகப்போகிறது?.

எழுந்து ஒரு கடிதம் எழுதினேன் சுருக்கமாக. "சித்தப்பாவுக்கு அநேக நமஸ்காரம். செய்தி வந்தது. கடவுளாகப் பார்த்துக் கொடுத்ததை அவரே எடுத்துக்கொண்டுவிட்டார். என்ன செய்கிறது? கமலிக்கு ஆறுதல் சொல்லவேண்டும். இவ்வளவு சிறியவள் எப்படி இதைத் தாங்கப் போகிறாள்?"–

கடிதத்தைத் திருப்பித் திருப்பிப் படித்தேன். விளக்கு கண்ணைக் குத்திற்று. அணைத்துவிட்டு மீண்டும் படுக்கை.

அடுத்த காலிமனையில் பனைமரம் காற்றில் படபடத்தது. மாடிக்கட்டையைத் தவழ்ந்து வளர்ந்த வேம்பின் கிளைகள் அசைந்து கொடுத்துக்கொண்டிருந்தன.

"சாப்பிட வரலாமா?"

நிலையில் பத்மா, வீட்டுக்காரப் பெண் நின்றுகொண்டிருந்தாள். எங்கிருந்தோ தெரியும் இருண்ட வெளிச்சம் அவள் கன்னத்தில் பட்டும் படாததுமாக விழுந்திருந்தது.

"யாரு, நீங்களா?" என்று திகைத்து எழுந்தேன். அவள் மாடிக்கு வந்து நான் பார்த்ததில்லை.

"மணி பன்னிரண்டு அடிக்கப்போகிறது. பசிக்கவில்லையா? பட்டினி கிடக்கிறீர்களே?"

"பசி இல்லைதான்."

"எனக்காகக் கொஞ்சம் சாப்பிடுங்களேன். எனக்கு மட்டும் வருத்த மில்லையா?"

பேச்சு நின்றது. விசும்பி விசும்பி அழுகை கேட்டது.

எனக்கும் நெஞ்சை அடைத்து வந்தது. அழுதேன். அப்படியே உட்கார்ந்து படுக்கையில் சாய்ந்துவிட்டேன். அப்படியே கண்ணை மூடிவிட்டேன்.

"கோபு கடிதம் வந்ததை அவரிடம் சொன்னார். கேட்டது முதல் இருப்பாக இருக்கவில்லை. ஓடிவந்து உங்களிடம் எதாவது சொல்லி ஆற்றலாம் என்று மனசு கிடந்து பறந்தது. இந்த ராஜம் இருக்கிறாளே, அதற்குமுன்னால் ஒரு பெண் பிறந்து பத்துமாசம் இருந்துவிட்டு இப்படித் தான் அம்மைகொண்டு போச்சு அதை. எனக்குமட்டும் இல்லையா?."

அருகே உட்கார்ந்திருந்தாள் அவள். தலைப்பால் என் கண்களைத் துடைத்தாள். தலையைக் கோதிவிட்டாள்.

"பசிக்கவில்லையா?"

கை என் மார்பின்மீது கிடந்தது.

"இல்லை."

கையைப் பிடித்து மார்பின்மீது அழுத்திக்கொண்டேன். விடுவித்துக்கொள்ள முயற்சி இல்லை. என் உடல் நடுங்கி, சூடேறிக் கொண்டிருந்தது.

"கொஞ்சம் சாப்பிட வேண்டாமா?"

"சற்றுப் போகட்டும்."

கையை எடுத்து என் கைகளையும் மார்பையும் தடவி விட்டுக் கொண்டிருந்தாள். ஒரு கை என் கழுத்தை அணைத்துக்கொண்டிருந்தது.

"பத்மா!"

"ம்!"

"பத்மா!"

"ம்!"

என் கைகளுக்குள் அந்த உடல் துவண்டு விழுந்தது. பிரிக்க முடியாத அணைப்புப்போலிருந்தது. மனத்தின் சூன்யம் சூடு நிரம்பி பால் பாத்திரம் போலப் பொங்கி வழிந்தது.

"பத்மா!"

"ம் . . ."

மணி மூன்று அடித்தது.

"இப்போது சாப்பிடலாமா?"

"_"

"கொஞ்சம் சாப்பிடுங்கள். எனக்குப் பசிக்கிறது."

"நீ சாப்பிடவே இல்லையா?"

"இல்லை; உங்களுக்காகக் காத்துக்கொண்டிருந்தேன் . . ."

"அப்பவே சொல்லக்கூடாதா?"

"பாதகமில்லை. எனக்குமட்டும் என்ன?"

"அப்ப எழுந்திரு."

தலையை முடித்துக்கொண்டு எழுந்தாள் அவள். எனக்கும் வயிறு பசித்தது.

எழுதியவர் குறிப்பு:

இரண்டு வருஷம் முன்பு, நெருங்கிய நண்பர் ஒருவர்தன் அனுபவத்தை என்னிடம் சொன்னதுதான் கதை. தன்மையிலேயே எழுதியிருக்கிறேன். பிரசித்தி பெற்ற ஆங்கில நாவல் ஒன்றில் இதைப் போன்ற ஒரு அனுபவம், சற்று வேறுபட்ட சந்தர்ப்பங்களில் ஏற்பட்ட ஒரு அனுபவம், சூசகமாக எழுதப்பட்டிருந்ததைப் பார்த்தேன். இரண்டு தடவை சொன்னாலும், வெவ்வேறு ஆசாமிகள் அனுபவித்தாலும் உண்மை உண்மைதான். மீண்டும் சொன்ன தவறோ, இரவல் என்ற பெயரோ ஏற்பட்டுவிடாது என்ற தைரியத்தில் இதை எழுதிவிட்டேன்.

காதல், **ஆண்டுமலர்**, நவம்பர் 1953

பொட்டை

"பொட்டை, ஏ பொட்டை . . . யாரு உள்ளாரா? பொட்டை இருக்கானா?"

"யார்றாது கட்டை?"

முதல் குரல் வாசலிலிருந்து வந்தது.

இரண்டாவது உள்ளேயிருந்து வந்த பதில். சன்னாசி, சாப்பிட்டுக்கொண்டிருந்தவன் ஆத்திரமாகப் பதில் கொடுத்தான்.

"ஏ பொட்டை?"

"யார்றா பய மவன்! உத்தண்டியாரு தத்துப்பய குரலால்ல இருக்கு? திமிரு பிடிச்ச கழுதை!" என்று சன்னாசி முணுமுணுத்தான்.

"ஏ சன்னாசி, காது கூடவா அடைச்சிப் போச்சு!"

"ஏண்டா?"

"ஏண்டாவா? ம்ஹும், யாருன்னு தெரியலே போல் இருக்கு!"

"தெரியுமே கட்டையின்னிட்டு!" என்று ஒரு புன்சிரிப்புடன் சன்னாசி வெளிப்பட்டான். அந்தப் புன்சிரிப்புக்கு என்ன பொருள் என்று தெரியவில்லை. புன்சிரிப்புக்கு பொருள் கொடுப்பது கண்தான். ஆனால் சன்னாசியின் முகத்தில் கண் இருந்த இடந்தான் இருந்தது.

கண் இல்லை. உண்மையாகவே அவன் பொட்டைதான்.

"கட்டையுமில்லை, மொட்டையுமில்லை!"

"என்ன சேதி?"

"பெரிய உடையாரு வரச் சொன்னாருடா! முள்ளு அறுக்கணுமாம். போறியா?

"சரி, போறேண்டா."

"போறேண்டாவா? என்னடா, 'டா' எல்லாம் வலுத்துப் போச்சு. இன்னமும் யாருன்னு தெரிஞ்சுக்கலியாடா?"

"அதான், தெரியுதேடா, கட்டைன்னிட்டு."

"யாரு?"

"அதான், புத்திகட்டை. இல்லாட்டி நேத்து ரவைக்கிப் பொறந்த பய இப்படிப் பேசுவானா? உத்தண்டியாரு வீட்டுத் தத்துச் சோறுல்ல இப்படிப் பேசச் சொல்லுது. நானும் பார்த்துக்கிட்டே இருக்கேன். வாற போதே, 'பொட்டை'ன்னுக்கிட்டே வந்தே. அப்பறம் டாங்கிறே, டேய்ங்கறே. ஏண்டா தம்பி, நாலு வேலிப் பங்குக்குத் தத்துப் போயிட்டா, நாக்கைக்கூடப் போன போக்குக்கு நீட்டிக்கலாம்னு நெனச்சிட்டியாக்கும்! நீ ஒண்டிப்பயலாப் பொறந்திருந்தா, உன்னை எவண்டா தத்துக் கொடுத்திருப்பான்? அதுவும் உத்தண்டியாரு பொஞ்சாதிக்கு ஒரு தம்பி இருந்தான்னா, அவங்க தத்து எடுத்துக்க உட்டுப்புடுவாங்களா? என்னமோ தரையிலே கெடக்க வேண்டிய பய, பாயிலே கிடக்கே! அதுக்காக, நிதானங்கூடத் தலைகீளாப் போயிடணுமா? மரியாதையைக் கூடக் காத்திலே பறக்க விட்டுராணுமா? ஏண்டா தம்பி, உங்கப்பன் பாட்டனை எல்லாம் தெரியாதுன்னு நெனச்சுக்கிட்டா பேசுறே? எனக்கு வயசு என்னா ஆச்சு தெரியுமா? நல்ல கண்ணோட போய்க் கும்மாணத்துலே ரெண்டு மாமாங்கம் பாத்தேன். பொட்டக் கண்ணோட அஞ்சு மாமாங்கம் பாத்தாச்சுடா, தம்பி. அடாவாம்; டேய்யாம். துக்கினியூண்டு பய நீ. மட்டு மரியாதையெல்லாம் பணத்துக்குத்தான் உண்டுன்னிட்டு எண்ணிக்காதே. வயசுக்கும் உண்டு, தெரியுமில்ல? பொட்டை பொட்டைன்னு கூப்பிடுறியே, யாரு பொட்டை? வயசு வந்தவனெத் தக்குப் பிக்குனு பொட்டைக் கார்வார் பண்றியே. நீ பொட்டையா, நான் பொட்டையா? ஏண்டா எல?"

"சர்த்தாண்டா, சரி, நீ பாட்டுக்குப் பேசிக்கிட்டே போறியே என்ன? கொட்டிக் கொட்டியளந்தா பொட்டைக் கண்ணு தாமரைக்கண்ணாப் போயிடும்னு நெனப்புப் போலேருக்கு."

"தம்பி, நிறுத்திக்க. இன்னமேப் பேசினியோ சின்னத்தனமாப் போயிடும்… ம்! உன்னைச் சொல்லி என்ன? உத்தண்டியாரு உன்னைப் போய்த் தத்து எடுத்துக்கிட்டாரே! உலகத்துலே புள்ளேயே இல்லே பாரு. தூது வந்த பய சேதியைச் சொல்லிப்பிட்டுப் பளிச்சின்னு போவானா! வம்பு வளத்துக்கிட்டே நிக்கிறியே, என்னடா? போடா, வாரேன்னு சொல்லுடா."

"நான் தூது வல்லேடா. வய வெளிக்குப் போறேன். போறப்போ கண்டு சொல்லச் சொன்னாரு உடையாரு; சொன்னேன். திருதராட்டிர மகாராசா பாரு, உங்கிட்டத் தூதுல்லே வருவான். கழுதை பொட்டையா இருந்தாலும்னிட்டு என்னமோ சொல்லுவாங்களே, அப்படேல்ல இருக்கு கதை!" என்று சொல்லிக்கொண்டே உத்தண்டியாரின் தத்துப் பிள்ளை முத்துக்கிட்டன் போய்விட்டான்.

"பய மவனுக்கு ஆண்மையைப் பாத்தியா? தப்புப் பண்ணிட்டேன். போனாப் போவுது. மாப்புவிட்டுங்கன்னு சொல்லிட்டுப் போக வேண்டிய பய, கனவெறைப்பால்லெ போறான்? யாருடா தம்பி அங்கே? சுப்பிரமணியனா!"

"ஆமாம், தாத்தா!"

"கேட்டுக்கிட்டுத்தானே இருந்தே. உத்தண்டியார் கொள்ளி போட மவன் புடிச்சார் பாத்தியா? தத்தாரிப்பய. என்னை வந்து பொட்டைங் கிறான்!"

"உடுங்க தாத்தா. தொலையறாரு, எல்லாம் வயசானாச் சரியாப் போயிடுது."

"ஏன், இப்ப என்ன வயசு கொறைச்சலோ அந்தப்பயலுக்கு? இருபத் தெட்டு ஆவுதாம். பய படுகை பச்சை மூங்கி மாதிரி வளர்ந்திருக்கானாம். வயசானாச் சரியாய்ப் போயிடுங்கிறியே. பொட்டைப் பயன்னு சொன்னானே, அது மட்டும் சரியா?"

"பொட்டைன்னு சொல்லாதே, கண்ணு குருடு, கண்ணு இல்லாதவரு, பாவம்னு சொன்னா சும்மாத்தானே இருப்பீங்க?"

"யாரு? நானா சும்மா இருப்பேன்? எனக்குக் கண்ணுத் தெரியறாப்பிலே உங்களுக்கெல்லாம் தெரிஞ்சாய் போதும்டா. இந்த எம்பத்திரண்டு வயசுக்கட்டை நடக்கிற நடை அவன் நடப்பானா? இல்லே, நீதான் நடப்பியா? சொல்லேன். ஒரு அடி அடிச்சேன்னா இந்தக் கையாலெ, அவன் தாங்குவானா? இல்லே நீதான் தாங்குவியா? சொல்லேன். போன வருசம் மன்னார்குடிக்குப் போயிட்டு வந்தேனே, இந்தத் தடிதானே கூடவந்திச்சு. ஒரு பயலைப் பாத்து, "யேப்பா, கண்ணு குருடு, கொஞ்சம் அப்பாலே கொண்டு விட்டிடேன்னு சொன்னதுண்டா? இனிமேத்தான் சொல்லப்போறேனா? யோகாம்பா செத்துப்போயி வருசம் முப்பத்தேழு ஆச்சு. அன்னாலேந்து இப்ப வரைக்கும் நான்தான் பொங்கித்திங்கறேன்! எந்தப் பயமவடா ஆக்கிப் போட்டா? நான் சம்பாரிக்கிறதுதான் உன்னாலெ சம்பாரிக்க முடியுமா? என்னாடா தம்பி, பேசாம நிக்கிறே. இப்படி வாயேன், ஒரு சேதி."

சுப்பிரமணியன் அருகில் நெருங்கினான். நெருங்கியதுதான் தாமதம், "ஐயையோ, தாத்தா, விடுங்க தாத்தா" என்று வலி பொறுக்க முடியாமல் கூச்சல் போட்டான். தாத்தாவின் எலும்புக் கையின் இரும்புப் பிடியில் அவனுடைய ஐந்து விரல்களும் சிக்கி நொறுங்கிக்கொண்டிருந்தன. தாத்தா பிடியைத் தளர்த்தினார்.

"இல்லேடா தம்பி. என்னைப் பாத்து பொட்டைப்பயன்னு சொல்றானே! பொட்டப்பய பிடியா இதுன்னு கேக்கறத்துக்காவத்தான் பிடிச்சேன். எனக்கே தெரிஞ்சுக்கணும் பாரு" என்று பொட்டை முகம் புன்முறுவல் புரிந்தது.

"போங்க தாத்தா, திருதராட்டி இரும்புத் தூணைக் கட்டிக்கிட்டாப் போலத்தான் இருக்கு. உங்க மாதிரி ஆளுங்களுக்கெல்லாம் நெஞ்சு

தி. ஜானகிராமன் சிறுகதைகள்

இப்படித்தான் இருக்கும்போல் இருக்கு! யேப்பப்பா, மொளவா அரைச்சுத் தடவினாப்பலல்ல இருக்கு."

சன்னாசி சிரித்தான். "பார்றாலே! பேசிக்கிட்டே நளுவிப்பிட்டானே பயமவன். கிட்ட நின்னுல்ல பேசியிருக்கணும்."

சன்னாசிக்கு எந்தத் திட்டையும், எந்த வசவையும் பொறுத்துக் கொள்ள மனத்தில் வலுவுண்டு. 'பொட்டை'யென்றால் மட்டும் ரோசம் பீறிக்கொண்டு வந்துவிடும்.

மேலத்தெருவில் பத்துப்பன்னிரண்டு குடிசைகள் இருந்தன. மேலக்கோடிக் குடிசையில்தான் சன்னாசி எண்பத்து நான்கு வருஷமாக வாழ்ந்து வருகிறான். அவனுக்கு விவரம் தெரியும்போது ஆடு தின்னும் பொட்டலாகக் கிடந்த திட்டு இப்போது வெயிலே அறியாத புளியந் தோப்பாக மாறியிருக்கிறது. தெரு வாசலைத் தவிர மற்ற பக்கங்களெல்லாம் ஒரே நிழல்தான்.

சிறு பயலாக இருந்தபோது உடையார் வீட்டு மாடுகளை மேய்த்துக் கொண்டிருந்தான் சன்னாசி. பதினாறு வயதுவரையில் அந்த வேலை தான் அவனுக்கு. அந்தச் சித்திரை மாதம் வெயில் தீயாகக் கொளுத்திற்று. தெருவுக்குப் பின்னால் இருந்த வெகு காலத்து வேப்பமரங்கூட இலை பழுத்துச் சருகாகி, முக்கால் மரம் பட்டுப்போய்விட்டது. வேம்பு வாடுவ தென்றால் எப்படிப்பட்ட வெயிலாக இருக்க வேண்டும்! சன்னாசிக்குப் புளியம்பழம் பலாப்பழம் மாதிரி. பத்து அரைக்கல்லை எடுத்து வீசினால் ஒன்றரைத் தூக்குப் புளியங்காய் சடசடவென்று தரையில் கொட்டும். பொழுது சாய்ந்து மாடுகளைத் திரும்பி ஓட்டிப் போவதற்குள் அத்தனை புளியும் அரைக்கால் படி கல்லுப்பும் சன்னாசி வயிற்றில் ஜீரணமாகிக்கொண்டிருக்கும். அமாவாசையன்று சன்னாசி அப்பனுக்கு விரதம் இருந்து பொழுது சாயத்தான் சாப்பிடுவான். சோறு அப்போது தான் ஆக்குவாள் ஆத்தாள். சன்னாசிக்குக் கூடவா பட்டினி! அரைக் கல்லின் உதவியால் தூக்குப் புளியைப் பலகாரம் பண்ணிவிட்டான். வெயிலில் தலைமயிரே எரிந்துவிடும் போல் இருந்தது. உடம்பெல்லாம் எரிந்தது. நன்றாக அமிழ்ந்து முழுக வேண்டும்போல் இருந்தது. தண்ணீரைத்தான் காணோம். மேலத்தெருக் குட்டை பாளம் பாளமாக வெடித்து வறண்டு கிடந்தது. கீழத்தெருக் குட்டையில் இருந்த முழங்கால் நீரில் உத்தண்டியார் உடையார் வீட்டு எருமைகள் புதைந்து தண்ணீர்ச் சூடு தாங்காமல் பெருமூச்சு விட்டுக்கொண்டிருந்தன. குளிக்க இடம் எங்கே? பிடாரி கோயில் ஆலந்தோப்புக்குப் போனான் சன்னாசி. ஆல நிழலில் இருந்த கிணற்றில் இறங்கினான். அப்பாடா! ஜில்லென்றிருந்தது தண்ணீர். துடைமட்டுத் தண்ணீர்தான். உட்கார்ந்தால் தலை முழுகும். ஐந்தாறு நாழிகை அப்படியே கிடந்தான். அல்லி இலைகளைப் போட்டுப் படுத்தாற் போல ஜிலுஜிலுவென்று இதமாக இருந்தது.

"ஏலே, யார்றா அது?" என்று இருள் கவிகிற நேரத்திற்கு ஒரு குரல் கேட்டது.

"ட்ருவ், நான்தான் தண்ணிப் பிசாசு" என்று குரலை மாற்றிப் பயங்கரக் குரல் கொடுத்தான் சன்னாசி.

"ஓகோ, தண்ணிப் பிசாசா! தண்ணிப் பிசாசுங்களே விரட்ட இந்தத் துணி தோய்க்கிற கல்லுதான் ஆயுதம்" என்றார் பூசாரி. "ஏ பிசாசே! போடட்டுமா இந்தாப் பாரு கல்லை?"

சன்னாசி திடுக்கிட்டு நிமிர்ந்தான். தலை நொறுங்கியே போய் விட்டது மாதிரி இருந்தது. சாலையிலிருந்து கிளம்பி, பிடாரி கோயில் துணி தோய்க்கிற கல்லாக மாறிய அம்புக் குறியிட்ட சர்க்கார் வைத்த கருங்கல் கிணற்றுக் கட்டையில் பாதிக்கு மேல் நீட்டி நின்று விழக் காத்துக்கொண்டிருந்தது.

"ஐயையோ, போட்டுராதையா, ஐயா ஐயா, ஏறிடறேன்" என்று பயக்குரல் கெஞ்சிற்று.

"யார்றா பய, சன்னாசியா, இஞ்ச வாடாலே" என்று ஏறினவன் கையை உடும்பாகப் பிடித்துக்கொண்டார், பூசாரி.

"என்னடா பண்ணிட்டு இருந்தே?"

"குளிச்சேன், மாமா!"

"டேலே எருமை, முழுகிக்குளிக்க என் கோவில் கிணற்றையா பாத்தே? ஏண்டாலே!" என்று மாக்கு மாக்கு என்று முதுகில் குத்துகளாகச் சொரிந்தார். வேறு யாரும் தாங்க முடியாத குத்து.

"எங்க அப்பன்கிட்டே சொல்லாதீங்க மாமா, என்னை அப்படியே பலி வச்சிடுவாரு, உங்களுக்கு அடிமையாகக் கிடக்குறேன்" என்று காலில் விழுந்தான் சன்னாசி.

"சீச்சீ, களுதே! ஓடு களுதே."

சன்னாசி எடுத்தான் ஓட்டம்!

கொளுத்தும் சூட்டில் அலைந்த அலைப்பு, புளியங்காய்ப் பலகாரம், ஐந்து நாழிகை கிணற்று முழுகல் — சன்னாசி காய்ச்சலென்று படுத்தான். ஐந்தாறு நாள் காய்ச்சல் அடித்தது; உடலெல்லாம் சிவந்தது; முத்துக் கண்டது. பிறகு ஒவ்வொரு முத்தும் பெரிதாயிற்று. ரத்தின வைத்தியர், "அடி தாயே, காப்பாத்தணும்; யப்பா இது மாரியாத்தா விளையாட்டு. அம்மை, பெரியம்மை. ஆமாம், நான் போறேன்" என்று வந்த சுருக்கில் எழுந்து போய்விட்டார். வேம்பு வாடுகிற வெயிலில் ஊர் முழுவதுமே பெரிய அம்மை சூறையாடிக்கொண்டிருந்தது. சன்னாசியின் கண்ணைப் புண் மறைத்தது. இறக்கம் கண்டபோது, கண்ணைத் திறக்க முடியவில்லை.

"ஆத்தா, ஒண்ணுமே தெரியலியே!" என்றான். கண் திறந்துதான் இருந்தது; ஆத்தாள் பார்த்தாள். ஓங்கி வயிற்றிலே அடித்துக்கொண்டாள். அலறினாள். பிள்ளைக்குக் கண்ணிரண்டும் போய்விட்டன. போன கண்கள் திரும்பி வரவில்லை. போயே போய்விட்டன. கண்கள் இருந்த இடத்தில் இரண்டு ஆழ்ந்த குழிகள்தாம் மிஞ்சியிருந்தன. புருவத்திலிருந்து சுவரெடுத்தார் போல் செங்குத்தாக விழுந்தன இமைகள். சவத்தின் முகத்தைக் கழுத்தில் ஒட்ட வைத்தாற்போலத்தான் இருந்தது.

சன்னாசி நல்ல உயரம். இப்போது பாக்கு மரத்திற்கு முட்டுக் கொடுத்ததுபோல அவனத்தனை உயரத்திற்கு ஒரு கழியைத் தேடிக் கொண்டான். அந்தக் கழி இன்னும் அவனை விட்டுப் பிரியவில்லை. அதுவும் கூலி, சோறு கேட்காமல் ஐம்பத்தெட்டு வருஷம் சேவகம் பண்ணிவிட்டது அவனுக்கு. உயிர் இருந்தால் வேலையிலிருந்து ஓய்வு பெற்று மூன்று ஆண்டு ஆகியிருக்கும். கழி சாமானியக் கழியில்லை. மூங்கில் கழி. கால்கட்டை விரலால் ஒன்றரை விரல் பருமன் இருக்கும். சன்னாசியின் மோவாயைத் தொடும். அதாவது குறையாமல் நாலு முழம். கண் இரண்டு போனதற்கு மாற்றாகக் கண் இரண்டாயிரமாக அது மாறிவிட்டது. எத்தனை குருடர்கள், கைக்கோலின் ஒரு நுனியைப் பற்றிக் கொண்டு, பெயர் தெரியாத ஆளிடம் இன்னொரு கோடியைக் கொடுத்து சாலையையும் ஊரையும் கடக்கிறார்கள்! சன்னாசியின் கைத்தடி இந்தக் கபோதித் தடிகளைப் பார்த்துத் தனக்குள் சிரித்துக்கொண்டது. குருடனுக்கு ஒரு கோலாம், அந்தக் கோலுக்கு ஓர் ஆளாம். தனக்கோ தன்னுடைய சன்னாசிக்கோ இந்த இழிவைத் தேடித்தர அது விரும்பவில்லை. அவனுக்கு ஓர் ஆண்மையைக் கொடுத்தது அது! அது வந்த நாளாக அவன் எந்த மனிதனையும் எதிர்பார்த்ததே இல்லை.

கண் போனதற்காக எந்த வேலை நின்றுவிட்டது அவனுக்கு?

அறுபது வயது வரையில் தடியைக் கரையில் வைத்துவிட்டு ஆற்றில் நீச்சல் அடிப்பான். ஆறு வற்றிய கோடையில் கீழ்க்குளத்தை நீச்சலடித்து, இரண்டு பண்ணிவிடுவான். தடியை ஊன்றிக்கொண்டு இருபத்தொரு வயல் கடைகளை வரப்பில் கால் இடராமல் கடந்து, அப்பன் பயிர்ச்செலவு செய்த அரசாணியிலும் ஓலையாத்தானிலும் இறங்கிக் களை பிடுங்குவான். அப்படியே சுமந்த கட்டாகக் ஒரு கட்டுப் புல் அறுத்துச் சுமந்து வந்து மாட்டுக்குப் போடுவான். காலையில் அலக்கை எடுத்துப் பிள்ளையார் கோவில் அரச மரத்தில் தழை பிடுங்கி ஆட்டுக்குப் போடுவான். அப்பன் வாதம் வந்து இரண்டு மாதம் படுக்கையாகக் கிடந்தபோது நிலத்தை உழுதது யார்? அவன்தான்! ரெயிலில் வேலை பார்க்கிற ஆலங்குடியார் மகன் ஆறுமாத்திற்கு ஒரு முறை நிலத்தைப் பார்க்க வருவான். பதினாலு வருஷமாகியும் இன்னும் தன் பங்கு எங்கே இருக்கிறதென்று அவனுக்கு நிச்சயமாய்ச் சொல்ல முடியாது. "தம்பி, உங்க லட்சுமணன் எங்கே இருக்கு? சொல்லு பார்ப்போம்" என்று அவனைப் பல்லைப் பிடித்துப் பார்ப்பான். இந்த வெக்கக்கேடைச் சிரித்து மழுப்பி முழுங்குகிற ஆலங்குடிப் பையன் மூஞ்சி சன்னாசிக்கு வெட்ட வெளிச்சமாகத் தெரியும். "இஞ்சேருந்து மூணாவது கட்டளை, தம்பி. உடைமைக்காரங்கள்ளாம் இப்படியிருக்கிறீங்க" என்று சன்னாசி, தெரியாத கண்ணைச் சிமிட்டிச் சிரிப்பான். ஆலங்குடிப் பையனுக்கு எல்லா வயலும் தன் வயல் மாதிரிதான் இருக்கும்.

சன்னாசி அலக்குக் கழியைப் பிடித்து மாமரத்தில் ஏறித் தடவினால் ஒவ்வொரு வடுவையும் கையால் அந்த அலக்கு மூலமாகவே பார்த்த அதிசயத்தை மனிதன் செய்கிற வேலையென்றா சொல்ல முடியும்? அவன் மரத்தில் ஏறி உலுக்கின புளியங்காயை எல்லாம் சேர்த்தால் நாலு வைக்கோல் போர் இருக்கும்.

கடைசியில் சர்க்காரே அவன் பார்வையை ஒப்புக்கொண்டது. அதாவது மணியக்கார வாண்டையார் அவனை வெட்டியானாகப் போட்டு ஏழரை ரூபாய் சம்பளம் கொடுத்தார். விடிந்து எழுந்து, ஒன்பது கல், சாலையோடு நடந்து தாசில்தாரிடமிருந்து தபால் வாங்கி வருவான். நாற்பது வயது வரையில் அந்த உத்தியோகம் நிலைத்து விட்டது. மணியக்காரர் வேட்டியை ஒழிந்த நேரத்தில் தோய்த்துப் போடுவதற்கும் அவன் முகத்தைச் சுளிக்கவில்லை. இரண்டு மைலில் நெல் மிஷின் இருந்தது. நாலு நாளைக்கொரு முறை குடுமுருட்டி ஆற்றைக் கடந்து ஆறு மரக்கால் நெல் அரைத்துக்கொண்டு வந்துவிடுவான்.

அவ்வளவும் செய்கிறவனைப் பொட்டையென்று யார் சொல்வது? ஆகவே, வெட்டி வேலை கிடைத்த பிறகு யோகாம்பாளைக் கட்டிக் கொடுக்க அவள் அப்பன் தயங்கவில்லை. ஒரு கால் விந்தல் அவளுக்கு. சன்னாசி, "ஆமாம் சதிராடப் போறாளா? சரிதான்னு போவியா?" என்று அவளைக் கட்டிக்கொண்டுவிட்டான். அவனுக்கு உள்ளம் வெற்றியில் விம்மிற்று. அது யாருக்குத் தெரியும்? ஜன்னல் தான் மூடியிருக்கிறதே! அது யோகத்திற்குத்தான் தெரிந்தது. வாசற்கதவைச் சாத்திவிட்டு, யோகம், நான் ஒண்ணு சொல்றேன். கோவப்படக்கூடாது. நில்லு சொல்றேன் இப்படி. இந்த பொட்டையனை ஒரு புருசனா நினைச்சு இந்த வீட்டுக்கு விளக்கேத்தி வச்செ பாரு! நான் சும்மா இருந்திடறதா? இந்த விளக்குத் தான் என் அறிஞ்ச தெய்வம்!" – என்று நெடுஞ்சாண்கிடையாக விழுந்து அவள் காலைப் பற்றிக்கொண்டான்.

"அத்தான், அத்தான்" என்று பதறிப்போய் அவள் அவனைத் தூக்கினாள். அவன் தலை நனைந்து சுட்டது; அவள் காலும் நனைந்து சுட்டது. உடல் நடுங்கிற்று. "அத்தான், கண் இருந்தா உலகத்தையே ஆண்டிருப்பீங்க அத்தான், அதான் போயிடிச்சு" என்று நெஞ்சு விம்ம விம்மச் சொன்னாள் அவள்.

கலியாணம் ஆன இரண்டு வருஷம் கழித்து வந்த மாமாங்கத் திற்கும், அடுத்த மாமாங்கத்திற்கும் அவளோடு கும்பகோணம் போய் வந்தான் சன்னாசி. அதற்கும் அடுத்ததற்கு அவன் தனியாகத்தான் போகவேண்டியிருந்தது. யோகாம்பாள் அணைந்துவிட்டாள். நல்ல வேளையாகப் பிள்ளை குட்டி பிறக்கவில்லை. "மச்சான், மச்சான்" என்று அவன் அணைத்துக்கொண்டிருந்த அந்த ஐயம்பேட்டை மூங்கில் தடி மட்டும் அவனோடு இருந்தது. அந்த மச்சானோடு அவன் மன்னார்குடித் தேர் பார்த்து வந்தான். எட்டுக்குடி கடா வெட்டுப் பார்த்து வந்தான். மாயவரத்துக் கடைமுழுக்குப் போட்டு வந்திருக்கிறான். ஆர்யமாலா சினிமாக்கூடப் பார்த்திருக்கிறான். அப்போது மட்டும் அந்தத் தடி பேசவில்லை. சுப்பிரமணியன்தான் ஒவ்வொன்றாக விளக்க வேண்டியிருந்தது. வாயில்லையே என்று அந்த தடி அப்போதுதான் வருந்திற்று! ஆனால் இன்னும் நாலு மைல் சுற்றில் காக்காமுழியான் அரிச்சந்திர நாடகமோ, ஐயனார் நாடகமோ எது போட்டாலும் சன்னாசிக்கு இருப்புக்கொள்ளாது. 'மச்சானை' மட்டும் இட்டுக்கொண்டு பார்த்துவிட்டு வந்துவிடுவான்.

உடையார் வீட்டுக் குழம்பில் கொதிக்கிற புளி அவன் அரிவாள்மணையில் அமர்ந்து கொட்டை எடுத்த புளிதான். அவர்

மாந்தோப்பு வேலி அவன் அறுத்துக் கட்டின முள்தான். மணியகாரர் வீட்டிலேயும் இதே செய்திதான்.

சன்னாசிக்கு முள் அறுக்கிறாப் போலவே இல்லை.

"நானா பொட்டை? பொட்டைதான்! கண்ணு இல்லைதான். எத்தினியோ பேருக்குத்தான் கண்ணு இல்லே. கணக்கப்புள்ளே சேரிக்காரடெல்லாம் வாங்கி, சக்கரை வாங்கிக்கிறாராம். அதைப் பார்க்கக் கண்ணு இல்லே ஊராருங்களுக்கு. அதே கணக்குப்பிள்ளெ ஊரிலே கச்சிகட்டி ரண்டு பண்றான். மன்னார்குடியாரு மேலே மைன்வியாச் சியம் போடறான்னு தனபாலுப் பயல் இருக்கானே – திருட்டுத் தத்தாரிப் பய அவனெக் கிளப்பிட்டு அவுரை வவுரு எரிய எரிய அடிக்கிறான் இந்தச் சேதுராயன். அவனெப் பார்க்கச் சாமிக்கே கண்ணில்லெ. நான் பொட்டையாம்..." என்று மூச்சு விடாமல் பொருமிக்கொண்டிருந்தான்.

முள்ளுக்கட்டைத் தலையில் தூக்கி வரும்போது கண்ணுக்குள் தெரிந்த சிவப்பு மறைந்து கறுத்துவிட்டது. அந்தி கூட மங்கி இருள் கவ்வி விட்டதை அறிந்து, சன்னாசி 'மச்சானை' மூன்றாம் காலாக வைத்து நடையை எட்டிப் போட்டான்.

காற்றுக்கூட உறங்கிக்கொண்டிருந்தது. கார்த்திகை மாதக்கடைசி. முன்பனிக் குளிர். லேசாக உடலைச் சிலிர்க்க அடித்தது.

"நானா பொட்டப் பய? கண்ணிருந்தா மட்டும் போதுமா? வார்த்தையிலே சுத்தம், நெஞ்சிலே சுத்தம், வாணாமான்னு கேக்கறேன்! கண்ணில்லாட்டி என்ன? எட்டுக்குடிக் கடா வெட்டு கண்ணில்லாமத் தான் பாத்தேன். நேரிலே பாக்கறாப்பிலேதான் இருந்திச்சு. இந்த ஊர்லெ எவன் எட்டுக்குடிக்குப் போயிருக்கான்? உடையாரே போனதில்லையே! எத்தனையோ திருவிளா, எத்தனையோ நாடகம், கண்ணிருக்கறவன் எவன் இவ்வளவு பாத்திருக்கான்? பொட்டைப் பயலாமில்ல?"

இடதுகை தலையிலிருந்த முள்ளுக் கட்டைப் பார்த்துக் கொண்டிருந்தது. வலதுகைத்தடி தெருவுக்குத் திரும்பும் வாய்க்கால் மதகைத் தட்டிற்று. வாய்க்காலைக் கடந்தவுடன் மணிக்காரர் சத்திரம். எப்போதும் அங்கே கூட்டம். அங்கே பரதேசி, வழிப்போக்கு என்று இரண்டு மூன்று பேராவது தங்கி, செங்கல்லில் தீ மூட்டிச் சோறு ஆக்கிக் கொண்டிருப்பார்கள். ஆனால் முன் கொட்டகை இரண்டு நாளைக்கு முன் விழுந்துவிட்டதாம். திண்ணையை அடைத்துக்கொண்டிருக்கிறதாம். அதனால் தானோ என்னவோ, அங்கே பேச்சு மூச்சில்லை. சத்திரத்தைக் கடந்தான் சன்னாசி. பிள்ளையார் கோவிலுக்கு முன்னால் கும்பிட நின்றான். கோயிலுக்குப் பின் சுவரை ஒட்டினாற்போல் தஞ்சாவூரார் தோட்டத்தில் பாதிரிமரம் வளர்ந்திருந்தது. மரத்துக் கவட்டில் திடீரென்று குருவிக் கூச்சல் கேட்டது. அங்கு ஏதோ குருவி கூடு கட்டி யிருந்ததாம். சுப்பிரமணியன் போன வெள்ளிக் கிழமைதான் சொன்னான்.

எல்லாப் பறவைகளும் ஒடுங்கி உறங்குகிற வேளை. ஏன் இந்தக் 'கிசுமுச' என்று சன்னாசிக்குச் சந்தேகம் வந்துவிட்டது. முள்ளுக் கட்டைக் கோயில் கதவுக்கு முன்னால் வழியடைத்துக் குத்தினாற்போல வைத்தான். பேச்சு மூச்சில்லை. கோயிலுக்குப் பின்னால் பிரகாரத்தில் யாராவது

இருக்கிறானோ என்று நெஞ்சில் அரிப்பு எடுத்தது! அவ்வளவுதான், சரசரவென்று காலடி ஓடிற்று.

ஒரே பாய்ச்சலாகப் பாய்ந்தான் சன்னாசி.

"யார்றாது? வெளியே ஓட முடியாது. வளியிலே முள்ளுக்கட்டுக் கிடக்கு."

காலடி பின்னால் நகர்ந்தது. நெருக்கிக்கொண்டே நகர்ந்தான். பிரகாரம் மிகவும் குறுகல். இரட்டை நாடியாக இருந்தால் ஓர் ஆள்தான் போகலாம். சுவரை நோக்கிப் போனபோது ஒரு மனிதக் கால் கையில் பட்டது. குரங்குப்பிடியாக அதைப் பிடித்துவிட்டான் சன்னாசி.

"ஏலே, யார்றா பய? தப்பிச்சிக்கிட்டு ஓடலாம்னா பாக்கறே? வாடா இப்படி" என்று காலுக்கு உடைமைக்காரனைக் கீழே தள்ளி அழுத்தினான். அதற்குள் வாசலில் வளையல் சத்தம் கேட்டது. முள்ளுக்கட்டு, சற்று நகரும் ஓசையும் வந்தது. அதுவும் சன்னாசியின் காதில் விழுந்தது. "ம்... ஹும். அப்படியா சேதி? யார்றா பய நீ, சொல்லு."

"மாமா மாமா, இரையாதீங்க. நான்தான். நான்தான்..."

"அட, நீயா! அட பாவிப் பயலே! உத்தண்டியாரு காதிலே உளுந்திச்சோ, நாக்கைப் பிடுங்கிச் செத்துப்பூடுவாங்களே. மானிடா அவரு."

உத்தண்டியாரின் தத்துப்பிள்ளை முத்துக்கிட்டனின் உயிரும் உடலும் இருண்டுகொண்டிருந்தன.

"ஏலே யாருடா அது குட்டி? பயமவ ஓடிப்போயிட்டாளே. உள்ளதைச் சொல்லிப்பிடு, செஞ்சத்தைச் சொல்லிப்பிடு."

"மாங்குளத்தான் மக."

"யாரு, காளிமுத்தாடா! அடப்பாவி!"

"ஆமாம், மாமா மாமா!" – பாம்பு வாயில் பட்ட தேரை மாதிரி முனகினான் முத்துக்கிட்டன்.

"டெலே, சேரியிலே பூந்து விளையாட ஆரமிச்சிட்டியா? ஏண்டாலே, யார்றாலெ பொட்டை? தெய்வம் குடியிருக்கிற இடமாப் பாத்து இந்த விளையாட்டு விளையாடலாம்னிட்டு வந்தியாடா? தெய்வம் என்னமாடா இருக்கும் இஞ்ச? ஏண்டாலே, தெய்வம் இருக்கிறதே தெரியலியே உனக்கு? ஏண்டாலே, யார்றா பொட்டை? நானா, நீயா? அக்கிரமக்காரக் களுதெ... இந்தத் தொண்டைதானே சொல்லிச்சி, பொட்டைன்னிட்டு! இப்படி நசுக்கினா என்னடா ஆகும்?"

கழுத்துப் புடைத்து மூச்சுவிட முடியாமல் மரணக் குரல் கொடுத்தான் முத்துக்கிட்டன். பிடி தளர்ந்தது.

"யார்றா பொட்டை, சொல்லுடா!"

"நான்தான் மாமா, நான்தான் மாமா, என்னைக் கொன்னுடாதிங்க ளேன்... மாமா, மாமா, தாங்கலியே! இனிமே சொல்ல மாட்டேன்.

ஐயோ, ஐயோ!" என்று அழுதான் பயல். வலதுகைக் கட்டை விரலைப் பின்னுக்கு வளைத்து ஒடித்துக்கொண்டிருந்தான் சன்னாசி.

"ஐயோ, அப்பா, மாமா மாமா!" செத்துப் போய்விடுவான் போல் இருந்தது.

"வாடா இப்படி, உளுடா கால்லெ."

காலில் விழுந்தான் அவன்.

"சீச்சீ களுதெ, என் கால்லெ வாணாம்டா, இந்தத் தெய்வத்துக் கால்லெ உளுடா. மறுபடியும் இந்தக் கல்லுலெ வந்து பூந்துக்கன்னு அவரைப் பார்த்து அளுடா."

முத்துக்கிட்டன் மரம் மாதிரி விழுந்தான். இன்னும் வலது புஜம் சன்னாசியின் பிடியிலேதான் இருந்தது.

"சொல்றாலே, இன்னமே இதையெல்லாம் செய்யலேன்னு சொல்லு. யாரையும் பொட்டைன்னு சொல்லலேன்னு சொல்லு."

"இல்லை, இன்னமே சொல்லலே! உங்களை ஒண்ணும் சொல்ல மாட்டேன்."

மறுபடியும் சன்னாசியின் காலில் விழுந்து கெட்டியாகப் பற்றிக் கொண்டான் முத்துக்கிட்டன்.

"மாமா, உங்களைக் கெஞ்சிக் கெஞ்சிக் கேட்டுக்கறேன். அப்பாரு கிட்டச் சொல்லி, ஊரிலெ சொல்லி என் மானத்தைப் போக்கிடாதிங்க."

"இந்தப் பாரு, இன்னம் மூணு மாசம் இந்த ஊர்லெ தலைகாட்டப் படாது, தெரியுதா? ஏண்டாலெ, கலியாணத்துக்கு இருக்கற பொண்ணையா கெடுக்க வந்தே! ஓடிப் போயிடு உங்க ஆயி ஊட்டுக்கு. திருவாரூரை விட்டு, மூணு மாசத்துக் குள்ளார அசைஞ்சேன்னு தெரிஞ்சிச்சோ, உயிரை எடுத்துப்பிடுவேன்."

"போயிடறேன் மாமா, நாளைக்குக் கருக்கல்லியே போயிடறேன். எனக்கு வெளக்கு ஏத்தி வைங்க, மாமா" என்று அழுதான் முத்து.

"தொலைடா போ... ஏலே, எங்க நழுவறே, ஏ பொட்டைப் பயலே, முள்ளுக்கட்டைத் தூக்கித் தலையிலே வச்சுட்டுப்போடா, பொட்டைப் பயலே" என்றான் சன்னாசி!

முள்ளுக்கட்டைத் தூக்கிவிட்டான் முத்துக்கிட்டன்.

"இன்னமே ஒளுங்கா இர்றா, பொட்டைப் பயலே. உத்தண்டியாரை நொந்து சாக அடிச்சிப்பிடாதே" என்று அவனைத் திட்டிக்கொண்டே சன்னாசி நகர்ந்தான்.

பொன்னி, 1953

தேவர் குதிரை

அதோ மேய்கிறதே, சிவப்பாக, குட்டையாக, அதுதான் தேவர்வீட்டுக் குதிரை. ஆனால் வயல் தேவர்வீட்டு வயல் அல்ல. பஞ்சாயத்துப் போர்டு தலைவர் கண்ணுசாமியின் சொத்து. வெறும் வயல் அல்ல. பசபசவென்ற இளம் பசும் நாற்றுக்கள். காலை இளங்காற்றில் சிலிர்க்கும் நாற்றங்கால். குதிரை மடுக் மடுக்கென்று பச்சைக் குழந்தையை முறிக்கிறது மாதிரி, நாற்றை முறித்துத் தின்றுகொண்டிருந்தது. உடையவன் கண்டால் வயிறு எரிவான், யார் கேட்பது?

கோயில் காளை என்று சொல்வது உண்டு. அப்பாமங்கலத்தில் கோயில் இருந்ததே ஒழிய, அந்தக் கோயிலுக்குக் காளை இல்லை. ஆனால் கோயில் காளைகள் ஊருக்குப் புரியும் பணியை, தேவர் குதிரை செய்துவந்தது. இஷ்டப்படி மேய்ந்து ஊரை அழித்தது; அடக்க ஆளில்லை.

"டலே. யாரைக் கேட்டு உள்ளே வந்தே? தேவர் வீட்டுக் குதிரைன்னு எண்ணம்போல் இருக்கு! உடம்பையும் தேவர் வீட்டுக் குதிரை மாதிரி மனம் போனபடி வளத்திருக்கே. புத்தியையும் கொஞ்சம் அப்படி வளக்கிறுதானேடா!" என்று ஒரு வாத்தியார் பள்ளிக்கூடத்தில் சத்தம் போட்டாராம், ஒரு பையனைப் பார்த்து. அவர் இதை இரண்டு மூன்று தரம் சொல்லி, பிறகு செய்தி ஊருக்குள் பரவ ஒரு மாதம் ஆயிற்று. கடைசியில் தேவர் காதிலும் விழுந்து வைத்து. தேவர் அப்போது திண்ணையில் சாய்வு நாற்காலியில் சாய்ந்திருந்தார். எதிர்த்திண்ணையில் சம்சாரம் அந்த மூடுபல்லக்கில் சாய்ந்து நின்றுகொண்டிருந்தாள்.

"தேவர் ஊட்டுக் குதிரை ஊரெல்லாம் மேயுது. சேதியை வந்து முறையிட்டுக்கத்தான் ஆம்பிள்ளையைக் காணும்" என்று புன்னகை செய்தார் தேவர்.

"போவுது போங்க, இந்த மட்டாவது 'காய்தா' பாக்கி இருக்கேன்னு சிரிச்சுக்கிறீங்களாக்கும்!" என்று அர்த்தத் தோடு மட்டம் தட்டினாள் மனைவி.

"ஆமாம், அப்பாரு நாளிலே ஒரு பய செருப்பு மாட்டிக்கிட்டுத் தெருவோட போக முடியுமா? இப்ப வந்து ..."

"அதெல்லாம் போயிடுச்சு. இதாவது பாக்கி இருக்கேன்னு சொல்ல வந்தீங்க, அதானே!"

"ஆமாம்."

"போவுது போங்க. முந்நூறு வேலி வச்சு, எட்டுக்கண்ணு வீசி எறிஞ்சிட்டு, திடிதிடுன்னு ஒண்ணேகால் வேலி வரைக்கும் சரிஞ்சவங்க! பின்னை எதைக்கொண்டுதான் மனசைத் தேத்திக்கிறது!"

"ஒண்ணேகால் வேலியாய்ப் போயிட்டா என்னவாம்? எது கொறஞ்சு போச்சு.'காய்தா' கொறஞ்சுதா, கெடி கொறஞ்சுதா? கர்வந்தான் கொறஞ்சு போச்சா? கௌரவம் கொறஞ்சு போச்சா? – சொல்லேன், சும்மா நிக்கிறியே!"

"நான் நிக்கலே; இதோ போறேன் உள்ளார. ஆனா ஒண்ணு: தேவர் வீட்டுக் குதிரையானாலும் தரும நியாயம் வேணும். அது எங்கியாவது மேஞ்சு யாராவது வயிறு எரிஞ்சாங்க, யாருக்குக் கஷ்டம்ன்னு நாமே யோசிச்சுப் பாக்கணும்" என்று சொல்லிக்கொண்டே அவள் உள்ளே போய்விட்டாள் அவருடைய வறட்டு ராங்கியைக் கண்டு அவளுக்குப் பற்றிக்கொண்டு வந்தது.

"அதை உன் மவன்கிட்டச் சொல்லணும்? என்மேலே காயறியே? நானா குதிரைக் குட்டியைக் கொண்ணாந்தேன்? அவனல்ல வேதாரண்யக் காட்டிலிருந்து ஆசையாப் பிடிச்சுக்கிட்டு வந்திருக்கான்? எனக்கு அதும் மொவரையைக் கண்டாலே பொசபொசன்னு வருது. குதிரையாம் குதிரை! செந்தூரம் அடிச்ச கழுதையில்ல அது!" என்று உள்ளே பார்த்துச் சொன்னார் தேவர்.

தேவருடைய பாட்டனாருக்கு முந்நூறு வேலி நிலம் இருந்தது. சோழர்கள் ஆண்ட காலத்தில் படைத் தலைவர்களாக இருந்தவர்களின் வம்சம் அது. நாயக்கர், மராட்டியர் காலத்திலும், அந்தப் பரம்பரை படைகளுக்குத் தலைமை தாங்கி நடத்தியிருக்கிறது. ஆகவே முந்நூறு வேலியும் வழிவழியாக வந்த சொத்து.இந்தப் பூச்சொத்து மூன்று கிராமங்கள் சேர்ந்தது. நடுநாயகமாக விளங்கியது அப்பாமங்கலம். இது வெறும் பட்டிக்காடு அல்ல. சோலையும் வளமும் பச்சையும் செழித்த ஊர். ஊர் அழகைக் கண்டு தஞ்சாவூர் ராஜா, கல்யாணம் என்று செய்துகொள்ளாத ஒரு 'பாய் சாகப்'பைக் கொண்டு அங்கே குடி வைத்தார். அவரைப் பார்த்து இன்னும் இரண்டு பெரிய மனிதர்கள் தங்கள் 'பாய்'களையும் கொண்டு வைத்தார்கள். 'பாய்சாகப்'களைச் சாக்கிட்டு ஊதுவத்தி வியாபாரம், பட்டு நெசவு, நகைவேலை. கடைத்தெரு, சங்கீதம் – எல்லாம் வளர்ந்தன. சுற்று வட்டத்து ஊர்களெல்லாம் தொட்டதெற்கெல்லாம் அங்கேதான் வர வேண்டும். நகை செய்ய, மாளிகைச்சாமான் போட, காய்கறி விற்பனை செய்ய, நாகஸ்வரக்காரர்களுக்குச் சொல்ல, கல்யாணப் பத்திரிகை அச்சடிக்க, கியாஸ் விளக்குக்குச் சொல்ல, ஜவுளி எடுக்க, எல்லாவற்றிற்கும்

அங்கேதான் வந்தாக வேண்டும். அந்த ஊரே தேவர் சொத்து. மூவாயிரம் வீடுகளும் கடைகளும் இருக்கிற மனைகள் அவருடைய மனைகள்தாம்.

தஞ்சாவூர் அரசு வெள்ளைக்காரன் வாயில் போனதும், தேவர் குடும்பத்துக்கு அரசாங்கத் தொடர்பு அற்றுவிட்டது! 'பாய்சாகப்'களின் மூன்று நான்கு குடும்பங்களும் அவர்களுடைய பராமரிப்பில் வந்தன. அரசாங்கத் தொடர்பு அற்றுப்போனதால் மேலே சம்பாத்தியத்திற்கு வழியில்லை. இருக்கிற சொத்தைக் கரைக்கப் 'பாய் சாகப்'கள் வந்து சேர்ந்தார்கள். கணக்குப்பிள்ளைகளும் சாராயக் கடைக்காரர்களும் அவர்களோடு சேர்ந்துகொண்டார்கள். பேய் மேய்ந்த காடாகச் சொத்துச் சூறை போயிற்று. கடைசியில் நொடித்துப் போகும் நிலை வந்ததும், பழங்கணக்குப் பார்க்க ஆரம்பித்தார்கள். வீடுகளும் கடைகளும் இருக்கிற மனைக்குப் பகுதி கேட்டார்கள்.

"பகுதி கேட்க உரிமை உண்டாய்யா? சொத்து, தேவரது தான். இல்லேன்னு சொல்லலே. என்ன இருந்தாலும் பகுதி கேக்கறது பெரியதனத்துக்குப் பொருத்தமாயில்லை" என்று அரை மனசாக முணுமுணுத்தார்கள் குடியிருப்பவர்கள்.

"வருசம் முழுக்க மனைக்கட்டுக்குக் கால் ரூவா கொடுக்க வலிக்குதோ? மூவாயிர மனைக்கு முக்கால் ஆயிரம். ஏன் உடணும்? அந்தப் பணத்திலே பத்து ஏழைப் புள்ளெங்களை படிக்க வைக்கலாம். ரெண்டு தருமம் செய்யலாமே" என்று பெரிய தேவர் உறுமினார். ஆனால் அந்த முக்கால் ஆயிரம் ஏழைக்குப் போகிறதா, 'பாய்சாகப்'களுக்கும் பிராந்திக்கும் போகிறதா என்பது அவர் சம்சாரத்திற்குத் தெரியும்.

மயிர் சுட்டா கரியாகப் போகிறது? பெண்ணும் குடியும் பறிக்கத் தொடங்கினால், வருசம் ஒரு முக்கால் ஆயிரம் எந்த மூலைக்கு? மனைகளைப் பந்தகம் வைத்தார்கள். மனம் போனபடி ஐப்திமதிப்பு என்று சொல்லும்படியான பெருமானத்திற்கு பத்தில் ஒன்று, எட்டில் ஒன்று என்ற தாறுமாறான விலைகளுக்கு மனைகளையும் லாபத்தையும் நிலங்களையும் விற்றுச் சீரழித்தார்கள். இந்த நடராஜத் தேவரும் நாற்பது வேலிச் சொத்திற்கு எஜமானனாக வந்து, அதையேதான் செய்தார். அவருக்குக் கடைசியில் மிஞ்சியது ஒன்றே கால் வேலியும் அந்தப் பழைய பரம்பரைவீடும் ஊருக்குக் கிழக்கே இருந்த ஓர் அல்லிக் குட்டையுந்தாம். வீடு மிகப் பெரியது. முப்பாட்டன் நாளில் பழுதுபார்த்த வீடு, இப்போது திண்ணை இடிந்து பொக்கையாகக் கிடந்தது. குதிரைக் கோச்சு நிற்கிற கொட்டகையில் ஒரு வர்ணம்செத்த அரைவண்டி குனிந்து நின்றது. பொக்கைத் திண்ணையில் ஒரு மூடுபல்லக்கு, சாம்பல் நிறத்தில் அமர்ந்திருந்தது. அது அந்த இடத்தைவிட்டுப் பெயர்ந்து ஐம்பது ஆண்டுகள் ஆகிவிட்டன. தகப்பனார் நாளில் தேவர் வீட்டுப் பெண்டுகள் அதில்தான் போவார்களாம். அப்பொழுதெல்லாம் அவர்கள் 'கோஷா'வாக இருந்தார்கள், தஞ்சாவூர்ப் பாய்சாகப்புகளைப் பார்த்து. இப்போது தேவர் மகன் தியாகராசன் குளிர் மழைக் காலங்களில், தோன்றிய நாட்களில் படுத்துக்கொள்ளும் பள்ளி அறையாக அதைக் கொண்டுவிட்டான். அல்லிக் குளத்தில் இப்போது அல்லி முளைக்க வில்லை. கோரை மண்டிக் கிடந்தது. ஊரார்கள் அதை நாற அடித்தார்கள்.

தண்ணீர், கடுக்காய்க் கஷாயத்தைப்போல் ஒரு சிவப்பு அல்லது இனம் தெரியாத வர்ணத்துடன் வானத்தின் கண்ணாடியாக விளங்கி வந்தது.

தேவருக்குச் செல்வாக்கு இன்னும் மங்கிவிடவில்லை. திருவாரூர் மன்னார்குடி, தஞ்சாவூர்த் தேர்களை இழுக்க அவர்தாம் ஆயிரக்கணக்கில் ஆள் அனுப்புவார். விரல் அசைத்தால் ஆயிரம் ஆட்களைக் கூட்டும் 'கெடி' இன்னும் இருந்தது. அந்தக் குடும்பத்தின் பழமைக்கு ஆட்கள் காட்டிய கௌரவம் அது. அடிபிடிக் கேஸ்கள், பாகப் பிரிவினைகள் பலவற்றிற்கும் இன்னும் அவர்தான் மத்தியஸ்தம் செய்து வருகிறார், பெருங்காயப் பாண்டத்தில் இன்னும் வாசனை இருந்தது. ஊரில் முக்கிய விசேஷங்களுக்கு அவருக்குத்தான் முதல் அழைப்பு வரவேண்டும். செஷன்ஸ் கேஸ்களுக்கு அவர் ஜூராராகப் போய் வருவார். அவர் செய்கிற கோயில் மண்டப்படிகளை யாராவது அவர் பேரில் செய்துவிடுவார்கள்.

நல்லவேளையாக மதுவிலக்கு வந்தது. ஒன்றேகால் வேலி மிஞ்சிற்று. "இப்படி ஒருத்தன் கெடுபிடி செய்யாட்டி, நாமளவா அதை நிறுத்தப் போறோம்?" என்று தேவர் சர்க்காரை வாழ்த்தினார்.

அவருக்கு ஒரே பையன் தியாகராசன். அதாவது பிறந்து, போனவர்கள் போக மிச்சம் இருப்பவன் அவன்தான். வயசு முப்பது; கல்யாணம் ஆகிவிட்டது. அவன் செய்கிற அட்டகாசம் தாங்காமல் பதினெட்டு வயசிலேயே கல்யாணம் பண்ணிவைத்தார் தேவர். நிலம், நீச்சு ஒன்றையும் கவனிக்க மாட்டான். சின்ன வயசிலிருந்து அவன் செய்யாத வேலை இல்லை. காமிரா வாங்கி வருவான். ஆறாம்நாள் அது மூலையில் கிடக்கும். பத்துப் பதினைந்து என்று பணம்போட்டு, குரோடன்ஸ் செடி வாங்கினான். இப்போது சட்டிகூட இல்லை. காடை, கவுதாரி வளர்ப்பான். புறாப் பந்தயம் விடுவான்; பாடுவான்; நாடகம் நடிப்பான். கூஷவரக் கடையில் உட்கார்ந்து இரவு முழுவதும் பாடுவான். ஸீனியர் கேம்பிரிட்ஜ் படிக்கிறேன் என்று முந்நூறு ரூபாயைச் செலவழித்தான். மூன்று சீட்டு ஆடுவான். 'ரேக்ளா' வண்டி ஒன்று செய்தான். அதற்கு வேதாரண்யம் காட்டில் பணம் கட்டி ஒரு மட்டக்குதிரை பிடித்து வந்தான். ஆறுமாசம் அதைப் பழக்கினான். வண்டியில் கட்டி இரண்டு வாரம் ஓட்டினான். அது நன்றாகப் பழகி ஒத்துக்கொள்வதற்குள் அவனுக்கு அலுத்துவிட்டது. சிலம்ப விளையாட்டும் கொன்னக்கோலும் கற்றுக்கொள்ள ஆரம்பித்துவிட்டான்.

"ஏதுக்கடா குதிரை?" என்று தேவர் கேட்டார்.

மகன் கையை உயர்த்தித் தூண்மீது வைத்து, தலையைத் தொங்க விட்டுத் தலையைத் தொங்கவிட்டுத் தரையைக் கீறினான்.

"குருதைமேலே ஏறிக்கிட்டுத் தாசில் பண்ணப் போறியா? ஏண்டா?"

"..."

"நீ எக்கேடு கெட்டுப் போ. ஆனா குதிரைக்குக் கொள்ளு, புல்லுன்னு ஊட்டுலேருந்து காலணா எடுக்கக்கூடாது. சொல்லிட்டேன் வேணும்னா நீ தின்கிற சோத்திலே அதுக்கும் கொஞ்சம் போட்டுக்க" என்று கண்டித்து விட்டார் தேவர். தியாகராசனுக்கா தெரியாது, வெட்டி வீரபாகுவைத் திருட்டுத் தேங்காய் பிடுங்கச்சொல்லி விற்று, அவனுக்கு ஓர் அணாவை

வீசிவிட்டு மிச்சத்திற்குக் கொள்ளும் புல்லும் வாங்கிக் குதிரையை வளர்த்தான். ஒரு ரப்பர்பூட்ஸும் மல்ஜிப்பாவும் போட்டுக்கொண்டு இரண்டு வாரம் குதிரையைப் பூட்டி ரேக்ளா ஓட்டினான் "ஹேய், ஹேய், ஹே ... ய்!" என்று ஏறி இறங்கும் ராயசக் குரலில் குதிரையை வெருட்டினான். நாலுகால் பாய்ச்சலில் விட்டான். ஒருதடவை குடை சாய்த்தான். மறுபடியும் ஒரு வாரம் ஓட்டினான். கடைசியில் புளிப்பு விட்டுவிட்டது. சிலம்ப வித்தையையும் கொன்னக்கோலையும் யார் கவனிப்பார்கள்!

குதிரையை இப்போது திரும்பிப் பார்க்க ஆள் இல்லை. வேளை தவறாமல் வரும் சாப்பாடு நின்றுவிட்டது. ரேக்ளாவோ மழையிலும் வெயிலிலும் மடிந்து நைந்துகொண்டிருக்கிறது. குதிரை என்ன செய்யும்? ஊர்சுற்றத் தொடங்கிற்று. உயர்ந்த பசும்புல்லைத்தான் தின்பது என்று விரதம் வைத்துக்கொள்ள முடியுமா, என்ன? யார் வாங்கிப் போடு கிறார்கள்? ஊர்ப்புல்லைத் தின்ன நூற்றெட்டு எருமையும் பசுவும் காத்திருக்கின்றன. ஆக, கண்டதைத் தின்று வயிறு வளர்க்க வேண்டியது தான் என்று அது சங்கற்பம் செய்துகொண்டது. அந்தக் கணத்திலிருந்து அது போகாத இடமோ தின்னாத பண்டமோ கிடையாது. புறம்போக்கு, வயல்வெளி, வேலியோரம், பள்ளிக்கூடத்து விளையாடும் புல்வெளி — எங்கே பார்த்தாலும் மேய்ந்தது. புல்தான் வேண்டும் என்று நியதி இல்லையே. திண்ணைகளில் உலர்த்திய புடவை, வேட்டி, தெருவில் கிடக்கிற பழந்துணி, துடைப்பக்கட்டை, பழைய விசிறி, கறிகாய் மார்க்கெட்டில் கிடக்கிற வாழைமட்டைகள். பட்டைகள், அழுகல்கள், தோல்கள் ஒன்றையும் வர்ஜ்யா வர்ஜ்யம் இல்லாமல் ஐடபரதர்மாதிரி தின்று நாளை ஓட்டிற்று.

"தேவர் மவன் மாதிரிதான் இருக்கு குதிரையும்!" என்று, கடைத்தெரு மிலிடேரி ஹோட்டல் வாசலில் நின்ற குப்பைத் தொட்டியிலிருந்து குதிரை, இலைகளை இழுத்துத் தின்னுகையில், எதிர்த்த கடை எண்ணெய் வியாபாரம் கந்தசாமி செட்டியார் சொல்லிச் சிரித்தார்.

"அதுபாட்டுக்கு அண்டுவார் அடக்குவார் இல்லாமெ மேயுதுங்க. முந்தாநாத்து ராவ்ஜி கொல்லையிலே புகுந்து, மொளவாய்ச்செடி, கொத்தவரைச்செடி எல்லாத்தையும் அதம் பண்ணிட்டுதுங்க. எனக்கு அப்படியே கண்ணிலே ரத்தமாத்தான் வந்திச்சு. ராவ்ஜி உடைமையே அதாங்க எல்லாம்."

"கட்டிவச்சு நல்லாப் பூசை கொடுத்தா இப்படி மேயுமா? ஏண்டாய்யா?"

"அப்படித்தாங்க செய்யணும்."

"சும்மாச் சொன்னாப் போதாது. செஞ்சு காமிக்கணும்டாய்யா; தெரியுதா?"

ஆனால் தேவர் குதிரையை அடக்க யாரும் துணியவில்லை. அசுவமேதக் குதிரையைப்போல வெற்றிவாகை சூடி, இறுமாந்து, கொழுத்துச் சென்ற அந்தக் குதிரையை அடக்க யாரும் துணியவில்லை.

காட்டாமணக்குக் குச்சியைப் பல்லால் கடித்துப் பிரஷ் செய்து கொண்டிருந்த சுப்பட்டா பார்த்தார். எருமை மாட்டைப்போல் உளையில் இறங்கி, நாற்றுகளை முடுமுடுவென்று கடித்துக்கொண்டிருந்தது, தேவர் குதிரை. கண்ணுசாமியின் வலதுகை அவர். அவருக்குப் பகீர் என்றது. "ஏ நாரக் களுதை, நாத்தையா பிடுங்கறே, நாசமாசப் போக!" என்று ஓட்ட ஓட்டமாக ஓடினார்.

"அண்ணா அண்ணா!"

கண்ணுசாமி கண்ணைத் திறந்து மலங்க மலங்க விழித்தார்.

"யாரது, சுப்பட்டாவா?"

"அண்ணா, வாங்க, வாங்க, எழுந்து வாங்க; பாருங்க, வயத்தெரிச்சலை!"

"என்னையா என்ன"

"தேவர் குதிரை லக்ஷ்மணன் நாத்தங்காலை மேஞ்சு அழிச்சிடிச்சு."

"ஹா, நாத்தங்காலையா?"

"ஆமாம்."

"அட பாவி ... விரட்டினீங்களா?"

"நீங்க வந்து உங்க கண்ணாலே பாக்கணும்னு அப்படியே ஓடி வந்தேன்."

"இந்தக் கண்றாவியை நான் வேறே கண்ணாலே பாக்கணுமா?... சரி, ராமசந்திரனை அழைச்சுப்போய் பவுண்டிலே கொண்டு அடையுங்க" என்று அவரை அனுப்பினார் கண்ணுசாமி.

சுப்பட்டாவும் ராமசந்திரனும் ஓடி விளையாடி ஒரு மணிநேரம் கழித்துக் குதிரையைப் பிடித்து, ஆசைதீரப் பூசையும் போட்டு, பவுண்டில் கொண்டு அடைத்துவிட்டு வந்தார்கள்.

நல்ல இளம் புல்லாக, பசும் புல்லாகத் தின்னத் தொடங்கிற்று, தேவர் குதிரை. ஒரு கட்டுப் புல்லு – குப்பலாக – யார் இவ்வளவு நாள் போட்டார்கள்?

நாலாம் நாள் காலையில்தான் கொல்லையில் போன தேவர் கவனித்தார். கொல்லை மூன்று நாளாகவே வெறிச்சென்று இருந்தது.

அவர் மனைவியும் அப்போது பல் தேய்த்துக்கொண்டிருந்தாள். மகன் புறாக்களுக்குத் தீனி உருட்டிக்கொண்டிருந்தான்.

"ஏண்டா, தியாகராசு, எங்கடா குதிரையைக் காணும் ரெண்டு நாளா?" என்று கேட்டார் தேவர்.

"ரெண்டு நாளாவா ..?" என்று அவனும் திருப்பிக் கேட்டான்.

"என்ன, குதிரைமேலா ஐயா, புள்ளை ரெண்டு பேருக்கும் அவ்வளவு அக்கறை இப்ப? நிறையப் புல்லும் கொள்ளும் வாங்கிப் போடறமே,

தேவர் குதிரை

அதுக்காகவா? நாலு நாள் முன்னே, பஞ்சாயத்துக் கக்கூஸ் ஓரமாப் படுத்துத் தியானம் பண்ணிக்கிட்டிருந்தது. எனக்கு நாக்கைப் பிடுங்கிக்கலாம் போல இருந்திச்சு. என்னதான் செய்யறீங்க பார்ப்பம்ணு இருக்கேன். இன்னிக்கி நாலா நாளு அது பவுண்டுலே பூந்து, தெரியுமா?" என்று தேவர் மனைவி கருவேலம்பட்டைப் பல்பொடி கருவட்டம் போட்டி வாயுடன் கேட்டாள்.

"என்ன, பவுண்டிலேயா?"

"ஒரேடியா அதிந்து போறீங்களே. மூணு நாளா எதையாவது கவனிக்கிறீங்களன்னுதான் நானும் பாத்துக்கிட்டிருக்கேன். நீங்க புகையிலையை கொதப்புறீங்க. அவன் ததிங்கிணத்தோம் சொல்லிக் கிட்டிருக்கான். குதிரை கண்ணுசாமி நாத்தங்காலைப் போய் அளிச்சு தாம். பவுண்டிலே கொண்டு விட்டுட்டாங்க. ஏன் விடக்கூடாதுன்னு கேக்கறேன்?"

"ஏன் நீ அப்பவே சொல்லலே?"

"நீங்க குதிரை இருக்கா செத்துதான்னு இப்பத்தானே பாக்கிறீங்க? உள்ளூர் எருமை போதாதுன்னு வேதாரண்யம் காட்டிலேருந்து குதிரை வேணுமாக்கும், ஊரை அழிச்சுப் பாவத்தைக் கொட்டிக்க!" என்று செம்பு நீரைக் காலில் கொட்டிக்கொண்டு போய்விட்டாள். அவள் பதிலுக்காகக் காத்திருக்கும் வழக்கமே கிடையாது.

தேவருக்கு ரௌத்திராகாரயாகக் கோபம் பீறி வந்தது.

"கண்ணுசாமியா கொண்டுபோய் விட்டான்? ...ம்ஹும் ...சரிதான்!"

குதிரையைக் கவனிக்கிறாரோ இல்லையோ; பட்டியில் அது அடைபட்டது என்றதும் அவருக்கு ரோஷம் பொங்கிற்று. தம்முடைய கௌரவத்தை வேணும் என்றே குலைக்கிற ஏற்பாடு அது என்று அவருக்குப் பட்டது. அதுவும் கண்ணுசாமி என்றதும் அவருக்குத் தாங்கவே முடியவில்லை.

கண்ணுசாமி பஞ்சாயத்துப் போர்டின் தலைவர்; அதாவது ஊருக்கே தலைவர் என்றுதானே அர்த்தம். இருபத்தைந்து வருஷத்திற்கு முன்னால் ஊருக்குப் பஞ்சாயத்து நிர்வாகம் அமைக்கப்பட்டது. அப்போது தேவர் சொத்து ஒன்றேகால் வேலியாகச் சூம்பிப்போய், மூன்று நான்கு வருஷங்கள் இருக்கும். பஞ்சாயத்துப் போர்டு வந்ததிலிருந்தே தேவரை மூட்டை கட்டி மூலையில் வைத்துவிட்டார்கள். அவருடைய முதன்மை, பெருமை எல்லாம் போய்விட்டன. பஞ்சாயத்து அமைப்பு என்ற, கண்ணுக்குத் தெரிந்தும் தெரியாத அந்தப் பகையைக் கண்டு அவர் குமுறினார். ஆனால் என்ன செய்ய? கால வெள்ளம் அப்படிப் போயிற்று. தேவரின் வண்டி, வீடுகளுக்கே பஞ்சாயத்து வரி கேட்கத் தொடங்கிவிட்டது! 'யார்கிட்ட வரி கேக்கிறது?' என்று திகைத்துப் போய் உட்கார்ந்துவிட்டார் தேவர். அவரைக் கேட்காமலே ஊரில் எலெக்ஷன், மண்ணாங்கட்டி, தெருப்புழுதி எல்லாம் நடக்கத் தொடங்கிவிட்டன. 'அவர் ஊரிலா' அவருக்கு நேராகவா, அவரைக் கேட்காமலா இதெல்லாம்! சே சே!

தி. ஜானகிராமன் சிறுகதைகள்

அவருடைய தகப்பனார் காலத்தில் கார்வாரியாயிருந்த முருகப் பிள்ளையின் மகன்தான் கண்ணுசாமி. ஐந்து வகுப்புப் படித்தான். வெற்றிலைபாக்குக் கடை வைத்தான். திருநாகேசுவரம் வேட்டிகளை வாங்கி ஒரு திண்ணையில் வைத்து உட்கார்ந்தான். அது ஐவுளிக்கடையாக மாறிற்று. பிறகு மண்ணெண்ணெய் ஏஜென்ஸி எடுத்தான். மளிகைக்கடை மொத்தக் கடையாக வைத்தான். நாலைந்து லட்சம் சேர்ந்தது. காங்கிரசோடு சேர்ந்து ஜெயிலுக்குப் போனான். பெரிய மனுஷன் ஆனான். பஞ்சாயத்துப் போர்டு தலைவன் ஆகிவிட்டான். தேவர் மாதிரியே அவனும் ஒரு கோயிலுக்குத் தர்மகர்த்தாவாகியும் விட்டான். தேவர் கோயில் சாமியை – குருக்கள் – தாம்புக்கயிற்றைத் தட்டில் வைத்துத் துணியால் மூடிச் சோற்றுப்பட்டை என்று ஏமாற்றினார். கண்ணுசாமி கோயிலின் சாமி, புதிதாகச் செய்த வெள்ளி ரிஷப வாகனத்திலும் கைலாச வாகனத்திலும் ஏறிக்கொண்டு, மேளக் கச்சேரியும் பாட்டுக் கச்சேரியும் கேட்டுக்கொண்டு, பதினெட்டு நாள் உத்சவத்தில் பவனி வந்தார். ஊரில் எந்தப் பொதுக்காரியத்திற்கும் நன்கொடைக்கும் கண்ணுசாமிதான் பிள்ளையார் சுழி. கலெக்டர், விற்பனை வரி ஆபீஸர் எல்லாரும் அவன் பங்களாவில்தான் தங்குவார்கள். ஹைஸ்கூலில்கூட கண்ணுசாமியின் படத்தை ஸப் கலெக்டர் திறந்து வைத்துவிட்டுப் போய்விட்டார். 'நேற்றைப் பயல்! கண்ணுசாமி துளுந்துப் போகாமே என்ன செய்வான்? குதிரையை மட்டுமா கட்டுவான்? என்னேயே, இந்த வூட்டோட பவுண்டிலே அடைச்சாலும் அடைப்பான்!' என்று தொண்டை கமறக் கத்தினார் தேவர்.

"குதிரையை அவுத்து விடறாரா, இல்லையா? கேட்டு வாடா" என்று ஆள் அனுப்பினார்.

"குதிரை பட்டியிலே இருக்கு. தீனிச் செலவைக் கட்டி அவுத்துக் கிட்டுப் போகட்டுமே" என்று பதில் வந்தது.

"நானா! நானா கட்டணும்! துரைசாமித் தேவரா! ஹும்!" என்று தேவர் பதில் கொண்டுவந்த ஆளிடம் உறுமினார். அவன் மறுபடியும் அவர் உறுமினதைப் போய்ச் சொன்னான். எட்டு நாள் ஆயிற்று. குதிரையை ஏலம் போட ஏற்பாடு ஆகிவிட்டது. முதல் நாள் இரவு கண்ணுசாமியின் அண்ணன் உறக்கம் கொள்ளவில்லை.

"தம்பி, என்னத்துக்குப் பெரிய இடத்துப் பொல்லாப்பு?"

"பெரிய இடமா? யாரு? தேவரா?"

"என்னிக்கும் பெரிய இடந்தான். ஆன செலவைக் கட்டி, குதிரையை அவுத்து அவருகிட்டக் கொண்டு விட்டிடு. நாளைக்கு உனக்கும் நாலு காரியம் நடக்கணும். உத்சவத்துக்குத் தேர் இழுக்க ஆயிரம் ஆளாவது வேணும். இன்னும் எவ்வளவோ இருக்கு. இது ஒண்ணு தானா?" என்று அண்ணன் இழுத்தார்.

கண்ணுசாமிக்கு யோசனையாகப் போய்விட்டது. உடனே தேவர் வீட்டுக்குப் புறப்பட்டுவிட்டார். கௌரவம் பார்க்கும் வழக்கம் கிடையாது

தேவர் குதிரை

அவருக்கு. அரசியல்வாதி அவர். தேவர், திண்ணையில் படுத்துக்கொள்ள இருந்த சமயம் அப்போது.

"என்ன, தேவர்வாள்?"

"யாரு, கண்ணுசாமியா? வாங்க வாங்க; ஏது இவ்வளவு தூரம்?" என்று உட்கார இடம் கொடுத்தார் தேவர். 'பெட்ரூம்' விளக்கு மாடத்தில் எரிந்துகொண்டிருந்தது.

"எல்லாம் உங்க குதிரை விஷயமாத்தான் வந்தேன்."

"நீங்கதான் அவுத்துவிடலியே?"

"நாத்தங்காலை மேஞ்சிடுச்சு. நான் யார்கிட்டப்போய்ச் சொல்லிக்கிறது? நீங்களே இதைக் கொஞ்சம் உணர்ந்து பார்க்கணும்."

"அது சரிங்க. எங்கிட்ட ஒரு வார்த்தை சொல்லி அனுப்பியிருக்கலாமில்ல? 'இந்தா ஐயா தேவரே, இப்படி ஆயிடுச்சு; என்ன சொல்றீங்க?'ன்னு. அதுங் காலை ஒடிச்சுப் போட்டிருப்பேனே! கிடுகிடுன்னு நீங்கபாட்டுக்குப் பவுண்டிலே அடைச்சிட்டீங்க."

"நானா கட்டினேன்? நம்ப ஆள் கட்டினான்."

"அப்படின்னாத் தீனிச் செலவைக் கட்டிக்கிட்டு அவுத்துட்டுப் போ இன்னீங்களே, எதுக்காக?"

கண்ணுசாமி சற்று யோசித்து. "ரூலுனு ஒண்ணு இருக்கு, பாருங்க" என்று ஆரம்பித்தார்.

"ரூல் கிடக்கட்டுங்க. பவுண்டிலே தேவர் குதிரையை அடைச்சாச்சு. தேவரு அபராதம் கொடுத்து மீட்டுக்கிட்டு வந்தாருன்னு ஒரு பேரு ஏற்படுத்திடலாம்னு நெனக்கிறீங்க. அவ்வளவுதானே? செஞ்சிடுங்க."

"அபராதம் நான் கொடுத்திடறேன் உங்களுக்காக!"

"எனக்கு அபராதம் கட்டத் திராணி இருக்கு. ஆண்டவன் இன்னும் என்னை முழுக்க மொட்டை அடிச்சிடலே. ஆனா அபராதம்னு நானோ நீங்களோ கட்டி மீட்கும்படியா என்ன வந்திடிச்சு இப்ப?"

"பின்னே, என்ன செய்யறது?"

"என்னைக் கேட்டா?"

"குதிரை ஏலம் போயிடுமே!"

"போகட்டுமே!"

கண்ணுசாமி திணறினார். மறுநாள் காலையில் குதிரை ஏலத்துக்கு வந்தது. யாரும் கேட்கவில்லை. கண்ணுசாமியும் சுப்பட்டாவும் மாறி மாறிக் கேட்டு, கண்ணுசாமியே மூன்று ரூபாய்க்கு ஏலம் எடுத்து, தேவர் வீட்டில் கொண்டு கட்டிவிட்டு வரச் சொன்னார்.

தேவர் வெற்றியில் விம்மினார். ஆனால் இன்னொரு பகையான பஞ்சாயத்துப் போர்டின் மேலும் பழி வாங்கினால் ஒழிய அவருக்கு ஆறாதுபோல் இருந்தது.

கண்ணுசாமியைக் கூப்பிட்டு, வெகு நாளாக ஊருக்குப் 'பார்க்' இல்லாத குறையை நீக்க வேண்டும் என்று தாம் ஒரு முடிவுக்கு வந்திருப்பதாகச் சொல்லி, தம்முடைய அல்லிக் குளத்தைப் பஞ்சாயத்துப் போர்டுக்கு நன்கொடையாகக் கொடுத்துவிட்டார். ஒருமாதக் கடிதப் போக்குவரத்திற்குப் பிறகு சாஸனம் ரிஜிஸ்டராகிவிட்டது.

அன்றிலிருந்து மூன்று வருஷமாகப் பஞ்சாயத்து போர்டு வண்டிகள் ஊர்க் குப்பையையெல்லாம் போட்டுக் குளத்தைத் தூர்த்துப் பார்க்காக மாற்றப் படாத பாடுபடுகின்றன. நூற்றுக்கணக்கான மணல் வண்டி அடித்தாகிறது. நாலாயிரம் ரூபாய் செலவாகிவிட்டது. குளம் இன்னும் பாதிகூடத் தூர்ந்த பாடில்லை. இன்னும் பதினாயிரம் ரூபாயாவது சாப்பிடாமல் அது பார்க்காக மாறப் போவதில்லை. அதுவரையில் தேவர் வீட்டுக் குதிரை அந்தக் கோரைகளை மேய்ந்து, அந்தத் தண்ணீரைக் குடித்துத் தாகசாந்தி செய்து கொண்டுதான் இருக்கப்போகிறது.

கலைமகள், பிப்ரவரி 1953

சிலிர்ப்பு

திருச்சிராப்பள்ளியிலிருந்தே புறப்படுகிற வண்டி அது. மாயவரத்தோடு நின்றுவிடும். பத்தரை மணிக்குத் தொடங்கி மூன்று மணியோடு அதன் வாழ்வு முடிந்துவிடும். மதுரை, மானாமதுரை, ஈரோடு என்று எல்லா வண்டிகளையும் அனுப்பிவிட்டுத் திருச்சிராப்பள்ளி ஜங்ஷன் புயல் புகுந்து விளையாடின தோப்பைப்போல, ஒரே வெளிச்சமாக ஹோவென்று வெறிச்சிட்டுக் கிடந்தது. வாழைத்தொலி, ஆரஞ்சுத்தொலி, எச்சில் பொட்டணம், தூங்குமுஞ்சிகள் – இவற்றைத் தவிர ஒன்றையும் காணவில்லை. வண்டி புறப்பட இன்னும் அரைமணிதான் இருக்கிறது. எஞ்சின், கார்டு, ஒன்றும் வரவில்லை. வண்டிக்குவண்டி ஒரு பரட்டை, அழுக்கு இப்படி ஏதாவது தூங்கிக்கொண்டிருந்தது. பங்களூர் எக்ஸ்பிரஸில் இறங்கி வந்த குடும்பம் ஒன்று இரண்டாம் வகுப்பில் சாமான்களைப் போட்டுக் காவல் வைத்து எங்கேயோ போய்விட்டது. எக்ஸ்பிரஸ் வண்டி சென்றால் என்ன கூட்டம், வரும்போது என்ன வரவேற்பு, என்ன உபசாரம்! போகும்போது எவ்வளவு கோலாகலம்! இது நாதியில்லாமல் அழுது வழிந்தது. ஷூட்டிலும் கேடுகெட்ட ஷட்டில். ரயில் ஜாதியில்கூட ஏழை, பணக்காரன் உண்டு போல் இருக்கிறது.

நான் தனியாகக் கடைசிப் பெட்டிக்கு முன் பெட்டியில் உட்கார்ந்திருந்தேன். பக்கத்தில் என் பையன் அயர்ந்து தூங்கிக்கொண்டிருந்தான். தலைமாட்டில் கையிலிருந்து நழுவிய ஆரஞ்சு உருண்டு கிடந்தது. அதைப் பார்க்கும்போது சிரிப்பு வந்தது எனக்கு. பையனைப் பெங்களூரிலிருந்து அழைத்து வருகிறேன். மாமா சம்சாரம் ஊருக்கு வந்திருந்த போது அவனை அழைத்துப் போயிருந்தாள். நான் காரியமாகப் பெங்களூர் போனவன் அவனை அழைத்துக்கொண்டு வந்தேன். பெங்களூர் ஸிட்டி ஸ்டேஷனில் மாமா ரெயிலேற்றி விட வந்திருந்தான். ரெயில் புறப்பட ஐந்து நிமிஷம் இருக்கும் போது ஆரஞ்சுப் பழக்காரனைப் பார்த்து, "ஆரஞ்சுப்பா,

ஆரஞ்சுப்பா" என்று பையன் முனகினான். மாமா காதில் விழாதது போல அந்தண்டை முகத்தைத் திருப்பிக்கொண்டுவிட்டான். மாமாவின் சுபாவம் நன்றாகத் தெரியும் எனக்கு. பையனைச் சுடுகிறாப்போல ஒரு பார்வை பார்த்தேன். அவன் வாய் மூடிக்கொண்டது. ஆனால், வண்டி புறப்பட்டதுதான் தாமதம்; ஆரம்பித்துவிட்டான். ஆறு வயசுக் குழந்தை; எத்தனை நேரந் தான் அடக்கிக்கொண்டிருப்பான்.

"யப்பா, யப்பா!"

"ஏண்டா கண்ணு!"

"பிச்சி மாமாவுக்கு வந்து, வந்து, தொளாயிர ரூபா சம்பளம். பணக்காரர். இவ்வளவு பணக்காரர்ப்பா!" என்று கையை ஒரு கட வாத்திய அளவுக்கு அகற்றி, மோவாயை நீட்டினான் – குறை சொல்லுகிறாற்போல.

"அதுக்கு என்ன இப்ப?"

"வந்து, செத்தே முன்னாடி ஆரஞ்சு கேட்டேனோல்லியோ, வாங்கிக் குடுக்காம எங்கேயோ பாத்துண்டு நின்னார்ப்பா."

"அவர் காதிலே விழுந்திருக்காது. விழுந்திருந்தா வாங்கியிருப்பார்."

"நான் இரைஞ்சுதான்பா சொன்னேன்."

"பின்னே ஏன் வாங்கிக் கொடுக்கலை?" கேள்வியை நானே திருப்பிக் கேட்டுவிட்டேன். பையன் திணறினான்.

"வந்துப்பா, வந்து பிச்சி மாமாவை வந்து ஒரு மூணு கால் சைக்கிள் வாங்கித் தான்னேன். வந்து, தரேன் தரேன்னு ஏமாத்திப்பிட்டார்ப்பா..."

"அவர் என்னத்துக்குடா வாங்கணும்? நான் வாங்கித் தரேன்."

"நீ எப்படி வாங்கித் தருவியாம்?"

"ஏன்?"

"உனக்கு நூறு ரூபாதானே சம்பளம்?"

"உனக்கு யார் சொன்னா?"

"வந்து, பிச்சி மாமாதான் சொன்னா."

"உங்கிட்ட வந்து சொன்னாரா, உங்கப்பாவுக்கு நூறு ரூபாதான் சம்பளம்ணு?"

"வந்து எங்கிட்ட இல்லேப்பா. மாமிகிட்டச் சொன்னா. நீ வந்து மெட்ராஸ்லேந்து லெட்டர் எழுதியிருந்தே பாரு, புள்ளையார் பூஜை யன்னிக்கி; அப்பச் சொன்னா மாமிகிட்ட. வெறுமெ வெறுமெ நீ மெட்ராஸ் போறியாம். உனக்கு அரணாக்கொடி வாங்க முடியாதாம்."

இது ஏதுடா ஆபத்து!

"சரி நாழியாச்சு. நீ படுத்துக்கோ."

"எனக்கு மோட்டார் வாங்கித் தரயா?"

"தரேன்."

"நெஜ மோட்டார் இல்லே. கீ கொடுக்கிற மோட்டார், இவ்வுளுண்டு இருக்குமே, அது."

"அதான் அதான். வாங்கித் தரேன்."

"யப்பா, ஆரஞ்சுப்பா."

"நீ தூங்கு. திருச்சினாப்பள்ளி வந்தவுடனே வாங்கித் தந்துடறேன்."

"போப்பா!"

"இப்ப எங்கடா வாங்கறது, ரெயில் போயிண்டிருக்கிற போது?"

"அப்பன்னா ஒரு கதை சொல்லு."

"அப்படிக் கேளு. நல்ல கதையாச் சொல்றேன். ஒரே ஒரு ஊரிலே. .." பாதிக் கதையில் பையன் தூங்கிவிட்டான்.

"குழந்தை நல்ல சமத்து ஸார். ஷ்ரூடா இருக்கான். ஆளை எப்படி 'ஸ்டடி' பண்றான்!" என்று திடீரென்று எதிரே இருந்தவர் மதிப்புரை வழங்கினார்.

"அதுதான் தலை பெரிசா இருக்கு!" என்று பையனைப் பார்த்தேன். தலை சற்றுப் பெரிதுதான் அவனுக்கு. எடுப்பான முகம். மூக்கும் முழியுமான முகம். மொழுமொழுவென்று சரீரம். தளதளவென்று தளிரைப் போன்ற தோல். கன்னத்தில் தெரிந்தும் தெரியாமலுமிருந்த பூனை மயிர் ரெயில் வெளிச்சத்தில் மின்னிற்று. தலைமயிர் வளையம் வளையமாக மண்டி, அடர்ந்து பாதி நெற்றிவரை விழுந்திருந்தது. அழகில் சேர்க்க வேண்டிய குழந்தைதான். நாளை மத்தியானம் அம்மாவைப் பார்க்கத்தான் போகிறான். அதுவரையில்? யாரோ அநாதையைப் பார்ப்பதுபோல் இருந்தது எனக்கு. தாய் பக்கத்தில் இல்லாவிட்டால் குழந்தைக்குச் சோபை ஏது? குழந்தையை இரண்டு மூன்று முறை தடவிக் கொடுத்தேன். கபடமில்லாத இந்தக் குழந்தையை எப்படி ஏமாற்றத் துணிந்து பிச்சி மாமாவுக்கு? கிருபணன், கிருபணன் என்று வேலைக்குப் போன நாள் முதல் வாங்கின பிரக்யாதி போதாதா? குழந்தையிடங் கூடவா வாங்க வேண்டும்? சரிதான், போனால் போகிறது என்று விட்டுவிடக்கூடிய வலுவும் எனக்கு இல்லை. குழந்தையின் முகத்தைப் பார்க்கும்போதெல்லாம் துன்பம் கிளர்ந்தது. சிறிய அற்பமான நிகழ்ச்சி. ஆனால் எனக்குத் தாங்கவில்லை. பிச்சிமாமா எத்தி எத்திப் பிழைக்கிற வித்தைகள், பிறந்தது முதல் உள்ளும் புறமும் ஒன்றாமல் அவன் நடத்தி வருகிற வாழ்க்கை, பெண்டாட்டியிடங்கூட உண்மையில்லாமல் அவன் குடும்பம் நடத்துகிற 'வெற்றி' – எல்லாம் நினைவில் வந்து, திரண்டு சுழல் வண்டுகளைப் போலச் சுற்றிச் சுற்றி வந்தன. ராத்திரி முழுவதும் அதே தியானம். தூக்கமே இல்லை.

திருச்சி வந்ததும் ஆரஞ்சு வாங்கினேன். "யப்பா, இதை ஊருக்குப் போய்த் திங்கறேம்ப்பா. அம்மா உரிச்சுக் கொடுப்பா கையிலே. வாங்கித் திங்கறேம்ப்பா" என்று கெஞ்சினான்.

"ஆல் ரைட், அப்படியே செய்."

வண்டி புறப்பட இன்னும் அரைமணி இருந்தது. தாகம் வரட்டிற்று. இறங்கிப்போய்த் தண்ணீர் குடித்துவிட்டு, வெற்றிலை போட்டுக் கொண்டு வந்தேன்.

திரும்பி வரும்போது யாரோ ஓர் அம்மாள் என் பெட்டியில் ஏறிக் கொண்டிருந்தாள். கூட ஒரு பெண். எதிர்த்த பலகையிலேயே உட்கார்ந்துகொண்டார்கள்.

"இதுதானே மாயவரம் போகிற வண்டி?"

"இதேதான்."

"எப்பப் புறப்படும்?"

"இன்னும் இருபத்தைந்து நிமிஷம் இருக்கு."

"நீங்கள் எதுவரையில் போறேள்?"

"நான் கும்பகோணம் போறேன்."

"உங்க குழந்தையா?"

"ஆமாம்."

"அசந்து தூங்கறானே."

"பங்களூரிலிருந்து வரோம். அலுப்பு; தூங்கறான்."

"நீயும் படுத்துக்கறயா?"

"இல்லெ மாமி. தூக்கம் வரலே" என்றது அந்தப் பெண்.

"கொஞ்சம் தூங்குடி குழந்தை. ராத்திரி முழுக்கப் போயாகணும். நாளைக்கு வேறே, நாளன்னிக்கி வேறே போகணுமே."

"இல்லெ மாமி, அப்பறம் தூங்கறேன்."

அம்மாளுக்கு நாற்பது வயசு இருக்கும். இரட்டைநாடி ருமானி மாம்பழம் மாதிரி பளபளவென்று இருந்தாள். காதில் பழைய 'கட்டிங்'கில் ஒரு பெரிய ப்ளூ ஜாக்கர் தோடு. மூக்கில் வைர பேஸரி. கழுத்து நிறைய ஏழெட்டு வடம் சங்கிலி. கையிலும் அப்படியே. மாம்பழ நிறப் பட்டுப்புடவை. நெற்றியில் பளீரென்று ஒரு மஞ்சள் குங்கும வட்டம். பார்க்கப் பார்க்கக் கண்ணுக்கு நிறைவான தோற்றம். பக்கத்தில் ஒரு தோல் பெட்டி. ஒரு புதுக் குமுட்டி அடுப்பு.

அந்தப் பெண்ணுக்கு எட்டு ஒன்பது வயசு இருக்கும், மாநிறம்; ஒட்டி உலர்ந்த தேகம்; குச்சி குச்சியாகக் கையும் காலும்; கண்ணை வெளிச்சம் போட்டுப் பார்க்க வேண்டியிருந்தது; எண்ணெய் வழிகிற முகம்; தூங்குகிறாற்போல ஒரு பார்வை. கையில் ஒரு கறுப்பு ரப்பர் வளை; புதிதாக மொடமொடவென்று ஒரு சீட்டிப் பாவாடை; சிவப்புப் பூப்போட்ட வாயில் சட்டை; அதுவும் புதிதுதான்; கழுத்தில் ஒரு பட்டையடித்த கறுப்புக் கண்ணாடி மணிமாலை; பக்கத்தில் ஒரு

சிலிர்ப்பு 395

சீட்டிப் பாவாடை, கொசுவி முறுக்கிச் சுருட்டிக்கிடந்தது. அதிலேயே ஒரு சட்டையும் திணித்திருந்தது.

அந்த அம்மாளுக்கும் பெண்ணுக்கும் என்ன சம்பந்தம்? எப்படிக் கேட்பது?

வண்டி புறப்படுகிற சமயத்திற்கு ஒரு மலைப்பழக்காரன் வந்தான். ஒரு சீப்பு வாங்கி ஒரு பழத்தை அந்தப் பெண்ணிடம் கொடுத்தேன். பதில் பேசாமல் வாங்கிக்கொண்டது.

"சாப்பிடு."

"சாப்பிடு" என்று அந்த அம்மாள் சொன்னதும் உரித்து வாயில் போட்டுக்கொண்டது.

"இந்தப் பொண்ணு கல்கத்தாவுக்குப் போறது."

"கல்கத்தாவுக்கா!"

"ஆமாம், நம்ம பக்கத்து மனுஷா ஒருத்தர் அங்கே பெரிய வேலையிலே இருக்காராம். அங்கே போறது. ராத்திரி மாயவரத்திலே இருந்து அவளுக்குத் தெரிஞ்சவா யாரோ போறா. அவாளோட சேர்த்து விடணும். நல்ல பொண்ணு, சாதுவா, சமர்த்தாயிருக்கு."

பிறகு நானே கேட்க ஆரம்பித்துவிட்டேன்.

"உம் பேரு என்னம்மா?"

"காமாக்ஷின்னு பேரு. குஞ்சுன்னு கூப்பிடுவா."

"பேஷ், பேஷ்!"

"என்ன பெரிய பேஷாப் போடறேள்?" என்று அந்த அம்மாள் சிரித்தாள். "இவ எப்படி இரண்டு பேரைச் சுமக்கிறாள்னா!"

எனக்கும் சிரிப்பு வந்தது.

"அதுவும் சரிதான். ஆனால் நான் நெனைச்சது வேறே. எனக்குக் காமாக்ஷின்னு ஒரு தங்கை இருக்கா. இந்தச் சாயலாத்தான் இருப்பா. நல்ல தெம்பான இடத்துலேதான் குடுத்துது. ஆனா மாப்பிள்ளை ரொம்ப உபகாரி. யாருக்கோ மேலொப்பம் போட்டார். இருபதினாயிரத்துக்கு. அவன் திடீர்னு வாயைப் பொளந்துட்டான். அவர் குடும்பம் நொடிச்சுப் போயிடுத்து. ரொம்பக் கஷ்டப்பட்டார். இன்னதுதான்னு சொல்லி மாளாத கஷ்டம். இப்பத்தான் நாலஞ்சு வருஷமா அவர் ஒரு வேலைன்னு கிடைச்சுப் பிடுங்கலில்லாமெ இருக்கார். அவ கஷ்டம் விடிஞ்சுடுத்து. அவளுக்கு அடுத்தவ இன்னொரு தங்கை. குஞ்சுன்னு பேரு. அவளுக்குக் கல்யாணம் பண்ண அலையா அலைஞ்சோம். கடைசியிலே எனக்கு அத்தை பொண் ஒருத்தி. அவளுக்குக் குழந்தை இல்லெ. சீக்குக்காரி. தன் புருஷனுக்கே அவளைக் கொடுத்துடணும்னு தலைகீழ் நின்னா. அப்படியே பண்ணிட்டார், எங்கப்பா. ஆனா, கல்யாணம் ஆன நாளிலிருந்து அவ பட்ட பாடு நாய் படாது. பத்து வருஷம் கழிச்சு ஒரு

புள்ளைக் குழந்தை பிறந்திருக்கு, மூணாம் வருஷம். அதுக்குப் பிற்பாடு தான் அந்த வீட்டிலெ அவளும் ஒரு மனுஷீன்னு தலை தூக்கி நடமாடிண்டிருக்கா."

"ஆயிரம் இருக்கட்டும். பெண்ணிருக்கப் பெண் கொடுக்கலாமோ?"

"என்ன பண்றது? பிராப்தம். இவ பேரைக் கேட்டவுடனே ஞாபகம் வந்துது. ரெண்டு பேரும் ஒரே இடத்திலே அமைஞ்சிருக்கேன்னுதான் பேச்சு போட்டேன்.

அந்தப் பெண் எப்படி இந்தப் பேச்சை வாங்கிக்கொண்டது என்று புரிந்துகொள்ள முடியவில்லை. அதே தூங்கும் பார்வையுடன் முகத்தில் ஓர் அசைவு, மாறுதல் இல்லாமல் எல்லாவற்றையும் கேட்டுப் பார்த்துக்கொண்டிருந்தது.

"குழந்தை, உனக்கு அப்பா அம்மா இருக்காளா?"

"இருக்கா."

"அப்பா என்ன பண்றார்?"

"ஒண்ணாவது வாத்தியார்."

"அக்கா, தங்கை, அண்ணா, தம்பியெல்லாம் இருக்காளா?"

"இருக்கா ... நாலு அக்கா ... ரெண்டு அண்ணா, ஒரு தம்பி இருக்கான். அதுக்கப்பறம் ஒரு தங்கை."

"அக்காவுக்கெல்லாம் கல்யாணம் ஆயிடுத்தா?"

"மூணு பேருக்கு ஆயிடுத்து. ரெண்டாவது அக்கா, நாலு வருஷம் முன்னாடி குறைப்பட்டுப் போயிட்டா. எங்களோடேதான் இருக்கா."

"அண்ணா என்ன பண்றான்!"

"பெரிய அண்ணா கிளப்பிலே வேலை செய்யறான். சின்ன அண்ணா சகிண்டு பாரம் வாசிக்கிறான்."

"நீ வாசிக்கலையா?"

"இல்லை, அண்ணா ஒருத்தன்தான் வாசிக்கிறான். எங்களுக் கெல்லாம் சம்பளம் கொடுக்க முடியலை, அப்பாவுக்கு."

"அதுக்காக நீ வேலைக்குப் போறயாக்கும்?"

"ஆமாம். மத்தியானச் சாப்பாட்டுக்கே எல்லாருக்கும் காண மாட்டேங்கறது."

"உனக்கு என்ன வேலை செய்யத் தெரியும்?"

"பத்துப்பாத்திரம் தேய்ப்பேன். காபி, டீ போடுவேன். இட்லி தோசைக்கு அரைப்பேன். குழம்பு, ரசம் வைக்கத் தெரியும். குழந்தைகளைப் பாத்துப்பேன். கோலம் போடுவேன். அடுப்பு மெழுகுவேன். வேஷ்டி புடவை தோய்ப்பேன்."

சிலிர்ப்பு

"புடவை தோப்பியா! உனக்குப் புடவையைத் தூக்க முடியுமோ?"

"நன்னாத் தோய்க்கத் தெரியும்."

"இதெல்லாம் எங்கே கத்துண்டே?"

"ராமநாதையர்ணு ஒரு ஜட்ஜி இருக்கார். அவாத்துலே தான் கத்துண்டேன்."

"ம்ஹம், ஸர்வீஸ் ஆனவளா? அவாத்துலே எத்தனை வருஷம் இருந்தே?"

"மூணு வருஷமா இருக்கேன்."

"மூணு வருஷமாவா? உனக்கு என்ன வயசாறது?"

"இந்த ஆவணிக்கு ஒம்பது முடிஞ்சு பத்தாவது நடக்கிறது."

"ஏழு வயசிலேயே உனக்கு வேலை கிடைச்சுட்டுது; தேவலை. என்ன சம்பளம் கொடுப்பா?"

"சம்பளம்னு கிடையாது. ரெண்டு வேளை சாப்பாடு போடுவா. தீபாவளிக்குப் பாவாடை சட்டை ஒரு ஜோடி எடுத்துக் கொடுப்பா."

"இந்தச் சட்டை யார் வாங்கிக் கொடுத்தா?"

"அவாதான்."

"கோலம் போட்டு, அடுப்பு மெழுகி, புடவை தோய்ச்சு, குழந்தையைப் பாத்துண்டு, தோசைக்கு அரைச்சு, எல்லாம் பண்ணினத் துக்கு இந்த ஆறணாச் சீட்டிதான் கிடைச்சுதா அவாளுக்கு? கழிசலாப் பார்த்துப் பொறுக்கி எடுத்துக் கொடுத்திருக்காளே."

"..."

"நீ நல்லதா வாங்கிக் கொடுக்கச்சொல்லிக் கேட்கப்படாதோ?"

"..."

"ஜட்ஜ் வீட்டிலெ சாப்பிட்டிண்டு இருந்தேங்கறே. உன் உடம்பைப் பார்த்தா அப்படி தெரியலியே! பஞ்சத்திலே அடிபட்டாப்பலே, கண்ணுகிண்ணெல்லாம் உள்ளே போயி, ஒட்டி உலர்ந்து, நாய் பிடுங்கினாப் போல இருக்கியே."

"பெரிய மனுஷாள்ளாம் தனி ரகம்னு உங்களுக்குத் தெரியாதது போல் இருக்கு. அவா வத்தல் குழம்பு, சுட்ட அப்பளாம், மிளகு ரசம் இதைத்தான் பாதி நாள் சாப்பிடுவா. ராத்திரி, பருப்புத் துவையலும் ரசமுந்தான் இருக்கும். ஆனா அவா உடம்பு என்னமோ நிகுநிகுன்னு தான் இருக்கும். அது தனி உடம்பு. நம்மைப்போல அன்னாடங் காய்ச்சிகளுக்குத் தான் இதெல்லாம் ஒத்துக்காது. ரெண்டு நாளைக்கு இப்படிச் சாப்பிட்டா, வாய் வெந்து, கண் குழிஞ்சு, சோர்ந்து சோர்ந்து வரும்" என்று அம்மாள் தன்னையும் என்னோடு சேர்த்துப் பேசினாள். மரியாதைக்குத்தான் அப்படிச் சொல்லியிருக்க வேண்டும். உடனே ஏதோ தவறாகப் பேசிவிட்டவள் போல, "நான் என்னென்னவோ பேசிண்டிருக்கேனே; நீங்கள்ன்ன பண்ணிண்டிருக்கேள்?" என்றுகேட்டாள்.

தி. ஜானகிராமன் சிறுகதைகள்

"பயப்படாதீங்கோ. நானும் அன்னாடங்காய்ச்சிதான். தாலுகாவிலே குமாஸ்தா."

தஞ்சாவூர் ஸ்டேஷன் வந்துகொண்டிருந்தது.

"துண்டைப் போட்டுட்டுப் போறேன். கொஞ்சம் இடத்தைப் பார்த்துக்கோங்கோ; சாப்பிட்டுட்டு, குழந்தைக்கும் சாப்பாடு பண்ணி அழைச்சிண்டு வந்துடறேன்."

"இன்னும் சாப்பிடலியா நீங்க? ஏம்மா, நீ என்ன சாப்பிட்டே காலமே?"

"பழையது."

"எங்கே?"

"ஐட்ஜியாத்துலே!"

"பார்த்தேளா, பெரிய மனுஷான்னா இப்படின்னா இருக்கணும்! ஊருக்குப் போற குழந்தைக்கு, மூணு வருஷம் வீட்டோட கிடந்து உழைச்சிண்டிருந்த பொண்ணுக்கு, கொஞ்சம் நல்ல சாப்பாடாப் போட்டு அனுப்பிச்சாத்தான் என்ன? ஒன்பதேகால் மணிக்கு, நான் புறப்படற போது கொண்டுவிட்டா. அதுக்குள்ளே சமையல் பண்ண முடியாதா என்? நல்ல குளிர்ந்த மனசு! பழையது சாப்பிடற ஆசாரம் அத்துப் போயிடப் போறதேன்னு கவலைப்பட்டுண்டு போட்டாபோல இருக்கு. ஏன் குழந்தை, அவாத்துலே யாராவது பழையது சாப்பிடுவாளோ?"

"நான்தான் சாப்பிடுவேன்."

"ம்... ஹ்ம்; சரி. இப்பப் பசிக்கிறதோ உனக்கு?"

"இல்லை."

"ஏதாவது சாப்பிடும்மா."

"சரி மாமி."

"நீங்க ஒரு பொட்டலம் சாம்பார் சாதமும் ஒரு தயிர் சாதமும் வாங்கிண்டு வாங்கோளேன்."

"நானே அழைச்சிண்டு போயிட்டு வரேனே."

"ரொம்ப நல்லதாப் போச்சு. இந்தாருங்கோ."

"என்னத்துக்குக் காசு? நான் கொடுக்கிறேன்."

"வாண்டாம்னு நீங்க எப்படிச் சொல்ல முடியும்? நான்னா அவளை அழைச்சிண்டு வரேன்!"

தர்ம சங்கடமாக இருந்தது. வாங்கிக்கொண்டேன். பையனை எழுப்பினேன் அவசரமாகக் கூட்டத்தில் புகுந்து இரண்டையும் இழுத்துச் சென்றேன்.

"இது யாருப்பா?"

சிலிர்ப்பு

"இந்தப் பொண்ணு மாயவரம் போயிட்டு கல்கத்தாவுக்குப் போறா. உன்னோட இவளும் சாப்பிடறத்துக்கு வரா."

இரண்டு அநாதைகளும் சாப்பிடும்போது எனக்கு இனம் தெரியாத இரக்கம் பிறந்தது. தாயை விட்டுப் பிரிந்த அநாதைகள்! ஆனால் எவ்வளவு வித்தியாசம்! ஓர் அநாதை இன்னும் இரண்டு மணி நேரத்தில் தாயின் மடியில் துள்ளப் போகிறது. இன்னொன்று தாயிடமிருந்து தூர தூரப் போய்க்கொண்டே இருக்கப்போகிறது.

"ஸ்... அப்பா, அப்பா!" என்று பையன் வீறிட்டான். மிளகாய்!

"தண்ணியைக் குடி. ம்... ம்."

அந்தப் பெண் உடனே எழுந்துபோய்க் கவுண்டரிலிருந்து கை நிறையச் சர்க்கரையை அள்ளி அவனிடம் கொடுத்தது.

சற்றுக் கழித்து, "அம்பி, தயிர்சாதம் கட்டி கட்டியாக இருக்கு. இரு, பிசைந்து தரேன். அப்புறம் சாப்பிடலாம்" என்று சாப்பிடுவதை விட்டுக் கையை அலம்பி வந்து ரெயில்வே சாதத்தை நசுக்கிப் பிசைந்து பக்குவப்படுத்திக் கொடுத்தது.

அவள் பிசைவதைப் பார்த்துப் பையன் என் பக்கம் திரும்பிப் புன்சிரிப்புச் சிரித்தான்.

"ஏண்டா சிரிக்கிறே?"

"அவ பிசைஞ்சு கொடுக்கிறாப்பா!" அதற்கு மேல் அவனுக்குச் சொல்லத் தெரியவில்லை.

அவனுக்குக் கையலம்பி, வாய் துடைத்துவிட்டதும் அவள்தான்.

"இந்தா, ஜலம் குடி" என்று அவனுக்குத் தண்ணீர் கொடுத்தாள்.

"வாண்டாம்."

"ஜலம் குடிக்காட்டா ஜீரணமாகாது. இதைக் குடிச்சுடு."

பாடாகப்படுத்துகிறவன், பதில் பேசாமல் வாங்கிக் குடித்து விட்டான். ஏதோ வருஷக்கணக்கில் பழகிவிட்டதுபோல, அவனைக் கையைப் பிடித்து ஜாக்கிரதையாக அழைத்துக்கொண்டு வந்தது அந்தப் பெண். அவனும் அவள் இழுத்த இழுப்புக்கெல்லாம் வந்து கொண்டிருந்தான்.

"கல்கத்தாவுக்குப் போறேங்கிறியே, அவாளைத் தெரியுமோ?"

"தெரியாது மாமா. பெரிய வேலையிலே இருக்காராம் அவர். மூவாயிர ரூபாய் சம்பளமாம். குழந்தையை வச்சுக்கணுமாம். அதுக்குத்தான் என்னைக் கூப்பிட்டிருக்கா."

எந்தக் குழந்தையையோ பார்த்துக்கொள்ள எங்கிருந்தோ ஒரு குழந்தை போகிறது. கண்காணாத தேசத்திற்கு ஒரு தாய் அந்தக் குழந்தையை அனுப்புகிறாள். அதுவும் ஒரு பாவாடையைச் சுருட்டிக் கொண்டு கிளப்பிவிட்டது.

"ரொம்ப சமர்த்தும்மா இந்தக் குழந்தை" என்றேன் அம்மாளிடம்.

"நாதனில்லாட்டாச் சமர்த்துத் தானா வந்துடறது. ஒட்டி ஒட்டிண்டு பழகறது அது. கல்கத்தாவுக்குப் போகாட்டால் நானே இதை வச்சுண்டிருப்பேன். பாருங்களேன். பசிக்கிறது கிசிக்கிறதுன்னு நாமாக் கேக்கிற வரையில் வாயைத் திறந்ததோ? என்னமோ பகவான்தான் காப்பாத்தணும்."

பையன் ஆரஞ்சை மறுபடியும் கையில் எடுத்து வைத்துக்கொண்டான்.

"ஏண்டா குழந்தை. உரிச்சுத் தரட்டுமாடா?" என்றாள் அம்மாள்.

"வாண்டாம். ஊரிலே போய் அம்மாவை உரிச்சுக் கொடுக்கச் சொல்லப்போறேன்."

"நானும் அம்மாதாண்டா."

பையன் சிரித்து மழுப்பிவிட்டான். ஒரு நிமிஷமாயிற்று. "உனக்கென்ன வயசு?" என்று திடீரென்று பையன் குஞ்சுவைப் பார்த்து ஒரு கேள்வி போட்டான்.

"பத்து."

"பத்து வயசா? அப்பன்னா நீ வந்து அஞ்சாவது படிக்கிறியா!" என்று விரலை எண்ணிக்கொண்டே கேட்டான்.

"இல்லை."

"ஏண்டா, பத்து வயசுன்னா அஞ்சாவது படிக்கணுமா?"

"ஆமாம்ப்பா. எனக்கு ஆறு வயசு. ஒண்ணாவது படிக்கிறேன். ஆறு ஏழு எட்டு ஒன்பது பத்து. அவ அஞ்சாவது."

"அவ படிக்கலைடா."

"நீ படிக்கலை?"

"வீட்டிலேயே வாசிக்கிறியா?"

"ம்ஹம்."

"அவ கல்கத்தாவுக்குப் போறாடா. அதான் படிக்கலை."

"அங்க எதுக்குப் போறாளாம்?"

"வேலை பாக்கப் போறா?"

"போப்பா ... ஏண்டி, நீ வேலை பார்க்கப் போறியா?"

"ஆமாம்."

பையன் அவளையே சிறிதுநேரம் பார்த்துக்கொண்டிருந்தான். அவனுக்கு நம்பிக்கை வரவில்லை. மீண்டும் கேட்டான்; "உனக்கு சைக்கிள் விடத் தெரியுமா?"

அந்தப் பெண் வாய்விட்டுச் சிரித்தது. முதல் முதலில் அது சிரித்ததே அப்போதுதான்.

சிலிர்ப்பு

"எனக்கு எப்படி சைக்கிள் விடத் தெரியும்? தெரியாது."

"அப்படீன்னா எப்படி வேலைக்குப் போவியாம்?"

"நடந்து போவேன்."

மறுபடியும் அவளைப் பார்த்து யோசித்துக்கொண்டிருந்தான் பையன். அவன் அப்பா சைக்கிளில் வேலைக்குப் போகும்போது அவள் மட்டும் எப்படி நடந்து போக முடியும் என்று அவனுக்குப் புரியவில்லை. இரண்டு குழந்தைகளும் வயல் வெளிகளைப் பார்த்துக்கொண்டு வண்டியின் வேகத்தை ரசித்துக்கொண்டிருந்தன.

"இந்தப் பொண்ணு யாரை நம்பி இப்படிப் போறது...? போகிற இடம் எப்படி இருக்கோ!" என்று கேட்டேன்.

"இந்த ஐஜுக்கு ஒன்றுவிட்ட மச்சினராம் அவர். மூவாயிர ரூபாய் சம்பளம் வாங்கறாராம், ஏதோ கம்பெனியிலெ. நம்ம பக்கத்துக் குழந்தைன்னு விசுவாசமாத்தான் இருப்பா. என்னதான் இருக்கட்டுமே, நல்ல சாப்பாடு, துணிமணியெல்லாம் கொடுக்கட்டும்; எத்தனை பண்ணினாலும் அது பிறத்தியார் வீட்டுக் குழந்தை. வேலைக்கு வந்திருக்கிற குழந்தைங்கிற நினைவு போயிடுமா அவாளுக்கு? இதுதான் அவாளைத் தாயார் தோப்பனார்னு நெனச்சுக்க முடியுமோ? ஆனா இது ஒட்டி ஒட்டீண்டு வித்தியாசமில்லாம பழுகுகிறதைப் பாத்தா எங்கேயும் சமாளிச்சுண்டும் போல்தான் இருக்கு. இருந்தாலும் பெத்தவாகிட்ட இருக்கிற மாதிரி இருக்க முடியுமா, ஸ்வாமி? நீங்களே சொல்லுங்கோ."

எனக்கு வயிற்றைக் கலக்கிற்று. நானே முகம் தெரியாத உற்றார் உறவினர் இல்லாத புது ஊருக்குப் போவதுபோல ஒரு சூன்யமும் பயமும் என்னைப் பற்றிக்கொண்டன.

"கடவுள் இதையுந்தான் காப்பாத்தப் போறான். இல்லாவிட்டால் மனிதர்களை நம்பியா பெத்தவர்கள் இதை விட்டு விட்டிருக்கிறார்கள்?" என்றேன்.

"கடவுள்தான் காப்பாத்தணும். வேறே என்ன சொல்லத் தெரியறது நமக்கு? சுத்திச் சுத்தி அதுக்குத்தான் வந்துடறோம். ஆனா இப்படி அனுப்பும்படியான நிலைக்கு ஒரு குடும்பம் வந்துடுத்தே. அது எப்படி ஏற்பட்டதுன்னு யார் யோசிக்கறா? அதுக்கு என்ன பரிகாரம் தேடறது? அந்த வாத்தியாரோட குழந்தைகளுக்கெல்லாம் தலைக்கு இத்தனைன்னு, பள்ளிக்கூடம் வச்சிருக்கிறவன் படி போட்டிருந்தான்னா இப்படிக் கண்காணாத தேசத்துக்கு இது போகுமா?"

"அப்புறம் ஐஜு வீட்டுக் குழந்தைகளை யாரு பாத்துப்பா?"

"அதுவும் சரிதான்."

"வீட்டுக்கு வீடு வாசல் படி. கொடுக்கிறவனும் வாத்தியார் மாதிரி ஆண்டியோ என்னமோ?" என்றேன்.

ஒன்றும் புரியவில்லை.

குழந்தையைப் பார்த்து எல்லார் நெஞ்சமும் இளகிற்று. பக்கத்தில் தஞ்சாவூர், ஐயம்பேட்டை என்று நடுவில் ஏறி உட்கார்ந்து

கொண்டவர்களுக்கு அரைகுறையாகக் கேட்டாலும், நெஞ்சு இளகிற்று. அம்மாள் உட்கார்ந்திருந்த பலகையின் கோடியில் உட்கார்ந்திருந்தவர் – ராவ்ஜி மாதிரி இருந்து – உதட்டைக் கடித்து ஜன்னலுக்கு வெளியே தலையைத் திருப்பிக் கொண்டார். நெஞ்சைக் குமுறி வந்த வேதனையை அடக்கிக்கொண்டு தைரியசாலியாக அவர் பட்ட பாடு நன்றாகத் தெரிந்தது.

கும்பகோணம் வந்துவிட்டது.

"போயிட்டு வரேம்மா, குழந்தே. போயிட்டு வரட்டுமா?" என்று ஒரு ரூபாயை அதன் கையில் வைத்தேன்.

"நீங்க எதுக்காகக் கொடுக்கறேள்?" என்று அம்மாள் தடுத்தாள்.

"எனக்கும் பாத்யமுண்டு. நீங்களும் அழச்சிண்டுதானே போறேள்? இது வாத்தியார் குழந்தைதானே? உங்க குழந்தையில்லையே! நீங்க கொண்டாடற பாத்யம் எனக்கும் உண்டும்மா. நான் என்ன செய்யறது? எனக்கு என்னமோ கொடுக்கணும் போல் இருக்கு. எனக்கும் இதுக்கு மேலே வக்கில்லை."

"ஹ்ம்" என்று இரட்டைநாடிச் சரீரத்தில் ஒரு பெருமூச்சு வந்தது. "வாங்கிக்கோடிம்மா. உங்களுக்கு ஒரு குறைவும் வராது, ஸ்வாமி" என்றாள் அம்மாள்.

"யப்பா, இதைக் கொடுத்துட்டு வரேம்பா" என்று என் பையன் ஆரஞ்சைக் காண்பித்தான்.

"கொடேண்டா, கேட்பானேன்?"

"வாண்டாண்டா, கண்ணு குழந்தை, பாவம். அம்மா உரிச்சுக் குடுக்கணும்னு சொல்லிண்டிருந்தது."

"யப்பா... வாங்கிக்கச் சொல்லுப்பா" என்று பையன் சிணுங்கினான்.

"வாங்கிக்கோம்மா."

பெண் வாங்கிக்கொண்டது.

"ஸ்வாமி! நல்ல உத்தமமான பிள்ளையைப் பெத்திருக்கேள். வாடா கண்ணு, எனக்கு ஒரு முத்தம் கொடுத்துட்டுப்போ" என்று அம்மாள் அழைத்தாள். பையன் கொடுத்துவிட்டு ஓடிவந்தான்.

என் மெய் சிலிர்த்தது. முகத்தைக் கூடியவரையில் யாரும் பார்க்காமல் அப்பால் திருப்பிக்கொண்டு கீழே இறங்கி அவனைத் தூக்கிக்கொண்டு நடந்தேன். அவனுக்கு நடக்கவா தெரியாது? எனக்கு என்னவோ அவனை வாரியணைத்துக்கொள்ள வேண்டும் என்று உடம்பு பறந்தது. தூக்கி எடுத்துத் தழுவிக்கொண்டே போனேன். உள்ளம் பொங்கி வழிந்தது. அன்பையே, சச்சிதானந்தத்தையே கட்டித் தழுவுகிற ஆனந்தம் அது.

கலைமகள், நவம்பர் 1953

பரமபாகவதன்

அண்ணக்குடி சம்புசையர் கண்டு முதலைக் கவனிப்பதற்காக ஒரு மாத லீவில் ஊருக்கு வந்துசேர்ந்தார். ஆனால், விதி வேறு ஏற்பாடு செய்திருந்தது.

அறுப்பு அறுத்த தாள் களத்திற்கு வரத் தாமதமாயிற்று. சிவந்தான் மச மசவென்று எருமை மாதிரி அசைந்தான். "நடையை வீசிப் போடுடா, சிவந்தான்!" என்று எரிச்சலுடன் ஒரு சத்தம் போட்டார் சம்பு. ஆனால் வார்த்தையை முழுவதும் முடிக்கவில்லை. "சிவ..." என்று தான் அவரால் சொல்ல முடிந்தது.

மூன்று தடவை 'சிவந்தான் சிவந்தான்' என்று சொல்லப் போராடினார். மூன்று தடவையும்

"சிவ..." என்பதற்கு மேல் சொல்ல முடியவில்லை.

அவ்வளவுதான்! கையிலிருந்த குடை நழுவிக் கீழே விழுந்தது. கால் துவண்டது. ஆள் கீழே பொத்தென்று விழுந்து விட்டார். இந்த உலகில் அவரது காலம் முடிந்துவிட்டது!

சிவகணங்கள் ஓடோடி வந்தார்கள், யமதூதர்களை விரட்டியடித்துவிட்டுச் சம்புவையரை அழைத்துக்கொண்டு கைலாசத்தை நோக்கிப் புறப்பட்டார்கள்.

என்ன உபசாரம்! என்ன மரியாதை! எவ்வளவு அன்பு! சம்புவுக்கு ஒன்றும் புரியவில்லை.

"ஸ்வாமி, நாங்கள் சிவகணங்கள். பூவுலகத்தைத் துறக்கும்போது தாங்கள் 'சிவ, சிவ, சிவ!' என்று மூன்று தடவை எங்களப்பன் நாமத்தைச் சொன்னீர்கள். ஓடி வந்து விட்டோம். கைலாசநாதரின் சன்னிதியில். தங்களைக் கொண்டுசேர்க்கப் போகிறோம். சாகும்போது 'சிவ' என்று ஒரு தடவை சொன்னாலே போதும் மூன்று தடவைகள் சொன்னீர்களே!"

"மூன்று தடவையா! சிவா என்றா!... நானா?" என்று திகைப்புடன் கேட்டார் சம்பு.

"ஆமாம். மூன்று தடவை! யாருக்குக் கிடைக்கும் இந்த பாக்கியம்? பாபிகள்தான், பெண்டாட்டி, பிள்ளை, எருமைமாடு, பாங்கிப் பணம், சொத்து எல்லாவற்றையும் நினைத்துக்கொண்டு உயிரை விடுவார்கள். நீங்கள் எங்களப்பன் நாமத்தைச் சொல்லிவிட்டீர்களே? அந்தப் பதர்கள் மாதிரி இனிமேல் நீங்கள் பிறவித் துன்பத்தில் விழப்போவதில்லை" என்றனர் கணங்கள்.

"சிவனடியார்க்கு ஜே! அண்ணக் குடி சம்புமூர்த்திக்கு ஜே!" என்ற ஜய கோஷங்கள் எல்லா மார்க்கம் முழுவதும் எதிரொலித்தன.

சம்பு விழித்துக்கொண்டு ஜாக்கிரதையாகி விட்டார். "ஓகே! அதைச் சொல்லுகிறீர்களா? ஆமாம்! மாரடைப்பு மாதிரி இருந்தது. 'சுருக்'கென்று மார்பிலும், நெஞ்சிலும் ஒரு வலி ஏற்பட்டது பாருங்கள். சரி. நமக்கு நோட்டீஸ் வந்துவிட்டது என்று தெரிந்துவிட்டது. உடனே யம கிங்கரர்கள் ஏழெட்டுப் பேர் இருக்கும். ஏழெட்டா ... ம் ... ஏன், பதினைந்து பேர்கள் கூட இருக்கும். ஆளுக்கு ஒரு கயிற்றை எடுத்துக் கொண்டு வந்து நின்றார்கள். அந்த அடர்ந்த ரோமமும், கறுப்பு உடம்பும் நெருப்பு முழியும் பார்க்கவே நடுக்கமாக இருந்தது. என்ன செய்வதென்று தயங்கினேன். நல்ல வேளையாக ஞாபகம் வந்தது. உங்களப்பன் ஞாபகம் வந்தது. "சிவா, சிவா, சிவா!" என்றேன். எடுத்தான் பார் ஓட்டம் அந்தப் பசங்கள் எல்லாம்! எல்லாம் என் அப்பன், கைலாச நாதன், கருணாநிதி, ஆபத்பாந்தவன், அனாதரக்ஷகன் அருள்தான்!"

"சந்தேகமென்ன ... மகா தேவருக்கு ஜே! பரமேச்வருக்கு ஜே!" என்று சிவகணங்கள் நக்ஷத்திரங்களை இறைப்பதுபோல் சிவநாமத்தால் ஆகாசத்தை நிரப்பினார்கள்.

"ஸ்வாமி, பதினாயிரம் வருஷத்துக்கு ஒரு முறைதான் இந்த அதிர்ஷ்டம் ஒருவருக்குக் கிட்டும். இனிமேல் சிவனடியார்களின் முன்னணியில் உங்கள் நாமம் நின்று சுடர்விடப் போகிறது. சிவபக்த சரித்திரத்தில் இனிமேல் உங்களுக்குத்தான் முதலிடம் என்று சிவகணங்கள் தங்கள் பக்தியையும் வியப்பையும் வெளியிட வார்த்தையும் வன்மையு மில்லாமல் மிகவும் தவித்தார்கள்.

"சரி ... நாம் இப்பொழுது நேரே எங்கே போகிறோம்?" என்று கேட்டார் சம்பு.

"ஏன், நேராகக் கைலாசத்திற்குத்தான்" என்றனர்.

அவர் திகைத்து நிற்பதைப் பார்த்துச் சிவகணங்களும் நின்று விட்டார்கள்.

"ஏன், என்ன செய்ய வேண்டும்?" என்றனா கணங்கள்.

"ஒன்றுமில்லை. கொஞ்சம் காரியமிருக்கிறது. அரை மணி நேரம் நீங்கள் இங்கேயே காத்துக்கொண்டிருந்தால், நான் போய் வேலையை முடித்துக்கொண்டு வந்துவிடுகிறேன் ..."

"ஏன், நாங்கள் செய்கிறோமே. எதற்கும் தாசானுதாசர்களாகக் காத்திருக்கிறோம். அடியார்க்கு அடியார்கள் நாங்கள்."

"இதெல்லாம் உங்களுக்குத் தெரியாது. ஒரு சிநேகிதரைப் பார்த்து விட்டு வரவேணும்."

"எங்கே இருக்கிறார் உங்களுடைய சிநேகிதர்?"

"அவர் மைசூர் ராஜ்யத்திற்கு வடக்கே இருக்கிறார். ஆனால் அவரை நேர்ப்பட எனக்குத் தெரியாது. அவரை மதராஸில் இருக்கிற ஒரு சிநேகிதர் மூலமாகத்தான் பார்க்கவேணும். முதலில் மதராஸ் போக வேண்டும். அப்புறம் மைசூர் போய்விட்டு வரவேணும்."

"அதெல்லாம் பூலோகத்தில் அல்லவா இருக்கிறது?"

"பின்னே மதராசும் மைசூரும் எங்கே இருக்கும்?"

"அங்கே திரும்பிப் போவதானால் சிரமமாயிற்றே?"

"பரவாயில்லை. நான் போய்விட்டுத்தான் திரும்பி வரவேணும். ரொம்ப அவசரம்!"

"நீங்கள் செத்துப்போய்விட்டீர்களே. எப்படித் திரும்பிப் போக முடியும் அங்கே?"

"முடியாததினால்தான் உங்களைக் கேட்கிறேன். யாராவது ஒருத்தர் என்னோடு வாருங்கள், போதும். அதிக நேரமாகாது, அரை மணிதான்."

"சரி, அப்படி அவசியம் போய்த்தான் ஆகவேண்டும் என்றால் நான் வருகிறேன். நீங்களெல்லாரும் இங்கேயே இருங்கள்" என்று கணங்களிடம் சொல்லிவிட்டு, வக்ரநாஸன் என்ற ஒரு பூதம் சம்புவை அழைத்துக் கொண்டு பூலோகத்தை நோக்கித் திரும்பினான்.

முதலில் வண்ணாரப்பேட்டை சிவநேசர் சங்கத்தில் நுழைந்தார் சம்பு. ஐந்து நிமிஷத்திற்கெல்லாம் வெளிப்பட்டார். வெளியே காத்திருந்த வக்ரநாஸனுடன் நேராகப் பங்களுக்குப் போய்ச் சேர்ந்தார்.

அங்கும் வீரசைவக் கழகத்தை அடைந்து வெளியே பூதத்தை இருக்கச் சொல்லிவிட்டு உள்ளே போனார். மூன்று நிமிஷத்துக்குப் பின் வந்தார்.

இருவரும் அங்கிருந்து தார்வார் ஜில்லாவில் ஒரு பஞ்சாயத்து டவுனுக்குச் சென்று வீர சைவ லிங்காயத் ஆசார்யரைச் சந்தித்துவிட்டு மடத்தைவிட்டுக் கிளம்பினார்கள்.

அங்கும் வக்ரநாஸன் வெளியேதான் காத்திருந்தான்.

"என் அலுவல் முடிந்தது, இனிமேல் உன் இஷ்டம்" என்றார் சம்பு. இருவரும் அங்கிருந்து வேகமாகக் கிளம்பிவிட்டார்கள்.

"என்ன ரொம்ப 'லேட்' ஆய்விட்டதோ? அரை மணி என்று சொன்னேன். முக்கிய காரியம் கொஞ்சம் முன்னே பின்னேதான் ஆகிறது. என்ன பண்ணுகிறது..?" என்று ஆகாசத்தில் காத்துக்கொண்டிருந்த சிவ

கணங்களிடம் மன்னிப்புக் கேட்கிற பாவனையில் சம்பு வருத்தத்துடன் சொல்லிக்கொண்டார்.

"அதனால் என்ன ஸ்வாமி! அடியார்க்கடியார்கள் நாங்கள். பக்தர்களுக்குக் காத்திருப்பதைவிட நாங்கள் என்ன வெட்டி முறிக்கிறோம்?" என்று வக்ரநாஸன் சொன்னான்.

"நல்ல வேளையாக என் வயிற்றில் பாலை வார்த்தீர்கள், ஸ்வாமி. எனக்குவேறு சந்தேகம் வந்துவிட்டது" என்றான் தண்டு என்ற பூதம்.

"என்ன சந்தேகம்?"

"தாங்கள் கோபித்துக்கொண்டு போய்விட்டீர்களோ! என்றுதான்"

"எனக்கு என்ன ஐயா கோபம்?"

"இல்லை. 'சிவா' என்று ஒரு தடவை அழைத்துவிட்டாலே போதும். நாங்கள் அலறிப் புடைத்துக்கொண்டு ஓடி வந்திருக்க வேண்டும். மூன்று தடவை நீங்கள் சொன்ன பிறகுதானே வந்தோம். என்னடா, அத்தனை நாழிகை காக்க வைத்துவிட்டார்கள் என்று தாங்கள் கோபித்துக் கொண்டுதான் திரும்பிவிட்டீர்களோ என்று வயிற்றில் நெருப்பைக் கட்டிக்கொண்டிருந்தேன். என் நல்ல காலம். திரும்பி வந்துவிட்டீர்கள்."

"ஹஹ்ஹஹ்ஹ... மூன்று தடவை என்னப்பன் நாமத்தைச் சொல்ல வைத்தீர்களே, அதை நினைத்து நான் பூரித்துப் போய்விட்டேன். நீ என்னமோ, கோபம், வயிற்றிலே பாலு, நெருப்பு என்று என்னென்னமோ சொல்கிறாயே? என்னப்பன், கைலாச நாதன் ... மகாப் பிரபு."

மீண்டும் பரமேச்வரனுக்கு ஜயசப்தமிட்டு அஷ்ட திக்குகளும் எதிரொலிக்க வாழ்த்தினார்கள் கணங்கள். கைலாசம் வந்துவிட்டது. அங்கங்கே இருந்த கணங்களும் புது பக்தரை வணங்கி நமஸ்கரித்து ஊர்வலத்தில் கலந்துகொண்டார்கள். சம்போ, மஹாதேவா, சங்கரா, என்று அங்கு வானம் முழுவதும் சங்கரநாமம் தான் முழுங்கிக்கொண்டிருந்தது.

o

அதோ வந்துவிட்டது பரமேச்வரனின் இருப்பிடம். ஸ்வர்ணமும் ரத்னங்களும் மின்னிப் பளிச்சிட, ஒரே ஜாஜ்வல்யமயமாகக் கண்ணைப் பறித்தது அந்த முன் வாசல். அங்கு பிரம்பும் கையுமாக நந்தி காவல் புரிந்துகொண்டிருந்தார்.

ஊர்வலம் சம்புவுக்கு ஐய சப்தத்தை எழுப்பி நின்றது.

"என்னடாது கூச்சல்?" என்று கேட்டுக்கொண்டே நந்தி கூட்டத்தின் முன்னால் வந்து நின்றார்.

"யாருடா அவன்?" என்று சம்புவை முகத்தைச் சுளுக்கிக்கொண்டே முறைக்கப் பார்த்தார்.

"ஸ்வாமி, பரம பக்த சிகாமணி. அப்பன் நாமத்தை மூன்று முறை சாகும்போது ஹிருதய பூர்வமாகச் சொன்ன பரம பாகவதன்."

"யாரு? இவனா? ... இந்த அயோக்கியனா? இந்த மோசக்காரனா?"

சம்புவுக்குத் தூக்கிவாரிப்போட்டது. சிவ கணங்கள் திகைத்துப் போய்விட்டார்கள். வக்ரநாஸன் முகம் செத்துவிட்டது. அவனுக்கு ஆத்திரம் புகைந்தது.

"ஒரு பக்தனை ஒரு நொடியில் அலக்ஷ்யமாகத் தூக்கி எறிந்து பேசி விட்டாரே? பதவியல்லவா இப்படிப் பேசச் சொல்லுகிறது?" என்று உள்ளுக்குள்ளேயே புகைந்தான்.

"ஸ்வாமி, தாங்கள் அவ்வாறு சொல்கிறீர்களே? சாகும்போது சங்கரா என்பவர்களுக்குக் கைலாசம் என்றுதானே நியதி? சட்டத்தை மீறி நாங்கள் ஒன்றும் செய்துவிடவில்லையே" என்று தைரியமாகச் சொல்லிவிட்டான்.

"மூடு வாயை."

வாய் மூடிவிட்டது.

"ஓய், நீர்தானே அண்ணக்குடி சம்பு?" என்று கேட்டார் நந்தி.

"ஆமாம்."

"போன வாரம் உமது வீட்டுக்கு யார் வந்திருந்தது?"

"என் மருமான் குப்புசாமி."

"எதற்கு வந்தான்?"

"குழந்தைக்குக் கட்டி. பெரிய டாக்டரிடம் காண்பிக்க வந்தான்."

"ஊருக்குப் போகும்போது ஸ்டேஷனுக்கு நீர் ரயிலேற்றிவிடப் போனீரா, இல்லையா?"

"'கரெக்'டாகச் சொல்கிறீர்கள். நீங்களும் ஸ்டேஷனுக்கு வந்திருந்தீர் களா, என்ன?... ஹஹ்ஹஹ்ஹ."

"போதும் உம்முடைய போலிச்சிரிப்பு."

"மன்னிக்கவேணும்... ஓஹோ! உங்களுக்கு ஞான திருஷ்டி உண்டு இல்லையா? நீங்கள் தேவர்கள் அல்லவா?"

"ஞான திருஷ்டி இருக்கிறதினால்தான் உமது பாடு இப்பொழுது அந்தரத்திலே ஊஞ்சலாடுகிறது!"

"ஏன் அப்படி! நான் என்ன அபசாரம் பண்ணினேன்?"

"வண்டி கிளம்ப இரண்டு நிமிஷம் இருக்கிறபோது ஒரு ஆரஞ்சுப் பழக்காரன் வந்தான். அப்போது அந்தக் குழந்தை ஆரஞ்சு என்று கேட்டது. நீர் காதிலே விழாதது போல மறுபுறம் முகத்தைத் திருப்பிக்கொண்டு நின்றீர். அது இரண்டாம் தடவை கேட்டபோது யாரோ சிநேகிதரோடு பேசப் போகிறது போல் போய்விட்டீர். வண்டி ஊதின பிறகு ஓடி வந்து 'அப்பா, போய்விட்டு வருகிறாயா, குப்பு! டெட்டே, போயிட்டு வதியா, பாப்பா' என்று அன்பு பொங்கி வழிய விடை கொடுத்தீரா, இல்லையா..."

"எனக்கு என்ன சொல்கிறது என்று தெரியவில்லையே? அந்தக் குழந்தைக்குக் கக்குவான் வந்து இரண்டு மாசத்துக்கு முன்னால்தான்

குணமாயிற்று என்று சொன்னான் குப்பு. நான் ஒன்றும் வித்தியாசமாக அப்படிச் செய்யவில்லை."

தடார் என்று சத்தம் கேட்டது. நந்தி கதவைச் சாத்திக்கொண்டு உள்ளே போய்விட்டார்.

O

கோபமும் வேதனையும் நெஞ்சை வதைக்க, நந்தி சங்கரின் சன்னதியில் போய் நின்றார்.

"ஸ்வாமி, ஒரு விண்ணப்பம்."

"என்னப்பா திடீரென்று விண்ணப்பம்?"

"எனக்கு இனிமேல் இந்தத் துவார பாலக உத்தியோகம் வேண்டாம்."

"ஏன்?"

"நான் அதற்கு லாயக்கில்லை. என் மனச்சாட்சி, ஊரில் திரிகிற அயோக்யன், புளுகன் இவர்களைக் கைலாசத்திற்குள் அனுமதிக்க இடங்கொடுக்க மாட்டேன் என்கிறது."

"அப்படி ஒருவரும் இங்கு வரமாட்டார்களே!"

"வரமாட்டார்களா? ஸ்வாமி நம் கண்ணிலேயே மண்ணைத் தூவிவிட்டான் ஒருத்தன். இந்தக் கணங்கள் ஒரு பெரிய அசட்டுக் கூட்டம். கிருபணுக்கெல்லாம் ராஜாவான சம்பு என்ற ஒரு ஆளைப் பக்த னென்று இழுத்து வந்து நிற்கிறார்கள். களத்து மேட்டில் உட்கார்ந்து சிவந்தான், சிவந்தான் என்று தன்னுடைய ஆளைக் கூப்பிட்டான். ஆனால் திடீரென்று மாரடைப்பினால் அந்த வார்த்தையைச் சொல்ல முடியாமல் 'சிவந், சிவந், சிவந்' என்று முக்கிமுக்கிச் சொல்லப் பார்த்து விட்டுப் பிராணனை விட்டுவிட்டான். உடனே கணங்கள் உங்கள் நாமத்தைச் சொல்லிவிட்டான் என்று இழுத்து வாசலில் கொண்டுவந்து நிறுத்தியிருக்கிறார்கள். அந்த 'சிவந்', சிவந்தானில் பாதி. உங்கள் பெயரே இல்லை. மேலும் உங்கள் ஞாபகமே அந்த கூணத்தில் அவனுக்கு வரவில்லை. இந்த அஜங்கள் அவனை இழுத்து வந்து நிற்கின்றன."

"அவன் மேல் நீ இவ்வளவு ஆத்திரப்படுவானேன்?"

"அவன் பாபி, அதனால்தான்!"

"அப்படி என்ன பாபம் செய்துவிட்டான் அவன்?"

"சொல்லட்டுமா? இவனுக்கு ஒரு பெண்ணும் ஒரு பிள்ளையும் தான். அந்தக் குழந்தைகள் வாசலில் மிட்டாய்க்காரன், பழக்காரன் யாராவது வந்தால் சப்தநாடியும் ஒடுங்கிப்போய் ஓடி ஒளிந்துகொள்ளும். மிட்டாய்க்காரன் என்றால் அத்தனை பீதி அந்தக் குழந்தைகளுக்கு!"

"என்னது?"

"ஆமாம், ஸ்வாமி! ஒரு நாளைக்கு வாசலில் மிட்டாய்க்காரன் கூவலைக் கேட்டு இந்த இரண்டு குழந்தைகளும் 'அப்பா மிட்டாய்ப்பா!'

என்று கேட்டன. 'மிட்டாயா?' என்று வைத்தான் பாருங்கள் இரண்டு முதுகிலும்! அப்படியே ஒரு மணி நேரம் அலறிக் கேவிப் புழுவாகத் துடித்துப் போய்விட்டன இரண்டு குழந்தைகளும். அன்றிலிருந்து மிட்டாய்க்காரன் என்று சொன்னாலே குலைநடுக்கம் அந்தக் குழந்தைகளுக்கு."

"பேஷ், பேஷ்! ரொம்ப ஸ்வாரஸ்யமாயிருக்கிறதே!"

"இவன் ஏதாவது தின்றுகொண்டிருப்பான். அடுத்தவீட்டுக் குழந்தை வந்தால், மெதுவாக யார் காதிலும் படாமல் 'ம் . . . சீ, போ போ! போடா!' என்று அதட்டி விரட்டிவிடுவான். குழந்தை ஏன் அங்கு நிற்கிறது? அப்படியும் போகாமல் நின்றுகொண்டிருந்தால், ஆசாமி திரும்பி உட்கார்ந்து அதற்கு முதுகைக் காட்டிக்கொண்டே தின்ன ஆரம்பித்துவிடுவான்."

"ஆஹா, நல்ல மனசு! பார்வதி, புதிதாகக் கதை வேணும் என்றாயே, எப்படியிருக்கிறது?"

"முழுக்கச் சொல்லட்டும் அவர். இன்னும் இருக்கிறாற் போலிருக் கிறதே! என்றாள் பார்வதி உற்சாகத்துடன்."

"இருக்கிறது. நிறைய இருக்கிறது. சொல்லத்தான் வேண்டியிருக்க வில்லை. மனுஷனுக்கு ஆயிரம் ரூபாய் சம்பளம். வயிற்றில் பிறந்த பெண்ணின் வீட்டுக்குப் போகிறபோதுகூட, ஒரு கடைக்கு நாலு கடையாகப் பார்த்துக் கொட்டைப் பாக்கு அளவுக்கு அரை டஜன் ஆரஞ்சு வாங்கிக்கொண்டு போய்விடுவான். 'இந்தாம்மா, எனக்குப் பாரு, அவசரம். ரயிலுக்கோ நாழியாகிவிட்டது. துரை ஏழுமணிக்குத்தான் விட்டான். அவசரம் அவசரமாக ஓடிவந்தேன். ரயில் புறப்பட இரண்டு நிமிஷம்தான் இருந்தது. கடையிலே இதைத்தான் வாங்க முடிந்தது' என்று மன்னிப்புக் கேட்டுக்கொண்டு, அந்த அரை டஜன் 'கொட்டைப் பாக்கை'யும் பெண் கையில் வைத்துவிடுவான்.

"இப்படியே அவசரம் அவசரம் என்று வாழ்க்கை முழுவதும் எல்லாக் காரியத்தையும் கால் செலவில் ஒப்பேற்றிவிட்டான் பெண்ணுக்குக் கல்யாணத்தை மூன்று நாள் முந்தித்தான் நிச்சயம் பண்ணினான். பத்திரிகை அடிக்க நேரமில்லை. உறவினர்களை நினைத்துப் பார்த்து அழைப்பு அனுப்ப முடியவில்லை. எல்லாம் அவசரம், நான் என்ன செய்ய? பிள்ளை வீட்டுக்காரர் அவகாசமே கொடுக்கவில்லை. அதனால் உங்களுக்குப் பத்திரிகை அனுப்ப முடியவில்லை" என்று கூறிவிட்டான்.

"போன வருஷம் இவன் பெண் பிரசவத்துக்கு வந்திருந்தாள். இரத்த மற்ற உடம்பு. 'அப்பா, ஏதாவது இரத்தவிருத்திக்கு, டானிக் சாப்பிட்டால் தான் தேறும் என்கிறார் டாக்டர் . . .' என்று குழந்தையை மடியில் போட்டுக்கொண்டு இழுத்தாள். இந்தக் கருமி காதிலேயே போட்டுக் கொள்ளவில்லை."

o

மேற்படி விவரங்களையெல்லாம் சிவனும் பார்வதியும் புன்னகையுடன் கேட்டுக்கொண்டிருந்தார்கள். "ஸ்வாமி, எனக்கு ஆத்திரம் வருகிறது.

நீங்கள் சும்மா மந்தஹாசம் செய்கிறீர்கள்? இவன் உங்களையே மாற்றி விட்டானே" என்றார் நந்தி.

"எங்களையேவா?"

"ஆமாம், இரண்டு மூன்று வருஷம் முன்னால் இவன் ஸ்தல யாத்திரை செய்தான். திட்டம் போடுவதில் புலி. வெளியூருக்குப் போனால் காப்பி, ஹோட்டல், தங்க இடம் என்றெல்லாம் காசை இளக்கிவிடமாட்டான். அந்தந்த ஊரில் இருக்கிற நண்பர்களுக்கெல்லாம் தன் நண்பர்களிடமிருந்து அறிமுகக் கடிதங்கள் வாங்கிப் போவான். 'உங்கள் பையனுக்கு அந்த வேலை செய்து கொடுக்கிறேன், இந்த வேலை செய்து கொடுக்கிறேன். முற்றத்துக்குக் கம்பிதானே போடணும். சப் கலெக்டரிடம் சொல்லிக் கண்ட்ரோல் விலைக்கு ஏற்பாடு செய்துவிடுகிறேன்' என்று எதையாவது சொல்லி 'ஷடக்'காகச் சாப்பிட்டுவிட்டு, வண்டிச் சத்தத்தையும் அவர்கள் தலையில் கட்டிவிட்டு ரயில் ஏறிவிடுவான்."

"இதில் நாங்கள் எப்படி, ஏமாந்துவிட்டோம்?"

"அதைத்தானே சொல்ல வருகிறேன் ஸ்தல யாத்திரை போகும்போது, மனுஷன் கோயில் செலவுகளுக்காக அர்ச்சனை, உண்டிகளுக்குக் காலணா அவிழ்க்கவில்லை. அந்தந்தக் கோயில் எக்ஸிக்யூடிவ் ஆபீசர்களுக்கு ஒவ்வொரு சிபார்சுக் கடிதமாக வாங்கிக்கொண்டு எல்லாக் காரியங்களையும் இனமாக முடித்துக்கொண்டுவிட்டான். சர்க்கரைப் பொங்கல், பிரசாதங்கள் வேறு!"

சிவனும் பார்வதியும் சிரித்தார்கள்.

"இவ்வளவு நாழியாக வாசலில் நிறுத்திவிட்டாயே அவனை. நான் அவனைப் பார்க்கவேண்டும். போ, உடனே அழைத்து வா!" என்று மகாதேவர் உத்தரவிட்டார்.

நந்தி வெளியே போனார். அண்ணக்குடி சம்பு உள்ளே வந்தார். சிவ சன்னதியில் விழுந்து சாஷ்டாங்கமாக நமஸ்காரம் செய்தார். எழுந்தவர் இடுப்பில் இருந்து எதையோ எடுத்து மகாதேவரிடம் பரம பக்தியுடன் நீட்டினார்.

"என்ன அது?"

இந்த மாதிரி ஏதாவது அசந்தர்ப்பமாக நடக்குமென்று தெரிந்து தான், தார்வாடத்துப் பசவண்ணா இருக்கிறாரே, வீரசைவர் – லிங்காயத், அவரிடமிருந்து ஒரு சிபார்சு லெட்டர் வாங்கி வந்தேன்."

"என்ன எழுதியிருக்கிறது? நீயே வாசியேன், கேட்போம்" என்று சிவன் சொல்ல, சம்பு வாசித்தார்.

"கடிதம் கொண்டுவரும் அண்ணக் குடி சம்புவையர் நல்ல உயர்ந்த சர்க்கார் பதவியிலிருந்தவர். நல்ல அறிவாளி. இவர் அறிவு எந்த லோகத்திலும் பயனுள்ளதாக இருக்கும். சிவ, சிவ, சிவ என்று தங்கள் நாமத்தைத் தேக வியோக காலத்தில் மூன்று தடவை ஜபித்த மகத்தான சாதனையால் தங்கள் திருவடி நிழலில் யாண்டும் இருக்கத் தகுதி பெற்றுவிட்டார். இப்படிக்கு, பக்தன் பசவண்ணா."

பரமபாகவதன்

"ஒய், உம்மை யமகாதகர் என்று சொன்னால் போதாது. சிவகாதகர் என்று சொன்னாலும் தகும்" என்று சிவன் ஆத்திரத்துடன் கத்தினார். நெற்றி 'பளிச்'சென்றது.

ஏதாவது ஆபத்து நேர்ந்துவிடுமோ என்று பயந்து, சரேலென்று அந்த நெற்றிக் கண்ணை வலது கையால் மறைத்தாள் பார்வதி.

"போ, வெளியே" என்று சிவ பிரான் சீறினார்.

அண்ணக்குடிக் களத்து மேட்டில் கிடந்த சம்பு கண்ணைத் திறந்தார்.

"அட, பாவிகளா? மூச்சுப் போயிடுத்து என்று வயிற்றில் கல்லைத் தூக்கிப் போட்டுவிட்டீர்களே? வைத்தீசுவரா, மாங்கல்யப் பிச்சை கொடுத்தாயே . . . உங்களைத் தானே. கண்ணை முழிச்சுப் பாருங்கள்?" என்று புலம்பினாள் அவர் மனைவி.

"ஒன்றுமில்லை. எதோ படபடவென்று வந்தது . . . விழுந்து விட்டேன் போலிருக்கிறது" என்று சம்பு மெதுவாக எழுந்து உட்கார்ந்து கண்களைக் கசக்கிக்கொண்டார்.

கல்கி தீபாவளி மலர், நவம்பர் 1953

கோயம்புத்தூர்ப் பவபூதி

என்ன வெயில்! என்ன வெயில்! இலை அசங்க வில்லை. உடம்பு ஓர் இடத்தில் நிலைகொள்ளாமல் பறந்தது. மூச்சு முட்டுகிற புழுக்கம். சிமிண்டுத் திண்ணையின் சிலுசிலுப்புக்கும் கீற்றுச் சார்ப்பின் குளுமைக்கும் வெறி கொண்டு வாசற்பக்கம் போனேன்.

அம்மா யாரோடோ பேசிக்கொண்டிருந்தாள் வலது காலைத் திண்ணையில் மடக்கி, இடது காலைத் தொங்க விட்ட வண்ணம் ஒரு கிழவர் பேசிக்கொண்டிருந்தார். முன்பின் பார்த்திராத முகம். ஆனால் அந்தக் களையும் தேஜஸும் புதியவை அல்ல. விவேகத்திலும் அநுபவத்திலும் ஒழுக்கத்திலும் பிறக்கும் அந்தக் களையைப் பல முகங்களில் பார்த்திருக்கிறேன். வயசு அறுபத்தைந்துக்குக் குறைவு இல்லை. வாட்டசாட்டமான தேகம். ஆனால் குரலும் தோளும் கிழம் தட்டிவிட்டன. நீள முகம். தலை முன் பக்கம் வழுக்கை. பின் தலையில் பொல்லென வெளுத்த மயிர், பெரிய கொட்டைப் பாக்கு அளவிற்குக் குடுமியாக முடிந்திருந்தது. அந்தக் குடுமிக்கும் நீள முகத்திற்குந்தான் என்ன பொருத்தம்! நெற்றியில் ஒரு சந்தனப் பொட்டு; குங்குமப் பொட்டு. காதில் சிவப்புக் கடுக்கன். கைக்கு இரண்டு மோதிரங்கள். ஆள்காட்டியில் ஒரு வெள்ளி மோதிரம். மோதிர விரலுக்கு ஒரு பவித்திரம்.

அம்மாவுக்கு வயசு அறுபத்தைந்து. ஆனால் சங்கோசத்திலும் கூச்சத்திலும் இருபது வயசுதான் சொல்லலாம். அவள் கூட மூக்குக்கண்ணாடி சரியாமல் தூக்கித்தூக்கி விட்டுக்கொண்டு அவர் பேசுவதைக் கேட்டுக் கொண்டிருந்தாள்.

"இந்தக் காலத்துக்கும் அநுசரணையாகத்தான் இருக்கும். வெறுமே பேசிண்டிருந்தா யார் சீந்தறா இந்தக் காலத்திலே? 'ஆடம்பராணி பூஜ்யந்தே'ன்னு இருக்கு லோகம். சினிமாவும் டிராமாவும் மூணு அணாக் கொடுத்தால்

மூணாம் ஜாமம் வரையில் பார்க்கலாம். சும்மா வறட்டு உபதேசம் யாருக்கு வேணும்னு இருக்கிறது, ஜனங்களோட போக்கு. அதுக்குத்தான் சங்கீதமும் வச்சிண்டிருக்கேன்" என்று சொல்லிக்கொண்டிருந்தார் கிழவர்.

இந்த மண்டை வெடிக்கிற வெயிலில் இவர் எப்படி நடந்து வந்தார் என்று புரியவில்லை. மனுஷனுக்கு இன்னும் வேர்வை கூட அடங்க வில்லை. இந்தச் சிரமத்தில் இவருக்குப் பேச முடிந்ததுதான் எனக்கு வியப்பாக இருந்தது.

"சங்கீதம்னா, பின்பாட்டு, மிருதங்கம் இதெல்லாம் உண்டோல்லியா?" என்று அம்மா கேட்டாள்.

"அதெல்லாம் வச்சுக்கலை. அவ்வளவு ஆடம்பரத்துக்கும் வசதி போராது. சிப்ளா உண்டு; ஜாலரா உண்டு. ஸம்ஸ்கிருதம், தமிழ், இந்துஸ்தானி, மகாராஷ்டிரம் இதிலெல்லாம் நிரூபணங்கள் பாடுவேன்."

"உட்கார்ந்துண்டு சொல்லுவேளோ? நின்னுண்டோ?"

"உட்கார்ந்துண்டும் சொல்லலாம். நின்னுண்டும் சொல்றதுண்டு. இப்ப வயசு எழுபத்தி நாலு ஆயிட்டுது. சேர்ந்தார்போல ரெண்டு மூணு மணி நிக்கறதுன்னா, சாத்தியமா இல்லை."

"அது சரி."

"நின்னுண்டு சொல்றதுனாலெ எவ்வளவு விஷேசமுண்டோ அதுக்குக் குறைச்சலாக இருக்கவிடாது உட்கார்ந்து சொல்றதினாலே, என்ன? நின்னுண்டு சொன்னால் பாகவதர், உட்கார்ந்து சொன்னால் புராணிகர். சரக்கு என்னமோ ஒண்ணுதான் ஆச்சா?"

"என்ன, சரித்திரம் எல்லாம் சொல்லுவேளோ?"

"எது வேணுமோ அது. சீதா கல்யாணம், ருக்மணி கல்யாணம், வத்ஸலா கல்யாணம், பாதுகா பட்டாபிஷேகம், லக்ஷ்மண சக்தி, வாலி வதம், விபீஷண சரணாகதி, நந்தனார், இயற்பகை நாயனார், வள்ளி கல்யாணம், குமார சம்பவம் எல்லாந்தான். காலம், தேசம், மனுஷ்யாளுடைய ஆஸ்தை எல்லாத்தையும் பொறுத்திருக்கு அது. எதாக இருந்தாலும் சரி; ரஸக் குறைவா இராது. ஏண்டாப்பா சொல்லச் சொன்னோம்னு இராது. கேட்கிறவா எல்லாரும் எழுந்துபோய், ஒத்தன் மட்டும் உட்கார்ந்திருந் தானாம். 'நீர் ஒருத்தராவது ரஸிகர் இருக்கிறீரே' அப்படென்னாராம் பாகவதர். 'இந்த லைட்டும் ஜமக்காளமும் என்னது. அதுதான் உட்கார்ந்துண்டிருக்கேன்'னு சொன்னானாம் அந்த ரஸிகன். அப்படி யெல்லாம் இருக்குமோன்னு பயப்பட வேண்டாம். ஆச்சா? ஒரு தரம் கேட்டுப்பிட்டா அப்பறம் நாளைக்குச் சொல்லுங்கோ, நாளன்னிக்குச் சொல்லுங்கோன்னு சொல்ல ஆரம்பிச்சுடுவா. அப்படித்தான் அநுபவம் எனக்கு. ஆனால் முதல் தடவை கேக்க வைக்கிறுங்கறதை நாமதானே செய்யவேண்டியிருக்கு? நானோ இந்தக் கிழக்கத்திச் சீமைக்கு புதுசு. பரிசயமானவா ஒத்தரும் கிடையாது. முன்னாடியே வந்து, சாஸ்திரிகள் கிளம்பிவிட்டார், வந்துண்டிருக்கார்னு அட்வர்டைஸ்மென்டெல்லாம் செய்யறதுக்கு நமக்கு ஆள் கிடையாது. ஆச்சா? அதனாலே நிலையை விட்டு நாம்தான் தேரைக் கிளப்பணும். இவா யாரு? உங்க பிள்ளையோ?"

"ஆமாம்."

"நமஸ்காரம்" என்று கையைக் கூப்பியும் கூப்பாமலும் மரியாதை செய்தேன். உத்தியோகம், சம்பளம் முதலிய கேள்விகளுக்குப் பதில் சொன்னேன்.

"எனக்குக் கோயம்புத்தூர்ப் பக்கம். ஸ்கூல்லெ பண்டிட்டா இருந்தேன். ஸம்ஸ்கிருதம், தமிழ் ரெண்டுக்கும். ரிடயராகிப் பதினெட்டு வருஷம் ஆயிட்டுது. ரிடயரானதிலேருந்து இப்படி காலக்ஷேபம் பண்ணிண்டு வரேன். பிராவிடண்ட் பண்டுன்னு இரண்டாயிர ரூபா கொடுத்தா. ரெண்டு பெண்கள் கல்யாணத்துக்கு அடிபட்டுப் போச்சு. இப்ப இப்படித்தான் பகவான் படியளந்திண்டிருக்கார். இன்னோரு பெண்ணுக்குக் கல்யாணம் ஆகணும். ஒரே பையன்; அவன் வாத்தியார் வேலைக்கு வாசிச்சிண்டிருக்கான். அவனுக்கு ஸ்டைபண்ட் கொடுக்கறா. அது எப்படிப் போரும்? அதையும் நான்தான் பாத்துக்க வேண்டியிருக்கு" என்று தம் பிரவரத்தைச் சொல்லி முடித்தார் கிழவர்.

"இந்த ஊர்லே ஏதாவது ஏற்பாடு ஆகியிருக்கோ?"

"ஆகணும். அதுக்குத்தான் பாத்துண்டிருக்கேன், நீங்கதான் சொல்லுங்களேன். யாரைப் பார்த்தால் தேவலை?"

"மேலத் தெருவிலே ஒரு பாங்க் மானேஜர் இருக்கார் நாகமணின்னு. இந்த மாதிரி விஷயங்களுக்கு அவரை விட்டா இங்கே நாதி கிடையாது."

"மேலத் தெருதானே? பந்தல் போட்டிருக்கிற வீடு; கிழக்குப் பார்த்த வீடு?"

"ஆமாம்."

"அவரைத்தான் காலமே போய்ப் பார்த்தேன். ராத்திரி வாங்கோ, ஸ்நேகிதனைக் கலந்துண்டு சொல்றேன்னு சொல்லியிருக்கார்."

"அப்படின்னா இன்னி ராத்திரி ஒண்ணுமில்லேன்னு ஆயிட்டுது?"

"அதுக்கென்ன? வந்தவுடனே நடந்துடுமா? யார் யாருக்கு எப்படி எப்படிச் சௌகரியமோ?"

"அவரை முன்னாடியே தெரியுமோ?"

"தெரியாவாது கிரியவாவது? இந்த ஊர்ப் பேரையே முந்தாநாள் தான் கேள்விப்பட்டேன். முந்தாநாள் ராத்திரி திருமாங்குடியிலே காலக்ஷேபம் நடந்தது. நான் தங்கியிருந்தேனே, அந்தக் கிருஹஸ்தர்தான் சொன்னார், இந்த ஊருக்கு போகச் சொல்லி. லெட்டர்கூடக் கொடுத்தார், ரிடயரான தாசில்தாராமே தாசரதின்னு, அவருக்கு இந்தத் தெருக்கோடி தான்."

"ஆமாம்."

"அங்கேதான் வந்து தங்கியிருக்கேன். படுக்கை, பெட்டி, சுருதிப் பெட்டி எல்லாம் அங்கேதான் இருக்கு. அவர்தான் பாங்க் மானேஜரைப் போய்ப் பார்க்கச் சொன்னார். இன்னொருத்தரையும் பார்க்கச்

சொன்னார். ஆத்தங்கரையோரமா ஒரு பெரிய சிவாலயம் இருக்கே; அதுக்கு டிரஸ்டியாம் ஒருத்தர், பரமேச்வர பந்துலுவாமே?"

"ஆமாம்."

"அவரையும் பார்க்கச் சொன்னார். போய்ப் பார்த்தேன். அவர் ஊரில் இல்லையாம். சாயங்காலம் வந்துவிடுவாராம். போய்ப் பார்க்கணும்."

"பாருங்கோ."

காப்பிக்கு குரல் வந்தது. கிழவரையும் உள்ளே அழைத்துக்கொண்டு போனேன், சாப்பிட்டார். அப்பாடா, 'ஈச்வரீ!' என்று களைப்புத் தீரப் பெருமூச்சு விட்டு, குனிந்து ஒரு முறை பார்த்துக்கொண்டார். "வெயில் தாங்கலையே!" என்று வானத்தை ஒருமுறை பார்த்தார்.

"இங்கே யாரோ தமிழ்ப் பண்டிதராமே, ராமையான்னு. அவர் சொன்னாக்கூட நடக்குமாமே?"

"அப்படென்னு ஒருத்தர் இருக்கார்ன்னு தெரியும் எனக்கு."

"அவர், ஸ்டேஷன்கிட்ட ஒரு பெரிய ரைஸ் மில் இருக்கே, அந்த முதலாளி கணபதி செட்டியாருக்கு ரொம்ப ஆப்தராம். அந்தச் செட்டியாரும் பர்மா ஷெல் ஏஜண்ட் வைதீச்வர ஐயரும் ரொம்ப அன்யோன்யமாம்."

"ஸ்வாமி, உங்களுக்கு ஐயலஷ்மி வாவான்னு காத்திண்டிருப்பான்னு தான் நினைக்கிறேன். காலமே வந்தேங்கரேள். இந்தச் சீமெக்கே புதிசுங்கரேள். மத்யானம் மணி மூணு ஆகல்லே. அதுக்குள்ளே, நாலு பெரிய மனுஷ்யாளைப் பார்த்து, இன்னும் யார் யார் பெரியவா, யாருக்கு யார் ஆப்தம், அன்யோன்யம் – இவ்வளவு தெரிஞ்சிண்டிக்கேளே. ஏ, அப்பா! நீங்க நினைச்சா எது நடக்காது?"

"அது சரின்னா சரி. நடந்ததுக்கு அப்புறம்னா என் சாமார்த்தியத்தை மெச்சிக்கணும் நீங்க."

கிழவர் சற்று இளைப்பாறிவிட்டு நாலு மணிக்குக் கிளம்பினார்.

கிழவர் நல்ல உயரம். முழங்காலுக்குக் கீழ் அந்த வளைவு இல்லா விட்டால் இன்னும் உயரமாகக் காட்டியிருக்கும். வெயிலின் கடுமை அப்படி ஒன்றும் தணிந்துவிடவில்லை.

"போய்ப் பார்த்துட்டு வரேன், அவர் பேரென்ன? பரமேச்வர பந்துலு தானே?"

"ஆமாம்."

"இத்தனை நாழி வந்திருப்பார். மூணரை மணி வண்டியிலே வரேன்னு சொன்னாராம்."

"அப்படீன்னா வந்திருப்பார்."

"அப்ப, வரட்டுமா?"

"சரி."

கிழவரைப் பார்த்துப் பரிதாப்பட்டாமல் என்ன செய்ய? ஊர் அப்படிப்பட்ட ஊர். அதிசயப் பிறவிகள். கடவுள் கிராமத்தையும், மனிதன் நகரத்தையும் பிசாசு இரண்டுங் கெட்டானான பஞ்சாயத்து டவுனையும் படைத்தார்களாம். அந்தப் பேய் படைத்த பஞ்சாயத்து டவுன் இது. தண்ணீரைப் பால் என்று விற்பார்கள். கடைத்தெருவில் கடுகு, கர்ப்பூரம் பட்ட பாடுபடும். காய்கறி கஸ்தூரி. நெல் வாங்க ஒரு மரக்கால்; விற்க ஒரு மரக்கால். பாடல் பெற்ற ஸ்தலம் என்று பெயர். ஆனால் கோயிலுக்கு எதிரே உள்ளவர்களே அதைத் திரும்பிப் பார்ப்பதில்லை. கோயிலின் கண்டாமணிக்கும் ரைஸ்மில்லின் சங்கிற்கும் வேறுபாடு அறியாத செவிகள். கோயில் பிரகாரத்துப் புதர்களில் தூண் தூணாகச் சுருண்டு கிடக்கும் சர்ப்பங்கள் தாம் அந்த மணி ஒலியின் அதிர்ச்சியை உணர்ந்து சலசலக்கும். மனிதர்கள் வராததனால் சர்ப்பங்கள் அங்கு குடிபுகுந்தனவோ! அல்லது மனிதர்களை வேண்டாமல்தான் சிவனார், மேலிருந்த அரவுகளைக் கழற்றிக் கோவில் காவலுக்கு விட்டுவிட்டாரோ? அந்தப் பரம்பொருளைத்தான் கேட்க வேண்டும். பகல் வேளையில் வாசலில் வந்தால் நிலக்காரர்கள் நாகரிகம் அற்ற பாஷையில் உழைக்கிறவர்களைத் திட்டிக் கத்தும் அவச் சொற்கள். சூரியன் மறைந்த கணமே உறக்கமும் ஊரில் வந்துவிடும். ஏழு மணிக்கே தெருவில் மனித அரவம் ஓய்ந்து, வீடுகள் அனைத்தும் படுக்கை அறை விளக்குகளின் இருட்டில் ஆழ்ந்துவிடும். நாய்கள்கூடக் குரைப்பதில்லை. மனிதன் நடந்தால்தானே, அதற்கும் சொரணை இருக்கும்?

போன கோடையில் நரஹரிராவ் பட்டபாடு எனக்கல்லவா தெரியும்? அவருடைய இரண்டரை வயசுக் குழந்தை இறந்துவிட்டது. மனைவி பிரசவித்து மூன்று நாள் ஆகாமல் அறையில் கிடந்தாள். குழந்தையின் உடலைப் போட்டுக்கொண்டு காத்துக்கிடந்தார் மனிதர். ஏன் என்று கேட்க ஆளில்லை. அவர் தகப்பனார் காலத்தில் அந்தக் குடும்பத்தை அண்டிப் பிழைத்துப் பெரிய மனிதரானவர்கள் எட்டிக்கூடப் பார்க்கவில்லை. கடைசியில் மானத்தைவிட்டு சிநேகிதர்களுக்குச் சொல்லி அனுப்பினார் மனுஷர். சிநேகிதர்கள் மனிதர்களாக இருந்தால்தானே வர? கடைசியில் ஊருக்குப் பிழைக்க வந்த எனக்குச் சொல்லி அனுப்பினார். நான் போய்க் குழந்தையை இடுகாட்டிற்கு எடுத்துச் செல்ல வேண்டியிருந்தது. "ஸார், நீங்கதான் சார் காப்பத்தணும்!" என்று நரஹரி என்னைக் கண்டமாத்திரத்தில் ஹோவென்று கதறிவிட்டார். தலைமுறை தலைமுறையாக இந்த ஊரிலிருந்து கொட்டை போட்ட வம்சத்தில் வந்தவருக்கு இந்த மரியாதை. கிழவர் எந்தத் தேரை நிலையிலிருந்து கிளப்பப் போகிறார் என்று புரியவில்லை.

பரமேச்வர பந்துலுவைப் பார்க்கப் போகிறாராம்! பரமேச்வர பந்துலுவை! ஒரு வருஷம் பந்துலுவின் அடுத்த வீட்டுக்காரனாக நான் குடியிருந்திருக்கிறேன். பந்துலுவுக்குப் பத்து வேலி சொச்சம் நிலம் உண்டு எல்லாம் வட்டிக்கு விட்டுச் சுயார்ஜனம் செய்த சொத்து. பிள்ளை குட்டி கிடையாது. துன்மார்க்கத்தில், சொத்துக்கு மேல் சீக்குகளையும் சம்பாதித்துக் கொண்டுவிட்டார். வர்ஜ்யா வர்ஜ்யம் இல்லாதவர். அழகு, கோரம், வயசு, உறவு – இந்தப் பேதங்கள் அவருக்கு ஸ்திரீ விஷயத்தில் கிடையாது. விடிந்தது முதல் இருட்டுகிறவரை திண்ணையில் உட்கார்ந்து

ஆட்களை நாயாகக் குரைத்துத் தள்ளிக்கொண்டிருப்பார். தெருவில் போகிற பெண்கள், வயசான ஸ்திரீகள் எல்லோரும் அந்த வசவுகளைக் கேட்டுக் குன்றிக் குன்றி, கடைசியில் பழகிப் போய்விட்டார்கள். ஒரு வார்த்தை யாரும் எதிர்த்துச் சொல்ல முடியாது. சொன்னவர் வீட்டில் இரவில் கல் வந்து விழும். வேலைக்காரப் பையன்கள் வாழைமட்டையாலும், புளியங்குச்சியாலும் வாங்குகிற அடியும் அலறும் ஓலமும் வீறலுந்தான் எனக்குக் காலையில் பள்ளியெழுச்சி பாடும். பிச்சைக்காரர்களுக்கு இந்த அடி சர்வ சாதாரணம். இந்தப் புண்ணியாத்மாவைத்தான் காணப் போகிறார் கிழவர். முன்னாலேயே தடுத்திருக்கலாம். ஆனால் இந்த மாதிரி புத்திமதிகள் உத்ஸாகபங்கம் செய்கிற மாதிரிதான் படும். சுய அநுபவத்தில்தான் யாருக்கும் தெரியக்கூடிய விஷயங்கள். மேலும் பந்துலு ஸ்வயம் பிரபு. நாம் சொன்னதற்கு மாறாக, கம்ஸனுக்குக் கருணை பிறந்தது போல, நல்ல புத்தி தோன்றிக் கிழவரைக் கடாட்சித்தால் நாம் முகத்தை எங்கே கொண்டு வைத்துக்கொள்வது? அதனால் எல்லாம் விதிப்படி நடக்கும் என்று சித்தர்களின் போக்கில் சும்மா இருந்துவிட்டேன்.

கிழவர் – கோயம்புத்தூர்க் கிழவர் – காவேரி டெல்டாவில், கலையும் கபடும், தர்மமும் தடித்தனமும் கைகோத்து வளர்ந்த பிரதேசத்தில் வந்து, தம் சாமர்த்தியத்தைக் காட்டப் போகிறாராம்! ஈச்வரா!

ஆறுமணிக்குத் திரும்பி வந்தார் கிழவர்.

"என்ன, பார்த்தேளா?"

"பார்த்தேன், வந்தேன்."

"என்ன சொன்னார்?"

"திண்ணையிலே உட்கார்ந்து யாரோ ஆளிடம் பேசிக்கொண்டிருந்தார். போய் நின்னேன். யாரதுன்னு அதட்டல் போட்டார். எல்லாத்தையும் சொன்னேன். கேட்டுண்டார். கடைசியில், 'மனுஷனுக்கு இருக்கிற பிடுங்கல் போராதுன்னு வந்தீரோ? கதை சொல்றாராம்! கதை! அதெல்லாம் ஒண்ணும் நடக்காது. போம். ஏன் உட்காந்துக்கிறீர்? ம்ம், போகலாம்!' அப்படீன்னு ரத்னச் சுருக்கமா அநுமதி கொடுத்துவிட்டார்" என்று சிரித்தார் கிழவர். எல்லாவற்றையும் கபளீகரம் செய்து ஜீரணிக்கிற சிரிப்பு அது. கல்லினுள் தேரைக்கும் பாலைவனத்து ஈச்சைக்கும் பால் வார்க்கிறவனை நம்பிப் பிழைக்கிற சிரிப்பும்.

"நான் முன்னாடியே சொல்லலாம்னு நெனச்சேன்" என்று ஆரம்பித்தேன்.

"நீங்க சொல்லி நான் கேக்கப்போறேனா? நானே நேரே போய்ப் பார்க்காதவரை எனக்குத் திருப்தி வராது. பாத்தாச்சு; தீந்துபோச்சு. 'காலோ ஹய்யம் நிரவதி: விபுலாச ப்ருத்வி'ன்னு பவபூதி சொன்னான். காலம் நீண்டு கிடக்கு. இவன் இல்லாட்டா வேறே யாராவது நம்மைக் கேக்கிறதுக்கு இல்லாமலா போயிடப்போறான்? நான் போன நேரம் அது!" என்று தாமே முடித்துவிட்டார் கிழவர்.

சிறிது நேரம் கழித்து நான் சொன்னேன், "இந்தக் கிராமங்களில் இப்போது ஒன்றும் கிடையாது. சங்கீதம், கலைகள், தர்மபுத்தி, பணத்தை

தவிர இந்த ஜன்மத்தில் வேறு சில விஷயங்களும் உண்டு என்கிற நினைப்பு எல்லாம் இப்போது பம்பாய், மதராஸ் என்று பட்டணங்களைப் பார்க்கக் குடிபோய்விட்டன. இந்தக் கிராமங்களில் வம்பு, துரகங்காரம், அசூயை, கபடம், அறியாமை இவைகளைத் தவிர ஒன்றும் இல்லை. தாங்களும் ஒன்றும் செய்யமாட்டார்கள்; பிறர் ஏதாவது செய்தால் நொட்டை சொல்லாமலும் இருக்க மாட்டார்கள். அவனுக்கு என்ன தெரியும், இவனுக்கு என்ன தெரியும் என்று வீட்டை விட்டு வெளியே வராமலே உலகத்தை அளந்துகொண்டிருப்பார்கள். முன்னேயும் போக விட மாட்டார்கள். பின்னேயும் போகவிட மாட்டார்கள். இந்தக் கிராமங்களைக் கரையேற்ற யாராவது அவதார புருஷன் வந்தால்தான் உண்டு."

"அப்படிச் சொல்லிப்பிடறதா? கிராமங்கள்ளேயும் பெரிய பெரிய மகான்களெல்லாம் இருந்திருக்கா."

"கிராமத்தை விட்டு வெளியே போன அப்புறந்தான் அவர்கள் பெரியவர்கள் ஆகியிருப்பார்கள். இங்கேயே இருந்துண்டு பெரியவர் களாக ஆகியிருக்கவே முடியாது. நாகரிகம் என்ற சொல்லே நகரத்தி லிருந்து வந்ததுதான். என்றைக்குமே கிராமங்களெல்லாம் இப்படி வீண் விறைப்பும் அறியாமையும் நிறைந்துதான் இருந்திருக்கும்ன்னு தெரிகிறது. இப்ப இன்னும் ரொம்ப மோசமாய் போயிட்டுது. கருணை, பிறருக்கு உதவி செய்கிறது இதெல்லாம் வற்றிவிட்டது. பட்டணத்திற்குக் குடிபோய் விட்டது. நீங்க என்னன்னா இங்கே வந்து காலக்ஷேபம், சங்கீதம் என்று சொல்றேன். கல்லிலே நார் உரிக்கிற சங்கதி இது."

"நீங்க சொல்றது சரி. இருந்தாலும் எனக்கு அப்படித் துப்புரவா நம்பிக்கை அத்துப் போயிடலை. நானும் இப்படிப் பாத்துண்டு வரத்து னாலே சொல்றேன். நல்ல விஷயங்களைக் கேக்கணும், பாக்கணுங்கிற ஆசை இங்கேயும் இருக்கு. ஆனால், இருக்கிறது அவர்களுக்கே தெரியலை. இருக்குன்னு ஒருத்தர் காமிச்சுப்பிட்டா அப்புறம் பிடிச்சுக்கும். அதுக்குத் தான் காலக்ஷேபம், கதை, ஸத்ஸங்கம் இப்படியெல்லாம் வச்சிருக்கா" என்று விடாப்பிடியாகப் பேசினார் கிழவர்.

"ஸார்" என்று நடையில் குரல் கேட்டது.

"யார்?"

ஒரு பையன் வந்து நோட்டீஸ் ஒன்றைக் கொடுத்துவிட்டுப் போனான். வாசித்தேன். என் கட்சிக்குப் பலம் இருந்ததால் சிரித்துக் கொண்டேன். "என்ன நோட்டீஸ் அது?"

"ஸத்யபாமா குறுக்கு எழுத்துப் போட்டியில் இந்த ஊர் ஹோட்டல் காரப் பையன் ஒருத்தனுக்கு முப்பதாயிரம் பரிசு விழுந்திருக்காம். அதுக்கு ஒரு பாராட்டுக் கூட்டமாம்."

"பேஷ்! நல்ல அதிர்ஷ்டசாலி!"

"ஒரு காலேஜ் பிரின்சிபால் வந்து அந்தச் 'செக்'கை அவனுக்குக் கொடுக்கப்போறாராம். நாளைக் காலமே இந்த உத்ஸவம். இதைத்தான் சொன்னேன். கம்பன், வால்மீகி, தியாகராஜ கீர்த்தனம் இந்த மாதிரி

கோயம்புத்தூர்ப் பவபூதி

பெரிய முதல்போட்டு சரக்கைத் தெருத் தெருவா, ஊர் ஊரா போய் விற்று முதல் செய்ய அலையறேளே! இங்கே பாருங்கோ, எதுக்குப் பாராட்டுக் கூட்டம் நடக்கிறதுன்னு."

நன்கு இருட்டிவிட்டது. கிழவர் சாப்பிடுவதற்காக, தாம் தங்கி யிருந்த தாசரதி வீட்டுக்குப் போனார். நானும் சாப்பிட்டுவிட்டுக் காற்றாடப் போய்விட்டுத் திரும்பியபோது என் மேஜைக்கு அடியில் ஒரு பெட்டி, படுக்கை, ஒரு பட்டு உறையில் மூடிய சுருதிப்பெட்டி மூன்றும் இருந்தன.

"இது ஏதும்மா?"

"அந்தக் கிழவர் தாண்டா வச்சார். தாசில்தார் வீட்டிலே ராத்திரி எல்லாரும் மதராஸ் போறாளாம். அதுக்காக இங்கே வக்கிறேன்னார். திண்ணையிலே படுத்துக்கலாமான்னு கேட்டார். சரீன்னேன். வச்சார்."

"எங்கே அவர்?"

"நாகமணியைப் பார்க்கப் போறேன்னு போயிருக்கார்."

"பாவம், தள்ளாத வயசு, தானாப்போய், எனக்கு அது தெரியும், இது தெரியும்னு சொல்லிப் பிழைக்க வேண்டியிருக்கு. நன்னாப் படிச்சவர். பேச்சும் ரசமாயிருக்கு. யாருக்கோ முப்பதாயிரம் ரூபா பிரைஸ் விழுந்திருக்காம். ஒரு துரும்பைத் தூக்கி அந்தண்டை போடாமல் ஆயிரக்கணக்கில் அடிச்சுட்டான். அதுக்குப் பாராட்டு என்ன? இந்த லோகத்திலே விவேகம், தராதரம் ஏதாவது இருக்கா, பாத்தியாம்மா? ஞானத்தைக் கரைச்சுக் குடிச்சுப்பிட்டு இதோ இதோன்னு சொல்லக் காத்திண்டிருக்கார் ஒருத்தர். கேக்க ஆளைக் காணோம்."

"இந்தக் காலத்துக்குப் புராணமும் காலக்ஷேபமும் போராதுன்னு தோணறது. சும்மா உட்கார்ந்திருக்கிறவனுக்கு இத்தனை பணம் வரதுன்னா, காரணம் இல்லாமல் வராது. அவன் ஏதோ நல்ல காரியம் எப்பவோ எங்கேயோ செய்திருக்கணும். கர்மாவது மண்ணாவதுன்னு சொல்ற ஜனங்களுக்கு இதைவிடத் தீர்மானமா யார் உபதேசம் பண்ண முடியும்?"

"அப்ப இந்தச் சூதாட்டமெல்லாம் வேணும்னு சொல்லு."

"நான் வேணும்னு சொல்லலே. ஜனங்களுக்கு அது ஒரு பத்தி சொல்லிக் கொடுக்கிறதோல்லீயோ? அதைத்தான் சொல்றேன்."

"அதெல்லாம் இல்லேம்மா. ஜனங்கள் எல்லாரும் நாலணாவைப் போட்டு நாலாயிரம் ஐயாயிரம் சம்பாதிக்க ஆசைப்படறதுன்னா அதுக்கு என்ன அர்த்தம்? ஏதோ ஒரு நிராசை தேசம் முழுக்கப் பரவியிருக்கு. நியாயமான வழியிலே சம்பாதிக்க வழியில்லே. கை உழைச்சுச் சம்பாதிக்கிறதுங்கிறது சாத்தியமான காரியமா இல்லை. உழைப்புக்குப் பலனில்லை. அதாவது இவா ஆசையெல்லாம் திருப்தி பண்ணுகிற அளவுக்கு உழைப்பினாலே சம்பாதிக்க முடியலை. அதுதான் இப்படிக் குறுக்கு வழியிலே இறங்கிவிட்டது ஜனங்கள். நாலாயிரம்

ரொக்கமா விழுந்தால் இத்தனை நாளாப் பட்ட சின்னக் கடன்களை அடைக்கலாம்; ரேடியோ, கடிகாரம், நகையெல்லாம் வாங்கலாம்."

"இந்த மாதிரி கண்டான் முண்டான் சாமானுக்கெல்லாம் ஆசைப் படாமெ இருந்தா, உழைச்சுக் கிடைச்சதை வச்சுக்குமோல்லியோ ஜனங்கள். நாலு காசைத் தொலைச்சாவது புத்தி வரட்டுமே ஜனங்களுக்கு? இதுவும் ஒரு சிக்ஷைதானே?" என்று அம்மா தன் பிடியை விடாமல் பேசிக்கொண்டிருந்தாள்.

கிழவர் வந்துவிட்டார். நாகமணியைப் பார்த்தாராம். நாளை இரவு பெருமாள் கோயிலில் ஒரு பக்த மகாசபை தொடங்கப் போவதாகவும் அதைத் திறந்து வைக்க ஒரு பார்லிமெண்ட் அங்கத்தினர் வரப்போவதாக வும் சொன்னாராம். கூட்டம் முடியப் பத்துமணி ஆகுமாம். அதற்குப் பிறகு கிழவரைக் கதை சொல்லச் சொன்னாராம்.

"நாகமணி மனசு வச்சால்தான் உண்டு; வச்சுட்டார்" என்றேன்.

"அது சரி; அதிலெ ஒரு கஷ்டம் இருக்கு. கூட்டம் முடியப் பத்துமணி ஆகும் என்கிறார். பார்லிமெண்ட் மெம்பர் வரப்போறவர். ஆடம்பரம் கொஞ்சம் கூடத்தான் இருக்கும். ஒன்பது பத்துன்னு பதினொரு மணி ஆயிடும். அப்புறம் நம்மை யார் சீண்டப் போறா? பெருமாள்தான் நம்ம காலக்ஷேபத்தைக் கேக்கணும். அதனாலே நாளைக்கும் இல்லேன்னு தான் அர்த்தம் அதுக்கு. நான் ஒண்ணு யோசிச்சிண்டிருக்கேன். நாளைக்கோ ஏகாதசி. ஏதாவது சொல்லித்தான் தீர்க்கப் போறேன். பக்கத்திலே செவ்வாய்ப்பாடின்னு ஒரு ஊர் இருக்காமே. அங்கே ஒருத்தருக்கு லெட்டர் வாங்கிண்டு வந்திருக்கேன். காலமே அங்கே புறப்பட்டுப் போய்ப் பார்க்கறேன். நாளானிக்கி இந்த ஊரை வச்சுக்கறது" என்றார் கிழவர். தீர்மானம் தொனித்தது குரலில். திண்ணையில் படுத்திருந்து விட்டு, விடியற்காலையிலேயே காபியைக்கூட எதிர்பார்க்காமல் கிளம்பிப் போய்விட்டார்.

கிழவர் சொன்னது சரியாய்த்தான் இருந்தது. அன்றிரவு பக்த மகாசபையைப் பார்லிமெண்ட் மெம்பர் வந்து வெகு அழகாகப் பேசி ஆரம்பித்து வைத்தார். அவர் பேசி முடிக்கும்போது கிட்டத்தட்டப் பன்னிரண்டுமணி ஆகிவிட்டது. அந்த மனுஷ்யரைத் தவிர வேறு யார் பேசியிருந்தாலும் அது தாலாட்டாகத்தான் இருந்திருக்கும். கிழவரின் முன் யோசனையை நினைத்து வியக்கத்தான் வேண்டும்.

"என்ன, உங்க பிள்ளை இருக்காரா?" என்று காலை எட்டு மணிக்குக் குரல் கேட்டது.

"இருக்கான். என்ன சேதி? ஏதாவது நடந்துதா?" என்று அம்மா கேட்டாள்.

நான் உள்ளேயிருந்து வந்தேன்.

"போனேன். நான் லெட்டர் வாங்கிக்கொண்டு போனேனே. அந்த ஆசாமி ஊரிலே இல்லை. அவருக்கு நூறுவேலிக் குடித்தனமாம். அவர் சம்சாரம், ஊஞ்சல் பலகையில் உட்கார்ந்திருந்தாள். யாருன்னு

உட்காந்தபடியே கேட்டாள். லெட்டரைக் கொடுத்தேன். வாசிச்சுப் பார்த்தாள். 'அவர் ஊரிலே இல்லை. நாலு நாள் ஆகும் வர. நீங்க காத்திருந்து பிரயோஜனமில்லை. வேணும்னா ஒருவேளை சாப்பிட்டு விட்டுப் போங்கோ' என்றாள். என்ன செய்யறது? சாப்பிட்டேன். ஒரு முடிவுக்கு வந்தேன். ஒவ்வொரு வீடாப் போனேன். இன்னிக்கி ஏகாதசி, கோயில்லே ஏதாவது சொல்லலாம்னு உத்தேசம்னு என் பிரதாபங்களையெல்லாம் சொன்னேன். நீங்க காலணா கொடுக்க வேண்டாம். வந்து வெறுமே கேட்டால் போரும்னு சொல்லிப்பிட்டு வந்தேன். ஈச்வரீன்னு அம்பாள் தலையிலே பாரத்தைப் போட்டுப்பிட்டு ராத்திரி ஏழு மணிக்கு சுருதிப்பெட்டியும் ஜால்ராவுமாக உட்கார்ந்துண்டேன். ஜணஜணஜணஜணன்னு தட்டினேன். ஊரிலே நாற்பது வீடாம். புருஷர்களில் நாலு பேரும் ஸ்த்ரீகள் அஞ்சு பேரும் வந்திருந்தா. இதுவே பிரளயம்னு நெனச்சிண்டு ருக்மாங்கத சரித்திரம் சொன்னேன். உங்களைப்போல ஒரு அசடு, சிறு பையன்தான், நடுவிலே எழுந்துண்டு போனான். ரெண்டு ரூபாயைக் கொண்டு வந்தான். மத்தவாளும் காலும் அரைக்காலுமா ஒண்ணேகால் ரூபாய் போட்டார்கள். மூணேகால் ரூபாயை இடுப்பிலே சொருகிண்டு வந்துட்டேன். அதுதான் சமாசாரம். ஆச்சா ? ரெண்டுமணி நேரம் சொன்னேன். எனக்குப் பணத்தைப்பத்திக் கவலையில்லெ. நல்லநாள் வீணாப் போகாமல் நாலு நல்லவார்த்தை சொல்லி, நல்ல போது போச்சே, அதுவே எனக்குப் பரம லாபம்" என்று திருப்தியாகப் பேசினார் கிழவர்.

மத்தியானம் நாகமணியைப் பார்த்துவிட்டு வந்தார். நாகமணி பம்பாய் போகிறாராம். கடைசி நம்பிக்கை, தர்மத்தின் ஒரே ஒரு தூண், தகர்ந்து விட்டது. கிழவர் சளைக்கவில்லை. வெயில் முழுவதையும் தலையில் வாங்கிக்கொண்டு யார் யாரையோ பார்த்துவிட்டு வந்தார். இருட்டுற நேரத்திற்கு வந்தார். "ஒரு ஒத்தாசை நீங்க செய்யணுமே" என்றார்.

"என்ன ?"

"ஒண்ணும் இல்லே. உங்க திண்ணையிலேயே காலக்ஷேபத்தை வச்சுக்கலாம்னு உத்தேசம். கோயில் மானேஜர் ஒரு நூறு பவர் பல்பு கொண்டுவந்து போட்டுடறேன்னு சொன்னார். உங்க வீட்டுப் ப்ளக்கிலே சொருகிக்கணும் அதை. கரன்டுக்கு ஆகிற சார்ஜை நான் கொடுத்துடறேன்."

எனக்கு என்ன சொல்வது என்று புரியவில்லை. தொண்டை தழுதழுத்தது.

"பரவாயில்லை, நானே கொடுத்துடறேன்" என்றேன்.

"ரொம்ப சந்தோஷம்."

தாமே ஒரு படத்தை எடுத்துத் திண்ணையில் வைத்தார் கிழவர். அம்மா ஒரு குத்து விளக்கை ஏற்றி வைத்து, அவசர அவசரமாக ஓடிப் போய், பழம், சூடம் எல்லாம் வாங்கி வந்தாள்.

முதலில் வந்த ஆளைப் பார்த்து என் கண்களையே நம்ப முடிய வில்லை. சத்தியபாமா குறுக்குப் போட்டியில் முப்பதாயிரம் பரிசு

வாங்கின ஹோட்டல் பையன் நாராயணன் வந்தான். அவனைச் சேர்ந்த சக தொழிலாளிகள் முப்பது பேர்.

"வரணும் வரணும்" என்று வரவேற்றார் கிழவர்.

"முன்னாடியே தெரியுமா என்ன?" என்று கேட்டேன்.

"சாயங்காலம் பெரியவர் வந்தார் வீட்டுக்கு. கதை நடக்கிறது, அவசியம் வரணும்னார்" என்று சிரித்தான் அவன்.

"மகாலக்ஷ்மி கடாக்ஷத்தை அடைஞ்சிருக்கார் பையன். நல்ல குணம். பரம சாந்தர். போய், சமாசாரத்தைச் சொன்னேன். கட்டாயம் வரேன்னு சொல்லிப்பிட்டார். யாருக்கும் வரும் மனசு?" என்று கிழவர் ஸ்தோத்திரம் செய்து தள்ளிவிட்டார்.

எள் போட்டால் எள் விழாத கூட்டம். அதாவது நாற்பது பேர் சேர்ந்தாற்போல இத்தனை ஜனங்களை ஒரே இடத்தில் இந்த ஊரில் நான் பார்த்ததில்லை. கிழவருக்கு உத்சாகம் தாங்கவில்லை. ஜாலரை உடைய உடையத் தட்டினார். நடுங்கும் குரலைச் சுருதியில் சேர்க்க முயற்சிகளெல்லாம் செய்தார். வயசுக்கும் அவருக்கும் ஏற்பட்ட அந்தப் போராட்டத்தில் மாறி மாறி இருவரும் ஜயித்தும் தோற்றும் வந்து கொண்டிருந்தார்கள்.

ஹோட்டல் நாராயணன் பிரமாதமாக ரஸித்துக்கொண்டிருந் தான்; மற்ற ஜனங்கள் அவனைப் பார்த்து வியந்துகொண்டிருந்தார்கள். கிழவரின் ஹாஸ்யம் படர் படர் என்று சிரிப்பாக வெடித்துக்கொண் டிருந்தது. என்ன அறிவு! என்ன அநுபவம்! நவரஸங்களில் ஒன்றைக் கூடக் கிழவர் விட்டுவைக்கவில்லை. ஹோட்டல் நாராயணனை மகிழ்விக்க அவர் போட்ட திட்டம் வெற்றியடைந்துவிட்டது.

ராமனைக் காடுவரையில் கொண்டுவிட்ட போது மணி பதினொன்று கிழவருக்கு இரைத்தது; சிரமப்பட்டார்.

"என்ன? ரொம்ப நாழியாயிடுத்து. இனிமே பாதுகா பட்டாபிஷேகம் சொல்றதுன்னா ரெண்டு மணி ஆகும். பரதன் வரணும், கைகேயியைக் கோவிச்சுக்கணும், வசிஷ்டரைக் கோவிச்சுக்கணும், சித்ரகூடத்துக்கு எல்லோரையும் அழைச்சிண்டு போகணும், ஜாபாலி நாஸ்திகம் பேசறார் எல்லாம் ரசமான விஷயம். சொல்றதுன்னா ரெண்டுமணி ஆகும். ரொம்ப அகாலமாயிடும் என்ன செய்யலாம்? சொச்சத்தை நாளைக்கு வச்சுக்கலாமா?"

எல்லோரும் தயங்கினார்கள். நானும் தயங்கினேன். மென்று விழுங்கினேன்.

"என்ன? சொல்லுங்கோ. நாழியாச்சு. நிறுத்திண்டு நாளைக்குச் சொல்லலாமா? இல்லை. அரை மணியிலே காமா சோமான்னு ஒப்பேத்திடறதா?" அரை நிமிஷம் மௌனம். சுருதிப்பெட்டி மட்டும் ரீங்கரித்துக்கொண்டிருந்தது.

"என்ன, நாராயணையர்வாள்? என்ன செய்யலாம்" என்றார் கிழவர்.

கோயம்புத்தூர்ப் பவூதி

நாராயணன் என்னைப் பார்த்தான். நான் அம்மாவைப் பார்த்தேன். அம்மா மூக்குக் கண்ணாடியைத் தூக்கித் தூக்கி விட்டுக்கொண்டு மனத்தில் உள்ளது என்னவென்று கண்டுபிடிக்க முடியாமல் என்னைப் பார்த்தாள்.

"சரி பெரியவா, நாளை ராத்திரி நம்மவீட்டுத் திண்ணையிலே பாக்கிக் கதையைச் சொல்லி முடிச்சிப்பிடணும்" என்று வேண்டிக் கொண்டு ஹோட்டல் நாராயணன் மறுபடியும் கூட்டத்தைப் பார்த்து, "நாளைக்கு நம்மவீட்டுத் திண்ணையில் பாதுகா பட்டாபிஷேகம். எல்லாரும் தவறாமல் வந்து என்னை ஆசீர்வாதம் செய்யணும். பெரியவர்களையும் கௌரவிக்க வேணும்" என்று உரக்க வேண்டிக்கொண்டான்.

"பேஷ், ஓய் நாராயணையர். நீரும் பரதன் மாதிரி மகாயசஸ்வியாக விளங்கப் போகிறீர். அடுத்த வருஷம் நான் வந்து பார்க்கிறபோது நீர் பிரம்மாண்டமா ஒரு ஹோட்டலுக்கு முதலாளியாக இருந்து வைரக் கடுக்கனும் தங்கச் சங்கிலியும் லக்ஷ்மி விலாசம் பொங்கப் பொங்க, தர்மவானாய், கீர்த்திமானாய் விளங்கணும்."

"எல்லாம் பெரியவா அருள்தான்" என்று ஒரு பத்துருபாய் நோட்டை அவருடைய காலடியில் வைத்துச் சாஷ்டாங்கமாக வணங்கினான் நாராயணன்.

"தீர்க்காயுசா இருக்கணும். உத்தமமான ப்ரகிருதி. பாத்தேளா ஸார், குணத்தை! என்ன மனசு! என்ன அடக்கம்" என்று என்னைப் பார்த்து மந்தஹாஸம் செய்தார் கிழவர். பவுதியைத்தான் அந்தப் புன்முறுவலில் பார்க்க முடிந்தது. அந்தப் பவூதி இவ்வளவு சாமர்த்தியசாலியா என்ன?

கலைமகள், ஏப்ரல் 1954

தர்மம்

சகோதரர் சங்கரைப் பார்க்க வந்தார் விகித மகரிஷி. சங்கர் அப்போது ஆசிரமத்தில் இல்லை. அண்ணா வளர்த்த தோட்டத்திற்குள் புகுந்து பொழுதைக் கழிக்கச் சென்றார் அவர்.

மாம்பழம் கண்ணையும் அறிவையும் மயக்கிற்று. அதன் அருணோதய நிறத்தைக் கண்டு விகிதரின் நாபல்யம் கிளர்ந்து தவித்தது. எடுத்துக் கடித்தார். தேனின் மணம், இல்லை, மல்லிகையின் மணம், இல்லை, பாரிஜாத மலரின் புனிதமான மணம் . . .

யோசித்துப் பார்த்ததில் அதுகூட இல்லை. மனம் நினைக்கும் மணம் அனைத்தும் அதில் வீசிற்று. அமிருதத்தின் ஒரு கலையே அதில் கசிந்தது. 'அண்ணா, என்னுடைய யோக சித்திகளை எல்லாம் இந்த ஒரு பழத்துக்கு விலை கொடுப்பேன்' என்று அண்ணா வந்ததும் சொன்னார் விகிதர்.

'வாஸ்தவம்தான். நான் மாத்திரம் பாடுபடவில்லை. ஆசிரமம் முழுவதும் இந்தப் பழத்தை சிருஷ்டிக்கப் பாடு பட்டிருக்கிறது. முதல் பழத்தை ரஸிகனான உனக்குத்தான் முதல் முதலில் கொடுக்க நினைத்திருந்தேன்.

'அப்படியா? நல்லதாகப் போயிற்று. நீங்கள் கொடுக்கு முன்னே நான் தின்றுவிட்டேன்.'

'அதில்தான் ஆபத்து வந்துவிட்டது.'

'ஆபத்தா?'

'நீ செய்தது திருட்டுக் குற்றம்,'

'திருட்டா?'

'கேட்காமல் எடுப்பது திருட்டுத்தான்.'

'என்னை மன்னிக்கவேண்டும்.'

'மன்னிக்கிறேன். அது என்னுடைய கடமை. ஆனால் உன் கடமையும் திருடாமல் இருப்பதுதான். என் அனுமதியில்லாமல் எடுத்தது திருட்டு. அதற்கு நீ தண்டனை அடைந்துதானாக வேண்டும்.'

'தண்டனையா?'

'ஆமாம்'

'அண்ணா, தாங்கள் தர்ம ஸ்வரூபம். தாங்கள் இடும் எந்தத் தண்டனையும் ஏற்கக் காத்திருக்கிறேன்.'

'தண்டிக்கும் அதிகாரம் எனக்கேது? அரசனுடைய உரிமை அது. நீ ஸெளத்யும்ன அரசனிடம் தான் தண்டனை பெறமுடியும். ஸெளத்யும்னன் அறத்தின் கத்தி முனையில் நடப்பவன்'.

o o o

ஸெளத்யும்னன் விகிதருக்கு அர்க்யம், பாத்ய உபசாரங்கள் எல்லாம் செய்ய வந்தான்.

'ஸெளத்யும்ன, பூஜை, மரியாதை முதலியவற்றை ஏற்கும் ரிஷியாக நான் வரவில்லை. திருட்டுக் குற்றத்திற்காகத் தண்டனை பெற வந்திருக்கிறேன். நான் திருடன்' என்றார் மகரிஷி.

ஸெளத்யும்னன் சிரித்தான்.

'வேடிக்கையில்லை. உண்மைதான். இன்று காலையில் என் சகோதரர் சங்கரின் உத்யானத்திலிருந்து மாம்பழம் ஒன்றைத் திருடித் தின்றுவிட்டேன்.'

'தின்றால் என்ன? தாங்கள் தின்பதென்றால், அந்தப்

பழமும் அண்ணாவும் கொடுத்து வைத்திருக்க வேண்டுமே!'

'அவர் தான் என்னை இங்கே அனுப்பினார். அவர் என்னை மன்னித்து விட்டார். ஆனால், இல்லாத சமயத்திலும், கேட்காமலும் எடுத்து திருடுதான். அதைத் தண்டித்துத்தானாகவேண்டும். அவருடைய உத்தரவு இது. தண்டனை கொடு.'

'இதுவா திருட்டு? இது போலித் திருட்டாக இருக்கிறதே.'

'திருட்டில் போலி, அசல் இதெல்லாம் உண்டா என்ன?'

'உண்டு ...... அப்படியே இது அசல் திருட்டாக இருந்தாலும் பாதகமில்லை. திருடர்கள் தண்டனையைத் தேடி வருவதில்லை. தாங்கள் தானாகவே வந்திருப்பதால் பரிஹாரம் செய்தாகிவிட்டது.'

'நீ சொல்லுவது பரிஹாரம். தண்டனையில்லை.'

'பரிஹாரம் வேறு, தண்டனை வேறா?'

'வேறு தான். செய்த காரியத்தை நினைத்து வருந்தும் சின்னம்தான் பரிஹாரம். குற்றத்தை அது போக்கில் விடாது. குற்றத்தைத் தண்டித்துத் தான் ஆக வேண்டும்.'

'ஸ்வாமி, அப்படியானால் தங்களுக்குத் தண்டனைதான் வேண்டுமா?'

'ஆமாம்'

'அதற்கு என்னிடம் வருவானேன்.'

'உனக்குத்தான் உரிமை உண்டு. நீ அரசன்.'

'எனக்குத்தான் உரிமை உண்டா?'

'ஆமாம்'

'அப்படியானால், நான் தண்டனை அளிக்கவில்லை. தண்டனை தருவதும் தராததும் அரசன் உரிமை.'

'ஸெளத்யும்ன, நீ என்னை மன்னிக்கிறாயா?'

'மன்னித்துவிட்டேன்.'

'மன்னிப்பு தண்டனையாகிவிடுமா?'

'என்னுடைய தீர்ப்பு மன்னிப்புத்தான்.'

'நான் தீர்ப்பைக் கோரி வரவில்லையே. தண்டனை தான் என் லட்சியம். தீர்ப்பு ஆகிவிட்டது.'

'தீர்ப்பு ஆகிவிட்டது என்று எப்படிச் சொல்லமுடியும்? தாங்கள் திருடினீர்கள் என்பதற்குச் சான்று என்ன?'

'என் சத்யவாக்குதான்.'

'ஒரு திருடனிடமிருந்து எப்படி உண்மையை எதிர்பார்க்க முடியும்?'

'நான் திருடன் என்பதை ஒப்புக்கொள்கிறாயல்லவா?'

'ஸ்வாமி நான் படும் வேதனை தெரியவில்லையா உங்களுக்கு?'

'நீ வேதனைப்படுவது தான் விரும்பத்தகாத செயல். என் மீதுள்ள அன்பும் கௌரவ புத்தியும் உன் அறிவை மறைக்கின்றன.'

'தண்டிக்காமல் விட்டுவிட எனக்கு உரிமையில்லையா?'

'உரிமை இருக்கலாம். ஆனால் கடமையில்லை. ராஜதர்மம் அல்ல இது. ராஜ தர்மத்தின் ஆணிவேர் நடுநிலை. அது நசிந்தால் தர்மம் ஆட்டங் கண்டு வாடிக் கருகிவிடும். உலகத்தைத் தவறான வழிகளில் இழுத்துச் சென்று துயரில் வீழ்த்திவிடும். நடுநிலையிலிருந்து பிறழ்வது தர்மத்திற்கு இழைக்கும் துரோகம். மேலும், மனிதர்களின் செயல்களை எடைபோடும் கடைசி நீதிபதி அல்ல நீ. உன் செயல்களைத் தர்மம் எடைபோட்டுக் கொண்டிருக்கிறது. நீ கடமை தவறினால் அது உன்னைத் தண்டிக்கும்.'

'தண்டிக்கட்டும். மகிழ்வுடன் ஏற்கிறேன்.'

'இது விதண்டாவாதம். உலகிற்கு அழிவுப் பாதையைக் காட்டிவிட்டு, நீ தண்டனை அடைந்தால் என்ன? அடையாவிட்டால் என்ன? உலகத்தைப் பலியிட்டு நீ மட்டும் தண்டனை அனுபவிக்க உனக்கு உரிமை ஏது? நீ

அரசன் – காவலாளி. தர்மம் சூறை போகாமல் காப்பதும், மக்களை நடத்துவதும் உன் கையில் ஒப்படைக்கப்பட்டிருக்கிறேன்,

'இந்த அரச பதவியை விட்டுவிடுகிறேனே. வேறு அரசன் வந்து உங்களை விசாரித்துத் தண்டிக்கட்டும்.'

'அப்போது மட்டும் வினை விட்டுவிடுமா? தர்மத்தைச் செய்ய மறுத்துத்தானே நீ அந்தப் பதவியை விட்டு ஓடுகிறாய். ராஜ தர்மம் அப்போதும் குலைந்துதான் ஆகிறது.'

'ஸ்வாமி, என் மெய் சிலிர்க்கிறது. என் உள்ளம் நடுங்குகிறது. மகிழ்வும் துயரமும் என்னை ஆட்டி அலைக்கழிக்கின்றன. நீதியின் நெருப்புத் தூண அணைய வரும் தங்களைக் கண்டு மயிர்கூச்செறிகிறது எனக்கு.'

ஸெளத்யும்னன் நடுங்கிக்கொண்டு நின்றான்.

அரசனின் கட்டளையை ஏந்திய வாள் விகிதரின் கையைத் துண்டித்துத் தரையில் வீழ்த்திற்று.

o o o

கதையை வாசித்துக்கொண்டிருந்த ஹரிஹரய்யரை தர்மம் பயமுறுத்திக் கொண்டிருந்தது.

கோயிலை மாதக் கணக்காக மாசுபடுத்திக்கொண்டிருந்தான் நாகரத்தின குருக்கள். தாம்புக்கயிற்றைத் தட்டில் வைத்துத் துணியைப் போட்டு மூடி, அன்னம் என்று சாமிக்கு நிவேதனம் செய்தான். சாமியையும், ஊரையும் ஏமாற்றினான். அதோடு நிற்கவில்லை. தர்மகர்த்தா தண்டபாணி முதலியாரின் மனைவி அன்று மாலை கோயிலுக்கு வந்தபோது கண்ணைக்கூசும் காட்சியைக் கண்டாள். ஆனால் அந்த அதிர்ச்சியிலிருந்து சமாளித்துக்கொள்வதற்குள் நிலைகுலைந்த பெண்ணுருவம் ஓடி விட்டது. நாகரத்தின குருக்களும் தலையைத் தொங்கப் போட்டு நடந்தான்.

மறுநாள் காலையில் எண்ணெய் தேய்த்துக் குளித்துவிட்டு காய்கறி நறுக்கிக்கொண்டிருந்தாள் தர்மகர்த்தா மனைவி. வீட்டில் ஒருவரும் இல்லை. தர்மகர்த்தா பக்கத்து ஊருக்குச் சென்றிருந்த சமயம்.

திடீரென்று நாகரத்தின குருக்கள் ஒரு சாயபுவுடன் நுழைந்தான். அம்மாளின் வாயைப் பொத்தித் துணியை அடைத்துக் கட்டினார்கள்.

சாயபு நடுங்கினான்.

'சாமி, வாண்டாம் ஐயா.'

'சீச்சீ... கோழை... கசாப்புக்கு ஆடு ஓட்டுகிற ஆளாடா நீ... பரதப் பயலே... இப்படிக் கொடுடா அரிவாளை.'

வழக்கு நடந்தது. சாயபு எல்லாவற்றையும் சொன்னான். செஷன்ஸுக்குப் போயிற்று. பட்டப்பகலில் நடந்த கொலை. நீதிபதி ஹரிஹரய்யர் விசாரிக்கிறார்.

'ஆகா, பரம பாபிசார் ... எப்படி சார் பட்டப்பகலில் கொல்ல மனசு வந்தது? அதுவும் சுமங்கலியை. வயிற்றைப் புரட்டுகிறதே!' என்று கொலை நடந்த மாலையிலேயே வந்து தர்மகாத்தாவை சாயங்கால பூஜைக்கு வந்த முதல் எதிரி நாகரத்னக் குருக்கள் துக்கம் விசாரித்தானாம்! எப்படி அவர் முகத்தைப் பார்த்தான்! எப்படிப் பேச வாய் வந்தது. ஒரு மனித வாயா இப்படிப் பேசிற்று?

என்ன குரூரம்! ஆரமரச் செய்த கொலையல்லவா?

ஹரிஹரய்யர் தவித்தார். கால தர்மம் பயமுறுத்திற்று தூங்காமல் கலங்கினார்.

சாட்சியில்லை. குற்றத்தை ரூஜுப்படுத்த சாட்சியம் போதவில்லை.

நாகரத்தினக் குருக்கள் விடுதலையாகி வெளியே வந்துவிட்டான். அரசனைவிட மேலான தர்மத்தின் கையில் அவனை ஒப்படைத்துவிட்டு, மாலையில் ஆயிரத்தெட்டு காயத்ரீ பண்ண வேண்டும் என்று முடிவு செய்துவிட்டு காரில் ஏறிக்கொண்டுடவுன் கிளப்புக்குக் கிளம்பினார் ஹரிஹரய்யர்.

சிவாஜி, 20ஆம் ஆண்டுமலர் 1954

கோபுர விளக்கு

திடீரென்று கண்ணைக் கட்டிவிட்டாற்போல் இருந்தது: அவ்வளவு இருட்டு. கிழக்குத் தெருவின் வெளிச்சத்தில் நடந்து வந்ததால் அந்தத் திடீர் இருட்டு குகை இருட்டாகக் காலைத் தட்டிற்று. சந்நிதித் தெரு முழுதும் நிலவொளி பரப்பும் கோவில் கோபுரத்தின் மெர்க்குரி விளக்கு அவிந்து கிடந்தது. நட்சத்திரங்களின் பின்னணியில் கோபுரம் கறுத்து உயர்ந்து நின்றது. கோயிலுக்குள் நீண்டு ஒளிரும் விளக்கு வரிசையில் லிங்கத்தைச் சுற்றிய ஒளிவட்டமும் காணவில்லை. கோவில் பூட்டித்தான் கிடக்க வேண்டும். ஏதாவது நாயை மிதித்துவிடப் போகிறோமே என்ற கவலையில் தட்டித் தடவி வீட்டு வாசலை அடைந்தேன்.

"பூஜை இல்லேன்னா கதவை அடைச்சுக்கட்டும். இந்த விளக்கைக் கூடவா அணைச்சுடணும்?" என்று எதிர்வீட்டுப் பந்தலிலிருந்து குரல் கேட்டது.

"பஞ்சாயத்தும் கேட்பாரில்லாத நாட்டாமயாய் போயிடுத்து – இருக்கிறது ஒரு விளக்கு தெருவுக்கு. அதுவும் ப்பூசாயிடுத்து, ஒரு வாரமாச்சு. நாதியைக் காணோம்"–என்று நாட்டு வைத்தியரின் குரல் கீழண்டை வீட்டு வாசலிலிருந்து புலம்பிற்று.

"கோயிலில் விளக்கு எரிஞ்சுண்டிருக்கும். இந்த பஞ்சாயத்து 'பல்பு எங்காத்துக்காரரும் கச்சேரிக்குப் போறார்'ன்னு மினுங்கிண்டிருக்கும், மத்தியானத்திலே சந்திரன் இருக்கிற மாதிரி. இன்னிக்கு சூரியனே அவிஞ்சுபோயிட்டான். மானேஜர் இதை அணைச்சிருக்க வாண்டாம். யாராவது வந்து சொல்லட்டும்னு இருக்கார் போலிருக்கு ..."

"அந்த 'யாராவது'க்கு அவரைத் தவிர யாராவது என்றுதான் அர்த்தம்! இந்த அற்ப விஷயத்திற்காக மானேஜரைப் போய்ப் பார்க்கும் அசௌரவத்தை அவர் தலையில்போட்டுக் கொள்ளமாட்டார். நாட்டு

வைத்தியர் அவரைவிட பெரிய மனிதர். நாட்டு வைத்தியம் அவருக்குப் பொழுதுபோக்கு. நான் இருக்கிறேன், சுனச்சேபன். எனக்கு இதைவிட என்னவேலை? பார்த்தால் போகிறது.

இரண்டாம் கால பூஜை, மேளமும் சங்கும் தாரையுமாக அமர்க்களப் படுகிற அந்த வேளையில் – இன்று இந்த நிசப்தம் நிலவுகிறது. யாருக்கு சீட்டு கிழிந்துவிட்டதோ?

கதவைத் தட்டினேன். கௌரி வந்து திறந்தாள்.

"ஏன் கோவில் பூட்டிக் கிடக்கு?"

"எல்லாம் விசேஷம்தான்" என்று கதவைத் தாழிட்டாள் அவள்.

"என்ன –?"

"தெற்குவீதியிலே யாரோ செத்துப் போயிட்டாளாம்."

"யாராம்?"

"எல்லாம் உங்க கதாநாயகி தான்."

"என் கதாநாயகியா? அப்படி ஒருத்தரும் இருக்க கூடியதாகத் தெரியலியே!"

"செத்துப்போன அப்புறம்தானே இந்த மாதிரி மனுஷா எல்லாம் – உங்களுக்குக் கதாநாயகி ஆகிற வழக்கமாச்சேன்னு சொன்னேன்..."

"எந்த மாதிரி மனுஷா?"

"தருமு மாதிரி"

"தருமு யாரு?"

"துர்க்கை அம்மன் கிட்ட வரம் கேட்பாள்னு சொன்னேனே, அந்த ஜில் தான்..."

"ஆ... அவளா!"

"என்ன மூர்ச்சை போட்டுட்டேள்?"

"மூர்ச்சை போடக் கூடிய செய்திதான் ... தர்முவா செத்துப் போய்விட்டாள்? முந்தா நாள் கூட கோவிலிலே பார்த்தேன். என்னைக் கண்டதும், நாணத்திலும் பயத்திலும் விறுவிறுவென்று நடையைக் கட்டிவிட்டாள்! இன்னும் கண் முன்னே இருக்கிறது.

"முந்தாநாள் ராத்திரிக்கூட கோவிலிலே பார்த்தேன்!"

"பார்த்தா என்ன? நாலு மணிக்கு பார்த்தவளை நாலேகால் மணிக்கு பார்க்க முடியவில்லை: மாரடைச்சு பொத்துனு விழுந்து பிராணன் போய் விடுகிறது?"

"என்ன உடம்பாம்?"

"என்ன உடம்பு இருக்கும் இதுகளுக்கு? பாம்புக்காரனுக்குப் பாம்புதான் எமன். புலியை வச்சு ஆட்றவனைப் புலி தான் விழுங்கும்."

கோபுர விளக்கு

"நான் சமைந்து போய் உட்கார்ந்தேன். தருமுவின் மெல்லிய உருவம் நிழலாடிக்கொண்டிருந்தது.

முந்தாநாள், இரண்டாங்கால பூஜை முடிந்ததும் கோவிலுக்குப் போயிருந்தபோது, அவள் நிகு நிகு என்று தீட்டித் தேய்த்த கத்தி மாதிரி நடந்துபோய்க்கொண்டிருந்தாள். கோயிலில் ஒரு பிராணி இல்லை. நுழையும்போதே வெளிப் பிராகாரம் வெறிச்சென்று கிடந்தது. நந்திக்கருகில் அர்த்த ஜாமத்துக்காகக் காத்துக்கொண்டிருந்த இரண்டு ஆச்சிகள், தூங்கி வழிந்துகொண்டிருந்தார்கள். இரண்டு பேருக்கும் முண்டனம் செய்து முக்காடிட்ட சிரசுகள், பழுத்துப் போன வெள்ளைப் புடவை. நெற்றியில் விபூதி, பல்லும் பனங்காயுமாக மூஞ்சிகள். தோலில் சுருக்கம். பட்டினியும் பசியுமாகக் காயக் கிலேசம் செய்கிறார்களோ என்னமோ, இரண்டுபேரும்! இல்லாவிட்டால் ஐம்பது வயசுக்குள், இத்தனை அசதியும் சோர்வும் வருவானேன்? மனிதப் பிறவி எடுத்து சுகத்தில் எள்ளளவு கூடக் காணாத ஜன்மங்கள் இரண்டும். மங்கைப் பருவத்திற்கு முன்னாலேயே குறைபட்டுப் போனவர்களாம். பரஸ்பர அனுதாபத்தினால் ஒரு சிநேகம். இரண்டு பேரும் சேர்ந்துதான் வருவார்கள்: போவார்கள் – விருப்பு வெறுப்பு இல்லாத மரக் கட்டைகள்: உணர்ச்சி மாய்ந்துபோன மரப்பின் உருவாக, சாவை எதிர்நோக்கிக்கொண்டிருந்த கிழங்கள்.

அவர்களைக் கடந்து போனதும், தர்மு உள்ளே சிவ சன்னதியில் நின்றுகொண்டிருப்பது தெரிந்தது.

"உன்னைவிட இந்த இரண்டும் எவ்வளவோ கொடுத்து வைத்தவை. முக்காடிட்டுக் கொள்கிற பாக்யமாவது இவர்களுக்கு இருக்கிறது. நீ வெறும் சுமங்கலிக் கட்டை" என்று தர்முவை நினைத்து என் நெஞ்சு குரல் கொடுத்தது.

நான் உள்ளே போனதும் சட்டென்று திரும்பி என்னைப் பார்த்து விட்டாள் அவள். உடனே வேதனையையும் வெட்கத்தையும் ஒரு புன்சிரிப்பில் புதைத்துக்கொண்டு 'விர்'ரென்று அந்த இடத்தை விட்டுப் பறந்துவிட்டாள். கட்டுக் கூந்தல் அவளுடைய பிடரியில் புரண்டு கொண்டிருந்தது. முன் தலை பக்கவாட்டில், ஒன்றோடும் சேராமல், பரங்கி கொடியின் பற்றுச் சுருளைபோல இரண்டு சுருள்கள் அவள் எடுத்து வைக்கும் ஒவ்வொரு அடிக்கும் ஆடி அதிர்ந்துகொண்டே வந்தன. அவளைக் கறுப்பு என்றுதான் சொல்லவேண்டும். ஆனால், அட்டைக் கரி அல்ல. மெல்லிய உயரமான தேகம். கையில் நாலைந்து ஜோடி இருக்கும், மஞ்சளும் நீலமும் கலந்த ரப்பர் வளையல்கள். கழுத்தில் முலாம் தோய்ந்த சங்கிலி. அதுவும் முலாம் தேய்ந்து பல்லை இளித்தது. ஒரு பூப்போட்ட வாயில் புடவை. பளபளவென்று தங்க நிறத்தில் கைக்கு வழவழுக்கும் செயற்கைப் பட்டு ரவிக்கை. நிகு நிகுவென்ற ஒரு புது மெருகு அந்த உடல் முழுதும் ஊடுருவி ஒளிர்ந்தது.

என்னைக் கண்டுவிட்டு அவள் வெட்கி ஓடியதற்குக் காரணம் இது. இரண்டும் மாதத்துக்கு முன். இரண்டாங்கால பூஜைக்குப் பிறகு கோவிலுக்குப் போனபோது நடந்தது. பிராகாரத்தை வலம் வருவதற்காகச்

சென்றேன். துர்க்கை அம்மனுக்கு முன்னால் நின்று இந்த தர்மு வேண்டிக்கொண்டிருந்தாள். அழும் குரலில். நான் வந்ததை கவனிக்காத அளவுக்கு அவ்வளவு சோகம் அவள் மனத்தையும் புலன்களையும் மறைத்திருக்கத்தான் வேண்டும்.

"ஈச்வரி! இரண்டு நாளாக வயிறு காயறது. இன்னிக்காவது கண்ணைத் திறந்து பார்க்கணும். தாராள மனசுள்ளவனா... ஒருத்தனைக் கொண்டு விட்டுத் தொலைச்சா என்னவாம்..?"

கேட்டுக்கொண்டே போனேன். இரண்டு விநாடி கழித்து சட்டென்று என்னைப் பார்த்தவள், மருண்டு நின்றாள். என்ன செய்ய? வேண்டுமென்று ஒற்றுக் கேட்கவில்லையே!

"ஈச்வரி, என் தங்கையைக் காப்பாற்றிப்பிடு, தாராள மனசுள்ளவனா ஒருத்தனைப் பார்த்து அவளுக்கு முடிச்சிடு, தாயே" என்று தயங்கித் தயங்கி வேண்டுகோள் முடிந்தது. உண்மையான முடிவாக இருந்தால் குரலில் இவ்வளவு அசடு தட்டுவானேன்? பயந்துகொண்டு அவசர அவசரமாக அவள்தான் ஓடுவானேன்?

அவள் போனதும், துர்க்கை அம்மனைப் பார்த்துக்கொண்டே நின்றேன். கல்லில் வடிந்த அந்தப் புன்முறுவலுக்கு என்ன பொருள்?

'மகிஷாசுரனை மர்த்தனம் செய்கிற எனக்கு இந்த உத்தியோகம் கூடவா? இந்தப் பிராத்தனையைக் கொடுத்துவிடலாமா? கடைசியில் தங்கை கிங்கை என்று சொன்னது உன்னை ஏமாற்றத்தான், என்னை ஏமாற்ற இல்லை... ஆனால், நீ கூட ஏமாறவில்லை!'

என் உள்ளம் கிளர்ந்து புகைந்தது. கோபம் வந்தது: யார்மேல் என்று தான் தெரியவில்லை. கொஞ்சம் தொண்டையைக்கூட அடைத்தது. வெளியிலே இந்த வேண்டுகோளை நினைத்து யாரும் எதுவும் பதை பதைப்பதாக காணவில்லை. துர்க்கைக்குமுன் மினுங்கின விளக்கு சாந்தமாக அசையாமல் மினுங்கிற்று. தட்சிணாமூர்த்தி மௌனமாக உட்கார்ந்திருந்திருந்தார். கோயில் மானேஜர் நிமிராமல் கணக்குப் போட்டுக் கொண்டிருந்தார். மானேஜர் தலைக்குமேல் தொங்கின கூண்டிற்குள்ளே கிளி கண்ணை மூடித் தவத்தில் இருந்தது.

வீட்டுக்கு வந்ததும், கௌரியிடம் சொன்னேன்.

"தெய்வம் நல்ல புத்தி கொடுக்கும், ஞானம் கொடுக்கும், விவேகம் கொடுக்கும். இப்ப இதுவும் கொடுக்கும்ன்னு தெரியறது –" என்று என் படபடப்பைக் கிண்டல் செய்தாள் கௌரி.

"ஏன், கொடுக்கப்படாதா?"

"கொடுக்கணும்னுதான் சொல்றேன். எந்தக் காரியத்துக்கும் தெய்வ பலம் வேணும். திருடனுக்குக் கூட ஒரு தெய்வம் உண்டு. அந்த மாதிரி, தேவடியாளுக்கும் ஒரு தெய்வம் வேண்டாமா! நல்ல ஆளா கொண்டுவந்து விடுன்னா விட்டானே வேணும் அது?"

"அந்தப் பொண்ணு அழுதுண்டே வேண்டிண்டுது. கொஞ்சம் மனசுக்குள்ளே வேண்டிக்கப்படாதா? தன்னை அறியாமல் கஷ்டம்

பொறுக்காமல் புலம்பியிருக்கு. என் காதிலே விழுந்து, உன் காதிலெயும் விழுந்து சிரிப்பா சிரிக்கணும்னு இருக்கு! வேறென்ன?"

"நீங்க வர்றதைப் பார்த்துட்டுதான் அப்படிக் கொஞ்சம் உரக்க வேண்டிண்டாளோ என்னமோ?

"அப்படி இருந்திருந்தா உன்னளவு சமாசாரம் எட்டிவிடுமா என்ன?"

"பேஷ், அவ்வளவு கெட்டிக்காரரா நீங்க? வாஸ்தவம்தான். உங்களுக்குத் தாராள மனசுதான். கையிலேதான் காசு இருக்கிறதில்லை. அதனாலேதான் அனுதாபம் இங்கே வந்து அருள் பிரவாகமாக ஓடறது!"

"போருமே! நீ பேசறது வேண்டியிருக்கலெ. இங்கிதம் தெரியாம என்ன பேச்சு இது?"

"யார் அந்தப் பொண்ணு?"

"யாரோ தெரியலே. கறுப்பா உசரமா சுருட்டை மயிரா இருக்கு. முகம் களையா இருக்கு –"

"கறுப்பா உசரமாவா?"

"ஆமாம்"

"பல்லு கோணலா இருக்குமோ?"

"அதென்னமோ பல்லைப் பார்க்கலை நான்."

"யாரு அது? வேடிக்கையா இருக்கே!"

"வாசலோடு கூட அடிக்கடி போகும்."

மறுநாளைக்கு அந்தப் பெண் வாசலோடு போனாள். கூட அவள் தாய் போய்க்கொண்டிருந்தாள். அவசர அவசரமாகக் கௌரியைக் கூப்பிட்டேன். அவள் வருவதற்குள் ஜன்னல் கோணத்தை விட்டு அவர்கள் போய்விட்டார்கள். வாசலுக்கு ஓடிப்போய்ப் பார்க்கச் சொன்னேன்.

கௌரி ஒரு நிமிடம் கழித்து வந்தாள்.

"இதுவா? இது கிரிசை கெட்டுதுன்னா! இதுக்குதானா இத்தனை புலம்பினேள்?"

"யாரது? உனக்குத் தெரியுமோ?"

"தெரியறது என்ன – குளம், சந்தி, கடைத்தெரு, எங்கே பார்த்தாலும் நிக்கறதே. காலமே கிடையாது. மத்தியானம் கிடையாது. ராத்திரி கிடையாது. எடுபட்ட குடும்பம்!"

"அதுதான் தெரியறதே. அவா யாருன்னு கேக்கறேன்."

"யாருன்னா? முருங்கைக்காயின்னா முருங்கைகாய்தான். எந்த ஊரு? எந்தக் கொல்லை – இதெல்லாமா கேக்கணும்?"

"இது முருங்கைக்காயா?"

"முருங்கைகாய்தான். வேணும்னா நீங்க போய் விசாரிச்சுத் தெரிஞ்சுக்குங்களேன். இந்த வம்பு தும்பெல்லாம் எழுதி உங்களுக்கு காசாப் பண்ணணும். அதுதான் சீனு மாமா இருக்காரே, அக்கப்போர் ஆபீசர். அவரைக் கேட்டாச் சொல்றார்."

நாலைந்து நாள் கழித்து சீனு ஐயரின் கடையில் உக்கார்ந்திருந்த போது, தாயும் பெண்ணும் ஒருவர் பின் ஒருவராய்ப் போவதைக் காட்டிக் கேட்டேன்: "இது யார் சார்?"

"தெற்கு வீதியிலே இருக்கா. ஒரு தினுசு!"

"அப்படீன்னா?"

"நான் நேரே பார்க்கலை சார். சொல்லிக்கிறா."

"என்ன சொல்லிக்கிறா?"

"ஒண்ணுன்னா பத்து சொல்லும் ஊரு. நானும் சரியா விசாரிக்காம சொல்லமாட்டேன்."

"நீங்க இன்னும் ஒண்ணுமே சொல்லலியே!"

"என்னத்தை சொல்றதாம். எல்லாம் அதுதான் வேறே என்ன?"

"எது?"

"மந்திரச் சாமா மந்திரச் சாமான்னு ஒருத்தன் இருந்தான். பஞ்சாங்கக்காரன், பொல்லாதவன், ஆனால், மகா உபகாரி. ரொம்ப நீக்குப் போக்குத் தெரிஞ்சவன். நன்னாப் பேசுவான். எட்டுக் கண்ணும் விட்டெறிஞ்சுது. மில்லுச் செட்டியாருக்கெல்லாம் அவன் சொன்னா வேதவாக்கு. அவன் பொண்ணுதான் இது.

"அவன் பொண்டாட்டிதான் இந்த 'விடோ'. அவன் ஜோசியம் சொன்னான்னா ரிஷிவாக்கு மாதிரிதான். இன்ன வருஷம், இன்ன மாசம், இன்ன தேதி – இத்தனையாவது மணிக்கு இன்னது நடக்கும்னு பிரம்மதண்டத்தை தலையிலே வச்சாப்போல சொல்லுவான். அப்படியே ஒரு விநாடி பிசகாமல் நடக்கும். இந்தக் காவேரி மேற்குமுகமாகப் போனாலும் போகும், அவன் சொல்றது பிசகாது. பாம்பு கடி, தேள் கடிக்கு மந்திரிப்பான். ஆகாசத்துக்கும் பூமிக்கும் குதிச்சுண்டு வருவான். 'தேள் கடிச்சுதா? என்னது உன்னையா தேள் கடிச்சது?' என்பான். சாமா சிரிச்சுண்டே 'சரியாப் போயிடுத்தே. எங்கே கொட்டித்துன்னே தெரியலியேன்னு' திரும்பி போயிடுவான் வந்தவன். சாமா பிசாசு கூட ஓட்டுவான். நடத்ததைதான் கொஞ்சம் போராது. பூர்வீகமா ஒண்ணரை வேலி சர்வமானிய சொத்து இருந்தது. எல்லாத்தையும் தொலைச்சான். நாற்பது வயசுக்கப்புறம் திடீர்னு பாரிச வாயு வந்து ஒரு பக்கம் பூரா சுவாதீனமில்லாமப் போயிட்டுது, ஏழு வருஷம் படுத்த படுக்கையாகக் கிடந்தான். சாப்பாட்டுக்கு வழி இல்லே. பாங்கியிலே நானூறு ஐநூறு போட்டிருந்தான். இதோ போறதே இந்தப் பொண்ணு கல்யாணத்துக்குச் செலவழிஞ்சு போச்சு. என்ன செய்றது? சாப்பிட்டாகணுமே! அவன் பொண்டாட்டி அவன் இருக்கிறபோதே இப்படி ஆரம்பிச்சுட்டா.

கோபுர விளக்கு 435

இந்தப் பெண்ணோடு ஆம்பையானுக்குக் கல்யாணமாகி நாலு மாசம் கழிச்சுத்தான் இதெல்லாம் தெரிஞ்சுது. அழைச்சுவச்சுண்டிருந்தான் மதுரையிலே. சமாசாரம் தெரிஞ்ச உடனே அடிச்சு விரட்டிப்புட்டான். தாயார் அப்படி இருந்தா பொண்ணு என்ன செய்யும்? அப்ப எல்லாம் இந்தப் பொண்ணு யோக்கியமாத்தான் இருந்தது. அது வாழா வெட்டியா வந்து சேர்ந்ததும் அம்மாக்காரி இப்படி பழக்கிப்பிட்டா. ஏழெட்டு குழந்தைகள்! வீட்டோட இந்த விடோவுக்கு ஒரு அம்மா கிழவி வேறெ இருக்கா. என்ன செய்யறது? கிளப்பிலே இந்த ரெண்டும் அரைக்கிறது. என்னத்தை கிடைக்கப் போறது? ஒருநாள் முழுக்க அரைச்சா எட்டணா கிடைக்கறதே கஷ்டம். பத்துப் பேர் இருக்கிற குடும்பம். ஒரு ரூபாயிலே தினமும் ஓடுமோ? இப்படித்தான் பிழைக்க வேணும். என்னவோ யார் கண்டா – நேரிலே பார்த்ததில்லை. சொல்லக் கேள்வி. நானும் நிச்சயமா தெரியாட்டா சொல்லமாட்டேன்" என்று மறுபடியும் அதே முத்தாய்ப்பு வைத்து முடித்தார் சீனு மாமா.

"என்ன கஷ்டம்!"

"கஷ்டம்தான். ஆனா நகையும் நட்டும் வீடும் நிலமும் வச்சுண்டு சில பேர் ஊர் சிரிக்கறதுக்கு இதுவொண்ணும் கெட்டுப் போயிடலே. பெரியாத்து சமாசாரம் தெரியுமோ இல்லியோ?" என்று தமக்குப் பிடிக்காத யாரைப்பற்றியோ தொடங்கி விட்டார் சீனு.

"அப்படி எல்லாம் திமிர் பிடிச்சுப் போக்கிரித்தனம் பண்றா. அதுக்குக் கேட்பாரில்லை. பணம் எல்லாத்துக்கும் பிராயச்சித்தம் பண்ணிப்பிடும். இந்தமாதிரி நாதன் இல்லாம, சொத்துக்கும் இல்லாம, எடுபட்டுட்தோ, அவ்வளவுதான். கட்டுப்பாடு காயிதா எல்லாம். அமர்களப்படறது. சாமா இருந்தபோது. ஜோஸ்யம் ஜோஸ்யம்னு – வாசல் திண்ணையிலே, திருச்சிராப்பள்ளி எங்கே, மதுரை எங்கே – கடலூர் எங்கேன்னு பெரிய பெரிய புள்ளிகள் எல்லாம் வந்து காத்துண்டிருக்கும். காரும் குதிரை வண்டியுமா வாசல்லே அதும்பாட்டுக்கு அவுத்துப் போட்டுக் கிடக்கும். வியாபாரிகள், மிராசுதார்கள்! – ஒண்ணும் அப்பைசப்பையா, இராது. அவன் அப்படி இருந்ததுக்குக் கடைசியிலே சொல்லிமாளாது – அவ்வளவு கஷ்டத்தையும் அனுபவிச்சுப்பிட்டான். போராதுன்னு இதுகள் வேறே இப்படி சிரிக்கிறதுகள். ஊரிலே ஒருத்தரும் போக்குவரத்து கிடையாது. அந்த வீடு மாத்திரம் இருக்கு. அதுவும் இடிஞ்சும் கிடிஞ்சும் யாருதலைலே விழலாம்னு காத்திண்டிருக்கு. சாமா இருக்கிறபோது அக்கிரகாரத்திலே இருக்கிறவர்களுக்கு தோசைக்கு இட்லிக்கு அரைச்சு கொடுப்பா. ஒரு கல்யாணம், ஒரு விசேஷம்னா இட்லி வார்க்கிறது, அப்பளம் இட்டுக் கொடுக்கிறது; இப்படி ஏதாவது காரியம் செஞ்சு கொடுப்பா. ஆனா ஒரு தினுசுங்கிற சேதி தெரிஞ்சுதோ இல்லியோ? எல்லாம் நின்னுபோச்சு ஒரு வீட்டிலேயும் குத்துச் செங்கல் ஏறிடலே. கடைத் தெருவிலே ஹோட்டல்லே வேலை செய்யறதுகள் ..."

அக்கப்போர் சீனுவிடம் இவ்வளவு தயவை நான் எதிர்பார்க்க வில்லை. அவர் மனத்தையே கரைக்கிறதானால் உண்மைதான் கரைக்க முடியும்.

அவர் சொன்னது உண்மைதான். கௌரி சொன்னதும் உண்மைதான். எதிர்பாராத இடங்களிலெல்லாம். அந்தப் பெண்ணைப் பார்த்துப் பார்த்து மனம் துணுக்குற்றது. இரவு ஒன்பது மணிக்கு நடமாட்டம் இல்லாத தெருவில் போய்க்கொண்டிருப்பாள். போலீஸ் கான்ஸ்டபிளோடு ஸ்டேஷன் வாசலில் பேசிக்கொண்டிருப்பாள். வெற்றிலைக்காரனோடு ஹாஸ்யத்தில் ஈடுபட்டிருப்பாள். இரவில் தேர் முட்டியின் கருநிழலில் நின்றுகொண்டிருப்பாள். கார் ஷெட்டின் முன்னால் நின்று சிரித்துப் பேசிக்கொண்டிருப்பாள்.

கௌரியிடம் சொன்னேன்.

"கௌரவம் என்ன? மதிப்பு என்ன இதிலே? பொம்மனாட்டி ஜன்மம். எத்தனை நாளைக்கு தேடிண்டு வருவா? முதல்லே அப்படித்தான் இருந்திருக்கும். இப்போ இவளே தேடிண்டு போற காலம் வந்திடுத்து. இல்லாட்டா இப்படி சந்தி சந்தியா நிப்பாளேன்? இனிமேல் ஒரே வேகமாத்தான் போகும். வியாதி, ஆஸ்பத்திரி, பிச்சை, சத்திரத்து சாப்பாடு – எதைத் தடுக்க முடியும்? துர்க்கை அம்மன் கிட்டவே வந்து பிழைப்புக்கு மன்றாடற காலம் வந்துவிட்டது.

கேக்கறதுதான் கேட்டாளே பணம் வேணும் – கஷ்டம் விடியணும்னு அழப்படாதா? நல்ல ஆளைப் பிடிச்சுத் தரணும்னு தானா கேக்கணும்."

"அவ வேலை செஞ்சு பிழைக்கிறவ. ஒரு வேலையும் செய்யாமல் திடீர்னு பணம் வந்து குதிக்கும்னு நம்பற இனம் இல்லை. ஏதாவது கொடுத்தாத்தான் இந்த உலகத்துக்கிட்ட இருந்து ஏதாவது கறந்து சாப்பாட்டுக்கு வழி பண்ணிக்க முடியும்னு நினைக்கிறவ. தெரிஞ்சுதா?"

"என்ன தெரிஞ்சுதா? இது ஒரு வேலையா?" கௌரியின் சாமர்த்தியத்தைக் கண்டு எனக்கு வியப்பாக இருந்தது. வீட்டில் இருந்து கொண்டே அவள் எப்படி செய்திக் களஞ்சியமாக அபிப்பிராயக் களஞ்சியமாக விளங்குகிறாள்?

"இனிமே ஒரே வேகமாகத்தான் போகும்..."

ஆனால், இவ்வளவு வேகமாகப் போய் எல்லாம் அடங்கிவிடும் என்று நான் நினைக்கவில்லை.

சாப்பிட்டானதும் கேட்டேன். "என்ன உடம்பாம் அதுக்கு?"

"அந்த வயிற்றெரிச்சலை ஏன் கேக்கிறேள்? மூணுமாசம் குளிக்காம இருந்ததாம்..."

பளிச்சென்று எனக்கு முந்தாநாள் இரவு அவளைக் கோவிலில் பார்த்தது நினைவிற்கு வந்தது. தோலிலும் உடலிலும் ஊடுருவிக் கண்ணைக் கவர்ந்த அந்த மெருகு நினைவுக்கு வந்தது. அரைச் சாப்பாட்டுக்கு, பருவம் கடந்து ஆறு வருஷத்திற்கு அப்புறம் வரக்கூடிய மெருகல்ல அது. தாய்மையின் ஒளி; வயிற்றில் வளர்ந்த சிசுவின் ஒளி; செவ்வட்டையின் ஒளி மாதிரி அது என்னை இப்போது பதற அடித்தது.

"அவ அம்மாக்காரி இருக்காளே – டாக்டர் கிட்டே போய் கேட்டாளாம். அம்பது ரூவா பணம் கேட்டானாம் அந்தத் தடியன். கடையிலே – வாசக்கதவு, கொல்லைக் கதவு எல்லாம் சாத்திப்பிட்டு – இவளே அந்த பொண்ணு வாயிலே – வைக்கல், துணி எல்லாத்தையும் வச்சு திணிச்சு வைத்தியம் பண்ணினாளாம், அப்படியே அலறவும் முடியாம, உசும்பவும் முடியாம எல்லாமே அடங்கி போச்சாம். அப்படென்னு நம்ம பூக்காரி சொல்றா. ஆனா குருக்கள் பொண்டாட்டி சொன்னாளாம்; அந்த அம்மாக்காரி கண்ணாடியைப் பொடி பண்ணி தண்ணியிலே கலந்து அந்த பெண்ணைக் குடிக்கச் சொன்னாளாம். அது குடிக்சுப்பிட்டு வயித்து வலியிலே – அய்யோ அய்யோன்னு ஊரே குலை நடுங்கக் கத்தித் தீத்துப்பிடுத்தாம். அப்புறம்தான் துணியை வாயிலே வச்சு அடச்சு அழுகையை அடக்கினாளாம். அது உயிரையே அடக்கிப் பிடுத்து."

கேட்கும்போது வயிற்றைப் புரட்டிற்று எனக்கு.

கௌரி குழந்தை மாதிரி விசித்து விசித்து அழ ஆரம்பித்துவிட்டாள். என்னையும் அது தளரச் செய்துவிட்டது.

"அந்தப் பொண்ணு ஊத்தின எண்ணெய்க்காவது மனம் இரங்கப்படாதா அந்த சாமி. இவ்வளவு பெரிய கோவிலைக் கட்டிண்டு உக்கார்ந்திருக்கே! துர்க்கைக்கு முன்னாடி நின்னுண்டு அழுததுன்னேலே. பொம்மனாட்டி கண்ணுலே ஜலம் விட்டா உருப்படுமா அந்தத் தெய்வம்? அவ யாராயிருந்தா என்ன? மனசு உருகிக் கண்ணாலே ஜலம் விட்டுதே அது" என்று கௌரி குமையத் துவங்கிவிட்டாள். கோவிலை ஒட்டினாற போல இருந்தது மானேஜர் வீடு, சென்று கதவைத் தட்டினேன்.

"யாரு?"

"நான் தான் சார்?"

கதவைத் திறந்து கொண்டு வந்தார் அவர். வாசல் விளக்கு பளிச்சென்று எரிந்தது.

"ஓ ... சாரா, வாங்க, வாங்க, எங்கே இப்படி அபூர்வமா?"

"கோவில்லே பூஜை இல்லைன்னு கேள்விப் பட்டேன்..."

"ஆமா சார் ஒரு சாவு – தெற்குத் தெருவுலே."

"அதுதான் கேள்விப்பட்டேன். அது விஷயமாத்தான் பார்த்துட்டுப் போகலாம்னு வந்தேன்."

"என்ன?"

"கோபுரத்து விளக்கு இல்லாமல் தெருவே இருண்டு கிடக்கு ஊரிலே திருட்டு பயமா இருக்கு. அதுதான் ..."

"ஒரு நாள் இப்படித்தான் இருக்கட்டுமேன்னு நினைச்சேன்."

இது என்ன அர்த்தமில்லாத பதில்! திகைப்பாக இருந்தது எனக்கு. பேசாமல் உட்கார்ந்திருந்தேன். ஒன்று, இரண்டு நிமிடங்களாயின. இருவரும் பேசவில்லை.

"என்ன இப்படி பதில் சொன்னானேன்னு நினைக்கிறீங்களா? எனக்கு என்னமோ இந்த சாவுக்கு துக்கம் கொண்டாடணும் போல் இருக்கு. செத்துப்போனது யாருன்னு தெரியுமில்ல உங்களுக்கு?"

"தெரியும். ரொம்பக் கண்ராவி"

"நீங்க கூடப் பார்த்திருப்பீங்களே. கோவிலுக்கு வருமே அந்த பொண்ணுதான். சிரிச்சுப் போன குடும்பம்தான்; ஒப்புத்துக்குறேன், ஆனால், செத்துப் போனதுக்கு அப்புறம் தூக்கறதுக்கு ஒரு ஆள் கூட இல்லைன்னா இது என்ன, மனுஷன் குடி இருக்கிற தெருவா? காக்கா கூட ஒரு காக்கா செத்துப் போச்சுன்னா கூட்டம் கூட்டமா அலறித் தீத்துப்பிடும்கள். மத்தியானம் மூணு மணிக்குப் போன உசிரு. ஒரு பய எட்டிப் பாக்கலை. வீட்டிலே இருக்கிறது அத்தனையும் பொம்பளே. எல்லாம் சின்னஞ் சிறுசு. அப்படி என்ன இப்பக் குடி மூழ்கிப் போச்சு? அவங்க கெட்டுப் போயிட்டாங்க – நாதன் இல்லாம கெட்டுப்போன குடும்பம். பசிக்குப் பலியான குடும்பம். என்ன அக்கிரமம் சார்? இந்த மாதிரி மிருகங்களைப் பார்த்ததில்லைங்க நான். நானும் நாலு ஊரிலே இருந்திருக்கேன் –"

மானேஜரின் உதடு துடித்தது. கரகரவென்று கண்ணில் நீர் பெருகிற்று. பேசமுடியாமல் நின்றார். சற்றுக் கழித்துக் கண்ணைத் துடைத்துக்கொண்டு ஒரு பெருமூச்சில் துக்கத்தை இறக்கிக்கொண்டார்.

"இன்னிக்குக் கடவுள் வெளிச்சம் கேப்பானா? கேக்க மாட்டான். ஊருக்கு மட்டும் என்ன வெளிச்சம்? எத்தனை வெளிச்சம் போட்டால் என்ன, நம்ம இருட்டு கலையப் போறதில்லை. இப்படித்தான் தவிக்கட்டுமே, ஒரு நாளைக்கு..."

ஆத்திரம் அவர் முகத்தில் ஜொலித்தது. "கோயிலுக்குப் பூஜை செய்தாகணும். இன்னும் பொணத்தைத் தூக்கினபாடில்லை. யாரு தூக்குவாங்க? ஊரு கட்டுப்பாடாம்; ஊர் தலையிலே இடிவிழ!"

நான் பேசமுடியாமல் உட்கார்ந்திருந்தேன். ஆத்திரம் தணிந்ததும் அவர் சொன்னார். 'பத்து மணிவரையில் பார்க்கப் போறேன். அப்புறம் நாதியில்லேன்னா. நாயனக்காரர் ரெண்டு ஆளை கொண்டாறேன்னிருக்காரு. நாலு பேருமா தூக்கிக்கொண்டு போயிடலாம்னு இருக்கிறோம். வேறே என்ன செய்றது? கோயிலைத் திறந்தாகணும்."

"நான் வாணா வரேன்?"

"நீங்களா? என்னத்துக்காக? பேசாம நல்ல புள்ளையா இருங்க. இது ரொம்ப ஆபத்தான சமாச்சாரம். தனியாளோட போடற சண்டை யில்லே..."

"மோசமாப் போச்சு! பிழைக்க இடமா இல்லை வேறே?" என்று இழுத்தேன். எனக்குப் பயமாகத்தான் இருந்தது.

"இத பாருங்க. எனக்காக சொல்லவேணாம். நான் ஒண்ணும் உங்களைப் பற்றித் தப்பா நெனைச்சுக்கமாட்டேன். நிசம்மா தைரியம் இருந்துதுன்னா வாங்க. இல்லே... எனக்காக..."

கோபுர விளக்கு

"பரவாயில்லைங்க."

"என்னமோ உங்க இஷ்டம், ஆனா தெருவுக்கு மட்டும் விளக்கு கிடையாது. நாளை ராத்திரி வரையிலும் நிச்சயமாகக் கிடையாது. அந்த துர்க்கை அம்மனுக்கும் அந்தப் பொண்ணுக்கும் அவ்வளவு ராசி. விளக்கு கிடையாது இப்பவே சொல்லிப்பிட்டேன் –"

"சரி"

விளக்கை அணைத்து, வாசல் கதவைச் சாத்திக்கொள்ளச் சொல்லி விட்டுத் துண்டைப் போட்டுக்கொண்டு கிளம்பினார் அவர். இருட்டில் தட்டித் தட்டி கிழக்கு வீதி வெளிச்சத்திற்கு வந்தோம்.

கலைமகள், ஜூன் 1954

யதுநாத்தின் குருபக்தி

பிரிட்டிஷார் இந்த நாட்டை ஆண்டபோது ஸாங்காச்ய சமஸ்தானத்தில் மன்னராக இருந்தவர், யதுநாத்பகதூர், எம்.ஏ.டி.பில். அவர் அபூர்வமான ஒரு ராஜா. குடிப்பழக்கம், பல மனைவிகள், ஐரோப்பிய டைப்பிஸ்ட் காதலிகள், குதிரைப் பந்தயம், வேட்டையாடல் ஒன்றும் அவருக்குத் தெரியாது. ஆதலால் அந்தப்புரமும் வனாந்தரமும் அங்கே வளரவில்லை. உஷ்ண மண்டலத்து வேங்கைகளையும் மங்கைகளையும் ரசிக்க வந்த ரெஸிடெண்ட் மக்னிகால், "இத்தனையும் செய்யாமல் ஒரு மகாராஜா என்னதான் செய்கிறார்? இந்தப் பக்கிரியை கட்டிக்கொண்டு அழவா நான் இத்தனை ஆயிரம் மைல் கடந்து வந்தேன்" என்று மாற்றல் வாங்கிக்கொண்டு அவருக்குச் சூழ்நிலை தரக்கூடிய டொக்கா சமஸ்தானத்து மன்னரின் நண்பராகவும் ரெஸிடெண்டாகவும் போய்விட்டார். டொக்கா மன்னரின் அந்தப்புரத்திற்குப் 'பொடானிகல் கார்டன்' என்று இந்திய மன்னர்கள் கேலிப் பெயர் இட்டிருந்தார்கள்.

ஸாங்காச்யத்தின் மன்னர் பட்டத்துக்கு வருமுன் இங்கிலாந்துக்குப் போய், தத்துவ ஞானம் படித்து, எம்.ஏ. பட்டமும் டாக்டர் விருதும் பெற்றுத் திரும்பினார். திரும்பியதும் தகப்பனார் காலமாகிவிட்டதால் ஆட்சிப் பொறுப்பு அவர் தலையில் விழுந்தது. ஏதோ பாரம் தலையில் திடீரென விழுந்துவிட்டதுபோல்தான் இருந்தது அவருக்கு. ஏனெனில் யதுநாத் ஒரு வேதாந்தி. சிறுவயது முதலே ஆத்ம விசாரத்தில் ஈடுபட்டவர். உலக இன்பங்களில் ஒரு ராஜாவுக்கு ஏற்படக்கூடிய சராசரிப் பற்றுக்கூட அவருக்கு இல்லை. ஆட்சிப் பொறுப்பு ஆத்மவிசாரத்துக்குத் தடை யென்றே அவருக்குப்பட்டது. ஆயினும் ஜனகர்போன்ற ராஜரிஷிகளை நினைந்து சமாதானப்படுத்திக்கொண்டார். பாரதத்தின் ஆத்மீக வளர்ச்சியில் காட்டில் வாழும் முனிவர்களைவிட, மன்னர்கள் பெரும்பங்கு கொண்டவர்கள்

என்று ஒரு மகான் சொன்னதை நினைத்துப் புதுப் பொறுப்புகளுக்குத் தம்மைத் தயார் செய்துகொண்டார். தடைகள் பெருகப் பெருக, தம் வைராக்கியத்தையும் உறுதிப்படுத்த வேண்டும் என்ற வெறி அவரை ஆட்கொண்டது.

யதுநாத்தின் அழகு உலகுப் பிரசித்தம்; ஆறடி உயரம். ஸிடார் மாதிரி வெள்ளை நிறம். வழுவழுவென்று, ஆனால் வைரம் பாய்ந்த மேனி. இயற்கையிலேயே நல்ல பலம், தேகக் கட்டு, கூரிய கண்கள், சற்றுப் பூனைவிழி – எப்போதும் சிந்திப்பது போன்ற விழி – இவ்வளவும் அவருடைய கவர்ச்சிக்கு ஆதாரம், வாய்விட்டுச் சிரித்ததே இல்லை அவர். மறையாத புன்னகை. சிரித்தால், அந்தச் சிரிப்பு, உதடு திறவாமல், மூக்கின் வழியாக இரண்டு வேகமான ஹூம்காரங்களை மட்டும் செய்துவிட்டு ஓய்ந்துவிடும். மென்சிரிப்பாகத்தான் இருக்கும்.

இங்கிலாந்துக்குப் போகுமுன்பே அவருக்கு மணமாகிவிட்டது. அபிநவ கேகயத்தின் இளவரசிதான் அவர் மனைவி. லட்சணக் குறைவு இல்லை. ராஜ குடும்பத்துக் காம்பீர்யம் நிறைந்த பேச்சும் இயல்பும் அவளிடம் உண்டு. ஆனால் யதுநாத்திற்கு ஏற்ற ஜோடியென்று கல்யாண போட்டோவைப் பார்த்தவர்கள்கூட ஒப்புக்கொள்ள மாட்டார்கள். உடல் அழகில் ஆசாதேவி சாதாரணப் பெண்மணிதான். ஒல்லி, சராசரி அழகு. அவள் அப்படி இருந்ததற்கு, யதுநாத்தின் உள்ளத்தில் மட்டும் அந்த வைராக்கியம் இல்லாவிட்டால் இங்கிலாந்தின் நீலவிழிகளும், க்ரீம் கவுனுக்குள் அடைந்த அங்கப் பொலிவுகளும், குதி உயர்ந்த ஜோடுகளுக்குமேல் அகன்ற செழித்த ஆடுசதைகளும். அவரை நிலைகுலையச் செய்திருக்கும். யதுநாத் படிப்பிலேயே கண்ணும் கருத்துமாகச் சீமை வாழ்க்கையைக் கழித்தார். பிரதேசவாரியான மதுவகை களிலும் நடனங்களிலும் பணத்தைப் பல அயல்நாட்டுப் பெரும் பணக்கார இளைஞர்களும் அரசுவாரிசுகளும் சூறையாடிக்கொண்டிருந்தபோது, யதுநாத் ஸாக்ரடிஸ், கன்பியூஷியஸ் அரிஸ்டாட்டில், எமர்ஸன் முதலிய மகான்களின் நூல்களில் ஆழ்ந்திருந்தார். ஸ்நான அறையில் ஆள் உயரம் இருந்த நிலைக் கண்ணாடியின் முன் நின்று தமது சாட்டமான எழில்வடிவைக் கண்டு பெருமூச்செறிவார். கடைசியில் 'சீ, இந்த அழகிய, உறுதியான உடலை, மாமிசங்களின் மீது புரளவா கொடுத்தான் ஈசன்? பிரம்மத்தை, பிரபஞ்சத்தின் ஒரே உண்மையையைக் காண இதைச் சாதன மாக்கி, ராஜயோகம் புரிவதற்கல்லவா இது?' என்று மனத்தைக் கட்டிப் பிடித்து இழுப்பார்.

நல்ல யௌவனமான அந்த ஏழு வருடங்களை உடலை மாசு படுத்தாமல் கழித்துவிட்டு, இந்தியாவிற்குத் திரும்பும்போது தம்மை நினைத்துச் சற்று கர்வங்கூட ஏற்பட்டது அவருக்கு. பணமும் வயசும் அழகும் படைத்த எவரும் காணாத அமானுஷமான வெற்றி அது. வயசு அவருக்கு இருபத்தாறுதானே அப்போது.

பட்டத்திற்கு வந்ததும் வேதாந்தப் பாடசாலைகளைப் புதிது புதிதாக நாடெங்கும் நிறுவினார். உபநிஷத்துகளை அச்சிட்டு இலவசமாக வழங்கினார். வேதாந்த பண்டிதர்களுக்கு ஏராளமாகச் சன்மானங்கள்

அளித்தார். ஆசனங்கள் செய்தார். பிராணாயாமம் செய்தார். புருவங் களுக்கு இடையே பார்வையை நிறுத்தி, தியானத்தில் ஆழ்ந்தார்.

நல்ல குரு ஒருவரை அடைய அவர் பட்ட பாடு பெரிய கதை. நூற்றுக்கணக்கான பண்டிதர்களை அழைத்து விசாரங்கள் செய்தார். யாரிடமும் திருப்தி ஏற்படவில்லை. பலர் சொந்தச் சிந்தனையற்ற நெட்டுருப் புலவர்கள். சொந்தப் புத்தி உள்ளவர்களுக்குப் பழைய நூல்களின் தொடர்பு அதிகம் இல்லை. இரண்டும் சேர்ந்த ஒரு மகாத்மா கிடைப்பாரா என்றுதான் யதுநாத்திற்கு ஏக்கம்.

பதினான்கு வருடம் கழித்து அவருக்கு அந்த ஆசை நிறைவேறிற்று. அவர் எப்படியெல்லாம் ஒரு பண்டிதர் இருக்க வேண்டும் என்று நினைத்தாரோ, அப்படி இருந்தார் வேங்கடதாசர். ஆந்திரர். மூன்று வேதங்களும் தலைகீழ்ப் பாடம். வழக்கிலுள்ள எல்லா உபநிஷத்துகளும் மனப்பாடம். பாகவதம் முதலிய புராண இதிகாசங்களிலிருந்து நினைத்த போது அவருடைய ஞாபக சக்தி சுலோகங்களை அள்ளி எறியும். தெலுங்கில் அவர் பல காவியங்கள் இயற்றியிருந்தார். நினைத்த மாத்திரத்தில் கவிதை ஊற்றெடுக்கும் வரம் படைத்தவர். பல பெரியவர் களைப் போலன்றி, வாழ்க்கையின் ஒவ்வொரு நிமிஷமும், நூல்களின் ஒவ்வொரு வரியிலும் அவர் பெரியவராக இருந்தார். சங்கீதத்தில் ஆழ்ந்த அறிவு உண்டு. மிருதங்கமும் வீணையும் வாசிப்பார். இத்தனைக்கும் மேலாக அவர் ஒரு ராஜயோகி என்றும் தெரிந்தது. ஐம்பது வயது ஆகியும் அவருடைய பிராணாயாம மார்பு வைரம் தேங்கியிருந்தது. தோற்றம் மட்டும் என்ன? வாட்டசாட்டமான வடிவம். தங்கம் பொலியும் மேனி. முற்றாத முகம். கரிய, கூரிய மீசை. யதுநாத்தைவிட அழகர் என்று தயங்காமல் சொல்லலாம்.

யதுநாத் மலைத்துப் போய்விட்டார். ஒரு மனித ஆயுளில் முடியாத சாதனைகள் செய்துவிட்டவர் வேங்கடதாசர். எவ்வளவு அசாதாரண மான மேதை! கடலைப் போன்று பரந்துகிடக்கும் மகாபாரத்தையும் புராணங்களையும் வேத வேதாந்தங்களையும் இப்படி நினைவில் வைத்துக் கொள்வது என்றால்? என்ன கவிதை! என்ன இங்கிதமான நடை உடை! பேச்சில் எவ்வளவு அழகு! யோகத்தில் எவ்வளவு சாதனைகள்! எதைத் தான் நினைந்து வியப்பது? இந்தப் புருஷனாக இல்லாத வரையில் ஒரு புருஷ ஆயுளின் பாதிக்குள் இந்தச் சாதனைகள் எட்டியிருக்க முடியுமா என்ன?

யதுநாத் பச்சைக் குழந்தையைப் போல் ஆச்சரியப்பட்டுக் கொண்டிருந்தார். குருநாதரின் மனைவியை நினைத்தபோது அவருடைய வியப்பு எல்லை கடந்தது. வேங்கடதாசருக்கு எத்தனை பாக்கியங்கள்! அவருடைய மனைவி ரத்தினம்மா கூடவா இப்படி அழகா இருக்க வேண்டும்? ஆந்திர தேசத்து வாளிப்பு, உயரம், நீண்ட முகம், வாழையின் வழவழப்பு, சற்று மஞ்சள் கலந்த சிவப்பு – எல்லாம் பொருந்திய அந்த நடு வயசை எட்டிய அழகி வேங்கடதாசரின் பல கவிதைகளின் நாயகியாக விளங்கினாள். அவருடைய சிரிப்பொலி மந்திர சக்தி நிறைந்தது. கேட்கும்போது உடல் புல்லரிக்கும். நெஞ்சு பூரிக்கும். முதல் முதலில் அந்தத் தம்பதிகளை வரவேற்று உபசரிக்கையில் அவருடைய களங்கமற்ற

பல் வரிசையையும் சிரிப்பையும் பார்த்துக்கொண்டே நின்றார் யதுநாத். "குரு பத்தினியை வணங்குங்கள், மகாராஜ்" என்று குருவின் குரல் கேட்டதும் பதறிப்போய், தண்டாகாரமாக விழுந்தார் யதுநாத். வேங்கடதாசர் ரத்தினம்மாவைப் பார்த்துப் பூரித்துவிட்டார்.

"இப்பேர்ப்பட்ட மகா புருஷரை குருவாகக் கொள்வதற்கு நானும் சமஸ்தானமும் சாமான்யமாகப் புண்ணியம் செய்திருக்க முடியாது. என்னை அடிமையாக ஆட்கொண்டு பிரம்ம வித்தையின் சூட்சுமங் களையும் சாதனங்களையும் காட்டி, ஞானக் குருடனான என் கண்களைத் திறந்து விட வேண்டும்" என்று யதுநாத் கைகூப்பினார். அவர் நெஞ்சு தழுதழுத்தது. தாரை தாரையாகக் கண்ணீர் பெருகிற்று.

"ராஜரிஷிக்கு எதுவும் கிடைக்கும்" என்று ஆசி கூறினார் குரு.

வேங்கடதாசருக்கு ஒரு தனி மாளிகை கொடுக்கப்பட்டது. பழைய ராஜாவின் ஸ்விஸ் காதலி – வெளிப்படையாக ராஜ வம்சத்துக் குழந்தை களின் ஆசிரியை – வாழ்ந்த மாளிகை அது. திடீரென்று அவள் அம்மை போட்டு இறந்துவிட்டாள். புண்ணியாகம் செய்து புனிதமாக்கப்பட்டு வேங்கடதாசரின் வசம் வந்தது அது. ஒரு குட்டி அரண்மனைதான். ஏகப்பட்ட அறைகள், விரிப்புகள், கண்ணாடிகள் கடைசல் பிடித்த ஆசனங்கள், கட்டில்கள். எல்லாவற்றையும் வைத்துக்கொண்டு என்ன செய்வது? புலித்தோல்தான் வேங்கடதாசரின் ஆசனம்.

புலிதோல் போட்ட சாய்வு நாற்காலியில் அமர்ந்து அவர் பாடம் சொல்லும்போது அக்கினி தேவனே வந்து வீற்றிருப்பது போல் தான் தேஜஸ் வீசும்.

ஹாஸ்யம், கிண்டல் இரண்டும் அவருடைய உடன் பிறப்புகள். யதுநாத் வாய்விட்டுக் சிரிக்கத் தொடங்கிவிட்டார் என்றால் அதைவிட அந்த ஹாஸ்யத்திற்கு வேறு பாராட்டு என்ன வேண்டும்? அவர் பேச்சில் கட்டுண்டு யதுநாத் நெஞ்சு நெகிழ்ந்து அழுவார். மனிதனின் சிறுமை களைக் கண்டு குமுறுவார். வையத்தின் மர்மங்களையும் சித்தர்களின் சக்திகளையும் கேட்டுத் திகைப்பார். சுருக் சுருக்கென்ற கிண்டலைக் கேட்டுப் புன்முறுவல் பூப்பார். குறிப்பாக ரசத்துடன் அவர் சிருங்காரத்தைத் தொட்டுவிட்டு அப்பால் போகும்போது, தம் ஒரே மனைவியான ஆசாவை நினைத்து மன்னர் மறுகுவார். கபடமற்ற, யாரையும் குத்தாத ஹாஸ்யங்களைக் கேட்டு வாயை விட்டுக் கலகலவென்று சிரிப்பார். அவருடைய ராஸிக்யம் நிறைந்த உள்ளம் வேங்கடதாசரின் வன்மையில் சிக்கிப் பாவை போல ஆடிக்கொண்டிருந்தது.

வேங்கடதாசர் விடிய வெகு நேரம் முன்பு எழுந்து, குளிர்ந்த நீரில் நீராடி, ஆசனப் பிராணாயாமங்கள் செய்து, நிஷ்டையில் ஆழ்ந்து, பூஜையை முடித்து, ஒரு மணிநேரம் கணீரென்ற குரலில் பாடுவார். வடக்கத்திய சங்கீதத்தையும் ஆறு மாதத்தில் பயின்று ஆஸ்தான வித்துவானான கௌரி மேத்தாவைக்கூட விமரிசனம் செய்யத் தொடங்கிவிட்டார் அவர். மேத்தாவே பழைய சங்கீத நூல்களை அவரிடம் கற்க முற்பட்டுவிட்டார்.

பூஜைக்குப் பிறகு, நாள் முழுவதும் அரசனுக்கும் இன்னும் பல சீடர்களுக்கும் பாடம் சொல்வதிலேயே போய்விடும். மாலைப் பொழுதில் மீண்டும் நிஷ்டை. பிறகு ஆஸ்தானத்துச் சங்கீத நடன கச்சேரிகளுக்குப் போவார். கடைசியில் கலைஞர்களின் குண தோஷங் களை எடுத்துக் கூறி வாழ்த்தும் ஆசியும் கூறுபவர் அவர்தாம். சிற்சில வேளைகளில் மன்னரோடு சதுரங்கமாடுவார். அவருடைய புத்தியின் பாறைச் சுவர்களைத் தகர்க்க முடியாமல் தவித்துத் திணறிச் சிரித்துத் தோல்வியை ஏற்பார் மன்னர். தாம் சில ஆட்டங்களில் வெல்லும்போது மன்னர் மிகமிக லஜ்ஜைப்படுவார். 'அவராக விட்டுக் கொடுத்து தானே?' என்ற எண்ணந்தான் அதற்குக் காரணம். 'பெரிய மர்ம மனிதர் இவர். பெரும் சாம்ராஜ்யத்தின் அதிபதியாக இருக்கக் கூடியவர். நம்மை ஒரு பொருட்டாக நினைத்து, நம் அன்பில் கட்டுண்டு கிடக்கிறாரே' என்று யதுநாத் திகைப்பார்.

வேங்கடதாசர் வந்தது முதல் திவானுக்கு முக்கியத்துவம் குறைந்து விட்டது. ராவ்சாகிப் உப்பிலி ஐயங்காருக்கு உள்ளுறக் குமைச்சல் புகைந்தது. திறப்பு விழாக்களுக்கும், சங்கீத இலக்கிய சபைகளுக்கும் வேங்கடதாசரை அழைப்பது இப்போது ஒரு மோஸ்தராகிவிட்டது. தாசர் புதுப்பாணியில் ரத்தினம்மாவுடன் இந்த அழைப்புகளில் ஈடுபடுவார். ஆனால் போகிற இடங்களில் ஒரு பழத்தைத் தவிர, வேறு எதையும் இருவரும் தொட மாட்டார்கள். பட்டப்பட்டினியானாலும் வெளியே சாப்பிடமாட்டார்கள் அதுவும் பசிக் கோபம், முகச் சிணுக்கல் இல்லாமல், மலர்ச்சியுடன் மறுப்பவர்களைக் கண்டு உலகம் பணியாமல் என்ன செய்யும்? ஆகவே உப்பிலி தம் குமைச்சலை அவரும் சொக்கித்தான் ஆகவேண்டியிருந்தது. கடைசியில் விஷ்ணு சகஸ்ரநாமபாஷ்யத்தை அவரிடம் வந்து பாடம் கேட்டு ஐயம் தீர்த்துக்கொள்ளும் அளவுக்குப் பணிவும் பக்தியும் அவருக்கு வந்துவிட்டன.

மன்னருக்குப் பிறந்த நாள் வாழ்த்துக் கூற வந்த ராமேசுவர குப்தன் என்ற நகை வியாபாரி ஒரு புதிய உயர்ந்த மான் தோலைக் காணிக்கையாகக் கொடுத்துவிட்டுப் போனான். மறுநாள் இரவு, "ரொம்பவும் அபூர்வமான தோல் இது. இவ்வளவு பெரிய மானை யாரும் பார்த்திருக்க முடியாதல்லவா?" என்று கேட்டார் மன்னர், தோலின் வழுவழுப்பைத் தடவிக்கொண்டே. அவர் முன்பு அந்தரங்கக் காரியதரிசி துர்க்கா பிரசாத் நின்றுகொண்டிருந்தான். வேறு யாரும் அப்பொழுது இல்லை.

"ஆமாம், மகராஜ்! சீமையில் 'க்யூரி'யோவாக விலை போனால் நாலாயிரம் ஐயாயிரத்துக்குப் போகும்" என்றான் துர்க்கா.

"மான்தோல் ஒரு 'க்யூரியோ'. இதைப் பார்த்ததும் வெள்ளைக் காரன் நினைவுதான் வருகிறதாக்கும்!" என்று யதுநாத் பரிகாசப் புன்னகை செய்தார்.

"ரசிகர்களான மன்னர்களுக்குத்தான் அதன் மதிப்புத் தெரியும். அப்படி விலை கொடுத்து வாங்கவும் வேறு யாரிடம் இங்கே பணம் இருக்கிறது? அதனால்தான் சொன்னேன்!"

"வேறு யாருடைய ஞாபகமும் வரவில்லையா உனக்கு?"

"ஏன்?"

"ஏன்? இன்று உனக்குப் புத்தி மழுங்கியிருக்கிறது. கேட்டுக் கேட்டுப் பதில் வாங்கவேண்டியிருக்கிறது. மான் தோல் யாருடைய ஆசனம்?"

"துறவிகளின் ஆசனம்."

"அப்படியானால் நம்முடைய ஆசாரியரின் ஞாபகம் வரவில்லையா உனக்கு? அவருக்கு இதைக் காணிக்கையாகக் கொடுக்கப் போகிறேன்."

"அவர் துறவி அல்லவே. கிருகஸ்தரல்லவா? கிருகஸ்தர்களுக்குப் புலித் தோல்தான் சொல்லப்பட்டிருக்கிறது."

"அவர் கிருகஸ்தப் பிரம்மசாரி. சாஸ்திரத்தில் சொல்லப்பட்ட நாட்களைத் தவிர, வேறு எப்போதும் சிற்றன்பத்தில் ஈடுபட மாட்டார். மேலும் ராஜயோகி அவர்."

"மன்னிக்க வேண்டும். மகாராஜாவிடம் எட்டு வருடங்களாக நான் மனம் கோணாமல் பணிசெய்துவருகிறேன். அந்தரங்க சுத்தமான வார்த்தை இது. அந்தரங்கக் காரியதரிசி என்ற முறையில், நம்பக்கூடாத ஒரு செய்தியைச் சொல்ல வேண்டிய துர்ப்பாக்கியம் எனக்கு ஏற்பட்டுள்ளது. சொல்ல மனம் வரவில்லை"

"துர்க்கா, நான் டொக்கா ராஜா இல்லை. சொந்த புத்தி உண்டு எனக்கு. தைரியமாய்ச் சொல்லு"

"மகாராஜா அபயம் அளித்த தைரியத்தை நம்பிச் சொல்கிறேன். செய்தி பொய்யாக இருக்கவேண்டும் என்று என் பிரார்த்தனை."

"யார்! ஆசாரியரைப் பற்றியா?"

"ஆமாம். வேங்கடாசரைப்பற்றி. ஒரு தோட்டியாம். காளிந்தி என்று பெயராம். ஆசாரியரையும் அவளையும் சம்பந்தப்படுத்திப் பேசுகிறது அந்த அபவாதம்."

மகாராஜா படர் என்று சிரித்தார். ஐந்து நிமிடம் சிரித்தார், சிரித்தார், அப்படிச் சிரித்தார். அவர் உடல் குலுங்கிற்று. வயிற்றைப் பிடித்துக் கொண்டார்.

"துர்க்கா, இந்த மாதிரி ஹாஸ்யத்தை வேங்கடாசரிடங்கூட நான் கேட்டதில்லை. பிரமாதம், போ" என்றார். மறுபடியும் சிரிப்புப் பீறிட்டு வந்தது. அடக்கி அடக்கிப் பார்த்தும் அவரால் முடியவில்லை. நினைக்க நினைக்க அவருக்குச் சிரிப்புத் தெறித்து வந்தது. பத்து நிமிஷம் சிரித்தார். துர்க்கா இந்தப் பைத்தியச் சிரிப்பைக் கேட்டு முகத்தில் அடித்தாற்போல் நின்றுகொண்டிருந்தான். கடைசியில் அவனையும் அந்தச் சிரிப்புத் தொற்றிக்கொண்டது. அவனும் மகாராஜாவோடு சேர்ந்து விழுந்து விழுந்து சிரித்தான். மன்னர் ஓயாமல் சிரிப்பதைப் பார்த்ததும் அவனுக்கு மனிதனுடைய பலஹீனங்களும் பித்துக்குளித்தனமும் ஞாபகத்துக்கு வந்தன. ராஜா இப்படிச் சிரிக்கக் கூடியவர் என்று எட்டு வருடம் மெய்காவலன் போல் பழகிய அவனுக்குத் தெரியவே தெரியாது. திடீரென்று

446

இப்படி ஒரு குண விசித்திரம் மறைவிடத்திலிருந்து வெளிப்பட்டதை நினைத்து வியப்பாக இருந்தது அவனுக்கு.

இருபது நிமிடம் கழித்து, "உனக்கு ஏன் இப்படி என்னைச் சிரிக்க வைக்க வேண்டும் என்று தோன்றிற்று?" என்று யதுநாத் கேட்டார்.

மீண்டும் வந்த சிரிப்பை அடக்கிக்கொண்டு துர்க்கா சொன்னான். "மகராஜ், இதில் ஒன்றும் ஹாஸ்யம் இல்லேயே."

"பின் நீ மட்டும் ஏன் சிரிக்கிறாய்?"

"சிரிப்பு தொற்று வியாதி."

"வியாதிதான். நன்றாகச் சொன்னாய்."

"ஆனால் நான் சொன்னது சரியான செய்தி என்று தோன்றுகிறது. காளிந்தி என்ற அந்தத் தோட்டியின் தகப்பன்தான் என் வீட்டிற்கு வந்து இதைச் சொன்னான். காளிந்திக்குப் போன வருடந்தான் கல்யாணம் ஆயிற்றாம். மருமகன் இப்போது ஆசாரியரின் கோபத்துக்குப் பயந்து ஊரைவிட்டே ஓடிப் போய்விட்டானாம்."

"துர்க்கா, உனக்குக் குடி, கஞ்சா, இந்தப் பழக்கம் ஒன்றும் கிடையா தல்லவா?"

"கிடையாது."

"பிரமை உண்டோ?"

"கிடையாது."

கனவுகள் விசித்திரமாகக் காண்பாயோ?"

"என்னை நம்பாமல் இருப்பதில் மகாராஜாவுக்கு எவ்வளவு ஆனந்தம்?"

"நீ பதில் கொடுப்பதைப் பார்த்தால், செய்தியை உண்மையாகக் கேட்டதாகவே நம்புகிறாய் என்று தோன்றுகிறது.

"உங்களுக்கு நம்பிக்கை ஏற்படாது என்று நிச்சயமான சந்தேகம் உண்டு எனக்கு. அதற்காகத்தான் அந்தக் காளிந்தியின் தகப்பனைத் தங்களிடமே வந்து நேரில் சமாசாரத்தைச் சொல்லுமாறு சொன்னேன். அவன்கூட வெளியே காத்திருக்கிறான்."

"என்ன! வெளியே காத்திருக்கிறானா? இங்கேயா?"

"ஆமாம். என் ஆபீஸ் அறையில்."

"உன் ஆபீஸ் அறையிலேயா? பேஷ், பேஷ், என்ன சுருக்கு! என்ன துரிதம்! உப்பிலி ஐயங்கார் உறை போடக் காணமாட்டார் போலிருக்கிறதே."

"மகராஜ், இது தங்களுடைய ஆசாரியரைப் பற்றிய செய்தி. தங்களுடைய கௌரவமும் இதில் பிணைந்திருக்கிறது. ஆனால்தான் அவனைத் தங்களிடமே நேராக விஷயத்தைச் சொல்லுமாறு தருவித்தேன். இந்த மாதிரி விஷயங்களை விரைவில் தீர்த்துவிட வேண்டும். கூப்பிடட்டுமா?"

யதுநாத்தின் குருபக்தி

"ஆளை நெருக்குகிறாயே? ... ம்"

"விசுவநாத்!"

"இதோ வந்துவிட்டேன். அடிமை" என்று குரல் கேட்டது.

துர்க்கா தான்பாட்டுக்கு உத்தரவு போடுவதை மகாராஜா பார்த்துப் பிரமித்துக்கொண்டிருக்கையில், கன்னங்கரேலென்று அங்குமிங்கும் நரைத்த புஸ்தி மீசையுடன் ஓர் ஆள் வந்து தண்டனிட்டு எழுந்து நின்றான். வயது ஐம்பது இருக்கும். காட்டுத்தனமான உயரம், குறுகிய இடை காலும் கையும் ரோமங்களும் மனம் போனபடி வளர்ந்திருந்தன. உடம்பிலிருந்து நாள்பட்ட வெண்ணெய் வேகம் அடித்தது.

"இவன் தான் மகாராஜ்."

யதுநாத் அவனை ஏற இறங்கப் பார்த்தார். அந்தப் பார்வை பட்டு வெடவெடவென்று நடுங்கினான் அவன்.

"யார் நீ?"

"ஒரு தோட்டி, மகாராஜ்."

"எங்கே வந்தாய்?"

"எசமானைப் பார்த்தேன். ஆண்டவனை வந்து பார்க்கச் சொன்னார். ஏழை வந்து நிற்கிறேன்."

"சொல்லவேண்டியதைச் சொல்லு."

மருளும் விழியுடன் மௌனமாக நின்றான் அவன். பயம் நாக்கை மடக்கிப் போட்டுவிட்டது.

"சொல்லு; பயப்பட வேண்டாம்."

"என் மகள்தான் காளிந்தி. இருபத்திரண்டு வயசு ஆகுது. போன வருசம் கல்யாணம் கட்டிக் கொடுத்தேன். குருமகாராஜின் வீட்டிலே தோட்டி வேலை செய்து வந்தாள் அவள் ..."

அவன் உதடு நடுங்கிற்று. முகச் சதைகள் உணர்ச்சிப் பெருக்கால் இழுத்துக்கொண்டன.

"சொல்லு."

"சொல்ல பயமாயிருக்கிறது."

"ஒன்றும் பயம் இல்லை."

"குரு மகாராஜ் அவள் வீட்டிற்கு ராத்திரி பன்னிரண்டு மணிக்குமேல் வருகிறார். நானே பார்த்தேன். என் மருமகன் காளிந்தியோடு சண்டை போட்டான். ஓடிப்போய்விட்டான். எங்களைத் தள்ளி வைத்திருக்கிறார்கள் பந்துக்கள். குரு மகராஜ் விஷயமானதால் சலசலப்பில்லாமல் புகைந்து கொண்டிருக்கிறது. ஆனால் எனக்கு அத்தை மகன் ஒரு பயல் இருக்கிறான். அவனுக்கு மூத்த தாரம் செத்துவிட்டாள். காளிந்தியைக் கொடு கொடு என்று என்னைக் கேட்டுக்கொண்டேயிருந்தான். எனக்கும் காளிந்திக்கும்

விருப்பமில்லை. அவன்தான் இப்போது கறுவிக்கொண்டிருக்கிறான். காளிந்தியை விரட்ட வேண்டும் என்று சொல்லுகிறான். இல்லாவிட்டால் ஒரு வாரத்தில் என் தலையைக் கிள்ளிவிடுவானாம். எனக்குப் பயமாக இருக்கிறது. காளிந்தியை நான் எப்படி விரட்ட முடியும்? விரட்டுவதற்குத் தான் எனக்கு என்ன தகுதி இருக்கிறது? ஈசுவரனே அவதாரமான குருமகராஜே என் பெண்ணை ஆட்கொண்டிருக்கிறார். எனக்கு என்ன குறை? குருமகராஜ் என் பெண் வீட்டைத் தேடி வருவதைப் பற்றி எனக்கும் என் வீட்டுக்காரி கௌடி க்கும் எல்லையில்லாத ஆனந்தம்."

"ஷட் அப்!"

"ஏய் விசுவநாத்! உன் ஆனந்தம் அப்புறம் இருக்கட்டும், விஷயத்தைச் சொல்லு."

"மன்னிக்க வேண்டும். நான் அற்பன்தானே? தெரியாமல் சொல்லி விட்டேன். தாங்கள்தாம் என் உயிரைக் காப்பாற்ற வேண்டும். பரம ஏழை; ஒரு பாபங்கூடச் செய்கிறவன் இல்லை" என்று தண்டனிட்டு எழுந்து விசும்பி விசும்பி அழுதான் விசுவநாத்.

மன்னர் ஒன்றும் புரியாமல் அலமலங்கினார். விசுவநாத் கண்ணைத் துடைத்துக்கொண்டான்.

"சரி போ."

"மகாராஜ், நான் சொன்னதாக குருமகராஜிற்குத் தெரியக்கூடாது. எனக்கு உயிர்ப் பிச்சை அளிக்க வேண்டும்."

"சரி போ."

விசுவநாத் வெளியே போய்விட்டான்.

மன்னரின் மனம் செய்தியை நம்புவதற்குக் கூடப் பதமாக இல்லை. கட்டாந்தரையில் விழுந்த விதை மாதிரி அது மேல் மட்டத்தில் கிடந்தது. மூதரித்தால்தான் மனசு கேட்கும்.

மறுநாள் இரவு பன்னிரண்டு மணிக்கு யதுநாத்தும் துர்க்காவும் வெளிக் கிளம்பி நடந்தார்கள். ஒரு பழைய அரைக்கைச் சட்டை, முண்டாசு, அரையில் கச்சம் – இருவருக்கும் இதே உடைதான். ஊர் நிசப்தமாக இருந்து வழியில் ஒரு தெருவில் புல்புல்தாராவை ஒரு ரசிகன் புராண்டிக்கொண்டிருந்தான். ஒவ்வொரு வீட்டுவாசலிலும் கட்டில் களில் ஆண், பெண், குஞ்சு, குழவி எல்லாம் காற்றுக்காக உறங்கிக் கொண்டிருந்தன. ஊரின் வடக்கு அலங்கத்தில் தோட்டிச் சேரி உறக்கத்தில் ஆழ்ந்து கிடந்தது. பெண், ஆண் உட்பட முக்கால்வாசிக்கும்மேல் மதுபோதை. தெருவுக்கு இப்பாலேயே விசுவநாத் அவர்களுக்காகக் காத்திருந்தான். அவனை மௌனமாகத் தொடர்ந்தார்கள். சிறிது தூரம் சென்றதும், ஒரு குடிசையைச் சுட்டிக் காண்பித்தான் விசுவநாத். சற்று ஒதுங்கினாற்போல் இருந்தது குடிசை.

"அதோ அதுதான், மகாராஜ். குருமகாராஜ் ஒரு நாழிகைக்கு முன்னால்தான் வந்தார். அங்கேதான் இருக்க வேண்டும். இந்த கழியி னால் சிறிது பலமாக மேற்கூரையை நெம்பினால் பெயர்ந்து நகர்ந்துவிடும்.

யதுநாத்தின் குருபக்தி

விசுவநாத்தின் குரல் நடுங்கிற்று. பயநடுக்கம் இல்லை. அவனுக்கு மகிழ்ச்சி. மகாராஜாவோடு இந்த எதிர்பாராத ஒரு துணிச்சலில், சாகசத்தில் ஈடுபடுவதில் ஒரு கிளுகிளுப்பு. அவன் முகத்தில் தவழ்ந்த பெருமைப் புன்னகை இருட்டில் தெரியவா போகிறது?

"சரி, நீங்கள் அப்பால் போங்கள்." துர்க்காவும் விசுவநாத்தும் விலகிக் கொண்டார்கள்.

கம்பை எடுத்துக்கொண்டு, அடிமேல் அடிவைத்து நடந்தார் யதுநாத். அவர் கை நடுங்கிச் செத்தது, உடல் வேர்த்து ஊற்றிற்று. ஒரு தடவை உயர்ந்த கம்பு தானாகத் தாழ்ந்துவிட்டது. கை இற்றுவிட்டாற் போலிருந்தது. சிறிது நின்று யோசித்தார். 'நான் யதுநாத்: மகாராஜா. இது தோட்டிகாலனி வேங்கடதாசர் இங்கு இருக்கிறாராம். சை, என்ன பிதற்றல்! துர்க்காவுக்குப் பைத்தியமா? இல்லை, நான்தான் பைத்தியமா?'

பாக்குத்தூள் கடிக்கிறாற்போல ஒரு சத்தம்; குடிசையிலிருந்து வந்ததுதான்.

"புவனேசுவரி. இது என் லட்சிய புருஷர் வேங்கடதாசராக இருக்கக் கூடாது" என்று பிரார்த்தனை செய்துகொண்டே கம்பை உயர்த்தி, இடுக்கில் கொடுத்து, பலமாக ஒரு நெம்பு நெம்பினார். புவனேசுவரி மோசம் செய்துவிட்டாள்.

அவருக்குத் தூக்கி வாரிப் போட்டது. குருமகாராஜ்தாம். வேங்கட தாசர் தாம். அந்தப் பாவியான சிறிய அகல்விளக்கு உண்மையைக் காட்டிக் கொடுத்துவிட்டது.

காளிந்தி கருகருவென்று நாவல் பழம் போல அவர் மடியில் வீற்றிருந்தாள். பளபளவென்று அழகின் வடிவாக செழிப்பின் உருவாகக் குழைந்த அந்தப் பிம்பம் குருநாதர் மடியில் கிடந்தது. நல்ல கறுப்பு. ஆனால் கோயில் தூணில் தவழும் கரும் பெண் சிற்பம். உதட்டில் ஒரு மின்னல் புன்சிரிப்பு. திடீரென்று அது மறைந்தது. சரேலென்று பாய்ந்து ஆடையை எடுத்துக் கொண்டு இருளில் மறைந்துவிட்டாள் காளிந்தி.

வேங்கடதாசர் துள்ளி நின்றார். முதலில் முகத்தில் ஒரு திகில். பின்பு அது சீற்றமாகக் கனிந்தது. மகாராஜாவை அந்தக் கோபம் அடையாளம் கண்டுகொண்டுவிட்டது. யதுநாத் வாயடைத்து ஒரு கணம் நின்றார். அந்தக் கண்கள் மன்னரைச் சுட்டன. கண்களா அவை? பார்க்கக்கூட முடியாத சினம்! யதுநாத் சிறிது ஆடினார். பளிச்சென்று கையை உயரக் கூப்பி, "மன்னிக்க வேண்டும்" என்று கண்ணாலேயே இறைஞ்சிவிட்டு இருளில் மறைந்தார்.

துர்க்காவோடு திரும்பி விறுவிறுவென்று செல்லும்போது அவருக்கு உடல் உடலாக இல்லை. வெடவெடவென்று நடுங்கிற்று. இழிவான காரியம் செய்துவிட்டோம் என்று தம்மைச் சபித்துக்கொண்டார். காளிந்தியின் காலும் கையும், குழைவும் பூரிப்பும் இனிமையும், அவர் கண்டே இராத அந்த வனப்பும் அவரைக் குழப்பத்தில் ஆழ்த்தின.

பேசாமல் இருவரும் நடந்தார்கள். நட்ட நிடுநிசி காற்றுக்கூட ஓய்ந்து, துயின்ற அமைதி எங்கும் ஆழ்ந்திருந்தது. அரண்மனைக்குள் சென்றதும்,

"துர்க்கா, நீ இன்றிரவு முழுவதும் கண்விழித்துதான் ஆகவேண்டும். இன்னும் விடிய எத்தனை நாழிகை இருக்கும்?" என்று கேட்டார்.

"மணி இரண்டுதான் அடித்திருக்கிறது."

"சரி, நிறைய நேரம் இருக்கிறது. இருள் பிரிவதற்குள் அந்த அயோக்கியன் இருக்கிறானே, அந்த விசுநாத்தைப் பயமுறுத்திய அத்தை மகன், அவனைக் கைது செய்து நாளை மாலைக்குள் லாங்காச்யத்தின் எல்லைக்கு நூறு மைலுக்கு அப்பால் கொண்டு தள்ளிவிட வேண்டும். இந்த ஆயிரம் ரூபாயை அவனிடம் கொடு. தொலைகிறான். இனி இந்தப் பக்கம் திரும்பக் கூடாது. திரும்பினால் உயிர் இராது."

"சரி, மகாராஜ்."

துர்க்கா மறைந்தான். என்னவோ நிலைமையைச் சமாளித்துவிட்டது போல அரைத் திருப்தியுடன் உள்ளே சென்று ஆசாவின் சயனத்தை நெருங்கினார் யதுநாத்.

"ஆசா!" ஆசாதேவிக்கு நல்ல உறக்கம்.

சிரமப்பட்டு எழுப்பிய யதுநாத் அவளைக் கண்களைத் தெளிய வைக்க முயன்றார். முழுவதும் கலக்கம் தெரியாமல் ஆசா அவரைத் தழுவிக்கொண்டாள்.

"ஆசா, தூக்கமா?"

நன்றாகத் தூக்கம் கலைந்தது.

"என்ன, அர்த்த ராத்திரியில் என் ஞாபகம் வந்தது, கிருகஸ்தப் பிரம்மசாரிக்கு!" என்று கேலி செய்தாள் ஆசா.

"ஏன் உடம்பு ஜில்லிட்டிருக்கிறது? வெளியே ரோந்தா?" என்று அவருடைய கையைத் தடவினாள்.

யதுநாத் எல்லாவற்றையும் விடாமல் சொன்னார்.

அவளும் நம்பவில்லை.

"உங்களுக்கு என்ன? உடம்பு சரியாக இல்லையா? ... ஸ்வப்னம் கண்டீர்களா? இதென்ன, அசடுமாதிரி! பெரியவர்களை அப்படிச் சொல்லக் கூடாது... நிஜமாகவா? நீங்கள் கண்ணால், உங்கள் கண்ணால் பார்த்தீர்களா? உண்மையாகவா – ஐயையோ, ஐயையோ! தோட்டியா? நம் ஆசாரியரா?" என்று நூறு ஆச்சரியக் குறிகள் போட்டுவிட்டாள். அவள் நம்ப அரைமணி பிடித்தது. ராஜா திருப்பித் திருப்பிச் சொல்ல வேண்டியிருந்தது.

"ரொம்ப விசித்திரமாக இருக்கிறது. அது சரி, வேங்கடதாசருக்கு ஓர் அரண்மனையே கொடுத்திருக்கிறீர்களே! ஏன் அவர் அவள் குடிசைக்குப் போக வேண்டும்? தலை எழுத்தா?" என்று சிரித்துக்கொண்டே கேட்டாள்.

"ஆசா, வேங்கடதாசரின் பெருமை, அவர் அசாதாரண மனிதர் என்பது, அதில்தான் இருக்கிறது. அவர் நினைத்தால் எது செய்ய முடியாது? ஆனால் அவளைத் தேடிச் சென்று அவளுக்குக் கௌரவம்

கொடுக்கத்தானே விரும்பினார், இல்லாவிட்டால் அவருக்கு அங்கே போக என்ன அவசியம்?"

"காளிந்தி என்ன அப்பேர்ப்பட்ட அழகியா?"

"நான் ஒரு கணந்தான் பார்த்தேன். சரேலென்று பாய்ந்து மறைந்து விட்டாள். அழகும் இனிமையும் ஓடி மறைந்துவிட்டன. நீ பார்த்தால்தான் தெரியும். வேங்கடதாசர் பெரிய ரசிகர். அதைவிட அந்த அழகுக்கு ஓர் அத்தாட்சி வேண்டுமா, என்ன?"

"நான் அவளைப் பார்க்க முடியுமோ?"

"எல்லோரும் பார்க்கட்டுமே. எனக்கு ஒரு யோசனை. காளிந்திக்கு, உலகத்தின் மகான்களில் ஒருவராகிய வேங்கடதாசரைக் கவர்ந்த காளிந்திக்கு, ஒரு தனி மாளிகை கட்டித் தந்துவிடலாம் என்று நினைக்கிறேன். ஓட்டன் குடிசையில் ஏன் அவர் கிடந்து தவிக்க வேண்டும்?"

"வெட்கக் கேடுதான்."

"என்ன வெட்கக்கேடு?"

"மாளிகை கட்டிக் கொடுப்பதை நான் சொல்லவில்லை. தோட்டி காலனியில் ஒவ்வொரு பெண்ணாக உருப்படாமல் அழிக்கும் உத்தேசமா உங்களுக்கு?"

"புரியவில்லை."

"காளிந்தி சந்தோஷமாக இருப்பது உங்களுக்குப் பிடிக்க வில்லையா?"

"எனக்குப் புரியவில்லையே."

"உங்களுக்கு ஒன்றுமே புரியாது. காளிந்தி பிறன் சொத்து. கண்ணன் வெண்ணெயைத் திருடித்தான் தின்பான். நீங்கள் மாளிகை கட்டிக் கொடுத்தால் காளிந்தி வேங்கடதாசருடைய சொத்தாகிவிடுவாள். அப்புறம் அவளுக்குச் சுகம் எது?" என்று விஷமச் சிரிப்புச் சிரித்தாள் ஆசா.

யதுநாத் அவள் கன்னத்தை நிமிண்டினார். குலுங்கிக் குலுங்கிக் சிரித்தார்.

"பொல்லாத் தனமாக, கெட்டிக்காரத்தனமாத் தான் பேசுகிறாய். ஆனால் நீ அசடு. கல்யாணம் பண்ணாதவரையில் அது பிறன் சொத்துத்தான்."

"கிடையாது. ஆபத்தும் இடைஞ்சலும் இருக்கிற வரையில் தான் ஒன்று பிறன் சொத்து. இடைஞ்சல் இல்லாவிட்டால் அது பிறன் சொத்து என்று எப்படியாகும்? என்று ஆசா ஆட்சேபித்தாள்.

"ஆசா, விஷயம் அது இல்லை. நீ சம்பந்தம் இல்லாமல் ஏதோ சொல்லிக்கொண்டிருக்கிறாய். பிறன் சொத்தின் கவர்ச்சி இல்லை இது. இயற்கையின் அப்பட்டமான கவர்ச்சி. மீள முடியாத கவர்ச்சி.

காளிந்தியைப் பார்த்தால்தான் உனக்குப் புரியும். சரீர அழகிற்கே அவள் ஓர் இலக்கணம்."

"இலக்கணமா? அப்படி எத்தனை நாழிகை பார்த்தீர்கள்?"

"மின்னலின் அழகைக் காண ஒரு கணம் போதாதா? ஒரு கணத்துக்கு மேல்தான் கிடைக்குமா?"

"ஆசாரியர்தாம் மின்னலின் பிரிக்கமுடியாத ஒளியாகிவிட்டார். காளிந்தியின் அழகு அந்தத் தோட்டிச் சேரியிலேயே யாரையும் கவர வில்லையா? அவ்வளவு அழகிற்காக ஒருவன் உயிரைக் கூடத் தியாகம் செய்யலாமே. அவள் புருஷன் கூடச் செய்யலாமே?"

"அவள் புருஷன் தோட்டிப் பயல், உன்னையும் என்னையும் போல."

"என்ன?"

"ஆமாம். வெறும் தோட்டி, கடலில் போகிற செம்படவனுக்கு மீன் நாற்றம்தான் தெரியும். அலையின் பேச்சும் அழகுமா தெரியும்? மேகத்தைக் கண்டு நானும் நீயுமா காவியம் எழுதினோம்? வால்மீகியும் காளிதாசனும் எழுதினார்கள்."

"அது சரி, முடிவு என்ன? காளிதாசரின் காளிந்திக்குக் கன்னி மாடமா?"

"ஆமாம்."

"அப்படியே காளிந்தி அழகிற்கு இலக்கணம் என்று வைத்துக் கொண்டாலும் இந்த மாளிகை விவகாரம் எனக்குச் சரியாகப் படவில்லை."

"ஏனாம்?"

"நீங்களே தான் சொன்னீர்கள்; குருநாதரே அவருக்குக் கௌரவம் அளிப்பதற்காக அவருடைய குடிசைக்கே போகிறார் என்று."

"அதில்தான் அவர் பெருமை இருக்கிறது. அவர் மகான் என்பது அதில்தான் நிற்கிறது."

"அப்போது மட்டுந்தான் அவர் மகான் இல்லை என்று எனக்குப் படுகிறது."

"அவர் ஒவ்வொரு நிமிஷமும், ஒவ்வொரு கணமும் மகானாத்தான் இருக்கிறார். அவர் வேறு எப்படி இருக்க முடியும்?"

"கருடன் எவ்வளவு உயரப் பறந்தாலும் மண்ணுக்கு வந்தால்தான் களைப்புத் தீரும். நேரம் போதில்லாமல் மனம் உயரவே பறந்தால். உடல் என் பங்கு என்ன என்று அதே அளவுக்கு கீழே போகும். குரு மகாராஜருக்குக் காளிந்தியும் தேவை. அதோடு குடிசையில்தான் அவள் வேண்டும். அந்தப் புழுதியில் புரண்டால்தான் அவருக்கு நிம்மதி இருக்கும்."

"ஐயையோ, இது என்ன புதுத் தத்துவம்! வேடிக்கையாக இருக்கிறதே! எல்லாப் பெரியவர்களும் அப்படித்தான் என்று சித்தாந்தம் பண்ணிவிடுவாய் போலிருக்கிறதே."

"கிட்டத்தட்ட, பெரியவர்கள் எல்லாம் அப்படித்தான்."

இரண்டு பேரும் சிரிப்பும் கேளிக்கையுமாக வாதப் பிரதிவாதங்கள் நடத்தினார்கள். ஆனால் ராஜா பிடிவாதமாகக் காளிந்திக்கு மாளிகை கட்டித் தருவதாகத் தீர்மானித்துவிட்டார். உலகம் என்ன சொல்லும்? சிரிக்காதா? தூற்றாதா? அதையெல்லாம் வேங்கடதாசர் பார்த்துக் கொள்வார். அவருக்கு இல்லாத சாமர்த்தியமா? அவர் தவறே செய்ய மாட்டார். மிகவும் ஆச்சரியமாகப் பொழுது போயிற்று. காளிந்தியின் அழகு, வேங்கடதாசரின் விசித்திர நிலை, இரவில் நடந்த மயிர் சிலிர்க்கும் அநுபவம். எல்லாவற்றையும் நினைக்க நினைக்கக் கனவு மாதிரி இருந்தது. அன்று யதுவுக்கு இருந்த எழுச்சியில் அவர் திடமாகக் காத்து வந்த இல்லறப் பிரம்மசரியங்கூட கலைந்துவிட்டது.

"ஆமாம். காலையில் உங்களைப் பார்த்தால் வேங்கடதாசர் முகம் எப்படி இருக்கும்? அ! தூங்கிப் போய் விட்டீர்களா?" என்று பூரிப்பிலும் அயர்விலும் துவண்டுகொண்டே கேட்டாள் ஆசாதேவி.

"எங்க மனுஷ ராஜாக்குட்டி!" என்று உறக்கத்தில் ஆழ்ந்துகிடந்த கணவனின் கன்னத்தோடு தன் கன்னத்தை ஆசா ஒட்டிக்கொண்டாள்.

கலைமகள், ஆகஸ்ட் 1954

சிவப்பு ரிக்ஷா

மூச்சுவிட முடியவில்லை. ஆறாக வேர்த்து ஊற்றிற்று. தோள்பட்டையைப் பற்றிப் பற்றி, தோள்பட்டை வலி எடுத்தது. கை மாற்றிக்கொள்ளவும் முடியவில்லை. தொங்குகிற கையில் சாமான் பை. அதை மேலே உயர்த்த முடியாமல் பின்னால் இருந்த ஆசாமி இடித்து நசுக்குகிறார். டிராம் முழுவதும் வேர்வை நெடி அனலடிக்கிறது. 'பீக் அவர்' என்ற உருவில் காலம் நாலு வண்டி ஆட்களை ஒரு வண்டியில் அடைத்து நசுக்கிப் பிழிகிறது. உழைத்துவிட்டு, வீட்டின் அமைதியை நோக்கிப் பறக்கும் மனிதவர்க்கத்தின் முகவாட்டத்தையும் அலுப்பையும் வேர்வையையும் பார்க்கும்போது, காலத்தின் இந்த அசுர உருவந்தான் கண்முன் நிற்கிறது. அம்மாடா! இன்னும் மூன்று நிறுத்தந்தான். அப்புறம் இறங்கி வெளியையும் காற்றையும் நுகரலாம். என்னைப்போல, அதோ அருகில் இருக்கும் அந்தப் பெண்ணுக்குக்கூட விடுதலை கிடைக்கும். என் தெரு; எதிர்ச் சாரியில் மூன்று வீடு தள்ளியிருக்கிற வீடுதான் அவளுக்கு. வேர்வை துளும்ப, லோலக்கு ஆட, அந்த மலர் வாடி வதங்கிக்கொண் டிருக்கிறது. என்ன களை! என்ன குறுகுறுப்பு! எவ்வளவு அலுப்பு!

திடீரென்று, அந்தக் கண்ணில் கனல் பறந்தது. உராய்ந்து நின்றிருந்த பையனின் – பையன் என்ன, இளைஞன் – முழங்கைக்குக் கீழ் அவள் நகம் பதிந்தது; பதிந்தது; சதையைக் கிழித்து இறங்கிறது. ரத்தம் கசிந்தது; ஊற்றெடுத்தது. நல்ல செம்பருத்தி ரத்தம்; இளம் ரத்தம்.

கடவுளும் நானுந்தான் பையனின் முகத்தைப் பார்த்தோம். உதட்டைக் கடித்தான். கண்ணை மூடினான். ஓர் இடி இடித்தான். முன்னால் நகர்ந்தான். பிதுங்கிக்கொண்டு நகர்ந்தான். தள்ளப்பட்ட இரண்டு ஆட்களும் நெருங்கிக் கொண்டார்கள். பையனைப் பார்க்க முடியவில்லை.

பெண், ரத்தம் கசிந்த தன் விரலைத் துடைத்துக்கொண்டாள். நகத்தைப் பார்த்தேன். சாதாரண நகந்தான். விரல் இருவாட்சிப் பூ. இந்த விரலுக்கு இவ்வளவு சீற்றமா?

சுற்றுமுற்றும் பார்த்தாள். என்னைப் பார்த்தாள். நான் எங்கேயோ பார்த்துக்கொண்டிருந்தேன். குனிந்து ஜன்னல் பக்கம் பார்த்தாள். எவ்வளவு கோபம்! எவ்வளவு வேதனை!

"ஸ், அப்பாப்பா! தாங்கலையே புழுக்கம்! எவ்வளவு மெதுவாகப் போகிறது!" என்று அலுத்துக்கொண்டாள்.

"ரண்டு ரக்கை கட்டினா, சரியாப் பூடும்" என்றாள் உட்கார்ந்திருந்த பெண்பிள்ளை ஒருத்தி.

"அந்த ரக்கையிலேயும் பத்துப் பத்துப் பேர் உட்கார்ந்துக்கலாம்" என்று சிரித்தாள் பெண்.

என்ன சிரிப்பு இது! அதற்குள்ளா? விரல்பட்ட கோபம் இந்த முத்துப் பல்லுக்குத் தெரியாதா?

இடம் வந்ததும் இறங்கினேன்.

"அப்பாடா!" என்று முகத்தைத் துடைத்துக்கொண்டேன்.

"அம்மாடி! கால் விரலெல்லாம் நசுங்கிப் போயிடுத்துடாப்பா" என்று சொல்லிக்கொண்டே இறங்கினாள் அவள்.

"ரத்தங்கூடத்தான் பீரிட்டு அடிக்கிறது" என்றேன். சட்டென்று திரும்பி, என்னைப் பார்த்தாள்; சிரித்தாள்.

"நீங்க பார்த்துண்டு இருந்தேளா?"

"வேறு ஒருத்தரும் பார்க்கலைன்னுதான் நினைக்கிறேன்."

"பின்னே என்ன ஸார் பண்றது? இந்த வருஷத்தோடு ஸ்கூல் முடியறது. அப்புறம் காலேஜிலே படிக்கப் போறேன். பி.ஏ.யோ, எம்.ஏ.யோ, எதுவோ, பாஸ் பண்ணிப்பிட்டு உருப்படியா வந்தாகணுமே. ஏறினவுடனே எழுந்துண்டு 'ஸீட்டு'க் கொடுன்னு கேக்கலை. நின்னுண்டே வரத் தயார். பேசாமல் வந்தால் என்ன?"

"என்ன பண்ணினான்?"

"இடிச்சு இடிச்சுண்டு நின்னான். சரி, கூட்டம் நெருக்கடி. போனால் போகிறது காதுகிட்ட வந்து ஊதுவானேன்? லோலக் அசையுமான்னு பார்த்தான்; பட்டான். ஸ்கூலுக்குப் போறது அவதி. திரும்பி வரது அவதி. நிற்கிறதுக்கோ வழியில்லை. இந்த அவஸ்தையெல்லாம் புரிஞ்சுக்கப் படாதா? சேஷ்டை வேறேயா?"

"வாயைத் திறக்கலை பயல்; நழுவிப்பிட்டானே!"

"திருடனுக்குத் தேள் கொட்டினா, சத்தம் போடுவானா?"

"ஐயோ! என்னை மாத்திரம் அப்படிக் கிள்ளியிருந்தா, அப்படியே விழுந்து பிராணன் போயிருக்கும்."

"உங்களைக் கிள்ளலை, ஸார். நீங்க கோணா மாணான்னு ஏதாவது நியூஸ் போட்டுட மாட்டேளா? உதவி ஆசிரியராச்சே."

"உனக்கு எப்படித் தெரியும்?"

"மதராஸிலே ஒரு வருஷமாத்தான் வாசிக்கிறேன். மாடியிலே குடியிருக்கிறவா யாரு, எதிர்த்த வீட்டுக்காரர்கள் யாரு – இதெல்லாம் தெரிஞ்சுக்காம இருக்க இன்னும் நாலு வருஷமாவது பழக வேண்டாமா?"

சிரிப்பு வந்தது எனக்கு. வயசுக்கு அதிகமான புத்தி.

"இங்கேதான் ஸார் இருக்கோம். கொஞ்சம் வந்துவிட்டுப் போங்கள், ஸார்" என்று வீட்டு வாசல் வந்ததும் அழைத்தாள். தட்ட முடியவில்லை, போனேன்.

"உட்காருங்க ஸார். அப்பா, அப்பா!"

"ஏம்மா" என்று மாடியிலிருந்து குரல் வந்தது.

"கொஞ்சம் கீழே வாங்கோப்பா."

பனியனும் மூக்குக் கண்ணாடியும் விரல் வைத்த புத்தகமுமாக அப்பா வந்தார்.

"நமஸ்காரம்."

"நமஸ்காரம்."

"இவரைத் தெரியுமாப்பா உங்களுக்கு?"

"ம். பார்த்தாப்பலே இருக்கு."

"இதோதான் இருக்கிறேன். இதே தெருதான் எதிர்த்த சாரி."

"ஓஹோ! அப்படியா!"

"ஸப் – எடிட்டர் அப்பா! நீங்க கையிலே வச்சிண்டிருக்கேளே, அந்தப் பேப்பர்லேதான்."

"அப்படியா? ரொம்ப சந்தோஷம்."

"நீங்க பேசிண்டிருங்கோ ஸார், இதோ வந்துவிட்டேன்" என்று பெண் உள்ளே போனாள்.

மதராஸுக்கு அவர்கள் வந்து ஒரு வருஷம் ஆயிற்றாம். ஊர் சிதம்பரமாம். தாசில்தாராக இருந்து ரிடயராகி இரண்டு வருஷகாலம் ஆகிறது. குழந்தைகள் நிறையப் பிறந்து ஒரு வயசு, நாலு வயசு, ஆறுமாதம் என்று எல்லாம் போய்விட்டன. கடைசி அடியாகப் போட்டது போன வருஷம். காலேஜில் படித்துக்கொண்டிருக்கிற பையனையும் வாரிக் கொண்டு போய்விட்டது காலம். ஊரில் இருக்கப் பிடிக்காமல் இருக்கிற ஒரு பெண்ணையும் மனைவியையும் அழைத்துக்கொண்டு மதராஸுக்கு வந்துவிட்டார் அவர்.

"குழந்தை என்ன என்னவோ சொல்லிண்டிருக்கா. எம்.ஏ. வரையில் படிக்கணுமாம். இல்லாவிட்டால் டாக்டருக்குப் படிக்கிறேன் என்கிறாள். உன்னிஷ்டம்னு விட்டுவிட்டேன்."

சிவப்பு ரிக்ஷா

"இந்தாங்கோ, ஸார்" என்று காபியைக் கொண்டு வந்தாள் பெண்.

"எதுக்கம்மா? வீட்டிலே வேறே போய்க் குடிச்சாகணுமே."

"பரவாயில்லே ஸார்."

"பரவாயில்லையா? சரி, உன்னோடே எதுக்கு வம்பு?"

"அவருக்கும் தெரியுமா நீ வம்புக்காரின்னு?" என்று தகப்பனார் கண் அகலக் கேட்டார்.

நான் சிரித்தேன்.

"ஏன் யாரையாவது அடிச்சியா?"

"அடிக்கலை. கிள்ளினேன், ரத்தம் சொட்டச் சொட்ட."

"என்னது!"

"ஆமாம், நின்னுண்டே வந்தேன். காதிலே வந்து ஊதினான். நகத்தைப் பதிச்சுக் கிள்ளினேன். ஓசைப்படாமல் நழுவிப்பிட்டான்."

"நல்ல தைரியசாலி, ஸார்."

"தைரியசாலியாவது, ஸார்! கஷ்டமான்னா இருக்கு?"

"உங்களுக்கென்ன கஷ்டம்? நான் பாத்துக்கறேன். பொழுது விடிஞ்சா, அப்பாவே என் கூடக் கூட வரமுடியுமா? நீங்களே சொல்லுங்கோ ஸார். நான் டாக்டருக்குப் படிக்கணும்; ஆபரேஷன் எல்லாம் பண்ண வேண்டாமா அடிகிறதுக்குப் பயந்துக்க முடியுமா?"

"நீ யாரை அடிச்சே?"

"அது ஒரு மாசம் ஆச்சு, ஸார். இடிச்சு இடிச்சுண்டு நின்னான். எத்தனை நெருக்கடியா இருந்தாலும், அங்கேயும் மரியாதையா ஒதுங்கி நிற்க முடியும். அவனுக்கும் தெரியாதா, என்ன? பளார் பளார்னு அறைஞ்சேன். ஆனால் அவன் கெட்டிக்காரத் திருடன். 'மன்னிக்கணும் இனிமே இப்படித் தவறா யாரையும் எண்ணாதே அம்மா!' என்று ரொம்பப் பெருந்தன்மையாச் சொல்லிப்பிட்டு இறங்கிப்பிட்டான். பொய், பொய். எனக்குத் தெரியும்."

"ஹ்ம்; ராமா! பகவான்தான் உன்னைக் காப்பாத்தணும் இதோடு இரண்டு தடவை ஆயிடுத்து. இனிமே இப்படியெல்லாம் செய்யாதேம்மா. என்ன இருந்தாலும் ..."

"பொம்மனாட்டி, அதானே? அந்தத் தைரியந்தான் எனக்கு. ஆம்பிள்ளை அப்படி அடிச்சிருந்தால் பாஞ்சு கழுத்தைப் பிடிச்சிருப்பான். நான் அடிச்சவுடனே உளறி அடிச்சிண்டு இறங்கிப்பிட்டான்."

அல்லி ராணி மாதிரி பேசிக்கொண்டிருந்தாள் ருக்கு.

"பயந்து பயந்து சாக முடியுமா? அப்பாவுக்கு எப்பப் பார்த்தாலும் பயம். கணக்குப்பிள்ளை மொட்டைப் பெடிஷன் போடுவானோன்னு

பயம். ரெவின்யூ இன்ஸ்பெக்டர், டிபிடி கலெக்டர் கிட்டக் கோள் சொல்லுவானோன்னு பயம். மிராசுதார் வந்தால் லஞ்சம் கொடுக்க வந்திருக்கானோன்னு பயம். பயந்து பயந்துகொண்டே ஒரு வழியா அக்கடான்னு ரிடயராகிவிட்டார். இனிமே நான் ரிடயராகற வரையில் பயப்பட்டாகணும் அவருக்கு" என்று அவள் முத்தாய்ப்பு வைத்ததும் அவர் சிரித்ததும் இன்றும் அப்படியே ஒலித்துக்கொண்டிருக்கின்றன.

இன்று டிராம் இல்லை. ஓடின சுவடுகூட அடைந்துவிட்டது. காதைத் துளைக்கிற, எரிச்சலைக் கிளறுகிற சத்தமும் இரைச்சலும் இல்லை. கொல்லன் பட்டறையாக அமளிப்படும் வீதிகளில் எவ்வளவு அமைதி.

காலேஜில் வாசிக்கிறாள் ருக்கு. பழைய ருக்குவா இவள்? எவ்வளவு மாறுதல்! மெல்லிய ஆரஞ்சு நைலான் புடவை?

சாண் அகலத்திற்கு மேல், பூவை அள்ளித் தெளித்த பார்டர். இறுக இறுகக் கை பிதுங்கும் ரவிக்கை. உயரத்தை உயர்த்தும் கட்டு. முகங்கூட உருண்டையாகிவிட்டது.வாளிப்பும் கட்டுமாக, பங்களூர் சூரியகாந்திப் பூ மாதிரி, கவர்ச்சியும் பூரிப்புமாக வளர்ந்துவிட்டாள்.

அட! ருக்குவா!

ஏது கார் இவளுக்கு?

ஒரு சின்ன நீலக் கார். பின் சீட்டில் உட்கார்ந்திருந்தாள் ருக்கு. காரை ஓட்டின இளைஞனுக்கு இருபத்திரண்டு வயசு இருக்கும். மாம்பலம் 'பஸ்'ஸுக்காகக் காத்துக்கொண்டு நின்றேன். என் பக்கத்தில் இருந்த இரண்டு யுவர்களைப் பார்த்து, ஸ்டியரிங்கில் இருந்த கையைத் தூக்கி 'ஹல்லோ' போட்டுக்கொண்டே போனான் அவன்.

"ஹல்லோ! சீரியோ! குட்லக்!" என்று அவனை வாழ்த்தினான், என்னை அடுத்து நின்றவர்களில் ஒருவன்.

ருக்குதான்! சந்தேகமே இல்லை. நம் ருக்குவா!

"அடுத்த வீட்டுக்காரர்களையும் எதிர் வீட்டுக்காரர்களையும் தெரிஞ்சுக்காமல் இருக்க இன்னும் நாலு வருஷம் ஆக வேண்டாமா?" என்று சொன்ன ருக்குதான்.

"அதிர்ஷ்டக்காரண்டா புதுசு புதுசா ஏதாவது சிநேகம் கிடைச்சிண்டு தான் இருக்கு அவனுக்கு."

"யாரு? நான் சரியாப் பார்க்கலையே?" என்று சோடா பாட்டில் கண்ணாடி பதில் சொன்னான்.

"நம்ம கணபதி. எம்.ஸி. கணபதி."

"எம்.ஸி.ஜியா? சரி, சரி, கூட யாரு?"

"கூடவா? பாரதி விழாவிலே டான்ஸ் ஆடித்தே. இன்டர் ருக்மிணி."

"ருக்மிணியா!"

"ஏன் பதைக்கிறே? உனக்கு ஏதாவது சொந்தமா?"

சிவப்பு ரிக்ஷா

"சொந்தமுமில்லே. ஒண்ணும் இல்லை. ரொம்ப நல்ல பொண்ணுன்னா அது ..."

"நல்ல பொண்ணோ என்னமோ? முரட்டுக் குதிரை. நிமிர்ந்துகூடப் பார்க்காது."

"பின்னே?"

"பஞ்ச கல்யாணி, நீலவேணி இந்த மாதிரிக் குதிரையெல்லாம் அடங்காமையா இருந்தது? அதுக்கும் ஒரு தேசிங்கு வந்தானா இல்லியா?"

ருக்குவா? நம் ருக்குவா? அவளா இப்படி அலைகிறாள்? முகம் தெரியாத ஒரு பயல். அவனுடன் சிநேகம். எவனோ சிரிக்கிறான். வாழ்த்துக் கூறுகிறான்! எப்படி மாறிவிட்டது! நாட்டியம் ஆடினாளாம். அது வேறு சொல்லிக்கொள்கிறாளா? நாட்டியத்தில்தான் இந்தத் துணிச்சல் ஆரம்பித்திருக்க வேண்டும்; குழந்தைகளைப் பெற்றுப் பெற்றுச் சாகக்கொடுத்து மீதியிருந்த ஒரு பிச்சைக்குச் செல்லம் கொடுத்ததன் விளைவு.

டிராமில் விழுந்த அந்த ரத்தத் துளி உலர்ந்து உறைந்துவிட்டதா?

என் ரத்தம் கொதித்தது. கல்லுக் கல்லாகப் பிள்ளைகளைப் பலி கொடுத்து, கண்ணின் மணியாக வளர்த்த நெஞ்சுகள் இதைக்கேட்டால், இதைப் பார்த்தால் எப்படிக் கருகிச் சாம்பும்! நம்பிக்கை வைத்தற்கு எவ்வளவு கொடிய தண்டனை, தகாத தண்டனை! இருக்கிறது ஒன்று; அதுவும் மண்ணைப் போட்டுவிட்டது.

கங்கையில் விழுகிற சாக்கடை, கங்கையாகி விடுகிறது; சாக்கடையில் விழுகிற கங்கைஜலம் சாக்கடை நீராகத்தான் இருக்க வேண்டி யிருக்கிறது. மதராஸ் என்ன மாயம் செய்திருக்கிறது! ருக்குவைக்கூட இழுத்துக்கொண்டுவிட்டதென்றால்?

கசப்பு என்றும் கசப்பாக இல்லை. மாமிசத்தின் பிரதிநிதிகளாக, அவமானத்தின் பிரதிநிதிகளாக, பொறுப்பில்லாத பாவங்களின் வடிவமாக, இரண்டு மாணவர்களும் பிதற்றிக்கொண்டிருந்தார்கள். கவிகளும் வேதாந்திகளும் எதற்குத் தோன்றினார்கள்? எல்லாவற்றையும் இந்த வாலிபக் கூட்டம் வாசித்து, மொந்தையுருப் போடுகிறதே, எதற்காக? இப்படி அவருசியின் உருவாக, ரத்தத்தின் கையாலாகாத வெறியாகச் சீரழியவா? கால்மணியாகப் பேச்சைக் கேட்கிறேன். எவ்வளவு விரஸம்! எவ்வளவு அநாகரிகம்! எவ்வளவு யோசியாத, பொறுப்புணர்ச்சி வற்றிப் போன கொடுமை! இவர்கள் சதையையத் தவிர, உத்தியோகத்தைத் தவிர, மேல் மரியாதையைத் தவிர, வேறு எதில்தான் நம்பிக்கை வைத்திருக்கிறார்கள்? அப்படி மேலுக்குக் கூட மரியாதையைக் காணோமே! காரில் போனவனுக்கு வாழ்த்துக் கூறியவர்கள், பக்கத்தில் இருப்பவன் கேட்கிறானே என்று ஏன் பார்க்கவில்லை? எவ்வளவு அவமரியாதை! எவ்வளவு தடித்தனம்! படிப்பின் அகம்பாவமா இது?

படிப்பின் அகம்பாவந்தான். கண்ணைக் கட்டுகிற படிப்பு. ருக்குவின் கண்ணையும் கட்டித்தான் விட்டது. தெருவில் மானமாக, மரியாதையாக நிற்கக்கூடக் கற்றுக்கொடுக்காத படிப்பு. ருக்குவை விழுங்கிவிட்ட படிப்பு.

மாணவர்களின் பிதற்றல் தாங்க முடியாமல் முகத்தைச் சிணுங்கி ஒதுங்கி நின்றேன். படபடவென்று வந்தது.

பஸ்ஸில் போகும்போது நெஞ்சு பறந்தது. பெற்றவர்களுக்கு எவ்வளவு அநீதி! உலகத்தைக் கண்டு எவ்வளவு அலட்சியம்! ருக்குவுக்கு இந்தப் படிப்பு அவசியந்தானா? இவள் எம்.ஏ. படிக்க வேண்டும், டாக்டராக வேண்டும் என்று யார் அழுதார்கள்? உலகம் முழுகியா போய்விடும்.

திரும்பி வரும்போது ருக்கு வீட்டைப் பார்த்துக்கொண்டு போனேன். எப்பொழுதும்போல் வாசற்படிக்கு நேராகச் சாய்வு நாற்காலியில் சாய்ந்திருந்தார் அவர். எனக்குக் கோபந்தான் வந்தது. பயப்படுகிறவனாம்! உண்மையாகப் பயப்படுகிறவன் இப்படியா நிச்சிந்தையாகக் காலை நீட்டிச் சாய்ந்திருப்பான்? இப்படி ஒரு நம்பிக்கையா? பேடி முண்டம்! நீ பாட்டுக்கு சாய்ந்தே இரு. டபார் என்று உனக்கே தெரியாமல் பின்பக்கமாக உன்னைக் குடைசாய்க்கப் போகிறது ஒரு கை; அன்று ரத்தம் பீறக் கிள்ளின கைதான்.

வீட்டுக்குள் வந்து முகத்தை அலம்பும்போது ராஜம் சொன்னாள்:

"ருக்கு வந்திருந்தா."

"எப்ப?"

"இப்பத்தான்; அஞ்சு நிமிஷமாச்சு."

"என்ன விசேஷமாம்?"

"சும்மாத்தான் பார்த்துட்டுப் போகலாம்னு வந்தேன்னாள். முடிஞ்சா வரச்சொன்னாள். அவசரமாக ஒண்ணும் இல்லை. அவர் வராட்டா, காலமே வறேன்னாள்."

என்னடா இது!

"ஒண்ணுமே சொல்லலையா?"

"இல்லையே!"

சாப்பாட்டில்கூட எனக்கு மனம் செல்லவில்லை. அள்ளிப் போட்டுக் கொண்டு போனேன்.

"என்ன சார்?"

"வாங்கோ, வாங்கோ, ருக்கு! ருக்கூ!"

"ஏம்பா?"

"சாப்பிடறயா?"

"ஆமாம்."

"ஸார் வந்திருக்கார்."

"ஸப் எடிட்டர் ஸாரா?"

"ஆமாம்."

"இதோ வந்துட்டேன், ஸப் எடிட்டர் ஸார்!"

"என்ன?"

"கொஞ்சம் உக்காந்திருக்கணும். மோருஞ்சாதந்தான் இன்னும் ரெண்டு பிடிதான் பாக்கி. ஒரு பிடி. அதுவும் ஆயிட்டுது. எழுந்திண்டாச்சு. கையலம்பியாச்சு. கையைத் துடைச்சுண்டுமாச்சு."

தாசில்தார் மலர்ந்துபோய் அவளைப் பார்த்துக்கொண்டிருந்தார்.

"சாப்பிட்டாச்சா ஸார்?"

"ஆச்சு."

"சாப்பிட்டாக் கோபம் தணிஞ்சுடுமோன்னோ?"

"என்ன இது?"

"தெரியும் ஸார்"

"என்ன தெரியும்?"

"பாண்டி பஸார்லே இறங்கிப் போனேன். உங்க மூஞ்சி நன்னாயில்லை. வதங்கிப் போய், சுருங்கிப் போய், சூடு போட்ட கன்னுக்குட்டி மாதிரி இருந்தது."

"நீ மாம்பலம் போயிருந்தியா?"

"உங்களுக்குத் தெரியாதா? நீங்கதான் பார்த்தேளே?"

"எதை?"

"நான் காரில் போனதை."

"எப்ப? ஒ! ... சாயங்காலமா? ஆமாம், பார்த்தேன்."

"சரி சரி, மாம்பலந்தான் போறேன்னு எப்படித் தெரியும் உங்களுக்கு? தெரிஞ்சிருக்காதுதான்."

"காரில் உன்னைப் பார்த்தேன். எங்கே போறேன்னு தெரியாதுதான்."

"நானும் ரானடே ஹால் போகிறவரையில் உங்களைப் பின் ஜன்னல் வழியாப் பார்த்துண்டுதான் போனேன். நீங்க பட்ட ஆத்திரம், எரிச்சல், தாபம், வேதனை எல்லம் தெரிஞ்சுது. ரானடே ஹால் தாண்டினப்புறம் உங்க மூஞ்சியும் மறைஞ்சு போயிட்டுது."

"நீ பாட்டுக்கு என்னமோ சொல்லிண்டு போறியே: ஆத்திரம், கோபம், வேதனை."

"எரிச்சல் – இதெல்லாம் வரலியா உங்களுக்கு? இந்த மாப்பிள்ளைச் சமர்த்தெல்லாம் பண்ணாமல், ஸப் எடிட்டர் செய்தியை உள்ளது உள்ளபடியே கொடுப்பார்னு நெனச்சேன்!"

எனக்குச் சிரிப்பு வந்துவிட்டது.

"சப் எடிட்டர் ஏதாவது கோணாமாணான்னு நெனச்சுக்கப் போறாரேன்னுதான் உங்களைத் தேடிண்டு வந்தேன். நீங்க இன்னும் வரலைன்னு சொன்னாள் மாமி."

"சொன்னா, சொன்னா. அதுதான் உடனே கிளம்பி வந்தேன்."

"அதுதான் சாப்பிட்டாச்சா கோபம் தணிஞ்சுதான்னு கேட்டேன்."

"சுத்திச் சுத்தி ... நீ வந்து ..."

"என்ன ருக்கு இது. தேஞ்சுபோன கிராமபோன் தட்டு மாதிரி?" என்று தாசில்தார் சிரித்துக்கொண்டே குறுக்கிட்டார்.

"சரிப்பா. இதோ சொல்லிப்பிடறேன் ஸார். மாம்பலம் போறத்துக்காக ஸம்ஸ்கிருத காலேஜ் பஸ் ஸ்டாப்பில் நின்னுண்டிருந்தேன். உங்க மாதிரி காசிலே குறியாயிருந்த லஸ்ஸிலே போய் ஏறி அரையணா மிச்சம் பிடிச்சிருக்கலாம்."

"அடாடாடாடாடா!"

"சித்தே இருங்கோப்பா. உங்களுக்கென்ன அலுப்புப் பிடுங்கறது? நியூஸ் பேப்பர்காரர்களுக்கு அப்படித்தான் விடாமல் சொல்லணும். மந்திரி பேசினா அப்படியே போட்டுடுவா. தலைமை வகிச்சவா, அப்புறம் பேசினவா பேரு எல்லாத்தையும் 'பீக் அவர்' பஸ்ஸிலே அடைக்கிற மாதிரி நசுக்கி, பின்னர் அவர், இவர், அவர் முதலியார்கள் பேசினார்கள்'னு எல்லாரையும் முதலியாரா 'கன்வர்ட்' பண்ணிப் போடுவா. அது போகிறது. உங்கள் இஷ்டம் அது. பஸ் ஸ்டாப்பில் நின்னுண்டிருந்தேனா? மூணு நிமிஷம் நின்னேன். விசுக்குனு ஒரு சின்னக் கார், புதுக்கார் வந்து நின்னுது.

'பாப்பா, வறியா?'ன்னு கொஞ்சிக் கொஞ்சிக் கேட்டான். ஒரு தடியன். பி.ஏ. வாசிக்கிறான். 'எங்கே?'ன்னு கேட்டேன். 'நான் மாம்பலம் போறேன். நீ எங்கே போகணும்னாலும் கொண்டு விட்டிடறேன்'ன்னான். 'நானும் மாம்பலந்தான் போறேன்' னு சொன்னேன். முன் ஸீட்டுக் கதவைத் திறந்தான். டக்குனு பின் ஸீட்டுக் கதவைத் திறந்துண்டு பின்னால் ஏறி உட்கார்ந்துண்டேன். முன்னால் வந்து உட்காருன்னும் சொல்ல முடியலை; பின்னாலே உட்கார வேண்டாம், இறங்குன்னும் சொல்ல முடியலை. அசடு வழிஞ்சுது. காரை விட்டுண்டே போனான். 'மாம்பலத்திலேதான் இருக்கீங்களா?'ன்னு கேட்டான். 'இல்லை, மயிலாப்பூர்லேதான்'னேன். அட்ரஸ் கேட்டான். 'கார் நல்லாருக்குதே, புச்சா வாங்கினீங்கலா?'ன்னு கேட்டேன். அவ்வளவுதான். குஷி தாங்கலை அதுக்கு பிரமாதமா, கனவேகமா விட்டுது காரை.

லஸ்ஸிலே உங்களைப் பார்த்தேன். கார் பறந்தது. ரொம்ப வேகமாய் போறீங்களேன்னேன். 'இதா வேகம்?'னு இன்னும் பறக்க ஆரம்பிச்சுட்டுது; போகிற பஸ்ஸு, காரு எல்லாத்தையும் மாறிண்டு, கண்மூடிக் கண் திறக்கிற நேரத்திலே மாம்பலம் போயிட்டுது. பவர் ஹவுஸ் வந்ததும், 'இங்கே தாங்க இறங்கணும்'னேன். வீடு சொல்லுங்களேன். கொண்டே விட்டிடறேன்'னுது. 'இல்லே, இங்கேதான்'னேன். 'ஆல் ரைட்'டுனு கதவைத் திறந்து. தாங்ஸ்னு இறங்கினேன். மயிலாப்பூர்லே எங்கே

சிவப்பு ரிக்ஷா

இருக்குறீங்க?' 'அஞ்சு மூணு, ரங்கப்ப முதலியார் தெரு'ன்னேன். அந்த மாதிரி தெரு இருக்கோ என்னமோ மயிலாப்பூர்லே. எங்கேயாவது போய்த் தேடி முட்டிக்கட்டுமே. மூஞ்சியிலே கரியைத் தீத்திண்டு வரட்டுமே. ரைட்டோன்னு கையை ஒரு தூக்குத் தூக்கி இளிச்சிப்பிட்டுப் போயிட்டது. எனக்கும் ரெண்டணா மிச்சம். அத்தங்காவைப் போய்ப் பார்த்துட்டு உடனே திரும்பிப்பிட்டேன். இதைச் சொல்லணும்னுதான் ஸப் எடிட்டரைத் தேடிண்டு வந்தேன். கோபம் தணிஞ்சு போயிடுத்தா?" என்று சிரித்தாள் ருக்கு.

"எனக்கு என்ன கோபம்?"

"சும்மா இருங்கோ, ஸார்; தெரியும்."

"ஸாருக்குக் கோபம் வந்தாலும் வராவிட்டாலும் எனக்குக் கோபந்தான். அவன் கூப்பிட்டா, 'நான் வரலை ஸார், தாங்க்யூ!'ன்னு ஒரு வார்த்தை சொல்லிப்பிட்டுப் பேசாம இருக்க வேண்டியதுதானே நீ? அந்தக் கழுதைக்கு இடங்கொடுத்தாப்போலத்தானே ஆச்சு இப்ப?" என்று தகப்பனார் கடிந்துகொண்டார்.

"அது விஷமமாகக் கேட்டுது. நானும் விஷமமா ஏறிண்டேன். அதுவும் கழுதை வாலிலே தகரத்தைக் கட்டினாப்போல, தலைகால் தெரியாமெ பறந்தது. எனக்கு எப்படியானா என்ன. ரெண்டணா மிச்சம்."

"என்னமோ, எனக்குப் பிடிக்கலை. நாளைக்கு ஏதாவது தகராறு வந்துன்னா?"

"நான் பாத்துக்கறேன். நீங்கதான் கழுதைன்னு சொல்லிப்பிட்டேளே அதை. கழுதைக்குத்தான் புத்தி கிடையாதே. இடக்குத்தான் பண்ணும்; உதைபடும்; நாளைக்கு ரங்கப்ப முதலியார் தெருவைத் தேடிண்டு உலகம் முழுக்கச் சுத்தும். எங்கியாவது ஐம்பத்து மூணுலே போய் விசாரிக்கும்; ஏதாவது சொன்னா வாங்கிக் கட்டிக்கும். இடக்குப் பண்ணித்துன்னா, அப்பப் பாத்துக்கறது. காசு கழுதைக் கொம்பாய் இருக்கிற காலத்திலே நான் ரெண்டணா மீத்தேனே, அதுக்கு ஒரு 'ரைட்டோ' கூடச் சொல்ல மாட்டேங்கறா ஸார், அப்பா" என்று ருக்கு குழந்தை மாதிரி உதட்டைப் பிதுக்கிக் கோபித்துக்கொண்டாள்.

"இதப் பாருங்க ஸார்" என்று குலுங்கக் குலுங்கச் சிரித்தார் தாசில்தார். ருக்கு பேசுவதைக் கேட்டால் ஏன் சிரிப்பு வராது?

எனக்கும் அவமானமாகத்தான் இருந்தது. எவ்வளவு கோபப் பட்டோம்! எப்படி அமைதி அவ்வளவு விரைவில் நம்மைக் கைவிட்டது? ருக்குதான் எப்படி நம் பலஹீனங்களைப் புரிந்துகொண்டிருக்கிறாள்! இவள் செய்கிற ஒவ்வொரு காரியத்துக்கும் ஓர் அர்த்தம் இருக்கும், ஒரு யோசனை இருக்கும் என்று ஏன் நமக்குப் படாமல் போய்விட்டது.

வீட்டுக்கு வரும்போது அப்பாடா என்று இருந்தது. மனத்தைப் பிடித்த கிரகணம் விட்டுபோல ஒரு விடுதலை. நல்ல மழை ஒன்று பெய்து மனத்து அழுக்குகளையும் ஐயங்களையும் அடித்துக்கொண்டு போய்விட்டது.

ருக்குவுக்கு எதையும் சமாளிக்க முடியும். புருஷ ஜாதியைக் கழுதை மாதிரி வாலில் தகரத்தைக் கட்டி வேடிக்கை பார்க்க முடியும் அவளுக்கு. எலி மாதிரி பதுங்கிப் பதுங்கி ஓடச் செய்ய முடியும். குரங்கை ஆட்டுகிற மாதிரி ஆட்ட முடியும். முரட்டுச் சுபாவந்தான். ஆனால் பேச ஆரம்பித்தால், எதிர்பாராதபடியெல்லாம் சுருக் சுருக்கென்று தைக்கிறாள்; முட்டாளாக அடிக்கிறாள்.

அவளைப் பார்த்தாலே ஒரு நம்பிக்கை பிறக்கிறது. நினைத்தால் கூட நெஞ்சு குளிர்கிறது. அழகையும் அலட்சியத்தையும் தைரியத்தையும் சேர்ந்து பார்த்தால் இந்தப் பட்டணத்தில் எவ்வளவு தெம்பாக இருக்கிறது.

அன்றிரவு பார்த்துவிட்டு வந்துதுதான்; ஒரு மாதமாகப் பார்க்கவில்லை. இரண்டு மூன்று முறை வீட்டுக்கும் போனேன், அவள் இல்லை. காலை யிலும் கூட்டத்திற்குப் பயந்துகொண்டு, சீக்கிரமாகப் போய்விடு கிறாளாம். இதோ பார்த்துக்கொண்டு நிற்கிறது ஒரு கூட்டம். சின்னச் சின்னக் கும்பலாக நின்று பேசிக்கொண்டிருக்கிறார்கள். பஸ் வந்தால் தெரியும். தீவட்டிக் குரங்குக்குப் பட்டாணி போட்டாற்போல ஒரு பாய்ச்சலாக விழுந்து சட்டை கிழிய, மூக்குக்கண்ணாடி பறக்க, முழங்கை ஒடிய, கால் நசுங்க ஏறப்போகிறது.

"ஸார்!"

"அட, நீயா? ஏன் பஸ்ஸிலே போகலையா?"

ரிக்ஷாவில் உட்கார்ந்திருந்தாள் ருக்கு. சற்றுக் கூடவே போய் நின்றேன்.

"இந்த நெருக்கடியில் எப்படி ஸார் போறது?"

"ஆமாமாம். எனக்கே என்ன செய்யப்போறோம்னு தெரியலை. கூட்டம் யுத்தத்துக்கு நிக்கிறாப்பலே நிக்கிறது. உனக்குக் கூட வா முடியலை?"

ருக்கு சிரித்தாள்.

"நீங்க கேப்பேன்ன்னு தெரியும். ரிக்ஷாவைப் பார்த்தேளா?"

"ஏ ஒன்னாயிருக்கு."

"சொந்த ரிக்ஷா."

"சொந்த ரிக்ஷாவா! எப்ப வாங்கியது?"

"நேத்திக்கு. இனிமே இதிலேதான் காலேஜுக்குப் போப்போறேன்."

"ஏன்?"

"தாக்குப்பிடிக்க முடியலை."

"என்னது! உனக்கா?"

"எனக்கா? நான் ஒண்டிக்காரி. என்ன பண்றது? எல்லாரும் ருக்குவா இருந்தாண்ணா சரியாயிருக்கும்?

"அன்னிக்கு பூட்ஸ் காலை வச்சு நன்னா மிதிச்சுப்பிட்டான் ஒருத்தன். விரல் காயம் இன்னும் ஆறல்லே."

"அடேடே! துணியா சுத்தியிருக்கே?"

"பிளாஸ்டர் போட்டிருக்கேன்."

"எனக்கு ஆச்சரியமாயிருக்கு. ஏமாத்தமாக்கூட இருக்கு."

"பின்னே என்ன ஸார்? உங்களுக்கெல்லாம் காளை மாடு மாதிரி பலம் இருக்கு. அந்த மாதிரி பலம் ஒவ்வொரு பொம்மனாட்டிக்கும் வர வரையில் சிரமந்தான்."

"இப்ப இருக்கிறது போராதுன்னா?"

"போரும் ஸார், ஒத்துக்கறேன். ஒண்டிக்கு இருந்தால் சரியாப் போயிடுமா? பாருங்களேன். ஒரு மீட்டிங்கிலே பேசினேன், வரத்துக்கு முன்னாடி. காணாததைக் கண்டுபிட்டாப்பலே எல்லாப் பசங்களும் கையைத் தட்டி, மேஜையை உடைச்சு, காதைத் துளைச்சுது. நிம்மதியா நாலு நிமிஷம் பேச விடலே. நினைக்கிறதையெல்லாம் கோவையா வரிசைப்படுத்திக்கக்கூட முடியல்லே. டான்ஸ் வேறே கத்துக்கறேனா? நரி களைக் குடிச்சாப்போல ஆயிடறது. இப்படிப் போனா வம்பு இல்லாமெ யாவது இருக்கும், காலும் நசுங்காம இருக்கும். நாளைக்கு மாமியைக் கூட்டிண்டு பீச்சுக்குப் போப் போறேன்."

"துணைக்கா?"

"பேச்சுத் துணைக்குத்தான்" என்று சிரித்தாள்.

"வரட்டுமா? நகத்தைக்கூட ஒட்ட நறுக்கிப்பிட்டேன் ஸார், பார்த்தேளா?" என்று கையைக் காட்டினாள்.

ரிக்ஷா நகர்ந்தது. பிரமிப்புத் தெளியாமல் அந்தச் சிவப்பு ரிக்ஷாவைப் பார்த்துக்கொண்டே நின்றேன். அந்தப் பெரிய சிவப்பில் டிராமில் விழுந்த ரத்தத் துளி மறைவதுபோல் இருந்தது.

கலைமகள், அக்டோபர் 1954

தங்கம்

"ராமலிங்கம், ராமலிங்கம்! ஏய், ராமலிங்கம், ஏய் ... டேய் தம்பி, சாரல் அடிக்குதடா, டேய், எழுந்து நடையிலே வந்து படுத்துக்க; டேய் ராமலிங்கம் ... நல்ல தூக்கம்டா இது! ... ஏய், தம்பி ..."

பையன் எழுந்திருக்கிற வழியாக இல்லை. இரும்புக் கிராதியின் இடைவெளி வழியாக சாரல் விசிறி விசிறிக் குத்திற்று. விளக்கைப் போட்டேன்.

என்ன இது! சை ... இவ்வளவுதானா ..! பட்சி பறந்து விட்டது. தலையணை இரண்டையும் நீளத்தில் படுக்க வைத்து மேலே போர்த்தியிருந்தது. திண்ணை இரும்புக் கேட்டின் பூட்டு, பூட்டினாற்போலவே இருந்தது. சித்தர் மாதிரி உடலைச் சுருக்கி வெளியே போய்விட்டானா, தத்தாறிப்பயல்? பூட்டை இழுத்தேன். திறந்து கொண்டு விட்டது. எவ்வளவு சிரமப்பட்டிருக்கிறான் பயல்! தலையணை களைப் போட்டுப் போர்த்தி ஆள் மாதிரியே படுக்க வைத்து, பூட்டைத் திறந்து, வெளியே போய், கேட்டைச் சாத்தி, கிராதிக்குள் கையைவிட்டு மறுபடியும் பூட்டைப் போட்டு, தொள தொளவென்று விழுகிற பூட்டைப் பூட்டினாற் போல் நிற்க வைத்து ... இந்தப் பூட்டை அப்படி நிற்கவைப்பது லேசுப்பட்ட காரியம் அல்ல ... டேய் ராமலிங்கம்! இந்தப் புத்தியிலே கால் பங்கைப் படிப்பிலே போடேன். என் மனசு குளிரும், உன் மாமன் மனசும் குளிரும்.

மணி ஒன்றரை இருக்கும். ராமலிங்கத்தின் பாயைச் சுருட்டி, திண்ணை மேலிருந்த குட்டித் திண்ணையில் போட்டு விட்டு, பூட்டையும் கையில் எடுத்துக்கொண்டு உள்ளே வந்தேன். மழை சற்றுக் கனமான மழைதான். அதையும் பிய்த்துக்கொண்டு கந்தப்பா டூரிங் டாக்கீஸின் பாட்டுகளும் வசனங்களும் வீடு வீடாக, காது காதாகப் புகுந்து புறப்பட்டுக் கொண்டிருந்தன.

ராமலிங்கம் அங்கேதான் உட்கார்ந்துகொண்டிருப்பான் – வெற்றிலை பாக்கை மென்றுகொண்டு, சிகரெட் பிடித்துக்கொண்டு, டீ குடித்துக் கொண்டு, கூட வந்திருக்கிற ஜமாவிற்கும் வாங்கிக் கொடுத்துக்கொண்டு! இல்லை, வேறு எங்காவதுதான் தொலைந்துவிட்டானோ?

ராமலிங்கத்துக்கு வயது இருபத்திரண்டு முடிந்துவிட்டது. ஆளோ போத்து மாதிரி வளர்ந்திருக்கிறான். நல்ல தெம்பான சொத்து. இரண்டு வயசிலேயே அப்பன் செத்துப் போய்விட்டானாம். அம்மா வளர்த்த பிள்ளை. அண்டுவார் அடக்குவார் இல்லாமல் வளர்ந்துவிட்டிருக்கிறான். எங்கே போய் சீரழிகிறதோ!

வாசல் கதவைத் தாழிட்டு உள்ளே வந்தேன்.

"பரீட்சைக்குப் படிக்கிற லட்சணத்தைப் பாரு. கடா மாதிரி பிள்ளையை வளத்துப்பிட்டு, படிடான்னா எப்படி வளையும்?"

"ஆமாம், எத்தினி நேரம்தான் படிக்கும் அது? நாளைக்குப் பரீட்சையிலே போய்த் தூங்குறதுக்கா?"

"நீ இன்னும் முழிச்சுக்கிட்ருக்கியா? பரீட்சைக்குப் படிக்காதவ நீயே தூங்கலை. அவன்தான் தூங்கணும்."

"காலையிலே எழுப்பி விடுங்களேன், படிக்கட்டும்."

"ஆள் இருந்தாத்தானே எழுப்ப? தலகாணிதான் குளிருக்கு அடக்கமா போத்திக்கிட்டுப் படுத்துக் கிடக்கு!"

"என்னது!"

"போய்த்தான் பாரேன் ... வாணா என்கூட வரியா இப்ப? சினிமாக் கொட்டகையிலே அந்தப் பய, நாலு உருப்படாத தோசிங்களோட உட்கார்ந்துக்கிட்டு, வளையம் வளையமா சுருட்டுப் புகையை விட்டுக் கிட்டிருக்கிறானா இல்லையா, பாரேன் ... தடிப்பய ..!"

"அட ராமா!"

"ராமனாவது சுக்ரீவனாவது? அந்தப் பயலை என்ன செய்யணும் தெரியுமா? இந்தப் பள்ளிக்கூடத்திலே வச்சாவா அடங்குவான்? கோயில் காளை மாதிரி அலையறான். ஏய்ன்னா, டேய்ங்கிற ஒரு வாயடிக்கிற பொண்ணைப் புடிச்சுக் கட்டிப் போட்டுட்டா, பய பூனைக்குட்டியா அடங்கிப் பிடுவான். அந்தப் பள்ளிக்கூடம்தான் அவனுக்குச் சரி. துக்கிணியூண்டு பசங்களோட உட்கார்ந்துக்கிட்டு அத்தெப் படி, இத்தெப் படின்னா கேக்குமா? ... காலமே வரட்டும் அந்தப் பய. பளார் பளார்னு நாலு விடாமயா இருக்கப் போறேன்!"

"ஐயையோ, போதும். அவன் மேலே கையை வைக்காதீங்க. அடிக்கிற பேச்சே வாணாம். நயமாச் சொல்லுங்க, பயமாச் சொல்லுங்க. கேட்டாக் கேக்குது, கேக்காட்டிப் போவது, நாயி. இன்னும் ஒரு வாரம்; அப்புறம் மூட்டையைக் கட்டிக்கிட்டுப் போவப் போவது. அவன் படிச்சா என்ன, படிக்காட்டி என்ன?"

தி. ஜானகிராமன் சிறுகதைகள்

"ஏன்?" அவன் மாமன் வந்து, 'நீங்கதான் பாத்துக்கணும், சார். எப்படியாவது இந்தப் பரீட்சையைப் பாஸ் பண்ணிட்டான்னா தேவலாம். உங்களைத்தான் நம்பியிருக்குறேன்'னு முந்தா நேத்துத்தானே அலறிட்டுப் போயிருக்கான். அதுக்கு என்ன சொல்றதாம்?"

"சொல்றது என்னத்தை? சொன்னதைக் கேட்டாத்தானே? அடங்கலைன்னா? ... அடிக்கவாவது! ஒரு வார்த்தை கேட்டான், உனக்கென்னய்யான்னு; அப்ப எங்கே மூஞ்சியைக்கொண்டு வச்சுப்பீங்க? ஆள்தான் என்ன சின்ன ஆளா? படை வெட்டிச் சிப்பாயா நிக்கறான்."

படைவெட்டிச் சிப்பாய்தான். ஆறடி உயரம். மூக்கும் முழியுமான தோற்றம். கவர்ச்சிகரமான ஆள்தான். மாநிறம். யாரும் கொஞ்சம் நின்று பார்க்க வேண்டிய உயரம், உருவம். இந்த ஊரே இல்லை அவனுக்கு. இந்தப் பள்ளிக்கூடத்தில் சேர்ந்து இரண்டு வருஷம் கூட ஆகவில்லை. மூன்றாம் வருஷம் பெரிய விடுமுறை தீர்ந்து, பள்ளிக்கூடம் திறந்து, ஒரு மாதத்திற்குப் பிறகு சாவகாசமாக ஒருவர் இவனை அழைத்துக்கொண்டு வீட்டுக்கு வந்தார். தஞ்சாவூர் நண்பர் ஒருவரிடமிருந்து பையனைப் பள்ளிக்கூடத்தில் சேர்க்கச் சொல்லி சிபாரிசுக் கடிதத்தில் கண்டிருந்தது.

"யாரு? இவனா பையன்?"

"என்னமோ பாத்துச் செய்யுங்க. வயசோ ஆயிடிச்சு ..."

நாள் கழித்துப் படிக்க வைத்தார்களாம். தஞ்சாவூரில் படித்து வந்தானாம். நாலாவது பாரத்தில் மூன்று வருஷமும், ஐந்தாவது பாரத்தில் இரண்டு வருஷமும் இருந்து, ஆனால் பாஸ் பண்ணிவிட்டானாம். தஞ்சாவூருக்குப் போய் அடிக்கடி கவனிக்கக் கொள்ள வசதியாக இருக்குமாம் ... என்னமோ ... சிபார்சு செய்த நண்பர் நல்லவர், நெருங்கியவர் ... தலைமை ஆசிரியருக்கு வேப்பிலை அடித்துச் சேர்த்துவிட்டேன்.

ஆள் உயரமும் கனமுமாக இருந்தாலே போதாதா? கொஞ்சம் அழகும் சேர்ந்து விட்டால்! முதல் நாளே அவனைச் சுற்றி ஒரு ஜமா சேர்ந்துவிட்டது. நியூஸ் பேப்பர் புஷ்கோட்டும், கார்டுராய் முழு நிஜாரும், ஒரு கூலிங் கண்ணாடியும், பூட்ஸும் போட்டுக்கொண்டு அவன் வரும்போது ஆயிரம் கண் அகன்றது.

"ராமலிங்கண்டா! –"

சேர்ந்த நான்கு நாளைக்கெல்லாம் பள்ளி மாணவர்கள் அவனைத் தலைவனாகத் தேர்ந்து எடுத்துவிட்டார்கள்.

மோகம் முப்பது நாள்.

ராமலிங்கம் பத்துக்கு மேல் மார்க்கு வாங்குவதில்லை. ஒரு நாள் வந்தால் ஒன்பது நாள் வர மாட்டான். வகுப்பில் கேள்வி கேட்டால் அசட்டுப் பிசட்டு என்று பிதற்றுவான். வகுப்பின் கடைசிகளுக்குக்கூட அவனைக் கண்டு இளப்பமாகப் போய்விட்டது. ஆசிரியர் அவனைக் கேள்வி கேட்கும்போதே ஒரு சிரிப்பு, நெல்வயலில் அலைபாய்வது போல் அடக்கமாக வகுப்பின் கோடிக்குக்கோடி ஓடும். ராமலிங்கத்துக்குச்

சுருக்கென்று பட்டிருக்க வேண்டும். பிறகு எது கேட்டாலும் பேசாமல் நிற்பது என்று முடிவு கட்டிவிட்டான்.

தினமும் அரை மணி தாமதமாகத்தான் வருவான். காலையிலே கூடுகிற பொதுவிற்குச் சட்டப்படி அவன்தான் தலைமை தாங்க வேண்டும். ஒரே ஒரு நாள்தான் அதைச் செய்தான். தலைவனாகத் தேர்ந்தெடுத்ததற்கு நன்றிகூடச் செலுத்தத் தெரியவில்லை.

"ஆளைப் பார்த்து மயங்கிட்டோம்டா" என்று 'அரசல் புரசல்'ஆகக் கிளம்பிற்று. முக்கால்வாசி நாள் ராமலிங்கத்தை ஊரிலேயே பார்க்க முடியாது. வந்தாலும் பள்ளிக்கூடத்துக் கூட்டம், விசேஷம் ஒன்றுக்கும் இருப்பதில்லை. பதினோரு மணிக்கு வந்து மூன்று மணிக்கே போய் விடுவான். எங்கே போவானோ? பள்ளிக்கூட நேரத்தில் பாதி தஞ்சாவூர், கும்பகோணம் பஸ்ஸுகளிலோ, ரயிலிலோ தான் கழியும்.

நடுவில் ஒரு வாரம் வராமல் திங்களன்று வந்தபோது தலைமைப் பதவியையிட்டு அவனை மாணவர்கள் நீக்கிவிட்ட செய்தி தெரிந்தது. முகம் செத்துவிட்டது. அந்த வெட்கத்தைக் கழிப்பதற்காக மறுபடியும் ஒரு வாரம் எங்கேயோ போய்விட்டான்.

o o o

ஆனால் தலைவராவதற்கு வழியைப் பள்ளிக்கூடத்துக்கு வெளியே கொண்டிருந்தான். சட்டசபைத் தேர்தலுக்கு நின்றவர் அவனிடம் நாலாயிரம் ரூபாயைக் கொடுத்து அந்த வட்டாரத்துக்கான "பப்ளிசிடி"ப் பொறுப்பைக் கட்டிவிட்டாராம். ஒரு பழைய மோட்டார் காரில் இரண்டு மாதம் சுற்று சுற்று என்று சுற்றிவிட்டு, தேர்தல் திருவிழாவுக்கு 'விடாயாத்தி' நடத்திவிட்டுத்தான் பள்ளிக்கூடம் வந்தான் பையன் ... பரீக்ஷை முடிவு அவனைக் கோட்டை விட்டது. அவன் விடவில்லை. இரண்டாம் வருஷமும் படிக்க வந்துவிட்டான்.

"என்ன தலைவரே, நீங்க படிக்கக்கூட வேணுமா, என்ன? உனக்குக் காய்தா, செல்வாக்கு எல்லாம் கொடிக் கட்டிப் பறக்குதடா! பலாப்பழத்துக்கு ஈயைப் புடிச்சா உடணும்? உனக்கு எல்லாம் தானா வருது! இந்தப் படிப்பு எதுக்குடா தம்பி?" என்று வயிற்றெரிச்சலைக் கொட்டினார் தலைமை ஆசிரியர். என் சிபார்சு நடக்காது என்று கௌளி சொல்லிவிட்டதோ என்னமோ; ஒரு வண்டி நெல்லில் காரியத்தைச் சாதித்துவிட்டான் ராமலிங்கம். கலம் பதினைந்து ரூபாய் விற்ற காலம்!

"ஏண்டா தம்பி, உயிரை வாங்குறே! இந்த பாரு, இந்த அஞ்சு வாத்யாரு உட்கார்ந்திருக்காங்க. சினிமா பார்க்க தஞ்சாவூர் ஓடறது, குஸ்தி பார்க்க மெட்ராஸ் போறது, கச்சேரி கேக்க கும்மாணம் போறது – இதெல்லாம் உட்டுட்டேன்னு இவங்களுக்கு முன்னாலே சத்யம் பண்ணு. இந்த வருசம் பஞ்சாயத்து போர்ட்டு எலெக்ஷன் வருது, அந்தப் பக்கம் தலைகாட்டலேன்னு சொல்லு. சிகரெட் குடிக்கிறதில்லேன்னு சொல்லு– மாமியா ஊட்டுக்கு வராப்போல நெனச்சப்போ வராம, ஒரு நாத் தவராமப் பள்ளிக்கூடம் வரேன்னு சொல்லு. வந்து பத்து மணியிலேருந்து நாலரை மணி வரைக்கும் இருக்கேன்னு சொல்லு.

அப்புறம் டிரில் க்ளாஸுக்கும் இருக்குறேன்னு சொல்லு – சேத்துக்கறேன் ... என்ன சார், நான் சொல்றதுலே ஏதாவது பிசகா இருந்தா சொல்லுங்க" என்று ஒரு நாடகம் நடத்திவிட்டு ஆரோக்யம் அவனைச் சேர்த்துவிட்டார்.

அவர் 'உளதாக்கட்டிக்கு'ச் சொன்னார் என்று ராமலிங்கத்துக்கா தெரியாது? மாயவரமும், கும்பகோணமும் தஞ்சாவூரும் அவனை விட்டு விடவில்லை.

நியூஸ்பேப்பர் புஷ்கோட்டையும், பூப்போட்ட புஷ்சட்டையை யும் பார்க்கும்போது பற்றிக்கொண்டு வந்தது. எனக்கு மட்டுமல்ல, ஊரிலேயே. நாட்டுப்புறம், பட்டணம் மாதிரி இங்கு இந்த நாகரிகம் அவ்வளவு லகுவாக விலை போய்விட்டாது.

"ரவுடிகளுக்கும் ஸ்தானம் ஒதுக்கி வச்சிருக்குறாப் போலிருக்கு" என்று பெரிய வீட்டு வைத்திப் பிள்ளை மீசைக்குள்ளே ஆலகால புன்னகை பூத்தார்.

"தம்பி, பள்ளிக்கூடத்துப் பையன் மாதிரி வாயேன். எதுக்கு இந்தச் சட்டையெல்லாம்" என்று சொன்னேன்.

"சரிங்க, சார்" என்று இங்கிதமாகப் பதில் கொடுத்தான் ராமலிங்கம்.

"உனக்குப் பிடிக்காவிட்டால் போயேன். எனக்கு இவனைத்தான் பிடித்திருக்கிறது" என்று அடுத்த திங்கள்கிழமையே அந்த கோட்டு என்னைக் கண்டு சிரித்துவிட்டது.

வாயைத் திறந்தால் சிகரெட்டு நாற்றம், வெற்றிலைக் காவி. கிட்டே வந்தால் 'ஸெண்டு' நெடி. பையனுடைய நடவடிக்கை வரவர மோசமாகப் போய்விட்டதைக் கேள்விப்பட்டு ஓடிவந்தார் மாமா. அவர் கையில் கொண்டு வந்த திட்டம் இதுதான்: எப்பொழுதும் போல ஹோட்டலில் சாப்பிட்டும். ஆனால் கடைத்தெரு மாடியில் குடியிருக்கிற அறையைக் காலி செய்து, வாத்யார் வீட்டில் வந்து இருந்து படிக்க வேண்டியது.

"இன்னும் ரண்டு மாசம்தான். நீங்க மாட்டேன்னு சொல்லப்படாது. மூணு மணிக்கு விடிய விடிய எழுப்பி விட்டுடுங்க ... எழுந்திருக்கலை, ஒதைங்க. தலையிலே ஒரு குடம் தண்ணியைக் கொட்டுங்க ... பதினாலு வேலி நிலம் சார் ... பண்ணை வச்சாத் தங்கமும் பொன்னுமாக் கொழிக்கும் ... குத்தகைக்கு விட்டுட்டு இங்க வந்து மைனர் ஜோக்குப் போடறே! படிக்கிறேன்னு சொன்னா ஒளுங்காப் படி ... இவனை நெனச்சுநெனச்சு பெத்தவ துரும்பாப் போயிட்டா, சார். அவ கண்ணீர் விடறதைப் பார்க்க சகிக்கலை ..."

"என்னடா தம்பி, நிலத்தைக் கீறிக்கிட்டு நிக்கிறியே. பெத்தவங்க வயிறுகூட எரியணுமா?"

"அவ உசிரே போயிடும் போலிருக்கே சார். இவனுக்குக் கவலைப் படறதிலேயே, அவ உசிரும் ஊனும் கரைஞ்சு போயிட்டிருக்கு ... படிக்கிறேன் படிக்கிறேன்னு பணத்தை நோட்டு நோட்டா வாங்கிக்கிட்டு வர்றான். என்னதான் செய்யறானோ ..."

அன்று மாலையில் ஒரு வண்டியில் பெட்டி படுக்கையைக் கொண்டு எங்கள் வீட்டில் வைத்தார்கள் இருவரும். மறுபடியும் அரை மணி புலம்பி, என் தலையில் பொறுப்பைக் கட்டிவிட்டு, மாமா ஊருக்குப் போனார்.

பள்ளிக்கூடப் படிப்பிற்கும் அவனுக்கு ராசி இல்லை. நான் மண்டையை உடைத்துக்கொண்டேன். அவன் மண்டையைத் திறக்க முடியவில்லை. என்னமோ, சேர்ந்தாற்போல் ஒரு வாரம் தங்கி வாசிக்கிறானே, அதுவே பெரிது.

அவன் என்ன படித்தான்?

நான் உள்ளேயிருந்து வரும்போதெல்லாம் கண்டது இதுதான். திண்ணைக்குக் கீழ் இருந்த தென்னங்கன்றைப் பார்த்துக்கொண்டிருப் பான். தெருவைப் பார்த்துக்கொண்டிருப்பான். என்னைக்கண்டதும் கண் திடீரென்று விழித்துக்கொண்டு புஸ்தகத்தில் சாயும் வாய் முணுமுணுக்கும் புஸ்தகத்தைப் பார்க்கும்போது கூடக் கண்ணும் ஆளும் நிஜமாக அங்கு இல்லை என்று குழந்தைக்குக் கூடப் புரியும்.

o o o

வாளிப்பும் கட்டுமாக வளர்ந்திருந்த அந்தப் பயலைக் குட்டித் திண்ணையில் பார்க்கும்போது ஏதோ சிறை வைத்தால் போல் இருந்தது. அந்தத் திண்ணையில் காலை மடக்கிக்கொண்டுதான் உட்காரமுடியும். மாடிப் படியின் வளைவில் கட்டியிருந்த திண்ணை அது. ஒரு மணி நேரம் வாசித்துவிட்டு, அப்பாடா என்று சிரம பரிகாரமாகக் காலை நீட்டி விறைக்கக் கூட முடியாது. அதுவும் இவனைக் கொண்டு அங்கு வைத்தால்?...ஏதோ கடனுக்குக் கட்டுப்பட்டிருந்தது அந்த சரீரம். இன்னும் அறுபது நாள், ஐம்பது நாள், நாற்பது நாள் என்று நாளை எண்ணுகிற மாதிரிதான் எனக்குப் பட்டது. அலுப்பே உருவாகத் திண்ணையில் காலத்தைப் போக்கிக்கொண்டிருந்தான் அவன்.

எனக்கும், ஏதோ கிளியைப் பிடித்துக் கூண்டில் அடைத்த பாபம் செய்து விட்டாற்போல் தான் இருந்தது. ஆகவே திடீர் திடீரென்று இரண்டு நாள், மூன்று நாள் என்று அவன் எங்கேயாவது போய்விட்டு வரும்போது, ஏன் என்று கேட்க எனக்கு மனம் வரவில்லை.

ஆனால், பரீக்ஷைக்கு முதல் நாளைக்கு முதல் நாள் கூடவா இப்படி ஊர் சுற்றப் போகவேண்டும்? அதுவும் இரவு ஒன்பதரை மணிக்கு! புளிய மிளாற்றால் நாலு வீசினால் என்ன?

காலை நாலு மணி; எனக்கு விழிப்புக் கொடுத்துவிட்டது. எழுந்து திண்ணைப் பக்கம் போனேன். ராமலிங்கம் சிறு குறட்டை விட்டுக் கொண்டு தூங்கிக்கொண்டிருந்தான்.

எழுப்பலாமா? நாளைக்குப் பரீக்ஷையாயிற்றே? எதற்காக? இப்பொழுது எழுந்து என்ன படித்து வெட்டி முறித்துவிடப் போகிறான்?

பேசாமல் வந்துவிட்டேன்.

காலை ஆறு மணிக்கு, பையன் நல்ல பிள்ளையாக, ஆற்றில் குளித்து விட்டு வந்து, கூடத்தில் உடை மாற்றிக்கொண்டான். என்னை நிமிர்ந்து கூடப் பார்க்கவில்லை. கண்ணெல்லாம் ஜிவு ஜிவு என்றிருந்தது.

என்னால் அடக்கிக்கொள்ள முடியவில்லை. "ராத்திரி எங்கே பிள்ளைவாளைக் காணும்?"

"..."

"தலைகாணிக்குக் கூடக் குளிருமோ?"

"..."

"என்னடா, நான் கேக்கறேன். என்னமோ, புன்சிரிப்புச் சிரிச்சிக் கிட்டு நீ பாட்டுக்கு என்னமோ பண்றியே, ஏண்டா கழிசடே! ... ம் ..."

எனக்குக் குமுறிக்கொண்டு வந்தது. காப்பி டம்ளரை வீசி முகத்தில் எறிந்திருப்பேன். ஆனால் அந்த 'ம்'மைத்தவிர ஒன்றும் செய்ய முடிய வில்லை.

"பெத்த வயிறு கண் கலங்குதுடா ஊர்லே ..."

அவன் முகம் சுண்டிவிட்டது. தலையைக் குனிந்துகொண்டு நின்றான், அரை நிமிஷம். புஸ்தகத்தை எடுத்துக்கொண்டு திண்ணைக்குப் போய் விட்டான்.

"தொலையுது, விடுங்க! நாம மனசை அலட்டிக்கிட்டு என்ன ஆகப் போவது? ... நீங்க படபடன்னு பேசினா எனக்குப் பயமாயிருக்கு ... பேசாம இருங்க" என்று என்னைத் தேற்றினாள் அவள்.

யாருக்கு யார் அலட்டிக்கொள்ள முடியும்?

முதல் நாள் பரீக்ஷை ஆயிற்று. பையன் எழுதினான். அவ்வளவுதான். மறுநாள் இரவு, மணி ஏழு, எட்டு, பத்து, பன்னிரண்டு அடித்தது. ஆளையே காணவில்லை. எதிர்வீட்டுப் பையனை விசாரித்தேன்.

"இன்னிக்குப் பரீட்சைக்கே வரலீங்க சார் அவரு. நேத்து எழுதினாரு. என் ஹால் தான்."

"என்னது! பரீட்சைக்கே வரலையா?"

"ஆமா, சார்."

"என்னடா இது!"

"திருச்சியிலே ஸாம்ஸன் படம் வந்திருக்காம் சார். மூணு நாள்தான் ஆடுதாம். எங்கிட்டதான் சொல்லிக்கிட்டிருந்தாரு, சார்."

"சரித்தான். ஸாம்ஸன் படம் ஓடறப்போ பரீட்சை எதுக்கு?"

மூன்றாவது நாளும் ஆளைக் காணோம். நான்காவது நாள், கடைசி நாள். ம் ஹ்ம்!

நான் வெளியே போய்விட்டு வழக்கம் போல் எட்டு மணிக்கு வந்தேன். கூடத்தில் பெட்டி, படுக்கை, அவன் மாட்டியிருந்த கயிற்றுக் கொடி ஒன்றையும் காணவில்லை.

தங்கம் 473

"ராமலிங்கம் பெட்டி படுக்கையெல்லாம் எடுத்துக்கிட்டுப் போய்ட்டான்."

"அதான் பார்த்தேன்."

"ஏன் தம்பி, மீதி பரீட்சை எழுதலை"ன்னு கேட்டேன். ஊர்லே ஏதோ தகராறாம். குத்தகைக்காரங்க தகராறாம் முத்திப் போயிட்டுதாம். அதுக்குத்தான் போனானாம்."

"ரொம்ப கரிசனமான புள்ளையாச்சே! நீ நம்பறயா?"

"என்னமோ, அப்படிதான் சொன்னான்."

"அப்புறம்?"

"ஐயா வந்தா சொல்லிடுங்க. இருந்து சொல்லிக்கிட்டுப் போக நேரமில்லை. இன்னும் ஒரு வாரத்திலே வரேன்'னு சொன்னான். பெட்டி படுக்கையெல்லாம் வண்டியிலே தூக்கி வைக்கச் சொன்னான். என்னைக் காலில் விழுந்து கும்பிட்டான். போய்ட்டான். சாப்பிடச் சொன்னேன். இல்லே, நேரமமாயிடிச்சின்னு போயிட்டான்."

"ம்!"

"கும்பிடறேன்'னு கும்பிட்டான். 'வாத்யாரைக் கோவிக்காம இருக்கச் சொல்லுங்கம்மா. அவுங்க சொல்றதையெல்லாம் கேக்கலே நான். நீங்களும் நான் செஞ்ச தப்பெல்லாம் மன்னிச்சிக்கிடணும்'னு சொன்னான். தொண்டை அடைச்சு அடைச்சு வந்திச்சு அவனுக்கு. அப்புறம் போயிட்டான்."

"இருக்கிற போது சொன்னத்தைக் கேக்கலே. காலிலே உளுந்தா என்ன? ... வாத்தியார் பொழைப்பே இப்படித்தான். படிக்கிற வரையில் மரியாதையா இருப்பான். அப்பறம் மதகுக் கட்டையிலே உட்கார்த்திருக்கறவன் ஏனுக்கக் கூட மாட்டான். வரது தெரியாததுபோல அந்தாண்டை மூஞ்சியைத் திருப்பிக்கிட்டு உட்கார்ந்திருப்பான் ... பள்ளிக்கூடத்தை விட்ட மறுநாளே பெரிய மனுசனாப் போயிடுவான். இது என்ன புதிசா?"

o o o

பத்து நாள் கழித்து ஒரு கல்யாணப் பத்திரிகை வந்தது. ராமலிங்கத்துக்குக் கல்யாணமாம். திருப்பதியிலே கல்யாணமாம். பெண் பெயர் அலமேலு. பெண் வீட்டுக்காரர்களுக்குத் திருமலையான் குலதெய்வமாக இருக்கும்.

"இப்ப சமாதானமாச்சா உங்களுக்கு?"

"என்ன?"

"அவனுக்கு இந்தப் பள்ளிக்கூடமெல்லாம் சரிப்பட்டு வராது. "ஏய்ன்னா டேய்னு" வாயடிக்கிற பொண்ணைப் பிடிச்சுக் கட்டிப் போட்டாத்தான் சரியா வரும்'னு சொன்னீங்களே, உங்க மனசு அறிஞ்சு அந்தப் பள்ளிக்கூடத்திலியே சேர்ந்துட்டான் ராமலிங்கம்."

"பின்னே என்ன? இருபத்தி மூணு வயசிலே, பள்ளிக்கூடத்திலே படின்னா? இவங்கூட பள்ளிக்கூடத்திலே நுழைஞ்சவன் எல்லாம் வேலைக்குப் போய் குடித்தனம் நடத்திக்கிட்டிருக்கான் ..."

"கல்யாணத்துக்கு எப்ப புறப்படறதாம்?"

"எதுக்காக? வாத்தியாரை வந்து நேரே அழச்சானே அதுக்கா? இந்தப் பள்ளிக்கூடத்திலே செத்ததே நான். இந்த வருஷம் செலக்ஷன் வாங்கிக் கொடுத்தது நான். கடைசியிலே படிச்சதும் இந்த ஊட்டுலே, ரண்டுமாசம். இன்னொரு பயலா இருந்தா, வந்து அழச்சிக்கிட்டுப் போகாமயா இருப்பான்? காசுத் திமிரு ..."

"நீங்களும் கரிச்சுக் கொட்டினீங்க."

"அவன் ரொம்ப ஒழுங்காயிருந்தான் பாரு ... இந்த பாரு. வாத்தியார்னா அவ்வளவு தான். செங்கோல் புடிக்கிறவனுக்குக்கூட வாத்தியார் உண்டு. அதுக்காக ராஜ்யத்திலே ஒரு ஓரத்தைக் கிள்ளிக் கொடுத்திட மாட்டான். அவர் தலையிலே எழுதினது அந்த புது வேட்டியும், துப்பட்டாவும் தான் ... நான் இப்ப இவன் கூப்பிடலைன்னு ஏங்கிக் கிடக்கலே. இருந்தாலும் ஒரு வார்த்தைக்குச் சொல்றேன். இவ்வளவு பழகின பய ... சரி, தள்ளு குப்பை. எப்படியாவது நல்லாருந்தா சரி."

o o o

பேசி ஆறாம் நாள் காலையில் எட்டு மணி இருக்கும். ஊஞ்சலில் உட்கார்ந்திருந்தேன். வாசலில் வண்டி நிற்கும் சத்தம் கேட்டது. சற்று எழுந்து எட்டிப் பார்த்தேன்.

எங்கள் வீட்டு வாசலில்தான் வண்டி நின்றுகொண்டிருந்தது. பளபள வென்று பூஸும் ஜரிகை போட்ட கோடி வேட்டியும் கீழே குதித்தன. ராமலிங்கமா!

ராமலிங்கம் நின்றான். பின்பு மெட்டியும், கொலுஸும், மாம்பழப்பட்டுச் சேலையும் இறங்கின.

"அட, ராமலிங்கமா? உங்க பள்ளிக்கூடத்தையும் அளச்சிட்டு வந்துட்டானே — இதோ வர்றேன்" என்று இவள் மறைந்துவிட்டாள்.

"வாங்க சார் மாப்பிள்ளை, வாம்மா!"

"வணக்கம் சார்!"

"கல்யாணங்கள்ளாம் ஆச்சா."

"ஆச்சு சார். நேரே வந்து அழச்சுப் போக முடியல்லே சார். ஒரே அவசரமாப் போச்சு."

"அதனாலே என்ன? வா, உட்காரு."

அதற்குள் என்ன மாயம் செய்தாளோ, ஒரு தட்டில் ஆரத்தியைத் தயார் செய்துவந்துவிட்டாள் அவள். இரண்டு பேரையும் கிழக்கு முகமாக நிற்க வைத்து ஆரத்தி சுற்றி, பெண்ணுக்கும் பிள்ளைக்கும் நெற்றியிட்டாள்.

அவளுக்குப் பிள்ளையில்லாத குறை நீங்கிவிட்டது மாதிரிதான் எனக்குத் தோன்றிற்று. எவ்வளவு பூரிப்பு!

"வா, உட்காரு."

"கும்பிடறேன் சார்." முட முடவென்று அவனும் பெண்ணும் இருவருக்கும் வணங்கினார்கள்.

"வாத்யாரு சொல்லிக்கிட்டே இருந்தாங்க. இந்தப் பள்ளிக்கூடம் தான் உனக்குச் சரின்னு. அது மாதிரியே செஞ்சிட்டியே!" என்று அவள் சிரித்தாள்.

பெண் காலிலும் கையிலும் வளையலும் கொலுசுமாக, கல்யாணத் திருவுடன் பொலிந்து கொண்டு மலர்ந்து நின்றது.

"உம் பேர் என்னம்மா?"

பெண் புன்சிரிப்புடன் பேசாமல் இருந்தது.

"வெக்கமா இருக்கு! ராமலிங்கம் கோவிச்சுக்காது. சொல்லு."

"அதுக்குப் பேச வராது" என்று ராமலிங்கம் குறுகிட்டுப் புன்னகை பூத்தான்.

"அப்படின்னா?"

"ஊமை, சார்."

"என்னது?"

"ஆமா சார், எங்க அக்கா மகள்தான் அது. ஒரே குழந்தை. எனக்கும் ஒரே அக்காதான். அவங்க புருஷன் எங்க ஊருக்குப் பக்கத்திலே நாலஞ்சு மைலிலெதான் இருக்காங்க. கர்ணமாயிருக்காங்க. தெம்பா இருந்து, கடனொடனுமாப் போயி, நொடிச்சுப் போயிட்டாங்க. இதை எங்க யாவது நல்ல இடமாப் பாத்துக் குடுக்கணும்னு ஆசை அக்காவுக்கு. செய்யறதுக்கும் தெம்பு இல்லை. ரொம்ப வியாகூலப்பட்டுப் போயிட்டுது. பரீட்சை நடந்துக்கிட்டிருக்கப்போ, யாரோ பெண் பார்க்க வராங்கன்னு கடுதாசி வந்திச்சு. அதான் எல்லாத்தையும் போட்டுட்டு ஓடினேன். பாத்தேன், பையனும் நல்லா இல்லே. பதினாயிரம் இருபதினாயிரம்னு கேட்டாங்க. அவங்களுக்குச் சொத்து இல்லேன்னு தெரியும். அவங்களுக்குப் பாட்டி ஊட்லே செய்யட்டுமேன்னுதான் கேட்டாங்க போலிருக்கு.

"ரூபாய், சீருன்னு கன கண்டிப்பா பேசினாங்க. இது முகத்தையும் பார்த்தேன். வாய்தான் இல்லையே தவிர எதையும் ஒரு பார்வையி லேயே சொல்லிப்பிடும். எல்லாத்தையும் யோசிச்சுப் பார்த்தேன். கையிலே காலணா கிடையாது. படிப்பும் கிடையாது. இந்த மாதிரி வெத்து ஆளுங்க பதினாயிரம் இருபதினாயிரம்னு இப்பவே கேட்டா பெண்ணை எப்படி வச்சுப்பாங்களோ? வாயும் காதும் இல்லாததை நோக அடிக்கவா முடியாது? யோசிச்சுப் பாத்தேன். நானே பண்ணிக்கிறேன்னு சொல்லிப்பிட்டேன். மாமனுக்கு ரொம்பக் கோபம். அவருக்குக் கல்யாணத்துக்கு ரெண்டு பொண்ணு இருக்கு. என்னைக் கொஞ்சமாக் கலைக்கலே, இருக்கிற

தி. ஜானகிராமன் சிறுகதைகள்

உறவு ஒருத்தரு பாக்கியிலே, கலைக்க முனைஞ்சிட்டாங்க. கல்யாணத்திலேயே ஏதாவது கலாட்டா பண்ணுவாங்களோன்னு பயமாப் போச்சு. கடைசியிலே கண் காணாத இடமாப் போய்ப் பண்ணிக்கிறதுன்னு முடிவு பண்ணிப்பிட்டேன். பேரும் அலமேலுன்னு இருந்திச்சா, திருப்பதியிலே செய்யறதுன்னு முடிவு பண்ணினேன். முடிஞ்சும் ஆயிட்டுது. எங்க அக்காவுக்கும் இனிமே கவலையில்லே ... பேசி என்னசார் ஆகப் போவுது. ரொம்ப புத்திசாலி சார் இது ... உங்களைக்கூட அந்த அவசரத்திலேதான் அழச்சுக்கிட்டுப் போக முடியலே. வெளியே யாரையும் பாக்கறுக்குத் தெரியமும் வரலீங்க சார் எனக்கு. ஏதாவது சொல்லி என் மனசைத் திருப்பி விட்டுடுவாங்களோன்னு கவலை வந்திடிச்சு ... நீங்க தவறா நெனச்சுக்கப்படாது சார். வெளியிலே கோபிச்சுப்பிங்களே தவிர, உங்க மனசு எங்கிட்ட எப்படியெல்லாம் இருக்கும்னு எனக்குத் தெரியும், சார். என் நிலையைப் பின்னாலே சொல்லிக்கலாம்னுதான் போயிட்டேன் ..."

பிரமை பிடித்தாற் போல நான் உட்கார்ந்திருந்தேன். அவனுடைய புன்னகையும் அமைதியும் அழுத்தமும்! என் முதுகில் ஒரு நடுக்கம் ஓடிப் புல்லரித்து உதறிற்று.

"தங்கத்தை எவ்வளவு கஷ்டப்பட்டுத் தேடி எடுக்க வேண்டியிருக்கு, பாத்தீங்களா –" என்று ஆரம்பித்த மனைவி மேலே பேச முடியாமல் திணறினாள்.

"தம்பி, தம்பி, நீ – நீ வந்து –"

எனக்கும் அதற்கு மேல் பேச முடியவில்லை தொண்டையை அடைத்துக்கொண்டுவிட்டது.

ஆனந்த விகடன் தீபாவளி மலர், அக்டோபர் 1954

பாப்பாவுக்குப் பரிசு

பாப்பாவுக்கு விழிப்புக் கொடுத்தது. எழுந்து உட்கார்ந்தாள். சுற்றுமுற்றும் பார்த்தாள். அம்மாவுக்கு நல்ல தூக்கம். தலையணை உயரம் போதாததால் இடது கையையும் தலைக்கு வைத்து ஒருக்களித்தவாறு உறங்கிக் கொண்டிருந்தாள். கூந்தல் அவிழ்ந்ததும் அவிழாததுமாகப் புரண்டு கிடந்தது.

நடுநிசி. முற்றத்து வானத்தில் தங்கம் இறைந்து கிடந்தது. கொல்லை மரங்கள் சலசலவெனச் சிரித்தன. பாப்பாவுக்கு இரவுத் தேவதையின் சிரிப்பாகத்தான் தோன்றிற்று அந்தச் சலசலப்பு. தென்னை மரங்கள் இரண்டும் சிறு காற்றில் ஆடி ஆடித் தூங்கி வழிந்தது, முற்றத்தில் தெரிந்தது. எங்கேயோ நெடுந்தொலைவிலிருந்து தமுக்கு ஓசை அடக்கமாகக் கேட்டுக் கொண்டே இருந்தது. காளியாட்டமா? ஊர் எல்லையில் புதுக்குளத்தியம்மனுக்குப் பச்சை படைக்கிறார்களா? அந்தத் தமுக்கு ஓசையில் பச்சைக்காளி பாபுக்காளிகளின் தித்திப்பல்லும் பளிங்கு விழியும் கூட மிதந்து வந்தன. பாப்பாவுக்குப் பயம் வயிற்றைக் கலக்கிற்று, ஒரு பக்கம் நிகிநிகி என்று சுவர்க்கோழியின் மெல்லிய இசை எங்கிருந்து என்று தெரியாமல், ஓயாமல் இசைத்தது. சுவர்கோழியின் சத்தமா அது? அல்லது நக்ஷத்திரங்கள்தான் சீட்டியடிக்கின்றனவா?

தூணில் மாட்டியிருந்த பெட்ரூம்விளக்கின் முத்தொளி, இருக்கிற இருளையும் பயத்தையும் எடுத்துக் காண்பித்தது. மேலே ஓட்டுச் சார்ப்பில் கர்கர் என்றுவிடாமல் எலி அறுத்தது. தெருக்கோடியில் திடீரென்று நாய் குரைத்தது. நாய்க்குத் தூக்கமே கிடையாது. வீட்டைக் காக்கிறேன், காக்கிறேன் என்று ஊரைத் தூங்கவிடாமல் அடிக்கும். வயிற்றைப் பக் பக்கென்று பறக்க அடிக்கும். பாப்பாவுக்கு நெஞ்சு அடித்துக்கொண்டது. படுத்துக்கொண்டு அம்மாவை அணைத்துக் கொண்டாள். அம்மா அசையவில்லை. அடித்துப் போட்டார்போல தூக்கம். பத்து மாமரம் முறிந்து விழுகிற சத்தம்கூட அவளை எழுப்ப முடியாது.

தி. ஜானகிராமன் சிறுகதைகள்

"சாமி, அப்பா நாளை விடிய ஊருக்கு வந்திரணும். இப்பவே வரட்டுமே. அம்மாவும் நானும் ஒண்டியா இருக்கமே. பயமாயிருக்கே" என்று சொல் கேட்ட பெருமாளை வேண்டிக்கொண்டாள் பாப்பா. ஊருக்குத் தெய்வம் குளத்தங்கரைக் கோயிலில், வயல்களையும் பொழுது சாயும் திக்கையும் பார்த்துக்கொண்டு குடி கொண்டுள்ள சொல் கேட்ட பெருமாள்.

பாப்பா கண்ணை மூடப் போனாள். என்ன அது கறுப்பாக ஓட்டு மேலே? மரநாயா, பூனையா, கன்றுக்குட்டியா? கன்றுக்குட்டி ஓட்டிலா ஏறும்?

ஆள் ... ஆள் தான்! திருடன்! திருடன்!

பாப்பாவின் தொண்டை அடைத்துவிட்டது. கூச்சல் போடலாம். முடியவில்லை. ஒருமுறை கண்ணை இறுக மூடினாள். திகில்தான் அதிகரித்தது. திறந்தாள். முற்றத்தில் குதித்து, ஒரே பாய்ச்சலில் தாழ்வாரத்திற்கு வந்துவிட்டான் திருடன். நின்று ஒரு முறை பார்த்தான். அம்மா வாயைக் கையால் அம்மினான். அம்மாவின் கை தானாகக் கையை அகற்றப் போயிற்று. அகற்ற முடியவில்லை. விழித்துக் கொண்டு மல்லாந்தாள். "ப்பே ..." என்று அலறப் போனாள். அதற்கும் முடியவில்லை. வாயை அழுத்தி மூடிவிட்டான் திருடன். முனகல்தான் கேட்டது. இடுப்பில் இருந்த கத்தியை எடுத்து ஓங்கி, "பேசாதே" என்று ஜாடை காட்டினான். அம்மா கல்லாக உறைந்துவிட்டாள். வேஷ்டியை வாயில் வைத்துத் திணித்துக் கையிரண்டையும் சேர்த்துக் கட்டினான். காலையும் கட்டிப் போட்டான். பக்கத்தில் படுத்திருந்த பாப்பாவைப் பார்த்தான். பாப்பாவுக்கு நல்ல தூக்கம்! அசையாமல், மூச்சை ஒழுங்காக விட்டுக் கொண்டு, படுத்துக் கிடந்தாள். கண்ணின் இடுக்கு வழியாக அவள் பார்ப்பது அவனுக்குத் தெரியவில்லை. பெட்ரும் விளக்கின் ஒளி அவன் கண்ணின் கூர்மையை மழுக்கிவிட்டது. அவளை விட்டுவிட்டு, சாமான் அறையை நோக்கி ஓடி உள்ளே புகுந்துவிட்டான்.

அம்மா பாப்பாவைத் திருப்பிப் பார்த்தாள். கண்ணும் முகமும் அசைந்தது. என்ன சொல்கிறாள் என்று புரியவில்லை.

பாப்பாவுக்குத் திடீரென்று ஒரு யோசனை மின் வெட்டிற்று. உதட்டில் விரலை வைத்தும் பேசாமல் இருக்கும்படி ஜாடை காட்டி விட்டு, எழுந்து அடிமேல் அடி வைத்து நின்றாள். அறையருகில் நின்று எட்டிப் பார்த்தாள். அறை நீள அறை. அந்தக் கோடியில், வாசலைப் பார்த்து நிற்கும் ஜன்னலுக்குப் பக்கத்தில் மூன்று ட்ரங்குப் பெட்டிகள் ஒன்றுமேல் ஒன்றாக அடுக்கியிருந்தன. முதல் பெட்டியைத் திறந்தான். நெருப்புக் குச்சி அணைந்தது. அந்தப் பெட்டியைக் கீழே வைத்து அடுத்த பெட்டியைத் திறக்க போனான். அது பூட்டியிருந்தது. அம்மாவின் பட்டுப் புடவையிரண்டும், பாப்பாவின் பட்டுப் பாவாடைகளும் வைத்திருந்த பெட்டி அது. அதைத் திறப்பதற்காக எதையோ இடுப்பிலிருந்து எடுத்தான்.

அவ்வளவுதான், பாப்பாவுக்குக் கை நடுங்கிற்று. சரேலென்று முன்னால் சாய்ந்து தாழிடும் வளையத்தை இழுத்துக் கதவைப் படார் என்று சாத்தி, நிலையிலிருந்த நாதாங்கியில் வளையத்தை மாட்டி

விட்டாள். கூடத்தில், அடுக்களை நிலைக்கருகில் விசிறி கிடந்தது. ஓடிப் போய் அதை எடுத்து வந்து கொக்கியில் செருகினாள். இனிமேல் கதவைத் திறக்க முடியாது.

தட தட தட தடவென்று உள்ளேயிருந்து கதவையிழுக்கும் சத்தம் கேட்டது. பாப்பா வாசல்கதவைத் திறந்துகொண்டு ஓடினாள். அடுத்த வீட்டு வாசலில் கட்டிலில் உறங்கிக்கொண்டிருந்த ஐயாத்தேவரை எழுப்பினாள்.

"மாமா, மாமா ... திருடன், திருடன்! மாமா, திருடன்."

'ஆ ஆ' என்று பதறியடித்துக்கொண்டு எழுந்தார். ஐயாத்தேவர்.

"திருடன், திருடன்."

"எங்கே? எங்கே?"

"உள்ள வச்சு சங்கிலியைப் போட்டுட்டேன். ஓடியாங்க. அம்மாவைக் கட்டிப் போட்டிருக்கான்."

அவ்வளவுதான், ஊர் கூடிவிட்டது. ஐந்து நிமிஷத்தில் தெருவோர் முழுவதும் வீட்டுக்குள் நுழைந்துவிட்டார்கள். ஒரு கையில் கம்பு! ஒரு கையில் அரிவாள்! கையில் விறகுக் கட்டை! ஒரு கையில் தலைக்கு வைத்துக்கொள்ளும் மணை! கையில் அகப்பட்டதை எடுத்துக்கொண்டு திரண்டுவிட்டார்கள்.

"எங்கே? எங்கே?"

"அதோ அந்த உள்ளே."

"இருக்கிறானா?"

"ம்."

"எத்தினி பேரு."

"ஒரே ஆள் தான்."

"ஏலே, யார்ரா பய? வாடா வெளியே."

"வர்றேன் ... என்னை விட்டிடுங்க. அப்படியே ஓடிப்போயிடறேன். பிடிச்சுக்கிடிச்சு ஏதாவது செஞ்சீங்களோ, இதோ துப்பாக்கி வச்சிருக்கிறேன், எல்லாரையும் சுட்டுப் பொணக்காடா அடிச்சிட்டுப் போயிடுவேன் ... ஆமாம்" என்று உள்ளேயிருந்து உறுமினான்.

"இல்லீங்க மாமா ... பொய்யி. துப்பாக்கியுமில்லே, பீரங்கியுமில்லே. கையில் ஒரு சின்ன கத்திதான். ஜன்ன வழியாத் தெருவிலே எறிஞ்சிறச் சொல்லுங்க. இல்லாட்டித் திறக்காதீங்க" என்று பாப்பா சொன்னாள்.

"எட லே, யாருன்னு நெனச்சிக்கிட்டே. சிப்பாயி மாதிரில்லே பேசுறே, திருட்டுக் களவாணிக் களரே ... கத்தியைத் தூக்கி வாசல்லே ஏறிடா ... எறியிறியா, இல்லியா? ... எறிஞ்சிட்டுச் சும்மா நின்னா வரலாம் ... இல்லே, மாசம் ஒண்ணானாலும் கதவு திறக்காது. பட்டினி

கிடந்து சாக வேண்டியதுதான்" எல்லோரும் வாய்க்கு வாய் கத்தினார்கள். சிறிது நேரமாயிற்று.

கத்தி வாசலில் விழுந்தது. கதவைத் திறந்து பிடித்துவிட்டார்கள். பின்கட்டு முறையாகக் கட்டினார்கள் அடியோ அடியென்று அடித்தார்கள். உதைத்தார்கள். முழங்கையிலும் முட்டியிலும் மணிக்கட்டிலும் தட்டினார்கள்.

அப்பா, ஐய்யா என்று ஆரம்பித்தவன் கடைசியில் வலி பொறுக்காமல் கதறினான், அலறினான், அழுதான்.

"ஐயா, இன்னமே இந்த வழிக்கெல்லாம் போகமாட்டேங்க, சாமிங்களே. இத்தோட விட்டுடுங்க" என்று அழுதான். தாரை தாரையாகக் கண்ணீர் வழிந்தது. துடைத்துக்கொள்ளக்கூட முடியவில்லை. கை கட்டியிருக்கிறதே!

"புள்ளைகுட்டிக்காரன்யா. ஐயா, ஐயா."

பாப்பாவுக்கு அழுகை வந்துவிட்டது.

"தேவர் மாமா, விட்டிடுங்க மாமா அவரை, இன்னமே செய்ய மாட்டேன்னிட்டாரே. விட்டிடுங்க மாமா" என்று தொண்டை அடைக்கக் கெஞ்சினாள்.

தோள். முதுகு எல்லாம் அவனுக்குக் கண்டு கண்டாக வீங்கிவிட்டது. சுவரில் மாட்டியிருந்த தும்புக் கயிற்றால் மணியக்காரர் வீசின இடம் பூரான் மாதிரி தடித்துவிட்டது.

"கையைக் கட்டிப் போட்டு அடிக்கிறீர்களே, அவுத்து விட்டு அடிங்க பாப்பாம்" என்று ஆத்திரம் தாங்காமல் தொண்டை விரியக் கத்தினாள் பாப்பா.

"உங்களுக்குத்தான் பாவம். இதுக்கெல்லாம் சாமி குடுப்பாரு" என்று கறுவினாள்.

இவ்வளவு வளர்ந்த ஒருவனை, இவ்வளவு வயதானவனை, சின்னப் பிள்ளையை அடிப்பது மாதிரி அடிப்பதை அவளுக்குப் பார்த்துக் கொண்டிருக்க முடியவில்லை.

"இந்தப் பார்றா, இந்தப் பச்சைப் புள்ளைக்கு இருக்கிற ஈரம்கூட இல்லியேடா உனக்கு. கொலைகாரப் பயலே, கத்தியை ஓங்கினாயாமே?" என்று இன்னும் இரண்டு குத்துவிட்டார்கள்.

எவ்வளவுதான் அடிப்பது?

காலையில் போலீஸ் ஸ்டேஷனுக்கு ஆளை இழுத்துச் சென்றார்கள்.

o o o

பத்து நாள் ஆயிற்று. கோர்ட்டில் விசாரணை நடந்தது. முக்கியச் சாட்சியாகப் பாப்பாவைத்தான் கூண்டில் ஏற்றினார்கள். எட்டு வயதுக் குழந்தை பளிச் பளிச்சென்று பதில் சொல்வதைக் கண்டு வியப்பாக இராதா? கோர்ட்டில் நல்ல கூட்டம்.

பாப்பாவுக்குப் பரிசு

"என்ன துணிச்சல் சார்?"

"கண்ணை மூடித் தூங்கறாப்பல படுத்திருந்திச்சாமே ... என்னா அறிவு பாத்தீங்களா?"

"அதுசரி, மெதுவாக ஏந்து போய்க் கதவைச் சாத்தித் தாப்பாப் போடணும்னு எப்படித் தோணிச்சு இந்த ஓட்டைச் சாணுக்கு?"

"நெஞ்சுரப்பு. நீயும் நானும்னா அப்படியே கால் இத்துப் போய் பொணமாக விறைச்சுக் கிடந்திருப்போம். துணிச்சல் பழகியா வரும்? பிறவி."

"சங்கிலி போட்டு, விசிறிக் காம்பை மாட்டி ... இந்தக் காலத்துப் புள்ளீங்களைப் பாத்தியாடா தம்பி ..."

கொழுக்கட்டை ஆச்சி பொம்மை மாதிரி, தூக்கிக் கட்டின பாவாடையும் இறுக்கி விறைத்த பின்னலுமாகக் கூண்டில் நிற்கும் பாப்பாவைப் பார்த்து எல்லாருக்கும் சற்று வியப்பாகத்தான் இருந்தது.

பாப்பா ஒன்றையும் விடவில்லை. ஓட்டுக்கூரைமீது பார்த்தது முதல், யார் யார், எதால், எப்படி, எங்கெங்கு அடித்தார்கள், திட்டினார்கள் – எல்லாவற்றையும் ஒன்றுவிடாமல் சொல்லிக்கொண்டு வந்தாள்.

"செத்த பாம்பை அடிக்கிற மாதிரி கையைக் கட்டிப் போட்டுப்பிட்டு எல்லாரும் அடி அடி அடின்னு அடிச்சுக்கிட்டேயிருந்தாங்க. அவரு பச்சைப் புள்ளை மாதிரி அழுதாரு. இவங்க அப்பாதான் இன்னும் நாலு குடுப்பாங்க. இம்மாம் பெரிசி, இம்மாம் பெரிசுக்கு அவரு உடம்பெல்லாம் வீங்கிப் போயிடிச்சு. ஐயோ, ஐயோ, ஐயோன்னு அவரு பள்ளிக்கூடத்துப் பையன் மாதிரி கத்தினாரு. பாவம் ... கட்டை அவுத்துப்பிட்டு அடிச்சிருந்தாங்கன்னா, அப்ப தெரிஞ்சிருக்கும்!" என்று கோர்ட்டில் கூடியிருந்த மனிதர்க்கத்தையே கண்டு கறுவினாள்.

ஜட்ஜ் சிரித்தார்.

"நீ புடிச்சுக் குடுத்ததினாலே தான் இவ்வளவும்? ... நீ ஏன் புடிச்சே அவரை?"

"நான்தான் அப்புறம் விட்டுடுங்கோன்னு சொன்னேனே. இவங்க கேக்கலே. 'சும்மாயிரு பாப்பா, சும்மாயிரு பாப்பா'ன்னு என்னை அப்பாலெ ஒதுக்கி விரட்டிட்டாங்க."

"நீ இவங்களையும் புடிச்சுத் தாப்பாய் போட்டிருக்கணும், உள்ளே அடைச்சு."

"இவங்களையா? அத்தினி பேரையுமா?"

"அடிக்கவும் அடிச்சிப்பிட்டுக் கேஸும் கொடுத்திட்டாங்க பாத்தியா இப்ப? ... மனிசங்கன்னா அப்படித்தான் இருக்கணும் ..." என்று சிரித்தார் ஜட்ஜ்.

"சரி ... நீ போ."

பாப்பா இறங்கி அப்பாவுடன் உட்கார்ந்துகொண்டாள்.

"ஏம்ப்பா, இவருதானே சர்க்காரு?" என்று ரகசியமாகக் கேட்டாள்.

"ஆமாம்."

"இவரை என்ன செய்வாரு?"

"ஜெயில்லெ போட உத்தரவு போடுவாரு."

"ஜெயில்லெ போயி?"

"செக்கு இழுக்கச் சொல்லுவாங்க."

"மாடு மாதிரியா?"

"ஆமாம்."

"அதுதான் நல்லா அடிச்சுப்பிட்டாங்களே எல்லாரும்."

"சர்க்காருன்னா அப்படித்தான் தண்டிப்பாங்க."

"அவருதான் திருடலையே."

"அதுக்காக? அம்மாவைக் குத்தியிருந்தான்னா?"

"எங்க குத்தினாரு?"

"குத்தியிருந்தா?"

"அதான் குத்தலியேப்பா?"

"ஸ் ... சும்மா இரு. இஞ்சு பேசக் கூடாது."

"சொல்லுப்பா."

"..."

"அப்பா"

"..."

ஜட்ஜ் கடுங்காவல் விதித்தார்.

பாப்பாவின் துணிச்சலைப் பாராட்டி சர்க்காரிடமிருந்து அவளுக்கு இருபது ரூபாய் சன்மானம் வந்தது.

"பாத்தியா பாப்பா ... திருடனைப் புடிச்சியில்ல, இந்தா. உனக்குப் பிரைஸ் அனுப்பிச்சிருக்காங்க போலீசிலே."

"எனக்கு ஒண்ணும் வாணாம்."

"சீ ... பைத்தியம் ... லட்சுமி இது வாணாம்னு சொல்லலாமா?" என்று நோட்டைக் கையில் திணித்தார் அப்பா.

"உக்கும்" என்று ஒரு திமிரல், நெளிசல், சிணுக்கல். நோட்டு கசங்கித் தரையில் விழுந்தது.

"தோசி, துக்குறிக்களுதே ... நல்ல வேளை ... கிளிக்காமெ உட்டியே" என்று நோட்டை எடுத்துக் கசங்கலைப் பிரித்துச் சரிப்படுத்தினார் அப்பா.

பாப்பாவுக்குப் பரிசு

என்ன வீசியெறிந்தாலும் பணம் அவளுடையது தானே? பட்டுப் பாவாடையும் சட்டையுமாக மாறி வந்தது பணம்.

"இப்ப என்ன செய்யுவே? ..." என்று பெருமையாக நீட்டினார்.

"எனக்கு ஒண்ணும் வாணாம்."

"சீச்சீ ... தீவளிச் சட்டையை வாணாமுங்கப்படாது. பாவம், கிஷ்ணரு கோவிச்சுப்பாரு" என்று அம்மா பாப்பாவுக்குக் கட்டிவிட்டு ஒத்திகை பார்த்தாள்.

அவ்வளவுதான், அதையும் அவிழ்த்தெறிந்து விட்டு, பிறந்த மேனிக்கு நின்றாள் பாப்பா.

"சீச்சீ ... வெட்கம் கெட்ட நாயி ... சொரணையில்லே உனக்கு?"

"அப்படிதான்" என்று பாப்பா பழம் பாவாடையை எடுத்தது.

"விடியா மூஞ்சி."

"இரு இரு, குடுகுடுப்பாண்டி வரட்டும் ... இதை எடுத்துக் கொடுத்துடறேனா இல்லையா பாரு..." என்று பாப்பா பயமுறுத்தினாள்.

"நீ கொடுத்தாலும் கொடுப்பே ... அராமி."

"அப்படித்தான் கொடுப்பேன்."

"கொடேன் பாப்பம் ... உதை திங்கிறே."

"ம் ம் ... உதைப்பே ... வவ்வவ்வவ்வ."

அப்பா சிரித்தார்.

"வவ்வ" என்று பதிலுக்கு அழுகு காட்டிவிட்டு, அம்மா, பெட்டியில் வைப்பதற்காகப் பட்டு உடைகளை எடுத்துப்போனாள்.

"நீ தான் வவ்வவ்வவ" என்று ஆத்திரம் குமுறக் கத்திவிட்டுப் பாப்பா வீல் என்று அழுகை வைத்தாள்.

விந்தியா, நவம்பர் 1954

அடுத்த ...

வீட்டுக்குள் நுழையும்போது ஒரே பரபரப்பாக இருந்தது. அங்கும் இங்கும் ஓடுகிற பரபரப்பில்லை. ஏதோ பெரிய சம்பவம் நிகழ்வதற்காகக் காத்துக்கொண்டிருக்கிற பரபரப்பு. கோவிந்தராவின் ஆறாவது பெண் மாடிப்படியின் மேற்படியில் இடக்கால் வலக்காலையும் வலக்கால் இடக்காலையும் பார்க்க சூணா வயிற்றின் மேல் கவுன் பம்மி விழ, தேம்பிக்கொண்டிருந்தது. அம்மாவின் சுடுகிற பார்வையினாலேயே அடங்கி அடங்கிப் பொறுமை கற்றுக் கொண்டிருக்கிற அந்தக் குழந்தை அழுதேநான் கேட்டதில்லை.

"ஏம்மா கமலி! ஏன் அழறே?"

அவ்வளவுதான், "ஏ...க்...எவ்...அம்மா அம்மா" என்று உள்பக்கம் ஒருமுறை திரும்பிப் பார்த்துவிட்டுப் பெரிதாக அழக் கிளம்பிவிட்டாள்.

"ஏன்? அம்மா அடிச்சாளா? ..."

சட்டென்று லோலக்கு ஆட, 'இல்லை' என்று தலையசைத்துக்கொண்டே தேம்பினாள் குழந்தை.

"அழாதேம்மா" என்று சொல்லிக்கொண்டே கௌரி வந்தாள் உள்ளே இருந்து. இடுப்பில் கோவிந்தராவின் ஏழாவது குழந்தை. என்னவோ அழிந்துபோன பூவன் சீப்பை எடுக்கற மாதிரி ஜாக்கிரதையாக அதைத் தூக்கிக் கொண்டிருந்தாள் கௌரி. கௌரியா? இதையா தூக்குகிறாள்? எதற்கு? வாசு என்கிற அந்தக் குழந்தை எட்டு மாதம்வரையில் கொழுகொழுவென்று மினுமினுவென்று க்ளாக்ஸோ பேபி மாதிரி இருந்ததாம். எட்டாவது மாதம் அம்மை குத்தினார்களாம். ஜூரம் வந்ததாம். உடம்பு இளைத்துக் கறுத்துக்கொண்டே வந்தது. அம்மை மருந்தின் வேகம் குழந்தையின் அழகையும் வலுவையும் தின்றுகொண்டே வந்தது. செய்யாத வைத்தியம் இல்லை. கழுத்திலும் கையிலும் முடிக்கயிறு வேறு, ஒன்றும் பயனில்லை. கடைசியில் காய்ந்து

கருவாடாக வெள்ளை விழியும், எலும்பில் பிடிப்பு விட்டுப்போய்த் தளர்ந்து சுருங்கித் துவளும் தோலும், சாம்பல் பாய்ந்து முன்னே பிதுங்கி யிருந்த கீழதடுமே மிச்சம். குழந்தைக்கு அழகைக் கொடுக்கும் இடங்கள் தேய்ந்துவிட்டன. முதுகிலிருந்தே துடை தொடங்கிவிட்டது. ஒவ்வொரு கணமும் சர்வேசுவரனின் துணையுடன் குழந்தை அம்மை மருந்தோடு எட்டு மாதமாகப் போராடிக்கொண்டிருக்கிறது. இந்தக் குழந்தையைத் தூக்கி வைத்துக்கொள்ளும் லாகவமும் கடமையும் உள்ளவள் கோவிந்த ராவின் மனைவி ஒருத்திதான். கௌரியின் கையில் இதைப் பார்த்ததும் எனக்கு ஒன்றும் புரியவில்லை. தன்னைப் பற்றிய நம்பிக்கை எல்லாம் தீர்ந்துவிட்டதா கௌரிக்கு?

தூர இருந்துகொண்டேதான் அவள் வாசுவைக் கொஞ்சுகிற வழக்கம். தொட்டாலும் மரவட்டையைத் தொடுகிறது போல் விரல் நுனியாலேயே ஒரு தட்டு தட்டிவிட்டுக் கையை இழுத்துக்கொண்டுவிடுவாள். இப்போது அதை இடுப்பிலே மிகவும் சிரமத்துடன் தூக்கி வைத்துக்கொண்டு நிற்கிறாள். எதையும் காட்டிக்கொள்ளாமல் சமயத்துக்குக் கை கொடுக்கும் பெண்மைதான் என் கண்ணுக்குத் தெரிந்தது.

"ஏன் குழந்தை அழறா?"

"அவ அம்மாவுக்கு இடுப்பு வலி. கீழேயிருந்து கிருஷ்ணம்மாவைக் கூப்பிட்டேன். உள்ளே பக்கத்திலே உட்கார்ந்திருக்கா. சரஸ்வதியை ஓடிப்போய் அவ அப்பாவை அழைச்சிண்டு வரச் சொன்னேன். மாவும் கையுமாகச் சரியாக்கூட அலம்பாமல் ஓடிவந்தார். வந்து பார்த்துவிட்டு, ஆம்புலன்ஸுக்கு போன் பண்றேன்னு ஓடியிருக்கார்."

"ஊவ் ... அம்மா ... அம்மா ..." என்று இடது பக்கத்துப் போர்ஷனி லிருந்து கூச்சல் கேட்டது.

"ரொம்பத் துடிக்கிறா, பாவம். எனக்கு என்ன செய்யறதுன்னு தெரியலை. கிருஷ்ணம்மாவைக் கூப்பிட்டேன். வெந்நீர் கிஞர் போட்டுண் டிருக்கா. ஏதோ மருந்துச் சரக்கு சொன்னா. எழுதிக் கொடுத்தேன். லக்ஷ்மி கிட்டே ஒரு ரூபா பணத்தைக் கொடுத்தனுப்பிச்சிருக்கேன். வாங்கிண்டு வர்றேன்னு போயிருக்கு. கோபுவும் லில்லியும் பள்ளிக்கூடத்திலேருந்து வரலை. அதுக்குள்ளே இது 'விராச் விராச்'சுன்னு கத்தக் கிளம்பிட்டுது. நான் அடுப்பை மூட்டிண்டிருந்தேன். இது கத்தறதைப் பார்த்தா முழிரெண்டும் விண்டு வெளியிலே வந்துடும் போலிருந்தது. கத்தறதுக்கு இதுக்கு சீவன் ஏது? நீ குழந்தையை எடுத்து வச்சுக்கோ; நான் பார்த்துக்றேன்னு சொன்னா கிருஷ்ணம்மா. இப்பத்தான் கொஞ்சம் ஓஞ்சிருக்கு."

என்னவோ புரிந்துக்கொண்டுவிட்டாற்போல மேலே நாலும், கீழே நாலுமாக அரிசிப் பற்களைக் காண்பித்துச் சிரித்தது குழந்தை.

"சிரிக்கிறதைப் பாரு. கோட்டான்."

"சரி, நீ ஜாக்கிரதையா வச்சுக்கோ. இது பெட்ரம் க்ளாஸ் இல்லை. போனா வராது."

"அது மாத்திரம் உடனே வந்துடறதா என்ன? நாலு நாளாச்சி. விடிவிளக்கு இல்லாம திண்டாடறேன். நீங்க இன்னிக்கும் மறந்து போச்சின்னு கையை விரிக்கப் போறேன்."

"உனக்கென்ன விடிவிளக்கு? குழந்தையும் குஞ்சும் ராத்திரி முழிச்சிண்டு அலர்றாபோல்னா தவிக்கிறே?"

"குழந்தை குஞ்செல்லாம் உண்டானப்பறந்தான் விடிவிளக்கு ஏத்தணும் போலிருக்கு, ஐயோ ... செத்தெ மெதுவாகப் பேசட்டுமே."

கமலி இன்னும் விசும்பிக்கொண்டிருந்தது.

"அழாதேம்மா, அம்மாவுக்கு ஒண்ணுமில்லே. இன்னொரு பாப்பா வரப்போறது. உனக்கு விளையாட வாசு, வாசுவுக்கு விளையாட ஒரு பாப்பா வரப்போறது!"

குழந்தை ஆச்சரியத்துடன் ஒன்றும் புரியாமல் என்னையும் கௌரியையும் பார்த்துப் புன்முறுவல் செய்தாள்.

"பொய்" என்று சிரித்துக்கொண்டே கட்டை விரலை வாயில் வைத்துக்கொண்டாள். விசுக்கென்று ஒருமுறை விசும்பிவிட்டு அதையே கடைசி விக்கலாக நிறுத்திக்கொள்ள முயன்றுகொண்டிருந்தாள்.

"ஆம்புலன்ஸுக்கு எங்கே போய்ப் போன் பண்ணப் போறார் கோவிந்தராவ்!"

"தபாலாபீஸ் கிட்டவே இருக்காமே ஒரு பொது டெலிபோன்? இல்லாட்டா அவா ஹோட்டல்லேயே இருக்காம். பண்ணிவிட்டு வந்துடறேன்னு ஓடியிருக்கார்."

"ஊவ் ... அம்மா ... அப்பா ..."

உள்ளேயிருந்து வந்த புலம்பல் என் வயிற்றைக் கலக்கிற்று. காதை விரலால், பொத்திக்கொள்ளத்தான் சட்டென்று தோன்றிற்று.

"லக்ஷ்மி வந்துவிட்டாளா?" என்று கிருஷ்ணம்மா வெளியே எட்டிப் பார்த்தாள்.

"இன்னும் வரலையே!"

"சரி, வரட்டும்" என்று மீண்டும் உள்ளே போய்விட்டாள் கிருஷ்ணம்மா.

இந்த லக்ஷ்மி, ஸரஸ்வதி, கோபு, லில்லி, கமலி, வாசு எல்லாம் கோவிந்தராவின் குழந்தைகள்தாம். லக்ஷ்மிக்கு முன்னால் பிறந்த தலைச்சன், பிறந்த பத்து நாட்களுக்குள்ளேயே போய்விட்டதாம். கமலிக்குப் பிறகு பிறந்த ஒரு பெண் குழந்தை வைசூரி போட்டு மறைந்துவிட்டதாம். அது போனது இரண்டு வயசில். முனிசிப்பாலிட்டிக்காரர்கள் வந்து 'ஏன் இத்தனை நாள் அம்மை குத்தாமல் இருந்தீர்கள்?' என்று ரகளை பண்ணிவிட்டுப் போனார்கள். கோவிந்தராவ் பயந்துபோய் அடுத்து பிறந்த எட்டு மாதத்தில் அம்மை குத்திக்கொண்டு வந்துவிட்டார். அதைத்தான் அம்மை இப்படி உயிரோடு பிராண்டித் தின்றுக்கொண்டிருக்கிறது.

அடுத்த . . .

"அம்மா ... ஊவ் ... அப்பா ..."

இருதயத்தின் தசைகளைச் சுருக்கென்று குத்திற்று புலம்பல்.

"என்ன சார்?"

திரும்பிப் பார்த்தேன், கோவிந்தராவ், தலையை வாருகிற வழக்கமில்லை அவருக்கு, பேயறைந்தாற்போல் நின்றார். சோடா பாட்டில் மூக்குக் கண்ணாடிக்குள் விழிகள் சிறுத்து என்னையே உணர்ச்சியில்லாமல் பார்த்துக்கொண்டு நிலைத்து நின்றன. கீழே நாலு முழத்தில் ஒரு சிவராயர் கலர்போட்ட அழுக்கு வேஷ்டி. கோடிக்கணக்கில் இட்டிலிகளுக்கும் தோசைகளுக்கும் சட்னிகளுக்கும் அரைத்துக் கொடுத்த உடம்பு. கண்டு கண்டாக புஜத்தில் முண்டா ஏறியிருந்தது. முரட்டு பலமே திரண்டு, உழைப்பின் உருவாக நின்றார் மனிதர்.

"இந்தாங்கோ மாமி" என்று லக்ஷ்மி ஓடி வந்து இரண்டு மூன்று பொட்டணங்களை நீட்டினாள்; மருந்துச் சரக்குகள்.

"ஏனம்மா?"

"மருந்து."

"மருந்தா? மருந்து என்னாத்துக்கு? நான்தான் போன் பண்ணிப்பிட்டேனே. ஆம்புலேடம் வந்திட்டிருக்கே."

"எங்கே வந்திட்டிருக்கு?"

"போன் பண்ணினேன். ஹல்லோன்னு கேட்டாங்க. இந்த மாதிரி பிரசவக் கேஸு, உடனே ஜல்தியாகப் புறப்பட்டு வாங்கோன்னு சொல்லினேன். எங்கேன்னு அட்ரஸ் கேட்டாங்க. சொன்னேன். இதோ புறப்பட்டுட்டோம். தயாரா இருன்னு சொன்னாங்க. தயாரா இருக்க வேண்டாங்களா? அதுக்குள்ளியும் உங்க சம்சாரம் பயந்து போயிட்டாங்கோ பாவம். கிருஷ்ணம்மாவும் ரொம்பவும் சிரமப்படறாங்கோ. இதோ ஆம்புலேடம் வரப்போவுது."

கோவிந்தராவுக்கு நீள மீசை, அதை ஊசியாக முறுக்கி வேறு விட்டுக்கொண்டிருப்பார். அந்த மீசைக்குக் கீழ் ஒரு சிறு புன்னகை தவழ்ந்தது. மாடிக் கட்டையைப் பிடித்துக்கொண்டு நாலு பக்கமும் பார்த்தார். அவருக்கு ஒன்றும் கவலையில்லை இனிமேல் – 'ஆம்புலேடே'த்திற்குச் சொல்லியாகிவிட்டது. 'ஆம்புலேடம்' வந்து வீட்டு வாசலில் நின்று தன் சம்சாரத்தை ராஜோபசாரமாக அழைத்துப் போய் வைத்தியம் செய்யப் போகிறது. அந்தப் பெருமை அந்த உரம் பாய்ந்த மார்புக்குள் நிறைந்து இடமில்லாமல் உதட்டில் புன்சிரிப்பாக வழிந்தது.

"அம்மா ... ஹாவ்."

"எப்ப ஐயா வரப் போறது ஆம்புலன்ஸ்? வேறு யாராவது வைத்தியரைப் போய் அழைச்சிண்டு வரட்டுமா?"

"வாண்டாம் ஸார், இதோ வந்திட்டே இருக்கு. என்னாத்துக்கு டாக்டர்?"

தி. ஜானகிராமன் சிறுகதைகள்

டாக்டர் யாராவது வந்தாலும் கோவிந்தராவ் உள்ளேகூட விட மாட்டார் போலிருந்தது!

கோபுவும் லில்லியும் பள்ளிக்கூடத்திலிருந்து திரும்பிவிட்டார்கள்.

லில்லி நல்ல வாயில்சட்டை போட்டுக்கொண்டிருந்தாள், கீழே ஒரு நைலான் பாவாடை. கோபுகூடப் பளீர் என்று ஒரு முழு நிஜார் போட்டுக்கொண்டிருந்தான்.

"அப்பா?"

"ங்."

"என்னப்பா?"

"அம்மாவுக்கு உடம்பு சரியாயில்லை. சத்தம் போடப்படாது."

"அம்மாவுக்கா? என்ன உடம்பு?"

"உனக்கு ஒரு பாப்பா புதுசா விளையாட வரப்போறது" என்று கௌரி சொன்னாள். கோபுவுக்குச் சந்தோஷமுமில்லை, கவலையு மில்லை. 'இப்படி நாலு பாப்பாக்களைப் பார்த்தாகிவிட்டது; இது இன்னொன்று; அவ்வளவுதானே?' என்றுதான் நினைத்தான் போலிருக்கிறது.

"ஊவ் ... அம்மா ..."

உள்ளே ஓடிப்போய்ப் பார்த்துவிட்டு வந்தான். லில்லி முன்னாலயே ஓடிவிட்டாள். வெளியே வந்த கோபுவின் முகம் இருண்டுவிட்டது.

"பசிக்கிறது" என்று சொல்லிக்கொண்டே வருகிற குழந்தைகளுக்கு அந்த ஞாபகமே இல்லை இப்போது.

"அம்மா அழறா" என்று ஆரம்பித்த கோபு மேலே பேச முடியாமல் திணறினான். கண்ணில் நீர் ததும்பியது.

"ஒண்ணும் இல்லேடா கண்ணு ... அழாதே" என்று தைரியம் சொன்னாள் கௌரி.

"என்னாத்துக்கு அழரே? என்ன இப்ப ஆயிட்டுது" என்று என்னைப் பார்த்து, "இவன் கொஞ்சம் பயந்த சுபாவம். லில்லின்னா பேசாம இருந்திடுவா" என்று விழித்தார் கோவிந்தராவ்.

கோவிந்தராவின் ஒன்றரைக் கண்ணையும், சோடா பாட்டில் மூக்குக் கண்ணாடியையும் வெறித்துப் பார்க்கிறதையும் பார்த்துக்கொண்டிருப்பது எனக்கு வழக்கமான பொழுது போக்கு. அப்பாவியான ஒரு தோற்றம். இவ்வளவு குழந்தைகளுக்கு எப்படித் தகப்பனானார் என்று ஆச்சர்யம் எனக்கு ஏற்படுவதுண்டு. இவ்வளவு பெரிய குடும்பத்தைச் சிருஷ்டித்ததில் அவர் பெருமைப் படுகிறாரா? அலுத்துக்கொள்கிறாரா? அந்தக் கண்ணி லிருந்து ஒன்றும் கண்டுபிடிக்க முடிவதில்லை. கலியாணச் செய்தி, இடி விழுந்த செய்தி, இப்போது அவர் சம்சாரம் பாடாகப் படுகிற செய்தி, எல்லாவற்றிற்கும் அந்த வெறித்த பார்வைதான். குழந்தைகள் மூலைக்கு மூலை அலறும்போது, 'டேய், கத்தக்கூடாது' என்று 'ஸ்மால் காஸ் கோர்ட்

அடுத்த . . .

டபேதார் மாதிரி' ஓர் அடட்டல். அந்த அடட்டலுக்கு விளைவு உண்டா என்று அவர் கவனிப்பதில்லை. அடட்டுவது கடமை; அவ்வளவுதான். பயனில்லையென்றால் இன்னோர் அடட்டல். அதிலும் நிற்காது போனால் வெளியே மொட்டைமாடிக்கு வந்து கட்டைச் சுவரில் கையைவைத்து நாலு பக்கமும் பார்த்துக்கொண்டு, கபாலி கோபுரம், தென்னமரங்கள், இப்படி ஆகாசத்திலேயே நோட்டம் விட்டுக்கொண்டிருப்பார். அது வேணும் இது வேணும் என்று குழந்தைகள் பிடுங்கினால், "இதோ, சாயங்காலம்" என்று அடக்கிவிடுவார். ஹோட்டலிலிருந்து ராத்திரி வரும்போது அவர் கையிலிருக்கும் பொட்டணங்களை விழுந்து பிடுங்கும் குழந்தைகள். சைக்கிள், பொம்மை ஊதல், பந்துகளுக்குக் கத்தின கத்தல்களை யெல்லாம் மறந்துபோய், 'காராசேவ்'வைக் கொறிக்க ஆரம்பித்துவிடும் எல்லாம்.

மனிதனுக்கு நாற்பது ரூபாய் சம்பளம், சாப்பாடு போட்டு. ஞாயிற்றுக்கிழமைதான் வீட்டில் சாப்பிடுகிற நாள். குழந்தைகளுக்குத் துணி மணிகளுக்குக் குறைச்சலில்லை, ஒவ்வொன்றுக்கும் ஒரு வர்ணமும் தினுசுகளாக வாங்கிக் கொடுத்துவிடுதல் எனக்குத்தான் அதிகமாகப் படுகிறதோ! என்னவோ!

ஞாயிற்றுக்கிழமையன்று, எண்ணெய் தேய்த்துக் குளித்துவிட்டுக் காதிலும் கழுத்துப்பட்டையிலும் எண்ணெய் வழிய மீசையை முறுக்கி விட்டுக்கொண்டு, சோடா பாட்டில் கண்ணாடிக்குள் ஒன்றரைக்கண் விழிக்க, சீரக ரசத்தைச் சாப்பிட்டுவிட்டு ஏப்பம் விட்டுக்கொண்டே, "என்ன ஸார் சாப்பிட்டாச்சா?" என்று என்னைக் குசலப் பிரச்னம் செய்ய வருவார். கூட லில்லி, கமலி, லக்ஷ்மி, கோபு நாலு குழந்தைகளும் வரும். உட்கார்ந்து மங்களூர் போண்டா செய்கிற விதம், ஹோட்டல் தொழிலாளர் சங்கத்தின் கடைசிச் செய்திகள், அவர் முதலாளி ராஜப்பிரமுகருக்குத் தாமே நேரே கொண்டு கொடுத்த மைசூர்ப் பாகு எல்லாச் செய்திகளையும் சொல்லுவார். குழந்தைகள் கேட்டுக்கொண்டே இருக்கும். குழந்தைகளையும் அவர் வேஷ்டியிலிருந்து கமழும் ஹோட்டல் வாசனையையும் (கடலைமாவு வாசனையோ என்னவோ) பார்க்கும்போது ஜனத்தொகை நிபுணர்கள் எல்லாரும் என் கண்முன் நடமாடத் தொடங்குவார்கள். ஜனங்கள், நாலு, எட்டு, பதினாறு என்று பெருகினால், உணவுப் பொருள் நாலு, ஆறு, எட்டு என்றுதான் பெருகுமாம். சரியாகக்கூட ஞாபகம் இல்லை. ஆனால் ஆபத்து பெரிதாகத்தான் தோன்றுகிறது. தமக்கு இவ்வளவு குழந்தைகள் அவசியமா இல்லையா என்று எப்போதாவது கோவிந்தராவ் நினைத்ததுண்டா? நாற்பது ரூபாய் சம்பளம் நிச்சயமாகப் போதாது என்று அவர் ஏன் நினைக்கவில்லை?

"இந்த வாசுவோட நின்னுப்போயிடுத்துன்னு நெனச்சேன். பகவான் இன்னும் சோதிக்கிறார், மாமி" என்று ஒரு வாரம் முன்னால் உடம்பு 'தள்ளாத' நிலையில் கோவிந்தராவின் மனைவி சொன்னாளாம்.

"இந்த மாதிரி ஒரே ரூமில் குடித்தனம் பண்றவாளையும் நாற்பது சம்பளம் வாங்கறவாளையும் சோதிக்காவிட்டால் பகவான் என்று சொல்ல முடியுமா அவரை?" என்று கௌரி பதில் சொன்னாளாம். பன்னிரண்டு வருஷமாக விடிவிளக்கு வைத்துவைத்துக் காத்துக்கொண்டிருக்கிற

தன்னையுந்தான் பகவான் சோதிக்கிறார் என்று கோபம் போலிருக்கிறது அவளுக்கு.

"அம்மா ... ஆவ் ... அம்மா"

புலம்பல் அழுகையாக மாறிவிட்டது.

"என்ன ஐயா கோவிந்தராவ்?" என்றேன்.

எனக்கு உடம்பு, தோல் எல்லாம் அந்தக் கூச்சலைக் கேட்டு குன்றிச் சிலுசிலுத்தது. கோவிந்தராவ் என்னைப் பார்த்து விழித்தார். வாயைத் திறக்கவில்லை.

"கௌரீ, நான் போய் டாக்டரை அழைச்சுண்டு வந்துடறேனே."

"கொஞ்சம் பார்க்கலாமோன்னு பார்த்தேன்."

"பார்க்கவாவது? ரொம்பக் கஷ்டப்படறாளே."

"சரி, எந்த டாக்டரை அழைச்சிண்டு வறேள்?"

"யாராவது கிட்ட இருக்கிறவர்கள்."

அவளும் தீர்மானமாகப் பதில் சொல்லவில்லை. செலவைக் கோவிந்தராவ் ஒப்புக்கொள்ள முடியுமா என்று யோசனை செய்கிறாளோ என்னவோ; தயங்கினாள்.

"கௌரீ! கௌரீ!" உள்ளே இருந்து கிருஷ்ணம்மாள் கூப்பிட்டாள்.

"ஏன் மாமி?" என்று ஓடினாள் இவள்.

சற்று அழுகை, முனகலாகக் குறைந்து தேய்ந்தது.

வாசு விராச் விராச்சென்று கத்திக்கொண்டிருந்தது. கீழே படுக்க விட்டுவிட்டாள் போலிருக்கிறது.

இரண்டு நிமிஷம் கழித்து, "வாசுவுக்குத் தம்பி பிறந்திருக்கான்" என்று சொல்லிக்கொண்டே வந்தாள் கௌரி. சேருகிற இடத்தில் தான் பணம் சேரும் என்கிற ஏழையின் ஏக்கம் அந்த வறட்டுச் சந்தோஷத்தில் லேசாக ஒலித்தது.

கோவிந்தராவ், "நல்ல வேளை?" என்றார் என்னைப் பார்த்து. என்ன அர்த்தம் என்றுதான் புரியவில்லை.

வாசலில் 'ஆம்புலன்ஸ்' கார் வந்து நின்றது. மாடி ஏறி இரண்டு ஆட்கள் வந்தார்கள்.

"இங்கேதானே பிரசவக் கேஸ்?"

"ஆமாம், ஆனா ... பிரசவம் ஆகிவிட்டது."

"உங்களுக்கு ரொம்ப சிரமம்" என்றேன்.

"ஆகிவிட்டதா?"

"ஆமாம்."

அடுத்த . . .

"ஆனாலும் பரவாயில்லை. ஏழெட்டு நாள் ஆஸ்பத்திரியில் வந்து இருக்கட்டுமே."

"வாண்டாம் ஸார்" என்றார் என்னைப் பார்த்து கோவிந்தராவ்.

"வாண்டாம்கிறாரே."

"அவங்க வீட்டுப் பொம்பளைதானா?"

"ஆமாம்."

"அப்புறம் உங்கள் இஷ்டம்."

"சரி ஆகிவிட்டது. இனிமேல் தூக்கிக் கீக்கிக் கார்லே ஏறிப் போறதுன்னா சிரமம். இங்கேயே டாக்டரைக் கூப்பிட்டுப் பார்த்துடறோம்" என்றேன்.

"காரில் ஏற்றதோ, போகிறதோ சிரமம் இல்லை. நாங்க அலுங்காம, பத்திரமா செஞ்சிடுவோம். எங்களைப்பத்தி ஒண்ணுமில்லே. உங்க இஷ்டந்தான் இப்ப."

"என்ன கோவிந்தராவ்?"

"பரவாயில்லை, இங்கேயே இருக்கட்டும். நானும் குழந்தைகளை விட்டுவிட்டுச் சும்மா அலையணும். அதுதான் ஆயிப்போச்சே."

"சரி."

"ரொம்ப தாங்ஸ். நீங்க ரொம்ப நல்ல மனசோட வந்தேள்."

"ஓ நோ நோ ... எங்க கடமை ... அப்ப நாங்க வரலாம்ங்களா?"

"ஒண்ணும் நெனச்சுக்கக் கூடாது" என்றார் கோவிந்தராவ்.

"அதெல்லாம் ஒன்றும் இல்லை."

மாடிப்படி இறங்கி வாசல் வரையில் வந்து அவர்களை வழியனுப்பப் போனோம்.

கார் போயிற்று. "இந்தத் தடவை ரொம்ப லேட்டாப் போயிடுச்சு. இனிமே, அடுத்த பிரசவத்துக்கு இரண்டு நாள் முன்னாடியே ஆம்புலேத்துக்குச் சொல்லி வச்சிப்பிடனும்" என்றார் கோவிந்தராவ். "இல்லீங்களா. ஸார்!" என்று என்னைப் பார்த்தார்.

"ஆமாம்" என்றேன்.

கலைமகள், பிப்ரவரி 1955

வெயில்

பட்ட மரமாக நின்றார் அவர். இளஇளவென்று இலையும் தளிரும் மலருமாகப் பூத்துநின்ற மரமில்லை அது இப்போது. இலை, தளிர், மலர் எல்லாம் மறைந்துவிட்டன. இடிவிழுந்த மரம்போல் உள்ளம் கூடோடிவிட்டது. புறத்தையும் துயரம் கறையான்போல் சாரி வைத்துத் தின்றுகொண்டிருக்கிறது. பலமாக ஒரு காற்று வீசினால் போதும். மளமளவென்று மரம் சாய்ந்துவிடும்.

"அப்பா, போயிட்டு வரேம்பா" என்று பெண் சொல்லிக்கொண்டாள். தைரியமா இருங்கோப்பா. நீங்களே மனசு ஆடிப்போய்ட்டா எங்களுக்கு யாரு தைரியம் சொல்லுவா? ..." என்று வாசலில் நின்ற வண்டியைப் பார்த்துக் கொண்டே சொன்னாள் அவள்.

வெங்கு உதட்டைக் கடித்து அடக்கிக்கொண்டார்.

"போன தடவை வந்தபோது இங்கதான் நின்னுண்டு 'போயிட்டு வரியாம்மா'ன்னு அம்மா எனக்கு விபூதியிட்டு விட்டா. 'கண்ணு, பாட்டிக்கு ஒரு முத்தா கொடு'ன்னு இதை இழுத்து வச்சு ஒரு முத்தம் குடுத்தா. திடீர்னு இப்படி உங்ககிட்ட மாத்திரம் சொல்லிண்டு ஊருக்குப் புறப்படணும்னு நான் நினைக்கவேயில்லை" என்று அவள் சொல்லும் போது தொண்டையை அடைத்துக்கொண்டது.

தைரியம் சொல்ல வருகிறவர்களின் வழக்கம் இது. அதுவும் வயிற்றில் பிறந்த பெண்.

"இன்னும் எட்டு நிமிஷம்தான் இருக்கு" என்றான் கணவன், பொறுமையின் எல்லையைத் தொட்ட குரலில்.

"வரேம்பா."

ஒரு தலையசைப்பு.

"அண்ணா, அப்பாவை ஜாக்ரதையாப் பார்த்துக்கோ— மன்னி, நீதான் அப்பாவைப் பார்த்துக்கணும். அண்ணா காலமே போயிட்டு ராத்திரிதான் ஆபீசிலேர்ந்து வரான். உனக்குத்தான் பொறுப்பு ஜாஸ்தி. வரட்டுமா?"

"அப்ப நான் வரேன்" என்று முள்மேல் நிற்கிறது போல் நின்று கொண்டிருந்த மாப்பிள்ளையும் விடைபெற்றுக்கொண்டான்.

"தாத்தா, மாமா, மாமி, சின்ன அண்ணா எல்லாருக்கும் போயிட்டு வரேன்" என்று குழந்தை சொல்லிக்கொண்டது. அக்காவை ரயில் ஏற்றிவிட, தம்பியும் வண்டியில் ஏறிக்கொண்டான்.

அப்படியே திண்ணையில் உட்கார்ந்து தூணில் சாய்ந்து கொண்டார் வெங்கு.

குரட்டுச் சார்ப்புக்கு முட்டாக நின்ற மூங்கில்பக்கம் அவர் பார்வை சென்றது. பெண் புக்ககம் போகும் ஒவ்வொரு தடவையும் அந்தச் சார்ப்பில் தலையிடித்துவிடாமல் குனிந்து நின்று சிரித்துக்கொண்டே வண்டி முக்குத் திரும்புகிற வரையில் விடை கொடுத்துக்கொண்டேயிருப்பாள் அவள். அவள் குனிந்துதான் நிற்கவேண்டும். சார்ப்பு சற்றுத் தாழ்வாகத்தான் இருந்தது. ஆகவே அவளும் புருஷர்கள் மாதிரி குனிந்துகொள்ளத்தான் வேண்டும். நல்ல உயரம் அவள். வெடவெடவென்று அந்த வயதிலும் கொடி மாதிரிதான் இருந்தாள். ஐம்பது வருஷத்துக்கு முன்னால் அவள் இந்தக் குறடை மிதித்த போதிருந்த அதே வெடவெடப்புத்தான் போன மாசம்வரையில், அவள் கண்ணை மூடுகிற வரையில் இருந்தது. அனாவசியமான இடங்களில் வயசு சதை வைக்கவில்லை. ஆனால் வயதுக்கு ஏதாவது பதில் சொல்லித்தானே ஆகவேண்டும்? தலைமயிர் தங்க நிறமாக மாறிற்று. பொதுவாக நரை என்றுதான் அதற்குப் பெயர். ஆனால் அவளைப்பற்றிய வரையில் நரையென்றா அதைச் சொல்ல முடியும்? வெள்ளையாகப் பூக்கவில்லை அவள் தலை. பழுத்து வெளிர் மஞ்சளிட்ட பூவரசிலை போல் மாறிவிட்டது. அதையும் அவள் உதாசீனம் செய்துவிடுவதில்லை; எண்ணெய் தடவி இழையச் சீவி முடிந்து கொண்டிருப்பாள். உடல் கொஞ்சம் சுருக்கம் கண்டிருந்தது. இன்னொரு இருபது வயதுச் சுருக்கம். அவ்வளவுதான். அவளுக்கு அறுபத்தைந்து வயதென்று பிறந்த தேதி தெரிந்தவர்கள் சொன்னால்தான் உண்டு.

"அடாடா!"

"என்ன?"

"குழந்தை சட்டை முத்தத்துக் கொடியிலே தொங்கறதே ... வண்டி ரொம்ப தூரம் போயிருக்குமோ? போய்க் கொடுத்துட்டு வர முடியுமோ?" என்று பறந்தாள் அவள்.

"வெயில் மண்டையைப் பிளக்கிறதே."

"பரவாயில்லை, நான் ஓட்டமா ஓடிக் கொடுத்துட்டு வந்துடறேன்" என்று சொல்லிவிட்டு உள்ளே ஓடிப்போய் முற்றத்துக் கயிற்றுக் கொடியில் சுருங்கிச் சுருணையா விறைத்துத் தொங்கிக்கொண்டிருந்த பாப்பா

சட்டையை உருவிக்கொண்டு வாசலில் நடையும் ஓட்டமுமாக, காது ஓலை ஆட ஆட அவள் வண்டியைப் பிடிக்க ஓடினது –

சற்று அசப்பில் பின்னாலிருந்து பார்த்தால் அவளை யாரும் முப்பது வயதுக்கு மேல் மதிக்க முடியுமோ? என்ன உயரம்? என்ன மென்மை? நடையில் எவ்வளவு லாகவம்! ஒரு கூனல், வளைவு! ம்ஹும்.

உடம்பில் ஒரு சீக்கு, நோய் நொடி, ஒரு வலி என்று இரண்டு நாளாவது படுத்திருந்தாளா? ஒரு அவுன்ஸ்தான் மருந்து வாங்கிக்கொடுத்து நாமும் செய்தோம் என்ற திருப்திக்காவது, ஆறுதலுக்காவது இடம் வைத்தாளா? காலையில் குளித்துவிட்டு வந்து பூஜை அலமாரியிலிருந்து கண்ணாடிச் சம்புடத்தை எடுத்து, குங்குமத்தை எடுத்து ஒரு பொட்டு வைத்துக் கொண்டு ... அப்பா, ராமா என்று ஒரு சத்தம்! ...

வெயில் அலை ஓடிக்கொண்டிருந்தது. தீ மிதிக்கிறது போல் இந்த வெயிலில் நடந்துபோய்ச் சட்டையைக் கொடுக்கப் போகிறாளா? அட அசடு, சட்டை ஓடியா போய்விடும்? குழந்தையும் பெண்ணும்தான் ஓடிவிடப் போகிறார்களா! வண்டி எவ்வளவு தூரம் போய்விட்டதோ, காலி வண்டி ஓட்டிக்கொண்டு போகிறான். அந்த வண்டியைப் போயா இவள் பிடிக்கப் போகிறாள்? வழியில் ஒதுங்கக்கூட நிழல் இல்லை. ஸ்டேஷன் முக்கால் மைல் இருக்கிறது. அப்படிப் பாதி வழியிலேயே இவள் வண்டியைப் பிடித்துவிடுகிறாள் என்றால்கூட ஸ்டேஷனுக்குப் போகிற தெருவெல்லாம் ஹோஹோவென்று அகலம். கம்பிக்கரை போட்டார் போல ஓரமாக ஒரு சாரியில் ஒரு கோடு நிழல் விழுந்திருக்கும். ஒரு திருப்பத்தைத் தவிர அவ்வளவும் கிழக்கு மேற்குத் தெரு, எப்படிப் போகப்போகிறாள்?

நினைக்கும்போதே கால் சுடுகிறது. "சற்று யோசித்துவிட்டுப் போகக் கூடாது? ... அப்படி என்ன அவசரம்? இந்தச் செருப்பைத்தான் போட்டுக் கொண்டு போகக்கூடாதா? ... போதும் ... போதும் ...செருப்பை மாட்டிக்கொண்டு அவள் நடக்கிற நடை தெரியாதா? ..."

கிழவருக்குப் பழைய துடிப்பு ஒன்று ஞாபகம் வந்தது. எட்டு வருஷம் ஆயிற்று. காசிக்குப் போயிருந்தார்கள் கிழவரும் அவளும். கூட, பிள்ளையும் வந்திருந்தான். காசிக்கு அக்கரையில் ராம்நகரோ, ராம்பூரோ – பெயர் சரியாக ஞாபகமில்லை – ஒரு ஊர். பழைய காசி ராஜன் வம்சமாம். அங்கு அரண்மனை பார்ப்பதற்காக ஒரு படகை அமர்த்தி, பிள்ளை அழைத்துக்கொண்டு போனான். திரும்பி வரும்போது மணி பதினொன்று. சோழ தேசத்து வெயிலில்லை அது; இரவு இரண்டு மணிக்குக் கங்கை நீர் மேலேயே படுத்திருந்தால் தேவலை போலிருக்கும். தாபம் தாங்காமல் நடுநிசியில் போய்க் கங்கையில் திளைத்துவிட்டு வந்திருக்கிறார் கிழவர் ஒரு தடவை. பகல் பதினோரு மணி என்றால் கேட்கவா வேண்டும்? தெருவெல்லாம் பற்றி எரிந்தது. ஆனால் திரும்பி வந்து படகில் ஏறும்போது – கரை ஏகப்பட்ட உயரம். நாற்பது ஐம்பது அடி சரிவில் இறங்கி ஓரிடத்தில் ஏறவேண்டும். சரிவில் கங்கையின் பொடி மணல் வெள்ளை வெளேரென்று வைரப் பொடியை இறைத்தாள் போல ஜ்வலித்துக்கொண்டிருந்தது. பாறைக்காகக் காலை வைத்ததும் ஐயோ ஐயோ என்று துடித்துப் போய்விட்டாள் அவள். பையன் தன்

செருப்பைத் தன் தாயாரிடம் கொடுத்து மேல் துண்டை எடுத்துத் தன் காலில் சுற்றிக்கொண்டான். அவள் கால் போக செருப்பு ஒன்றரை அங்குலம் பின்னால் நீட்டிக்கொண்டிருந்தது. குழந்தை மாதிரி நடந்தாள் அவள். விழுந்துவிடுவாள் போலிருந்தது. பையன் பிடித்துக்கொண்டான். இரண்டடி எடுத்துவைத்து, மூன்றாவது அடிக்குக் காலைத் தூக்கியதும் வலது செருப்புக் கழன்றுவிட்டது. அவ்வளவுதான். குதிக்க ஆரம்பித்து விட்டாள். தீ அடியைப் பொசுக்கிற்று. சட்டென்று அவளை அப்படியே தூக்கிக்கொண்டு சரிவில் இறங்கி ஓடத்தில் கொண்டு வைத்தான் தாயாரை. கிழவருக்கு உயிர் வந்தது. கழன்ற செருப்பை எடுத்துக்கொண்டு மெதுவாக இறங்கி வந்தார், வலது அடியில் எரிச்சலடங்க அவளுக்கு ஒரு நாள் ஆயிற்று.

அப்படிக் காசி வெயில் இல்லை இங்கு. இருந்தாலும் தெருவெல் லாம் உப்புமண். பச்சு பச்சென்று உள்ளங்காலை நக்கும்.

வண்டியைப் போய் இவள் பிடிக்கப் போகிறாளாம்! வெங்கு எழுந்து நடைமாடத்திலிருந்த செருப்பை மாட்டிக்கொண்டார். நடைப்பரணி லிருந்த தாழங்குடையை எடுத்துக்கொண்டு கிளம்பினார்.

தெரு முக்குத் திரும்பியதும் கண்ணை இடுக்கிப் பார்த்தார். அவளைக் காணவில்லை.

"நல்ல பொம்மனாட்டி" என்று அலுத்துக்கொண்டே நடையை எட்டிப்போட்டார் அவர். எவ்வளவுதான் எட்டிப்போட முடியும்? வயது எழுபத்திரண்டு.

பிள்ளையார் கோயில் போவதற்குள் அவருக்கு வேர்த்துவிடத் தொடங்கிவிட்டது.

கடையில் முக்கால் கிணறு தாண்டின கதையாகிவிட்டது. பள்ளிக்கூடத்து வாசல் போனதும், களைத்துக் களைத்து வந்தது. வெற்றிலைக் கடைக்காரனிடம் அனுமதி கேட்டுக்கொண்டு அந்த மொட்டை ஸ்டூலில் துவண்டு போய் உட்கார்ந்துவிட்டார்.

"அப்பாடா!"

"எங்கே சாமி இந்த வெயில்லெ புறப்பட்டீங்க?" என்று பரிவும் "இந்தக் கிழங்களுக்கு வேலையில்லை" என்கிற சலிப்பும் கலந்த குரலில் கேட்டான் கடைக்காரன்.

விஷயத்தைச் சொன்னார் அவர் "சட்டையைக் குடுக்கறதுக்காக ஓடியிருக்காங்களா? அதுக்கு நீங்க ஓடி வந்தீங்களாக்கும். முழுக்கப் போக முடியும்ணு தைரியம் இருந்தாப் புறப்படலாம், இப்படி வெயில்லெ கிளம்புற வயசா உங்களுக்கு? அவங்களும் ஓடினாங்க, பாத்தேன். நல்ல கூத்துத்தான் போங்க ... ஸ்டேசன்லே போய்த்தான் வண்டியைப் புடிச்சிருக்கணும் ... சரி, வந்திருவாங்க ... ஒரு இளநி சாப்பிடறீங்களா?" என்று கடைக்காரன் கேட்டான்.

தி. ஜானகிராமன் சிறுகதைகள்

"இளநியா! பார்த்தாலே தொண்டையைக் கட்டிக்கும். பச்சைத் தண்ணி சாப்பிட்டு இருபது வருஷம் ஆயிட்டுதுடாப்பா. இளநியாவது கிழநியாவது?"

"அப்படிப் பச்சைத் தண்ணிக்குப் பயப்படறவங்க, எப்படி இந்த வெயில்லெ கிளம்பினீங்க?"

"யோசனையில்லாததுதான்" என்று வாதத்தை முடிக்கப் பார்த்தார் கிழவர்.

"நல்லாப் புறப்பட்டீங்க! அப்படித்தான் குடுத்து என்ன ஆகணும் இப்ப? அந்தச் சட்டை இருந்துட்டுப் போவுது. அடுத்த தடவை குழந்தை வராமியா போகப் போவுது. அந்தச் சட்டை இருந்துட்டுப் போவுது. அந்தச் சட்டையைப் பார்த்துக்கிட்டாவது புள்ளை ஞாபகம் இருக்குமில்ல?"

"அட, எனக்குத் தோணவே இல்லையே" என்று கிழவர் சிரித்தார்.

"நீ ரொம்ப விஷயம் தெரிஞ்சவனாயிருக்கியே!"

"இங்கே எங்கே வந்தது?" என்று குரல் கேட்டுத் திரும்பினார் அவர். அவள்தான். நெற்றியும் மூக்கும் மூக்கின் கீழும் வேர்த்து வழிய, கடையின் சார்ப்பு நிழலில் வந்து நின்றாள்.

"என்ன! குடுத்திட்டியா?"

"குடுத்தாச்சு."

"எங்கே புடிச்சே?"

"டாக்டர் வீடு தாண்டிப் போயிட்டுது வண்டி. சட்டையைக் காமிச்சு ஆட்டிண்டே போனேன். குழந்தைபார்த்துட்டுபாட்டி பாட்டின்னா ளாம். இதுக்காக இந்த வெயில்லே ஓடி வரணுமான்னார் மாப்பிள்ளை."

"பார்த்தீங்களா?" என்றான் கடைக்காரன்.

"கடைக்காரர் என்ன சொல்றார் தெரியுமோ? அட. அசடே, இந்த வெயில்லே போய் சட்டையைக் குடுக்கப் போனியே, சட்டை ஓடியா போயிடும்! அதைப் பார்த்திண்டாவது குழந்தை ஞாபகமா யிருக்கலாமோல்லியோன்னு கேக்கறார்."

"எனக்கும் புறப்படறபோது தோணத்தான் இல்லை. ஆனால் பிள்ளையார் கோயில் முக்குத் திரும்பியதும் திரும்பிவிடலாம்னு தோணிச்சு. சட்டையைப் பார்த்தா குழந்தை ஞாபகமாவது வரும்னு நெனச்சேன். அப்புறம் வந்துதுதான் வந்தாச்சு. கடைசியா குழந்தையை ஒரு தடவை பார்க்கலாமோல்லியோன்னுதான் ஓடினேன். பார்த்தாச்சு, வெயில்லே நடந்தா செத்தா போயிடப் போறோம்?"

சற்றுக் கழித்து அங்கேயே வந்த வண்டி ஒன்றில் ஏறிக்கொண்டு இருவரும் வீட்டுக்கு வந்தார்கள். வண்டியில் ஏறிக்கொண்டதும், "இந்தா, மூஞ்சியைத் துடைச்சுக்கோ" என்று மேல் துண்டைக் கொடுத்தார் அவர்.

"ரொம்ப அழகாத்தான் இருக்கு."

சொல்லுக்கும் முகத்துக்கும் சம்பந்தமேயில்லை. அவள் முகம் பெருமையிலும் நிறைவிலும் பூரித்து வழிந்தது.

வண்டியைவிட்டு இறங்கினதும் "அப்பாடா" என்று திண்ணையில் உட்கார்ந்துகொண்டார் வேங்கு.

"போய்க் கொஞ்சம், வெந்நீர் கொண்டு வரேன்" என்று சொல்லிக் கொண்டே போனாள் அவள். வெடவெடவென்று விறைப்பாக அந்த அறுபத்து ஐந்து வயது உள்ளே ஓடும் ஆசையையும் நடுங்கும் காதோலையையும் கண்ணால் பருகினார் வேங்கு.

"ஏய், கொஞ்சம் சக்கரையைப் போட்டுண்டுவா வெந்நீரிலே" என்று குரல் கொடுத்தார்.

வேங்குவுக்குச் சற்றுத் தூக்கிப் போட்டது.

"தாத்தா, எதிலெ சக்கரை போட்டுண்டு வரது? காபியிலியா, வெந்நீர்லியான்னு கேக்கறா அம்மா" என்று ஒரு குரல் கேட்டது.

'வெக்கி'ப் போய்த் திரும்பிப் பார்த்தார் அவர்.

சின்ன அண்ணாவின் குரல் அது. நாலு வயது "சின்ன அண்ணா" பிள்ளை வயிற்றுப் பேரன்.

கருகருவென்று பட்டு அரைஞாணுடன் சின்ன அண்ணா அருகே வந்தான்.

வெந்நீர் கேட்டால் அவள் சர்க்கரை போட்டுத்தான் கொண்டு வருவாள். அதுவும் பொங்கப் பொங்க வரும். கை பொறுக்காத சூடாக வரும். மோரும் சர்க்கரையுடன் தான் வரும்.

வெயிலில்கூட அவள் நினைவு சர்க்கரை இட்டிருக்கிறது. என்ன உயரம்! என்ன வெடவெடப்பு! இத்தனை வயதுக்கு எவ்வளவு சிறிய இடை!

"சொல்லு தாத்தா" என்று முதுகை உலுக்கிற்று கை.

"ம் ... என்ன?" என்று நனவுக்கு மீண்டார் அவர்.

"ஏன் தாத்தா, வெந்நீர்லியா, காப்பியிலியா? ... சொல்லு தாத்தா" என்று சிரித்தான்.

குழந்தைச் சிரிப்புத்தான். மோகனச் சிரிப்புதான். ஆனால் அவருக்கு ஏமாற்றமாகத்தான் இருந்தது.

கலாவல்லி, பிப்ரவரி 1955

செய்தி

"என்னடாது?"

பிள்ளையின் முகத்தில் அருவருப்பும் கோபமும் முண்டி நின்றன. "நிறுத்து!" என்று கையை உயர்த்தினார்.

நாகஸ்வர ஓசை நின்றது.

"என்னடாது ரோதனை! விடிஞ்சதும் விடியாததுமா! இதையெல்லாம் ராத்திரியிலே வச்சுக்கிட்டிருந்தே; 'சரி, தொலைந்தது'ன்னு நெனச்சா, காலமேயும் ஆரமிச்சிட்டியே. ஏண்டா கோடாலிக்காம்பு, என்னடா இதெல்லாம்? காலமே பிலஹரியும் கேதாரமும் பாடி ஆகாசம் முழுக்கப் பூப்பூவாக உலுக்க வேண்டிய வேளையிலே, இதென்னடா ஒப்பாரி! உனக்கென்ன, பைத்யம் கிய்த்யம் பிடிச்சிருக்கா!"

பிள்ளையாண்டன் நாகஸ்வரத்தைத் தடவிக்கொண்டே உட்கார்ந்திருந்தான். பேசவில்லை.

"கண்ணைப் புட்டுக்கிறதுக்கு முன்னாடி இந்த ஒப்பாரி வச்சு அழுவவா, உனக்கு வித்தை சொல்லிக்குடுத்தது? இதுக்கு ஆத்தங்கரைத் தெருவிலே ஒரு கசாப்புக்கடை வச்சுக்கிட்டு, கறி கொத்திக்கிட்டு உக்காந்திருக்கலாமே. நாயனம் எதுக்கு? ஓத்து எதுக்கு? ஏன் மூஞ்சியைச் சிணுக்குறே? நான் சொல்றது கசக்குதா? ... சொல்லேண்டா! வாயைத் தொறந்து பதில் சொல்லு!"

"இன்னிக்கிக் கச்சேரின்னீங்களே. அதுக்குத்தான் சாதகம் பண்ணிக்கிட்டிருந்தேன்" என்று வாயைத் திறந்தான் பிள்ளையாண்டன். ரொம்ப சாவதானமாகப் பதில் சொன்னான்.

"சாதகமா? ... ஹ்ம்!" என்று கிண்டலாக ஒரு ஹூம்காரம். பளார் என்று ஓர் அறை விட வேண்டும்போல அவருக்குப் பற்றிக்கொண்டு வந்தது. அடுத்த கூணம் ஒரு சந்தேகம் வந்தது. புத்தி ஸ்வாதீனம் இல்லையோ இவனுக்கு என்று நினைத்தார்.

"கச்சேரி பண்ணப்போவது யாரு தெரியுமில்லே?"

" ..."

"யாரு தெரியுமான்னேன்?"

" ..."

"தொறவேண்டா வாயை!"

"நீங்கதான்."

"நான்தானே! அப்ப உன்னைக் கூட உக்காத்தி வச்சுக்கிட்டு இந்த ஒப்பாரி, நவதான்ய கோத்ரம், இந்தச் சினிமாப் பாட்டு எல்லாத்தையும் வாசிக்க உடுவேன்னு நெனச்சியா? பெருச்சாளி அஞ்சறைப் பெட்டியைக் கவுத்த மாதிரி, இந்தச் சத்தம் எல்லாம் அங்க வந்து ஊதலாம்னு நெனச்சியா?"

"கச்சேரி கேக்கறவங்க வெள்ளைக்காரங்கப்பா ..."

"ஆமாம், அதுக்காக?"

"அவங்களுக்குப் புரியும்படியா ஏதாவது வாசிச்சாத்தானே தேவலாம்."

"நீ இப்ப என்ன சொல்றே! நான் வாசிக்கிறது அவங்களுக்குப் புரியப்போவதில்லே. என் பேரைக் காப்பாத்தறுக்காக நீ புரியும்படியா இந்த மாதிரி ரண்டு வாசிச்சு, நம்ம ஊருக்கு வந்தது வீணாப் போயிடலேன்னு நெனச்சுக்கும்படியா அவங்களையும் செஞ்சுடப் போறேன்னு சொல்லு!"

தங்கவேலு மௌனம் சாதித்தான்; ஏதோ அவர் சொல்வது சரிதான் என்று ஆமோதிப்பதுபோல. தகப்பனார் கிண்டல் சாட்டை சாட்டையாக அவன்மீது விழுந்தாலும், உண்மை என்னவோ தன் பக்கந்தான் என்று தியாகிபோல மௌனம் சாதித்துக்கொண்டிருந்தான் அவன்.

"ஐயரு என்ன சொன்னாரு தெரியுமில்லே? அப்பட்டமாக நம்ம சங்கீதம்னா வேணும்னு கேட்டாரு. வந்திருக்கிறவங்க அதைத்தான் கேட்டாங்களாம். அவங்களுக்குப் புடிக்குதோ புடிக்கலியோ இப்ப என்னாத்தை தெரியும். புடிக்காதுன்னு நீயே இப்பவே சமாதி கட்டிப்பிட்டியா என்ன? புரியக்கூடியதாக் கேக்கணும்னு வரலை அவங்க. நம்ம சங்கீதம் எப்படி இருக்கும்னு தெரிஞ்சுக்கணுமாம். வாசிச்சாத்தானே புரியுதா இல்லையான்னு தெரியும். நீ இந்த 'டபக்கு டபா'வை வாசிச்சு, 'இதான் எங்கள் சங்கீதம்'னு கொடி கட்டலாம்னு பாக்கறே ..! ஆகாகா! நம்ம சங்கீத்து மானத்தைக் காப்பாத்தணும்னு எவ்வளவு அக்கறை! எவ்வளவு கவலை! ..."

பையன் புன்சிரிப்புச் சிரித்தான். பிள்ளைக்கும் சிரிப்பு வந்தது.

"சிரிடா சிரி ... சீச்சீ போ ... வாத்தியத்தை எடுத்து அலம்பி வை!"

வாத்தியத்தை உறையில் போட்டுக் கட்டி, ஆணியில் மாட்டிவிட்டு அப்பால் போனான் தங்கவேலு பிள்ளை, அங்கேயே ஒன்னோரமாக இருந்த பெஞ்சின்மீது உட்கார்ந்து, தாழம் பெட்டியை உருவிக் கொட்டைப் பாக்கைச் சீவ ஆரம்பித்தார்.

அந்த இடத்தில்தான் பரம்பரையாக வாத்தியங்கள் தொங்கிக் கொண்டிருக்கின்றன. பிள்ளையாண்டான் இப்போது ஊதுகிற வாத்யம், அவர் தந்தை வாசித்து, அமிருதமாகப் பொழிந்த வாத்யம். திருச்சேறைக் கோயிலில் அவர் வாசித்த உசேனி ராகத்தை நினைத்தால் இப்போதுகூட உடல் சிலிர்க்கிறது. எவ்வளவு உருக்கம்! எவ்வளவு ஜீவன்! எவ்வளவு ஸ்வானுபூதி! நாதத்தின் உயிரைக் கவ்வும் குழைவு! அதே வாத்யத்தில்தான் இப்போது தங்கவேலு கில்லாடி அபஸ்வரங்களை ஊதித் தள்ளிக்கொண்டிருக்கிறான்.

ஒரு வருஷமாக அந்தக் கவலைதான் அவருக்கு. கல்யாணங்களில் எட்டுத் திக்குக்கும் ஓலமிடும் சினிமாப் பாட்டுக்களை நாகஸ்வரத்தில் சாதகம் செய்துகொண்டு வந்தான் தங்கவேலு. மக்களை ரஞ்ஜகம் செய்யச் சக்தியில்லை என்று அவரை ஆதியிலிருந்தே உலகம் ஒதுக்கிவிட்டது. அதற்காக அவர் கவலைப்படவில்லை. ஆதீனத்துக் கோயில், மான்யம் அளிக்கிற வரையில் சங்கீதம் உயிரிழக்காமல் நடமாடிக்கொண்டிருக்கும் என்று அவருக்குத் தைரியம்தான். 'வயிற்றுக்கு இருக்கிறது. சோறு துன்னது போக இரண்டு ஜதை வேஷ்டி, மேலுக்கு இரண்டு துணுக்கு, அவளுக்கு நாலு சேலை, அவனுக்கு நாலு வேஷ்டி – இவ்வளவுக்கும் காணும். மனிதனுக்கு இதைவிட வேறு என்ன தேவை?' இதுதான் புரியவில்லை. தோடாவும் பெயரும் பத்திரிகையில் படமும் வேண்டாம். தலையெடுத்து இருபத்தைந்து வருஷமாக இப்படி ஒரு பயலைச் சட்டை செய்யாமல் காலம் ஓடிவிட்டது. இனிமேல் ...

இந்தத் தங்கவேலுக்கும் ஞானத்தில் ஒன்றும் குறைச்சல் இல்லை. அவரும் மனித சரீரம் ஏதோ எப்படியோ என்று தெரிந்தவற்றையெல்லாம் அவசர அவசரமாக அவனுக்கு உருவேற்றிக்கொண்டுதான் வந்தார். ஆனால் இந்த அசத்து, 'அம்மாசிப் பீடே'க்குத் தத்தாரிகளை, ஞான சூன்யங்களைத் திருப்தி செய்யவேண்டும் என்று எப்படித்தான் தோன்றிற்றோ? – சங்கீதத்துக்குத்தான் விநாச காலம் வந்துவிட்டதா? கடவுளே அழிந்துகொண்டிருக்கும்போது, அவருடைய பெயர் அழிய எத்தனை நாளாகப்போகிறது?

நாகஸ்வரம் அதே உறையில்தான் தொங்கிக்கொண்டிருக்கிறது. அவர் தந்தை காலத்திலேயே போட்ட முரட்டுப் பட்டு உறை. ஆனால் நாகஸ்வரம், வேறு எதற்கோ உறையாகிவிட்டது!

'நாம் செய்வதுதான் தவறா? ஜனங்களுக்குப் புரியாத சங்கீதம் சங்கீதமா? புரியாத ஒரு கலை கலையாக இருக்குமா?'

'நம் வாத்தியத்தைக் கேட்டு, நாலு பேர் சந்தோஷப்பட வேண்டுமென்றுதானே கூப்பிடுகிறார்கள்? அவர்களை விட்டுவிட்டு நாம்பாட்டுக்கு எங்கோ ஒரு உலகத்தில் திரிந்துகொண்டிருப்பது முறைதானா?'

எத்தனையோ வருஷமாகக் கேட்டுக்கொண்டிருக்கிற கேள்விதான். ஒரு வருஷமாகத் தினம் தினம் இந்தக் கேள்வி வர ஆரம்பித்துவிட்டது. மலயமாருதத்தை ஒரு சஞ்சாரம் செய்துவிட்டு, திடீரென்று ஒரு கூத்தாடி மெட்டை வாசித்தான் தங்கவேலு. விடியற்காலை ... என்ன அபஸ்வரம்!

செய்தி

குரங்குக்கு லோலக்கும் சட்டையும் போட்டு ஆட்டுகிறாற்போல ஒரு தோற்றம் அந்தப் பாட்டைக் கேட்கும்போது அவர் முன் எழுந்தது.

ஏதோ ஆவல் தூண்ட, பிள்ளை அவசர அவசரமாக உறையை அவிழ்த்து, நாயனத்தை உதட்டில் வைத்தார். அந்த அபஸ்வரம் அவருக்கு வரவில்லை. எந்த ஸ்வரத்திலும் சேராமல், ஒரு பிடி ஒன்று அவரைக் திணற அடித்தது. வாய் நிறையத் தண்ணீரை வைத்துக்கொண்டு மல்லாந்து படுத்தவாறே நீளமாகத் துப்பினால் நுனியில் போய் வளைந்து விழுமே — அந்த மாதிரி ஒரு பிடி. 'என்ன ஸ்வரம்டா இது?' யோசித்தால் ஆதார சுருதியில்கூட உதைத்துவிட்டுத் துண்டாக நின்றது அது! 'அட, இப்படி ஒரு சங்கீதமா? சுருதியை விட்டுவிட்டு ஒரு ஸ்வரமா? சீ ...'

'சீ' என்று சொன்னாரே ஒழிய அதுவும் ஒரு வித்தைதானே என்று மறுபடியும் அதைப் பிடித்துப் பார்த்தார் அவர். அந்தப் பிடி அவர் பிடியில் அகப்படவில்லை. அவர் பிடிவாதமும் பிடியின் பிடிவாதமும் சேர்ந்து போரைத் தொடங்கின. திணறி ஒரு சிரிப்புச் சிரித்தார் பிள்ளை.

"அப்படியில்லேப்பா ... இதைப் பாருங்க" என்று குரல் கேட்டது.

பிள்ளையாண்டான் தோப்பன்சாமி மாதிரி நிலையண்டை வந்து பிடியைக் கற்றுக்கொடுப்பதற்காக நின்றான்.

"பலே!"

"அது."

"எங்கே வாசி பார்ப்பம்!"

பிள்ளையாண்டான் வாசித்தான்.

"அந்த அபஸ்வரத்தை — அப்பன் பேர் தெரியாத மாதிரி ஒரு ஸ்வரம் வருதே — அதை எப்படிடாலெ பிடிக்கறே? எனக்கு வரமாட்டேங்குதே!"

மறுபடியும் முயன்று பார்த்தார். வரவில்லை.

"இப்படிப் புடிச்சா?"

"வேறு ஒரு பிடி."

"அது நம்மடவங்க சங்கீதமால்ல போயிடுது?"

"இது யாருது?"

"இது வேறே"

"எந்தத் தேசம்?"

"அது என்னமோ?"

"பிள்ளை இடுப்பில் சோமனைக் கட்டிக்கொண்டு எட்டு அங்கமும் தரையில் பட, ஒரு நமஸ்காரம் செய்து எழுந்தார்."

"யாருக்குத் தெரியுமுல்ல இது? இந்த அபஸ்வரத்துக்கு. இனிமே அந்தப் பக்கமே நான் பாக்கமாட்டேன்."

"என்னாங்க இது?" என்று காபியைக் கொண்டு வந்த அவர் சம்சாரம் கண்ணை அகல விழித்தாள்.

"நமஸ்காரம்."

"யாருக்கு?"

"நீ பத்து மாசம் சுமந்து பெத்திருக்கயே, அவரு பாடற சங்கீதத்துக்கு."

"சும்மா ஒரு சினிமாப் பாட்டும்மா" என்றான் தங்கவேலு.

"ஏன் உங்களுக்கு வரல்லியா?"

"நூறு ஜன்மம் பாலாபிஷேகம் செய்தாத்தான் வரும்போல் இருக்கு!" என்று பிள்ளை சிரித்தார்.

ஓர் ஒப்பந்தம் மாதிரி, சொல்லாமல் செய்துகொண்டார்கள் தந்தையும் பிள்ளையும். கல்யாண ஊர்வலங்கள் முடிகிற தறுவாயில் சினிமாப் பாட்டுக்குச் சீட்டோ, உத்தரவோ வந்தால் அதைத் தங்கவேலு நிர்வாகம் செய்ய வேண்டியது. பிள்ளை எங்கேயாவது திண்ணையில் போய்ப் படுத்துக்கொண்டுவிடுவார்.

இரவு வேளைகளில் புதிது புதிதாக இந்தப் பாட்டுக்களைச் சாதகம் செய்துவந்தார் பிள்ளை. திடீரென்று காலையில் இதைக் கேட்டதுந்தான் அவருக்குத் தூக்கிவாரிப் போட்டது.

பிள்ளை நாயனத்தைப் பார்த்தார்.

வெள்ளைக்காரர்களாம்! சங்கீத கோஷ்டியாம்! சுத்தமான தெற்கத்தி சங்கீதம் கேட்கவேண்டும் என்று ஆசையாம்.

'எந்தச் சங்கீதம், கேட்டு வெகுகாலத்திற்குப் பிறகும் கூடக் கண்டா நாதத்தின் ஊசலைப்போல, ஹ்ருதயத்தில் ஒலிக்குமோ, மறையாமல் ஒலித்துக்கொண்டிருக்குமோ, அந்த மாதிரி சங்கீதம் கேட்க வேண்டுமாம்' என்று வக்கீல் மணி ஐயர் முந்தாநாள் காலையில் வந்து சொன்னார்.

"எதுக்குய்யா அவங்களுக்கு இந்த வம்பெல்லாம்?" என்று ஆரம்பித்தார் பிள்ளை. "கருவேப்பிலைக்கு, வெட்டிவேருக்கு, பாலுக்கு எல்லாத்துக்குந்தான் இமிடேசன் வந்திடுச்சு. சுத்தமாவது சங்கீத மாவது? என்னங்க பைத்தியம் இது!"

"உலகம் இன்னும் அப்படிச் சீரழிஞ்சு போயிடலை. உங்களுக்கு என்ன அதெல்லாம்? நான் சொல்றேன். நீங்க வாசிக்க வேண்டியதுதானே."

"நாலு கீர்த்தனம் வாசியுங்கோ போதும். தவுல்கூட வாண்டாம். ஆத்மார்த்தமா, எப்படித் தனியா உட்கார்ந்திண்டு வாசிப்பேளோ, அந்த மாதிரி வாசிச்சா போதும். எதிரே இருக்கிறவன் சட்டையையும் நடையையும் உடையையும் பார்க்கக்கூட வாண்டாம். நீங்க பாட்டுக்குக் கண்ணை மூடிக்கொண்டு, ரெண்டு கீர்த்தனம் வாசிச்சாய் போதும்."

"ஓய் நீங்க பொல்லாத ஆளுய்யா..!" என்று சிரித்தார் பிள்ளை.

"சட்டை கிட்டை போட்டுக்கணுமோ?"

செய்தி

"உங்க இஷ்டம். வந்திருக்கறவன் நிறைகுடமாக இருக்கிறான். பேசிண்டிருந்தேன். அப்படித்தான் தோணிச்சு. நீங்க சட்டை போட்டுண்டா என்ன? போட்டுக்காட்டா என்ன?"

இரவு ஆறு மணிக்குக் கச்சேரி. என்ன வாசிக்கலாம் என்று கண் விழிக்கும்போதே திட்டமிடத் தொடங்கினார் அவர். நாராசம் போல் தங்கவேலுவின் புதுச் சாதகம் நினைவைக் கலைத்துவிட்டது.

மீண்டும் கசப்பையும் அலுப்பையும் ஒதுக்கிவிட்டு அமைதியைத் தேடுவதற்காக ஒரு ராகத்தைப் பிடித்துக்கொண்டு மனதிற்குள்ளேயே அதன் வடிவைக் கண்டு, திகைத்துப் போய் ஆனந்த வெள்ளத்தில் திளைத்தன, அவருடைய மனம், ஆத்மா எல்லாம். அப்படியே சுவரில் சாய்ந்தபடியே தூங்கிவிட்டார் அவர்.

ஒற்றை மாட்டு வண்டியிலிருந்து இறங்கி, பிள்ளை வக்கீல் ஐயர் வீட்டில் நுழைந்தார். தங்கவேலுவும், வாத்தியங்களைத் தூக்கிக்கொண்டு ஒத்துக்காரரும் பின்னால் வந்தார்கள்.

பெரிய ஹால். வாசலிலிருந்தே அவரைக் கையைப் பிடித்து அழைத்துப்போன வக்கீல் உள்ளே குழுமியிருந்த கோஷ்டியை ஒவ்வொருவராக அறிமுகப்படுத்தி வைத்தார்.

"இவர்தான் பிலிப் போல்ஸ்கா, இந்தச் சங்கீத கோஷ்டியின் தலைவர்."

பிலிப் போல்ஸ்கா மகரிஷி மாதிரி இருந்தான். வயது எழுபது இருக்கும்போல் இருந்தது. தலையில் வழுக்கை இல்லை. பொல்லென்று வெளுத்துப்போன மயிர் தலையில் பறந்துகொண்டிருந்தது. சற்று நடுத்தர உடலம். கண் பெரிய கண். மேலும் கீழும் தொட்டும் தொடாததுமாக விழிகள் அமைந்திருந்தன. பார்த்தும் பார்க்காதவை போன்ற விழிகள்; நீலவிழிகள். ஆள் தூங்குகிறானோ, அல்லது வேறு எங்காவது நினைத்துக் கொண்டிருக்கிறானோ என்று சந்தேகம் எழுப்பும் விழிகள். அந்தக் கண்களை ஒரு விநாடி பார்த்தார் பிள்ளை. சுருக்குப் போட்டு இதயத்தை இழுப்பது போன்ற ஓர் உணர்ச்சி. அவர் உள்ளம் போல்ஸ்காவிடம் ஒரு தாவாகத் தாவிற்று.

"நிறைகுடம்னு சொன்னீங்கள்ள, ஞாபகமிருக்கா?" என்று வக்கீலைப் பார்த்தார்.

"இருக்கு."

"சரியான வார்த்தை! கண்ணைப் பாருங்க. முகம் எவ்வளவு அழகா யிருக்கு, பாத்தீங்களா?"

"நானும் அதைத்தான் யோசிச்சிண்டிருக்கேன். நீங்க சொன்னதைச் சொல்லட்டுமா?"

"வாண்டாம். முகஸ்துதி எல்லாம் நமக்குள்ளேயே இருக்கட்டும். தேசம் விட்டுத் தேசம் வாணாம். என்ன சொன்னேன்னு கேட்டான்னா, ரொம்பச் சந்தோஷம் அவரைப் பார்த்ததிலேன்னு சொன்னன்னு சொல்லுங்க."

போல்ஸ்காவுக்குப் பிறகு, கூட வந்திருந்த இருபது இருபத்தைந்து பேருக்கும் வக்கீல், பிள்ளையை அறிமுகப்படுத்தினார்.

மேலே ஏறி உட்கார்ந்து ஒத்துக்காரன் ஆரம்பித்ததும், ஓலையைச் சரிபண்ணிக்கொண்டார் பிள்ளை. தங்கவேலு மேடைக்குப் பின்னால் உட்கார்ந்துகொண்டான்.

நாட்டையைக் கம்பீரமாக ஓர் ஆலாபனம் செய்து கீர்த்தனத்தைத் தொடங்கினார்.

போல்ஸ்காவின் முகத்தில் புன்முறுவல் தவழ்ந்தது. விழி மேலே செருகியிருந்தது. அமிருத தாரையாகப் பெருக்கெடுத்த நாதப் பொழிவில் அவன் தன்னை இழந்துவிட்டான் போல் தோன்றிற்று. நாதம் அவனுடைய ஆத்மாவை, காணாத லோகங்களுக்கும் அனுபவங்களுக்கும் இழுத்துச் சென்றதுபோல் தோன்றிற்று. சளைத்துப்போய் ஆற்றோடு போகிறவனைப்போல், இஷ்டப்படி வெள்ளம் தன்னை அடித்துப் போகும்படி விட்டுவிட்டான் அவன்.

சட்டென்று நாதம் நின்றது. போல்ஸ்காவின் கண் இன்னும் அந்த அனுபவத்தில் திளைத்துக்கொண்டிருந்தது. மேலே செருகிய விழிகள் கீழே இறங்கிப் பிள்ளையைப் பார்க்க ஒரு நிமிஷம் ஆயிற்று.

டையும் கால்சட்டையுமாகச் சப்பணம் கட்டி அமர்ந்திருந்த அந்தக் கூட்டம் பிள்ளையைப் பார்த்துக்கொண்டிருந்தது.

"ஐயா, ஒரு சின்னச் சோதனை வைக்கப்போறேன்" என்றார் பிள்ளை, வக்கீலைப்பார்த்து.

"என்ன!"

"பாருங்களேன்."

வக்கீல் ஒன்றும் புரியாமல் அவரைப் பார்த்தார். பிள்ளையின் முகத்தைப் பார்த்த அவருக்கு ஒன்றும் புரிந்துகொள்ள முடியவில்லை.

"தஸரிமா ... மா" என்று ஆரம்பித்தார் பிள்ளை.

சாமா ராகம் என்று அடையாளம் கண்ட வக்கீல், பிள்ளையை வைத்த கண் எடுக்காமல் பார்த்தார். ராகம் கொஞ்சம் கொஞ்சமாக மலர்ந்துகொண்டிருந்தது. நடு நிசியில் தோட்டத்தில் மலர்ந்து மனத்தைப் பெருக்கும் – அமைதியான மணத்தை வீசும் – பவழமல்லியின் நினைவு அவருள்ளத்தில் தோய்ந்தது. அவர் சிரம் அங்கும் இங்கும் விட்டுவிட்டு வரும் அந்த மணத்திற்கு இசைவாக அசைந்துகொண்டிருந்தது. ராகம் வளர்ந்துகொண்டிருந்தது.

யாரோ கையாட்டுகிற மாதிரி இருந்தது. திரும்பிப் பார்த்தார் வக்கீல். போல்ஸ்காதான். அவன் உடல் ராகத்தோடு இசைந்து அசைந்து கொண்டிருந்தது. இரண்டு கைகளையும் எதையோ வாங்கிக்கொள்வது போல் நீட்டிக்கொண்டிருந்தான். முகத்தில் ஒரு புன்சிரிப்பு. சன்னதம் வந்தவன் மாதிரி அந்த முகம் நினைவிழந்து எங்கேயோ ஆகாசத்தைப் பார்த்துக்கொண்டிருந்தது.

செய்தி

திடீரென்று உட்கார்ந்திருந்தவன் எழுந்துவிட்டான். கையை நீட்டிய படியே நின்றுகொண்டு, மெல்லிய காற்றில் அசையும் சம்பங்கி மரம் மாதிரி ஆடினான். ராகம் இன்னும் வளர்ந்தது.

நின்றுகொண்டிருந்தவன் அடியெடுத்து வைத்தான். கைகளை நீட்டி ஏந்திக்கொண்டே அடியெடுத்து வைத்தான். நடந்து நடந்து மேடை முன் வந்தும், மெதுவாக முழந்தாளிட்டு உட்கார்ந்துகொண்டான். கையை மேடையோரத்தில் வைத்து முகத்தைப் புதைத்துக்கொண்டான்.

வக்கீலும் போல்ஸ்கா கோஷ்டியும் போல்ஸ்காவையே பார்த்துக் கொண்டிருந்தார்கள். போல்ஸ்கா எந்த உலகத்தில் அலைகிறானோ? எந்த வானில் திரிகிறானோ?

அவன் தவத்தைக் கலைத்துவிடப் போகிறோமே என்று பயந்தாரோ என்னவோ பிள்ளை? ராக ஆலாபனத்தைக்கூட ஓர் இடத்தில் நிறுத்தாமல் அப்படியே கீர்த்தனையைத் தொடங்கிவிட்டார்.

"சாந்தமுலேகா ..." குழந்தையைக் கொஞ்சுகிறது போல அந்த அடி கொஞ்சிற்று. சத்யத்தைக்கண்டு இறைஞ்சுவது போல் கெஞ்சிற்று.

போல்ஸ்காவின் மெய் சிலிர்த்தது, முதுகு ஒரு சொடுக்குடன் உலுக்கியில் தெரிந்தது.

கீர்த்தனம் முடிந்தது. வாத்தியம் நின்றது.

மேடையில் கைவைத்து, முகத்தைப் புதைத்துக்கொண்டிருந்த போல்ஸ்கா ஓர் எட்டு எட்டிப் பிள்ளையின் கையைப் பிடித்தான், கெஞ்சுகிறாற்போல ஒரு பார்வை.

பிள்ளை திருதிருவென்று விழித்தார், தைரியத்தைத் தருவித்துக் கொண்டு குழந்தையைப் பார்த்துச் சிரிப்பது போல ஒரு சிரிப்புச் சிரித்தார்.

"மிஸ்டர் பிள்ளை, மிஸ்டர் பிள்ளை" என்று கையைப் பிடித்துக் கொண்டே கெஞ்சினான் போல்ஸ்கா. குரல் நடுங்கித் தழுதழுத்தது.

"மிஸ்டர் பிள்ளை! வேறு ஒன்றையும் வாசிக்காதீர்கள். என் உயிர் போய்விடும் போல் இருக்கிறது. வேறு வேண்டாம்."

பிள்ளை பாஷை தெரியாமல் விழித்தார்; வக்கீலைப் பார்த்தார்.

"மிஸ்டர் பிள்ளை! இதையே வாசியுங்கள் – இல்லாவிட்டால், என் ... என் உயிர் போய்விடும்."

"பிள்ளைவாள், சாந்தமுலேகாவையே திரும்பி வாசிக்கச் சொல்றார்" என்று நிசப்தத்தைக் கலைக்கத் துணிவில்லாமல் மெதுவாகச் சொன்னார் வக்கீல்.

மீண்டும், "சாந்தமுலேகா!"

"எஸ், எஸ்" என்றான் போல்ஸ்கா.

தலை அசைந்துகொண்டிருந்தது. கீர்த்தனம் முடிந்தது.

"நிறுத்த வேண்டாம்" என்று கெஞ்சினான் போல்ஸ்கா.

"நிறுத்தாதிங்கோ, பிள்ளைவாள். ஆவேசம் வந்தவன் மாதிரி இருக்கான். பேசாமே வாசியுங்கோ."

மீண்டும் அதே நாதம் பொழிந்தது.

ஐந்து, ஆறு தடவை திருப்பித் திருப்பிக் கீர்த்தனத்தை வாசித்து முடித்தார் பிள்ளை. கடைசியில் நாதம் மௌனத்தில் போய் லயித்தது போல, இசை நின்றது.

போல்ஸ்கா அப்படியே தலையை அசைத்துக்கொண்டே இருந்தான். கோயில் மணியின் கார்வையைப்போல அந்த நிச்சப்தத்தில் அவன் சிரமும் உள்ளமும் ஆக்மாவும் அசைந்து ஊசலிட்டுக்கொண்டிருந்தன. மூன்று நிமிஷம் ஆயிற்று.

வக்கீல் ஒரு பெருமூச்சு விட்டார். தொண்டையில் வந்த கரகரப்பை, பயந்து பயந்து கனைத்தார்.

திருப்பிப் பார்த்தான் போல்ஸ்கா.

"மிஸ்டர் ஐயர், மிஸ்டர் பிள்ளை, இதில் ஏதோ செய்தி இருக்கிறது. ஏதோ போதம் கேட்கிறது. எனக்கு ஒரு செய்தி; எந்த உலகத்திலிருந்தோ வந்த ஒரு செய்தி கேட்கிறது. அந்தப் போதத்தில்தான் திளைத்துக் கொண்டிருக்கிறேன். இன்னும் எனக்கு வேகம் அடங்கவில்லை. செய்தி தான் அது. எனக்காக அனுப்பிய செய்தி. உலகத்துக்கே ஒரு செய்தி. உங்கள் சங்கீதத்தின் செய்தி அது!"

குழந்தையைப்போல் சிரித்துக்கொண்டே நினைத்ததைச் சொல்லத் தெரியாமல் தடுமாறினான் போல்ஸ்கா.

"புரிகிறதா?" என்று கேட்டான்.

"புரிகிறாற்போல் இருக்கிறது" என்றார் வக்கீல்.

"எனக்கு நன்றாகப் புரிகிறது. அது செய்தி. உலகத்திலேயே எந்தச் சங்கீதமும் இந்தச் செய்தியை எனக்கு அளிக்கவில்லை. இரண்டு கைகளையும் நீட்டி அதை நான் ஏந்தி வாங்கிக்கொண்டுவிட்டேன். ஒருவரும், ஒரு கலையும், ஒரு சங்கீதமும் கொடுக்காத செய்தியை நான் இப்போது பெற்றுக்கொண்டுவிட்டேன். நீங்கள் இப்போது என்னை உடலை விட்டுவிடச் சொன்னால், நான் விட்டுவிடத் தயார்" என்றான்.

"என்னாங்க?" என்று கேட்டார் பிள்ளை.

வக்கீல் மொழிபெயர்த்துச் சொன்னார் கேள்வியை.

"என்ன தோன்றிற்று என்று கேட்கிறாரா? மிஸ்டர் ஐயர், மிஸ்டர் பிள்ளை! உலகம் முழுவதும் பிணக்காடாக கிடக்கிறது. ஒரே இரைச்சல், ஒரே கூச்சல், ஒரே அடிதடி: புயல் வீசி மரங்களை முறிக்கிறது. அலை உயர உயர எழுந்து குடிசைகளை முழுக அடிக்கிறது. இடி விழுந்து சாலையின் மரங்கள் பட்டுப்போகின்றன. கட்டடம் இடிந்து விழுகிறது. எங்கே பார்த்தாலும் ஒரே இரைச்சல் ... இந்தப் போர்க்களத்தில், இந்த இரைச்சலில், நான் மட்டும் அமைதியைக் காண்கிறேன். மெதுவாக இந்த இரைச்சல் தேய்ந்து, இந்தப் பிரளயக் கூச்சலும் இரைச்சலும்

மெதுவாக அடங்கித் தேய்கிறது. ஓர் அமைதி என் உள்ளத்தில் எழுகிறது. இனிமேல் இந்த இரைச்சலும் சத்தமும் யுத்தமும் என்னைத் தொடாது. நான் எழுந்துவிட்டேன். அரவமே கேட்காத உயரத்திற்கு, மேகங்களுக்கும் புயலுக்கும் அப்பாலுள்ள உயர்விற்கு, எழுந்து, அங்கே அமைதியை, அழியாத அமைதியைக் கண்டுவிட்டேன். இந்த அமைதி எனக்குப் போதும். இப்போதே நான் மரணத்தை வரவேற்று, இந்த அமைதியில் கலந்துவிடத் தயாராயிருக்கிறேன்."

அமைதியுடன்தான் பேசினான் போல்ஸ்கா. வக்கீல் மொழி பெயர்த்துச் சொன்னார்.

பிள்ளை திகைத்துப் போனார்.

"அமைதியா, அப்படியா தோணித்து இவருக்கு!"

"ஆமாம்."

"நிஜமாவா? ... அப்படென்னா, நம்ம தியாகராஜ ஸ்வாமியும் அமைதி வேணும்னுதானே, சாந்தம் வேணும்னுதானே இந்தக் கீர்த்தனத் திலே பாடியிருக்கிறாரு. எவ்வளவு ஏக்கத்தோடு கேட்டிருக்கிறாரு ... அதேயா இவருக்கும் தோணிச்சாம்!"

"அப்படித்தானே சொல்கிறார் இவர்."

"வார்த்தைகூடச் சொல்லலையே நான். எப்படி இவருக்குத் தெரிஞ்சுது?"

திகைத்துப்போய் உட்கார்ந்தார் பிள்ளை.

"மிஸ்டர் போல்ஸ்கா, இந்தப் பாட்டும் அமைதி வேணும் என்று தான் அலறுகிறது. நீங்கள் சொன்ன புயல், இடி என்ற மாதிரியில் சொல்லாவிட்டாலும், அமைதி, அமைதி என்று அமைதியைத்தான் கடைசி லஷ்யமாக இந்தப் பாட்டு இறைஞ்சுகிறது."

"அப்படியா!" என்று போல்ஸ்காவும் சமைந்துபோய்விட்டான்.

"செய்திதான் இது. நாதத்துக்குச் சொல்லவா வேண்டும்! எந்த வரம்பையும் கடந்து செய்தியை அது கொடுத்துவிடும்" என்றான் அவன்.

"இந்தக் கையைக் கொடுங்கள். வாசித்த இந்தக் கையைக் கொடுங்கள். கடவுள் நர்த்தனமாடுகிற இந்த விரலைக் கொடுங்கள். நான் கடவுளை முகர்ந்து முத்தமிடுகிறேன்" என்று பிள்ளையின் விரலைப் பிடித்து உதட்டில் வைத்துக்கொண்டான் போல்ஸ்கா.

பிள்ளைக்கும் ஒரு செய்தி கிடைத்துவிட்டது!

சுதேசமித்திரன், 1955

காட்டுவாசம்

சுந்தரராஜனுக்கு ஒரு மாதம் லீவாம். முதல் ஒரு வாரம் கிராமத்தில் என்னுடன் வந்து தங்கப்போவதாக எழுதியிருந்தான். ஸ்டேஷனுக்கு வண்டிபோய் அழைத்து வந்தது. விடியற்காலை கொல்லையில் இரண்டு காட்டாமணக்குக் குச்சிகளை ஒடித்துப் பல்லில் கடித்து சுவைத்துக்கொண்டே ஆற்றங்கரைக்குக் கிளம்பினோம்.

"அப்பா அம்மா யாரும் இல்லையா?" என்று வழியில் கேட்டான் அவன்.

"ஊரில் இல்லை."

"எங்கே, அண்ணாவோ இந்தத் தடவை?"

"இல்லை. அக்காள் வீட்டுக்கு."

"எப்போது போனார்கள்?"

"இரண்டு வாரம் ஆச்சு."

"நீங்களெல்லாம் ரொம்பக் கொடுத்துவைத்தவர்கள் அப்பா."

"என்ன?"

"இத்தனை வயசுக்கு மேலே அப்பாவும் அம்மாவும் உயிரோடே இருந்து, அவர்களுக்கு நீங்கள் செய்து போடுகிறது என்றால் அது அதிர்ஷ்டந்தானே?"

"உண்மைதான். உங்கள் அப்பாவும் நீ ஆயிரம் ரூபாய் சம்பளம் வாங்குகிறதைக் கண்டுவிட்டுத்தானே போனார்?"

"ஆனால், உங்கள் அப்பா சேதி வேறு."

"என்ன?"

"மூன்று பிள்ளை, மூன்று பெண். ஆளுக்கு இரண்டு மாசமாய் அவர் முகாம் போடலாம். இடம் மாறினாலேயே மனசுக்கு ஒரு சந்தோஷம். சலிப்பு இருக்காது. சிணுக்கல் இராது, பார்."

"சலிப்பு, சிணுக்கல் வந்தாலும் இடம் மாற்றிக்கொள்ள வழி இருக்கும் என்கிறாயா?"

"ஆமாம். ஆனால் உங்கள் அப்பாவுக்குச் சலிப்புச் சிணுக்கல் வர நியாயம் இல்லை. சின்ன வயசிலிருந்து தியானம் பூஜை என்று மனசை நல்ல வழியில் ஒழுங்குபடுத்திக்கொண்டு வந்திருக்கிறார். கோபம் தாபம் எல்லாம் அடங்கினவர். எங்கள் அப்பா மாதிரி இல்லையே. எங்கள் அப்பாவுக்குக் கடைசி மூச்சு வரையில் கோபம் போகவில்லை. கோபித்துக் கொண்டாலும் என்னை விட்டுப் போகிறதுக்கும் வழி இல்லை." சுந்தர ராஜன் ஒரே பிள்ளை.

"சிரமமாகத்தான் இருந்திருக்கும்" என்றேன்.

"யாருக்கு."

"அவர், நீ – இரண்டு பேருக்குந்தான்."

"பழகிப் போச்சு, ஒரு நாள் இரண்டு நாள் அல்லவே! நாற்பது வருஷமாக விவரம் தெரிந்த நாளாக அவர், கோபத்தை அநுபவித்துக் கொண்டே இருந்ததனால் நாளாக நாளாக மனசிலே உறைக்காமலே போய்விட்டது."

"எனக்குப் பழகிப் போகவில்லை. அதுதான் வித்தியாசம்."

"அப்படி என்றால்?"

"எங்கள் அப்பா கோபத்தை அடக்கினவர். அடிக்கடி கோபம் வராது. வந்தால் சிரமம்."

"உங்கள் அப்பாவுக்குத்தான் கோபமே வராதென்றுதான் நீ சொல்லி யிருக்கிறாயே."

"'வெளியிலே' என்று ஒரு திருத்தம் சேர்த்துக்கொள்ளேன் இப்போது."

"இப்போது அதற்கு அவசியம் வந்திருக்கிறதா? வயசான குற்றமாக்கும்?"

"ஆமாம். வயசு அறுபத்தெட்டு ஆகிவிட்டது, அவருக்கு. ஆனால் இப்பொழுதென்று இல்லை. எப்போதும் அப்படித்தான். வெளியிலே யாரும், அவர் கோபித்துக்கொள்வாரா, கோபம் என்று ஒன்று தெரியுமா என்றுதான் நினைப்பார்கள். வீட்டில் இருக்கிறவர்களுக்குத்தான் அவர் மனசு எப்படிக் கோணுகிறது என்று தெரியும், சின்ன சமாச்சாரத்துக் கெல்லாம் கோபம் வந்துவிடும். குழம்பிலே கொஞ்சம் புளி தூக்கலாக இருந்துவிட்டானால் கண்ணிலே விரலைக் கொடுத்துதான் ஆட்டுவார்."

"எல்லாருக்கும் இருக்கிறதுதான். ஆனால் உங்கள் அப்பாவும் இந்த மாதிரி என்று நீ சொன்னதில்லை, இதுவரைக்கும்."

"சின்ன வயசிலே ஒன்று நடந்தது. அப்பாவும் நானும் சாப்பிட்டுக் கொண்டிருக்கிறோம். எனக்குப் பதினாலு வயசு இருக்கும். அப்பா பச்சடிக்கு உப்பு ஜாஸ்தி என்று இக்குபிக்கென்று காய்ச்சுகிறார். அம்மா வுக்குத் தொண்டையை அடைத்து அடைத்து வருகிறது. இவ்வளவு சின்ன விஷயத்துக்கு இவ்வளவு பேச்சா என்று எனக்கும் தாங்கவில்லை.

ஆனால் பேச முடியுமா? அப்பா எழுந்து போகிறவரைக்கும் பேசாமல் இருந்தேன். எழுந்து கையலம்பக் கொல்லைப் பக்கம் போனார். தொண்டையில் துக்கம் அடைக்க, 'அம்மா இனிமேல் இந்த அப்பாவோடு உட்கார்ந்து சாப்பிடவே போகிறதில்லை' என்று குமுறினேன். அம்மா சொன்னது என்ன தெரியுமா?"

"ம் ..."

" 'சீ சீ நாயே! வாயை அலம்பு, நாயே. அப்பாவோடு சாப்பிட மாட்டேன் என்கிற காலிக்கு இங்கே என்ன வேலை? ஓடு வெளியிலே' என்று சீறினாள், பார். அப்படியே வெதறிபோயிற்று எனக்கு."

"பழங்காலத்துப் பெண் தெய்வம்."

"அப்பாவிடம் சொல்லட்டுமா என்றாள். சொல்லேன் என்றேன். 'சொன்னால் உன் முகரக்கட்டையிலே விழிக்கக் கூட மாட்டாரடா முகரக்கட்டை!' என்று மூன்றாம் மனிதர் காதிலே படாமல் பாட்டு பாடினாள். அப்பா கையலம்பிவிட்டு வந்தார். 'என்ன!' என்றார். 'மோர் புளிக்கிறதாம் துரைக்கு! முகரக்கட்டைக்கு' என்று அம்மா காற்றாடியைத் திருப்பிவிட்டாள். ஏதுக்குச் சொல்லவந்தேன் என்றால், அப்பா சின்னதுக்கெல்லாம் இப்படி தலைசுற்றி ஆடுவார். வெளியிலே போகிறபோது அவர் முகத்தைப் பார்த்தால் சாந்தமே ரண்டு கால், ரண்டு கையோடு நடந்து போகிற மாதிரிதான் இருக்கும்!"

சுந்தரராஜன் புன்சிரிப்புடன் 'ம்' போட்டுக்கொண்டு வந்தான். எனக்கு, இறக்குவதற்கு ஒரு மாற்றுத் தலை அகப்பட்டுவிட்டாற்போல் இருந்தது அவன் வந்தது.

"என் பிள்ளைகளை அடித்துக் கண்டித்துக்கொண்டு வரவில்லை யென்று அப்பாவுக்கு ரொம்பக் கோபம், என் பேரிலே. சின்னது, சும்மாவா இருக்கும்! கை சும்மா இருக்குமா, அவர்களுக்கு? பெரிய பயல் இருக்கிறானே!"

"மணிப்பயலா?"

"ஆமாம், அவன் ஏதாவது சத்தம் போட்டுக்கொண்டேதான் இருப்பான், அவனை விரட்டி விரட்டிக்கொண்டு ஓடுவார். கையிலே அகப்படவில்லையோ, அவருக்கு ஆத்திரம் பொங்கிக்கொண்டு வரும் கடைசியிலே பிடித்து நாலு வைக்கவும் வைப்பார். அதோடு நின்றால் தேவலையே, இரண்டு மணி நேரம் வாயாலே பொரிந்து தள்ளுவார். 'அந்தப் பயலை என்ன என்று நினைத்துக்கொண்டிருக்கிறாய் நீ? மகா நெஞ்சு உரப்பில்லை அவனுக்கு. அரை நிமிஷம் சும்மா இருக்கிறானா? என்ன ஓட்டம்? என்ன கூச்சல்? புஸ்தகத்தை விரலாலே தொட மாட்டேன் என்கிறான். பிள்ளையாண்டானா வாயைத் திறக்க மாட்டேன் என்கிறான். பிள்ளையை அப்படிக் கொண்டுவருகிறா னாம்! எலே, இங்கே வாடா எலே ... காலமெ எழுந்திருந்தவுடனே வாசிடா என்றேனா இல்லையா?' என்பார். 'அதுதான் வாசித்தேனே, தாத்தா?' என்பான் அவன். 'என்னடா வாசித்தாய்? இரண்டு நிமிஷம் வாசித்தால் போதுமாடா?' – 'சும்மாச் சும்மா என்னத்தை வாசிக்கறதாம்?'

– 'பிரபவ, விபவ பாடம் பண்ணச் சொன்னேனா, இல்லையா? சொன்னேனா இல்லையாடா?' – 'சொன்னாய்' – 'பண்ணினாயா?' – 'பண்ணினேன்!' – 'சொல்லு பார்ப்போம்!' – 'இருபதுதான் வரும்' – 'ஏன், மீதி?' – 'அறுபது இருக்கிறதே!' – 'பின்னே முப்பதா இருக்கும்?' – 'உக்கும்' – 'என்ன உக்குமா? உக்குமா? போடுகிறாய்?' துடையைப் பிடித்துக் கிள்ளுவார் அவனை. 'ஓ' என்று ஒப்பாரி வைப்பான் அவன். 'மூடு வாயை! மூச்சுப் பரிந்தாயோ, கொலை விழுந்துவிடும்' என்பார். முன்னாலெல்லாம் மூச்சுப் பரியாமல்தான் இருந்தான் அவன், வரவரக் குளிர்விட்டுப் போய்விட்டது அவனுக்கு. அடிக்க அடிக்க வாயை 'ஆ' என்று நன்றாகப் பிளந்துகொண்டு அழுவான், அழுவான், அப்படி அழுவான். ஒன்றும் பலிக்கவில்லையென்றால் இவர் என்ன செய்வார் தெரியுமா? 'அப்பா, இனிமேல் அடிக்கவில்லையடா, அடிக்கவில்லையடா, அடிக்கவில்லையடா, எனத் தன் கன்னத்திலே பளீர் பளீரென்று தானே போட்டுக்கொள்வார். 'உன்னை விழுந்து கும்பிடுகிறேனடா' என்று கை இரண்டையும் கூப்பிக்கொண்டு நிற்பார். இதைப் பார்த்ததும் அவன் இன்னும் வீலென்று கத்துவான். கடைசிலே அம்மா வந்து, 'விட்டுத் தொலையுங்களேன் அதை. அதுதான் அடங்காப் பிடாரி, அதோடு என்னத்துக்கு மல்லாட்டம்' என்பாள். 'விட்டுத் தொலைக்காமல் என்ன பண்ணப்போகிறேன். எக்கேடும் கெட்டுப் போகட்டும். விட்டுத் தொலைக்காமல் என்ன? இதெல்லாம் விட்டுத் தொலைத்துவிட்டு, காஷாயத்தைக் கட்டிக்கொண்டு போகலாமென்றுதான் பார்க்கிறேன். அதற்கு இன்னும் படைத்தவன் மனசு வைக்கவில்லை. தொலைக்காமல் என்ன?' என்று சொல்லி வீர்ரென்று வாசலைப் பார்க்கப் போய்விடுவார்."

"உனக்கும் குறும்பு போகவில்லை, அப்பா! அப்படியே நடிக்கிறாயே!"

"பதினைந்து இருபதுநாள் முன்னாலே என்ன ஆச்சு தெரியுமா?"

"ம்."

"காலையில் பொழுது புலர இருக்கிறது. எனக்கு நல்ல தூக்கம். ராத்திரி ஒரு மணிக்குத்தான் படுத்தேன். விடிய விடிய அப்பா குரல் கேட்டது, கூடத்திலே உட்கார்ந்துகொண்டு மணிப்பயலைக் காய்ச்சிக் கொண்டிருக்கிறார். செஷன்ஸிலே குறுக்கு விசாரணைபோல நடக்கிறது. விஷயம் இதுதான்: தங்கை ஊரிலிருந்து வந்து ஒரு மாசம் இருந்தாள். இந்தப் பயல் வாயாடியா? அவள் ஏதோ சொல்ல இவன் தத்துப்பித்தென்று ஏதோ சொல்லியிருக்கிறான். அத்தைக்கும் பயலுக்கும் வாய் தடித்துப் போச்சு. இந்தப் பயலுக்கு எட்டு வயசுதான். ஆனால் வாய்க்கு இருபது வயசு. குழந்தைகளை வைத்துக்கொண்டு பெரியவர்கள் ஊர் வம்பு அளந்தால் அவை கற்றுக்கொள்ளாமலா இருக்கும்? நீ இனிமேல் எங்கள் வீட்டுக்கு வரவேண்டாம் என்று உள்ளே போய் கதவைச் சாத்தி விட்டானாம். தங்கை தடாலென்று கதவைத் திறந்துவிட்டு, அப்படித் தாண்டா வருவேன். எங்க அண்ணா வீட்டுக்கு நான் வருவேன். நீ யார் கேட்க?' என்று உள்ளே போனாளாம். அந்தப் பயலுக்கு வெறி. ஒரு புத்தகத்தைத் தூக்கி தங்கை தலைமேலே எறிந்தானாம். அப்போது நானும் இல்லை; அப்பாவும் இல்லை. முதல்நாள் சாயங்காலம் நடந்த தற்குக் காலையில் விசாரணை நடக்கிறது. காலையில் ஆறு மணிக்கு,

'எத்தனை நாழிகையடா தூங்குகிறாய்?' என்று ஆரம்பித்து முதல்நாள் 'கேஸை' எடுத்துக்கொண்டார், அப்பா. அரைமணியாகக் கேள்வி மேலே கேள்வி. நான் படுத்துக்கொண்டே கேட்டேன். எட்டு வயசுப் பிள்ளை பதில் சொல்லுகிற கேள்வியாகவே இல்லை ஒன்றும். எழுந்து பாயைச் சுருட்டிக் கட்டில் மேலே போட்டுவிட்டுக் கூட்டுக்கு வந்தேன். இந்தப் பயல் பேதிக்குச் சாப்பிட்டவன் மாதிரி முகத்தைச் சிணுக்கிக்கொண்டே ஒற்றை வார்த்தையாகப் பதில் சொல்லிக்கொண்டிருந்தான். எனக்குத் தூக்கம் கெட்ட கோபம். "என்னடா நாயே" என்று அந்தப் பயலைப் பளார் பளார் என்று முதுகிலே நாலு வைத்தேன். புழுமாதிரி துடிக்கக் கிளம்பி விட்டான் அவன்."

"அப்பாவை அடிக்க முடியவில்லை. அவனை அடித்தாயாக்கும்?" என்று குறுக்கிட்டான் சுந்தரராஜன்.

எனக்குச் சிரிப்பு வந்தது. அவன் சொன்னது ஒரளவு உண்மை போலவும் இருக்கவே, வெட்கமாகவும் இருந்தது. பதிலுக்குச் சிரித்தேன்.

"அப்புறம்?"

"அப்புறம் என்ன? அப்பா என்மேலே பாய்ந்தார். ஏண்டா, நான் அவனைக் கேட்டுக்கொண்டிருக்கிறேன். உனக்கு என்னடா?" என்று ஆரம்பித்தார். 'பின்னே என்ன? நாலு அறைவிட்டுக் கழுதையை வாயை மூடப்பண்ணுகிறதா? அவனாடே தர்க்கம் பண்ணிக்கொண்டே இருந்தால் வாய் வளர்கிறது, அந்த நாய்க்கு' என்று கத்தினேன். 'ஓகோ அப்படியா! எனக்கு தெரியாமல் போச்சுடா. நீ ரொம்ப புத்திசாலிடா. எனக்குத் தெரியாமல்தாண்டா போச்சு' – 'நான் புத்திசாலி' என்று சொல்லிக் கொள்ளவில்லை இப்போது. உதை கொடுத்து அடக்கவேண்டிய கழுதை யோட என்ன வாதம் என்றுதான் சொன்னேன் – அவ்வளவுதான் 'சை! நீ ஒரு மனுசன் மாதிரி! பாகம் பிரிந்ததிலிருந்தே நீ வேறே ஆளாய்த்தான் இருக்கிறாய்' என்று சுருக்கென்று என்னவோ சொன்னார்; வெளியே போய்விட்டார் மூன்று நாள் பேசவே இல்லை. நாலாவது நாள் எல்லோரோடும் ஊருக்குக் கிளம்பிவிட்டார். வந்து ஒருமாசம் ஆக வில்லை. ஆறுமாசம் இங்கே இருக்கிறதாகத்தான் வந்தார். காரணம் கேட்டதற்கு ஏதோ வேலை கீலை என்று சொல்லிவிட்டுப் போய் விட்டார். நொண்டிச் சாக்கென்று அவருக்கும் தெரியும்; எனக்கும் தெரியும்."

"மணிப்பயலை நீ அப்போது அடித்திருக்கக்கூடாது."

"அடித்துக்கொண்டு வரவில்லை என்றுதானே அவர் புலம்புகிறார்?"

"அதுசரி, அந்தச் சமயத்திலே அடித்திருக்கக்கூடாது. அதுதான் நான் அப்போதே சொன்னேனே."

"என்னவோ, வயசானவர்களோடு பழகுகிறது சிரமமாகத்தான் இருக்கிறது."

"சிரமந்தான். பொறுத்துக்கொண்டுதான் போக வேணும்."

"குழந்தைகளைப் படிக்க சொல்கிறது, வளர்க்கிறது எல்லாமே மாறியிருக்கின்றன. நம் தலைமுறை நினைக்கிற வழியே வேறே; அவர்கள் போனவழி வேறே."

"அடியாத மாடு படியாது என்கிறவர்கள் அவர்கள். அந்தக் கட்சியும் சில சமயம் பொருத்தமாகத்தான் தோன்றுகிறது. ரொம்பவும் செல்லம் கொடுக்கவும் வேண்டாம்; தோலையும் உரிக்க வேண்டாம்" என்றான் சுந்தரராஜன்.

"ஏதாவது சொன்னால் 'டேய்' நீதாண்டா அதிசயமாய்ப் பிள்ளையைப் பெற்று வளர்க்கிறாய்! நாங்கள் எல்லாம் மலட்டுக் கூட்டம் பார்!" என்று புகைகிறார்.

"அதெல்லாம் பிள்ளை வளர்க்கிறதைப்பற்றி வந்த கோபம் இல்லை. வயசு கோபம், பாகம் பண்ணியாச்சு என்று வேறே சொல்கிறாய். பிள்ளைக ளெல்லாம் பெரிய மனிதர் ஆகிவிட்டார்கள். வீட்டுக்கு நாலு பேர் பார்க்க வருகிறவர்களும் பிள்ளைகளோடு சிநேகிதம். தவிர, அவர்களைப் பார்க்க யாரும் வரமாட்டார்கள். வந்தால் யாராவது உறவின் முறை, இல்லா விட்டால் கிழட்டுச் சிநேகிதம், இவர்களே வருவார்கள். சோறு ஜீரண மாகாது. பல் ஆட்டம் கண்டு சும்மா சும்மா வலிக்கும். உடம்பு தாளவில்லை. சாவியோ கையைவிட்டுப் போய்விட்டது. வேறு என்ன வேண்டும்? அசூஸையப் படாமல் எப்படி இருக்க முடியும் அவர்களாலே? நாமே பொறுத்துக்கொண்டு போகவேணும்" என்று எனக்குப் புத்திமதி சொன்னான் சுந்தரராஜன். அவன் தகப்பனாரின் கோபம் சர்க்காருக்கே தெரியும். கோட்டுக்கு உள்ள பாக்கெட்டுகளுக்குமேல் உபரியாகத் தைக்காமல் தாசில்தார் வேலை பார்த்தவர் அவர். ஒரே பிள்ளையிடமே அவர் மென்மை காட்டியதில்லை. ரூல்தடி, விசிறிக் காம்பு, வேப்பங்குச்சி என்று பல சாமான்களை அவன் எலும்பு மேலேயே உடைத்திருக்கிறார் அவர்.

"அப்படி அடித்தாரோ, நான் ஆளாகப் பிழைத்தேனோ" என்பான் அவன்.

கடைசியில் மூன்று வருஷம் பாரிசவாதம் வந்து சித்தமும் ஸ்வாதீனம் இல்லாமல் அவர் கிடந்ததும், அவன் முணுமுணுக்காமல் அவரைத் தாங்கியதும் – பெரிய கதை.

"அப்பா போனவர், இன்னும் ஒரு கடுதாசி போடவில்லை. வாரத்துக்கு மூன்று கடுதாசி எழுதுகிறவர், ஊருக்குப் போய்விட்டுச் சொன்ன தேதிக்கு நான் வரவில்லையென்றால், ரெயிலடிக்கு வந்து வண்டி வண்டியாகப் பார்க்கிறவர், காலையிலே பஸ் நிற்கிற மதகிலே வந்து பைத்தியம் பிடித்தாற்போல, போகிற, வருகிற பஸ்ஸை எல்லாம் பார்க்கிறவர்" என்றேன் நான்.

"இது என்னப்பா இது? ஆற்றோரத்திலே ஒரு வீடு, தோட்டம்? போன வருஷம் நான் வந்திருந்தபோது ஒன்றையும் காணோமே?"

"அதுவா? வேலை மெனக்கெட்ட வேலை."

"என்னது?"

"சக்ரபாணி ஐயர் என்று ஒருத்தர். இந்த ஊருதான். ஆசிரமம் கட்டிக்கொண்டு இருக்கிறாராம். வானப்பிரஸ்தமாம்."

"என்னது!"

"ஆமாம்."

"வானப்பிரஸ்தமா?"

"ஆமாம்."

"பழைய காலத்து வார்த்தையாயிருக்கிறதே!"

"பழக்கமும் பழையயதுதான்."

"நான் கேள்விப்பட்டதே இல்லை. இந்த இருபதாவது நூற்றாண்டிலா?"

"ஏன், இருபதாவது நூற்றாண்டிலே கிறுக்குகளே இருக்கக் கூடாதா?"

"உண்மை என்ன என்று தெரிந்துகொள்ளாமல் சட்டென்று தீர்மானம் சொல்லக்கூடாது."

"பின்னே என்ன? உனக்கு வானப்பிரஸ்தம் என்றால் என்னவென்று தெரியுமா?" என்று கேட்டேன்.

"காட்டிலே வாழ்ந்து தவம் பண்ணுகிறது."

"இது காடா?"

"காடென்றால் சிங்கம் புலி இருந்தால்தான் காடா? ஜன நடமாட்டம் இல்லாத இடம் காடுதான்."

"சரி, இது காடாகவே இருக்கட்டும். பெண்பிள்ளைக்கு என்ன வேலை அங்கே?"

"யார் பெண்பிள்ளை?"

"சக்ரபாணி ஐயர் சம்சாரத்தோடு தபசு பண்ணுகிறார்."

"சம்சாரம் தானே? வேறு யாரும் இல்லையே?"

"தபசு பண்ண, கூட பெண்சாதி எதற்கு?"

"இதோ பார். சும்மா கோணல் கட்சி பேசி என்ன? நான் நன்றாகப் பார்க்காமல், தெரிந்துகொள்ளாமல் ஒன்றும் பேசத் தயாராயில்லை."

"சரி, நாளைக்குப் போகலாம்."

"நாளைக்கா? இப்போதே போகலாம்."

"இப்போதா?"

"ஆமாம். மெட்ராஸிலிருந்து லீவு போட்டு எதற்காக வந்தது? இந்த மாதிரியெல்லாம் புதிது புதிதாய்ப் பார்க்கத்தான்."

"மெட்ராஸிலே இல்லாத அதிசயமா இங்கே?"

"இட்டிலியோடு வடையும் சாம்பாரும் போட்டுத் தின்கிற ஜனங்களைத் தான் அங்கே பார்க்கலாம். மற்றபடி ரொம்பப் புத்திசாலிக

எல்லாம் நம்மோடு பேசமாட்டார்கள். மேற்கே ஒரு காலும் கிழக்கே ஒரு காலும் வைத்துக்கொண்டு நிதானப்படுத்திக்கொள்ளவே அவர்களுக்குப் போது சரியாகப்போய்விடுகிறது. இப்படி நாட்டுக் காற்று மேலே படுகிற போதுதான் உயிர் வருகிறது. நாட்டு மண்ணிலேதான் புதிதாய் ஏதாவது முளைக்கிறது."

"இந்த ஆள் ரொம்பப் பழசாச்சே, தெரியுமா?"

"எனக்குப் புதிது. அதுபோதும்."

"அவர்கிட்டப் போகிறதென்றால் முழுகிவிட்டுப் போக வேணுமோ என்னவோ? அசுத்தமாய்ப் போகலாமோ?"

"குளிக்கிறது. ஓடுகிற தண்ணீர் எங்கே எங்கே என்று பறக்கிறது உடம்பு."

"காபி?"

"எல்லாம் சாப்பிட்டுக்கொள்ளலாம்."

பல்லைத் தேய்த்துக் குளித்தோம்.

"அவருக்குப் பிள்ளை குட்டி உண்டா."

"அதில் ஒன்றும் குறைவு இல்லை. நாலு பிள்ளைகள். ஒவ்வொருத்தனும் ஆயிரம் ஐநூறு சம்பளம் வாங்குகிறான். ஒரு பையன் நிலம் நீச்சைப் பார்த்துக்கொண்டு இங்கே இருக்கிறான்."

"பிள்ளைகளோடு ஏதாவது மனத்தாங்கல் இருக்குமோ?"

"இல்லாவிட்டால் இப்படி ஏன் பரதேசிக் கோலம் போட வேணும்? நீ என்ன இவரைப்பற்றியே பேசிக்கொண்டிருக்கிறாய்?"

"பின்னே எதைப்பற்றிப் பேசுகிறது? புதுச் செய்தியாக இருந்தால் பேசித்தானே ஆகவேணும்?"

குளித்துவிட்டுத் துணியையும் அங்கேயே உலர்த்திக் கட்டிக் கொண்டு ஆசிரமத்தைப் பார்க்க நடந்தோம்.

"இப்போது ஏதாவது நூற்றுக்கொண்டிருப்பாரோ" என்று நண்பன் கேட்டான்.

"அந்த ஆசிரமம் இல்லை இது. சும்மா தபசுதான்."

ஒரு சின்னத் தோப்பு. நல்ல நிழல்பாங்கு, வாழை, வேம்பு, முருங்கை, செம்பருத்திச் செடிகள், பவழ மல்லிகை, மரங்கள், மல்லிகைப் புதர்கள், துளசி, விபூதிப் பச்சை, மாசிப் பச்சை, நடைவரப்புக்கு பொன்னாங்கண்ணி, நாலைந்து எலுமிச்சங்கன்றுகள், வெண்டை வரிசை, கீரைப் பாத்திகள் – வேப்ப மரத்தில் கட்டிய ஒரு பசுவும் கன்றும். சூழ்நிலை மனத்திற்கே குளுகுளுவென்று இருந்தது, தோட்டத்தின் நடுவில் வீடு, கீற்று வேய்ந்த வீடு. நாலு பக்கமும் விசாலமான தாழ்வாரம். வீடு, தோட்டம், எல்லாம் மெழுகியும் பெருக்கியும் துப்புரவாக இருந்தன.

ஐயர் புலித்தோலைப் பரப்பிக் கண்ணை மூடி நிமிர்ந்து தியானத்தில் ஆழ்ந்திருந்தார். இரண்டு நிமிஷம் என்ன செய்வதென்று, தெரியாமல் நின்றிருந்தோம்.

"அப்புறம் வருவோமே" என்றான் சுந்தரராஜன்.

ஐயர் கண் திறந்தது. திரும்பி எங்களைப் பார்த்தார். விகற்ப சமாதி தான்போல் இருக்கிறது.

"நமஸ்காரம்" என்றேன் நான்.

காலைக் கிணற்றங்கரையில் கழுவி வருமாறு சைகை காட்டினார். கழுவி வந்தோம். "தாழ்வாரத்தில் உட்காருங்கள், ஒரு நிமிஷம்" என்ற பாவனையில் சைகை காட்டவே உட்கார்ந்தோம். ஒரு சிறிய அலமாரியில் புத்தகங்கள், இரண்டு மூன்று ஞான யோகிகளின் படங்கள். அங்கு வேறு ஒன்றும் இல்லை. சுற்றி முற்றிக் கண்ணால் அளந்துகொண்டு அந்த அமைதியையும் நிழலையும் தண்மையையும் பருகிக்கொண்டிருந்தோம், ஒரு நிமிஷம் ஆயிற்று.

"என்ன துரைசாமி! எங்கே இப்படி அத்தி பூத்தாற் போல? அவர்கள் யார்?"

"என்னோடு காலேஜிலே வாசித்தவர்; மெட்ராஸிலே ஒரு மத்திய சர்க்கார் இலாகாவுக்கு உதவித் தலைவர். லீவிலே வந்திருக்கிறார்."

"நமஸ்காரம்."

"நமஸ்காரம்."

"எந்த இலாகாவோ?"

சுந்தரராஜன் சொன்னான்.

"ஓகோ! பெரிய வேலைதான் – என்ன துரைசாமி அப்பா அம்மா எல்லாரும் செளக்கியம்தானே?"

"ம். அப்பா ஊரிலே இல்லை."

"எப்போது போனான்?"

"மூன்று வாரம் ஆயிற்று."

"எங்கே?"

"விழுப்புரம்."

"உடம்பு திடமாக இருக்கிறான் அல்லவா?"

"கொஞ்சம் பலக்குறைவுதான்."

"ரொம்பச் சீக்கிலே அடிபட்டுவிட்டான். பாவம்! – என்ன, அவன் இவன் என்று பேசுகிறானே என்று பார்க்கிறீர்களா? இவன் அப்பா என் க்ளாஸ்மெட், ஸார். இத்தனையுண்டு குழந்தையிலிருந்து சேர்ந்து வாசித்தோம். பரமசாது. தங்கக் கம்பி என்று சொல்லுவார்கள். நான்

தங்க புஷ்பனம் என்றுதான் சொல்லுவேன். அவ்வளவு மிருதுவான சுபாவம்! இந்தக் கோபம், அதட்டல், உருட்டல் ஒன்றும் தெரியாது. பரம புண்ணியசாலிக்குத்தான் இந்தக் குணங்கள் வாய்க்கும்."

"இந்தக் குணங்கள் எல்லாம் என் பக்கம் திரும்பிக்கூடப் பார்க்க வில்லை" என்றேன் நான்.

"நீயும் ஒன்றும் குறைவு இல்லை. அதற்கு என்ன? யாரும் லட்சியம் இல்லை என்று ஒரு போக்கு. வயசானால் அதுவும் சரியாகப் போய் விடுகிறது. ம், ஸாருக்குச் சொந்த ஊர் எதுவோ?"

ஊரைச் சொன்னான் சுந்தரராஜன்.

"பேஷ் பேஷ்! நம் பக்கந்தான். அதுதான் மூஞ்சியிலே எழுதி யிருக்கிறதே! நிதானம், அழுத்தம், குறும்பு, புத்தி சக்தி! தெரிகிறது, தெரிகிறது" என்று தலையாட்டினார் ஐயர்.

"எங்கே இப்படி?"

"சும்மாதான், பல் தேய்க்க வந்தோம். என்ன, தோட்டம் துரவெல்லாம் புதிதாயிருக்கிறதே என்றார் இவர், காண்பிக்கலாமென்று கூட்டி வந்தேன்."

"ஆமாம் துரைசாமி, இப்போது நான் 'எக்ஸிபிஷன்' மாதிரிதான் இருக்கிறேன். இந்தப் பேர் புதிதாக இருக்கிறது, பார்."

"எது?"

"எதுவா, உனக்குத் தெரியாதோ? வானப்பிரஸ்தம்."

"அதற்கு நிஜ அர்த்தம் என்ன?"

"பழைய நாளிலே வித்தியாப்பியாசம் பண்ணி, இல்லறம் நடத்தி, உலக சுகம் எல்லாம் அனுபவித்துவிட்டு, வயசானவுடனே கிழவியை அழைத்துக்கொண்டு காட்டிலே போய்த் தபசு பண்ணுவார்கள். அந்த மாதிரி கிளம்பி வந்துவிட்டேன் நான். அதுதான் அர்த்தம். நான் இப்போது இல்லற சந்நியாசி. கடைசியில், இல்லறம் போய்ச் சந்நியாசம்தான் நிற்கும்."

"சந்நியாசம் அவசியந்தானா?" என்று கேட்டான் சுந்தரராஜன்.

"வைராக்கியம் வந்துவிட்டதனால் சந்நியாசத்திலே போய்த் தானாக மனசு விழுந்துவிடுகிறது. அப்போது அது அவசியம் என்றுதான் படும்."

"வைராக்கியம் வந்தால்தானே?"

"ஆமாம். கோபித்துக்கொண்டு சில பேர்கள் சந்நியாசம் வாங்கிக் கொண்டால் என்ன ஆகும், தெரியுமோ? கோபம் தணிந்தபிறகு, ஏனடா வந்தோமென்று அழுகை அழுகையாக வரும். இந்தமாதிரி வீட்டை விட்டு, ஊரை விட்டுத் தனியாக ஒதுங்கி வந்தால்தான் வைராக்கியம் பழகும். மனிதனை ஆட்டி வைக்கிற பெரிய சக்தி எது ஸார்? சொல்லுங்கள் பார்ப்போம். சுந்தரராஜன்."

"சதை."

"அப்படி என்றால்?"

"ம். காமம்."

"கரெக்ட். ஏது ஏது! பெரிய ஆளாக இருக்கிறீர்களே? துரைசாமி, உன் சிநேகிதர் பெரிய ஆளாய் இருக்கிறாரே! அந்தக் காமத்தை வெல்ல முடியாது என்றுதான், வானப்பிரஸ்தத்திலேயும் அவளைக் கூட்டிக் கொண்டு போ. கூட வைத்துக்கொண்டே பிரம்மச்சரியம் பழகு என்று சொன்னார்கள். இல்லாவிட்டால் அங்கேயும் போய் ஏதாவது தடுமாறி விழுந்தால் இரண்டு கண்ணும் போனதுபோலத்தான் வைராக்கியம் பழகவே இந்த நிலை."

"இப்படி வரவேணுமென்று உங்களுக்கு ஏன் தோன்றியது?" என்று கேட்டான் சுந்தரராஜன்.

"அதுவா? எனக்குப் பிள்ளைகளோடு சண்டை பூசல் ஒன்றும் கிடையாது, சார். ஒரு தெய்வத்துக்கே அடுக்காத அநியாயத்தைப் பார்த்தேன். அப்போது பிறவியின் ரகசியம் புரிந்துபோய்விட்டது. கிளம்பிவிட்டேன்."

"என்ன அநியாயம்?"

"சாலிப்பாட்டி சாலிப்பாட்டி என்று இங்கே ஒருத்தி இருந்தாள். உனக்குத் தெரியுமாடா துரைசாமி?"

"யார்?"

"கிட்டன் இருக்கிறான் அல்லவா? – 'ஸெமி'. பளிங்கு மூக்குக் கண்ணாடி."

"ஆமாம், நாகுவுடைய அண்ணன்."

"அவன் பாட்டி, பரம ஏழை. சின்ன வயசிலே வீணாகப் போய் விட்டாள். காலணாக் கிடையாது. இரண்டு குழந்தைகளை வைத்துக் கொண்டு படாத சிரமப்பட்டாள். பக்கத்து ஊரிலே போய்ச் சமைத்துப் போடுகிறது, சமைத்துவிட்டுத் திரும்பி வருகிறது; வருகிறபோதெல்லாம் இரண்டு இரண்டு செங்கல்லைக் கையிலே எடுத்து வருவாள்."

"செங்கல்லா? எதற்கு?"

"வீடுகட்ட அப்போது எங்கள் அம்மா எங்கள் பழைய வீட்டைப் புது வீடாக மாற்றிக்கொண்டிருந்தாள். சாலிப்பாட்டி தூரத்து உறவு. நாலு தலைமுறைக் கணக்கிலே எங்கள் அம்மாவுக்கு அத்தை முறை. அவளுக்கு ஒரு வேகம். என் மருமாள் வீடு கட்டுகிறபோது நான் மட்டும் சும்மா இருப்பேனோ என்று சாமக்கிரியையெல்லாம் சேர்க்க ஆரம்பித்தாள். எங்கே கல்லு கிடந்தாலும் இரண்டு இரண்டாக எடுத்துக்கொண்டு வருவது, எங்கேயாவது வீட்டு வேலை நடந்தால் ஒரு படி அரைப் படியாகச் சிமிண்டைப் பிச்சை வாங்குகிறது. ஐயா, இப்படியே சேர்த்தாள் ஐயா, சேர்த்தாள் ஐயா, தம்படி செலவழிக்காமல் குவித்துவிட்டாள், கொண்டு சாமான்களை. எங்கள் வீட்டிலே தச்சு வேலை நடந்தது, துண்டு விழுகிற சட்டம், பலகை, குச்சி ஒன்றை விடமாட்டாள்; தூக்கிக்கொண்டு

போய்விடுவாள். ரொம்ப ஆச்சரியமான பொம்மனாட்டி. கடைசியிலே கழுகுக்கூடுமாதிரி இருந்த அவள் வீடு, வெறும் குடிசை. அது என்ன ஆச்சு? பளபளவென்று சின்ன வீடாக, ஓட்டு வீடாக, அழகாய் வளர்ந்துவிட்டது. வயது அறுபத்தஞ்சு அப்போது அவளுக்கு. இத்தனை செய்தவளுக்கு என்ன கிடைத்தது தெரியுமோ? ஆறு மாசம் அந்த வீட்டிலே அவளால் இருக்க முடியவில்லை. பிள்ளையும் நாட்டுப் பெண்ணுமாகச் சேர்ந்து அவளை உதை உதை என்று உதைத்தார்கள்; சோறு போடாமல் விரட்டிவிட்டார்கள். ஊரிலே எவ்வளவோ பேர் சொல்லியும் நடக்கவில்லை.

அந்தப் பயல் கிராதகன். கடைசியிலே திண்ணையிலாவது இருக்கட்டுமடா என்று சொல்லி அவளைத் திண்ணையில் வைத்தார்கள். ஒரு வாரம் அங்கேயே இழுத்துக்கொண்டு கிடந்தது அது. அப்புறம் ஹோகயா. முதல் நாளைக்கு வந்து 'இந்தாருங்கள், பால்கோவா பண்ணி யிருக்கிறேன். கொஞ்சம் சாப்பிடுங்கள்' என்று மாமியார் வாயிலே கொண்டு திணித்தாள், நாட்டுப் பெண். இதை நான் கண்ணாலேயே பார்த்தேன். அன்றிலிருந்தே அது மனசிலே வேலை செய்துகொண்டிருந்தது. ஒன்று தெரிந்துகொண்டேன்; இந்த உலகத்திலே அன்பு இருக்கிறதே, அன்பு. அது இறங்குமுகமாகப் போகும், பக்கவாட்டிலே போகும். மேல்நோக்கிப் போகாது.

"அப்பனுக்குப் பிள்ளைமேல் ஆசை. அந்தப் பிள்ளைக்கு அவன் பிள்ளைமேல் ஆசை. இப்படிப் போகுமே ஒழிய, பிள்ளை அப்பாவிடம் இருக்கிறது என்கிற சாத்தியம் இல்லை."

"என்ன இது, ஒரே அடியாக?"

"அதுதான் ஸார் உண்மை. அப்பாவிடம் பயந்தான் இருக்கும், கௌரவம் இருக்கும். பொண்டாட்டியிடமும் பிள்ளையிடமும் இருக்கிற அன்பும் ஆசையுமா இருக்கும்?"

"நீங்கள் ஏதோ புதிதாகச் சொல்ல வேணுமென்று சொல்கிறது போல இருக்கிறது."

"புதிதா! மிகவும் பழசான சமாசாரம், ஐயா இது. நம் சாஸ்திரங்கள், கவிகள் எல்லாம் என்ன சொல்லுகிறார்கள்? அன்னையும் பிதாவும் முன்னறி தெய்வம். ஏன் ஐயா! பிள்ளையிடம் அன்பாக இரு; பெண்டாட்டி யிடம் ஆசையாக இரு என்று சொல்லக்கூடாதோ? ஆக, இந்த அன்பு போகிற போக்கு இறங்குமுகம் இல்லையா? மேல்நோக்கிப் போகிறது, இயற்கைக்கே முரண் என்று ஆகவில்லையோ?"

சுந்தரராஜன் என்னைப் பார்த்துப் புன்சிரிப்புச் சிரித்தான்.

"வயசான பிறகு காட்டுக்குப் போ என்று இதற்காத்தான் வைத்திருக்கிறார்கள். வயசான பிறகு உன்னைக் கவனிக்கமாட்டார்கள் யாரும். மரியாதையாய் ஒதுங்கிவிடு என்று அர்த்தம்; கடமையினாலும் நன்றியினாலும் நம்மை வைத்துக் காப்பாற்றுவான் பிள்ளை. வாஸ்தவந்தான். ஆனால், தர்மசங்கடம் இல்லாமல் இராது. இரண்டு

தலைமுறை சேருவதில்லை. அடிப்படையாக நான் சொல்கிற இறங்கு முகந்தான் சரி. என்ன, உங்களுக்கு என்ன தோன்றுகிறது?"

"யோசிக்கிறோம். அப்புறம்தான் தெரியும்."

"பேஷாக யோசியுங்கள் – இந்தா என்ன, உள்ளை – விட்டு வர மாட்டேன் என்கிறாய்? இவர்கள் வந்து எத்தனை நாழிகை ஆச்சு தெரியுமோ இல்லையோ? ... – உன்னைத்தானே! நானும் மூச்சுவிடாமல் பேசிக்கொண்டிருக்கிறேன்" என்று உள்ளே பார்த்துக் கத்தினார் ஐயர்.

"இதோ!" என்று குரல் வந்தது.

அரை நிமிஷத்தில் இரண்டு தம்ளரில் காப்பியை எடுத்து வந்தாள் ஐயர் மனைவி; பொல்லென்று வெளுத்த தலை சற்று ஸ்தூலித்த உடல். பிறகு அவருக்கும் காபி வந்தது.

நல்ல காபி, கள்ளிச் சொட்டு காபி; மணக்கிற காபி.

"காபி இல்லாமல் என்னால் இருக்க முடியாது, ஸார். நாலு வேளை சாப்பிட்டுக்கொண்டிருந்தேன். ஆசிரமம் எடுத்துக்கொண்ட பிறகு மூன்று வேளையாகப் பண்ணிக்கொண்டிருக்கிறேன். இரண்டு, ஒன்றாகக் குறைத்து நிறுத்திவிடுவேன். இன்னும் நாலு வருஷம் கழித்து நீங்கள் வந்தால் இங்கே கொத்தமல்லிக் காபிதான் கிடைக்கும். சொல்லிவிட்டேன்" என்று எச்சரிக்கையுடன் முடித்தார் ஐயர்.

"வெற்றிலை போடுவது உண்டோ?"

"பரவாயில்லை" என்றான் சுந்தரராஜன்.

"இருக்கிறது, வேணுமென்றால் வருகிறது."

"அவருக்கு அதுதான் உயிர்" என்றேன் நான்.

"இந்தா, உன்னைத்தான். வெற்றிலைச் சீவல்."

வெற்றிலை சீவல் பெட்டியில் வந்தன. அவற்றோடு உயரமான டப்பா ஒன்றும் வந்தது.

சுந்தரராஜன் அரைத்தான். உயரமான டப்பா நிறையக் குங்குமப் பூவாக நறுக்கிய புகையிலை.

ஐயரும் வாயில் போட்டு அரைத்துப் புகையிலை ஒரு கொத்து எடுத்து உள்ளங்கையில் வைத்துப் பிடித்து வாயில் அதக்கினார். புகையிலையைக் கண்டதும் சுந்தரராஜன் முகம் பளீர் என்று மலர்ந்தது. அவனும் ஒரு பிடி எடுத்து அதக்கினான்.

"ஒண்ணாங்கிளாஸ் புகையிலையாய் இருக்கிறதே!"

"சிவபுரியிலிருந்து நேராய் வருகிறது. ஸார் முன்னெல்லாம் பன்னீரும் வாசனையும் கலந்ததாகப் போட்டுக்கொண்டிருந்தேன். ஆசிரமத்துக்கு வந்த பிறகு வெறும் புகையிலையோடு நிறுத்திக்கொண்டிருக்கிறேன். கொஞ்சம் கொஞ்சமாகத்தான் விட வேண்டியிருக்கிறது."

"விட முடியுமா?"

"முயற்சி பண்ணுகிறது, முடியவில்லையென்றால் பகவான் செயல். திடீரென்று விட்டுவிட்டு, ஜபம் பண்ணுகிறபோது புகையிலையை நினைத்துக்கொண்டிருப்பதைவிட ஒரு தடவை போட்டுத் துப்பிவிட்டு உட்கார்ந்தால் தண்டா இல்லை, பாருங்கள்."

"அது சரி, அறவே விட்டுவிடுகிறதுதான் முடியுமா என்று சந்தேகமாக இருக்கிறது."

"அதுதான் சொன்னேனே! முயன்று பார்க்கிறது. முடியவில்லை என்றால் இன்னொரு ஜன்மாவிலேதான் விடவேணும். நாம் என்ன பண்ணுகிறது? சம்ஸ்காரம் விடுகிறதா?"

ஐயரோடு வெகு நேரம் பேசினோம். "நானே கடவுள், நானே பிரம்மம்" என்றுதான் தியானம் செய்கிறார் அவர். ஊரில் வாழ்ந்தபோது லிங்கம் விக்கிரகம் எல்லாம் வைத்து, அபிஷேகம் பூஜை எல்லாம் தினப்படி செய்து வந்தாராம். ஞான மார்க்கத்தில் இறங்குவதற்காகத் தீர்மானித்ததும் அவற்றையெல்லாம் மூட்டை கட்டி ஒன்றுவிட்ட தம்பியிடம் ஒப்படைத்துவிட்டு, ஆசிரமத்துக்கு வந்துவிட்டாராம். இப்போது அவருக்குத் தியானந்தான் தொழில்.

விடைபெற்றுக்கொண்டு கிளம்பும்போது மணி ஒன்பது ஆகிவிட்டது.

"ஒரு வாரம் இருப்பீர்கள் அல்லவா? இன்னொரு தடவை வந்து விட்டுப் போங்கள்" என்றார் அவர் சுந்தரராஜனைப் பார்த்து.

"கட்டாயமாக வருகிறேன்."

வெளியே வந்து நடந்தோம்.

"ஸ்வாரஸ்யமான ஆள்தான்" என்றான் சுந்தரராஜன். "அவர் மார்பெல்லாம் பார்த்தாயா? வைரம் பாய்ந்திருக்கிறது; பிராணாயாம மார்பு" என்றான். "உள்ளூரிலே இந்த மாதிரி ஓர் அபூர்வமான ஆள் இருக்கிறபோது அவரோடு பழகாமல் நையாண்டி பண்ணிக்கொண்டு உட்கார்ந்திருக்கிறாயே!" என்று என்னைக் கடிந்துகொண்டான்.

"சரி, நீ இனிமேல் ஊருக்குப் போகிறவரைக்கும் இங்கேதான் பழி கிடப்பாய் போல் இருக்கிறது."

"பின்னே, என்ன? இந்த மாதிரிப் புகையிலை இங்கே யார் கொடுப்பார்கள்? நீ கொடுப்பாயா? என்ன துர்ப்பழக்கமென்று உபதேசம் பண்ணுவாய்."

கலைமகள், நவம்பர் 1955

மறதிக்கு ...

"தாத்தாச்சாரி, நாலு கார்டு வேணும்யா!"

"எனக்கு ஒரு மணியார்டர் இருக்கணுமே, தாத்தாச்சாரி?"

"ஓய் தாத்தாச்சாரி, நாளைக்கு வரபோது ஒரு பொடிப்பட்டை வாங்கிண்டு வாரும் ... மறந்து போயிடப் படாது. உம்மைத்தான் நம்பியிருக்கேன்."

"தாத்தாச்சாரி, இன்னிக்குத் துவாதசியாச்சே. இங்கே தான் சாப்பிட்டுப் போயிடுமே."

"தாத்தாச்சாரி, போறபோது இந்த லேகிய டப்பாவைச் சிங்கார உடையார்கிட்டெ கொடுத்துடுமே."

"வெயில் கண்கொண்டு பார்க்க முடியலே. ஏனையா, இந்த அபர வயசிலே இந்த அவதி? ரொம்பக் கௌரவமான உத்தியோகமாச்சேன்னு விட மனசு வல்லியா!"

"சாமி, நம்ப மவன் அக்கரையிலேர்ந்து எழுதி யிருக்குறானா?"

"தாத்தாச்சாரி, இப்படிச் சித்தெ உள்ள வாருமே. புளியோதரைக்குச் சாதம் பதம் போருமான்னு சொல்லிட்டுப் போமேன். நீர்தான் பண்ணிக் கொடுக்கிறேன், கொடுக்கிறேன்னு ஏமாத்திப்பிட்டார். இன்னிக்கு அவளே பண்ண ஆரம்பிச்சுட்டா. பதமாவது பார்த்துச் சொல்லிட்டுப் போம்."

"தாத்தாச்சாரி, தீபாவளிக்கு ஒரு வேஷ்டி வாங்க லாம்னு இருக்கேன், உமக்குச் சிவராயர் கரை தேவலியா, கம்பிக் கரை வேணுமா, இப்பவே சொல்லிப்பிடும். இன்னிக்கிச் சாயங்காலம் வண்டி கட்டிண்டு மன்னார்குடி போப்போறேன்."

"ஐயா! ஒரு கடுதாசி எழுதிக் கொடுக்கணுங்க!"

"சாமி, இளநி சாப்பிடுறீங்களா?"

"என்னையா தாத்தாச்சாரி, கட்டையைக் கீழ கிடத்தற வரைக்கும், தபால் கட்டை விடமாட்டீர் போல் இருக்கே!"

எல்லாம் எனக்கு நடக்கிற உபசாரந்தான். கோயிலிலே பிரபந்தம் சொல்லிக்கொண்டிருந்தால், என்னை யார் இப்படியெல்லாம் லக்ஷியம் பண்ணப் போகிறார்கள்! பெரிய மனுஷன் தொடங்கி சின்ன மனிதன்வரை இப்படி ராஜோபசாரம் பண்ணுகிறது எதற்காக? தாத்தாச்சாரிக்கா? தபால்காரனுக்கா? இரண்டுக்குந்தான் என்று நீங்கள் சொல்லலாம். அது என்னவோ உண்மையாகவும் இருக்கலாம். ஆனால் என்னைக் கேட்டால், 'தபால்காரனுக்காக' என்றுதான் சொல்லுவேன். ஏழு ஊர்களின் க்ஷேம லாபங்களைச் சுமக்கிறவனுக்கு, மரியாதை, கேட்டா வரவேண்டும்? 'என்னையா, ரொம்பக் கௌரவமான உத்யோக மாச்சேன்னு விட மனசு வரலியா உமக்கு?' என்று குறும்புக் கேள்வி போடுகிறார் சிதம்பரையர். இந்த அறியாதவருக்கு நான் என்ன பதில் சொல்லுகிறது? சாக்ஷாத் பரந்தாமனுடைய நிலைக்கு இது ஒன்றும் குறைவில்லை. ஒரு வித்தியாசம் மட்டும் சொல்லலாம். மற்ற சிந்தை ஏதுமின்றி என்னையே நினைத்துக்கொண்டிருக்கும் தொண்டர்களின் யோக க்ஷேமங்களை நானே சுமக்கிறேன் என்று, 'யோக க்ஷேமம் வஹாமயகம்' என்று அருளினார் பரந்தாமன். நானோ ஏழு ஊர்களின் க்ஷேம லாபங்களைச் சுமப்பதால், என்னைச் சிந்திக்கிறார்கள். ஆகவே காரண காரியங்கள் மட்டும் இடம் மாறியிருக்கின்றன.

"ஏனையா இந்த அபர வயசிலே இந்த அவதி?" என்று அதே சிதம்பரையர்தான் கேட்கிறார். அப்படி ஒன்றும் அபர வயசாக ஆகிவிட வில்லை. இந்த ஐப்பசி உத்திராடத்தோடு அறுபத்திரண்டு முடிகிறது. இன்னும் இரண்டே வருஷந்தான் ரிடயராக இருக்கிறது. தபால் இலாக்காவுக்கு மனுப் போட்டபோது, நேரில் கூப்பிட்டு வயதைக் கேட்டார்கள். வாயில் இருபத்து மூன்று என்று வந்துவிட்டது. பொய் என்று சொல்லவில்லை. ஏதோ வாய் நழுவி விழுந்துவிட்டது, அவ்வளவு தான். ஏன் வந்தது என்று கேட்டால் எனக்குக் காரணம் சொல்லத் தெரியவில்லை. ஏதோ பகவத் சங்கல்பம். வேற என்ன சொல்கிறது! என் வயதைக் கேட்ட அதிகாரியும் (சாரனூர் போஸ்ட் மாஸ்டர்) "நிஜமாகவா?" என்று ஒரு கேள்வியாவது கேட்டிருக்கலாம். கேட்கவில்லை. முகம் முற்றியிருந்தால் தானே கேட்பார்? என் முகத்தில் பால் வடிகிறது! தேகமும் நல்ல கட்டுமஸ்து. பிரபந்தம் நாலாயிரத்தை, தொட்ட இடத்தில் தலைகீழாகச் சொல்ல முடியும்படி, தெம்புடன் சாரனூர் பெருமாளுக்குக் கைங்கரியம் பண்ணிக்கொண்டிருந்தேன். ஒன்பது வயது அதிகமா யிருக்கும் என்று ஊகிக்க அதிகாரிக்கு இடமில்லை. என் பெயரைச் சிபார்சு செய்துவிட்டார். அடுத்த வாரம் உத்தரவு வந்துவிட்டது. அன்று தூக்கின தபால் கட்டை இன்னும் எறியவில்லை. வருஷம் முப்பது முடிந்தது. முப்பது வருஷத்துக்கும் முப்பது நாள் லீவு எடுத்திருப்பேனோ என்னமோ? சந்தேகம். என்ன முடை? நோவா நொடியா, ஒன்றும் கிடையாது. ஒரு நாள்

'பீட்'டை முடித்துவிட்டு, ஆபிஸுக்குத் திரும்பி வரும்போது எட்டு மைல் நடை கணக்காகிவிடுகிறது. என்ன பாக்கியம்! குறை சொல்ல ஒன்றுமில்லை. ஒன்றே ஒன்று சொல்லலாம். வயசுதான் எழுபதுக்குமேல் காட்டுகிறது. சுருக்கம் எல்லை மீறி விழுந்துவிட்டது. உபரியாக ஒன்பது வயதுக்கு உடம்பு மதிப்புப் போடச் சொல்லுகிறது. உடம்புதான் என்ன செய்யும்? நடுக்கோடையா? தாத்தாச்சாரி, தலை. ஐப்பசி மழையா? தாத்தாச்சாரி உடம்பு – என்று முப்பது வருஷமாக நடந்துகொண்டிருக்கும்போது, உடம்பு வாடாமல் என்ன செய்யும்? மயிர் நரைக்காமல் என்ன செய்யும்? சட்டை, குல்லாய் கிடையாது. நாலுமுழமோ எட்டுமுழமோ அரைவேஷ்டி; மேலே மூன்றுமுழத் துண்டு, வியர்வையைத் துடைத்துக்கொள்ள; வயல் வரப்பில் நடந்து போகும்போது மழை பெய்தால், பிற்பாடு ஒதுங்கின இடத்தில் துவட்டிக்கொள்ள.

இப்போதெல்லாம் இந்த வெயிலை அவ்வளவாகத் தாங்க முடிய வில்லை. 'அப்பாடா!' என்று எங்கேயாவது உட்கார்ந்தால் தேவலைபோல் இருக்கிறது. இந்தத் தோல் சுருக்கத்தையும் சிரமத்தையும் கண்டுதான் இவ்வளவு உபசாரமும் கிடைக்கிறதோ, என்னவோ! அல்லது இந்த வரப்பிலே நடக்கிற நடையைக் கண்டு ஒரு பிரமிப்பாலும் இருக்கலாம்.

இந்த வேலைக்கு ஈடே கிடையாது என்று முன்னாலேயே சூசிப்பித்து விட்டேன். ஓயாத ஒழியாத நடை; சின்னதும் பெரிதுமாகப் பொழுது விடிந்தால் இரண்டாயிரம் நெஞ்சுகளாக எனக்காக ஏங்கிக்கொண்டிருக் கிற ஏக்கம். இந்த இரண்டும் போதாதா? 'இரண்டாவது சொன்னது சரி; முதலில் சொன்னது கூடவா – ஓயாத ஒழியாத நடையா – ஒரு சுகம்?' என்று கேட்கலாம், நீங்கள். பின்னே எப்படி என் மனத்தை அலையவிடுகிறது? மனத்தில் உள்ள குமுறல்களை எப்படி மறக்கிறது? வெயிலில் வேர்க்க வேர்க்க நடந்தால்தானே முடியும்? அந்த நடைக்குத் தூக்கம் எங்கே எங்கே என்று காத்துக்கொண்டிருக்கும். இருட்டுகிற சமயத்திற்குக் கனவில்லாத தூக்கம்; மீண்டும் காலையில் நடை.

புதிர் போட்டால் என்ன புரியும்? விஸ்தாரமாகவே கேளுங்கள். ஜனகம் ஏழு வயதிலேயே என்னைக் கணவனாக வரித்துவிட்டாளாம். அந்தக் காலத்தில், 'நீ யாரையடி கல்யாணம் பண்ணிக்கப்போறே? தாத்தாவையா, பாட்டியையா?' என்று குழந்தைகளை அசட்டுக் கேள்வி கேட்பார்கள், இல்லையா? அதேதான். 'நான் தாத்தாச்சாரி மாமாவைத் தான் பண்ணிக்கப் போறேன்' என்றதாம் குழந்தை. ஜனகத்திற்கு அப்போது ஏழு வயது. அது நடந்துவிட்டது. நான் ஜனகத்தைக் கைப்பற்றும்போது அவளுக்குப் பன்னிரண்டு வயது. அந்தக் காலத்தில், நாள் கழித்துக் கல்யாணம் என்றுதான் சொல்ல வேண்டும். நானும் இருபத்தைந்து வயதைத் தாண்டிவிட்டேன். நாலு வருஷம் கழித்து, தகதகவென்று ஸ்வர்ண விக்ரகம் மாதிரி, வீட்டிற்கு வந்து குடித்தனத்தை ஏற்றுக்கொண்டாள்.

இப்போதும் கண்முன்னே நிற்கிறது. அவள் காலைப் பார்த்துக் கொண்டிருந்தாலே போதும். பளபளவென்று உன்னதமான அந்தப் பாதங்களை, நடக்கும்போது பார்க்க வேண்டும். மலர்ந்த புஷ்பங்கள் இரண்டு தத்துவது போல ஒரு தோற்றம். கற்பனை என்று சொல்ல முடியவில்லை. என் கண்ணுக்கு, மனத்துக்கு இதே தோற்றம். மடவாத்

தவளைபோல் பிரபந்தம் சொல்லும் தாத்தாச்சாரி வீட்டில் இப்படி ஒரு ஸ்வர்ணமயமான சௌந்தர்யம் . . .! வாக்கியத்தை எப்படி முடிக்கிறது என்று தெரியவில்லை. கருவிலே திருடன் பிறந்து, பெருவாழ்வு வாழும் குடும்பத்தில் நடமாட வேண்டிய உருவம்!

வீடு அவரைப்பந்தல்; குண்டும் குழியுமாக மண்பூசிய தரை. உப்புப் பூத்து, தேய்ந்துபோன பல்வரிசை போல, செங்கற்கள் தேய்ந்து, இளிக்கும் முற்றத்துச் சுவர். இந்த வீட்டில் ஜனகம் நடமாடும்போது..? இப்படி முரணான பொருள்களை ஒரே இடத்தில் வைத்திருப்பதைத்தான் பகவானின் லீலையாகச் சொல்லுகிறார்கள் என்று தோன்றுகிறது. எவ்வளவு ரசக்குறைவான லீலை!

நாலாயிரத்தில் இரண்டாயிரம் பிரபந்தமாவது அவளால் கேட்ட இடத்தில் சொல்ல முடியும். நான் சொல்வதைக் கேட்டுக் கேட்டே அவளுக்கு வந்துவிட்டது. எழுதப் படிக்கத் தெரிந்தாலும், அதை அவள் படித்துக் கற்கவில்லை. நல்ல குரல். விடியற்காலையில் சிறு தூக்கத்தில் அவள் முணுமுணுக்கிற உதய ராகத்தைக் கேட்டுக்கொண்டே விழித்தது, என் நெஞ்சை நனைக்கிறது. வீடு பெருக்கி சாணி தெளிக்கும் ஓசையோடு வருகிற அந்த முணுமுணுப்பு, சற்றுக் கழித்து நெருங்கி வருகிறது. என் காலை ஏதோ பற்றுகிறது. மெல்லிசை நிற்கவில்லை. விழித்துப் பார்த்தால் அவள்தான். என் கால்விரல்களைக் கண்களோடு சேர்த்துக்கொள்கிறாள்.

முதல் தடவை இதை நான் கண்டபோது, சட்டென்று காலை இழுத்துக்கொண்டது நினைவுக்கு வருகிறது.

'என்ன அபசாரம்!' என்று பயந்தேனோ, என்னவோ?

குடும்ப நிர்வாகம் தண்ணீர் பட்ட பாடாக நடந்தது. அந்த அத்தை தான் அவளைப் பழக்கியிருக்க வேண்டும். இல்லாவிட்டால் இருக்கிறதை வைத்துக்கொண்டு அந்த மாதிரி சமையல் செய்ய முடியாது; அவரைப் பந்தலாக இருந்த வீட்டைக் கருகருவென்று தூய்மையின் வடிவாகப் பரிபாலிக்கவும் முடியாது; கட்டின புருஷனைப் பெருமாளைச் சேவிக்கிற மாதிரி சேவித்துக்கொண்டிருக்கவும் முடியாது.

அந்த அத்தை, பெண் வீட்டுக்குப் போயிருந்தாள். போனவளுக்கு திடீரென்று உடம்பு சரியாயில்லை என்று செய்தி வந்தது. அடிக்கடி ஜனகத்தை அழைத்துக்கொண்டு நான் கும்பகோணத்திற்குப் போகிற வழக்கந்தான். அந்தத் தடவை நான் போக முடியவில்லை. கோயிலில் உற்சவம். கூட இருந்த ஆராவமுதும் கண்ணனும் யாத்திரை போய் விட்டார்கள். என்னால் இடத்தைவிட்டு நகர முடியவில்லை. சாயங்காலம் ஒரு வண்டியை இரவல் வாங்கிக்கொண்டு ஆறு மைல் போய் ஸ்டேஷனில் அவளை ரயில் ஏற்றிவிடக் கிளம்பினேன். மசமசத்த மாடு. வீரையன் வாலைக் கடித்துக் கடித்து, வால் புண்ணானதுதான் மிச்சம். நல்லவேளை, ஒரு மணி முன்னாலேயே போய்ச் சேரும் திட்டத்துடன் கிளம்பினோமோ, பிழைத்தோமோ? இருந்தும் 'லெவல் கிராசிங்' போவதற்குள் வண்டி ஒரு மைலில் வந்துவிட்டது. இறங்கி ஓடினோம். கூடவே வண்டியும் வந்து ஸ்டேஷனிலும் நின்றுவிட்டது.

"நீ போ ஜனகம். நீ ஏறி உட்கார். இந்தா பணம் ... ஓடு ... நான் டிக்கட் வாங்கிண்டு வந்து கொடுக்கிறேன்" என்று நான் டிக்கட் ஜன்னல் பக்கம் பாய, அவள் பிளாட்பாரத்திற்குள் பாய்ந்தாள்.

"ஸார், ஸார்."

ஜன்னலில் ஒருவரும் இல்லை.

கத்தினேன்.

"ஸார், ஸார்!"

"எந்த ஊருக்கையா? ... என்னையா இது ... நல்ல இழவுய்யா இது. வண்டி போனப்புறம் கூடவா டிக்கட்டு?"

"ஸார், ஸார். பொம்மனாட்டி, வண்டி ஏறிவிட்டா சார். டிக்கட்டை மாத்திரம் கொடுக்கணும்?"

"எந்த ஊருக்கையா?"

"கும்பகோணம் ஒண்ணு."

வண்டி ஊதிவிட்டது. நகர்ந்தும் விட்டது. நான் போவதற்குள் கடைசி வண்டியே தாண்டிப் போய்விட்டது. அவள் தலை தெரிந்தது. நான் ஓடினதுதான் மிச்சம். வண்டியைப் பிடிக்க முடியவில்லை.

"வரவேண்டாம்; நான் பார்த்துக்கொள்கிறேன்" என்ற பாவனையில் அவள் ஏதோ சைகை காட்டினாள்.

பணமும் கொடுத்துவிட்டோம்; பார்த்துக்கொள்வாள். நாட்டுப்புறந்தான்; ஆனால், எங்கும் சமாளித்துக்கொள்ளக்கூடிய சமர்த்து உள்ளவள். பயம் ஒன்றுமில்லை ... இரண்டு நாள் கழித்துக் கடிதம் வந்தது; சௌக்கியமாக வந்து சேர்ந்துவிட்டாள் என்று.

கவலையும் விட்டது.

ஒரு வாரம் ஆயிற்று. அவள் திரும்பி வருகிற தேதி குறிப்பிட்டுக் கடிதம் வந்ததும், அதே இரவில் வண்டியை வாங்கிக்கொண்டு அவளை அழைத்துவந்தேன்.

அத்தைக்கு உடம்பு நன்றாக குணமாகிவிட்டதாம். இன்னும் பத்து வருஷத்துக்குப் பயமில்லையாம். அத்தைக்கு வயசு எழுபது.

"உயிரை விடறதுன்னா ஏன் மனசு வரமாட்டேங்கறது?" என்று கேட்டாள் ஜனகம்.

"உயிரை விட்டுட்டா பகவான் படைச்ச உலகத்தை, சந்தோஷங்களை எப்படி அநுபவிக்கிறது?"

"அந்தச் சந்தோஷம், உலகம் – எல்லாத்தையும் வாண்டாம்னு நெனச்சா?"

மறதிக்கு . . .

"அப்படி ஒத்தரும் நினைக்கமாட்டா."

"நினைச்சாக் கேக்கறேன்."

"நினைக்க மாட்டேங்கறேனே. வாண்டாம்னு ஏன் நினைக்கணும்?"

"பிடிக்கல்லே"

"பிடிக்காமெ இராது. மகா மகா வியாதிவந்தவாகூட உசிரை விட விரும்பமாட்டா. அத்தைக்குக் கேட்பானேன்? நல்ல சமர்த்து. காப்பாத்த எல்லாரும் காத்திண்டிருக்கா. அவளுக்கு என்ன?" என்று நான் சொன்னது அவளுக்குத் திருப்தியை அளித்ததோ என்னவோ? பேசாமல் இருந்தாள்.

"கடைசியிலே விழுந்து விழுந்து ஓடினதும், வீரையன் வாலைக் கடிச்சதுந்தான் மிச்சம்னு சொல்லு. அத்தை பிழைச்சுட்டாள்."

"நல்லவேளை, ரெயிலைப் பிடிச்சோம். ஸ்டேசனுக்குக் கண்ணன் வந்திருந்தான்."

"அன்னிக்கு டிக்கட்டுக்கு என்ன பண்ணினே? நகற்ற வண்டியிலே ஓடிப்போய் ஏறினியே? ... கூட்டமாயிருந்ததா? இடம் கிடைச்சுதா?"

"இடம் கிடைச்சுது."

"நல்லவேளை!"

"ஒரே ஒருத்தர்தான் இருந்தார்."

"வண்டி முழுக்கவா?"

"ஆமாம். சின்ன வண்டி. இந்தக் காமிராஉள்ளில் பாதி கூட இராது."

"என்னது!"

"ஆமாம். கார்டு வண்டி."

"கார்டு வண்டியா? அவசரத்திலே அதிலே போய் ஏறிப்பிட்டியா?"

"ஆமாம்."

"அப்படீன்னா, கும்பகோணம் வரையில் நிற்காத வண்டியாச்சே அது, அதுவரைக்கும் அதிலேதான் போனியா?"

"வேற வழி?"

"நல்லவேளை. ஏதாவது பட்டிக்காடு மாதிரி திடீர்னு பயந்துண்டு, ஓடற வண்டியிலேர்ந்து குதிக்காமெ இருந்தியே!"

"விழுந்திருந்தா உடனே பிராணன் போயிருக்குமில்லியா?"

"ஐயோ ... நினைச்சாலே கூசறது."

"நான் விழுந்துடலாம்னுதான் நெனச்சேன்."

"என்ன ஜனகம், என்னைப்பாரு. தூக்கம் வரதா?"

"நன்னா முழிச்சுண்டுதான் இருக்கேன்."

"தத்துப்பித்துன்னு என்ன இது?"

"ஏறின உடனே, அடடே கார்டு வண்டியான்னு பதறிப்போனேன். 'பரவாயில்லையம்மா, நீங்க இப்படி உட்காருங்கோ'ன்னு ஒரு ஸ்டைலைக் காட்டினான் அவன். 'பரவாயில்லை'ன்னு நின்னுண்டிருந்தேன். 'கும்பகோணம் வரையில் நிக்காது இது; அதுவரையில் நிக்க முடியுமா?' என்று கேட்டான். 'நீங்க உட்காரலேன்னா நானும் உட்கார மாட்டேன்' னான். 'சரி'ன்னு உட்கார்ந்து ஜன்னல் பக்கமே பாத்துண்டிருந்தேன். கொஞ்ச நாழியானதும், 'இந்த இடத்திலே உட்கார்ந்தாத் தேவலை. அந்தப் பக்கத்திலேதான் இப்ப வர ஸ்டேஷன்'னான். எழுந்து வந்தேன். ஸ்டேஷன் தாண்டினதும், 'நீங்க இங்க வந்து உட்காரலாம்'னான். 'சரி'ன்னு போனேன்."

"ம் ..."

"அப்புறம் பத்து நிமிஷம் கழிச்சு மறுபடியும், 'ஏந்துவாங்கோ, அந்தப் பக்கந்தான் இப்ப வர ஸ்டேஷன்'னான். மறுபடியும் எழுந்து போனேன் நான். நான் ஒண்டி; பயமாயிருந்தது."

"பகவான் மேலே பாரத்தைப் போட்டாப் பயம் ஏது?"

"பகவான் மேலே நான் பாரத்தைப் போடலை. எனக்குப் பயமும் போய்விட்டது."

"பயம் என்ன?"

"மூணாம் தடவை, 'இப்ப இந்தப் பக்கம் ஸ்டேஷன்'னான். எழுந்து போனேன். நாலாந் தடவையும் அப்படி ஆச்சு. எனக்குச் சிரிப்பா வந்தது. அவனும் சிரிச்சான். 'உன் பெயரென்ன?'ன்னான்."

"உங்க பேரென்னான்னா?"

"உன் பேர்னு?"

"ஹூம்"

"சொன்னேன். 'உனக்கு மேலே பேரும் அழகா இருக்கே'ன்னான். 'நான் ஒண்ணும் அழகில்லை'ன்னேன். 'நீயா, நீயா, நீயா?'ன்னு கிட்ட வந்து ..."

"ம் ..."

"..."

பேச்சு நின்றுவிட்டது. விளக்கின் முத்தொளியில் அவள் முகம் இழுத்துக்கொண்டது தெரிந்தது. விசும்பல் கேட்டது.

"என்ன ஜனகம்?"

வாய்விட்டு அழுகைதான் கேட்டது.

"காலைத் தொடாமலே நமஸ்காரம் பண்றேன்."

"..."

மறதிக்கு . . .

"தொடக்கூடப் பதர்றது."

"யார் அந்தப் பாவி?"

"..."

"நானும் பாவிதான்."

எனக்கு நாக்கு, நெஞ்செல்லாம் வறண்டுவிட்டது. அதிர்ச்சி நிலையைக் கடந்து, புத்திக்கு விளங்கினபோது, 'ஹூம்!' என்று வெறுத்துக் கொண்டு முனகினேன். திடீரென்று அவள் கழுத்தை நெறித்துவிடுவேன் போல் இருந்தது.

"அட பாவி, எப்படி மனசு வந்தது . .!"

அழுகைதான் கேட்டது. அழுது என்ன?

"அப்புறம்?"

"விழுந்து குதிக்கலாம்னு ... பாத்தேன் ... பயமாயிருந்தது."

"ரெயில்லேருந்து விழறத்துக்கு மட்டுமா?"

"..."

"அப்புறம்?"

"கும்பகோணம் வந்ததும் இறங்கிப்போயிட்டேன் ... காலமே தாயார் சந்நிதியிலேபோய் அழுதேன் ..."

"கும்பகோணத்திலே இறங்கியிருக்க வாண்டாமே."

"அம்மா ... க் ..."

"ஏன் இங்கே வந்தே?"

"உங்க கையாலேயே பிராணனை விட்டுவிடலாம்னு தான்."

"எனக்கு ஒரு பாபத்தைக் கொண்டு வைக்கலான்னா?"

"என்னைக் கொல்றதிலே என்ன பாவம்?"

"தொட்டுத்தானே கொல்லணும்."

"தொடாமலும் கொல்லலாம்."

"தொடவும் வாண்டாம்; கொல்லவும் வாண்டாம்" என்று எழுந்து, வாசலுக்கு வந்து குறட்டில் நின்றேன். ஊர் முழுவதும் தூங்கிற்று. கோயிலின் பெரிய மதில் ஒரு துக்கமில்லாமல், ஒரு துன்பமில்லாமல் நின்றுகொண்டிருந்தது! மதிலை ஒட்டிப் போட்டிருந்த தாழ்ந்த சார்ப்பில், அடுத்த வீட்டு மாட்டின் கழுத்து மணியும் கன்றின் மணியும் உலகத்தில் ஒன்றுமே நடக்காதது போல ஒலித்துக்கொண்டிருந்தன. மாடு, வைக்கோலைப் பிடுங்கும் சலசலப்பு என்னைக்கண்டு சிரித்தது. பளபளவென்று இளமையும் வைரமும் பாய்ந்த என் உடலைக்கண்டு வைக்கோல் நகைத்தது. நகைத்ததா, 'ஐயோ பாவம்!' என்று சொல்லிற்றா,

தி. ஜானகிராமன் சிறுகதைகள்

தெரியவில்லை. இந்த இருட்டில், 'உன் வைரமும் அழகும் எனக்கா தெரியப்போகிறது?' என்று சொல்லுகிறதுபோல அடுத்த வீட்டுத் திண்ணையில் குறட்டை கேட்டது. புழுதியில் படுத்திருந்த நாய், என் கனைப்பைக் கேட்டு என்னை ஒரு தடவை திரும்பிப் பார்த்து, என் அருகில் வந்து, ஒரு தடவை வாலைக் குழைத்துவிட்டு, மறுபடியும் போய்ப் படுத்துக்கொண்டது. அதற்கு மட்டும் தெரிந்துவிடப் போகிறதா?

அன்றிலிருந்து எனக்குத் தனிச் சமையல், தனித் தண்ணீர். எல்லாம் நானே செய்துகொண்டேன். தனிக் குடித்தனத்தில் இரண்டு தனிக் குடித்தனம். அவளுக்குத் தனிச் சமையல்; தனித் தண்ணீர். யாராவது விருந்து வந்தால், நான் கோயிலில் சாப்பிட்டுவிட்டுச் சாமர்த்தியமாக நிலைமையைச் சமாளித்துவிடுகிற பழக்கமும், கூடப் பிறந்த குணம் போல வந்துவிட்டது.

சிரிப்பிலும் பேச்சிலும் குறைவில்லை. உதய ராகமும் நின்றுவிட வில்லை. வேளைக்குச் சாப்பாடு; வேளைக்குத் தூக்கம்.

முதல் இரண்டு வருஷம் தூக்கத்திற்கும் ஒன்றும் கெடுதலில்லை. அப்புறந்தான் முடியவில்லை. 'கொல்லு கொல்லு' என்று இரா முழுதும் இருமித் தீர்த்தாள் ஜனகம். உடம்பு சவமாக வெளுத்து வந்தது. கண்ணில் ஒரு புதுப் பளபளப்பு; உடல் உருகி உருகி, மெலிந்து மெலிந்து தேய்ந்தது. அப்பொழுது இந்த வைத்தியம் எல்லாம் ஏது? ரத்ன உடையார்தான் பார்த்தார். லேகியம், சிந்தூரம், பஸ்பம் – இவைதான்.

கடைசியில், இருமலும் ஒருநாள் இரவு ஓய்ந்துவிட்டது.

"ரதி மன்மதன் மாதிரி இருந்தேளோடாப்பா! என் கண்ணு இப்படிப் பறக்க விட்டுட்டுப் போயிட்டாளே!" என்று கோதைக் கிழவி வயிற்றிலும் வாயிலும் அடித்துக்கொண்டாள்.

"எந்தப் பாவி கண் பட்டுதோ! உனக்கு நீயா, நீ அவளுக்கான்னு ரெண்டு அழகுமாச் சேந்து நிக்கறதைக் காணச் சகிக்கலையோடி இந்தப் பாவி யமன்!" என்று ஜானகிப் பாட்டி அலறினாள்.

"ஒத்துமையாயிருக்கிறவாள்ளாம் சேர்ந்து வாழாமே அடிக்கிறதே இந்தத் தெய்வம் ... ம் ..! என்ன அநியாயம்!" என்று அதிர்ந்து போய்ப் பேயறைந்தாற்போல நின்றாள் கோதை.

கடித்த உதட்டைத் திறந்துவிட்டு நானும் வாய்விட்டு அழுதேன்.

ஒரு மாதத்திற்குமேல் ஊரில் இருக்க முடியவில்லை. யாரை மறக்கிறது? எதை மறக்கிறது? தங்கப் பதுமையையா? தங்கப் பதுமை, தன்னையும் துயரையும் நாலு வருஷம் சுமந்து தன்னந்தனியாக நடத்தின தனிக்குடித்தனத்தையா? நான் தனிக்குடித்தனம் செய்துகொண்ட லட்சணத்தையா?

நான் சாப்பிட்ட பாத்திரங்கள், சமைத்த வெண்கலப்பானை, குளித்த அருக்கஞ்சட்டி எல்லாவற்றையும் கோயில் பெருமாளுக்கே கொடுத்து விட்டு, ஜனகம் சாப்பிட்ட பாத்திரங்கள், வெண்கலப்பானை, அண்டா இவற்றை மட்டும் எடுத்து வைத்து மூட்டை கட்டினேன்.

மறதிக்கு . . .

எதை எப்படி மறக்கிறது? தினமும் எட்டு மைல் வெயிலில் நடக்கிறதைவிடப் பெரிய போதை உண்டா என்ன!

சாரனூர்த் தபாலாபீஸுக்கு மனுப் போட்டதும் அவர் என் வயதைக் கேட்டு வேண்டுமென்றே நம்பியதும், ஒரு வாரத்தில் எனக்கு உத்தரவு வந்ததும் ...

முப்பது வருஷம் ஆகிவிட்டது. ரிடையரான பிறகு உயிரோடு இருக்க வேண்டாம் என்று அந்தராத்மா, வயதைக் குறைத்துச் சொல்லிற்றோ என்னவோ? உடம்பைப் போட்டுவிட்டுப் போவது கையிலா இருக்கிறது, நாம் என்ன பீஷ்மர்களா? ஏதோ நம்பிக்கை. இன்னும் இரண்டு வருஷம் என்ன ஆகிறதோ?

சுதேசமித்திரன் தீபாவளி மலர், நவம்பர் 1955

அர்த்தம்

"இன்ஸ்பெக்டர் சார் பெரிசா யோசனை பண்றாப் போலிருக்கே."

"யாரு? கிட்டனா! வாடாப்பா, யோசனைதான்."

"அப்படி என்ன யோசனையோ?"

"இந்த ஜன்மாவுக்கு அர்த்தம் என்னன்னுதான்."

"என்னது! என்னது! ஜன்மாவுக்கு அர்த்தமென்னனா! ஏது! ஏது!" என்று கெக்கெக்கெக்கே சிரிக்க ஆரம்பித்து விட்டான் கிட்டன். கிட்டன் சிரிக்க ஹாஸ்யம் தான் தேவை என்பதில்லை.

"என்னதைக் கண்டு இப்படி இடிஇடின்னு சிரிக்கிறே?"

"நானே உசிரு வச்சிண்டிருக்கறதுக்கு அர்த்தமென்னன்னு யோசிக்கக்காணும். உங்களுக்கு என்னன்னேன்!"

அவன் குரலில் ஏக்கமோ வருத்தமோ ஒன்றும் இல்லை. 'கல்லாங் காய்ப்பட்டுப் போய்விட்டது அவனுக்கு. இருபது வருஷங்களுக்கு முன் அவனுக்குக் கல்யாணம் நடந்தது. பெண்டாட்டி வந்து எண்ணி நாற்பத்தைந்து நாள் இருந்தாள். அப்புறம் என்ன குறையைக் கண்டாளோ அவனிடம். பிறந்த வீட்டுக்குப் போனவள் திரும்பி வரவேயில்லை. அந்தத் தேதியிலிருந்து தானே சமையல், தானே வீடு பெருக்குவது! அந்தச் சாப்பாட்டைச் சாப்பிட்டு அவனுடைய தம்பியும் ஆளாகி உத்தியோகத்திற்குப் போய்விட்டான்.

"அப்படி என்ன மாமா கவலை வந்துடுத்து உங்களுக்கு? ரிடயராயாச்சு, மாமி சக்சக்குன்னு நாக்கு சப்புக்கொட்டிக்கனும், அப்படி ஒட்டிக்க ஒட்டிக்க சமைத்துப் போடறா, உங்களுக்கு என்ன கவலை?"

"சாப்பிட்டப்பறம்?"

"தூங்கறது!"

"தூக்கம் வரலை. ரிடயராகி நாலு மாசம் பென்ஷனுக்காகச் சர்க்காரோடு மல்லுக்கு நின்னாச்சு. இப்ப அதுவும் ஒரு வகையா முடிஞ்சு, திட்டமா வரவாயிடுத்து, இப்ப வேலையே இல்லெ, படிக்கவோ மனசு செல்லலெ. புஸ்தகத்திலே தெரிஞ்சுக்கும்படியா ஒண்ணும் இருக்கிறதாகத் தெரியலே எனக்கு. என்ன செய்ய? யாரோடாவது பேசலாம்ன்னா ஊரிலே இருக்கிற இருபது வீட்டிலே பன்னிரண்டு பாழ்மனை. சொச்சம் எட்டிலே, நான் ஒண்ணு, நீ ஒண்ணு, குருக்கள் ஒண்ணு, கர்ணம் ஒண்ணு. நாலே ஆண் பிள்ளை. நீ சமைக்கப் போயிட்டா, ஏதோ அன்னதானத்துக்குச் சமைக்கறாப்பலே இருக்கு. நீ அடுப்பங்கரையை விட்டு வந்தாத்தானே!"

"கண் தெரியலே, என்ன பண்றது மாமா?"

"அதான் அதான், ஏதோ காரணம். குருக்களோட பேசுவோம்ன்னா, அவனுக்கு அஞ்சு ஊர்லே பூஜை. அஞ்சு புள்ளையார், அஞ்சு சிவன்கள் இத்தனைக்கும் அவன் மணியடிச்சு விளக்குப்போட்டு, நைவேத்தியம் உபசாரம் எல்லாம் பண்ணி, ஆறு தாண்டி வரணும். கர்ணம் கதவைச் சாத்தித் தாப்பாள் போட்டுண்டு, தலையை இழைய வாரி முடிச்சுப்போட்டு, ஊஞ்சல்லே தெக்கும் வடக்குமா ஆடறான், ஆடறான் அப்படி ஆடறான். என்னதான் இருக்கோ அந்த ஊஞ்சல்லே. மீதியெல்லாம், சீப்பிரியம்மாள், வேதாம்பாள், பாகீரதி அம்மாள், காவேரி அம்மாள், ராதுப்பாட்டி, சுப்பம்மாள் –"

"வெங்கட்டா என்கிற வெங்கட லக்ஷ்மி, கிருஷ்ணையர் என்கிற கிருஷ்ணம்மாள்" என்று முடித்து கிட்டன் சிரித்தான். இந்த இருவரும் சேலை கட்டிய ஆண்கள் என்று அவன் கருத்து. பெயர் வைத்ததும் அவன்தான்.

"இவா சமயலைப் பார்ப்பாளா? வீட்டு வேலையைக் கவனிப்பாளா? என்னோட பேசுவாளா? இப்படி பேசறதுக்குக்கூட ஆள் இல்லாமத் தவிக்கிறபோது உயிர் வாழறதின் அர்த்தமென்ன என்று யோசிக்கத்தானே வேண்டியிருக்கு. நல்ல வேளையா நீ வந்தே. சாப்பிட்டுட்டியா?"

"இன்னும் இல்லை, இப்பத் தான் ரஸத்தை இறக்கி அடுப்பைத் தணிச்சேன். குளிக்கணும்."

"நாசமாகப் போச்சு போ. மணி ஒன்றாகப் போறதே."

"நாசமாகப் போச்சுன்னு சொல்லாதீமையா, இன்ஸ்பெக்டர். விருத்தியாறதுன்னு சொல்லும்" என்று குரல் கேட்டது.

தபால்கார தாத்தாச்சாரி.

"என்னய்யா, யாருக்கு லெட்டர்!"

"எல்லாம் நம்ம கிட்டனுக்குத்தான். ஏய் கிட்டா, உன் தம்பிக்கு கலியாணமாம்டா" என்றார் தாத்தாச்சாரி. தனக்கு மிஞ்சித்தானே தான தர்மம். தாத்தாச்சாரி எந்தக் கடுதாசியையும் வாசிக்காமல் விலாசதாரிடம் கொடுக்கமாட்டார்.

"கலியாணமா?" ... என்று ஒன்றும் புரியாமல் கிட்டன் அதை வாங்கிக்கொண்டான். வல்லம் ஸ்படிக மூக்குக் கண்ணாடியோடு கடிதத்தை ஒட்டிவைத்து வாசித்தான்.

"பயலுக்கு நல்ல அதிர்ஷ்டம் மாமா!"

"மாமனார் இல்லையாம், பெண்ணுக்கு அண்ணாதான் இருக்கி றானாம். முந்நூறு ரூபாய் சம்பாதிக்கிறானாம்."

"பொண்ணு எப்படியிருக்காம்?"

"அதெல்லாம் நன்னாத்தான் இருக்கணும். இல்லாட்டா இவன் சம்மதிப்பானா? ...ஏன் மாமா, இவனை விட அழகாக இருக்க மாட்டாளா யாரும்?" என்று தாத்தாச்சாரியையும் என்னையும் ஒரு புன்சிரிப்புடன் பார்த்தான், கிட்டன்.

"ஏண்டா, உன் தம்பிக்கு என்ன? ரட்டை மண்டை. பளிங்கு மூக்குக் கண்ணாடி. கொஞ்சம் குட்டை. வேற என்னடா குறை அவனுக்கு?" என்றார் தாத்தாச்சாரி.

"விகாரமாயிருக்கிறவாதாண்டா பேரும் புகழுமாயிருப்பா. பிறத்தியாருடைய அனுதாபம் எப்படியோ அவாளுக்குக் கிடைச்சுப் பிடும். அதுமேலே காலைவச்சு சடசடன்னு ஏறிப்பிடலாம்" என்று ஒரு இரவல் கருத்தை அனுபவம் மாதிரி சொன்னேன் நான்.

"திருச்சிராப்பள்ளிவரை நான் கலியாணத்திற்கு வரமுடியாது. இப்பவே ஏதாவது கொடுத்துவிடு. சந்தோஷ சமாசாரம் கொண்டு வந்ததுக்கு. எனக்கு இன்னும் ரண்டு ஊர் போகணும்" என்றார் தாத்தாச்சாரி.

"வாழைக்காப் பொடிபண்ணி ரசம் வச்சிருக்கேன். வேணும்ன்னா வந்து சாப்பிடும்."

"போடா போ" என்று கிளம்பிவிட்டார் தாத்தாச்சாரி.

வெயில் வாழ்க்கையை இன்னும் அர்த்தமில்லாமல் செய்து கொண்டிருந்தது.

"இந்தப் பய அதிர்ஷ்டக்காரன் மாமா. அப்பா அம்மா இல்லாம நான் சமைச்சுப் போட்டதையே சாப்பிட்டு, ஏழாவதிலேயே கோட்டடிச்சிப் பிட்டு, சிவன் கோயில்லெ விளக்கு அணைச்சிண்டிருந்தவனுக்கு இருநூறு ரூபாய் சம்பளம். நல்ல இடத்திலே கலியாணம் – அதிர்ஷ்டமில்லையா?"

"எல்லாம் நீதானே காரணம்!"

கிட்டனுக்குப் பூரிப்புத்தான். யுத்த காலத்தில் ஹைதராபாத்தில் ஒரு பெரிய அதிகாரியிடம் சமையல்காரனாகச் சிறிது காலம் இருந்தான் கிட்டன். தரையில் கிடந்தவன் பாயில் விழித்துக்கொண்ட யுத்த காலம். கைகால் பழுதில்லாமலிருந்தாலே நல்ல வாழ்வு கிடைத்த யுத்தகாலம். சமையல்காரனுக்கு இல்லாத சலுகையா? ஊர் சிவன் கோயிலில் விளக்கணைத்துக் கொண்டிருந்த தம்பியை நூறுரூபாய் சம்பளத்தில் 'இழுத்து'விட்டான் கிட்டன். இந்த ஒரு வகையிலாவது கிட்டன் வாழ்க்கைக்கு அர்த்தம் நிச்சயம் உண்டு என்றுதான் எனக்குப் பட்டது.

"நீ விளக்கேத்தி வைக்காட்டா, கோயில்லே விளக்கு அணைச்சிண்டு தானேடா இருக்கணும் அவன்!"

"ஏத்திவச்சாப் போதுமா? நின்று எரியணுமே ... இங்கே என்னமோ என் மாதிரி மசமசன்னு இருந்தானேன்னு பார்த்தேன். அங்கெல்லாம் நல்ல பேராம். ஆபீசரெல்லாம் ரொம்ப இவன்மேலே உசிராம். வேலையி 'லேயும் யோக்யன், கெட்டிக்காரன்னு பேரு. மீன் தண்ணியிலே விட்டா தானே நீஞ்சும் மாமா? என்ன நான் சொல்றது?"

"வாஸ்தவம்தான்?"

மீனைத் தண்ணீரில்விட்ட பெருமை பளிங்குக் கண்ணாடி வழியாக அவன் கண்ணில் பொலிந்தது.

"எனக்கு ஒரு யோசனை தோன்றது மாமா"

"என்ன?"

"திருச்சினாப்பள்ளியிலே கலியாணம் ஆனவுடனேயே, இங்கு அழச்சிண்டுவந்து பெண்ணை அழைச்சு கிருகப்பிரவேசம் பண்ணி விடணும்."

"பெரியப் ப்ளானாப் போடறியே. மனித சகாயம் வேண்டாமா?"

"எனக்கு என்ன மனித சகாயத்துக்குக் குறைச்சல்? நீங்க ஒண்ணு போராதா? உங்காத்து மாமியைச் சேர்த்து மூணு சுமங்கலிகள் இருக்கா ஊர்லே. போரும் மாமா, எல்லாம் ஜமாச்சுப்பிடலாம்."

"யோசிச்சுக்கோ."

"அப்புறம் யோசனை என்ன? தவிரவும் எங்க வீட்டிலெ மோளச் சத்தம் கேட்டு இருபது வருஷம் ஆச்சு."

"பெண் வீட்டுக்காரன் வசதியாயிருக்கிறவன் மாதிரி இருக்கே. அவனைக் கூப்பிட்டு உபசாரம் பண்ணி சமாளிக்கணுமே நீ."

"தெரிஞ்சுதானே பொண்ணைக் கொடுக்கிறான். அதுவும் பொண்ணை அழைக்கிறதுதானே; ஊருக்கு ஒரு வேளைச் சாப்பாடு. முண்டி முண்டி வந்தா, முப்பது பேருக்கு மேலேயா சாப்பிடப்போறா! வர ஆம்பிள்ளை நாலு பேர் இருந்தாலும் எல்லாமா பத்து ஆண்பிள்ளை, பொம்மனாட்டிகள் பத்து. மேளக்காரன் நாலு, ஆள்காரன், பத்துபசை தேக்கிறவரண்டு – முப்பதே தேறலையே."

"சரிடா செஞ்சிப்பிடு."

"இப்ப லெட்டர் எழுதிடட்டுமா?"

"ம்."

தபால் ஆபீஸ் உள்ள ஊர் ஒரு மைல். அதற்குப் போவதற்கு முன்னாலேயே ஊர் முழுவதும் கலியாணச் செய்தியைச் சொல்லி விட்டுத் தான் போனான் கிட்டன்.

கிட்டனுக்கு ஒரு தம்பி இருக்கிறான். எனக்கு ஒன்றும் கிடையாது, நானும் மனைவியும்தான்; ஒருவருக்கொருவர் பார்த்துப் பேசிக்கொண்டு முப்பத்தாறு வருஷம் தள்ளியாய்விட்டது. அலுப்புச் சலிப்பு எல்லாம் கடந்த 'கல்லாங்காய்ப்பு' எனக்கும் இந்த விஷயத்தில் வந்துவிட்டது. ஏதாவது அர்த்தமுள்ள காரியம் இப்போது நான் செய்வதெல்லாம் அவளுக்குத் தலைவலித்தால் மருந்தை நானே அவள் பொட்டில் தடவுகிறேனே, அதுதான். எப்பொழுதுமா ஒருவருக்குத் தலைவலித்துக்கொண் டிருக்கும்! நல்ல வேளையாக கிட்டன் வீட்டுக் கிரஹப்பிரவேசம் வந்தது.

கிட்டன் தம்பி இங்கு வரக்கூட இல்லை. அண்ணாவைக் கல்யாணத்திற்குப் போகிற வழியில் கும்பகோணம் ஸ்டேஷனில் சேர்ந்துகொள்ளுமாறு கடிதம் எழுதிவிட்டான். கிட்டன் வீட்டை கிருகப்பிரவேசத்திற்குத் தயாராகச் செய்துவைக்கும் பொறுப்பு என்னிடம் விழுந்தது. சாமானெல்லாம் முன்னமே வாங்கி வைத்துப் போய்விட்டான் கிட்டன். வாசலில் ஒரு பந்தலைப் போட்டு வாழை மரங்களுக்கும் சொல்லி, சமையல்காரனுக்கும் ஏற்பாடு செய்தேன்.

கிட்டன் நினைத்தாற்போலத்தான் எல்லாம் நடந்தது. அதாவது அவன் எதிர்பார்த்தபடி நாலு ஆண் பிள்ளைகள் வரவில்லை. பெண்ணின் இரண்டு அண்ணன்களும் ஒரு சித்தப்பா சித்தியும்தான் வந்தார்கள். ஆள்காரன் உள்பட இருபது பேருக்குள் கிரகப்பிரவேச விருந்து முடிந்துவிட்டது.

"சுப்பராயா, இருபது வருஷத்துக்கப்புறம் அருமையா வந்து வாசிச்சிருக்கே. இனிமேல் பல கலியாணங்கள் இங்கு நடக்கப்போகிறது. எல்லாம் நீதான் நடத்தி வைக்கணும்" என்று ஐந்து வைக்கவேண்டிய இடத்தில் மூன்றை வைத்து நாதஸ்வரக்காரனை நைச்சியம் பண்ணினான் கிட்டன்.

"இனிமே ஐயா கலியாணம் பண்ணிக்கிட்டாத்தான். தம்பி எங்கோயோ வடக்கே உத்தியோகம் பாக்குது —"

"அதுக்காக! சீமந்தம், குழந்தைக்கு ஆண்டு நிறைவு எல்லாம் அங்கேயே நடந்துரும்ணு நெனச்சுப்பிட்டியா?"

"ஆமாம். சீமந்தம் பண்ணிக்கிறதுக்காக, அம்மா குடியைத் தேடி வரப்போவதாக்கும் குளந்தே. கைமாத்துக்கும் குறைச்சுப்பிட்டீங்களே! நாங்களும் என்ன பட்டணத்து வாசமா? ஏதோ அப்ப இப்ப இதமாதிரி ஒண்ணு நடந்தாத்தானே?"

"சரி, உனக்குத்தான் குறையாயிருப்பானேன். இந்தா" என்று இன்னும் ஒரு ரூபாயை வைத்தான் கிட்டன்.

"நமக்கெல்லாம் நீ வந்து இனமா வாசிக்கக் கடமைப்பட்டவன்" என்று ஜமீன் தோரணையில் சொல்லி அவனை அனுப்பியும் விட்டான்.

சுப்ராயனின் நடுக்கு மேளம் ஓய்ந்து இரண்டு நாளாகிவிட்டது. சம்பந்திகள் ஊருக்குப் போய்விட்டார்கள். நாகுள்ளு பெண்ணை அழைத்துக்கொண்டு ஒருவாரம் கழித்து ஐதராபாத் போகப் போகிறானாம்.

அர்த்தம்

"இனிமே எனக்கு ஒரு கவலையும் இல்லை, மாமா. தம்பிக்குக் கலியாணம் ஆகணுமென்னுதான் கவலையாயிருந்தது. இனிமே எனக்கும் எல்லாம் ஆயிடுத்து" என்று என்னமோ நாலைந்து பெண்களைப் பெற்று, கலியாணம் செய்து முடித்துவிட்டாற் போல விடுதலையுடன் பெருமூச்சு விட்டான் கிட்டன்.

எவ்வளவு சந்தோஷம்! என்ன நிறைவு! எவ்வளவு திருப்தி! உயிர் வாழ்வது எவ்வளவு சுலபமான காரியம்! அர்த்தம் தேடுவது எவ்வளவு முட்டாள்தனம்! தம்பி கல்யாணம் செய்துகொண்டதில் தனக்கு ஏதோ கிரீடம் வைத்தாற்போலப் பூரிப்பதற்கு எவ்வளவு வாஞ்சை வேண்டும்! கிட்டன் ஏதோ அலைமேல் மிதக்கிறமாதிரிதான் மிதந்தான். அவன் வீட்டில் இருபது வருஷம் கழித்து ஒரு பெண் சமையல் செய்து சோறு போட்டு, சாப்பிடுகிற நல்லகாலம் வந்துவிட்டது. இன்னும் ஒரு வாரம். பிறகு மீண்டும் அடுப்பு ஊதவேண்டியதுதான் அவன். இந்த ஒருவார விடுதலையைப் போல எந்த விடுதலைதான் பெரிதாக இருக்க முடியும்?

"எங்கடா கிளம்பினே கிட்டா இந்த வெயில்லே?" என்று கேட்டேன்.

"நெய் வாங்கிண்டு வரலாம்னு கிளம்பினேன்."

"இவ்வளவு பெரிய ஏனமா? எண்ணையா நெய்யா?"

"நெய்தான் மாமா. தூரதேசத்துக்குப் போய்க் குடித்தனம் போடறான். முதல்லே ஒரு மாசமாவது நல்ல கலப்படமில்லாத நெய்யா சாப்பிடட்டுமே" என்று சொல்லிக்கொண்டே பதை பதைக்கிற வெயிலில் நடந்தான். ஒரே மூச்சில் பத்து சேர் நெய் வேணும் என்றால் இந்த வட்டாரத்தில் மூன்று ஊராவது போனால்தான் உண்டு.

தஞ்சாவூர் குடிமிளகாய், காஞ்ச நார்த்தங்காய், வாசனைப் பொடி எல்லாம் ரெடியாக்கிப்பிட்டான் கிட்டன், தம்பிக்குக் கட்டிக்கொடுக்க. "இப்ப நெய்க்குக் கிளம்பியாச்சாக்கும்" என்று நடையில் படுத்திருந்த என் மனைவியின் குரல் கேட்டது.

"வாசனைப் பொடி கூடவா? ஹைதராபாத்திலில்லாத சோப்பா?"

"ஏதோ ஆசை."

"பெண்டாட்டிதான் இல்லை, இதெல்லாம் வாங்கிக்க. தம்பி பெண்டாட்டியாவது வாங்கிக்கட்டுமே!"

"பெண்டாட்டி கேட்டிருந்தா ஆயிரம் கணக்குப் பண்ணியிருப்பான். கிட்டன் சித்தமே அலாதி."

"என்ன அப்படிச் சொல்றே? அவன் பெண்டாட்டியோட வாழ்ந்தது ஒரு மண்டலம்! சோகை மருந்து சாப்பிடற காலம். நீ என்னமோ பாத்தாப்போல சொல்றியே."

"ஆமாம்... இருபது வருஷமாக கேக்காத மோளத்தைக் கொட்டின சுப்ராயனுக்கு அஞ்சு ரூபா முழுசாக் கொடுக்க மனசு வரலியே இவனுக்கு!"

சற்றுக் கழித்து, கிட்டன் வீட்டில் டும்டும் என்று சத்தம் கேட்டது. இடிக்கிற சத்தம். பாரைக்கோலால் இடிக்கிற சப்தம். நின்று நின்று கேட்டது.

"கிட்டானாத்திலேருந்து ஏதோ இடிக்கிற சத்தம் கேட்கிறதே."

"அப்பளத்துக்கு மாவு இடிக்கிறதோ என்னமோ."

"மாவு இடி இல்லை. ஏதோ பாரைக்கோலாலே தரையைப் பெயர்க்கிற மாதிரின்னா இருக்கு."

"கேளுங்கோளேன்."

"நாகுள்ளு, நாகுள்ளு."

"என்ன மாமாவ்!"

"என்னடா சத்தம்?"

"ஒண்ணுமில்லே!"

மீண்டும் சத்தம் கேட்டது.

"நாகுள்ளு."

"என்ன மாமாவ்."

"ஒண்ணுமில்லேன்னியே."

"ஆமாம் மாமா."

"என்ன ஆமாம்?"

"சும்மாத்தான்."

"தளவரிசை போடப்போறியா ... காமிரா உள்ளுக்கு?"

"இல்லை ... ஆமாம் ... ரொம்ப குண்டும் குழியுமா இருக்கு"

"நானும் வரட்டுமா?"

"பரவாயில்லை. வாண்டாம்."

"சத்தம் விட்டு விட்டுக் கேட்டது. களைத்துப் போய்விடுகிறானோ என்னமோ? நாம் போய் சகாயம் செய்வோம் என்றால் சங்கோசப் படுகிறான். அர்த்தமில்லாமல் இப்படித் திண்ணையில் உட்கார்ந்திருப்பதை விட, உதவியை நாமாகப் போய் செய்வதைவிட நமக்கு என்ன வேலை!"

போனேன்; வாசல் கதவு தாழிட்டிருந்தது. ஆனால் இடுக்கில் கையை விட்டுத் திறக்கமுடியும், திறந்துவிட்டேன்.

முற்றத்தில் இருபது இருபத்திரண்டு கொட்டாங்கச்சிகள் இருக்கும். வரிசையாக அடுக்கி வைத்திருந்தது. எல்லாவற்றிலும் மண். மண் மட்டுமில்லை, காசுகள் ஒன்றிரண்டு மினுங்கிற்று. நான் போன சமயம், நாகுள்ளுவின் புது மனைவி காமிரா உள்ளிலிருந்து ஒரு கொட்டாங்கச்சி யும் கையுமாக வந்துகொண்டிருந்தாள். என்னைக் கண்டதும் சரேல் என்று முகம் செத்து நடுங்கி உள்ளே போய்விட்டாள்.

"என்னடா, நாகுள்ளு? என்னது இதெல்லாம்?"

"ஒண்ணுமில்லே மாமா. எங்க அம்மா சில்லறை சில்லறையாச் சேர்த்து இப்படிக் கொட்டாங்கச்சியா வச்சு காமிரா உள்ளே புதைச்சுருந்தா. எல்லாத்தையும் எடுக்கலாம்னு எடுத்தேன். எனிக்காவது உபயோகப்படுத்தித்தானே ஆகணும் இதையெல்லாம்."

"உங்கம்மாவா, இவ்வளவு காசை சேர்த்து வச்சா!"

"எவ்வளவு காசு! எல்லாம் காலணா, ஒரு அணா, இரண்டணா, நாலணா. ரூபாய் கொட்டாங்கச்சி ரண்டே ரண்டு, அரை ரூபாயிலே அஞ்சே அஞ்சு. மீதியெல்லாம் சின்ன நாணயம்."

"புதையல் எடுத்துட்டேன்னு சொல்லு."

"ஆமாம், புதையல்! நீங்க ஒண்ணு. அவளுக்குப் பாங்கியிலியா போடத் தெரியும்? பொட்டியிலே போட்டா செலவழிக்கச் சொல்லும். இப்படி போட்டு மூடிவிட்டுப் போயிட்டா அவ்வளவுதான்."

"கங்குப் பாட்டியின் சமத்துக்குத் திருடத்தான் போகணும் ... ம் ... எவ்வளவு இருக்கு எல்லாமா."

"இன்னும் எண்ணலை. நூத்தி அம்பதுக்குள்ளதான் இருக்கும்."

"நானும் துழாவிப் பார்த்தேன். விக்டோரியா, ஏழாம் எட்வர்ட், ஐந்தாம் ஜார்ஜ் காலத்து காலணா, அரையணா, ஒரு அணா வகையறா எல்லாம்."

"நகை ஏதாவது வச்சிருக்காளா?"

"நகையென்ன? தங்கக் காப்பிரண்டு, அட்டிகை ஒண்ணு, காதோலை ஒரு ஜோடி, திருகாணி நாலஞ்சு. வெள்ளியிலே நாலு உருட்டு, ஒரு ஜோடி கொலுசு. இவ்வளவுதானா?"

"இன்னும் ரண்டு மூணு கொட்டாங்கச்சி இருக்கும். பார்க்கணும்."

மீதியையும் பெயர்த்து வந்தான். அந்த மூன்றிலும் காலணாக் காசுகள்தான்.

கங்குப் பாட்டிக்குதான் சந்ததிகளிடத்தில் எவ்வளவு அக்கறை! தயவு!

"ஸ் ... அப்பாடா நல்ல வெயில்டா" என்று குரல் கேட்டது. கிட்டன் வந்துவிட்டான்.

"நாலு சேர் நெய்க்கு நாய்ப்பாடு பட்டாச்சு" என்று பெருமூச்சு விட்டுக்கொண்டே வந்தான்.

"நாலுதான் கிடைச்சுதா."

"யாரு, மாமாவா? வாங்கோ மாமா. நாலு சேர்தான் மாமா கிடைச்சுது. கம்ப சேவையாம். தயிர், பாலுன்னு இன்னும் ஒரு வாரத்துக்குப் பேசாதேங்கறான். அம்மா ஐயான்னு கால்லே விழுந்து நாலுசேர் கிடைச்சுது. கிடைச்ச வரைக்கும் பகவான் செயல்."

540 தி. ஜானகிராமன் சிறுகதைகள்

"அதைவிட நிறைய கிடைச்சிருக்கும். இங்கே ... இதைப் பாரு."

"என்ன?"

"அதோ பார் முற்றத்துலே ... புதையல். கங்குப் பாட்டி சாசனம்டா."

"என்னது? ... கொட்டாங்கச்சின்னா ... இதை யாரு பெயர்த்தார்?"

"நான்தான் அண்ணா" என்றான் நாகுள்ளு.

"என்னத்துக்கு?"

"பின்னே என்னதான் பண்றது இதெயெல்லாம்?"

"என்னை ஒரு வார்த்தை கேக்கப்படாதோ? ... பெரியவனாச்சேன்னு சொல்றேன். ம் ... சரி ... எவ்வளவு இருக்கு?"

"நூத்தி நாற்பத்தெட்டு ரூபா!"

"அப்படென்னா தலைக்கு 75கூட முழுசாத் தேறலையே."

"பாதியாவே பிரிக்கணுங்கறியா?"

"அப்டென்னா?"

"நாங்க ரண்டு பேர் – நீ ஒருத்தன்."

"நீங்க ரண்டு பேரா? ..."

"ஏன் மாமா! நீங்களே சொல்லுங்களேன்" என்றான் நாகுள்ளு.

"நாங்க ரண்டு பேர்னு ஆயிடுத்தா? ... தேவலை ... கலியாணம் ஆகி ஒரு வாரம் ஆகலேடா நாகுள்ளு என்னென்னமோ ஆரமிச்சுட்டியே! மாமா, பார்த்தேளா?"

நான் வாயைத் திறக்கவில்லை.

"நீ ஒண்டிதானேண்ணா – அதான் சொன்னேன்."

"நான் ஒண்டிதாண்டா. அதான் இருபது வருஷமாகத் தெரிஞ்சிருக்கே! ஒரு வார்த்தை எங்கிட்ட சொல்லப்படாதோ, கடப்பாரையை தூக்கறதுக்கு முன்னாலே? ஏன் மாமா! நான் சொல்றதிலே ஏதாவது தப்பாப் படறதோ உங்களுக்கு?"

"கிடக்குடா விடு ..." என்று மையமாக நான் வாயைத் திறந்தேன்."

"விடாம நான் என்ன பண்ணப்போறேன்? ... என்னைக் கேக்காம எடுத்திருக்கட்டும். மூணிலே ரண்டு பாகம்னா கேக்கறான்."

"ஏண்டா நாகுள்ளு?" என்றேன் நான்.

"ஏன் மாமா, சட்டத்தை விட்டுடுங்கோ. தர்மத்தைப் பாருங்கோ. அவன் ஒண்டிக்காரன். நான் ரண்டு பாகம் கேட்டது தப்பா?"

"ஏண்டா கிட்டா?"

"நீங்க என்ன மாமா இது?"

"எனக்கு என்ன சொல்றதுன்னு புரியலே! அவன் சொல்றதும் தப்பாப்படலே! நீ சொல்றதும் தப்பாப்படலே!"

"கிரகப்பிரவேசத்துக்கே தொண்ணூறு ரூபாய் ஆயிடுத்தே எனக்கு."

"கிரகப்பிரவேசம் பண்ணனும்ன்னு நானா சொன்னேன்! நீதானே செஞ்சே?"

"அடப்பாவி" என்றான் கிட்டா.

"கிட்டா!"

"பாருங்கோ மாமா, நாக்குக் கூசாம சொல்றான்."

"என்னடாது நாகுள்ளு?"

"பதில் இல்லை."

"ரொம்ப விரசமாயிருக்கு நான் எழுந்து போயிடுறேன்" என்று தப்பித்துக்கொள்ளப் பார்த்தேன்.

"மாமா நீங்கதான் தர்ம நியாயமா பிரியுங்கோளேன்" என்றான் நாகுள்ளு.

ஆளுக்குப் பாதிதான் சரி. கிரகப் பிரவேசச் செலவும் நீதான் ஏத்துக்கணும். உன் பெண்டாட்டியைத்தானே அழைச்சுது."

"நான் சட்டப்படி தீர்ப்பு கூறச் சொல்லச் சொல்லலே."

"அப்ப என்னைக் கேட்காதே"

"மாமா" என்றான் கிட்டன்.

"என்ன!"

"கிருகப்பிரவேசச் செலவை நானே ஒத்துக்கறேன். இந்தக் கொட்டாங்கச்சிகளும் எனக்கு வாண்டாம். சும்மா பரீட்சை பண்ணினேன்."

"உன் இஷ்டம்."

"எனக்கு எல்லாம் வேணும்ன்னு நான் சொல்லலியே மூணுலெ ரண்டு நியாயம்தானேன்னு கேட்டேன்."

"மூணும் உனக்குத்தாண்டா நாகுள்ளு ... சரி, தீந்து போச்சு ... இனிமேல் இதைப்பத்திப் பேச்சு வாண்டாம். காசை எல்லாம் நன்னாத் தேச்சுத் துடைச்சு வைக்கச் சொல்லு. ஒரு தலைமுறையா மண்ணிலே கிடந்திருக்கு" இப்படியாக கிட்டன் விட்டுக்கொடுத்துச் சண்டை வராமல் சமாளித்துவிட்டான். ஆனால் சாப்பாட்டில் ஒரு மயிர் விரலில் நண்டின மாதிரிதான் எனக்கிருந்தது. நாகுள்ளு இப்படி நடந்துகொண்டிருக்க வேண்டியதில்லை.

மறுநாள் காலையில் கிட்டன் வந்து கூப்பிட்டான்.

"என்ன மாமா. சொத்தை பாகம் பிரிக்கணுமாம். சொல்றான் தம்பி"

"பிரிச்சுத் தொலைச்சுடு என்னத்துக்கு சனியன்?"

"தொலைக்கிறேன். ஆனால் நஞ்சை மூணுமாவையும் அவன் எடுத்துக்கறானாம். நான் புஞ்சை ரண்டரைமாவை வச்சுக்கணுமாம். புஞ்சையிலே பத்துத் தென்னைமரம் இருக்கு. கறிகாய் கொல்லை மிச்ச இடத்திலே போடலாம், வாழை போடலாம். அவ்வளவுதான்."

"ஏன் அப்படியாம்?"

"நீ ஒண்டிக்காரன் தானேங்கிறான். ஒண்டி ஒண்டின்னு இந்த ஒண்டிக்காரன் பேச்சை விடமாட்டேங்கறான் மாமா!"

"சம்சாரக் கவலை அவனுக்கு!"

"இருந்தாலும் விரசமா இல்லையா அது? ஏன் மாமா!"

"கிடக்கறாண்டா – சிறிசு!"

"சிறிசா, கழுதைக்கு ஆறாப் போல முப்பத்திரண்டு வயசாறது. சிறிசா?"

"என்னை என்ன செய்யணும்கறே?"

"அவனுக்கு நியாயத்தை எடுத்துச் சொல்லணும்!"

நான் நியாயத்தைச் சொல்லி ஒன்றும் நடக்கவில்லை. அதற்குள் நாகுள்ளுவின் லீவும் முடிந்துவிட்டது. பாகம் தீராமலேயே புது மனைவி யுடன் பயணமாகிவிட்டான்.

இப்போது கிட்டனும் ஊரில் இல்லை. சமையல் வேலை அவனுக்கு. கலியாண சீசனில் அவனுக்கு வேலை மும்முரம். இந்தப் பளிங்குக் கண்ணாடியைப் போட்டுக்கொண்டு, உப்பு புளி திட்டமெல்லாம் அவனுக்கு எப்படித்தான் சரியாக விழுகிறதோ?

கலியாண காலங்களில் மாசம் இருபத்தைந்து நாள் அவன் வீடு பூட்டிக் கிடக்கும். எனக்குப் பேச்சுக்குத் துணை இல்லை. மறுபடியும் வாழ்க்கையின் அர்த்தம் புரியாமல் விழித்தேன். பதினைந்து நாளா யிற்று கிட்டன் போய். எனக்குப் பைத்தியம் பிடித்துவிடும் போல்தான் இருந்தது. கிட்டனுக்கு சம்பாதிப்பது நோக்கமாயிராது. ஏதாவது செய்துகொண்டேயிருக்க வேண்டுமென்றுதான் அவன் வேலைக்குப் போகிறான். இல்லாவிட்டால் கொடுத்த கூலியைக் கையில் வாங்கிக் கொண்டு வந்துவிடுவானா?

"மாமா."

"அட, கிட்டனா உனக்கு ஆயுசு நூறுடா. இப்பத்தான் உன்னைப் பத்தி நினைச்சிண்டிருந்தேன்."

"இவளுக்கும் ஆயுசு நூறுன்னு சொல்லுங்கோ! இங்கவா; மாமா வுக்கு நமஸ்காரம் பண்ணு. மலையாளத்துப் பொண்ணு மாமா. சொல்லாம கலியாணம் பண்ணிட்டேனுன்னு கோச்சுக்காதீங்கோ. ஒண்டிக்காரனாயிருக்கத் தொண்டுதானே, பொட்டைப் புஞ்சையும் கொட்டாங்கச்சிலே மூணுலே ஒண்ணும் தரேன்னான் நாகுள்ளு. இப்ப?"

அர்த்தம்

"என்னடா இது?"

ஒரு மலையாளத்து வாளிப்பு வந்து என்னை வணங்கி நின்றது.

"மாமியைக் கொஞ்சம் ஆரத்தியைக் கரைச்சுண்டு வரச் சொல்லுங்கோ, நான் போய்க் கதவைத் திறக்கறேன் ... இவாத்துக் குள்ளே போய்க் கொஞ்ச நாழி இரு. மாமி ஆரத்தி சுத்தினப்புறம் இங்கே வரலாம். எதிர்த்த வீடுதான் உன்வீடு ... அர்த்தம் அர்த்தம்னு யோசிச்சிண்டிருக்கேளே நீங்க, இதை யோசிச்சுப் பாருங்கோ" என்று கிட்டன் தன் வீட்டுக் கதவைத் திறக்கப் போனான். இனி எனக்கு என்ன கவலை? இந்த நாற்பத்தைந்து வயது மாப்பிள்ளையைக் கட்டிக்கொண்ட மலையாளப் பெண்ணின் வாழ்க்கையின் அர்த்தம் என்ன என்று யோசித்துக்கொண்டிருக்கலாம்.

ஆனந்த விகடன் தீபாவளி மலர், நவம்பர் 1955

தூரப் பிரயாணம்

"அட, எப்ப?" என்று பாலி வரவேற்றாள். பிறகு மெதுவாக, "இன்னும் இரண்டு ஆளாக்கு போடப்பா!" என்று பால்காரனிடம் வந்த விருந்துக்கு வேண்டிய அதிகப்படிப் பாலையும் வாங்கிக்கொண்டாள்.

"மதுரையிலிருந்தா?"

"ஆமாம்!"

அந்தப் புன்முறுவலுக்கு எவ்வளவோ அர்த்தமுண்டு. அவளுக்கு எவ்வளவோ தினுசாகப் புதுசாகப் புன்னகை பூக்கத் தெரியும். ஆனால் இந்தப் புன்முறுவல் இவனுக்குத் தான்! வேறு ஒருவருக்கும் அதைக் காணவோ, அதன் குளுமையில் நனைந்து புல்லரிக்கவோ முடியாது; உரிமை கிடையாது. அதாவது உரிமை உள்ளவனுக்குக்கூட முடியாது, கிடையாது என்று அவனுக்குத் தெரியும். 'யார் என்ன சொன்னாலும், செய்தாலும், யார் என்மீது உரிமை கொண்டாடினாலும், நான் முழுதும் உனக்குத்தான். முழுவதுந்தான்! ஆமாம். இந்தப் பொங்கிக் குலுங்குகிற வனப்பும் செழிப்பும், மலர்ந்து விரியும் நெஞ்சமும் உனக்குத் தான்' என்று சொல்கிற புன்முறுவல் அது. தெருவில் இருந்த பனி மூட்டத்தில் பளீரென்று அருணோதயம்போல் அந்த முகம் ஒளி வீசிற்று.

"அட, எப்ப?" என்று விறுக்கென்று வெடித்த மலர்ச்சி யும் பூரிப்பும், இரவு முழுவதும் ரெயிலில் நசுங்கிப் பட்ட அவஸ்தையையும் கலக்கத்தையும் கரைத்துவிட்டன. தைப் பனி தெருவில் விலகவில்லை, அவனுடைய பனி விலகித்தான் விட்டது!

ரிக்‌ஷாவிலிருந்து இறங்கிப் பையை எடுத்துக் கொண்டு உள்ளே வந்தான் அவன்.

"அண்ணா இன்னும் முழிச்சுக்கலையா?" என்று கேட்டவாறே அவளைத் தொடர்ந்து வந்தான்.

"இன்னும் முழிச்சுக்கலை. நீ வரபோதெல்லாம் அவர் தூங்கிண்டு தான் இருக்கார்."

அவன் முகம் இந்த இங்கிதத்தைக் கண்டு வியப்பில் ஒளிவிட்டது.

இதன் முழு அர்த்தமும் அவனுக்குத்தான் தெரியும்.

அப்போதுதான் கண்ணைப் பிட்டுக்கொண்ட அவர் காதிலும் அது விழுந்தது.

"யாருடே அது? அட, ரங்குவா? வா, வா. பாத்தியாடா ரங்கு. நீ வரபோதெல்லாம் நான் தூங்குகிறேனாம். இந்தத் தடவை முழிச்சுனுட்டேன். போறுமா..? வா. உட்காரு. எப்ப வந்தே? என்ன சேதி? எங்கேருந்து வரே இப்ப?" என்று படுக்கையில் சப்பணங்கொட்டி உட்கார்ந்து, மெத்தையின் ஒரத்தை மடக்கித் தன் சிநேகிதனான ரங்கு உட்கார இடம் கொடுத்தார்.

"இப்பத்தான் அண்ணா வரேன். மதுரையிலேருந்து தான் வரேன்" சர்மா சிநேகிதரானாலும், வயதை உத்தேசித்துச் சர்மாவை, "அண்ணா அண்ணா" என்றுதான் ரங்கு அழைப்பது வழக்கம்.

"கூட்டந்தானோ, ரெயில்லே?"

"நிக்கிறதுக்கு இடமில்லேண்ணா. நிமிர்ந்து உர்கார்ந்தவாக்கிலேயே தபசு பண்ணிண்டே வந்தேன்!"

"தபசு பண்ணினதுதான் மிச்சம்... ஆனால் தூக்கம் வரவில்லைன்னு சொல்லு" என்று சிரித்தாள் அவள். கள்ளமற்ற சிரிப்பு!

"எப்படி வரும்?"

"ம்... ஊரிலே ஆமடையாள், குழந்தைகள் எல்லோரும் சௌக்கியந் தானே? சின்னப் பயலுக்கு என்ன வயசு?" என்று சர்மா கேட்டார்.

"இரண்டு வருசம் முடியப் போறது!"

"சரி, பல்லைத் தேயி, காப்பி சாப்பிடலாம். ஏண்டி நின்னுண்டே இருக்கே? காப்பியைப் போடேன்."

"பால் காயறது. கலக்க வேண்டியதுதான். நீங்க சோம்பல் முறிக்க ஆரம்பிக்கலியே இன்னும்... ரங்கு! நீ வா, அண்ணாவுக்கு நாழியாகும்!"

ரங்கு பல்லைத் தேய்த்தான். கள்ளிச் சொட்டாக நுரைத்து, மணத்த காபியை நெஞ்சு சுட, உள்ளம் குளிரக் குடித்தான்.

"அப்பா, எத்தனை நாளாச்சு இந்த மாதிரிக் காபி குடிச்சு! மெட்ராஸ்லே இது கிடைக்கலேன்னு எல்லாரும் சொல்றா. ஆனா இந்தக் காப்பி எனக்கு மெட்ராஸ்லேதான் கிடைக்கிறது."

"மெதுவாடா, மெதுவா! உங்க ஆமடையா காதுலே இதையெல்லாம் போட்டு வைக்காதே!"

இந்தக் கேளிக்கைப் பேச்சையெல்லாம் அவள் வாயைப் பிடுங்கிப் பிடுங்கிக் கேட்கும்போது, அவனுக்கு மெய் முழுவதும் – ஒவ்வொரு மயிர்க்காலும் மகிழ்ந்து மலர்ந்தது.

"அண்ணா ரொம்ப இளைச்சுப் போயிட்டாரே, ஏன்?"

திடீரென்று அவள் குரலில் கேலி மறைந்துவிட்டது. தாழ்ந்து பயந்து சொன்னாள்: "அண்ணாவா? அதை ஏன் கேக்கறே? பொழைச்சது புனர் ஜன்மம். இரண்டு மாசமா வயத்து வலி. துடிச்சுப் போயிட்டார்! கொஞ்ச மருந்தா, கொஞ்ச மாயமா? ஒண்ணரை மாசம் மெடிகல் லீவு போட்டார். இப்பத்தான் ஒரு வாரமா ஆபீஸுக்குப் போயாறது. உடம்பு பாதியாப் போயிட்டுது. இப்பவும் ராத்திரியில் கஞ்சிதான் ஆகாரம். என்னமோ போ! பொழச்சேன்!"

குளித்துவிட்டுச் சாப்பிடும்போது, "ஆபீஸ் விஷயமாத்தானே வந்திருக்கே?" என்று சர்மா கேட்டார்.

"ஆமாம் ... பிரமோஷன் விஷயந்தான்!" என்று பதில் சொன்னான் ரங்கு. "மத்தியானம் மூணு மணிக்குப் போகணும்."

"மூணு மணிக்குத் தானேடா? சாப்பிட்டுவிட்டு நன்னா ஒரு தூக்கம் போடு. ராத்திரி முழுக்கத் தூங்கலை. கண்ணைப் பார்த்தால் 'பங்கி'யடிச்சாப்பலே இருக்கு. இப்படியே போய் ஆபீஸரைப் பார்க்காதே. நன்னாத் தெளிஞ்ச கண்ணோட போ. உன்னைத்தாண்டி! தொண தொணண்ணு பேசித் தூங்காமெ அடிச்சுடாதே அவனை. அவனும் வர சான்ஸே எல்லாம் தூங்கி வழிஞ்சு கெடுத்துக்கப் போறான். ஆபீஸராக ஆகப் போறான்!"

"நான் ஒரு சான்ஸையும் கெடுக்கலை. ரங்கு என்ன தெரியாதவனா!" என்றாள் அவள்.

சர்மா அவள் சுருட்டிக் கொடுத்த வெற்றிலை சீவலைப் போட்டுக் கொண்டு, ரங்குவை மறுபடியும் தூக்கம் போடச் சொல்லிவிட்டு ஆபீஸுக்குப் போய்விட்டார்.

"அண்ணா சொல்லிவிட்டுப் போயிருக்கார். தூக்கம் போடு, ரங்கு! சான்ஸெல்லாம் கெட்டுப்போகப் போகிறது!" என்று அவள் சொன்னதைக் கேட்டு அவனுக்குப் புன்முறுவல் தவழ்ந்தது.

"ரங்கு, நெசமா ஆபீஸ் வேலையாத்தான் வந்திருக்கியா?"

"இல்லாவிட்டால் வரப்படாதோ?" என்று கேட்டுக்கொண்டே மாட்டியிருந்த போட்டோக்களைப் பார்த்தான் அவன்.

"அப்படீன்னா, ஆபீஸ் வேலையா வரலையா நீ?"

அவன் திரும்பி அவளைப் பார்த்தான். அந்தக் கேள்வியைத் தவிர வேறு ஒன்றும் அந்த முகத்தில் தெரியவில்லை.

"ஏன்?"

"பின்னே எதுக்கு வந்தே?"

தூரப் பிரயாணம்

"எதுக்கா!"

"ஒரு லெட்டர் போடப்படாதான்னு கேட்கிறேன்?"

"லெட்டர் போட்டால்தான் வரவேற்பு உண்டாக்கும்!"

"வரவேற்புக்கு என்ன குறைச்சல்? அவர் உடம்பைப் பார்த்தியோ, இல்லியோ?"

அவனுக்கு ஒன்றும் புரியவில்லை.

கேள்வி சம்பந்தமில்லாமல் இருந்தது. சில சமயம் அவளுடைய மனத்தின் ஆழும் அவளுக்கே தெரியாது! அவ்வளவு ஆழம் இல்லா விட்டால் சர்மாவை இப்படிக் கைக்குள் போட்டுக்கொள்ள முடிந்திருக்குமா, என்ன!

அவன், மேலே இருந்த ஒரு போட்டோவைப் பார்த்துக் கொண்டிருந்தான். திருச்சிராப்பள்ளியில் அவர் கீழ்த்தர குமாஸ்தாவாக இருந்தபோது எடுத்த படம். குடுமித் தலைக்கு மேல் குல்லாய், சாந்துப்பொட்டு, சற்றுக் கூர்ந்த மோவாய், காதில் கடுக்கன் – சிவப்புக் கடுக்கனாகத்தான் இருக்க வேண்டும் – கழுத்துத் திறந்த கோட்டு! சர்மாவுக்கு அப்போது முப்பது வயது இருக்கும். ஒல்லியாக, ஒணசலாக, கன்னத்து எழும்பும், கழுத்து உருண்டையும் தோலை முட்டும் வகையாக இருந்தாலும், முகத்தில் பால் வடிந்தது. அப்போதுதான் அவர் கல்யாணம் பண்ணிக்கொண்டிருந்தார். பாலிக்கும் அவருக்கும் பதினைந்து வயது வித்தியாசம் இருந்தது. கொல்லைக் கட்டில் குடித்தனம் வைத்து – அதாவது அத்தையுடன் ஜாகை போட்டு – காலேஜில் சேர்ந்திருந்த ரங்குவிற்கு, வயது வித்தியாசம் மட்டுமின்றி, வேறு என்ன என்னவோ வேற்றுமைகள் அவர்களுக்கு இடையே இருப்பதுபோலப் பட்டது. பாலியின் உருண்டு திரண்ட கைகள், தோள்கள், பெரிய, நீலம் ஓடிய, நனைந்தாற்போன்ற கண்கள், ஒரு வகையிலும் சேர்க்க முடியாத சந்தனக்கட்டை வர்ணம், அளந்து அளந்து உனக்கு இந்த அர்த்தம், உன் அத்தைக்கு இந்த அர்த்தம், உங்களுக்கு இந்த அர்த்தம் என்று ஒரே வார்த்தையில் நான்கு அர்த்தம் தெரிவித்த பேச்சு, ஆளுக்கு ஒரு வகையான புன்முறுவல் – கடைசியாக, கையிலும் காலிலும் நீண்டு குவிந்த விரல்கள், வழவழவென்று குழைந்த கைகள். எப்படிப் பார்த்தாலும் எடுப்பாக இருந்த முகம், நீண்டு, முதுகில் புரண்ட பின்னல், யாரையும் லக்ஷ்யமே செய்யாததுபோன்ற நடை, அவள் வாசலில் சாமான் வாங்குகிற சாமர்த்தியம், கண்டிப்பு.

ரங்குவிற்குப் பொறுக்கவில்லை!

"பாலி, அண்ணாவை நீ ஆசைப்பட்டா கல்யாணம் பண்ணிண்டே?" என்று வெறிபிடித்ததுபோலக் கேட்டான். சாயங்காலம் ஆறு மணி இருக்கும். வேஷ்டியைத் துவைத்துவிட்டு, வாளித் தண்ணீரில் அலசிக் கொண்டிருந்தாள் அவள். சட்டென்று நிமிர்ந்து பார்த்தாள்,

"எங்கேருந்து வரே, நீ இப்ப?" என்று கேட்டாள்.

"கூடத்தில்தான் இருந்தேன்."

"வாசல் கதவு, வெட்டி மல்லாத்தி வச்சிருக்கு. கண்ணிலே படலையா?"

"அட, நான் பார்க்கவே இல்லையே! அத்தை, கோயிலுக்குப் போனாள். திறந்து போட்டுவிட்டுப் போயிருக்கிறாள்!"

"சரி சரி, போய் சாத்திவிடாதே, அந்தி வேளை; வாசலைச் சாத்தக் கூடாது."

"சாத்தவில்லை!"

"மூஞ்சி அலம்பிக்கப் போறயா?"

"அலம்பிக்கணும்!"

"சரி, அலம்பிக்கோ."

"வந்து, வந்து ..."

"என்ன வந்து?"

"வந்து ..."

"அண்ணாவைன்னு ... என்னமோ கேட்டியே, என்ன கேட்டே? அதானே, இங்கே வா சொல்றேன்."

அருகில் நகர்ந்தான். நறுக்கென்று கன்னத்தில் ஒரு கிள்ளு. இன்னொரு கன்னத்தில் இன்னொரு கிள்ளு.

அவனுக்கு உடல் வெடவெடவென்று நடுங்கிற்று. உடல் வியர்த்துக் கொட்டிற்று. உதட்டைத் திறந்து பேச முடியவில்லை. இரண்டு நிமிஷம் ஜூரக் கனவில் மிதந்தான். வாழைக் குருத்தைப்போன்ற சில்லிட்ட உணர்வில் கட்டுண்டு கிடந்தான். உதடு நனைந்து நொந்தது.

"உடம்பு நெருப்பாய் பறக்கிறது ... உள்ளே போ. அத்தை வருகிற சமயம். அசட்டுப் பிசட்டுன்னு சமயம் தெரியாம வந்து, பேசிண்டு நிக்காதே. அப்புறம் எங்கேயாவது ஜாகை மாற்றிண்டு போயிடுவேன் ..."

"ஐயையோ, பாலி, பாலி!"

"போயிடு ... இங்கே வா. இந்தா, நாலணாக் காசு கொடுக்கிறேன். ஏதாவது கறிகாய் வாங்கிண்டு வா."

"இதோ" என்று பையையும் காசையும் வாங்கிக்கொண்டு கிளம்பினான் அவன்.

கறிகாய்க் கடைக்குப் போகிற வரையில் அவன் காலும் கையும் நடுங்கிக்கொண்டேதான் இருந்தன. முகத்தில் ஏறிய சூடும் தணிய ஒரு நாழி ஆயிற்று.

சர்மா சாதுதான்! அவள் மேல் உயிரை வைத்திருந்தார். மூன்று வருஷம் வரையில் – அவர் உத்தியோகம் உயர்ந்து சென்னைக்குப் போகும்வரையில் – அவர் சாதுவாகத்தான் இருந்தார். ரங்கு அப்போது பி.ஏ. இரண்டாவது வருஷம் வாசித்துக்கொண்டிருந்தான். மாற்றல் செய்தி

கேட்டது முதல் கண் காணாத இடம் எல்லாம் நின்று ஏங்கினான் அவன். அவர்களை வண்டி ஏற்றிவிடப் போகும்போது, துக்கத்தை மென்று விழுங்கினான்.

"ரங்கு, சும்மா அலட்டிக்காதே. சிநேகிதர்களைப் பிரியாதது சாதாரண வேதனை இல்லை. பார்க்காமலேயே போயிடப்போறோமா?" என்று ஜன்னலில் இருந்த அவனுடைய கையைத் தட்டிக்கொடுத்தார் சர்மா.

பாலி, வெறித்துப் பிளாட்பாரத்துக் கடிகாரத்தைப் பார்த்துக் கொண்டிருந்தாள்.

வண்டி நகர்ந்தது. ரங்கு பட்டமரம் போல் நின்றான்.

பன்னிரண்டு வருஷம் ஆகிவிட்டது. மாதம் ஒரு முறை ரங்கு சென்னைக்குப் போய்க்கொண்டுதான் வந்தான். உத்தியோகம் கிடைத்தது, மாலையிட்டு, தந்தையாகியும், சென்னைப் பிரயாணம் விடவில்லை. மாதம் ஒரு முறை இல்லையே தவிர, இரண்டு மாதம், மூன்று மாதத்திற்கு ஒரு முறை என்று விடாமல் வந்துகொண்டுதான் இருந்தான்.

பாலி சாப்பிட்டு, மெழுகிவிட்டு வந்தாள்.

"போட்டோவைப் பார்த்துண்டே நிக்கறியே, என்ன?"

"ஏன், பார்க்கப்படாதா?"

"பாரு, பாரு, தூங்கலையான்னேன். மூணு மணிக்குப் போகணும்ணு சொன்னியே."

"உன்கிட்டச் சொன்னேனா?"

"என்கிட்டச் சொல்லலைதான். ஆனா இப்படப் போயிட்டு வாயேன்."

"பாலி, நீ என்ன சொல்றே? உன் சமுத்திர நெஞ்சில் முழுகத் தெம்பில்லை எனக்கு."

"அண்ணா உடம்பைப் பாத்தியோ, இல்லையோ?"

"பார்த்தேன்."

"என்னமோ மஞ்சளும் குங்குமமுமாப் பொழைச்சேன்."

"அவ்வளவு 'சீரியஸா'கவா போய்விட்டது?"

"பத்து நாள் படுக்கையை விட்டு அசையவில்லை. வயிற்று வலி, மருந்துக்கு கட்டுப்படற வலியாத் தோணலை. கடையில் பக்கத்துத் தெரு மாரியம்மனுக்கு வேண்டிக்கொண்டேன். ஒரு மண்டலம் – நாற்பத்தெட்டு நாள் – அடிப் பிரதக்ஷிணம் பண்ணுகிறதாக வேண்டிக்கொண்டேன். மகமாயி வயிற்றில் பாலை வார்த்தாள். தினமும் சாயங்காலம் அஸ்தமனத்துக்கு முன்னாடி ஸ்நானம் பண்ணிவிட்டு மூன்று தடவை வலம் வருகிறேன். வரப்பிரசாதி இந்த அம்மன். நீ பார்த்திருக்கயோ?"

"அடுத்த தெருவில்தானே? ... பார்த்திருக்கிறேன்."

"அதுவும் இன்னிக்குத் தை வெள்ளிக்கிழமை. அலங்காரம் எப்படி யிருக்குன்னு அவசியம் பார்க்கணும். இரண்டு கண் போதாது. வீரப் பார்வையும் அதுவும்!"

"பாலி!"

பாலி மௌனமாக நின்றாள்.

"நான் என்னத்தைச் சொல்றது!" என்று ஒரு நிமிஷம் கழித்துச் சொன்னாள்.

"முந்நூறு மைல் கண் விழித்து வந்திருக்கேன் ... எனக்கு உத்தியோகம் உயர்ந்தால் என்ன? உயராவிட்டால் என்ன!"

மறுபடியும் மௌனந்தான்.

"மூணு மாசமா ஏங்கிண்டு, கடைசியில் புறப்பட்டு இவ்வளவு தூரம் வந்து ..."

"ரங்கு, நீ ஊருக்குப் போயிடு!"

"என்னது!"

"இன்னிக்கு ராத்திரியே போயிடணும்."

"பாலி . . !"

"கிட்ட வராதேன்னா, வராதே! ஆமாம்!"

"பாலி, நீ பேசறதே எனக்குப் புரியலியே!"

"புரியாமல் என்ன? புரியும்படியாகத்தான் சொல்கிறேன் நீ போயிடு!"

"எங்கே போறது?"

"ஊருக்கு!"

"நிஜமாத்தானா!"

"நிஜமாத்தான். நிச்சயமாத்தான்."

"ஏன்? என்னைப் பிடிக்கவில்லையா?"

"அதுக்கெல்லாம் பதில் சொல்ல முடியாது. எட்டி நின்னு பேசு."

"பாலி, நெஜம்மாச் சொல்றேன். உன்னைப் பார்த்தால்தான் மாரியம்மன் மாதிரி இருக்கு இப்ப!" என்று சிரித்துக்கொண்டே மோவாயைத் தட்டினான் அவன்.

"சை, நீ ஒரு புருஷன் மாதிரி! சொன்னாப் புரியறதே இல்லை!" என்று தண்ணீரை விட்டு மோவாயை அலம்பிக்கொண்டு வந்தாள் அவள்.

"இப்ப மாத்திரம் சுத்தமாப் போயிட்டுதோ?"

"அதெல்லாம் உன்னை நான் கேட்கவில்லை."

"ஒரு டம்ளர் தண்ணியாலே சுத்தப்படுத்திக்கொண்டுவிட்டதாக நினைக்கிறாயே! எனக்குந்தான் நீ சொல்றது புரியவில்லை."

தூரப் பிரயாணம்

"உங்களுக்கெல்லாம் புரியாது. பொம்மனாட்டி அழகைத் தவிர ஒண்ணுமே புரியாது... நீ என்ன சின்னப் பையனா? வயசு முப்பதாச்சே! யோசனை பண்ணறதுக்குத் தெம்பு இல்லையா..? ரங்கு, உனக்கு நமஸ்காரம் பண்ணுகிறேன். நீ போயிடு. என் மனசு சரியாயில்லை. இந்த மாதிரி, விளையாட்டோடு சிரிக்காதே. அப்புறம் விபரீதமாப் போயிடும்."

"ஏ அப்பா, பிரமாதமாப் பயமுறுத்தறயே?"

"பயமுறுத்தவில்லை. எனக்கு மனசு சரியாயில்லை. சொல்லுகிறேன்."

"பிரதக்ஷிணம் ஆரம்பிச்சு எத்தனை நாளாச்சு?"

"இன்னிக்கு எட்டு நாள் ஆகிறது. போன வெள்ளியன்னிக்கு ஆரம்பிச்சேன்."

"அப்படீன்னா, இன்னும் நாற்பது நாள் செய்யணுமா?"

"ஆமாம்!"

"அப்புறம்?"

"ரங்கு, உனக்கு மானம், வெட்கம் ஏதாவது இருக்கா? ... ஏன் என் உயிரை வாங்கறே?"

"பாலி, நான் போகவே போகிறதில்லை. நீதான் எனக்கு எல்லாம்."

"அதனால்தான் சொல்கிறேன். நீ போயிடு இன்னிக்கி."

"அப்புறம்?"

"அட, ராமா!"

"சொல்லேன்!"

"அப்புறம் என் இஷ்டம். என் மனசு சொற்படிதான்."

ரங்குவின் கண்கள் வெறிகொண்டு மிதந்தன.

"பாலி, ஸ்வாமியைக்கூட ஏமாத்தப் பாக்கிறே நீ!"

"ஸ்வாமியை என்னிக்கோ ஏமாத்தியாச்சு! இப்ப இவரைத்தான் ஏமாத்த வாண்டாம்னு பார்க்கிறேன். நீ பாம்பு மாதிரி வந்து காலைக் காலைச் சுத்தறே?"

"பாலி!"

"பின்னே என்ன?"

"நானா பாம்பு! நானா, நானா!"

"பேச்சை விடு ... விடு! ஐயையோ, விடறியா இல்லியா இப்ப!" என்று சுற்றின பாம்பைப் பிடுங்கி விடுகிறதுபோலக் கைகளை உதறி எறிந்தாள் பாலி.

"ரங்கு, ரங்கு, நீ இப்படி இருப்பேன்னு நினைக்கவே இல்லை."

விசித்து விசித்து அழுதாள் பாலி.

அதிர்ந்துபோய் நின்றான் ரங்கு. தளர்ந்து சுவரில் சாய்ந்து, நிமிர்ந்து உட்கார்ந்து, அழுகிறவளைப் பார்த்தான்.

"பாலி! என்னை ஒன்றும் நினைத்துக்கொள்ளாதே. தெரியாத்தனமா இப்படியெல்லாம் பேசி, நடந்துகொண்டுவிட்டேன். இவ்வளவு மிருகமா இருப்பேன்னு தெரியலே. ஒண்ணும் நெனச்சுக்கலேன்னு சொல்லு ... சொல்லு, நெனச்சுக்கலேன்னு சொல்லு."

தேம்பித் தேம்பி அழுதாள் பாலி.

"பாலி, என்னை மிருகம்னு நினைத்துக்கொண்டுவிடாதே. என்மேல் கோபம் இல்லேன்னு சொல்லிவிடு. சொல்லமாட்டியா?"

"கோபமில்லேன்னு சொல்லச் சொல்றயா ..? சொன்னா உனக்காகத் தான் சொல்லணும்?"

"உனக்காகச் சொல்லமாட்டியா?"

"நான் சொல்ல முடியுமான்னு நீயே சொல்லு ..?

"பாலி, தெரியாத்தனமாக நடந்துகொண்டுவிட்டேன். நான் ஊருக்குப் போயிட்டு வரட்டுமா?"

"இப்பவேவா?"

"ஆமாம்!"

"ராத்திரித்தானே வண்டி?"

"நான் இப்பவே போறேன்."

"நான் என்னத்தைச் சொல்றது? உன் இஷ்டம். சாப்பிட்டுவிட்டுப் போகலாம்னு நினைக்கிறேன்."

"வேண்டாம்; நான் வருகிறேன்."

"சரி!"

"கண்ணைத் துடைத்துக்கொள்ளேன்."

"நீ போயிட்டு வா. இனிமே மெட்ராஸ் வரவேண்டாம்!"

வாசலில் பால் மணி கேட்டது. கண்ணைத் துடைத்துக்கொண்டு, பால் பாத்திரத்தை எடுத்துக்கொண்டு போனாள் பாலி.

"இரண்டு ஆழாக்குப் போதும்" என்று வாங்கிக்கொண்டாள். பாலில் ரங்கு சுற்றிச் சுற்றி வருவதுபோல் இருந்தது.

காதல், 1956க்கு முன்

ராவணன் காதல்

மின்னலா அது?

அடுக்காகத் திரண்டு குவிந்த மேகத்தில் மின்னல் சிமிட்டிற்று. மின்னலா அது? வெண்மேகத்திலா மின்னல்? ராவணன் உற்றுப் பார்த்தான்.

மின்னல் நடந்து வந்துகொண்டிருந்தது – பெண்தான் அவள். ஒளிப் பிழம்பாகத் திகழ்ந்தது அவள் உடல். இளந்தளிரின் தளதளப்பும் பசையும் ஒளிர்ந்த பச்சைச் சேலை, காற்றில் தாறுமாறாகப் பறந்துகொண்டிருந்தது. அதைச் சரிப்படுத்தக்கூட முடியாமல் அவள் நடந்து கொண்டிருந்தாள். வெட்டவெளிக்குக் கண் ஏது? உயிர் ஏது? நாணப்படத் தேவையில்லை.

ராவணன், வியப்பில் கண்ணை அகல விரித்துப் பார்த்தான். பூத்துக் குலுங்கும் பவழமல்லிச் செடி நடந்து போவது போல் இருந்தது. நல்ல உயரம்; உருண்டு திரண்ட புஜங்கள்; கழுத்திலிருந்து வழிந்த தோளிலிருந்து, தலைப்பு நழுவிவிடும் போல் இருந்தது.

அந்த உயரந்தான் அவனை முதலில் கவர்ந்தது. வெறும் உயரம் அல்ல, உயரத்தின் அளவுக்கு அங்கங்களும் பூரித்திருந்தன. உச்சியிலிருந்து உள்ளங்கால் வரை உற்று நோக்கினான் அவன். கேசத்தின் சுருளை, தோளின் சரிவு, கண்ணின் வளைவு, முழங்கையின் வளைவு, முதுகின் வளைவு, இடையின் வளைவு, முழங்காலின் குழைவு, உயர்ந்த பாதங்களின் சரிவு – ஒரே சரிவும் வளைவும் குழைவுமான உடல் அது. ஒளிமயமான தாய்ச் சரக்கில், தெரிந்த வளைவு குழைவுகளையெல்லாம் திரட்டி அவளைச் சமைத்து விட்டான் படைத்தவன். ஆதி கர்த்தாவின் மனோரதமாக உருக்கொண்டதுபோல, பெண்மையின் லக்ஷ்யமாக அவள் ராவணனுக்குக் காட்சியளித்தாள். சௌந்தரியத்தைப் படைக்க முற்பட்டவனின் உச்சமான முயற்சி அவள். அழகைப் பற்றிய வரையில் அந்த வடிவந்தான் 'கடைசிச் சொல்'

தி. ஜானகிராமன் சிறுகதைகள்

என்று ராவணனுக்குத் தோன்றிற்று. வேதங்களுக்கும் எட்டாத மெய்ப் பொருளைப்போல, அவள் அழகும் சொல்லுக்கு எட்டாத உணர்வாகத் தான் இருந்தது.

பிரமித்துப்போய் அவளுடைய வாட்டசாட்டமான ஆகிருதியைப் பார்த்துக்கொண்டு நின்றான் லங்கேசன்.

ஆஜானுபாகுவென்று ஆண்களைச் சொல்லும் சொல்லுக்கும் அவள் பொருந்தியவள்தான். வளர்த்தியும் வாளிப்பும் அரக்க இனமோ என்று ஐயத்தை எழுப்பின. ஆனால் அவளுடைய உடல் ஒளிமயமாக, படிக மயமாகப் பொலிவுற்றிருந்தது. பஞ்ச பூதங்களில் தேஜஸே ஓங்கி நின்ற அந்த வடிவு, அப்சரஸ்களுக்கே உரித்தானது.

ராவணன் அயர்ந்துவிட்டான்.

மகாவீரனுக்கே உரியவள் அவள். வீரமும் தைரியமும் நிறைந்த புருஷனுக்கு, ஆண்மைக்கு எடுத்துக்காட்டான தீரனுக்கே அவள் உரியவள்.

ராவணன் மனக்கண்ணாடியில் தன்னை ஒருமுறை பார்த்துக் கொண்டான். மலைபோன்ற தன் தோற்றத்தைப் பார்த்தான். தேவர்களைக் கதறக் கதற அடித்த தன் வீரத்தையும் பார்த்தான். நெடுங்காலம் கிடந்த தவத்தின் பயனாக, ஓங்கிநின்று, மூவுலகத்திற்கும் ஆதிக்கத்தை வாங்கிக் கொடுத்த தன் தேஜஸையும் கண்டான்.

மறுகணம் அவனுடைய கம்பீரமான ஆகிருதி அவளை இடைமறித்து நின்றது. மருண்டுவிட்டாள் அவள்.

"பயப்படாதே, நீ யார்?"

"..."

"பயப்படாதே, சொல்லு. யார் நீ?"

"புஞ்சிகஸ்தலை."

"அப்சரஸா?"

"ஆம்."

"உனக்குப் பிறகு பிரம்மா எந்த அழகையும் படைக்கவில்லையோ?"

"நீங்கள் யார்?"

"நான் யாரா! இந்தப் பூத உடலுடன் பிரபஞ்ச வெளியில் சஞ்சரிக்கும் தவ வலிமை யாருக்கு இருக்க முடியும், ராவணனைத் தவிர?"

"லங்காதிபதியா?"

"திரிலோகாதிபதி...ஏன் ஓடுகிறாய்? அப்படி நில்லு. எதற்கு ஓடுகிறாய், ஓடித்தான் என்ன பயன்?"

ஓடுவதில் பயன் இல்லைதான். அவள் நின்றுவிட்டாள். பயத்தால் நிமிர்ந்த புருவங்களையும் மருளும் விழிகளையும் ஒன்றையொன்று பற்றிய உள்ளங்களையும் நோக்கினான். வளைந்து குழைந்த கைகள், நீண்டு கூர்ந்த

விரல்கள், கூம்பிச் செம்மை பொழிந்த நகங்களின் வரிசை– ராவணன் நெருங்கினான்.

"எங்கே போகிறாய்?"

"பிரம்மாவிடம்."

"எதற்காக? உன்னைப்போலவே இன்னொரு அழகியைப் படைத்து விட்டாரா என்று பார்ப்பதற்கா? கவலைப்படாதே. அவருடைய திறமை யெல்லாம் உன்னுடன் முடிந்துவிட்டது."

"நான் போக வேண்டும்."

"ஏன் இப்படி மருளுகிறாய்? வீரப் பெண்ணின் தோற்றமும் வடிவமும் கொண்ட உனக்கு இந்த அச்சம் பொருந்தவில்லையே?"

"நான் போக வேண்டும்."

"எதற்காக?"

"பிரம்மாவைத் தரிசிக்கப் போகிறேன். வழி விடுங்கள்."

"நீ அவரைத் தரிசிக்கப் போகிறாயா? அவர் உன்னைத் தரிசிக்கப் போகிறாரா?"

"என்ன உளறுகிறாய்?" சாமானியமான காமுகனின் பேச்சு, அவளுக்கு இந்தத் துணிவைக் கொடுத்துவிட்டது.

"தான் பயிர் செய்த கொடியிலிருந்து திராலக்ஷயை எடுத்துச் சுவைக்க வில்லையா? நாம் செய்த சமையலை நாமே தின்னவில்லையா? நம்முடைய சிருஷ்டி என்ற ஒன்றைச் சுவைக்காமல் ஒதுக்கி விடுவதில்லையே நாம்!"

"ராவணேச்வரன் வாயிலிருந்தா இந்த அபத்தக் களஞ்சிய மெல்லாம் வெளிப்படுகிறது!"

உண்மைதான்; அவன் சுய புத்தியுடன் பேசவில்லை. அவளுடைய கணைக்காலின் கரவைப் பார்த்துப் போதைகொண்டு நின்றான். உடல், தீப்பற்றி எரிந்தது. கண், மதங்கொண்டு மங்கிற்று. சித்தம், மயங்கிக் கிடந்தது.

"என் புத்தி கெட்டுத்தான்விட்டது. என்ன செய்வேன்!"

"என்னைப் போகவிடு."

"உன்னைப் போகவிடவா வழிமறித்தேன்? – நான் உன்னை விட விரும்பினாலும் முடியாதுபோல் இருக்கிறதே! ஒரே சரீரத்தில் இவ்வளவு மென்மையையும் வன்மையையும் எப்படிச் சேர்த்து அமைக்க முடிந்தது? நம்முடைய பிதாமஹரான பிரம்மா பெரிய மாயாவிதான். மலரையும் தங்கத்தையும் சேர்த்துக் குழைக்க முடியுமா? ஆனால் அந்த அசாத்யமான கலை உன் அங்கங்களில் சாத்தியமாகிவிட்டது. இந்தப் புதிர் என்னைக் குழப்புகிறது."

அம்புபோல் அவன் திருஷ்டி துளைத்தது. அவள் மார்பகத்தை இழுத்துப் போர்த்துக்கொண்டாள்.

"பூஜைக்குப் போகும் என்னை ஏன் இப்படித் தொல்லை செய்ய வேண்டும்?"

"நீ போகத்தான் வேண்டுமா?"

"ஆமாம்."

"நீ என்னை ஆட்கொண்டுவிட்டாய். என் காதல் கொழு கொம்பின்றித் தத்தளிக்கிறது!"

"விசித்திரமாக இருக்கிறதே!"

"என்ன?"

"உங்கள் காதல் விதையாகி, முளைவிட்டுக் கொடியாகிவிட்டதா அதற்குள்?"

"நீ சொல்வது எனக்குப் புரிகிறது. காதல் மனங்களின் கலப்பு ஒற்றுமை என்று நீ சொல்லுகிறாய்."

"இரு உள்ளங்கள் ஒன்றையொன்று அறிந்துகொள்ளக் காலம் தேவை. இல்லாவிட்டால் காதல் என்ற சொல்லுக்கே அர்த்தமில்லை."

"விசித்திரமாக இருக்கிறதே!"

"என்ன?"

"மனங்களின் ஒற்றுமைதான் காதல் என்றால், குறட்டை விட்டுத் தூங்கும் என் தம்பி கும்பகர்ணனைக்கூட நான் காதலிக்கலாம். ஆணும் பெண்ணுந்தான் காதலிக்க வேண்டும் என்று தேவையே இல்லை. இந்த மன ஒற்றுமைக்காகத்தான் பிரம்மா ஆணையும் பெண்ணையும் படைத்தாரா?"

"விரும்பாத ஆணும் பெண்ணும் எப்படிச் சேர்ந்து வாழ முடியும்?"

"விரும்பினால்கூட ஏன் சேர்ந்து வாழவேண்டும்? ஆணும் பெண்ணுந்தான் சேர்ந்து வாழவேண்டுமா, என்ன? ஆணையும் பெண்ணையும் சரீர வேட்கைதானே பிணைத்துக் காதலன், காதலியாக ஆக்கிவைக்கிறது? காதல் உடலைப் பற்றியதாக இல்லாவிட்டால் ஆண் – பெண் என்ற வேற்றுமையையே உண்டாக்கிக்க வேண்டாமே. பாலற்ற பொதுவான ஓர் உருவத்தை, உடலும் உயிரும் பிணைந்த ஓர் உருவத்தைப் படைத்துவிட்டுப் பிரம்மா திருப்தியடைந்திருப்பார். அப்புறம் உன்னுடைய பெண்மைக்கும், மேடிட்ட நீண்ட கண்களுக்கும், கரவும் சரிவும் நிறைந்த எழில் உருவத்திற்கும், உன்னதமான நாசிக்கும், ஆணின் அகண்ட மார்பிற்கும், திரண்ட தோளுக்கும், வீரத் தோற்றத்திற்கும் என்ன அவசியம்? சொல்லுக்கு அப்பாற்பட்ட, உணர மட்டும் முடிகிற ஒரு வனப்பு வடிவத்தைக் கண்டு காதலிக்கக் காலமா வேண்டும்? உன் எழில் கண்டவுடன் என்னைக் கிறங்க அடித்துவிட்டது. அப்படியானால் காதலுக்கு அறிமுகமும் நட்பும் காலமும் அவசியமா?"

"இந்தக் காட்டுமிராண்டிப் பேச்சு, காதைத் துளைக்கிறது. நான் உன்னைக் கண்டு மயங்கிவிடவில்லை. என்னைப் போகவிடு."

ராவணன் காதல்

"என் தாபம் எழுந்துவிட்டது. எண்ணத்திற்கு ஈடேறல் வேண்டும்."

"என் எண்ணத்திற்குந்தான் ஈடேறல் வேண்டும். வெறுப்பு ஈடேற வேண்டும்."

"எல்லோருக்கும் ஈடேறல் கிடைப்பதில்லை." அவள் ஓடத் தொடங்கினாள். ஆனால் தேவர்களைக் கதறக் கதற அடித்த கை அவளைப் பற்றி விட்டது. மறுகணம் வெட்ட வெளியே அவள் ஆடையாகிவிட்டது. ஜாதிக் குதிரையைப்போல் புஷ்டியும் வனப்பும் பூத்து நின்ற, அந்த நீண்டுடல் அவனுடைய இரு கரங்களிலும் கிடந்தது. எல்லையில்லாத அந்தச் சௌந்தரியம் அவனை மெய்சிலிர்க்க அடித்தது. அந்த வனப்புடல் எதிர்த்துப் போராடுவதும் மழையையும் புயலையும்போல ஓர் அழகாகத் தான் பட்டது அவனுக்கு. தீயில் விழுந்ததுபோல் துடித்தாள். மூவுலகையும் வென்ற வீரம் அவளை மிஞ்சிவிட்டது.

புஞ்சிகஸ்தலை பிரம்மனிடம் போய்க் கதறி அழுதாள். ராவணன், பிரம்மன்முன் குற்றவாளியாக நின்றான். ஆனால், அவன் தலை குனிய வில்லை. 'இரண்டாக ஒடிந்தாலும் ஒடிவேன்; இன்னொருவனை வணங்கேன்' என்ற இயல்பான அவன் அகந்தை தலைதூக்கி நின்றது.

"தாத்தா, எதற்குக் கூப்பிட்டனுப்பினீர்கள்?"

"தவம் செய்வது சாதாரண மனிதனுடைய சக்திக்கு அப்பாற்பட்டது. நீ செய்த தவம், தவங்களுக்கெல்லாம் சிறந்தது. பஞ்சாக்கினி மத்தியில் தவம் புரிந்து, கிடைத்தற்கரிய சித்தியெல்லாம் அடைந்திருக்கிறாய் நீ. மூவுலகின் ஆதிக்கமும் பெற்றுவிட்டாய். இவ்வளவு இணையற்ற தபஸ்விக்குப் புத்தி கெட்டுவிட்டதே என்று வேதனைப்பட்டுத்தான் உன்னை அழைத்தேன்."

"என் புத்தி கெட்டுவிடவில்லையே."

"இவ்வளவு தவம் செய்து பெற்ற வீரத்தைத் தனியே சென்ற ஓர் அபலையிடந்தான் காட்ட முடிந்ததா உனக்கு?"

"புஞ்சிகஸ்தலை விஷயமா?"

"ஆமாம்."

"தாங்கள் அப்ஸரஸ்களை எதற்குப் படைத்திருக்கிறீர்கள்? தேவர்களின் போகப் பொருளாகத்தானே?"

"தேவர்களுக்கு மட்டுந்தான்."

"ஏனோ?"

"நல்வினையின் பயனாகத் தேவர்கள் ஆனவர்கள் அவர்கள்."

"இந்த இன்பந்தான் அந்த நல்வினைக்கெல்லாம் பரிசா? அப்படியானால் என் தவ வலியால் மூவுலகிற்கும் ஈசனாகிவிட்டேன் நான். எனக்கும் அவள் உரியவள்தான். பார்க்கப்போனால் எனக்குத்தான் அவள் உரியவள். இந்தத் தேவர்கள் எல்லோரும் பேடிகள். என்னைக் கண்ட மாத்திரத்தில் ஆடை பறக்க, கிலி பிடித்து ஓட்டமெடுக்கிற சூரர்கள்!

தி. ஜானகிராமன் சிறுகதைகள்

வீர்யமும் தேஜஸும் அற்ற பேடிகள். நடும்சகன் ஆகிவிட்ட இந்திரனின் பெருங்குடி மக்கள்! 'மன்னனைப்போல் மக்கள்' என்ற முதுமொழியை மெய்யாக்க வந்தவர்கள். இவர்களுக்கு அப்ஸரஸ்கள் இல்லாமல்தான் குறைச்சலாகப் போய்விட்டது! ..."

"தேவர்களைப் பற்றி அபிப்பிராயம் சொல்ல உன்னை அழைக்கவில்லை. நீ அவளைப் பலாத்காரம் செய்தது உண்மைதானே?"

"உண்மைதான்."

"எதற்காக இந்த இழிசெயலைச் செய்தாய்?"

"எதற்காகவா? இதென்ன கேள்வி? மிகவும் நகைப்பிற்கு இடமான கேள்வியல்லவா இது? மேலும் அது இழி செயலா?"

"நீ செய்தது இழிசெயல் இல்லையா?"

"ஏன் தவறு? பிதாமஹரே, புஞ்சிகஸ்தலையின் இணையில்லாத எழில் என்னைப் பரவசப்படுத்திவிட்டது. ஒரு மகாவீரனை அடிமைப் படுத்தியது, உங்கள் சிருஷ்டிக் கலையின் உயர்வுக்கு மகத்தான சான்றில்லையா?"

"பெரும் தபஸ்வியின் போக்கு இதுதானா?"

"என் தவம் என்ன செய்யும்? தவம் சக்தியைக் கொடுக்கும் ஆண்மையை அளிக்கும். மனத்தைக்கூடப் பிடித்து நிறுத்துமா, என்ன?"

"புஞ்சிகஸ்தலை உன்னை விரும்பவில்லையல்லவா?"

"நான் அவளை விரும்பினேன். இந்தப் பிரபஞ்சத்தில் அழகெல்லாம் அவள் வனப்பில் வடிந்திருந்தது. நான் மயங்கினேன்; பலாத்கரித்தேன். பலாத்காரம் செய்தது உண்மைதான். ஆனால், அது தவறு என்று எப்படிச் சொல்லமுடியும்?"

"தவறில்லையா! மிகவும் நேரான செயலா?"

"எந்த நியாயத்தைக் கொண்டு நீங்கள் அதைத் தவறென்று சொல் கிறீர்கள்? எனக்கு விளங்கவில்லை. நான் செய்தது மிகவும் இயற்கையான செயல்தான். இந்த அழகைக் கண்டு நான் எழுச்சி கொண்டது இயற்கை தான். நானாகக் கொண்ட எழுச்சி அல்ல அது, அந்த அழகே செய்ததுதான். இயற்கையின் ரீதியில் அது நேரான செய்கைதான்."

"அவள் விருப்பத்திற்கு மாறாகக்கூட அவளைத் தனதாக்கிக் கொண்டது நேரான செய்கையா?"

"பிதாமஹரே, அழகு அனுபவத்திற்காக ஏற்பட்டதுதான். தேவர் களுக்காக மட்டும் என்று தனித்து அதை ஒதுக்கமுடியாது. அழகு எல்லா ஜீவர்களுக்கும் உரித்தான ஒரு பொதுச் சொத்து. புஞ்சிகஸ்தலை விஷயத்தில் தேவர்களுக்குள்ள உரிமை எனக்கும் உண்டு ... அப்படி நான் செய்தது குற்றம் என்று கருதினால் சரீர அழகைப் படைத்த தாங்கள், அதைக் கண்டு மயங்கிவிடாமல் மனத்தை அடக்கும் தன்மையையும் படைத்திருக்க வேண்டும்."

"ஆகையால் நான் அவளைப் படைத்ததுதான் தவறு என்கிறாயா?"

"ஏறக்குறைய அப்படித்தான் ... முதல் குற்றவாளி தாங்கள்தான். என் தவம் என் மனத்தை அடக்கப் பயன்படவில்லை. என் தவத்தையும் மீறிய அழகைக் கண்டு நான் சஞ்சலிக்காமல் இருந்திருந்தால் இந்தத் தொல்லை வந்திராது."

"உன் தவம் எப்படிப் பயனளிக்கும்? மனத்தை அடக்குவது தவத்தின் பயனல்ல; மனத்தை அடக்குவதுதான் தவம். நீ பஞ்சாக்கினி மத்தியில் செய்த தவங்களைவிட, அரை நாழிகை நேரம் சஞ்சலங்களுக்கிடையே ஆட்டங் காணாமல் நிற்பது ஆயிரம் மடங்குப் பெரிய தவமாகும். இயற்கை இயற்கை என்று நீ செய்தது நியாயம் என்று சொல்லிக்கொண்டாயே, அது வெறும் அபத்தக் கூற்று. நல்லது கெட்டது என்று பிரித்தெடுக்கும் சுயேச்சையுடன்தான் வாழ்வு கொடுக்கப்பட்டிருக்கிறது; இயற்கையை வெல்வதுதான் வாழ்வு."

"அந்த இயற்கையை வெல்ல என் தவம் உதவவில்லையே."

"உன் தவம் மிகவும் தாழ்ந்த ரகத்தைச் சேர்ந்தது."

"அந்த மட்டமான தவத்தைக் கண்டு மகிழ்ந்துதானா தாங்கள் எனக்கு வரங்களெல்லாம் தந்தீர்கள்!"

"தொடங்கிய இடத்திலேயே நீ இன்னும் நின்றுகொண்டிருக்கிறாய். மீண்டும் மீண்டும் பேசி என்ன பயன்? படைத்தவனே எல்லாவற்றையும் கொடுத்துவிட்டால் படைக்கப்பட்டவனுக்கு என்ன வேலை இருக்கிறது? உன் விபரீத புத்தி உன்னைக் குதர்க்கவாதம் செய்யத் தூண்டுகிறது. பலாத்காரம் செய்ததை நியாயம் என்று மிருகந்தான் சொல்லும். நீ உயர்ந்த ஜீவனாகப் பிறந்ததன் நோக்கமே பாழ்த்துவிட்டது. நீயோ உன் மனத்தைக் கட்டி நிறுத்த முடியவில்லை என்று சொல்லுகிறாய். இனி எந்தப் பெண்ணையாவது – உன்னை விரும்பாத பெண்ணை – பலாத்காரம் செய்யும் எண்ணத்துடன் நீ தொட்டால் உன் தலை நூறு துண்டாக வெடித்துவிடும் ... நீ போகலாம்."

இடிகுரலில் இந்தச் சாபம் எழுந்து விழுந்தது.

குற்றவாளி சிரித்தான்.

"பிதாமஹரே, அவசரப்பட்டுச் சாபம் கொடுத்துவிட்டீர்களே. மனத்தை அடக்கும் சக்தியை இயல்பாக ஏற்படுத்தாவிட்டால் உம்முடைய சிருஷ்டி அலங்கோலமாகத்தானே முடியும்? ... என்ன செய்கிறது? கலைஞர்களுக்குக் காரணகாரிய ரீதியில் ஒன்றையும் செய்ய முடியாது. ஆதி கலைஞரான நீரும் மூடராக இருப்பதில் என்ன ஆச்சரியம்!" என்று சிரித்துக்கொண்டே வெளியேறினான்.

அவன் திரும்பி இலங்கையை நோக்கி பயணமானான் வான வீதியில் மின்னல் வெட்டிற்று.

புஞ்சிகஸ்தலை அங்கே நின்றுகொண்டிருந்தாள், வளைவும் குழைவுமாக. அவன் வேதனை எழுந்தது. உடல் தீப்பற்றி எரிந்தது.

"புஞ்சிகஸ்தலே!"

"மிருகமே, என்னைத் தொடாதே!"

"ஏன் ஒதுங்கி ஓடுகிறாய்? ஓடித்தான் என்ன பயன்?"

அவளைப் பற்றப்போனான் அவன். பளிச்சென்று தீ சுட்டாற் போல் கையை இழுத்துக்கொண்டான்.

புஞ்சிகஸ்தலை எக்களிப்புடன் சிரித்தாள்; சிரித்துவிட்டு நடந்தாள். அவளுடைய பின்னழகைக் கண்டு, கால் ஒடிந்தவன் போல நின்றான் லங்கேசன். அவன் உடல் தீப்பற்றி எரிந்தது.

காதல், 1956க்கு முன்

பரதேசி வந்தான்

வக்கீல் அண்ணா பந்தியை ஒரு நோட்டம் விட்டார்.

அடியேன் அவருக்கு நேர்த் தம்பி அல்ல. ஒன்றுவிட்ட தம்பிகூட அல்ல. அவருடைய மேதா விலாசத்தைக் கண்டு உலகமே அவரை, 'அண்ணா அண்ணா' என்று வாய்நிறைய அழைத்தது. அந்த மாதிரித் தம்பிதான் நான். ஒரே தெரு, எதிர்த்த வீடு – இந்த உறவைத் தவிர வேறொன்றும் இல்லை. அதே காரணத்தால் உலகத்தாரைவிட நான் மிக மிக நெருங்கிய தம்பி. கூப்பிட்ட குரலுக்கு ஏன் என்று ஓடும் தம்பி. ஈசன் ஹோவர் போட்டி போடுவதிலிருந்து இளம் வித்வான் கச்சேரி வரையில் அவருடைய அபிப்பிராயத்தை எல்லோருக்கும் முன்னால் முதல் முதலாக, அந்தரங்கத்தில் கேட்கும் அபிமானத் தம்பி.

அண்ணா பந்தியைச் சாரி சாரியாக நோட்டம் விட்டார். ஜூனியர் பாப்பா பந்துலு, பூதகணங்களாகச் சேவைக்குக் காத்துக்கிடக்கும் அண்டை வீட்டு இளைஞர்கள், எதிர்த்த வீட்டு நான், இரண்டு குமாஸ்தாக்கள் – எல்லோரும் செய்த சாப்பாடு ஏற்பாடு சரியாக இருக்கிறதா என்று அந்த ராஜாளி நோட்டம் ஆராய்ந்துகொண்டிருந்தது. அவர் திருப்தி அடைய வேண்டுமே என்று எல்லோர்க்கும் கவலைதான். ஜூனியர் பாப்பா, வேற்றுத் தெருவுக்குள் கால் வைத்துவிட்ட நாயைப்போல ஒண்டி ஒடுங்கி நடந்துகொண்டிருந்தார். அண்ணாவின் பார்வை கம்பீரமாக ஒவ்வொரு நபரையும் அவருடைய அந்தஸ்தையும் எடை போட்டு, 'சரி, ம், சரி' என்று ஆமோதம் செய்துகொண்டு வந்தது.

அண்ணா கோர்ட்டில் வக்கீல். வாழ்க்கையில் நீதிபதி. கொலையும் பறியும் புரிந்துவிட்டு, குற்றுயிரும் குலை உயிருமாகச் சட்டத்தின் வாயில் மாட்டிக்கொண்டு இழுத்துக் கொண்டிருந்தவர்களை வெளியே பிடுங்கி எறிந்து அபயம் தந்திருக்கிறார். தீவட்டிக் கொள்ளையோ, கொலை பாதகமோ – எதுவாயிருந்தால் என்ன? அண்ணா திவலைபறக்க,

நீர்வீழ்ச்சியைப் போல வாதாடும்போது நீதிபதியின் தனித்தன்மை, நடுநிலைமை எல்லாம் அமுங்கி ஆற்றோடு போய்விடும். இப்பேர்ப்பட்ட அண்ணா, வாழ்க்கையில் நீதிபதி – வாழ்க்கையில் எந்தத் தப்பையும் – குற்றம் கிடக்கட்டும் – தவறைக்கூட சின்னத் தப்பைக்கூட லேசில் விடமாட்டார். சாணக்கிய சாகசம் செய்து வேரை எற்றி, நீறாக்கி, வெற்றி அடைந்த பின்புதான் அமைதி காணுவார்.

அண்ணாவின் பிள்ளைக்கு முதல் நாளைக்கு முதல் நாள் கல்யாணம் ஆகிவிட்டது. மறுநாள் இரவு எல்லோரும் திரும்பிவிட்டார்கள். மூன்றாம் நாள் காலையில் கிருகப் பிரவேசம். மணப்பெண்ணை அழைத்தாகிவிட்டது. கோலாகலமாகத்தான் எல்லாம் நடந்தது. ஒரே பிள்ளை!

சாப்பாட்டுக்கு இலை போட்டாய்விட்டது. நூற்றைம்பது இலை போடக் கூடிய கூடத்தில் நெருக்கி இன்னும் ஐம்பது இலை விழுந்திருக் கிறது. கொல்லைக்கட்டு, அடுக்களை, கொல்லை நடை, வாசல் நடை எங்கே பார்த்தாலும் இலை போட்டிருக்கிறது. கூடத்துப் பந்தி 'பொருக்கான' பந்தி. இருநூறு இலையும் அண்ணாவின் அபிப்பிராயத்தில் 'முதல்' வகுப்பைச் சேர்ந்தவர்கள். ஜூனியர் பந்துலுவும் நானும் பார்த்துத்தான் உட்கார்த்தி வைத்திருக்கிறோம்.

அண்ணா கம்பீரமாகப் பார்க்கிறார். வாழ்க்கையில் நீதிபதி அவர். சின்னத் தவறு நடந்தாலும் தவறுதான். துளி அபஸ்வரம் பேசினாலும் அபஸ்வரந்தானே ... அண்ணாவும் வெறும் வக்கீல் அல்ல; பெரிய சங்கீத ரசிகர். ரசிகர் என்பதைவிடச் சங்கீத 'க்ரிடிக்' (விமரிசகர்) என்று சொல்வது பொருந்தும். கர்னாடக சங்கீதத்தில் ஊறித் திளைத்து நீந்தியவர். வேங்கடமகி, சார்ங்க தேவர் எல்லாம் அவருக்குத் தலைகீழ்ப் பாடம் தமிழ்ப் பண்களை எல்லாம் துருவித் துருவிக் கேட்டிருக்கிறார். மாகாணத்தின் எட்டு மூலையிலும் எங்கே சங்கீத சர்ச்சை நடந்தாலும் அண்ணா அங்கே இருப்பார். தலையின் முன், வழுக்கை பளபளக்க, ஒரு மகாநாட்டில் பிரமாதமாக ஒரு ராகத்தை – பேச்சில்தான் – விளக்கிக்கொண்டிருந்த அண்ணாவின் தலையை ஒருவர் கார்ட்டூனாக வரைந்திருந்தார். அது பெரிதாகி அண்ணாவின் ஆபீஸில் தொங்குகிறது.

அண்ணாவுக்கு யார் பாடினாலும் பிடிக்காது. அவருடைய லக்ஷிய சங்கீதத்தின் வாசற்படியைக்கூட தற்கால சங்கீத வித்வான் யாரும் மிதிக்கவில்லை என்பது அவர் கருத்து. அவருடைய சொந்த ஊரான பூக்கால் குளத்தில் ஒரு பெண் நன்றாகப் பாடும். அதன் பாட்டைத்தான் அவர் திருப்தியோடு கேட்பார். ஒன்றரை நூற்றாண்டுகளுக்கு முன் வாழ்ந்த ஒரு வாக்கேயக்காரரின் பேரனுடைய சிஷ்யனின் பெண் வயிற்றுப் பேத்தி அந்தப் பெண். அவள் இப்போது கல்யாணமாகி மூன்று குழந்தை களுக்குத் தாயாகி ஹைதராபாத்தில் குடியும் குடித்தனமுமாக வாழ்க்கை நடத்திக்கொண்டிக்கிறாள். கிருகப்பிரவேச வைபவத்திற்கு, மாலையில் அவள்தான் கச்சேரி செய்யப் போகிறாள். ஹைதராபாத்தி லிருந்து அதற்காகத்தான் அவள் வந்திருக்கிறாள் ... அபஸ்வரம் என்ற வார்த்தையிலிருந்து எங்கெங்கோ போய்விட்டது. அபஸ்வரம் என்ன, அவச்சொல்கூட அண்ணா காதில் விழக்கூடாது. கல்யாணத்திற்கு முன்,

கிருகப்பிரவேசத்திற்காகப் பந்தல் போட்டுக்கொண்டிருந்தான். காலை எட்டுமணி; குமஸ்தாக்கள் இன்னும் வரவில்லை. பிச்சைக்காரன் ஒருவன் வந்து சேர்ந்தான். அந்த நிழலே அண்ணா வீட்டு வாசலில் விழக்கூடாது. ஆள் புதிது. துந்தனத்தை மீட்டிக்கொண்டு சுருதியோடு இழைந்து கவ்விய குரலில் பாடிக்கொண்டு வந்தான்.

"காஞ்சிமா புரியில் வாழும் காமகோடி வாவா, வாங்கூஷியுடன் வந்தெனக்கு வரமருள் வாவா, தற்பரம் அளிக்கும் திவ்ய கற்பமே வாவா."

"ஏய், மறுபடியும் பாடு."

"காஞ்சிமா புரியில்... வாங்கூஷியுடன் வந்தெனக்கு..."

"என்னது?"

"வாங்கூஷியுடன்..."

"என்னது?"

"வாங்கூஷியுடன்..."

"வாஞ்சையா? வாங்கூஷியா?"

"வாங்கூஷதானுங்க."

"வாஞ்சையில்லை?"

"இல்லீங்க."

"ஏன்?"

"எங்க குருநாதன் அப்படித்தான் சொல்லிக் கொடுத்தாரு"

"யாரு உங்க குருநாதன்?"

"முருகப் பண்டாரம்."

"எங்கே இருக்கார் அவர் இப்போ?"

"சமாதி ஆயிட்டாருங்க."

"போனாப் போறார். நீ இனிமே வாஞ்சைன்னு சொல்லு."

"அவரு வாங்கூஷின்னு தானே சொல்லுவாரு."

"அப்ப உனக்கு அரிசி கிடைக்காது."

"வேணாமே."

"நீ வேணும்ணுதான் கேட்டுப் பாரேன் – கிடைக்கிறதா பார்ப்போம்"

"நீ வேணும்ணுதான் என்னைச் சொல்லச் சொல்லிப் பாரேன். நான் சொல்கிறேனா, பார்ப்போம்."

"சீ, சீ, நாயே! போ! பதில் பேசாதே!"

"நானா இப்போ வள்ளு வள்ளுனு உளுவறேன்?"

"போடான்னா!"

"அட போய்யா, பிச்சைக்கு வந்த இடத்திலே சண்டைக்குல்ல நிக்கிறே! கச்சை கட்டிக்கிட்டு" என்று பந்தல்காரன் இடைமறித்தான்.

"போய்யா ... போ ... ஏங்க அந்த ஆளோட வம்பு? தக்குபிக்குன்னு ஏதாவது உளறுவான். நமக்கு என்னாத்துக்குங்க?"

"குருநாதன் சொல்லிவிட்டானாம், இவன் சொல்ல மாட்டானாம்!"

"ஆமாய்யா! சொல்லத்தான் மாட்டேன். சொல்லு மனுசன் உண்டாக்கினதுதான். காக்காய்க்குக் கிளின்னு பேர் வச்சு நானூறு பேர் அளைச்சா கிளிதான். ஆமாம்."

"நீ இப்பப் போகமாட்டே . . .? போய்யா ... அப்புறம் தெரியுமா?"

அப்போதுதான் நானும் வந்து சேர்ந்தேன்.

"ஏதோ, தெரியாத பயல்."

"யாரு, அவனா? நீன்னா தெரியாத பயல்! பாயின்ட் பாயின்டாப் பேசறான்! தெரியாத பயலாம் ... பிடிவாதக்காரப் பயன்னா அவன்!"

"தொலையறான் அண்ணா; விடுங்கோ."

அண்ணா வாழ்க்கை, வார்த்தை எல்லாவற்றிலும் நீதிபதி; ஆமாம்.

அண்ணா பந்தியைப் பார்த்துக்கொண்டே வந்தார். திடிரென்று முகம் இருண்டது. புருவத்தைச் சுளித்தார். மூக்கின் இதழ்கள் விரிந்தன.

"ஏய், பஞ்சாமி!"

"அண்ணா ..."

"வா, இப்படி."

ஓடினேன்.

"யாரது?"

"எங்கே?"

"அதோ பார்!"

கூடத்தில் நடைநிலைக்கு எட்டிய தாழ்வாரத்தில் போட்டிருந்த பந்தியில் ஒரு பரதேசி உட்கார்ந்திருந்தான். நடுப் பருவத்தைக் கடந்து கிழத்தனத்தில் கால் வைத்த பருவம். எலும்பும் தோலுமான உடல். அளவுக்கு மிஞ்சிய நரை. கன்னம் முழுவதையும் மறைத்த தாடி. ஒழுங்கில்லாத குரங்குத் தாடி. பலபல பட்டினிகளால் வயதை மீறிய மூப்புத் தோற்றம். கண்ட தண்ணீரில் நனைத்து நனைத்துப் பழுப்பேறிய, மடித்துப் போன, ஓட்டுகள் போட்ட வேட்டி; பக்கத்தில் அதே பழுப்பு நிறத்தில் ஒரு மூட்டை; இவ்வளவு காபந்துக்களுக்கிடையே, ராகு வந்து அமுதத்திற்கு அமர்ந்துபோல அமர்ந்துவிட்டான். அமுத சுரபியை ஏந்தி

பரதேசி வந்தான்

வரும் மால் பூண்ட மோகினி வேடந்தான் மயங்கிவிட்டது; அண்ணாகூட ஏமாந்து விடுவாரா, என்ன?

"எப்படிடா வந்தான் அவன்?" என்று இரைச்சல் போட்டார்.

மௌனத்தைத் தவிர வேறு விடை எதைச் சொல்ல?

"அழகாக இருக்குடா நிர்வாகம்! கிளப்புடா அந்தக் கழுதையை!"

"உட்கார்ந்துவிட்டானே, அண்ணா" என்று மெதுவாகச் சொன்னேன்.

"அப்படியா, மன்னிக்கணும்!" என்று ஒரே ஓட்டமாக ஓடினார். அந்த இலைக்குமுன் நின்றார். இருநூறு முகங்களும் அவரைப் பார்த்துக்கொண்டிருந்தன.

"ஏய். எழுந்திறா!"

அவன் வாய் பேசாமல் அவரை நிமிர்ந்து பார்த்தான். வாயில் போட்ட கறி உள்ளே செல்லாமல் அந்தரத்தில் நிற்க, எச்சிலான கை இலையில் இருக்க, அவரை மௌனமாகப் பார்த்தான்.

"எழுந்திருடா."

மீண்டும் அதே தீனமான பார்வை.

"எழுந்திருடான்னா!"

"பசிக்கிறது, எச்சில் பண்ணிவிட்டேன்."

அவ்வளவுதான்.

அப்படியே தலைமயிரை ஒரு லாவு லாவினார் அண்ணா! உடும்புப்பிடி!

"எழுந்திர்றாங்கறேன். பதில் சொல்லிண்டா உட்கார்ந்திருக்கே?"

பிடித்த பிடியில், பரதேசியின் கை தானாகவே பக்கத்திலிருந்த மூட்டையை அணைத்துக்கொள்ள, காலும் தானாகவே எழுந்துவிட்டது. இடது கையால் அப்படியே தரதரவென்று அவனைத் தள்ளிக்கொண்டு, நடையைக் கடந்து, வாசல் திண்ணையைக் கடந்து, ஆளோடியைக் கடந்து, படியில் இறங்கி, பந்தலுக்கு வெளியே ஒரு தள்ளு தள்ளினார் அண்ணா. தலை அவிழ்ந்து அலங்கோலமாகக் குப்புற விழுந்தான் அவன்.

"அப்பா, அம்மா, பாவி!" என்று முனகிக்கொண்டே எழுந்தான். திரும்பி அவரைப் பார்த்தான். முகம் கொதித்தது. பசியின் எரிச்சல் கண்ணில் எரிந்தது. கைக்கு எட்டி வாய்க்குக்கூடத் துளி எட்டி, பசியைக் கிளப்பிவிட்டு முழுவதும் கிட்டாமல் போனதன் எரிச்சல் முகத்தில் எரிந்தது. ஆற்றாமையும் கோபமும் தொண்டையை அடைக்க, பசியால் மூச்சு வேகமாக, சின்னச் சின்னதாகத் தொண்டையில் ஏறி இறங்க, வயிறு குழைய, ஒரே கத்தாகக் கத்தினான் அவன்.

"ஓய் வக்கீலே, நீர் நன்னா இருப்பீரா? இலையில் உட்காந்து எச்சில் பண்ணினவனைக் கிளப்பி, யமதூதன் மாதிரி தள்ளிண்டு வந்தீரே!"

"ஏய், போறயா, நொறுக்கி விடட்டுமா?"

கண் கனல் கக்க, சாணக்கியனைப்போல, விரிந்த குரலில் ஓர் இரைச்சல் போட்டான் அவன்.

"போறேன், போறேன், இதோ போறேன். ஆனால் திரும்பி வருவேன். அடுத்த மாசம் இதே தேதிக்கு உம்ம வீட்டிலேயே சாப்பிட வரேன். நீர் அழுதுகொண்டு போடற சாப்பாட்டுக்கு வரேன், பார்த்துக்கும்!"

விறுவிறுவென்று நடந்தான்.

எனக்குச் சொரேர் என்றது. என்னமோ சொல்லிவிட்டானே!

அண்ணா ரௌத்ரம் பொங்கச் சீறினார்.

"ஏய், போய் அந்தப் பயலை இழுத்துண்டு வாடா. சும்மா விட்டுவிடுகிறதா அந்தப் பயலை?"

"அண்ணா, உள்ளே போங்களேன். சகதியிலே கல்லைத் தூக்கி எறியலாமா?" என்று அவரை இறுக அணைத்து உள்ளே தள்ளிக்கொண்டு போனேன். என் பிடியை மீற முடியாமல் அண்ணா மெதுவாக உள்ளே சென்றார்.

என்ன அவச்சொல்! ஆபாசமான வார்த்தைகள்! மங்களமான வைபவத்தில் கேட்கவொண்ணாத கொடூர அவச்சொல்! ருசிக்க முடியாத அவச்சொல்! உதட்டில் வைத்துப் பருகும் பாலில் மேலேயிருந்து ஒரு துளி நஞ்சு விழுந்து, வாய்க்குள் போய்விட்டதுபோல என் கண் இருண்டது; உள்ளம் இருண்டது. எப்படிப் பேசினான் இந்த வார்த்தைகளை! பாவி! இனிய நாதம் பொழியும் தந்தியை அறுத்து அவ ஓசையை எழுப்பி விட்டான். என் மனம் படபட என்று பறந்தது.

"ஏலே, உம் மூஞ்சி ஏண்டா அசடு வழியறது ... முட்டாள்!"

மாலையில் கச்சேரி நடந்தது. பூக்கால் குளத்துப் பர்வதம் பாடினாள். இனிய குரல். ஞானம் நல்ல ஞானம். ஆனால் மூன்று குழந்தைகளுக்குத் தாயார் என்பதைக் குரல் காட்டிக்கொண்டே வந்து, பாட்டைக்கூட மூன்றாம் தரமான பாட்டாக அடித்துவிட்டது. அண்ணா முன்னால் உட்கார்ந்து கைமேல் கையில் தாளம் போட்டு, விரலை எண்ணி, சிரக்கம்பம் செய்துகொண்டிருந்தார். இரண்டு மணி நேரம் ஆவதற்குள் இரண்டாயிரம் ஆஹாகாரம் வந்துவிட்டது. ஆட்டுகிற ஆட்டலில் தலை ஒடிந்து விழுந்துவிடும்போல் இருந்தது. அண்ணாவின் கற்பனை பயங்கரமானதுதான்.

மணமகனும் மணமகளும் ஒரு சோபாவில் உட்கார்ந்து கச்சேரி கேட்டுக்கொண்டிருந்தார்கள். நடுவில் மணமகன் எழுந்து கொல்லை நடைப்பக்கம் சென்றான்.

பத்து நிமிஷத்திற்கெல்லாம் அண்ணாவின் சம்சாரம் பரபர வென்று என்னைக் கூப்பிட்டாள்.

"ஏய் பஞ்சு, அண்ணாவைக் கூப்பிடு."

அண்ணாவும் நானும் உள்ளே போனோம். அடுக்களையில் கல்யாணப் பையன் பிரக்ஞை தவறிப் படுத்துக் கிடந்தான். கொல்லையில் போனவன் ஒருமுறை வாந்தி எடுத்தானாம். பிறகு, "தலை கிறுகிறு என்கிறது" என்று முனகினானாம். அடுக்களையில் வந்து மடேர் என்று விழுந்தானாம். மூர்ச்சை போட்டுவிட்டது. ஸ்திரீகள் சுற்றி நின்றுகொண்டிருந்தார்கள். அண்ணாவின் தமக்கை விசிறிக்கொண்டிருந்தாள்.

"குழந்தே, குழந்தே!" என்று அண்ணா அழைத்தார்.

"விஸ்வநாதா, விஸ்வநாதா!" என்று நான் அழைத்தேன்.

நல்ல மூர்ச்சை. பதில் வரவில்லை. "பஞ்சு, நான் என்னடா செய்வேன்?" என்று உட்கார்ந்தவாறே என்னை நிமிர்ந்து பார்த்தார் அண்ணா. திகில் படர்ந்த அந்தப் பார்வையை அந்த முகத்திலேயே நான் பார்த்ததில்லை.

"ஒண்ணுமில்லேண்ணா! இதோ போய் டாக்டரை அழைச்சுண்டு வரேன். கவலைப்படாதிங்கோ" என்று சொல்லிவிட்டு ஓடினேன்.

டாக்டர் வந்தார். அரை மணி தட்டிக் கொட்டிப் பார்த்தார். ஊசி போட்டார். மருந்து எழுதிக் கொடுத்தார். மூர்ச்சை தெளியவில்லை. பெரிய டாக்டரை அவரே போய் அழைத்து வந்தார். கோமா சோமா என்று ஏதோ வைத்திய பாஷையில் பேசிக்கொண்டார்கள்.

என்னத்தைச் சொல்கிறது! மூர்ச்சை தெளியும் வழியாக இல்லை. ஒரே பேத்தல், பிதற்றல். ஏழெட்டு நாள் கண்திறக்கவில்லை. உள்ளூர் டாக்டர்கள், மந்திரவாதிகள் எல்லோரும் பார்த்தார்கள். திருச்சியிலிருந்து இரண்டு டாக்டர்கள், பிறகு மதராஸிலிருந்து ஐந்தாறு டாக்டர்கள்! கடைசியாகக் கல்கத்தாவிலிருந்து விமானத்தில் ஒரு நிபுணர் வந்தார். கையைப் பார்த்தார். "இன்னும் நாற்பத்தெட்டு மணி நேரத்திற்குப் பிறகுதான் சொல்ல வேண்டும்; பிறகு மூர்ச்சை தெளிந்தால் கொடுங்கள்" என்று ஒரு மருந்தை எழுதிக் கொடுத்துவிட்டு ஆயிரம் ரூபாய் பீஸையும் வாங்கிக்கொண்டு போய்விட்டார். அவ்வளவு பெரிய டாக்டர் சொல்வது வீணாகவா போய்விடும்? மூன்றாம் நாள் காலையில் எல்லாம் அடங்கிவிட்டது.

எல்லாம் மாயாஜாலம்போல் இருந்தது எனக்கு. எவ்வளவு வேகம்! அண்ணாவின் ஒரே பிள்ளை! ஒரே இன்பக்கனவு! அவருடைய ஜகமே அவன்தான் – அது அழிந்துவிட்டது!

அண்ணா தேம்பினார். திடீரென்று நினைத்துக்கொண்டு வாய் விட்டு அழுவார். அழாத நேரத்தில் சூன்யத்தைப் பார்த்துக்கொண்டு உட்கார்ந்திருப்பார். திடீரென்று புன்சிரிப்புச் சிரிப்பார்; பேய் சிரிக்கிறாற் போல் இருந்தது எனக்கு! குலை நடுங்கிற்று!

"என்னடா பஞ்சாமி, என்ன சிரிக்கிறேனென்று பார்க்கிறாயா? நாளைக்குத் தேதி ஐந்து. அதனால்தான் சிரிக்கிறேன்."

நான் பதில் சொல்லவில்லை. 'சோகத்தில் சிரிக்கிறார், அழுகிறார், புலம்புகிறார். இஷ்டப்படி பேசட்டும்' என்று விட்டுவிட்டேன். பிரமை யடைந்து, நிதானமிழந்து ஆடிக்கொண்டிருந்த சித்தத்தில் என்ன என்ன தோன்றுகிறதோ? மோகம் சோகத்தின் இரட்டை.

"நாளைக்குத் தேதி ஐந்துடா. நாளைக்குத்தான் பன்னிரண்டாம் நாள் என் உயிர் போய். போன ஐந்தாம் தேதி கிருக் பிரவேசம். அந்தப் பரதேசிப் பய எவ்வளவு கணக்காக ஆணியடித்தாற்போலச் சொன்னான், பார்."

எனக்கு ஞாபகப்படுத்தத் தேவையில்லை. பரதேசியின் நினைவாகத் தான் இருந்தேன்.

மறுநாள் பன்னிரண்டாம் நாள் காலையில் ஈமக்கடன்கள் தொடங்குகிற சமயம். காலை எட்டு மணி இருக்கும்; வாசலில் வந்து நின்றான் அவன். சவம் உயிர் பெற்று வந்ததுபோல் வந்து நின்றான். வெளுத்துப்போன தாடி, மீசை, எலும்பும் தோலுமான உடல், பழுப்பேறிய நைந்துபோன துணி, கையில் மூட்டை; கல்யாணத்தன்று வந்த அதே வேஷந்தான்.

எனக்கு ஒரேயடியாகப் பற்றிக்கொண்டு வந்தது. நெஞ்சு கோபத்தில் விம்மிற்று. ஒரே பிடியாகக் கழுத்தைப் பிடித்து அமுக்கித் திருகிப் போட்டுவிடலாமா என்று, கை நெஞ்சு எல்லாம் துடித்தன. ஆனால் ஒன்றும் செய்ய இயலவில்லை. உள் மனம் நடுங்கிச் செத்தது. இவ்வளவு ஆத்திரமும் முடவனின் கோபமாகப் புகைந்து அணைவதைத் தவிர வேறு ஒன்றும் செய்ய முடியவில்லை.

அண்ணா அவனைக் கண்டதும் தேம்பித் தேம்பி அழுதார்.

"ஸார், வருத்தப்படாதீர்கள். நான் புண்ணில் கோல் இடுவதற்காக வரவில்லை. வாக்குத் தவறக்கூடாது என்று வந்தேன்" என்று பரதேசி சொன்னான்.

அண்ணா சிறிது நேரம் முகத்தை வேறு பக்கம் திருப்பிக்கொண்டார். பெரிய முயற்சி செய்து பல்லைக் கடித்து, உதட்டைக் கடித்து, கண்ணைத் துடைத்து, துக்கத்தை அடக்கிக்கொண்டார். பரதேசி தலைகுனிந்து நின்றுகொண்டிருந்தான். ஐந்து நிமிஷம் ஆயிற்று.

"ஓய், உம்முடைய வாக்குப் பலித்துவிட்டது!" என்றார் அண்ணா.

"என் வாக்காவது பலிப்பதாவது! நடப்பது நடந்துதான் தீரும்."

"நீர்தானே ஐயா சாபமிட்டீர்?"

"என் பசி சாபமிட்டது. ஆனால் இது நடப்பதற்கு அதுதான் காரணம் என்று நான் நினைக்கவில்லை. தெரியாமல் இருந்ததை நான் சொல்லியிருக்கலாம்!"

"எப்படி?"

"எங்கும் இருக்கிறது நாதம். கேட்கவா முடிகிறது? கை தட்டியோ, ஏதாவது செய்தோதானே அதைக் கேட்க முடிகிறது! அது மாதிரிதான்."

"உமக்கு வருங்காலம் தெரியுமா?"

"தெரியாது; என்னமோ வாயில் வந்ததைச் சொன்னேன்."

"ம் ... நீர் பெரிய அறிவாளியாக இருப்பீர்போல் இருக்கிறதே. ஏன் இப்படிச் சோற்றுக்கு அலைகிறீர்?"

"அறிவு இருந்தால் வக்கீல் தொழில்தான் செய்ய வேண்டுமா, என்ன? அறிவு இருந்தால் பிச்சை எடுக்காமல், சோற்றுக்கு அலையாமல் இருந்துவிட முடியுமா?"

"நீர் சொல்வது எனக்குப் புரியவில்லை."

"எப்படிப் புரியும்? பந்தியில் அவ்வளவு பெரிய மனிதர்களுக்கு நடுவில் நான் உட்கார்ந்து சாப்பிடுவதைப் பார்த்துக்கொண்டிருக்க உமக்குத் தைரியம் இல்லை. தெம்பு இல்லை. உம்முடைய அகங்காரம் அவ்வளவு லேசாக, பஞ்சையாக இருக்கிறது. அந்தத் தெம்புக்கு அஸ்திவாரமான அன்பு உம்மிடம் இல்லை. சிமிண்டில், வலுவில்லாத்து போல் தோன்றுகிறது. நீரைக் கலந்தால் அப்புறம் சம்மட்டி போட்டுத்தான் உடைக்க வேண்டும். உம்முடைய கல்நெஞ்சம் வெறும் வலுவில்லாத கல் நெஞ்சம். துளி அன்பை இவ்வளவு பெரிய அகந்தையில் கலந்திருந்தால், அது கம்பீரமாக நிற்கும். அத்தர் கலந்தாற்போலப் பரிமளிக்கும். உண்மையான வலு, உம் நெஞ்சுக்கு இல்லை. இருந்திருந்தால் பட்டப் பகலில் இரட்டைக் கொலை செய்த பாண்டிக்கு நீர் வக்காலத்து வாங்கியிருப்பீரா? அவன் கொலை செய்தது உலகறிந்த விஷயம். நீர் சரமாரியாக வாதாடி, அவனுக்கு நீதியளிக்காமல் காப்பாற்றினீர். உம்முடைய அகங்காரத்திற்கு நான் சொன்ன வலுவில்லை. இருந்தால் மோட்டார், ஆயிரம் வேலி, வைரக் கடுக்கன், இந்தப் பரதேசி, தரித்திரம் எல்லாவற்றையும் சேர்த்து உட்கார வைத்துக் காது நிறைய, கண் நிறைய, உள்ளம் நிறைய ஆனந்தமடைந்திருப்பீர். மோட்டார், வைரம், இதற்கப்பால் உம் அகங்காரத்திற்குக் கண் தெரியவில்லை."

அண்ணா சூன்யத்தைப் பார்த்துக்கொண்டு தேம்பினார்.

சற்றுக் கழித்து, "ஓய் காலதேவரே, உட்கார்ந்து பேசுமேன். கால் வலிக்கவில்லையா?" என்று வேண்டினார்.

காலதேவன் வயிறு குழைய, கண் குழைய, விலா எலும்புகளின் தோல் விம்ம, "ஈசுவரா!" என்று பசியின் வடிவாக உட்கார்ந்துகொண்டான்.

அமுதசுரபி, 1956க்கு முன்

சத்தியமா!

"இது ஏதுடா காலண்டர்?"

"நான்தாண்டா வாங்கிண்டு வந்தேன் – மண்ணெண்ணெய் கடை நாயக்கர்கிட்டேருந்து."

"ரொம்ப நன்னாருக்குடா. என்ன விலைடா இது?"

"விலைக்குக் கொடுக்க மாட்டா இந்தக் காலண்டரை. தெரிஞ்சவாளுக்கு மாத்திரம் இனாமாகக் கொடுப்பா."

"உங்கப்பாவுக்குத் தெரியுமா அவரை?"

"எங்கப்பாவுக்குத் தெரிஞ்சிருந்தா ஜனவரி மாசமே வாங்கியிருக்க மாட்டாரா? நான்தான் அந்தக் கடை வாசல்லே நின்னுண்டு தினமும் பார்த்துண்டேயிருப்பேன். அந்தக் கிருஷ்ணர் சிரிச்ச மூஞ்சியா புல்லாங்குழல் வாசிக்கிறார் பாரு. காது ரெண்டையும் தூக்கிண்டு அந்தப் பசுங் கன்னுக்குட்டி அதைக் கேட்டுண்டு நிக்கறது பார். எவ்வளவு அழகாயிருக்கு பாத்தியா! நித்தியம் பள்ளிக் கூடத்திலேருந்து வரபோதெல்லாம் அதைப் பாத்துண்டே நின்னிண்டிருப்பேன். அங்கே ஒரு கணக்குப்பிள்ளை இருக்கு பாரு, ஒல்லியா, குடுமி வச்சிண்டு, உர்ருன்னு மூஞ்சியை வச்சிண்டு, ஓணான் மாதிரி! ஜூன் மாதம் பள்ளிக்கூடம் திறந்த உடனே 'மாமா மாமா, அந்தக் காலண்டரை எனக்குத் தரேளா?'ன்னு கேட்டேன். 'அது பத்து ரூபாடா விலை'ன்னு அது காதிலே பென்சிலை வச்சிண்டு, மூக்கு நுனியிலே கண்ணாடியை நழுவி விழுந்துடறாப்போல போட்டுண்டு நிமிந்து பாத்துச் சொல்லித்து. 'ஒரு ரூபா தரேன்'னேன். மாட்டேன்னுடுத்து. தினமும் கேட்டுண்டே இருந்தேன். 'அதெல்லாம் கொடுக்கறத்துக்கு இல்லே. கம்பெனிலேருந்து ஒண்ணே ஒண்ணுதான் அனுப்பிச்சிருக்கா, கடையிலே வச்சுக்கணும்னு அதனாலே அதைக் கொடுக்கப்படாது. கொடுத்த கம்பெனிக்காரன் கோச்சுக்குவான்'னு சொல்லிடுத்து. நான் அப்பறம் கேக்கவே இல்லெ. ஆனா,

தினமும் பார்த்துண்டே ரொம்ப நாழி நிப்பேன். நேத்திக்கு என்ன ஆச்சு தெரியுமா? முதலாளி இருக்காரு பாரு, குப்புசாமி நாயக்கர், நாமம் போட்டுண்டு அம்மை வடு மூஞ்சியா, வெத்திலை போட்டுண்டே இருப்பாரே, வைரக் கடுக்கன் போட்டுண்டு?"

"குண்டா!"

"ஆமாம், அவரே நேத்திக்குச் சாயங்காலம் உக்காந்திருந்தார். நான் பாத்துண்டே நின்னிண்டிருந்தேன். அவர் ரொம்ப நல்லவர்டா! அவர் என்ன செஞ்சார் தெரியுமா? 'ஏய் தம்பீ!'ன்னு கூப்பிட்டார். கிட்டப் போனேன். 'நீ யாரு?'ன்னார். 'ஸப் ரிஜிஸ்டர் கே.ஓ.ய். சுந்தரம் பிள்ளை'ன்னேன். 'எத்தனாவது படிக்கிறே?'ன்னார்? 'பஸ்ட் பாரம்'ன்னு சொன்னேன். 'எதுக்காக வெறுமனே வெறுமனே இங்கே வந்து நிக்கறே?'ன்னார். 'அந்தக் காலண்டரைப் பாக்கறதுக்காக நிக்கறேன்'னேன். 'அது உனக்கு வேணுமா?'ன்னு கேட்டார் அவர். 'ஒண்ணே ஒண்ணுதான் கம்பெனிலேர்ந்து அனுப்பிச்சாளாமே! அதைக் கொடுத்தாக் கோச்சுப் பாளாமே'ன்னேன். 'யார் சொன்னா அப்படி உனக்கு?'ன்னு கேட்டார். 'அந்தக் குமஸ்தா மாமா சொன்னார்'னு சொன்னேன். உடனே அவர் என்ன பண்ணினார் தெரியுமா? 'கணக்குப் பிள்ளே!'ன்னு கூப்பிட்டார். 'ஏன்?'னு அது மூக்குக் கண்ணாடியை மூக்கு நுனியிலே வச்சிண்டு நிமிர்ந்து பாத்துது. 'ஒரு கார்டை எடுத்து இந்தக் காலண்டரைக் கொடுத்துடறதுக்கு உத்தரவு போடணும்னு இன்னிக்கே கம்பெனிக்கு எழுதிப் போடுங்க. உடனே அர்ஜெண்டா ஆர்டர் போ ச் சொல்லணும் தெரியுமா?' என்று நாய்க்கர் சொன்னார். அவரே சொல்லிப்பிட்டார். என்ன செய்வது? அது சரீன்னுடுத்து."

"அந்தக் காலண்டரை எடுத்து இப்படிக் கொடுங்க"ன்னார் நாய்க்கர். அது எடுத்துக் கொடுத்தது, அவர் கையிலே. அதை வாங்கி 'தம்பி, உனக்காக ஸ்பெஷலா ஆர்டர் போட்டுடச் சொல்றேன். இந்தா எடுத்துக்கிட்டுப் போ. ஜாக்கிரதையா வச்சுக்க'ன்னு சொன்னார். 'சரி மாமா'ன்னு நான் எடுத்துக்கிட்டு வந்துட்டேன். எவ்வளவு நல்லவர் பாத்தியா? இன்னொருத்தர்னாக் கொடுப்பாளா? எனக்காக அர்ஜெண்டா ஆர்டர் வாங்கிக்கிறேன்னு சொன்னார்."

"ஆர்டர் வராட்டா?"

"வந்திடும். இல்லாட்டா முன்னாடியே கொடுப்பாரா? ... இது எவ்வளவு அழகா இருக்கு பாருடா! இந்த உள்ளு இப்ப என்ன ஜோரா இருக்கு, பாத்தியா! அந்தக் கிருஷ்ணர் உடம்பைப் பாத்தியா, பளபள பளபளன்னு! தலையிலே பார், மயில் தோகை! நெஜம் மயில் தோகை மாதிரி இல்லே! இதைப் பார்த்துக்கிண்டே நிக்கணும்போல இருக்குடா எனக்கு! சாப்பிடப்படாது; பள்ளிக்கூடம் போகப்படாது; தூங்கப்படாது; ராத்திரிகூட லைட்டைப் போட்டுண்டு இதைப் பாத்துக்கொண்டே நிக்கணும்."

"ஏய் மணி ஒன்பது அடிக்கிறுதுடா. காபி எழுதவே இல்லியே!"

"ஆமாண்டா. ஐயையோ ... கிடுகிடுன்னு எழுதணும்."

"இன்னிக்கு எழுத்து நன்னாவே இல்லேடா. அவசர அவசரமாக எழுதினா இப்படித்தான். நீ படம் படம்னு காலண்டரைப் பார்த்துண்டே நின்னுட்டே; சரி, நான், போய்ட்டு வரட்டுமா?"

"சரி."

"போய்க் குளிக்கிறத்துக்குக் கூட நாழி இல்லை."

"ஆமாம்டா, சட்டுனு போ."

"ஏய், ரமணா!"

"என்ன?"

"நான் ஒண்ணு சொல்றேன்; அது மாதிரி நீ செய்யறியா?"

"என்ன?"

"நீ செய்வியா?"

"என்னன்னு சொல்லேன்."

"நீ செய்வேன்னு சொல்லு."

"என்னன்னு சொன்னாத்தானேடா தெரியும்."

"நீ செய்வியா, மாட்டியா?"

"போடா."

"அப்பன்னா நான் போறேன், போ."

"ஆமாண்டா, நீ உடனே கோச்சுக்கறே. என்ன செய்யணும்னு சொல்லேன்."

"செய்வேன்னு சொல்லு."

"சரிடா, செய்யறேன்."

"நிச்சயமாச் செய்யறேன்னு சொல்லு."

"நிச்சயமாச் செய்யறேன்."

"சத்யமாச் செய்யறேன்னு சொல்லு."

"சத்யமாச் செய்யறேன்."

"என் உள்ளங்கையிலே அடிச்சு மூணு தடவை சாமி சாக்ஷியா சத்யமாச் செய்யறேன்னு சொல்லு."

"சாமி சாக்ஷியா சத்யமாச் செய்யறேன். சத்யமாச் செய்யறேன், சத்யமாச் செய்யறேன். போதுமா?"

"அப்புறம் மாட்டேன்னு சொல்லப்படாது."

"இல்லே."

"சொல்லட்டுமா?"

"சொல்லேன்."

"அந்தக் காலண்டரை எனக்குக் கொடுத்துடு."

"இதையா, இந்தக் காலண்டரையா!"

"ஆமாம்."

"நேத்திக்கு ராத்திரிதானேடா வாங்கிண்டு வந்தேன். இன்னொரு காலண்டர் தரேனே. இதைவிட நன்னா இருக்கும்."

"எனக்கு இதுதான் வேணும்."

"என்னடா நீ?"

"என்னமோ சத்யமாக் கொடுக்கறேன்னு சாமி சாக்ஷியாச் சொன்னியே."

"அதுக்காக இதைக் கொடுக்கச் சொல்றியே."

"சத்தியம் பண்ணிப்பிட்டா எதைக் கேட்டாலும் கொடுக்கணும். அதுவும் சாமி சாக்ஷியாச் சொல்லியிருக்கே."

"சரிடா, தரேன்."

"..."

"இந்தா."

"சரி, நான் போயிட்டு வரட்டுமா."

"..."

"ஓடுடி, ஓடு. இந்தப் பயலுக்கு இருக்கிற சாமர்த்தியத்தைப் பாரு. ஓடுடி, ஓடு. கூப்பிடு அந்தப் பயலை."

"யாரை?"

"எதிர்த்த வீட்டுப் பயலையடி; கூப்பிடேன். அப்பறம் பேசிக்கலாம். சரி, நான் கூப்பிடறேன். எலே, சின்னாணி, இஞ்ச வரியா இல்லையா. ஏய் ஓடறதைப் பாரேன்."

"ஏன் திரும்பி வந்துட்டேள்?"

"வீட்டுக்குள்ளே ஓடிப்போயிட்டான்."

"ஏன், என்னத்துக்கு?"

"உம் பிள்ளை இருக்கான் பாருடி ஐடபரதர். அதை ஏச்சுப்பிட்டான் அந்தப் பய."

"என்ன?"

"ரூம்லெ உக்காந்து கேட்டுண்டே இருந்தேன். என்னமோ, 'சத்யமாச் செய்யறேன்னு சொல்லு; சத்தியமாச் செய்யறேன்னு

சொல்லு'ன்னு அந்தப் பய இவனைக் கேட்டுண்டே இருந்தான். இதுவும் செய்யறேன்னு சொல்லிட்டு. அந்தக் காலண்டரை வாங்கிண்டு போயிட்டான் அந்தப் பய."

"எதை? நேத்திக்கு வாங்கிண்டு வந்தானே, அதையா?"

"ஆமாம்."

"ஐயையோ! துடைகாலி! நன்னா இருந்துதே! ஏண்டா கொடுத்தே அதை? ஏன் விசும்பி விசும்பி அழறே கொடுத்துட்டு?" சரி, அழாதே. ஏன் கொடுத்தே?"

"ஒண்ணுசொல்வேன் செய்யறியா செய்யறியான்னு கேட்டான் சத்தியமாச் செய்யணும்னு சொன்னான். சாமி சாக்ஷியா, சத்தியமாச் செய்யறேன்னு சொன்னேன். அப்புறம் அந்தக் காலண்டர் வேணும்னு கேட்டுட்டான்."

"மாட்டேன்னு சொல்றதுக்கு என்ன?"

"சத்தியம் பண்ணினப்புறம் எப்படி மாட்டேங்கிறதாம்?"

"நீ எப்படிடா பொழைக்கப்போறே! தரித்ரமே! அழகாப் பளிச்சுனு இருந்துதே! அதைப் போய்க் கொடுத்திட்டியே. அப்பாவைக் கேக்காமெ கொடுக்க மாட்டேன்னு சொல்றதுக்கென்ன!"

"..."

"என்னடா முழிக்கிறே?"

"அவன்தானேடி வாங்கிண்டு வந்திருக்கான். சுதந்தர பாத்யமாக் கொடுத்திட்டான்."

"கொடுத்துட்டு அழுதுண்டு நில்லு."

"அந்தப் பய அப்படிப் பண்ணிவிட்டாண்டி அவனை. ஆணி அறஞ்சாப்போலென்னா சத்தியம் வாங்கிப்பிட்டான். இனிமே, பொழைக்கிற பிள்ளைன்னா வக்கீல் குமாஸ்தா கணேசன் பிள்ளை மாதிரி பிறந்து வரணும். முன்னாடி ஒண்ணு சொல்றேன் செய்வியானான். இவன் என்ன, என்னன்னு தலைகீழே நின்னான். அந்தப் பய சொல்ல மாட்டேன்னுட்டான். அப்புறம் கோச்சுக்க ஆரம்பிச்சான். இவன் சமாதானம் பண்ணினான் அவனை. அப்புறம் அந்தப் பய சத்யம் பண்ணச் சொன்னான் இவனை. இது பண்ணித்து. கடைசியிலே அடி மடியிலே கையைப் போட்டுட்டான் அந்தப் பய! எவ்வளவு அஸ்திவாரம்! எவ்வளவு பீடிகை! இது கொடுத்திட்டு அழறது! எனக்கு ஆச்சரியமாயிருக்கு."

"ஏண்டா, மாட்டேன்னு சொல்றதுக்கென்ன? இதுக்கு வாயில்லையே இந்தப் பிள்ளைக்கு."

"கையிலே மூணு தரம் சத்யமாச் செய்யறேன்னு அடிச்சுக் கொடுத்தேன். எனக்கு அதைக் கேக்கப் போறான்னு தெரியுமா?"

"அதுக்குத்தான் அவ்வளவு கஷ்டப்பட்டு அதை வாங்கிண்டு வந்தியா?"

"அந்தப் புள்ளைக்குத்தான் அதைக் கேக்க மனசு வந்துது பாருங்களேன்! ஏ அம்மாடி! அப்பன், ஆயி, பிள்ளை எல்லாம் ஒண்ணைப் பாத்தாப்போல ஒண்ணு இருக்கு. எரிச்சல், அசூயை, பிறத்தியார் பண்டத்திலே ஆசை எல்லாத்தையும் பிள்ளை அப்பிடியே வாங்கிண்டிருக்கான்."

"நான் கூப்பிடறேன். எப்படி ஓடறான் தெரியுமோ அந்தப் பய! ஒரு நொடியிலே வீட்டுக்குள்ளே மறைஞ்சுட்டான்!"

"பண்டம் போயிடுத்தே, அதுக்கு என்ன வழி இப்போ?"

"ஏய் ரமணா, நீதான் வாங்கிண்டு வரணும் அதைத் திருப்பி."

"..."

"என்ன பேசாமெ நிக்கறே? இதே மாதிரி அவன் வித்தையை அவன்கிட்டே காமி. அவன் கிட்டேயும் சத்தியம் வாங்கிண்டு அந்தக் காலண்டரைத் திருப்பி வாங்கிண்டு வந்துடணும் என்ன?"

"..."

"என்ன பேச மாட்டேங்கறே?"

"எப்படிப்பா வாங்கறது?"

"அவன் கேட்டாப் போலவே, சத்யமாச் செய்யறேன்னு சொல்லச் சொல்லி, அதைக் கேட்டு வாங்கிண்டு வா. வந்தாத்தான் ஆச்சு. இல்லாட்டாச் சோறு கிடையாது."

"காலண்டரை இஞ்ச மாட்டிப்பிட்டியாடா சின்னாணி?"

"இந்த இடத்திலே மாட்டினா நன்னா இருக்கோல்லியோ?"

"நன்னா இருக்கு –"

"ஆமாம்மா, ரமணன்தாம்மா. இந்தக் காலண்டரை, இவன்தாம்மா எனக்குக் கொடுத்தான்."

"ஏண்டா, நீதான் கொடுத்தியா?"

"ஆமாம் மாமி."

"சின்னாணி, கிழிச்சுப்பிடாமெ ஜாக்கிரதையா வச்சுக்கோ."

"சரீம்மா ... ஏய் வாடா, வாசல்லே போய் விளையாடுவோம்."

"ஏய் அந்தக் கன்னுக்குட்டி எப்படிக் காதைத் தூக்கிண்டு நிக்கறது பார்."

"ஆமாம்."

"மொழு மொழுன்னு எப்படி இருக்கு பார், அது."

"ஆமாம் ... போவோமா?"

"இருடா போவோம்."

"அப்புறம் நாழியாயிடும், இருட்டிப் போயிடும்."

"போதுன்னா இப்பவே போய் விளையாடிட்டு வந்துடணும். ராத்திரி எட்டு மணிக்கு வரப்படாது! தெரியறதாடா?"

"சரீம்மா, பாத்தியாடா; சட்டுன்னு வாடா. அப்புறம் நாழியாயிடுத்துன்னா எங்கம்மா அடிப்பா."

"சரி."

"என்ன விளையாடலாம்?"

"ஏதாவது விடையாடலாம்டா."

"ஏதாவுன்னா?"

"ஏதாவது விளையாடுவோம்."

"ஏன், உனக்கு உடம்பு சரியா இல்லை?"

"அதெல்லாம் ஒண்ணும் இல்லை."

"பின்னே ஏன், என்னமோபோலே இருக்கே?"

"ஒண்ணுமில்லை ... இன்னிக்கு விளையாட வாண்டாமே."

"ஏன்?"

"சும்மாத்தான்."

"பின்னே விளையாடாமே என்ன பண்றது?"

"நான் ஒண்ணு சொல்றேன், கேக்கறியா?"

"என்ன?"

"நான் ஒண்ணு கேப்பேன் தருவியா?"

"என்ன?"

"தரேன்னு சொல்லு."

"என்னன்னு சொல்லு."

"நீ தரேன்னு சொல்லு."

"முடிஞ்சாத் தரேன்."

"அப்படின்னா?"

"எனக்குத் தர முடிஞ்சாத்தான்."

"உனக்கு முடியும்."

"என்ன, சொல்லேன்."

"நிச்சயமாத் தரேன்னு சொல்லு."

"முடிஞ்சா நிச்சயமாத் தரேன்."

"சத்யமா."

"முடிஞ்சாச் சத்யமாத் தரேன்."

"வந்து, வந்து நீ ஒரு ரப்பர் வச்சிருக்கே பாரு, பென்சில், மசி ரண்டையும் அழிக்குமே, அதைக் கொடுப்பியா?"

"அப்பாடா, இதானே! என்னடாப்பான்னு பாத்தேன். வேற எதையோ கேக்கப்போறேன்னு நெனச்சுட்டேன்."

"என்ன?"

"உனக்கு இப்பவே வேணுமா?"

"இப்பவே வாண்டாம். விளையாடி முடிஞ்சப்புறம் உன் வீட்டுக்கு வந்து வாங்கிக்கறேன்."

"இப்பவே இருக்கு ட்ராயர் பையிலே. இதோ பாத்தியா. இந்தா எடுத்துக்கோ. அப்புறம் ஒண்ணும் கேக்கப்படாது."

"இல்லே."

○

"எங்கேடா, காலண்டர்?"

"பாத்தியாப்பா, சின்னாணிகிட்டேருந்து இந்த ரப்பரை வாங்கிண்டு வந்துட்டேன். இது மசியைக்கூட அழிக்கும்பா. ஒஸ்தி ரப்பர்!"

"காலண்டர் கேட்டியா?"

"இல்லை."

"ஏன்?"

"எப்படிப்பா கேக்கறது?"

"அவன் கேட்ட மாதிரியே கேக்கறது."

"வாண்டாம்பா."

"என்னடா வாண்டாம்."

"எனக்குப் பயமாயிருக்கு."

"என்ன பயம்?"

"கேக்கறதுக்கு."

"எதைக் கேக்கறதுக்கு?"

"அதைத்தாம்பா, காலண்டரை."

"ஏன்?"

"கொடுத்தப்பறம் எப்படிப்பா கேக்கறது?"

"என்ன?"

"இந்த ரப்பர் ஒஸ்தி ரப்பர் அப்பா. இது இப்பக் கிடைக்கவே இல்லே."

"இதைத்தான் கேட்டியா?"

"ஆமாம்."

"அதைக் கேக்கலியா?"

"அது எனக்கு வாண்டாம்பா. எனக்கு அது பிடிக்கலெ."

"ஏண்டா?"

"என்னமோ பிடிக்கலெ."

"பலேடா சிங்கம் ... சரி போ."

"ஏய் யாரு உள்ளே, இஞ்ச வாயேன்."

"என்ன?"

"இஞ்ச வா."

"குழந்தை எங்கே?"

"சாப்பிடச் சொன்னேன். கொல்லையிலே போயிருக்கான் கைகால் அலம்ப."

"இதைப் பாரு, உம் பிள்ளை சாமர்த்தியத்தை. எதிராளாத்துப் பயல்கிட்டேருந்து இதைச் சாமர்த்தியமா வாங்கிண்டு வந்துட்டானாம்! சொல்லிக்கிறான்."

"இது என்ன ரப்பரா?"

"மசி அழிக்கிறதாம். ரொம்ப ஒஸ்திங்கறான். காலண்டருக்குப் பிரதி."

"நீங்க ஏன் காலண்டர் காலண்டர்ன்னு நச்சரிக்கிறேள் அவனை?"

"இல்லேடி இந்த மாதிரி தெய்வங்கள்ளாம் இந்தப் பூமிலே ஏண்டி பிறக்கிறுகள்? இது கெட்டிக்கார உலகமச்சே. அதுக்குன்னா சொல்றேன்."

"உங்க மனசு இன்னும் பலமாத்தான் இருக்கு. கண்ணைத் துடைச்சுக்குங்கோ. வாங்கோ சாப்பிட. வயசானாத் தானா புத்தி வரது."

அமுதசுரபி, 1956க்கு முன்

ஆடை

... ராமா ... ராமா ... ராமா ... சகிக்கலையே ... கண் கொண்டு பார்க்க முடியறதா இதை? பொம்மனாடியா இவ!

– தேவடியா அவளுக்கென்ன?

– தேவடியா எல்லோரும் இருக்கா. அதுக்கா இப்படியா மேல் துணிகூட இல்லாம மேடை மேலே வந்து ஆடுவ?

– துணியிருக்கு.

– துணியா இது? என்னமோ காக்காய் பொன் மாதிரி இருக்கு ... இவ பொம்மனாட்டியா? கலியேதான் வந்து கூத்தாடறது இப்படி! ... கொட்டகையே அமளிப்படறது! என்ன சீட்டி! என்ன ஊதல்! குரங்கு கள்ளைக் குடிச்சாப் பலன்னா தலைசுத்தி ஆடறது! பொம்மனாட்டிங்கள்ளாம் தலையைக் குனிஞ்சுனுட்டா ... பொம்மனாட்டிங்கர வார்த்தைக்கே அவமானமா வந்திருக்கா இந்தத் தடிச் சிறுக்கி ... இப்படி வந்து ஆடினா டிக்கட்டு கிடைக்கலே கிடைக்கலேன்னு திரும்பிப் போறது அதிசயமா? ... வண்டி வண்டியான்னா கொட்டகை வாசல்லே அவுத்தும் போட்டுக் கிடக்கு. நெல்லு வித்த பணம் இங்கே வந்து இப்படி அவிழாம என்ன பண்ணும்? இப்ப நாலு தீவட்டிக் கொள்ளைக்காரன் கிளம்பினான்னா பக்கத்துலே ஒரு கிராமம் மிச்சம் வைக்காம திருமாங்கல்யமும் தோடுமாச் சுருட்டிண்டு வரலாம் ...

○ ○ ○

– பாரு கூட்டத்தை; வெளியிலே வரதுக்குக் கால் மணி ஆயிடுத்து. கொட்டகையிலே உட்கார்ந்து புலம்பினயே.

– இதைப் பாத்தா, பொம்மனாட்டி ஜன்மம், பத்துக் கை போறலியே அடிச்சுக்கறதுக்குனு ஆங்காரப்படறது பத்துக் கண் போறலியேன்னு ஆம்பிளை ஜன்மம் தவிக்கிறது ... கூட்டம் நெறியாம என்ன பண்ணும்? ... லச்சணமாத் தானிருக்கா; கையும் காலும். அச்சாரம் கொடுத்துப்

பண்ணச் சொன்னாப்பல ... சந்தனக் கட்டை மாதிரி பளபளன்னு உருச்சியும் திரட்சியுமா ... ரம்பை திலோத்தமை மாதிரி அப்ஸரஸாத் தான் இருக்கா ... ஆனா இப்படியா மானம்கெட்டு வந்து ஆடணும். நினைச்சாலே உடம்பு குன்னி உள்ளே போறது.

o

— இப்படி ஒரு நாளைப் பார்த்தாப்போல இரண்டு மணிக்கு வந்து கதவை இடிக்கிறேளே. தர்பைக் கட்டு கையைக் கிழிக்கக் கிழிக்க சம்பாதிச்ச காசெல்லாம் இப்படிக் கொண்டு அழிக்கணுமா? அதுதான் ஒரு நாளைக்குப் பார்த்தாச்சே தரித்திரத்தை ... யாராவது சிரிக்கப் போறா ... எல்லோரும் பார்க்கறான்னு நாம பார்க்கிறதா? வேதாத்யயனம் பண்ணினதெல்லாம் தவக்களைக் கத்தல் தானா? வைதீகாள்ளாம் இப்படி நாடகக் கொட்டகையிலே போய் ராக்கண் முழுச்சா, வாழ்ந்தாப் போலதான் இருக்கும். லோகத்திலே நாடகம்போட சரித்திரமா இல்லை? சாவித்திரி சத்தியவான் இல்லையா? சகுந்தலை இல்லையா? ருக்மாங்கதா இல்லையா? ... ஆனா இவ தாராசாங்கத்தைன்னாப் பிடிச்சு ஊரையே பைத்தியமா ஆட்டி வைக்கிறா! நாளைக்கு இருட்றதுக்கு முன்னாடி உள்ள வந்துடுங்கோ, அப்புறம் கதவைத் திறக்கமாட்டேன். அப்பா ஐயான்னா லும் ... என் மானம் போறது ... ஏண்டி நாடகம் ஒரு நாள் தவற்றதில்லை போலிருக்கேன்னு ஒரு சிரி சிரிச்சா மேலாத்துப் பாட்டி ... எனக்கு ராமபாணம் போட்டாப்போல இருந்தது ... வாண்டாம் ... வாண்டாம் ... பேசாம நிக்கிறேளே. போகலைன்னு ஒரு வார்த்தை சொல்லுங்களேன். கொட்டகையில் இருக்காக்கும் மனசு பிராணன் எல்லாம் ... ஈசுவரி ... இந்தப் புருஷப் பிறப்புகெல்லாம் கொஞ்சம் விவேகம் கொடுடி பரதேவதை!

— பாரும்யா பைத்யம்னாலும் இப்படியா புடிக்கும். ராத்திரி முழுக்கக் கொட்டகையிலே உட்காந்திருக்கான். இப்ப வந்து மத்யானம் ஒரு மணிக்கு வந்து உட்கருகிறான். அஞ்சரை மணி வரையில் பெயர்றதில்லை. பார்க்கிறதைப் பார்த்தா கழுத்து ஒடிஞ்சு போயிடும் போலிருக்கு!

o o o

— அலமேலு இந்த ஜன்னல் கதவை மூடு ... எம்பிளம்பி நாலு மாசமாப் பாக்கிறாரு பாவம் ... வாண்டாம், ஒரேயடியா புழுங்குது ... திறந்துவிடு ஜன்னலை ... எழுந்திருச்சு உட்காந்திட்டாரே ... பாகவதர் கிட்ட சொல்லணும். நல்ல உபகதையாய்ச் சேத்துக்குவாங்க ...

o o o

— வாங்க.

— கூப்பிட்டேளாமே.

— ஆமா உட்காருங்க ... ரொம்பநாளா மனசுலே இருந்துகிட்டே இருக்கு. ஆனா சாமி என்ன நெனச்சுக்குவாங்கோளோன்னு பயமாகவும் இருந்தது.

— நான் காத்துண்டு தபஸ் பண்ணிண்டு இருக்கேனே பார்க்கலையா? இதெல்லாம்.

ஆடை   581

— ஒண்ணுமில்லே பத்தாறு ... சாமி பத்து முழும்தானேகட்றது. ஒன்பது முழமா?

— இதெல்லாம் ...

— ரொம்ப நாளா ஆசை ... சாமி இங்கேயே இந்தப் பத்தாறைக் கட்டிக்கணும். அம்மாவுக்கு இந்தப் புடவையைக் கொண்டு சேத்துப் பிடணும்.

— இதெல்லாம் ... வந்து ... என்னத்துக்கு இதெல்லாம் ... அ ...

— ஒண்ணுமில்லே. ரொம்ப நாள் ஆசை. சாமி நிறைவேத்தணும். நான் கண் குளிரப் பார்க்கணும் – இந்த உள்ள போய் கட்டிக்கலாம் உடுத்திக்குங்க ... நான் இதோ உள்ளே போயிட்டு வந்துடறேன்.

— பஸ்ட்க்ளாஸ் குண்டஞ்சிப் பத்தாரு ... ஐயோ ... என்ன மனசு– தாஸியானாலும் அப்படி பிராமணாளைக் கூப்பிட்டு கௌரவ புத்தியோட இப்படி ஆதரிக்கணும்னு யாருக்குத் தோணும்! உடை தகடு மாதிரி இருக்கு ... கொசுவறுதுக்கு வழவழுன்னு ...

— உடுத்தியாயிடுத்தா! ஆகா ... என் ஆசை எல்லாம் நிறைவேறிது ... சாமி உடம்புக்கு பஞ்ச கச்சம் கண்ணைப் பறிக்குது ... என்னென்னமோ பேத்தறேனே – நமஸ்காரம் பண்றேன் ... ஆசீர்வாதம் பண்ணணும்.

— அடடா இதெல்லாம் ... நான் ஒரு நாள் கூட ஆட்டத்துக்கு வரத் தவற்றது கிடையாது.

— பார்க்கிறேனே முதல் சீட்டு ரண்டாவது சீட்டுக்குப் பின்னாடியே போகமாட்டிங்களே.

— அதுவும் அந்த ... ஐயோ ... நினைச்சாலே புளகாங்கிதமாறது ...

— சாமிக்கு ரொம்ப புடிச்சிருக்குன்னு தெரியும். சாமியைப் பார்த்தேனே மேடையிலேர்ந்து.

— பார்த்தேளா! என்னையா!

— அப்ப ... இப்ப கொஞ்சம் வெளியிலே போகவேண்டியிருக்கு ... இந்தப் புடவையை அம்மாகிட்ட சேர்க்கணும்.

— பேஷா ... என்ன மனசு! என்ன ... மனசு! – ஒரே ஒரு வார்த்தை இனிமே நீங்க எதித்த வீட்டுத் திண்ணையிலே வந்து உட்கார்ந்து அப்படி யெல்லாம் பார்க்கப்படாது.

— இனிமே அங்கே என்ன வேலை எனக்கு?

— ஸ்வாமியை வேணுங்கிறபோது கூப்பிட்டு அனுப்பிக்கிறேன்.

— வீடு தெரியுமோ?

— தெரிஞ்சுக்கறதா கஷ்டம்?

— எனக்கு என்ன சொல்றதுன்னு தெரியல.

— நான் சொன்னது மாத்திரம் ஞாபகம் இருக்கணும்.

தி. ஜானகிராமன் சிறுகதைகள்

– ஞாபகமா! கூப்பிட்டனுப்பிச்சா வரணும்னு சொன்னது மறக்குமா? ...

– அதைச் சொல்லல்லே ... இனிமே இப்படித் திண்ணையிலே வந்து பார்க்கப்படாது.

– இனிமே அங்கே என்ன எனக்கு?

– அதுதான் ... அப்ப ...

– வெளியிலே புறப்பட்டுண்டிருக்காப் போலிருக்கு.

– க்கும் ...

o o o

– அங்க போய் இளிச்சிண்டு நின்னேளாக்கும் காணாததைக் கண்டாப்போல. இந்தப் புடவையையும் நீங்களே கட்டிக்கங்கோ.

o o o

– அந்தப் பத்தாறை விடமாட்டேங்கறேன் விட மாட்டேங்கறேன்னு நாலு வருஷம் கரிச்சுக் கொட்டினியே என்னை. அது கிழிஞ்சு எட்டு வருஷமாச்சு ... இன்னும் அந்தப் புடவையை விடமாட்டேங்கறயே.

– ரயில்லேயும், பஸ்ஸிலேயும் போட்டுத் தேய்க்கறதுக்கு இதுதான் சரியாயிருக்கு.

– அதுதான் சொல்றேன். தஞ்சாவூருக்குப் போறேங்கிறியே. அங்கே ஆஸ்பத்திரி வாசல்ல துணியை விரிச்சிண்டு பிச்சை வாங்கறாளாம், துரைக்கண்ணு. அவ கண்ணிலே படப்பொறெ ... அவ வயிறு எரியப் போறது.

– பிச்சை வாங்கறாளா? துரைக்கண்ணா?

– ஆமாம்.

கொட்டகை போச்சு; சொத்தையாவது மிச்சப்படுத்திக்கப் படாதா?

– சினிமா, ட்ராமாவை வெரட்டித்து. சாராயம் சொத்தை விரட்டித்து.

– அதுக்காக மானங்கெட்டுப் போய் பிச்சையா வாங்கணும்! எதுக்கும் துணிஞ்ச லண்டி.

o o o

– கோயில் பெரிசாத்தான் முழங்கறது ... மீனாட்சி அம்மன் கண் குளிரக் குளிரத்தான் நிக்கறா ... பிரகாரத்திலே இப்படிக் கால் வைக்க முடியாமே இருக்கே ... பிச்சை போட்டு மாளையே ... கோயிலையே வீடா வச்சுனுட்டுத்து எல்லாம் ... எங்கே பார்த்து நிக்கறேள் ... ஒவ்வொரு பிராகாரமா இப்படி நின்னுண்டேயிருந்தா ... தீபாராதனை முடிஞ்சு போயிடும். என்ன பிரமை பிடிச்சாப்பல நிக்கறேள் ... வாங்க இப்படி. என்னாலே நின்னு நின்னு நடக்க முடியலே. தள்ளலெ எனக்கு.

— அதோ பாரு!

— எதை?

— பாவம் ... மேல் துணி போனது கூட தெரியாம கிடக்கே ... கண் வேற தெரியலை போலிருக்கு ... இப்படி உடம்பிலே துணியில்லாம ... யாராவது கவனிக்கப்படாதா? தாயே மீனாட்சி ... வாங்களேன்.

இருடி.

— என்ன இருடி?

— நன்னா பாரேன் ... துரைக் கண்ணு மாதிரி இருக்குல்லே?

— யாரு? துரைக்கண்ணா? ... இது எலும்பும் தோலுமான்னா இருக்கு ... இப்படி தெருவிலே இழுத்துண்டு சாகப் போறது ... இதுவா?

துரைக்கண்ணு தாண்டி இது. நன்னாப் பாரு.

— கிட்ட ஏன் போறேள் ... அரைத்துணி கூடப் போனது தெரியாம தவிக்கிறது அது. இந்தக் கன்றாவியைக் கிட்ட வேற போய் பார்க்கணுமா? ... வாங்களேன் இப்படி ... என்ன.

— இங்கே வாயேன்.

— நான் வரலே.

— இங்க வந்துபாரு ... வகிடு கிட்ட ஒரு வடு இருக்கு பாரு ... தழும்பு ... துரைக்கண்ணு தாண்டி.

— என்ன!

— இந்தத் தழும்பே சொல்றது. பாகவதருக்குன்னா இவ அபிமானமா விளங்கினா ... பாட்டு சொல்லிக் கொடுக்கிறபோது அபஸ்வரம் பேசித்தாம் ... பாக்கு வெட்டியை நெத்தியைக் காட்டி அடிச்சாராம் ... ரண்டு மூணு வாரம் நாடகமே அப்ப நின்னிருந்தது ... அந்தத் தழும்பு தான் சந்தேகமேயில்லை ... இதைப்பாரு ... இந்த ... இதைப்பாரு ... துரைக்கண்ணு ... நிமிர்ரா பாத்தியா ...

— நன்னாப் பாருங்கோ ...

— சீச்சீ ...

— என்ன கன்றாவி இது ... கையை நீட்றது பாருங்கோ ...

— பையிலிருந்து ஆறு முழத்தை எடேன். இப்படி பிறந்த மேனிக்குக் கிடந்து தவிக்கிறதே பாவம் ...

— எனத்துக்காக?

— எடுத்து மேலே போடுடி. பாவம் ... போடு சொல்றேன். நீயே போடு.

— நீங்களே போடுங்கோ.

— நீ போடு.

தி. ஜானகிராமன் சிறுகதைகள்

– இப்ப மாத்திரம் ... இந்தா தொலைச்சுக்கோ ... நான் இருக்கேன் ... கொஞ்சம் காபி வாங்கிண்டு வந்து ஊத்துங்கோ குவளையிலே ...

– கூஜாவை எடு.

– சுருக்க வாங்கோ. எனக்கும் சேர்த்து வாங்கிண்டு வாங்கோ ... தலை கிறுகிறுங்கறது. நீ கழிச் ... கோவில்லேயும் வந்து இப்படி இழுத்துண்டு கிடக்கயே ...

– நீங்கதான். போட்டீங்களாம்மா துணி ...

– ஆமாம். இப்படி உணக்கையில்லாம கிடக்கே.

– பாவம் ... நல்லா கட்டி விட்டாத்தான் நிக்கும்மா ...

– கட்டித்தான் விடணும் ... இப்படி சொரணையில்லாம கிடக்கே.

சுதேசமித்திரன் தீபாவளி மலர், அக்டோபர் 1956

பட்சிசாஸ்திரக் கிளி

வாசல் குறட்டில் அலறல்.

க்ராச் – க்ராச் – க்ராச் – க்ராச் – க்ராச் – க்ராச்!

படபடபடவென்று சிறகடிக்கும் பரபரப்பு.

மறுபடியும் கத்தல் – க்ராச் – க்ராச் – க்ராச்!

காகிதம், அடிப்பலகை, மூடாத பேனா எல்லாவற்றையும் அப்படியே போட்டேன். வாசலுக்கு ஓடினேன். நாலைந்து பையன்கள். ஒரு பையன் கையிரண்டையும் அகற்றி எதையோ பிடிக்க முயன்றுகொண்டிருந்தான். கிளி க்ராச் க்ராச் என்று அருண்டு போய்க் கத்திக்கொண்டு சிறகடித்தது. குறட்டை விட்டு ஓர் அடி எழுந்து பறந்தது. மீண்டும் கீழே வந்தது. மீண்டும் பறந்தது.

க்ராச் க்ராச் க்ராச்!

பையன் கழுத்தில் கையைப் போட்டுப் பிடித்து விட்டான்.

க்ராச் க்ராச் க்ராச்!

கிளி திமிறிற்று. ஓயாமல் கத்திற்று.

"டேய் எல்லப்பா, எனக்குடா!" – இன்னொரு பையன்.

"தம்பி, இஞ்ச கொண்ணாந்துரு" என்று எதிர்த்த வீட்டுக்கு அடுத்திருந்த கசாப்புக் கடையிலிருந்து ஒரு குரல்.

"என்னாத்துக்கு?"

"கொண்டாறியா இல்லையா?"

"போய்யா."

அதற்குள் கசாப்புக் கடைக்காரரின் ஆள் ஓடி வந்தான். கிளியைப் பிடுங்கிக்கொண்டான்.

தி. ஜானகிராமன் சிறுகதைகள்

வாசலில் இதற்குள் ஏழெட்டுப் பேர் கூட்டம்.

என் மனைவி ஓடி வந்தாள்.

"கிளியையா புடிச்சிட்டுப் போறாங்க?"

"ஆமாம்."

"பேசாம நிக்கிறீங்களே! ... ஐயா, உங்களைத்தானே?" குறட்டை விட்டுக் கீழே இறங்கி ஓர் அடி எடுத்து வைத்துவிட்டான்.

ஐயா, ஏய் தம்பி, கூப்பிடு அவரை."

யாரோ தம்பி அவரைக் கூப்பிட்டான். கசாப்புக் கடைக்காரர் எட்டிப் பார்த்தார்.

"கொண்டாங்க கிளியை."

"உங்களுதா?"

"பின்னே ஆருதாம்? கொண்டாங்கய்யா இப்படி!"

கிளியைக் கொண்டு வந்தான் கடை ஆள். "நீங்க வளர்க்கிறீங்களா?"

"ஆமாம்"

நடையிலிருந்த சைக்கிளின் 'ஸீட்'டின்மேல் விட்டுவிட்டுப் போனான் கடையாள்.

"சும்மா சும்மா வாசல்லே போகாதேன்னு சொன்னனால்லியா? பாத்தியா இப்ப?" என்று சத்தம் போட்டாள் அவள். கிளி மூக்காலும் காலாலும் பற்றிக்கொண்டு 'ஸீட்'டுக்கு அடியிலுள்ள சுழற்கம்பிக்குள் போய் ஒளிந்துகொண்டது. குனிந்து பார்த்தோம். தலையைக் குனிந்து உடம்பை ஒடுக்கிக் கம்பிக்குள் இருந்து விழித்தது. விசிறியை எடுத்துவந்து 'வா இப்படி' என்று சத்தம் போட்டு ஸீட்டண்டை பிடித்தாள். விசிறிமீது இறங்கிச் சிறகடித்துக் கீழே விழுந்து, பலகைச் சுவரின் அடியில் புகுந்து விறகு கரி வைக்கிற அறைக்குள் மறைந்தது கிளி. இவளும் போய்க் கூடையைப் போட்டுக் கிளியை மூடினாள். வாசல் கதவைச் சாத்தித் தாழிட்டாள்.

"புள்ளீங்கள்ளார்ம் வந்தா, புலம்ப ஆரமிச்சிருக்கும். நல்ல வேளையா ஆம்பிட்டுது" என்றாள் அவள்.

"புடிச்சிக்கிட்டுப் போறான். யாரோ எதையோ எடுத்துக்கிட்டுப் போறாப் போல, பாத்துக்கிட்டு நிக்கிறீங்களே!" என்று அவள் சொல்ல வில்லை. பார்வை சொல்லிற்று.

"இன்னமே வாசல்லே உடப்படாது. பூனை ஒண்ணு எப்பப் பார்த்தாலும் எதித்த ஊட்டுக் குறட்டிலே கண்ணை மூடிட்டே படுத்துக் கிடக்கு. நல்ல வேளையா இப்பக் காணும் அதை. இருந்திருந்தா ..." இதைத்தான் அவள் வாய் திறந்து சொன்னாள்.

நாற்காலியில் உட்கார்ந்துகொண்டேன். அவள் பார்த்த பார்வை! நான் கிளி பறிபோவதைப் பார்த்துக்கொண்டு எப்படிப் பேசாமல்

நின்றேன்? சத்தத்தைக் கேட்டு நாற்காலியிலிருந்து எழுந்து ஓடினது உண்மைதான். அது பழக்கம். தெருவில் திடீர் திடீரென்று சண்டைகள் மூளும். திடீர் திடீரென்று இரைச்சல் கேட்கும். நான் ஓர் இரைச்சலையும் வாசலுக்கு வந்து பார்க்கத் தவறியதில்லை. புத்தகத்தைப் போட்டுவிட்டு ஓடி வருவேன். பாஷை கேட்கிற ஆசை; வம்பில் ஆசை. வேறென்றும் இல்லை. அந்தமாதிரிப் பழக்கத்தில்தான் அப்போதும் போனேன் போலிருக்கிறது. ஆனால் கிளி போவதைப் பார்த்துக்கொண்டே ஏன் சும்மா நின்றேன்?

கிளி வந்து ஒரு வாரந்தான் ஆயிற்று. இரண்டு பிள்ளைகளுமே ஊர்க் குப்பையெல்லாம் வாரிக்கொண்டு வருகிறார்கள். தீப்பெட்டிப் படங்கள், ஸ்டாம்புகள், சிகரெட் பெட்டிகள், கோலிகள், சினிமாப் படத் துண்டுகள், என்ன என்னவோ வரும். வீட்டில் இறையும்.

ஒரு வாரம் முன்னால் பெரிய பையன் எதையோ துணிக்குள் பொத்திக்கொண்டு வந்தான்.

"என்னடாது?"

"கிளிப்பா" என்று துணியை வீசினான். சிறகடித்துக்கொண்டு கீழே இறங்கிற்று ஒரு பச்சைக் கிளி. ஒரு காலை வளைத்து வளைத்து நடந்து மூலையில் போய் நின்றது.

"ஏதுடா இது?"

"முன்ஸாமி குடுத்தான்."

"கிளி வளர்த்தாப் பாவம்" என்றேன்.

"நான் ஒண்ணும் ரக்கையை ஒடிக்கலெ கடையிலியே ஒடிச்சுத் தான் வித்தாங்களாம்.

ஆமாம். கிளிக்கு வால் இல்லை. நீளக் கோழி முட்டை மாதிரி பின்னால் கூம்பியிருந்தது.

அது கோணிக் கோணி நடந்து தாழ்வாரத்தின் ஓட்டில் நின்று முற்றத்தைக் குனிந்து பார்த்தது.

"ஏது தம்பி கிளி?" என்று உள்ளேயிருந்து வந்தாள் மனைவி. அவளிடம் அதையே சொன்னான்.

"ரக்கை, காலெல்லாம் ஒடிச்சுப் போட்டிருக்கானே பாவிங்க!" என்றாள் அவள் "இது ஒண்ணுந்தான் இல்லைன்னு கொண்டாதீங்களாக்கும்? படிங்கடான்னா, வயித்தை வலிக்குது, தூக்கம் வருதுன்னு அளும்பெல்லாம் பண்றீங்க. இதுக்கெல்லாம் ஒண்ணையும் காணும்" என்று அலுத்துக் கொண்டு உள்ளே போனாள் அவள்.

"அந்த முன்ஸாமி கிட்டவே கொண்டு கொடுத்திட்டு மறுவேலை பாக்கணும். தெரிஞ்சுதாடா?"

"இங்கியே இருக்கட்டும்பா." – கெஞ்சல்.

"அதெல்லாம் முடியாது."

ஆபிசுக்குப் போய்விட்டேன்.

மாலையில் வந்து பூட்ஸைக் கழற்றி விற உள் மாடத்தில் வைக்கப் போனபோது, அங்கு ஒரு கூடை. க்ராச் க்ராச் க்ராச்!

கூடையைத் தூக்கினேன். கிளி. பக்கத்தில் ஒரு மரச் செப்பில் தண்ணீர், கீழே அரிசி இறைந்து கிடந்தது. ஓர் அரைத் தக்காளிப் பழம் குதறிக் கிடந்தது.

"தண்ணியே குடிக்க மாட்டேங்குது" என்று மனைவி வந்து நின்றாள்.

"ஏன்"

"அரிசிதான் கொஞ்சம் தின்னிச்சு. பழங்கூட முழுக்கத் திங்கலியே!" என்று அருகில் போனாள். பயந்து மூலையில் போய் ஒண்டிக்கொண்டது கிளி.

"இடம் கிடம் எல்லாம் ஒழிச்சிருக்கறதைப் பாத்தா ..."

"ஆமாம். புள்ளீங்க ஏதோ ஆசையாக் கொண்டு வச்சிருக்கு. நமக்கென்ன?" என்று இடைமறித்தாள் அவள்.

ஒரு வாரமாகிறது. வீட்டிலேயே இஷ்டப்படி திரிந்துகொண்டிருந்தது அது. தாழ்வாரத்தின் ஒட்டில் நிற்கும். உள் வாசற்படியில் நிற்கும். குழாய் மேல் நிற்கும். நான் குளிக்கப் போகிறபோது வெந்நீர்த் தவலைமீது நிற்கும். என்னைக் கண்டவுடன் சறுக்கி இறங்கி அப்பால் போகும். தொடப் போனால் ஓடும். ஓட இடம் இல்லாவிட்டால் அலகால் கொத்தும்.

இவ்வளவுதான் நான் அதைப்பற்றித் தெரிந்துகொண்டது. கொஞ்சம் கோபங்கூட. எனக்கு இஷ்டமில்லாமல் வந்திருக்கிறது அது. வெளியே கொண்டு தொலைக்கவும் முடியவில்லை. எதற்காகத் தொலைக்க வேண்டும்? வேண்டாத விருந்து எத்தனையோ வருகிறதே? அதை யெல்லாம் தொலைக்கவா முடிகிறது? அதனால்தான் யாரோ பையன் அதைப் பிடித்தபோது பற்றில்லாமல் நின்றேன் போலிருக்கிறது. கசாப்புக் கடைக்காரர் பிடுங்கிப் போனபோதுக்கூட நான் ஒன்றும் அசைந்து விடவில்லை.

ஆனால் இவள் பார்வை! "பேசாம, என்னமோ சம்பந்தமே இல்லாது போலப் பாத்துக்கிட்டு நிக்கிறீங்களே! நம்முதுன்னு கொஞ்சமாவது இருக்கா உங்களுக்கு?" அவள் கண் சொன்னதுதான் இது.

மறுபடியும் நாற்காலியை விட்டு எழுந்தேன். நடை உள்ளில் போய்ப் பார்த்தேன். கூடையின் அடி வழியாக மல்லாந்து படுத்தவாறு தள்ளித் தள்ளி வெளியே வர முயன்றுகொண்டிருந்தது கிளி. கூடையைத் தூக்கினேன். நிமிர்ந்து நின்றது. சரியாக மூடினேன். உள்ளே வந்து அரிசியை எடுத்து வந்து இறைத்தேன்.

"தக்காளிப்பழம் இருக்கா?"

"என்ன?"

"தக்காளிப்பழம் இருக்கான்னேன்."

"எதுக்கு?"

"கிளிக்குத்தான்."

"இல்லியே. இப்பத்தான் ரசத்திலே போட்டேன்."

"கொஞ்சம் இதுக்கு வச்சிட்டுப் போடப்படாது?"

"ராத்திரிதான் ஒரு பழம் தின்னுருக்கே."

"ராத்திரி தின்னாப் போதுமா?" என்று சொல்லவேண்டும் போலிருந்தது எனக்கு. அதற்குள் என் பாசத்தைக் காட்டிக்கொள்ள மனம் இல்லை. கடைக்குப் போனேன். தக்காளிப் பழம் வாங்கி வந்து போட்டேன். உரிக்காத நிலக்கடலை வாங்கிப் போட்டேன்.

கூடையை எடுத்துப் பார்த்தேன். ஒரு வாரமாக இருக்கிறதை இப்போதுதான் நன்றாக பார்க்கிறேன். பளபளவென்று கருமணிக் கண்கள். பக்கவாட்டில் கூடப் பார்க்கும் போல் இருக்கிறது. கிளிப்பச்சை இது தானா? இறக்கை நறுக்கித்தான் இருந்தது. வாலைக் காணவில்லை. அதையும் நூக்கியிருந்தது. இந்த மூக்குத்தான் எத்தனை பலம்! தொட்டேன்.

க்ராச் க்ராச் க்ராச்! – அம்மாடி!

இடக் கால் முட்டில் முறுக்கிவிட்ட மாதிரி வளைசல். எப்படித்தான் மனசுடன் திருகினார்களோ! தஞ்சாவூர் ரெயிலடியில் ஒரு பிச்சைக்காரன் வருவான். நல்ல வைர உடம்பு. கால் மட்டும் முக்கால் முழம் நீளந்தான் இருக்கும். அதிலும் ஒரு பல்லக்கு வளைவு. நடக்கும்போது உட்கார்ந்த வாக்கில் நடக்கிறது போலிருக்கும். உடல் வடக்கும் தெற்குமாக மாறி மாறிப் பார்த்து வரும். கிளி கிட்டத்தட்ட அந்த நடை போட்டது.

மறுநாள் சாயங்காலம் காரியாலயத்திலிருந்து வரும்போது விறகு அறையில் அதைக் காணவில்லை. கரிமூட்டையிடுக்கில் பார்த்தேன். பூட்டைத் தட்டித் தட்டிப் பார்த்தேன். என் அறையில் வந்து பார்த்தேன். அலமாரியில் புத்தகங்களுக்குப் பின்னால் இல்லை. குளிக்கிற அறையில் இல்லை. மாடி வளைவில் இல்லை. எங்கும் இல்லை.

"என்ன தேடுறீங்க, வந்ததும் வராததுமா?"

"ஒண்ணுமில்லெ"

"சொல்லுங்களேன்"

"ஒண்ணுமில்லெ"

"கடியாரமா?"

"ம்ஹம்,"

"துண்டா?"

"இல்லை."

"கிளின்னு சொல்லுங்களேன், அதோ பாருங்க."

கிளி என் அறைக் கதவின் மேலுள்ள காற்றுப் போக்கியின் குறுக்குக் கம்பியின் மீது கூனி உட்கார்ந்திருந்தது. கால்பிடியையும் கூனலையும் பார்த்தால் அவதிப்பட்டுக்கொண்டு உட்கார்ந்திருந்தது போல் தோன்றிற்று. கருமணியை உருட்டி என்னைப் பார்த்து விழித்தது. "அங்கே எப்படிப் போச்சு?"

"மத்தியானம் சாப்பிட வந்தது புள்ளீங்க. மூங்கிக்கழியிலே உட்கார்ந்திச்சு இது. அப்படியே குந்தினாப்பல தூக்கி அங்கே விட்டு பெரிது. இது அப்படியே கம்பியைப் புடிச்சிக்கிட்டு. அப்போ புடிச்சு அப்படியே குந்தியிருக்கு."

"மத்தியானம் ரண்டு மணியிலேந்தா?"

"ஒண்ணரை மணியே புடிச்சு."

"ரொம்பக் கெட்டிக்காரிதான், போ."

"என்ன?"

"பின்னே என்ன? உட்கார முடியாமத் தவிச்சிக்கிட்டிருக்கு. அப்படியே பாத்துக்கிட்டிருக்கியே நாலு மணி நேரமா?"

எழுதுகிற அட்டையை எடுத்துவந்து பிடித்தேன். பற்றி உட்கார்ந்து கிளி. மெதுவாகக் கீழே பாதி இறக்குவதற்குள் சிறகடித்துத் தானே கீழே இறங்கி நடைபோட ஆரம்பித்தது.

"பாவம்! கூனிக் கூனி எப்படி அவதிப்பட்டுதோ? உங்க இரக்க மெல்லாம் வாயோட சரி."

"சரி, காலைக் கழுவிக்கிட்டு வாங்க. உப்புமா வச்சிருக்குறேன்."

"அது கிடக்கட்டும். அஞ்சு மணி நேரமாக கழுவேத்தி வச்சிருந்தியே. அதுக்கு ஏதாவது கொடுத்தியா?"

"அதுக்குந்தான் போடப்போறேன் காலமே ஒரு முழுத் தக்காளி தின்னுது. முட்டை அரிசி தின்னுது. நடுவிலே என்னாத்தைத் திங்கப் போவுது?"

அப்புறம் வாசல் பக்கமே போகிறதில்லை அது. ஒரு நாள் பட்டது போதாதா? அறைக்குள்ளேயே சுற்றிக்கொண்டிருக்கும். பெட்டியிடுக்கு மூலை, படுக்கையிடுக்கு – இங்கேதான் பார்க்கலாம். இரவு நேரத்தில் விறகு அறையில் கூடையைப் போட்டு மூடி, மேலே ஒரு செங்கல்லைப் பாரம் வைத்துவிடுகிறது. வீட்டில் பூனை நடமாட்டம் அதிகம். அதற்காக விறகு அறையின் ஜன்னல் கதவுகளையும் சாத்தி வைத்தார்கள். எனக்கும் காற்று கிடைக்கவில்லை? என் அறை ஜன்னல் வாசல் பக்கம் பார்த்திருக்கிறது. பூனை அதன் வழியாக வருகிற வழக்கம் உண்டு. அதற்காகக் கீழ்க் கதவு களைச் சாத்த வேண்டியிருந்தது. இரண்டு மாசமாகப் புழுங்கிப்போகிறது. வேறு வழி இல்லை.

காரியாலயத்துக்குப் புறப்படும்போது சைக்கிள் ரோதையில் மாட்டிக் கொண்டு விடுவது போல வந்து நிற்கும். சத்தம் போடாமல் விறகறையின் பலகைச் சுவரின் அடியில் நுழைந்து உள்ளே போகும்.

"ஜாக்ரதையாப் பாத்துக்க. அன்னிமாதிரி எங்கியாவது வாசல்லே போய் நிக்கப்போவுது!"

"அதுவா? நல்லாப் போகுமே! இப்பல்லாம் படி தாண்டறதில்லை."

"இருந்தாலும் பாத்துக்க."

ஒருவாறு கவலை விடத்தான் விட்டது. அதற்கு வீடு பிடித்து விட்டது. இரண்டு மாசமாக வாசல்பக்கம் எட்டிப் பார்க்கவில்லையாம்.

"யப்பா யப்பா" என்று வந்தான் சின்னப் பையன், அன்று ஆபீசிலிருந்து வந்ததும்.

"என்னடா?"

"அண்ணன் வந்து கிளியை ஓங்கி மூக்கிலெ அடிச்சிட்டாம்பா கொம்பாலெ. ரத்தமாக கொட்டு கொட்டுன்னு கொட்டிச்சு."

"ரத்தம் கொட்டிச்சா? எதுக்கு அடிச்சான்?"

"சொன்னதைக் கேக்கலேன்னு அடிச்சான்பா."

"எங்கே அந்தப் பய?"

"விளையாடப் போயிருக்கான்."

"எங்க அடிச்சான்?"

"மூக்கிலெ. அப்படியே ரத்தமாக் கொட்டு கொட்டுன்னு கொட்டிப் புடிச்சு" என்று மூக்கையும் புருவத்தையும் சுளுக்கினான் அவன்.

போய்க் கூடையைத் தூக்கினேன். கிளி அருண்டு போய் நகர்ந்தது. மூக்கின்மேல் ரத்தம் கசிந்த பொருக்குத் தெரிந்தது.

"பேசு பேசுன்னு சொல்லிக்கிட்டேயிருந்தான். ரங்கா ரங்கான்னான். பிடிக்கப் போனான். சொல்லல்லே. ஓங்கி அடிச்சுப் பிட்டுது பிசாசு" என்றாள் மனைவி.

"ரத்தமா கொட்டிச்சுப்பா."

"ஆமாம், ரத்தம் கொட்டவும் இல்லே, ஒண்ணுமில்லே. துளியூண்டு கசிஞ்சுச்சு ... இது ஒண்ணுன்னா நூறுங்கும்."

இருட்டுகிற சமயத்திற்கு வந்தான் பெரிய பையன்.

"எலே, இஞ்ச வாடா ... கிளியை அடிச்சியாமே ... அடிச்சியா?"

"ஆமாம்."

"எதுக்குடா அடிச்சே?"

"அது என்னைக் கொத்திச்சு. இதைப் பாருங்க" என்று சிராய்ப்பைக் காண்பித்தேன்.

"உன்னை எதுக்குக் கொத்திச்சு அது?"

"பேசு பேசுன்னேன். பேசலே. கையாலெ சும்மா மெள்ளமாத் தட்டினேன். அதுக்காகக் கொத்திச்சு. அடிச்சேன்."

"எதாலே?"

"கொம்பாலே?"

மேஜைமீது கிடந்த விசிறிக்காம்பால் பொட்டென்று அவன் முகத்தில் அடித்தேன்.

"ஐயுஐயூ ஐயூஐயூ" என்று கீழே விழுந்து துடித்தான். வீரிட்டான். மூக்கில் பட்டுவிட்டது.

"என்னாடா அங்கே?" என்று ஓடி வந்தாள் அவள்.

"உன்னை அடிச்சா எப்படிடா இருக்கு?... எப்படிடால இருக்கு?..."

அவள் வாயைத் திறக்கவில்லை. "அதுக்காக இப்படி அடிக்கலாமா?" என்று ஒரு பார்வை.

"அதுக்கு மேலே நீங்களும் முட்டாளா இருக்கிங்களே" என்ற பார்வை.

"அதை வீட்டிலே கொண்ணாந்து வச்சு ஏண்டா இப்படிக் கொல்லுறே?" என்று கடைசிச் சத்தமாகப் போட்டு என் அறிவீனத்தை மறைத்துக்கொண்டு உள்ளே வந்து உட்கார்ந்தேன்.

பெரிய பையனும் மாறிவிட்டான். அன்றிலிருந்து பாயைச் சுவரிலிருந்து சற்று தள்ளிப் போட்டுக்கொண்டு தலைமாட்டிலேயே கூடையைப் போட்டுக் கிளியை மூடிப் படுத்துக் கொள்வான்.

நானும் நடுநிசியில் விழித்து எழுந்தால் விளக்கைப் போட்டுக் கூடையைத் தூக்கிப் பார்ப்பேன். பளபளவென்று கருமணிவிழியை உருட்டிப் பார்க்கும் அது. முதல் ஜாமத்தில் போட்ட தக்காளிப் பழத்தில் பாதி முடிந்திருக்கும். அரிசி இறைத்த சுவடு தெரியாது.

"தக்காளிப் பளமா போடறீங்க?" என்று மாடியிலே குடியிருக்கிற அம்மாள் கேட்டாள்.

"ஆமாம்."

"கிளிக்கு மொளவாப்பளம், கோவைப்பளம் – இதெல்லாம் போடுவாங்க."

"மொளவாப்பளமா?"

"ஆமாம்"

"உறைக்காது?"

"அது என்ன, மனுசங்களா?"

மிளகாய்ப் பழம் போடத் தைரியம் இல்லை. கோவைப் பழமே போடுவதாக முடிவாயிற்று. மார்க்கட்டில் கோவைக்காய்தான் கிடைத்தது. ஆபீஸ் சேவகனிடம் சொன்னேன். நாளைக்கு நாளைக்கு என்று பதினைந்து நாள் சொல்லிவிட்டுக் கடைசியிலே ஒரு பொட்டணத்தில் ஏழெட்டுப் பழத்தைக் கொண்டு வந்து கொடுத்தான். எப்படியோ, கிளிக்கு ஆகாரம் கிடைத்துவிட்டது. நம்மைப் போய்ச் சோற்றுக்குப் பதிலாகப் பூரியும் ரொட்டியும் சாப்பிடு என்றால் எப்படி இருக்கும்? அது மாதிரிதானே?

நல்ல கெட்டிக் காகிதத்தில் கோவைப் பழங்களைப் போட்டுக் கட்டி, நசுங்கிவிடாமல் கைப்பிடியிலே சணலால் தொங்கவிட்டு வந்தேன்.

"என்னாப்பா இது?" என்று சின்னப் பையன் ஓடிவந்து பொட்டணத்தைப் பிடித்தான்.

"கோவைப்பழம் ... கிளிக்குக் கொண்டு போடு."

"கிளி போயிடிச்சுப்பா!" என்று உற்சாகமாகக் கத்தினான் அவன்.

"எங்கடா போச்சு?"

"போயிடிச்சு. ஆமாம்" என்று இன்னும் உற்சாகத்துடன் கத்தினான் அவன்.

"எங்கடா போயிடுச்சு?"

"பட்சி சாஸ்திரக்காரன் வந்தான். பட்சி சாஸ்திரம் பட்சி சாஸ்திரம்னிட்டுக் கத்தினான் பாரு. கிளி விறகு அறையிலிருந்து வந்திச்சு. படபடன்னு அவன் பொட்டிமேலே போய் உக்காந்துக்கிச்சு. போயே போயிடிச்சு ... அம்மா கூடப் போய்க் கூப்பிட்டுது. வரவே இல்லை. இல்லேம்மா?" என்று வாசலில் வந்த அம்மாவிடம் கேட்டான்.

"என்ன இது?"

"ஆமாம்."

அவள் முகத்தில் ஈயாடவில்லை, குரல்கூடக் கம்மிக் கிடந்தது. அழுதாளா என்ன?

என்ன ஆச்சு?

பட்சி சாஸ்திரம் பட்சி சாஸ்திரம்னு கூவிக்கிட்டுப் போனான் ஒருத்தன். இது உள்ளார இருந்திச்சு. கூடை போட்டு மூடலெ. அதான் பகல் முழுக்க வீடு முழுக்கத் திரியுமே. சத்தம் கேட்டுது. நான்கூட உள்ள இருந்து பாத்துக்கிட்டேயிருந்தேன். அது காலை வளைச்சு வளைச்சுக்கிட்டு வேகமாப் போச்சு. நிலையைத் தாண்டிச்சு. படபடன்னு பறந்திச்சு. உள்ளேருந்து ஓடிவந்தேன். அவன் தோளிலே ஒரு பொட்டி மாட்டிக்கிட்டிருந்தான். அது மேலே போய் உக்காந்திருச்சு ..." அவளுக்கு மேலே பேச முடியவில்லை. சுதாரித்துக்கொண்டு செய்தியைச் சொல்ல இரண்டு நிமிஷம் பிடித்தது.

கிளி பிறகு பட்சி சாஸ்திரங்காரன் கை மேலேயே உட்கார்ந்து கொண்டதாம். "அட நீ எங்கடா வந்தே ராசா?" என்றானாம் அவன், ஆச்சரியம் தாங்காமல், "இந்தாய்யா?" என்று கூப்பிட்டாளாம் என் மனைவி.

"உங்களுதா இது?"

"ஆமாம்"

"எத்தினி நாளா இருக்கு?"

"ரொம்ப நாளா இருக்கு."

தி. ஜானகிராமன் சிறுகதைகள்

"எத்தினி நாளுன்னு சொல்லுங்களேன் தெரிஞ்சுக்கறதுக்காகக் கேக்கறேன்."

"ரெண்டு மாசம் இருக்கும்."

"பாத்தீங்களா ? ரெண்டு மாசமாத்தான் காணும் இதை. தேனாம்பேட்டையிலே மரத்தடியிலே சாஸ்திரம் சொல்லிப்பிட்டு அசந்திட்டேன். நல்ல வெயிலு. இது இப்படித் தத்திகிட்டு இருந்திச்சு. முளிச்சுப்பாத்தாக்காணும் குறப் பய ஒருத்தன் சுத்திக்கிட்டிருந்தான் லாவிட்டான் போலிருக்கு. பைத்தியம் புடிச்சாப்பல ஆயிடிச்சு எனக்கு. பாருங்க உண்மையாப் பிரியம் வச்சா ... நீங்களே பாருங்க, எப்படி வந்து ஒண்டிக்குது !"

இவள் கூப்பிடக் கூப்பிட அது வர மறுத்ததாம். விறகு அறையில் கொண்டுவிட்டானாம் அவன். க்ராச் க்ராச்சென்று சித்திரவதை செய்கிறாப்போலக் கத்திற்றாம். இதுவரையில் கத்தாத கத்தல்.

"பாத்தீங்களாம்மா. அது இருக்காதும்மா என் குரல் தெரியும். பச்சைப் புள்ளியிலேருந்து வளருது. மறந்திருமா ? எனக்கும் அது போனதிலேர்ந்து தொளிலே சரியா நடக்கலே நீங்க எது கேட்டாலும் தந்திடறேன்."

அவன் சொல்லும்போதே கிளி கூண்டு பெட்டியின் கம்பியைக் கவ்விக் கவ்வி நின்றதாம். சரி என்று விட்டுவிட்டாளாம் இவள்.

"ரெண்டு மாசமாப் பளமும் பாலும் தின்னுக்கிட்டுக் கிடந்ததே. ஒட்டிச்சா ? கிட்டப்போனா என்னமோ அடிக்க வந்தாப்பல பதுங்கிப் பதுங்கி மாமாலங்கள்ளாம் பண்ணிச்சே. அவன் சட்டைக் கையிலே பூந்துகிட்டு வரவே மாட்டேனிடிச்சு ... ரோடு வரைக்கும் ஒரு தாவாத் தாவிப் பறந்துதே அதைப் பார்த்தால்ல தெரியும் ? நன்னிகெட்ட ஜென்மம் !... உறவு கொண்டாடிட்டு அது பசப்பினதைப் பாக்கணுமே. குழைஞ்சு குழைஞ்சு கூவுறதும் குதிக்கறதும் ... ஒழிஞ்சுது ரெண்டு மாசக் கடன் ... அது என்னா மூட்டை ?"

"கோவைப் பளம்."

"கோவைப் பளம் தின்கற ஜன்மத்துக்கு தித்திக்கிற அறிவா இருக்கப் போவுது ? சனியன் !"

நானும் பிரமை பிடித்தாற்போல உள்ளே வந்தேன். கால்சராய், சட்டைகளைக் கழற்றிவிட்டு, முகங் கழுவ வந்தபோது, கிளிக்கு பால் வார்த்த கிண்ணமும், நீர் வார்த்த பழைய பல்பொடி டப்பாவும் குழாயடியில் தேய்த்துக் கழுவி வைத்திருந்தன.

கலைமகள், அக்டோபர் 1956

மணம்

எதிர்வீட்டு வாசலில்தான் கார் நிற்கிறது. விமலா திரும்புகிறாள் போலிருக்கிறது. இன்று அதற்குள் முடிந்து விட்டதா? என்ன ஒன்றையும் காணோம். 'பைப ... ய்' என்று இடது கையைத் தூக்கி விடைகொடுப்பாளே, அந்தக் குரல்கூட கேட்கவில்லை. ஒருக்கால் இப்போதுதான் புறப்படவே போகிறாளோ என்னவோ ... தீபாவளி அன்று படம் வெளிவருகிறதாம். ராத்துக்கம் தூங்கிப் பத்து நாளாயிற்று என்று கண் சிவக்கச் சிவக்கச் சொன்னாள் அவள். ஹ்ம் வேலையும் கண் விழிப்பும் என்னமோ நட்சத்திரத்திற்கு இருக்கிறாற்போல்தான். சம்பளம் சின்ன மூன்று ஸ்தானத்தைத் தாண்ட மாட்டேன் என்கிறது. துணை நடிகை என்று பக்கபலம் இல்லாமல் தலையைக் கொடுத்த அவலம்.

'அம்மா' என்று மெதுவாக ஒரு குரல். நம் வீட்டிலா?

'அம்மா' என்று மறுபடியும் ஜன்னலண்டை அதே குரல் தான்.

'யாரு?'

'நான்தாம்மா?'

நீலா விளக்கைப் போட்டாள்.

'யாரு?'

'நான்தாம்மா?'

அருள்சாமிதான் ...

'உன் கார்தானா?'

'ஆமாம்மா.'

'என்ன?'

'தூங்கிட்டீங்களா?'

'இப்பதான் படுத்து, அசந்தேன்.'

'அடேடே.'

'என்ன?'

'கதவைத் திறங்களேன்.'

என்ன சொல்லி அவனை அனுப்பலாம் என்று குழம்பிக் கொண்டே கதவைத் திறந்தாள் நீலா.

'தூங்கிட்டீங்களோன்னு பார்த்தேன்.' உள்ளே வந்தான் அருள்சாமி.

'என்ன?'

'புறப்படுங்களேன்.'

'எங்கே?'

'நார்த் ஹோட்டலுக்கு.'

'வேண்டாம்.'

'ஏன் வேண்டாம்?'

உடம்பு சரியில்லை, காலையிலே ஷூட்டிங் ஆரம்பம். பூஜை போடப் போறாங்க.'

'எப்ப போடறாங்க?'

'காலமே.'

'நாளைக்கு ஒன்பது மணிவரையில் ராகுகாலமாச்சே. அதுக்கு மேலேதானே ஆரம்பிப்பாங்க. அதுக்குள்ளார ரண்டு தூக்கம் போட்டுட்டு குளிச்சிட்டு பலகாரம் சாப்பிட்டுக்கூடப் போகலாமே.

'ம்ஹூம். வேண்டாம்.'

'கேளுங்களேன்.'

'கேக்கறதுக்கு ஒண்ணுமில்லே.'

– 'ப்ஸ ...'

'உடம்பு சரியாயில்லை.'

'அஞ்சு நூறும்மா.'

'அஞ்சு நூறு?'

'ஆமாம்.'

'யாரு.'

'யாரோ. சாதாரண ஆசாமி இல்லே. அதான் தெரியும் எழுந்துங்க. சட்டுப்புட்டுனு கிளம்புங்க' என்று பையிலிருந்து எடுத்து நீட்டினான்.

இயந்திரம்போல வாங்கினாள் அதை. முந்நூறு ரூபாய். நிமிர்ந்தாள்.

மணம்

'அங்க வாங்கிக்கலாம் பாக்கியை.'

பேசாமல் அதைப் பெட்டியில் வைத்துப் பூட்டினாள் அவள். நீரால் முகத்தைக் கழுவிக்கொண்டாள். டிப்பாய் மேலிருந்த பெரிய சீப்பை எடுத்துத் தலையை வாரிக்கொண்டாள். க்ரீமை எடுத்து முகத்தில் விரலால் தேய்த்து பவுடரைப் பூசிக்கொண்டாள். புடவையை மாற்றிக் கொண்டாள். ரவிக்கையை மாற்றிக்கொண்டாள். ஒரு கைக்குட்டையால் முகத்தில் உபரியாகத் தெரிந்த பவுடர் திட்டுக்களைத் தடவி சரி செய்து கொண்டாள். பல வைடமின் மாத்திரைகள் இரண்டை வாயில் போட்டு விழுங்கினாள். தாம்பூல மாத்திரைகள் இரண்டை வாயில் போட்டுக்கொண்டாள். உள்ளே போய் கீழ் நோக்கிச் சாய்த்து மாட்டியிருந்த முருகன் படத்திற்கு முன்னால் பத்து விநாடி கண்ணை மூடி நின்றாள். வெளியே வந்தாள்.

ஸ்டாண்டில் இருந்த கடிகாரத்தை நிமிர்ந்து பார்த்தாள். மணி பதினொன்று ஐம்பது.

'இவ்வளவு நேரமாயிடுச்சே.'

'பரவாயில்லேம்மா.'

'ப்ஸ. காலையிலே பூஜை போடறாங்க.'

'அஞ்சு மணிக்குள்ளாற திரும்பிடலாம்மா.'

'ஹும்' என்று பெருமூச்சுவிடத்தான் முடிந்தது அவளுக்கு.

கதவைப் பூட்டி, பூட்டை நாலைந்து தடவை இழுத்துவிட்டுக் காரில் ஏறினாள். வண்டி கிளம்பிற்று. வீதியில் திரும்பிற்று.

ஒன்றிரண்டு கடைகள் திறந்திருந்தன. ரிக்ஷாக்கள் ஒன்றிரண்டு மௌனமாக ஊர்ந்துகொண்டிருந்தன. இங்கிலீஷ் படம் பார்த்தவர் களை ஏற்றிவந்த பஸ் ஒன்று எதிரே போயிற்று.

'ஐந்நூறு ரூபாய்? யார் அது? மூன்று மாச வாடகையை நாளைக்கு வீசி எறிந்துவிடலாம். சீட்டுப் பணமும் கட்டிவிடலாம். ஏலக் கம்பெனியில் சொன்னானே. அந்த மெத்தை தைத்த ஸோபா செட்டு எழுபத்திரண்டு ரூபாயாம், அதையும் வாங்கிவிடலாம் ... எதற்கு ... வீண் செலவு? தபாலாபீசில் போட்டுவிடலாம். பன்னிரண்டு வருஷத்துக்கு எடுக்கவே முடியாது. இங்கே மூன்றாவது ஆட்டம் இன்னும் விடவில்லையா? வேதவல்லி விளம்பர அட்டையில் சிரிக்கிறாள் – வேதவல்லியா ... அது தான் வேதினி என்று பெயரை மாற்றிக்கொண்டுவிட்டாளே ... வேதினி என்றால் என்ன அர்த்தம்? கேள்விப்படாத பெயராக இருக்கிறது. எப்படி யிருந்தால் என்ன? ஒரு மாசத்திற்குப் பிறகு தோழியாக நுழைந்தவள் இப்போது நட்சத்திரம். ஏழு படத்திற்குக் கையெழுத்துப் போட்டு விட்டாளாம். ஒரு நிமிஷம் ஓய்ச்சல் ஒழிவு இல்லை ... அப்படி ஒரு அழகா அவள்? அழகே இல்லை ... முக்கோண முகம். மூக்குகூட சற்று உருண்டை மூக்கு ... நடை கூட நேர் நடை இல்லை. கால் கொஞ்சம் பக்கவாட்டில் பார்த்து நடக்கும். அதிர்ஷ்டம்.

கார் சரசரத்துக்கொண்டு ஹோட்டலுக்குள் வளைந்தது, வளைந்து வளைந்து தனியாக நின்ற சிறு விடுதியின் முன் நின்றது.

'இறங்கலாமா ?'

'இறங்கலாம்.'

தவளைகளின் கொரகொரப்பு எங்கோ கேட்டுக்கொண்டிருந்தது. அதைத் தவிர வேறு காற்றில் ஓசையில்லை. சற்று குளிராகக் கூட இருந்தது. மழை பெய்த குளிர்ச்சிதான். ஹோட்டலின் முகப்பிலும் ஓரிரண்டு அறைகளிலும் சிறிது வெளிச்சம். வேறு எங்கும் இருள்.

நீலா காரைவிட்டு இறங்கினாள்.

விடுதி என்ன, ஒரு பெரிய ஹால், அவ்வளவுதான். ஒரு மேஜை. இரண்டு மூன்று நாற்காலிகள், இரண்டு கட்டில்கள். எவ்வளவு பெரிய மெத்தைகள்! சிமெண்டு மூட்டை மாதிரி – மெத்தையா, மெத்தையா – என்ன சொல்லலாம். கண்ணாடியில் பார்த்துக்கொண்டாள். குழாயும் வாஷ் பேஸினும் பளபளவென்றன ... வெளிச்சம் கண்ணைக் கூசிற்று. நூறு வாட்டுக்கு மேலிருக்குமோ என்னவோ, உத்தரம் இன்னும் உயரமா யிருந்தால் இவ்வளவு தாழ்ந்து தொங்காது. கண் கூசாது.

யாரோ ஆள் வந்தான்

'வந்தாச்சா ?'

'ஆச்சு.'

ஜன்னல் கதவு நான்கும் சாத்தியிருந்தன. சாத்தியே இருக்கட்டும். குளிருக்கு இதமாக இருக்கிறது. திடீரென்று வந்த குளிர். அகாலக் குளிர். முட்டென்று தலையில் நீர் கோத்துக்கொண்டு விட்டால் நாளைக்கு முதல் செட்டிலேயே கொணகொணவென்று மூக்கடைத்தால் ... நட்சத்திரமா, உடம்பு சரியாகட்டும் என்று காத்திருக்க? நீலா இல்லா விட்டால் எத்தனையோ மாற்று இந்தத் தோழி வேடத்துக்கு.

'வரட்டாங்க? என்றான் வந்த ஆள்.

'ம்' என்றான் அருள்சாமி. 'கார் கொண்டாரட்டுமா ?'

'என்னாத்துக்குங்க?'

'சரி.'

'இப்படி வாங்களேன்'

அருள்சாமி போனான்.

தவளைகள் கொரகொரவென்று முறை வைத்துக்கொண்டிருந்தன. இருள் பகலில் அடித்த வெயிலையும் ஒளியையும் மென்று தின்பது போலிருந்தது அந்தக் கொரகொரப்பைக் கேட்கும்போது, மெத்தையின் ஓரத்தில் உட்கார்ந்து பார்த்தாள் அவள். மூச்சுவிட்டால் விம்மி இறங்கிற்று அது. உயர்ந்த கட்டில்தான். முனகல்கூட இல்லை. தடவிப்பார்த்தாள். வெல்வெட்தான். பூனைமாதிரி, ஆலிலை மாதிரி ...

மணம்

'நான் வரட்டுமாம்மா?' என்று அருள்சாமி வந்தான்.

'எங்கே இருக்கே?'

'வாசல்லெதான்.'

'சரி.'

'அப்பா' என்று சட்டென்று கையை உதறினான். கை விளக்கில் பட்டு விளக்கு அப்படியும் இப்படியும் ஆடிற்று. ஆடிக்கொண்டுதான் இருக்க வேண்டும். அதுதான் அணைந்துவிட்டதே.

'என்னது?'

'என்னமோ சுரீர்னிச்சு. எறும்போ என்னவோ.'

'விளக்கும் போயிடிச்சே.'

'இருங்க. ஸ்விச்சைப் போடறேன்.

டிக்டிக் என்று ஏழு எட்டு தடவை புத்தான் போடும் சத்தம் கேட்டது. வெளிச்சம் வரவில்லை.

'ப்யூஸ் ஆயிட்டாப்பல இருக்கு ... இருங்க பல்பை ஆட்டிப் பார்க்கறேன்.'

பளிச் பளிச்சென்று இரண்டு மூன்று தடவை எரிந்து அணைந்தது.

'ப்யூஸ்தாம்மா ... இருங்க போய் மேனேஜர்கிட்ட ஒரு பல்பு வாங்கியாரேன்' என்று ஓடினான் அவன். பல்பைத் தொடப் பயமா யிருந்தது. இருந்தாலும் தைரியமாக ஆட்டிப் பார்த்தாள் நீலா. பயனில்லை. இருட்டு கண்ணை அப்பிற்று. நிலையைப் பார்த்துக்கொண்டே உட்கார்ந்துவிட்டாள். வெல்வெட் விரிப்பு வழவழவென்றிருந்தது. வெளியே வந்தாள். யாரது? அருள்சாமியா? ... ஆமாம்.

'என்னய்யா?'

'ஸ்டோர் ரூம் சாவியை எடுத்துட்டுப் போயிட்டாராம் மானேஜரு. குமாஸ்தாதான் இருக்காரு'.

'அப்படின்னா?'

'வேற ஏதாவது பல்பைக் கயட்டி எடுத்திட்டு வாங்களேன்'.

'எங்கம்மா எடுக்கறது ... கள்ட்டலாம்னுதான் பார்த்தேன். எங்க பார்த்தாலும் ட்யூபாயிருக்கு. தாவாரத்திலே ரண்டு இருக்கு. ஏணி வச்சாத்தான் கள்ட்டமுடியும் ... ம்.'

'நல்ல மானேஜருய்யா இவரு! ஸ்டோர் ரூம் சாவியை எடுத்துக் கிட்டுப் போகவாவது?'

'நெதக்கிம் விட்டுட்டுத்தான் போவாராம். இன்னிக்கி நமக்குன்னு பாருங்க.'

'இப்ப என்ன செய்யறது?'

'என்னத்தை செய்யறது! ... ம்'

'ஹ்ம்' என்று ஆழ்ந்து பெருமூச்சு விட்டாள் நீலா.

'மானேஜர் ஊட்டுக்காவது போய் வரட்டாம்மா வண்டியை எடுத்துகிட்டு?'

'ஆமாம் இனிமே. அவர் வீட்டைத் தேடி, அவரைத் தேடி ... போதும். அதான் அப்பவே சொன்னேன்'

'ப்ஸ'

'இதுதான் ... அப்பவே சொன்னேன் ... யாரோ வராப்பலிருக்கு'.

'அவங்கதான் போல்ருக்கு. அப்ப நான் வரட்டா?'

'வண்டியை எடுத்துகிட்டு சவாரி போயிடாதிங்க எங்கியாவது'.

'இல்லேல்லே ... நீங்க உள்ளார போங்க ... காத்து சில்லாப்பா இருக்கு'.

'போறேன் போறேன்' ... உள்ளே வந்தாள் நீலா.

ஒரு நிமிஷம் ஆயிற்று. வாசல் நிலையில் இரு உருவங்கள் தெரிந்தன. ஒன்று 'அப்ப நீ வறியா?' என்றது. இன்னொன்று 'சரிங்க' என்றது.

'விளக்கு அணஞ்சு போச்சே'.

'ஆமாங்க'.

'ம் ... சரி போ', அந்த உருவம் இருளில் மறைந்தது. இன்னொன்னு உள்ளே வந்தது. கதவு மூடிற்று. தாழ்ஓசை கேட்டது.

ஹம் ... மா! என்ன வாசனை!

மூச்சை உள்ளிக்கிழுத்து வாசனையைப் பிடித்தாள் அவள்.

அம்மாடா!

சாராயத்தில் கலந்திருக்கிற பிரஞ்சு வாசனை இல்லை. மகிழ்ப்பூ மாதிரி ... ஜவ்வாது மாதிரி ... ரோஜாப்பூவா ... எல்லாம் கலந்ததா? ... ஆகாகா! என்ன வாசனை!

O

கன்னோஜியில் வாங்கின வாசனையாம் அது. அமர்ந்து நினைவில் உட்கார்ந்திருந்தது. அமர்ந்த மணம். இழுக்க இழுக்க நெடியில்லாத மெல்லிய மணம். கழுத்து, தொண்டையெல்லாம் நிறைகிறாற் போலிருக்கிறது. உள்ளுக்கிழுக்கும் போது.

வாசலில் சரசரவென்று திரும்பி வீதிக்கு வந்தது கார். வரும்போது திறந்திருந்த ஓரிரு கடைகள்கூட மூடிக்கிடந்தன. நடைபாதையில் பரட்டையாக அழுக்காலேயே நெய்ததுமாதிரி ஒரு துணியைப் போர்த்திக்கொண்டு ஒரு பையன் – பத்து வயதிருக்கும் மல்லாந்து படுத்து உறங்கிக்கொண்டிருந்தது. பக்கத்தில் ஒரு குழந்தை தூங்கிற்று. ரிக்‌ ஷா ஒன்று அவ்வளவு பெரிய சாலையில் யாரையோ ஏற்றிக்கொண்டு

தனியாக ஊர்ந்தது. எப்போது வீட்டில் கொண்டு சேர்க்குமோ? இன்னும் ஐந்து நிமிஷத்தில் நாம் போய்ச் சேர்ந்துவிடப்போகிறோம்.

ஒரு வளையில் போகும்போது பவுழமல்லி மணம் கமழ்ந்தது.

'உள் விளக்கைப் போடுங்க'.

இசிக்.

பத்து பத்தாக இருபத்தைந்து நோட்டுகள். மூன்றை மட்டும் எடுத்து, மற்றவற்றை புடவைத் தலைப்பில் முடிந்து இடுப்பில் செருகிக் கொண்டாள் அவள்.

சாக்கடை பம்பிங் ஸ்டேஷனிலிருந்து கும்பி வாடை வீசிற்று.

வீதியிலிருந்து வளையில் திரும்பிற்று வண்டி. முனை பங்களாவில் பன்னீர்ப்பூ கமழ்ந்தது. மறுபடியும் ஒரு திருப்பம்.

வண்டி நின்றது.

'இந்தாய்யா.'

அருள்சாமி நோட்டை வாங்கி சட்டைப்பையில் செருகிக் கொண்டான். எவ்வளவு என்று பார்த்தால் என்ன?

கதவைச் சாத்தியதுமே முடுக்கென்று கிளம்பிவிட்டது வண்டி.

கதவைத் திறந்துகொண்டு உள்ளே வந்து விளக்கைப் போட்டாள் நீலா.

கடியாரத்தைப் பார்த்தாள். மணி மூன்று பத்து வயதானவர் மாதிரி தான் தோன்றுகிறது. புஜத்தில் சதை எலும்பின் பிடிப்பிலிருந்து விடு பட்டிருந்தது. ஒற்றை நாடி ... சிரிக்கச் சிரிக்க ... இந்த எல்லாரும் இப்படித்தான் பேசுகிறவர்கள் ... ஆனால் இந்த மாதிரி படித்து ...

எப்பேர்ப்பட்ட வாசனை! அமர்ந்த, அலுக்காத மணம்.

புடவையில்கூட அந்த மணம் லேசாகத் தொற்றிக்கொண்டிருந்தது.

வெந்நீர் வெதவெதவென்றிருந்தது. ஒரு வாய் குடிக்கவும் குடித்தாள்.

படுத்தாள்.

இவ்வளவு பணம் எப்படி சம்பாதிக்கிறார்கள் இவர்கள்! தினமும் ஆயிரக் கணக்கில் வருமா? இல்லாவிட்டால் இப்படி கண்ணை மூடிக் கொண்டு இறைக்க முடியுமா!

மனம் லேசாக மிதந்தது. கிளுகிளுவென்று ஒரு மகிழ்ச்சி. எழுந்து விளக்கைப் போட்டு அலமாரியைத் திறந்து மிச்சமிருந்த இரண்டு மைசூர் பாக்கையும் கதம்ப பஜ்ஜியையும் தின்றாள். பசிதான். இரண்டு டம்ளர் தண்ணீர் குடித்த பிறகு வயிறு இரைந்தது. இரண்டு வெற்றிலையைப் போட்டுக் கடைவாயில் அரைத்தாள். படுத்துக்கொண்டாள். நாதபிந்து கலாதி ...

நிம்மதி. மகிழ்ச்சி. மனிதர்களில் நல்லவர்களும் இருக்கத்தான் இருக்கிறார்கள். பிசினாரிகள் பத்து இருக்கும். பரந்த மனம் ஒன்றும்

இந்த மாதிரி எப்போதாவது எங்காவது இருக்கத்தான் இருக்கிறது ... தூக்கம் வருகிறது.

ஐந்து மணிக்குப் பால்காரன். பிறகு அரைமணிக்கெல்லாம் கூட்டுகிற பெண்பிள்ளை. அவள் வெந்நீர் போட்டுத் தயார் செய்து மூன்றாவது தூக்கத்தில் எழுப்பினாள். மணி ஆறு முப்பத்தைந்து. காபி போட்டு. பல் தேய்த்து, காப்பியைக் குடித்து, குளித்து ஆடை உடுத்தி, தலை வாரும் போது வாசலில் கார் நிற்கும் ஓசை கேட்டது.

யார் இறங்கி வருகிறது? பவானியா?

'இப்பதான் தலை வாரியாவுதா? கெட்டுது போ.'

'இதோ கிளம்பியாச்சு.'

'பின்னல் அங்கபோய் போட்டுக்கலாம் கிளம்பு. ஊர்மிளாவை இட்டுகிட்டுப் போகணும். அதுவும் ஏழரை மணிக்குள்ளார கிளம்பணு மாம். ப்ரொட்யூசர் ரொம்ப ஆசாரக்காரரு. கிளம்பேன். பின்னல் அங்கே போய்ப் போட்டுக்கலாம். கவலைப்படாதே. நான் போட்டுடறேன். கிளம்பு மணி ஏழு பதினெட்டு.'

'இப்படியே வா.'

'வா' என்று இழுத்தாள், தள்ளினாள் பவானி. வீட்டைப் பூட்டிக் கொண்டு, 'வானில்' ஏறிக்கொண்டாள் நீலா.

ஒன்பதேகாலுக்கு மேல்தான் திறப்புவிழா நடத்துகிற பெரியவர் வந்து சேர்ந்தார்.

என்ன இது?

'இவ்வளவு ஆசாரம் எல்லாம் பார்க்கிற ப்ரொட்யூசருக்கு இந்த மாதிரி ஆள்தானா கிடைத்தது திறப்புவிழா நடத்த!'

என்ன கோரம்!

அந்தக் கோரமே கண்ணை இழுத்து இழுத்துக் கவர்ந்தது. ஏராள மாகப் படித்தவராம். ஏராள பணமாம். யாரும் அவர் உடம்பைக் கவனித்த தாகவே தெரியவில்லை. தொட்டுத் தொட்டுக் கையைக் குலுக்கினார்கள். ஐயோ! ... டைரக்டர் சாமர்த்தியமாகக் கும்பிடு போட்டுவிட்டார். இது படு சமர்த்து. இல்லாவிட்டால் நொள்ளை சில்லறை எல்லாம் போட்டு ஒரு படத்தை எடுத்துப் பத்துத் தடவை பார்க்கவைக்குமா?

பூஜை போட்டதும் பெரியவர் பேசினார். '... கதையைக் கேட்டேன். சில சம்பாஷணைகளைக்கூட கேட்டேன். அருமையான கதை ... அருமையான சம்பாஷணை. பட உலகம் இருண்டுகிடக்கிற இந்த வேளையில் இந்தப் படம் ஒரு புதிய ஒளிமாதிரி. மற்ற பட முதலாளிகளுக்கு மட்டுமில்லை, மக்களுக்கே நல்வழி காட்டும். நெறியும் அறமும் நைந்து கிடக்கிற இந்த நாளில், கடவுள் என்கிற சொல்லையே சட்டையில் ஒட்டிக்கொண்டிருக்கிற கம்பளிப் பூச்சியை உதறுவதுபோல உதறுகிற இந்த நாளில், அமைதியாகச் செல்லும் சமூக அமைதியைக் குலைக்கிற இந்த நாளில், மக்கள் மனதில் நம்பிக்கையையும் நெறியில் பற்றையும்

மணம்

இந்தப் படம் ஏற்றி வைக்கும் என்று என் துணிவு. முக்கியமாக நவநாகரீகம் என்று திகைப்பூண்டை மிதித்து வழி தெரியாமல், நல்லது கெட்டது தெரியாமல் குழம்பும் பெண்களுக்கு இந்தக் கதையும் சம்பாஷணைகளும் பிடிப்பு ஒன்றைக் கொடுக்கும் ... ஒழுங்கற்றதுதான் மக்களுக்குப் பிடிக்கும் என்று உற்பத்தியாளர்கள் சொல்லி அலையும் போது இந்த மாதிரி புது லட்சியம் கொண்ட முயற்சியில் முனைந்துள்ள இந்த உற்பத்தியாளரின் துணிவையும் லட்சியப்பற்றையும் பாராட்டாமல் இருக்க முடியவில்லை. முருகன் வெற்றி அளிப்பானாக! வாழ்க இம்முயற்சி ...'

நன்றிக்குப் பிறகு விழா முடிவுற்றது. முதல் அரை நிமிஷம் 'டேக்'கும் நடந்தது.

பழம் பாக்கு வெற்றிலை வழங்கினார்கள்.

பெரியவரை முதலாளி எல்லோருக்கும் அறிமுகப்படுத்தினார்.

நிர்வாகி கைகுலுக்கினார். சங்கீத டைரக்டர் கையைக் குலுக்கினார். எப்படி கூசாமல் குலுக்குகிறார்களோ! கதாநாயகி மாயாவை முதலிலேயே அறிமுகம் செய்தாயிற்று. மற்ற நடிக நடிகைகளை ஒவ்வொருவராகச் சொல்லிக்கொண்டு வந்தார் முதலாளி.

'உமாபாய்.'

'ரமணி.'

'உஷா.'

'கந்தசாமி.'

எல்லோருக்கும் கையை உயர்த்தினார் பெரியவர். விரல்களை நீட்ட முடியவில்லை. சுண்டு விரலில் மடக்கு. இனி மேல் நீளாத மடக்கு. சுண்டு விரல் என்ன? ... எல்லாமே அப்படித்தான்.

'பவானி.'

'நீலா.'

இது என்ன வாசனை!

'அம்மாடா.'

மகிழம்பூ மாதிரி ... ஐவ்வாது மாதிரி ... ரோஜாப்பூவா ... எல்லாம் கலந்ததா ... அப்பாடா.

வயிற்றில் கல் விழுந்தாற்போலிருந்தது. மூச்சை இழுத்தாள் நீலா. மென்மையான மணம் அதே வாசனை தான். அதே தானா? ... அதே ... இராது. அந்தமாதிரி மனிதர் இப்படிப் பேசியிருக்கமாட்டார்.

பெரியவர் நகர்ந்து போய்விட்டார்.

'ஏன் பேசக்கூடாது? இப்படிப் பேசுகிறவர்கள்தான்' ...

திரும்பி வருகிறார் ... அதே வாசனைதான் ... என்ன கோரம் ... மூக்கில் வளைந்த சப்பை ... கன்னம், நெற்றியெல்லாம் வேர்வை வழிகிறது ...

அதே? ... இராது ... இந்த வாசனை வேறு. எங்கும் இதுவரை பார்த்த தில்லையே ... அதே ... ஒல்லி ... வயதான உணர்ச்சி தொட்டுப் பார்த்தால் ...

கண்ணால் பார்த்தால் ... என்ன வயதிருக்கும்? நாற்பது, ஐம்பது, அறுபது. நூறு வயது ... இல்லை வயதே அழிந்துவிட்டது. இத்தனை விகாரம்! இத்தனை ...

பாவம்! ...

ஊதுவர்த்தி மணம் கமழ்ந்தது. பிண ஊதுவர்த்தி மாதிரி ... ஹ்ம் ... கையிலிருந்த பூச்செண்டு ... மரு, ஜவந்தி, அரளி, இருவாட்சி, ரோஜா ... ஹ்ம் ... என்ன நாற்றங்கள் ..!

அதே அந்த ஆளாக ..!

ஸ்டூடியோவிலேயே சாப்பாடு நடந்தது. கையைச் சோப்புப் போட்டு தேய்த்துத் தேய்த்துக் கழுவிவிட்டு வந்தாள் நீலா ...

பருக்கை இறங்கவில்லை.

'இட்லி காபி எல்லாம் ரட்டை பங்காக்கும் ..!' பக்கத்து இலை முன்னிருந்து பவானிதான்.

'உன்னைத்தானே ... நீலா ... ஏன் சாப்பிடவேயில்லை?'

'வயிறு சரியாயில்லை ... புரட்டுது.'

'வெயில்லெகூட நிக்கிலியே. ராத்திரி நல்ல தூங்கினியீல்ல?'

'ம்.'

'பின்னே? ... பித்தமா இருக்கும்.'

பந்தியில் எழுந்த சிரிப்புகளும் கேலிகளும் எங்கோ தொலைவில் கேட்பதுபோலிருந்தது.

காரில் வரும்போதும் வெறித்து எங்கேயோ பார்த்துக்கொண்டிருந்தாள் நீலா.

'நீலா, ஏன் நீ சுரத்தா இல்லெ?'

'ஒண்ணுமில்லை.'

'வண்டியை நிறுத்தச் சொல்லி ஒரு ஜிஞ்ஜர்பீர் சாப்பிடேன்.'

'வாண்டாம் பவானி.'

'தலையை வலிக்குதா?'

'க்கும்.'

பவானி தொட்டுப் பார்க்கிறாள்.

கார் நின்றது. பவானி உள்ளே வந்து படுக்கையில் படுத்துக்கொள்ளச் சொல்லி 'உடம்பை ஜாக்ரதையாய் பார்த்துக்க ... வெந்நீர் போட்டுத் தரட்டுமா?' என்று கேட்டாள்.

மணம்

'வாண்டாம் பவானி. கொஞ்சம் படுத்திருந்தா சரியாப் போயிடும் ... நீ போயிட்டுவா. வண்டி காத்திருக்கு.'

'வண்டியை அனுப்பிச்சிட்டு அப்புறம் போறேனே.'

'வாண்டாம். கொஞ்சநேரம் தூங்கறேன். நீ போயிட்டு வா.'

'சரி ... அப்படின்னா. சாயங்காலமா வரட்டுமா?'

'முடிஞ்சா வா. இதுக்காக அலையவாண்டாம்.'

'என்ன நீலா? பின்னே எதுக்காக அலையுதாம்?'

'சரி வா.'

'அப்ப வரட்டுமா?'

'சரி.'

'சாயங்காலம் வரேன். கதவைத் தாப்பாள் போட்டுக்க.'

வயிற்றைக் குமட்டுகிறது. வாந்தி ... வாயைக் கொப்பளித்து, கண்ணைத் துடைத்துக்கொண்டாள் அவள்.

கதவைத் தாழிட்டு வந்து படுத்தாள்.

அதே ...

இராது. வாசனை மட்டும் ..?

அம்மாவின் படத்தின் முன்னால் நின்றாள். அம்மாதான் முன்னால் கண்ணை மூடினாள். இல்லாவிட்டால் அப்பா என்னை அழைத்துக் கொண்டு பட்டணத்துக்கு வருவானேன்? கோயிலில் திருப்புகழும் தேவாரமும் அவருக்கும் எப்போதும் போல் படி அளந்திருக்கும்.

இங்கே வந்துதான் என்ன? வந்த ஆறு மாசத்திற்கெல்லாம் பாரிச வாயு. திருப்புகழ் சொன்ன வாய், தேவாரம் சொன்ன வாய்தான். ஆனால் கோணிக்கொண்டுவிட்டதே. படிக்கத்தான் வைத்தாரா? படிக்கப் போது எங்கே இருந்தது? மேல் துணி போனது தெரியாமல் கிடந்தவரைக் கவனிக்கிறதா? எப்போது போவார் என்று ஆய்விட்டது.

அதே ..!

காதைத் தொட்டுப் பார்த்துக்கொண்டாள் அவள். மூக்கைப் பார்த்தாள். உள்ளங்கையில் அரிப்பதுபோலிருந்தது. புடவையை விழுத்து விட்டு கார்பாலிக் சோப்பைப் போட்டுத் தேய்த்துச் சுரண்டிக் குளித்தாள். புடவையை உடுத்திக்கொண்டாள். பிரமை பிடித்தாற்போல நின்றாள்.

'அதே வாசனைதான். ஆனால் அதே ..? இராது ... இராது.'

சற்றுக் கீழ் நோக்கி சாய்ந்து மாட்டியிருந்த முருகன் படத்திற்கு முன்னால் நின்று நிமிர்ந்தாள்.

'அதே ... அதே வாசனை தான் ... அதே ... அவரேதானா. இராது ... இல்லை, அவரே தான் ... ஒல்லி, மூப்பு ... தொடும்போது கை சொரசொரவென்று ... இராது ... இருந்தால்.'

பேயறைந்தாற்போல் நின்றாள்.

ஏன் விளக்கு அணைந்தது? தானாக அணைந்ததா? வேண்டு மென்று ... அருள்சாமி கூடவா ஏமாற்றுவான்? மானேஜர் ஏன் சாவியைக் கொண்டு போனான்? ... போனானா? ... காரில் போய் சாவி வாங்கிவருகிறேன் என்று சொன்னானே அருள்சாமி ... அதற்குள் அவர் வராமலிருந்தால்.

அவரேவா? ... இராது ... இருந்தால்? அம்மாவின் படத்தைப் பார்த்தாள் நீலா. சூன்யத்தை வெறித்துப் பார்த்தாள். குமுறிக் குமுறி நெஞ்சை அடைத்தது. தொண்டை வலித்தது. கண்ணீர் தளும்பிற்று. ஜன்னல் கம்பியைப் பிடித்துக்கொண்டாள். உதட்டைக் கடித்தாள். அழுகை உதட்டைப் பீறிக்கொண்டு வந்தது.

சுதேசமித்திரன் தீபாவளி மலர், அக்டோபர் 1956

கங்காஸ்நானம்

கங்கா நதி சுழித்து ஓடுவதைப் பார்த்துக்கொண்டு நின்றார் சின்னசாமி. முக்கால் தென்னை உயரம் இருக்கும் போலிருந்தது கரை. அங்கு உள்ள மாடி வீட்டு விளக்கின் நீலவொளி மங்கலாக நீர் மீது விழுந்திருந்தது. நீருக்கும் ஊருக்குமாக அலைந்தது நினைவு. காசி, கங்கை என்ற பிரக்ஞை இல்லை அவருக்கு.

என்னமோ கேட்டாள் அவர் மனைவி.

"..."

"ஏன்னா?"

"ம்?"

"ரண்டு கும்மாணம் காவேரி இருக்குமாங்கறேன் அகலம்?"

"ம்ம், இருக்கும்."

யாரோ சிரிப்பது போலிருந்தது அவருக்கு. ஒரு தடவை முதுகு உதறிற்று.

"இன்னும் அதையே நினைச்சிண்டிருக்காப் போலிருக்கு?" என்று நீரில் கால் அலம்பிக்கொண்டே அவர் முகத்தைப் பார்த்தாள் அவள்.

"ம்?"

"ஸ்நானம் பண்ணலியா? எத்தனை நாழி நிக்கறது?"

"ம்ம்" என்று படி இறங்கினார் அவர். "காசிக்குப் போனாலும் கர்மம் விடாதும்பா. இவன் நமக்கு முன்னாடியே வந்து நிக்கறானே!"

"வரட்டும், வரட்டும். நேத்திக்கே கங்கையிலே முழுக்குப் போட்டிருப்பார் அவர். என் தாய் அவர் பாவத்தைக் கூட

அடிச்சிண்டு போயிருப்பாள். அதெல்லாம் இப்ப நினைப்பானேன்? ஸ்நானம் பண்ணட்டும் ... அப்பாடா, தாயே, கங்கா மாதா!" என்று நிறைந்து வழிந்த நெஞ்சுடன் கங்கை நீரில் திளைத்தாள் அவள்.

"நீ சொல்றே அதெல்லாம் நினைப்பானேன்னு. இன்னும் கொஞ்ச நேரத்திலே அவன் மூஞ்சியிலே முழிச்சு ஆகணுமே ... அவனைப் பார்த்துப் பேசும்படியா ஆயிடுத்துன்னா என்ன பண்றது? நினைக்க நினைக்க ஆச்சர்யமாயிருக்கு. அந்த மூவாயிரம் போக, மிச்சம் ஆயிர ரூபா தானே இங்கே நம்மைக் கொண்டுவந்திருக்கு. அக்காவுக்காக நாம இங்கு வரவாவது? அவன் முன்னாடியே வந்திருக்கவாவது? தெய்வம் தான் என்ன பண்ணப் போறார், பார்ப்போம்னு விளையாடறதா?"

"எனக்கும் ஒண்ணும் புரியத்தான் இல்லை. ஸ்நானத்தைப் பண்ணிப்பிட்டு யோசிச்சுக்கலாமே. ஜாகைக்காரர்கிட்ட சொல்லிட்டு, சாமானை எடுத்திண்டு, வேறு இடம் பார்த்துண்டு போயிட்டாப் போறது. முன்னாடி ஸ்நானத்தைப் பண்ணட்டும். கங்கா மாதா ஏதாவது வழி கொடுப்ப."

லடக் லடக்கென்று ஒரு படகு ஓசையிட்டுக்கொண்டே கடந்து போயிற்று.

மறுபடியும் யாரோ சிரிப்பது போல் இருந்தது சின்னசாமிக்கு. அவருக்கும் சிரிப்பு வந்தது. இறங்கி முழுகினார்.

"அப்பாடா, ஸ்படிகம் மாதிரி இருக்கு ஜலம்," என்று நீரைக் கையில் எடுத்துவிட்டார். உடம்பு புல்லரித்தது. நீரின் தட்பம், சந்தர்ப்பங்கள் கேலி செய்கிற விசித்திரம் – இரண்டும்தான்.

யாராவது நம்புவார்களா?

இரவு எட்டரை மணிக்குத்தான் ரயில் காசிக்கு வந்தது. ரயிலில் நெருக்கடி, கரி, தூசி, மூன்று நாள் அழுக்கு, நாகபுரியிலிருந்தே ஆரம்பித்த சக பிரயாணிகளின் பழைய வெண்ணெய் நாற்றம், சீலைப்பேன் ஓடுகிற சட்டையும் வேஷ்டியும் அணிந்த ரயில் கூட்டம் – காசி ஸ்டேஷனில் கால் வைத்ததும் இவ்வளவையும் அழுக்கிவிட்டு ஒரு நிம்மதியும், கங்கையைக் காண்கிற ஆவலும் உள்ளத்தின் மேல் மிகுந்து படர்ந்தன. சில தலைமுறைகளுக்கு முன் காசியில் குடியேறியிருந்த தமிழ்ப் புரோகிதரிடமிருந்து அழைத்துப் போக ஆள் வந்திருந்தார்.

சாமான்களை வண்டியிலிருந்து உள்ளே கொண்டு வைத்து 'அப்பாடா' என்று உட்கார்ந்ததும் ஜாகைக்காரர் வந்து பேச்சுக் கொடுத்தார்.

"எந்த ஊர் உங்களுக்கு?"

"சவுக்கநத்தம்."

"தஞ்சாவூர் ஜில்லாவா?"

"ஆமாம்!"

"எங்களுக்கும் தஞ்சாவூர் ஜில்லாதான், ஸ்வாமி, சொல்லிக்கிறதுக்கு இப்ப ஒண்ணுமில்லை. தாத்தா நாள்ளேருந்து காசி மனுஷாளாப் போயிட்டோம் ..."

"போன வருஷம் கூட இரண்டாவது குழந்தைக்கு முடியிறக்கு வதற்காக வைதீச்வரன் கோயிலுக்கு வந்திருந்தாராம் அவர்."

"காசியிலேருந்தா வந்தீர்கள் முடியிறக்க!"

"வராமல்? சப்தலோகம் போனாலும் குலதெய்வம் போயிடுமோ? காசிக்ஷேத்ரம்தான். இப்ப காசிதான் ஊரு. அதுக்காக? ... குடும்ப தெய்வம் வைத்யநாதன் இல்லியோ?"

மூன்று நாள் அழுக்கை உடம்பிலிருந்து தேய்த்துக்கொண்டிருந்த சின்னசாமிக்குச் சிரிப்பு வந்தது. மூன்று தலைமுறைகளுக்கு முன்னால் மடியில் வளர்த்த ஊரை நினைத்து நினைத்து ஜாகைக்காரர் மாய்ந்து போனதும் ஏங்கியதும் ...

"போன தடவை வைதீச்வரன் கோயில், சீயாழி, மாயவரம், கும்பகோணம், திருவாரூர் ... ஒரு ஊர் விடலை ... திருவாரூருக்குப் பக்கம்தானேய்யா ... நேத்திக்கு வந்திருக்காரே, அவர் ஊரு?" என்று பக்கத்தில் நின்று கொண்டிருந்த உதவிக்காரரைக் கேட்டார்.

"ஆமாம் ... விளாஞ்சேரியாமே ... உங்களுக்குத் தெரியுமோ" என்று சோடா பாட்டில் மூக்குக் கண்ணாடியை நிமிர்த்திக்கொண்டே திரும்பினார் உதவிக்காரர்.

"விளாஞ்சேரியா? என் அக்காவை அந்த ஊரில்தான் கொடுத்திருந்தது. அவ பணத்திலேதான் சுவாமி நாங்கள் காசிக்கு வந்திருக்கோம் ..."

"அப்பன்னா இவரையும் தெரிஞ்சிருக்கும் ..."

"யாரு?"

"நேத்திக்குக் காலமே வந்தார், பிரயாகையிலிருந்து துரையப்பான்னு பேராம். கோயிலுக்குப் போயிருக்கார், பூஜை பார்க்க."

"துரையப்பாவா?" – தலையில் இடியைத் தள்ளினாற்போலிருந்தது சின்னசாமிக்கு,

"ம்"

"கறுப்பா, ரெட்டை நாடியா?"

"ம்."

"நெத்தியிலே, வலது நெத்தியிலே தழும்பு இருக்கோ!"

"அவரேதான்! ஸ்வாமி விச்வேச்வரருக்கு ராத்திரி பூஜை பார்த்து விட்டு வந்துடுவர்."

"ஹம்"

சின்னசாமிக்கு ஒன்றும் ஓடவில்லை. யாரோ சிரிப்பது போலிருந்தது. துரையப்பாவே சிரிப்பதுபோல்தான் இருந்தது. பேய் மாதிரி சிரிப்பு. "இவன் எங்கே வந்தான்? இங்கு வரவேண்டும் என்று எப்படித் தோன்றிற்று ... அதுவும் நான் வரும்போதா? ... அதே ஜாகையா?" என்று மனம் கேள்வி கேள்வியாகக் கேட்டுக் கலங்கிற்று. சற்று நடுங்கிற்று. "இவனா ..! இப்போதா? ... இதே இடத்திலா ..?"

கரையேறித் தலையைத் துவட்டிக்கொண்டு, பையிலிருந்து பட்டை எடுத்து உடுத்திக்கொண்டு, மீண்டும் இறங்கிக் காலை அலம்பி விபூதியைப் பூசிக்கொண்டு, ஜபத்திற்கு உட்கார்ந்தார். அவர் மனைவி புடவை மாற்றிக்கொண்டிருந்தாள்.

இவன் முகத்திலா முழிக்கவேண்டும்? ... இது யார் விஷமம் ..?

அக்கா காசி காசி என்று புலம்பிக்கொண்டிருந்தாள். விளாஞ்சேரி யில் அவள் புருஷனுடன் வாழ்ந்து மூன்று வருஷம் குடித்தனம் நடத்தி விட்டு, நாலாவது வருஷம் பிறந்த வீட்டுக்குத் திரும்பிவிட்டாள். நல்ல வேளையாக அப்பா, அம்மா இல்லை, இந்த வேஷத்தைப் பார்க்க. எண்ணி ஏழுநாள் படுக்கையில் கிடந்தார், அவள் புருஷன். எட்டாம் நாள் ...

காட்டு வழியில் அலைகிற புது ஆளைப்போல, புறப்பட்ட இடத்திற்கே திரும்பி வந்தாள் அவள். மூன்று வருஷம் வீட்டோடு முடங்கிக் கிடந்தவளை, துடைகாலி துடைகாலி என்ற அவமானத்தில் குன்றிக் கொண்டிருந்தவளை, ஏக்கமும் நோயும் தின்று வந்த சுருக்கு ... அவள் புருஷனுக்கு இருந்த நிலத்தை விற்கச்சொன்னாள். அது நாலாயிரம் ரூபாயாக மாறி வந்தது.

முதல் நாள் வரையில் பிரக்ஞை இருந்தது.

"சின்னசாமி, நான் இப்படிக் கிடக்கிறது துரையப்பாவுக்குத் தெரியாது. தெரிஞ்சிருந்தா வந்திருப்பார். அவருக்கு என்ன பாக்கி இவர் கொடுக்க வேண்டியது?"

கணக்குப் பார்த்ததில் மூவாயிரத்து நாற்பத்தேழு ரூபாய் என்று வந்தது.

"அவர் கிட்டப்போய் தள்ளிக்கிள்ளிக் கேட்டு மன்றாட வாண்டாம். பைசா மாறா ஜாடாக் கொடுத்துவிடணும், தெரிஞ்சுதா?"

உடம்பு தேறி வரட்டும், அக்கா. இப்ப என்ன அந்தக் கவலை?"

"உடம்பு தேறாதுடா, சின்னசாமி. எனக்குத் தெரியாதா? இந்தக் கடனைத் தீர்த்துக் கண்ணாலே பார்த்துட்டுப் போயிடலாம்னு நெனச்சேன். நடக்கலே கொண்டு கொடுத்துடு."

"சரி."

"அப்பறம் மிச்சம் ஆயிரத்து சொச்சம் இருக்கு. காசி காசின்னு கோட்டை கட்டிண்டேயிருந்தேன். அதுவும் நடக்கலே. நீயும் அவளுமாப் போய்க் கங்கா ஸ்நானம் பண்ணிப்பிட்டு, என்னையும் நினைச்சிண்டு –

ஆமாம் ... ரயில் சார்ஜ், க்ஷேத்ரச் செலவு எல்லாம் இதிலேருந்து எடுத்துக்க வேண்டியது. நீ ஒரு பைசா உன் கையிலேருந்து போடப்படாது ..."

மறுநாள் வீட்டில் ஒரு நபர் குறைந்துவிட்டது. அர்த்தமில்லாமல் பிறந்து, வாழ்ந்து, மடிந்து ... புருஷன் வாங்கின இந்தக் கடனைத் தீர்க்கத் தான் பிறந்தாயா?

ஒரு மாதம் கழித்து சின்னசாமி மூவாயிரத்துச் சொச்சத்தை எடுத்துக்கொண்டு கிளம்பினார்.

விளாஞ்சேரிக்குப் போகும்போது அஸ்தமித்துவிட்டது. குளுகுளு வென்று காற்று துரையப்பா வீட்டுத் திண்ணையையும் வாசலையும் பார்த்துக்கொண்டே இருக்க வேண்டும் ... நிகிநிகியென்று, வழவழா வென்று ... சாய்வு நாற்காலியில் சாய்ந்துகொண்டிருந்தார் துரையப்பா.

"என்ன மாமா"

"யாரு?"

"நான்தான்."

ஆளோடிக்குமேல் அரிக்கேன் விளக்குத் தொங்கிற்று.

"நான்தான்னா?"

"சின்னசாமி."

"அட, சின்னசாமியா?"

"ஆமாம், மாமா."

"வா, வா, எப்ப வந்தே?"

"இப்பதான்."

"என்னடாது?.. சுந்தராம்பா ..."

"ஆமான்னா ... அவ்வளவுதான் பிராப்தம்."

"என்ன உடம்பு?"

"உடம்பு என்ன? ஏக்கம்தான்."

"த்ஸ ... என்னமோ போ! அவனும் கொடுத்து வைக்கல்லே. நீயும் கொடுத்து வைக்கல்லே." அரைமணி ஊர்ப்பேச்செல்லாம் பேசினார்கள்.

"எங்கே இப்படி இவ்வளவு தூரம்?"

"கணக்குத் தீர்க்கலாம்னு வந்தேன், மாமா."

"ஆமாம், பிரமாதக் கணக்கு"

"முத நாளைக்குக் கூப்பிட்டு கணக்கெல்லாம் பார்க்கச் சொன்னா அக்கா. கடனோட போறமேன்னு அவளுக்குக் குறைதான்."

"த்ஸ ... கடன்! பிரமாதம் ..! பிரமாதக் கடன் பாரு!"

"மூவாயிரத்து நாற்பத்தேழு ஆயிருந்தது அப்ப."

"ம்"

"அப்புறம் ஒரு மாசம் ஆயிருக்கே"

"ஆமாண்டா, ஒரு மாச வட்டியிலே இன்னொரு கிராமம் வாங்கப் போறேன். அசடு!"

"பார்க்கலாமா இப்ப? தயாராத்தான் வந்திருக்கேன்."

"பணம் கொண்டு வந்திருக்கியா என்ன?"

"ஜாடா கொண்டு வந்திருக்கேன், மாமா."

"இப்ப என்னடா? சிரமமாயிருக்கு. களத்திலே காலமே புடிச்சி நின்னிருக்கேன். பசிக்கிறது. தூக்கம் தூக்கமா வேற வரது. காலமே வரவு வச்சிண்டாப் போறது ..."

"சரி."

"இதுக்காகவா வந்தே இவ்வளவு தூரம்? ரயில்லியும் பஸ்லியும் வெயில்லியும்!"

"வரத்தானே வேணும்?"

"போடா, அசடு! ஒரு லெட்டர் போட்டா நான் வந்து வாங்கிண்டு போக மாட்டேனா ... நன்னா அலைஞ்சே போ!"

"அழகாயிருக்கே. நான் வந்து கொடுக்கிறது, மரியாதையா?"

"சரிடா சரி, காலமே வரவு வச்சிக்கலாம். போ."

"அப்ப பணத்தை வாங்கி வெச்சுக்குங்கோ. காலமே வரவு வச்சுக்க லாம். நானே இங்கேதான் படுத்துக்கப்போறேன். காத்து கொட்றது இங்கே."

"இப்ப என்னைக் கிளப்பணும் உனக்கு ... ம் ... சரி ... கொடு"

சின்னசாமி பணத்தைக் கொடுத்ததும் உள்ளே போய்ப் பூட்டி வைத்துவிட்டு வந்தார் துரையப்பா.

"சரி, உள்ளே வாயேன். கால் அலம்பிட்டு சாப்பிட்டுடலாம்."

சாப்பிட்டுவிட்டு, மறுபடியும் நடுநிசி வரையில் பேசிக்கொண் டிருந்தார்கள், ஊர் ஆறரை மணிக்கே தூங்கிவிடுகிற வழக்கம். சலசலப்புக்கூட நின்றுவிட்டது. சுவர்க்கோழி மட்டும் கத்திற்று. மாட்டு மணி எங்கோ ஒலித்தது. எங்கோ குழந்தை ஒன்று அழுதது.

திண்ணையில் படுக்க ஒரு ஜமக்காளத்தையும் தலையணையையும் கொடுத்துவிட்டு, கதவைத் தாழிட்டுக்கொண்டு போனார் துரையப்பா. சின்னசாமி படுத்துக்கொண்டார். நினைவு அலைந்தது. துரையப்பா பெரிய மனுஷன், பெரிய மனுஷயன்தான் ... எவ்வளவு மரியாதை ... விட்டுக் கொடுக்கிற தன்மை. சாயங்காலம் சின்னசாமி பஸ்லிருந்து விளாஞ்சேரி முக்கில் இறங்கி வந்தபோது துரையப்பாவின் அன்னதானத்தைப் பற்றித்தான் யாரோ பேசிக்கொண்டிருந்தார்கள். யார் எப்போது போனாலும் துரையப்பா வீட்டில் சாப்பாடு கிடைக்கும். 'அன்னதாதா, அன்னதாதா' என்று அவர் பெயர் ஜில்லா முழுவதும், சுற்றம்

முழுவதும் முழங்கிக்கொண்டிருந்தது. எப்போது ரயிலில் போனாலும் அதைப்பற்றிப் பேசுகிற ஒரு பிரயாணியையாவது பார்க்க முடியும்...என்ன அடக்கம்! பெரிய மனிதர்களுக்கென்று அடக்கம் அமைகிற அழகும் ...

ஜிலுஜிலுவென்று வீசின காற்றுகூட நின்றுவிட்டிருந்தது. சின்னசாமி அயர்ந்துவிட்டார்.

காலையில் முறுக முறுக வார்த்துப்போட்ட தோசை நாலு. கடைசி தோசைக்குத் தயிர். ஏன் என்று கேட்கிற காப்பி. எல்லாம் முடித்து கூடத்திற்கு வந்தால் வெயில் தெரியாத ஜிலுஜிலுப்பு. வெயில் தெரியாத தரை. சின்னசாமிக்கு நெஞ்சு குளுகுளுவென்றது.

துரையப்பா உள்ளேயிருந்து பத்திரத்தை எடுத்துக்கொண்டு வந்து எதிரே உட்கார்ந்து மூக்குக் கண்ணாடியை மாட்டிக்கொண்டார். பத்திரத்தைப் பார்த்தார். கணக்குப் போட்டுவிட்டு நிமிர்ந்தார்.

"வரவு வச்சுப்பிடலாமா?"

"ம்" என்றார் சின்னசாமி.

"பணத்தை எடு."

"நீங்கதானே வச்சிருக்கேள்?" என்று அவர் எங்கோ நினைத்துக் கொண்டு பேசுகிறதைப் பார்த்துப் புன்னகை புரிந்தார் சின்னசாமி.

"நான் வச்சிருக்கேனா?"

"ஆமாம், மாமா. ராத்திரி வாங்கி வச்சேளே!"

"என்ன வாங்கி வச்சேன்?"

"என்ன மாமா இது? மூவாயிரத்து நாற்பத்தேழு கொடுத்தேனே. சேப்புக் கடுதாசியிலே, கன கடுதாசியிலே பொட்டணமா கட்டியிருந்துதே?"

"என்னடா சின்னசாமி விளையாடறே, பச்சைக் குழந்தை மாதிரி!"

"விளையாடறேனா? என்ன மாமா இது?"

"மாமாவாது மருமானாவது? எடுடா, நாழியாச்சு! நான் களத்துக்குப் போகணும்."

"பீரோவைத் திறந்து பாருங்கோ, மாமா."

"என்னடா இது, பணம் கொண்டு வரலையா நீ?"

சின்னசாமிக்கு வயிற்றைக் கலக்கிற்று. மாமா சும்மாவாவது விளையாடுகிறார் என்ற நினைவும் போகவில்லை.

"எடுத்திண்டு வாங்கோ, மாமா."

"என்னடா, எடுத்திண்டு வாங்கோ, எடுத்திண்டு வாங்கோங்கிறியே. விளையாட்டு வேடிக்கைக்கா இது நேரம்?"

"மாமா, நிஜமாவா சொல்றேள்?"

"சரி, நான் எழுந்து போகட்டுமா? எனக்கு வேலை இருக்கு."

"மாமா ... மாமா!"

"நல்ல மாமா, போ!"

"சேப்புப் பொட்டணம், மாமா ..."

சின்னசாமிக்கு பகீர் என்றது. வயிறு கல் விழுந்தாற்போல் கனத்தது.

"சரிடா, ரயில்லே வந்தியோ, பஸ்ஸிலே வந்தியோ?"

"பஸ்ஸிலே!"

"எங்க வச்சிண்டிருந்தே?"

"பையிலே ... ஜாக்ரதையா வச்சுண்டு உங்ககிட்டே கொடுத்தேனே. காலமே வரவு வச்சுக்கலாம்னு சொல்லி நீங்ககூட 'என்னைக் கிளப்பணும் உனக்கு'ன்னு சொல்லிண்டே வாங்கி உள்ளே கொண்டு போட்டிவச்சேளே?"

"அடப்பாவி! நெஜம் மாதிரி சொல்றயே!" என்றார் துரையப்பா. பேயறைந்தார் போலிருந்தது அவர் முகம். "இங்க வந்து பார்டா பாரு ... உடம்பெல்லாம் கூசுறதே எனக்கு ..." என்று உள்ளே போய் பீரோவைத் திறந்து போட்டார். இருப்புப் பெட்டியைத் திறந்து போட்டார். பெட்டிகளைத் திறந்து போட்டார். "பார்றா, பாரு ... உன் கண்ணாலே பாரு."

மண்டையில் ஓங்கி அடித்தாற்போல நின்றார் சின்னசாமி. அம்மாமியிடம் சொன்னார். வெளியே ஓடினார். கணக்குப் பிள்ளை, பட்டாமணியத்திடம் முறையிட்டார். நாக்கு உலர, உதடு துடிக்க, உடல் நடுங்கிற்று. ஊரிலிருக்கிற ஏழு ஆண்களும் வந்தார்கள். துரையப்பா பைத்தியம் பிடித்தாற்போல உட்கார்ந்திருந்தார் சாய்வு நாற்காலியில். கூடத்திலுள்ள அலமாரிகளும் திறந்து கிடந்தன. துணிகளும் பாத்திரங்களும் வெளியே கிடந்தன.

ஒன்றும் புரியாமல் விழித்தார்கள்.

"என்ன மாமா? என்னமோ சொல்றானே இவன்!" என்றார் பட்டாமணி.

"என்னமோ விளையாடறான்னு நெனச்சேன் முதல்லே. நிஜம் நிஜம்னு சத்யம் பண்றான். எனக்கு இடிவிழுந்தாப்பல ஆயிடுத்து. உக்காந்துட்டேன். நீங்க வீடு முழுக்கச் சோதனை போட்டுடுங்கோ."

கர்ணமும் பட்டாமணியமும் எல்லாவற்றையும் மீண்டும் விசாரித்தார்கள். சின்னசாமி வாய்விட்டு அழுதுவிட்டார். மறுபடியும் தேடினார்கள்.

"நீங்க இப்படி மோசம் பண்ணிவிடுவேள்னு நினைக்கலே, மாமா" என்று குரல் கம்மி தழுதழுத்தார் சின்னசாமி.

"அடபாவி! வாய் அழுகிப் போயிடும்டா. அன்ன தாதாடா! மகன்டா! மலை மலையா அன்னத்தைக் கொட்டியிருக்கார் மனுஷன். சொல்லாதேடா!" என்றார் கணக்குப்பிள்ளை. தொலைவில் இருளில்

கங்கைப் பாலத்தில் ரயில் ஆற்றைக் கடந்துகொண்டிருந்தது. அயலூரி லிருந்து வந்து விளாஞ்சேரியில் இப்படி மாட்டிக்கொண்டு ... யார் யாரிடமோ முறையிட்டதும், அழுததும், கெஞ்சினதும், பிரமித்ததும் ... எது பலித்தது? துரையப்பா கோர்ட் ஏறி விட்டார் ... ஜட்ஜ் தீர்ப்பு செய்த லக்ஷணம் ... வட்டியில்லாமல் முதலாவது கொடுத்துவிடுவது என்று ராஜியாகப் போகச் சொல்லி ... அதற்கு மாட்டேன் என்று சொன்ன போது முழுவதற்கும் செலவு உள்பட தீர்ப்புக் கூறிவிடுவதாக அவர் பயமுறுத்தி ... கடைசியில் ராஜிக்கு ஒப்புக்கொண்டு, தம் சொந்தப் பணத்தைக் கொடுத்து ...

"நாலு வருஷமாகிவிட்டது இந்த நாடகம் எல்லாம் நடந்து. அக்காவின் இரண்டாவது ஆசையை நிறைவேற்றிவிட வேண்டும் என்று வந்தால், தெய்வம் முதல் நாளே, அதுவும் அதே ஜாகையில் இவனை இறக்கிச் சிரிக்கிறதே ..." என்று சிந்தனையில் லயித்தார் சின்னசாமி.

சின்னசாமியின் மனைவி இன்னும் ஜபம் செய்துகொண்டிருந் தாள். யாராவது நம்ப முடியுமா? அன்று நடந்தது போகட்டும். இன்று நடக்கிறதைத்தான் நம்ப முடியுமா?

"போகலாமா?" என்று எழுந்தாள் மனைவி.

"ம்."

சின்னசாமி எழுந்தார். இரண்டு படி ஏறியதும், "இரு, நான் ஜபமே பண்ணவில்லை. துரையப்பாவை நினைத்து நினைத்து குரோதப் பட்டுண்டே இருந்தேன்" என்று மீண்டும் இறங்கி ஸ்நானம் செய்தார்.

"அவன் பாவத்துக்கும் சேர்த்து முழுக்குப் போடுங்கோ" என்றாள் அவள்.

கரையேறி வரும்போது, "அவரைப் பார்த்து பழசெல்லாம் கிளற வாண்டாம். இத்தனை நாழி வந்திருந்தார்ன 'உன் பாவத்துக்கும் முழுக்குப் போட்டுட்டேண்டா'ன்னு நினைச்சுண்டு சாதாரணமாப் பேசுங்கள். அவர் இன்னும் கோயில்லேருந்து வரலேன்னா, முஞ்சியிலே முழிக்கறதுக்கு முன்னாடி வேற ஜாகைக்குப் போயிடுவோம்" என்றாள் அவள்.

"எப்படியிருக்கோ, வா பார்க்கலாம்" என்று வடக்கே கண்ணைத் திருப்பி ஒளி வீசும் ஸ்நான கட்டங்களைப் பார்த்துக்கொண்டு படியேறினார் சின்னசாமி.

ஆனந்த விகடன் தீபாவளி மலர், நவம்பர் 1956

குளிர்!

கிழவிதான் இடிக்கிறாள் போலிருக்கிறது. "கொஞ்சம் கதவைத் திறங்களேன். யம்மா பாலாமணி; உன்னைத் தாண்டியம்மா ..."

எல்லோராலும் கைவிடப்பட்ட, யாரும் கேட்காத குரல். நிர்க்கதியாக நிசியில் கதறும் குரல்.

டடும் டடும் டடும் என்று கதவு உலுங்கிற்று.

"யம்மா, தர்மாம்பா கதவைத் திற‌. இங்கே குளிர் தாங்கலையே ... இது என்ன அநியாயம்! வெளியே போயிட்டு வரவளுக்குக் கதவைத் திறக்கமாட்டேங்கறாளே, அதற்குள்ளேயா தூக்கம் வந்திருக்கும்! ஏழெட்டுக் குடும்பம் குடி இருக்கிற வீட்டிலே அத்தனை பேருமா தூங்கிப் போயிருப்பா? யம்மா ... கதவைத் திறங்களேன் ... கண்ணம்மா, நீயாவது வந்து கதவைத் திறவேன். இப்ப தானேடி போனேன்?"

டடும் டடும் டடும் – கதவை உலுக்கினாள் கிழவி. சங்கிலியும் ஆடி ஆடிக் கதவைத் தட்டிற்று.

புத்தகத்தைத் திறந்து வைத்துக்கொண்டதுதான் மிச்சம். ஒரு பக்கம் வாசித்தபாடில்லை.

சப்தங்களைக் கேட்டுப் பைத்தியம் பிடித்துவிடும் போலிருக்கிறது. ஒட்டு வீடாம், இப்படித்தான் சப்தம் கேட்குமாம். மாடியில் துணி தோய்க்கிற சப்தம் இடி அடியாகக் காதைத் துளைக்கிறது. அதுவும் தினமும் எத்தனை துணிகள்? ஒரு கழுதைப் பொதி! கீழே மனைவி தோய்க்கிற ஓசை. குழந்தைகள் என்கிற ராட்சசர்கள் விளையாடுகிற சப்தம், கூச்சல், உரலில் இடிக்கிற ஓசை, தெருவில் சண்டைகள், கார்கள், பசி பசி என்று கோடையிடி யாக முழங்கும் பிச்சைக்காரர்கள். தாயே, விஞ்ஞான வகுப்பில் சொல்லிக் கொடுத்தார்களே 'வாக்குவம்' என்று!

அந்த மாதிரி ஓசை கேட்காத சூன்யப்பிரதேசம் உன் படைப்பில் இருக்கிறதா? இருந்தால் அங்கு என்னைக் கொண்டு விட்டுவிடு. ஒரு ஜன்மமாவது அப்படி வாழவேண்டும். மனுஷப் பிறப்புதான் வேண்டும் என்பதில்லை. பூச்சி, புழு, கிருமி, கல், உலோகம் எதுவானாலும் பாதக மில்லை. நிசப்தம் இருந்தால் போதும்.

பகல் பொழுது இப்படி. இரவிலோ பத்து மணிக்கு அடுத்த வீடு இப்படி இடிந்து விழுகிறது. வாசல் பக்கம் அறை. அறையை ஒட்டினாற் போல் அடுத்த வீட்டு வாசற்படி. எப்படிப் படிக்கிறது? எப்படித் தூங்குகிறது?

"யம்மாடி சுந்தராம்பா ... கொஞ்சம் கதவைத் திறவேன். என்ன இப்படி அழும்பு பண்றேளே, எல்லோருமாச் சேர்ந்து! கேள்வி முறையே கிடையாதா! கடையிலே போய் நாலு பழம் வாங்கிச் சாப்பிட்டுட்டு வரதுகுள்ளியும் இப்படி அடம் பண்றேளே? இப்படி நெஞ்சை வழிச்சுத் துடச்சுப்பிட்டு உட்கார்ந்திருக்கேளே."

மலைக்கோட்டை கண்டாமணி அடித்தது.

கிழவிக்கு எழுபத்தைந்து வயசிருக்கும். தள்ளாதவள்தான். தானே சமையல், சாப்பாடு எல்லாம், ஒன்றிக்கட்டை. பிள்ளை ஒருவன் இருக்கிறானாம். தஞ்சாவூரில் எங்கேயோ கோயிலில் மடப்பள்ளியில் சமையல் வேலையாம், கிழவி பிறந்தது, புகுந்தது – எல்லாம் இந்தத் திருச்சிராப்பள்ளியில். இந்த ஊரைவிட்டுப் போக அவளுக்கு இஷ்ட மில்லை. பிள்ளை ஏதோ வாடகைக்கு மூன்றும், சாப்பாட்டுக்கு ஆறுமாக மாசம் ஒன்பது ரூபாய் அனுப்புகிறானாம்.

இந்த மாதிரி கிழவி இருப்பது இரண்டு மாசம் முன்னால் தான் தெரிந்தது, இரண்டு மாசமாகத்தான் ரகளை.

பத்துப் பன்னிரெண்டு நாளைக்கு முன்னால் ஜன்னலில் நின்றுக் கொண்டே கேட்டேன்.

"ஏன் பாட்டி! இத்தனை நாழி கழிச்சு வந்து இடிக்கிறே? காலா காலத்திலே வரப்படாதா?"

"என்னய்யா இப்படி சொல்றேளே? மணி பத்துத்தானே ஆகிறது? கோயில்லே கிளம்பறபோது ஒன்பதே முக்கால் மணி. நடந்துதானே வரணும்."

"ஏழெட்டுக் குடிக்கு நடுவிலே குடியிருந்துண்டு கோயில் குளம் எல்லாம் வச்சுக்க முடியுமா?"

"கோயில் குளம்னு போக முடையில்லை எனக்கு. நான் என்ன ஞானமில்லாதவளா? தள்ளலெ. அடுப்பை மூட்டிச் சமைக்க முடியலெ. மத்தியானச் சோத்தைத் தின்கலாம்னா, ஒத்துக்கலெ. அதுக்காகக் கோயில்லே போய் இவ்வுளுண்டு ரண்டு உண்டைக் கட்டி வாங்கிப் போட்டுண்டு வரேன். பத்து மணிக்கப்பறம் இவள்ளாம் வரலியா? அவாளுக்கெல்லாம் திறக்கலியா? இவா ராத்திரி பன்னிரண்டு மணி

ஒரு மணிவரைக்கும் பேசிப்பிட்டுத்தானே ஒரு நாளைப் பார்த்தாப் போல தூங்குறா. இந்தத் தள்ளாதவளுக்கு யாராவது ஒத்தர் ஏந்துண்டு கதவைத் திறந்தா, என்ன? நியாயம், தயவு ஒண்ணுமே கிடையாதா? பதினொண்ணரை மணி வண்டி போனப்பறம்தானே வடை விக்கிறவர் வறார். அவருக்குக் கதவைத் திறக்கலையா? மனுஷா இல்லாமே ஒருத்தி இருக்கான்னா, இப்படி வயிறு கொதிக்கக் கொதிக்கப் பண்றாளே ..."

எனக்கு என்ன சொல்வதென்றே புரியவில்லை. என்ன சொல்கிறது? ஆதரவில்லாமல் இருப்பதே அவமானம்தான். இளப்பம்தான். தெருவோடு போகிற நாய் ஒரு பாவமும் அறியாத நாய், ஏன் கல்லடி படுகிறது.

"யம்மாடி ரங்கம்மா! நீயாவது கொஞ்சம் திறவேன், நிக்க முடியலெம்மா, தள்ளாதவ எத்தனை நாழி நிப்பேன்?"

கிழவி கதவைப் போட்டு உடைத்தாள். குரலின் வேதனையும் குமுறலும் என் தொண்டைக்குள் போய் என்னமோ செய்தன.

வெளியே போகாமலிருந்தால்தான் என்ன! போன வாரம் பட்டது போதாதா?

நாலைந்து நாள்கூட ஆகவில்லை. ஒன்பதரை மணியிருக்கும். கிழவி கோயிலுக்குப் போய் வந்து கதவை இடித்தாள். கால்மணி

நேரம் கூப்பாடுபோட்டுப் பயனில்லை. "ஒன்பதரை மணிக்கே வந்துட்டேனே இன்னிக்கி. இப்பவும் இப்படிப் பண்றேளே? அடுக்குமா உங்களுக்கு? ... இப்படிப் பாவத்தைக் கட்டிருக்கிறேளே ... இதுக்கெல்லாம் கூலி கொடுப்பார் பகவான். கதவைத் திறந்திடுங்கோ . . . புண்ணிய பாவத்துக்கெல்லாம் பயப்படறவாளா நீங்க? ரொம்ப மோசமாயிருக்கே ... அடாடா ..."

யார் காதிலும் இந்தக் குமுறல் விழவில்லை. யார் நெஞ்சையும் தொடவில்லை. கதவைப் பிடித்துக்கொண்டு டமடமடமவென்று ஆட்டினாள் கிழவி, ஓயாமல் ஆட்டினாள். சங்கிலி விழுந்து விழுந்து ஒசையிட்டது. கதவு அதிர்ந்தது.

"வரேண்டி வரேன் ... இரு" என்று சுவருக்கப்பால் குரல் கேட்டது. படார் என்று தாழ்ப்பாள் திறந்தது! "ஏண்டி கூறுகெட்ட முண்டமே ... கதவையா உடைக்கிறே? இங்க வாடி! இங்க வாடி சொல்றேன்" குரல் உள்ளே போயிற்று.

"ஐயோ, ஐயோ அம்மா இப்படி அடிக்கிறாளே ..." என்று கூக்குரல். கிழவி அலறினாள். உள்ளேயிருந்து நடைவழியாக ஓடி கதவைத் திறந்து கொண்டு ஓடினேன்.

'ஐயோ'ச் சத்தம் பலமாகக் கேட்டது. குடியிருக்கிற, இன்னொரு கிழவி இந்தக் கிழவியின் தலைமயிரை ஒரு கையால் கவ்விக்கொண்டு, விளக்குமாற்றால் முகத்திலும் முதுகிலும் தலையிலும் பிடரியிலும் வயிற்றிலும் காலிலும் மாறிமாறிப் போட்டுக்கொண்டிருந்தாள்.

"அம்மா! அம்மா! யாரும் தடுக்கமாட்டேங்கறேளே ... ஐயோ அம்மா!"

"இனிமே உடைப்பியாடி கதவை? உடைப்பியா, உடைப்பியா, உடைப்பியா? நாதி கெட்ட பொணமே, கதவையா உடைக்கிறே ... கதவையா உடைக்கிறே?" ஒவ்வொரு சொல்லுக்கும் தொடருக்கும் ஒரு அடி.

கிழவி கீழே புரண்டுகொண்டிருந்தாள். மயிரைப் பற்றியிருக்கிற பிடி மட்டும் தளரவில்லை.

"நிறுத்து" என்று கத்தினேன்.

அடிக்கிறவள் என்னைக் கவனிக்கவில்லை.

"நிறுத்து ... நிறுத்து ... ஏய் உன்னைத்தான் நிறுத்து."

அடிக்கிறவள் என்னை விளக்குமாறும் கையுமாகத் திரும்பிப் பார்த்தாள். விளக்குமாற்றை வீசி மூலையில் எறிந்தாள். தாழ்வாரத்தில் தன் அறைக்கு நேராகப் போட்டிருந்த பாயில் படுத்துவிட்டாள்.

"பார்த்துண்டே நிக்கறேளே இப்படி? பாருங்கோய்யா. இந்த வீட்டிலேதான் கேள்வி முறையில்லே. தெருவிலே கூடவா இல்லே?" கிழவி வாய்விட்டு அழுதாள்.

திரும்பிப் பார்த்தேன். நடையில் ஏழெட்டுப்பேர் எதிர் வீட்டிலிருந்தும் பக்கத்து வீட்டிலிருந்தும் கூடிவிட்டார்கள். அந்த வீட்டு வாசலிலேயே இருந்த அறையில் குடியிருக்கும் இரண்டு மூன்று மாணவர்களும் நின்று கொண்டிருந்தார்கள்.

பாயில் படுத்துவிட்ட அடித்த கிழவியைப் பார்த்தேன். ஒருக்கணித்து எங்களுக்கு முதுகைக் காட்டிக்கொண்டே படுத்திருந்தாள்.

கிழவி தலையில் கை வைத்துக்கொண்டு அழுதுகொண்டிருந்தாள்.

"ஏம்மா இப்படி அடிச்சே இந்தக் கிழவியை? இந்தாம்மா உன்னைத் தானே? இங்க பக்கத்து வீட்டிலே இருக்கிறவாள்ளாம் மனுஷான்னு நெனச்சியா? நாதியில்லாத ஒரு பிராணி இருந்தா இப்படியா அடிப்பா? பொறுத்துப் பொறுத்துப் பார்த்தா, முடியாதவன், இளிச்சவாயன்க ஊரிலிருக்கிறவன்லாம்னு ... நெனச்சியா?"

என் குரல் நடுங்கிற்று. உதடு துடித்தது. நடையில் இருந்தவர்கள் என்னைப் பார்த்துக்கொண்டு நின்றார்கள்.

அடித்த கிழவி திரும்பவே இல்லை. அலட்சியமாகப் படுத்துக் கொண்டிருந்தாள்.

குடியிருக்கிற குடும்பங்கள் தாழ்வாரத்திலும் படுத்திருந்தன. ஒரு பிராணி எழுந்திருக்கவில்லை. இவ்வளவு ரகளையில் எழுந்திராதவர்கள் எப்படியிருப்பார்கள்? பதினெட்டு வயசிருக்கும் ஒரு பெண். அது மட்டும் மல்லாந்து படுத்தவாறு சிரித்துக்கொண்டே என்னைப் பார்த்துக் கொண்டிருந்தது.

"சீச்சீ, நீங்கள்ளாம் மனுஷங்க மாதிரி, சோறு திங்கறேளொ ... இல்லே"

தி. ஜானகிராமன் சிறுகதைகள்

அதற்கு யாரும் அசைந்துகொடுக்கவில்லை.

"உன்னை அடிக்கிறதுக்கு எத்தனை நாழியாகும்ணு நெனச்சே?" என்று தொண்டை கிழியக் கத்தினேன்.

"உடம்பிலே சூடு சொரணை இருந்தா இந்த அக்கிரமம் நடக்கறச்சே சும்மா இப்படிப் பார்த்திருப்பாளா?"

"பாருங்கய்யா, யாராவது மூச்சு விடறாளா பாருங்கோ" கிழவி.

"மனுஷ ஜன்மமா இருந்தா உணக்கையிருக்கும்!"

"அனாவசியமா ஏன் சார் பேசறேல்? அடிச்சவாளைக் கோபிங்கோ, நியாயம். வீட்டிலே இருக்கிற எல்லாரையும் இழுக்கறேல்?" என்று ஒரு குரல் வந்தது. குரல் வந்த பக்கம் பார்த்தேன். குடுமி வைத்துக்கொண்டு ஒருவர் படுக்கையில் எழுந்து உட்கார்ந்து பேசினார்.

"எல்லோரையும் இழுக்காமெ என்ன ஐயா பண்றது? நீங்க ஏந்திண்டு திறந்திருந்தா இந்த அமர்க்களமே நடந்திராதே; நான் ஏன் ஐயா இங்கே அடி வைக்கிறேன்?"

"ஒவ்வொரு வீட்டிலேயும் ஒவ்வொண்ணு இருக்கும்; அதெல்லாம் கேக்க முடியுமா?"

"கேக்க முடியுமாவா? நீர் என்ன மனுஷன் மாதிரிதான் பேசறீரா? விளக்குமாத்துக் கட்டையைப் பிடுங்கி எறியணும். இல்லாட்டா அதாலே நாலு போடணும்" – அவ்வளவுதான். படுத்திருந்த அடித்தவள் எழுந்தாள். மூலையில் கிடந்த விளக்குமாற்றை எடுத்து வந்தாள். ஓடி வந்தாள் என்னிடம்.

"அவர் என்னய்யா அடிக்கிறது? நீங்கதான் அடியுங்கோய்யா, என்னை அடியுமே" என்றாள். "ஏன் சும்மா நிக்கணும்? அடியுமேன்."

வெலவெலத்துக் போய் நின்றேன். என்ன சொல்கிறது? "அடியுமேய்யா, நிற்கிறீரே?"

"உனக்குப் புத்தியில்லே, அடிச்சே. நானுமா உன்னை அடிப்பேன்? என் மனுஷத்தனம் எங்கே போச்சு?"

"மகா மனுஷனாச்சே ... அவாவா அவாவா வீட்டிலே இருப்பாளா; ஊரிலே ஆயிரம் நடக்கும் ... ராத்திரி தினமும் பத்து மணிக்கு வந்து கதவை உடைக்கிற கிழட்டுப் பொனம். கேக்க ஆளில்லை. விளக்குமாற்றைப் பிடுங்கிண்டு என்னை அடிக்கணுமாம் ... அடியுமேன்?"

"பார்த்திராய்யா! எப்படிப் பேசறா பாரும். ஒரு அசல் ஆம்பிளை கிட்ட பேசறாப்பலே பேசறாள பாரும்!" என்றாள் கிழவி.

"ஏட்டி! நீ வாயை மூடிண்டு கிட. மூச்சுப் பறிஞ்சியோ இந்த விளக்குமாறு இன்னிக்குப் பிஞ்சே போயிடும்" என்று சொல்லிக் கொண்டே விளக்குமாற்றை வீசிவிட்டுப் படுக்கைக்கு போனாள் அவள்.

"சார் நீங்க வாங்க சார், இந்தாண்டை" என்று நடையில் நின்ற கும்பலிலிருந்து ஒருவர் கூப்பிட்டார். "நாமதான் அவமானப்படணும். அவ கேக்கற மனுஷாள இருந்தாத்தானே?"

குளிர்! 621

"வராம என்ன பண்றது? இந்த மாதிரி ஜன்மங்கள் இருக்கிற வீட்டிலே எல்லாம் அத்து அப்படியே மென்னியைத் திருகி போட்டாப்போல படுத்துண்டு கிடக்கே!"

"சகதியிலே கல்லெறிஞ்சா நம்ம மேலேதான் தெறிக்கும் வாங்க இந்தண்டை" வெளியே வந்துவிட்டேன்.

வாசல் அறையில் குடியிருந்த மாணவர்களைப் பார்த்தேன்.

"ஏன் சார், நீங்கள்ளாம் படிக்கலையா? இதெல்லாம் உங்க கண்ணிலே படலியா?"

"நாங்க என்ன சார் செய்யறது? அந்த அம்மாதான் குடியிருக்கிற அவ்வளவு பேரையும் ஆட்டி வைக்கிறா. பாருங்களேன் இத்தனை அடி அடிச்சதுக்கு யாராவது எழுந்தாங்களா? அப்பவே தெரியலையா?"

"சேச்சே, ஆனாலும் இந்த மாதிரி யாரையும் பார்த்ததில்லை ஐயா!"

"இப்படியேதான் சார்! தேசத்திலேயும் எத்தனையோ நடக்கிறது, சர்க்கார் கவனிக்கிறதா? ஜனங்கதான் கவனிக்கிறாளா? அதே மாதிரி தான்!" என்று ஒரு மாணவன் தேசத்தைப் பற்றிக் கவலைப்படப் போய்விட்டான்.

"வீட்டிலேயே நமக்குக் கையாலாகலை ... தேசமாம் ... தேசம்!"

நடந்து நாலைந்து நாள்தான் ஆயிற்று. மறுபடியும் இன்று கதவை இடிக்கிறாள் கிழவி. மலைக்கோட்டை மணியடித்தது. இன்னும் அர்த்தஜாமம்கூட ஆகவில்லை.

"கிருஷ்ணம்மா, கதவைத் திறடீ ... அரைமணியா கத்தறேனே, உங்களுக்கு இரக்கமில்லையா? நிக்க முடியலியே. குளுரு தாங்கலியே ... கடைப் படாதவளை இந்தப் பாடுபடுத்தறேலே ... என்னென்ன அனுபவிக்கறதுக்காக இப்படிச் சாத்திண்டு கிடக்கேள் ... இப்படி உங்களுக்குக் குளிர் நடுங்கித்துன்னா எப்படியிருக்கும்?" எல்லா அம்மாளையும் கூவியாகி விட்டது. பதில் இல்லை.

அரற்றல் ஓயவில்லை. இடையிடையே டமடமவென்று கதவு உலுங்கிற்று.

அரை மணியாக இடிக்கிறாள். ஒரு மனதும் திறக்கவில்லை.

இன்னும் ஐந்து நிமிஷம் இந்தச் சப்தம் நீடித்தால்? விளக்குமாறோ உலக்கையோ! அடித்த கிழவி அப்பளம் இட்டு விற்கிறவள். அந்தக் குழவியால் ஓங்கி ஒன்று போட்டாலும் கேட்பாரில்லை.

கிழவி அரற்றாமல் இருந்தால்? வாசல்படியிலேயே உட்கார்ந்திருந்தாள்.

பன்னிரண்டு மணிக்குமேல் ஸ்டேஷனிலிருந்து வடை விற்கிறவன் வருவான். அவனுக்குக் கதவு திறக்கும்போது உள்ளே போகலாம் அதுவரையில் குளிர் என்று இல்லை. ஆனால் பனியன் இல்லாமல் என்னால் இருக்க முடியவில்லை. அதுவும் இந்த அறைக்குள். வெளியே தோல் சுருங்கி கிழிசல்

புடவை கட்டிக்கொண்டிருந்த கிழவிக்கு எப்படி இருக்கும்? குளிர் குளிர் என்று அரற்றுகிறாள். யார் கேட்கிறது?

எழுந்து கதவைத் திறந்தேன்.

"எங்கே போறேள்?" என்றாள் மனைவி.

"ஏன்?"

"எங்கே போறேள்னு கேக்கறேன்"

"எங்கேயும் இல்லை"

"அடுத்த வீட்டுக்குப் போறேளா அன்னி மாதிரி அவமானப்படறதுக்கு?"

"பின்னே இப்படிக் கத்தறதே அது?"

"ஊருக்கு நடுவிலே இருந்தா எல்லாத்தியும் சகிச்சுண்டு பேசாமத்தான் இருக்கணும்."

"உனக்கு முடியும். என்னாலெ முடியலே."

"ஆமாமாம் ... நீங்க போகாதேங்கோன்னா போகாதேங்கோ"

"ஒண்ணும் பண்ணலை"

"வாண்டாம்"

"நான் கதவைத் தட்டக்கிட்டப் போறதில்லை."

"பின்ன ஏன் போறேள்?"

"நீ சும்மா இரு"

வாசலில் போனேன்.

"என்னம்மா இன்னிக்கும் இப்படிப் பண்றியே. நாலஞ்சு நாள் முன்னாடிதானே பட்டே"

"இன்னிக்கு மத்யானமே புடிச்சு வீட்டை விட்டு அசையலை ஐயா. இன்னிக்கு ஏகாதசி, வீட்டோட கிடந்தேன். ஒன்பது மணி அடிச்சுது. பசிச்சாப்பல இருந்தது. இதோ இந்தக் கடையிலே போய் நாலு பழத்தை வாங்கி வாயிலே போட்டுண்டு வந்தேன். பத்து நிமிஷம் ஆகியிருக்காது. பெருமாள் ஆணையாச் சொல்றேன். அதுக்குள்ளியும் தாப்பாள் போட்டுண்டு திறக்கமாட்டேங்கறாய்யா! நீங்களே பார்த்துக்குங்கோ எங்கியாவது அடுக்குமா இது? ... பகவான் பார்க்க மாட்டேங்கறானே."

குளிர் வெளியில் அதிகமாகத்தானிருந்தது. "பாட்டி, ரொம்ப குளிரா இருக்கு. எங்க வீட்டிலே வந்து படுத்துருங்கோ. காலம எழுந்திண்டு போயிக்கலாம்."

"உங்க வீட்டிலெயா?"

"ஆமாம். வாங்கோ பாதகமில்லே; கதவோ திறக்கிற வழியாயில்லே. குளிர் நடுக்கறது. என்ன செய்யறது? வாங்கோ ஒரு பாயும் போர்வையும் தரேன். உள்ளே வந்து படுத்துக்குங்கோ"

பாட்டி தயங்கினாள்.

"வாங்களேன்."

"ம்ம்."

"வாங்கோ."

"நீர் தனியா இருக்கிறீரா? வீட்டில் இன்னும் யாராவது இருக்காளா?"

"எல்லாரும் இருக்கா."

"எல்லாரும்னா?"

"வீட்டுக்காரி இருக்கா, மூணு குழந்தை இருக்கு."

"அப்படின்னா வரேன்."

மாணவர் அறையிலிருந்து சிரிக்கிற ஒலி கேட்டது.

பாட்டி உள்ளே வந்தாள்.

"ஜலம் கிலம் வேணுமா?"

"ஒண்ணும் வேண்டாமய்யா."

பாய், ஜமக்காளம், போர்வையை எடுத்துக் கொடுக்கச் சொன்னேன். எல்லாவற்றையும் கொண்டுவந்து மனைவியை ஏற இறங்கப் பார்த்தாள்– கிழவி.

"கொடும்மா, மகராஜியா இருக்கணும் ... இந்தக் குளிர் எல்லாம் உன்னைப் பார்த்தாலே போயிடும்மா."

பாட்டி நடையில் படுத்துக்கொண்டாள். வீட்டிலேயே குளிர் அடக்கமான இடம் அதுதான்.

"இந்த அப்பளக்காரி ஒழிஞ்சாத்தாம்மா அந்த வீடு உருப்படும். போய்ப் பத்து நிமிஷம் ஆகலே; அதுக்குள்ளியும் எல்லாம் தாப்பாப் போட்டுண்டு அழும்பு பண்றதுகளே ..." என்று கால்மணி நேரம் புலம்பினாள் கிழவி.

"சரி தூங்குங்கோ பாட்டி" என்றேன்.

"தூங்கறேண்டியம்மா."

"தனியா இருக்கேளா? இன்னும் யாராவது இருக்காளான்னு கேட்டேளே ... இப்ப நன்னா தூங்கலாமோல்லியோ?" என்றாள் மனைவி.

"என்னமோம்மா, நாலு பேர் நாலு சொல்லுவா. அதுக்கு இடம் கொடுப்பானேன் ... லோகம் பொல்லாது! இப்பக் குளிர் விட்டுது பாரு ..." என்று இருமினாள் கிழவி.

"உங்களுக்கு நன்னா வேணும்" என்று என்னைப் பார்த்துச் சிரித்தாள், பக்கத்தில் சின்னக் குழந்தையை அணைத்துப் படுத்திருந்தவள்.

காதல், நவம்பர் 1956

தி. ஜானகிராமன் சிறுகதைகள்

குழந்தைக்கு ஜுரம்

மனைவி சொன்னதைக் கேட்டார். குழந்தையைப் பார்த்தார். மணிபர்ஸைப் பார்த்தார். புத்தகம் போடும் பஞ்சாபகேசனை நினைத்தார். வாத்தியார் நெஞ்சு புகைந்தது. வயிற்றைப் பற்றிக்கொண்டு வந்தது.

"ஏண்டாய்யா, குழந்தையைக் கொடுத்தியே போதாதா? வியாதியை வேற கொடுத்து அனுப்பிச்சுருக்கியே அதை?" என்று மனசிலே சொல்லிக்கொண்டே சுவரில் அசைந்த காலண்டரைப் பார்த்தார். அதில் பரமசிவன் மீசையும் மாடும் இரண்டு பிள்ளையுமாக உட்கார்ந்திருந்தார். வியாதி வெக்கை இல்லாத பிள்ளைகள்.

கழுவாத சாயங்கால மூஞ்சி மாதிரி எண்ணெய்ப் பாடம் கறுத்து மின்னும் தலையணையில் தலைவைத்துக் குழந்தை மல்லாந்து படுத்திருந்தது. மூன்று நாளாக மூடிய கண் திறக்கவில்லை. நெற்றியில் நெருப்புப் பறக்கிறது. சளி ஜுரமா, பித்தவாத ஜுரமா – இன்னும் டாக்டருக்குப் பிடிபடவில்லை. நெற்றியில் நெருப்புப் பறக்கிறது. மாசம் பிறந்து இரண்டாவது வாரம் பாதி நடக்கிறது. இல்லின், மைலின் என்று என்னவோ எழுதிக்கொண்டிருக்கிறார் டாக்டர். தம் கையிலே இருக்கிற பெட்டியைப் பிரிக்க யோசனை. 'ட்யூஷன்' சொல்லிக்கொடுத்து உளவடைக்க டாக்டருக்கு அவ்வளவு சின்னக் குழந்தைகளும் இல்லை. சந்நிதித் தெரு வன்னியர் வீட்டு 'ட்யூஷன்' பணம் எட்டு ரூபாய் தீர்ந்துவிட்டது. என்ன செய்யலாம் என்று மனசை நோண்டும்போதுதான் மனைவி அதை ஞாபகமூட்டினாள்.

"இன்னும் ஒரு புஸ்தகம் அச்சுப்போட எழுதிக் கொடுத்தீங்களே, அதைத் திருப்பிக் கேக்கறாப் போலவா அந்தப் பாவியைப் பார்த்துக்கிட்டு வாங்களேன்" என்றாள் அவள்.

"நீயே பாவிங்கறே. நீயே போகச் சொல்றியே?"

"வேற வழி இல்லேன்னா ..." என்னவோ ரோசமாகச் சொல்லி வாக்கியத்தை முடிக்கத்தான் பார்த்தார். ஆனால் குழப்பத்தில் முடிவே மௌனமாகக் கரைந்துவிட்டது.

"இனிமேல் உங்க வீட்டுக் குத்துச் செங்கல் மிதிக்கமாட்டேன்யா" என்று புத்தகம் போடுகிற பஞ்சுவிடம் இரண்டு மாதம் முன்னால் சொல்லிவிட்டு வந்ததுதான்.

சின்னராஜா எம்.ஏ., எல்.டி. எழுதியதாகப் பஞ்சு பள்ளிக்கூடத்துப் பிள்ளைகளுக்குப் போடுகிற புத்தகங்களெல்லாம் இந்தச் சரவண வாத்தியார் எழுதிக் கொடுத்ததுதான். நாலு வருஷமாக இது நடந்து வருகிறது. இருபது புத்தகங்கள் ஆகிவிட்டன. பஞ்சு புத்தகத்துக்கு ஐம்பது ரூபாய் வீதம் ஏகபோகமாக உடைமையை எல்லாம் அவரிடம் எழுதி வாங்கி, க்ஷேமமாக இருந்து வந்தார். நானூறு ரூபாய் மிச்சம் கொடுக்க வேண்டியிருந்தது.

ஆடி மாசம் பணத்துக்காகப் போய் நின்றார் சரவண வாத்தியார்.

"அடுத்த திங்கட்கிழமை ஒரு செக் வரவேண்டியிருக்கு; வந்த வுடனே, மாத்தி உம்ம வீட்டுக்கு வந்து உமக்குக் கொடுக்கவேண்டிய முந்நூறு ரூபாயையும் கொடுத்துவிட்டு மறுகாரியம் பார்க்கிறேன். சரிதானா?" என்றார் பஞ்சு. முந்நூறு என்கிறானே!

"நானூறு ரூபாயில்லே?"

"நானூறா? நல்லா யோசிச்சுப் பாரும். போன வாரம் வந்திருந்தப்போ, நானூறு ரூபாய்னு சொன்னீர். இல்லை ஐயா, முந்நூறுன்னு திருத்தினேன். சரீன்னீரேய்யா."

"இல்லே. நீங்க முன்னூறுன்னீங்க. நானூறுன்னு நான்தான் திருத்தினேன். நீங்கதான் சரீன்னீங்க."

"இல்லே. நல்லா யோசிச்சுப் பாரும்."

சரவண வாத்தியார் நன்றாக யோசித்துப் பார்த்தார். நானூறு ரூபாய்த்தான். நிச்சயம்.

"இல்லைங்க, நானூறுதான்."

"ஏன்யா, எத்தினி நாளய்யா இந்த வேலையை ஆரம்பிச்சிருக்கீரு? வாத்தியாராச்சேன்னு கொஞ்சம் இரங்கினத்துக்கா இந்தத் தண்டனை எனக்கு? ரங்கசாமி வாத்தியார்தான் போக்கடாப் பயன்னு நெனச்சேன். நீரும் சேந்துப்பிட்டீரா?"

வாத்தியாருக்கு உடம்பெல்லாம் பதறிற்று. அவர் வாத்தியார். யாரும் அவரை இப்படித் தூக்கி எறிந்து பேசுகிறதில்லை. என்ன இருந்தாலும் இல்லாவிட்டாலும் அவருக்கு மரியாதை உண்டு. அதாவது அவமரியாதை கிடைத்ததில்லை.

முட்டி வந்த ஆத்திரத்தை அழுக்கிக்கொண்டு, பணிந்த குரலில், "நீங்க தெரியாமச் சொல்றீங்க. நல்லா யோசனை பண்ணிப்பாருங்க" என்றார்.

"தெரியாமச் சொல்றேனா? நானா? நோட்டிலே எழுதி வச்சிருக்கேன்யா."

"எடுங்க."

"கடையிலே இருக்கு. இன்னிக்குச் சாயங்காலம் பார்த்தேன். அப்புறம் என்ன?"

"என்ன எழுதியிருக்கீங்க?"

"உமக்குக் கொடுக்கவேண்டியது ஆயிரம். எழுநூறு ரூபா உம்ம பத்துவழி ஆயிருக்கு."

"அறுநூறில்லே?"

"ஏன்யா, செலவுக்கு வேணும்ணு போன மாசம் இரண்டு நாள் ராத்திரி வந்து ஐம்பது ஐம்பதுன்னு வாங்கிண்டுப் போனீரய்யா."

"நான் ரண்டு தடவை வந்தது வாஸ்தவம். ஆனா ஒண்ணும் வாங்கலியே!"

"வாங்கலியா? என்னமாய்யா இப்படித் துணிஞ்சி சொல்ல நாக்கு வரது உமக்கு? பையன்களுக்கெல்லாம் தர்மம் போதிக்கிறீரே. வாண்டாம்யா, இதெல்லாம் விட்டுடும். இப்படி இருந்தா லட்சுமி நீர் இருக்கிற தெருப்பக்கங்கூட வரமாட்டா."

"பஞ்சு, நெசமாத்தான் சொல்றீங்களா?"

"நெசமாத்தானா? நான் என்ன உமக்குப் புடிச்ச சிஷ்யப் பையனா, உம்மோட உள்ளாக்காட்டி விளையாடறதுக்கு?"

ஒரு வார்த்தைக்குப் பத்து வார்த்தையாகப் பஞ்சுவின் வாயிலிருந்து தெறிக்கின்றன. குரலும் பெரிய குரல். வாத்தியார் கலங்கியேவிட்டார்.

"அப்ப முந்நூறுதான்னு சொல்றீங்க."

"வேணும்னா நாளைக்குக் காலமே வந்து நோட்டைப் பாருமே, எழுதியிருக்கேனா இல்லியான்னு."

"நீங்க நோட்டிலே எழுதினதுக்கு நானா பொறுப்பு? எனக்கு நேர எழுதிலியே."

வாத்தியாருக்கே ஆச்சரியமாக இருந்தது. எப்படி இதைச் சொன்னோம் என்று.

"அப்படியா? நான்தான்யா அயோக்யன். நீர் பரமயோக்யர். அரிச்சந்திரன். ஐயா, இனிமே உம்ம சகவாசம் நமக்கு வாண்டாம்யா. நீர் எழுதிக் கொடுத்த புஸ்தகம் இன்னும் ஒண்ணே ஒண்ணு இருக்கு. அதை எடுத்துக் குடுத்துடறேன். நல்ல யோக்யனா, நல்லவனா, புஸ்தகம் போடற ஆள் யாராவது இருப்பான். அவன்கிட்ட கொண்டு குடுத்துக்கும்."

சரவண வாத்தியார் வாய் அடைத்து நின்றார். இந்த லட்சணத்தில் வேறு யாரோ இரண்டு பேர் அங்கு வந்திருந்தார்கள்.

குழந்தைக்கு ஜுரம்

பஞ்சு சென்னார்! "ஒய் சரவணம், இப்ப ரொம்பச் சங்கடமான நிலையிலே மாட்டிவிட்டீரையா என்னை? இந்த உலகத்திலே வாத்தியார்னு சொன்னா அவா கட்சியைத்தான் யாரும் எடுத்துப்பன். இந்த இரண்டு பேரும் இப்ப உமக்குச் சாதகமாகப் பேசினால்கூட நான் ஆச்சரியப்படறதுக்கில்லே. என்னை இந்த மாதிரி இக்கட்டாக் கொண்டு நிறுத்திப்பிட்டீரே."

"சாயங்காலம் நோட்டைப் பார்த்தவங்க தப்பாச் சொல்லு வாங்களா?" என்றார் வந்திருந்த இருவரில் ஒருவர்.

ஒரு தடவை அந்த ஆசாமியை அர்த்தம் இல்லாமல் பார்த்து விட்டுப் பஞ்சுவின் பக்கம் திரும்பினார் வாத்தியார்.

"பஞ்சு, ஒரு கால்கடுதாசி கொடுங்களேன்" என்றார்.

"இதோ!"

வாத்தியார் விறுவிறுவென்று எழுதினார். "இருபது புத்தகங்கள் எழுதிக் கொடுத்தற்காகப் பஞ்சு பிரசுரம் உரிமையாளர் கோ. பஞ்சாப கேசனிடம் நான் வாங்கிக்கொண்ட ரூபாய் ஆயிரம். இத்தோடு என் கணக்குத் தீர்ந்துவிட்டது" என்று கையெழுத்திட்டு எழுதி நீட்டினார்.

"என்னது?"

"பாருங்க."

பஞ்சு பார்த்தார். "எல்லா ரூபாயும் வாங்கிக்கொண்டதாக எழுதிக் கொடுத்துவிட்டீரா? எனக்கு என்னத்துக்கையா பிச்சைக் காசு?" என்று அதைக் கிழித்து எறிந்தான் பஞ்சு. "இந்தக் கிண்டல்லாம் வாண்டாம். திங்கட்கிழமை உமக்கு முந்நூறு ரூபாய் வரும்."

"உம்ம ரூபாயே எனக்கு வாண்டாம்."

"என் ரூபாய் என்ன? உம்ம ரூபாய் அது. கொண்டுவந்து கொடுத்துடறேன். வாண்டாம்னா நீர் கிழிச்சுப் போட்டுக்கும். எனக்கு என்னத்துக்கு? இந்த மாதிரி யார்கிட்டியும் எனக்கு ஏற்பட்டதில்லை ஐயா."

"அப்ப நான் வரட்டுமா?"

"சரி."

வாத்தியார் திரும்பினார். அவர் மனத்தில் புயல் அடித்தது. அரிக்குஞ்சட்டியில் குழந்தை தண்ணீரைத் தட்டுகிற கலக்கமாகத் தான் பஞ்சுவுக்கு அது தோன்றிற்று.

கூட வந்தார் பஞ்சு. "ஒய், சும்மா மனசை அலட்டிக்காதீர். நல்லா யோசிச்சுப் பாத்து வந்து சொல்லும். நான் அப்படி எல்லாம் வார்த்தை புரளமாட்டேன்யா. நாளைக்கு வரீரா?"

"இனிமே இந்த வீட்டுக் குத்துச் செங்கல் ஏறுவனா?"

"அப்படியா? அப்படின்னா உம்ம சௌகரியம். சரி, பணத்தை அனுப்பிச்சுடறேன். அதையும் உம்ம வீட்டுக் குத்துச் செங்கல் ஏறவிடாமல் அடிச்சுப்பிடாதீர்."

தி. ஜானகிராமன் சிறுகதைகள்

வாத்தியார் பதில் சொல்லவில்லை. பேசாமல் தெருவில் இறங்கி நடந்துவிட்டார். மனிதனுக்குப் பொய் சொல்ல எப்படி மனசு வரும்? திருடலாம், கொல்லலாம், கற்பை இழக்கலாம். அவர்களோடு பழகலாம். பொய் சொல்பவர்களோடு எப்படிப் பழகமுடியும்? பொய்! பொய்யா? பொய் எப்படிச் சொல்ல முடியும்? வாத்தியாருக்குப் புரிய வில்லை. பதறிற்று. திட்டம் போட்ட கயமையாக இருக்கிறதே இது!

'இருபத்தோராவது புத்தகத்தை இவனிடமா கொடுக்கிறது? சை! எப்பேர்ப்பட்ட புத்தகம்!' ஆனால் புறப்பட்டு வந்த கோபத்தில் அதை வாங்கிக்கொள்ளவில்லை. வீட்டுக்கு வந்தார். பெண்டாட்டியிடம் ஒரு முறை எல்லாவற்றையும் சொல்லி அழுதார். புகைந்தார். மனசாரத் திட்டினார். அப்புறம் அந்தப் பக்கம் தலை காட்டவில்லை. பணமுடை நாலு தடவை கழுத்தைப் பிடித்தபோதும் தைரியமாக இருந்துவிட்டார்.

நேற்றோடு பதினோராவது திங்கட்கிழமை போய்விட்டது. வலிய வருகிறேன் என்று பயமுறுத்திய பணம் வரவில்லை.

மீண்டும் போகலாமா? பொய்யனை எப்படிப் பார்க்கிறது?

"குத்துச் செங்கல் ஏறமாட்டேன்னு சொல்லிவிட்டேன் தெரியுமா?" என்றார்.

"ஏறாம வாசல்லெ நின்னவாக்கிலே கேளுங்க."

"நான் போய்ப் பணம்னு கேக்கமாட்டேன்."

"புது புஸ்தகத்தைத் திருப்பி வாங்கி வராப்பல போங்களேன். அப்ப அவனாப் பேச்சு எடுக்கமாட்டானா?"

அதுவும் சரிதான் என்று பணமுடை காதோடு சொல்லிற்று. சமாதானம் இல்லை.

குழந்தை இன்னும் கண்ணைத் திறக்கவில்லை. ஹார்லிக்ஸ்தான் கொடுக்க வேண்டுமாம். இல்லாவிட்டால் திராட்சைப் பழத்தை ஜலத்தில் கொதிக்கவைத்துக் கொடுக்கலாமாம்.

பெருங்காயத் தகரத்தைத் திறந்தார். ஒரு ரூபாயும் பத்து நயா பைசாவில் ஆறும் மின்னின. இரண்டு பத்தை விட்டுவிட்டு மீதியை எடுத்துக்கொண்டார். பார்லி, திராட்சை வாங்கி வரலாம், வரும்போது. பஸ்ஸில் ஏறப் பத்து நயா பைசாவுக்கு ஒரு டிக்கட் வாங்கிக்கொண்டு போய், இறங்கிப் பஞ்சுவின் வீட்டை நோக்கி நடந்தார்.

"பஞ்சு இருக்காரா?"

"வாங்க ஸார்" என்றான் ரத்தினமலை. ரத்தினமலை பஞ்சுவின் அந்தரங்க வேலைக்காரன். வாசலில் யார் வந்தாலும், "இருங்க இருக்காங்களா பாத்திட்டு வரேன்" என்று ஒன்றுமே தெரியாதவன் போல உள்ளே ஓடிப்போய் வந்து, இருக்கிறார் அல்லது இல்லை என்று வந்த ஆளுக்கு ஏற்பத் தகவல் தருகிறவன்.

"இருக்காரா?"

"இருக்காங்க" என்று உள்ளே போகாமலே சொன்னான் அவன்.

"பார்க்கலாமா?"

"பார்க்கலாம். அம்மாவுக்கு ரொம்ப உடம்பு ஜாஸ்தியா இருக்கு. ரத்த ரத்தமாகச் சாயங்காலமே புடிச்சி வாந்தி எடுக்கறாங்க. அய்யா பக்கத்திலே உட்கார்ந்திருந்தாங்க."

"ரத்த ரத்தமாவா? என்ன உடம்பு?"

"என்னமோ தெரியலீங்க. திடுதிடுப்பினு வந்திடிச்சி."

"திடுதிடுப்புனா? சாயங்காலமா?"

"ஆமாங்க. சாயங்காலம் அஞ்சு மணிவரைக்கும் நடமாடிக்கிட்டுத் தான் இருந்தாங்க. அப்புறம் திடீர்னு தலை வலிக்கிறதுன்னாங்க. ரத்தமா வாந்தி எடுத்திச்சு. டாக்டர் வந்து ஊசி போட்டுப் போனாரு. கண்ணைத் தொறக்கலை, படுத்துக் கிடக்காங்க."

போய்ப் பார்ப்பதா, வேண்டாமா? வேற்று மனிதரைக் கண்டதும் பஞ்சுவின் மனைவி கூச்சப்பட்டால் என்ன செய்கிறது? உள்ளே போவதா, திரும்பிப் போவதா என்று தெரியாமல் குழம்பிக் குழம்பி நின்றார் அவர்.

ஒரு பையன் தெருவில் ஓடிவந்து வாசல்படி ஏறினான். அவரைக் கண்டு நின்றான்.

"என்ன ஸார்?"

"என்னப்பா, கையிலே?"

"ஐஸ் ஸார். அத்தங்காளுக்கு ரொம்ப சீரிஸ்ஸா இருக்கு. உள்ள வறிங்களா?" என்று கேட்டுக்கொண்டே ஓடினான்.

இதற்கிடையில் வேலைக்காரப் பையன் உள்ளே போய் வந்து விட்டான்.

"நீங்க வந்திருக்கீங்கன்னு சொன்னேன். ஒண்ணும் சொல்லலே ஸார்" என்றான்.

திரும்பிப் போகலாமா? வந்த சமாசாரம் பஞ்சுவுக்குத் தெரிந்து விட்டது. உள்ளே போகாமல் திரும்பிவிட்டால் என்ன நினைத்துக் கொள்வார்? அவர் மனைவி கூச்சப்பட்டால், கூச்சம் என்ன? அப்படி உடம்பாக இருந்தால் கூச்சமா தெரியப் போகிறது? உண்மையில் கவலைக்கிடமாக இருந்தால் கூச்சமும் சங்கோசமுமா வரும்?

செருப்பைக் கழற்றிவிட்டு உள்ளே போனார். என்ன இது?

அவர் எதிர்பார்த்தவாறு இல்லை. உள்ளே ஏகக் கூட்டம். பஞ்சுவின் மனைவி படுக்கையில் கிடந்தாள். சுற்றி ஏழெட்டுப் பெண்கள். பஞ்சு, மனைவியின் காலடியில் உட்கார்ந்திருந்தார். பஞ்சுவின் குழந்தை இரண்டு தூங்கிக்கொண்டிருந்தன. இன்னொரு குழந்தை விசித்து விசித்து அழுதுக்கொண்டிருந்தது. அதை ஒரு பாட்டி சமாதானம் செய்து

கொண்டிருந்தாள். இரண்டாவது குழந்தை விவரம் தெரிந்த பெண். அது திகில் படர்ந்த முகத்துடன் சுவரோரமாக அப்பாவைப் பார்த்த வண்ணம் சிலையாக உட்கார்ந்திருந்தது. தலைப்பக்கம் உட்கார்ந்திருந்த அம்மாளின் கண் அழுது அழுது கலங்கிக் கிடந்தது.

"என்ன உடம்பு சார்?"

"சாயங்காலம் வரையில் ஒண்ணும் இல்லே. திடீர்னு அஞ்சு மணிக்கு ரத்மா வாந்தி எடுத்தாள். தலை வலிக்கிறதுன்னாள்ளாம். கடைக்குப் பையன் ஓடிவந்து சொன்னான். வந்தேன். இப்படிப் பிரக்ஞையில்லாமல் கிடக்கா. டாக்டர் வந்து ஊசி போட்டார். பயப்பட வாண்டாம்னார். என்னன்னு கேட்டேன். ஏதோ பலஹீந்தான்னுட்டுப் போனார்" என்று பஞ்சு மனைவியின் முகத்தைப் பார்த்தார்.

வாத்தியாரும் பார்த்தார். கண் சொருகியிருந்தது. திடரென்று பல்லை நறநறவென்று கடித்தாள் நோயாளி. கை விறைத்தது. உடம்பைப் போட்டு முறித்துக்கொண்டாள். பயங்கரமாக இருந்தது. எல்லோரும் அழுக்கி அவளைப் பிடித்துக்கொண்டார்கள். அழுக்க முடியாமல் அழுக்கினார்கள்.

"என்னடிம்மா இது? இப்படி முறிக்கிறதே! ஒண்ணும் புரியலியே. இந்தக் குடும்பத்தை இவ இல்லாட்டா யாருட காப்பாத்த முடியும்?" என்று தலைமாட்டு ஸ்திரீ புலம்பினாள், குபுகுபுவென்று அழுகை வந்தது அவளுக்கு.

"மறுபடியும் டாக்டரைக் கூப்பிட்டுப் பார்க்கணும், சார்" என்றார் வாத்தியார்.

"வீட்டு டாக்டர் சரியாப் போயிடும்னு சொல்லிவிட்டுப் போயிட்டார். ஆனா மறுபடியும் அழச்சிண்டு வரச் சொல்லிப் பையனை அனுப்பிச்சிருக்கேன். போயிருக்கான்."

குழந்தை அழுதது. நினைத்து நினைத்துத் தலைமாட்டு அம்மாள் அழுதாள். ஐந்து நிமிஷத்துக்கு ஒருமுறை உடம்பை முறித்த வளைத்து விறைக்கிற போதெல்லாம் மற்ற பெண்கள் அணைத்துப் பிடித்துக் கொண்டார்கள்.

"டாக்டர் பன்னிரண்டு மணிக்குத்தான் வருவாராம்" என்றான் பெரிய பையன் வந்து.

"எங்கே போயிருக்காராம்?"

"தெரியலே. எனக்குச் சந்தேகமாயிருக்கு."

"என்ன?"

"அவர் பிள்ளை, படுத்துனுட்டால் ஏந்துருக்க மாட்டார்னு சொன்னான். ஆளே இல்லவே இல்லைங்கறான். எது நெஜம்னு தெரியலே."

"ராஜு டாக்டர் சேதி தெரிஞ்சுதுதானே? படுத்துனுட்டான்னா என்ன கூப்பிட்டாலும் வரமாட்டானுகளே!" என்றது கும்பலில் ஒரு குரல்.

குழந்தைக்கு ஜுரம்

வாத்தியார் வெளியே ஓடினார், இரண்டு மூன்று டாக்டர்களின் வீட்டுக் கதவுகளைத் தட்டினார். 'இல்லவே இல்லை; வர முடியாது' என்ற இரண்டு பதில்களை மூடிய கதவே கொடுத்துவிட்டது. மூன்றாவது டாக்டரிடம் ஓடினார். மாடிப் பால்கனியிலிருந்தே டாக்டர் வியாதியைப் பற்றி விசாரித்தார். வாத்தியார் சொன்னதைக் கேட்டதும், "டாக்டர்தான் ஊசி போட்டிருக்கார்னேளே. காலமே வந்து எப்படி இருக்குன்னு சொல்லுங்கோ" என்று உள்ளே போனார். தாழ்ப்பாள் ஓசை கேட்டது. சட்டென்று பராங்குசத்தின் ஞாபகம் வந்தது வாத்தியாருக்கு. கூடப் படித்தவனாயிற்றே. ஒரு சைக்கிள் ரிக்ஷாவில் ஏறிக்கொண்டார். ஒரு மைல் இருக்கிறது பராங்குசம் வீடு.

"ஸார், பராங்குசம் ஸார்!"

"யாரு?"

"நான்தான் ஸார்."

நான்தானென்றால் அடையாளம் தெரியுமா? அவனைப் பார்த்தே ஒரு வருஷமாயிற்று.

"நான்தான் சரவணன் ஸார். வாத்தியார்."

"ஓகோ, இதோ வந்துட்டேன்."

அவரைக் கெஞ்சிக் கூத்தாடிக் கையோடு அழைத்துக்கொண்டே வந்துவிட்டார் சரவணன். சைக்கிள் ரிக்ஷா லொடலொடவென்று சத்தம் செய்தது.

உள்ளே போய்ச் சேர்ந்தார் பராங்குசம். உடம்பு முறியாக முறித்தது. டாக்டர் எழுந்து "இப்படி வாங்க கொஞ்சம்" என்று பஞ்சுவையும் சரவணத்தையும் தனியாக வாசலுக்கு அழைத்துப் போனார்.

"ஸார். இது கிருமித் தொத்து, உடனே ஆஸ்பத்திரிக்குப் போனா ஆனதைச் செஞ்சிப்பிடுவாங்க. இப்படியே இன்னும் நாலு மணிநேரம் விட்டு வச்சா, 'க்ரிடிக்கலா'ப் போயிடும். அப்புறம் ரொம்ப சிரமம். இப்பவே வாங்க இப்ப ஆஸ்பத்திரியில் சேத்துட்டா நாளை மத்தியானம் திரும்பி வந்துடலாம். இங்கியே வச்சிருக்கிறது நல்லதில்லை. ஆஸ்பத்திரியிலேதான் இதுக்கு வசதி உண்டு. நானும்கூட வந்து அட்மிட் பண்ணிடறேன். என்ன சொல்றீங்க? அப்புறம் வருத்தப்படப்படாது."

பஞ்சு உள்ளே வந்தார். பெண்மணிகளைக் கலந்து பேசினார். ஆஸ்பத்திரி என்றதும் தலைமாட்டு அம்மாள் புதிதாக ஒரு பாட்டம் ஆரம்பித்துவிட்டாள். "செவ்வாய்க்கிழமையும் அதுவுமா ... இங்கேயே பார்க்க முடியாதா?"

பஞ்சுவும் கலங்கினதைப் பார்த்து, அவருக்கும் எல்லோருக்கும் தைரியம் சொல்லிவிட்டு, ஓடிப்போய் ஒரு டாக்ஸியைப் பிடித்து வந்தார் சரவணம். டாக்ஸி வந்த பிறகு மீண்டும் தகராறு. பிரக்ஞை வந்த மனைவி அடம்பிடித்தாள். சரவணன் அவளுக்கு வேறு நல்ல வார்த்தை சொல்லி, சரி சொல்லச் செய்ய அரை மணியாயிற்று.

மெதுவாகக் காரில் ஏற்றினார்கள். சரவணமும் டாக்டரும் முன்னால் உட்கார்ந்துகொண்டார்கள்.

ஆஸ்பத்திரியில் பரபரவென்று ஒரு படுக்கையை ஒழித்துத் தயார் செய்தார்கள். டாக்டர் வந்தார், "நல்லவேளை! இப்பக் கொண்டு வந்தீங்களே. இன்னும் ஒரு மணி ஆயிருந்ததோ சொல்றதுக்கில்லே. இனிமே பயம் இல்லை. கவலைப்படாதீங்க ஸார். காலமே பத்து மணிக்கு வீட்டுக்குப் போயிடலாம்" என்று தைரியம் சொன்னார். கவனித்தார்.

வாத்தியாருக்கு உயிர் வந்தது, மருந்து கொடுத்தார்கள். ஊசி போட்டார்கள்.

"அவர் மாத்திரம் இருக்கட்டும். நீங்களாம் போகலாம். இனிமே கவலையில்லை" என்றார் டாக்டர்.

"அப்ப நீங்க போங்க. நான் இருக்கேன். ரொம்ப தாங்க்ஸ் உங்களுக்கு" என்று நன்றி சொன்னார் பஞ்சு.

பராங்குசத்தை வீட்டில் இறக்கிவிட்டது டாக்ஸி. வாத்தியாரும் இறங்கினார். பஞ்சு டாக்ஸிக்காகக் கொடுத்த மூன்று ரூபாய் போத வில்லை. காத்திருந்த கூலி ஒரு ரூபாய்க்கு மேல் ஏறியிருந்தது. மூன்று ரூபாய் ஆறனாவுக்குக் கையை விட்டு ஆறனாத் தந்தார் சரவணம். ஒரு ரூபாயைக் கொடுத்து மீதி பத்தணாவை வாங்கிக்கொண்டார்.

டாக்ஸி போனதும் திடீரென்று குழந்தையின் ஞாபகம் வந்தது சரவணத்துக்கு. அவர் சொன்னதைக் கேட்டுவிட்டு, "ஒண்ணும் இல்லை; இந்த மாத்திரையைக் கொடுங்க, சரியாயிடும்" என்று பராங்குசம் ஒரு மருந்தைக் கொடுத்தார்.

"என்ன கொடுக்கணும்?"

"ஒண்ணேகால் ரூபாய்."

"ம் ... அப்புறம் ..."

"கொடுங்களேன், நான் அந்தப் பக்கம் வந்தா வந்து பார்க்கறேன்."

"ரொம்ப நன்றி, பராங்குசம்."

"இங்கேயே படுத்திருங்களேன். மணி ஒண்ணாச்சே, காலமே போயிக்கிறது."

"குழந்தைக்கு மருந்து கொடுக்கணுமே!"

"அப்ப சரி, டாக்ஸியை விட்டுவிட்டீங்களே. சரி, ரிக்ஷாவாவது வைச்சிட்டுப் போங்க."

"சரி, அப்ப வரட்டுமா?"

"ரைட், குட்நைட். ஒண்ணும் கவலைப்படாதீங்க. காலமே அந்தப் பக்கம் வந்தா வர்றேன்."

"சரி."

குழந்தைக்கு ஜுரம்

ரிக்ஷா எதற்கு? ஒன்றரை மைல்தான்; நடந்தே போய்விடலாம். பையை எடுத்துச் சில்லறையை எண்ணினார். நயா பைசா எல்லாம் போய், ரூபாய், உடைந்து பத்தணா பாக்கி. தாகம் தாங்கவில்லை. சாயங்காலம் ஏழு மணிக்குச் சாப்பிட்டது. வெற்றிலைபாக்குக் கடையில் நாலு மலைப்பழமும் கலரும் சாப்பிட்டார். வெற்றிலை போட்டுக்கொண்டார் நடந்தார்.

"ஹிஹிஹிஹி" என்று யாரோ இருளில் சிரித்தார்கள் ...

பாதி பயத்திலும் பிரமையிலும் உற்றுப் பார்த்தார் அவர். யாரும் இல்லை; ஜட்கா ஸ்டாண்ட் குதிரை! புல் தின்கிற சவடாலில் அது கனைத்தது. சரவணத்திற்கும் அடக்க முடியாமல் சிரிப்பு வந்தது. வீடு போகிற வரையில் சிரித்துக்கொண்டே போனார். நிலவு எழுந்ததைக் கண்டு பொழுது புலர்ந்த திகைப்பில் நாலைந்து நார்த்தங்குருவிகள் வாழைத் தோப்பில் சிரித்துக்கொண்டிருந்தன.

கலைமகள், அக்டோபர் 1957

தீர்மானம்

திண்ணையில் படிந்து கிடந்த தெருத் தூசியைப் பாவாடை முந்தியால் தட்டிவிட்டு சட்டைத் தலைப்பைச் சரிய விட்டுக்கொண்டே உட்கார்ந்தது அந்தப்பெண். சோழிகள் கலகலவென்று கீழே இறைந்தன. குவித்துவிட்டு அந்தப் பெண் தெருவைப் பார்த்தது. தோழி ராதை இன்னும் வரவில்லை.

எதிரே குளத்தின்மேல் கொக்குக் கூட்டம் வட்டமிட்டுக் கொண்டிருந்தது. டொப்பு டொப்பென்று படிக்கட்டில் துணி தோய்க்கும் ஓசைகள். வாசலோடு ரயிலடியிலிருந்து வாடிக்கையில்லாமல் திரும்பிய ஒற்றை மாட்டு வண்டி மெதுவாக ஊர்ந்து கடந்தது.

"சனியம் புடிச்சவ. போனா எத்தனை நாழி?" என்று முகத்தைச் சுளித்துக்கொண்டாள் பெண். வெயில்பட்டு கொரனாப்பட்டை போடும் சிற்றலைகளைப் பார்த்தாள். சட்டைக்குள் தொங்கிய தாலிக்கயிற்றை எடுத்து ஒரு திருமங்கல்யத்தைப் பல்லிடுக்கில் கடித்துக்கொண்டே ஜாலிக்கும் அலையைப் பார்த்தாள். பார்க்க முடிய வில்லை. கண்ணைக் கூசியது.

"இன்னும் இந்த ராதை வரவில்லை. குளிக்க நாலு நாழி. சாப்பிட பத்து நாழி –"

"எட்டி, திருமங்கல்யத்தைக் கடிக்காதடி பத்து முடியப் போறதடி வயசு. சிரிக்கப்போறா யாராவது பார்த்து!" என்று கேட்டது, வாசலில் குப்பை கொட்ட வந்த அத்தையின் குரல். அதைக் கேட்டதும் அவள் பல்லிலிருந்து திருமங்கல்யம் நழுவிற்று.

"உங்க ஆம்படையான் கோச்சுக்கப் போறாண்டி. ஏற்கனவே கோபமாயிருக்கான், கொண்டுவிடல்லே கொண்டு விடலேனு காயறான். திருமங்கல்யத்தை நசிக்கிண்டு வேற போகாதே."

"போ அத்தை."

"நான் எங்கே போறது? ஆச்சு, இன்னும் நாலு வருஷம். நீலகண்டன் எத்தனை வருஷம் பொறுத்திண்டுருப்பான்?!"

"வ ... வ் ... வ ... வ் ... வ ... நீதான் போயேன்."

"சீ!" அத்தை போய்விட்டாள். விசாலியின் கையிலிருந்து சோழிகள் துள்ளித் துள்ளி எழுந்தன. திருப்பிய புறங்கையில் விழுந்து சிதறின. விழி துள்ளித் துள்ளி மேலும் கீழும் சோழிகளோடு பாய்ந்தது. கை அள்ளி அள்ளிப் பிடித்தது. ஏந்திற்று கண்ணாடி வளை. மணிக்கட்டு சரக்சரக்கென்று மடங்கிற்று. வலது காலை நீட்டி, இடது காலை மடக்கி சரசரவென்று சோழிகளை அள்ளி அள்ளிப் பாவாடைப் பரப்பில் போட்டுக்கொண்டிருந்தாள், அவள். எல்லாச் சோழிகளும் வந்துவிட்டன. ஆட்டம் முடிந்துவிட்டது.

தெருவைப் பார்த்தாள். இன்னும் ராதையைக் காணோம். போய்ப் பார்த்துவிட்டு வரலாமா? "மகா சண்டி இந்த ராதை. தூங்கிக் கிங்கிப் போயிட்டாளா? பார்த்துட்டுத்தான் வருவமே!"

விசாலி எழுந்தாள். சோழிகள் மறுபடி கீழே இறைந்தன.

சலங் சலங் என்று வண்டிச் சத்தம். சட்டென்று நிற்பதுபோலிருந்தது. சோழியை உள்ளங்கையில் மடக்கிக்கொண்டே திரும்பினாள் விசாலி. ஆமாம் வண்டி வாசலில்தான் நின்றுவிட்டது. முரட்டுக் காலாக இரண்டு இறங்கிற்று. முகம் தெரிந்தது. அச்சச்சோ ... பின்பு ... இன்னும் இரண்டு பேர் அடடே ..!

விசாலி முகம் சிவக்க உள்ளே ஓடினாள்.

"அத்தே, அவாள்ளாம் வந்திருக்கா."

அத்தை அகப்பைக் கூட்டில், தேய்த்த கரண்டிகளைச் செருகிக் கொண்டிருந்தாள்.

"யாரு?"

"அவாள்ளாந்தான், அத்தை."

"யாரு?"

"அதான் அத்தை. அவாதான் அத்தை. நடையிலே வந்தாச்சு."

"யாருடி?"

அத்தை அடுக்களையிலிருந்து வெளியே வந்து நடையைப் பார்த்தாள். வந்தவர்கள் நடையில் செருப்பைக் கழற்றிக்கொண்டிருந்தார்கள்.

"ஏண்டி, பெரிய மச்சினன் மாமனார்கள்ணு சொல்றதுக்குக்கூட வெக்கமாயிருக்கா ...? சரி போய்க் கூட்டத்திலே கோரப்பாயப் போடு."

விசாலி ஓடினாள். தலையைக் குனிந்துகொண்டே கோரைப்பாயை விரித்தாள்.

மூன்று பேரும் இடைகழியிலிருந்து உள்ளே வந்து நின்றார்கள். பெரிய மாமனார் உண்மையாகவே பெரியவர்தான். ஆறடி உயரம். பலகை மார்பு. கண்டு கண்டாகச் சதை மார்பிலும் கையிலும். முறம் அகலம் முகம். சின்ன மாமனாரும் ஒன்றுவிட்ட பெரிய மைத்துனனும் கிட்டத்தட்ட இந்த ஜாதிதான்.

உட்காராமலே பெரிய மாமனார் பேசினார்.

"குழந்தே, உட்கார்றதுக்கு நேரமில்லே. அவசரமாகப் புறப்பட்டு வந்திருக்கோம் . . !"

"வாங்கோ ... உட்காரணும்" என்றாள் அத்தை.

"வந்தோம்! குழந்தை விசாலி, கோரைப்பாயெல்லாம் வாண்டாம். இப்படி வா சொல்றேன்," – சின்ன மாமனார் குரல்.

"இப்படி வா குழந்தே! பாதகமில்லே; பயப்படாதே, முழுங்கிவிட மாட்டோம்."

"உட்காந்துங்கோ" – அத்தை.

"உட்காரவில்லையம்மா! குழந்தே ... குழந்தே ... இப்படி வா ... சித்தே வரச் சொல்லுங்கோ குழந்தையை."

"போயேண்டி, கூப்பிடறாளே ... என்ன இப்படி வந்ததும் வராததுமா ... உக்காந்து ஒருவாய் காப்பியைச் சாப்பிட்டுப்பிட்டுப் போப்படாதா ..?" அத்தை. அத்தை குரலில் ஒரு பயம். ஒரு அலட்சியம். கல்யாணத்திலே ஏதோ சண்டை. நாலு வருஷமாகிவிட்டது. அதை அப்படியே பச்சை மாறாமல் நினைத்துக்கொண்டு இப்படி நின்று கொண்டே பறக்கணுமா? அத்தை இப்படி நினைக்கிறாள் என்றுதான் அந்தக் குரல் சொல்லிற்று.

"போயேண்டி, கூப்பிடறாளே ..?"

விசாலி அருகிலும் எட்டவும் இல்லாத தூரத்தில் வந்து நின்றாள்.

"குழந்தே ... நீலகண்டன் இப்ப கையோடு உன்னை அழைச்சிண்டு வரச் சொன்னான். கிளம்பி வந்திருக்கோம் ... என்ன சொல்றே? லெட்டர் எழுதி எழுதி உங்கப்பா பதில் போடலியாம் ... சரி, அப்பா எங்கே?"

"அவ அப்பா கடைத் தெருவுக்குப் போயிருக்கான். சித்தே உட்காருங்கோ. இன்னும் ரண்டு நாழியிலே வந்துடுவான்."

"ஓகோ ... ஏம்மா குழந்தே! நீலகண்டன் கொண்டு விடுன்னு கடுதாசி போட்டானாம். பதில் போடலியாமே உங்கப்பா? ... கலியாணத்திலே தான் உங்கப்பா நன்னாச் செய்யலே ...

இளையாளா கொடுக்கிறதுக்கு இது போறும்னு நெனச்சிப்பிட்டார் போலிருக்கு. இளையாள்ன்னா கிழவனா அவன்? வயசு இருபத்தாறு தானே ஆறது! அந்தப் பொண்ணு திடீர்னு பறக்கவிட்டு வயதிலே இருந்த குழந்தையோடேயே கண்ணை மூடிப்பிட்டா. அவன் ஸ்வீகாரப் பிள்ளை. தாயார் தோப்பனாரும் இல்லை. ஒண்டிக்காரன். நாங்கதான்

மாட்டேன் மாட்டேன்னவனைப் பிடிவாதம் பண்ணி, கல்யாணம் பண்ணிக்க வச்சோம். எதிலே குறைந்து போயிட்டான் அவன்? நிலம் இல்லையா, வீடு இல்லையா? உங்கப்பா சாதாரண மரியாதைகூட காண்பிக்க மாட்டேங்கறாரே …"

"இதெல்லாம் எதுக்காகக் குழந்தைகிட்ட பேசறேள்? அது என்னத்தைக் கண்டுது, பாவம்… உட்கார்ந்து எங்கிட்டே சொல்லுங்கோ."

"சரி, அதெல்லாம் எதுக்கு இப்ப? வந்த விஷயத்தைச் சொல்லு. குழந்தை என்ன பண்ணும் அவ அப்பாவுக்கு மரியாதை தெரியாட்டா?"– சின்ன மாமனார்.

"அதுவும் சரிதான், குழந்தே, அவன் ஒண்டிக்காரன். வீட்டைப் பார்த்துக்க நாதியில்லே. எங்க குடும்பமா, அது ஒரு சமுத்ரம்! உன்னைப் போய் 'வரயா இல்லையா'ன்னு கேளுங்கோ. வந்தா அழைச்சுண்டு வந்துடுங்கோன்னான் …"

"வராட்டா?" – அத்தை.

"அதைப் பற்றி யோசிக்கலையின்னும்."

"இப்படிக் கூடத்திலே கூண்டிலே நிறுத்தறாபோல நிக்கவச்சு, இப்படிக் கேட்டா … குழந்தை என்ன பண்ணும்? கலங்க அடிக்கிறேளே? அதுக்கு என்ன தெரியும்? பச்சைக் குழந்தை அவ! அவனும் கடைக்குப் போயிருக்கான்" – அத்தையின் குரல் வெறுப்பாகப் புகைந்தது.

"என்னமோம்மா, அவன் சொன்னான். அனுப்பிச்சான். வந்தோம். அவனே வருவான். மரியாதையா இருக்க மாட்டாரோன்னு சந்தேகமோ என்னமோ? எங்களைப் போகச் சொன்னான்."

"சரி, காலையலம்பிவிட்டு உக்காருங்கோ; சித்தை நாழியிலே இலை போட்டாயிடும் சாப்பிட்டுடலாம்."

"சாப்பிட நேரமில்லை."

"இப்பவே வரணும்கிறேளோ அவளை? அவளுக்கு அம்மா இல்லாவிட்டாலும் அப்பா இருக்கான். அத்தைன்னு நான் ஒருத்தி இருக்கேன் –"

"அத்தை!" என்று நிமிர்ந்தது பெண். உள்ளே போயிற்று. அத்தை அதோடு அடுக்களைக்குள் சென்றாள்.

"நான் போயிட்டு வரேன் அத்தை!"

"போயிட்டு வரியா! எங்கே?"

"அவரோட !"

"என்னடது?"

"ஆமாம் அத்தை" என்று சொல்லிக்கொண்டே கொடியில் தொங்கிய இரண்டு பாவாடைகளையும் சட்டைகளையும் எடுத்து மூட்டை

யாகக் கட்டிக்கொண்டது பெண். ஜாடியிலிருந்து ஒரு முட்டைத் தேங்காயெண்ணெயை எடுத்துத் தலையில் தடவி மரக்கட்டைச் சீப்பால் வாரிப் பின்னிக்கொண்டது – ஒரு நிமிஷத்துக்குள். மாடத்திலிருந்து மரப் செப்பைத் திறந்து ஒரு குங்கும்ப் பொட்டு. முட்டை இடுப்பில் ஏறிற்று.

"போயிட்டு வரேன் அத்தை!"

"நிஜமாத்தானா?"

"..."

"ஏண்டி, உங்கப்பன் கிட்டக்கூட சொல்லிக்க வாண்டாமா? பத்து வயசு முடியலே. அங்கே போய் என்னடி பண்ணப் போறே..?"

"உங்கப்பா இன்னும் வரலியே?"

"நாழியாச்சு அத்தே. அப்பாகிட்டச் சொல்லிண்டு போகணும்ம்னு நெனச்சா, ஆனா அவசரமாயிருந்ததுனாலே போயிட்டாள்னு சொல்லு. நான் சொன்னேன்னு சொல்லு."

"கிங்கரன் மாதிரி வந்து மூணுபேர் கூப்பிடறான்னு உடனே கிளம்பிடறதா?" – அத்தை மெதுவாகச் சொன்னாள். பெண் கூட்டித்திற்கு வந்துவிட்டது.

"கிளம்பிட்டியா, அட!" – சின்ன மாமனார்.

"குழந்தை சாப்பிடக்கூட இல்லியே. இப்படி அழைச்சுண்டு போறேளே?" – அத்தைக்குத் தொண்டை கரகரத்தது.

"போறபோது வலங்கிமான்லே சாப்பாடு பண்ணிவச்சுடறோம்."

"அப்படி ஒரு அவசரமா? இப்படிப் பண்றேளே, அவன் வந்தா நான் என்ன சொல்லுவேன்?"

"நான் சொல்லிண்டேன்னு சொல்லு அத்தை!" – பெண். வழிக்காக நிற்பதைப் பார்த்து மூவரும் சற்று விலகிக்கொண்டார்கள். பின் தொடர்ந்தார்கள். "ஏறு குழந்தே!" பெண் ஏறிக்கொண்டது.

வண்டி கிளம்பிவிட்டது. ராதை ஓடி வந்தாள்.

"ஏண்டி விசாலம், ஊருக்கா போறே?" புன்சிரிப்பு ஒன்று பதிலாக வந்தது.

"எங்கிட்ட சொல்லவே இல்லியேடி?"

வழக்கம் போல் திண்ணையில் ஸ்திரீகள் வேடிக்கை பார்த்தார்கள். வண்டி குளத்தெரு முனை திரும்பிவிட்டது.

அத்தை குறட்டில் நின்று அதுவரையில் பார்த்தாள். திரும்பித் திண்ணையிலிருந்த சோழிகளை வாரி முந்தானையில் போட்டுக் கொண்டாள். உள்ளே போகக் கால் வரவில்லை. இமையை விழித்துக் கொண்டாள்.

"என்ன மாமி, விசாலம் எங்கே போறாள் –" ராதையின் அம்மா.

தீர்மானம்

"அவ ஆம்படையான் அழச்சிண்டு வரச் சொன்னானாம். கிளம்பிடுத்து. அவ அப்பாகூட இன்னும் வரல்லை. கடைக்குப் போனவன் ... சொல்லிக் கோன்னு கிளம்பிடுத்து, ரண்டு பாவாடையை மூட்டை கட்டிண்டு."

"அ!" ராதையின் அம்மாவின் கண்ணில் நீர் முட்டிக்கொண்டு நின்றது. "என்ன தீர்மானம் இதுக்கு! அவாதான் தம் மனுஷான்னு யார் சொல்லிக் கொடுத்தா இதுக்கு?"

"அவா வந்து இன்னும் பத்து நிமிஷம் ஆகலை."

"என்ன தீர்மானம்! என்ன தீர்மானம்!" ராதையின் அம்மாவுக்கு வேறு ஒன்றும் சொல்லத் தெரியவில்லை. சொல்லவும் முடியவில்லை. தழுதழுப்பு சொல்ல விடவில்லை.

"அப்பா வந்து அனுப்பமாட்டான்னு இதுக்குத் தெரிஞ்சுடுத்து. அதுக்குத்தான் அவசர அவசரமாகக் கிளம்பிடுத்து போலிருக்கு. அதுக்கிருக்கிற ... என்னத்தை சொல்றது ... சாப்பிடக்கூட இல்லை ..." இருவரும் பிரமித்து நின்றுகொண்டிருந்தார்கள். அத்தைக்கு நினைத்து நினைத்து கண்ணில் நீர் பெருகிற்று.

அவள் தம்பி முரடுதான். சொத்து அதிகமில்லாதவர்கள் என்று சம்பந்திகள், மாப்பிள்ளையைக்கூட கலியாணத்தின்போது அலட்சிய மாகத்தான் நடத்திவிட்டான். மாப்பிள்ளையின் கடிதத்திற்குப் பதில் கூடப் போடுவது கிடையாது.

"உங்க தம்பி வராப்பல இருக்கே?" என்று மேலக்கரையைப் பார்த்தாள் ராதையின் அம்மா.

"நான் எப்படிச் சொல்றது? நீயும் கூட இருடி!"

"இருக்கேன், மாமி, நடந்ததைச் சொல்றது."

தம்பி வந்துவிட்டார்.

"பாலு, விசாலி ஊருக்கு போறாடா!"

"என்ன?"

"ஆமாம், பெரிய மாமனார் ரண்டு பேரும் வந்தான். பெரிய மச்சினன் வந்திருந்தான். இது வாசல்லே சோழி ஆடிண்டிருந்தது. உள்ளே வந்து சொல்லித்து. பாத்தா, மூணு பேரும் கிங்கரன் மாதிரி ரேழிலே வந்து நின்னா, உட்காருங்கோன்னேன். கேக்கலே, உங்க ஆமடியான் அழைச்சுண்டு வரச் சொன்னானாம். வரப்போறியா இல்லையான்னா மூணுபேரும். நறுக்குன்னு வந்து இது, கொடியிலே பாவாடை ரண்டை உருவிண்டுது. தலை தோட்டிக்கிற சவுக்கத்தாலே மூட்டை கட்டிண்டுது. கிளம்பிடுத்து. சாப்பிட்டுப் போடேன்னேன் கேக்கலே."

தம்பி திகைத்து நின்றார். செய்தியை நம்பவே நாலு நிமிஷம் ஆயிற்று. பின்பு, எப்பொழுது வந்தார்கள், எங்கே நின்றார்கள்? எப்படி நின்றார்கள்? முகம் எப்படியிருந்தது? என்ன சொன்னார்கள்? என்று

கேட்டுக்கொண்டேயிருந்தார். அக்காவின் குரலில் ஆற்றாமையும், தோல்வியும் புகைந்தன.

"சாப்பிட்டுட்டுப் போன்னேன். குழந்தை வாண்டாம்னா, போயிட்டா ..." என்று கடைசி வார்த்தையை நீரில் கரைத்துவிட்டாள் அத்தை.

"அ! சாப்பிடலையா?"

"கேக்க மாட்டேன்னுட்டுதே?"

"சரி, சாதத்தைப் பிசைஞ்சுவை. நான் கொண்டு கொடுக்கிறேன்."

அக்கா விறுவிறுவென்று குழம்பு சாதமும், மோர் சாதமும் கட்டிக் கொண்டு வைத்தாள். "நாலு பேருக்குக் காணும்படியா வச்சிருக்கேன், சட்டுன்னு ஒரு ஜட்காவைப் புடிச்சிண்டு போ."

முக்கில் ஒரு ஜட்கா நின்றுகொண்டிருந்தது. பேசி ஏறிக்கொண்டார் அவர்.

வலங்கிமான் ரோட்டில் ஜட்கா பறந்தது. ஒருகல், இரண்டுகல், மூன்றுகல், நாலாவது கல் ... குதிரை அடி அடியாக வாங்கிற்று. உயிரைக் கொடுக்கிறாப் போல ஓடிற்று.

முடிகொண்டான் ஆற்றுப் பாலத்துக்கு முன் அந்த வண்டியைப் பிடித்துவிட்டது அந்த வண்டி நின்றும் விட்டது.

மூவரும் விழித்தார்கள். விசாலி விழித்தாள்.

"விசாலி, சித்தே இறங்கு. சாப்பிட்டு விட்டுப் போகலாம்."

அப்பா அவர்களோடு பேசவில்லை.

"போய்ச் சாப்பிட்டுவிட்டு வாம்மா" என்றார் பெரிய மாமனார்.

விசாலி இறங்கினாள். ஆற்றில் இறங்கிக் கால் கையை அலம்பிக் கொண்டாள். அப்பா சாதத்தை உருண்டை உருண்டையாக உருட்டிக் கையில் கொடுத்தார். வாங்கிச் சாப்பிட்டாள். அவரும் சாப்பிட்டார். அப்பா ஏன் பேசவில்லை?

மிச்சம் இரண்டு பேருக்குச் சாதம் இருந்தது. அதை அப்படியே தூக்கி ஆற்றோடு எறிந்தார் அப்பா!

"அப்பா, அவா சாப்பிடலையே!"

"போனாப் போறது. உனக்கு வயிறு நெறஞ்சுதோல்லியோ! ... ஏன் சரியா சாப்பிடலியா ... சரி போய் வண்டியிலே உட்கார்ந்துக்கோ ... சமத்தா இரு. போய்ச் சேர்ந்தேன்னு லெட்டர் போடச்சொல்லு."

"சரிப்பா!"

வண்டியில் ஏறிக்கொண்டாள் விசாலி. மூவரும் ஏறினர். விசாலி திரும்பிப் பார்த்தாள்.

"இந்தா" என்று வண்டிக்கு முன்னால் வந்தார் அப்பா.

தீர்மானம்

"என்னப்பா?"

"சோழிப் பெட்டி ஆனா இதே வேலையாயிருக்காதே!"

"சரிப்பா."

"சமத்தா இரு, குழந்தே."

"எப்பப்பா வரேள்?"

"நான் என்னத்துக்கு? வரணும்?"

"அப்பா!"

"இதபாரு, அப்பாவைப் பார்க்கணும்ம்னா நீ வந்து பார்த்துக்கோ. நீ வர வாண்டாம்னு நான் சொல்லலை."

"அப்பா!"

"நான் வரேன். குழந்தையை ஜாக்ரதையாப் பார்த்துக்கட்டும்" என்று அவர்களைப் பார்க்காமலேயே அவர்கள் பக்கம் திருப்பாமலேயே சொன்னார் அப்பா.

வண்டி நகர்ந்தது.

தன் வண்டியில் ஏறிக்கொண்ட அப்பா அந்தண்டைப் பக்கமே முகத்தைத் திருப்பிக் கொண்டிருந்தார். அப்பாவுக்கு வருத்தமா? ... இராது ... கோபமா? அப்பாவின் வண்டியைப் பார்த்துக்கொண்டே யிருந்தாள் விசாலி. அந்த வண்டி சாலைத் திருப்பத்தில் மறைந்துவிட்டது. அப்பா திரும்புவார் என்று பார்த்தாள் ... ஹூம் நல்ல அப்பா இது! ... புன்னகை அரும்பிற்று அவள் முகத்தில்.

மூன்று பேரும் பேசவில்லை. உலகத்தாயைக் கண்ட மோனத்தில் அந்த உள்ளங்கள் ஓடுங்கிக் கிடந்தன.

பெரிய மாமனார் உதட்டைக் கடித்து உணர்ச்சியை விழுங்கிக் கொண்டிருந்தார்.

ஆனந்த விகடன் தீபாவளி மலர், அக்டோபர் 1957

உண்டை வெல்லம்

பதினையாயிரம் ரூபாயைக் கொட்டிப் போட்ட 'செட்டு' காத்துக்கொண்டிருந்தது. ஒலிப் பதிவு செய்கிறவர் காத்துக்கொண்டிருந்தார். படம் பிடிக்கிறவர் காத்துக் கொண்டிருந்தார். எக்ஸ்ட்ராக்கள் இருபது பேர் காத்துக் கொண்டிருந்தார்கள். படியளக்கிற 'ப்ரட்யூசர்' காத்துக் கொண்டிருந்தார். எல்லாரையும் ஆட்டிவைக்கிற டைரக்டர் காத்துக்கொண்டிருந்தார்.

மகாராணி இன்னும் வரவில்லை.

மேலே இருந்த தகரச்சார்ப்பு தீ மூச்சாக அள்ளி வீசிற்று. ஹா ஹா என்று கூடியிருந்த உயிரினம் வேர்வையைத் துடைக்க முடியாமல், கையாலாகாமல், வெந்துகொண்டே தபித்தது. வேர்வையைத் துடைத்துக்கொள்ளுகிற பாக்கியம் டைரக்டர், முதலாளி, எழுதுகிறவர், படம் பிடிக்கிறவர் என்று ஐந்தாறு பேருக்குத்தான் கிடைத்தது. மற்றவர்கள் பவுடரிடம் உடம்பை அடகு வைத்திருந்தார்கள். சேனாதிபதி வேஷம் போட்டுக்கொண்டிருந்தவர் மார்பிலும் கையிலும் காலிலும் தொடையிலும் அணைத்துக் கட்டியிருந்த கவசங்களுக்குள் மாட்டிக்கொண்டு, கழுவில் ஏறுகிற மாதிரி மனதுக்குள்ளே அழுதுகொண்டிருந்தார். கவசத்திற்குள் அரிக்கிறது. சொறிந்து கொள்ளுகிற புண்ணியத்தை அவர் பண்ணவில்லை.

கொட்டகை முழுவதும் ஒரு அலுப்பும், சோர்வும் பெருமூச்சு விட்டுக்கொண்டிருந்தது. நேரத்தை வீணாக்க வேண்டாம் என்று பத்து தடவை அவரவர்கள் பாடத்தை ஒத்திகை பார்த்துவிட்டார்கள் படம் பிடிக்கிறவரும் டேப்பை வைத்து அங்குலக் கணக்கில், நிற்கிற இடம், பாய்கிற இடம் எல்லாம் சொல்லி பார்த்து ஏழெட்டு தடவை தன் கடனைத் தீர்த்துவிட்டார். மகாராணி வந்தவுடனே சேதமில்லாமல் பிடித்துவிடலாம்.

மகாராணி இன்னும் வரவில்லை.

டைரக்டர் மணிக்கட்டைத் திருப்பிக் கடிகாரத்தைப் பார்த்தார். ஒன்றடிக்க ஆறு நிமிஷம் இருந்தது. படியளக்கிற முதலாளி தன் மணிக்கட்டைத் திருப்பிப் பார்த்துவிட்டுச் சொன்னார்:–

'ஒன்பது மணின்னா ஒன்பது மணிக்கு வரவாண்டாம். பத்து மணி, பதினோரு மணிக்காவது, பன்னிரண்டு மணிக்காவது வரலாம். இப்படிச் சுணங்கறாங்களே? ஆனாலும் – இப்படியா –!'

டைரக்டரின் காதில் விழுந்தது அது. பதில் சொல்லாமல் சூன்யத்தைப் பார்த்துக்கொண்டிருந்தார் அவர்.

'இந்தமாதிரியெல்லாம் பண்ணுவாங்கன்னு தெரிஞ்சிருந்தா, புக்கே பண்ணிருக்கமாட்டேன்' என்று டைரக்டர் காதில் மட்டும் விழும்படி யாக முணுமுணுத்தார் முதலாளி.

அதற்கும் டைரக்டர் பதில் பேசவில்லை.

அவர் மனதிலே நிராசை. பொருமல். படுகிற ஆத்திரம் எல்லாம் பட்டுவிட்டு அவர் உண்டை வெல்லத்தை நினைத்துக்கொண்டிருந்தார்.

'என்னங்க ஷூட்டிங்கைக் கான்ஸல் பண்ணிடலாமா?' என்றார் முதலாளி.

டைரக்டர் அவர் பக்கம் திரும்பவேயில்லை.

'என்னங்க ஆசிரியர் சார்!' என்று வசனகர்த்தாவிடம் திரும்பி விட்டார் முதலாளி.

டைரக்டருக்கு இவன் என்ன பதில் சொல்லப்போகிறான் என்று கேட்க அந்த அலட்சியத்துக்கு நடுவிலே ஒரு ஆவல்; ஆனால் திரும்ப வில்லை. திரும்பாமலேயே வசனகர்த்தாவின் புகையிலைக் குதப்பல், குங்குமப் பொட்டு – முதலியவற்றைப் பார்க்க முடிந்தது. வசனகர்த்தா பதில் பேசவில்லை. வாயில் புகையிலைச் சாறு. இல்லாவிட்டால்தான் என்ன? என்றைக்குத் தன் அபிப்பிராயம் என்று வாயைத் திறந்தான் இவன்? முதலாளி சிநேகிதர்களிடம் கதை கதை என்று நச்சரித்து, யாரோ ஒருவன் ஒரு இங்கிலீஷ் புத்தகத்தை எடுத்துக் கொடுத்து – முதலாளிக்குத் தமிழும் தெரியாது, இங்கிலீஷும் தெரியாது, பணம் சம்பாதிக்க ஆசைப்பட்டான் தெரியும் – 'ஆசிரியர் சார், இந்தக் கதை நல்லாருக்குங்கராங்க, இதைத் தமிழ் நாட்டுக்கு ஒத்து வராப்பல செஞ்சு கொடுங்க!' என்றும் இவன் அதைப் படித்துக் குடுகுடுப்பாண்டி சட்டை ஒன்று தைத்துக் கொடுப்பான். கைக்குட்டை, பழைய சட்டையின் முதுகு, கௌபீனம், மேல் துண்டு – இவற்றையெல்லாம் ஒட்டிச் சட்டையான ஒரு கதை. இதைத் தவிர இந்த வசனகர்த்தாவுக்கு வேறு ஒரு பாவமும் தெரியாது. எது கேட்டாலும் வாயைத் திறக்கமாட்டார். புகையிலைச் சாறு இந்தத் தட்சிணாமூர்த்தி நிலைக்குக் கையாளாக உதவி வருகிறது.

எனக்கு எப்படி ராஜமுழி முழிக்கத் தெரியும் என்று முனகுவது போல, மூடிய அவர் வாயிலிருந்து ஒரு சிரிப்பு வந்தது.

'வேடிக்கையில்லே, நெசமாகவே கேக்கறேன்' என்றார் முதலாளி.

'பப்ஹம்க்கும்க்கும்' – வசனகர்த்தா அதே விடையைத்தான் சொன்னார் – சிரித்து வைப்போம், எப்படி வேண்டுமானாலும் அர்த்தம் பண்ணிக்கொள்ளட்டும்.

'டைரக்டர் சார் சொலலட்டும் – வாயே திறக்கலையே' என்றார் முதலாளி. டைரக்டர் இப்போதும் திரும்பவில்லை. ஆனால், ஒரு நிமிஷம் கழித்து 'ஹல்லோ ... வாங்க சார்' என்று எங்கோ பார்த்துக் கத்தினார். நிராசையும் வேதனையுமாகத் துவண்ட அவர் முகத்தில் திடீரென்று ஒளி பாய்ந்தது.

'உக்காருங்க சார். ரொம்ப நாளாச்சே பார்த்து' என்று டைரக்டர் உற்சாகமாக அவரைப் பார்த்தார். 'என்னையும் சினிமாக்காரன்னு ஒதுக்கிப்பிட்டீங்களா?'

'ரொம்ப அழகாயிருக்கே! தலைநகரம் எல்லாம் உங்க பேச்சாவே இருக்கு, முதல் க்ளாஸ் டைரக்டர்னு ...'

'நான் வாழ்ந்தேன் போங்க. முதல் க்ளாஸ் டைரக்டர் படற பாட்டை இங்கே பார்க்கணும். ஒன்பது மணிக்கு 'கால் ஷூட்' போட்டிருக்கு. இப்ப மணி என்ன ஆச்சு?'

'ஒண்ணு, சரியா'

'இன்னும் எங்க கதாநாயகி, மகாராணி வரலே. ஆளானப்பட்ட கதாநாயகனே வந்துட்டான், கறுப்புப் பணம் இருபதினாயிரம் ரூபா வாங்கி, பொட்டியிலே வச்சாத்தான் நடிக்கிறேன்னு ஒப்புக்குவான். அப்புறம் அமீனாக்குப் படிகட்றாப்பல ஒரோரு நாளைக்கும் ஆயிரம் ரண்டாயிரம் கொடுத்தாத்தான் ஷூட்டிங்குக்கு வருவான். அப்பேர்ப் பட்ட தலைசிறந்த தமிழ்நாட்டுத் தவப் புதல்வனே இன்னிக்கி பதினொரு மணிக்கு வந்துட்டான். இன்னும் மகாராணி வரலே. எங்கே போயிருக்காங்களோ?'

வந்திருந்தவர் அவருடைய வேதனையையும், சுற்றி விழுந்திருந்த அலுப்பையும் புரிந்துகொண்டுவிட்டார்.

'இந்தமாதிரி சந்தர்ப்பத்தில் கையை நீட்டிக்கொண்டு ஹோவென்று ஒரு பாட்டம் அழுதால், தேவலைபோலிருக்கும், இல்லையா?'

'இல்லே சார். எனக்கு அழணும் போலில்லை. பெருவியாதி பிடித்தவன்போல ஒரு கசப்பு, எல்லாம் என்னைக் கைவிட்டு ஒதுக்கி விட்டாப்பல இருக்கு எனக்கு. அந்த நிலைக்கு வந்துட்டேன்' டைரக்டரின் முகம் வெறுப்பாகப் படர்ந்தது.

'நீங்களே இப்படிச் சொல்றீங்களே?'

'நீங்களேன்னா? எப்பேர்ப்பட்டவனுக்கும் எதையும் அடக்கி ஆள முடியாத ஒரு கட்டம் ஆயுசிலே வரும். எனக்கு வந்திருக்கு அது. எதெதை எந்தெந்த இடத்திலே வைக்கணுமோ, அந்த நிதானம் இல்லை இப்ப. மதிப்பு இடம் மாறிப்பிடுத்து.'

'அப்படியா சொல்றீங்க?'

உண்டை வெல்லம்

'நான் சொல்லணுமா? நீங்கதான் நேர பார்க்கிறீங்களே? . . .

சார், உண்டை வெல்லத்தைப்போல இனிப்பும் சுகமும் இந்த உலகத்திலேயே இருக்க முடியாதுன்னு தீர்மானம் வந்திடுத்து.'

'உண்டை வெல்லமா!'

'அதான் சார், உண்டை வெல்லம்' என்று கையால் உண்டை வெல்லத்தை 'ஆகாச உருண்டை' செய்துகாட்டினார் டைரக்டர். கறுப்புத் தோல்பட்டையுடன் அவர் கை பளபளவென்று மின்னிற்று 'எனக்குப் பரம்பரையா குடும்பத் தொழில் உண்டை வெல்ல வியாபாரம். ஆந்திரா, தமிழ் தேசம் எல்லா மூலைங்கள் சேர்ந்தும் உண்டை வெல்லம் கொள்முதல் பண்ணி வியாபாரம் பண்றது. ஏன் ஆச்சரியப்படறீங்க! எங்கப்பா என்னையும் என் தம்பியையும் எம்.ஏ. வரைக்கும் வாசிக்க வச்சாரு. பாஸ் பண்ணினோம். வேலைக்குப் போகவேண்டாம், வியாபாரத்தைக் கவனிங்கன்னாரு. பத்து வருஷம் சேர்ந்து கவனிச்சோம். நான் பேசாம இருக்கப்படாதா? எழுத ஆரம்பிச்சேன். ஒரு நாவல் எழுதினேன். கதை எழுதினேன். நாடகம் எழுதினேன். நடிச்சாங்க. அதைப் பார்த்தப்பறம் நாமேளதான் நம்ம நாடகத்தைக் காப்பாத்த முடியும்ணு தோணித்து. நானே நாடகத்தை ஒரு புது கோஷ்டியையப் பொறுக்கிச் சேர்த்துத் தயார் பண்ணினேன். புடிச்சிடுத்து. அதிலே ஆரமிச்சது. வியாபாரத்திலேந்து ஒதுங்கிப்பிட்டேன். பத்து வருஷம் வேலை கத்துக்கிட்டு டைரக்ட்ரானேன். இந்த வாதனைங்களுக்கு நடுவிலே ஒரேஒரு அசட்டு தித்திப்பு. குழந்தை வாயை முத்தம் கொடுக்கறப்பல! அதாவது, எனக்குத் திருடி எழுதத் தெரியாது. அப்பறம், அடிபட்டு, வேத்து விறுவிறுத்து கடைசியிலே டைரக்டர்னு சொல்லிக்கிட்டேன். ஆனா, இன்னிக்கி, பாம்பு விரலுக்கும் கட்டை விரலுக்கும் நடுவிலே, நுனியிலே நாசூக்கா சிகரட்டை வச்சிட்டுப் பிடிக்கத் தெரிஞ்சாப் போதும். டேக்கு, கட்டு, ரெடி, சைலன்ஸுன்னு நாலு வார்த்தை சொல்லத் தெரிஞ்சாப் போதும். டைரக்டர்னு நெத்தியிலே எழுதி ஒட்டிக்கலாம். மேதாவியாயிருக்க வாண்டாம். உதைபட்டு, குட்டு வாங்கி, விஷயம் தெரிஞ்சவங்க கிண்டலையெல்லாம் மென்னு ஜீரணம் பண்ணி, ரத்தத்திலே கலந்து ஆளாக வாண்டாம். தெரியாததைத் தெரியும்ன்னு சொல்லிக்கிறதுக்கு, வெக்கப்படாம இருக்கணும். பொய் சொல்லணும். தடாலடி அடிகணும் . . .

இல்லாட்டி நான் இப்ப உக்காந்திருக்காப்பல பெருமூச்சு விட்டுக் கிட்டு உக்காந்திருக்க வேண்டியதுதான்.'

அவர் பேசுவதையே பார்த்துக்கொண்டிருந்தார் வந்தவர்.

'நீங்க எப்பவும் உற்சாக புருஷர். உங்களைப் பார்த்தா தைரியம் வரும்னு வந்தேன். நீங்களே இப்படி?'

'மறுபடியும் பாத்தீங்களா? நீங்களே நீங்களேன்னு, இதென்ன சார் பேச்சு? நான்தான் சொல்லிட்டேனே, மதிப்பு இடம் மாறிடுத்துன்னு, ஒருத்தருக்கொருத்தர் நம்பிக்கை கிடையாது. தமிழ்நாட்டுத் தவப் புதல்வன்லாம் கையெழுத்துக்கு நாலு மடங்கா முன்னாடியே கறுப்புப்

பணம் கொடுத்துடுங்கறான், கேளுங்க, என்ன பதில் வரும் தெரியுமா? இந்தச் சர்க்காரை இப்படித்தான்யா பண்ணணும்பாங்க' பரஸ்பரம் மரியாதை, மதிப்பு கிடையாது. உனக்குத் தெரியலியா? தெரியலேன்னு சொல்லி, தன் மதிப்பை இழந்துபடாதே – அகம்பாவப் படு– நேரங்கழிச்சு வா. யாரு என்ன சொல்லக்கிடக்கு?' வந்த கோபத்தில் தொடர்பில்லாமல் பேசிக்கொண்டிருந்தார் டைரக்டர்.

வந்தவர் சற்றுப் பேசாமலிருந்தார். 'வாஸ்தவம். காலம் மாறித்தான் போச்சு' என்றார்.

'மாறட்டும், மாறட்டும். ஆனால், கசையும், துப்பாக்கியும் எடுத்துக் கிட்டு எல்லாத்தையும் நிமித்தற காலமும் வந்துப்பிடும்.'

'வாண்டாம் சார்'

'வாண்டாம்னு நானும், நீங்களும் சொன்னால் போதுமா? மலையி லேர்ந்து உருள்ற பாறையை எப்படித் தடுக்க முடியும்? வீட்டைச் சுத்தி வருஷக்கணக்கிலே எச்சிக்கலையைப் போட்டுப்பிட்டு, தண்ணியைத் தேங்க விட்டுட்டு கொசு கடிக்குதே, சீக்கு வருதேன்னு அழுது என்ன பிரயோஜனம்?'

மௌனமாக ஒரு நிமிஷம் கழிந்தது.

'சரி, இது கிடக்கு. வந்ததும் வராததுமா என் கஷ்டத்தையெல்லாம் சொல்லி அழுதாச்சு. வேற எதாவது பேசலாம்' என்றார் டைரக்டர்.

'பரவாயில்லை. எனக்குப் பல உண்மைகளைத் தெரிஞ்சுக்க முடிஞ்சுது.'

'பெரிய உண்மை! சகதி! சரிதான் சார். சொல்லுங்க. உங்க பிசினஸ் எல்லாம் எப்படியிருக்கு?'

அவர் பதில் சொல்வதற்குள் நாலைந்து பேர் திறப்பின் திரையை விலக்கிக்கொண்டு, உள்ளே வந்தார்கள். 'மகாராணி' வந்துவிட்டாள். மகாராணியாக வரவில்லை. கமலாட்சியாக வந்தாள். கமலாட்சிக்கு முப்பத்தைந்து வயதாகிவிட்டது. இன்னும் பாவாடையை விடவில்லை. பெண்ணினத்துக்கு இருக்க முடியாத ஒரு மார்பு – வயது முப்பத்தைந் தில்லை என்று சொல்வதற்காக அழைத்து நிறுத்தப்பட்ட பொய் சாட்சி. பிருஷ்டபாகத்தை அசைத்து அசைத்துப் போட்டுவந்த அந்த நடையைக் கண்டு மரத்துப்போனாற்போல உட்கார்ந்திருந்தார் டைரக்டர். மரப்பு வந்து ஒரு மாமாங்கம் ஆகிவிட்டது அவருக்கு.

முதலாளியின் கண்ணில் வைகறை புலர்ந்தது. 'ஒரு கவலை தீர்ந்தது சார்.'

'என்ன முதலாளி சார்? என்னமோ சாப விமோசனம் வந்துட்டாப்பல எழுந்துட்டீங்களே. இனிமே அவ மேக்அப் போட்டுவர, ஒரு மணியாகப் போறது' என்றார் டைரக்டர். அவர் முகத்தைப் பார்த்து என்ன நினைத்துக் கொண்டாளோ, கமலாட்சி துர்வாச கோபத்தையே சிதற அடிக்கிற புன்னகையுடன் அசைந்து அசைந்து எதிரே வந்தாள்.

உண்டை வெல்லம்

'மன்னிக்கனும் சார்'

'எதுக்கு?'

'ரொம்ப லேட்டாப் போயிடிச்சு.'

'நான் இப்ப ஏன் லேட்டுன்னு உங்களைக் கேட்டேனா?'

'இல்லே சார், பிறந்த நாள் விசாரிக்கிறதுக்காக மகா கணபதி வந்தாங்க.'

'போன வாரம்னா பிறந்த நாள்னு சொன்னீங்க?'

'போன வெள்ளிக்கிழமைதான் பொறந்த நாளு. ஆனா, அன்னிக்கி மகா கணபதி ஊர்லே இல்லியாம். இன்னிக்கித்தான் காலமே வந்தாங்களாம் ப்ளேன்லெ. ஏரோட்ராம்லேந்து வீட்டுக்கு வந்த உடனே, குளிச்சு, உடை மாத்திக்கிட்டு வீட்டுக்கு வந்திட்டாங்க. இத்தனி நேரம் பேசிட்டிருந்துட்டாங்க. எனக்கும் ஒண்ணும் ஸொல்ல முடியலெ. ஸாதாரணப்பட்ட வங்களா இருந்தா விறுக்குனு சொல்லிட்டு வந்திரலாம்.'

'எந்த மகா கணபதி?'

'மகா கணபதி தெரியாது? முன்னே டில்லியிலேகூட மெம்பரா இருந்தாங்களே.'

'அந்த மகா கணபதியா? அவரா உங்க வீட்டுக்கு வந்தார்?'

'அவங்கதான் சார்.'

'உங்க பிறந்த நாளை விசாரிக்கவா?'

'ஏன் சார், அப்படிக் கேக்கறீங்க?'

'அவர் இந்த மாதிரி இடத்துக்கெல்லாம் வரமாட்டாரே!'

'ஏன் சார்?'

'அவரேயா வந்தார்?'

'நீங்க வேணும்னா போன்லெ கூப்பிட்டுக் கேளுங்களேன்.'

'அவர் ரொம்பக் கண்டிப்பான பேர் வழியாச்சே.'

கமலாட்சியின் உதட்டில் புன்னகை நெளிந்தது.

'ஏன் சார், அவர் வரப்படாதா?'

'வந்தா என்ன? புத்தர் ஆம்ரபாலி வீட்டுக்கு வந்தார். ஏசுநாதர் மக்தலேனுக்குக் கருணை காட்டினார்.'

'யார் அவங்க?'

'உங்களுக்குத் தெரியாதா? நீங்க கட்டாயம் தெரிஞ்சுக்கணும்.'

'யாரு அவங்க? நடிகைங்களா?'

'ரொம்ப சிரமமான கேள்வியாப் போட்டுப்ட்டிங்கம்மா.'

'யாரு அவங்க?'

'அதோ, ஆசிரியர் சாரைக் கேளுங்க ... சார், ஆம்ரபாலி, மக்தலேன் இவங்களாம் யாருன்னு இவங்களுக்குச் சொல்லுங்க. நான் போய்ட்டு வரேன் ப்ரட்டூ சர் சார்.'

'எங்கேங்க' என்று முதலாளி அவரோடு பின்னால் ஓடினார். டைரக்டரின் நண்பரும் வியப்புடன் பின்னே சென்றார். கொட்டகைக்கு வெளியே மூவரும் வந்துவிட்டார்கள்.

'எங்க சார் கிளம்பிட்டீங்க?'

'இவ பிறந்த நாளுக்கும் மகா கணபதிக்கும் என்னையா சம்பந்தம்? அவரே இவளை ஒரு மனுஷியா மதிச்சு நாலு மணி நேரம் இவளோட பேசிட்டிருந்தாராம். அவ பொய் சொல்லலே. மகா கணபதி கட்டாயம் வந்திருப்பார். இவர் சொன்னாப்பல காலம் மாறித்தான் போச்சு. நான் வரேன்.'

'எங்கே?'

'உண்டை வெல்லம் வியாபாரம் பண்ணப் போறேன்.'

'என்ன சார், இது?'

'நான் இப்ப கொஞ்ச நேரம் முன்னாடி ஆச்சரியப்பட்டேன். அது மாதிரி நீங்க ஆச்சரியப்படாதீங்க. அறிவு அதிர்ச்சியைத் தணிச்சுதுன்னா, பழகிப் போய்ட்டா ஆச்சரியம் போயிடும். இதைப் பாருங்க – நீங்க எனக்குக் கொடுத்திருக்கிற அட்வான்ஸ் பணத்தைச் சாயங்காலம் திருப்பி அனுப்பிச்சிடறேன். முழுப் பணம் வேணும்னாலும் தந்துபிடறேன்.'

'என்ன! என்ன! என்ன சொன்னா அவ.'

'அவ ஒண்ணும் சொல்லலே. எனக்குத்தான் பைத்யம். வியாதி வந்துட்டுது. இவர்கிட்ட சொல்லிட்டிருந்தேன். பெருவியாதி வந்தவன் மாதிரி ஒரு கசப்புன்னு. அது இப்ப நெஜமாவே வந்திடுத்து. சட்ட சபையில் உட்கார்ந்தவர் – அந்த மகா கணபதியே வந்தாச்சு ... டைரக்ஷனுக்கு நான் வாண்டாம். அது யாருக்கு வராது? லைட் பாய்க்கும் டேக்கு, கட்டு – எல்லாம் சொல்லத் தெரியும் ... சார் ஏறிங்க சார்.'

நண்பர் தயங்கினார்.

'நீங்க வீட்டுக்குத்தானே போகணும்.'

'ஆமாம்'

'பின்னே ஏறுங்க.'

நண்பர் பேசாமல் ஏறிக்கொள்வதைத் தவிர, வேறு வழியில்லை.

'சார், சார், முதலாளிக்குப் பொறி கலங்கிவிட்டது.'

'ஒண்ணும் பயப்பட வாண்டாம். லைட்பாய்க்கு சிகரட் குடிக்கத் தெரியும். இல்லாட்டி நீங்களே டைரக்ட் பண்ணலாம். விடுப்பா.'

உண்டை வெல்லம் 649

கார் புறப்பட்டது.

'நம்ம தம்பி கடைக்கு விடப்பா.'

"மகா கணபதியா இவ வீட்டுக்கு வந்தார்? என்ன, ஸ்காண்டலஸா இருக்கே" என்றார் நண்பர்.

'பேஷா வரட்டும். நமக்கு உண்டை வெல்லம் இருக்கவே இருக்கு ... பேசாம வாங்க. நமக்கும் இதுக்கும் என்னையா சம்பந்தம்? ஏதோ பதினஞ்சு வருஷம் கெட்ட கனாக் கண்டோம். என்னாத்துக்கு மாஞ்சு போறீங்க இப்படி?'

சுதேசமித்திரன் தீபாவளி மலர், நவம்பர் 1958

முள் முடி

"அப்ப, எங்களுக்கு உத்தரவு கொடுக்கிறீங்களா?" என்று கண்ணுசாமி எழுந்ததும் கூடத்தை அடைத்து உட்கார்ந்திருந்த கூட்டமும் எழுந்துகொண்டது.

"நான் வரேன் சார்!"

"நான் வரேன் சார்!"

"சார்! போய்ட்டு வரேன் சார்!"

நடுவில் ஒரு பையன் அவர் காலைத் தொட்டுக் கண்களில் ஒற்றிக்கொண்டான். சட்டென்று காலை இழுத்துக்கொண்டார் அனுகூலசாமி.

"அட, இதென்னடா தம்பி!"

"செய்யட்டும் சார் – இந்த மாதிரி யார் கிடைக்கப் போறாங்க அவங்களுக்கு? – நல்லாயிருக்கணும்ணு உங்க வாயாலே சொல்லுங்க, நடக்கும்" என்றார் கண்ணுசாமி.

அந்தப் பையனைப் பார்த்து மற்றப் பையன்கள் அத்தனை பேரும் அவர் காலைத் தொட்டுத் தொட்டு ஒற்றிக்கொண்டார்கள்.

அனுகூலசாமி குன்றிப்போய் நின்றார்.

"இதெல்லாம் . . .? என்று அவர் இழுப்பதற்குள் கண்ணுசாமி இடைமறித்தார்: "அனுகூலசாமி, நீங்க நிஜமான கிறிஸ்தவர். முகத்துக்குச் சொல்லலே. முப்பத்தாறு வருஷம் பிரம்பைத் தொடாம, அதிர்ந்து ஒரு வார்த்தை சொல்லாம, வாத்தியாராய் இருக்கிறதுன்னா, அந்தத் தெய்வத்தை விழுந்து கும்பிட்டாத்தான் என்ன?"

"அதெல்லாம் சொல்லாதீங்க."

"நான் சொல்லலே, ஊர் முழுக்கச் சொல்லுது. கடைத் தெருவிலே உக்காந்து நானும் விசாரிக்கிறேனா? வயத்திலே பொறந்த பிள்ளையைக் கூட ஒரு அடியாவது எப்பவாவது அடிக்காம இருக்கமாட்டாங்க. ஒரு வெசவாவது வெய்வாங்க. அதுகூட இங்கே பேசப்படாது! இந்த மாதிரி யாரால் இருக்க முடியும்? குழந்தையும் தெய்வமும் கொண்டாடற இடத்திலே, இந்தக் குழந்தைகளை, இன்னும் எத்தனையோ புள்ளைங்களை மனுஷப் பிறவிக்குக் கொடுக்கிற மரியாதை கொடுத்து மதிச்சீங்க..."

கண்ணுசாமி பேசும்போது பையன்கள் குனிந்து கும்பிட்டுக் கொண்டிருந்தார்கள். அனுகூலசாமிக்கு வாயைத் திறக்கவே முடியவில்லை. வாயைத் திறந்தால் குரல் உடைந்து நாக்குப் புரளும் போலிருந்தது.

"நான் வரட்டுமா... அப்ப?"

"செய்யுங்க" என்று சிரமப்பட்டு வாயைத் திறந்து உடனே மூடிக்கொண்டார் அவர்.

"எங்களுக்கும் உத்தரவு கொடுக்கணும்" என்று முற்றத்தில் நாயனக்காரர் கும்பிட்டார். அதற்கும் அவரால் தலையசைக்கத்தான் முடிந்தது.

கூடத்துக் கூட்டம் முழுவதும் வாசற்படி வழியாக வெளியேற இரண்டு நிமிஷமாயிற்று.

இரண்டு மூன்று பையன்கள் கிசுகிசுவென்று பேசிவிட்டு, "சார், விளக்கு ரண்டும் இங்கியே இருக்கட்டும்; காலமே வந்து எடுத்துக்கறோம்" என்று சொல்லிவிட்டு நகர்ந்தார்கள்.

வாசல்வரை கொண்டு விட்டுத் திரும்பி வந்தபோது கூடம் வெறிச்சிட்டுக் கிடந்தது. அந்தச் சூன்யமும் நெஞ்சைப் பிடுங்குகிற ஏக்கமும் முன்னே ஒரு தடவை வந்ததுண்டு. பத்து வருடம் முன்னால் லூயிசாவை மாப்பிள்ளை வீட்டில் கொண்டு விட்டுவிட்டு வரும்போது வந்த அதே சூன்யம்; அதே ஏக்கம்.

'புஸ்ஸ்' என்று பெட்ரோமாக்ஸ் இரண்டும் சூன்யத்தை நிரப்பிக் கொண்டிருந்தன.

தனியாக விட்டுவிட்டுப் போய்விட்டார்கள். நாளைக்குப் புதன் கிழமை. ஆனால் அவருக்கு சனி, ஞாயிறு, நாளை, மறுநாள்; அதற்கும் மறுநாள் – இனிமேல் எப்போதும் சனி, ஞாயிறுதான். பள்ளிக்கூடத்துக்கு இனிமேல் போக முடியாது. அவருக்கு வயது அறுபதாகிவிட்டது. ஓய்வு கிடைத்துவிட்டது.

ஊஞ்சல் மீது உட்கார்ந்துகொண்டார் அவர். பக்கத்தில் ப்ரேம் போட்ட ஏழெட்டு உபசாரப் பத்திரங்கள். ஒரு வெள்ளித்தட்டு, ஒரு பேனா. கடையில் நாலு ரூபாய் விலை. ஆனால் இங்கு இந்தப் பேனாவுக்கு விலை கிடையாது. நாலு லட்சம், நாலுகோடி பெறும் என்று சொன்னால் வீண்வார்த்தை – ஏதோ இரண்டும் சமம் என்று ஆகிவிடும்.

கொர்னாப் பட்டையும் வெள்ளி நூலுமாக நாலைந்து ரோஜா மாலைகள் சுருண்டு கிடந்தன.

ஊஞ்சல் சங்கிலி இரண்டையும் பிடித்துக்கொண்டு நின்றாள் மகிமை. பேசவில்லை; அவரையே பார்த்துக்கொண்டு நின்றாள். இத்தனை மேளதாளங்களும் தழதழப்பும் தனக்குக் கிடைத்தாற்போல ஒரு பார்வை. ஒரு நிமிஷம். அவரைப் பருகிக்கொண்டு நின்றவள், சட்டென்று வாசலுக்குப் போய்க் கதவைத் தாழிட்டு வந்து, மாலைகளை ஒவ்வொன்றாக அவர் கழுத்தில் போட்டு, தோள்களைப் பற்றி முகத்தைப் பார்த்துக்கொண்டே நின்றாள்.

"என்னைக் கூடத்தான் நீங்க அடிச்சதில்லே. அதிர்ந்து சொன்ன தில்லே" என்று மார்பில் தலையைச் சாத்திக்கொண்டாள்.

"உலகத்திலே வந்து இருக்கிறது கொஞ்ச காலம், ஈசல் மழைக்கு வந்து மடியறாப்பல. அந்தப் பொழுதை அடிச்சுக் கோச்சுகிட்டுப் போக்கணுமா? அடிச்சு யாரைத் திருத்த முடியும்?"

"ராட்சசன் மாதிரி கோச்சுக்க வாணாம். ஆம்பிளையா இருக்கறதுக் காவது ஒரு தடவை கோபம் வர வேணாம்?"

"வராமயா இருக்கும்?"

"வெளியிலே காமிக்கணும்."

"அதுக்குத்தான் பால்காரி, வேலைக்காரி எல்லாம் இருக்கறாங்க உனக்கு. நான் வேற கோச்சுக்கணுமா?"

"பள்ளிக்கூடத்திலே அடிக்காம அதட்டாம இருக்க முடியுமா?"

"இருக்க முடிஞ்சுதே!"

பரவசமாகப் பார்த்துவிட்டு, அவர் மீசையை இழுத்துவிட்டு, "காபி சாப்பிடறீங்களா?" என்று நகர்ந்து நின்றாள் மகிமை.

அவள் உள்ளே விரைந்தபோது தன் பிராணனே இன்னொரு உடம்பு எடுத்து விரைவது போலிருந்தது. மேலே சுவரைப் பார்த்தார். முள் முடியுடன் அந்த முகம் கருணை வெள்ளமாகப் பொழிந்து கொண்டிருந்தது. நாலைந்து படம் தள்ளி இன்னொரு படத்தில் அதே முகம் ஒரு ஆட்டுச் சிசுவை அணைத்துக்கொண்டிருந்தது.

கண்ணுசாமி சொன்னது அப்படியே உண்மைதான். முப்பத்தாறு வருஷ உத்தியோகத்தில் ஒரு பையனைக்கூட அடிக்கவில்லை; அதட்டிப் பேசவில்லை அவர்.

சுபாவமே அப்படி. லூயிசா பிறந்து, பள்ளிக்கூடம் சேர்ந்து, ஆறு வயதில் ஏதோ விஷமம் பண்ணியதற்காக வாத்தியாரிடம் அடிவாங்கி விட்டது. அந்த வாத்தியார் ஸ்கேலால் அடித்தபோது சட்டைக்குள் இருந்த கோடைக் கட்டியின்மீது பட்டு... அப்பப்பா! – அன்று துடித்த துடி! அதைப் பார்த்ததும் சுபாவத்தை சங்கல்பமாகச் செய்து கொண்டார் அனுகூலசாமி. எல்லோரும் செய்த பாவங்களுக்குத் தன் உயிரை விலை கொடுத்தானே, அவன் எல்லாத் தலைமுறைகளுக்கும் சேர்த்துத்தான் கொடுத்தான்.

முள் முடி

அந்த உறுதி முப்பத்தாறு வருஷமும் ஒரு மூளி விழாமல் பிழைத்து விட்டது. இல்லாவிட்டால் பதவியைவிட்டு ஓய்வு எடுக்கிற எந்த வாத்தியாரை மேளதாளத்துடன் வீடுவரை கொண்டுவிட்டுப் போயிருக்கிறார்கள்?

பள்ளிக்கூடத்தில் நேற்று நடந்த பாராட்டுக்கள் போதாதென்று, அவர் வகுப்பு என்று நாற்பது பையன்கள் இருக்கிறார்களே அவர்கள் நினைத்திருக்க வேண்டும். இன்று நடந்தது அந்தக் கூட்டம்தான். மாலை மாலையாகப் போட்டார்கள். மடல் மடலாக வாசித்துக் கொடுத்தார்கள். இருந்தாற்போலிருந்து வராந்தாவில் 'உம்' என்ற ஒத்தும், தொடர்ந்து தவுலும் ஒலித்தன.

"என்ன தம்பி, இதெல்லாம்?"

"வேற யாருக்கு சார் செய்யப் போறோம்? வாங்க சார்" என்று நாட்டாண்மை மாதிரி நின்ற பெரிய பையன் அவரை அழைத்தான். அந்த ஆறுமுகத்துக்கு வயது இருபத்து மூன்று. இன்னும் பள்ளிக்கூடப் படிப்பு முடியவில்லை. வெகுகாலமாக வாசிக்கிறான். மற்றபடி உலக ஞானம் அதிகம். அனுகூலசாமி பதில் சொல்லாமல் அவன் வேண்டுகோ ளுக்குக் கட்டுப்பட்டுவிட்டார். இல்லாவிட்டால் மற்ற வாத்தியார்களைப் பற்றி ஆரம்பித்துவிடுவான். நாலு வார்த்தை சொல்லிக்கூட விட்டான்.

"எங்களுக்குத் தெரியாதா சார்? 'நான் ரிடயராகப் போறேன்; நிதி திரட்டுங்க'ன்னு நீங்க சொல்லலே; கில்ட்டு நகையை வச்சுக் கடன் வாங்கலே; கடுதாசைக் காட்டிக் கடன் வாங்கி ஊர்ப் பாவத்தைக் கொட்டிக்கலே –"

"சரி – கொஞ்சம் தண்ணி கொண்டுவா" என்று என்னமோ சொல்லி அவனை அனுப்பிப் பேச்சை மாற்ற வேண்டியிருந்தது."

அவன் வாயை அடைக்க வேண்டியிருந்ததே தவிர, சொன்னது என்னமோ தப்பில்லை. ஊர் பாவத்தைக் கொட்டிக்கொண்டதில்லை. ஓங்கி ஒருவனை அறைந்தால் என்ன, கடனை நாமம் சாத்தினால் என்ன? – எல்லாம் ஒன்றுதான். அந்த ஹிம்சையும் அவர் கொடுத்ததில்லை.

நாரணப்பய்யரும் அவர் மாதிரிதான். சம்சாரம் அதிகம் இல்லை. ஒரு பிள்ளை, ஒரு பெண். ஆனால் மனுஷனுக்கு நவத்துவாரமும் கடன். ஐவுளிக் கடையிலிருந்து கொத்தமல்லிக்காரி வரை காலணாவுக்கு மதிக்க முடியாத நிலை வந்துவிட்டது. இந்த நிலையிலும் நாரணப்பய்யர் சும்மா இருக்கவில்லை. பட்டணத்தில் கல்வி டைரக்டர் ஆபீசிலே வேலை செய்கிற யாரோ உறவுக்காரன், "உங்களை இந்த வருஷம் பரீட்சை அதிகாரிகளில் ஒருவராகத் தேர்ந்தெடுத்திருக்கிறார்கள். உத்தியோகப் பூர்வமாக இன்னும் இரண்டு வாரத்தில் கடிதம் வரும்" என்று ஒரு கடிதம் எழுதியிருந்தான். அந்தக் கடிதத்தைக் காட்டியே, ஐம்பது எழுபத்தைந்து என்று இருபது பேரிடம் கடன் வாங்கிவிட்டார். அந்த வேலைக்குக் கிடைக்கப் போகிற கூலி என்னமோ இருநூற்றுச் சொச்சம்தான். கடைசியில் கடிதம் பொய்த்துவிட்டது. அவ்வளவுதான்: ஷராப் கடை நாயுடு நாரணப்பய்யரை வளைத்துக்கொண்டு சைக்கிளைப் பிடுங்கிக்

கொண்டுவிட்டார். ஏமாந்த கோபம். பிடுங்கினதா பெரிது? சைக்கிளை ஓட்டுகிறது யார்? வாத்தியாராயிற்றே! நாரணப்பய்யரே, உம்மால் இந்த இனத்துக்கே அவமானம்!

பாங்க் ஏஜெண்ட் அய்யங்காரை யாராவது ஏமாற்ற முடியுமோ? கடைந்த மோரில் வெண்ணெய் எடுக்கிறவர்! அவரிடம் இந்த சாமிநாதன் கைவரிசையைக் காட்டினாரே! வாத்தியார் என்று நம்பி சாமிநாதன் கொடுத்த சங்கிலியை எடைபோட்டு ஒன்பது பவுனுக்கு முன்னூறு ரூபாய் கடன் கொடுத்தார் அய்யங்கார். சாமிநாதன் பேசாமலிருந்திருக்கலாம். பதினைந்தாம் நாள் இன்னொரு சங்கிலியைக் கொண்டுபோனால் அதையுமா உரைத்துப் பார்க்காமல் பணத்தைத் தூக்கிக் கொடுப்பார்கள்? சங்கிலியை உரைத்துக்கொண்டே புன்சிரிப்புடன், "என்ன அய்யர்வாள்! பள்ளிக்கூடத்திலே பையன் சந்தேகம் கேட்டால், 'சீ' அதிகப் பிரசங்கி உட்காருன்னு அதட்டி, நம்ம அஞ்ஞானத்தை மறைச்சுக்கலாம். ஆனால் கடைத் தெருவிலே அது செல்லுமோ என்னமோ? எனக்குத்தான் சரியாகத் தெரியலையோ என்னமோ? சித்தே இருங்கே, பத்தரை அழைச்சிண்டு வரேன்" என்று வெளியே எழுந்து போனாராம் அய்யங்கார். சாமிநாதய்யருக்கு வயிற்றைப் புரட்டியது. பத்தரைக் கூப்பிட ஆள் இல்லையா? என்ன சமாதானம் சொல்லலாம் என்று அவர் தேடுவதற்குள் பத்தர் வந்து விட்டார். "ஏட்டு"ம் வந்துவிட்டார். அந்த சாட்சிகளோடு கஜானா அறையைத் திறந்து பார்த்தபோது, போன தடவை கொடுத்த சங்கிலியும் 'நான் பித்தளை' என்று பல்லை இளித்துக்கொண்டிருந்தது. அந்தச் சமயத்திலேகூட அய்யங்கார் வாத்தியார் குலத்துக்கு மதிப்புக் கொடுத்துவிட்டார். மூன்றாம் பேருக்குத் தெரியாமல் சாமிநாதய்யரின் அப்பத குழித் தோட்டத்தை எழுதி வாங்கிக்கொண்டு ஆளை விட்டுவிட்டார். நல்ல வேளை, "ஏட்டு"ம் உடையில் வராமல் வேட்டி சட்டையோடு போயிருந்தார். கூட்டமில்லை; ஊர் சிரிக்காமல் போயிற்று.

இன்னும் நாலைந்துபேரின் நினைவு வந்தது. "ஏண்டலே! ரிடையராயாச்சு; இன்னமே கால் வயிறு சாப்பாடுதான். அந்த நாள்ளெ எங்க வாத்யாருக்கு நிதி திரட்டிக் கொடுத்தோம் நாங்க –" என்று ஒரு பையனைக் குழையடித்து வசூலுக்குக் கிளப்பிவிட்டார் ராமலிங்கம்.

காப்பியை எடுத்துக்கொண்டு வந்தாள் மகிமை.

"என்ன யோசனை? சாப்பிடுங்க, சூடு சரியாயிருக்கு" என்று உபசாரப் பத்திரங்களை ஒவ்வொன்றாக வாசித்துக்கொண்டிருந்தாள். நடுநடுவே பெருமையுடன் அவரை நிமிர்ந்து பார்த்துக்கொண்டாள்.

"அதெல்லாம் நெசம்னு நெனைச்சுக்காதே, இனிமே வேலைக்கு வர முடியாதுன்னா அளப்போறானேன்னு உளுவாக்காட்டியிருக் காங்க ... சக்கரை முட்டாயி."

"தெரியும். ஆனால் நெசத்தை மட்டும் எல்லாரும் சொல்லியிருக் காங்க" என்றாள் மகிமை. "உங்கள் கை நீளாம, குரல் வெடுவெடுக்காம இருந்தது நெசம்."

"த்ஸ... பெரிய நெசத்தைக் கண்டுபிட்டாங்க."

"திறமென்னு சொல்றதும் நெசந்தான்" என்றாள் மகிமை: "தடியெடுக்காம, அதட்டாம, அப்படியே கெட்டிக்காரன்னு பேர் எடுக்கறதும் கஷ்டம்தானே?"

அனுகூலசாமி யோசித்துப் பார்த்தார். அதுவும் உண்மைதான் என்று பட்டது. அவருக்குக் கர்வப்படக்கூட உரிமை உண்டு என்று தோன்றிற்று.

"ஒரு கஷ்டமும் இல்லே. பால்காரி, கூட்டுக்காரிகிட்டயும் அப்படி இருக்கலாம். மனுஷனாப் பொறந்தவன் யாரும், புத்தியிருக்கறவன் யாரும் அடியிலே நம்பிக்கை வைப்பானா?"

"எல்லாருக்கும் முடியாதுங்க!"

"என்னமோ நான் இருந்துட்டேன்" என்றார் அவர்.

"சார்!" என்று வாசற் கதவைத் தட்டுவது கேட்டது.

"யாரு?"

"நான்தான் சார்?"

மகிமை போய்த் திறந்தாள்.

"சார் இருக்காங்களா?"

"இருக்காங்க ... யாரு? ... ஆறுமுகமா, வா!"

ஆறுமுகம் மட்டும் வரவில்லை. இன்னொரு பையனும் வந்திருந் தான். அவர் வகுப்பில் படிக்கிற பையன்தான். கூட ஒரு அம்மாள். வயது நாற்பது நாற்பத்திரண்டு இருக்கும். நெற்றி, காது, மூக்கு, கைகளில் ஒன்றுமில்லை. அனுகூலசாமி எழுந்து நின்றார்.

"என்ன சேதி, சின்னையா?"

"சின்னையன் அம்மா சார், இது" என்றான் ஆறுமுகம்.

"வாங்க!"

ஆறுமுகம் யாரையாவது அழைத்து வருவதென்றால் சிபார்சு என்று அர்த்தம். இருபத்து மூன்று வயதில் இன்னும் பள்ளிக்கூடத்தை முடிக்காத பையன்! நாட்டாண்மைக்காரன் மாதிரி ஒரு அந்தஸ்து உண்டு அவனுக்கு. எதற்கு வந்திருக்கிறானோ? பரீட்சைப் பேப்பர்கூட இல்லையே!

"என்ன ஆறுமுகம்?"

"சின்னையன் பார்கணும்ன்னான் சார்!"

"என்ன சேதி... சின்னையா?"

சின்னையன் பதில் பேசவில்லை. தலைகுனிந்து நின்றான். கேட்டு அரை நிமிஷம் ஆயிற்று; குனிந்த தலை நிமிரவில்லை. அழுதான்.

"சொல்லுடா!" என்றாள் அந்த அம்மாள்.

உற்றுப் பார்த்தார் அனுகூலசாமி.

பையனின் முகச்சதை கோணிற்று; உதடு நடுங்கிற்று.

"சொல்லேண்டா" என்றான் ஆறுமுகம்.

"ஒரு வருஷமாத் துடிச்சுப் போயிட்டுதுங்க அது" என்றாள் அம்மா.

"ஒரு வருஷமாத் துடிச்சுப் போயிட்டுதா?"

"ஆமாம் சார்" என்றான் ஆறுமுகம். "நீங்க இனிமே பேசலாம்னு சொல்லிடுங்க சார்."

"நல்லாச் சொல்லேண்டா. எனக்கு ஒன்றும் புரியலியே!"

"சாருக்கு மறந்துபோச்சு" என்று அந்த அம்மாளையும் மகிமையையும் பார்த்தான் ஆறுமுகம்.

'எனக்கு என்ன மறந்துபோய்விட்டது?' – அனுகூலசாமி யோசித்து யோசித்துப் பார்த்தார்; ஒன்றும் ஞாபகமில்லை.

ஆறுமுகம் சொன்னான்: "சார், போன வருஷம் இவன் காயாரோகணத்தோட இங்கிலீஸ் புஸ்தகத்தைத் திருடிட்டுப் போயி, வேற பேர் ஒட்டி, கடையிலே பாதி விலைக்கு வித்துப்பிட்டான். நான் தான் அதைக் கண்டுபிடிச்சு உங்களிட்ட கொண்டு நிறுத்தினேன் –"

பையன் விசும்பி விசும்பி அழவே, "சும்மா இருடா" என்று தாயார் அவனைச் சமாதானம் செய்தாள்.

"அப்புறம்?"

"நீங்க அவனைச் சித்த நேரம் பாத்திங்க. 'நம்ம கிளாசிலே ஒருபய இதுவரைக்கும் இந்த மாதிரிப் பண்ணினதில்லே. இனிமே இந்தப் பயலோட ஒருத்தரும் பேசாதீங்கடா'ன்னு சொன்னீங்க."

பையன் அழுகை நிற்கவில்லை.

"அன்னிலேந்து அவனை நாங்க ஒதுக்கிப்பிட்டோம் சார். யாரும் பேசறதில்லே. அப்புறம் இன்னக்கிப் பார்ட்டி நடத்தினோமில்ல? அதற்கு ரண்டு, ஒண்ணுண்ணு பையன்கள்கிட்ட வசூல் பண்ணினோம். இவனும் ஒரு ரூபா கொடுக்க வந்தான். வாண்டாம்னுட்டோம். பார்ட்டிக்கும் வரக் கூடாதுன்னிட்டோம். ஒன்னும் பேசாத போயிட்டான் நேத்து. இப்ப இங்கே வந்திட்டு வீட்டுக்குப் போனேனில்ல, அவங்க அம்மாளை அழச்சிட்டு வந்து திண்ணையிலே நின்னுக்கிட்டிருந்தான். இவங்க அம்மாவும் சொன்னாங்க. அழச்சிட்டு வந்தேன்" என்று, பயந்து, மென்று விழுங்கிக்கொண்டே சொன்னான்.

அனுகூலசாமிக்கு அந்தச் சம்பவம் ஞாபகம் வந்துவிட்டது. ஆனால் இவ்வளவு கடுமையான தண்டனையா விதித்தோம்? ஏதோ சொல்லி வைத்தார். ஆனால் இவ்வளவு கண்டிப்பாகவா அதை நடத்த வேண்டும்?

"சின்னையா, அழாதடா ஏய்!" என்றார் அவர்.

"நாங்களளாம் அவனோட பேசலாம்னு சொல்லுங்க சார், நீங்க."

"ஒரு வருஷம் அவன் சொரத்தாவே இல்லீங்க. எப்பவும் சிரிச்சுப் பேசிட்டு இருப்பான். இப்ப சரியாகப் பேசறதில்லே. ஒரு வார்த்தை பேசுவான், போயிடுவான். என்னமோ அதுங்க மனசிலே இருக்கிறது நமக்குத் தெரியுதுங்களா? தங்கச்சிகளோட சரியாப்பேசறதில்லை. இன்னிக்கிச் சாயங்காலம்தான் எல்லாத்தியும் சொன்னான். ஊட்டுலே அதெல்லாம் விளையாடப் போயிருந்திச்சு. வாத்தியாரை இன்னிக்கிப் பாத்தாத்தான் உண்டுன்னான். வந்தேன். நீங்க பெரிய மனசு பண்ணுங்க."

அனுகூலசாமி கையும் களவுமாகப் பிடிபட்டு விழித்தார். புழுத் துடிப்பாக அவர் உள்ளம் துடித்துக் கொண்டிருந்தது.

"பையனைச் சேத்துக்க மாட்டேன்னுட்டாங்களாம். இதை உங்க கையாலே வாங்கிங்க. எல்லோரும் செய்யறப்ப அவன் மனசு கேக்குங்களா ... கொடுடா" என்றாள் அம்மா.

பையனுக்கு அழுகை அதிகமாகிவிட்டது கையில் வேர்த்துக் கொண்டிருந்த ரூபாயை அவரிடம் நீட்டினாள்.

"வாங்கிக்கிங்க சார்" என்று கெஞ்சினான் ஆறுமுகம்.

– பேசாமல் வாங்கிக்கொண்டார்.

"ரொம்ப நல்ல பையன் சார், அன்னிக்கி ஏதோ புத்திபிசகாப் பண்ணிட்டான். அப்புறம் ஒரு புகார் கிடையாது சார், அவன் மேலே."

"நீங்க சொல்லுங்க பெரிய மனசு பண்ணி. கூட இருக்கறதுங்க பேசாம இருந்தா என்ன செய்யும்? சிறுசுதாங்களே!" என்றாள் அம்மாள்.

"இந்தப் பயலுங்க இப்படிப் பண்ணுவாங்கன்னு தெரியாமே போயிடிச்சே எனக்கு" என்றார் அவர்.

"நீங்க சொன்னதைத்தானே செய்தாங்க" என்றாள் மகிமை.

"அது சரி" என்று லேசாகச் சிரித்தார் அவர். அழுகைதான் சிரிப்பாக வந்தது. மேலே படத்தில் தோன்றிய முள் முடி அவர் தலையை ஒருமுறை அழுத்திற்று.

ஆனந்த விகடன் தீபாவளி மலர், நவம்பர் 1958

மரமும் செடியும்

மூங்கில்காரருக்கும் ஈயக்காரருக்கும் அப்படி ஒன்றும் பகைபூசல் இல்லை. இவருக்கு மூங்கில் வியாபாரம், அவருக்கு ஈய வியாபாரம். இவர் இருக்கிறது தைக்கால் தெரு. அவர் இருக்கிறது கொடிக்கால் தெரு. இவர் தெரு கிழக்குக் கோடியில். அவர் தெரு மேலைக் கோடியில். இவர் விசுவமையர் கடையில் காபி குடிக்கிறார். அவர் மலையாளத்து நாயர் கடையில் டீ குடிக்கிறார். இவர் நிலம் தெற்கே பிடாரி கோயிலண்டை. அவர் நிலம் ஆற்றங்கரைப் பாதையில். அதிகமாகச் சந்திக்கிறதுகூட இல்லை. சந்தித்தாலும், 'சொகந்தானே, சொகந்தான்' –, அவ்வளவுதான் பேச்சு.

மூங்கில்காரனின் மூங்கில் கடை ஈயக்காரனின் ஈயக் கடைக்கு மேற்கே ஏழெட்டுக் கடை தள்ளி. காலையில் கடைத் திறக்க வரும்போது இருவரும் சந்தித்துக்கொள்வார்கள். அப்போதுதான் இந்தச் சுருக்கமான க்ஷேம விசாரணை நடக்கும்.

எப்போதாவது மாயூரமோ கும்பகோணமோ போவதற்காக பஸ் ஸ்டாண்டில் சந்தித்துக்கொண்டாலும் பேச்சு அதற்குமேல் நீண்டுவிடாது.

பகைக்கும் போட்டிக்கும் என்ன இருக்கிறது?

ஆனால் ஜனங்கள் சும்மா இருக்கிறார்களா? ஜனங்கள் என்றால் ஜனங்களின் தலைவர்கள். அவர்களுக்கு, ஜனங ்களுக்கு நன்மை செய்துகொண்டேயிருக்க வேண்டும். இல்லா விட்டால் மனம் நிம்மதிப்படாது, பொழுதும் போகாது.

கீழைச்சேத்தி நாட்டாண்மைக்காரர் மூங்கில் காரரிடம் வந்தார். அவருக்கு வேலை முத்திரை ஸ்டாம்பு விற்கிறதும், சாசனம், கோர்ட்டு மனு இவையெல்லாம் எழுதிக் கொடுக்கிறதும். இது வயிற்றைக் கழுவ. ஆனால் முக்கிய வேலை நாட்டாண்மை.

"வாங்க" என்றார் மூங்கில்காரர்.

"வர்றேன், அது என்ன ஊர் நிலவரத்தையே காதிலே போட்டுக்காம குந்திருக்கீங்க?"

"என்ன நிலவரம்? மூங்கில் என்ன சர்க்கரையா, துணியா, பால் புட்டியா பதுக்கி வைக்க? நான் யாரு கண்ணிலியும் மண்ணைத் தூவிக் காசு சம்பாரிக்க முடியாது. இங்க நிலவரம் எல்லாம் சரியாகத் தான் இருக்கு."

"இங்க சரியாயிருந்தா மட்டும் போதாது. ஜனங்க முணுமுணுக்காம இருக்கணும். இப்ப நீங்க சொன்னதைப் பார்த்தா, நியாயமில்லாத காரியம் ஊரிலே நடந்துகிட்டுருக்கு. அதுக உங்களுக்கு தெரியாமியும் இல்லேங்கறதும் தெரியுது."

"தெரிஞ்சுருக்கு. அந்தந்த மனுஷன் யோக்கியனா இருந்துட்டா வம்பே கிடையாது."

"கிடையாது. அப்படி இல்லையே!"

"இல்லை."

"இல்லேன்னு சொல்லிட்டு பெரிய மனுசங்களாம் உக்காருந்தா அப்புறம் என்னதான் நடக்கும்?"

மூங்கில்காரருக்கு உச்சி குளிர்ந்தது. பெரிய மனிதன் என்று இவர் வாயாலே லேசில் வருமா?

"நாம என்ன செய்யறது?"

"பணத்தாலே ஒண்ணும் செய்ய முடியாது. எனக்குத் தெரியும். அப்படி நல்லது பண்றதுன்னா ஒரோரு ஊருக்கும் பத்துகோடி ரூபா வேணும்."

"வேறே வழி?"

"அதிகாரம் வேணும்."

மூங்கில்காரர், அவர் மேலே என்ன சொல்லப்போகிறார் என்று காத்திருந்தார்.

"காசுக்கடைக்காரரு சேதி தெரியுமா?"

"தெரியாதே!"

"காசுக்கடைக்காரரு இப்ப ப்ரெசிடெண்டுக்கு நிக்கிலியாம். உடம்பு தள்ளமாட்டேங்குது அவருக்கு. போதுமே பதினைஞ்சு வருசம் பார்த்தாச்சுன்னு நினைக்கிறாரு. ஈயக்காரர்கிட்ட, 'இனிமே நீங்கதான் ஊரைப் பார்த்துக்கணும்'னு சொல்லிட்டாரு."

"... ம் ..."

"என்ன, 'ம்'? உங்களுக்குப் புரியவில்லையா? காசுக் கடைக்காரரு நல்லவருதான். அதுக்காக அடுத்து வர்ற ஆளையும் இவரே வச்சுப்பட முடியுமா? ஊருக்கில்ல பொறுப்பு அது!"

"ஈயக்காரரு என்ன சொன்னாரு?"

"அவருக்கென்ன கசக்குமா? மேலத் தெருக்களுக்கெல்லாம் ஊதா விளக்கு, பம்புக் குழாய் எல்லாம் போட்டுடறதுன்னு பேசிக்கிட்டிருக்காரு. இப்பவே ப்ரெசிடெண்டு நாற்காலியிலே உட்காந்திட்டாப்பல."

"ம்."

"அதுதான் சொல்றேன் அவருக்கு முன்னாடி உங்க பேரைத் தாக்கல் பண்ணிப்பிட்டா?"

"பிரெசிடெண்டு எலக்சனுக்கா?"

"பின்னே? முப்பது வருசமா நீங்க சம்பாரிச்சு எங்களுக்கு ஏதாவது பெருமை பிரயோசனம் வேணாமா? நாங்க யாரிட்ட போய் சொல்றது."

"தாக்கல் பண்ணிடுவாமே" என்றார் மூங்கில்காரர்.

அடுத்த வாரம் மூங்கில்காரர் பெயர் தாக்கலாகிவிட்டது. அவருக்கு தேர்தல் சின்னம் மரம். கடைசித் தேதியன்று ஈயக்காரர் பெயரும் தாக்கலாயிற்று. அவருக்குச் சின்னம் செடி.

மாயவரத்திலிருந்தும் கும்பகோணத்திலிருந்தும் வாடகைக் கார்கள் வந்தன. ரெயிலடிக்குப் போக ஊரில் ஒரு வண்டி கிடைக்கவில்லை. மரத்துக்கும் செடிக்கும் அலைந்துகொண்டிருந்தது. மூங்கில்காரர் மரியாதைப்படி நடந்துகொண்டுவிட்டார். வீடு வீடாக நுழைந்து கேட்டுக் கொண்டார். கடை கடையாக ஏறி கேட்டுக்கொண்டார். பள்ளிக் கூடத்துக்குக் கொட்டகை போட்டுக் கொடுத்தார். மார்க்கெட்டுக்கு சரக்கு ஏற்றி வரும் வண்டி மாடுகளுக்கு அவசர அவசரமாகத் தண்ணீர் தொட்டி கட்டி வைத்தார். வயிற்றுக்கும் நிறையப் போட்டார். வெறும் காபி, டீ இல்லை; கழுத்துவரை சாப்பாடு. ஒரு மரியாதை குறையவில்லை.

ஓட்டு எண்ணினார்கள். பகீர் என்றது மூங்கில்காரருக்கு. தமக்குத் தோற்றுப் போகும் என்று அவர் கனவுக்கூட காணவில்லை. மரியாதைக் குறைவாக, தரித்திரத்தனமா நடந்துகொண்டால்தானே பயப்பட வேண்டும்? அவர் காசைக் காசாகப் பார்க்கவில்லையே, சின்ன மனிதன், பெரிய மனிதன் என்று பார்க்கவில்லையே? அவருக்கு எப்படித் தோற்கும்?

தோல்வி வந்துவிட்டது.

நாட்டாண்மைக்காரர் கூடவே வந்தார். வீட்டுக்கு வந்தார்.

"அது ஒண்ணுமில்லீங்க. ஈயக்காரரு கவுல் பண்ணிட்டாரு" என்றார்.

"பெட்டியை மாத்தினாரா?"

"அடிமடியிலே கையைப் போட்டுட்டாரே. அப்பவே ஒரு அப்ஜெக்ஷன் போடலாம்ன்னு நெனச்சதுண்டு ... இப்ப நினைச்சு என்ன?"

"அடிமடியிலே கையைப் போட்டார்ங்களே, என்ன?"

"நமக்கு மரம் அடையாளமா இருக்கறப்ப அவர் செடி வச்சுக் கிட்டாரே; அது பெரிய மோசடி இல்லியா? நேரப் பார்க்கறப்ப மரம்

பெரிசு, செடி சிறிசு. படத்திலே போட்டா மரமும் சாண் உசரம், செடியும் சாண் உசரம். தொள்ளாயிரத்துச் சொச்சம் ஓட்டு வித்தியாசம் எப்படின்னு நானும் யோசிச்சுப் பார்த்தேன். இப்பல்ல புரியுது!" என்றார் நாட்டாண்மை.

மூங்கில்காருக்கு வயிறு குமைந்தது.

"இப்படியா புத்தியில்லாத கூட்டமாயிருக்கும்? குருமாண்டும், பிரியாணிண்டும், சாப்ஸுண்டும் மூச்சு முட்டத் தின்னுப்பிட்டு மரமிண்டும் செடியிண்டுமா தெரியாத போயிடும்? பிரியாணியை முழுங்கிச்சே ஒளிய, அப்படியே ஆட்டுக் கூட்டம்யா" என்று புகைந்தார்.

"சனங்க என்ன செய்யும்? ஈயக்காரு சூது பண்ணிட்டாரு!"

"எத்தினி வண்டி! எத்தினி டின் நெய்யி!"

"நெய்யைத் திண்டுப்பிட்டே கண்ணு மயங்கிடிச்சி சனங்க. அதுவும் உங்களுக்குப் பெருமைதான்" என்று தோல்வியையே வெற்றியாகக் காட்டிப் பேசினார் நாட்டாண்மைக்காரர்.

ஈயக்காரர் கடையில் கூட்டம் இப்போது அதிகம். தாசில்தார் என்ன, விற்பனை வரி ஆபிசர் என்ன, ஹெல்த் ஆபிசர் என்ன, இன்னும் 'லீடர்கள்' என்ன – யார் வந்தாலும் அங்கே தான் போகிறார்கள், பேசுகிறார்கள். ஜீப் நிற்கிறது. காராக நிற்கிறது. ஈயக்காரரை அழைத்துப் போகிறது; கொண்டு விடுகிறது.

'எல்லாம் செடியைப் போட்டு அடையாளத்தைக் குழப்பி ஏமாற்றினது தானே! ஹும்! மரமும் செடியும் ஒன்றாகி விடுமா? மரத்துக்கு வயசு அதிகம். வைரம் அதிகம். உரம் அதிகம். சமயம் வரட்டும்' என்று காத்திருந்தார் மூங்கில்காரர்.

சமயம் ஒருநாள் வந்தேவிட்டது.

ஈயக்காரர் மகன் வந்தான். ஈயக்காரருக்கு இப்போது கொடி கட்டி அல்லவா பறக்கிறது? மேலைச் சேத்தியில் இருக்கிற சொத்துப் போதாதென்று கீழைச் சேத்தியிலும் பூமி வாங்க வந்துவிட்டார். பூமியென்றால் அதுவும் வியாபாரத்துக்குத்தான். ஈயக் கடைக்குப் பக்கத்திலேயே ஒரு சர்பத் கடை ஆரம்பித்திருக்கிறார். அவர் சர்பத் வாங்கி விற்பது மட்டும் அல்ல, சர்பத்தே செய்கிறார். எலுமிச்சம்பழ சர்பத் பண்ணப் போகிறாராம். இதுவரையில் செய்து வந்தது நன்னாரி சர்பத் மட்டுந்தான்.

அதற்காகத்தான் ஈயக்காரர் மகன் வந்தான். மூங்கில்காரருக்குக் கீழைச் சேத்தியில் எலுமிச்சைக் கொல்லை இருந்தது. மிகவும் பிரயாசைப் பட்டு நானூறு எலுமிச்சங்கன்று வைத்திருந்தார் மூங்கில்காரர். கொல்லையி லேயே கிணறு தோண்டி இறைத்தார். ஆனால் பலன் மூக்கழுகை. காய்ப்புக் கண்ட நாளிலிருந்து முக்கால் வாசி வெம்பி விழுந்துகொண்டிருந்தது.

"கொல்லையைப் பார்க்கணும், பெரியப்பா" என்றான் ஈயக்காரர் மகன்.

பெரியப்பாவாம்! என்ன அன்பு சொரிய அழைக்கிறான்! ஏய் தம்பி! உங்கப்பா ஏமாத்தினது மறந்திடலேடா! செடியைப் போட்டா சயிச்சீங்க! இப்ப யாரு சயிக்கபோறா பாரு!

இதெல்லாம் மூங்கில்காரர் வாயைத் திறந்து சொல்லுவாரா? மனசுக்குள் தோன்றியது.

"பாக்கறது" என்று மட்டுந்தான் சொன்னார் அவர்.

"அப்பாவும் பார்க்கணும்கறாங்க."

"பார்க்கட்டுமே!"

"என்னக்கி வரலாம்?"

"சனிக்கிழமை வாங்களேன்."

சனிக்கிழமை வந்தார்கள் அவர்கள்.

ஒன்றரை ஆள் உயரத்திற்கு நெருக்கமாக வேலிபோட்டு, சகல காபந்துகளும் செய்திருந்த கொல்லைக்குள் நுழைந்ததுமே ஈயக் காருக்கு முகம் மலர்ந்துவிட்டது. குண்டு குண்டாகப் பழங்கள் உதிர்ந்து கிடந்தன. ஆயிரக்கணக்கில் கொல்லை முழுவதும் புற்களுக்கு இடையிலும் வேலிக்கு அடியிலும் அங்கும் இங்கும் எங்கும் இறைந்து கிடந்தன. ஈயக்காரர் நாலைந்து பழங்களை எடுத்து மோந்தார். நகத்தால் லேசாகச் சுரண்டி மோந்தார்.

"ஹப்பா! கிளேச்சேத்திப் பழம்னு கேக்கணுமா?" என்று வாசனையை மெய்மறந்து இழுத்தார். அவர் பொடி போடுகிறதுண்டு. ஒரு சிட்டிகைப் பொடியை இடது உள்ளங்கையில் போட்டு ஓர் எலுமிச்சம் பழத்தை லேசாகத் தோல் சுரண்டி அந்தச் சிட்டிகைமீது நாலு தேய்ப்புத் தேய்த்து விட்டு, பொடியை உறிஞ்சினார்.

"இந்த மாதிரி பொடி போடறதிண்டா எனக்கு உசிரு" என்றார்.

அவர் முக மலர்ச்சியைக் கவனித்தார் மூங்கில்காரர். ஆள் அகப்பட்டுவிட்டான்! கொல்லை ஓர் ஏக்கரா. மரம் நானூறு. இரண்டு மாகப் பதினாயிரம்.

"புன்செய்க்குப் பதினாயிரம் நீங்க கொடுப்பீங்களா, முந்நூறு குளிக்கு?" என்று கேட்டார் ஈயக்காரர்.

நீங்க வியாபாரத்துக்குக் கேக்கறீங்களேன்னுதான் கொடுக்கறதிண்டு பேச்சே எடுத்தேன் நான். ஒரு மரம் வருசம் பத்து ரூபா கொடுக்கு நாலாயிரம் ஆச்சு. என்னதான் செய்நேத்திக்குச் செலவு பண்ணினாலும் ரெண்டாயிரத்துக்கு மேலவா செலவாயிடும்? மிச்சம் ரெண்டாயிரம் நிக்கு எனக்கு. பத்துக்கு ரெண்டுன்னா ஒண்ணரை வட்டிக்கு மேலாச்சே. பத்தாயிரமான்னு மலைக்கிறீங்களே!"

ஈயக்காருக்குப் பேச முடியவில்லை. ரூபாயைக் கொடுத்துச் சாசனம் வாங்கிவிட்டார்.

மரமும் செடியும்

'ஈயக்காரரே, மரமும் செடியும் ஒண்ணாயிடாதுய்யா. எலக்சன்லே சயிக்கலாம், இதிலே நடக்காது. நீங்க பார்த்த அத்தனை பழமும் முதநா ராத்திரி கும்மாணத்திலேந்து வாங்கியாந்து கொல்லையிலே கொட்டினது. மரத்திலேந்து உதிந்த பழமா, கையால கொட்டின பழமான்னுகூடக் கண்டுபிடிக்க முடியல்லே. எலக்சன்லெ சயிக்கிறாராா!' என்று மூங்கில்காரர் உள்ளுக்குள் சிரித்துக்கொண்டார்.

ஈயக்காரர் எலுமிச்சை சர்பத் பண்ணி விற்க ஆரம்பித்துவிட்டார். வண்டியிலே வைத்து, பல இடங்களுக்கு அனுப்புகிறாராம். 'அனுப்பு, அனுப்பு! முதலை எடுக்க முப்பாட்டன் வரவேணும்.'

மூங்கில்காருக்கு ஓயாமல் எக்களிப்பு வரும், நடுநடுவே பயமும் வரும்; பழத்தைக் கொட்டிக் காரியத்தை முடித்ததுதானே?

அந்தப் பயந்தான் அவரைக் கொல்லைப் பக்கம் நாடவிடாமல் அடித்தது. ஆனால், அன்று சலவைக்காரனைப் பார்க்கப் போக வேண்டிய கட்டாயம் வரவே, என்ன செய்கிறது? அந்தப் பக்கம் போனார். கொல்லையை ஒரக்கண்ணால் பார்த்தும் பார்க்காமலும் நடந்தார். சாபமாகக் காய்த்திருக்குமோ என்ற அச்சம்; நடை விரைந்தது.

"என்ன பெரியப்பா?" என்று குரல் கேட்டது. வேலிக்குள்ளிருந்து வந்தது குரல்.

"இங்க பாருங்க!"

முள்ளிடுக்கில் ஈயக்காரர் மகனின் முகம் தெரிந்தது.

"இந்தப் பக்கமே தலைகாட்ட வாண்டாம்னு இருக்கீங்களா?"

மூங்கில்காரர் உள்ளே நுழைந்தார்.

"காய்ப்பெல்லாம் எப்படி இருக்கு?"

"நீங்களே பாருங்களேன்."

"மூங்கில்காரர் பார்த்தார். நன்றாகப் பார்த்தார். ஏகத்தாறாகக் காய்த்துக் கிடந்தது. குண்டு குண்டாகப் பழம். இலை தெரியாத பழம்.

"இப்ப மரத்திலேயே காய்க்குது" என்றான் அவன்.

என்ன வெகண்டை!

" ... ..."

"நீங்க காமிச்சப்ப, தரையில்லேல்ல காச்சிருந்தது. இப்ப மரத்திலேயே காய்க்குது, அதே மாதிரிப் பழங்க!"

பேசுகிறது விஷமா, இல்லையா என்று கண்டுபிடிக்க முடியாத போது எப்படிக் கோபித்துக்கொள்கிறது?

"கொல்லை வாங்கினவுடனே எஞ்சினீயரும் விவசாய ஆபிசரும் வந்தாங்க."

"எதுக்கு?"

"வாய்க்காத் தலைப்பிலேந்து கால்வாய் சாங்சன் பண்ணினாரு என்ஜினிரு. விவசாய ஆபிசரு எரு சொல்லிக் கொடுத்தாரு. ஊரிலே நாயடிக்கிறாங்கள்ள, பஞ்சாயத்து போர்டிலே, அடிச்சதுங்களே அப்பா அப்படியே வாங்கி எருவாப் புதைச்சிட்டாங்க. இப்ப மரத்திலேயே காய்க்க ஆரம்பிச்சிடிச்சே, ஆறு மாசமா" என்று சிரித்தான். மூன்று தடவை சொல்லியாயிற்று.

"அதான் காய்ப்பு எகிறிக் கிடக்கு" என்றார் மூங்கில்காரர்.

"நல்ல வேளையா எலக்சன் ஆனதுக்கும் கொல்லை வாங்கின துக்கும் சரியா ஒத்துக்கிட்டுது. இல்லாட்டி இந்த வசதியெல்லாம் – கிடைக்குமா?" என்றான் அவன். இப்போதுதான் அவனைத் திரும்பிப் பார்த்தார் மூங்கில்காரர். அவன் லேசாகச் சிரித்துக்கொண்டான், விஷமச் சிரிப்புத்தான்.

"எல்லாருக்கும் வசதி கிடைக்குமா? அதான் நல்லாருக்கு" என்று சிறிது நின்றுவிட்டு விடைபெற்றுக்கொண்டு வெளியே வந்தார்

"மரம் பெரிது. செடி சிறிது. ஆனால் மூத்தது மோழை, இளையது காளை என்றாகிவிட்டது. இருந்தாலும் முந்நூறு குழிக்குப் பதினாயிரம். மூன்று விலைதானே? அப்படி என்ன ஏமாந்துவிட்டோம்?" என்று தேற்றிக்கொண்டு நடந்தார் அவர்.

கலைமகள், நவம்பர் 1958

சங்கீத சேவை

தஞ்சாவூரில் ஒரு பொந்தில் எலி ஒன்று வாழ்ந்து வந்தது.

"இந்தாங்க உங்க பாட்டை நிறுத்தப்போறீங்களா இல்லியா?" என்று ஒருநாள் பாடிக்கொண்டே பொந்துக்குள் நுழைந்த அந்தப் புருஷ எலியைப் பார்த்துச் சொல்லிற்று மனைவி எலி.

"நிறுத்தற காலம் வந்துரும். சும்மா ஆளைப் பிராண்டாதே."

"இதை என்னாலே கேக்கமுடியலே."

"ஏன், இப்ப என் பாட்டுக்கு என்ன வந்திடுத்து?"

"என்ன வந்திடுத்தா? பாட்டுன்னா அதுக்கு ஒரு சுருதி, லயம், நல்ல சாரீரம் இதெல்லாம் வாணாம் போலிருக்கு!"

"ஹட பைய்யமே! ஹும்... தேவுடா" என்று பெருமூச்சு விட்டு ஆண் எலி விரக்தியுடன் சாய்ந்துகொண்டது. "சுருதி, லயம், நல்ல சாரீரம் இதெல்லாம் இருந்தாப் போதுமா? ரயில்லே போற பிச்சைக் காரன்கிட்ட கூடதான் இதெல்லாம் இருக்கு. நான் இதெல்லாம் தாண்டி பெரிய ஆராய்ச்சியிலே ஈடுபட்டிருக்கேன். உன் அக்ஞானத்துக்கு அதெல்லாம் எப்படிப் புலப்படப்போகுதும்... ராமராமா!"

"எனக்குப் புலப்படாம இல்லே. அதான் உங்க வாயிலேர்ந்து பழங்கடுதாசி வாடை அடிக்குதே இப்ப லைபரரியிலேருந்து வர்றீங்கன்னுதான் நாலு ஊருக்கு வாசனையடிக்குதே."

"போவுது அந்த முட்டாவது கண்டுபிடிக்கத் தெரிஞ்சுதே."

"தெரிஞ்சு என்ன, யாருக்கு என்ன பிரயோசனம்? முன்னெல்லாம் வித்வாங்க வீட்டு முற்றம் அலமாரியிலெல்லாம் இருந்திட்டு நாலு பிஸ்தாப்பருப்பாவது கொண்ணாந்திட்டிருந்தீங்க. இப்ப அதுவும் போச்சு!"

"பிஸ்தாப் பருப்புக்காகத்தான் வித்வானுங்க வீடுங்களுக்குப் போனேன்னு நெனச்சியா? அடமண்டுகமே, அந்த வித்வாங்களெல்லாம் சிஷ்யப் புள்ளைங்களுக்கு சங்கீதத்தைப்பத்தி சொல்லிட்டிருப்பாங்க, பாடிக் காமிப்பாங்க. அலமாரியிலே உக்காந்து அதையெல்லாம் கேட்டுக் கிட்டே இருந்தேன். ரொம்ப நாள் கழிச்சுத்தான் நான் உக்காந்திருக்கிற இடத்துக்குப் பக்கத்திலே பிஸ்தாப் பருப்பு இருக்கிறது தெரிஞ்சுசு. தினம் சிஷ்யப் புள்ளைங்க வீட்டுக்குக் கிளம்பறப்ப வித்வானும் வாசல்லெ போவாரு. அப்ப நான் நாலு பிஸ்தாவைப் பிரசாதம் மாதிரி எடுத்துக் கிட்டு வருவேன். அவ்வளவுதான். பிஸ்தாவைத் தின்னுகிட்டேயிருக்க முடியுமா? லைப்ரரிக்குப் போகாட்டி இந்த மாதிரி ரண்டு புஸ்தகம் எப்படி எழுத முடியும்? என்னமோ கடுதாசி வாடை அடிக்குதுங்கிறீயே!"

"இந்த புஸ்தகம் எழுதறதெல்லாம் எதுக்காக? வேலையிலே முன்னுக்கு வரதுக்கு வழி தேடுவீங்களா?"

"புஸ்தகம் எழுதிக்கிட்டு வரதெல்லாம் பின்னே எதுக்காகவாம்? ஆபிஸிலே என் வேலையை மாத்திரம் செஞ்சிகிட்டிருந்தா யார் என்னை சீண்டப் போறாங்க? புஸ்தகம் எழுதினேன், நல்லபடியா அம்பலத்துக்குக்கொண்டு வந்தேன். ஆபீஸிலியும் முளிச்சிக்கிட்டாங்க. இல்லாட்டி இத்தனை பேரை விட்டுப்பிட்டு என்னைப்பார்த்து தென்னமெரிக்காவுக்கும் ஆப்ரிக்காவுக்கும் போய்ட்டு வறியான்னு கேப்பாங்களா?"

"என்னது! தென்னமெரிக்காவுக்கும் ஆப்பிரிக்காவுக்குமா!"

"படு படு! நல்லா ஆச்சரியப்படு!"

"என்னாது, கொஞ்சம் விவரமாச் சொல்லுங்களேன்!

"இதைப்பாரு" என்று க்ளோஸ் கோட்டின் பையிலிருந்து ஒரு கவரை எடுத்து நீட்டிற்று புருஷ எலி. மனைவி எலி அதை வாசித்துவிட்டு ஆச்சரியம் தாளாமல் கணவனைப் பார்த்தது. தன் கணவன் சாதாரண ஆளில்லை. அவன் மகிமையை இத்தனை காலமாகத் தெரிந்து கொள்ளவில்லையே என்று பெருமிதமும் பிரமிப்பும் பொங்கின.

"அந்த வித்வான்களைப்பத்தி இப்படிப் புஸ்தகம் எழுதி உலகம் பாராட்டினாலே இந்த சந்தர்ப்பம், இந்த கௌரவம் எல்லாம் என்னைத் தேடிவந்திருக்கு தெரியுமா!" என்றது ஆண் எலி.

"நானும் வரலாமா அந்த தேசங்களுக்கெல்லாம்?"

"நீ இல்லாமியா?"

"எப்பப் போகணும்?"

"அடுத்த மாசம். முதல் வாரம்"

"ஈ . . ." என்று ஒரு கூச்சல்போட்டு உடம்பு கொள்ளாத தன் ஆனந்தத்தைக் காட்டிவிட்டு உள்ளே ஓடிற்று மனைவி எலி.

கடுதாசைத் திருப்பித் திருப்பிப் படித்துப் பூரித்தது ஆண் எலி. அமெரிக்காவிலும் ஆப்பிரிக்காவிலும் உள்ள எலிகள் எப்படி வயல்களில் பொந்துகள் அமைக்கின்றன, புதிதாக மனிதர்கள் தெளிக்கும் நாசகாரி மருந்துகளைத் தின்று செத்துவிடாமல் ஜீரணமாக்கிப் பிழைத்திருக்க என்னென்ன விஞ்ஞான முறைகளை மேனாட்டு எலிகள் கையாள்கின்றன – இந்த இரண்டு விஷயங்களை ஆராய்ந்து வருவதற்காக அமெரிக்காவுக்கும் ஆப்பிரிக்காவுக்கும் போய்வருமாறு விநாயகதாசனைத் தலைமைக் காரியாலயம் கேட்டுக்கொண்டிருந்தது அந்தக் கடுதாசியில்.

சுருஞ்ஜாதி விசாரதனாயும் வீணை வாசிப்பின் தத்துவத்தை அறிந்தவனாயும் உள்ள சங்கீதக்காரன் பிரயாசமில்லாமல் மோக்ஷம் அடைகிறான் என்ற யாக்ஞவல்கியர் எழுதிய சுலோகத்தை நினைத்து நினைத்துச் சிரித்தது எலி. "ஓய் யாக்ஞவல்கியரே, இந்த லோகத்தில் இந்த உடம்போடு சுகத்தையும் புகழையும் அடைய வேண்டும் ஐயா! அதற்கு சங்கீதத்தைப் பற்றிப் பேசினாலும் எழுதினாலுமே போதும் என்று இந்த விநாயக தாசன் சொல்லுகிறான்" என்று மனதிற்குள் சொல்லிக்கொண்டது அது. அந்த எலியின் பெயர் விநாயகதாசன்.

வயல்களிலும் வீடுகளிலும் எப்படிப் பொந்துகள் அமைப்பது, மனிதர்கள் விழித்துக்கொண்டிருக்கும்போதுகூட எப்படி ஆகாரதிகளைச் சூறையாடுவது என்று சின்ன எலிகளுக்குப் பாடம் சொல்லிக் கொடுப்பதுதான் எலியின் மகத்தான உத்தியோகம்.

சந்தோஷச் செய்தியைக் கேட்டுச் சேமியாப் பாயசமும் வடையும் தயாரித்துக்கொண்டிருந்த மனைவி எலி நடுவில் வெளியே வந்து கேட்டது. "சங்கீதத்துக்கும் நீங்கள் அயல்நாடு போறதுக்கும் என்ன சம்பந்தம்?"

"சம்பந்தமில்லாமல் என்ன? நீ பார்க்கிற வேலை மட்டும் தெரிந்தால் போதாது. கலைஞானமும் உலக ஞானமும் இருந்தால்தான் வெளிநாடுகளில் நல்ல தொடர்பு வச்சுக்க முடியும்? ஒரு தேசத்துக்குப் பிரதிநிதியாய்ப் போறதுக்கு அந்தப் பிரதிநிதியாலே தேசத்தோட கௌரவமே ஒரு பிடியாவது உசர வாணாமோ?"

"என்னமோ, எனக்கு இதெல்லாம் என்னத்தைப் புரியுது?"

"புரியவாணாம். பேசாம நல்ல குடும்பப் பெண்ணா, வாய்க்கு வழங்க சமைச்சுப் போடு. உன் புருஷனோடு வெளிநாட்டுக்குப் போறபோது பேச்சை லிமிட்டா வச்சுக்க. உனக்கும் பெருமை; எனக்கும் பெருமை."

"சரி, கைகாலை அலம்பிட்டு வாங்க. சாப்பிடலாம்" என்றது மனைவி.

o o o

அமெரிக்காவுக்குப் புறப்பட இன்னும் பதினைந்து நாளிருக்கும் போதே, விநாயகதாசனின் வீட்டில் அடுப்பு மூட்ட விடவில்லை யாரும். எங்கே

பார்த்தாலும் விருந்து, டீ பார்ட்டி, புகைப்படம். ஆயிர ரூபாய்க்கு ஒரு ரூபாய் குறைவாகக் சம்பளம் வாங்கினாலும் அவர்களை எலியாவே மதிக்காத உள்ளூர் ஆபீஸ் மேலதிகாரிகூட விநாயகதாசனையும் அவர் மனைவியையும் விருந்துக்கழைத்தார்.

விமான நிலையத்தில் ஏகக்கூட்டமாகக் கூடி விநாயகதாசன், அவர் மனைவி, உதவிக்காகப் போகும் குறுக்கெழுத்துக்கார மூஷிகினி – மூவரையும் கோலாகலமாக எலிகள் வழியனுப்பி வைத்தன.

நம் ஊரிலேயே இந்த அமர்க்களம் நடக்கும்போது அமெரிக்கா வில் கேட்க வேண்டுமா? விமானத்திலிருந்து இறங்கியுதுமே பிடித்துக் கொண்டுவிட்டார்கள். அப்பா, எத்தனை நிருபர்கள். எத்தனை புகைப்படக்காரர்கள். எத்தனை பேர்களுக்குப் பேட்டி. "அப்பாப்பாப்பா! தூங்கவிடமாட்டார்கள் போலிருக்கிறதே!" என்று அலுத்துக் கொண்டது மனைவி எலி.

விநாயகதாசனும் ஒரு காமிரா எடுத்துச் சென்றிருந்தது. அமெரிக்கா வின் அதிசயங்களைப் போட்டோ பிடித்தது. அந்த நாட்டு எலிகள் பொந்துகள் அமைக்கும் வகைகளைப் புகைப்படம் எடுத்தது. பேச்சு வார்த்தைகள் நடத்திற்று. தலைவர்களைக் கண்டது. மந்திரிகளைக் கண்டது. தொழில் நிபுணர்களையெல்லாம் கண்டது. பல ராஜ்யங்களின் பொந்து நிபுணர்களான எலிகளைக் கண்டு பேசிற்று. விருந்துகள் புசித்தது. லட்சோபலட்சம் பிரதிகள் விற்கும் பத்திரிகைகளின் ஆசிரியர் களுக்குப் பேட்டி கொடுத்தது. சின்னச்சின்ன நகரங்களில் உள்ள உள்ளூர்ப் பத்திரிகைக்காரர்களுக்கும் பேட்டி கொடுத்தது. ஐந்து நாள் ஒரு காலேஜில் தங்கி ஒரு டாக்டர் பட்டம் வாங்கிக்கொண்டது. இன்னும் பல கல்லூரிகளுக்கும் பொதுஸ்தாபனங்களுக்கும் போய் இந்தியப் பண்பாட்டைப் பற்றிச் சொற்பொழிவுகள் ஆற்றிற்று. அவைகள் பத்திரிகைகளில் வந்ததும் கத்தரித்து ஜாக்கிரதையாக ஒட்டி வைத்துக்கொள்ளுமாறு மூஷிகினியிடம் சொல்லிற்று. மொத்தத்தில் வெற்றிகரமான பிரயாணம்.

தென்னமெரிக்கா பெரு நாட்டு இன் காக்களின் புராதனப் பண்பாடு களைக் கண்டு பிரமித்தது. அந்த நாட்டுப் பூர்வகுடிகள் விநாயகதாச னுக்கு விருந்து வைத்து நடனமாடிப் பாடினார்கள். அதைப் பார்த்துக் கொண்டு ஆவலாகத் தன் மனைவியின் பக்கம் திரும்பிற்று. அதன் முகத்தில் வீசிய உவகையையும் வியப்பையும் ஒரு பத்திரிகை நிருபர் பார்த்து விட்டார். வளைத்துக்கொண்டார்.

"எப்படி எங்கள் சங்கீதம்?"

"இப்பாட்டின் பெயர் என்னவோ?"

"டக்கோன டொட்டி"

"மறுபடியும் சொல்லுங்கள்"

"டக்கோன டொட்டி"

சங்கீத சேவை

"டக்கோன – டொட்டி – டக்கோன டொட்டி டொட்டி, தோட்டி – தோடி" என்று தானே பரவசமாக முணுமுணுத்து விநாயகதாசன்.

"என்ன?"

"இருங்கள். தோடி – டக்கோன – டக்கான – டக்கன – டக்கின – தக்கின – தட்சிண – ஐயோ ஐயோ!" என்று புளகித்தது விநாயகதாசன்.

"என்ன?"

"இது தட்சிண தோடி அய்யா – எங்கள் நாட்டில் பெரிய கனராகம். ஆகா, பாரத சங்கீதம் எங்கெல்லாம் தன் ஒளியை வீசியிருக்கிறது! அது தானே பார்த்தேன். என்னடாது 'ஏ புண்யமு சேசிதிரா'ங்கிற தியாகையர்பாட்டு மாதிரி இருக்கே ராகம்னு பார்த்தேன். அது தோடி – இது தட்சிண தோடி! அதுதான் டக்கோன டொட்டி என்று மாறிவிட்டது."

"உங்களுக்குச் சங்கீதம் தெரியுமா?" என்று கேட்டார் நிருபர்.

உடனே தான் செய்த ஆராய்ச்சிகளையும் எழுதிய புஸ்தகங்களையும் பற்றிச் சொல்லி, இந்தப் பிரயாணமே சங்கீதம் போட்ட பிச்சை தான் என்ற உண்மையை இங்கிதமாகக் கூறிவிட்டது விநாயகதாசன்.

அவ்வளவுதான். மறுநாள் பத்திரிகைகளில் "இந்தியாவின் பெரிய சங்கீத மேதை – இந்திய அதிகாரி அடக்கமாக வெளியிட்ட தகவல்" என்றெல்லாம் தலையங்கங்கள் வெளிவந்தன. "இந்திய சங்கீத நிபுணரின் அடக்கம் – தன் இசையறிவைப் பற்றி இதுவரை வாயைத் திறக்கவில்லை. இன்று சிரமப்பட்டு அவர் வாயிலிருந்து பிடுங்க வேண்டி யிருந்தது. டக்கோன டொட்டியைப் பற்றி அவர் வெளியிடும் பிரமிக்க வைக்கும் வரலாறு" என்று உப தலையங்கங்கள்.

சொச்சமிருந்த மூன்று வாரமும் – பிரேசில், உருகுவே முதலிய பல இடங்களுக்குப் பறந்து சென்ற மூன்று வாரமும் வேலை நேரம்போக சங்கீதச் சொற்பொழிவுதான் விநாயகதாசனுக்கு.

போனஸ் அயர்ஸில் மாபெரும் கூட்டம் ஒன்று கூடி வரவேற்று விருந்தளித்தது. சங்கீத சப்தரிஷிகளைப் பற்றிச் சொற்பொழிவாற்றிற்று விநாயகதாசன். கடைசியில் போனஸ் அயர்ஸ் எலிகளின் மேயர் அதைப் பார்த்து "தாங்கள் இரண்டு மூன்று பாட்டுகள்பாடி எங்களை மகிழ்ச்செய்ய வேண்டும்" என்று கேட்டுக்கொண்டது.

"ஓ பேஷாக. இருபது வருஷம் பல மேதாவிகளிடம் சிட்சை சொல்லிக்கொண்ட பிறகு மூன்று பாட்டுதானா பிரமாதம்!" என்றது விநாயகதாசன்.

"ஏன் புளுகிறீங்க?" என்று தமிழில் ரகசியமாகச் சிணுங்கிற்று மனைவி எலி.

"நீ சும்மா இரு."

"மேயர் சார்" என்று கூப்பிட்டது விநாயகதாசன்.

"என்ன?"

"பாடறேன். ஆட்சேபமில்லே. ஆனா தம்புரா இல்லாமல் பாட முடியாது."

"தம்புராவா?"

"ஆமாம். இந்திய சங்கீதகர் யாரும் தம்புரா இல்லாமல் பாட மாட்டார்கள். அது சுருதி வாத்தியம்."

"தம்புராவுக்கு இங்கு எங்கே போவது?"

"நான் என்ன செய்வேன்!" என்று பக்கத்திலிருந்த மனைவியை நிமிண்டிற்று தாசன்.

"உங்க சாமர்த்தியத்துக்குப் பிச்சை வாங்கணும்" என்று அவர் சமாளித்த அழகைத் தமிழிலே சொல்லி மெச்சிக்கொண்டது மனைவி.

பாட்டு நிகழ்ச்சி தம்புரா இல்லாததால் ரத்தாகிவிட்டது. பரவா யில்லை என்று மேயர் பல திசை மேதைகளை அறிமுகப்படுத்தினார். பேச்சாகவே அரைமணி நேரம் கழிந்தது. சிலப்பதிகாரம், ராமாமாத்யர், வேங்கடமகி என்று ஐஞ்சாமிருதமாக என்னென்னவோ சொல்லிப் பிரமிக்க அடித்து விநாயகதாசன், அந்த இசை மேதைகளை, கடைசியில் நன்றிகூறும் சமயத்திற்கு மேயர் எலி ஓடி வந்தது.

"தம்புரா வந்துவிட்டது" என்றது மூச்சுத்தெறிக்க!

"தம்புராவா! ஏது?"

"இந்தியத் தூதர் காரியாலயத்திற்குப் போனேன். அங்குள்ள தூதர் எலியின் மனைவி பாடுவாராம். அவரிடம் இருந்தது.

இதோ அவரே வந்துவிட்டாரே."

தென்னிந்திய எலிப்பெண் ஒன்று தம்புராவை எடுத்து உள்ளே வந்தது.

"இப்ப என்ன செய்யலாம்?" என்று முகத்தில் வேர்வை அரும்ப மனைவியிடம் நடுங்கிற்று விநாயகதாசன்.

"அப்பவே, சொன்னேனே கேட்டீங்களா? தெரியாததை தெரியா துன்னு சொல்லிக்க வெக்கமா, என்ன ஆம்பிளைங்க நீங்க."

தூதர் மனைவி தம்புராவைக் கொடுத்து வணங்கி உட்கார்ந்து கொண்டாள்.

"மூஷிகினி, உனக்கு சுதி சேர்க்கத் தெரியுமா?"

"தெரியாதே."

"அட ஞானசூன்யமே"

திடீர் என்று விநாயகதாசன் தூதர் மனைவியைப் பார்த்துச் சொல்லிற்று: "விரல்லே காயம். பிருடையை முடுக்க முடியாது போலிருக்கு. நீங்க கொஞ்சம் சேத்துக் கொடுத்தா நல்லது. ரொம்ப நன்றியுள்ளவனா இருப்பேன்."

சங்கீத சேவை

தூதர் மனைவி "ஓ" என்று அழகாகச் சருதி சேர்த்து "நானே மீட்டுகிறேன்" என்று மீட்டவும் செய்தது.

விநாயகதாசன் வாயைத் திறந்தது. இரண்டு தியாக ராஜ கீர்த்தனைகளைத் தப்பும் தவறுமாகப் பாடிற்று. ஆகா ஆகா என்று பிரமாதகோஷம் செய்தார்கள்.

"நாட்டுப் பாடலா இது?" என்றார் ஆவலோடு மேயர்.

"நாடோடிப் பாடல் இல்லை. இருந்தாலும் உங்களுக்குப் புரிய வேண்டுமென்று எண்ணித்தான் இப்படிப் பாடிக் காண்பித்தேன்."

"அப்படியா?"

தூதர் மனைவியின் முகத்தில் ஈயாடவில்லை. கரகோஷங்கள் முடிந்ததும், அவனைத் தனியாக அழைத்து "உங்களுக்குப் பாடத் தெரியாவிட்டால் தெரியாது என்று சொல்லலாம். இப்படி நம்முடைய பெரிய மகான்களை அவமானப்படுத்த வேண்டாம். இந்த நாட்டு எலிகளுக்கு நம் சங்கீதம் தெரியாததனால் பிழைத்தீர்கள். நீங்கள் சற்றுப் பிரயாணம் முடிகிற வரையில் வேறு எங்காவது பாடினால் நான் நம் நாட்டுப் பத்திரிகைகளுக்குச் செய்தி அனுப்பி சர்க்காருக்கும் சொல்லி உங்கள் அறியாமையை அம்பலப்படுத்திவிடுவேன்" என்று கௌரவ மாகக் கன்னத்தில் அறையாத குறையாகச் சொல்லித் தீர்த்தது.

"நீங்கள் என்னை நம்புங்கள். இனி ஊர்போகிற வரையில் வாயைத் திறக்க மாட்டேன். இந்தச் செய்தியை வெளியே விட வேண்டாம். சாகும்வரையில் இந்த நன்றியை மறக்கமாட்டேன்."

"இல்லை. ஆனால், இதனால் நம் சிநேகம் பங்கப்படவேண்டிய அவசியம் இல்லை. நீங்கள் மனைவியுடனும் அந்தரங்கக் காரியதரிசி யுடனும் இன்றிரவு சாப்பிட வாருங்கள் என் வீட்டுக்கு. கனவுமாதிரி இதை மறந்துவிடுவோம்."

ஒரு வாரம் கழித்துத் தாய்நாடு திரும்பிற்று விநாயகதாசன். அது செய்த சங்கீதப் பிரசங்கங்களையெல்லாம் நம் நாட்டில் எல்லோரும் பார்த்து மகிழ்ந்தார்கள். இந்தியாவின் மாபெரும் தூதர் என்று விருந்துவைத்தார்கள். வழக்கம் போல் கூட்டங்கள் போட்டார்கள். பாராட்டினார்கள். ஏழாம் நாள் இரவன்று ஒரு பெரிய இடத்து எலி வந்தது. "சங்கீத மகார்ணவம் என்று உங்களுக்கு விருது கொடுப்பதாக எங்கள் சம்மேளனம் தீர்மானித்திருக்கிறது. தாங்கள் அதை ஏற்றுக் கொண்டால் எங்களுக்குக் கிடைத்த பெரும் கௌரவமாக அதைக் கருதுவோம்" என்றார்.

"பாடத்தெரியாதவருக்கு எப்படி இந்தப் பட்டம் கொடுப்பார்கள்?" என்று விழித்தது மனைவி.

பொங்கல் பண்டிகையன்று "சங்கீத மகார்ணவம்" என்று பொன்தகட்டில் எழுதி, எலியின் கழுத்தில் கட்டி மேளதாளத்துடன் வீட்டில் கொண்டுவிட்டார்கள்.

கல்கண்டுப் பொங்கலும் தவலை அடையும் செய்துபோட்டு அந்தத் திருநாளைக் கொண்டாடிய மனைவி எலி "ஒரு பாட்டு பாடுங்களேன்" என்றது.

"பாட்டா! இது வாங்கினப்பறம்யாராவது பாடுவாங்களா!" என்று கழுத்தைச் சுற்றியுள்ள பொன்பட்டியைச் சுட்டிக் காண்பித்தது எலி.

"மூத்த பயலுக்கு அகில உலக எலிகள் சங்கக் காரியாலயத்திலே சூப்பரிண்ட் வேலை வந்திடும். இப்பப்போய் பாடச் சொல்றியே! பழைய லைப்ரரி எலின்னு நெனச்சியா?"

அடுத்த மாதம் அதற்கு ஒரு புதிய பதவி கிடைத்தது. ஆஸ்திரேலியா, நியூசிலாந்து நாடுகளில் இந்திய எலிகளின் நிரந்தரப் பிரதிநிதியாக ஆகி, அங்கே போய்ச் சங்கீதத்தை மறந்து இன்பமாய் வாழ்ந்து வந்தது.

"நிறுத்தற காலம் வந்துரும் என் சங்கீதத்தைன்னு ஒருநாள் சொன்னேனே, ஞாபகமிருக்கா?" என்று தன் மனைவியைப் பார்த்து அடிக்கடி சொல்லி மகிழ்ந்தும் வந்தது!

நண்பன், பிப்ரவரி 1959

குழந்தைமேதை

"நமஸ்காரம்"

"நமஸ்காரம்"

"நீங்கள் . . ."

"நான் ஜடாதரன்."

"அதாவது"

"பேபி காமேச்வரியின் தகப்பனார்."

"அப்படியா, நமஸ்காரம். நான் வந்து – என் பெயர் தாண்டவ நடேசன்."

"தாண்டவ நடேசனா? ரொம்ப அழகான பேர்".

"ஆனால், ஆடத் தெரியாது."

"பரவாயில்லை."

"உலகத்திலுள்ள அதிசயங்களையும் சாகசமான காரியங்களையும் பற்றி எழுதிவருகிறேன். அதிசய மனிதர்கள், சாகசச் செயல்கள் இவற்றையெல்லாம் கண்டு கேட்டு ஆராய்ந்து பத்திரிகைகளில் எழுதி வருகிறேன்."

"அப்படியா! ரொம்ப சந்தோஷம்."

"இப்போது குழந்தை நாட்டியமேதை காமேச்வரியைக் கண்டு நாலு வார்த்தை பேச வேண்டும்."

"பேஷாகப் பேசுங்களேன். ஏய், காழூ."

"ஒரு வேண்டுகோள்."

"என்ன?"

"குழந்தையை நான் தனியாகக் கண்டு பேட்டி காண விரும்புகிறேன்."

"பேஷா . . . காழூ . . . காழூ!"

"ஏம்பா"

"இங்க வாம்மா. இங்கே யார் வந்திருக்கா, பாரு . . . ஓடியா பாப்பம்!"

"நான் வாயெப்பாடு எழுதிண்டிருக்கேம்பா."

"அதை அப்புறம் எழுதிக்கலாம்டா கண்ணு. சித்தெ வந்துட்டுப் போ."

"உம் . . . ஆசை! எங்க வசந்தி டீச்சர் ஸ்கேலால பிச்சுப்பிடுவா."

"என்னடாது!"

"பரவாயில்லை . . . எழுதி முடித்துவிட்டு வரட்டும்."

"இன்னும் ரொம்ப நேரம் ஆகுமா?"

"மூணாம் வாயெப்பாடும் நாலாம் வாயெப்பாடும் எழுதணும் இன்னும்."

"சரி எழுதிவிட்டு உடனே வந்துடும்மா."

"மெதுவா வரட்டும்."

"அப்படியா! நீங்க எத்தனை நாழி காத்துண்டிருப்பேள்? ரொம்ப நன்றாயிருக்கே."

"காத்துண்டிருக்கிறதுதான் என் தொழிலே."

"ஹஹஹ ஹஹஹ."

"அதுவும் ஒரு குழந்தை மேதைக்குக் காத்திண்டிருக்கப்படாதா என்ன?"

"இருந்தாலும் நான் சட்டுனு முடிக்கச்சொல்லி அழச்சிண்டு வந்துட்றேன்."

o o o

"மாமாக்கு நமஸ்தே சொல்லு."

"நமஸ்தே."

"காழு, நீ மாமாவோட பேசிண்டிடிரு. நான் குளிச்சுட்டு வந்துடறேன்."

"நீ எல்லா வெந்நீரையும் குளிச்சிப்பிடுவே."

"இல்லை உனக்கு நிறைய வெச்சிருக்கேம்மா."

"வப்பே, ரண்டு சொம்புக்கு மேலே விட்டுக்கோ, சொல்றேன்."

"ரண்டு சொம்புக்கு மேலே விட்டுக்கமாட்டேன்"

"உக்காந்துக்கோம்மா."

"நான் நின்னுண்டுதான் இருப்பேன் நீயாரு?"

"அப்பா சொல்லலியோ? . . . நான் பத்திரிகையிலெல்லாம் எழுதறவன். உன்னைப்பற்றி எல்லாம் எழுதப்போறேன்."

"க்கும். அன்னிக்கி ஒரு மாமா என் போட்டோவை எழுதி யிருந்தார் ஐய! மசியெல்லாம் கொட்டி, அழுக்காய் போட்டிருந்தார்."

"நான் நன்னாப் போடறேனா இல்லியா பாரு."

"அது என்னது."

"சும்மா – பை கடுதாசி இருக்கு."

"எங்கே? நீ ஒண்ணுமே கொண்டு வரலியே; அன்னிக்கி ரண்டு மாமா என்னைப் பாக்கவந்தா. பிஸ்கோத்து இத்தனை, பப்புருமுட்டு இத்தனை – எல்லாம் வாங்கிண்டுவந்தா."

"நான் சொல்றதுக்கெல்லாம் கரெக்டா பதில் சொல்லு. நான் ஒரு பெட்டி சாக்கலேட் வாங்கித்தருவேன். ஆமா!"

"ரண்டு பொட்டி வாங்கித்தரணும்."

"வாங்கித் தரேன்."

"இன்னிக்கி எங்க வசந்தி டீச்சர் டிக்டேஷன் போட்டா. நான் அறவதுக்கு நூறு வாங்கினேன். ஜெயா வந்து அம்பதுக்குத் தான் நூறு வாங்கினா. அதுக்காக வந்து எனக்கு வசந்தி டீச்சர் வந்து 'குட்'ணு எழுதிக் கொடுத்தா."

"பலே."

"அப்புறம் . . . எங்கம்மாக்கு ஒரு பாப்பா பொறக்கப்போறது. அம்மா ஆஸ்பத்திரிக்குப் போவா அதுக்காக. அப்பா வந்து எனக்கு ரண்டு பெரிய டின் பிஸ்கோத்து வாங்கிக் கொடுக்கப்போறா."

"ம்ஹும்! தேவலியே, அந்தப் பாப்பாவுக்கு டான்ஸ் சொல்லிக் குடுப்பியா!"

"ஐய! டான்ஸே எனக்குப் புடிக்காது."

"உனக்குப் புடிக்காதா?"

"ம்ஹும்."

"பின்னே நீ டான்ஸ் ஆடறயே."

"அப்பாதான் ஆடச்சொல்றா. இல்லாட்டா விசிறிக்காம்பாலெ அடிக்கிற. வாத்யார் வீட்டுக்குப்போகச் சொல்றா. வாத்யார் மாமா வந்து சொல்லிக் கொடுத்திண்டேயிருப்பா. அதுக்குள்ளியும் அந்த கங்கா மாமி வந்துருவா . . . வந்து, அந்த கங்கா மாமி வந்து "ஆயிரம் ஆண்டு அழுதுபுரண்டாலும் மாண்டார் வருவரோ"ங்கிற படத்திலே கூட டான்ஸ் ஆடறாளே, அந்த கங்காமாமி வருவா – உடனே வாத்யார் மாமா சரி நீ நாளைக்கு வாம்மான்னு சொல்லிட்டு மாமியோட ஏறிண்டு கார்லே போயிடுவார்."

"சரி, உனக்கு எந்த டான்ஸ் ரொம்பப் புடிக்கும்."

"போங்க மாமா – எனக்கு டான்ஸே புடிக்கலெ."

"அப்படி சொல்லப்படாது – குழந்தே! உனக்கு எது ரொம்பப் புடிச்சிருக்கு! பதமா, வர்ணமா, ஸ்வரஜதியா?"

"எனக்கு பாம்பாட்டி டான்ஸ் தான் ரொம்பப் பிடிக்கும். படம் எடுத்து ஆடறாப்பல, இப்படி ... இப்படி ஆடி அப்பாவை டப்டப்புனு பாம்பு மாதிரி போடுவேன் அதுதான் எனக்கு ரொம்ப புடிக்கும். அப்பறம் அப்பா சிரிப்பா, நானும் சிரிப்பேன்."

"நீ இதுவரையில் எத்தனை இடத்துலே டான்ஸ் ஆடியிருக்கே.

கோயில் கிட்ட ரண்டு தடவை ... தகரக் கொட்டகை போட்டிருக்குமே அங்கே – அப்புறம் கீத்துக் கொட்டகை போட்டிருக்குமே – அங்க ரண்டு தடவை ஆடினேன். அப்புறம் வெள்ளையா ஒரு இது இருக்கும்பாரு, பெரிய மாடி மாதிரி அங்கே ஆடினேன்."

"உனக்கு எது ரொம்பப் புடிச்சிருந்தது?"

"கீத்துக்கொட்டகையிலேதான் நன்னாயிருந்தது. அங்கதான் கடசீலே அப்பா அம்மா நான் வாத்யார் எல்லாரையும் உக்காத்தி வச்சு பொங்கல், ஜிலேபி தயிருஞ்சாதம் எல்லாம் போட்டா. பொங்கல்லே முந்திரிப்பருப்பு நிறைய ஆம்பட்டுது. மாமா அங்க வந்து தயிருஞ் சாத்தில் திராட்சைப் பழம் போட்டிருந்தா மாமா ... மொளகா போடாம."

"நீ எந்த இடத்திலே நன்றாக ஆடினே?"

"போங்க மாமா."

"நீ சினிமாவிலே டான்ஸ் ஆடுவியோ?"

"உம், ஆசை தோசை அம்மா வீட்டுப் போசை!"

"ஏன் சினிமாவிலே ஆடப் புடிக்கலியா!"

"உம் ... நான் மாட்டேன். அப்புறம் வாத்யார் கங்கா மாமி மாதிரி என்னையும் காரிலே அழச்சிண்டு போவார் ... ம் அப்பாதான் சினிமாவிலே போயி ஆடட்டும்."

"இப்ப டான்ஸ் ஆடறவள்ளாம் கப்பல்லே ஏறி ஏரோப்ளேன்லே ஏறிண்டு வெள்ளைக்காரா இருக்கற ஊருக்கெல்லாம் போய் ஆடிப்பிட்டு வரா? உனக்கு அதுமாதிரி போணும்னு ஆசையிருக்கோ?"

"வெள்ளைக்காராள்ளாம் ஐஸ்க்ரீம் தானே சாப்பிடுவா தினமும்?"

"ஆமாம்."

"அப்படின்னா நானும் போய்ட்டு வரேன் மாமா. அன்னிக்கி வெள்ளையா ஒரு மாடிலே ஆடினேன் பாரு. அன்னிக்கி ஒரு வெள்ளைக்கார மாமி வந்தா – அப்பா கையைக் குலுக்கச் சொன்னா – ஜில்லு மெத்துன்னு ஐஸ்க்ரீம் மாதிரி இருந்தது மாமா. தலை மயிரு மாத்ரம் மஞ்சளாயிருந்தது. புஸ்ஸி புஸ்ஸின்னு கூட்டேன் அந்த மாமியை. அதுக்காக ஆத்திலே வந்து கன்னத்திலே புடிச்சு நிமிண்டினா மாமா எங்கப்பா. வந்து மாமா எங்கப்பா ஜுரம் வந்து – படுத்துனுட்டா நான் ஆடாம இருக்கலாமோல்லியோ?"

குழந்தைமேதை

"உங்கப்பாவுக்கு ஏன் ஜூரம் வரணும்?"

"எனக்கு மாத்ரம் வந்துதே. கீத்துக் கொட்டகையிலே முதத்தடவை ஆடற அன்னிக்கு சாயங்காலம் எனக்கு ஜூரமாயிருந்தது. நீ இன்னிக்கி ஆடிப்பாடு அப்பரம் தித்திப்பா ஒரு மருந்து தரச் சொல்றேன் டாக்டர் கிட்ட சொல்லின்னு ஆடச்சொன்னா. நான் ஆடினேன். அப்பரம் இந்த அப்பா வந்து டாக்டர்கிட்ட காமிச்ச கசப்பா ஒரு மருந்தை வாங்கிக் குடுத்தது. அப்பாவாம் கொப்பா – ஏரோப்ளேன்லே போறபோது மாமா, அப்பா வாண்டாம் நீ மாத்ரம் வா, மாமா ... அப்பதான் குறுத்தி டான்செல்லாம் ஆடலாம். இஞ்ச அப்பா மாத்ரம் ஜூரம் வந்து குளுரு நடுக்கிண்டு கஞ்சியைக் குடிச்சிண்டு படுத்திண் டிருக்கட்டும்."

"சேச்செ. அப்படியெல்லாம் சொல்லப்படாதும்மா அப்பாவை"

"நான் அப்படித்தான் சொல்லுவேன்."

"சரி, உனக்கு எதிலே ரொம்ப ஆசை?"

"எனக்கு வந்து மாமா இது வந்து பெரிய்ய்ய்ய்ய வீடா இருக்கணும். அதிலே வந்து நிறைய்ய்ய்ய்ய நாலு ரூம் இருக்கணும் வந்து, ஒரு உள்ளும் நிறைய வேர்க்கடலே அடைச்ச்ச்சு வச்சிருக்கணும். இன்னொரு உள்ளே வந்து சாக்லேட்டா அடச்சி வச்சிருக்கணும். இன்னொரு உள்ளே வந்து எலிப் புழுக்கை பப்பரமுட்டா நிறைய்ய களஞ்சியம் மாதிரி கொட்டி வச்சிருக்கணும்"

"இன்னொரு ரூம்லே?"

"இன்னொரு ரூம்லே வந்து ஐஸ்க்ரீம் ஐஸ்க்ரீம்"

"சரி, அப்பரம் வேற என்ன ஆசை இருக்கு உனக்கு"

"வந்து, ராத்திரி படுத்துண்டு தூங்கறபோது, அப்பா வந்து நான் விசிறிக் காம்பாலே அடிக்கறாப்பல சொப்பனம் கண்டு இல்லேன்னு கத்தணும். நான் வந்து புலிமாதிரி ஆகி, அப்பாவைப் பாத்து முர்முர்ருன்னு பண்ணணும். அப்பா கண்ணை மூடிண்டு பயமாருக்கே பயமாருக்கேன்னு அந்தண்டை திரும்பிண்டு கத்தணும் அப்பரம்தான், அது எல்லா வெந்நீரையும் குளிச்சுடாம எனக்கும் அண்டாவிலே வெந்நீர் வச்சிருக்கும். ரண்டேரண்டு சொம்பு தான் வைக்கும் இல்லாட்டா. அப்படியே சொம்பாலே மொத்தணும் தலைமேலே."

"காமூ, காமூ அடியே ... இங்கவாடி ... அப்பாவைப் பாருடி ..."

"என்னம்மா ... ?"

"என்ன! என்ன!"

"நீங்க சித்தை வாங்கோளேன் ... வெந்நீர் உள்ளே அப்படியே விழுந்து கிடக்காரே அவர். எனக்கு என்னமோ பண்றதே! ... சித்தை வாங்கோளேன்."

"ஏன் என்ன ஆச்சு!"

"என்னமோபோல விழுந்து கிடக்காரே. எனக்கு ஒன்னும் புரியலியே!"

"சார் சார் . . . ஒன்றுமில்லே . . . மூர்ச்சை போட்டிருக்கு."

"அப்பாவை நான் தான் கொன்னுட்டேன் . . . ஊ–ஊ" . . .

"ஐயோ குழந்தை இப்படி அழறதே."

"ஒன்றுமில்லே . . . பயப்படாதிங்கோ . . . கொஞ்சம் குளிந்த ஜலம் கொண்டுவாங்கோ. முகத்திலே வீசி அடிக்கணும்."

"நான்தான் அப்பாவைக் கொன்னுட்டேன் . . . நான் தான் பாம்பு மாதிரி ஆடி ஆடி அன்னிக்கிக் கொத்தினேன் . . . அப்பா . . . நான் இனிமே சமத்தா ஆடறேம்ப்பா . . .

"பகவானே."

"ஊ ஊ."

"இதோ கண்ணைத் திறந்துட்டாரே."

"காமு"

"அப்பா நான் இனிமே சமத்தா ஆடறேம்பா . . . உன்னே வெய்ய மாட்டேன்"

"கண்ணை முழிச்சுப் பருங்கோ"

"சார் சார்"

"ம் . . . ம்"

"யாரு?"

"நான் தான்சார் நடேசன்."

"ம் . . . ஓகோ சரி . . . காமு."

"காமு இதோ இருக்காளே,"

"கொஞ்சம் காபி கொண்டு வாங்கோ. சார்–ஏந்திருங்கோ."

"ஒன்றுமில்லே எனக்கு ப்ளட் ப்ரஷ்ஷர் சார் . . . மறந்து போய் வெந்நீரைத் தலையிலே சுடச் சுட விட்டுனுட்டேன்."

"அப்பா . . . நீ இனிமே சாக்கலேட் வாங்கித் தர வாண்டாம். நான் வெறுமியே ஆடறேம்பா . . . ஏந்திருப்பா."

"இந்தாங்கோ – இந்தக் காபியைச் சாப்பிடுங்கோ."

"எனக்குப்பா காபி."

நண்பன், மார்ச் 1959

அக்பர் சாஸ்திரி

மாயவரம் ஜங்ஷனில் இறங்கிச் சாப்பிட்டு விட்டுத் திரும்பியபோது, வண்டியில் மூன்றாவது ஆத்மா ஒன்று என் தோல் பையையும் துணிப் பையையும் நடுவே நகர்த்தி, என் இடத்தில் உட்கார்ந்து பூரி உருளைக்கிழங்கு சாப்பிட்டுக்கொண்டிருந்தது. வெறுமனே சாப்பிடவில்லை. உருளைக்கிழங்கு ஒட்டிக்கொண்டிருந்த விரல்களை ஆட்டி ஆட்டிப் பேசிக்கொண்டிருந்தது. குரலாவது குரல்! தொண்டைக்குள் வெண்கலப் பட்டம் தைத்த குரல். அதிகாரமும் வயசான பெருமையும் எக்களித்துக் கொண்டிருக்கிற குரல்.

"எக்ஸைஸ் இலாக்கான்னா என்ன டெஸிக்னேஷன்?" என்று எக்களிப்பும் அழுத்தமுமாக அந்தக் குரல் போட்ட கேள்விக்கு, அடக்கமும் புன்சிரிப்புமாக என்னமோ மேலதிகாரிக்குப் பதில் சொல்லுகிறாற்போல "சூப்ரிண்டு" என்றார் மேலண்டைக் கோடியில் இருந்தவர். சீர்காழி ஸ்டேஷனில் ஏறி உட்கார்ந்திருந்த என்னை லட்சியமே செய்யாமல் ரயில்வே கைடுக்குள் முகத்தைப் புதைத்துக் கொண்டிருந்த இந்த ஆசாமிக்குப் புது ஆசாமியைக் கண்டு என்ன மரியாதை! என்ன வினயம்!

எதிரே 'சூப்ரிண்டின்' மனைவி காலை நீட்டிப் படுத்துத் தூங்கிக்கொண்டிருந்தவள், கண்ணைத் திறந்து ஒரு தடவை பார்த்துவிட்டு, மறுபடியும் மூடிக்கொண்டாள். காலடியில் உட்கார்ந்திருந்த குழந்தைகள் இரண்டும் உருளைக்கிழங்கு சாப்பிடுகிறவரையும் அவருக்கு பதில் சொல்லுகிற அப்பாவையும் மாறி மாறிப் பார்த்துக் கொண்டிருந்தன.

"எங்கேருந்து வறீர்"

"மெட்ராஸிலேருந்து!"

"பகல் வண்டியிலே மெட்ராஸிலேயிருந்து யாராவது வருவாளோ?"

"இல்லை, நேத்து ராத்திரிப் புறப்பட்டேன். கடலூரிலே இறங்கி, என் மருமாளுக்கு உடம்புக்கு சரியில்லேன்னா, பாத்துட்டு இன்னிக்கு மத்தியானம் கிளம்பினோம்."

"எதுவரையில் பயணம்?"

"தஞ்சாவூருக்கு. தாயாருக்கு உடம்பு சரிப்படலே. பார்க்கப் போறோம்."

"அப்படியா?... ம்!" என்று எழுந்து இலையை ஜன்னல் வழியாக வீசி எறிந்தார் வந்தவர். காற்று வாக்கில் இலை என் மேல் பறந்துவிடப் போகிறது என்று கதவோரமாக இருந்த நான், சற்று உள்ளே நகர்ந்து கொண்டேன். வண்டி அப்போது ஸ்டேஷனை விட்டுக்கிளம்பி லெவல் – கிராஸிங்கைத் தாண்டிப் போய்க்கொண்டிருந்தது.

அவர் கதவைத் திறந்துகொண்டு உள்ளே கையலம்பப் போனார். நடுவே நகர்த்தப்பட்டிருந்த தோல் பையையும் துணிப் பையையும் நகர்த்திக்கொண்டு, காலியான என் சீட்டில் உட்கார்ந்துகொண்டேன். கையலம்பிவிட்டு வாயைத் துடைத்துக்கொண்டவர் இடத்தை மீட்டுக் கொண்ட என்னை அலட்சியமாகப் பார்த்துவிட்டு நடுவில் உட்கார்ந்து கொண்டார்.

ஆள் ஆறடி உயரத்துக்கு குறைவில்லை. இரட்டை நாடியில்லை. ஆனால் ஒல்லியுமில்லை – சாட்டை மாதிரி முறுக்கு ஏறிய உடம்பு. நேரான உடம்பு. உட்கார்ந்திருந்தபோதுகூட வளையா நேர் முதுகு. கறுப்பில்லை. மாநிறமுமில்லை. அப்படி ஒரு கறுப்பு. சந்திர வளைய வழுக்கையில் ஓரம் கட்டியிருந்த தலைமயிர் முழுவதும் நரைத்திருந்தது. நீள மூக்கு, நீளக் கை, கால். குரலில் தெறித்த அதிகாரத்துக்கேற்ற உடம்புதான்.

உட்கார்ந்துகொண்டவர் "நீ போடா கிடக்கு, சின்னப்பையா!" என்று சொல்லாமல் இலேசாக எனக்கு முதுகைக் காட்டிக்கொண்டு திரும்பி உட்கார்ந்துவிட்டார்.

"ம்... தாயாரைப் பார்க்கப் போறீராக்கும்? என்ன விசேஷம்?"

"போன மாசம் உடம்பாகக் கிடந்தா. அப்பப் போய்ப் பார்க்க முடியலே. எனக்கு இப்பத்தான் லீவு கிடைச்சுது. நீங்க..?" – அதே அடக்கம், புன்னகை.

"நானா? எனக்கு மதுரை. கோவிந்த சாஸ்திரின்னு பேரு. அட்வகேட்டாயிருக்கேன். ஒரு கேஸ் விஷயமா பட்டணம் போயிட்டு வரேன். மாயவரத்திலே எங்க சகோதரியைக் கொடுத்திருக்கு. இறங்கி பார்த்துட்டு வரேன். முதல் கிளாஸ்லே டிக்கெட் கிடைக்கல்லே. 'சகிண்ட்' கிளாஸ்தான் இருக்குன்னான். வாங்கிண்டுவந்து ஏறிட்டேன். ராத்திரி சாப்பிடறதில்லே. பலகாரம் பண்றேன் அண்ணான்னா தங்கை. அடி போடி பைத்தியம்னு வந்துட்டேன். பூரி இரண்டு

வாங்கினேன். சாப்பிட்டேன். ஒண்டி ஆளுக்காகப் பலகாரம் பண்ணச் சொல்லவாவதுய்யா! இப்ப என்ன செத்தா போயிட்டேன்!" என்று சொல்லிக்கொண்டே கோவிந்த சாஸ்திரி வண்டியைச் சுற்றி ஒரு நோட்டம் விட்டார். குழந்தைகளைப் பார்த்தார்.

"உம்ம குழந்தைகளா?"

"ஆமாம்."

"என்ன வயசாகிறது?"

"அவன்தான் பெரியவன். பத்து ஆறது. இவ சின்னவ. இப்ப ஏழு நடக்கிறது!"

"மலேரியா அடிச்சுக் கிடந்தாப்ல இருக்கே ரண்டும். ஏலே இங்க வா... வாடா... பரவால்லே. வா... ஒண்ணும் பண்ணலே."

பையன் வந்து நின்றான். குச்சி குச்சியாக இருந்த கையைப் பிடித்தார் கோவிந்த சாஸ்திரி. கை முழுவதையும் ஒருமுறை தடவினார்.

"நாக்கை நீட்டு, கண்ணைக் காட்டு."

"அதெல்லாம் ஒன்றுமில்லை. சாப்பிடவே மாட்டான். சாப்பிட உட்கார்ந்தான்னா, பருப்பு நன்னாலே, நெய் நாத்தம் அடிக்கிறது, இப்படி ஏதாவது சொல்லி எழுந்திண்டு போயிடுவான்" என்றார் கோடி ஆசாமி.

"சட்டையைத் தூக்கு."

பையன் சட்டையைத் தூக்கி வயிற்றைக் காண்பித்தான். அதை ஒரு அழுத்து அழுத்தி "ம்" என்றவண்ணம் அவனைப் பார்த்தார்.

"ஏண்டா! முழுங்கால், முழுங்கையெல்லாம் இப்படி எலும்பு முட்றது? கண்ணு சுண்ணாம்பா இருக்கு. நித்யம் ஒரு முட்டை கொடுமையா."

"எல்லாம் பார்த்தாச்சு. எதையும் தொட மாட்டேங்கறான் சார்."

"காட்லிவர் ஆயில்."

"அதுவும் கொடுத்துப் பார்த்தாச்சு."

"காட்லிவர் ஆயிலை 'மால்டா'க் கொடுக்கிறது. தித்திப்பாயிருக்கும்."

"பார்க்கணும்."

கோவிந்த சாஸ்திரி இன்னும் கையை விடவில்லை. பார்வையை யும் எடுக்கவில்லை.

"இல்லாட்டா ஒண்ணு செய்யறீரா இவனுக்கு?"

"என்ன?"

"கொள்ளு தெரியுமா கொள்ளு."

".. ?"

"குதிரைக்கு வைப்பாளேய்யா, அது."

"ம் ம்."

"அதைத் தினமும் இவ்வளவு எடுத்துத் தண்ணியை விட்டு கொதிக்க வைச்சு, அந்தத் தண்ணியைச் சாப்பிடச் சொல்லும். அப்புறம் அந்தச் சுண்டலையும் கொஞ்சம் உப்பைப் போட்டுச் சாப்பிடச் சொல்லும். பையன் அரபிக் குதிரை மாதிரி ஆறானா இல்லையா, பாரும். இப்ப நான் எங்க வீட்டுக்கு அழைச்சிண்டு போய் மூணு மாசம் கொடுத்தேன்னா, அப்புறம் உம்ம பையன்தான் இவன்னு நான் சத்தியம் பண்ணினா லொழிய உம்மாலே நம்ப முடியாது. என்ன! செய்யறீரா?" அதட்டுபவர்போலக் கேட்டார் சாஸ்திரி.

"செய்யறேன்."

"இதோ பாரும், நான் டாக்டர் இல்லே. அதுக்குப் படிச்சுக் கிடிச்சுப் பாஸ் பண்ணலே. ஆனா எங்க வீட்டிலேருந்து போற மருந்துகளும் அங்க வரவாளும் கணக்கு வழக்கு இல்லே. எல்லாம் கடசீலே பாட்டியம்மா வைத்தியம். கருவேப்பிலைக் குழம்பு வச்சுப் பத்துநாள் வட்டம் சாப்பிடுவேன். ஏழுநாள் வட்டம் வேப்பம் பூவைச் சாதத்து மேலே வச்சு ஆமணக்கெண்ணையைக் காய்ச்சி அது மேலே ஊத்தச் சொல்லிப் பிசைஞ்சு சாப்பிட்டுடுவேன். நீர் நம்பமாட்டீர். இதுவரை டாக்டருக்குன்னு ஒரு தம்பிடி? பேசப்படாது. பெரியவா புண்ணியத்துலே பத்துக் காணி நிலம் இருக்கு. ஆனால் அதிலேருந்து ஒரு நெல்லு வித்த காசு டாக்டருக்குப் போனதில்லே."

"நல்ல புண்ணியம் பண்ணினவா நீங்க. ஹி ஹி ஹி."

"புண்ணியமாவது, புடலங்காயாவது. எல்லாம் நம்ப மனோ பலத்தைப் பொருத்திருக்குய்யா."

"என்னமோ சார்! நான் தலையெடுத்த நாளையிலேருந்து பாருங்கோ. டாக்டர் வராத நாள் கிடையாது. இதைப் பாருங்கோளேன். நீங்கதான் பார்க்கறேளே, எதிர்த்தாப்பல கிழிச்ச நார் மாதிரி படுத்துண்டு கிடக்கா. கடலூர்லே வண்டி ஏறினோம், படுத்துண்டா. இன்னும் ஏந்திருக்கலே. புருஷா முன்னாடி நிக்கமாட்டா அந்த நாள்லே. அவளேதான் இப்படி ஆயிட்டா. என்னத்தைப் பண்றது?" என்று மனைவியைப் பார்த்தார் 'சூப்ரிண்டு'.

சூப்ரிண்டு மனைவி இலேசாகப் பாதிக் கண்ணைத் திறந்து பார்த்தாள்.

"என்ன உடம்பு?"

"அந்தக் காலத்திலே பம்பரமாக சுத்தி வந்து காரியம் பண்ணிண் டிருந்தவ. திடீர்னு ஒரு நாளைக்கு வயத்தை வலிக்கிறதுன்னா. டாக்டர் வயத்திலே கட்டி, ஆபரேஷன் கேஸுன்னார். செஞ்சுது. அது தேவலை யாச்சு. அப்புறம் பிரமை புடிச்சாப்பல எது கேட்டாலும் பதில் சொல்றதில்லே. அப்படி நாலு வருஷம் உட்கார்ந்திருந்தா. அதுக்கு வேற ஊசி, மாத்திரை கொஞ்சமில்லே. அது தேவலையாப் போயிடுத்து.

இப்ப பத்து வருஷமா தினம் போது விடிஞ்சா தலைவலி, கால் துணியாப் போயிடறது. எழுந்து நடமாட முடியலே. காப்பி சமையல் முதல்கொண்டு, கூட நான் நிக்க வேண்டியிருக்கு."

சூப்ரிண்டு மனைவி கண்ணை மூடாமல் இதைக் கேட்டுக் கொண்டேயிருந்தாள்.

"வாரா வாரம் எண்ணெய் தேச்சுக்கணும்" என்றார் கோவிந்த சாஸ்திரி.

"எண்ணெயா! ஒரு முட்டைத் தலையிலே வச்சாப்போரும், 'ஐயோ கடப்பாரை போட்டு இடிக்கிறதே இடிக்கிறதே'ன்னு அலற ஆரம்பிச்சுடுவா. எண்ணெய்தான் சத்ரு அவளுக்கு."

"என்னய்யா ஆச்சரியம்! எண்ணெய் ஒத்துக்காத ஒரு மனுஷா உண்டோ? நல்லெண்ணெய் தலைவலிக்குப் பரம சஞ்சீவி ஆச்சேய்யா."

"எண்ணெயைத் தவிர மீதி எது வேணுமன்னாலும் சொல்லுங்கோ. போடாத ஊசியில்லை, குடிக்காத மருந்து இல்லே. இந்தத் தலைவலி நின்னாப்போரும்" என்று படுத்தவாறே வாயைத் திறந்தாள் சூப்ரிண்டின் மனைவி.

பேச ஆரம்பித்த பிறகுதான் தெரிந்தது. வயதுக்கு மீறிய மூப்பு. முகத்தில் சோகை, வாயில் குழறல். அழகாக இருந்த அம்மாள் இப்போது, விகாரமாக மாறிவிட்டிருந்தாள்.

"தலைவலியைத்தானே நிறுத்தணும்?" என்று கேட்டுவிட்டு வெளியே பார்த்தார் கோவிந்த சாஸ்திரி.

வண்டி குத்தாலத்தில் நின்றது. ஒரு அணாவுக்கு வேர்க்கடலையை வாங்கி மென்றவாறு யோசனையில் ஆழ்ந்திருந்தார் அவர். வண்டி புறப்பட்டதும் தம் பேச்சை ஆரம்பித்தார்.

"சொல்லட்டுமா?" என்று அவர் ஆரம்பித்ததும், அவசரம் அவசரமாக புஷ்கோட் பையிலிருந்த ஒரு டயரியையும் பென்சிலையும் எடுத்து வைத்துக்கொண்டார் 'சூப்ரிண்டு'.

"எழுதிக்கிறீமா? சரி வேப்பம் பருப்பு, வெள்ளை மிளகு, கசகசா, சுக்கு..."

இன்னும் நாலைந்து சொன்னார் அவர். எனக்கு அது மறந்து விட்டது.

"இதையெல்லாம் பால்லெ போட்டு ஊறவச்சு நசுக்கி அம்மியிலே ஒட்டி, உருண்டை உருண்டையாப் பண்ணிக் காய வச்சுக்கிறது. அப்புறம் நித்தியம் காலமே ஒரு உருண்டையைப் பால்லெ கலந்து தலையிலே தேச்சு ஸ்நானம் பண்ணச் சொல்லும். ஒரு மாசத்துக்கப்புறம் எனக்கு எழுதும்."

அமிருதம் கிடைத்த மாதிரி சூப்ரிண்டு எழுதிக்கொண்டு நாலு தடவைகள் சந்தேகங்களைக் கேட்டுத் தெளிந்து, டயரியைத் திருப்பித் திருப்பி வாசித்துப் பையில் போட்டுக்கொண்டார்.

"இதுதான் கல்கம். எல்லாக் 'கம்ப்ளெயிண்டு'க்கும் சேத்திருக்கேன் அம்மா! உங்க தலைவலி இன்னியோட தீந்துது" என்றார் சாஸ்திரி.

அந்த அம்மாள் எழுந்து உட்கார்ந்து, "அதை இன்னொரு தடவை நன்னாக் கேட்டு வச்சுக்குங்கோ" என்றாள் தன் புருஷனைப் பார்த்து.

சாஸ்திரி இன்னும் பல ரகசியங்களையெல்லாம் சொன்னார். சொறி சிரங்கு, சீதபேதி, ஆஸ்துமா, பாலுண்ணி – இப்படிப் பல வியாதிகளுக்கு அவரிடம் சஞ்சீவிகள் இருந்தன. சூப்ரிண்டின் கண்கள் மேலே அகல இடமில்லை. அப்படி ஒரு வியப்பு. தன்வந்திரி, சித்தர்கள் – எல்லாரும் அவர்மேல் கருணைகொண்டு இரண்டாம் வகுப்பில் சக பிரயாணியாக வந்து காட்சி கொடுத்து, வினை தீர்த்த பரவசத்தை அவருடைய மரியாதையிலும் அடக்கத்திலும் காண முடிந்தது.

"இத்தனைக்கும் நான் டாக்டர் இல்லே" என்றார் சாஸ்திரி மீண்டும். "எனக்கு வயசு எத்தனை இருக்கும்? எங்கே? சொல்லும், பார்ப்போம்."

வியப்பில் ஆழ்ந்து கிடந்த 'சூப்ரிண்டு' தயங்கிப் புன்சிரிப்புச் சிரித்தார்.

"சும்மாச் சொல்லும்?"

"ஐம்பது இருக்கும்."

"ஐம்பதா? எனக்கு அறுபதாம் கலியாணம் ஆகியே எட்டு வருஷங்கள் ஆச்சுய்யா."

"அறுபத்தெட்டா! உங்களுக்கா!"

முதுகைப் பார்த்துக்கொண்டிருந்த எனக்கும் நம்பத்தான் முடியவில்லை.

"பின்னே என் பெரிய பொண்ணுக்கே இப்ப வயசு நாப்பத்தஞ்சு. அவ பிள்ளை 'அக்கௌண்ட்ஸ்' ஆபீசரா முந்தாநாள்தான் வேலை ஒத்துண்டிருக்கான். என் பெரிய பையனுக்கு வயசு நாற்பது முடிஞ்சுடுத்து... நீர் மாத்திரம் இல்லை. பார்க்கறவா ஒவ்வொருத்தருமே இப்படித்தான் ஆச்சரிப்பட்டுண்டிருக்கான்னேன்."

"ஏ, அப்பா!" என்று அவரையே ஒரு நிமிஷம் பார்த்து, 'சூப்ரிண்டு' புன்சிரிப்புப் பூத்துக்கொண்டிருந்தார். "நீங்கள்ளாம் அந்தக் காலத்து மனுஷா."

"யாரு? நன்னாச் சொன்னீரே, எந்தக் காலத்திலேயும் முடியும்யா!" திடீரென்று கோவிந்த சாஸ்திரி ஆங்கிலத்தில் பேச ஆரம்பித்தார். குரலும் தணிந்தன. "ரகசியம் என்ன தெரியுமா? எட்டாவது குழந்தை பிறந்தது. என் சம்சாரத்தைப் பார்த்தேன். என்ன சரிதானேன்னேன். சரின்னுட்டா. அதிலேருந்து ஒதுங்கிப்பிட்டோம். அப்ப எனக்கு முப்பத்தெட்டு வயசுதான்."

"அப்படியா!"

"அப்படியேதான். எங்க அப்பா அம்மா செஞ்ச தப்பையும் உணர்ந்துனுட்டேன். எனக்குப் பதினேழு வயசிலே கலியாணம் பண்ணி வச்சாளே... அதெச் சொல்றேன். என் பிள்ளைகளுக்கெல்லாம் முப்பது வயசிலேதான் கலியாணம் பண்றது. பெண்களுக்கு இருபத்திரண்டு வயசுக்கு அப்புறம் தான் கல்யாணம் பண்றதுன்னு தீர்மானம் பண்ணிண்டேன். அப்படியே நடத்திண்டும் வரேன். நீர் பார்க்கிறது எனக்குப் புரியறது. என்னடாது ஒரு பக்கம் சுக்குக் கஷாயம், கருவேப்பிலைக் குழம்புன்னு ரொம்பப் பாட்டியா இருக்கான், இன்னொரு பக்கம் பார்த்தா ரொம்ப "அல்ட்ரா"வா இருக்கானென்னு நினைக்கிறீர். உண்டா, இல்லியா?"

"ஆமாம் ஆமாம், ஹிஹிஹி."

"அதனாலேதானே என் சம்பந்தி என்னை, 'அக்பர் சாஸ்திரி'ன்னு கூப்பிட ஆரம்பிச்சார்... ஏன்னேன். அக்பர் சக்கரவர்த்தி எப்படி யிருந்தான்? உலகத்திலே இருக்கிற நல்லதெல்லாம் சேர்த்துத் தனக்குன்னு ஒரு வாழற முறையை ஏற்படுத்திண்டான். அந்த மாதிரி நீங்களும் இருக்கேள்ளார் அவர். பொண்களுக்குக் கலியாணம் பண்ணினேன், புள்ளைகளுக்கும் பண்ணினேன். முதல் காரியமா ஊர்வலத்தை நிறுத்தினேன். அந்தக் காலத்திலே பத்து வயசிலே கலியாணம் பண்ணினா, திருஷ்டி பட்டுடப் போறதேன்னு குழந்தைகளை வைச்சு ஊர்க்கோலம் எடுக்கறது. இப்பப் புள்ளைக்கு முப்பது வயசு. பொண்ணுக்கு இருபத்தஞ்சு. ஊர்வலமாவதுய்யா? இரண்டாவது பொண்ணுக்கு கலியாணம் பண்றபோது ஒரு கிழவி வந்தா.'என்னங்காணும் ஊர்வலம் இல்லேன்னுட்டீராமே'ன்னா.'ஊர்வலமா, உன்னை வாணா வச்சு நாலு தெருவிலேயும் சுத்தச் சொல்றேன்'னேன். அப்புறம் ஏன் பேசறா?... அ! நம்ம தாத்தாவும் அப்பாவும் பண்ணினாங்கறதுக்காக எல்லாத்தையும் செஞ்சுற முடியுமோ? காலே காலே நம்ம புத்தியை உபயோகிச்சு மாத்தாட்டா நாம் என்ன மனுஷாளா? மிருங்களா? ஒரு உதாரணம் சொல்றேன். புருஷா சாப்பிட்ட அப்புறம்தான் பொண்டுகள் சாப்பிடறதுன்னு வச்சிண்டிருக்கோமே? அது எதிலேய்யா எழுதிருக்கு? உனக்குச் சமைச்சும் கொட்டிப்பிட்டு, மீதியிருக்கிற அடிவண்டலெல்லாம் அவ தனியா சாப்பிடணுமோ? என்ன நியாயம்யா? எங்க வீட்டிலே என்ன பழக்கம் தெரியுமோ? நானும் சம்சாரமும் சேர்ந்துதான் சாப்பிடுவோம். வீட்டுக்கு யார் வந்தாலும் சரி... குழந்தை குஞ்சு பொண்டுகள் எல்லாரை யும் சேர்த்து உட்கார்த்தி வைச்சித்தான் சாப்பிடுவேன். அவாளோட என் சம்சாரத்தையும் உட்கார வைச்சுப்பிடுவேன். கும்பகோணத்திலே மூணாவது சம்மந்தியிருக்கார். ஐவுளிக்கடை வச்சிருக்கார். சக்ரபாணி அய்யர்ன்னு, அவர் நான் இப்படியெல்லாம் இருக்கறதைப் பார்த்துப் பிட்டு ஏதோ பரிகாசமா பேசினாராம். நான் சொல்லிப்பிட்டேன். 'சார்! இதப்பாருங்கோ, நான் உங்க வீட்டுக்கு வந்தா இந்த மாதிரி சேத்து வச்சுத்தான் போடணும் இல்லாட்டா வரவேயில்லேன்'னேன். அப்புறம் வழிக்கு வந்தார். இத்தனை வயசுக்கு மேலே இந்தக் கிழவனுக்குச் சபலத்தைப் பாரும்ணு யாராவது சொல்லிண்டிருப்பன். சொல்லட்டுமே, இதுக்கெல்லாமா பயந்து முடியும்? முப்பத்தெட்டு வயசிலேருந்து நான் எப்படியிருக்கேன்னு எனக்குன்னாய்யா தெரியும்! எல்லாரோடும் உட்கார்ந்து சேர்ந்து சாப்பிட்டு, ஒரு மணி நேரம்

எல்லாரையும் பக்கத்திலே வச்சிண்டு கலகலன்னு பேசி சந்தோஷமா இருக்க முடியலேன்னா அவன் என்ன ஆள். ஐயா! யார் என்ன சொன்னாலும் சரி. நான் அப்படித்தான் இருப்பேன். இருந்துண்டு வரேன். அதனாலேதான் அறுபத்தெட்டு வயசுன்னவுடனே நீர் பிரமிக்கிறீர். நான் மாத்திரம் இல்லே. என் சம்சாரம் குழந்தைகளெல்லாம் இப்படித்தான் இருப்பா. டாக்டருக்குன்னு காலணா கொடுத்ததில்லையா! சத்தியம் வேணும்னாலும் பண்ணத் தயார். போதுமா?" என்றார் சாஸ்திரி.

சத்தியமே பண்ண வேண்டாம், உங்களைப் பார்த்தாலே போதும் என்று நினைத்துக்கொண்டேன். என்னை இவர் லட்சியம் பண்ணாவிட்டால் என்ன? பேசாவிட்டால் என்ன? அக்கறையில்லை. இந்த வயசில் இவ்வளவு நேர் முதுகு – கணார் கணார் என்று இந்தக் குரல். டாக்டருக்கு ஒரு நெல்கூக் கொடுக்காத பத்துக் காணி – ஏ அப்பா.

எதிரே சூம்பின கையும் காலுமாக இரண்டு குழந்தைகள். துணியாகக் கிடந்த 'சூப்ரிண்டு' மனைவியின் சோகை பாய்ந்த உடல். 'சூப்ரிண்டி'ன் முகத்தில் நிரந்தரமாகக் கோடிட்டுவிட்ட குடும்பக் கவலை. இத்தனைக்கும் நடுவில் அக்பர் சாஸ்திரி, சித்த புருஷர்கள் அரைக்கைச் சட்டையும் வேஷ்டியும் அணிந்து வந்ததுபோல் உட்கார்ந்திருந்தார். அவருக்குப் பின்னால் வயிற்றுவலி – அதாவது நான். என்னை மூன்று வருஷங்களாக வதைத்துக்கொண்டிருக்கிற வயிற்று வலியை நான் சொல்லவில்லை. 'சொல்லு சொல்லு' என்று அது முனகின குரல் கேட்டது. அது மட்டுமில்லை; 'இஸினோபீலியா இஸினோபீலியா' என்று என் மனைவி எட்டு வருஷங்களாக எனக்கும் அவளுக்கும் ராத்துக்கம் வராமல் கண் பனிக்கப் பனிக்க இருமுகிற வாதையையும் சொல்லு சொல்லு என்றது. சொல்லுகிறேன் சொல்லுகிறேன் என்று அவற்றைச் சமாதானப்படுத்திக் கொண்டிருந்தேன். திடீர் என்று எப்படிச் சொல்கிறது? முன்னால் இரண்டு வார்த்தையாவது அவருடன் பேசவேண்டும் அதற்குச் சமயம் கிடைக்காமலா போகும்?...

"மதுரைக்கு எப்பவாவது வந்தீர்னா, வீட்டுக்கு வாரும். சந்தோஷமா எப்படியிருக்கிறது, திடகாத்திரமா எப்படி இருக்கிறதுன்னு புரியும். டாக்டரை எப்படி அண்டவிடாமல் வாழறதுன்னு தானே புரிஞ்சுக்குவீர். பயந்திண்டு வராம இருந்துடாதீர். அதுக்காக வந்தவர்களுக்குக் குளிக்க வெந்நீர் போடாமல் இருந்துட மாட்டோம். என்னோடத்தான் நீரும் எழுந்திருக்கணும்னா காலமே நாலு மணிக்கே எழுப்பிட மாட்டேன். கவலைப்படாதீர் என்ன, வரீமா?"

"கட்டாயம் வரேன்."

"உம்ம சம்சாரத்தையும் அழைச்சிண்டு வரணும். என்ன வரீமா?"

எனக்கும் அக்பர் சாஸ்திரி வீட்டுக்குப் போக வேண்டும்போல் தானிருந்தது. கூப்பிட்டால்தானே? மனுஷன் தற்செயலாக்கூடத் திரும்பமாட்டார் போலிருக்கிறது. ஓர இடத்தைக் கொடுக்கவில்லை என்று மனுஷனுக்கு வருத்தமோ?

திருவிடைமருதூர் ஸ்டேஷன் வந்தது. "மகிழமாலை விற்குமே இங்கே?" என்று எழுந்தார் அக்பர் சாஸ்திரி. எதிர் ஜன்னலண்டை எழுந்து போனார். "மகிழ... மகிழ... மகிழ" என்று பாதி பாதியாகக் கூப்பிட்டார்.

அக்பர் சாஸ்திரி ◆ 687 ◆

பேசின பேச்சில் தொண்டை சோர்ந்துவிட்டது. குழந்தைகளுக்குப் பக்கத்தில் உட்கார்ந்துகொண்டார்.

"சார்!" என்று சொல்லாமல் என்னை ஜாடைகாட்டி அழைத்தார். அவர் விழியைப் பார்த்து அருகே ஓடினேன். மார்பைத் தடவு என்று சைகை காட்டினார். சடசடவென்று புத்தானைக் கழற்றி மார்பைத் தடவினேன்.

"கும்பகோணத்திலே ..." அவரால் மேலே பேச முடியவில்லை.

"கும்பகோணத்திலே என்ன?"

"சக்ர ... சக்ர ... சக்ர ..."

பேச முடியாமல் அப்படியே சாய்ந்துகொண்டார். பையனின் கை அவர் முதுகுக்கும் ஜன்னலுக்கும் இடையே அகப்பட்டுக்கொண்டது, இழுத்துக்கொண்டான்.

"என்ன சார், என்ன சார்" என்று 'சூப்பிரண்டு' எழுந்து வந்தார்.

"சார், சார், கோவிந்த சாஸ்திரிகள்" என்று உரக்கக் கூப்பிட்டார்.

அவர் மனைவி எழுந்து, "என்ன?" என்று கண்ணைத் திறந்து நிலைமையைப் புரிந்துகொண்டு எழுந்து உட்கார்ந்தாள். "இந்தாண்டை வாடா கிச்சு, கௌரி!" என்று குழந்தைகளைக் கூப்பிட்டாள்.

நான் மார்பைத் தடவிக்கொண்டிருந்தேன். "என்ன சார், என்ன சார்?" என்று பதறினார் 'சூப்ரிண்டு'.

மூக்கில் கை வைத்துப் பார்த்தேன்.

"என்ன சார்?"

"கும்பகோணத்திலே அவர் சம்பந்தி பேர் என்ன என்று சொன்னார்."

"சக்ரபாணி அய்யர், ஐவுளிக்கடை வைச்சிருக்காராம்."

"நீங்க இறங்கிப் போய் ஸ்டேஷன் மாஸ்டர்கிட்டச் சொல்லி அவரைக் கும்பகோணம் ஸ்டேஷனுக்கு வரச் சொல்லி 'மெஸ்ஸேஜ்' கொடுக்கச் சொல்லணும்."

"ஏன்! என்ன?"

"ஒன்றுமில்லை."

"அப்படின்னா?"

அவர் மனைவி அருகில் வந்தாள். "அட, ராமா!" என்று சாஸ்திரியைப் பார்த்தாள்.

"என்ன?" என்றார் 'சூப்ரிண்டு' மறுபடியும்.

டாக்டர் உதவியில்லாமேலே அக்பர் சாஸ்திரி மனிதன் கடைசிக் காரியத்தையும் செய்துவிட்டார் என்று அவருக்குப் புரிந்தபாடில்லை.

கல்கி, ஏப்ரல் 1959

மயில்சாமியின் தேவை

"மயில்சாமி வந்திருந்தான்!"

"மயில்சாமியா! எப்ப? மாடியிலே வத்தல், ஊறுகாய் ஏதாவது உலத்திருக்கியா? எடுத்துவை, மழை வரப் போவுது."

"அதுக்கா? மயில்சாமி என்ன வாத்தியாரா? சனி, ஞாயிறு, சதுர்த்தி, அம்மாசி, மாசிமகம்னு நினச்சப்பல்லாம் லீவு மேலே இடறி உளறுதுக்கு! மூணு மாசமாச்சாம், ஒரு மணி நேரம் சேந்தாப்பல தூங்கி!"

"சோளியன் கண்ணு சும்மா முளிக்குதா? ஒரு எமை கோட்டுக்கு நூறு ரூபா மேனிக்கிலல்ல பாங்கியிலே ஏறுது."

"வாரிக் கொடுத்திருப்பான், போன ஜன்மத்துலெ. இப்ப வருது. யாரு தடுக்க முடியும்?"

"இப்ப யார் தடுத்தாங்க? ...என்னாத்துக்கு வந்தான்?"

"சும்மாத்தான் அண்ணின்னான். அரைமணி போல் இருந்தான். அப்புறம் அவசரமாப் போகணும். ஒன்பது மணிக்கு 'ஷூட்டிங்' போயிட்டான். காபி கலந்து குடுத்தேன். சாப்பிட்டேன். எல்லாம் சொன்னான். அப்புறம் அண்ணியைக் காரிலே ஏத்திக்கிட்டு மார்க்கட் வரைக்கும் கொண்டுபோய் விட்டான் ... போனான்."

"கார் சவாரியும் ஆயிடிச்சா!"

"புதுக் காராம். நீங்க வந்தாத்தான் ஆச்சுன்னான். என்ன செய்யறது?"

"புதுக் காரா?"

"பேரிசு இவன் வைச்சிட்டிருக்கானாம்."

"பெஞ்சாதிக்கு ஒண்ணு வாங்கினான். அதுவும் புதுசு தான்."

"அதையும் விக்கலே, சின்ன துரையைப் பள்ளிக் கூடத்திலே போட்டிருக்கான்லே. அது வந்து நான் சின்னக் காராயிருந்தாத்தான் பள்ளிக்கூடம் போவேன்னு அடம் பண்ணிச்சாம். அதுக்காக வாங்கிப் புட்டானாம். அதைத்தான் அண்ணன்கிட்ட காமிக்கணும்னு வந்தானாம்."

"பலேடாய்யா! மூணு மாசத்துக்கு மூணு காராச்சு. செஞ்சியிலேருந்து ஒரு பசு மாடு வாங்கியிருக்கிறான். அதுக்கு வைக்கல், பருத்திக் கொட்டை, புண்ணாக்கு வாங்கியாற அடுத்த மாசம் ஒரு லாரி வாங்கிடுவான்."

"ஏன் நிறுத்திப்பிட்டீங்க?"

"எல்லாம் சொன்னான்னு சொன்னியே, என்ன சொல்லியிருப்பான்னு ஊகிச்சுக்கிட்டிருந்தேன்."

"உங்களைப் போன தடவைப் பார்த்தப்புறம் இன்னும் நாற்பது படத்துக்குக் கையெழுத்துப் போட்டிருக்கானாம். இப்ப நூறாவது படமாம்! இன்னிக்குக் காலமே லட்ச ரூபாய்க்கு ஒரு படத்துக்குக் கையெழுத்துப் போட்டு அட்வான்ஸ் வாங்கினானாம். அதையும் அண்ணன் கிட்ட சொல்லணும்னு வந்தானாம். முதத் தடவையா லக்ஷ ரூபாய்க்குக் கையெழுத்துப் போட்டிருக்கான்ல!"

"சரி, அப்புறம் என்ன சொன்னான்?"

"நாலாம் மாடியிலே சுபுத்தினி கட்டி வைச்சிருக்கேன். நேத்துத்தான் முடிஞ்சுது. அதையும் பார்க்கறதுக்குத்தான் அண்ணனைக் கூப்பிட்டுப் போகலாம்னு வந்தேன்னான்."

"என்னது! சுபுத்தினியகமே பண்ணி வைச்சிருக்கானா?"

"ஆமாம். நாலாம் மாடியிலே தூரத்திலேருந்து பாக்கறப்பவே தெரியுமாம்."

"ஈசன் விளையாட்டு!"

'ஸ்புட்னிக், ஸ்புட்னிக்' என்று கூறுவது என்ன என்று நான் இப்போது சொல்ல ஆரம்பித்தால் என்னய்யா, உன் வாத்தியார் தனத்தை எங்களிடமும் ஆரம்பித்துவிட்டீரா என்று கேட்பீர்கள். அந்த ஸ்புட்னிக் முதல் முதலாகப் பறந்த அன்றுதான் மயில்சாமி நடித்த முதல் படமும் வெளியாயிற்று.

மயில்சாமி கவலைப்படாத நாளில்லை. "மொதல் படம், எப்படி யிருக்கப் போவுதோ!" என்று சதா மொண மொணவென்று நொந்து கொண்டேயிருந்தான். "அந்தச் செட்டுலே இப்படிச் செஞ்சிருக்கலாம், இந்த செட்டிலே அப்படிச் செஞ்சிருக்கலாம், இந்தப் பயலுவ கதை என்னன்னு சொல்லாமியே வேலை வாங்கியிருக்கானுவ. ஹூம்" என்ற உஷ்ணப் பெருமூச்சுடன் கடந்து போன தவறுகளுக்கெல்லாம் கரைந்து கொண்டிருந்தான்.

ஸ்புட்னிக் காலையில் உலகத்தைச் சுற்றிற்று. அன்று மாலை மயில்சாமி நடித்த படிமும் வெளிவந்தது.

நாலாம் நாள் காலையில் வீடு அமளிப்பட்டது. கார் காராக வந்து நின்றது.

மயில்சாமி தடுப்பைத் தாண்டிக்கொண்டு கூடத்தின் எங்கள் பகுதிக்கு வந்தான்.

"அண்ணே, இந்த நாற்காலியையும் ஸ்டூலையும் எடுத்திட்டுப் போறேன். செத்த களிச்சு கொண்டாந்து போட்டுடறேன்."

"கேக்கணுமாடா தம்பி!"

யார் யாரோ வந்தார்கள். பேசிக்கொண்டிருந்தார்கள். நாற்காலியும் ஸ்டூலும் என் அறைக்குத் திரும்பிவிட்டு மீண்டும் இரண்டு தடவை என் அனுமதியின் பேரில் மயில் சாமியின் கூடத்துக்குச் சென்றன.

நாலாம் தடவை வாசலில் கார் வந்து அவன் என் அறைக்கு வந்து நின்றதுமே நானே நாற்காலியை விட்டு எழுந்து கொண்டு விட்டேன். மயில்சாமி சிரித்தான். 'சாயங்காலம் வரைக்கும் பொறுத்துக்குங்கண்ணே!' என்றான்.

சாயங்காலம் வெளியே போய்விட்டு வந்தபோது மயில்சாமியின் முன் அறையில் எட்டிப் பார்த்தேன். பளபளவென்று நாலு பிரம்பு நாற்காலிகள் சாய்ந்தும் உட்கார்ந்தும் கொண்டிருந்தன.

"மயில்சாமி இல்லையா?"

"வெளியேதான் போனாங்க!" என்று அவன் மனைவி பதில் சொல்வதற்கும் வாசலில் ஒரு சின்ன டாக்ஸி நிற்பதற்கும் சரியாயிருந்தது. மயில்சாமி அதிலிருந்து இறங்கினான்.

மயில்சாமியோடு பல சாமான்கள் இறங்கின. ஒரு முகம் பார்க்கிற நிலைக் கண்ணாடி, ஒரு கைக்கடியாரம், ஒரு சுவர் கடியாரம், குழந்தை களுக்குத் தங்க ஜிகினாச் செருப்புகள், அவன் மனைவிக்குத் தங்க ஜிகினாச் செருப்பு, காப்பி பலகாரம் சாப்பிட முன்னாடி வைக்கிற குட்டை ஸ்டீல் நாலு, ஒரு அமெரிக்கன் பேனா செட், ஒரு படி பிடிக்கிற வெள்ளிக் கெட்டில், தலைக்குப் பெண்கள் கூந்தலை மாட்டுகிற கறுப்பு வளையம் இரண்டு, தலைவலை இரண்டு ஜோடி, நைலான் புடவை அரை டஜன், மயில்சாமி கழுத்தில் ஒரு சங்கிலி – மயில்சாமி என்னிடம் எல்லாவற்றையும் காண்பித்தான்.

"அண்ணே! கோபிச்சுக்கப்படாது, உங்க நாற்காலியை மட்டும் உள்ளாரத் திருப்பிக்கொண்டு வந்து வச்சேன். ஸ்டூலை நானே வச்சுக்கிட்டுக்கேன். அதுலே உட்கார்ந்து காலமே ஒரு படத்துக்குக் கையெழுத்துப் போட்டேன் பாருங்க! நீங்க சொன்னா நம்ப மாட்டீங்க! அப்புறம் சாயங்காலம் நாலு மணி வரைக்கும் 'தபதப தபதப'ன்னு வந்துக்கிட்டேயிருந்தாங்க. இன்னிக்கிப் பதினாறு படத்துக்குக் கையெழுத்து போட்டிருக்கேன். காலமே போட்ட முதல் கையெழுத்து இரண்டாயிர ரூபாய்க்கு. அப்புறம் பாருங்க ...' கண்ணைச் சிமிட்டிக் கொண்டான் மயில்சாமி. "சும்மா கேட்டு வைப்பேன்னு அடுத்தாப்பல ஒரு ப்ரொட்யூசர் வந்தாரு, அவருகிட்டே எண்ணாயிரம்னு

மயில்சாமியின் தேவை

போட்டேன்; மனசிலே கொஞ்சம் தயக்கம்தான். ஆனால் அந்த ஆளு "அதற்கென்ன"ன்னாரு. அவ்வளவு தான், அப்படியே எழுதினாரு. ஆயிரம் அட்வான்ஸ் கொடுத்தாரு. அப்புறம் வேடிக்கையைக் கடைசி வரைக்கும் பார்த்துப்பிடறதுன்னு இரண்டு இரண்டா ஒசத்திக்கிட்டே போனேண்ணே! பதினாறாவது படம் முப்பத்திரண்டாயிரத்துக்குப் போட்டிருக்கேன். எல்லாம் இந்த ஸ்டீல்லே உட்கார்ந்த வேளைதான். அது எங்கிட்டவே இருக்கட்டுமண்ணே" என்று ஒரு நூறு ரூபாய் நோட்டை என் கையில் வைத்து, ஒரு கும்பிடு போட்டான். "அண்ணன் மறுதளிக்கப்படாது" என்று பஞ்சைச் சிரிப்புடன் நின்றான் மயில்சாமி.

மூன்றாம் நாள் விடியற்காலையில் லாரியில் ஏழெட்டு ஆட்கள் வந்தார்கள்.

"அண்ணனுக்கில்ல? வரவங்க போறவங்க ஜாஸ்தியாயிடுச்சு. வேறே தனி ஊடா நூத்தம்பது ரூவாயிலே பாத்திருக்கேன் அண்ணே!" என்றான் மயில்சாமி.

லாரியில் சாமான்கள் ஏறின. டாக்சியில் மயில்சாமி குடும்பத்தோடு நானும் அவளும் கூடப் போய்ப் புது வீட்டில் அவர்களைக் குடியேற்றினோம்.

"என்னமோ இப்படிப் புசுக்குனு வந்திட்டேன்னு நினைக்கப் படாது அண்ணன். எனக்குப் பழைய நாளெல்லாம் நல்ல ஞாபகம் இருக்கு. அதுவும் இப்ப அப்படியே குபுகுபுன்னு நினைவு வருதுண்ணே!" – மயில்சாமிக்குக் கண்ணில் நீர் கட்டி விட்டது.

"பேசாம இரு மயிலு – இந்தத் தொழிலுக்குக் கொஞ்சம் டாப்பு ஜோப்பெல்லாம் வேணும். இல்லேன்னா மதிக்கமாட்டானுக. என்னைக் கேட்டா இன்னும் கொஞ்சம் பெரிய வீடா வாடகைக்கு எடுத்திருக்கணும்" என்று நானே அவனுக்கு ஆறுதல் சொன்னேன்.

"பாத்துப்பம், அண்ணே! ஒரேடியா வீங்கப்படாது" என்று கண்ணைத் துடைத்துக்கொண்டான் அவன்.

புது வீட்டில் ஒரு மாதம்கூட இல்லை அவன். அதற்குள் எண்ப தாயிரத்துக்குச் சொந்த வீடே வாங்கி விட்டான். அந்த மனைபுகு விழா வுக்குப் பந்தல், சமையல், வரவேற்பு எல்லாம் அடியேன் மார்பத்தில்தான் நடந்தேறின. வீட்டின் நுழைவில் 'சுபுத்தினியகம்' என்று எழுதியிருந்தது.

"என்ன மயிலு இது?" என்றேன்.

"அண்ணனுக்கு மறந்து போச்சு, முதப் படம் ரிலீஸ் ஆன அன்னிக்குக் காலமே ஒண்ணு பறந்திச்சில்லே ரஷ்யா விலேர்ந்து –"

"ஆமாம், ஸ்புட்னிக்கு."

"பேப்பரைப் பார்த்தேன். அது பூமியிலேந்து கிளம்பின அதே நேரத்துக்குத்தான் அந்தப் பட ரோலுங்களும் கம்பெனியை விட்டுத் தியேட்டருக்கு 'வான்'லே கிளம்பிச்சுன்னு தெரிஞ்சுது. இதுக்கு நமக்கு ஆண்டவன் ஏதோ ஒத்துமை வைச்சிருக்கான்னு ஒரு தோத்தம் எனக்கு. இதெல்லாம் நல்லாக் கவனிச்சாதானேண்ணே தெரியுது. அப்புறம்

ரெண்டாவது பறக்கவிட்டான் பாருங்க, அன்னிக்குத் தான் நான் இருபத்தஞ்சாவது படத்துக்குக் கையெழுத்துப் போட்டேன். இந்த ஸ்புட்னிக்குக்கும் நமக்கும் ஏதோ சம்பந்தம் இருக்குன்னு அப்ப இன்னும் கெட்டிப்பட்டுப் போச்சு. ஊட்டை வாங்கினேன். உடனே அதும் பேரையே வைச்சேன்.

என்ன பார்க்கிறீங்க? பேர் வேற மாதிரியிருக்குன்னு யோசிக்கிறீங் களா? பேர் வைச்சாலும் தமிழ்ப் பேரு மாதிரி இருக்கணும்லேண்ணே, ஸ்புட்டுனிக்குன்னா புட்டு, இடியாப்பங்கற மாதிரி "சௌண்டு" என்னமோப் போலல்லக் கேக்குது. அதான் சுபுத்தினியகம்னு வைச்சேன். ஸ்புட்னிக் பேர் மட்டும் இல்லாம இன்னும் என்னென்னமோ ஐடியா வெல்லாம் வருகு பாருங்க. புத்தி, சுபுத்தி, சுபுத்தினியகம் எப்படி நம்ம சேர்வை. அண்ணன் என்ன கேட்டார் தெரியுமில்லே? சேர்வையண்ணே, என்ன கேட்டீங்க அப்ப?

பக்கத்து ஜமாவில் இருந்த ஒரு ஆள் சிரித்துக்கொண்டே, "ஏன், தம்பி! சம்சாரத்தின் பேரை நேரடியாய் போடாமல் இப்படிப் போட்டிருக்கீங்க போலிருக்குன்னேன். என்ன தப்பு?" என்றார்.

"கேட்டீங்களாண்ணே. சுபுத்தின்னா நல்ல புத்தி உள்ளவ. அவ அகம். அவ வீடு ... சேர்வையண்ணன் ஐடியா பார்த்தீங்களே?"

"பலே! பலே! தெய்வம் கண்ணைத் தொறந்திச்சுதுன்னா எல்லாம் சேர்ந்துக்குது" என்றேன்.

"அகமுடையான்னு நாம சொல்லுவம், சுபுத்தினியாயிருக்கிறவங் களுக்கு அகம் யாரு?" என்று சேர்வையண்ணன் அடுத்தாற் போலக் கேட்டார்.

"எப்படிண்ணே?" என்று கேட்டான் மயில்சாமி.

"சுபுத்தினிக்கி அகம் நீதான்" என்றேன்.

"சேர்வை அண்ணே, பாத்தீங்களே. அண்ணன் தமிளைக் கறைச்சுக் குடிச்சவங்க, ஒளவை, கம்பரு எல்லாம் மனப்பாடம். அவங்ககிட்ட நடக்காது"

மயில்சாமி வாயிலிருந்து வரும்போது இதெல்லாம் என்னமோ அசட்டுத்தனம் என்றே எனக்குத் தோன்ற மறுத்துவிட்டது. கூரையைக் கிழித்துக் கொண்டு தடுக்கமுடியாமல் வரும் பணத்தையும், அது சேர்த்து விட்ட சம்பாரங்களையும் பெருமைகளையும் சிறு பிள்ளைபோல் கபட மில்லாமல் அவன் ரசிக்கிற திளைப்புத்தான் எனக்குப்பட்டது. ஏதோ நல்ல பாலாக் குடிக்கிற மாதிரி இருந்தது எனக்கு.

ஆள் கூட எத்தனையோ மாறுதலுக்குள்ளாயிருந்தான். உடம்பில் ஒரு மினுமினுப்பு. சில்க் சட்டை, அரையில் இரண்டு அங்குலம் ஜரிகை போட்ட வெண்பட்டு. பாம்பு விரல், கட்டை விரலைத் தவிர மற்ற விரல்களில் தினுசு தினுசாக மோதிரங்கள். இடது ஆள்காட்டியில் இரண்டு மோதிரங்கள். இப்பொதுதான் குளித்துவிட்டு வந்தாற்போல் மினுமினுப்புடன் மின்னுகிற தலை. தலைமயிர் கூட மாறிவிட்டது.

இழைப்புளி தள்ளுகிற சுருள்களைப்போல் தலைமயிர் முழுவதும் சுருள் சுருளாகச் சுருண்டிருந்தது. சிறிதளவாவது முகத்தில் காண்கிற எண்ணெய் அறவே மறைந்து நிரந்தரமாக ஒரு துடைத்துவிட்ட மெருகு. அவனை விட்டுக் கண்ணை எடுக்கவே முடியவில்லை.

ஆனால் வெகு நேரம் பார்க்க முடியவில்லை. கிருகப்பிரவேசத்தன்று கூட அவனுக்கு ஓய்வில்லை! ராத்திரி சாப்பாடாகி விருந்தாளிகள் முழுவதும் கலைவதற்குள் காரை எடுத்துக்கொண்டு கிளம்பிவிட்டான். கொல்லம் உப்பங்கழியில் வைத்து ஷூட்டிங்காம்.

கொல்லத்திலிருந்து காலை எட்டு மணி இருக்கும். ஒரு 'ட்ரங்கால்' வந்தது.

"வந்து சேந்திட்டேண்ணே. நீங்க ஊட்டுக்குக் கிளம்பிடாதீங்க. நாளானிக்கிக் காலமே வந்திருவேன். அப்புறம் தான் போகணும்."

மூன்றாம் நாள் காலையில் ஏழெட்டு பலாப்பழம், ஒரு டஜன் மிதியடிகள், மலையாளத்துத் தைலங்கள், பச்சைப்பாக்கு அரை மூட்டை – இப்படி வந்து சேர்ந்தார்கள் காரும் மயில்சாமியும்.

என்னென்ன வாங்குவான் அவன் என்று சொல்ல முடியாது.

"ஐப்பான்காரன், ஐப்பான்காரன் தாண்ணே. மாதளம் பளத்தைத் தோலைக் குந்துனாப்பல உரிச்சு ஒவ்வொரு முத்திலே இருக்கிற சாத்தை யெல்லாம் கக்கப்பண்ணி ஒரு குளா வளியா விளப்பண்றது இலேசான காரியமா? நம்ம ஊர்லே செய்வாங்களா? இத பாருங்க – கோமதி – நம்ம அண்ணனுக்கு அந்த மாதளங்கா மிசினைக் கொண்ணாந்து காட்டு. நெக்லசை எடுத்துக் காட்டலையா அண்ணனுக்கு? பம்பாய்க்குப் போனேன், அண்ணே, போன மாசம். அப்ப ஒரு வெள்ளைக்காரங்கிட்ட வாங்கினேன். நாப்பத்திரண்டாயிரம் ஆச்சு, அப்புறம் இங்க வந்து பச்சையிலே பதக்கம் பண்ணுச்சு. எல்லாம் நாப்பத்தஞ்சு ரூவா ஆயிரிச்சு."

அட்டிகை பூத்துக் குலுங்கிற்று. வாங்கிப் பார்த்தேன்.

"ஹாலண்டுன்னு ஒரு ஊராமே. அங்கெல்லாம் கட்டுறானாம்" என்றான் மயில்சாமி.

திடீரென்று வாத்தியமும் பாட்டுமாகக் கேட்டது.

"எங்க பாடுது, சொல்லுங்க, பார்ப்பம்" என்று சிரித்தான் மயில்சாமி.

நான் உச்சி மோட்டைப் பார்த்தேன், கதவிடுக்கில் பார்த்தேன், சுவரைப் பார்த்தேன். "இல்லே, இல்லே, இல்லே" என்று நான் பார்க்கிற ஒவ்வொரு இடத்தையும் பார்த்து மறுத்துக்கொண்டே வந்தான். "இங்கே" என்று வலது மார்பைத் தட்டிக்கொண்டான். சட்டையின் உள்பாக்கெட்டில் கையை விட்டு டயரி ஒன்றை எடுத்தான். டயரி இல்லை. ரேடியோ. அதை என் முன்னால் வைத்து எங்கேயோ தடவினான். சாட்டை மாதிரி புசுக்கென்று ஒரு கம்பி கிளம்பி நின்றது. "ஏரியல் அண்ணே" என்றான் அவன்.

எனக்கு ஒன்றும் புரியவில்லை. மலைத்துப் போய்ப் பார்த்தேன்.

"நம்ம ஊர்லே சித்தர் பாடல்லெ சொல்லியிருக்கும் பாங்க. இந்த ஆளுங்க செஞ்செ காமிஞ்சுப்பிட்டான்க பாருங்க."

மயில்சாமி வீடு முழுவதும் ஆச்சரியங்களாக நிரப்பியிருந்தான். வீட்டுக்கு வந்ததும் எல்லாவற்றையும் சொல்லி, "என்னத்துக்கு இப்படிக் கண்டா முண்டானெல்லாம் வாங்கறான்னுதான் புரியலே" என்று சொன்னபோது இவளுக்குக் கோபமே வந்து விட்டது.

"என்னமோ ஆசை, போகட்டுமே. உங்க மோட்டார் டயர் செருப்பு என்னமோ நூறு சண்டை பாத்த சிப்பாய் மாதிரி காதுலேந்தே குதிவரைக்கு நூறு பிளாஸ்திரி போட்டுக்கிட்டு உங்களை நாலு வருசமாச் சுமக்கு."

"மோட்டார் டயர் செருப்பைப் பத்தி உனக்கு என்ன தெரியும்."

"பின்னே! அவன் மாத்திரம் உபயோகமில்லாம வாங்குவானா! ஏதோ ஆசை!"

"அதுக்காக – இப்படியா? குழந்தைகளுக்கு விரலை நீட்ட முடியலே. ஒவ்வொரு விரலுக்கும் ஒரு மோதிரம்; ஒவ்வொரு மோதிரத்தி லிருந்தும் சங்கிலி கிளம்பிக் கை வளையோட ஜாய்ண்டு. கல்கத்தாக்குப் போனப்ப மூவாயிர ரூபாய்க்கு ஜவுளி வாங்கியிருக்கான். குழந்தை களுக்குச் சட்டை வாங்கினால் தடவைக்கு ஏழெட்டு டஜனா வாங்கறது!"

"உங்களுக்கென்னாங்கறேன்? உங்க பணத்தை எடுத்துச் செலவு பண்ணப்பல்ல அலமலங்கறீங்க! மரியாதைக்கு அண்ணன்னு கூப்பிட்டா நெச அண்ணன் மாதிரியே காயறீங்களே?"

"அட, செலவு பண்ணறதிலே இத்தனை அசிங்கமா? பாந்தமாப் பண்ண வாணாம்? அதுக்கில்ல சொல்றேன்?"

"அவன் என்ன அசிங்கமா செலவு பண்ணான்? கோமதியைத் தவிர யாரும் அவனுக்குப் பொம்பிளையாவே பட மாட்டாங்க. ஒண்ணுக்கு ரெண்டு வேளையா காப்பி குடிப்பான். அவ்வளவுதான்."

"அது சரி."

"பின்னே?"

இவள் சொன்னால் நான் சிரிக்காமல் இருப்பேனா? தீபாவளிக்கு முன்னால் நல்ல பால் கிடைக்கவில்லை என்று டில்லியிலிருந்து யானை மாதிரி சுருட்டை எருமை ஒன்று வாங்கி வந்தான். அதைப் போய் வாங்க என்ன செலவு! ஒரு கோனாரோடு விமானத்தில் டில்லிக்குப் போய் மாட்டை வாங்கி ரயிலில் ஏற்றி, விமானத்தில் திரும்பிவந்து ... எல்லாம் சரி. நாலாவது மாடி கட்டட்டும். அதன் மேல் ஸ்புட்னிக் என்னத்துக்கு?

சாப்பிட்டுவிட்டுத் தூங்குகிறபோது என்னை எழுப்பி, "காப்பிக் கொட்டை மிஷினுக்குப் போய்வாரேன். பாலுக்கு ஏனம் வைச்சிருக்கேன். வந்தா வாங்கி வைச்சு மூடிப்பிட்டுத் தூங்குங்க" என்று சொல்லி விட்டுப் போனாள் ராஜி.

மயில்சாமிக்கு ராத்துக்கமே இல்லையாம். ராத்திரி ஒன்பது மணியி லிருந்து இரண்டு மணி வரையில் ஷூட்டிங். அங்கிருந்து வேறு

ஸ்டூடியோவுக்குப் போய் உடை மாற்றி, காலை ஐந்து மணி வரையில் ஷூட்டிங், பிறகு பல் துலக்கிக் குளித்துவிட்டு மறுபடியும் ஏழு மணியிலிருந்து ஷூட்டிங். பகல் ஒரு மணிக்கு அது முடிந்ததும் இரண்டு மணியிலிருந்து ராத்திரி இரண்டு மணி வரையில் ஷூட்டிங். உடனே மூன்று மணிக்குக் காரில் ஏறி மைசூர் போய் அங்கே வெளிக்காட்சி ஷூட்டிங் ...

போடா போ.

நான் பகலில் தூங்காமலிருக்க மாட்டேன். கோடி ரூபாய் கொடேன். சனி, ஞாயிறு பிற்பகல் தூக்கத்தை விடுவேனோ? தொண்டைத் தண்ணீர் வற்ற ஐந்து நாள் கத்துகிறேனே, எதற்கு?

ஆனால் இதற்கு எத்தனை இடைஞ்சல்! மூன்று மணிக்குக் கன்னத்தில் அறைகிறாற்போல் பால்காரன் கத்துகிற குரல் ... இல்லா விட்டால் வாசலில் வெயில் வீணாகாமல் கிரிக்கெட் ஆடுகிற தெருப் பட்டாளம்! தலைவலி மருந்து விளம்பரம் பண்ணுகிற தலைவலி மேலண்டை ஜன்னல் வழியாகப் பாடுகிறது. எல்லாவற்றுக்கும் சிகரம் வைத்தாற்போல் வேலைக்காரப் பெண் பிள்ளை! என்னமோ இடும்பி வந்து விட்டு வேலை செய்கிறாற்போல். அவள் துடப்பத்தை எடுத்துப் பெருக்குவதே மாவு மிஷின் அரைக்கிறாற்போல். இன்று பேச வேறு ஆரம்பித்து விட்டாள். கால் தூக்கமும் அரைத் தூக்கமுமாக அதையும் என் காது வாங்கிக்கொண்டு தான் இருந்தது.

"நாப்பது ரூபாயா? எதுக்கு?"

"வேணும். ரொம்ப அவசரம். நாளன்னிக்குக் காலமே கொடுத்திட றேனக்கா."

"நாப்பது ரூபாய்க்குத் திடீரென நான் எங்க போவுறது?"

"என்னக்கா இது?"

"நாலு அஞ்சுன்னாலும் பார்க்கலாம். அதுவும் வாத்தியார்கிட்ட தான் பாக்கணும். அவங்களும் முந்தாநாத்துதான் பத்து ரூபா கொடுத்தாங்க. சம்பளத்திலே ரண்டு ரண்டாப் புடிச்சிக்குங்கன்னு வாங்கினேன், இந்தச் சனி பெரிசாயிருக்கு. நேத்துத்தான் குளியல். அதுக்குத்தான் வாங்கினேன்."

சனி சனி என்றுதான் தன் மகளைக் குறிப்பிடுவாள் அவள்.

"அப்படியா? அக்காகிட்ட கேட்டா கிடைக்கும்னு நெனச்சேன்."

"என்ன செய்யிறது?"

எனக்கு என்னமோ ஒரு திகைப்பு! யார் இது! மயில்சாமி குரல் மாதிரி இருக்கிறதே என்று கண்ணைக் கசக்கி எழுந்தேன். வாசல் கதவைத் திறந்தேன். பளீர் என்ற கரு கரு வென்ற கார் நின்றுகொண்டிருந்தது. வழக்கமாகக் கார்களுக்கு இரண்டு அல்லது நாலு முன் விளக்குகள் இருக்கும். இருந்தது, பக்கத்தில் வேறு நாலு விளக்குகள். மயில்சாமி கார் மாதிரிதான் இருந்தது.

படியிறங்கினதும் திண்ணையோரமாக, காம்பவுண்ட் சுவருக்கு இந்தண்டையிருந்த இடைவெளியில் மயில்சாமி நின்று கல்பகத்தோடு பேசிக்கொண்டிருந்தான். வலது கையில் துடைப்பக் கட்டையை வைத்துக் கொண்டே வேலைக்காரி கல்பகம் பதில் சொல்லுகிறாள்.

"அடடே! அண்ணன் எழுந்துக்கிட்டாங்களே" என்றான் மயில்சாமி.

"அட மயில்சாமியா! வா தம்பி! என்ன இங்கே நிக்கிறே! எப்ப வந்தே?"

"நான் வந்து அரை மணியாச்சுண்ணே. நல்லாத் தூங்கிக்கிட்டிருந் தீங்க. கனைச்சேன். இருமினேன். நீங்க எழுந்திருக்கலெ. சரி, காத்தாட நிப்பம்னு இங்கே வந்தேன்."

கிரிக்கெட் விளையாடும் தெருச் சிறுவர்கள் காம்பவுண்டுக்கு வெளியே நின்று மயில்சாமியை வேடிக்கை பார்த்துக்கொண்டிருந்தனர்.

உள்ளே வந்தான் அவன்.

"உட்காரேன்."

"இல்லேண்ணா, போகணும்."

மயில்சாமி நிலைகொள்ளாமல் பறந்துகொண்டிருந்தான்.

"போகலாம். என்ன காரியம்?"

"ஒரு நாற்பது ரூவா பணம் வேணும்."

"நாப்பது ரூபாயா!"

"ஆமாம்."

"திடீர்னு – "

"காலமே லட்ச ரூபாய்க்கு ஒரு படத்துக்குக் கையெழுத்துப் போட்டண்ணே, ஆயிரம் ரூபா அட்வான்ஸ் கொடுத்தாங்க. போன மாசம் தொண்டாமங்கலத்திலே ஒரு பள்ளிகூடத்துக்குக் கட்டடம் கட்ட நாலாயிரம் ரூபாய் தரேன்னு 'மீட்டிங்'கிலே சொல்லிப்பிட்டேன். அதைக் 'கொடு கொடு'ன்னு நச்சரிச்சிட்டானுவ. உடனே பாங்கியிலே இருக்கிறது, அந்த ஆயிரம் எல்லாத்தியும் சேர்த்து அனுப்பிச்சிட்டேன், அண்ணே! இன்னி மத்தியானம் ஒரு மணியிலேர்ந்து கையில் காலணா இல்லேண்ணே. ஆறு மணிக்குப் பங்களூர் போகணும். ஷூட்டிங். நாளை ராத்திரிதான் வருவேன். வீட்டிலே ஏதாவது கொடுத்திட்டுப் போகணும். கைச் செலவுக்கு வேறே வேணும். நாற்பது ரூபா இருந்தாப் போதும்."

உட்கார முடியாமல் பறந்தான் அவன். முகத்தில் ஈயாடவில்லை. எல்லாச் சொத்தும் பறிபோனது போல் முகத்தில் ஒரு பயமும் வெளிரும் படர்ந்து கிடந்தன. வெறும் பயமாகக் கூட இல்லை, ஒரு திகில்.

"ப்ரொடியூசருக்கெல்லாம் போன் பண்ணினேன் கையை விரிச்சிட்டானுவ. நான் போய் நகையை அடகு வைக்கலாமண்ணே! இத்தினி கஷ்டம் வரும்னு நான் நினைக்கவே இல்லேண்ணே. யார்

யாரையெல்லாம் கஷ்டப்படுத்தியிருக்கேனோ தெரியலே." மயில்சாமி யின் கண்ணில் நீர்த்துளி கண்டது.

"என்ன தம்பி இது?"

"நெசமாச் சொல்றேண்ணேன், நான் ஒருத்தருக்கும் இதுவரைக்கும் வஞ்சனை பண்ணுனது இல்லே. இன்னிக்கி என்னைச் சோதிச்சுது பாருங்களேன் தெய்வம். எத்தினி பேரைக் கேட்டாச்சு. நம்ம கல்பகத்தைக் கூடக் கேட்டிட்டேன், பாருங்க."

நாலு மணி நேரம் பணமில்லாமல் அவன் வாழ்க்கை தெரியும் எல்லாம் இருண்டு விட்டது.

"அண்ணே நான் எவ்வளவோ தப்பு செஞ்சிருப்பேன். அதை யெல்லாம் மறந்திட்டு இப்ப எனக்குக் கைகுடுங்க. நான் மறக்கவே மாட்டேன், சாகிறவரைக்கும் மறக்க மாட்டேண்ணே."

கல்பகம் ஜன்னல் வழியாக இதையெல்லாம் பார்த்துக் கொண்டிருந்தாள்.

"தாம் தாம்னு வாரி இறைச்சேன், பணத்தை மரியாதை இல்லாம. இன்னிக்கு அந்த லச்சுமி சோதிச்சுப்பிட்டா." மயில்சாமி கண்ணீர் அடைக்கப் பேச முடியாமல் நிறுத்திக்கொண்டான்.

அந்தச் சமயம் பார்த்துக் காப்பிக்கொட்டைக் கடையிலிருந்து அவளும் வந்துவிட்டாள்.

"வா தம்பி" என்று மலர்ந்த முகத்துடன் வரவேற்றவளுக்கு அவன் இருந்த நிலையைக் கண்டதும் வெளிறிப்போய்விட்டது. என்னை அர்த்தத்தோடு பார்த்தாள்.

"உங்கிட்ட எதானும் பணம் இருக்கா?" என்றேன்.

"இருக்கே! பெரியம்மா கொடுத்தவச்சிருக்கிற அம்பது ரூபாய் இருக்கு."

"எடுத்திட்டு வா."

பணம் வந்தது.

"அம்பது ரூபாயா வச்சுக்கவேன் தம்பி!"

"வாண்டாண்ணே. நாப்பது போதும்."

"அட, வச்சுக்க சொல்றேன்."

"வேண்டாம்" என்று பத்தைத் திருப்பி வைத்துவிட்டான். "நாளைன்னிக்கிக் காலமே நூறாகத் திருப்பிக் கொடுத்திடறேண்ணே."

"நூறா! இப்பத்தானே லட்சுமி, மரியாதைன்னு வேதாந்தம் பேசினே."

"இருக்கட்டுண்ணே." பஞ்சைச் சிரிப்புடன் எழுந்தான் அவன்.

"காப்பி சாப்பிட்டுப் போ, தம்பி!" என்று அவள் அதட்டியதும் உட்கார்ந்துவிட்டான்.

"இன்னிக்கு நரக வேதனை பட்டாச்சிண்ணேன். அண்ணன் இல்லாட்டி என்ன ஆயிருக்கும்!" என்று அதே சிரிப்புச் சிரித்தான். ஒரு பெரிய புசல் அடிச்சாப்பல ஆயிடுச்சுண்ணே."

"அதுக்காகக் கூட்ற பொம்பிளையைப் பணம் கேட்டியா?"

"கேட்டா என்ன அண்ணே? இப்ப அது நாளன்னிக்கி நூறு ரூபாயா கொடுத்தா வாங்கிக்கும். நீங்க என்னென்ன சண்டை போடப் போறீங்களோ? அப்படியும் தெரியாத பொம்பிளையா அது? அஞ்சு வருஷமா கூடப் பொறந்த மாதிரிதானே பளுகுது – வேலை செஞ்சாலும்."

காப்பி வந்தது. சாப்பிட்டான். சொல்லிக்கொண்டான். காரில் ஏறிக்கொண்டான். போய்விட்டான். தெருப்படைகள் கையெழுத்துக்கு நீட்டின நோட்டுகளை "நாளைக்கு நாளைக்கு" என்று மீறிக்கொண்டு கிளம்பிவிட்டான்.

ஒரு சிரிப்புச் சிரித்துவிட்டு வேலைக்காரி கூடத்தைப் பெருக்க ஆரம்பித்தாள்!

கல்கி, 5, ஜூலை 1959

அட்சராப்பியாசம்

பெரிய உடையார் வீட்டுக் கல்யாணத்தில் கொல்லைத் தாழ்வாரத்தில் கோட்டையடுப்புப் போட்டுச் சமையல் நடந்துகொண்டிருந்தது. தவசிக்குக் கைப்பிள்ளை யாக ஓடுகிற ஐயாறு ஒரு பூசனிக்காயைக் கீழே போட்டு உடைத்து அதை அரிவாள்மணைமீது உட்கார்ந்து நறுக்கிக் கொண்டிருந்தான். உலக நடப்பெல்லாம் பேசிக்கொண்டே சமையலையும் பார்வை பார்க்கிற தவசி, "ஏண்டா ஐயாறு, புகையிலை இருக்கா?" என்றார்.

பொட்டணத்தை நீட்டினான் ஐயாறு.

"சை, தரித்திரியம்! இது என்னாத்துக்குடா. இந்த வாளைநாரும் களுதைப்பாலும்? காம்புப் புகையிலை இருக்காடாங்கறேன்."

"இல்லே மாமா."

"இந்தப் பிச்சாண்டி அக்கரைக்கு ஓடினாலும் ஓடினான்; வேதாரண்யம் நறுக்கு எவன் கொண்டாந்து கொடுக்கப் போறான், இனிமே கரும சிரத்தையா?" என்று சொல்லிவிட்டு, "போடா ஐயாறு, நம்ம உடையாரு கார்வாருகிட்ட போயி, நாலஞ்சு காம்பு வாங்கிட்டு வா. பூசனிக்காயை நான் பார்த்துக்கறேன்" என்று சொல்வதற்காக வாயெடுத்தார் தவசி. அதைச் சொல்வதற்குள் ஐயாறு, "எந்தப் பிச்சாண்டி, மாமா?" என்று சற்றுக் கலவரத்துடன் கேட்டான்.

"பிச்சாண்டின்னு எத்தினி பேருடா இருக்கான்? ஆத்திக் கொல்லைப் பிச்சாண்டிதான்."

"சாவடிலே வெத்திலை பாக்குக்கடை வச்சிருக்கானே!"

"அவன்தான்."

"அக்கரைக்கு எப்பப் போனான் அவன்?"

"முந்தா நாத்து."

"நான் போன சனிக்கிழமை பார்த்துப் பேசினேனே."

"போன சனிக்கிழமைக்கு அப்புறம் சூரியன் பூமியைச் சுத்திக் கோடானகோடி காதம் ஏழுதடவை வந்திட்டான். இவன் முந்தாநாத்து அக்கரைக்குப் போனதுதான் பெரிய சேதியாக்கும்?"

"நெசமாப் போயிட்டானா?"

"முந்தாநாத்துக் கப்பலேறிட்டாண்டாங்கறேன்."

"நெசமாவா?"

"என்னாடது நெசமா நெசமான்னுக்கிட்டு, அமீனாமாதிரி? வியாழுக்கிழமை வியாழக்கிழமை நாலு காம்பு அனுப்புவான். நேத்து வரலெ. பைத்தியம் புடிச்சாப்பல போயி, இன்னக்கிக் காலேமே ரெண்டு கல்லு நடந்துபோயி. கடை பூட்டியிருக்கிறதைக் கண்ணால பார்த்து, சேதியைத் தெரிஞ்சுக்கிட்டு வந்திருக்கேன்; நெசமாநெசமாங்கிறியே!"

அவ்வளவுதான் இறப்புக்கழியில் தொங்கவிட்டிருந்த துண்டை எடுத்து மேலே போட்டுக்கொண்டு வெளியே ஓடினான் ஐயாறு. தெருவில் ஓட்டமும் நடையுமாகப் போனான். சாலையில் ஏறினான். ஓடினான். இரண்டு கல் ஓட்ட ஓட்டமாக ஓடினான். ஆத்திக்கொல்லைக் கிராமம் வரையில் ஓடினான். சாவடியைப் பார்த்தான். கடை பூட்டிக் கிடந்தது. பக்கத்தில் இருந்த கிணற்று மேடையில் யாரோ பெண்பிள்ளை நீர் எடுத்துக்கொண்டிருந்தாள். அங்கே போய்க் கேட்டான். அந்தப் பெண்பிள்ளை சொன்னதைக் கேட்டதும் வயிற்றில் ஏதோ விழுந்தாற் போல் இருந்தது. பிச்சாண்டி சிங்கப்பூருக்குக் கப்பல் ஏறிவிட்டான். முதல் நாளைக்கு முதல்நாள். வேறு யாரோ அங்கே கடை வைக்கப் போகிறார்களாம் அமாவாசையன்று. பிச்சாண்டி எப்போது வருவான் என்று தெரியாதாம்.

"அது எப்ப வர்றாரோ? பத்து வருசமோ, இருபது வருசமோ!" என்றாள் பெண்பிள்ளை.

"அட மோசக்காரப்பாவி!" என்று அலறினான் ஐயாறு. காலெல்லாம் துணிமாதிரித் துவண்டது. இற்றுவிட்டாற் போலத் தொப்பென்று துவைக்கிற கல்மீது உட்கார்ந்தான்.

"பைசா பைசாவாச் சேத்தேண்டா – அடுப்படியிலே காஞ்சு, தண்ணி தூக்கி, துக்காணி துக்காணியாச் சேத்தேண்டா பாவி! பத்து வருசமாச்சு, அந்த மூந்நூறு ரூவா சேக்க ..."

பிறகு பிச்சாண்டியின் அப்பன் ஆயி எல்லோரையும் இழுத்தான்; திட்டினான்; எழுந்திருந்தான்; ஓடினான்.

சாலையில் பாதி ஓடும்போதே சிரிக்க ஆரம்பித்தான். முடிக் கொண்டான். ஆற்றில் இறங்கினான். மணலில் விழுந்து புரண்டான். மணலை வாரித் தலை உடம்பெல்லாம் போட்டுக்கொண்டான். மறுபடியும் சிரித்தான்.

"எலே, சிங்கப்பூர்தானே போறே? நானும் வறேண்டா" என்று சிரித்தான்.

வீட்டுக்கு வந்தான். சிரித்தான். பெரிய குரல் அவனுக்கு. பிச்சாண்டி பிச்சாண்டி என்று எதிரே வருகிறவர்களையெல்லாம் பேயறையாக

அறைந்தான். சிரித்தான். நடுநடுவே அழுதான். மயிரைப் பியத்துக் கொண்டான். விறகுக் கட்டை, கடப்பாரை என்று கையில் அகப்பட்டதைத் தூக்கியெறிந்தான்.

நாலு பேராகச் சேர்ந்து அவனைக் கட்டிப் போட்டார்கள். முன் அறையில் போட்டுப் பூட்டினார்கள். பூட்டின அரைமணி நேரத்திற் கெல்லாம் தோரணம் தோரணமாக அரை வேட்டியைக் கிழித்துவிட்டான் ஐயாறு. சற்றுக் கழித்து ஆனந்தக் களிப்பில் ஒரு பாட்டும் கிளம்பிற்று.

  ஆத்திக்கொல்லை என்னும் ஊரு – அதிலே
   அங்காடிக் கடைவச்சிச் சம்பாரிச்சாரு
  வாத்தியார் மகள் அந்தப் பாரு – சாலை
   வெத்திலைப் பாக்குக்கடை பிச்சாண்டியாரு
  தத்திங் கிணந்தோம் ததித்தோம் – தான
   திம்திம்தி திம்திம்தி திம்திம் ததித்தோம்
  பிச்சாண்டி தோழர் ஐயாறு அவர்
   பத்தாறு மாசம் முந்நூறு சேத்தாரு
  வச்சாண்டி பிச்சாண்டி கண்ணு – அதை
   வாங்கிட்டுக் கப்பல்லே நீட்டினான் கம்பி
  தத்திங்கிணத்தோம் ததித்தோம்

ஊர்க் குழந்தைகளெல்லாம் திண்ணைக்கு வெளியே நின்று தாளம் போட்டன. உடையார் வீட்டுக் கல்யாணத்துக்கு வந்திருந்து சம்பந்தி ஜனங்களின் குழந்தைகளும் சேர்ந்துகொண்டன. ஐயாறுவின் மனைவி மாத்திரம் விசும்பி விசும்பி அழுதாள். ஐயாறுவுக்குக் கல்யாணம் ஆகி இரண்டு வருஷகாலந்தான் ஆகியிருந்தது.

இராப்பகல் தெரியாமல் பாடிக்கொண்டும் சிரித்துக்கொண்டும் பிச்சாண்டியைத் திட்டிக்கொண்டும் முன் அறையில் அரசாணை செய்தான் ஐயாறு. கடைசியில் அவன் அண்ணனும் மாமனாரும் அவனை வண்டியில் போட்டுக்கொண்டு திருவிடைமருதூர் சென்று மகாலிங்கர் சந்நிதியில் ஒரு மண்டலம் வைத்திருந்து திரும்பினார்கள். பாட்டு நிற்கவில்லை. பின்பு, திருக்குடந்தையில் ஒரு சாமியார் வீட்டுக்கு அழைத்துப் போனார்கள். அந்தச் சாமியார் இல்லறத்துறவி. அழகான ஒரு பங்களாவில், குரோட்டன்ஸும் சூரியகாந்தியும் துளசியும் மாசிப்பச்சையும் வாழையும் தென்னையும் சூழ்ந்த பங்களாவில் வாழ்ந்தவண்ணம், மணிமந்திர ஔஷதாதிகளில் தமக்கு இருந்த தேர்ச்சியை உலக நன்மைக்குப் பயன்படுத்தி வந்தவர்.

"உட்காருங்கள்" என்றார் அவர்.

ஐயாறுக்கு அப்பளாக்குடுமி வைத்து, பைத்தியப் பட்டத்தை உறுதி செய்து வைத்ததுபோல் செய்திருந்தார்கள். குளித்துவிட்டு ஈர வேட்டியுடன் உட்கார்ந்த ஐயாறு, சாமியாரைப் பார்த்து ஆனந்தக் களிப்பைத் திருப்பித் திருப்பிப் பாடினான்.

சாமியார் யந்திரம் போட்டுப் பூஜை செய்தார். பதினைந்து நாள் ஆயின. "இங்கேயே இருக்கட்டும்" என்று சொன்னார். அவனை விட்டுவிட்டு மாமனாரும் அண்ணனும் ஊருக்குப் போனார்கள். முப்பது நாள் கழித்துத்

திரும்பி வந்தார்கள். ஆனந்தக் களிப்பு நிற்கவில்லை. சாமியார் அவர்களைத் தனியாக அழைத்துப் போய்ச் சொன்னார். "இது பணம் போன பித்து இல்லை; ஞானப் பித்து. சஞ்சிதம், பிராரப்தம் ஆகிய எல்லா வினைகளும் இந்த ஆத்மாவுக்கு ஜன்மத்தோடு, அறுபட்டுப் போயிடும். அந்தப் பாச விமோசனந்தான் இப்படிக் குரல் கொடுத்திட்டேருக்குங்கறதை நாம தெரிஞ்சுக்கணும். இது இப்படியேதான் இருந்துக்கிட்டிருக்கும். தாமரை இலைத் தண்ணியா இருந்து இந்த ஜன்மத்தை வாழ்ந்து தீத்துப்பிட்டுக் கடைசீலே சுத்த சிவத்திலே கலந்துவிடப்போவது. ஏன் கவலைப் படறீங்க? உங்க குடும்பத்திலே இந்த மாதிரி ஒரு பித்துக் கிளம்பறதுன்னா அது நீங்க சங்காத்தமா செய்த நல்வினைதான். பேசாம அழச்சிட்டுப் போங்க. இது வெறும் பித்தாயிருந்தா இந்த யந்திரத்தைப் பார்த்த ஏழா நாளே அலறிட்டு ஓடியிருக்கும். இப்படி நாப்பத்தஞ்சு நாளு, இது பாடிக்கிட்டேயிருக்குதுன்னா நான் வேற என்னத்தைச் சொல்ல? அது பேரு ஒண்ணே போதுமே – ஐயாறு – இது என்ன இது? ஐயாறப்பர், பஞ்சநதம், பஞ்சாபசேகன், ஐயேசன் ப்ரணதார்த்திஹரன் என்கிற மூணு நாமத்தைச் சொன்னவங்களுக்கு மறுஜன்மம் கிடையாதுன்னு பழைய ஏடெல்லாம் கூவுது, சித்தர் முனிங்கள்ளாம் கூவியிருக்காங்க" என்றார் சாமியார்.

ஐயாறு மீண்டும் ஊருக்கு வந்து சேர்ந்தான். இப்போது அவனைப் பூட்டி வைக்கவில்லை. யதேச்சையாகக் கொல்லைக்கும் வாசலுக்கும் நடமாடினான். எப்போதாவது பந்தயக் குதிரை மாதிரி இரண்டு கால் பாய்ச்சலில் ஊரின் கோடிக்குக் கோடி ஓடுவான். ஓடின வேகத்தில் நின்று வயல்வெளியைப் பார்த்து ஒரு ருத்திரச் சிரிப்புச் சிரித்துவிட்டுத் திரும்பிவிடுவான்.

முன் அறையை அவனுக்காக ஒழித்து விட்டுவிட்டார்கள். அங்கு அவன் தனியரசு நடத்துகொண்டிருந்தது. முந்நூறு வேலிப் பண்ணைக் காரராகவும், தம்பிரான் மடத்துத் தவசியாகவும், கல்யாணத்துக்கு மந்திரம் ஓதுகிற பஞ்சாங்கக்காரராகவும் – இன்னும் பற்பல நிலைகளைச் சித்தப் போக்குக்கு ஏற்றவாறு மேற்கொண்டு பேசிக்கொண்டிருப்பான்.

"நாப்பதாயிரம் மூட்டை நெல்லைக் கொண்டு சேத்தாகணுமேடா. இந்தப் பூனைக் காளையை வச்சிட்டு எத்தினி நடைடா அடிக்கப் போறே கும்மாணத்துக்கு? அன்னதானம் ஐயரு லேசுப்பட்டவரில்லை. கோபம் வந்திரிச்சோ, மண்டை செதறிடும், ஜாக்ரதை!"

"ஒரு அண்டா ரசவாங்கியைப் பிரட்டி எறக்க முடியலே: என்னத்துக்கடா தவசின்னு பேர் சொல்லிட்டு வந்தே? அப்படியே பொடரியிலே வச்சேன்னா ..."

"பாம்பேபே பே பே" என்று ஆனந்த பைரவியில் ஓர் இழுப்பு.

இந்த மாதிரி ஓயாத பேச்சு, ஒழியாத புலம்பல், மூடாத ராகம். இரவு கிடையாது; பகல் கிடையாது. சித்தம் கலங்கின நாளாக அவனுக்குத் தூக்கமும் போய்விட்டது. இரவு முழுவதும் முன் அறை கலகல வென்றிருக்கும். புதிதாக வருகிறவர்களுக்கு ஏதோ ஏழெட்டுப் பேர் பெரிய வழக்கில் முனைந்திருப்பது போலத் தோன்றும். அப்படிக் குரலைக்கூட மாற்றி மாற்றி ஒரு சித்திரம் படைப்பான் ஐயாறு!

அட்சராப்பியாசம்

தூங்க விடாமல் புலம்பின இந்தப் புலம்பலைக் கேட்டு அவன் தாய் நடுநிசிக்கு உள்ளிருந்து வந்து, "உன் வாயிலே நாராசம் பாய! ஏண்டா இப்படி என் வயித்திலே பெரண்டையை வச்சு கட்றே? இப்பப் பேசாம தூங்கறியா? கொண்டைக் கழியைக் கொண்டாரச் சொல்லட்டாமா?" என்று அதட்டல் போடுவாள். கப்சிப் என்று மௌனம் நிலவும். அரைக்கால் நாழிகைக்கெல்லாம் மீண்டும் தொடங்கிவிடும்.

சில நாள் நள்ளிரவில் வாசற்கதவைத் திறந்துகொண்டு வெளிப்படுவான். ஏழெட்டு வீடு தள்ளியிருக்கிற தன் மனைவி வீட்டுத் திண்ணை மீது போய்ப் படுத்துக்கொள்வான். அவனுக்கு உள்ளூரிலேயே, உறவு முறையிலேதான் கல்யாணம். ஐயாறுக்குச் சித்தம் கலங்கின ஒரு மாசத்திற்கெல்லாம், சம்பாதிக்காதவன் பெண்டாட்டியைக் காப்பாற்ற முடியாதென்று அவன் பெண்சாதியைப் பிறந்த வீட்டுக்கு அனுப்பிவிட்டாள் அவன் தாய். அந்த நினைவில்தான் ஐயாறு அந்தத் திண்ணையில் போய்ப் படுத்தது. அங்கே சற்றுப் புலம்பல் கேட்கும். பிறகு நின்றுவிடும்.

காலக்கிரமத்தில் ஐயாறுவின் மனைவி தருமநாயகி ஓர் ஆண்மகவை ஈன்றெடுத்தாள். ஆனால் குழந்தையைப் பார்க்க அவள் மாமியாரோ, நாத்திமாரோ, கொழுந்தன்மாரோ வரவில்லை. சில நாள் கழித்து அவள் குழந்தையுடன் மாமியார் வீட்டுக்குப் போனபோது வா என்று யாரும் சொல்லவில்லை. முகம் கொடுத்துப் பேசவும் இல்லை. ஐயாறு மாத்திரம் அவள் திரும்பி முகத்தைத் தொங்கவிட்டுப் போகும்போது திண்ணையில் உட்கார்ந்த படியே குழந்தையைப் பார்த்து ஒரு புன்சிரிப்புச் சிரித்தான். அதுவும் அவனைப் பார்த்து ஈரங்கொண்ட பட்டு உதட்டால் ஒரு புன்னகை பூத்தது.

ஐந்தாறு ஆண்டுகள் சென்றதும் ஒரு தகராறு மூண்டது.

ஐயாறுவின் குழந்தை வளர்ந்துவிடவே, அதைப் பள்ளிக்கூடத்தில் போடவேண்டுமென்று ஆசைப்பட்டாள் தருமநாயகி. பையனை அப்பா மடியில் உட்கார்த்தி அரிநமோத்து சொல்லித்தானே, அதைத் தொடங்க வேண்டும், விஜயதசமி வருவதற்கு ஒரு மாசம் முன்னாலேயே இதைத் தானே மாமியாரிடம் சொல்லப் போனாள்; சொல்லவும் சொன்னாள். மாமியாருக்குக் கண் சிவந்துவிட்டது. "என்னாடி கதைக்கிறே? யாருகிட்ட கதைக்கிற? அவன் முழுப் பைத்தியம்னா ஒண்ணரைப் பைத்தியமா அடிச்சிரலாம்னு பாக்கறயா? அவன் மடியிலே உக்காத்தி வச்சிக்கிடுவானா அவன்? யார், மடியிலே எந்தப் புள்ளை உக்கார்றது? ஏது ஒண்ணும் புரியலே போலிருக்கு" என்று சீறினாள்.

"புரியத்தான் இல்லை. நீங்க என்ன சொல்றீங்க?"

"நெசமாப் புரியலே?"

"நல்லாப் புரியும்படியாச் சொன்னாதானே புரியும்?"

"புரியும்படியா நானா சொல்லணும்? உங்க வீட்டுக்கு எதித்த வீட்டிலே இருக்கானே, அஞ்சுவேலி பங்குக்காரரு மகன், அந்தக் கயவாளிப்பய கனகசபை; அவன்கிட்ட சொல்லு. அவன் மடியிலே உக்காத்தி வச்சு நீ பெத்த அருமைப் புள்ளைக்கு அரிநமோத்து சொல்லுவான்."

தருமநாயகிக்குப் பகீர் என்றது. வயிறு கொதித்தது. "இப்படிக் கல்லைத் தூக்கிப்போட்டுப்பிட்டிங்களே பாவிசனங்களா?" என்று அலறிவிட்டு, வீட்டுக்குத் திரும்பி வந்தாள். அண்ணனிடம் சொன்னாள். அம்மாவிடம் சொன்னாள். அப்பாவிடம் சொன்னாள். மூன்று பேரும் புறப்பட்டுப் போய் ஐயாறு வீட்டில் போய்க் கத்தினார்கள். அவளும் பதிலுக்குக் கேட்டுக்கொண்டு பதில் கொடுத்தார்கள். கடைசியில் நீ அப்பேர்ப்பட்டவள், இப்பேர்ப்பட்டவள் என்று மாறிமாறித் திட்டிக் கொண்டார்கள். சந்தை இரைச்சலாக வெறும் திட்டுமட்டுந்தான் ஊரார்க்குக் கேட்டது.

ஊருக்குப் பெரிய சீதாராம பிள்ளை பஞ்சாயத்துப் பண்ண நடுவில் புகுந்தார். வெகு நேரம் கேட்டுவிட்டுக் கடைசியில் திருக்குடந்தை சாமியாரை அழைத்துவந்து உண்மையைக் கேட்டு விடுவது என்று இரு சாராரும் ஒப்புக்கொண்டார்கள். அவரிடம் இரண்டு கட்சிகளுக்கும் பக்தியும் மரியாதையும் உண்டு. அவர் சொன்ன தீர்ப்பை ஏற்றுக்கொள்ளும் அளவுக்கு நம்பிக்கை இருந்தது.

திருக்குடந்தைச் சாமியார் வந்தார். விசேஷப் பூஜைக்குச் சித்தம் செய்தார்கள். அதெல்லாம் தேவையில்லை என்றார் சாமி.

அவர் பூஜை செய்யவில்லை. ஆருடம் பார்க்கவில்லை. ஒன்றுமே செய்யவில்லை. ஐயாறுவைப் பார்த்துக்கொண்டே இருந்தார். கவனித்துக் கொண்டே இருந்தார். கண்காணிக்கவில்லை. சும்மா பார்த்தார். அவன் போன இடங்களுக்கெல்லாம் போனார்.

அவர் வந்த மறுநாளே ஐயாறு துவாதசிக் கட்டளை சாப்பிடுவதற்காக நாச்சியார்கோயில் போனான். கூடவே போனார் சாமி. திரும்பும்போது கூடவே திரும்பினார். வடை 'பாயசம்' இருக்கிற சாப்பாடு எங்கே எங்கே என்று கழுகுக்கு மூக்கில் வேர்க்கிறாப்போல் கண்டுகொண்டு போய் வந்து கொண்டிருந்தான் ஐயாறு. அப்படி எத்தனை மைல் போனாலும், வெளியிலோ, மழையோ, சாப்பிட்ட கையோடு ஊருக்குத் திரும்பி விடுவான். கூட நடக்காமல் ஓடி வருகிற சாமியாரைப் பார்த்து இரக்கப்பட்டு, "சாமி, கொஞ்சம் இந்த ஆல நிழல்லே குந்துங்க. சித்தெக் களிச்சுப் போவம்" என்பான்.

வீட்டுக்கு வந்தவுடனே பசுமாட்டைப் போய்க் குளத்தில் குளிப்பாட்டி வருவான். அதை வீட்டில் கட்டி விட்டுப் புல்பிடுங்கி வருவான். அது முடிந்ததும் விர்ரென்று நடந்து பத்து வயல்கடையைத் தாண்டி ஒரு வயலில் உட்கார்ந்து களை பிடுங்குவான். ஐயாறு வீட்டுக்குப் பன்னிரண்டு மா நிலம் இருந்தது. அதற்குத்தான் இந்தப் பணிவிடை நடந்தது. வரப்பில் போகும்போது வறண்ட சாணம் ஏதாவது கண்டால் விடமாட்டான், அதை எடுத்துக் கொண்டுபோய்த் தன் வயலில் போடுவான். அப்படிக் கைகொள்ளாமல் கிடைத்துவிட்டால் அரை வேட்டித் தலைப்பில் போட்டுக்கொண்டுபோய்ப் போடுவான். அதுவும் கொள்ளாமல் போகவே நாலைந்து சாண வறளையைச் சாமியாரிடம் நீட்டி, "சாமி, இதைக் கொஞ்சம் எடுத்துவர முடியுமா?" என்று கேட்பான். சாமி அதை வாங்கிக் கொண்டு உதவி செய்தார்.

சிறிது நேரம் வயலைப் பார்த்து நின்றான் ஐயாறு. "இந்த வருசம் எலிவெட்டு சாஸ்தியாயிருக்கு. இந்த எலி எல்லாம் செத்தால்ல தேவலாம்? சாமி ஒரு மந்திரம் பண்ணுங்களேன். இந்த எலிங்க சாவ" என்றான்.

சாப்பிடப் போகிற இடங்களில் லட்டு, வாழைப்பழம் என்று ஏதாவது கொடுத்தால் அதைக் கையில் வாங்கிக்கொண்டு பத்திரமாக வீட்டுக்கு கொண்டு வருவான். நேராக மனைவி வீட்டில் நுழைந்து அவற்றை ஒரு முற்றத்தில் இருந்த பெஞ்சியின்மீது வைத்துவிட்டு வருவான்.

நவராத்திரி ஆரம்ப நாளென்று திண்ணையில் உட்கார்ந்திருந்தார்கள், ஐயாறுவும் சாமியும். குழந்தைகள் அங்கும் இங்கும் ஓடிக்கொண்டிருந்தன. ஐயாறுவின் மகன் நாலைந்து பையன்களுடன் விளையாடிக் கொண்டிருந்தான்.

"ஏலே உண்டி" என்று கூப்பிட்டான் ஐயாறு. அவன் ஓடி வந்தான். இறப்பில் செருகியிருந்த ஒரு பொட்டலத்தை எடுத்து அவன் கையில் கொடுத்துத் தின்னச் சொன்னான். தின்னுகிறவரையில் பார்த்துக் கொண்டே இருந்தான். அவன் தலையையும் முகத்தையும் தடவிக் கொடுத்தான்.

"உன் கையைச் சுட! உனக்கு வெக்கம், சொரணை ஏதாவது இருக்காடா நிர்மூடமே!" என்று வயிற்றில் லேசாகப் போட்டுக் கொண்டு, "ஏ மூதேவி, இனிமே இங்கே வந்தா உன் காலை ஒடிச்சுப் போட்டிருவேன்" என்று குழந்தையை விரட்டினாள், ஐயாறுவின் தாய். அவன் அவளைப் பார்த்து ஸூஸூ என்று வாய்க்குள் முனகியவாறு, வழக்கம்போல் புன்னகை பூத்தான். சாமிக்கு ஒன்றும் புரியவில்லை.

விஜயதசமிக்கு இன்னும் மூன்றே நாட்கள் இருந்தன. சாமி இன்னும் மத்தியஸ்தம் செய்யவில்லை.

ஊர் முழுவதும் உளவு விசாரித்தார். பையன்களைக் கண்டார். வம்பர்களைக் கண்டு பேச்சுக் கொடுத்தார். பாட்டிகளைக் கண்டார். அவர் மனம் கலக்கம் தெளியவில்லை. இரண்டு கட்சிகளுக்கும் பலம் இருந்தது.

"என்னமோ நாம கண்ணாலியா கண்டோம்? ஊரெல்லாம் சொல்லிக்குது. சும்மாவாவது சொல்லுக் கிளம்புமா? இதெல்லாம் கண்ணுக்கு முன்னாலியா நடக்கும்?" என்று ஒரு கட்சி விஷமம் பண்ணிற்று.

"பேசப்படாது. நாக்கு அளுகிப் போயிரும்" என்று இன்னொரு கட்சி.

பேசாமல் வந்து படுத்தார் சாமி. புரட்டாசி வெயில் வெள்ளையும் கானலுமாகக் கண்ணைக் குத்திற்று. முகத்தில் துணியைப் போட்டுக் கொண்டு தூங்கினார் சாமி.

தூங்கி எழுந்தபோது ஐயாறுவைக் காணவில்லை. முன் அறையில் இல்லை. கொல்லையில் இல்லை. குளத்திலும் இல்லை. நேராக வரப்பில் நடந்து பத்து வயல்கடையைத் தாண்டி வயலுக்குப் போனார். ஐயாறு அங்கே வயல் சேற்றில் நின்றுகொண்டிருந்தான். தன் வயலில் இல்லை; பக்கத்து வயலில். பக்கத்து வயலில் அழுங்கிக் கிடந்த பசுந்தழைகளைக் கை கையாக எடுத்துத் தன் வயலில் எறிந்துகொண்டிருந்தான்.

"என்ன ஐயாறு?" என்றார் சாமி.

"சாமியா, வாங்க. தூக்கம் முடிஞ்சு போச்சா?"

"என்னா செஞ்சிட்டிருக்கே?"

"எருவடிக்கறேன். தெரியலியா?"

"இப்படித்தான் எருவடிக்கிறதா? பக்கத்து வயல்லெ இருக்கிற கொளிஞ்சி, ஆத்தி எல்லாம் இந்த வயல்லெ மாத்தி?!"

"மாத்தினா என்ன? உடையாருக்குத்தான் முப்பது வேலியிருக்கு. புள்ளை குட்டி கிடையாது. வெளஞ்சது போருமே. அதை வாங்கிக்கிட்டுக் கப்பல்லெ நீட்டினான் கம்பி, அநியாயக்காரப் பிச்சாண்டி" என்று ஆனந்தக் களிப்பில் முடித்தான் ஐயாறு. சிரித்தான்.

"அப்பன்னா இது உன் வயல் இல்லியா?"

"அட போ சாமி. நீ போய்த் தூங்கு. இஞ்ச வந்து வேலையிலே ஒயித்திரியம் பண்ணாதே."

"சிவத்துக்கு இன்னும் என்னுது என்னுதுங்கற மமகாரம் விட்டு நீங்கலியா? உன் பசுமாட்டைக் கொண்டு குளிப்பாட்றே! வரப்பிலே கிடைக்கிற சாணத்தை அள்ளிக் கொண்டாந்து உன் வயல்லெ போட்டுக்கறே?"

"நீ போறியா இல்லியா சாமி இப்ப?" என்று சொல்லிக்கொண்டே விறுவிறுவென்று வரப்பு ஏறி எதிர்மூலையில் இறங்கி அங்கே இருக்கிற உடையார் வயல் பசுந்தாளைத் தூக்கித் தன் வயலில் எறியத் தொடங்கினான்.

சாமி சிறிது நின்று ஞானதிருட்டியால் பார்ப்பது போலப் பார்த்தார். விறுவிறுவென்று திரும்பினார். ஊருக்குள் வந்து ஐயாறுவின் அம்மா, அண்ணையும், தருமநாயகியின் தாய் தகப்பனையும் வரச் சொன்னார்.

"ஐயாறுக்குப் பிறந்த மகன்தாம்மா அது. சந்தேகப்பேய் நரகத்திலே நம்பளைக் கொண்டுபோய் அழுத்திப்பிடும், தாயே. சொன்னதெல்லாம் பாவம்ன்னு ஆண்டவனை வேண்டிக்குங்க. நான் போய்வரேன்" என்றார்.

தருமநாயகி அவர் காலில் விழுந்து கும்பிட்டாள்.

திடீரென்று வந்த இந்த உண்மையை மனசிலே அப்படியே பதித்துக் கொள்ள முடியாமல், "சாமி சொல்லிடிச்சு. அப்புறம் என்ன?" என்று இழுத்தாற்போல ஐயாறுவின் தாயும் விழுந்து கும்பிட்டாள்.

"நல்லா ஆராயணும்ன்னுதான் இத்தினி நாள் தங்கினேன். இன்னும் சஞ்சிதம் பாக்கியிருக்கு. உடம்பு இருக்கிற வரைக்கும் மமகாரம் இருக்கும். ஞானப்பித்து போலியா உறவு கொண்டாடாது. போங்க, படிக்க வக்கிற காரியத்தைக் கவனிங்க" என்று சொல்லி விடைபெற்றார் சாமியார்.

மறுநாளைக்கு மறுநாள் விஜயதசமியன்று ஐயாறுவின் மடியில் உட்கார்ந்து அரிநமோத்து சொன்னான் ஐயாறுவின் மகன்.

கலைமகள், அக்டோபர் 1959

அதிர்வு

பள்ளிகொண்ட ரங்கநாதனை யாரும் பார்த்ததாகத் தெரியவில்லை. கோவிலுக்கு வந்த அத்தனை பேரும் தூணோரமாக அமர்ந்திருந்த மனிதனை மொய்த்துக் கொண்டிருந்தார்கள். நெடுஞ்சாண்கிடையாக அவன்முன் விழுந்து எழுந்தார்கள். எழுந்து அங்கேயே நின்றார்கள்.

காலம் காலமாக நீட்டின கிடையாகக் கிடக்கும் ரங்க நாதனா எழுந்து பேசப் போகிறான்? நாளைக்குப் பார்த்துக் கொண்டால் போகிறது. இந்த மனித அதிசயத்தை அப்படிச் சொல்வதற்கில்லை. திடீரென்று மறைந்தாலும் மறைந்து விடும். இன்று ஓர் இடம், நாளை ஓர் இடமாகத் திரிகிற அதிசயம் இது; போனால் வராது என்றுதான் அலை அலையாக வந்த ஜனக்கூட்டம் நினைத்திருக்க வேண்டும்.

ஜனக்கூட்டம் நினைத்ததோ என்னவோ, அது நினைத்த தாக நினைத்தாள் செங்கமலம். ஏதாவது ஒரு கணமாவது கடவுளையும் மிஞ்சி நிற்கிற இந்த மனிதப் புகழைக் கண்டு அவளுக்கு இலேசாகச் சிரிப்பு வந்தது. பொழுது போக்கத் தெரியாத மனித உள்ளம் சிறிது நேரம் தன்னையும் மறந்து சிறுபிள்ளைத்தனமான எக்களிப்பில், பாமர ஆட்டமும் பாட்டும் பாடியாடிக் குதிக்கிறது போலிருந்தது அவளுக்கு.

உண்மையில் கோபம்தான் இந்தப் பரிகாசச் சிரிப்பாக அவள் மனத்தில் சிரித்தது. அவளுக்கும் ஆசை; இந்த அதிசயத்தைப் பார்த்துவிட வேண்டும் என்று. ஆனால் கூட்டம் நகருகிற வழியாக இல்லை. இரண்டு பேர்கள் கலைந்தால் நாலு பேர்கள் அடைத்துக்கொண்டார்கள்.

விலகுமோ என்று கூட்டத்தின் வெளி வட்டத்தின் அருகே சற்று நின்றாள். அவளைத் திரும்பிப் பார்த்தவர்கள் கூட, ஏதோ கல்லை மண்ணைப் பார்ப்பதுபோல் பார்த்துவிட்டுத் திரும்பிக்கொண்டார்கள். செங்கமலத்துக்குச்

சற்று அதிர்ச்சியாக இருந்தது. அவளைப் பார்த்த எந்தக் கண் இரண்டாம் தடவை அவளைத் திரும்பிப் பார்க்காமல் இருந்தது?

ஒரு நாழிகை, இரண்டு நாழிகையாகிவிட்டது. நிமிர்ந்து நிமிர்ந்து கால்விரல் கடுத்தது. ஆனால் கண் கும்பலின் தலைகளையும் வேர்வை முத்திட்ட முதுகுகளையும் கடந்து செல்ல முடியவில்லை.

"வாங்கம்மா, போவோம்" என்றாள் வேலைக்காரி.

"நீங்க போங்கம்மா. உங்களுக்கு என்னத்துக்கு இந்த வம்பெல்லாம்?" என்று ஓரமாக முண்டிக்கொண்டிருந்த ஒருத்தி சொன்னாள். அதில் வீசிய கேலியைக் கேட்டு ஒரு கணம் உடல் குன்றியது செங்கமலத்துக்கு.

வேலைக்காரிக்குக்கூட அது புரிந்துவிட்டது. "ஏன், அவ்வளவு புண்யாத்மாவா இருக்கிறவங்க வேறு ஒரு தூணோரமா உக்காந்து சித்து விளையாடறது. இங்கு வந்து அலைமோதுவானேன்?" என்று கடாவெட்டுகிறது போல் மாற்றுக் கொடுத்தாள் அவள்.

இது சண்டையாக வலுக்க வேண்டிய வார்த்தை. ஆனால் அவள் பதிலுக்குச் சொன்னதைத் திடீரென்று எழுந்த கண்டாமணி ஒலி விழுங்கி விட்டது. மண்டபத்தில் அடிக்கிற மணியோடு கர்ப்பக்கிருகத்துக் கைமணியும் ஒலித்தது. கூட்டமும் முன்னே நகர்ந்தது.

"சித்து ஏந்துக்கிட்டுது. தீவாராதனை பார்க்க வருது" என்றது ஒரு குரல். காலை மிதித்த அது முன்னேறுகிற கூட்டத்திலிருந்து வேகமாகப் பாய்ந்து ஒதுங்கித் தூணோரமாக நின்றுகொண்டாள் செங்கமலம். ஜனத்திரள் நகர்ந்து நகர்ந்து வந்தது. உற்றுப் பார்த்தாள் அவள். கூட்டத்துக்கு நடுவே ஒரு வெற்று வட்டம். அதில் நகர்ந்துகொண்டு வந்தது அந்த மனித உருவம்.

மெதுவாக நடந்து வந்தது அது. சாதாரண உருவம்தான். நடுத்தர உயரம், சாதாரணக் கை, கால்.

"இதுக்குத்தானா இந்தக் கை மிதி, கால் மிதி எல்லாம்" என்று உள்ளுக்குள்ளே நகைத்தாள் செங்கமலம். ஆனால் அந்தக் கேள்வி மலையில் கேட்கும் எதிரொலியாக நாலைந்து தடவைகள் கேட்டுவிட்டு மடிந்துவிட்டன.

மாநிறம்போல் இருந்த அந்த உடல் வெறும் மானிட நிறமாக இல்லை. பளிச்சென்று உடனே கண்ணைப் பறிக்கவில்லை. ஆனால் பசும் பொன்னின் தீர்மானமான ஒளியுடன் அடக்கமாக, அழுத்தமாக ஒளிர்ந்தது. கண்ணை ஊடுருவி, நெஞ்சைக் கடந்து உள்ளே பாய்கிற எதிர்க்க முடியாத ஒளியாக ஒளிர்ந்தது. உடலில் ஒரு கட்டு. ஆனால் மனித உடலில் தோன்றுகிற சாதாரண இளமையின் கட்டாக இல்லை. அவ்வளவு இளைய வயதில்லை இந்த உடம்புக்கு என்று கூட்டத்தில் கேட்ட செய்தி யெல்லாம் ஞாபகம் வந்தது அவளுக்கு. எழுபது, எண்பது, நூறு, நூற்றிருபது என்றெல்லாம் சித்தரின் வயதைப் பற்றி மனம் போனபடி கூட்டத்தில் நடந்த ஊகம் எல்லாம் அவள் காதில் மீண்டும் ஒலித்தது.

இருபது முப்பதாக இருந்தாலும், இந்த உடற்கட்டை மனித உடலில் காண முடியாது எனத் தோன்றியது அவளுக்கு. பெண்மையின்

மென்மையும் ஆண்மையின் வைரமும் மட்டுமில்லை. அவற்றையும் கடந்த ஒரு சத்து. ஒரு பொலிவு. பொலிவு என்றால் போதுமா?

முகத்தைப் பார்த்தாள். பாமரக் கூட்டத்துக்கும் புத்தியுண்டு என்று தான் பட்டது. அது முனகினாற்போல் இந்த முகத்தின் வயதை ஒரு திட்டமாகச் சொல்ல முடியவில்லை. இருபது வயதா, முப்பதா, முந்நூறா? மூவாயிரங்கூடச் சொல்லலாம். மூன்று நாட்கள் மூன்று கணம் என்றும் சொல்லலாம். செங்கமலத்தின் அறிவு திணறியது. ஒன்றும் முடிவாகச் சொல்ல முடியாமல் தவிக்க அடிக்கும் இது என்ன, என்ன, என்ன என்று கேட்டுக்கொண்டே அவள் நின்றாள்.

பையனைப் போலவும் முதிர்ந்த நெடுங்காலக் கிழவனைப் போலவும் நின்ற அந்த உருவத்தின் கதையெல்லாம் கேள்வி கேள்வியாக அவள் கண்முன் வந்தது. இவனா சித்தன்? எட்டுத் திக்கும் வென்று வந்த ராஜராஜ சோழன் இவன் காலடியிலா விழுந்தான்? அந்த ராஜராஜன் கட்டிய மாபெரும் பெருவுடையான் கோவில் இவன் சென்றா கோவில் என்ற சொல்லுக்கு உரித்தாயிற்று? மந்திரத் திறம், தந்திரத் திறம் ஜன்ம ஜன்மமாகச் சித்தி கொண்ட ஆசாரசீலர்களுக்கெல்லாம் கைவராத அஷ்டபந்தனம் இவன் கைபட்டா உறுதிப்பட்டது? ராஜோபசாரம் செய்து இவனையா அழைத்துப்போய் இளகி இளகி மன்னன் நெஞ்சைக் கலக்கிய அஷ்டபந்தனத்தை இறுக்கினார்கள்? பொதிகை மலையில் இருந்துகொண்டு 'நெல்லையப்பா' என்று மூன்று முறைகள் அழைத்தும் விடை வராததால் கோவிலையே சபித்துவிட்ட கோபியா இவன்? பிறகு நெல்லையப்பனே காட்சி தந்து சினந்தணித்தானே, அந்தக் கருவூரானா இவன்? கருவூரானா – இவரா கருவூரார்? ... இவரா கருவூர்த் தேவன்?

தொலைவில் கேட்பதுபோல் கோயில் மணி கேட்டது. தொலைவில் மினுக்குவது போல் மினுங்குகிறது தீபாராதனை ஒளி. அந்த ஒளி கருவூராரின் உடலில் பட்டுத் தகதகவென்று மின்னுவதுதான் செங்கமலத்தின் கண்களுக்குத் தெரிந்தது. அவள் ரங்கநாதனையோ, அவனை ஏற்றின ஏழுடுக்கு ஒளியையோ பார்க்கவில்லை.

மனிதக் கூட்டம் மறுபடியும் வளைத்துக்கொண்டது. சித்தனை என்னென்னவோ கேட்டது. நோயில்லாத உடல், நொடியில்லாத நடை, பசியில்லாத வயிறு, முடையில்லாத கிடை.

"அப்படியா? அப்படியா..?" என்று இலேசாகச் சிரித்துக்கொண் டிருந்தான் கருவூரான்.

"வயித்துவலி."

"அதோ படுத்திருக்கிறானே, அவனைக் கேளு ... உனக்கு?"

"எனக்கு வீட்டில் நிம்மதி வேணும்."

"அதோ அவனையே கேளு ... உனக்கு?"

"குழந்தைக்கு வலிப்பு... உசிரை வைச்சுக்கிட்டே செத்துக்கிட்டிருக்கு."

"இதெல்லாம் கவனிக்கத்தான் அவன் இருக்கிறானே" என்று தலையைப் பள்ளிகொண்டான் பக்கமாக அசைத்தான் கருவூரான்.

கூட்டம் கொஞ்சம் கொஞ்சமாகக் கலைந்துவிட்டது.

அந்த உடலையே, வயதில்லாத அந்த உடலையே, ஆண்மையையும் பெண்மையையும் சேர்த்து உண்டு கண்ணை அள்ளின அந்தக் கட்டைப் பார்த்துக்கொண்டு நின்றாள் செங்கமலம்.

முகத்தாலேயே "உனக்கென்னவோ?" என்று வார்த்தையில்லாத கேள்வியைக் கேட்டான் அவன், அந்தப் பையன், இல்லை அந்தக் கிழவன், இல்லை – அந்தச் சித்தன்தான்!

தரையை இரு கைகளாலும் தொட்டு வகிடுபட வணங்கினாள் செங்கமலம். எழுந்து நின்று பார்த்தாள்.

நிமிர்ந்து பார்த்தார் தேவர்.

"என்ன வேண்டும்?"

"சித்தின் கால்பட வேணும் என்னுடைய குடியில்."

"ம்! அப்படியா?" என்று ஆச்சரியப்படுவதுபோல் கேட்டார் தேவர். "அப்புறம்...?"

"..."

அந்தப் புன்னகையால் சித்தை மயக்க முடியாது என்று தெரியும் அவளுக்கு. இருந்தாலும் பெண்மை பழக்கம் போகாமல் அதைப் பூத்து வைத்தது. "ஓகோ ... நாளை இரவு அங்கு வரலாமல்லவா?"

விடை சொல்ல முடியாமல் புல்லரித்தது அவளுக்கு. தலையை மட்டும் அவள் அசைத்தாள்.

"சரி, போகலாம்!"

விடை வந்ததும், வேலைக்காரியுடன் அந்த இடத்தை விட்டு நகர்ந்தாள் அவள். தேவரின் உடல் பொலிவையும் கட்டையும் உள்ளத்தில் பதித்துக்கொண்டு அந்தச் சுமை தாங்க முடியாமல் நடந்தாள்.

வீட்டுக்குப் போய்ச் சோறு தின்னும்போது கை இலையில் வைத்த படியே இருந்தது.

அரைத்து அரைத்துத் தேய்ந்த சந்தனக் கட்டையின் பொலிவைப் போல் முன் நின்றது அவர் நிறம். முந்தானையால் துடைத்த முத்துப் போலிருந்தது. சுட்டுச் சுட்டு ஒளிரும் பசும் பொன்னாக மலர்ந்தது. இல்லை, இதெல்லாம் அந்தப் பொலிவுக்கு உவமை இல்லை. இது மனிதர்களுக்குக் கிட்டாத காந்தி. மனித நிலையை உதைத்து மேலே சித்து நிலையில் ஏறிய ஆத்மாவின் சாயல் இது. அந்தச் சித்தன் நாளை இரவு ...

"ஏம்மா எழுந்திட்டீங்க ... இரண்டு கைகூட நீங்க சாப்பிடலையே" என்றாள் சமையல்காரி.

அதிர்வு

"அட!" என்று அவளுக்கு ஆச்சரியமாக இருந்தது. "த்ஸ ... போதும் போ!" என்று கை கழுவப் போனாள்.

கண்ணாடிக்குள் நின்ற பிம்பம் அவள் அழகைக் கண்டு வியந்தது. அவளுடைய அழகைக் கண்டு மோகித்தது.

ம்ஹூம். அந்தப் பொலிவு இல்லை. ஆனால் அந்தப் பொலிவோடு ஒன்றும் கணம் நாளைக்கு வந்துவிடும்.

நம்பிக்கையும் அவநம்பிக்கையும் அவளை இப்பாலும் அப்பாலும் தள்ளிக்கொண்டேயிருந்தன. இவர் எப்படி வருவேன் என்று இசைந்தார்? உண்மையாக அந்தச் சொல்லை நான் கேட்டேனா? இல்லை, ஆசை இப்படி ஒரு பொய்யொலியை எழுப்பிவிட்டதா? அவர் யார்? நான் யார்? அந்தப் பொன்னொளி எங்கே, இந்த இறைச்சியின் பித்தளையொளி எங்கே?

"ரங்கீ!" என்று வேலைக்காரியை அழைத்தாள் அவள்.

"ஏம்மா?"

"அவர் என்ன சொன்னார்?"

"சித்தா?"

"ம்!"

"நாளை வரேன்னு சொன்னாரம்மா?"

"அவர் சொன்னதை நீ கேட்டியோ?"

செங்கமலத்துக்கு வேலைக்காரி கேட்டதாகச் சொல்வதுகூட ஒரு பிரமையோ என்று தோன்றியது. ஆனால் அவர் வருகிறேன் என்ற நம்ப முடியாத செய்திதான் இப்படி அவளை ஆட்டிவைத்தது. இந்த ஊசலிலும் அந்தத் தேகப்பொலிவின் நினைவிலும் இரவின் இருள் வெகுவேகமாக ஓடிவிட்டது. பொழுது புலர்ந்தது. உச்சிக்கு ஏறியது. சாய்ந்தும் விட்டது.

நிலைகொள்ளாமல் தடுமாறிக்கொண்டிருந்தாள் செங்கமலம். முன்னே செய்வதைப் பின்னே செய்வதும் செய்ததை அழிப்பதும் பூட்டின நகையை எடுப்பதும் மாற்றி வேறு பூணுவதுமாக உள்ளம் இடறி இடறி விழுந்து எழுந்துகொண்டிருந்தது.

"அம்மா!" என்று பரபரப்புடன் வந்தாள் வேலைக்காரி. தலையையும் கையையும் காட்டி வரக்கூடாத வரவை அவள் அறிவித்தாள்.

இடைகழியில் வந்து நின்றாள் செங்கமலம். ஆமாம், வந்தேவிட்டார். அவர்தான் ... அவர்தான். வாசற்படி ஏறுகிறவர் கருவூர்த்தேவர்தான். பேரரசன் ராஜராஜன் தலை தொட்டு வணங்கிய அதே பாதம் இந்தப் படியில் ஏறுகிறது.

நினைவையும் உடலையும் உருக்கிய அந்த உடற்கட்டும் பொலிவும் அவளுடைய இதயத்தை இறுக்கி அணைப்பது போலிருந்தன.

அவளும் விழுந்து வணங்கினாள்.

கூடத்துக்கு வந்தவர் சிறிது நேரம் நின்று சுற்றுமுற்றும் பார்த்தார். அந்தப் புன்னகையில் வந்த கேள்விக்கு விடையாக அந்த அறையைக் காட்டினார்.

அறைக்குள் அவர் செல்ல அவளும் தொடர்ந்தாள்.

மஞ்சத்தின் மீது உட்கார்ந்தவர், பட்டு விரிப்பின் வழவழப்பைக் கையால் தடவினார். இறைந்து கிடந்த மல்லிகை இதழ்களைப் பார்த்தார். பம்மித் தொங்கிய விதானத்துச் சித்திரத்தைப் பார்த்தார்.

எல்லாம் புதுவிதப் பார்வையாக இருந்தன. உண்மையாகவே அவர் பார்த்தாரா என்று புரியவில்லை. நெட்டுக் குத்தலாக விழுந்த பார்வை ஒவ்வொரு பொருளின் மேல் கோசத்தைக் கடந்து உள்ளே ஊடுருவுவது போலிருந்தது. ஒரு நாழிகை கழித்துத்தான் அவள் கண்மீது விழுந்தது அந்தப் பார்வை. அப்போதும் அதே பார்வைதான். புறத்தைக் கடந்து, சொல்லச் சொல்லக் கேளாமல் ஊடுருவுகிற பார்வை.

எண்ணத்தின் மதுவில் மயங்கிக்கிடந்த அவளுக்குப் பொறுமை நழுவிக்கொண்டேயிருந்தது.

கேலியாகப் புன்னகை செய்தாள்.

அவர் உள்ளத்தில் சுருக்கென்று அது தைத்திருக்க வேண்டும். அருகே வருமாறு சைகை காட்டினார் அவர்.

'அப்பாடா!' என்று மனத்துக்குள் சொல்லிக்கொண்டே அவர் கரத்தைப் பற்றினாள். என்ன இது!

கரத்தைச் சற்று அழுத்திப் பற்றிப் பார்த்தாள்.

பிருபிருவென்று அந்தக் கரம் வேகமாக அதிர்ந்துகொண்டிருந்தது. கண்ணால் உற்றுப் பார்த்தாள். ஒன்றும் தெரியவில்லை. சாதாரணமாக இருந்தது. ஆனால் உள்ளுக்குள்ளே அதே அதிர்வு. புஜத்தைத் தொட்டாள். ஆமாம்! கணுக்காலைத் தொட்டாள். பிடரியைத் தொட்டாள். முதுகைத் தொட்டாள். தொட்ட இடமெல்லாம் படபடவென்று அதிர்ந்து கொண்டேயிருந்தது. நான்கைந்து விநாடிகளுக்கு மேல் பொறுக்க முடியாமல் கை தானாகத் தொட்ட இடத்தினின்று மீண்டது. ஆனால் மீண்டும் தொடும் ஆசை உந்தியது. கரத்தைப் பற்றினாள். பகபகவென்று அதிர்ந்த அதிர்வு, அவள் கையில் மட்டும் இல்லை, காதில் ஒலியாகக் கேட்டது. உடல் முழுவதும் ஊடுருவி உதற அடித்தது. கையை விட மனமில்லாமல் பிடித்துக்கொண்டேயிருந்தாள். கண் மூடியது. உள்ளேயும் பாய்ந்த அந்த அதிர்வு பெரும் அரவமாகக் கேட்டது. எங்கு போகிறோம் என்று தெரியவில்லை. ஒரே வெற்று வெளியாக இருந்தது.

இருள் இல்லை. ஒளியில்லை. வெள்ளை இல்லை; கறுப்பு இல்லை; வேறு வர்ணமும் இல்லை. வேலியும் வரம்பும் மேலும் கீழும் இல்லாத வெறும் வெளியொன்றில் நிற்பது போலிருந்தது. அவளுடைய உடலில் பகபகவென்று பரந்துகொண்டிருந்த அதிர்வு மட்டும் நிற்கவில்லை. பற்றியிருந்த விரல் வழியாகப் பாய்ந்து அவள் உடல் முழுதையும் நடுக்கி அதிர வைத்துவிட்டது.

அதிர்வு

அவள் கண் திறந்தது. திறந்தபோது அவர் கைப்பிடிப்பிலிருந்து விடுபட்டிருந்ததைக் கண்டாள்.

தூங்கி எழுந்தாற்போன்ற ஓர் அமைதி; ஒரு குளிர்ச்சி. விடியற்காலையில் கண் விழித்து, கொல்லையில் கரையும் கரிச்சானைக் கேட்பது போலிருந்தது. விடியற்காலையின் சீதளக் காற்று மேலே தவழ்வது போன்ற ஒரு குளிர்ச்சி உடலை ஸ்பர்சித்தது. உடலை மட்டுமில்லை, உள்ளத்தையும் தீண்டிக்கொண்டிருந்தது.

கருவூர்தேவர் அவளைப் பார்த்தார்.

"என்ன இது?" என்றாள் அவள்.

"கிணற்று நீரை வெள்ளம் கொண்டுபோய்விட்டது."

ஏதோ புரிவது போலிருந்தது செங்கமலத்துக்கு.

"மின்னல் விளக்கின் ஒளியை விழுங்கிவிட்டது" என்றார் அவர்.

"நீங்கள் இதுவரையில் வாயைத் திறந்து பேசவே இல்லை, இப்போது பேசுவது புரியவில்லை."

"பேசித் தெரிவது ஒன்றுமில்லை. இந்நேரம் தெரியாதது இனிமேல் தெரியாது. நேற்றிரவு எதற்காக வரச் சொன்னாய்?"

அந்தக் கேள்வியைக் கேட்டு விடை தேடுவதற்காக முதல் நாளிரவை ஞாபகப்படுத்திப் பார்த்தாள் அவள். உடல் கூசிக் குன்றியது.

"வேண்டாம்" என்றாள்.

"என்ன வேண்டாம்?"

"நேற்றிரவை, இன்று காலையை, இன்று மாலையை நான் நினைக்கக் கூட முடியவில்லை. அஜீரணக்காரன் இனிப்பை எப்படி அமைதியுடன் காண முடியும்?"

"அஜீரணக்காரன் இல்லை. அமிர்தம் உண்டவன் என்று சொல்ல வேண்டும்."

"அ ... அமிர்தமா? அமிர்தமா உண்டேன் நான்?"

"ஆமாம். அமிர்தத்தின் ஒரு துளி. துளியிலும் துளி. அதன் இனிப்பில் மற்றதெல்லாம் கசந்துவிட்டது."

"என் உடலையும் உயிரையும் தொட்ட மாத்திரத்தில் உலுக்கின அந்த அதிர்வு?"

"ரத்த ஓட்டமில்லை. எல்லையில்லாத வடிவத்தின் ஒரு சிறிய புள்ளியைக் கண்ட அதிர்ச்சி."

அந்தக் கட்டுடலைப் பார்த்தாள் அவள். அந்தப் பசும் பொன்னைப் பார்த்தாள்.

கருவூரார் எழுந்துவிட்டார்.

"நான் வருகிறேன்" என்றார். அவள் அதிர்ந்து போனாள். பிரிவு தாங்க முடியாமல் விசும்பி விசும்பி அழுதாள்.

"உள்ளம் பொசுங்கிவிட்டதே என்று சற்று அழ வேண்டியதுதான். இத்தனை நாட்களாக உறவாடிக்கொண்டிருந்த உறவுக்கு இந்த மரியாதைகூடக் காட்டாமல் இருக்க முடியாதுதான்."

"இல்லை! இந்தத் திருவடி என் வீட்டை விட்டு நீங்கப் போகிறதே என்றுதான்."

"நீ வேண்டும்போது நான் வருவேன். கள்ளும் இறைச்சியும் கோவிலும் குச்சும் தேனும் நஞ்சும் ஒன்றாகவே நினைந்து விழுந்து புரள்கிற கட்டையைத் தூக்கிக்கொண்டு வருகிறேன். ஒன்றே ஒன்று. மனிதர்களின் ஆசையைக் கெடுக்க வேண்டாம். நான் செங்கமலத்தின் மஞ்சத்துக்கு ஆசைப்பட்டு வந்ததாகவே அவர்கள் நினைத்து ஆறுதல் அடையட்டும். உனக்கும் தொல்லையில்லாமல் இருக்கும். இந்தக் கடவுள் வியாதியை எல்லாரும் தாங்க மாட்டார்கள். ஒண்டிக்கட்டையான செங்கமலம் தாங்கலாம். கருவூர்ப் பித்தும் சற்றுத் தாங்க முடியும்" என்று சொல்லிக்கொண்டே நகர்ந்தார் அவர்.

வாசல் கதவைச் சாத்தாமல் அவர் சென்ற வழியைப் பார்த்துக் கொண்டே மேனி அதிர நின்றாள் செங்கமலம்.

கல்கி தீபாவளி மலர், அக்டோபர் 1959

கோவிந்தராவின் மாப்பிள்ளை

கோவிந்த ராவ், மொட்டை மாடிக் கைப்பிடிச் சுவர்மீது ஒரு காலை மடக்கிப்போட்டு உட்கார்ந்ததும் உட்காராததுமாக, எங்கோ தொலைவில் பார்த்துக் கொண்டிருந்தார்.

"ரொம்பப் பெரிய யோசனை போலிருக்கு!"

"ஆமாம் சார், எங்களுக்கெல்லாம் ஏன் பண்டிகை வருதுன்னு கேட்டுக்கிட்டிருக்கேன்."

"யாரை?"

"யாரையோ! உடுப்பி கிருஷ்ணனைக் கேட்டாச்சு, பதிலில்லை. வேறு யாரைக் கேக்கலாம்ன்னு யோசனை" என்று வழக்கமாகப் பூக்கிற புன்முறுவலைப் பூத்தார். அந்தப் புன்முறுவல் சோடா பாட்டில் மூக்குக்கண்ணாடிக்குள் சிறுத்திருந்த கண்களை இன்னும் சிறிதாக்கிவிட்டது!

"உங்க எஜமானனைக் கேக்கறது!"

"எதுக்கு எஜமானர்? வேலைக்கா, விச்வாசத்துக்கா? போனஸ் முப்பது ரூபா கொடுத்திட்டாரு, சும்மா அவர்தான் என்ன செய்வாரு?" என்று மறுபடியும் கண்ணைத் தொலைவில் வீசிவிட்டார் அவர்.

மாநிறமாயிருந்த உடலில் ஓயாத வேர்வையிலும் அடுப்புச் சூட்டிலும் தாமிரக் குறுப்பு ஏறியிருந்தது. கோவில் மூலவரைப்போல மாறாத ஒரு எண்ணெய்ப் பாடம் வேறு. கூராக மீசை, வளையம் வளையமாகத் தலைமயிர், நல்ல கறுப்பு மயிர், ஆனால் வாரிப் பார்த்து வெகு காலமாகிவிட்டதாக ஞாபகம். இடையில் கடலைமாவு வேகம் வீசுகிற நரையும் கறையும் படர்ந்த நாலு முழவேஷ்டி. ஜோட்டி ஜோட்டியாக அரிசி உளுந்தைப் போட்டு ஆட்டுரல் முன் உட்காருகிற உடம்பு. கையும் காலும் மார்பும் கண்டுகண்டாக வைரம் ஏறிக்கிடந்தன. விரல்களில் நிரந்தரமாக ஏறிவிட்ட வேலைக்

கறுப்பு இல்லாவிட்டால் சற்று அழகாகவே இருக்கவேண்டிய கை கால்தான்.

என்னதான் ஹோட்டலில் சாப்பிட்டுவிட்டாலும், ஆறு குழந்தை களை வைத்துக்கொண்டு எழுபத்து நாலு ரூபாய்க்குள் பட்டணவாசம் நடத்துகிற பீதாம்பர ஜாலம் ஒரு ஜாலம்தான். இதைப் பார்த்திருந்தால் நரகாசுரனை அவன் கொன்றேயிருக்க மாட்டான். மகிஷாசுரனை அவள் மறந்து போய்க்கூடப் பார்த்திருக்க மாட்டாள்.

"மாப்பிள்ளை வந்தாச்சு, தெரியுமா?" என்றார் கோவிந்தராவ், கண்ணைத் தொலைவிலிருந்து என் பக்கம் திருப்பி.

"மாப்பிள்ளையா, எப்படி?"

"ஒரு மணியாச்சு. வந்தாரு, காப்பி சாப்பிட்டாரு, இப்படிப் 'பார்க்' பக்கம் போயிருக்காரு."

அவருக்கு மாப்பிள்ளை வாய்த்த அழகைத்தான் எப்படிச் சொல்வது? அவனும் உடுப்பிப் பையன் தான். ஹோட்டலில் வேலையாயிருந்தவன், திடீர் என்று அதை விட்டுவிட்டுச் சினிமாவில் சேர்ந்துவிட்டதாகச் சென்ற தடவை வந்தபோது சொன்னான்.

"சினிமாவா, நடிக்கிறியா?"

"ஆமா சார்."

"இப்ப எதிலே நடிக்கிறே?"

"நாலு படத்திலே நடிக்கிறேன் சார்... ரண்டு தமிளு, ஒரு தெலுங்கு, ஒரு மலையாளம்."

"தெலுங்கு, மலையாளம்லாம் தெரியுமா உனக்கு?"

"என்னத்துக்கு சார் தெரியணும்? நான் இப்ப 'ஆடியன்ஸா'த் தானே வந்துட்டிருக்குறேன்."

"என்னது?"

"ஆமா சார். கல்யாணம், டீ பார்ட்டி இந்த மாதிரி ஸீன்ஸ் வந்துதுன்னா அதிலே கூட்டத்திலே இருப்பேன்!"

"அதிலே, எத்தனை வந்துடும்?"

"ஒரு நாளைக்கு அஞ்சு ரூவா. ஏஜண்டு ரூபாய்க்கு கால் எடுத்துக்குவான். மூணே முக்கா ரூபா கிடைக்கும்."

"தினமும் இப்படி சான்ஸ் வருமா?"

"வராது, அதான் கஷ்டமாயிருக்கு. மாசத்துக்கு நாலு தபா வரும்!"

"வேலையிலிருந்துகொண்டே பாத்துக்கப்படாதா இதையெல்லாம்?"

"அது ரொம்பக் கஷ்டம் சார், வேலையிலே இருந்து அவங்க திடீர்ன்னு வந்து கூப்பிட்டா போக முடியுமா? அப்புறம் சான்ஸ் போயிடும்."

கலைகளுக்கெல்லாம் தேவதையாமே சரஸ்வதி தேவி, அவள் நினைவுதான் வந்தது எனக்கு. என்ன ஆசையம்மா உனக்கு? யார்

யாருடைய மனசில் எல்லாமோ புகுந்து பெயர் சொல்ல ஆசைப் படுகிறாயே. இவன் பிழைப்பையும் கெடுத்து!

பையன் நல்ல சிவப்பு. ஆனால் ரத்தம் செத்த சோகைச் சிவப்பு. எண்ணெய் மாந்தின செம்பட்டை மயிர். நல்ல கருநீலமாக ஒரு புஷ் சட்டை. கீழே ஒரு நாலு முழம். சாந்துப் பொட்டு. கையில் சுருட்டின ஒரு சினிமாப் பத்திரிகை. மெல்லிய குரல். அழுகையும் சிரிப்புமாக வந்து எனக்கு அப்போது. இரண்டு மாதம் முன்னால் நடந்தது இது:

"மாப்ளைக்குத் தங்கச் செயின் வேணுமாம் கைக்கு" என்னைப் பார்த்துப் புன்சிரிப்புச் சிரித்தார் கோவிந்த ராவ்.

"போடு சக்கை!...ம்... மறுபடியும் வேலைக்குப் போ...பண்ணிப் போடறேன்னு சொல்றதானே?"

"பண்ணிப் போட்டுப்பிட்டு, அதைச் சொல்லலாம்னு இருக்குறேன்."

"எதுக்காக?"

"நீங்க சொல்றது மத்தவங்களுக்கு; மாப்ளைக்கு அந்த மாதிரி சொல்லலாமா?"

கோவிந்த ராவ் இப்படித்தான் என்னை வாயடைக்கிற வழக்கம். துரும்பைப் போட்டுவிட்டு மாப்பிள்ளை என்ற பெயர் வைத்தால் அது விடைக்குமாம்: விறைக்குமாம்! என்ன அசடாயிருந்தால் என்ன? மாப்பிள்ளை என்ற பெயர் கதாயுதம்போல அதற்குப் பலம் கொடுத்திருக்கிறபோது? முகத்தில் வெள்ளைப் பொடியைப் பூசிக்கொண்டு கூட்ட 'ஸீன்' எப்போது வரப் போகிறதென்று ஸ்டுடியோ மரத்தடியில் உண்டைக் கட்டியைச் சாப்பிட்டுவிட்டுக் காத்துக் கிடக்கற ஒரு பதர், கோவிந்த ராவின் இந்த வைரம் பாய்ந்த உடலில் இவ்வளவு கிலியைப் பாய்ச்சியிருக்கிறதே? விதியின் திருவிளையாட்டுத் தானே? கோவிந்த ராவ் தானே தலையில் வாரிப்போட்டுக் கொண்ட அவதி இது. லல்லிக்குப் பதினாறு வயசு இன்னும் முடியவில்லை, அதற்குள் குடுகுடுவென்று ஓடிப்போய்க் கலியாணத்தைப் பண்ணிவைத்தானே இந்த மனிதன்! பையன் எப்படி, என்றுதான் யோசித்தானா?

நான் யோசித்துப் பார்த்தேன் பொறுக்கவில்லை. "நீர் தானய்யா சொன்னீர் சித்தே முன்னாலே, 'ஏழைகளுக்குப் பண்டிகை வரப் படாது'ன்னு" என்று சூடாகச் சொன்னேன்! "மாப்பிளே கேக்கறான்னு கைக்குத் தோடா வாங்கிப்போடும் நான் வாண்டாம்கலே! அதுக்கு இந்த அழுகை எதுக்கு? பேசாம வாங்கிண்டு வாரும்!"

"வாங்கியாச்சு சார். அதனாலே தான் சொன்னேன்."

"வாங்கியாச்சா!"

"ஆமா சார்... லல்லீ" என்று கூப்பிட்டுத் துளுவிலே என்னமோ சொன்னார்.

லல்லி ஒரு டிஷ்யூ காகிதப் பொட்டணத்தைக் கொண்டுவந்து நீட்டிற்று.

"நல்லாருக்கா மாமா பாருங்க!" என்று அடக்கமாகக் கேட்டாள் லல்லி. நாலு வயசிலிருந்து நான் தூக்கி விளையாடின லல்லி இது. என்

முதுகு கை கால்களெல்லாம் துவைக்கும். ஆனால் இந்த – இப்போது கேட்கிற குரலில், அந்தக் காலம் மலையேறி மறைந்த தொலைவு தான் கேட்டது. நாயகனின் திருவடியில் வைக்கும் காணிக்கையைப் பயபக்தியுடன் காண்பித்தாள் அவள். இது என்ன உலகம். விலகி விலகிப் போகிற இது என்ன உலகம்.

பொட்டணத்தை வாங்கிப் பிரித்தேன். ஒரே பவுன் இருக்கும். ஒரு மெல்லிய சங்கிலி. மணிக்கட்டில் துவள்கிற சங்கிலி. புது மெருகும் பட்டையுமாக மின்னிற்று.

"செய்யறதையும் செஞ்சுப்பிட்டுத்தானா இந்தக் கூழைப் பாட்டுப் பாடினீர், ஏன்யா!"

அவர் குறும்புச் சிரிப்புச் சிரிக்கும்போதே மாடிப்படியில் காலடி கேட்டது. கோவிந்த ராவின் ஆறு வயதுப் பையன் ஏறி வந்தான். பின்னால் மாப்பிள்ளை. அதே வேஷம்: கருநீல புஷ் சட்டைக்குப் பதிலாக, இப்போது கருஞ்சிவப்பில் ஒரு புஷ் சட்டை. மற்றதெல்லாம் முன்மாதியே – கையில் சுருட்டின சினிமா பத்திரிகை உள்பட.

மாப்பிள்ளை என்னை க்ஷேமம் விசாரித்தான். கோவிந்த ராவின் மகன், அவர் ஐஸ்க்ரீம் வாங்கிக் கொடுத்ததைச் சொன்னான். "இங்கே வா" என்று மாப்பிள்ளையை அருகில் அழைத்து, மணிக்கட்டில் சங்கிலியைப் போட்டார் கோவிந்த ராவ். என்னை வணங்கச் சொன்னார். என்னோடு அவரையும் வணங்கி எழுந்தான் அவன்.

மாப்பிள்ளை உள்ளே போனான். லல்லியும் உள்ளே போயிற்று.

"வெள்ளை வர்ணம் அவரு. கைக்கு நல்லா இருக்குல்ல சங்கிலி?" என்றார் கோவிந்த ராவ்.

"அட கூறு கெட்ட மனுஷா!" என்று சொல்வதற்குப் பதிலாக, "ஆமாம்" என்று சொல்லி வைத்தேன். இந்த மனிதனின் சந்தோஷக் கண்ராவியைப் பார்க்கப் பொறுக்க முடியவில்லை. எழுந்து உள்ளே போனேன். 'தடிமுண்டம்' என்று கோவிந்த ராவை என் மனைவியிடம் மூன்றாம் காதில் விழாமல் வைதேன்.

"பார்த்தா சாது மாதிரியிருக்கு. கண்ணிலே விரலைக் கொடுத்து ஆட்டியிருக்கும் போலிருக்கு அவரை. இல்லாட்டா இது இப்படி ஓசைப்படாம வாங்கிண்டு வந்து நிக்குமா? ஆனா, அதுக்கும் ஆசைதான். மாப்பிள்ளை கேட்டுப்பிட்டார்னு அது ஜனகமகாராஜா மாதிரி பரந்த பரப்பைப் பார்க்கணுமே?" என்று கண் காதெல்லாம் வைத்து ஆரம்பித்துவிட்டாள் கௌரி.

"சரி, வேலையை முடி . . . அப்பறம் பேசிக்கலாம், கடைக்குப் போகணும்."

"இதோ இன்னும் நாலு ஈடு. அப்பறம் முகத்தை அலம்பிண்டு வேற புடவை கட்டிண்டு கிளம்பவேண்டியதுதான்" என்று ஓமப்பொடியை எண்ணெயில் பிழிந்தாள் கௌரி.

"ஆறு வச்சிண்டிருக்காளே கோவிந்த ராவ் பெண்டாட்டி. பேசாமே ஒண்ணை ஸ்வீகாரம் பண்ணினுடேன்."

கோவிந்தராவின் மாப்பிள்ளை

"பொண்ணையா, புள்ளையையா?"

"பொண்ணைத்தான் எடுத்துக்கோயேன். காலாகாலத்திலே புருஷன் வீட்டுக்குப் போகும். கடியாரச் சங்கிலி போடலாம் மாப்பிள்ளைக்கு!"

"வேறே நாலு வடச் சங்கிலியா போட முடியும்? நீங்க போட்டிருக்கிற புகையிலைக் காசிலே இன்னொருத்தியாயிருந்தா ஒரு காசு மாலையும் புளூஜாகரும் பண்ணிப் போட்டிருப்பா!"

பிள்ளை வளர்க்கிற சாமர்த்தியத்தை மிச்சம் பிடித்த கௌரி, பேச்சில் அதை வளர்த்துக்கொண்டிருந்தாள். ஜிலுஜிலுவென்று பேசிக்கொண்டே இருந்தாள். எத்தனையோ நாலு ஈடு ஆகிவிட்டது. நான் உள்ளே பேசத் தொடங்கி ஒரு மணி நேரத்திற்குமேல் ஆகிவிட்டது. ஒரு பாடாக எண்ணெய்ச் சட்டியை இறக்கி, பட்சணங்களை டப்பாக்களில் வைத்துப் பூட்டிவிட்டு அவள் முகம் கழுவ ஆரம்பித்தாள்.

அமைதியாயிருந்த கோவிந்த ராவ் வீட்டில் பேச்சுப் பொரிந்தது. எனக்குத் துளுவும் தெரியாது, கன்னடமும் தெரியாது. ஆகே, கோட்ரே என்று கோவிந்த ராவும் மாப்பிள்ளையும் மாறிமாறிப் பொரிந்து கொண்டிருந்தார்கள்.

மாப்பிள்ளையின் குரல் சூடாக இருந்தது. இயற்கை தானே, அதே இயற்கையை ஒட்டி மாமனாரின் குரல் தணிந்து போயிற்று. கோவிந்த ராவின் மனைவியும் நடு நடுவே என்னமோ சொல்லிக்கொண்டிருந்தாள்.

பளார் என்ற ஒரு அறை யாரோ ஒரு குழந்தையின் முதுகில் விழுந்தது. அது வீல் என்று அழாமல் குற்றத்தை ஒப்புக்கொண்ட அழுகையாக விம்மி அழுதது.

"உமக்குப் புத்தி கித்தி இருக்கா?" என்று மாப்பிள்ளை கத்துவது போலிருந்தது. அடுத்த க்ஷணம் என் அறைக்குள்ளே அழுகிற மைத்துனனைக் கையுடன் அழைத்துக்கொண்டு வந்து நின்றான் மாப்பிள்ளை. அவன் உதடு துடித்துக்கொண்டிருந்தது.

"என்னப்பா?" என்றேன்.

"ஒண்ணுமிலே சார், உங்க சிநேகிதரு புத்தியையும் சேத்து ஆட்டுக்கல்லில் அரைச்சுப்பிட்டாரு" என்றான்.

"என்னது?" என்று பரபரப்போடு எழுந்தேன்.

"நான் சினிமாக்காரான்னா என்ன வேணாச் செய்யலாம்னு நெனச்சிருக்கார் சார் இவரு!"

"என்னப்பா, சொல்லேன்."

"கடியாரச் சங்கிலி போட்டுக்கிட்டிருக்கான் என்னோட நடிக்கிற கட்டாம்பிளின்னு சொன்னேன் சார், ஒரு நாளைக்கு லல்லிகிட்ட. அது போயி இவருகிட்ட சொல்லிருக்கு. இவரு பாருங்க சார்..." என்று குழந்தையை விட்டுவிட்டு வெளியே ஓடினான் மாப்பிள்ளை. இன்னொரு குழந்தையைத் தூக்கிக்கொண்டுவந்து என் முன்னால் வைத்தான். நாலு வயசு டிக்கி அது.

"பாருங்க சார், இந்த கொளந்தைக்கு நான் என்ன சார் செஞ்சேன்? இதும் காதிலே இருக்கறதைப் பிடுங்கிக்கிட்டுப் போயி சங்கிலி வாங்கிட்டு வந்திருக்கார் சார். நான் இவரைக் கேட்டனா சார்? சத்தியமாச் சொல்றேன். கேக்கவே இல்லே சார். இவரை யாரு சார் குழந்தை காதிலே இருக்கிறதைப் பிடுங்கிக்கிட்டுப் போகச் சொன்னாங்க? சங்கிலியைப் போட்டுக்கிட்டு உங்களை நமஸ்காரம் பண்ணிட்டு உள்ளே போனேனா? இதைப் பார்த்தேன், காதிலே ஒண்ணுமில்லே. என்னமோ தோணிச்சு, உடனே பட்டாசு வாங்கறாப்பல இந்தப் பையனை கடைத்தெருக்கு அளைச்சிட்டுப் போய்க் கேக்கறேன். அப்பாதான் களட்டினாங்கன்னு சொன்னான் இவன். எனக்கு என்னாத்துக்கு சார் இந்தப் பாவம்! உடனே சங்கிலியை வித்து லோலக்கு வாங்கியாந்து போட்டேன். 'நான் மாமனாரு: நீ என்னமா நான் வாங்கிக் கொடுத்ததை வாண்டாம்க லாம்னு' சட்டம் பேசறாரு சார் இவரு. நான் சினிமாவிலே நடிச்சிட்டா முட்டாள்னு நினைச்சிட்டார் போலிருக்கு . . . அப்புறம் நீ ஏண்டா சொன்னேன்னு இதை வேறே போட்டு அடிச்சிட்டாரு சார். சுத்தமா சென்சில்லாத மனுசன் சார் இவரு . . !"

முகம் கோண, உதடு துடிக்கக் கத்திக்கொண்டிருந்தான் அவன்.

"என்னய்யா கோவிந்தராவ். என்ன இது?" என்றேன்.

"உம்" என்றுகொண்டே வந்து நின்றார் அவர்.

"என்ன?"

"என்ன, உம்ம மாப்பிள்ளை இப்படி"

"ஆமா சார், செஞ்சு போடறோம். வாங்கிட்டாத்தான் சந்தோஷமா இருக்கும். அதான் நான் சொல்றது."

"ஏன் ஸார், நமக்கு மாத்திரம் சந்தோசம் கிடையாதா – வேணாமா – சொல்லுங்க சார்" என்றான் பையன். "இத பாருங்க, இந்தக் குளந்தை காதிலே லோலக்கு போடாட்டி, நான் போப்போறே ஸ்டுடியோவி லேயோ, எங்கியோ குளாயிருக்கு. நான் அங்கே எண்ணெ போட்டு ஸ்னானம் பண்ணிக்குவேன்."

"அதென்ன பேச்சு?" என்றார் கோவிந்த ராவ்.

"அதான் பேச்சு!" என்றான் மாப்பிள்ளை.

அவன் கிளம்பிப்போய் ஒண்டிக்கட்டையாகத் தீபாவளியை ஸ்டுடியோ குழாயடியிலேயே கொண்டாடிவிடுவான் போலிருந்தது. நானும் அவன் பக்கம் சேர்ந்துகொண்டேன்.

"ஹூம் . . . இதெல்லாம் என்னா சார் புள்ளீங்க!" என்று சரணடைந்தார். லோலக்கை மாப்பிள்ளையின் கையில் கொடுத்தார் கோவிந்த ராவ். டிக்கியின் காதில் போட்டான் அதை மாப்பிள்ளை.

"மகா தெரிஞ்சவன் போல" என்ற பாவனையில் இருந்தது கோவிந்த ராவின் புன்சிரிப்பு.

ஆனந்த விகடன் தீபாவளி மலர், அக்டோபர் 1959

கோவிந்தராவின் மாப்பிள்ளை

எருக்கம் பூ

தெருவோடு தண்டோராப் போட்டுக்கொண்டு போனான்.

'டமுட முட முட முட முடமு – நாளைக்கு நாளானக்கிம் பெரமாச்சி தோட்டத்துல பூப் போட்டி நடக்கப் போவுது. அவங்க அவங்க ஊட்டுலெ பூக்கற பூவுங்க பூச் செடிங்களை யெல்லாம் எல்லாரும் கொண்ணாந்து வக்கலாம். ரொம்ப நல்லா இருக்கிற பூவுக்கு தங்கப்பதக்கம் தருவாங்க அ அ அ . . . ட முட முட முட முட மு . . .'

தெருமுனை திரும்பினதும் புறம்போக்கு ஒன்று. அதிலே ஒரு எருக்கஞ் செடி ஆள் உயரம் வளர்ந்து நின்றது. அதிலே நீலமும் வெள்ளையுமாகக் கலந்த ஒரு பூ. தண்டோராவைக் கேட்டு அது செடியிடம் சொல்லிற்று:

'அம்மா மலர்க் கண்காட்சிக்கு நானும் போப்போறேன்'!

'எதுக்குடா கண்ணு'?

'பரிசு வாங்குவேன்.'

'நீயா!'

'ஆமாம்மா'

'உனக்கெல்லாம் தரமாட்டாங்க'

'ஏம்மா?'

'அதுக்கு வாசனை இருக்கணும். வர்ணம் இருக்கணும். அங்கே ரோசாப் பூ, மல்லிகைப் பூ, ஜவந்திப் பூ, தாமரைப் பூ, சூரியகாந்தி – எல்லாம் வந்திருக்கும். உன்னைப் பார்த்து சிரிப்பாங்க.'

'நான் போகத்தாம்மா போறேன்.'

எருக்கம்பூவுக்கு ஆசையை அடக்க முடியவில்லை. புறப்பட்டது.

தி. ஜானகிராமன் சிறுகதைகள்

'ஆசை வெக்கமறியாதும்பாங்க. இப்படிப் போகலாமா?' என்று கேட்டது செடி.

அதைக் காதில் வாங்கிக்கொள்ளாமல் எருக்கம்பூ போய்விட்டது.

மறுநாள் சாயங்காலம் எருக்கம் பூ துள்ளித் துள்ளி ஓடிவந்தது; 'அம்மாவ்' அம்மாவ் என்று கத்திக்கொண்டே வந்தது.

'என்னடா தங்கம் ... வந்தியா வந்தியா!' என்று பெருமூச்சுவிட்டது செடி.

'எனக்குத்தாம்மா முதல் பரிசு ... முதல் பரிசு எனக்குத்தான்' என்று குதித்தது எருக்கம் பூ.

'உனக்கா! உனக்கா முதப் பரிசு! பொய் சொல்லப்படாது குழந்தே'

'நானா பொய் சொல்றேன்!... இதோ பாரு என்று தங்கப்பதக்கத்தை எடுத்துக் காட்டிற்று எருக்கம் பூ.

எருக்கஞ் செடிக்கு ஆச்சரியம் தாங்கவில்லை. பூவை வாரி எடுத்து அணைத்துக்கொண்டது. உச்சி முகர்ந்து நசுங்க நசுங்க முத்தங் கொடுத்தது. தங்கப் பதக்கத்தைச் சூட்டிச் சூட்டிப் பார்த்தது.

'யார் யாருடா கண்ணு போட்டி போட்டாங்க.'

'யார் யாரெல்லாமோ வந்திருந்தாங்கம்மா. காடு கொல்லை, கும்பை மோடு – எங்கிருந்தோ வெல்லாம் வந்திந்தாங்க'

'யார் யாரு வந்திருந்தாங்க, சொல்லேன்.'

'நெருஞ்சிப் பூ வந்திருந்தது, கரிசாங்கண்ணி வந்திருந்தது. தும்பைப் பூ வந்திருந்தது. விஷ்ணு கிராந்தி வந்திருந்தது'

'செம்பரத்தம் பூ?'

'வல்லே'

'மல்லிப் பூ?'

'வல்லே.'

'நந்தியாவட்டை?'

'வல்லே'

'ரோசாப் பூ?'

'வல்லே,'

'தாமரைப் பூ?'

'ஊஹூம்.'

'சூரியகாந்தி?'

'ஊஹூம்.'

'பவழவல்லி'

'ஊஹூம்.'

'நாகலிங்கம்?'

'அதுவும் வல்லே.'

'வேப்பம் பூ?'

'வந்திருந்தது?'

'மாம் பூ?'

'வந்திருந்தது.'

'பன்னீர்ப் பூ?'

'இல்லே.'

'அப்பாடா நல்ல வேளை.'

எருக்கஞ் செடி எல்லோரையும் குரல் கொடுத்து இந்தச் சந்தோஷச் செய்தியைத் தெரிவித்தது.

எருக்கம்பூவுக்குத் தூக்கமே வரவில்லை. இரவு முழுவதும் கொட்டக் கொட்ட விழித்துக்கொண்டிருந்தது. சந்தோஷம் நெஞ்சையடைத்தது, தூக்கத்தையும் விரட்டிவிட்டது.

காலையில் எழுந்து, ஊர் ஊராக, தெருத் தெருவாக ஓட வேண்டும் போலிருந்தது. ஹோவென்று கத்த வேண்டும் போலிருந்தது. தொண்டை கிழியப்பாட வேண்டும் போலிருந்தது. மரங்களில் ஏறிக் குதிக்க வேண்டும் போலிருந்தது.

நந்தவனத்துப் பண்டாரம் போய்க்கொண்டிருந்தார். கோவிலுக்கு எதிரே உள்ள நந்தவனத்தில் பூப் பறித்து மாலையாகவும் உதிரிப் பூவாகவும் கோவிலில் இருக்கிற பரமசிவனுக்கும் பெரியநாயகிக்கும் சாத்தக் கொண்டு கொடுப்பார். எருக்கம் பூ அவர் பின்னாலேயே ஓடிற்று.

பண்டாரம் நந்தவனத்தில் பூப்பறித்தார். கொன்றை, மயில் கொன்றை, மந்தாரை, பவழமல்லி பன்னீர்ப் பூ, 'சங்குப் பூ, வில்வம், நந்தியாவட்டை –, எல்லாப் பூக்களையும் பறித்துக் குடலையில் போட்டுக்கொண்டார். தக்கென்று ஒரு குதி குதித்துக் குடலைக்குள் மற்ற பூக்களுடன் உட்கார்ந்து கொண்டது எருக்கம் பூ.

கோவில் திண்ணையில் உட்கார்ந்து பண்டாரம் பூக்களை இலையில் கொட்டி மாலை கட்ட ஆரம்பித்தார்.

பாதி மாலை கட்டியாயிற்று.

எருக்கம்பூவை அவர் எடுக்கப் போனார். சரேலென்று யாரோ தூக்கினாற்போலிருந்தது. எருக்கம் பூ நடுங்கிப் போய், மயங்க மயங்க விழித்தது. மேலும் கீழும் பார்த்தது. புஸ் புஸ் என்று சத்தம் கேட்டது.

நிமிந்து பார்த்தது எருக்கும் பூ. 'யார் இது'?

'பிள்ளையார்.'

பிள்ளையார் சிரித்தார்.

'நீ எங்கடா வந்தே?'

'என்னை விடு பிள்ளையாரே. நானும் மாலைக்குப் போகணும்.'

'நீ போகப்படாதுன்னுதானே எடுத்தேன்.'

'நான் ஏன் போகப்படாது? நான்கூடத்தான் தங்கப்பதக்கம் வாங்கி யிருக்கேன்'

'ஹொஹ் ஹெஹ் ஹொ' என்று சிரித்து அதைக் காதுக்குப்பின் இறுக்கிக்கொண்டார் பிள்ளையார். எருக்கம்பூவுக்குத் திமிர முடியவில்லை.

'நான் போகப்படாதா, பிள்ளையாரே?'

'போகப் படாது.'

'அப்படின்னா ஒண்ணு கேக்கறேன். அதையாவது தரியா'

'என்ன?'

'என்னை உங்கிட்டேயே வச்சுக்கறியா?' என்று கெஞ்சலும் கொஞ்சலுமாகக் கேட்டது எருக்கம் பூ.

'ஹ் ஹ ஹ் ஹே.' என்று சிரித்து, 'சரி, என்கிட்டவே. நீ இருக்கலாம்' என்றார் பிள்ளையார்.

ஒரு பெருமூச்சு விட்டது எருக்கம் பூ, உரக்கக் கத்திற்று. 'ஏ, சம்பரத்தம் பூ, ஏ பவழமல்லி, நீங்கள்ளாம் போங்க, கோவில்லெ நுழையறதுக்கு முன்னாடி பிள்ளையாரைப் பாத்துட்டுத்தான் போகணும் யாரும். என்னைப் பாக்காம யாரும் போக முடியாது' என்று உரக்க முழங்கிச் சிரித்தது.

பண்டாரம் மாலைகளையும் பூக்களையும் உள்ளே எடுத்துக் கொண்டு போனார்.

சிவாஜி. 26ஆவது ஆண்டுமலர் 1960

திருப்பதிக்குப்போன மயில்சாமி

மயில்சாமி இரண்டு நாட்களுக்கு முன்வந்த வாழ்த்துரையைச் சிரமப்பட்டுப் படித்துக்கொண்டிருந்தான்.

"வித்தக நடிகரே வாரும் வாரும்,
திரைக்கலைத்தூணே வாரும் வாரும்,
நடிப்புக் கலையின் மானிட வடிவே,
ஒன்றா உலகத்து உயர்ந்த புகழல்லால்
பொன்றது நிற்பதொன்று இல்"

என்று தமிழ்மறை தத்துவத் திருவள்ளுவன் மொழிந்தாற் கேற்ப ஒப்பில்லாப் புகழில் ஓங்கி வளர்க உத்தமநடிக!

1957ஆம் ஆண்டு அக்டோபர் திங்கள் தமது முதற்படம் வெளியாயிற்று. உருசியர் விட்ட ஸ்புட்னிக் உலகம் சுற்றத் தொடங்கிய கணமே தமது படமும் வெளியாயிற்று என ஆராய்ந்து நீவிர் கட்டிய புதுமனைக்கு சுபுத்தினியகம் எனத் திருப்பெயர் வைத்த விஞ்ஞான நடிகர் நீரேயாவீர்.

உண்ணுங்கள் உண்ணுங்கள் என்று உவகையுடன் நடிப்பு விருந்து படைத்து எங்கள் கலைப் பசியை ஆற்றிய தமிழ்ச் சுடரே, தமிழ்த்தாயின் கருவிழியே,

"நடிப்புக்கோன், திரைநடிப்பு வேங்கை, நடிப்பு வேழம், திரையுலக மன்னன், திரைப்பட இளங்கோ முதலிய எண்ணற்ற பட்டங்களை உமக்குக் கலையுலகம் காணிக்கை யாய் அளித்துள்ளது. என்றாலும் தமது நடிப்பின் எட்ட முடியாச் சிகரத்தினைச் சுட்டிக் காட்டும் திறன் இவற்றிற்கு இல்லாததால் அகில உலக நடிகப் பேரரசன்" என்ற திருநாமத்தைத் தம் கலை விருந்துகளை உண்டு களித்த நாங்கள் சூட்டுகிறோம். பிழைபொறுத்து, பெருமனதுடன் ஏற்பீராக.

"வாழ்க அகில உலக நடிகப் பேரரசன்"

இப்படிக்கு
வீரானம் பட்டி மயில்சாமி
இளைஞர் மன்ற உறுப்பினர்கள்

வீரானம்பட்டி மட்டுமல்ல, பூங்காடு மிளகுநத்தம், படுவாச்சேரி, உழப்பேடு, பாக்குப்பட்டினம், மோர்க்குறிச்சி, வக்கணையாரம், பசுந்தலை, – இப்படி தமிழ்நாடு முழுவதுமே அவனுக்குப் பட்டங்கள் கொடுத்திருந்தது. மூன்று ஆண்டுகள் முடிவதற்குள் முப்பது லட்சம் தாண்டிப் போய்விட்டது மயில்சாமியின் சொத்து. மூன்று ஆண்டுகளுக்கு முன் வீராசாமி எங்கள் தெருவில் வேலய்யா வாத்தியாரோடு ஒண்டுக்குடியிருந்தபோது பால்கார கிராமணியாரும், வெற்றிலைக்கடைச் செட்டியாரும் பாக்கிக்காகப் படியில் நின்று சத்தம் போட்டதெல்லாம் போக, இப்போது அவனைப் பேட்டி காண நாள்கணக்கில் ஐட்ஜிகள் என்ன, தலைவர்கள் என்ன, பிரின்சிபால்கள் என்ன, வக்கீல்கள் என்ன, புலவர்கள் என்ன, மனைவி என்ன – எல்லோரும் காத்துக்கிடக்கிறார்கள். மனைவிகூடவா என்றால், மனைவி கூடத்தான். மாதம் இரண்டு மூன்றுதடவை அவள் புருஷனைப் பார்ப்பதே அரிது. துக்கம் தாங்காமல் அவள் ஒருநாள் கண்ணீர் சொரிந்ததைப் பார்த்து, "என்ன புள்ளே இது! நாலுலட்சம் அஞ்சிலட்சம்னு ஒரு படத்துக்கு வாங்கறப்ப ஊட்டுக்குள்ளாரவே குந்தியிருக்க முடியுமா? நான் என்ன அடுப்பாங்கரைப் பூனையா? இப்படி மாலாசு பண்ணியே உலகம் தெரியுமா?" என்றான் மயில்சாமி.

"முப்பது லட்சம் சம்பாரிச்சது பத்தாதா? அரமனை மாதிரி நாலு வீடு வாங்கியாச்சு. ஏழுக்காரு வாங்கியாச்சு. பத்தாதா?"

"பணம் சம்பாரிக்கிறதுக்கு எல்லை கிடையாது கோமதி ...

இப்ப மொத்தம் முன்னூத்திநாலு படம் கையெழுத்துப் போட்டிருக்கேன். நூத்து நாற்பது படம் ரிலீஸ் ஆயிடிச்சு. சொச்சம் இன்னும் ஏழெட்டு வருடத்திலே முடிஞ்சிடும். அப்புறம் உன்கூடவே எப்பவும் இருக்கிறேன். போதுமா?"

"ம்க்கும்" என்று அவள் மேலே பேசுவதற்குள் "போன்" வந்தது. மயில்சாமி ஸ்டுடியோவுக்குக் கிளம்பிவிட்டான்.

அப்புறம் ஒரு வாரம் அவனை அவள் பார்க்கவில்லை. இன்றுதான் அவனுக்கு சிறிது ஓய்வு கிடைத்தது. தமிழ் நாட்டு மக்கள் தந்த பட்டங்களையும் வாழ்த்து மடல்களையும் பார்த்துக்கொண்டிருந்தான். இரவு இரண்டரைமணி இருக்கும்.

"அடா த்ரோகி" என்று திடீர் என்று கூச்சல் கேட்டது. மயில்சாமி திரும்பினான். உறங்குவதாக அவன் நினைத்துக்கொண்டிருந்த அவன் மனைவி எழுந்து விறைப்பாக முதுகை நிமிர்த்தி உட்கார்ந்திருந்தாள். சோற்றுப்பருக்கை ஆகாரக் குழாயைத் தப்பி மூச்சுக் குழாய்க்குள் சிக்கியது போலக் கண்ணில் ஒரு நெட்டுக்குத்தலான பார்வை.

"என்ன கோமதி?" என்று அருகே போனான் மயில்சாமி.

"கோமதியில்லேடா, கோணல் மதியா!" என்று அரற்றினாள் கோமதி.

"என்ன புள்ளே திடீர்னு அடுக்கு டயலாக் பேசுற?" என்று சிரித்தான் மயில்.

"அடுக்காதடா உனக்கு இது. நான் யாரு தெரியலே?"

திருப்பதிக்குப்போன மயில்சாமி

"என்ன கோமதி இது? ராத்திரிவேளையிலே இப்படி ஊளையிட்டுக் கிட்டு?"

"கோமதியில்லேடா; இது ஏழு மலையான் வந்திருக்கேன். ஊளை யில்லேடா உறுவாயா உன் மூளைக்கிறுக்கைமாய்க்கவந்த ஏளுமலெடா."

உடனே இடுப்பில் சோமனைக் கட்டிக்கொண்டு தங்கப்பன். சுந்தர ராசன், கருப்பையன் ஆகிய தன் தம்பிகளை எழுப்பிக்கொண்டு திரும்பி ஓடிவந்தான் அவன்.

"பிச்சைக்காரப்பயலே என் பிச்சையை ஏன்மறந்தே?" என்று ஏழுமலை சொல்லிற்று.

"விளங்கச் சொல்லேன்" என்று மயில்சாமி கும்பிட்டான். தழுதழுத்தான்.

"பட்டணத்திலே பிச்சைவாங்கி பதினாயிரம் ரூபா உண்டிக்குச் சேர்க்கறேன்னியேடா, உம் பொஞ்சாதி புள்ளைத்தாச்சியாயிருக்கறப்ப?"

"அப்படிண்ணு கெனாக் கண்டேன்"

"கொணாந்து கொடு. உன்காருங்க, வீடுங்க, சொத்து, அல்லாம் கெனவாய் போயிரும்டா இல்லாட்டி . . ."

"அடுத்த வாரமே கொடுக்குறேன்"

"சத்தியமா!"

"சத்தியமா!"

ஏழுமலையான் மலையேற அரை மணியாயிற்று.

மறுநாள் காலை மானேஜர் கம்ப சேர்வையைக் கூப்பிட்டு விஷயத்தைச் சொன்னான் மயில்சாமி.

"ஒரு அரைமணி நேரம் தாங்க, ஒரு திட்டம் தயார் பண்ணிப்பிடரேன்" என்று கம்பசேர்வை தன் அறைக்குள் போனார். அப்போது காலை எட்டுமணி. சொன்னார்போல எட்டரை மணிக்குத் திட்டம் உருவாகி விட்டது. கம்பசேர்வை கம்பநாட்டாருக்கு சமமானவர்.

மறுநாள் காலை 10 மணிக்கு மயில்சாமி வீட்டில் சென்னை சினிமாப் பத்திரிகைக்காரர்கள் மற்ற பத்திரிகைக்காரர்கள், மஞ்சள் கறுப்பு முதலிய பல வண்ணப் பத்திரிகைக்காரர்கள் கூடினார்கள். பாதாம் ஹல்வா சாப்பிட்டார்கள். சர்க்கரைப் பொங்கல் சாப்பிட்டார்கள். வெண்பொங்கல், அவியல் சாப்பிட்டார்கள். பகாளா பாத் சாப்பிட்டார்கள். அவர்களை இலையில் உட்கார்த்திவிட்டுப் போன மயில்சாமி வரவில்லை. சாப்பிட்டு அவர்கள் கையலம்பிவிட்டுப் போனபோது நெற்றியில் பட்டை நாமமும் மஞ்சள் வேட்டியும், மார்பில் துளசிமணிமாலையுமாக எல்லோரையும் ட்ராயிங் அறையில் வரவேற்றான் சாமி.

"அடடே!"

"ஏ அப்பா . . ."

தி. ஜானகிராமன் சிறுகதைகள்

"பிரமாதம்"

இதெல்லாம் ஓய்ந்த பிறகு மயில்சாமி ஒரு அச்சடித்த கடுதாசி ஒவ்வொரு பத்திரிகை ஆசிரியர் கையிலும் கொடுத்தான்.

"என்ன இது!" என்று ஒன்றும் புரியாமல் விழித்தார் 'திவ்யத்திரை'யின் ஆசிரியர்.

"அது தான் நம்ம 'ரூட்'டுப் பிளான். மெட்ராஸ்லே முக்கியமான வீதி, பேட்டைகளெல்லாம் 'கவர்' பண்ணிடும் படியாகத்தான் 'ரூட்' போட்டிருக்கேன். அதோ பாருங்க, அம்புக்குறியை! எங்கேருந்து புறப்படுது?"

"ஐயனார் ஸ்டுடியோவிலிருந்து".

"கருக்கல்லே முழுகிட்டு மஞ்சு வேஷ்டியும் மஞ்சப் புடவையும் கட்டிக்கிட்டு நானும் எம் பெஞ்சாதியும் கார்லே கோடம்பாக்கம் ஐயனார் ஸ்டுடியோவுக்குப் போகிறோம். அங்கேர்ந்து ராகு காலத்துக்கு முன்னாலேயே புறப்பட்டுடப்போறோம். கோடம்பாக்கம் ஸ்டேசன் வந்து மாம்பலம் பாண்டி பஜாரோட வந்து மௌண்ட் ரோட்டிலே ஏறி நேரே ரவுண்ட்டாணபோய், அங்கேர்ந்து சிந்தாதிரிப் பேட்டை, எழும்பூர், புரசவாக்கம், அப்படியே ஓட்டேரி பார்க்டவுன், தங்கசாலைத்தெரு, வண்ணாரப்பேட்டை, ராயபுரம், அப்புறம் திரும்பி பிராட்வே வழியா மன்றோசிலை வழியா, வாலாஜாரோடு வழியா, திருவல்லிக்கேணி: அங்கேர்ந்து அம்டன் வாராவதி போகாம எலியட்ஸ் ரோடிலே மேற்கே திரும்பி, ராயப்பேட்டை ஹைரோட் வழியாலே மயிலாப்பூரு, மந்தவெளி, அடையாறு, கிண்டி, சைதாப்பேட்டை வந்து அப்புறம் திரும்பியும் மவுண்ட் ரோட் வழியா எல்டாம்ஸ் ரோட்லே திரும்பி–"

"ஏ அப்பா, ரொம்பப் பெரிய ரூட்டா இருக்கே" என்றார் திரைத்தேன் ஆசிரியர்.

"என்னங்க செய்றது? மக்களையும் திருப்திப்படுத்தியாக வேண்டிருக் கிறதே? மக்களுக்கு நாமா, நமக்கு மக்களா? நீங்களே நெனச்சுப் பாருங்க," என்றான் மயில்சாமி.

"இவ்வளவு தூரமும் கால் நடையா நடந்து . . ." என்று வியப்புடன் இழுத்தார் "முத்தமிழ் மித்திரை"யின் பிரதிநிதி.

"முடிஞ்சமட்டும் நடக்கறது. அப்பறம் திறந்த கார்லே ஏறிக்கிடறோம். நீங்கள்ளாம் இருந்து நடத்தி வக்கணும்" என்று முடித்தான் மயில்சாமி.

பிறகு அவனையும் அவன் பெஞ்ஜாதியையும் மஞ்சள் வேட்டியும் மஞ்சள் புடவையும் கையில் பெரிய வாய் அகன்ற பெரிய வெள்ளிக் குடத்துடனும் பத்திரிகைக்காரர்கள் புகைப்படங்கள் எடுத்தார்கள்.

அன்று மாலை தினசரிகளில் மயில்சாமி சென்னைத் தெருக்களில் திருப்பதிப்பிச்சை எடுக்கப்போகும் செய்தி பலவித புகைப்படங்களுடன் வெளிவந்துவிட்டது. மூவர்ணச் சுவரொட்டிகள் குடமேந்திய மயில்சாமியை சென்னை முழுவதும் தரிசனம் செய்துவைத்த அழகொன்றே போதும். கல்லூரிகள், பள்ளிகள், இளைஞர் மன்றங்கள் – எல்லாம் மயில்சாமியை

திருப்பதிக்குப்போன மயில்சாமி

வரவழைத்துக் கூட்டம் போட்டு "பிச்சை" யிட்டு அவனுடைய திருப்பதிப் பயணம் வெற்றிகரமாக நடக்க வேண்டும் என்று பழங்காலத் தமிழகத்தின் வடக்கெல்லைக் கடவுளே இறைஞ்சி வாழ்த்துகள் கூறின.

ஆகா! ஆகா! பிச்சை நாளும் வந்தது. நினைத்தால் உடல் சிலிர்க்கிறது. மகாத்மா காந்திக்கு அந்தக்கூட்டம் கூடியதில்லை. மகாமகத்துக்கும் கூடினதில்லை. சினிமா ஸ்டுடியோக்களில், ஹோட்டல்களில், பள்ளியில், நட்சத்திர வீடுகளில், வீதிகளில், சினிமாத்தியேட்டர்களில், எங்கும் பச்சை, சிவப்பு காகிதத் தோரணங்கள் சரம்சரமாக ஙுலஙுலாவென்று காற்றில் அசைந்தன. மாடிகள், பால்கனிகள் சுவர்கள், மரங்கள் – எங்கு பார்த்தாலும் மக்கள் தொத்திக்கொண்டு நின்றார்கள். சந்திகளில் கூட்டம் கூட்டமாக மூன்று மணி நான்குமணி முன்னதாகவே இடம் பிடித்துக்கொண்டு நின்றார்கள்.

ஐயனார் ஸ்டுடியோவிலிருந்து வெள்ளிக்குடத்தைக் கையிலேந்தி பெண்ஜாதி பக்கத்தில்வர, கோவிந்தம் போடரா கோவிந்தா என்று பல லட்சரூபாய் நட்சத்திரங்களிலிருந்து ஐந்து ரூபாய் எக்ஸ்ட்ராவரை நடிக நடிகைகள் வானைமுட்டும் கோஷம் எழுப்ப, மயில்சாமி புறப்பட்டான். தமிழ் நாட்டின் பெரிய நாகஸ்வரக்காரர்கள் வாசித்துக்கொண்டு முன் நடக்க, பேண்டு வாத்திய கோஷ்டிகள் ஏழெட்டு முழங்க அந்த ஜன சமுத்திரம் மெதுவாக நகர்ந்தது. படமுதலாளிகள், படத்தொழிலாளிகள், மற்ற தொழிலாளிகள், உயிர்வாழ்வதையே தொழிலாகக் கொண்டவர்கள் – இப்படி சாரிசாரியாக வந்து மயில்சாமியின் குடத்தில் பிச்சை போட்டு விட்டுப் போனார்கள். தோடுகள், மோதிரங்கள் இப்படி கைக்கு வந்ததைப் போட்டார்கள்.

சினிமா தேவதை அன்று தட்சிண ரயில்வேயை எக்காளமிட்டு வஞ்சம் தீர்த்துக்கொண்டது. கோடம்பாக்கம் லெவல்க்ராஸ் ஸிங்கில் மின்சார ரயில் போகும்போது இதே மயில்சாமியின் காரை எத்தனை தடவை கதவை மூடி அந்த தட்சிண ரயில்வே சிப்பந்தி நிறுத்தியிருக் கிறார்! ஆனால் அன்று என்னவாயிற்று, கூட்டம் முழுவதும் செல்ல ஒரு மணி நேரமாயிற்று. தட்சிண ரயில்வே மின்சார ரயில்கள் ஸ்தம்பித்து நின்ற அந்தக் காட்சியை நீங்கள் பார்த்திருக்க வேண்டும். பல வருஷ ஆத்திரங்களைச் சேர்த்துவைத்து அன்று சினிமா தேவதை வஞ்சம் தீர்த்துக் கொண்டதாகத்தான் எனக்குத் தோன்றிற்று.

ரயில்வே கேட் தாண்டியதும் வெயில் நன்றாக ஏறிவிட்டது. மயில்சாமிக்கு வேர்த்து ஊற்றியது. பட்டை நாமம் வேர்வையில் ஊறி மங்கிற்று. நடக்க முடியவில்லை. காரில் போகவேண்டுமென்று சொல்லவே பாங்கர் வெங்கண்ணா முதலியார் தன்னுடைய திறக்கிற தினுசுக் காரைக் கொண்டு வந்து நிறுத்தினார். மயில்சாமி அதை ஏற இறங்கப் பார்த்தான்.

"வாண்டாம் சார்" என்றான்.

"ஏன்?"

"பிச்சைக்குப் புறப்பட்டிருக்கிறோம். இவ்வளவு புதுக் காரிலேயா போறது?" என்று கூறி தனக்குக் கார் ஓட்டக் கற்றுக் கொடுத்த

துலுக்காணத்தின் காரை எடுத்துவரச் சொல்லிக் காரைக் கொடுத்தனுப்பினான். லட்சக்கணக்கான ஜன சமுத்திரத்தைக் கடந்து கொண்டு துலுக்காணத்தின் கார் வந்தது. 1928ஆம் வருட மாடல் அது. பல தடவை பெயிண்ட் உரித்தவண்டி இப்போது கறுப்பும் பச்சை நிறமாக ஒரு அசட்டுக் கலவை வர்ணத்தில் கம்பிச் சக்கரமும் ரப்பர் ஹாரனுமாக மூட்டுவாயுக்காரன் மாதிரி வந்து நின்றது. திறந்த அந்த வண்டியில் மயில் சாமி மனைவியுடன் ஏறிக்கொண்டான்.

உடனே நட்சத்திரம் குமாரி நாட்டக் குறிஞ்சியின் அத்தைக்கு அத்தையான திரிலோக சுந்தரியம்மாளுக்கு நெஞ்சை அடைத்தது. அடக்கி அடக்கிப் பார்த்து கடைசியில் முடியாமல் ஹோவென்று அழுதுவிட்டாள் அந்த அம்மாள். "இந்தப் புள்ளையோட அடக்கத்தைப் பாருங்கோ. இந்த சின்னவயசிலே எவ்வளவு பக்தி! எவ்வளவு விநயம்! பணத்திலே புரள்ற உடம்பு! அதுக்கே ஏழு கார் இருக்கு! இருந்தாலும் புழுதியிலே பெரளாப்பல இந்த ஓட்டையிலே ஏறி உட்கார்ந்துடுத்தே! என்ன நிச்சயபுத்தி! என்ன பணிவு! என்ன பக்தி! என்ன உறுதி! எனக்கெல்லாம் அந்த ஞானம் வல்லியே!" என்று அறுபது வயதைத் தாண்டிய அந்த அம்மாள் கண்மைக்கும் முகப் பூச்சுக்கும் சேதம் வராமல் கண்ணீர் விட்டுத் தழுதழுத்தாள். அதைப் பார்த்து குமாரி நாட்ட குறிஞ்சிக்கும் இன்னும் பல ஆண் நட்சத்திரங்களுக்கும்கூட கண்ணில் நீர் துளித்துவிட்டது.

நாதஸ்வரக்காரர்களையும் வேறு திறந்த கார் இரண்டில் ஏற்றினார்கள். ஊர்வலம் மீண்டும் புறப்பட்டது.

வழி நெடுகிலும் கூட்டம் கரைபுரண்டு வழிந்தது. கையில் வந்ததை மக்கள் குடத்தில் வீசினார்கள். தேனாம்பேட்டை முனங்கில் லேசாக லத்திப் பிரயோகம் செய்யும் அளவுக்குப் போலீசுக்குத் தொந்தரவு கொடுத்தார்கள் மக்கள். அப்படி சமாளிக்க முடியாத கூட்டம். எங்கு பார்த்தாலும் கார், வண்டி நடமாட்டம் எல்லாம் ஸ்தம்பித்துக் கிடந்தது. கல்லூரி மாணவர்கள் மாணவிகள் மவுண்ட் ரோட் மத்தியில் கலந்து கொண்டு கோவிந்தம் போட்டார்கள்.

காலணா, பைசா, நயா பைசா, நோட்டுகள், வளைகள், சங்கிலிகள் இப்படி விழுந்துகொண்டிருந்தன. சிங்கப்பூரிலிருந்து வந்த ஒருவர் கண்ணில் நீர் சொரிய சிகரெட் பெட்டியளவுள்ள தன் ட்ரான்ஸிஸ்டர் ரேடியோவை குடத்தில் மெதுவாகப் போட்டு மயில்சாமியின் காலைத் தொட்டுக் கண்ணில் ஒற்றிக் கொண்டார்.

மணி பன்னிரண்டாகிவிட்டது. திட்டப்படி எல்லா வீதிகளையும் முடிக்க நேரம் இராது போலிருந்தது. ஐந்து மைல் வேகத்தில் போன 1928 மாடலுக்கு பத்து மைல் வேகத்தில் போகுமாறு உத்தரவு பிறந்தது.

"கோவிந்தா கோவிந்தா" சிந்தாதிரிப் பேட்டை, எழும்பூர், புரசைவாக்கம், பிரம்பூர், ஓட்டேரி, திருவல்லிக்கேணி,

மயிலாப்பூர் ... வளர்த்துவானேன்? சென்னை முழுவதும் கோவிந்த மயமாக முழுங்கிற்று அன்று. மயில்சாமி கட்சிப் பற்றில்லாத நட்சத்திரம். ஆகவே ஆஸ்திகர், நாஸ்திகர்கள் எல்லோருமே அவன் மனிதன் என்ற

முறையில் அவன் மேலுள்ள தனிப்பட்ட அன்பை நினைத்துப் பிச்சை போட்டார்கள். ஒரு குடம் இரண்டு குடம் மூன்றாவது குடம் வேறு வைத்துக்கொள்ளும் நிர்பந்தம் வந்துவிட்டது.

பிச்சை ஊர்வலம் மயில்சாமியின் வீட்டில் வந்து முடியும்போது இரவு இரண்டு அடர்ந்துவிட்டது. கடைசி முறையாக நூறு முறை கோவிந்தம் போட்டுவிட்டுக் கூட்டம் எல்லாம் கரைந்தது.

எல்லோரும் சாப்பிட்ட பிறகு கம்பசேர்வை, மயில்சாமி, தம்பிகள், கோமதி எல்லோரும் குடங்களைக் கவிழ்த்து எண்ணியபோது நகை யெல்லாம் கணக்குப்பண்ணாமல் ரூபாய் மட்டும் மூன்றேகால் லட்சத்திற்கு மேல் சேர்ந்திருந்தது.

மயில்சாமி மக்களின் அன்பை நினைத்து நெஞ்சு நெகிழ்ந்து கண்ணீர் விட்டான். தர்ம சங்கடமும் சேர்ந்துகொண்டது. திருப்பதி வேங்கடாசலபதி, தமக்கு வேண்டிக்கொண்ட பொருளோ, பணமோ சரியாக இருந்தால்தான் ஏற்றுக் கொள்ளுவாராம். உருமட்டை நார் போடுகிறேன் என்று நேர்ந்து கொண்டால் உருமட்டை நார்தான் போடவேண்டும். பதிலாக லட்சரூபாய் போட்டாலும் நடக்காது. யாரோ ஒருவர் தன் வைர மோதிரத்தை போடுவதாக வேண்டிக்கொண்டு கடைசியில் உண்டிக்கு அருகில் போனதும், மோதிரத்தை விட்டுப் பிரிய மனமில்லாமல், அதைவிட மூன்று மடங்கு பணத்தை எடுத்து உண்டியில் எறிந்தாராம். ஆனால் அப்படிப் போடும்போது அவர் விரலில் இருந்த அந்த மோதிரமும் நழுவி உண்டியில் விழுந்துவிட்டதாம்.

திருப்பதிக்குப் போன மயில்சாமி இதையெல்லாம் நினைத்துப் பார்த்தான். கடைசியில் வேண்டிக்கொண்ட படியே மரியாதையாகப் பதினாயிரம் ரூபாயைப் போட்டுவிட்டு ஊருக்குத் திருப்பினான். மீதிப் பணம் அவனைப் பார்த்து அன்புடன் விழித்தது.

"நாம் என்ன செய்வோம்? நாமாகக் கேட்கவில்லை. தானாக வந்தது. உதறித்தள்ள முடியாது" என்று சமாதானப்படுத்திக்கொண்டு இரும்புப் பெட்டியில் மீதிப் பணத்தையும் மற்ற பிச்சைகளையும் வைத்துப் பூட்டி விட்டான்.

பாங்கியில் போடலாம். போடவில்லை. ஏனென்றால் வருமானவரிக்கு இந்தப் பணம் இலக்கா இல்லையா என்ற சந்தேகம் வந்துவிட்டது. பிச்சை யாக வந்த பணத்திற்கு வருமான வரி எப்படிப் போடமுடியும் என்பது தான் அவன் கட்சி. ஆனால் கம்ப சேர்வைக்கு சந்தேகம். "எதற்கும் அய்யரை ஒரு வார்த்தை கேட்டுடலாங்க" என்று மயில்சாமியின் வருமான வரி ஆலோசகரான அட்வகேட் சங்குவையரைத் தேடிப் போனார் கம்பசேர்வை. இரண்டு மூன்று நாட்களாக சங்குவையரும் கம்ப சேர்வையும், இதைப்பற்றித்தான் யோசித்து வருகிறார்கள்.

முற்றிற்று.

கதை முற்றிற்று என்று எழுதுவதற்குள் நான் எழுத எழுத ஒவ்வொரு பக்கமாக வாசித்துக்கொண்டிருந்த சுயம்புலிங்க முதலியார் "நீரு அப்பவே முடிச்சிருக்கணும் கதையை" என்றார்.

"எப்ப?"

"அவன் வச்சுப்பூட்டினதோட, அதுக்கும் மேலே வருமான வரி கிருமான வரின்னு நிமிட்டு விஷமமாக என்னத்தையோ எழுதியிருக்கீமே கடைசீலே கும்பகோணத்தான் என்கிறதைக் காமிச்சிப்பிட்டீரே ... நீர் எழுதினதைப்பார்த்த உடனே வருமான வரி ஆபீசர் வந்து அவன் வீட்டிலே செர்ச்சுப் போட்டுருவான்னு எண்ணமாக்கும்?" என்று கோபமும் கிண்டலுமாகக் கேட்டார் சுயம்புலிங்க முதலியார்.

சுயம்பு ஒரு பெரிய பத்திரிகையில் பொது உறவு அதிகாரி. ஆனால் முதலாளி, ஆசிரியர் எல்லாம் அவர் கைக்குள் அடக்கம். கதைகளைக்கூட அவர்தான் படித்துத்திருப்பி அனுப்புவார், வெட்டுவார், போடுவார். "உம்மைக் கதை கேட்டா, ஊர்வம்பெல்லாம் எழுதியனுப்பறீமே" என்று என் கதைகளைத் திருப்பி அனுப்பி அனுப்பி சந்தோஷப்படுகிறவர். அவரிடம், "நீர் இப்போது வேணும்னாலும் போய்ப் பாருமே. சங்குவையரும் கம்ப சேர்வையும் இதே விஷயமாகத்தான் இந்த நிமிஷம் பேசிண்டிருக் காளா இல்லியான்னு நீரே தெரிஞ்சுப்பீர்" என்று எனக்குச்சொல்லத் தெரியாதா என்ன?

ஆனால் நான் ஏன் சொல்ல வேண்டும்? என்னைக் கண்டால் தான் அவருக்கப் பிடிக்கவில்லையே!

சௌராஷ்டிரமணி தீபாவளி மலர், அக்டோபர்1960

திருப்பதிக்குப்போன மயில்சாமி

மூர்ச்சை

நாகராஜ பிள்ளை செய்த காரியத்தைப் பார்த்த போது எங்கள் ஊர்ப் பெரிய மனிதர்களின் நினைவுதான் வந்தது எனக்கு. பேசிக்கொண்டேயிருக்கிற போது 'இதோ ஒரு நிமிஷம்' என்று ஏதோ காரியமாகப் போவது போல் திண்ணையிலேயே துண்டைப் போட்டுவிட்டு, உள்ளே போய்க் காப்பியைச் சாப்பிட்டு வருகிறவர்; கூடப் பிறந்த தங்கையின் கணவன் நம்பிக்கையாகக் கொடுத்து வைத்திருந்த பதினாயிரம் ரூபாயை, அவன் இறந்து போனதும் 'நாலு வருஷங்களுக்கு முன்னாலேயே திருப்பிக் கொடுத்து விட்டதாக' அந்தத் தங்கையிடமும், பின்பு கோர்ட்டில் ராமாயணத்தை வைத்துக்கொண்டும் பொய்ச் சத்தியம் செய்த அன்னதானம் ராமுவய்யர்; தினம் ஒரு தடவையாவது தாயாரை அடிக்காமல் சாப்பிடுவதில்லை என்று விரதம் பூண்டது போல, ஆளோடியிலிருந்தும் குறட்டிலிருந்தும் தாயாரை உருட்டித் தள்ளுகிற அத்வைத பண்டிதர் காளி கனபாடிகள்; மூட்டைக்கு இரண்டு மரக்கால் வீதம் பதரைக் கலந்து பொறுக்கு விதை என்று சர்க்காருக்கே விற்று வருகிற காசி விச்வம்; இவர்கள் செய்திருக்கிற காரியத்தைத்தான் நாகராஜபிள்ளையும் இப்போது செய்திருக்கிறார். எந்தக் கைக் குட்டையால் நெஞ்சு ஈரத்தை ஒற்றி எடுத்துக்கொள்கிறார்கள் இந்த மனிதர்கள்! நரகத்தில் நெய்த கைக்குட்டையா!

வியாசராவோடு அவர் குலாவின குலாவலைப் பார்த்தால்! ... அப்படிக் குலாவினார்கள் இரண்டு பேரும். சாப்பிடுகிற சமயம் போக, குளிக்கிற சமயம் போக, இரண்டு பேரையும் தனியாகப் பார்க்க முடியாது. பொழுது விடிந்ததும் விடியாததுமாகப் பேப்பர் பார்க்க வந்துவிடுவார் நாகராஜ பிள்ளை. அப்போதுதான் வியாசராவ் நீராடி விட்டுப் பூஜைக்கு உட்கார்ந்திருப்பார். முடிந்து வெளியே வருவதற்குள் நாகராஜ பிள்ளை எல்லாச் செய்திகளையும் முடித்திருப்பார். வியாசராவ் பேப்பர் தமக்காக வாங்கு கிறாரா, நாகராஜ பிள்ளை வாசிப்பதற்காக வாங்குகிறாரா

தி. ஜானகிராமன் சிறுகதைகள்

என்று சந்தேகம் வந்துவிடும். பன்னிரண்டு மணி வரையில் பேசுவார்கள் இரண்டு பேரும். சாப்பாட்டிற்காகக் கலைவார்கள். மூன்று மணிக்கு மீண்டும் வருவார் பிள்ளை. மாலையில் சேர்ந்தே உலாவப் போவார்கள். சாப்பாடானதும் மறுபடியும் ஒரு சந்திப்பு. நடு நிசிக்குத்தான் பிரிவார்கள். எங்கேயாவது ஊருக்குப் போவதென்றால் கூட நாகராஜ பிள்ளை இல்லாமல் போகமாட்டார் வியாச ராவ். ராமனும் சுக்ரீவனும் செய்து கொண்டார்களே, அந்த மாதிரி அக்னி சாட்சியாகத் தோழமை பூண்டார்களோ என்று எனக்குச் சிரிப்பு வருவது உண்டு.

இப்பொழுது?

பிள்ளை திடீர் என்று மிரண்டு விட்டார். வியாசராவுக்கு வத்திருக்கிற 'உடம்பு' சாதாரணமில்லை என்று தீர்மானமானவுடன், ஆசாமி சட்டென்று எல்லா பந்தங்களையும் அறுத்துக்கொண்டு விட்டார். வியாச ராவ் இந்தத் தெளியாத மூர்ச்சையில் விழுந்தாரே, அதற்கு மூன்றாம் நாள் காலையில் வந்தவர்தான் பிள்ளை. ஏழாம் நாளாயிற்று. இன்னும் தலை காட்டவில்லை. வைத்தியச் செலவு, வைத்தியர் கைவிட்ட பிறகு ஆகப்போகிற செலவு – இப்படி ஒன்றைத் தொட்டு ஒன்றாகப் பிடித்துக் கொண்டு விடப் போகிறதே என்று பயந்து விட்டார் போலிருக்கிறது.

வியாசராவைப் பார்க்கப் போனேன்.

தலைமாட்டில் அவர் மனைவி உட்கார்ந்திருந்தாள். உதவிக்காக வந்திருந்த பெண் உள்ளே சமைத்துக்கொண்டிருந்தாள். அவர் மாப்பிள்ளை – அவர் வேலையிலிருந்து ரிடயரானவர். கூடத்து ஊஞ்சலில் உட்கார்ந்திருந்தார். வியாசராவ் வாசல் திண்ணையை நோக்கியிருக்கிற அறையில் படுத்திருந்தார்.

"எப்படி சார் இருக்கு?" என்று தாழ்ந்த குரலில் மாப்பிள்ளையைக் கேட்டேன்.

"ஏதோ இருக்கு ... டாக்டர் ஊசி போட்டுண்டே இருக்கார். மூர்ச்சை தெளியவில்லையே!"

உள்ளே போனேன்.

ராவின் கண் திறக்கவே இல்லை. நடு நடுவே எப்போதாவது ஒரு தடவை முனகல் கேட்குமாம். நாலு நாளாக மூர்ச்சை: அப்படியும் இருக்குமா? அப்படியானால் வியாசராவ் – இப்போது எந்த உலகத்தில் சஞ்சரித்துக் கொண்டிருக்கிறார்?

வியாசராவ் நல்ல வெள்ளைச் சிவப்பு. வாழைக் குருத்து மாதிரி ஒரு நிறம். நிறம் மட்டுமல்ல ... அவ்வளவு மிருதுவான உடல்கூட. அவர் எத்தனை வெள்ளையாக வேட்டி கட்டிக்கொண்டாலும் அந்த வண்ணத்துக்கு எடுக்காது. அதுவும் தினமும் ஆற்றில் குறித்துக் குளித்து சற்றுப் பழுப்பேறிய துணியாகக் கட்டிக்கொள்வதுதான் அவர் வழக்கம். இந்த எழுபத்தெட்டு வயது வரையிலும் அவர் ஆற்றில்தான் குளித்துக் கொண்டிருக்கிறார்.

பூஞ்சையான உடல்தான். ஆனால் நோய் என்று அவருக்கு எதுவும் வந்து எனக்கு ஞாபகமில்லை. கபடமில்லாத உள்ளத்தை உள்ளே

மூர்ச்சை

வைத்துப் பாதுகாக்கிற இந்த தேகத்தைத் தீண்ட எந்த நோயும் பயப்பட்டுத்தானிருக்க வேண்டும்.

எனக்கு இன்று போல் ஞாபகமிருக்கிறது. அந்தக் காலத்தில் இந்த மூக்கோட்டை வீட்டை அவர் விலைக்கு வாங்கி, குடியேறி ஒரு மாதம் இருக்கும். வீட்டு வாசலில் கோலி ஆடிக்கொண்டிருந்த என்னைக் கூப்பிட்டு, நான் என்ன படிக்கிறேன், அப்பாவுக்கு என்ன வேலை என்று விசாரித்தார். மற்ற பையன்களையும் விசாரித்தார்.

மூன்று மாதம் கழித்து பள்ளிக்கூடத்துச் சம்பளம் கட்டப்போன போது யாரும் வாங்கிக்கொள்ள தயாராயில்லை. எனக்கு இனி சம்பளமே கிடையாதாம். சாயங்காலம் வீட்டுக்கு ஓடி வந்து தகப்பனாரிடம் சொன்னேன். "ஓடிப்போய் வியாசராவுக்கு நமஸ்காரம் பண்ணி விட்டு வா. அவர் சொல்லித்தான் கொடுத்தார்களாம். உங்க ஹெட்மாஸ்டர் காலமேதான் சொன்னார்" என்றார் அவர். தெய்வத்தை நினைக்கிற ஒளி அவர் முகத்தில் படர்ந்திருந்தது.

"வியாசராவ் மாமாவைத் தெரியுமாப்பா உங்களுக்கு?"

"ஹெட் மாஸ்டர் சொன்னப்புறம்தான் தெரியும். மத்யான்னம் அவரைப் பார்த்துட்டு வந்தேன் ... இப்படியெல்லாம் செய்யணும்னு தோண்றதுன்னா ... சரி. நீ போய் அவருக்கு நமஸ்காரம் பண்ணிட்டு வா" என்று நெகிழ்ச்சியைச் சமாளித்துக்கொண்டார் அவர்.

o o o

இருபத்தைந்து வருஷம் கழித்து என் நெஞ்சை அடைத்தது இந்தச் சம்பவம்.

"மாமா, மாமா" என்று கூப்பிட்டேன்.

வியாசராவ் கண்ணைத் திறக்கவில்லை. அவர் காதில் எது விழப் போகிறது? மெல்லிய, பரிசுத்தமான அந்தச் சரீரம் எந்தக் கேள்விக்கும் எந்த ஒலிக்கும் அசையவில்லை. மூச்சு மட்டும் வந்து போய்க்கொண்டிருந்தது.

டாக்டர் வந்தார். கால், மார்பு, நெற்றியெல்லாம் தொட்டுப் பார்த்தார். ரத்த அழுக்கத்தை அளந்தார். சிறிது நேரம் நின்றார். வெளியே வந்தார்.

"என்ன சார்?" என்றேன்.

"இப்ப என்னத்தை சொல்றது? மயக்கம் தெளிந்தால்தான் நிச்சயமாக எதுவும் சொல்ல முடியும்" என்று காரை நோக்கி நடந்தார்.

காரின் அருகில் போய் நின்றேன்.

"இப்ப சொல்லுங்க சார்!"

"என்னத்தை சார் சொல்றது? ராயர் இனிமேல் கண்ணைத் திறப்பது சிரமம். நாடி தொய்ந்து கிடக்கு ... நான் வந்து என்ன பண்ணப் போறேன்? மருந்து கொடுக்கத்தான் செய்யலாம். அதை உசிரா மாத்தறதை ராயர் தான் செஞ்சுக்கணும். அப்படிச் செய்யற நிலையைத் தாண்டிப்

போயிட்டாரே அவர்" என்று மெதுவாகச் சொன்னார். அந்தப் பழைய கார் புறப்படுகிற ஆரவாரம் அவர் சொன்னதை அழுக்கிவிட்டது.

திண்ணையில் நின்றுகொண்டிருந்த கிழவி "என்னப்பா சொன்னார் டாக்டர்?" என்று பேய் அறைந்த திகிலுடன் கேட்டாள்.

"சரியாய்ப் போயிடும்கிறார்."

கிழவி நம்பாமல் பெருமூச்சு விட்டுக்கொண்டே நின்றாள். ராயரை விட மெலிந்தவள் அவள். நெருப்புப் பொட்டைப் போல வகிட்டிலும் நடு நெற்றியிலும் கனிந்து வெறித்தது குங்குமம். திரும்பி உள்ளே போய்விட்டாள். பொல்லென்று வெளுத்த தலையையும் காதில் ஆடிய சிவப்போலையையும் பார்த்தபோது, அறுபது வருடம் அவள் வாழ்ந்த வாழ்வு தெரிந்தது. இனிமேல் யாருக்காக அவள் உயிரை வைத்திருக்கப் போகிறாள்!

இப்போது கூட வந்து பார்க்க மாட்டாரா அந்த நாகராஜ பிள்ளை! இந்த வீட்டை வந்து ஒரு தடவை பார்த்தால் ... எங்கே வரப் போகிறார்!

வியாச ராவ் வீட்டில் எப்படிக் காலட்சேபம் நடக்கிறது என்றே புரியவில்லை. பென்ஷன் நாற்பதோ ஐம்பதோ, அதற்கு மேல் நிச்சயமாக இராது.

"நாகராஜ பிள்ளையை இந்தப் பக்கமே காண முடியவில்லையே ..?" என்று இழுத்தேன்.

"இந்த மாதிரி சமயத்தில்தானே மனுஷா எப்பேர்ப்பட்டவான்னு தெரிஞ்சுக்க முடியும்! நாமதான் எப்ப தெரிஞ்சுக்கறது!" என்றாள் கிழவி.

"இருந்தாலும் இப்படியா!"

கிழவியின் கையிலிருந்த வளைகள் எல்லாம் காசாக மாறி, மருந்தாக மாறி விட்டன என்று தெரிந்தது. மாப்பிள்ளைக்கு அறுபது ரூபாய்தான் சம்பளம். திருச்சியில் எங்கேயோ மளிகைக் கடையில் கணக்கு எழுதுகிற உத்தியோகம்.

நாகராஜ பிள்ளை இரும்புக் கடையில் சேர்த்த சொத்தெல்லாம் ஞாபகம் வருகிறது. அவருக்கு ஆறு பிள்ளைகள், மூன்று பெண்கள். மூன்று பிள்ளைகள் தனியாகக் கடை நடத்துகிறார்கள். முதல் இரண்டு பிள்ளைகளுக்கு அவர் கடையையே நிர்வாகம் செய்யும் பொறுப்பு. ஒரு பிள்ளை பட்டணத்தில் ரயில்வேயில் வேலை பார்க்கிறான். நாலைந்து வீடுகள், பத்துவேலி நிலமும் சம்பாதித்து விட்டார், இந்தச் சம்பாத்தியத்தில்.

ராயருக்கு வந்த நோயைக் கண்டு பயப்படுகிற சொத்தா இது!

இரும்புக் கடைக் கடப்பாரையெல்லாம் ஏன் சும்மா கிடக்கின்றன! தாமாக எழுந்து, தங்களைவிட இரும்பாக இறுகி கிடக்கிற அந்த இதயத்தை ஏன் இன்னும் பிளக்கவில்லை?

தாங்க முடியாமல் பிள்ளையின் வீட்டுக்கே போனேன். அவர் இல்லையாம். கடையிலும் இல்லை.

பன்னிரண்டு, பதின்மூன்று நாட்களாகி விட்டன. டாக்டர் வந்தார். தினமும் வந்தார். உதட்டைப் பிதுக்கினார்.

அவருக்கே நாகராஜ பிள்ளையைப் பற்றித் தெரிந்துவிட்டது போலிருக்கிறது. "அந்த அம்மாகிட்டே ஒண்ணும் இருக்கிறதாகத் தோணலியே. என்ன செய்யப் போறா?" என்றார்.

"நான் இன்னிக்குத் தின்னுகிற சோறு ராயர் போட்டது. அவர் என் தலையிலே எழுதிட்டா ..." என்று நான் சொல்லவில்லை. "ஏதோ இருக்கறவா பார்த்துக்றோம்" என்று சொல்லி வைத்தேன்.

ஒன்பது மணி இருக்கும். குளிப்பதற்காகக் கொல்லைப் பக்கம் காலை எடுத்து வைத்தேன்.

"நாகராஜ பிள்ளை ராயராத்துக்குள்ளே போறாரே!" என்று ஓடி வந்தாள் கௌரி.

"என்னது!"

"ஆமாம். இப்பதான் நுழையறார்."

"நானும் போய்ப் பார்த்துட்டுவரேன்."

"வாண்டாம் ..."

"ஏன் ?"

"உங்களுக்குக் கோபம் வந்தால் தலை கால் தெரியாது. படபடன்னு எதையாவது கத்துவேல்."

"கத்தாட்டா எனக்கு ஆறாது."

"நீங்க கத்த வாண்டாம். நமக்கு என்ன பொல்லாப்பு. அவனவன் பண்ற பாவத்துக்கு கூலி கொடுக்க ஸ்வாமி இருக்கார். நீங்க முதல்லே போய் குளியுங்கோ. உங்களுக்கு ஆபீசிலே இருக்கிற நல்ல பேர் போதும்."

குளித்துச் சாப்பிட்டுவிட்டு ஆபீஸுக்குக் கிளம்பு முன் வழக்கம் போல எதிர் வீட்டுக்குப் போனேன்.

ராயர் கண் திறந்திருந்தது.

"மாமா!" என்று ஓடினேன்.

வியாச ராவ் புன்னகை புரிந்தார்.

"எப்படி மாமா இருக்கு!"

கொஞ்சம் தேவலை என்பது போல உள்ளங் கையை அசைத்தார் ராவ்.

சாயங்காலம் வீடு திரும்பியதும், "நாகராஜ பிள்ளை வந்துட்டுப் போனார் மறுபடியும்" என்றாள் கௌரி.

இப்போது ராயர் கண் மட்டும் திறக்கவில்லை. எழுந்து உட்கார்ந்திருந்தார்.

தி. ஜானகிராமன் சிறுகதைகள்

"வா, கைலாசம்" என்று கூப்பிடவேறு செய்தார்.

"வந்தேன், மாமா ... இப்படிக் கவலைப்படும்படியாய் பண்ணிப் பிட்டேளே?" என்று நெருங்கினேன்.

வியாச ராவ் சிரித்தார். "இனிமே ஒரு கவலையும் இல்லேப்பா ..." என்றார்.

"தெரியும் மாமா. கவலைக்கிடமா இருந்தா நாகராஜபிள்ளை வருவரோ!"

என்னை ஒரு தடவை பார்த்தார் வியாச ராவ்.

"விஷயம் தெரிஞ்சு சொல்றியா! இல்லே, கோபத்திலே சொல்றியா?"

"இனிமே அவருக்குப் பயமில்லேன்னு சொன்னேன். மாமாவுக்கு உடம்பு அதிகமாயிருந்தா. டாக்டர் செலவு கிலவுன்னு ஏதாவது கொடுக்கும்படியாயிருக்கும். சரியாப் போயிடுத்துன்னா அந்தக் கவலை இராது பாருங்கோ ..."

"கைலாசம், மாமிக்கு மாங்கல்யபிச்சை அவர் தாண்டா வாங்கிண்டு வந்திருக்கார். வாயிருக்குன்னு எதை வேணாலும் சொல்லப்படாது. மனசு இருக்குன்னு அதை இருட்டிலேயே வெரட்டிண்டிருக்காதே!"

அவர் குரலில் லேசாகத் தொனித்த கடுமையில் எனக்கு என்ன பதில் சொல்வதென்று தெரியவில்லை.

"எனக்குக்கூட இப்பதாண்டா தெரியும், நாகராஜ பிள்ளை இத்தனை நாளா வரலைன்னு. அவரும் மூர்ச்சையாத்தான் இத்தனை நாளும் கிடந்திருக்கார்."

"மூர்ச்சையாவா?"

"ஆமாம். மூர்ச்சைமாதிரிதான். அவர் வீட்டிலே பூஜை உள்ளிலே உட்கார்ந்து, அன்ன ஆகாரமில்லாம, பன்னண்டு நாளாக கண்ணை மூடிண்டு தவிச்சிருக்கான் – தபஸ் பண்ணியிருக்கான் மனுஷன்."

"தபஸா! என்ன மாமா இது!"

"தபஸ்தான். வீட்டிலே புள்ளை பெண்சாதி எல்லாம் பயப்படப் போறதேன்னு பூஜை உள்ளே ஜன்னலை மாத்திரம் திறந்து வச்சுப்பிட்டு, உட்கார்ந்துப்பிட்டான் தியானத்துக்கு. பன்னண்டு நாள் உக்காந்த இடத்தை விட்டு ஏந்துக்கெல. பச்சைத் தண்ணி வாயிலே ஊத்தலே. 'அம்மாவோட மாங்கல்யத்தை நீ பிடுங்கப்படாதுன்னு' பன்னண்டு நாள் அழுதிருக்கான். இன்னிக்குக் காலமேதான் 'இல்லே இல்லே'ன்னு யாரோ சொல்றாப்பல இருந்துதாம். எழுந்து வந்தானாம்; எழுந்து நேரா இங்கே வந்தானாம்."

"இன்னிக்குக் காலமே வந்தார் சார்: நெத்தியை வந்து தொட்டு அஞ்சு நிமிஷம், பத்து நிமிஷம், பதினைந்து நிமிஷம் தடவிண்டே உட்கார்ந் திருந்தார்; மாமா கண் திறந்தாப்பல இருந்தது. தூங்கி எழுந்துக்றாப்பல கண்ணை முழிச்சு முழிச்சுப் பார்த்தார். பிள்ளை நிக்கிறதைப் பார்த்துப் புரிஞ்சுண்டு மெதுவாச் சிரிச்சார். அதைப் பார்த்தோரோ இல்லையோ,

மூர்ச்சை 739

பிள்ளை விக்கி விக்கி அழ ஆரம்பிச்சுட்டார். அம்மா அம்மான்னு மாமியைக் கூப்பிட்டார். 'அம்மா, நீங்க தான் முந்திக்கப் போறீங்' அப்படீன்னு ஆவேசம் வந்தாப்பல ஒரு கத்து கத்தினார்; 'அம்மா சர்க்கரை போட்டு ஒரு டம்ளர் ஜலம் கொண்டாங்க'ன்னார். இவ கொண்டு கொடுத்தா, சாப்பிட்டார். மத்தியானம் வரேன்னு போயிட்டார்" என்று தொண்டை அடைக்க, தட்டுத் தடுமாறிச் சொன்னார் மாப்பிள்ளை.

"அந்த மனுஷன் சாதாரண மனுஷனா! யாருக்கு அப்படிப் பிரியம் வைக்க முடியும், வைக்கத் தெரியும்?" என்றார் வியாச ராவ்.

"மத்தியானம் மறுபடியும் அவர் வந்தார். அப்பாவோட பேசிண்டிருந்தார். இப்பதான் எங்களுக்கும் சொன்னார் அப்பா எல்லாத்தையும்" என்றாள் வியாச ராவின் பெண்.

அவர் மனைவி நினைத்து நினைத்துக் கண்ணீர் வடித்தாள்.

வியாச ராவ் சற்று நிமிர்ந்து அவளைப் பார்த்தார். திரும்பி என்னைப் பார்த்தார்: "நீதான் தெரியாதவன், என்னமோ சொன்னே. இவளும் அது மாதிரி நினைச்சாளே ... அழு அழு. மகன்களைப் பார்த்து அப்படி நினைச்சே பாரு ... அழு அழு ... அந்த மனுஷன் அப்படிக் கதறியிருக்காட்டா இன்னிக்கு நீ ... ஹும்" என்று நிறுத்திக்கொண்டார் அவர்.

"அப்படியா! அப்படியா! என்று என் மனது கேட்டுக்கொண்டிருந்தது. உள்ளுக்குள்ளே தடுமாறிய வண்ணம், வாயடைத்து உட்கார்ந்திருந்தேன். வியாச ராவிடம் விடைபெற்றுக்கொண்டு நாகராஜ பிள்ளையைப் பார்ப்பதற்காக விரைந்தேன்.

வீட்டில் இல்லை அவர். காமாட்சி கோயிலுக்குப் போய் விட்டாராம். அங்கு ஓடினேன்.

பிள்ளை பிரகாரத்திலே மகிழ மரத்தடியிலே உட்கார்ந்திருந்தார். கையெழுத்து மறைகிற சமயம் நடமாட்டம் அதிகம் இல்லை.

"நமஸ்காரம்!"

"யாரு?"

"நான்தான் கைலாசம்."

"வாங்க தம்பி, உட்காருங்க" என்றார். எனக்கு உட்கார முடிய வில்லை.

"மாமா எல்லாம் சொல்லிட்டார் எனக்கு."

"நீங்க உட்காருங்க!"

உட்கார்ந்தேன்.

"இன்னும் தரிசனம் பண்ணலியா?" என்றார் அவர்.

"தரிசனம் பண்ணிண்டுதானே உட்காந்திருக்கேன்? மாமா எல்லாம் சொன்னார் எனக்கு."

பிள்ளை ஒன்றும் சொல்லவில்லை.

"நீங்க அந்த பக்கமே திரும்பலியேன்னு மாமாட்டப் போய்த் தாறுமாறாப் பேசினேன். மாமாவுக்கு ரொம்ப வருத்தமாயிடுத்து. என் கண்ணைத் திறந்தார் மாமா."

"உங்களுக்கு எப்படித் தெரியும்? நீங்க என்ன செய்வீங்க?"

"நீங்கதான் மாமிக்கு மாங்கல்யப் பிச்சை வாங்கிண்டு வந்தேள்ன்னு மாமா சொல்றபோது ..."

"நான் வாங்கிட்டு வரலே. பதில் செஞ்சேன். ஒண்ணு செஞ்சா பத்தா திருப்பிச் செய்யணும். இது பாதி கூட இல்லியே –!"

எனக்கு ஒன்றும் புரியவில்லை.

"உங்களுக்குத் தெரியாது. அம்பது வருஷம் முன்னாரே நீங்க சியாழியிலே இருந்திருந்தாத் தெரிஞ்சிருக்கும். மூணு அடி தள்ளி எங்க நிலத்திலே வேலிக்காலே ஊனிப்பிட்டான் அடுத்த நிலக்காரன். எங்களுக்கும் அப்படி அதிக சொத்து இல்லே. ஏக்கர் நிலத்துக்கும் இருபது குழி குறைச்சல். எங்க அப்பாருக்குக் கோபம் தாங்கலே. நட்டசெடியெல்லாம் பிடுங்கி வீசி எறிஞ்சாரு.

"ஓடிவந்தானே பார்ப்பம் அந்தப்பய, வெட்டரிவாளை எடுத்துக்கிட்டு அவர் கழுத்திலே ஓங்கிட்டே வந்தான். நல்ல வேளை. என் கையிலேயும் அரிவா இருந்தது. கிட்டவர்றத்துக்கு முன்னியே அவன் கழுத்திலே பெரியபோடாப் போட்டேன். தீந்து போச்சு! அப்படியே அலண்டு போய்ட்டேன். கிலிபுடிச்சு ஓடினேன். எங்கியோ போய் ஒளிஞ்சுக்கிட்டேன். அப்புறம் யோசிச்சேன். போலீசிலேயே நாலு நாளானதும் வந்து விழுந்திட்டேன். என்னவானாலும் பண்ணுங்க, நான்தான் செய்தேன்னு.

"கேஸ் நடந்தது. தூக்குதண்டனைதான் வந்தாகணும். மனசைத் தைரியப்படுத்திக்கிட்டேயிருந்தேன். தீர்ப்பு சொல்றத்துக்கு முத நா ராத்திரி – எம் பொஞ்சாதி ஆறு குளந்தைகளையும் அழச்சிக்கிட்டுப் போய் ஐயா காலடியிலே போட்டு, 'சாமி நீங்க தான் மாங்கல்யப்பிச்சை போடணும்'ம்னு அழுதாளாம். மறுநாளைக்குத் தீர்ப்புச் சொல்லணும். ஆனா ஐயா கோர்ட்டுக்கு வரலே. உடம்பு சரியில்லேன்னு மூணு நாள் லீவு போட்டுட்டாங்க.

"நாலாம் நாள்தான் வந்தாங்க. என் உசிருக்கு நப்புக்கொட்டிக்கிட்டு நின்னுது ஒரு கூட்டம். எல்லாம் ஏமாந்துபோச்சு. உசிரை மட்டும் இல்லே, ஆளையே விட்டுட்டாங்க ஐயா. சாட்சி இல்லேன்னு விட்டே விட்டுட்டாங்க. அத்தோட இல்லே. வேலையையும் ராஜினாமா பண்ணிப்பிட்டாங்க.

"அப்ப ஆறு குழந்தை வச்சிக்கிட்டு முக்கால் பட்டினியும் முழுப் பட்டினியுமா நான் கிடந்த சமயம். இனிமே ஐயாவீட்டு அம்மாதான் எனக்கு, எங்க குடும்பத்துக்கெல்லாம் தாயார். அந்த அம்மாவுக்கு இப்படி ஒண்ணு நேந்திச்சின்னா, அப்புறம் இந்தப் பதரு எதுக்காக இருக்கணும்?

ஐயாவை முன்னாடி விட்டுட்டு மூளியா நிக்கவா இந்த ஓலையும் குங்குமமும் இத்தினி காலமா போட்டுக்கிட்டாங்க? ...

"டாக்டர் முதநாள் சொன்னப்ப எனக்கு சொரேர்னிச்சு. இன்னமே ஒண்ணும் நடக்காதுன்னு பெரிய டாக்டர் கிட்ட போனேன் – வைத்திய நாதன் கிட்ட. அவரு ஒரு குரல்கொடுக்கிற வரைக்கும் பச்சைத் தண்ணி ஊத்த மாட்டேன்னு சண்டி பண்ணினேன்."

பிள்ளை அப்புறம் பேசவில்லை. கவிந்து வந்த இருளில் அவரைப் பார்த்துக்கொண்டே உட்கார்ந்திருந்தேன். பட்டினி கிடந்த சோர்வு அவரைப் பாதித்திருக்க வேண்டும். சோர்ந்து கிடந்தார் அவர். எனக்கும் அவரை விட்டுக் கண்ணை எடுக்க முடியவில்லை.

இரண்டாம் கால பூஜை மணி கணகணவென்று ஒலிக்கத் தொடங்கிற்று.

"வாங்க தம்பி, தீபாராதனை பார்க்கலாம். சித்தெ கை கொடுங்க, ஏந்துக்கறேன். ஏலகொத்தா ..!" என்று என் கையைப் பிடித்துக்கொண்டே எழுந்தார் அவர்.

ஆனந்த விகடன் தீபாவளி மலர், அக்டோபர் 1960

கள்ளி

சட்டையைக் கழற்ற முடியவில்லை. விடேன் விடேன் என்று வேர்வை இழுத்துப் பிடித்துக்கொண்டிருந்தது. வேர்வை மட்டுமில்லை; பிடிக்கப் பிடிக்கத் தைத்திருந்த தையலும் சேர்ந்துகொண்டது. மூன்று கஜம் வாங்கினால் இந்த வேதனைகளைத் தவிர்க்க முடியாது என்றுதான் மூன்றே கால் கஜமாக வாங்கிக் கொடுத்து, தாராளமாகத் தை என்று சொன்னது. தையற்காரன் அதற்காகத் தனி மரியாதை செய்துவிடவில்லை. சென்னைப் பட்டணத்தின் பிசுக்கும் புழுக்கமும் 'ஹா ஹா' என்று தபிக்கச் செய்தன. சென்னைக்கே உரித்தான ஒரு நரக நிலை – துளிக் காற்றில்லாத, காற்று எப்போதாவது வீசும் என்ற நம்பிக்கைக்கிடமில்லாத, புழுக்கி, கண்ணை ஜிவு ஜிவு என்று பொங்கவைத்து, உடலில் ஜுரச் சூட்டை ஏற்றிவிடுகிற ஊமை வெயிலும் மூட்டமும், ஒன்றிலும் மனத்தைச் செலுத்த முடியாத திணறல்! வெளியே போனால் வீட்டுக்குத் திரும்ப வேண்டும் போல ஒரு ஏக்கம். வீட்டுக்கு வந்தால் வந்துவிட்டோமே என்று பதைப்பு. தையற்காரன் போன்ற மனிதப் புழுக்களின் அற்பத்தனம் வேறு. கூரவரத் தகட்டால் சட்டையைக் கிழித்து விடலாமா என்று ஒரு கணம் நெஞ்சுக் குமுறல். மெதுவாகத் தாஜா பண்ணிப் பண்ணித் தலை வழியாகச் சட்டையை எடுத்து, பனியனையும் உரித்து 'சீ' என்று மாட்டி, தொங்கத் தொங்கக் கட்டிய வேட்டியை அவிழ்த்து கணுக்கால் முழங்கால் வரைக்கும் அந்த அடிக்காத காற்று படும்படியாகத் தூக்கிச் சுருட்டிக் கட்டி... அதுவும் செய்தாயிற்று.

புறக்கடைக்கு ஓடி குளுகுளுவென்ற தண்ணீரைக் கொட்டிக்கொள்ள வேண்டும்.

அதற்குள் 'இப்பதான் வராப்பல இருக்கு?' என்று குரல்.

கிருஷ்ணன் திரும்பிப் பார்த்தார். வாசலில் சரியாக வெளிச்சமில்லை.

'காலமே வந்தாரே அவர்ப்பா' என்று மரியாதையாக, மெதுவாக, உற்சாகமாகச் சொன்னான் கிருஷ்ணனின் பிள்ளை.

'நான்தான் சார். அவசரமில்லை, மெதுவா வாங்கோ.'

அந்தக் குரலைக் கேட்டதும் நெஞ்சில் வந்த முனகல், குரோதமும் வெறுப்புமாக மாறி மாறிப் பாய்ந்தது.

'யாரு! அடெட! சுப்பண்ணாவா! இதோ வந்துவிட்டேன்' என்று அவர் வாசல்படி ஏறுவதற்கு முன்னாலேயே ஒரு எட்டில் அங்குபோய் நின்றார் கிருஷ்ணன். படபடப்பைக் குரலில் காட்டிக்கொள்ளாமல், வரட்டு அலுப்புக் குமையச் சொன்னார். 'ரண்டு, மூணு இடத்திலே 'ட்ரை' பண்ணினேன். கிடைக்கலே சார்' என்று ஈரமில்லாமல் சொல்லி நிறுத்தினார்.

'ஆங்! கிடைக்கலியா?'

'அலைஞ்சு அலைஞ்சு பார்த்தேன், கிடைக்கலே.'

கிருஷ்ணன் வந்தவரை உள்ளே கூப்பிடவில்லை. கூப்பிட இஷ்ட மில்லை.

'ரண்டு, மூணுகூடக் கிடைக்காதா?'

'கிடைக்கலியே!'

'உங்க ஆத்திலே...' என்று மனைவியிடம் வாங்கித் தரக் கூடாதா என்று சூசகமாக அவர் கேட்டதும், கிருஷ்ணனுக்குப் பொங்கிக்கொண்டு வந்தது. தரித்திரம் வந்துவிட்டால் என்ன கேட்கிறது, பேசுகிறது என்ற வரம்புகூடவா இடிந்துவிடும்?

'ஆத்திலே ஏது? இந்தத் தரித்திரத்துக்கு வாழ்க்கைப்பட்ட தரித்திரம் அது!' என்று பொருமினார்.

'சார் சார் – அப்படிச் சொல்லாதீங்கோ...' என்று சட்டென்று குறுக்கிட்டார் சுப்பண்ணா.

'உம்மைத் திட்டுவதற்குப் பதிலாக, என்னையும் மனைவியையும் திட்டிக்கொண்டேன்' என்று மனதிற்குள் சொல்லிக்கொண்டார் கிருஷ்ணன்.

'அப்ப நான் வரட்டுமா?'

'சரி.'

சுப்பண்ணா நகரவில்லை. அவர் நகரட்டும் என்று உள்ளே போகத் துடித்தார் கிருஷ்ணன்.

'நாளைக்குச் சம்பளம் கட்டினாலொழிய பரீட்சைக்கு உட்காரப் படாதுங்கறாராம் ஹெட்மாஸ்டர். பேர் அடிச்சாச்சு, நாலஞ்சு நாளைக்கு முன்னாலியே. பரீட்சைக்காவது உட்கார வச்சுப்பிட லாம்னு பார்த்தேன் –'

சொல்லிக்கொண்டே, பிரமை பிடித்தாற்போல் கிருஷ்ணனின் முகத்தையே பார்த்தார் அவர். இரண்டு வருஷங்களாக சுப்பண்ணாவின் கண்ணில் புகுந்துவிட்ட அதே பார்வைதான். கண் கொட்டாத, பித்துப் பிடித்தாற் போன்ற பார்வை. பத்து வினாடி கழித்து மீண்டும் சென்றார்: 'ரொம்ப வேண்டியப்பட்டவர்களையெல்லாம் கேட்டாச்சு, கையை விரிச்சுப்பட்டா... முந்தாநாள் பத்து ரூபா இருந்தது. நேத்திக்கி சிரார்த்தம். அதுக்குச் சரியாய்ப் போயிட்டது. சிரார்த்தத்தை நிறுத்த முடியுமோ?... இப்ப என்ன செய்யறதுன்னு புரியலியே...'

கிருஷ்ணன் அசைந்து கொடுக்கவில்லை. சற்று பேசாமலிருந்து விட்டு மீண்டும் சொன்னார் சுப்பண்ணா: 'நான் உங்களைத்தான் நம்பிண்டிருந்தேன். நீங்கதான் என்ன செய்வேள்? அலைஞ்சு அலைஞ்சு பார்த்தேங்கறே. எனக்குன்னு நினைச்சுண்டு கேட்டாலே வராது. இன்னிக் காலமே பாருங்கோ, ஆதிநாள் சிநேகிதன், ஐநூறோ, அறுநூறோ சம்பளம் – ஹார்பர்லே. அவனைப் போய்ப் பார்த்தேன். இப்படி ரொம்பக் கஷ்டமாயிருக்குப்பான்னு சொன்னேன். சட்டைப் பைக்குள் கையை விட்டான். அப்பறம் என்ன தோணித்தோ, தெரியலே. அரிக்கிறாப்போல, சொரிஞ்சுனுட்டான். நம்ம முகத்தைப் பார்த்தா கொடுக்கப்போன விரல் கூட அப்படி மாறிப்பிடறது...'

நிமிர்ந்து பார்த்தார் சுப்பண்ணா. முகத்தில் இரண்டு வார வெள்ளை மயிருடன் அடிபட்ட கிழட்டு நாய்போல் பார்த்தார் அவர்.

'அப்ப நான் வரட்டுமா..?'

'சரி... எங்கிட்ட இருந்தா கொடுத்துப்பிடுவேன்' என்று கிருஷ்ணன் சொல்லும்போது, அவர் கால் விரல்கள் வீட்டின் உட்பக்கத்தை நோக்கித் திரும்பி நின்றன.

'உங்களுக்கு ரொம்பச் சிரமம் கொடுத்துட்டேன். வரேன்' என்று நகர்ந்தார்.

'பரவாயில்லை' என்ற கிருஷ்ணன், அவர் ஒரு அடி எடுத்து வைப்பதற்குள் மூன்றடி உள்நோக்கி எடுத்துவைத்துவிட்டார்.

உள்ளே வந்தார். துண்டையெடுத்துக்கொண்டு கொல்லையில் போனார். தலை, முகம், முதுகு, காலெல்லாம் தண்ணீரை மடார் மடார் என்ற சத்தத்துடன் மொண்டு மொண்டு விட்டுக் கழுவிக்கொண்டார். நேராக மாடிப்படி ஏறினார்.

'வந்து...' என்ற அவர் மனைவி பின்தொடர்ந்து மாடிப்படியிலேயே நின்றாள்.

'என்ன?' என்று கடுகடுத்த முகமும், தடைப்பட்ட வேகமுமாக நின்றார் அவர்.

'சாப்பிட –'

'இப்ப பசிக்கலே எனக்கு.'

'கொஞ்சம் காப்பியாவது...'

'அதெல்லாம் வாண்டாம்.'

'இல்லை; அவர் என்ன சொல்லிவிட்டுப் போனார்?'

'இவன் உயிரை வாங்காதே. வேணுங்கறபோது வந்து சாப்பிடுவன்னு சொல்லிவிட்டுப் போனார்... தொணதொணன்னு ... யாரு என்ன சொன்னா என்ன, 'பூடை' என்று பின் பகுதியை ஆத்மகதமாக முணுமுணுத்துக்கொண்டு, மாடியேறி, சுவரில் சாத்தியிருந்த சாய்வு நாற்காலியை எடுத்து, மொட்டை மாடியில் தடார் என்று பிரித்துச் சாய்ந்துகொண்டார்.

வானம் ஸ்தம்பித்துக் கிடந்தது. மொட்டை மாடியிலிருந்து தெரிகிற தென்னந்தோப்பு யாரோ சபித்துவிட்டாற் போல ஆடாமல், அசங்காமல் கல்லாக நின்றது. அங்கு இரவு, பகலென்று பாராமல் கத்துகின்ற நார்த்தங் குருவிகள் கத்தவில்லை. வானில் நட்சத்திரங்களும் தெரியவில்லை. ஒரு அசட்டுச் சாம்பல் மூட்டம் போட்டிருந்தது.

அந்த மூட்டத்தில் வாழைக்காய்க் குடாப்பில் அகப்பட்டது போல உடல் வெந்தது. நனைத்துத் துடைத்த முதுகு, நெற்றி, ஆடுசதையெல்லாம் மீண்டும் வேர்த்து இம்சித்தன. என்ன இன்பமான பட்டணம்.

கெட்டவர்கள் சேர்கிற பட்டணம். கெடாதவர்கள் சேர்கிற பட்டணம். பசிக்கிறவர்கள் வந்து சேர்கிற பட்டணம். இருக்கிறவர்கள் போதாதென்று ஊரிலிருந்து வேறு பணத்தைக் கொண்டுவந்து வயிற்றில் அடிக்கிறவர்கள் தொகையைப் பெருக்குகிற பட்டணம்.

'பட்டணத்திற்கு வந்ததிலேர்ந்து நீ ஆளே மாறிவிட்டாய்' என்கிறார்கள், ஊரிலிருந்து வந்துவிட்டுப் போகிற நண்பர்கள். ஆமாம், மாறித்தான்விட்டார் அவர், சுப்பண்ணா பத்து ரூபாய் கேட்டார். கீழே பெட்டியிலிருக்கிறது, பதினைந்து ரூபாய். எடுத்துக் கொடுக்கலாம். ஏன் கொடுக்க வேண்டும்?

'ஒரு கையெழுத்து கேட்டேனா கொண்டேனா? ஐம்பது, இருநூறு, முந்நூறு என்று கைமாற்றாக வாங்கிக்கொள்கிறான்கள். பணம் கைக்கு வரும்போது, என் ஞாபகமா வருகிறது அவனுகளுக்கு? பொண்டாட்டியாத்தாளுக்கு எந்தப் புதுத் தினுசுப் புடவை வாங்கலாம், வீட்டிலே எந்தக் கண்டா முண்டான் சாமான்களை வாங்கி அடைக்கலாம் என்றுதானே அலையறான்கள்!

'மாப்பிள்ளை அழைக்கிறபோது, இந்தான்னு தேடிண்டு வந்து கொடுத்தேள். நான் கேட்ட முழுப் பணம் இல்லாமல் கடன் வேறு வாங்கிண்டு வந்து கொடுத்தேள். எனக்கு எல்லாம் தெரியறது. ஆனா, நான் என்ன செய்வேன்! மூணு வருஷமாச்சு, காலாவதிகூட ஆயிடுத்து. இதோ பாருங்கோ, என்னை நம்புங்கோ, அடுத்த மாசம் போகட்டும். மூணாம் மாசத்திலேருந்து பத்துப் பத்து ரூபாயாவது கொடுத்துத் தீத்துப்பிடறேன். நீங்க வந்து கேக்கறது என்னாலே தாளமுடியலே' என்கிறார். சைக்கிள் பாட்டு வாத்தியார் மூணாமாசம் என்ன செய்தார், அந்த மனுஷன்? முதல் தேதியன்று பல்லைக் கடித்துக்கொண்டு மொழுக்கு

746 தி. ஜானகிராமன் சிறுகதைகள்

மாதிரி இருந்துவிட்டு, இரண்டாம் தேதி சம்பளத்தை வாங்கி மூன்று நாள் லீவு போட்டுப் போய்விட்டார். எட்டு மாசம் ஆகிவிட்டது. பத்துத் தேதி வரையில் ஆள் கண்ணில் படாமல் அலைகிறார். பத்து தேதிக்கு மேல் யாருக்குத்தான் பணம் கேக்க மனசு வரும்? இந்தக் கடன் வாங்குகிற பயல்கள்தான் எவ்வளவு ஸைக்காலஜி தெரிந்து வைத்துக் கொண்டிருக்கிறான்கள்!

சுப்பண்ணா! ரங்கசாமி! வெங்கடாச்சாரி! தேவாச்சரியம்! கிட்டாண்ணா! சங்கரய்யர்..! உங்களுக்கெல்லாம் கடன் கேக்க என் மாதிரி அன்றாடங்காச்சிதானா அகப்பட்டார்கள்! அதோ தென்னந் தோப்புக்கப்பால் நீலவிளக்கு எரிகிறதே, வாழைத்தண்டு விளக்கு, அந்த வீட்டுக்காரரை, ஆசாரவாசல், குமாஸ்தா எல்லாவற்றையும் தாண்டிக்கொண்டு போய்ப் பார்த்துக் கேட்டுப் பாருங்கள், என்ன கிடைக்கிறதென்று! இந்தக் கதையைக் கேளுங்கள்: ஹைதராபாத்திலிருந்து என் தமக்கையின் கணவன் வேலையிலிருந்து ஓய்வு பெற்று வந்திருக்கிறார். அவருக்கு இந்தச் சொர்க்கலோக சென்னப்பட்டணத்தில் நிரந்தரமாக 'செட்டில்' பண்ண வேண்டுமாம், வீடு கட்டிக்கொண்டு! என்னை உட்காரவிடவில்லை. ஏதடா என்று நீல விளக்கு வீட்டுக்காரரைப் போய்ப் பேட்டி கண்டேன். வாயைத் திறந்து உட்காரு என்று சொல்லமாட்டானா மனுஷன்! முகத்தில் ஒரு புன்சிரிப்புக்கூட இவர்களுக்கு வராதா? அவ்வளவு படிப்பு! அவ்வளவு சொத்து! அவ்வளவு செல்வாக்கு! புழு மாதிரித்துடித்தேன். காரியமல்லவா முக்கியம்? புழு பேச ஆரம்பித்தேன். நாற்பதடிக்கு அறுபதடி மனை. ஏழு மனுஷ அகலம், பதினோரு மனுஷ நீளம்! இதற்குப் பத்தாயிரம் ரூபாய் வேண்டுமாம். நாலாயிரம் ரூபாய்தான் சாஸனத்தில் எழுதுவாராம். மீதியைக் கையில் கொடுத்துவிட வேண்டுமாம் – சர்க்காருக்குத் தெரியாமல். எனக்குக் கொஞ்சம் திடுக்கென்றது. அந்த மகா சண்டாள சினிமாக் கொட்டகைப் பக்கமே போகாத இந்த சுத்தாத்மாவுக்கு அந்தப் பரம சண்டாள நட்சத்திரங்களின் தந்திரம் எப்படி தெரிந்தது! ஒரு மணிநேரம் இளிப்பு, நயம், கூழைப்பாட்டு – எல்லாம் பாடினேன். பல ராகங்களில் பாடினேன், மனிதன் இறங்க வில்லை. கடைசியில் சோபாவைவிட்டு எழுந்தார், சிரித்தார். 'இதோ பாரும் எனக்குச் சந்தியாவந்தனம் பண்ணணும். மடத்துக்குப் போகணும். பூஜையை முதல்லேர்ந்து இன்னிக்குப் பார்க்கணும்ணு நெனச்சிண் டிருக்கேன். நீர் நாளைக்கு வாரும். அதுவும் காலமே வந்துடனும். இல்லாட்டா, நடக்காது. பன்னிரண்டாயிரம் ரொக்கத்தோட யாராவது சாயங்காலம் வந்து நிப்பான்காணும், இப்பப் பத்தாயிர ரூபாய்ன்னு மாஞ்சு போறீர்! இன்னும் பத்து வருஷம் கழிச்சு பம்பாய், கல்கத்தா, நியூயார்க் மாதிரி சதுர அடி பதினஞ்சு ரூபா முப்பது ரூபான்னு மனைக் கணக்குக்குப் பதிலாக அடிக்கணக்கிலே அங்குலக் கணக்கிலே விக்கப் போறது. பங்கு மார்கெட்டிலே வேலை பார்க்கிறீர். மெட்ராஸ் வளர்ந்த வேகத்தையும் பார்த்துண்டிருக்கீர்... ம்... அங்காடிக்காரிகிட்ட பேசற மாதிரி பேரம் பண்றீர். நீர் ஏதோ ஸம்ஸ்கிருதம் கிம்ஸ்கிருதம் வாசிச்சிருக்கீரேன்னு உமக்குக் கொடுக்கலாம்னு நெனச்சா சொன்னதைச் சொன்னதைச் சொல்லிண்டிருந்தீர்ணா! எனக்கு வேலை கிடக்கு. உம்மோடு பேசிண்டிருக்க டயமில்லே' என்று எழுந்து உள்ளே போய்விட்டார்.

'சுப்பண்ணா! அவரை உமக்குத்தான் தெரியுமே. அங்கே போய்க் கேட்கக் கூடாதோ?'

'பட்டணத்திற்கு வந்த பிறகு நான் மாறிவிட்டேனாம். ஆமாம், மாறித்தான்விட்டேன், நான் என்ன தேவனா!... மாறிவிட்டேன் என்று நீங்கள் சொல்லுவானேன்! எனக்கே தெரிகிறது!'

கிருஷ்ணனுக்கு மனசு புகைந்தது. குரோதம் குமைந்தது. சுப்பண்ணா மீதில்லை. தான் மாறிவிட்டதாகச் சொன்னவர்கள் மீதுமில்லை, மாறி விட்ட தன்மீதே வந்தது. தன்னையே சுக்கு நூறாகக் கிழித்துப் பட்டணத்து அசுரனான பணமுடைக்கு முன்னால் பலியாக வைக்க வேண்டும் போலிருந்தது. மனவலி தாளாமல் முனகினார்.

சுப்பண்ணா கடனுக்கு ஏந்திய கையை நினைத்தால் நெஞ்சு எரியாமல் என்ன செய்யும்!

அதே கைதான். பிடில் வாசிக்கிற கை அது. நாற்பது வருஷங்களாக லட்சோப லட்சம் பேர்களை அதன் ஸ்வரத்தில் மோடி கிறக்கிய கை, மகா மகா தாள அசுர்களையெல்லாம் பல்லைப் பிடித்துப் பார்த்த கை. இங்கே இருக்கிற கீர்த்தி போதாதென்று நினைத்தோ என்னவோ பல பாஷைகள் பேசுகிற சங்கீத கோஷ்டியோடு அவரை வெள்ளைக்கார நாடுகளுக்கு அனுப்பினார்கள். அவர் போனார். ஆறு மாசம் சுற்றினார். மேதையை இறைத்து எல்லோரையும் பிரமிக்க அடித்தார். வெள்ளைக்கார நாடுகளை ரசித்தார். அனுபவித்தார். திரும்பி வந்தார். மலை, காடு, மேடு, பள்ளம், சேறு, சகதி, ஆய்ச்சல் - இப்படியெல்லாம் ஓடிவிட்டு வந்த மோட்டார் மாதிரி திரும்பி வந்தார். இங்கே வந்து செய்த முதல் கச்சேரியிலேயே நிமிஷத்துக்கு இரண்டு அபஸ்வரங்களாக உதிர்ந்தார். வாசித்துக்கொண்டே வருகிறவர் திடீர் என்று வேறு தாளத்தில் வாசிப்பார். 'பெரியவா சீமையை ரொம்ப ரசிச்சுட்டாப்பல இருக்கு' என்று வேறு சொல்லிச் சொல்லி அவரைக் குழியை வெட்டி இறக்கினார்கள் ரசிகப்பிரபுக்கள். பிடிலின் வில்லை விட்டு பர்மிட் விஸ்கி பாட்டில்களையும், அதன் நிழலுக்குள்ளே ஒண்டி வந்த அதிகப்படி சீசாக்களையும் பற்றிக்கொண்டது அவர் கை. காசும் போச்சு, உலகப்பிரயாணத்துக்காக மண்ணடி சாயபு தைத்துக் கொடுத்த கால், கைச் சட்டைகள்தான் இப்போது மிச்சம். அடிபட்ட நாய் போல ஒரு பார்வை இரண்டாவது மிச்சம். பிரபுக்களுக்கும் சபைகளுக்கும் பதிலாக நண்பர்கள் காப்பாற்றி வருகிறார்கள். பழைய மோட்டாருக்கு டாக்டர் உண்டு. அதையும் மீறினால் உடைத்துத் தகடும் ஆணியுமாக ஏலம் போடலாம். சுப்பண்ணாவை எப்படி ஏலம் போடுவது? யார் எடுப்பார்கள்?

சுப்பண்ணாவையும் மூட்டம் பிடித்துக்கொண்டுவிட்டது. இந்த மூச்சை முட்டுகிற பட்டணத்தின் தனியருளான புழுக்கம் அவரை ஏன் விடவேண்டும்?

கிருஷ்ணன் முனகிக்கொண்டே கண்ணைச் சற்றுத் திறந்தார். இது என்ன திடீர் என்று!

குளிர்ந்த காற்று வீசிற்று. பளீர் பளீர் என்று மொட்டைமாடியிலும் தென்னந்தோப்பிலும் ஒளி சிமிட்டிற்று. திரும்பித் தெற்கே பார்த்தார், பளீர் என்று ஒரு மின்னல் சொடுக்கிறது. அதன் ஒளியில் ஒரு பெரிய மேகக் கும்பல் மலையில் ஏறுவதுபோல தெற்கிலிருந்து உச்சி வானத்தை நோக்கி ஏறிக்கொண்டிருந்தது. மீண்டும் மின்னிற்று. யாரும் தடுக்க முடியாததுபோல, கலகக் கூட்டம்போல் நகர்ந்தது முகில் திரள். வெள்ளிச் சாட்டையை முன்னும் பின்னும், வலத்திலும் இடத்திலும் சற்றைக்கொருமுறை சொடுக்கிற்று. 'மடார்' என்று உலோகப் பாளம் வெடிக்கிறாற்போல ஒரு பேரொலி. கிருஷ்ணன் கையைத் தலைக்குமேல் தூக்கித் தடுத்துக்கொண்டார். எலும்பு தசைகளிலெல்லாம் அச்சத்தைப் புகுத்தி உலுக்கிய ஒலியின் அடி தாங்காமல் நாற்காலியை அவசர அவசரமாக மடக்கி அறைக்குள் கொண்டு போட்டார்.

உள்ளேயும் ஒளி அவரை துரத்திக்கொண்டு வந்தது. சுவர்கள், அலமாரி, புத்தகங்கள், இண்டுஇடுக்கெல்லாம் வெள்ளியொளி பாய்ந்து மறைந்தது. மார்பு, முதுகு, முகமெல்லாம் சில்லிட்ட காற்று பட்டுக் குளிர்ந்து சிலிர்த்தது. அவர் விளக்கைப் போடவில்லை. இமைப்புக்கு இமைப்பு அறையில் குதித்து நிரப்பிய ஒளியைத் தடுக்க மனமின்றிப் பேசாமல் நின்றார். பீரோவுக்கும் புத்தகங்களுக்கும் பின்னால் ஒளிந்துகொண்ட இருளைக் கண்டு அவருக்கு வேடிக்கையாக இருந்தது. மறுகணமே அந்த இருள், விரட்ட விரட்டத் திரும்பிவரும் காக்காய்போல அறையை வந்து கவிற்று.

இடி வானத்தில் மூலைக்குமூலை உறுமிற்று. முடுமுடுத்தது. எதிரொலிகள் நீண்ட கார்வையாக ஓடித் தேய்வதற்குள் மடேர் என்று பின்னால் நின்று தலையிலடித்தாற்போல ஒரு சிரிப்பு இடிக்கும். துமுதுமுவென்று முழவின் அதிர்வாய் அதிர்ந்து ஒடுங்கும்.

சரசரவென்று கம்பி கம்பியாகத் தூற்றல் மண்ணை நோக்கிப் பாய்ந்தது. மின்னலின் ஒளியில் கம்பிகள் மெலிந்து நீண்டன.

கிருஷ்ணன் பார்த்தார். தென்னந்தோப்பு குளித்துக்கொண்டிருந்தது. குடிசைகள் குளித்தன. மின்னலும் குளித்தது. கூடல் வாயில் நீர் சுமந்து வெளியே கொட்டிற்று. ஜன்னல் சார்ப்பில் நீர் தோரணம் கட்டித் தாரையாய் விழுந்தது. பட்டணம் முழுவதும் குளித்தது.

சாதாரண மழை இல்லை. ஒரே கனமும் இரைச்சலுமாக விழுந்த மழை. அலமாரி, புத்தகங்கள் மீதெல்லாம் சாரல் விசிறி அடித்தது. கொடியி லிருந்து எட்டு முழத்தைப் போட்டு அலமாரியைப் போர்த்திவிட்டு மீண்டும் சாரலை உடம்பில் வாங்கிக்கொண்டு நின்றார் கிருஷ்ணன்.

கீழே தெருவில் ஆறாக ஓடிற்று. எதிர்வீட்டு ஒட்டுத் திண்ணையில் ஏறி, சின்னஞ்சிறுசாக நாலைந்து குட்டிகளுடன் இரண்டு வெள்ளாடுகள் ஒண்டி நின்றன.

தோப்புகளின் மீது ஊடே தெரிந்த கோயிற் கோபுரம் மழையில் நனைந்தது. தோப்பிலுள்ள குடிசைகள் நனைந்தன. பின்னால் திரும்பிய

போது, நீல விளக்கு வீட்டுக்காரர் வீடும் மனைகளும் நனைந்துகொண் டிருந்தன. முருங்கை மரமும் வாழை மரங்களும் நனைந்தன. பட்டணம் முழுவதும் நனைந்துகொண்டிருந்தது.

அதோ அந்தத் தோப்புக்குப் போகிற திறப்பில் ஒரு முனையில் கட்டியிருந்த எருமை இரண்டும் பசு ஒன்றும் இந்தக் கொட்டுகிற மழையில் நனைந்துகொண்டு நின்றன. இருநூறு மைலுக்கப்பால் உள்ள தன் கிராமத்து மாடுகளைக் கிருஷ்ணன் நினைத்து நினைத்துப் பார்க்கிற வழக்கம். கவணை நிறைய வைக்கோல் திணித்துக் கிடக்க, வேண்டியமட்டும் தின்றுகொண்டிருந்த கொடுத்துவைத்த ஜன்மங்கள் அவை. இங்கே இந்த மூன்றும் கால்வாய்க் கரையிலிருந்து வாங்கிப் போட்ட வைக்கோல் ரேஷனைக் கடித்துவிட்டு இளம் வெயில், உச்சி வெயில், மாலை வெயில் எல்லாவற்றையும் தாங்கியவண்ணம், முளையைப் பார்த்துக்கொண்டே தவம் கிடக்கும். பசுவிற்குக்கூட கிராமணி மறைப்புக் கட்டவில்லை. வீட்டை ஒரு அங்குலம் மிச்சமில்லாமல் தடுத்துத் தடுத்து குடக்கூலிக்கு விட்டுவிட்டார். இப்போது அவை நிற்கிறது புறம்போக்கு.

கிருஷ்ணன் மழையைப் பார்த்துக்கொண்டே நின்றார். பட்டணத்தை மறந்து, பார்த்துக்கொண்டு நின்றார். ஒளியும் நீருமாக நிறைந்த வெளியைப் பார்த்தார். இப்போது, சாரலில் அவர் உடல் வேர்த்தது. தலையையும் உடலையும் தடவிய சாரல், தோலையும் எலும்பையும் ஊடுருவி உள்ளே விசிறிற்று. குளிர்ந்த காற்றை அங்கே தெளித்தது.

இன்னும் இரவு முழுவதும் இப்படியே பெய்யவேண்டும். இப்படியே மின்னவேண்டும்.

'அச்சச்சோ, மறந்தே போய்விட்டேனே' என்று எங்கோ தொலைவில் ஒரு குரல் கேட்டது.

'நீ இங்கியாப்பா நிக்கிறே?' என்று அருகே வந்து கேட்டது. கிருஷ்ணன் திரும்பினார், மாடிப் படியேறி வந்த குழந்தை, மொட்டை மாடியைப் பார்க்க ஓடிற்று.

'எங்கம்மா ஓடறே? துணி உலத்திருக்கியா?' என்று கூட ஓடி, மழைக்குப் பயந்து சார்ப்பிற்குள்ளேயே தடைப்பட்டு நின்றார் அவர்.

'நீ போப்பா. பேசாம நின்னுண்டிருக்கியே. இஞ்சவாப்பா... இது ரண்டையும் உள்ள கொண்டு வையி. எனக்குத் தூக்க முடியலேப்பா' என்று சொட்டச் சொட்ட மழையில் நனைந்துகொண்டே கத்தினாள் குழந்தை. மின்னலில் குழந்தையின் முகம், உடலெல்லாம் பளிச்சிட்டது.

ஒரு தாவாகத் தாவி ஓடினார் கிருஷ்ணன். 'நீ உள்ள போ. நான் கொண்டுவந்து வைக்கிறேன்' என்று கட்டைச் சுவர் மீதிருந்த மண்தொட்டியை இரண்டு கைகளாலும் அணைத்து உள்ளே கொண்டு வைத்தார். மறுபடியும் ஓடிப்போய் இரண்டாவது தொட்டியையும் உள்ளே கொண்டு வைத்தார். விளக்கைப் போட்டார்.

ஆழமில்லாத அகல மண் தொட்டிகளிரண்டும் உள்ளே உட்கார்ந்து கொண்டிருந்தன.

அவசர அவசரமாத் தொட்டியில் தேங்கியிருந்த தண்ணீரைக் கையால் இறைத்து வடித்தாள் குழந்தை.

'உனக்குத் தெரியாதாப்பா, இதுக்கு ரொம்பத் தண்ணியே கூடாதுன்னு!' என்று அவரைக் கடிந்துகொண்டாள்.

'மறந்தே போயிடுத்து' என்று கள்ளிகளைப் பார்த்தார் அவர்.

இரண்டும் கள்ளிச் செடிகள்; சப்பாத்தி மாதிரி தட்டையில்லை. உருண்டைக் கள்ளிகள். சாம்பல் நிறமான கள்ளிகள். இலை இல்லை. வெறும் தண்டு தண்டாகப் பக்கவாட்டில் காய்கள் போல உருண்டை கண்ட கள்ளிகள். அழுகுக்காக அதைத் தொட்டி வாங்கிக் கொடுக்கச் சொல்லி வளர்த்திருந்தாள் குழந்தை. அவள் 'டீச்சர்' அம்மாவின் அக்கா, மூன்றாம் வருஷம் பல வாத்தியார்களோடு அமெரிக்கா போனபோது அதை எடுத்து வந்தாளாம். அபூர்வமான கள்ளியாம் அது. இரண்டு தண்டை ஒடித்து வந்து வளர்த்த பயிர் அது.

'இது பாலைவனத்துக் கள்ளிப்பா. தண்ணி ரொம்ப ஊத்தப்படாது' என்று வாங்கி வந்தவுடனேயே எச்சரித்திருந்தாள் அவள். காலையில் கண்ணைப் பிட்டுக்கொண்டவுடன் மாடிக்குப் போய் ஒரு தடவை பார்ப்பாள். பள்ளிக்கூடம் போகுமுன் ஒரு தடவை, திரும்பி வந்தும் வராததுமாக ஒரு தடவை, நிலாக் காயும்போது இரவில் பல தடவை.

மலரோ, காயோ இதுவரை ஒன்றும் கொடுக்கவில்லை. கொடுக்காது. இருந்தால்தானே கொடுக்க? அபூர்வமான கள்ளி என்று அவருக்குக்கூடத் தோன்றத் தொடங்கிவிட்டது.

எது அழகில்லை? மழை, வெயில், மின்னல், எருமை, மரவட்டை எல்லாம் அழகுதான். பரம்பரையாகக் கால் வயிற்றுக்கில்லாமல் எலும்பும் தோலும் துந்தனமுமாக வளர்ந்த பிச்சைக்காரனும் அழகுதான்.

கள்ளி அழகாகத்தானிருந்தது. 'இனிமே மழை வந்தா உள்ள எடுத்து வச்சுடுப்பா ஞாபகமா' என்று உதடுகளைக் கூட்டிக் குறைக்கோபமாகக் கடிந்துகொண்டாள் பெண்.

'சரிடா கண்ணு, இன்னிக்கி என்னமோ மறந்து போச்சு' என்று தொட்டிகளைச் சுவரோரமாக நகர்த்திவிட்டுக் கீழே இறங்கினார் கிருஷ்ணன். பெட்டியிலிருந்த மூன்று ஐந்து ரூபாய் நோட்டுகளில் இரண்டை எடுத்துக்கொண்டு, குடையுடன் கிளம்பினார். அவர் மனைவி, 'எங்க இந்த மழையிலே?' என்று சொன்னது கேட்டது. பதில் சொன்னோமா சொல்லவில்லையா என்று தெரியாமலேயே குடையைப் பிரித்துத் தெருவில் இறங்கினார். இரண்டு தெருக்களுக்கு அப்பாலிருந்த சுப்பண்ணா வீட்டை நோக்கி நடந்தார். மழை ஓய்ந்துகொண்டிருந்தது. தெருவில் மட்டும் வெள்ளம் நிற்கவில்லை. கணுக்கால் வெள்ளம் பாத வெள்ளமாகக் குறைந்துகொண்டிருந்தது. நாலு தடவை கதவை இடித்ததும் 'யாரு யாரு' என்று நாலு தடவை கேட்டுவிட்டுச் சுப்பண்ணா வின் மனைவி கதவைத் திறந்தாள்.

'நான்தான், சுப்பண்ணா.'

'யாரு?'

'கிருஷ்ணன்.'

'அடடெ, எங்க இப்படி!' என்று சாய்வு நாற்காலியை விட்டு எழுந்து வந்தார். கால்சட்டையும் கோட்டுமாக வந்தார்.

'வரணும். குளுரு தாங்கலே. அதுக்காக இதைப் போட்டுண்டேன்' என்று மண்ணடி சாயபு தைத்துக் கொடுத்த உடையோடு நின்றார் சுப்பண்ணா.

'உட்காரணும்.'

'உட்கார நேரமில்லே. நீங்க சொல்லிட்டுப் போனேளோல்லியோ. உடனே சரி, இன்னொரு முயற்சியும் பண்ணிப் பார்த்துடுவமேன்னு நெனச்சுண்டேதான் கிளம்பினேன். நாலு வீடு போட்டு எங்க ஆபீசிலேயே ஒருத்தர் இருக்கார். கேட்டவுடனே எடுத்துக் கொடுத்துட்டார். முதல் தேதி ராத்திரி கொண்டுவந்து கொடுத்துடறேன்னு சொல்லி வாங்கிண்டு வந்தேன்' என்று பத்து ரூபாயை அவரிடம் கொடுத்தார் கிருஷ்ணன்.

'ஆகா, ஆகா' என்று சுப்பண்ணா வாய் நிறைய கூறி உடைந்துவிட்டார். 'நான் என்ன சொல்றதுன்னு தெரியலியே ... நானும் முதல் தேதிக்குள்ள கொடுத்துடறேன். ஆனா திருப்பிக் கொடுக்கிறதா பெரிசு! இப்படிக் கொட்ற மழையிலே, மூணாம் மனுஷாகிட்டே போய்...ஹம்...ஸத்குரோ' என்று பெருமூச்சு விட்டார் சுப்பண்ணா.

அந்தப் பெருமூச்சில் லேசாக 'அந்த' வாசனை வீசிற்று. தன் வாயிலிருந்து வரும் பட்டணத்து வாடைக்கு ஏற்ற வாசனைதான் என்று கிருஷ்ணன் தனக்குள் சொல்லிக்கொண்டார்.

சுதேசமித்திரன் தீபாவளி மலர், அக்டோபர் 1960

ஆரத்தி

அம்பாளுக்கு இன்னும் அபிஷேகமே முடிய வில்லையாம் முடிந்த பிறகு அலங்காரம் செய்துவிட்டுத்தான் சந்நிதியைத் திறந்துவிடுவார்கள். இன்னும் அரைமணி நேரமாவது ஆகும்.

வந்த கூட்டம் மூன்று பிரகாரங்களிலும் சிறுசிறு கும்பலாக உட்கார்ந்து பேசிப் பொழுதுபோக்கிக் கொண்டிருந்தது. பிராகாரம் முழுதும் மணல் கொட்டியிருந் தார்கள். ஏழாம் நிலவு அதன் மீது நரை வெள்ளையாகப் பரந்திருந்தது. மணலின் குளிர்ந்த ஸ்பரிசத்துக்காகத்தான் கூட்டம் முழுதும் அங்கே உட்கார்ந்திருந்தது. சிறுவர்கள் மணலில் வீடு கட்டினார்கள். சடுகுடு ஆடினார்கள். சுண்டலுக்காகக் கொண்டு வந்திருந்த வெண்கல டம்ளருக்குள் வாயைப் புதைத்து ஒரு பயல் பாடிக்கொண்டிருந்தான். ஓரமாக வளர்ந்திருந்த மகிழ மரத்து இலைகளூடே மின்மினிக் கூட்டம் எரிந்தும் அணைந்தும் தங்கப் பொறிகளை உதிர்த்துச் சுழன்றது.

காமாட்சிக்கு ஒன்றும் காதில் விழவில்லை. கண்ணிலும் படவில்லை. அதாவது புலன்களைக் கடந்து மனத்தில் பாயவில்லை. அவள் மனசு எங்கேயோ இருந்தது. எதிலும் ஒட்டாமல் பிடிப்புவிட்டுக் கிடந்தது.

அவள் உட்கார்ந்திருந்தது ஒரு பாட்டி கூட்டத்தின் நடுவில். ஞானப்பாட்டி மகிஷாசுரமர்த்தனி விருத்தம் பாடிக் கொண்டிருந்தாள். அவளைச் சுற்றியிருந்த பாட்டிகள். 'அப்பாடி! அம்மாடி! என்று வியப்புடன் தேவி யுத்தம் புரிந்த வீரத்தைக் கேட்டுப் பூரித்தார்கள். தங்கள் வீட்டுக் குழந்தையின் பேச்சையும் வேடிக்கைகளையும் கேட்பது போல் பாசச் சிரிப்பு, பாந்தவய் சிரிப்புச் சிரித்தார்கள்.

காமாட்சிக்கு நடுநடுவே எப்பொழுதாவது ஓரிரண்டு வார்த்தைகள் கேட்கும். பொருளற்ற ஒலியாகத்தான்

அது கேட்கும். பொருள் கொடுக்கிற மனசு அங்கு இல்லையே. பத்து நாட்களாகவே அது எங்கேயோ குத்திக்கொண்டு நின்றது. அம்பைப்போல். அம்பைப் பிடுங்கினால் உயிர் போய்விடும் என்பார்கள். அதனால்தான் அந்த மனத்தைப் பிடுங்கவும் முற்படவில்லை அவள். அவளால் இயலவு மில்லை. பத்து நாட்களாகியும் அதை மறக்க முடியவில்லை.

மன்னிக்குக் கூடவா சந்தேகம் வந்துவிட்டது! மன்னிக்குக் கூடவா!

அண்ணாவுக்குப் பேரன் பிறந்து அன்று ஆண்டு நிறைவு. ஹோமம் முடிந்து காது குத்தியானதும் ஆரத்தி எடுத்தார்கள். ஆரத்தித் தட்டுக்குக் காமாட்சியின் கை ஒரு கையாக இருக்கிறது வழக்கம். எத்தனையோ வருஷப் பழக்கம் அது. ஆனால் மன்னி அன்று அந்தப் பாத்தியத்தைப் பிடுங்கி அடுத்த வீட்டுக் கிழவியிடம் கொடுத்த சமர்த்தை நினைத்தால்! ஆரத்தி, யார் எடுத்தால் என்ன? ஆனால் மன்னி தன்னைப் பார்க்காதுபோல் அவளை விலக்கின விலக்கு! அந்தக் கணத்தில் அடுக்களை நிலையோரமாக நின்ற காமாட்சிக்கு, காலின் கீழ் மண் சரசரவென்று சரிவது போலிருந்தது. கண்ணில் பஞ்சடைந்தது. திக்பிரமை பிடித்து நின்றாள். ஆரத்தி எடுத்தாகி விட்டது. மஞ்சள் நீரை வாசலில் கொட்டிவிட்டு, காலிறங்கிய புடவையும் காதில் ஆடும் ஓலையுமாகத் திரும்பி வந்துகொண்டிருந்தாள் அடுத்த வீட்டுக்கிழவி.

ஒன்றுமே தோன்றாமல் நின்றாள் காமாட்சி. திகைப்பு அடங்கிய பிறகு புத்தி இயங்கிற்று. பிறருக்கு எத்தனை சொன்னாலும் தனக்கு என்று வரும்போது சற்று ஜாக்கிரதையாகவே இருக்கலாம் என்று மன்னி நினைத்துவிட்டாள் போலிருக்கிறது. ஆலோசித்துப் பார்த்ததில் அதுவும் தப்பாகப் படவில்லை. நமக்கு ஒரு பெண் இருந்து அதற்கு ஒரு குழந்தை பிறந்து ... சந்தேகத்துடன் ஒரு காரியத்தைச் செய்வானேன்.

அப்படியானால் மன்னிக்குச் சந்தேகம்தானே! மன்னிக்கும் வந்து விட்டதா அது! மன்னிக்குமா, மன்னிக்குக்கூடவா என்ற ஒரு சொல்தான் உள்ளே பத்து நாட்களாகப் பாறையில் மோதின வெள்ளம் மாதிரி அந்தண்டையும் போகாமல் இந்தண்டையும் போகாமல் தளும்பிக் கொண்டேயிருக்கிறது. மன்னி ஒருத்தியும் தன்னைக் கைவிட்டுப் போய் விட்டாளா!

பத்து நாட்களாக எந்தக் காரியமும் சரியாகச் செய்ய முடியவில்லை. குழம்புக்கு உப்புப்போட மறந்து போகிறது. ரசத்துக்குப் புளி தூக்கல். அரிகேன் விளக்குக் கண்ணாடி கை தவறி விழுந்துவிட்டது. எல்லா வற்றையும்விட, மனத்தில் ஒருவாறாக அடங்கி அடியாழத்தில் படிந்து விட்ட கவலை, திகில் எல்லாம் மீண்டும் கிளர்ந்து குழம்பத் தொடங்கி விட்டன.

ஞானப்பாட்டியின் கதை மீண்டும் காதில் விழுந்தது. காமாட்சி சுற்றும்முற்றும் பார்த்தாள். சுற்றிலும் வெள்ளைப் புடவைகள், பாட்டிகள்! முப்பது வயசு, நாற்பதுவயசு, எழுபது வயசு – இப்படி எத்தனையோ வயசுப் பாட்டிகள். நடுவே அவள் அரக்குப் புடவையும், கையில் வளையும் மூக்கில் பேசரியும், நெற்றியில் மஞ்சள் குங்குமமும், கழுத்தில் மஞ்சள் சரடுமாக உட்கார்ந்திருக்கிறாள். இத்தனையையும் லட்சியம் பண்ணாமல் தங்களின்

ஒருத்தியாகி விட்டுபோல் அவளை நினைத்துக்கொண்டிருக்கிறார்களே அவர்கள்! இப்படி ஒரு அவஸ்தையா!

இதே கோயிலில்தான் மாப்பிள்ளை அழைப்பு நடந்தது. அவள் உட்கார்ந்திருந்த இதே இடத்திலேயே அவன் அன்று உட்கார்ந்திருக்கலாம். முப்பத்தைந்து வருஷங்களுக்கு முன்னால் நடந்தது அந்தக் கலியாணம், காமாட்சிக்கும் அவனுக்கும் நடந்த கல்யாணம். தலையில் குடுமி, கரும்பந்து போல் பெரிய குடுமி, அதற்கு மேல் கறுப்புக் குல்லாய், திறந்த கோட்டு – கழுத்துக்கு டை, இடையில் ஜரிகைவேட்டி.

இயற்கையாகவே பெரிய கண், மை இட்டிருந்தால் இன்னும் கறுப்பாக, பெரிதாகத் தெரிந்தது. நெற்றியில் சாந்துப் பொட்டு, காதுக்கு ஒற்றைக் கல் பச்சை வைரக்கடுக்கன். அந்த வேஷத்தில் இந்த இடத்தில்தான் உட்கார்ந்திருக்க வேண்டும் அவன்.

கல்யாணத்தின்போது அவளுக்கு ஒன்பது வயது. பிறகு ஆடி, ஆரா மாதம், தீபாவளி என்று நாலு தடவை வந்தான் அவன். தகப்பனார் கிடையாது அவனுக்கு. தாயாருடன் வருகிற வழக்கம். மறு வருடம் தீபாவளிக்குத் தனியாக வந்தான். அப்போது வயது பதினெட்டு இருக்கும். ஆறு மாதங்கள் கழித்து வருஷப் பிறப்புக்கு முதல் நாள் வந்துவிட்டுப் போனான். அப்போதுதான் கடைசித் தடவையாகப் பார்த்தது அவனை. நாலு மாதங்கள் கழித்துத் தாயாரிடமிருந்து ஒரு கடிதம் வந்தது. பிள்ளையைக் காணவில்லையாம். திருவாரூர் வரையில் போய்விட்டு வருவதாகச் சொன்னானாம். பத்து நாட்களாயிற்று; ஆளைக் காண வில்லை. இங்கு வந்திருக்கிறானா என்று கேட்டு எழுதியிருந்தது கடிதத்தில். அப்போது காமாட்சியின் தந்தை உயிரோடிருந்த சமயம். மூன்று மாதங்கள் நாலு மாதங்கள் ஆகின. ஆளைக் காணவில்லை, ஆறு மாதங்கள் கழித்துத் திடீரென்று ஒரு மணியார்டர் வந்தது: ரங்கூனிலிருந்து வந்தது பணம். சொல்லிக்கொள்ளாமல் புறப்பட்டு வந்ததற்காக வருந்துவதாகவும், ரங்கூனில் ஒரு பெரிய கடையில் வேலை பார்ப்பதாகவும் எழுதியிருந் தான். இரண்டு மூன்று மாதங்களுக்கொரு தடவை அதே போல் நூறு இருநூறு என்று பணம் வரும். ஒரு வருடம் கழித்துச் சிங்கப்பூருக்கு வந்துவிட்டதாக ஒரு கடிதம் கிடைத்தது.

பிறகு இரண்டு வருடங்கள் மாதம் தவறாமல் பணம் வந்து கொண்டிருந்தது.

காமாட்சிக்கு வயது வந்துவிட்டதைத் தெரிவித்து எழுதினார் அப்பா. இரண்டு மாதங்களில் லீவு எடுத்துக் கொண்டு வருவதாகவும், காமாட்சியைச் சிங்கப்பூருக்கு அழைத்துக்கொண்டு போவதாகவும் பதில் வந்தது. அப்பா நாட்களை எண்ணினார். அறுபதாயிற்று, இரண்டு, மூன்று, பத்து, இருபது என்று பல அறுபது போயிற்று. ஆளைக் காணோம். ஆளைப் பற்றிய தகவலையும் காணோம். படுகை வாழைபோல, மார்கழிப் பவழ மல்லிபோல வளர்ந்து குலுங்கினாள் காமாட்சி. மார்கழி மார்கழியாகப் போயிற்று; பல மார்கழிகள் போய்விட்டன.

"இனிமே வந்தாக்கூட, கோவில்லேதான் போய்ப் பார்த்தாகணும். அப்புறம்தான் மனைக்கு அழைச்சிண்டு வரணும்ன்னு சாஸ்திரம்

ஆரத்தி 755

சொல்லுவா. பன்னிரண்டு வருஷங்களுக்கு மேலே ஆயிடுத்தேடா" என்றாள் அத்தை. அதைக் கேட்டு ஒரு பதிலும் சொல்லாமல் வெளியே எழுந்து போனார் அப்பா. அப்படிச் சொன்ன அத்தை, அப்படித் துக்கத்தைச் சுமந்து நின்ற அப்பா – இரண்டு பேரும் இப்போது இல்லை. அம்மாவும் இல்லை.

மேலக்காவேரி முகம்மது பாச்சா, பண்டாரவாடை ராவுத்தார்கள், கைக்கோளத் தெருவுக்கு வந்த இரண்டு முதலியார்கள் – எல்லோரையும் அண்ணா விசாரித்துவிட்டு வந்தான். அக்கரைச் சீமையிலிருந்து வந்தவர்கள் அவர்கள். யாருக்கும் மாப்பிள்ளையைப் பற்றி ஒரு தகவலும் தர முடியவில்லை. பினாங்கு, ரங்கூன் என்று சொல்லிக்கொண்டு யார் வந்தாலும் சரி – அண்ணா விசாரிக்கக் கிளம்பிவிடுவான். நாகப்பட்டினம், பட்டுக்கோட்டை, முத்துப்பேட்டை, அதிராம்பட்டணம், அய்யம்பேட்டை என்று அக்கரைச் சீமையைக் கொல்லைத் தலைமாடாக வைத்திருப்போரின் ஊர்களுக்கெல்லாம் அலைந்தான். அப்படி ஆறேழு வருடங்கள் கழிந்துவிட்டன. திடீரென்று ரங்கூன், சிங்கப்பூர் எங்கும் சண்டை என்றார்கள். குண்டு குண்டாக விழுவதாகச் சொன்னார்கள். கப்பல் கப்பலாக ஆயிரக்கணக்கில் அக்கரையிலிருந்து வந்தார்கள். நடந்து நடந்து கல்கத்தா வழியாக வந்தார்கள். மாப்பிள்ளை வரவில்லை.

சண்டை முடிந்துவிட்டது. திரும்பி எத்தனையோ பேர்கள் போனார்கள். வரவும் வந்தார்கள். மாப்பிள்ளை வரவில்லை. பெற்றவர்களை மட்டும் எடுத்துக்கொண்டு குழந்தையை விட்ட குண்டு, மனைவி குழந்தைகள் மட்டும் விழுங்கிக் கணவனை விட்டுவிட்ட குண்டு, குடும்பங்கள் முழுவதையுமே விழுங்கின குண்டு – இப்படிப் பல குண்டுகளின் கதைகள் கொத்துக் கொத்தாகக் காதில் விழுந்தன. மாப்பிள்ளை ... மாப்பிள்ளை ...

இருபத்துநான்கு வருஷங்களாகிவிட்டன. மாப்பிள்ளை வரவில்லை. காமாட்சி வயதை எண்ணினாள். முப்பத்தைந்து தலையில் நமைச்சல் தாங்கவில்லை. வரவரவென்று சொறிந்தாள். நரைப்பதற்கான நமைச்சலாம். விறுவிறுவென்று முழுவதும் நரைத்துவிட்டது. கண்ணாடியை எடுத்துப் பார்த்தாள். கூந்தல் கறுப்பு மாறித் துரு ஏறிய இரும்பாயிருந்தது. முன்னெற்றி நரைக்குக் கீழ் தம்பிடி அளவு மங்களாம்பிகா குங்குமம். கோவில் வாசலில் விற்கிற மைதாமாக் குங்குமம் இல்லை. உள்ளே கொடுக்கிற மஞ்சள் குங்குமம்.

அதைப் பார்த்ததும் ஒரு கேள்வி எழுந்தது. "காமாட்சியின் கை அண்ணா வீட்டுக்குச் சமைக்கிறது. அண்ணாவின் வேட்டி, மன்னியின் புடவையைக் கூட துவைக்கிறது. கால் கடைக்கும், மார்க்கட்டுக்கும் நடந்து சாமான் வாங்கி வருகிறது. 'நீ யாருக்காக உழைக்கிறாய்! யாருக்காக இருக்கிறாய்?' "

அது என்ன பதில் சொல்லிற்று. "நீ வாழாவெட்டியில்லை, விதவை இல்லை ..."

அப்புறம்; அதோடு பதில் நின்றுவிட்டது.

தி. ஜானகிராமன் சிறுகதைகள்

கண்ணாடி நல்ல கண்ணாடி. உடம்பின் அழுக்கு வறட்சியை நன்றாகப் பிரதிபலித்தது. ராமாயண சாஸ்திரிகள் கதையில் சொன்னார்: சேற்றுத் துளி தெளித்த தாமரை போல் சீதை பிரகாசமாகவும் இருந்தாள், பிரகாசமாக இல்லாமலும் இருந்தாள்.

காமாட்சியும் சோப்புப் போட்டுக்கொள்வதில்லை. தலையணை வைத்துக் கொள்வதில்லை. உடம்பை அக்கறையாகத் தேய்த்துக் குளிப்ப தில்லை. மூக்கில் இருந்த ரங்கூன் கமல பேசரி, சிவப்புத்தோடு, கையில் ஒரு ஜோடி வளை, திருமாங்கல்யம் இவற்றைத் தவிர மற்றவற்றைக் கழற்றிவிட்டாள். "சீதைக்குப் பத்துமாத அழுக்குத்தான் உடம்பில். உனக்கு இருபது வருஷ அழுக்கு. ராமனும் உயிரோடிருந்தான் ..."

மேலே நினைக்கத் துணியாமல் கண்ணாடியை எடுத்து மாட்டினாள் காமாட்சி.

பொழுது போகவில்லை. கோவிலில் ராமாயணம், ராதா கல்யாண பஜனை எதுவும் அவள் இல்லாமல் நடக்காது. எங்கு வந்தாலும் அவளோடு வருகிறவர்கள், வெள்ளைப் பாட்டிகள்தான்!

வெளி உலகம் சம்பந்தப்பட்டவரையில் எல்லோரும் தீர்மானம் செய்துவிட்டார்கள் – அந்தக் குங்குமத்துக்கு அர்த்தமில்லை என்று. கோவிலுக்கும், காவேரிக்கும் வந்து கூப்பிடுகிற சிவகாமுப் பாட்டி அவளை வெறித்துப் பார்க்கிற வழக்கம். ஒரு நிமிஷம் தாமதம் ஆகி விட்டால், "எல்லாம் இட்டுண்டு போதும். சரியாய்த்தான் இருக்கு. வா, நாழியாயிடுத்து" என்று அவள் கண்ணாடியைப் பார்த்துப் பொட்டு இட்டுக் கொள்ளும்போது வீசுகிற அலட்சியம்!

சிவகாமுவும் வேறு யாரையும் கூப்பிடுவதில்லை. மன்னியைக் கூப்பிடலாம். மாட்டாள். அவளுக்கு வேண்டியது காமாட்சிதான். இந்த வெள்ளைப் புடவைகளோடு சுற்றுவதே அவளுக்கு விதித்தாகிவிட்டதா? அர்த்தோதயம், மகோதயம் என்றால் கோடிக் கரைக்கு. ஆடி அமாவாசைக்குக் காவேரிப் பட்டணம்; கடை முழுக்கா, மாயவரம்! எங்கு போனாலும் இதே வெள்ளைக் கூட்டம். நடுவில் இவள் – குடலை சங்குப் பூ, மந்தாரைப் பூக்களோடு ஒரு சம்பரத்தைப் பூப்போல.

இப்படி இன்னும் ஒன்பது வருடங்கள் ஓடிவிட்டன. அக்கரைச் சீமைக்குப் போகிற வருகிறவர்களை விசாரிப்பதை அண்ணா விட்டு விட்டான். மன்னி ஒருத்திதான் விடவில்லை.

"அக்கா! சுருக்க வாங்கோளேன். ஆரத்தி எடுத்துட்டுப் போயிடுங்கோ ளேன்" என்று எந்த விசேஷம் நடந்தாலும், அவள் எங்கிருந்தாலும் இழுத்து வந்து ஆரத்தித் தட்டைக் கொடுத்துவிடுவாள். அந்தக் குங்குமத்தை குங்குமமாகப் பார்த்தவள் அவள்தான். யார் என்ன சொன்னாலும் சொல்லட்டும் என்று பிடிவாதமாக, வீம்பாகக் கூட அதற்கு மரியாதை செய்து வந்தாள். அந்த வீம்பு காமாட்சியைப் பலதடவைகள் மெய்சிலிர்க்க அடித்திருக்கிறது. காமாட்சிக்குத் தைரியம் கொடுத்துதுகூட அந்த வீம்புதான்.

அந்த மன்னிதான் திடீர் என்று பாத்யத்தைப் பிடுங்கிவிட்டாள். அவளுக்கே சந்தேகம் வந்துவிட்டால் ...

அதை நினைக்கும்போதே பத்து நாட்கள் கழித்துத் திடுக்கென்றது அவளுக்கு. வயிற்றை என்னமோ செய்தது. மலங்க மலங்க விழித்தாள். மகிஷாசுரமர்த்தினி கதை இன்னும் முடியவில்லை. மகிழ மரத்தில் இன்னும் மின்மினிக் கூட்டம் அவளுடைய நம்பிக்கையைப் போல அணைவதும் எரிவதுமாகச் சுழன்றது.

"மகிஷாசுரன்தானா அகப்பட்டான் உனக்கு? நான் இல்லையா? ஒரு சண்டை போடாமல், உன் கையால் அடிபட்டு விழக் காத்திருக்கிறேன். ஏன் இந்தப் பக்கமே பார்க்கவில்லை நீ?" என்று மனத்துக்குள் அழுதாள். கண்ணை மூடினாள். சிங்கத்தின் மீதேறிப் பாய்ந்து வந்து அவளே தன்னை ஒரு அறை அறைந்தால்! அந்தக் காட்சியைக் கண்டு உடல் நடுங்கிற்று. உள்ளம் திகைத்தது. கடலில் கலங்கிய நதியைப் போல் பூரித்தது. இனிமேல் ஆறில்லை, கடலாகி விடுவோம் என்று பரபரக்கிற, அழித்துக்கொள்கிற ஆவலில் உள், புறம் யாவும் துள்ளின.

கண் திறந்து திரும்பினாள்.

"அக்கா!"

மன்னி நின்றுகொண்டிருந்தாள்.

"என்ன மன்னி!"

"வாங்கோ அக்கா. அண்ணா அவசரமாக் கூப்பிடறா. கையோட உங்களை அழைச்சிண்டு வரச்சொன்னா!"

காமாட்சியை அவள் இதுவரையில் இப்படிக் கூப்பிட்டதே இல்லை.

"எதுக்கு?"

"நீங்க எழுந்து வாங்கோ, சொல்றேன்."

"தீபாராதனை ஆகலியே மன்னி!"

"அப்புறம் வந்து பார்க்கலாம். வாங்கோ" என்று கூறிய அவளை ஏற இறங்கப் பன்முறை பார்த்தாள் காமாட்சி.

"வாங்களேன்."

"என்னன்னு சொல்லேண்டி, ராதே! நானும்தான் தெரிஞ்சுக்கிறேனே" என்று குறுக்கிட்டாள் சிவகாமுப் பாட்டி.

"ஒன்றுமில்லே பாட்டி!"

"என்ன ஒன்றுமில்லே?"

காமாட்சி எழுந்து நடந்தாள்.

"என்ன மன்னி!"

"வாங்களேன், சொல்றேன்!"

இருவரும் ஆசார வாசலைக் கடந்து தெருவுக்கு வந்துவிட்டார்கள்.

"இப்பவாவது சொல்லேன், மன்னி"

"சொல்றேன் அக்கா. எனக்கு எப்படிச் சொல்றதுன்னு புரியல." மன்னியின் குரல் நடுங்கிற்று. தழதழத்தது. கண்களில் நீர் கட்டிவிட்டது.

"அம்பாள் அகத்துக்கே வந்துட்டா, அக்கா!"

"என்னது?"

"ஆமாம் அக்கா! நீங்க வந்து உங்க கண்ணாலே பாருங்கோ."

"என்னடீது? நன்னாச் சொல்லேன்."

"மாப்பிள்ளை வந்துட்டார் அக்கா!"

"இப்பத்தானே ஆண்டு நிறைவுக்கு வந்துட்டுப் போனான்!"

"இல்லேக்கா, முப்பத்திரண்டு வருஷங்களுக்கு முன்னாடி வந்துட்டுப் போனாரே, அந்த மாப்பிள்ளை!"

"என்னது? என்ன சொல்றே நீ?"

"ஆமாம், அக்கா! உங்க சரடும் குங்குமமும் இழுத்துண்டு வந்திருக்கு."

"என்ன மன்னி இது?"

"ஆமாக்கா. இப்பத்தான் வந்தார். கூடத்திலே உட்கார்ந்திருக்கார். அண்ணா உங்களை அழைச்சுண்டு வருகிறேன்னு கிளம்பினார். அதெல்லாம் முடியாது, நான்தான் அழைச்சிண்டு வருவேன்னு ஓடி வந்தேன்."

"என்னது! என்னது! என்ன மன்னி இது! நிஜமாவா! நிஜமாவா!"

காமுவுக்குத் தாங்க முடியவில்லை. நெஞ்சை அமுக்கிப் புண்ணாக வலித்தது.

"எப்ப! எப்ப! எங்கேர்ந்து?"

"பேசாம வாங்கோ, அக்கா! கண்ணையெல்லாம் துடைச்சுக்குங்கோ!"

வீட்டு வாசலில் விளக்கு எரிந்தது. திண்ணை விளக்குகள் எரிந்தன. கூடம் முழுவதும் ஒரே வெளிச்சமாக எரிந்துகொண்டிருந்தது.

"காமு, காமு!" என்று ஆவேசம் வந்தாற்போல் கத்தினான் அண்ணா.

ஊஞ்சலில் அவனோடு இன்னொரு மனிதன். காமு ஏறிட்டுப் பார்த்தாள்.

குடுமி இல்லை. கடுக்கன் இல்லை. குல்லாய் இல்லை. இரட்டை நாடியாக, முழுக் கைச் சட்டையுடன், முக்கால் வழுக்கை விழுந்த கிராப்புடன் ... அவர்தான் – அவர்தான்! ஏ, அப்பா! எத்தனை வயது!

"காமு, அடையாளம் புரிகிறா?" என்றான் அண்ணா.

காமு அவரை ஏற இறங்க, ஏற இறங்கப் பார்த்தாள். பைத்தியம் போல் பார்த்தாள். விக்கி விக்கி அழுதாள்.

ஆரத்தி

அவரும் விக்கி அழுதார். அண்ணாவும் மன்னியும் அதையேதான் செய்தார்கள்.

"காலமே ஏரோப்ளேன்லே வந்தாராம். உடனே ஒரு காரை வைச்சிண்டு மெட்ராஸ்லேயிருந்து வந்திருக்கார் காமு."

கூடம் முழுதும் அடைத்துக் கிடந்தது. நாலைந்து பெரிய பெட்டிகள், படுக்கை, கூடைகள், பைகள், கன்னிப் பெட்டிகள், அட்டைப் பெட்டிகள், பாய்கள் – இன்னும் இனம் தெரியாத – பேர் தெரியாத பல சாமான்கள்.

எல்லாம் விழிக்கடையில் தெரிந்தன. "இத்தனை வருஷங்களாக எங்கே இருந்தார்? ஏன் இருந்தார்?" மனக்கடையில் இந்தக் கேள்விகள் எழுந்தன.

மன்னியைக் கூடத்தில் காணோம்.

மாப்பிள்ளை கைக்குட்டையில் முகத்தைப் புதைத்து இன்னும் விக்கிக் கொண்டிருந்தார். தலை, முகம், எல்லாம் அறுபது வயதை எட்டிவிட்டன. ஊஞ்சல் சங்கிலியைப் பற்றியவாறு நின்றாள் அவள்.

அண்ணா மூக்கைச் சிந்தி, "அப்பாடா!" என்று பெருமூச்சு விட்டான்.

இத்தனை நாட்களாக எங்கேயிருந்தார்? என்ன செய்தார்? எப்படி வந்தார்? எதற்கு வந்திருக்கிறார்? இந்தக் கேள்விகளை அவள் வாய் திறந்து கேட்கவில்லை. ஊஞ்சல் சங்கிலியைப் பற்றி நின்று அவர், அவருடைய தலை, அவருடைய வயது, முதிர்ச்சி, மௌனமான அழுகை எல்லா வற்றையும் வெறித்துப் பார்த்த கண்கள் கேட்டுக்கொண்டிருந்தன.

உடல் கட்டுக்கொள்ளவில்லை. சூடு பறந்தது. மன்னியைப் பார்த்துச் சிரிக்க வேண்டும் போலிருந்தது. அந்த அம்பைப் பிடுங்கி அவள் மீது திருப்பி எறியத் தோன்றியது.

அவர் கண்களைத் துடைத்துக்கொண்டு அவளைப் பார்த்தார்.

"அக்கா உட்காருங்கோ, இப்படிச் சேர்ந்து உட்காருங்கோ!"

"ஆமாம், காமு, உட்காரு! இப்படி உட்காரு" என்று அண்ணா ஊஞ்சலிலிருந்து எழுந்து இடம் விட்டான்.

காமு திரும்பினாள்.

மன்னி ஆரத்தித் தட்டுடன் நின்றாள். மன்னியின் முகத்தில் ஆரத்தித் தட்டில் சுடர்விட்ட விளக்கின் ஒளி தகதகத்தது.

"உட்காருங்கோ, சேர்ந்து, பரவாயில்லை" என்று மன்னி கெஞ்சினாள்.

மன்னி எப்போதுமே கெட்டிக்காரி. நாம் சிரிப்பதற்கு முன்னால் அவள் முந்திக்கொண்டுவிட்டாள்.

கல்கி, அக்டோபர் 1960

நாய்க்கர் திருப்பணி

ஜன்னல் வழியாக ஒரு காட்சி.

பிள்ளையார் கோயில் வாசலில் ஒரு விறகு வண்டி வழிய வழிய விறகுக் கட்டுகள் அடுக்கிய வண்டி. வண்டிக்காரன் இடத்தில் இல்லை. மாடுகளை அவிழ்க்கவும் இல்லை. இரண்டு மூன்று விறகுக் கட்டுகள் தெருவில் கிடக்கின்றன. அவற்றின் மீது குப்புற விழுந்து அம்மி அழுத்திக்கொண் டிருக்கிறார் நாய்க்கர். சாட்டைக் குச்சியை அக்குளில் அடக்கிய வண்ணம் விறகுக் கட்டுகளை நாய்க்கர் பிடியி லிருந்து இழுக்க முக்கிக்கொண்டிருக்கிறான் வண்டிக் காரன். அவனோடு வந்திருந்த கூட்டாளியும் அவனுக்குக் கை கொடுத்து உதவுகிறான்.

"ஒரு சிரா உருவிட முடியுமா உங்களாலே?" என்றார் நாய்க்கர் சிரித்துக்கொண்டே.

"பார்த்துப்பிடறோம்."

"விடாதே நாய்க்கரே" என்று வண்டிப் பேட்டையி லிருந்து ஒரு குரல் வந்தது. பிள்ளையார் கோயிலுக்கு எதிரே, அதாவது வீதிக்கு எதிர்ப்பக்கத்தில் ஒரு சிவன் கோயில். சிவன் கோயிலுக்குப் பக்கத்தில் ஒரு வண்டிப் பேட்டை; பத்து ஒற்றைமாட்டு வாடகை வண்டிகள் நிற்கும் இடம். இரண்டு பூட்டியும் நாலு அவிழ்த்தும் போட்டுக்கிடந்தன. அவிழ்த்துப் போட்ட வண்டிக்காரன்தான் நாய்க்கரை உற்சாகப்படுத்தியவன்.

"நம்ம நாய்க்கரா விட்டுப்பிடற ஆளு?" என்று இன்னொரு வண்டிக்காரன் சிரித்தான்.

"விடாதே, நாய்க்கரே,"

"நாய்க்கரே, காவேரித் தண்ணியோட, கொள்ளிடத்து தண்ணி வம்புக்கு நிற்கிறதாவது! விடாதீங்க.

நாய்க்கருக்கு உற்சாகம் தாங்கவில்லை.

"எலெ, வீணா அளிஞ்சு போகாதீங்க, இது சாமி காரியம்."

"நாங்க இல்லேன்னு சொல்லலியே. ஒரு கட்டு எடுத்துக்குங்க. வேண்டாம்கலே."

"புளியஞ்சிரா, கருகஞ்சிரான்னா ஒரு கட்டு, இந்த முருங்கக் குச்சியை எட்டுக் கட்டு எடுக்காம, மூணு எடுத்தேன் பாரு, அது என் தப்புத்தாண்டா. அட! இழுத்துப்பிடுவீங்களா? பாக்கிறீங்களா இப்ப?" என்று விறகை அம்மிக்கொண்டே காலால் ஓர் எம்பு எம்பி முதுகை ஒரு திருப்புத் திருப்பினார் நாய்க்கர். அவ்வளவுதான். இரண்டு பேரும் ஏழெட்டு அடி தள்ளிப்போய் விழுந்தார்கள். விழவில்லை. விழாமல் சமாளித்துக் கொண்டார்கள்.

கீழே விழுந்த சாட்டையை எடுத்துக்கொண்டு, "ம்! அவ்வளவு தான் தெரியுமா?" என்று கையாலாகாத வீறாப்புடன் கத்தினான் ஒருவன்.

"நீதான் தெரிஞ்சுக்கிட்டியே இப்ப!" என்று மூன்று கட்டுகளையும் தூக்கிப் பிள்ளையார் கோயில் திண்ணையில் எறிந்தார் அவர்.

வண்டிக்காரர்கள் மறுபடியும் சிரித்தார்கள். பிள்ளையார் கோயிலின் மறு திண்ணையில் ஓமப்பொடி, கொத்துக் கடலைச் சுண்டல், காரா பூந்தி விற்கிற முத்துவையர், "நாய்க்கரே, ஜாக்கிரதை. கொள்ளிடத்துத் தண்ணி முளிக்குது பாருங்க. கபால்னு விறகு மறஞ்சாலும் மறஞ்சிப்பிடும்" என்றார்.

"ம், கையை வக்யட்டும். பார்த்துக்கலாம். எலே போங்கடா, புள்ளையாரு பத்து மடங்காக் குடுப்பாரு. மூக்காலே அளுவாம போங்க."

வண்டிக்காரர்கள் போகவில்லை நின்றுகொண்டே இருந்தார்கள்.

சிவன் கோயில் திண்ணையில் உட்கார்ந்திருந்த இரண்டு பண்டாரங் களில் ஒருவன், "ஏன்யா நிக்கிறே! போலீஸ்டேசன்லே போய்ப் புகார் குடேன்" என்று உண்மையாகச் சொல்வது போலச் சொன்னான்.

"சும்மாப் புகார் பண்ணாதே. சாமிக்கு மூணு கட்டுக் கேட்டாங்க. ஒரு கட்டுப் புண்ணியம் எனக்குப் போதும்மேன். நாய்க்கரு அடிக்காத குறையா மூணு கட்டுப் புண்ணியத்தை என் தலைமேலே கட்டிப்பிட்டாருன்னு சொல்லு. இப்படிக் கூறுகெட்ட ஜன்மமா இருக்கலாமாய்யா? புள்ளையார் போணிக்கு ஒரு கட்டுப் போட இப்படி அளுதா உன் வியாபாரம் உருப்பட்டாப்போலத்தான், போ" என்று கூட்டாளிப் பண்டாரம் சாபமா நையாண்டியா என்று தெரியாமல் கலந்து கட்டியாக உதிர்த்து வைத்தான்.

கொள்ளிடக் காட்டுக்காரர்கள் இப்படி நகர்க்கட்டில் மாட்டிக் கொண்டு, மூக்கு விடைக்கப் பார்த்தார்கள். "நல்ல நியாயம்டா இது" என்றான் ஒருவன்.

"நாய்க்கரே, இதுதான் கடைசித் தடவை. நாளையிலேர்ந்து இதெல்லாம் நடக்காது, சொல்லிப்பிட்டேன்" என்று சாட்டைக்காரன் வண்டியில் ஏறித் தலைக் கயிற்றைப் பிடித்தான். கூட்டாளி பின் தொடர வண்டி புறப்பட்டது.

"இந்த விறகெல்லாம் அப்படியே தங்கமா மாறிடும்யா. அப்படியே தங்கமா – தங்கமாகா – ஆம்மாம்!" என்று இத்தனை நேரமாகக் கேட்காத குரல் ஒன்று வந்தது.

"ஆமாண்டா, பாண்டிய மகாராஜாவே சொல்லிப்பிட்டாரு" என்று தேர் முட்டிக்கருகில் வைக்கோலைப் போட்டு அதன்மேல் வண்டிப் பாயைப் போட்டுப் படுத்திருந்த பாண்டியனைப் பார்த்தார்கள் எல்லோரும். பாண்டியன் புன்சிரிப்புச் சிரித்தான். கண்ணை மூடினான்; மறுபடியும் சிரித்தான். அவனுக்கு வேளை போது கிடையாது. வார்னீஷ் பட்டை எதுவும் தள்ளுபடி இல்லை. அது இல்லாவிட்டால் கை காலெல்லாம் சுவாதீனம் இல்லாமல் நடுக்கல் எடுக்கும் நிலையை எட்டியவன்.

நாய்க்கர் பின்னால் கையைக் கட்டி, வெற்றியுடன் பார்த்தார். போலீஸு மெரட்டினா ரெண்டு ரூபாயைக் கொடுத்தாலும் கொடுப்பானுவ. இதுக்கு எவ்வளவு மாலாசு பண்றானுக பார்த்தீங்களா? என்று பொதுவாக எல்லாரையும் பார்த்துச் சொன்னார். திரும்பி அருகில் நின்ற என்னையும் பார்த்தார். "பார்த்துக்கிட்டீல்ல தம்பி!" என்றார்.

நான் என்ன சொல்வது? வெறுமே புன்சிரிப்புச் சிரித்தேன்.

ஒண்டியாக நின்று நாலு ஆட்களை அடிக்கக் கூடிய அவர் தேகக்கட்டையும் துணிச்சலையும் பார்க்க எனக்கு எப்போதுமே பரவசமாக இருக்கும்; ஓர் எழும்பு, ஒரு சுருக்கம் தெரியாத மேனி. தேர்ச் சக்கரம்போல வைரம் பாய்ந்த மார்பு. காலில் ஆடுசதை தெரியும்படியாக ஒரு நாலு முழம் கட்டிக்கொண்டிருக்கிறார். அது ஆடாத சதை. கர்லாக் கட்டை மாதிரி இருக்கும். வெள்ளிப் பூண்போட்ட கைத்தடியைப் பிடிக்கிற அந்தக் கையைப் பார்க்கும்போது மணிக்கட்டில் அவ்வளவு வைரமும் ஆண்மையும் தெரியும். கிராப்பும் குடுமியும் இல்லாத தலையில் இரண்டுமாத முடிநரையும் கறுப்பும் கலந்து மண்டிக் கிடந்தன. முன் தலையில் மட்டும் 'ப'வைக் கவிழ்த்தாற்போல அழகு கூஷரம் செய்து தென்கலை நாமம் போட்டிருந்தார் அவர்.

நாய்க்கர் சொந்தமாகவே விறகுக் கடை வைத்திருந்த காலம் உண்டு. நான் ஏழெட்டு வயசுப் பையனாக, தலையில் பின்னலும் வாயில் விரலும் கையில் தங்கக் காப்பும் காதில் பொன் தட்டையும் இடையில் மூலக்கச்சமுமாகப் பார்க்கப் போவேன். வியாபாரத்தை அல்ல; கெரடிக் கூத்தை. விறகுவாடியில் ஒரு கீற்றுச் சார்ப்பில் விறகுகள் அடுக்கியிருக்கும். மிச்சம் இருந்த திறந்த வெளி முழுவதும் நாய்க்கர் இரண்டு 'ஹரிசாண்டல் பாரு'ம் 'வர்ட்டிகல் பாரு'ம் நட்டியிருந்தார். அவர் பையன் தாழ பாரில் வேர்க்க வேர்க்கச் சுற்றிக்கொண்டிருப்பான். திடீரென்று நாலு சுற்றுச் சுற்றிப் பத்தடி தூரத்தில் இருந்த பார் கம்பிமேலே நிற்பான். அவன் தவறிவிட்டால் பிடித்துக்கொள்வதற்காகத் தயாராக நிற்பார் நாய்க்கர். ஆனால் அவன் தவறி நான் பார்த்ததில்லை. நாய்க்கரையே உரித்து வைத்தார் போலிருப்பான் அந்தப் பையன். நிறம் மட்டும் எண்ணெய் தடவின உளுந்து. அவன், அவன் தகப்பனார் இரண்டு பேரிடத்திலுமே எல்லையில்லாத பிரமை உண்டு எனக்கு. கிராப்புத் தலையே மருந்துக்குக்கூட இல்லாத அந்தக் காலத்தில் அவர்கள் இருவரும் கிராப்பு வைத்துக்கொண்டிருந்தார்கள்.

நாய்க்கர் திருப்பணி

அது ஒரு காரணம். கம்பி மேல் நடப்பது. 'பார்' விட்டுப் 'பார்' தாண்டுவது, ஊஞ்சல் சங்கிலியை அறுப்பது இந்த அசகாய வேலையெல்லாம் அவர்கள் செய்தது இன்னொரு காரணம்.

விறகுவாடிச் சார்ப்பின்மீது ஓர் அதிசயமான கொடியை வளர்த்துப் படரவிட்டிருந்தார் நாய்க்கர். அதன் பூ நீலமாக ஒரு கிளியை அப்படியே அச்செடுத்தாற்போல் இருக்கும். நான் இன்னும் அந்தமாதிரிப் பூவைப் பார்க்கவில்லை. தாவர உலகத்தில் கிளி பூக்கிற கொடியை எங்கேயோ தேடிப் பிடித்துப் பயிர் செய்ய இவர்கள் எப்பேர்ப்பட்ட அதிசய பிறவி களாக இருக்க வேண்டும்! இந்தப் பிரமிப்பில்தான் அவர் இட்ட வேலைகளையெல்லாம் நான் செய்துகொண்டிருந்தேன். வாடிக்கைக் காரர்களுக்கு விறகெடுத்துத் தராசில் போடுவது, அவருக்கு வெற்றிலை பாக்கு வாங்கி வருகிறது, சில்லறை வாங்கிவருகிறது – எல்லாப் பணிவிடைகளும் செய்துகொண்டிருந்தேன். கடைசியில் ஒரு நாள் வாயைத் திறந்து வெட்கத்தைவிட்டுக் கேட்டும் விட்டேன்.

"நாய்க்கர் மாமா, எனக்கு 'பார்' விளையாடக் கத்துத் தறீங்களா?"

நாய்க்கருக்கு ஆச்சரியம் தாங்கவில்லை. புருவம் தலை மயிரைத் தொட்டுவிடுகிறாற்போல வியந்துகொண்டே, "ஏண்டா தம்பி, உனக்கென்னாத்துக்குடா? உங்கப்பாரு தான் இந்த ஜில்லாவிலேயே பெரிய வக்கீலு. நீயும் கோட்டுப் போட்டுக்கிட்டு நாளைக்குப் பெரிய வக்கீலாயிடுவே. ஜோராக் குருதை வண்டியிலே கோர்ட்டுக்குப் போவே!" என்றார்.

"இல்லே மாமா, நானும் பார் ஆடுவேன்."

"இப்ப என்னமாடா முடியும்? அதுக்கு இன்னும் பெரிய புள்ளை யாகணும். இப்ப என்ன வயசு உனக்கு?"

"ஏழு."

"பின்னே! இன்னும் அஞ்சு வருசம் போகணும்."

ஐந்து வருடம் நான் காத்திருக்கத் தயார். ஆனால் அதே வருடம் கிறிஸ்துமஸ் லீவுக்குப் பட்டணம் போய்விட்டு வந்து உடனே விறகுவாடிக்கு ஓடினேன். பூட்டிக் கிடந்தது. மூங்கில் கதவிடுக்கில் பார்த்தபோது. விறகு, பார் ஒன்றையும் காணவில்லை. யாரைக் கேட்பது என்று தெரியாமல் நாலைந்து நாள் விழித்துவிட்டு, கடைசியில் அவர் வீட்டைக் கண்டுபிடித்து அவர் மனைவியைக் கேட்டேன்.

"அவங்க ரெண்டு பேரும் கல்கத்தாவுக்குப் போயிட்டாங்க" என்றாள் அவள்.

"கல்கத்தாவுக்கா? எதுக்கு?

"சர்க்கேஸிலே சேந்துப்பிட்டாங்க."

"சர்க்கேஸிலேயா?" – பறிகொத்த ஏக்கத்தில், "எப்ப வருவாங்க?" என்று கேட்டேன்.

"எங்க வரது? ஸர்க்கேஸ் கம்பெனியோட ஊர் ஊராப் போவாங்க."

நான் சமைந்துபோய் நின்றேன்.

விறகுக் கடைக்கு வேறு யாரோ முதலாளி வந்துவிட்டார். கிளிக்கொடி, பார்கம்பி இருந்த இடம் எல்லாம் விறகாக அடுக்கிக் கிடந்தது. நாய்க்கரும் தாமுவும் திரும்பியே வரமாட்டார்களா?

ஐந்தாறு வருடம் கழித்து ஒருநாள் மார்க்கெட்டுக்குள் நுழைந்ததும் நாய்க்கர் ஒரு சார்பின் கீழ் ஸ்டூலைப் போட்டு உட்கார்ந்திருந்ததைக் கண்டு எனக்குத் தூக்கிவாரிப் போட்டது. அவருக்கு முன்னால் ஒரு மேஜை. மேஜைமீது காலணா, ஓர் அணா, இரண்டணா, இப்படிச் சில்லறையாக அடுக்கியிருந்தது. "இங்கே சில்லறை தரப்படும். ரூபாய்க்கு அரையணா வட்டம்" என்று மேஜையின் பக்கவாட்டில் எழுதியிருந்தது.

"நமோ கணபதி எட்டணா..." நாய்க்கர் ஏற்றிக்கொண்டே இருந்தார்.

"என்ன நாய்க்கரே, என்னைத் தெரியுதா?"

"அட! வா, தம்பி, அப்பா சௌக்யமா?"

"சௌக்யம், எப்ப வந்தீங்க?"

"நாலு நாளாச்சு. ஸர்க்கேஸு விளையாட முடியலே. திரும்பிட்டேன், சில்லறைக் கடை வச்சுப்பிட்டேன்."

"தாமு?"

"தாமு வரமாட்டான், அவன் ஸர்க்கேஸ்லியே ஒரு பொம்பளையைக் கண்ணாலம் பண்ணிக்கிட்டான்" என்று எங்கேயோ முகத்தைத் திருப்பிக் கொண்டார் நாய்க்கர். அவர் கண்கணில் நீர் கட்டிவிட்டது.

"ஸர்க்கஸ் பொம்பிளையா?"

"ஆமாம் தம்பி, வெள்ளக்காரச்சி, அவன் இனிமே வரமாட்டான். அவன் அம்மா, தங்கச்சி எல்லாம் கறுப்பு. அவங்களைப் பார்க்கவே பிடிக்காது."

"அவன் மட்டும் ரொம்பச் சேப்போ?"

"என்னை ஒண்ணும் கேக்காதே தம்பி" என்று குரல் உடைந்து அழுகையை அடக்கி மூக்கைச் சிந்திக்கொண்டார்.

ஆளே உடைந்துவிட்டார். என்ன செய்வதென்று நிலைகொள்ளாமல் தொழிலை மாற்றிக்கொண்டே வந்தார். மாட்டுத் தரகு, கறிகாய்த் தரகு, இப்படி இரண்டு மூன்று வருடகாலம் போயிற்று. நானும் படிப்பதற்காகப் பட்டணம் வந்துவிட்டேன். படிப்பு முடிந்து மீண்டும் ஊருக்கு வக்கீல் என்று போர்டைத் தொங்கவிட்ட பொழுது நாய்க்கர் இந்தத் திருப்பணி யில் ஈடுபட்டிருந்தார்.

திருப்பணி நடந்த விதம் இதுதான். ஊருக்குள் வருகிற விறகு வண்டிகளிலிருந்து ஒன்றிரண்டாகக் கட்டைகளை உருவுவார். ஒரு சுமை சேர்ந்தவுடன் ஏலம் விட்டுவிடுவார். அப்பை சப்பையான விலைக்கு

விட்டுவிடுகிறதுமில்லை. திருப்பணி திருப்பணி என்று கொத்திக் கொத்தி மார்க்கெட்டு விலைக்கு ஓர் அணா இரண்டு அணாத் தூக்கலாகத்தான் ஏலம் போகும். விறகு கொடுக்க, உடையவன் தகராறு செய்தால் இரைச்சல், அடிதடி, சாபம்.

"ஏலே, புள்ளையாருக்கா மாட்டேன்னு சொன்னே? பார்த்துக்கிட்டே இரு; பதினஞ்சு நாள்ளே கண்ணெல்லாம் பஞ்சடைஞ்சுப்பிடும்; புடலம்பூவாக் கொதறிப்பிடும்" என்று கடைசியாக ஒரு பாணத்தைப் போட்டுக் கக்க வைத்துவிடுவார். ஒன்றுக்கும் மசியாத ஆட்களோடு தெருவில் கட்டிப் புரள்வார். பொழுது விடிந்தால் நாலு சண்டை யில்லாமல் அவர் திரும்புகிறதில்லை. உச்சி வேளையோடு இந்தத் திருப்பணி வேலை முடிந்துவிடும். சேர்த்த விறகையெல்லாம் ஏலம் போட்டுக் காசை எடுத்துத் தபாலாபீஸ் சேமிப்பு நிதியில் போட்டுவிட்டு போய்விடுவார். அப்புறம் மறுநாள் ஆளைக் காணமுடியாது.

மணி பதினொன்று இருக்கும். ஏலம் மும்முரமாகக் கேட்டது. கொள்ளிடத்துக் கட்டுக்களோடு அப்புறம் சேர்ந்த பத்துப் பதினைந்து சிராயும் விலையாகிற புண்ணியத்தைப் பெற்றுவிட்டன. பிள்ளையார் கோயில் வாசலில் ஒரு சிறு கும்பல்.

"நமோ கணபதி எட்டணா. நமோ கணபதி பத்தணா" என்று நாய்க்கர் ஏற்றிக்கொண்டேயிருந்தார்.

"ஒண்ணேகால் ரூபாய், ஒரு தரம், ரெண்டு தரம் –"

"ஒரு ரூபா ஆறணா" என்று ஒரு குரல்.

"உன் கிட்டக் காசு இருக்காடா" என்றார் நாய்க்கர். "காசு இல்லாட்டி கேக்கப்படாது."

"ஏன் ... நான் ... நான் வந்து ... நான் வந்து ... பாருய்யா, என்னா நாயம் இது? நாய்க்கர் பேசறதைக் கேட்டீங்களா?" என்று ஆறணாவுக்கு உயர்த்தின பாண்டியன் கண்சிவக்க, தலைதொங்கவிட ஆட்சேபித்துக்கொண்டிருந்தான்.

"ஒண்ணேகால் ரூபா" என்றார் நாய்க்கர்.

"நான் ஆறணாக் கேட்டேனே."

"நீ தரையிலே நின்னு கேட்டா ஒத்துப்பேன். வெள்ளைக் குதிரையி லல்ல ஏறிட்டிருக்கே! இரண்டு தரம் – மூணாம் தரம் – ஒண்ணேகால் ரூபா."

ஏலம் முடிந்துவிட்டது. நாய்க்கர் காசை வாங்கி மடியில் செருகினார். கட்டுக்களை ஏற்றிவிட்டார்.

பாண்டியன் இடத்தைவிட்டு அசையவில்லை. வெறித்து அவரைப் பார்த்துக்கொண்டே நின்றான். கட்டுக்களை ஆள் தலையில் ஏற்றி விட்டுக் கையைக் கீழே போட்டார் நாய்க்கர். ஒரே பாய்ச்சலாகப் பாய்ந்து பாண்டியன் மடியைத் தட்டிவிட்டான். காசு உருண்டு தெருவில் ஓடிற்று.

அவர் சிரித்துக்கொண்டே குனிந்து பொறுக்கப்போனார். ஓர் எம்பு எம்பி அவர் கழுத்தில் ஏறி உட்கார்ந்துவிட்டான் பாண்டியன். இருவரும் கட்டிப் புரண்டார்கள்! சாக்கடை ஓரமாக உருண்டார்கள். வீதியோரம் ஓடுகிற சாக்கடை பெரிய சாக்கடை. அதற்குள் விழுந்துவிட்டார் நாய்க்கர். விழுந்தவர் எழுந்து பாண்டியனையும் பிடித்து இழுத்தார். மறுகணம் அவனும் உள்ளே போய்விட்டான். மேலே கூட்டம் கூடிவிட்டது. வாயால் விலக்கினார்கள்.

சண்டை முடிந்து நாய்க்கர் மேலே ஏறும்போது அவருக்கு இன்னொரு கஷ்டம் காத்திருந்தது. மூன்று கட்டுக்களைப் பறிகொடுத்த கொள்ளிடக்காரர்கள் போலீஸ் ஸப் – இன்ஸ்பெக்டரையே அழைத்து வந்துவிட்டார்கள். நாய்க்கரும் பாண்டியனும் போலீஸ் ஸ்டேஷனுக்குப் போகவேண்டியிருந்தது. நாலைந்து வண்டிக்காரர்களும் கூடப் போனார்கள்.

கேஸ் விபரீதமாக வளரும் போலிருந்தது. கலவரம் செய்வது, அமைதியைக் குலைப்பது, வழிப்பறி – இப்படிப் பல ஷராக்களில் அவர்மீது குற்றம் ஜோடனையாகிக்கொண்டிருந்ததாம். விழுந்தடித்து ஸ்டேஷ னுக்கு ஓடினேன். ஸப் – இன்ஸ்பெக்டரோடு இங்கிலீஷில் பேசினேன். அப்பா ஐயா என்று மோவாய்க் கட்டையைப் பிடிக்காத குறையாகக் கெஞ்சினேன்.

"அது என்னாங்க, ஐயா சொல்றதும், சரிதானுங்களே. இஷ்டப் பட்டுக் கொடுத்தா வாங்கிக்கிறதா? ஆளை மறிச்சு அடிச்சு மெரட்டி வாங்கவாவது?" என்று வண்டிக்காரர்கள் எல்லாருமே இடம்மாறிப் பேசினார்கள். சிவப்புக் கட்டத்தின் ராசி!

"அவர் நன்னடத்தைக்கு நான் உத்தரவாதம்" என்று சொல்கிற வரையில் இன்ஸ்பெக்டர் இரங்கவில்லை.

"சரி, இவ்வளவு தூரம் நீங்க கேக்கறதுக்கு நான் மரியாதை செய்யணும். ஒண்ணே ஒண்ணு சொல்லிப்பிடறேன். இந்த நாய்க்கர் இன்னமே இந்தப் பிள்ளையார் கோவில் பக்கமே, இந்த வீதிப் பக்கமே வரப்படாது. அவரு இருக்கிறது வடக்கு வீதி. மேல வீதி முச்சந்திப் பிள்ளையாருக்கும் அவருக்கும் என்ன?"

"அவர் இனிமே அந்தப் பக்கமே வராம நான் பார்த்துக்கறேன்."

"மேல வீதியிலே மறுபடியும் அவரைப் பார்த்தேனோ, கட்டாயமா அவரு பள்ளிக்கூடத்துக்குத்தான் போகணும்."

"நான்தான் வரமாட்டார்ங்கறேனே."

"கொளந்தே, உங்க வார்த்தை மூளியாயிரப்படாதுன்னுதான் நான் அந்தப் பக்கம் வரலே. ஆனா நீங்க செஞ்சிருக்கிற காரியம் என்னை மட்டும் தடுக்கலே. தெய்வக் காரியத்தையே தடுத்திருக்கு. திருப்பணியை யார் நடத்துவாங்க இனிமே?" என்று நாலைந்து நாள் கழித்துக் கீழ வீதி பஸ் ஸ்டாண்டில் என்னைக் கண்ட நாய்க்கர் புகையாய்ப் புகைந்தார். போலீஸ் பிடியிலிருந்து தப்புவித்ததற்கு நான் அவருக்குச் சமாதானம்

சொல்ல வேண்டியிருந்தது. அவர் அதை ஏற்கவில்லை. விருவிருவென்று போய்விட்டார்.

வீதியில் உண்மையாகவே இப்போது அமைதி நிலவிற்று. விறகு வண்டிகள் பிள்ளையாரைக் கண்டு பயப்படவில்லை. கூச்சல் இல்லை. கை கலப்பு இல்லை. பத்து நாள் ஆயின. பதினைந்து நாளாயின. நாய்க்கரை அந்தப் பக்கம் காணவில்லை.

இருபது நாளாயின. இருபத்தைந்து... ஒரு மாதம், அதுவும் தாண்டி எட்டு நாளாயின.

"ஐயா, கொளந்தையைத்தானே! எழுந்திருங்க. இங்கே வந்து பாருங்க இந்த அக்குரும்பை" என்று அரைத்தூக்கம் கால்தூக்கம் என்று படிப்படியாக விழிப்பை நோக்கித் தடுமாறிக்கொண்டிருந்த என்னை உலுப்பி விட்டது குரல்.

எதிரே பாண்டியன் நின்றான்.

"என்ன பாண்டி?"

"புள்ளையாரைக் காணும்."

"என்றது?"

"ஆமாம் ஓடியாந்து பாருங்க."

எழுந்து ஓடினேன். பிள்ளையாரையே காணவில்லை. அவர் இருந்த இடத்தில் பள்ளந்தான் இருந்தது. கதவு திறந்து கிடந்தது. வாசலில் ஒரே கூட்டம். "பாவிப்பய திருப்பணி திருப்பணின்னு திருட்டுப் பணியாவே பண்ணிப்பிட்டானே?" என்று பாண்டியன் அழுதான்.

நகையா, பணமா தேட? சாய வேட்டியை உடுத்திக்கொண்டு குந்திக்கிடந்த பிள்ளையார்! போலீஸும் மும்முரமாகக் கொஞ்சம் முண்டிப் பார்த்தது – அதாவது நாய்க்கர் வீடு பூட்டிக் கிடந்ததைப் பார்த்து. ஆனால் ஏழாம் நாள் வேறு பிள்ளையாரைச் சுதையில் செய்து வைத்துவிட்டார்கள். கல்லுப்பிள்ளையார் வரும் வரையில் இருக்கட்டும் என்று மேளதாளமெல்லாம் கொட்டினார்கள். கொழுக்கட்டை செய்து வழங்கினார்கள்.

"வக்கீல் குழந்தைக்கு நமோ கணபதி கோபால நாய்க்கன் எழுதிக் கொண்டது. அபகாரம் பண்ணுகிற ஆத்மாக்களுக்கு உபகாரம் பண்ணினால்தான் புத்தி வரும். இது பெரியவர்கள் சொல்கிற நியாயமான சேதி. தாமுவுக்கு நம்ம வரகுண விநாயகரிடம் பக்தி ரொம்ப உண்டு. அவரைக் கும்பிட்டுத்தான் ஸர்க்கேஸில் சேர யோக்யதை அடைந்தான் அவன். எனக்கும் அவரிடம் அந்தப் பக்தி உண்டு. ஆகையினால்தான் அவன் வெள்ளைக்காரச்சியைக் கல்யாணம் பண்ணிக்கொள்ளக் கூடாது என்று நூறு தேங்காய் சிதறுவதாக நேர்ந்துகொண்டேன். எப்போது அதை அவர் கேட்கவில்லையோ, அப்போது அவருக்குத் திருப்பணி செய்ய நாம் அப்படியாப்பட்ட சின்ன மனுஷன் இல்லை என்கிற உண்மையை ருசுப்படுத்த நினைத்தேன். அது நடை பெறவில்லை. தபாலாபீசில்

ஆயிரத்துச் சொச்ச ரூபாய் சேர்ந்திருந்தது. நான் பிள்ளையாரிடம் வருவதைப் போலீசு எப்படித் தடுக்க முடியும்? அதனால்தான் பிள்ளையாரையே தூக்கி வந்துவிட்டோம். இதை எப்படியடா கொண்டு போனான் என்று குழந்தைக்கு மலைப்புத் தட்டும். அப்புறம் கோபால நாய்க்கன் என்ற பேரில் ஒருத்தன் இருந்தால் என்ன? இல்லாவிட்டால் என்ன? ஒன்றரை முழப் பிள்ளையாராக இருந்ததால் கள்ளிப்பெட்டியில் போட்டுக்கொண்டு வந்துவிட்டோம். மலாய் நாட்டு ஜனங்கள் ரொம்பவும் பிரியமா இருக்கிறார்கள். நம்மவங்கள் தானே?

"தாமு ஸர்க்கேஸ் கம்பெனியோடு எப்பவாவது நம்ம ஊர்க்கு வந்தாலும் வருவான். அவன் தகப்பனாருக்கு அப்படி ஒன்றும் வருத்த மில்லை என்று குழந்தை அவனைப் பார்த்தால் கட்டாயம் சொல்ல வேண்டும்.

"திருப்பணி அடுத்த வருடம் நடக்கும். நான் இப்போது பண்டார வாடை இஸ்மாயில் ராவுத்தர் கம்பெனியில் வேலை பார்க்கின்றேன் – இப்படிக்கு, பிரியமுள்ள, நேமோ கணபதி கோபாலநாய்க்கன்."

இந்தக் கடிதம் இரண்டு மாதம் கழித்து மலாயாவிலிருந்து வந்தது.

நாய்க்கரே, நான் ஆச்சரியமே படவில்லை. மூன்று முழப் பிள்ளையாராக இருந்தாலும் நீர் கொண்டு போயிருப்பீரே!

கலைமகள், நவம்பர் 1960

பின்னிணைப்புகள்

தி. ஜானகிராமன்
வாழ்க்கைக் குறிப்பு

தஞ்சாவூர் மாவட்டம் மன்னார்குடியை அடுத்த தேவங்குடியில் 1921ஆம் ஆண்டு ஜூன் 18 அன்று பிறந்தார். தந்தை தியாகராஜ சாஸ்திரி வட மொழியில் தேர்ந்த புலமையும் கர்நாடக இசையில் ஆழ்ந்த ஞானமும் கொண்டவர். ஜானகிராமனுடன் பிறந்தவர்கள் ஓர் ஆணும் நான்கு பெண்களுமாக ஐந்து பேர்.

ஜானகிராமன் பிறந்த ஆறாவது மாதம் குடும்பம் கும்பகோணத்துக்கு இடம்பெயர்ந்தது. மீண்டும் அவரது நான்காவது அல்லது ஐந்தாவது வயதில் தஞ்சைக்குக் குடிபெயர்ந்தது.

தஞ்சாவூர் புனித பீட்டர் பள்ளி, சென்டிரல் பிரைமரிப் பள்ளி, கல்யாண சுந்தரம் உயர் நிலைப்பள்ளி ஆகியவற்றில் பள்ளிக் கல்வியைப் பெற்றார். தி. ஜானகிராமனின் ஆரம்ப கால எழுத்து முயற்சிகள் பள்ளிப் பருவத்திலேயே தொடங்கியிருக்கின்றன. 1936–40 ஆண்டுகளில் கும்பகோணம் அரசினர் கல்லூரியில் இண்டர் மீடியட், பி.ஏ. பயின்றார். சென்னை சைதாப்பேட்டை அரசினர் ஆசிரியர் பயிற்சிக் கல்லூரியில் 1942–43ஆம் ஆண்டுகளில் பயின்று எல்.டி. பட்டம் பெற்றார். கல்லூரிக் காலத்தில் இலக்கியத்தின் மீதான ஈடுபாடு தீவிரம் பெற்றது. கல்லூரிப் பருவத்தில் கு.ப. ராஜகோபாலனுடன் ஏற்பட்ட நட்பு அவரைத் தனது வழிகாட்டியாகவும் குருவாகவும் குறிப்பிடும் அளவு வாழ்நாள் தொடர்பாக அமைந்தது.

1942ஆம் ஆண்டு திருமணம் நடைபெற்றது. மனைவி ராஜம் என்கிற ராஜலட்சுமி. இரண்டு ஆணும் ஒரு பெண்ணுமாக மூன்று மக்கள். மகன்களான ராதா ராமன். சாகேதராமன் இருவரும் காலமாகிவிட்டனர். மகள் உமா சங்கரி ஆந்திர மாநிலத்தில் சித்தூரில் வசித்துவருகிறார்.

கும்பகோணம் நகர உயர் நிலைப் பள்ளியில் 1943–44 ஆண்டுகளில் ஆசிரியப் பணியைத் தொடங்கினார். 1944–45 ஆண்டுகளில் சென்னை எழும்பூர் அரசு உயர்நிலைப் பள்ளியிலும் 1945–54 ஆண்டுகளில் தஞ்சை மாவட்டம் அய்யம்பேட்டை குத்தாலம் கழகப் பள்ளியிலும் பணியாற்றினார்.

அகில இந்திய வானொலியின் அழைப்பின் பேரில் கல்வி ஒலிபரப்பு நிகழ்ச்சி அமைப்பாளராகப் பணியேற்றார். 1954 முதல் 1968ஆம் ஆண்டுவரை அந்தப் பணியில் இருந்தார். 1968 முதல் 1974வரை தில்லி வானொலி நிலையத்தில் உதவி கல்வி ஒலிபரப்பு நிகழ்ச்சி அமைப்பாளராகவும் 1974 முதல் 1981ஆம் ஆண்டு ஜூன் மாதம் ஓய்வு பெறும்வரை தலைமைக் கல்வி ஒலிபரப்பு அமைப்பாளராகவும் பணிபுரிந்தார். கல்வி ஒலிபரப்பு அமைப்பாளராகப் பணியாற்றிய காலங்களில் பயிற்சிக்காக, ஜப்பான், ஆஸ்திரேலியா, அமெரிக்கா, பிரிட்டன், பிரான்ஸ், மலேசியா, சிங்கப்பூர் ஆகிய நாடுகளுக்குச் சென்று வந்தார். இந்திய அரசின் பண்பாட்டுப் பரிமாற்றத் திட்டத்தின் கீழ் 1970இல் ரோமேனியா, செக்கோஸ்லாவாகியா ஆகிய நாடுகளுக்கும் சென்று வந்தார்.

1937ஆம் ஆண்டு ஆனந்த விகடன் இதழில் வெளியான 'மன்னித்து விடு' என்ற சிறுகதையே தி. ஜானகிராமனின் அச்சில் வெளிவந்த சிறுகதை. தொடர்ந்து சிறுகதைகள் எழுதி வந்திருக்கிறார். கிராம ஊழியன் இதழில் 1944ஆம் ஆண்டு முதலாவது நாவல் 'அமிர்தம்' வெளியாகி இருக்கிறது. இந்த இரு செயல்பாடுகளையும் ஒட்டி அவரது அறிமுகம் நிகழ்ந்திருந்தாலும் 1946இல் கலாமோஹினி இதழில் வெளியான 'பசி ஆற்று' சிறுகதையே அவருக்கு வாசக அங்கீகாரத்தைப் பெற்றுத் தந்தது. சாகித்திய அக்காதெமி 1979ஆம் ஆண்டு அவரது 'சக்தி வைத்தியம்' தொகுப்பை முன்வைத்து அவருக்கு விருது வழங்கியது.

தி. ஜானகிராமன் கர்நாடக இசையில் ஆழ்ந்த ஈடுபாடு கொண்டவர். முறையாக இசை பயின்றிருக்கிறார். இசை ரசனை சார்ந்து நுட்பமான கட்டுரைகளையும் எழுதியிருக்கிறார்.

அகில இந்திய வானொலிப் பணியிலிருந்து ஓய்வு பெற்று 1981இல் சென்னை திரும்பினார். திருவான்மியூரில் வசித்தார். கணையாழி மாத இதழின் கௌரவ ஆசிரியராக இருந்தார். உடல்நலக் குறைவால் மருத்துவ மனையில் சேர்க்கப்பட்டு 1982ஆம் ஆண்டு டிசம்பர் 18 அன்று மறைந்தார்.

கதைகள்: காலவரிசை

வ. எண்	கதைத் தலைப்பு	வெளியான இதழ்	வெளிவந்த காலம்	இடம்பெற்ற தொகுப்பு
1	மன்னித்து விடு	ஆனந்த விகடன்	டிசம்பர் 1937	இத்தொகுப்பில் முதன்முறையாக இடம்பெறுகிறது
2	ஈசுவரத் தியானம்	ஆனந்த விகடன்	மே 1938	---
3	புஷ்கரணி	கிராம ஊழியன்	15 அக்டோபர் 1943	எழுத்தாளன், சிறப்புமலர் 1978
4	நர்மதையின் யாத்திரை	கிராம ஊழியன்	15 அக்டோபர் 1943	---
5	ஐயத்தின் பயம்	கிராம ஊழியன்	நவம்பர் 1943	---
6	வித்தியாசம்	கிராம ஊழியன்	ஆண்டுமலர் 1944	---
7	கமலியின் குழந்தை	ஆனந்த விகடன்	ஜூலை 1944	இத்தொகுப்பில் முதன்முறையாக இடம்பெறுகிறது
8	மணச் சட்டை	கலைமகள்	செப்டம்பர் 1945	”
9	பணக்காரன்	சந்திரோதயம்	ஜனவரி 1946	---
10	ஆண்டவன் நினைத்தது	ஆனந்த விகடன்	டிசம்பர் 1946	இத்தொகுப்பில் முதன்முறையாக இடம்பெறுகிறது
11	பசி ஆறிற்று	கலாமோஹினி	1946	கொட்டு மேளம்
12	இக்கரைப் பச்சை	சிவாஜி தீபாவளி மலர்	1947	”
13	நரை	தேன்	சித்திரை 1948	
14	ஆனைக்குப்பம்	தேன்	புரட்டாசி 1948	---
15	சண்பகப் பூ	தேன்	ஆனி, 1948	கொட்டு மேளம்
16	தூக்கம்	தேன்	ஆடி, 1948	---
17	ராஜப்பா	சிந்தனை	ஆகஸ்ட் 1948	
	கழுகு	தேன்	ஆவணி 1948	கொட்டு மேளம்
18	பொய்	சிவாஜி தீபாவளி மலர்	1948	சிவப்பு ரிக் ஷா
19	அதிர்ஷ்டம்	கலைமகள்	செப்டம்பர் 1949	தி. ஜானகிராமன் படைப்புகள் தொகுதி 2) (ஐந்திணை)
20	அவப்பெயர்	அமுதசுரபி	தீபாவளி மலர் 1949	---
21	கடன் தீர்ந்து	கல்கி	அக்டோபர் 1950	சிவப்பு ரிக் ஷா
22	ஜீவனாம்சம்	அமுதசுரபி	நவம்பர் 1950	---

23	ரசிகரும் ரசிகையும்	மணிக்கொடி	1950	கொட்டு மேளம்
24	நானும் எம்டனும்	மணிக்கொடி	1950	,,
25	துணை	மணிக்கொடி	1950	அக்பர் சாஸ்திரி
26	அத்துவின் முடிவு	காதம்பரி	1950	கொட்டு மேளம்
27	வேறு வழியில்லை	கலைமகள்	மே, 1951	தி.ஜானகிராமன் படைப்புகள் தொகுதி 2 (ஐந்திணை)
28	கொட்டு மேளம்	கலைமகள்	செப்டம்பர் 1951	கொட்டு மேளம்
29	பஞ்சத்து ஆண்டி	கலைமகள்	அக்டோபர் 1951	சிவப்பு ரிக்‌ஷா
30	வேண்டாம் பூசணி	அமுதசுரபி	1951	கொட்டு மேளம்
31	குளிர்ஜூரம்	கலைமகள்	ஏப்ரல் 1952	தி.ஜானகிராமன் படைப்புகள் தொகுதி 2 (ஐந்திணை)
32	அன்ன விசாரம்	சிவாஜி	அக்டோபர் 1952	18ஆம் ஆண்டுமலர்
33	தவம்	கலைமகள்	அக்டோபர் 1952	கொட்டு மேளம்
34	நான்தான் ராமன் நாயர்	கல்கி தீபாவளி மலர்	1952	சிவப்பு ரிக்‌ஷா
35	ஆறுதல்	காதல்	நவம்பர் 1953	ஆண்டுமலர்
36	பொட்டை	பொன்னி	1953	கொட்டு மேளம்
37	தேவர் குதிரை	கலைமகள்	பிப்ரவரி 1953	சிவப்பு ரிக்‌ஷா
38	சிலிர்ப்பு	கலைமகள்	நவம்பர் 1953	கொட்டு மேளம்
39	பரமபாகவதன்	கல்கி தீபாவளி மலர்	1953	—
40	கோயம்புத்தூர் பவூதி	கலைமகள்	ஏப்ரல் 1954	சிவப்பு ரிக்‌ஷா
41	தர்மம்	சிவாஜி	20ஆம் ஆண்டுமலர் 1954	
42	கோபுர விளக்கு	கலைமகள்	ஜூன், 1954	யாதும் ஊரே
43	யதுநாத்தின் குருபக்தி	கலைமகள்	ஆகஸ்ட் 1954	,,
44	சிவப்பு ரிக்‌ஷா	கலைமகள்	அக்டோபர் 1954	சிவப்பு ரிக்‌ஷா
45		ஆனந்த விகடன் தீபாவளி மலர்	1954	எருமைப் பொங்கல்
46	தங்கம்	விந்தியா	நவம்பர் 1954	,,
47	பாப்பாவுக்குப் பரிசு	கலைமகள்	பிப்ரவரி 1955	அக்பர் சாஸ்திரி
48	அடுத்த ...	கலாவல்லி	பிப்ரவரி 1955	யாதும் ஊரே
49	வெயில்	சுதேசமித்திரன்	1955	சிவப்பு ரிக்‌ஷா
50	செய்தி	கலைமகள்	நவம்பர் 1955	அக்பர் சாஸ்திரி

51	காட்டுவாசம்	சுதேசமித்திரன் தீபாவளி மலர்	1955	சிவப்பு ரிக் ஷா
52	மறதிக்கு	ஆனந்த விகடன் தீபாவளி மலர்	1955	அக்பர் சாஸ்திரி
53	அர்த்தம்	காதல்	1956க்கு முன்	சிவப்பு ரிக் ஷா
54	தூரப்பிரயாணம்	காதல்	1956க்கு முன்	,,
55	ராவணன் காதல்	அமுதசுரபி	1956க்கு முன்	,,
56	பரதேசி வந்தான்	அமுதசுரபி	1956க்கு முன்	,,
57	சத்தியமா	சுதேசமித்திரன் தீபாவளி மலர்	அக்டோபர் 1956	மனிதாபிமானம்
58	ஆடை	கலைமகள்	அக்டோபர் 1956	இத்தொகுப்பில் முதன்முறையாக இடம்பெறுகிறது
59	பட்சிசாஸ்திரக் கிளி	சுதேசமித்திரன் தீபாவளி மலர்	அக்டோபர் 1956	யாதும் ஊரே
60	மணம்	ஆனந்த விகடன் தீபாவளி மலர்	1956	சக்தி வைத்தியம்
61	கங்காஸ்நானம்	காதல்	நவம்பர் 1956	அக்பர் சாஸ்திரி
62	குளிர்!	கலைமகள்	அக்டோபர் 1957	,,
63	குழந்தைக்கு ஜூரம்	ஆனந்த விகடன் தீபாவளி மலர்	1957	சக்தி வைத்தியம்
64	தீர்மானம்	சுதேசமித்திரன்	1958	---
65	உண்டை வெல்லம்	ஆனந்த விகடன் தீபாவளி மலர்	1958	சக்தி வைத்தியம்
66	முள்முடி	கலைமகள்	நவம்பர் 1958	அக்பர் சாஸ்திரி
67	மரமும் செடியும்	நண்பன்	பிப்ரவரி 1959	
68	சங்கீத சேவை	நண்பன்	மார்ச் 1959	
69	குழந்தைமேதை	கல்கி	ஏப்ரல் 1959	
70	அக்பர் சாஸ்திரி	கல்கி	ஜூலை 1959	எருமைப் பொங்கல்
71	மயில்சாமியின் தேவை	கலைமகள்	அக்டோபர் 1959	சக்தி வைத்தியம்
72	அட்சராப்பியாசம்	கல்கி தீபாவளி மலர்	1959	பிடி கருணை
73	அதிர்வு	ஆனந்த விகடன் தீபாவளி மலர்	1959	---
74	கோவிந்தராவின் மாப்பிள்ளை	சிவாஜி	1960	---
75	எருக்கம்பூ	சௌராஷ்டிரமணி	தீபாவளி மலர் 1960	
76	திருப்பதிக்குப்போன மயில்சாமி	ஆனந்த விகடன் தீபாவளி மலர்	1960	எருமைப் பொங்கல்
77	மூர்ச்சை	சுதேசமித்திரன் தீபாவளி மலர்	1960	அக்பர் சாஸ்திரி
78	கள்ளி	கல்கி	அக்டோபர் 1960	யாதும் ஊரே
79	ஆரத்தி	கலைமகள்	நவம்பர் 1960	சக்தி வைத்தியம்
80	நாய்க்கர் திருப்பணி	கலைமகள்	நவம்பர் 1960	சக்தி வைத்தியம்

தலைப்பகராதி

அக்பர் சாஸ்திரி / 680

அடுத்த ... / 485

அட்சராப்பியாசம் / 700

அதிர்வு / 708

அதிர்ஷடம் / 176

அத்துவின் முடிவு / 254

அர்த்தம் / 533

அவப்பெயர் / 186

அன்ன விசாரம் / 326

ஆடை / 580

ஆண்டவன் நினைத்தது / 84

ஆரத்தி / 753

ஆறுதல் / 361

ஆனைக்குப்பம் / 122

இக்கரைப் பச்சை / 97

ஈசுவரத் தியானம் / 38

உண்டை வெல்லம் / 643

எருக்கம் பூ / 722

கங்காஸ்நானம் / 608

கடன் தீர்ந்தது! / 195

கமலியின் குழந்தை / 65

கழுகு / 155

கள்ளி / 743

காட்டுவாசம் / 509

குழந்தைக்கு ஜுரம் / 625

குழந்தைமேதை / 674

குளிர் ஜுரம் / 317

குளிர்! / 617

கொட்டு மேளம் / 277

கோபுர விளக்கு / 430

கோயம்புத்தூர்ப் பவுபூதி / 413

கோவிந்தராவின் மாப்பிள்ளை / 716

சங்கீத சேவை / 666

சண்பகப் பூ / 128

சத்தியமா! / 571

சிலிர்ப்பு / 392

சிவப்பு ரிக் ஷா / 455

செய்தி / 499

தங்கம் / 467

தர்மம் / 425

தவம் / 338

திருப்பதிக்குப்போன மயில்சாமி / 726

தீர்மானம் / 635

துணை / 243

தூக்கம் / 136

தூரப் பிரயாணம் / 545

தேவர் குதிரை / 382

நரை / 114

நர்மதையின் யாத்திரை / 45

நாய்க்கர் திருப்பணி / 761

நானும் எம்டனும் / 229

நான்தான் ராமன் நாயர் / 351

பசி ஆறிற்று / 90

பஞ்சத்து ஆண்டி / 291

பட்சிசாஸ்திரக் கிளி / 586

பணக்காரன் / 78

பரதேசி வந்தான் / 562

பரமபாகவதன் / 404

பாப்பாவுக்குப் பரிசு / 478

புஷ்கரணி / 40

பொட்டை / 372

பொய் / 166

மணச் சட்டை / 71

மணம் / 596

மயில்சாமியின் தேவை / 689

மரமும் செடியும் / 659

மறதிக்கு ... / 523

மன்னித்து விடு / 33

முள் முடி / 651

மூர்ச்சை / 734

யதுநாத்தின் குருபக்தி / 441

ரசிகரும் ரசிகையும் / 217

ராவணன் காதல் / 554

ராஜப்பா / 145

வித்தியாசம் / 54

வெயில் / 493

வேண்டாம் பூசனி! / 306

வேறு வழியில்லை / 264

ஐயத்தின் பயம் / 48

ஜீவனாம்சம் / 210

தி. ஜானகிராமன் சிறுகதைகள்
[1961 – 1982]

தொகுதி

2

ஆசிரியரின் காலச்சுவடு வெளியீடுகள்

நாவல்
- அமிர்தம்
- மோக முள்
- மலர் மஞ்சம்
- அன்பே ஆரமுதே
- அம்மா வந்தாள்
- உயிர்த் தேன்
- செம்பருத்தி
- மரப்பசு
- நளபாகம்

சிறுகதை
- கொட்டு மேளம்
- சிவப்பு ரிக்ஷா
- சிலிர்ப்பு
- தி. ஜானகிராமன் சிறுகதைகள் (முழுத் தொகுப்பு)
- கச்சேரி (தொகுக்கப்படாத கதைகள்)
- பாயசம்

குறுநாவல்
- அடி
- தி. ஜானகிராமன் குறுநாவல்கள் (முழுத் தொகுப்பு)

பயண நூல்
- நடந்தாய்; வாழி, காவேரி! (சிட்டியுடன்)
- கருங்கடலும் கலைக்கடலும்
- உதய சூரியன்

வாழ்வியல் சித்திரம்
- அபூர்வ மனிதர்கள்

கட்டுரைகள்
- தி. ஜானகிராமன் கட்டுரைகள்

தி. ஜானகிராமன் சிறுகதைகள்
(1961-1982)

தி. ஜானகிராமன் (1921-1982)

தி. ஜானகிராமன் தஞ்சை மாவட்டம் மன்னார்குடியை அடுத்த தேவங்குடியில் பிறந்தவர். பத்து வருடங்கள் பள்ளியாசிரியராகப் பணியாற்றியவர். பின்பு அகில இந்திய வானொலியில் பணியாற்றி ஓய்வுபெற்றார். கர்நாடக இசை அறிவும் வடமொழிப் புலமையும் பெற்றிருந்தவர்.

1937இல் எழுதத் தொடங்கிய தி. ஜானகிராமன், 'மோக முள்', 'அம்மா வந்தாள்', 'மரப்பசு' உள்ளிட்ட ஒன்பது நாவல்கள், நூற்றுக்கும் மேற்பட்ட சிறுகதைகள், மூன்று நாடகங்கள், பயண நூல்கள் ஆகியவற்றை எழுதினார். சிட்டியுடன் இணைந்து எழுதிய 'நடந்தாய் வாழி காவேரி' பயண இலக்கிய வகையில் முக்கியமான நூலாகக் கருதப்படுகிறது.

'மோக முள்', 'நாலு வேலி நிலம்' ஆகியன திரைப்படமாக்கப் பட்டுள்ளன. 'மோக முள்', 'மரப்பசு', 'அம்மா வந்தாள்' ஆகிய நாவல்களும் பல சிறுகதைகளும் இந்திய, ஐரோப்பிய மொழிகளில் மொழிபெயர்க்கப்பட்டிருக்கின்றன.

1979இல் 'சக்தி வைத்தியம்' சிறுகதைத் தொகுப்பிற்கு சாகித்திய அக்காதெமி விருது வழங்கப்பட்டது.

சுகுமாரன் (பி. 1957)
பதிப்பாசிரியர்

கோவையில் பிறந்தவர். அச்சிதழ், தொலைக்காட்சி, நூல் வெளியீட்டுத் துறைகளில் பணியாற்றியவர். கவிஞர், கட்டுரையாளர், நாவலாசிரியர், மொழிபெயர்ப்பாளர். *காலச்சுவடு* இதழின் பொறுப்பாசிரியர். கனடா தமிழ் இலக்கியத் தோட்டம், கோவை கொடீசியா அமைப்பு ஆகியவற்றின் வாழ்நாள் சாதனையாளருக்கான இயல் விருது, புத்தகத் திருவிழா விருதுகளை 2016, 2023ஆம் ஆண்டுகளில் பெற்றார்.

தொடர்புக்கு: nsukumaran@gmail.com

தி. ஜானகிராமன் சிறுகதைகள்
(1961–1982)

தொகுதி
2

பதிப்பாசிரியர்
சுகுமாரன்

காலச்சுவடு பதிப்பகம்

அன்பார்ந்த வாசகருக்கு,

வணக்கம்.

காலச்சுவடு நூலை வாங்கியமைக்கு நன்றி.

நூலின் உள்ளடக்கம், உருவாக்கம், அட்டைப்படம் இன்ன பிற அம்சங்கள் பற்றிய உங்கள் கருத்துகளையும் ஆலோசனைகளையும் காலச்சுவடு வரவேற்கிறது. தகவல், எழுத்து, வாக்கியப் பிழைகள் தென்பட்டால் அவசியம் தெரிவித்து உதவுங்கள். நூல் தயாரிப்பில் கடும் குறைபாடு இருப்பின் மாற்றுப் பிரதி உங்களுக்குக் கிடைக்கக் காலச்சுவடு ஏற்பாடு செய்யும்.

மின்னஞ்சல்: publisher@kalachuvadu.com

காலச்சுவடு நாகர்கோவில் அலுவலகத்திற்குக் கடிதம் அனுப்பலாம்.

தங்கள்
எஸ்.ஆர். சுந்தரம் (கண்ணன்)
பதிப்பாளர் – நிர்வாக இயக்குநர்

தி. ஜானகிராமன் சிறுகதைகள் (1961–1982) ♦ சிறுகதைகள் ♦ © உமா சங்கரி ♦ பதிப்பாசிரியர்: சுகுமாரன் ♦ பதிப்பும் அமைப்பும் © N. சுகுமாரன் ♦ மேம்படுத்திய புதிய பதிப்பு: டிசம்பர் 2022, மூன்றாம் பதிப்பு: ஜூலை 2024 ♦ வெளியீடு: காலச்சுவடு பப்ளிகேஷன்ஸ் (பி) லிட்., 669, கே.பி. சாலை, நாகர்கோவில் 629001

Thi.jaanakiraaman ciRukataikaL (1961-1982) ♦ Complete Short Stories of Thi. Janakiraman (1921-1982) ♦ © Uma Shankari ♦ Edited by: Sukumaran ♦ Compilation, editorial format and arrangement © N. Sukumaran ♦ Language: Tamil ♦ Enhanced Edition: December 2022, Third Edition: July 2024 ♦ Size: Royal ♦ Paper: 18.6 kg maplitho ♦ Pages: 528

Published by Kalachuvadu Publications Pvt. Ltd., 669 K.P. Road, Nagercoil 629001, India ♦ Phone: 91-4652-278525 ♦ e-mail: publications@kalachuvadu.com ♦ Printed at Clicto Print, Jaleel Towers, 42 KB Dasan Road, Teynampet Chennai 600018

ISBN: 978-93-5523-309-7

07/2024/S.No. 1177, kcp 5187, 18.6 (3) rss

பொருளடக்கம்

பதிப்புரை: *இரண்டாம் தொகுதி*	11
பதிப்புரை: *ஆர்வப் பதிப்பு*	13
எருமைப் பொங்கல்	27
போர்ஷன் காலி	34
வெங்கிடிசார் ஏன் ஓடினார்!	44
கோதாவரிக் குண்டு	53
சக்தி வைத்தியம்	62
யாதும் ஊரே...	73
ஐயரும் ஐயாறும்	83
இவனும் அவனும் நானும்	90
புண்ணிய பாங்க்	97
ஒரு விசாரணை	106
விரல்	113
மாடியும் தாடியும்	122
நடேசண்ணா	131
தாத்தாவும் பேரனும்	144
பிடி கருணை	154
யோஷிகி	163
அருணாச்சலமும் பட்டுவும்	175
ஸ்டீஃபன் = ரபெ $\sqrt{5\text{ஆர் } \times \text{க}}$	183

வீடும் வெளியும்	191
கச்சேரி	198
நடராஜக் கால்	209
அப்பா - பிள்ளை	216
பாஷாங்க ராகம்	225
சாப்பாடு போட்டு நாற்பது ரூபாய்	233
ஒரு சின்ன வாக்குவாதம்	247
மாற்றல்	254
கண்டாமணி	262
மேரியின் ஆட்டுக்குட்டி	273
தேடல்	285
நிலவு – கருமேகம்	307
இசைப் பயிற்சி	316
சந்தானம்	327
நேத்திக்கு	336
பூச்சி டயலாக்!	348
பஸ்ஸும் நாய்களும்	355
மனநாக்கு	363
தற்செயல்	373
கடைசி மணி	382
விளையாட்டுப் பொம்மை	389
காபி	398
பாயசம்	407
". . . . ."	416
மனிதாபிமானம்	421
பாட்டியா வீட்டில் குழந்தைக் காட்சி	429
மறு பிறவி	437
ஆயிரம் பிறைகளுக்கப்பால்	442
பிரயாணக்கதை	445
ஆயா	450

கிழவரைப் பற்றி ஒரு கனவு	455
சுளிப்பு	463
திண்ணை வீரா!	471
அன்பு வைத்த பிள்ளை	479
ஸ்ரீராமஜெயம்	488
மாப்பிள்ளைத் தோழன்	496

பின்னிணைப்புகள்

தி. ஜானகிராமன் வாழ்க்கைக் குறிப்பு	509
கதைகள்: காலவரிசை	511
தொகுப்பு முன்னுரைகள்	515
தொகுப்புகளில் இடம்பெற்ற தி. ஜானகிராமனின் முன்னுரை குறிப்புகள்	523
தலைப்பகராதி	525

பதிப்புரை

இரண்டு தொகுதிகளாக வெளிவரும் **தி. ஜானகிராமன் சிறுகதைகள்** – முழுத் தொகுப்பு நூலின் இரண்டாவது தொகுதி இது.

தி. ஜானகிராமன் எழுதிய மொத்தம் *135 கதைகளில் 80 கதைகள் (1937 முதல் 1960 முடிய அச்சில் வந்தவை)* முதல் தொகுதியாக வெளிவந்திருக்கிறது. இந்த இரண்டாம் தொகுதியில் *54 கதைகள் (1961 முதல் 1982 முடிய வெளியானவை)* உள்ளன. 'காத்திருந்தவள்' கதை மட்டும் கிடைக்கவில்லை.

முழுத் தொகுப்பு முன்னுரையும் பதிப்புரையும் கொண்டிருந்தது. **தி. ஜானகிராமனின் சிறுகதைகளை** மதிப்பிட்டு எழுதிய முன்னுரை 'அழகின் சிலிர்ப்பு' முதல் தொகுதியில் இடம்பெற்றுள்ளது. பதிப்புத் தொடர்பான செய்திகள் அடங்கிய பதிப்புரை – 'ஆர்வப் பதிப்பு' இந்த இரண்டாம் தொகுதியில் இடம்பெற்றுள்ளது.

இந்த இரண்டாம் தொகுதிக் கதைகள் வெளியான இதழ்களின் பட்டியலும் அகரவரிசையிலான தலைப்பகராதியும் சேர்க்கப்பட்டுள்ளன. தமது சிறுகதைகளுக்கு தி. ஜானகிராமன் எழுதிய முன்னுரைக் குறிப்புகள், **கொட்டுமேளம்**, **சிவப்பு ரிக்ஷா** தொகுப்புகளுக்கு முறையே கி. சந்திரசேகரன், ந. சிதம்பரசுப்ரமண்யம் ஆகியோர் எழுதிய முன்னுரைகள், இந்தத் தொகுதியில் இடம்பெறுகின்றன.

தி. ஜானகிராமன் மறைந்து நாற்பது ஆண்டுகளே ஆகின்றன. அவரது வாழ்நாளில் வெளிவந்த சிறுகதைத் தொகுப்புகளில் இடம்பெற்றவை தவிர அச்சேறிய பல கதைகள் குறித்த தகவல்கள் கிடைப்பதற்கு அரிதாகவே இருந்தன. அவற்றைக் கண்டடையும் முயற்சிக்குப் பலரது ஆர்வமும் இடையறாத தேடலும் சலியாத உழைப்பும் துணை நின்றன. அரசு நூலகங்களும் ஆவணக் காப்பகங்களும்

தனியார் நூலகங்களும் தனிநபர் புத்தகச் சேகரங்களும் உதவின. அந்தத் துணையும் உதவியும் இல்லாமல் முழுத் தொகுப்பு சாத்தியமாகி இராது. அந்த ஆர்வலர்களுக்கும் அமைப்புகளுக்கும் மனமார்ந்த நன்றி.

முன்னரே ஏறத்தாழ 1300 பக்க நூலில் இடம்பெற்ற கதைகளையும் இணைப்புகளையும் கால வரிசைப்படிப் பிரித்து மீண்டும் வேய்வது இடர் மிகுந்த பணியாகவே இருந்தது. காலச்சுவடு பதிப்பகத்தின் இளைய தோழர்களான ஹெமிலா, ஜரின் இருவரும் காட்டிய உற்சாகமும் கலா முருகனின் மேற்பார்வையும் பணியை எளிதாக்க ஊக்கமூட்டின. தி. ஜானகிராமன் புதல்வி உமாசங்கரி அரிய புகைப்படங்களை அளித்து உதவினார். தி. முரளி புதிய முகப்புகளை வடிவமைத்துக் கொடுத்தார். இவர்கள் அனைவருக்கும் நன்றி.

காலத்தை விஞ்சிய எழுத்தாளர்களில் ஒருவர் என்ற பெருமைக்குத் தி. ஜானகிராமன் உரியவர். எழுதிக்கொண்டிருந்த காலத்திலிருந்து இன்று வரையும் அவரது கதைகள் வாசிக்கப்பட்டுக்கொண்டிருக்கின்றன. காலச்சுவடு பதிப்பகம் வெளியிட்ட முழுத் தொகுப்பு அந்த வாசிப்பை மேலும் விரைவுபடுத்தியது; இன்னும் பரவலாக்கியது என்று உறுதியாகச் சொல்லலாம். முழுத் தொகுப்பின் ஐந்து பதிப்புகளுக்குக் கிடைத்திருக்கும் வாசக வரவேற்பே அதற்கான சான்று. இரண்டு தொகுதிகளாக வெளிவரும் இந்தப் பதிப்புக்கும் அந்த வரவேற்பு நிச்சயம் உண்டு என்பது எனது உறுதியான நம்பிக்கை.

கோயம்புத்தூர்
10 நவம்பர் 2022

சுகுமாரன்

பதிப்புரை

ஆர்வப் பதிப்பு

நவீன இலக்கிய முன்னோடிகளின் எழுத்துகளை முழுத் தொகுப்புகளாகவும் செம்பதிப்புகளாகவும் காலச்சுவடு பதிப்பகம் தொடர்ந்து வெளியிட்டு வருகிறது. ஜி.நாகராஜன் படைப்புகள் (சி.மோகன், 1997), புதுமைப்பித்தன் கதைகள் (ஆ.இரா. வேங்கடாசலபதி, 2000), ஆத்மாநாம் படைப்புகள் (பிரம்மராஜன், 2006), மு.தளையசிங்கம் படைப்புகள் (மு.பொன்னம்பலம், 2006), சுந்தர ராமசாமி சிறுகதைகள் (2006), கிருஷ்ணன் நம்பி ஆக்கங்கள் (ராஜ மார்த்தாண்டன், 2009), மௌனி படைப்புகள் (சுகுமாரன், 2010), கு.அழகிரிசாமி சிறுகதைகள் (பழ. அதியமான், 2011), கு.ப.ரா. சிறுகதைகள் (பெருமாள்முருகன், 2013) என்று தொடரும் வரிசையில் புதுச் சேர்க்கையே தி. ஜானகிராமன் சிறுகதைகள் - முழுத் தொகுப்பு.

தி. ஜானகிராமனின் படைப்புகள், வாழ்க்கை வரலாறு, படைப்புகள் பற்றிய மதிப்பீட்டு நூல் ஆகியவற்றை உருவாக்கக் காலச்சுவடு பதிப்பகம் ஏற்கனவே திட்ட மிட்டிருந்தது. திட்டத்தின் முதற் கட்டமாக தி.ஜா.வின் கதை களிலிருந்து பிரபஞ்சன் தேர்ந்தெடுத்துத் தொகுத்த கதை களின் தொகுப்பு - சிலிர்ப்பு (2006) வெளியானது. வெவ்வேறு காரணங்களால் திட்டத்தின் அடுத்த கட்டங்கள் செயலாக்கம் பெறவில்லை. எனினும் அவரது படைப்புகள் பலவும் காலச்சுவடு பதிப்புகளாக வெளிவந்திருக்கின்றன. 'அம்மா வந்தாள்', 'மோக முள்' நாவல்கள் காலச்சுவடு நவீனத் தமிழ் கிளாசிக் வரிசையிலும், 'கொட்டு மேளம்' தொகுப்பு முதல் சிறுகதை வரிசையிலும் அடுத்தடுத்து வெளிவந்திருக்கின்றன. பயண நூலான 'நடந்தாய் வாழி காவேரி'யும் 'செம்பருத்தி'யும் புதிய பதிப்புகளைக் கண்டிருக்கின்றன. அந்த வரிசையி லேயே இந்த முழுத் தொகுப்பும் வெளியாகிறது.

நவீன இலக்கியப் படைப்பாளிகளில் இன்றும் வாசகர்களால் விருப்பத்துடன் தேடப்படுபவர்களில் தி. ஜானகிராமனும் ஒருவர். அவரது கதைகள் ஆர்வத்துடன் வாசிக்கப்படுகின்றன. பரவலாகவும் நுட்பமாகவும் விவாதிக்கப்படுகின்றன. அவரது கதைத் தொகுப்புகள் இப்போதும் வாசகனுக்குக் கிடைப்பவையாகவே இருக்கின்றன. தொடர்ந்து புதிய பதிப்புகளும் வெளியாகின்றன. அவரது படைப்புகள் இரண்டு பெருந்தொகுதிகளாகக் கிடைக்கின்றன. இந்த நிலையில் அவரது கதைகளைத் தொகுத்துப் புதிய பதிப்பாக வெளியிடுவதற்கான தேவை என்ன என்ற கேள்வி எழுவது இயல்பு. அவரது படைப்புகள் எளிதில் வாசிக்கக் கிடைக்கின்றன என்பது உண்மை. ஆனால் அவை வாசக ஆர்வத்தைக் கிளர்த்தும் வகையிலோ படைப்பாளியின் கலைக்கு மேன்மைசேர்க்கும் விதத்திலோ அமைந்தவை அல்ல. தி. ஜானகிராமனின் தீவிர வாசகனாக, அவர் பெயரில் வெளியாகும் எந்த நூலைப் பார்க்கும்போதும் ஏற்படும் ஆதங்கத்தைத் தவிர்க்க முடியாமல் உணர்ந்திருக்கிறேன். இவ்வளவு மகத்தான படைப்பு இன்னும் நேர்த்தியான வடிவில் உருவாக்கப்பட்டிருக்கலாகாதா? பார்வையை இடறாத எழுத்துருக்கள் இருந்திருக்கக் கூடாதா? தரமான தாளாகப் போட்டிருக்கக் கூடாதா? திருத்தமாக அச்சிடப்பட்டிருக்க இயலாதா? பொருத்தமான அட்டைப்படம் போட்டிருக்க முடியாதா? இந்தக் கேள்விகள் தொடர்ந்து எழுந்திருக்கின்றன. சரி, வாசிக்கப் புத்தகமாகக் கிடைக்கிறதே என்று ஆறுதல் சொல்லிக்கொண்டாலும் தரமான வேறு புத்தகப் பதிப்புகளைப் பார்க்கும்போது கேள்விகள் புத்துயிர் பெற்று முனகுவதைத் தடுக்க முடிந்ததில்லை.

பதிப்பிக்கப்பட்ட புத்தகம் ஒரு வணிகப் பண்டம் மட்டுமல்ல, ஒரு கலைப் பொருளும் காலங்கடந்து நிற்கும் பண்பாட்டு ஆவணமும்கூட என்ற எண்ணத்திலிருந்து இந்தக் கேள்விகள் முளைத்திருக்கலாம். என் விருப்பத்துக்குரிய எழுத்தாளர்களின் நூல்களை அப்படிப் பார்க்கக் கிடைத்ததில்தான் இந்தக் கேள்விகள் முளைவிட்டிருந்தன. தமிழில் சிற்றிதழ்களின் அறிமுகமும் சிறு பதிப்பாளர்களின் கலாபூர்வமான பதிப்புத் துறை முயற்சிகளும் இந்தக் கேள்விகளை வலுப்படுத்தின. அச்சுத் தொழிலில் ஏற்பட்டிருக்கும் தொழில்நுட்ப வளர்ச்சியும் பதிப்புக் கலையில் ஏற்பட்டிருக்கும் முன்னேற்றமும் தமிழ்ப் பதிப்புகளிலும் வெளிப்பட்டிருந்த தருணத்தில் தி. ஜானகிராமன் போன்று அழகையே வாழ்வின் மதிப்பீடுகளில் ஒன்றாகக் கருதிய எழுத்தாளரின் படைப்புகளுக்கு அளிக்கப்பட்ட நூல் வடிவம் பொருத்தமானதல்ல, வாசகனுக்கு இதமளிப்பதல்ல என்ற எண்ணம் ஆழமாக வேர்கொண்டது. புத்தகங்களைக் காதலிக்கும் எந்த நுட்பமான வாசகனுக்கும் தனது அன்புக்குரிய படைப்பாளியின் நூல் வெறும் காகிதக் கோப்பாகக் காணக் கிடைப்பது வருத்தமளிப்பது; அவனது வாசக நுண்ணுணர்வை உதாசீனப்படுத்துவதும் கூட. இதுவரை ஒரு சரக்காக மட்டுமே தி. ஜானகிராமன் நூல்கள் அச்சிடப்பட்டு வாசகன் கைக்குக் கிடைத்து வந்திருக்கின்றன.

நூல் பதிப்பின் தோற்றத்தைக் குறித்த ஆதங்கம் இது. நூலின் உள்ளீடு தொடர்பான வருத்தங்கள் இதைவிட அதிகம். ஒரு தொகுப்பில்

இடம்பெறும் கதை எந்த இதழில் வெளிவந்தது என்ற குறிப்பு இடம் பெறுவது இல்லை. அது எந்த ஆண்டு எழுதப்பட்டது என்று அறிந்து கொள்ளும் வாய்ப்பு இல்லை. இவை வாசகனுக்கு எழுத்தாளனின் வளர்ச்சி நிலைகளைப் புரிந்துகொள்ள உதவும். ஆய்வாளனுக்கு எழுத்தைப் பற்றிய தரவாக அமையும். ஒரு கதை வெளியான இதழையும் காலத்தையும் அறிந்துகொள்வதன் மூலம் அந்தக் குறிப்பிட்ட காலப்பகுதியின் இலக்கியப் போக்கையும் இதழியல் நடைமுறைகளையும் ஊகிக்க முடியும். இன்று கிடைக்கும் தி. ஜானகிராமன் கதைத் தொகுப்புகளில் 'சக்தி வைத்தியம்' தொகுப்பில் மட்டுமே சிறுகதைகள் வெளியான இதழ், காலம் ஆகிய குறிப்புகள் கொடுக்கப்பட்டுள்ளன. அதே பதிப்பகம் பின்னர் வெளியிட்ட முழுப் படைப்புகள் தொகுதிகளில் இந்தக் குறிப்புகள் சேர்க்கப்பட்டுள்ளன.

ஒரு வாசகனாக, எனது விருப்பத்துக்கும் மரியாதைக்கும் உரிய எழுத்தாளரின் கதைகளை எப்படிப் பார்க்கவும் வாசிக்கவும் விரும்பு கிறேனோ அந்த உருவத்திலும் உள்ளடக்கத்திலும் இந்தத் தொகுப்பை அமைக்க முயன்றிருக்கிறேன். அதில் அடைந்திருக்கும் வெற்றி ஓரளவு மட்டுமே.

காலச்சுவடு பதிப்பகம் வெளியிட்டிருக்கும் புதுமைப்பித்தன் கதைகள், கு. அழகிரிசாமி சிறுகதைகள், கு.ப.ரா. சிறுகதைகள் நூல்களை ஆய்வுப் பதிப்புகள் என்று குறிப்பிடலாம். இந்தத் தொகுப்பை நான் ஆர்வப் பதிப்பு என்று குறிப்பிடவே விரும்புகிறேன். முந்தைய நூல்களின் பதிப்பாசிரியர் களுக்கு இருக்கும் கல்விப்புல ஆய்வு நோக்கு எனக்கில்லை என்பது காரணம். ஆனால் அந்தக் குறையை வாசிப்பனுபவத்தின் துணையாலும் படைப்பாளியின் மீதுள்ள காதலாலும் சரி செய்ய முயன்றிருக்கிறேன். அதனாலேயே இதை ஆர்வப் பதிப்பு என்று அழைக்கிறேன்.

தி. ஜானகிராமன் சிறுகதைகளின் வெளியீட்டு வரலாறு ஓரளவுக்குச் சிக்கலில்லாததுதான். அவர் எழுதிய கதைகளில் பெரும்பான்மையானவை தொகுப்புகளில் இடம்பெற்றிருக்கின்றன. அவரது வாழ்நாளிலேயே வெளியான ஏழு தொகுப்புகளில் இவை இடம்பெற்றிருக்கின்றன. முதல் இரண்டு தொகுப்புகளான 'கொட்டு மேளம்', சிவப்பு ரிக்ஷா' ஆகியவற்றின் முதற் பதிப்புகள் கலைமகள் காரியாலயத்தால் வெளியிடப்பட்டன. இவை முறையே 1954, 1956ஆம் ஆண்டுகளில் வெளிவந்தன. நீண்ட காலம் அச்சில் இல்லாமலிருந்த இந்த இரு நூல்களும் வயல் பதிப்பகம் (சென்னை) வாயிலாக ('சிவப்பு ரிக்ஷா', 1980, 'கொட்டு மேளம்', 1989)- வெளிவந்தன. 'எருமைப் பொங்கல்' என்ற தலைப்பில் ஒரு தொகுப்பு அவரது மறைவுக்குப் பின்பு வெளியிடப்பட்டது. இந்தத் தொகுப்பு நீங்கலாகப் பிற எல்லாத் தொகுப்புகளின் முதற் பதிப்புகளையும் மீனாட்சி புத்தக நிலையம், மதுரை வெளியிட்டிருந்தது. பின்னர் வந்த பதிப்புகள் அனைத்தையும் ஐந்திணைப் பதிப்பகம், சென்னை வெளியிட்டுள்ளது.

'எருமைப் பொங்கல்' என்ற தலைப்பில் ஐந்திணைப் பதிப்பகம் வெளியிட்ட தொகுப்பில் முதற் பதிப்பு 1990 என்றும், இரண்டாம் பதிப்பு 1996 என்றும் குறிப்பிடப்பட்டுள்ளது. ஏற்கனவே 'அடி' என்ற

தலைப்பில் டிசம்பர் 1985இல் வெளியான நூலில் இந்தக் கதைகள் இடம் பெற்றிருந்தன. *மோனா* மாத இதழில் (செப்டம்பர் 1979) வெளிவந்த 'அடி' குறுநாவலும் 1954 முதல் 79வரையிலுமான காலப் பகுதியில் வெவ்வேறு ஆண்டுகளில் எழுதிய பத்துச் சிறுகதைகளும் சேர்த்து இந்தத் தலைப்பிலான நூல் தயாரிக்கப்பட்டிருக்கிறது. பின்னர் சிறுகதைகள் மட்டும் அடங்கிய தொகுப்பாக 'எருமைப் பொங்கல்' என்ற தலைப்புடன் 1990இல் புதிய புத்தகமாக வெளியிடப்பட்டிருக்கிறது.

தனித் தொகுப்புகளாக தி. ஜானகிராமன் கதைகளை வெளியிட்ட கலைமகள் காரியாலயம், மீனாட்சி புத்தக நிலையம், ஐந்திணைப் பதிப்பகம் ஆகியவற்றின் பதிப்புகளில் ஓர் ஒற்றுமை காணப்படுகிறது. தொகுதியில் சேர்க்கப்பட்ட கதைகள் எந்த இதழில், எந்த ஆண்டு வெளிவந்தவை என்ற குறிப்பு கொடுக்கப்படவில்லை. அவை கால வரிசைப்படியும் தொகுக்கப்படவில்லை. எடுத்துக்காட்டாக, அவரது முதல் சிறுகதைத் தொகுப்பான 'கொட்டு மேளம்' நூலில் இடம்பெறும் பன்னிரண்டு கதைகளும் 1946க்கும் 1953க்கும் இடையிலான ஆண்டுகளில் எழுதப்பட்டவை. இவை கால வரிசையில் தொகுக்கப்படவில்லை. கதைகளைத் தனிப்பட்ட தேர்வின் மூலம் சேர்த்திருப்பதாகவே தோன்றுகிறது. தன்னைச் சரியாக அடையாளம் காட்ட உதவும் கதைகளாக இருக்க வேண்டும் என்ற கருத்தில் தி. ஜானகிராமனே தேர்ந்தெடுத்திருக்கலாம் என்று யூகிப்பது எளிது. இந்தக் கதைகளில் காலத்தால் முந்தையது, 1946ஆம் ஆண்டு *கலாமோகினி* இதழில் வெளியான 'பசி ஆறிற்று' என்ற கதை. தி. ஜானகிராமன் கதைகளின் முன் மாதிரிகளில் ஒன்று இது என்பதை வாசிக்கும் போது உணரலாம். ஆனால் இதற்கு முன்பேயும் தி. ஜானகிராமன் கதைகள் இதழ்களில் வெளியாகியிருக்கின்றன. அவை 'கைப்பாகம் கூடாத' கதைகள் என்று முதல் தொகுப்பில் தவிர்க்கப்பட்டிருக்கலாம்.

1937, டிசம்பர் *ஆனந்த விகடன்* இதழில் வெளிவந்த 'மன்னித்து விடு' என்ற சிறுகதையையே தி. ஜானகிராமனின் அச்சில் வந்த முதல் கதையாகக் கருத வேண்டும். பள்ளிப் பருவத்திலேயே இலக்கிய ஆர்வம் கொண்டிருந்த அவர் கல்லூரிப் படிப்பின்போது எழுத்து முயற்சிகளில் ஈடுபட்டிருக்கிறார். கல்லூரிக் காலத்தில் கு.ப. ராஜகோபாலனுடன் ஏற்பட்ட நெருக்கம் அதை வளர்த்திருக்கிறது. '1936ஆம் ஆண்டு தி. ஜானகிராமன் கும்பகோணம் கல்லூரி மாணவன். அப்போதே இலக்கியப் பைத்தியம் பிடித்துவிட்டிருந்தவன். மணிக்கொடி பரம்பரையின் இலக்கியச் சிறப்பை அறிவுறுத்தி என் மனத்தில் புதுமை வாடை வீச வைத்தான்' என்று அவரது நண்பரும் சக எழுத்தாளருமான கரிச்சான்குஞ்சு வைகை செப்டம்பர் 1979 இதழில் கு.ப.ரா. பற்றி எழுதிய கட்டுரையில் குறிப்பிடுகிறார். இந்தக் கூற்றை ஆதாரமாகக் கொண்டு கல்லூரி மாணவனாக இருந்தபோதே அவரது கதைகள் பத்திரிகைகளில் வெளிவர ஆரம்பித்தன என்று தீர்மானிப்பது பொருந்தக் கூடியதுதான். கரிச்சான் குஞ்சுவை அவரது கும்பகோணம் டபீர் தெரு இல்லத்தில் 1983ஆம் ஆண்டு சந்தித்தேன். ஒரு பகல்முழுவதும் நீண்ட உரையாடலின் இடையே ஜானகிராமனைப் பற்றிய நினைவுசுரலில் 'அவன் எனக்கு முன்பே கதை

எழுதி அது பத்திரிகையில் வெளிவந்துவிட்டது' என்று குறிப்பிட்டது ஞாபகத்தில் பதிந்திருக்கிறது. இந்த ஞாபகமும் முதற் கதை பற்றிய தீர்மானத்துக்கு அழுத்தம் சேர்த்தது. அதை எழுதியபோது அவருக்கு வயது பதினாறுதான் என்பது லேசான வியப்பையும் அளிக்கிறது.

'கொட்டு மேளம்' தொகுப்பில் பன்னிரண்டு கதைகள் இருக்கின்றன. அவை யாவும் 1946ஆம் ஆண்டிலும் அதற்குப் பின்பும் எழுதப்பட்டவை. அதற்கு முன் எழுதி இதழ்களில் வெளியான ஏழு கதைகள் உள்ளன. அவை: 'மன்னித்து விடு' (*ஆனந்த விகடன்*, டிசம்பர் 1937), 'ஈசுவரத் தியானம்' (*ஆனந்த விகடன்*, மே 1938), 'கமலியின் குழந்தை' (*ஆனந்த விகடன்*, ஜூலை 1944), 'ராஜ திருஷ்டி' (*ஆனந்த விகடன்*, அக்டோபர் 1944), 'மணச் சட்டை' (*கலைமகள்*, செப்டம்பர் 1945), 'காத்திருந்தவள்' (*சிவாஜி*, அக்டோபர், 1946), 'ஆண்டவன் நினைத்தது' (*ஆனந்த விகடன்*, டிசம்பர் 1946). இந்த ஏழு கதைகளும் தி. ஜானகிராமன் வாழ்ந்த காலத்தில் வெளியான தொகுப்புகளிலோ அவரது மறைவுக்குப் பின்பு வந்த தொகுப்பிலோ சேர்க்கப்படவில்லை. ஐந்திணை பதிப்பகம் இரு தொகுதி களாக வெளியிட்டிருக்கும் தி. ஜானகிராமன் படைப்புகள் புத்தகங்களிலும் இவை இல்லை. ஏழு கதைகளில் ஐந்து இந்தத் தொகுப்பில் சேர்க்கப் பட்டிருக்கின்றன. 'ஈசுவரத் தியானம்' என்ற கதை *ஆனந்த விகடன்* 1938 மே இதழில் வெளியானதாக விவரம் கிடைத்தது. எனினும் கதை கிடைக்க வில்லை. ஆனந்த விகடன் நூலக ஆவணப் பட்டியலில் கதையின் தலைப்பும் வெளியான இதழ் பற்றிய தகவலும் இருந்தன. ஆனால், குறிப்பிட்ட இதழில் கதை இடம்பெறவில்லை. அதேபோன்று 'காத்திருந் தவள்' கதையையும் காண முடியவில்லை.

ஓர் எழுத்தாளனின் ஆரம்ப நிலைப் படைப்புகளுக்குரிய பக்குவ மின்மை இந்தக் கதைகளில் தெளிவாகவே புலப்படுகிறது. ஜானகிராமனின் பிற்காலக் கதைகளில் தென்படும் நுட்பமும் மொழிக் கச்சிதமும் இவற்றில் இல்லை. தொகுதிகளில் சேர்க்கப்படாமைக்கு இவை காரணமாக இருக்க லாம். ஆனால் ஜானகிராமன் கதைகளின் தனிக் குணங்களாகக் கருதப் படும் சில அம்சங்களின் தொடக்க அடையாளங்கள் சரளமான கதை யோட்டம், பாத்திரங்களின் சாதுரியமான உரையாடல் போன்றவை- இவற்றில் காணப்படுகின்றன. ஒரு படைப்பாளியின் வருகையை அறிவிக்கும் எல்லா அறிகுறிகளும் இருக்கின்றன. அந்த எண்ணத்திலேயே இந்தக் கதைகளைத் தொகுப்பில் உட்படுத்தியிருக்கிறேன்.

தி. ஜானகிராமனின் மொத்தக் கதைகளையும் ஒரு சேரத் தொகுக்கும் பணியில் கிடைத்த விவரங்களின் அடிப்படையில் சில முடிவுகளுக்கு வந்து சேருவது இயல்பாக இருந்தது.

1937இல் எழுதிய 'மன்னித்து விடு' என்ற கதையை அவரது அச்சில் வெளிவந்த முதல் கதையாக எடுத்துக்கொள்ளலாம். 1980ஆம் ஆண்டு மூன்று சிறுகதைகளை எழுதியிருக்கிறார். 'ஆயா' என்ற கதை *அமுதசுரபி* மாத இதழிலும் 'கிழவரைப் பற்றி ஒரு கனவு' *தினமணி கதிரிலும்* வெளிவந்திருக்கின்றன. மூன்றாவது கதை, 'சுளிப்பு' *அமுதசுரபி தீபாவளி*

மலரில் வெளிவந்தது. 1980ஆம் ஆண்டு தீபாவளி நவம்பர் மாதத்தில் வந்திருக்கிறது. இந்தத் தகவல்களை வைத்துப் பார்க்கும்போது அக்டோபர் மாதத்திலேயே இந்த மூன்று கதைகளும் பத்திரிகை களுக்கு அளிக்கப்பட்டிருக்க வேண்டும். இவற்றில் ஒன்றைத்தான் அச்சில் வந்த அவரது கடைசிக் கதையாகக் கொள்ள வேண்டும்.

தீவிர இதழ்களுக்கும் வெகுஜன இதழ்களுக்கும் இணக்கமான எழுத்தாளராகவே தி. ஜானகிராமன் இருந்திருக்கிறார். அவரது முதல் கதையே அன்று வெகுஜனப் பிரபலம் மிகுந்த ஆனந்த விகடனில்தான் வெளியானது. அதே இதழில் தொடர்ந்தும் எழுதியிருக்கிறார். *கலைமகள் இதழும் அவரைத் தனது செல்ல எழுத்தாளராகக் கருதியிருக்கிறது. மாத இதழிலும் தீபாவளி மலர்களிலுமாக தி. ஜானகிராமனின் இருபத் தைந்து கதைகள் வெளிவந்திருக்கின்றன. நண்பரும் இலக்கிய சகாவு மான எம்.வி. வெங்கட்ராம் நடத்திய தேனீ இதழில் தொடர்ந்து ஒவ்வொரு மாதமும் அவரது கதைகள் வெளியாகி இருக்கின்றன. தன்னைக் கவர்ந்த இலக்கிய இதழ் என்று கரிச்சான் குஞ்சுவுக்கு அறிமுகப் படுத்திப் பரிந்துரைத்த மணிக்கொடியில் ஜானகிராமனின் இரண்டு கதைகளே வெளிவந்திருக்கின்றன. அவரது சிறந்த கதைகளின் வரிசை யில் இடம்பெறும் 'நானும் எம்டனும்', 'துணை' ஆகியவை 1950களில் மீண்டும் தொடங்கப்பட்ட மணிக்கொடி இதழில் வெளிவந்தன. 'இரண்டாவது முறையாக மணிக்கொடியைத் தொடங்கி நடத்தியதில் என் சாதனை தி. ஜானகிராமன் எழுதிய கதைகளை வெளியிட்டதுதான்' என்ற பி.எஸ். ராமையாவின் 'தற்புகழ்ச்சி' பொய்யானது அல்ல. அதற்கு இந்த இரு கதைகளும் சான்று.*

1950 முதல் எழுபதுகள் முடிய மூன்று பதிற்றாண்டுகளில் எல்லாப் பத்திரிகைகளும் விரும்பும் எழுத்தாளராக தி. ஜானகிராமன் செல்வாக்குப் பெற்றிருந்திருப்பதைத் தகவல்கள் உறுதிப்படுத்துகின்றன. ஏறத்தாழ நட்சத்திர மதிப்பை அடைந்திருந்தார். மேற்சொன்ன காலப் பகுதியில் வெளியான எல்லாப் பத்திரிகைகளின் தீபாவளி மலர்களி லும் அவரது கதைகள் தவறாமல் இடம்பெற்றிருக்கின்றன. 'முள்முடி', 'கடைசி மணி', 'கோதாவரிக் குண்டு' போன்ற சிறந்த கதைகள் தீபாவளி மலர்களிலேயே வெளியாகி இருக்கின்றன. அவை பொருளாதார ரீதியிலும் உதவியிருக்கின்றன என்பதை மகள் உமா சங்கரி சுட்டிக் காட்டுகிறார். அப்பா தீபாவளி மலர்களுக்கு நாலு கதைகள் எழுதி தீபாவளிக்கு இரண்டு நாள் முன்பு வரும் ஊதியத்தில் எங்களுக்கு உடைகள் பட்டாசுகள் வாங்கப் போவார். அம்மாவுக்கு நூல் புடவை, எங்களுக்குக் கதர் உடுப்புகள், அவருக்கு கதர் வேஷ்டி, ஜிப்பா; இவற்றோடு பாட்டு வாத்தியார், குடும்ப வைத்தியர், நண்பர், வேலைக்காரி எல்லோருக்கும் கதர் / நூல் உடைகள். பட்டாசுக்கு மாத்திரம் குறைச்சலே கிடையாது' (சொல்வனம் இணைய இதழ் 24.05.2011).

ஆனந்த விகடன், கலைமகள், கல்கி, சுதேசமித்திரன், தினமணி கதிர், அமுதசுரபி போன்ற வெகுஜனப் பத்திரிகைகளில் மட்டுமல்ல சிற்றிலக்கிய ஏடுகளான *மணிக்கொடி, கலாநிலையம், தேனீ, காதம்பரி,*

தீபம், கணையாழி, பொன்னி, சிவாஜி ஆகியவற்றிலும் தி. ஜானகிராமன் கதைகள் வெளிவந்திருக்கின்றன. அந்தக் காலத்தில் அநாச்சார இதழாகக் கருதப்பட்ட காதல், அதிகம் அறிமுகமில்லாத விந்தியா பத்திரிகைகளிலும் கதைகள் வெளிவந்துள்ளன. அவர் பணியாற்றிய வானொலியில் வாசித்த கதை ஒன்றும் உள்ளது. இவ்வளவு அதிக எண்ணிக்கையி லான இதழ்களில் கதைகள் வெளிவந்திருப்பினும் அவற்றில் பெரும்பான்மை வெகுஜன இதழ்களாக இருப்பினும் இன்று அந்த இதழ்களைத் தேடிக் கதைகளைக் கண்டுபிடிப்பது சிரமமானதாகவே இருந்தது. தனது கதைகள் வெளிவந்த இதழ்களையோ, அவற்றின் வெளியீட்டு விவரங்களைப் பற்றிய குறிப்புகளையோ பத்திரப்படுத்தும் பழக்கமில்லா தவர் தி. ஜானகிராமன் என்று பலரும் குறிப்பிட்டிருக்கிறார்கள். அவருட னான நேர்ச் சந்திப்பில் இதை நானும் அறிந்திருக்கிறேன். தனது படைப்புகளைப் பற்றிப் பேசுவதை அவர் விரும்பியதில்லை; அப்படியான உரையாடலை ஊக்குவித்ததுமில்லை என்பது நேர் அனுபவம். கதைகள் பெரும்பாலும் எழுதப்பட்ட வடிவத்திலேயே பத்திரிகைகளுக்குக் கொடுக்கப் பட்டிருக்கின்றன. அவற்றுக்குப் பெரும்பாலும் நகல்கள் இல்லை. இந்த நிலையில் பத்திரிகை அலுவலகங்களின் ஆவணக் காப்பகங்களையே நம்ப வேண்டியிருந்தது. அவற்றிலிருந்தும் நூலகச் சேகரிப்புகளிலிருந்துமே தொகுப்புக்கான கதைகளில் சிலவும் விவரங்களும் திரட்டப்பட்டன. தி. ஜானகிராமன் மறைந்து முப்பத்துச் சொச்சம் வருடங்களே ஆகின்றன. இலக்கிய வரலாற்றைப் பொறுத்தவரை இது நீண்ட காலமும் அல்ல. எனினும் கதைகளையும் விவரங்களையும் சேகரிப்பது புராதன காலத்து ஏட்டுச் சுவடிகளைத் தேடுவது போன்ற இடர்ப்பாட்டையே அளித்தது. இந்த இடர்ப்பாடே தொகுப்பின் முறையியலுக்கும் வழிகோலியது.

காலச்சுவடு பதிப்பகம் வெளியிட்டுள்ள முழுத் தொகுப்புகள் அனைத்தும் கால அடிப்படையிலேயே கதைகளை வரிசைப்படுத்தி உருவாக்கப் பட்டவை. ஓர் எழுத்தாளரின் முதல் கதைமுதல் அவர் கடைசியாக எழுதியது வரையிலான எல்லாக் கதைகளும் அவை இதழ்களில் வெளிவந்த கால வரிசையிலேயே அமைந்திருக்கின்றன. படைப்பாளியின் வளர்ச்சியைப் புரிந்துகொள்ள இந்த வைப்பு முறையே பொருத்தமானது. காலத்துடன் அவன் கொள்ளும் உறவை விளங்கிக்கொள்ள இந்த முறை துணை புரிகிறது. அவனுடைய படைப்புலகம் எதிர்கொண்ட மாற்றங் களை அறிந்துகொள்ள உதவுவது. இவற்றை அறிந்திருக்கிறேன் எனினும் தி. ஜானகிராமன் சிறுகதைகள் முழுத் தொகுப்பில் இந்த முறையியலை மேற்கொள்ளவில்லை. உதாரணமாக, புதுமைப்பித்தன் கதைகளில் தென்படும் கால வளர்ச்சி, அதனுடன் ஒவ்வொரு கட்டத்திலும் நிகழ்ந்த பார்வை மாற்றம், நடை வேறுபாடு ஆகியவை தி. ஜானகி ராமன் கதைகளில் பெருமளவுக்கு இல்லை. முதல் கதையான 'மன்னித்து விடு'வில் ஓர் ஆரம்ப கட்ட எழுத்தின் குறைகள் உள்ளன. ஆனால் கதைப்போக்கு, பாத்திரங்களின் உரையாடல், கதையின் வடிவம் ஆகிய வற்றில் பிற்காலக் கதைகளின் முன் மாதிரியாகவே அமைந்துள்ளது. ஒரு செவ்வியல் பூரிதநிலை கொண்டவை அவரது கதைகள். அவை காலத்தின் போக்குக்கு ஏற்ப மாற்றம் அடையவில்லை என்றே சொல்லலாம். கால,

இட மாறுதல்கள் உள்ளடக்கத்தில் நுட்பமான மாற்றங்களை நிகழ்த்தி யிருந்தாலும் அவரது கதைக் கலையின் செவ்வியல் நிலைக்கு வெளிப்படையான மாற்றம் ஏற்பட்டிருக்கவில்லை. தி. ஜானகிராமனின் மேதைமையாகவே இதைக் காண விரும்புகிறேன். இந்த அடிப்படையி லேயே காலவரிசைப்படி கதைகளைத் தொகுப்பதைவிடவும் வெளிவந்த தொகுப்புகளில் கடைபிடிக்கப்பட்ட அதே முறையில் அமைப்பது என்ற தீர்மானத்தை மேற்கொண்டேன்.

தி. ஜானகிராமன் வாழ்ந்த காலத்திலேயே அவரது முக்கியமான கதைகள் தொகுக்கப்பட்டு நூல்களாக வெளிவந்துவிட்டன. அவருடைய மொத்தச் சிறுகதைத் தொகுப்புகளின் எண்ணிக்கை எட்டு. இவற்றில் ஏழு தொகுப்புகள் - 'கொட்டு மேளம்' (1954), 'சிவப்பு ரிக்‌ஷா' (1956), 'அக்பர் சாஸ்திரி' (1963), 'யாதும் ஊரே' (1967), 'பிடி கருணை' (1974), 'சக்தி வைத்தியம்' (1978), 'மனிதாபிமானம்' (1981) அவர் காலத்தி லேயே வெளிவந்தவை. இவற்றுக்கான கதைத் தேர்வு அவரால் செய்யப் பட்டிருக்கிறது என்று நம்புவது தவறல்ல. எந்தக் கதைகளை வாசகப் பார்வைக்குக் கொண்டு செல்வது என்பது படைப்பாளியின் சுதந்திரம். தனது படைப்பாளுமையைச் சரியாகப் பிரதிநிதித்துவப்படுத்தும் கதை களை முன்வைப்பதும் படைப்பாளியின் விருப்பம். இந்த நோக்கில்தான் அவரது கதைகள் தொகுப்புகள் அமைந்திருக்கின்றன என்று உறுதியாக நம்புகிறேன். படைப்பாளியின் சுதந்திரத்தையும் விருப்பத்தையும் மதிக்க வேண்டும் என்ற எண்ணத்தைச் சார்ந்தே தொகுப்புகளின் அடிப்படை யில் இந்த வரிசையைப் பின் பற்றியிருக்கிறேன். தி. ஜானகிராமன் மறைவுக்குப் பிறகு வெளியான ஒரே தொகுப்பு 'எருமைப் பொங்கல்' மட்டுமே.

தி. ஜானகிராமன் எழுதிய கதைகளின் மொத்த எண்ணிக்கையை நிர்ணயிப் பதும் எளிதாக இருக்கவில்லை. அச்சில் வந்து தொகுப்புகளில் சேர்க்கப் படாத பல கதைகள் உடனடியாகக் கிடைக்கவில்லை. ஆனால் அவை அச்சில் வெளிவந்திருக்கும் தகவல்கள் கிடைத்தன. எனினும் மொத்தக் கதைகளின் எண்ணிக்கையைத் தீர்மானிப்பது குழப்பத்தையே கொடுத்தது. இந்த நிலையில் அண்ணாமலைப் பல்கலைக்கழக வெளியீடாக 1995ஆம் ஆண்டு வெளியிடப்பட்ட டாக்டர் பழ. முத்து வீரப்பனின் 'தி. ஜானகிராமன் சிறுகதைகள் ஒரு திறனாய்வு' என்ற நூலும் சாகித்திய அக்காதெமியின் 'இந்திய இலக்கியச் சிற்பிகள்' வரிசையில் வெளியிடப்பட்ட மு.அ. முகம்மது உசேனின் 'தி. ஜானகிராமன்' என்ற நூலும் பார்வைக்கு வந்தன. இருவரும் முறையே தி. ஜானகிராமன் சிறுகதைகளிலும் நாவல் களிலும் ஆய்வை மேற்கொண்டவர்கள். டாக்டர் முத்து வீரப்பனின் ஆய்வு நூலே எண்ணிக்கைச் சிக்கலைப் பெருமளவுக்குத் தீர்த்துக்கொள்ள உதவியது. அந்த நூலில் பின்னிணைப்பாக 'சிறுகதைகளும் வெளிவந்த இதழ்களும்' என்ற தலைப்பில் கொடுத்திருக்கும் அட்டவணை இரு வகையில் துணையாக இருந்தது. இதழ்களை வைத்துக் கதைகளைத் தேடவும், எண்ணிக்கையைச் சரிபார்க்கவும் துணை புரிந்தது.

டாக்டர் முத்து வீரப்பன் நூலில் மொத்தம் 120 கதைகள் வெளியீட்டு விவரங்களுடன் பட்டியலிடப்பட்டுள்ளன. நூல் வெளியான ஆண்டான 1995இல் 'எருமைப் பொங்கல்' தொகுப்பு வெளிவந்திருக்க வில்லை. எனவே அதில் இடம் பற்றிருக்கும் 10 கதைகள், தொகுப்பில் இடம்பெறவில்லை என்று குறிப்பிடப்பட்டிருக்கிறது. ஆனால் முத்து வீரப்பனின் நூல் வெளிவந்து பத்து ஆண்டுகளுக்குப் பின்னர், 2005 இல் வெளிவந்த முகம்மது உசேனின் நூலில், பக்கம் 19இல், 'ஏழு சிறுகதைத் தொகுதிகளில் 85 கதைகள் எழுதியுள்ள இவரது (ஜானகி ராமனது) படைப்புகளை நூல் வடிவில் வராத கதைகளையும் தேடிப் பிடித்து 120 சிறுகதைகளைத் திரட்டி ஆய்வு செய்துள்ளார் பழ வீரப்பன்' என்று குறிப்பிடப்பட்டிருப்பது எண்ணிக்கை நிர்ணயிப்பைத் தடுமாறச் செய்தது. பழ. முத்து வீரப்பன் தனது டாக்டர் பட்ட ஆய்வுக்காக தி. ஜானகிராமனின் கதைகளை எடுத்துக்கொண்டிருக்கிறார். ஆய்வையொட்டி தி. ஜானகிராமனுடன் கடிதத் தொடர்பும் கொண்டிருந்திருக்கிறார். அதன் மூலம் பல தகவல்களைப் பெற்றிருக்கிறார். எனவே அவரது நூலையே நம்பகமான தரவாக எடுத்துக்கொண்டேன். அவரது பட்டியலை வழிகாட்டும் படமாக வைத்துக்கொண்டு தி. ஜானகிராமனின் தொகுக்கப்படாத கதைகளைத் தேடத் தொடங்கினேன். தொகுப்பில் வெளிவந்திருக்கும் கதைகள் 85. 'சக்தி வைத்தியம்' தொகுப்பில் சேர்க்கப் பட்டிருக்கும் 'வீடு' என்ற கதை குறுநாவலாக எழுதப்பட்டது. அதை நீக்கினால் தொகுப்புகளில் இடம்பெற்றிருப்பவை 84 கதைகள். தொகுப்பில் இடம்பெறாதவை என்று ஆய்வாளர் பட்டியலில் குறிப்பிடப் பட்டவை 35. இவற்றில் 10 கதைகள் 'எருமைப் பொங்கல்' தொகுப்பில் சேர்க்கப்பட்டுள்ளன. மீதி 25 கதைகள். இவற்றில் 5 கதைகள் ('பிரயாணக் கதை', *அமுதசுரபி / அக்டோபர் 1979*, 'அதிர்ஷ்டம்', *கலைமகள் / செப்டம்பர் 1949*, 'வேறு வழியில்லை', *கலைமகள் / மே 1951*, 'குளிர் ஜூரம்', *கலைமகள் / ஏப்ரல் 1952*, 'தற்செயல்', *குமுதம் 6.8.1970*) ஐந்திணைப் பதிப்பகம் வெளியிட்டுள்ள 'தி. ஜானகிராமன் படைப்புகள் தொகுதி - 2இல் சேர்க்கப்பட்டுள்ளன. ஆக மீதமிருப்பவை 20 கதைகள். இந்த 20 கதைகளை மீட்டெடுப்பதே முதற் பணியானது. சென்னை ரோஜா முத்தையா ஆராய்ச்சி நூலகம், கல்கி, ஆனந்த விகடன் நூலகங்கள் வாயிலாகவும், கணையாழி அலுவலகச் சேகரிப்பிலிருந்தும் கதைகள் கிடைக்கப்பெற்றன. அவ்வாறு தேடிக் கண்டுபிடித்த கதைகள் மொத்தம் 8. பழ. முத்து வீரப்பனின் பட்டியலில் இரு கதைகள் விடுபட்டுள்ளன. அவை; 'பாப்பாவுக்குப் பரிசு', 'தற்செயல்' (குமுதம் 1970). இவற்றைக் கூட்டினால் தி. ஜானகிராமனின் மொத்தச் சிறுகதைகளின் எண்ணிக்கை 122 ஆகிறது.

இந்த முழுத் தொகுப்பில் சேர்க்கப்பட்டுள்ள கதைகளின் எண்ணிக்கை பின்வருமாறு அமைகிறது.

தி.ஜானகிராமனின் எட்டுத் தொகுப்புகளில் இடம்பெற்றுள்ள கதை களின் மொத்த எண்ணிக்கை 94. ஐந்திணை பதிப்பக வெளியீடான

தி. ஜானகிராமன் படைப்புகள்: தொகுதி - 2இல் உள்ளவை 5. இந்தத் தொகுப்பில் முதல் முறையாக இடம்பெறும் கதைகள் 8. காலச்சுவடு வெளியீடான தி. ஜானகிராமன் சிறுகதைகள் முழுத் தொகுப்பில் ஆக மொத்தம் 107 கதைகள் உள்ளன. இனி கண்டுபிடிக்கப்பட வேண்டிய கதைகள் 15. விடுபட்ட கதைகளைத் தேடி அடுத்த பதிப்பில் சேர்க்க முடியும் என்ற தெம்பை தற்போதைய தொகுப்புப் பணி அனுபவம் அளிக்கிறது. வாசகர்களும் ஆய்வாளர்களும் தற்போதைய தொகுப்பை முழு முற்றான தொகுப்பாக உருவாக்க உதவுமாறு கோருகிறேன். சிறுகதைகளின் எண்ணிக்கையில் குளறுபடிகள் இருந்ததுபோலவே வெளியீட்டுத் தகவல்களிலும் போதாமைகள் இருக்கின்றன. சில கதைகளுக்கு வெளியான இதழ்கள் பற்றிய விவரங்களும் சில கதைகளுக்கு வெளிவந்த காலம் குறித்த தகவல்களும் மட்டுமே கிடைத்திருக்கின்றன. அவை பற்றிய விவரங்கள் பின்னிணைப்பில் கொடுக்கப்பட்டுள்ளன. அவற்றைத் துல்லியமாக்கவும் வாசகர்களின் ஆதரவை நாடுகிறேன்.

அநேகமாக எழுதப்பட்ட சுருக்கிலும் எழுதப்பட்ட வடிவிலுமே தி. ஜானகிராமன் சிறுகதைகள் இதழ்களில் அச்சேற்றப்பட்டிருக்கின்றன. கைப்பிரதிக்கும் அச்சுப் பிரதிக்கும் சிறிதும் வேறுபாடு இல்லை என்றே சொல்லலாம். கதையை ஒரே மூச்சில் எழுதி விடுவது அவரது பழக்கம். அதை அப்படியே பிரசவக் கவிச்சை மாறாமல் பத்திரிகைகளுக்கு அனுப்புவதும் அவரது இயல்பு. வெளிவந்த பின்னர் மேலதிகத் திருத்தங்கள் எதையும் அவர் செய்ததில்லை என்பதை இந்தத் தொகுப்புப் பணியில் கண்டடைய முடிந்தது. தொகுப்புகளில் இடம்பெற்றிருக்கும் கதைகள் சிலவற்றின் அச்சுப் பிரதிகளை ஒப்பிட்டுப் பார்த்ததில் இதை உறுதிப்படுத்த முடிகிறது. விதி விலக்காக ஒரு கதையில் மட்டுமே மாற்றம் செய்யப்பட்டிருக்கிறது. தேனீ இதழில் வெளிவந்த 'ரத்தப் பூ' என்ற கதை தொகுப்பில் சேர்க்கப்பட்டபோது 'சண்பகப் பூ' என்று தலைப்பு மாற்றப்பட்டுள்ளது. இந்த ஒத்திசைவைச் செவ்வியல் குணம் என்றும், ஜானகிராமனின் படைப்பு மேதைமையின் உள்ளார்ந்த இயல்பு என்றும் எண்ணுகிறேன்.

முன்பே குறிப்பிட்டதுபோல இது ஆய்வுப் பதிப்பல்ல, ஆர்வப் பதிப்பு. ஏனெனில் நான் ஆய்வாளன் அல்லன். இந்தத் தொகுப்பில் பின்னிணைப்பாகச் சேர்க்கப்பட்டுள்ள 'சிறுகதை எழுதுவது எப்படி?' என்ற தி. ஜானகிராமனின் கட்டுரையின் வாசகம் நினைவுக்கு வருகிறது. 'நான் சிறுகதை ஆசிரியனும் இல்லை. சிறுகதை வாத்தியாரும் இல்லை. சிறுகதை எழுது என்று யாராவது என்னைக் கேட்டால் எனக்கு வயிற்றில் புளியைக் கரைக்கத் தொடங்கிவிடும்'. அதுபோலத்தான் நானும். ஆய்வாளனும் இல்லை; அதற்குத் தகவமைத்துக் கொள்ளும் முனைப்பும் இல்லை. ஆய்வு, திறனாய்வு என்று சொல்லக் கேட்டால் எனக்கும் மனக்கலவரம் மூண்டு விடுகிறது. எனினும் இந்தத் தொகுப்புப் பணியில் ஈடுபடுத்திக் கொண்டேன். ஒரு வாசகனாக தி.ஜா.வின் படைப்புகள்மீது எனக்கிருக்கும் வாஞ்சையே அதற்குக் காரணம். வாசகர்களும் ஆய்வாளர்களும் நண்பர்களுமாகப்

பலர் இந்த ஈடுபாட்டைப் பகிர்ந்து கொண்டிருக்கிறார்கள். சிறிதும் பெரிது மாக அவர்கள் செய்த உதவிகள் இல்லாமல் இந்தப் பணி நிறைவு அடைந்திருக்காது.

காலச்சுவடு நவீனத் தமிழ் கிளாசிக் நாவல் வரிசையில் வெளியான 'அம்மா வந்தாள்', 'மோக முள்' நாவல்களுக்கு எழுதிய முன்னுரைகள் மூலம் தி. ஜானகிராமன் படைப்புகள் மீது நான் கொண்டிருக்கும் மோகத்தைத் துப்பறிந்து வைத்திருக்கும் நண்பர் கண்ணன். தி. ஜானகி ராமன் சிறுகதைகள் மொத்தத் தொகுப்பின் பணியை என்னிடம் ஒப்படைத்தார்.

நவீன இலக்கியப் பதிப்புகளுக்கான முறையியலை அறிமுகப்படுத்திய நண்பர் ஆ.இரா. வேங்கடாசலபதி இந்தப் பதிப்புப் பணியில் ஆலோசனை களை வழங்கினார். அவரது முறையியலின் சில கூறுகளை இந்தப் பணியில் கடைப்பிடித்திருக்கிறேன். முழுத் தொகுப்பைக் காலவரிசைப் படி அமைக்க வேண்டிய கட்டாயம் இல்லை; தனித் தொகுப்புகளின் வரிசையி லேயே நிரல்படுத்தலாம் என்று சலபதி வழங்கிய ஆலோசனையே தொகுப்பு வேலையை விரைந்து முடிக்கத் தூண்டுதலாக இருந்தது. கலைமகளில் வெளியான தி. ஜானகிராமன் கதைகளின் பட்டியலை அளித்ததும் அவரே. அதுவே கதைத் தேடலின் தொடக்கம். நண்பர் பழ. அதியமான் *சுதேச மித்திரன், சிவாஜி, தேனீ* இதழ்களில் வெளியான கதைகள் தொடர்பான தகவல்களை வழங்கினார்.

தொகுப்பில் இடம்பெறும் கதைகளை அவை வெளிவந்த நூல்களின் முதற் பதிப்புடன் ஒப்பிட்டுப் பார்க்க வேண்டும் என்று தீர்மானித்திருந் தோம். ஆனால் தீர்மானத்தை எளிதில் செயல்படுத்த முடியவில்லை. பெரும்பாலான தனித் தொகுப்புகளின் முதற் பதிப்புகள் கிடைக்கவில்லை. காலச்சுவடு இதழிலும் முகப்புத்தகத்திலும் தொகுப்புகளின் முதற் பதிப்பு களை அனுப்பி உதவுமாறு வாசகர்களுக்கு வேண்டுகோள் விடுத்திருந் தோம். வாசக நண்பர்கள் பலர் முன்வந்து உதவினார்கள். சீனி மோகன் 'மனிதாபிமானம்' முதல் தொகுப்பையும் 'சக்தி வைத்தியம்', 'எருமைப் பொங்கல்', 'அபூர்வ மனிதர்கள்' ஆகிய தொகுப்புகளையும் அனுப்பிக் கொடுத்தார். சி. தனபால் (தருமபுரி) 'எருமைப் பொங்கல்' முதல் பதிப்பை அனுப்பினார். கேரளப் பல்கலைக்கழக தமிழ்த் துறை ஆய்வு மாணவி ம. அனுஷா, பல்கலைக்கழகக் கல்லூரி தமிழ்த்துறை நூலகத்தி லிருந்து 'அக்பர் சாஸ்திரி' முதல் பதிப்பைப் பெற்றுத் தந்தார். கே.என். பால சுப்பிரமணியன் (கோவை) 'பாப்பாவுக்குப் பரிசு' சிறுகதை வெளிவந்த விந்தியா இதழின் நகலை அனுப்பினார் ஆர். மகாலிங்கம் (பெங்களூர்), சு. சாமிநாதன் (கும்பகோணம்), சரவணன் (சென்னை), சுரேஷ் (புதுதில்லி), திருவள்ளுவனார் (திருச்செங்கோடு), செல்வராஜ் ஜெகதீசன் (அபுதாபி) ஆகியோர் பல தொகுப்புகளின் பிரதிகளை அனுப்பினார். மேலும் சிலரும் நூல்களை அனுப்பி உதவினர். ஆனால் முதற் பதிப்பை மட்டுமே கணக்கில் எடுத்துக்கொள்வது என்று முடிவெடுத்திருந்தால் அவற்றைப் பயன்படுத்தும் வாய்ப்பு அமையவில்லை.

தேடலின் கணிசமான பங்கை நூலகங்கள் நிறைவேற்றின. புதுக்கோட்டை ஞானாலயா நூலகத்திலிருந்து சில முதற் பதிப்புகள் பெறப்பட்டன. கிடைத்தற்கு அரிதாக இருந்த 'கொட்டு மேளம்' முதற்பதிப்பு அங்கிருந்தே கிடைத்தது. 'கலைமகள்' இதழில் வெளியாகி இதுவரையில் எந்தத் தொகுப்பிலும் சேர்க்கப்படாமலிருந்த 'மணச் சட்டை', 'பட்சி சாஸ்திரக் கிளி', 'போர்ஷன் காலி', 'விரல்' ஆகிய கதைகள் ரோஜா முத்தையா ஆய்வு நூலகத்தின் சேகரிப்பிலிருந்து பெறப்பட்டவை. அவை முதல் முறையாகத் தொகுப்பில் இடம்பெறுகின்றன. தேவையான ஆவணங்களைப் பார்வையிட நூலக இயக்குநர் சுந்தர் பேருதவி புரிந்தார். நூலக ஊழியரான மாலா நகலெடுக்க உதவினார். தி. ஜானகிராமனின் ஆரம்பகாலக் கதைகளான 'மன்னித்து விடு', 'கமலியின் குழந்தை', 'ராஜ திருஷ்டி', 'ஆண்டவன் நினைத்தது' ஆகிய நான்கு கதைகளை ஆனந்த விகடன் ஆவண நூலகத்தின் வாயிலாகப் பெற்றேன். எழுத்தாளரும் என் முன்னாள் சக ஊழியருமான தமிழ்மகன் இதற்கு உதவினார். கல்கி இதழிலும் அதன் தீபாவளி மலர்களிலும் வெளியான கதைகள் தொடர்பான விவரங்களைச் சரிபார்க்க கல்கி இதழின் பொறுப்பாசிரியர் ஆர். வெங்கடேஷ் துணைபுரிந்தார். கணையாழியின் பழைய இதழ்களைப் பார்வையிட ஓவியரும் நண்பருமான சீனிவாசன் உறுதுணையாக இருந்தார்.

தொகுப்பின் முறையியல் தொடர்பாக எழுந்த சந்தேகங்களுக்கு நண்பரும் எழுத்தாளருமான பெருமாள்முருகன் நிவாரணமளித்தார். டாக்டர். பழ. முத்து வீரப்பனின் திறனாய்வு நூலைத் தனது நண்பரும் அண்ணாமலை பல்கலைக்கழக தமிழ்த்துறை உதவி பேராசிரியருமான நாகராஜனிடமிருந்து பெற்றுத் தந்தது அரிய உதவி. தொகுப்பு வேலையில் எதிர்கொண்ட இடையூறுகளைக் களைய இந்த நூலே பெருமளவு உதவியது.

இந்தத் தொகுப்புப் பணியில் ஈடுபட்டது முதல் பலருடனும் உரையாடி யிருக்கிறேன். சில தகவல்களைச் சரி பார்க்கவும், சில சந்தேகங்களைப் போக்கிக்கொள்ளவும், சில திருத்தங்களை மேற்கொள்ளவும் அவ்வப் போது நடந்த உரையாடல்கள் துணை புரிந்திருக்கின்றன. எழுத்தாள நண்பர்கள் பிரபஞ்சன், திலீப்குமார், ரவி சுப்ரமணியன், திருப்பூர் கிருஷ்ணன் போன்றோருடன் நடத்திய உரையாடல்களிலிருந்து சில தெளிவுகள் புலப்பட்டன.

பணியின் நிமித்தம் சென்னையில் நான் மேற்கொண்ட அலைச்சல்களில் உடன் வந்தவர் நண்பர் கிருஷ்ணபிரபு. ரோஜா முத்தையா நூலகம், கல்கி அலுவலகம், கணையாழி அலுவலகம், கன்னிமரா பொது நூலகம் என்று நான் ஏறிய படிகளில் கூடவே வந்தார். கதைகளைப் படியெடுக்க உதவினார். சில இடங்களுக்கு மீண்டும் சென்று தேவைப் பட்ட தகவல்களையும் ஆவணங்களையும் திரட்டி அனுப்பிக் கொடுத்தார்.

காலச்சுவடு பதிப்பக ஊழியரான ரெத்தினகுமாரி பிரதியைக் கணினியாக்கம் செய்வதோடு நின்றுவிடவில்லை. தி. ஜானகிராமன்

சிறுகதைகள் - முழுத் தொகுப்பு தொடர்பான கடிதப் போக்கு வரவுகளைப் பதிவு செய்தார். வாசகர்களிடமிருந்தும் நூலகங்களிலிருந்தும் கிடைக்கப் பெற்ற புத்தகங்களைப் பாதுகாத்தார்.

பேராசிரியர் பா. மதிவாணன் பிரதியை மெய்ப்புப் பார்த்து உதவினார்.

தி. ஜானகிராமன் வாழ்க்கைக்குறிப்பு சார்ந்து எழுந்த சந்தேகங்களை அவரது மகள் உமாசங்கரி தீர்த்து வைத்தார்.

மேற்சொன்ன இவர்களில், ஒருவரது உதவி இல்லாமல் போயிருந்தாலும் தொகுப்புப் பணி சீராக நடைபெற்றிருக்காது. முழுமை பெற்றிருக்காது. இவர்கள் அனைவருக்கும் மனமார்ந்த நன்றி.

திருவனந்தபுரம்   **சுகுமாரன்**
11 டிசம்பர் 2014

(முதல் பதிப்புக்கு எழுதிய பதிப்புரை)

எருமைப் பொங்கல்

"அப்படி என்ன சார் மட்டமாகிவிட்டோம்? எதற்காக இவ்வளவு விஷமம், இவ்வளவு கோணல் உங்களுக்கு? பேச்சென்னமோ வாய் கிழியப் பேசுகிறீர்கள். எல்லோரும் ஒரு குலம், எல்லோரும் ஓரினம் என்கிறீர்கள். இந்த ஹரிஹரய்யர் கூட அர்த்தம் தெரியாமல் பாட்டை நெட்டுருப் போட்டு முணுமுணுப்பாரே – தினம் தினம் நூறு செய்யுட்களை, அதிலே வருகிற இந்த வார்த்தைகளைக் கேட்டுக் கேட்டுச் சிரிப்பேன், சிரிப்பேன், எனக்கு மாளாது.

"'அம்பிகையின் கடாட்சம் பெற்றோருக்குக் காடும் வீடும், பகையும் நட்பும், ஓடும் உதடும் ஒன்றாகத்தான் தோன்றும்.'

"விடிய ஒரு ஜாமத்துக்கு எழுந்து, குளித்துவிட்டு, இதைச் சொல்லாமல் அவர் ஹோட்டலைத் திறக்கவும் மாட்டார், வியாபாரத்தைத் தொடங்கவும் மாட்டார். என்ன சமரச புத்தி! என்ன விசாலம்! (அவர் இந்தச் சமரச வாதத்தை எப்படி நடைமுறையில் கையாள்கிறார் என்று நீங்களே தெரிந்துகொள்ள முடியும்! அவர் ஹோட்டலுக்குப் போய், அந்தக் காப்பியை ஒருவாய் குடித்துப்பாருங்கள். காடும் வீடும், ஓடும் உதடும் என்று அடுக்கின கவி, பாலும் ஜலமும் என்பதை ஹரிஹரய்யர் பூர்த்தி செய்துகொள்ளட்டும் என்று விட்டுவிட்டது தெரியும் ... ஏதோ ஞாபகம் வந்தது, சொன்னேன்.)

"நீங்கள் மனிதர்கள், எதையும் சொல்லவோ, செய்யவோ உரிமையுண்டு, வல்லமை உண்டு உங்களுக்கு! எல்லோரும் ஓரினம் என்று சொன்ன நீங்கள் தானே "சிவப்பு ஓர் அழகு, சூடு ஒரு ருசி" என்றும் பழமொழி கட்டியிருக்கிறீர்கள். இன்றைக்குக் காங்கோவில் ரகளைப்படுகிறது இந்தப் பழமொழி கட்டின சொக்கப்பானைதானே சார்! ஜெர்மனி இத்தாலி எல்லாவற்றையும் விட்டுவிட்டு ஜப்பான் மீது அணுகுண்டைப் போட்டானே, அதுவும் இந்தச் சொக்கப்பானைதானே. ஆக என்ன ஆயிற்று? பாம்புக்கும்

வாலைக் காண்பிக்கிறது, மீனுக்கும் தலையைக் காண்பிக்கிறது! இது தானே உங்கள் ஆசாரம், தத்துவம், பண்பாடு! பேஷ்! பேஷ்!"

"என்ன பட்டணம்! என்ன திடீர்னு கோபம் தாபம் எல்லாம் அமர்களப்படுகிறது இன்னிக்கி?" கேட்கிறது யார் தெரிகிறதா? வலங்கிமான். அவளும் எங்களவள்தான். என்னை வாங்கின பிறகு, எங்கள் எசமானர் இருக்கிறாரே ராமச்சந்திர சேர்வை, அவர் எனக்கு ஜோடியாக இருக்க வேண்டுமென்று தஞ்சாவூர் ஜில்லா முழுவதும் சல்லடை போட்டுச்சலித்து, கடையில் வலங்கிமானில்போய் இவளை வாங்கிக் கொண்டு வந்தார். கொம்பு, உயரம், பார்வை, பால் கறவை— எல்லாம் தத்ரூபம் என் மாதிரியே. எங்கள் இரண்டு பேரையும் தனித்தனியாகப் புகைப்படம் பிடித்து உங்களிடம் காண்பித்தால், என்னை அவள் என்பீர்கள்! அவளை நான் என்பீர்கள்! போதுமா? அப்படி அச்சாக இருக்கிறோம். அடையாளம் தெரிந்துகொள்வதற்காக அவளுக்கு வலங்கிமான் என்றும் எனக்குப் பட்டணம் என்றும் பெயர் வைத்தார் சேர்வை.

"கோபம் வராமல் என்ன செய்யும்! இங்கே நடக்கிற காரியம் ஒவ்வொன்றையும் பார்த்தால் எனக்கு மனசு கொதிக்கிறது. கத்துகிறேன்!"

"அப்படி என்ன காரியம் நடந்திரிச்சு இப்ப?"

(மன்னித்து விடுங்கள். அவளுக்கு இலக்கணமாகப் பேச வராது. பழக்கம் அப்படி.)

"காரியமா? நீ எருமையிலும் வடிகட்டின எருமையாக இருக்கிறாயே. நீ நல்ல காலத்தையே கண்ணால் கண்டதில்லையோ?"

"அட, சேதியைச் சொல்லுங்கறேன்."

"பால் கறக்கிற எருமையை யாராவது ஏரில் பூட்டுவார்களா? என்னையும் உன்னையும் இந்தக் கதிக்கு ஆளாக்கி விட்டாரே நம் எஜமானர்? என்ன காரியம் நடந்துவிட்டது என்று கேட்கிறாயே!"

"பூட்டினா என்ன! நாம என்ன பசுமாடா?"

"ஏன்? நாமும்தான் பசுமாடு மாதிரி பால் கொடுக்கிறோம்."

"அப்படிப் பார்க்கப் போனா ஆடு கூடத்தான் பால் கொடுக்குது. கழுதைகூட பால் கொடுக்குது. ஏன் பன்னி கூடத்தான் பால் கொடுக்குது."

"அப்படியானால் அவற்றின் பாலையே இந்த மனிதர்கள் சாப்பிடட்டுமே."

"நாம கொடுக்காட்டிப் போனா, அதையும்தான் சாப்பிடப் பளிக்குவாங்க. மனுசங்களை இலேசுபட்டவங்கன்னு நெனக்காதே. எதுக்கும் துணிஞ்சவங்க."

"எதுக்கும் என்று வெறுமனே சொல்லாதே. எந்தப் பாபத்துக்கும் என்று சொல்லு."

"பாவமோ புண்ணியமோ, நான் சொல்றது என்னன்னா, நம்ம நிலைமைக்கு மீறிக் கோச்சுக்கப்படாது. ஆங்காரப்படப்படாது ..."

தி. ஜானகிராமன் சிறுகதைகள்

"அதாவது நம்மையே ஏரில் கட்டி உழுட்டும். நாம் கழுத்தை நீட்டிச் சேவகம் செய்ய வேண்டும் என்கிறாய்."

"என்ன செய்யறது?"

"அட, பேமானி!"

"அப்படின்னா?"

"மானமில்லாதவனே என்று அர்த்தம்!"

"மறுபடியும் மறுபடியும் நீ அதைத்தானே சொல்லறே! நமக்குத் தலையிலே எழுதினதுதானே நடக்கும்!"

"அட பேதையே! கஷ்டம்தான் நமக்கு விதித்திருக்கிறது என்று ஒரு முயற்சியும் செய்யாமல் கஷ்டத்தையே கட்டிக்கொண்டு அழுகிற சில சில மனிதப் பதர்களை நான் பார்த்திருக்கிறேன். நீ அந்த மனிதர்களிலும் கேடு கெட்ட ஆத்மாவாக இருக்கிறாயே ... ஹூம் ... என்ன செய்வாய்! தாய் வயிற்றிலிருந்து வெளிப்பட்டது முதல் பட்டிக்காடுகளிலேயே சுற்றிச் சுற்றி வாழ்கிறவர்களுக்கு எப்படி ரோசம் வரப்போகிறது? தன்மானம் தெரியப் போகிறது? பட்டணத்தில் தெரு முனைகளிலும் நாற்சந்திகளிலும் நடக்கும் உரிமைப் போராட்டப் பேச்சுகளைக் கேட்டிருந்தால், நீ இப்படிப் பேசுவாயா? உனக்கு எங்கே அந்த பாக்கியம் சித்திக்கப் போகிறது இந்த ஜென்மத்தில்? நீதான் பட்டணம் என்றால் பிண்ணாக்கு மாதிரி இருக்குமா, கழுநீர் மாதிரி இருக்குமா என்று கேட்கிறாயே."

"நான் பட்டிக்காடுங்கறதுதான் தெரிஞ்சிருக்கே. அது கிடக்கட்டும், என்ன செஞ்சா கஷ்டம் விடியும்கறே! அதைத் தான் முதலில் சொல்லேன். கேக்கிறேன்!"

"சண்டித்தனம் பண்ண வேண்டும். பிடிவாதம் பண்ண வேண்டும். முரட்டுத்தனம் செய்ய வேண்டும். ஏரைக் கழுத்தில் வைத்தால் எகிறிக் குதித்து எம்பவேண்டும்."

"சமத்தியா ஒதை உளுவும், தெரிஞ்சுக்க."

"உடம்பு சரியில்லாதது போல் பாசாங்கு செய்ய வேண்டும்."

"செஞ்சா?"

"நம்மை வேறு யாருக்காவது விற்றுவிடுவார் சேர்வை."

"அந்த இடமும் இப்படியே இருந்தா?"

"மறுபடியும் முயற்சி, முரட்டுத்தனம்."

"நீ இப்பப் பேசறதைப் பார்த்தா, ஏன் மாட்டுப் பொங்கல் மாதிரி எங்களுக்கும் எருமைப் பொங்கல்னு கொண்டாடலேன்னு கேட்ருவே போலிருக்கே."

"போலிருக்கிறதா? கேட்டே ஆயிற்று, தங்கச்சி!"

"கேட்டே விட்டியா? அட!"

எருமைப் பொங்கல்

"ஆமாம்."

"எங்கே?"

"போன எஜமானரிடத்தில்."

"பட்ணத்திலியா?"

"ஆமாம்."

"அவங்க கிட்டே போய் எதிர்க்க நின்னு கேட்டியா, ஏன், எருமைப் பொங்கல் கொண்டாடலேன்னு?"

"அப்படிக் கேட்பேனா? அப்படிக் கேட்டால் இந்த மனிதர்கள் மசிவார்களா? காரியத்தில் காண்பித்தேன்."

"நல்லாச் சொல்லு, நானும் இஞ்ச வந்து பதினஞ்சு நாளாச்சு, உன்னைப்பத்தித் தெரிஞ்சுக்கணும்னு ஆசை. பட்ணத்திலே யாரு கிட்டல்லாம், எப்படி இருந்தே, ஏன் இந்த ஊருக்கு வந்தே – எல்லாத்தியும் இப்பச் சொல்லு. கேக்கறேன்."

"அப்படி ஒன்றும் பிரமாதமாக என்னைப் பற்றித் தெரிந்துகொள் வதற்குச் சங்கதி ஏதுமில்லை, பிறந்தது செஞ்சியில் (அந்த மண்வாகோ என்னவோ, இல்லாவிட்டால் இவ்வளவு துணிச்சல் எங்கே வரப்போகிறது எனக்கு!) பிறந்து இரண்டு மாதங்களுக்கெல்லாம் திருவண்ணாமலையில் யாருக்கோ என்னை விற்றுவிட்டார்கள். அவர் மறுபடியும் விற்றார். திண்டிவனம் ரெட்டியார் ஒருவரிடம் வந்தேன். அப்புறம் கைமாறி மாறி மதுராந்தகம், பல்லாவரம் என்று படிப்படியாகப் பட்ணத்துக்கே வந்து விட்டேன். பல்லாவரம் ஏழுமலை ஏகப்பட்ட ஆகாரங்களைப் போட்டு என்னை வளர்த்தார். ரொம்ப நல்ல மனிதர் என்று வாழ்த்திக்கொண்டே இருந்தேன். திடீர் என்று அவர் சாயம் வெளுத்துவிட்டது. நூறு ரூபாய் லாபத்துக்காகத்தான் இந்தப் பரிவு, கரிசனம் எல்லாம். அவர் கையிலிருந்து பட்டணம் ஹரிஹரய்யரிடம் வந்தேன், ஜார்ஜ் டவுனில் ஒரு ஹோட்டல் நடத்திக் கொண்டிருக்கிறார் அவர். ரொம்ப ஆசார சீலர். கரிச்சான் குருவியோடு எழுந்து, குளித்து, ஜபம் செய்து, அம்பாளை ஆராதித்து விட்டுத்தான் ஹோட்டலைத் திறக்கிற வழக்கம், ஆனால் இதனால் எல்லாம் ஞானம் வந்து விடுமா இந்த மனிதர்களுக்கு! கொட்டிலுக்குள் நுழைந்ததுமே எனக்கு என்னமோ போலிருந்தது; நம்மவர்கள் யாருமே இல்லை. நாலு பசு மாடுகள் ஒய்யாரமாக நின்றுகொண்டிருந்தன – ஆந்திர தேசத்து ஆத்மாக்கள், ஓங்கோலாம். என்னைப் பார்த்ததுமே, ஒன்று தலையைக் கன அகம்பாவமாக ஆட்டியது. எனக்கு என்னமோ போலிருந்தது. முதல் சந்திப்பே இப்படி இருக்கிறதே, போகப் போக எப்படியிருக்குமோ என்ற ஒரு சிறு கவலை ஏற்பட்டது. பரவாயில்லை. நாம் யார் வம்புக்கும் போகாமல் இருந்து விட்டால் போகிறது என்ற தீர்மானத்துக்கு வந்துவிட்டேன்.

"சத்யமாகச் சொல்கிறேன் வலங்கிமான்! வஞ்சனையில்லாமல் கொடுத்தேன். ஹரிஹரய்யர் கறந்தாலும் சரி, அவர் மனைவி கறந்தாலும் சரி, இல்லை அவர் வீட்டு ஆள் என்று பேர் சொல்லிக்கொண்டு யார் வந்தாலும் சரி, ஒரு பக்கெட் பால் கொடுத்துவிடுகிறது. ஆனால் என்ன

ஆயிற்று? இரண்டு மாசமாகப் பார்த்துக்கொண்டிருந்தது வெறும் வஞ்சனை என்று வெட்டவெளிச்சமாக தெரிந்தது ...

"நான் அடியெடுத்து வைத்த அன்று மாலை நாலுகட்டுப் புல் வந்தது. நிமிர்ந்து பார்த்தேன். கட்டுக்களைப் பறித்துப் போட்ட ஆள் எல்லாவற்றையும் ஓங்கோல்களுக்கே போட்டுவிட்டுப் போய்விட்டான். ஒரு கட்டு வைக்கோலைத் தின்றுவிட்டு முளையைப் பார்த்துக்கொண்டே மத்தியானமே பிடித்து நிற்கிறேனே நான்.திரும்பிப் பார்த்தான்களா! இல்லை. ஆனால் சமாதானம் செய்துகொண்டேன். புதிதாக வருகிறவர்களைப் படிமானமாக இருப்பார்களா என்று சோதனை செய்கிற வழக்கம்தானே. அப்படியிருக்கும் என்று நினைத்துக்கொண்டேன். ஒரு வாரமாயிற்று இரண்டு வாரமாயிற்று. ஒரு மாசமாயிற்று. இன்னும் அதே இரண்டு பிரி வைக்கோலைத் தவிர கவணைக்கு ஒன்றுமே வருவதாகத் தெரியவில்லை. இரண்டு பிரி வைக்கோல் நமக்கு எம்மாத்திரம்? வயிற்றுச் சுவரிலேயே பூசிக்கொண்டுவிடும். ஒரு மாசம் கழித்துதான் எனக்குப் புலனாயிற்று, இது சோதனையில்ல, நாசகார வஞ்சனை என்று. முழுகிக் குளிக்கக்கூட நாதியில்லாத ஊரில் வந்து இந்த உஷ்ணத்தைப் பாராட்டாமல், நம்முடைய பிறவித் தேவைகளைக் கூடச் சட்டை செய்யாமல் உழைக்கிற நமக்கு அந்தப் புல்லில் கொஞ்சம் போட்டால்தான் என்ன? என்ன படித்தாலும், மனிதன் மனிதன்தானே. வெள்ளைத் தோலைக் கண்டு மயங்குகிறவன் அவன். பொய்யில்லை. எம்.ஏ. படித்திருப்பான், ஐ.நா. சபையில் பேசுவான். ஆனால் பெண்டாட்டி கறுப்பாக இருக்கக்கூடாது. கறுப்பு ஒரு வர்ணமில்லையா? முகத்தைச் சுளிக்கும்படியாக என்ன இருக்கிறது, இந்தக் கறுப்பில்? படித்தவர்களுக்குக்கூட இந்தச் சாதாரண விஷயம் ஏன் தெரியவில்லை என்று யோசித்து யோசித்துப் பார்த்தேன். புரியவில்லை. மனுஷனுக்கு இந்த இனப்பற்று ரொம்ப அதிகம். ஓங்கோலிலேயே ஒரு கறுப்புப் பசுவாக இருந்தாலும் விட்டுக் கொடுக்க மாட்டான். ஏதோ தவறிப் பிறந்துவிட்டது என்று உபசாரம் எல்லாம் அங்கேதான் செய்வானே ஒழிய நம் பக்கமே திரும்ப மாட்டான். காடும் வீடும் ஓடும் உதடும் என்று அபேத வாதத்தை முணுமுணுகிற ஹரிஹரய்யரும் இதற்கு விலக்கில்லை என்று நன்றாகப் புரிந்துவிட்டது. வேலை கற்றுக் கொடுக்கிறேன், கற்றுக் கொடுக்கிறேன் என்று சம்பளமில்லாமலே புது மனிதர்களை வருஷக் கணக்கில் வேலை வாங்குகிற நீசத்தனம் மனிதர்களுக்கு உண்டு. அதையே தான் இவரும் செய்கிறார் என்று புரிந்துவிட்டது.

"அப்புறம் கோபப்பட ஆரம்பித்தேன். கசப்பு வந்துவிட்டால் என்ன செய்ய முடியும்? எதைக் கண்டாலும் வெறுப்பு! எங்கேயாவது ஓடிப் போய்விட வேண்டுமென்று சதா ஓர் ஏக்கம்! இந்தச் சமயத்தில்தான் பொங்கல் பண்டிகை வந்தது. ஓங்கோலுக்கு ஏகப்பட்ட உபசாரம். கொம்பு சீவினார்கள். உடம்பைத் தேய்த்தார்கள், குளிப்பாட்டினார்கள். மஞ்சள் பூசினார்கள், குங்குமமிட்டார்கள். வாழைப் பழமாகக் கொடுத்தார்கள், பொங்கல் படைத்தார்கள், தூபம் காட்டினார்கள், கற்பூரம் காட்டினார்கள், மணியடித்தார்கள், நெட்டிமாலை போட்டார்கள்.

"நான் எல்லாவற்றையும் பார்த்துக்கொண்டு நின்றேன். ஏன், எனக்கு இதற்கெல்லாம் உரிமை கிடையாதா? நான் உழைக்கவில்லையா?

எருமைப் பொங்கல்

கொடுக்கவில்லையா? கைம் பெண்ணைப்போல் ஒதுக்கிவிட்டார்கள். மனிதர்களில் கூடக் கைம்பெண்ணை அப்படியெல்லாம் இக்காலத்தில் செய்யமுடியாது.

"ஓங்கோல்களைப் பச்சைப்பட்டு, ஜரிகை முகபடாம் எல்லாம் போட்டு, கொம்புக்கு ஊதுவத்தி வைத்து ஊர்வலம் விட்டார்கள். 'பொங்கலோ பொங்கல்' என்று கத்தினார்கள். தாம்பாளத்தைத் தட்டினார்கள்.

"எனக்கு அசூயை ஒன்றுமில்லை. பிறருக்குச் சம்பத்து வருவதைப் பார்த்து நான் என்றுமே எரிந்தது கிடையாது. ஆனால் நானும் கூட நிற்கிறேனே, உழைக்கிறேனே, ஏன் என் பக்கம் திரும்பக் கூடாது?

"எருமைப் பொங்கல் கூடக் கேட்டிடுவ போலிருக்கு என்று சொல்கிறாயே. ஏன் கேட்கக் கூடாது. நாம் எதில் மட்டமாகப் போய் விட்டோம்? ஒருநாள் நமக்காக ஒதுக்கினால்தான் என்ன? கௌரவக் குறைச்சலாயிருந்தால் வெள்ளைக் காளை, பசுவோடு நிறுத்த வேண்டாம், அன்று கொண்டாட வேண்டாம். மறுநாளைக்குக் கொண்டாடடலா மல்லவா?

"உன்னிடம் இப்போது பேசுகிறேனே. இதே ஆத்திரம்தான் அன்றும் வந்தது. திமிர் முட்டமுடியுமா? அடிப்பார்கள். சமயம் வரும் என்று பொறுத்துக்கொண்டேயிருந்தேன்.

"என்ன ஆச்சரியம்! ஏழை கண்ணீர் வீணாகாது. அன்றிரவு ஹரிஹரய்யர் குழந்தைகள் – சம்சாரத்துடன் சினிமா பார்க்கப் போய் விட்டார். அந்த அம்மாள் எனக்குப் பக்கத்தில் சுவரில் கட்டியிருந்த புடவையை வாங்கிவைக்க மறந்துவிட்டாள். பார்த்தேன். கொல்லைத் தெரு வெளிச்சத்தில் இலேசாகத் தெரிந்தது. பனாரஸ் புடவை – விலை இருநூறு ரூபாய் இருக்கும். போன தீபாவளிக்கு வாங்கினதாம். அதற்குக் கீழே டிஷ்யூப் புடவை. இந்தப் புடவை நானூறு ரூபாய். எண்ணெய் பட்டுவிட்டது என்றோ என்னவோ நனைத்துவிட்டார்கள். உலர்த்தியிருந்தார்கள். பனாரஸ் புடைவை கண்ணைப் பறித்தது. ஏன் பத்திரமாக வாங்கி வைக்கவில்லை? வீட்டில் திருட்டுப் பயம் கிடையாது. கொல்லைக் கதவு கிடையாது. சுவர்தான். அந்தத் தைரியத்தில்தான் அவர்கள் பேசாமல் போய்விட்டார்கள்.

"ஓர் அகத்திக் கீரைக் கட்டு, ஒரு புல்லுக் கட்டுப் போட்டதுண்டா நமக்கு, இந்த அபேதவாதி! சம்சாரத்துக்கு அறுநூறு ரூபாய்க்குப் புடவை வாங்குகிற, காடும் வீடும் என்னும் சுலோகம் சொல்கிற அபேதவாதி! கீரைக் கட்டு ஓர் அணா, பனாரஸ் புடவை இருநூறு ரூபாய். புல்லுக்கட்டு நாலணா, டிஷ்யூப் புடவை நானூறு ரூபாய். எனக்கென்ன? நான் வெள்ளைக்கார ஜாதி இல்லையே! கறுப்பு. மட்டத்திலும் சர்மட்டம்! சாப்பாட்டு விஷயத்தில் நான் அபேதவாதி! அப்படிச் செய்ததும் மனிதர்கள்தான்.

"பல்லால் பிடித்து ஓர் இழு இழுத்தேன். டர்ர்ர்ர் ... பனாரஸ் புடவை கிழிந்தது. பிறகு டிஷ்யூ புடவையும் கிழிந்தது. அரை நாழிகைதான்

ஆயிற்று. சுவரில் ஆணிதான் பாக்கி. இரண்டு மாசமாக நிரம்பாத வயிறு நிரம்பிற்று.

"காலையில் அந்த அம்மாள் வந்தாள். நமக்கே உண்டே ஒரு பார்வை – பெருமையுடன் திரும்பிப் பார்க்கிற பார்வை – அதை வீசினேன். உள்ளுக்குள்ளே சிரிப்பு! அடக்க முடியாத சிரிப்பு. அவ்வளவு சிரிப்பை அப்படி மறைத்ததே இல்லை நான்.

"அம்மாள் முகத்தில் ஒரு கிலி.

"அரை மணிக்குள் வீடு ரகளைப்பட்டது.

"என்னை முளையில் நெருக்கமாகக் கட்டி, ஹரிஹரய்யர், அந்த அம்மாள், அவர்களுடைய பெண், வேலைக்கார ஸ்ரீதரன் நாயர் எல்லாரும் ஸகஸ்ரநாம அர்ச்சனை செய்தார்கள். மட்டையால், விசிறிக்காம்பால், கரண்டியால் அடித்தார்கள். முகத்தில் அடித்தார்கள். 'நாசமாய்ப் போக! கரியாய்ப் போக.' எத்தனை வசவுகள்! திட்ட ஆரம்பித்தால் இந்த மனிதர்களுக்குத்தான் எவ்வளவு கற்பனை! எவ்வளவு சொல்நயம்! புதுமை – வேகம்!

"நாலாம்நாள் என்னை விற்றுவிட்டார்கள். பால் எத்தனை கொடுத்தால் என்ன? கெட்ட பேர் வாங்கினதற்காக! திருட்டுத் தீனி தின்றதற்காக. என்னை கூட்ஸ் வண்டியில் போட்டு இங்கே அனுப்பி விட்டார்கள். தஞ்சாவூர் ஜில்லாவை முன்பின் நான் பார்த்ததில்லை. பச்சையும் சோலையும் பார்க்கப் பரவசமாயிருந்தது. ஆனால் இப்போது..? அந்த எஜமானே தேவலை போலிருக்கிறது!

"இதைப் பாரு! நீ அடங்கி ஒடுங்கிச் சாதுவாக இரு. என்னால் அப்படி இருக்க முடியாது. நான் பட்டணத்திலே வளர்ந்தவள்.

"எருமைப் பொங்கல் ஏன் கொண்டாடக் கூடாது என்று ஜாடை மாடையாகவும் பகிரங்கமாகவும் செய்து காண்பிக்கத்தான் போகிறேன்.

"நான் மகிஷி! மனுஷி இல்லை. ஞாபகம் இருக்கட்டும்!"

கல்கி, *15*, ஜனவரி 1961

போர்ஷன் காலி

"ஏதாவது கூச்ச நாச்சம் இருக்கா, பாருங்களேன். செய்யறத்தையும் செஞ்சுப்பிட்டு, துளி பயம், துளி வெட்க மில்லாம முகத்தைக் காட்டிண்டு உலாத்தறதே. செஞ்சது ஒருத்தருக்கும் தெரியாதுன்னு நினைச்சிண்டிருக்காப்பல இருக்கு அது!" என்று கண்ணை உருட்டி உருட்டி விழத்தாள் கௌரி.

'அது' என்பது அதோ மொட்டை மாடியில் உலாத்து கிறாரே, அவர்தாம்.

"கிழட்டுப் பொணம்! என்ன திமிரு இருக்கும் அதுக்கு!" என்றாள் கௌரி மறுபடியும்.

அவர் அப்படிக் கிழவரும் இல்லை. நாற்பத்தைந்து வயசுக்குக் கீழேதான் சொல்லலாம்.

"எப்படின்னா துணிச்சல் இவ்வளவு வந்தது அதுக்கு?"

"நான் என்ன கண்டேன்?"

"உங்களுக்கு ரொம்ப சிநேகிதராச்சேன்னு கேக்கறேன்."

"சிநேகிதர்னா எல்லாத்தையும் தெரிஞ்சுனுட முடியுமா என்ன?"

அவர் என் சிநேகிதர்தாம். ஆனால் இந்த மாதிரி ஒரு குண விசேஷம் அவரிடம் இருப்பது என் கண்ணுக்குப் படத்தான் இல்லை.

"அப்படின்னா இனிமேலாவது ஜாக்கிரதையா இருங்கோ."

உண்மையில் அவரிடம் ஜாக்கிரதையாக இருக்க வேண்டும் என்றே பட்டது. கௌரி மேலே ஒன்றும் சொல்ல வில்லை. என்ன சொல்லியிருப்பாள் என்று மட்டும் எனக்குச் சொல்ல முடியும்.

தி. ஜானகிராமன் சிறுகதைகள்

"அந்த மனுஷனை இனிமேே இந்த வீட்டுக் குத்துச் செங்கல் ஏறவிடக் கூடாது. வாங்க சாரு்னு உள்ளே கூப்பிடறது, உட்கார்த்தி வச்சிண்டு பேசறது, காபி கொண்டான்னு சமையல் உள்ளைப் பார்த்துக் கத்தறது, ஓமப்பொடி பண்ணினியே, அதைக் கொஞ்சம் கொண்டுவரப் படாதாங்கறது. இனிமேல் இந்த உபசாரம், குலாவல் எல்லாம் வாண்டாம். ஒரு குடும்பத்திற்குள் கூப்பிட்டுப் பழகறதுக்கு யோக்யதை இல்லாதவன். ஜாக்கிரதை!" என்று தான் அவள் சொல்லியிருப்பாள்.

ஆமாம். குடும்பஸ்தர்கள் இருக்கிற வீட்டின் உள்ளே அனுமதிப்பதே தவறுதான். இந்த மாதிரி மனிதர்கள் குத்துச் செங்கல் மிதிப்பதைக்கூட விடக்கூடாது.

எனக்கு எப்படி இத்தனை நாள் புலப்படாமல் போய்விட்டது?

"உங்க அருமந்த சிநேகிதரைப் பார்த்துப் பூரித்துப் போய் உட்கார்ந் திருக்கேே. எனக்கு எப்படி வருகிறது தெரியுமோ? எழுதித்தே, அந்த விரலை இப்பவே ஒடிப்போய் ஒடிச்சுட்டு வந்து மறுகாரியம் பார்க்கணும்னு துடிக்கிறது."

எனக்குக்கூட அப்படித் துடிக்கிறது. அவள் பெண்பிள்ளை. போய் விரலை ஒடிக்க முடியாது. நான் ஒடிக்கலாம். ஆனால் முடியாதே! கொல்ல வருகிறவர்களைக்கூட நாம் கொல்லக் கூடாதாமே! "நீ யாரு அதுக்கு? உடனே ஓடி வந்து என்னிடமல்லவா சொல்லியிருக்க வேண்டும்?" என்று நீதிபதி விரட்டுவாரே. சம்பளம் கொடுத்து நீதிபதிகளையும், கூலி கொடுத்து வக்கீல்களையும் படைத்திருக்கிற இந்த உலகத்தில் நாம் யார் தண்டனை கொடுக்க? "நீங்கள் யார் தண்டனை கொடுக்க?" என்று கடவுள் கேட்டால் என்ன சொல்லுவார்களோ இவர்கள்?

"மீனாட்சியம்மா அப்படியே வெதறிப் போயிட்டா. 'வெளியிலே சொல்லாதேடிம்மா. மானம் கப்பலாப் பறக்கும். நாலு வருஷமாகக் கதர்றேன் கிடந்து. இப்படி இடம் தெரியாம வளந்துண்டு போறது பொண்ணு. ஏதாவது வரனைப் பிடிச்சுக்கொடுத்துங்கோன்னு நாலு வருஷமாக் கதறினேன். கேக்கலே. இப்ப வந்து தலையிலே கையை வச்சிண்டு உட்கார்ந்துட்டார்டி. நான் என்னடி பண்ணுவேன்னு சொல்ற விஷயமா இது? என்னமோ அவளுக்கு யார் கிட்டவாவது சொல்லி அழணும் போலிருந்தாப் போல்ருக்கு. வந்து அழுதுட்டுப் போறா. நீங்களும் வேறு யார் காதிலேயாவது போட்டுடாதீங்கோ.'"

நான் யார் காதில் போடப் போகிறேன்? கௌரி சொல்கிறாற்போல் யாரிடமாவது சொல்லக்கூடிய செய்தியா இது?

நினைத்து நினைத்துப் பார்க்கிறேன். எனக்கு நம்ப முடியவில்லை. என் நண்பரா இப்படிச் செய்தார்? இந்தக் காலத்தில் யாரை நம்புகிறது? யாரை நம்பாமல் இருக்கிறது? எந்தப் புற்றில் எந்தப் பாம்பு இருக்கும் என்று யாருக்குச் சொல்ல முடிகிறது?

இவ்வளவையும் செய்துவிட்டு நிர்பயமாக மாடியில் உலாத்துகிறாரே, அந்தத் துணிச்சல் தான் யாருக்கு வரும்? வடிக்கட்டின போக்கிரியாக,

போர்ஷன் காலி

எதற்கும் துணிந்த கட்டையாக, எல்லாவற்றையும் துறந்தவனாகத் திரிகிற வனுக்குத் தானே வரும்?

"நினைச்சா வயிறெல்லாம் என்னமோ பண்றதுன்னா எனக்கு. அந்த வயசிலே அவனுக்கு ஒரு பொண்ணு வயிறும் பிள்ளையுமா நிக்கறதே! அதுகூட ஞாபகம் வந்திருக்காதா, எழுதறபோது? அப்பறம் வேற நாலு குழந்தைகள்!"

"அதோ பார்" என்றேன்.

"என்னத்தை?"

"அதோ" என்று சுவரைக் காட்டினேன்.

ஒரு பல்லி டபக்கென்று பாய்ந்து ஓர் ஈசலைக் கவிற்று. மந்திரம் ஜபிக்கிறாற்போல முணுமுணுத்தது. மறுகணம் ஈசல் இறக்கையோடு வாய்க்குள் மறைந்துவிட்டது. மழை பெய்து ஓய்ந்திருந்தது. ஈசல் கூட்டம் கிளம்பி, அதில் ஒரு பகுதி இப்படிப் பல்லிக்கு இரையாகிக்கொண்டிருந்தது.

"இதுக்கு என்ன சொல்றே?" என்றேன்.

"இந்தப் பரமஹம்ஸ பேச்சு யாருக்கு வேண்டிருக்கு?"

"பல்லியை விரட்டினால் நமக்குத்தான் பாவம்."

"பல்லியும் உங்க ரத்னமையரும் ஒண்ணு தானா? உங்க ரத்னமையருக்கு மூளை, மனசு, குடும்பம், கௌரவம், மானம், சொரணை எனலாம் இல்லையா?"

பல்லி கன அவசரமாக ஓடிக் கருகுமணிபோல் பளபளக்கிற ஒரு பூச்சியை வாயில் போட்டுக்கொண்டது. இது மெட்ராஸ் பல்லி. நம் ஊர்ப் பல்லியைப் போல அப்பள மாவு மாதிரி வழவழவென்று நடுத்தர அளவாக இராது. சாம்பலும் கறுப்புமாக வரி ஓடின பல்லி. அளவும் பெரிது. உடும்புக்குட்டி மாதிரி. பார்க்கவே அசிங்கம். அருவருப்பு.

"சும்மா வேடிக்கைக்குச் சொன்னேன். இந்தப் பல்லியைப் பார்க்கிறாப் போலவே இருக்கு எனக்கு இப்ப ரத்னமையரைப் பார்த்தால்" என்றேன்.

ரத்னமையரிடம் நேற்று எதெதெல்லாம் அழகாகத் தோன்றிற்றோ அதெல்லாம் இப்பொழுது வயிற்றைக் குமட்டிற்று. எலும்பு தெரியாத தளதளவென்று பளபளக்கிற அவருடைய வண்ணம் வெள்ளைச் சாரை மாதிரி பயமுறுத்திற்று. கவர்ச்சியான அந்த உயரம், அசுர உயரமாக ஓங்கிவிட்டது. அவருடைய பேச்சினிமை ஆஷாடபூதித்தனமாகி விட்டது. அவருடைய ரசிகத்தன்மை, படிப்பெல்லாம் ஏவல் பில்லி சூனியங்களாகிவிட்டன. குடியைக் கெடுக்கிற இனம்! கல்லூரியில் இவனை ஒரு பேராசிரியன் என்று வைத்துச் சம்பளம் வேறு கொடுக்கிறார் களே! இவனிடம் தயாராகிற பையன்கள் எப்படி உருவாவார்கள்?

அவர் நல்ல சிநேகிதர்தாம் எனக்கு. நான் அவரோடு பேசப் போவேன். அரை மணி அவரோடு பேசினால் அறுபது புத்தகங்களைப் படித்தாற் போலிருக்கும். சுகமாகப் பாடுவார். சுத்தசாவேரி, தேவகாந்தாரி, நாயகி இந்த ராகங்களைப் பாட ஆரம்பித்தால் போட்ட சங்கதியைத் திருப்பாமல்

மணிக்கணக்கில் பாடுவார். அநாவசியச் சங்கதி எதுவும் வராது. அப்படியே ரசத்தைப் பிழிந்து பிழிந்து கொடுப்பார். அரசியல்தான் பேசுகிறாரே! என்ன தெளிவு! என்ன தீர்மானம்! சந்தேகம், குழப்பம் இதெல்லாம் பிறந்த ஊரிலேயே அவர் பிறக்கவில்லை. இலக்கியத்தில்தான் எவ்வளவு சிரத்தை, எவ்வளவு நோட்டம்! ஆதிகாலத்திலிருந்து இன்றுவரை, ஐரோப்பாவிலும் அமெரிக்காவிலும் கிழக்கிலும் நம் தேசத்திலும் எப்படி எழுத்துப் போய்க்கொண்டிருக்கிறது என்று தெரியும் அவருக்கு. தமிழ்ப் பத்திரிகைகளையும் ஒன்று விடாமல் படிக்கிறாரே, அதைச் சொல்லவா? என் பெண்ணைப் போலவே நாலைந்து பத்திரிகைகளில் வரும் முப்பது தொடர்கதைகளைக் கன அக்கறையாகப் படித்து ஞாபகம் வைத்துக்கொண்டிருக்கிறாரே. அதைச் சொல்லவா? இவ்வளவுக்கும் அவருக்குப் பொழுது எங்கே இருக்கிறது? அந்தத் தலையில் இடம் எங்கே இருக்கிறது?

'சோறு, கவலை, சின்ன மரியாதைகள் என்றெல்லாம் மனிதனின் அன்றாடப் பிடுங்கல்களில் உழலாமல் பெரிய விஷயங்களிலேயே, உண்மையைத் தேடுவதற்கே உயிர் வைத்திருக்கிற ஆத்மா அது' என்றெல் லாம் இந்த நிமிஷம் நான் நினைக்கவில்லை. இந்தப் பிரமை, மயக்கம் எல்லாம் இன்று காலையோடு போய்விட்டன. கௌரி கொடுத்த அதிர்ச்சி யில் இவ்வளவும் கிடுகிடுவென்று தேக்குமரம் சாய்கிறாற்போலச் சாய்ந்து விட்டன.

காதற் கடிதம் எழுதுவது தவறென்று மகா மகா ஞானிகள்கூடச் சொல்லமாட்டார்கள். நானும் சொல்லவில்லை. சகுந்தலை எழுதினாள். ருக்மிணி எழுதினாள். கணவன் எழுதுவான். மனைவி எழுதுவாள். கணவன் மனைவி ஆகப் போகிறவர்கள் எழுதிக்கொள்வார்கள். நான் கூட எழுதியிருக்கிறேன். நீங்கள் கூட எழுதியிருப்பீர்கள். (கோபித்துக் கொள்ளாதீர்கள். எழுதுவது தவறில்லை என்றுதான் சொல்லிவிட்டேனே.) இன்னும் எத்தனையோ பேர் எழுதுகிறார்கள். எழுதப் போகிறார்கள். புஷ்பபாணத்தைத் தொடர்ந்து வரும் சர்க்கரைப் பாணந்தான் அது. பாவம் இல்லை; தவறில்லை.

ஆனால் யார் யாருக்கு எழுதுவது?

கல்யாணமானவன், நாற்பத்தைந்து வயசாகப் போகிறவன், இரண்டு பெண்களையும் மூன்று பிள்ளைகளையும் பெற்றுத் தடிக்கம்பு மாதிரி நிற்கிறவனா எழுதுகிறது? சரி எழுதட்டும், தன் சம்சாரத்துக்கு எழுதிக் கொள்ளக் கூடாதோ? அப்படி எழுதியிருந்தால் அவர் சம்சாரம் கௌரி யிடம் வந்து, "என் கணவர் எனக்குக் காதற் கடிதம் எழுதியிருக்கிறார்" என்று சொல்லிக்கொண்டிருக்கவும் மாட்டாள். நானும் இப்படிப் பதைக்க மாட்டேன்.

கீழே குடியிருக்கிறவரின் பெண்ணுக்கு எழுதினால் அந்தக் கயமையை என்னென்று சொல்வது? வீட்டுக்காரன் என்றால் எது வேண்டுமானாலும் செய்துவிட முடியுமா என்ன?

என் நண்பர் பேராசிரியர் ரத்னம் இந்தக் கயமையைத்தான் செய்திருக்கிறார். "உன்னைப் பார்த்ததிலிருந்து தூக்கம் வராமல் தவிக்கிறேன்.

பனிக்கட்டி போன்ற உன் வதனத்தைக் காணும்போது நான் அடையும் பரவசம் ... கண்ணே, மானே, தேனே!" இல்லையா, இந்த மாதிரி.

இவன் முட்டாளா, வஞ்சகனா, கயவாளியா? பகவானே, எனக்குத் தலை சுற்றுகிறதே!

"தமயந்தி, பாவம்! அதுக்கு அழுது அழுது கண் மூஞ்சியெல்லாம் சிவந்து வீங்கிப் போயிட்டுதாம். காலமே குத்துவிளக்குமாதிரி வாசல்லே கோலம் போட வருமே. இன்னிக்குக் காணோம். என்னடாப்பா உடம்பு கிடம்பு சரியில்லையோன்னு நினைச்சேன். மீனாட்சியம்மா ஒரு கிண்ணம் காப்பிப்பொடி கடன் வாங்கிண்டு போயிருந்தா. அதைத் திருப்பிக் கொடுக்க வந்தா. வந்தவள் கரகரன்னு கண்ணாலே ஜலம் விட்டா. என்ன மாமி! என்னன்னு பதறிப்போய்க் கேட்டேன். அப்புறம் எல்லாத்தையும் சொன்னா. வெக்கம் மானம் ஏதாவது இருக்கா, பாருங்களேன். மாடியிலே என்ன ஒய்யாரமா உலாத்தறது? மானத்தைப் பாக்கறது. மரத்தைப் பாக்கறது! பெரிய காளிதாசன்னு எண்ணம் போலிருக்கு!" என்ற மேலே பார்த்துக் காய்ந்தாள் கௌரி.

ஆமாம். ரத்னமையர் ஒன்றுமே தெரியாதவர்போல மேல்மாடியில் நின்று பொன்மேகங்களைப் பார்த்துக்கொண்டிருக்கிறார். என்ன என்ன விஷமெல்லாம் அந்த மனசில் கொதித்துச் சமையலாகிக் கொண்டிருக்கிறதோ?

அவர் கண் திரும்பிற்று. என்னைப் பார்ப்பார் போலிருந்தது. சட்டென்று ஜன்னலிலிருந்து முகத்தை இழுத்துக்கொண்டேன்.

"மீனாட்சியம்மாளோட புருஷன் காலமே எட்டு மணிக்கு வீட்டை விட்டுப் போனவர்தானாம். மத்யான்னம் சாப்பிடக்கூட வரலையாம். டிபனுக்கும் வரலையாம்."

"என்னது?"

எனக்குத் திகீர் என்றது.

"ஆமான்னா!" என்றாள் கௌரி.

குளம், கிணறு, ரெயில் என்று எனக்கு ஏதேதோவெல்லாம் கண்முன் வந்தன. ஓடிவரும் ரெயிலின் முன்னால் யாருக்குத்தான் குதிக்க முடியும்? தைரியம் வரும்?

எனக்கு உடல் பதறிற்று. வயிறு கனத்தது.

மானிகள் எதையும் செய்துவிடுவார்கள். எனக்கு உடம்பெல்லாம் என்னவோ செய்தது. மாடி அறையில் இந்தக் கோடிக்கும் அந்தக் கோடிக்கும் அலைந்தேன்; நின்றேன்; வானத்தைப் பார்த்தேன்; பல்லியைப் பார்த்தேன்; அந்த ரத்னமையனை அப்படியே கையில் பிடித்து நொறுக்கி ...

மீனாட்சியம்மாளின் கணவர் சுந்தரம் இந்த அடுத்த வீட்டில் குடியிருக்கிறார் என்றே யாருக்கும் தெரியாது. அவர் உண்டு; அவர் காரியம் உண்டு. ஆபீசுக்குப் போவார்; வருவார். ஒரே பெண்; இரண்டு சின்னப் பிள்ளைகள். அந்தப் பெண்மீது இவ்வளவு அவ்வளவு என்று

சொல்ல முடியாது; அப்படி ஒரு வாஞ்சை. அது என்ன கேட்டாலும் கொண்டு சாய்த்துவிடுவார். அதற்குக் கல்யாணம் பண்ண வேண்டும் என்று மாசம் நாற்பது ஐம்பது ரூபாய் பத்து வருஷமாகப் பாங்கில் போட்டு வருகிறாராம். தம் சொந்தச் சுகங்களையெல்லாம் குறைத்துக்கொண்டு, வயிற்றைக் கட்டி வாயைக் கட்டி, அதை எப்படியாவது நல்ல இடத்தில் கொடுத்துப் பார்க்க வேண்டும் என்ற ஆசை. இந்த மாசாந்தரச் சேமிப்புப் போதாதென்று கம்பெனி கொடுக்கிற நாலுமாதப் போனஸையும் ஏழு வருஷமாக அந்த நிதியிலேயே போட்டு வருகிறாராம். இதைத் தவிரப் பன்னிரண்டு பவுனில் இரண்டு சங்கிலி, வைரத்தோடு, ஒரு கருகமணிப் பதக்கம் போட்ட அட்டிகை இதெல்லாம் அந்தப் பணத்தில் சேரவில்லை.

இந்த மாதிரி சமயத்தில் தட்சகன் எலுமிச்சம் பழத்தில் வந்து புகுந்து பரீட்சித்து மகாராஜனைக் கடித்தமாதிரி இந்தக் காதற் கடிதம் வந்திருக்கிறதே! என்ன சோதனை இது?

மனிதனின் நம்பிக்கைகளை, ஆசைகளையெல்லாம் என்னவென்று சொல்வது? அதற்கெல்லாம் எத்தனை பகைகள், துரோகங்கள் காத்து நிற்கின்றன!

ஒரு வம்புக்கும் போகாத சுந்தரத்துக்கு ஏன் இப்படி ஓர் அதிர்ச்சி? அவர் யாருக்கு என்ன செய்தார்? ஓய் ரத்னமையரே! உமக்கு ஏன் இந்தத் துர்ப்புத்தி வந்தது?

வாசற்பக்கம் தற்செயலாகப் பார்த்தபொழுது, இரண்டு தள்ளு வண்டிகள் அடுத்த வீட்டு வாசலில் நின்றுகொண்டிருந்தன. மேஜை, பீரோ, நாற்காலிகள் இரண்டு, கரி ஏறின வெந்நீர் அண்டா, ஒரு மெத்தை, பாய்கள், பாத்திரங்கள் போட்டுக் கட்டின மூன்று சாக்கு மூட்டைகள், விறகுக் கட்டைகள், அகப்பைக் கூடு, கோட் ஸ்டாண்டு, பழைய அரிக்கேன் இரண்டு, நிலைப்படியில் போடுகிற மிதியடிகள், கறுப்புத் தகரங்கள் எல்லாம் இரண்டு வண்டிகளிலும் ஏறிக்கொண்டிருந்தன.

சுந்தரம் கூட இருந்து வரிகயிற்றைப் போட்டுச் சமான்களைக் கட்டும் மூன்று ஆட்களையும் இரண்டு தள்ளுவண்டிகளில் பெட்டிகளும் மூட்டைகளும் இடங்கொண்டன.

மேற்பார்வை பார்த்துக்கொண்டிருந்தார். அவர் முகத்தில் ஈயாட வில்லை.

"காலிபண்ணிண்டு போகிறாளாம், மீனாட்சியம்மா வீட்டில்" என்று கௌரி ஓடிவந்து சொல்லி, கீழ்நோக்கி வண்டிகளைப் பார்த்தாள்.

"வீடு கிடைத்துவிட்டதா?"

"அதுக்குத்தான் காலமே பிடிச்சு அலையோ அலைன்னு அலைஞ்சாராம் பாவம்! நாலு ப்ரோக்கரை இழுத்துண்டு அலைஞ்சாராம். எக்மோரில் நூத்திருபது ரூபாயிலே வீடு ஒண்ணு காலியாச்சாம். பரவாயில்லேன்னு மூணுமாச அட்வான்ஸைக் கொடுத்து முடிச்சிப்பிட்டாராம். ராத்திரி எல்லாரும் ஹோட்டலேந்து வரவழைச்சுச் சாப்பிடப் போறோம்; நாளைக்குச் சமையல் ஆரமிச்சுக்கறேன்னா மீனாட்சியம்மா."

மானியென்றால் மானிதான் சுந்தரம். அவர் நல்லதனத்துக்கு ஏற்ப வீடு கிடைத்ததே! அதையல்லவா சொல்ல வேண்டும்? கடவுள் அந்த மட்டும் நல்லவன் அல்லவா?

"என்ன ஆச்சரியம் பாருங்களேன். நேத்திக்குச் சாயங்காலம் இது மாதிரி அவர் காலி பண்ணப் போறாக நாம நினைச்சிருப்போமா? அவாதான் நினைச்சிருப்பாளோ?" என்று விதியின் விளையாட்டுகளைப் புரிந்துகொள்ளாத கௌரி வியந்துகொண்டிருந்தாள். ஹிரோஷிமாவில் அணுக்குண்டை வீசிற்றே விதி ஒசைப்படாமல், அதை விடவா இது அதிசயம்?

ஏழு மணி இருக்கும். 'அடுத்த வீட்டிலே போர்ஷன் காலியாயிருக் காமே' என்று என் ஆபீசில் என்னோடு வேலை பார்க்கும் குஞ்சுமணி வந்து வாசற்படியில் நின்றான். மந்தைவெளியில் இருக்கிறவனுக்கு அதற்குள் எப்படிச் சங்கதி எட்டியிருக்கும்? இதைவிட, சுந்தரம் காலி பண்ணினதா ஓர் அதிசயம்?

எட்டு மணி இருக்கும்.

"என்னய்யா! ஓய்!" என்று வழக்கம் போலக் குரல் கேட்டது. ரத்னமையர் தான். தடியன்!

அவர் குரலைக் கேட்டதும், "வாங்கோ வாங்கோ" என்று சங்கநிதி பதுமநிதி வந்தாற்போல வரவேற்பேனே; அதே நான், "என்ன, வாங்கோ" என்று புன்சிரிப்பை இடித்துத் தள்ளி உதட்டில் கொண்டுவந்து நிறுத்தி மனம் இல்லாமல் அழைத்தேன்.

அவர் என் முகத்தைப் பார்த்தார். ஆனால் புரிந்துகொள்ளவில்லை.

"என்ன, களைப்பாயிருக்கீர் இன்னிக்கு? வாரும், இப்படிக் காத்தாடப் பார்க்கிலே போய் உட்கார்ந்துட்டு வரலாம்" என்றார்.

கௌரி புருவத்தைச் சுருக்கி விழியை உருட்டினாள்.

"எனக்கு உடம்பு என்னமோ போலிருக்கு" என்று இழுத்தேன்.

"அட வாரும்யா, ஒரு கப் காப்பி சாப்பிட்டால் எல்லாம் சரியாகி விடும். எனக்குச் சட்டைத் துணி வேற எடுக்கணும், கடைக்குப் போய்; வாரும்" என்றார்.

பேசாமல் கூட நடந்தேன்.

இந்த மனிதன் காபிக்குக் காசு, தான்தான் கொடுப்பான். இவன் கையாலா சாப்பிடுகிறது? வேண்டாம் என்று மறுத்துவிட்டேன். சரியென்று நடந்தான். அரசியல் பேசினான். டென்னிஸ் பேசினான். ஜயராமன் பிடிலைப் பற்றிப் பேசினான். நான் ஏன் காதில் வாங்கிக்கொள்கிறேன்? நீ உபநிஷதமே பேசேன். நான் கேட்டுவிடுவேனோ? உன் வாயிலிருந்தா? அதுவும் இன்றைக்கா? பார் வரட்டும்! இன்னும் இரண்டு நிமிஷந்தான்! சிமின்டுப் பெஞ்சில் உட்கார்ந்து உன்னைக் கண்ணில் விரலைக் கொடுத்து ஆட்டப் போகிறேனே! அப்போதல்லவா தெரியப் போகிறது?

பார்க்கில் கூட்டம் எல்லாம் கரைந்துவிட்டது. இந்தச் சமயத்தில்தான் நாங்கள் வந்து உட்காருகிற வழக்கம்.

சிறிது நேரம் மௌனம், சுற்றிலும் நீல விளக்குகளையும் சூரியகாந்திப் பூக்களையும் வரப்பு மலர்களையும் பார்த்துக்கொண்டேயிருந்தோம். எப்படிக் கேட்கிறது?

"இன்னும் நாலைந்து பெரிய மரமாக வைத்துப் பயிராக்கினால் இந்த இடம் பிரமாதமாக இருக்கும். இதையெல்லாம் எங்கே கவனிக்கிறான்கள்? அவனவனுக்குச் சம்பளத்தை வாங்கிண்டு வேலையைத் தட்டிக் கழிக்கிறதுக்கே போது சரியாயிருக்கு. இல்லாவிட்டால் லஞ்சம் வாங்கத் தெரியும்" என்று ஆரம்பித்தார் ரத்னம்.

பிடித்துக் கொண்டேன்.

"வேலையைத்தானே தட்டிக் கழிக்கிறான்கள்? லஞ்சந்தானே வாங்குகிறான்கள்? குடியிருக்கிறவர்களின் பெண்ணுக்குக் காதல் கடிதம் எழுதவில்லையே அவன்கள்?" என்று தொபக்கென்று கொட்டிவிட்டேன். உதடும் கன்னச் சதைகளும் நடுங்கின.

"ஓய் ஓய், உமக்கு எப்படியா தெரியும்?" என்று பளீரென்று திரும்பினார். அந்தத் திரும்பின சுருக்கு? நான் சொன்னது அப்படிச் சுளீரென்று அடித்துவிட்டது அவரை

"எனக்குத் தெரியும்!"

"யார் சொன்னா?"

"யாரோ சொன்னா?"

"அவரே சொன்னாரா?"

"அவர் அவ்வளவு மானம் இல்லாதவரா இருந்தா, ஏன் வீட்டைக் காலி பண்றார்?"

"வீட்டைக் காலி பண்ணத்தானே செஞ்சது இது?"

"காலி பண்ணச் செஞ்சதா? என் கண்ணிலேயே பொடி தூவறேளே ஸார்!"

"நீர் இந்த மாதிரி குடி வச்சு, அநுபவிச்சிருந்தீர்னா தெரிஞ்சிருக்கும். பத்து வருஷம் சிக்ஷை சொல்லிண்டேன் ஐயா! அந்தச் சங்கீதமே எனக்கு மறந்து போயிடும் போல ஆயிடுத்து! உருப்படாமப் போயிடும் போல ஆயிடுத்து. காலமே சூரியோதயத்துக்கு ஆரமிச்சாளனா, ராத்திரி பதினொரு மணிவரைக்கும் சினிமாப் பாட்டுக் கேக்கறாய்யா அந்தப் பொண்ணு. அது போறாதுன்னு அவருக்குத் தங்கைபிள்ளை இருக்காளே; அவன் எம்.ஏ. வாசிக்கிறவனாம். ரேடியோவில் ஏதாவது நல்ல சங்கீதம் கேட்டால் உடனே திருகைத் திருகிச் சினிமாப் பாட்டிலே கொண்டு முள்ளை நகர்த்திப்பிடறான். கூடக் கையைத் தட்டித் தட்டி லொட்டு லொட்னு தாளம் வேற போட ஆரமிச்சுடறான். சேக்ஷையர்கிட்ட நாலு வருஷம் சொல்லிண்டேன்யா. அதற்கப்புறம் வேணுப்பிள்ளைகிட்ட ஆறு

வருஷம் சொல்லிண்டேன். நான் பட்ட அவஸ்தை எனக்குன்னா தெரியும்? மெதுவா வையுங்கோன்னு சொல்லிச் சொல்லிப் பார்த்தேன். கேட்கலே. காலி பண்ணுங்கோன்னு சொல்லிப் பார்த்தேன்; கேட்கலே. மயிரைப் பிடிச்சிண்டு கத்தணும் போல ஆயிட்டுது. ரேடியோப் போதாதுன்னு அவ அப்பா ஒரு தட்டு மிஷினும் நூறு சினிமா ரிகார்டும் வாங்கிக் கொடுத்திருக்கார். ரேடியோ இல்லாத சமயத்திலே அதை வச்சுடறா பொண்ணு. என்னைக் கணுக் கணுவாச்சிதைச்சு நாலு வருஷம் சித்திரவதை பண்ணிருக்காய்யா அந்தப் பொண்ணு. கடைசிலே அந்தப் பையன் படிப்பை முடிச்சிண்டு போன வாரம் ஊருக்குப் போனான். சமயம் வந்துடுதான்னு வச்சேன் வத்தி."

எப்பொழுதுமே சிரித்துப் பேசுகிற ரத்னத்தின் மூக்கு மலர்ந்து கண் அகன்று கிடந்தது. அவ்வளவு கோபம்; ஆத்திரம்!

"நேத்திக்குச் சாயங்காலம் நான் ஜெயம் பிடில் கேட்டுண்டே இருக்கேன். அதைக் கேக்க முடியலியாம் அந்தப் பொண்ணுக்கு. திருகி னாளே பார்ப்பம். ஒரு பெரிய ராட்சசன் நடுக்குக் குரல்லே 'வாழ்விலே காதலே இன்பம்'ன்னு பெரிசா ஒரு அஞ்சறைப் பொட்டி ராகத்திலே கத்தியிருக்கான் பாரும்!... அப்பா! நல்ல வேளையா ஒழிஞ்சுதுகடாப்பா. இப்ப நினைச்சாலே பைத்தியம் புடிச்சிடும் போலிருக்கு!" என்று மருள மருள விழித்தார் ரத்னம்.

நான் என்ன சொல்ல?

"அதுக்காக இப்படியா செய்வா? ஒரு கண்யம் நேர்மையெல்லாம் கிடையாதா எதுக்கும்?"

"கண்யமா? நான் உசிருக்கு மன்னாடறேன்! கண்யமாம்! ஏன்யா நீர் ஏதோ கொஞ்சம் சங்கீத்திலே சுவையுள்ளவர்ன்னு நினைச்சேன். நீரும் அந்தக் கட்சிக்கே போய்ட்டீரா?"

"அந்தப் பொண்ணு ரொம்ப அழுததாம் ஸார்!"

"எல்லாரும் அழுதுண்டு ஓடணும்னுதானே பண்ணினேன்?"

"அவர் போலீஸுக்கு ரிபோர்ட் பண்ணியிருந்தா அப்பத் தெரியும் சேதி! இல்லை, ரெண்டு ஆளை விட்டிருக்கட்டும்!"

"விட்டா நான் எழுதலேன்னு சொல்லிட்டுப் போறேன். என் பெண்தானே எழுதினா?"

"உங்கபெண்ணா?"

"ஆமாம். அவளுக்கும் ஆறு வருஷம் சங்கீதம் சொல்லி வச்சிருக்கேன். ஏற்கனவே இதெல்லாம் காதிலே பட்டாலே நடுவள். இப்ப, பிரசவத்துக்கு வேற வந்திருக்கா. அவளைப் போட்டு இப்படியா வதைக்கிறது? நேத்திக்கு அந்தச் சுந்தரமும் மீனாட்சியும் கோவிலுக்குப் போயிருந்தா. அந்தத் தமயந்தி தனியா இருந்தது. எங்க வீட்டிலேயும் எல்லாம் பக்கத்துக் கோயிலுக்குப் போயிட்டு வறேன்னு போச்சு. என் பெண் ஒரு கவரை ஜன்னலாலே அந்த உள்ளுக்குள்ளே தள்ளிவிட்டுப்

போனா. எனக்கு என்னன்னு புரியலே. திடீர்னு இப்ப சாயங்காலம் வந்து நான் இந்த க்ஷணமே ஏன்னு கேக்க வாயெடுத்தேன். என் பொண்ணு பண்ணினா. வண்டியெல்லாம் போனப்பறந்தான் எங்கிட்டச் சொல்லிச் சொல்லிச் சிரிக்க ஆரம்பிச்சா அவ."

"உங்க பொண்ணா செஞ்சா?"

"நீரே வந்து கேளுமேன்."

"என்ன ஸார் இது?"

"என்ன என்ன?" என்று திருப்பிக் கேட்டார் ரத்னம்.

நான் என்ன சொல்கிறது?

"ஏதாவது விபரீதமா ஆயிருந்தா?" என்றேன்.

"இப்ப என்ன விபரீதமாயிட்டுது? ஆளைத்தேளை விட்டு அடிக்க வந்துடலே. நீர் சொன்னாப்பல போலீஸுக்குப் போகலே. வீடு காலி யாயிடுத்து."

"இதென்ன ஸார் அக்ரமம்?"

எனக்கு வெகுநேரம் கழித்துத்தான் சிரிப்பு வந்தது.

"என் பொண்ணை லேசுப்பட்டவள்னு நினைச்சுப்பிடாதீரையா. அசட்டுப் பிசட்டுன்னு மாட்டிக்கமாட்டா அவ. ஆழும் தெரியாம காலை விடமாட்டா."

இரவு வீடு வந்ததும் கௌரியிடம் சொன்னேன்.

"என்னன்னா கதைக்கிறேள்?" என்று ரத்னமே நேரில் நிற்பதாக என்னை நினைத்துக்கொண்டு விழியை உருட்டினாள் அவள்; "என்ன! முழுப் பூசணிக்காயைச் சோத்திலே மறைச்சாறது! இதை நிஜம்னு நம்பிண்டு கேட்டுண்டு வந்தேளா நீங்க!"

கதையாம்! பூசணிக்காயாம்! சோறாம்! நான் என்னத்தைக் கண்டேன்? அவர் சொன்னதைச் சொல்கிறேன். நீங்கள் கூடக் கதைக்கிறீர்கள் என்று சொன்னாலும் சொல்லுவீர்கள். எனக்கு அப்படி யெல்லாம் புலுகத் தெரியாது. நான் என்ன தெய்வமா? யானையைப் பிராக்கட்டில் போட்டு அசுவத்தாமாவின் உயிர் போய்விட்டது என்று ஜகப்புரட்டு பண்ண? சாதாரண மனிதன்.

கலைமகள் தீபாவளி மலர், நவம்பர் 1961

வெங்கிடிசார் ஏன் ஓடினார்!

வெங்கிடிசார் இடைகழி மாடத்தில் செருப்பை உதறிவிட்டு உள்ளே வந்தார்; கூடத்து ஊஞ்சலில் உட்கார்ந்தார். "மாலீ, கொஞ்சம் மோர்த் தண்ணி கொண்டாடா கண்ணு, நீர்க்க இருந்தால் போதும். ரொம்ப நீர்க்க இருக்கணும், நீராரத் தண்ணிவிட்டாலும் சரி" என்று அடுக்களையைப் பார்த்துக் கத்தினார்.

"எப்பப்பா வந்தீங்க?" என்று கத்திக்கொண்டே ஓடி வந்தது மாலி. ஊஞ்சல் சங்கிலியைப் பிடித்துக்கொண்டு நின்றது.

"இப்பதான் வரேன்."

"வண்டி கிடைச்சுதா?"

"வண்டி வந்தது, ஏத்திட்டுத்தான் வர்றேன்."

"அப்பா... டி" என்றது மாலு. ஏதோ பெரிய பாரம் குறைந்தாற்போல் வந்த அந்தக் குரலைக் கேட்டார் அவர். ஆனால் அதன் அர்த்தத்தைக் கவனிக்காதது போலிருந்து விட்டார்.

"மோர் கொண்டாரலெ?"

"அம்மா கரைச்சிட்டு வருது."

"நீர்க்கக் கரைக்கச் சொன்னியா?"

"கெட்டி மோரே கிடையாது."

"ம். என்ன பண்ணிக்கிட்டிருக்கே உள்ளே? நீ படிக்கிறியா?"

"இல்லேயப்பா, பலகையிலே உளுந்தை ஒட்டிக் கிட்டிருக்கேன்."

"கல்லா இருக்கா?"

"ம்க்கும்."

"பள்ளிக்கூடம் இல்லே?"

"இன்னிக்கித்தான் சனிக்கிழமையாச்சேப்பா."

"அரைப் பள்ளிக்கூடம்!"

"இல்லே!"

வெங்கிடிசாரின் மனைவி மோரை எடுத்து வந்தாள்.

"வண்டி கிடைச்சுதா?"

"கிடைச்சுது."

"எல்லாரும் ஒருவழியா தொலைஞ்சாங்கடாப்பா. இப்பதான் அக்கடான்னு இருக்கு ஊடு" என்றது மாலி. வெங்கிடசார் சிரிப்பைச் சிரமப்பட்டு அடக்கிக்கொண்டார். மனைவி, வந்த சிரிப்பைப் புன்சிரிப்பாக அழுத்திக்கொண்டாள். அதையும் பார்த்துவிடாமலிருக்க முகத்தைத் திருப்பாமல் அவரையே பார்த்துக்கொண்டு நின்றாள்.

இனிமேல் சிரிப்பு தன்னை மீறி வராது என்று தெரிந்தவுடன் "அப்படியெல்லாம் சொல்லப்படாது மாலி" என்று குழைவாக உபதேசம் செய்தார் வெங்கிடசார்.

"சொன்னா என்னவாம்?"

"என்னவா! நீயே பாரு! வீடு இதுவரைக்கும் எவ்வளவு கலகலன்னு இருந்திச்சு. இப்பப் பார்த்தியா – எப்படி வெறிச்சினு இருக்கு!"

"ஆமாமா!"

"என்ன ஆமாமா? விருந்து வந்தா சந்தோசப்படறதா! விருந்து வரதுக்குக் கொடுத்து வக்கணுமே!"

"நீங்க சொல்லுவீங்க. ஒரு மாசமா எனக்குத் தலாணியே கிடைக்கலே, தெரியுமா!" என்று உதட்டைப் பிதுக்கினது மாலி.

"அது கிடக்கு போ. நீ எனக்கு ஒரு காரியம் செய்வியா?"

"என்ன?"

"விறுவிறுன்னு போறது. நம்ப ஆராமுது சார் வீட்டுக்குப்போயி, அப்பாக்கு லேசா கொணகொணங்குதாம். ஒரு பட்டையிலே ரண்டு தரத்திற்குப் பொடி போட்டுத் தரச்சொன்னாங்கன்னு வாங்கிட்டு வருவியா?"

"சளி பிடிக்கும் போலிருக்கா?"

"ம்க்கும்."

"ரண்டு தரத்துக்குன்னு சொல்லணுமா?"

"ஆமா."

வெங்கிடிசார் ஏன் ஓடினார்!

"இதோ வாங்கிவாரேன்" என்று வாசலில் ஓடிற்று மாலி.

"இப்ப என்னாத்துக்கு அதை அய்யங்கார் ஊட்டுக்கு விரட்டணும் வெயில்லெ?"

"எதுக்கு விரட்டினேன்னு தெரிஞ்சுகிட்டே கேக்கறப்ப நான் என்ன பதில் சொல்றது?"

"ஆமாம் – ஏழு வயசுக் குழந்தைக்கே தாள முடியலெ. போதும்டாப்பா விருந்துன்னு அலுப்புப் பிடுங்கு. நாம் சொல்லிக்கலெ. அது சொல்லுது, சொல்லிட்டுப் போகட்டுமே!"

"அதான் சொன்னப்பறம் போச்சொன்னேன்" பர்வதம் சிரித்தாள்.

"எனக்கென்ன தெரியாமலா இருக்கு? வந்த விருந்தை விரட்டிட்டா முடியுமா அதுக்காக?" என்றார் வெங்கிடி சார்.

"வெரட்டணும்னு சொல்லலே... இருந்தாலும் மட்டுப்படுத்திக் கிட்டாத்தான் தேவலாம். அவங்க வரதுக்கு மேலே நீங்க கொந்திக் கொந்தி உபசாரம் பண்றதும், சீராட்றதும் கொண்டாடறதும்..! என்னமோ மாசம் ஐந்நூறு ஆயிரம் நமக்கு வராப்பாலே அவங்க நெனச்சிட்டு 'டேராப்' போடறதும்."

"இது என்னத்துக்குக் கவைக்குதவாத பேச்சு? வர விருந்தை இங்கே யாரும் உள்ள வரப்படாதுன்னு சொல்றதுக்கு தைரியமிருக்கா உனக்கு?"

"ஒளுங்கா கட்சி பேசறதாக நினைப்பா?"

"உனக்கு வெரட்ட தைரியமிருக்கா? – இல்லையா, பேசாம இரு."

"குழந்தைக்குத் தலகாணி இல்லாம ஒரு மாசம் கையைத் தலைக்கு வச்சுப்படுத்த ஆத்தாமை – இப்ப என்ன?"

"பொறந்த நாள்ளேர்ந்து மாசத்துக்கு இருபது நாளு தலைக்கு அண்டை இல்லாமத்தான் படுத்திருக்கு –"

வெங்கிடி சார் கண்ணை மூடிக்கொண்டுவிட்டார். காதுக்கு இமையில்லாததனால்தான் அப்படிச் செய்தார்.

என்னென்னமோ சொல்லிக்கொண்டிருந்தாள் அவள். அவருக்கு மூடின கண் திறக்கவில்லை. விருந்தாக வந்து தங்குகிற உறவு ஜனங்கள் ஏன் இப்படி நின்று திடீரென்று இவளுக்குப் பிரச்னையாகிவிட்டார்கள்? – நாக்கில் பல்லைப் போட்டுப் பேசவே கூசுகிற விஷயமாச்சே!

நொணநொணவென்று அவள் குறைபாட இன்னும் கேட்கிறது.

அவள்தான் என்ன செய்வாள்! இப்படி ஊர் உறவுக்குச் செய்து போட்டு அவள் உடம்பு தேய்ந்துதான் விட்டது. உடம்பைவிட மனசுதான் தேய்ந்துவிட்டிருக்க வேண்டும். ஒரு நாள், கிழமை என்று வந்தால் பார்க்கும்படியாகக் கட்டிக்கொண்டோம் என்பதற்கு இரண்டு நல்ல மாற்றுப் புடவைக்கு வழியில்லை...

அழுகிறதை அழுது தீர்க்கட்டும் என்று கண்ணை மூடி, ஊஞ்சல் கம்பியைப் பிடித்துக்கொண்டே உட்கார்ந்திருந்தார்.

அந்தக் கொடிக்கால் தெரு எண்பது வீடுகளுமே அவர் எப்படி இவ்வளவு சமாளிக்கிறார் என்று ஆச்சர்யப்படுவதுண்டு. தினம் பொழுது விடிந்தால் நாலு இலைக்கு ஆள் வந்த மணியமாகத்தானிருக்கும் வெங்கிடிசாருக்கு. பாண்டு சோகைக்கு வைத்தியம் பார்க்க வருகிற அவருடைய அத்தைமார்கள், வயிற்றுக்கட்டி ஆபரேஷன், பக்கவாதம், உள் நாக்கு வீக்கம், இப்படிப் பலவகை மருத்துவங்களுக்காக வந்து தங்குகிறவர்கள். மாஜிஸ்ரேட் கோர்ட்டில் ஈரங்கிக்கு வருகிற சுற்று வட்ட கிராமங்களில் உள்ள பந்துக்கள் – சாசனம், பரிவர்த்தனை பதிவு செய்ய வருகிறவர்கள் – ரிஷப வாகனம், வெண்ணெய்த்தாழி, புன்னை வாகனம், தேர் என்று வருகிற திருவிழா, நவராத்திரி வேடிக்கை பார்க்க வருகிறவர்கள் –

ஒன்றிரண்டு பேர் ஒருவேசை சேப்பங்கிழங்கையும் நாலு மரக்கால் அரிசியையும் கொண்டு போட்டுவிட்டு, இரண்டு மாசம் இருந்துவிட்டுப் போகிற சாமர்த்தியசாலிகள் –

ஒரு தடவை இந்த அரிசி கொண்டு போகிற சேதி அவர் வரையில் எட்டி அவர் மனைவியைக் கண்ணில் விரலைக் கொடுத்து ஆட்டின ஆட்டலில் பர்வதத்துக்கு, யாராவது விருந்தினர்கள் பெரிய மூட்டையோடு வந்தாலே சிம்ம சொப்பனமாக ஆகிவிட்டது.

இதெல்லாம் சரி, இல்லாதவர்கள், கொஞ்சமாக இருக்கிறவர்கள், போனால் போகிறது. இருக்கிறவர்கள் கூடவா? திலக்குப் பிள்ளைக்கு எழுபது வேலி சொத்து வட்டாறு குடுமுருட்டி பாசனங்களில். மனைவிக்குக் கிறுகிறுப்பு என்று வந்து சேர்ந்தார். இந்த ஊரில் அரண்மனை மாதிரி வீடு கிடைக்கும், இருபது ரூபாய் வாடகைக்கு. ஆனால் வெங்கிடிசார் கொடுத்து வைத்திருக்கிற பொழுது அவருக்கு எப்படி வீடு வாடகைக்கு எடுத்துக்கொண்டு வைத்தியம் பண்ணத் தோன்றும்? எண்ணி நாலு மாசம் இருந்தார். கடைசியில் தங்களை ஆதரவாகக் கவனிக்கவில்லை என்று அவர் மனைவி பட்டம்மாள் பெரியதாகக் குற்றம் சாட்டினதற்கு, மௌனமாக ஆமாம் போட்டுக்கொண்டே போய்ச் சேர்ந்தார்.

"அம்பாரம் அம்பாரமாய் விளையுதே, இந்தக் குழந்தை கையிலே ஒரு பப்புருமுட்டு வாங்கிக் கொடுத்தாளா?" என்று பர்வதம் குழைந்தாள். "ராமா" என்று வெங்கிடிசார் தலையில் கையை வைத்துக் கண்ணை நாலு விநாடி மூடித்திறந்து அப்பால் போனார்.

"இந்தப் பொம்பிளை ஜன்மத்துக்குப் பெரும் போக்கு எப்படா வரும்?" என்று வார்த்தையில்லாமல் தலையில் வைத்த கை சொல்லிற்று.

"இதென்னய்யா வெங்கிடே! இது என்ன சத்திரமா, வீடா? அவதான் என் மனுஷியா, பூதமா – செஞ்சு போடறதுன்னா அவளுக்கு உடம்பிலே திராணி வாண்டாமாங்காணும்?" என்று ஆராமுதுசாரின் தாயார்கூட கேட்டுவிட்டாள். "ரண்டு மாசம் பிறந்த வீட்டுக்கு

அனுப்பி வையுமேங்காணும்" என்று வழி சொல்லிக் கொடுத்துவிட்டுப் போனாள். அவரும் அப்படியே செய்தார்.

ஆனால் அந்த இரண்டு மாதமும் போதும் போதுமென்றாகி விட்டது. ஹோட்டலுக்கு அவர் கூடவே வந்தது அவருடைய விருந்துபசாரம். பர்வதம் இருந்திருந்தால் முக்கால் செலவுதான் ஆகியிருக்கும்!

வெங்கிடிசாருக்கு வீடுமட்டும் இல்லை. வெளியேயும் இந்த மாதிரிதான். ஏதாவது கும்பாபிஷேகம், அன்னதானம், ஆஸ்பத்திரி கட்டுகிறது, பெரியவர்களுக்குப் பணமுடிப்பு அளிப்பது – என்றால் அவரையும் அந்தப் 'பிச்சை'க் கூட்டத்தில் சேர்த்துக்கொண்டேதான் போவார்கள். மூன்றோ, ஐந்தோ தன் பங்குக்குக் கையெழுத்தைப் போட்டுவிட்டு, அவரும் கை ஏந்திக்கொண்டே தெருத்தெருவாய் ஊர் ஊராய் நடந்து வசூல் பண்ணிக் கொடுத்துவிட்டுத்தான் வருவார்.

இதனால் அவரிடம் 'பிரைவேட் ட்யூஷன்' வைத்துக்கொண்ட பையன்கள் பாதிநாள் காத்துக் காத்துவிட்டு வெறுமே திரும்பிப் போவார்கள். கடைசியில் காட்டாள்சாரிடம் ட்யூஷனை மாற்றிக் கொண்டு விடுவார்கள். காட்டாள்சார் காட்டில்தான் இப்பொழுது மழை பெய்கிறது. காலையில் ஆறுமணிக்குப் பிடித்தால் பள்ளிக்கூட நேரம்போக, இரவு பத்து மணிவரை ட்யூஷன் பையன்கள் மணிக்கு ஐந்து, ஆறு பேர் என்று வந்து வந்து நகர்ந்துகொண்டேயிருப்பார்கள். காட்டாள்சாருக்கு வெளியே மட்டும் இரண்டு சம்பளம் கிடைத்துவிடுகிறது.

வெங்கிடிசாருக்குப் 'பொது மனிதர்' என்ற ஒரு கௌரவம்தான் மிச்சம். அதில்கூட மூளியிருந்தது. பணமுடிப்பு வசூல் செய்வதற்கு அவர் ஊர் ஊராக அலைந்தாலும் கடைசியில், அதைக் கூட்டத்தில் அளிக்கிற பெருமை பஞ்சாயத்து பிரெசிடெண்ட் ஒல்லி ராமையாவுக்குத்தான் போகும். பணமுடிப்பு கொடுக்கிறபோது கண்ணைப் பறிக்கும்படியாக மின்னல் போட்டு எடுக்கிற புகைப்படத்தில் ஒல்லி ராமையாவும் பெரிய மனிதரும்தான் விழுந்திருப்பார்கள். பஞ்சாயத்து டவுனில்கூட வாத்தியாருக்கு அவ்வளவுதான் செல்லுபடி!

இத்தனையையும் ஊஞ்சல் சங்கிலியைப் பற்றி நின்றவாறு விட்டு விட்டுப் புலம்பிக்கொண்டிருந்தாள் பர்வதம். அவரும் கண்ணை மூடியும் திறந்தும், இரு கைகளையும் தூக்கிப் பிடரிமீது கோத்தும் மூக்கு மலரப் பெருமூச்சு விடுவதுமாகக் கேட்டுக்கொண்டேயிருந்தார். பதிலே பேசவில்லை.

பர்வதம் நிறுத்தவில்லை, அடுத்த மூச்சைத் தொடங்கினாள். அப்பொழுது இடைக்கழிக்கப்பால் வாசல் தாழ்வாரத்தில் ஒரு குரல் கேட்டது.

"ஐய்யா... ஐ... யா."

அதைக் கேட்டதுமே வெங்கிடி சாருக்கு உடல் பதறிற்று. பர்வதத்துக்கும்தான்.

"ஐ... யா..."

இவ்வளவு தீனமான குரலை அவர் கேட்டதேயில்லை. அந்த ஒரு வார்த்தையை வெளிப்படுத்த அந்த உடல் எவ்வளவு வேதனைப் பட்டிருக்க வேண்டும்!

பர்வதம் சங்கிலியைவிட்டு இரண்டு எட்டு நடந்து எட்டிப் பார்த்தாள். வெங்கிடிசாரும் சரேலென்று ஊஞ்சலிலிருந்து எழுந்து போய்ப் பார்த்தார்.

"ஐ... யா!"

ஒரு பையன். பேசமுடியாமல் பேசினான். தலைமுடி அழகாகக் கத்தரித்திருந்தது. கட்டை குட்டையான உடல். பதினான்கு பதினைந்து வயதிருக்கும். இடையில் ஒரு பழைய பழுப்புநிற டிராயர். உடல் திறந்து கிடந்தது. குழைத்த கறுப்பில்லாமல், துருப்பிடித்த தகரக் கறுப்பு.

"யாருப்பா!" என்று பதறினார் வெங்கிடி.

"பசி ஐ... யா, நாலு நாளா பருக்கைசோறு கிடைக்கலெ..."

நிமிர்ந்து நிற்க முடியவில்லை பையனால்; குரலும் எழும்பவில்லை. கம்மித் தொய்ந்தது. அந்த வார்த்தைகளை நெஞ்சிலிருந்து வெளியே கொண்டுவரக்கூட அவனுக்குத் தெம்பில்லை. பசியின் இவ்வளவு கோர சொரூபத்தைக் கண்டதும், வெங்கிடி சாருக்குக் கைகால் எல்லாம் ஒரு தடவை நடுங்கிற்று.

பையன் கண் செருகிக்கொண்டு நின்றது. புருவத்தைச் சுருக்கி முகம் முழுவதையும் வாட்டியிருந்த பசி நிமிர முடியாமல் உடலைக் கூனாக்கிவிட்டது.

வெங்கிடிசாருக்குக் கண்ணில் தெப்பம் கட்டிற்று. எப்படியோ சமாளித்துக்கொண்டு பர்வதத்தைப் பார்த்தார்.

"இன்னும் சமையலே தொடங்கலியே!" என்றாள் பர்வதம், அவரைப் பார்த்துத் தாழ்ந்த குரலில்.

"இட்லி சுட்டிருந்தியே காலமே!"

"தோட்டி ஒரு நாளாவது இட்லி, ஆப்பம் ஏதாச்சிம் தரப் படாதாம்மான்னு கேட்டுக்கிட்டேயிருந்தான். அவனுக்கு நாலைக் கொடுத்துப் பாத்திரத்தை ஒழிச்சேன், நீங்க வரதுக்கு முன்னாலே. அப்புறம் அம்மங்கா மகன் பழையது சாப்பிட்டுப் போச்சு."

"என்ன இப்படி எல்லாத்தையும் துடைச்சு வச்சிட்டே?" என்று சிணுங்கினார். அலமாரியிலிருந்த வெற்று சாக்கேலட் டப்பாவைத் திறந்து பார்த்தார். சில்லறையாகப் பதினாலணா இருந்தது. எட்டணாவை எடுத்து, "கடைத்தெரு மூணு பர்லாங் இருக்கு. ஓட்டல்லே சாப்பிட இது பத்தாது. ரொம்ப தூரம் நடக்கணும், வெயில் வேற, உனக்கு ஏதாவது... ம்... ம்?" என்று பையனிடம் கொடுத்தார்.

வாங்கிக்கொண்ட பையன் குனியமுடியாமல் தரைமட்டம் குனிந்து கும்பிடு போட்டான். இது வேறா? வெங்கிடி அதைப் பார்க்க முடியாமல்

வெங்கிடிசார் ஏன் ஓடினார்!

முகத்தைத் திருப்பிக்கொண்டார். உள்ளே வந்து திரும்பிப் பார்த்தார். பையன் கூனிக்கொண்டே மெள்ளப் படியில் நடக்கலானான்.

சத்து மாவையாவது கரைத்துக் கொடுத்திருக்கலாம். காசை மட்டும் கொடுத்தனுப்பிய வேதனையில் இருப்புக்கொள்ளாமல் வாசலைப் பார்க்க நடந்தார். படியில் நின்று பார்த்தார். அவனா அது? வேறு யாருமில்லை. மேற்கே போகிறவன்தான்.

என்ன இது? அவனா இவன்!

பையன் முதுகு விறைக்க விடுவிடுவென்று நடந்துகொண்டிருந்தான். நல்ல பலசாலிகள், முண்டர்களுக்கிருக்குமே அந்த மாதிரி முதுகு. இவனா பசியில் உயிர் போகத் துடித்தவன்! அட களவாணித் தறிதலை!

"தம்பி!" என்று உரக்கக் கூப்பிட்டார்.

பையன் சடக்கென்று திரும்பினான். திரும்புவதில்தான் என்ன சுறுக்கு! குதிரை திரும்புகிற மாதிரி இருந்தது.

"இங்க வாடா?"

"ய் யான்?"

"இங்க வாடான்னா?"

"எதுக்கு?"

"இங்க வாடா சொல்றேன்."

பேசாமல் நின்றான் பயல்.

"என்னடா நிக்கிறியே. இப்படி வாடாங்கறேன்."

பையன் வரவில்லை. வெங்கிடிசாருக்கு கை, காலெல்லாம் ஆவேசம் பரந்து. ரத்தம் முகத்திற்கு ஏறி கண்கள் ஜொலித்தன.

"தடித் திருட்டுப்பயலே. இங்க வாடாங்கறேன், ஏன் என்று கேட்டுகிட்டா நிக்கிறே?" என்று ஒரே பாய்ச்சலாகப் பாய்ந்தார்.

பையன் எடுத்தான் ஓட்டம். வெங்கிடி சார் துரத்திக்கொண்டு ஓடினார். பையன் பறக்கிற மாதிரி ஓடினான். என்ன வேகம்! நல்ல முண்டன்.

"பிடிங்க அந்தப் பயலை" என்று தெருக்கோடியில் நின்ற ஒரு ஆளைப் பார்த்து ஜாடை காட்டிக் கத்தினார் வெங்கிடி சார். அவன் பயலைப் பிடிக்கப் போனான். பையன் நழுவிட்டு சாலியத் தெருவில் புகுந்துவிட்டான்.

"விசுவம், சித்தே ஓடேன். அந்தப் பயலைப் பிடி சொல்றேன். இதோ சாலியத் தெருவிலே ஓடறான்" என்று கோடி வீட்டில் திண்ணையில் உட்கார்ந்து வாசித்துக்கொண்டிருந்த ஒரு பையனைக் கூப்பிட்டார் அவர்.

உடனே புஸ்தகத்தை அப்படியே ஜன்னல் வழியாக உள்ளே எறிந்துவிட்டு ஓடினான் விச்வம்.

தி. ஜானகிராமன் சிறுகதைகள்

சாலியத் தெருவுக்குள் இருவரும் ஓடினார்கள். சற்று நின்று திரும்பிப் பார்த்த பையன், மறுபடியும் ஓட ஆரம்பித்தான். தைக்கால் தெரு, வாணக்காரத் தெரு, குயத்தெரு என்று இப்படி ஓடினான். வெங்கிடி சாரால் ஓட முடியவில்லை. சிறு ஓட்டமாக ஓடி பெருநடையாக நடந்து ஒரு வீட்டு வாசலில் பந்தல் நிழலில் நின்றார். மேல்மூச்சு வாங்கிற்று. பத்து நிமிஷம் கழித்து விச்வம் வெறும் கையோடு திரும்பி வருவதைப் பார்த்தார்.

"அந்தப் பயலை பிடிக்க முடியலே சார். என்ன ஓட்டம் ஓடறான்! வாய்க்கால் தெருவுக்குள்ளாக ஓடினான். ரெட்டியார் ரைஸ்மில் வழியாக ஓடினான். அப்படியே ஓடி மறைஞ்சிட்டான், பஸ் ரோடு திருப்பத்திலே. சிட்டாப் பறக்கறான் சார்! என்னாலே முடியலெ. என்ன சார் – எதையாவது திருடிட்டானா சார்?" என்று நிதானமாகக் கேட்டான் விச்வம்.

வெங்கிடிசார் விவரமாக விஷயங்களைச் சொன்னார்.

"எட்டணாத்தானே சார். தொலைந்தது சார். தலை முழுகி விடுங்க" என்றான் பையன்.

"அது தெரியும்டா எனக்கு. அந்தப் பய என்னை அழவச்சிட்டான். அப்படி ஏமாத்துறான். உசிரு போயிடறாப்பலல்ல பசி பசின்னு வேஷம் போட்டான். அப்புறம் வெளியிலே வந்து பார்க்கறப்ப, சும்மா நாற்காலி முதுகு மாதிரி முதுகை வளைச்சு வெறச்சிட்டுல்ல போறான்."

விச்வம் சிரித்தான்.

எதற்காகச் சிரிக்கிறான் இங்கிதம் தெரியாமல்? ஆறாவது பாரம் படிக்கிறானாம்! போத்து மாதிரி வளர்ந்திருக்கிறான். மண்டைக்குள் ஏதாவது இருந்தால் இப்படிச் சிரிப்பானா? இந்தக் காலத்துப் பிள்ளைகளே இப்படித்தான் இருக்கிறதுகள்.

"சரி, நீ போய்ட்டு வா. நான் இப்படி கடைத் தெருவுக்குப் போய்ட்டு வரேன்" என்று அவனை அனுப்பிவிட்டு நடந்தார் அவர்.

அவருக்கு இன்னும் ஆத்திரம் அடங்கவில்லை. வாய்க்கால் கரைத் தெரு வழியாக நடந்து ரெட்டியாரின் நெல்லுமிஷின் பக்கம் போய் சற்று ஒதுக்கமாக நின்றார். விச்வம் ஓட்டத்தைக் கைவிட்டுவிட்டு திரும்பின இடம் இதுதான். ரெட்டியார் மில்லுக்குப் பக்கத்தில் ஒரு பெட்டிக் கடை – சற்று உள்ளடங்கினாற் போல இருக்கும். அதன் சார்ப்பில் இருந்து ஒரு விசுப்பலகையில் உட்கார்ந்து, கடன் சொல்லி இரண்டு பூவன் பழமும், லைம் ஜூஸும் வாங்கிச் சாப்பிட்டார். உட்கார்ந்திருந்தார்.

இவருக்கு லேசாக ஒரு நம்பிக்கை, பயல் இப்படி போனாலும் போகலாம் என்று. கடைத் தெருவுக்கு இப்படித்தான் நடந்து போக வேண்டும். எட்டணாவை வேறு எங்கே செலவழிப்பது?

பெட்டிக்கடை ஒரு நிமிஷம் சும்மா இல்லை. உப்பு, மண்ணெண்ணெய், வெற்றிலை பாக்கு, மிளகாய், பீடி, கத்தைப் புகையிலை, கடலை, எள்ளுருண்டை, ஸ்லேட் குச்சி – இப்படி ஏதாவது வியாபாரம் நடந்து கொண்டேதானிருந்தது. பார்க்கப் பார்க்க விநோதமாயிருந்தது. 'நாம்கூட இந்தமாதிரி ஒரு இடத்தில், மூன்று சாலைகள் கூடுகிற இடத்திற்கருகில்

வெங்கிடிசார் ஏன் ஓடினார்!

பெட்டிக்கடை வைத்தால், எதிரே கண்ணுக்கெட்டின வரை பசபசவென்று பரந்துகிடந்த வயல் காட்சியையும், தென்னந் தோப்புகளையும், மேகங்களையும், இளங்காற்றையும் ரசித்தாற்போலிருக்கும்; தொழிலுக்குத் தொழிலுமாச்சு, என்று அவருக்குத் தோன்றிற்று.

"ஒரு கலர் சோடா கொடுங்கய்யா – கோலி பாட்டில்" என்று ஒருவன் வந்தான். கடைக்காரர் கலரை எடுத்தார்.

வெங்கிடி கவனித்துப் பார்த்தார். அதே பயல்தான்! கண்டு கண்டாக சதை. நெருங்கிக் கத்தரிக்கப்பட்ட தலைமுடி. அவன் இந்த வழியாகப் போகலாம் என்றுதான் அவர் நினைத்தார். ஆனால் இந்தக் கடைக்கே வந்து சிங்கத்தின் வாயிலே நேராக விழுவான் என்று அவர் எதிர்பார்க்கவில்லை.

"ஆம்பிட்டுக்கிட்டியா?" என்றார். அவன் திரும்பினான், அவரைப் பார்த்தான், உடனே ஒரே பாய்ச்சலாக வெளியே பாய்ந்து ஓடினான்.

பயல், ஸ்டேஷன் சாலையில் திரும்பி ஓடினான். நல்ல தடிப்பயல், பதினைந்து வயதாயிருந்ததால் மார்பின் இரு பாரிசமும் எஃகுப் பட்டம் தைத்தாற் போலிருந்தது.

திரும்பித் திரும்பிப் பார்த்துக்கொண்டே ஓடினான். அவன் எத்தனை தூரம் ஓடினாலும் சரி இன்றைக்குப் பிடித்துவிடுவது என்று ஓடினார். வெங்கிடி சார் தலை தெறிக்க ஓடினார். அவனைப் பிடி என்று சொல்ல அங்கு ஆள் இல்லை. மூச்சைக் கையில் பிடித்துக்கொண்டு ஓடினார். ஏதோ கல் இடறவே, மடேர் என்று விழுந்தார். நாலு தடவை உருண்ட பிறகுதான் அவர் உடம்பு நின்றது.

முழங்கால், தோளெல்லாம் சிராய்த்துவிட்டது, அடியில்லை. வலியில் முழங்கை துடித்தது, தரை தாக்கிய அதிர்ச்சியில் கண்ணில் பொறி பறந்தது.

அந்தப் பயல் தூர நின்று சிரித்தான். கவனித்தான். பேசாமல் நின்றான். பின்பு என்ன நினைத்துக்கொண்டானோ! திரும்பி வந்தான். வீசி அந்த எட்டணாவை அவர் முகத்தைப் பார்க்க எறிந்தான். ஓடியே போய்விட்டான்.

வெங்கிடிசார் காசை எடுத்தார். பரதைப் பயலே என்று கத்தினார். எழுந்தார். சுற்றும் முற்றும் பார்த்தார். சாலையிலே அந்தக் காசை வீசி எறிந்தார். விந்தி விந்திக்கொண்டே ஜில்லா போர்டு ஆஸ்பத்திரியை நோக்கி நடந்தார்.

ஆனந்த விகடன் தீபாவளி மலர், நவம்பர் 1961

கோதாவரிக் குண்டு

பழைய பேப்பர்க்காரன் தராசு தெய்வீகக் கொல்லன் கைவேலை. ஆனையை வைத்தால் ஆறு பலம் காட்டும். ஆறுமாசத் தினசரிக் காகிதம் எந்த மூலை? கண்ணில் விளக்கெண்ணெய் போட்டுக்கொண்டு இப்பால் அப்பால் திரும்பாமல் தவம் புரிந்து முள்ளைப் பார்த்துக் கொண்டிருந்தேன்.

"அம்மா இருக்காளோ?" என்று அந்தச் சமயம் பார்த்துக் குரல் கேட்டது. நிமிர்ந்தேன். காதுக்குக் காது புன்னகை நீள அந்த அம்மாள் நின்றுகொண்டிருந்தாள். பெயர் கங்காவோ, கோதாவரியோ – சரியாக ஞாபகம் இல்லை. ஏதோ நதியின் பெயர்தான். இடுப்பில் எதையோ இடுக்கி, அதை முந்தானையால் மறைத்துக்கொண்டிருந்தாள்.

"உள்ளே இருக்கா – போங்கோ" என்றேன். கச்சம் ஆட கூடத்தைக் கடந்து போனாள் அம்மாள்.

தராசு முள்ளைப் பார்த்தேன். தெய்வீக முள்ளாயிற்றே அது! அறுபது காகிதமானால் என்ன? அரைக் காகிதமானால் என்ன? நடுநிலை பிசகுமோ? – ஹும் நமக்கென்று சொந்த மாகத் தராசு வைத்துக்கொள்ள எப்போது காலம் வரப் போகிறமோ, கை வரப்போகிறதோ, ஈசுவரா!

கடைசி வாக்கியத்தை வாயைவிட்டே சொல்லி விட்டேன். இப்படி ஏமாறுவதை எந்தப் புழுதான் சகிக்கும்?

"சாமி! இந்தத் தராசைப் பார்த்து இப்படிச் சொல்றீங் களே. எளுதின கார்டுக்கும் எழுதாத கார்டுக்கும் வித்தியாசம் காட்டும் சாமி. உங்களுக்குச் சந்தேகமா இருந்தால் கடையிலே போய் ஒரு தராசை வாங்கிட்டு வாங்க ... என்னாத்துக்குப் பொல்லாப்பு?"

கடைக்குப் போக ஏது நேரம்? அதுவும் காலையில் ஒன்பதரை மணிக்கு வியாபாரத்தைக் கவனிப்பானா, தராசைக் கடன் கொடுப்பானா கடைக்காரன்? இன்னும் அரைமணிக்கூட இல்லை, ஆபீசுக்குக் கிளம்ப. குளித்துச் சாப்பிட்டாகவேண்டும்! ஏதாவது காசைக் கண்ணால் பார்த்தால் போதும் போலிருக்கிறது. இல்லாவிட்டால் ஞாயிற்றுக்கிழமையை விட்டு 'வீடு போ போ, ஆபீஸ் வா வா' என்கிற வியாழக்கிழமையாகப் பார்த்துப் பழைய காகிதம் விற்க உட்காருவானேன்! இருள் இரண்டு மூன்று உருவத்தில் பயமுறுத்துகிறது. மின்சார பில் கட்டும் கடைசித் தேதி கடந்து இரண்டு மாதங்களாகிவிட்டன. இன்று கட்டாவிட்டால் இருள் கவிந்துவிடும். 'தக் தக் தக்'கென்று குதித்து, ஏற்றின ஒரு நிமிஷத்தில், அணைந்துவிடுகிற அரிக்கேன் விளக்கோடு போராட முடியாது. பெண் முகத்தைத் தூக்கிக்கொண்டு உள்ளே உட்கார்ந்திருக்கிறாள். பள்ளிக்கூடம் போக மாட்டாளாம். ஏதோ சாமியாருக்கு எட்டணாக் கொடுக்க வேண்டுமாம். இது வாரப்பிடுங்கல், கொடுக்கிற சம்பளம் பற்றாதென்று, போன மகான்களின் பேரையெல்லாம் சொல்லிக்கொண்டு வரிவைக்கிற கான்வென்ட் பள்ளிக்கூடத்துப் பிடுங்கல். எட்டணா இல்லாமல் இன்று அவள் அமைதியைக் காண முடியாது.

ஆறு மாசத் தினசரித் தாள்கள், வாரப் பத்திரிகைகள் எல்லாமாகப் போட்டு ஆறரை ரூபாய் வந்தது.

"எத்தனை கொடுத்தான்?" என்று பேப்பர்க்காரன் போன கையோடு வந்தாள் கௌரி.

"ஆறரை ரூபாய்."

"ஆறுமாசப் பேப்பருக்கா?"

"இப்ப ஏன் பதர்றே! அவன் இருக்கிற போதுன்னா பதறியிருக்கனும்."

"நான் உள்ளே பேசிண்டிருந்தேன்!"

"அப்ப இங்கே வந்து பேசாதே."

"பேசலெ, எனக்கு இரண்டு ரூபாய் வேணும்."

"இரண்டு ரூபாயா! என்னத்துக்கு?"

"வேணும்."

"எலெக்ட்ரிக் பில் மூணே கால் ரூபாய்; உன் பொண்ணுக்கு எட்டணா. உனக்கு இரண்டு ரூபா. மீதி முக்கால் ரூபா வச்சிண்டு நான் என்ன பண்ணுவேன்? டிபன், வெத்திலை சீவல், பஸ்ஸு!"

"டிபன் கட்டிவச்சிருக்கேன் – மிளகு அவல் பண்ணி."

"காப்பி?"

"தர்மாஸ் பிளாஸ்கிலே போட்டு வைச்சிருக்கேன்."

"வெத்திலை பாக்கு?"

தி. ஜானகிராமன் சிறுகதைகள்

"அதுவும் மடிச்சு வைச்சிருக்கேன்."

"சரி, வியாழன், வெள்ளி, சனி, மூன்று நாட்கள் பஸ்ஸுக்கு ஆச்சு, திங்கட்கிழமை என்ன பண்றது?"

"அதுக்கு இப்ப என்ன? அப்புறம் பார்த்துக்கலாம்."

"எப்படி பார்த்துக்கிறது?"

"பாட்டுக்கார சுப்பிரமண்யய்யரைப் போய்க் கேட்கிறது."

ஸப்த நாடியும் ஒடுங்கிவிட்டது எனக்கு. என் வாயை மூடி முத்திரையிடப் பாட்டுக்கார சுப்பிரமண்யய்யரின் பெயரைக் கௌரி உபயோகிக்கிற வழக்கம் இரண்டு வருஷங்களாக வலுத்துவருகிறது. பாட்டுக்கார சுப்பிரமண்யய்யர் தொள்ளாயிரத்து ஐம்பத்தாறாம் வருஷம் பத்து ரூபாய் நாளைக்குக் கொடுப்பதாக வாங்கிப்போனார். நாளைக்கு என்று மனச்சுவரில் செதுக்கிவிட்டுப் போய்விட்டார். கடன் கேட்காது போச்சு என்பார்களே என்று தொள்ளாயிரத்து ஐம்பத்தொன்பதாம் வருஷத்திலிருந்து அவரைக் கேட்கத் தொடங்கினேன். ஓடி ஒளிந்தார், குழைந்தார், கெஞ்சினார். காசை மட்டும் இளக்கினபாடில்லை.

கடையில் ஒருநாள் வந்தார். 'தலைவாசல்' ஆபீசில் மானேஜர் உங்களுக்கு வேண்டியவாளாமே. என் பையன் படிப்பை முடிச்சுட்டான். ஒரு வருஷமாச்சு. நூறு மனுப் போட்டாச்சு. வேலை கிடைக்கலே ... நீங்க அவர்களைப் பார்த்து ..." என்று கெஞ்சினார். 'சரி' என்றேன். இப்போது நான் அவரைக் கண்டு ஓடி ஒளிந்துகொண்டிருக்கிறேன். "அந்தத் தலைவாசல் மானேஜரை ..." என்று என் தலையைக் கண்டதுமே ஆரம்பித்துவிடுகிறார். அவருடைய குடுமியையும், பச்சை சைக்கிளையும் ஒரு மைலுக்கு அப்பாலே அடையாளம் கண்டு என் கால் மிக அருகேயுள்ள சந்தில் பதுங்கிவிடுகிறது. "அந்த ... தலைவாசல் மானேஜரை" என்று மனசில் குரல் எழுந்து விரட்டுகிறது.

"ஏதுக்கு இரண்டு ரூபாய் உனக்கு?"

"கங்காபாய் கேட்கிறா ... இப்படி வாங்கோ" என்று குரலை உயர்த்தினாள் கௌரி.

கங்காபாய் வந்தாள். இரட்டை நாடி சரீரம். தலையில் பாதி நரை. இடையில் கச்சம்போட்ட புடவை. கழுத்தில் கருக மணி. தலையை வாரிப் பின்னிப் பின்னால் சக்கரக் கட்டு கட்டியிருந்தது. வயது ஐம்பது இருக்கும். முந்தானையிலிருந்து ஒரு வெங்கலப் பானையை எடுத்து முன்னால் வைத்தாள்.

"இந்தக் கோதாவரிக் குண்டை வச்சிண்டு இரண்டு ரூபாய் கொடுக்கச் சொல்றா" என்றாள் கௌரி.

கோதாவரிக் குண்டு பெரிய குண்டு. பட்டணம் படியால் இரண்டு படி அரிசி வடிக்கலாம். புளி போட்டுத் தேய்த்துப் பளபளத்தது.

"நீங்கதானே இரண்டு மாசம் முன்னால் ஒரு ரூபாய் வாங்கிண்டு போனது ஒரு வெங்கலப் பானையை வச்சு?"

"ஆமா. அது நாச்சியார் கோயில் போனி. ஒரு படி பானை!"

"அதையே இன்னும் மீட்டுக்கலையே!"

"ஒரு மாசத்திலே இது, அது இரண்டையும் மீட்டுக்கறேன். இப்ப எனக்கு ரொம்ப முடை."

நான் அரைமணி முன்னால்தான் அந்த நாச்சியார் கோயில் பானையைப் பார்த்தேன். சமையல் உள் அலமாரிக்கு மேல் மாம்பலகை பரண்மீது அது கவிழ்த்து வைக்கப்பட்டிருந்தது. இரண்டு மாசமாகத் தினமும் அதைப் பார்த்து வருகிறேன். பிள்ளையார் சதுர்த்தியன்று இரண்டு மூன்று விருந்தினர்கள் வந்தபோது கௌரி அதை எடுத்து உலைவைத்த ஞாபகம்கூட வருகிறது.

"இரண்டு மாசமாச்சு. ஒரு ரூபாயைக் கொடுத்துச் சின்னப் பானையை மீட்க முடியலே. இது வேறேயா?"

"நீங்க ஒன்றும் வித்தியாசமாக நெனச்சுக்கப்படாது. இன்னும் பதினைஞ்சு நாளிலே நான் வந்து இரண்டையும் மீட்டுண்டு போகலேன்னா, ஏன்னு கேளுங்கோ."

"வாண்டாம்மா ... நீங்க பேசாமல் எடுத்துண்டு போங்கோ ... இங்கேயே முடை கழுத்தைப் பிடிக்கிறது. ஒண்ணும் சௌகரியப் படாது."

"நீங்க அப்படிச் சொல்லப்படாது."

"சொல்லப்படாதுன்னா! நீங்களே தானே பார்த்துண்டிருந்தேள், பேப்பர்க்காரன்கிட்ட போட்டுட்டு வாங்கினத" என்று குளிப்பதற்காகக் கொல்லைப் பக்கம் நடையைக் கட்டிவிட்டேன். ஒரு நிமிஷத்துக்குள் அங்கே வந்து சேர்ந்துவிட்டாள் கௌரி.

"இரண்டு ரூபாய் இல்லேன்னா ஒரு ரூபாயாவது கொடுங்கோங்கறா..." என்று இழுத்தாள்.

"ரூபாயும் கிடையாது; பீப்பாவும் கிடையாது."

"ரொம்பக் கெஞ்சறான்னா."

"நான் யார்கிட்டே கெஞ்சறதுன்னேன்..." என்று உருட்டி விழித்தேன். "நாலு மணிக்கு ஒரு டீ சாப்பிடுவோம்னா வெறும் பையிலே கையை விட்டு ஆட்ட வேண்டியிருக்கு. ஒரு ரூபாய் கடன் கொடுக்கிறாளாம். இப்ப ஒன்னும் கேட்காதே. நாழியாச்சி குளிக்கணும்."

குளித்துவிட்டு வந்த பிறகும் கங்காபாய் கூட்டிலேயே நின்று கொண்டிருந்ததைப் பார்த்தேன்.

முகத்தைச் சிணுங்கிக்கொண்டே அடுக்களைக்குள் திரும்பிவிட்டேன்.

"என்ன?"

"ஏன் இப்படி எரிஞ்சு விழணும்? இல்லாமதானே வந்து கேக்கறா."

"இங்கேயே இல்லே."

தி. ஜானகிராமன் சிறுகதைகள்

"ம்க்கும், இல்லே, அவ என்ன வெறுமே கேட்கிறாளா? ஈடு வச்சுத் தானே கேக்கறா. இன்னிக்குக் கடைத்தெருவுக்கு எடுத்திண்டுபோய்க் கேட்டால் முப்பது ரூபா விலை சொல்லுவான் இந்தக் கோதாவரிக் குண்டுக்கு. அதை வைச்சு ஒரு ரூபா கேக்கறாள்னா ஒருத்திக்குத் தலைபோகிற முடையாகத்தானே இருக்கும்."

"ஆமாமா."

"உங்களுக்கு இரக்கமே கிடையாதுன்னா பாட்டுக்கார சுப்ரமண்யய்யர்னா பத்தும் இருபதுமாகத் தூக்கிக் கொடுத்துட்டு அலையலாம். தேமேன்னு பாவம், ஏழே மூணு வீசை வெங்கலத்தை வச்சு ஒரு ரூபாய் கேக்கறது... அதுக்கு இவ்வளவு மாலாசு பண்ணத் தெரியறது."

பளிச்சென்று முடிவுக்கு வந்துவிட்டேன். "இத பாரு, வேணும்னா ஒரு ரூபா வாங்கிண்டு போகச் சொல்லு, அதையும் பத்து நாளிலே திருப்பிக் கொடுத்திடணும்" என்று ரூபாயைக் கொடுத்தேன்.

கூடத்துக்குப் போனவள் இரண்டு நிமிஷங்கள் கழித்துத் திரும்பி வந்தாள். கையில் பளபளவென்று கோதாவரிக் குண்டு மிளிர்ந்தது.

"சேட்டுக் கடையிலே வச்சா பத்து ரூபாய் கொடுப்பான் இதுக்கு. தெரியுமோல்லியோ?" என்று அதைக் கீழே வைத்துத் தூக்கியும் சுற்றியும் குழந்தையைக் கொஞ்சுகிறாப்போல் பார்த்தாள் கௌரி.

"ம்... ம். பத்து ரூபா கொடுப்பான். வட்டியும் பதினைஞ்சு ரூபா வாங்குவான்."

"பாவம். என்ன கஷ்டமோ தெரியலை. இதை வச்சு ஒரு ரூபாய் வாங்கிண்டு போறதே. அகமுடையான் வழியாயிருந்தான்னா இப்படிக் கஷ்டப்படுமோ பாவம்..."

"தத்தோஜி ராவ் அப்படி ஒன்றும் வழியில்லாத ஆளில்லை. அவரும் ஏதோ சம்பாதிக்கத்தானே செய்யறார்."

"இதென்ன சம்பாத்தியம் சாகபட்சி மாதிரி! போய், ஓடியாடி முண்டியடிச்சுச் சம்பாதிக்கணும். இவாளுக்குத் துவரம் பருப்பே ஒரு மூட்டை வேணுமே மூணு மாசத்துக்கு."

"அவர் புத்தி, படிப்புக்கு அவ்வளவுதான் முடியும்."

எனக்குப் பரிமாறும்போது கோதாவரிக் குண்டைத் திரும்பித் திரும்பிப் பார்த்துக்கொண்டிருந்தாள் கௌரி. நவராத்திரி வருகிறது. ஒன்பது நாட்களில் ஒரு நாளாவது அதை அடுப்பில் வைக்காவிட்டால் அவளுக்கு அமைதி வராது.

ஆபீஸ் போகும்போது கொங்கணேசுவரன் கோவில் வாசலைப் பார்த்துக்கொண்டே போனேன். வழக்கம்போல் தத்து அங்கே உட்கார்ந் திருந்தார். முகத்தில் என்றும் மாறாத புன்சிரிப்பு. தத்துவைப் படத்தில் எழுதிப் பார்க்க வேண்டும். முகமும் உடலும் அவ்வளவு அமைப்பு. இரண்டு பகுதியாக விரிந்து தெரியும் மார்பு. குழந்தை வயிறு. அகன்ற தோள். நடுத்தர உயரம். முகத்திலும் பழைய பீஷ்வாக்களைப் போல ராஜகளை. தொங்கு

மீசை. ஐம்பத்தைந்து வயதிருக்கும். ஆனால் நாற்பது வயதுதான் மதிக்கலாம். ஒரு நரை காண முடியாது. கங்காவுக்கு ஐம்பது வயது என்பது பார்த்த மாத்திரத்தில் தெரியும். அவள் கணவர் என்ற உறவினால்தான் அவருக்கு வயது ஐம்பதுக்கு மேல் என்று ஊகம் செய்ய முடிகிறது. இல்லாவிட்டால் நாற்பதுதான் மதிப்பு.

கொங்கணேசுவர் கோயில் திண்ணையைவிட்டு அசையமாட்டார் தத்து. அங்கே வந்துதான் அவரை அழைத்துப் போவார்கள், அவர் இனத்தைச் சேர்ந்த புரோகிதர் யாராவது. புரோகிதத் தொழிலுக்கான படிப்போ, நெட்டுருவோ தத்துவுக்குத் தெரியாது ... சும்மா எடுப்பாளாகத்தான் போவார். ஓர் அணா இரண்டு அணா தட்சிணைக்குக் கை நீட்டுவார். சாப்பிடச் சொன்னால் சாப்பிடுவார். கோயில் திண்ணைக்கு வந்து கால்மேல் கால் போட்டுத் தொங்கு மீசையைப் பாம்பு விரலால் கோதிக்கொண்டே உட்கார்ந்துவிடுவார்.

இரவு வேளைகளில் எங்காவது மடத்தில் பஜனை நடந்தால் ஒரு மிருதங்கத்தை வலது கையால் அணைத்துக்கொண்டு போவார். 'திம் திம் தரு திம் திம் தரு' என்று ஒரு சொல்லை வைத்துக்கொண்டே எல்லாத் தாளங்களும் வாசித்துவிடுவார் ... அதைத்தவிர 'தகஜுணு தொம்' என்று மூன்றுமுறை திருப்பி மோரா வைப்பார். மற்றபடி தாளத்தைப் பற்றி ஒரு பாவமும் தெரியாது. ஆனால் நாத்தில் மட்டும் ஒரு சுகம் இருக்கும் – அவருடைய புன்சிரிப்பைப் போல.

மனுஷனுக்குக் கோபமே வராது. திட்டினாலும் புன்சிரிப்புதான், வேகமாக நடக்கமாட்டார். வியக்கமாட்டார். அதிர்ந்து பேசமாட்டார்.

கோவிலுக்குப் பத்து வீடு தாண்டி அவர் வீடு, சொந்த வீடுதான். வாடகை கொடுத்து எப்படிக் கட்டுப்படியாகும் அவருக்கு? தலைமுறை தலைமுறையாக வந்த வீடு. ஆனால் வீடு என்று கண்டுபிடிக்க ஓர் அளவாவது ஆராய்ச்சி ஞானம் வேண்டும். தெருவைவிட நாலு அடி உயர்ந்திருந்த ஒரு பெரிய மேடை பெரிய வீட்டின் அடித்தளமாக ஒரு காலத்தில் இருந்திருக்க வேண்டும் அது. அந்த மேடையின் பின்கோடியில் கறுப்பும் நரையும் ஓடிய ஒரு சுவர் தெரியும். வீடு இருந்ததன் கடைசிச் சின்னமும் அத்தாட்சியுமாக இருந்த ஒரே அறையின் சுவர் அது. அதில்தான் கங்காபாய் சமையல், தூக்கம் முதலிய காரியங்களைச் செய்துகொண்டு மற்ற பொழுதுகளில் அந்தப் பெரிய மேடையைக் கடந்து வந்து தெருவில் இறங்கும் படியில் உட்கார்ந்திருப்பாள். நான் அந்த வீட்டைக் கடக்கும்பொழுது அவள் கையில் ஏதோ பொட்டணத்துடன் அறைக் கதவைத் திறந்துகொண்டிருந்தாள் ... நாம் கொடுத்த ஒரு ரூபாய் வீண்போகவில்லை. ஏன் இவ்வளவு அற்பத்தனமாக மல்லுக்கு நின்றோம், கேவலம் இந்த ஒரு ரூபாயைக் கொடுக்க! எனக்கே ஏன் என்று புரியவில்லை. மனிதனுக்கு அற்பத்தனம் வர நேரம் போது ஏது?

கங்காபாயின் புடவையில் கண்ணுக்குத் தெரிந்து பதினைந்து ஒட்டுக்களாவது இருக்கும். தத்தோஜியின் பஞ்சகச்சத்தில் அதற்குக் கூடுதலாக நாலு இருக்குமே தவிரக் குறைவாக இராது. நல்ல வேளையாகத் தத்து சாப்பாடே வேலையாக இருக்கிற ஒரு தொழிலைச் செய்ய

ஆரம்பித்தாரே – அதுவரையில் அதிர்ஷ்டம். அந்த வேலைக்குக் கூலி கூட உண்டு. ஆனால் அதுகூட இப்போது நலிந்துவிட்டது. புரோகிதர்களுக்கு முன்மாதிரியெல்லாம் சாப்பாடு யார் போடுகிறார்கள்? ஒரு சடங்கு என்றால் வேட்டி துண்டு வாங்குவதும் மலையேறிப் போய் விட்டது. இல்லாவிட்டால் தத்துவின் வேட்டி வேட்டியாயில்லாமல் சல்லடையாக இருப்பானேன்? மந்திரம் தந்திரம் தெரிந்த புரோகிதராக இருந்தாலாவது ஏதோ காலத்தை ஓட்டலாம் என்ற நம்பிக்கைக்கு இடமிருக்கும். வெற்று ஆளுக்கு என்ன பயன்?

படைத்தவன் வயிற்றுக்குப் படைக்காமலா இருப்பான் என்று ஏன் வேதாந்தம் பேசுகிறார்களோ, தெரியவில்லை. வயிற்றுக்குப் படைக்கிற வெண்கலப் பானையே அடுக்குக்குப் பெயர்ந்துவிட்டது.

ஒரு ரூபாய் கொடுக்க ஏன் இவ்வளவு தகராறு செய்தோம்? கோதாவரிக் குண்டே இல்லாமல், ஒரு ரூபாய் ஏன் கொடுத்திருக்கக் கூடாது?... எப்பொழுதும்போல் என் பின்புத்தி இந்தக் கேள்விகளைக் கேட்டுக்கொண்டேயிருந்தது.

கங்காபாயைப் பார்த்த இடங்களெல்லாம் ஞாபகத்துக்கு வருகின்றன. எங்கே கலியாணம், எங்கே அன்னதானம், எங்கே சமாராதனை என்று போய்விடுவாள். சின்னதோ பெரியதோ எந்தக் கலியாணமாயிருந்தாலும், சம்பந்திகள், பிரமுகர்கள், நண்பர்கள் இந்தக் கூட்டமெல்லாம் சாப்பிட்டும் என்று அடிவண்டல் பந்திக்காகத் திண்ணையில் காத்துக் கொண்டிருக்கிற கும்பலில் கங்காபாய் ஒரு பூனா டம்ளரோடு உட்கார்ந்திருப்பாள். கோவிலில் நவராத்திரி சமாராதனை என்றால் அங்கே அவளை முன்பந்தியில் பார்க்கலாம். ஒன்றும் கிடைக்காவிட்டால் ஏதோ அவலோ, பொரியோ இடித்துக் கறுப்புத் தகர டப்பாவில் போட்டு விற்க வந்துவிடுவாள். இன்று அதற்குக்கூட வழியில்லை போலிருக்கிறது.

தத்துவின் முப்பாட்டன்மார்கள் அரண்மனையில் புரோகிதம் செய்தவர்களாம். இந்த நாச்சியார் கோவில், கோதாவரிக் குண்டுகளெல்லாம் அந்தக் காலத்தில் சேர்த்த சொத்தாகத்தானிருக்க வேண்டும். தத்துவின் படிப்புக்கு இருப்புச் சட்டிகூட தானம் கொடுக்கமாட்டார்கள். அவ்வளவு மட்டமாகக் கொடுக்கவும் தோன்றாது, அவரைப் பார்த்தால். ஆள்தான் மீசையும் பளபளப்புமாக ராஜ கம்பீரமாக இருக்கிறாரே. அப்பனே! ஏழையாகத்தான் படைத்தாயே! கெச்சலா, கருவலாக, நாய் பிடுங்கினாற் போல் படைக்கப்படாதோ! இப்படியா வாட்டசாட்டமாக, மீசையும், வடிவுமாகப் படைக்க வேண்டும்! தானம் கொடுக்கிறவனுக்குக் கொஞ்சமாவது இரக்கம், அனுதாபம் வரவேண்டாம்! அச்சாரம் கொடுத்துப் பண்ணினாற்போலப் படைத்துவிட்டு, அதிர்ஷ்டத்தையும் புத்தியையும் கழிதுவிட்டு... சை! கடவுள் இவ்வளவு சராசரிக்குக் குறைவான படைப்பாளியா?

"என்னய்யா! பிரமாத யோசனையா இருக்கு இன்னிக்கு! என்னமோ சுவரைப் பார்க்கிறீர்! தரையைப் பார்க்கிறீர்! கொஞ்சம் எழுதறீம்! நிற்கிறீம்!" என்று கத்தினான் சிரஸ்தார் பக்கிரிசாமி.

"ஒன்றுமில்லை. நீ உன்னுடைய வேலையைப் பாரு!"

"என்ன சொல்லேன்! நானும் தெரிஞ்சுக்கறேன்!"

"தெரிஞ்சு என்ன பண்ணப் போறே? இந்தாடாப்பா கஷ்டப்படாதேன்னு பத்து ரூபாயைத் தூக்கி கொடுத்திடப்போறியா?"

"ஓகோ – அப்படியா சமாசாரம்! என்னா இப்படி? தேதி பத்துதானே ஆச்சு! அதுக்குள்ளியும் அள ஆரம்பிச்சிட்டியே. ஏன்பா! எனக்குப் பத்தும் அஞ்சும் கொடுக்க இயலாது. இரண்டு நாள் பொறுத்துக்க! நானும் அப்ப உன்னோட சேர்ந்து அளுவறேன்!"

"ஏன்! நீ நியூஸ் பேப்பர் எல்லாம் மாசா மாசம் போட்டுடறியோ!"

"ஓகோ! அதுவும் ஆயிடிச்சா? பலே ஆளுடாய்யா!" மத்தியானம் மிளகு அவல் சாப்பிடுகிறாற்போல் கூட இல்லை.

வழக்கம்போல் ஆபீஸ் கடையைக் கட்ட ஆறு மணியாயிற்று. மத்தியான டிபனை ஜாடராக்னி துரும்பை எரிக்கிறாற்போல் எரிந்து விட்டு, வயிற்றில் குமைந்தது. மணிக்கூண்டு ஹோட்டலை நினைத்துக் கொண்டு நடந்து வந்தேன். ஹோட்டலுக்குள் நுழையப் போகிற சமயம், ஹோட்டல் வாசலிலிருந்து வெற்றிலை பாக்குக் கடைக்கு முன்னால் நின்று மேல்நோக்கி மணிக்கூண்டின் முள்ளைப் பார்த்துக்கொண்டிருந்தார் தத்தோஜி—மீசையும் ஒட்டுப் போட்ட பஞ்சகச்சமுமாக. காரும், பஸ்ஸும் நடையுமாக உலகம் தெற்கேயும் வடக்கேயும் விரைந்துகொண்டிருந்தது. தத்து சாவகாசமாக நின்று மணி பார்த்துக்கொண்டிருக்கிறார். மணி பார்க்கும்படியாக என்ன அவசரம் அவருக்கு? இல்லை மணிக்கூண்டு என்ற அதிசயத்தைத்தான் வியந்துகொண்டிருக்கிறாரா?

"என்ன ராயர்வாள்!" என்று கூப்பிட்டேன். ஏதோ சிறு கருணை வெள்ளம் என் மனதில் ஊற்றெடுத்த சமயம் அது.

தத்து திரும்பினார். என்னைப் பார்த்தார். புன்சிரிப்பைப் பெரிது பண்ணினார். "கோடி வீட்டு சாரா! நமஸ்காரம் சார். பேட்டியே கிடைக்கமாட்டேங்கிறதே" என்று அருகே வந்தார்.

"எங்கே இவ்வளவு தூரம்! மணி வேறு பார்க்கிறீர்! என்ன சேதி?"

"சும்மாத்தான் வந்தேன். வீட்டிலே வரச்சொன்னாள்."

"யாரு?"

"என் சம்சாரம். பயாஸ்கோபுக்குப் போயிருக்கா – மூணு மணி ஆட்டத்துக்கு. ஆறேகால் மணிக்கு வருவாளாம். முடிஞ்சா வந்து அழைச்சிண்டு போங்களேன்னாள். அதுதான் இப்படி வந்தேன்."

"சினிமாவுக்கா போயிருக்கா?"

"ஆமா – இந்தக் கொட்டகையிலேதான்..."

"நீங்க போகலியா?"

"ஒரு டிக்கட்டுக்குத்தான் காசு இருந்தது. அதுவே சான்ஸாகத்தான் அவளுக்குக் கிடைச்சுதாம்."

"அதுக்காக நீர் கூடப் போக வேண்டாமோ..?"

"இல்லே சார். சொல்றேன், கேளுங்களேன். காலமே ரெட்டிப் பாளையத்திலேந்து மல்லிகைப்பூ கொண்ணாந்தா ஒரு பொம்பிளை. பெரட்டாசி மாசம் மல்லிகைப்பூ வர்றது ரொம்ப அபுருவம் இல்லியா? என் சம்சாரம் சடக்குனு ஒரு சேர் வாங்கிப்பிட்டா, தலைப்பிலே பூவைக் கொட்டிக்கிட்டு உள்ளே போய்ப் பாத்திருக்கா. சில்லறையில்லை. காலமே பூவை வாங்கிப்பிட்டு திருப்பிக் கொடுப்பாங்களோ? பக்கத்து வீடங்கள்ள கேட்டிருக்கா. கிடைக்கல்லெ. அப்புறம் ஏதோ பாத்திரத்தை எடுத்துக்கிட்டு ஒரு வேண்டியவா வீட்டிலே வச்சு, ஒரு ரூபா வாங்கிண்டு வந்தா. மல்லிப்பூ பத்தணாத்தான், மீதி ஆறணா இருந்தது. என்ன செய்யலாம்னு கேட்டா, புதுப்படம் இன்னிக்கு வருதாமே. பார்த்திட்டு வாயேன்னேன். சரின்னு புறப்பட்டு வந்தா, அழைச்சிண்டு போகணும்!"

'அட துடகாலிகளா?' என்று கத்த வாயெடுத்தேன்.

'வாயை மூடு – அரசிக குடுக்கை' என்று யாரோ பல்லைக் கடிக்கும் குரல் கேட்டது. யார் என்று திரும்பிப் பார்க்கவில்லை. குரல் என் உள்ளேயிருந்து கேட்ட குரல்தான்.

'புத்தி புத்தி' என்று மனசு கன்னத்தில் போட்டுக்கொண்டது.

"காப்பி சாப்பிடலாம், வரீரா?" என்றேன். தத்தோஜி மறுக்காமல் வந்தார்.

வீட்டுக்குப் போனபோது, கௌரியின் தலையில் மல்லிகைச்சரம் மோகன வேடு கட்டியிருந்தது, 'உங்களுக்குன்னு கொண்டுவந்தேன் மாமி' என்று கங்காபாய் கொடுத்துவிட்டுப் போனாளாம்.

ரெட்டிப்பாளையம் மல்லிகைப் பூவின் வாசனை உலகத்தில் வேறு எந்த மல்லிகைக்கும் கிடையாதே, அப்பா! என்ன மணம்!

கல்கி தீபாவளி மலர், நவம்பர் 1961

சக்தி வைத்தியம்

குழந்தை வாசலிலிருந்து ஓடிவந்தான். தலை தெறிக்கிற ஓட்டம், வழக்கம்போல. ஆனால் வழக்கம்போலக் கத்தவில்லை; காதைக் கிழிக்கவில்லை. வீட்டுக்குள் வரும் பொழுது எப்படிச் சத்தம் போடாமல் வரமுடிந்தது! அவன் வாய் திறந்தால் நம் காது கிழியும், ஏதோ மரியாதையாக மிகையாகச் சொல்லவில்லை. நூறு சில்வண்டுகள், நூறு அணில்கள், நம் தோளில் வந்து உட்கார்ந்து கத்துகிற தொண்டை அது. இந்த ஐந்து வயதில், மூன்று அடி உயரத்தில், இந்த ஒல்லியில் எங்கிருந்து இந்தக் குரல் வருகிறதோ!

"வந்துட்டானா ராக்ஷசன்?" என்று பள்ளிக்கூடத் திட்டு, தெருத் திட்டுக்கு அரண்டு முகத்தில் கடுகு பொரிய, திகில் சுளிக்க மூலையை நோக்கி ஒடுங்கி நகர்வாள் மாமியார்.

"பாபா ப்ளாக் ஷீப்," இல்லாவிட்டால் "ஹிக்கோரி டிக்கோரி டாக்" என்று ஒரு பாட்டைப் பாடிக்கொண்டு, அவன் ஓடிவரும்போது பீங்கானில் ஆணியை அழுத்தி உராய்கிற இனிமை, எனக்கு, மாமியாருக்கு, கைக்குழந்தைக்கு எல்லாருக்குமே பாயும்.

"ப்லாக்காயுமாச்சு, சீப்புமாச்சு, இதபாரு, அப்படியே கொல்லையிலே ஓடு. காலைக் கையை அலம்பிண்டு, பேசாம புஸ்தகத்தை எடுத்து வச்சுக்கோ, என்மேலே வந்து பட்டியோ, உன் காலை ஒடிச்சு வச்சுப்பிடுவேன். ப்லாக்காயாம் சீப்பாம்! நல்ல பாட்டுடீ இது. நாங்களாம் படிக்கிறச்சே ஆடுமயிலேறி விளையாடுன்னு சொல்லிக்கொடுப்பா. தொரை பொண்ணு மங்களம் பாடித்துன்னா, ஒரு நாள் முழுக்கக் கேட்டுண்டிருக்கலாம். என்னமோ ப்லாக்காயாம் சீப்பாம், டாக்காம், கரியாம் – என்ன பாட்டுடீ இது!" என்று கடுகுப் பொரியலில் ஒரு சிரிப்பு வேறு வரும் மாமியாருக்கு.

"எங்க டீச்சர் சொல்லிக் குடுத்தா" என்று முதுகு விரைக்க அவள் முன்னால் நின்று விழியை உருட்டி ஒரு கத்துக் கத்துவான் அவன்.

"வாழ்ந்தா அவ! சரி போ, என் மேலே படாதே. இன்னும் பலகாரம் பண்ணலே. மேலே பட்டியோ, முழுகறத்துக்கும் த்ராணியில்லே."

"வெந்நீர் போட்டுக் குளியேன். வெவ்வவ்வே!"

"ச்சீ போ, அழுகு, வேற, மகாலட்சணமாயிருக்கே, பாரு, ரெட்டை மண்டையும் குச்சிக் காலுமா –"

"பாபா ப்ளாக் ஷீப்" என்று அவள் காதில் (மேலே படாமல்) கத்தி விட்டு, கொல்லைப் பக்கமாக ஓடுவான்.

அவன் உள்ளே வந்தால் அப்படிக் குலை நடுங்கத்தான் நடுங்கும். எதை உடைக்கிறானோ, எதை மேலே வீசுகிறானோ சொல்லமுடியாது. அப்படி உடைந்த கண்ணாடிகள், சீப்புகள், பொம்மைகள், ஸ்லேட்டுகள், பேனாக்கள், பாத்திரங்கள், பாட்டில்கள் – எல்லாம் ஒரு குழந்தைப் பண்ட எக்ஸிபிஷனில் வைக்கக் காணும். டமார் என்று கதவைச் சாத்துதல், கருங்கல்லால் அண்டாவில் கோவில் மணி அடிக்கிற ஓசை, அவர் செருப்பு ஜோடியில் ஒன்று அடுக்களையிலும் ஒன்று வாசல் நாரத்த மரத்தடி யிலும் கிடப்பது. இரவு முழுவதும் பகல் பஞ்சத்தைப் போராடத் தொட்டி நிறைய நிரப்பியிருக்கும் தண்ணீரை அடைத்திருக்கும் துணிக்கிழிசையைப் பிடுங்கிவிடுவது – இதெல்லாம் யார் செய்யப்போகிறார்கள், அவனைத் தவிர? போன மாதம் அவருடைய சிநேகிதர் தம் மூன்று வயசுப் புதல்வியை முதல் முதலாக அழைத்துவந்தார். அவளைச் சற்று நேரம் நின்று பார்த்தவன் என்ன தோன்றிற்றோ, அவள் காதண்டை போய், "பாபா ப்ளாக் ஷீப்" என்று கத்தினான். அவ்வளவுதான், அரண்டுபோய் வீல் என்று ஒரு சத்தம் போட்டு, அழத் தொடங்கிற்று. அதைச் சமாதானப்படுத்த வாசலில் போன நண்பர், வாசலிலேயே அவரோடு பேசிவிட்டுப் போய்விட்டார். தனக்கு இருக்கிற குரல் போதாதென்று. ஊதல்கள், கிலுகிலுப்பைகள் வேறு கொண்டுவருகிறான்.

இவன் எப்படிச் சத்தம் போடாமல் ஓடி வருகிறான்? கவனித்தேன்.

"என்னடா!"

"எங்க டீச்சர் வராம்மா" என்று ஒடுங்கி நின்றான். வெறும் ஒடுக்க மில்லை. உடல் கொள்ளாத ஒரு பூரிப்பு. ஓர் அச்சம். ஒரு மரியாதை.

வாசலைப் பார்த்தேன். உயரமாக அந்த உருவம் செருப்பைக் கழற்றாமலேயே கூடத்தை நோக்கி வந்தது.

"வாங்கோ!"

"நமஸ்காரம்" என்று சொல்லிக்கொண்டே வந்தாள் 'டீச்சர்'. சொல் என்னவோ நமஸ்காரந்தான். ஆனால் இங்கிலீஷ்காரி சொல்லுகிற மாதிரி இருந்தது. வந்தாள். நல்ல உயரம். அதனால் சிறிது வளைவுகூட இங்கிலீஷில் இஜிட் எழுத்தைச் சற்று உயரமாகப் போட்டார்போல அல்லது தமிழ்க் கேள்விக்குறி போல, கவிகள் பார்த்தால் கொடி என்று சொல்வார்கள்.

"உட்காருங்கள். சௌக்கியமா?"

சக்தி வைத்தியம்

"ஓ! சும்மாத்தான் வந்தேன். குழந்தைகளின் பெற்றோர்களை அடிக்கடி பார்க்கிற வழக்கம். அதுதான் சும்மா பொதுவாகப் பார்த்து விட்டுப் போகலாம் என்று வந்தேன்." (அந்த அம்மாள் இங்கிலீஷில் பேசுகிறாள். அதனால்தான் கொஞ்சம் இலக்கண சுத்தமாக மொழி பெயர்த்து எழுத முயலுகிறேன். தவறு இருந்தால் என் குற்றம்.)

"கொஞ்சம் காபி சாப்பிடறேளோ?"

"பரவாயில்லை. நன்றி."

"ஸ்க்வாஷ்?"

"ஓ நோ. தாங்க் யூ."

"கொஞ்சூண்டு?"

"டோண்ட் பாதர் – பரவாயில்லை." (மொழிபெயர்க்க மறந்து விட்டது. போனால் போகிறது. இது உங்களுக்குப் புரியும்.)

"என்ன ராமன்? எப்படி இருக்கிறாய்? என்ன செய்துகொண்டிருக்கிறாய்?"

"ஒன்றுமில்லை டீச்சர்" என்று இங்கிலீஷிலேயே பதில் சொல்லி விட்டு நின்றான் அவன்.

"குழந்தை எப்படி இருக்கான்? நன்னா வாசிக்கிறானா?"

"அதைப் பற்றித்தான் உங்களிடம் பேசவேண்டும் என்று வந்தேன்."

"தாராளமாகச் சொல்லுங்கள். சரியா இருக்கானோ இல்லையோ கிளாஸிலே?"

"ம் . . !" என்று இழுத்தாள் டீச்சர்.

"உங்கள் அபிப்பிராயம் என்ன அவனைப் பத்தி?"

"அவனைப் பற்றிய அபிப்பிராயத்தைவிட உங்களைப் பற்றிய அபிப்பிராயம் என்ன என்று கேட்க வேண்டும், நீங்கள்!" என்று புன்முறுவலித்தாள் டீச்சர்.

எனக்குத் திக்கென்றது.

"என்ன?"

"குழந்தைகளை இன்னும் நன்றாக வளர்க்கக் கற்றுக்கொள்ள வேண்டும் நீங்கள்."

"என்னது?"

"ஆமாம்."

"என்னையா சொல்கிறீர்கள்?"

"உங்களையே தான் சொல்கிறேன் ... ஏன் இப்படி ஆச்சரியத்தில் ஆழ்ந்துவிட்டீர்கள்?"

அவள் சொன்னதுபோல், நான் ஆச்சரியத்தில் தொப்பென்று விழுந்து தான் கிடந்தேன். திடீரென்று அவள் என்னை அதில் தள்ளி விட்டுவிட்டதால் எழுந்துகொள்ள முடியவில்லை. முயன்றுகொண் டிருந்தேன். அதனால்தான் என் வாயிலிருந்து பதிலும் வரவில்லை.

சற்று நேரம் சூனியத்தைப் பார்த்துக்கொண்டிருந்தேன். நான் முன்னால் ஆச்சரியப்பட்டது வேறு எதையோ பற்றி. அவளைக் கண்டு தான் முதல் ஆச்சரியம் தோன்றிற்று. டீச்சர் இங்கிலீஷை இங்கிலீஷ்காரி மாதிரியே பேச முயன்று அதில் வெற்றியும் அடைந்திருப்பதைக் கண்டு தான் எனக்கு முதல் வியப்பு. இங்கிலீஷ் பாஷையைப் பேசும் மரியாதைகள் ஒன்றைக்கூட அந்த அம்மாளின் சற்று உலர்ந்து வரி விழுந்த, ஆனால் சிவப்பேற்றிய உதடுகள் விட்டுவைக்கவில்லை. டபிள்யூ முதலில் வரும் வார்த்தைகளுக்கு உதட்டைக் குவித்தும், 'வி'க்கு விரித்தும், 'அ'வுக்கும் 'ஓ'வுக்கும் இடையேயான விசித்திர ஒலிகளுக்கும் 'அ'வுக்கும் 'ஏ'க்கும் இடையேயான இன்னும் விசித்திர ஒலிகளுக்கும் ஈடு கொடுத்தும் அவள் பேசின திறமையைக் கண்டுதான் முதலில் வியந்தேன். இவள் எங்கே இந்த நாகரிக பாஷையை இந்த நாகரிக அசைவுகளுடன் பேசக் கற்றாள்! நான் படித்தது குளத்தங்கரை உயர்தரப் பள்ளியில். என் வாத்தியாரம்மாக்களுக்கு இதெல்லாம் தெரியாது. பணக்கார வீட்டுக் குழந்தைகளுக்குக் கொஞ்சம் அதிகச் செல்லம் சலுகை கொடுப்பார்கள், நாடகம் போட்டால் அந்த குழந்தைகளைத்தான் சேர்த்துக்கொள்வார்கள். பெரிய இடம் என்று நாலு மார்க்குக் கூடப் போட்டு முதலிடத்துக்குத் தள்ளிப் பரிசுகளைத் தலையில் கட்டுவார்கள். ஆனால் இப்படியெல்லாம் பேசி அவர்கள் ஆச்சரியப்படுத்தினதே இல்லை.

டீச்சரம்மா பேசின முறை போக, இப்பொழுது பேசின விஷயம் என்னைத் திகைக்க வைத்துவிட்டது. அந்த அம்மாள் சொன்னதைக் கேட்டு மண்ணை உண்ட ரவிவர்மா கண்ணனைக் கண்ட யசோதை மாதிரி நான் வாயகல உட்கார்ந்திருந்தேன்.

ஆச்சரியத்திலிருந்து சற்றுத் தள்ளாடி எழுந்து சொன்னேன். "எனக்கா குழந்தை வளர்ப்புத் தெரியாது என்று சொன்னீர்கள்?"

"ஆமாம். அப்படிச் சொல்ல எனக்கு வருத்தமாகத்தான் இருக்கிறது."

"எனக்குக் கல்யாணம் 1948இல் நடந்தது. அப்பவே பிடிச்சுக் குழந்தை வளர்ப்புத்தானே தொழிலா வச்சுண்டிருக்கேன்? ஆறாவது பாரம் பாஸ் பண்ணின அடுத்த வருஷம் கல்யாணம் ஆச்சு. அதிலேருந்து இதே தொழில்தான். இதிலே மூணு அதிலே மூணு உண்டாகி வளத்துண்டு வரேன். பெரியவன் அடுத்த வருஷம் எஸ்.எஸ்.எல்.சி. எழுதப் போறான்; புல்லாங்குழல் சொல்லிக்கிறான். ரெண்டாவது பொண்ணு; எட்டாங் கிளாஸ் படிக்கிறா. தியாகராஜ கீர்த்தனை அறுபதும் தீக்ஷிதர் கீர்த்தனை பத்தும் பாடம் அவளுக்கு. மூணாவது பையன்; அவன் ஆறாம் கிளாசு; கடம் சொல்லிக்கிறான்; அடாளத்திலே திச்ரம் பண்ணி வாசிக்கிறான். நாலாவது பொண்ணு, நாலாம் கிளாசு. நாலு வர்ணம் பாடம் பண்ணி விட்டாள். அஞ்சாவது இந்தப் பயே; உங்க சிஷ்யன். அரைக் கிளாசுதான். மாடு வாலை உசத்திண்டு ஓடராப்பல நேத்திக்கு ஒரு படம் போட்டான்.

நெஜமா ஓடறாப்பலவே இருந்தது. ஆறாவது இதோ இந்தப் பொண்ணு. இதுவும் நன்னாத்தான் இருக்கும்மு நெனக்கிறேன். நீங்கதான் சொல்லுங்க ளேன், இந்தக் குழந்தை அழகா, கழுக்கு முழுக்குன்னு இருக்காலி யான்னு" என்று கைக்குழந்தையைப் பார்த்தேன். பார்த்துக்கொண்டே மேலும் சொன்னேன்; "எங்க புவனேச்வரி திருக்களப் பதிகம் சொன்னான்னா மனசெல்லாம் உருகும். நீங்க கேட்டிருக்கேளோ!"

"என்னது!"

"திருக்களப்பதிகம் சம்பந்தர் பாடினது."

"யாரு சம்பந்தர்?"

"திருஞானசம்பந்தர் தெரியாது? நாயன்மார் –"

"கேள்விப்பட்டிருக்கிறேன். பன்னிரண்டு பக்தர்கள் என்பார்களே."

"அவர்கள் ஆழ்வார்கள். இவர் அறுபத்து மூவரிலே ஒருத்தர். அவர் பாடினது திருக்களப்பதிகம். அதைப் படிச்சா மனசு சிதறாமல் ஒரு இடத்திலே நன்னாக் குவியும்னு வடிவேலுன்னு ஒருத்தர் சொன்னார். அதை நானும் படிச்சு, புவனாவுக்கும் சொல்லிவச்சேன். அவ சொல்லிக் கேட்கணும் அதை. சொல்லச் சொல்லட்டுமா? ... புவனா!"

"ஓநோ – டோண்ட் பாதர், எனக்கு நேரமாகிவிட்டது. குழந்தையைச் சிரமப்படுத்த வேண்டாம்."

"புவனா பாட்டுக் கிளாசுக்குப் போயிருக்காம்மா" என்றான் பையன்.

"நீங்க அவ பாடறதைக் கேட்டேன்னா என்னைப் பத்திய உங்க உங்க அபிப்பிராயத்தை மாத்திக்குவேள்."

"எங்களுக்கும் குழந்தை வளர்ப்பைப் பற்றித் தெரியும்மா" என்றாள் டீச்சர். அவள் முகம் லேசாகச் சிவந்தது. ரோஷச் சிவப்போ என்னவோ, அவள் பயிற்சிக் கல்லூரியில் படித்த படிப்பு, பயிற்சியெல்லாம் அந்தச் சிவப்புக்குள் நீரோட்டமாகத் துடிப்பது போலிருந்தது.

"உங்களுக்குத் தெரியாதென்று சொல்லவில்லையே நான். தெரியும்னுதானே இந்த உத்தியோகம் உங்களுக்குக் கொடுத்திருக்கா?"

"நீங்கள் அதையாவது ஒப்புக்கொண்டீர்களே; ரொம்ப நன்றி."

"ஆனா, எங்களுக்கு இருக்குன்னாத்தான் நீங்க ஒப்புக்க மாட்டே ளாக்கும்?" என் குரல் சூடேறித்தான் கிடந்தது. ஆறு குழந்தைகளை ஆளாக்க அல்லில்லை, பகலில்லை. அப்படி ஓடிந்திருக்கிறேன். விசுக்கென்று இவள் எதையோ சொல்லிவிட்டால், சூடேறாமல் என்ன செய்யும்?

ஆனால் அவள் விருந்தினள் என்ற ஞாபகம் திடீரென்று வந்தது. வந்த ஒரு நிமிஷத்துக்குள் நாம் சண்டையை வளர்ப்பானேன்? ஏன் பொம்மனாட்டி ஜன்மங்களுக்கு இந்த முயலுக்கு மூணுகால் வைக்கிற பிடிவாதம் போகமாட்டேன்கிறது..? பாவம் ஏதோ, குழந்தை திருந்த வேண்டும் என்று சொல்லத்தானே வந்திருக்கிறாள்?

குரலை மாற்றிக்கொண்டேன்.

"நான் என்னமோ சொல்கிறேன்னு நெனச்சுக்க வேண்டாம். உங்க மாதிரி நாங்களள்ளாம் விசேஷமா இருக்குன்னு படிச்சதல்லே. அதனாலே பல விஷயம் தெரியாமல் இருக்கலாம். குழந்தை எப்படி இருக்கான்? நன்னாப் படிக்கிறானா?"

"படிப்பெல்லாம் பரவாயில்லை. படிப்பைப் பற்றி நாங்கள் அவ்வளவாகக் கவலைப்படுவதில்லை. பையனுடைய நடத்தை, குணம், ஒழுங்கு – இவைதான் முக்கியம் எங்களுக்கு."

"ஏன், அதெல்லாம் சரியாயில்லையா?" என்று திரும்பிப் பார்த்தேன். பையனைக் காணவில்லை. புரிந்துகொண்டானோ, இல்லை, என்ன நினைத்துக்கொண்டானோ, எங்கேயோ நழுவிவிட்டான். கொல்லைப் பக்கமா வாசல் பக்கமா என்றுகூடத் தெரியவில்லை.

"சரியாயில்லை என்றும் சொல்ல முடியாது. நன்றாகப் படிக்கிறான்; எழுதுகிறான். ஆனால் குழந்தைகளெல்லாம் அவனைக் கண்டால் அப்படியே சப்தநாடியும் ஒடுங்கிப்போய்விடுகின்றன. போனவாரம் ஒரு குழந்தையினிடம் விடுவிடுவென்று ஓடிவந்தான்; மார்பில் குத்தி விட்டான். இன்றைக்குக் காலையில் மோட்டார் கம்பெனி மானேஜிங் ரைட்டர் சோப்ராவின் குழந்தை மாடிப்படியில் நின்றுகொண்டிருந்தது. அப்படியே பின்னாலிருந்து தள்ளிவிட்டான். நல்லவேளையாக மாடிப்படி ஏறி வந்துகொண்டிருந்த பியூன் சட்டென்று குழந்தையைத் தாங்கிக்கொண்டான்."

எனக்குத் தலை சுற்றியது. நெற்றி புடைத்துக்கொள்கிற மாதிரி இருந்தது. அந்தப் பயல் சமயம் பார்த்து ஓடிவிட்டானே. பிடித்தாவது இழுத்து வந்து வெந்நீர் அடுப்பு விசிறிக் காம்பை அவன் முதுகில் ஒடிக்க வேண்டும்!

"அட ராட்சசா!" என்றேன், என்னை அறியாமல்.

"உங்களுக்கே தாங்கவில்லை, பார்த்தீர்களா?"

"சில சமயம் தாங்கத்தான் முடியவில்லை."

"நான் சொல்கிறபடி செய்கிறீர்களா?"

"செய்யறேன்."

"மாசம் முப்பது ரூபாய்க்கு மேல் செலவாகாது."

"ஹாங்! மாசம் முப்பது ரூபாயா!"

"முப்பது ரூபாய் என்று மலைக்க வேண்டாம். அதற்குத் தகுந்த பலன் கிடைக்கும்.

கோவில் மணி அடிக்கிற ஓசை ...

"மாசம் முப்பது ரூபாய் செலவழிச்சு என்ன பண்ணணும்?"

"நிறையக் காகிதம் வாங்கிக் கொடுக்க வேண்டும். சாதாரணக் காகிதம், ட்ராயிங் காகிதம், முரட்டுக் காகிதம், வழவழக் காகிதம், மஞ்சள் காகிதம், நீலக் காகிதம், சிவப்புக் காகிதம், பச்சைக் காகிதம், ஊதா காகிதம், ஆரஞ்சுக் காகிதம், வெள்ளைக் காகிதம், கறுப்புக் காகிதம், கால் பவுண்டு அட்டை, அரைப் பவுண்டு அட்டை, ஒரு பவுண்டு அட்டை – இதெல்லாம் நிறைய நிறைய நிறைய வாங்கிக் கொடுக்க வேண்டும்" என்று டீச்சர் கையை ஆட்டியும், முகத்தில் வகைக்கு ஒரு பாவத்துடனும் ஆர்வமாக, உற்சாகமாகச் சொல்லிக்கொண்டிருந்தாள். அவள் சொல்லும் பொழுதே அத்தனை காகிதங்களையும் கூடம் முழுவதிலும் அடுக்கிவிட்டாற்போல இருந்தது எனக்கு. ஆகா! எத்தனை வர்ணங்கள் எத்தனை வகைகள்! என்ன வழுவழுப்பு? எத்தனை அளவுகள்!

"இத்தனைக்கும் மாசம் முப்பது ரூபாய் போதுமா?"

"போதாவிட்டால் அப்புறம் பார்த்துக்கொள்கிறது!"

"சரி இத்தனை காகிதமும் எதற்கு?"

"புரியவில்லையா? இப்பொழுதுதானே நீங்களே சொன்னீர்கள். உங்கள் பையன் மாடு ஓடுகிறாப் போலவே நேற்று ஒரு சித்திரம் போட்டானென்று? சித்திரம் அவனுக்கு இயற்கையாக வருகிறது. அதைப் போட்டுக்கொண்டே இருக்க வேண்டும்."

"எதுக்கு?"

"இனர்ஜி, இனர்ஜி – சக்தி – உங்கள் குழந்தை உடம்பில் அவ்வளவு சக்தி இருக்கிறது. அதெல்லாம் செலவழிய வேண்டும். இல்லாவிட்டால் உங்களையே பிடித்து வாசற்படியிலிருந்து தள்ளிவிடுவான்; அல்லது கிணற்றில் நீர் மொள்ளும்போது இழுத்துத் தள்ளிவிடுவான்."

"நல்ல வேளையாக இங்கே கிணறில்லை."

"இத்தனை காகிதமும் அவன் கவனத்தை இழுத்துக்கொண்டிருக்கும்."

"நாலு நாளில் அவனுக்கு இந்த வேலை அலுத்துவிட்டால்?"

"விறகு கிறகு உடைக்கச் சொல்லுகிறது."

"இங்கே கரியடுப்புத்தானே எல்லாத்துக்கும்? விறகைப் பார்த்தா வீட்டுக்காரன் விரலை ஒடிச்சுப்பிடுவானே!"

"அது சரி. ஆனால் குழந்தைக்குச் சித்திரம் அலுக்காது. அப்படி வேறு செயல் வேண்டுமென்றால் ஒரு மணிக்கு ஒரு தடவை, அவனைக் கூப்பிட்டு உன் பலம் கொண்ட மட்டும் இரைந்து கத்துடா என்று கத்தச் சொல்ல வேண்டும். சேர்ந்து கிடக்கிற சக்தியெல்லாம் செலவாகிவிடும்."

"டீச்சரம்மாவைக் கண்டதுந்தான் இப்படி நின்றான். இல்லா விட்டால் இரும்புக்காது இருந்தால்தான் இந்த வீட்டில் உயிரோடு இருக்கலாம்."

"நான் எது சொன்னாலும் ஆட்சேபம் சொல்கிறீர்களே!"

"நான் முப்பது ரூபாய்க்கு எங்கே போவேன்? இந்த அரைக்கிளாசுக்கு மாசம் இருபது ரூபா சம்பளம் நீங்க நடத்தற பள்ளிக்கூடத்துலேதான் வாங்கறேன். ஏதோ பெரிய மனுஷாள்ளாம் நடத்தறேளே, நன்னாகத்தான் இருக்கும்ணு அதைத் தூக்கி இதிலே போட்டு இதைத் தூக்கி அதிலே போட்டு, எப்படியோ சம்பளத்தைக் கட்டிண்டு வரேன்."

"அவ்வளவு சிரமமாயிருந்தால் வேறு முனிசிபாலிட்டிப் பள்ளிக்கூடம், இல்லை, அந்த மாதிரி சாதாரணப் பள்ளிக்கூடத்திலே சேர்த்திருக்க வேண்டும் நீங்கள்."

"அதுதான் நியாயம். ஆனால் மனசு கேட்கிறதா? பணக்காரர்கள் மாதிரி இருக்கணும்ணு ஆசை சித்தைக்கொரு தடவை மனசிலே பூந்து ஆட்டி வக்கயறதே. அவா மாதிரி நாமதான் இல்லே. நம்ம குழந்தைகளாணும் அவா குழந்தைகள் படிக்கிற இடத்திலே படிச்சா, பிற்காலத்திலேயாவது அப்படி ஆகலாம்ணு ஒரு நப்பாசை, சொப்பனம். அதனாலே செஞ்சு பிட்டேன். இந்த அரைக் கிளாசுக்கு இனாமாச் சொல்லி வைக்கிற பள்ளிக்கூடம் இருக்கு. ஒரு ரூபா இரண்டு ரூபா வாங்கிண்டு சொல்லிக் கொடுக்கிற பள்ளிக்கூடம் இருக்கு. இருபது ரூபா பள்ளிக்கூடத்திலே சேர்த்துடறதுன்னு சேர்த்து, பல்லைக் கடிச்சுண்டு இருக்கேன். இந்த ஊரிலே ஒரு ஆபரேஷனுக்கு ஆயிரம் ரெண்டாயிரம், கண்ணாலே பார்க்கறதுக்கு இருபத்தஞ்சு அம்பதுன்னு வாங்கற டாக்டர்லாம் இருக்காளாமே, அந்த மாதிரின்னா இருக்கு நீங்க சொல்ற வைத்தியம்! நியாயமா சம்பாதிச்சு, கேட்ட வரியை ஒழுங்காக் கொடுத்திண்டிருக்கிற வாளுக்கு இப்படியெல்லாம் பணத்தைக் கொட்ட முடியுமோ?" – என் குரலில் முன்னே இருந்த கோபம் இல்லை. விஷயத்தில்தான் கோபம். குரல் காக்காய்கள் கொத்தின கழுகு மாதிரி துவண்டு கிடந்தது.

"உங்களைப் பார்த்தால் ரொம்பப் பரிதாபமாயிருக்கு."

"எனக்கே என்னைப் பார்த்தா அப்படித்தான் இருக்கு. இந்த அஞ்சு வயசுக் குழந்தை விறகாவது உடைக்கட்டும், வாங்கிக் கொடுக்க லாம்னா அதுக்கும் இல்லாம இப்படியா வீடு வாய்க்கணும்?"

"நான் வரேம்மா. ரொம்ப நன்றி."

"எதுக்கு?"

"நான் சொல்ற யோசனைகளைக் கேட்கவாவது கேட்டீர்களே. நான் வருகின்றேன்" என்று புன்முறுவலுடன் விடைபெற்று வெளியேறி னாள் டீச்சர் அம்மா.

விசிறிக்காம்போடு காத்திருந்தேன். ஆனால் அந்தப் பயலை அடிக்க முடியவில்லை. எங்கிருந்தோ ஒரு பெரிய அட்டைப்பெட்டியை இரு கைகளாலும் அணைத்துக்கொண்டு வந்தான். நாலு வீடு தள்ளி நந்தியாவட்டை மரம் மூன்றை வெட்டிவிட்டார்களாம். கட்டடம் கட்டுவதற்காக எதிரே இருந்த ஓர் அட்டைப் பெட்டியை இரவல் வாங்கி அந்தப் பூக்கள் அத்தனையையும் பறித்து வந்துவிட்டானாம். "நிறைய இருக்கும்மா. மாலை கட்டிச் சாமிக்குப் போடலாம். அப்புறம் நீ புவனா, பவானி எல்லாரும் வச்சிக்கலாம்மா" என்றான். சிரிப்புத்தான் வந்தது எனக்கு.

சக்தி வைத்தியம்

ஒரு வாரம் கழித்து, கடுதாசி ஒன்றைக் கொண்டுவந்து, "கையெழுத்துப் போட்டுக் கொடம்மா" என்றான் அவன். உற்றுப் பார்த்தேன்.

"ஏண்டா, போன பரீட்சையிலே கிளாசிலே மூன்றாவது ராங்க் இப்ப ஏன் முப்பத்திரண்டிலே சரிஞ்சிருக்கே?"

"நான் நன்றாத்தான் எழுதினேன். உங்கிட்டக் கூடச் சொன்னேனே, பகலெல்லாம் ..." அவன் கண்ணைப் பார்க்க முடியவில்லை. அழத் தயாராக இருந்தான் போலிருந்தது.

எனக்கு இருப்பாக இருக்கவில்லை. காரணமும் தெரியவில்லை. ஒரு வேளை அவள் சொன்னது சரிதானோ என்னவோ? படிப்பிலும் இப்படி ஆகிவிட்டானோ?

"டீச்சர் வீடு தெரியுமாடா உனக்கு?"

"எனக்குத் தெரியும்மா" என்றாள் புவனா, அவனை அழைத்துக் கொண்டேன்; போனேன். டீச்சரைக் கண்டு கேட்காவிட்டால் எனக்கு நிலைகொள்ளாது போலிருந்தது.

பெரிய வீடு. காம்பவுண்டு, தோட்டம், கேட்டிலிருந்து வீட்டுக்குள் போகிற வரையில் முல்லைக் கொடி வளைவு.

வாசலில் பெரிய வராந்தா. வயசான அம்மாள் ஒருத்தி உட்கார்ந்திருந்தாள்.

"டீச்சர் அன்னபூர்ணி இங்கேதானே இருக்கிறார்?"

"ஆமாம்மா, அவ இல்லையே! பள்ளிக்கூடத்திலிருந்து வந்தா; உடனே வெளியிலே போயிட்டாளே!"

"எப்ப வருவர்?"

"அது என்னமோம்மா! நான் என்னத்தைக் கண்டேன்? எங்கிட்ட சொல்றாளா கொள்றாளா? என்னமோ ட்ராமா ஒத்திகையாம்; பொம்மனாட்டிப் பசங்கள்ளாம் அடுத்த வாரம் ட்ராமா போடறதாம், கொட்டகையிலேயே ஒத்திகை பார்க்கறாளாம். வர ஒன்பது மணி யாறதோ, பத்து பணியாறதோ? என்ன விசேஷம்? வாம்மா, உட்காரு. நின்னுண்டே பேசறியே!" கிழவியின் பரிவை எதிர்த்து நிற்க முடிய வில்லை. உட்கார்ந்தேன்.

"நீயும் உட்காரு குழந்தை! உன் பெண்ணா?"

"ஆமாம்."

"உன் மாதிரியே லட்சணமாயிருக்காடியம்மா. ஆசியும் அதிர்ஷ்டமுமா, குஞ்சும் குழந்தையுமா நன்னா இருக்கணும்."

"குஞ்சும் குழந்தையுமா இருந்தாப் போருமா? வளர்க்கத் தெரிய வேண்டாமா அதுகளை?"

"பார்த்தா பளிச்சுன்னு, சமத்தா இருக்கு குழந்தே. எல்லாம் நன்னாருக்கும் ... ம் ... உன்னை எங்கியோ பார்த்தாப்பல இருக்கே."

"போன வருஷம் டிசம்பர் மாசம் சபாவிலே ஹரிகதை நடந்ததே. அப்ப என் பக்கத்திலே உட்கார்ந்துண்டு கேக்கலியா நீங்க?" என்றேன்.

"பாத்தியா? ஆமாம்மா! சட்டுன்னு சொல்லிட்டியே; இத்தனை கூட்டத்திலே என்னை ஞாபகம் வச்சிண்டிருக்கியே! ம்!"

அந்த அம்மாள் குலம் கோத்திரம் குழந்தைகள், என் கணவர், மாமியார் – எல்லாரையும் பற்றி விசாரித்தாள். அவள் டீச்சர் அம்மாவின் தாயாம். நாலு வருஷம் முன்னால் குறைப்பட்டு, பெண் வீட்டோடு வந்துவிட்டாளாம். இரண்டு பையன்கள் அஸ்ஸாமிலும் ஏதனிலும் வேலையாக இருக்கிறார்களாம்.

நடுநடுவே உள்ளே உள்ளே எட்டிப் பார்த்தாள் கிழவி. ஏதோ சிணுக்கு அழுகையாகக் கேட்டது. உள்ளே எழுந்து போனாள். புவனாவும் எட்டிப் பார்த்துவிட்டு, "அம்மா, குழந்தைம்மா; தொட்டில்லே போட்டிருக்கு" என்றாள்.

"வாடா கண்ணு உள்ளே வா, அம்மாவையும் கூட்டிண்டு வா" என்று புவனா பார்ப்பதைப் பார்த்துக் கூப்பிட்டாள் கிழவி.

போனோம்.

தொட்டிலில் குழந்தைதான், சுற்றிலும் பஞ்சு, மீன் எண்ணெய் வாடை?

"பேத்தி, ஏழு மாசத்துக்கு மேலே வயத்திலே இருக்கமாட்டேன்னு வெளியிலே வந்துட்டுது. வெந்நீர்ப் பாடம், காட்லிவர் ஆயில் – இப்படி உபசாரம் பண்ணி இப்பத்தான் மனுஷக் குழந்தை மாதிரி ஆயிருக்கு."

சேப்பங்கிழங்கு உரித்தாற்போலக் கிடந்த அந்தக் கிடையைப் பார்த்துப் புவனாவின் புருவம் சுளித்தது. கை பட்டால் சொதசொத வென்று விண்டு விழுந்துவிடும் போல எனக்கு ஒரு நடுக்கம். சந்தேகம்.

"இருபது வயசிலேர்ந்து கல்யாணம் பண்ணிக்கோ பண்ணிக்கோன்னு நான் கிடந்து கத்தினேன். என் பிள்ளைகளும் கத்தித்துகள். கேக்கலே. முப்பத்தோரு வயசுக்கப்புறம், இவர் என் மேலே ரொம்ப ஆசைப்படறார்னு சொன்னா. பண்ணிண்டா. யாருக்குப் பிரீதி? யௌவனம் எல்லாம் போனப்புறம் என்ன கல்யாணம் வேண்டிக்கிடக்கு? முதல் பிள்ளையை வயத்தைக் கீறி எடுக்க வேண்டியிருந்தது. அதுவும் தக்கலே, இது ஏழு மாசத்துக்கு மேலே இருக்கமாட்டேன்னு இப்படிப் படுத்துண்டு தவிக்கிறது. அது என்ன உடம்போ, என்ன பலமோ! இத்தனை நாள் கழிச்சப் பண்ணிக்கத்தான் பண்ணிண்டியே உத்தியோகத்துக்கு ஒரு முழுக்குப் போட்டுப்புட்டு பேசாம வீட்டோட கிடக்கப்படாதோ? அவர் ஆயிரம் ரூபா சம்பாதிக்கிறார். நீ என்ன பண்ணப்போறே சம்பாதிச்சு? அம்மான்னு ஒருத்தி போகக்கத்தவ இருக்கிற தைரியம் தானேங்கறேன். ம்! சமையக் காரியை வச்சா. அவ என்னமோ அரண்மனைச் சமையல் மாதிரி சாமானை

எடுத்து இறைக்கறா. என்னடிம்மான்னு கேட்டேன். அவ்வளவுதான், இந்தப் பக்கம் தலைகாட்டலெ. முந்தா நா உங்க டீச்சரம்மா ஒரு ரசம் வச்சாளே பாரு! முணுநாழி வேர்க்க விறுவிறுத்தது. விரலாலே கொஞ்சம் எடுத்து நாக்கிலே வச்சிண்டேன். சமுத்ர ராஜாவே வந்து வச்சாப்பல இருந்தது. அப்புறம் இத்தனை புளியைக் கரைச்சுக் கொட்டி, பொடியைப் போட்டுப் பெருக்கி ஒப்பேத்தினேன். இப்ப நீ இல்லையோ? என்னடிம்மா குறைஞ்சு போயிட்டே நீ? ஏன் இப்படிக் கிடந்து அலையறதுகள் இதுகள்? எதுக்காக ஜன்மா எடுத்திருக்கோம். கல்யாணம் பண்ணிக்குறோம்? எதாவது யோசிக்கிறதுகளோ? அவன் கிளப்புக்குப் போறான். சீட்டாடறான்னு மாத்திரம் அழத் தெரியறதே! பின்னே வேற எங்க போவர் அவர்ன்னேன்!" என்று சொல்லும் பொழுது அம்மாளின் மூக்கு மலர்ந்தது, பிறகு அவளுக்கே அதிகமாகப் பேசினாற்போலத் தோன்றிற்றோ என்னவோ.

"நான் பாட்டுக்குப் பேசி உன்னை மெனக்கெடுத்துப்பிட்டேன். என்ன விஷயம்னு சொல்லு. அவ வந்தவுடனே சொல்றேன்" என்றாள்.

"பரவாயில்லை, நான் பள்ளிக்கூடத்திலேயே பார்த்துக்கறேன்."

"சித்தெ இரு, குங்குமம் எடுத்துண்டு போ" என்று குங்குமமும் தேங்காய் இரண்டும் கொண்டுவந்தாள். "வெத்திலை போட்டுக்க ஆள் இல்லை. குங்குமந்தான் இருக்கு."

"பரவாயில்லெ வரட்டுமா!"

"வாடிம்மா. நன்னாயிருக்கணும், தாயே பராசக்தி," என்று பெருமூச்சுடன் விடைகொடுத்தாள் அம்மாள்.

எல்லாம் பராசக்தி மயந்தான். உபரி சக்தியை நாடக ஒத்திகையில் செலவழிக்கக்கூட, பராசக்தியின் கிருபையில்லாமல் முடியுமோ!

கலைமகள் தீபாவளி மலர், அக்டோபர் 1962

யாதும் ஊரே ...

ஒரு மாதமாக எல்லாமே என் இஷ்டப்படிதான் நடக்கின்றன! இஷ்டப்பட்டபோது குளிக்கிறேன்; இஷ்டப் பட்டபோது சாப்பிடுகிறேன். நினைத்தபோது தூங்குகிறேன் – அதுவும் பகலில்! – கால்மணி அரை மணி இல்லை! – நேற்று உச்சி வேளைக்குச் சாப்பிட்டுவிட்டுப் படுத்தவன், இந்தச் சூரியன் மறைந்தால் ஒழியக் கண்களைத் திறப்பதில்லை என்று சபதம் செய்துகொண்டாற்போல, அந்தி மயங்கிக் கறுக்கிறவேளைவரை தூங்கியிருக்கிறேன். அப்புறம் இரவு மூன்று மணிக்குத்தான் படுத்தேன். அதுவரையில் கோணல் கிச்சானோடு வாசலில் கட்டிலைப் போட்டுக்கொண்டு அரட்டையடித்தேன்! என்னை யார் கேட்கிறது!

இன்னும் இரண்டு மாதங்கள் வரையில் எல்லாம் என் இஷ்டம்தான். நான்தான் ராஜா. இல்லை, இல்லை. சாதாரண, சாமான்ய மனிதன், பாமரன்; இஷ்டப்படி அலைகிற சாதாரண மனிதன். மூன்று மாத லீவில் ஒரு மாதம்தான் போயிருக்கிறது. இன்னும் இரண்டு மாதங்கள் இப்படியேதான். மார்க்கெட்டுக்குப் போக மாட்டேன். கடிகாரத்தைப் பார்த்துக் குளிக்க மாட்டேன். கடிகாரத்தைப் பார்த்துச் சாப்பிட மாட்டேன். பஸ் ஸ்டாப்புக்கு ஓட மாட்டேன். யானா மாதிரியும், டபுள்யூ மாதிரியும், வியூகம் வகுத்து பஸ்ஸைத் தாக்க நிற்கும் 'க்யூ' வரிசையில் நிற்க மாட்டேன்!

இங்கே பஸ்ஸும் கிடையாது. மார்க்கெட்டும் கிடையாது. இது பட்டணமில்லை. பாலகரம். பட்டணத்திலிருந்து ஒரு இரவு ரயில் பயணம். ரயிலில் இறங்கி ஒன்றரை மணி பஸ்ஸில் பயணம். அப்புறம் மண் சாலையிலிருந்து வாய்க்கால் மதகைக் கடந்து ஊருக்குள் வரவேண்டும். அந்த மதகைக்கூடப் போன வருட வெள்ளம் அடித்துக்கொண்டு போய்விட்டது. பத்து நாளாயிற்றாம் கட்டி முடிய. அது வரையில் வெளி உலக வாடையில்லாமல் கழிந்ததாம். இப்பேர்ப்பட்ட ஊரில் யார் நம்மை அதிகாரம் பண்ண? இஷ்டப்படி தூங்குகிறேன்; விழித்துக்கொள்கிறேன்.

இன்று காலையில்கூட விழித்துக்கொள்ளும்போது எட்டு மணி. பிறகு வயலுக்குப் போய் நாற்று பிடுங்கிவிட்டார்களா என்று பார்த்து விட்டு வரும்பொழுது ஒன்பது மணி. அப்பொழுது தான் குரல் கேட்டது.

"மாமோவ்!"

கோணல் கிச்சான்தான். 'வ்'வன்னாப் போட்டு வேறு யார் கூப்பிடுவார்கள்?

"இருக்கேளா – பொழைச்சேன்" என்று ஆறரை அடி உயரமும் கூனி நிமிர்ந்தான்.

"என்ன சேதி?"

"சேதிதான் ... கைகொடுக்கணும்."

"என்ன வந்துடுத்து இப்ப?"

"சொல்கிறேன், மாமா. காலமே எழுந்தவுடனே ஆற்றங்கரைக்குப் போனேனா? பஜனை மடத்திலே ஒரு சன்யாசி தண்டமும் கமண்டலமு மாக உட்கார்ந்து ஜபம் செய்துகொண்டிருந்தார். பல்லைத் தேய்த்து ஸ்நானம் பண்ணி அவருக்கு முன்னால் விழுந்து நமஸ்காரம் பண்ணி னேன். உட்காருங்கோன்னார். உட்கார்ந்தேன். பேரு குடும்பம் எல்லாம் விசாரிச்சார். அப்புரம் பெரியவர்களுக்கு எந்த ஊரோ என்று கேட்டேன். சன்யாசிக்கு ஊர் ஏது. உறவு ஏதய்யான்னார். அப்புரம் தான் அட, அசடேன்னு உதட்டை கடிச்சிண்டேன்."

"சந்நியாசிகளிடம் பூர்வாசிரமத்தைப் பற்றி விசாரிக்கப்படாதுன்னு தெரியாதா உனக்கு? ஏண்டா, சமர்த்து!"

"அதான் சொல்றேனே – தவறிப் போயிடுத்துன்னு. கொஞ்ச நாழி ஒண்ணும் பேசாமல் உட்கார்ந்திருந்தோம். அப்புரம் இன்னிக்குப் பிட்சை பண்ணி என்னை அனுக்கிரகம் பண்ணணும்ன்னு கேட்டுண்டேன். பேஷா அதுக்கென்ன? செஞ்சுட்டாப் போறதுன்னார். அழைச்சுண்டு வந்தேன். உள்ளே போனால் அப்பா அம்மான்னு முனகல் கேட்டுது. என்னடான்னு பார்த்தால், மீனாட்சி அலங்கோலமாப் படுத்துண்டு கிடக்கா. காப்பி சாப்பிட்டவளுக்கு என்னமோ தலையைக் கிறுகிறுன்னுதாம். கண்ணை இருட்டிண்டு வந்துதாம். நாலைஞ்சு தடவை வாந்தி எடுத்துதாம். தொட்டுப் பார்த்தால், உடம்பு அனலா வீசறது. கண்ணைத் திறக்க முடியலே, படுத்துண்டு கிடக்கா. என்ன பண்றது? சன்யாசி வாசல் திண்ணையிலே உட்கார்ந்திருக்கார். இன்னும் உட்கார்ந்திருக்கார். கிடந்து முழிக்கிறேன். என்ன பண்றதுன்னு புரியல்லே. பட்டணத்து மாமாதான் கதின்னு வந்துட்டேன். நீங்கதான் வழிகாட்டணும்."

நல்ல கறுப்பும் கச்சலுமாக இருந்த கிச்சனின் கண் ஏற்கனவே சுண்ணாம்பு வெள்ளை. இக்கட்டில் இன்னும் வெளுத்துக் கிடந்தது.

"வழி என்னடா வழி? பிக்ஷையை இங்கே பண்ணி விட்டால் போகிறது. பட்டணத்திலே சங்கோசப்படற மாதிரின்னா படறே! பார்வதீ!" என்று உள்ளே பார்த்துக் கூப்பிட்டேன். வந்தாள். சொன்னேன். "நானே வந்து

அழைச்சிண்டு வரேன்" என்று கோணல் கிச்சான் முன்னே நெளிய, வெளியே வேகமாக நடந்தேன்.

கிச்சான் வீட்டுத் திண்ணையில் அமர்ந்திருந்த சன்யாசியைக் கண்டேன். எட்டு அங்கமும்பட விழுந்துவணங்கினேன். 'நாராயண நாராயண' என்றார் ஸ்வாமி. புன்முறுவல் பூத்தார். ஐம்பது வயதிருக்கும். மாநிறம். முண்டனம் செய்த தலை. ஆனால் தலையிலும் முகத்திலும் ஒரு மாதரோமம் வெளுத்துக் கிடந்தது.

"கிச்சானைப் பெரிய மனசு பண்ணி மன்னிக்கணும். வீட்டில் அசந்தர்ப்பம் அவனுக்கு. உள்ளே ரொம்ப உடம்பு சரியாயில்லை. பெரியவாளை பிக்ஷுக்குச் சொல்லிட்டோமேன்னு கிடந்து தவிச்சுப் போய்ட்டான். நான் இன்னிக்கிக் கொடுத்து வைச்சிருக்கேன். நாலு வீடு தள்ளி அஞ்சாவது வீடு. பெரியவா வந்து பெரிய மனசு பண்ணி பிக்ஷை பண்ணி வைக்கிற பாக்கியத்தை எனக்குத் தரவேணும்."

"அப்படியா? உடம்பு சரியாயில்லை என்று சொல்லவேயில்லையே இவர்."

"பெரியவாகிட்ட காலமே சொல்றபோது அவனுக்குத் தெரியாது. வந்து பார்த்தா ஒரே வாந்தியா எடுத்து, தலை தூக்க முடியாமல் கிடக்காளாம். பெரியவாகிட்ட சொல்ல எப்படி வாய் வரும் அவனுக்கு? ஆசையா அழைச்சிண்டு வந்தான். லபிக்கலே. அவனும் நானும் வேறே இல்லே. அங்கே வந்துடணும், அவ்விடத்திலே."

"செஞ்சுட்டாப் போறது."

"நான் கொடுத்து வைக்கலே இன்னிக்கு. பெரியவர் இருந்து நாளைக்கு இங்கே பிக்ஷை பண்ணிட்டுத் தான் போகணும்" என்றார் கிச்சான். அவன் குரல் நடுங்குவதைக் கேட்டு நிமிர்ந்து அவன் முகத்தைப் பார்த்தார் ஸ்வாமி.

"குழந்தை சுபாவம். கவலைப்படாதீர். நாளைக்கு இங்கேயே பிக்ஷையை வச்சுக்கறேன். ஒரு ஊர்லே ஒரு நாளைக்கு மேலே தங்கும்படியா இதுவரை நேரலே. நீர் சொல்கிறபோது என்ன பன்றது? ...செஞ்சுடலாம்."

"தயவு பண்ணணும். அப்ப, நான் உடையாரைப் போய்ப் பார்த்து மருந்து வாங்கிண்டு வரேன்" என்று மறுபடியும் பெரியவரிடம் மன்னிப்புக் கேட்டுக்கொண்டான் கிச்சான். பெரியவர் தண்ட கமண்டலங்களைக் கையில் எடுத்து, பாதக் குறட்டில் ஏறி நடந்து வந்தார். கைகால் கழுவி, தாழ்வாரத்தில் தூணடியில் போட்டிருந்த மணைமீது முற்றத்தில் ஒரு காலைத் தொங்கவிட்டு உட்கார்ந்தார். இருவரும் விழுந்து வணங்கினோம்.

"சொந்த வீடுதானே?"

"ஆமாம்."

"பூஸ்திதி..."

"ஏதோ சொல்பம் இருக்கு."

"சொல்பம்னா – நாலு வேலி ஐந்து வேலி..."

"அவ்வளவு இருந்தால் பட்டணத்திலே போய் ஏன் இருபத்து ஐந்து வருஷமாய்ப் பிழைக்கணும்! அரை வேலிக்குக் கொஞ்சம் கூட அவ்வளவுதான்."

"அப்படியா! நாராயணா. அப்படின்னா பட்டணத்திலே தான் இருபத்தஞ்சு வருஷமா வாசம்?"

"ஆமாம்"

"என்ன உத்தியோகமோ?"

உத்தியோகத்தைச் சொன்னேன்.

"அப்படியா? எங்கே ஜாகையோ?"

அதையும் சொன்னேன்.

"பேஷ், பெரிய மனுஷா, மேதாவிகள்ளாம் இருக்கிற இடம்னு சொல்வாளே அதை!"

"ஆமா, ஆமா."

நாலைந்து பெரிய பெயர்களைச் சொல்லி அவர்கள் எல்லாம் அங்கேதான் இருக்கிறார்களா என்று கேட்டார்.

"ஆமாம்"

"நல்ல சம்பத்து; நல்ல செல்வாக்கு இல்லையா?"

"தகப்பனார்கள் சம்பத்தைத் தேடி வைத்தார்கள். அதைச் செலவழித்தும் செலவழிக்கிறாற்போல் பாச்சை காட்டியும் செல்வாக்கு சம்பாதித்துக்கொண்டிருக்கிறார்கள்.

ஸ்வாமி சிரித்தார். ஏன் சிரித்தார் என்று புரியவில்லை. சற்று கழித்துப் பெருமூச்சு விட்டார். யோசனையில் ஆழ்ந்திருந்தார். "என்னமோ, பகவான் கொடுக்கிறான் இஷ்டமில்லேன்னா கொடுக்காமல் இருக்கான். தகப்பனார் சம்பாதிச்சு வச்ச பணத்தையும், பகவான் இஷ்டப்பட்டாத்தானே இவா கையிலே கொடுப்பான்?"

"ம்! ம்!" என்றேன். இந்தத் தத்துவ விஷயங்களில் எனக்கு எப்பொழுதுமே புத்தி கட்டை. நம்முடைய அதிர்ஷ்டத்துக்கு யார் காரணம் என்று எனக்கு என்றுமே புரிந்தது கிடையாது. எனக்குப் பத்து வருஷங்களாகக் கிடைத்த சம்பள உயர்வு முப்பது ரூபாய்தான். சம்பளம் முந்நூறு. வேலை இரண்டு முந்நூற்றுக்குச் செய்கிறேன். ஆபிசில் பல காக்காய்கள் 'லபக்லபக்' என்று கவளம் கவளமாக விழுங்கிக் கொண்டிருக்கின்றன. போதும் போதாதற்கு 'ஹோய்! ஓடிவாங்கோ – இதோ போன வருஷத்து மிச்சம், இதோ மூணாம் வருஷத்து மிச்சம்– போட்டுங்கோ, வாயிலே' என்று வேறு வீசுகிறார்கள். இதில் ஏன் ஒரு பருக்கைகூட நம் பக்கம் தெறிக்கவில்லை என்று ஆராய்ந்து ஆராய்ந்து களைத்துப் போய்விட்டேன். வேலை செஞ்சாப் போதுமா? சரியான இடத்தைப் பிடிச்சிருக்கணும். துரைகிட்ட நீயாகப் போய் பேசணும். விசாரிக்கணும். ஏன் முகம் இப்படி வாடினாப்பல இருக்குன்னு கேக்கணும்.

அவரு ஏதாச்சும் சொன்னா, கிச்சு கிச்சு முட்டிக்கிட்டாவது சிரிக்கணும். உன் வேலையை எவன்யா கேட்கிறான்? கழுதைகூட டன் டன்னா சுமக்குது – சுமந்தப்பறம் எங்க போய் நிக்குது, பார்த்தியா?' என்கிறான்லோ. லோ (அவன் ஊரையும் பெயரையும் குறிக்கிற முதல் எழுத்துக்கள் இவை.) பொய்ப் புன்சிரிப்பு சிரித்துச் சிரித்துப் பயலுக்கு வாய்க்கடையே வெந்து விட்டது. கூனல் நிரந்தரமாகவே விழுந்துவிட்டது. இதையே நான் செய்தால் துரைக்குப் பிடிக்காது என்று இந்தப் பயலுக்கு யார் புரிய வைக்கிறது? சீச்சீச்சீ – என்னத்துக்கு இந்த நினைவெல்லாம். இந்தச் சனியனெல்லாம் வேண்டாம் என்று தானே மூன்று மாத லீவு போட்டுவிட்டு இங்கே வந்து ஒதுங்கியிருக்கிறேன். இந்தச் சன்யாசி ஏன் இதையெல்லாம் கிளப்புகிறார்?–

"என்ன நான் சொல்றது?" என்றார் அவர்.

"எது?"

அவர் தெளிவு படுத்துவதற்குள், உள்ளேயிருந்து என் மனைவி வந்து ஜாடை செய்யவே ஓடினேன். ஒன்றுமில்லை சமையல் திட்டம்தான். வாழைக்காயை நானே சீவி நறுக்கிக் கொடுத்தேன். கொத்தவரைக்காயை ஆய்ந்து கொடுத்தேன். ஆபீசில் செய்கிற வேலையை விட எத்தனையோ சிறந்த வேலை. கைமேல் பலன். இவள் கைக்கு அத்தனை மணமுண்டு.

அடுக்களையும் தனிமையும் என் ஆத்மாவுக்கே வேலி போட்டுக் காப்பது போல் இருந்தது. அவள் சுற்றிச் சுற்றி வந்துகொண்டிருந்தாள். சமைப்பதைப் பார்த்துக்கொண்டு ஈட்டியை முதுகில் பாய்ச்சவந்த எதிரியிடமிருந்து தப்பி ஒளிந்துகொண்டதுபோல் நிம்மதியாக, அமைதி யாக உட்கார்த்திருந்தேன். கை மட்டும் கொத்தவரைக்காம்பை ஆய்ந்து கொண்டிருக்கிறது. அவள் சமைக்கும்பொழுது நான் இப்படி உட்கார்ந்து பார்த்தது கிடையாது என்றுதான் சொல்லவேண்டும். ஓர் ஆள் நீளம், முக்கால் ஆள் அகலமுள்ள பட்டணத்து இருட்டு அடுக்களையில் அவள் ஒருத்திக்குத்தான் பம்பரமாட இடமுண்டு. இந்தச் சமையலறை பட்டணத்து வீடளவு இருக்கிறது.

பிஞ்சு கொத்தவரைக்காய் கிள்ளக்கூட மனம் வரவில்லை.

"இப்பதான் நாற்றங்காலில் நாற்று பிடுங்கியிருக்கு. மழை வந்து கலைசல் பண்ணிடப் போறது" என்று சிரிக்காமல் சிரித்தாள் அவள்.

இவ்வளவு கரிசனமாக நான் அவளுக்கு உதவுகிறது அவளுக்கே தாங்கவில்லை.

"ஸ்வாமிகளுக்குச் சுருக்கத் தயாராக வேண்டாமா?"

"நான் பாத்துக்கறேன். ஒண்டியாகக் கூடத்திலே அவரை வச்சுட்டு வரணுமா? என்ன நினைச்சுப்பார்?"

"அவர் காரியமாகத்தானே இருக்கேன் . . ?"

"அவரோட போய் ஏதாவது பேசிண்டிருங்களேன். இது ஒரு பிரமாதமா எனக்கு?"

எழுந்துகொண்டேன்.

உண்மையில் இருவருக்கும் உடம்பு, உள்ளெல்லாம் நிறைந்துதான் கிடந்தன. பத்து நாட்கள் வேலைக்குச் சம்பளம் கொடுத்து இருபத்தைந்து நாள் வேலையைக் கசக்கி வாங்கிக்கொண்டிருக்கிற பட்டணத்து ஆபீசை விட்டு இந்த ஒரு மாதம் ஒதுங்கியிருப்பதே, ரத்தக் கட்டி உடைந்துவிட்டார் போல், நோவு நீங்கிய நிம்மதியாக, விடுதலையாக எங்களைக் கவ்விக் கொண்டிருந்தது. மூங்கில் தோப்புகள், சுழியிட்டு ஓடுகிற ஆறு, வழிந்து ஓடுகிற வாய்க்கால், — கொல்லை முருங்கை மரத்தில் தினைக் குருவியின் ஊசிக்கத்தல், வலியன் குருவி கணைத்துக் கணைத்துக் குழைக்கிற இனிமை, நீளமான ஒரு வாக்கியத்தைத் திருப்பித் திருப்பிப் பேசிக்கொண்டிருந்த புளிய மரத்துக் குருவி, ஆழங்காண முடியாத நிசப்தம், அதன் நடுவே கீச்சிடும் அடுத்த வீட்டு ஊஞ்சல், நிழல், காற்று, நாற்றங்கால்களில் அலையோடுகிற பசும் பொன், வரப்புக்களில் நாயுருவிகளை உராய்ந்து நடப்பது, களத்துக் கலியாண முருங்கையில் 'ட்ரூவ்' என்று அழைக்கிற மணிப்புரா, மகாபிரபோ, எங்கள் மெய் சிலிர்க்கிறது எல்லாவற்றுக்கும் சிகரம் வைத்தார்போல இந்தச் சன்யாசி வந்திருக்கிறாரே – அவருக்கு ஒரு கவளம் சோறு போடும் பேறு கிடைத்ததே –! நாங்கள் கூடச் சன்யாசி களாகத் தான் இருப்பதாகத் தோன்றிற்று. சிறுமை, மனநோவு, பற்றாக் குறையின் குமைச்சல் – அனைத்தையும் விட்டு விடுதலையடைந்திருப்பதே சன்யாசம்தான்.

"என்ன! நின்னுண்டேயிருந்தா? என்ன யோசனை இப்ப, அவரைக் கூடத்திலே உட்காத்தி வச்சிட்டு?"

கூடத்துக்குப் போனேன். சன்யாசி தூணில் தலையைச் சாய்த்திருந் தார். பசி. அயர்ந்துவிட்டார். என் அடியோசைகூட அவர் கண்ணைத் திறக்கவில்லை.

திரும்பி உள்ளே வந்தேன். நிலைமையைச் சொன்னேன்.

"இதோ – அஞ்சு நிமிஷம். கூட்டும் பாயசமும்தான் பாக்கி" என்று அடுப்புத் தீயைக் களைக்க விட்டாள் அவள்.

"நாமகூட சன்யாசம் வாங்கிண்டா நல்லதில்லையா?" என்று கேட்டேன்.

"நாம கூடன்னா? ரண்டு பேரும் சேர்ந்து சன்யாசம் வாங்கிண்டு ஆளுக்கொரு கமண்டலமும் தண்டமும் ஏந்திண்டு, சேர்ந்து நடக்க லாம்னா?"

"இல்லை. ஒரு கவலை கிடையாது, பந்தம் கிடையாது. தினம் ஒரு ஊர் – ஏதோ கிடைச்ச இடத்திலே சாப்பாடு – பகவானை நினைச்சிண்டே இருக்கிறது."

"அதை அப்புறம் யோசிச்சுக்கலாம். இலை இல்லை. கொல்லையிலே போய்ப் பெரிய நுனி இலையா ஒண்ணு நறுக்கிண்டு வரலாமா..?"

இலையை நறுக்கிக்கொண்டு கூடத்துக்குத் திரும்பியபோது, ஸ்வாமி விழித்துக்கொண்டு கமண்டலுவைச் சாய்த்து, நீரால் கண்ணைத் துடைத்துக்கொண்டிருந்தார்.

பிட்சை ஆயிற்று. எங்களுக்கும் சாப்பாடு ஆயிற்று. ஸ்வாமி சற்று ஓய்வு எடுத்துக்கொண்டார். பிறகு ஊர் உலக விஷயங்களெல்லாம் கேட்டார். ஆத்மிக விஷயங்களைச் சொன்னார். கோணல் கிச்சான் வந்தான். அவன் மனைவியைப் பற்றி விசாரித்தார். உடையாரிடம் மருந்து வாங்கிக் கொடுத்ததில் வாந்தி நின்றுவிட்டதாம். ஜூரமும் இல்லையாம். மறுநாள் தன் வீட்டில் பிட்சை ஏற்குமாறு மீண்டும் ஒருமுறை வேண்டிக்கொண்டான் அவன். கர்ணிகர் வந்தார். அவர், அவர் குடும்பம், சொத்து முதலியவற்றை விசாரித்தார் ஸ்வாமி. சீதாராமன் வந்தார். அவரையும் விசாரித்தார். சேதுவன்னியர் வந்தார். அவரையும் விசாரித்தார். மேலத் தெருவிலிருந்து பாலுத் தென் கொண்டார் வந்தார். அவரையும் விசாரித்தார். எல்லோரும் விழுந்து வணங்கிவிட்டு போனார்கள்.

எனக்குப் பொறாமையாகத்தான் இருந்தது. அவர் யாரையும் தாழ்வாக, தவறாகப் பேசவில்லை, உபதேசத்தைத் தொழிலாகக் கொண்டவர்களைப் போல் யாரையும் குறைகூறவில்லை; கிண்டல் செய்யவில்லை. பரம சாத்திகராக எல்லாவற்றையும் துறந்துவிட்டு என்னை ஏங்க ஏங்க அடித்துக் கொண்டிருந்தார்.

சன்யாசம் என்ற ஒரு நிலையை எப்படிக் கற்பனை செய்து ஒரு மரபாகக் கொண்டு வந்தார்கள்? எந்த மகா மேதையின் கற்பனை அது? அவர் முன்பு உட்கார்ந்து நினைவிழந்து கிடந்தேன் நான். தெருவில் வெய்யில் மஞ்சள் பூசிக் குளித்துக் கொண்டிருந்தது.

வாசலோடு போய்க்கொண்டிருந்த அக்கரை கோபாலன் ஸ்வாமி களைக் கண்டதும், வந்தான்; வணங்கினான். அவனையும் விசாரித்தார் அவர்.

"சாப்பாடு ஆயிடுத்தா? இன்னிக்குக் கதைக்கு வராப்போல் தானே?" என்றான் என்னைப் பார்த்து.

"வரணும்" என்றேன்.

"கதையா?" என்றார் ஸ்வாமி.

"ஆமாம். அக்கரையிலே இவர் ஊரிலே ராமாயணம் நடக்கிறது, ஒரு மாசமா. நானும் தினமும் போய் வருகிறேன். சீக்கிரமாகச் சாப்பிட்டு விட்டுத் தினமும் புறப்பட்டுவிடுகிற வழக்கம். அதைத்தான் கேட்கிறார்" என்றேன்.

"நானும் வருகிறேனே. சாப்பிட்டுவிட்டு இதோ புறப்பட்டு விடுகிறது" என்று துரிதப்படுத்தினார் ஸ்வாமி.

இருட்டுகிற சமயத்துக்குக் கிளம்பினோம். கோணல் கிச்சான் கீரைத் தண்டு மாதிரி ஆடியவாறு முன்னால் பாட்டரி விளக்கை அடித்துக் கொண்டே நடக்க இருவரும் பின்னால் நடந்தோம். மூங்கில் பாலத்தில் அடி வைத்து ஆற்றைக் கடந்தோம். தவளைகள் கொர கொரத்தன. சில் வண்டுகள் இரைந்தன. தென்னை மரங்கள் சலசலக்க, ஒரு சவுக்கைத் தோப்பு கிசுகிசுத்தது. மூங்கில் தோப்பு உருமிற்று. ஸ்வாமியோடு நடக்கும் பொழுது இந்த ஓசைகள்தான் மனிதன் கேட்க வேண்டிய ஓசை, எய்த வேண்டிய பேறு என்று தோன்றியது.

யாதும் ஊரே . . .

ஊருக்குள் திரும்பினோம். தெரு நடுவில் ஒரு பந்தலில் பெட்ரோமாக்ஸ் வெளிச்சம் தெரிந்தது. சுருதிப் பெட்டியின் ரீங்காரமும் குரலும் கேட்டன.

"கதை ஆரம்பித்துவிட்டாற்போல் இருக்கு. என்னாலே தாமதம் உங்களுக்கு" என்றார் ஸ்வாமி.

நெருங்கினோம். பந்தல் வந்துவிட்டது. திண்ணையில் கதை சொல்லிக்கொண்டிருந்தவர் சட்டென்று நிறுத்தினார். கண்ணை இடுக்கி நாங்கள் வருவதைக் கவனித்தார். ஸ்வாமிகளைப் பார்த்தார்.

"வரணும் – வரணும் – இப்படி வரணும்" என்று ஸ்வாமியைத் திண்ணைக்குக் கூப்பிட்டார். ஸ்வாமி திண்ணையில் உட்கார்ந்து கொண்டார்.

"நீங்கள் தானா? நான் யாரோன்னு நினைச்சேன்" என்றார் ஸ்வாமி.

"எப்ப வந்தது"

"காலமேதான். பாலகரத்திலே இவர்களோடுதான் தங்கியிருக்கி றேன்" என்று கீழே உட்கார்ந்திருந்த என்னைக் காட்டினார் ஸ்வாமி.

எல்லோரும் என்னைப் பார்த்தார்கள். ஸ்வாமியைப் பார்த்தார்கள். கதை சொல்கிறவர் என்னைப் பார்த்துப் புன்முறுவல் பூத்தார். திண்ணை மீது உட்காராவிட்டாலும் நான் சகலத்தையும் துறந்த சன்யாசியாகத்தான் எனக்கு ஒருகணம் தோன்றியது.

நின்றிருந்த சுருதிப் பெட்டி மீண்டும் ரீங்கரிக்கத் தொடங்கிற்று. கதை தொடர்ந்தது.

ஸ்வாமி ரசித்துக் கேட்டார். நடுநடுவே சுவர்மீது சாய்ந்து கொண்டார். களைப்பாகத்தான் இருக்க வேண்டும்.

கேகயத்திலிருந்து திரும்பி வந்த பரதன் தந்தை காலமான சந்தர்ப்பங் களைக் கேட்டுத் துக்கமும் கோபமும் அடைந்து ராஜ்யத்தை வெறுக்கிறான். தாயைத் திட்டுகிறான். கூனியைத் திட்டுகிறான். ராமன் இருக்கும் காட்டுக்கு எல்லோருமாகப் போய்த் திருப்பி அழைத்து வருவதென்று சாலை போட உத்திரவிடுகிறான். மணி பத்தரை கதையை நிறுத்தினார் அவர். சுருதிப் பெட்டியைக் கையமர்த்தி நிறுத்தச் சொன்னார். பிறகு நிசப்தத்துக்கிடையே பேசினார். "தாயாதிகள் என்றால் காய்ச்சல், பொறாமை எல்லாம் கூடவே பிறந்துவிடும். அப்படித் தப்பித் தவறி அவர்கள் சுமுகமாயிருந்தாலும் மற்றவர்களுக்குத் தாங்காது – கூனியைப் போல. ஏதாவது சொல்லிக் கிளப்பிவிட்டு விடுவார்கள். ராமாயணத்துக்கோ பாரதத்துக்கோ போக வேண்டாம். இதோ நம் கண் முன்னாலே பார்க்கிறோம்" என்று சன்யாசியைக் காட்டினார்.

"இவர்களுக்குப் பூர்வாசிரமத்தில் சந்தானம் சந்தானம் என்று பெயர். இங்கிருந்து ஐம்பது மைல் அவர்கள் கிராமம். கோரையாற்றுப்

பாசனத்தில் ஏழு வேலி நிலம். ஏழு வேலியும் அப்படியே தங்கம். ஸாரபூமி. விளைந்ததானால், ஒரு ஆளை அடிக்கலாம், அப்படியிருக்கும் ஒவ்வொரு கதிரும். இருபோகம் ஏழு வேலியும். நெல்லு கலம் இரண்டு ரூபாய் விற்ற நாளிலேயே வருஷம் நாலாயிரம் ஐயாயிரம் கிடைக்கும். இப்பக் கலம் பத்து ரூபாய் விற்கிறது. என்ன மோசமாக விளைந்தாலும் வருஷம் இருபதாயிரத்துக்குக் குறையாது. தானமும் தர்மமும் யதேஷ்டமாகச் செய்து கொண்டிருந்தார்கள். பிள்ளை குட்டி கிடையாது. சந்தானம் என்று பெயர் வைத்தார்கள் பெற்றவர்கள். ஆனால் புத்திர பாக்கியம் இல்லாமல் போய்விட்டது. தாயாதிக்காரன்கள் எத்தனை காலமாகக் கறுவிக்கொண்டிருந்தான்களோ, பகவான்தான் சொல்லணும். போன வருஷம் சித்திரை மாதம் இவர்களுக்கு ரொம்ப உடம்பு வந்துவிட்டது. பிழைக்க மாட்டாமல் கிடந்தார்கள். தாயாதிக்காரன்கள் வந்து மொய்த்துக் கொண்டான்கள். அண்ணா என்றார்கள். முத்தண்ணா என்றார்கள். பெரியண்ணா என்றார்கள். 'எப்பவுமே உனக்கு உலகப் பற்றே கிடையாது. பிழைக்க மாட்டாமல் கிடக்கிறாய் இப்ப. ஆபத்து சன்யாசம் வாங்கிக்கொள்' என்று கரையாகக் கரைத்தான்கள். சன்யாசிகளுக்கு மறுபிறவி கிடையாது. உயிருக்கு ஆபத்து வந்திருக்கிற இந்த வேளையில் சன்யாசம் வாங்கிக் கொண்டால் நாளைக்கே உயிர் போனாலும் ஆத்மாவுக்கு மோட்சம் – நம்ம குலத்துக்கும் பெருமை என்று இவரைக் கரைத்து சன்யாசம் எடுத்து வைத்துவிட்டான்கள். படுத்த படுக்கையாக இருக்கிறவர் கையில் கமண்டலத்தையும் தண்டத்தையும் கொடுத்துவிட்டான்கள். ஆனால் விபரீதத்தைப் பாருங்கள். இவர்கள் நாலைந்து நாட்களில் பிழைத்துக் கொண்டு விட்டார்கள். உடம்பு தேறிவிட்டது. நடமாட்டம் வந்துவிட்டது. ஆனால் காஷாயம் கமண்டலுவுடன் வீட்டில் இருக்கலாமோ! வீட்டை விட்டு வெளியேறுகிற நிர்ப்பந்தம் வந்துவிட்டது. சம்சாரமோ பரம சாது. ஒரு திரிசமன் அறியாதவள். அப்படியே கண்ணாலே ஜலம் விட்டுக் கதறிவிட்டாள். பாருங்கள் – இந்த அபர வயதில் ஊர் ஊராகப் போய்க் கொண்டு! யார் பிக்ஷைக்குக் கூப்பிடுகிறார்கள் என்று காத்துக்கொண்டு! வெய்யில், பனி, மழை என்று பாராமல் ஊர் ஊராக அலைந்துகொண்டு! பரம அயோக்கியன்கள் அந்தத் தாயாதிகள்!" என்று கதை சொல்கிறவர் அறிமுகப்படுத்தி நிறுத்தினார்.

ஸ்வாமிகள் குனிந்த தலை நிமிரவில்லை. குப்பென்று கண் கலங்கிற்று. உதடு நடுங்கிற்று, முகச் சதைகள் கோணின. விசித்து விசித்து அழத் தொடங்கினார்.

"மகாபாவம் – இப்பேர்ப்பட்ட பரம சாதுவை இப்படிச் செய்தவர் களுக்கு, என்ன கிடைக்கப் போகிறதோ?" என்றார் கதை சொல்கிறவர்.

ஸ்வாமி மேலும் விசித்து அழுதார். அவரால் அடக்க முடியவில்லை. எழுந்து தண்டத்தை எடுத்து நின்றார்.

கர்ப்பூர ஆரத்தி ஆயிற்று. எல்லோரும் சிறிது நின்று ஸ்வாமியைப் பார்த்துவிட்டு நகர்ந்தார்கள்.

"என்ன அநியாயம்! இப்படிச் செய்யலாமா?" என்றார்கள்.

ஸ்வாமி பலர் வணக்கங்களை ஏற்று, விடைபெற்றுக்கொண்டு என்னுடன் நடந்தார். கோணல் கிச்சானின் 'பாட்டரி' வெளிச்சம் வழி காண்பித்தது.

ஸ்வாமிக்கு வாசல் திண்ணையில் தட்டி மறைவில் கோரைப் பாயைக் கொடுத்துப் படுக்கச் சொல்லி உள்ளே வந்தேன்.

செய்தியைச் சொன்னேன்.

"அழுதாரா! ஸ்வாமிகளா!" என்று வியந்தாள், "மறுபடி சொல்லுங்கள் – கதை சொல்றவர் என்ன சொன்னார்?"

சொன்னேன்.

"கதை சொல்ல ஆரம்பிச்சாலே, குறும்பு, விஷமம் எல்லாம் வந்திடுமோ?" என்றாள்.

பிறகு விழுந்து விழுந்து குலுங்கிக் குலுங்கி, முந்தானையால் வாயைப்பொத்திச் சிரிக்க ஆரம்பித்தாள்.

என்ன சிரிப்பு வேண்டிக் கிடக்கிறது!

சற்று நின்றவள். "அழுதாரா?" என்று கேட்டுவிட்டு மீண்டும் ஓர் ஆவர்த்தம் சிரித்தாள். கண்ணைத் துடைத்துக்கொண்டாள். இருமினாள்.

"நீங்கள் போய் அந்தத் தாயாதிக்காரா கிட்ட சொல்லி ராஜி பண்ணுங்கள். ஊருக்குள் வராமல் களத்திலாவது உட்கார்ந்து சாகுபடியைக் கவனிக்கட்டும்" என்றாள் அவள்.

அவர் தண்டமும் கமண்டலுமாகக் களத்தில் உட்கார்ந்து, ஆட்களை அதிகாரம் பண்ணுவது போலிருந்தது.

எனக்குக்கூட இரவில் அப்படித் தோன்றிற்று. சொப்பனம் என்று நினைக்கிறேன்.

காலையில் எழுந்து வாசலுக்குப் போனபொழுது, அவர் ஸ்நானத்துக் காக ஆற்றங்கரைக்குப் போகத் தயார் செய்துகொண்டிருந்தார். கோணல் கிச்சான் பந்தல் தலையில் இடித்துவிடாமல் கூனியவாறே அவரைப் பிக்ஷூக்குச் சொல்லிக்கொண்டிருந்தான்.

கல்கி தீபாவளி மலர், அக்டோபர் 1962

ஐயரும் ஐயாறும்

(ஒரு ஆராய்ச்சி அறிக்கை)

'சோழ நாடு சோறுடைத்து' என்று சான்றோர் ஏத்திப் போற்றும் சோழவளநாட்டின்கண், பூலோக கைலாயம் என்றும், தென் கைலாயம் என்றும் தகவோர் போற்றி வணங்கும் திருத்தலமாம் திருவையாற்றில், தைத் திங்கள் தேய்பிறை ஐந்தாம் நாளன்று, வைகறை யாமத்தில் பச்சைப் பசும் சோலையொன்றில் கரிச்சான் ஒன்று கூவிற்று. அண்மை யில், கண்ணை இமைத்திமைத்து நின்ற சேவலும் கூவிற்று. சோலைக்கு முன்பிருந்த மெத்தை வீட்டின் மேல்தளத்தில் துயிலில் ஆழ்ந்திருந்த மங்கையொருத்தி சேவலின் கூவலைச் செவியுற்று, கண் திறந்தாள். அரளி ஆரம் போன்ற கைகளை உதறிச் சோம்பல் நீக்கி, எழுந்து சாளரத்தின் கதவைத் திறந்து கீழே நோக்கினாள். காவிரிக்குக் குளிக்கச் செல்லும் மக்களின் ஆரவாரத்தினைக் கேட்டாள். திரும்பினாள். "கிரிஜா, எழுந்திரடி! அலமு, எழுந்திரடி! சியமளா, எழுந்திரடி! உமா, ரமா, அம்புஜம்! எல்லோரும் எழுந்திருங்கள்" எனத் துயிலில் கிடந்த தன் தோழிமார் அனைவரையும் விளித்துத் தட்டியும் அசைத்தும் எழுப்பினாள். அந்த அரவத்தினைக் கேட்டு அந்த விசாலமான அறையில் கம்பளிப் போர்வைக்குள் முடங்கி உறங்கிக்கொண்டிருந்த திரு. அகோரநாதன் "ஆங்! யாரு! ஹென்ன! ஹென்ன! என்ன ஆச்சு!" என்றார்.

"நாழியாச்சி சார், அதுதான் எல்லோரையும் எழுப்ப றேன். எல்லாம் கும்பகர்ணி மாதிரி தூங்கறதுகள்" என்றாள் அந்த மங்கை.

"யாரது! மாலதியா! நீ எங்கே வந்த இப்ப?" என்று மீண்டும் மலைத்து விழித்தார் அகோரநாதன்.

"இது திருவையாறு சார்; பட்டணமில்லே. நன்றாக முழிச்சுப் பாருங்க சார்!" என்று புன்னகை நெளிய நினைவூட்டுகிறாள் மாலதி என்ற அந்த மங்கை.

அப்பொழுதுதான் தாம் வந்து தங்கியிருப்பது திருவையாற்றில் தம் நண்பரின் இல்லத்தின் மேல் தளத்து அறையென்றும், இசைப் பெரு மூவரில் ஒருவராம் தியாகையரின் திருநாள் இன்னும் ஒரிரு யாமங்களில் கொண்டாடப்படவிருக்கிறதென்றும், அவ்வறையில் படுத்துறங்கியவர்கள் திருநாளைக் காண, தம்முடன் சென்னையிலிருந்து வந்திருந்த தம் ஏழு மாணவியர் என்றும் அகோரநாதனுக்கு உணர்வு வந்தது. மறுகணமே வாரிச்சுருட்டி எழுந்தார். மின்சார விசையைத் தட்டினார். மங்கிய அவ்விளக்கு எரியலாயிற்று. பெட்டியைத் திறந்து சாக்லேட் டப்பாவைத் திறந்து கண்ணாடியை முன்பு வைத்து முகச்சவரம் செய்துகொண்டார். அதற்குள் மாணவியர் யாவரும் எழுந்து குளிக்கச் செல்ல ஆயத்தமாயினர். சிறிது நேரத்தில் அவ்வெண்வரும் காவிரி ஆற்றுக்குச் சென்று அரித்தோடும் நீரில், ஒரு மடுவினைத் தேடிச் சுற்றிலும் கண்ணையும் நெஞ்சையும் கவரும் சோழவள நாட்டின் தனிச் சிறப்பான இயற்கை வனப்பினையும் கண்டு மகிழ்ந்தவாறு நீராடினர். நீராடல் முடிந்ததும் தெருக்களை அடைத்துச் சென்ற கால்நடை ஊர்திகளையும், கார்களையும் பஸ்களையும் மக்களையும் கடந்தவாறு அகோரநாதனும் மாணவியரும் உணவு விடுதி ஒன்றினுட்சென்று சோழநாட்டுக்கே உரித்து இட்லி, ரவாதோசை, டிகிரி காப்பி இவற்றை உண்டு மகிழ்ந்து விடுதி திரும்பினர். வந்ததும் அகோர நாதன் தம் சுருண்ட கேசத்தைச் சீவி, கம்பளி முழுக்கால் சட்டையும் கோட்டும் போட்டுக்கொண்டு, மாணவியர் ஆயத்தமானதும் எல்லோரை யும் அமரச்செய்து தம் பெட்டியைத் திறந்து ஒவ்வொரு மாணவிக்கும் ஒரு அட்டை, கிளிப், ஒரு தஸ்தா காகிதம், பென்சில் இவற்றை அளித்துவிட்டு, ஒரு சிற்றுரை நிகழ்த்தலானார்.

"அன்புள்ள மாணவிகளே, நான் நண்பர்களைக் கொண்டு நீங்கள் யார் யாரைச் சந்திக்கவேண்டும் என ஒரு முடிவுக்கு வந்திருக்கிறேன்" என்று கூறியவாறு அகோரநாதன் தம் கையிலிருந்து காகிதச் சுருளை விரித்தார். அது ஒரு வரைபடம். திருவையாற்றின் முக்கியமான சில தெருக்கள் அதில் காண்பிக்கப்பட்டிருந்தன. எல்லா மாணவிகளும் ஆர்வத்துடன் வரைபடத்தைக் குனிந்து நோக்கினர். ஒவ்வொரு மாணவிக்கும் இரண்டிரண்டு தெருக்களும் நாலு நாலு வீடுகளும் அவ்வீடுகளில் அவர்கள் பேட்டி காண வேண்டிய நபர்களின் பேர்களும் குறிக்கப்பட்டிருந்தன.

"தத்தமக்கு இடப்பட்ட இல்லங்களில் சென்று நீங்கள் பேட்டி காண வேண்டும். நீங்கள் எத்தனைக்கெத்தனை அதிகமாகப் புள்ளி விவரங்களைச் சேகரிக்கிறீர்களோ அத்தனைக்கத்தனை நாம் மேற்கொண்டுள்ள திறனாய்வும் உறுதி பெறும். சரி, கிளம்புகிறீர்களா ... பன்னிரண்டு மணிக்கு இங்கு எல்லாரும் திரும்பி வந்து சேருங்கள். தியாகராஜர் வாழ்ந்த இல்லத்தைக் காணச் செல்ல வேண்டும்" என்று அகோரநாதன் விடையளித்ததும், மாணவிகள் அட்டை, காகிதம், எழுதுகோலுடன் வெளிப்போந்தார்கள்.

மாலதி தனக்கிடப்பட்டிருந்த தெருவில் புகுந்து முப்பத்து ஏழாம் எண்ணுள்ள இல்லத்தில் நுழைந்தாள். அவள் இடைகழியை அடைந்ததும், ஒரு சிறுவன் மிடுக்கான அவள் தோற்றத்தையும் கைப்பையையும் அட்டை வகையறாவையும் பார்த்து, "சச்சு, சோப்பு விக்கிற மாமி!" என்று கத்தினான்.

சச்சு என்னும் அவன் தங்கை திரும்பி அவனைப் பார்த்து, "ஒண்ணும் இல்லே. இது வந்து தலைக்குத் தடவிக்கிற வாசனை விளக்கெண்ணெய் விக்கிற மாமி ... இல்லே இல்லே! ஸென்ஸஸ் மாமி ... இல்லெல்லே ... எலக்ஷன் மாமி!" என்று தீர்மானமாகக் கத்தினாள்.

"யார்ரா அங்கே!" என்று ஒரு ஸுமங்கலி அடுக்களையினின்றும் வெளிப்பட்டு "வாஷிங் ஸோப் விக்கறவாளா!" என்று மாலதியை ஏற இறங்கப் பார்த்து அவள் பையையும் காகிதங்களையும் உற்று நோக்கினாள்.

"இல்லே மாமி. நான் மெட்ராஸிலே ஆனர்ஸ் படிக்கிறேன். ஸங்கீதம் என்னுடைய விசேஷ பாடம். தியாகப்பிரும்மம் இருந்த காலத்தில் திருவையாறு எப்படி எல்லாம் இருந்திருக்கும் என்று ஒரு புத்தகம் எழுதுவதற்காகப் புள்ளி விவரங்கள் சேகரித்து வருகிறோம். இங்கே அனந்தலக்ஷ்மிப் பாட்டி என்று நூற்றிரண்டு வயதான ஒரு பாட்டி இருக்கிறாளாமே . . ?"

"இருக்கா. எங்க மாமனாருக்குக் கொள்ளுப்பாட்டி அவ."

"அந்தப் பாட்டியைப் பார்த்துச் சில கேள்வி கேட்கணும். பார்க்கலாமா ?"

"நீங்கதானா அது! நேத்து தண்டு ஸாஸ்திரிகள் வந்து மெட்ராஸி லிருந்து யாரோ பாட்டியைப் பார்க்கணும்னு சொன்னதாகச் சொன்னார். வாங்கோ" என்று மாலதியை உள்ளே அழைத்துச் சென்று அடுக்குகளைப் போகும் நடைஉள்ளில் உட்கார்ந்திருந்த மூதாட்டிக்கு அறிமுகப்படுத்தி னாள் அந்த அம்மாள். மூதாட்டிக்குக் கண்ணிரண்டும் தெரியாவிடினும் செவியிரண்டும் கூரியவை. கும்பகோணத்தில் 'கௌளி' சொன்னால் கண்டியூரில் கேட்டுவிடும் செவிகள். அறிமுகத்துக்குப் பின்பு, மாலதிக்கும் மூதாட்டிக்கும் கீழ்க்கண்டவாறு உரையாடல் நிகழ்ந்தது.

"தியாகப் பிரம்மத்தை நீங்க பார்த்திருக்கேளா பாட்டி!"

"நான் எப்படியம்மா பார்த்திருக்க முடியும்? எனக்கு முதலாவது ஆண்டு நிறைவு ஆச்சு. அதுக்கு நாலாம் நாள் அவர் ஸமாதி ஆயிட்டார். ஆனா நான் அவரைப் பத்தி நிறையத் தெரிஞ்சுண்டேம்மா!"

"எப்படி ?"

"நான் மூணாவது இளையாளா பத்து வயசுலே வாழ்க்கைப்பட்டேன். எனக்கும் அவருக்கும் முப்பத்தாறு வயசு வித்தியாசம். அவருக்கு விவரம் தெரிஞ்ச நாளா தியாகராஜ ஸ்வாமியைப் பார்த்துண்டே இருந்திருக்கார் அவர். நாலுவருஷம் அவர்கிட்டே பாட்டும் சொல்லிண்டிருக்கார். அய்யர்வாள் ஆத்திலே நித்ய உத்ஸவமாகத்தான் இருக்குமாம். ஸீதா கல்யாண உற்ஸவம் எப்படி நடத்தினாலும் இவர்தான் போய் ஐம்பது குடலை, நூறு குடலைன்னு பூவாப் பறிச்சுக் கொண்டு கொடுப்பாராம். அதெல்லாம் சொல்ல ஆரம்பிச்சார்னா என் ஸ்வாமி என் ஸ்வாமின்னு தேம்பித் தேம்பி அழ ஆரம்பிச்சுடுவார். அவர்கிட்ட கேட்ட பாட்டெல் லாம் ராத்திரி இல்லே, பகல் இல்லே, பாடிண்டே இருப்பார். ஆனா அதையெல்லாம் கேட்டுப்புட்டு இன்னிக்கு இவா பாடறதைக் கேட்டா

இங்கிலீஷிலே பாடறாப்பலே இருக்கு. நகுமோமு அவர் பாடின தினுசே வேறே, இன்னிக்கு நான் கேக்கற நகுமோமு வேறே. இன்னும் எத்தனையோ பாட்டுக்கள் இப்படி அடையாளம் புரியாமல் இருக்கு. சுப்புணி பாடுவன், வையச்சேரி வைத்தா பாடுவன். அதுக்கப்புறம் எல்லாமே மாறிப் போயிடுத்து!"

"சுப்புணி, வைத்தா – இவாள்ளம் யாரு?"

"சுப்புண்ணின்னு பட்டணம் சுப்ரமண்யய்யரைச் சொல்றா பாட்டி, வையச்சேரி வைத்தான்னா மகா வைத்தியநாதய்யர்" என்று சின்ன அம்மாள் விளக்கினாள்.

"அவாளைப் பாத்திருக்கேளா நீங்கள்?" என்று பரவசமாகக் கேட்டாள் மாலதி.

"பட்டணம் சுப்ரமண்ய அய்யர்னு நீங்க சொன்னா நான் ஒப்புக்கு வேனா! எனக்கு அவன் திருவையாத்து சுப்புணிதான் – இவர் தெவசத்தன்னிக்கு ஒரு தடவை வந்து கண்ணாலே ஜலம்விட்டுக் கதறிப்பிட்டான். 'புவனி தாஸுடனீயே' மாமா மாதிரி பாட முடியலையே எனக்குன்னு அன்னிக்கு புலம்பி மாஞ்சு போயிட்டான்."

"அது சரி, தியாகையர் எப்படி இருப்பாராம் பார்க்கறதுக்கு!"

"வெடவெடன்னு நல்ல சேப்பா இருப்பாராம். நான் பார்க்கக் கொடுத்து வைக்கலே!"

"அவருக்கு என்னென்ன பட்சணம் சாப்பாடு எல்லாம் பிடிக்குமாம்?"

"இதேதுடியம்மா! இதெல்லாம் எதுக்குடி கேக்றது இந்தப் பொண்ணு! ஏண்டியம்மா! நம்ம ஊரிலே என்ன சாப்பிடுவா எல்லாரும்! சாதம், குழம்பு, கூட்டு, பாயசம், சுகியன், வடை, அதிரசம், இட்லி, தோசை, கொழுக்கட்டை – இதைத்தானே நாம்ம சாப்பிடறோம்! இதுகளைத் தான் தியாகையரும் சாப்பிட்டிருப்பார். ஆனா இந்த நாள் மாதிரி உருளைக்கிழங்கு, காப்பி, டீ எல்லாம் அப்ப ஏது? கிழங்குன்னா கர்ணாக் கிழங்கு; சேப்பங்கிழங்குதான். அவர் பரம ஆசாரமாயிருப்பாராம்."

"உண்மைதான் பாட்டி. அப்புறம் தியாகப்பிரம்மம் திருப்பதிக்குப் போனாராமே? இப்படிக் காவேரியைத் தாண்டித் தஞ்சாவூர் வழியா போனாராமா? இல்லை, இப்படியே கும்பகோணம் போய்ப் போனாராமா?"

"அதெல்லாம் யாருடிம்மா கண்டா? திருப்பதிக்குப் போயிட்டு வந்தாராம், அது தெரிஞ்சிருக்கு. கொட்டையூர் வழியாய்ப் போனா என்ன? கண்டியூர் வழியாய்ப் போனா என்ன? திருப்பதிக்குப் போயிட்டு வந்துட்டார், அத்தோட விடுவியா?"

மாலதி வெகு வேகமாக எழுதிக்கொண்டிருந்தாள். மூதாட்டியின் பேச்சில் மயங்கிவிட்டால் மணி பன்னிரண்டடித்ததையும் ஒரு தஸ்தா தான் தீர்ந்துவிட்டதையும் கவனிக்கவில்லை. பேட்டியை ஒரு கட்டத்தில் நிறுத்தி எஞ்சியவற்றைப் பிற்பகலில் வந்து கேட்டுக்கொள்வதாகக் கூறி விடைபெற்றாள்.

தாமதித்து வந்ததற்காக அகோரநாதன் மாலதியைக் கடிந்து கொண்டு, எல்லோரையும் தியாகையர் வாழ்ந்த இல்லத்துக்கு அழைத்துச் சென்று அவர் இறைவனைத் தொழுத இடம், உண்ட இடம், உறங்கிய இடம் போன்ற பல இடங்களைக் காண்பித்து விளக்கினார். பிறகு உணவு விடுதியில் பகல் உண்டியருந்தி, விடுதிக்குச் சென்று, தத்தம் பேட்டிகளைப் பற்றி மாணவிகள் சுருங்க எடுத்துரைத்தார்கள். தனக்குப் பேட்டியளித்தவர் தானே கூறுவதுபோல் எழுதியிருந்த கிரிஜா, அதைப் படிக்கத் தொடங்கினாள்.

"என் பெயர் ஞானஸ்கந்தன், இண்டர்மீடியட் வரையில் படித்திருக்கிறேன். என் முப்பாட்டனாரின் முப்பாட்டனாரான ஐயா தீட்சிதர் நூற்றெட்டு வாஜபேய வேள்விகளும், ஐந்து முறை சோம யாகமும் செய்தவர். நல்ல இலக்கிய சாதனைகள் புரிந்தவர். பஞ்சநதீச்வரர் பேரில் முப்பது காவியங்களும் மூன்று நாடகங்களும் இயற்றியிருக்கிறார். அவருடைய பல அபிப்பிராயங்கள் போற்றத்தக்கவை. ஏனெனில் எனக்கும் அவற்றோடு உடன்பாடு உண்டு. என்னவெனில் கலை என்னும் ஏணியில் சங்கீதம் என்பது அடிப்படை. அதாவது மிகமிகத் தாழ்ந்தது. கலைகளில் சிறந்தது இலக்கியம்தான். அதற்குப் பிறகுதான் சிற்பம், ஓவியம், நடனம், இசைக்கலை எல்லாம் வரும். இலக்கியத்திலும் தலையாயது உரைநடை இலக்கியமே. கவிதை கடையானது. உரைநடையிலும் சிறு கதையும் நாவலும்தான் தலையாயவை. ஹென்றிஜேம்ஸ், மாப்பஸான், செக்காவ் போன்று எழுதக்கூடியவர்கள் நம் நாட்டில் ஆறே பேர்தான் உண்டு. ஒன்று நான், இரண்டாவது சிறுத்தொண்டர், மூன்றாவது சௌனகர் என்ற புனை பெயரில் எழுதும் சோனி, நாலாவது ஐயப்பா, ஐந்தாவது மகிஷபதி, ஆறாவது தாசரதி. இந்தத் தாசரதிகூட இப்பொழுது ரொம்பத் தெரிந்தவன் மாதிரி நாவல் நாடகம் எல்லாம் எழுத தொடங்கிவிட்டான். இனிமேல் என்னுடைய பட்டியலில் நான் அவனைச் சேர்ப்பதாக உத்தேச மில்லை ... தியாகையர் நாவல் எழுதியிருந்தால் நோபல் பரிசு வாங்கி யிருப்பார். அவருக்கு அவ்வளவு ஆற்றல் இருந்தது. ஆனால் பயன்? விழலுக்கிறைத்த நீராக, இசைப்பாலையில் தம் திறமைகளைக் கொட்டி வீணாக்கிவிட்டார். அதனால் எங்கள் முப்பாட்டனாரான ஐயா தீட்சிதருக்கு அவரைக் கண்டால் ஆகவில்லை. ஆனால் தியாகையர் மீது எனக்கு "பர்ஸனல்" விரோதம் ஒன்றும் கிடையாது. அதனால்தான் அவரது பாட்டுக்களை பிரெஞ்சு மொழியில் மொழி பெயர்த்து வருகிறேன். ஒவ்வொரு கீர்த்தனைக்கும் ஐயாயிரம் பிராங் தருவதாக "பாரிஸ்பொக்கே" சஞ்சிகை சொல்லியிருக்கிறது. அப்படி ஐம்பதாயிரம் பிராங் சேர்த்ததும் மாம்பலத்தில் ஒரு வீடு வாங்கிக்கொண்டு குடியேற உத்தேசம். இத்தனை தாராளமாக நம் தேசம் இல்லாததால்தான் தியாகையர் இலக்கியத்துக்குப் பதிலாக, குறுக்கு வழியில் புகழ் தேடும் சங்கீதக் கலையில் ஈடுபட்டார் என்பது என் கருத்து ..."

ஞானஸ்கந்தனாரின் கருத்துக்கள் பெரும் சலசலப்பை மாணவிய ரிடையே எழுப்பி, ஓயாத சொற்போரை மூட்டும் தருணம் நெருங்கவே அகோரநாதன் "ஒழுங்கு, ஒழுங்கு" என்று அடக்கி, வாதப் பிரதிவாதங்கள் தேவை இல்லை என்றும், அவரவர்கள் குறிப்புகளைச் சுருக்கமாகக் கூற வேண்டும் என்றும் உத்திரவிட்டு அலுமுவைப் பேச அழைத்தார்.

"நான் வைத்தியலிங்க ஆசாரி என்பவரைச் சந்தித்தேன். அவருடைய முன்னோர்கள்தாம் தியாகையருக்கு ஜாலரா, உஞ்சவிருத்திக்கான பாத்திரம் முதலியவற்றைச் செய்து தந்ததாகக் கூறினார். அதற்குமேல் உணர்ச்சிப் பெருக்கால் அவரால் பேச முடியவில்லை. நன்றி உணர்விஞல் அவரது நாத் தழுதழுக்க ஏதும் கூறமுடியாமல் வருந்தினார். தியாகையருக்கு இச்சாதனங்களைச் செய்தளித்த நாள் முதலாக அவருடைய வம்சத்தில் தேவை, முடை என்பதே இல்லாது போய், சீரும் சம்பத்துமாக வாழ்கிறார்களாம். அவருடைய உறவினர்களில் பலர் தென்னாப்பிரிக்காவிலும் இலங்கையிலும் ஒப்பந்தக் கூலிகளாக வேலை செய்யப் போய் அவதியுற்ற காலையில் அவர் குடும்பம் செல்வத்தில் புரளுகிறதென்றும், அதற்கு ஒரே காரணம் தியாகையர்தான் என்றும் கூறினார் அவர்" என்று சொல்லி முடித்தாள் அலமு.

பின்பு எழுந்த உமா, கிரிஜாவைப் போலவே பேட்டியளிப்பவர் தன்மையில் சொல்வதாகவே எழுதியிருந்தாள். "என் பெயர் ஐப்பேசக் கவிராயர். சித்திரக்கவி ஆயிரக் கணக்கில் ஒரு நாளில் பாடுவேன். என் பெரியன்னையின் முப்பாட்டனாரின் அருளால் கிடைத்த வரம் அது. அந்த முப்பாட்டனார்தான் ஐயாறப்பக் கவிராயர். அவர் தியாகைய ரிடம் தனியன்பு கொண்டவர். அதனால் 'தெலுங்கில் பாடாதீர்! மக்களுக்குப் புரியும் தமிழில் பாடுவீர்' என்று பன்முறை மன்றாடியும் என்ன காரணத்தாலோ ஐயரவர்கள் கேட்கவில்லை. 'தமிழ் நாட்டு இசைப் புலவர்கள் இந்தத் தெரியாத மொழியில் பாடி நும்பாக்களின் பொருளனைத்தையும் சிதைத்துக் கொல்வார்கள்' யென்று எச்சரித்தும் ஐயரவர்கள் கேட்கவில்லையென்று தெரிகிறது. என் பாட்டனார் கூறியது மெய்யாகிவிட்டது என்பதை நான் விசனத்துடன் கூறத்தான் வேண்டியிருக்கிறது."

அம்புஜம் எழுந்தாள். "நான் பேட்டி கண்டது பிரணதார்த்திஹர சர்மாவை. இவர் எம்.ஏ. படித்து அரசாங்கத்தில் நல்ல பதவியிலிருந்து ஓய்வுபெற்றவர். தியாகையர் வருடா வருடம் சீதா கல்யாணம் செய்வதைக் கண்டு இவர் வெகுண்டெழுகிறார். "ராமன் ஆப்டர் ஆல் ஒரு மனுஷன். அவனை தெய்வத்துக்குச் சமானமாக வைத்துக் கலியாணம் செய்யலாமா? ஏன் பார்வதி கலியாணம் இல்லையா! மீனாட்சி கலியாணம் இல்லையா! இதையெல்லாம் ஏன் தியாகையர் செய்திருக்கக் கூடாது? அதனால் தியாகையருக்கு 'ஒன் ட்ராக் மைண்ட்' என்றுதான் முடிவுகட்ட வேண்டி யிருக்கிறது. அதனால்தான் அவர் காலத்தில் வாழ்ந்த என் தாத்தாவின் எள்ளுப் பாட்டரான பஞ்சு சிரொளிகள் அவரை முகாலோபனம் செய்வதையே நிறுத்திவிட்டார்' என்று சர்மா அவர்கள் கூறினார்கள்."

ரமா, ஏகநாத்ராவ் என்பவர் கூறியவற்றை எழுதியிருந்தாள். "மராட்டிய மன்னரான சரபோஜி அழைத்ததற்குத் தியாகையர் 'நரஸ்துதி இந்த நாவால் செய்யமாட்டேன்' என்றாராம். ராஜா தெய்வத்துக்குச் சமானம், விஷ்ணு அம்சம் என்று நம் ஸ்மிருதிகள் கோஷிக்கின்றன. மேலும் ஒவ்வொரு உயிரிலும் கடவுளைக் காணும் ஐக்கிய பாவம் தியாகையருக்கு இருந்திருந்தால் இந்த மாதிரி பதிலை அவர் சொல்லியிருக்க மாட்டார் என்பது ஏகநாத்ராவின் கருத்து" என்று ரமா கூறி அமர்ந்தாள்.

அதற்குள் நேரமாகிவிட்டது. ஏழு மாணவியரும் ஒவ்வொரு பேட்டியைத்தான் முடித்திருந்தார்கள். இன்னும் மும்மூன்று முடித்தாக வேண்டும். எல்லாவற்றையும் முடிக்க மூன்று நாட்கள் எப்படிப்போதும் என்று கலங்கினார் அகோரநாதன். மீண்டும் மாணவியர் கிளம்பினார்கள்.

ஐந்தாம் நாள் இரவுதான் எல்லாம் முடிந்தன. அலமு உதட்டைப் பிதுக்கி முனகினாள். "இருந்திருந்து இத்தனை வருஷம் கழிச்சு உற்சவம் பார்க்கணும்னு வந்தோம். ஒரு கச்சேரி கேட்கலே. சமாதியைக்கூட எட்டிப் பார்க்கலே. இத்தனை நாளா பேட்டி பேட்டி, பேட்டி, கை ஒடிய ஒடிய எழுதியே தீர்த்துப்பிட்டோம்!" என்று அவள் அழாக்குறையாக நொந்துகொண்டாள். மற்றோரும் ஒத்துப்பாடினார்கள்.

"பாட்டும் கூத்தும் கேட்கவா வந்தோம்! வேலையல்லவா முக்கியம். கல்லூரியில் படிக்கிற நீங்கள் இந்தக் கட்டுப்பாட்டைக்கூட தாங்க விட்டால் என்னதான் செய்யப்போகிறீர்களோ?" என்று பெருமூச்செறிந்து "சரி, சமாதிக்கு வாருங்கள். அதையும் பார்த்துவிடலாம்" என்று கிளம்பினார் அகோரநாதன்.

இவர்கள் போவதற்கும் பாகவதர்கள் ஆஞ்சனேய உற்சவத்தை முடித்து வெளியே வரவும் சரியாயிருந்தது.

எல்லோரும் காலையில் தஞ்சை வந்து, வரகப்பையர் சந்தில் தியாகையர் ஆராதித்த விக்கிரகங்களைக் கண்டுவிட்டு போட்மெயிலில் சென்னை திரும்பி வந்தார்கள்.

"ஐயரும் ஐயாறும்" என்ற ஆங்கில நூலை எழுதி அடுத்த ஆண்டு பகுள பஞ்சமியன்றுதம் நண்பரிடம் காட்டினார் அகோரநாதன். அதைப் படித்து, "அகோரம், இந்த மாதிரி ரிசர்ச்சை நான் என் ஆயுசிலேயே பார்த்தது கிடையாதுடா! மண்டுகங்கள் நெறஞ்ச இந்தத் தேசத்திலா இதை வெளியிடறது? நான் டர்னருக்கு எழுதுகிறேன்" என்று அதை அமெரிக்காவுக்கு அனுப்பினார் நண்பர்.

"சங்கீத மூவரில் ஒருவரைப் பற்றித்தானே எழுதியிருக்கிறார் அகோரநாதன். மற்ற இருவரையும் பற்றி இதே மாதிரி திறனாய்வு எழுதட்டும். அதற்காக இருபதாயிரம் டாலர் சாங்ஷன் செய்கிறோம்" என்று டர்னர் பதில் எழுதினார். அவற்றையும் எழுதி முடித்து முன்னுரையில் மாணவியரின் உதவிக்கு நன்றி செலுத்தினார் அகோரம். அதன் பயனாக அலமுக்கு அமெரிக்காவில் படிக்க உதவிச்சம்பளம் கிடைக்கவே அவள் அங்கு போய் அமெரிக்கர் ஒருவரை மணந்து அங்கேயே தங்கிவிட்டாள். மற்றவர்களுக்குச் சங்கீதப் போராசிரியை களாகவும் ஆசிரியைகளாகவும் இந்தியாவில் பல இடங்களில் வேலை கிடைத்தது. கிரிஜா ஒரு கலெக்டரை மணந்துகொண்டாள். ஆனால் ஆராய்ச்சியை விடவில்லை. அலமுவின் யோசனையின் பேரில் தியாகையர் பாடியது தமிழ் தெலுங்கா, தெலுங்குத் தெலுங்கா என்று ஆராய்ந்து கொண்டிருக்கிறாள். அதை முடித்து வெற்றிபெற்றால் அவளுக்கு கிராண்ட் கான்யான் பல்கலைக்கழக 'டாக்டர்' பட்டம் கிடைக்கும்.

கல்கி, ஜனவரி 1963

இவனும் அவனும் நானும்

குதிரைக்குக் கன்னிப்பட்டை கட்டினாற் போல, இப்பால் அப்பால் பார்க்காமல் நடந்துகொண்டிருந்தான் இவன். இவன் பெயரை எதற்குச் சொல்ல வேண்டும்? ஏதோ ஒரு மனிதன்.

கையெழுத்து மறையட்டும் என்று காத்திருந்துவிட்டு, தெரு விளக்கு எரிய ஆரம்பித்ததும் வீட்டை விட்டுக் கிளம்பினான். கிளம்பும் பொழுதே உடம்பில் ஒரு ஜுரம். நாடியைத் தொட்டுப் பார்த்தால் படபடப்பு தெரியும். நெற்றி, கை — எங்காவது ஒரு பூவை வைத்தால் வர்ணமிழந்து போகும் – வாடும்; நடக்கும்பொழுது கூட கால் சரியாக ஊன்ற வில்லை. பின்னி நடுங்குகிறது. கொசுக்கடி ஜுரமோ, குளிர் காய்ச்சலோ இல்லை. இவன் மனசைத்தான் ஏதோ கடித்திருக்கிறது அதற்குத்தான் ஜுரம்.

இப்பால் அப்பால் பார்க்காமல், ஏன் இப்படி நெட்டுக் குத்தாக, கால் பின்னப் பின்ன நடக்க வேண்டும்? பயம். வெற்றிலை பாக்குக் கடைக்கார கிராமணி பார்க்கப் போகிறாரோ என்று பயம். போண்டாவும், சுகியனும் போட்டு விற்கும் எல்லம்மா பார்க்கப் போகிறாளோ என்று பயம். வாசல்படியில் உட்கார்ந்து 'கிரிக்கெட்' பேசிக்கொண்டிருக் கிற கல்லூரிப் பையன்கள் பார்க்கப் போகிறார்களோ என்ற பயம், அவர்கள் பேச்சில் ஒரு சிறுதடை. தன்னைப் பார்த்துத்தான் பேச்சு நின்றுவிட்டதாக இவன் அரண்டு போய், கடைக்கண் பார்வையைக் கூட நேர்ப்பார்வையாகத் திருப்பிக் காலை எட்டிப் போடுகிறான்.

தான் ஒன்றையுமே கவனிக்காமல் ஏதோ காரியமாகப் போவதாகக் காட்டிக்கொள்ள வேண்டும். ஆனால் அதே சமயம் முகத்திற்கு வருகிறதே ரத்தம். சூடு இன்னும் கொஞ்சம் வீசுகிறது.

வீதியில் எத்தனையோ பேர் போகிறார்கள். வருகிறார்கள் சாதாரணமாக அங்குமிங்கும் பார்த்துக்கொண்டு நடக்கிறார்கள். யார் யார் தன்னைப் பார்க்கிறார்கள் என்று யாருக்கும் திருட்டுக் கவலையே இல்லை. இவனும் அப்படி சாதாரணமாகப் போகலாம். ஆனால் போக முடியவில்லை. கடிபட்ட மனது. என்னமோ உலகம் முழுவதும் தன்னையே கவனிப்பதற்காகக் கங்கணம் கட்டி அமர்ந்திருப்பது போல் தோலைக் கூச அடிக்கிறது பயம். "இந்த உலகம், 'பிரபஞ்சம்' என்பதெல்லாம் நம்முடைய கற்பனை – மனசின் தோற்றங்கள். மனசு இல்லை யானால், அவையும் இல்லை" என்று மனசைப் பற்றிச் சொல்லுகிறார்களே – அதற்கு ஒரு கோணல் சாட்சி வேண்டுமானால் இப்போது இத்தனை பேரும் தன்னைப் பார்ப்பதாக வெலவெலத்து நடக்கிறானே – அந்த இவனைத்தான் சொல்லலாம்.

சரி, அப்படிப் பயமாக இருந்தால், ஏன் போக வேண்டும்? பேசாமல் வீடு திரும்பி, ஏதாவது புத்தகத்தைப் படிக்கக் கூடாதா? சாப்பிட்டுப் படுக்கக் கூடாதா? குழந்தையோடு விளையாடக் கூடாதா? இல்லை, அவளோடு பேசி, பொழுதை நிம்மதியாகப் போக்க கூடாதா?

முடியாது! மனசு கடிபட்டிருக்கிறது. இப்படிப் பயந்துகொண்டே, இந்தத் தீ மிதித்தாவது, அங்கே போய்ச் சேர்ந்துவிட வேண்டும். அதுதான் இந்தக் கடியின் வேட்கை. இந்தப் பயமும் நடுக்கமும் இல்லாவிட்டால், அதிலே என்ன சாரம் இருக்கிறது?.. இரண்டு கரும்பை உருளையில் கொடுத்து ஒரு தம்ளர் சாராகப் பிழிந்து கொடுத்தால் குடிக்கலாம். ஆனால், அந்தக் கரும்பைச் சீவி நறுக்கிக் கடித்து ஒரு நாள் முழுவதும் மல்லுக்கு நிற்பதுதான் மனுஷன் செய்யும் காரியம். இத்தனை எதிரிகளையும் கடந்து அங்கே போய் நிற்க வேண்டும்!

எங்கே? அதோ அந்த வீட்டுக்குள். இங்கிருந்து தெரியாது. வலது பக்கம் ஒரு சந்து திரும்புகிறதே – அதற்குள் நுழைந்து, அங்கே ஒரு தையல்கடை இருக்கிறதே – அதற்குப் பக்கத்தில் ஓர் ஆசாமி மட்டும் நடக்கக் கூடிய நடையில் நடந்து, நாலுகதவுகளைக் கடந்து ஐந்தாவது கதவு. அதுதான் அந்த வீடு.

போகும் வழியில், அதாவது முன் சந்தில் இரண்டு பசுக்கள் இப்படியும் அப்படியுமாகக் குறுக்கே படுத்திருக்கின்றன. அப்பால் ஓர் எருமை நிற்கிறது. அதற்குப் பக்கத்தில் ஒரு பொய்க் கன்று படுத்திருக்கிறது– மூங்கில் காலுடன், கிழிந்த தோலுடன்.

மாடுகள் நகரவில்லை. "த்தா!" என்று வாய்விட்டு ஓர் அதட்டல் போட அவன் வாய் எழவில்லை. பயம்! அந்தச் சத்தத்தைக் கேட்டு யாராவது பார்த்துவிட்டால்! பார்த்து சந்தேகப்பட்டால்! பேசாமல் சுவரோரமாக உடம்பைத் தேய்த்துக்கொண்டு, அடுத்த மாடு தலையை அசைத்ததிலிருந்தும் தப்பிக்கொண்டு தையர் கடையைப் பார்க்காமல் இருள் சூழ்ந்த நடையில் திரும்பிவிட்டான் இவன். இடது பக்கத்தில் உள்ள முதல் கதவு சாத்தியிருக்கிறது. அப்பாடா! இரண்டாவது கதவு திறந்திருக்கிறது. சுண்ணாம்பு நீர் போல் வெளிச்சம் தெரிகிறது. அதையும் கடந்தால் மூன்றாவது நிலையில் இரண்டு மூன்று பெண்கள் பேசிக்

கொண்டிருக்கிறார்கள். அவர்கள் இவன் போவதைப் பார்த்துப் பேச்சை நிறுத்திக்கொள்கிறார்கள். அவர்கள் ஏதோ கிசுகிசுவென்று இவனைப்பற்றிப் பேசிக் கொள்வதாக இவனுக்கு ஒரு பிரமை. உடல் இன்னும் நடுங்குகிறது. சூடு ஏறுகிறது. எத்தனை பேருக்குத்தான் பயப்படுகிறது! நாலாவது நிலை முடியிருக்கிறது. ஐந்தாவது நிலையில் போகும்பொழுது அவள் அரிக்கேன் விளக்கின் ஒளியில் வாளியில் ஏதோ வேட்டியைக் கசக்கிப் பிழிந்து கொண்டிருந்தாள். 'வாங்கோ' என்று காதில் பட்டதும் படாததுமாக ஒரு வரவேற்பு.

'ம்' என்று இவனும் காதில் விழாமல் முனகி, அந்த வரவேற்பை ஏற்றுக்கொண்டான். கால் துவண்டது எதையாவது பிடித்துக்கொள்ள வேண்டும் போல, படபடவென்று நடுக்கம். அவளைக் கண்டுவிட்ட பூரிப்பு. ஆனால் அந்தப்பூரிப்பு நெஞ்சைத் தாக்கும் வெறி, சாதாரணமாக வருவதில்லை. இப்படிக் காலைக் கையை உடலை ஆட்டி வைத்துக் கொண்டுதான் வரும். மூளை கொதிக்கும். கன்னம் முள்படரும். நா உலரும். தண்ணீர் கேட்டு வாங்கிக் குடிப்பான். கை அடங்காமல் நடுங்கும். தண்ணீர் சட்டை கழுத்தெல்லாம் வழியும். இப்போதும் இதே ரகளை ... ஆனால் சுளீர் என்று ஓர் ஏமாற்றம் முகத்தில் அடித்தது.

உள்ளே தம்புரா மீட்டு கேட்கிறது. இந்த நாராசத்தை அவன் எதிர்பார்க்க வில்லை. ஒரே நிசப்தமாக இருக்கும் என்றுதான் தெருவில் நடக்கிறபோது கற்பனை; நேற்று இரவெல்லாம் கற்பனை, காலையில் எல்லாம் கற்பனை பகலெல்லாம் கற்பனை. அத்தனையும் ஒரு கணத்தில்! ... சீ!

பாட்டுக் கேட்கவில்லை. "பாடிக்கொண்டிருந்தால் சரி, நான் இப்போது தொந்தரவு செய்யவில்லை" என்று சத்தத்தோடு சத்தமாகச் சொல்லிவிட்டு, வந்த சுவடு தெரியாமல், ஏமாற்றத்தை விழுங்கிக்கொண்டு திரும்பிவிடலாம். ஆனால் தம்புரா மட்டும்தான் கேட்கிறது. அவன் – அவள் கணவன் – பாடவில்லை. பாடுவதற்காக சுருதி சேர்த்திருக்கிறான் போலிருக்கிறது. இவன் வந்த அடியோசை அவனுக்குக் கேட்டிருக்கும். "வாங்கோ" என்று அவள் தொண்டைக்குள் கூப்பிட்டதுகூட கேட்டிருக்கும். மெல்ல தலையைக் காட்டிவிட்டுப் போய் விடலாம்.

அவள் வரவேற்ற இங்கிதம் ஒன்றே போதும். என்ன ரகசியம்! உன்னுடையவள்தான் என்று சபதம் செய்கிறாற்போல ஒரு ரகசியக்குரல். மனம் பேசுகிற குரல் அது! காதில் விழவேண்டும் என்பதற்காகக் கொஞ்சம் வாயால் சொல்லும் அது உரிமைக் கம்மல்!... ஆனால் இன்னும் தடைதான் என்றும் போல. தனியாக, அவளை ஒரு நிமிஷத்திற்கு மேல் பார்க்க முடிந்ததில்லை. பக்கத்து போர்ஷனிலே குடியிருக்கிறவர்கள், பால்காரன், வீடு கூட்டுகிறவள், பாட்டு சொல்லிக்கொள்ள வருகிற ஒரு பெண் – இப்படி ஏதாவது ஒரு தடை வந்து பாதாளம் போல நிற்கும் ... யாரும் வராத சந்தர்ப்பமாகக் கணக்குப் போட்டு வந்த இன்று, இந்த அந்தி வேளையில், அவனே இருக்கிறானே. இன்று 'ட்யூஷன்' கிடையாதா? வெளியே போகவில்லையா?

செருப்பை முற்றத்தில் மெதுவாகக் கழற்றிவிட்டு, கூடத்தில் ஏறித் திரும்பி உள்ளே பார்த்தான் இவன்.

"வாங்கோ சார், வாங்கோ" என்று உற்சாகமாகக் கூப்பிடும் குரல் எழவில்லை. உற்று கவனித்தான். அவன் கண் மூடியிருந்தது. தலை தம்புராவின் தண்டின் மீது சாய்ந்திருந்தது. விரல்கள் தந்திகளைத் தடவிக் கொண்டிருந்தன. தம்புரா நாகப்பாம்பு போல் பளபளக்கிறது. நாகப்பாம்பு படமெடுத்தால் தலை மேலும் உடல் கீழும் இருக்கும். ஆனால் இந்த நாகம் தலையைக் கீழே வைத்து உடலை மேலே உயர்த்தி சிரசாசனம் போட்டுப் படம் எடுத்துக்கொண்டு உறுமுகிறது. அதன் உடலை வலது கையால் அணைத்துப் பாடச் சொல்லிக்கொண்டிருக்கிறான் அவன். அதுவும் பாடுகிறது. அந்த விஷந்தான் அவன் கண்ணை மூடிவிட்டது போலிருக்கிறது.

இவன் பார்த்துக்கொண்டே சற்று நின்றான் – அவனை, அவன் விரலை ... கண் மூடலை, தலை தொங்கலை.

பழைய நாள் நண்பன் அவன். ஆறாம் வகுப்பு வரை சேர்ந்து படித்தார்கள். திடீரென்று ஒரு நாள் அவன் படிப்பை நிறுத்திவிட்டான். பாட்டு கற்கத் தொடங்கிவிட்டான். இவன் மேலே படித்து, கலியாணமாகி, உத்யோகமாகி, சென்னைக்கு வந்தான். பதினாறு வருஷம் கழித்துத் தெருவில் பழைய நண்பனைக் கண்டான். யோக க்ஷேமங்களைப் பரிமாறிக் கொண்டார்கள். உறங்கிப்போன நட்பு மீண்டும் விழித்தது. துளிர்த்தது. இவன் அவன் வீட்டுக்கு வருவதும், அவன் இவன் வீட்டுக்கு வருவதும் – இப்படி நட்பு கிளை விட்டது. கிழங்களையே பாடச் சொல்லிச் சொல்லிக் காய்ந்த நார்த்தங்காய் ஊறுகாயைச் சுவைத்து சப்புக் கொட்டும் ரசிகர்கள் மண்டிய உலகத்தில், இந்த நண்பன் வாசல் வாசலாக ஏறி இறங்கி ட்யூஷன் சொல்லிக் கொடுத்துப் பிழைப்பதில் ஆச்சரியமில்லை. சங்கீதத்தை மறக்காமலிருப்பதுதான் ஆச்சர்யம்!

ஓர் அனுதாபம் – ஒரு பரிவு. வயிற்றுக்குப் போதாமல் அவன் சம்பாதிக்கிறதைக் கண்டு ஓர் இரக்கம் –

அதனால்தான் நட்பு கிளை விட்டது.

ஒரு மாதத்திற்கு முன்னால் இவன் அந்த நண்பனைப் பார்க்க வந்த பொழுது, அவன் வீட்டில் இல்லை. தனியாக இருந்தாள் அவள். "உட்காருங்கள். வந்துவிடுவார்" என்றாள். காப்பி கொடுத்தாள், வெற்றிலைத் தட்டை எடுத்து வைத்தாள். பேசிக் கொண்டிருந்தாள். ஒரு மணி நேரமா யிற்று. இன்னும் நண்பன் வரவில்லை. விடைபெற்றுக்கொண்டான் இவன். ஆனால் வீட்டுக்கு வந்தபொழுது நண்பன் நினைவுக்குப் பதிலாக, அவள் பேச்சு, அவளது குழைவு, சரிந்த உடல், அந்தக் குழைவு தெரியக் கட்டி யிருந்த சேலைக்கட்டு, அந்தக் கண் – இவையெல்லாம்தான் அவன் முன் வட்டமிட்டன. இத்தனை அழகா அவள்! இவ்வளவு தெரிந்தவளா! பேச்சில் எத்தனை மறை பொருள்கள்! சொல்லாமல் எத்தனை சொல் அவனுக்குள்ளே என்னமோ ஒன்று ஊறிற்று, அன்று தொடங்கி, இந்த வீட்டுக்கு வந்தால் ஒரு நடுக்கம்! அவளைப் பார்த்தால் ஒரு நடுக்கம்! அவனைப் பார்த்தால் ஒரு அலுப்பு; நடையைக் காண்கிற அலுப்பு! ...

மெதுவாக, சந்தடியின்றி சப்பணம் கூட்டி உட்கார்ந்துகொண்டான். உட்காரும்பொழுது முழங்கால் சொடுக்கும் ஓசை கேட்காமல் இருக்க வேண்டுமே என்று கவலையுடன் உட்கார்ந்தான்.

இவனும் அவனும் நானும்

"இந்தப் பாவிக்கு என்ன விரல்கள்! என்ன விரல்கள்! என்ன செவி! என்ன செவி!" என்று அதிர்ந்துகொண்டே உட்கார்ந்தான்.

நாலு தந்திகளையும் தடவிற்று அந்த விரல் – அன்னத்தின் முதுகைத் தடவுவது போல கீழ்பஞ்சமத்தைத் தொட்டு. இரண்டு தடவை ஷட்ஜத்தில் தத்தி, மீண்டும் கீழே இறங்கி அடி ஷட்ஜத்தைத் தொட்டு வட்டமிட்டது அவ்வோசை, ஆனால் வேறு என்ன என்னவோ ஓசைகள் கேட்டுக் கொண்டிருந்தன. "பாநிஸாரிகாரி நீ" என்று இவன் மனதிற்குள் அந்தச் சொல்லாத ஓசைகளையும் சொல்லிச் சொல்லிப் பார்த்தான்.

ஒரு நிமிஷம் அப்படி நெஞ்சிற்குள்ளே சொன்னான். ஒரு நிமிஷத் திற்குப் பிறகு அந்த மனக்குரலும் நழுவி, அந்த வெள்ளத்தோடு வெள்ளமாக இழைந்துவிட்டது. ஏதோ நினைவு வந்து மீண்டும் சொல்ல ஆரம்பித்தான் மௌனமாக. முடியவில்லை. குரலே அபஸ்வரமாக இருந்தது. அபஸ்வரம் என்று சொல்ல முடியாவிட்டாலும் அதிலிருந்து தனித்து நிற்பது வேதனை யாக இருந்தது. தனித்து நிற்பது தாளாத சித்திரவதை என்பதை முயன்று பார்த்தபோதுதான் உரை முடிந்தது. பேசாமலிருந்து விட்டான்.

அந்த நாதம் அன்னத் தத்தலாகத் தத்தித் தத்தி, நெஞ்சை வளைய வந்துகொண்டிருந்தது.

விரல் தெரிகிறது. அலமாரி தெரிகிறது – அவன் கால் தெரிகிறது. மூலையில் ட்ரங்குப் பெட்டி – ஒன்றின் மேல் ஒன்று தெரிகிறது. இன்னொரு ஓரத்தில் படுக்கைச் சுருள் – இத்தனையும் கண்ணை நெருடிற்று, உள்ளே புகுந்து உறுத்திற்று.

இவன் கண்ணை மூடிக்கொண்டான். அப்பாடா!

இப்போதுதான் எல்லாம் ஒழிந்தன!

ஓசைதான் கேட்கிறது! பல வர்ணப் பட்டிழைகளை ஒன்றாக இழைத்துக் கோலமாகக் கேட்கிறது. பல வர்ணங்களைச் சேர்த்துச் சுழற்றின சாம்பல் நிறமாக இந்த நாதக்கலவை மூடிய கண்ணின் முன்பு படர்ந்து நின்றது.

வளைந்து வளைந்து குழைந்து, அந்தக் குழைவில் இவன் உடலும் ஆடிற்று. தலை வளைந்தது. வளைந்து வட்டமிட்டது. பிறகு அதுவும் நின்று விட்டது.

இவன் இப்போது கேட்கவில்லை. இவனே அந்த அன்னமாகி விட்டான். இவனே அந்த ஓசையாகிவிட்டான். வெளிச்சமும் இருளும் இல்லாத, அல்லும் பகலுமில்லாத, வீடும் தெருவுமில்லாததாகிவிட்டான்.

தூங்கி விட்டானா? –

திடீர் என்று அவன் – தம்புரா மீட்டுகிறவன் கண்ணைத் திறந்தான். அயர்ந்த தூக்கத்திலிருந்து எழுந்தவன் போல, யாரோ உட்கார்ந்திருந் ததைப் பார்த்துப் பிரமித்தான். விரலும் உடனே நின்றது.

இவன் கண்ணை திறக்கவில்லை; தலை தொங்கலிட்டிருந்தது. பிறகு தலை ஆடிற்று. கண் திறந்தது. நிமிர்ந்து புன்சிரிப்புச் சிரித்தான்.

தி. ஜானகிராமன் சிறுகதைகள்

"சார் எப்போ வந்தாப்போல! நான் கவனிக்கவே இல்லையே" என்றான் அவன். வழக்கம் போல அதே உரத்த குரல். உற்சாகம், உண்மையான ஆச்சரியம். கபடமில்லாத கண்கள்.

இவனுக்குப் பேசமுடியவில்லை. கண்ணெல்லாம் மினுமினு வென்றது. அந்த அரிக்கேன் விளக்கின் ஒளியில். பேசினால் தழதழக்குமே என்று புன்சிரிப்புடன், "அப்பவே" என்ற அர்த்தத்தில் ஜாடை செய்து காட்டினான்.

"ரொம்ப நாழியா வந்து உட்கார்ந்து இருக்காப்பல இருக்கு. யாரு அங்கே? சார் வந்திருக்கார்னு சொல்லப்படாதோ, மங்களம்! நான் பாட்டுக்குத் தலையைச் சாச்சு உட்கார்ந்திருக்கேன் இத்தனை நாழியா?"

"என் தலையும் அப்படியே சாய்ச்சு விட்டீரே" என்று ஒரு நிமிடம் கண்டத்தைச் சமாளித்து வாயைத் திறந்தான் இவன்.

"பார்த்தேன், பார்த்தேன். அப்படியே யோக நித்திரையிலென்ன இருந்தேள். ம் ... நீங்க இவ்வளவு ரசிகர்னு இத்தனை நாளாத் தெரியவேல்லியே! ம் ... சார் பெரிய ஆசாமியான்னா இருப்பார் போலிருக்கு" என்று கூடத்தில் காரியம் செய்துகொண்டிருந்தவளுக் காகவும் உரக்கச் சொன்னான் அவன்.

கபடமில்லாத குரல். அதைக்கேட்டு, புழுவாகத் துடித்தான் இவன். பின்பு குரல் கம்ம, சொன்னான்:

"நானா பெரிய ஆசாமி! இந்த விரல் என்னை அல்பனா அடிச்சு, ஒரு நிமிஷம் என்னையே அழிச்சுப் போட்டுடுத்தையா!"

"அது விரல் இல்லை. இந்தக் கம்பி. கம்பி கூட இல்லை. அந்தக் கம்பியிலே வந்து அப்படி ஆடித்தே அது" என்றான் அவன்.

"நீர் தானே அப்படி ஆடப் பண்ணினீர்."

"ஏது ஏது! சார் பேசறதைப் பார்த்தியோ இல்லியோ! ஏ அப்பா! பெரிய ஆசாமின்னு நான் சொன்னது தப்பில்லை ஸ்வாமி!"

மறுபடியும் அதே கள்ளமற்ற குரல். நட்பை, குழந்தையைக் கொண்டாடுவது போல, கொண்டாடித் திளைக்கும் குரல்.

"மறுபடியும் அப்படிச் சொல்லாதீர் ஐயா. எதையாவது சொல்லி என் மனசிலே மறுபடியும் குப்பையைப் போடாதீர். இப்பத்தான் அந்தக் குப்பையெல்லாம் திரட்டி எறிஞ்சு சுத்தி பண்ணினீர் நீர்!" என்றான் இவன்.

"சரி, நான் ஒண்ணும் சொல்லலை. சார் எங்கேயோ உயரக்க போய் நிற்கிறார். இப்ப நான் எதுக்குக் கீழே இழுக்கணும்" என்றான் அவன்.

"நான் வரேன்" என்று எழுந்துகொண்டான் இவன்.

"என்னது! வந்ததும் வராததுமா!"

"வந்ததும் வராததுமாவா! மணி ஏழடிச்சுதே, கேட்கல்லே? நான் வரபோது அஞ்சே முக்கா மணி இருக்கும்."

இவனும் அவனும் நானும்

"செருப்பையும் மாட்டிண்டு கிளம்பியாச்சா? ஒரு வார்த்தை பேசலெ கொள்ளல்லே."

"நாளைக்குப் பேசிக்கலாம்."

"கொஞ்சம் காப்பியாவது –"

"அதுக்கு வேளை இல்லியோ!" என்று சொல்லிக்கொண்டே இவன் அவளைப் பார்க்காமலேயே நடைக்கு வந்துவிட்டான். அவளைப் பார்க்க முடியவில்லை. நடைச்சந்தில் வரும்போது, அவளுடைய காலில் நெருஞ்சாண்கிடையாக விழுந்து ... ஆனால் நிலை தாண்டியாகிவிட்டது. மனசுக்குள்ளேயே அதைச் செய்துகொண்டு சந்துக்கு வந்து மாடுகளைக் கடந்து, தெருவுக்கு வந்தான்.

எனக்கு எப்பொழுதுமே சந்தேகம் வருகிற வழக்கம்.

"இனிமேல் குப்பை சேராதே? துடைச்சுக் கழுவின இடம் இப்படியே துப்புரவாக இருக்குமோ இல்லையோ?" என்று கேட்டேன்.

இவன் பதிலே பேசவில்லை. வெட்கத்தில் தலைகுனிந்தார் போலிருந்தது. வரும்போது இருந்த நடுக்கமில்லை. நாலு பக்கமும் பார்த்துக் கொண்டு, நாணாமல், கூசாமல் நடந்தான்.

இப்போதைக்கு மேலும் பேசி அவனைக் கலக்க வேண்டாம் என்று வாயை மூடிக்கொண்டேன் நான்.

இவன் நிர்ப்பயமாக, நிச்சலனமாக நடந்துகொண்டிருந்தான். இவ்வளவுதூரம் சொன்னேனே, நான் யார் என்று கேட்கவேயில்லையே! நான் இவனுக்கு வாத்தியார். எப்போதும் இவனோடேயே, இவனுக்குள்ளேயே வாசம். என் பெயர் இன்னதென்று நிச்சயமாக எனக்குத் தெரியாது. எதற்கு இந்தக் குழப்பம் எல்லாம்! நான் இவனுக்கு வாத்தியார். அது போதும். ஆனால் வாத்தியார் ஆனா ஆவன்னா – வேண்டுமானால் ... இன்னும் கொஞ்சம் மேல் படிப்பும் சொல்லித் தரலாம். பரிட்சை வரையில் எழுத முடியுமோ?

ஆனந்த விகடன், 1963

புண்ணிய பாங்க்

ராயப்பேட்டை ஆஸ்பத்திரி வாசலில் ஒரு புன்சிரிப்புடன் நின்றுகொண்டிருந்தான் சிதம்பரம். தன் முகமே அழகாகத் தெரிந்தது அவனுக்கு. அவன் சிரிக்கிறது அழகாக இருக்கும்; புன்சிரிப்பும் அழகாக இருக்கும். கண்ணாடியில் அதை நன்றாகப் பார்த்திருக்கிறான். சிவகாமு வேறு அடிக்கடி சொல்லுவாள்: "நீங்க எப்பவும் சிரிச்சுண்டே இருங்கோ, நான் பார்த்துண்டே இருக்கேன். கஷ்டமெல்லாம் மறந்து போயிடறது அப்ப." இன்னொரு தடவை என்ன சொன்னாள்? "நீங்க கறுப்புத்தான். தலையும் நன்னா நரை கண்டுடுத்து. உங்க மூஞ்சியும் சாதாரண மூஞ்சிதான். லக்ஷணம் இல்லை. ஆனா நீங்க சிரிச்சா என்ன அழகாயிருக்கு தெரியுமா? அதுவும் அப்ப கண்ணுக்கிட்ட கன்னச் சதை நெருங்கிக்கிறதே – அப்ப எங்கிருந்தோ ஒரு களை வந்துடறது." ரசம் போன கண்ணாடியைக் கையில் வைத்துக்கொண்டு அவள் சொன்னது சரிதானா என்று பார்த்திருக்கிறான் சிதம்பரம். 'ரொம்ப சரி! எத்தனை கருக்காகச் சொல்கிறாள்! என் மூஞ்சி சாதாரணம்தான். கறுப்புத்தான். ஆனால் சிரிக்கிற போது அவள் சொல்லுகிறாற்போல எங்கிருந்தோ இந்த அழகு, இந்தக் கலை வந்துதான் விடுகிறது. இது யாருடைய அழகு? சிரிப்பின் அழகா? அந்தச் சிரிப்புக்கூட நான் சிரிக்கிறதுதானே? எப்படி இந்த அழகு வந்தது அதற்கு?' என்று குழம்புவான். இப்போது ஆஸ்பத்திரி வாசலில் நிற்கும்போது கண்ணாடி முன் பார்க்கிறாற்போல்தானிருந்தது அவனுக்கு.

திடீர் என்று நெருக்கின பன்றி ஊளையிடுவதுபோல் ஒரு சத்தம். சட்டென்று திரும்பிப் பார்த்தான். இன்னும் பல போக்குவரத்துக்களும் திரும்பிப் பார்த்தன. ஒரு டாக்ஸி 'பிரேக்' போட்டு நின்றது. ஒரு பயல் அரைபடாமல் தப்பி விட்டான். முகத்தில் கோபம்.

"ஏன்யா, ஓசைப்படாம வந்து ஏத்தப் பாத்தியே. இந்த ஹார்னை எதற்காக வச்சிருக்கே? அளகு பார்க்கவா?"

"ஏ முண்டம்! இது ஆஸ்பத்திரி. இங்கே ஹார்ன் அடிக்கப்படாதுன்னு தெரியாதா? ஒரு மயிரிழை தப்பியிருந்தா இப்ப உன் உடம்பை அளகு பாத்திட்டிருப்பாங்க எல்லாரும். தெரியுமா?"

அசடு வழிய நடந்தான் பிழைத்தவன். டாக்ஸி போயிற்று.

சிதம்பரத்துக்கு மறுபடியும் சிரிப்பு வந்தது. "யாரு என்ன சொல்ல முடியும்! ஒரு இம்மி – பகவானும் யமனுக்கு ஒரு பிரேக் போட்டான். அவனுக்கா தெரியாது?" என்று சொல்லிக்கொண்டே நடந்தான். பைகிராப்ட்ஸ் சாலையைக் கடக்கும்போது சீதாராமண்ணா வந்து கொண்டிருந்தார்.

"அண்ணா, நமஸ்காரம்!" என்று கத்தினான் சிதம்பரம்.

"சிதம்பரமா?"

"ஆமாண்ணா – எங்கே இப்படி? மார்க்கெட்டுக்குப் போயிட்டு வராப்பல இருக்கு."

"ஆமா. எங்கே இப்ப கார்த்தாலே கிளம்பினே!"

"பொண்ணுக்கு டிப்தீரியாண்ணா. ராயப்பேட்டை ஆஸ்பத்திரியிலே அட்மிட் பண்ணியிருக்கேன்."

"டிப்தீரியாவா?" மனிதன் மண்டையில் அடித்தாற்போல் நின்றார்.

"ஆமாண்ணா."

"இப்ப எப்படி இருக்கு?"

"சரியாயிடும்கறார் டாக்டர்."

"இப்ப எங்கே போறே?"

"சென்ட்ரலுக்குப் போறேண்ணா. அரக்கோணத்திலேந்து எங்க அக்கா வரா. அழைச்சிண்டு வரணும் ... வரட்டுமாண்ணா?"

"சரிப்பா!"

செலவுக்கு ஏதாவது வேண்டுமோ என்று இன்னொருவராக இருந்தால் கேட்பார்கள். சீதாராமண்ணா கேட்கவில்லை. திருப்பதிக்கு முடியிறக்கப் போகிறேனென்று மூன்றாம் வருடம் எதையோ சொல்லி அவரிடம் வாங்கின ஏழு ரூபாயைத் திருப்பித் தரவில்லை. அவர் கேட்டாரா? 'நீங்க பேசாமப் போறது தப்பில்லைண்ணா' என்று நினைத்துக்கொண்டே நடந்தான் சிதம்பரம்.

சட்டென்று நெஞ்சில் சிலம்பு குத்திற்று. என்ன சொன்னோம்? அரக்கோணத்திலிருந்து அக்கா வருகிறாள் என்றா? தங்கை வருகிறாள் என்று சொல்லித் தொலைத்திருக்கக் கூடாதோ? போயும் போயும் பொழுது விடிந்ததும் விடியாததுமாக அக்காளையா கூப்பிட வேண்டும்? கடையில் ஒன்றும் உண்மை இல்லை. அக்காளும் வரவில்லை, தங்கையும் வரவில்லை. சென்ட்ரலுக்கு அவன் போகிறதே வேறு காரியத்துக்காக.

"டிப்தீரியா, உடனே ஆஸ்பத்திரிக்குக் கொண்டு போ" என்று டாக்டர் முந்தாநாள் சொன்னார். உடனே கொண்டு போய்ச் சேர்த்தாகிவிட்டது. டாக்சி, வீட்டில் உள்ள குழந்தைகளுக்குப் பகோடா, காராபூந்தி, மாமூல்கள் என்று பத்து நாள் செலவுக்கு வைத்திருந்த பணம் ஒரு போதில் கரைந்துவிட்டது. அவளானால் ஆஸ்பத்தியில் இருக்கிறாள். காலையில் குழந்தைகளுக்குப் பழையது போட்டு டீ போட்டுக் கொடுத்துவிடலாம். மத்தியானச் சாப்பாட்டுக்கு அரிசி?

முழங்காலைக் கட்டிக்கொண்டு, இருட்டில் குழந்தைகளின் சிறு குறட்டைகளுக்கு நடுவில் உட்கார்ந்து கிடந்தான். மூன்றாவது பெண் சற்றைக்கொரு தரம் தூக்கத்தில் காலைத் தூக்கித் தூக்கி அவன்மீது போட்டது. குதிரை எலும்பைத் தூக்கிப் பட்பட்டென்று போட்டால் வலி எடுக்காமல் என்ன செய்யும்? சற்று நகர்ந்தாற்போல உட்கார்ந்தான். இனிமேல் நகர இடமில்லை. கண்டான் முண்டான் போடும் மரப்பெட்டி. அதன் அடியில் இடைவெளி. அந்த இடைவெளியிலிருந்த கொசுக்கள் அவன் நெருங்கி உட்கார்த்ததும் என்னமோ பாதாம் ஹல்வா, போண்டா வெல்லாம் வீடுதேடி வந்தாற்போல மொய்த்துப் பாடத் தொடங்கிவிட்டன.

வெகுநேரம் வரையில் அந்த இருட்டில் சினிமா பார்த்தான் சிதம்பரம். நிஜ சினிமா இல்லை. அதுமாதிரி. மனக் கண் முன் நண்பர்கள் எல்லாம் வந்துவிட்டுப் போனார்கள். தூரத்து நண்பர்கள், உறவுகள், நெருங்கினவர்கள், பழைய முதலாளிகள், இலேசாகப் பழகினவர்கள் எல்லாரும் நடமாடிவிட்டுப் போனார்கள். ம் ... ஒருத்தர் மிச்சமில்லை. எல்லாரிடமும் அவன் வாங்கிவிட்டான். அரை, ஒன்று, ஐந்து ... அவன் பேச்சைக் கேட்டு ஐம்பது ரூபாய் கொடுத்தவர்கள்கூட இருக்கிறார்கள். இப்போதுகூடக் கேட்டால் கொடுப்பார்கள். ஆனால் பழையதை மறக்கும் வழக்கம் இல்லையே இவர்களுக்கு. ஏதாவது தாட்டியாகப் பேச ஆரம்பித்தால்?

சிதம்பரத்துக்கு ஒரு கெட்ட பழக்கம்; முன் கோபம். கொஞ்சம் ஏடாகோடமாகச் சொன்னால், "சும்மா இரு, பல்லை உடைச்சுப்பிடுவேன்" என்றுதான் சொல்லுவான். பலபேர் பின்வாங்கியுமிருக்கிறார்கள். பலபேர் அதைக் கேட்டுப் பயந்தே போயிருக்கிறார்கள். அந்த மாதிரி ஏதாவது நாளைக்கு வாயில் வந்துவிட்டால்!

திவசம், முடியிறக்குவது, பூணூல் கலியாணம், அக்ஷராப்யாசம், மனைவிக்குக் குறைப் பிரசவம், பெரிய பிள்ளைக்குச் சம்பளம் ... இப்படி மரபு பிறழாத பல காரணங்கள் சொல்லி எத்தனையோ ஐந்தும் பத்தும் வாங்கியாகிவிட்டது. சைக்கிள் பஞ்சராகிவிட்டது. நடுத்தெருவில் நிற்கிறது; பர்ஸை அடிச்சிண்டு போயிட்டாண்ணா. ரண்டு ரூவா மருந்துக்குன்னு வச்சிருந்தேன். இப்படி மரபு பிறழ்ந்த பொய்களையும் சொல்லி இரண்டு, மூன்று, ஒன்று எல்லாம் வாங்கிவிட்டான்.

இனிமேல் சொல்ல ஒன்றும் இல்லை. சொல்லிக் கேட்கிற ஆளும் இல்லை. நடுநிசியில் பார்த்த இந்தச் சினிமாவில் ஒரு முகம்கூட அவனை ஆதரிக்கிற முகமாக இல்லை.

மாசச் சம்பளம் என்று எங்காவது அமர்ந்திருந்தால் இந்தக் கவலை எல்லாம் இராதுதான். ஆனால் மாசச் சம்பள வேலை அவனுக்கு ஒத்து வருவதில்லை. இருந்துதான் பார்த்தான். ஐந்தாவது மட்டும்தான் படிப்பு. அதனால் ஆள்கார வேலைதான் கிடைத்தது. பாங்குக்குப் போய்ப் பணம் கட்டி வருகிறது; குழந்தைகளைப் பள்ளிக்கூடம் கொண்டுவிடுகிறது; லாரியில் ஏற்றின சாமான்களைச் சேருமிடத்தில் சேர்த்துவிட்டுக் கையொப்பம் வாங்கிக்கொண்டு திரும்புகிறது – இந்த மாதிரி எத்தனையோ பார்த்தாகிவிட்டது. மாசச் சம்பளம் கொடுக்கிறவர்களுக்கு என்னமோ ஆளையே விலைக்கு வாங்கிவிட்டதாகப் பாத்தியம். இவனுடைய இருபத்து நான்கு மணி நேரமும் தன் கையில் ஒப்படைக்கப்பட்டுவிட்டதாக ஒரு பேயாசை. வேறு காரணங்களும் இருக்கலாம். பொதுவாக ஒத்துவரவில்லை.

அதனால்தான் எடுப்பாளாகப் போனது. வேலை செய்தால் கூலி. வேண்டாம் என்றால் இல்லை. எங்காவது விருந்து நடந்தால் தண்ணீர் நிரப்புகிறது, எடுத்து சப்ளை செய்கிறது, எது வேண்டுமானாலும் எங்கே வேண்டுமானாலும் போய் வாங்கித் தருகிறது. ஒரு தடவை காசிக்குப் போகிற ஒரு கிழவிக்கும் கிழவருக்கும் ஒத்தாசையாகப் போனான். நாசிக் என்ன, ஹரித்வாரம் என்ன, ரிஷிகேசம் என்ன, காசி என்ன, பிரயாகை என்ன, கயை என்ன – இப்படி மூன்று மாசம் நிம்மதியாகப் போயிற்று. புண்ணியம், பாவம், உபகாரம் செய்த திருப்தி; நாலு ஊர் பார்த்த அனுபவம் – இப்படி அந்த யாத்திரையில் கிடைத்த லாபம் சொல்லித் தரமில்லை. ஒரு சினிமாவில் ஆள் வேண்டும் என்றார்கள். ஒரு ஹோட்டலில் கொடுத்த தோசையைப் பார்த்து ஒருவன் "வரட்டியா தோசையா? – பெரட்டிப் போட்டு மறந்து போயி பயணம் போன வயணத்தாலே ரொட்டி வேஷம் கட்டிச்சா, தொரட்டி போட்டுத் தூக்கும்படி முரட்டுக் குணம் வந்ததேன்? இதுக்கு வரட்டுத் தோலு வந்ததேன்?" என்று பாடுகிறான். அதைப் பார்த்து எல்லாரும் சிரிக்கிறார்கள். ஒரு ஓரத்தில் உட்கார்ந்து சிதம்பரமும் வாய் வலிக்கச் சிரித்தான். படம் பிடித்து முடித்ததும் நாலு ரூபாய் கொடுத்தார்கள். இதே மாதிரி நாடகங்களில் நோயாளியாகவும் சபையோராகவும் துவாரபாலகனாகவும் அவன் நடித்ததுண்டு. ஆனால் எதிலும் ஒட்டிக்கொள்வதில்லை. குணம் அதற்கு இடம் கொடுத்ததில்லை. பல்லை உடைப்பதாகக் கூறிவிட்டு வெளியேறிய இடம் எத்தனையோ? போன மாசம் ஒரு நண்பனைத் திருநெல்வேலி எக்ஸ்பிரஸில் ஏற்றிவிடப் போனபோது வண்டியில் அவ்வளவு கூட்டமில்லை. ஆடி மாதத் தளர்ச்சி. சும்மா ஒரு துண்டை எதிர்த்த மேலுக்கில் போட்டு விரித்து வைத்தான். அரைமணி கழிந்து "சார்! சார்! டில்லியிலேருந்து வர்றேன், சார். ரண்டு நாளாத் தூக்கமில்லே. கொஞ்சம் நீட்டிப் படுத்தால் தேவலை போலிருக்கு" என்று ஒரு பைஜாமா ஓடிவந்து காலில் விழாத தோஷமாகக் கெஞ்சினார். துண்டை எடுத்தற்கு ஒரு ரூபாய் சன்மானம் கிடைத்தது. இப்படி எதிர்பார்க்காமல் வலிய வந்து அவனைச் சீதேவி அணையவில்லையா என? அதனால் எடுப்பாளாக இருப்பது அப்படி மோசமான வேலை யில்லை. ஆண்டவன் தீனபந்து, கருணாமூர்த்தி என்கிறார்களே, அதை ஒவ்வொரு நிமிஷமும் உரைத்துப் பார்த்து, மாற்றுச் சொல்ல எடுப்பாள் வேலையைவிட வேறு ஒரு சோதனை இருக்க முடியுமா, என? அதனால் தான் அர்த்தம், தெய்வம் என்று மலையாளி சொல்கிறது போல நாமும்

முயற்சி செய்தால் தெய்வமும் கை கொடுக்கும். அந்த முயற்சி என்ன என்று காணத்தான் இருள் எல்லாம் விழித்துக் கிடந்தான். உண்மை யாகவே இரவு முழுதும் இருட்டாகவே போய்விட்டது.

விடியற்காலையில் எழுந்து, டீ போட்டுப் பழையதைப் பிசைந்து குழந்தைகளுக்குப் போட்டுவிட்டு அவளுக்கும் கொஞ்சம் டீயை எடுத்துச் சின்ன கூஜாவில் எடுத்துக்கொண்டு கிளம்பும்போது டாக்ஸிக்காரன் ஒருவன் வழியோடு போகிறவன், நிறுத்தி, "வண்டி வேணுமா சார்?" என்று கேட்டான்.

"அடடே! எனக்கெதுக்கப்பா ... எனமாவாணா ஏத்திக்கிட்டுப் போ. ராயப்பேட்டை ஆஸ்பத்திரிக்குப் போகணும்."

"நான் எக்மோர் போறேன் சாமி."

போய்விட்டான் அவன். அவன் போன பிறகு சடாரென்னு ஒரு மின்னல் அடித்தது. நாமும் எழும்பூர் போனாலென்ன? போய் . . ? போர்ட்டருக்குப் போட்டியாக முடியாது. நீலச்சட்டை, வளையம் எல்லாம் வேணும். அப்புறம்? பேஷ்! பேஷ்!

வழி பிறந்துவிட்டது. எத்தனை பேர் புதிது! ஊர் சுற்றிக் காண்பிக்க லாமே! டாக்ஸி பிடித்துக்கொடுக்கலாமே! ஆகா!

டீயை கொடுத்துவிட்டு ஆஸ்பத்திரியிலிருந்து வெளியே வந்தான் சிதம்பரம். எழும்பூர் போக முடியாது. எழும்பூரில் வந்து இறங்குகிறவர் களில் பாதிப்பேர் நம்ம ஊர்க்காரன்கள். சென்டிரலுக்குத்தான் அதிர்ஷ்டம் அடித்தது.

பையில் இருக்கும் ஏழு பைசாவைப் பஸ்ஸுக்குச் செலவழித்து விட்டால் பசிக்கு? ரவுண்டாணாவில் வெற்றிலை பாக்கு வாங்கி, மென்று, புகையிலையை அதக்கி மீதியைப் பைக்குள் வைத்துக்கொண்டு நடந்தான்.

பசிக்கு வெற்றிலையைப் போன்ற பரிகாரம் உலகத்தில் வேறு எங்கே இருக்கிறது? கொஞ்சம் புகையிலையையும் போட்டுவிட்டால் சோறு எதற்கு? பசிக்கிறபோது கொஞ்சம் புகையிலை. இன்னும் ஒரு மணி நேரத்துக்குக் கவலையில்லை. சென்ட்ரல் வந்துவிட்டது.

எந்த வண்டி வந்ததோ, கீண்டை வாசலில் சாரி சாரியாக வந்தது ஜனவெள்ளம். பார்த்துக்கொண்டே நின்றான். பஸ்ஸும் காரும் போக விட்டுச் சாலையைக் கடந்தார்கள். எதிர்ச்சாரிக்குப் போனார்கள். அதையும் பார்த்தான். சிலையாக நின்ற டாக்டர் ரங்காச்சாரியையும் பார்த்தான்.

மனசு ஒரு துள்ளுத் துள்ளிற்று. பலகையில் கண்ட சிவப்பு எழுத்துக்கள் அவனை அபயம் தந்து 'வா, வா' என்று சைகை செய்தபோது மயிர்க்காம்பெல்லாம் பரபரத்தது.

"பகவானே, வழி காட்டினியே! எனக்காக இது தோணலே. நீதான் இங்கே கொண்டுவிட்டே என்னை" என்று மனசுக்குள்ளேயே நெடுஞ்சாண்கிடையாக விழுந்து சாலையைக் கடந்தான். ஆஸ்பத்திரிக்குள் நுழைந்தான்.

"ஏன்யா! ரத்தம் எடுத்துக்கறாங்களாமே ... எப்படிப் போறது அதுக்கு?"

"என்னா சாமி – ரத்தம் குடுக்கப் போறியா? இஞ்ச வா. நான் அளச்சிட்டுப் போறேன். கும்பல்ல போய் நின்னா ரொம்ப நேரமாகும் ..."

"நான் பார்த்துக்கறேன்பா. எங்கேன்னு சொல்லு."

"பர்வால்லே சாமி ... ரத்தம் குடுக்கப் போறே ... உளச்சுச் சம்பாரிச்ச ரத்தம். நான் இதுகூடச் செய்யக் கூடாதா? வா, சாமி!"

பெயரைப் பதிவுசெய்துகொண்டார்கள். அங்கே நிற்கச் சொன்னார்கள். இங்கே நிற்கச் சொன்னார்கள்.

"ரொம்ப எடுத்திடுவாங்களாய்யா ரத்தத்தை!"

"அதெல்லாம் இல்லே சாமி, கொஞ்சம்தான். எகிறி எகிறிப் போனா அஞ்சு அவுன்ஸ், எட்டு அவுன்ஸ். பயப்படாதே சாமி."

ரத்தம் கொடுக்க ஒரு வரிசை நின்றுகொண்டிருந்தது.

மணி எட்டு, ஒன்பது, ஒன்பதரை!

அப்பாடா! ஒரு பாடாக வந்து சேர்ந்தார்கள். ஊசியை வைத்தார்கள்.

"திரும்பிக்க அய்யா அப்பாலே."

"ம் ... ஜமாய்ங்க – எத்தினி வேணும்னாலும் எடுத்துக்குங்க." சிரித்தான் சிதம்பரம்.

ஊசி குத்திற்று.

கண்ணை மூடி அப்பால் திரும்பிக்கொண்டான். எத்தனை நேரமாயிற்றோ? எந்த உயிர் பிழைக்கப் போகிறதோ, இதைக் குடித்து விட்டு ... பகவானே! இந்தப் புண்ணியமாவது சம்பாதித்துக் கொடுத்தியே! வெறும் புண்ணியம் இல்லை. பணம் பெற்றுச் சம்பாதிக்கிற புண்ணியம். ரத்தத்தை ரொம்ப எடுத்திடமாட்டானே ...

என்னமோ ஒரு யுகம் மாதிரி இருந்தது. எத்தனை நேரம். உடம்பையே காலி செய்துவிடுவானோ?

என்னமோ இழுத்த மாதிரி இருந்தது.

"கையை மடக்கி இப்படி உட்காரு அய்யா!"

சற்றுக் கழித்து, "எல்லோரும் இந்த ரூம்லே வந்து உட்காருங்க!" என்று ஓர் உத்தரவு பிறந்தது. இன்னும் ஏழு எட்டுப் பேர் இருந்தார்கள். சிதம்பரம் உட்கார்ந்துவிட்டான். அப்படி ஒன்றும் களைப்பாக இல்லை. கிறுகிறுப்பு, மயக்கம் என்று என்னென்னவெல்லாமோ நினைத்தோமே, ஒன்றுமேயில்லை.

திடீர் என்று பூட்ஸ் ஒலிகள் கேட்டன. ஆஸ்பத்திரியில் பூட்ஸ் ஒலிக்குப் பஞ்சமில்லை. ஆனால் இவர்கள் டாக்டர்களைப் போல இல்லை. கையில் ஆளுக்கொரு நோட்டுப் புத்தகம் எடுத்து வந்தார்கள். எல்லோரும்

இங்கிலீஷிலேயே பேசிக்கொண்டார்கள். ஒரு வெள்ளைக்காரன் கூட வந்திருந்தான்.

கண்ணடி போட்ட ஆசாமி ஒருவர் அருகில் வந்தார். சிதம்பரத்துக்குப் பக்கத்தில் இருக்கிறவனைப் பார்த்துக் கேட்டார்: "நீ எதுக்கு ரத்தம் கொடுத்தே?"

"எதுக்குன்னா? ஏழு ரூபா கொடுக்கிறாங்க சாமி ... இன்னும் நாலு நாள் போது கவலையில்லாமல் ஓடுமே."

"நீ அடிக்கடி ரத்தம் கொடுக்கிறியா?"

"ஓ! இத்தோட ஒன்பது தடவை!"

இன்னும் மூன்று பேரிடம் இதே கேள்வியைக் கேட்டனர் வேறு இருவர்.

"நான் ஹார்பர்லே வேலை செய்றேனுங்க. தள்ளுவண்டி வச்சிருக்கேன். நாலு மாசத்துக்கொரு தடவை ரத்தம் கொடுப்பேன். அப்புறம் ரண்டு நாள் ஓய்வெடுத்துக்கிட்டுத்தான் வண்டியைத் தொடுவேன்."

"நான் பூ விக்கிறேனுங்க. இந்த மாதிரி வந்து ரத்தம் கொடுத்தா, குடக்கூலிக்குக் கிடைச்சுப் போகும்க."

"இந்த ரத்தத்தினாலே என்ன பிரயோசனம், தெரியுமா? இது யாருக்குப் போறது, தெரியுமா?"

"தெரியுங்களே. பிரசவப் பொம்பளைங்களுக்குக் கொடுப்பாங்க. குடல் ஆபரேஷன், வயித்து ஆபரேஷன் இதுங்கள் ரத்தம் சேதமாகுமல; அதுக்கு கொடுப்பாங்களாம். காரிலே கீரிலே அடிபட்டு ஆளு வந்திச்சின்னா அவங்களுக்கும் கொடுப்பாங்க."

"ரொம்ப சரி."

"அதுமாத்திரம் இல்லை!" என்று இன்னொரு சட்டைக்காரர் சொன்னார். "இப்ப சீனாக்காரன் நம்ப தேசத்துமேலே படையெடுத்திருக்கான்ல?"

"ஆமாங்க. நான்கூடச் சேரப் போனேன். பார்வை ரொம்பப் பளுதாருக்குன்னு ஒதுக்கிப்பிட்டாங்க."

"போனாப் போகுது. நீ இங்கே இருந்தேதான் சண்டை போட்டிருக்கியே. அவங்க போய் ரத்தம் சிந்தறத்துக்குப் பார்த்தியா இங்கேயே அதைக் கொடுத்துப்பிட்டே ... இந்த ரத்தம்லாம் நம்ப சிப்பாய்ங்க சீனாக்காரனை எதிர்த்து போராடறாங்கள்ல, அவங்களுக்குக் காயம் பட்டாக் கொடுப்பாங்கய்யா."

"அப்படங்களா!"

எல்லோரும் வேகமாக நோட்டுப் புத்தகங்களில் எழுதிக்கொண்டிருந்தார்கள். வெள்ளைக்காரப் பையன்கூட எழுதிக்கொண்டிருந்தான். கடைசியில் ஒருவன் மின்னல் போட்டோ எடுத்துக் கண்ணைக் கூச அடித்தான். வெள்ளைக்காரன் எல்லோரிடமும் வந்து கை குலுக்கினான்.

'நமஸ்தே' என்று கையைக் கூப்பிவிட்டுப் போனான். பூட்ஸ் எல்லாம் தொக் தொக்கென்று வெளியே நடந்துபோய்க் காதை விட்டு மறைந்தன.

அப்புறம் இந்தச் சீட்டை அங்கே கொண்டுபோகச் சொன்னார்கள். ஒவ்வொரு இடத்திலும் ஒரு க்யூ வரிசை. கடைசியில் பணம் வாங்கும்போது மணி ஒன்றாகிவிட்டது. ஏழரை மணிக்குப் போட்ட வெற்றிலைதான். அப்புறம் என்னமோ சிராத்தத்துக்குக் கிடக்கிறாப் போலப் பட்டினி. பசியைப் பற்றிக் கவலை இல்லை. அதைப் பொறுத்துக்கொள்ள முடியும். ஆனால் புகையிலை போடாமல் ஈரெல்லாம் கடுத்து நமைச்சல் எடுத்து விட்டது. ரத்தம் கசிகிறாற்போல ஓர் அசட்டு இனிப்பு. அக்கு அக்கு என்று மேல் கடையையும் கீழ்க் கடையையும் அடித்துக்கொண்டான். வெளியே வந்தான்.

"என்னா சார், புறப்பட்டாச்சா?" என்றான் உதவிக்கு வந்த ஆசாமி.

"ம் ..."

"போட்டுக் குடு சார்."

தூக்கி வாரிப் போட்டது சிதம்பரத்துக்கு. எதைப் போட்டுக் கொடுக்கிறது?

"என்னாத்துக்கப்பா?"

"நான்தானே சார் தள்ளிவிட்டேன் உன்னை? இல்லாட்டி நீ இப்போ கிளம்பி வர முடியுமா?"

அவன் என்ன செய்தான்? ஒவ்வொரு க்யூவிலும் அவனுக்குப் பக்கத்தில் வந்து நிற்பான். முதல் ஆள் நகர்ந்து, இவன் வேறு எங்காவது கவனமாக இருந்தால், "போ சார், போ ... அப்புறம் பின்னாலே இருக்கிறவங்க வந்து நிப்பாங்க. இடம் போயிடும். மறுபடியும் கடைசியிலே நிக்கணும். போ, சார்" என்று சொல்லிக்கொண்டேயிருப்பான். சீட்டைக் குமாஸ்தா கொடுக்கும்போது "வாங்கிக்க, சார்" என்பான். பிறகு, "இப்படி வா" என்பான்.

"நீ என்னய்யா செய்தே! கூடக் கூட வந்து நின்னியே, அதுக்காகவா? மணி ஒண்ணரை ஆகப் போவுது. வந்தவுடனே பணத்தை வாங்கிக் கொடுத்துப் பத்து நிமிஷத்துலே அனுப்பிக்கப் போறாப்பல பேசினியே?"

"சார்! நான் என்ன செஞ்சிருக்கேன்னு உனக்குத் தெரியாது. இந்தக் கண்ணாலே அத்தினி வேலெ செஞ்சிருக்கேன் தெரியுமா, சார்! இல்லாட்டி நீ அஞ்சு மணிக்குத்தான் வெளியே போயிருப்பே."

பேசாமல் நடந்தான் சிதம்பரம்.

"சார், நான் வேற யாருக்காவது செஞ்சிருந்தா ரெண்டு ரூபாயைக் கொடுத்து அப்பவே அனுப்பிச்சிருப்பாங்க சார்."

அவன் வயிறு எக்கிக்கொண்டு நின்றது. பார்த்தான் சிதம்பரம். ஒரு ரூபாயை "இன்மே தெய்வத்துக்கு அடுக்கிற காரியமாப் பண்ணுய்யா. இந்த நாய் பொளப்பு பொளைக்காதே" என்று வீசிவிட்டு அவசரம்

தி. ஜானகிராமன் சிறுகதைகள்

அவசரமாக நடந்தான். சென்ட்ரல் ஸ்டேஷனில் நுழைந்து ஒரு சாம்பார், தயிர்சாதம் சாப்பிட்டுவிட்டு அதே மாதிரி நாலு ஜதைப் பொட்டலங் களை வாங்கி, வெளியே வந்து வெற்றிலை பாக்கைப் போட்டு, ஓர் ஆட்டோவைப் பிடித்து ஏறினான்.

ஆஸ்பத்திரிக்கு வந்து அவளிடம் ஒரு ஜதைப் பொட்டலத்தை நீட்டினான்.

"இன்னிக்கிச் சமைக்கலே" என்று சுருக்கமாகச் சொல்லிவிட்டு மீதிப் பொட்டலங்களை எடுத்துக்கொண்டு வீட்டுக்கு வந்தான்.

"ஏன்யா! குழந்தைகளைப் பட்டினியாப் போட்டுட்டு எங்கேய்யா போயிட்டீர்?" என்றாள் அவல் விற்கிற அகிலா பாட்டி.

மூன்றாவது பெண் அவனைப் பார்த்ததும் 'ஏக் ஏக்'கென்று விசித்து விசித்து அழத் தொடங்கிற்று.

"ஏண்டா கண்ணா அழறே! அழப்படாது, அழப்படாது. சாப்பிட்டுட்டு அழலாம். வா. வா ... வாங்கடா சந்துரு, பேபி, பட்டு."

எல்லாம் ஓடிவந்தன.

"நான் இப்பத்தான் மோருஞ்சாதமாவது பிசைஞ்சு போடலாம்னு நெனச்சிண்டேயிருந்தேன். எங்கேய்யா போயிட்டீர்?" என்று கேட்டுக் கொண்டே வந்தாள் பாட்டி.

"என்ன பண்றது பாட்டி! நம்ம குழந்தைகளே பெரிசுன்னு நெனச்சிண்டிருந்தா முடியுமோ? தேசத்துக்கே இப்ப ஆபத்து வந்திருக்கு. சீனாக்காரன் இமயமலையை முழுங்கிக்கிண்டு வரான். இந்த மலை முழுங்கி மகாதேவன்களைப் பார்த்துக் கைலாசத்து மகாதேவன் மூணாவது கண்ணைத் திறந்தான்னாப் போதும். எல்லாரும் பஸ்மம் ஆயிடுவான். ஆனா செய்ய மாட்டேங்கறானே. நம்ம சிப்பாயெல்லாம் அங்கே போய்க் குளிரிலேயும் பனியிலேயும் சண்டை போட்டுக் காயம் படராங்க. ஒரு குண்டு பட்டுதுன்னா ஒரு படி ரத்தம் போயிடும். அதுக்காக இங்கேந்து நம்மையெல்லாம் ரத்தம் கொடுக்கச் சொல்லிக் கேக்கறா. நாம் என்ன செய்ய முடியும்? காசு எங்கிருக்கு நம்மகிட்டே? இந்தாடாய்யா இதையாவது எடுத்துக்கோன்னு ரத்தம் கொடுத்துட்டு வந்தேன். நாழியாயிடுத்து. குழந்தை, குழந்தைன்னா அவாளும் நம்ம குழந்தைகள்தானே?" என்று மறையாத சிரிப்பைச் சிரித்தான் சிதம்பரம்.

"ரத்தம் கொடுத்தீரா? ரத்த பாங்காமே, அதிலேயா?"

"ஏன், கொடுத்தா என்ன? ரத்த பாங்கா? புண்ணிய பாங்குன்னா அது?" என்று குழந்தைகளைச் சாப்பிடச் சொல்லி மூன்றாவது குழந்தைக்குச் சாதத்தை ஊட்டினான் அவன். கையலம்பிவிட்ட பிறகு இலேசாகக் கை கால் உதறுவது போலிருந்தது. "அப்பாடா!" என்று நீட்டிப் படுத்து இளைப்பாற ஆரம்பித்தான்.

கல்கி தீபாவளி மலர், அக்டோபர் 1963

ஒரு விசாரணை

விசாரணைதான். ஆனால் கோர்ட்டில் இல்லை, வீட்டில். வக்கீல் கிடையாது. நீதிபதி கிடையாது. சாட்சி கிடையாது. கூண்டு கிடையாது. வாதி பிரதிவாதி உண்டு. ஆனால் விசாரிக்கிறவர் வாதி கட்சிக்காகவே பேசுகிறார்.

எல்லோரும் மாடியில் ஒரு பெரிய அறையில் – ஹால் என்பார்களே, அத்தகைய பெரிய அறையில் – ஒரு பெரிய ஜமக்காளத்தின்மீது உட்கார்ந்திருக்கிறார்கள்.

வாதிகள்: லோகசுந்தரி அம்மாள், அவளுடைய பெரிய மகன் வீராச்சாமி, சின்ன மகன் குருமணி, பெரிய மகள் பாலாம்பாள், இரண்டாவது மகள் வேல்நாயகி, மூன்றாவது மகள் தேவயானை.

பிரதிவாதி: நாலாவது மகள் லீலா என்கிற சங்கமேச்வரி.

இவர்களைத் தவிர, விசாரிக்கிற கண்ணப்ப முதலியாரும் அவருடைய சகோதரர் பலராம முதலியாரும் அங்கு காணப் படுகிறார்கள். விசாரணைக்குள்ளாயிருப்பது லீலா. சங்கமேச்வரி என்ற பெயரே அவளுக்கு மறந்துவிட்டது. இந்த நாடகக் குழுவில் ஒரு நடிகையாக வாய்ப்பளிக்கப் பட்ட நாள்முதல், லீலா என்று அவள் தன் பெயரை மாற்றிக் கொண்டாள். நாலு வருடமாக அந்தப் பெயர்தான். சங்கமேச்வரி என்ற ஒரு பெயர் அவளுக்கு இருப்பதாகவே சக நடிகர்களுக்கோ, நாடகக் கம்பெனி முதலாளியான கண்ணப்ப முதலியாருக்கோ தெரியாது. (லீலா என்ற அதிர்ஷ்டப் பெயரைத் தான் அவளுக்குக் கணக்கிட்டுச் சூட்டியதாகவும் அதன் பின்னரே அவளுக்கு இந்த நாடகக் குழுவில் சேர்ந்து நாடக உலகில் இவ்வளவு பெரிய புகழ் இவ்வளவு சிறிய வயதில் கிட்டியது என்றும் நம்பர் ஜோஸ்யரான புரோபசர் சேஷன் சொல்லுகிறார்.)

கண்ணப்ப முதலியார்: எனக்கு இந்த மாதிரி கேஸ் விசாரிக்கிறதே மணியமாப் போயிரிச்சு. நான் நாப்பது

அம்பது பேரைக் கூட்டி நாடகம் நடத்தறதா? யானை, பூனை, சிங்கம், புலியைக் கூட்டி மேக்கிறாப்பலே இந்த நடிகங்களோடு மல்லடிக்கிறதா? முணுக்குன்னா கோச்சுக்கிட்டுப் போறாரே நாடக ஆசிரியரு, அவருக்கு வேப்பிலை அடிக்கிறதா? சீன் எழுதற பெய்ண்டரைக் கட்டிக்கிட்டு மாரடிப்பேனா? கண்ட்ராக்டர்களோட மல்லுக்கு நிக்கறதா! இந்தக் காதல் கேஸ் விசாரிக்கிறதா? இதோட ஆறு கேஸ் ஆயிடிச்சு. இது ஏழாவது!

ஏம்மா லீலா! நாடகம் நடிக்கிறோம், சரி. கொடுத்த பாடத்தை மனப்பாடம் பண்றது. ஒத்திகைக்கு ஒழுங்கா வர்றது. சப்பையில்லாம நடிக்கிறது. இதோட நம்ப வேலை சரியாப் போச்சு. கணவனா நடிக்கிறவன், காதலனா நடிக்கிறவன் இவங்களையெல்லாம் நெசம்மாவே காதலிக்கிறது, கல்யாணம் பண்ணிக்க ஆசைப்படறது – இப்படி மாறிட்டா. அப்புறம் நாடகம் எதுக்காக நடத்தணும்? நாடகம் ஒரு தனி உலகம். அதிலே வர்ற உணர்சிங்களெல்லாம் மேடையிலே வர வேண்டியதுதான். வேஷத்தைக் கலைக்கிற வரைக்கும்தான். அப்பறம் நீ லீலா, அவன் ராமதாஸ், நான் கண்ணப்ப முதலி. நாலு வருஷமாகியும் நீ இன்னும் இதைப் புரிஞ்சுக்கல்லே. ஹூம்!... என்னம்மா, ஒரு ஓரமா ஒரு புன்சிரிப்பு சிரிக்கிறியே, கிண்டலா இருக்கா உனக்கு? இந்த மாதிரி நப்பாசைங்களுக்கு இடம் கொடுத்திருந்தா, நான் இப்படி இருவத்தஞ்சு வருசமாப் பேர் சொல்லிவிட்டு வந்திருக்க முடியாது – தெரிஞ்சுக்க. இந்த ஆசைக்கெல்லாம் இடங்குடுத்தா நாலு வருசமா பாடுபட்டு நீ அடஞ்சிருக்கிற பேரு, புகழு எல்லாம் பஞ்சாப் பறந்துடும் ஒரு நொடியிலே. அப்புறம் நாடகம், நடிப்பு எல்லாத்துக்கும் மூட்டை கட்டி வைக்க வேண்டியதுதான்.

லீலா (குறுக்கிட்டு):– நான் மூட்டை கட்டிக்கத் தயார் அண்ணா. நான் இனிமே நடிக்கப் போறதில்லே. குடியும் குடித்தனமுமா அவரோடதான் வாழ்க்கை நடத்தப்போறேன்.

கண்ண (திடுக்கிட்டு):– குடியும் குடித்தனமுமாவா? வாழ்க்கை நடத்தவா? யாரோட? அந்த ராமதாஸோடவா?

லீலா: ஆமாண்ணா!

கண்ண:– குடியும் குடித்தனமும் காத்திலே நடக்கும்னு நெனச்சிக்கிட் டிருக்கியா? காசில்லே வேணும் குடித்தனம் நடத்த? ராமதாஸுக்கு ஒரு நாடகத்துக்கு பன்னிரண்டு ரூவா சம்பளம். மாசம் மூணு நாடகம் நடத்தறதே குதிரைக் கொம்பாயிருக்கு. நாப்பது ரூவா டீ குடிக்கிறத்துக்குக் காணுமா உங்களுக்கு?

லீலா:– என்ன பட்டினி கிடக்க நேர்ந்தாலும் சரிண்ணா. கஞ்சியோ, கூழோ குடிச்சிக்கிட்டு அவரோட கிடக்கிறதுன்னு முடிவுக்கு வந்திட்டேன்.

கண்ண:– அப்படியா? நீ நாடகத்தைவிட்டு விலகப் போறே. அவன் சம்பாரிக்கிறது அவன் கஞ்சி கூளுக்கே காணாது. உனக்காவது இரண்டு அண்ணங்க இருக்குறாங்க. உங்க தாயாரையும் மத்தவங்களையும் அவங்க காப்பாத்றாங்க. நீ சம்பாரிச்சுத்தான் அவங்களுக்கு ஆகணும்கறதில்லே. ராமதாஸுக்கு தாயாரு, தங்கச்சி எல்லாரும் இருக்காங்களே. அந்த மூணுபேர் குடிக்கிற கூளுக்கு நாலாவது நீ ஒருத்தி போகப் போறியா?

ஒரு விசாரணை

லீலா:– ...

கண்ண:– கஞ்சி கூழு கிடக்கட்டும். ராமதாஸைக் கலியாணம் கட்டிக் கிட்ட பிறகிலே அதைப்பத்தி யோசிக்கணும்? அவன் தாயாரு அதுக்குச் சம்மதிக்கலியே. உங்க தாயாரு, உங்க அண்ணங்க எப்படிச் சம்மதிக்கல லையோ, அதே மாதிரி அவங்களும் சம்மதிக்கலியே.

லீலா:– எங்களுக்குக் கல்யாணம் ஆயிரிச்சு, அண்ணா!

கண்ண:– ஆ!

லோகசுந்தரி:– ஆ!

வீராச்சாமி:– ஆ!

குருமணி: ஆ!

(பாலாம்பாள், வேல்நாயகி, தேவயானை திகைக்கிறார்கள்.)

கண்ண:– என்னது!

லீலா:– போன மாசம் ஏளாம்தேதி பதிவுத் திருமணம் பண்ணிக் கிட்டோம், இரண்டு பேரும்.

லோக:– அடிப்பாவி!

வீரா:– என்ன சொன்னே! கல்யாணம் ஆயிரிச்சா? (லீலாவின் கழுத்தை நெரிக்கப் போகிறான்.)

லீலா:– என்னை யாரும் தொடவேண்டாம்.

வீரா (கையைப் பின்னுக்கிழுத்து, குரல் நடுங்க):– தொட வாண்டாமா? உன்னைத் தூக்கி இடுப்பிலே வச்சிக்கிட்டு வளத்த கையி இது. தொட வாண்டாமா! இவ நெஞ்சுரப்பைப் பாருங்கண்ணா?

பாலாம்பா, வேல், தேவ:– (அழுகிறார்கள்.)

கண்ணப்ப: எனக்கு ஒண்ணும் புரியல்லையே! போன மாசம் ஏழாந்தேதி கல்யாணம் பண்ணிக்கிட்டியா?

லீலா:– ஆமாண்ணா. நம்ம ராசப்பண்ணன்தான் சாட்சி.

கண்ணன்: யாரு? ராசப்பனா! நம்ம கம்பெனி ராசப்பனா?

லீலா:– ஆமாண்ணா.

கண்ண:– அவன் பரம சாதுவாச்சே. ரொம்ப 'ஸாப்ட்'டான ஆளாச்சே! நாடகத்திலேகூட எரஞ்சு பேச மாட்டானே!

லீலா:– அவருதான் சாட்சி போட்டாரு. நீங்களே கேளுங்களேன்.

கண்ண:– அடப்பாவி! ரொம்ப மரியாதை – ஒரு வம்புக்குப் போகாதவன்னு நெனைச்சேன். நாடகத்திலே நல்லவனா இருக்கிறவன், வாழ்க்கையிலே வில்லனா மாறிட்டானே!

லீலா:– அவரு ரொம்ப நல்லவர் அண்ணா. அவரைப் பத்தி யெல்லாம் சொல்ல வேண்டாம். கூடப் பொறந்த அண்ணன் மாதிரி அவர்தான் இருந்து நடத்தி வெச்சாரு.

வீரா (குரல் தழுதழுக்க):– கல்லுமாதிரி ரண்டு அண்ணங்க நாங்க இருக்கோம்டி இதோ!

லீலா:– என்ன பிரயோசனம்?

வீரா:– என்ன சொன்னே? என்ன சொன்னே?

கண்ண: சித்தே சும்மா இருங்க தம்பி ... லீலா, ராமதாஸு உங்க சாதிசனம்கூட இல்லியே?

லீலா:– ஜாதி எல்லாம் பத்தி இப்ப எதுக்குண்ணா பேச்சு வருது?

கண்ண:– இதென்ன கலியாணமா? டிபன் சாப்பிடறதா, ஒரு கட்டுப்பாடு, ஒரு ஒழுங்கு ஒண்ணும் இல்லாம இஷ்டத்துக்குச் செய்ய ...

லீலா:– நாம இப்ப போட்டுகிட்டு வர புது நாடகமே கலப்பு மணத்தைத் தானேண்ணா ஐடியாவாக் கொண்டிருக்கு.

லோகசுந்தரி:– பாருங்க, பாருங்க! அவ ஏதாவது பெரியவங்க ளாச்சேனு மட்டு மரியாதி வச்சுப் பேசறாளா பாத்தீங்களா!

லீலா:– நான் மரியாதைக் குறைவா பேசலியே.

வீரா:– பின்னே, இது என்னவாம்?

லீலா:– நான் கலியாணம் பண்ணிக்கிட்டாச்சு! இப்ப என்னத்துக்கு எதை எதையெல்லாமோ கிளறிக்கிட்டிருக்கணும்?

கண்ண:– உன் பதிவுத் திருமணம் செல்லாது, தெரியுமா?

லீலா:– செல்லும் அண்ணா. ஆகஸ்ட் மாதம் பதினைஞ்சாம் தேதி நான் மேஜராயிட்டேன். அதுக்கப்புறம்தான் பதிவு ஆபீசுக்குப் போனோம். யாருக்காவது ஆட்சேபணை இருக்கான்னு நோட்டீஸ் கொடுத்து கொஞ்ச காலம் காத்திருக்கணும்னாங்க. அதையும் செஞ்சோம்.

கண்ண:– ஆகஸ்ட் மாசம் 15ஆம் தேதிதான் நீ பொறந்தியா? அதான் இப்படித் தான்தோணியாத் திரியறே!

லீலா:– இல்லேண்ணா, நான் எங்கியுமே போறது கிடையாது. வீட்டை விட்டா, இங்க ஒத்திகைக்கு வருவேன். இங்கே விட்டா வீட்டுக்குப் போவேன். நடுவிலே எங்கியும் போறது கிடையாது.

கண்ண:– கிடையாதா, கிடையாதா? உன்னையும் ராமதாஸையும் அடிக்கடி பீச்லே பார்த்ததாக சின்னப்பா சொன்னாரே!

லீலா:– அவரோடகூ போகக் கூடாதாண்ணா? அதுவும் கலியாணம் செஞ்சுக்கிட்டதுக்கு அப்பறம் தானே சேந்து போனோம்.

வீரா:– இதெல்லாம் கேக்கறப்ப எங்க மானமே போவுதடி!

லீலா:– மானம் போகிற காரியமாக நான் என்ன செஞ்சுப்பிட்டேன்? உங்களுக்குப் பிடிச்சவருக்குப் பதிலா எனக்குப் பிடிச்சவராத் தேர்ந்து எடுத்துக்கிட்டேன். மான பங்கம் எப்படி வரும்?

ஒரு விசாரணை

வீரா:— யம்மா, இவளுக்கு அப்பவே நான் டான்ஸ் சொல்லிக் குடுக்காதேன்னு சொன்னேன். நாடகக் கம்பெனியிலே சேர்க்காதேன்னு சொன்னேன். நீ சேர்த்தே. நம்ம மூஞ்சியிலே கரியைப் பூசிட்டா.

லீலா:— என் கழுத்திலே மஞ்சக் கயிற்றைக் கட்டிக்கிட்டது, இவங்க மூஞ்சியிலே கரியைப் பூசிட்டிச்சாம்? பார்த்திங்களாண்ணா கூடப் பொறந்த பொறப்பு பேசறதை!

கண்ண:— ஏம்மா! இப்ப உன்னை டயலாக் பேசவா கூப்பிட்டேன்?

லீலா:— எனக்கு ஒரு சூதும் தெரியாது அண்ணா. இப்படியெல்லாம் பேசறீங்களே!

வீரா:— இவ நடிக்கிறாளா, நெசமாப் பேசறாளான்னே கண்டு பிடிக்க முடியல்லியே. அப்படின்னா தேறியிருக்கா.

லீலா:— அண்ணா, நான் எது பேசினாலும் நடிக்கறாப்பல ஆயிட்டுது. நெசமாப் பேசறதையே நம்ப மாட்டேங்கறாங்க.

லோக:— நீ நடிச்சுக்கிட்டே இருட போதும். இந்த ரிஜிஸ்டர் கல்யாணமும் நடிப்புன்னு சொல்லிப்பிடு. என் வயித்திலே பால் வார்த்தாப்பல இருக்கும்.

லீலா:— பார்த்திங்களாண்ணா. பெத்த தாயாருங்க செய்யற உபதேசத்தைப் பாருங்க. இவங்களுக்காக நான் கலியாணத்தையே நடிப்புன்னு மாத்தறதா? நீங்க கேட்டுக்கிட்டே இருக்கீங்களே!

கண்ண:— அவங்களுக்கு வயிறு எரியுது. சொல்றாங்க. பெத்து வளத்தவங்களுக்குத்தானே அருமை தெரியும்? உன்னை நல்ல இடத்திலே கலியாணம் பண்ணிக்கொடுத்து நல்லபடியாப் பார்க்கணும்னு எத்தினி நாள் ஆசைப்பட்டாங்களோ!

லீலா:— அப்பிடின்னா, நான் நடிக்கணும்னு சொன்னப்பவே என் வாயிலே ஓங்கி நாலு போட்டு, சடசடன்னு ஒரு கலியாணத்தைப் பண்ணி வச்சிருக்கணும். என் இஷ்டப்படி விட்டுட்டு, நான் மேஜர் ஆனப்பறம் என் காலிலே கொக்கி மாட்டி இழுத்தா, குப்புறத் தள்ளிவிடறதாகத் தானே அர்த்தம்?

வீரா:— இப்பவாவது சொல்லுடி! இந்தக் கலியாணத்தை ரத்து பண்ணிடலாம். இத்தினி பேரு வந்து மன்னாடறோம். உன் கூடப் பொறந்த இத்தினி பேருக்கும் கலியாணம் ஆகணும். நீ தறிகெட்டு எவனையோ கலியாணம் பண்ணிக்கிட்டேன்னு பேச்சு பரவச்சின்னா இதுகள்ளாம் கலியாணம் ஆகாமத் தவிக்கும். அந்தப் பாவம் உனக்கு வாண்டாம்!

லீலா:— அதுக்காக நான் என் புருசனை விட்டுட்டு வரணுமா? அண்ணா, இவங்க என் அம்மா, இவங்கள்ளாம் என் கூடப் பொறந்த பிறப்புதான். இருந்தாலும் இவங்க பேசறது ஒரு நாகரீகத்திலியும் சேர்ந்ததாகப் படலே. ரத்து பண்றதாம், வந்துடறதாம்! என்னண்ணா அக்ரமம்?

கண்ண:— அப்ப நீ அவனோடதான் சேர்ந்து பட்டினி கிடக்கப்போறே!

தி. ஜானகிராமன் சிறுகதைகள்

லீலா:– அவரோட இருக்கிறப்போ பட்டினியா பெரிசாத் தெரியும்?

கண்ண:– ஆகாகா! என்ன காதல்! என்ன முனைப்பு!

லீலா:– இப்ப யாரு டயலாக் பேசறாங்கண்ணா!

கண்ண:– அம்மா ... நீ எப்படி வேணாலும் வச்சுக்க. உங்களாலே கம்பெனி பேரே கெட்டுப் போயிடும் போலிருக்கு. உம் மாதிரியே சீதா, சின்னி, வள்ளி, சாருகேசி – இப்படி ஆறு பேர் இப்படித்தான் நாடகத்தை வாழ்க்கைன்னு நெனச்சுக்கிட்டு ஓடினாங்க. இப்ப கட்டத் துணிக்கு வழியில்லே. காலையிலே எழுந்திரிச்சா இடியாப்பம், இட்லிக்குக் கூட பறப்பு. நீயும் அதே திக்கிலே போக வாண்டாம்ன்னு நெனைச்சேன். கலியாணம் பண்ணிக்கிறதுக்கு முன்னாடியே அவங்களை விசாரிச்சு வெரட்டினேன். இப்ப நீ திடீர்னு கலியாணமே ஆயிட்டதாகச் சொல்றே! இப்ப உங்க ரண்டு பேரையும் கம்பெனியை விட்டு விலக்கிட்டா?

லீலா:– நான்தான் நிக்கப்போறேண்ணா! அவரையும் நீங்க விலக்கிட்டா என்னதான் செய்யமுடியும்? ஆண்டவன் இருக்கவே இருக்காரு.

கண்ண:– லீலா, கம்பெனியிலே இருக்கிற பையனுங்க, பொண்ணுங்க எல்லாம் உன்னைப் பத்திப் பேசி நகையாடுவது தெரியுமா? காறி உமியாதது ஒண்ணுதான் குறைச்சல்.

லீலா:– அது உலக சுபாவம். தனக்குக் கிடெக்கல்லியே என்கிற ஆத்தாமையும் பொறாமையும் தான் இப்படிக் கோவமா வருது. நான் நல்லாருக்கணும்கிற ஆசையாலே இல்லே ... சரி நான் வரேண்ணா.

(பலராம முதலியார் லேசாகச் சிரித்துக்கொள்கிறார்.)

கண்ண:– இப்ப எங்கே போறே?

லீலா:– வீட்டுக்கு.

கண்ண:– எந்த வீட்டுக்கு?

லீலா:– எங்க வீட்டுக்குத்தான்.

கண்ண:– உங்க வீடுன்னா?

லீலா:– அவர் வீடுதானேண்ணா எங்க வீடு!

கண்ண:– அப்ப, இனிமே இங்கே வேலையில்லே உங்க ரண்டு பேருக்கும். நாளைக்குக் காலமே வந்து கணக்குத் தீர்த்து சம்பளத்தை வாங்கிக்கிட்டுப் போவலாம்.

லீலா:– சரிண்ணா, காலமே அவங்களை வரச் சொல்றேன். ம் ...

லீலா இதைச் சொல்லிவிட்டு வேகமாக வெளியே போய்விட்டாள். பலராம முதலியாருக்கு 'நல்ல பிடிவாதக்காரப் பொண்ணு. பிழைச்சுக்கும்' என்று சொல்ல நாக்குத் துடித்துக்கொண்டிருந்தது. ஆனால் அண்ணன் கண்ணப்ப முதலியார் இருந்த நிலையைக் கண்டு, நாக்கையும் சிரிப்பையும் அடக்கிக்கொண்டார். "சரி, விட்டுப் பிடிப்போம்" என்று கண்ணப்ப

முதலியார் ஆறுதல் சொல்லிவிட்டு அந்தக் குடும்பத்திற்கு விடை கொடுத்தார். குடும்பம் அழுதுகொண்டு வெளியே போயிற்று.

பெரிய வீதிக்கு வந்தபொழுது பஸ் ஸ்டாப்பில் மகள் லீலா நிற்பதைப் பார்த்து, லோகசுந்தரி அம்மாள் அழுதாள். "நீங்கள்ளாம் போங்க, நானாவது கடைசியா ஒரு தடவை மன்னாடிப் பார்க்கறேன்" என்று பஸ் ஸ்டாப்புக்கு வந்தாள்.

"எங்கம்மா வந்தே!" லீலா கேட்டாள்.

"பெத்த வயிறு கேக்கமாட்டேங்குதேடி! நாளைக்கு விநாயக சதுர்த்தி யாச்சே. வீட்டுக்கு வந்து நாலு கொளக்கட்டேயாச்சும் தின்னுட்டுப் போடி."

"நான் வர முடியாது! எங்க வீட்டிலே பிள்ளையார் இல்லியா?"

"ம் ... நானாவது கொண்டுவரலாமா?"

"கொண்டா. ஆனா மாமியாரு, நாத்தனாரு, எல்லாருக்குமா சேத்துக் கொண்டா. அப்பதான் அவங்க கோபமும் கொஞ்சம் தணியும்" என்று சொல்லும்போதே பஸ் வந்துவிட்டது. லீலா சட்டென ஏறிக்கொண்டாள். லோகசுந்தரி அம்மாள் திரும்பி நடந்தாள்.

ஆனந்த விகடன் தீபாவளி மலர், அக்டோபர் 1963

விரல்

மதிப்பிற்கும் அன்பிற்கும் உரிய திரு. ஏ.ஏ. ஐயர் அவர்களுக்கு, வணக்கம் பல. மெய்யான மதிப்பும் அந்தரங்கமான அன்பும் கொண்டுதான் உங்களை நான் இவ்வாறு அழைக்கிறேன். உங்களுடைய சிவந்த மேனி, வாட்ட சாட்டமான தோற்றம், கம்பீரமான பார்வை, அகன்ற பரந்த முகம், நீண்ட கூர்ந்த மூக்கு, நிமிர்ந்த மார்பு, முழுக் கால் சட்டை, அதற்கு மேல் மூடிய கோட்டு, கோட்டுப் பையில் விழிக்கிற கடிகாரத்தைப் பித்தானோடு இணைக்கும் தங்கச் சங்கிலி, நெற்றியில் மூன்று தங்கக்கீறுகள்போல் துலங்கும் சந்தனம், நடுவில் குங்குமப் பொட்டு, எல்லாவற்றையும்விடக் கம்பீரமாக அமர்ந்துள்ள வெள்ளைத் தலைப்பாகை, அதன் நடுவில், பிடிப்புக்காகத் தெரிந்தும் தெரியாமலும் மின்னுகிற தங்கக் குண்டூசியின் தலை, காலில் சிவப்புப் பூட்ஸு, வாயில் ஏலம் கிராம்பு பன்னீர்ப் புகையிலையுடன் மணக்கும் கும்பகோணத்து வெற்றிலை, அந்த மணத்தில் தோய்ந்துவரும் உங்கள் வெண்கலச் சொற்கள் – இத்தனையும் யாரைத்தான் ஈர்க்காது? ஆயிரம் பேர், பதினாயிரம் பேர் கொண்ட ஒரு கூட்டத்தில்கூட உங்களைப் பார்ப்பவர்கள் உங்களையேதான் பார்த்துக்கொண்டிருப்பார்கள். வீதியில் நீங்கள் போனால் உங்களை நின்று பார்க்காமல் போக முடியாது. உங்கள் பேச்சும் அப்படித்தான். நீங்கள் அந்தக் காலத்துப் பி.ஏ. பிரதி வெள்ளிக்கிழமையும் சிப்பந்திகளையும் குமாஸ்தாக்களையும் சேகரித்து ஒரு பத்து நிமிஷம் பேசுவீர்களே, அப்பொழுதெல்லாம், அந்த ஆங்கில நடையைக் கேட்கும்போதெல்லாம், பர்க், மெக்காலே, கிப்பன் – இவர்களுடைய நினைவெல்லாம் வருவதாக ஆராவமுது சொல்லுகிறார். எனக்கு என்ன தெரியும்? நான் வெறும் எஸ். எஸ்.எல்.சி. ஆனால் பேச்சு உத்திகள் புரியாவிட்டாலும் நீங்கள் பேசுகிற ஆங்கிலத்தை இனிமேல் இந்த நாட்டில் கேட்க முடியாது என்று அடிக்கடி ஒரு வருத்தம் ஏற்படுவதுண்டு. உங்களுக்குக் கீதை முழுக்க நெட்டுருவா? குறள் முழுவதும்

நெட்டுருவா? கம்பராமாயணம் தலைகீழ்ப் பாடமா? பாகவதத்தில் இத்தனை சுலோகங்களை எப்படி உங்களுக்கு ஞாபகம் வைத்துக்கொள்ள முடிகிறது? காளமேகம், இரட்டைப் புலவர், படிக்காசுப் புலவர் என்று பல பாட்டுகள் சொல்லிச் சிரிக்க அடிப்பீர்களே அவற்றை எங்கே கற்றீர்கள்? இவைகளுக்கெல்லாம் உங்களுக்கு நேரம் எங்கே இருந்தது? நிர்வாகம், கணக்கு, சம்பளம், படி, லீவு முதலியவை பற்றித் தலையணை தலையணையாகச் சர்க்கார் அவ்வப்போது வெளியிடும் புத்தகங்களையும் திருத்தல்களையும் இப்படிக் கரைத்துக் குடித்திருக்கிறீர்களே. அதற்குத் தான் உங்களுக்கு நேரம் எங்கிருந்தது? இருக்கிறது? ... என்னவோ ... எனக்கு ஒன்றுமே சொல்லத் தோன்றவில்லை. ஒரு சர்க்கார் அதிகாரி எப்படி எல்லாம் இருக்க வேண்டும் என்பதற்குத் தனியாகப் புத்தகம் எழுதவேண்டியதில்லை; பாடம் நடத்த வேண்டியதில்லை. உங்களை ஒரு மாதம் பாத்துக்கொண்டிருக்கச் சொன்னால் போதும்.

ஆபீசில் மட்டும் அல்ல; ஆபீசுக்கு வெளியே, வீட்டிலும் உலகத்திலும் எப்படி இருக்க வேண்டும் என்பதையும் உங்களைப் பாத்துத்தான் கற்றுக்கொள்ள வேண்டும். நீங்கள் வீடு வந்தவுடன் என்ன செய்கிறீர்கள்? மூன்று சீட்டு ஆடுகிறீர்களா? கழுதை ஆடுகிறீர்களா? ரம்மி ஆடுகிறீர்களா? கிளப்புக்குப் போய் அரட்டையடிக்கிறீர்களா? நல்லது கெட்டது என்று வித்தியாசம் தெரியாமல் எல்லா நாடகங்களையும், எல்லாச் சினிமாக்களையும் பார்த்துக் கெக்கக்கெக்கே என்று சிரித்து வீண் பொழுதுபோக்கு கிறீர்களா? இல்லவே இல்லை. வந்தவுடன் கைகால் கழுவி, உப்புமாவோ, பஜ்ஜியோ, சொஜ்ஜியோ நன்றாகச் சாப்பிட்டு, நல்ல காபியாகக் குடித்து, பிறகு உங்கள் பிள்ளையையே விட்டு இன்ஸுலின் ஓர் ஊசி போடச் சொல்லி (டயபிடீஸ் வந்து விட்டதென்று நல்ல பண்டங்களை ஒதுக்கிவிடும் கோழையல்ல நீங்கள்– ரசிகர்களில் முதன்மையானவர் என்று நினைக்கும்போது என் மதிப்பு ஒரு பிடி உயர்ந்துவிட்டது.) சிறிது ஓய்வெடுத்து, பிறகு ஸந்தியாவந்தனம் செய்துவிட்டு, அரை ஆள் உயரத்திற்குத் தஞ்சாவூர் ராமபடமும் கிருஷ்ணபடமும் வீற்றிருக்கும் பூஜை அறையில் அமர்ந்து, நீங்கள் வீணை வாசிப்பீர்கள், வாசித்துக் கொண்டே பாடுவீர்கள். மாற்றலாகி இங்கு வந்து ஏழு வருஷமாகியும் உங்களுக்கு வீணைவாசிக்கத் தெரியும், பாடத் தெரியும் என்று யாருக்குமே சொல்லாமல் இருந்த உங்கள் நிறைகுட அறிவையும் அடக்கத்தையும் சிறியேன் எப்படி அளவிட முடியும்?

மூன்றாம் வருஷம் "வாங்கடா பசங்களா!" என்று ஸ்ரீராமநவமி யன்று நீங்கள் எங்களை அழைத்தீர்கள். ஏதோ சுண்டல், பானகம், விசிறி கிடைக்கும் என்று வந்த எங்களுக்கு ஒரு வீணை விருந்து காத்திருக்கிறது என்று எப்படி எதிர்பார்க்க முடியும்? நான் பி.ஏ. இல்லை. ஆனால் மூன்று சபாக்களில் அங்கத்தினராக இருப்பதால் ஏராளமாகச் சங்கீதக் கச்சேரிகள் கேட்டிருக்கிறேன். ஆனால் அன்று நீங்கள் பாடியதையும், பாடிக்கொண்டே வீணை வாசித்ததையும் கேட்டபோது எனக்கு நெஞ்சைக் கட்டிக்கட்டி அடைத்துக்கொண்டு வந்தது. பக்கத்திலிருந்த திருமலை நான் விசும்புவதைப் பார்த்து "என்னய்யாது?" என்று கேட்டான். எனக்கு வெட்கமாயிருந்ததால், காலில் ஆடுசதையில் அப்பொழுது புறப்பட்டுக்கொண்டிருந்த ரத்தக்கட்டியைக் காண்பித்துச் சமாளித்துக்

கொண்டேன். நீங்கள் பாடிய தினுசே புதிதாக இருந்தது. சங்கதியே போடாமல் தியாகராஜர், கோபாலகிருஷ்ண பாரதியார் கீர்த்தனைகளை அப்பட்டமாகப் பாடினீர்கள். உணர்ச்சியில் தோய்ந்து உருகினீர்கள். எங்களை, முக்கியமாக என்னை, உருக்கிவிட்டீர்கள். அப்புறம் விசாரித்ததில் தாங்கள் பெரிய சங்கீத பரம்பரையில் வந்தவர் என்றும், உங்கள் பாட்டி அறுபது வருஷம் முன்னால் விடியற்காலையில் காவேரிக்குக் குளிக்கப் போகும்போது "ஹரே, ராமையா" என்ற பாட்டை உரக்கப் பாடிக் கொண்டு போகும்போது, காற்று, மரங்கள் எல்லாம் ஸ்தம்பித்துப் போய்க் கேட்டுக்கொண்டிருக்கும் என்றும் ஸி.ஏ.ஓ. சொன்னார். உணர்ச்சியோடு, உண்மையாகப் பாட வேண்டுமானால், அங்கே தான் கேட்க வேண்டும் என்று உங்கள் பாட்டியிடம் வந்து பல வித்துவான்கள் அந்தக் காலத்தில் பாடச் சொல்லிக் கேட்பார்களாம். இதை எல்லாம் கேட்கும்பொழுது எனக்கு உணர்ச்சிவசத்தினால் இதயமே வெடித்துவிடும்போல் ஆகி விட்டது. நாம் பணி செய்வது ஒரு வெறும் சர்க்கார் கணக்குத் தணிக்கை அதிகாரியின் கீழ் அல்ல – ஒரு மகான் கீழ் என்ற உணர்வு மேலிட்டது. ஏதோ மாதம் தொள்ளாயிரம் ரூபாய் சம்பளம் வாங்கி, சட்டை செருப்பு அணிந்துலவும் வெறும் சர்க்கார்ப் பிரதிநிதி அல்ல நீங்கள். ஒரு மகத்தான பண்பாட்டில், நாகரிகத்தின் பிரதிநிதி. இப்பொழுதெல்லாம் உங்களைப் பார்க்கும்போது எனக்கு நிழலும் சோலையும் மண்டின காவேரி நதியின் முன் நிற்பதுபோல் இருக்கிறது. உங்கள் குரலைக் கேட்கையில், அந்த நதியின் சோலையையும், சுற்று வெளியையும் நிரப்பும் குயில்களையும் நீச்சோக் குருவியையும் கேட்பது போலிருக்கிறது. உங்களைப் பணிந்து வணங்குவதைத் தவிர நான் வேறு என்ன செய்ய?

உங்கள் மீதுள்ள பயபக்தியினால்தான் நான் கீழ்க்கண்டவற்றையும் எழுதுகிறேன்.

உதவி அக்கௌண்டண்ட் மகாலிங்கம் நாலைந்து நாளாக என்னென்னவோ பிதற்றிக்கொண்டு திரிகிறான். ஏ.ஏ. ஐயர் என்றால் அசல் ஆஷாடபூதி ஐயர் என்கிறான். எனக்குத் தூக்கிவாரிப்போட்டது. "ஓய், மகாலிங்கம், அப்படியெல்லாம் பெரியவர்களைப் பற்றிச் சொல்லாதீர். ஐயர் ரொம்பவும் பெரியவர். அவர் வெறும் சர்க்கார் அதிகாரி அல்ல. பரம ஞானி; வித்துவான், அவரைச் சொன்னால் நாக்கு அழுகிவிடும்" என்று பதில் சொன்னேன்.

"நீ சொல்கிற அதே காரணத்தினால்தான் நான் அப்படி அவரை நினைக்கிறேன்" என்றான் அவன். அதன்பிறகு அவன் சொன்னவற்றையும் சொல்லிவிடுகிறேன் சுருக்கமாக.

நீங்கள் ஒவ்வொரு தடவையும், கொச்சி என்ன, கோயம்புத்தூர் என்ன, திருச்சி என்ன, திருவனந்தபுரம் என்ன, மதுரை என்ன, மைசூர் என்ன, இந்த ஊர்களுக்கெல்லாம் தணிக்கைக்குப் போய்விட்டு வரும் பொழுதெல்லாம் ரெயிலுக்கு டிக்கட் வாங்குவதில்லை. வண்டி புறப்படும் சமயத்திற்கு முதல் வகுப்பில் ஏறிக்கொண்டு ஹோல்டாலை விரித்து, தட்டிக் கொட்டி, கதவுகளைச் சாத்தி, தாழிட்டு, பாதுகாப்புக் கொக்கியையும் தள்ளி விட்டு, விளக்கை அணைத்து நிம்மதியாகப் படுத்து உறங்கிவிடுவீர்களாம்.

"நீயும் நானுமாயிருந்தா, பிச்சைக்காரனை எழுப்பறாப்பல எழுப்பி நம்மை டிக்கட் கேக்கறான் டீக்ஸாா். நாமெல்லாம் கபோதி மூணாங் கிளாசுதானே? அய்யர்வாளை யார் எழுப்ப முடியும்? மூன்றாம் வகுப்புப் பிரயாணின்னா? பகவானுக்கு ராத்திரி ரெண்டுமணி மூணு மணின்னு நெனச்சப்பல்லாம் திருப்பள்ளி எழுச்சி பாடலாம். முதல் வகுப்புப் பிரயாணிகிட்ட மூச்சு விட முடியுமா? அவர் நிம்மதியாகத் தூங்குவர். சென்டிரல் வந்தவுடன், ஹோல்டாலைப் போர்ட்டரை விட்டு இறக்கச் சொல்லிக் கீழ நிப்பர். பீசெக்ஷன் குமாஸ்தா இருக்காரனே அய்யாத்துரை, அவன் அவருக்காக ஒரு ப்ளாட்பாரம் டிக்கட்டை வாங்கி வச்சுண்டு தயாரா வந்திருப்பன். கூட்டத்தோட கூட்டமா ஹோல்டால் போகும். இவா ரெண்டு பேரும் ஹாய்யா நடந்து ஒரு டாக்ஸியை வச்சிண்டு வீட்டுக்குப் போய்ச் சேருவா."

"ஓய், மகாலிங்கம் – இது என்ன ஐயா பிதற்றல்!"

"நானா பேத்தறேன்! ருஜு வச்சிருக்கேன்யா ருஜு! ... மனுஷன் ஜன்மாயுசிலே டிக்கிட்டு வாங்கினது கிடையாதுய்யா ... ஏதாவது ஒரு நாளைக்குத் தப்பித் தவறி டிக்கிட்டுக் கேட்டான்னா கேட்டிலே, 'என் பர்ஸனல் கிளார்க்கிடந்தான் என் கடுதாசி, பர்ஸ், டிக்கிட்டு, இன்னும் மத்த டாகுமெண்ட்ஸ் எல்லாம் இருக்கு. அவன் அதோ வரான்'னு நகர்த்துடுவர் இவர். இவர் என்ன உன் மாதிரியும் என் மாதிரியுமா இருக்கார்? நம்ம மூஞ்சியிலேயும் பார்வையிலியுந்தான் எழுதி ஒட்டிருக்கே, குமாஸ்தான்னு! அவரைப் பார்த்தா ஏதோ சமஸ்தானத்துத் திவான்கள் மாதிரின்னா இருக்கார்? உசரம்! பார்வையிலே மிடுக்கு! அப்பேர்ப்பட்டவர் பின்னாடி இப்படிக் கையைக் காமிச்சார்னா, ஏன்யா வாயைத் திறக்கறான் அப்பறம்?"

"ஓய், நான் இதை நம்பவே மாட்டேன்."

"நீ நம்பி எனக்கு என்ன ஐயா ஆகணும்? ருஜுவெல்லாம் சேத்து வச்சிருக்கேன். சேத்து எழுதி நேர அவருக்கும் மேற்பட்ட அதிகாரிகளுக்கும் அனுப்பிச்சுட்டுப் போறேன்."

"ருஜுவா? ஏதுய்யா உமக்கு ருஜு?"

"செப்டம்பர் இருபதாம் தேதி கொச்சியிலேந்து ஏ.ஏ. ஐயர்னு முதல் வகுப்பிலே ஏறினாரா? இல்லை. பதினஞ்சு டிக்கட் ரிஸர்வ் ஆயிருக்கு. இவர் பேர் இல்லை. வேற டிக்கட் விற்கவில்லை. அப்படியானா இவர் அந்த வண்டியிலே வந்து இறங்கினாரே, எப்படி? போன மே மாசம் ஆறாம் தேதி இவர் வந்த வண்டிக்குக் கடலூரிலே ஒரு முதல் வகுப்புக்கூட விக்கலியே! இவர் எப்படி அங்கேர்ந்து ஏறிண்டு வந்தார்? அந்த வண்டியிலே வந்ததாக எழுதிப் பணம் வாங்கிண்டிருக்காரே. யாரு வாங்குவா? பரம ஞானியா? ஆஷாடபூதியா? ... இவனைத் தொலைச்சுட்டுன்னா மறுகாரியம் பாக்கப் போறேன். அந்தந்தத் தேதிக்கு அந்தந்த ஸ்டேஷன் மாஸ்டர் கிட்டேருந்து எழுத்து மூலமா வாங்கி வச்சிண்டிருக்கேன்யா. சும்மா தகரட்ப்பா மாதிரி கத்றேன்னு நெனச்சுக்காதே."

"நன்னாக் கத்தும். நான் வாண்டாங்கலே. ஆனா என் கேள்விக்கு மாத்திரம் பதில் சொல்லிபுட்டுக் கத்தும்."

"என்ன கேக்கப்போறே நீ?"

"நம்ம ஐயர் நீர் சொல்றபடி செஞ்சதாகவே வச்சுப்பம் – "

"வச்சுப்பமா? செஞ்சிருக்கார்; முகாந்தரம் வச்சிருக்கேங்கேறன் ..."

"சரி, செஞ்சார். உமக்கென்ன அதனாலே?"

"எனக்கென்னவா? பொகு நியாயமாயிருக்கே! யார் காசுய்யா? சர்க்கார் காசு. அதாவது என் காசு, உன் காசு – வரி கொடுக்கறகாசு. இதோட காலணா செலவழிக்காம, பிரயாண அலவன்சுன்னு ஒவ்வொரு தடவையும் நூறு இருநூறுன்னு வாங்கிண்டிருக்கான். கொட்டிக்க்தான் கொட்டிக்கிறானே, அந்த ப்ளாட்பாரம் டிக்கட்டை வாங்கிண்டு வந்து ஓரோரு யமகண்டத்தையும் தாண்ட வக்யறானே, அவனுக்கு ஒரு அஞ்சு பத்தை வீசி எறியப்படாது? அது வாயில்லாப் பூச்சி. இவன்வெறும் ஆஷாடபூதி மட்டும் இல்லேய்யா, நன்றிகெட்ட மிருகம். இது எத்தனை சங்கீதம் படிச்சா என்ன, சாஸ்திரம் படிச்சா என்ன?"

"அது சரி, நீர் இப்படிக் கச்சை கட்டிண்டு கிளம்புவானேன்? உமக்கு ஏதாவது கெடுதல் பண்ணினாரா அவர்?"

"இது போராதா? எனக்கு வேற கெடுதல் பண்ணணுமா? போன வருஷம் மேல மாவரத்துக்குப் போய் இருபது நாள் தங்கி, ஆபீஸ் கணக்கெல்லாம் தணிக்கை பண்ணினதாக எழுதி இருபது நாளைக்கு அலவன்ஸ் வாங்கியிருக்காரையா உம்ம பரமஞானி. ஆனா இவர் அங்க போய்த் தங்கினது ரெண்டு நாள்தான்; முழுக்க இருபது நாளும் இருந்தவன் இவர் குமாஸ்தாதான். இதே மாதிரிதான். நாலு நாள் இருந்தா, பதினாறு நாள்னு எழுதிப் பணம் வாங்குவர். மூணு நாள் இருந்தா, பத்து நாள்."

"உமக்கு ஏன் அவர்மேல் இத்தனை கோபம்?"

"பேசாம இருந்தாக் கோபம் வராது. வெள்ளிக்கிழமை வெள்ளிக்கிழமை நம்மை எல்லாங் கூப்பிட்டு வச்சு, தர்மக்கூட்டம் நடத்துவானேன்? உபதேசம் பண்ணுவானேன்? இவர் படிச்சவர்னா மேலதிகாரிகிட்டக் காமிச்சுக்கட்டுமே. இவருக்குப் பேசத் தெரிஞ்சா வேலையை விட்டுப்பிட்டுத் தேர்தலுக்கு நிற்கட்டுமே. நம்மை எல்லாம் கூப்பிட்டு வச்சிண்டு உபதேசம் பண்றது. இன்னிக்கு யார் யாரு மீட்டிங்குக்கு வரலேன்னு குறிச்சு வச்சிண்டு, மறுநாளைக்குக் கூப்பிட்டுக் கிண்டல் பண்றது. 'நீங்க ரொம்பப் பெரியவா. நான் பேசினாக் கேக்கமாட்டேன். பாலிடிஷீயன்ஸ், மகரிஷிகள் அப்படி வந்து பேசினாத்தான் கேப்பேள்'ங்கிறது. சிரிக்கிறது. ரிப்போர்ட்டிலே சுமார்தான்னு எழுதறது ... தொலைச்சுப்பிட மாட்டேன் இவனை! இந்த அத்தாட்சிகளை வச்சு ஒரு புகார் எழுதி அனுப்பப்போறேன். மொட்டைக் கடுதாசி இல்லே. என் கையெழுத்தையே போட்டு அனுப்பப் போறேன். அடுத்த மாசம் இவனை டிஸ்மிஸ் பண்ணிக் கம்பி எண்ண வைக்கிறேனா இல்லியா பாரும்!"

இதுதான் எனக்கும் மகாலிங்கத்துக்கும் இடையே நடந்த பேச்சு. அவன் எழுதியுள்ள புகார்க் கடிதத்தையும் அத்தாட்சிகளையும் பார்த்தேன். அந்தப் பயல் பொய் சொல்லவில்லை. வீராப்பாகச் சொல்லவில்லை.

மெய்யாகவே தன் கட்சிக்கான ஆதரவுகளைப் பலமாகச் சேர்த்து வைத்துக் கொண்டிருக்கிறான். அந்தப் பாவி அதோடு நிற்கவில்லை. யுத்த காலத்தில் நீங்கள் உங்கள் சொல்வாக்கைப் பயன்படுத்தி ஆறு கடைகளில் சேர்ந்தாற் போல உணவு, மண்ணெண்ணெய் முதலிய ரேஷன்களை வாங்கி, சமாதான காலத்தில் இருப்பதைவிட ராஜபோக வாழ்வு வாழ்ந்ததாகவும், கடைசியில் கண்டுபிடிக்கப்பட்டுத் தேவதாஸ் என்ற குமாஸ்தாவினால் காப்பாற்றப் பட்டதாகவும், அதற்குப் பிரதியாக அந்தத் தேவதாஸுக்கு மூன்று வருஷச் சம்பள உயர்வை நீங்கள் நிறுத்திவிட்டதாகவும் ஒரு கதையைச் சொன்னான். பிரமாணமாகச் சொல்கிறேன். எனக்கு இதையெல்லாம் நம்ப மனசு இடங்கொடுக்கவில்லை. இந்த ருஜுக்கள் இவ்வளவு ஆணி அறைந்தாற் போல இல்லாவிட்டால் நான் நம்பியே இருக்க மாட்டேன். நம்பும்படி என்னை அந்தக் கிராதகன் செய்துவிட்டான்; அவனுடைய ருஜுக்கள் செய்துவிட்டன. அதற்காக என்னை நீங்கள் மன்னிக்க வேண்டும்.

இதையெல்லாம் கேட்ட பின்பும் பார்த்த பின்பும் எனக்கு இராத் தூக்கமே போய்விட்டது என்றுதான் சொல்ல வேண்டும். எனக்கு உங்கள் விரல்கள்தாம் கண்முன் நிற்கின்றன. தாசரதே என்ற ராமனையே தடவுவது போல் வீணையின் தந்திகளைத் தடவுகின்ற உங்களுடைய இடக் கை விரல்கள், "சபாதிக்கு வேறு" என்று உங்கள் விரல்கள் தில்லை ஈசனைத் தொட்டுத் தடவிப் புளகிப்பதுபோல் வருடுகின்றன. அந்தப் புளகமெல்லாம் காதில் பாயும் அளவுக்குத் தந்தியை மீட்டி உங்கள் வலது விரல்கள் இன்னொலியை எழுப்புகின்றன. நான் இந்தப் போரானந்தத்தை அனுபவித்தவனாயிற்றே. அதனால் எனக்கு ஒரு சந்தேகம். இதே விரல்கள் எப்படிப் பொய்ப் பிரயாணப் படிகளை வாங்கக் கையெழுத்துப் போடும்? இரண்டு நாள் தணிக்கை செய்துவிட்டு இருபது நாள் செய்ததாக எப்படி எழுதும் டிக்கட்டுக்கோ, பணத்துக்கோ அசையாத இந்த விரல்கள் எப்படி அந்தப் பணத்தைச் செலவழித்ததாகக் கையெழுத்திட்டுப் பணம் வாங்கிக்கொள்கின்றன? வீணைக்கு அசையும் விரல்கள் இந்த வில்லங்க வீணைகளை எப்படிச் செய்ய அசைந்தன? வீணையை வருட இடக்கை விரல்தான் என்றாலும், மீட்டுவது வலக்கை விரல்தானே? இந்த இரண்டு கைகளையும் இரண்டு காரியங்களுக்கும் அசைப்பது ஒரே மூளைதானே? ஒரே மனசுதானே? இது எப்படிச் சாத்தியமாயிற்று? இந்தக் கேள்விதான் என்னைக் குழப்பிக்கொண்டே இருக்கிறது; தூக்கத்தைக் கெடுத்துவிட்டது. அதே விரல்களால் எனக்கு ஒரு பதில் எழுதி இந்தச் சிறியேன் தவிப்பைத் தணிப்பீர்களா என்று என் மனம் ஏங்குகிறது. அழகாகப் பவித்திர மோதிரம் அணிந்த அந்த விரல்களையேதான் நான் கனவில்கூக் கண்டு கொண்டிருக்கிறேன். மகாலிங்கத்தை நான் எனக்குத் தெரிந்த தர்மங்களைச் சொல்லித் தாற்காலிகமாக அடக்கி வைத்திருக்கிறேன். உங்கள் குடும்பம் பெரியது, ஏழு பிள்ளை பெண்களை மட்டுமின்றி இரண்டு விதந்து சகோதரிகளையும் நீங்கள் காப்பாற்றி வருகிறீர்கள் என்பதையும் சொல்லி, இந்தப் பாபகாரியத்தில் இறங்க வேண்டாமடா சண்டாளா என்று அவனை அடக்கி வைத்திருக்கிறேன். நீங்கள் வந்தவுடன் அவனைக் கூப்பிட்டு, தனிமையில் சமாதானம் செய்து இந்தத் தர்ம சங்கடத்திலிருந்து மீளுமாறு வேண்டிக்கொள்கிறேன். "என் வலது விரல்கள் என்ன தவறுகள் செய்தாலும் மாய ஓசைகளை எழுப்பி இறைவனையே மயக்குகிற இந்த

இடது விரல்கள் ஈடுசெய்துவிடும். அதற்கு உதவியாக மீட்டுகிற வலது விரல்களும் பிராயச்சித்தம் அவ்வப்போது செய்துகொள்கின்றன. எனக்கு ஒரு குறையும் வராதுடா" என்று நீங்கள் சொல்வதுபோல என் காதுக்குக் கேட்கிறது. அநேக நமஸ்காரம். – தங்கள் அன்புள்ள சுகா கிகி.

பி.கு. என் பெயரை எழுதாததன் காரணத்தை உங்களுக்கு நான் சொல்லவும் வேண்டுமா?

o o o

ஏ.ஏ. ஐயர் கடிதத்தை இரண்டு மூன்று முறை வாசித்துவிட்டார். வண்டி இருளைக் கிழித்துப் பறந்துகொண்டிருந்தது; முதல் வகுப்பு. இரண்டே இரண்டு இருக்கைகள். எதிர்த்த பெர்த்தில் ஒரு சர்தார்ஜி முண்டாசை அவிழ்த்துவிட்டு, கொண்டை அலுங்காமல் குறட்டைவிட்டுத் தூங்குகிறான்.

யார் இந்தக் கடிதத்தை எழுதியிருப்பார்கள்? ஒருவேளை அந்த மகாலிங்கமே எழுதியிருப்பானோ ... சோழப் பிரம்மஹத்தி! இந்தக் கடிதம் வந்ததுகூட மர்மமாயிருந்தது. ஹோல்டாலை ரெயிலில் கொண்டு வைத்த பியூன், வண்டி புறப்படும்போது, "மறந்தே போயிட்டேனுங்க. ஒரு அய்யிரு வந்து இதை அய்யாட்டக் கொடுத்துரு; இப்பத் தொந்தரவு பண்ணவாணாம்; ராத்திரி ஊருக்குப் போரப்ப கொடுத்தாப் போதும்; ஒண்ணும் அவசர காரியமில்லேன்னு சொல்லிக் கொடுத்தாரு. நீங்க அப்பப் பூசை பண்ணிட்டிருந்தீங்களா, அந்தி வேளையிலே. அப்பறம் கொடுப்பம்னு இருந்தேன்.மறந்தே போச்சு" என்று சட்டைப் பையிலிருந்து ஒரு கவரை எடுத்துக் கொடுத்தான். வண்டி நகரத் தொடங்கிவிட்டது. சர்தார்ஜி கேட்ட கேள்விக்கு, "மதராஸ் ஜாதா" என்று பதில் சொல்லி ஹோல்டாலைப் பிரித்துப் படுத்தார். சர்தாஜி விளக்கை அணைத்து விட்டுப் படுத்துக் கண்ணை மூடினான்.ஏ.ஏ. ஐயர் தலைமாட்டு விளக்கைப் போட்டுக் கவரைப் பிரித்தார்; படித்தார்.

மூன்று தடவை படித்தார். நாலாம் தடவை படித்தபோது. அசட்டை யும் புன்சிரிப்பும் மறைந்து அதன் உள்ளார்த்தம் உறைக்கத் தொடங்கிற்று. 'இது கூட்டுச் சதிதான். பொறாமைக்காரர்களுக்குக் கேடு செய்ய வேண்டாம். பிறர் நன்றாக இருப்பதே அவர்களுக்குப் போதும். ஆனால் இந்த ரூஜுக்களை எப்படிச் சேகரித்தான்? இதற்காக முனைந்து வேலை செய்தாலொழிய லேசில் ஆகிற காரியமில்லையே!'

வயிற்றை என்னவோ செய்தது. பகிரங்கமாக ... அம்பலமாக ... அவமானம் ... என்று பல சொற்கள் வயிற்றில் புகுந்து புரண்டன. கலக்கின. மகாலிங்கத்தை இப்பொழுதே பார்த்துவிட்டால் தேவலை போலிருக்கிறது. ஆனால் ரெயிலுக்கு இறக்கை இல்லை. விடிய வியடித்தான் சென்னை சேரும்.

தலைமாட்டு வெளிச்சத்தில் கைவிரல்கள் தெரிந்தன. மோதிர விரலில் கம்பி நெளியும் பவித்திர மோதிரம் மினுங்கிற்று. விரல்களைப் பார்க்கும்போது கண் எரிவதுபோலிருந்தது. பார்வையைத் திருப்பிக் கொண்டார். கண்ணை மூடிக்கொண்டார். காலைப் போர்த்திக்

விரல்

கொண்டார். முகத்தைப் போர்த்திக்கொண்டார். ஆனால் அடிவயிற்றில் விழுந்த அச்சம் உப்பி உப்பிப் பூதாகாரமாக வளர்ந்துகொண்டிருந்தது. புழு பாம்பாவதுபோல் நீண்டு பருத்தது. ஆணியில் தொங்கின கோட்டின் பையில் இருந்த கடிகாரத்தைப் பார்த்தார். அப்பாடா! ...இன்னும் கால் மணியில் அடுத்து நிற்கும் இடம் வந்துவிடும். ஒன்று இரண்டு மூன்று என்று விநாடி ஊர்ந்தது. பத்து யுகங்களுக்குப் பிறகு ஸ்டேஷன் வந்தது. வண்டி நின்றது.

ஏ.ஏ. ஐயர் இறங்கினார். பின்பக்கமாக நடந்தார். கார்டு வண்டி கடைசியில் இருந்தது.

"குட் ஈவினிங், அவசரத்தில் வந்து ஏறிவிட்டேன். டிக்கட் வாங்க நேரம் இல்லை. என்ஜினிலிருந்து மூன்றாவது பெட்டியில் இருக்கிறேன். டிக்கட் பணத்தை இங்கே கொடுக்கட்டுமா? ..."

"பரவாயில்லே சார். டிடி வருவார். நான் உங்களிடமே வந்து வாங்கிக் கொள்ளச் சொல்கிறேன். நீங்கள் போங்கள். இதோ வருவார் அவர்" என்றார் கார்ட்.

ஏ.ஏ. ஐயர் தம் பெட்டியண்டை வந்து நின்றார். பெட்டியில் விளக்கு எரிந்துகொண்டிருந்தது. சர்தார்ஜியைக் காணவில்லை. ஸ்நான அறைக்குள் போயிருக்கிறார் போலிருக்கிறது.

டிடியை எதிர்பார்த்துக் கீழேயே நின்றுகொண்டிருந்தார் ஏ.ஏ. ஐயர்.

அதோ ஒரு காக்கி முழுக்கைச் சட்டையும் தொப்பியும் தெரிகின்றன. அவன்தான் டிடி போலிருக்கிறது!

ஐயோ! ஐயோ! அப்பா! அப்பா! கை...கை...கை!...ஹா! அம்மா...

ஸ்நான அறையிலிருந்து வெளியே வந்த சர்தார்ஜி இந்தக் கதவைப் படாரென்று சாத்திவிட்டார். ஓரமாக நின்ற ஐயரைக் கவனிக்கவில்லை. ஐயரின் கை கதவிடுக்கில் சிக்கி அவர் கூச்சலைக் கேட்டபிறகு சட்டென்று கதவைத் திறந்தார்.

ஐயர் அப்படியே ப்ளாட்பாரத்தில் உட்கார்ந்துவிட்டார். மூர்ச்சை போட்டுவிட்டது அவருக்கு.

கண்ணைத் திறந்தபொழுது ஒரே கூட்டம். கை ரத்தத்தை யாரோ கழுவிக்கொண்டிருந்தார்கள். இடக் கை விரல்கள் நசுங்கிக் கிடந்தன. விரல் எலும்புகள் நொறுங்கிவிட்டன. வண்டி புறப்பட அரை மணி தாமதம் ஆயிற்று.

இரவு முழுவதும் வலி தாளாமல் முனகினார் அவர். சர்தார்ஜி இரண்டு தடவை 'மாப்கிஜியே' சொல்லிவிட்டுக் கண்ணயர்ந்து விட்டார். விடிந்தது. சென்னை வந்தது.

விரலே போய்விட்டது. டிடிக்கு அவரிடம் டிக்கட்டுக் கேட்க எப்படி மனம் வரும்? டிடியும், ஸ்டேஷனுக்கு வந்திருந்த அய்யாதுரையும் அவரைப் பிடித்து அழைத்துக்கொண்டு, டாக்ஸியில் ஏற்றிவிட்டார்கள். அய்யாதுரை கூடவே வந்தான்.

மூன்று மாத ரஜாப் போடும்படியாகி விட்டது, ஏ.ஏ. ஐயருக்கு. ஆபீசில் ஒரு பிராணி விடாமல் படுத்திருந்த அவரைப் பார்க்க வந்தார்கள்.

மகாலிங்கமும் ஒரு நாள் வந்தான். வெகுநேரம் இருந்தான். தனியாக ஒரு நிமிஷம் கிடைத்தபோது, "என்னால் ஒரு கெடுதலும் வராது உங்களுக்கு. எல்லாவற்றையும் கிழித்துப் போட்டுவிட்டேன்" என்று அவருடைய நசுங்கி ஒடிந்துபோன விரல்களைப் பார்த்து அழுதான்.

அவன் போன பிறகு ஏ.ஏ. ஐயர் தம் விரல் கட்டைப் பார்த்துக் கொண்டிருந்தார். இனிமேல் வீணை வாசிக்க முடியாது என்றுதான் டாக்டர் சொல்வதிலிருந்து முடிவு செய்துகொள்ள வேண்டியிருந்தது. விரலாக இல்லே அவை. கொத்தவரை வற்றலாகக் கிடந்தன. அவருக்கு எல்லாம் கனவு போலவும் கதை போலவும் இருந்தன. கடுதாசி, அதிலே விரல்கள் – பிறகு கதவு, விரல் நசுங்கல் – அதுவும் இந்த இடக் கை விரல்கள் என்ன பாவத்தைச் செய்தன? 'வலது விரலை விட்டு, இடது விரலை நசுக்கினானே இந்த ராமன்! அவன் போக்கே அலாதி. ஒரு பாவமும் அறியாத சீதையைக் காட்டுக்கு விரட்டின ஆளாச்சேப்பா நீ' என்று சொன்னவாறு தலையணைமீது சாய்ந்துகொண்டார் ஏ.ஏ. ஐயர்.

கலைமகள், நவம்பர் 1963

மாடியும் தாடியும்

இரும்பு 'கேட்'டின் பானாக் கொக்கியைத் தூக்கித் திறந்து யாரோ உள்ளே வருகிறார்கள். ஒரு வயதானவர். நரைத்த தலை. கிராப்பு. அதிலும் நடுவில் வழுக்கை. இரட்டை நாடி தேகம்தான். வயசானதால் இரட்டை நாடி ஊளைச் சதைமாதிரி தோன்றுகிறது. நெற்றியில் விபூதி. அதன் நடுவில் குங்குமம். அரைக்கை ஸ்லாக்கு. கீழே 'பளீர்' என்று வெள்ளைத் தட்டுச் சுற்று. இரண்டுமே வண்ணான் மடிதான்.

மறுபடியும் கேட்டைச் சாத்திப் பானாக் கொக்கியைத் தள்ளுகிறார் அவர். கூட வந்த இருவரும் பின்தொடர உள்வாசலை நோக்கி வருகிற அம்மாள், பட்டுப் புடவையுடன் ஸ்நானம் செய்து கூந்தலைப் பிடரியில் புரளத் தளர முடிந்திருக்கிறாள். பாதி நரை, பாதி கறுப்பு. அதுவும் ஓர் அழகுதான். கூட வருகிறான் ஒரு பையன். அம்மாள் மாதிரிதான் முகச் சாயல். தலையை ஒட்ட வெட்டின கிராப்பு. அவர் மாதிரியே நெற்றியில் விபூதி. நடுவில் குங்குமம். இருபது வயதிருக்கும். ஆனால் வயதுக்கேற்ற பாந்தமில்லை. நடை உடையில், வேட்டியை என்னமோ கோணலும் மாணலுமாகக் கட்டியிருக்கிறான். கல்லூரிப் பையனோ என்னவோ: வேட்டி கட்டிப் பழக்கமிராது.

மூன்று பேரும் உள் வாசல் சார்ப்பில் மறைந்து விட்டார்கள். யார் இது? தெரிந்த முகங்கள் இல்லை. ஒருவேளை விசாலத்துக்குப் பழக்கமாயிருக்கும்.

சரி, யாராகவாவது இருக்கட்டும். ஆபீஸுக்குப் போகும் போது நளினி சொல்லிவிட்டுத்தான் போவாள்.

தலைகள் மறையவே, சாமா தோட்டத்துச் செடிகளின் தலைகளைப் பார்த்தார். அவர் மாடி ஜன்னல் வழியாக உலகத்தைப் பார்ப்பது ஒரு தனி அனுபவம்தான். பட்டும் படாமலும் இருக்கலாம். மரத்தின் தலைகளைப் பார்க்கலாம். மனிதர்களின் தலைகளைப் பார்க்கலாம்.

சாமா தாடியை உள் பக்கமாக விரலை விட்டுக் கோதினார். மாடியும் தாடியும்! எவ்வளவு பொருத்தமான பிராஸம்! மாடி வீடு கட்டி அதில் வந்து உலாவும் நேரம் வந்துவிட்டது. தாடி வைத்துக்கொண்டு அதைக் கோதவும் நேரம் கிடைத்துவிட்டது. மோர் சாதத்துக்கு ஊறுகாய் தொட்டுக் கொள்வது போல, சிந்தனை செய்யும்போது தொட்டுக்கொள்ள ஒரு தாடி எவ்வளவு வாகாக இருக்கிறது!

ஆமாம். சிந்தனை செய்வதைத் தவிர வேறு ஒன்றுமே இப்பொழுது செய்ய முடியவில்லை. முன்பெல்லாம் போல் ஓடியாட முடியவில்லை. ஒரு தடவை கீழே இறங்கிப் போய் வந்தால் இரைக்கிறது. மூச்சு வாங்கு கிறது. உலாவ என்று இரண்டு தெரு நடந்தாலே முழங்காலுக்குக் கீழே துணியாகத் துவள்கிறது. கீழ் முதுகு 'பளிச் பளிச்'சென்கிறது. ரத்த அழுக்கம் கிச்சு கிச்சு மூட்டுகிறது. பேசினால்கூடப் படபடக்கிறது. அதைத் தெரிந்துகொண்டுதானோ என்னவோ அவர் பேசுவதை நாள் கணக்கில் மணிக் கணக்கில் வீட்டுக்குப் போகும் பிரக்ஞையே இல்லாமல் கேட்டுக்கொண்டிருந்த நண்பர்கள்கூட ஒதுங்கி நிற்கிறார்கள். ஏன், விசாலமே மாடிப் பக்கம் வருவது நின்றுவிட்டது. அவளாவது போனால் போகட்டும். அவளுக்கும் வயது, இரைப்பு, கால் வலி. நளினியாவது பேச வரலாம். அவளும் வேலை வேலை என்று பறக்கிறாள். தோட்டம், அடுக்களை, அப்புறம் ஆபீசு என்று பறக்கிறாள். காப்பி, டிபன் கொண்டு வரும்பொழுது தவிர மாடிப்பக்கம் எட்டிக்கூடப் பார்ப்பதில்லை. எத்தனை படித்தாலும் மேலே வர, பெண்களுக்குத் தோன்றாது போலிருக்கிறது.

"அப்பா!"

நளினி மாடிப்படி ஏறிவந்து கூப்பிட்டாள்.

"என்ன?"

"யாரோ உன்னைப் பார்க்கணுமாம். வந்திருக்காப்பா."

"யாராம்?"

"யாருன்னு கேட்டேன். அவரைப் பார்க்கணும்ன்னு வந்திருக்கோம்ன்னு சொன்னா."

"வரச் சொல்லு. வரச் சொல்லு."

நம்மையும் பார்க்க வரத் தோன்றுகிறதா? இன்றைக்கு என்ன பெரிய அதிர்ஷ்டமாக இருக்கிறது!

நளினி கீழே போய்விட்டாள்.

யார் இவர்கள்! பார்த்த முகங்களே இல்லை. இல்லை, நமக்குத்தான் ஞாபக மறதி என்ற புது வியாதி வந்திருக்கிறதா? வயசானால் வியாதிகள் வந்து உட்கார்ந்த பிறகுதானே தெரிகிறது – அயலான் நிலத்தில் இரவோடு இரவாகக் குடிசை போடுகிறவர்களைப்போல். ஒரு சமயம் இவர்களைப் பார்த்திருக்கிறோமோ! இல்லையே ... எப்படியிருந்தால் என்ன? நண்பர்கள் தான் வரவில்லை – இவர்கள்தான் வரட்டுமே!

"நமஸ்காரம்."

"நமஸ்காரம்."

நமஸ்காரம் என்று சொன்னது போதாதா? கீழே விழுந்து நாலு தடவை சேவித்தார் வந்தவர். அம்மாளும் சேவித்தாள். பையன் மட்டும் சாமாவையும், அவர் தாடியையும் பார்த்து இலேசாகப் புன்னகை செய்துகொண்டு நின்றான்.

"அடாடா" என்று கூசிக் குறுகினார் சாமா. "இதெல்லாம் எதுக்காக?"

எழுந்துகொண்ட பெரியவர், "நன்னாயிருக்கே நீங்கள் சொல்றது. பெரியவாளைப் பார்த்தோடனே நமஸ்காரம் பண்ணண்டாமோ! கிடைக்கணுமே ... ஏய், குமார், என்னடா சிரிச்சுண்டே நிக்கறாய்! நமஸ்காரம் பண்ணுடா."

"பரவால்லே" என்று பதறினார் சாமா.

"கிடைக்கணுமே. போது விடிஞ்சா பாபங்கள் செய்துண்டே இருக்கோம். ஒருதடவையாவது நல்ல காரியம் செய்யணும்னு தோணண்டாமோ" என்றார் பெரியவர்.

பையன் குப்புற விழுந்து நமஸ்காரம் செய்தான்.

சாமா மறுபடியும் கூசிக் குறுகினார். பையன் அவருக்கு நமஸ்காரம் செய்வதை மிகவும் அனுபவித்தே செய்தான். நாலோடு நிறுத்தவில்லை. ஆறு, ஏழு, பத்தாகிவிட்டது.

"போரும்டா, குழந்தே, போரும்" என்று அவனைத் தூக்கி நிறுத்த வேண்டும் போலிருந்தது சாமாவுக்கு. பையன் விடவில்லை.

"பண்ணட்டுமே. அத்தனைக்கத்தனை சிரேயஸுண்டே! குமார், போரும். எழுந்துக்கோ" என்று அப்பா சொன்னதும்தான் எழுந்திருந்தான் அவன். உள்ளங்கைகளைத் தட்டிவிட்டு அவரைப் பார்த்து மறுபடியும் புன்னகை செய்தான்.

"உட்காருங்கோ" என்று நாற்காலிகளைக் காட்டினார் சாமா.

"இப்படித்தானே இருக்கோம்" என்று கீழே உட்கார்ந்துவிட்டார் வந்தவர்.

"அடாடா" என்று மீண்டும் கூனிக் குறுகி நாற்காலிகளைக் காட்டினார் சாமா. பயனில்லை. மூன்றுபேரும் கீழே உட்கார்ந்து விட்டார்கள். ஆனால் சாமா! அவருக்குக் கீழே உட்கார்ந்து பழக்க மில்லையே. அவர்களுக்காகக் கீழே உட்கார்ந்தால் காலை மடக்க வேண்டும். எழுந்துகொள்ளும்போது அதைப் பிரிக்க வேண்டும். என்ன ஆகுமோ! தர்ப்பணடைன், பிண்ட தைலம் ... எனவே வழக்கம்போல் தம் கட்டில் மீது உட்கார்ந்துவிட்டார். தாழ்வான மரக்கட்டில் அது. மேலே நுரை மெத்தை போட்டு, அதன் மீது ஒரு கதர் விரிப்பும், அதற்கு மேல் ஒரு புலித் தோலும் போட்டிருந்தன. நளினி போன வருஷம் டில்லிக்குப் போனபோது ஹரித்துவாரம் போனாளாம். அப்பாவுக்கு இருக்கட்டும் என்று வாங்கி வந்தாளாம் இந்தப் புலித் தோலை. ஆன மட்டும் வேண்டாம் என்று உள்ளே சுருட்டி வைக்கப் பார்த்தார். நடக்கவில்லை. ஆனால்

இப்பொழுதெல்லாம் அதில்லாமல் கட்டில் மீது உட்காருவது போலவே இல்லை. புலிக்குத் தான் என்ன வழவழப்பு! என்ன மென்மை! தாடி, புலித்தோல் – என்ன இது! அவருக்கே சிரிப்பு வந்தது. வாய்க்கு வராமல் அடக்கிக் கொண்டார் அதை.

"நாங்கள் கல்கத்தாவிலேருந்து வந்திருக்கோம். வல்லபதாஸோட பாக்டரியிலே நான் எஞ்சினீயரா இருக்கேன். ஒரு மாச லீவிலே வந்தோம். வர்றப்போ எங்க அம்மாஞ்சி சொன்னார் – மெட்ராஸுக்குப் போனா பெரியவாளைப் பாருடாண்ணு. அட்ரஸ் கொடுத்தார். எங்க அம்மாஞ்சி வி.வி. அய்யர். பிங்பே கம்பெனியிலே ..."

"ஆமாமா ... வி.வி. அய்யரா? – பிங்பே கம்பெனி – வி.வி.அய்யர்– தெரியுமே."

"அவர் எனக்கு அம்மாஞ்சியாக்கும்."

"பேஷ் பேஷ் ... அப்படியா ... ரொம்ப சந்தோஷம் ... எனக்கு ரொம்பக் காலமா பழக்கம் அவர்."

"சொன்னார்."

"சௌக்கியமா இருக்காரா?"

"சௌக்கியமா இருக்கார். இப்போ அவர்தான் ஜெனரல் மானேஜர். மாசம் பதினாயிரம் சம்பளம் கொடுக்கறான். இன்கம்டாக்ஸையும் அவனே கொடுத்துடறான். ரிடையராகிப் பத்து வருஷமாயிருக்கணம். ஆனால் நீ போகப் படாதுன்னு அவரை விடமாட்டேங்கறான்."

சாமாவுக்குத் திகைப்பாகத்தானிருந்தது.

"ம்ம் ... இருக்கட்டும். முயற்சி இருக்கிற புருஷ சிம்மத்தை லட்சுமி வலிய வலிய வந்து இறுகத் தழுவிக்கத்தான் செய்வா. எத்தனை சக்தி வந்து அவளைப் பிடிச்சு இழுத்தாலும் அவ பிடிச்ச பிடியை விடுவாளோ!"

"லக்ஷத்துலெ ஒரு வார்த்தையாக்கும் ... பெரியவா எப்படிப் பேசறா பாரு!" என்று மனைவியின் பக்கம் திரும்பினார் வந்தவர்.

"நான் சொல்லல்லே ஸ்வாமி இது. பஞ்சதந்திரக் கதையிலே வரது" என்றார் சாமா.

"வரட்டுமே. பெரியவாளுக்கு அதை ஞாபகமாகச் சொல்லத் தோணறதே, அதை இல்லியா சொல்லணம்!"

வி.வி. அய்யருக்கு மாதம் பதினாயிரம் ரூபாய் சம்பளமாம். வருமான வரியையும் கம்பெனியே கொடுக்கிறதாம். முப்பது முப்பத்தைந்து ஆண்டு களுக்கு முன்னால் போன எல்லா மெட்ராஸிகளையும் போல வி.வி. அய்யரும் தட்டெழுத்து அடிக்கப் போனவர்தான். அப்பொழுது சாமாவும் தான் கல்கத்தா போனார். ஏதோ நாலு வருடங்கள் ஒரு பத்திரிகையில் வேலை பார்த்தார். நன்றாகத்தான் இருந்தது. நிறைய புத்தகங்கள் எல்லாம் படித்தார். ரங்கூன், மலாயா, ஜப்பான் என்று அந்தப் பத்திரிகை ஆசிரியரோடு ஒரு தடவை சுற்றினார். என்ன செய்தென்? காசைக் கண்ணால் பார்க்க முடியவில்லை. இண்டெலெக்சுவல் என்று

இறக்கை முளைத்த இலவ விதைபோல ஒரு பட்டம்தான் மிஞ்சிற்று. அறிவாளி, மேதை, சிந்தனையாளர் என்றெல்லாம் மெட்ராசிகள், ஏன், வங்காளிகள்கூட வந்து மொய்த்தார்கள். அவர் பேச்சைக் கேட்க. மேதையின் கூர்மையையும் நுட்பத்தையும் அனுபவிக்க அவர் வீட்டில் வந்து நண்பர்கள் மொய்த்தவண்ணம் இருப்பார்கள். அவர்களில் ஒருவராகத் தட்டெழுத்து வி.வி. ஐய்யர் வந்ததுதான் வியப்பிலும் வியப்பா யிருந்தது. இப்பொழுது வியப்பாக இல்லை. அந்த மாதிரி குணம் இருந்ததனால்தானே இப்படி அதே கம்பெனியில் முன்னேறி சர்வமும் வல்ல ஜெனரல் மானேஜராக இருக்கிறார். தட்டெழுத்தராகப் போனது ஒரு சாக்கு. ஏதாவது ஓர் இடத்திலிருந்துதானே புறப்பட்டாக வேண்டும்? அந்த வி.வி. ஐய்யர் சாமா வீட்டுக்கு எத்தனை தடவை வந்திருக்கிறார் ! அவருடைய வாதங்களில் மயங்கியிருக்கிறார் ! சாமா வரும்படி பற்றாமல் பத்திரிகைத் தொழிலுக்கு முழுக்குப் போட்டுவிட்டு, வக்கீல் தொழில் நடத்தப்போகிறேன் என்று சென்னை வந்தபோது, வி.வி. ஐய்யர் அவரைத் தடுக்கவும் முடியாமல், பேசவும் முடியாமல் தவித்துப்போய்விட்டார். மேதைகள் முரடுகள், சுதந்திர புருஷர்கள்; சொன்னால் கேட்கமாட்டார்கள் என்று பயமாக இருந்திருக்கும். சாமா சென்னையில் வக்கீல் தொழிலும் சரிப்பட்டு வராமல் ஒரு கம்பெனியில் சட்ட ஆலோசகராகச் சேர்ந்து இரண்டாயிரம் ரூபாய் சம்பளத்தையும் ஒரு பத்து வருஷம் பார்த்து, ஒரு வீட்டையும் கட்டி ரிடையரானதுமே அதில் குடியேறி, ... வி.வி. ஐய்யருக்கு இதெல்லாம் தெரிந்துதானிருக்கும். ஆனால் பழையவற்றை நினைத்துக்கொண்டிருக்கிறாரே, அதுதான் பெரிய காரியம்.

சாமா வி.வி. ஐய்யரைப் பற்றி மேலும் விசாரித்தார். வந்தவர் எல்லாவற்றையும் விவரமாகச் சொன்னார்.

"அம்மாஞ்சி பெரியவாளைப் பற்றி ஒரு நாளைக்கு ஒரு தடவை யாவது பேசாமல் இருக்கமாட்டார்."

"இது என்னத்துக்காகப் பெரியவா பெரியவான்னு சொல்லிண்டே யிருக்கேள் ? நானும் உங்களைப் போல ஒரு சாதாரண மனுஷன். எனக்கும், சம்சாரம், குழந்தை குட்டிகள்ளாம் இருக்கு உங்களைப் போல"

"இருந்தாக்கா? நீங்க பெரியவாளா இல்லாதைக்கு ஆயிடுவேளா ? நீங்க இப்படி அடக்கமாப் பேசறயேளே! அதுவே பெரியவா செயற காரியமாக்கும்."

அவர் பேசும்பொழுது அந்த அம்மாள் பக்தியும், சிரத்தையுமாகச் சாமாவைப் பார்த்துக்கொண்டிருந்தாள். ஆனால் அந்தப் பையன் சாமாவைப் பார்த்துச் சிரித்துக்கொண்டிருந்தான்.

இந்தப் புன்முறுவலின் பொருள் என்னவாக இருக்கும் என்று சாமாவுக்கு நடுநடுவே யோசனை வந்துகொண்டேயிருந்தது. சட்டென்று அவருக்கு ஞாபகம் வந்தது. வந்தவரைப் பற்றி விசாரிக்காமல் வி.வி. ஐய்யரைப் பற்றியே இத்தனை நேரமும் பேசிக்கொண்டிருந்துவிட்டோமே என்று ஒரு பச்சாத்தாபம் தோன்றியது.

"உங்க உத்தியோகம் எல்லாம் சௌகரியமா இருக்கோல்லியோ ?"

"ஏதோ பெரியவா ஆசீர்வாதம் ... சம்பளம்னு மாசம் ஆயிரத்து இருநூறு வரது. ஏழு மாசம் போனஸ் கொடுக்கறான்."

"கிட்டத்தட்ட ரண்டாயிரம் வரும்."

"அதெல்லாம் குறைச்சல் வைக்கலே குருவாயூரப்பன். நாலு பொண்ணு இருக்காள். அவாளையும் நல்ல இடமாப் பார்த்துக் குடுத்தாச்சு. இவனை நெனைச்சுத்தான் கவலை!"

"பையனையா?"

"ஆமாம்."

"பையன் படிக்கிறானோ இல்லியோ?"

"படிச்சான்."

"இப்பப் படிக்கலியா?"

"மூணு வருஷமாச்சு. புஸ்தகம்னு ஒரு வஸ்துவையே மறந்து போய்ட்டான்."

"ஏன்?"

"கேளுங்கோளேன் அவனைத் தான்."

"என்னப்பா?" என்று சாமா அவனைப் பார்த்தார். அவன் பதில் சொல்லவில்லை; அவரைப் பார்த்துச் சிரித்துக்கொண்டிருந்தான்.

"என்ன சிரிக்கிறே? என்னைப் பார்த்தா சிரிக்கணும் போலிருக்கோ?" என்றார் சாமா.

"உங்களைப் பார்த்து மட்டும் இல்லியாக்கும். என்னை ஒரு நாளைக்குப் பார்த்துச் சிரிச்சான், ஒரு கேள்வி கேட்டதுக்கு. அன்னிலேந்து சிரிச்சுண்டே இருக்கான். அப்ப அகண்ட வாய் சுருங்கலையாக்கும்."

"போறாது. எப்பப் பார்த்தாலும் அழாமல் சிரிச்சுண்டே இன்றும் இருக்கிறது நல்லதுதானே?"

"என்ன அப்படிச் சொல்றயள்? ஒரு கேள்வி கேட்டா பதில் சொல்லண்டாமோ? அப்பவும் சிரிச்சுண்டே இருந்தா, நீங்கள் என்ன நெனப்பயள்?"

"நீங்க கேட்ட கேள்விக்கே பதில் சொல்லலே. நான் கேட்டதுக்கு எப்படிப் பதில் வரும்னு நெனச்சுக்கறேன். நான் நெனக்கிறது இருக்கட்டும். நீங்க என்னமோ கேட்டேன்னு சொன்னேளே; என்ன கேட்டேள்!"

"அவனைக் காலேஜிலே சேர்க்கறப்போ நாச்சுரல் சயன்ஸ் எடுத்துக்கோட்டானேன். கணக்குத்தான் எடுத்துப்பேன்னான். எனக்கு வருத்தம். டாக்டருக்குப் படிக்க வைக்கணும்னு நெனச்சேன். எங்க பாக்டரி கம்பெனிக்கெல்லாம் நாலஞ்சு டாக்டர்கள் இருக்கால். ஒவ்வொருத்தருக்கும் ஆயிரம், இரண்டாயிரம் சம்பளம் கொடுக்கறோம். அதிலே ரண்டு பேர் இன்னும் ஏழெட்டு வருஷத்திலே ரிடயராயிடுவாள்.

அதிலே நுழைஞ்சுனுட்டா நாலு வருஷத்திலே நீ சீனியர் – மோஸ்டா ஆயிடுவாய். அட, இல்லாட்டா கூடி, கெமிஸ்டிரி எடுத்துக்கோ. அப்புறம் ஃபார்மா படிக்க வைக்கறேன். என் மச்சினன் ஜெர்மன் கம்பெனியிலே சீனியர் அட்வைசராய் இருக்கான் பம்பாயிலே. அங்கே அவன் வச்சதுதான் சட்டமாயிருக்கு. நீ பாஸ் பண்ணினா, உனக்கு ஆரம்பமே ஆயிரம் கிடைக்குமாக்கும்ன்னு சொன்னேன்."

"அதுவும் முடியாது – கணக்குப் படிச்சான், ம். அப்புறம்?" என்றார் சாமா.

"அதுவுமில்லை. இவன் புடிவாதம் புடிச்சானா! நான் நாலு நாள் பேசலை இவனோட. சரி, அப்பா சொல்றபடியே படிக்கிறேன்ன்னு, கெமிஸ்டிரி, நாச்சுரல் சயன்ஸ் எடுத்துண்டான்!"

"நல்லதாப் போச்சு, அப்புறம் என்ன?"

"எப்படி நல்லதாப் போகும்! ஒவ்வொரு பரீட்சையிலேயும் இருபது மார்க் முப்பது மார்க்குக்கு மேலே வாங்கறதில்லே. ரண்டு வருஷமாயாச்சு. ஒரு நாளைக்கு எங்கிட்டே வந்தான். ஒன்னாலே தான்ப்பா வந்தது. நான் அப்பவே கணக்கு எடுத்துக்கறேன்னாக்கும் சொன்னேன். நீங்க கேக்கலே. விசுவாமித்திரர் மாதிரி கோவிச்சுனுட்டேள். அதுக்குப் பயந்தூண்டு நான் கணக்கை விட்டேன். சயன்ஸ் படிச்சேன். அதுதான் எனக்கு மார்க் வரமாட்டேங்கறதுன்னான். எனக்கு ரொம்பக் கோபமா ஆயிடுத்து அதைக் கேட்டதும். 'ஏண்டா உனக்கு மூளை எங்கே போச்சு? நான் சொன்னா எனக்கு அது வராதுன்னு தாட்சண்யமில்லாமல் சொல்லி யிருக்கண்டாமோ? இப்படி ஒரு கோழையாயிருக்காய். அப்பாகிட்ட தைரியமில்லாதவன் எப்படிடா வெளியே போய் பொழைக்கப் போறாய்'ன்னு கேட்டேன். அப்பதான் இப்படிச் சிரிச்சான். அப்பவே தொட்டுச் சிரிக்கறதை நிறுத்தலை. மறுநாள் தொடங்கி காலேஜுக்குப் போகலை. சாப்பிடறான். தூங்கறான். இப்படிச் சிரிக்கறான். ஏண்டா போகலைன்னு லக்ஷம் தரம் கேட்டாச்சு. சொல்றதில்லை. பரீட்சை டயம் வந்தது. போகலை. லீவு முடிஞ்சுது. கணக்கே எடுத்துண்டு படிடா மறுபடியும்ன்னு கால்லே விழாத தோஷம் – அப்படிச் சொல்லியாச்சு. அசையணுமே. இப்படிச் சிரிச்சுண்டே இருந்தா, நாளைக்கு லோகம் இல்லையா சிரிக்கும் நம்மளைப் பார்த்து. நாலு வருஷமாயாச்சு. இவளானா மாலை மாலையா தேம்பறாள். பெரியவாளைப் பாருடான்னு அம்மாஞ்சி சொன்னார். நீங்க ஏதாவது வழிகாமிப்பள்ன்னு நெனச்சுண்டு வந்தோம்."

நாம் என்ன வழி காட்ட இருக்கிறது? சாமாவுக்கு ஒன்றும் புரிய வில்லை. வி.வி. அய்யரோ நாம் ஏதேனும் விமோசனம் சொல்லப் போகிறோம் என்று அனுப்பியிருக்கிறார். என்னத்தைச் சொல்கிறது? தெரிந்தவரையில் ஏதோ சொன்னார் சாமா. "படிப்பில்லாவிட்டால் முன்னுக்கு வருவது கஷ்டம். இப்பொழுது படிப்பது கஷ்டமாக இருக்கலாம். ஆனால் அதைப் பாராட்டினால் பின்னால் இன்னும் கஷ்டமாயிருக்கும். வயதாகிவிட்டால் படிப்பு ஏறாது. இளமையை விட்டால் ஓடியே போய் விடும். மரம் முற்றிவிடும். ஈட்டிகூட ஏறாது. தகப்பனார் சம்பாதித்து எத்தனை சொத்து வைத்துவிட்டுப் போனாலும் தான் சம்பாதித்தால்தான்

கௌரவம். இல்லாவிட்டால் ஏளனத்துக்கு இடமாகும். அப்படித் தானே சம்பாதிக்க அவசியமில்லாத அளவுக்கு சொத்து வந்தால்கூட, படிப்பு என்ற சொத்துதான் பெரிய சொத்து. அந்தச் செல்வத்தைக் காப்பாற்ற உதவுவது இந்தச் சொத்துத்தான் …"

தகப்பனாரும் தாயாரும் ஒருவருக்கொருவர் பார்த்துக்கொண்டனர். சாமா அதையும் கவனித்தவாறே பேசிக்கொண்டிருந்தார்.

"பெரியவா சொல்றதைச் சொல்லுங்கோ. ஆனால் நாங்க ரண்டு பேரும், அவளும் நானும், லக்ஷம் தபா சொல்லியாச்சு. இதெல்லாம் நாங்கள் சொல்ற பாடமில்லையா? பெரியவா சொல்றதைன்னா கேக்கணம்ம்னு வந்தோம்."

"என்ன ?"

"போன வருஷம் பெரியவா கல்கத்தா வந்திருந்தப்போ, நான் குடும்பத்தோட லீவிலே ஊருக்குப் போயிருந்தேன். எனக்குப் பார்க்கக் கொடுத்து வைக்கலெ. நீங்கள் வந்து சாமா வீட்டுப் பெண்ணுக்குச் சித்தஸ்வாதீனமாயிருக்குன்னு யந்திரம் வச்சு சக்தியை ஆவாகனம் பண்ணி சண்டி பூஜை பண்ணி இருபத்தோரு நாள் ஹோமழும் பண்ணினிய ளாமே … அந்த மாதிரி ஏதாவது நம்ம பையனுக்கும் செயணும். அப்படி ஏதாவது பகவான் கண்ணைத் திறந்து பார்க்கும்படி பெரியவாள் செய்தால்தான் உண்டு."

சாமாவுக்குப் புலித்தோல் முள்போல் குத்திற்றோ என்னவோ, துள்ளி விழுவதுபோல் எழுந்தார். புருவம் சுருங்கிற்று.

"அடுத்த வீடு, அடுத்த வீடு" என்று கண்ணைச் சுருக்கி, புருவம் சுளித்து, விரலால் ஒதுக்கி அவசரம் அவசரமாகப் படபடத்தார்.

"அப்படீன்னா ?"

"அடுத்த வீடு. ஸ்வாமிகிட்டே அதெல்லாம் வாங்கிக் கொடுக்கற பெரியவர் அடுத்த வீடு. நான் இல்லை அது."

"அப்படியா ?"

"ஆமாம். உங்க நேரம் எல்லாம் வீணாய் போயிடுத்து. சட்டுன்னு போங்கோ. அவர் இப்ப பூஜையை முடிக்கிற சமயமாயிருக்கும். அப்புறம் சாப்பிடப் போயிடுவார். அப்புறம் தூங்கப் போயிடுவார். அப்புறம் சாயங்காலம்தான் பார்க்க முடியும். சட்டுனு போங்கோ" என்று எதையோ மிதித்தவர்போல் அங்குமிங்கும் உலாவினார் சாமா.

"இது தொண்ணூறு – பி நம்பர் வீடுதானே ?"

"அடடா, இது தொண்ணூறு ஏன்னா. தவறி வந்துட்டேள், ஸ்வாமி."

"அவரும் தாடி வச்சிண்டிருப்பரோ ?"

"பேஷா – என் தாடியைப் போல இன்னும் ஒரு மடங்கு நீளம். அதுதான் நம்மூர் தாடி. ரிஷிகள் தாடி. இது ரஷ்யா தாடி – இங்கர்ஸால் தாடி – மார்க்ஸ் தாடி – பர்னார்ட்ஷா தாடி – எப்படியாவது வச்சுங்கோ. உங்களுக்கு நாழியாடுத்து. போங்கோ !"

"சிரமத்துக்கு மன்னிக்கணும். வரட்டுமா? நமஸ்காரம்."

"நமஸ்காரம் – வாயாலெ சொல்றதே போரும். வாங்கோ."

மூன்று பேரும் விறுவிறுவென்று கீழே போனார்கள். படி இறங்கும் பொழுது "நான் அப்பவே நெனச்சேன். தொண்ணூறு – பீன்னு தொண்ணூறு ஸீயிலே நுழையறாளே அப்பான்னு நெனச்சேன். ஆனால் இந்தப் புலித்தோலையும் தாடியையும் பார்த்தபோது அம்மாஞ்சிதான் தப்பா அட்ரஸ் கொடுத்துட்டாளோன்னு நெனச்சேன்" என்று சிரிக்கிற பையன் முதல் முதலாக வாயைத் திறந்து பேசுவது கேட்டது.

பேச்சு தேய்ந்தது. மறுபடியும் ஏதோ பேச்சுக் கீழே கேட்டது. சற்றுக் கழித்துப் பானாக் கொக்கி திறந்து மூடும் சத்தம் கேட்டது. தொடர்ந்து அடுத்த வீட்டு கேட்'டு 'ஸாரீ' என்ற ஸ்வரங்களில் கீச்சுக் குரலில் திறக்கிற சத்தம் கேட்டது.

நளினி குழந்தைச் சிரிப்புடன் வந்தாள்.

"என்னப்பா இது? ... அடுத்த வீட்டுக்குன்னா வந்தாளாம் எல்லோரும்" என்றாள்.

"நீ என்ன கேட்டே? அவா என்ன சொன்னா? நீ எப்படி எங்கிட்டே அவாளை அனுப்பிச்சே?"

"வந்தவுடனே அவர் இருக்காரான்னு கேட்டா. மாடியிலே இருக்கார்னேன். உன்கிட்டே வந்து கேட்டேன். நீ வரச்சொல்லுன்னு சொன்னியே ... நீ இப்ப நாஸ்திக தாடி ஆயிட்டியாமே."

"நாஸ்திக தாடியா? யார் சொன்னா?"

"கீழே இறங்கிப் போறபோது அந்தப் பையன்தான் சொன்னான். மேலே இருக்கிறது நாஸ்திக தாடியாம். நாங்க ஆஸ்திக தாடியைப் பார்க்க வந்தோம். அடுத்த வீட்டுக்குப் போறோம்னு எங்கிட்ட சொல்லிவிட்டுப் போனான். நீ சொல்லிண்டியா உன் தாடி நாஸ்திக தாடின்னு?"

"அப்படித்தான் சொன்னேன். உனக்கும் வழுக்கை உண்டுன்னு நாற்பது வருஷம் கத்தியும் கையுமா இந்த முகத்தோட குஸ்திக்கு நின்னு அதை வழுக்கையாக்கியிருக்கேன். கடைசியில் முடியாமல் சோர்ந்து போயிட்டேன், இதை அவர்கிட்டே சொல்லிண்டிருக்கணுமா?" என்று கூறி உட்கார்ந்தார் சாமா. மாடிப் பக்கமே வராத விசாலம்கூடத் தள்ளாடித் தள்ளாடி மாடிப்படி ஏறி வந்து நின்றாள். ஒரு பையன் சிரித்த இடத்தில் இரண்டு கிழவர்களும் ஒரு பெண்ணும் சிரிக்க ஆரம்பித்தார்கள்!

கல்கி, ஏப்ரல் 1964

நடேசண்ணா

சாலையில் ஒரு திருப்பம் இருக்கிறது. அதில் திரும்பினவுடனே ஊர் தெரியத் தொடங்கிவிடும். பன்னீர் மரங்களுக்கும் தென்னைகளுக்கும் பொன்னூப் பூத்த பூவரசு களுக்குமிடையே பெருமாள் கோவிலின் வெள்ளைக் கோபுரம் வெண் தாமரை மொட்டுப் போல் தெரியும். திருப்பம் ஒரு மைல். ஆனால் எனக்குக் கோவிலுக்குள் இருக்கிற மஞ்சள் அரளி, துளசிச் செடிகள், ஏற்றக்கிணறு – எல்லாமே தெரிவது போலிருக்கும். நடேசண்ணாவின் பாட்டு நெஞ்சில் எங்கோ கேட்கும். பால்யத்தில், பஸ் போகாத அந்தக் காலத்தில் சாலையில் நடந்து செல்லும்பொழுது, அந்தத் திருப்பம் திரும்பினதுமே ஒரு வேகம், ஒரு பாசம், ஒரு சந்தோஷ உதைப்பு எல்லாம் உந்த நடையை வீசுகிற வழக்கம்.

முன்னே உள்ள பசும் வயல்கள், சாலைக் கடை, சாலை யோடு வருகிற வாய்க்கால் – ஒன்றுமே கண்ணில் படாது. மர இலைகளுக்கிடையே உட்கார்ந்து காத்திருக்கிற வெள்ளைக் கோபுரத்தின் மீதுதான் பார்வை நட்டிருக்கும். இப்பொழுது பஸ்ஸில் போகும்போதும், முப்பது வருஷம் கழித்துங்கூட அதே பாசம், அதே வேகம், வயிற்றில் அதே சந்தோஷ உதைப்பு. மானம் பார்த்த மலட்டுப் பொட்டல்களிலேயே ஜனங்களுக்கு ஊரபிமானம் கொள்ளையாக இருக்கும் என்கிறார்கள். எங்கள் ஊருக்கென்ன? மாவும், வாழையும், மூங்கிலும், புளியும், வாகையும், பூவரசுமாக நிழலும் வெயிலும் போராடுகிற அழுக்கள் ஞ்சியம். சுற்றிலும் பசும் வயல்கள், சலசலவென்று வாய்க்கால்கள்.

நெல்லு மிஷின் தாண்டியாயிற்று. உடையார் சவுக்கைத் தோப்புத் தாண்டியாகி விட்டது. நடேசண்ணாவின் பியாகடை ராகம் என் உடல், உள்ளெல்லாம் ஒரு தடவை வளைவிட்டு ஓடிற்று. கண்ணை மூடி அதைப் பார்த்தேன். இந்த மூங்கில் தோப்பைப் பார்க்கும்போதெல்லாம் இன்னும் தெளிவாக நடேசண்ணாவின் பாட்டு என் காதில் விழும்.

எப்படி இந்த சம்பந்தம் என் மனத்தில் ஏற்பட்டது என்று நினைவில்லை. நடேசண்ணா பாடும்பொழுது கையை நீட்டி வளைக்கிறாரே, இந்த மூங்கில் கொத்து, சாலையின் இக்கரையில் நின்றவாறு அக்கரையில் உள்ள வாய்க்கால் மேலும் வளைந்து நிற்பது போல, அதனாலா? இல்லை. அவர் ராகம் வீச்சும் கணுவும் வளைவுமாக மூங்கில்போல் வியாபிப்பதனாலா? மூங்கில் போல எளிய நேர்மையும் ஆடம்பரமற்ற அழகுமாக இருப்பதனாலா? எனக்குச் சரியாகச் சொல்லத் தெரியவில்லை. ஆனால் நடேசண்ணாவின் குரல் மட்டும் கேட்டது. அவர் பாடும் தோடி, காம்போதி, பரஸ், தேவகாந்தாரி எல்லாம் கேட்டன. அவர் பாடுவது பழைய கால முறை, ராகங்கள் எல்லாமே சுத்தமாக இருக்கும். சுத்தம் என்று சொன்னால் அர்த்தம் இல்லாத வார்த்தை போலிருக்கும். சுத்தம் அப்படிச் சந்தி சிரித்திருக்கிறது. நடேசண்ணா ஒரு ராகத்தைப் பாட ஆரம்பித்தால், அந்த ராகம் மரியாதையாக, அழகாக, வந்து நிற்கும். குளித்துவிட்டு, தலை சீவி, மலர்சூடி, துல்லிய ஆடை உடுத்துப் பளிச்சென்று பணிவாக வந்து நிற்பது போல எனக்கு ஒரு தோற்றம் வருவதுண்டு. மற்றவர்கள் அதே ராகத்தைப் பாடும்போது அந்தப் பணிவை நான் உணர்ந்ததில்லை. பரட்டைத் தலையாகவோ, கிழிசல் துணியோடோ, உடம்பில் தூசி புழுதியோடா, அல்லது முகம் சுளித்தோ – ஏதாவது ஒரு சேஷ்டை செய்து வருவது போல்தான் எனக்குப் படுகிறது.

ஊர்ப்பக்கம் வந்து மூன்று வருடமாகிவிட்டன. சென்னையில் காடெல்லாம் வீடாகிவிட்டது. ஒருமரம் வளர்க்க எங்களுக்கு வக்குக் கிடையாது. புத்தியும் கிடையாது என்று தெருமரம் சாலைமரம் எல்லாம் வெட்டி ஊரெல்லாம் மொட்டைக் கோலமாக ஆக்கி வருகிறார்கள். இங்கு அந்த மாதிரி ஒரு காலனி, நகர், பேட்டை ஒன்றும் வரவில்லை. முன்னைவிட நிழலாக இருக்கிறது. கருஞ்சோலையாக இருக்கிறது. அதே சாலையோரக் குடிசைகள், அதே தெருநாய், அதே வாய்க்கால். மனிதர்கள் கூட மாறுவதில்லை. நடேசண்ணா கூட வழக்கம்போல வாய்க்கால் மதகில் உட்கார்ந்திருப்பார். ஏதாவது பாட்டை முணுமுணுத்தவாறு, முள்ளரிவாளால் காலைச் சொறிந்துகொண்டிருப்பார். கடைசியாகப் பார்த்தபொழுதே, அவருக்கு வயசு அறுபத்தெட்டு. அப்போதும் இரண்டு கலம் நெல்லைத் தலையில் வைத்து, ஒன்றரை மைலுக்கப்பால் உள்ள மிஷினில் நடந்து போய் அரைத்து, திரும்பி நடந்துவிடுவார்.

பஸ் நின்றது. இறங்கினேன். சாலையில் உள்ளங்கால் பாவ நின்றேன். ஒரு சிலிர்க்காத சிலிர்ப்பு. சுற்றிலும் பார்த்தேன். தூங்குமூஞ்சி மரங்களில் சிள் வண்டுகள் பெரிய சுருதியில் பாடின. வாய்க்காலில் நீர்ச் செம்பு சாமரம் போட, காவிரிநீர் மந்தமாக நகர்ந்து. வாய்க்கால் ஓரத்து மரத்தடியில் இரண்டு நாகணவாய்கள் ஆடி ஆடி நடந்துகொண்டிருந்தன.

வாய்க்கால் மதகில் யாருமில்லை. நடேசண்ணா மிஷினுக்குப் போயிருப்பார். அல்லது திண்ணையிலோ இடை கழியிலோ உட்கார்ந்து பாட்டியம்மாள் யாருக்காவது "ஈசனுளாற் கடலில் ஏற்றதொரு ஓடம்" என்று சகானாவில் பாடிக்கொண்டிருப்பார்.

ஊருக்கு வரும்பொழுதெல்லாம், வீட்டுக்குள் நுழைவதற்குள் நடேசண்ணாவைப் பார்த்துவிடுகிறதுதான் இதுவரை வழக்கம். அவர்

தி. ஜானகிராமன் சிறுகதைகள்

வேலை செய்யாத நேரம் கிடையாது. முள்ளுறுப்பு, வேலிக்கட்டு, நெல்லரைப்பு, தோட்டக்கொத்து, காணத்துக்குத் தேங்காய் உடைப்பு, காய்கறித் தோட்டத்துக்குத் தண்ணீர் பாய்ச்சுகிறது – இப்படி ஏதாவது வேலை இருந்துகொண்டேயிருக்கும். அதற்காகப் பஞ்சகச்சத்தைத் தூக்கி மேலே செருகிக்கொண்டுதான் இருப்பார். முழங்காலுக்கு மேல், பாதித் துடைக்குக் கீழ் அந்தக் கச்சம் இறங்கி நான் பார்த்ததில்லை. பஜனை, பேச்சு, சாப்பாடு – இந்த வேளைகளில் கூட அந்தக் கச்சம் கீழே இறங்குவ தில்லை. தலையில் கட்டியிருக்கிற சின்ன முண்டாசு மட்டும் இறங்கி, தோளில் துண்டாகத் தொங்கும். காதில் ஒரு சிவப்புக் கடுக்கன். வாயில் வெற்றிலை. அந்தச்சாறு உதட்டை நனைத்து, குட்டைக்கரைபோல, உதட்டோரமாகக் கசிந்திருக்கும்.

வாய்க்காலைக் கடந்ததும் சத்திரத்தைப் பார்த்தேன். அங்கும் நடேசண்ணா இல்லை. மதகு, சத்திரம் எல்லாம் நடேசண்ணா உட்கார்ந் திருக்கிற இடங்கள். பகல் சாப்பாட்டுக்குப் பிறகு சத்திரத்துத் திண்ணை யில் வந்து சற்றுக் கண்ணயர்வார். காற்றுக்கொட்டும் அங்கு. வேலை யெல்லாம் முடிந்தபிறகு வாய்க்கால் மதகில் உட்கார்ந்து போகிற வருகிற பஸ், வண்டிகளையெல்லாம் பார்த்துக்கொண்டிருப்பார்.

அங்கும் இல்லை.

ஊருக்குள் திரும்பினதும், யார் யாரோ என்னை க்ஷேமம் விசாரித் தார்கள். ஆனால் ஊரின் அங்கமாக நெஞ்சில் பதிந்திருக்கிற நடேசண்ணாவை ஒரு திண்ணையிலும் காணோம். பாட்டிகளைப் பார்க்க முடிந்தது. நடேசண்ணா இல்லை.

வீட்டுக்கு அருகே போனதும், நடேசண்ணாவின் மூத்தபிள்ளை காலைச் சுழற்றிச் சுழற்றி, ஏதோ கடிதாசும் கையுமாக வருவது தெரிந்தது.

"இப்பத்தான் வராப்பலெயாக்கும்" என்றான்.

"ஆமாம்."

"பட்டணத்திலேர்ந்துதானே?"

"ஆமாம். செளக்கியந்தானே? அப்பா செளக்கியந்தானே?"

"இருக்கார். வயசாயிட்டுது. வெளியிலே வாசல்லெ அதிகமாப் போற தில்லை" என்று சொல்லி, இன்னும் என்ன என்னவோ விசாரித்து விட்டுப் போனான் அவன்.

உள்ளே போனதுந்தான் தெரிந்தது, அன்று ஏகாதசி என்று. அத்தை பகலிலேயே கொஞ்சம் அரிசி உப்புமாவைச் சாப்பிட்டுவிட்டு விரதம் இருந்துகொண்டிருந்தாள். மிச்சம் இருந்த உப்புமாவே போதும் என்று காபி மட்டும் சாப்பிட்டுவிட்டு உட்கார்ந்தேன். ஏகாதசியாக இருந்தது ஒரு விதத்தில் நல்லதுதான். உப்புமா வயிற்றுச் சுவருக்குத்தான் கண்டது. பரவாயில்லை. ஏகாதசி பஜனை கேட்கலாம். நடேசண்ணாவின் பாட்டை நடுநிசி மட்டும் கேட்கலாம். ஐயோ, அம்மா! – என்ன தோடி, என்ன பியாகடை! என்ன தேவகாந்தாரி, என்ன ஆஹிரி! இதற்காக எந்தப்

பட்டினியும் கிடக்கலாம். பஜனை முடிந்து சுண்டல், பொங்கல் என்று ஏதாவது கிடைக்கும்.

எட்டு மணிக்குத் தொடங்கினால், நடுநிசி கடந்து பெருமாள் கோயிலின் கூம்பு மண்டபம் ஜாலரும் மிருதங்கமும் குரல்களுமாகக் கணகணத்துக் கொண்டிருக்கும். பஜனைக்காகவே ஏற்பட்ட அபஸ்வரங்கள், அபசுருதிகள், தலையைத் தூக்கி, கழுத்து ரத்தக் குழாய்கள் புடைக்கக்கத்தும் கூச்சல்கள் – இவற்றுக்கெல்லாம் அவ்வப்போது இடம் கொடுத்துவிட்டு, அவை ஓய்ந்ததும், நடேசண்ணா தனியாகப் பாடுவார். அத்தனை குரல்களையும் சேர்த்து உலையில் உருக்கி, பட்டரையில் வைத்து ஒன்றாக இணைத்ததுபோல் ஒரு பெரிய கோயில் மணிக்குரல் அவருக்கு. அவர் குரலில் தோன்றவேண்டும் என்றே ராகங்கள் அழகு செய்துகொண்டு ஓடிவருவது போலிருக்கும்.

நடேசண்ணாவுக்கு யாரும் ஸரிகமபதநிச சொல்லிக் கொடுக்கவில்லை. பஜனை, கச்சேரி, கதை என்று பாட்டுக் கேட்கிற இடமெல்லாம் போய் நிற்பாராம். கடைசியில் கூவே பாடத் தொடங்கினாராம். பிறகு ஒரு நாடகக் கம்பெனியில் பின்பாட்டுப் பாடச் சேர்ந்துகொண்டார்களாம். பொம்மலாட்டக் கூட்டத்தில் சேர்ந்து பின்பாட்டுப் பாடினாராம். மைசூர், திருவாங்கூர், பரோடா, பெஜவாடா, பட்டணம் என்று பல ஊர்களுக்கு அந்தக் கூட்டத்தோடு போய் வந்திருக்கிறாராம். ஓர் இருபது வருடம் அவருடைய சந்திரமதி பாட்டு, ஜானகிப் பாட்டெல்லாம் கேட்டு ஊர் தேசம் எல்லாம் கதறியிருக்கிறது. கடைசியில் ஒரு நாள் பொம்மலாட்டம் ஆட்டுகிறவர் பொட்டென்று யமன் வாய்க்குள் போய்விட்டார். அதோடு நடேசண்ணாவின் நெஞ்சம் சிதறிப் போய்விட்டது. ஊரோடு வந்து தங்கிவிட்டார். இருக்கிற நிலபுலனைக் கவனிப்பது, ஊரிலும் பக்கத்து ஊர்களிலும் பஜனைக்குக் கூப்பிட்டால் போய்ப்பாடுவது – இப்படி மாறிவிட்டது. ஊர்க் குரல்களையெல்லாம் உருக்கி அடித்து இணைத்த குரல்போல அவருடைய சங்கீதமும் அந்தக் காலத்துப் பெரிய வித்வான்களின் நுட்பங்களையெல்லாம் சேர்த்து உருக்கி அடித்த ஒரு வடிவமாகத் திரண்டதாம். அப்படி என் தகப்பனார் சொல்கிற வழக்கம்.

திண்ணை திண்ணையாக உட்கார்ந்து பாட்டிகளுக்கு அந்தக் காலத்துச் சந்திரமதிப் பாடல்கள், சகுந்தலைப் பாடல்கள், சித்தர் பாடல்கள், அருட்பா அருணாச்சலக் கவிராயர் பாட்டு எல்லாம் அவர் பாடிக் காட்டுவதை ஊரில் எப்போதும் கேட்க முடியும். வயலுக்கு நீர் பாய்ச்சுவது, கவணை அடைப்பது, கறிகாய்க் கொல்லைக்குப் போவது, சத்திரத்தில் தூங்குவது – இந்த வேளைகளில் தவிர அவரை இப்படித் திண்ணைகளில் பார்க்க முடியும். சில சமயம் ஸ்வரங் கூடப் பாடுவார். பாட்டிகளுக்கோ மற்றப் புருஷர்களுக்கோ தாம் உறுவது தெரியாது என்று அவருக்குத் தெரியும். அவர் கற்றுக்கொண்டதில்லை.

எனவே சும்மா பிரமிக்க அடிப்பதற்காகப் பதபச நிபகரி தநிகமஸ என்று ஸ்வரஸ்தானம், எந்த ராகத்துக்கு எந்த ஸ்வரம் கிடையாது, உண்டு என்ற வரம்புகளை மீறி எல்லா ஸ்வரங்களையும் கூடையில் அளப்பது போலக் கொட்டிக் கொட்டி ஜமாய்த்துக்கொண்டிருப்பார். நான் மறைந்து கேட்டுச் சந்தோஷப் படுவதுண்டு. எதிரே போனால் நிறுத்திவிடுவார்.

எனக்கு என்னவோ சங்கீதம் தெரிந்திருக்கும் என்று ஒரு சந்தேகம் அவருக்கு. இந்த ஸ்வரம் அவருக்கு ஒரு விளையாட்டு. அதுவும் தெரியும் என்று சிறு பையனைப் போலக் காட்டிக்கொள்ள ஓர் ஆசை. அவ்வளவுதான். ஆனால் அவர் பாட்டுக்களோ ராகங்களோ பாடும்பொழுது வேறு மனிதராக இருப்பார். வளர்ந்தவராகிவிடுவார். உருகிக் கரைவார். வெள்ளத்தில் விழுந்து ஒன்றிவிடுவார். கேட்கிறவர்களையெல்லாம் சுருட்டிக் கட்டி எங்கோ இழுத்துப்போவார்.

மூன்று வருஷமாகிவிட்டன அவர் குரலைக் கேட்டு. இப்போது அதைக் கேட்கலாம்.

எட்டு மணி சுமாருக்கு மிருதங்கம் பெருமாள் கோயிலில் ஒலித்தது. குத்து விளக்கை வைத்து ஒரு சின்னக் கும்பல் அமர்ந்திருப்பது தெரிந்தது. நடந்தேன். மண்டபத்திற்குள் நுழைந்து உட்கார்ந்தேன். புரோகிதர், கிட்டன், அப்பா சாமி, சோனி, மைனர் பாலு எல்லோரும் உட்கார்ந்திருந்தார்கள். சுருதிப்பெட்டி ஒலித்தது. மேலத்தெரு நாயக்கர் மிருதங்கத்தைத் தட்டிக் கொண்டிருந்தார். எல்லாப் பஜனைகளுக்கும் சேர்வதுபோல் ஒரு சுருதி அவருடைய வாத்தியத்துக்கு. கண்ணுக்குக் கண் ஒரு சுருதி. அப்படி இருக்கிற வழக்கம் இல்லை. இவ்வளவு தைரியம் எப்படி அவருக்கு வந்தது?

நடேசண்ணாவைக் காணவில்லை. அவர் இருந்தால் இப்படிப் பன்னிரண்டு சுருதிகளுடன் ஒரு மிருதங்கத்தைக் கத்தவிடமாட்டார். பாட்டுக்கள் காச்சு மூச்சென்று பறந்தன. மண்டபத்தில் கூம்பு வளைவுகளை மோதின.

அரை மணி. ஆயிற்று. நடேசண்ணா வந்தபாடில்லை.

"நடேசண்ணா வல்லையா?"

"நடேசண்ணாவா! அவர் வந்து ஒரு வருஷமாச்சே!"

"ஏன்?"

"வயசாயிடுத்து. புத்திகலங்கிப் போயிடுத்து. ஒரு பாட்டுப் பாடுன்னா பிரமாதப் பிகு பண்ணிக்கிறது. வக்ரிச்சுக்கறது. இது வராட்டா ஸ்வாமி கார்யம் நின்னு போயிடுமா? இல்லே, பஜனைக்குத்தான் பாட ஆள் இல்லையா?"

"அப்படியெல்லாம் நடேசண்ணாவுக்குப் பிகு பண்ணிக்கத் தெரியாதே. ரொம்ப வெள்ளையாச்சே."

"ரொம்ப வெள்ளைதான். ரொம்பச் சரியாகச் சொல்லிப்பிட்டே நீ. அதனாலேதான் வந்தது இத்தனையும்."

பக்கத்தில் இருந்த முத்து இதைக் கேட்டுச் சிரித்தான். "வெள்ளைதான். ரொம்ப சரி. ரொம்ப சரி நீ பட்டணத்திலேர்ந்து வந்திருக்கியோல்லியோ, கரெட்டாச் சொல்லிப்ட்டே."

"எனக்கு ஒண்ணும் புரியலியே அப்பாசாமி! அவர் வெள்ளைங்கறதை இவ்வளவு வர்ணம் போட்டுச் சொல்லுவானேன்? முத்து வேற என்னமோ ஒரு மாதிரியாச் சிரிச்சுக்குறான்."

நடேசண்ணா

"முத்து என்ன? எல்லாருமே சிரிச்சாப் படாதுன்னு சொல்ல முடியுமோ?"

இதுதான் எங்கள் ஊர் பேசுகிற மொழி. பச்சைய, சிவப்பா என்று கண்டுபிடிக்க முடியாத ஒரு பேச்சு. கபடா வெள்ளையா என்று தெரியாத பேச்சு.

"உனக்கு என்னத்துக்கு இதெல்லாம்? அதுவும் இப்ப என்னத்துக்கு? ஏதோ நல்ல காரியம் செய்யணும்னு கோவிலை பார்க்க வந்து உட்கார்ந் திருக்கோம், பகவானை நினைக்கிற சமயத்துக்கு இந்தப் பேச்செல்லாம் என்னத்துக்கு இப்ப?"

அப்பாசாமி ஒரு முசுடு. கொஞ்சம் அக்னித் திராவகம் சேர்ந்த ஹாஸ்யமும் பேச்சில் உள்ளூற விசிறிக்கொண்டிருக்கும்.

பஜனை என்றால் இங்கே பாட்டு. அதற்கு நடேசண்ணா வராமல் எப்படிக் காரியம் நடக்க முடியும்?

இன்னும் ஒரு நாழிகை உட்கார்ந்து பார்த்தேன். மண்டபம் அதிர்ந்தது. காது கிழிந்தது. எழுந்து புறப்பட்டேன். ஏகாதசியில், அபசுருதிகளும் நடேசண்ணா வராத ஏமாற்றமும் குமைச்சலைக் கிளப்பிவிட்டன. நடேசண்ணாவின் வீட்டுக் கதவைத் தட்டினேன்.

வீட்டில் யாரும் இல்லை. அவருக்கு மனைவி கிடையாது. பிள்ளை, அவன் மனைவி, பேரன் பேத்திகள் எல்லோரும் கோவிலுக்குப் போயிருந் தார்கள். அங்கேயே பார்த்தேன். நடேசண்ணா துண்டை விரித்து தலைக்கு ஒரு மணையை வைத்துப் படுத்திருந்தாற் போலிருக்கிறது. கதவைத் திறந்து விட்டவர், எனக்கு உட்கார ஒரு தடுக்கைப் போட்டுவிட்டு, அந்தத் துணிமேலேயே உட்கார்ந்துகொண்டார். நான் வந்த விவரம், வேலை பார்க்கிற விவரம் எல்லாம் விசாரித்தார்.

"ஏகாதசின்னு சந்தோஷமா வந்தேண்ணா. ஐம்பமாச் சாப்பாடு கீப்பாடு ஒண்ணும் வாண்டாம்ன்னுட்டேன் அத்தை கிட்ட. உங்க பாட்டாவது கேட்டுக் காதையும் வயித்தையும் நிரப்பிக்கணும்ன்னு பார்த்தேன்."

"எம்பாட்டு கேக்காட்டா என்ன? அத்தனை பேர் பாடராளே!"

"மண்டபம் ஏற்கனவே விரிசல் கண்டிருக்கு. இவா பாடியா விழணும்? தானே விழுந்துட்டுப் போறது."

"ஸ்வாமிக்கு எல்லாப் பாட்டும் ஒண்ணுதாண்டா. நீ நன்னாப் பாடறியான்னா கவனிக்கிறார்? ஏதோ மனசோட பக்தியோட பாடினாப் போரும் அவருக்கு."

"பாட்டுன்னா நன்னாப் பாடணும், இல்லாட்டா வெறுமே கோவிந்தாப் போட்டாப் போரும் அண்ணா ... நீங்க ஏன் வந்து பாடலெ? அதைச் சொல்லணும். இப்ப ஒரு வருஷமா நீங்க பஜனைக்கே போற தில்லையாமே?"

"நான் முப்பது வருஷம் பாடியாச்சு. வயசு குறைச்சலா ஆறதா? எழுவது ஆயிடுத்து. அம்பத்தஞ்சு வயசானா நீங்க ரிடைய ராகலியோ?... பொடி இருக்கா?"

"இதோ" என்று டப்பாவைக் கொடுத்தேன். ஒரு சிட்டிகை உறிஞ்சினார். நான் பட்டணத்திலிருந்து வந்தால் நடேசண்ணா என்னைத் தேடிக் கொண்டு வருவார். நல்ல வெள்ளை மூக்குப்பொடியாக நான் கொண்டு வந்திருப்பேன். இதனால் என்மேல் கொஞ்சம் அதிகப்படி விசுவாசம் அண்ணாவுக்கு. கபாலத்தில் ஏறியதும் 'பேஷ்' என்றார்.

"என்ன பேஷ் அண்ணா! நான் பேஷ் போடவிடலியே நீங்க?"

"நான் பாட்டை நிறுத்தி ஒரு வருஷமாச்சுடா. இனிமே பாடறதில்லேன்னு சொல்லிட்டேன்."

"யார்கிட்டே?"

"என் கிட்டத்தான். போராதா? உள்ள இருக்கிறவன் காதிலே விழுந்திருக்காதா?"

எனக்கு ஓர் அதிர்ச்சி. பாடிக்கொண்டிருக்கிறவனைப் பாடாதே என்றால் அதைவிடச் சித்திரவதை என்ன வேண்டும்? அதுவும் இவராக அந்த மாதிரி வாய்ப்பூட்டுப் போட்டுக்கொள்வானேன்?

"ஏண்ணா இப்படி?"

"விடுப்பா அதை. ஏதோ பாடறதில்லேன்னு வச்சாச்சு. ஏன் எதுக்குன்னு என்ன விசாரம் இப்ப?"

"அண்ணா! உங்க தோரணை ரொம்ப அலட்சியமா இருக்கு. ஆனா மனசிலே ரொம்ப வேதனைப்படறாப்பல இருக்கு. எங்கிட்டச் சொல்லப்படாதா? நிஜமாச் சொல்றேன். நான் அத்தையைப் பார்க்கத்தான் ஊருக்கு வரேன். வாஸ்தவம். ஆனா ரெயில் சார்ஜ் கொடுத்துப் பட்டணத்துக்கு அத்தையை வரவழைச்சுப் பார்க்க முடியும். ஆனால் நான் இங்கே வர்றது, அத்தையைப் பார்க்கமட்டுமில்லை. உங்கள் பாட்டைக் கேட்கலாம்னுதான் வருவேன். உங்களுக்குத் தெரியாத தில்லியே இது. வரபோதெல்லாம் உங்களை விட்டு நான் நகர்றதே இல்லியே. ஊரிலே பெருமாள் கோயில், சத்திரம், ஆற்றங்கரை மாதிரி, நீங்க, உங்க பாட்டெல்லாம் என் மனசிலே ஏறிக் கிடக்கே. ஊரை நினைக்கிற போதே உங்க நினைவுதானே வரும்? இன்னிக்குச் சாயங்காலம் பஸ்ஸை விட்டு இறங்கினவுடனே மதகிலே உங்களை வழக்கம் போலக் காணும். அப்புறம் திண்ணை, கொல்லையெல்லாம் பாத்துண்டு வந்தேன்; காணும். வெறிச்சுனு இருந்தது எனக்கு. கோவில்லே போனா ஒரே நாரை காக்கா கூச்சலாயிருக்கு. ஏந்திண்டு நேரே இங்க வந்துட்டேன். அவ்வளவு இருக்கு என் மனசிலே; நீங்க என்னடான்னா ஒரு வார்த்தையிலே, ஏன் எதுக்குன்னு விசாரப்பட வாண்டாம்னு சொல்லி –"

"ராமா, பிரபோ, வாசுதேவா" என்று குறுக்கே புலம்பிப் பெருமூச்சு விட்டார் நடேசண்ணா.

"என்னண்ணா!"

"எனக்கே வாயைக் கட்டிக்கிறது கஷ்டமாத்தான் இருக்கு. சில சமயம் என்னை அறியாம பாடக் கிறும்பிடறேன். திடீர்னு ஞாபகம் வந்து நாக்கைக் கடிச்சுக்கறேன்."

"அப்படிப் பாடமாட்டேன்னு சொல்லும்படியா பகவான் என்ன பண்ணிப்பிட்டார்?"

"பகவான் பண்ணலே. அவருக்கு மனசுக்குள்ளேயே பாடிண்டுதான் இருக்கேன்."

"இந்த மாதிரி சுத்தி வளைக்கப்படாது. என்னன்னு பளிச்சுனு சொல்லணும்."

"பளிச்சுனு சொல்லணுமா? உங்கிட்டே சொன்னா என்னடா? நீதான் நன்னாக் கேக்கறவன் என் பாட்டை. நீ இல்லாட்டா, கேக்க இங்க ஒரு ஆம்பிளை கிடையாது."

"கீழ் வாரிசுக்கெல்லாம் நல்ல பாட்டு, சங்கீதம்னு ருசியே இல்லை தான்."

"கீழ் வாரிசைச் சொல்லலே நான். மேல் வாரிசுகளுக்கே ஒன்றும் கிடையாது. உன் மாதிரி ஒரு உறவு இருந்துன்னா, நான் இந்த நெருப்பை விட்டுட்டு, கொஞ்ச நாள் உன்னோட பட்டணத்திலே வந்து அக்டான்னு இருந்துட்டு வருவேன். அங்கே அடுத்த வீட்டுக்காரன் என்ன பண்றான்னு யாரும் மூக்கை உறிஞ்சிண்டிருக்கமாட்டான் பாரு."

"உங்களை அப்படி என்ன பண்ணினானுக இவனுக?"

"காவேரிப் பக்கம் போனியோ?"

'இல்லியே. இருட்டறதுக்கு முன்னாலேதான் வந்தேன். காலமே குளிக்கப் போவேன்."

"போனாத் தெரியும். கீழண்டை மூங்கில் கொல்லை இருந்தது பாரு?"

"ஆமா."

"இப்ப அங்கே, நெல்லு, மாவு மிஷின் வச்சிருக்கார் அக்கரைச் செட்டியார் – முத்தையா செட்டியார் – மஞ்சள் காரச் செட்டியார்."

"மூங்கில் கொல்லை பம்பாய் கிருஷ்ணையர் கொல்லை இல்லையோ?"

"அதை வித்தாச்சு. செட்டியார் வாங்கிப்பிட்டார்."

"ஏன்?"

"ஏன்னா, பம்பாய் கிருஷ்ணையர் செத்துப் போயிட்டார். அவருக்கு இளைய சம்சாரம். நாப்பத்தேந்து வயசாறது. சுடலாட்டமாயிருப்ப. அவளுக்கு ஒரே பொண்ணு. கல்யாணம் பண்ணிக் கொடுத்தாச்சு. ஊரோட வந்தா. இருக்க முடியலே. நிலத்தை வித்திட்டுப் போய்ட்டா. செட்டியார் வாங்கி, கொல்லையை அழிச்சு, நெல்லு மாவு மிஷின் வச்சுட்டார்."

"சரிண்ணா, நீங்க பாடாம இருக்கிறதுக்கும் – "

"அவ ஊருக்கு வந்து வீட்டைப் பெருக்கி, ஒட்டை அடிச்சுச் சுத்தம் பண்ணினவுடனேயே, பல பேருக்குப் பிடிக்கலெ. வீடு காலியாயிருந்த வரையில் சீட்டாடறத்துக்குச் செளகரியமாயிருந்தது. பெரிய திண்ணை. வழவழுன்னு சிமிண்டு போட்டிருக்கா; உக்காந்து வம்பு பேச, சீட்டாட எல்லாம் வசதியாயிருந்தது. அவ அதைக் கிளப்பி விட்டுப்பட்டா. அவ நன்னா படிச்சவ. திவ்யமான சாரீரம். ஒரு ஏகாதசியன்னிக்குக் கோவிலுக்கு வந்தா. நான் பாடிண்டிருந்தேன். எல்லாம் முடிஞ்சவுடனே, எங்கிட்ட வந்தா. 'நான் பம்பாய், மெட்ராஸிலெ எல்லாம் கேட்டிருக்கேன். இப்படி ஒரு சாரீரம் கேட்டதே இல்லை. இப்படி ஒரு பாட்டும் கேட்டதேயில்லை'ன்னா, ஆத்துக்கு வரணும்னு கேட்டுண்டா, மறுநாளைக்குப் போனேன். எப்படிக் கேப்ப தெரியுமோ? பாட்டுப்பாடத் தெரிஞ்சாலும், கேக்கத் தெரியவாண்டாமோ? காதுன்னா அதுன்னா காது? அவ்வளவு சூக்ஷமமாக் கேப்பள். சாப்பிடற நேரம், வயல் கொல்லைக்குப் போன நேரம் போக அங்கேதான் பாடிண்டிருப்பேன். நோட்டு நோட்டா வாங்கி எழுதிண்டேயிருந்தா. சித்தர் பாட்டெல்லாம் எழுதிண்டா. பொம்மலாட்டப் பாட்டெல்லாம் எழுதிண்டா. நான் பாடறேங்கிறியே. தசரதன் புலம்பலை அவ பாடினா, உத்தரம், சுவர்லாம் கண்ணாலே ஜலம் விடும்.

"அப்பாசாமிதான் முதமுதல்லெ ஆரம்பிச்சான். 'நடேசண்ணா பெரிய கொம்பாப் பிடிச்சிப்ட்டார். கொம்பிலியும் கொம்பு, பம்பாய்க் கொம்பாப் பார்த்துப் புடிச்சிட்டார்'ன்னான். 'ஒண்ணுமில்லேடா. அவ நன்னாப் பாடறா, கேக்கறா, பாடறேன். கொம்பாவது குளம்பாவது'ன்னேன்.

"அவனும் அங்கே அடிக்கடி செளக்யமா கிய்க்யமான்னு விசாரிச்சிண்டு வருவான். ஒரு நாளைக்கு அவ, 'இந்த அப்பாசாமி அசடா, பொல்லாதா மாமா?'ன்னு கேட்டா. என்னன்னு கேட்டேன். 'அது பேசறதும் நிக்கறதும் சிரிக்கறதும் என்னமோ மாதிரியா இருக்கேன்னா. அதுக்கப்பறம் அவன் அங்க வர்றதில்லெ. என்ன சொன்னாளோ என்னவோ ! தீபாவளிம் போது கம்பிக் கரை ஜரிகைபோட்டு ஒரு ஜோடி பத்தாரு வாங்கிக் கொடுத்தா; கட்டிக்கணும்னா. கட்டிண்டேன் அதை. 'நடேசண்ணா, என்ன மாப்பிளெ மாதிரி – என்ன இது? இருபது வயசு, ஏன், முப்பது வயது குறைச்சலான்னா காட்றது'ன்னான் அப்பாசாமி திண்ணையிலே உக்காந்துண்டு. புது வேஷ்டி கட்டிண்டா அப்படி தாண்டா இருக்கும்னு பதில் சொல்லிண்டே போயிட்டேன். 'யாரைக் கட்டிண்டா? என்ன அண்ணா பதிலே சொல்லாம போறேலே ... ம். ம். பார்ப்பேளா ... பால்யம் திரும்பி யிருக்கு'ன்னு என்னமோ பேத்தினான். காதிலே வாங்கிக்காத போயிட்டேன்.

"கார்த்திகை மாசம் – அன்னிக்கு ஏகாதசி – சிரவணம் வேறு சேந்துண்டுது. அவளும் கிருஷ்ண படத்தை வச்சு ரெண்டு புஷ்பத்தைச் சாத்தி நைவேத்தியம் பண்ணியிருந்தா. ரெண்டு பாட்டு பாடுங்கோன்னா. பாடினேன். பாடிண்டே இருந்தேன். கோவில் மறந்து போச்சு. திடர்னு நினைவு வந்துது. ஏந்துண்டு போனேன். இந்தப் பசங்களாம் ஆரமிச்சு பஜனை நடத்திண்டிருந்தாள். கோவிலுக்குப் போனதும் போகாததுமா,

டப்புனு பாட்டு ஜலார்லாம் நின்னு போச்சு. என்னன்னு புரியாம நின்னேன். 'அப்படியே நிக்கலாம்'ன்னு குரல் கேட்டுது. அப்பாசாமிதான் கத்தினான்.ஏந்துண்டு – ஆவேசம் வந்தவன் மாதிரி முழிச்சான். 'இது கூத்துக் கொட்டகை இல்லெ. பொம்மலாட்டக் கொட்டகை இல்லெ. பெருமா கோவில். சான்னித்யம் இருக்கிற கோவில். கண்ட இடத்துக்கெல்லாம் போயிட்டு இங்க அப்படியேவந்து நின்னா சான்னித்யம் இருக்கறதா வாண்டாமா? வேஷ்டியோட முழுகிப்பிட்டு, பிராயச்சித்தம் பண்ணிண்டு வரணும். இப்படியே வந்தா சம்ப்ரோக்ஷணம் பண்ணியாகணும். அதுக்குக் கிராமப் பொதுவிலே பணம் இல்லெ இப்ப. உடம்பு, மனசு எல்லாத்தை யும் ஊறறியச்சுத்தி பண்ணிண்டப்புறம் கோவில்லெ காலடி எடுத்து வக்யலாம் ... எல்லாரும் பேசாம இருந்தா? தெய்வத்துக்கு அபசாரம் பண்ணி, அப்பவும் ஊர்லெ காலரா, அம்மைன்னு வந்துன்னா, ஸ்வாமி கிட்ட போய் அழுது பிரயோஜனமில்லே ... எல்லாரும் பேசாம இருந்தா? நான் கத்திண்டேயிருக்கேன். போகக் காணும். வாசப் படியை விட்டு இறங்கச் சொல்லுங்கோ'ன்னு கத்தினான் அப்பாசாமி. நான் மூஞ்சியிலே அடிச்சாப்பல நின்னேன். ஒண்ணும் புரியிலே சிதம்பரத் தாத்தா எழுந்து வந்தார். 'நடேசா, நீ போய்டேன். ஏன் நின்னுண்டேயிருக்கே?' 'எனக்கும் ஒண்ணுமே புரியிலியே'ன்னேன். 'என்ன புரியிலே! எதோ நீ கல்மஷப் பட்டுட்டதாக நினைக்கிறா. ஊருக்கு விரோதமா, நீ நின்னுண்டேயிருக்க லாமோ? நீ போயிடு இப்ப. நின்னுண்டேயிருந்தா அவா ஆத்திரந்தான் அதிகமாகும்'ன்னார் சிதம்பரத் தாத்தா.

"அட நீசப்பயல்களா! வர்ஜ்யா வர்ஜ்யமே இல்லாம நீங்க பாடறதைத்தான்டா கேக்கணும் பெருமாள். பேஷ் ... ஜமாயுங்கோ'ன்னு சொல்லிண்டே திரும்பினேன். மனசு இருப்புக் கொள்ளலெ. இந்த அப்பாசாமி பணக்காரன், போக்கிரின்னா ஊர் முழுக்கவா அவன் சொல்றுக்குத் தலையாட்டணும்? யோசிச்சுப் பார்க்கிறேன். ஒண்ணும் புரியிலெ.நேரே கிருஷ்ணையர் சம்சாரத்துக்கிட்டவே போனேன். அவகிட்ட போறதுக்கும் கூச்சமாயிருந்தது. இதெல்லாம் அவ கேக்கணுமா? நான்தான் சொல்லலாமோ? சொல்லாம இருக்கவும் மனசு இடம் கொடுக்கலெ. அப்படிப் பழகிப்ட்டா அவ. போனேன். கதவை இடிச்சேன். திறந்தா. உள்ளே போனேன். நடந்ததை அப்படியே ஒப்பிச்சேன் ஒரு அபிப்பிராயம் நான் சொல்லலே. என் வார்த்தைன்னு ஒண்ணுமே சொல்லலே. அப்படியே நடந்ததை இம்மி பிசகாம சொன்னேன். அவ கேட்டாளோ இல்லையோ, சிரிக்க ஆரமிச்சாளே பார்ப்பம்; விழுந்து விழுந்து ஒரு நாழி சிரிச்சா. அவளுக்கு அடக்கவே முடியலெ. கடைசியிலே எனக்கே சிரிப்பு வந்துட்டுது. நான் சிரிக்கிறதைப் பார்த்துட்டு அவ சொன்னா. 'இப்படித்தான் மாமா அதைப் பாராட்டணும். சின்ன ஊரு. அதுக்குத் தகுந்தாப்பல தான் மனசும் இருக்கும். நீங்க அங்கே பாடாட்டா என்ன? இங்கே பாடினாப் போறது. நிம்மதியா உங்க இஷ்டத்துக்குப் பாடுங்கோ'ன்னா. 'அப்படியா சொல்றேன்'னு பாட ஆரம்பிச்சேன். நன்னா வாயை விட்டுப் பாடினேன். சிரிச்சாலும் துக்கமாயிருந்துதா? அப்படியே கொட்டிப்டேன் போயேன். அன்னிக்குக் கேட்டிருக்கணும் நீ. நான் பாடினதாகவே தோணலே. யாரோ எனக்குள்ளே பூந்து, என் குரலை வாங்கிண்டு பாடறாப்பல தான் இருந்தது. நானே அதைக்கேட்டு அழிஞ்சு போனாப்பல ஆயிட்டுது."

எங்கள் ஊரில் என்ன என்னவோ அதிசயங்கள் நடக்கிறது உண்டு. சேராத ஜோடிகள் சேர்வது சேரிக்குத் தீ வைக்கிறது, குளத்தைத் தூர விடுவது, மாற்றாள் வைத்து வைத்து வாரக்கணக்கில் சீட்டாடுவது, சோற்றுக்குத்தாளம் போடுகிற நாளில் நிலத்தில் கோரைமண்ட விடுவது – இவையெல்லாம் சகஜமாக நடப்பவை. ஆனால் இந்த அதிசயம், அதுவும் அப்பாசாமிக்கு ஆவேசம் வந்த செய்தி பொறிகலங்கச் செய்தது. "ஸ்வாமி, என் நிலம் நன்னா விளையணும். என் ஆமடையா, குழந்தைகளாம் நோய் நொடியில்லாம இருக்கணும். என் குத்தகைக்காரள்ளாம் நல்லவாள்ளா இருக்கும்படியா நீ புத்தி கொடுக்கணும்" என்று கன்னத்தில் படேர் படேர் என்று பிள்ளையார் கோவில் முன்னால் நின்று போட்டுக்கொள்வான் அவன்.

படிப்பு அதிகமாகக் கிடையாது. ஆனால் சேதம், வைத்தியம், தர்ம சாஸ்திரம், ஜப்பானிய விவசாயம், ஜெட் விமானம் எல்லாவற்றையும் தானே படைத்துவிட்டாற்போல் பேசிக்கொண்டே இருப்பான். வயசு, நிறம், தோற்றம் என்ற பேதங்களைப் பெண்கள் விஷயத்தில் பாராட்ட மாட்டான். வார்த்தை பிறழ்தல், நண்பர்களுக்குத் துரோகம், காட்டிக்கொடுப்பது எல்லாம் அவனுக்கு நித்திய தர்மம். ஆலய சுத்தியைப் பற்றி அவனுக்கு ஆவேசம் வந்தது எனக்கு வியப்பாகத்தான் இருந்தது.

நடேசண்ணா மேலும் சொன்னார்; "பாடி முடிச்சேன். மணி பன்னண்டு ஆயிட்டுது. போயிட்டு வரேன்னு கிளம்பினேன். வாசற்கதவு சாத்தியிருந்தது. இழுத்தேன். திறக்கல. அவ வந்து இழுத்தா. அப்பவும் திறக்கலே வெளியிலே தாப்பாள் போட்டுட்டானுகள். 'சரி மாமா, நீங்க பேசாம இங்கேயே படுத்துண்டு, காலமே திறந்துவிட்டா எழுந்து போங்கோ. இல்லேன்னா இங்கேயே இருங்கோ, திறக்கறவரைக்கும். வாசக் கதவை ஜாக்கிரதையாத் தாப்பாப் போட்டவா கொல்லை கதவையும் போடாம இருக்கமாட்டா'ன்னா. 'அப்படியா'ன்னு ரெண்டு பேரும் கொல்லைக் கதவைப் போய் திறந்து பார்த்தோம். திறக்க முடியலே. அங்கேயும் வெளியிலே தாப்பாய் போட்டிருந்தது. 'சரி, இதுக்கு அர்த்தம் இன்னும் கொஞ்சம் பாடலாம்னு. முடிஞ்சா இன்னும் பாடலாம் நீங்க. பகவானுக்குத் தூக்கம் கிடையாது. நானும் தூங்காமே கேக்கறேன்'ன்னா கிருஷ்ணையர் சம்சாரம். 'சரி'ன்னு மறுபடியும் ஏழெட்டுப் பாடினேன். அங்கேயே தூங்கினேன். காலமே வீடு கூட்றவ கதவைத் திறந்துண்டு வந்தாளாம். வெளியிலே தாப்பாள் போட்டிருந்ததாம். பூட்டலையாம். நான் பாட்டுக்குக் காபியைச் சாப்டுட்டு வெளியே போனேன். வீடு வந்து சேர்ந்தேன்.

"அப்பறம் தினமும் அங்கே போயிண்டுதான் இருந்தேன். பாடிண்டு தான் இருந்தேன். ஆனா, அந்த அம்மாளே ஊரிலே இருக்க முடியாத நிலைமை வந்துடுத்து. தினமும் முத்தத்திலே கல்லு வந்து விழும். கொல்லைக் கதவை யாரோ இடிக்கிறாப்பல இருக்கும். அவ தைரியமாப் போய்த் திறந்து பார்ப்பாளாம். ஒண்ணும் இருக்காது. கொல்லைக் கோடியிலே கோட்டான் மாதிரி ஊவ்னு யாரோ கத்துவனம். காலமே ஒரு நாளைக்கு வீட்டு வாசல்லெ அமேத்யத்தைக் கரைசுத் தெளிச்சிருந்துதாம்.

"மறு ஏகாதசியன்னிக்குக் காலேமே சிதம்பரத் தாத்தா வந்தார். 'என்ன நடேசண்ணா, இப்படியே பேசாம இருந்தா?'ன்னு ஆரமிச்சார்.

'என்ன?'

'பிராயசித்தம் பண்ணிக்காட்டா நீ ஏகாதசி பஜனைக்கு வரப் படாதுங்கறானேடா அப்பாசாமி.'

"நான் பஜனைக்கு வரலேன்னு சொல்லிடுங்கோ'ன்னு போகச் சொன்னேன் அவரை.

"இரண்டு மாசம் பொறுத்துப் பார்த்தா அந்த அம்மா. கடசியிலே வீடு, நிலம், முங்கிக் கொல்லை எல்லாத்தையும் மஞ்சக்காரச் செட்டியாருக்கு வித்தா. பம்பாயோட போய்ட்டா. போறதுக்கு முதநாள் ராத்திரி பாடச் சொன்னா; பாடினேன். ராத்திரி ரெண்டு மணி வரைக்கும் பாடினேன். கல்லு வந்து முத்தத்திலே விழுந்தது. லட்சியம் பண்ணலெ. பாடினேன். முடிச்சப்பறம், அந்த அம்மா நமஸ்காரம் பண்ணினா. 'மாமா, நான் ரொம்பக் கேட்டுக்கறேன். ஊரிலே இருக்கப் போறவா நீங்க. நீங்க வெகுகாலம் இருக்கப்போறவா. எனத்துக்கு அல்பங்களோட சண்டை போட்டுக்கணும்? என் மாதிரியிருந்தா சரி. நான் மூட்டை கட்டிப்ட்டேன். நீங்க இங்கியே இருந்து இடைஞ்சல் இல்லாமக் காலத்தை போக்கியாகணும். அதுகள் சொல்றபடியே செஞ்சுட்டு, பேசாம கோவில்லே போய்ப் பாடிண்டிருக்கணும். பெருமாளும் சந்தோஷப்படுவார். ஊரும் சமாதானமாயிடும். நீங்க வந்து பாடலியேன்னு தான் ஊருக்குக் கோபம்ணு படறது. நான் சொல்றதை நீங்க பெரிய மனசு பண்ணிக் கேக்கணும்'ன்ா அந்த அம்மா.

'இத பாரும்மா. நான் அன்னிக்கே பாடறதை நிறுத்தியிருப்பேன். உனக்காகத்தான் பொறுத்திண்டிருந்தேன். நீ போனப்பறம் வாயே திறக்க மாட்டேன் பாடறதுக்குன்னு. பெருமாளைச் சந்தோஷப்படுத்த எனக்குத் தெரியும். அவர் மனசுக்குள்ளே பாடினாலே கேட்டுனுடுவார். இனிமே பாட மாட்டேன். நீ ஊருக்குப் போறவரைக்குந்தான். வண்டியிலே ஏற்றதுக்கு முன்னாடி நீ பாடணும்னாலும் பாடுவேன். போனப்புறம் பாடமாட்டேன். அதான் கடைசிப் பாட்டா இருக்கும். இந்தப் பெருமாள் பேரைச் சொல்லிச் சொல்றேன், அப்புறம் பாடமாட்டேன்'னு ஆவேசம் வந்தாப்பல கத்தினேன். புறப்பட்டு வந்துட்டேன். மறுநாள் அவ என்னைப் பாடவும் சொல்லலே, நானும் பாடலெ. மத்தியானம் ஊருக்குப் புறப்பட்டுப் போனா. மாயவரம் போய் ரெயில் ஏத்திட்டு வந்தேன். இன்னும் வாயைத் திறந்து பாடலெ. என்னை அறியாம வந்தா, பெருமாள் கிட்ட மன்னிப்பு கேட்டுப்பேன். வாய்விட்டுப் பாடினாத்தானா என்ன? பாளை சீவறபோது, கீத்து முடையறபோது, கவனை அடைக்கிறபோது, மொளகாய்க் கொல்லைத் தண்ணீர் பாச்சறபோது – எப்பப் பார்த்தாலும் பாடிண்டு தான் இருக்கேன்" என்று அழுகு காட்டுகிறாப்போல உடட்டைப் பிதுக்கி, முகத்தை என் முன்னால் ஆட்டினார் நடேசண்ணா. பிறகு, "அது சரி, நீதான் பாடேன். நான் கேக்கறேன்" என்றார்.

எனக்கு ஒன்றுமே ஓடவில்லை. மனசே பாரிச வாயு வந்தவன் போல மரத்துக் கிடந்தது.

"என்ன அண்ணா இது? அவ்வளவு தூரத்திலிருந்து வந்திருக்கேன். இப்படிச் சொல்றேளே!" என்று நான் சொல்வது போலவும்,

"அட அசடு! இத்தனை நாழி சொல்லிண்டிருந்ததெல்லாம் காதிலே வாங்கிண்டாப்பலவே தெரியலியே! கோடி ரூபா கொடுத்தாலும் பாட மாட்டேன் நீ கேக்காத பாட்டா? வாயைத் திறந்து மறந்து பாடிப்பிட்டா. பெருமாள் கிட்டவே கன்னத்திலே போட்டுக்கறேன். என்னமோ சொல்றியே!" என்று என் வாயை நடேசண்ணா அடைப்பது போலவும் எனக்குள்ளேயே ஒரு சம்பாஷணை.

காலையில் காவேரிக்குப் போனேன்.

எங்கள் ஊர் அழகுக் களஞ்சியம். மாவும் ஆலும், மூங்கிலும் வாழையும், நெல்லும் நீரும், புல்லும் சோலையும், நிழலும் தண்மையுமாக மனத்தை மயக்க அடிக்கிற போதைக் களஞ்சியம்.

கட்டுக்கரையில் ஏறினபோது நடேசண்ணா முண்டாசுத் தலையுடன் அரிவாளும் கையுமாக வாழைக் கொல்லையிலிருந்து வந்து கொண்டிருந்தார். கட்டுக் கரைக்கப்பால் மாவு மிஷின், நூறு கிளிகள் சேர்ந்து கிறீச்சிடுவது போல, நடேசண்ணாவுக்குப் பதிலாகப் பாடிக் கொண்டிருந்தது.

கலைமகள் தீபாவளி மலர், நவம்பர் 1964

தாத்தாவும் பேரனும்

எதிரிகள் காவல் காக்க, தட்டுத் தடுமாறி நடந்து வந்தார் கிழவர். தோற்றுப் போனவர். அது மட்டுமில்லை. மேலெல்லாம் போர்க்களத்து மண்ணும் குருதியும் பூசித்தெறித்துக் கிடந்தன. அருகே வர வர அந்த முக வாட்டமும் நடையின் தள்ளாட்டமும் விடுடபனுக்கு ஒரு கழிவிரக்கத்தைக்கூட உண்டாக்கிவிட்டன. அவன் கண்ணில் ததும்பிய புன்னகை, கேலி எல்லாம் மேகத்தில் பரவின ஒளி போல மறைவது தெரியாமல் மறைந்தன. உட்கார்ந்திருந்தவன் எழுந்தேவிட்டான். கிழவர் அருகே வந்துவிட்டார். எழுத் தோன்றிய விடுடபனுக்கு விழுந்து வணங்க மட்டும் மனம் வரவில்லை.

"நமஸ்காரம் தாத்தா!" என்று வாயால் மட்டும் சொன்னான்.

மகாநாமர் அதை ஏற்றுக்கொள்வதுபோல் புன்முறுவல் பூத்தார். புன்னகையில் பாசம் இல்லாவிட்டாலும் கோபம் இருக்குமோ என்று துருவித் துருவிப் பார்த்தான் பேரன். ஒன்றும் தெரியவில்லை. கோபம், துயரம் ஒன்றும் இருப்ப தாகத் தெரியவில்லை. நீண்ட ஆத்ம சர்ச்சையால் விளைந்த அமைதியா, புத்தியில்லாத திட சித்தத்தில் மிதக்கும் அமைதியா என்று புரியாமல் குழம்பினான் விடுடபன்.

எப்படியாவது இருக்கட்டும். வயதில் பெரியவர். அம்மாவைப் பெற்றெடுத்த தாத்தா. நிற்க வைத்துப் பேசுவா னேன்! உட்காரட்டும் என்று போர்க்கள உபயோகத்துக் காகவே கொண்டுவந்திருந்த ஓர் ஆசனத்தைப் போடச் சொல்லி, "தாத்தா! உட்காருங்கள்" என்றான் அவன். மகாநாமர் உட்கார்ந்துகொண்டார். கையில் ரத்தக் கறைகள். உடலில் புழுதி. இரண்டும் படிந்த ஆடை.

ஏதாவது பேசினால்தான் கோபம் வரும். அவர் ஏதாவது சொல்லு வார். நாமும் சொல்ல நினைத்ததைச் சொல்லலாம். இல்லாவிட்டால் இந்தப் பாழும் மரியாதை மனசிலேயே எல்லாவற்றையும் அழுக்கிச் சாக அடித்துவிடும்.

"தாத்தா? என்னை உங்களுக்கு அடையாளம் தெரிகிறதா?"

புன்னகையே பதிலாக வந்தது.

"உங்களுக்கு எத்தனையோ பேரன்கள், பேத்திகள். பட்டமகிஷி – படாத மகிஷிகள் வேறு. க்ஷத்திரிய மனைவிகள், க்ஷத்திரிய வாசனையே இல்லாத மனைவிகள். இத்தனை பேரிடமும் உங்களுக்குக் குழந்தை குட்டிகள். அந்தக் குழந்தை குட்டிகளுக்கு எத்தனையோ குழந்தை குட்டிகள். அதனால் என்னை ஞாபகமிருக்கிறதா, அடையாளம் தெரிகிறதா என்று கேட்டேன்" என்றான் விடடபன்.

கிழவர் மறுபடியும் புன்னகைதான் புரிந்தார்; பேசவில்லை.

"உங்கள் புன்னகையின் அர்த்தம் புரியவில்லை. நீங்கள் என்னை அடையாளம் கண்டுகொண்டீர்களா என்று இன்னமும் எனக்குப் புரிய வில்லை. எங்கள் கொடியைப் பார்த்துத் தெரிந்துகொண்டிருக்கலாம், இது கோசல நாட்டுப் படையென்று. கோசல நாட்டு ராஜாவாக இருந்தாரே பிரசேனஜித், அவருடைய மகன் விடடபன்."

அவன் எதிர்பார்த்தபடியே மகாநாமரின் புருவம் சற்றுச் சுளித்தது.

"கோசல நாட்டு ராஜாவாக இருந்தாரே என்று சொல்வது புரிய வில்லையா உங்களுக்கு? ஆமாம் தாத்தா, என் அப்பா செத்துப் போய் விட்டார் – உங்கள் மாப்பிள்ளை."

"என்ன?"

"ஆமாம். ஒரு மாதம்கூட ஆகவில்லை. நான் உங்களுக்குச் செய்தி அனுப்பவில்லை. அனுப்பினால் நீங்கள் வருவீர்கள். என் சபதம், ஆணை யெல்லாம் கரைந்துவிடுமோ என்ற பயம். சொல்லாமலேயே இருந்து விட்டேன். உங்களைக் கட்டி இழுத்து வந்து நேரேயே சொல்லிவிடலாம் என்கிற எண்ணம்தான்."

சூன்யத்தைப் பார்த்துக்கொண்டு வாயடைத்து வெறித்து உட்கார்ந் திருந்தார் மகாநாமர்.

"என் அப்பா கோசல ராஜா குளிரில் விறைத்துச் செத்துப் போய் விட்டார். ஒருநாள் வேட்டையாடப் போனவர் வெகுதூரம் போய் விட்டார் போலிருக்கிறது. திரும்பி வரவில்லை. கோட்டைக் கதவுகளைத் தாழிடச் சொல்லிவிட்டேன். ராணுவ பலம், பராக்கிரமம் எல்லாம் இருந்தால் பயமும் அதிகம்தானே. அதனால்தான் அந்த மாதிரி உத்தர விட்டேன். நடுநிசியில் அப்பா திரும்பி வந்திருக்கிறார். கோட்டை திறக்கிற சுவடேயில்லை. பசி வேறு; குளிர் வேறு. விறைத்துச் செத்துப் போய்விட்டார்."

"ஒரு க்ஷத்திரிய வீரனுக்கா இந்த மரணம்?"

தாத்தாவும் பேரனும்

"கூத்திரியனோ, வைசியனோ – எவன் கர்மம் எவனை விடும் ..? யாரோ இறந்துவிட்டார் என்று சொல்லும்போது ஜாதியைப் பற்றியே பேசுகிறீர்களே தாத்தா. மகா ஞானியாகி, நிர்வாண நிலை அடைந்த அர்ஹதர், சித்தார்த்தர், புத்தர் உங்களுடைய அண்ணன் புதல்வர். இந்த உறவுகூடவா உங்கள் இருட்டு அழுக்கையெல்லாம் போக்கவில்லை? நீங்களே இப்படியிருக்கும்போது, வீரனைக் கண்டு யமனா பயந்து ஓடிப் போவான்? அவனவன் கர்மம் விடாது. அதனால்தான் என் அப்பா அப்படிக் குளிரில் விறைத்து இறந்துபோனார். ஆனால் நான்தான் வேணும் என்றே அப்படிக் கதவைச் சாத்தி அவரைக் குளிரில் விறைக்கச் செய்து மரணத்திடம் அர்ப்பணம் செய்ததாகப் பேசிக்கொள்கிறார்கள் மூட ஜனங்கள். அப்போது சொல்லவில்லை. இப்போது சொல்கிறார்கள். அவர் ராஜாவாக இருக்கிற வரையில் என்னைக் கபிலவாஸ்துவின் மீது படையெடுக்க விட்டிருக்க மாட்டாராம். அற்காகப் பயந்துதான் நான் அவரை அப்படி இறக்கச் செய்துவிட்டேனாம். மனித புத்தி எவ்வளவு பேதைமை நிறைந்து என்பதற்கு இந்த அபவாதமே சான்று."

"எனக்கு வயதாகிவிட்டது. நான் இறந்துவிட்டால் உன் சபதத்தை நிறைவேற்றிக்கொள்ள முடியாதல்லவா? உன் சபதத்தைவிட உன் தகப்பனாரின் உயிர் பெரிதல்ல உனக்கு என்று மற்றவர்கள் நினைத்தார்களோ என்னவோ?"

"பேஷ், பேஷ்! தாத்தாவுக்கு என் சபதம் ஞாபகம் இருக்கிறாற்போல் இருக்கிறதே. உங்களுக்கு ஞாபகம் இருக்கிறது என்ற செய்தியே எனக்கு வெற்றிதான்" என்று சிரித்தான் விடூடபன்.

விடூடபனுக்கு அந்தக் காட்சியை நினைத்தபொழுது உதட்டில் ஓர் ஏளனம் தவழ்ந்தது.

எல்லா அரசர்களையும் போல் சித்தார்த்தரின் கருணை வலையில் விழுந்தவன்தான் கோசல மன்னன் பிரசேனஜித்தும். கருணை வள்ளலுக்கு எதைக் கொடுக்கலாம் என்று துடித்தான். ஆனால் தானத்துக்கெல்லாம் பெரிய தானமான ஞானதானத்தை உலகுக்குத் தந்து அலைகின்ற வள்ளல், பூமியாளும் மன்னனிடம் கைநீட்டிப் பெற என்ன இருக்கிறது? "பரஞானத்தை நோக்கி ஓடும் வெள்ளத்தில் சேர்ந்துவிட்ட தங்கள் பிக்ஷுக்களுக்கு உணவளிக்கும் பேற்றையாவது எனக்கு அளியுங்கள்" என்று சித்தார்த்தரை வேண்டினான். "நீ கேட்பது மகத்தான புண்ணியம்" என்று இசைந்தார்.

ஆனால் அந்தப் புண்ணியம் நீடித்துக் கிட்டவில்லை. முதல்நாள் வந்த பிக்குகளுக்குத் தானே நின்றிருந்து உபசரித்து அன்னமளித்தான் பிரசேனஜித். மறுநாளும் மறுநாளும் நின்றான். அரசின் அலுவல்கள் எங்கெங்கோ அவனை இழுத்துச் சென்றன. பிக்குகளை நேராகக் கவனிக்க இயலவில்லை. ஒரு வாரம் இரண்டு வாரம் ஆயிற்று. அரண்மனைச் சிப்பந்திகள் அலுத்துக்கொண்டார்கள். அசட்டை செய்தார்கள். பிக்குகளை இலை முன் காக்கவைத்தார்கள்; உள்ளே காக்க வைத்தார்கள்; வாசலில் காக்க வைத்தார்கள். வாசலில் வந்தவர்களை, "இங்கேயே இருங்கள். உள்ளே வரச்சொல்லலாமா என்று கேட்டு வருகிறேன்" என்று ஒருநாள்

வாசல் காப்பவன் சொல்லத் தொடங்கினான். வந்த பிக்குகள் அத்தனை பேரும் திரும்பிச் சென்றுவிட்டார்கள்.

பிரசேனஜித் புத்தரிடம் வேகமாக ஓடிவந்தான்.

"அரண்மனைச் சிப்பந்திகளிடம் எவ்வளவு அறிவை எதிர்பார்க்க முடியும்? பிக்குகள் சற்று இருந்து பிச்சை ஏற்று வந்திருக்கலாகாதா?" என்று குறை குமையப் பொருமினான்.

"காத்திருக்கலாம். பழக்கமில்லாத இடத்தில் எவ்வளவு நேரம் காத்துச் சிறுமைப்படுவார்கள் அவர்கள்? அவர்கள் அப்படி முற்றிய ஞானிகளும் அல்லவே. இப்பொழுதுதானே அடியெடுத்து வைத்திருக்கிறார்கள்?"

"ஸ்வாமி! சாக்கிய ராஜாக்களின் அரண்மனையில் தங்கள் பிக்குகள் இதையெல்லாம் பாராட்டவில்லையே? சொந்த வீட்டில் போவதுபோல் போய்ச் சாப்பிட்டு வந்துவிடுகிறார்களே."

"நீ சொன்னது சரி. இந்தச் சித்தார்த்தன் சாக்கிய குலத்தில் பிறந்தவன் என்ற ஒரே காரணத்துக்காக இந்தச் சித்தார்த்தனின் பிக்ஷுக்களையும் சாக்கிய அரசர்கள் தங்கள் சுற்றத்தார்களாகவே பாவித்து நடந்து கொள்கிறார்கள். அந்த ஸ்வாதீனம், அன்பு எல்லாம்தான் பிக்குகளுக்குச் சுதந்திரம் அளித்திருக்கின்றன. இஷ்டப்படி அங்கு போகிறார்கள்; வருகிறார்கள்."

தன்னுடைய அசட்டையைப் பூசி மெழுக நினைத்த பிரசேனஜித் அப்போது தனக்குள்ளேயே கேட்டுக்கொண்டான். "நானும் சாக்கிய ராஜாக்களுக்கு உறவினனாக ஆகிவிட்டால்?" வெளிப்படையாக அதைச் சொல்லவில்லை அவன். அர்ஹதரை வணங்கிவிட்டுத் திரும்பிவிட்டான்.

மறுநாள் சாக்கிய குலத்துக்குத் திருமணத்துக்குப் பெண் கேட்டுத் தூதனுப்பினான். மகாநாமர் உறவினர்களைக் கலந்தார். "மகாராஜா! பிரசேனஜித் மன்னர்தான். ஆனால் சுத்தமான மாற்று க்ஷூத்திரியனல்ல. அவனுக்குப் பெண்ணைக் கொடுத்து நம் குல உயர்வை எப்படி இறக்கிக் கொள்ள முடியும்?" என்றார்கள் அவர்கள்.

மகாநாமர் குழம்பினார். "இவன் வேண்டுகோளை மறுக்கவும் முடியாது. கோசல நாட்டின் படைபலம் சாதாரணமல்ல. மறுத்தால், சாக்கிய குலத்தையே அழித்து விடக்கூடிய பலம் அவனிடம் இருக்கிறது. அந்த மாதிரி குணம் உள்ளவன்தான் அவன்."

"ஸ்வாமி! உங்கள் பட்டமகிஷியின் பெண்ணையா கேட்கிறான் அவன்? இல்லையே. உங்கள் பெண்களில் ஒருத்தியைத்தானே மணம் செய்துகொள்ள விரும்புகிறான். உங்களுக்கு எத்தனையோ மனைவிகள். அவர்களுக்குப் பிறந்த பெண்கள் பலர். வாஸவையின் அறிவையும் அழகையும் கண்டு உங்கள் க்ஷூத்திரிய மனைவிகளின் பெண்களெல்லாம் பொறாமைப்படுகிறார்கள். தர்ப்பை நுனியைப் போன்று கூரிய புத்தி, நாணலைப் போன்ற நெடிய, துவளும் அழகு. அவள் க்ஷூத்திரியப் பெண் இல்லை என்றால் பிரம்மன்கூட அதை நம்பத் தயங்குவான். இந்த

இக்கட்டைத் தீர்க்க வாஸவையைக் கொடுப்பதுதான் வழி. பிரசேனஜித்தின் கோரிக்கை நம் குல உயர்வு எல்லாம் காப்பாற்றப்பட்டுவிடும். பலமான கோசல நாட்டின் நட்பும் உபரியான லாபம்" என்று மகாநாமரின் உறவினன் வழிகாட்டினான்.

அந்த வழியிலேயே நடந்தார் மகாநாமர். அவருடைய அபிமான மங்கை ஒருத்தியின் மகள் வாஸவை என்பதைச் சொல்லாமலேயே பிரசேனஜித்தை மருமகனாக்கிக்கொண்டார்.

"அம்மா! என் சிநேகிதர்கள் எல்லாரும் தாத்தா வீட்டுக்குப் போய் வருகிறார்கள். ஏன் என்னை மட்டும் அனுப்பவில்லை நீ? நானும் கபிலவாஸ்துவுக்குப் போய் வருகிறேனே, ஒரு தடவை" என்று நச்சரித்துக் கொண்டேயிருந்தான் விடூடபன்.

"ஓ! அனுப்புகிறேனே" என்றாள் வாஸவை.

'தாஸி மகளுக்குப் பிறந்த பேரனாயிற்றே! உன்னை யார் அங்கே வரவேற்றுச் சீராட்டக் காத்திருக்கிறார்கள்?' என்று மனத்துக்குள் தேம்பினாள்.

குழந்தை ஏங்கிக்கொண்டேயிருந்தான். புதிது புதிதாக, பதில் தர முடியாத கேள்விகளாகக் கேட்கத் தொடங்கிவிட்டான். கடைசியில் தந்தைக்குக் கடிதம் ஒன்று எழுதினாள் வாஸவை. "உங்கள் பேரனுக்குத் தாத்தாவைப் பார்க்க வேண்டுமாம். மற்ற அரசகுமாரர்களைப் பார்த்து, அவனுக்கும் தாத்தா வீட்டைக் காணவேண்டும் என்று ஆசை. ஒரே ஒரு முறையாவது தருவித்துச் சிறிது காலம் வைத்துச் சீக்கிரம் அனுப்பிவிடுங்கள். கோசல நாட்டு அரண்மனையில் நான் கூத்திரியப் பெண்ணாக உலவு கிறேன். உங்கள் பேரனும் சுத்த கூத்திரியனாகத்தான் உலவுகிறான். சிறு குழந்தையின் உள்ளத்தை நினைத்து இதைத் தாங்கள் நினைவில் வைத்துக்கொள்ளுமாறு வேண்டுகிறேன்."

கடிதம் சென்றது. பேரனுக்கு அழைப்பும் வந்துவிட்டது. விடூடபன் ரதமேறிக் கிளம்பினான்.

கபிலவாஸ்துவின் அரண்மனையில் எல்லோரும் அவனை வியப்புடன் பார்த்தார்கள். தாத்தா வந்து கட்டிக்கொண்டார். தன்னைவிட வயதில் பெரியவர்களையெல்லாம் விழுந்து விழுந்து வணங்கினான் விடூடபன். பிறகு சுற்றிலும் பார்த்தான்.

"என்ன பார்க்கிறாய், குழந்தாய்?" என்று கேட்டார் மகாநாமர்.

"இங்கு என்னைவிட வயதில் சிறியவர்களே கிடையாதா? நான் எல்லோருக்கும் நமஸ்காரம் செய்கிறேனே ஒழிய, எனக்கு ஒருவரும் செய்யக் காணோமே? கோசலத்தில் என் தம்பிமார்கள் எனக்கு நமஸ்காரம் செய்வதுண்டே. இங்கு என்னைவிடச் சிறியவர்களே இல்லையா?" என்றான் விடூடபன்.

"இருக்கிறார்கள். நீ வரும் சமயத்தில் இல்லை. எல்லாரும் உல்லாசமாக வனபோஜனம் செய்யச் சென்றிருக்கிறார்கள். வசந்தகாலம் அல்லவா? உல்லாசமாக வனாந்தரங்களுக்குப் போய் இருக்கிறார்கள். ஒரு மாதத்தில் திரும்பி வந்துவிடுவார்கள்."

"நானும் போய் அவர்களைப் பார்க்கிறேனே" என்றான் விடேபன்.

"போனால் போகிறது. அரண்மனையில் இருக்கிறது. பிறகு அவர்களோடு போய்ச் சேர்ந்துகொள்கிறது."

ஆனால் அது நடக்கவில்லை. அன்றிரவு எல்லாரும் சேர்ந்து உட்கார்ந்து உணவருந்தினார்கள். பையன் பசியாற, மனதாரச் சாப்பிட்டுக் கொண்டிருந்தான். கூட இருந்தவர்கள் வேடிக்கையும் கேலியுமாகப் பேசிக்கொண்டே சாப்பிட்டார்கள். மகாநாமரும் வேடிக்கையாகச் சிரித்துப் பேசிக்கொண்டிருந்தார். அவர்களுக்கெல்லாம் பசியே கிடையாதா? இப்படியே சிரித்து விளையாடிக்கொண்டிருந்தால் எப்போது சாப்பிடுவது, எப்போது முடிப்பது? உணவுப் பண்டங்களைத் தொடுகிறார்கள். கையில் எடுத்து வைத்துக்கொள்கிறார்கள். வாயில் போட்டுக்கொள்வதற்குள் பேச்சு, சிரிப்பு. இப்படியே சாப்பாடு முடிந்தது. எல்லோரும் சிரித்தே, பேசியே வயிறை நிரப்பிக்கொண்டுவிட்டார்கள் போலிருக்கிறது. பாத்திரங்களில் உணவு அப்படி அப்படியே இருந்தது.

சாப்பாடான பிறகு தோட்டத்துக்குப் போனான் விடேபன். கூட வந்த தாத்தா கோசல ராஜ்யம், அரண்மனையெல்லாம் பற்றி விசாரித்தார். வில் வித்தை, அஸ்திர சஸ்திரப் பயிற்சிகளைப் பற்றிக் கேட்டார். சோலையும் நட்சத்திரங்களும் இரவின் நிசப்தமும் போதையூட்டின. தாத்தா போன பிறகுகூட அவன் அங்கேயே உட்கார்ந்திருந்தான். வேலைக்காரன் ஒருவன் மட்டும் மெய்க் காவலாக நின்றுகொண்டிருந்தான்.

திரும்பி உள்ளே வரும்பொழுது, சாப்பிட்ட இடத்தின் வழியே வந்தார்கள். சாப்பிட்ட இடம் எல்லாம் சுத்தி செய்து கருக்காகப் பளபளத்தது. அது என்ன? அந்தப் பலகை மட்டும் அப்படியே இருக்கிறது! அவன் உட்கார்ந்த பலகை மட்டும் அப்படியே இருந்தது. மாயீ, மாயீ, என்று கூப்பிட்டான் கூடவந்த காவலன்.

"ஏன்?"

"என்ன பண்ணிட்டிருக்கே?"

"பலகையெல்லாம் அலம்பிண்டிருக்கேன், பால் போட்டு."

"இந்தப் பலகையை எடுத்துப் போகவில்லையா?"

"நீதான் அலம்பேன்."

"என்னது!"

"ஆமா. தாசி மகன் உட்கார்ந்த பலகையைக்கூட நான்தான் எடுக்கணுமா? ராஜகுமாரங்க உட்கார்ந்த பலகைங்களைத்தான் இந்தக் கை சுத்தி பண்ணும்" என்று உள்ளேயிருந்து பதில் வந்தது. அதைக்

கேட்டும் கேட்காததுமாச் சரேலென்று உள்ளே பாய்ந்தான் விடுபன். ஒரு நிசப்தம். ஓர் அசட்டு மௌனம்.

விடுபனுக்கு உடம்பு எரிந்தது; பரந்தது. எதையோ நொறுக்கி விடுவதுபோல் கையிரண்டையும் இறுக மூடிக்கொண்டான் – விரல் எழும்புகளே நொறுங்கிவிடுவதுபோல. தாத்தாவிடம் சென்றான்.

"வா, குழந்தாய்!"

"இன்னும் சாப்பிடவில்லையா, தாத்தா?" என்றான் பையன்.

"உன்னோடுதான் உட்கார்ந்து சாப்பிட்டேனே!"

"அதில்லை, நிஜச் சாப்பாடு?"

"என்ன சொல்கிறாய்?"

"அது பொய்ச் சாப்பாடல்லவா? சாப்பிடுவதுபோல் பாவனை செய்தால் பசியாறிவிடுமா? அதுதான் நிஜச் சாப்பாடு சாப்பிட்டீர்களா என்று கேட்டேன்" என்றான் விடுபன்.

"நீ என்ன சொல்கிறாய் என்றே புரியவில்லையே!"

"புரியவில்லையா? சாப்பாட்டறையில் பலகைகளைக் கழுவி வைக்கிற பணிமகளைக் கேட்டால் புரிந்துவிடுமே?" என்றான் விடுபன். அவன் உதடு நடுங்கிற்று. கன்னச்சதை கோணிற்று. குரல் கம்மி அழுவது போல் நடுங்கிற்று. சோக அழுகையல்ல; கோப அழுகை. உடல் பரந்தது, நூறு ஆட்களின் பலம் அவன் உடலில் ஏறுவதுபோல். அவனைப் பார்த்துத் திகைத்தார் மகாநாமர்.

"குழந்தாய், சற்று இரு. சாப்பாட்டறையில் நானே போய் விசாரித்து வருகிறேன்" என்று எழுந்தார் அவர்.

"தாத்தா!" என்று பெரிய குரலில் அதட்டினான் விடுபன். முள் போட்டு இழுத்தது போல் நின்றார் மகாநாமர்.

"என்னைப் பார்த்துப் பேசுங்கள். என் அம்மா வாஸவை உங்கள் புதல்விதானே?"

'ஆம்!' என்ற பாவனையில் தலையாட்டினார் அவர்.

"அவள் தாயார் கூத்திரிய மங்கைதானே?"

"..."

"சொல்லுங்கள்."

"..."

"அப்படியானால் பலகை கழுவுகிறவள் சொன்னதுதான் உண்மையா? அவள் கூத்திரியப் பெண் இல்லை என்று அவள் சூசனை யாகச் சொன்னது உண்மையா?

"..."

"சொல்லுங்கள். மகாராஜாக்கள் க்ஷத்திரியரல்லாதவர்களை மணப்பது அநீதியல்ல.வாஸவையின் தாயார் க்ஷத்திரியப் பெண்ணல்லவே!"

அந்த இளம் குரலில் தெறித்த ஆற்றாமையையும் அதிகாரத்தையும் கேட்ட மகாநாமர் ஏதோ மின்னலைத் திடீரென்று பார்த்ததுபோல் செயலோய்ந்து நின்றார்.

"தாத்தா!"

மகாநாமர் 'இல்லை'யென்று தலையசைத்தார்.

விடூடபனுக்குத் தன் தாயின் தயக்கம், சாப்பிடுகிறவர்களின் போலிச் சாப்பாடு, போலிப் பேச்சு, போலி உற்சாகம் எல்லாம் கண்முன் வந்தன.

"அதனால்தான் நீங்கள் பொய்ச் சாப்பாடு சாப்பிட்டீர்கள். இல்லையா?"

"..."

"பதில் வேண்டாம், தாத்தா! நான் இந்த ராஜ்யத்தை விட்டுக் காலையில் போய்விடுவேன். மறுபடியும் எப்பொழுதோ வருவேன். ஆனால் நீங்கள் கூப்பிட்டு வரமாட்டேன்.நானாக வருவேன்.படையோடு வருவேன். உங்களை முறியடிப்பேன். உங்களைக் கட்டிப் போட்டு அடித்து, என்னோடு உட்கார்ந்து சாப்பிடும்படி செய்யப்போகிறேன்" என்று கத்தி விட்டு விரைந்தான்.

திடீரென்று புன்னகை மறைந்து விடூடபன் முகத்தில் அம்பு பட்ட வேதனை படர்ந்தது. க்ஷத்திரிய மனைவியின் மகளல்ல, தாசி குலம் என்று தெரிந்தவுடன் அம்மாவை என்ன பாடு படுத்தி வைத்தார் அப்பா! அவளுக்கிருந்த கௌரவம், அந்தஸ்து எல்லாவற்றையும் அழித்து, அவள் மனத்தைப் புண்படுத்தி, புழுவாகத் துடிக்க வைத்து சீ, ஊர் குலம் என்று சொல்லி எத்தனை கேவலமான, எத்தனை இருளான பள்ளங்களில் எல்லாம் விழ முடிகிறது மனிதனால்!

விடூடபனின் கையிரண்டும் கோபத்தில் மீண்டும் மூடிக்கொண்டன. தகப்பனாரின் வெறி, மக்களிடையே இருந்த அந்த வெறி எல்லாவற்றையும் நொறுக்குவது போல கையிரண்டும் மூடி இறுகின.

அன்றும் அர்ஹதர்தான் காப்பாற்றினார். பிரஸேனஜித்தின் அறியாமையைக் கண்டு இரங்கினார். "இது என்னப்பா காரியம்! வாஸவை க்ஷத்திரியப் பெண் இல்லை என்று என்னால் நம்ப முடியவில்லையே. பட்டமகிஷிக்குப் பிறந்தால் என்ன, வெறும் மகிஷிக்குப் பிறந்தால் என்ன, மகாநாமரின் பெண்தானே அவள். அவளோடு இவ்வளவு இழைவாக, இப்படி இரண்டற கலந்துவிட்டுத் திடீரென்று அவள் குலம் நினைத்துக் கோபம் வருவதென்றால், நீ செய்தது அன்பாகத் தோன்றவில்லையே. அன்பில்லாதது மட்டும் இல்லை. எத்தனை அறியாமை! எத்தனை பாபம்! உன்னை நம்பி வந்த ஒரு பெண்ணின் நம்பிக்கையை, மென்மையைக்கூடக் காக்க முடியாத இந்த இயல்பை க்ஷத்திரிய வீரம் என்றா சொல்கிறாய்?"

தாத்தாவும் பேரனும்

என்று நயமும் உரமுமாகக் கலந்து பிரசேனஜித்தின் கண்ணைத் திறந்தார் சித்தார்த்தர். அம்மாவின் கண்ணீரும் நின்றது.

விடூபன் உதட்டில் மீண்டும் புன்னகை பிறந்தது. ரத்தக் கறையும் புழுதியுமாக உட்கார்ந்திருந்த தாத்தாவைப் பார்த்தான்.

"தாத்தா! சிரிக்கிறேனே என்று பார்க்கிறீர்களா! என் கண்ணுக்கு முன்னால் ஒரு படம் எழுந்தது. அதைக் கண்டதும் சிரிப்பாக வருகிறது. ஒரு தபஸ்வி உட்கார்ந்திருக்கிறார். அவரைக் காண ஒரு வேடன் வருகிறான். கனி கொண்டு வருகிறான். 'அப்பா! என்னைத் தொடாதே! வாயைத் திறக்கிறேன். அந்தக் கனியை மட்டும் பிளந்து வாயில் போட்டுவிடு' என்று வாயைத் திறக்கிறார். அந்த மாதிரி, ஒரு ராஜாவிடம் அழகான ஒரு பெண் வருகிறாள். கணவன் மனைவியாக ஆகிறார்கள் இருவரும். ஆனால் ராஜா மட்டும் இன்னும் அவள் தொட்ட எந்தப் பண்டத்தையும் சாப்பிட மாட்டார்" என்று சொல்லிச் சிரித்தான் விடூபன்.

"தாத்தா! காசியில் பரம அக்னிஹோத்ரிகளாக விளங்கும் வேதியர்கள் தான் இப்படி குலம் பிறவி எல்லாம் பாராட்டுகிறார்கள் என்று நினைத்தேன். க்ஷத்திரியர்கள் அதைவிட ஒரு படி மேலே இருக்கிறார்களே ஒழிய, குறையவில்லை. கிரிவிரஜத்தில் நூற்றுக்கணக்காக யாகம் செய்த வேதியர்களை மிஞ்சிவிட்டீர்கள்."

"விடூபா! நான் தோற்றுப்போய் உன் முன் கொண்டுவந்து நிறுத்தப் பட்டிருக்கிறேன். ஏன் வீணாக என்னோடு பேசிக் காலத்தை வீணாக்கு கிறாய்? என்ன செய்வதாக உத்தேசம்?"

"உங்களைத் தண்டிக்கப்போகிறேன்."

"தண்டி. சீக்கிரம் செய்."

"சீக்கிரம் செய்துவிடுகிறேன். எனக்கும் பசியாகத்தான் இருக்கிறது ... யாரங்கே! தாத்தாவுக்கும் எனக்கும் சாப்பாடு கொண்டு வைக்கச் சொல்லுங்கள். தாத்தா என்னோடு சேர்ந்து சாப்பிடப் போகிறார் இப்பொழுது ... தாத்தா, இந்தத் தண்டனைதான் உங்களுக்கு. உங்கள் பேரனோடு இன்று சேர்ந்து உட்கார்ந்து சாப்பிட வேண்டும் நீங்கள். சம்மதம்தானே!"

"அதற்கென்ன! ... ஆனால் இப்படியேவா உன் தாத்தாவைச் சாப்பாட்டுக்கு அழைக்கிறாய்? இந்த ரத்தக் கறைப் புழுதியோடா? போர்க்களத்திலிருந்து நேராக போஜன களமா? குளித்துவிட்டு, உடம்பை நன்கு சுத்தம் செய்துகொண்டு சாப்பிடுவோம்."

"அதை வேண்டாம் என்று சொல்லவில்லை. வாருங்கள். நானும் ஸ்நானம் செய்துவிட்டு வருகிறேன்."

எல்லோரும் நகரில் புகுந்து அரண்மனைக்குச் சென்றார்கள். விடூபன் குளித்துவிட்டு, பிரார்த்தனைகள் செய்தான். புத்தாடை உடுத்திச் சாப்பாட்டுக்குத் தயாரானான்.

"தாத்தாவை அழைத்து வாருங்கள்!"

"தாத்தா திரும்பி வரமாட்டார் போலிருக்கிறது" என்றார் அமைச்சர்.

"என்னது!"

"ஆமாம், அரண்மனைக் குளத்தில் குளிக்கப் போனார். தாடி நீளம் அவருக்கு. தாடியாலேயே முழங்காலையும் முகத்தையும் சேர்த்துப் பிணைத்துக்கொண்டாராம். இறுக முடிந்து குளத்தில் உருண்டு விட்டாராம். விழுந்தவர் இன்னும் நீர் மட்டத்துக்கு வரவில்லை."

"ஹம்" என்று எழுந்தான் விடூடபன்.

தடாகக்கரைக்கு விரைந்தனர் எல்லோரும். மகாராஜாவை விழுங்கின தடாகம் வயிறு புடைக்கத் தின்றவன் போல உறங்கிக் கொண்டிருந்தது.

"எல்லோரும் மரணத்துக்குப் பயப்படுவார்கள். தாத்தா சாப்பாட்டுக்கே பயந்துவிட்டார். அவர் சுத்தமான க்ஷத்திரியர். சுத்த க்ஷத்திரியர்கள் தோற்றுப்போகலாம். தற்கொலை செய்துகொள்ளலாம். எந்தப் பெண்களையும் தீண்டிச் சுவைக்கலாம். அவர்கள் தொட்டதை மாத்திரம் சாப்பிடக் கூடாது. என்ன அழகான தர்மம்! அவரது மகிமைகளைப் பற்றி அர்ஹதரிடம் சொல்ல வேண்டும்" என்று கூறிக்கொண்டே நகர்ந்தான் விடூடபன்.

கல்கி தீபாவளி மலர், நவம்பர் 1964

பிடி கருணை

வாழப்பட்டுசாமி இன்னக்கி புடி கர்ணையும் ஒரு சீப்பு மொந்த வாளப்பளமும் கொண்டாரச் சொல்லிருக்கு. மணிக்கணக்கால்லே உக்காந்திருக்கு, நிட்டையிலே – கல்லிலெ அடிச்சாப்பல! நெஞ்சு வயிறு மூலம்லாம் நெருப்பா எரியுமே! அதுக்குத்தான் மொந்த வாளப்பளமும் புடி கர்ணையும் திங்கிதாம். இந்தச் சாமிங்க என்னல்லாம் கண்டுபிடிச்சு வச்சிருக்கு! புடி கர்ணையை அப்படியே நெருப்பிலே போட்டு வாட்டி, தோலைத் தேச்சிட்டு கையாலே நசுக்கி உதுத்து, தேனோ என்னவோ குளச்சுச் சாப்பிட்டா கண்ணெரிச்ச, மூலம்லாம் இருக்கிற இடம் தெரியாமே பறந்திருமாம். அதே புடி கர்ணையை தண்ணியிலே வேக வச்சு மசியப் பண்ணி சாப்பிட்டா கூடாம். யப்பப்பா! என்னா ரகசியம்லாம் தெரியுது இதுங்களுக்கு! சும்மாவா சாமியா ஆயிருக்கு?

அதுவும் இந்தக் கர்ணையாச் சாப்பிட்டா, எந்த மூலம் தான் பறக்காது! காராக் கர்ணையெல்லாம் இதுகிட்ட பிச்சை வாங்கணும். அப்படியாப்பட்ட கிளங்கு. பச்சையாக் கூடத் திங்கலாம். நாக்கிலே ஒரு காரல் காருமா? ஒரு நமைச்சல்தான் ராவுமா? புதுத்தெரு கிளங்கில்லே! பாத்தா கறுப்பும் சொரசொரப்புமா ஆனை கணக்கா இருக்கு. தின்னா வெண்ணெய்! சாமியும் எம்மேலே வெண்ணெயாத்தான் இருக்கு. நான் போனா அது முகத்திலேதான் என்ன பாத்தியம்! என்ன அன்பு! சிரிப்பிலேயே எத்தனையோ சிரிப்பு இருக்கே. எல்லாரையும்தான் பார்த்துச் சிரிக்கிறோம். மனசார, நீ ஒண்ணும் எனக்குக் கொடுக்கவாணாம், செய்யவாணாம், உன்னைக் கண்ணாலே பார்த்ததே போதும்ங்கறாப்பல சுத்தமாச் சிரிச்சிற முடியுமா யாரைப் பார்த்தாலும்! நாய் வாலை ஆட்டுறாப்பல, குளந்தைங்க சிரிக்கறாப்பல, எப்பவும் சிரிக்க முடியுமா சுத்தமா! ஆனா என்னைக் கண்டவுடனே சாமி சிரிக்கிறது, குளந்தை சிரிக்கிறாப்பலதான்.

நான் என்ன பணம் கொடுக்கிறேனா, பாயசம் கொடுக்கி றேனா...சே! பணமும் பாயசமும் அதுக்கெதுக்கு? அது என்ன குடித்தனம் நடத்தற ஆம்பளையா? அதுக்கு வேண்டியதெல்லாம் ரண்டு மூணு பிடி கர்ணை, ஒரு மொந்த வாளப்பளம்! தேனுகூட எங்கிட்ட கேக்கறதில்லே, நான் கடைபடாதவன்னு. சாமியோட உடம்பைக் குளிரப்பண்ணணும். அதோட கண்ணையும் மனசையும் குளிரப்பண்ணணும், இந்தப் பிடி கர்ணை.

இந்தக் கடைக்கு வந்து, ஒரு நொடி குந்துனாப்போதும் சாமி. இந்த இடத்திலே அது காலு பட்டாப்போதும். ஒரே ஒரு எள்ளுண்டை இங்க வந்து என் கையாலே வாங்கித் தின்னாப் போதும். அப்புறம் இந்த அஞ்சுக்கு மூணுலே காலை ஒடிச்சுக்கிட்டு எள்ளுண்டை, கடலை உண்டை விக்குமா விக்குமான்னு ரோதனைப்பட வாணாம்! ஆனா சாமி ஊருக்குள்ள வந்தே ஒரு மாமாங்கம் ஆயிரிச்சாம்!

போன மாமாங்கத்துக்கு ரண்டு வருசம் முன்னாலே வந்திச்சாம். காபி கடை சுப்புணி அய்யர் கடை திண்ணையிலே வந்து குந்திச்சாம். சுப்புணி அய்யரு எழுந்து வந்தாராம். "ஏய், எனக்கு ஒரு இட்லி கொடுப்பியா?"ன்னு கேட்டுதாம் சாமி! உடனே உள்ள ஓடிப்போய், சுடச்சுட நாலு இட்லியை எடுத்து, எண்ணெய், கொச்சு, சட்னியெல்லாம் போட்டுக் கொண்டாந்து வச்சாராம் சுப்புணி அய்யரு. ஒரு பாதி இட்லியைத் தின்னிச்சாம் சாமி. மீதியை அப்டியும் இப்டியுமா எறைஞ்சுதாம், ரோடு திண்ணையெல்லாம். அப்படி அப்படியே இலையை இலுத்து வாசப்படியிலேயே எறிஞ்சுதாம். இறங்கி நடந்து போயிட்டுதாம். மறுநாள்ளேர்ந்து புடிச்சுதே பார்ப்பம் வியாபாரம் சுப்புணி அய்யருக்கு! கூட்டம் தாக்குப் புடிக்க முடியல்லே. பெரிய கட்டடத்துக்கு மாறிச்சு கடை. ரண்டு ஆளு வேலை செஞ்ச இடத்திலே இருவது ஆளு வந்தது. அதுவும் பத்தலே. அப்புறம் ஓட்டலுக்குத் தனிக் கட்டடமே கட்டிட்டாரு. கட்டடமே எம்பதாயிரம் பொறும்.

பாலு வெளியே வாங்கவாணாம், சுத்தமாயில்லேன்னு சீமை பசு, நெல்லூர்ப் பசு, காராம் பசுன்னு ஒரு அறுபது மாடு வாங்கிட்டாரு. எருமை மாட்டிலே பதினைஞ்சு – அதுங்களுக்குத் தனி கொட்டிலு. காசுக்காரத் தெருவிலே பாதி வீடுங்களை விலைக்கு வாங்கினாரு. பிடாரி கோயில் கிட்ட நாப்பது காணி நிலம். உடம்பிலே ஒரு சேப்பு கொடுத்துது, மினு மினுன்னு... ம், வந்தா ஒண்ணாவா வரும்? லச்சுமி அப்படி நடந்து போறப்போ அவ காத்து பட்டால் பத்தாது? அப்படில்ல அடிக்கிது சுப்புணி அய்யருக்கு! எல்லாம் அந்த ஒரு வாய் இட்லி செஞ்சிருக்கிற வேலை! சாமி அப்படிக் கொட்டிப்புட்டுப் போச்சாம்!

அந்த மாதிரி ஒரு நாளைக்கு இப்படி வந்து ஒரு பாக்கு வெத்ற நேரம் இங்க குந்தினாப் போதும். வராம இராது சாமி. நான் கால்லே வுளுந்து கும்பிட்டு கேட்டா, மாட்டேன்னு சொல்ல மனசு வருமா அதுக்கு! ஆனா எப்படிக் கேக்கறது! நம்ம பாடுதான் இப்படித் தாளம் போடற பாடா இருக்கே. பிடி கர்ணை வாங்கியாச்சு. மொந்த வாளப்பளம் வாங்கணும். காசில்லே! கிழக்கு வெளுக்கக் கடையைத் தொறந்தாச்சு இன்னக்கி. ஒரு கர்ப்பூரக் கட்டி விலை போகக் காணும். ஊரிலே இந்தப் பாழும் காச்சல் வரணுமா? அதுக்காகத் தலைவலி காச்ச மாத்திரைகளை வாங்கி

பிடி கருணை

வந்ததிலே மொந்தம் பளத்துக்கு காசில்லாம வாயை அகட்டிட்டுது சுருக்குப் பை. காலையிலே ஏதாவது காசைப் பார்க்கலாம்னு தொறந்து வச்சா, இந்தத் தலைவலி மாத்திரைகூட விக்கல்லே.

மணி ஒம்பதாயிட்டாப்பல இருக்கு ... வாத்யாரம்மா பிலுக்கு பிலுக்குன்னு பள்ளிக்கூடம் போறாங்க. ராவுஜிகூட அச்சாபீசுக்குப் புறப்பட்டுட்டாரு.

"செட்டியாரே"ன்னு அவரு கிட்ட வரதுக்கு முன்னாடியே இதோ எடுத்தாச்சு பத்து பீடி. ரண்டணாக்கு வெத்திலை பாக்கு.

"செட்டியாரே, கணக்கு என்னாச்சு?"

தினம் தினம் ராவுஜி இதை ஒரு தடவை கேக்காம போறதில்லே, என்னமோ உடனே கணக்குத் தீக்கப்போறாப்பல.

"ஏன், பணம் ஏதாவது கொடுக்கப் போறீங்களா?"

"பணமா, இன்னக்கி ஏது பணம்; பன்னண்டு தேதிக்கு? ... என்ன ஆச்சுனு தெரிஞ்சுக்கலாம்ல!"

"என்னாத்த பெரிசா ஆயிடப்போவுது? தினம் பத்து பீடி, போறப்ப ரண்டணா வெத்திலை பாக்கு, வரப்ப ஓரணா வெத்திலை பாக்கு! கடசித் தேதி அன்னக்கித்தான் எளுதிக் கொடுக்கிறேனே, பத்தாதா?"

அந்தக் கணக்கை மாத்திரம் ராவுஜி பாக்கறாரா என்ன? ரண்டு ரூவா கூட எளுதினாலும் எப்படி ஏதுன்னு கண்டுபிடிக்கப் புத்தி இருந்தால்ல? தினமும் நாலு பைசா, அஞ்சு பைசான்னு கூட்டி எளுதறது சரியில்லே தான். ஆனா அவரு மாசா மாசம் கணக்குத் தீர்த்தா இந்த நாயம் பாக்கலாம். அது ஏது? அவருக்கு தீவுளி போனசு, சங்கராந்தி போனசு, நவராத்திரி அட்வான்சு, பள்ளிக்கூடத்துப் புத்தகம் அச்சடிக்கறப்ப ஓவர்டைம் ... இப்படி வந்தாத்தானே காசு பெருது? அதுவரைக்கும் காத்துக்கிட்டிருக்கோமே! மாசம் ஒண்ணு ரண்டு கூடப் போனாத்தான் என்னவாம்? வாங்கற மாசத்துக்கு வட்டி!

"பொவயிலை வாங்கியாரச் சொல்லிச்சு அப்பா. அப்படியே ஒரு தேங்காக் கீறும் கருவேப்பிலே கொத்தமல்லியும் வாங்கியாரச் சொல்லிச்சு அம்மா."

காளிமுத்து ஆசாரியார் மவளா! ... சரி, எடுத்துக்கிட்டுப் போ ... கணக்கு எளுதுவம் ... பொவயிலை 09 காசு, தேங்காபத்தெ 07 காசு, க—எல கொத்மலி 04 காசு, பூவம்பளம் 08 காசு ... பூவம்பளம் வாங்கிக்கிட்டுப் போகலே அது. அதுனாலென்ன? என்னமோ எளுதியாச்சு ... இனிமே அடிக்கக் கூடாது. அப்பறம் சந்தேகம் வரும். எளுதினாத்தான் என்ன குத்தம்? சும்மாவா எளுதறோம்! கடன்ல கொடுக்கறோம்! ஒரு மாசம் நாப்பது நாளுக்கு பைசா வாங்காம கொடுக்கறப்போ கொஞ்சம் கூடச் சொன்னா, கிராக்கியும் கையை உட்டுப் போயிடும் ... ஒம்பது பைசா வாங்கின புகையிலைக்கு ஒரு பைசா லாபம் கொடுன்னா 'பேராசைக் காரன்' அப்படிம்பாங்க. இப்படி வாளப்பளம் எட்டு பைசான்னு எளுதினா கண்டுபிடிக்கத் தெரியாது!

தி. ஜானகிராமன் சிறுகதைகள்

ம்ஹூம் ... கதவெத் திறந்து வச்சதிலேந்து இப்படியே கடன் கொடுக்கறதும் பத்து எழுதறதுமாவே இருக்கே. நாலணா முழுசாக் கல்லாவிலே விழுந்த பாடில்லே. ராவுத்தர் மவன் வந்து வயித்தே வலிக்குதுன்னு ஒரு சோடா குடிச்சிட்டுப் போனான். மூணு மணி நேரமா இதுதான் ரொக்க வியாபாரம்.

"சிகரெட் இருக்காய்யா?"

"இருக்குங்களே ... இந்தாங்க..."

"ம்ஹூம் ... பாக்கிட் வாணாம் ... ரண்டே ரண்டு போதும் ... எத்தினி?"

"எட்டு பைசா!"

"ஏன்யா! நீதானே பழம்புளி, புதுப்புளி, உப்பு எல்லாம் வண்டிலே வச்சிட்டு தெருவோட வித்திட்டுப் போவே?"

"ஆமாங்க."

"இப்ப கடையாவே வெச்சாச்சா?"

"அது வெச்சு ஒரு வருசம் ஆயிட்டுதுங்களே! முடியலீங்க! வெயிலு, மழை, குளிருன்னு எல்லாத்தையும் தலையிலே வாங்கிக்கிட்டு எத்தினி காலம்தாங்க சுத்த முடியும்? இருவது வருசம் வண்டியெத் தள்ளி வெயிலும் குளிரும்மாத்தான் தின்னாச்சு. இந்த ஆஸ்த்மா தொந்தரவு ரொம்ப சாய்ஸ்தீங்க. போன மார்களிக்கு ஒரேயடியா ஆளைத் தள்ளிரிச்சு. ஆசுபத்திரியிலே இருவத்தி நாலு நாளு கெடந்தேன். அப்ப தான் டாக்டரு சொன்னாங்க. 'இந்தா பாரையா! இன்னமே வண்டி கிண்டி தள்ளிக்கிட்டு தெருவிலே சுத்தினியோ, அவ்வளவுதான். உம் பொண்டாட்டி புள்ளையெல்லாம் தெருவிலே வந்து நிக்க வேண்டியதுதான்'னாரு. அப்புறம் மேலேதான் சீட்டுக்கட்டுன பணம் ஒரு அறுவது ரூவா சேர்ந்திருந்தது. அதெ வச்சுக்கிட்டு கள்ளிப்பெட்டி ஒரு டஜன் வாங்கி னேன். இப்படி நாலு வெச்சேன். மீதியே உடைச்சு, அலமாரியாப் பண்ணச் சொன்னேன். கடை அஞ்சுக்கு மூணுதான். நான் வச்சிருந்த வண்டியெ விடச் சின்னதுதான். அது எட்டுக்கு மூணரை. இது அஞ்சுக்கு மூணு. இருந்தாலும் உக்காந்திருக்க முடியுது. அப்ப காசைத் தேடிக்கிட்டு போவம். இரக்கப்பட்டு வந்திச்சு. இப்ப நான் உக்காந்திருக்கேன். நீ என்னைத் தேடிக்கிட்டு வான்னா, சுலுவா வரத்தான் மாட்டேங்குது. என்னாங்க செய்யறது? கூட வர்ற காசு டாக்டருக்குப் போயிட்டிருந்துது. இப்ப அது இல்லெ. நடக்கிறமோ, குந்திருக்கறமோ, நமக்குக் கிடைக்கறது தான் கிடைக்கும். கிடைக்கிறது கிடைச்சுத்தான் தீரும். தெரியலே நான் சொல்றது ..?"

'ம்ம். நமக்கு என்னா தேவை, என்னா தர்றதுன்னு அவனுக்குத் தெரியும்யா!'ன்னு சிகரெட்டைப் பத்தவச்சுக்கிட்டே போறாரு...

அது சரி, ஆண்டவனுக்குத் தெரியும்கிறாரே ... என்னா தெரியும்? அஞ்சடிக்கு மூணடியிலே காலை ஒடிச்சுக்கிட்டு ... உப்புலேருந்து கர்ப்பூரம் வரைக்கும், கருவேப்பலையிலிருந்து கடலைப்பருப்பு

வரைக்கும், எள்ளுருண்டையிலேருந்து ஏலக்காய் வரைக்கும் வச்சுக் கிட்டு பொளுதன்னிக்கும் இப்படி முழங்காலை முகவாயிலே மொத்திக் கிட்டு உட்கார்ந்திருக்கறேன். ஒரு மனுசனுக்கு இதுதான் தேவையா? இது தந்தாப் போதுமா? இந்த மாதிரி நாங்கூட்த்தான் பேசுவேன், எங்கப்பாரும் என்னைப் படிக்கவச்சு, இப்படிச் சொக்கா, குளாயெல்லாம் மாட்டி, 'வேலைக்குப் போடா, பேனாப்புடிச்சு எளுதுரா'ன்னு சொல்லி யிருந்தா!... ம் ஹம். அப்பவாவது காலாற நடுகிட்டாவது இருந்தோம். அட வெயிலோ, மளையோ – காலும் கையும் அசஞ்சுது. இந்த மாதிரி உக்காந்து உக்காந்து சோகை புடிக்கலியே! நாலு தெரு சுத்தறப்ப, ஒரு ஊருகோலம், ஒரு கரகம், ஒரு சண்டை, ரண்டு கோவிலு, நாலு சேதி இப்படி எத்தினியோ கண்ணிலே படும், காதிலே விளும், ஒரு சைக்கிள் மோதும், ஒரு பஸ்காரன் திட்டுவான், ஒரு நாய் குலைக்கும் ...

யாரு இது வாண்டு? பொறந்த மேனிக்கு வருது! பானை வயிறு, பரட்டைத் தலை, அதுலெ ஒரு பின்னலு, ஒளுகு மூக்கு, மேலெல்லாம் சாம்பப் பூத்து... பெத்தவளுக்கு இருக்காது கொஞ்சம் கருக்கன்னு பாப்பேமேன்னு! இந்தப் பரட்டையைச் சீவி, இந்தச் சாம்பலைத் தேச்சுக் குளுப்பாட்டி மூக்கைத் துடச்சு, ஒரு துண்டைக் கட்டி அனுப்பப்படாது ..! வர்ணம் பூசுறானே, பெயிண்டர் ராமலிங்கம் – மவன் மாதிரில்ல இருக்கு. ஆமடையான் ஊடு ஊடாப் பூந்து டப்பா டப்பாவா வர்ணம் பூசுறான். உனக்கு ஒரு சவுக்காரக் கட்டிக்கி நாதியில்லியாம்மா, உம் மவன் மேலே இருக்கிற சாம்பலையும் புளுதியையும் கழுவி விடறுக்கு ..?

"என்னடா ஒணும்!"

"இது ... இது ..."

"எள்ளுண்டையா – இந்தா."

"அது! அது!"

"அதுவும் வேணுமா, கடலை மிட்டாயா – இந்தா."

அட! என்னடா ஒரு ரூவாயைக் கொடுக்குது! சரி ... இருக்கட்டும். சரி, போ ... பேசக்கூடத் தெரியல. இதுகிட்ட ஒரு ரூபாயைக் கொடுத்தனுப்பனா ஒரு பொம்பிளை. அப்படில்ல இருக்கு காசு மிதப்பு – இவங்களுக்குத்தான்யா காலம் இப்ப!

அது பாக்கி சில்லறைகூட வாங்கிக்காமே போவுது... போவட்டும் போவட்டும் ... மம்புட்டி புடிச்சா நாலு ரூபா, பிரஷ் புடிச்சா அஞ்சு ரூவா ஆறு ரூவா! இப்படி 'எள்ளு முட்டாயி வாங்க முதல் வேணுமே, கண்ணாடி டப்பா வேணுமே'ன்னு கவலை கிடையாது! சரி ... வத்த மொளகா, பட்டைச் சோம்பு வாங்கக்கூட ஆளைக்காணும். ஊட்டுக்குப் போயி சுடுதண்ணி ஒரு வாயி குடிச்சாரலாம்.

யாரங்கே... இதோ பாரு. இதோ ஒரு ரூவா இருக்கு. மார்க்கட்டுக்குப் போயி ஒரு டஜன் மொந்த வாளப்பளம் வாங்கியா... சுருக்கப் போய் வரணும். எட்டணா ஆகும். மீதியை பத்திரமாக் கொண்டா... கடையைத்

தொறந்து போட்டு வந்திருக்கேன். யாருமில்லே, வரேன். நீ போறப்ப ஒரு லோட்டா சுடுதண்ணி கொண்டு வச்சிட்டுப் போ. ரொம்பத் தாகம். இருக்கிற சூடு போதும் ... இதுக்காக அடுப்பை மூட்டிக்கிட்டு உக்கார வாணாம். மார்க்கட்டுக்கு அப்புறம் நாளியாயிடும். நீ வந்தப்பறம்தான் நான் குளிச்சிட்டுச் சாமியைப் போயி பார்க்கணும்.

"என்னா செட்டியாரே ... புள்ளைகிட்ட முட்டாயி கொடுத்தீங்க, சில்லறையைக் கொடுக்கலியே!"

"சில்லறையா? ஏது சில்லறை?"

"ஒரு ரூவா கொடுத்தனுப்பிச்சேனே?"

"ஒரு ரூவாயா. அத வந்து இது இதுன்னு கையைக் காமிச்சுது. ரண்டு முட்டாயி கொடுத்தேன்."

"காசு குடுக்காமியா கொடுத்தீங்க?"

"நீ அப்புறம் குடுக்கப் போறேன்னு நெனச்சிட்டுக் குடுத்தேன் ... ரூவாயா கொடுத்தனுப்பிச்சே அது கிட்ட?"

"ஆமாம். ஒரு ரூவா கொடுத்தனுப்பிச்சேனே!"

"கடுதாசி ரூவாயா? காசு ரூவாயா?"

"காசு ரூவா."

"நல்ல பொம்பள போ. வாயைத் தொறந்து பேசக் கூடத் தெரியலெ. அது கிட்டவாவது ரூவாயைக் கொடுத்தனுப்பவாவதும்மா ..! ஏண்டா தம்பி! எங்கடா போட்டே ரூவாயை?"

"பப்புருமுட்டு டப்பா மேலே வச்சேன்னு விரலைக் காமிக்குது! நீங்க பார்க்கவேல்லேங்கிறீங்களே."

"வச்சா மீதியைக் கொடுத்திட்டுப் போறேன். நான் வச்சுக்கிட்டு என்னா செய்யப் போறேன்? நீதான் பாரேன். இதோ பாரு கல்லா பொட்டி ... பாத்துக்கிட்டியா! உன் ரூவா கெடக்கா பாரு. பதினாலு பைசா இருக்கு. காலமே பிடிச்சு இதான் போணி ... உன் ரூவா எனக்கென்னாத்துக்கு! போம்மா, தேடிப் பாரு. அது வந்த வழியே தரையிலே பாத்துக்கிட்டே போ ... உன் வீட்டு வாசல் வரைக்கும் பாரு. அது ஓரமாத்தான் நடந்திட்டு வரும். குப்பையெல்லாம் கிளறிக்கிட்டே வரும். மினுமினுன்னு ஏதாவது இருந்தா பொறுக்கிக்கிட்டே போகும். ஓரம்லாம் பார்த்துக்கிட்டே போ ..."

"என்னாது?"

"சுடுதண்ணியா! வையி!"

"என்னா தேடுது அது!"

"ஏதோ காசு கொடுத்தனுப்பிச்சுதாம், குளந்தைகிட்ட. அது எங்கியோ போட்டிடிச்சு ... பதினாறு முளம் சேலை கட்டிக்கிட்டு, இதுக்குக் கூடவா புத்தியிராது! பச்சைப் புள்ளையிட்டவா காசைக் கொடுத்து

பிடி கருணை
159

அனுப்புவா ஒருத்தி? சரி... நீ போ... மொத்தம் பளத்தை வாங்கிக்கிட்டு சிக்கிரமா வந்து சேரு... என்னாம்மா, உன் வீடுவரைக்கும் பாத்திட்டியா!"

"பாத்தாச்சு. எந்தக் காளியாயிலே போறவன் எடுத்துக்கிட்டானோ... சால் கணக்கா வயித்தைப் போடுக்கிட்டு நடக்குது பாரு."

"ஊ ... ஊவ் ... அம்மா அம்மா ..."

"என்னாம்மாது புள்ளையை இப்படி அடிச்சுட்டே. இப்படியா அடிப்பாங்க? கீள விழுந்து துடிக்குது இப்படி! இப்படியா அடிக்கிறது புள்ளையே! முதுகுலே விரல் பதிஞ்சு தடிச்சுப் பூட்டுதே ... நீ யோசனையில்லாம பண்ணினதுக்கு அதுவா இப்படித் துடிக்கணும்? பச்சைப் புள்ளை ... ஏம்மா ..."

"பின்ன என்னய்யா! கல்லு மாதிரி ஒரு முளு ரூவாயை துலைச்சுப் புட்டு நிக்கிது."

"ஊவ் ஊவ்!"

தூக்க முடியாம, ரண்டு வீசை பிடி கர்ணை, ஒரு சீப்பு மொத்தம் பளத்தை தூக்கிட்டு, என்னத்துக்காகப் போறோம் இப்படி ... இந்தப் பதைபதைக்கிற வெய்யில்லே! சாமி இதெல்லாம் தின்னுதுன்னா நமக்கென்ன வரப்போவுது! அந்த ஆளு சொன்னாப்பல, நமக்கு என்னாத்தை கொடுக்கதுன்னு ஆண்டவனுக்குத் தெரியாதா! ஏன் இப்படி சித்து, பண்டாரம், சாமின்னு அலைஞ்சிக்கிட்டேயிருக்கோம் ... அப்படின்னு நெனச்சு திரும்பிப் போகலாம்னா அதுவும் முடியலெ. காலு சாமிகிட்டதான் இளுத்துக்கிட்டுப் போவுது.

சாமிகிட்ட போகணும் போலவும் இருக்கு. போக வாணாம் போலவும் இருக்கு. ஒரு பக்கம் போங்குது. ஒரு பக்கம் திரும்பிப் போங்குது.

யப்பா! என்னா அடி! என்னா அடி! பச்சைப் புள்ளை! அப்படியே விழுந்து பல்லிவாலு மாதிரி அது துடிச்ச துடி ... தெருப் புழுதியிலே பெரண்டு! என் முதுகிலே சுளீர்னுதே பார்ப்பம். அடெ! என்னை அடிக்க முடியலேன்னுதான் புள்ளையை அடிச்சாளா அவ? அடி என்னுது! முதுகு புள்ளையுது!

சாமி என்ன இன்னிக்கு சாவடித் திண்ணையிலேயே உக்காந்திருக்கு? ஆகா! என்ன சிரிப்பு! வெள்ளைச் சிரிப்பு! என்ன பாத்தியம்! குடிக்கிற தண்ணி மாதிரில்ல இருக்கு, சொகம்மா, ருசியா, இதம்மா!

"வாய்யா செட்டியாரே."

"வந்தேனுங்க ..."

"போதும் போதும் ... எத்தினி தடவை விழுந்து கும்பிடறது. மூணு தடவை போதாதா! ... என்னா மூட்டை?"

"பிடி கர்ணை, மொத்த வாளப்பளம்! புதுத்தெரு கர்ணக் கிளங்கு, வெள்ளரிப் பிஞ்சுதான். ஒரு காரல், ஒரு நமைச்சல் எடுக்காது."

"சாமி மேல கொள்ளை விசுவாசம் உனக்கு ... வியாபாரம் எல்லாம் எப்படி நடக்குது?"

"இருக்கு!"

"குளந்தை, சம்சாரம்லாம் நல்லபடியா இருக்கா?"

"ஏதோ தள்ளிக்கிட்டுப் போவுது ... மொத்தம் பளத்தை என் கையாலே உரிச்சுக் கொடுக்கிறேனே!"

"ம் ... ரொம்ப ருசியாயிருக்கே ... இந்த ஊர்ப் பளமா இது? அமிர்தமா இருக்கு!... ஏன் செட்டியாரே! ஏன் இப்படி கண்ணாலே ஜலம் விடறே! ஏம்பா! என்னாது! ஏன் இப்படி விசும்பறே!... சொல்லுப்பா... திங்கவும் சொல்லிட்டு, இப்படி அழுவானேன்?"

"சாமிக்கு நெசமாவே அந்தப் பளம் தித்திக்குதா! ருசியாயிருக்கா?"

"ஏன் அப்பன் படைப்பிலே ருசியில்லாத பண்டம் ஏது? எட்டி, பாகல்கூட இனிக்கத்தானே செய்யுது! மண்ணுகூட இனிப்புதான். பட்டினிகூடப் பரமான்னம் தான்".

"சாமி நான் பாவம் பண்ணாம, ஆகாத்யம் பண்ணாம இருக்கும் படியா எப்ப செய்யப் போவுது சாமி?"

"என்ன ஆகாத்யம் பண்ணினே?"

"தினமும் பண்ணிக்கிட்டே இருக்குறேன். மண்ணெண்யையை ரண்டு டப்பா தண்ணியாவது கலக்காம விக்க மனசு வல்லெ. அஞ்சு ரூவாக்கு சாமான் கொடுத்திட்டு ஏழு ரூவா கணக்கு எளுதறேன். சாமிக்கு மொத்தம் பளம் வாங்கக் காசில்லே இன்னக்கி. ஒரு குளந்தை கையிலேந்து ஒரு ரூவாயை ஒசைப்படாம திருடிப்புட்டேன். இல்லவே இல்லேன்னு கொடி கட்டிப்புட்டேன். பெத்தவ பேய் மாதிரி பிள்ளையை அறஞ்சா ... தூக்கிகிட்டு போய்ட்டா. என் உள்ளெல்லாம் வெந்துக்கிட் டிருக்கு ..."

"யாரோ செய்யறாங்க ... யாரோ படறாங்க."

"நான்தான் செஞ்சேன். புள்ளெ பட்டுது. எனக்கு வாயெல்லாம் கசக்குது. வயித்தெல்லாம் கலக்குது. தலை கனக்குது. பொட்டு வலிக்குது. நிக்கக்கூட முடியிலெ அதை நெனச்சா! இந்தப் பாவம் எல்லாம் நான் பண்ணாம இருக்க சாமி ஏதாவது பண்ணக் கூடாதா?"

"சாமி என்ன செய்யணும்?"

"சாமி வந்து ... ஒரு நொடி என் கடையிலே வந்து குந்திட்டுப் போனாப் போதும்."

"என்னாத்துக்கு?"

"வவுத்துக்குப் பத்தாமத்தானே இந்தப் பாவம்லாம் பண்றேன்."

"சாமி வந்து குந்தினா?"

"எனக்குத் தெரியும். நான் தொட்டதெல்லாம் பொன்னா ஆயிடும்..."

பிடி கருணை

"பாவமெல்லாம்?"

"அதுக்கும் சாமிதான் வழி செய்யணும்."

"நான் வந்தாப் பணம் வருமா?"

"ஒரு வாய் இட்டலி சுப்புணி அய்யிரைக் குபேரனாக்குன கதை உலகம்லாம் பொடை பொடைச்சிருக்கே!"

"நீ கர்ணைக் கிளங்கை எடுத்திட்டு வரப்பவே தெரியும். ஊர்லெ யோக்கியமா இருக்கத் தெம்பில்லாத பயலுவள்ளாம் அப்படி ஒரு சேதியைக் கிளப்பிட்டானுவ. சாமிக்கு சாவடியை விட்டும் நகர முடியாம போச்சு அதுனாலெ. சுப்புணி அய்யன் நல்ல இட்டலியா வித்தான்! நல்ல எண்ணெயா ஊத்தினான்! நல்ல காபியா கொடுத்தான்! அவன் வேலையை ஒழுங்காப் பாத்துக்கிட்டிருந்தான். உம் மாதிரி புடி கர்ணையை தூக்கிட்டா அலையறான்?"

"சாமி அவ்வளவு எளிசாச் சொல்லுதே!"

"போய்யா, என் வேலையைக் கெடுக்காதே ... போய்யான்னா!"

"சாமி."

"போமாட்டியா! நான் போகணுமா?"

படார்!

சாமி கதவைத் தாப்பாப் போட்டுட்டுதே... நான் உத்தரவு வாங்கிக்கிட வேண்டியதுதானா?

"சாமி, இந்தப் பச்சைப் புள்ளெயை நினச்சா என் உடம்பிலே காச்ச வராப்பல ஆயிடுதே ... நான் என்ன செய்வேன்? ஒண்ணுக்கு நாலா அவங்க வீட்டிலெ கொண்டு போட்டுடறேன்."

"போடாதே. அப்பறம் மறந்து போயிடும். தினம் அடி வாங்கிக்கிட்டே யிரு ... போ போ ... இங்க நிக்காதே ... என்னய்யா நிக்காதேங்கிறேன் ..."

அப்பா! நல்ல அடி! சன்னல் வளியா ஒரு பிடி கர்ணையை எடுத்து குறி பார்த்து ... அப்பா! என்னா குறி! டமார்னு மண்டையிலே ஈயக் குண்டு கணக்கா அது அடிச்ச அடி!

"சாமி! இந்தப் பிடி கருணையையாவது எடுத்திட்டுப் போறேன்."

"போ ... போ ... இன்னமே இங்க வராதே."

ஆனந்த விகடன் தீபாவளி மலர், நவம்பர் 1964

யோஷிகி

கியோத்தோ ஸ்டேஷனில் இறங்கியதும் ஒரு டாக்ஸியைப் பிடித்து, கொக்குஸாய் ஹோட்டலுக்கு விடச் சொன்னேன். ஐந்தே நிமிஷங்களில் ஹோட்டல் வந்து விட்டது. வரவேற்பு மேஜையண்டை போனேன்.

என் பெயரைச் சொல்லி, "இந்தியாவிலிருந்து வந்திருக்கிறேன்" என்று ஆரம்பிப்பதற்குள் ஹோட்டல் சிப்பந்தியே மீதியைப் பேசிவிட்டான்.

"தெரியுமே. டோக்கியோவிலிருந்து நீங்கள் எழுதிய கடிதம் வந்தது. உங்கள் அறை தயாராயிருக்கிறது. மூன்றாவது மாடியில். இந்த ஆள் உங்களை அழைத்துக்கொண்டு போவான். யோஷிகி என்பவர் உங்களை இன்று மாலை நாலு மணிக்கு வந்து சந்திப்பதாக எழுதியிருந்தாராமே?"

"ஆமாம்"

"அவருக்கு இன்று வர முடியவில்லையாம். போனில் கூப்பிட்டுச் சொன்னார். நாளை வருகிறாராம். மன்னித்துக் கொள்ளுமாறு உங்களிடம் கேட்டுக்கொள்ளச் சொன்னார். ஏதோ அவசர வேலையாம். உங்களை இன்று சந்திக்க முடியவில்லையாம்.'

"பரவாயில்லை. நாளைக்கே வரட்டுமே."

"நாளைக் காலை பத்து மணிக்கு உங்களைச் சந்திப்ப தாகச் சொன்னார்."

சென்னையிலிருந்து புறப்படும்போது குருமூர்த்தி டோக்கியோ, ஓஸகா, கியோத்தோ நகரங்களில் உள்ள சில ஜப்பானிய நண்பர்களின் விலாசங்களைக் கொடுத்திருந்தான்.

டோக்கியோவிலிருந்து கியோத்தோ போகுமுன் யோஷிகிக்கு ஒரு கடிதம் எழுதியிருந்தேன். கியோத்தோவுக்கு வரும் தேதியைக் குறிப்பிட்டு, கொக்குஸாய் ஹோட்டலில் தங்கப் போவதாக அவருக்கு எழுதியிருந்தேன். வந்த அன்று மாலை சந்திப்பதாக யோஷிகியிடமிருந்து உடனே பதில் வந்துவிட்டது. என்ன அசௌகரியமோ! யோஷிகி மின்சாரச் சாமான் வியாபாரியாம். பி.ஏ. படித்திருக்கிறாராம். இங்கிலீஷ் பேசுவாராம். மூன்றாம் வருடம் இந்தியாவுக்கு வந்திருந்தாராம். சென்னைக்கு வந்து ஒரு வாரம் இருந்தாராம், மூன்று நாட்கள் குருமூர்த்தியோடேயே அவன் வீட்டில் தங்கிச் சாப்பிட்டுக்கொண்டிருந்தாராம். "கியோத்தோவில் அவரைப் பிடித்துக்கொள். ஓர் இடம் மீதி இல்லாமல் சுற்றிக் காண்பிப்பார்" என்று சொல்லியிருந்தான் குருமூர்த்தி.

யோஷிகி நாளைக் காலையில்தான் வரப் போகிறார். அதுவரையில் எப்படிப் பொழுதைப் போக்குகிறது?

பொழுது போக்குவது அப்படி ஒன்றும் சிரமமாக இல்லை. மூன்றாவது மாடியில் தங்குபவர்களைக் கவனிப்பதற்காக இரண்டு மூன்று பெண் சிப்பந்திகள் இருந்தார்கள்.

அறைக்குள் நுழைந்து முகத்தைக் கழுவித் துடைத்துக்கொண்டு படுத்தேன். அப்படி ஒன்றும் களைப்பாகவும் இல்லை. சும்மா கண்ணை மூடிக்கொண்டேன்.

"டொட், டொட் ..."

"யார்?"

"உள்ளே வரலாமா?" – பெண் குரல்.

"வரலாம்"

ஒரு பெண் வந்தாள். ஹோட்டல் சிப்பந்தி.

"ஏதாவது சாப்பிடுகிறீர்களா?"

"என்ன இருக்கிறது?"

என் தலைமாட்டில் வந்து சுவரில் தொங்கிய உணவுப் பட்டியலை எடுத்துக் கொடுத்தாள். பார்த்தேன்.

"எனக்குப் பிடித்தது ஒன்றுமே இல்லையே!"

"ஏன்?"

"நான் சாகபட்சிணி. இதில் பன்றி, மாடு, கோழிக்குஞ்சு – இப்படியே இருக்கின்றனவே!"

"ஏன், மீன் சாப்பிடலாமே?"

"மீன் தாவரமா?"

"மீன் கூடவா சாப்பிடமாட்டீர்கள்?"

"ம்ஹூம்"

"சரி. ஆம்லெட் இருக்கிறதே."

"அது முட்டையிலிருந்து செய்கிறதல்லவா..?"

"முட்டை கூடவா சாப்பிடமாட்டீர்கள்?"

"ம்ஹூஉம்"

"முழு சைவமா நீங்கள்?"

"ஆமாம்"

"எனக்கு ரொம்பவும் வருத்தமாக இருக்கிறதே!"

"எதற்கு?"

"நீங்கள் சாப்பிடும்படியாக இங்கு ஒன்றும் இல்லையே."

"பிஸ்கட் இருக்கிறதா?"

"இருக்கிறது. பிஸ்கத்து, சுருள் ரொட்டி எல்லாம் இருக்கிறது."

"பிஸ்கத்தும் காப்பியும் கொண்டா."

"போதுமா?"

"என்ன செய்கிறது?"

"எனக்கு ரொம்ப வருத்தமாக இருக்கிறதே."

"வருத்தப்படாதே. பிஸ்கத்தும் இரண்டு காப்பியும் கொண்டா."

"சரி. இதோ வந்து விடுகிறேன்."

"காப்பிக்கு பால் வேண்டும். கறுப்புக் காப்பி வேண்டாம்."

"பால் சாப்பிடுகிறீர்களா?"

"ஏன்?"

"முழு சைவம் என்று சொன்னாற்போல் இருக்கிறதே!"

"பரவாயில்லை. நீ ரொம்ப வருத்தப்படுகிறாயே. அதற்காகப் பாலாவது போட்டுக் காப்பியைக் குடித்து வைக்கிறேனே."

"வேண்டாம். எனக்காகப் பிடிக்காததையெல்லாம் சாப்பிடாதீர்கள். என்னை மன்னிக்க வேண்டும்."

"பரவாயில்லை. பாலும் கொண்டுவா!" என்று கதறினேன்.

"நிச்சயமாகவா?"

"நிச்சயமாக."

இந்தப் பேச்சு எனக்கு ஐப்பானில் புதிய அனுபவமில்லை. இரண்டு மாதமாகப் பழகிப் போனது. சாப்பாட்டைப் பற்றியே பல இடங்களில் பேசிப் பொழுதைக் கழித்திருக்கிறேன். மீனும் முட்டையும் சைவ உணவு என்று பலர் சாதிப்பதும் பால் சைவ உணவு என்று நான் சாதிப்பதும்

யோஷிகி

தினம் நடக்கிற தத்துவ சர்ச்சை. காப்பியைக் கொண்டு வந்தவள் நான் வற்புறுத்தியதற்காக ஒரு காப்பியைக் கறுப்பாகக் குடித்தாள். சைவ அசைவச் சர்ச்சை மீண்டும் தொடர்ந்து பொழுதைத் தள்ளிற்று.

மூன்று மணி அடித்தது. என் ஜப்பானிய நண்பர் வராததைச் சொன்னேன். "இங்கு ஊர் காட்டிகள் இருக்கிறார்கள். உங்களை அழைத்துப் போவார்கள். நான் வரச் சொல்லட்டுமா ஒருவரை?"

"இங்கிலீஷ் பேசுவாரா?"

"உங்களுக்குத் தேவையானது பேசுவார்."

அவள் போனாள். அவன் வந்தான். குளிருக்காக மேல் கோட்டை மாட்டிக்கொண்டு கிளம்பினேன். நாடகக்கொட்டகை, ஒரு கீஷா நடனம் – என்று வகைக்கு ஒன்றாகப் பார்த்துவிட்டு இரவு பதினோரு மணிக்கு வந்து சேர்ந்தோம்.

"எனக்கு ஒன்பது மணிக்கே ட்யூட்டி முடிந்துவிட்டது. ஆனால் உங்களிடம் விடை பெற்றுக்கொள்ளவில்லையே என்று தங்கி யிருந்தேன். காலையில் வருகிறேன். குழந்தை மாதிரி தூங்குங்கள்" என்று விடைபெற நின்றாள் அவள்.

"நான் இரண்டு மணிக்குத்தான் தூங்குகிற பழக்கம்."

"எனக்கு வருத்தமாக இருக்கிறதே."

"ஏன்?"

"உங்களுக்குப் பேசக்கூட ஆள் இருக்காதே. நான் வேண்டுமானால் இரண்டு புத்தங்கள் தரட்டுமா?"

"கொண்டா."

போகும்போது இரண்டு புத்தகங்களைக் கொடுத்துவிட்டுப் போனாள் அவள்.

ஒன்று கதைப் புத்தகம்: இன்னொன்று கட்டுரைத் தொகுப்பு. கதைப் புத்தகம் ஜப்பான்காரர்கள் எழுதின கதைகள். ஆங்கில மொழிபெயர்ப்பு. இன்னொன்று ஜப்பானியர்களின் பழக்க வழக்கங்களைப் பற்றி ஆங்கிலத்தில் யாரோ மேல் நாட்டவர் எழுதியது. வகைக்குக் கொஞ்ச மாகப் படித்தேன். தூங்கினேன். காலையில் எழும்போது எட்டு மணி "குட்மார்னிங்!"

"ஒஹாயோ கொஸாய்மஸ்" என்று நான் பதில் கொடுத்தபோது அவளுக்குச் சந்தோஷம் தாங்கவில்லை.

"உங்களுக்கு ஜப்பான் மொழி தெரியுமா?" என்று கேட்டாள்.

"அதுதான் பேசினேனே!"

"ஜப்பான் மொழி உங்கள் காதுக்கு எப்படி இருக்கிறது?"

"ரொம்ப இனிமை."

"ரொம்ப நன்றி. ஜப்பான் மொழி பேசுவீர்களோ?"

"நன்றாகப் பேசுவேன். 'குட்மார்னிங்', 'குட்ஈவினிங்', 'குட்நைட்' 'முட்டை சாப்பிட மாட்டேன், 'மரக்கறிதான் சாப்பிடுவேன்' – ஐந்தும் தலைகீழ்ப் பாடம்."

"போதுமே. உணவுப் பிரச்சனை தீர்ந்துவிட்டது" என்று சிரித்தாள் அவள். "நன்றாகத் தூங்கினீர்களா?"

"குழந்தை மாதிரி தூங்கினேன்."

மறுபடியும் சிரித்தாள் அவள். இந்த முக மலர்ச்சி ஜப்பானில் தண்ணீர் பட்டபாடு. கோடி ரூபாய் கொடுத்தாலும் சிடுசிடுப்புக் கிடையாது. இந்த மாதிரி மனுஷர்களோடு பேசுவதற்கு என்ன தயக்கம்? ஹோட்டலில் தங்குபவர்களுக்குப் பொழுது போக என்ன என்ன பேசலாம் என்று அவளுக்கு அற்றுபடியாக இருந்திருக்கவேண்டும். போன் மணியைக் கேட்டுத் தூக்கினபோது "யோஷிகி வந்திருக்கிறார், வரச் சொல்லலாமா?" என்று செய்தி வந்தது. மணி பத்து. ஒன்றரை மணி நேரம் பொழுதுபோனது தெரியாமல் பேசியிருக்கிறாள் இவள்! நண்பர் "யோஷிகி வருகிறார்" என்றேன்.

"நல்லது. அப்படியானால் இன்று ஊர் காட்டி தேவையில்லை."

"வேண்டாம்."

யோஷிகி வந்தேவிட்டார். நல்ல வெள்ளை நிறம். மூக்குக் கண்ணாடி.

"நீங்கள் . . .?"

"ஆமாம்" என்று பெயரைச் சொன்னேன்.

"நான் யோஷிகி. நேற்று வரமுடியவில்லை. திடீர் என்று அவசர வேலை."

"பரவாயில்லை."

"அறை வசதியாக இருக்கிறதா?"

"ரொம்ப."

"நேற்று என்ன செய்தீர்கள்"

"ஒரு வழிகாட்டியுடன் சில இடங்களைப் பார்த்தேன்" என்று பார்த்த இடங்களைச் சொன்னேன்.

"நல்லது. இன்று முழுவதும் நான் சும்மாத்தான் இருக்கிறேன். நீங்கள் எத்தனை நாட்கள் தங்கப் போகிறீர்கள்?"

"இன்னும் இரண்டு நாட்கள்."

"அப்படியா? நீங்கள் ஊருக்குப் போகிறவரையில் உங்களோடு கூடவே நான் இருந்திருக்க முடியும். இந்தத் தடவை முடியவில்லை. இன்று முழுவதும் இருந்து முக்கியமான இடங்களுக்கு அழைத்துப்

போகிறேன். அதற்குப் பிறகு தங்க முடியாது என்று நினைக்கிறேன். பொருட்படுத்த மாட்டீர்களே?"

"ஐயோ! என்ன இது? நான் பார்த்துக்கொள்கிறேன்."

யோஷிகி உயரம் என்றுதான் சொல்லவேண்டும். அதாவது ஐந்தரை அடி உயரம். குளிரைத் தடுக்க ஐப்பான் முழுவதும் கம்பளிக் கோட்டு, கால் சட்டை, கழுத்துப் பட்டி எல்லாம் அணிகிற பருவம் அது. அவருக்கும் அந்த உடை கன எடுப்பாக இருந்தது. உட்கார்ந்துகொண்டு பேச ஆரம்பித்தார் அவர்.

"ஐப்பானுக்கு எப்போது வந்தீர்கள்?"

"இரண்டு மாதமாயிற்று."

"ஐப்பான் பிடித்திருக்கிறதா?"

"ஐப்பான் பிடிக்கவில்லை என்று எவனாவது சொன்னால் அவன் பரம அரசிகனாக இருக்கவேண்டும்."

"ஓ! ரொம்ப நன்றி" என்று சிரித்தார் அவர்.

"அழகான ஆரோக்கியமான ஜனங்கள் நீங்கள். நான் ஐப்பானில் காலடி வைத்து இரண்டு மாதமாயிற்று. இன்னும் ஒரு நரைமயிரைப் பார்க்கவில்லை. ஒரு சிடுமூஞ்சியைப் பார்க்கவில்லை. எந்த பஸ் ஸ்டாப்பிலும் ஒரு நிமிஷத்துக்கு மேல் காத்திருக்கவில்லை.ஏறின பஸ்ஸிலும் 'சில்லறை இல்லேன்னா இறங்கு சார்' என்று எந்தக் கண்டக்டரும் கத்தவில்லை. சில்லறை கொடுக்க மறந்து போகவுமில்லை. தெருவிலோ தியேட்டரிலோ யாரும் இரைந்துபேசவில்லை.பத்து கல்லூரி மாணவர்கள் சேர்ந்து உல்லாசமாகப் போகும்போதுகூட காச்சு மூச்சு என்று தலை கால் தெரியாமல் கத்தவில்லை. மாணவிகளைப் பார்த்துச் சீட்டியடிக்க வில்லை. எந்தச் சாமானும் கெட்டுப் போகவுமில்லை. ஹிபியா பார்க்கில் மத்தியானம் ஆபீஸ் இடைவேளையில் ஆயிரம் ஜனங்கள் வந்து கையில் கொண்டுவந்த டிபனைச் சாப்பிட்டுவிட்டு அரைமணி நேரம் இளைப்பாறிவிட்டுப் போகிறார்கள். நானும்போய் உட்கார்ந்தவன் ஒரு பெஞ்சில் எண்ணூற்றுச் சொச்ச ரூபாய் இருந்த பர்ஸ், டயரி எல்லாவற்றையும் மறந்துவிட்டுப் போய்விட்டேன். மூன்றரை மணிக்கு மேல் ஞாபகம் வந்தது. திரும்பி ஓடி வந்தேன். மூன்று மணிக்குப் பிறகும் அது வைத்த இடத்திலேயே இருந்தது. ரயிலில் போகும்போது யாரும் இங்கு கத்துவதில்லை. சிகரெட் பிடிப்பதில்லை. படிக்கிறார்கள். இல்லாவிட்டால் கண்ணை மூடிக்கொண்டு வருகிறார்கள்."

"போதும், போதும்" என்று சிரிக்க ஆரம்பித்தார் யோஷிகி. நான் நெட்டுருப் போட்டு ஒப்பிப்பது மாதிரி சொன்னதுதான் அவருக்குக் கிச்சுக் கிச்சு மூட்டியிருக்க வேண்டும்.

"ஏன் நான் சொல்வது சரியில்லையா? கண்ணால் பார்த்து அநுபவித்ததைச் சொல்கிறேன். உங்கள் மக்களுக்குத்தான் என்ன சுத்தம்! என்ன கட்டுப்பாடு, என்ன கலை உணர்ச்சி! காரியங்கள் செய்வதில்தான்

எவ்வளவு கருக்கு! எவ்வளவு நருவிசு! மேம்புல் மேயாமல் ஆழ்ந்த செயலாற்றக்கூடிய பண்பு! என்ன ஓயாத உழைப்பு!"

"ரோம்ப நன்றி. பஸ்ஸுக்காகக் காத்திராதது, கண்டக்டர்கள் இனிமையாகப் பேசுவது – எல்லாம் சரிதான். பெண் கண்டக்டர்கள் பேசுவது வேறு எப்படி இருக்க முடியும்? ஆனால் ஒரு பெண் வந்து பஸ்ஸில் ஏறினால் ஓர் ஆணும் எழுந்து இடம் தரமாட்டான் இங்கே! நீங்கள் பார்த்திருக்கிறீர்களா?"

"உங்கள் பெண்கள் மிக்க பலசாலிகள்!"

"இல்லை. எங்கள் ஆண்கள் அவ்வளவு எடுத்துக்காட்டாக நடந்துகொள்ளவில்லை என்று அர்த்தம்."

பல விஷயங்களுக்கு மாற்றுச் சொல்லிக்கொண்டே வந்தார் யோஷிகி. ஆனால் உள்ளுக்குள் அவருக்குப் பூரிப்பு. 'மிளகுத் தண்ணி' இங்கிலீஷ் அகராதிக்குப் போய்விட்டது என்று நாம் ஆனந்தத்தில் வெடித்துப் போகும்போது ஐப்பான்காரன் தன் சாதனைகளை உலகம் வியப்பதைக் கண்டு பூரிக்க மாட்டானா என்ன? ஆனால் 'நீங்கள் ரொம்பவும் மிகையாகப் புகழ்கிறீர்கள்' என்று யோஷிகி அடிக்கடி வெட்கப்பட்டுக் கொண்டிருந்தார். ஐப்பானே வெட்கப்படுவது போலிருந்தது.

அன்று முழுவதும் கியோத்தோவைச் சுற்றினோம். நாராவுக்குப் போனோம். பௌத்தக் கோயில்கள், ஷிண்டோ ஆலயங்கள், எல்லாவற்றையும் சுற்றினோம். ஓர் இடம் மிச்சம் வைக்கவில்லை என்றுதான் தோன்றிற்று. எதைப் பார்த்தாலும் 'எப்படி, பிடிக்கிறதா?' என்று கேட்பார் யோஷிகி.

"ரொம்ப நன்றாக இருக்கிறது"

"ரொம்ப நன்றி."

யோஷிகிக்குச் சிரிக்கச் சிரிக்கப் பேசவும் தெரியும். சிற்றுண்டிக் கடைக்குப் போனால் "ஆனோ... ஓ... ஓ..." என்று ஆரம்பித்து ஏதேதோ சொல்லுவார். பரிமாறுகிற பெண் குப்பென்று சிரிப்பாள். கடைக்காரர் சிரிப்பார், இவரும் சிரிப்பார். அப்புறம் மொழிபெயர்த்து எனக்குச் சொல்லுவார். அவருடைய நகைச்சுவை அசட்டுப் பிசட்டு ரகமல்ல. குப்புறத் தள்ளி வயிற்றைக் கிழிக்காது. சிரித்தவுடனேயே அடங்கி விடுகிற ஹாஸ்யம்தான்!

யோஷிகி கார் கொண்டு வந்திருந்ததால் வேகமாக எல்லா இடங்களையும் பார்க்க முடிந்தது. தொழிற்சாலைகள், கோவில்கள், நாடக அரங்கு, நடன அரங்குகள், மாளிகைகள், கடைகள், மல்யுத்தம் – இப்படி ஒரு பட்டியலாகப் பார்த்து முடித்தோம். நடு நடுவே ஒரு கடையில் நின்று போன் செய்வார் யோஷிகி. வியாபாரி, என்னென்ன காரியங்களை எனக்காக விட்டு வந்திருக்கிறாரோ! ஒரு மணிக்கு ஒருமுறை கூப்பிட்டு விசாரிப்பார். சில சமயம் ஐந்து நிமிஷங்கள் தாமதமாகும் ஆள் கிடைக்க. பேச்சு முடிந்ததும் என்னைப் பார்த்து 'ஸாரி, மன்னிக்க வேண்டும்' என்று சிரிப்பார்.

யோஷிகி

"பரவாயில்லை. நான் உல்லாச யாத்திரைக்கு வந்தவன். ஒன்றும் குடி முழுகிப் போகவில்லை. எனக்காகக் கவலைப்படாதீர்கள்." என்று நானும் சொல்லிக்கொண்டே வந்தேன்.

ஹோட்டலுக்குத் திரும்புகிற போது இரவு மணி ஒன்பதரை.

"எங்கெல்லாமோ உங்களை இழுத்து அலைக்கழித்திருக்கிறேன். ரொம்பவும் களைத்துப் போயிருப்பீர்கள்" என்று ஆறுதல் கூறினார் யோஷிகி.

"ஒரு களைப்புமில்லை. உட்காருங்கள்" என்றேன். உட்கார்ந்தார்.

"குருமூர்த்தியிடம் சொல்லுங்கள், இந்தியாவுக்குப் போனதும், நான் ரொம்பவும் விசாரித்தேன் என்று. நான் ஒரு நாள்தான் உங்களோடு கழிக்க முடிந்தது. அதற்காகவும் அவரிடமும் மன்னிப்புக் கேட்டுக் கொள்கிறேன்... நான் மதராஸ் வந்தபோது ரொம்பவும் உதவியாக இருந்தார் அவர். சினிமா ஸ்டுடியோக்கள், மகாபலிபுரம், காஞ்சிபுரம் என்று பல இடங்களுக்கு அழைத்துப் போனார்... ஓகோ ஜப்பானியக் கதைகள் கூடப் படிக்கிறீர்களா?" என்று கட்டிலில் கிடந்த புத்தகங்களை எடுத்தார் யோஷிகி.

"ஆமாம். ஹிரோமி கொடுத்தாள்."

"ஹிரோமி?"

"ஆமாம். இங்கே காலையில் இருந்தாளே ஹோட்டல் சிப்பந்தி"

"ஓ! அவளா?... ம்... படித்தீர்களா?"

"பாதி படித்தேன். உங்கள் சித்திரம், பேச்சு இவற்றைப் போலவே இந்தக் கதைகளும் நளினமாக இருக்கின்றன. மூங்கில் இலை மாதிரி ஓர் எளிமை. ஒரு கருக்கு. ஓர் ஆடம்பரமில்லாத அழகு."

புத்தகங்களைப் பிரித்துப் பார்த்தார் அவர். "முன்பெல்லாம் படிப்பதுண்டு. இப்போது வியாபாரத்தைக் கவனிப்பதற்கே பொழுது சரியாக இருக்கிறது ... இது எப்படி இருக்கிறது?"

"அதுதான் சொன்னேனே. ரொம்ப நன்றாக இருக்கிறது. இந்தக் கட்டுரை மிக மிகப் பிடித்திருக்கிறது எனக்கு. ஜப்பானியர்களுக்குக் கோபமே வராதாம். வந்தாலும் தாறுமாறாகக் கத்த மாட்டார்களாம்."

யோஷிகி சிரித்தார். "ஜப்பானிய மக்கள் பொறுமைசாலிகள்" என்றார். பிறகு தொடர்ந்து பேசினார்:

"உங்கள் நாட்டு யோகம் பற்றிக் கொஞ்சம் படித்திருக்கிறேன். யோகம் என்றால் எது வந்தாலும் ஒரே நிலையில் மனத்தை வைத்திருப்பது இல்லையா? துன்பம் வந்தாலும் இன்பம் வந்தாலும் மனம் ஆடக் கூடாது. பொங்கிவழியவும் வேண்டாம்; சோர்ந்து மடியவும் வேண்டாம்."

"அதற்காகச் செத்தால்கூடச் சிரிக்க முடியுமா?"

"அழுது மட்டும் என்ன ஆகிவிடப் போகிறது?"

"இப்படி இருந்தால் பைத்தியமல்லவா பிடித்துவிடும்?"

"அழுகிற பைத்தியத்தை விடச் சிரிக்கிற பைத்தியம் பார்க்க அழகாகத் தானே இருக்கும்?" என்று யோஷிகி சிரித்தார்.

ஹிரோமி வந்தாள். "ஏதாவது சாப்பிடுகிறீர்களா?" என்று கேட்டாள்.

நான் பால் கேட்டேன். யோஷிகி பீர் கேட்டார். "வேறு ஏதாவது வேண்டுமா?"

பதில் சொல்வதற்குள் போன் மணி அடித்தது. ஹிரோமி எழுந்தாள். "ஹை...சொத்தொ... உங்களுக்குத்தான்" என்று யோஷிகியிடம் 'வாங்கி'யை நீட்டினாள்.

"வேறு ஒன்றும் வேண்டாம்" என்றேன் நான்.

ஹிரோமி வெளியே போனாள்.

யோஷிகி போனில் பேசினார். பேச்சு முடிந்ததும் வாங்கியை வைத்துவிட்டு ஐந்தாறு விநாடிகள் சும்மா இருந்தார். கைகடிகாரத்தைப் பார்த்தார்.

"என்ன, மணியைப் பார்க்கிறீர்கள்?"

"மணி பத்தாகிவிட்டது. புறப்பட வேண்டும்."

"பீரைச் சாப்பிட்டுப் போகலாம்."

உட்கார்ந்து நிதானமாகப் பீரை சுவைக்கிறவர் நிமிஷத்தில் முடித்துவிட்டார்.

ஹிரோமியிடம் பாதிப் பாட்டிலைக் காட்டி, "சாப்பிடுகிறாயா?" என்று கேட்டார்.

நன்றி கூறிவிட்டு அவளும் சாப்பிடத் தொடங்கினாள். ஜப்பானிய மொழியில் ஒரு ஐந்து நிமிஷம் அவளோடு பேசினார்.

"ஸோ தெஸ்னே!" என்று அவள் நடுநடுவே கூறிக்கொண்டிருந்தாள். அதற்கு "ஓகோ! அப்படியா?" என்று அர்த்தம் போலிருக்கிறது.

அவள் குடித்து முடிக்கிற வரையில் காத்திருந்து, "அப்ப?" என்று புன்முறுவல் செய்தார் யோஷிகி. "நான் விடை பெறலாமா?"

"ரொம்ப நன்றி... உங்களோடு மிகவும் உபயோகமாகப் பொழுது போயிற்று. உங்கள் உதவியை மறக்கவே முடியாது."

"குருமூர்த்தியிடம் சொல்லுங்கள்" என்று எழுந்தார் அவர்.

"இந்தியாவுக்கு எப்பொழுது மறுபடியும் வருவீர்கள்?" என்று கேட்டேன்.

புறப்படுமுன் கோட் பையில் கையை விட்டு ஒரு முத்துப் பதித்த தங்கக் கழுத்துப் பட்டி கிளிப் ஒன்றை என் கழுத்துப் பட்டியில் மாட்டினார்.

"அடடே, என்ன இது?"

"இருக்கட்டும், என் ஞாபகம்" என்று எழுந்தார். ஹிரோமியிடம் நின்று சொல்லிக்கொண்டார். அவர்கள் பாணியில் குனிந்து வணங்கினார். ஹிரோமி அவருக்குக் கதவைத் திறந்துவிட்டு, லிப்டில் அவரோடு இறங்கிப் போய் வாசல்வரை கொண்டு விட்டு வந்தாள். வந்ததும் சொன்னாள். "அவருக்கு ரொம்ப வருத்தம், உங்களோடு நாளைக்கும் இருக்க முடியவில்லையே என்று. மறுபடியும் மன்னிக்குமாறு என்னைக் கேட்டுக்கொள்ளச் சொன்னார். நீயாவது ஒரு நாள் லீவு எடுத்துக்கொண்டு அவரை இன்னும் பார்க்காத இடங்களுக்கு அழைத்துப் போயேன் என்றார்."

"நீ என்ன சொன்னாய்?"

"நாளைக்கு லீவு எடுத்துக்கொள்ள வேண்டிய அவசியமில்லை. எனக்கு நாளைக்கு விடுமுறை நாள்தான் என்றேன்."

"ரொம்ப நல்லதாயிற்று."

மறுநாள் ஹிரோமியோடு பட்டு நெசவு, பட்டு கண்காட்சிகளை யெல்லாம் சுற்ற முடிந்தது.

ஊருக்குக் கிளம்பியபோது, "நான் ஸ்டேஷன் வரையில் வரலாமா?" என்று கேட்டாள் ஹிரோமி.

"நிச்சயமாக."

ஸ்டேஷன் போன பிறகுதான் ஞாபகம் வந்தது. தோல் பையைப் பிரித்து ஹிரோமியின் புத்தகங்கள் இரண்டையும் எடுத்துக்கொடுத்தேன்.

"அது உங்களுக்குத்தான்" என்றாள் ஹிரோமி.

"அப்படியா? ரொம்ப நன்றி. உன் ஞாபகமாக இருக்கட்டும்."

"அது மட்டுமில்லை. இந்த உலகத்தில் எல்லாம் தற்செயலாகத்தான் நடக்கிறது. காரண காரியமே கிடையாது என்று என் சிநேகிதன் சொல்லுகிற வழக்கம். அது எவ்வளவு தூரம் உண்மையோ தெரியாது. நான் அதை நம்புகிறதே இல்லை. ஏனென்றால் கடவுளைக்கூட நம்ப முடியாது போய்விடும் – அவன் சொல்வதை நம்பத் தொடங்கினால். ஆனால் இந்த ஒரு சம்பவம் மட்டும் அவன் சொன்னதைச் சரி என்று நிருபித்துவிட்டது" என்றாள் ஹிரோமி.

"எந்த சம்பவம்?"

"நீங்கள் வந்தது, நான் இந்தப் புத்தகம் கொடுத்தது. யோஷிகி வந்தது – எல்லாம்தான்" என்றாள் அவள்.

"எனக்குப் புரியவில்லையே!"

"யோஷிகி பழைய பசலி. இல்லாவிட்டால் மனிதன் மாதிரி நடந்துகொண்டிருப்பார். இப்படி ஜப்பான்காரராக நடந்துகொண்டிருக்க மாட்டார்" என்றாள் அவள்.

"அப்படியென்றால்?"

"நீங்கள் வந்த அன்று நாலு மணிக்கு ஹோட்டலுக்கு வந்து உங்களைச் சந்திப்பதாகச் சொல்லியிருந்தாராமே."

"ஆமாம். வர முடியவில்லையாம்!"

"எப்படி வர முடியும்? முதல் நாள் கோபேயில் உள்ள அவருடைய கடை எரிந்து சாம்பலாகி விட்டது."

"என்னது!"

"ஆமாம். கோபே நகரில் அவருக்குக் கிளைக்கடை ஒன்று உண்டு. மின்சாரக் கோளாறினால் தீப்பற்றி, கடையே எரிந்து கருகிவிட்டது. கிட்டத்தட்ட இருபதாயிரம் டாலருக்கு மேல் நஷ்டம். அவருடைய தம்பிக்குத் தீப்பட்டு மேலெல்லாம் காயமாம். ஆஸ்பத்திரியில் சேர்க்க வேண்டியதாகி விட்டது."

"என்னது! ஒன்றுமே சொல்லவில்லையே அவர். என்னோடு சிரித்துச் சிரித்துப் பேசிக்கொண்டு ஊரெல்லாம் சுற்றினாரே!"

"எத்தனையோ தூரத்திலிருந்து நீங்கள் வந்திருக்கிறீர்கள். இந்தச் சேதியைச் சொல்லி உங்களை நோகச் செய்வானேன் என்று இருந்து விட்டார். அதனால்தான் சொன்னேன், அவர் பழைய காலத்து ஜப்பானியராக நடந்து கொண்டு விட்டார் என்று. இப்போதெல்லாம் அப்படி துக்கத்தை மென்று விழுங்கும் வழக்கம் போய்விட்டது. துக்கமாயிருந்தால் கொஞ்சமாவது அழுது தீர்த்துவிடக் கற்றுக்கொண்டு விட்டார்கள். சந்தோஷம் வந்தாலும் சிரித்துத் தீர்த்துவிடுகிறார்கள்."

"சரி, யோஷிகி கடைத் தீயைப்பற்றி உனக்கு எப்படித் தெரியும்?"

"அவர்தான் சொன்னார். அவர் உங்களிடம் விடைபெற்றுப் போகுமுன் போன் வந்ததில்லையா? அப்போது அவர் தம்பிக்கு உடம்பு அதிகமாக இருப்பதாகச் செய்தி வந்தது. இன்னும் இரண்டு, மூன்று மணி நேரம்கூடத் தாங்காது என்று அவர் மனைவி அவசரமாக அவரைக் கூப்பிட்டனுப்பினாள். பிரக்ஞை தப்பிவிட்டதாம். எத்தனையோ வைத்தியம் செய்யும் பயனில்லையாம். ஏகச் செலவுசெய்து பெரிய டாக்டர்கள்கூட பார்த்தார்களாம்.

"ஆ!" – எனக்கு மூளை நின்றுவிட்டது போலிருந்தது. அ! அ! இதைத் தவிர வேறு பேச நாக்குப் பயன்படவில்லை.

"பிரக்ஞை தப்பிவிட்டது என்று தெரிந்த பிறகுதான் இவருக்குத் துக்கம் தாங்கவில்லை. அதுவரை எப்படியோ தாங்கிக் கொண்டு விட்டார். இனிமேல் ஒரு வார்த்தை கூட அவன் பேச மாட்டான் என்றார் என்னிடம். அதைச் சொல்லும்போது அவர் நெஞ்சு தழுதழுத்துவிட்டது. கடைசியில் இதைப் பற்றியெல்லாம் உங்களிடம் பிரஸ்தாபிக்கவே கூடாது என்று வேறு என்னை எச்சரித்து விட்டுப்போனார். ஆனால் எனக்கு எப்படிச் சொல்லாமல் இருக்க முடியும்? இவ்வளவு தூரத்திலிருந்து வந்த ஒரு நல்ல நண்பரிடம் கூடத் தம் துக்கத்தைப் பகிர்ந்துகொள்ளத்

தவறிவிட்டாரே, பாவி மனுஷன். இவர்களெல்லாம் மனுஷனாக இருக்கக் கூடாதோ?" என்று தூரத்துக் குன்றுகளைப் பார்த்தாள் அவள்.

என்னால் தாங்க முடியவில்லை தீச்சுட்ட புண்ணோடு, நினைவிழந்த இளம் உடல் என் கண்ணை மறைத்தது.

வண்டி வர இருபது நிமிஷம் இருந்தது. நான் பேசவில்லை. ஹிரோமியும் பேசவில்லை.

வண்டி வந்து ஏறும்போது, "கடைசி நேரத்தில் நானும் உங்களைக் கஷ்டப்படுத்திவிட்டேன்" என்று ஓர் இரக்கப் புன்னைகையுடன் ஹிரோமியின் குரல் தணிந்து ஒலித்தது.

"நீயும் ஜப்பான்காரியாகத்தான் இருக்கிறாய் என்று என்னால் சொல்லாமல் இருக்க முடியவில்லை."

வண்டி இரண்டு நிமிஷம்தான் நின்றது. புறப்பட்டது. நூறு மைல் போய்த்தான் அடுத்த ஸ்டேஷன். வேகமும் மணிக்கு நூற்று நாற்பது மைல். இந்த ஹிக்காரி எக்ஸ்பிரஸ் உலகமே இதுவரை சாதிக்காத சாதனை. ஆடாமல் அசங்காமல் பைன் மரங்களுக்கிடையே கனவு போல் விரைகிறது.

ஜப்பானியர்களின் எத்தனையோ சாதனைகளில் இந்த ரயிலும் ஒன்று. அவர்களுடைய புன்சிரிப்பைப் போல ஆடாமல் அசங்காமல் சீறிச் செல்கிறது.

கல்கி, ஏப்ரல் 1965

அருணாச்சலமும் பட்டுவும்

தெருவில் எத்தனையோ பேர் போகிறார்கள். எல்லாரையுமா பார்க்கத் தோன்றுகிறது? எத்தனையோ பஸ், எத்தனையோ டாக்சி! எல்லாவற்றையுமா நின்று பார்க்கிறோம்? ஆனால் இந்த டாக்சியைப் பார்த்ததும் கால் நின்றுவிட்டது. ஏதோ ஆவல் அவ்வளவுதான். சிறிது ஆச்சரியம்கூட.

அந்த டாக்சியிலே அருணாச்சலம் உட்கார்ந்திருந்தார். புதல்வியும் பக்கத்தில் உட்கார்ந்திருந்தாள். இன்னும் கலியாணம் ஆகவில்லை. ஆகியிருந்தால் இங்கே இருப்பானேன்?

கன எடுப்பான உருவம் அந்தப் பெண்ணுக்கு. நல்ல உயரம், அதற்கேற்ற சதைப் பிடிப்பு. நல்ல படிப்பும்கூட. குறைந்தது எம்.ஏ. அல்லது எம்.எஸ்ஸி.யாவது படித்திருப்பாள். மேனியில் ஒரு பொலிவு. முகத்தில் பண்பாட்டுக் களை அதாவது இரண்டாயிரம் மூவாயிரம் சம்பளம் வாங்குகிற ஒரு படிப்பாளியின் பெண்ணாகப் பிறந்து, அந்தத் தகப்பனாரின் புத்திக் கூர்மையும் பெற்று, படித்து, பாடி (கர்நாடக சங்கீதம்), ஆடி (பரதம்), வாசித்து (வீணை அல்லது பிடில்) அறிவும் அதிர்ஷ்டமுமாக வளர்ந்து கலியாணம் ஆக (பருவத்திலேயோ, முந்தியோ, கடந்தோ) காத்திருக்கின்றார்களே பல பெண்கள், அந்த மாதிரி ஒரு பெண் இது. கலியாணமாவதற்கு முன்னால் என்ன செய்வது? படிப்போ முடிந்துவிட்டது. எல்லாம் கற்றாகிவிட்டது. எனவே தகப்பனாருக்கு உதவி செய்வதில் பொழுது போகும். அவரோடு பல இடங்களுக்குப் போவது, அவருடைய நிறைந்த அறிவு மொழிகளைக் கேட்பது – சுருங்கச்சொன்னால் அவரோடு கூடவே இருந்து இருந்து, அவருடைய அறிவுக்கும் பண்புக்கும் அனுபவத்திற்கும் வாரிசாக ஆவது.

இதெல்லாம் நீ குரு, நான் சீடன் (அல்லது சீடை) என்று எதிரிலே பலகை போட்டு உட்கார்ந்துகொண்டால் வந்துவிடாது, நிழல் மாதிரி, கூட இருந்து, போய்வந்து, பழகிப் பெற வேண்டிய சொத்து. இப்போது அவருக்கு வயது வேறாகிவிட்டதா? வேலையிலிருந்து ஓய்வு எடுத்துக் கொண்டு விட்டாரா? அவருக்கும் தான் எப்படிப் பொழுது போகும்?

போன வருஷம் அருணாச்சலத்தின் வீட்டுக்கு ஒரு தடவை போன போதுதான் அந்தப் பெண்ணை நன்றாகப் பார்த்தேன். யாரோ உறவுக்காரப் பையன், ஏதோ வேலைக்கு மனுப் போட்டிருந்தானாம். அவன் மனுவில் சொன்னது அத்தனையும் உண்மை என்று ஒரு கெஜட்டட் அதிகாரி கையெழுத்திட வேண்டுமாம். அதற்காகத்தான் அவரிடம் போனேன். அந்தப் பெண் ஏதோ அவருக்கு வாசித்துக் காட்டிக்கொண்டிருந்தாள். 'இதுதான் கடைசிக் கையெழுத்தோ என்னவோ, அடுத்தவாரம் ரிடயராகப் போகிறேன்' என்று சிரித்தார் அருணாச்சலம். கையெழுத்திட்டார். அந்தப் பெண்ணையும் நன்றாகப் பார்த்தேன். நல்ல உயரம். கொஞ்சம் சதை அதிகம்தான். பாரி உடம்பு. அவள் சின்னக் குழந்தையில் ஐந்தாறு வயதில் எப்படி இருந்திருப்பாள், என்று கற்பனை செய்து பார்த்தேன். அய்யர் பேரன், பேத்திகள் மாதிரி இருந்திருப்பாளோ? எந்த அய்யரின் பேரன் பேத்தி என்று கேட்க வேண்டாம். ஆங்கிலத்தில் உள்ள பொதுப் பெயர்ச் சொல்லாக இதை உபயோகிக்கிறேன். மாதம் நாலாயிரம் ஐயாயிரம் சம்பளம். அல்லது பல லட்சம் பெருமானமுள்ள தொழில் ஸ்தாபனங்களை நடத்தும் அய்யர்களின் பேரன் பேத்திகள் சிலரைப் பார்த்திருக்கிறேன். 56 வயதிலேயே அமானுஷியமான பருமனும் சதைப்பற்றுமாக இருக்கும் அவை கால் இரண்டையும் சேர்த்து நிற்க முடியாமல் தொடைகள் முட்டிக்கொள்ள, ஒரு அடி இடை வெளியுடன் தான் பாதங்கள் நிற்க முடியும். காரணம், ஐந்தாறு மாதத்திலிருந்தே தினமும் இரண்டு முட்டையும் பாலும் பழச்சாறும் கொடுக்கத் தொடங்கி விடுவார்களாம். அந்த மாதிரிதான் அருணாச்சலத்தின் பெண்ணும் இருந்திருக்க வேண்டும் என்று தோன்றிற்று. ஆனால் அருணாச்சலம் முட்டை கொடுத்திருக்கமாட்டார். அவர் பரம வைதீகம். அவர் தந்தை புரோகிதர். பாட்டன் புரோகிதர். அருணாச்சலமே பழையகாலத்து வர்ணாச்ரமிகள்போல, தினமும் அக்னிஹோத்ரம், ஔபாசனம், வைச்வ தேவம் என்று மூன்று வேளையும் அக்னியைப் பூஜித்து வந்தார். அந்தக் காலத்தில் லாகூர், கராச்சி, கல்கத்தாவில் இருந்த போதுகூட அவர் இந்த அனுஷ்டானங்களை விடவில்லை. எனவே பெண்ணை தாவரப்புரதம் கொடுத்துதான் வளர்த்திருப்பார். எந்தத் தாவரங்களின் புரதம் அதிகம் என்று யோசித்துக்கொண்டிருந்தவன் அந்தப் பெண்ணின் ஆரோக்யத்தையும் கண்ணின் அறிவையும் முகத்தின் களையையும் பார்த்து, 'ஐயோ, நமக்கு இப்படி ஒரு மனைவி இருக்கக் கூடாதா?' என்று ஏங்கினேன். மறுகணம் எனக்கு மனைவியும் இரண்டு பிள்ளையும் ஒரு பெண்ணும் இருப்பது நினைவுக்கு வரவே, மனைவி என்பதைப் பெண் என்று அரை மனதோடு திருத்திக்கொண்டேன். அவ்வளவு எடுப்பான தோற்றம் அருணாச்சலத்தின் பெண்ணுக்கு. இமைபோல் காத்து வளர்த்து வந்த இந்தப் பெண், இந்த சந்தோஷமான குடும்பத்தை விட்டுப் போக எப்படித்தான் மனம் வரும்?

எனவே டாக்சியில் அவரைப் பார்த்து ஏற்பட்ட ஆச்சரியம் சிறிது நாழிகைக்கெல்லாம் தணிந்துவிட்டது. ஆச்சரியம் வந்ததற்குக் காரணம்? அதற்குப் போன வருஷத்தைப் புரட்ட வேண்டும்.

ஒரு நாள் ஈச்வரனை தரிசனம் செய்யப் போயிருந்தேன். ஈச்வரன் என்றால் நமக்குள்ளேயே அனைத்தையும் விட நமக்கு மிகமிக அருகில் இருக்கிறாரே அந்த ஈச்வரனை அல்ல. மனித வடிவில் வந்திருக்கிற ஈச்வரனை. அவர் துறவி. சன்யாசிகளைக் கண்டால் எப்போதும் உள்ளுறச் சிறிது பயம் எனக்கு. அதுவும் ஈச்வரனைக் கண்டால் சொல்லி மாளாத பயம். அவருடைய கண் நம்மைத் துளைத்து மனத்தில் உள்ள ரகசியங்களை பாவங்களை எல்லாம் பார்ப்பது போலிருக்கும். அதுவும் நான் கிராப்பு வைத்துக்கொண்டிருக்கிறேனே! ஈச்வரனுக்கு கிராப்பு வைத்த பிராமணர்களையும் மொட்டையடித்துக்கொள்ளாத பிராமண விதவைகளையும் கட்டோடு பிடிக்காது. அதனால் நான் அவர் பக்கமே அண்டுவதில்லை. இருந்தாலும் இவ்வளவு அருகே வந்திருப்பவரைப் போய்ப் பார்க்காமல் எப்படி இருப்பது? பயந்து பயந்து போனேன். ஏற்கனவே ஏழெட்டுப் பேர் கைகட்டி வாய் புதைத்து நின்றார்கள். சாதாரண ஆட்களில்லை. ஒவ்வொன்றும் ஒரு பெரிய புள்ளி. பதவியிலிருந்து ஓய்வெடுத்த ஒரு உயர்மன்ற நீதிபதி, ஓய்வெடுத்த ஒரு பிரதம என்ஜினீர், ஒரு மாஜி கவர்னர், ஒரு தஞ்சாவூர் ஜில்லா மிராசுதார். ஒரு திருச்சி ஜில்லா மிராசுதார்; இன்னும் இரண்டு பேர். எல்லோரும் கருவில் திருவோடு பிறந்தவர்கள். அந்தந்தத் துறையைக் கரைத்துக் குடித்தவர்கள். என்ன பளபளப்பு! என்ன பெரிய மனிதத் தோற்றம்! நாலு பேர் வழுக்கை. மாஜி என்ஜினீர் கிராப்பை எடுத்து உச்சிக் குடுமி வைத்துக்கொண்டிருந்தார். மிராசுதார் குடுமி. இன்னொருவருக்குக் கிராப்பு என்றும் குடுமி என்றும் இல்லாத ஒரு உபயசீர்ஷம். அருணாச்சலம் எப்போதும் உள்ள குடுமியுடன் நின்றுகொண்டிருந்தார். இரட்டை மடங்காக சிறுமை உணர்ச்சி என்னைக் குன்றி நெளிய வைத்தது. ஒன்று, பதவியிலோ, வயதிலோ, அந்தஸ்திலோ, செல்வத்திலோ, பெயர் புகழிலோ, இத்தனை பேரையும் விட மட்டமாக இருக்கிற உணர்வு, இன்னொன்று இத்தனை மட்டமாக இருந்தும் கிராப்பு வைத்துக்கொள்ளத் துணிந்துமன்னியில், இத்தனை பெரியவர்களுக்கு சமமாக நானும் ஒரு மனிதன் என்று ஈச்வரன் முன்னால் வந்து நிற்கத் துணிந்த அசட்டுத் தனம் – எனவே ஈச்வரனை விழுந்து வணங்கிவிட்டு, அவர் கண்ணில் படாமல் தஞ்சாவூர் ஜில்லா மிராசுதாரின் பளபள முதுகிற்கும் பிருஷ்டத்திற்கும் பின்னால் மறைந்து நின்றுகொண்டேன். ஈச்வரனை நான் நன்கு பார்க்க முடியும். அவர் என்னைத் தேட வேண்டும் அப்படி.

ஈச்வரனோடு அவர்கள் என்னென்னவெல்லாமோ பேசினார்கள். கிஸான் தகராறு. செயற்கைக்கோள், இப்படிப் பல செய்திகள் அடிபட்டன. வேலையைவிட்டுச் சமீபத்தில் ஓய்வெடுத்த என்ஜினீர் சென்னையில் தங்கலாமா அல்லது கிராமத்துக்குப் போகலாமா என்று ஈச்வரனைக் கேட்டார். திருச்சி மிராசுதார், தன் பிள்ளைக்கும் ஒரு பெரிய இடத்து அதிகாரி பெண் கொடுக்கச் சித்தமாயிருப்பதாயும், ஆனால் தான் வடதேசத்து வடமர் என்றும் பெண்ணின் தந்தை அஷ்டசகஸ்ரம் என்றும் சம்பந்தம் செய்தால் தன் குல உயர்வுக்குப் பாதகம் வருமா, வராதா என்றும்

கேட்டுக்கொண்டிருந்தார். இந்தப் பேச்சுகளெல்லாம் ஒருவாறு ஆனபிறகு அருணாசலம் 'நான் ஈச்வரனோடு தனியாகப் பேசவேண்டும் என்றார்.'

"பாதகமில்லை சொல்லு."

"ஒன்றுமில்லை. ஸ்மிருதிகளிலே சொன்னபடியே இத்தனை காலமும் ஒளபாசனம் என்ன, வைச்வவேதம் என்ன – ஒரு அனுஷ்டானம் விடாமல் நடத்தி வந்துவிட்டேன். பையன்களெல்லாம் அவன் அவன் நல்ல வேலையா அமர்ந்துட்டான். எனக்கு இனிமே இந்த லோகத்தை விட்டு விலகி பாக்கி நாளை நிம்மதியாக ஒரு பற்று இல்லாம கழிச்சுட்டுப் போகணும்ணு தோன்றது. சந்யாசம் வாங்கிக்கணும். ஈச்வரனே பெரிய மனசு பண்ணி எனக்குக் காஷாயம் தரணும். ஈச்வரன் கையாலே எனக்குத் தீட்சை கிடைக்கணும். இது வெகுகால ஆசை எனக்கு."

"வேலையிலேர்ந்து ரிடயராயிட்டியோ?"

"இல்லை. இன்னும் நாலே மாசம் தானிருக்கு."

"நாலு மாசமிருக்கோல்லியோ?"

"இப்பவே பிடிச்சு மனசைப் பக்குவப்படுத்திக்கணும். ஈச்வரன் கிட்டவும் சொல்லிவிடணும்ணு வந்தேன்."

ரிடயரானவுடனே வந்தா, சாவகாசமாகப் பேசலாமே" என்றார் ஈச்வரன்.

"உடனே வந்துடுவேன். ஈச்வரன் ரொம்ப சோதிக்காம கிருபை பண்ணணும்."

ஈச்வரன் தலை அசைத்தார்.

அருணாசலத்தோடு அப்பொழுதுதான் எனக்குப் பரிச்சயம் ஏற்பட்டது. அதற்கு முன்னால் தூர இருந்தே தெரியும். அவர் சொற்பொழிவு களைக் கேட்டிருக்கிறேன். கட்டுரைகளைப் படித்திருக்கிறேன். ஒரு நமஸ்காரம் போட்டு நானாக அறிமுகம் செய்துகொண்டேன். என்னைப் பற்றி, வேலை பற்றி எல்லாம் விசாரித்தார். முடிந்தால் வீட்டுக்கு வருமாறு சொன்னார். உடனே போய்விட முடியுமா? ஏதோ உபசாரமாகச் சொன்னார். ஆனால் நாலு மாசத்திற்குள் எனக்கும் ஒரு சந்தர்ப்பம் வந்தது. அதுதான் சொன்னேனே, உறவுக்காரப் பையனின் மனு விஷயம்.

"இதுதான் கடைசிக் கையெழுத்தோ என்னவோ? அடுத்தவாரம் ரிடயராகப் போகிறேன்." என்று அவர் சொன்னபோது எனக்குத் திக்கென்றது. வேலையிலிருந்து ஓய்வெடுப்பதை யாரும் தடுக்க முடியாது. ஆனால் துறவு பூணவாவது? என்ன அநியாயம்! இவ்வளவு சந்தோஷமான குடும்பத்தைவிட்டு! இந்தப் பெண்ணுக்குக் கலியாணம் செய்ய வேண்டாமா? செய்ததும் அந்த மாப்பிள்ளையோடு கொஞ்சம் சீராட வேண்டாமா? அவனுக்குக் குழந்தைகள் பிறந்தால் அவற்றைத் தான் பார்க்க வேண்டாமா?

அதுவுமில்லாமல் துறவு என்பது இந்தக் காலத்தில் நடக்கக்கூடிய காரியமா? துறவிகளுக்கு யார் மரியாதை தருகிறார்கள் இந்தக் காலத்தில்?

எந்தக் காலத்தில்தான் கொடுத்தார்கள்? திருவள்ளுவரே. நீத்தார் பெருமை பற்றிச் சொன்னாரே தவிர, காவி வேட்டி கட்டிக்கொண்டு ஊர் ஊராக அலை என்று சொல்லவில்லையே! துறவிகளுக்குப் பிச்சைதான் எப்படிக் கிடைக்கும்? அரிசி ரேஷன், இருக்கிற குடும்ப நபர்களுக்கே காண மாட்டேன் என்கிறது. துறவிக்குப் பிச்சை என்று போட்டால் ஒரு சொஜ்ஜியாவது பண்ணிப் போட வேண்டாமா? அதற்கு ஜீனிக்கு எங்கே போவது? என் சின்னக் குடும்பத்திற்குப் போட்டிருக்கிற சர்க்கரை ரேஷனே போதவில்லை. மயில் வாகன நாடார் கடையில் மாதம் ஒரு தடவையாவது கிலோ இரண்டேகால் ரூபாய் என்று கறுப்பில் வாங்கு கிறேன். துறவிக்கு சொஜ்ஜி பண்ணிப் போட சர்க்கரை ஏது?

இதையெல்லாம் யோசித்துத்தான், ஈச்வரன் அருணாச்சலத்திற்குக் காஷாயம் இன்னும் தரவில்லை போலிருக்கிறது. கிட்டத்தட்ட ஒரு வருஷம் ஆகப்போகிறதே! ஓய்வெடுத்துக்கொண்டு எட்டு மாதம் ஆகப்போகிறதே. இன்னும் அவர் துறவி ஆகவில்லை என்றால் ஈச்வரன் இன்னும் தீட்சை கொடுக்கச் சம்மதிக்கவில்லை என்றுதானே அர்த்தம்! ஈச்வரன் வெறும் துறவி அல்ல. உலகம் தெரிந்தவர். பெரிய மேதை, அந்தக் கண்ணுக்குக் கிடைக்காத அறிவா? எப்பேர்ப்பட்ட கண்! சிவனுடைய மூன்றாம் கண் மாதிரி அல்லவா அது?

ஒரு வாரம் கழித்து, நானும் மனைவியும் காதல் கடன் ஒன்றைக் கழிக்கக் கடைக்குப் போனோம், அதாவது புடவை வாங்கிக் கொடுக்கப் போனேன்.

மறுபடியும் ஆச்சரியம்! அருணாச்சலத்தின் பெண் வந்திருந்தாள் தனியாக. அதனால்தான் ஆச்சரியம். புடவைகளைப் புரட்டிப் பார்த்துக்கொண்டிருந்தாள்.

"நமஸ்காரம்!" என்றேன்.

"நமஸ்காரம்" – பதில். ஆனால் புரிந்துகொண்ட அடையாளம் முகத்தில் இல்லை.

"என்னைத் தெரியவில்லையா? ஏழெட்டு மாசம் முன்னால் உங்கள் வீட்டுக்கு வந்திருந்தேனே. உஙக அப்பாவோட கையெழுத்து வாங்க வந்திருந்தேனே."

"எங்க அப்பாவா?"

"ஆமாம் ஞாபகமில்லையா?"

"எங்கப்பா காலமாகி இருபது வருஷமாகிவிட்டதே."

"அப்படியானால் அருணாச்சலம் உங்க –"

"அவர் இப்பொழுது என் கணவர். போன மாதத்திலிருந்து ..."

"என்னது!" என்று ஆச்சரியமாகக் கேட்காமல் எச்சிலை விழுங்கினேன். ஒரு நாலு விநாடி கழித்து 'ஐம் சாரி' என்றேன்.

"பரவாயில்லை."

'என்னைப் பரிகாசம் பண்ணுகிறீர்களா?' என்று கேட்கவேண்டும் போலிருந்தது. ஆனால் கேட்காமல் அவள் பக்கத்திலிருந்த பையனைப் பார்த்தேன். 'இவன் என் தம்பி' என்று அறிமுகப்படுத்தினாள். 'இவன் உன் காதலனோ?' என்று நான் கேட்டுவிடுவேன் என்று நினைத்தாளோ என்னவோ! நான் இந்த அசட்டுத்தனம் எல்லாம் செய்கிற வழக்கம். ஒரு தடவை என் ஆபீசில் வேலை செய்கிறவரைத் தெருவில் சந்தித்தபோது கூடநின்ற ஒரு மங்கையைப் பார்த்து, 'உங்கள் மனைவியாக்கும்' என்றேன். 'இல்லை, எங்க அம்மா' என்று பதில் சொன்னார் அவர். இன்னொரு தடவை என் ஆபீசில் வேலை செய்யும் ஒரு பெண் குமஸ்தாவைக் கோவிலில் கண்டேன். கூட ஒரு பெரியவர் வந்தார். 'தகப்பனாரோ?' என்றேன். அவருக்கு முகம் சிவந்துவிட்டது. 'என் கணவர்' என்றாள் அந்தப் பெண். இதெல்லாம் அருணாச்சலத்தின் பெண்ணுக்கு – இல்லை, மனைவிக்குத் தெரிந்திருக்க வேண்டும். அதனால்தான் நான் வாய் திறக்குமுன்னே தம்பியை அறிமுகப்படுத்திவிட்டாள்.

புடவை எப்படி வாங்கத் தோன்றும்? 'எங்க யோசிச்சிண்டிருக்கேள்? நான் சொல்றது கேக்கறதோல்லியோ?' என் மனைவி அடிக்கடி என் மனைசச் சென்னை எருமையைத் திருப்புவது போல் வழிக்குத் திருப்பிக் கொண்டிருந்தாள்.

வெறும் வாயை மெல்ல அவள் கிடைக்காத காலத்தில் இந்த வம்பை விடுவோமா? நானும் மனைவியும் வீட்டுக்குப் போகிற வரையிலும், வீட்டிலும் பேசித் தீர்த்தோம்.

கடைசியில் எனக்குச் சந்தேகங்கள் தீர்ந்தபாடில்லை. ஒரு நாளைக்கு அருணாச்சலத்தையும் அவர் மனைவியையும் சேர்த்து வைத்தே பேட்டி கண்டேன். அவர்கள் துளிக்கூட லஜ்ஜையின்றி, வெட்கமின்றி விடையளித்த தாக இன்னொருவன் சொல்லுவான். நான் சொல்ல மாட்டேன். மனம் விட்டுப் பேசினார்கள் என்றுதான் சொல்லுவேன். அந்தப் பேட்டியின் சாரம் இதுதான்:

"மன்னிக்க வேண்டும். வெகுநாளாக இவர்களை உங்கள் பெண் என்று நினைத்துக்கொண்டு விட்டேன் –"

"அதனால் என்ன? அது இயற்கை. வயசு வித்யாசத்தைப் பார்த்து அப்படி யாரும் நினைக்கிறது சகஜம் தானே!"

"மன்னிக்க வேண்டும். பெண்ணிருக்கப் பெண் எடுப்பது?"

"யார் சொன்னது? என் மனைவி இறந்து ஒரு வருஷமாகிவிட்டது."

"அடேடெ! எனக்குத் தெரியவே தெரியாது – பாவம்!"

"ஓய்! இப்ப கலியாணம் பண்ணின்டதுக்கு வாழ்த்துங்காணும், யாரோ எப்பவோ போனதுக்காக இப்ப துக்கம் விசாரிக்கிறீரே!"

"உங்கள் திருமண வாழ்க்கை நீண்டு வளரட்டும்."

"தாங்ஸ்" என்று மாடியில் அடித்த போனைக் கவனிப்பதற்காகப் போனார் அருணாச்சலம். அந்த சமயம் பார்த்துக் கேட்டேன் அவர் இளமை மனைவியை: "இத்தனை வயசானவரை –"

"வயது, இளமை என்ற பிரச்சனையே இல்லை. அவருடைய மேதாவிலாசத்தில் மயங்கினேன். ஒண்டியாக வேறு இருக்கிறார். பாசம் இப்படி முற்றிவிட்டது. இந்த வீடும் ஊரிலே அகண்ட காவேரிப் பாசனத்தில் உள்ள இருபது காணி நிலமும் உனக்குத்தான். அதெல்லாம் சுயார்ஜிதம் என்று இதே அறையில் என் காலில் மண்டியிட்டு, 'என்னை ஏற்றுக்கொள்' என்று கெஞ்சினார். நான் எப்படி மறுப்பது?"

"பெரிய தியாகம் செய்திருக்கிறீர்கள்?"

"அவர் சொத்துக்காக இல்லை. அவருடைய அறிவுக்காக."

"பாவம் அவருக்குப் பல்கூட இல்லை."

"இதோ" என்று ட்ராயரை இழுத்து ஒரு பல் செட்டை எடுத்துக் காட்டினாள் ஸ்ரீமதி அருணாச்சலம்.

அருணாச்சலம் வேகமாக இறங்கி வந்தார் சிறுபிள்ளைமாதிரி.

"குட் நியூஸ் பட்டு!" என்று கத்தினார்.

"என்ன?"

"உன்னைத்தான் தேர்ந்தெடுக்கிறார்கள் புரோபசராக, பாலு சொன்னான்."

"என்ன புரோபசராக எங்கே? எந்தத் துறையில்? எந்த காலேஜூ, யுனிவர்சிடியா, காலேஜா? நானும் வாழ்த்தலாமே என்று கேட்கிறேன், தவறாக எண்ணக்கூடாது" என்று குறுக்கிட்டேன்.

'வாழ்த்துங்கள். பேஷாக, மனித இயல் என்ற துறைக்குப் ப்ரொபசர் வேலை காலி – பீபீ காலேஜில் மனுப் போட்டாள் இவள். இன்னும் ஏழெட்டுப் பேர் போட்டார்களாம். இந்த சும்பன்களுக்கு என்ன தெரியும் ஆன்த்ர பாலஜியைப் பத்தி? பிரின்சிபாலுக்கு நான் போன் பண்ணினேன். இவளையே போட்டுவிட்டார்கள்" என்றார் அருணாச்சலம்.

"என் நல்வாழ்த்துக்கள், மிஸஸ் அருணாச்சலம்!"

"நன்றி. சும்மாவே பேசிவைத்துக்கொண்டிருக்கிறேனே ஏதாவது சாப்பிடுங்கள்" என்று எலுமிச்சை ரசமோ காப்பியோ தயாரிப்பதற்காக உள்ளே போனாள் அவள்.

"உங்கள் கலியாணத்தைப் பற்றி ஊரார் கேலி செய்யவில்லையா?" என்று அவரைக் கேட்டேன்.

"கேலி என்ன கேலி! எந்தக் கிழவனுக்குச் சபலம் இல்லைங்கிறேன்? முடியலை. வேஷம் போடறான்கள். நான் அப்படி இல்லை. சாஸ்திரப்படி இந்திரிய நிக்ரகம் பண்ணி இல்லறம் நடத்தினவன். சாஸ்திரம் சொன்ன நாட்களில் மட்டும் மனைவியோடு சேர்ந்து இல்லறம் நடத்துபவனுக்கு இல்லற சன்யாசி என்று பெயர். அவன் நூறு வயது வரையில் புஷ்டனாகவும் வீர்யவானாகவும் இருப்பான். அதனால் முதல் பெண்டாட்டியோடும் இல்லற சன்யாசியாகத்தான் இருந்தேன். அப்புறம் நிஜ சன்யாசியாக ஆகலாம் என்று தான் ஈச்வரனைக் கேட்டேன். அன்றுதான் நீங்களும்

வந்திருந்தீர்களே. அவர் திரிகால ஞானியல்லவா? அதனால்தான் என் கோரிக்கையைச் சரியாக வரவேற்கவில்லை.

பிறகுதான் பட்டு வந்தாள். சைவ சித்தாந்தத்தைப் பற்றி ஆராய்ச்சி செய்கிறாள். என்னிடம் சந்தேகம் கேட்க வந்தாள். "சிவமும் சக்தியும் கலந்துவிட்டன" என்று சிறுகுறும்பாக அருணாச்சலம் புன்னகை பூத்தார்.

கதையின் மற்ற பகுதிகளை நம்பினாலும் இந்தப் பேட்டியை நீங்கள் நம்பவில்லை என்று என்னமோ எனக்குத் தோன்றுகிறது. உண்மையை வெளிப்படுத்த எத்தனையோ மார்க்கங்கள் உண்டு என்று சொல்லிக்கொள்ள விரும்புகிறேன்.

ஸ்ரீமதி அருணாச்சலம் காப்பி கொண்டு வருகிறாள். அந்தக் காப்பியைச் சாப்பிட்டாவது மனைவியைப் பெண் என்றும், கணவனைத் தகப்பன் என்றும் மயங்குகிற என் அசட்டு மனப்பிராந்தி ஒழியட்டும்.

தீபம், ஆகஸ்ட் 1965

ஸ்டிஃபன் = ரபெ / √(5ஆர் x க)

"நமஸ்காரம், டாக்டர் கோஸ்வாமி!"

"நமஸ்காரம். டாக்டர் என்று சொல்லத் தேவையில்லை. வெறுமே கோஸ்வாமி என்று சொன்னாப் போதும்."

"ஏன் அயல் நாட்டுப் பல்கலைக்கழகம் ஒன்று உங்கள் தகுதியை ஆராய்ந்து கொடுத்திருக்கிற பட்டமாச்சே அது!"

"என்ன பிரயோசனம்? என் திட்டம் இப்படிச் சந்தி சிரிக்க ஆரம்பித்துவிட்ட பிறகு பட்டமும் விருதும் எதற்கு?"

"என்ன சந்தி சிரித்துவிட்டது இப்போது? உங்கள் அரிய திட்டம் ஏன் வெற்றி பெறவில்லை. ஆறு கோடி ரூபாய் செலவழித்தும் ஏன் வெற்றி பெறவில்லை என்று அறிய நம்மை ஆள்கிறவர்கள் கவலைப்படுகிறார்கள். ஒரு பெரிய விஞ்ஞானிக்குக் கொடுத்த உதவி சரியாக அவர் மனசுப்படி செலவாயிற்றா என்று அவர்கள் அறிய நினைக்கிறார்கள். உங்களுக்கு உதவி செய்கிற எண்ணம்தானே அது..?"

"ரொம்ப நன்றி. என் மனசுப்படி அந்த உதவித்தொகை செலவாயிற்றா என்று நீங்கள் இப்போது குறிப்பிட்டீர்களே. ரொம்பச் சரியாகச் சொன்னீர்கள். நடுநிலையுடன் நீங்கள் விசாரித்தால் உங்களுக்கு உண்மை புலனாகிவிடும்."

"உண்மையைக் கண்டுபிடித்து உங்களுக்கு உதவத்தான் வந்திருக்கிறேன்."

"ரொம்ப நன்றி. நீங்கள் எது வேண்டுமானாலும் கேளுங்கள். விடையளிக்கிறேன்."

"நன்றி. உங்கள் முழுப் பெயர் என்ன?"

"கணேச சந்திர விஞ்ஞான சாகரன்."

"கோஸ்வாமி..?"

"அது பட்டப் பெயர்."

"குடும்பப் பட்டமா?"

"இல்லை. அதைவிடப் புனிதமானது, ஹிமாலயத்தில் ஈச்வர்சட்டி என்ற இடத்தில் உள்ள புராதன மடத்தின் பீடாதிபதி பிரம்மக் ஞானானந்தர் அருளிய பட்டம் அது."

"எதற்காக அருளினார் என்று நான் கேட்கலாமா?"

"நீங்கள் கேட்காமலே நான் சொல்லுவேன். பசுக்களிடத்தில் எனக்குள்ள கருணையையும் ஊக்கத்தையும் கண்டுதான் கோஸ்வாமி என்ற பட்டமளித்தார் அவர். பத்து ஆண்டுகளுக்கு முன்னால் கோமாதா என்ற பத்திரிகையில் நான் என்னுடைய சூத்திரத்தை வெளியிட்டு, பசும் சாணத்திலிருந்து ரயில் பெட்டிகளும் ரயில் என்ஜின்களும் செய்ய முடியும் என்று எழுதியிருந்தேன், அதைப் படித்த பிரம்மக் ஞானானந்தர் விரைவில் புறப்பட்டு வரும்படி எனக்குத் தந்தி அனுப்பினார். உடனே மத்தியப் பிரதேசத்திலிருந்து நான் விமானத்தில் சென்று பின்பு கோவேறு கழுதை மீது ஒன்பது நாள் பிரயாணம் செய்து அந்த மடத்தை அடைந்தேன். அவரிடம் என் திட்டத்தை விளக்கினேன். பரவசமாகிவிட்டார். எத்தனை தீர்க்க தரிசனத்துடன் தான் நம் முன்னோர்கள் பசுவைத் தெய்வமாகக் கொண்டாடினார்கள் என்று மெய்சிலிர்த்தார். இனி நம் பசுக்களுக்கு நல்ல காலம் பிறந்து விடும், பசுஞ்சாணத்திலிருந்து ரயில் செய்ய முடியும் என்றால் இனிமேல் நம் மக்களும் அதிகாரிகளும் அதைப் புறக்கணிக்கமாட்டார்கள். இந்தப் பெரிய ஞானோதயப் புரட்சிக்கு நீ காரணமாக இருப்பதால் 'கோஸ்வாமி' என்று உனக்குப் பட்டமளிக்கிறேன் என்று என்னை ஆசீர்வதித்தார். விஞ்ஞானியாக இருந்தாலும் அவருடைய கருணை என்னை உணர்ச்சிவசப்படுத்திவிட்டது. அதிலிருந்து விஞ்ஞான சாகர கோஸ்வாமி என்று என் பெயரையே சுருக்கி மாற்றி கெஜட்டிலும் பதிவு செய்துவிட்டேன்."

"விஞ்ஞானப் பண்பு, இந்திய ஆன்மிகப் பண்பாடு – இரண்டும் இசைந்த அரிய புருடர் நீங்கள்."

"வேறு எப்படி நாம் இருக்க முடியும்? அணோரணீயான் மஹதோர் மஹீயான் என்று விளக்கப்பட்ட பரம விஞ்ஞானத்தின் வாரிசுக ளில்லையா நாம்?"

"ரொம்ப சரி. உங்கள் சூத்திரத்தைச் சற்றுப் பார்க்கலாமா? ஸ்டீஎன் / 5 ஆர் X க = ரபெ என்பதுதானே உங்கள் சூத்திரம்?"

"ஆமாம்."

"h என்றால் என்ன?"

"கௌ டங். அதாவது பசும் சாணம், அதில் ஒரு குறிப்பிட்ட அளவை 5 ஆர் X 4, என்பதன் வர்க்க எண்ணால் வகுத்தால் ரயில் பெட்டி செய்யும் முறை புலனாகிவிடும்."

"டீ என்றால் கௌ டங், அதாவது பசும் சாணம். 5. ஆர், க என்பவை என்ன ?"

"அதை நான் சொல்ல முடியாமைக்கு வருந்துகிறேன்."

"ஏன் ?"

"அது விஞ்ஞான ரகசியம், அதைக் கூறிவிட்டால் மற்ற நாட்டார்கள் ரயில் பெட்டிகளையும் என்ஜின்களையும் மிக எளிதாகச் செய்து குவிப்பார்கள். நாம் இத்தனை காலமாகப் பட்ட கஷ்டம் போதும். மீண்டும் அன்னியர்களின் பொருளாதார அடிமையாக வேண்டாம்."

"ஆர், க – இரண்டும் தாதுக்களா ?"

"இல்லை. அவை பச்சிலைகள், இதோ பாருங்கள். சூத்திரத்தை என்னிடம் கேட்காதீர்கள். அது விஞ்ஞானிகளுக்குத்தான் புரியும். சிக்கலான கால்குலஸ் கணக்கு அது. நான் நாலு வருஷங்கள் மண்டையை உடைத்துக்கொண்டு கண்டுபிடித்த சூத்திரம். இந்த மாதிரி ஒரு விசாரணையில் விளக்க முடியாது; விளக்கவும் நான் விரும்பவில்லை என்பதற்குக் காரணம் சொல்லிவிட்டேன். உங்களுக்கு வேண்டுமானால் ஆர் ஒரு பச்சிலை, க என்பது நாம் தினமும் பயன்படுத்தும் ஒரு பொருள் என்றுமட்டும் சொல்லத் தயார்."

"கடுகா ?"

"இல்லை."

"கத்தரிக்காயா ?"

"இல்லை."

"கரிசிலாங்கண்ணியா ?"

"இல்லை"

"கண்டந்திப்பிலியா ?"

"அதை நாம் தினமும் உபயோகிப்பதில்லையே." "கருவேப்பிலையா ? . . . கருஞ்சீரகமா ? கற்கண்டா ? . . . கடலைப் பருப்பா ? . . . கல்லுரலா ? . . . கருணைக்கிழங்கா ? . . ."

"நீங்கள் உயர்நீதிமன்றங்களில் மிகப் பெரும் பதவி வகித்தவர்கள். தேசத்தின் பொருளாதார உயர்வைக் காக்கும் நோக்கத்துடன் இந்தச் சூத்திரத்தின் ரகசியத்தை என் மனத்தில் பூட்டி வைத்திருக்கிறேன்; அதை நான் அஜாக்கிரதையாக வெளியிடக்கூடாது; இதில் நீங்கள் எனக்கு உதவுவதற்குப் பதிலாக வெளியிடும்படி நோக்க முயலுகிறீர்கள்."

"மன்னிக்க வேண்டும். கணிதத்தில் உள்ள அபார ஆவலால் சொந்த முறையில் கேட்டுவிட்டேன். நீங்கள் சொல்ல வேண்டாம், நான் கேட்டதை மறந்துவிடுங்கள். சரி, பசும் சாணத்திலிருந்து ரயில் செய்யலாம் என்று எப்படித் தோன்றிற்று உங்களுக்கு ?"

"ஒரு தடவை தென்னிந்தியாவுக்குப் போயிருந்தேன். என் தாத்தாவும் பாட்டியும் ராமேசுவரம் போனார்கள், நானும் உடன் போனேன். அப்போது எனக்கு வயது பதினான்கு. வேத பாடசாலையில் படித்துக்கொண்டிருந்தேன்."

"வேத பாடசாலையிலா?"

"ஆமாம்."

"நீங்கள் வேதம் படித்திருக்கிறீர்களா?"

"பதினாறு வயதுவரை வேதம்தான் படித்தேன், நான் வேதம் சொல்வதை ராமேச்வரம் கோயிலில் கேட்ட அமெரிக்கர் ஒருவர் என் விலாசத்தைக் குறித்துக்கொண்டார், பின்பு மறு வருடமே எனக்கு உபகாரச் சம்பளம் கொடுத்து என்னை அமெரிக்காவுக்குத் தருவித்துப் படிக்கவைத்தார். அங்குதான் விஞ்ஞானத்தில் டாக்டர் பட்டம் பெற்றேன்."

"ஓகே! சார், ராமேச்வரம் போனதாகச் சொன்னீர்கள் தாத்தாவோடு..."

"ஆமாம், தென்னிந்தியக் கிராமங்களில் சுவர்மீது ஒட்டிக்கொண்டிருந்த சாணவரட்டிகளைப் பார்த்தேன், ஆச்சரியமாக இருந்தது. கையால் விள்ள முடியவில்லை. அது அடுப்பெரிக்கப் பயன்படுகிறது என்று தெரிந்ததும்தான் ஏன் சாணத்திலிருந்து ரயில் செய்யக் கூடாது என்று தோன்றிற்று. ஆனால் அப்போது எனக்குக் கணித அறிவோ மேனாட்டு விஞ்ஞான அறிவோ கிடையாது. அமெரிக்காவில் படித்துத் திரும்பிய பிறகுதான் அதைப் பற்றி யோசிக்கலானேன், நான்கு ஆண்டுகள் முயன்று இந்தச் சூத்திரத்தைக் கண்டுபிடித்தேன்."

"சம்பிரதாய முறையில், அதாவது இரும்பு, எஃகு, அலுமினியம், மரம் இவற்றை கொண்டு செய்யும் ரயில் பெட்டி என்ஜின்களுக்கும் நீங்கள் உருவாக்கவிருக்கும் ரயிலுக்கும் என்ன வித்தியாசம்?"

"உருவாக்கவிருக்கும் என்று ஏன் சொல்கிறீர்கள். நான் ஒரு சிறிய மாதிரி ரயிலை உருவாக்கிக் காட்டிய பிறகுதானே அமைச்சர் ஆறு கோடி ரூபாய் அனுமதித்தார்."

"நான் பெரிய ரயிலைச் சொன்னேன், மன்னிக்க வேண்டும்."

"நான் உருவாக்க நினைத்த ரயிலைச் செய்ய மரம், இரும்பு, எதுவுமே தேவையில்லை, சாணத்தினாலேயே அதன் உடல், சக்கரம் எல்லாம் அமைந்திருக்கும். அதை ஓட்ட நீர், நிலக்கரி, டீசல் எண்ணெய் ஒன்றுமே தேவைப்படாது. பசும் சாணத்திலிருந்து மிதேன் என்ற எரிவாயு உண்டாகிறது. அதைக்கொண்டே அந்த என்ஜின் ஓடும். அந்த வாயுவே ரயிலில் உள்ள மின் விளக்குகளை எரியவைக்கும், மேலும் பசும் சாணத்தில் சில அரிய மருந்துச் சக்திகள் உண்டு. எனவே இந்த ரயில் பிரயாணம் செய்பவர்களுக்கு நோய் வராது. சாதாரண ரயில்களில் அனாதி காலமாக வாசம் செய்யும் மூட்டைப் பூச்சிகளும் மற்ற கிருமிகளும் இந்தக் கோமய ரயிலில் உயிரோடு இருக்க முடியாது. இந்த ரயில் என்ஜினின் அடக்க

விலை நாற்பதாயிரம் ரூபாய்க்குள் முடிந்துவிடும். ஒரு பெட்டியின் விலை பதினாயிரம் ரூபாய்க்கு மேல் ஆகாது. குளிர்காலத்தில் வெதவெதவென்றும், கடும் கோடையில் குளுகுளுவென்றும் இருக்கும் இந்தப் பெட்டிகள். அப்படி வெப்ப நிலையைச் சீராக்குவதும் இந்தப் பசும் சாண வாயுவால்தான். சுருங்கச் சொன்னால் தன் உடலின் சக்தியைக் கொண்டே இது ஓடுகிறது. வெளிப் பொருட்களே தேவையில்லை. என் சூத்திரத்தின்படி செய்தால் பசும் சாணம் இரும்பை விட, எஃகைவிடப் பன்மடங்கு உறுதியாகிவிடும். எனவே தேயாமல் நீடித்து உழைக்கவும் செய்யும், இத்தனை பண்புகளையும் நான் செய்து காட்டிய, மாதிரி ரயிலில் நிரூபித்துக் காட்டியிருக்கிறேன், அதைப் பார்த்துத் திருப்தி அடைந்த பிறகுதான் அமைச்சர் ஆறு கோடி ரூபாய் அனுமதித்தார்."

"கேட்கக் கேட்க ஆச்சரியமாக இருக்கிறது. பசும் சாணத்திலிருந்து ரயில். இரும்பு, எஃகு, நிலக்கரி கிடையாது. தன் உடல் சக்தியைக் கொண்டே ஓடுகிறது. வெப்பதட்பம் தருகிறது. விளக்கு, விசிறிகளை இயக்குகிறது. விலை முப்பதாயிரம்தான், உறுதியோ இரும்பைவிட. கேட்கக் கேட்க..."

"பார்த்தால் இன்னும் பிரமிப்பீர்கள். மாதிரி ரயிலை வந்து பாருங்கள்."

"இவ்வளவு அழகான திட்டம் ஏன் இன்னும் நடைமுறையில் சாத்தியமாகவில்லை? ஒரு பெட்டி, ஓர் என்ஜின் உருவாகும் முன் எப்படி ஆறு கோடியும் செலவழிந்தது?"

"சாமி வரம் கொடுத்தாலும் பூசாரி கொடுக்க வேண்டாமா? இந்த ஆறு கோடியை என்னிடம் கொடுப்பதற்குப் பதிலாக யாரோ ஒரு நிர்வாக அதிகாரியை ஏதோ ஓர் இலக்காவிலிருந்து மாற்றிக்கொண்டுவந்தார்கள். நிர்வாக அதிகாரிக்கும் பசும் சாண ரயிலுக்கும் என்ன சம்பந்தம்? வரதட்சிணைக்குச் சம்பந்தம் இருக்கலாம்."

"வரதட்சிணையா?"

"ஆமாம், நான் விசாரிக்காமல் சொல்லவில்லை. இந்தத் திட்டத்தின் நிர்வாக அதிகாரி, தன் கலியாணத்துக்கு மூன்று லட்ச ரூபாய் பெண்ணின் தகப்பனாரிடமிருந்து வரதட்சிணையாகக் கறந்தவர். பிரச்சினைக்கும் இதற்கும் சம்பந்தமில்லை. ஞாபகம் வந்தது சொன்னேன். மனைவியாக வருகிறவளின் தந்தையிடமிருந்து இப்படிக் கறந்தவருக்கு எவ்வளவு அநுதாப உணர்வு இருக்கும்?"

"மேலே சொல்லுங்கள்."

"அவருக்கு இந்தத் திட்டத்தில் நம்பிக்கை இல்லை போலிருக்கிறது. அடிக்கடி என்னைப் பற்றிக் கிண்டலாகப் பேசிக்கொண்டிருந்தாராம். ஆனால் இருபது லட்சம் ரூபாய் செலவில் ஆபீஸ் கட்டிடம் கட்டுவதை அவர் நிறுத்தவில்லை. அறுநூறு குமாஸ்தாக்கள், அதிகாரிகள் கொண்ட பட்டாளம் ஒன்றை எழுப்புவதை நிறுத்தவில்லை. இத்தனை பேருக்கும் வீடு கட்டிக்கொடுத்து, சாலைகள் போட்டு, பள்ளிக்கூடமும் ஆஸ்பத்திரியும் பொழுதுபோக்கு நிலையங்களும் கட்டுவதை நிறுத்தவில்லை. தொழிற்சாலை கட்டிக் கால்வாசி எழுவதற்குள் பணம் தீர்ந்துவிட்டது. மூலப்பொருள் வாங்கப் பணம் இல்லை. அதற்குள் பார்லிமென்டில்

கேள்வியும் கேட்டுவிட்டார்கள். கேள்வி கேட்பதை நான் தவறு என்று சொல்லவில்லை, ஒருவிதத்தில் நல்லதுதான். ஆனால் பணம் சரியாகச் செலவாக வில்லை என்று எப்படி மக்களுக்குத் தெரியப்போகிறது? திட்டமே மோசம் என்று என்மீதே, என் விஞ்ஞான உணர்வின்மீதே சந்தேகத்தைக் கிளப்பிவிட்டதே என்ற துயரம்தான் எனக்கு. பத்திரிகைக் காரர்களே ஒரு தினுசு. நாலு வாக்கியம் அழகாக, உரப்பாக எழுதத் தெரிந்தவுடன், எல்லாம் தெரிந்த மாதிரிப் பேச ஆரம்பித்துவிடுவார்கள். சத்தம் போட்டால்தானே அஞ்ஞானம் தெரியாமலிருக்கும்!"

"உண்மை தெரிந்தால் எல்லாம் சரியாகிவிடும். கவலைப்படாதீர்கள். மூலப்பொருள் வாங்கித் தரக்கூட ஏற்பாடு செய்யவில்லை என்பதைக் கேட்டு எனக்குக் கோபமும் வருத்தமுமாக வருகிறது. நீங்கள் என்ன மூலப்பொருள் கேட்டீர்கள்?"

"என் ரயிலுக்கு மூலப்பொருள் பசும் சாணம். சாணத்துக்கு மூலம் பசுக்கள். நான் முதலில் இரண்டு கோடி ரூபாய்க்குப் பசுக்கள் வாங்க வேண்டும் என்று கேட்டேன். உண்மையில் முதல்முதல் இதற்குத்தான் பணம் செலவழித்திருக்க வேண்டும். பசுக்களை வாங்கி, அத்தனைக்கும் கொட்டில்கள் கட்டி, அவற்றுக்கான புல் விளையப் பக்கத்து நிலங்களை வாங்கியிருக்க வேண்டும். வீடுகளும் ஆபீசும் கட்டுவதற்குப் பதில் கொட்டில் கட்டியிருக்க வேண்டும். குமாஸ்தாக்களுக்குப் பதிலாகப் பசுக்களை வாங்கியிருக்க வேண்டும். அப்படிச் செய்திருந்தால், ரயில்களை உற்பத்தி செய்து அந்த லாபத்திலேயே இந்த வீடுகளைக் கட்டியிருக்கலாம். அதற்கான விளக்குகள், தண்ணீர் சப்ளை, இயந்திரம் இவற்றை யெல்லாம் இயக்கும் முழுவதையும் நான் இந்தப் பசும் சாண வாயுவி லிருந்தே தந்திருப்பேன்."

"சரி, இனிப் பேசிப் பயனில்லை. எடுத்த காரியத்தை விடக் கூடாது. ஏற்கெனவே குமாஸ்தாக்கள் ஒருமுறை வேலை நிறுத்தம் செய்து சம்பள விகிதத்தைக்கூட உயர்த்திக்கொண்டுவிட்டார்கள். என்ன செய்தால் காரியம் விரைவில் நிறைவேறும் சொல்லுங்கள்?"

"திடீரென்று கேட்டால் நான் என்ன சொல்லுவேன்? இருந்தாலும் முக்கியமானவற்றைச் சொல்லுகிறேன். இன்னும் ஒரு நாலு கோடி ரூபாய் கொடுங்கள். அதை என்னிடம் கொடுங்கள். இரண்டு கோடிக்கு இல்லாவிட்டாலும் ஒரு கோடிக்காவது பசு மாடு வாங்குகிறேன். நிர்வாகத்தை என்னிடம் ஒப்படையுங்கள், மூன்றாவதாகத் தொழிற்சாலையைச் சுற்றிப் பதினாயிரம் ஏக்கர் நிலம் வாங்கி மேய்ச்சல் நிலமாக மாற்றுங்கள், ரயில் மட்டும் இல்லை, உலகமே அதிசயிக்கும். பால் பண்ணையும் பால் பொருள் பண்ணையும் நான் இதன் துணைத் திட்டங்களாகச் செய்து காண்பிக்கிறேன். நிறையச் சாணம் தரும் பசுக்கள் நமக்குத் தேவை. எனவே அமெரிக்கா, மத்தியப் பிரதேசம், அர்ஜண்டீனா, ஆஸ்டிரேலியா, டென்மார்க் – இந்த நாடுகளிலிருந்து பதினாயிரம் பசுக்கள் நமக்குத் தேவை. அவை இங்கே வந்தால் பத்து ஆண்டுகளில் அவை மூன்று நாலு லட்சமாகிவிடும். அப்படிப் பசுக்களை இறக்குமதி செய்ய முடியாவிட்டால், ஐந்து கோடி டன் பசும் சாணமாவது இறக்குமதி செய்துகொடுங்கள்.

உங்களுக்குக் கோடிப் புண்ணியமுண்டு. இறக்குமதி செய்யச் சொல்லி விட்டு ஒரு ராத்தல் சாணத்துக்கு ஒண்ணே முக்கால் ரூபாய், இரண்டு ரூபாய் என்று சுங்க வரி விதித்துவிடாதீர்கள். எந்த வரியும் இன்றிச் சாணம் இந்த நாட்டுக்கு வந்தால்தான் திட்டம் நிறைவேறும்."

"அவ்வளவுதானே!"

"அறுநூறு குமாஸ்தாக்களும் அதிகாரிகளும் தேவையில்லை, நூறுபேர் போதும்."

"ஐந்நூறு குடும்பங்களை வயிற்றில் அடிக்காதீர்கள். நீங்கள் விஞ்ஞானி. கொஞ்சம் கருணையும் காட்டுங்கள். கோமாதாவிடம் உள்ள கருணையை இந்த மனிதப் பஞ்சைகளிடமும் காட்டுங்கள்."

"நீங்களே சொல்லும்போது நான் என்ன சொல்ல?"

"நான் உங்கள் யோசனைகளை மேலே அனுப்புகிறேன். ஈச்வர யத்தனத்தில் எல்லாம் சரியாக நடக்கட்டும்."

"தொழிற்சாலை வெற்றிகரமாக எழுந்து, முதல் பசுஞ்சாண ரயில் தயாரானதும் அதை பிரம்மக் ஞானானந்தர் கையால் வெள்ளோட்டம் விடச் செய்ய வேண்டும்."

"நீங்கள் ஏன் மதத்தைப் புகவிடுகிறீர்கள் இதில்? நாலு பேர் அந்த மாதிரி எதையாவது கிளப்பிவிடுவார்கள். செய்ததை எல்லாம் செய்து விட்டு, இந்த மாதிரி ஒரு அபிப்பிராயத்துக்கு இடம் கொடுப்பானேன்?"

"நீங்கள் சொல்வது புரியவில்லை எனக்கு. இருந்தாலும் காரியம் எப்படியாவது நிறைவேறினால் சரி என்ற எண்ணத்துடன் நான் விட்டுக் கொடுக்கிறேன்."

"வணக்கம், டாக்டர் கோஸ்வாமி!"

"வணக்கம்... ஒரே ஒரு விஷயம்: விடை பெறுவதற்கு முன்னால் சொல்லிவிடுகிறேன். ஒரு கடுமையான தேச பக்தி உணர்வால்தான் நான் இங்கேயே வேலை செய்கிறேன், அயல் நாடுகளிலுள்ள பல விஞ்ஞானிகளும் தொழிலதிபர்களும் இந்தத் திட்டத்தில் ஊக்கமாயிருக்கிறார்கள். இந்தத் திட்டம் நிறைவேற இந்தத் தேசத்தில் எனக்கு ஊக்கமும் உதவியும் கிடைக்காவிட்டால் அந்த நாடுகள் என்னை அங்கு வரவழைத்து வேண்டிய வசதிகளைச் செய்து தரக் காத்திருக்கின்றன. ஆனால் கோடிக்கணக்கில் கொடுத்தாலும் சரி, இரட்டை நோபல் பரிசு வருவதாக இருந்தாலும் சரி, நான் அப்படியெல்லாம் செய்ய மாட்டேன். இந்தத் தேசத்தில் இது நிறைவேறாவிட்டால், இவர்கள் அறியாமல் செய்கிறார்கள், இந்தத் தேசத்துப் பெரியவர்களுக்கு நல்ல புத்தி கொடு என்று பிரார்த்தனை செய்து, இங்கேயே செத்தாலும் சாவேனே தவிர, அந்நியனுக்கு இந்த ரகசியத்தை விற்கமாட்டேன். அது விஞ்ஞான உணர்வுக்குப் புறம்பான மனப்பான்மை. உண்மைக்கு இந்தத் தேசம் அந்தத் தேசம் என்று எல்லைகள் கிடையாது. ஆனாலும் தாய்ப் பாசம் என்னை விடவில்லை. என்னைப் பெற்று வளர்த்த புண்ணிய நாடாயிற்றே. வேதங்களும் ரிஷிகளும் தோன்றிய புனித பூமியாயிற்றே!

"உங்கள் தேசபக்தி என்னைப் பரவசமாக்குகிறது.

விஞ்ஞானிக்கு இருதயம் இராது என்பார்கள். நீங்கள் இருதயத்தாலே செய்த விஞ்ஞானி என்று தோன்றுகிறது."

"உங்கள் கண்ணைத் துடைத்துக்கொள்ளுங்கள். யாராவது பார்த்தால் நடுநிலை பிசகி, என் வலையில் விழுந்துவிட்டதாக உங்களைக் குற்றம் சாட்டுவார்கள். உலகம் பொல்லாதது. அதனால்தான் "யதா ஸ்த்ரீணாம் ததா வாசா ஸாதுத்வே துர்ஜனோ ஜனஹ" என்று பவபூதி கதறிவிட்டுப் போனான்... நான் வருகிறேன்."

"வணக்கம், டாக்டர் கோஸ்வாமி!"

கல்கி, ஆண்டுமலர், ஆகஸ்ட் 1965

வீடும் வெளியும்

வெகு காலமாக ஓர் ஆசை; சின்னப் பையனாக இருந்த போதே முளைத்த ஆசை. யாரும் இல்லாத ஒரு காடு; பரந்த காடு; புலி, கரடி இல்லாத காடு. அங்கே, நாணலும் புல்லும் வேய்ந்த குடிசை. அதன் வாசலில் ஓர் ஆறு. ஆற்றின் இரு பக்கமும் ஆலும் அரசும் நாவலும் வாகையும் நெடியன வாக நிற்கின்றன. ஆற்றுநீர் மந்தமாக நகர்கிறது. சூரியன் மரங்களின் இடுக்கு வழியே தங்க ஊசிகளைத் தோகையாய் விரித்துக் கொண்டிருக்கிறான். ஆற்றுநீரில் கணுக்காளளவில் நின்று இரண்டு கைகளையும் சேர்த்து, நீரை அள்ளி அர்க்கிய மாக விழவிடுகிறேன். ஐயோ! ஐயோ! என்ன சாந்தி! என்ன சாந்தி! என்னுள்ளே நிரம்பி வழிகிறது! பெரிய இன்பம் வேண்டும் என்று ஆசைப்படும்போதெல்லாம் இந்தக் காட்சி தான் என்முன் நிற்கிற வழக்கம். ஆனந்தத்தின் எல்லையாக இது என் உள்ளே பொருள் கொண்டு நிற்கும். என்றோ ஒரு நாள் தான் இப்படி நிற்கப் போகிறேன், சாசுவதமாக நிற்கப்போகிறேன் என்ற ஒரு நம்பிக்கையும் உண்டு. பள்ளிக் கூடம் இராது, வீடு இராது, வேலை இராது, அப்போது.

இப்போது அந்த ஆனந்தமே கைக்கு எட்டிவிட்டார் போல் இருந்தது. அந்தக் காலத்திலிருந்து நிலைத்துவிட்ட கனவுதான் நனவாகிவிட்டதா? அதே காட்சியின் நடுவே நின்றுகொண்டிருக்கிறேன். காவிரி அரை மைல் அகலத்துக்குப் பரந்து நகர்கிறது. முக்கால் ஆற்றில் வெள்ளம். நான் இந்த ஓரத்தில், மணலாக இருந்த பகுதியில் நிற்கிறேன். இக்கரையிலும் அக்கரையிலும் வாழைத் தோப்புகள். அப்பால் வானையளக்கும் சவுக்கைக் காடு. குடிசைக்குப் பதில் ஒரு சின்னக் கோயில் இக்கரையில் எனக்குப் பின்னால் நிற்கிறது. கண்ணுக்குஎட்டிய வரையில் ஜன நடமாட்டமே இருப்பதாகத் தெரியவில்லை. ஒரே மௌனம். நீர் தனக்குத்தானே மோதி ஓடுகிற சலசலப்பைத் தவிர, ஓர் ஓசை இல்லை. அக்கரை அரை மைல் தூரம். அங்கே தோப்பில் பாடும் பறவை ஒலி கூடக் காதில் விழாமல் அந்த மோனத்தில் அடங்கிவிடுகிறது.

நான் தன்னந்தனியாக நிற்கிறேன். குளிக்கக்கூட மனம் இல்லை. சட்டையைக் கழற்றிப் பக்கத்தில் வைத்து மணல் மீது உட்கார்ந்தேன். இரண்டு மூன்று நாளாகவே மழை பெய்து காற்று குளிர்ந்துவிட்டிருந்தது. இன்று இரவுகூடப் பெய்யப்போகிறோம் என்று சொல்வது போல் வான் நீலத்தில் பொதி பொதியாக அங்கும் இங்கும் திரண்டு நின்ற மேகங்களுக்குள் சூரியன் மறைந்திருந்தான். வெயில் மேலே பட்டதும் படாததுமாக விழுகிறது. சூடு இல்லாத வெயில். காலேஜிலிருந்து வெளியே வந்த பிறகு இப்படி உட்காரும் அநுபவமே அற்றுப் போய்விட்டது. அதனால்தான் குளிக்கக்கூட மனம் இல்லாமல் ஓடும் நீரில் ஆவியைக் கொடுத்து உட்கார்ந்து கிடக்கிறேன். ஒரு நிறைந்த சூனியம், நடு நடுவே தனிமையின் நினைவும் வருகிறது.

மணி ஒன்பதுக்கு மேல் இருக்கும். ஊர்க்காரர்கள் விடிய விடிய வந்து குளித்துவிட்டுப் போயிருக்க வேண்டும். இல்லாவிட்டால் இப்படியா நிர்ஜனமாக இருக்கும்? பட்டணத்தில் வெறும் கடலைத்தான் பார்க்கலாம். நீரின் சீற்றத்தைத்தான் பார்க்கலாம். இங்கே பரந்த நீர், பசுமை, சோலை, நிசப்தம் எல்லாவற்றிலும் தோய்ந்து கிடக்க முடிகிறது. இருபது வருஷம் கழித்து இப்படி ஒரு வாய்ப்பு எப்படிக் கிடைத்தது? என் நண்பனை இந்த மோனக் கடவுள்தான் தூண்டியிருக்கவேண்டும்.

ஏதோ முனகல். யாரோ பேசுகிறார்கள். இல்லை, பாடுகிறார்கள். 'தஸ்மாதச்வா அஜாயந்த, ஏகேசோபயாதத:' திரும்பிப் பார்த்தேன். இவர் தாம் முனகிக்கொண்டு வருகிறார். கிழவர் கையில் ஒரு குடம், ஒரு செம்பு. கழுத்தில் சின்ன ருத்ராட்ச மாலை. இடையில் தூக்கிச் செருகிய பஞ்சகச்சம். என்னைப் பார்க்கிறாரா? இல்லை. பார்வை சுமார் போலிருக்கிறது. கிட்ட வந்த பிறகுதான் என்னைப் பார்க்க முயலுகிறார், கண்ணை இடுக்கிக்கொண்டு. ஆனால் ஒன்றும் கேட்க வில்லை. வாய்சொல்லும் ஸூக்தம் முடியவில்லை. 'தேவா யத் யஜ்ஞம் தந்வானா:, அபத்நந் புருஷம் பசும் ...' புருவத்தைச் சுளித்து என்னைப் பார்த்துக்கொண்டே வாய் முணுமுணுக்கிறது. செம்பைக் கீழே வைக்கிறார். குடத்தை வைக்கிறார். உட்கார்ந்து மணலை எடுத்துச் செம்பைத் தேய்க்கிறார். ரசவாதம் போலச் செம்பின் மீது தங்கமெருகு ஏறுகிறது. 'ஸர்வம் ம நிஷாண.'

"யாரு? வாசுவா?" என்று கண்ணை இடுக்கிக்கொண்டே கேட்டார் அவர், ஸூக்தம் முடிந்ததும்.

"இல்லை."

"பின்னே யாரு?"

"அசலூர்."

"அசலூரா? எந்த ஊரு?"

"பட்டணம்."

"இங்கே யாரையாவது பார்க்க வந்துதாக்கும்?"

"ஆமாம், ரத்னாசலத்தைப் பார்க்க வந்திருக்கேன்."

"ரத்னாசலத்தையா? அவருக்குப் பந்துவோ?"

"இல்லை."

"சிநேகமோ?"

"இன்னிக்குத்தான் சினேகமானார். என் சிநேகிதர் ஒருத்தர் கல்கத்தாவிலேர்ந்து எழுதியிருந்தார். ரத்னாசலத்தின் பிள்ளை ஜாதகத்தை வாங்கியனுப்புன்னு. அதுக்குத்தான் வந்தேன். ஊர் அழகைப் பார்க்கப் பார்க்கத் தாங்கவில்லை. அவரும் குளிச்சுச் சாப்பிட்டுவிட்டு ஜாதகத்தை வாங்கிண்டு போகலாமேன்னார், தங்கிவிட்டேன்."

"நீங்க சொல்லணுமா? இதோ நான் இருக்கேனே. நான் இந்த ஊரே இல்லை. இந்த ஜில்லாவே இல்லை. தென்னார்க்காடு ஜில்லா. முப்பது வருஷத்துக்கு முன்னாலே ஒரு நாள் இங்கே உத்யோக காரியமா காம்ப் போட்டேன். வந்து காலடி வச்ச க்ஷணமே தீர்மானம் பண்ணினேன், ரிடையரானப்புறம் இங்கதான் நிரந்தரமாத் தங்கறதுன்னு. அதுக்கப்புறம் அஞ்சு வருஷம் உத்யோகம் பார்த்துட்டு ரிடையரானேன். மறுமாசமே இங்க வந்து பத்துக் காணி நிலத்தை வாங்கினேன். ஒரு வீட்டையும் வாங்கினேன். செட்டில் பண்ணிப்பட்டேன். இருபத்தஞ்சு வருஷம் ஆயாச்சு. இது ஊரா? கிராமமா? தபோவனம் இல்லையோ!" என்று பரவசமாகப் பேசிக்கொண்டிருந்த கிழவர், குடத்தை மணல் போட்டுத் தேய்க்கத் தொடங்கினார். "ஸ்நானத்தைப் பண்ணிட்டு இங்கே இப்படியே மணலில் கால் மணி உட்காருங்களேன். பிரம்ம சாட்சாத்காரம் வறதா இல்லியா, பாருங்கள். மோனநிலை, சமாதி எல்லாம் உட்கார்ந்து கண்ணை மூடின மாத்திரத்திலே லபித்துவிடும். அப்பேர்ப்பட்ட இடம்" என்று குடத்தை அழுத்தித் தேய்த்தார்.

அவர் மிகைப்படுத்தவில்லை. குளித்துவிட்டு உடனே உட்கார்ந்து கண்ணை மூடி அந்த மோனத்தை எட்ட வேண்டும் போல் இருந்தது. அப்படி உட்காரக்கூட அவசியம் இல்லை. கண்ணை திறந்த நிலையி லேயே பேசும்போதே அப்படித்தான் இருந்தது. ஆற்று வெளியின் அகண்ட மோனத்தில் எங்கள் பேச்சு, பெரு வெள்ளத்தில் பிடிமணலைத் தூவினது போல் அழுங்கிக் கிடந்தது.

"ஜாதகம் வாங்கியாச்சோ?" என்று கேட்டார் கிழவர்.

"இனிமேல்தான்."

"பையன் நல்ல பையன். டாடா நகர். ஆயிரத்துக்கும் மேலே சம்பாதிக்கிறானாம். கண்ணுக்கும் நன்னா இருப்பான். பையன் நல்ல பையன்தான்" என்று அடுத்த கேள்வியைக் கேளேன் என்கிறாற்போல் சொன்னார். நான் எப்படிச் சும்மா இருப்பது? "பையன் நல்ல பையன் தானா?" என்று கேட்டுவிட்டேன்.

"நமக்குப் பையன்தானே ஸ்வாமி முக்கியம்? அதுக்காகச் சொன்னேன். தலைமுறைதலைமுறையா விசாரிச்சிண்டு போனா, சாத்தியப்படுமோ?" என்றார் அவர்.

வீடும் வெளியும்

"விசாரிக்கத்தானே வேணும்? ஏன், ரத்னாசலத்தின் குடும்பம் குலம் கோத்ரம் நல்லதுதானே?"

"ஏ ஓன் குடும்பம். சந்தேகமே வேண்டாம். ரத்னாசலந்தான் சரியா இல்லை. நல்லவர்தான். ஆனா சகவாசம் பொல்லாதோல்லியோ? முப்பது வயசிலே யாரோ அவரை ரேஸு, ரங்காட்டம்னு ஆசை காட்டி இழுத்து விட்டுட்டான். வேலையிலே சூரன். அதனாலெதான் பல சீனியரை எல்லாம் பார்க்காம, சின்ன வயசாயிருந்தாலும் பாதகமில்லேன்னு டிப்டி கலெக்டராப் போட்டா அவரை. நன்னாத்தான் நிர்வாகம் பண்ணினார். முக்காங்குடிப் பண்ணையோட ரொம்ப சிநேகமாயிருக்க ஆரம்பிச்சார். அவனுக்கும் சின்ன வயது. பரம்பரைச் சொத்து. ஆத்திலே தண்ணி அமோகமாகப் போறது. காரியஸ்தன், ஆட்கள் எல்லாம் வெள்ளாமையைப் பண்ணி நெல்லும் பணமுமாக் கொண்டு குடுத்துடறான். இந்தப் பிரபுகளுக்கு வேலை ஏது? வர்ற பணத்தை, பாங்கிலே போட வேண்டியது. சாப்பிட வேண்டியது, செலவழிக்க வேண்டியது. எப்படிச் செலவழிக்கிறது. படிப்பு இருந்தா ஒரு பிஸினஸ் பண்ணுவோம், தொழில் பண்ணுவோம், பெருக்குவோம்ன்னு மனசு பாயும். முக்காங்குடிப் பையனுக்கு மெட்ரிகுலேஷனே தேறலே. குதிரைப் பந்தயத்துக்குப் போவான். ஜமாவா ஹோட்டலுக்குப் போவான். அவனோட போய் டிப்டி கலெக்டர் சேரலாமோ? சேந்தாலும் அவன் பழக்கத்தையெல்லாம் கத்துக்கலாமோ? என்னமோ கஷ்டகாலம்! கத்துனுட்டார். கெட்டது தானே சீக்கிரமாக் கத்துக்க முடியறது? ரத்னாசலத்துக்கு ஆயிரம் ஆயிரமாக் குதிரைப் பந்தயத்திலே போக ஆரம்பிச்சுட்டுது. சொத்தை அடகு வச்சு ஆடினார். ஆபீஸ்ல் கிளப்பிலே வேற ரங்காட்டம். கடனுக்குப் பூர்விகம் எல்லாம் போச்சு. மாமனார் வந்தார். நாலுநாள் உட்கார்ந்து மிஞ்சியிருக்கிற நாலு காணியைப் பொண்ணு பேருக்கு எழுதி வைக்கச் சொல்லிட்டுப் போனார். அதை எடுக்க முடியலியா? வெளியிலே கடன் வாங்கினார் ரத்னாசலம். கடன்காரர்கள் சர்க்காருக்கு எழுதிட்டான்கள். சம்பளத்தை ஈடுகட்டிப்ட்டான் சர்க்காரிலே. கடைசியிலே இந்தச் சள்ளை தாங்காம, கட்டாயமா ரிடையர் பண்ணிவிட்டுட்டான். நாப்பத்தஞ்சு வயசிலே ரிடயராகிப் பத்து வருஷமா ஊரோட உக்காந்திருக்கார். அவரோட தாத்தா நாள்ள நாப்பது காணி சொத்தாம். எப்படி இருந்து குடும்பம். எப்படியாயிடுத்து! நினைச்சா வருத்தமாத்தானே இருக்கு? சொல்லிப்டேன். ஆனா வீணாச் சொல்லப்படாது. பையன்கள் தங்கமும் வெள்ளியுமாத்தான் பொறந்திருக்கு. இப்ப மூத்த பையனுக்குத்தானே ஜாதகம் வாங்க வந்திருக்கேள்?"

"ஆமாம்."

"தங்கமான பையன். ரெண்டாவது பையன் அதுக்கு மேலே. அவன் கணக்குப் படிச்சுட்டுப் பாரிஸுக்கு மேல் படிப்புக்குப் போயிருக்கான். மூணாவது பையன் காலேஜிலே படிக்கிறான். வீணாச் சொல்லப்படாது. தங்கமான பையன்கள். அவருக்கு என்னமோ கஷ்டகாலம், புத்தி இப்படிப் போச்சு; தலையைக் குனிஞ்சுக்கும்படியா ஆயிடுத்து."

"வேறே ஒண்ணும் பழுது இல்லையே?"

"பழுதே கிடையாது ஸ்வாமி. இந்த இடம் கிடைச்சுதுன்னா அதிர்ஷ்டம். உங்க சிநேகிதர் என்ன பண்ணிண்டிருக்கார்?"

"அவரும் பெரிய உத்யோகந்தான். ஒரு பெரிய கம்பெனியிலே விற்பனைப் பிரிவுக்குத் தலைவரா இருக்கார்."

"பிசினெஸ் நெளு தெரிஞ்சவர். லோகம் தெரிஞ்சவர் இல்லாட்டா ஜாதகம் வாங்கறத்துக்கே நேரே உங்களை வரச் சொல்லி எழுதுவாரா? முடிச்சு விடுங்கோ" என்றார்; "அது சரி; நீங்க என்ன பண்றேன் பட்டணத்லே?"

வேலையைச் சொன்னேன்.

"சொந்த ஊர்?"

அதையும் சொன்னேன். "அதுவும் செழிப்பான ஜில்லாதான். ஆனா அதுக்கும் இதுக்கும் ஒறை போடக்காணாது. உங்க ஊர்லே நூறு ஏக்கரும் சரி; இந்த ஊர்லே பத்து ஏக்கரும் சரி. வருஷம் முழுக்க ஆத்திலே பிரவாகம் போயிண்டே இருக்கும். கழனியும் காடும் விளைஞ்சிண்டே இருக்கும். இல்லாட்டா எங்கேயோ திருக்கோவிலூர் கிட்டப் பிறந்து விட்டு இங்கு வந்து பணத்தைக் கொட்டி வாங்குவேனா பத்துக்காணிதான். உங்க ஊர்லே ஒண்ணரை வேலின்னு சொல்லுவா. ஆனா இந்தப் பத்துக்காணியும் உங்க ஊலே ஏழெட்டு வேலி வாங்கறத்துக்கு சமம்னேன். என்னமோ பகவான் மனசிலே பூந்து வாங்குன்னு நல்ல புத்தியைக் கொடுத்தார். வாங்கினேன். செளக்யமா இருக்கேன். செளக்யமா சாப்பிடறது இருக்கட்டும். இந்த எடத்தைச் சொல்லுங்கோ, ஒரு நாளைக்கு இப்படிக் குளிக்க கெடைக்குமா உங்க ஊர்லியும் எங்க ஊர்லியும்? பாருங்கோ, அகண்ட சச்சிதானந்தமே முன்னாலே நிக்கறாப்பலவே இருக்கா இல்லையா? இருபத்தஞ்சு வருஷமா ஒருநாள் பெசகலே. இங்கே வந்து குளிக்கிறேன். கோயில் திண்ணையிலே உட்கார்ந்து கண்ணை மூடிக்கிறேன். கால தேசம் எல்லாம் அழிஞ்சு போறது. எத்தனை நேரம் உட்கார்ந்திருக்கேன்னு எனக்கே தெரியலை. ஒரு மணியோ, ரெண்டு மணியோ, இப்ப வயசு என்பது முடிஞ்சு போயிடுத்து. தள்ளலை. இல்லாட்டா இப்படியா ஒன்பது மணிக்கு வருவேன் ஸ்நானத்துக்கு? பாஷண்டன் மாதிரி? நான் வந்து குளிச்சு, ஜபத்தை முடிச்சுண்டு எழுந்துக்கறபோதுதான் சூரியோதயம் ஆகும். ரெண்டு வருஷம் ஆச்சு. முடியலை."

கிழவர் ஒல்லி அல்ல; நடுத்தரப் பருமன். நல்ல சதைப்பற்று. ஆனால் என்பது வயசு என்று சொல்ல முடியவில்லை.

குளிக்கத் தொடங்கினார் அவர். நானும் குளிக்கத் தொடங்கினேன். மீண்டும் மீண்டும் அவர் ஊரின் வளத்தையே சொல்லிக்கொண்டிருந்தார். என் ஜில்லா டெல்டாவானாலும் இந்த ஊருக்குக் கால்தூசு பெறாது என்று என் மண்டையில் ஏற்றிக்கொண்டேயிருந்தார்.

"ஓங்க ஊர்லே ஒரு ஏக்கர் என்ன விலையாறது இப்ப?"

"சுமாரா இருந்தா மூவாயிரம் ஆகும். நல்லதாயிருந்துன்னா ஐயாயிரம்."

"ரொம்ப நல்லதாயிருந்தா?"

"ஏழாயிரம் ஆகலாம்."

"இந்த ஊர்லே படு மோசமான பூமியாயிருந்தா ஏக்கர் பன்னண்டாயிரம். ஒண்ணா நம்பர் நிலமாயிருந்தா இருபதாயிரம் முப்பதாயிரம் ஆகும். இருந்தாலும் குடுக்கமாட்டான். லட்ச ரூபா குடுத்தாலும் கெடைக்காதுன்னேன். நானே அந்தக் காலத்திலே, நெல்லு கலம் ஒண்ணேகால் ரூபா வித்த காலத்திலே, காணிக்கு எட்டாயிரம் குடுத்து வாங்கினேன்னா, இப்பக் கேப்பானேன்? இப்ப ரூபா மதிப்புத்தான் ஆறிலே ஒண்ணுகூட இல்லியே. அப்ப படி மூணு அணா அரிசி. இப்ப ஒண்ணரை ரூபாய்க்குக் கெடைக்கலே. பார்த்துக்குங்கோ!"

"நீங்க ரொம்ப தீக்க தரிசனத்தோடதான் வாங்கியிருக்கேள்."

"தீர்க்மாவது தரிசனமாவது! ஏதோ வாச்சுது. எங்க தகப்பனார் இருந்து, அவருக்கும் நிலபுலன்னு இருந்தா இப்படி வாங்கவிட்டிருப்பாரா? அவரும் இல்லை. ஒருகுழி நிலமும் அவருக்கு இல்ல ஊரிலே அவருக்கு நிலம் இருந்திருந்தா, மேலே வாங்கறதை அங்கன்னா வாங்கச் சொல்லியிருப்பர்? எனக்கும் சுயார்ஜிதம். நானாக் கஷ்டப்பட்டேன்? சம்பாதிச்சேன். அஞ்சு பொண்ணுக்குக் கல்யாணம் பண்ணினேன். மிச்சம் இருக்கிறதை, பகவானேன்னு இங்கே கொண்டு போட்டேன். போட்டேனோ பிழைச்சேனோ! ஒண்ணும் குறைச்சல் இல்லாம ஏதோ நடந்துண்டு வரது! காவேரி ஸ்நானம்."

"நிஷ்டை!"

"நிஷ்டை, சமாதி, அகண்ட சச்சிதானந்தத்தை இந்த இடத்திலேன்னா பார்க்கணும்? வானாகி, வெளியாகி, எங்கும் பிரகாசமாகி, நின்ற பரிபூரணா நந்தபரமே என்பாளே, அதை இங்கேன்னா பார்க்கணும்? இந்த ஊர்லே இருக்கறவாளுக்கு அது தெரியலே. நிலம்புலம், சாகுபடி, மாடுகன்னுன்னு காசே தியானமா, பரம வராத்யன்களா இருக்கான்கள். போகட்டும் போகட்டும். 'அத்வைதம் கோடிஜன்மஸு'ங்கறாப்பல கோடி ஜன்மம் எடுத்தால்தானே அத்வைத ஆசை வரும்?"

இருபத்தைந்து வருஷமா ஒருநாள் கூட விடாமல் இங்கே குளித்து, தினமும் அகண்ட மோன வெளியில் ஆழ்ந்துவிடும் கிழவரைக் கண்டு அசூயையாகத்தான் இருந்தது. அவர் மணலையடைந்து தலையைத் துவட்டிக் கொண்டார்.

"ஆமாம் ஸ்வாமி, தாசில்தாரா இருந்தேன். கௌரவமா இருந்தேன். நல்ல வேளையா அப்பவே ரிடயராயிட்டேன். இப்பத்தான் ஜாதி வாண்டாம், மதம் வேண்டாம், எல்லாரும் ஒண்ணாயிடுங்கோங்கறாளே. இதுக்கெல்லாம் முன்னாலேயே நான் ஒதுங்கிட்டேன்."

என்னுடைய மோனங்கூடச் சற்றுக் கலைந்தது. தாசில்தாருக்கு அந்தக்காலத்தில் இருநூறு ரூபாய்தான் சம்பளம். அந்தச் சம்பளத்தை வைத்துக்கொண்டு, ஐந்து பெண்களுக்குக் கல்யாணம் செய்து, எண்பதாயிரம் ரூபாய்க்குப் பத்துக்காணி நிலம் வாங்கி, ஒரு வீடும் வாங்கி ...

முப்பது வருஷம் இருநூறு ரூபாய் சம்பளம் வாங்கினாலும் அதைச் செலவழிக்காமல் சாப்பிடாமல் இருந்தால்தானே எண்பதாயிரம் சேர்ந்திருக்க முடியும்?

சிறிது நேரம் இந்தப் பிரம்மாண்ட சாதனையை நினைத்து மலைத்துப் போய் நின்றவன், "எப்படி இவ்வளவு வாங்க முடிஞ்சுது?" என்று என்னை அறியாமல் கேட்டுவிட்டேன்.

"முடியும். அது இந்தக் காலம் இல்லை. தாசில்தார்னா கலெக்டர், கவர்னருக்கு இருக்கிற மரியாதை இருந்துது அப்பல்லாம். காம்புன்னு போனா, ஒரு ஒரு இடத்திலேயும் உள்ளங்கையிலே வச்சுன்னா ரச்சிப்பா. என்ன மரியாதை! என்ன உபசாரம்! அந்த பயம் பக்தி எல்லாமே போயிடுத்தே இப்ப. இருந்த இடம் தெரியலையே!"

கிழவரை இதே காவேரியில் தலையைப் பிடித்து நீரில் அழுக்கி, ஐந்து நிமிஷம் அப்படியே வைத்திருந்தால் . . ?

சீ! என்ன பாபசிந்தை!

ஒருநாள் நிஷ்டையில் எல்லாப் பாவங்களும் சாம்பலாகிவிடும். இருபத்தைந்து வருஷம் தினந்தோறும் காலதேசம் அறியாத நிஷ்டை என்றால் அவருக்கு முன்னும் பின்னுமான பத்துத் தலைமுறைகளின் பாவம் எரிந்து சாம்பலாகியிருக்கும்!

என்ன பாபசிந்தை!

கிழவர் பளபளவென்று தங்கமாகத் தேய்த்த குடத்திலும் செம்பிலும் காவிரி நீரை மொண்டு கையில் எடுத்துக்கொண்டே, "நீங்க வரதுக்கு நாழியாகும் போலிருக்கே?" என்று விடை பெறுகிற மாதிரி கேட்டார்.

"நீங்க போங்கோ. நான் வரதுக்கு இன்னும் ரொம்பக் காலமாகும்" என்றேன்.

நேரம் என்று சொல்ல நினைத்துக் காலம் என்று வாய் தவறி வந்து விட்டது.

கலைமகள் தீபாவளி மலர், அக்டோபர் 1965

கச்சேரி

சிஷ்யர்கள் பாடத்தை முடித்துக்கொண்டு போய் விட்டார்கள். பெரிய பிள்ளை காமிராவை எடுத்துக் கொண்டு, எங்கோ பார்ட்டியாம், சம்பாதிக்கப் போய் விட்டான். வாசலில் பெண் வயிற்றுப் பேரன் அடுத்த வீட்டுக் குழந்தைகளோடு கிரிக்கெட் ஆடுகிற மெல்லிய கூச்சல். உள்ளே சமையலறையில் சீனச் சட்டியில் ஏதோ பொரிகிற ஓசை. இத்தனைக்கும் நடுவில் ஒரு மௌனம். அதிலே வெகுதூரம் தோய்ந்து கிடந்தார் ராமு.

சாய்வு நாற்காலியில் சாய்ந்துகொள்ளாமல் சற்றுத் துவண்டு உட்கார்ந்திருந்தார் அவர். வழக்கம்போல் மனசில் ஒரு நிறைவு – இனி மேல் உலகத்தில் ஒன்றும் ஆக வேண்டிய தில்லை போன்ற ஒரு நிறைவு. சிஷ்யர்களுக்குப் பாடம் சொல்லிக் கொடுத்து முடித்தவுடன் அவருக்கு இந்த நிறைவு நெஞ்சு, இதயம், கால், கை, கண் எங்கும் வந்து அடைந்துகொள்வது வழக்கம். கச்சேரிகளில் அது வருவ தில்லை. அங்கே ஆத்மானந்தத்துக்கு அளவு உண்டு. மூன்று மணிக்கு ஆறு ராகம், பத்துப் பாட்டு, ஒரு பல்லவி, ராகமாலிகை, ஸ்வர வால்கள் – இவ்வளவும் பாடி, ஒவ்வொன்றிலும் குதிகாலளவாவது ஆத்மானந்தத்திலும் 'முழுகி', ஆடுகளையும் ரசிகர்களையும் விமரிசகர்களையும் மகிழ வைத்து, காசையும் வாங்கிக்கொண்டு வர வேண்டும். சிஷ்யர்களிடம் அந்தக் கவலை இல்லை. இன்று பகல் பதினொரு மணிக்கு அடதாள கல்யாணி வர்ணத்தைச் சாக்காக வைத்துக்கொண்டு, அந்த ராகத்தின் ஆயிரத் தெட்டு கைகளையும் சிரங்களையும் அணிகளையும் பார்வை களையும் சிஷ்யர்களுக்குக் காண்பித்துத் தாமும் காண ஆரம்பித்தவர் நாலரை மணிவரையில் அந்தத் திவ்விய தரிசனத்தைக் கண்டுகொண்டிருந்தார். சிஷ்யர்கள் போய் விட்டார்கள். ஆனால் அவர் உள்ளே இன்னும் அந்த வடிவம் நின்றுகொண்டிருந்தது. மனசுக்குள்ளேயே திருப்பித் திருப்பிப்

தி. ஜானகிராமன் சிறுகதைகள்

பாடி 'ஆஹா ஆஹா' என்று தாமே சபாஷ் போட்டுக் கொண்டிருந்தார், அந்த அழகுக்கு. அடுத்த நிமிஷம், அடுத்த நாள் – இந்தக் கவலைகள் அழிந்துபோன நிறைவு அவரை முழுக்கிவிட்டிருந்தது.

பட்டுப் புடவை கொசகொசக்கிற ஓசையோடு அவர் சம்சாரத்தின் உருவம் அப்போது ஒரு தட்டில் ரவாகேசரியும் வெந்நீருமாக ஹாலுக்குள் வந்தது. தொண்டை உலர்ந்து கிடந்த ஞாபகம் இப்போது தான் வந்தது அவருக்கு. வெந்நீரை ஒரு வாய்விட்டு, கேசரியையும் ஒருவாய் போட்டுக்கொண்டார்.

"எங்கே இந்தப் பயலைக் காணும், இன்னிக்கி?" என்றார்.

"அதுதான் வாசல்லே அமர்க்களப் பட்றதே கூச்சல்."

"அது நம்ம வாஞ்சின்னா!"

"பின்னே யாரைக் கேட்டேள் நீங்க?"

"இந்தப் பயடெ – ரங்கு? காலமே புடிச்சுக் காணுமே அந்தப் பயலை!"

"ஏன் சொஜ்ஜிக்கு ஆளில்லைன்னு கவலைப்பட்டாறாக்கும்."

"இல்லேடி, விடிஞ்சா பத்து நடை வந்துட்டுப் போயிடுவன். ஆளையே காணுமேனு கேட்டேன். உன் பேரனைத்தான் கூப்பிட்டேன் . . . யார் சாப்பிட்டா என்ன இப்ப? எலே, வாஞ்சி . . . ஏய் . . . எலே வாஞ்சி!"

வாஞ்சி அரை நிஜாரும் சட்டையும் வேர்வையுமாக ஓடி வந்தான்.

"ஏன், தாத்தா!"

"இந்தாடா!" என்று ஒரு கோலி கேசரியை நீட்டினார்.

"நான் அப்புறம் சாப்பிடறேன் . . . க்ம் . . . ரன் எடுத்துண்டே யிருக்கிற போதுதான் கூப்பிடறதாக்கும்" என்று கடைசி வார்த்தையை வாசலில் முடித்துக்கொண்டே ஓடிவிட்டான் அவன்.

"ரங்குன்னா இப்ப பாதித் தட்டைக் காலி பண்ணியிருப்பான்" என்றாள் அவர் சம்சாரம்.

ராமு பதில் சொல்லவில்லை. இந்த இரண்டுங் கெட்டான் பேச்சை மேலும் வளர்க்கப் போகிறாளே என்று பயந்து, வந்த புன்சிரிப்பைக்கூட உதட்டை இழுத்துப் பிடித்து அடக்கிக்கொண்டார். சம்சாரம் வேறு ஏதோ கொண்டுவருவதற்காக உள்ளே போனாள்.

'ஏன் இந்தப் பயலைக் காணவேயில்லை இன்றைக்கு?'

நாற்காலியின் சட்டத்தைப் பிடித்துக்கொண்டு, உருண்டைத் தலையும் சற்று மேல் தூக்கின வெள்ளரி மூக்கும், அரிசிப் பல்லும், ஓயாத பேச்சும், தேடும் கண்ணும், அரை நிஜாரும் சட்டையுமாக அந்தப் பயல் நிற்பது போல் இருந்தது அவருக்கு.

"மாமா, வனஜாட்சிதானே பாடினேள்? எங்கக்காகூட ரொம்ப நன்னாப்பாடுவா. போன வருஷம் அதைத்தான் பாடினா. அவ ஸ்கூல்லே, பாட்டுப் போட்டியிலே. அவளுக்குப் ஃபஸ்ட் ப்ரைஸ் குடுத்தா. ஒரு

எவர்சில்வர் தட்டு ஒண்ணு" என்று ஏதாவது சொல்லிக்கொண்டிருப் பான். சொல்கிறாற் போலவே காதில் ஒலித்தது ராமுவுக்கு.

"மாமா! நீங்க ஏன் பாடறபோது கையை இப்படி இப்படி ஆட்றேள்? எங்கக்கா பாடினா அசங்கவே மாட்டா; அப்படியே நேரே பார்த்துண்டு பாடுவா" என்று வந்த முதல் நாளே விசுக்கென்று சொல்லி வைத்தான் அவன். அது நடந்து கிட்டத்தட்ட ஒரு வருஷம் ஆகப்போகிறது. வழக்கம்போல்சிஷ்யர்களுக்குஏதோபாடிக்காட்டிக்கொண்டிருந்தார் அவர். பாடும் போது ஒரு பயல் வந்து எட்டி எட்டிப் பார்த்தான். யாரோ தெருவோடு போகிற குழந்தை என்று எண்ணிக்கொண்டே பாடினார். சிறிது கழித்து, நிலைப்படியண்டை நின்றவன் பொட்டென்று உட்கார்ந்து கொண்டான். ராமு கண்ணை மூடிக்கொண்டே பாடுவார். ஒரு தடவை கண்ணைத் திறந்த பொழுது, குழந்தை சற்று முன்னால் நகர்ந்து உட்கார்ந ்திருந்தான். நாலாவது தடவை கண்ணைத் திறந்த பொழுது, அவன் பக்கத்தில் உட்கார்ந்திருப்பதையும், சிஷ்யப் பையன் அவனை அப்பால் வந்து உட்காருமாறு ஜாடை காட்டுவதையும் பார்த்தார்.

"ஏண்டா சோம்பேறி! நான் பாடறதைக் கவனிப்பியா? குழந்தை எங்கே நகர்ந்தான், எங்கே உட்கார்றான்னு பாத்துண்டிருக்கியே என்ன? இதுக்குத்தான் இத்தனை நாழியாக் கதறிண்டிருந்தேனோ?" என்று சீடனைச் சூடாகக் கடிந்துகொண்டார். அந்தப் பையனை அணைத்துக் கொள்ள வேண்டும் போல் இருந்தது அவருக்கு. சிஷ்யன் அவனை விரட்டுகிறான். அவ்வளவுதான், அவருக்குப் பாடுகிற உற்சாகம்கூடக் கலைந்துவிட்டது. "மொகரைக் கட்டை ... இந்தக் குழந்தைக்கு இருக்கிற லயிப்பு உனக்கில்லெ. நான் என்னதுக்காக உசிரை விடணும்? சரி, சரி, போ. போயி மாமி ஏதாவது ஸ்டோருக்கு கீருக்குப் போய் மொளகா பருப்பு வாங்கிண்டு வரச் சொல்லுவ. போ, போடா!" என்று லயம் கலைந்து பொருமினார். வெற்றிலைப் பெட்டி நெற்றியைப் பார்க்கப் பாய்ந்துவிடப் போகிறதே என்று மருண்டு எழுந்து போனான் சிஷ்யன்.

"மாமா – நீங்க ரொம்ப நன்னாப் பாடறேள்" என்றான் பையன்.

"அப்படியா!"

"ஆமா மாமா. நீங்க இப்ப பாடினது நன்னுபாலிம்ப ராகம்தானே!"

"ஆமாண்டா! அதேதான். உனக்கு எப்படித் தெரிஞ்சுது!"

"எங்கக்காகூடப் பாடுவா. அவ ஸ்கூல்லெ படிச்சிண்டிருக்கா. பத்தாவது. அவளுக்கு ஒரு மாமா வந்து பாட்டு சொல்லிக் கொடுக்கிறார். இதே மாதிரி எங்காத்துலேகூட ஒரு தம்புரா இருக்கு. பெரிச்...சு. அதோ அத்தனை ஒசரம் இருக்கும்" என்று உயரமாகக் கையைத் தூக்கினான்.

"அவ்வளவு உசரமா! ஏ அப்பா!"

"ஆமா. எங்கக்கா வந்து மடியிலே படுக்க வைச்சிண்டு அதைச் சுதி சேப்ப. டொயங், டொயங், டொயங்னு!"

"அப்படியா! அது சரி, நீ யாரு, உன் பேரென்ன ... ஒண்ணுமே சொல்லலியேடா நீ!"

"நான்தான் மாமா ரங்கு. முப்பத்தி மூணா நம்பர்லெ குடி வந்திருக்கோமே. தெரியாது? எங்க வீட்டைக் காமிக்கட்டுமா? வரேளா?"

"நீ சொல்லேன்."

"உங்க வீடு என்ன நம்பர்?"

"இருபத்தெட்டு."

"இருபத்தெட்டு" பையன் விரல் விட்டு எண்ணினான். இருபத் தெட்டும் அஞ்சும் முப்பத்து மூணு. வாசல்லெகூட முல்லைக் – கொடி இருக்குமே. அதுதான் எங்க வீடு.

"நான் பார்த்ததே இல்லியே உன்னை."

"முந்தாநாத்தான் குடி வந்தோம்."

"அதுக்கு முன்னாலே நீங்க எங்கே இருந்தேள்?"

"மதுரையிலே. எங்க அப்பாவுக்கு மாத்தலாயிடுத்து. எங்கப்பா வுக்கு ரயில்லெ வேலை. முந்நூறு ரூபா சம்பளம்."

"என்ன வேலை?"

"என்னமோ கணக்கு கிணக்கு ஏதாவது இருக்கும்."

"கொடி காட்டமாட்டாரா? என்ஜின் ஓட்ட மாட்டாரா?"

"ஐயய்யோ, அதெல்லாம் இல்லெ மாமா. ஆபீஸ் வேலை. நீங்க ஆபிசுக்குப் போக மாட்டேள்?"

"இதுதான் ஆபீசு எனக்கு!"

"பொய்யி! பாட்டுப் பாடறேள் இங்கே. இங்கே எப்படி ஆபீஸ் இருக்கும்?"

"பாட்டுப் பாடறதுதாண்டா ஆபீஸ் எனக்கு!"

ரங்கு சிறிது யோசித்தான்: "சம்பளம் யாரு கொடுப்பா?"

"பாட்டுக் கச்சேரி பண்ணுவேன். அவ்வாள்ளாம் கொடுப்பா!"

"யாரெல்லாம்?"

"கச்சேரி வைக்கிறவாள்ளாம்?"

"நாங்கக்கூட மதுரையிலே சபா கச்சேரிக்கெல்லாம் போவோம். நீங்க மதுரைக்கு வந்திருக்கேளா கச்சேரி பண்ண?"

"ஓ! வந்திருக்கேனே . . !"

"பொய்யி . . . ம் . . . நான் பார்க்கவே இல்லெ . . . எங்கப்பா எங்கக்காவையும் என்னையும் எல்லாக் கச்சேரிக்கும் அழைச்சிண்டு போயிருக்கா. நான் பார்க்கவே இல்லெ உங்களை."

"அது சரி, நீ என்ன படிக்கிறே?"

சுண்டு விரலை நீட்டி உயர்த்தினான் பையன்.

"ஸ்கூல் கிட்டக்க இருக்கா?"

"இதோ தெரு முனை திரும்பினவுடனே இருக்கு. கணபதி மாண்டிசாரி – எங்கப்பா என்ன செஞ்சா தெரியுமா? உனக்கு வயசாகலே. ஒண்ணாங் கிளாசிலே சேக்க மாட்டேன்னா. நான் ஐப்பசி மாசம் பொறந்தேன். எங்கப்பா வைகாசின்னு போட்டு, அஞ்சு வயசு ரொம்பிடுத்துன்னு எழுதிச்சேர்த்துட்டா நேத்திக்கு. புஸ்தகம்கூட வாங்கியாச்சு."

"பள்ளிக்கூடம் போகலியா, இன்னிக்கி?"

"போயிட்டு வந்தேனே. இன்னிக்கு அரைப் பள்ளிக்கூடம். பள்ளிக்கூடம் போய்ட்டுச் சாப்பிட்டுட்டுத் தான் வந்தேன் . . ."

"ஏண்டா, பன்னெண்டு மணிக்கு வந்தவன் மணி நாலாகப் போறது. இங்கேயே இருந்தா? உங்கம்மா உன்னைத் தேட மாட்டாளா?"

"தேடுவா. மத்தியானம் சாப்பிட்டவுடனே தூங்கு தூங்குன்னு படுக்கப் போட்டு அழுத்திநூடுவா. அதுதான் இன்னிக்குச் சாப்பிட்டுக் கையலம்பினவுடனே ஓடி வந்துட்டேன். நீங்க பாடறது கேட்டு. ஓடியே வந்துட்டேன். நீங்க நித்தியம் பாடுவேளா மாமா!"

"ம்."

"அப்படின்னா, நான் நாளைக்கு வரேன். திங்கள், செவ்வா யெல்லாம் வர மாட்டேன். பள்ளிக்கூடம் உண்டோல்லியோ! சனி ஞாயிறிலே வரேன். என்ன?" என்று சொல்லிக்கொண்டே எழுந்து நிலைவரையில் போய்விட்டான் பையன்.

"என்னடா, திடீர்னு கிளம்பிட்டே? சித்தெ இரேன் போகலாம்"...

"யாரு அங்கே!"

"என்ன?" என்று சம்சாரம் வந்து நின்றாள்.

"டிபன் ஆயிடுத்தோ?" ஏதாவது கொடுக்கும்படி ஜாடை செய்தார் ராமு.

ஒரு தோசை வந்தது. தட்டிலிருந்து அதை எடுத்துக்கொண்டு, "தொட்டுக்க?" என்றான் பையன்.

"தொட்டுக்க இல்லாட்டா இறங்காதோ?" என்றாள் சம்சாரம். சிரித்துக் கொண்டே, ஒரு முட்டை சர்க்கரையைக் கொண்டு தூவினாள். முட்டையைத் திருப்பி எடுத்துப் போனவளைப் பின்தொடர்ந்து சமைய லறைக்கே போய்விட்டான். சற்றுக் கழித்து, "போய்ட்றேன். நாளைக்கு வரேன்" என்று ராமுவிடம் சொல்லியவாறு வேகமாக ஹாலைக் கடந்து வெளியே போனான்.

"யாராத்துப் புள்ளே இது? சர்க்கரை போராதுன்னு உள்ளே வந்து எலுமிச்சங்கா ஊறுகாய்தான் நான் தோசைக்குப் போட்டுக்குவேன்னு சொல்லி அதையும் வாங்கித் தின்னுட்டுப் போறதே! உங்க பேரன்கூட

இப்படி ஸ்வாதீனமாகக் கேக்காதே!" என்று ஓர் இலேசான சூடு கலந்த வியப்புடனும் சந்தோஷத்துடனும் கேட்டுக்கொண்டே வந்தாள் சம்சாரம்.

"நம்மைப் பார்த்துப் பயப்படாமே, ஸ்வாதீனமா ஒரு ஆத்மா வந்து கேட்டுதுன்னா, நாம் நல்லவான்னு அர்த்தம். கொடுத்து வைக்கணுமே இதுக்கு"– என்றார் ராமு. அப்புறம் பையனைப் பற்றிய விவரங்களை யெல்லாம் சொன்னார்.

அன்று ஆரம்பித்தது சிநேகம். நாள் தவறினாலும் ஆள் தவற மாட்டான். பள்ளிக்கூடத்திலிருந்து வந்ததும் சாய்வு நாற்காலியின் சட்டத்தைத் தொட்டுக்கொண்டே வந்து நிற்பான். ஏதாவது கேட்பான். "இன்னிக்கு என்ன பாட்டு மாமா சொல்லிக் கொடுத்தேள்?"

"எங்கே நேத்திக்கு முந்தா நாளெல்லாம் காணும்? கச்சேரியா எந்த ஊர்லெ? சம்பளம் கொடுத்தாளோ? எவ்வளவு? ஏ அப்பா, ஆயிர ரூபாயா...தம்புராவுக்கப் புதுசா கம்பி போட்டிருக்கேளா? பளபளங்கிறதே! இது ஏது செருப்பு மாமா? வாங்கினேளா! ஏன் சிவப்புக் கலர்லெ வாங்கியிருக்கேள்? எங்க அப்பாவுக்குக் கறுப்புத்தான் பிடிக்கும். நீங்க கூடக் கறுப்பே வாங்கிங்கோ மாமா! உங்க காலுக்கு நன்னாயிருக்கும். சிவப்புக் காலோல்லியோ!...மாமா, சீதபதே பாட்டு உங்களுக்குத் தெரியுமோ? சிவலோகநாதனை? எங்கக்கா அந்தப் பாட்டு நன்னாப் பாடுவா...மாமா, நான் இன்னிக்குத் தம்புரா வாசிக்கட்டுமா, நீங்க பாடறபோது? நான் வாசிக்கப்படாதா . . . மாமா! மாமா! இன்னிக்கு உங்காத்திலே என்ன டிபன்? நீங்க சாப்பிட்டாச்சா? எங்காத்திலே இன்னிக்கி பச்சமாப்டி உப்புமா நன்னாயிருந்தது . . ."

மொலுமொலுவென்று பேசிக்கொண்டேயிருப்பான் அவன். பேசாத நேரம், கை பேசும். தம்புராவைச் சுண்டுவான். அலமாரியைக் குடைவான். புத்தகத்தைத் திறப்பான். பாட்டிலைத் திறப்பான். டப்பாவைத் திறப்பான். பாக்கு இருந்தால் கொஞ்சம் வாயில் போட்டுக்கொள்வான். பேனாவைத் திறப்பான். வேட்டி மடித்திருந்தால் எடுத்து முகர்ந்து, "அப்பாடா! வெயில் வாசனை அடிக்கிறது" என்பான். "என்ன மாமா, மூஞ்சியெல்லாம் சர்க்கரை வந்துடுத்தே. சவரம் பண்ணிக்கப்படாதா? எங்கப்பா பிளேடை வெச்சிண்டு, தானே பண்ணிப்பா இப்படி மூஞ்சி யெல்லாம் அழுகு காட்டிண்டு" என்று முகத்தைக் கோணுவான். சனி, ஞாயிறு வந்தால்தான் இந்தத் துருதுருப்பு அடங்கியிருக்கும். சீடர்களுக்குப் பாடம் சொல்லி முடிகிறவரை உட்கார்ந்த இடத்தை விட்டு அசைய மாட்டான். திடீர் என்று நடுவில் சிரிப்பான்.

"என்னத்துக்குடா, சிரிக்கிறே?" என்பாள் குறுக்கும் நெடுக்கும் போகிற சம்சாரம்.

"வயித்திலே பொறந்த பேரன்லாம் தம்புராவை எடுத்துமே வாசலைப் பார்க்க ஓடறதுகள் மட்டையைத் தூக்கிண்டு. இந்தப் பாட்டு காதிலேதான் விழாதோன்னு சிரிக்கிறதோ என்னவோ?" என்பார் ராமு.

"க்கும்" என்று கூறிக்கொண்டே போவாள் சம்சாரம்.

காப்பி வந்தது.

"ரங்கு வரலியேன்னு ஏங்கிப் போயிடுவேள் போலிருக்கே. அவன் இன்னும் ரெண்டு நாளைக்கு வரமாட்டான். பிள்ளையார் சதுர்த்தி யன்னிக்கு சதாபிஷேகம் அவனோட தாத்தாவுக்கு" என்று காப்பியை ஆற்றிக்கொண்டே சொன்னாள் சம்சாரம்.

"ஆமாண்டி. அந்தப் பய சொல்லிண்டேயிருந்தானே. பதினஞ்சு நாளைக்கு முன்னாடியே சொல்ல ஆரம்பிச்சான் போலிருக்கே."

"மாமி! நீங்க கட்டாயம் வரணும். எங்க தாத்தா சதாபிஷேகத்துக்கு, மாமாவை அழைச்சிண்டு. தாத்தாவுக்கு அபிஷேகம் பண்ணிப்பிட்டு நமஸ்காரம் பண்ணுவோம் நாங்கள்ளாம். நீங்க கட்டாயம் வாங்கோ மாமி'ன்னு தொண தொண தொணன்னு ஓயிலே. ஒழியலே. பதினஞ்சு நாளா இதே பாட்டுத்தான். நான்கூடச் சொன்னேன், 'ஏண்டா பயலே, நீ கூப்பிட்டாப் போதுமாடா? உங்கப்பாம்மானா கூப்பிடணும். பெரியவாளைப் பெரியவான்னா கூப்பிடணும்'னேன். நான் எங்கம்மாவை வந்து நாளைக்கிக் கூப்பிடச் சொல்றேன். நீங்க கட்டாயம் வரணும்னு சொல்லிண்டேயிருந்தது" என்று சம்சாரம் காப்பியைக் கொடுத்தாள்.

பத்துப் பதினைந்து நாட்கள் முன்புதான். சனிக்கிழமை. பாடம் சொல்லிக் கொடுக்கும்போது சிவகாமி வந்திருந்தான். "நான் வாசிக்கிறேன். நீங்க நாலுபாட்டுப் பாடுங்கோன்னா" என்று மிருதங்கத்தை எடுத்து உட்கார்ந்தான். ரங்குப் பயலுக்கு ஆனந்தம் தாங்கவில்லை. இரண்டு மணி நேரமும் கண்ணபிரான் மாதிரி முகத்தில் ஒரு தனி ஒளி கமழ உட்கார்ந்து கேட்டான். பாடி முடிந்ததும், கிட்ட வந்தான். "மாமா! நீங்க எங்காத்துக்கு வந்து பாடணும், மதுரையிலே. எங்க தாத்தாவுக்கு சதாபிஷேகம் புள்ளையார் சதுர்த்தி அன்னிக்கி. வரேளா?" என்றான்.

"ம்."

"தம்புரா, மிருதங்கம் எல்லாம் கொண்டு வரணும்."

"ம்."

"நிச்சயமா!"

"வரேண்டா."

"நான் பாத்துண்டேயிருப்பேன். மதுரை ஸ்டேஷன்லே எறங்கி, இப்படி நேரே வந்து, இப்படித் திரும்பி அப்படிப் போனா மாசி வீதி வரும். அங்கே அண்ணாவையர் வீடுன்னு சொன்னா வந்துடலாம். வரணும், என்ன?"

"ம்."

தினமும் இதே புலம்பல்தான். ஒரு நாள் "நீங்க வந்து பாடுங்கோ. எங்கப்பாவைச் சம்பளம் குடுக்கச் சொல்றேன்" என்றுகூடச் சொல்லி விட்டான்.

"அப்ப உங்கப்பா வந்து கூப்பிடவாண்டாமோடா என்னை?" என்றார் ராமு.

"கூப்பிடுவா! நான் கூப்பிடச் சொல்றேன்" என்று சிரித்தான்.

ஒரு வாரம் புலம்பியவன், மெதுவாக அந்தப் பேச்சை நிறுத்தி விட்டான். பிறகு அவரே ஞாபகப்படுத்த வேண்டியிருந்தது.

"ஏண்டா, உங்க தாத்தா சதாபிஷேகம் என்னிக்கி?"

"புள்ளையார் சதுர்த்தி அன்னிக்கி."

"நீ போகலியா?"

"போய் போறோம். ஞாயிற்றுக்கிழமை. எங்கப்பா தூங்கற டிக்கட் வாங்கியிருக்கா எல்லாருக்கும்!"

"என்னைக் கூப்பிடலையேடா அவர்."

"கூப்பிடுவா மாமா. சொல்லியிருக்கேன். நீங்களும் டிக்கெட் வாங்கிடுங்கோ. என்ன?"

இன்று ராமுவுக்கு வெறிச்சென்றிருந்தது. நாற்காலிச் சட்டத்தை வளைய வளைய வந்துகொண்டிருக்கும் அவனைப் பார்க்க வேண்டும் போலிருந்தது. அவர் மனமும் எதையோ வளைய வளைய வந்து கொண்டிருந்தது.

ட்ரிங் ட்ரிங் ட்ரிங் ட்ரிங்.

சனியன். போன் வந்தால் ராஜாங்க உத்தரவு மாதிரியல்லவா வருகிறது. எடுக்காமலிருக்கவும் மனசு வரவில்லை.

எழுந்து போய் எடுத்தார். "யாரு?"

"நான்தாம்பா, கௌரி பேசறேன்."

"கௌரியா? என்னடா கண்ணு!"

"ஒண்ணுமில்லேப்பா. அத்தை சின்னதா வெள்ளிப் புள்ளையார் ஒன்று பண்ணி அனுப்பச் சொன்னா. வாங்கி வைச்சிருக்கேன். நீங்க ஊருக்குப் போறபோது அதைக் கொண்டு கொடுத்திடணும். நான் கொண்டுவந்து கொடுக்கட்டுமா? இல்லை, யாராவது இந்தப் பக்கம் வந்தா இங்கே வரட்டும். கொடுத்தனுப்பறேன்" என்றாள் அவர் பெண்.

"சரி, குழந்தே . . . ஆனா நான் புள்ளையார் சதுர்த்திக்கு ஊருக்குப் போகலியே. வேற இடத்திலே கச்சேரிக்கு ஒத்திண்டிருக்கேனே."

"என்னது?"

"ஆமாம், குழந்தே!"

"என்னப்பா இது!"

"ஆமாம் குழந்தே . . . நீ கொண்டு கொடு. அப்படி அவசியமா கொடுத்தனுப்பணும்னா, யாரையாவது போய்க் கொடுக்கச் சொல்லி விடறேன்."

"ஆமாப்பா. இத்தனூண்டு பிள்ளையாரைக் கொடுக்கிறதுக்காக மெட்ராஸ் லேர்ந்து ரயில்லே ஏறி பஸ் ஏறி, இருநூறு மைல் போவா?"

"அவசியமா இருந்தால் செஞ்சுதானே ஆகணும்."

"நான் காலமே வரேம்பா. எனக்கு ஒண்ணும் புரியலையே. நானே வரேன்."

"வா."

சம்சாரத்தின் குரல் வந்தது.

"என்ன, புதுசா என்னமோ சொல்லித்து இப்ப?"

விவரத்தைச் சொன்னார் ராமு.

"பிள்ளையார் சதுர்த்தியன்னிக்கு வருஷா வருஷம் நம்ம ஊர் கோயில் பிள்ளையாருக்கு முன்னாலே முப்பது வருஷமாப் பாடியாறது. அன்னிக்கி வேற எங்கியும் கச்சேரியே பண்றதில்லேன்னு முப்பது வருஷமா வச்சிண்டிருக்கு!"

"ஆமாம். சபதம் மாதிரிதான் வச்சிண்டிருந்தேன். என்ன செய்யறது?"

"வேற எங்கே கச்சேரி?"

"மதுரையிலே. அண்ணாவையர் சதாபிஷேகம் ஆச்சே அன்னிக்கி. ஆயிரம் பிறை கண்டவர் ஆச்சே ... அவருக்கு."

"இந்த ரங்குவோட தாத்தாவுக்கா?"

"ஆமாம். அவருக்கேதான்."

"அவா அட்வான்ஸ் கொடுத்திருக்காளா?"

"அவா எதுக்குக் கொடுக்கணும்? அந்தப் பயதான் பத்து நாளா புலம்பிண்டேயிருந்தானே, அது போதாதா? அட்வான்ஸ் எதுக்கு? நான் என்ன தச்சனா, கொத்தனாரா?"

"அவ அப்பா வந்துகூப்பிட்டாரோ?"

"அவர் எதுக்குக் கூப்பிடணும்? ..."

"நாலு வீடு தள்ளியிருக்கா அவா. அவாளுக்கும் ஒரு வார்த்தை வந்து சொல்லணும்ணு தோணலே."

"எதுக்காகச் சொல்றது? அவா என்ன நமக்குப் பழக்கமா, சிநேகமா, உறவா – ஒண்ணுமில்லியே. அவா குடி வந்தத்திலேர்ந்து ஒரு வருஷமா நான் ஒரே ஒரு நாளைக்குத்தான் பார்த்திருக்கேன். ஒரு தடவை சைக்கிள்ளே ஏறி ஆபீசுக்குப் புறப்பட்டிண்டிருந்தார். அப்ப பார்த்ததுதான். அவா எதுக்காக நமக்குச் சொல்றது?"

"ஒருத்தருக்கும் பழக்கமில்லே. கூப்பிடலே. நீங்க மாத்திரம் கச்சேரி பண்ணப் போறோளா, ஜன்மாயுசுக்கு முடிச்சுப் போட்டிருக்கிற ஊர்ப் பிள்ளையாரை விட்டுட்டு."

"பிள்ளையார் பிரணவ ஸ்வரூபம்னா! அது இல்லாத இடமே கிடையாதுடி."

"இத்தனை வருஷமாச்சாக்கும் இது தெரிய?"

"அத்து அந்தந்தக் காலத்திலேதான் வந்து சேரும்."

"என்ன இது? ஸ்வாதீனத்தோடேதான் பேசியாறதா? ஊர்ப் பிள்ளையாரை விடறதில்லேன்னு வச்சிண்டு? பொண்ணு வேற அத்தைக்கு வெள்ளிப் பிள்ளையார் அனுப்பறேன், விரதத்துக்குத் தூக்கிண்டு போங்கறது. இத்தனையும் விட்டுப்ட்டு, இத்தனூண்டு வாண்டு சொல்றதாம். மதுரைக்குப் போறதாம்."

"வாண்டுதானே எனக்குச் சிநேகம். அதுதான் கூப்பிட்டிருக்கு."

மாசி வீதியில் பந்தல் நிழலில் குழந்தைகளுடன் நாலு மூலைத் தாச்சி விளையாட்டு விளையாடிக்கொண்டிருந்தான் ரங்கு.

வண்டி நின்றதைப் பார்த்து வந்து எட்டிப் பார்த்தான்.

"மாமா, வந்துட்டேளா. போங்கடா, நகருங்கடா. தம்புராவை நான் எடுத்துக்கறேன் மாமா, நகருங்கடா." வித்துவான்களை அழைத்துக் கொண்டு உள்ளே போனான் அவன். அங்கே ஏக்கூட்டம். ஹோமப் புகை வேறு.

"யப்பா – நான் சொன்னேனோல்லியோ? இன்னிக்கிக் கச்சேரின்னு. பாரு. எல்லாரும் வந்திருக்கா, பாரு. போடா, அசடுன்னியே. இதோ பாரு, யார் ஜெயிச்சா. வாங்க மாமா ... எல்லாரும் கொஞ்சம் இடம் விடுங்களேன் ... ம் ..."

"நமஸ்காரம், நமஸ்காரம் ... வரணும்" என்று அப்பா பரபரப் போடு வாரிச் சுருட்டிக்கொண்டு எழுந்து குரல் கொடுத்தார்.

அக்னியின் முன் அமர்ந்திருந்த தாத்தா கூடத்தில் எழுந்த பரபரப்பையும் கலகலப்பையும் கண்டு நிமிர்ந்தார். பேரன் அவர் காதண்டை போய்க் கழுத்து நாளம் புடைக்கக் கத்தினான்.

"தாத்தா! இன்னிக்குச் சாயங்காலம் கச்சேரி, நம்மாத்திலே! இந்த மாமாதான் ராமு மாமா – நீங்க போட்டோவிலே பார்த்ததில்லே! ரொம்ப நன்னாப்பாடுவார் ... ராமு தாத்தா ... ராமு"

"என்னது! சும்மாருடாலெ. அது சமுத்ரம்னா.

"வயணும் ... வயணும் ..."

"மாமா, பந்தல்லெ பண்றேளா இங்கே கூட்டத்திலே பண்றேளா, கச்சேரி?"

"நீ எங்கே சொல்றியோ, அங்கேயே பண்ணினாப் போறது."

"ம் ... ம் ... வந்து ... நீங்க என்னது வந்து ..." என்று வார்த்தைகளை நாக்குக்கு இழுக்கத் தடுமாறிக்கொண்டிருந்தார் அப்பா.

"யம்மா . . . காப்பி கொண்டு கொடும்மா எல்லாருக்கும் . . . சுருக்க வாம்மா . . . மாமா . . . நீங்க கச்சேரி பண்ண வருவேள்னு தெரியும். அப்பாவும் அம்மாவும் போடா அசடு, போடா அசடு, வேலையைப் பார்றான்னு சொல்லிண்டேயிருந்தா. நீங்க இன்னிக்கு ஜோராப் பாடணும், என்ன?"

"நீ இப்படி வாடா பயலே" என்று அவனை மடி மீது இழுத்துப் போட்டுக்கொண்டார் ராமு.

அப்பா கூனிக் குறுகி உள்ளே ஓடினார்.

கல்கி, **தீபாவளி மலர் அக்டோபர்** 1965

நடராஜக் கால்

ராமதுரை மாமா திண்ணையில் உட்கார்ந் திருக்கிறார். கால் மேல் கால் போட்டு உட்கார்ந்திருக்கிறார். மேல் கால் அதிகாரமாக ஆடிக்கொண்டிருக்கிறது.

அவர் ராமன் மாதிரியோ, துரை போலவோ இருக்க மாட்டார் பார்க்க. அகன்ற மார்பு, திரண்ட புஜம், ஆஜானு பாகுவான வடிவம் – இதெல்லாம் கிடையாது. எனக்குச் சில ராம துரைகளைத் தெரியும். அவர்களைப் போலெல்லாம் உயரமாகவோ, கட்டுமஸ்தாகவோ, கவர்ச்சியாகவோ அவர் இருக்கமாட்டார். சுமாரான உயரந்தான். கச்சல் மேனி. வாழைச் சருகு வண்ணம். துணி கொண்டு துடைக்காத வாழைச்சருகு, வயது நாலுநாள். ஆளைப் பார்த்து வயதைச் சொல்ல எங்களுக்கு அனுபவம் போதாது. ஆனால் அவர் உடம்பைப் பார்த்தால் நாலு நாள் வயதுதான் தோன்றும். சாதாரணமாக எப்போதும் குளித்து நாலுநாள் ஆனது போலிருக்கும். முகத்தில் வளர்ந்த சர்க்கரையும் நாலுநாள் வளர்த்திதான். முன்பெல்லாம் அது காப்பிப்பொடியாக இருந்தது, இப்போது சர்க்கரையாகிவிட்டது. வேட்டியும் கட்டி விழுக்காமல் நாலாவது நாள் போலிருக்கும். காவேரிக்குக் குளிக்கப் போவது, உள்ளே போய்ச் சாப்பிடுவது – இந்த நேரங்கள் தவிர, ராமதுரை திண்ணையில்தான் உட்கார்ந் திருப்பார். கால் மேல் கால் போட்டுத்தானிருப்பார். அவர் பத்திரிகை படிக்கும் போதும் அது ஆடிக்கொண்டேயிருக்கும். நடராஜா கால் ஆடக்கொண்டு தானே உலகமும் ஆடுகிறது!

உலகம் ஆடுகிறது என்றால், வேதஞ்சேரி அக்ரஹாரம் இயங்குகிறது என்று அர்த்தம். வேதஞ்சேரியில் தர்மம் எங்கெங்கு ஆட்டம் காண்கிறது, அதர்மம் எங்கெங்கு தலை தூக்குகிறது, எப்போது அதை மண்டையில் ஒன்று போட்டு அழுக்கலாம் என்று ராமதுரை மாமா எக்காலும் கவலைப் படுவது போலிருக்கும். இல்லாவிட்டால் யாரையும் பார்த்தும் பார்க்காத அந்தப் பார்வைக்கு என்ன அர்த்தம்?

இந்தப் பார்வை சிறு வயதிலேயே வந்துவிட்டதாம் அவருக்கு, சொல்லிக் கேட்டதுதான். அவர் முப்பத்தைந்து வருடம் முன்பு திருச்சியில் இண்டர்மீடியட் படித்தாராம்; தேறினாராம். மேலே படிக்க அவர் நினைத்துக்கொண்டிருந்த சமயம் பார்த்து அவர் அப்பா மாரடைப்பினால் காலமாகிவிட்டாராம். அந்த அப்பா அப்போது தாசில்தாராக இருந்தாராம். நல்ல வேளையாக முதல் இரண்டு பெண்களையும் விமரிசையாகக் கலியாணம் செய்து நல்ல இடத்தில் கொடுத்துவிட்டாராம். அதில் அவர் சம்பளமாகவும் 'மேல் கொண்டதாகவும்' சம்பாதித்து அத்தனையும் செலவாகிவிட்டது. மிச்சமிருந்த பத்து வருடமும் அவர் வேலை பார்த்திருந்தால், ஒரு வேலி நிலம், ஏழெட்டு ரூபாய் ரொக்கம் – இப்படி ஏதாவது ராமதுரைக்கு விட்டுப் போயிருப்பார். ஆனால் நாம் ஒன்று நினைக்கக் கடவுள் ஒன்று நினைக்கிறானே! ராமதுரைக்குப் பிதுரார்ஜிதமான இரண்டே ஏக்கர்தான் மிஞ்சிற்று. செட்டும் கட்டுமாக இருந்தால் ஒரு சின்னக் குடும்பத்துக்கு இது சாப்பாட்டுக்குக் கண்டுவிடும். ராமதுரை செட்டும் கட்டுமாக இருக்கிறாரா இல்லையா என்று யாருக்கும் தெரியாது. ஒன்றே ஒன்று மட்டும் சொல்ல வேண்டும். ஊரில் கலியாணம் கார்த்திகை என்று யாராவது சாப்பிடக் கூப்பிட்டால், முகூர்த்தத்திற்குப் போய் வந்து, வீட்டில் நன்றாகச் சாப்பிட்டுவிட்டுத்தான் ராமதுரை மாமா கலியாண வீட்டுக்குச் சாப்பிடப்போவார்.

உட்கார்ந்து கொறிப்பார். லட்டு, அப்பளங்கள் ஏழெட்டு கறிகள் – எல்லாவற்றையும் தொட்டுக் கொறித்து, அப்படியே எறிந்துவிட்டு வந்து விடுவார். உங்களுக்கு ரத்தக் கண்ணீர் வரும். 'இது ஒரு கௌரவமா? எத்தனை பொருள் விரயம்? இது என்ன டம்பம்!' என்றெல்லாம் பொருமத் தோன்றும். இது அவர் மட்டும் செய்யும் காரியமில்லை. வேதஞ்சேரியில், எல்லோருமே இப்படித்தான் செய்வார்கள்! ராமதுரை ஊர் வழக்கத்துக்கு மாறாக ஒன்றுமே செய்ய மாட்டார். ஊர் முழுவதும் இப்படிச் செய்வதால் 'ஐயோ இப்படி எறிந்துவிட்டுப் போகிறார்களே' என்று யாருமே வயிறு எரிவதில்லை. அவர்களுடைய முறைக்காகக் காத்திருப்பார்கள் அவர்கள். இது என்ன தடித்தனம் என்று காயாதீர்கள்! இது மரபு. அதனால்தான் ராமதுரை செட்டும் கட்டுமாக வாழ்கிறாரா என்று யாரும் சொல்ல முடிவதில்லை. அவர் மனைவி கறுப்புப் படர்ந்த சிவப்புத் தோடு போல ஒன்றும், மூக்கில் நெட்டியும், கையில் கறுப்பு ரப்பர் வளையும் போட்டிருக்கிறாள். புடவையின் நிறம் வெகு காலம் உழைத்த குடைத் துணியின் நிறம் – ஆரம்பத்தில் அதன் நிறம் சிவப்பா, பச்சையா, நீலமா கறுப்பா என்று இப்போது யாரும்சொல்ல முடியாது.

ராமதுரை மாமா ஏன் வேலைக்குப் போகவில்லை என்று எத்தனையோ பேர் அவரையும் தங்களையும் கேட்டுக்கொண்டதுண்டு. 1927ஆம் வருடம் கல்லூரியை விட்டு வெளியே வந்தவர், 'மாதம் இரு நூற்றைம்பத்தைந்து ரூபாய் சம்பளம் தந்தாலொழிய எந்த உத்தியோகத்துக்கும் போவதில்லை' என்று பிடிவாதம் பிடித்தார். 1930ஆம் வருடம் வரையில் யாரும் அந்த மாதிரி வேலை அவருக்குக் கொடுக்கவில்லை. அதற்குப் பிறகு அகவிலையெல்லாம் சரிந்து, இருக்கிற சம்பளத்திற்கே தலைவலி வந்துவிட்டது. அறுபது, முப்பது ரூபாய் வேலைகூடக் கொடுப்பார். வேண்டாமே என்று ராமதுரை மாமா திண்ணையிலே உட்கார்ந்துவிட்டார். "எனக்கென்ன சாப்பாட்டுக்கு இல்லையா?"

அவரோடும் பின்னாலும் முன்னாலும் படித்த வேதஞ்சேரிப் பையன்கள் எல்லாரும் வேலைக்குப் போனார்கள். டில்லி என்ன, நாகபுரி என்ன, ஜேம்ஷெட்பூர் என்ன, பம்பாய் என்ன, கல்கத்தா என்ன, ரங்கூன் என்ன – எங்கும் வேதஞ்சேரிக்காரர்கள் உத்தியாகம் பார்க்கிறார்கள்; சர்க்கார் வேலை பார்க்கிறார்கள்; கம்பெனி வேலை பார்க்கிறார்கள். கடை வைத்திருக்கிறார்கள்; என்னென்மோவெல்லாம் செய்கிறார்கள். மூவாயிரம், நாலாயிரம், முந்நூறு, நானூறு என்று கைநிறையச் சம்பாதிக் கிறார்கள். இப்போது வரும் தலைமுறைகளையும் படிப்பு முடிந்ததும், அந்தந்த இலாகாக்களில் வேலைக்கு இழுத்துவிடுகிறார்கள். இப்படி எல்லாரும் போய்விட்டால் ஊரில் படித்த ஆண்பிள்ளை ஒருத்தர் இருக்க வேண்டாமா? ராமதுரையின் பிடிவாதம் ஊருக்கு நல்லதாக முடிந்திருக்கிறது. அவருக்கு ஆங்கில அறிவு அதிகம். 'இந்த நாள் எம். ஏக்கு சமானம்டா என் படிப்பு' என்று அவரும் பலரும் சொல்லுகிற வழக்கம். கடிதங்கள் வாசித்துச் சொல்கிறது, தந்திக்கு வாசகம் சொல்கிறது, கர்ணத்திற்கும் பட்டா மணியத்திற்கும் ஆங்கிலத்தில் வரும் அதிகாரக் கடுதாசிகளை வாசித்து அர்த்தம் பண்ணுவது – இதெல்லாம் அவர் இல்லாவிட்டால் யார் செய்வார்கள்?

"யார் செய்வான்னேன்? ராமதுரையில்லாட்டா, சிங்கின்னா அடிக்கணும், மூவாயிரம் ரூபா சம்பளம் வாங்கினா என்னங்கறேன்! சாப்பிடற அரிசியை நாங்கன்னா பண்ணிக் கொடுக்கணும்!"

இந்த ஒரு பொறுப்பு இருக்கிறதனால்தான் ராமதுரை மாமா யாருக்கும் பணிந்து பதில் சொல்ல மாட்டார். மூவாயிரம் சம்பளம் வாங்குபவர்கள் கூட விடுமுறையில் ஊருக்கு வரும்போது எழுந்து வரவேற்கமாட்டார். பல்லை இளிக்க மாட்டார். கூனிக் குறுக மாட்டார்.

"எப்போ? ..." என்று திண்ணையில் காலை ஆட்டிக்கொண்டே உட்கார்ந்த நிலையிலேதான் கேட்பார்.

"சுப்புணி பிள்ளை சீதாபதி அமெரிக்கா போயிருக்காராம் மாமா. நாலு மாசம் லெக்சர் பண்ணக் கூப்பிட்டிருக்காளாம் அவரை."

"என்னடாப்பான்னு பார்த்தேன். அமெரிக்காவுக்கு யாரு போகலே இப்ப? நம்ம தேசத்துல பண்ற கோணிப்பை சாக்கு, சணல்லாம் கூடத்தான் அமெரிக்காவுக்குப் போறது" என்று ராமதுரை மாமா அந்த ஆச்சரியத்தை அடக்கிவிடுவார். இந்த உலகில் ஆச்சரியப்பட என்ன இருக்கிறது?

"யக்ஞும் பிள்ளை சப்தரிஷிக்கு ப்ரொபசராயிடுத்தாம், இப்ப."

"எதுக்கு ப்ரொபசர்?"

"ஸமஸ்கிருத்துக்குத்தான்."

"புடிச்சுது ஆபத்து! இத்தனை நாளா அதிகமாகப் பேசியிருக்க மாட்டான். இனிமே ரொம்பப் பேசணும். ஸம்ஸ்கிருதும் தேவபாஷை. சப்தரிஷி வாய் நாத்தையச் சகிச்சிண்டு இப்ப இன்னும் அதிக வார்த்தைகள்ளாம் வரும். இவன் வாயிலே பூந்து புறப்படணும்னு

இருக்கு பாரு அந்த பாஷைக்கு. பல்லையெல்லாம் பிடுங்கிட்டு, செட்டு வச்சுக்கச் சொல்லி எழுதணும் அவனுக்கு."

ராமதுரை மாமாவுக்கென்று இப்படித் தனி அபிப்பிராயங்கள் உண்டு. சுயேச்சை, சுயமரியாதையெல்லாம் இப்படி நிரம்பியிருக்கிற ஒரு ஆத்மாவைப் பற்றி ஏன் வம்பளக்க வேண்டும் நாம்தான்? மொத்தத்தில் அவர் உபகாரி. தர்மப் பிசகாக ஒன்றும் செய்யமாட்டார். அதைச் சொல்ல வரப்போய், எங்கெங்கோ போய்விட்டது.

எதிர்வீட்டு வாசலில் ஒரு வண்டி நிற்கிறது. அரை வண்டி, ரப்பர் சக்கரம், மெத்தை இருக்கை, மேற்கத்தி மாடு, பச்சைவர்ணம், பித்தளைப் பூண் அச்சு. ராமசுப்பன் வண்டி அது. அதிலிருந்து ஒரு பையன் இறங்கு கிறான். பிறகு ஒரு பெரியவர். பிறகு வயதான ஒரு அம்மாள். பிறகு ஒரு முப்பது வயது மங்கை. பையன் பளிச்சென்றிருக்கிறான். சுருட்டைக் கிராப்பு; நீளத்தலை. மடிப்புக் கலையாத துணியில் ஒரு முழுக்கைச் சட்டை, வெளிர் நீலம். கீழே குண்டஞ்சு வேஷ்டி. அந்தப் பையனுக்காகவே இந்த வேட்டியையும் சட்டையையும் படைத்த மாதிரியிருக்கிறது. கிழவர்கள் அவனுடைய பெற்றோர்களாகவும், இன்னொரு பெண் அக்காவாகவும், இருக்க வேண்டும். பெண் பார்க்க வரும்போது வேறு யார் வரப் போகிறார்கள்?

ராமசுப்பனின் பெண்ணைத்தான் பார்க்க வருகிறான் பையன். ராமசுப்பனே வாசலில் வந்து 'வரணும் வரணும்' என்று வரவேற்கிறார். உள்ளே அழைத்துப் போகிறார்.

"ராமதுரை! வாயேன்" என்று அழைத்துவிட்டுப் போகிறார் ராமசுப்பன். ராமதுரை சற்றுக் கழித்துப் போகிறார். கூடத்தில் ஒரு பெரிய பவானி ஜமக்காளம் விரித்திருக்கிறது. ராமசுப்பனுடைய உறவுக் காரர்கள் அண்டை வீடுகளிலிருந்து வந்து உட்கார்ந்திருக்கிறார்கள். வேதஞ்சேரி முழுவதுமே உறவு வலைதான். இருந்தாலும் மிக நெருங்கிய உறவுகள் இவர்கள்.

பெண் பார்க்கும் காட்சி வழக்கம்போல் நிகழ்கிறது. வெள்ளித் தட்டுகளில் சொஜ்ஜி, பஜ்ஜி, வெள்ளி டம்ளர்களில் காப்பி, வெள்ளி கூஜாக்களில் தண்ணீர். பெண் வந்து நமஸ்கரிக்கிறது, சற்று நிற்கிறது. இரண்டு பாட்டுப் பாடுகிறது. அசைப்பில் நாலைந்து தடவை பையனின் கண்களைச் சந்திக்கிறது. உள்ளே போகிறது. அங்கே வந்திருக்கிற கிழவியையும் மகளையும் உச்சந்தலை முதல் உள்ளங்கால் வரையில் நேராகவும், ஜாடையாகவும் வெறித்தும் பார்த்து ஆராய்கிறது – எல்லாம் முடிகிறது. காதல் கல்யாணம் இல்லை. ஆனால் பையனுக்குப் பெண்ணைப் பிடித்துவிட்டது. பையனுக்கு, கல்யாணம் ஆகிவிட்டாற்போலவே ஒரு நிமிடம் பிரமை. பெண்ணுக்கு அது ஏற்படவில்லை. ஏற்பட வேண்டும் என்ற ஆசை. ஆனால் பையனுக்குத் தன்னைப் பிடித்திருக்கிறதோ என்று சந்தேகம்.

அளவளாவல் எல்லாம் முடிந்த பிறகு, பிள்ளை வீட்டார் புறப்பட்டுப் போகிறார்கள். போகும்போது தன் ஊருக்கு வந்து கல்யாணத்தை நிச்சயம் செய்து பாக்கு வெற்றிலை மாற்றிக்கொள்ளுமாறு சொல்லிவிட்டுத் தகப்பனார் வண்டி ஏறிவிட்டார். ராமசுப்பனுக்கு

ஆனந்தம் தாங்கவில்லை. தான் வரும் தேதியை முன்னாலேயே எழுதி விட்டு வருவதாகச் சொல்லி விடை கொடுக்கிறார். அவர்கள் போனதும் மீண்டும் உள்ளே எல்லோரும் வருகிறார்கள்.

"என்ன ராமதுரை! பையன் எப்படி?"

"பரவாயில்லை. கண்ணுக்கு லட்சணம். நன்னாவும் நடந்துக்கறான். வேலையிலே இருக்கானே?"

"பம்பாயிலே ஒரு தொழிற்சாலையில் உதவிப் பிரதம எஞ்சினீரா இருக்கான். ரொம்பக் கெட்டிக்காரனாம். புதுசா ஏதோ உற்பத்தி முறை ஒண்ணு கண்டுபிடிச்சிருக்கானாம். அதுக்காக அவனைப் பிரதம எஞ்சினீருக்கு அடுத்த ஆளா உசத்திவிட்டாளாம். அவருக்கு இன்னும் ஒரு வருஷம் தான் சர்வீஸ் இருக்காம். அப்புறம் இவனைத்தான் போடப்போறாளாம். அதுக்குத்தான் பழகிண்டு வராளாம் இப்ப."

"பேஷ்! சம்பளம் என்னவாம்?"

"ரண்டாயிரம் இப்ப. அந்தப் போஸ்ட்டுக்கு உசந்ததும் மூவாயிரத்திலே பிக்ஸ் பண்ணுவாளாம். அதாவது என் சம்பளத்தைவிட ஆயிர ரூபா ஜாஸ்தி. இப்ப எனக்கு சமமாக வாங்கறான் இருபத்தேழு வயசிலே." என்றார் ராமசுப்பன்.

"கவனிக்க வேண்டிய அம்சந்தான்."

"அப்ப முடிச்சுட வேண்டியதுதானே?"

"மத்ததுகளும் சரியா இருக்கான்னு பார்த்து முடிச்சுட வேண்டியது தான்" என்று இழுத்தார் ராமதுரை.

"மத்ததுகள்னா? ..."

"குலம், கோத்திரம், பூர்வீகம் எல்லாம்தான் ..."

"அவாளுக்குப் பூர்வீகம் மதுரை. இந்தக் கிழவர் கலெக்டர் ஆபீஸ்லே சூபரிண்டா இருந்து ரிடயராயிருக்கார்."

"சூபரிண்டுன்னா கொஞ்சம் ஓஸ்தி குமாஸ்தா, பென்ஷன் கை நிறையவா வரும்?" காலே ஆட்டுகிறார் ராமதுரை.

"பிள்ளையை நன்றாகப் படிக்க வச்சிருக்கார். அவனும் கெட்டிக் காரன இருக்கான். அதிர்ஷ்டசாலி, கண்ணுக்கும் அழகு. ஒரே பிள்ளை."

"அது சரி, ராமசுப்பு. குலம் கோத்திரம்னு ஒண்ணு இருக்கே ... நாம் என்ன சப்பையா? நாமன்னு சொல்ல வேண்டாம். உன்னோட வம்சம்னே சொல்றேன். உங்க வம்சத்தைப் பற்றி நானூறு வருஷம் கணிக்க லாமே! உங்க பாட்டானருக்குப் பாட்டனார் டாக்டர் உத்தியோகம் பார்த்திருக்கார் அரண்மனையிலே. ஒரு பெரிய ஸம்ஸ்கிருதக் கவி வம்சத்திலே முந்நூறு வருஷத்துக்கு முன்னாலே இருந்திருக்கார். ஒரு பிதாமகர் நூற்றெட்டு யாகம் பண்ணியிருக்கார். சாமான்யப்பட்ட வம்சமா இது ..? இப்ப டில்லி சர்க்காரா இல்லாம பழைய காலமா இருந்துன்னா இப்ப நீ சமஸ்தான திவானான்னா இருப்பே. இப்ப அதுக்கு சமமான ஒரு பதவியிலேதானே இருக்கே!"

"அப்படியெல்லாம் கிண்டிக் கிண்டிப் பார்த்தா இப்படி ஒரு இடம் கிடைக்கிறது சிரமம்டா ராமதுரை" என்கிறார் ராமசுப்பன்.

"அப்படிச் சொல்லாதே. அப்படி என்ன பெரிய இடம்னேன்? பையன் ரண்டாயிர ரூபா சம்பளம் வாங்கறான், அதுதானே! சரி, மூவாயிரம் வாங்கப் போறான். பதினாயிரமே வாங்கட்டும் பத்து வருஷத்துலே! அதுக்காக உசந்த இடம்ன்னு சொல்லிடுவியா? மிட்டாய்க் கடை ராஜாமணி பக்கத்து ஊர்தான். தினம் ரண்டாயிரம் ரூபாய் வியாபாரமாம். ரண்டு கார் வச்சிண்டுருக்கானாம். மெட்ராஸ்லே ஆறு பங்களா! அதுக்காக பெரிய இடமாயிடுமா? எம் பொண்ணை அவன் பிள்ளைக்குக் கொடுன்னா, நான் கொடுத்துடுவேனா?"

"நீதான் சமத்தா ரண்டு புள்ளையோட நிறுத்திநூட்டியேடா ராமதுரை. மச்சினன்கள் ஆளுக்கொண்ணா எடுத்துனுட்டான்."

"பொண்ணு பிறந்திருந்துதுன்னா நான் இந்த சம்பளத்துக் கெல்லாம் மயங்கிடுவேனோ? சரி, பையன் தகப்பனாருக்கு ஏதாவது நிலம் கிலம்னு இருக்காமோ?"

"இப்ப ஒரு சூச்சக்கர குழியில்லை. மதுரைகிட்ட ரண்டு காணி இருந்துதாம். அதை வித்துத்தான் பிள்ளையைப் பெரிய படிப்பு படிக்க வச்சிருக்கார்."

"நான் நினைச்சது சரியாப் போச்சு. இத பாரு, நீ இப்ப உங்க மேலதிகாரிகிட்ட கோச்சுண்டு கால் கடுதாசை நீட்டிப்பிட்டு, பென்ஷன் கின்ஷன் ஒண்ணுமே இல்லாமெ வெத்து ஆளா வந்தாக்கூட உனக்கு இருக்கிற அஞ்சு வேலி, 'கவலைப்படாதே ராமசுப்பு'ன்னு உன்னை மார்லே தாங்கி அணைச்சுக்குமே. இந்தப் பையனுக்கு அப்படி ஒண்ணு நேந்துதுன்னா, யார் மார்லே சாய்வான்னு கேக்கறேன்? பெண்ணு மார்லே இருக்கிற சங்கிலியையே எடுத்துண்டு போனான்னா, ராமசுப்பு மாத்து சங்கிலி போடுவானா? இல்லை, வீட்டோட வச்சுண்டு சம்ரட்சிப்பானா?" என்றார் ராமதுரை மாமா.

"ராமதுரை சொல்றதும் ஒரு பாயிண்டு தான்" என்று ராமசுப்பனின் நிலங்களைப் பார்த்துக் கொள்ளுகிற அவருடைய அத்தான் இழுத்தார். ராமசுப்பனின் கிழத்தாயாரும், பெரிய அக்காவும் அந்த அத்தானை ஆமோதித்தார்கள். வேதஞ்சேரியில் யாருமே பூ சொத்து இல்லாத இடத்தில் பெண் கொடுக்கும் மரபில்லையாம். இரண்டு மணி நேரம் ஆலோசனை நடந்தது. கடைசியில் கல்யாணம் நிச்சயம் பண்ண உதவிப் பிரதம என்ஜினீரின் தகப்பனார் வீட்டுக்குப் போகும் முடிவு ஒத்திப் போடப்பட்டது.

ராமதுரை மாமா திண்ணைக்குப் போய் உட்கார்ந்து காலை ஆட்டத் தொடங்கினார். வேதஞ்சேரியில் தர்மம் ஆட்டம் காண்பதை அவர் சகிக்கவே மாட்டார்.

பெண்ணுக்கு நெஞ்சை அடைத்துக்கொண்டு வந்தது. அத்தையும் தாயாரும் பிள்ளையார் கோவிலுக்குப் போயிருக்கும் சமயமாகப் பார்த்து, அவள் தகப்பனாரைப் பிடித்துக்கொண்டாள்.

தி. ஜானகிராமன் சிறுகதைகள்

"டில்லியிலே முப்பது வருஷமா இருக்கா அப்பா. ரண்டாயிரம் சம்பளம் வாங்கறா. பஞ்சாப்காரன், வெள்ளைக்காரன்னு பழகறா, அவா வீட்டுலே போய்ச் சாப்பிடறா. சர்க்காருக்கு யோசனை எல்லாம் சொல்றா. என் கலியாணத்துக்கு மட்டும் இந்த ராமதுரை மாமாதான் கிடைச்சார், அப்பாவுக்கு யோசனை கேக்க! அவர் பெண்டாட்டிக்கு ஒரு புதுப் புடவைக்கு நாதியில்லை. ரண்டு புள்ளையைப் படிக்க வைக்க வக்கில்லை. ஆறு மா நிலத்தைக் குத்தகைக்காரன் கிட்ட கொடுத்துப் பிட்டு உலுப்பை வாங்கிச் சாப்பிடறது. அதுகிட்ட போய் யோசனை கேக்கணும்னு தோணித்துப் பாருங்கோ உங்களுக்கு?

"கலியாணம் இப்ப வேண்டாம். மேலே எம்.ஏ. படிச்சு நாலஞ்சு வருஷம் வேலை பார்க்கறேன்னேன். 'அதெல்லாம் வாண்டாம்'னு என்னை இங்கே இழுத்துண்டு வந்தேள். இப்ப இன்னும் பையன் பையனா வரவழைச்சுக் கொலு வைக்கணும் உங்களுக்கு – கன்சியாம் பூரி வந்து கெஞ்சினான்.

'பூரியாவது உருளைக் கிழங்காவது, வேதஞ்சேரியிலே பொறந்த பொண்ணு பஞ்சாப்காரனுக்கு வாழ்க்கைப் படவாவது!'ன்னு ... இப்ப நீங்களான ராமதுரை மாமாவை மந்திரியா வச்சிண்டாச்சு. திவான் வம்சத்திலே பிறந்தவன்னு அது பசியைக்கூடப் பொறுத்துண்டு வாசத் திண்ணையிலே காலை ஆட்டிண்டு உட்கார்ந்திருக்கு. அந்த டம்பம், மமதை, வக்ரம்தான் உங்களுக்குப் பிடிக்கிறது. பெரிய எஞ்சினீராகப் போறவனைக் கண்டால் பிடிக்கல்லை. அப்பா நானும் வேதஞ்சேரியிலே பொறந்தவதானே? எனக்கும் பிடிவாதம் இருக்கும். அந்தப் பையனைப் பார்த்ததிலேருந்து அவனையே புருஷனா வரீச்சுனுட்டேன் நான். அதனாலே இனிமே நீங்க வேற யாரைப் பார்த்து, முரட்டுத்தனமா கலியாணம் பண்ணி வச்சாலும் நான் அவனோட பெண்டாட்டிங்கற பாவனையோட வாழமாட்டேன்! பர புருஷனோடு இருக்காப்பலதான் இருக்கும். அப்புறம் நீங்க உங்க இஷ்டப்படி செஞ்சுக்குங்கோ" முதலில் தழதழப்பும் பிறகு வறட்சியுமாகச் சொல்லி முடித்தாள் பெண்.

ராமசுப்பன், மருண்டு விட்டார். மறுநாளே தந்தியைக் கொடுத்து விட்டு அதே எஞ்சினீருக்கு நிச்சயம் செய்துகொண்டு வந்தார். கலியாண மும் விமரிசையாக நடந்தது.

ராமதுரை மாமா காலாட்டிக்கொண்டு திண்ணையில் உட்கார்ந் திருக்கிறார். அந்தப்பெண் சொன்னது பராபரியாக அவர் காதுக்கு எட்டி விட்டார் போலிருக்கிறது.

டில்லியில் வாழ்ந்த பெண்ணாயிற்றே! தைரியமாக ஏதோ சொல்லி வைத்து பிடித்துக்கொண்டது.

அந்தப் பெண் நான்தான். நான் இப்போது பம்பாய்க்கு அவரோடு வந்துவிட்டேன். ராமதுரை மாமா, திண்ணை மீது இன்னும் கால் மேல் கால் போட்டு ஆட்டிக்கொண்டிருப்பார். நடராஜர் கால் ஆடினால்தானே உலகம் ஆடும்!

ஆனந்த விகடன் தீபாவளி மலர், அக்டோபர் 1965

அப்பா – பிள்ளை

ஓடும் நீரைக் குத்திட்டாற்போலப் பார்த்துக் கொண்டேயிருந்தால் மனது எங்கோ போய்விடுகிறது. ஒன்பது மாத காலம் அல்லில்லை பகலில்லை, வெயிலில்லை மழையில்லை – அப்படி கர்மசிரத்தையாக இந்தக் காவேரி ஓடிக்கொண்டிருக்கிறது. யாருக்காக ஓடுகிறது? – இதுவரை அம்மாவுக்காக ஓடிற்று. இப்போது மறுபடியும் உலகத்திற்காக ஓடத் தொடங்கிவிட்டது.

தொமேர் தொமேர் என்று வாண்டுப் பயல்கள் கரையில் நின்ற நாவல் மரத்தில் ஏறி ஏறி ஆற்றில் குதி போட்டுக் கொண்டிருந்தார்கள். குஞ்சு திண்ணையில் உட்கார்ந்து பார்த்துக்கொண்டிருந்தார். குதியினால் தெறித்த நீரில் ஓரிரண்டு திவலைகள் திண்ணையில் முகட்டில் வந்து விழுகின்றன. காவேரி அவ்வளவு கையெட்டு. வாசற்படியை விட்டு இறங்கிச் சற்றுக் காலை வீசி வைத்தால் முதல்படி மீதுதான் வைக்கவேண்டும். அக்கரையிலிருந்து பார்த்தால் ஒவ்வொரு வீடும் காலை நீரில் தொங்க விட்டுக் கனவு காண்பது போலிருக்கும். இப்படி ஒரு தெருவே கட்ட வேண்டும் என்று யாருக்குத்தான் தோன்றிற்றோ! குடிக்க, குளிக்க, செளசம் செய்ய – எல்லாவற்றுக்கும் இந்தக் காவேரி தான். தெருவிலிருக்கிற ஆசாரப் பாட்டிகள் பேரன் மேலே பட்டுவிட்டான், சாக்கடை நீர் காலில் தெறித்துவிட்டது என்று நினைத்து நினைத்து வாசலுக்கு வந்து ஒரு எட்டு வைத்து முழுகிவிட்டுப் போகிறார்கள். அம்மாவும் அப்படித் தான் செய்துகொண்டிருந்தாள். நினைத்து நினைத்து வந்து முழுகுவாள். சிலுசிலுப்புக்கு அந்த எண்பத்தைந்து வயது அஞ்சினதில்லை. கைகால்மூட்டுவலி, முதுகுவலி – இதெல்லாம் அவளுக்கு என்னவென்றே தெரியாது. அவள் அஸ்தியைக் கரைக்கிற வரையில் பல் முப்பத்திரண்டும் தேசல் மாசலில் லாமல் தாக்குப்பிடித்துவிட்டன. இப்போதும் அம்மா படியில் உட்கார்ந்து அலுத்துக்கொள்வதுகூடக் கேட்கிறாற் போலிருக்கிறது – "நான் முழுகிட்டுப் போயிடறேனே,

அப்புறமாகக் குதிக்கிறதோ, காலை ஒடிச்சுக்கிறதோ, எதையாவது செய்யுங்கோளேண்டா," மற்ற கிழங்களைப்போல 'கரியாய்ப்' போகவும், 'கட்டையிலே' போகவும் அவளுக்கு 'ஆசி' கூறத் தெரியாது.

'சரி. பாட்டி, சுருக்கக் குளிச்சுட்டுப் போங்கோளேன். ஜலதோஷம் வந்து தொலைக்கப் போறது" என்று ஒருவாண்டு சொல்லி 'ஏலே இருங்கடா, பாட்டி கரையேறட்டும்" என்று மற்றதுகளை அடக்கி வைத்திருக்கும், அம்மாவுக்கே காவேரி ஓடினாற் போலிருந்தது. கால் நகம், கை நகம், ஒன்றையும் விடாமல் அவள் தேய்த்துச் சுத்தி பண்ணிக் காவேரியில் கரைத்துக்கொண்டே இருப்பாள். எழுபத்திரண்டு வருஷம் இப்படி கரைத்திருப்பாள். பதினாறு வயதில் இந்த வீட்டில் புகுந்தாள். கடைசியிலே போன ஆனிக்கு அவளே கரைந்துபோன பொழுது அவளுக்கு வயது எழுபத்தாறு – சின்ன வயதில்லை, ஆனால் அம்மா அம்மா தானே? ஆயிரம் பெண்டாட்டி வந்தாலும் ஆகிவிடுமா? ஒரு தலைவலி வந்து இவள் நெற்றியில் கைதொடுட்டுத் தடவினால், அம்மா தொடுகிற மாதிரி ஆகிவிடுமா?

இத்தனை குதி, இத்தனை வாண்டுகள், இத்தனை இரைச்சலுக்கும் நடுவில் படிக்கட்டு சூன்யமாகத்தான் இருந்தது குஞ்சுவுக்கு. சற்றுக் கழித்து அவர் மனதுகூடச் சூன்யமாகிவிட்டது. 'அம்மா, அம்மா' என்று முணுமுணுக்கையில் மனது சோம்பி, கண்செருகிக் குத்திட்டுக் கிடந்தது.

யாரோ வந்து குரட்டில் நின்றார்கள். குஞ்சு எங்கோ கிடந்த மனதை இழுத்துப் பார்த்தார். கறுப்பாக ஒரு ஆள், கட்டுமஸ்தான கை, கழுத்து. வெள்ளையாக அரைக் கைச் சட்டை; அகன்ற மார்பு என்று அது சொல்லிற்று. கீழே ஒரு எட்டு முழம். தோளில் ஒரு கட்டம் போட்ட துண்டு. கறுப்புதான். ஆனால் முகத்தில் ஒரு களை. யாரோ தெரிந்தவரின் முகஜாடை ஒன்று சாயலடிக்கிறது. "நமஸ்காரம்" என்றது அந்தக் குரல் – குரல்கூட கனம்தான். முப்பது வயதுக் கனம். வயது இருபத்தைந்து தான் இருக்கும்.

"யாரு? சட்டுனு தெரியலே!" என்று மன்னிப்புக் கேட்கிற பாவனை யில் புன்னகை பூக்க முயன்றார் குஞ்சு. ஆனால் பூக்க முடியவில்லை. வந்து நின்ற முகத்தில் சோகக்களை. குஞ்சுவின் புருவத்தை ஒரு கவலை சுளுக்கிற்று. "யாரு?" என்று மறுபடியும் கேட்டபொழுது அவருடைய குரலிலும் அந்தக் கவலை இறங்கிவிட்டது. வந்த ஆசாமி பதில் பேச வில்லை. தோளில் தொங்கிய துண்டை எடுத்து இடுப்பில் சுற்றிக் கொண்டான். நெஞ்சு விம்மி விசித்தது. நெடுஞ்சாண் கிடையாகக் குரட்டிலேயே விழுந்து நமஸ்காரம் செய்தான். குஞ்சு சட்டென்று திண்ணையில் தொங்கிய காலை இழுத்து மடக்கிக்கொண்டார்.

"அடாடா! என்ன இது?"

அவன் நாலு நமஸ்காரங்களை எழுந்து எழுந்து செய்து நிற்கும் வரையில் காத்துக்கொண்டிருந்தார். காதில் கை வைத்து "ராமநாத சர்மாஹம் அஸ்மிபோ" என்று முறைப்படி தன் பெயரைத் தழதழத்துக் கொண்டே சொன்னான் அவன். "பெரியவா என்னைக் காப்பாத்துணும்" என்று அவன் சொல்லும் பொழுது கன்னத்தில் நீர் வழிந்து ஓடி இரண்டு

சொட்டு குறட்டில் விழுந்தது. அவன் சுமங்கலியாயில்லா விட்டாலும் சுமங்கலியின் கண்ணீரே நிலத்தில் விழுவதைப் பார்ப்பதுபோல ஒரு பதட்டம் குஞ்சுவை லேசாக அசங்க அடித்தது – இளங்காளே. கட்டுமஸ்தான உடம்பு. கண்ணீர் விடவாவது!

"யாரு? என்ன?" என்று குமுறினார் குஞ்சு.

"என்னைத் தெரியலியா? ... நான் வந்து ... ஐயா பாகவதரின் அண்ணாபிள்ளை. உங்க பையனும் நானும் ஒரே ஆபிசில்தான் வேலை பார்க்கிறோம். மாயவரத்திலே" என்றான் வந்தவன். சட்டென்று முகஜாடை ஞாபகம் வந்துவிட்டது குஞ்சுவுக்கு. ஐயாவின் முகச்சாயை தான் அது. ஐயாவின் தமையன் வீராசாமி. ஐயா குஞ்சுவின் நெருங்கிய நண்பர். அதனால் வீராசாமியோடும் பழக்கம் உண்டு. வீராசாமி நெல் வியாபாரத்தில் பெரிய புள்ளியாக இருந்தவர். பரம உபகாரி. வேளைக்கு முப்பது நாற்பது என்று இலை விழும் சாப்பாட்டுக்கு. அவர் வீடு சத்திரம். வந்தவன் – போனவன் எல்லாம் சாப்பிட்டுப் போய்க்கொண்டே இருப்பான். தெருவில் நடந்தால் கும்பிட்டுக் கொண்டேயிருப்பார்கள். வாரி வாரி இறைத்த கை அது. அதற்குத் தெய்வம் ஒரு நாள் குறும்பு பண்ணிற்று. கூட்டாளிக்கு ஏதோ கடனுக்கு மேலொப்பம் போட்டார் வீராசாமி. அவன் திடீரென்று வாயைப் பிளந்தான். அந்த அறுபதாயிர ரூபாய் கடன் வீராசாமியைப் பிடித்துக்கொண்டது. ஒரே நாளில் பாப்பராகிச் சாப்பாட்டுக்கே தவித்து – தம்பி ஐயா இல்லாவிட்டால் அந்தத் தவிப்பும் பட்டுத்தான் இருக்க வேண்டும். அந்த ஏக்கத்திலேயே வீராசாமி உருகி ஒரு நாள் உலகைவிட்டு போய்விட்டார். நன்றாகப் படித்து முன்னுக்கு வந்திருக்க வேண்டிய பையன், பள்ளிக்கூடப்படிப்போது நிறுத்திவிட்டு குமாஸ்தாவாக ஆனான். குஞ்சுவின் பையனோடுதான் வேலை பார்க்கிறான் அவன்.

அந்த ராமநாதன்தான் இவன். எப்படியோ இருக்க வேண்டியவன் என்ற இரக்கம் மனத்தை உளைக்க, "உட்காருப்பா, உட்காரு முதல்லெ," என்று நகர்ந்துகொண்டார் குஞ்சு.

"பரவாயில்லை, மாமா."

"உட்காரு, சொல்றேன்."

உட்கார்ந்தான் அவன். சொன்னான்: "அம்மாவையும் அவளையும் குழந்தையையும் அழைச்சிண்டு ஸ்வாமிமலைக்கு வந்தேன். குழந்தைக்கு முடியிறக்கணும்னு. நேரே போயிருக்கப்படாதா? கும்பகோணத்திலே இறங்கி மாமாங்கக் குளத்திலே ஒரு ஸ்நானம் பண்ணிவிட்டு அப்புறம் பஸ்லே போகலாமே, ஸ்வாமி மலைக்குன்னா அம்மா. சரின்னு இறங்கினோம். ஏதோ கிழக்கே போற வண்டி கிராஸிங்காம். வண்டியை அந்தண்டைப் பிளாட்பாரத்திலே நிறுத்திவிட்டான். இறங்கி நடந்து வந்தோம். குழந்தையை என் சம்சாரம் எடுத்துண்டா. பொட்டியை நான் எடுத்துண்டேன். அம்மா ஒரு மூட்டையை எடுத்துண்டா. தண்டவாளத்தைத் தாண்டறபோது கல் தடுக்கித்தோ என்ன தடுக்கித்தோ, அம்மா மொடேர்ன்னு விழுந்தா, பாருங்கோ. நெத்தியிலே கல் குத்தி பிரவாகமா ரத்தம் கொட்டிச்சு. தோளிலே வேறே அடி. காலிலே குதிரை முகத்திலே வேறே அடிபட்டுட்டாப் போலிருக்கு. எந்திருக்க

முடியலே. சட்டுனு தூக்கினேன். ஒரு ஒத்தை மாட்டு வண்டியிலே போட்டு சிங்காரம் பிள்ளை ஆஸ்பத்திரிக்குக் கொண்டுபோனேன். அம்மாவுக்கு மூர்ச்சையே தெளியலே. டாக்டர் காயத்தை அலம்பிக் கிலம்பிக் கட்டுப் போட்டார். இங்கேயே மூணு நாள் இன்பேஷண்டா இருக்கணும்னார். ஊசி போட்டார். சீழ் பிடிக்காம இருக்கணுமாம்; பெனிசில்லின் இன்ஜெக்ஷன் போடணுங்கறார். இருக்கற பணம் பத்து ரூபா சொச்சம்தான். நான் எங்கே போவேன்? 'சாமிநாதா இப்படிப் பண்ணிப்பிட்டியே'ன்னு ஒரு நிமிஷம் கண்ணை மூடி ஆடிப்போயிட்டேன், முகம் தெரியாத ஊரு, எங்கே போவேன், யாரைப் பார்ப்பேன்? ஒண்ணுமே புரியலே. கடைசியிலே சட்டுனு பெரியவா ஞாபகம் வந்தது. ஓடிவந்தேன்."

"ஸ்வாமிநாதஸ்வாமிதான் கொண்டுவிட்டான்னு நெனச்சுக் கோப்பா ... ஆமா. இதுக்காவா இப்படிக் கண்ணாலே ஜலம் விடறது? இப்ப என்ன நடந்துட்டுது – தாங்க முடியாம?"

"அப்படியில்லை, மாமா. ஏதோ வந்தோம். காரியத்தை பார்த்துண் டோம்னு போகாம இப்படி நேர்ந்துட்டேன்னு நினைக்கிறபோது தாங்கலே. அதுவும் அம்மாவை நினைக்கிறபோது தாஙகேவில்லே. அப்பா இருந்தார்னா ஒரு டாக்சி வச்சிண்டு மாயவரத்திலேர்ந்து ஸ்வாமி மலைக்கு நேரா வந்துட்டு போயிருப்பார் இல்லியா? எத்தனை பேருக்குப் பண்ணிப் போட்டிருக்கா, அம்மா! எத்தனை குடும்பங்களைத் தாங்கியிருக்கா! அவ வந்து இப்படித் தண்டவாளத்திலே விழுந்து. நான் அவளைத் தூக்கி, எங்கியோ கண்காணாத ஊர்லே ஆஸ்பத்திரியிலே போட்டு –"

"கண்காணாத ஊராவதப்பா! கும்பகோணமா கண்காணாத ஊரு? ... சரி சரி. வெறுமனே மனசைப் போட்டு வாட்டிக்காதே. நாங்கள் ளாம் இல்லியா? ஒரு தடவை கடைமுகத்துக்கு மாயவரத்துக்கு வந்தோம், பத்து வருஷம் முன்னாலே. உங்கம்மா ஒண்டிக்காரியா நின்னுண்டு முந்நூறு பேருக்குச் சமைச்சுப் போட்டு – வந்தவாளுக்கு யார் யாருக்கு என்ன வேணும்னு கவனிச்சு! அதிதிகளை எப்படி சந்தோஷப்படுத்தறதுன்னு உங்கம்மாகிட்டே தெரிஞ்சுண்டோம் அன்னிக்கு. இப்ப என்ன மோசம் போயிட்டுது? நீ இங்கியே இரு. சம்சாரமும் குழந்தையுமா இங்கே வந்து இருங்கோ. சாப்பாடு பண்ணி வேளா வேளைக்குக் கொண்டுபோய் அம்மாவுக்கு கொடுங்கோ. உடம்பு நன்னா குணமான பிறகு இங்கோ வந்து தங்கி, ஸ்வாமிமலைக்குப் போயிட்டுப் போங்கோ" என்றார் குஞ்சு.

"லீவு இல்லியே, மாமா? ஒரு நாள் தான் லீவு போட்டிருக்கேன்."

"ஒரு தந்தியைக் கொடுக்கிறது. இந்தமாதிரி நேர்ந்துட்டுன்னு."

"பார்க்கறேன்."

"இப்ப அம்மாவுக்கு எப்படியிருக்கு?"

"காயமெல்லாம் கட்டுப் போட்டாச்சு, மயக்கம்தான் தெளியலே. 'பயம் ஒண்ணுமில்லே, கவலைப்படாதீங்கோ. இந்த இன்ஜெக்ஷனை வாங்கிண்டு வந்துடுங்கோன்'னார் டாக்டர்."

"எத்தனை ஆகுமாம் இன்ஜெக்ஷனுக்கு?"

"பதினொண்ணே சொச்சம் ஆறது. அப்புறம் டாக்டர் பீஸ் கொடுத்தாகணும். இப்ப சத்தியா இருபது ரூபா இருந்தா சமாளிச்சிடுவேன்.

"அவ்வளவுதானே?" என்றார் குஞ்சு. உள்ளே போனார்.

"அவ்வளவுதானே?" என்று அலட்சியமாகச் சொல்லி வந்தாரே ஒழிய உள்ளே அவ்வளவு இருந்ததா என்பது ஸ்வாமிநாதனுக்குத்தான் வெளிச்சம். முந்திய வியாழனன்று ஒரு சிராத்தம் சாப்பிட்டதில் இரண்டு ரூபாயும், வேட்டிக்குப் பதிலாக ஒரு ரூபாயும் வந்திருந்தன. அதற்கு முதல் நாள் ஒரு தனிகர் பேரனுக்கு முதலாண்டு நிறைவு. பன்னிரண்டு ரூபாய் வந்தது. செலவு போக எத்தனை மிச்சமோ? – அலமாரியைக் குடைந்தார். பதினாறு சில்லறை இருந்தது. சம்சாரத்தினிடம் போனார். "உன்னிடம் ஏதாவது இருக்கோ?" என்றார். அஞ்சறைப் பெட்டியைக் குடைந்து ஒரு ரூபாய் சொச்சம் தேறிற்று என்று அவள் கொண்டு வந்தாள். "சரி, எப்படியாவது இன்னொரு ஐந்து ரூபாய்க்கு ஏற்பாடுபண்ணு" என்றார். அந்த அம்மாள் வெளியே ஓடி, நாலைந்து வீடு தள்ளி காமாட்சிபுரத்து ஐயர் சம்சாரத்திடம் கைமாற்று வாங்கிக்கொண்டு பரபரவென்று வந்தாள். வீட்டுச் செலவுக்கு இரண்டே சொச்சத்தை வைத்துவிட்டு, இருபது ரூபாயை ராமநாதனிடம் வந்து நீட்டினார்.

"இருந்தா எத்தனை வேணும்னாலும் கொடுத்திருப்பேன், இப்ப இதை வச்சுக்கோ, மருந்துச் செலவுக்கு, இன்ஜெக்ஷன் பண்ணியான பிற்பாடு நேரே சம்சாரத்தையும் குழந்தையும் அழச்சிண்டு இங்கே வந்திடு" என்றார்.

"பார்க்கறேன், மாமா. எப்படியிருக்கோ உடம்பு! கூடவே இருக்கும் படியா இருந்துதுன்னா? எதுக்கும் சாயங்காலம், இல்லாட்டா ராத்திரி வந்து தகவல் சொல்றேன். நீங்க இப்படி சமயத்துக்கு ஸ்வாமிநாதஸ்வாமி மாதிரி கை கொடுத்தேளே!" என்றான் அவன். மறுபடியும் பொலபொலவென்று கண்ணீர் விடத் தொடங்கிவிட்டான்.

"என்ன இப்படி நெகிழ்ந்து போறே? நான் என்ன செஞ்சுட்டேன்? உங்கப்பா இருந்த இருப்பென்? மகாராஜா மாதிரி இருந்தார். என்னமோ தெய்வம் சோதனை பண்ணிட்டுது, அதைரியப்படாதே. ஸ்வாமி இருக்கார். போயிட்டு வா. சிங்காரம்பிள்ளை ஆஸ்பத்திரியிலேதானே இருக்கா, அம்மா?"

"ஆமாம்."

"முடிஞ்சா நான் சாயங்காலம் வந்து பார்க்கறேன்."

குஞ்சுவின் சம்சாரத்திடமும் சொல்லிக்கொண்டு, நமஸ்காரம் பண்ணிவிட்டுப் போனான் அவன்.

குஞ்சு சொன்னார்: "என்ன ஆச்சரியம் பாலு! திண்ணையிலே உட்கார்ந்து அம்மாவை நினைச்சுண்டே இருந்தேன். அம்மா குளிக்கிறாப்பல, ஜபம் பண்றாப்பல, காலமே பாடிண்டு வீடு மொழுகுறாப்பல, என்னென்ன வெல்லாமோ நினைச்சுண்டு உட்கார்ந்திருந்தேன். திடீர்னு 'அம்மாவுக்கு

அடிப்பட்டுட்டுத்து. மருந்து வாங்கணும்'னு வந்து நிக்கறான், இந்தப் பிள்ளை யாண்டான், ஆச்சரியமா இல்லே? நான் அம்மாவை நினைக்கிறதும், யாரோ வந்து என் அம்மாவுக்குச் செய்'யின்னு கேக்கறதும் –"

சம்சாரத்திற்கு அதில் என்ன ஆச்சரியம் என்று புரியவில்லை. இருந்தாலும் அவளுக்கு மாற்றுச் சொல்லுகிற வழக்கமோ, இயல்போ இல்லை. "ஆமாம் – ரொம்ப" என்று மையமாகச் சொல்லிவிட்டாள் – அவர் சொல்கிறதற்கு, செய்வதற்கு உடன்படுவது ஒன்றுதான் அவள் வழி.

குஞ்சுவுக்கு அவன் முகத்தை மறக்க முடியவில்லை. "எப்பேர்ப் பட்ட குடும்பம்! ரயிலில் மூன்றாம் கிளாசிலே போகத் தெரியாதே, அவருக்கு! முதல் கிளாசிலேன்னா போவார்! யாராவது யாசகம்னு கையை நீட்டினா, ஒண்ணு ரெண்டுன்னு கொடுக்கத் தெரியோதே; பத்து இருவதுன்னா வீசுவார்! அப்படிக் கொடுத்தவருக்கு வந்த கதி! சொத்தெல்லாம் போயி, வீடு போயி, நகையெல்லாம் போயி, ஒரு அஞ்சு வருஷம் தம்பியை நம்பிண்டு, சொல்ல முடியாம மெல்ல முடியாம அவர் தவிச்சது ... அப்பப்பா! இது என்ன விசித்திரம், பாரு! அவர் இருக்கிறபடி இருந்தா, அந்தப் புள்ளை இப்படியா இருக்கும்?" என்று பேசமுடியாமல் நாக்குழுழினார் அவர். சிறிது மௌனத்தினால் சுதாரித்துக்கொண்டு, "சரி, வந்த இடத்திலே சாப்பாட்டுக்கு என்ன பண்றாளோ, பாவம்! நாலு மணிக்கு நல்ல ரசம் வச்சு, மூணுபேருக்குச் சமைச்சு, ரசஞ் சாதமும் தயிருஞ் சாதமுமாய் பிசைஞ்சு ரெண்டு பாத்திரத்திலே கொடு. ஆஸ்பத்திரிக்குப் போய்ப் பார்த்து அதையும் கொடுத்துட்டு வரேன்" என்றார்.

"நாலு மணிக்குப் போகணுமா?"

"ஆமாம்."

குஞ்சு இடைகழியில் இருந்த திண்ணையில் படுத்துக்கொண்டார். தூக்கம் வரவில்லை. இன்னும் இருபது முப்பது ரூபாயாவது கொடுத்து சமயத்துக்கு உதவலாம். இல்லையே! கலியாணம் என்றால் கல்லுக் கல்லாக நகையை வாங்குகிறார்கள். பத்திரிகை அடிக்க முந்நூறு, நானூறு செலவழிக்கிறார்கள். தகதகடாகக் புடவையில் காசைக் கொட்டு கிறார்கள். தேங்காய் வைத்துக் கொடுக்கிற பைக்கு மாத்திரம் இருநூறு முந்நூறு என்று இறைக்கிறார்கள். உள்ளேயிருக்கிற ஒல்லித் தேங்காய்க்கு ஈடு போலிருக்கிறது! மேளக்காரனுக்கும் வாசனக்காரனுக்கும் ஐந்நூறு, ஆயிரம்! கடையிலே வைதீகனிடம் வரும்போது மாத்திரம் சுஷ்கம் பண்ணுகிறார்கள். ஹோமம் பண்ணி மந்திரத்தை வளர்த்து, கலியாணத்தையே ஊர்ஜிதம் செய்கிற காரியம்! மந்திரம் இல்லா விட்டால் கலியாணம் இல்லை. வைதீகன் இல்லாவிட்டால் மந்திரமில்லை. அந்த வைதீகனுக்கு மூணு நாலு தர எத்தனை குசுகுசுப்பு, எத்தனை சிடுசிடுப்பு! ...

வெயிலில் ஊர், காவேரியெல்லாம் தூங்கி வழிந்தது – கொர்ர்...

யாரோ பேசுவது போலிருந்தது.

"மணி நாலடிக்கப் போறாப்பலிருக்கே" என்று குரல் வந்ததும் பரபரவென்று எழுந்தார் குஞ்சு. கொல்லையில் முகத்தைக் கழுவி, காலைக் கழுவி, கொடியிலிருந்த வெள்ளை வேட்டி ஒன்றை எடுத்துப் பஞ்சக் கச்சத்தை மாற்றிக்கொண்டார். மேலே ஆறு முழத்தைப் போர்த்துக் கொண்டார். கண்ணாடியைப் பார்த்தார். காலையில் இட்ட கோபிச்சந்தனம் பெரிய 'ப'னாவாக அப்படியே இருந்தது, நடுவில் ஒரு குங்குமப் பொட்டை வைத்துக்கொண்டார். இரண்டு பித்தளைத் தூக்குகள் கூத்தில் தயாராயிருந்தன.

"இதிலே ரசஞ் சாதம், இதிலே தயிருஞ்சாதம் இருக்கு" என்று சொல்லிக்கொண்டே டீயைக் கொண்டு வந்து கொடுத்தாள் சம்சாரம்.

"பேஷ்!" என்று அவர் டீயை வாங்கிச் சாப்பிட்டுவிட்டுத் தூக்கை எடுத்துக்கொண்டு கிளம்பினார். நடந்தார். மகாமக குளத்தெரு தாராள மாக இரண்டரை மைல் இருக்கும். கைக்கு ஒரு தூக்காகத் தொங்கவிட்டு அறுபத்தாறு வயதிடம் கெஞ்சிக் கேட்டுச் சற்று அதிக சக்தியை வாங்கிக் கொண்டு விறுவிறுவென்று நடந்தார்.

சிங்காரம்பிள்ளை ஆஸ்பத்திரிக்கு ஒரு சின்னக் காம்பவுண்டு உண்டு. உள்ளே நுழைந்து திண்ணையில் பாத்திரங்களை வைத்துவிட்டு, உடம்பு மூக்கு, நெற்றி, கண் எல்லாவற்றையும் துடைத்துக்கொண்டார். திண்ணை யில் நாலைந்து கிராமத்தார் — உள்ளே படுத்திருக்கிற நோயாளிகளின் உறவுக்காரர்கள் போலிருக்கிறது — பேசிக்கொண்டிருந்தார்கள். சற்று அமர்ந்துவிட்டு உள்ளே போனார். முதல் அறையில் ஆஸ்பத்திரிச் சிப்பந்தி உடையில் ஒருத்தன் இருந்தான். குஞ்சுவைப் பார்த்ததும், "யாரு?" என்றான்.

"காலமே மாயவரத்திலேர்ந்து வந்திருக்காளே, தலையிலே காயம் பட்டு ஒரு வயசான அம்மா ... ரயில் தண்டவாளத்திலே கால் தடுக்கி மண்டை உடைஞ்சு போச்சாமே – அவர் பிள்ளை வந்து அட்மிட் பண்ணினாரே – இங்கே? அவா எந்த ரூம்லே இருக்கா?" என்று கேட்டார் குஞ்சு.

"மாயாவரமா? சீயாழிலேர்ந்து ஒரு அம்மா வந்திருக்காங்க. அவங்களுக்கு தொண்டை ஆபரேஷனாச்சே!"

"இல்லே. மாயவரம் இவாளுக்கு. குழந்தைக்கு முடியிறக்க ஸ்வாமி மலைக்கு வந்தார். ராமநாதன்னு பேரு. ஸ்டேஷன்லே இறங்கி வர்றபோது தண்டவாளத்திலே விழுந்துட்டாளாம். நெத்தியிலே ரத்த விளாராகி இங்கே கொண்டு வந்து போட்டாளாம். டாக்டர் ஒரு ஊசி போட்டாராம். அப்புறம் பெனிசில்லின் போடணும்னு சொன்னாராம். அவர் சொன்னாரே!"

"யாரு?"

"அந்த ராமநாதன்தான்; அந்த அம்மாவோட பிள்ளை."

"எந்த ஆஸ்பத்திரின்னு சொன்னார்?"

"சிங்காரம்பிள்ளை ஆஸ்பத்திரிதானே இது?"

"ஆமாம்."

"இங்கேதானே அட்மிட் பண்ணியிருக்கிறதாச் சொனார்."

"மண்டையிலே அடிபட்ட கேஸே வரலீங்களே இங்கே."

"நீங்க?"

"ஆஸ்பத்திரி ஆளுதான் நான் ... இங்கே இருக்கிறதே ஆறு பேஷண்டுங்க தான். நீங்க வேணுமானா வந்து பாருங்க"

ஒவ்வொரு அறையாகக் கொண்டு காட்டினான், அந்த ஆள் ... ஊஹும் ... ராமநாதனை, அவன் சம்சாரத்தை, குழந்தையை, தாயாரை– யாரையும் காணோம்.

"இந்த ஆஸ்பத்திரிக்கு வேற ஏதாவது பிராஞ்சு இருக்கோ?"

"இல்லீங்களே ... சர்கார் ஆஸ்பத்திரியிலே பாத்தீங்களா?"

"இல்லியே சிங்காரம் பிள்ளை ஆஸ்பத்திரின்னு சொன்னாரே."

"இங்கே வர்லீங்களே அப்படி யாரும்!"

குஞ்சு சற்று நின்றார். பிறகு ராமநாதன் வந்து சொன்ன செய்தியை மறுபடியும் சொன்னார். பணம் கொடுத்ததையும் சாப்பாடு கொண்டு வந்திருப்பதையும் சொன்னார்.

"எனக்கும் ஒண்ணும் புரியலீங்க. ஒண்ணு, அவரு வேறு எத்தையோ சிங்காரம் பிள்ளை ஆஸ்பத்திரின்னு தவறா நெனச்சிக்கிட்டுச் சொல்லி யிருக்கணும். நீங்க எதுக்கும் சுப்ரமணியம் ஆஸ்பத்திரி, சர்க்கார் ஆஸ்பத்திரி ரெண்டையும் பார்த்திட்டுப் போங்களேன்" என்றான் அவன்.

"அப்படித்தான் செய்யணும்" என்று தூக்குகளை மீண்டும் தூக்கிக் கொண்டு நடந்தார் குஞ்சு. வாசற்படியில் வந்து மேற்கே பார்த்து நின்றார். ஏழை சோமேச்வரர் கோவில் கோபுரம் வானைச் சிறிது அகலமாகவே அடைத்து நின்றது.

சுப்பிரமணியத்தின் ஆஸ்பத்திரிக்குப் போனார். பிறகு சர்க்கார் ஆஸ்பத்திரிக்கும் போனார். ராமநாதனையோ நெற்றியில் அடிபட்ட தாயாரையோ எங்கும் காணவில்லை. அதற்குள் இருட்டிவிட்டது. நாலு மைல் நடையும் ஆகிவிட்டது. சாதம் செலவழியலில்லை. தூக்குகளைத் தூக்கிக்கொண்டு மீண்டும் வீட்டை நோக்கி, ஒரு இரண்டு மைல் நடந்தார். மனைவியிடம் எல்லாவற்றையும் சொல்லி முடிக்க அரை மணி ஆயிற்று, இரண்டு பேருமாக அதையே சாப்பிட்டார்கள். இரவோடு இரவாக உட்கார்ந்து மாயவரத்தில் இருக்கிற பிள்ளைக்கு ஒரு கடிதம் எழுதினார். நாலாம் நாள்தான் அதற்குப் பதில் வந்தது.

"... விபரம் யாவும் தெரிந்துகொண்டேன். ராமநாதன் அளவுக்கு மீறின புத்திசாலி. அதனால்தான் போன வருடமே அவனை வேலையை விட்டு நீக்கிவிட்டார்கள். வேலை வாங்கிக் தருகிறேன் என்று முப்பது நாற்பது எம்.ஏ., பி.ஏ.க்களிடம் அவன் நூறு – இருநூறு வாங்கிக் கொண்டு விட்டானாம். ஒரு வருடமாக அவன் இந்த ஊரிலேயே இல்லை. ஆனால் போன வருடம் அவன் தாயார் தஞ்சாவூர் ஆஸ்பத்திரியில் கையில்

புரையோடி ஆபரேஷனாகி. ஒரு மாதம் கிடந்தது உண்மை. அதிலிருந்து அவளுக்குப் பெனிசிலின் வாங்குவதற்காக அவன் அப்பா, சித்தப்பாவின் நண்பர்கள், நண்பர்களுக்கு நண்பர்கள் – என்று சுமார் எழுபது எண்பது பேரிடம் பத்தும் பதினைந்துமாக வாங்கிக்கொண்டு போய்விட்டான். கவலைப்பட வேண்டாம்; அந்த பணம் திரும்பி வராது. அவன் இப்போது ஊர் ஊராகச் சுற்றிக்கொண்டிருக்கிறான். ஆனால் அந்தத் தாயாரை விடுவதில்லை. அவளையும் அழைத்துக்கொண்டே சுற்றுகிறான். இருபது ரூபாயோடு போயிற்று என்று சமாதானம் அடையவேண்டியதுதான். இனிமேல் இப்படி யாராவது வந்து கேட்டால் தீர விசாரியாமல் கொடுக்க வேண்டாம் என்றுதான் நான் சொல்லுவேன். ராமநாதனுக்கு இன்னும் கலியாணமாகவில்லை. ஆனால் தாயாரிடம் அவனுக்குப் பாசம் அதிகம். அதனால் தாங்கள் வருத்தப்பட வேண்டாம் – அநேக நமஸ்காரம், தங்கள் விசுவநாதன்."

"பேஷ்! பேஷ்!" என்றார் குஞ்சு.

"என்ன?" என்றாள் சம்சாரம்.

"பிள்ளையும் நம்ம மாதிரிதான் இருக்கான்னேன்", என்று கடிதத்தை அவளுக்கு வாசித்துக் காட்டினார் குஞ்சு.

அவர் சம்சாரம் கண் கலங்கச் சிரிக்கத் தொடங்கினாள்.

சுதேசமித்திரன் தீபாவளி மலர், அக்டோபர் 1965

பாஷாங்க ராகம்

... 'என் தாயாருக்கு நீங்கள் அனுப்பிய அனுதாபச் செய்தி கிடைத்தது. 'நிறைந்த சங்கீத அறிவுடன், ரசிக சிரோமணியாகத் திகழ்ந்தார் தங்கள் கணவர் ஸ்ரீபலராமன். பயமின்றியும் பாரபட்சமின்றியும் அவர் சங்கீத விமர்சனம் செய்து வந்ததே, சங்கீதமே மூச்சாக அவர் வாழ்ந்த லட்சிய நோக்குக்குச் சான்றாகும். அவர் மறைவைச் செவியுற்று இசையுலகம் துயரில் ஆழ்ந்து கிடக்கிறது. அன்புக் கணவரைப் பிரிந்து துயரெனும் இருளில் தவிக்கும் தங்களுக்கும் தங்கள் குழந்தைகளுக்கும் தன் ஆழ்ந்த அனுதாபத்தை எங்கள் பிருங்கி சங்கீத சபை தெரிவித்துக்கொள்கிறது' என்று எழுதி யிருக்கிறீர்கள்.

அம்மா அதைப் படித்துவிட்டுச் சிறிது நேரம் எங்கோ பார்த்துக்கொண்டு உட்கார்ந்திருந்தாள். "நன்றி, என்று ஒரு வார்த்தை பதில் எழுதிப் போட்டுவிடட்டுமா?" என்று கேட்டேன். "இத்தனை தப்பு இருக்கிற கடுதாசுக்கு விவர மாகத்தான் எழுதிப் போடேன்" என்று சொல்லிப் போய் விட்டாள். போய் முன்வாசல் படியில் நின்று, "இந்தக் கடுதாசு உனக்கு சரியாகப்படறதா?" என்று கேட்டாள்.

மறுபடியும் படித்து, ஒவ்வொரு வார்த்தையாக எடை போட்டுப் பார்த்தேன். அநேகமாக எல்லாமே தவறு என்று தோன்றிற்று. அம்மாவிடம் அதைச் சொல்லியும்விட்டேன். "அப்படீன்னா பொய்யைக் கழுத்தை முறிச்சுப் போடு" என்று சொல்லிவிட்டு வாசற்படி இறங்கிப் போனாள்.

மறுபடியும் உங்கள் கடிதத்தைப் படித்தேன். அப்பாவின் கெட்டிக்காரத்தனத்தை நினைத்துச் சிரிப்பு வந்தது. முரட்டு ரசிகர்களான பிருங்கி சபையார் கண்ணில் மண்ணைப் போட்டு விட்டாரே என்று தோன்றிற்று. அப்பா ரசிகரும் இல்லை. சிரோமணியுமில்லை. பயந்து பயந்துதான் பொழுதைப் போக்கினார் அவர். அவருடைய லட்சியம் சங்கீதமல்ல. பக்ஷியம்தான். காலட்சேப பாகவதர்கள்

அடுக்குகிற ஏழு ஸ்வரங்களுக்குச் சுத்தம், சாதாரணம், அந்தரம், சதுச்ருதி, த்ரிச்ருதி, ஷட்ச்ருதி, கோமளம், தீவிரம் என்றெல்லாம் அடைமொழி களுடன் வேறுபாடுகள் இருப்பதுபோல் ஒவ்வொரு சுவைக்கும் பன்னிரண்டு வகைகள் உண்டு என்று அவர் கட்சி. உண்டி வகைகளை உண்பதுதான் அவருடைய பரம புருஷார்த்தம். அம்மாவுக்கும் அவருக்கும் இடையே எந்தவித அன்பும் மலர்ந்திருந்ததாகத் தெரியவில்லை. இருந்தால் மொட்டிலேயே கருகியிருக்க வேண்டும். துயரெனும் இருளில் அம்மாவோ நாங்களோ தட்டித் தடவி நடக்கவில்லை. நான் மனையியலை யும் சங்கீதத்தையும் விசேஷ பாடமாக எடுத்துக்கொண்டு ஆனர்ஸ் படித்துக்கொண்டிருக்கிறேன். என் தம்பி கெமிஸ்டாக ஒரு கம்பெனியில் வேலை பார்க்கிறான். நானும் அவனும் வில்லி பார்லாவில் குடியிருக்கிறோம். அம்மா – கோரேகானில் அன்புக் கணவரோடு – இந்த நாள் கணவரோடு – சுகமாக வாழ்ந்துகொண்டிருக்கிறாள். அப்பாவின் மனைவியாக அல்ல. போலீஸ்காரர்கள் வந்து அவரைப் பைத்திய ஆஸ்பத்திரிக்கு அழைத்துக் கொண்டுபோய்ச் சேர்த்த பிறகுதான் அம்மாவுக்கு ஆறுதல் கிடைத்தது. மூன்று வருஷங்கள் கழித்துச் சட்டப்படி விவாகரத்து செய்து கொண்டுவிட்டாள்.

மாதா பிதா பாவம் மக்கள் தலையிலே என்பார்கள். அந்தப் பாவத்தை என் அப்பா தன் தலையில் சுமந்துகொண்டு அலைந்தார். கடைசியில் அது அவர் தலைக்குள் இருப்பதையே பாதித்துவிட்டது. அவருடைய பிதா (என் தாத்தா) செய்த பாவம் பிள்ளைக்குச் சங்கீதம் கற்பிக்க முயன்றது. மாதா (என் பாட்டி) செய்த பாவம் அதைத் தடுத்து நிறுத்தாமல் போனது. அதனால் சிலவேளை அப்பாவை நினைக்கும்போது வருத்தமாயிருக்கும்.

தாத்தாவுக்கு மூன்று பிள்ளைகள். முதல் இரண்டு பிள்ளைகளும் திவ்வியமாகப் பாடுவார்களாம். பள்ளிக்கூடத்துத் தலைமை ஆசிரியராக இருந்த தாத்தா, சங்கீதத்திலும் கரை கண்டவர். கரையைக் கண்டு விட்டாலும் எப்போதும் அதிலேயே நீந்திக்கொண்டிருப்பாராம். பிள்ளைகள் பாடுவதைப் பார்த்து உடம்பே வெடிக்கும்போல் பூரித்துக் கொண்டிருப்பாராம். தக்க வயது வந்ததும் சங்கீத இலக்கண இலக்கியங் களையெல்லாம் கரைத்துப் புகட்டிவிடுவோம் என்று கங்கணம் கட்டிக் கொண்டிருந்தாராம். ஆனால் அவர் இதயமே வெடிக்கிற சம்பவம் நிகழ்ந்தது. அந்த முதல் இரண்டு பிள்ளைகளும் ஒரு சாதாரண ஆற்றில் நீந்தப் போய், உயிரை ஆற்றிடம் தந்து, உடம்பாக எங்கோ அகப்பட்டார்களாம். தாத்தாவுக்குத் துயரம் தாங்கவில்லை. தம் சங்கீத சொத்தை அவர் இனி மேல் யாருக்கு எழுதி வைப்பார்? மூன்றாவது பிள்ளைக்குத்தானே? வேறு வாரிசு ஏது? எனவே, என்னுடைய அப்பாவுக்கு ஏழு வயதிலிருந்தே சங்கீதம் சொல்லிக் கொடுக்கத் தொடங்கினார். வாழ்வில் அநித்தியத்தை எண்ணி, சங்கீத இலக்கண சாஸ்திரங்கள் வரலாற்று நூல்கள் எல்லாவற்றையும் அவசரம் அவசரமாகப் பாடம் சொன்னார். என் அப்பாவுக்குப் பாட்டு வராவிட்டாலும் கடம் நன்றாக வரும். எத்தனை பெரிய புத்தகமானாலும் கடம் போட்டுவிடுவார். கேட்ட இடத்தில் தலையில் பிரம்ம தண்டத்தை வைத்தாற்போல் கடகடவென்று ஒப்பிப்பார். பாடத்தான் வரவில்லை. தாத்தா அவரை அடியோ அடி என்று அடித்தார். உள்ளங்கை என்ன, முஷ்டி என்ன, பாக்குவெட்டி என்ன, புத்தகம் என்ன, டம்ளர் என்ன, டபரா

என்ன– இப்படிப் பல ஆயுதங்களை அவர் மீது கண்ணை மூடிக்கொண்டு பிரயோகம் செய்வார். இப்படி வெகு காலம் வரையில் இந்த சிட்சை நடந்தது. இதற்கிடையில் என் அப்பாவுக்குக் கல்யாணமும் நடந்தது. ஆனால் இசைப் பயிற்சியும் தொடர்ந்தவண்ணமேயிருந்தது. அதனுடைய பிரிக்க முடியாத அங்கமான வசவுகளும் தொடர்ந்து பொழிந்துகொண்டிருந்தன. எத்தனை பொழிந்தும் விளைச்சலில்லை. கட்டாந்தரையில் எப்படி முளைக்கும்? அப்பா சங்கீத சாஸ்திரங்களை நெட்டுருப் போட்டதனைத்தும் பாத்தியில் எருவாகக் குவிந்திருந்தது. ஆனால் பாத்தி கருங்கல். பாட்டு வரவில்லை. தாத்தா அடிக்கடி பெருமூச்சுவிட்டு ஒய ஆரம்பித்தார். "அட, பாஷாங்க சனியனே!" என்று அடிக்கடி பிள்ளையை ஒரு புதுமுறையில் விரக்தியுடன் திட்ட ஆரம்பித்தாராம். "நீ எங்கேடா இங்கே வந்து பிறந்தே?" என்று பெருமூச்சு விடுவாராம்.

இதை என் அம்மா கேட்டுக்கொண்டிருந்தாள். அவள் சின்னப் பெண். சாந்தி கல்யாணம் ஆகவில்லை. ஆகாவிட்டாலும் புருஷன் வீட்டுக்குப் பெண்ணை ஒரு மாசம் கொண்டுவிடுவதும் அழைத்துப் போவதும் அந்தக் காலத்து வழக்கம். "பாஷாங்க சனியனே!" என்றால் என்ன என்று அவளுக்கு அப்பொழுது புரியவில்லை. பாஷாணம் என்பதை அப்படித் தவறிச் சொல்கிறாரோ என்று தோன்றுமாம். கடைசியில் ஒரு நாள், "பாஷாங்க ராக ராக்ஷசப் பயலே ... ஒழி" என்று ஆசீர்வாதத்துடன் சங்கீதப் பயிற்சிக்கு மங்களம் பாடி முடித்துவிட்டாராம் தாத்தா.

தாத்தா பிறகு அதிக காலம் ஜீவித்திருக்கவில்லை. ஒருநாள் இகவாழ்வை நீத்தார். நீக்கும்போது அவரால் பாட முடியவில்லை. பிள்ளையைப் பார்த்துக் கண்ணீர் வடித்தாராம்.

அவர் போனதும் என் அப்பா 'கூகூ' என்று பச்சைக் குழந்தை மாதிரி அழுதாராம். தம் தந்தையார் கடைசியில் பார்த்துப் பார்த்துப் பேச முடியாமல் கண்ணீர் விட்டதன் அர்த்தத்தை ஆராய முனைந்தார். கண்டுபிடித்துவிட்டார். "என் கோட்டையெல்லாம் தகர்ந்துவிட்டதே" என்றுதான் அவர் வெம்பியிருக்க வேண்டும் என்று அப்பாவுக்குப் புரிந்து விட்டது. அந்தக் கணமே, இனி வேலைக்குப் போவதில்லை, சங்கீதத்துக்கே உழைப்பது என்று தீர்மானம் செய்துவிட்டார்.

சங்கீதத்தைப் பற்றியே பேச ஆரம்பித்தார் என் தந்தை. வீட்டில் பேசுவார். வெளியில் பேசுவார். ஹோட்டலில் பேசுவார். ரயிலடியில் பேசுவார். நண்பர்களோடு பேசுவார். சங்கீதக் கச்சேரிக்கு யாராவது நிர்ப்பந்தமாகக் கூப்பிட்டுப் போனால், வெளியே உட்கார்ந்து சங்கீதத்தைப் பற்றிப் பேசிவிட்டு வந்துவிடுவார். அதனால் அவரைப் பார்த்து எல்லோரும் பயப்பட ஆரம்பித்தார்கள். 'வலமோ இடமோ போகட்டும். மேலே விழுந்து பிடுங்காமல் போனால் சரி' என்று சங்கீத வித்துவான்கள் ஓடி ஒளிந்தார்கள். அதற்காக அவருக்கு நண்பர்களில்லாமல் போய்விடுவார்களா? அவரைப் போலவே நாலு பேர்கள் சேர்ந்துகொண்டார்கள். காசுள்ள ஆசாமி என்றால் விடுவார்களா? அவரோடேயே சாப்பாட்டுக்கும் வந்து விடுவார்கள். இரண்டு கறி, கூட்டுகள், பிட்டை, ஆமவடை, பாயாசம் இப்படி அம்மா சாப்பாடு பண்ணிப் போடுவாள். அந்தச் சிரமங்களைக் கூட அவள் சட்டை செய்யவில்லை. கூத்திலிருந்து வருகிற அப்பா பேசுகிற

மாவு மிஷின் குரலையும் நண்பர்களின் குரலையும் தான் அவளால் சகிக்க முடியவில்லை. சில சமயம் குஷி தாங்காமல் அப்பா பாடிக்கூட காட்ட ஆரம்பித்துவிடுவார். அம்மாவின் முகத்தில் அப்போது ஒரு பேயறைந்த கிலி வந்து படர்வதைப் பார்த்தால் பாவமாக இருக்கும். நண்பர்கள் வந்தாலும் வராவிட்டாலும் அப்பாவுக்கு நாலு கறியில்லாமல் சாப்பிடத் தெரியாது. அப்பளத்தைச் சுட்டால் பிடிக்காது. காலையில் இட்டிலி அல்லது பொங்கல் காப்பி, எட்டு மணிக்கு ஒரு காப்பி, பத்து மணிக்கு இரண்டு பிஸ்கட் காப்பி, பன்னிரண்டு மணிக்குச் சாப்பாடு, இரண்டு மணிக்குக் காப்பி, நான்கு மணிக்கு டியன் காப்பி, ஆறு மணிக்குக் காப்பி, எட்டு மணிக்குச் சாப்பாடு, பத்து மணிக்கு டீ, பன்னிரண்டு மணிக்கு ஓமப்பொடி, கீமப் பொடியோடு இஞ்சி இடித்த கொத்தமல்லிக் காப்பி. நடுநடுவே ஹோட்டல் டியன் வேறு. எப்படி இந்த மாதிரி சாப்பிட முடிகிறதென்று அம்மா பயந்து போய்விட்டாள். வர வர அந்தப் பயம் எப்படி இனிமேல் இத்தனையும் பண்ணிப் போடப் போகிறோம் என்ற மலைப்பாக மாறிவிட்டது. ஏனென்றால், அப்பாவின் சொத்து எப்பொழுதும் குட்டிபோட்டுக் கொண்டேயிருக்கிற பணக்காரச் சொத்து இல்லை. தாத்தாவின் பிராவிடண்ட் பணம், ஊரிலிருந்த வீடு, சாப்பாட்டு நிலம் – எல்லாம் இந்தச் சாப்பாட்டிலேயே கரைந்து போய்விட்டன.

இப்போது சங்கீத வித்வான்களுக்கு அப்பா கடிதம் எழுத ஆரம்பித்தார். உங்களைப்போல் பாடுகிறவர்களை விரல்விட்டு எண்ணி விடலாம் என்று ஒரு நூறு பேருக்குக் கடுதாசி போட்டுவிட்டார். சிலர் நன்றி தெரிவிக்க நேரிலேயே வந்தார்கள். சிலரிடம் இவரே போனார். எதற்கு? கடன் வாங்க. ஓர் இருபது பேரிடம் பலித்தது. ஆனால் அதற்குள் சங்கீதக்காரர்களுக்கு அடிக்கடி கூடிப் பேசுகிற சந்தர்ப்பங்கள் இருப்ப தால், "எனக்கு மட்டும் எழுதியிருக்கிறார்" என்று அவர்கள் குடுமியில் அப்பா சுற்றியிருந்த பூ வாடிவிட்டது. பயந்துகொண்டிருந்தவர்கள் இப்போது சிரிக்க ஆரம்பித்துவிட்டார்கள்.

நாலுகறி, கூட்டு பச்சடி, ஒரு கறியாகவும் வற்றல் குழம்பாகவும் குறைந்துவிட்டன.

"என்னடி! உங்க அப்பாவாத்துச் சமையல் மாதிரி ஆயிட்டுது!" என்று ஆரம்பித்தார் அப்பா.

உண்மையில் அம்மா இப்போது அவள் அப்பா அம்மா வீட்டிலிருந்து தான் சாமான் சஜ்ஜாவெல்லாம் வரவழைத்துக்கொண்டிருந்தாள். அது தான் எத்தனை நாட்கள் நடக்கும்? அவள் அப்பா அம்மா மட்டும் என்ன சிரஞ்சீவிகளா? அவர்களும் போய்ச் சேர்ந்தார்கள். அம்மாவின் அண்ணன் தம்பிகள் சும்மா இருந்தால் அவர்களுடைய மனைவிகள் சும்மா இருப்பார்களோ?

"உங்க அப்பன் மாதிரின்னு நெனச்சிண்டியோன்னேன்" என்று அம்மாவைப் பார்த்து அடிக்கடி குத்தி நெருடிக்கொண்டேயிருப்பார் அப்பா.

"உங்கப்பாவுக்கு நானும் அவர் மாதிரி பணம் பணம்னு பறக்காம இருக்கேனேன்னு குறை! பணம்னு சம்பாதிக்காவிட்டாலும் வரவா

போரவா குறைச்சல் இல்லை. பத்துப் பணக்காரனுக்குச் சமமா காய்தா பண்றானே மாப்பிள்ளை. அப்படீன்னு வேறே ஆதங்கம். செத்துப் போகிற வரைக்கும் திரிசமனும் ஜாடையுமா இதைச் சொல்லிக் காமிச்சிண்டே யிருந்தார். இப்பதான் அவர் ஆத்மா சாந்தியடைஞ்சிருக்கும். இப்பதான் நிஜமாவே நான் இல்லாமல் கஷ்டப்படறேனோல்லியோ?" என்றார் அப்பா ஒரு நாள். அதைக் கேட்டு அம்மா பிழிந்து பிழிந்து அழுதாள். வெகுநாட்கள் பொறுத்துக்கொண்டேயிருந்தாள். கடைசியில் ஒரு நாள் திடீரென்று ஆவேசம் வந்தாற்போல் ஒரு கூச்சல் போட்டாளே பார்ப்போம். "போரும், அப்பாவைப் பத்தி இனிமே பேச வாண்டாம்!" என்று பீறின அந்தக் கூச்சல் ஏழு வீட்டுக்குக் கேட்டது. அப்பா அப்படியே வெலவெலவென்று தொய்ந்து போனார். சற்று நேரம் பேசாமல் நின்றார். பிறகு வாசல் பக்கம் போய்விட்டார் அவர்.

அம்மா இப்போது சாதாரண மனுஷியாகிவிட்டாள். இதுவரை பார்யா தர்மம், ஸ்த்ரீ தர்மம், இல்லாள் கடமை என்று புத்தகங்களில் எழுதியிருக்கும் பெண்மணி மாதிரி இருந்தாள். இப்போது திடீரென்று நினைத்துக்கொண்டு சாதாரண மனுஷியாகிவிட்டாள்.

அப்போதுதான் விஜயராகவன் அப்பாவுக்குச் சிநேகிதம் ஆனார். அப்பா மாதிரி அவர் அழுக்காக இருக்க மாட்டார். அழுக்கு வேட்டி கட்ட மாட்டார். சுருக்கு சுருக்கென்று பேச மாட்டார். சும்மாச் சும்மா தின்றுகொண்டேயிருக்க மாட்டார். இருந்தாலும் அப்பாவோடு சிநேகிதமாயிருந்தார். அவர் ஒரு நாள் கூடத்தில் அப்பாவிடம் சொல்லிக்கொண்டிருந்தார்.

"நீங்கள் எத்தனை நாட்கள் சார், இப்படியே இருக்கப் போறேள்? ஏதாவது சம்பாதிக்க வழி பண்ணிக்க வேண்டாமா?"

"எனக்கு என்னய்யா, இப்பக் குறை? நான் சந்தோஷமாகத்தான் இருக்கேன்."

"சம்பாத்தியம் . . ?"

"அதுதானே? நான் உண்மைக்காகப் பாடுபடறேன் இந்த மாதிரி மனுஷோள்ளாம் பட்டினி கிடந்துதான் செத்துப் போயிருக்கா. கலையோட சரித்திரத்தை எடுத்துப் பார்த்தீர்னா தெரியும்."

"கலியாணத்தைப் பண்ணிண்டு, ஒரு குடும்பத்தை உண்டாக்கிப் பிட்டு –"

"அதுக்கு நான் என்ன பண்ணுவேன்? அவாளுக்கு இதையெல்லாம் தாங்கிக்கிற பலமில்லேன்னா நான் என்ன செய்கிறது?"

"நீ வாழ்ந்தே" என்றாள் உள்ளே காப்பி போட்டுக்கொண்டிருந்த அம்மா. இருபது பலம் காப்பிப் பொடியை அன்று காலையில்தான் விஜயராகவன் கொண்டுவந்து கொடுத்துவிட்டுப் போயிருந்தார்.

"கடனுக்கு லாயர் நோட்டீஸ் நாலஞ்சு பேர்கிட்டேயிருந்து வந்துட்டுதே."

பாஷாங்க ராகம்

"வரட்டுமே. இருந்தால்தானே கொடுப்பேன் ..."

"கடனைத் திருப்பிக் கொடுக்க முயற்சி பண்ண வாண்டாமா?"

"திருப்பித் தரும் யோசனையோடு நான் வாங்கலியே விஜயராகவன்! பணம் வாங்கினால் திருப்பிக் கொடுத்துடணும் என்கிற நேர்மை எல்லாம் பாமர மனுஷாளுக்கு ஏற்பட்ட சட்டமில்லையோ?"

"உவா" என்று உள்ளே குமட்டினாள் அம்மா.

"பெரிய கலைஞர்கள், மேதாவிகள் எல்லாம்தான் இதெல்லாம் பார்க்க மாட்டார்கள் என்று சொல்லுகிற வழக்கம்."

"அப்படி இங்கே ஒண்ணும் இல்லேன்னு சொல்றீமாக்கும்! நீ ஒப்புக்காட்டா என்னய்யா? நான் கலைஞன் இல்லேன்னு ஆயிடுமா?" என்றார் அப்பா.

"இதைக் கொண்டு மாமாகிட்ட கொடுத்துட்டு வா" என்று காப்பியைக் கொடுத்தாள் அம்மா. கொடுத்துவிட்டு வந்தேன்.

"ஐயோ, ரதீ! சர்க்கரையே போடலியே!" என்று அப்பாவின் குரல் கத்திற்று.

சர்க்கரை டப்பாவை எடுத்ததும், "வைட, கீழே!" என்று உருட்டி விழித்தாள் அம்மா. உடனே கூடத்து நிலையண்டை போய் நின்று கொண்டாள். "கலைஞருக்குச் சர்க்கரை என்னத்துக்கு?" என்று ஒரு சிரிப்புச் சிரித்தாள். இதைச் சொல்லச் சிரிப்பாளேன் என்று குழம்பிய எனக்கு அந்தச் சிரிப்பைக் கேட்டு நடுநிசியில் இருட்டின நிசப்தத்தில் ஏதோ உறுமலைக் கேட்பதுபோல் இருந்தது. அம்மா உள்ளே போய் விட்டாள்.

ஒரு நாள் நான் சமையல் அறைக்கு அப்பால் உள்ள திறப்பில் உட்கார்ந்து பாடம் படித்துக்கொண்டிருந்தேன். விஜயராகவ மாமாவோடு அம்மா கூடத்தில் பேசிக்கொண்டிருந்தாள். அரை மணி கழித்து அப்பாவின் குரல் கேட்டது. அம்மா உள்ளே வந்தாள்.

"கழுகுக்கு மூக்கிலே வேர்க்கிறாப்பல இருக்கே இது?" என்று அப்பாவின் குரல் கேட்டது.

"என்ன?" – விஜயராகவ மாமாவின் குரல்.

"நான் இல்லாத சமயம் பார்த்தே வறீமேன்னேன்?"

"வந்தா என்ன?"

"வந்தா என்னவா! ... கெட் ஒளட்." – அப்பாவின் குரல். அம்மா நிலையண்டை விரைந்தாள். நானும் போய் நின்றேன். விஜயராகவ மாமா நாற்காலியை விட்டு எழுந்திருக்கவில்லை. அப்பாவையே அசையாமல் பார்த்துக்கொண்டிருந்தார். மரவட்டையையோ, எட்டுக்கால் பூச்சியையோ பார்க்கிற மாதிரி இருந்தது. அப்பா அம்மாவைப் பார்த்தார். விறுவிறுவென்று செருப்பைக்கூட மாட்டிக்கொள்ளாமல் வாசலில் இறங்கிப் போய்விட்டார். விஜயராகவ மாமா படத்தில் எழுதின சமுத்திர

அலை மாதிரி உட்கார்ந்திருந்தார். ஐந்து நிமிஷங்கள் கழித்துச் சமுத்திர அலை அசைந்தது. எழுந்து வெளியே போய்விட்டது.

ஆறு மணிக்கு அப்பா வந்தார். சமையல் அறைக்கு வந்தார்.

"ஓகோ – நான் வருவேன்னு தெரிஞ்சு போயிட்டுதாக்கும்?" என்று பொதுவாகச் சுவரைப் பார்த்துக்கொண்டு சொன்னார்.

"இந்தக் கிறுதக்குப் பேச்செல்லாம் வாண்டாம். இன்னிக்கு ரண்டிலே ஒண்ணு தீரணும்" என்றாள் அம்மா.

"அப்படியா? ... எனத்துக்கு விஜயராகவன் வெறுமனே நான் இல்லாதபோது வர்றான்?"

"எனத்துக்கா? சொல்லட்டுமா?" – என்று ஒரே ஒரு வாய்க்கடையால் சிரித்தாள் அம்மா.

"பயமுறுத்தறியே."

"அது உங்க வேலைன்னா. நான் பாடகன் இல்லை. உங்களைக் கண்டு பயப்படறதுக்கு. நீங்கதான் இப்ப பயப்படப் போறேள்."

"சும்மா மிரட்டாதே. அவன் எதுக்கு வரான் அதைச் சொல்லு, கிடக்கட்டும்."

"பாஷாங்க ராகத்துக்கு வேற ஸ்வரம் எதுக்கு வரும்?"

"_"

"எதுக்கு வரும்னு கேட்டால் சொல்லுங்களேன்."

அப்பா நிமிர்ந்து ஒரு நிமிஷம் பார்த்தார். பார்த்துக்கொண்டே யிருந்தார்.

"சொல்லுங்களேன்."

"ரக்திக்கு" என்று மெதுவாகச் சொன்னார் அப்பா.

"இப்ப புரிஞ்சுதா? அந்நிய ஸ்வரம் எதுக்கு வரும்? ராகத்துக்கு ரக்தி கொடுக்க வரும். அதை இன்னும் போஷிக்க வரும். இப்ப நாலு மாசமா குடும்ப போஷணை விஜயராகவன்னாலேதான் நடக்கிறது. நாலு மாசமா நீங்க திங்கிற அரிசி, குடிக்கிற காப்பியெல்லாம் அவன் வாங்கிப் போட்டு துன்னேன் ... இத்தனை சாஸ்திரம் படிச்சும் வீட்டிலே இருக்கிற பாஷாங்க ராகமே புரியலெ" என்று அம்மா தோளில் கன்னத்தை இடித்துக்கொண்டாள்.

அப்பா முகத்திலும் தலையிலும் ஓங்கி ஓங்கிப் போட்டுக்கொண்டார். நான் தடுக்கப் போனேன். "நில்லு" என்று அதட்டினாள் அம்மா. அப்பா நோக நோகப் போட்டு கொண்டுவிட்டு, "நீ உன் பொண்ணு எல்லாம் பாஷாங்கம் தாண்டி, கிராதகி" என்று பல்லைக் கடித்துவிட்டு மறுபடியும் வாசலுக்குப் போய்விட்டார்.

அப்பாவுக்குப் பைத்தியம் பிடித்துவிட்டது. "பாஷாங்க ராகம் பாடாதே!.குடும்பத்துக்குக் கெடுதல் – கெடுதல்" என்று வாசலில் நின்று கூப்பாடு போட்டுக்கொண்டிருந்தார். அழுக்கு வேட்டியைக் கிழித்தும் கொள்ளத் தொடங்கிவிட்டார். தற்செயலாக வடக்கேயிருந்து வந்திருந்த அப்பாவின் அத்தான் வீட்டில் இருக்கிற நிலைமையைப் பார்த்தார். அவரை வடக்கே தாம் வேலை பார்க்கிற ஊருக்கே அழைத்துப் போய்விட்டார். மந்திரவாதிகளைக் கூப்பிட்டுப் பார்த்துப் பயனில்லாமல் பைத்திய ஆஸ்பத்திரியில் சேர்த்துவிட்டார். அப்பாவுக்குத் தெளியவில்லையாம். பைத்திய ஆஸ்பத்திரியிலேயே ஐந்து வருடங்கள் இருந்து அவர் அங்கேயே இறந்துவிட்டதாகத் தெரிந்தது. அப்பாவின் அத்தானுக்கு அவர் மேல் மிகவும் பிரியம். அத்தை பிள்ளைகள் அப்படித்தானிருப் பார்கள். அவர்தான் பத்திரிகைக்கு – அவர் காலமான செய்தியைக் கொடுத்திருப்பார் போலிருக்கிறது. எங்களுக்குக்கூட அப்படித்தான் சேதி தெரிந்தது. நீங்கள் போட்ட அனுதாபக் கடுதாசி எங்கெங்கோ சுற்றித் தாறுமாறாக முத்திரை வாங்கிக்கொண்டு முந்தாநாள்தான் வந்தது. அப்பாவை அவர் அத்தான் அழைத்துப்போன அடுத்த மாசமே நாங்கள் பம்பாய் வந்துவிட்டோம்.

இத்தனை நீளமாகக் கடுதாசி எழுதினதற்கு மன்னிக்க வேண்டும். மேதைக்கும் பைத்தியத்துக்கும் இடையே உள்ள வரம்புக் கோடு மிக மெல்லியது என்று சொல்லுகிறது வழக்கம். ஆனால் கோடே இல்லாத மாதிரி நீங்கள் குழம்பிவிட்டதால் அம்மாவின் உத்தரவுப்படி எழுதினேன். பெற்ற அப்பாவைப் பற்றி இத்தனை கேவலமாக எழுதக்கூடாது. என்ன செய்கிறது? வருத்தமாகத்தான் இருக்கிறது. ஆனால் அந்த அப்பாவிடம் நானும் தம்பியும் பட்ட வேதனை ...

இப்படிக்குத் தங்கள்,
ரதிபதிப்ரியா

பின்குறிப்பு: அம்மா கோரேகானிலிருந்து இன்று காலை வந்தாள். இந்தப் பதிலைக் காட்டினேன். அவளும் இரண்டு வார்த்தை எழுத விரும்புகிறாள்.

நமஸ்காரம் ... குழந்தை சொன்னதெல்லாம் சரிதான். ஆனால் பலராமனுக்குச் சித்தம் கலங்குவதற்கு முன்னால் ஒன்று நடந்தது. என்மேல் அவ்வளவு சந்தேகப்பட்டுக் கோபமும் கலக்கமுமாகப் போனவர் சாப்பாட்டுக்கு மட்டும் வேளா வேளைக்கு வந்துகொண்டிருந்தார். பிறகுதான் நான் எழுதி அவருடைய அத்தானை வரவழைத்தேன் ... குழந்தை சொன்னது ரொம்ப சரி. என் மாமனார் செய்த பாபத்தை அவர் தலையில் சுமந்துகொண்டு அலைந்தார். அதற்கு நாங்கள் எவ்வாறு பிணையாக முடியும்?

தங்கள்,
விஜயா விஜயராகவன்.

கல்கி, ஏப்ரல் 1964

சாப்பாடு போட்டு
நாற்பது ரூபாய்

"மணியார்டராா! எனக்கா!"

"ஆமா ஸ்வாமி! உங்களுக்கேதான்!"

"உத்ராபதி, உனக்கு வயசு நாப்பதாயிருக்கும். சாளேசரம் போட்டுக்கற வயசு! நல்லா பாத்துச் சொல்லு. நான் வாணா கண்ணாடி தரட்டுமா?" என்று துருப்பிடித்த வினோலியா ரோஸ் சோப் பெட்டியைத் திறந்து, வெற்றிலைக்கும் வெட்டுப்பாக்குக்கும் மேல் படுத்துக்கொண்டிருந்த மூக்குக் கண்ணாடியைத் தொட்டார் முத்து.

"கண்ணாடியும் வாணாம், சீப்பும் வாணாம். உங்களுக்குத்தான் வந்திருக்கு. நீங்களே அந்தக் கண்ணாடியை மாட்டிக்கிட்டுப் பாருங்க... எம். சாம்பமூர்த்தி யாரு?"

"சாம்பமூர்த்தியா? நம்ம அக்கணக்குட்டிதான்."

"அக்கணாக்குட்டியா? நம்ம புள்ளையா? இப்ப மெட்ராஸிலேயே இருக்கு அது?"

முத்து அவசர அவசரமாக மூக்குக் கண்ணாடியை எடுத்து மாட்டி, இடது காதில் நூலைச் சுற்றிக்கொண்டார்.

"ஆமா, வேலைக்குப் போயிட்டானே அக்கணாக்குட்டி ஒரு மாசத்துக்கு முன்னால. உனக்குத் தெரியாது?"

"தெரியாதே. எங்க வேலையோ?" என்று மணியார்டர் பாரத்தில் இரண்டு இடத்தில் இண்டு போட்டுக்கொடுத்தார் உத்ராபதி. கையெழுத்தானதும் அடிக்கடித்தைக் கிழித்து முப்பத்தொன்பது ரூபாய்க்கு நோட்டும் ஒரு ரூபாய்க்குச் சில்லறையுமாகப் பையிலிருந்து எடுத்து நீட்டினார்.

"சில்லறையும் மாத்திப்ட்டு நாற்பது ரூபாயைக் கொடுப்பானேன்? அரை ரூபாயைக் குறைச்சுண்டு கொடுக்கப்படாதோ?" என்று அரை ரூபாயை நீட்டினார் முத்து.

"நாலணாப் போதும் சாமி. உங்ககிட்ட அதுக்கு மேலே வாங்கறது பாவம்" என்று பாதியைத் திரும்பிக் கொடுத்துவிட்டார் உத்ராபதி.

"முதல் சம்பளம் வாங்கி அனுப்பிச்சிருக்கான் அக்கணாக்குட்டி. எட்டணாவாத்தான் இருக்கட்டுமேன்னு நினைச்சேன்" என்று நாலணாவைத் திரும்பி வாங்கிக் கொண்டார் முத்து.

"பிறத்தியார் பணம் அனுப்பிச்சா, ரண்டு கையாலும் வீசி வீசி தருமம் பண்ணுவாங்க சாமி" என்று சொல்லிக்கொண்டே குறட்டில் இறங்கி வந்தாள் அவர் மனைவி.

"ஏழைக்குத்தாம்மா தெரியும் ஏழை கஷ்டம். நீங்க சொல்றீங்களே. மாசம் நானூறு ரூபா அனுப்பறாரு ரட்டைத் தெரு மகாலிங்கய்யரு மகன், மிலிட்டரியிலே கர்னலா இருக்குறாராமே. மகாலிங்கய்யரு அப்படியே வாங்கிட்டு குந்தினாப்பல உள்ளே போயிடுவாரு. ஒரு பத்துகாசு டீத்தண்ணிக்கு? மூச்சுப் பரியப்படாது... முகத்தைப் பார்த்தாத் தானே?... அக்கணாக்குட்டி என்ன வேலையாயிருக்கு?"

"என்ன வேலையோ? நம்ம எம்.கே.ஆர். கிட்ட போய் புலம்பினேன் ஒரு நாளைக்கு, நம்ம பையனுக்கு ஒரு வழி பண்ணப்படாதா செட்டியார்வாள்! இப்படி உதவாக்கரையாத் திரியறானேன்னு நின்னேன். ஒரு மாசம் கழிச்சு சொல்லியனுப்பிச்சார். போனேன். உம்ம பையனை அனுப்புரோய்யா மெட்ராஸுக்கு? ஒரு பெரிய மனுஷன் வீட்டிலே கூடமாட ஒத்தாசையா இருக்கணுமாம். ஒரு பையன் இருந்தாத் தேவலைன்னு சொல்றாங்க. பெரிய இடம், புள்ளீங்க பள்ளிக்கூத்துக்குப் போகும். கொண்டு விடணும், கடை கண்ணிக்கு போகணும். இப்படிச் சில்லறை வேலையா இருக்கும் போலிருக்கு. நல்லாக் கவனிச்சிப்பாங்க. வீட்டோடு சாப்பாடு போட்டு வைச்சிப்பாங்கன்னார் எம்.கே.ஆர்.

"அனுப்புறீமான்னு கேக்கணுமா? நான்தான் கஞ்சிவரதப்பான்னு தவிச்சிண்டு கிடக்கேன். இன்னிக்கே அனுப்பிக்கறேன்னேன். நாலு நாக்கழிச்சி அவர் காரியஸ்தர் மெட்ராஸ் போனார். அக்கணாக்குட்டியை அழச்சிண்டு போயிட்டார். சரியா ஒண்ணரை மாசம் ஆச்சு. பணம் வந்திருக்கு."

"என்னமோ சாமி கண்ணைத் திறந்தாரு. நீங்க முன்னாலே, இந்த மூக்கு கண்ணாடிக்கு அந்த நூலை எடுத்திட்டு ஒரு காது வாங்கிப் போடுங்க. அப்புறம் ஒரு உறையிலே போட்டு வச்சிக்குங்க. இப்படியே சீவல் மேலேயும் பாக்கு மேலேயும் வச்சிட்டிருந்தா பழங்கோலி மாதிரி கீறல் விளாம என்ன பண்ணுமாம்!" என்று சொல்லிக்கொண்டே உத்திராபதி நகர்ந்தார்.

சம்சாரம் முத்துவைப் பார்த்தாள்.

"இப்படிக் கொடுத்திட்டு நேரே உள்ள வரட்டும். பறமோளம் மாதிரி ஊரெல்லாம் போய் தம்பட்டம் கொட்டிண்டு நிக்க வேண்டாம்" என்று பல்லோடு பல்லாக் சொல்லி வெற்றிலைப் பெட்டி மேலிருந்த நோட்டுகளைப் பெட்டிக்குள் போட்டு மூடி, பெட்டியையும் எடுத்துக் கொண்டு உள்ளே போனாள்.

வெற்றிலைப் பெட்டி கையை விட்டுப் போனதும் கூடவே விரைந்தார் முத்து. அவர் உள்ளே வந்ததும் கதவைத் தாழிட்டாள் சம்சாரம்.

முத்து தோளிலிருந்த மூன்று முழம் ஈரிழையை இடுப்பில் கட்டி, அவள் கையிலிருந்த பெட்டியை வாங்கித் திறந்து நோட்டுகளை எடுத்து, பறையிலிருந்த பரமேச்வரனின் படத்தின் அடியில் வைத்து, நெடுங்கிடையாக விழுந்து மூன்று தடவை நமஸ்காரம் செய்தார்.

"ஏன் நிக்கிறே! நீயும் பண்ணேன்!"

"எல்லாம் பண்றேன்" என்றுதான் அவள் வழக்கமாகச் சொல்லி விட்டு நின்றிருப்பாள். ஆனால் மனசு பாகாகிக் கிடந்ததால் அவரே சம்பாதித்து விட்டார்போல, பதில் பேசாமல் கீழே குனிந்து மூன்று முறை வணங்கி எழுந்தாள். அவளுக்கு, அந்தக் காலத்து முத்துவின் ஞாபகம் வந்தது ஏழு வருடங்களுக்கு முன்னால் முத்து இப்படிக் கிழம் சென்று போக வில்லை. மயிர் கருகருவென்றிருக்கும், அள்ளிக்கட்ட வேண்டிய கூந்தலாக இருக்கும். மூக்கிலிருந்து இரண்டு கோடுகள் இந்த மாதிரி விழவில்லை. மார்பும் இரு பிளவாக, அடித்தென்னை மட்டை மாதிரி வைரமாக இருக்கும். இப்படிச் சரியவில்லை. தோள்பட்டை இப்படிச் சூம்பவும் இல்லை. ஆடுசதை, துடைச்சதை எல்லாம் இப்படிக் கழளுவமில்லை. அப்போது வெற்றிலைப் பெட்டி பித்தளைப் பெட்டி. இப்பொழுது குப்பைத் தொட்டி போல ஒரு வயசான தகரப்பெட்டி. அப்பொழுது வெள்ளிச் சுண்ணாம்புக் கரண்டான். இப்பொழுது பிரம்மோத்சவத்தில் தெருவோரக் கடைப்பரப்பில் வாங்கின தகரக்குழாய். அதுவும் துரு. கழுத்துக்குழியைத் தங்க ருத்ராட்சக் கொட்டை மறைத்துப்போய், இப்போது குழிதான் தெரிகிறது. மேனிபோய், தெம்பு போய் கங்காளி மாதிரி நிற்கிறதைப் பார்த்துத்தான் "ரண்டாம் தாரமாம்மா?" என்று போன வருஷம் அமர்த்தின புதுத்தயிர்க்காரி கேட்டாள் போலிருக்கிறது. இப்படியா விசுக்கென்று இந்த பிராமண கிழண்டு போகும்! மருத்துக்குக்கூட மயிரில் கறுப்பில்லாமல், கூந்தல் கொட்டைப் பாக்காகி... பல் விழவில்லை, ஆனால் கோணவும் பழுப்பேறவும் ஆரம்பித்துவிட்டது.

ஆனால் இது ஒன்றும் அவள் கண்ணை இந்தக் கணம் உறுத்த வில்லை. "என்ன இருந்தாலும் இதுக்கு இருக்கிற சாமர்த்தியம் சாமர்த்தியம்தான்" என்று உவந்தாள்.

அவளுக்குச் சற்று சிரிப்பாகக்கூட இருந்தது. நம் பிள்ளையைப் பார்த்து நாற்பது ரூபாய் சம்பளம் போட்டு சாப்பாடும் போடத் தோன்றிற்றே ஒருவனுக்கு! இந்த உலகத்தில் எத்தனை அசடுகள் இருக்க முடியும்!

இல்லை... அக்கணாக்குட்டி நிஜமாகவே சமர்த்து தானோ! நமக்கு ஒரு பிள்ளை. செல்லப்பிள்ளை. அசட்டுத்தனமேதான் கண்ணில் பட்டது. வெளியே போனதும் மறைந்திருந்த சமர்த்து வெளியே வந்துவிட்டதோ என்னவோ.

... இல்லை... பணத்தையே தின்று, பணத்தையே உடுத்தி, பணத்தி லேயே படுத்துப் புரளுகிற கொழுப்பு ஜன்மங்களாய் இருக்க வேண்டும்.

இல்லாவிட்டால் சாப்பாடு போட்டு, துணிமணி வாங்கிக் கொடுத்து நாற்பது ரூபாய் கொடுக்கவாவது!... கொழுப்போ டம்பமோ, மனது நல்ல மனது. இந்தப் பாச்சைக்கு, பேச்சைக்காலும் பேச்சைக் கையும் கொன்னல் பேச்சுமாக இது கிடக்கிற லட்சணத்துக்கு இப்படி ஆதரிக்க வேண்டும் என்று தோன்றிற்றே.

"தட்சிணாமூர்த்தே, வைதீச்வரா, லோகமாதா! நீங்கள்ளாம்தான் காப்பாத்தணும்" என்று பயந்து போய் நின்றாள் அவள்.

"சரி, காவேரியிலே போய் ஸ்நானம் பண்ணிட்டு வந்துடறேன் ... சில்லறை ஏதாவது கொடேன். கிரைத்தண்டு பார்காய்ணு ஏதாவது வாய்ண்டுவரேன்" என்று முடுக்கினார் முத்து. "இன்னிக்குக் கூடவா வத்தக்குழம்பும் சுட்ட அப்பளமும்?" என்று சொல்லாமல் பிணங்குகிற முறுக்கு அது. நாலணாவை எடுத்துக் கொடுத்தாள். கன்னத்தில் அவளை செல்லமாக நிமிண்டிவிட்டு அவர் வெளியே போகிறார். பணம் வந்தால் இந்த நிமிண்டல், குழையல் எல்லாம் இரண்டுபேருக்கும் சகஜம்.

அவர் குளிக்கப்போனது நடந்து போகிற மாதிரி இல்லை. குதி போடுகிறது போலிருந்தது. அவனை – அதை, ரூபாய் அனுப்பும்படி யாரும் சொல்லவில்லை. அது வேலை என்று போனால் போதும் என்றிருந்தது. அது போய் நாற்பது ரூபாய் அனுப்பவாவது!" நீ உருப்பட மாட்டே, நீ உருப்படவே மாட்டே" என்று அவனைச் சபித்தெல்லாம் நினைவுக்கு வந்தது, வயிற்றில் பிறந்த பிள்ளையை இப்படியா சபிப்பார்கள்! நம்ம புத்தி இவ்வளவு கட்டையாக ஏன் போயிற்று? இப்பொழுது பணத்தை அனுப்பி நம்ம புத்தியில் கரியைப் பூசி விட்டதே! இந்தப் பிள்ளை! அக்கணாக்குட்டி, இனிமேல் உன்னை சபிக்க மாட்டேன், வெய்ய மாட்டேன் – ஏய்! உன்னை அதட்டக் கூட மாட்டேண்டா என்று தன்னைத் திட்டிக்கொண்டு நடந்தார் முத்து. ஒரு பிள்ளை!

பிள்ளைகளெல்லாம் தாயையும் தகப்பனையும் கொள்ளாமல் பாட்டனையும் பாட்டியையும் கொள்ளுமாமே – அது அக்கணாக்குட்டி யைப் பற்றிய வரையில் மெய்தான். அவன் முத்துவின் மாமாவைக் கொண்டு விட்டான். முத்துவைக் கொண்டிருந்தால் அண்டா, தவலைகளை அலட்சியமாக உருட்டுகிற வலுவு வந்திருக்கும். ஆயிரம் பேருக்கானாலும் ஒரு கல் உப்போ, புளியோ ஏறாமல் குறையாமல் சமைத்துப் போடுகிற நளபாகம் கை வந்திருக்கும். முத்துவின் சம்சாரத்தைக் கொண்டிருந்தால் பார்க்கவாவது லட்சணமாக வளர்ந்திருக்கலாம்.

மீனாட்சி லட்சணம்தான். சமையற்கார முத்து பெண்டாட்டி என்று யார் சொல்ல முடியும்? நூத்தம்பது வேலி பண்ணைவீட்டு எஜமானி எண்ணெய் ஸ்நானத்துக்காக நகைநட்டுகளை கழற்றி வைத்தாற் போலிருக்கும்... "ஸ்நானம் செய்துவிட்டுட் டிரும்பி உள்ளே நுழைந்த கையோடு ஈர வேட்டியோடேயே அவளை அப்படியே அம்மென்று திணறத்திணறக் கட்டிக்கொள்ள வேண்டும். ம்க்கும்... ம்க்கும் இது வேறயாக்கும் என்று சொன்னாலும் சொல்லுவாள். கட்டிண்டு தொலை என்று சொல்வது போல மரம் மாதிரி நின்றாலும் நிற்பாள். அவளுக்குப் பிறந்த பிள்ளை அந்த மாதிரி மூக்கும் முழியுமாக இருக்கக் கூடாதோ? மூக்கில் வற்றாத ஜலதோஷம். ஹ ஹ என்று நிமிஷத்துக்கு ஒரு உறிஞ்சல்.

தி. ஜானகிராமன் சிறுகதைகள்

முட்டிக்கால், முட்டிக்கை. குதிகால் கீழே படாமல் இரண்டு குதியிலும் முள் குத்தினாற் போன்ற விந்து நடை, வாயைச் சற்று திறந்தாலே ஓட்டுக் கூரை மாதிரி பல் வரிசை – வரிசை இல்லை, கோணல் – ஓடு மாற்றி நாலு வருடமானாற்போல. அந்தப்பல்லுக்கு ஏற்ற சொல், எச்சிலில் குளித்துக் குளித்து வரும் ஒவ்வொரு பேச்சும். எப்ப வந்தேல் மாமா சேக்யமா? நாலானன் சேக்யமார்க்கனா, (நாலானன் என்றால் நாராயணன்) செலுப்பு பிஞ்சு போச்சுப்பா இன்னிக்கி காவேரி ரண்டால் ஆலம்... வயசு பதினைந்து முடிந்தும் இதே பேச்சுதான். படிப்பு வரவில்லை. எலிமெண்டரிக்கு மேல் ஏறவில்லை. ஐந்து வருஷம் வீட்டோடு கிடந்ததும் போன வருஷம் ஒரு மளிகைக்கடையில் இழுத்துவிட்டார். அங்கே ஒரு நாள் எண்ணெயைக் கொட்டி ரகளை. வேலை போய்விட்டது. சைக்கிள் பழுது பார்க்கிற கடையில் கொண்டு விட்டார். நாலு நாளைக்குப் போய்விட்டு வந்து ஜுரமாகப் படுத்துக் கொண்டு விட்டது. நான் மாட்டேன், சைக்கிளுக்குப் பம்பு அடிக்கச் சொல்றான். கண்டு கண்டா மார் வலிக்குது. நான் மாட்டேன் போ என்று திண்ணையிலேயே உட்கார்ந்துவிட்டது. முத்து அலையாத இடமில்லை. பையனை அழைத்துக் கொண்டு வரச் சொல்லுவார்கள். போவார், பையனைப் பார்த்ததும் சொல்லியனுப்புகிறேன் என்று அனுப்பிவிடுவார்கள். விறகுக் கடையில் கூட வேலைக்கு வைத்துப் பார்த்தாயிற்று. ஒரு கட்டையைத் தூக்க நூறு முக்கல். தினமும் நகத்திலும் விரல் இடுக்கிலும் சிலம்பு. வீட்டுக்கு வந்து போகமாட்டேன் என்று அடம். நீ உருப்படவே மாட்டே என்று அப்பா அம்மா பாட்டு! ஒன்றையும் காதில் போட்டுக்கொள்ளவே மாட்டான் அவன். பேசாமல் போய்த் திண்ணையில் உட்கார்ந்து வாசலில் போகிற வெள்ளாட்டையும் குட்டியையும் மூக்கை உறிஞ்சி உறிஞ்சிப் பார்த்துக்கொண்டிருப்பான். இல்லாவிட்டால் வீட்டுக்கார வாத்தியார் பெண்ணோடு 'நேத்திக்கு ரிசவாகனம் பாக்கலியே நீ தூங்கிப் போயிட்டியே' என்று திருநாள் செதிகளைப் பேசிக்கொண்டிருப்பான்.

ஸ்வாமி நினைத்தால் என்ன செய்ய மாட்டார்! ஊமைக்கும் அசடுகளுக்கும் அவர் தானே கண். என்னப்பா! வைத்தீச்சுவரா! இந்த மட்டுமாவது பாதை காட்டினியே!

முதல் தடவை பணம் வந்து ஆச்சர்யத்தில் கழிந்தது. இரண்டாம் தடவைகூட அந்த ஆச்சரியம் குறையவில்லை. மூன்றாம் தடவை இரண்டு மூன்று நாள் தாமதமாயிற்று. வேதனையாயிருந்தது. பயமாக இருந்தது. ஐந்தாவது தடவை ஒரு வாரம் தாமதம். கோபம் வந்தது. கோபத்தை சமாளித்துக்கொண்டு என்ன கஷ்டமோ இடைஞ்சலோ என்று சமாதானம் செய்துகொண்டு சாந்தமான சமயத்தில் பணம் வந்து குதித்துவிட்டது. "இது சம்பாதிச்சு நான் சாப்பிடணுங்கறது இல்லை ஸ்வாமி. என்னமோ முன்ன மாதிரி கண் சரியாகத் தெரியலை. கை நடுங்கறது. என்னமோ குழப்பம். மொளகாப் புளியெல்லாம் முன்ன மாதிரி திட்டமா விழமாட்டேங்கிறது. இல்லாட்டா என் விட்டுட்டு ஆனந்தம் பயலை கூப்பிடுவாளோ ஏலாவூர் பண்ணையிலே! எத்தனை கலியாணத்துக்கு அங்கே டின்னரும் டிபனுமா பண்ணிப்போட்டிருக்கேன்? இந்தப் பய இப்படிப் பிள்ளையாப் பிறந்து இப்படி நிக்கறதேங்கிற கவலையிலே எனக்குக் கையி, தீர்மானம், தைரியம் எல்லாம் ஆடிப்போச்சு ஸ்வாமி. இப்ப அது நிமிர்ந்திட்டுது.

சாப்பாடு போட்டு நாற்பது ரூபாய்

என் குழப்பம் நிமிரலே, என்ன பண்றது! இல்லாட்டா இது சம்பாரிச்சா நான் சாப்பிடணும் தலையெழுத்து" என்று மணியார்டர் வாங்கும்போது வந்து, விசாரிக்கிற பார்வையாகப் பார்த்த வீட்டுக்கார வாத்தியாரிடம் உருகினார் முத்து.

அந்தச் சமயத்தில்தான் வண்டிக்காரத் தெருவிலிருந்து வக்கீல் குமாஸ்தாவின் காரியஸ்தன் வைத்தியநாதய்யன் வந்து செய்தி சொல்லிவிட்டுப் போனான். மத்தியானம் முடிந்தால் வீட்டுப்பக்கம் வந்துவிட்டுப் போகச் சொன்னாராம் அண்ணாவையர்.

வக்கீலுக்குக் குமாஸ்தா. அந்த குமாஸ்தாவுக்கு ஒரு காரியஸ்தனா? இது உலகத்தில் இல்லாத ஆச்சரியம் இல்லையோ? ஆனால் நடக்கிறதே. அண்ணாவையனுக்கு காரியஸ்தன் ஒருவன் இல்லை, இரண்டு மூன்று பேர் உண்டு. இந்தா என்றால் ஏன் எங்கேயென்று ஓடக் காத்திருக்கிற எடுபிடி ஆட்கள் மூன்று பேர் – அண்ணாவையன் முத்துவுக்குக் கீழ் சமையலாக இருந்தவன்தான். திடீரென்று ஒரு நாளைக்கு வக்கீல் ஜகதுவுக்கு குமாஸ்தாவாக ஆனான். மூன்று வருஷத்தில் ஜகதுவையே உக்கார்த்தி வைத்துவிட்டான். தானே வக்கீல் மாதிரி தொழில் நடத்தத் தொடங்கிவிட்டான். முதலிமார் கேஸ்கள், செட்டிநாட்டுக் கேஸுகள்– பாகப் பிரிவினைகள் வியாஜ்யங்கள் என்று பிரளயமாடுகிறான்.கோர்ட்டு ஏறாமலே எத்தனை மத்தியஸ்தங்கள்! பல மத்தியஸ்தங்கள் வாசல் திண்ணையில் நீட்டின கால்களை மடக்காமலே நடக்கும். மலையாளத்து இரட்டைத் தாழம் பாயில் திண்டு மீது சாய்ந்து... ஏ அப்பா! என்ன கார்வார்! என்ன மோக்ளா!

முத்து கிரைத்தண்டு சாம்பார் சாத்தைச் சாப்பிட்டு வினோலியா டப்பாவுடன் வண்டிக்காரத் தெருவுக்குப் போனார். போகாமல் எப்படி இருக்க முடியும்! விறகுக் கடையிலும் சைக்கிள் கடையிலும் அக்காணாக்குட்டியை வேலைக்கு வைத்து அண்ணாவையன் தானே. இது வேலையை விட்டால் அவன் என்ன செய்வான்?

வழக்கம் போல நீட்டின காலை மடக்காமலே "வா முத்து, உக்காரு" என்று அண்ணாவையன் திண்ணையில் தாழம்பாயில் சாய்ந்தவாறே அழைத்தான்.

"வைத்தா வந்து சொன்னாள், அய்யர்வாள் கூப்பிட்டார்னு"

"ஆமா. முத்து" என்று எழுந்து புகையிலையை உமிழ்ந்துவிட்டு வந்து, "ராத்திரி மெட்ராஸ் போறேன். இந்தத்தடவை யாராவது கூட இருந்தா தேவலை போலிருக்கு. ஒரு வாரமா ஜூரம். முந்தாநாத்தான் ஜலம் விட்டுண்டேன். நாளைக்கு அர்ஜண்டா கேஸு ஹைகோர்ட்டிலே. பத்தியச் சாப்பாடு. ஹோட்டல்ல தங்கப்போறதில்லே. தம்முடு கலியாண மண்டபத்திலே தங்கப் போறேன். நீ கூட வந்து ஒரு ரசம் சாதமோ தொகையலோ பண்ணிப் போட்டா தேவலைன்னு தோணறது. அதான் கூப்பிட்டனுப்பிச்சேன்."

"அதுக்கென்ன செஞ்சுபிடறது."

"நீ தீர்க்காயுசா இருக்கணும். நாலாநாள் திரும்பிவிடலாம். நீ போறதுக்கு ரெடி பண்ணிக்கோ. நாளை நாளன்னிக்கு ஒண்ணும் அச்சாரம் வாங்கலியோ"

"இப்ப என்ன ஆடி மாசத்திலெ அச்சாரம்?"

"ரொம்ப நல்லது போ. அப்ப ரண்டு நாள் கூடத்தங்கினாலும் பாதகமில்லேன்னு சொல்லு."

"ஒரு மாசமாத்தான் இருக்கட்டுமே. நீங்க கூப்பிடறச்சே நான் வெட்டி முறிக்கப் போறேனோன்னேன். என்ன பேச்சு இது?"

"சரி, இந்தா – இதோ இருவது ரூவா இருக்கு. மீனாட்சிகிட்ட கொடு. செலவுக்கு வேணுமே அவளுக்கு..." ராத்திரி ஏழு மணிக்கு வந்துடு. இங்கேயே சாப்பிட்டுப் புறப்படலாம்.

"சாப்பிடறேன். இது என்னத்துக்கு?" என்று உபசாரமாகப் பணத்தை மறுத்தார் முத்து.

"எது என்னத்துக்கு?– கொடுத்தா பேசாம வாங்கி வச்சுக்கோயேன். நீதான் மகாப் பிரபுன்னு தெரியுமே எனக்கு."

"சரி" என்று புன்சிரிப்புடன் இரண்டு நோட்டையும் வினோலியாய்ப் பெட்டிக்குள் வைத்து மூடி "நானே போகணும் போகணும்ன்னு நெனச்சிண்டிருந்தேன். நீங்க கூப்பிட்டது பால்லெ பழம் விழுந்தாப்பல ஆயிட்டுது" என்றார் முத்து.

"என்ன?"

"நம்ம அக்கணாக்குட்டி அங்கதானே இருக்கான்... போரபோது அவனையும் ஒருநடை பார்த்துட்டு வந்துடலாமே."

"ஓஹோஹெ. ரண்டு மாசம் முன்னாலேயே சொன்னியே – யாராத்திலெயோ இருக்கான்னு. எனக்கு மறந்தே போயிடுத்து பாரேன். பலசரக்குக் கடைக்காரனுக்குப் பைத்தியம் புடிச்சாப்பல ஆயிடுத்து என் புத்தி... பேஷ் –"

பட்டணத்துக்கு வந்த நாலாம் நாள்தான் முத்துவுக்கு ஒழிந்தது. அண்ணாவையருக்குச் சமைத்துப் போட்டுவிட்டு அவரோடும் சுற்ற வேண்டியிருந்தது. மூன்று நாளுக்குப் பிறகுதான் அண்ணாவையருக்குத் தைரியம் வந்தது. தனியாக நடமாடலாம் என்று. அன்று சனிக்கிழமை. வேங்கடாசலபதி பெயரைச் சொல்லி ஒரு சர்க்கரைப் பொங்கல் பண்ணச் சொன்னார் அண்ணாவையர். அவருக்குச் சாப்பாடு போடுவதற்கு முன்னமே சொல்லிவிட்டார் அவர். "முத்து, நான் சாப்பிட்டுக் கோர்ட்டுக்குப் போறேன். நீ அக்கணாக்குட்டியைப் பார்த்துட்டு சாயங்காலாத்துக்குள்ள வந்துரு. ராத்திரி வண்டிக்கே கிளம்பும்படியா இருக்கும். முடிஞ்சா அந்த பயலையும் அழச்சிண்டு வா. நானும் பார்க்கறேன்" என்று அவர் சொன்னதும் அவிழ்த்து விட்ட கழுதை மாதிரி ஓட வேண்டும் போலிருந்தது முத்துவுக்கு. நெஞ்சுக்குள் குதியாகக் குதித்தது. சிரமப்பட்டு அடக்கிக்கொண்டு, அவருக்குச் சாதத்தைப் போட்டார். டாக்சி பிடித்துக் கொண்டு அவரை ஏற்றி வழியனுப்பிவிட்டு, ஒரு எவர்சில்வர் டப்பாவில் சர்க்கரைப் பொங்கலைப் போட்டுக்கொண்டு மாம்பலம் பஸ்ஸில் ஏறினார்.

வீடு கண்டுபிடிப்பது சிரமமாக இல்லை. வீடா அது பங்களா. பங்களா கூட இல்லை. சின்ன அரண்மனை. ஒரு மாஞ்சோலைக்கு நடுவில் இருந்தது.

சாப்பாடு போட்டு நாற்பது ரூபாய்

கேட்டைக் கடந்து நுழைந்ததும் நடுவில் ஒரு நாகலிங்க மரம். இப்பாலும் அப்பாலும் இரண்டிரண்டு மாமரங்கள். ஒரே நிழலாக இருந்தது. தள்ளிப் போனால் கார் நிற்கும் முகப்பு. காரும் இருந்தது. நாகலிங்க மரத்துக்குப் பக்கத்தில் சிமெண்டு சோபா இரண்டு திண்ணைபோல கட்டியிருந்தன. அங்கே நான்கு பையன்கள் உட்கார்ந்து பேசிக்கொண்டிருந்தார்கள்.

"அம்பி!" என்று இரண்டு தடவை கூப்பிட்டார் முத்து. அவர்கள் கவனித்ததாகத் தெரியவில்லை. மாமரத்தில் ஒரு குயில் கத்திற்று. கீழே நாகணவாய் இரண்டு மஞ்சள் மூக்கும் குழைந்த கூவலுமாக ஆடி ஆடி நடந்துகொண்டிருந்தன.

"நான் டபிள்ஸ் எத்தனையோ தடவை போயிருக்கேண்டா இதே சைக்கிள்ளே என்ன செஞ்சிடுவாங்க? எங்க தாத்தா ஹைகோர்ட் ஜட்ஜு கான்ஸ்டபிள் என்னைப் பிடிச்சிடுவானா?"

"ம்க்ம்... நீ யார் க்ராண்ட்ஸன்னாயிருந்தா போலிஸ்காரனுக்கு என்னடா? அவன் டூட்டி செய்யத்தான் செய்வான்."

"பெட்டு?"–நான் டபுள்ஸ் போறேன், மணியோட... பிடிக்கிறானா பார்ப்பமா? அஞ்சு ரூபா பெட்டு! இந்தா" என்று சட்டைப் பையிலிருந்து ஐந்து ரூபாயை எடுத்து வைத்தான் அந்தப் பையன்.

பன்னிரண்டு வயதுக் குழந்தையின் பையிலிருந்து "பெட்டு"க் கட்ட ஐந்து ரூபாய் பணம் வருவதைப் பார்த்து முத்து பயந்து போய்விட்டார். இந்தப் பையன்களைத்தான் அக்கணாக்குட்டி பள்ளிக்கூடத்திற்குக் கொண்டு விடுகிறானா! அவருக்குப் பயமாகவும் இருந்தது. பெருமையாகவும் இருந்தது.

"அம்பி!" என்று மறுபடியும் கூப்பிட்டார். பதிலில்லை. அன்று சனிக்கிழமை, பள்ளிக்கூடம் இல்லை போலிருக்கிறது.

மறுபடியும் கூப்பிட்டார்.

"யாரு?"

"சாம்பமூர்த்தின்னு ஒரு பையன் கும்மாணத்திலிருந்து வந்திருக்கானே அவன் இஞ்சதானே இருக்கான்."

"தெரியாது."

"இதுதானே குப்புசாமி அய்யர் பங்களா!"

"யார்றா குப்புசாமி அய்யர்?"

"போடா! நம்ம மோகன் தாத்தா தாண்டா. அவர் வீடுதான்."

"நீங்க இந்த வீடு இல்லையா?"

"இல்லை. நாங்க எங்க ப்ரண்டு மோகனைப் பார்க்க வந்திருக்கோம். மோகன் உள்ளே சாப்பிடப் போயிருக்கான்."

முத்து மெதுவாக நகர்ந்து வீட்டின் முகப்புக்குப் போனார். அங்கு யாருமில்லை. உள்ளே ஹாலுக்குப் போனார். பாதி இருட்டு. அங்கே பெரிய மைசூர் மகாராஜா ராணியோடு நிற்கிற படம், கொம்பு, மான்தலைகள்,

யாரோ தலைப்பாகை நீள்க்கோட்டு கால்சட்டை போட்ட மனிதரின் படம் எல்லாம் மாட்டியிருந்தன. அங்கும் யாருமில்லை. அதையும் தாண்டினார். ஒரு கிழவன் அந்தண்டை நடையில் ஒரு ஸ்டூல் மீது உட்கார்ந்திருந்தான்.

"யாரு?"

"ஏம்பா சாம்பமூர்த்தின்னு ஒரு பையன் இங்க இருக்கானே தெரியுமோ?"

"பையன்னா? எந்தப்பையன்?"

"இங்கே வேலைக்கிருக்கான்பா ஒரு பையன் – கும்மாணத்தி லிருந்து வந்திருக்கான்."

"அப்படிச் சொன்னால்ல தெரியும்? சாம்புவைத்தானே கேக்கறீங்க– பெரிய அய்யரோட இருக்கே அந்தப் பையன்தானே?"

"அது என்னமோ, இங்க வேலையாயிருக்கான் அந்தப் பையன்?"

"கும்பகோணத்துப் பையன்தானே?"

"ஆமாம்."

"அப்ப இப்படி இறங்கி அதோ அங்கே போங்க – காட்டேஜுக்கு, அங்கதான் இருப்பான் பையன். இப்பதான் அய்யரோட வெளியே போய் வந்தான்."

"இங்கே?" என்று நடை முடிவில் இருந்த வாசற்படியைக் காட்டினார் முத்து.

"இங்க சின்ன ஐயா ரண்டுபேரும் இருக்குறாங்க... பெரியய்யா இருக்கிற இடம் அதுதான். அங்கதான் அந்தப் பையன் இருக்கான்... நீங்க யாரு?"

"நான் அந்தப் பையனோட தோப்பனார்."

"அப்படியா! சரி சரி, போங்க போங்க."

முத்து நடையிலிருந்து இறங்கி தோட்டத்தோடு போனார். ஏ அப்பா எத்தனை பெரிய வீடு! எத்தனை மரங்கள் ஒரு ஆளைக் காணவில்லை. வாசலை இப்படி ஹோவென்று போட்டுவிட்டு உள்ளே எங்கேயோ இருக்கிறார்களாம். ஒரு ஈ காக்கையைக் காணோம்! முன்நெற்றி மயிரைப் பிடித்தாலும் தெரியாது போலிருக்கிறது.

ஒரே நிசப்தமாக இருந்தது. தோட்டப்பாதையில் நடந்து அங்கே காட்டேஜின் படி ஏறினார் முத்து.

தாழ்வாரத்தில் வந்து "சார்" என்றார்.

"யாரு?"

"நான்தான்" என்று சொல்லிக்கொண்டே உள்ளே நுழைந்தார்.

அங்கே ஒரு பெரிய மேஜை. அதன் மேல் தடிதடியாகக் கணக்குப் புத்தகங்கள். அதன் பின்னால் நாற்காலியில் ஒரு பெரியவர்

சாப்பாடு போட்டு நாற்பது ரூபாய்

உட்கார்ந்திருக்கிறார். அவர் முகத்தில் கறுப்பாக மூக்குக் கண்ணாடி, மேஜையில் ஒரு நீலக்கடுதாசி. அதன் மேல் வரைப்படம். அதைத்தான் பார்த்துக்கொண்டிருக்கிறார். ஒரு பையன் பக்கத்தில் நின்று அவருடைய தலையை, கிராப்புத்தலையை வரக்கு வரக்கு என்று சொறிந்துகொண்டிருக்கிறான்.

கறுப்புக் கண்ணாடியின் உடலும் லேசாகக் கறுப்புத்தான். முத்து உள்ளே நுழைந்ததும் அவர் கறுப்புக் கண்ணாடியைக் கழற்றாமலே அவரை நிமிர்ந்து பார்க்கிறார்.

"யப்பா" என்று ஒரு குரல்.

அக்கணாக்குட்டியின் குரல்தான், மேஜை மீதிருந்த மங்கிய விளக்கின் கறுப்பு மறைவுக்குப் பின்னால் அக்கணாக்குட்டியின் முகம் தெரிந்தது.

"எப்பப்பா வந்தே?" என்று! ஹ என்று உறிஞ்சிக்கொண்டே சிரிக்கிறான் அவன்.

"யார்றா சாம்பு?"

"எங்கப்பா மாமா" என்று அவர் தலையைச் சொறிந்துகொண்டே அக்கணாக்குட்டி "எப்பப்பா வந்தே?" என்று சிரித்தான்.

"நமஸ்காரம்" என்றார் முத்து.

"நமஸ்காரம். சாம்பு அப்பாவா – வாங்கோ!"

"வந்தேன்"

"உட்காருங்கோ."

ஒரு நாற்காலியில் உட்கார்ந்தார் முத்து. வெயிலிலிருந்து உள்ளே வந்ததும் கண்ணை மறைத்த இருள் மெதுவாக விலகிற்று. கண் நன்றாகத் தெரியத் தொடங்கிற்று.

"சௌக்கியமா?" என்றார் கறுப்புக்கண்ணாடி.

"சௌக்யம்."

முகத்தை நன்றாகப் பார்த்தார் முத்து. உதடு அறுந்தது மாதிரி அதைத்துத் தொங்கிற்று. கன்ன எலும்பில் இரண்டு அதைப்பு. காது வளையமெல்லாம் அதைப்பு. மேஜைமீது படிந்திருந்த கைகளைப் பார்த்தார். கைகள் படியவில்லை. கட்டைவிரல் மற்ற விரல்களெல்லாம் மடங்கியிருந்தன. நீட்ட முடியாத விரல்கள் என்று பார்த்தாலே தெரிந்தது.

"எப்பப்பா வந்தே… ஹ?" என்று பல் வரிசையைக் காட்டிக் கொண்டே கேட்டான் அக்கணாக்குட்டி. அவருடைய தலையைச் சொறிவதை மட்டும் நிறுத்தவில்லை.

"இப்ப தாண்டா வரேன்."

"இப்ப ஏதுப்பா வண்டி … ஹ?"

"வண்டி முந்நூறு நிமிஷம் லேட்டு. தெரிஞ்சவா வீட்டிலே வந்து இறங்கினேன். சாப்பிட்டேன், உடனே புறப்பட்டு வரேன்" என்று தன்னறியாமல் பொய் சொன்னார் முத்து.

அப்பொழுது கறுப்புக் கண்ணாடிப் பெரியவர் கன்னத்தைச் சொறிந்துகொண்டார். எல்லாரும் விரல் நுனியால் நகத்தால் சொறிந்து கொள்வார்கள். இவர் மடக்கின விரலின் பின்பக்கத்தால் சொறிந்து கொண்டார். முத்துவுக்குப் பகீர் என்றது. இரண்டு மூன்று விரலின் நகமே இல்லை.

முத்துவுக்கு உட்கார முடியவில்லை. மேலெல்லாம் அரிப்பது போலிருந்தது. அந்த அறையில் காலைப் பாவவிட்டாலே உள்ளங்கால் அரிக்கும் போலிருந்தது. முள்மேல் உட்கார்வது போலக் குறுகிக் கொண்டார்.

பெரியவர் என்னன்னமோவெல்லாம் கேட்டார். தப்பும் தவறுமாக பதில் சொல்லிக்கொண்டிருந்தார் முத்து. காதில் ஒன்றையும் சரியாக வாங்கிக்கொள்ளவில்லை. அவருக்கு உள்ளே பூஞ்சதை நரம்பெல்லாம் அழுவதுபோல் ஒரு கசிவு.

'போரும்டா சாம்பு' என்றார் பெரியவர்.

அக்காணக்குட்டி சொறிவதை நிறுத்தினான்.

"பையன் ரொம்ப சமர்த்தாயிருக்கான். அவன் இருக்கிறது எனக்கு ஆயிரம் பேர்கூட நிற்கிறாபோல இருக்கு" என்றார் பெரியவர். சொல்லிவிட்டு "சித்தெ இருங்கோ, இதோ வந்துடறேன் – சாம்பு இப்படி வாயேன்" என்றார்.

அக்கணாக்குட்டி அருகில் வந்து நின்றான். பெரியவர் எழுந்து அவன் தோளில் கையைப் போட்டுக்கொண்டார். அக்கணா நடந்தான். அவரும் விந்தி விந்தி துணி பூட்ஸ் காலால் நடந்தார். அவரை ஹாலின் ஒரு கோடியில் உள்ள கதவைத் திறந்து உள்ளே விட்டு வெளியே காத்து நின்றான்.

"உங்க மாதிரி யார் இருப்பா? விளக்கேத்தி வச்சேளே என் குடும்பத்துக்கு. நிஜமாகச் சொல்றேன். அக்கணாக்குட்டி அனுப்பிக்கி றானே மாசாமாசம் அதிலேதான் வயிறு ரொம்பறது. யார் செய்வா இந்த மாதிரி இந்தக் காலத்திலே? அவனையும் ஒரு ஆளாக்கி... அவன் ஒரு கால் காசைக் கண்ணாலே காணப்போறானோன்னு ஒடிஞ்சு போய் விட்டேன். ஸ்வாமிதான் உங்க ரூபத்திலே வந்து அவன் கண்ணைத் திறந்து விட்டார்..." அக்கணாக்குட்டியைப் பார்க்க போகும்போது அவனுடைய எஜமானரைப் பார்த்தால் இப்படி என்னனென்னவெல்லாமோ சொல்ல வேண்டும் என்று நினைத்துக்கொண்டே வந்திருந்தார் முத்து.

இப்போது வாயைத் திறக்கவில்லை. முடியவில்லை. அந்த நினைவெல்லாம் தோன்றிய சுவடே இல்லை. மனசில் ஒரு பீதி. ஒரு குமைச்சல். குமட்டல். ஒரு கோபம். "பாவி! நீ நன்னாயிருப்பியா?" என்று அடிவயிற்றிலிருந்து கதற வேண்டும் போலிருந்தது. அக்கணாக்குட்டி ஹால் ஓரத்தில் பெரியவர் வருவதற்காகக் காத்து நின்றவன் அப்பாவைப் பார்த்துப் புன்சிரிப்பு சிரித்தான். ஹ என்று உறிஞ்சினான்.

சாப்பாடு போட்டு நாற்பது ரூபாய்

முத்துவுக்கு நெஞ்சில் கட்டி புறப்பட்டாற்போல் வலித்தது. இவனையும் தாண்டி கதவைப் பார்த்தது அவர்கண். வெளியே நெளியப்போகும் நல்ல பாம்பைப் பார்ப்பதுபோல ஒரு கிலி வேறு சூழ்ந்துகொண்டது.

"இந்தண்ட வாடா" என்று வாயால் தலையை அசைத்தார் – அவசரமாக, சுளிப்பாக.

அவன் புரிந்துகொள்ளவில்லை. புன்சிரிப்புடனேயே சாத்தியிருந்த கதவைக் கையால் காண்பித்து சைகை காட்டினான்.

பெரியவர் காவி பூஸ்ஸும் காலுமாக வந்தார். சுவரில் பதிந்த ஒரு பளபள கம்பியிலிருந்த ஒரு துண்டை எடுத்து அவரிடம் நீட்டினான் அக்கணா. அவர் கையைத் துடைத்துக்கொண்டதும், தோளைக் கொடுத்தான். பிடித்துக்கொண்டு வாத்து நடை நடந்து நாற்காலியில் உட்கார்ந்துகொண்டார்.

முத்து ஆரம்பித்தார். "சம்சாரத்துக்கு ஊரிலே உடம்பு ரொம்ப மோசமாயிருக்கு. பதினஞ்சு நாளா படுத்த படுக்கையாயிருக்கா. பிள்ளையைப் பார்க்கணும் பார்க்கணும்னு புலம்பறா. ஜுரம் இறங்கவே இல்லை..."

"அடடா ... நீங்க ஒரு வார்த்தை எழுதப்படாதோ ?"

"என்னமோ சாதாரண ஜுரம்னு நெனச்சிண்டிருந்தேன். அது என்னடான்னா இறங்கற வழியாயில்லெ. அப்பறம் அவ தங்கைக்கு லெட்டர் போட்டு வரவழைச்சேன், கிராமத்திலேர்ந்து. இவளானா புலம்பறா. உங்ககிட்ட விஷயத்தைச் சொல்லி பயலை அழைச்சிண்டு போகலாம்னு வந்திருக்கேன்" என்று அடுக்கிக்கொண்டே போனார் முத்து.

பெரியவர் நிமிர்ந்து அவரைப் பார்த்தார். கறுப்புத்தான் கண்ணை மறைந்திருக்கிறதே என்ன தெரியும்? அந்த முகத்தில் தான் என்ன தெரியும்? தடிப்புத்தான் தெரிந்தது.

முத்துவுக்கு மட்டும் தான் சொன்னதை அவர் நம்பவில்லையோ என்று வயிற்றில் கனத்தது.

பெரியவர் அப்படியே பார்த்துக்கொண்டிருந்தார்.

"ஊர்லே சிநேகிதர் ஒருத்தர் காரிலே வந்திருக்கார். சேர்ந்து போயிடுவமேன்னார். ரயில்காரனுக்கு கொடுக்கறதையாவது மிச்சம் பண்ணலாம்னு நினைச்சேன்."

பெரியவர் வாய்த்தடிப்பு ஒரு புன்னகையாக மலர்ந்தது. சிரித்தால் அழகாகத்தான் இருக்கிறது. யார் சிரித்தால் என்ன என்று தோன்றிற்று முத்துவுக்கு.

"பெரிய மனசு பண்ணி மன்னிக்கணும்" என்றார் முத்து.

"பாதகமில்லை" என்று ஒரு புத்தானை அழுத்தினார் பெரியவர்.

"சாம்பு, அப்பா கூப்பிடறாரேடா போறியா?" என்று கேட்டார்.

தி. ஜானகிராமன் சிறுகதைகள்

"அம்மா ரொம்ப ஜூரமாக் கிடக்காதா. உன்னைப் பார்க்கணும்ணு பேத்திண்டேயிருக்கா – ராவில்லே பகலில்லே" என்றார் முத்து.

"சரிடா சாம்பு. வேட்டி சட்டையெல்லாம் எடுத்து வச்சுக்கோ" என்றார் பெரியவர். "பையன் ரொம்ப ஒத்தாசையாயிருந்தான் ஸ்வாமி. சுருக்கக் கொண்டு விட்டுவிடுங்கோ."

"ம்! உடம்பு சரியாயிருந்தா, அங்கே என்ன வேலை?" என்றார் முத்து.

அக்கணா பின்னாலிருந்த இன்னொரு அறைக்குப் போனான்.

வாசலிலிருந்து ஒரு தட்டில் டிபன் காபி எல்லாம் பரிசாரகன் கொண்டு வந்தான். அதற்குத்தான் புத்தானை அழுத்தினார் போலிருக் கிறது பெரியவர்.

"சாப்பிடுங்கோ."

"நான் இப்பத்தானே சாப்பிட்டேன்."

"இங்கே வந்து வெறும் வயத்தோட போகலாமோ?"

முத்துவுக்குச் சொல்ல மெல்ல முடியவில்லை. "பாலாம்பிகேச வைத்யேச" என்று மனத்துக்குள் சுலோகம் சொல்லிக்கொண்டே காபியை மட்டும் எடுத்து கண்ணை மூடி மளமளவென்று விழுங்கினார். பரிசாரகன் பாத்திரங்களை எடுத்துப்போனான்.

அக்கணாக்குட்டி பையும் கையுமாக வந்தான். வெளிச்சத்தில் நன்றாகப் பார்க்கும்போது அவன் எவ்வளவு மாறிவிட்டிருக்கிறான் என்று தெரிந்தது. தலையை வழவழவென்று சீவி விட்டிருந்தான். வெள்ளை வெளேரென்ற சட்டை, வெள்ளை வேட்டி, முகத்தில் ஊட்டத்தின் பொலிவு, சட்டைக்கு வெளியே தெரிந்த முன்னங்கை கூட பளபள வென்று நிறம் ஏறியிருந்தது.

"என்னை ரொம்ப மன்னிச்சிக்கணும்" என்று எழுந்து கும்பிட்டார் முத்து.

"எதுக்காக? ரொம்ப நன்னாருக்கே."

"நமஸ்காரம் பண்ணிட்டு போய்ட்டு வரேன்னு சொல்லிக்கோடா" என்றார் முத்து.

அக்கணா விழுந்து வணங்கி எழுந்து "போய்ட்ரேன் மாமா" என்றான்.

"போய்ட்டுவா. போய் லெட்டர் போடு, அம்மாவுக்கு உடம்பு எப்படியிருக்குன்னு. எப்ப வரேன்னும் எழுதணும்."

"சரி மாமா."

இருவரும் வெளியே நடந்தார்கள்.

இவ்வளவு சீக்கிரம் காரியம் நடக்கும் என்று நினைக்கவில்லை. சிங்கத்தின் குகையிலிருந்து வருவது போல, திரும்பிப் பார்க்காமல் வேகமாக வெளியே வந்து தோட்டத்தைத் தாண்டி தெருவுக்கு வந்து சாலைக்கு வந்தார் முத்து. "மெதுவாப் போப்பா" என்று கூவே விரலால் நடந்து சிறு ஓட்டமாக ஓடிவந்தான்.

சாப்பாடு போட்டு நாற்பது ரூபாய்

சாலைக்கு வந்து பஸ் ஏறினதும்தான் வாயைத் திறந்தார் முத்து.

"ஏண்டா மக்கு! இந்த மாதிரி உடம்பு அந்த மாமாவுக்குன்னு நீ சொல்லவே இல்லியே" என்றார்.

"என்ன உடம்பு?"

"உனக்குத் தெரியலையா? ரொம்ப கரிசனமா தலையைச் சொறிஞ்சு விட்டியே, புத்திதான் இல்லை, கண்ணுகூடவா அவிஞ்சு போச்சு?"

"அது ஒட்டிக்காதாம்பா?"

"ஒட்டிக்காதா! யார் சொன்னா?"

"அவாத்து மாமி, மாமா, மோகன் எல்லோரும் சொல்வாலே."

"பின்னே அந்த மோகன், மாமி, மாமா எல்லோரும் வந்து அவர் தலையைச் சொறியப்படாதோ?"

"அவாலுக்கெல்லாம் வேலையில்லியாக்கும்? மோகன் பல்லிக்கூடம் போறான். மாமா என்ஜீனியர், மாமிப்பூ நூல்லே பை பனியன்லாம் போடறா. அவாலுக்கு டயம் ஏது? அவா சொறியப்படாதோங்கறியே."

"உன்னை ஏமாத்தியிருக்காடா எல்லாரும், அசட்டுப்பொணமே."

"ஒண்ணும் இல்லே. இத பாரு பேப்பர்லேயே போட்டிருக்கு" என்று பையின் பிடியை அகட்டி உள்ளேயிருந்து நாலு சினிமாப் பாட்டுப் புத்தகங்களை எடுத்தான் அக்கணை. ஒரு புத்தகத்தைப் பிரித்து அதிலிருந்து ஒரு தினசரித்தாள் பக்கம் ஒன்றை எடுத்தான். அதிலே ஒரு வெள்ளைக் காரப் பெண் யாரோ ஒரு ஆணின் கையைப் பிடித்துத் தடவிக்கொண்டு நிற்கிறாள். கருப்புக் கண்ணாடிக்காரருக்கு இருந்த மாதிரியே கை, மூக்கு எல்லாம்..." இது யாரு தெரியுமா? வெல்லைக்கார தேசத்திலே ராணி. போன மாசம் மெட்ராசுக்கு வந்தா – ராஜாவோட. இந்த ஊருக்கு வந்து சினிமா, டிராமால்லாம் பார்க்கலியாம், காரை எடுத்துண்டு ஒரு கிராமத்துக்குப் போனாலாம். மாமா மாதிரி அங்கே முப்பது நாப்பதுபேர் இருக்கலாம். மருந்து சாப்பிடறாலாம். அவல்லாரையும் பார்த்து, கையெல்லாம் தடவிக் கொடுத்தா வெல்லைக்கார ராணி, போட்டோ போட்டிருக்கா பாரு தடவிக் கொடுக்றாப்பல, ஒட்டிக்கும்னா ராணி தடவிக் கொடுப்பாலா, பேத்தியம் மாதிரி பேசறீயே?"

"பேத்யம் மாதிரியா? நானா பைத்தியம்?" என்று படத்தைப் பார்க்க ஆரம்பித்தார் முத்து.

"படத்தை மட்டும் பாக்கறியே. கீலே எழுதியிருக்கு பாரு" என்று விரலி அந்த வரிகள் மீது ஒட்டிக் காண்பித்தான் அக்கணை.

"பாலாம்பிகேச வைத்யேச" என்று சுலோகம் சொல்லிக்கொண்டே வினோலியா பெட்டியைத் திறந்து கண்ணாடியை எடுத்து மாட்டிக் கொண்டு படிக்க ஆரம்பித்தார் முத்து.

தீபம், ஆகஸ்ட் 1966

ஒரு சின்ன வாக்குவாதம்

"லே எப்படி இருந்திச்சு?"

"எது?"

"இன்னிக்கிக் காலையிலே எதைக் கேக்கப் போறேன் – ராத்திரி வேசம் கட்டுனதைக் கேக்கறேன்னு தெரியாதா?"

"அதுவா ..."

"என்ன அதுவா ...ன்னு இளுக்கிறே அசுவாரஸ்யமா!"

"பின்னே என்ன, ராஜபார்ட்டா? இரணியாட்சனா? இரண்யகசிபுவா? ராஜா வந்தார்னா வெள்ளித் தடி புடிச்சிட்டு வாரது. இரணிய கசிபுவோட கொலையாளி, ராவணனுக்கு சபையிலே உட்கார்ந்திருக்கிற மந்திரி பேசாத மந்திரி. என்னமோ பிரமாதமாக் கேட்டா எப்படியிருந்திச்சு எப்படியிருந்திச்சுன்னு – ஈரோ வேசம் போட்டாப்பல?"

"லேய்! நோக்காடு – என்னைக்கி ஒன் வாயிலே நல்ல சொல்லு வந்தது! வண்டத் தண்ணி குடிக்கிற பயல்லா. இந்த மாதிரி குசும்புதான்லே வரும். அதான் இப்படி வத்தக்காச்சியா, வெயில்லெ காஞ்ச வாளைப்பளத் தோலியா இருக்கு உடம்பு! வண்டத் தண்ணி!"

"இங்க மாத்திரம் தென்காசியிலேர்ந்து தினம் தினம் லாரியிலே அருவித் தண்ணி வரவளைச்சுக் குடிச்சாவுதாக்கும்– கண்ணாடித் தண்ணி."

"அட சை! போ வெளங்காத மூதி, ஒன்னைப் போய்க் கேட்டான் பாரு; கர்ப்பூரம் எப்படி மணக்கும்னு!"

"பின்னே, பொய் சொல்லச் சொல்றீங்களா?"

"லே வாயை மூடுதியா, இல்லியா இப்ப –?"

"உங்க சண்டையை அப்புறம் போடுங்களேன். எனக்குக் கா மணு வெறகு வேணும்" என்று ஒரு பெண் பிள்ளையின் குரல் கேட்கிறது.

"கா மணுவா – இதோ" என்று கல்லாவிலிருந்து எழுந்து தராசில் விறகை எடுத்துப் போடுகிறான் அவன்.

வாக்குவாதம் நடந்தது டி.வீ.ஆருக்கும், சிவநேசனுக்கும். இடம் டி.வீ.ஆரின் விறகுக்கடை, அதை ஒட்டியிருந்த சீனியண்ணாவின் வெற்றிலை பாக்குக்கடை வாசலில் ஒரு ஸ்டூலைப் போட்டு வழக்கம்போல் உட்கார்ந்திருக்கிறேன் நான். சோடா, வெற்றிலைப் பாக்குக்காக சீனியண்ணாவின் கடைக்குத்தான் வருகிற வழக்கம். ஆனால் சோடாவும் வெற்றிலையும் எந்தக் கடையிலும் கிடைக்கும். டி.வீ.ஆரின் தரிசனம் கிடைக்காது. அவரைப் பார்க்கிறதும் கேட்கிறதும்தான் இங்கே வருகிற நோக்கம். சோடா வெற்றிலை வியாஜம்.

டி.வீ.ஆர். எதற்காக விறகுக் கடை வைத்தார்? விளக்கு வார்க்கிற கை ஏன் விறகுக் கடை வைத்தது? அப்பாவோடு பதினைந்து வருஷங்களுக்கு முன்னால் பெரிய கோவிலுக்கு விளக்குகள் வார்க்க அவர் அப்பா, தென்காசியிலிருந்து அப்பாமங்கலம் வந்தார். கூடவே மகனும் வந்தான். சரவிளக்கும், குத்துவிளக்கும், அன்ன விளக்குமாக நூற்றுக்கணக்கில் வார்த்துக் கொடுத்தார். வேலை முடிந்தது. அப்பாமங்கலத்து வாசம் முடியவில்லை. இங்கேயே தங்கிவிட்டார். ஊர் பிடித்துவிட்டது. ஆறு மாசத்துக்கு ஒரு தடவை ஊருக்குப் போய்வருவார். அவர் போய் வந்தவுடன் மகன் போய்வருவான். அப்பனும் பிள்ளையும் பொங்கித் தின்றுகொண்டு கடைகள், சுற்றுவட்டாரக் கோவில்கள், பெரிய மனிதர்கள் எல்லோருக்கும் விளக்குகள் வார்த்துக் கொடுத்தார்கள். ஒரு தடவை ஊருக்குப் போனவர் திரும்பியே வரவில்லை. அப்படியே சிவலோகம் போய்விட்டார். கிரியைகள் பண்ணிவிட்டுத் திரும்பி வந்த மகன், தென்காசி விசுவலிங்கத்தின் மகன் ராமநாதன், டி.வீ.ஆர். விளக்கு வார்ப்பதை விட்டு, விறகுக்கடை வைத்தார். ஏன் என்று கேட்டார்கள், எனக்குத்தான் பதில் வந்தது.

"நீங்களும் கேட்டுட்டியள்! வாத்யார் சாருக்குச் சொல்லாம இருக்கலாமா? விளக்கு வார்க்கிற வேலைன்னா! சாதாரண வேலையா? புண்ணியம்தான். ஆனா வார்றவேலை முக்காலும் கோவில் வேலை. சிவன் சொத்து. நாராயணன் சொத்து, குந்துமணி எடை நம்ம கையிலே சேர்ந்தாலும் சிவன்சொத்து, நாராயணன் சொத்து. எங்கப்பா துணிஞ்சு செய்வாரு. வெங்கல வேலே மட்டுமா? பொன்வேலை? சூரில்லா! பாத்துக்கிட்டேயிருப்பிய, வாருகோல் குச்சி மொத்தம், ஊசி மொத்தம் ஒரு விரக்கடை நீளத்துக்குப் பவுன் எடுத்துக் கண்ணுக்குள்ளாற செருகிக்கிடுவாரு. என்னமோ ஊதற எரிச்சல்லே கண்ணைத் தொடைச்சிக்கப் போறாப்பலே இருக்கும். கண்ணுக்குள்ளாற போனது இம்புட்டுத் தங்கம்! எனக்ப்புறம் பொறந்து ஆறும் ஏன் பொக்கு பொக்குன்னு போச்சு – ஆறு மாசத்திலேயும், ஆறு வருசத்திலேயும்? அதான். அப்புறம்தான் தங்கக்குச்சி ஒளிச்சிக்கிற கண்ணும் தொறந்தது. ஞானோதயமாச்சி அவருக்கு. அதை விட்டாரு விளக்கைப் புடிச்சாரு, சூரன்லா! கை வச்ச இடம் கொஞ்சும்! ஆனா, கோடி ரூவா கூலி தாரட்டும், மனுஷன் ஒரு அரைச் சேர் வெங்கலமாவது இப்படித் தள்ளாம இருக்கமாட்டாரு. தூக்கம் வராதே! கை நீளமாவெல்லா பொறந்திருச்சு. எத்தினி சந்ததியைக் காவு கொடுத்தா என்னா! அதுதான் நான் இத்தைப் புடிச்சிக்கிட்டேன். ரண்டும் மூத்றது தீதான் இதிலே

தெய்வத்ரோகம் கிடையாது. அப்புறம் பார் விளையாடறத்துக்கு, ஹெவிவெய்ட் தூக்கறதுக்கு, கர்லா சுத்தறதுக்கு விறகுவாடிதான் இடம் கொடுக்கும்."

இன்னும் எவ்வளவோ சொன்னார் அவர். அது அவசியமில்லை. விறகுக்கடை வைக்கக் காரணம் கிடைத்துவிட்டது. பாபம் தொற்றிக் கொள்கிற காரணம்கூட தேவையில்லை. பார் விளையாடவும், கர்லா சுற்றவும் இடம் கொடுக்கிற காரணம்தான் முக்கியம்.

பள்ளிக்கூடத்துப் பையன்கள் வழக்கம்போல அவருக்குச் செல்லப் பெயர் வைத்தார்கள். 'மௌண்ட் சார்க்கோல்' என்று இங்கிலீஷிலும் 'கரிமலை' என்று தமிழிலும் அவர் சொருபத்தைப் பொருத்தமாகவே வர்ணித்தார்கள். மௌண்ட் சார்க்கோல் ஆறடி, ஒரு அங்குல உயரம், அதற்கேற்ப பருமன். தலை யாழ்ப்பாணத்துத் தேங்காய். கைவிரல் ஒவ்வொன்றும் நீலக்கத்திரிக்காய் பருமன். தொந்தி, புஜம், ஆடுசதை ஒவ்வொன்றும் ஒரு பீடபூமி. இந்தப் பீடபூமிகளும் மலைச்சிகரமும் கைக்கு முந்நூறு கர்லா, நூறு தண்டால், நூறு பஸ்கி எடுக்கும் போதும், பார்கம்பியில் தொங்கி உடம்பையே ராட்டிணம் சுற்றும் போதும், இரும்புச் சக்கரங்கள் கோத்த தடியைத் தூக்கி விளையாடும் போதும், இந்த சம்பிரமங்களால் மழை பெய்து சுற்றிலும் நீரோடைகள் சரியும் மலையாக உடம்பு வேர்த்து ஓடும் போதும், ஊரெல்லாம் பார்க்கும், கை தட்டும், பிரமிக்கும், குற்றேவல் புரியும். எனக்கு ட்யூஷனுக்குப் பையன்கள் வருவதுபோல அவருக்கும் பல சீடர்கள் வந்து குற்றேவல் புரிந்தார்கள். .. அப்படி வந்தவன்தான் சிவநேசன்.

"தேறாத கரளையில்ல இது! உனக்கு என்னத்துக்கு இந்த ஆசை?"

கரளை அவரை விடவில்லை; அட்டையாக ஒட்டிக்கொண்டது. சின்னக் கர்லாக்களைத் தூக்கிச் சுழற்றும். மண்டையில் போட்டுக் கொள்ளும். ஹரிசாண்டல் பாரில் எம்ப முடியாமல் எம்பிக் குப்புற விழும். கை மெருகிக்கொள்ளும். ஆறுமாசம் அல்லாடிவிட்டுக் கடைசியில் டீ.வீ.ஆருக்கு விறகுக்கடை அஸிஸ்டெண்டாகிவிட்டது. டீ.வீ.ஆருக்கு லேசாகப் பாட்டு வரும். அப்பாமங்கலத்தில் அறுவடையாகிவிட்டால் அவருக்குத்தான் பூமியே கொழித்ததுபோல.

"கரளே! இன்னும் மூணுமாசத்துக்கு நீதான் முதலாளி – நீதான் ராசா! நான் ஒத்திகைக்குப் போறேன். வெயிட்டுக்கு மேலே ஒரு பட்டை ஒரு சுள்ளி போட்டே, முதுகுப் பட்டை உரிஞ்சிடும்" என்று போலிக் காய்த்தாப் பண்ணிச் சிரித்துவிட்டு முழங்காலுக்குக் கீழ் தொங்குகிற கட்டம் போட்ட ஜிப்பாவை மாட்டிக்கொண்டு ஒத்திகைக்குக் கிளம்பிவிடுவார். பிடாரி கோயில், கிருஷ்ணண் கோவில் திருவிழாக்கள், சாலியத் தெரு, சாலிய மகாஜன சபை நடத்தும் வருடாந்திர நாடகம் எல்லாவற்றிலும் அவருக்கு வேஷம் உண்டு. பள்ளிக்கூத்து நாடகங்களில்கூட, பூத வேஷம் ராட்சச வேஷத்திற்கெல்லாம் அவரிடம் வந்து சொன்னால் போதும், கட்டம் போட்ட ஜிப்பா முழங்காலின் கீழ்வரை தொங்க, முறுக்கு மீசையும், ஒட்ட வெட்டின கிராப்பும், மோட்டர் டயர் செருப்புமாக மௌண்ட் சார்க்கோல் பள்ளிக்கூடக் கேட்டைத் தாண்டி உள்ளே நுழையும் பொழுது

ஒரு சின்ன வாக்குவாதம்

அவரைப் பையன்கள் சூழ்ந்துகொண்டு அண்ணாந்து பார்க்கிற பிரமிப்பும் ஒட்டுறவும் பயபக்தியும் ... ஒத்திகை தொடங்குகிற வரையில் புஜம் ஒவ்வொன்றிலும் ஏழெட்டுப் பையன்களைத் தொங்கச் சொல்லித் தட்டா மாலை சுற்றுவார் டி.வீ.ஆர். ஒத்திகை தொடங்கினால் அந்தண்டை இந்தண்டை அசையமாட்டார். வேஷம் என்னவோ போலீஸ்காரன், திருணாவர்த்தன், ராவணனுக்கு மெய்க்காவலன், கம்சனின் கையாள். இப்படி அநேகமாகப் பேசாத வேஷமாகத்தானிருக்கும். ஊரே எதிரொலிக்கும்படி ஒரு கத்தல் போட்டுக்கொண்டு கம்சனின் மல்லனாக, கிருஷ்ணனைக் கொல்ல வருவார். இல்லாவிட்டால் "745! இந்தப் பயலைக் கொட்டடியிலே" என்று சப் இன்ஸ்பெக்டரின் உத்தரவைக் கேட்டு "எஸ் சார்" என்று சலாம் செய்துவிட்டு "ம். நட" என்பார். இவ்வளவு தான் நாடகம் முழுதும் அவர் பேச்சு. ஆனால் அதற்காகக் கடைசிவரையில் ஒத்திகையை இருந்து முடித்துக் கொடுத்துவிட்டுத்தான் போவார். கம்பசேவைக் கூத்துக் கடைசிநாளென்று ஆயிர விருந்துக்கு அவர் உபயம் ...

சரி –, கடையைப் பார்ப்போம்.

வந்த பெண் பிள்ளை கால் மணு விறகு வாங்கிப் போய்விட்டாள். கடையில் இப்போது டி.வீ.ஆரும், சிவநேசக் கரளையும் விறகு அடுக்குகளும் தராசும்தான்.

"லே – இப்ப சொல்லு. என்ன சொன்னே?"

"எது?"

"வேசம் கட்டுனதைப் பத்தி என்னமோ சொன்னேல்லா?"

"என்ன சொன்னேன்?"

"தீவட்டி புடிக்கிற வேசம், ஆன்காரம் வேசம், அப்படி

இப்படின்னு ..."

"ஆமாம்! – நீங்க என்னிக்கி ராஜபார்ட் போட்டிருக்கீங்க? என்னைக்கு வில்லன் வேசம் போட்டீங்க? வில்லனுக்கும் பாடிகாடாத் தான் வருவீங்க. அதான் சொன்னேன்."

"லேய், நேத்துப் பிரகலாதன் களுத்திலே கத்தியை ஓங்கறப்ப, கத்தி அட்டைக் கத்தின்னு நெனச்சியே? நிசக் கத்தி! ஆடு காவு கொடுக்கற அருவா. இன்னொரு பய அந்த வேசத்தைப் போட்டிருந்தான், என்ன ஆயிருக்கும்? கத்தி பிடரிக்கிட்ட போகணும். அப்ப பூமாலை வந்து விழுவணும், களுத்திலே. சும்மா உளுவாக்கு ஓங்கறாப் போலவும் இருக்கப் படாது. நெசம்மாவே உளுவறாப்பல இருக்கணும். அந்தக் கத்தியை வேற யார்லே தூக்க முடியும்? இந்தச் சிங்கம் தூக்கிச்சு. அப்படி ஒரு போடு போட்டுது. சனங்களும் கத்தி உளுந்திடுச்சோன்னு துடிச்சிக்கிட்டிருக்கும்! கண்ணை மூடிக்கிடும். ஆனா உளுந்துதா? விழுந்துது பூமாலையல்லா! கண்ட்ரோல் வேணும் கண்ட்ரோல், அதுக்கு! அப்ப ஒரு அப்ளாஸ் அடிச்சாங்களே அத்தனை ஜனங்களும், கேட்டியா? என்னமோ ரொம்பச் சுளுவாச் சொல்லிட்டியே!"

"ம்ம் ..."

"ம்ம்ங்கறாண்டா. அப்ப என்னமோ தீவட்டி புடிக்கிற வேசம் அப்படி இப்படினீல்ல?"

"நான் ஸ்டேஜிக்கு வந்தாலே அப்ளாஸ்தான்லே. சும்மா லட்சம் கோடி அப்பளம் படபடன்னு நொறுங்கறாப்பலல்லவா கேக்கும்!"

"உங்க மாதிரி இருந்தா யாருதான் சிரிக்கமாட்டாங்க? ஆனை போறப்ப நூறு பசங்க கூடவே ஓடும். அதிலே ஆனைக்கென்ன திறமை? அதுக்கு உடம்பு. அதே ஆத்துமா நாயாப் பொறந்திருந்தா கல்லை விட்டு வீசுவான் அத்தினி பசங்களும். உடம்புக்கு அப்ளாசு, நீங்க என்ன நடிச்சிட்டீங்க?"

"லே, அது நடிப்பு இல்லாம என்ன? பிரகலாதனைப் பாறையிலே மோதப் போறப்ப பாத்தியா? சும்மா வெள்ளைத் துணியா அட்டையா? கோயில் செவுரு. பாறாங்கல்லு செவுரு. ஸ்டேஜ் மதிலை ஒட்டில்லா கட்டியிருக்காஹ? பாத்தியாலே. சொல்லேன். பாய்ண்டிலே மாட்டிக் கிட்டு முளிக்கிறயே என்ன? ஆடு கணக்கா? சொல்லேன்!"

"எதை?"

"அது அட்டையா, பாராங்கல் செவுறா?"

"கல்லுச் செவுருதான்."

"பாராங்கல்லுச் செவுரு – 'கெல்லுச்' செவுருதான்!" என்று கரளை மாதிரி நோஞ்சல் குரலில் கோணங்கி காட்டினார் டி.வீ.ஆர். "பொடி வச்சில்லா பேசறான் வண்டத்தண்ணி குடிக்கிற பய. மண் செவுரு. செங்கச் செவுருன்னு சொல்றாப்பல! கருங்கல்லு செவுருலே, வேகமா ஸ்டேஜுக்கு முகட்டிலேந்து புள்ளையைத் தூக்கிட்டு ஓடிப்போய், மடேர்னு செவுத்திலே அறையணும் ஓய். ஒரு நூல் தப்பினாப் போச்சு புள்ளை தலை பிண்டமாக் கெடக்கும். நானும் தூக்கிலே ஆடணும். அப்பவும் சனங்க பதறிட்டு மூச்சைக் கையிலே பிடிச்சி உட்கார்ந்திருக்கும். ஒரு கையாலே குழந்தையை பாறையிலே மோதுவேன். இன்னொரு கையாலே பாறையை ஓங்கி சனங்களுக்குத் தெரியாம அறைவேன். மோதுறாப்பலவே சத்தம் கேக்கும். பிரகலாதன் சிரிச்சுக்கிட்டே நிப்பான். அப்ளாசு! இது நடிப்பு இல்லாம என்ன?"

"இதுலே என்ன நடிப்பு? கம்பம் கூத்தாடி பண்ற வித்தைதானே! குழந்தையைத் துணிக்குள்ளே மூட்டைக் கட்டி, அதுமேலே நிப்பானே ஜலஸ்தம்பம் பண்றாப்பல. முட்டையை அவுத்துப் பாத்தா குளந்தை சிரிச்சுக்கிட்டே நின்ன வாக்கிலே மூணு கரணம் அடிச்சுக்கிட்டே அம்மாட்ட ஓடிப்போகும். இது நடிப்பா?"

"நான் கம்பங் கூத்தாடியா? நானா கம்பங் கூத்தாடி? சொல்லுவே! வண்டத் தண்ணி" என்று எழுந்து அவனை முஷ்டியால் மொத்தப் போவது போல் ஓடினார்.டி.வீ.ஆர். கரளைக்குத் தானாகக் கை முன் வந்து தடுக்கப் பார்த்தது – என்னவோ இடிச் சத்தம் கேட்டுக் கையை

ஒரு சின்ன வாக்குவாதம்

உயர்த்துவது போல். ஆனால் இடி விழவில்லை. மூக்குக்கு ஒரு நூலில் துதிக்கை நின்றுவிட்டது.

"பாத்தியா! இப்ப சொல்லு நடிப்பா இல்லையான்னு. இப்ப நெசத்துக்கு ஓங்கியிருந்தேன். உம் பேரிக்கா மண்டை ... அளுக வாளப்பளம் கணக்கா ஆயிருக்கும், தெரிஞ்சுதா? இப்ப சொல்லு, நடிப்பா இல்லையா?"

"இல்லே" என்று புருவத்தைச் சுளுக்கி அவரைப் பார்க்கிறான் கரளை. கல்லாவை விட்டு மட்டும் நகரவில்லை.

"கரி நாக்கு" என்று பல்லைக் கடிக்கிறார் டி.வீ.ஆர். முகம் கோணுகிறது. திரும்பிப் பார்க்கிறார்.

என்னை ஜாடைசெய்து கூப்பிடுகிறார். என்னைத்தான்.

எழுந்து போனேன்.

"என்ன டி.வீ.ஆர்? கூப்பிட்டீங்களா?"

"ஆமா சார். இந்தப் பய சொல்லுறதைக் கேட்டியளோ? அப்படியே அவனைப் பிண்டம் புடிச்சிருவிய — என்னைக் கம்பம் கூத்தாடின்னு சொல்லுதான் சார், நேத்து எப்படி நடிப்புன்னு கேட்டுக்கு. நான் தீவட்டி புடிக்கிறவனாம், வில்லனுக்குப் பாடிகாடாம், கம்பங்கூத்தாடியாம். இந்த நன்னி கெட்ட மூதி பத்து வருஷம் முன்னாலே சாவறாப்பல வந்துது சார் எங்கிட்ட. நான் கர்லா போடப் போறேன், தண்டால் எடுக்கப் போறேன்னு தெனம் ரண்டு தடவை உள்ளி மூக்கை உடைச்சுக்கும், நெத்தியிலே இடிச்சுக்கும். முட்டியைத் தெறிச்சுக்கும். சனி போவுதுன்னு கல்லாவிலே உக்காத்தி வச்சேன். அன்னையிலேந்து ஒரு நாளாவது ஒரு நல்ல வார்த்தை ஒரு பேஷு, ஒரு பேழு, ஒரு பேழு —"

"என்ன டி.வீ.ஆர்!" என்று குறுக்கிட்டேன். டி.வீ.ஆர். அழுது கொண்டிருந்தார். கண்ணில் குளம் கட்டிவிட்டது.

"ஒரு நல்ல வார்த்தை! ஒரு சந்தோசப் பேச்சு. என்னைக் கண்டா மாத்திரம் சுண்டெலி சார் அந்தப் பயலுக்கு. வெளங்காத மூதிப்பய."

"என்னடாது சிவநேசா?"

"சிவநேசனா! யமநேசஞ்சாமி, யமநேசன். எனக்கு யமனா வந்திருக்கான் இந்தப் பய. இப்பவே சொல்லிப் போடேன், நீங்களும் கேட்டுக்கணம். இந்தப் பய இப்படிப் பேசிட்டிருந்தான், ஒரு நாளைக்கு இந்த அரிசாண்டல் பாருக்குக் கீழேயே சமாதி வச்சிரப்போறேன். நீங்களே சொல்லிப்போடுங்க."

"ஏண்டா இப்படி — ஏ சிவநேசா, உன்னைத் தாண்டா."

சிவநேகச் கரளை தலையைக் குனிந்து புன்சிரிப்பு சிரித்தது — எனக்கு மட்டும் தெரியும்படியாக.

"நன்னி விச்வாசமா இர்றா" என்றேன்.

"உங்களே 'டிஸ்டர்ப்' பண்ணிட்டேன். மன்னிக்கணும்" என்றார் டி.வீ.ஆர்.

நான் வெளியே வந்து உட்கார்ந்துகொண்டேன்.

ஜிப்பாவைப் போட்டுக்கொண்டே வெளியே இறங்கிப் போகிறார் டி.வீ.ஆர். திரும்பி உள்ளே பார்த்து ஒரு முறை முறைத்து, "லேய், கோவத்திலே ஒரு பட்டை எடைக்கு மேலே போட்டிய, தோலு உரிஞ்சிடும்" என்று சொல்லிவிட்டு தெருவில் நடக்கிறார். "இந்தப் பயலுக்கு பெரிய வசிட்ட மகரிஷின்னு எண்ணம் சார். நோக்காடு!" என்று என்னைப் பார்த்துச் சொல்லிவிட்டு நடந்தார்.

இது தினம் தினம் நடக்கிற நாடகம். நான் என்ன சொல்ல? 'ஹ்ம்' என்று அவரைப் பார்த்துப் புன்சிரிப்புச் சிரித்து ஆமோதித்தேன்.

ஆனந்த விகடன் தீபாவளி மலர், நவம்பர் 1966

மாற்றல்

வெங்கிடியா பிள்ளைக்கு மாற்றல் உத்தரவு வந்தது. செய்தியைக் கேட்டதும் அவர் திடுக்கிட்டுவிட்டார். ஒரு நிமிடம் கழித்து மனதைத் தேற்றிக்கொண்டார். யட்சன் தர்மபுத்திரனிடம் போட்ட கேள்வி அவருக்கு ஞாபகம் வந்தது. இந்த உலகத்தில் மிகப் பெரிய வியப்பு என்ன என்று யட்சன் கேட்டான். "பொழுது விடிந்தால் – சாய்ந்தால் மக்கள் யமபட்டணம் போய்க்கொண்டேயிருக்கிறார்கள். அத்தனையையும் பார்த்துக்கொண்டிருக்கும் மனிதனோ தனக்கு மட்டும் அந்த கதி நேரப்போவதில்லை என்று நினைக்கிறானே, அதைவிட வேறு என்ன வியப்பு இருக்க முடியும்?" என்றாராம் தர்மபுத்திரன். அப்பாமங்கலத்திற்கு அவர் வந்து பதினோரு வருஷமாகிவிட்டது. அவருக்குப் பின்வந்த வாத்தியார்கள் எத்தனையோ பேர் மாற்றலாகிப் போய்விட்டார்கள். பல பேருக்கு இரண்டு வருடங்களுக்குள்ளாகவே மாற்றல் உத்தரவு வந்திருக்கிறது. சில முரடு களை ஆறு மாதத்திலேயே தூக்கியிருக்கிறார்கள். அவர் என்னவோ தப்பிக்கொண்டிருந்தார்.

தப்பிக்கொண்டிருந்தார் என்று சொல்வதற்குமில்லை. பள்ளிக்கூடத்தில் அவருக்கு நல்ல பெயர்; வெளியேயும் நல்ல பெயர். அப்பாமங்கலத்தில் ஒரு வாத்தியார் மரியாதை வாங்குவது கல்லில் நார் உரிக்கிற சங்கதி. அது ஊர்வாகு. என்ன காரணத்தாலோ அங்கு மாஜி கள்ளுக்கடை கண்டிராக்டர்கள், சிட்பண்ட் நடத்தி ஏமாற்றி கம்பி எண்ணிவிட்டு வந்தவர்கள், கைது செய்யச் சொல்லிப் போலீசுக்குப் பெரிய இடத்து சிபாரிசுகள் வைத்து சிறைக்குப் போய்வந்த தியாகிகள், கள்ள மார்க்கெட்டில் நூல், சர்க்கரை முதலிய அத்யாவசியப் பண்டங்களை விற்பவர்கள், பாங்கி ஏஜென்டுகள் – மானேஜர்கள், போலீஸ் சப் இன்ஸ்பெக்டர், சிங்கப்பூருக்கும் சைகோனுக்கும் சபுருபோய் "சாமார்த்தியம்" பண்ணிப் பணம் கொண்டுவந்தவர்கள்– இந்த மாதிரி ஆசாமிகளுக்குத்தான் மரியாதையும் செலாவணியும் அதிகம்.

வாத்தியார்கள், தெருவிலும் கடை வீதியிலும் மூஞ்சூறுபோல ஓரமாகப் போய்க்கொண்டிருப்பார்கள். இப்பேர்ப்பட்ட ஊரில் தான்மட்டும் முக்கியப் புள்ளிகளில் ஒன்றாக எப்படி ஆனோம் என்று வெங்கிடியாவுக்குப் புதிராக இருக்கும். வேலையில் தனக்கு உள்ள திறமையும் மனப்பூர்வமான ஆர்வமும்தான் காரணமாக இருக்கும் என்று பதில் சொல்லிக்கொள்வார். ஒரு தடவை "மொட்டைத் தம்பிரான் ஊர்கோலம் வருகிறோம். மாடியை இடித்துத் தள்ளு" என்கிற ஒரு கதை நடந்தது. "பள்ளிக்கூடத்துக்குப் பையன்கள் போதவில்லை; உயர்தரப் பள்ளியை நடுத்தரப்பள்ளியாக்கு" என்று கல்வி இலக்காகவும் ஜில்லா போர்டும் கரடிவிட்டு ஓட்டின. உடனே புயல் கிளம்பிற்று. மகஜர்கள், கூட்டங்கள், கண்டன ஊர்வலங்கள், தினசரிகளில் கடிதங்கள், கல்வி இலாகாவுக்குக் கடிதங்கள், துண்டு அறிக்கைகள் – இப்படிப் பல உருவங்களில் வீசிற்று. இத்தனையையும் ஓசைப்படாமல், வெளியே தெரியாமல் இயக்கினவர் வெங்கிடியா. மந்தர மலைக்கு அடிவாரமான ஆமைபோல் அத்தனைக்கும் அடிவாரமாக நின்று நடத்தினவர் அவர். இன்னும் எத்தனைக்கோ அவர் சொல்லிக் கொடுத்த வக்கணைதான் காரணம். ஆற்றுக்குப் பாலம், திருவனந்தபுரம் பாஸ்ட் பாசஞ்சர் அந்த ஊரில் நிற்க ஆரம்பித்தது, நெசவுக்காரன் கூட்டுறவுச் சங்கமாகக் கூடியது – என்று ஒரு முப்பது சொல்லலாம். எதை எடுத்தாலும் அவருடைய யோசனையோ, எழுதுகிற வக்கணையோ கட்டாயம் இருக்கும்.

அதனால்தான் அவருக்கு ஊர்ப் பொதுவில் பிரிவுபசார விருந்து நடத்தினார்கள். பெரிய பெரிய ஹெட்மாஸ்டருக்குக் கூட அப்படி நடந்ததில்லை. அப்போது ஆற்றில் தண்ணீர் வற்றிப் போன பருவம். ஓரமாக ஓடுகால் வெட்டியிருந்தது. அங்கே வன போஜனம் மாதிரி வெங்கிடியாவுக்கு விருந்து வைத்தார்கள். அமளிப்பட்டது. கூட்டாஞ்சோறு, சர்க்கரைப் பொங்கல் வெண்பொங்கல், வருவல்கள், பொரியல்கள், அவியல்கள், கலியாண முறுக்களவுக்கு ஜிலேபி – ஐயோ – ஏதோ கவர்னருக்கு அளித்த விருந்து என்றுதான் நீங்கள் நினைத்திருப்பீர்கள். ஒரு அறுபது பேர் அதில் கலந்துகொண்டார்கள் – யார் யார்? பஞ்சாயத்துத் தலைவர், உபதலைவர், நாகஸ்வர வித்வான் முத்துக்குமர வாத்யக்காரர், மொத்த மளிகை கோபாலசெட்டியார், அவருக்குப் போட்டியான மொத்த மளிகை பாலகிஷ்டையர், ஓதம்பேட்டை சின்னப் பண்ணை மைனர் வரதாச்சாரி, செக்கடி சிற்றம்பலம் செட்டியார், லோகல் பண்டு டாக்டர், சப்ரிஜிஸ்ரார், உதவி விற்பனை வரி ஆபீசர், வெண்ணாறு – காவேரி உதவி என்ஜினீர்கள், பாஸ்கர ஜோஸியர், மூங்கில் வியாபாரம் ஹாஜி அபூபக்கர், மண்டல காங்கிரஸ் கமிட்டித் தலைவர், காரியதரிசி, கோல்டன் பவர்பிரஸ் முதலாளி ஜின்னு ... யாரைச் சொல்வது, யாரை விடுவது? எல்லாருமே பெரிய புள்ளிகள், நிலவு காயும் ஆற்று மணலில் ஒரு பெரிய வட்டமாக அத்தனை பேரும் உட்கார்ந்து சாப்பிட்ட காட்சியை என்னவென்று சொல்ல! சுற்றிலும் படுகை மூங்கில் தோப்புகள், வாழைத் தோப்புகள், சில்வண்டுகளின் கீதங்கள், நிலவு, மெல்லிய காற்று – எல்லாம் கனவுமாதிரி இருந்தது. நாலுபேருக்கு நடுவில் ஏப்பம் விடுவது ரசக் குறைவான செயல் என்று நீங்கள் நினைக்கலாம். ஆனால், அறுபதுபேர் கபடமில்லாமல், திருப்தியோடு அறுசுவை உண்டு ஏப்பம் விடும்போது

மாற்றல்

மனித சரீரத்திலிருந்து எழும் ஒசைகள் எவ்வளவு இயற்கையானவை. மன்னிக்கத்தக்கவை. ஏன் அழகானவை என்றுகூட உங்களால் உணர முடியும். தமக்காகவா சாப்பிட்டார்கள்? வாத்தியாருக்காகவல்லவா? அதுவும் வெங்கிடியாவுக்காகவல்லவா?

வெங்கிடியாவுக்கு அப்பாமங்கலம் அவர் அப்பன் – பாட்டன் பிறந்த ஊர் அல்ல; பிழைக்கவந்த இடம்தான். ஆனால், அவர் மற்ற வாத்தியார்களைப் போலவா இருந்தார்? சீசன் டிக்கட்டு வாங்கிக்கொண்டு ரயிலிலா வந்துகொண்டிருந்தார்? பஸ்ஸிலா வந்தார்? பல வாத்தியார்கள் அப்படி வருவதைப் பார்த்தால் பொசபொசவென்றும் வரும். அப்படி ஒரு ஒட்டு, ஒரு உறவு இல்லாமல் துடைத்துவிட்டாற்போல் நடந்து கொண்டிருந்தார்கள். வெங்கிடியாதான் ஊரோடு ஐக்கியமானார். கந்தர் கோவில் ஜீரணோத்தாரணத்திற்கு வசூல் செய்தார், வேலுப்பத்தர் "ஆகஸ்டு தியாகி"தான் என்று நிரூபித்துக் காட்டினார். பஜனைகளில் கலந்து கொண்டார். இரண்டு ஷேக்ஸ்பியர் நாடகங்களை இங்கிலீஷிலேயே தயாரித்து, உள்ளூரிலேயே போட்டுக்காட்டி, பணம் திரட்டி அதை ஒரு இரவுப் பள்ளிக்கூடத்திற்கும் லேடி டாக்டர் லூயிசா நடத்திய பிரசவ ஆஸ்பத்திரியில் மூன்று அதிகப்படியான படுக்கைகளுக்கும் கொடுத்தார். இதையெல்லாம் செய்யவேண்டும் என்று என்ன முடை?

இந்தப் பெருந்தன்மைகளை எப்படிச் சொல்லாமலிருக்க மனசு வரும்? சாப்பாடு முடிந்து ஓடுகாலில் கையலம்பி, வெற்றிலை – பாக்கு – புகையிலை, சிகரெட்டு எல்லாம் முடிந்துவிட்டு எல்லோரும் பேச ஆரம்பித்தார்கள். ஒவ்வொருவரும் பேசினதை அப்படியே எழுதினால் ஒரு புத்தகமாகிவிடும். சுருங்கச் சொல்ல வேண்டும்.

தேசபக்தர் கிட்டப்பா – அதாவது (கிட்டப்பா எந்தப் பிரசங்கத்தையும் அதாவது என்றுதான் தொடங்குவார்.) அடிமைத்தனம் நீங்கியும் இன்றையதினம் உள்ளத்தின் அடிமைத்தனம் நீங்கவில்லை என்று தெரிகிறது. வாத்தியார்களை ஏன் ஊரைவிட்டு ஊர் மாற்றவேண்டும்? வாத்தியார்கள் லஞ்சம் வாங்குவதில்லையே! வாங்கவும் இஷ்ட மில்லையே! அவர் என்ன தாசில்தாரா, ரெவின்யூ இன்ஸ்பெக்டரா? விற்பனை வரி அதிகாரியா? என்ஜினீரா?

வேலுபத்தர்: என்னை என்னமோ தியாகி, தேச பக்தன் என்றெல்லாம் சொல்லுகிறார்கள். வெங்கிடியா அவர்களே தன் அன்பினாலும் அக்கறை யாலும் நான் தியாகிதான் என்பதை அரும்பாடுபட்டு ஸ்தாபித்துக் காட்டினார். ஆனால், உண்மையான தியாகி வெங்கிடியா அவர்களே. அவர் நினைத்தால் ஒரு கலைக்டராகவோ, கவர்னராகவோ ஆகியிருக்கலாம். பம்பாய், டில்லி, லண்டன் முதலான பட்டணங்களில் பெரு வாழ்வு வாழ்ந்திருக்கலாம். ஆனால், நம் அப்பாமங்கலமே அவருடைய மூச்சாகி விட்டது.

ஓதம்பேட்டை மைனர்: இங்கிலீஷில் வெங்கிடியா ஒதெல்லோவும், மாக்பெத்தும் நடத்திக் காட்டியது இந்த ஊரில் சரித்திரப் பிரசித்தமான சம்பவங்களாகும். முப்பது ரூபாய் அதற்கு நான் நன்கொடை கொடுத்தேன். ஆனால், மூவாயிரம்கூட கொடுக்கத்தகும்.

பாஸ்கர ஜோஸியர்: உபாத்தியாயர்களுக்கு உலகம் தெரியாது என்பார்கள். அதைப் பொய்ப்பித்தவர் ஸ்ரீமான் வெங்கிடியா அவர்கள்.

ஹாஜி அப்துர் ரஹ்மான்: நான் சிங்கப்பூரில் பல ஆசிரியர்களைப் பார்த்திருக்கிறேன். ஆசிரியர்களுக்கு அங்கு நல்ல ஊதியம் உண்டு. முதலாளிகளைப் போல வாழ்கிறார்கள். நம் தேசத்திலோ ஆசிரியர்களைக் கூலிகள்போல் நடத்துகிறோம். இந்த அவமானம் போதாதென்று மாற்றல் வேறா?

இன்னும் பலர் பேசினார்கள். வெங்கிடியாவின் சேவைகளையும் ஆசிரியத் தொழிலில் அவருக்கிருந்த திறமையையும் பாராட்டினார்கள். கடைசியில் ஒல்லி ராமைய பேசினார். அவர் பஞ்சாயத்துத் தலைவர்; தேசபக்தர். ஆனால், உரக்கப் பேசமாட்டார். அதிகமாகப் பேசமாட்டார். புன்சிரிப்போடு, மெதுவாகப் பேசுவார். அவர் பேசியதாவது: "நீங்கள் இத்தனை பேரும் பேசியது சரி. விருந்து வைத்தது சரி. வெங்கிடியா அவர்களின் சேவைகளையும் ஆசிரியக் கலையில் அவருக்குள்ள அளவற்ற திறமையையும் பாராட்டியது சரி. ஆனால், ஒன்றே ஒன்று கேட்கிறேன்: "அடிமைத்தனம், அடிமைத்தனம்" என்று சொன்னீர்களே. ஒரு ஆசிரியரை மாற்றக் கூடாது என்று சொன்னீர்களே – வெங்கிடியாவிற்கு மாற்றல் வந்துவிட்டது. அதை ரத்து செய்ய முயற்சி எடுத்துக்கொள்ள வேண்டும் என்று ஏன் தோன்றவில்லை? முடியாது என்ற எண்ணமா? ரூல்ஸுக்குக் கட்டுப்பட வேண்டும் என்ற மரியாதை உணர்ச்சியா? ஒரு அபத்தமான சட்டம் இருந்தால், அதைக்கூட எதிர்க்கக் கூடாதா? இது அடிமைத்தனம் இல்லாவிட்டால் வேறு எது அடிமைத்தனம்? மரியாதை, கட்டுப்பாடு என்ற பெயரில் நம் கோழைத்தனத்தையும், அடிமைத்தனத்தையும் மறைக்க வேண்டுமா? இல்லை, முயற்சி செய்தால் இப்படி ஒரு நல்ல விருந்து சாப்பிடும் வாய்ப்பு நழுவிவிடும் என்று நினைத்தீர்களா? விருந்துண்ண வேறு வாய்ப்புகளில்லையா? நிலவு காய்கிறது. அதற்காக விருந்துண்ண லாமே! விருந்து சாப்பிடக் காரணமா வேண்டும்? நிலா ஒன்று போதாதா? நிலா இல்லாவிட்டாலும் சேர்ந்து மகிழ்ந்து சாப்பிட வேண்டும் என்ற ஒரு காரணமே போதாதா? ஒரு ஏழை ஆசிரியரின் மாற்றல்தான் இந்தக் களியாட்டத்திற்கு மையமாக இருக்க வேண்டுமா? ஏன் நம் பிரமுகர்களுக்கு இது தோன்றவில்லை?

"வாழ்க்கை ரயில் சிநேகம் போல, ஜெயில் சிநேகம் போல" என்று பலர் சொல்லலாம். ஆனால், வெங்கிடியாவைப் பற்றியவரையில் நாம் அதை ஒப்புக்கொள்ள முடியுமா?

"அப்பாமங்கலத்திற்கு அவர் செய்த சேவைகளை உணர வெகு காலம் பிடிக்கும். ஆனால், நான் ரயில் சிநேகம் போல் பழகவில்லை. இதற்குமுன் இரண்டு தடவை அவருக்கு மாற்றல் உத்தரவு வந்திருக்கிறது. இங்கே வரவில்லை. தலைமை அலுவலகத்தில் பிறந்தது. நல்லவேளையாக நான் இரண்டு முறையும் அங்கு இருந்தேன். தலைவர் அவர்களிடம் சொல்லி "அபத்தம் இது", என்று ஒரே வார்த்தையுடன் முளையில் கிள்ளி எறிந்தேன். நான் அந்த இரண்டு சமயங்களிலும் அங்கு இருந்து இறைவன் திருவுளம் என்றும், வெங்கிடியா அவர்களிடம் நான் கொண்டுள்ள களங்கமற்ற நட்பிற்கு ஒரு சான்று என்றும் ஆறுதல் கொண்டேன்.

மாற்றல்

"இனியும் தாமதமாகிவிடவில்லை. வெங்கிடியா அவர்களை நம் ஊரிலேயே இருத்திக்கொள்ள நீங்கள் ஆவன செய்வீர்கள் என்று நம்புகிறேன்."

பிரசங்கத்தை முடித்துவிட்டு ஒல்லி ராமையா உட்கார்ந்து கொண்டார்.

கிட்டப்பா எழுந்து நன்றி கூறினார். விருந்துக்கு வந்தவர்களுக்கு நன்றி கூறினார். கடைசியில் "திருவாளர் ராமையா அவர்கள் சொல்வதையும் நான் பெரிதும் வரவேற்கிறேன். அவரே இரண்டு மாற்றங்களின் ரத்துக்குக் காரணமாயிருந்திருப்பதைக் கேட்டு வியப்பில் ஆழ்ந்திருப்பீர்கள் என்பதைப் பற்றி எனக்குச் சந்தேகமே கிடையாது. இந்த முறையும் இந்த மாற்றலை ரத்து செய்து நம்முடைய அன்பிற்கும் மரியாதைக்கும் மதிப்பிற்குமுரிய திரு வெங்கிடியா அவர்களை இங்கேயே தங்கச்செய்ய ஆவன செய்ய வேண்டும் என்று என் சார்பிலும், உங்கள் சார்பிலும் பணிவன்புடன் வேண்டிக்கொண்டும், அப்படி திருவாளர் ராமையா அவர்களின் முயற்சி வெற்றி பெற்றவுடன் வெங்கிடியா அவர்கள் நமக்கு பதில் விருந்தளிப்பார் என்று நம்பிக்கொண்டும், அந்த முயற்சி நிச்சயம் வெற்றி பெறும் என்றும் இதே, இடத்தில், இதே போன்ற ஒரு நிலவில் நாம் திரு வெங்கிடியா அவர்களின் விருந்தினர்களாகக் கூடியசீக்கிரம் கூடுவோம் என்று நம்பிக்கொண்டும் இந்தச் சிற்றுரையை இத்துடன் முடித்துக்கொள்கிறேன்" என்று தேசபக்தர் கிட்டப்பா நன்றி உரையை முடித்து உட்கார்ந்தார். தேசீய கீதத்துடன் கூட்டம் இனிது முடிவுற்றது.

வெங்கிடியாவைச் சிலர் கும்பிடும் சிலர் கை குலுக்கியும் சிலர் "நீங்கள் இங்கேயேதான் இருக்கப் போகிறீர்கள்" என்று சொல்லியும் விடைபெற்றுக்கொண்டார்கள். எல்லோரும் போன பிறகு ஒல்லி ராமையா அஜீஸ் ராவுத்தரைக் கூப்பிட்டு ஏதோ பேசிக்கொண்டிருந்தார். ஆற்றங்கரைப் பாதையில் சேர்ந்தே நடந்து வந்தார்கள், மூவரும். தெரு வந்ததும் பிரிந்தார்கள்.

மறுநாள் காலையில் சாமான்களை எல்லாம் பிரித்து மூட்டை கட்டினார்கள், வெங்கிடியாவும், அவர் மனைவியும். மாணவர்கள் மூன்று பேர் வந்து கை கொடுத்தார்கள். மூட்டை கட்டி முடியும்போது இருட்டி விட்டது.

நடுநடுவே பலபேர் வந்து விசாரித்தார்கள். எழுந்து போகும்போது வீட்டைத் தனக்கு வாடகைக்கு விடும்படி வீட்டுக்காரியிடம் சொல்லி விட்டுப் போகுமாறு நாலு பேர் கேட்டுக்கொண்டார்கள்.

மறுநாள் சாயங்காலம் புறப்பட வேண்டும். விடியற்காலையில் அஜீஸ் ராவுத்தரிடமிருந்து ஒரு ஆள் வந்தான். தம்மை வந்து பார்த்துவிட்டுப் போகும்படி ராவுத்தர் சொல்லியனுப்பியிருந்தார்.

வெங்கிடியாவுக்கு நமநமவென்றது. அவர் யாரையும் போய்ப் பார்க்கிற பழக்கமில்லை. அஜீஸ் ராவுத்தரையும் அவருக்கு அவ்வளவாகப் பழக்கமில்லை.

"என்ன சங்கதி?"

"என்னமோ தெரியலே. உங்களைக் கையோட வந்து பார்க்கச் சொன்னாங்க. நேத்து ரவைக்கு வந்தவுடனேயே உங்களுக்குச் சொல்லி யனுப்பலாம்னு நெனச்சாங்களாம். ரொம்ப நேரமாயிடிச்சுன்னு காலமே சொல்லிக்கலாம்னு இருந்தாங்களாம்."

வெங்கிடியா போனார்.

சாய்வு நாற்காலியில் சட்டத்தில் கால்போட்டு உட்கார்ந்திருந்த ராவுத்தர் காலை மடக்கி, புன்சிரிப்புதானா, இல்லையா என்ற ஒரு சந்தேகப் புன்சிரிப்புடன் "வாங்க" என்றார். "உட்காருங்க" என்றார். பிரசிடெண்டிடம் வெங்கிடியாவின் மாற்றலை ரத்து செய்யும்படி சொல்லிவிட்டாராம் அவர். "ஆடர் உடனே போடச் சொல்லியிருக்கு. எதுக்கும் நீங்க ஒருமுறை அவரைப் பார்த்திட்டு வந்தா நல்லது. சும்மா ஒரு மரியாதைக்கு" என்றார் ராவுத்தர்.

"ம்" என்று இழுத்தார் வெங்கிடியா.

"இன்னிக்கே போய்ப் பார்த்திட்டு வந்திடுங்க."

இதற்குத்தான் கூப்பாடு. வீட்டுக்கு வந்ததும் சாயங்காலப் பயணத்தை ஒத்திப்போட்டுவிட்டு, பஸ் ஏறி பிரசிடெண்டின் ஊருக்குப் புறப்பட்டார் வெங்கிடியா. இரண்டு பஸ் மாறிப் போய்ச் சேரும்போது மாலை நான்கு மணி ஆகிவிட்டது. பிரசிடெண்ட் தூங்கிக்கொண்டிருந்தார். வாசலும் முன் ஹாலும் நிறைந்து வழிந்தன. கதர்ச் சட்டைகளாக எங்கு பார்த்தாலும் உட்கார்ந்துகொண்டிருந்தார்கள்.

ஐந்து, ஆறு, ஆயிற்று மணி. பிரசிடெண்ட் எழுந்திருக்கவில்லை. வெளியே போய் ஒரு தோசையும் காப்பியும் சாப்பிட்டுத் திரும்பி வந்தார், வெங்கிடியா.

ஏழரை மணிக்குத்தான் பிரசிடெண்டின் தூக்கம் கலைந்தது. கால்மணி கழித்துப் பேட்டிக்குத் தயாராகிவிட்டார் என்று செய்தி வந்தது.

ஹாலுக்கு அப்பால் ஒரு பெரிய அறை. அங்கிருந்து சிரிப்பும் பேச்சு மாகக் கேட்டுக்கொண்டிருந்தது. வெங்கிடியா சீட்டுக் கொடுத்தனுப்பி னார். ஆனால், சீட்டில்லாமலேயே கதர்ச் சட்டைகள் போய்ப்போய் வந்து கொண்டிருந்தார்கள். வெங்கிடியாவுக்குத் தெரிந்த இன்ஷூரன்ஸ் ஏஜண்ட் ஒருவர் சோடாபாட்டில் மூக்குக் கண்ணாடியுடன் வீட்டில் வளர்ந்த பூனை மாதிரி குறுக்கும் நெடுக்கும் போய்க்கொண்டிருந்தார். ஹாலில் உட்கார்ந்து பேசினார்; வெளியே பேசினார், திடீரென்று உள்ளே போவார், வருவார்.

கடைசி பஸ் ஒன்பது மணிக்கு. வெங்கிடியா கடிகாரத்தைப் பார்த்துக் கொண்டிருந்தார். ஒல்லியாக ஒருத்தர் உள்ளே போனார். உதவி பிரசிடெண்ட் அவர் என்று அடையாளம் தெரிந்தது வெங்கிடியாவுக்கு. அவர் உள்ளே போனதும் பிரசிடெண்டின் குரல் கேட்டது. "அய்யங்காரே! வாவா எங்கேர்ந்து வரே? சுலோசனா ஊட்லேர்ந்தா?"

"நீங்க ஒண்ணு, மனுஷனுக்கு வேற வேலையே இல்ல பாருங்கோ."

"ஏன்யா, அவளும் சரஸ்வதியும் சண்டை போட்டுக்கிட்டு ஸ்கூலையே நாற அடிக்கிறாளுவன்னுதானே, ரண்டுபேரையும் திக்காலுக்கு

ஒருத்தியாத் தூக்கிப் போட்டேன். ஒரு மாசம்கூட ஆகலே. அதுக்குள்ளார உனக்குத் தாங்கலே. நான் மெட்ராஸ் போய்த் திரும்பி வரத்துக் குள்ளார, சுலோசனாவைத் திருப்பி மாத்திக்கிட்டியே. அட, எங்கப்பா! என்ன அவசரம்! என்ன ஆத்திரம்! அப்படி என்ன இருக்கு, அவகிட்ட? அவ பல்லும், அவ கண்ணும்!"

"என் கண்ணாலே பார்த்தான்னா தெரியும்? என்று ஐயங்கார் பதில் சொல்லுகிறார்.

அதைத் தொடர்ந்து உள்ளேயிருக்கிற அத்தனை பேரும் படர் என்று சிரிப்பது கேட்டது.

இப்படியாக பிரசிடெண்ட் ஆட்சி நடந்துகொண்டிருந்தது. கடைசி யில் ஒன்பதரை மணிக்கு, கடைசி பஸ்போய் அரைமணி கழித்து, ஒருவாறாக உள்ளே வரச்சொல்லி வெங்கிடியாவுக்கு உத்தரவு வந்தது.

வெங்கிடியா கூனல் குறுகல் தெரியாதவாறு உடம்பை நிமிர்த்திக் கொண்டு, விறைப்பு என்று தெரியாமல் அடக்கிக்கொண்டும் உள்ளே நுழைந்தார்.

உட்கார இடமில்லை.

பிரசிடெண்ட் நிமிர்ந்து பார்த்தார். சிம்மாசனம் மாதிரி சிங்கார உயர முதுகிட்ட நாற்காலியில் உட்கார்ந்திருந்த பிரசிடெண்ட் அவரைப் பார்த்தார். அவருடைய ஒற்றைக்கல் வைரக் கடுக்கன் நீலமும் மஞ்சளு மாகக் கொட்டிற்று. பெரிய உடம்பு. அதற்கேற்ப, தலை பெரிதில்லை; புன்னைக்கொட்டை மாதிரி இருந்தது.

"யார் நீர்?"

சீட்டைப் பார்க்கவில்லையா, பிரசிடெண்ட்?

"வெங்கிடியா பிள்ளை, அப்பாமங்கலம் ஹைஸ்கூல்லெ –"

"எங்க வந்தீம்?"

"அஜீஸ் ராவுத்தர் பார்த்திட்டு வரச் சொன்னாங்க."

"ஓகோ! – நீர்தானா? அந்த எளவெடுத்த ராவுத்தனுக்கு வேலை கிடையாது. ஆடர்ஸ்களை ஓபே பண்றதுக்கு என்ன நீரு? ட்ரான்ஸ்பர் போட்டா போவேண்டியதுதானையா? இது என்ன நவாபு ராஜ்யமா? ஐமீன்தார் ராஜ்யமா? உத்தரவு போட்டா கீழ்ப்படியாம, ப்ரெஷ்ஷர் கொண்டு வறிமே, என்னாத்துக்கு? தொலைச்சுப்புடுவேன் தொலைச்சு! ஐ டஸ் நாட் கேர். பாருங்கய்யா – ஐ புட் ஆன் ஆர்டர். திஸ் மான் ப்ரிங ப்ரெஷ்ஷர். யூடஸ் நாட் நோ டிச்சிப்லின் மான் – வாத்தி இப்படியிருந்தா, பையங்க எப்படி? நோ நோ நோ – ஐ டஸ் நாட் அப்ரூவ் – ஐ டஸ் நாட் கான்சல், வாட் டஸ் யூடு? டஸ் ஸர்ட்டன்லி டிஸ்மிஸ்! இந்தத் தடவை உட்டேன். இன்னமே இப்படி பிரஷ்ஷர் கொண்டு வந்தீமோ, தொலச்சுப்பிடுவேன், தொலச்சு! கோ!"

"தாங்ஸ்."

"யூ டஸ் நாட் தாங்க் – கோ – டிச்சிப்ளினே போயிரிச்சியா, இந்த வாத்திகளாலெ."

வெங்கிடியா தலையைக் குனிந்து ஓடி வந்தார். ஒல்லி ராமையா சட்டையைப் பிடித்து இழுப்பதுபோல் ஒரு பிரமை. அஜீஸ் ராவுத்தர் காலைத் தூக்கி தன் தோளில் போடுகிறார்போல் கழுத்தில் ஒரு அழுத்தம். ராவுத்தரிடமோ, ராமையாவிடமோ அவர் மாற்றலை ரத்துச் செய்யச் சொல்லி எப்போது கேட்டார்? "எப்போதாவது அசதி மறதி யாகக் கேட்டுவிட்டேனா?"

அவர் பங்களாவை விட்டு வெளியே வரும்போது முந்தானை காற்றில் ஜிலுஜிலுக்க, தாங்கமுடியாத வெட்கப் புன்னகையுடன் ஒரு பெண்மணி கேட்டில் நுழைந்து அவரைக் கடந்து போனாள். சுலோசனாவா, சரஸ்வதியா?

"மாற்றல் நான் கேட்கவில்லையே."

பிரசிடெண்டின் ஊரிலிருந்து இனிமேல் பஸ் கிடையாது. இனிமேல் காலை ஆறு மணிக்குத்தான் முதல் பஸ். எங்கே படுப்பது?

சாப்பிட்டுவிட்டுப் படுத்தால்தானே கிடைகொள்ளும்? எங்கே சாப்பிடுவது?

மணி பத்து. ஊர் அடங்கிக் கிடந்தது. இதற்கிடையே அவருக்கு பிரசிடெண்டின் ஆங்கிலமும் ஞாபகம் வந்தது. "ஐ டஸ் நாட் அப்ரூவ்!" அவர் ஆங்கிலத்தில் "நான் போகமாட்டான்; நீ போகமாட்டான்; அவர்கள் போகமாட்டான்." ஒருமை உதவி வினை ஒன்றைத் தவிர பிரசிடெண்டு வேறு எதையும் ஒப்புக்கொள்ளவில்லை.

ஒரு கடை மூடுவதுபோலிருக்கிறது. வேகமாக ஓடினார். மிச்ச மிருந்த மூன்று பஜ்ஜிகளையும் ஒரு டீயையும் சாப்பிட்டுவிட்டு பஸ் ஸ்டாண்டிலேயே படுத்துக்கொண்டார். பிரசிடெண்டின் ஆங்கிலத்தோடு, அவருடைய உத்தரவும் ஞாபகம் வந்தது. இந்தத் தடவை மாற்றலை ரத்து செய்துவிட்டார். இனிமேல் ப்ரெஷர் கொண்டுவந்தால்தான் டிஸ்மிஸ் செய்வார். இந்தத் தடவை மாற்றல் ரத்துதான்.

பதில் மரியாதை செய்ய வேண்டும். அறுபது பேருக்கு சர்க்கரைப் பொங்கல், வெண் பொங்கல், கூட்டாஞ் சோறு ... எத்தனை ரூபாய்!

அந்தக் கலவரம்தான், இப்பொழுது பசியைக் கிளப்பிவிட்டது. வெற்றிலை போட்டுக்கொண்டார். பசி சற்று அடங்கிற்று.

பிரயாணிக் கொட்டகையின் சிமெண்டுப் பலகையில் கைகளைக் கோத்து தலைக்குப்பின் வைத்துப் படுத்தார் வெங்கிடியா. தூக்கம் வரவில்லை. பிரசிடெண்ட் தன் ஆசைநாயகி சரஸ்வதிக்கும், உதவி பிரசிடெண்ட் தன் ஆசைநாயகி சுலோசனாவிற்கும் தன்னைப்பற்றிக் கதை சொல்லிச் சிரிப்பது போலிருந்தது.

தூக்கம் வரத்தான் இல்லை. "ஐ டஸ் நாட் கெட் ஸ்லீப்" என்று வெகுநேரம் ஜபம் செய்த பிறகுதான் கண்ணை அயர்த்திற்று.

சுதேசமித்திரன் தீபாவளி மலர், நவம்பர் 1966

கண்டாமணி

சமையல் முடிந்துவிட்டது. குழம்புக்கு மாவைக் கரைத்து ஊற்றி இரண்டு கிளறு கிளறிக் கீழே இறக்கி வைத்தார் மார்க்கம். பச்சைக் கொத்தமல்லியை ஒரு பிடி முறித்துப் போட்டு ஒரு கொதி வந்ததும் இறக்கி, கடுகைத் தாளித்துக் கொட்டினார். கீரை மசியாலும் சாதமும் முன்பே தயாராகிவிட்டன.

"இலை நறுக்கியாச்சா" என்று கொல்லைத் தாழ்வாரத்தில் எட்டிப் பார்த்தார்.

"ஆச்சே" என்று அரிவாள்மணையையும் இலைக் கட்டையும் உட்கார்ந்தவாக்கில் அவரிடம் நீட்டிவிட்டு, சம்சாரம் கையை முந்தானையில் துடைத்துக்கொண்டு கீழே துணியில் கிடந்த குழந்தையை மடியில் போட்டுக்கொண்டு எடுத்துவிடத் தொடங்கினாள்.

மார்க்கம் கிணற்றங்கரைக்குப் போய் வேர்வை, சமையல் அழுக்கு – எல்லாவற்றையும் நீரை விட்டுக் கழுவிக் கொண்டார். விபூதியைப் பட்டை பட்டையாக இட்டுக் கொண்டார். சந்தியாவந்தனம் செய்தார். திரும்பிக் கூட்டுக்கு வந்து முற்றத்து ஓரமாக உட்கார்ந்து ஜபம் செய்யத் தொடங்கினார். சுக்கிர நட்சத்திரம் வெள்ளிப்பொட்டு வைத்திருந்தது. முற்றத்தில் கட்டியிருந்த பசுங்கன்று அவரை நக்கிக் கொடுப்பதற்காகத் தலையைத் தலையை நீட்டிற்று. இழுத்துக் கட்டியிருந்ததால் முடியவில்லை. பசு மூத்திர மணம் சிறு நெடி கலந்து வீசிற்று. அதையும் அந்த ஒற்றைச் சுக்கிரனையும் அந்தி வேளையின் அமைதியையும் பார்த்த பொழுது ஏதோ ரிஷியின் ஆசிரமத்தில் உட்கார்ந்திருப்பது போலிருந்தது மார்க்கத்துக்கு. உடனே மேல் துண்டில் கையை விட்டு, இதுது கைவிரலால் எண்ணிக்கொண்டே காயத்ரீ ஜபம் பண்ணினார். கண்ணையும் அவ்வப்போது மூடிக் கொண்டார். ஒரு தடவை தொடர்ந்து ஒரு நிமிஷம் மூடிய போது நடையில் செருப்பைக் கழற்றும் ஓசை கேட்டது. மார்க்கம் கதவைத் திறந்தார் "வாங்கோ" என்றார்.

"சாப்பாடு ..." என்று இழுத்தது வந்தவரின் குரல்.

"தயாராயிருக்கே ... இதோ!" என்று அவசர அவசரமாக ஜபத்தை முடித்து, கூடத்தில் பலகையைப் போட்டு இலை போட்டார் மார்க்கம்.

வந்தவருக்கு நல்ல பசி, சாப்பாட்டில் தெரிந்தது. வாடிக்கை இல்லை. எப்பொழுதோ மாசத்துக்கு ஒன்றிரண்டு முறை வருவார். அந்தப் பழக்கம் தான். சந்நிதித் தெருவில் குடியிருக்கிறார். உள்ளூர் உயர்தரப் பள்ளிக் கூடத்தில் விஞ்ஞான வாத்தியாருக்கு உதவி செய்கிற வேலை. பார்த்தால் "பாவம்" என்று இரக்கப்பட வேண்டும் போல் இருக்கும். அப்படி ஒரு தயவை எழுப்புகிற தோற்றம். கட்டைக் குட்டையான உடல். சற்று உருண்டையாக, பூசினாற்போலிருக்கும். உருண்டைத் தலை, வழுக்கை, பின் உச்சியில் பூனை மீசை மாதிரி எண்ணி ஐந்தாறு நரை மயிர்கள். கண்ணுக்கு ஒரு வெள்ளி பிரேம் மூக்குக் கண்ணாடி. வலது கண் மட்டும் அந்தக் கண்ணாடி வழியாகப் பெரிதாகத் தெரியும். எப்போதும் ஒரு மோட்டா அரைக்கை காக்கிச் சட்டை. நடக்கிறபோதுகூட குழந்தை நடக்கிற மாதிரி இருக்கும். மேலே பார்த்துக்கொண்டு, அடிப் பிரதட்சிணம் செய்வது மாதிரியான நடை. பள்ளிக்கூடத்து விஞ்ஞான வகுப்பு தெருவை ஒட்டியது. அதில் ஜன்னலோரமாக உட்கார்ந்து தெருவை ஞானப் பார்வையாகப் பார்த்துக்கொண்டிருப்பார். மார்க்கத்துக்கு அவரைப் பார்க்கும்போதெல்லாம் காரணமில்லாமல் ஒரு தயவு சுரக்கும்.

அதனால்தான் இரண்டு மாதங்களுக்கோ, ஒரு மாசத்துக்கோ ஒரு முறை சாப்பிட வரும்பொழுது, ஏதோ ஜடபரதரோ, உள்நோக்கித் திளைக்கும் 'அவதூதரோ வந்துவிட்டாற்போல் சற்று பயபக்தியோடு சாதம் போடுவார். பொதுவாக, தெருவோடு போகிறவர்களுக்கு மார்க்கம் சாதம் போடும் ஓசையைக் கேட்டால் இலையில் முறம் முறமாகச் சாதத்தைச் சரித்து கொட்டுகிற மாதிரி கேட்கும், உள்ளே வந்து பார்த்தால் ஒழியச் சேதி புரியாது. மார்க்கம் ஈயம் பூசிய பித்தளை முறத்தில் சாதத்தைக் கொண்டு வருவார். அந்த முறம் நடுவில் ஒடிந்து கொஞ்சம் குழிவாக இருக்கும். சாதம் சரிவதற்காக அவரே செய்த யுக்தி. அந்த முறத்தை ஏந்தி இரண்டே எட்டில் கூடத்துக்குத் தாண்டி வருவார். டமடமவென்று தட்டுவார். ஆர்ப்பாட்டம் செய்வார். ஆனால் தனக்கு எஜமானன் மார்க்கத்தின் கையோ, கரண்டியோ அல்ல, மார்க்கத்தின் மனசுதான் என்று சாதத்துக்குத் தெரியுமாதலால், கால் கால் கவலமாகத்தான் இலையில் விழும். சாதம் மட்டுமல்ல; கறி, பருப்பு, நெய், கூட்டு – எல்லாவற்றுக்கும் மார்க்கத்தின் மனசு தெரியும். "இப்படிக் கிடந்து கத்துகிறேன், பேசாமல் இருக்கிறாயே போதும் என்று சொல்லேன்" என்று சொல்வது போல் முறமும் கரண்டியும் சத்தம் போடும். போடுகிற வரையில் போடட்டுமே என்று பேசாமல் இருப்பதற்கு நாம் என்ன அத்தனை இங்கிதம், தெரியாதவர்களா? இந்தப் பொதுவான சங்கோசத்தைப் பயன்படுத்தி நெய் போடக் குறும்புவாங்கியையும் கறி – கூட்டு போட நெய் முட்டையையும், நெய் அல்லது ஊறுகாய் போட அதன் காம்பையும் மார்க்கம் கையாண்டு வந்தார். கொட்டிக் கொட்டி அளப்பானேன்? ஹோட்டல் சாப்பாட்டுக்கு நொட்டை கொட்டிக் கொண்டு இங்கே வர முடியாது. "ஹோம்லி"யாகவும் பத்தியமாகவும் சாப்பிடும் கட்டுப்பாடு வேண்டும்.

ஆனால் இவருக்கு மாத்திரம் மார்க்கம் இந்தக் கட்டுப்பாடுகளி லிருந்து விலக்கு அளித்திருந்தார் என்று அந்த முறம் முட்டைகளைக் கேட்டால் தெரியும். சத்தமே போடாமல் அவை இயங்கிய அடக்கத்தையும் பணிவையும் கேட்க வேண்டும்.

அவர் நன்றாகச் சாப்பிட்டார். குழம்பு நன்றாக இருக்கிறதென்று மோர் சாத்துக்கும் கொஞ்சம் கேட்டார். போட்டுவிட்டு வந்து, மார்க்கம் குழம்பைத் தற்செயலாகக் கிளறிக் கரண்டியைத் தூக்கிய பொழுது அதிலிருந்து நீளமாக ஏதோ குழம்புக்குள் விழுந்தது. மீண்டும் கிளறித் தூக்கி வெளிச்சத்தில் உற்றுப் பார்த்தார் மார்க்கம். இதென்ன இது! நீளமாக, வழவழவென்று – சூட்டில் வதங்கி, பளபளப்பு சற்று மங்கி! பாம்புக் குட்டியா, அரணையா? அரணைக்கு கால் உண்டு. இதற்கில்லை. பாம்புக் குட்டி மாதிரிதான் இருக்கிறது. ஒரு மேகம் ஓடும்போது நிழல் பூமியில் ஓடிப் பரவுவது போல், உச்சந்தலை முதல் உள்ளங்கால் வரை யில் மார்க்கத்துக்கு ஒரு நிழல் ஓடிற்று! நிழல்தான்! வேறு எப்படிச் சொல்கிறது? பயமா, கிலியா, கவலையா – என்னவென்று சொல்கிறது? நிழல்தான், மனைவியைச் சமிக்ஞை செய்து கூப்பிட்டார். கரண்டியில் உள்ள ஐந்துவைக் காண்பித்தார். பார்த்த மாத்திரத்தில் அவள் கண்கள் அகன்றன. வாய் திறந்தது. பொத்திக்கொண்டாள். மார்க்கமும் இடது கையால் அவள் வாயைப் பொத்தினார். வேக மூச்சுடன் அவள் உடம்பு இரைத்தது. படபடப்பு மண்டை உச்சிக்கு ஏறிற்று. தூணைப் பிடித்துக் கொண்டாள். பாம்புக் குட்டிதான்.

சாப்பிட்ட கிழவர் கைகழுவிவிட்டு, ஏப்பம் விட்டுக்கொண்டே செருப்பை மாட்டிக்கொண்டு வாசற்படியில் தடவித் தடவி இறங்குவதைப் பார்த்தாள். மறுகணமே பாம்பைக் கரண்டியோடு எடுத்து இருட்டைப் பாராமல் கொல்லைக் கோடி வரை நடந்து குப்பைக் குழியில் எறிந்தாள். குப்பை, சத்தை எல்லாவற்றையும் ஐம்பது அறுபது பிடி படபடத்துக் கொண்டே எடுத்துப் போட்டாள். உள்ளே வந்தாள். குழம்பை எடுத்துச் சாக்கடையில் கொட்டினாள்.

"ஏதாவது ஆயிடுமோ?" என்று கேட்டாள். அந்தக் குரல்கூட நெஞ்சை விட்டு வரவில்லை.

"ஸ்வாமிதான் . .!" என்று சொன்ன மார்க்கத்தின் முகம் அழுவது போல் இருந்தது.

விலங்கு, சிறை, சாபங்கள் – எல்லாம் வளைந்து வளைந்து நடுவில் வந்தன. அவளுக்குக் கை நடுங்கிற்று.

"ஸ்வாமியை வேண்டிக்கட்டும்"

இருவரும் பூஜைப் படங்கள் கீழ்த்தட்டில் வைத்திருக்கிற சாமான் அலமாரியின் முன் நின்றார்கள்.

"மானமாகக் காலம் தள்ளியாச்சே, இத்தனை காலமா! இப்படிச் சோதிக்கிறேளே!" என்று அலமாரியைப் பார்த்து அழுதாள் அவள்.

"பஞ்ச லோகத்திலே கண்டாமணி வாங்கித் தொங்கவிடறேன் கைநீளத்துக்கு. சேதி பரவாமல் இருக்கணும், யுகேச்வரா!" என்று வேண்டிக் கொண்டார் மார்க்கம்.

அதைக் கேட்டாள் மனைவி. "பகவானே! இரண்டாம் காதுக்குத் தெரியப்படாது, சேதி! கண்டாமணி பண்ணித் தொங்கவிடறோம் அப்பனே, யுகேச்வரா, சர்வேசா, தீனபந்தோ, மார்க்கபந்தோ!" என்று வேண்டிக்கொண்ட மனைவிக்குக் கடைசியில் கணவனின் பெயரைச் சொல்லிவிட்டதற்காக அந்தப் பரவசத்துக்கு நடுவில் சற்றுநாணமும் படர்ந்தது.

வேறு குழம்பு வைத்தார்கள். அதே கும்மட்டிக்காய்க் குழம்புதான். வாடிக்கைக்காரர்கள் இருபத்து நாலு பேரும் வந்து சாப்பிட்டுவிட்டுப் போனார்கள்.

என்னதான் வேண்டிக்கொண்டாலும் சந்தேகமும் பயமும் எப்படிப் போகும்? இரவு முழுவதும் சரியாகத் தூக்கமில்லை. மனைவி மட்டும் பகவான்மீது பாரத்தைப் போட்டு விட்டுச் சுகமாகத் தூங்கிக் கொண்டிருந்தாள்.

மார்க்கம் புரண்டு படுத்துக்கொண்டிருந்தார். அவருக்கு சந்நிதித் தெருவுக்குப் போய்ப் பார்க்க வேண்டும் போலிருந்தது. என்ன பாபம் செய்து இந்த அஜாக்கிரதை வந்தது? அரை வயிறு அரை வயிறாகச் சாப்பிட்டவர்களின் தாப மூச்சா? அத்தனை பேருக்கும் இல்லாத துணிச்சலுடன், "என்ன கோழிக்குப் போடறாப்பல போடறேன்? வாங்கற காசு செரிக்கணும். இப்படி வயித்துச் சுவருக்கு வெள்ளையடிக்கிறாப்பல மட்டும் போட்டு என்ன பண்றது?" என்ற அந்த நூல்கடை வேம்பு ஐயரின் தாயில்லாப் பிள்ளை நட்டாணி சொன்னானே – இலை முன் உட்கார்ந்து – அந்தக் கோபாக்கினியா?

மறுநாள் காலை விஞ்ஞான வாத்தியாரின் உதவியாளர் காலமாகி விட்டார் என்ற செய்தி வந்தது. இரவு இரண்டு தடவை கொல்லப் பக்கம் போய் வந்தாராம். தண்ணீர் சாப்பிட்டாராம். படுத்தாராம், தூங்கினாராம், எழுந்திருக்கவேயில்லை. மாரடைப்பினால் இறந்துவிட்டதாக டாக்டர் சொன்னார். ஊர் எல்லாம் சொல்லிற்று. உலகத்தில் நடக்கிற அத்தனை குற்றங்களுக்குக் காரணங்களையும் கர்த்தாக்களையும் கண்டுபிடிக்க முடியும் என்றிருந்தால், எல்லா வீடுகளையும் சிறைக் கூடமாகத்தான் மாற்ற வேண்டும்.

யுகேச்வரர் காப்பாற்றிவிட்டார்.

o o o

ஒரே மாசத்தில் கண்டாமணி தயாராகிவிட்டது. பஞ்சலோகமோ என்னவோ? மணி பாரி மணி. ஒன்றரை முழம் உயரம். இரண்டு ஆட்கள் முக்கித் தூக்க வேண்டு அவ்வளவு கனம். பார்க்க எத்தனை கம்பீரம்! நாதம் அதைவிடக் கம்பீரம்! வார்த்த ஆசாரி சாமானிய ஆசாரி இல்லை. வைத்திலிங்க ஆசாரி. எப்படித்தான் அந்த அழகைக் கொண்டு வந்தானோ? முற்றத்தில் அதைக் கொண்டு வைத்துவிட்டுப் போனார்கள் ஆசாரியின்

ஆட்கள்! மார்க்கம் பார்த்தார். கண்ணை அப்பால் இப்பால் எடுக்க முடிய வில்லை. அப்படி ஒரு பெருமிதத்தோடு அது வீற்றிருந்தது. சில சமயம் நந்தி மாதிரி தோன்றும்! சில சமயம் ஆந்திரதேசத்து வாட்டசாட்டமான பெண்ணரசி மாதிரி தோன்றும். சில சமயம் கோவில் கோபுரம் போல் தோன்றும். சுண்ணாம்புபோல் ஏதோ வெள்ளையாக மேலே பூசி அதை வைத்திருந்தான் ஆசாரி. "மார்க்கபந்து விலாஸ், மார்க்கபந்து திருப்பணி" என்று அதன் வாயின் விளிம்பு முழுவதும் ஒரு சுற்றாகப் பொறித்திருந்தது. கெட்ட செய்தி வராமல் தடுத்து அவமானம் வராமல் காப்பாற்றிய யுகேச்வரனின் குரலே வடிவெடுத்தாற்போல் வீற்றிருந்தது. யுகேச்வரரின் கருணையின் உறுதியை மௌனமாக முழங்கிற்று.

அறுநூறு ரூபாய்க்குள் முடிந்துவிட்டது மணி. அதற்காக என்ஜினீயர் அப்பாசாமிக்கு அஞ்சலி செய்தார் மார்க்கம். அப்பாசாமி வீட்டில் இருபத்தைந்து வருடங்கள் சமையல் பண்ணிப் போட்டார் அவர். கடைசியில் மூவாயிரம் ரூபாயை இனாம் கொடுத்து, "இனிமேல் சொந்தமாகத் தொழில் பண்ணிக்கொண்டு சௌக்கியமாயிரு" என்று ஆசீர்வாதம் செய்தார் அப்பாசாமி. அது வீண் போகவில்லை. மார்க்கம் ஒரு பெண்ணைச் சாப்பாட்டுக்குக் குறைவில்லாத இடமாகக் கல்யாணம் செய்து கொடுத்தார். ஒரு பையனைப் படிக்க வைத்தார். அவன் மதுரையில் பாங்கியில் வேலையா யிருக்கிறான். பிறகு பிறந்த நாலைந்தும் போய், இப்போது கூட்டத்தில் தூளியில் கிடந்து கத்துகிற பாலாரிஷ்டதேவாங்குதான் மிச்சம். 'ஓகோ' என்று அதிர்ஷ்டம் அடிக்காவிட்டால் பாதகமில்லை. அவமானம் வராமல் காத்தானே சர்வேசுவரன். அறுநூறு என்ன, ஆறாயிரம் கொடுத்தாலும் பொருந்தும்.

வாடிக்கைக்காரர்களில் மணியைப் பார்த்து வியக்காதவர்கள் இல்லை. மணி செய்து கட்ட வேண்டும் என்று யாருக்குத் தோன்றும்! கண் மலர் சாத்துவார்கள், வடைமாலை சாத்துவார்கள். சத்திரம் கட்டுவார்கள். சந்தனக்காப்பிடுவார்கள் – ஆனால் கண்டாமணி செய்து வைக்க வேண்டும் என்று தோன்றுமோ!

"சும்மாத்தான். ஏதோ தோணித்து, ஸ்வாமிக்கு நம்ம கையாலே செய்யணும்னு!" என்று விசாரித்தவர்களிடமெல்லாம் அடக்கமாகச் சொல்லிக்கொண்டார் மார்க்கம்.

சாப்பிட வருகிறவர்கள் தடவிப் பார்த்தார்கள்; சுண்டிப் பார்த்தார்கள். சற்று அழுத்தி நகர்த்த முடிகிறதா என்று பார்த்தார்கள்.

"பார்வைக்கு ரொம்ப லட்சணம்!" என்று பார்த்துக்கொண்டு நின்றார்கள்.

"அது என்ன இப்படி ஒரு தர்மம் பண்ணணும்னு தோணித்து?" என்று வியப்பும் ஆவலுமாகக் கேட்டார்கள்.

"நம்மை எப்படியாவது காப்பாத்திடணும்னு பகவானுக்குத் தோணற போது, நமக்கு இது தோணப்படாதா? நடந்துண்டே பொத்துன்னு விழுந்து செத்துப் போயிடறான். ஒவ்வொரு அடி எடுத்து வைக்கிறபோதும் அதை உள்ளங்கையாலே தாங்கித் தாங்கிக் காப்பாத்துறாரே ஸ்வாமி!

குடிக்கத் தண்ணி கொண்டாங்கறான். கொண்டு கொடுக்கிறதுக்குள்ளே தலை சாஞ்சுப்பிடுறது! அப்படிச் சாயாம யாரு காப்பத்தறா? ஒரு உதாரணத்துக்குச் சொல்றேன். பள்ளிக்கூடத்து அட்டெண்டர் இருந்தாரே ஜராவதம், செத்துப் போறதுக்கு முதல் நாள் ராத்திரி இங்கே வந்து சாப்பிட்டுப் போனார். மறுநாள் காலமே செத்து போயிட்டார். டாக்டர் வந்து பார்த்திருக்கார். 'ஹார்ட் அட்டாக்'னு சொன்னாராம். இல்லாட்டா என்ன சொல்லுவா? மார்க்கம் கடையிலே சாப்பிட்டார்டா மனுஷன், அடுத்த வேளைக்கு உசிர் நிக்கேலேன்னு தானே சொல்லுவா!" என்று மூக்கு மலர, புகையிலை வாய் கவலையில் திறக்கச் சொன்னார் மார்க்கம்.

"சேச்சே! அப்படிக்கூடவா புத்தி கெட்டுப் போயிடும் ஜனங்களுக்கு?"

"போயிடாது ஸ்வாமி! இருந்தாலும் என்னத்தைக் கண்டோம்? ஒரு பேச்சுக்குச் சொல்றேன்."

"அது சரி –"

"மார்க்கம் எப்படின்னு எல்லாருக்கும் தெரியும். இருந்தாலும் சொல்றேன்? எப்ப எது நடக்கும், யார் என்ன பேசுவான்னு சொல்ல முடியலியே, அப்படின்னாயிருக்கு காலம்! ஜராவதம் எப்பவாவது சாப்பிட வருவார். அவர் நடந்து வரதைப் பார்த்தாலே கவலையாயிருக்கும். சாப்பாடு சாப்பிட்டு இறங்கிப் போற வரைக்கும் வயித்திலே நெருப்பைக் கட்டிண்டு உட்கார்ந்திருப்பேன். நல்லபடியாய் போகணுமே, பகவானேன்னு ஸ்வாமியை வேண்டிண்டேயிருப்பேன். அவர் உடம்பையும் தள்ளாமையையும் பார்த்தா அப்படி பயமாயிருக்கும்."

"உட்கார்ந்து பேசிண்டேயிருந்தால் என்ன பண்றது? சாதம் அளிஞ்சு போயிடும் போலிருக்கே. இறக்க வாண்டாமா?" என்று உள்ளேயிருந்து குரல் கொடுத்தாள் மனைவி.

"இதோ வந்தாச்சு" என்று உள்ளே எழுந்து போனார் மார்க்கம்.

அந்த வாடிக்கைக்காரர்கள் இரண்டு பேரும் எழுந்து போனார்கள்.

"இத பாருங்கோ – முன்னாலே அந்த மணியைக் கொண்டு போய்க் கோவில்லே வச்சுட்டு வாங்கோ. அப்பா குதிர்க்குள்ளே இல்லேன்னு நீங்க பேசறதைப் பார்த்தா எனக்கு வயத்தை என்னமோ பண்றது!" என்றாள் அவள்.

"நான் என்ன சொல்லிப்ட்டேன், இப்ப?"

"இதுவரையில் சொன்னது போரும். முதல்லே மணியைக் கொண்டு போய்க் கோவில்லே கொடுத்துட்டு வாங்கோ. அது கண்ணிலே படறது னாலேதானே என்ன ஏதுன்னு கேக்றா; உங்களுக்கும் பேசாம இருக்க முடியல்லே."

"நான் என்ன அத்தனை அசடுன்னு நினைச்சியா?"

"நீங்க கெட்டிக்காரதான். ஆனா முன்னாடி, அதைக் கொண்டு கொடுத்துட்டு வாங்கோ ..."

"நல்ல வேளை பார்த்திருக்கே."

"கட்றதுக்குன்னா நல்ல வேளை, கொடுக்கறதுக்கு என்ன?"

அன்று மாலையே மணி கோவிலுக்குப் போய்விட்டது. இரண்டு நாட்கள் கழித்து வெள்ளிக்கிழமையன்று, பிராகாரத்தில் இருந்த மேடைமீதும் ஏறிவிட்டது. கயிற்றைக் கட்டிக் கொடுத்து, மார்க்கத்தையே இழுக்கச் சொன்னார்கள், அவர் இழுத்தார்.

"டண்ண்ண்ண்ண்ண் ..."

அதன் கார்வை மெலிந்து மெலிந்து மறைய ஒரு நிமிடம் ஆயிற்று. அதிலே ஏறி உட்கார்ந்து கொண்ட அவருடைய மனம் அந்தக் கார்வை யோடேயே வெட்ட வெளியில் சிறிது நேரம் மறைந்துபோய்விட்டது. கண்ணை மூடிக்கொண்டிருந்த அவர் மறுபடியும் யாரோ கயிற்றை இழுத்து நாதம் கிளப்பியதும்தான் திடுக்கிட்டுக் கண்ணைத் திறந்தார். கோவில் தர்மகர்த்தாவின் கையிலிருந்தது கயிறு.

காலையில் விச்வரூப தரிசனத்துக்கே அந்த மணியைத் தான் அடித்தார்கள், உச்சிப்பொழுதில் அடித்தார்கள். மாலையில் அடித்தார்கள். அர்த்தஜாமத்துக்கும் அடித்தார்கள்.

காலையில் கேட்டபொழுது கோவிலில் இருந்தமாதிரியே மார்க்கம் கண்ணை மூடிக் கார்வையில் ஏறிக்கொண்டு, காற்றுவெளியில் 'உம் உம்' என்று வியாபித்துக்கொண்டார். பிற்பகலும் அப்படியே ஏறிக்கொண்டார்.

மாலையில் அந்தி வேளைக்குத் துணியில் கையை விட்டு ஜபம் செய்துகொண்டே முற்றத்துக் திறப்பு வழியாகப் பார்த்தார். வானம் தெரிந்தது. வெள்ளி தெரியவில்லை. டாண் என்று மணி தங்கப் புகைபோல் மிதந்து வந்தது.

"சாப்பிடலாமா?" என்று செருப்பு ஓசையைத் தொடர்ந்து குரல் கேட்டது. ஜராவதம் காக்கி சட்டையும், கண்ணாடிக்குள் ஒற்றைப் பெரிய கண்ணும் பூனை மீசை வழுக்கைத் தலையுமாக எட்டிப் பார்த்தார்.

மார்க்கத்துக்குத் தூக்கிவாரிப் போட்டது. இடை கழியில் யாரும் இல்லை. ஜராவதம் போய் ஒன்றரை மாதமாகிவிட்டது. கண்ணை இறுக்கி மூடிக்கொண்டார். மணி அலையில் ஜராவரம் வருவதை எப்படித் தடுக்கிறது? ஜராவதம் இப்பொழுது எட்டிப் பார்த்துச் சாப்பாடு கேட்கவில்லை. கடலலையில் ஏறி ஏறி இறங்கும் கட்டைபோல் படுத்த வாக்கில் மேலும் கீழுமாக அலைபடுகிறார். படுகிறார் இல்லை. படுகிறது. அது ஜராவதம் இல்லை. ஜராவதத்தின் உடல், கடலையுமில்லை. கும்மட்டிக் காய்க் குழம்பின் அலை. மார்க்கத்துக்குப் பனிக்கட்டியை வைத்தாற்போல முதுகு ஒரு தடவை சொடுக்கி எடுத்தது. கண்ணைத் திறந்துகொண்டார். எழுந்தார். சமையலறையில் போய் இடுப்பில் கையை வைத்து அடுப்பைப் பார்த்துக்கொண்டேயிருந்தார்.

"என்ன பார்த்துண்டே நிக்கறேள்?" என்று மனைவியின் குரல் வந்தது.

"ம்"

"அப்பவே பிடிச்சுப் பார்க்கிறேன். அப்படியே அடுப்பைப் பார்த்துண்டிருக்கேளே. என்ன இருக்கு, அடுப்பிலே!"

"ஒண்ணுமில்லையே!"

அவள் அருகே வந்து அவர் முகத்தைப் பார்த்தாள்.

"என்ன பார்க்கறேள்?"

"ஒண்ணுமில்லையே ..."

"ஏன் இப்படி ..." என்று பூஜை அலமாரியிலிருந்து விபூதியை ஒரு சிட்டிகை எடுத்து வந்து அவர் நெற்றியில் இட்டார் அவள்.

"மணி நீங்கல்ல வாங்கி வச்சீங்களாம்?" என்று சாப்பிட வந்த மளிகைக் கடைக் கணக்குப்பிள்ளை கேட்டார்.

"ஆமாம்"

"அம் ... மா. கணார்னு எப்படிக் கேக்குது! நான் திருவாரூர், மலைக்கோட்டை மணியெல்லாம் கேட்டிருக்கேன். இந்த மாதிரி ம்ம்ம்ம்ம்ணு சுருளாது அதெல்லாம்."

"மலைப் பாம்பு மாதிரி சுருள்றது. இல்லை?" என்றார் மார்க்கம்.

"ஆமா, ஆமா. பெரிய மலைப்பாம்பு கணக்காத்தான் வருது. சத்தம் அந்த மாதிரிதான் இருக்கு. பாரியாகனமா –"

"தக்ஷகன், வாசுகி அந்த மாதிரி."

"யாரு?" என்று புரியாமல் கேட்டார் கணக்குப்பிள்ளை.

"தக்ஷகன் தான் பரீட்சித்தைக் கடிச்சான். வாசுகியையைத்தான் மந்தர மலையைச் சுத்திக் கயிறாப் போட்டுச் சமுத்திரத்தைக் கடைஞ்சு, ஆலகாலம், அமிர்தம் எல்லாம் எடுத்தா தேவாளும் அசுராளும்."

"ஆமாமாம். மறந்து போச்சு. வாசுகியா அது!"

"அப்படின்னா மத்த கோயில் மணி எல்லாம் குட்டிப் பாம்பு. நம்ப மணி மலைப்பாம்புன்னு சொல்றேள். என்றார் மார்க்கம்.

"இலை போடலாமா?" என்று மார்க்கத்தின் மனைவியின் குரல் வந்தது.

"போடலாமே!"

"நான் கைவேலையாயிருக்கேன். இப்படி வரட்டுமே."

"இதோ" என்று மார்க்கம் உள்ளே போனார்.

"மணிக்கு உதாரணம் பேர் சொல்ல இதுகள்தானா ஆம்பிட்டுது. ராத்திரி வேளையிலே என்ன இது, தட்சகன், வாசுகின்னு?"

"அவர் சொல்லலேடி, நான் தான் சொன்னேன்."

"சரி, சரி."

கணக்குப்பிள்ளை சாப்பிட்டுப் போனார்.

இரவு பத்து மணிக்கு மீண்டும் பிரம்மாண்ட ஓசையாக வந்தது, அர்த்தஜாம அமளி ...

மார்க்கம் படுத்துக்கொண்டிருந்தார். சற்றைக்கொருதரம் எழுந்து, அந்தப் பழைய சாந்தி கல்யாண மெத்தையைத் தூக்கிப் பார்ப்பார். மீண்டும் படுப்பார்.

"என்னடி, அங்கே?"

"எங்கே?"

"அதோ பாரு, மூத்தத்திலே."

"ஒண்ணுமில்லையே."

"இல்லே. அசையறது பாரு. விளக்கை எடு."

விளக்கை எடுத்ததும் அது மறைந்துவிட்டது. மாட்டியதும் மீண்டும் தெரிந்தது.

"அத பாரு."

மனைவி பார்த்தாள். மேலும் கீழும் பட்சியைத் தொடர்கிற மாதிரி பார்த்தாள். எழுந்து தூணிலிருந்து தொங்கின நாரை வரக்கென்று இழுத்து அறுத்தாள்.

"இதோட நிழல்தான்."

"அப்பா, என்னமோ ஏதோன்னு பயந்து போய்ட்டேன்."

பிறகும் தூங்கவில்லை அவர். விளக்கைப் பெரிது பண்ணினார். படுத்துக் கொண்டார்.

மனைவியும் குழந்தையும் தூங்கிக் கொண்டிருந்தார்கள்.

"ம்மா" என்று மாடு கத்திற்று. பால் கறக்கிற நேரம். அதற்குள்ளாகவா?

அவர் தூங்கத்தான் இல்லை.

விச்வரூப பூஜை கணார் என்று கேட்டது.

மார்க்கம் எழுந்து பல்லைத் தேய்த்தார். வெற்றிலையைப் போட்டு புகையிலையை அடக்கிக்கொண்டே போனார். தர்மகர்த்தாவின் வீட்டுக்குப் போனார்.

"வாங்க" என்றார் திண்ணையில் ஆளோடு பேசிக்கொண்டிருந்த செட்டியார். வாசலில் அவர் மனைவி சாணம் தெளித்துக்கொண்டிருந்தாள். "உங்க மணியைப் பார்த்துப் பேசாதவங்க இல்லே சாமி. ராத்திரி அம்மாப் பேட்டையிலே படுத்திட்டு இருந்தானாம். எத்தினி மைல் அது? ஓம்போது கல்லு ... ஏண்டா!"

"ஆமாஞ்சாமி. எம்மாஞ் சத்தம்! சும்மா தும்தும்ன்னு மிதந்துகிட்டு வந்தது. என் தம்பி மவன்கிட்டகூட சொன்னேன். 'ஏலே தனிக்காசு! ஞானியாப் போயிட்டமேடா. இந்த மணியைக் கேட்டா, ஏன் போம்னோம்னு இருக்குடால்' அப்படின்னு சொன்னேன்னா பாத்துங்களேன்."

"போடு, சக்கை! என்னா சொல்றான் புரிஞ்சுதா சாமி? இவன் ஞானியாப் போயிட்டானாம். இவங்க அப்பன் நாளேயிருந்து கிறிஸ்தவனாயிட்டானாம். உங்க மணியைக் கேட்டப்புறம் திரும்பி வரலாம்னு தோணுது. அப்படித் தானேடாலே."

"அப்படித்தானுங்க."

"அது விஷயமாத்தான் பேச வந்தேன். செட்டியார்வாள். அதைக் கேக்கறபோதெல்லாம் நாமதான் பண்ணி வச்சோம் வச்சோம்னு அகங்காரம் வந்து நிக்கறது. அது ரொம்பத் தப்பு இல்லையோ?" என்றார் மார்க்கம்.

"அட நீங்க என்ன சாமி, குப்பைத் தொட்டி வாங்கி வக்கிற பயலுவள்ளாம் ஊரைக்கூட்டி மோளம் அடிக்கிறான். முள நீளத்துக்கு சாசனம் எழுதி வக்கிறான்கள்."

தர்மகர்த்தாவின் மனைவி தப்பாவைத் திறந்து கோலமாவை எடுத்துப் புள்ளிகள் வைத்த பிறகு இப்பொழுது நெளி நெளியாகக் கோடு இழுத்துக்கொண்டிருந்தாள்.

"என்னமோ எனக்கு நான் செஞ்சது சரியாப்படலே. எத்தனை பெரிய மனுஷாள்ளாம் இருக்கா. நான் அதிகப் பிரசங்கி மாதிரி என்னமோ செஞ்சுட்டேன்னு இருக்கு. ஒவ்வொரு தடவையும் மணியோசை கேக்கறச்சே எல்லாம் இந்த நினைப்பு வந்துண்டேயிருக்கு. அதுக்குத்தான் வேறுதினுசா ஒரு யோசனை தோணித்து. சொல்லலாம்னு வந்தேன்."

"என்னய்யா இது!"

"அதே பெறுமானத்துக்குச் சின்னச் சின்னதா நாலஞ்சு வெள்ளி மணி பண்ணி வச்சுடலாம்னு பார்த்தேன். பிள்ளையாருக்கு ஒண்ணு; பகவானுக்கு ஒண்ணு; அம்பாளுக்கு ஒண்ணு – சுப்பமணியருக்கு ஒண்ணுன்னு. இதை நான் எடுத்துண்டு போயிடறேன்."

"என்ன இது!"

"ஆமாம், செட்டியார்வாள்! என் அந்தஸ்து என்ன! நான் மூலையிலே கிடக்கிறவன்."

"வெள்ளிமணி பண்ணி வையிங்க. வாண்டாம்னு சொல்லலே. இதைத் திருப்பி எடுத்துக்கிட்டுப் போகவாவது! எங்கப்பன் உங்க மனசிலே பூந்து ஒண்ணு பண்ணிக்கிட்டிருக்கான் ... ரொம்ப நல்லாயிருக்கு. யாராவது கேட்டா சிரிக்கல சிரிப்பாங்க. அய்யருக்குச் சித்தம் கலங்கிப் போயிடிச்சான்னுல்ல கேப்பான்கள்? இதுக்காகவா கண்ணைப்

பிட்டுக்கிட்டுப் பொல பொலன்னு வந்தீங்க. ஞானியாகப் போனவனே அஞ்ஞானியா ஆயிடணும்போல இருக்குங்கறான்."

மார்க்கம் வெளிறிப் போய் நின்றார்.

செட்டியாரோடு பேசப் பேச அவர் பிடிவாதம்தான் இறுகிக் கொண்டிருந்தது.

மார்க்கம் சோர்ந்துபோய் வீட்டுக்குத் திரும்பினார்.

அவர் குளிக்கும் போது காலைப் பூஜை நேரத்து மணியோசை கணார் என்று வந்து அவர்மீது அதிர்ந்தது. முழுச்செவிடர்கள் எப்படி யிருப்பார்கள் என்று கற்பனை செய்து பார்க்க முயன்றார் அவர்.

கல்கி தீபாவளி மலர், நவம்பர் 1966

மேரியின் ஆட்டுக்குட்டி

"மேரியிடம் ஒரு சின்ன ஆட்டுக் குட்டி இருந்தது. அதன் ரோமம் வெள்ளை வெளேரென்று பனி மாதிரி இருக்கும். மேரி எங்கு போனாலும் அது கூடவே போகும். ஒரு நாள் அவளோடு பள்ளிக்கூடத்திற்குப் போயிற்று. அது ரூல்ஸுக்கு விரோதம். பள்ளிக்கூடத்தில் ஒரு ஆட்டுக் குட்டியைப் பார்த்ததும் குழந்தைகள் உடனே சிரித்து விளையாடத் தொடங்கிவிட்டதுகள் ..."

இங்கிலீஷில் நெட்டுருப் போட்டுக்கொண்டிருந்த சாவித்திரி நிறுத்தி நிறுத்திப் புத்தகத்தைப் பிரித்துப் பார்ப்பாள். வர்ணப் படத்தில் ஒரு சின்னப் பள்ளிக்கூடம். முன்புரம் பூ பூத்த மரங்கள். மேரிக்குப் பக்கத்தில் ஆட்டுக் குட்டி துள்ளிக்கொண்டு இருக்கிறது. அதைச் சுற்றிப் பத்துப் பதினைந்து குழந்தைகள். எல்லாம் வெள்ளைக்காரக் குழந்தைகள். அதுவும் வெள்ளைக்கார ஆட்டுக் குட்டி போல் தான் இருக்கிறது. சின்ன மூஞ்சி, கொழுத்த உடல்; மேகம், பஞ்சுகளை வைத்து மூடினாற்போல் புஸுபுஸுவென்று ரோமம்.

புத்தகம் அரதப்பழசு. யாரோ விடுதிக்குத் தந்த நன்கொடை. பக்கத்திற்குப் பக்கம் பென்சில் கிறுக்கல், மைச்சுட்டி.இல்லாவிட்டால் அழுக்கு விரல் பதிவுகள். ஆனால் இந்தப் படம் கொஞ்சம் தெளிவாக இருந்தது. சாவித்திரி இங்கிலீஷ் புத்தகத்தைத் திறந்தால் இதைத்தான் பார்த்துக் கொண்டிருப்பாள். குழந்தைகளோடு குழந்தையாக, ஆட்டுக் குட்டியோடு குட்டியாக, மரத்தோடு மரமாக, பூவோடு பூவாக, மரத்திலிருந்து பார்க்கும் குருவியோடு குருவியாக ஆகி விடுகிறாள்.

நினைத்து நினைத்து விழித்துக்கொள்வாள். மீண்டும் முதல் வரியிலிருந்து மனப்பாடம். ஒரு தடவை முழுவதும் படிப்பாள்.

"பள்ளிக்கூடத்திற்குள் ஆட்டுக்குட்டியைப் பார்த்ததும் ஆசிரியர் அதை வெளியே ஓட்டிவிட்டார். ஆனால் அது வாசலில் மேரி வரும் வரையில் காத்துக்கொண்டிருந்தது. 'ஏன் மேரியிடம் அதுக்கு அத்தனை ஆசை?' என்று குழந்தைகள் கேட்டன. 'ஏன்னா? மேரி அது மேலே அத்தனை ஆசை வச்சிருக்கா. அதுனாலேதான்' என்றாராம் வாத்தியார்."

மீண்டும் வரி மறைந்தது; படம் மறைந்தது. ராஜாமணியும் அவளோடு பள்ளிக்கூடத்திற்குள் வருகிறான். கைக்குழந்தை வருவது ரூல்ஸுக்கு விரோதம், ஆனால் பள்ளிக்கூடத்தில் குழந்தை தவழ்ந்தும் தத்தியும் வருகிறது. உடனே குழந்தைகள் சுற்றி வளைத்துக்கொண்டு சிரித்தன. ஆசிரியர் ராஜாமணியை வெளியே ஓட்டுகிறார். ராஜாமணி 'கிஹிஹே' என்று சிரிக்கிறது. வெளியே கொண்டுவிட்டதும் தவழ்ந்து சாலை நடுவே போகிறது. 'ஐயோ! எத்தனை கார்! ஐயோ!' என்று கத்திக்கொண்டு சாவித்திரி வகுப்பிலிருந்து வெளியே ஓடி, சாலை நடுவிலிருந்து குழந்தையை வாரித் தூக்கிக்கொண்டு ஓடி வருகிறாள்.

ஒரு தடவை வேர்த்துவிட்டது சாவித்திரிக்கு. பயமாக இருந்தது. குழந்தை இப்பொழுது என்ன செய்துகொண்டிருக்கும்? விளையாடிக் கொண்டிருக்கும். குழந்தை வேறு என்ன செய்யும்? ஏட்ரின் விளையாட்டுக் காட்டிக்கொண்டிருப்பாள்.

நிசப்தமாகத்தான் இருந்தது ஹாஸ்டல். சமையல் கட்டில் தாம்பாளம் அலம்பி வைக்கும் சத்தம். "பொன்னுசாமி" என்று ஹாஸ்டல் வார்டன் காவல்காரனைக் கீச்சுக் குரலில் கூப்பிடுகிறாள். சாயங்காலம் தூறின ஒரு தூறலுக்காக, தோட்டத்தின் மூலைக் குப்பைப் பள்ளத்திலிருந்து இரண்டு மூன்று தவளைகள் சவுலாகக் கொரகொரத்தன.

'குழந்தை சற்றுக் கழித்துப் பால் சாப்பிடும். பிறகு வாயில் விரல் போட்டுத் தூங்கும். தூக்கத்தில் ஒரு புன்சிரிப்பு வரும் ... வராது ... அவ்வளவு சின்னக் குழந்தை இல்லை. ஒன்பது மாதக் குழந்தை அப்படித் தூக்கத்தில் சிரித்து நான் பார்த்ததில்லை.'

"ஹப்பாடா!" சாவித்திரி சட்டென்று விழித்துக்கொண்டாள். அறை யின் ஓரமாக, தேசப்படங்களுக்கும் மெழுகு வர்ணக் குச்சிகளுக்கும் நடுவில் உட்கார்ந்திருந்த அன்னம்மா முதுகை நிமிர்த்திக் கையிரண்டையும் சேர்த்து மேலே தூக்கி விறைத்து சோம்பல் முறித்துக்கொண்டிருந்தாள். அன்னம்மா இரட்டை நாடி. வயிறும் தொடையுமாகப் பொதபொத வென்ற உடம்பு. "ஒரு வழியா முடிச்சாச்சு" என்று பொட்டென்று கைகளைக் கீழே போட்டாள் அவள். இனிமேல் உலகத்தில் கவலையே கிடையாது என்பது போலிருந்தன அவளது பெருமூச்சும் பல் தெரிகிற புன்சிரிப்பும். சாது மூஞ்சி அது. ஆனால் கஷ்டப்பட்ட மூஞ்சி. சிரிப்பில் இரண்டும் தெரியும்.

காமு அத்தை இப்படித்தான் மூட்டை கட்டினாற் போல் பொதபொத வென்றிருப்பாள். 'அடிப் பாவி' என்று வாயை வீங்கிப் போன யானைக் கையால் பொத்திக்கொள்கிறாள் அவள். சாவித்திரிக்கு இப்பொழுது

அத்தை, அம்மா, அண்ணா யாரை நினைத்தாலும் ஒரே ஒரு தோற்றம் தான் மனதில் வருகிறது. 'அடிப் பாவி' என்று அத்தை திகில் விழுந்த கண்களுடன் வாயைப் பொத்திக்கொள்கிறது; "அம்மா! அம்மா!" என்று அம்மா ஓங்கி ஓங்கித் தன் வயிற்றில் அடித்துக்கொள்கிறது: "கத்தாதடி கத்தாதே" என்று மெய்மறந்து அம்மாவை 'டீ' போட்டு அதட்டி அண்ணா அவள் கையைப் பிடித்துத் தடுக்கிறது; பிறகு அதே அண்ணா நடு வாசலில் நின்று "உருப்படமாட்டேள்டா பாவிகளா! உங்களுக்கும் நாளைக்கே வந்துடப் போறதுடா" என்று பேரைச் சொல்லாமல், வீட்டைச் சொல்லாமல் குமுறக் குமுறக் கத்தினது ... இந்தப் பாடல்கள்தான் ஞாபகத்துக்கு வருகின்றன. அம்மா சிரிப்பதில்லையா? பேசுறதில்லையா? அண்ணா சிரிக்கிறதில்லையா? அரட்டை அடிக்கிறதில்லையா? ஈரத் துண்டுடன் ஆற்றில் குளித்துவிட்டு வந்து "சாவித்ரம், கொஞ்சம் வேட்டி கொண்டாடி!" என்று கேட்கிறதில்லையா? ஆனால் அந்தப் படங்கள் எல்லாம் கிணற்றுத் தண்ணீரை வெள்ளம் அடித்துப் போகிறாற்போல் போய்விட்டன. இப்பொழுது அவர்களை நினைத்தால் இந்த வயிற்றடி, தெருக்கூச்சல்தான்.

அண்ணா தெருவில் நின்று ஒரு மணி நேரம் கூப்பாடு போட்டான். அடிவயிற்றிலிருந்து குமைந்து குமுறச் சாபங்களிட்டான். "பணத் திமிரா! உங்களைப் பூண்டோடா பொணமா அடிக்கிறேனா இல்லையா பாருங்கடா! மானமிருந்தா வெளியிலே வாங்களேண்டா!"

வாசல் வாசலாகக் குழந்தையும் குஞ்சும் பெண்ணும் ஆணுமாக வேடிக்கை பார்த்துக்கொண்டு நின்றார்கள். ஊரில்லாத, பேரில்லாத சத்தம். ஆனால் யாரைச் சொல்லுகிறான் என்று ஊருக்கெல்லாம் தெரியும். கடைசியில் ராது மாமா அவனைக் கையைப் பிடித்துத் தள்ளிக்கொண்டு வாசல் கதவைத் தாழிட்டு உள்ளே அழைத்து வந்தார். "ஏண்டா, நடந்தது நடந்தாச்சு. நடுத் தெருவிலே நின்னு கத்தினா சேதி ஊர் ஊரான்னா பறக்கும்! இப்ப கத்தி யாருக்கு என்ன லாபம்?" என்று அடிக்குரலில் அவனை அதட்டுகிறார்.

"இனிமே என்ன மாமா? தலைக்கு மேலே போயாச்சு. சாண் என்ன, முழம் என்ன? இந்தக் கிராதகன் இப்படிப் பண்ணுவான்னு நினைக்கலே மாமா. கைமேலே அடிச்சுச் சத்தியம் பண்ணினானாம் மாமா அந்தப் பய! அந்தக் கை அழுகிச் சொட்ட" என்று சொல்லும்போது அண்ணாவுக்குத் தொண்டை உடைந்து அழுகையாகிவிட்டது. காமிரா அறையில் குருவி மாதிரி விழித்து விழித்து நடுங்கிக்கொண்டிருந்த சாவித்திரியும் தாங்க முடியாமல் நீண்ட கேவலோடு அடக்கி அடக்கி அழுதாள். அந்த நொடியே அந்த உள்ளுக்குள்ளேயே தூக்குமாட்டிக்கொண்டு தொங்கியிருக்க வேண்டும். "அந்தக் கையை நான் முறிக்கத்தான் போறேன் மாமா" என்று மீண்டும் அண்ணாவின் குரல் கேட்டது.

செல்லப்பா அவள் கை மீது அடித்துத்தான் சொன்னான். இந்தக் காமிரா அறையில்தான். பாத்திரம் வைக்கிற இதே பெட்டி மீது அவளை உட்கார்த்தி வைத்துத்தான். கோயில் கர்ப்பக்கிரகத்திற்கு முன்னுள்ள

நடையில் பூஜைப் பாத்திரங்களை வைத்திருப்பார்களே அந்த மாதிரி கனமான பெட்டி அது. ஒரு முழத்திற்கு இரும்புத் தாழ்ப்பாள். அதன் மேல் அவளை உட்கார்த்தி வைத்து, "சாவித்ரம், நீ பயப்படாதே. இந்த செல்லப்பா முன்வச்ச காலைப் பின்வைக்க மாட்டான்!" என்று சற்று நகர்ந்து ஒருக்களித்த கதவு வழியாக யாராவது வந்துவிடுகிறார்களோ என்று கூத்தைக் கூத்தைப் பார்த்தான் செல்லப்பா.

"மூணு தடவை வெளியே உட்கார்றாப்பல உட்கார்ந்து அம்மாவை ஏமாத்தியாச்சு. எத்தனை நாள் இது பலிக்கும்?" என்று கழுத்து நாளம் பக்பக்கென்று அடிக்க, மீண்டும் அடித் தொண்டையில் அதை வெளி யிட்டாள் சாவித்திரி.

அவன் முகம் சற்று வெளிறிற்று. முகம் சுளித்தது. "கைமேலே அடிச்சுச் சொல்றேன். கவலைப்படாதே. நான் உன்னைக் காப்பாத்தறேன். உன்னைத்தான் கலியாணம் பண்ணிக்கப் போறேன் ... நான் வரட்டுமா?"

சாவித்திரி பதில் செல்லாமல் கோத்த கையைப் பற்றிக்கொண்டே நின்றாள்.

"சடையன் வரேன்னான், ஆடுதுறையிலிருந்து லாரி கொண்டுண்டு, நெல்லு பிடிக்க. நீ எங்கியும் போயிடாதேன்னார் அப்பா. தேடுவார். நான் வரட்டுமா?" என்று விலக்கிக்கொள்வதிலேயே குறியாக அவசரப் பட்டது அந்தக் கை.

அப்போதும் அவள் பதில் சொல்லவில்லை.

"சொல்லேன், 'போய்ட்டு வா'ன்னு. அப்புறம் பார்த்தியா? நான் சத்யம் பண்ணிக் கொடுத்திருக்கேன். பயப்படாதே. பயப்படாதே ... போ. யாரும் வரலியே பாரு" என்று அவள் முதுகைப் பிடித்து லேசாகத் தள்ளினான் செல்லப்பா.

அப்போது அண்ணா ஊரில் இல்லை. அம்மா கொல்லைத் திண்ணையில் விலகி வைக்கோல் மீது சாக்கைப் போட்டுக்கொண்டு பசுங்கன்றோடு கன்றாகப் படுத்து உறங்கிக்கொண்டிருந்தாள். உச்சி வேளை. பசுங்கன்று திண்ணைக் கோடியில் அரைத் தூக்கமாக அசை போட்டுக்கொண்டிருந்தது. பசு மேயப் போயிருந்த சமயம். சாவித்திரிக்குக் கன்று, வெயில், அம்மா, நிழல் எல்லாம் தன்னை விட்டு எங்கோ விலகிப் போகிறாற் போலிருந்தது. மீண்டும் உள்ளே வந்தாள். காமிரா அறைக்குள் நுழைந்தாள். அங்கு எப்போதும் அஸ்தமித்திருக்கும். சுற்றிலும் வெள்ளை பூசாத மண் சுவர், அந்த அந்தி மங்கலை இன்னும் இருளச் செய்திருக்கும். இப்போது எங்கிருந்தோ ஓட்டுக் கூரையின் சின்னக் கண்ணாடி வழியாக வெயில் மண் சுவர் மீது இறங்கிச் சாய்ந்திருந்தது. நிமிர்ந்து பார்த்தபோது வெள்ளித் தூசி பறந்தது. கண்ணாடியின் கீழே சிலந்தி வலை. அறையில் லேசாக ஓட்டாட நெடி. அண்டாவில் பழுக்கிற வாழைப்பழத்தின் நெடி வேறு. பெட்டியைப் பார்த்தாள். 'செல்லப்பா கையடித்துச் சத்தியம் செய்திருக்கிறான். விடமாட்டான். வாழை இலை நடுத்தண்டு மாதிரி நீண்டு எலும்பு தெரியாமல் பூசினாற் போலிருந்த அவள் உடல் மினுமினுவென்று ...'

அவள் கைகால்கூட மினுமினுக்கத் தொடங்கி இருக்கிறது. பயமுறுத்துகிறது. சட்டை உரித்த பாம்பு மாதிரி, கரப்பு அவிழ்த்துப் போட்ட தோலுடல் போல ஒரு வெளிர் வேறு. சாவித்திரிக்கு வயிற்றை அடிக்கடி லேசாகக் குமட்டிற்று. அடக்கிக்கொண்டு, கொல்லை முழுவதும், பூவரசு, புளி, பவழமல்லி, கருவேப்பிலை மரங்களை எல்லாம் கடந்து நடந்து குப்பைக் குழிக்கு அருகில் போய் ஒக்காளித்து விட்டு வருவாள். சமையல் கட்டுக்கும் குப்பைக் குழிக்கும் காத தூரம் இல்லை. காது கேட்கிற தூரமுமில்லை.

ஆனால் குற்றவாளிக்கு அவன் முழிக்கிற முழியே பகை. இப்பொழு தெல்லாம் வெள்ளிக்கிழமைகளில் அம்மாவை எண்ணெய் தேய்க்க அண்டவிடுவதில்லை அவள். "கை அழுந்தாதுரீ! நான் ஒரு கை வச்சுடறேனே" என்று அம்மா கெஞ்சினதெல்லாம் பலிக்கவில்லை. அதுதான் அம்மாவின் கண்ணை விளக்கிவிட்டதோ என்னவோ!

மேலும் இரண்டு மாசமாயிற்று. மாசா மாசம் கொல்லைத் திண்ணை யில் கன்றோடு கன்றாக உட்கார்ந்து பொழுதைப் போக்கினாள் சாவித்திரி. அவள் நடையையும் விழியையும் பார்த்துவிட்டு அம்மா ஒரு மாதிரியாகப் பார்க்க ஆரம்பித்தாள். காரணமில்லாமல் வெய்யத் தொடங்கினாள்.

அன்றிரவு படுத்து நன்றாகத் தூங்கும்போது, யாரோ உடலைப் புரட்டுவது போலிருந்தது. விழிப்புக் கொடுத்தபோது, அம்மா சட்டென்று அவள் வயிற்றிலிருந்து கையை எடுத்துவிட்டுத் தூக்கத்தில் திரும்பிப் படுக்கிறது போல் படுத்தாள்.

அதே மாதிரி மறுநாள், அதற்கும் மறுநாள். அம்மா தன் பாசாங்கைக் கண்டே அச்சப்படுவது போலிருந்தது. இருவரும் பயந்துகொண்டே இருந்தால்..? சற்றுக் கழித்து சாவித்திரி எழுந்து படுக்கையில் உட்கார்ந்து தாவணித் தலைப்பைக் கடித்துக்கொண்டு அழ ஆரம்பித்தாள்.

"என்னடி?"

"..."

"வாயைத் திறந்து சொல்லேண்டி!"

வாயைத் திறந்து அழுகைதான் வந்தது. அழுது, அழுது, அழுது, நிலைமையைக் காட்டவே சாவித்திரிக்கு ஒரு நாழிகை பிடித்தது.

"அடி மகாபாவி!"

அம்மா அதோடு விடவில்லை. எங்கே, எப்பொழுது என்று சரமாரி யாகத் தொடுத்தாள். காமிரா உள், சமையலறை, வெந்நீர் உள் ... காமிரா உள். வெந்நீர் உள் ...

"எப்படிடீ துணிஞ்சே பே புடிச்சவளே? எனக்கு வயத்தை என்னமோ பண்றதே ..."

செல்லப்பா கை மேல் அடித்துக் கொடுத்ததைச் சென்னாள் சாவித்திரி. "நெசமாவா! நெசமாவா! பண்றதையும் பண்ணிவிட்டு இது வேறயா? அவன் அப்பன் கிராதகனாச்சேடி! கொல்லு கொலைக்கு

மேரியின் ஆட்டுக்குட்டி 277

அஞ்ச மாட்டானே! பஞ்சைகளாய்ப் பார்த்துப் பாழா அடிப்பனே அவன்! அவன் புள்ளையாச்சேடி இவன்! ... பாவி!"

செல்லப்பாவின் முகத்தில் பால் வடியும். இப்பொழுதும்தான். அவனுக்குக் கலியாணம் ஆகிற வயசா? இல்லை என்றுதான் தோன்றும். பையன் மாதிரிதான் இருப்பான்! வாழை நரம்புக் கை, கால். பேப்பர் போல வழவழ உடம்பு. பையன்தான். காலேஜில் சேர்ந்து இரண்டு வருஷம்தான் ஆகிறது. பரீட்சையில் தவறி, செப்டம்பர் பரீட்சைக்குப் படிக்க ஊரோடு வந்தான். இரண்டாம் கட்டில் குடி தண்ணீருக்காக பக்கெட்குழாய் வைத்திருந்த இரண்டாம் கட்டில் உட்கார்ந்துகொண்டிருப்பான். குடி தண்ணீருக்கு அவள் அங்கேதானே போக வேண்டும். சில சமயம் லேசில் தண்ணீர் கிளம்பாது. ஒரு பக்கெட் தண்ணீரைக் கிணற்றிலிருந்து இழுத்து அதன் வாயில் கொட்டி, துதிக்கை மாதிரி தொங்கின பிடியைத் தூக்கி ஏற்ற மரத்தில் ஏறுவதுபோல பிடித்து அழுத்த வேண்டும். தேருக்கு உலுக்கு மரம் போடும் பாடு.

"முடியலியா? சோனிப்பிச்சான்!" என்று புத்தகத்தை, பிரித்த பக்கத்தில் குப்புறத்திவிட்டு வருவான் செல்லப்பா. பிடியைப் பிடித்து அழுக்கி அழுக்கிக் குடம் நிரம்பின பிறகுதான் நிறுத்துவான்.

"சோனிப்பிச்சான். போறுமா?"

"நீ மாத்திரம் ...? மூஞ்சியெல்லாம் செவந்து போச்சு ஒரு குடம் அடிக்கிறதுக்குள்ளே! கையெல்லாம் பச்சை நரம்பு நெளியறது!"

"உன் கை மட்டும்?" என்று அவள் கையின் பச்சை நரம்பைத் தடவினான் அவன். அப்பா! 'சிலீர்!' என்று என்னமோ உள்ளே பாய்ந்ததே அப்போது!

அன்று தொடங்கி, முன் கை, புஜம், முதுகு ... சாவித்திரிக்கு ஒரு முறை முதுகு சொடுக்கிற்று.

"குளுருதா?" என்றாள் அன்னம்மா. தேசப்படங்களைக் காணவில்லை. கலர் மெழுகு, பென்சில், பேனா ஒன்றையும் காணவில்லை. அவளுக்கு வேலை முடிந்துவிட்டது. பரத்தலைக் காணவில்லை.

"என்ன படிச்சிக்கிட்டிருக்கே?" என்று அருகே வந்தாள் அவள்.

"இந்தப் பாட்டை நெட்டுருப் பண்ணறேன். வரவே மாட்டேங்கறது."

"மேரி ஹாட் அ லிட்டில் லாம்பா? ஒரு தடவை படிச்சாலே வந்திடுமே!"

அன்னம்மாளுக்கு அவள் கதையெல்லாம் தெரியும். "ஒரே கவனமாப் படிச்சா நெட்டுருவாகாமெ என்ன பண்ணும்?"

"பச்சைக் குழந்தை படிக்கிறதெல்லாத்தையும் படிக்கச் சொன்னா? ஏழெட்டு வயசிலே படிக்கிற பாடத்தை இப்ப படிச்சா?"

தி. ஜானகிராமன் சிறுகதைகள்

"உனக்கு என்ன ஆயிடிச்சு அப்படி வயசு? என் வயசிலே பாதி இருக்குமா? எனக்கு முப்பத்திரண்டு வயசு."

"பதினேழு வயசிலேயே கிழவியாயிட்டேனோ என்னமோ? மண்டையிலே ஏற மாட்டேங்கறதே" என்றாள் சாவித்திரி.

"சீச்சி – எல்லாத்தையும் மறந்துட்டுப் படி" என்று அவளை வந்து அணைத்துக்கொண்டாள் அன்னம்மா. இது ஒரு பல்லவி அவளுக்கு. ஞாபகப் படுத்துவதற்காகவே பாடுகிறாற் போன்ற பல்லவி.

சாவித்திரி படத்தையே பார்த்துக்கொண்டிருந்தாள்.

"என்ன பார்க்கறே?"

"அன்னம்! எனக்கு ராஜாமணியைப் பார்க்கணும் போல இருக்கு. இந்த ஆட்டுக்குட்டியைப் பார்த்தா ராஜாமணி மாதிரி இருக்கு."

"ஆமாண்டா கண்ணு! நாளன்னிக்குத்தான் சனிக்கிழுமையாச்சே."

"ஆட்டுக்குட்டியை டீச்சர் வெளியிலே ஓட்றதை வாசிக்கிறபோது, எனக்கு ராஜாமணியை வெரட்றாப்பல இருந்தது. அது தவந்துண்டே ரோட் நடுவிலே போயிட்டாப்பல இருந்தது. லாரியும் பஸ்ஸும் வந்துண்டே யிருக்கு ... அப்பா! ஒரு கணம் நெஜம் மாதிரி பதறிப் போயிடுத்து."

அன்னம் அதைக் கேட்டு, அழுகிற புன் சிரிப்புடன் அவள் தலையைக் கோதிவிட்டாள். பெருமூச்சு விட்டாள். "ராஜாமணியை எனக்கே பார்க்கணும் போலிருக்கு. யப்பா, எம்மாம் பெரிய கண்ணு! பலூன் மாதிரி தொப்புள் புடைச்சிட்டிருக்கும்ல – அதோட அது கையைப் புடிச்சுக்கிட்டு ஏந்துக்கறப்ப சிரிப்பா வரும்! அப்படியே வயறு, மாரு, மூஞ்சி எல்லாத்தையும் புதைச்சு அணைச்சுக்கணும்போல இருக்கும். இந்த இடம் ... இதுவும் – இதுவும்தான் – உன் சாயல்" என்று சாவித்திரியின் முகவாயையும் கன்ன எலும்பையும் தொட்டுக் காண்பித்தாள் அன்னம். கண்ணு மூக்கு எல்லாம் அப்பன் மாதிரி தானே இருக்கு?" என்று கேட்டாள்.

சாவித்திரி பதில் சொல்லவில்லை. செல்லப்பாவின் கண்ணும் மூக்கும் உதடும் முற்றாத தோளும் வாழை நரம்பு உடம்பும் தெரிந்தன.

"ம்?" என்றாள் அன்னம்.

தலையை ஆமாம் என்ற அர்த்தத்தில் அசைத்தாள் சாவித்திரி.

"அவனோட அப்பனை இழுத்துக்கிட்டு வந்து புள்ளையைப் பார்க்கச் சொல்லணும். 'இப்ப சொல்லுடா பாவி, யாருதோ என்னமோ எங்க தலையிலே கட்டப் பாக்கறீங்கன்னு சொன்னியே, இப்ப பாரு. இது உன் மகன் மூக்கா, கண்ணா இல்லியான்னு இப்ப சொல்லுடா'ன்னு அவனைக் கேக்க வாணாம்? காளியாயி கொண்டு போக அந்தக் கூட்டத்தையே!" என்று மூக்கு மலரக் குமுறினார் அன்னம்.

சாவித்திரிக்கு இப்பொழுது அழுகை வரவில்லை. கிட்டத்தட்ட இது தினசரிக் கதை. அன்னம்மா எப்படியோ அதையெல்லாம் ஞாபகமூட்டிக் கொஞ்சம் அவளை அழவிடுகிற வழக்கம். தெரிந்து பண்ணுகிறாளோ,

தெரியாமல் பண்ணுகிறாளோ ! தெரியாமல்தான் என்று நினைக்க வேண்டி யிருக்கிறது. அன்னம் அப்படியொரு பரதை. "ஒண்ணையும் நினைக்கப் படாது. இனிமே படிப்பு ஒண்ணுதான் குறியாயிருக்கணும்" என்றுதான் அவள் பேசுவாள்.

அந்த வார்த்தையைக் கேட்ட பிறகுதான் அம்மா வயிற்றிலும் வாயிலும் அடித்துக்கொண்டாள். "என்னடா விளையாடறியா? குழந்தை அவன் ராவோ பகலோன்னு புஸ்தகத்தை வச்சிண்டு உட்கார்ந்திருக்கான். அவன்தான் அகப்பட்டானா, இந்தப் பழியைச் சுமத்தறத்துக்கு? வேற யாராவது சொல்லியிருக்கட்டும், நாக்கை இழுத்துவச்சு அறுத்திருப்பேன். வாரிசு இல்லியேன்னு தலையிலே கட்ட வந்தேளா, அம்மாவும் புள்ளையு மாய்ப் பேசிண்டு?" என்று ஆவேசம் வந்தாற்போலக் கத்தினாராம் செல்லப்பாவின் அப்பா.

அண்ணாவுக்குப் பொக்கென்று விளக்கு அணைந்தாற் போலிருந்த தாம். கண், புத்தி எல்லாம் இருண்டுவிட்டது.

"அவனையே கூப்பிட்டுக் கேளுங்கோளேன், மாமா" என்று சற்றுக் கழித்து மெதுவாகச் சொன்னானாம். கோபம்கூட அப்போது வரவில்லை அவனுக்கு. அவ்வளவு செயல் செத்துப்போய்விட்டது மனசு, அவர் சொன்னதைக் கேட்டு.

பிள்ளையைக் கூப்பிட்டு எப்படிக் கேட்கிறது? செல்லப்பாவைத் திருநெல்வேலிக்கு அப்பால், எங்கேயோ கிராமம் – அங்குதான் அவர் தங்கை யிருக்கிறாள் – அங்கே அனுப்பிவிட்டார் அவன் அப்பா. முதல் நாள் போய்ச் செய்தியைச் சொன்னான் அண்ணா. அப்போது அவர் சாலையோரமாக ஆட்கள் மாங்கொல்லைக்கு வேலி கட்டுவதைப் பார்த்துக்கொண்டு நின்றாராம். மென்று மென்று செய்தியை வெளி யிட்டான் அண்ணா. சற்றுப் பிரமை பிடித்து நின்றாராம் அவர். பிறகு "விசாரிக்கிறேன், கவலைப்படாதே; நாளைக்குப் பேசிக்கலாம்" என்றாராம். அப்போது மத்தியானம் மூன்று மணி இருக்கும். சாயங்காலம் அந்தி மயங்கினவுடன் பிள்ளையைக் கிளப்பிவிட்டார். வீட்டுக் கொல்லைக்கு நேராகச் சாலையில் வண்டியைக் கொண்டு வரச் சொல்லி, அதில் ஏறிப்போய் விட்டானாம் செல்லப்பா. சீர்காழி ரயிலடியில் கொண்டு விட்டு வந்ததாம் வண்டி. மறுநாள் மாலைதான் செய்தி தெரிந்தது. அதுவும் ஊரில் இல்லையென்றுதான். எங்கே போயிருக்கிறான் என்று தெரிய ஒரு வாரமாயிற்று. அதையும் இரண்டு மைல் நடந்து பிரான்ச் ஆபிஸ் போஸ்ட் மாஸ்டரைக் கேட்டுத் தெரிந்துகொள்ள வேண்டியிருந்தது. ஒரே மாதத்திற்குள் செல்லப்பாவுக்குக் கலியாணமும் ஆகிவிட்டது. அத்தை வீட்டுக்குப் போனவன் கலியாணமாகி நாலு மாசம் ஆகிறவரையில் ஊர்ப் பக்கம் தலை காட்டவில்லை.

அதற்குள் ?

அம்மா வயிற்றில் அடித்துக்கொண்டு, அத்தை வாயைப் பொத்திக் கொண்டு, அண்ணா தெருவில் நின்று கூப்பாடு போட்டு ...

உடல் பெருத்து, மெருகேறி, மினுமினுத்து, சாம்பல் பூத்து, ஊர் கிசுகிசுத்து, வீடு மூச்சடங்கி, பேச்சடங்கி, ஓசைப்படாமல் அழுது ...

அவளைப் பட்டணம் கொண்டுவந்து, ஆஸ்பத்திரியில் சேர்த்து, குழந்தையை விடுதியில் விட்டு, அவளைப் பள்ளிக்கூடத்திலும் ஹாஸ்டலிலும் சேர்த்து ...

ஹாஸ்டல் சமையல் அறையைப் பூட்டுகிற சத்தம் கேட்கிறது.

"மேரி பாட்டை ராகம் போட்டுப் பாடுவாங்களே. ராகத்தோடு பாடினா, சீக்கிரமா மனப்பாடமாயிடும்" என்று சின்னக் குரலில் பாடத் தொடங்கினாள் அன்னம்மா. சாவித்திரியும் தொடர்ந்து பாடினாள். ஒரு தடவை பாடி முடிப்பதற்குள் வராந்தாவில் செருப்புச் சத்தம் கேட்டது. வார்டன் செருப்பு மாதிரி இருக்கிறது.

"படிக்கிறேளா?" என்று நிலையில் கையை வைத்துக்கொண்டே நின்றாள் வார்டன்.

"இந்தப் பாட்டு நெட்டுருவாக மாட்டேங்குதாம்மா. அதான் பாடிப்பாடி மனப்பாடம் பண்ணுன்னு சொன்னேன்."

வார்டன் பார்த்தாள். "இதானே? நான் சொல்லித் தரேன், வா. நிமிஷம் நெட்டுருவாயிடும்."

புஸ்தகத்தோடு நடந்தாள் வார்டன். அன்னத்தை ஒரு முறை பார்த்து விட்டு அவளைப் பின் தொடர்ந்தாள் சாவித்திரி. வேறு வழியில்லை.

மாடிப் படி இறங்கி எதிரே இருந்த வீட்டுக்குள் நுழைந்தார்கள். அறைக்குள் நுழைந்ததும் "உட்காரும்மா" என்றாள் வார்டன்.

"எப்படி இருக்கே?"

"சௌகர்யமாகத்தான் இருக்கேன்."

"உட்காரேன்."

சாவித்திரி உட்கார்ந்தாள்.

"இங்கே இருக்கிறது மனசுக்குப் பிடிச்சிருக்கோல்லியோ?"

"நிம்மதியாயிருக்கு."

"ஊர் ஞாபகம் வரதோன்னு கேட்டேன்."

"இல்லேம்மா. இனிமே ஊர் ஞாபகம் என்னத்துக்கு? ஊர் ஏது? உறவேது? எல்லாம்தான் போயிடுத்தே?"

"நீயாகப் போகச் சொல்லலியே?"

சாவித்திரி பதில் பேசாமல் குனிந்துகொண்டாள்.

"போகச் சொன்னானே, அந்த மட்டி இங்கே வந்திருந்தான் இன்னிக்கி."

மேரியின் ஆட்டுக்குட்டி

"அண்ணாவா?" என்று குழம்பியும் மலைத்தும் கேட்டாள் சாவித்திரி.

"அண்ணாவாவது! ஊர் உறவை எல்லாம் போக அடிச்சவன் என்கிறேன் ... என்னமோ பெரியய ஆளாக்கும்னு நினைச்சேன். இத்தனூண்டு பையனாயிருக்கானே."

"யாரும்மா?"

"சத்தியம் பண்ணிக் கொடுத்துவிட்டு ரண்டாம் பேர் தெரியாம ஊரைவிட்டு ஓடி, கலியாணம் பண்ணிண்டானே – அவன்தான். அவன் பொண்டாட்டி செத்துப் போய்ட்டாளாம்."

"அ!"

"குழந்தை உயிரில்லாம பிறந்துதாம். ரண்டு நாள் கழிச்சு அவளும் போய்ட்டாளாம். நேத்திக்குத்தான் கிரியை எல்லாம் முடிஞ்சுதாம். மறுநாளைக்கு எண்ணெய் தேச்சுண்டுதான் போகணும்னாளாம். அதைக்கூடக் கேட்காம ராத்திரியே கிளம்பிட்டானாம். மத்தியானம் நீங்கள்ளாம் ஸ்கூலுக்குப் போயிருக்கிறபோது எங்கிட்ட வந்தான். பேயறஞ்சாப்பல நின்னான்."

வார்டன் சொல்வது என்னமோ தினசரித்தாள் படிப்பது மாதிரி இருந்தது.

சாவித்திரிக்கு அவள் சொன்ன வார்த்தைகளின் அர்த்தத்தைப் புரிந்துகொள்ள முடியவில்லை. அவ்வளவு போகிற போக்கில், அவ்வளவு சாதாரணமாகச் சொல்லிக்கொண்டிருந்தாள்.

"பிரசவம் ஆச்சுன்னு தந்தி வந்துதாம். ரண்டு நாளுக்கப்புறம் தாயார்க்காரியும் போய்ட்டாள்ணு வந்துதாம் தந்தி. இவன் போய்ப் பார்த்து வெந்து உடம்புதான்."

சாவித்திரி வெறித்து உட்கார்ந்துகொண்டிருந்தாள். "பிரேதம் மாதிரி மூஞ்சியை வச்சுண்டு உட்கார்ந்திருந்தான். கேவிக் கேவி அழுதான் ... இப்ப என்னத்துக்கு அழணும்னு கேட்டேன். பதிலே சொல்லலே ... சரி, நீ போயிட்டு வரலாம்னேன். பேசாம உட்கார்ந்திருந்தான். நான் எழுந்துண்டேன். அவன் எழுந்திருக்கிற வழியாயில்லை. 'என்னப்பா நான் சொல்றது காதிலே விழலியா'ன்னேன். ஒரு வேண்டுகோள்னு ஆரமிச்சான். உன்னைப் பார்க்கணும்னான். 'வெளியிலே போ'ன்னு ஒரு சத்தம் போட்டேன். அதைக்கேட்டு காவல்காரனே ஓடி வந்துட்டான். 'நீ போ, உன்னை அப்புறம் கூப்பிடறேன்'னு அவனை அனுப்பிச்சுட்டு, மறுபடியும் அவனைக் கிளப்பப் பார்த்தேன். அவன் அசைஞ்சு கொடுக்கற வகையாயில்லை. 'மாடம், மாடம்'னு எழுந்தான். என் கால்லே வந்து கட்டைமாதிரி நீளமா விழுந்தான். 'நீங்கதான் என்னைக் காப்பாத்தணும்'ன்னான். 'நான் எங்கப்பா பேச்சைக் கேட்டு பாழாய்ப் போய்ட்டேன். இனிமே அவர் மூஞ்சியிலேயே முழிக்க மாட்டேன். நீங்கதான் என்னைக் காப்பாத்தணும்'னு புருவத்தைத் தூக்கிண்டு நின்னான். குழந்தையைக் காப்பாத்தறானாம். உன்னையும் காப்பாத்தறானாம். ரண்டு மாசத்திலே உன்னை அழைச்சுக்கறானாம்."

"அம்மா!" என்று சூடி முழுத்தாற் போல் கத்தினாள் சாவித்திரி. நாற்காலியின் கையை அழுத்திப் பிடித்துக்கொண்டது கை. வார்டன் எழுந்து வந்தாள். அவள் முதுகையும் நெஞ்சுக் குழியையும் தடவிக் கொடுத்தாள்.

பாத்திரப் பெட்டியின் மேல் உட்கார்ந்து கைமேல் அடித்துக் கொடுத்த கை; விரலோடு விரலாகக் கோத்திருந்த கை; விடுவித்துக்கொள்வதே குறியாக இருந்த கை.

"அந்தக் கையை எனக்குத் தெரியும்மா!"

"என்ன?"

அப்போதுதான் தன்னையறியாமல் கத்தினது தெரிந்தது சாவித்திரிக்கு.

"சொல்லேன்."

சாவித்திரி கிலி பிடித்த விழியுடன் தலையை அசைத்துக்கொண்டிருந்தாள். ஓட்டை நெடிக்கு நடுவில் மண் சுவரின் மங்கலில் விலக விலகத் துடித்த அந்த விரல்கள் நீளப் புழுக்கள் நழுவி நகர்வது போலிருந்தன. சாவித்திரிக்கு இரைத்தது. மார்பும் படபடவென்று ஏறி இறங்கிற்று.

நாலைந்து நிமிஷம் பேச்சில்லை.

நழுவி ஓடுகிற விரல். பிடிக்க முடியாத விரல்.

"இப்படியே பெஞ்சிலே படுத்துக்கிறியா?"

"வாண்டாம்மா."

"நாளைக்குத் தெருவிலே வந்து நிப்பன். பள்ளிக் கூத்து வாசல்லே வந்து நிப்பன்."

"அம்மா! அம்மா!"

"சும்மா கத்தப்படாது!"

"என்னை யாரும் பார்க்க வர வாண்டாம்மா. இப்ப எல்லாம் எனக்கு இறுக்கிப் போர்த்திண்டிருக்காப்பல இருக்கு. கண்ணை மூடிண்டு கதவை எல்லாம் சாத்திண்டு இருக்காப்பல இருக்கு. ஒண்ணையும் திறக்க வேண்டாம்மா."

வார்டன் அவளை வெறித்துச் சிறிது நேரம் பார்த்தாள். ஒரு இரண்டு நிமிஷம் கழித்துச் சொன்னாள்:

"நாளையிலேருந்து உனக்குப் பாடம் இங்கேயே நடக்கும். நீ பள்ளிக்கூடம் போக வேண்டாம்."

"சரிம்மா. நான் என் அறைக்குள்ளே கதவைச் சாத்திண்டு இருக்கேன்மா."

"சரி."

"நான் எங்கேயும் வெளியிலே போகலேம்மா."

மேரியின் ஆட்டுக்குட்டி

"வாண்டாம், உன் டீச்சர் இங்கே வருவா. சொல்லிக் கொடுப்பா. உனக்கு எது வேணும்னாலும் எங்கிட்ட சொல்லு."

"சரிம்மா!"

"இப்ப ஏதாவது வேணுமா?"

"ராஜாமணி – இப்ப வாண்டாம், நாளையிலேர்ந்து ..."

"குழந்தையைத்தானே? நீ வெளியிலே போகாட்டா, அதுதான் இங்கே வரணும். காலமே நானே போய் அழச்சிண்டு வந்துடறேன்."

மறுபடியும் ஒரு ஐந்து நிமிஷம் பேச்சில்லை. வார்டன் சூன்யத்தைப் பார்த்துக்கொண்டு உட்கார்ந்திருந்தாள். பின் ஜன்னலுக்கப்பால் தவளை கொரகொரத்தது.

"நீ போய்ப் படுத்துக்கோ" என்றாள் வார்டன்.

"நான் இங்கேயே படுத்துக்கறேம்மா இன்னிக்கி."

"நான் நடுராத்திரி மட்டும் படிச்சிண்டிருப்பேனே?"

"பரவாயில்லேம்மா. விளக்கு இருட்டு மாதிரிதான் இருக்கும் எனக்கு. கதவை எல்லாம் சாத்திப் போர்த்திண்ட மாதிரி இருக்கும்."

"அப்படின்னா இந்தப் பெஞ்சியிலேயே படுத்துக்கோ" என்று ஒரு தலையணையைக் கொண்டுவந்து கொடுத்தாள் வார்டன்.

சாவித்திரி ஒருக்களித்துப் படுத்துக்கொண்டாள். விளக்கு பளிச்சென்று எரிந்துகொண்டிருந்தது. அதுவே இருளாக இருந்தது. திறந்திருந்த கதவு அவளுக்குச் சாத்தியிருந்தது. போர்வை கண், மூக்கெல்லாம் போர்த்திக் கொண்டது.

ஆட்டுக்குட்டி உள்ளே வரலாம். ராஜாமணி வாசலில் நிற்க வேண்டாம். உள்ளே வந்து தத்தும், தவழும், கையைத் தூக்கும், சிரிக்கும்.

கண் அயர்கிறது. வார்டனே போர்வையாகிறாள். இருளாகிறாள். கதவாகச் சாத்திக்கொள்கிறாள். ஆட்டுக்குட்டியும் சாவித்திரியும் உள்ளே இருக்கிறார்கள். வார்டனே ஹாஸ்டலைச் சுற்றி நாலு பக்கமும் பெரிய மதிலாக நிற்கிறாள். சாவித்திரியும் ஆட்டுக்குட்டியும் அதைப் பார்த்துக் கொண்டு நிற்கிறார்கள்.

தினமணி கதிர், 1967

தேடல்

"உட்காருங்க சார். ஐயா குளிக்கப் போயிருக்காங்க" என்று தினசரி, வார, மாதப் பத்திரிகைகள், ஒரு பிரஞ்சு கலைப்புத்தகம், சிவ நடனம் என்று ஆங்காங்கு கிடந்தவைகளையெல்லாம் எடுத்து வந்து சின்ன மேஜை மீது வைத்தான் பையன்.

"இப்பத்தான் குளிக்கப் போயிருக்காரா? என்ன இன்னிக்கு இத்தனை நேரம்?" உட்கார்ந்து ஒன்றைத் தொட்டேன்.

"என்னமோ சார் – ராத்திரி ரொம்ப படிச்சிக்கினு இருந்தாங்களோ என்னவோ – கார்த்தாலே ஏந்துக்கவே ஆஃப் பாஸ்ட் செவன் ஆயிடிச்சு சார் ... தண்ணி ஒணுமா சார்!"

"வாண்டாம்."

"ஜூஸ் சாப்பிடறீங்களா சார்?"

"வாண்டாம்."

"நான் போய் சொல்லிட்டு வரட்டுமா சார் – நீங்க வந்திருக்கீங்கன்னு?"

"வாண்டாம். தொந்தரவு பண்ணாதே மெதுவா குளிச்சிட்டு வரட்டும்."

"சர்த்தான் சார். தலையிலே கொஞ்சம் தைலம் வச்சிக்கிட்டுத்தான் சார் போனாங்க. ரொம்ப நேரம் கழிச்சு உறங்கப் போனாங்களா கண்ணெல்லாம் ரொம்ப ஹீட் ஆயிருக்கும். அப்ப நான் சொல்ல வாண்டாமா சார்?"

"வாண்டாம், வாண்டாம். நல்லா சாவகாசமா குளிச்சிட்டு வரட்டும்னேனே."

"சர்த்தான் சார்."

சற்று நேரம் கழிந்து மீண்டும் ஆரம்பித்தான் பையன். "தெனமும் ராத்திரி ஒன்பது மணிக்கு வேலையெல்லாம் முடிச்சிடுவாங்க சார். டாண்ணு அவங்க கீள இறங்கி வந்து ரேடியோவை டுக்குனு ஆன் பண்ணுவாங்க. அவங்க தொடறத்துக்கும் 'கீப் கீப்'னு நூஸ் தொடங்கறத் துக்கும் கரெக்டா இருக்கும் சார். நூஸ் கேப்பாங்க. சாப்பிடுவாங்க, உடனே படுக்கப் போயிடுவாங்க. படுத்த உடனே தூங்கிவிடுவாங்க. அப்புறம் காலையிலே டாண்ணு நாலரை மணிக்கு ஏந்திடுவாங்க. இப்பதான் நாலுஞ்சு நாளா இப்படி லேட்டா படுக்கப் போறாங்க. விடிஞ்சதுக்கப் பாலே ஏந்துக்குறாங்க. நானும் நாலு வருஷமாக்கிறேனே சார்."

பையன் பெரிய கவலையோடு இதைச் சொல்லிவிடவில்லை. எஜமான் எவ்வளவு கட்டுப்பாடானவர், ஒழுங்கான வழக்கங்கள் படைத்தவர் என்பதையும், தான் அதை எவ்வளவு நுணுக்கமாக, அத்துபடி யாகக் கவனித்திருக்கிறான் என்பதையும் சொல்லிக் காட்டுவதுதான் அவன் நோக்கம்.

எனக்குத்தான் குறுகுறுவென்றது. நான்தான் இதற்குக் காரணமோ என்று சிறிது வெட்கமாக இருந்தது. வெட்கப்படுவதற்குக் காரணம், "நீ வந்தப்புறம்தான் சார் இப்படி" என்று ஜாடைமாடையாகச் சொல்வது போல் பையனின் முகம் இருந்ததுதான். எனக்கு இந்த மாதிரி இரண்டு மூன்று அனுபவங்கள் உண்டு: ஒரு நண்பன். அந்த நண்பன் நண்பனான நாலைந்து மாதம் ஆன பின்பு மதுப்பிரியன் என்று தெரிந்தது. மதுவைப் பற்றிப் பேச ஆரம்பித்தால் அவன் முகம் மலர்கிற மலர்ச்சியும் பிறவி எடுத்த நோக்கமே ஈடேறிவிட்ட பரவசமும்! ஒரு நாள் என்னையும் கூட வைத்துக்கொண்டு, "கொஞ்சுண்டு டேஸ்ட் பண்ணும்யா! துளியுண்டு! எப்படியிருக்குண்ணு தெரிஞ்சிக்கவாவது வாண்டாமோ!" என்று இரண்டு ஸ்பூனை என் வாயில் இறக்கிவிட்டான். மனைவிக்குத் தெரியாமல் சாப்பிட்டுக்கொண்டிருந்த நான் எத்தனை நாளைக்குத்தான் மறைத்து வைக்கிறது. ஒரு நாள் அது உள்ளே போய் அவனுக்குக் கைலாகு கொடுத்து மேக மண்டலத்தில் உலவத்தொடங்குகிற நிலையில், "ஓய் நேத்திக்கு எம் பெண்டாட்டி என்னா சொன்னா தெரியுமா?... இன்னிக்கு நெடி தாங்க முடியலையே, சாயங்காலம் உங்க பிரண்ட் வர போதே தெரிஞ்சு போச்சு. தான் கெட்டது போராதுன்னு சந்திர புஷ்கர்ணியையும் கெடுத்தாப்போல, அவர் குடிச்சு பொறள்றது போராதா? உங்களுக்கு எதுக்காக இதைப் பழக்கி வச்சார் பாவி மனுஷன்? நீங்க இப்ப குருவுக்கு மிஞ்சின சிஷ்யனாப் போயிட்டேன்னு நீளமா ஆரம்பிச்சுட்டாயா!" என்று என் விலாவை விரலால் குத்திக்குத்திச் சிரிக்க ஆரம்பித்துவிட்டான் நண்பன். "நீர் வந்தாலே இப்பல்லாம் அவளுக்கு வயத்திலே புளியைக் கரைக்கிறதாம் எப்படி!" என்று பாதி மூடிய கண்ணுடன் நொய்நொய் என்று பக்கவாட்டை அரைத்துக்கொண்டே விழுந்து விழுந்து சிரித்தான். வயிற்றில் எனக்குப் பகீரென்றதையும் பார்த்துத்தான் அவன் சிரித்திருக்க வேண்டும்.

பையனின் பேச்சைக் கேட்டு இந்த மாதிரி ஓரிரண்டு ஞாபகம் வந்தது எனக்கு.

பையன் அறையை விட்டுப் போய்விட்டான்.

தி. ஜானகிராமன் சிறுகதைகள்

சுற்றிலும் நோட்டம் விட்டுக்கொண்டே உட்கார்ந்தேன்.

அறை குளிர்ச்சியாக இருக்கிறது. எப்போதுமே இப்படித்தானிருக்கும். மூன்று பக்கமும் தோட்டம். இரண்டு மாமரங்கள். ஜன்னல்களின் கம்பியில் பசலைக்கொடி ஏறியிருந்தது. விபூதிப் பச்சை, பாசிப்பச்சை, துளசிக் கன்றுகள் எல்லாம் ஒரு ஏழெட்டு வரப்பும் பாத்தியுமாக ஜன்னலிலிருந்து பார்த்தால் தெரியும். மணம்கூட சிறிது வீசும். இரண்டு மூன்று மந்தாரை, ஒரு பத்துப் பன்னிரண்டு தொட்டி கள்ளி, மயில்கொன்றை, அடுக்குச் சம்பரத்தைச் செடி ஏழெட்டு எல்லாமாகச் சேர்ந்து அறைக்குள் பாயும் வெளிச்சத்தைக் கண் கூசாத அடக்கமாக அடக்கியிருந்தன. கண்ணுக்கும் மனசுக்கும் இதமான மங்கல். எல்லா ஜன்னல்களையும் திறந்துவிட்டால் கூட ஐந்து மணிக்கே அந்தி மயக்கம் கவிந்துவிட்டாற்போலிருக்கும்.

ராமரத்னம் வீட்டில் இந்த அறை மட்டுமில்லை. வாசல் வராந்தா, இந்த அறைக்குப் பின்னால் உள்ள படுக்கை அறை, அடுக்குகள், மாடியில் படிப்பு அறை, படுக்கை அறைகள் இரண்டு, சின்ன திறந்த மாடி, எங்கு போய் நின்றாலும் ஒரு அதிசயமான, பிரியமான இடத்தில் நிற்கிறாற்போல்தான் இருக்கும். நான் எங்கும் அனுபவித்திராத, அனுபவிக்க முடியாத ஒரு சுகம். அதற்குக் காரணம் அதன் தனிமை. இந்த வீட்டுக்குள் வந்ததும் எல்லாவற்றையும் விட்டுவிட்டு ஒரு முழுத் தனிமைக்கு வந்துவிட்டார் போல் இருக்கும். இங்குள்ள கூடத்தையோ சொல்லி முடியாது. அறை முழுவதும் நாலு பக்கமும் சுவரிலேயே பதித்த ஒரு முழு உயரக்கண்ணாடி அலமாரி ஒன்று பார்டர் கட்டினாற்போல நான்கு சுவர்களிலும் தொடர்ச்சியாகத் தெரியும். நாலைந்து நாற்காலிகள், ஒரு சோபா, ஒரு சின்ன மேஜை, இரண்டு மோடா ... அவற்றின் மீது மான் தோல், சித்திரத்துணிகள், சுவரில் ஒரு பெரிய தற்காலச் சித்திரம் தொங்கிக் கொண்டிருக்கிறது. பாணி புதிது. ஆனால் புரிகிற சித்திரம். ஒரு சாயங்கால வேளையில் ஒரு பெரிய பொட்டல் வெளி. அதிலே வகிடு மாதிரி ஒரு பாதை. பாதை ஓரத்தில் கிணறு. பக்கத்தில் ஒரு துணி தோய்க்கிற கல். கிணற்றில் சகடையும் இல்லை. கயிறும் இல்லை. வெகுகாலமாக அந்தப் பாதையில் யாரும் நடந்து போனதாகவோ, கிணற்றில் நீர் மொண்டதாகவோ தெரியவில்லை. ஆனால் பாதை யாரோ நடக்கத்தான் காத்திருக்கிறது. கிணறு யாரோ மொள்ளத்தான் காத்திருக்கிறது. இப்படி ஒரு சித்திரம். இந்த அறைக்குள் வந்து உட்காரத் தொடங்கிய நாள் முதல் அதன் கவர்ச்சி ஓங்கிக்கொண்டே போகிறது. பார்த்த புதிதில் ஒன்றும் தெரியவில்லை. ஆனால் பார்க்கப் பார்க்க, பார்க்கப் பார்க்க – என்ன இது – சொல் இப்படி வற்றிவிட்டது? ஆமாம் பார்த்துக் கொண்டேயிருக்கிறேன். சிறிது நேரம் பார்த்துக் கொண்டிருந்தாலே அதன் தனிமை நம்மைத் தொற்றிவிடும். கரை காணாத ஜலப் பிரளயத்திற்கு நடுவில் ஒரு தட்டை, பாசி கூட மிதக்காத ஒரு தலை, ஒரு பட்சி ஒன்றுமே தெரியாத வெறும் பாழ்த்த கடல் பரப்பில் நாம் ஒன்றியாக இருக்கிற உணர்ச்சி சூழ்ந்துகொள்ளும். எப்படித்தான் இதை எழுதினானோ! பல மைல் பரப்புக்கு ஒரு பொட்டல், ஒரே ஒரு சின்னக்கிணறு – சகடை, கயிறில்லாத கிணறு, அந்த 'ஹோ'வுக்கு நடுவில் ஒரு கோடு – பாதை. ஜன்ம ஜன்மமாகத் தனிமையை ஊறி அனுபவித்தவனுக்குத்தான் இந்த மாதிரி ஒரு சித்திரம் போட வந்திருக்கும்.

தேடல்

பல சமயங்களில் பார்த்துக்கொண்டேயிருக்கிற எனக்கு, சுற்றிலும் உள்ள ஜன்னல், மரம், புத்தகம், நாற்காலிகளெல்லாம் அழிந்து போய் அந்தப் பொட்டலுக்கு நடுவில், கிணற்றங்கரையில் நிற்கிற பிரமை ஏற்பட்டதுண்டு.

"உனக்குப் பிடித்திருக்கு போலிருக்கே அது!" என்றான் ராமரத்னம் ஒருநாள் நான் பார்த்துக் கொண்டிருக்கிறபோது.

"பிடிச்சிருக்கோ என்னமோ, அதையே பார்த்துண்டிருக்கணும் போலிருக்கு."

"வாஸ்தவம்தான். நான் நாள் கணக்கிலே அதைப் பார்த்துண்டே உட்கார்ந்திருக்கேன். இந்த உலகத்திலே பிறந்திருக்கிற ஒவ்வொரு மனுஷனுக்கும் ரொம்ப நெருக்கமான சிநேகிதன் யாரு தெரியுமோ? தனிமைதான். இதைப்பார்த்துப் பார்த்துத்தான் இது தெரிஞ்சுது எனக்கு. சோறு கூட திங்க மறந்து போயிடும் சில நாளைக்கு அப்படியெல்லாம் உட்கார்ந்து பார்த்திருக்கேன் ..."

ராமரத்னம் இந்த ஒரு படத்தை – மற்றவர்களுக்கும், முதற் பார்வைக்கும் சாமான்யமாகத் தோன்றுகிற இந்தப் படத்தைத் தேர்ந்தெடுத்துப் பேணி வருகிற ஒரு நுணுக்கத்திற்கே நான் அவனிடம் பரவசப்பட்டு விழுகிறதுண்டு. ஆனால் இது மாத்திரமில்லை. அவனிடம் இன்னும் எத்தனையோ குணங்களுமுண்டு. அதாவது என்னிடம் இல்லாத குணங்கள். அவன் எதைச் செய்தாலும் பார்த்துக்கொண்டேயிருக்க வேண்டும். பேச்சில் ஒரு இனிமை; குளுமை. மரியாதை. குரலில் மென்மை. பிரியம். வருகிற கடிதங்களுக்கு – அது யாரிடமிருந்து வந்தாலும் – ஆறுபோடாமல் பதில் எழுதிவிடுகிற சுருக்கு. சம நோக்கு. எந்த நவதானிய கோஷ்டியிலும் தன்னுடைய இனிமையோ அபிப்ராய உறுதியோ நைந்துவிடாமல், தன் நிலையிலிருந்து இறங்கிக் கண்மூடியாகக் கலந்துவிடாமல் அவன் நிற்கிற நிலை. அந்தந்தச் சாமானை அந்தந்த இடத்தில் அழகாக வைப்பது. எதைக் கேட்டாலும் அநேகமாக அதைப்பற்றிக் கொஞ்சமாவது தெரிந்து வைத்துக்கொண்டிருக்கிற படிப்பு, விழிப்பு. வேலைக்காரப் பையனிடம் அவன் தோழமை. அதாவது, அவனுடைய செளகரியத்திற்கு ஏற்பத் தன் ஜோலிகளை வகுத்துக்கொண்டிருக்கிற ஒரு பரிவு. அவன் சேர்த்து வைத்திருக்கிற புத்தகங்கள், பொருள்கள், நார் உரிக்காத ஏழெட்டுத் தேங்காய்களை ஒரு சின்னக் கத்தரியையும் கத்தியையும் வைத்துக்கொண்டே சாமியார், வெள்ளைக்காரன், காந்தி, புல்லாக்குப்போட்ட சதிர்க்காரி, சாக்ரடீஸ் என்று பல முகங்களாகச் செய்திருக்கிற கை வண்ணம். ஒரு சின்னக்கட்டை, கொட்டாங்கச்சி, ஓடு, தோலி, மூங்கில் கணு எது கிடைத்தாலும் கண்ணெடுக்காமல் பார்க்க வைக்கிற ஒரு சாமானாக மாற்றிவிடுவான் அவன். அவனைப் பார்க்க வருகிற பேர்களோ ஒரு மந்திரி (முதலில் இதைச் சொல்வதற்காக மன்னிக்க வேண்டும். சாதாரண ஜனநாயகி நான் பிறவி எடுத்த பயன் இந்தப் பதவியை அடைவதுதான் என்று சில சமயம் நம்பியே விடுகிறேன்) வாத்தியார்கள், சுயமரியாதைக்காரர்கள், மடாதிபதிகளின் தூதர், தொழில் முதலாளி இரண்டு பேர், வேலைக்காரப் பையனின் அம்மா, அந்தப் பெண்ணின் தம்பி, கலியாண யாசகர்கள், பிராமணியம் செத்துப்போகக் கூடாதென்று பையனுக்குப் பூணூல் போடத் துடித்து

வருகிற உபயன யாசகர், கார்ப்பரேஷன் தோட்டிச்சி, தத்துவப் பேராசிரியர், சித்திர சிற்ப பள்ளிக்கூடத்து மாணவர்கள், நாடகத் தயாரிப்பாளர் ஒருவர் இப்படி வெவ்வேறு படிகள். இந்த எல்லோருக்கும் ஒரே மரியாதை, ஒரே இனிமை, ஒரே ஸ்வாதீனம்தான். முதுகு வழக்க நிலைக்கு ஒரு நூல் அதிகமாகக் குழைந்தோ, நிமிர்ந்தோ விடாது. எப்படித்தான் இருக்கிறானோ!

பையன் ஒரு தர்மாஸ்பளாஸ்க் எடுத்துக்கொண்டு வெளியே போனான். "ஐயா குளிச்சிட்டாங்க சார். இதோ வந்திருவாங்க" என்று சொல்லிக்கொண்டே போனான்.

ராமரத்னம் அவ்வளவு சீக்கிரமாக வருவதைக் கூட நான் விரும்ப வில்லை. சிறிது நேரம் பேசாமல் அறையின் குளிர்ச்சியிலும் தனிமையிலும் அந்தப் படத்திலும் முழுகிக் கிடக்கவேண்டும் போலிருந்தது.

"வா கண்ணா."

பரபரப்பும் புன்சிரிப்புமாகச் சட்டையைக் கழுத்தில் மாட்டிக் கொண்டே வந்தான் ராமரத்னம்.

இன்னொன்று சொல்ல மறந்துவிட்டேன் (என்னிடம் இல்லாதது) ராமரத்னம் நல்ல உயரம், தொந்தி கிடையாது. இந்த வயசில்கூட வயிறு பள்ளமாகத்தான் இருக்கும். செதுக்கின முகம், செதுக்கின கைகால் அப்படி இப்படி என்றெல்லாம் சொல்ல முடியாது. ஆனால் பார்க்க நிறைவாகத்தானிருப்பான், ஆனால் இவனைவிட காத்திரமும் வடிவழு மாக நான் தினமும் இருபது பேரைப் பார்க்கிறேன். ஆனால் இவன் மாதிரி உறவாடுகிறவனைத்தான் பார்க்க முடிவதில்லை. எதைப் பேசினாலும் அதை உணராமல் போக மாட்டான். உதாரணமாக, 'வா, சாப்பிடு, அவசியமாகக் கிளம்பணுமா. காபி சாப்பிடேன். அவர் நல்ல மனுஷன், இன்னிக்கு என்னமோ போலிருக்கு' இந்த மாதிரி பல வார்த்தைகளை சும்மா சும்மா நாம் (நான்) மனதில் படாமல் சொல்கிறோம். ஏதோ சொல்லிச் சொல்லிப் பழக்கம். முக்கால்வாசி நேரங்களில் நிஜமாயிராது. அதனால் குரலில் உணர்ச்சியும் இராது. ஆனால் ராமரத்னம் அப்படிச் சொல்ல மாட்டான். ஒப்புக்கு என்ற வார்த்தையை அஜாக்கிரதையாகக்கூட அவன் விஷயத்தில் சொல்ல முடியாது. பேச்சிலும் சரி; காரியத்திலும் சரி. பெரிய சைக்காலஜி ஒன்றும் நான் சொல்லிவிடவில்லை. நாம் என்ன பேசுகிறோம் செய்கிறோம் என்ற பிரக்ஞை இல்லாமல் பேசிக் கொண்டும், நடந்துகொண்டும் செய்துகொண்டும் முக்கால் பொழுதை நானும் மற்ற பெரும்பாலோரும் கழிப்பதால் ராமரத்னத்தின் இந்த குணம் பெரியதாகப்படுகிறது எனக்கு. அலுத்துக்கொள்ளாதீர்கள். உசிரோடு இருக்கிற கடைசி நிமிஷம் வரையில் எதைப் பேசினாலும், பார்த்தாலும், செய்தாலும், நடந்தாலும், உட்கார்ந்தாலும் அதை உணர்ந்து ஒன்றிச் செய்கிறவன் ராமரத்னம். ஒவ்வொரு கணமும் இப்படி உணர்வோடு வாழ்கிறதால்தான் அவன் நடை, சொல் எல்லாம் இப்படி அன்பும் இனிமையுமாகப் பொங்கித் ததும்புகிறதோ என்னமோ.

சட்டையை அணிந்து இழுத்துவிட்டுக்கொண்டான் ராமரத்னம். பொல்லென்று வெளுத்துப்போன கிராப்பைச் சீவிவிட்டுக்கொண்டான்.

சீப்பைத் துடைத்துவிட்டு, கையலம்பிவிட்டு வந்தான். கைப் பொத்தான் களைப் பொருத்திக்கொண்டான். அவன் உடம்பில் ஒவ்வாமல் துருத்திக்கொண்டு நிற்பது அந்த நரைதான். நரையா? கத்தாழை நார். நாற்பத்தைந்து வயது. தோல் வண்ணம் முப்பது, தலை இருபதும் எண்பதும். இருபது வயது அடர்த்தி, எண்பது வயது வெளுப்பு. அதுகூட அவன் அதிகமாக உணர்வதால்தான் ஏற்பட்டிருக்கும். இப்பேர்ப்பட்ட ஒரு மனிதனை விட்டுவிட்டு ஒரு சண்டை, ஒரு பூசல், ஒரு மனத்தாங்கலும் இல்லாமல் எவனோ ஒருவனோடு போய் வாழ வேண்டும் என்று திடீரென்று தோன்றிற்றே ஒருத்திக்கு – அந்த ஒரு நாள் அதிர்ச்சியும், உணர்ச்சித் திணிப்பும் செய்த நாசமா இது?

ராமரத்னம் கேட்டான்.

"என்ன கண்ணா? என்ன ஆச்சு? பார்த்தாயோ? கண்டுபிடிக்க முடிஞ்சுதோ?" என்ன ஆவல்! பரபரப்பு!

"கண்டுபிடிச்சேன்."

"கண்டுபிடிச்சிட்டியா! ரியலி!"

"தூரக்கேர்ந்து பார்த்தேன். முகத்தைச் சரியா, நின்று கவனிக்க முடியலே. காலேஜ் விட்டவுடனே ஏக்பட்ட குட்டிகளா வந்திண்டிருந்தது. பாலு காமிச்சான் இந்தப் பொண்ணுதாண்டான்னு. நான் சட்டுனு கொஞ்சம் திகைச்சுப் போயிட்டேன். நான் என்னவோ சின்னப் பொண்ணா 'சிக்'குனு இருக்கும்னு நெனச்சேன். ஆனா என்ன உசரங்கறே! உன்னையும், அவளையும் நிறுத்தி வைச்சோமே நிச்சயமா உன் மோவாய்க்குச் சரியா நிப்பா! நல்ல உசரம். நடைகிடையெல்லாம் பார்த்தா ராமரத்னத்துக்குத்தான் பாவாடை மேலாக்குப் போட்டிருக்கோண்ணு இருந்தது.

"பாவாடை மேலாக்கா போட்டுண்டிருந்தா?"

"ஆமா, கருகருன்னு தலைமையிரு, அதுதான் வித்தியாசம். பஸ் ஸ்டாப்பிலே பத்து பதினைஞ்சு குட்டிகளா நின்னுட்டிருந்தா. ஒரமா நடந்து போராப்பலே போய் முகத்தைப் பார்த்து விடறதுன்னு அவசர அவசரமாப் போனோம். தபதபன்னு பஸ் வந்தது பாரு. மறைச்சுட்டது. நடந்து போறதுக்குள்ளியும் அஞ்சாறு பேரை ஏத்திண்டு கிளம்பிட்டுது. அவ ஏறிப் போயிட்டா."

"அடடா."

"நான் இன்னும் கொஞ்சம் வேகமா ஓடிப்போய்ப் பார்த்திருக்கலாம். லொங்கு லொங்குன்னு ஓட முடியலே."

"ம்... அப்படி ஆயிடுத்தா. நாளைக்கு சரியா பார்த்து வச்சுக்கோ. முகத்தை நன்னாப் பார்க்கலேங்கிறியே."

"சாரி ராமரத்னம். முடியாமப் போயிடுத்து."

ராமரத்னத்தின் முகத்தில் ஏமாற்றம் தெரிந்தது. எதையும் அவன் ஒளிக்க முயலமாட்டான். சிறிது பேசாமல் இருந்தான்.

"ரொம்ப உசரமாயிருக்காளோ?"

"உன் மாதிரி ஆஜானுபாகு."

"என்னது பொம்மனாட்டி ஆஜானுபாகுவா இருந்தா பார்க்கறதுக்கு நன்னயிருக்குமோ?"

"ஆஜானுபாகுவிலே பல தினுசு இருக்கு. ஏணி, ஒட்டைச்சிவிங்கி, யூகாலிப்டஸ் மரம், பாக்கு மரம் –"

"ரமா"

"யூகாலிப்டஸ் செடி ... அவ போட்டிருந்த மேலாக்கு அந்த இலைக் கலரா இருந்தது. அதுதான் அந்த மரம் ஞாபகம் வந்தது எனக்கு."

"எனக்கு இப்பவே போய்ப் பார்த்துட்டா தேவலை போலிருக்குடா கண்ணா."

"..."

"ரண்டு வயசிலே பார்த்தது. முதல் ஆண்டு நிறைவுக்கு அப்புறம் மூணு தடவை பார்த்தேன். நாலு மாசத்துக்கு ஒரு தடவை. மார்ச் நாலாம் தேதி ஆண்டு நிறைவு. அப்புறம் இருபத்தாறாம் தேதி போன குழந்தை திரும்பியே வல்லெடா ..."

ராமரத்னம் சற்றுப் பேசாமலிருந்தான். நான் என்னத்தைச் சொல்லுவது? அவனுக்குச் சமாதானம் சொல்ல வேண்டும், எதையாவது சொல்லி ஆற்றிக்கொள்ள வேண்டும் என்பதெல்லாம் அவனுக்குத் தேவை இல்லை. என்னைவிட எத்தனையோ பெரியவன். தன்னை எப்படி அடக்கிக்கொள்வது, கட்டுப்படுத்திக்கொள்வது இவையெல்லாம் பிறரிடமிருந்து கற்றுக்கொள்ள வேண்டிய வித்தைகளல்ல அவனுக்கு. பிறரை நடத்த, பிருக்குப் புத்தி சொல்ல சிலர் பிறந்திருக்கிறார்களே, அந்த மாதிரி ஒரு பிறவி. பிறருடைய மரியாதையையும் அண்டுதலையும் ஈர்க்கிற பிறவி. அவன் யாரிடமும் போய் நிற்க வேண்டியதில்லை.

இந்த விஷயத்திற்கு மட்டும் என் உதவியை எதிர்பார்ப்பது முதலில் எனக்கு ஆச்சரியமாக இருந்தது. புரியாமலிருந்தது. எனக்கும் என் நட்பைக் காண்பிக்க ஒரு வாய்ப்புக் கொடுக்கத்தான் இப்படிச் செய்கிறான் என்று நானே எனக்கு விளக்கிக்கொண்டேன்.

மூன்று வருஷமாக ராமரத்னம் எனக்குப் பழக்கம். ரயிலில் ஒரு தடவை திருச்சிக்குப் போகிறபோது சக பிரயாணியாக அவனைப் பார்த்தேன். ஒரு மணி நேரம் பேசிக்கொண்டிருந்தோம். பத்து மணிக்கெல்லாம் படுத்து விட்டான் அவன். நுண்ணிய, நயமான ஒரு ஆத்மா என்று அந்தப் பேச்சின் அடக்கம், தெளிவு, கூர்மை, இனிமை, ஆழம், பிரியம் – எல்லாம் சொல்லிற்று. விலாசம் பரிமாறிக்கொண்டோம். அவ்வளவுதான். விலாசம் பரிமாறிக்கொள்வதால் ரயில் சிநேகம் கிளைத்துவிடுவதில்லை. டயரியில் நாலு வரி குறுப்பாகிறதுதான் மிச்சம். அப்படித்தான் இதுவும் ஆயிற்று. மூன்று மாதம் கழிந்து பஸ்ஸில் குறிப்பில்லாமல் எங்கோ போய்க் கொண்டிருந்தவன், ஒரு ஓவியக் கண்காட்சி விளம்பரத்தைப் பார்த்து,

தேடல்

அடுத்த நிறுத்தத்தில் இறங்கி அதைப் பார்க்க நுழைந்தேன். வளைய வளைய வந்த இருபது பேர்களில் ராமரத்னமும் அங்குமிங்குமாக நின்றுகொண்டிருந்தான்.

"அடடே, சௌக்யமா சார்? ஞாபகம் இருக்கா, ரயில்லே சேர்ந்து போனோம்" என்று சொல்லிக்கொண்டே வந்தான்.

"ஞாபகமில்லாமலா? என்ன இது?"

"சௌக்யம் தானே?"

"சௌக்யம்."

"சித்திரம் பிடிக்குமா உங்களுக்கு?"

"பார்க்கத் தெரியாது. சும்மா போர்டைப் பார்த்து வந்தேன். சித்திரம் எப்படிப் பார்க்கறதுன்னே தெரியாது. எது நல்லது, எது சப்பை – இப்படி யெல்லாம் தரம் பிரிக்கிறது ஒண்ணும் தெரியாது."

"இது என்ன சார்? நாலு நாளைக்குப் பார்த்தால் தானே தெரிஞ்சு போயிடறது. நான் மாத்திரம் வர்ணத் தொட்டியிலியா பிறந்தேன், கையிலே பிரஷ்ஷோட? ஏதோ பார்க்கணும் போல் தோணித்து. அந்த மாதிரி சினேகமும் கிடைச்சுது. அப்படித்தான்" என்றான்.

ஒரே கலைஞன் தன் சித்திரங்களை வைத்திருந்த காட்சி அது. ஒவ்வொன்றாகச் சொல்லி விளக்கினான் ராமரத்னம். பொறுமையாகப் பள்ளிக்கூடக் குழந்தைக்குச் சொல்லுகிற மாதிரி சொன்னான். எனக்கு இன்னும் நினைவிருக்கிறது. மூன்று மணி சுமாருக்கு நான் உள்ளே போன ஞாபகம். ஆறு மணிக்கு வெளியே வந்தோம். அத்தனை நேரமும் எனக்கு சித்திரக்கலையைப் பற்றி அரிச்சுவடியிலிருந்து வெகு தூரம் வரை சொல்லிவிட்டான் அவன். என்னை ஒரு பொருட்டாகக் கருதி மூன்று மணி நேரம் தன் ஆனந்தத்தையெல்லாம் என்னோடு பகிர்ந்துகொள்ள வைத்தும் அதைப் பகிர்ந்துகொள்ளக் கற்றும் கொடுக்கிறதென்றால் இயல்பாக அன்பும் மனிதத்தன்மையும் சுரக்கிற இதயத்திற்குத்தான் அது சாத்தியம். மூக்கையோ புருவத்தையோ தூக்கிக்கொள்ளாமல் இவ்வளவும் செய்தான் அவன். கலைஞர்கள் ரசிகர்கள் என்ற பெயரில் சென்னையின் கலைக்கூடங்களிலும், சபைகளிலும் பல குங்குமம் சுமக்கிற கழுதைகளையும் முட்டைத் தலைகளையும் பார்த்து மருண்டு போயிருந்த எனக்கு ராமரத்தினத்திடமிருந்து நியாயமாகப் பெருகிவரும் எளிமையையும், அன்பையும் கண்டு ஒரு இனம் தெரியாத நம்பிக்கையும், சக்தியும் கூடத் துளிர்த்துவிட்டன. காட்சி வைத்திருந்த சித்திரக்காரனின் திறமை, தகுதி, பெருமை – எல்லாவற்றையும் பற்றி மிக உயர்வாகப் பேசினான் ராமரத்னம். "ரொம்ப அபூர்வமான ... ஆசாமி" என்று மூன்று சாதாரண வார்த்தைகளை அவன் சொன்னபோது கனமான சொற்களாகவே எனக்குப் பட்டது. கடைசியில் விடை பெறும்போது "வெள்ளிக்கிழமை இந்தச் சித்திரக்காரனை வீட்டுக்கு அழைச்சிருக்கேன். ரொம்ப தெரிஞ்சவாளா நாலஞ்சு பேரை மட்டும், கூப்பிட்டிருக்கேன். ஒண்ணுமில்லே. இடமில்லாத குறைதான். நீங்க வந்தா எனக்குப் பெருமையா இருக்கும்" என்று இழுத்தான். பயமாக இருந்தது. ஆனால்

மனசாரக் கூப்பிடுகிற குரலைக் கேட்கிறபோது சரியென்றுதான் சொல்ல வேண்டியிருந்தது.

வெள்ளிக்கிழமை போனபோது, பயம் எல்லாம் நீங்கியே விட்டது. எந்தக் கலைக்கூட்டமானாலும் தவறாமல் வந்துவிடுகிற வழுக்கைத் தலையர்கள், பேதிக்குச் சாப்பிட்ட முகங்கள், கரகரப்புத் தொண்டைகள், வறட்டுப் புன்சிரிப்புகள், புருவ மூக்குத் தூக்கிகள் – இதுகள் ஒன்றையுமே காணவில்லை. ஒரு கிழவர், இரண்டு மூன்று இளைஞர்கள், இரண்டு நடுவயது இப்படி ஐந்தாறு பேர்தான் இருந்தார்கள். ஒருத்தன் சிற்பி, மூன்றுபேர் சைத்ரீகர்கள் – இன்னும் இரண்டு பேர். இவ்வளவுதான். அந்தந்தத் துறையில் அசகாய சூரர்கள் என்று தெரிந்தது. அநேகமாக ரசிகர்கள் கூட்டமென்று தொழிற்சாலை முதலாளிகள், எந்தக் கொம்பைப் பிடித்தால் அடுத்த மேல் பதவிக்குப் போகலாம் என்று காத்துக் கொண்டிருக்கிற பெரிய பதவி மர்க்கடங்கள், யோசனைகளை இடம் தெரியாமல் வீசி வழங்குகிற அசப்யங்கள் – இப்படியே சேருகிற விந்தையைப் பார்த்துப் பார்த்துப் பழக்கமா? இது புதிதாக இருந்தது. கூட்டத்தில் நல்ல காற்றாக வீசிற்று. மனப்பூர்வம் வீசிற்று. புழுக்கம் இல்லை.

முக்கிய விருந்தினராக வந்திருந்த சைத்திரிகன் ராமரத்னம் வைத்திருக்கிற அந்தப்படத்தைப் பார்த்தான். எல்லோரும் அதைப் பார்த்துக்கொண்டே நின்றார்கள்; பரவசமாகப் பேசினார்கள். விருந்தாளியும் அப்படித்தான் பேசினான். கடைசியில் கிசுகிச என்பதுபோல ஒரு சொட்டும் வைத்தான். "மிக மிக நன்றாக இருக்கிறது. ஆனால் நான் ஒன்றே ஒன்று மட்டும் வருத்தத்தோடு சொல்கிறேன். நீங்கள் பொருட்படுத்த மாட்டீர்கள் என்று நம்புகிறேன். இதே மாதிரி ஒரு படத்தைப் பத்து வருஷம் முன்னால் ஒரு ஹாலந்து கலைப் பத்திரிக்கையில் பார்த்திருக்கிறேன். அதைப் பார்த்துவிட்டுத்தான் இவன் எழுதியிருக்கிறான். ஆச்சர்யமான படைப்புத்தான்" என்றான் அவன்.

"அப்படியா" என்றான் ராமரத்னம்.

"ஆமாம்."

"அந்தப் பத்திரிக்கையின் இதழ் உங்களிடம் இருக்கிறதோ?"

"இருக்கலாம். நிச்சயமாக சொல்வதற்கில்லை."

"இவ்வளவு ஆச்சரியமான படம் என்று நீங்கள் கருதினால் நீங்கள் பத்திரப்படுத்தி வைத்திருப்பீர்களே?"

"எனக்கு வரும் பத்திரிகையில் பார்த்தேனோ அல்லது லைப்ரரி ஏதாவதில் பார்த்தேனோ" என்றான் சைத்ரீகன்.

அதோடு விட்டுவிட்டான் ராமரத்னம்.

எல்லோரும் போனபிறகு என்னிடம் சொன்னான்: "இவ்வளவு பெரிய ஆர்ட்டிஸ்ட்டா இருக்கான்! இந்தப் படம் அதிசயமான படைப்பு என்று தெரியவும் தெரியாது. ஆனா அதைப் பார்த்து கல்மிஷமில்லாமல் ஆனந்தப் படறதுக்கு மனசுவல்லெ பாரு அவனுக்கு. இத்தனைக்கும் அவனைவிட இவன் பெரிய கலைஞன். அவன் ஒரு படம் நன்னாப்போட்டா என்ன?

தேடல்

அதுக்கு வாயார தாராளமா நாலு வார்த்தை திறந்து சொல்லப்படாதோ? ம் ... ப்ஸ போறான்?"

ராமரத்னம் அந்தக் கணம் என் மனசில் பெரிய மலை மாதிரி வளர்ந்து நின்றான். இவ்வளவு அசூயைப் படுகிறானே என்று அவன் பெருமையையும் குறைக்கவில்லை. "எத்தனை பெரிய ஆர்ட்டிஸ்ட்! கொஞ்சம் தாராளமாக இருக்கப்படாதோ" என்று பிறகு ஒரு தடவை கூறிவிட்டான்.

எனக்கு வெகுகாலமாக நெருங்கிப் பழகின நண்பனோடு நிற்பது போலிருந்தது அந்தக்காலம்.

அந்த நெருக்கம் வளர்ந்துகொண்டே தானிருக்கிறது. ஒரு வருஷத்திற்குப் பிறகு 'நீங்க'ளை விட்டு 'நீ' போட்டுக்கொள்ளத் தொடங்கி இப்பொழுது ஒரு டாவும் சேர்ந்திருக்கிறது. என்னுடைய வேலைத் தொந்தரவு, வாரம் ஒரு முறைதான் அவனைப் பார்க்க முடியும். சில சமயம் அந்த முறை தவறி விடுவதும் உண்டு. நெருக்கம் என்னவோ வளர்ந்துகொண்டுதான் வருகிறது.

வளராமல் நின்றுவிடப் போகிறதே என்றுதான் நான் ஒரு கேள்வியை மட்டும் கேட்காமல் கடத்திக்கொண்டேயிருந்தேன்: "நீ ஏன் தனியாக இருக்கிறாய்?" என்று கேட்கத் தோன்றவில்லை எனக்கு. பழகத் தொடங்கி ஒரு வருஷம் வரையில் நான் ஒன்றும் தெரிந்துகொள்ள முடியவில்லை. அந்த வீட்டுக்குள் போகும்போதெல்லாம் ஆவல் மட்டும் நச்சரித்துக் கொண்டுதானிருந்தது. சாமர்த்தியமாக, சுற்றி வளைத்துக் கேட்கலாம். ஆனால் ராமரத்னம் முட்டாள் இல்லை. இனிமையும் மென்மையுமாக இருந்தாலும் ஒவ்வொரு கணமும் விழித்துக்கொண்டிருக்கிறவன். சுற்றி வளைத்துச் சாமர்த்தியம் பண்ணினால், முதல் அடியெடுத்து வைக்கிறதே அவன் கண்ணில் பட்டுவிடும். எனக்கு அசட்டுப் பட்டம் மட்டும் இல்லை. வெள்ளையாகத் துலங்குகிற நட்பிலும் அழுக்குத் தண்ணீர் தெறித்துவிடும் என்று நாக்கை அடக்கிக்கொண்டேன்.

ராமரத்னத்துக்கு உறவினர்கள் அவன் மனை வாழ்க்கையைப் பற்றித் தெரிந்தவர்கள் யாரும் எனக்கு சிநேகமில்லை.

சரி ... இதைத் தெரிந்துகொண்டு என்ன ஆகப் போகிறது? நட்பு என்றால் ஒரு அந்தரங்கத்தின் மூலை முடுக்கெல்லாம் பார்த்தால் தானா என்ன?

ஒருநாள் மதுப்பிரியன் – முன்பு சொன்ன – நண்பன் – பெயர் முக்கிய மில்லை – இப்படியே அழைக்கலாம். அந்த மதுப்பிரியன் காரைப் போட்டுக் கொண்டு வாசலில் வந்து பூம்பூம் என்றான். அநேகமாகக் காரியம் ஒன்றும் இராது. இப்பொழுதெல்லாம் அதிகமாக அவனைப் பார்க்க முடிவதில்லை. சம்பாதிப்பதில் அவனுக்கு அக்கறை அதிகமாகிவிட்டது. ஒரு மாதம் ஒன்றரை மாதத்திற்கு ஒரு முறை வருவான். வாசலிலிருந்தே ஹார்ன் ஊதும். உள்ளே வாரும் என்றாலும் வரமாட்டான்.

"சும்மாத்தான்யா பார்த்து நாளாச்சு. சித்தெ நாழி பேசிட்டுப் போகலாம்னு வந்தேன். இப்படியேதான் உட்கார்ந்து பேசலாமே" என்று முன்கதவைத் திறந்துவிடுவான். "சித்தெ நாழி" ஒன்றரை மணியான பிறகு இறக்கிவிட்டுப் போவான். அவனுடைய தொழில் பிரதாபங்கள் புலம்பல்களைக் கேட்க யாராவது வேண்டும் அவனுக்கு. விஷயத்திற் கேற்ப சபையும் மாறும். நானும் ஒரு சபை.

சில நாளைக்கு சபையை ஏற்றிக்கொண்டே போவான். பீச்சில் உட்கார்த்தி வைத்துவிட்டுத் திருப்பிக்கொண்டு விட்டுவிட்டுப் போவான்.

அன்று சபைக்குக் கதவை திறந்துவிட்டவன், "வாருமேய்யா, இப்படி சென்ட்ரல் வரைக்கும் போய்விட்டு வரலாம்" என்று கிளம்பிவிட்டான். ஆனால் வண்டி ராயாபுரமோ, தண்டையார் பேட்டையோ போய் ஒரு காம்பவுண்ட் வீட்டுக்குப் போய்த்தான் நின்றது. இந்த இரண்டு ஊர்களுக்கும் இன்னும் வித்தியாசம் தெரிவதில்லை. அவன் இறங்கினான். சபையையும் பிடித்து இழுத்தான். "ஒரு பத்து நிமிஷம் ஆகும். அதுவரையில் இப்படியே உட்கார்ந்திருப்பானேன். உள்ளே வாருமேன், நம்ம வக்கீலய்யா இவர். நல்ல மனுஷன், வாரும்" என்றான்.

வக்கீல் புதுமுகம் எனக்கு. முன்பின் பார்த்திராத இடம். எல்லா வக்கீல்களுமா பிரபலமாக இருக்கிறார்கள்? எல்லாப் பணக்காரர்களுமா பிரபலமாக இருக்கிறார்கள்? மூன்றாம் பேருக்குத் தெரியாமல் உலகத் தொண்டு புரிகிறவர்கள் இந்த உலகில் எத்தனையோ கோடி பேர். வக்கீல் பளபளவென்று இருந்தார். ஆசார சீலராகவும் இருந்தார். பெரிய தலை, பெரிய உடம்பு, பெரிய விரல்கள், பெரியழுக்கு, பெரிய தலை, பெரிய கண். மஞ்சள் ஓடின வெள்ளை நிறத்தில் அந்த உடம்பு பெரிய பெரிய கிர்ணிப்பழங்களை மனிதனாக அடுக்கிப் பூசினாற்போல் இருந்தது. சில கிர்ணிப்பழங்களுக்கு வரிகள் இருப்பதுபோல் முகத்திலும் விபூதிப்பட்டை. மதுப்பிரியன் கொண்டு வந்த கேஸ் விஷயமாக அவர் ஏதோ பேசிக் கொண்டிருந்தார். எனக்குச் சட்ட விஷயங்கள் புரிவதில்லை. அவர் உடம்பைத்தான் பார்த்துக்கொண்டிருந்தேன். பெரிய உடம்புதானே தவிர புஸு புஸு உடம்பில்லை. கட்டுமஸ்து. எழுந்து நின்றுவிடை கொடுக்கும் போது பெரிய வெள்ளைக்குதிரை மாதிரி எழுந்து நின்றார். நாய்க்குட்டிகள் மாதிரி கும்பிடு போட்டு விடைபெற்றுக்கொண்டு வந்து ஜிகிஜிகி என்று காரில் ஏறிக்கொண்டு புறப்பட்டோம்.

மது பேசத் தொடங்கினான்.

"பார்த்தீரா நம்ம கௌன்சலை? தினம் ஆயிரம் ரூபாய் கோட்டிலே போட்டுக்காம வீட்டு வாசற்படி ஏற மாட்டார்யா. பணம் சம்பாதிக் கிறதுக்குத் தகுந்தாப்ல பக்தியும் ஜாஸ்தி. பகவான் தினமும் நெருப்புக் கோழி முட்டை மாதிரி ஒரு பொன்முட்டையைப் போட்டுடறான். யோகிக்கு யோகி. போகிக்குப் போகி" என்று விலாவில் குத்தினான் மது. "புரிஞ்சுதாய்யா?" என்று மறுபடியும் ஒரு குத்து.

"இப்ப என்ன புரியும்படியா சொல்லிட்டீர்?"

"போகியாயுமிருப்பர். யோகியாயுமிருப்பர். விபூதி இட்டுண்டிருக்கார் பார்த்தீரா? கர்ணன் கவச குண்டலத்தோட பிறந்த மாதிரி அது. சாட்சாத் பரமேச்வரனே அவர் நெத்தியிலே ஸ்டென்ஸில் பண்ணி அனுப்பிச்சிருக்கான். நடுராத்திரியிலே தூக்கத்திலே எழுப்பும். அப்பவும் இப்பிடியேதான் இருக்கும். மங்காம, மறையாம, இல்லாட்டா மச்சினி அவரை பரமசாம்பவன்னு எப்படி நினைச்சுப்பாள்."

மறுபடி விலாவில் ஒரு குத்து. வாயில் வெற்றிலைச் சிரிப்பு.

"இப்பப் புரிஞ்சுதா?"

"கொஞ்சம்."

"ஷட்டகர் தெய்வமேன்னு நித்ய பிரம்மச்சாரி ஆயிட்டார் ... பிரசங்கம் பண்ணிண்டு, உலகத்துக்குச் சேவை பண்ணிண்டிருக்கார் ... உமக்குக்கூட தெரிஞ்சிருக்கும்யா ராமரத்னத்தை"

"நெஜமாவா!" என்று பதறினேன்.

"உமக்குத் தெரியுமா அவரை?"

"ராமரத்னம் ஷட்டகனா இவன்?"

"அவன் இவன்னு பேசப்படாது. எங்க வக்கீல் என்ன, வயசிலே சின்னவரா? மேதையிலே சின்னவரா? பர்சனாலிடீலே சின்னவரா? இல்லெ ஆசாரத்திலேதான் சின்னவராடான்னேன்" என்று ஸ்டீரிங்கில் கையும், சாலையில் கண்ணுமாக மதுவின் குறும்பு வாய் புன்னகை பரப்பிற்று. "எதிலெய்யா குறைஞ்சு போய்ட்டார் அவர்? ஏதோ ஒரு பலஹீனமான சமயத்திலே என்னமோ தப்பா நடந்துனுட்டார். அதை எவ்வளவு தைரியமா எடுத்துண்டிருக்கார். திருப்பி அனுப்பிச்சாரா அவளை? பேசப்படாது. பதினஞ்சு வருஷமான்னா வீட்டிலே அவளை அழைச்சு வச்சுக் காப்பாத்திண்டிருக்கார். அப்பொண்ணையும் பள்ளிக் கூடத்திலே படிக்க வச்சு, காலேஜிலே படிக்க வச்சிண்டு ... எவன்யா செய்வான்?"

போலிக் கோபமும், புன்முறுவலுமா மது மறுபடியும் என் விலாவில் குத்திற்று.

"அவளைத்தான் வீட்டோட வச்சிண்டிருக்கார். அந்தப் பொண்ணை யும் வச்சுக் காப்பாத்தணும்னு என்னய்யா முடை? கேக்கறேன்?" என்றான் மது.

"காலேஜில் படிக்கிறதா அந்தப் பொண்ணு?"

"இப்ப பி.எஸ்.சி. இரண்டாவது வருஷம் படிக்கிறது. என்ன அழகு. என்ன புத்தி?" என்று படிக்கிற காலேஜ் பெயரையும் சொன்னான்.

மேலே என் காது சரியாகக் கூட கேட்கவில்லை. மது என்னென்மோ சொல்லிக்கொண்டு வருகிறான். என் மனது ராமரத்னம் வீட்டில் இருந்தது. தனிக் கிணற்றுச் சித்திரத்தைப் பார்த்துக்கொண்டிருந்தது. ராமரத்னத்தைப் பார்த்துக்கொண்டிருந்தது. மது பேசுகிறது. சாலை இரைச்சல்கள், கார்

ஹாரன், கடந்து போகும் கார்களின் சிறு மூச்சு– எல்லாம் கேட்கின்றன, கேட்கவும் இல்லை. மதுவின் பேச்சுக்கு மட்டும் 'ம்' போட்டுக் கொண்டே வருகிறேன். "என்ன?" என்று அவன் கேட்டால், 'ஆமாம், ஆமாம்' என்கிறேன்.

"என்ன ஆமாம்?"

"நீர் சொல்றபடிதானே இருக்கு." ஏதோ சொல்லிச் சமாளிக்கிறேன். இந்தப் பதிலை எந்தக் கேள்விக்கும் பொருத்தமாக மாட்டலாம்.

ராமரத்னத்திடம் இதைச் சொல்வதா வேண்டாமா? அவன் விரும்புவானா?

"என்னய்யா யோசிச்சிண்டே வரீர்? எங்க வக்கீலைப் பார்த்தா உமக்குப் பிடிக்கலையா? இல்லை, அவரைப் பார்த்து உமக்கும் பொறாமையாயிருக்கா? ரொம்ப டீப்பா யோசனை பண்ண ஆரம்பிச்சுட்டீரே?"

"எனக்கு அந்தப் பொண்ணைப் பார்க்கணும் போலிருக்கய்யா."

"அம்மாவையா? பெண்ணையா?"

"பெண்ணைத்தான். இந்த ராமரத்னம் எனக்கு ரொம்ப சிநேகிதமய்யா. உமக்குத் தெரியுமோ, நான் அவனுக்கு ரொம்ப சிநேகிதம்ணு. கர்ம சிரத்தையா அழைச்சிண்டு போனீரே இவன் வீட்டுக்கு? வேணுமன்னா, தற்செயலாவா?"

"நான் ஒரு பாவத்தையும் அறியேனய்யா. ராமரத்னத்தை நான் பார்த்தது கூடக் கிடையாது. நீரும் அவருக்குத் தெரிஞ்சவர்ணு இப்ப நீர் சொல்லித்தான் தெரியும். என் கேஸுக்கு இந்த வக்கீலை என் களின் பாலுதான் அமர்த்திவிட்டான். அவன்தான் இந்தக்கதையெல்லாம் சொன்னான்? நானும் ஒரு வருஷமா போயிண்டு வரேன். ராயபுரம் வரையில் ஒண்டியாப் போக வேண்டியிருக்கேன்னு வண்டியிலே போற போது யாரையாவது பேச்சுத் துணைக்கு அழைச்சிண்டு போவேன். உம்மையும் அந்த மாதிரித்தான் கூப்பிட்டேன். அவ்வளவுதான்."

'ராமரத்னம் எனக்குப் பரம சிநேகிதன். ரொம்ப நெருங்கிப் பழகறேன். அத்தனை சூட்சுமமான ஒரு ஆத்மாவை நான் பார்த்ததில்லை. பரம ரசிகன். நம்ம மனசிலே இருக்கிற கவலை, வியாதி எல்லாம் பறந்து போயிடும் – என்னமோ பீச்சிலே போய், இல்லே விசாலமா ஒரு இயற்கைக் காட்சிக்கு முன்னாலே உட்கார்ந்திருக்காப்பல அவன் தனக்கு இப்படி ஓர் அதிர்ச்சி ஏற்பட்டிருக்குன்னு வாயைத் திறந்து சொன்னதில்லே. அதைச் சொல்லி என்னைத் துன்பப்படுத்த வாண்டாம்ணு நினைச்சானோ என்னவோ – நிச்சயமா அப்படித்தான் நினைச்சிருப்பான். யார்கிட்டவும் சொன்னதில்லேன்னு நினைக்கிறேன்."

"ஒரு அத்தியாயத்தையே கிழிச்சி எறிஞ்சுட்டார்ணு சொல்லுவேன். ரொம்பப் பெரிய மனுஷனாகத்தான் இருக்கணும். பெண்டாட்டி விட்டுட்டுப் போறாளே – அந்த ஒரு சர்டிபிகேட்டே போரும்யா அவர் ரொம்பப் பெரிய மனுஷன்கிறதுக்கு?"

தேடல்

"என்னய்யா ஒரேயடியா அப்படிச் சொல்லிவிட்டீர்!" மது காரை ஒரு ஓரமாக நிறுத்திக் கண்ணை மூடிக்கொண்டே சொன்னான்: "பொம்மனாட்டிகளுக்கு என்னப்பா வேணும்? அடுத்தாத்துக்காரியை விட தான் சௌக்யமா இருக்கணும். நல்ல புடவை, சொந்தவீடு. தான் ரொம்ப நல்லவ. பெரிய மனசு உள்ளவ. ஊதாரி – அப்படி இப்படின்னு காமிச்சுக்கணும். ஆமடையான் தன்கிட்ட எல்லாத்தையும் கலந்து ஆலோசிக்கணும். பத்துப் பேருக்கு நடுவிலே தங்கிட்ட ரொம்ப பிரியமா யிருக்கிறவன்னு காமிக்கணும். மத்தவர்களை விட தன்கிட்ட விசேஷமா, பிரியமா இருக்கிறதா அவன் காமிக்கணும். உலகம் வேற. தன் குடும்பம் வேறேன்னு ஆமடையான் உணர்ந்து பிரிச்சு வச்சுண்டு, முக்கால்வாசி நேரமும் சுவருக்கு இந்தப் பக்கமே பொழுதைப் போக்கணும். அந்தப் பக்கத்தைவிட இந்தப்பக்கம்தான் பெரிசென்று தான் நினைச்சிண்டுருக்கறதாக நிரூபிக்கணும். இப்படியெல்லாம் இருந்தா அவ இல்லத்தரசி, கற்புக்கரசின்னு ராஜ்யம் நடத்த முடியும். இந்தப் பேர் எல்லாம் அவளுக்கு வரதுக்கு ஆமடையான் ஓயாம ஒழியாம ஒத்தாசை பண்ணிண்டே இருக்கணும். நான் சரிதாண்டிடம்மான்னு என் ஆமடையாள்கிட்ட சப்ஜாடா ஒத்துக்கிண்டு நடத்திண்டு வரேன். உம்ம ராமரத்தினம் அப்படி இல்லே போலிருக்கு. நான் நிம்மதியா இருக்கேன். அவர் இல்லே – அனாதைப் பள்ளிக்கூடம் விமர்சனம் எல்லாம் எனக்கும் ஜாம்ஜாம்னு நடத்தத் தெரியும். ஆனா நானும் ஷூட்டர் கிட்ட பறி கொடுத்துட்டு உட்கார்ந்திருக்க முடியுமா நிம்மதியை? சரி ... கூலா ஏதாவது சாப்பிடுவோம்" காரில் உட்கார்ந்துகொண்டே கடைக்காரனைக் கூப்பிட்டார் மது.

மதுவைப் பார்த்து நான் அடிக்கடி ஆச்சரியப்படுவதுண்டு. பணம் பணம் என்று அலைந்துகொண்டிருக்கிற மதுவுக்கு இந்த மாதிரியே பேசவும் முடியும். பல விஷயங்களை அழுத்தம் திருத்தமாகச் சொல்லவும், சரியோ, தப்போ, தனக்கென்று முடிவாகச் சில அபிப்ராயங்களை ஏற்படுத்திக்கொண்டு அதன்படியே நடக்கவும் முடியும். இவற்றை யெல்லாம் யோசித்து வைக்க அதற்கு நேரம் எப்படிக் கிடைக்கிறது என்றுதான் எனக்கு வியப்பு. பெண்டாட்டிக்காக, இவ்வளவு செய்திருக்கிற மது ஏன் இந்த மதுவை மட்டும் விடவில்லை. அவள் துரட்டிகளைத் தாங்கிக் கொள்ளக் குடிக்கிறதா? இல்லை குடிக்கக் கூட செலவழிக்கிற அளவுக்கு அகமுடையான் பணத்தை அரித்துக் கொட்டுகிறான் என்று அவள் உள்ளூரப் பெருமைப் படுகிறாளா?

எனக்கு வாய் துருதுருத்துக்கொண்டேயிருந்தது. ராமரத்னம் மனசில் ஒரே ஒரு கதவை மட்டும் மூடி வைத்திருக்கிறான். வெகுநாளாகத் திறக்காமல் அது துருவும், அழுக்கும் ஏறிப் பிடித்துக்கொண்டு கிடக்கிறது. சுற்றி வளைக்காமல் காலால் வேகமாக ஒரு உதை உதைத்துத் திறந்துவிட வேண்டும் என்று துடியாகத் துடித்தது எனக்கு.

அன்று மாலை உதைத்தே விட்டேன், திடீரென்று.

"இன்னிக்கு உனக்கு லீவு இல்லையா? காலமே நீ வருவாய்னு எதிர்பார்த்தேன்."

"வரலாம்னுதான் இருந்தேன். ஆனா உனக்கு ஒரு பொண்ணு இருக்கு. அது காலேஜிலே படிக்கிறதுன்னு தெரிஞ்சுக்கறது முக்கியமில்லையா என்றேன்."

சொல்லுகிறபோதே வயிற்றில் கிலி – இந்த வீட்டுக்குள் அடியெடுத்து வைக்கிறது இது கடைசித் தடவை என்று.

"ரியலி" என்று லேசாகச் சிரித்தான் ராமரத்தினம்.

அப்போதும் எனக்குக் கிலி நீங்கவில்லை. கொஞ்சம் கூடவே கூடிற்று.

"எப்படித் தெரிஞ்சுது?" என்றான், அவன்.

"ஒரு சிநேகிதன் மூலமாக."

"நீ பார்த்தியா?"

"யாரை?"

"என் பெண்ணை?"

"இல்லே."

"யாரு இந்த சிநேகிதர்?"

மதுவை பற்றிச் சொன்னேன். வக்கீல் வீட்டுக்குப் போனதைச் சொன்னேன்.

"தற்செயலாய்ப் போனதுதான்" என்று இழுத்தேன்.

"தாராளமாகச் சொல்லேன். என் மனசிலே ஒன்றும் இல்லே. நான் வருத்தமோ, கோபமோ படமாட்டேன். உனக்குச் சொல்லக் கூச்சமா இருக்கும். நானே சொல்லிடறேன். பதினெட்டு வருஷமாச்சி. கலியாணமாகி மூன்று வருஷத்துக்கு அப்புறம் குழந்தை பிறந்தது. பிள்ளை பெற அக்கா வீட்டுக்கே போனா, சௌக்கியமா இருக்கு வீடு பக்கத்திலே ஒரு நர்ஸிங் ஹோமும் இருக்குன்னு – அப்புறம் ரண்டு, மூன்று, நாலு, ஆறு மாசமாயிட்டுது – வரவே இல்லை. கிராமந்தரம்னா எட்டு மாசம், பத்து மாசம்னு புள்ளை பெறவந்த பெண்ணை வச்சுக்கறது வழக்கம். அந்த மாதிரி நடந்துண்டிருந்தது. உடம்பு உடம்புன்னு ஏதோ சொல்லிண்டு உட்கார்ந்திண்டேயிருந்தா. ஆண்டு நிறைவுக்கு யார் யாரோ சொல்லி ஒரு வாரம் முன்னாலே வந்தா, இப்ப சொல்றேனே, இப்ப என்ன வெட்கம்? சங்கோசம்? வந்த அன்னிக்கு ராத்திரி, தொட்டேன். ம்ஹும், ஒன்றும் இல்லே, ஒரு உணர்ச்சி, ஒரு துடிப்பு, ஒரு எழுச்சி ஒன்றும் இல்லே. எனக்கும் அதிர்ச்சியா இல்லே. குழப்பமாயிருந்தது. அப்புறம் கொஞ்ச நாள் கழிச்சு, உடம்பு சரியாயில்லேன்னு மறுபடியும் புறப்பட்டுப் போயிட்டா. மாம்பலத்திலேயா டாக்டர் இல்லே ..? அப்பப் போனவதான் திரும்பியேவல்ல. நான்தான் நடையா நடந்தேன். அப்புறம் ஆறு மாசம் கழிச்சு ஷுட்டர் தான் டாக்டர்ன்னு தெரிஞ்சு போயிட்டுது."

ராமரத்னம் சிரித்தான். சற்று நிறுத்திக்கொண்டான். பிறகு சொன்னான். "கோபம் வந்தது, ரோசம் வந்தது. அவன் கழுத்தை வெட்டலாம். பழிவாங்கலாம். ஏதாவது இம்சை பண்ணலாம். ஆனா

அவ மனசிலே கொஞ்சம் புகுந்து பார்க்கிறபோதெல்லாம் இந்தப் பழிவாங்கறது, இம்சை பண்ற எண்ணத்துக்கெல்லாம் அர்த்தமே இல்லைன்னு தெரிஞ்சுது. நம்மகிட்ட இல்லாத ஏதோ அதிசயமான தகுதியெல்லாம் ஷூட்கர்கிட்டே இருக்கு. நான் அந்தத் தகுதி யெல்லாம் சம்பாதிச்சுக்கறேன்னு கெஞ்சலாம். அப்படிக் கெஞ்சறதுக்கு எனக்கு இஷ்டமில்லே. அவமேலே அத்தனை தீராத பாசம், வெறி. அவ இல்லாட்டா உலகமே இருண்டு போயிடும். உயிரே நிக்காதுன்னு ஒரு தவிர்க்க முடியாத ஏக்கம், உருகல் எல்லாம் இருந்தாச் சரி. ஏதோ பெரியவா பார்த்து நடத்தி வச்ச கலியாணம். ஒருத்துக்கொருத்தர் பலநாள் பழகி, மோகிச்சு புரிஞ்சுண்டு, நீ இல்லாம நான் கிடையாதுன்னு பைத்தியமாப் போய்க் கல்யாணம் பண்ணிக்கலே. அப்படி இருக்கச்சே ஷூட்கர் தகுதிகளை எல்லாம் நானும் சம்பாதிச்சுக்கறேன்னு எப்படிக் கெஞ்சறது? கேட்டாத்தான் சொல்றவளா? சொல்ல முடியாதது எத்தனையோ? நான் நடையா நடந்தது எத்தனையோ? கேட்டாச்சு, கடைசியா, "என்னைத் தொந்தரவு பண்ண வேண்டாம்"னு ஒரு வார்த்தை சொன்னா. அதைப் புரிஞ்சுண்டு வந்துவிட்டேன். குழந்தையைக் கேக்கணும் அழச்சுக்கணும்னு எனக்குத் தோணவும் இல்லே. அத்தனியூண்டு குழந்தை தாயாரை விட்டு எப்படிப் பிரிஞ்சிருக்கும்? அவ்வளவுதான். நான் அதைப் பத்திப் பேசவும் இல்லே. குழந்தையைக் கூட மறந்து போயிட்டேன். மறக்கப் பழகிண்டேன், அதுவும் சுலபமா இருந்தது. அது எங்கே என்னோட இருந்தது? இன்னித் தேதி வரையில் ஒரு பிராணிகிட்டே நான் அதை பத்திப் பேசவே இல்லே. எங்க அக்கா எப்பவாவது சொல்லுவா. நான் பதிலும் சொல்றதில்லே. அந்தப் பேச்சை எடுத்தாலே எழுந்துவிடுவேன். அவளும் விட்டு விட்டா. நீ தான் இப்ப சொல்லியிருக்கே. எப்பவும் தயங்கித் தயங்கிப் பேசுவே. இன்னிக்கு என்ன திடீர்னு ஆரமிச்சே இந்த விஷயத்தை," என்று கேட்டான் ராமரத்னம்.

"மன்னிக்கணும். எனக்கு ரொம்ப வேகமா இருந்தது." யார் மேல் என்று கூட அவன் கேட்கவில்லை.

"எனக்குப் புரியறது. ஆனா என்ன செய்யறது? எல்லா ஜீவனும் சுதந்திரமாயிருக்கணும், சந்தோஷமாயிருக்கணும்தான் ஆசைப்படறது. என்னோட இருக்கறது ஒரு ஜீவனுக்கு சந்தோஷக் குறைவு. அதனுடைய சுதந்திரத்தை நான் கட்டுப்படுத்தலாமோ?"

மீண்டும் சிறிது நேரம் மௌனமாகக் கழிந்தது. பேசுவதற்கு ஒன்றுமே இல்லை போல இருந்தது.

"ராமரத்னம், நான் ரொம்ப அல்பத்தனமா நடந்துகொண்டு விட்டேன்னு நினைக்கிறேன்" என்று நான் சொல்வதற்குள் ராமரத்னம் குறுக்கே விழுந்தான். "நோ...நோ...நோ...நீ சொன்னது சரி. நீ இவ்வளவு தூரம் பழகிண்டு வரபோது நானே ஒரு நாளைக்குச் சொல்லியிருக்கணும். நான் ஒண்ணும் கஷ்டப்படலியே. சுதந்திரமாயிருக்கேன். தனியா இருக்கிறதை அனுபவிக்கிறேன். அதனாலே ஒவ்வொரு அணுவும் என் உடம்பிலேயும் மனதிலேயும் பரபரன்னு முழிப்பா இருக்கு எப்பவும்."

என்னுடைய குறுகுறுப்பே பேச்சுக்குத் தடையா இருந்தது. "ஏழு மணிக்கு ஆபீஸ் காரியமா யாரோ பார்க்கவரேன்னான்" என்று எதையோ சொல்லிவிட்டு நானே சீக்கிரம் விடைபெற்றுக்கொண்டு வந்தேன்.

இன்னும் ஒரு வாரம் பத்து நாளாவது ராமரத்னத்தின் பக்கம் பக்கம் தலைகாட்டக் கூடாது என்றிருந்தது. அனாவசியமாக ஒரு நல்ல மனிதனை எதற்காகக் கிளறித் துன்பப்படுத்தினோம்? திக்திக்கென்று அடித்துக் கொண்டெயிருந்தது உள்ளே. இந்த மாதிரி நிலைகளில் பசி போய்விடும். சோறு இறங்காமல், பிறகு தூங்க முடியாமல் என் சிறுமையே என்னை விலாவில் குத்திக்கொண்டிருந்தது, மதுப்பிரியனைப் போல. தூக்கம் வர வெகு நேரமாயிற்று. நடுநிசி கடந்து வெகுநேரம்.

பெண் என்னை எழுப்பினபோது ஆத்திரமாக வந்தது. கண்ணைத் திறக்க முடியவில்லை.

"ராமரத்னம் வந்திருக்கார்ப்பா."

"யாரு?"

"ராமரத்னம்"

வாரிச்சுருட்டி எழுந்தேன். இருட்டுப் பிரிந்து நரை கண்டிருந்த சமயம். எட்டிப் பார்த்தேன். ராமரத்னம் குளித்துவிட்டுப் பளபளவென்று மடிப்புக் கலையாத சட்டையும், வேஷ்டியுமாக உட்கார்ந்திருந்தான். மாம்பலத்திலிருந்து முதல் பஸ்கூட புறப்பட்டிராது. எப்படி வந்தான்? பல்தேய்த்துவிட்டு வந்ததும், "தூக்கம் தெளிஞ்சுதா?" என்று என்னை வரவேற்றான் அவன். "சும்மா பீச்பக்கமா ஒரு சின்ன 'வாக்' போகலாம்னு வந்தேன்."

காப்பி குடித்துவிட்டுக் கிளம்பினோம்.

பாதி வழியில் சொன்னான் ராமரத்னம்: "கண்ணா நான் 'வாக்' போகலாம்னு வந்தேன். ஆனா அதைவிட உங்ககிட்ட ஒரு உதவியை நாடி வந்தேன். உனக்குச் செய்ய முடியும்னு நினைக்கிறேன்."

"என்ன?"

"வருகிற மாசம் மூணாம் தேதி என் பொண்ணுக்குப் பிறந்தநாள் வரது. அவளை நேர பார்த்து ஏதாவது ப்ரெசெண்ட் பண்ணலாம்னு இருக்கேன். காலேஜிலேதான் பார்த்துக் கொடுக்கணும். அதற்கு நீ ஏற்பாடு பண்ணணும்."

தெளிவாக, உறுதியாக, மெதுவாகச் சொன்னான் ராமரத்னம்.

"சரி" என்றேன்.

"நான் அவளை சிசுவா இருக்கிறபோது பார்த்துதான். அவளைக் கண்டுபிடிச்சு நான் பார்த்துக் கொடுக்கும் படியா ஏற்பாடு பண்ணணும்."

"சரி."

"அடியோட எல்லாத்தையும் மறந்திருக்கப் பழகியாச்சுன்னு நினைச்சேன். இல்லேன்னு நீ ராத்திரி போனப்புறம்தான் தெரிஞ்சுது. என் பெண்ணை எப்படியாவது பார்த்துவிடணும்மு எனக்குள்ளேயே சொல்லிண்டேயிருந்தேன். ராத்திரி முழுக்க ... ரொம்ப அசம்பந்தமான வேட்கை – நான் அவளைப் பார்த்து என்ன ஆகப்போறது? அவதான் நான் அப்பான்னு தெரிஞ்சுண்டு என்ன ஆகப்போறது? ஒண்ணும் இல்லே. இருந்தாலும் எனக்கு இந்தத் துடிப்பைத் தாங்க முடியலே. நீ உதவி செய்துதான் ஆகணும் போலிருக்கு."

"நான் செய்துதான் ஆகணும்" என்று வாயை மூடிக்கொண்டேன்.

செய்துதான் ஆகவேண்டும். எனக்கு அத்தனை சமத்து ஏது?

அன்று சாயங்காலமே மதுவின் காலில்போய் விழுந்தேன்.

"உம்ம விளையாட்டு வினையாய் போயிடுத்தய்யா" என்று ஆதியோடந்தமாகச் சொன்னேன்.

"நான் விளையாடலெ. தற்செயல். தற்செயலைப் போல் அதிசயமும் கிடையாது, அழுகும் கிடையாதுய்யா" என்றான்.

சனி, ஞாயிறு குறுக்கிட்டது. திங்கட்கிழமையன்று அவளைப் பார்த்து விட்டு வந்து செவ்வாய் கிழமை மாலை என்னை அழைத்துக்கொண்டு போனான். ஆனால், பஸ் குறுக்கிட்டது. ராமரத்னத்தின் பெண்ணை முகத்தைக் காட்டாமல் ஏற்றிக்கொண்டு சென்றது.

வியாழக்கிழமை மாலை. மது இப்பொழுது என்னைச் சாலையின் எதிர் நடை பாதையில் நிறுத்தவில்லை. காலேஜுக்கு எதிரேயிருந்த வீட்டுக்கே அழைத்துப்போய் விட்டான்.

கூப்பிடு மணியின் விசையை அழுத்தினான். ஒரு பெண் வந்து திறந்தாள். "மிஸ் டாரதி" என்று அறிமுகப்படுத்தினான்.

மிஸ் டாரதி கிறிஸ்தவப் பெயர். ஒரு மாதிரி நிறம். வெள்ளைக்கார வெள்ளை இல்லை. இந்தியக்கார மாநிறமும் இல்லை, நடுவில் ஒரு நிறம். தலை செம்பட்டை. முகத்தில் மேற்குமிருந்தது. கிழக்குமிருந்தது.

வெகு ஆதரவாகக் கூப்பிட்டாள். உட்காரச் சொன்னாள்.

"இவர்தானா?" என்று கேட்டாள்.

"இவர் இல்லை. அவருக்கு ஆப்த சிநேகிதர், இவர் மிஸ்டர் கண்ணன். இவருக்குத்தான் அந்தப் பொறுப்பு." மிஸ் டாரதி ஐரோப்பிய மதஸ்தாபனம் ஒன்று நடத்தும் கான்வென்டில் ஆசிரியை. எதிர் வீடாச்சே ராமரத்னத்துக்கும் பார்க்க சௌகர்யமாயிருக்குமேன்னு சுத்தி வளைக்காம, 'ப்ளெயி'னாக்கேட்டேன். ராமரத்னத்தோட கதையெல்லாம் சொன்னேன். அவர் ஆசையையும் சொன்னேன். அப்படியே நெகிழ்ந்து போயிட்டார். தகப்பனும் பெண்ணும் சந்திக்கும்படியா செய்யறது தன் பொறுப்புன்னு உடனே ஏத்திண்டிருக்கார். 'மிஸ். டாரதி, உங்களை நான் ஸ்தோத்திரம்

செய்யவில்லை. இதே வீட்டிலே எங்கள் ஜனங்கள் யாராவது குடியிருந்து, நான் அவரிடம் இதைச் சொல்லியிருந்தால் முதலில் சந்தேகப்படுவார். துருவித்துருவி முகாந்தரம் கேட்பார். முடிந்தால் தெரிஞ்சோ தெரியாமலோ போலீஸ்காரன் காதிலேயே போட்டிருப்பார்; பந்தோபஸ்தா ஏதாவது செய்திருப்பார். நீங்க நான் சொன்னவுடனே, அந்த க்ஷணமே நம்பி சரின்னு உதவிசெய்ய முன் வந்தீர்களே ... நான் ... நான்" என்று குழறினான் மது.

எனக்குக்கூட நெகிழ்ச்சியாகத் தானிருந்தது. மது, சிவப்புத் தண்ணீரையும் பக்கோடாவையும் வைத்துக்கொண்டு அழத்தொடங்கியதை நான் பார்த்திருக்கிறேன். மண்டையில் மண்டையில் போட்டுக்கொள்வான். "நான் இப்படிப் போவேன்னு நினைக்கலே ஐயா, மகா நீசத்தனமான காரியத்தைச் செய்கிறேன்." என்று வாய்விட்டு அழுவான். "நான் இப்படி அழுறேனோல்லியோ. புத்தி வரும்னு நெனச்சீரா? நாளைக்கு இதையேதான் செய்வேன். புதுசா மூலைக்கடையிலே இந்த மாதிரி இன்னொரு விஷப்பாட்டிலை வாங்கிட்டு வந்து சாப்பிட்டுக் கிளம்புவேன்யா, இந்தப் புத்தியைச் செருப்பாலே அடிகணும்யா" என்று மறுநாளைக்கும் சேர்த்துப் புலம்புவான். இப்பொழுது எனக்கு அது ஞாபகம் வந்தது. ஆனால் இப்பொழுது அவன் நிதான புத்தியுடன் இருக்கிறது மட்டுமில்லை. உண்மையாகவே அவருடைய சந்தேகப்படாத உதார குணத்தைக் கண்டு உருகிப் போய்த்தான் தழதழத்துக் கொண்டிருந்தான். "ப்ளீஸ்" என்று இடைமறித்தாள் டாரதி. "நான் ஒன்றுமே செய்யவில்லை. நீங்கள் எல்லாவற்றையும் அடிமுதல் சொல்லிவிட்டுத்தான் உதவி செய்யச் சொன்னீர்கள். திடீர் என்று யாராவது இந்த மாதிரி ஒரு வீட்டில் நுழைந்து இதையெல்லாம் சொல்வானோ? அப்படியா மனிதர்கள் பொய் சொல்வார்கள்? நீங்கள் சொல்வது எப்படி நிஜமாக இல்லாமல் இருக்க முடியும்? எனக்கு நீங்கள் சொல்வதுதான் புரியவில்லை. நான் யார்? நீங்கள் எதற்காக என் கேட்டைத் திறந்துகொண்டு வந்து எங்களிடம் பொய் பேசவேண்டும்? ஏமாற்ற வேண்டும்?"

"நீங்கள் என்ன சொன்னாலும் சரி, நான் என் மனசில் பட்டதைச் சொல்கிறேன். இந்த மாதிரி கேட்டவுடனே முன்பின் தெரியாதவர்களுக்கு ஒத்தாசை பண்றதைப் பார்க்கறது எனக்குப் புது அனுபவம். நான் செய்ய மாட்டேன்" என்றான் மது.

"ப்ளீஸ், ப்ளீஸ்."

அப்படி இடைமறிக்கும்பொழுது டாரதி முகம் எல்லாம் கொஞ்சிற்று. அசைப்பில் சுவரைப் பார்த்தேன். பெரிய படமாக இரண்டு மாட்டியிருந்தன. மீசை வைத்த ஆள் ஒருவர். ஆந்திர முகம். பக்கத்தில் ஒரு வெள்ளைக்காரப் பெண்மணி.

"என் தகப்பனாரும் தாயாரும்" என்றாள் என்னைப் பார்த்து டாரதி. என் முகத்தில் படர்ந்த கேள்வியைப் பார்த்து "எங்கப்பா ஹைதராபாத்தில் டாக்டராக இருந்தார். கேசவரெட்டி இங்கிலாந்துக்குப் படிக்க வந்தபோது என் அம்மாவைச் சந்தித்துக் கல்யாணம் செய்துகொண்டார். அம்மா நர்சாக இருந்தாள். அப்பா வேடிக்கை வேடிக்கையாய்ப் பேசுவார். ஒரு பேஷண்டைக்கூட கேஸ் என்று சொல்ல மாட்டார். கஷ்டப்படுவதைத்

தேடல்

தாங்கமாட்டார். அதனால்தான் கஷ்டத்தையே பார்த்துக்கொண்டிருக்கும் டாக்டராக இரு என்று கடவுள் பணித்தார் போலிருக்கிறது." என்று படத்தைப் பார்த்துக்கொண்டிருந்தாள்.

பேசிக்கொண்டேயிருந்தோம்.

எதிர்ச்சாரியில் சிரிப்புச் சத்தம் கேட்டது. மது எழுந்து நின்றான் ஜன்னலண்டை.

"மிஸ் டாரதி ஓய் கண்ணன், அதோ அந்தப் பெண்தான். சிவப்பு மேலாக்குப் போட்டுக்கொண்டு ஆரஞ்சு பாவாடை – உயரமா."

சிறிது நின்று பார்த்தேன். கன்ன எலும்பு, கண், நெற்றி – மூன்றும் ராமரத்னமே அச்சாக இருந்தன.

மறுநாள் ராமரத்னமும் நானும் அதே மாதிரி அதே இடத்தில் நின்று அவளைப் பார்த்துக்கொண்டிருந்தோம். மது தன் காலம் முடிந்து விட்டது என்று விலகிக்கொண்டு விட்டான்.

அடுத்த வாரம் நான் விலகிக்கொண்டேன். ராமரத்னம் மாலை நேரங்களில் டாரதி வீட்டுக்கு வந்துவிடுவான்.

அடுத்த மாதம் இரண்டாம் தேதி, காலை வீட்டிற்கு வந்தான். ஒரு தங்கச்சங்கிலியைப் பையிலிருந்து எடுத்தான். "இதைத்தான் ரமாவுக்கு கொடுக்கப் போறேன். நீயும் இருக்கணும் நாளைக்கு என்னோடு" என்றான்.

"நீ பேசினியோ ரமாவோட ?"

"டாரதி ஏற்பாடு பண்றேன்னு சொல்லியிருக்கா."

"என்ன இப்படிக் குழந்தை மாதிரி ஆயிட்டேன்னு பார்க்கறியா ?"

மறுநாள் மாலை அதே சிரிப்புச் சத்தங்களுக்கு நடுவில் கல்லூரி மாணவிகள் வெளியே வந்துகொண்டிருந்தார்கள். ராமரத்னம் உயிரைக் கையில் பிடித்துக்கொண்டிருக்கிறது போல உறைந்து உட்கார்ந்திருந்தான்.

ஒரு நிமிஷமாயிற்று.

கல்லூரியின் முன் தோட்டத்தைத் தாண்டி மாடிவராந்தாவில் தலைவி நிற்பது தெரிந்தது. அவன் இங்கே பார்த்துக்கொண்டிருந்தான்.

சலசலவென்று அரவம்.

"இதோ உங்கள் புதையல்" என்று உள்ளே ரமாவின் கையைப் பிடித்துக்கொண்டு வந்தாள் டாரதி.

ராமரத்னம் எழுந்து நின்றான். நானும் நின்றேன். ஒரு அடி எடுத்து வைத்தான் ராமரத்னம் அவளைப் பார்த்துக்கொண்டே. அப்படியே நின்றுவிட்டான், "யெஸ்...யெஸ்" என்று குமுறல். "ரமா, உன் தகப்பனார்– ராமரத்னம்" என்றாள் டாரதி.

ராமரத்தினத்தின் முகம் அகலமாக பெரிதாக ஆகிக்கொண்டே போவது போல் இருந்தது ... சிரிப்புக்கா அழுகைக்கா என்று சொல்ல

முடியாமல் உதடு வறண்டுகொண்டேயிருந்தது. மூக்கு மலர்ந்து "ரமா – உங்கள் பெண்" என்றாள் டாரதி.

இருவரும் பார்த்துக்கொண்டே நின்றார்கள். மறுகணம் ராமரத்னம் அவளை இறுக அணைத்துக்கொண்டு நின்றான். தலையை வருடினான்.

ஐந்து நிமிஷமாயிற்று பேச. மூக்கை உறிஞ்சி, கண்ணைத் துடைத்துக் கொண்டான் ராமரத்னம்.

"இன்னிக்கி எனக்கும் பிறந்த நாள்தான்" என்று பையில் கையை விட்டு மாலையை எடுத்து பெண்ணின் கழுத்தில் மாட்டி 'கொக்கி'யைப் போட்டான்.

இத்தனை நேரம் கழித்து அந்தப் பெண்ணின் கண்ணில் குளமாக நிரம்பிற்று.

"தினமும் நான் இங்கே வரப்போகிறேன்." என்றான் ராமரத்னம்.

"நீயும்தானே." என்றாள் டாரதி.

"ஆமாம்" என்று வாயால் சொல்லாமல் பெண் தலையை ஆட்டிற்று.

மஞ்சள் வெயில் மறைந்து நரை கண்டது.

ரமா எழுந்தாள். கொக்கியைக் கழற்றி சங்கிலியை எடுத்தாள்.

"நோ ... நோ" என்றாள் டாரதி.

"இல்லை, தினமும் இங்கே வந்து போட்டுப்பேன். இங்கேயே வச்சுட்டுப் போவேன் மறுநாள் வந்து போட்டுப்பேன்."

ரமா விடைபெற்றுக்கொண்டாள்.

மறுநாள் நான் போகவில்லை. பார்க்க வேண்டும் என்று தோன்றினால் மாலையில் டாரதியின் வீட்டில் சந்தித்துவிடுவேன்.

மூன்றுமாதமாகி விட்டது, அவளுடைய வீட்டுக்குப்போய்.

அந்தச் சனிக்கிழமையன்று – மூன்று மாதம் கழித்து – ராம ரத்தினத்தின் வீட்டுக்குப் போக வேண்டும் போலிருந்தது. கிணற்றடி படத்தைப் பார்க்க வேண்டும் போலிருந்தது.

"ராமரத்தினம்" என்று கூப்பிட்டுக்கொண்டே உள்ளே போனேன்.

"கமிங்" என்று பெண் குரல் கேட்டது.

"ஓ ... மிஸ் டாரதியா?"

"ப்ளீஸ் ... ப்ளீஸ் – மிஸஸ் ராமரத்னம்!" என்றாள் டாரதி.

"கண்ணா?" என்று மாடிப்படியில் குரல் கேட்டது.

"யெஸ்"

"கண்ணா கோச்சுக்காதே, வெட்கமாயிருந்தது. தலையெல்லாம் பொல்லுனு வெளுத்துப் போனப்புறம் –"

தேடல்

"எப்ப இது?"

"நேத்திக்கு."

"ரியலி!"

"ஆமாம், நேத்திக்குக் காலமே." கையைக் கொடுத்து வாழ்த்தினேன்.

"பரிஹாசம் பண்ணமாட்டியேடா?"

"என்ன சொல்கிறார்" என்றாள் டாரதி.

சொன்னேன்.

"பரிஹாசம் பண்ணத்தான் பண்ணுவார். உங்களைப் பண்ண மாட்டார். என்னைத்தான். பெண்ணைக் கண்டுபிடித்துக் கொடுக்கிறேன் என்று கிளம்பினவளாயிற்றே நான்!"

சுவரில் வழக்கம்போல் அந்த ஓவியம் தொங்குகிறது. மாபெரும் பொட்டல், வகிட்டுப்பாதை, தனிக் கிணறு. சகடையும் இல்லை. கயிறும் இல்லை.

"அது அங்கேயேதான் இருக்கும்." என்றான் ராமரத்னம்.

மனிதர்களுக்கு மிகமிக நெருக்கமான சிநேகிதம் யார் தெரியுமோ?

தீபம், ஆகஸ்ட் 1967

நிலவு – கருமேகம்

சற்றுப் படுத்து இளைப்பாறலாம் என்று வாசல் கதவைத் தாழிடுவதற்காக வந்தாள் சங்கரியம்மா. ஹாலில் அந்தப் பெண் இன்னமும் உட்கார்ந்திருந்ததைப் பார்த்து அவளுக்கு ஒன்றும் புரியவில்லை.

"என்ன இங்கியே உக்காந்திருக்கே மாலா?"

"சீதாவுக்காகத்தான் காத்துக்கிட்டிருக்கேன்" என்றது அந்தப் பெண்.

"சீதா அப்பவே போயிட்டாளே"

"ஸ்கூலுக்கா?"

"ஆமா."

"எப்ப?"

"அவ போய் பத்து நிமிஷம் ஆச்சே"

"எப்படிப் போனா?"

"இப்படித்தான்."

"நான் இங்கேதானே உக்காந்திருக்கேன். அவ போனதைப் பார்க்கலியே!"

"என்னது!" – சங்கரியம்மாள் படுக்கை யறை, குளியல் அறை, தாழ்வாரம் எல்லாம் பார்த்துவிட்டு வந்தாள். சீதா இல்லை.

"போய்ட்டாம்மா. எங்கிட்ட சொல்லிவிட்டுத் தானே போனா? புஸ்தகத்தை எடுத்துக்கிட்டுப் போறதைப் பார்த்தேனே நான்?"

"நான் பார்க்கலியே!" என்று சிரித்தது அந்தப் பெண்.

"நீ புஸ்தகத்திலே மெய்மறந்து போயிருப்பே. அவ அவசரத்திலே உன்னைப் பார்க்க மறந்து போயிருப்பா."

"மணி ரண்டிக்கப் போவுதே. நான் வரேன்" என்று செருப்பை மாட்டிக்கொண்டு விரைந்தது அந்தப் பெண்.

சங்கரியம்மாளுக்கு உடம்பு, கையெல்லாம் படபடத்தது. பள்ளிக் கூடத்திலிருந்து வந்ததும் பெண்ணை இழுத்து, கன்னத்தில் நாலு வாங்க வேண்டும் போலப் பரந்தது. இந்த வயசுக்குள் என்ன கோணல்! என்ன அவமரியாதை! என்ன அலட்சியம்! இது முதல் தடவை அல்ல முந்தாநாளும் போன வெள்ளிக்கிழமையன்றும் நடந்ததுதான். பாதி நாள் அந்தப் பெண் பள்ளிக்கூடம் போகிற வழியில் சீதாவுக்காகக் காத்திருந்து அழைத்துப் போகும்; பிற்பகல் இடை வேளைக்கு வீட்டுக்குப் போய்விட்டுத் திரும்பும்போதும் உள்ளே நுழைந்து, காத்திருந்து சேர்ந்து தான் போகும். ஆனால் திடீரென்று சீதா வக்கரித்துக்கொண்டிருக்கிறாள்.

"சீதா இருக்காளா?" என்று கேட்டுக்கொண்டே வரும் அந்தப் பெண்.

"சாப்பிடறா. கொஞ்சம் இரு."

சீதா சாப்பிட்டுப் போய் பத்து நிமிஷமாகியும் அது அன்று காத்திருந்தது. சீதா மறந்துபோய்த்தான் போயிருக்க வேண்டும்; முந்தா நாளும் மறந்து போயிருக்கட்டும். இன்று?

நிச்சயமாக மறந்துபோயிருக்க முடியாது வேணும் என்று செய்ததுதான் நல்ல பாம்போடு பழகுகிற கதையாகி விட்டதா சீதாவின் குணம்?

சங்கரியம்மாளுக்கு கோபம் மட்டும் இல்லை; ஒரு வேதனையும் நெஞ்சைத் துவட்டிற்று — வேதனையா? துயரம் நம் வயிற்றில் பிறந்த பெண்ணா இது? இப்படி முகத்தில் அறைகிறாப்போல் நடந்துகொள்ள எத்தனை ஈரமில்லாமல் இருக்க வேண்டும்? பதினைந்து வயதில் எப்படி இந்தக் கொடுமை தோன்றும்? இரண்டு மூன்று பரீட்சைகளாக வகுப்பில் முதல் இடம் வருகிறதாம் சீதாவுக்கு. ஏன் வந்தது என்று நொந்து கொண்டிருந்தாள் தாயார். ஒரு குழந்தையை, அதுவும் நம் குழந்தையை அகம்பாவத்தில் ஏற்றிவிட்டதே இந்த முதல் இடம்!

மாலா சிரித்தது நினைவுக்கு வந்தது: ஏமாற்றத்தையும். மூஞ்சியில் அடிக்காமல் அடித்த அடியையும் மறைத்துக்கொண்டிருந்த சிரிப்பு தான் அது. சிறு வயதுக்கு கற்பனை, அனுதாபம் எல்லாம் சகஜம் என்கிறார்கள். சீதா எப்படி அதையெல்லாம் உதிர்த்துவிட்டு நிற்கிறாள்?

பெரியவளான பிறகு சீதாவிடம் வந்துகொண்டிருக்கிற மாறுதல் களை ஒவ்வொன்றாக நினைத்துப் பார்த்தாள் சங்கரியம்மா. உடம்பில் நீரோட்டமாக ஒரு பளபளப்பு. பட்டை பட்டையாக இருந்த கையும் காலும் பூசித் திரண்டிருக்கின்றன. தோலை இழுத்துப் பிடித்தாற்போல மினுமினு வென்ற ஒரு அழுத்தம். ஆனால் அதோடு ஒரு நெஞ்சழுத்தமும் உள்ளே வளர்ந்துகொண்டிருக்கிறதே — அது என்ன? ஓடல், கத்தல், குதி எல்லாம் இருந்த இடம் தெரியவில்லை. இப்போது நடையில் ஒரு நிதானம், நிச்சயம். ஏதாவது ஹாஸ்யம் சொன்னால்கூட பழைய பெரிய சிரிப்பு இல்லை; தனக்குப் பிடித்தால் சிணுக்கென்று ஒரு சின்னச் சிரிப்பு; உடனே உதடு பழைய நிலைக்கு வந்துவிடுகிறது. பேச்சில் ஒரு சுருக்கம். ஒரு கண்டிப்பு சங்கரியம்மாளின் சிநேகிதிகள் வந்தால், இப்போது சீதா அங்கே

உட்கார்வதில்லை, வரவேற்றுவிட்டு, உடனே அந்த இடத்தைவிட்டு வேறு எங்காவது போய் உட்கார்ந்துகொள்கிறது – "அழுத்தலாக" என்றுதான் வந்தவர்களின் முகத்தை பார்த்தால் சொல்லவேண்டியிருக்கிறது. இத்தனையும் பெரியவளாகிவிட்டதன் வரங்களாகவே இருக்கட்டும். ஆனால் அகம்பாவம் எப்படி வரும்? அலட்சியம் எப்படி வரும்? வருந்தி வருந்திக் காத்திருக்கிற பெண்ணை ஈரமில்லாமல் உதறிவிட்டுப் போகிற வன்மை எப்படி வரும்?

சங்கரியம்மாவுக்குப் பொருமிப் பொருமி வந்தது. ஒரு வெட்கமும் பிடுங்கி அரிப்பது போலிருந்தது. தானே நன்றி கெட்டுவிட்டாற்போல மனது தலைகுனிந்துகொண்டது. இந்த ஒரு பெண் வந்து போகிறது என்பதற்காக எத்தனை உதவிகள் – கேட்டபோது, நினைத்த போதெல்லாம் – அந்த வீட்டிலிருந்து ஓடி வந்திருக்கின்றன! தம்பி டில்லிக்குப் போகும்போதெல்லாம் நினைத்த மாத்திரத்தில் ஒரு ரயிலில் தூங்கு பலகை கிடைத்துவிடும். போன வருஷம் தாயார் உடம்பாகக் கிடந்த போது ஊர் பஞ்சப்பட்ட பால் பவுடர்களும் மருந்துகளும் எப்படி வந்து கொண்டேயிருந்தன! எல்லாம் அந்தப் பெண் மூலமாகவே கிடைத்துவிடும் அந்தப் பெண் அழைத்துத்தான் சங்கரியம்மாவும் அந்த வீட்டுக்குப் போனாள்; அவள் தாயாரின் சிநேகமும் ஏற்பட்டது. ஒரு தடவை ரஷ்யாவிலிருந்து நடன கோஷ்டி வந்தபொழுது, தங்களுக்குப் போக முடியவில்லை என்று இரண்டு டிக்கட்டுகளை இவர்களுக்குக் கொடுத்தனுப்பினாள் அந்த அம்மாள்...

அதையெல்லாம் ஒவ்வொன்றாக நினைத்துப் பார்க்கக்கூட வெட்கமாயிருந்தது சங்கரியம்மாவுக்கு. சர்க்கரை, கடலைப்பருப்பு. காப்பிக்கொட்டை என்ற உருவங்களில் சிநேகத்தைப் பார்க்கச் சிறிது லஜ்ஜை. சிநேகம் நெஞ்சில் ஊற்கிற சுனை. புறப் பொருட்களாக, உதவியாக வந்தாலும் அவற்றைச் சுரக்கிற ஊற்று கண்ணைத்தான் நினைத்துப் பார்க்க வேண்டும்.

இந்த சீதாவுக்கு இதையெல்லாம் உணரத் தெரியாத வயதல்ல. தாயார் தன்னுடைய பதினைந்து வயதுப் பருவத்தை நினைத்துப் பார்த்தாள். பதினான்கு வயதில் கல்யாணமாகி, அடுத்த வருடமே கணவன் வீட்டுக்கு வந்து குடும்பப் பொறுப்பை ஏற்றுக்கொண்டபோது அவளுக்கு எது தெரியாமலிருந்தது? மாமனார், மாமியார், நாத்தனார்களைச் சமாளிப்பது சுருக்சுருக்கென்று அவர்கள் குத்தின குத்தலுக்கு வாய் திறவாமல் இருந்து அவர்களுக்கே தங்கள் சுடுசொற்களைக் கண்டு வெட்கம் வந்தது. வீட்டுக்கு அண்ணி உருவத்தில் ஒரு வேலைக்காரி வந்ததாகமைத்துனன்கள் நினைத்துச் செய்த அதிகாரங்களை அன்பின் உரிமையாகநினைத்துக்கொண்டு போனது – அவளுக்கு எது புரியவில்லை? பதினைந்து வயதுதான் என்று குழந்தை மாதிரி உதட்டைப் பிதுக்கினாளா, இரைந்தாளா, அழுதாளா? சேர்ந்த உதடு பிரியாமல் கிண்டல்களை அப்படியே விழுங்கி ஜீரணம் செய்து ... கடைசியில் கண்ணை மூடுகிற ஒரு வருடத்திற்கு முன்னால் "நீ சமைத்துப் போடு; வேறு யார் செய்தாலும் என் வாய்க்கு வழங்கமாட்டேங்குது" என்று ஒரு வார்த்தையில் மாமியார் தன் ஆசிகளையெல்லாம் பொழிந்து விட்டாள். மைத்துனன் கலியாணம் ஆகி தாயாரை விழுந்து வணங்கப்

போனான். "அண்ணியைக் கும்பிட்டியாடா? முதல்லெ தாய்ச் சுவருக்குப் பண்ணு. அப்பறம்ல மோசனத்துக் கிட்டவும் உத்தரத்துக் கிட்டவும் வரணும்!" என்றாளாம் மாமியார்.

சீதாவுக்கு இதையெல்லாம் எடுத்து ஒருநாள் சொன்னால்கூட நல்லது என்று தோன்றிற்று. கூடப் படிக்கிற ஒரு பெண்ணிடம் இவ்வளவு நெஞ்சைத் துடைத்துச் சாடுகிற ஒருபெண் மீது நாட்களில் எப்படிக் குப்பை கொட்டப்போகிறது!

சீதா பள்ளிக்கூடத்திலிருந்து வந்ததும், காபியைக் கொடுத்துவிட்டு இதைத்தான் தொடங்கினாள் சங்கரியம்மா. சீதா அப்போது ஒரு வாரப் பத்திரிகையை எடுத்து வைத்துக்கொண்டிருந்தாள்.

சங்கரியம்மாவுக்குப் பயமாகவும் இருந்தது. அதைச் சிரித்து மறைத்துக் கொண்டே கேட்டாள். "ஏன் சீதா, மத்தியானம் மாலா வந்து உனக்காகக் காத்துக்கிட்டிருந்தா, நீ பாட்டுக்குப் போயிட்டியே. பத்து நிமிஷம் கழிச்சு அவ உட்கார்ந்திருக்கறதைப் பார்த்தேன். நீ எப்படிப் போனே?"

சீதா பேசவில்லை.

"அவ வந்தது மறந்து போச்சா உனக்கு?"

அதற்கும் பதில் இல்லை.

"கேக்கறேன். பேசாம இருந்தா?"

அந்தக் கடுமையையும் குரலையும் கேட்டு சீதா நிமிர்ந்தாள்.

"என்னம்மா சொல்லணும் உனக்கு?"

"அவளுக்குத் தெரியாம போனியா?"

"ஆமாம்."

"எப்படிப் போனே?"

"சந்து வழியாலே"

"கொல்லைச் சந்து வழியாலேயா?"

"ஆமாம்."

"தோட்டி வர சந்து வழியாவா?"

"தோட்டி நடக்கிற சந்துகூட நாத்தமடிக்குமா?" என்று சீதா முகத்தை எங்கோ திருப்பிக்கொண்டு சொன்னாள்.

"அவ்வளவு கசந்து போயிருக்கா மாலாவைப் பார்க்கிறதுக்கு?"

"___"

"அவங்க வீட்டிலேர்ந்து சர்க்கரை வாங்கிக்கலாம், காப்பிக்கொட்டை வாங்கிக்கலாம்; அவளை மாத்திரம் பார்க்கக் கசந்து போயிடுமா?"

"இனிமே அங்கே ஒண்ணும் வாங்காதே."

"ஏன்?"

"வாங்காதேன்னா வாங்காதே. அவ்வளவுதான்."

ஓங்கி ஒரு அடி வாங்கினாற்போல நின்றாள் சங்கரியம்மா. இரண்டு நிமிஷம் அவளைப் பார்த்துக்கொண்டே நின்றாள்; பேசவில்லை. பிறகு சற்றுத் தணிந்த கடுமையோடு பேசினாள் "சீதா, வரவர நீ இருக்கற இருப்பு எனக்குப் பிடிக்கவே இல்லை. பயமா இருக்கு எனக்கு. நம்ம வீடு தேடி ஒரு புழு வந்தாக்கூட அதை கௌரவமா நடத்தணும். அவங்க மனசு ஒரு நொடி நொந்து போனாலும் நமக்குக் கஷ்டம். இது என்ன, மனுஷங்க வாழற வீடுன்னு நினைச்சியா"

"ஆமா, அதனாலெதான் விலகி ஓடிப்போயிடணும்னு சந்திலே பூந்து போனேன்."

மறுபடியும் தூக்கிவாரிப் போட்டது தாயாருக்கு – சமமாகப் பேசினால்தான் வழி காணலாம் போலிருக்கிறது. அருகே போனாள். நல்லா புரியும்படியாச் சொல்லேன். நான் என்ன உன் மாதிரி படிச்சிருக்குறேனா? எனக்கு விளக்கமாச் சொன்னாத்தானே புரியும். சீதா?"

"நீ விளங்கிக்கிட்டு என்ன செய்யப்போறே? உனக்கும் வருத்தமா யிருக்கும்."

"நீ ஒண்ணுமே சொல்லலியே இன்னும்."

"அவ பொய் சொல்றாம்மா."

"மாலாவா?"

"ஆமா, பொய் சொல்றதைக் கேட்டா பகீர் பகீருங்குது எனக்கு."

"எதுக்கு பொய் சொன்னா?"

"எதுக்கோ. என் நோட்டெல்லாம் பாத்துக் காப்பியடிப்பா. டீச்சர் கேட்டா. நான்தான் அவ நோட்டைப் பார்த்துக் காப்பி அடிச்சேன்னு சொன்னா ரண்டு தடவை. கிளாசிலே ஒண்ணையும் கவனிக்கவே மாட்டா. டீச்சர்ங்களைப் பார்த்துச் சிரிச்சிக்கிட்டேயிருப்பா. கேலி பண்ணிக் கிட்டேயிருப்பா. கொடுத்த வேலையைச் செஞ்சிக்கிட்டு வரமாட்டா. "ஏன் செய்யலே?"ன்னா, கிண்டலா சிரிச்சுக்கிட்டே நிப்பா. "ஒரு வேலையும் செய்ய மாட்டேங்கிறியே"ன்னு ஒரு நாளைக்கு ரொம்ப கோவிச்சுக்கிட்டாங்க டீச்சர். அவ்வளவுதான். இந்தப் பீடை பிடிச்சவ..."

சட்டென்று சீதா பேச்சை நிறுத்திவிட்டாள். வானில் எங்கோ தோன்றி ஓடுகிற எரிகொள்ளி கண் முன்னேயே மறைவது போலிருந்தது.

"என்ன செஞ்சா அவ?"

சீதா பேசவே இல்லை

"சொல்லேன்."

"என்னை ஒண்ணும் கேக்காதேம்மா"

ஐந்து நிமிஷம் அள்ளிக் கட்டின பிறகு சிறிது சிறிதாக சீதா செய்தியைச் சொன்னாள் – டீச்சர் பாலத்திற்கு ஒரு மொட்டைக் கடிதாசு வந்ததாம். "நெறி கெட்ட நாரீமணி, மாணவிகளை அதிகம் விரட்டாதே. உடலைப் பல பேருக்குச் சொந்தமாக்கியிருக்கிற உனக்கு மாணவிகளை விரட்ட என்னடி துணிச்சல்? ஆசிரியத் தொழிலே உன்னைப்போன்ற விலைமகள்களால் ஊறுபட்டுவிட்டதடி. ஒழுக்கம், கட்டுப்பாடெல்லாம் பேதை மாணவிகளிடம் பேச உனக்கேதடி வாய்? தான் இருக்கிற அழகுக்குத் தடவிக்கொண்டாளாம் வேப்பெண்ணையை! இனி சாக்ரதையா இரு. இல்லாவிடில் உன் பெயர் சந்தி சிரிக்குமடி – இப்படிக்கு கபாலி" என்று எழுதியிருந்ததாம் அந்தக் கடிதத்தில்.

"எங்க பாலம் டீச்சர் எங்கிட்ட ரொம்பப் பிரியமா இருப்பாங்க. வழக்கம்போல நோட்டெல்லாம் கொண்டு கொடுக்கறுக்காகப் போனேன். அந்த லெட்டரைக் காமிச்சு "இது யார் கையெழுத்துன்னு சொல்ல முடியுமா?"ன்னு கேட்டாங்க. பார்த்தவுடனே தெரிஞ்சு போச்சு: மாலா கையெழுத்துன்னு சொல்லிட்டேன். "நானும் அதுதான் நினைச்சேன். உனக்கு ரொம்ப சிநேகிதியாச்சே. உன்னையும் கேட்டு நிச்சயம் பண்ணிக்கணும்னுதான் காமிச்சேன்"னு சொன்னாங்க அப்பறம் விசிச்சு விசிச்சு அழுதாங்க . . .

"நெசமாவா? இந்த மாலாவா எழுதினா அப்படி?"

"ஆமாம்மா."

"உனக்கு நிச்சயமாத் தெரியுமா?"

"அந்தக் கையெழுத்து வேறு யாருடும் இல்லேம்மா. கால் வாங்கறது. கொம்பு போடறது – அது ஒண்ணே போதும். நான் திருப்பித் திருப்பி வாசிச்சு எனக்கு நெட்டுருக்கூட ஆயிடுத்தும்மா. எனக்கும் அழுகை அழுகையா வந்தது."

"உங்க ஹெட்மிஸ்ட்ரஸ்கிட்ட போய்ச் சொல்லலியா அவங்க?"

"எங்க ஹெட்மிஸ்ட்ரஸ்தாம்மா மாலாவுக்கு வருஷா வருஷம் பாஸ் போட்டுகிட்டே வரா. அவங்களுக்கு முதுகெலும்பெல்லாம் தான் முருங்கக்குச்சியாப் போயிருக்கே. பிச்சை கேட்டு வருஷம் நாலு தடவை அந்த ஹாலுக்கு நிதி வேணும்; இந்த இடத்துக்கு நிதி வேணும், வேணும்"னு பதினாயிரம் இருபதினாயிரம்னு ஏதாவது கிளப்பிக்கிட்டேயிருக்காங்க. இன்னார் கிட்டதான் வாங்கறதுன்னு கிடையாது. யார் கொடுத்தாலும் வாங்கிப்பாங்க. மாலா அப்பா அதுக்கெல்லாம் ஓசி விளம்பரம் போடறாரு. தன் பத்திரிகையிலே – மாலாவுக்கு வருஷா வருஷம் பாஸ் போடணுமே! மாலாவைக் கூப்பிட்டு ஏதாவது கண்டிச்சா, அவ அப்பா பத்திரிகையிலே பள்ளிக்கூடத்தைத் திட்டக் கிளம்பி விடுவாரோன்னு பயம்."

"ஹெட்மிஸ்ட்ரஸ் கிட்ட சொல்லாமலே அப்படி பயப்படுவா, இப்படிப் பயப்படுவான்னு சொல்ல முடியுமா?"

"பாலம் டீச்சர் அவங்க கிட்ட சொல்லவும் சொல்லிட்டாங்கம்மா, அதுக்கு என்ன சொன்னாங்களாம் தெரியுமா அவங்க? "நாம சரியா

இருந்தா இந்த மாதிரி அவதூறுக்கெல்லாம் இடம் வராது. முக்கியமா டீச்சர்ங்களாம் ரொம்ப ரொம்ப ஜாக்ரதையாயிருக்கணும்"னு சொன்னாங்களாம். கடசீலே, சரி "போங்க, நான் கவனிக்கிறேன்"னு அனுப்பிச்சிட்டாங்களாம். அப்பறம் வெளியே வந்ததும் மறுபடியும் கூப்பிட்டு "பள்ளிக்கூடத்திலே எத்தனையோ பெற்றோர்கள்ளாம் குழந்தைகளை படிக்க வச்சிருக்காங்க – ஏழை, பணக்காரங்க, செல்வாக்கு உள்ளவங்க, சாதாரணப்பட்டவங்க. அதையெல்லாம் கவனிச்சுத்தான் நாம நடக்கணும். பப்ளிக் ஆதரவிலே நடக்கிற பள்ளிக்கூடம் இது"ன்னு சொல்லி அனுப்பிச்சாங்களாம்.

"அட பரதேவதே!... இப்படியா சொல்லுவா ஒருத்தி! புதுசு புதுசா இருக்கே நீ சொல்றதெல்லாம்!"

"நான் நடந்ததைத்தாம்மா சொல்றேன். கமலா டீச்சர் எங்கிட்ட பிரண்டு மாதிரி பேசுவாங்க. இல்லாட்டி எப்படி எனக்குத் தெரியும்?"

"மாலாவை யாரும் இன்னும் ஒண்ணும் கேட்கலே?"

"நான்தான் தனியாக் கூப்பிட்டுக் கேட்டேன். "இந்தமாதிரி எழுதலாமா?"ன்னு நான் இல்லவே இல்லே"ன்னு பொய்ச் சத்தியம் பண்ணினா. எனக்கு வயிறெல்லாம் என்னமோ பீறிக்கிட்டு வந்தது. அன்னக்கி ராத்திரி சரியாத் தூங்கவே முடியலெ. மறு நாளைக்கும் கேட்டேன். அதுக்கு என்ன சொன்னா தெரியுமா? நீ தாண்டி என் பேரைக் கெடுக்கிறதுக்காக போர்ஜரி பண்ணிருப்பே"ன்னு கையைக் கைய என் மூஞ்சியிலே நீட்டிக்கிட்டே பாஞ்சாம்மா."

"என்னது!"

"ஆமாம். ரண்டு மூணு தடவை அந்த மாதிரி சொன்னா. இப்பகூட அதை நினைக்கறப்ப கண்ணை இருட்டிக்கிட்டு வருது".

தாயார் சற்று பயந்துபோய் பெண்ணைத் தன்னருகில் இழுத்துக் கீழே உட்கார்ந்தாள்.

"போர்ஜரி பண்ணியிருப்பேன்னு சொன்னாளா, உண்மையா?"

"ம். நான் கேட்டேன். போர்ஜரி பண்ணி உன்னைக் கெடுக்கணும்மா உன் கையெழுத்தில்ல போடுவேன்? கபாலின்னு போடுவேனா?"ன்னு கேட்டேன். "நீ எதுவானாலும் செய்வே, கொள்ளிக் கட்டை"ன்னு சொல்லிட்டு விர்ருன்னு நடந்து போயிட்டா."

சங்கரியம்மாளுக்கு நரம்பெல்லாம் புடைத்துக்கொண்டது. ரத்தம் மண்டைக்கு ஏறிற்று. நினைத்து நினைத்துப் பார்த்தாள். மண்டையில் குல்லாய்போல நோவு எடுத்தது. வயிற்றில் ஒரு கிலியும் நமநமவென்று ஊர்ந்தது. துவண்டு போய், முழங்கையில் தலையை அழுத்தி ஒருக்களித்துப் படுத்துக்கொண்டாள்.

"நான் இதுக்குத்தான் நீ கேக்கவாணாம்னு சொன்னேன்" என்றாள் பெண்.

"கேட்டது நல்லதாப் போச்சு. இல்லாட்டி உங்க பள்ளிக்கூடம் ஜெயிலு, வெண்ணெய், சுண்ணாம்பு, மண் புழு, சிறு பாம்பு எல்லாம் ஒன்னுன்னு நெனச்சுக்கிட்டே இருந்திருப்பேன் –"

"சரிம்மா விடு. நீ வா, காத்தாட நடந்திட்டு வரலாம். பார்க்கிலே போய் கொஞ்ச நேரம் புல்லாந் தரையிலே உக்காந்திட்டு வரலாம்" என்றாள் பெண்.

புல்லாந்தரையின் தண்மை தோலையெல்லாம் குளிர்வித்தது. ஐப்பசி நிலா வெள்ளி வட்டமாக ஒரு சின்ன மேகத்தின் குறுக்கே ஊர்ந்து கொண்டிருந்தது. ஒரு மூலையில் வீட்டிலிருந்து கட்டுச்சோறு கொண்டுவந்து நிலாவையும் சாதத்தையும் சாப்பிட்டுக்கொண்டிருந்தது ஒரு குடும்பம். சாமந்தியும் கேனா வாழைப் பூவும் நடுவில் உள்ள தண்ணீர் குளத்தருகே தங்கம் தங்கமாக விழித்துக்கொண்டிருந்தன. ஓரமாக இருந்த தூங்குமுஞ்சி மரத்தில் காகங்களும் நிலவை உண்டு கரைந்துகொண்டிருந்தன.

"ஐப்பசி மாச நிலா மாதிரி பார்க்கவே முடியாதும்மா" என்றாள் சீதா.

"ஹெட் மிஸ்ட்ரஸ் நாம் ஒழுங்கா இருக்கணும்"னு உங்க டீச்சர் கிட்ட சொன்னான்னியே –"

"என்னம்மா, இன்னுமா அதையே நெனச்சுக்கிட்டிருக்கே, நான் என்னமோ சொல்றேன்–"

"இல்லெடி, கேக்கறேன். அவ அப்படிச் சொன்னப்ப, உங்க பாலம் டீச்சர் சும்மா கேட்டுக்கிட்டா இருந்தா? திருப்பி பளார் பளார்னு பதில் சொல்லாமே?"

"சொல்லலாம்: ஆனா பாலம் டீச்சர் பொய் சொல்ல மாட்டாங்கம்மா"

"என்னது!"

"அவங்க ரொம்ப ஏழைம்மா. அவங்கப்பாவுக்கு பாரிச வாயு வந்து ரொம்ப வருஷமாக் கெடக்காங்க. அம்மாவும் வியாதிக்காரங்க. சமைச்சுப் போடறதே அவங்களாலே முடியலே. ரெண்டு தம்பி ஸ்கூல்லெ படிக்கிறாங்க. பாலம் டீச்சருக்கு சம்பளம் பத்தாது. ட்யூஷன் வச்சுக்கக்கூட விட மாட்டாங்க. பள்ளிக்கூடத்திலெ. பள்ளிக்கூட வேலையே இடுப்பை முறிக்குது. அவங்க திரும்பி வீட்டுக்குப் போறபோது பார்த்தா நீ சொல்லுவே . . . ட்யூஷன் எங்கே சொல்லிக் கொடுக்கறது! அதுவும் கிடைச்சாதானே ?"

"என்ன சீதா, என்னென்னமோ சொல்லிவிட்டுப் போறே? மாலா கடுதாசியிலே எழுதினது–"

"சும்மா இரும்மா – உனக்கு எல்லாத்தையும் துருவித் துருவிக் கேக்கணும்! இனிமே இதைப்பத்திப் பேசாதே. பேசாம இரு."

இப்போது தலைவலி இல்லை சங்கரியம்மாவுக்கு. பெண்ணை நினைத்து நினைத்து நெஞ்சு விம்மிக்கொண்டிருந்தது. பெருமையால் அழவேண்டும் போலிருந்தது. நிலவில் கறுத்த மரங்களைப் பெண் பார்த்துக் கொண்டிருந்தாள். அவள் பெண்ணையே பார்த்துப் பருகிக்கொண்டிருந்தாள்.

"அப்படின்னா மாலா ஏண்டி சும்மாச் சும்மா உன்னைக் கூப்பிடவரா?"

"அவ பயந்தாங்குள்ளி."

பெண்ணின் வயதைப் பார்த்து, நெஞ்சைப் பார்த்து சங்கரியம்மாவுக்குப் பூரிப்பாகவும் இருக்கிறது, பொறாமையாகவும் இருக்கிறது. இவளா குழந்தை? இவளா சிறுசு?

சீதாவின் முகத்தில் துயரம் படர்ந்திருந்தது. நிலவு வெள்ளியாக விழுந்து புருவமும், மூக்கும் லேசாக நிழல் எறிந்திருந்தன. சீதா நிலவை நிமிர்ந்து பார்த்தாள். ஏதோ பட்டு மாதிரி இருந்தது அந்த முகம் – அத்தனை வேதனை, அத்தனை இனிமை, அத்தனை உரம்!

மாலாவின் அப்பா மூன்று வருடங்களுக்கு முன்னால் தெருவோடு நடந்துதான் போவார். இப்போது ஒரு புதுக் கார் – ஒரு புது வீடு. அவர் பத்திரிகையில் திட்டுகிற திட்டு, வெசவு – எல்லாமே வீடாக, காராக உருமாறினாற் போலிருந்தது சங்கரியம்மாவுக்கு. மேகம் கூட எப்படி உருமாறுகிறது, பார்க்கும் போதே!

நிலாவுக்கு என்ன தெரியும்? அது பாட்டுக்கு சௌக்கியமாக, நிம்மதியாக இருக்கிறது. இன்னொரு பத்தை கருப்பு மேகத்தினுள்ளே புகுந்து புறப்பட ஓடிக்கொண்டிருக்கிறது.

சுதேசமித்திரன் தீபாவளி மலர், நவம்பர் 1967

இசைப் பயிற்சி

மல்லிகையை எல்லோரும் பரிகாசம் செய்தார்கள். எல்லோரும் செய்தார்களோ என்னமோ, அவருக்கு அப்படித் தோன்றிற்று. முதன் முதலாக விசாரித்தவரே பரிகாசம் செய்து, சிரித்துவிட்டுப் போனார். அதனால், பிறகு கேட்ட யாருமே கேலி செய்வது போல மல்லிக்குப் பட்டது.

காலையில் அவர் வழக்கம்போல ஆற்றில் குளித்துவிட்டு வந்து ஜபம், பூஜைகளை முடித்து, தோசையும், காப்பியும் சாப்பிட்டுவிட்டுத் திண்ணையில் வந்து உட்கார்ந்தார். எட்டரை மணியிருக்கும். ஊர்க்கோடி திரும்பியதும் கூட்டுறவு மளிகைக் கடைமீது வைத்திருக்கும் 'ரேடியோ'ப் 'பொனல்' ஓய்ந்துவிட்டது. வெயில், தெரு முழுவதும் விழுந்து வெள்ளையாகவும், சற்று சூடாகவும் மாறிக்கொண்டிருந்தது. தெருக் குழந்தைகள் அடுத்த ஊர்ப் பள்ளிக்கூடத்திற்குப் போய்விட்டன. நடமாட்டம் இல்லை. திடுதிடுவென்று சுப்புக்குட்டி வீட்டு ஆள், ஒரு வண்டி நிறைய நாற்றுக் கட்டுகளை ஏற்றிக்கொண்டு போனான். அதோடு சந்தடி தீர்ந்துவிட்டது. ஏழெட்டு வீடு தள்ளி ராசு, வாசலில் ஒரு பெரிய கோரைப் பாயைப் பிரித்துச் சுருளாமல் ஓரங்களில் கல் வைத்து, உள்ளேயிருந்து காணத்திற்காகத் தேங்காய்ப் பருப்புகளை கூடைகூடையாகக் கொண்டு கொட்டித் திலாவிக்கொண்டிருந்தான்.

அப்பொழுதுதான் பாலன் – தெருவோடு போகிறவர், திண்ணையில் உட்கார்ந்திருந்த மல்லியைப் பார்த்துவிட்டு, "என்ன மல்லி" என்றார்.

"என்ன மாமா?"

"என்னமோ கேள்விப்பட்டேனே!"

"என்ன?"

"குப்பாண்டிக்குப் பாட்டுச் சொல்லிக் கொடுக்கிறேன்னீராமே" என்று கொளகொளவென்று சிரித்தார் பாலன்.

"ஆமாம்."

"ஆமாமா!" என்று ஒரு கிண்டல் வியப்போடு மேலும் சிரித்தார் பாலன்.

"இதற்கு என்ன சிரிப்பு?"

"எதுக்காக?" என்று அடுத்தபடியாக ஒரு கேள்வி.

"அவனுக்குச் சாரீரம் நன்னாருக்கு. ஞானம் இருக்கு. நன்னா வரும் போலிருக்கு" என்றார் மல்லி.

"அதுக்காக! ... அவனுக்குப் போய்ச் சொல்லிக் கொடுக்கவாவது?"

"ஏன், சொல்லிக் கொடுத்தா என்ன மாமா?"

பாலன் அதைக் கேட்டுத் திகைத்துப் போனார்போல மல்லியைப் பார்த்தார். "என்னனு கேட்டப்பறம் நான் என்ன சொல்றதுக்கு இருக்கு?" என்று தெருவை மேற்கையும் கிழக்கையும் பார்த்தார். பார்த்துக்கொண்டே சிரித்தார்.

"சரி, எங்கே வச்சுச் சொல்லிக் கொடுப்பீர்?"

மல்லி இந்தக் கேள்வியை எதிர்பார்க்கவில்லை. குப்பாண்டியை எங்கே வைத்துச் சொல்லிக் கொடுப்பது? இதைப்பற்றி நாம் ஏன் யோசிக்கவே இல்லை என்று அவருக்குத் திடுக்கிட்டுவிட்டது.

"ஏன்யா?" என்று பதிலுக்கு அவசரப்படுத்தினார் பாலன்.

"அதைப்பத்தி இன்னும் யோசிக்கலே மாமா" என்றான் மல்லி.

"யோசிக்கலையா?" என்று மீண்டும் சிரிப்பு.

நாம் ஏன் இவ்வளவு அசடாகிவிட்டோம் என்று மல்லி ஒரு நிமிஷம் குன்றிப் போய்விட்டார். இப்படிச் சிரிக்கும்படியாக எதையோ செய்து கடைசியில் நியாயமான ஒரு கேள்விக்கும் பதிலும் சொல்ல முடியாமல்!

"உள்ள கூட்டத்திலே வச்சிண்டு சொல்லிக் கொடுக்கறதான உத்தேச மில்லையே" என்றார் பாலன்.

"என்ன மாமா இது!" மல்லி அதிர்ந்துவிட்டார்.

"இல்லே. லோகம் போற போக்கைப் பார்த்தா, நான் கேக்கறது ஒண்ணும் தப்பில்லையென்னு கேக்கறேன்!"

"உள்ள அழைச்சு வச்சா, சொல்லிக் கொடுப்பேன்? என்ன இப்படிக் கேட்டுவிட்டீர்கள்?" என்று மனத்தாங்கலோடு மல்லி சொன்னதை முழுவதும் கேட்காமல் மீண்டும் சிரித்துக்கொண்டே எழுந்தார் பாலன், "ஆலயப் பிரவேசம் ஆயிடுத்து; தெருப் பிரவேசம் ஆயிடுத்து; கிருகப் பிரவேசமும் நீர் மனசு வச்சா – காந்தி மாதிரி – அதுவும் நடக்க வேண்டியதுதானே. என்னமோ! யார் எதைத் தடுக்க முடியப்

இசைப் பயிற்சி

போறது இந்த நாளிலே! ஜமாயும்" என்று சொல்லி எழுந்து கச்சத்தை உதறிக்கொண்டே தெருவில் இறங்கி, தனக்கு இதைவிட முக்கியமான ஏதோ வேலையிருப்பதுபோல், யாரோ எதிர்பார்த்த ஆசாமி வருகிறானா என்று பார்ப்பதுபோல், வெயிலுக்கு நேராகக் கண்ணுக்கு மேல் கையைக் கவிழ்த்துத் தெருக்கோடியைப் பார்த்துக்கொண்டே நடந்தார் பாலன். ஊரிலேயே வயதில் மூத்த மூன்று பேர்களில் பாலன் முக்கியமானவர். சொத்து சுதந்திரம் என்று அதிகமில்லாவிட்டாலும் வயதாலும் வாயாலும் ஊரில் ஒரு அந்தஸ்து வந்துவிட்டது. அவர் சொல்லி நாலு பேர் கேட்பார்கள்.

அவர் கேட்ட கேள்விகளை நினைத்துத் தான் அசட்டுத்தனம் செய்துவிட்ட திகைப்பிலிருந்து மீளாமல், நெளிந்துகொண்டேயிருந்தார் மல்லி.

ஒரு அரை நாழிகைக்கெல்லாம் கடுக்கனும் பெரிய உடம்புமாக பண்ணை சீதாராமன் – வாசலோடு போகிறவன், "என்ன மாமா, குப்பாண்டிக்குப் பாட்டுச் சொல்லிக் கொடுக்கப் போறேளாமே!" என்று கேட்டு, தெருவிலேயே நின்றான். சீக்கிரம் பதில், நான் போக வேண்டும் என்பது போலிருந்தது, அவன் நிற்பது.

"ஆமாம். ஏதோ சாரீரம் நன்னாருக்கு. ஞானமும் இருக்கு போலிருக்கு" என்றார் மல்லி.

"பேஷா – இப்பத்தான் யாருக்கு, எது இருக்கு இல்லைன்னு சொல்ல முடியலையே? யாராயிருந்தா என்ன, வித்யாதானம் பெரிய விஷயம் இல்லையோ!" என்று சொல்லிக்கொண்டே நடந்துவிட்டான் சீதாராமன். வெறுமே சொல்லவில்லை, ஒரு சிரிப்போடுதான் சொன்னான்.

அப்புறம் அதே கேள்வியை, சொல்லிவைத்தார்போல் எத்தனை எத்தனை பேர் கேட்டார்கள்? வெங்கடராமன், ராமையா, ஆனைக்கால் தண்டபாணி, சாமி சாஸ்திரி, கணக்குப் பிள்ளை – இவர்களெல்லாம் நாற்பது ஐம்பது வயசு வர்க்கம். இருபது இருபத்தைந்து வயதைச் சேர்ந்த வாலி, கோபாலி, மாஞ்சன் – இவர்களும் விட்டு வைக்கவில்லை. வாலிக்குக் கபடு தெரியாது. ஆனால், அவன் கேட்பதிலே ஒரு ஆவல் இருந்தது. "இந்த மாதிரி தவறான காரியம் செய்யலாமோ?" என்பது போலும் இருந்தது. கோபாலி பெரிய சிரிப்பாகச் சிரித்துக்கொண்டு கேட்டது. அதற்கு வெகு காலமாக வலிப்பு. உடம்பு துரும்பு. சாப்பிடுவதையும் அடிக்கடி ஜூரம் ஜூரம் என்று படுத்துக்கொள்வதையும் தவிர வேறு ஒரு வேலையும் செய்ய முடியாது. அது என்ன பரிகாசச் சிரிப்புச் சிரித்துவிட்டுப் போயிற்று!

பட்டாமணியும் கேட்கவில்லை. பேசாமல் நடந்துபோனார். அவருக்கு மட்டும் சேதி தெரியாமல் இராது. ஆனால், இந்த அசட்டுத்தனத்தைப் பற்றிப் பேசலாமோ என்று போவது போலிருந்தது.

ஆண்கள் போதாதென்று மூன்று பாட்டிகள் வேறு கேட்டுவிட்டுப் போனார்கள். அந்த வேம்புப் பாட்டிக்கு அரைச் சித்தம். சர்வ அனாதை. சோற்றுக்கே வழி இல்லை. அதுகூட சிரித்துக்கொண்டு கேட்டுவிட்டுப் போயிற்று.

இனிமேல் பொறுக்கமுடியாதென்று நினைத்து எழுந்து உள்ளே வந்து ஊஞ்சலில் உட்கார்ந்துகொண்டார் மல்லி. அவர் மனைவி ஆற்றங்கரைக்குக் குளிக்கப் போயிருந்தாள். ஊஞ்சல் 'கீசுகீசு' என்று கத்திற்று.

இப்பொழுது என்ன செய்கிறது?

ஊர் முழுவதும் இந்தச் செய்தி எப்படிப் பரவிற்று? பரவினாலும், வந்து ஒவ்வொருவராக விசாரிக்கும்படியாகவோ, கேலி செய்யும்படி யாகவோ இதில் என்னதான் இருக்கிறது?

காரணம் தெரியாமல் ஓர் இரக்கமும் அச்சமும் நமக்கு வருவானேன்?

முந்தாநாள் காலை, பிள்ளையார் கோவிலை ஒட்டின சத்திரத்துக் கொல்லையில் பூப்பறித்துக்கொண்டிருந்தார் மல்லி. பவழமல்லி மரத்தை உலுக்கிவிட்டு, கீழே விழுந்த பூக்களைப் பொறுக்கிக் குடலையில் போடும்போது ஒரு ராகத்தை – தன்யாசிதானே – தன்யாசிதான் – முணுமுணுத்துக்கொண்டேயிருந்தது தொண்டை என்னமோ பவழ மல்லியின் செங்காம்பைப் பார்க்கும்போது அந்த ராகம் பாட வேண்டும் போலிருக்கும். என்ன சம்பந்தமோ!

அப்பொழுது அவர் இழுப்பதையெல்லாம் வாங்கி வேறு ஒரு குரல் எங்கோ பாடுவது கேட்டது. அவர் ஒரு பிடி பிடித்தால், அதையே இன்னும் கொஞ்சம் கூட்டிச் சேர்த்து அழகாகப் பிடித்தது அது. சற்று நிறுத்திக் கவனித்தார் அவர். என்ன குரல்! என்ன குரல்! இந்த மாதிரி ஒரே ஒரு குரலைத்தான் கேட்டிருக்கிறார் அவர்.

சென்னையில் ஜார்ஜ் டவுனில் பன்னிரண்டு குடிகளுக்கு நடுவில் ஒரு குடியாக, கீழே சமையலறையும் மாடியில் படுக்கையறையுமாகக் குடித்தனம் செய்த காலத்தில் இரவு ஒரு மணி இரண்டு மணிக்கு ஒரு பயல் பாடிக்கொண்டு போவான். அவன் ஒரு மோட்டார் கார் க்ளீனர். கிட்டப்பா, ராஜரத்னம், பாகவதர் என்று நாடக, சினிமாப் பாட்டுக்கள், ராகங்களையெல்லாம் அச்செடுத்துப் பாடுவான். குரலில் ஒரு கம்மல்– அவர் பொறாமைப்படுகிற தெளிவு, புரளல், ரவைகள், அன்றுதான் ஒன்று புலப்பட்டது – பிறவி வேறு, பயிற்சி வேறு என்று. சபைகளிலும் சங்கீத உலகிலும் முதல் பீடங்களில் உட்கார்ந்திருப்பவர்கள் எல்லாம் முக்காலே மூன்றுவீசம் பயிற்சி பயின்றவர்கள். பாடப் பிறந்தவர்கள் இல்லை என்று அப்பொழுது என்னமோ தோன்றிற்று. அப்புறம் எத்தனை சர்ச்சைகளைக் கேட்டும், கச்சேரிகள் கேட்டும், அதிர்ச்சி மாதிரி தாக்கிய அந்த எண்ணம் போகவில்லை. பிடிவாதம் ஆகிவிட்டது. அதே லாகிரி சாரீரமாக, பிறவியாக இருக்கிறது இந்தக் குரல்.

நாலைந்து வருடமாயிற்று, ஊருக்கு வந்து குடியேறி நமக்குத் தெரியாமல் இது யார் என்று குடலையை எடுத்துக்கொண்டே குரல் வந்த திசையில் நடந்தார். சத்திரத்திலிருந்து வெளியேறி வாய்க்கால் மதகைக் கடந்து, சாலையை அடைந்ததும், குரல் நெருங்கிற்று. மூங்கில் கொல்லையிலிருந்து கேட்டது. அருகே போனதும் வேலி முள்ளிடுக்கில் கேட்டது. அங்கு ஒரு முகம் – முண்டாசு.

"யார்றாது பாடறது?" என்றார்.

சட்டென்று ஓர் உருவம் நின்றது. குப்பாண்டி!

"மைக்கேலு மகனாடா?"

"ஆமாங்க!"

"நீயா பாடிண்டிருக்கே!"

"சும்மாதான் சாமி" என்று முகத்தை நாணத்தில் அப்பால் திருப்பிக் கொண்டு நின்றான் அவன்.

"ஆமாங்க. சும்மாத்தாங்க. ஒண்ணும் நினைச்சிக்காதீங்க, இனிமே இல்லீங்க" என்று அந்த முட்களுக்கிடையே முள்ளில் மேல் நிற்பது போலவே நின்றான் அவன் – இனிமேல் பாடமாட்டேன்; பெரிய மனது பண்ணி இங்கிருந்து போய்விடுங்கள் என்று கெஞ்சுவது போல்.

"யார்ட்டடா கத்துக்கிண்டே இதெல்லாம்?"

"அதெல்லாம் ஒண்ணுமில்லீங்க."

"டேய், திவ்யமாய்ருக்குடா! நீயாவா பாடறே இப்படி? ஒருத்தருமா சொல்லிக் கொடுக்கலே!"

"அட போங்க, கெடக்கு" என்று மறுபடியும் நாணி வளைந்தான் அவன்.

"எங்கடா கேட்டே இதெல்லாம்?"

"நாயனங்க ..."

"அப்புறம்?"

"அட போங்க, எனக்கு வேலையிருக்கு. அந்திக்குள்ளாற தலைமட்டுக்கும் கட்டியாகணும் வேலியை."

"எலெ, சும்மா சொல்றா, கோவில் உற்சவத்திலெ கேட்டியா நாயனம்?"

"ஆமாங்க" – பதில் சொல்ல அலுப்பு.

"அப்பறம் எங்கெல்லாம் கேப்பே?"

"அட, நீங்க போங்க, கிடக்கு."

"ஏலெ, இப்ப சொல்றியா இல்லியா?"

"சினிமா, கூத்து, போதுங்களா – நீங்க போங்க."

"யாருட்டவும் சொல்லிக்கலெ?"

"இல்லீங்கங்கறேன்."

"வகையா சொல்லிக்கிட்டா எப்படியிருக்கும் தெரியுமா? எலெ, நீ எப்படிப் பாடறே தெரியுமா? சொல்லிக்க வேண்டாம்?"

"ஐயய்யோ!"

"நான் சொல்லித் தரப் போறேண்டா உனக்கு."

"எனக்கு வேலை கெடக்குங்க."

"நான் வேலை மெனக்கட்டுத்தாண்டா இந்த மண்டுப் பய ஊர்லெ உட்கார்ந்திருக்கேன். உனக்குச் சொல்லித்தான் கொடுக்கப்போறேன். பாட்டு, தாளம் எல்லாம் சொல்லிக் கொடுக்கறேன். அப்பறம் உங்க சாமியார்ட்ட போய்ப் பாடிக் காமி. ஞாயிற்றுக்கிழமை கோயில்லெ உள்ளெ கூப்பிட்டு உன்னைப் பாடச் சொல்றாரா இல்லியா பாரு! அடுத்த வருஷம் …"

"என்ன சாமி இது?"

"அப்பேர்ப்பட்ட ஞானம் இருக்குடா உனக்கு! நல்லாத் தெரிஞ்சு கிட்டு பாடினா, கர்த்தருக்கு எத்தனை சந்தோஷமாயிருக்கும்? மரவேலிக்கு இந்தண்டை நிக்க வாண்டாம். கோவிலுக்கு உள்ள சாமியார் கிட்டவே போயி பாடலாம். அவரே கூப்பிட்டு கிட்ட நிக்கவச்சு, பாடச் சொல்லுவார். இதபாரு, இன்னிக்கி செவ்வாக் கிழமையா? வெள்ளிக் கிழமை காலமெ வீட்டுக்கு வந்து என்னைப் பாரு. நீ காசு கீசு தரவேண்டாம். ஒரு தேங்கா பழம் மாத்திரம் கொண்டுவா. சாமியை வேண்டிக்கிட்டு வாத்தியாருக்கு ஒரு கும்பிடு போட்டு ஆரம்பிக்கணும். அதுக்குத்தான். நீ எங்க பசு மாட்டுக்குக்கூட புல்லறுத்துப் போட வேண்டாம். வெறுமே சொல்லித்தரேண்டா! என்ன? வரேன்னு சொல்றா. சாமி, ஞானம் கொடுத்திருக்கில்ல? அதைச் சரியா ஒரு ஒழுங்கு பண்ணி உபயோகப்படுத்தலே, ரொம்பக் கெடுதல். சாமி என்னாத்துக்குக் கொடுத்திருக்கு? இப்படி வேலி முள்ளிலே உக்காந்து வகை தெரியாமே இழுக்கறதுக்கா?"

நாலு பக்கத்திலிருந்தும் அவனைத் தாக்கினார் மல்லி. குழையடித்தார், மிரட்டினார், கெஞ்சினார்.

"நீங்க என்னதான் செய்யணுங்கிறீங்களாம்?" என்றான் கடைசியில்.

"வெள்ளிக்கிழமை எங்க வீட்டுக்கு வரவேண்டியது. அப்புறம் தினமும் காலையிலே வந்து கத்துக்க வேண்டியது. ரண்டு வருஷத்திலே பாரு."

"சரிங்க."

"அப்புறம் இந்த முள்ளு குத்திண்டே நிக்கவாண்டாம். பெரிய வித்வானா, கடுக்கன் சட்டையெல்லாம் போட்டுக்கிட்டு பாகவதர் மாதிரி, அம்மாபேட்டையார் மாதிரி, கச்சேரி பண்ணப் போறடா. சத்தியமாச் சொல்றேன் …"

"சரிங்க, சாமி."

விழுந்தாண்டா பயல்!

"வெள்ளிக்கிழமை விடிய காலமே காத்திண்டிருப்பேன் நீ வரலே … அப்பறம் பாரேன்."

இசைப் பயிற்சி

"வாரேங்கறேன்."

அந்த நிமிஷம் அந்தக் கிராமத்தையே கொளுத்திவிட வேண்டும் போலிருந்தது மல்லிக்கு. அத்தனை ஞானசூன்யங்கள்! அத்தனையும் ஞானசூன்யங்கள்! மாடு, சாணி, விரை, நெல்லு, எருவடி, யுரியா, சல்பேட்டு, கவணை, மடை, வேறு ஒன்றுமே கிடையாதா?

மல்லிக்குப் பொங்கிக்கொண்டு வந்தது. எப்படிப்பட்ட சாரீரம்! எப்படிப்பட்ட ஞானம்! ஏய், நான் சொல்லிக் கொடுத்து, அத்தனையும் உன் மண்டையிலே எழுதி, நீ அதை அப்படியே ஜிலுஜிலுன்னு ஜிலுஜிலுண்ணு –

தொண்டையைக்கூட அடைத்தது அவருக்கு.

நாலைந்து வருடங்களாக, ஊருக்கு வந்து குடியேறிய நாள் முதலாக இறக்கம், ஒரு சோர்வு! பாடச் சொல்லி எவன் கேட்கிறான் இங்கே? அதற்கு முன்னால் மட்டும் என்ன வாழ்ந்தது? சென்னைக்குப் போனபோது, பெரிய வித்வானாய்க் கொடிகட்டிப் பறக்க வேண்டும் என்றுதான் போனது. போன வேளையோ என்னவோ, கையைக் காலைப் பிடித்து முழுசாகப் பத்துக் கச்சேரி தேறவில்லை. ட்யூஷன் வாத்தியாராகவே காலம் தள்ளும்படியாகிவிட்டது.

பெரிய மனிதர்கள் காலைப் பிடிப்பதற்குப் பதிலாக, சின்ன மனிதர்கள் காலைப் பிடிப்பது பலித்தது. அவர்களுக்கு நம் கஷ்டங்கள் புரியும். கடைசியில் அதுவும் அவ்வளவாகப் பயனில்லை. புருஷன் பெண்டாட்டிக்குக்கூடக் காணாமல்தான் சென்னையில் சம்பாதிக்க முடிந்தது என்றால் ஒரு மனிதனுடைய அதிர்ஷ்டம் எவ்வளவு பெரியது? வாடகை தராமல், காசு கொடுத்து அரிசி, பால், மோர், கறிகாய் வாங்காமல் காலந்தள்ள கிராமம் இருக்கும்போது, பட்டணம் என்ன, பம்பாய் என்ன? சோற்றுக்குத்தானே பாடினோம் என்று ஆகிவிட்டபோது, பாடாமலேயே சோறு கொடுக்கிற பட்டிக்காட்டை விடவா சொர்க்கம்?

மல்லி ஒருநாள் நாலு சாக்கில் பாத்திரங்களையும் பழைய மெத்தை களையும் சென்னையில் சம்பாதித்து வாங்கின ஒரு மர பீரோவையும் இரண்டு நாற்காலிகளையும் கடிகாரத்தையும் சுருதிப் பெட்டியையும் சங்கீத, சன்மார்க்க புத்தகங்களையும் கட்டிக்கொண்டு வாழா வெட்டி மாதிரி பிறந்த ஊருக்கு வந்து சேர்ந்தார். இரண்டு மூன்று வருடம் தினமும் தனியாக உட்கார்ந்து பாடினார். வர வர அதுவும் தேய்ந்துவிட்டது. ராதா கல்யாணம், ஏகாதசி பஜனையென்று பக்கத்து ஊர்களுக்குப் போய்ப் பாடுவதே போதும் என்றாகிவிட்டது. மூட மூட ரோகமாகி அந்த இடங்களில்கூட தொண்டையைப் புரட்டித் தள்ளுகிற கதி வந்துவிட்டது. இருபது லட்சம் ஜனங்கள் வாழ்கின்ற சென்னையில் ஸுஸ்வரம், சுத்தம் என்று அவரைச் சொன்னவர்கள் மூன்றே நண்பர்கள். கணக்குப்படி பார்த்தால் இருநூறு பேர் முழுசாகத் தேறாத கிராமத்தில் எத்தனை பேர் அப்படிக் கிடைப்பார்கள்? சைபர், சைபர், சைபர் ... ஒரே ஒரு ஆள் சிஷ்யனாக வந்தான் மூன்றாம் வருஷம். ஸம்ஸ்கிருதம் படித்த பையன். நல்ல குரல். ஆனால் ஆறு மாசம் சொல்லிக்கொள்ள அவனுக்குப் பொறுமை யில்லை. சம்பாதிக்க சென்னை போய்விட்டான். சென்னையில் அவர்

ஆதியில் செய்ததையே அவனும் செய்துகொண்டிருக்கிறானாம். பேட்டை பேட்டையாகச் சபைகளின் காரியதரிசிகளிடம் பல்லை இளித்துப் புராணம், உபந்யாசம் ஏற்பாடு செய்யச் சொல்லி, கதைசொல்லி, நடுநடுவே வருகிறவர்களுக்குப் புகழ் சொல்லி, தட்டெடுத்து ...

குப்பாண்டி இருக்கிறான் என்று இத்தனை நாளாகத் தெரியாமல் போய்விட்டதே!

ஆனால் பாலன் சிரிக்கிறதும், மற்றவர்கள் சிரிக்கிறதும் ... பாட்டிகள் 'நாப்பு' காட்டுகிறதும் ... என்ன இது?

கீசுகீசென்று ஊஞ்சல் கத்துகிறது. அதையே கேட்டுக்கொண்டிருக்க வேண்டும் போலிருக்கிறது. மனைவி வந்தாள். சமைத்துச் சாதம் போட்டாள். சாதம் போடும்போது, 'குப்பாண்டிக்குப் பாட்டுச் சொல்லிக் கொடுக்கப் போறதாமே?' என்றாள்.

"ஆமா."

"படித்துறையிலே வாலாம்பா பாட்டி கேட்டா."

"எப்படிக் கேட்டா?"

"என்னடீம்மா, ஒரே பட்டணக் கோலமாயிருக்கே. உள்ளியே வச்சிண்டு சொல்லிக் கொடுக்கப் போறாராமே உங்க ஆத்துக்காரர்ன்னு கேட்டா. எனக்கு ஒண்ணும் தெரியாது பாட்டி, அவாளைத்தான் கேக்கணும்னேன்."

"யார் அப்படிச் சொன்னான்னு கேக்கப்படாதோ?"

"சொல்லிக் கொடுக்கப்போற சமாசாரமே அங்கேதானே தெரியும் எனக்கு" என்று தங்களுக்கிடையே இருந்த உறவின் நெருக்கத்தை லேசாகக் குத்திக்காட்டினாள் மனைவி.

இரண்டு பேருக்கும் அவ்வளவுதான் சல்லாபம். அதுவும் அவருடைய இரக்கங்களில் ஒன்று. ஒரு பிள்ளை பெற முடியவில்லையே என்று இவர் மேல் அவளுக்குக் கோபம். அவள் மீது இவருக்குக் குறை.

சாப்பிட்டுக் கையலம்பியதும் திண்ணைக்கும் போகவில்லை. உள்ளுக் குள்ளேயே அடைந்து கிடந்தார். பிள்ளையார் கோவிலுக்குப் போகிற வழக்கம். அதற்கும் பயமாக இருந்தது. ஊஞ்சலோடு கிடந்தார். இருட்டிய பிறகுதான் பிள்ளையார் கோவிலுக்கு நடந்தார். அதுவும் கொல்லை வழியாக. பிள்ளையாரின் முன்பு குட்டிக்கொண்ட பிறகு, சேரிக்குப் போய் குப்பாண்டியைக் கூப்பிட்டு நாளைக்கு வர வேண்டாம் என்று சொல்லிவிட்டால் என்ன? வயல் வரப்புகளைக் கடந்து போகவேண்டும். களத்தின் வழியாகப் போனார். பாதி தூரம் நல்ல பாதை. போனால், களத்திலே யாராவது நிற்பார்களே ... மறுபடியும் அதே கேள்வி. வரப்புப் பாதையிலேயே முழுவதும் போனால் ..? சீ ... என்ன இது? நம்மை யார் தடுக்க? நானா கோழை?

திரும்பிவிட்டார் மல்லி.

இசைப் பயிற்சி

சாப்பிட்டுவிட்டுப் படுத்தார். சற்று இறுக்கமாயிருந்தது. ஆனால், வழக்கம்போல் வெளியே போகவில்லை. பயம் வயிற்றில் நெளிகிறது. கீச்சீசென்று ஊஞ்சலிலேயே படுத்தார். காற்று வருகிறது.

ஆனால், பயம்? பயம் தீரவில்லை. மனச்சாட்சி என்கிறார்களே – இதுதானோ? மனச்சாட்சி என்ன என்று ஆராய்ந்து பார்த்தார். அந்தக் கவலை மனச்சாட்சி இல்லை என்று புரிந்துவிட்டது. ஆனால், பயம்? .. . ஏன் இன்னும் குடைந்துகொண்டேயிருக்கிறது? பஞ்சாயத்துக் கூடி அவர் மீது கட்டுப்பாடு செய்கிறார்கள். பாலன், சுப்புக்குட்டி, சீதாராமன், கர்ணம், பட்டாமணியம் எல்லோரும் ஊரைக் கட்டுப்படுத்தினார்கள். "கோடாலி!" என்று பாலன் மாமா, கையை வீசிக்கொண்டு விழியே உருட்டிக்கொண்டு அடிக்க வருகிறார்.

"என்னது! ... என்னது! ... என்னன்னேன்!"

தள்ளுகிறாற் போலிருந்தது. யாரும் தள்ளவில்லை. மனைவி அவரை உலுக்கினாள்.

"என்ன, இரைஞ்சு பேத்தித்தே! – ஊளையிடறாப்பல – சொப்பனம் கண்டுதா என்ன?"

அந்த ஒரு கணவோடு போயிற்று. ஒரு மணிக்குப் பிறகு தூக்கம் வந்தது.

"எழுந்துக்கலாமா?" என்று மனைவி எழுப்பினாள். "குப்பாண்டி கூப்பிடறான் கொல்லையிலே" என்றாள்.

மல்லி எழுந்தார். கொல்லைப் பக்கம் வேகமாக நடந்தார். குப்பாண்டி தேங்காய் பழத்துடன் வந்து மாட்டுக் கொட்டகைக்குப் பக்கத்தில் நின்றான்.

"கும்பிடறேன், சாமி."

"வந்துட்டியா – இரு வந்துடறேன்" என்று பல் தேய்த்துவிட்டு, சுருதிப் பெட்டியை எடுத்துக்கொண்டு வந்தார்.

"தேங்காய் பழத்தை வச்சுட்டு சுவாமியை வேண்டிக்கோ."

அவனே விழுந்து கும்பிட்டான். அவர் கிணற்றங்கரையில் தளம் போட்டிருக்கிற இடத்தில் ஈரமில்லாத இடமாக உட்கார்ந்து சுருதிப் பெட்டியை அவிழ்த்துவிட்டார்.

"அதோ அப்படி உட்காரு ... அங்கேதான். கறிவேப்பிலை கன்னுகிட்ட உட்காரேன்" என்றார்.

குப்பாண்டி சப்பணம் கொட்டி உட்கார்ந்துகொண்டான். இவருக்கும் அவனுக்கும் நாற்பதடி தூரம் இருக்கும். நடுவில் ஏழெட்டு துளசிச் செடி ஒரு அந்திமந்தாரைச் செடி.

"சொல்லு – நான் முன்னாலே ஸா பா ஸா சொல்றேன். முன்னடி ஒரு தடவை கேட்டுக்கோ. அப்பறம் ஒண்ணொண்ணாச் சொல்லுவேன். நீ பாடணும் ... ஸா பா ஸா ... இப்ப சொல்லு, சொல்லு. ஸா –"

"ஸா"

தி. ஜானகிராமன் சிறுகதைகள்

அப்பா! என்ன குரல்! என்ன குரல்!
ஸரிகம பதநிஸா, ஸநிதப மகரிஸா
ஸரிகம ஸரிகம ஸரிகம பதநிஸா
ஸநிதப ஸநிதப ஸநிதப மகரிஸா.

முதல் காலம், இரண்டாவது காலம், மூன்றாவது காலம் ... என்ன புத்தி இந்தப் பயலுக்கு! என்ன வேகம்? என்ன இனிமை! அட, கந்தர்வப் பிசாசு!

கொல்லைப் படலைச் சாத்தாமல் வந்துவிட்டான் குப்பாண்டி குடியானத் தெரு, சேரி ஜனங்கள் ஒரு இருபது பேர். பக்கத்து வீடுகளின் வேலிகளின் ஓரமாக அக்ரகாரத்துப் பிரமுகர்கள். நடு வயதுகள், சில்லுண்டிகள்! பாலன், சுப்புக்குட்டி, கர்ணம், சீதாராமன்!–

பாலன் சிரிக்கிறார். கர்ணம் சிரிக்கிறார் – அதைப் பார்த்துக் குழந்தைகள் பாதி, ஏன் என்று தெரியாமல் விழிக்கின்றன. பாதி தெரியாமலேயே சிரிக்கிறதுகள்.

நாற்பதடி தூரத்தைப் பார்த்துக் குடியானத் தெரு ஆட்கள் சிரித்தார்கள்.

மல்லியின் வயிற்றுக்குள் ஒரு பெரிய வைக்கோல் போரே எரிந்தது. சரளி வரிசை முடிந்தது.

"ஸா பா ஸா"

"ஸா பா ஸா"

"இன்னிக்கி போரும். நாளைக்கிக் காலமே வந்துடு இதே மாதிரி."

குப்பாண்டி எழுந்து நடந்தான். அவனோடு குடியானத் தெரு, சேரி ஆட்களின் கூட்டம் கலைந்தது.

பாலன் வேலிக்கப்பாலிருந்து சொன்னார்: "மல்லி! ரொம்ப அழகாகப் பண்ணிப்பிட்டீர்" என்றார்.

"மீசையிலெ படாம கூழும் குடிச்சாச்சு" என்றார் கர்ணம்.

அதைக் கேட்டு சீதாராமன் கொளகொளவென்று மார்ச்சதையும் வயிறும் குலுங்கச் சிரித்தான். அவன் பெரிய மனிதன். எனவே மற்றவர்களும் அதை வாங்கிச் சிரித்தார்கள். உடனே இந்தப் பக்கத்து வீட்டுக் கொல்லையிலிருந்த குஞ்சு, குதிர்களும் நகைத்தன.

அவர் சற்று நின்று பார்த்தார்.

"என்னடா, சிரிக்கிறேள்?"

"என்னடா சிரிக்கிறேள்?" என்று அதையே திருப்பிச் சொன்னான் சீதாராமன். மறுபடியும் பெரிய சிரிப்பு.

"ஒங்க –" என்று, மீதி வெசவை வெய்யாமல் "நாளைக்கு உள்ள வச்சிண்டு பாடம் சொல்றேனா இல்லியா பாருங்கடா, ஒழிச மக்களா!" என சுருதிப் பெட்டியை வீசி கூட்டத்தின் பக்கம் எறிந்தார் மல்லி. அது

இசைப் பயிற்சி 325

வேலியில் விழுந்து துருத்தியில் முள் தைத்துக்கொண்டு கீழே விழுந்தது. அசடு மாதிரி நடந்தார் மல்லி. சட்டென்று அதை எடுத்து, கதவைத் தடார் என்று சாத்தித் தாழிட்டுக்கொண்டு உள்ளே வந்து முள்ளை எடுத்தார்.

"நீங்கள்ளாம் நன்னாருப்பேளா?" என்று தாழிட்ட கொல்லைக் கதவுக்கு இப்பால் நின்று, வானத்தைப் பார்த்து அவர் மனைவி சபித்துக் கொண்டிருந்தாள்.

"கெடக்கான், நீவா – நாய்தான் குலைக்கிறது. நீ வேற ஏன் குலைக்கணும்? கொஞ்சம் கோந்து வேணும். உள்ள வா" என்று மல்லி கத்தினார்.

இப்பொழுது பயத்தோடு ஒரு தனிமையும், அலட்சியமும் சேர்ந்து கொண்டன. காய்ச்சல் வந்தமாதிரி கை நடுங்கிற்று. ஊஞ்சல்மீது படுத்துச் சங்கிலியைக் கெட்டியாகப் பிடித்துக்கொண்டார்.

ஆனந்த விகடன் தீபாவளி மலர், நவம்பர் 1967

சந்தானம்

சங்கு ஊதிற்று. முதலியார் சட்டென்று எழுந்து நின்று ஜன்னலண்டை போய் பார்த்தார். எதிர்வீட்டுக் காம்பவுண்டில் முப்பது நாற்பது பேர் புறப்படத் தயாராக நின்றுகொண்டிருந்தார்கள். வாசல் கேட்டுக்கு வெளியே தாதன் குள்ளமாக முண்டாசு கட்டி, பொருக்குத் தட்டிய வெண்சங்கைக் கன்னம் உப்ப ஊதிக்கொண்டேயிருந்தான். காம்பவுண்டுக்குள் கூட்டத்திற்கு நடுவில் வெள்ளை வெளோர் என்ற முண்டாசும் அரையில் வெண்பட்டும் ஆக இரண்டு கைகளிலும் வெள்ளைத் துணி மூடிய பெரிய தட்டு ஒன்றை ஏந்திய வண்ணம் முத்தையாவின் பெரிய பையன் நின்றுகொண்டிருந்தான். வெள்ளைத் துணியை மீறி பச்சைத் தென்னம்பாளை வெளியே சற்று நீட்டிக் கொண்டிருந்தது. பக்கத்தில் சின்னப் பையன் எல்லப்பன் நின்றுகொண்டிருந்தான். அவனுக்கும் ஒரு வெள்ளை முண்டாசு, அரையில் வெண்பட்டு. முத்தையா காலமாகிப் பத்துப் பன்னிரண்டு நாட்கள் ஓடிவிட்டன. கடைசி ஈமக்கிரியைக்காகக் கூட்டம் புறப்பட்டுக்கொண்டிருந்தது.

தாதன் நகர்ந்தான். பெரிய பையன் தொடர்ந்தான்; கூட்டமும் தொடர்ந்தது. அக்கம்பக்கத்து வீட்டு வாசல்களிலும் ஆணும் பெண்ணுமாக வேடிக்கை பார்க்க வந்து நின்றார்கள். முதலியாரின் மனைவியும் வந்து அவர் பக்கத்தில் நின்றுகொண்டாள்.

"எல்லப்பனா அது! அடேயப்பா! முண்டாசு, பட்டு வேட்டி! எத்தினி லட்சணமாயிருக்கு புள்ளெ! கருமாதிக்குப் போறாப்பலவா இருக்கு! பட்டம் கட்டிக்கல்ல கிளம்பினாப்பல இருக்கு!"

சங்கொலி நீண்ட குழாய்போல் கேட்டது. மெதுவாகத் தேய்ந்தது.

முதலியார் உட்கார்ந்துகொண்டார். எதிர் நாற்காலியில் மெத்தை மீது படுத்திருந்த பூனை அவர் உட்கார்ந்த அரவம் கேட்டு, தலையைச் சற்று நிமிர்த்திப் பார்த்துவிட்டு, மீண்டும் தலையைப் போட்டுக் கண்ணை மூடிக்கொண்டது.

அந்த வருத்தத்துக்கு நடுவில் முதலியாருக்கு ஒரு புன்னகையும் வந்தது. அவர் மனைவி பாதியில் விட்டுவிட்டு வந்த அடுக்களை வேலையைக் கவனிக்க உள்ளே போனாள்.

"ஆகலின் மாட்சியின் பெரியோரை வியத்தலும் இலமே. சிறியோரை இகழ்தல் அதனினும் இலமே" என்று பாடிக்கொண்டு "ஏய் கிட்டி, இங்க வா சொல்றேன்" என்று பூனையைக் கூப்பிட்டார்.

கிட்டி கண்ணைத் திறந்தது.

"இங்க வாடின்னா."

கிட்டி எழுந்து குதித்து அருகே வந்தது. தூக்கி மடியில் வைத்துக் கொண்டு அதன் நெற்றியைக் கண் அகலத் தடவி "சிறியோரை இகழ்தல் அதனினும் இலமே" என்று மீண்டும் பாடினார் முதலியார்.

"கூப்பிட்டீங்களா?" என்று உள்ளே வந்தாள் அவர் மனைவி.

"இல்லியே. கிட்டியைல்ல கூப்பிட்டேன். உசிரு வெள்ளத்திலே வாழைக்கட்டையாட்டம் தன் இச்சையில்லாம மிதந்துகிணு போவுது. பெரிய உசிரு, சின்ன உசிரு எல்லாம் மிதக்க வேண்டியதுதான். அதனாலே படாஆளாயிருந்தாலும் மதிக்கமாட்டேன். தம்மாத்தூண்டு ஆளாயிருந்தாலும் அசட்டை பண்ணமாட்டேன்னாரு புலவரு. தெரியுமாடி கிட்டி!"

கிட்டி புரண்டு மல்லாந்து மீசையைக் காட்டி வாயைப் பிளந்து, கூர்ப் பற்களைக் காட்டிற்று.

"சங்கு ஊதிச்சு. இவ போய்ப் பார்க்கப்படாது! பேசாம கண்ணை மூடிக்கினே படுத்திருக்கா. ஏய்! முத்தையாவை கிலிமூட்டி ஆட்டி வச்சீல்ல மூணாம் வருசம் அதிகார நந்தியன்னிக்கு ... சிரிக்கிறா பாத்தியா! படா குறும்பு!" என்று கிட்டியின் பல்லைப் பார்த்தார் முதலியார்.

"போலீஸ் சூப்பிரண்ட் வவுத்திலே கிலி மூட்டின பெருமை அவளுக்கு. அதான் வாயெல்லாம் பல்லாகீது. எடி கூத்தியா ... வாயை மூடு!" என்று முதலியார் மனைவி அதன் வாயை மூடினாள். கிட்டி முன்னங்காலால் அவள் மணிக்கட்டைத் தேய்த்தது.

மனைவி நகர்ந்தாள். "அனுப்புங்க அவளை. கொஞ்சம் வெந்நீர் சாதம் போடறேன். கார்த்தாலே ஒரு ஆளாக்கு பால் குடிச்சத்தான். ஏய், கிட்டி, வறியா!" என்று கதவண்டை நின்று கூப்பிட்டாள். குதித்து ஒரு தடவை முதுகை உயர்த்தி வளைத்துவிட்டு அவளோடு போயிற்று கிட்டி.

முதலியாருக்கு அதை நினைத்து மீண்டும் சிரிப்பு வந்தது.

முத்தையா ஜில்லா போலீஸ் தலைவராக மூன்றாம் வருடம் மாற்றலாகி இங்கு வந்தார். அந்தப் பதவிக்காக ஒதுக்கப்பட்டிருந்த

எதிர்வீட்டுக்குக் குடியேறினார். மறுநாள் முதல் ஊர் தூள் பறந்தது. எதிர்வீட்டு வாசல் வெறிச்சிட்டுக் கிடந்தது. வழக்கமாக வரும் எம்.எல்.ஏ.யைக் காணவில்லை. பிள்ளையார் கோவிலுக்குக் கும்பாபிஷேகம் பண்ணப் போவதாக விறகு வண்டிகளையெல்லாம் மறித்துப் பத்துக் கட்டு பன்னிரண்டு கட்டு என்று வண்டிக்கு ஒரு டஜனாக்கட்டுகளை இறக்கி, ஏலம் போட்டு இடுப்பில் செருகிக்கொள்ளும் கோபாலக் கோனாரின் சத்தம் கேட்கவில்லை. கழுத்து வரையில் குடித்து விட்டு, மற்ற வண்டிக்காரர்களைச் சண்டைக்கிழுத்து, பெரிய சாக்கடையில் விழுந்து, ஏற முடியாமல் யார் யாருடைய முப்பாட்டன் முப்பாட்டிகளையோவெல்லாம் வேசிகளாக்கித் திட்டிக்கொண் டிருக்கும் மாமுண்டியின் இரைச்சல் கேட்கவில்லை. ஐந்தாந்தெரு அக்கராரத்தில் பெண்கள்கூட மூன்று சீட்டு ஆடுவார்கள். அக்கராரத்திற்கு நடுநாயகமாக இருந்த பஞ்சம் பட்டு ஜமீன்தார் அய்யர் வீட்டு வாசல் கதவு திறந்து கிடந்தது. மைனரும் அவரது மற்ற ஜமீன்தார் தோழர்களும் தினப்படி ரங்காட்ட வைபவத்தை வேறு எந்த மாவட்டத்திற்கோ மாற்றிக்கொண்டு போய்விட்டார்கள் என்று தெரிந்தது. தஞ்சை ஜில்லாவில் ஒரு அக்கராரத்திற்குப் போய்விட்டதாகத் தகவல். இந்தக் கெடுபிடியில், திண்ணைகள் இரண்டாம் சனிகளிலும் ஞாயிறுகளிலும் குமாஸ்தாக்கள் நடத்தும் வெற்று 304, 504 ஆட்டங்கள்கூட காணாமல் வெறிச்சிட்டுக் கிடந்தன. ரயில்வே ஸ்டேஷன் சாலையோரமாகக் காலை மாலை அந்திகளில் இருமருங்கிலும் சுருட்டு நெருப்புடன் உட்கார்ந்து, ரயிலுக்குப் போகிற பயணிகளுக்கு ஆண், பெண் என்று விலக்குப் பாராமல் அணிவகுப்பு மரியாதை நடத்திய நெசவு மகாஜனங்களைக் காணவில்லை. பேருந்து நிலையங்களில் க்யூ வரிசை. சினிமாக் கொட்டகை களில் க்யூ வரிசை. பால் கட்டி, சர்க்கரை எல்லாம் நியாய விலைக்கு. மடவளாகச் சந்தில் சிறுநீர் நெடியே இல்லை. குளப்படி கூட வழக்கவில்லை.

முத்தையாவைப் பற்றிக் கதை கதையாகச் சொன்னார்கள். அவர் மாறுவேடங்களில் போவாராம்; பிச்சைக்காரன் மாதிரி போவாராம்; திருடன் மாதிரி போவாராம்; குடுகுடுப்பாண்டி மாதிரி போவாராம்; சாஸ்திரிகள் மாதிரி போவாராம்; மைனர் மாதிரி போவாராம்; சேட்டு மாதிரி போவாராம் – துப்புத் துலக்க. திருநெல்வேலியில் இருந்த போது, பக்கத்து வீட்டுப் பொம்மனாட்டி முத்தையாவின் சம்சாரத்திடம் கொல்லையில் காய்த்ததாக முருங்கைக்காய் இருபது கொண்டு கொடுத்தாளாம். அது லஞ்சம் என்று சொல்லி சம்சாரத்தை மூன்று நாள் பூட்டி வைத்துவிட்டு, பிறகு ஆறு மாசம் பிறந்த வீட்டுக்கு அனுப்பிவிட்டு 'ஐயா ... அப்பா' என்று காலில் விழுந்த பிறகுதான் அழைத்துக் கொண்டாராம். இது எவ்வளவு உண்மையோ? நல்லவன் என்றால் கோமாளியாக்கவும் தயங்க மாட்டார்கள் ஜனங்கள்.

முத்தையாவை அநேகமாக இரண்டு மூன்று நாட்களுக்கு ஒரு முறை ஜன்னலிலிருந்து பார்க்க நேரும். இரவு ஒரு மணிக்குச் சாப்பிட்டுவிட்டு வாசல் முகப்பில் சாய்வு நாற்காலியின் சட்டத்தை முன் நீட்டி, காலை வைத்து சாய்ந்து சிகரெட்டு ஒன்றைப் பற்ற வைத்து காம்பவுண்டின் வாதாமர, வேப்பமரக் காற்றை நுகர்ந்துகொண்டிருப்பார் முத்தையா. அரை மணி அப்படி உட்கார்ந்திருந்துவிட்டு, பிறகு உள்ளே போய்விடுவார்.

பிறகு முன் அறையில் நடுநிசிவரை விளக்கு எரிந்துகொண்டிருக்கும். படிக்கிறாரோ, எழுதுகிறாரோ, இல்லை, கொல்லை வழியாக மாறு வேடம் அணிந்து போய்விட்டாரோ! சில நாட்களில் முதலியாருக்கு அவரோடு போய்ப் பேசலாமா என்று தோன்றும். ஒருநாள் மனத்தைத் திடப்படுத்திக்கொண்டு, கிட்டியைக் கையில் தூக்கிக்கொண்டு (கிட்டி அப்போது நாலு மாதக் குட்டி), வாசலுக்குப் போய் சற்றுத் தயங்கி அவரைப் பார்த்துக்கொண்டு நின்றார். அவரைச் சிறிது நேரம் பார்த்த முத்தையா ஏதோ நினைத்துக்கொண்டு எழுந்து உள்ளே போய்விட்டார். வாசல் கதவு தாழிடப்பட்டுவிட்டது. வந்த வாய்ப்புப் போய்விட்டது. ஏன் தயங்கி நின்றோம் என்று தன் கோழைத்தனத்தை நொந்துகொண்டே கிட்டியோடு உள்ளே திரும்பி வந்தார் முதலியார்.

ஒருநாள் முத்தையாவின் சின்னப்பையன் வந்தான். எட்டு வயதிருக்கும். கிட்டியோடு விளையாடினான். பிறகு அதைத் தூக்கிக் கொண்டு தன் வீட்டுக்குப் போனான். ஒரு மணி நேரம் கழித்துக் கொண்டுவிட்டுப் போனான். முத்தையா ஊரில் இல்லையோ, என்னவோ. இல்லாவிட்டால் தைரியமாக எதிர்வீட்டு வரையில் வந்து பூனைக் குட்டியை எடுத்துக்கொண்டு போய் எப்படி விளையாட முடியும்?

அன்று மாலை இருட்டியதும் முத்தையாவின் சம்சாரம் வந்தாள்.

"நான்தாங்க ... எதிர் வீடு" என்று அறிமுகப்படுத்திக்கொண்டே வந்தாள்.

"வாங்க, வாங்க" என்று பெரிய இடத்து மனுஷிக்கு ஏற்ற மரியாதையும் பரபரப்புமாக வரவேற்றாள் முதலியாரின் மனைவி. "உட்காருங்க."

"பரவாயில்லே ... உங்க வீட்டிலெ பூனைக்குட்டி இருக்கா?"

"இருக்கே. உட்காருங்க. உங்க பையன்கூட மத்தியானம் அதோட விளையாடிக்கிட்டிருந்தானே. தூக்கிக்கினுகூடப் போனான். உட்காருங்க."

"உக்கார நேரமில்லீங்க. அவங்க வர்ற நேரம். இனிமே அவன் கேட்டான்னா பூனைக்குட்டியைக் கொடுக்காதீங்க."

"அது என்ன அப்படிச் சொல்லிட்டீங்க? கொளந்தை கேட்டா, என்னா ஆயிரும்?"

இதுவும் லஞ்சமா என்று உள்ளேயிருந்த முதலியார் சிரித்துக் கொண்டார்.

"அவன் எது கேட்டாலும் கொடுங்க. ஆனா பூனைக்குட்டியை மட்டும் கொடுக்காதீங்கம்மா."

"என்ன அப்படி?"

"வேணாம். கொடுக்காதீங்க."

"அது கடிக்காதும்மா. சாது."

"அதுக்கு இல்லை. அவங்களுக்குப் பூனைக் குட்டின்னாப் பிடிக்காது."

தி. ஜானகிராமன் சிறுகதைகள்

"அவங்களுக்குப் பூனைக்குட்டியைப் பிடிக்காதா?"

"சும்மா இல்லீங்க. பூனைக்குட்டியைப் பார்த்திட்டாங்களோ – மூஞ்சியெல்லாம் முள்ளு படந்துக்கும். வாய் கொளறும். கிலி பிடிச்சாப்பல ஓடுவாங்க."

"என்னது!"

"ஆமாங்க. பெரிய பூனையைக் கண்டா அவ்வளவு பயப்பட மாட்டாங்க. குட்டிப் பூனை வந்திட்டாப்போதும், யாரோட பேசிக்கிட் டிருந்தாலும், ஒரு துள்ளு துள்ளி எழுந்து ஓடுவாங்களே பார்ப்பம், மாரெல்லாம் படபடவென்று அடிச்சிருக்கும். காய்ச்சல்கூட வந்திடும். திண்டுக்கல்லில் இருந்தப்ப ஒரு நா சாப்பிடறப்ப ஒரு குட்டி வந்திரிச்சி. அவ்வளவுதான். அப்படியே எச்சிக் கையோட விழுந்தடிச்சிட்டு ஓடினாங்க பாருங்க கொல்லைப் பக்கம்! சின்ன வயசிலெ எப்ப எப்படி பயந்துகிட்டாங்களோ என்னமோ தெரியலே. பூனைக்குட்டியை மாத்திரம் பார்க்கப்படாது.சிங்கம், புலி, பெரிய பூனை எல்லாம் பார்ப்பாங்க. குட்டி மட்டும் கண்ணிலே படப்படாது" என்று ஒரு இரக்கமும் சிரிப்புமாகச் சொன்னாள் முத்தையாவின் சம்சாரம்.

முதலியாரின் மனைவியும் இரக்கத்துடன் சிரித்தாள்.

"இன்னிக்கு, அதிகாரநந்தி, லீவு விட்டிருக்காங்க. சிநேகிதங்களோட சினிமாவுக்குப் போகணும்னான், சின்னவன். காலையிலேபிடிச்சி கேட்டுக்கிட்டே இருந்தான்; மாட்டேன்னிட்டாங்க. அவங்க மத்தியானம் சாப்பிடக்கூட வரலே. இவன் நச்சு பிடுங்கிக்கிட்டேயிருந்தான். சாயங் காலம் வந்தாங்க அவங்க. சாப்பிட்டிட்டு கொஞ்சம் ரெஸ்ட் எடுத்துக் கிட்டாங்க. இந்தப் பய உங்க வீட்டுப் பூனைக்குட்டியை எடுத்துக்கிட்டு வந்தான். "யப்பா பூனைக்குட்டியைக் கொண்டாந்திருக்கேன். என்ன சொல்றீங்க. சினிமாவுக்குப் போகவிடுறீங்களா இல்லையா?"ன்னு குட்டியைக் காண்பிச்சான். அவ்வளவுதான். ஒரே பாச்சலாகப் பாஞ்சாங்க, மாடியைப் பார்க்க. உள்ள போய் கதவைச் சாத்திக்கிட்டாங்க. அப்புறம் நான் போனேன். ஆடர்லிக்குப் போன் பண்ணி இந்தச் சனியன் பிடிச்சவனை சினிமாக்கு அழைச்சிட்டுப் போகச் சொல்லுன்னாங்க. அது இருக்கா கொண்டு போய் விட்டிட்டானான்னு கேட்டாங்க.பூனைக்குட்டின்னுகூட சொல்லமாட்டாங்க. அதுன்னுதான் சொல்லுவாங்க. நிச்சயமாக் கொண்டு விட்டிட்டான்னு சொன்னப்பறம்தான் கதவைத் திறந்தாங்க. பார்த்தா பேயறைஞ்சாப்ல இருந்துது மூஞ்சி, கண் எல்லாம்."

"ஆச்சரியமால்ல இருக்கு!"

"எனக்கும்தான் சிரிப்பா வருது. என்ன செய்யிறது?" என்றாள் முத்தையாவின் மனைவி.

பிறகு ஐந்து நிமிடம் பேசிவிட்டு, மீண்டும் எச்சரித்துவிட்டு அவள் விடைபெற்றுக்கொண்டாள். முதலியாரின் சம்சாரம் தேங்காய், வெற்றிலை, பாக்கு, குங்குமம் வைத்து அவளுக்கு விடை கொடுத்துவிட்டு வந்தாள்.

முதலியார் அதை நினைத்து நினைத்துச் சிரித்தார். சம்சாரமும் வந்து சேர்ந்துகொண்டாள். அந்தச் சிரிப்புக்குக் கீழ் ஒரு ஏக்கமும் நெளிந்தது.

குழந்தைகள் இப்படியெல்லாமா வேடிக்கை காட்டும்? அறிவு விலாசம் படைத்திருக்கும்? இந்த மாதிரி படுத்திவைக்க ஒரு பூச்சி வயிற்றில் விழவில்லையே என்று முதலியார் மனைவிக்கு ஏக்கம். முதலியாருக்குக் குறை. பட்டுப்பட்டு, பார்த்துப் பார்த்து மனசு காய்ந்துவிட்டது. கடைசியில் ஏதோ நம்பிக்கை மாதிரி நிழலடித்தது. நாற்பத்தைந்து வயதில் வருகிற கோளாறு என்று சம்சாரத்தின் பேதை மனம் புரிந்துகொள்ள ஒரு வருஷ மாயிற்று. இப்பொழுது அவளுக்கு வயது ஐம்பத்து மூன்று. முதலியாருக்கு ஐம்பத்தெட்டு.

ஜன்னல் வழியாக முத்தையாவைப் பார்க்கும்பொழுதெல்லாம் முதலியாருக்குச் சிரிப்பு வரும்.

இப்போதும் வந்தது. முத்தையா இதயத்தில் வலி என்று இரண்டு வாரம் முன்னால் ஆபீஸில் பாதி வேலையை விட்டு வீட்டுக்கு வந்தாராம். வலிவலி என்று மார்பைப் பிடித்துக்கொண்டாராம். டாக்டருக்குச் சொல்லி அனுப்பினார்கள். தண்ணீர் கேட்டார் முத்தையா. தண்ணீர் வருவதற்குள் தலை தொங்கலிட்டுவிட்டது.

என்ன இது! பெரிய பிள்ளை வேலைக்குப் போய்விட்டான். சிறிய பிள்ளை எல்லப்பனுக்குப் பத்து வயது! எப்படிப் பொறுப்பில்லாமல் முத்தையா திடீர் என்று இறந்துபோனார்? முதலியாரின் மனத்தில் அவிவேகக் கேள்விகள் எல்லாம் எழுந்துகொண்டிருந்தன.

இரண்டு பேரும் முத்தையாவின் சம்சாரத்தை நினைத்து அவதிப் பட்டார்கள். எல்லப்பனை நினைத்து மனம் கலங்கினார்கள்.

"குளிச்சிட்டு வாங்களேன். சமையல் ஆயிடிச்சு," என்றாள் சம்சாரம்.

கொல்லையில் வந்த இரண்டு பேரும் கிட்டி கத்துவதைக் கேட்டார்கள். எங்கிருந்து வருகிறது என்று புரியவில்லை. குளியல் அறையில் இல்லை. விறகு அடுக்கின அறையில் இல்லை. கழிவிடத்தில் இல்லை. மியாவ் மியாவ் என்றில்லாமல் நாங் நாங் என்று காட்டுக் கத்தலாக, பயக் கத்தலாக வந்தது. கிணற்றில் எட்டிப் பார்த்தார்கள். கிட்டி நீர் மட்டத்தில் பாசி பிடித்த, பொக்கை விழுந்த இரண்டு அங்குலப் படியில் பற்றிப் பற்றி நழுவிக்கொண்டிருந்தது. முழுகி முழுகி எழுந்து பற்றிக்கொண்டது.

"கிட்டி!" என்று முதலியார் தொண்டை உடையக் கூப்பிட்டார்.

"நாங்" என்று நிமிர்ந்து பார்த்தது கிட்டி. அந்தப் பராக்கில் கால் நழுவி மீண்டும் தத்தளித்து, முழுகி, அடித்துக்கொண்டு, மேட்டைப் பற்றிக்கொள்ள ஒரு நிமிஷம் ஆயிற்று.

"கிட்டி!"

முதலியார் அழத் தொடங்கிவிட்டார்.

"சும்மா அழுதுகினே நின்னா!" என்று கயிற்றையும் பக்கெட்டையும் உள்ளே விட்டார்கள்.

"கிட்டி! கிட்டி! இதைப் பிடிச்சு ஏறிக்க" என்று கத்தினாள் அவள். "பிடிச்சுக்கடா கண்ணு!" என்று முதலியார் புலம்பினார்.

நாலைந்து தடவை கிட்டி முயன்று பார்த்து முழுகிற்று.

முதலியார் அங்கும் இங்கும் ஓடினார். கால் கொள்ளாமல் பறந்தார். முருங்கைக்காய் பறிக்கிற கோலை விட்டார். கிட்டி அதைப் பற்றிப் பற்றி நழுவி விழுந்தது.

"நான் என்ன ராஜேஸ்வரி செய்வேன்?"

பக்கத்து வீட்டில் போய் முகத்தில் பயம் தேங்க நின்றார் அவர். நாலைந்து பேர் ஓடி வந்தார்கள்.

அவருக்கு ஒன்றும் புரியவில்லை. நேரமாகிக்கொண்டே இருக்கிறது.

முதலியார் வெட்கத்தைவிட்டு எதிர்வீட்டுக்குள் ஓடினார். முத்தையாவின் சம்சாரம் பிள்ளைகளைக் கருமாதிக்கு அனுப்பி விட்டு தரையில் குப்புறக் கிடந்தாள். உறவினர்கள் சமையல் செய்து கொண்டிருந்தார்கள்.

"அம்மா" என்றார் அவர்.

அவள் திரும்பி சட்டென்று எழுந்து உட்கார்ந்தாள்.

"உங்க ஐயாவை நான் வேணும்ணு பயமுறுத்தலெம்மா. பூனையும் வேணும்ணு செஞ்சிருக்காது. அதுக்கென்ன தெரியும்? வேணும்ணு செய்யாட்டியும் பாவம் பாவம்தானே? அது கிணத்திலே விழுந்திச்சிம்மா. உசிருக்கு மன்றாடிட்டு கிடக்கு" என்று கண்ணால் நீர் விட்டார்.

அவள் பிரமை பிடித்தாற்போல நின்றாள். அவர் சொன்னது அவள் காதைத் தாண்டி மனதில் ஏறியதாகத் தெரியவில்லை.

உறவினர்கள் வந்து விசாரித்தார்கள். முதலியார் தெளிவாகச் சொல்ல இரண்டு நிமிஷம் ஆயிற்று.

"ஆடர்லியைக் கூப்பிடுங்க" என்றாள் இதுவரை வாயடைத்து நின்ற முத்தையாவின் சம்சாரம்.

ஆடர்லி வந்தான். "நெருப்பணைக்கிற ஆபீசுக்குப் போன் பண்ணுய்யா. பூனை கிணத்திலே விழுந்திரிச்சாம். உடனே வரச் சொல். நான் சொன்னேன்னு சொல்லு ... நீங்க போங்க. வண்டி வரும் இப்ப" என்று படுத்துக்கொள்ளத் தயாராயிருப்பது போல் சொன்னாள் முத்தையாவின் மனைவி.

முதலியார் போனண்டை ஓடினார். ஆடர்லி சொன்னான்.

அவர் வீட்டுக்குத் திரும்பி வந்து கொல்லைப் பக்கம் ஓடினார். அழுதுகொண்டு நின்றார். கிணற்றை எட்டி எட்டிப் பார்த்தார். கால் தரிக்காமல் வண்டி வருகிறதா என்று பார்க்க வாசலுக்கு ஓடுவார். மீண்டும் கொல்லைக்கு வந்து எட்டிப் பார்ப்பார். மீண்டும் வாசல். ஆனால் என்னவோ தான் அருகில் இல்லாவிட்டால் கிட்டி முழுகிவிடப் போவதுபோல மீண்டும் கிணற்றுக்கு ஓடி வருவார்.

"முத்தையாவை இது கிலி மூட்டினத்துக்காக சந்தோஷப் பட்டோம். அதுதான் நமக்கு வினையா வந்திடிச்சு" என்று இடுப்பில் இரு கைகளையும் வைத்துக்கொண்டு மனைவியைப் பார்த்துப் புருவத்தைத் தூக்கியவாறு சொன்னார். "தெரியாமக்கூட யாருக்கும் தொல்லை கொடுக்கக் கூடாது. உடனே இல்லாட்டி, எப்பவாவது அதற்கு தண்டனை கிடைச்சிடும்" என்றார்.

சம்சாரம் அதை ஒப்புக்கொள்வது போல் 'பாவ' முகத்துடன் நின்றாள்.

"வண்டி!" என்றார் முதலியார். இருவரும் வாசலில் வந்து நின்ற தீயணைக்கிற மோட்டாரைப் பார்த்துவிட்டு அங்கே ஓடினார்கள்.

"சார், இந்த வீட்டுக்கு அதுதான் சந்தானம். பிள்ளை, பெண்ணு, பேரப் பிள்ளை எல்லாம் அதுதான்" என்று யமனைக் கெஞ்சுவது போல் கெஞ்சினார் அவர்.

வந்த நான்கு பேர்களில் ஒருவன் கயிற்றைப் பிடித்துக் கரையில் நின்றான். இன்னொருவன் இறங்கினான். அவனைப் பார்த்து என்னமோ ஏதோ என்று கண்ணை உருட்டி உருட்டிச் சீறிற்று கிட்டி. அது மூன்றாம் வருஷ் கிட்டி இல்லை. எல்லா சந்தானங்களின் போஷாக்கையும் ஜீரணித்து, முக்கால் நாய் அளவுக்கு வளர்ந்து கிடந்தது.

"பிடுங்கிடும் போலிருக்கே" என்றான் இறங்குகிறவன். "அந்தக் கம்பளித் துண்டைப் போடு, ட்ரைவர் சீட்டுக்குக் கீள இருக்குப் பாரு, அது."

மூன்றாவது ஆள் கம்பளியை எடுத்து ஓடிவந்தான்.

இறங்க இறங்க கிட்டி சீறிற்று. திகிலும் திகில் எழுப்புகிற வெறியும் எழுப்புகிற குரல்.

"எத்தனை 'ஜாலக்'காக இறங்குறான்!" என்று மனதிற்குள் சொல்லிக் கொண்டார் முதலியார்.

நீர் மட்டத்திற்கு அருகே உள்ளே பாசிமேட்டில் கால் வைத்ததும் கரே புரே என்று கிட்டி துள்ளிற்று. அங்குமிங்கும் பாய்ந்தது, விழுந்தது, முழுகிற்று, எழுந்தது, முழுகிற்று. முதலியார் "கிருஷ்ணா, கிருஷ்ணா, வெங்கடேசா, என் அப்பா" என்று அழுதார்.

"சும்மா இருங்க" என்றாள் மனைவி.

மற்றவர்கள் அவரைப் பார்த்துச் சிரித்தார்கள் – உள்ளுக்குள். மேலுக்கு 'பாவம்' என்றார்கள்.

ஐந்து நிமிடமாயிற்று – கிட்டியை எட்ட லபக்கென்று கம்பளியைத் தலைமீது போட்டு மூடி லாவி விட்டான் அவன்.

"மூச்சு மூச்சு!"

க்ராக் க்ராக் என்ற கம்பளி கத்திற்று.

"மூச்சுய்யா மூச்சு."

"அட இருங்க. களுத்தைத் திருகவா பிடிச்சிருக்கேன்? காப்பாத்தத் தானே. மூணு நிமிஷம் வரைக்கும் மூச்சு அடக்கிக்கும். சும்மா இருங்க" என்று சொல்லிக்கொண்டே ஏறினான்.

அவன் மேலே வரும்போது வீடு முழுவதும் அக்கம் பக்கத்துக் கூட்டம் எல்லாம் கூடி வழிந்தது.

முதலியார் வாங்கிக்கொண்டார். கம்பளியைத் தூக்கினார். சடாரென்று குதித்து, கால்களுக்கிடையே பாய்ந்து, முன் அறைக்கு ஓடிற்று கிட்டி. முதலியாரும் ஓடினார்.

அவரையும் பார்த்துச் சீறிற்று அது, சோபாவில் உட்கார்ந்து.

"சரி, வரலெ. அப்பறம் பார்க்கறேன்" என்று நகர்ந்தார். எல்லோரும் வேடிக்கை பார்த்தார்கள்.

"தண்ணியையாவது துடச்சு விடறேனடி" என்றார் முதலியார்.

மீண்டும் சீறல்.

"சரி சரி, இல்லே இல்லே."

கூட்டம் கலைந்தது. தீயணைக்கும் படையினர்கள் ஆளுக்கு ஒரு டம்ளர் மோரும் மூன்று மூன்று ரூபாய் வெகுமதியும் பெற்றுப் போனார்கள்.

போலீஸ் சூப்ரிண்டெண்டு முத்தையா பூனைக் குட்டியைப் பார்த்துக் கிலி கண்ட கதை, அவரைப் பற்றிய மற்ற கதைகளைப் போல, இப்படித்தான் பரவிற்று. நல்ல வேளையாக அவர் உயிரோடிருக்கிற போது அது குடும்பத்தைத் தாண்டிப் பரவவில்லை. தெரிந்துவிடவும் வாய்ப்பு நேரவில்லை. சந்ததிகளைக் கொடுத்தும் கொடுக்காமலும் விளையாடுகிற இறைவன்தான் அந்த உதவியையும் புரிந்திருக்க வேண்டும் என்று முதலியார் நம்பினார். வேறு குழந்தையைப் பயமுறுத்தக்கூட கிட்டியைப் பயன்படுத்துவதில்லை என்று அவர் சபதம் செய்து கொண்டார்.

கணையாழி, மே – ஜூன் 1968

நேத்திக்கு

நேத்திக்கிக் காலமே ஜோஸ்யர் மாமா வந்தார். அப்ப தாத்தா குளிச்சுட்டு முழங்கால் மட்டும் ஈரத்துண்டை கட்டிண்டு, கூடத்திலே சாச்சு மாட்டியிருக்குமே பெரிய லக்ஷ்மி படம், அதுக்கு முன்னாலே நின்னுண்டு அந்த சின்னப் பச்சைப் புஸ்தகத்தைப் பார்த்துப் படிச்சுண்டிருந்தா. படிச்சுட்டு அதைப் படத்துக்குப் பின்னாலேயே வச்சுடுவா. எப்பவும் தாத்தா குளிச்சவுடனே சட்டை, பாண்ட், டை எல்லாம் போட்டுண்டுடுவா. உடனே சாப்பிட்டுட்டு, காரிலே ஏறிண்டு ஃபாக்டரிக்கு போயிடுவா. ஆனா ஒரு மாசமா, இப்பல்லாம், குளிச்சவுடனே இந்தப் புஸ்தகத்தை வாசிச்சுட்டு, கன்னத்திலே படபடபடன்னு போட்டுண்டு லஷ்மீ, பரதேவதேன்னு பெரிசா மூச்சு விட்டுட்டு, அப்பறம் தான் சட்டை, டை எல்லாம் கட்டிக்கிறா.

"தாத்தா, ஜோஸ்யர் மாமா வந்திருக்கா"ன்னு நான் சொன்னேன்.

தாத்தா பதில் பேசாம, கையினாலேயே ஜாடை காட்டினா, அவரை உள்ளே அழச்சு உட்காத்தச் சொல்லி. ஜோஸ்யர் மாமா வந்து ஆபீஸ் ரூம்லே உக்காந்துண்டார்.

தாத்தா புஸ்தகத்தை வாசிச்சு, படத்துக்குப் பின்னாலே சொருகி, அப்பறம் கண்ணை மூடிண்டு நின்னா. அப்பறம் ஒரு ஜரிகை வேட்டியை பீரோவிலிருந்து எடுத்துக் கட்டிண்டா. ஒரு துண்டையும் மேலே போட்டுண்டா. ஆபீஸ் ரூமுக்குப் போனா. நேத்திக்கி ஞாயித்துக்கிழமை. பாக்டரி கிடையாது.

"எப்படியய்யா இருக்கு இன்னிக்கி?"ன்னு கேட்டா தாத்தா.

"ரொம்ப டாப்பா இருக்கு"ன்னார் ஜோஸ்யர்.

"என்னத்தை டாப்பா இருக்கு! வாங்கி மூணு வருஷம் ஆச்சு இந்தச் சனியனை. எங்காத்துக்காரரும் கச்சேரிக்குகு போறார்ன்னு மூணே மூணு தடவைதான் ஐயிச்சிருக்கு.

அதுவும் பொட்டைக் குதிரைகளோட ஓடி! சரி, இங்கதான் சரியா இல்லேன்னு பங்களுருக்கு அனுப்பிச்சா, அங்க சமத்தியா அடி. கல்கத்தாவுக்கு அனுப்பிச்சா அங்க ஒரு நாள் விடாம கல்தா. நீரான இன்னிக்கு இதுதான் ஜயிக்கப் போறதுன்னு சொல்லாத நாள் கிடையாது. செட்டியார் சொல்றாப்போல நீர் பசுமாட்டுப் பார்ப்பானோ!"

"என்ன! என்ன!ன்னு ஜோஸ்யர் மாமா ஆச்சரியமாச் சிரிச்சா.

"செட்டியார்லாம் காலமே யாராவது பிராமணன் யாசகத்துக்கு வந்து நின்னா, நீர் பசுமாட்டுப் பார்ப்பானா, எருமை மாட்டுப் பார்ப்பானான்னு கேப்பாளாம். பசுமாட்டுப் பார்ப்பான்னு சொன்னா ஒண்ணும் கிடைக்காது. எருமை மாட்டுப் பார்ப்பான்னு சொல்லணும். எருமை மாடுதான் விடிய காலமே குளிக்கும்"ன்னு சொன்னா தாத்தா.

ஜோஸ்யர் மாமா விழுந்து விழுந்து சிரிச்சார். தாத்தாவும் தொப்பையைக் குலுக்கிண்டு சிரிச்சா.

"அப்படின்னா நான் ஆசாரங் கெட்ட அதமப் பிராமணன்னு சொல்றேளாக்கும்"ன்னு சிரிச்சார் ஜோஸ்யர் மாமா.

"பின்னே நீர் சொல்றது ஏன் ஒருநாள்கூட பலிக்கலே? ஏன் இந்த சனியன் தோத்துகிண்டே இருக்கு? இது குதிரையா கோவேரி கழுதை யான்னே இப்பல்லாம் சந்தேகமா இருக்குங்காணும்."

"நல்ல லக்ஷ்மியைப் போய் ஏன் சனியன் சனியன்னு சொல்றேள்...? ஆனா ஒண்ணு. சனியன் சனியன்னு நீங்க சொல்றதும் சரிதான். இன்னிக்கு சனிதான் அசாத்ய பலமா இருக்கான். அவன்தான் இன்னிக்கு ஜயகாரகன். தனகாரகன். இன்னிக்கு சனிதான் லக்ஷ்மிதேவியை முதல்லே கொண்டு நிறுத்தப் போறான். லக்ஷ்மி லக்ஷ்மியாக் கொட்டப் போறான்னேன். நியூமராலஜி, தாரை, சந்திரன் ஹோரை – எல்லாம் அப்படியே தங்கமாச் சொட்றது."

"நெசமாவா?"

"இன்னும் பதினஞ்சு நிமிஷம் கொடுக்கறேளா? கணக்குப் போட்டுக் காமிக்கறேன்."

"பத்து நிமிஷத்திலே சொல்லும். ஜாக்கி எட்டரை மணிக்கு வரேன்னிருக்கான். அவனோட ஸ்டேபிளுக்குப் போகப் போறேன். ஜிங்கிலி! நீ போய் வேற பாவாடை சொக்காயெல்லாம் போட்டுக்கோ, சொல்றேன். உன்னையும் அழைச்சிண்டு போப்போறேன்"னா தாத்தா.

உடனே உள்ளே ஓடினேன். பாட்டிகிட்ட சொன்னேன். பாட்டி ஜரிகைப் பாவாடையை எடுத்துக் கொடுத்தா. புதுச் சட்டை போட்டு விட்டா. பவுடர் போட்டு, மை இட்டா. பூ வச்சா. ஜோஸ்யர் மாமா கணக்குப் போட்டுச் சொல்லிண்டிருந்தா.

அப்ப அந்தப் பச்சைப் புஸ்தகம் தொப்புனு படத்துக்குப் பின்னாலேர்ந்து விழுந்துது. சரியா சொருகலே. நான் எடுத்துப் பிரிச்சுப் பார்த்தேன். ஆதிசங்கராசாரியாள் அருளிய கனகதாராஸ்தோத்ரம், விலை பத்து காசுன்னு எழுதியிருந்துது. அப்பறம் தமிழ் எழுத்திலே பாட்டு

நேத்திக்கு

பாட்டா எழுதியிருந்துது. ஆனா ஒண்ணும் புரியலே. பாட்டியைக் கேட்டேன். சொன்னா. ஆதிசங்கராச்சாரியார் சின்னப் பையனாக இருக்கிறபோது பிச்சை வாங்கிச் சாப்பிடுவாராம். ஒருநாள் ஒரு வீட்டிலே போய் கேட்டபோது, அப்ப அந்த வீட்டு மாமா வெளியிலே போய் இருந்தாராம். மாமி மட்டும் இருந்தாளாம். வீட்டிலே அரிசி, பருப்பு ஒண்ணுமே இல்லே. மாமி தேடித் தேடிப் பார்த்துட்டு, ஒரு பழைய நெல்லிக்காய் காஞ்சு கிடந்துதாம், அதை எடுத்துண்டு வந்து, "வேற ஒண்ணுமே இல்லேடா குழந்தே"ன்னு சொல்லிண்டே பையனோட பாத்திரத்திலே போட்டாளாம். சங்கராசார்யாருக்கு தொண்டையை அடைச்சுண்டு வந்துதாம். இத்தனை நல்ல மாமியை இத்தனை ஏழியா வச்சிருக்கியேன்னு, மகாலக்ஷ்மி மேலே கிடுகிடுன்னு பாட்டுமாதிரி சொன்னாராம். அவர் முடிச்ச உடனே கலகல கலகலன்னு அந்த வீட்டுக் குள்ளே ஒரே தங்கக் காசா, மழை கொட்டறாப் போல கொட்டிடிச்சாம். அந்தப் பாட்டுதானாம் இது. நான் சங்கராச்சாரி பையனையே நினைச்சுண்டு நின்னேன். திடீர்னு வாசல்லே கார் ஹார்ன் கேட்டுது. ஜாக்கி கார்தான். தாத்தா ஒரு அரைக்கைச் சட்டையை மாத்திரம் போட்டுண்டு புறப்பட்டா. ஜாக்கி ராண்டால் என்னைப் பார்த்ததும் "வநாக்கம், எப்பாடி இரிகிறிர்கல்?"ன்னு சிரிச்சார். சௌக்யம்னேன். ஓ, நல்லதுன்னு சிரிச்சார் ராண்டால். தாத்தா காரை கராஜிலேர்ந்து எடுக்கச் சொன்னா. ராண்டால் தன்னோட காரை ஓரமா நிறுத்திட்டு, தாத்தா கார்லே ஏறிண்டார். ஜோஸ்யர் மாமாவும் கூட வந்தார். கார் கிளம்பிச்சு.

"இவர் எங்க ப்ரண்டு, சங்கர் டீட்சிச்"ன்னு ஜாக்கி கிட்ட சொன்னா தாத்தா.

"வநாக்கம். சௌக்யமா?"ன்னார் ராண்டால்.

"சௌக்யம். ஏது, தமிழ் தெரியும் போலிருக்கே!"

"கொஞ்சாம் பதினெட்டு வருசங்கலாக மதராஸிலே இரிகிறேனலவா?"ன்னார் ராண்டால்.

"பேஷ் பேஷ்"னார் ஜோஸ்யர் மாமா. அப்பறம் அவர் நட்சத்திரம் என்னன்னு கேட்டுச் சொல்லுங்கோன்னார். தாத்தா கேட்டதுக்கு "தெரியாது, ஆனா பொறந்த தேதியும் நேரமும் தெரியும்"னு சொன்னார் ஜாக்கி. உடனே ஜோஸ்யர் மாமா பையைத் திறந்து ஒரு அட்டை கிழிஞ்ச புஸ்தகத்தைப் பெரட்டிப் பார்த்துக் கணக்குப்போட ஆரம்பிச்சுட்டார்.

நான் ஓரத்திலே உட்கார்ந்திருந்தேன். காத்து குளுகுளுன்னு வீசித்து. பிலுபிலுன்னு மானம் எல்லாம் பஞ்சு மிட்டாயா இருந்துது. அந்தண்டை கொளகொளன்னு தயிர் கட்டி மாதிரி இருந்துது – உடஞ்சு போனாப்பல. தாத்தா மத்தவா குதிரையெல்லாம் எப்படி இருக்குன்னு கேட்டுண்டே வந்தா. ராண்டால் ஒரே நம்பர் நம்பராவே பதில் சொல்லிண்டு வந்தார்.

"நம்ம ஜாக்கிக்கும் பிரமாத யோகமான்னா இருக்கு இன்னிக்கி"ன்னார் ஜோஸ்யர் மாமா திடீர்னு.

தாத்தா அதை ஜாக்கிட்ட சொன்னார். "ஓ தாங்யூ ... ஆனா நான் இதெல்லாம் நம்பறது கிடையாது. குதிரை என்னைக் குப்புறத் தள்ளி மிதிச்சாலும் நான் இதையெல்லாம் நம்பமாட்டேன்"னார் ஜாக்கி.

"அது சரி. ஆனா கண்ணாடி மாதிரி உங்க ஜாதகம் சொல்றதே உங்க அதிர்ஷ்டத்தை. நீங்க நம்பலேன்னா, அதிர்ஷ்டம் வராம இருந்துடுமா? இவருக்கும் சனிதான்னே ஜயகாரகன். எல்லாம் ஒரேயடியா சேர்ந்திண்டிருக்கு."

"என்ன எல்லாம் ஒரே சனியனா இருக்கு இன்னிக்கி!"ன்னார் தாத்தா.

"சனி மனசு வச்சான்னா எது நடக்காது? அவன் பெருமையை இன்னிக்கி சாயங்காலம் மூணே கால் மணிக்கி பார்க்கப் போறேனே. இன்னிக்கி மாத்திரம் லக்ஷ்மிதேவி முதல்லே வரலே என் தலையை அடகுவைக்கத் தயார்."

"உம்ம தலையை அடகு வச்சா நவக்கிரகங்களும் அப்படியே நின்னுடும்னு நெனச்சீரோ?"

"இன்னிக்கு நான் சொல்றது நடக்கலேன்னா நவக்கிரகங்களும் நிக்கத்தான் வேணும்னேன்."

"இப்படியேதான் எல்லா ஜோஸ்யனும் சொல்றான். ப்ஸ!"

"நீங்க மூச்சுக்கொட்டறேள். மூணேகால் மணிக்கு என்னைத் திரும்பிப் பார்ப்பேளா! எல்லாரும் உங்களைப் போட்டோ புடிச்சிண்டிருப்பா லக்ஷ்மிதேவியோட. அப்ப என் ஞாபகம்தான் வரப்போறதோ?"

"அதுதான் நீரும் வாரும்கறேன் ரேஸ்கோர்சுக்கு. நீர் சொல்றது நடக்காட்டா, சைதாப்பேட்டை நவக்கிரகத்துக்காவது உம்மைப் பலி கொடுக்கலாம். நீர் அந்த மாதிரி ஏதாவது நடந்துடப்போறதோன்னு பயந்திண்டுதானே டில்லி மந்திரி டயம் கொடுத்துட்டார்ன்னு கதைக்கிறீர்?"

"கதையா? நீங்களே வந்துபாருங்கோ. டில்லி மந்திரி பங்களூர்லேர்ந்து விமானத்திலே வரார். நாலுமணி நேரம்தான் தங்கப்போறார். அதுக்குள்ள எப்படியாவது என்னைப் பார்த்துடணும்னு சொல்லியிருக்கார். நீங்கவாணா ஒரு ஆளை அனுப்பிச்சுப் பாருங்களேன். நான் மூணு மணிக்கு அவரோட பேசிண்டு இருக்கேனா இல்லையான்னு."

ஜோஸ்யர் மாமா நந்தனம் காலனிகிட்ட இறங்கிண்டார். நாங்க நேரே போனோம்.

லக்ஷ்மிதேவி என்னைப் பார்த்ததும் சிரிச்சுது. தாத்தா தட்டிக் கொடுத்தா. தடவிக்கொடுத்தா. நானும் பயந்துண்டே தடவிக் கொடுத்தேன். லக்ஷ்மிதேவி காப்பிப் பொடிகி கலர். ஜோஸ்யர் மாமா பார்த்தா, "சனியும் கறுப்புக் கலர்ன்ா. நீங்க சொல்லவே இல்லியே லக்ஷ்மியும் கறுப்புக்கலர்ன்"னு சிரிச்சிருப்பார். தாத்தா லக்ஷ்மி தேவியைச் சுத்திச்சுத்திப் பார்த்தா. அப்பறம் மூஞ்சி கிட்டப் போனா.

நேத்திக்கு

"இன்னிக்கி மாத்திரம் நீ தோத்தே, உனக்கு மூதேவின்னு பேர் வச்சு ஜட்காக்காரன்கிட்ட வித்துடப் போறேன். அப்பறம் ராயப்பேட்டை ஆஸ்பத்திரிக்கு முன்னாலெ சாக்கடைப் புல்லெல்லாம் கடிச்சிண்டு சாவுக் கிராக்கியைத்தான் தூக்கிண்டு போகணும்"ன்னு அதோட கன்னத்தை லேசா குத்தினா. "ஏன் தாத்தா இப்படியெல்லாம் சொல்றேள்? தோத்தாக்க, நம்மாத்திலெ வச்சுக்கப்படாதா? நான் ஸ்கூலுக்குக் குதிரை வண்டியிலே போகமாட்டேனா"ன்னு கேட்டேன்.

தாத்தா என்னைக் கொஞ்ச நாழி பார்த்தா.

"இனிமே அப்படி எல்லாம் சொல்லாதீங்கோ தாத்தா. சாவு கிராக்கின்னு டாக்சிக்காரா மாதிரி பேசரேளே"ன்னேன்.

தாத்தா மறுபடியும் என்னைப் பார்த்தா. "இனிமே சொல்லலேடா கண்ணு"ன்னு என்னையும் தடவிக் கொடுத்தா.

"நீங்க ராத்திரி ராத்திரி ராமாயணம்லாம் கேக்கப் போறேள். பாட்டுக் கச்சேரில்லாம் கேக்கறேள். டாமிட் ஹெல்லுன்னெல்லாம் அண்ணா நான் எல்லாம் சொல்லப்படாதுன்னேளே."

"இனிமே சொல்லலே, இனிமே சொல்லலே"ன்னா தாத்தா.

அப்பறம் வெளியிலே வந்தோம்.

மத்தியான்னம் சாப்பிட்டு அரைமணி தூங்கினா தாத்தா. அப்பறம் பட்டு சட்டை, கோட்டு, டையெல்லாம் கட்டிண்டா, ஆபீஸ் கதவைச் சாத்திண்டா. பீரோ திறக்கற சத்தம் கேட்டுது. ள்ளாஸை எடுத்து வக்கிற ஒசை கேட்டுது. பிஸ்ஸூன்னு சோடா மூடி திறக்கற சத்தம் கேட்டுது. ஜிங்கிலி, மூஞ்சியெல்லாம் அலம்பிண்டு தயாராயிருந்து குரல் வந்தது. நான் சமையல் உள்பக்கம் போனேன். தாத்தா கதவைச் சாத்திண்டா, அந்த உள்ளே எட்டிக்கூடப் பார்க்கப்படாதுன்னு பாட்டி சொல்லியிருக்கா. ஆனா தாத்தா ஒரோரு தடவையும் இப்படித்தான் எங்கிட்ட சொல்லுவா. மறுபடியும் வேற பாவாடை, வேற சட்டை, வேற பூ. பாட்டிதான் வச்சு விட்டா. நெத்திக்கு இட்டுக்கோ. நானும் வேற புடவை கட்டிக்கறேன்னா பாட்டி. கண்ணாடியிலே பார்த்தேன். நெத்திக்கு இட்டுண்டேன். அப்படியே நின்னுண்டிருந்தேன். ராயப்பேட்டை ஆஸ்பத்திரிகிட்ட ஜட்கா ஸ்டாண்டு. ஒரே குதிரை நெடி. லக்ஷ்மிதேவி புல்லு திங்கறது. யாரோ ரண்டுபேர் அழுதுண்டே என்னமோ கேக்கறா, வண்டிக்காரனை. "சாவு கிராக்கியா – எங்கே?"

"இங்கதான்பா. தேனாம்பேட்டை."

"இருவது ரூவா."

"அட சொல்லுப்பா. ஆளைப்பாத்தா தெரியலியா? கோடீச் வரங்கன்னு நெனச்சியா?"

"நான் மாத்திரம் கோடீச்வரனா? டாக்சிக்காரங்களைக் கேளு. நாப்பது ரூவாக்கு தம்பிடிகாசு குறைக்கிறாங்களன்னு பாரேன்."

போனவருஷம் பாக்டரி வாட்ச்மன் பச்சையப்பன் பொண்டாட்டி ராயப்பேட்டை ஆஸ்பத்திரியிலே செத்துப் போயிட்டா. குதிரை வண்டிக்கு இருபது ரூவா கொடுத்து, தேனாம்பேட்டைக்குத் தூக்கிண்டு போனானாம், வீட்டுக்கு.

தாத்தா ராமாயணம் கேக்கறபோது ஒண்ணுமில்லாத்துக்குல்லாம் சிரிப்பா. சபாவிலே பாட்டுக்கச்சேரி நடக்கறபோது தொப்பு தொப்புன்னு தப்புதப்பாத் தாளம் போடுவா.

"ஜிங்கிலீ, நெத்திக்கு இட்டுண்டாச்சா"ன்னு பாட்டி கேட்டுண்டே கிட்டக்க வந்தா. மூக்கைத் தொளைச்சுது செண்டு.

"யாரங்கே? நீயும் கிளம்பப் போறியா? மரணக்கொழுந்து செண்ட் வாசனை அடிக்கறதே"ன்னு கதவைத் திறந்துண்டு நிலைப்படியிலே நின்னா தாத்தா.

"உங்களுக்குப் பிடிக்கலேன்னா, மூக்கைப் பிடிச்சுண்டு இருக்கறது தானே. அதுக்காக தத்துக்கா பித்துக்கான்னு சொல்லாத வார்த்தை யெல்லாம் சொல்றதா? ரொம்ப அழகா இருக்கு பேசறது"ன்னா பாட்டி.

"கோச்சுக்காதே. பாரிஸ், கனோசிலேர்ந்தெல்லாம் அப்சரஸ் போட்டுக்கற செண்டெல்லாம் வாங்கி வச்சிருக்கேனேடி. இந்த மருக்கொழுந்து செண்டைப் போட்டுண்டு நாட்டுக்கட்டை மாதிரி நடமாடறியேன்னு சொன்னேண்டே. வேற ஒண்ணும் இல்லே"ன்னு இஹி இஹி இஹின்னு தோள், வயிறெல்லாம் குலுங்கச் சிரிச்சா தாத்தா. அப்பறம் உள்ளங்கையாலே உதட்டைத் துடைச்சிண்டா.

ரேஸ்கோர்ஸிலே நேத்திக்கிக் கூட்டம் தாங்க முடியலெ.

தாத்தா எங்களை மேலே உக்காத்திவச்சுட்டு கீழே அங்கியும் இங்கியுமா பேசிண்டு நடந்திண்டிருந்தா. முதல் ரேஸ் முடிஞ்சுது. நான் கீழே இறங்கிப்போய், தாத்தா விரலைப் புடிச்சிண்டேன். புக்கி ஸ்டாண்டுக்குப் போனா தாத்தா. ஓரோரு ஸ்டாலா நின்னு பாத்தா. ஒன்பது குதிரை ஓடப்போறது. மத்ததுக்கு ஒண்ணுக்கு ரண்டு, நாலு, மூணுன்னு போட்டிருந்துது.

லக்ஷ்மிதேவிக்கு மாத்திரம் ஒண்ணுக்கு முப்பதுன்னு போட்டிருந்துது ஒரு போர்டிலே. இன்னொண்ணிலே இருபதுன்னு போட்டிருந்துது. அவன் தாத்தாவைப் பாத்துட்டு ஒண்ணுக்கு அம்பதுன்னு திருத்தினான்.

"இன்னாப்பா. ஒண்ணுக்கு அம்பது போட்டிருக்கேன், உன் குதிரைக்கு. எங்கிட்ட கட்டேன்."

தாத்தா சிரிச்சா. "எங் குதிரைன்னா அமிஞ்சிக்கரை ஜட்கா குதிரைன்னு நெனச்சினுட்டே, இல்லையா?"ன்னு சிரிச்சா.

"அப்படி சொல்லாதேப்பா. நீதான் நம்மை சட்டையே பண்ற தில்லே. அதுக்குத்தான் உன்னைப் பாத்தப்பறம் 50ன்னு போட்டேன்."

"ஒண்ணுக்கு நூறு கொடுப்பியா?"

நேத்திக்கு

"எடுத்துக்க. இதோ, உனக்கு முன்னாலேயே போடறேன்"ன்னு சாக்கட்டியாலே லக்ஷ்மி தேவிக்கு முன்னாடி இருந்த 50ஐ 100ன்னு திருத்தினான் அவன்.

"ஜாக்ரதை. ஒரு ஆயிரம் கட்டி, நம்ம அனிமல் ஜயிச்சுதுன்னா, நீ லக்ஷ ரூபா கழட்டணும். ரண்டாயிரம் கட்டினேன்னா ரண்டு லட்சம் கயண்டு போயிடும்."

"எடுத்துக்க. நான் உனக்கு லட்சம் கொடுத்து போண்டியானா, மோதிரக் குட்டு. அப்பறம் உன் கால்லியே உளுந்தா, நீ உன் பாக்டரி ஒண்ணிலே நூறு ரூபா சம்பளத்துக்கு வேலை போட்டுத் தரமாட்டியா? ஏம்பா, என்னா சத்தாய்க்கிறே?"

"இப்ப நீ ஸத்தாய்க்கிறியா நான் ஸத்தாய்க்கிறேனா?"

"அட கட்டுப்பா. சும்மா டயம் போயிகினே இருக்கு."

"சரி, ஒரு ஆயிரம் போட்டுக்க"ன்னு தாத்தா உள் பாக்கெட்டிலேர்ந்து ஒரு கத்தை நோட்டை எடுத்துக் கொடுத்தா. அவ வாங்கிண்டான். சீட்டு எழுதிக் கொடுத்தான்.

எல்லா புக்கியும் என்னைப் பார்த்துச் சிரிச்சிண்டிருந்தா.

"எனக்குக் கிடையாதாப்பா?"ன்னான் இன்னொரு புக்கி.

"நீ பதினஞ்சுதானே போட்டிருக்கே"ன்னா தாத்தா.

"நான் அவன் மாதிரியா? அன்னாடங்காச்சியாச்சே."

"அப்படின்னா ஒரு நூறு போட்டுக்கோ"ன்னா தாத்தா. சீட்டு வாங்கிண்டா.

இன்னும் ரண்டுபேர் கூப்பிட்டா.

"அடுத்த ப்ளோட்டுக்கு"ன்னு தாத்தா அவசர அவசரமா வந்துட்டா. எல்லாரும் தாத்தாவைப் பாத்துச் சிரிச்சுண்டேயிருந்தா.

ரேஸ் ஆரம்பிக்கப் போறது. நான் படியிலே ஏறி பாட்டிக்கிட்டபோய் உட்கார்ந்துண்டேன். பாட்டி பைனாகுலர்ஸிலே பாத்துண்டிருந்தா.

சிட்டுக்குருவி கத்தறபோதெல்லாம் வாலை வாலைத் தூக்குமே, அந்தமாதிரி கீழே எல்லாரும் கையைக் கையை ஆட்டிக் கத்திண்டிருந்தா.

"தாரா ராணி தாரா ராணி – கம் ஆன், கம் ஆன்"ன்னு ஒரு மாமா ஆவேசம் வந்து கத்தினா.

"டஸ்ட் பின், டஸ்ட் பின் – கீப் அப் கீப் அப்"னு ஒரு குல்லா, பஞ்சக் கச்சம் போட்ட மாமா கத்தினா.

"லக்ஷ்மிதேவி எங்க பாட்டி வரது?"

"இருடீ – ஒரு எழவும் புரியலெ"ன்னா பாட்டி.

"நான் பாக்கறேன் பாட்டி."

கீழே தாத்தா "லக்ஷ்மிதேவி, அப் அப்"னு கத்திண்டிருந்தா. "எஸ் எஸ் – லங்டாதேவி அப் அப்"னு பக்கத்திலே ஒரு மாமா கத்தினா. தாத்தா சிரிச்சிண்டே அவரை முதுகிலே குத்தினா.

"நான் பாக்கறேன் பாட்டி."

"சரி, ஒண்ணும் புரியலே. மூக்கண்ணாடியைப் போட்டுண்டு பாத்தா கருக்கா தெரியலெ. கண்ணாடியை எடுத்தா துணி கட்டினாப்பல இருக்கு"ன்னு எங்கிட்ட கொடுத்தா பாட்டி.

நான் பார்த்தேன், பைனாவை வாங்கி.

லக்ஷ்மிதேவி கடைசிலே வந்துண்டிருந்துது. ராண்டால் மஞ்ச சட்டை போட்டண்டிருக்கார். அதாத்தான் இருக்கணும். கடைசியா வரது.

"லங்டா தேவின்னா என்ன பாட்டி?"ன்னேன். பாட்டிக்குத் தெரியலெ.

பக்கத்திலே குப்தா பொண்ணு இருந்துது. அது வந்து "லேம் கேள்"னுது. லங்க்டா தேவின்னா நொண்டிப் பொண்ணா?

இல்லே இல்லே. லக்ஷ்மிதேவி எட்டாவது குதிரையை, இல்லை, ஏழாவது குதிரையைத் தாண்டிடுத்து.

"பாட்டி, லக்ஷ்மிதேவி முந்திண்டு வரது."

"எங்கிட்ட கொடுடி, பாக்கறேன். சரியா வச்சுக் குடு." பாட்டிட்ட கொடுத்தேன்.

"எனக்கு ஒன்றும் தெரியலியேடி ஜிங்கிலி."

"சட்டுனு பார்த்துட்டு கொடு பாட்டி."

"லக்ஷ்மீ – கம்மான் ஆன், கம்மான் ஆன்" என்று தாத்தா கீழே எம்பி எம்பிக் குதிச்சா.

பைனாவை வெடுக்குனு பாட்டி கையிலேர்ந்து பிடுங்கிண்டு பார்த்தேன்.

"ராண்டால். மஞ்ச சட்டை ... மூணாவதா வந்திண்டிருக்கு. ரண்டாவது குதிரையை இடிக்கிறாப்பல வந்துண்டிருந்துது லக்ஷ்மி ... இப்ப ரண்டாவது மூணாவதாப் போயிடுத்து. பாட்டி, பாட்டி, லக்ஷ்மி ஸ்கிண்டா வரது"ன்னேன்.

"இப்படி கொடேண்டி அதை."

"இரு இரு."

"கொடுறேன்னா."

"மாட்டேன்."

வடக்குப் போஸ்டுக் கிட்ட விழுந்தடிச்சிண்டு ஓடி வந்துது எல்லாம். ஆனா ரெண்டு ரொம்ப முன்னாலே வந்துடுத்து. லக்ஷ்மியும் அந்த சாம்பல் குதிரையும் ஒட்டிண்டு வரது ... விறுக்குனு பாஞ்சுது

நேத்திக்கு

லக்ஷ்மி ... குடுகுடுன்னு கொட்டப்பாக்கு மாதிரி ஓடிவரது. சாம்பக் குதிரை பின்னாடி போயிடுத்து.

"பாட்டி லக்ஷ்மி வந்துடுத்து. பஸ்டு, பஸ்டு. பாரு ... பைனா வாண்டாம். இதோ வரது பார். இதோ வந்துடுத்து பார்."

தாத்தா கிடந்து கீழே குதிக்கிறா.

ஒரே கூச்சல். தாத்தாவை எல்லாரும் வந்து மொச்சுனூட்டா. தாத்தா இருக்கிற இடமே தெரியலெ.

இரைச்சல். லக்ஷ்மி தேவி முதல். சாம்பக் குதிரைக்குப் பேரு க்ரேமாட்டர். அது ஸகிண்ட். மூணாவது தாரா ராணியாம். கடலிரைச்சல். நான் கீழே இறங்கி விழுந்தடிச்சி ஓடினேன்.

"இங்கியே இருடி ஜிங்கிலீ. கூட்டத்திலே மிதபட்டுப் போயிடுவே"ன்னு கத்தினா பாட்டி.

"நான் தாத்தாவைப் பார்க்கப் போறேன். அப்பறம் லக்ஷ்மியைப் பார்க்கப் போறேன்"னு ஓடினேன்.

தாத்தா கிட்ட போக முடியலெ. நான் இடுக்கிலே பூந்து பார்த்தேன். முடியலே.

"லக்ஷ்மி விழுந்துடுத்து"ன்னு ஒருத்தன் கத்தினான். மறுபடியும் சத்தமும் ... கலாட்டா ...

ஆமா. லக்ஷ்மி விழுந்துடுத்து. ஜெயிச்சு, கம்பத்தைத் தாண்டி அம்பதடி போனப்பறம் ரண்டு காலையும் மடக்கிண்டு பொத்துண்ணு விழுந்துடுத்தா. தாத்தா குடுகுடுன்னு ஓடிவந்தா. லக்ஷ்மியைப் பார்க்க ஓடினோம். நான் தாத்தாவோட சேந்துண்டேன். கூட்டத்தை விலக்கிண்டு கிட்டக்கப் போனோம். லக்ஷ்மி ஒருக்களிச்சுப் படுத்துக் கிடந்துது. ராண்டால் அப்பதான் எழுந்து, நொண்டி நொண்டிண்டு வந்தான். அதைத் தடவிக்கொடுத்தா. லக்ஷ்மி வாயிலே நுரைச்சு நுரைச்சு வழிஞ்சுது. தாத்தாவைப் பார்த்துது அது. என்னைப் பார்த்துது. ராண்டாலைப் பார்த்துது. ஒரு தடவை கனைச்சுது. நான் சட்டுனு பின்னாலே நகர்ந்துண்டேன். எல்லாரும் முணுமுணுன்னு பேசிண்டிருந்தா.

தாத்தா லக்ஷ்மி மூஞ்சியைப் பார்த்துண்டே நின்னா.

குதிரை டாக்டர் வந்து லக்ஷ்மி காலைத் தொட்டுத் தொட்டுப் பார்த்தார். தாத்தாவைப் பார்த்தார். உதட்டைப் பிதுக்கினார்.

தாத்தா கண்ணு பளபளன்னு மிதந்துது. நிச்சயமாவான்னு கேட்டா தாத்தா.

"வேற என்ன பண்றது"ன்னார் குதிரை டாக்டர்.

"ஜிங்கிலி, நீ பாட்டி கிட்ட போ ..."

நான் தாத்தாவைக் கெஞ்சிண்டே பார்த்தேன்.

"போன்னா போகணும்."

தாத்தா மூஞ்சியைப் பார்த்தா எனக்கு பயமா இருந்துது. கஷ்ட மாகவும் இருந்துது.

"போன்னா போ."

நான் மெதுவா நடந்து பாட்டிகிட்ட வந்தேன். பாட்டி இறங்கி நடந்து வந்தா.

"என்னடி?"

"லக்ஷ்மி கால் ரண்டும் ஒடிஞ்சு போச்சு." தாத்தா திரும்பி வந்தா.

பாட்டியைப் பார்த்த உடனே கைக்குட்டையாலே கண்ணைத் துடச்சிண்டா. உதட்டை இறுக்கி அமுத்திண்டா.

டசார் டசார்னு ரண்டு சத்தம். என்னது?

"நீ வேணும்னா லக்ஷ்மியைப் பார்த்துட்டு வா"ன்னா தாத்தா.

பாட்டி போனா. நானும் நடந்தேன்.

"ஜிங்கிலி நீ இங்கேயே இரு."

அந்த புக்கி ஓடி வந்தான்.

"ரொம்ப சாரிப்பா – மௌலி. இன்னா ஸொல்றது நான்? உசிரைக் கொடுத்து கெலிச்சாம்பாங்க. அப்படியே ஆயிருக்கு. ஷூட் ஆடர் கொடுத்துட்டியா?"

"இப்பதான் சத்தம் கேட்டுதே!"

"ரொம்ப வெசனமா இருக்குப்பா. என்னா டிஸ்டன்ஸ் காமிச்சுக் கிட்டு வந்துது! என்னா டிஸ்டன்ஸ்! என்னா டிஸ்டன்ஸ்!"

"எல்லார் கண்ணும் பட்டுடுத்து. என் கண்ணே பட்டிருக்கும். நான் இன்னிக்கின்னு வந்தேனே பாவி. அதுக்கு ஏத்தாப்பல தத்துப் பித்துன்னு ஏதோ சொல்லி மருக்கொழுந்து செண்டை கரிச்சுக் கொட்டினேள்!"ன்னா பாட்டி.

"கோச்சுக்காதெ மௌலி. நான் சொன்ன பேச்சு தவறமாட்டேன். அறுபதாயிரம் ரொக்கமாக் கொடுத்திடறேன். மீதிக்கு நோட்டு எழுதிக் கொடுத்திடறேன். இதபாரு. நீ வற்றப்பவே சிரிச்சுக்கினே இருந்தேன். திரௌபதி சிரிச்ச கணக்கா ஆயிரிச்சு. ஆளையே போண்டி பண்ணிட்டி யேப்பா."

"இந்த நான்சென்செல்லாம் அப்பறம் பேசேன்"னு வள்ளுனு விழுந்தா தாத்தா.

மறுபடியும் தாத்தாவைச் சுத்திக் கூட்டம் மொச்சுண்டுது. தாத்தா எங்கேயோ போயிட்டா.

அடுத்த ரேஸ் நடந்திண்டிருந்துது. ஆனா டிரைவர் வந்து தாத்தா கூப்பிடறான்னு எங்களை அழச்சிண்டு போனான்.

காரிலே ஏறிண்டோம்.

வழி எல்லாம் தாத்தா "ஒண்ணு ஒண்ணே கால் – அது ஒரு முப்பத்தஞ்சு – மொத்தம் ரண்டே காலுக்கு மேல்லேன்னேன்"ன்னு பாட்டியைப் பார்த்து லேசாச் சிரிச்சா.

"இப்படி வாரி வாரிக் கொடுத்துட்டு என் கையாலே ஒரு பாட்டில் ரம் சாப்பிடப்படாதா? அப்படியே யமலோகத்துக்கு ஓடிப்போயிட்டாளே!"

"ஓடிப் போயிட்டாளா – சுட்டுன்னா அனுப்பிச்சேள்?"

"அந்தக் காலோட உசிரை வச்சிண்டிருந்தா நாலு எமலோகம். நாம வாங்கி அனுபவிக்க முடியுமா கஷ்டத்தை?"

"ஏன் தாத்தா, நான் பள்ளிக்கூடத்திலே விளையாடறபோது, கீழே விழுந்து காலை ஒடிச்சுனூட்டேன்னு வச்சுங்கோ."

"போறும், ரொம்ப அழகாப் பேசறியாக்கும்"ன்னு பாட்டி பழிப்புக் காட்டினா. "தாத்தா – பேத்தி ரண்டு பேர் வாயிலியும் ஒரு நாள், ஒரு நல்ல வார்த்தை!"

"ஏம் பாட்டி?"

"சரி. புரிஞ்சு போயிடுத்து. சினிமா பேத்தி மாதிரி மேல மேல பேச வாண்டாம்"ன்னா பாட்டி.

"நீதான் சினிமாப் பாட்டி மாதிரி செண்டெல்லாம் போட்டுண்டிருக்கே. மரணக்கொழுந்து செண்டு"ன்னேன் நானும் வெடுக்குன்னு.

பாட்டி என்னை ஓசைப்படாம கிள்ளினா.

"பேசாம இருடி. உனக்கும் குழந்தைக்கும் அம்பத்தி மூணு வயசு வித்யாசம். ராட் – "னு தாத்தா பாட்டியைப் பார்த்து பல்லைக் கடிச்சா.

வீடு வந்துது. தாத்தா செக்கு பணம் எல்லாம் எடுத்து லக்ஷ்மி படத்துக்கு முன்னாலே வச்சா. "கீழே வைப்பானேன் – சேப்பங்கிழங்கை கொட்றாப்பல"ன்னு பாட்டி ஒரு பெரிய பலகையைக் கொண்டுவந்தா. அதிலே ஏற்கனவே இழைகோலம் போட்டிருந்தது. பிள்ளையார் சதுர்த்திக்காகப் போட்டிருந்த கோலம். பாட்டி எல்லா பணத்தையும் செக்கையும் அதிலே அள்ளி வச்சா.

தாத்தா கொஞ்ச நாழி லக்ஷ்மி படத்தைப் பார்த்துண்டு நின்னா. பலகையிலே இருந்ததையெல்லாம் எடுத்து, ஆபீஸ் உள்ளே பீரோவிலே வச்சுப் பூட்டினா. அப்படியே கதவைச் சாத்திண்டா.

பாட்டி கதவண்டை நின்னா.

"உங்களைத்தானே."

"என்ன?"

"தினம் தினம் விழுந்து விழுந்து சொல்லிட்டு, இப்ப மறந்து போயிட வாண்டாம். ஏழு மணிக்கெல்லாம் குளிச்சுண்டு கனகதாரா ஸ்தோத்ரத்தை வாசிக்கட்டும். அப்பறம் நன்றிகெட்ட ஜன்மம்னு ஆயிடும்"னு வெளியிலே நின்னுண்டே சொன்னா பாட்டி.

தி. ஜானகிராமன் சிறுகதைகள்

"எல்லாம் தெரியும்டி."

'பில்ஸ்'ன்னு சோடா சத்தம்.

ஏழரை மணிக்கு தாத்தாவோட காரிலே ஏறிண்டு சிவா விஷ்ணு டெம்பிள், வடபழனி, பார்த்தசாரதி கோயில் எல்லாத்துக்கும் போய் அர்ச்சனை பண்ணிண்டு வந்தோம். திரும்பி வர்றபோது வாசல்லெ ஜோஸ்யர் மாமா காத்திண்டிருந்தார்.

அவரும் தாத்தாவோட சாப்பாடு சாப்பிட்டார். அப்பறம் ரண்டு பேருமா ஆபீஸ் உள்ளுக்குள்ளே போயி கதவைச் சாத்திண்டா. தாத்தா, சீதாபதே, எனக்கினி யம பயம் எல்லாம் பாடினா.

கணையாழி, ஆகஸ்ட் 1969

பூச்சி டயலாக்!

உங்களுக்குப் பிராணி பாஷை ஏன் தெரியவில்லை? கள்ளிப் பெட்டியில் நேற்று நடந்ததைக் கேட்டிருந்தால், சினிமா, கூத்து, பஞ்சாயத்து பார்க்கு என்றெல்லாம் கிடந்து அலையமாட்டீர்கள்.

புத்தகம் வைக்கிற பெரிய கள்ளிப்பெட்டி. ராமபாணம் துளைத்த ஐதர்காலத்துப் புத்தகங்கள் முதல், நிலா யாத்திரைப் புத்தகம், மந்திரிகள் சண்டைக் கும்மிவரை ஆயிரத்துச் சொச்சம் புத்தகங்களை அதில்தான் போட்டு வைத்திருக்கிறேன். நேற்று மாலை ஏதோ புத்தகத்தைப் பிடுங்கிப் புரட்டுகையில் ஒரு சின்னத் தர்க்கம். பலகையில் ஓர் எறும்புச்சாரி. கரப்பு கூப்பிட்டதைக் கேட்டு ஓர் எறும்பு சாரியை விட்டு விலகி நின்றது.

"என்ன சமாசாரம்?"

"பொதுத் தொண்டு, எங்க ராஜாக்கரப்புக்கு அறுபது நாள் நிறைகிறது. விழாக் கொண்டாடணும்" என்றது கரப்பு.

"என்ன பெரிய அதிசயம் இது, விழா எடுக்கும் படியா?" என்று கேட்டது எறும்பு.

"அதிசயம் இல்லை. சாகசம்! உயிர் வாழ வேண்டும் என்ற உறுதி, உயிர்த் தத்துவத்தின் பிடிவாதம்."

"புரியும்படியாகச் சொல்லணும்."

"நீ என்சைக்ளோபீடியா பிரிட்டானிகா வாசிச்ச துண்டா?"

"இல்லை"

"புக் அவ் நாலெட்ஜ்?"

"இல்லை"

"பூச்சி இயல் நூல்?"

"எங்களை என்ன வேலை மெனக்கெட்ட ஜாதின்னு நெனச்சியா, இப்படிப் புஸ்தகம் புஸ்தகம்னு அலையறதுக்கு? நாங்க என்ன கரையானா, ராமபாணமா, கரப்பா, மனுஷனா?"

"ஞானசூனியத்தைக் கௌரவமாச் சொல்லிக்கிறே, உன்னோட என்னத்தைப் பண்றது?"

"சரி, சமாச்சாரத்தைச் சொல்லு."

"எங்க கரப்புக் குலம் உலகத்திலேயே ரொம்பப் பழைய குலம்னு இந்தப் புத்தகங்களில் எழுதியிருக்கு. பல கோடி வருஷங்களா நாங்க இந்தப் பூமியிலே இருக்கோமாம் – அதுவும் ஜாஸ்தி மாறுதலை இல்லாமல். உலகத்திலே நாங்க இல்லாத நாடே கிடையாது. பொட்டி, படுக்கை, மூட்டை, எங்கெங்கேயோ புகுந்து கப்பலேறி உலகம் முழுக்கப் பரவியிருக்கோம்."

"அதாவது நாடுவிட்டு நாடுபோய் வேறே இருக்கிறவங்க வயித்தெரிச்சலையெல்லாம் கொட்டிங்ககிறீங்கன்னு சொல்றே."

"என்ன அப்படிச் சொல்லிட்டே?"

"பின்னே என்ன? நீங்க வாய் வச்ச பண்டம் எது உருப்படுது? நீங்க நடந்து போனாலே போதுமே, அங்கே ஒரு தனி வாடை, ஒரு தனி நாத்தம். புஸ்தகம் படிச்சுண்டிருக்காரே அந்த வழுக்கை மண்டை மனுஷன் – அவர் பெண்டாட்டியைக் கத்தற கத்தல் எனக்குத் தெரியும். 'என்னடா காப்பி போடறே நீ? இப்படிக் கரப்புப் புழுக்கை நாத்தம் நாற்றே தினமும். டம்ளரையெல்லாம் அலமாரியிலே நிமித்தி வைக்காதே, கவுத்து வையி கவுத்து வையின்னு நீ இந்த வீட்டுக்கு வந்த நாளாச் சொல்லிண்டிருக்கேன். கேக்கறியா? தண்ணி குடிக்கிறதுக்காக ஒரு டம்ளரை அலமாரிலேர்ந்து எடுத்தா அதிலே மீசையை ஆட்டிண்டு ஒரு கரப்பு. அரிசிப் பானையிலே கரப்பு. கடுகிலே கரப்பு, வெந்தியத்திலே கரப்பு. எதையும் மூடி வையி மூடிவையின்னு கத்தறேன். கேக்கவே மாட்டேங்கறே. இப்ப இந்தக் கரப்புப் புழுக்கை நாற்ற காப்பியை வேறே கொண்டு கொடுக்கறே. எப்படிக் குடிப்பேன்"னு பொழுது விடிஞ்சா காப்பிப் பாத்திரமும் கையுமா இவர் முகத்தைச் சுழிக்கிறார். காப்பி இருக்கிற டம்ளர்ன்னா யார் முகமும் மலர்ந்து போயிடும். உங்க கைங்கரியம் இவர் மூஞ்சி சுளிச்ச மணியமா உறைஞ்சு போயிருக்கு."

"சேப்பெரும்பு, கட்டெரும்பெல்லாம் கடிக்கும். நீ கறுப்பு எறும்பு, சாதுன்னு நெனச்சு வந்தா, பேச்சிலேயே இப்படி விஷமாக் கொட்டிப் பிடுங்கறியே!"

"வாஸ்தவம். உண்மையைச் சொல்றேன். விஷமாப் படறது உனக்கு."

"கண்டதே காட்சி, கொண்டதே கோலம், முகர்றதே நாற்றம்ன்னு இருக்கு உன் பேச்சு. வெள்ளைக்கார நாட்டிலே ஒரு பெரிய மனிதர் இருந்தார். அவருக்கு ஒரு பட்லர் சமைத்துப் போடுவான். ஒரு நாளைக்கு காப்பி கொதிக்கிறபோது அதிலே ஒரு கரப்பும் சேர்ந்து கொதிச்சதை

அவன் கவனிக்கவில்லை. வடிகட்டும்போதுதான் கவனித்தான். பரவாயில்லைன்னு அப்படியே கரப்பை எறிந்துவிட்டு, பாலைக் கலந்து சர்க்கரை போட்டுக்கொண்டு கொடுத்தான். அவர் சாப்பிட்டார். கொஞ்சம் என்னவோபோல் இருந்தது. அவர் சாப்பாட்டு ராமன் இல்லை. சரிதான் என்று குடித்துவிட்டார். பதினஞ்சு நிமிஷம் கழித்து "இன்னிக்கு என்ன மாயம் செய்தே? காப்பி சாப்பிட்ட உடனே ஈளை இழுப்பு, இருமல் எல்லாம் அப்படி அடங்கிப் போயிடுத்தே" என்று பட்லரை ஆச்சரியம் தாங்காமல் கேட்டார். அவர் ஆஸ்துமாப் பேர்வழி. கடுமையான ஆஸ்துமா. அன்னிலேந்து அவன் தினமும் அப்படியே காப்பி போட்டுக் கொடுத்தான். ஹோமியோபதி டாக்டர் ஒருத்தருக்கு அது அப்புறம் தெரிஞ்சுது. ப்ளாட்டான்னு ஒரு மருந்தே பண்ணிவிட்டார் அவர். அதுக்கு நாங்கதான் தாய்ச் சரக்கு. இதுக்கு என்ன சொல்றே?"

"உலகத்திலே எல்லாரும் ஈ எறும்பு முதல் ஆஸ்துமாக்காரங்களா இருக்கணும். கரப்பின் புகழ் ஓங்கணும். வேறே என்ன சொல்லணும்?"

"நாத்தம் புடிச்ச சாதின்னு சொன்னே. எங்களாலேயும் நல்லது உண்டுன்னு சொன்னேன். அதுவும் உனக்கு எரிச்சலா இருக்கா?"

"எரிச்சல் இல்லை. அதுவும் பிள்ளையார் எறும்புக்கு எரிச்சல் என்ன வேண்டிக் கிடக்கு! உலகத்திலே எந்த இடத்திலேதான் நல்லது இல்லே. மனுஷனாலே கூட இப்ப நல்லது ஏற்படறது. அவன் கண்ணு இருதயம் எல்லாம்கூட இப்ப இன்னொரு மனுஷனுக்கு உபயோகப்படறதாம். எங்களைக் கூடப்போட்டுச் சீனாக்காரங்கள்ளாம் மருந்து பண்ணு வாங்களாம். அது சரி, சட்டுன்னு சேதியைச் சொல்லு, உங்க கரப்பு ராஜாவுக்கு எதுக்காக அறுபது நாள் நிறைவு விழாக் கொண்டாடணும்?"

"அதைத்தான் சொல்ல வந்தேன். நீ பேச்சை எங்கேயோ கொண்டு போனே. எங்களுக்குக் கடவுள் விதிச்ச ஆயுசு நானூறு நாள் ஐந்நூறு நாள் இப்படி. தீர்க்காயுசு. ஆனா இப்பல்லாம் சிலசமயம் அலமாரிப்பக்கம் போக முடியலே. என்னமோ வெள்ளையா இருக்குது. அதைச் சாப்பிட்டு முடிகிறதுக்குள்ளே ஒரு கூட்டமா நாங்க செத்துப் போயிடறோம். சாப்பிடாம இருக்கலாம்னாலும் பசி கேக்கலே."

"அசுரப் பசி, பூட்சு, பேப்பர், அழுக்கு, எதையும் திங்கற பசி."

"சொல்லிக்கோ. சாப்பிடாம இருந்தாலும் என்னமோ 'பிஸ் பிஸ்'னு பீச்சராங்க. உடனே பொத்து பொத்துனு மரணம். கூட்டம் கூட்டமாச் சாகிறோம். இப்பெல்லாம் ஒரு கரப்புக்கூ இருபது நாள் முழுசா இருக்கிற தில்லை. அப்படி ஒரு மகத்தான நாசகார எதிரியா மாறிட்டான் மனுஷன்."

"எல்லா மனுஷன்களையும் அப்படிச் சொல்லாதே. நீ எங்கேந்து வரே?"

"அடுத்த வீட்டிலேர்ந்து."

"அப்படிச் சொல்லு. அங்க குடியிருக்கிறவன் சண்டைக்காரன். இந்த வழுக்கை மண்டையின் பெண்சாதி பழைய காலத்துப் பொம்பிளை. லீவிலே ஒரு மாசம் ஊருக்குப் போயிட்டு முந்தா நாள் திரும்பி வந்தார்கள்

சமையல் அறைக் கதவைத் திறந்தா ஓராயிரம் கரப்பு. ஒரே நாத்தம். ஒரு விளக்கு மாத்துக் கட்டையை எடுத்து அப்படியே அடிச்சுக் கொல்ல ஆரம்பிச்சார் வழுக்கை. உடனே அந்த அம்மா ஓடிவந்து கையிலே இருக்கிற துடைப்பக் கட்டையைப் பிடுங்கி, "என் காரியம் இது! மகா பாவம்! கரப்பு லக்ஷ்மிக்குச் சமானம். இப்படி அடிச்சுக்கொலை பண்ணினா வீட்டிலே லக்ஷ்மியே தங்கமாட்டா" அப்படன்னு பயமுறுத்தினா. கரப்புகளையும் பயமுறுத்தி வெரட்டினா. உத்தரம், சுவர், சாக்கடை, புழக்கடை – எல்லாம் ஓடிப் பிழைச்சுது."

"அப்படியா! என்ன ஆச்சரியம்! சீதாப்பிராட்டி மாதிரி அத்தனை கருணையுள்ள தாயாரா அந்த அம்மா!"

"ஆனா வழுக்கை மண்டை கரம் கட்டிண்டிருக்கு. 'தினம் தினந்தான் இந்த லக்ஷ்மி நாத்தத்தைக் காப்பியிலே போட்டுக் கொடுக்கிறியே, இந்த அபயம் வேறயா? கொண்டா இப்படித் துடைப்பக் கட்டையைன்னு பிடுங்கப் போனார். அந்த அம்மா மசியலே. ஊரிலேருந்து வந்தவுடனே சண்டை வாண்டாம்னு விலகிவிட்டனர் இருவரும். அந்த அம்மா ஒரு நாளைக்குக் கோயில், கடைன்னு போயிருந்த சமயம் பார்த்து, மருந்து வச்சு உங்களையெல்லாம் தீர்த்துக்கட்டத்தான் போறார்."

"ம் . . ."

"என்ன பெருமூச்சுவிடறே?"

"நீ சொல்றதும் என் கட்சிக்குத்தானே பலம்னு அப்பாடான்னு பெருமூச்சு விட்டேன். எங்கே போனாலும் இத்தனை ஆபத்து நெறஞ்சு கெடக்கு. இத்தனையும் மீறி எங்க ராஜாக் கரப்பு அறுபது நாள் உயிர் வாழ்ந்துவிட்டார்னா, அது அவருடைய மகத்தான சக்தியை, உயிர் வாழறதிலே அவருக்கு இருக்கிற திட நம்பிக்கையை, விருப்பத்தைத்தானே காட்டறது? கரப்பு ஜாதிக்கே ஒரு தனி லட்சிய புருஷனா அவர் விளங்கறது எங்களைப் போன்ற இளைஞர்களுக்கு ஒரு தனி ஊக்கத்தை, பிரமிப்பை உண்டு பண்ணுகிறது. அதுக்காக ஒரு விழா எடுத்து அவருக்கு எங்களாலான தானிய முடிப்பு, ஒரு பருக்கை முடிப்பு அல்லது ஒரு நொய் முடிப்பாவது தரலாம்னு புறப்பட்டேன்."

"உனக்கென்ன வயசு?" என்று கேட்டது எறும்பு.

"இருப்பத்தாறு நாள்."

"நீ இருப்பத்தாறு நாளாவது உசிரோட இருந்தாச்சு. எங்கபாடு அப்படி இல்லையே. தப்பித் தவறி இந்த வழுக்கை மண்டை கால்மேலே ஊர்ந்தாலே போதும். கடிக்கக்கூட வேண்டாம். அப்படியே சொறிய றாப்பல ஒரு தடவை அந்த இடத்தைத் தேய்ச்சு என்னை நசுக்கிவிடுவார். எப்ப, எந்த ஆபத்து எங்கே காத்திருக்குன்னு சொல்ல முடியாத ஜன்மம் எங்க ஜன்மம். நீயானா அறுபது நாள் போதாதுன்னு குறைப்படறே."

"கடவுள் எங்களுக்கு விதிச்ச ஆயுசுலே கால் வாசி வாழ ஆசைப் படுவது கூடவா பேராசை! உங்க உடம்புக்குத் தகுந்தது உங்க ஆயுசு. எங்க உடம்புக்குத் தகுந்தது எங்க ஆயுசு.

பூச்சி டயலாக்!

"எதுவாயிருந்தாலும் சரி, அந்த ஆயுசு முழுக்க வாழணும்னு ஆசைப் படறது தப்புதான்."

"என்னது!" என்று கேட்ட கரப்பின் மீசை விதிர்த்து நின்றது.

"ஆமாம்."

"ஆனானப்பட்ட மனுஷக் கிழவங்களே கிடந்து அல்லாடறாங்க! நமக்கு மட்டும் ஏன் இந்த ஆசை?"

"மனுஷனுக்கு என்ன கேடு வந்தது இப்ப? கரப்பு, கொசு, ஈன்னு இருக்கிறதெல்லாத்தையும் கொலை பண்ணிட்டு அவன்தானே பூமியிலே சாச்வதமா, தீர்க்காயுசா இருக்கணும்னு கச்சை கட்டிக்கிட்டிருக்கான்?"

"ரொம்பச் சரி. நம்மையெல்லாம் அவன் கொலை பண்ண ஆரமிச்சு இப்ப அவன் தலையிலே வந்து விடிஞ்சிருக்கு எல்லாம்"

"என்ன, சொல்லு! சொல்லு!"

"என்சைக்ளோபீடியாவெல்லாம் படிச்சிருக்கேன்னு சொல்றே. எங்கிட்ட கேட்கறியே."

"அட சொல்லுப்பா."

"இந்த வழுக்கை மண்டை மனுஷன் இருக்கான் பாரு, இவனுக்கு அம்பத்தெட்டு வயசாகப்போறது. ஏதோ ஆபீசிலே வேலை. பெரிய வேலை. இந்தக் கிழவன் மாரடைப்பு வந்துபோக மாட்டானான்னு கீழே இருக்கிற இளவட்டங்கள்ளாம் துடிக்கிறதுகள். உலகத்திலே இளவட்ட மனுஷங்களா இப்ப மண்டிக்கிடக்கு. அதுகளுக்கெல்லாம் இஷ்டப்படி ஒண்ணும் பண்ண முடியல்லே. இந்த வயசானதுங்களாம் ஒழிஞ்சாத்தான் நாம ஜாலியா இருக்க முடியும்னு எல்லாம் தவிக்கிறது. நேத்து இந்த வழுக்கை மண்டை கிட்ட வந்து ஓர் இளவட்டம் பேசித்தாம்: 'அம்பது வயசு ஆனவுடனே வேலையைவிட்டு ஓய்வு கொடுத்திடணும் சார், இல்லாட்டி கீழே இருக்கிறவங்களாம் எப்படித்தான் மேலே வர்ற'துன்னு சொன்னானாம்.

'ஏன் அதோட நிறுத்தி விட்டே. அம்பது வயசானவுடனே ரிடயராகச் சொல்லி, அப்படியே வீட்டுக்குப் போகாமே மின்சார அதிர்ச்சி கொடுத்துப் பரலோகத்துக்கு அனுப்பிவச்சிடணும்னு சொல்லேன்' என்று சொல்லித்தாம் இந்த வழுக்கை மண்டை. சம்சாரத்துக்கிட்ட வந்து புலம்பிண்டே இருந்தது. 'நான் வயித்தை ஒடுக்கி, வாயை ஒடுக்கிக் கிழிசல், கந்தல் எல்லாம் தைச்சுப் போட்டுண்டு சம்பாதிச்சு, என் பிள்ளை களை வளர்க்கணும், சோறு போடணும், படிக்க வைக்கணும். ஆனா அவங்க கல்லை விட்டு எறிஞ்சிண்டு, டெரிலின் சட்டை போட்டுண்டு, பள்ளிக்கூடம், பஸ்ஸுன்னு போற இடமெல்லாம் சண்டை போடணும். இதுக்கெல்லாம் பணம் அனுப்பிச்சுண்டு, அப்புறம் நானும் அம்பது வயசிலே வேலையை விட்டு வீட்டுக்குப் போயிடணுமாம். இது என்னடா உலகம்'ன்னு. ரொம்ப எரிச்சலா இரைச்சல் போட்டுது."

"நல்லா வேணும்."

"என்ன வேணும்! அப்படின்னா உங்க கரப்பு ராஜாவுக்கு அறுபது நாள் கொண்டாட்டம் எதுக்கு?"

"என்ன அடிமடியிலே கைபோடறே? மனுஷன் நல்லாத் தவிக்கட்டும்னு நான் சொன்னா, எங்க ராஜாவும் தவிக்கணும்னு சொல்றேன்னு நெனச்சியா? நாங்களும் நன்னி கெட்ட குலம்னு நெனச்சியா?"

"நீ இத்தனை சொன்னப்புறமும் அதையே சொல்றே. கொக்குக்குத் தான் ஒரே மதின்னு சொல்ற வழக்கம்."

"நீ சொல்றது புரியறது. அதுக்காக அறுபது நாளான எங்க ராஜாவை விட்டுட முடியுமா? அவரு எத்தனை அடிபட்டவரு! எத்தனை அனுபவம்! என்ன நெளிவு சுளுவு! அவர் கிட்டேயிருந்து எத்தனை தெரிஞ்சுக்க வேண்டியிருக்கு! அவருக்கு விழாக் கொண்டாடித்தான் ஆகணும். நீ ஒண்ணும் அதிகமாச் செய்யவாணாம். உங்க சாரி கிட்டச் சொல்லி, ஆளுக்கு ஒரு நொய்யி நன்கொடையாகக் கொடுத்தால் போதும். இதைக் கேக்கறதுக்குத்தான் உன்னைக் கூப்பிட்டேன். அவருக்கு நாங்க இதைச் செய்துதான் ஆகணும். அவர் எங்களைக் கண்ணுக்குக் கண்ணு வச்சிருக்கார். பேச்சுக்குப் பேச்சு "நீங்கதான் இந்தக் கரப்பு ராஜ்யத்துக்கே ஆதாரம்னு சொல்லிக்கிட்டே இருக்கார்."

"அப்படி உங்களுக்கு ஒரு பருக்கை போட்டாத்தானே நீங்களும் பெரிய பருக்கை முடிப்புக் கொடுக்கணும்னு அலையக் கிளப்புவீங்க."

"சும்மா இப்படிக் கிண்டல் பண்ணுதே. நீங்க கொடுக்கப் போறீங்களா இல்லையா?"

"பார்க்கலாம். நான் எங்க இளவட்டங்ககிட்டச் சொல்லிக் கலந்து ஆலோசிச்சுத்தான் செய்யணும். அறுபது நாளாச்சே, உங்க ராஜா ஏதாவது புதுசா உங்களுக்குச் சொல்லிக் கொடுத்திருக்காரா?"

"புதுசான்னா?"

"உதாரணமா உங்களுக்குக் குருவி, காக்கா, பட்டாம்பூச்சி, தேனீ – இந்த மாதிரி ரொம்ப தூரம் பறக்கத் தெரியணும். இப்படி நாற்காலியி லேருந்து மேஜை, மேஜையிலேயிருந்து கள்ளிப் பெட்டி, அகப்பைக் கூடு, உரிமட்டை நார் மூட்டை – இப்படி தத்திக்கிட்டே இருந்தாப் போதாது. இல்லாட்டி உங்க ராஜாவுக்கு அறுபது நாள் கொண்டாட்ட மும் நடக்காது. உன்னோட இருபத்தாறையும் காப்பாத்திக்க முடியாது."

"நான் என்னமோ சொன்னா, சம்பந்தமில்லாம ஏதோ சொல்லிக் கிட்டேயிருக்கியே."

"சம்பந்தத்தோடதான் சொல்றேன்." அதோ பாரு, "அந்த மூலையிலே."

"எங்கே?"

"அதோ, பெட்டியோட அந்த மூலையிலே. தெரியலியா, அதோ பல்லி நிக்கிறது.

பூச்சி டயலாக்!

"பல்லியா! எங்கே? எங்கே?" என்று பரபரத்தது கரப்பு. மீசை துடித்தது.

"அதோ, அது ரொம்ப நேரமா உன்னையே பார்த்துக்கிட்டிருக்கு. கிட்டக்க வரக்கிளம்பிட்டுது. இனிமே நீ ஓடித் தப்பிக்க முடியாது. புத்தி தான் இல்லை. இறக்கையாவது இருக்கு. சட்டுனு அதை உபயோகப் படுத்து. பறந்து தொலை."

"சரி, சரி, நான் உன்னை நாளைக்குச் சந்திக்கிறேன்."

ப்ரப்ரபர்ர்ர்ர்ர்ர்ர் . . .

கரப்பு பறந்து என் பிடரியில் இறங்கி, பனியனுக்குள் புகுந்தது. நான் எழுந்து குதித்தேன். பனியனைக் கழற்றி உதறினேன். கரப்பு விழுந்து கட்டிலுக்கடியில் ஓடிற்று.

"என்ன, என்ன?" என்று ஓடிவந்தாள் சம்சாரம்.

"கட்டிலுக்கடியிலெல்லாம் லக்ஷ்மி" என்று கத்தினேன்.

கல்கி, 26 அக்டோபர், 1969

பஸ்ஸும் நாய்களும்

பஸ்ஸிலிருந்து இரண்டு பிராணிகள் பிதுங்கி விழுந்தன. அதாவது இறங்கின. ஒன்று சாம்பன்; இன்னொன்று ஒரு சீக்கியர். சீக்கியர் சிரித்துக்கொண்டே சட்டையை இரண்டு விரல்களாலும் உதறிவிட்டார். சாம்பன் சிடுசிடுத்துக்கொண்டே தன் சட்டையை உதறினான்.

"உங்களுக்கு எப்படிச் சிரிக்க முடிகிறது?" என்றான் சாம்பன்.

"அழுதால் மட்டும் நிமிஷத்துக்கு நாலு பஸ் ஓடத் தொடங்கிவிடுமா?" என்று தாடிக்குள் மீண்டும் புன்சிரிப்பு. களையான முகம். கலங்காத, சோராத முகம்.

"நான் அழச் சொல்லவில்லை. கோபம் தெறிக்க வேணும். ராஜ்யம் ராஜ்யமாகச் சுற்றி ரிடையரான நொண்டி, முட பஸ்ஸுகளையெல்லாம் வாங்கி வந்து சிம்பு கட்டி, இப்படி மணிக்கு ஒரு வண்டியாக விடுகிற வித்தையைக் கல்கத்தா வில் காட்டட்டும். பம்பாயில் காட்டட்டும். என்ன ஆகி யிருக்கும் தெரியுமா? 'நான் சர்க்காருக்கு ஊழியம் செய்கிற பூச்சி. எப்படி அவமானப்படுத்தினாலும் தாங்கிப்பேன்' என்று சலாம் பண்ண டில்லி ஜனங்களுக்குத்தான் முடியும்" என்றான் சாம்பன்.

"ஆனால் பூச்சிகளில் பல வகை உண்டு. நாலாயிரம், இரண்டாயிரம் என்று சம்பளம் வாங்கி அதிகாரம் செய்கிற பெரிய பூச்சிகள் சொந்தக் கார் வைத்துக்கொள்கின்றன. நடுத்தரப் பூச்சிகள் ஸ்கூட்டர் வாங்குகின்றன. நீங்களும் நானும் சின்னப் பூச்சிகள். யோகாப்பியாசம், குருகுல வாசம், கர்ப்பவாசம் எல்லாம் கலந்த தவயோகம் செய்வது அந்தச் சின்னப் பூச்சிகளின் தனி உரிமை." சீக்கியர் இதைச் சொல்லும்போது சாம்பன் அவர் முகத்தையே பார்த்துக் கொண்டிருந்தான். முகத்தில் என்ன அமைதி! என்ன களை! அழுத்தம்!

"நீங்கள் டில்லிக்குப் புதிதா?" என்று கேட்டார் அவர்.

"ஆமாம், மாற்றலாகி வந்து ஆறு மாதமாயிற்று" என்றான் சாம்பன்.

"ஆச்சரியமாக இருக்கிறதே!"

"என்ன?"

"இன்னுமா உங்களுக்குக் கோபம், வீரம் எல்லாம் மிஞ்சியிருக்கிறது? ஆறு மாசத்திற்குப் பிறகுமா? புது டில்லிக்கு வந்து ஒரு மாசத்திற்கெல்லாம் முதுகில் கூனல், பணிவு, அடக்கம் எல்லாம் வந்து விடுமே! உங்களுக்கு அடுத்த மேலதிகாரி ஒரு கிண்டலால், ஒரு புன்னகையால் உங்கள் முதுகெலும்பைப் பஞ்சுபோல் மிருதுவாக்கியிருப்பாரே! நீங்கள் எந்த ஆபீசில் வேலை செய்கிறீர்கள்?"

"ஆபீஸ் இல்லை. கம்பெனியில் வேலை செய்கிறேன் - கரோல்பாக்கிற்கு அருகில்."

"ஜாகை?"

"கரோல்பாக்கில்தான்."

"பஸ்ஸில் போவதில்லையா வேலைக்கு?"

"நடந்து போகிறேன், வீட்டிலிருந்து இரண்டு பர்லாங்தான்."

"அதுதான் கோபம் வருகிறது! நீங்களும் எப்பொழுதாவது டில்லி பஸ்களில் போயிருப்பீர்கள். இருந்தாலும் சொல்லி வைக்கிறேன். டில்லி பஸ்களில் எந்த நம்பர் பஸ் என்று கையெட்டு தூரம் வந்தால்தான் சொல்ல முடியும். அப்படிக் கிட்டே வந்தாலும் அந்த நம்பருக்கு வெளிச்சம் இருக்காது. கேட்டுக்கொண்டுதான் ஏற வேண்டும். இறங்குவதற்குத் தான் பஸ்ஸை நிறுத்துவார்கள். இறங்கின உடனே மணி அடிக்கும். பஸ் நகர்ந்துவிடும். கீழே காத்திருப்பவர்கள் கையில் அகப்பட்டதை, கம்பியையோ, வேறு பிரயாணியின் கையையோ, சட்டையையோ தொற்றிக்கொண்டு ஓடிப் பாய வேண்டும். சட்டை கசங்கும், கிழியும். ஆனால் டிக்கட்டு வாங்காமல் இறங்கினாலும் பாதகமில்லை. ஒன்றும் சொல்லமாட்டார்கள். நீங்கள் எப்படியாவது ஒழிந்தால் போதும். இது கர்ப்ப வாசம். உள்ளே போகவும் வெளியே வரவும் ஒரே வழிதான். இதையெல்லாம் ஞாபகம் வைத்துக்கொள்ளுங்கள்."

"ஆக்க்கூடி, இது ஒரு 'ட்ரைபல்' நகரம் என்று சொல்லுகிறீர்களா?" என்றான் சாம்பன்.

"நான் அப்படிச் சொல்லுவேனா? காட்டுமிராண்டிகளில் ஏழை பணக்காரன் கிடையாது. பெரிய உத்யோகம், சின்ன உத்யோகம் கிடையாது. 'எனக்கு அடுத்த கீழ் அதிகாரியோடுதான் பேசுவேன், அதற்கும் அடுத்த கீழ் அதிகாரிகளை முகாலோகணம்கூடப் பண்ணமாட்டேன்' என்று காட்டுமிராண்டி சொல்லமாட்டான். தன்னை ஒத்த சில பேர்தான் சுகத்திற்கும் காருக்கும் பிறந்தவர்கள். மற்றவர்கள் சாகவும் பஸ்ஸில் போகவும் பிறந்தவர்கள் என்று நினைக்கமாட்டான். தான் கையாலாகாதவன் என்று தெரிந்தும் முப்பது லட்சம் ஜனங்களுக்கு இப்படி

ஒரு லொட லொட்டை பஸ் போக்குவரத்து நடத்தமாட்டான். பத்துப் பதினைந்து மைலுக்கப்பால் பள்ளிக்கூடமும் காலேஜும் கட்டிவைத்து, தங்கைகளையும் பெண்களையும் 'இந்த பஸ்ஸில் வாருங்கள்' என்று சொல்லித் துச்சாதனர்களிடம் காட்டிக் கொடுக்கமாட்டான், காட்டு மிரண்டி."

சாம்பனுக்குத் தூக்கி வாரிப் போட்டது.

"உங்களுக்கும் காலேஜில் படிக்கிற தங்கை இருக்கிறாளா?" என்று திகைத்துப் போய்க் கேட்டார் அவர்.

"இல்லை, பெண் காலேஜில் படிக்கிறாள். காலேஜ் பத்து மைல். தினமும் பஸ்ஸுக்குக் காலையில் ஒன்றரை மணி நேரம், மாலையில் ஒன்றரை மணி நேரம் ஸ்டாப்பில் நிற்கிறாள். வாரத்திற்கு குறைந்த பட்சம் ஒரு கிழிசலாவது சட்டையில் இல்லாமல் பஸ்ஸிலிருந்து இறங்குவ தில்லை ஹாஸ்டலில் சேர்க்கலாம் என்றால் உள்ளூர்க்காரர்களுக்கு ஹாஸ்டல் கிடையாதாம். அதனால் வீட்டுக்கு வந்ததும் தலைவலி, தூக்கம், அல்லது தூக்கம் பிடிக்காத மண்டை வலி. புராண கதைகள் நிஜமாக இருந்தால் தினம் அவள் கொடுக்கிற சாபத்திற்கு டில்லி ஒரு சாம்பல் காடாக ஆகி இருக்க வேண்டும்."

"புராணக் கதை நிஜமோ என்னவோ? கடவுள் நிஜம்தான்."

"என்ன திடீரென்று அவர் ஞாபகம்?"

"நான் ஏறின பஸ்ஸிலேயே உங்களையும் ஏற்றி, ஒரே இடத்தில் இறக்கி, நான் சாய்ந்து புலம்ப உங்கள் தோளைக் கொடுத்தாரே, அது கடவுள் இல்லாமல் வேறு யாராக இருக்க முடியும்?"

"உங்கள் தங்கைக்கும் இதே கதியா?"

"எனக்குத் தங்கை இருக்கிறாள் என்று உங்களுக்கு எப்படித் தெரியும்?"

"சற்று முன்னால் சொன்னீர்களே!"

"நானா!"

"பாவம், டில்லி பஸ்ஸில் சிறிது நேரம் போவதற்குள்ளா உங்கள் சித்தம் இப்படிக் குழம்பிவிட்டது? உங்கள் தங்கையும் காலேஜுக்கு பஸ்ஸில்தான் போகிறாளா?"

"ஆமாம்; அவளுக்குச் சட்டை மட்டும் கிழியவில்லை. மனதும் கிழிகிறது. உட்கார்ந்து போனாலும் நின்றுகொண்டு போனாலும் யாராவது ஒரு மாணவன் அவள் தலையைத் தடவுகிறானாம். கோதி விடுகிறானாம். 'பாவம், கூட்டத்தில் உன் அழகான மயிர் கலைந்துவிட்டது' என்று குழைகிறானாம். இவள் முகத்தைச் சிணுங்கினால் எல்லாப் பையன்களும் சிரிக்கிறான்களாம். இல்லாவிட்டால் 'நோவும்படியாகக் கோதாதே, மெதுவாகக் கோதி விடு. இந்தண்டை வா; உன் கையில் ஃபீலிங் இல்லை; நான் தடவி விடுகிறேன்' என்கிறானாம். மற்ற வயதான பிரயாணிகள், கண்டக்டர் இவர்களெல்லாம் முகத்தை அப்பால் திருப்பிக்கொண்டு கவனிக்காததுபோல் இருக்கிறார்களாம். ஒரு வாரமாக இதே தகராறு

வீட்டில். 'என்னை மெட்ராஸில் கொண்டு விட்டுவிடு. அத்தை வீட்டில் இருந்துகொண்டு படிக்கிறேன். இல்லாவிட்டால் கலியாணம் பண்ணிக் கொடுத்துவிடு. சமைத்துப் போட்டுக்கொண்டு அக்கடா என்று வீட்டில் கிடக்கிறேன்' என்கிறாள். இன்றுகூட மத்தியானம் சாப்பிட்ட பிறகு, 'என்ன அண்ணா செய்யப் போகிறாய்?' என்று ஆரம்பித்துவிட்டாள். ஒன்றும் ஓடவில்லை. எங்காவது தொலையலாம் என்றுதான் கிளம்பி வந்தேன்."

"எங்கே போகிறீர்கள்?"

"லோடித் தோட்டத்திற்கு."

"அச்சா! நல்ல இடம். அமைதியாக இருக்கும். எல்லாவற்றையும் மறந்துவிட்டு காற்று வாங்குங்கள். நான் அதோ அந்தத் திருப்பத்திலேயே திரும்பியிருக்க வேண்டும்; பேச்சுப் பராக்கில் வந்துவிட்டேன். கவலைப் படாதீர்கள். உங்களுக்கு என்ன வயது?"

"இருபத்தாறு."

"நீங்கள் என்னைப் போலக் கிழவன் இல்லை. நல்ல இளைஞர். இது இளைஞர் காலம். நீங்கள் எல்லாம் எங்கு பார்த்தாலும் வெகுண்டு எழுந்திருக்கிறீர்கள். நாளைக்கே சுவர்க்க லோகத்தைக் கொண்டு வரப் போகிறீர்கள். கொண்டு வாருங்கள். நான் வருகிறேன்" என்று கையைத் தூக்கி விடைபெற்றுக்கொண்டு வழி பிரிந்தார் அவர். அவரைச் சற்று நின்று பார்த்துவிட்டு, திரும்பி நடந்தான் சாம்பன்.

லோடித் தோட்ட வாசல் வந்தது. காற்றில் மரத்தின் இலைகள் பெருமூச்சு விட்டன. 'இங்கே வா, என் கீழே உட்கார்ந்து பெருமூச்சு விடு' என்று சலசலத்தன. 'சரி' என்று உள்ளே நுழைந்தான் சாம்பன். ஒரு சின்ன சீட்டாட்டக் கும்பல். இரண்டு மூன்று காதல் இணைகள். ஒரு நாயை முகர்ந்துகொண்டே நின்றும் நடந்தும் ஜமாவாக நடந்த நான்கு நாய்கள். எல்லாவற்றையும் கடந்து நடந்தான். ஒரு மரத்தடியைச் சுற்றிப் போட்டிருந்த பெஞ்சுமீது உட்கார்ந்தான்.

குனிந்து சட்டையை ஒரு தடவை பார்த்தான் அவன். நாற்பது நிமிஷங்களுக்கு முன்பாகப் போட்டுக்கொண்ட சட்டை; பிர் என்று கஞ்சி ஒட்டலை உரித்துப் போட்டுக்கொண்ட சட்டை; பஸ்ஸில் பிதுங்கி ஏறி, பிடி அகப்படாமல் உள்ளங்கையால் மேல் கூரையை அழுக்கி, இடிந்து, உராய்ந்து, வேர்வைகளை முகர்ந்து, படாத இடம் எல்லாம் பட்டுக் கூசி, குன்றி நசுங்கி, மீண்டும் பிதுங்கி வெளியே விழுந்த இருபது சொச்ச நிமிஷத்திற்குள், இந்த வண்ணான் மடி விறைப்பு, அகங்காரம் எல்லாம் அடங்கி, துளித் துணியாகத் துவண்டுவிட்டது. முக்கோண, ஐங்கோண, பலகோணக் கசங்கல்களும் எப்படி வந்தன என்று தெரியாத ஒரு மஞ்சள் கறையுமாகச் சட்டை சாவித்திரியைப் போலக் குறை சொல்லிற்று. சீக்கியரைப் போலச் சிரித்தது.

எதிரே கோயில் போன்ற கல்லறை. கால் மறைய அருகம் புல். நிறைய மரம், நிழல் மேகம். ஆளைக் காணவில்லை. சமாதிக் கல்லறையின்

மேல்தளத்தில், கூரை கும்பத்தின் இடுக்கில் இரண்டு இளைஞர்கள் ஏதோ பாட்டிலை மாற்றி மாற்றி வாயில் ஊற்றிக்கொண்டிருந்தார்கள். கல்லறை மூச்சு விடவில்லை. மரத்தின் இலைகள் மட்டும் மூச்சு விட்டன; சிரித்தன.

லோடித் தோட்டத்தை யார் அமைத்தார்கள், அந்தப் பெரிய சமாதி யாருடையது என்றெல்லாம் சாம்பன் இன்னும் விசாரிக்கவில்லை. டில்லியில் இடறி விழுந்தால் கல்லறை. இதுவும் ஒன்று. ஆனால் தனக்காக மரங்களாவது பெருமூச்சு விடட்டும் என்று சமாதியைச் சுற்றிச் சில அரசர்கள் தோட்டம் போட்டுக்கொண்டார்களோ என்னவோ!

மரத்துப் போய் சாம்பன் கல்லறை, வானம், புல் என்று பார்த்துக் கொண்டிருந்தான். பிரம்மாண்டமான அந்தத் தோட்டமும் மரத்துக் கிடந்தது. ஆளில்லை. சத்தம் இல்லை. கல்லறையும் வெயிலில் கிழவன்போல மரத்து உட்கார்ந்திருந்தது.

திடீரென்று எங்கோ தூரத்தில் ஒரு மூலையிலிருந்து இரண்டு மந்த உருவங்கள் வேகமாக வருவது தெரிந்தது. ஒன்று ஆண்; இன்னொன்று பெண். ஆண் ஒன்றையும் பார்க்காமல், கையில் தடியுடன் கனவேகமாக நடந்து வந்தது. அந்த நடை வேகத்திற்கு ஈடு கொடுக்க முடியாமல் பெண் பொதுக்கு பொதுக்கென்று சிறு ஓட்டமாக ஓடி வந்துகொண்டிருந்தது.

இப்பொழுது முகம் நன்றாகத் தெரிகிறது. ஆணின் முகம் ரொம்ப வயதான முகம் இல்லை. நாற்பத்தைந்து சொல்லலாம். நல்ல உயரம். செதுக்கிவிட்ட முகம். பெரிய இடத்து முகம். அதிகாரி முகம் மாதிரிகூட இருந்தது. ஒரு கடுகடுப்பு இல்லை, வெடுவெடுப்பு – அதுவும் இல்லை. ஓர் அலட்சியம் – அதுவும் இல்லை. 'நான்தான் ராஜா, நான் எதற்காகச் சுற்றி இருப்பதை எல்லாம் பார்க்க வேண்டும்' என்கிற முகம்! 'இவளுக்காக நான் ஏன் நின்று நின்றோ, மெதுவாகவோ நடந்து வர வேண்டும்' என்கிற முகம். தடியைப் பூமியில் படாமல் அனாயசமாக நடுவில் பற்றி வீசி வரும் கை.

கிட்டவே வந்துவிட்டார்கள். ஆண் நல்ல அழகு. வெள்ளை நிறம். உட்கார்ந்திருந்த சாம்பனைத் தற்செயலாக்கூடப் பார்க்கவில்லை. கடைக் கண்ணால் பார்த்திருக்கும். 'எந்தப் பட்சியும் உன்னைப் பார்க்க வில்லை என்று நினைக்காதே. நீ பார்ப்பதற்கு முன்னால் அது உன்னைப் பார்த்திருக்கும்' என்று ஓர் இயற்கை நிபுணர் எழுதியிருப்பது ஞாபகம் வந்தது சாம்பனுக்கு. அப்படிக் கன அலட்சியமான மிடுக்குடன் நடந்தது அந்த முகம். ஏதோ ரொம்பப் பெரிய அதிகாரியாகத்தான் இருக்க வேண்டும்.

அடுத்த கணம் சாம்பனுக்கு ஓர் இரக்கமும் வந்தது. குண்டு குண்டு என்று கூடவே சிறு ஓட்டம் பழகி வந்த மனைவிப் பெண் உண்மையாகவே குண்டு – பொதுக்கு. முகத்திலும் களை இல்லை. அறிவுகூட இல்லை. வயதும் ஐம்பத்தைந்து காட்டிற்று. என்ன என்னத்தையோ கட்டி ஆண்டும் அழகாகவும் இருக்கிற இந்த ஆணுக்கு இப்படி ஒரு மனைவியா வாய்க்க வேண்டும் என்று சாம்பனுக்குள்ளே ஒரு 'ஐயோ பாவம்' முணுமுணுத்தது. சின்ன வயசில் இவ்வளவு பெரிய அதிகாரியாகிவிட்டானே என்று அந்தக் காலத்தில் பெண்ணின் அப்பன் இந்த ஆணைப் பெரிய விலை கொடுத்து மடக்கிப் போட்டு மாப்பிள்ளையாக ஆக்கிக்கொண்டானோ என்னவோ!

'சரி, நடந்துதான் நடந்துவிட்டது. ஏன், இப்படி இந்தப் பொதுக்கையும் இழுத்துக்கொண்டு வெளியே அலைகிறாய்! மனைவியோடு உலாவப் போவதுதான் மனிதத் தன்மை – இல்லை, அந்தஸ்துக்கு அழகு என்று நீ படித்த மேல்நாட்டில் கற்றாயோ? இப்படி மொந்தும் பொதுக்குமாக எனக்கு ஒரு மனைவி இருந்தால் நான் இப்படி வெளியே கூட்டிப் போவேனா?' என்று பிரம்மசாரி சாம்பன் தனக்கு ஒரு கேள்வி போட்டுக்கொண்டான்.

சட்டென்று ஆணும் பெண்ணும் நின்றன. எதிரே பருமனாக ஓர் ஆண் வந்தது. ஆணும் பெண்ணும் போல அதுவும் உலாவ வந்த ஒரு அதிகாரிதான். அதற்கு ஐம்பத்தைந்து வயதிருக்கும். கழுத்தைக் காண வில்லை. மார்பின் மீது தலையை அழுக்கி வைத்திருந்தது. மூன்றும் பேசிக் கொண்டன. அதாவது ஆணும் ஆணும் பேச, பெண் புன்னகையோடு இரண்டையும் பார்த்துக்கொண்டிருந்தது.

ஆங்கிலத்தில்தான் பேச்சு, வெயில், உலாவப் போதல், பம்பாய், பெரிய பிள்ளை – என்று என்னென்னவோ வார்த்தைகள் மட்டும் உதிரியாகக் கேட்டன.

சட்டென்று நான்காவது பிராணி ஒன்று பெண்ணின் காலருகே நின்றது. ஒரு நாய். பழுப்பு நாய். சரியான குண்டு. எதிரே பேசுகிற ஆணைப் போல் இதற்கும் கழுத்தே இல்லை. சாம்பனுக்கு ஞாபகம் வந்தது. ஆணும் பெண்ணும் தூரத்தில் வரும்பொழுதே அந்த நாயையும் பார்த்த ஞாபகம் வந்தது. ஆனால் அது வருகிற தோரணையைப் பார்த்தால் தம்பதியின் நாயென்று தோன்றவில்லை. அப்படி ஒரு விட்டேற்றி. மற்ற நாய்களைப் போலன்றி, இது ஒரு மாதிரியாக இருந்தது. எல்லா நாய்களும் எஜமானர்களின் முகத்தை முகத்தைப் பார்க்கும்; அப்படி ஓடும், இப்படி ஓடும். மீண்டும் ஓடி வந்து சேர்ந்துகொள்ளும். ஆனால் இந்த நாய் அப்படியெல்லாம் செய்யவில்லை. அது பாட்டுக்கு பூமியைப் பார்த்துக் கொண்டே வந்தது. வேறு எதையும் பார்க்கவில்லை. எஜமானனைப் பார்க்கவில்லை. எஜமானியையும் பார்க்கவில்லை.

இப்பொழுதுகூட அது பாட்டுக்குத் தரையை முகர்ந்துகொண்டே நின்றது. பேசுகிற எஜமானர்களையோ நண்பரையோ பார்க்கவில்லை. நிமிரவில்லை. ஒரு சமயம் நிமிர முடியவில்லையோ என்னவோ! பெரும் உடம்பு. டில்லி நாயெல்லாமே கன்றுக்குட்டி அளவு இருக்கும். இது அதிகாரி வீட்டு நாயா – கொழுத்த கன்றாக மதர்த்துக் கிடந்தது.

பேச்சு முடிந்து ஆணும் பெண்ணும் நகர்வது தெரிந்தது. எதிரே வந்த கழுத்தில்லாத ஆண் மெதுவாக பொம்மை மாதிரி நடந்து போயிற்று. ஆனால் சாம்பனுக்கு இதைப் பார்க்கத் தோன்றவில்லை. அந்த ஆணையும் பெண்ணையும் நாயையும்தான் பார்க்கத் தோன்றிற்று. மீண்டும் அதே வேக நடை. பொதுக்கு பொதுக்கென்று அந்தக் கிழப் பெண்ணும் கிழக் குமாரனோடு சிறு ஓட்டம் பழகிற்று. நாயும் லொங்கு லொங்கென்று குலுங்கிச் சிறு ஓட்டம் ஓடிற்று.

இத்தனை அழகனுக்கு இப்படி ஒரு மனைவியா? பாவம்!

தி. ஜானகிராமன் சிறுகதைகள்

திடீரென்று, "நன்றாக வேணும் உனக்கு" என்று கருவிக் கொண்டான் சாம்பன்.

"சாவித்திரி, நீ பஸ்ஸிலே இடிபட்டுக்கொண்டு, புடவை பார்டர் மிதிபட்டுக் கிழிய, டில்லி மாணவர்கள் தலையைக் கோதிக் கொஞ்ச, காலேஜுக்குப் போய் வந்து குமுறுகிறாயே, அந்த மாதிரி பஸ்களை விடுகிறவன் இந்த ராட்சசன்தான்" என்று முனகிக்கொண்டான். இவன் என்றால், இவனைப் போன்ற ஓர் ஆள்தான். உலாவப் போகிறேன் என்று காரில் வந்துவிட்டு, இங்கு பொட்டைச் சாரை மாதிரி நடந்துவிட்டு, மறுபடியும் காரில் போகிறவன்தான்.

'ஏய்! நீ ஒரு நாளைக்கு பஸ்ஸில் போயிருக்கிறாயா? உன் பெண் பிள்ளைகளை ஒருநாள் இந்த பஸ்ஸில் படிக்க அனுப்பியிருக்கிறாயா? ஒருநாள் அனுப்பி, அவள் தலையை யாராவது கோதியிருந்தால், மூவாயிரம் பஸ்ஸை இறக்குமதியாவது செய்து நிமிஷத்திற்கு நாலு பஸ் விட்டிருப்பாயே! நீ விட மாட்டாய்! உன் பெண் பிள்ளைகள் பஸ்ஸில் போகக் கூடாது. அது அகௌரவம். அவர்கள் பஸ்ஸில் போனால், பஸ்ஸில் போகிற புத்தி, பஸ்ஸில் போகிற உத்தியோகம் எல்லாம் வந்துவிடும் என்று உனக்குக் கிலி. நீ பரம்பரை பரம்பரையாக அதிகாரம் பண்ணவே பிறந்திருப்பதாக உனக்கு எண்ணம். நீ அவர்களை பஸ்ஸில் அனுப்பவே மாட்டாய். எனக்குத் தெரியும் பஸ்ஸெல்லாம் சாவித்திரிகளுக்குத்தான். உன் வீடுகூட ஆபீசுக்குப் பக்கத்தில்தான் இருக்கும். அதற்கே உனக்குக் கார் வேணும்! உன் ஆபீஸ் பியூன்கள், குமாஸ்தாக்கள் எல்லாம் ஏழெட்டு மைல் பஸ்ஸிலும், நடந்தும் வரவேண்டும். உனக்கு நன்றாக வேணும். உனக்கு இந்த பொதுக்கு மணைவிதான் சரி; அவளை வீட்டில் விட்டு வரவும் உனக்குத் தைரியம் இல்லை. சாம்பனின் மார்புக்குள் ஒரே சிரிப்பாகக் கொப்பளித்தது.

மறுபடியும் அதே ஆணும் பெண்ணும் வந்தார்கள். பொட்டைச்சாரை நடை; பொதுக்கு ஓட்டம். நாயும் அவர்களைப் பார்க்காமல் குலுங்கிக் கொண்டு வருகிறது.

"கான்ஸ்டிட்யூஷனல்" என்று சிரித்துக்கொண்டான் சாம்பன். உடம்பை நெத்து மாதிரி காப்பாற்றுகிற நடை இது.

அவர்களையே பார்த்துக்கொண்டிருந்தான் சாம்பன். நாயின் நடைதான் சுவாரஸ்யமாக இருந்தது. எஜமானர்களின் முகத்தை ஒரு முறையாவது பார்க்காதா? அவர்கள் காலைக்கூடப் பாராமல், மோப்பமே வழிகாட்டியாக நடந்துகொண்டிருந்தது. எஜமானிக்கு எஜமானின் நடையில் நாட்டம். எஜமானுக்குத் தன் நடையே நாட்டம். இரண்டையும் சட்டை செய்யாமல், தரையும் மோப்பமுமே நாட்டமான பிராணி.

'சாவித்திரி, நீ வந்து ஒரு நாளைக்கு இதைப் பார்க்க வேணும். பஸ்ஸில் தலையைக் கோதுகிற தடியன் எத்தனையோ தேவலை என்று சொல்லிவிடுவாய்' என்று நெடியாகச் சிரித்துக்கொண்டான் சாம்பன்.

பஸ்ஸும் நாய்களும்

மீண்டும் ஆணும் பெண்ணும் திரும்பி வருகிறார்கள். குண்டு நாயும் கூட வருகிறது.

திடீரென்று நாலைந்து மோட்டா நாய்கள் கறுப்பும் சிவப்புமாக ஓடி வந்தன. சாம்பன் வரும்போது தோட்டத்து முனையில் காதலுக்கு அலைந்த நாய்கள் இப்போது போருக்கு வெறிகொண்டு வந்தன. இந்தப் பழுப்பு நாயைப் பார்த்து உறுமின. மேலே விழுந்து பிடுங்கின; குதறின. ஆண் கைத்தடியை ஓங்கினார். கிழவியும் குதித்தாள் – அவருக்குப் பின்னால் நின்றுகொண்டு. ஆனால் நாய்களின் கால் கலப்பு நிற்கவில்லை. பற்கள் மின்னின. உதடுகள் பின்னால் சுருங்கின.

சாம்பனுக்குக் கை பறந்தது. பெஞ்சின்மீது நின்று எம்பி மரத்திலிருந்து ஒரு குச்சியை ஒடித்தான்; ஓடினான். ஓங்கினான். பயனில்லை. புல்பத்தை ஓரமாக இருந்த அரைச் செங்கல்லை எடுத்து வீசினான். சரசரவென்று மூலைக்கொன்றாக நாய்கள் ஓடிக் கலைந்தன. மீண்டும் அமைதி. பழுப்பு நாய் வளைந்து வளைந்து தன் காலை நக்கிக்கொண்டது. பின் முதுகை நக்கிக்கொண்டது. பிறகு தரையை முகர்ந்தது.

"வாடா, ஆண்டனி!" என்று கூப்பிட்டார் ஆண்.

பழுப்பு நாய் அருகே வந்தது. மூன்று நான்கு இடங்களில் கடி.

"இவனும் விடவில்லையே! ஹை! பொல்லாத போக்கிரி! ம்! கேவ் இட் பாக்! ம்! ஆனால் ஒன்று; இவனை இனிமேல் இங்கே அழைத்துவரக் கூடாது. லோடி கார்டனில் இப்ப கண்ட கண்ட நாயெல்லாம் வரத் தொடங்கிவிட்டது. தெரு நாயெல்லாம் இப்படி அனுமதிக்கலாய் விட்டதே! குல்தீப்கிட்ட சொல்லணும்! வாடா, ஆண்டனி! மேலே காயம் கீயம் பட்டிருக்கோ என்னவோ? போகிறபோது 'வெட்'கிட்டக் காண்பித்துவிட்டுத்தான் போகணும். ஒரே தெருநாய்த் தோட்டமாகப் போய்விட்டதே இது!" என்று நாயை முன்னால் விரட்டிக்கொண்டே நடந்தார். கிழவி பொதுக்கு பொதுக்கென்று சிறு ஓட்டம் பழகினாள்.

கரோல் பாக்கில் புல்பத்தைகள் தோட்டம் ஏதும் இல்லாத ஒரு 'தெரு வீட்டை' நினைத்துக்கொண்டே மீண்டும் பெஞ்சில் உட்கார்ந்து கொண்டான் சாம்பன்.

தினமணி கதிர் தீபாவளி மலர், நவம்பர் 1969

மனநாக்கு

"ஆறரைன்னா ஆறரைதானே? எட்டரை மணி இல்லையே?"

"என்னது?"

"அது தானே உங்க வழக்கம்! ரண்டு மணி காக்க வைக்கிறது. அலுத்துப்போயி, இனிமே இன்னிக்கு இல்லைன்னு தீர்மானம் பண்றபோது காலிங் பெல் கேட்கும் – ஒன்பது மணிக்கு. பஸ்ஸு கிடைக்கலே, டாக்ஸி கிடைக்கலேன்னு என்னவோ சொல்லிண்டே உள்ளே வரது. ஏதாவது கொடுத்தா, பசி இல்லே, ஹெவியா டிபன், வயிறு பம்பு இருக்கு, அப்புறம் அது இதுன்னு அஞ்சு நிமிஷத்துக்கு ஒரு வார்த்தை. அப்புறம் 'மணி என்ன ஆச்சு? ஏம்பா! ஒம்பதரையா!'ன்னு எழுந்து முள்ளு மேலே நின்னுண்டு பறக்கிறது" –

"நான் உக்காந்திண்டிருக்கிறதும் முள்ளு மேலே தானே"– என்று அவன் நமுட்டுச் சிரிப்புடன். துணிச்சலான பதில் என்று பயந்து அவன் நாக்கைக் கடித்துக்கொண்டது ...

"எப்பவும்தான்" – என்று வந்தது பதில். அதை, மறித்து, "இல்லை. உங்க முன்னாடி இருக்கறபோதுதான்" என்று சொல்லப்பார்த்தான் அவன். ஆனால் சொல்ல இடைவெளி கிடைக்கவில்லை. அவள் மேலே பேசிக்கொண்டிருந்தாள். இடைவெளி கிடைத்தால்கூட சொல்லத் தைரியம் வந்திராது.

"– இப்படி பரபரன்னு சதா துடிச்சுண்டிருந்தா, உடம்பு கூட கெட்டுப்போயிடும். மனசிலே டென்ஷன் இல்லாம ஒரு நிமிஷமாவது இல்லாட்டா? அதான் உங்க உடம்பு இளைச்சிண்டேயிருக்கு. ஆறரை மணின்னா ஆறரை மணிக்கே வர பழக்கம் வச்சிண்டா நிம்மதியா இருக்கலாம் –"

"நாளைக்கு ஆறரை மணிக்கு வந்து நிக்கறேனா இல்லையா பாருங்களேன்."

"பார்ப்பம். நாளைக்கு மாத்திரம் சொன்ன நேரம் தாண்டித்தோ, அப்புறம் ஆறு மாசம் போனைக்கூடத் தொடமாட்டேன்."

"அவ்வளவு பெரிய தண்டனைக்கெல்லாம் ஆளாகிற பேர்வழி இல்லை நான்."

"பார்ப்பம் – மத்தியான்னம் உங்களோடு பேசின அப்புறம், என் சிநேகிதி ஒரு ஜர்மன்காரி 'ஒரு பரத நாட்டியத்துக்கு ரண்டு டிக்கட் வாங்கி வச்சிருக்கேன். எனக்கு ஒண்ணும் புரியாது. நீகூட உட்கார்ந்து எல்லாத்தையும் விளக்கிச் சொல்லணும்'னு சொன்னா. நான் இன்னிக்கு முடியாதுன்னு சொல்லிப்பட்டேன். அவளுக்கு ரொம்ப ஏமாத்தம். நீங்க டயத்துக்கு வரது நிச்சயமில்லேன்னா மறுபடியும் அவளைக் கூப்பிட்டு –"

"நான்தான் சொன்னேனே, சொன்ன நேரத்துக்கு வரேன்னு" அப்போதே அவன் கைகால் எல்லாம் பரபரவென்று பரக்கத் தொடங்கி விட்டது.

"அதான். நாளைக்கு அஞ்சுமணியிலேர்ந்தே ப்ரீயா வச்சிருண் டிருக்கேன். அவரும் ஊரிலே இல்லையா ..."

"அப்படியா ?"

"ஆமா."

"எங்கே . . ?"

"நாக்பூருக்குப் போயிருக்கார். நாளன்னிக்குக் காலமே தான் வறார். சித்த ஆர அமரப் பேசலாம்னுதான் சுருக்க வரச் சொன்னேன்."

"வான்னு சொல்றபோதெல்லாம் நான்தான் ஓடி வந்திண் டிருக்கேனே–"

"ஆமாமா – அதெல்லாம்தான் மெய்ய மெய்யப் பேசத் தெரியுமே ..."

போனை வைத்ததும் இந்தப் பரபரப்பு முதுகு, தொடை, மார்பு, தொண்டைக்குள் – என்று ஊடுருவிப் பொங்கிற்று அலை அலையாக ஒரு கொதிப்பு. ஆபிஸ் கட்டடம் ஏழுமாடி. இரண்டாவது மாடியிலிருந்து மேலே ஓட வேண்டும். லிப்ட்டுக்கு நிற்கப் பொறுக்காது. படிக்கட்டுகளை ஒரு படி இரண்டு படி விட்டுத் தாண்டித் தாண்டி ஏழாவது மாடிக்கும் மேலே மொட்டை மாடியில் நிற்க வேண்டும். ஹோவென்று கத்த வேண்டும் – கையை வீசி – வாயைப் பரத்தி, கீழே வீதிகளில் போகிறவர்கள் பார்க்கட்டும். பக்கத்துக் கட்டிட ஜன்னல்கள் பார்க்கட்டும். கேட்கட்டும் அந்தக் கத்தலை. புரிந்தால் புரியட்டும். இல்லாவிட்டால் பைத்தியம் என்று சிரிக்கட்டும்.

அப்படிக் கையைக் காலை வீசிக் கத்தினாலும் அடங்கப் போகிற பரப்பு இல்லை இது. எட்டு வருஷமாகக் காத்துக் காத்து, பயந்து பயந்து, பதுங்கிப் பதுங்கி, ஏங்கி ஏங்கி, சொல்லால் மென்று, கண்ணால் விழுங்கி, தொடப் போகிறோம் போகிறோம் என்று நெருங்கும் பொழுது அது தொடுவானமாக விலகி விலகி ... இப்போது தொடுவானம் நின்றே விட்டது. விலகாமல் பாச்சை காட்டாமல் கூடாரத்துணிபோலப்

பூமியைத் தொட்டுக்கொண்டேயிருக்கும் – தோற்றமாக இல்லாமல், பிரமையாக இல்லாமல் – நாளைக்கு.

நேற்று அந்த அழைப்பைக் கேட்டது முதல் எலும்புக்குள்ளும் தசைக்குள்ளும் மண்டைக்குள்ளும் தளதளவென்று குதிக்கத் தொடங்கிய பொங்கல் இன்னும் அடங்கவில்லை. ஆபிஸிலிருந்த அறைக்கு வந்தவன் அதைத் தாள முடியாமல் சோப்ரா கடைக்கு ஓடிப்போய் மூன்று பீர் பாட்டிலை வாங்கி, ஒன்றியாகவே உட்கார்ந்து குடித்தும் ... தூக்கம் வரவில்லை. பரபரப்பும் தணியவில்லை. தூங்கும்போது விடியற்காலை. எழும்போது காலை. ஜிவுஜிவு என்று கண் பொங்கிற்று. அலைஅலையாக மரங்கள், இலைகள், புகையைப் படமாக எழுதின பனி மூட்டம். சூரிய வெளிச்சம். காபி குடித்துவிட்டு வந்து, செய்தித்தாளில் கண்பாவாமல் வெள்ளைக்கோடு. குளித்து, சாப்பிட்டுவிட்டுப் படுத்த பிறகு லீவு நாள் தூக்கம் வரவில்லை. போன் மணிதான் கேட்கிறது – காதுக்குள், மண்டைக்குள். மாலே, இன்றைக்கு நான் மென்று விழுங்கப் போவதில்லை; பயந்து பதுங்கப் போவதில்லை. உயிரைக் கையில் பிடித்துக் கொண்டாவது சொல்லிவிடப் போகிறேன். இந்தத் தீர்மானத்தின் போதெல்லாம் அந்த சின்ன வயது ஞாபகம் வருகிறது. பதினைந்து பதினான்கு வருடங்களுக்கு முன்னால், அப்போது இண்டர் மீடியட் பரீட்சை எழுதி முடிந்த சமயம், சுவாமியிடம் – சுவாமி இருக்கிறாரா என்று – சந்தேகங்கள் வராத காலம், விடுமுறை விட்ட மூன்று மாதங்களில் எதிரே உள்ள நீலேசுவரர் கோயிலுக்கு, நாள் தவறினாலும் தான் தவறாமல் போய்க்கொண்டிருந்த மாலை வேளைகள். இரண்டு மாதங்களுக்குப் பிறகு அந்தப் பெரியவள் சோதனை மாதிரி மனப் பிரகாரத்திலும் நடக்கத் தொடங்கிவிட்டாள். தினமும் வாசலோடு போகிறவள் – கடைக்கும் கோவிலுக்கும். வீடு: அதே தெருவில் முப்பது நாற்பது வீடு தள்ளி, கொஞ்சம் உயரத்தோடு ஒரு துளி புருஷக்களை – முகத்திலும், தோள் முதுகு அகலத்திலும் இந்தப் புருஷக்களைப் பொம்மனாட்டிகளுக்கு எவ்வளவு கவர்ச்சி! அவள் அகமுடையானுக்கு முகத்தில் மயிர் கிடையாது. உடம்பு முழுவதுமே பூசி மெழுகின தோல். குரலும் பெண் குரல். அது துணியில் தர்ப்பைக் கட்டைச் சுற்றிக்கொண்டு விந்தி விந்தி நாளெல்லாம் புரோகிதத்தில் அலைந்துகொண்டிருக்கும். அப்போதெல்லாம் இந்தப் பெண்டாட்டி வீட்டுவாசலில் நிலைப்படியில் புடவைத் தலைப்பை இழுத்துப் போர்த்தி, திண்ணையில் உட்கார்ந்திருக்கிற ஒரு வக்கீல் குமஸ்தாவோடு பேசிக் கொண்டிருப்பாள். ஐயோ – அந்த மூஞ்சியில் நெளிகிற வெட்கம் – சொந்தம் – சொந்தப் பெண்டாட்டி போல. கண்ணையும் முகத்தையும் பார்த்தால் புட்குரல் எழுப்புகிற பரவசம். அவனோடு பேசும்பொழுதே, பார்க்கும் பொழுதே ஆர்கஸம் அனுபவிக்கிற சுருட்டியிழுக்கிற உச்ச நிலை. கேவலம் ஒரு வக்கீல் குமஸ்தாப் பயலுக்குக் கிடைக்கிறது. நமக்கா இல்லாது போய்விடும்! அவளும் நாள் தவறினாலும் கோவில் தவறமாட்டாள். அந்தி வேளையில் கையில் ஒரு சின்னத் தகர எண்ணெய்க் குவளையோடு வாசலைக் கடக்கையில் நானும் தயார். பிரகாரத்தில் அவளைக் கடக்கிற பொழுதெல்லாம் உச்சந்தலையிலிருந்து ஒரு கதகதப்பு – காலில் பின்னல், அதைச் சமாளிக்க நடையில் ஒரு வேகம், எப்படியோ துரத்தித் துரத்தி, சமயம் கிடைக்காமல், கடைசியில் ஒரு நாள், பிரகாரம்

மனநாக்கு 365

சற்று சூன்யமாயிருந்தபோது, சண்டிகேச்வரர் சன்னிதிக்குத் திரும்பும் சின்ன இடைவெளியில் அவளை நெருங்கி "வரலாமா" என்று அவள் காதில் விழுந்ததும் விழாததுமாக ஏதோ சொன்னான். பதில்? "என்ன" என்று திரும்பி ஒரு சூன்ய கோபப் பார்வை. உடனே "ஒண்ணுமில்லையே" என்று குழறிவிட்டு வேகமாக நுனிக்காலில், சிறு ஓட்டமாக நடந்து, கோவிலைவிட்டு வெளியே வந்து வீட்டுக்குள் புகுந்து படுத்துக்கொண்டான். முகத்தோலில் மணல் படிந்து மறைய பத்து நிமிஷம்.

அன்றிலிருந்து படிப்பை முடித்த ஐந்து வருஷத்தில் வேலையாகி நாலு வருஷத்தில் பெண் வாடையை நுகராமல், பூனை மாதிரி நகத்தை உள்ளே இழுத்துக் கொண்டுதானே உட்கார்ந்தேன்.

மாலி! அப்புறம்? உன்னைப் பார்த்த பிறகு? அப்பா அம்மா, மாமாக்கள் இரண்டு பேர் எல்லோரும் செத்துப் போன பிறகு, எனக்குக் கலியாணம் பண்ணி வைக்கக் கூடிய அக்கறை ஆத்மாக்கள் எல்லாம் ஒழிந்துவிட்ட பிறகு? ஒரு மாமா மிஞ்சியிருந்தாலும் முடியாது என்று தான் சொல்லியிருப்பேன்.

இனிமேல்தான் என்ன கலியாணம்? வயது முப்பத்திரண்டு. உன்னைப் பார்த்துக்கொண்டிருந்தால் போதும், உன்னோடு பேசினால் போதும், உன்னைத் தொட்டால் போதும். உன்னை, உன்னைத் தெரிகிறது. நீ கலியாணம் ஆனவள். கலியாணம் ஆனவள்பால் இந்த மாதிரி நினைவு அக்ரமம் என்று இந்து, கிறிஸ்தவன், முஸ்லீம், நாஸ்திகன் எல்லாரும் சொல்லுகிறார்கள், எழுதுகிறார்கள். ஆனால்கள் மட்டும் அவர்களுக்குத் தெரியாதா என்ன?

மாலே, உன் கணவன் உன்மீது – அதாவது என்மீது சந்தேகப்பட வில்லையா? இல்லை. உன் சுதந்திரத்தில், உன் சமத்துவத்தில் அவனுக்கு உண்மையாக, மனப்பூர்வமாக அக்கறையா? உன்மேல் அத்தனை நம்பிக்கையா? இல்லை எப்படி வேண்டுமானாலும், யாரோடு வேண்டு மானாலும், எத்தனை நேரம் வேண்டுமானாலும் பேசு, சிரி, என்னைத் தொந்தரவு செய்யாமல் விட்டால் போதும் என்ற குளிர்விட்ட அலட்சியமா? அவனும் இந்த மாதிரி வேறு எங்கேயாவது சிரித்துப் பேசிக்கொண்டிருக்கிறானா?

வாரத்திற்கு ஒரு முறை மணி போனது தெரியாமல் பேசிப் பேசிப் பேசிப் பேசி – இதைத் தவிர மீதி எல்லாம் பேசி – மனிதர்களை, நாய்களை, கதைகளை, கோவில்களை, விக்ரகங்களை, பாட்டுகளை, நோய்களை, மருந்துகளை, குணங்களை, நாத்தனார்களை, மாமியார்களை, ஓரகத்திகளை எதைப் பற்றித்தான் பேசவில்லை? – இதைத் தவிர.

ஆனால் நான் பேசினேன் – மனத்திற்குள்.

"லீவெல்லாம் நன்றாகக் கழிந்ததா? எங்கெல்லாம் போயிருந் தீர்கள்…" என்று நீ கேட்கிற கேள்விகளுக்கு நான் பேசின பதில் "நன்றாகக் கழிந்து … திருச்சி போனேன். திருக்குத்தாலம் போனேன், வடுவூர் ராமன் விக்ரகம் பார்த்தேன். ராமநாதன் பாட்டுக் கேட்டேன் … ஊரெல்லாம் மாறிவிட்டது … மதராஸில் ஒவ்வொரு பங்களாவையும் சுற்றிப் பத்து

தி. ஜானகிராமன் சிறுகதைகள்

குடிசைகள் ... அல்லது அந்த வீட்டுக்காரர்கள் வெளியே தெருவிற்கு வரும் பாதைகளை குடிசைக் குழந்தைகள் திறந்த கழிவிடங்களாகப் பயன்படுத்துகிற மக்கள் உரிமை ராஜ்யம் ...

நான் உள்ளே பேசினது அதில்லை. இது. நீ என்று என்னை ஏற்றுக் கொள்ளப் போகிறாய்? நீ தீராத அவசியமாகிவிட்டாயே! இது என்ன விருதாப் பேச்சு? உன் கண் பாகில் நான் ஏன் எறும்பாக விழவில்லை? உன்னை விட்டு நகரமாட்டேன். உன்னைக் குடித்து நினைவிழந்து ... நாற்காலியில் போட்டிருக்கிற என் அங்க வஸ்திரத்தின் மீது உன் தந்தக் காலை வைத்திருக்கிறாயே. என்மேல் போடுவதாகத் தானே பாவனை? நீ தெரியாமல் அசதி மறதியாகப் போடவில்லை. நீ அந்த மாதிரிப் பேர்வழி இல்லை. ஒவ்வொரு கணமும் நுட்பமாக விழித்து, அறிந்து, உணர்ந்து வாழ்கிற உயிர் நீ. பின் ஏன் அந்தக்காலை எடுத்து என் கன்னத்தில் வைத்து மெய்யை மறக்கிற துணிச்சல் வரவில்லை; நீ சாதாரணமாகத் தான் போட்டிருப்பாய் என்ற சந்தேகமா?

இப்படியே வெளிக்கு ஊர்ப்பேச்சு. உள்ளே கோழைத்தனத்தின் தளத்திற்கடியே எனக்கு மட்டும் கேட்கிற என் பேச்சு.

நீ உள்ளுக்குள் என்ன பேசிக்கொண்டிருந்தாய்? நீயும் கோழையா?

தோட்டத்தைக் கொண்டு எனக்குக் காண்பிக்கும்போது – நாம் பழகின முதல் மாதத்தில் – மலர்ந்த ஒரு கொத்துச் செம்பூக்களை என் சட்டையின் புத்தானிடுக்கில் கையை வைத்துச் செருகினாய். நான் ஏன் பின்பும் சொல்லப் பயந்தேன்?

அந்த வருஷம் பாங்காங்கிற்குப் போனபோது, நண்பர் சண்முகத்தின் வீட்டில் தங்கியிருந்தேன். ஆராய்ச்சிக்குப் போனவன், ஒரு தாயிப் பெண்ணோடு பழகிக் கொண்டிருந்தான். அறிமுகப்படுத்தினான். "இவளுக்கு தமிழ் சொல்லிக் கொடுத்திருக்கிறேன், விஜித், சொல்லு பார்ப்போம்" – உடனே அவள், 'நான் உன கதாலிக்குறன்' என்று விழுந்து விழுந்து சிரித்தாள். அது மாதிரியாவது நான் உன்னிடம் சொல்லிச் சிரித்து என் மனசை ஏற்றியிருக்கக் கூடாதா? ஏன் செய்யவில்லை?

வாசனைப் பாக்கை ஐந்து விரல் நுனியாலும் சேர்த்து எடுத்து என் உள்ளங்கையில் வைத்து அழுத்தி என்னைப் பார்த்துப் புன் சிரிப்பு சிரித்தாயே – அந்த விரல், கூப்பை ஏன் அந்த உள்ளங்கையாலேயே கவ்விப்பற்றவில்லை.

மூன்றாம் வருடம் இரண்டு மாதம் உன்னைப் பார்க்க முடிய வில்லை. உன் பெரியப்பாவுக்கு உடம்பு சரியில்லை என்று கல்கத்தா வுக்குப் போனாய். திரும்பி வந்ததும், மூன்று மணி நேரம் சாவகாசம் இருக்கிறது, வாருங்கள் என்று என்னை அழைத்தாய். நான் உள்ளே நுழைந்ததற்கும், மின்சார விசிறி நின்று போவதற்கும் சரியாயிருந்தது. நெற்றியிலும் கழுத்திலும் வியர்ப்பதைப் பார்த்து நீ விசிறியைக் கழற்றி, அதன் மோட்டார், கம்பிச் சுருள்களைக் கழற்றி அவிழ்த்தி மீண்டும் சுற்றி, மாட்டி, சுழலவிட்டதும், நீ இங்கிலீஷில் சொன்னாய். "ஒரு மெக்கானிக் செய்திருப்பான். எனக்காக, இத்தனை சிரமப்பட்டு – ஹம் ... மாட்டி

விட்டு, நீங்க கீழேயிருந்ததும், என்னவோ செய்யணும் போலிருந்தது. சமையல்காரன் இருந்தான். ஆள்காரன் இருந்தான். இல்லாட்டா, அதை செஞ்சேயிருப்பேன்" என்று இங்கிலீஷில் சொன்னாய்.

எதை? என்று நான் கேட்கவில்லை.

சீதையைத் தேடிப் பேசி வந்ததற்காக, ராமன் அனுமானை ஆலிங்கனம் செய்துகொண்டானாம். அதுதான். அது எனக்குக் கிட்டவில்லை. "பரவாயில்லை, இன்னொரு சமயம் கேட்டு நானே வாங்கிக்கிறேன்" என்று வாய் துரு துருவென்றது. ஆனால் சொல்ல வெட்டாமல் நாக்கு சுருண்டு கொண்டது. "மூணு மணி நேரம் சாவகாசம் இருக்கு என்று சொன்னீர்கள்" என்று ஒரு கையாலாகாத குறும்புச் சிரிப்புத்தானே எனக்கு வந்தது.

இன்று அதைத் தரப்போகிறாயா?

மணி நாலரை. குளிர்கால வெயில் இளமஞ்சள் பூத்துக் களைத்துக் கொண்டிருந்தது.

எழுந்தான். உடலைக் கழுவி, முகத்தைக் கழுவி, தலை சீவி, பவுடரைப் போட்டுத் தட்டிவிட்டு, உடைகளை மாட்டிக்கொண்டு, அறையைப் பூட்டிக்கொண்டு கிளம்பினான். ரிஸ்தராங்கில் காபி சாப்பிட்டுவிட்டு, பஸ் ஸ்டாப்புக்கு வந்தான். ஆட்டோக்கள் நிற்கிற வழியாக இல்லை. ஒவ்வொன்றிலும் ஒரு ஜோடி. டாக்சி நடமாட்டமும் இல்லை. மர இடுக்குகளில் பீச்சின மஞ்சள் ஊசிகள் மறைந்து அந்தி கவ்வி, மோட்டார் விளக்குகளின் வெள்ளி ஊசி துடைப்பக் கற்றைகளை விரித்து நீட்டினாற் போல கண்ணைக் கூசி வானை அளக்கின்றன. ஒரு மணி நேரமாகவோ நிற்கிறோம்!

எந்த மோட்டார் வெளிச்சம் நெருங்கினாலும் கையை கையை நீட்டினான். நூற்றுக் கணக்கில் விளக்குகள் விரைந்தன. ஒரு துடைப்பமும் நிற்கவில்லை. அவன் நம்பிக்கை, துடிப்பு – எல்லாவற்றையும் அள்ளித் தள்ளிக் கொண்டே சீறுகிறது.

மணி ஆறரை. டாக்சியில் போனாலும் ஆறே முக்கால் ஆகிவிடும். டாக்சிகள் யாரையாரையோ சுமந்து போகின்றன. கையை நீட்டிக் கொண்டேயிருந்தான்.

ஒரு ஆட்டோ ரிக்‌ஷா சரக்கென்று சற்று தள்ளி நிற்கிறது – அவனைக் கடந்து "ஸாப், எங்கே போகணும்?" என்று ரிக்‌ஷாக்காரன் எட்டிப் பின்னால் பார்க்கிறான்.

"கிரேட்டர் கைலாஷ்."

சிறிது நேரம் பதில் இல்லை. நெருங்கினான் அவன். சற்றுத் தயங்கி விட்டு, "அச்சா, உட்காருங்கள். நீங்கள் வெகு நேரமாக நிற்கிறீர்கள் இல்லையா?"

நான் ஸ்டேஷனுக்குப் போகும்போதே பார்த்தேன். இவர்களை ஏற்றி வருவதற்காகப் போனேன். திரும்பி வரும்போதும் நிற்கிறீர்கள். சரி, உட்காருங்கள். ஸாப்புக்கு இடம் கொடு, சற்று நகர்ந்துகொள்" என்றார்

டிரைவர். தாடி, முண்டாசு. சீக்கியன். உள்ளே ஒரு பெண். கையில் ஒரு குழந்தை, முன்னால் ஒரு பெரிய படுக்கை – மெத்தை, இரண்டு மூன்று கூடைகள்.

தயங்கினான் அவன்.

"உட்காருங்கள் ஸாப்."

உட்கார முயன்றான். பெட்டி முட்டிற்று. படுக்கை இடித்தது. ஓரத்தில் ஒட்டிக்கொண்டு உட்கார முடிந்தது. உட்காரவில்லை தொற்றல்.

"சரியாக செளகர்யமாக உட்காருங்கள். லக்கி, படுக்கை பெட்டியை சற்று இழுத்துக்கொள். ஸாப் செளகர்யமாக உட்காரட்டும். வெகு நேரமாக நிற்கிறார் பாவம்."

மடியிலிருந்த குழந்தையை இடது தொடைக்கு மாற்றி வலது கையால் பெட்டி படுக்கையை இழுத்தாள் அவள்! என்ன பலம்!

கூர்ந்து பார்த்தபோது, அவளுக்கு வலது பக்கம் இன்னொரு குழந்தை மூன்று வயதிருக்கும். சீட்டில் புதைந்து, அவனைப் பார்த்தது விழித்தது.

"ஓ! பேட்டா" என்று அதன் கன்னத்தை விரலால் தட்டினான். அது சிரிக்கவில்லை. ஒன்றும் பார்க்க முடியாமல் ஏற்கனவே பெட்டி, படுக்கை – இப்போது நீ வேறா என்று நினைத்ததோ என்னவோ.

"நம்ம குழந்தைதான்" என்றான் ஆட்டோக்காரன்.

"அச்சா!"

"ஊருக்குப் போய் வருகிறார்கள். இரண்டு பேராகப் போனார்கள். மூன்று பேராகத் திரும்பி வருகிறார்கள்" என்று சிரித்தான். இடது பக்கக் குழந்தை கண்ணை உருட்டி விழிக்கிறது ... வாயில் விரல்.

"சலானா" என்று வெட்கச் சிணுங்கல்களுடன் முனகினாள் அவள். கணீர் என்று குரல்.

"அச்சா"

பிறகு ரிக்ஷாக்காரன் ஓயவில்லை. அவளும் ஓயவில்லை. பேசிக் கொண்டேயிருந்தார்கள். ஆட்டோ எஞ்ஜினின் சத்தத்தை அமுக்கி செய்தி பரிமாறுகிற குரல்கள். பஞ்சாபி பாஷை. வெண்கலக்குரல்.

அவன் அவள் பக்கம் திரும்பி ஒரு தடவைதான் பார்த்தான். தலையில் முக்காடு. மாநிறம். நல்ல பாஞ்சாலக் கட்டு உடல். வலுவும் ஆரோக்கியமும் இளமையும் பிதுங்கித் தெரிக்கிற கட்டு.

படபடவென்ற ஓயாத சத்தம் – பேச்சு, ஆய்ச்சல், குலுக்கல் – ஒளிக்கற்றைகள் – வளைவுகள் –

"எந்த இடம் ஸாப் – ஏயா பியா, ஸியா?" என்றான் ஆட்டோக்காரன்.

"பி" – இத்தனை நேரமும் மாலியின் நினைவே இல்லை என்று நினைக்கையில் அவனுக்கு ஏன் என்று புரியவில்லை.

மனநாக்கு

மீண்டும் சிறிது நேரம் படபடப்பு.

"நிறுத்துங்கள்" என்றான் அவன்.

சத்தம் நின்றது, "என்ன கொடுக்க வேண்டும் சர்தார்ஜி!"

"உங்கள் இஷ்டம் நான் குதுப்புக்கு அருகில் போக வேண்டும். நீங்கள் போகும்போது நிற்பதைப் பார்த்தேன். வரும்போது காத்திருந்தீர்கள். உங்களுக்காக நான் பாதையை விட்டு வந்து ஒரு மைல் இருக்கும். எதைக் கொடுத்தாலும் சரி. நான் சவாரிக்காக ஏற்றவில்லை. உங்களுக்காகத் தான். எத்தனை நேரமாக நின்றீர்கள்!"

நெஞ்சு குதுகுதுவென்கிறது. மனிதன் – மனிதன் – கடவுள் – மனிதன் – கடவுள் என்று இரண்டு வார்த்தைகள் முணுமுணுவென்று மார்பின் மூலைக்குள் திரும்பத் திரும்பக் கேட்கின்றன.

பையில் கையை விட்டு, வந்ததை எடுத்து நீட்டினான். சர்தார்ஜி மீட்டர் வெளிச்சத்தில் அதைப் பார்த்தான்.

"ஏழு ரூபாய் இருக்கிறதே. இந்தாருங்கள் –" என்று ஐந்து ரூபாயைத் திருப்பி நீட்டினான்.

"பரவாயில்லை" என்று நடந்தான் அவன்.

"ஸாப், ஸாப்."

"பரவாயில்லை. நீங்கள் போங்கள்."

சிறிது கழித்து படபடவென்று ஆட்டோ புறப்பட்டது.

கேட்டைத் திறப்பதற்கு முன்னால் நின்று ஆட்டோ திரும்புவதைப் பார்த்தான். விரைந்துகொண்டே போய் திருப்பத்தில் மறையும் வரை பார்த்தான். சீக்கியரின் உருவம் மீண்டும் நின்றது மனதில். நாற்பத்தைந்து வயதிருக்கும். பாதி நரைத்த தாடி. மெல்லிய உடல்தான். நாலணா கொடுத்திருந்தாலும் வாங்கிக்கொண்டு போயிருக்கிற முகம். அச்சா என்று அதற்கும் சொல்லிவிட்டுப் போகிற முகம்தான். பெண்டாட்டியை அழைத்து வருகிறவன் மெனக்கெட்டு நிறுத்தி, அவன் நின்றுகொண்டிருப்பதைப் போகிற போக்கில் ஞாபகம் வந்து நிறுத்தி, பெண்டாட்டிக்குப் பக்கத்திலேயே இடம் கொடுத்து ...

கேட்டின் கொக்கியைத் தூக்கித் திறந்து உள்ளே போகையில், உடம்பு பழுத்திலிருந்து சாறெல்லாம் வற்றிவிட்டார் போலிருந்தது.

புத்தானை அழுத்தினான்.

கதவு திறந்து சமையற்காரன். "இருக்கா இருக்கா – போங்கோ" என்று அந்த அறைக்குக் கையைக் காட்டி, வாசற்கதவைத் தாழிட்டான்.

"மணி ஏழரை. இன்னும் மூணுமாசத்துக்குப் போன் பண்ணாம இருக்கணும்னுதான் தோன்றது. பரவாயில்லை, வந்துவிட்டீர்கள்."

அவளைக் கையில் அள்ள வேண்டும் போல, வழக்கம் போல ஒரு துடிப்பு வந்தது. ஆனால் பொட்டென்று அது தணிந்த மாயம்.

தி. ஜானகிராமன் சிறுகதைகள்

"டில்லியில் படித்த மடையர்கள் எத்தனை லக்ஷம் பேர் இருக்கிறார்கள் என்று கணக்குப் பண்ணிக்கொண்டே வருகிறேன்" என்றான் திடீரென்று.

"என்னது!"

"ஆமாம், ஒரு மணி நேரமாக பஸ், டாக்ஸி ஏதும் கிடைக்காமல் நின்றேன். ஒரு சீக்கியன் ஸ்கூட்டரை நிறுத்தி, "போறபோதும் நின்றீர்கள், வரும்போதும் நிற்கிறீர்களே" என்று என்னை ஏற்றிக்கொண்டான். உள்ளே அவன் பெண்டாட்டி, குழந்தைகள், பெட்டிகள். பிரசவத்திற்குப் போய்த் திரும்புகிறவளை ரயிலடியிலிருந்து அழைத்து வருகிறான். அவள் பக்கத்திலேயே என்னை உட்கார்த்தி என்னைக் கொண்டு விட்டுவிட்டுப் போனான். சீக்கியர்கள் புத்தி இல்லாதவர்கள் விகடத்துணுக்குகிற டில்லி முட்டாள்களின் ஞாபகம் வந்துகொண்டேயிருக்கிறது. பண்பாடு, வளர்ச்சி என்ற பெயரில் பாபங்களை வளர்த்து அதிலே உழல்கிற பன்றி இந்த நகரம்" என்றான் அவன். குரல் உயர்ந்து கொண்டிருந்தது.

"உண்மைதான். டில்லியில் வேலை குறைச்சல். யாரைக் குறை சொல்லலாம் என்று கண்ணில் எண்ணெய் போட்டுக்கொண்டு பார்த்துக் கொண்டேயிருக்கிறார்கள். சீக்கியன் தன் வேலையைத்தான் செய்து கொண்டிருப்பான். மற்ற சோம்பேறிகளைப் பார்க்கக்கூட அவனுக்கு நேரமும் இல்லை. மனசும் இல்லை. அதுதான் அவன் தலையில் மிளகாயை வைத்து அரைக்கிறார்கள். ஆனால் அவன் இவர்களைப் பற்றிக் கவலைப்படுவதில்லை. என் தங்கை ஒரு தடவை பிரோஸ்பூர் போய்க் கொண்டிருந்தாள். சாப்பிட்டுவிட்டு ஒரு பாக்கைக் கடித்தவளுக்குப் புரை ஏறி, மாரடைப்பு வந்துவிட்டது. மூச்சு முட்டி, உயிர் போய்விடும் போலாகிவிட்டது. மேலே படுத்திருந்த சீக்கியன் குதித்து, தலையைத் தட்டி, மார்பைத் தடவி, எப்படியோ மூச்சை சுய நிலைக்குக் கொண்டு வந்துவிட்டான். அவளுக்கு மேலெல்லாம் வியர்த்துக் கொட்டி, களைத்து விட்டது. இரண்டு மணி நேரம் அவளுக்குப் பணிவிடை செய்து, தைரியப் படுத்தினானாம் அவன். அவர்கள் நிஜமான மனிதர்கள்" என்றாள் மாலி.

அவன் பேசாமல் உட்கார்ந்திருந்தான் அவளும் பேசவில்லை.

நான் என்ன பேசப்போகிறேன்?

நீ என்ன நினைத்துக்கொண்டிருக்கிறாய்?

"அப்ப, நான் வரட்டுமா?"

"முள்ளா?"

"அதெல்லாம் ஒன்றுமில்லை. ஒன்பது மணிக்கு ஒரு சிநேகிதனைப் பார்க்கவரேன்னு சொன்னேன், மோதி பாக்கிலே."

"அதெல்லாம் இல்லை. முள்ளுதான்!"

"நிஜம்மா" – என்று ஒரு பொய்.

"அவசரமாப் போகணும்ன்னா நான் என்ன சொல்றது?"

பொய்யை சாதித்தால் தான் மெய்யாகும்.

எழுந்தான்.

"நீங்க என்னமோ போல் இருக்கேள். அடுத்த தடவை சாவகாசமா வாங்கோ."

"வரேன்."

மின் விசிறியைப் பார்த்தான். அது நின்றிருந்தது — குளிர்காலத் தொடக்கத்திற்காக.

கதவு சாத்திக்கொண்டது. தாழ் ஓசை மெல்லியதாகக் கேட்டது. அது அவளுக்குப் பழக்கம். வாசல்படி தாண்டி வந்து விடைகொடுக்க மாட்டாள்.

கேட்டுக்கு வெளியே வந்து நின்றான்.

மின்சார விசிறி ஞாபகம் வந்தது. ஒரு கடுதாசியில் முன்பு ஒரு தடவை தாங்க முடியாமல் "எப்போது என்னை ஏற்றுக்கொள்ளப் போகிறாய்?" என்று எழுதி, அவளிடம் இரவல் வாங்கின புத்தகத்தை திருப்பித் தரும்போது அதில் வைத்திருந்தான். ஆனால் தரும்போது ஒரு தடவை பக்கங்களை விசிறி "கடுதாசி ஏதாவது இருக்கப் போகிறது" என்று அந்தக் காகிதத்தை எடுத்துப் பையில் வைத்துக்கொண்டு, புத்தகத்தை மட்டும் நீட்டினான். அந்த ஞாபகமும் வந்தது.

"நான் மனுஷன் இல்லை. நீயும் பெண் இல்லை" என்று முனகிக் கொண்டே நடந்து பஸ் ஸ்டாப்புக்கு வந்தான். கலியாண அக்கறைக் காரர்களான இரண்டு மாமாக்களும் செத்துப்போய்விட்டது ஞாபகம் வருகிறது. அழுவதற்கும் வெட்கமாக இருக்கிறது. பஸ் ஸ்டாப்பில் வேறு யாரும் இல்லை. ஒரு பையன் சீட்டி அடித்துக்கொண்டு ஒரு பழைய அட்டைப் பெட்டியை உதைத்து நடந்துகொண்டிருந்தான்.

கணையாழி, நவம்பர் 1969

தற்செயல்

கல்யாணக் கூடம்:

மேளச்சத்தம். தவுலடி. குழந்தைகளின் பிடிவாத அழுகை. இத்தனையையும் மீறிப் பேச்சிரைச்சல். பட்டுப் புடவைகளின் கொச கொச நடை. சந்தனத் தெறிப்பு. மல்லிகைப் பூக்களின் வாடல் நெடி. தாலி கட்டி, பானகம், வெற்றிலைப் பாக்கு கொடுத்தவுடன், பிட்ளை, ரசவங்கி, வாழைக்காய்க்கறி என்று பகுள சமையலுக்கே ஆன தனி மணத்துடன் சாப்பாடு. இந்தக் கோலாகலத்தில் மனசைக் கொஞ்சநேரம் குதிரைப் புரட்டல் புரட்ட வேண்டும் என்று தான் இந்தக் கலியாணத்திற்கு வந்திருக்கிறேன். கல்கத்தா, நாகபுரி, பட்டணம். டில்லி என்று, 'பைல்'களைக் கட்டி அழுது கொண்டு நிர்வாகக் குப்பை வண்டியை இழுக்கிற சோனிக் குதிரைக்கு, இப்படி இரண்டு மூன்று ஆண்டுகளுக்கு வருகிற ஒரு கலியாணம்தான் புரட்டு மணல். புரள ஓடோடி வந்தேன்.

ஆனால் குதிரை விழுந்திருக்கிறது, மணல் இல்லை. கருங்கல் ஜல்லிக் குளியல் போலிருக்கிறது. அதிகமாகப் புரண்டால் ரத்தம் வரும். வந்துகொண்டிருக்கிறது.

இவளைப் பார்ப்பேன் என்று கனவில்கூட நினைக்க வில்லை. பெண்டுகள் கூட்டத்தில், எல்லோருக்கும் பின்னால், சுவரோராமாக நிற்கிறாள் மங்களம். தலையில் முக்கால்நரை. குங்குமம் பளீரிட்ட நெற்றியில் ஒரு சோகை விபூதி விரலிழுப்பு. கன்னம் கழுத்தெல்லாம் சுண்டிப்போன இலையின் பழுப்பு. சோகை நீலத்தில் ஒரு புடவை. அவள் என்னைப் பார்த்ததும் ஒரு புன்சிரிப்புச் சிரித்தாள். இப்பொழுது, சற்றுமுன்பு என்னைப் பார்த்தாள். அடிக்கடி என்னைப் பார்க்கிறாள் போலிருக்கிறது.

மங்களத்திற்கு எப்பொழுது இந்தக் கோலம் வந்தது? நாலைந்து வருஷம் முன்பு என்று ஞாபகம்.

கைவிசிறியை முகவாய்க்கு முட்டுக்கொடுத்து மணமக்களைப் பார்த்துக்கொண்டிருக்கிறேன். ஓமப்புகை கண்ணைக் கரிக்க, கலியாணப் பெண்ணின் கண்ணை யாரோ தோழி அம்மாள் கைக்குட்டையால் துடைத்துவிடுகிறாள். பார்வை நழுவுகிறது. பிரமைதான். மங்களம் அங்கே உட்கார்ந்திருப்பது போல. பிரமை இல்லை. நானே மங்களத்தை அங்கே உட்கார்த்தி வைத்துப் பார்த்தேன்.

மங்களத்தின் கலியாணத்திற்கு நான் போகவில்லை. போக முடிய வில்லை. ஊர் முழுவதும் பெரியம்மை சூறையாடிக்கொண்டிருந்தது. அப்பொழுது. வீட்டிலும் ஓர் ஆட்டம் ஆட்டிற்று. அண்ணாவின் பெண் ஒன்று பலியாயிற்று. ஒரு மாசத்திற்குள் மங்களத்திற்குக் கலியாணம்.

அது ஒரு வயிற்றெரிச்சல். அண்ணாவின் குழந்தை பலியாகி நாலாவது நாளோ, ஐந்தாவது நாளோ – எதிர் வீட்டுச் சுவர்மீது வெயில் பாதி இறங்கி யிருந்தது. காப்பி சாப்பிட்டுவிட்டு, குழந்தை பட்ட பாட்டைப் பேசிப் பேசி ஆற்றிக்கொண்டிருந்தார்கள்.

"யாரோ கூப்பிடறாங்களே," என்று தெருக்கோடி மளிகைக் கடை பரிமளம் வந்து கூப்பிட்டார். அப்பா எழுந்து போனார். நான் வாசற் படிக்கு வந்து பார்த்தேன். தெருக் கோடியில் முகத்தில் பத்துநாள் வெள்ளை மயிருடன் சின்னம்மாவின் புருஷன் நின்றுகொண்டிருந்தார். அப்பா போனார். எனக்கு என்னமோ போகத் தோன்றவில்லை. அப்பா பேசிக் கொண்டு நின்றார். பத்து நிமிஷம் கழித்துத் திரும்பி வந்தார். அம்மாவைக் கூப்பிட்டார். சொன்னார்:

"உன் தங்கை ஆம்படையான் வந்திருக்கார். மங்களத்துக்குக் கலியாணம் நிச்சயம் பண்ணியிருக்காராம். இளையாளாகக் கொடுக்க றாராம். இன்னும் பன்னிரெண்டு நாள்லே முகூர்த்தத்தை வச்சு நடத்தி விடணும்னு கேக்கறானாம் பிள்ளைக்காரன். இந்தச் சந்தர்ப்பத்தை விட்டா கிடைக்காது. அவனுக்கு இருக்கிற அவசரத்திலே வேற எந்தப் பொண்ணை யாவது பார்த்துக் கலியாணம்னு பண்ணிண்டு போயிடுவான் போலிருக்கு. விட இஷ்டமில்லை. ஒரு ஐந்நூறு ரூபாய் வேணும்னு வந்து நிற்கிறார் இவர். இதுவா சமயம்னு ஒரு நிமிஷம் தோணறது. ஆனா இவர் விட்டார்னா அந்த மாதிரி வரன் கிடைக்காது. நெல்லு வித்த பணம், பழைய பணம் எல்லாமா எழுநூறு இருக்கு. பாங்கிலே போய் எடுத்துக் கொடுக்கலாமா ஒரு ஐந்நூறை? நீங்க என்ன சொல்றேள்?" என்று நின்றார் அப்பா.

"யாரு வரன்?"

"பட்ணத்திலே ஸம்ஸ்கிருத வாத்யாராம். நாப்பத்தஞ்சு வயசுதான் ஆறதாம்."

"நாப்பத்தஞ்சு வயசுன்னா கிழ வயசில்லையாப்பா?" என்று நான் கத்தினேன். கத்தின ஞாபகம். எனக்கு ஆத்திரமோ, அழுகையோ – எதோ பிடுங்கிக்கொண்டு வந்தது. எனக்குப் பதினைந்து வயது. மங்களத்திற்குப் பதினைந்து வயது. ஒரு நாற்பத்தைந்து வயது கிழவியை எனக்குக் கலியாணம் பண்ணி வைப்பதற்காக, என்னை யாரோ துரத்தி வருவது போலிருந்தது.

தி. ஜானகிராமன் சிறுகதைகள்

அண்ணா என்னைப் பத்துவிநாடி பார்த்தான். அண்ணாவுக்குக் கோபம் வந்தால் புருவம் சுளிக்காது. கண் அகலாது. சாதாரணமாகப் பார்க்கும். ஆனால் நட்டாற்போலப் பார்த்துக்கொண்டேயிருக்கும்.

"நீ போய்ப் பாடத்தை வாசி." என்று அந்தப் பத்து விநாடி கழித்து மெதுவாகச் சொன்னான் அண்ணா. நான் மாடிக்குப் போனேன்.

மூன்று வருஷம் கழித்து அதே மாதிரி 'சரக்'கென்று ஒருநாள் மாடிக்குப் போனேன். மங்களம் வந்திருந்தாள். மொழுமொழுவென்று, முலாம்பழம் மாதிரி ஒரு பெண் குழந்தை – இடுப்பில். மொழுமொழு வென்று வழுக்கை மண்டை, முகத்தில் நாலு நாள் வெள்ளைமயிர், பஞ்சக்கச்சம், பழங்காலப் புரோகிதமுஞ்சி – இப்படி ஒரு கணவன் பக்கத்தில். மூக்கும் முழியும் மொழுமொழுவென்று ஒரு குழந்தையை எனக்கும் பெற முடியும் என்று சொல்வதற்காக அவரும், கூட வந்து போலிருந்தது. எனக்குக் கோபம் வந்தது. அடக்கிக்கொண்டு, சௌக்கியம் விசாரித்துவிட்டு மாடிக்கு வந்தேன். அண்ணா இடுப்பில் சோமனைக் கட்டிக்கொண்டு அவரை விழுந்து விழுந்து கும்பிட்டான். அவனுக்குப் பஞ்சக் கச்சம் முகத்தில் பத்து நாள் மயிர் என்றால் புல்லரிக்கும். வியாச, வசிஷ்டாதிகளைப் பார்த்தாற்போல ஆகிவிடுவான்.

மாடிக்குப் போனேனே ஒழிய, இறங்கி வந்து மங்களத்தைப் பார்க்காம லிருக்க முடியவில்லை. கலியாணத்திற்கு நாலைந்து வருஷங்களுக்கு முன்னால் பார்த்தது. முருங்கையாக வளர்ந்து கிடந்தாள். பட்டை பெயர்த்த கசிதம் வெள்ளை. ஒரு நீலப் பட்டுப் புடவை. கை, கழுத்து எல்லாம் வடம் வடமாகச் சங்கிலியும் வளையுமாகப் புரண்டுகொண்டிருந்தன. தலையில் ஒரு பந்து மல்லிகை. பேச்சில் கூடப் பதினெட்டு வயதைக் காணவில்லை. நடுவயதுத் தோரணை.

அந்தக் குழந்தைக்கு முடியிறக்க மாரியம்மன் கோயில் பயணம். அரண்மனை, கடைத்தெரு, மிருகத்தோட்டங்களைக் கொண்டு காண்பிக் கிறது – இந்த வேலைகள் வழக்கம்போல எனக்கு வந்தன. கடைக்குட்டி என்ற முறையில் விவரம் தெரிந்த நாள் முதலாக வருவோர் போவோர்களுக்கு நான்தான் இந்தச் சகாயம் செய்யும் வழக்கம்.

அரண்மனையைச் சுற்றிப் பார்க்கும்போது, "உச்சிக்குடுமி டோய்" என்று நாலைந்து பையன்கள் கத்தினார்கள். தொடர்ந்து, "பாப்பான் பருப்புத்தின்னி, வெள்ளாட்டு – தின்னி!" என்று பாடினார்கள். அந்தக் காலத்தில் அந்த ஊரில் பஞ்சக்கச்சம் விபூதிகளைப் பார்த்தால் நடக்கிற உபசாரம் இது. எனக்கு வெட்கமாக இருந்தது. எனக்குக் கிராப்புத் தலை தான். "பேஷ் – நன்றாயிருக்கே பாட்டு" என்றார் மங்களத்தின் அகமுடை யான். "ஆனா நீதான் போய்ச் சொல்லணும். எனக்குக் குடுமியும் இல்லை. நான் யாகம் பண்ணினதில்லைன்னு," என்று என்னிடம் சொல்லிச் சிரித்துக்கொண்டே நடந்தார்.

ஒரு மணி நேரம் அவர் நூல் நிலையத்துக்குள் ஒவ்வொரு பீரோவாக அண்ணாந்து அண்ணாந்து பார்த்துக் கொண்டிருந்தார். ஆனால் எனக்கு அந்தப் பாட்டின் சூடு தணியவில்லை. இந்தக் கோடியில் நானும் மங்களமும் தனியாக இருந்தபோது வெடுக்கென்று

தற்செயல்

375

சொன்னேன். "சின்னக் குழந்தையாயிருக்கிற போது, நீ யாரை கலியாணம் பண்ணிக்கப் போறேன்னு கேட்பா எங்கம்மா. நான் தாத்தாவைத்தான் பண்ணிக்கப் போறேன்னு சொல்லுவே நீ. அப்படியே சத்திய வாக்கா நிறைவேத்திப்பிட்டியே."

அப்போது இடுப்பிலிருந்த குழந்தை என்னவோ சிரித்தது.

"ஏண்டா கண்ணு சிரிக்கிறே? ஒண்ணுவிட்ட மாமா உளர்றானேன்னு சிரிக்கிறியா? இல்லே, இந்த மாமாவையே கலியாணம் பண்ணிக்கலாம்னு நினைச்சுண்டு சிரிக்கிறியா?" என்று குழந்தையின் கன்னத்தை நிமிண்டிக் கொண்டே மெதுவாக நடந்து நழுவினாள் மங்களம். அப்புறம் அவரை விட்டு அகலவில்லை ...

பின்னால் யாரோ இடித்துக்கொண்டு உட்கார்ந்தார்கள். "இப்ப என்ன கல்கத்தா சாரா, மீரட் சாரா, புனா சாரா, டில்லி சாரா? உங்களைத் தான் மாப்ளே சார்?" என்ற குரல் கேட்டுத் திரும்பிப் பார்த்தேன். குறும்புச் சிரிப்பையும் ஒன்றைரக் கண்ணையும் பார்த்து அடையாளம் புரிந்துகொள்ள முடிந்தது. அந்த இரண்டைத் தவிர, சோமு முற்றிலும் மாறிப்போயிருந்தார். நாலு சுற்றுப் பருமன். பளபளவென்று கதர்ச்சட்டை பழைய சோமு மாமா இல்லை. துணிக்கடை பெரிய தென்னிந்திய எம்போரியமாக வளர்ந்து, பணத்திலும் குணத்திலும் புரள்கிறாராம். நகரசபையிலும் ஊடாட்டமாம்.

"எப்ப வந்தே! என்ன சேதி! வந்தவன் நேரே ஆபீசர் தோரணையிலே கலியாணக்கூடத்திலே வந்து உட்கார்ந்துடணுமோ! நாங்களளாம் தேடிண்டு வந்து, கூட்டத்திலே தொடை தொடையா மிதிச்சிண்டு தாண்டி வந்து, பேட்டி காணணும்ம்னு ஆசை."

"எல்லாரையும் பார்த்துப்டேன். பழைய சோமு மாமாவையும் பார்க்கலையேன்னு நெனச்சுண்டேயிருந்தேன். இடிச்சுண்டு வந்து தரிசனம் கொடுத்துட்டேள்."

"என்ன என்ன என்ன! இன்னொரு தடவை சொல்லு ... இத பாரு, பழசு பழசுதான் மாப்ளே. இது குக்ராமச் சரக்கு. அரிசி. அரிசியிலே எது சிரேஷ்டம்? பழசா, புதுசா!"

சோமு மாமா கடகடவென்று தன் கவிதையை நினைத்துக் கொண்டு கொஞ்ச நேரம் சிரித்தார்.

தடதடவென்று ஒவ்வொருவராக எழுந்தார்கள். மாடியில் முதல் இலை போட்டாயிற்று என்று ஒரு குரல் இரைந்துகொண்டிருந்தது. சோமு மாமா என்னையும் இழுத்தார். ஒரு பத்து வயதுப் பெண் வந்து நின்றது. "மாமா, அம்மா உங்களைப் பார்க்கலாமான்னு கேக்கறா?" என்றது என்னிடம்.

"யாரம்மா குழந்தே?"

"அதோ நிக்கறா பாருங்கோ," என்று சிரித்துக்கொண்டே அப்பால் பார்த்தது. மங்களம் சிரித்தாள். எனக்கு அழ வேண்டும் போலிருந்தது.

தி. ஜானகிராமன் சிறுகதைகள்

"நீ மங்களத்தோட பொண்ணா?" என்று சிரமப்பட்டுக் கேட்டேன்.

சோமு மாமா வேறு தூபம் போட்டார். "சாட்சாத் உங்க ஒண்ணு விட்ட அக்கா பொண்ணு. வந்துபோயிண்டிருந்தாண்ணா உறவு, முறை, பத்து பங்காளியெல்லாம்? மங்களம் – அதுதான் உங்க ஒண்ணுவிட்ட அக்கா – இங்க எப்படி வந்தாண்ணாவது தெரியுமோ ... இந்தக் கலியாணப் பொண்ணு, அவ மூத்தாள் பிள்ளைக்கு மச்சினி. எதையும் விட்டுக் கொடுக்கத் தெரியாது அவளுக்கு. அந்த மாதிரி எல்லாரும் இருந்துட்டோமே –"

"இதோ வரேன்" என்று நழுவினேன். பின் கட்டு நடையில் வந்து நின்றாள் மங்களம்.

"எப்ப வந்தே?"

"இப்ப தான் ஒரு மணியாச்சு"

"கல்கத்தாவிலே இருக்கிறயாமே?"

"ஆமாம்."

"இப்படி தற்செயலா மாமாங்கத்துக்கு மாமாங்கம் பார்த்தாத்தான் உண்டு. மூணா வருஷம்கூட வந்தியாம். வந்து எட்டிப் பார்க்கப்படாதா?"

"நீங்க இப்ப எங்கே இருக்கேள்? ஹைதராபாத்திலே இருக்கறதாகத் தான் இன்னும் நினைச்சுண்டிருக்கேன்."

"நாலு வருஷம் ஆச்சே, சேலத்துக்குக் குடிவந்து. பெரிய பிள்ளை இங்கேதானே இருக்கான். சாப்பிட்டதும் போகப் போறான். நீயும் அங்கேயே வந்திருக்கலாமே ... எத்தனை வருஷம்டா ஆச்சு பார்த்து ... டாடான்னு வந்துடறது. பழைய வாசனை."

"என்ன மங்களம் இது!"

"கோச்சுக்காதே. இருபது வருஷமாச்சு உன்னைப் பார்த்து. எனக்கு என்ன என்னமோ பேத்தணும்போலிருக்கு." கண்ணில் ஒரு ஈரப் பளபளப்பு.

"என்ன! தம்பியை அடையாளம் புரிஞ்சுதா?" என்று கத்திக் கொண்டே வந்தார் சோமு மாமா. "நீ யாரு குழந்தைன்னு உம் பொண்ணைப் பார்த்துக் கேக்கறார் உன் தம்பி. போறுமா? ஆபீசரோல்லியோ! இண்டர்வியூ நடத்தறார்."

"மாமா."

"அவன் கடைசிக் குழந்தையாப் போயிட்டான். நல்லது கெட்டதுக் கெல்லாம் மூத்ததெல்லாம் போகும். கடைக்குட்டி எப்பவும் யார் உறவு. யாரு ஜனம்னு தெரியாம தனியாகவே நிக்கும். இவன் என்ன பண்ணுவன் மாமா?" என்றாள் மங்களம்.

"குழந்தையைப் பாரு குழந்தையை! என்ன வயசு இப்ப மாப்பிள்ளைக்கு?"

"நாற்பத்தெட்டு," என்றேன். அவர் என் மனைவிக்குத் தூரத்து உறவு.

தற்செயல்

"இத்தனை உத்யோகம் பார்க்கிறே. ஒரு கறுப்பைக் கூடக் காப்பாத்தத் தெரியாம, தலைமுழுக்க நரையா அடிச்சுண்டிருக்கியே ..."

"சரி, நீ போய்ச் சாப்பிட்டு வந்துடு." என்றாள் மங்களம்.

பிற்பகல் இரண்டு பேரும் சேர்ந்துதான் போனோம். வீடு பெரிய வீடு. சுற்றிலும் பெரிய காம்பவுண்டு. வராந்தா. மங்களம் பூட்டைத் திறந்தாள்.

"வீடு பிரமாதமாயிருக்கே!"

"கம்பெனியிலே கொடுத்திருக்கா, மாலுவுக்கு."

"மாலுதானே உங்க மூத்தா பிள்ளை?"

"என்ன புதுசு புதுசாக் கேக்கறே? ... உட்கார்ந்துக்கோ," என்று ஊஞ்சலைக் காட்டினாள் மங்களம். "எப்பவோ தற்செயலாத்தான் பார்க்கறே ... அதுக்காக எல்லாம் மறந்துபோயிடணுமா என்ன? ...எழுதி யாவது வச்சுக்கோ. எனக்கு மூத்தா பிள்ளை பேரு மாலு. மூத்தா பெண் பேரு, ருக்கு. அப்புறம் எனக்குன்னு ஒன்பது குழந்தை. மூணு பிள்ளை. ஆறு பொண்ணு. சீதாராமன், ராஜாராமன், கலியாணராமன், வைதேஹி, ஜானகி, மைதிலி, சுமித்ரா, கௌசல்யா, சரமா – எழுதியாவது வச்சுக்கோ. இன்னொரு மாமாங்கம் கழிச்சுத் தற்செயலாப் பார்க்கறவரையில் ஞாபகம் இருக்காது."

"உனக்கும் தற்செயலில் தானே நம்பிக்கை? இல்லாட்டா, இவருக்கு நீ கழுத்தை நீட்டியிருப்பியா? அவர் தற்செயலா வந்தார். உங்கப்பா கிட்டே கேட்டார். போனா வராதுன்னு பயந்து விழுந்தடிச்சுண்டு உங்கப்பா கலியாணம் நிச்சயம் பண்ணினார். இந்த முப்பது வயசு வித்யாசத்துக் கிட்டே கொண்டு தள்ளியேன்னு உங்கப்பா அம்மாவை ஒரு தடவை நீ கேட்டியோ?"

கலியாணமாகி முப்பத்து மூன்று வருடங்களாகி அவரையும் இழந்து தலையெல்லாம் நரைத்து, மூக்கின் பாரிசங்களில் கோடு விழுந்தவளோடு இது என்ன வீம்பு என்று எனக்கே புரியவில்லை. ஏதோ வெறி பிடித்தாற் போல மடக்கி மடக்கிக் கேட்க வேண்டும் போலிருந்தது. கலியாணச் சாப்பாட்டில் விஸ்கி மாதிரி ஏதாவது கலந்துவிட்டார்களா? ஏன் இப்படி நாக்கு அவிழ்ந்து நீண்டமணியாக இருக்கிறது? தற்கொலை பாபம். உயிருக்கு நாம் காவலாளி. அதேபோல இளமையை ஒரு கிழவனிடம் கொடுத்துக் கொல்லுவதும் பாபம். யௌவனத்திற்கு நாம் காவலாளி. வாயைத் திறந்து இதைச் சொல்லு சொல்லு என்று உள்ளே உந்தல். ஆனால் அது என்னமோ பச்சைப் பேச்சு மாதிரி பயந்து நாக்கு சுருள்கிறது.

அவர் படம் பெரிது பண்ணி ஊஞ்சலுக்கு நேராகச் சுவரில் மாட்டி யிருந்தது. வழுக்கை மண்டை, முகத்தில் இருபதுநாள் வெள்ளை மயிர், விபூதிப் பட்டை, நடுநடுவே வயது உழுத பள்ளம். புருவச் சுளுக்கலில் சந்தனப்பொட்டு, ஜரிகை சால்வை, விளக்கெண்ணெய் குடித்தாற்போல் தொய்ந்த உதடு.

"நானாக என் தலையிலே மண்ணள்ளிப் போட்டுண்டேன்னு கோபம் உனக்கு. அதுதானே?" என்று சிரித்தாள் மங்களம்.

"அதுதான் நீயே சொல்றியே?"

"உனக்கு எத்தனை குழந்தைகள்?"

"நாலு"

"விவரமாகச் சொல்லு."

"ரண்டு பொண்ணு. ரண்டு பிள்ளை."

"ரண்டு பிள்ளை – ரண்டு பொண்ணா, ரண்டு பொண்ணு, ரண்டு பிள்ளையா?"

"ரண்டு பிள்ளை – ரண்டு பொண்ணு"

"நீ எத்தனை தூரத்திலே இருந்தாலும் நான் விசாரிச்சு வச்சிண்டிருக்கேன்னு சொல்றதுக்காகத்தான் கேட்டேன். படிக்கிறதா எல்லாம்?"

"ஒருத்தன் பாங்கிலே வேலை பாக்கறான். இன்னொருத்தன் காலேஜிலே வாத்யாரா சேர்ந்திருக்கான். பொண்ணு ரண்டும் படிக்கிறது. ஒண்ணு காலேஜ். ஒண்ணு பள்ளிக்கூடம்."

"எப்படிப் படிக்கிறது?"

"தேவலை, சுமாரா இருக்கு ... ஏன் இப்படிக் கடகடன்னு கேட்கிற?" என்று சிரித்தேன்.

"ரண்டு அபார்ஷன் ஆச்சாமே உன் அகமுடையாளுக்கு?"

"ஆமாம். யாரு சொன்னா?"

"யாரு சொன்னா என்ன? எப்படியோ தெரியறது. தானாக ஏற்பட்டுதா? இல்லை. டாக்டர்ட்ட போயி ..."

"டாக்டர்ட்ட போயிதான்."

"அப்படிச் செய்யலாமோ?"

"என்ன செய்யறது? அவ உடம்பு தாங்காது போலிருந்தது."

"அதெல்லாம் இல்லை. நாலு குழந்தைக்கு மேலே வச்சுக் காக்கப் பயம். திராணி இல்லை."

"வாஸ்தவம்தான். ரண்டு குழந்தையே ஜாஸ்தி" என்றேன்.

"மூணாவதும் நாலாவதும் உங்களறியாமல் தற்செயலாப் பிறந்துட்டுது," என்று மங்களம் சிரித்தாள்.

அப்போதுதான் அவள் முகத்தை ஏறிட்டுப் பார்த்தேன். "நீ எங்க போட்டோவெல்லாம் பார்க்கலியே ... வா." என்று எழுந்தாள் மங்களம்.

கூடத்து நிலையைக் கடந்ததும் ஒரு சிறிய நடை அறை. அங்கே நின்றாள்.

"பாரு"

தற்செயல்   379

சுவர் முழுவதும் படம் படமாக மாட்டியிருந்தது.

"இவன் பெரிய பிள்ளை சீதாராமன். பம்பாயிலே வியாபாரக் கப்பல்லே வேலை. ரண்டாயிரம் ரூபாய் சம்பளம்."

"என்ன வயசு?"

"இருபத்து நாலு."

"ரொம்ப உசரமா?"

"அவரைவிட உசரம்."

"குறிப்பா இருக்கானே?"

"இது பெரிய பொண்ணு. நீ மாரியம்மன் கோயிலுக்கு முடியிறக்க அழச்சிண்டு போனியே – அது. எம்.ஏ. படிச்சுட்டு ரண்டு வருஷம் உதவி புரொபசரா இருந்தா. மூணாம் வருஷமே புரொபசராயிட்டா. நாலு வருஷம் அதையும் பார்த்துவிட்டு, கலியாணம் பண்ணிண்டு வீட்டோட இருக்கா மைசூர்லெ. இவதான் ரண்டாவது பொண்ணு. இவ ரயில்வே உதவி சீப் என்ஜினீரா இருக்கா. அந்த மாப்பிள்ளையும் என்ஜினீர்தான். இவ மூணாவது பொண்ணு. இவ புனாவிலே சர்ஜனா இருக்கா. அவளுக்கும் கலியாணம் ஆயிடுத்து. ஆனா நீ ஒருத்தி கலியாணத்துக்கும் வரலெ. நீதான் கடைக்குட்டியாச்சே. இவ நாலாவது பொண்ணு – கெமிகல் என்ஜீனீரிங் படிக்கறா, பம்பாயிலே அண்ணாவோடு இருந்திண்டு. இவன் தான் ரண்டாவது பிள்ளை. காலேஜிலே படிக்கிறான். லீவுக்கு பம்பாய் போயிருக்கான். அவனும் கிளாஸிலே நாலு வருஷமா முதல் ... கணக்கு வச்சுக்க முடியலியா?" மங்களம் நிறுத்தினாள்.

"போறும். எல்லாம் புலியும் வேங்கையுமா இருக்கு. பெரிசு எட்டடி. அதுக்கு அடுத்தெல்லாம் பதினாலு அடி, முப்பத்திரண்டு அடின்னு தாண்டறதே. வள்ளுவரோ யாரோ சொல்லியிருக்காராமே, குழந்தைகள் இப்படியிருந்தா பெத்தவன் எத்தனை பூரிச்சிண்டிருப்பன்னு."

"ரண்டு பேரும் பூரிச்சிண்டுதான் இருந்தோம். இப்ப நான் ஒண்டியா பூரிச்சிண்டிருக்கேன் ... இப்ப உனக்குத் திருப்தி தானே?"

"எதுக்கு?" என்றேன். இது பழைய மங்களமாகத் தோன்றவில்லை.

"தற்செயலாக் கழுத்தை நீட்டினேன்னு சொன்னியே, அது ஒண்ணு தான் தற்செயல். அப்புறம் ஒண்ணும் தற்செயலா நடக்கலெ. ஒரு குழந்தை கூடத் தற்செயலாப் பிறக்கலெ. கலியாணம் நிச்சயமானவுடனே, புலியங்கா பல்லாங்குழி ஆடற சிநேகிதிக் குட்டிகள்ளாம் வந்து, 'என்னடெ சரின்னுட்டே?'ன்னு நீ இப்ப கேட்டமாதிரியே வந்து அலமலங்க அடிச்சுது. பக்கத்தாத்துப் பொம்மனாட்டிகள்ளாம் வந்து அம்மாவை அழ அழ வச்சா. எனக்குக்கூட அழ அழத் தோணித்து. பணத்துக்குச் சோம்பிண்டு அப்பா எதோ போக்கு வண்டியிலே என்னைத் தும்பைக் கட்டி அனுப்பிக்கிறார்னு சொல்லித்து ஊர். குத்துவிளக்கைக் கொண்டு செருப்பு மாடத்திலே வைக்கலாமான்னு கேட்டார் சேதுமாமா. பதினெட்டு வயசிலே ஒரு பிள்ளையை வச்சிண்டுதான் அப்பாவை அப்படிக் கேட்டார்.

அப்பதான் நான் தீர்மானம் பண்ணிண்டேன். இனிமே தற்செயலா எதுவும் நடக்காதுன்னு. ஒரு குழந்தையைக்கூடத் தற்செயலாப் பெக்கறதில்லேன்னு முடிவு பண்ணிண்டேன். மார்க்கண்டன் ஒருத்தன் தானே பிறந்தான்? ஒன்பது பிறக்கும்ன்னு நான் காமிச்சேன். இல்லே, அவர் காமிச்சார். கலியாணமாகி ஒரு பிரசவத்துக்குக் கூட நான் ஊருக்குப் போகலே. இவர் விடலே. ஒருநாள் கூட விட்டுப் பிரியலே. அவர் போறவரைக்கும் இந்தத் தலையிலே ஒரு காம்பு நரைக்கலே. போனார் ... ரண்டு மாசத்துக்கெல்லாம் கொலகொலன்னு ஒரு நரை— எங்கேருந்து தான் வந்துதோ ... பிள்ளைபெறது தற்செயல் இல்லே. அவர் இருந்திருந்தா இன்னும் ரண்டு இத்துணுண்டு இத்துணுண்டா ஓடிண்டிருக்கும்."

எனக்குப் பேச ஐந்து நிமிஷமாயிற்று.

"மங்களம்"

"என்ன?"

எனக்குப் பேச்சு வரவில்லை.

"நான் யார்கிட்டவும் இப்படிப் பேசினதே இல்லேடா. ஆனா யார் கிட்டவோ சொல்லத்தான் போறேன்ன்னு நிச்சயமாயிருந்தது. நீ வந்தே. ஆனா நான் சொன்னது தற்செயலா நீ வந்ததனாலே இல்லெ. குழந்தையிலே நீ ஒரு தடவை ஊருக்கு வந்திருந்தே உங்க அம்மாவோட! ஒருமாசம் இருந்தே. ஒரு நாளைக்கு நீயும் நானும் கலியாண விளையாட்டு விளையாடினோம். பக்கத்து வீட்டுக் குட்டிகள் கல்லும் மண்ணும் வச்சுச் சமைச்சுது. நீயும் நானும் மணையிலே உட்கார்ந்திருந்தோம். அப்ப அம்மா வந்தா. "ரொம்ப அழகாயிருக்குடே. அண்ணாவும் தங்கையும் ஆம்படையான் பொண்டாட்டி விளையாட்டு விளையாடறது. சீ, எழுந்துக்கோ. யாராவது நாப்புக் காட்டப் போறாடி, மக்குப் பொணமேன்னு என்னைத் தூக்கி விட்டா. அதை இன்னும் மறக்கலே. அதனாலே உங்கிட்ட சொல்லணும் போல தோணித்து ... உள்ளே வாயேன். காப்பிக்கு அடுப்பு மூட்றேன். அங்கே உட்கார்ந்து பேசுவோம்."

மங்களம் அடுக்களைக் கதவைத் திறந்தாள். நான் போட்டோக்களில் புலி – வேங்கைக் குட்டிகளைப் பார்த்துக்கொண்டு நின்றேன்.

குமுதம், 6.8.70

தற்செயல்

கடைசி மணி

ஆராவமுது ஒரு கனாக் கண்டார். எங்கு பார்த்தாலும் மணல் வெளி. மணல் கடல். ஒரு புல் பூண்டு இல்லை. ஆனால் நடுவில் மட்டும் ஒரு தென்னைமரம். தனி மரம் ஒரு மைல் தூரத்தில் நின்றாலும் அவர் அண்ணாந்து பார்க்க வேண்டியிருந்தது. அப்படி ஓர் உயரம். மணல் வெளி முழுவதும் நிலவு கொள்ளையாகக் கொட்டிக் கிடக்கிறது. காற்றில் ஒரு குளிர்ச்சி. தென்னையின் உச்சிக் கீற்றுகள் நிலவில் மின்னுகின்றன. ஆராவமுதுக்கு உடம்பு, உள்ளமெல்லாம் பரவசமாகக் கிடக்கு. மணலும் குளிர்ச்சியாக இருக்கும். கையும் காலும் அந்தக் குளிர்ச்சியில் துழாவத் துடித்தன. ஆனால் மணல் காலில் படவில்லை. குனிந்த போது ஒரு வெள்ளை யானையின்மீது தாம் உட்கார்ந்திருப்பது அவர் கண்ணுக்குத் தெரிந்தது. வெள்ளை யானைதான் – சற்றுத் தடவிக் கொடுத்தார். 'போடா கண்ணா!' என்றார். அது நகர்ந்து, பெரு நடை நடந்து தென்னைக்கடியில் போயிற்று. அப்போது ஆராவமுது உட்கார்ந்திருந்தவர் நின்றார். கையை உயர்த்தினார். ஒரு தென்னங் கீற்றைப் பற்றினார். ஒரு காயை யும் பறித்தார். ஆனால் அது கைநழுவி விழுந்தது. மணலுக்குள் செருகி மறைந்துவிட்டது. சற்று உயரத்திலிருந்துதான் விழுந்தது. எங்கே விழுந்தது என்று பார்ப்பதற்குள் மணல், யானை, நிலவு எல்லாம் மறைந்துவிட்டன. கனவு பின் என்ன செய்யும்?

கனவு என்று தெளிந்துகொள்ளவே அவருக்கு ஒரு நிமிஷமாயிற்று. கண்ணை விருப்பமில்லாமல் திறந்தார். படுக்கைக்குப் பக்கத்தில் ஜன்னல் கதவிடுக்கு வழியாகக் குளிர் காற்று ஊதிற்று. மறுபடியும் கண்ணை மூடி மூடிப் பார்த்தார். ஆனால் மறுபடியும் மணல் வெளியோ நிலவோ தென்னையோ வரவில்லை. ஆனால் கனவில் வந்த பிரம்மாண்டமான சந்தோஷமும் உடம்பையெல்லாம் கிளு கிளுக்க அடித்த அமைதியும் போகவில்லை. மயிர்க்காம்பெல் லாம் சிலிர்த்தது.

அப்படியே சிறிது நேரம் மல்லாந்து படுத்திருந்தார். மேலே ஓட்டுக் கூரையின் கண்ணாடியில் கிழக்கு வெளுத்த வெள்ளை தெரிகிறது. அதன் கீழே குடியில்லாத வெறும் சிலந்திக் கூடும் தெரிகிறது. ஒரு பழைய கூடு ஓட்டையாக மாறித் தொங்குகிறது சற்று அப்பால். பூலோகத்தில் விழுந்து விட்ட உணர்வு நன்றாக வந்துவிட்டது. வாசலில் சாணம் தெளிக்கிறார்கள். படுக்கையைச் சுருட்டி விட்டுக் கொல்லைப் பக்கம் போனார். அங்கே பறங்கி, பூசணி, புடல், காசித்தும்பை எல்லாம் மலராகச் சொரிந்து கிடந்தன.

கனவு மறக்கவில்லை. வெள்ளை யானைமீது சவாரி! சமீபத்தில் அவர் சுந்தரகாண்டம் படிக்கவில்லை. சீதை வெள்ளை யானை மீது ஏறி நின்று சந்திரனைத் தொட்ட மாதிரி திரிசடை கனவு கண்டாளாம். அந்தச் சர்க்கத்தைச் சமீபத்தில் படிக்கவும் இல்லை. பள்ளிக்கூடத்தில் சொல்லிக் கொடுக்கவும் இல்லை. அவர்தான் கெமிஸ்ட்ரி வாத்தியாராச்சே. சுந்தர காண்டத்துக்கும் சல்ஃப்யூரிக் ஆசிடுக்கும் என்ன சம்பந்தம்?

பல் தேய்க்கும்பொழுது காக்கிச் சட்டையும் வேஷ்டியும் தலையில் முண்டாசுமாக யாரோ வாசல் நிலையைக் கடந்து உள்ளே வருவது தெரிந்தது. கண்ணை இடுக்கிப் பார்த்தார். பச்சையப்பன் மாதிரி இருக்கிறது. பச்சையப்பன் நம் வீட்டுக்கு ஏன் வரவேண்டும்? தலைமை ஆசிரியர் வீட்டைத் தவிர யார் வீட்டுக்கும் போக மாட்டானே, இல்லை, தலைமை ஆசிரியர்தான் அனுப்பி இருக்கிறாரா?

அவசரம் அவசரமாக வாயைக் கொப்பளித்து முகத்தைக் கழுவித் துடைத்துக்கொண்டு போனார்.

"என்ன பச்சையப்பா, எங்கே இப்படி விடியற்காலமே?"

"பெரியய்யா உங்களைக் கையோட அளச்சிட்டு வரச் சொன்னாங்க."

"யாரு ஹெட்மாஸ்டரா?"

"இல்லங்க. பெரியய்யா."

"யாரு?"

"பெரியய்யாங்க – கங்கநல்லூர் அய்யா!"

"செக்ரட்ரியா?"

"ஆமாங்க."

"எதுக்கு?" – ஆராவமுதுக்கு இனம் தெரியாத ஒரு கிலி வயிற்றில் விழுந்தது.

"தெரியலீங்க."

"என்னையா கூப்பிட்டாங்க?"

"ஆமாங்க – உடனே வரச் சொன்னாங்க ..."

"என்ன இது! காப்பி சாப்பிட்டுட்டு வரலாமோல்லியோ?"

"வாங்க."

கடைசி மணி

அவனுக்கும் ஒரு டம்ளர் காப்பி கொடுக்கச் சொல்லித் தாமும் குடித்து விட்டு, பஞ்சக் கச்சம், வெள்ளை முழுக்கைச் சட்டை, அங்கவஸ்திரம் – எல்லாம் அணிந்து திருமண்ணும் இட்டு, வேகமாக நடந்தார்.

போகிற வழியெல்லாம் செகரட்ரி அண்ணாவையரின் ஞாபகம். அண்ணாவையரின் ஆறடி உயரமும், ஒல்லி உடம்பும், மொட்டைத் தலையும், அதிகாரப் பார்வையும், சிரிக்காத முகமும் வயிற்றில் விழுந்த கல்லைப் புரட்டிக்கொண்டேயிருந்தன. வழியில் எத்தனை மாடு கறப்பு, சாணி தெளிரல், கடைத் திறப்பு, கறிகாய்த் தலைக் கூடைகள், தோட்டிப் பெருக்கல் – ஒன்றும் கண்ணில் படவில்லை. பட்டாலும் பயமில்லாத அதிர்ஷ்ட ஆத்மாக்கள் என்பது மட்டும் அறிவுக்குப் பட்டது. பச்சையப்பனைக் கேட்பதற்கும் வாய் வரவில்லை. கேட்டால் ... அவன் ஏதாவது சொல்லி – பயத்தை இன்னும் பெருக்கிக்கொள்வானேன்?

செக்ரடரி நம்மை ஏன் கூப்பிட்டனுப்ப வேண்டும்? தலைமை ஆசிரியரைத் தவிர அவர் வேறு யாரோடும் பேச மாட்டாரே? அவர் ரிடையரான ஐ.சி.எஸ். தமக்கு அடுத்த கீழேயுள்ள அதிகாரியைத் தவிர வேறு யாரோடும் பேச மாட்டாராம். ரிடையராகிப் பதினைந்து வருஷங் களுக்குப் பிறகும் அதே கெடுபிடியைத்தான் பின்பற்றி வருகிறாராம். ராஜா மந்திரியோடெல்லாம் பேசிவிடலாம். ஐ.சி.எஸ்.ஸோடு பேச முடியாது என்று ஒரு தினுசு மனுநீதியை நிறுவியவர் அண்ணாவையர். தலைமை ஆசிரியரைத் தவிர வேறு யாரையும் பார்க்கவும் மாட்டார்; பேசவும் மாட்டார்.

வீடு வந்து விட்டது. வாசலில் பெரிய வெள்ளைத் தூண்கள்.

"இருங்க, அய்யாட்ட கேட்டுக்கிட்டு வரேன்" என்று பச்சையப்பன் உள்ளே போனான். ஆராவமுது குரட்டில் ஏறிக் கையைப் பின்னால் கட்டி நின்றார்.

அந்தக் கால் மணியும் நாலு யுகமாக நகர்ந்தது.

"ஐயா கூப்பிடறாங்க."

திரும்பினார் ஆராவமுது. செருப்பை ஆளோடியில் கழற்றிவிட்டு, அங்கவஸ்திரத்தைத் தோளிலிருந்து முழங்கைக்கு மாற்றி உள்ளே நடந்தார். ஒரு பெரிய சாய்வு நாற்காலியில் அந்த மனுஷ ஏணி வளைந்து படுத்திருந்தது. ஒல்லியாக, சாணித்தாள் நிறமாக, மொட்டையாக, எக்கின வயிறோடு, பல்போன நீண்ட முகவாயோடு.

"நமஸ்காரம்."

"ம். நீர்தான் ஆராவமுதாச்சாரியா?"

"ஆமாம்."

"உட்காரும்."

நாற்காலியில் உட்கார்ந்தார் ஆராவமுது. பயத்தை, எப்படி மறைத்துக்கொள்வது? "கூப்பிட்டனுப்பிச்சதாக ... பச்சையப்பன் வந்து ..."

தி. ஜானகிராமன் சிறுகதைகள்

"ஆமாம். எத்தனை வருஷம் சர்வீஸ் உமக்கு?"

"முப்பத்து நாலு வருஷங்கள். இந்த ஜனவரியோட ரிடயராறேன்."

"ம் ... இன்னிக்கு ஒன்பது பேர் லீவு. ஹெட்மாஸ்டர் லீவு. அப்புறம் கீழே இருக்கிற அடுத்த எட்டுப் பேரும் லீவு. உதவி ஹெட்மாஸ்டர் நாளைக்கு வந்துடுவார். இன்னிக்கு நீர்தான் ஸ்கூலைப் பார்த்துக்கணும், பார்த்திப்பீரா.

"பார்த்துக்கறேன்."

"பச்சையப்பா ..."

"இதோங்க."

"ஐயாவுக்குக் காப்பி கொண்டுவரச் சொல்லு."

"நான் வரபோது சாப்பிட்டுத்தான் ..."

"பரவால்லெ."

பிறகு கிழவர் பேசவில்லை. 'ஹிந்து' பேப்பரால் முகத்தை மறைத்துக்கொண்டுவிட்டார். பத்து நிமிஷங்கள் கழித்துப் பேப்பர் இறங்கிற்று. முகம் தெரிந்தது.

"இன்னும் காப்பி சாப்பிடலை?"

"பரவால்லெ."

"பச்சையப்பா!"

"இதோங்க."

"இன்னும் காப்பி கொண்டு வரல்லை?"

மூன்று நிமிஷம் கழித்துச் சமையற்கார அம்மாள் மாதிரி ஒரு அம்மாள் ஒரு வெள்ளி டம்ளரில் காப்பி வைத்துவிட்டுப் போனாள். பக்கத்தில் ஸ்பூன் போட்ட ஒரு கப்பில் சர்க்கரையும் வைத்துவிட்டுப் போனாள். ஐ.சி.எஸ். காரர்கள் வீட்டில் தனியாகத்தான் சர்க்கரை வைப்பார்கள் போலிருக்கிறது! என்ன இருந்தாலும் ஐ.சி.எஸ். – ஐ.சி.எஸ். தான், என்று தாமே ஐ.சி.எஸ். ஆகிவிட்டாற்போல ஆராவமுது பூரித்துக் கொண்டார். ஆனால் ஒரு ஸ்பூன் சர்க்கரை கைநடுங்கலில் பாதி கீழே சிதறி, பாதிதான் காப்பிக்குள் விழுந்தது. அந்தச் சமயம் பார்த்து, 'ஹிந்து' பேப்பர் கீழே இறங்கிற்று. முகம் தெரிந்தது. அப்படியே கீழே உதிர்ந்த சர்க்கரையைச் சிறிது நேரம் பார்த்தது.

"பி கேர் புல். வெள்ளைச் சட்டை போட்டுண்டிருக்கிறீர்" என்றும் சொல்லிற்று.

சர்க்கஸ் பண்ணுவது போல் வெள்ளைச் சட்டைமேல் வழிந்து விடாமல் காபியைக் குடித்துவிட்டு, டம்ளரைச் சத்தமில்லாமல் வைத்து விட்டு உத்தரவுக்குக் காத்திருந்தார் ஆராவமுது. பச்சையப்பன் இடைகழி நிலையில் நின்று இதையெல்லாம் பார்த்துக்கொண்டிருந்தான்.

கடைசி மணி

"நீங்க போகலாம். பச்சையப்பா, சாவிக் கொத்தை ஐயாகிட்ட கொடு."

பச்சையப்பன் சாவிக் கொத்தைக் கொடுத்தான். அதில் பத்துப் பதினைந்து சாவிகள். ஏன் இந்தச் சாவிகள் என்று புரியவில்லை. பள்ளிக் கூட்டில் பச்சையப்பனிடமோ குமாஸ்தாவிடமோ கேட்டுக்கொள்ளலாம் என்று முழங்கை அங்கவஸ்திரத்துடன் வெளியே வந்தார் ஆராவமுது.

பச்சையப்பன் தெருவில் கூடவே இறங்கி வந்தான். "பெரியய்யாவுக்குத் தைரியமாயிருக்கிறவங்களைக் கண்டாத்தான் பிடிக்கும்" என்று அவரைப் பார்க்காமல் சொல்லிவிட்டு நின்றான்.

"சரி..." ஆராவமுதுக்கு வாய் நமநமவென்றது. "சர்க்கரை கொட்டினது பயத்திலேன்னு நெனச்சியா? ஒரு மரியாதை – அவா எவ்வளவு பெரிய உத்தியோகங்கள்ளாம் வகிச்சவா? ... அவாளுக்கு முன்னாலே நிக்கறதுக்கு நமக்கு ஏது அர்ஹதை ... அசட்டுப் பயம்னு நெனச்சிண்டயா – அட அசடு!"

அவர் பாதி முடிப்பதற்குள் "அது சரிங்க" என்று சொல்லிக்கொண்டே வந்த வழி திரும்பினான் பச்சையப்பன்.

அவன் போன பிறகு ஆராவமுதுக்கு வியப்பாக இருந்தது, "நாமும் ஹெட்மாஸ்டர் வரதய்யங்கார் மாதிரியே ஆகிவிட்டோமே" என்று. வரதய்யங்கார் ஒவ்வொரு கூட்டத்திலும் வாத்தியார்களிடம் பேசும்போது இப்படித்தான் தொடங்குவார். "நாமல்லாரும் நன்னாயிருக்கணும்; நம்ம வித்தியார்த்திகளெல்லாம் நன்னாப் படிச்சு, நம்ம வித்யாசாலை லோகோத்தமாப் பரிமளிக்க அவா ப்ரதீக்ஷிக்கிறா. லண்டனே பாஸ்பண்ணி டில்லி, சிம்லானெல்லாம், ஜில்லா, மாகாணம் எல்லாம் ஆண்டவாளுக்கு இந்த மாதிரி ஓர் அல்ப வித்யாசாலைக்கு அத்யக்ஷாளா இருக்கணும்னு என்ன முடை? எல்லாம் நாம, நம்ம வித்யாசாலை யெல்லாம் விக்ருதியில்லாமல் விஷேஷம் இல்லாமல் இருக்கணும்னு ஒரே விஷாதம், ஒரு விச்வாசம் ..."

அதே மாதிரி தாமும் ஆகிவிட்டோம் என்று தோன்றிற்று. "அடுக்கு மொழி வடமொழிக்கும் உண்டப்பேன்" என்று துரைசாமிக் கோனாரிடம் ஸமஸ்கிருதப் பண்டிதர் மீட்டிங் முடிந்ததும் சொல்வது கேட்டது.

வீட்டுக்குப் போனதும் உடனே குளித்தார் ஆராவமுது. சம்சாரத்திடம் விஷயத்தைச் சொன்னார்.

"இலையைப் போடு. இன்னிக்கு ஒன்பது மணிக்கு ஸ்கூல்லே இருக்கணும். நித்யம் மாதிரி பத்து மணிக்குத் தரையை ஆத்திண்டு போகிறதுக்கில்லே."

"தாளிகை பாதிகூட ஆகலியே."

"மோருஞ் சாதம் போரும்."

"பூஜையை முடிக்கட்டுமே. அதுக்குள்ள ஆயிடும்."

"ப்ஸ – நான் என்னமோ சொல்றேன். நீ என்னமோ சொல்லிண் டிருக்கயே – இலையைப் போடுன்னேன்."

"ஏன் இப்படி யார் மாதிரியோ பேசியாரது. இன்னிக்கு?"

"ப்ஸ, என்ன இது! இன்னிக்குன்னு விப்ரலம்ப சிருங்காரம் பண்ணத் தோன்றதா உனக்கு? இன்னிக்குப் பூஜை சாயரட்சைதான். இலையைப் போடு."

மோர்சாதம்தான். அதை அவசர அவசரமாகச் சாப்பிடும்போது "ஒன்பது பேர் லீவு எடுத்துண்டாத்தான் உங்களை எட்மாஸ்டராய் பண்ணணும்னு தோணித்தாக்கும்" என்றாள் சம்சாரம்.

அவர் நிமிர்ந்து அவளை முறைத்துப் பார்த்தார். "கோமளம், நீ கொஞ்சம் படிச்சிருக்கப் படாதா?" என்று மாத்திரம் சொன்னார். கடைசிக் கவளத்தைப் போட்டுக் கொண்டு எழுந்தார்.

பள்ளிக்கூடத்தில் ஹெட்மாஸ்டரின் நாற்காலியில் உட்காரப் பயமாக இருந்தது. பக்கவாட்டில் இருந்த நாற்காலியில் உட்கார்ந்து என்னமோ கடுதாசிகளையெல்லாம் பார்த்தார். ஆனால் அந்த நாற்காலியில் உட்கார வேண்டும் போலவும் இருந்தது. எழுந்தார். அவர் மனைசப் பார்த்துவிட்டதுபோலப் பச்சையப்பன் வந்து நின்றான். "எனக்கா தைரியம் போராது!" என்று தமக்குள் சொல்லிக்கொண்டார். பள்ளியில் வகுப்பு வகுப்பாகக் கோலிவிட்டு வந்தார்.

"என்ன ஆராமுது?" என்று ஆனைக்கால் கோபாலய்யர் கூப்பிட்டார்.

"நீதான் இன்சார்ஜாமே இன்னிக்கு?" என்றார். திரும்பிப் பார்த்த ஆராவமுதுக்கு அந்தப் புன்னகையில் விஷம்தான் தெரிந்தது.

"ஆமா – தலையெல்லாம் லீவு எடுத்துண்டா. என் மாதிரி காலுக்குத் தான் பாரம் எல்லாம் வந்து சேருகிறது" என்று கோபாலய்யரின் காலைப் பார்க்காமலே சொல்லிவிட்டுத் தலைமை ஆசிரியரின் அறைக்குச் சென்றார். அந்தப் பதிலை எப்படிச் சொன்னோம்?

ஒரு புதுத் தைரியம் பிறந்துவிட்டது. சற்றுக் கழிவிரக்கமும் வந்தது. "ஒரு மனிதனுடைய அங்கப் பழுதைக் காட்டிக் கேலிசெய்வது மகா பாவமாச்சே. அற்பத்தனமாச்சே" என்று சற்றுச் சிரமப்பட்டார். ஆனால் அப்படிப் பதில் சொல்லுகிற தைரியம் வந்ததே. ஆணுக்கு அழகு தைரியம் அல்லவா? கோபாலய்யர் குன்றி வெட்கி வகுப்புக்குள் மறைந்த கோலம், ஒரு திக்விஜய சக்கிரவர்த்தி கண்டுகளிக்கிற கோலமல்லவா?

இப்பொழுது யாரும் இல்லை ... குமாஸ்தா எம்மானுவேல் மட்டும் என்னமோ டைப் அடித்துக்கொண்டிருந்தார்.

ஆராவமுது தலைமையாசிரியரின் நாற்காலியில் உட்கார்ந்து விட்டார். முதலில் என்னமோ சுழல் நாற்காலியில் உட்காறிற மாதிரி இருந்தது. அது வெறும் நாற்காலிதான். நன்றாகச் சாய்ந்துகொண்டார்.

மணியைப் பார்த்தார். பதினொன்றரை. இரண்டாவது பீரியட் இன்னும் பத்து நிமிஷத்தில் முடியும். "பச்சையப்பா! என்னைப் பார்த்தா சொன்னே!" என்று தமக்குள் கறுவிக்கொண்டார்.

"எம்மானுவேல்!" என்று கூப்பிட்டார்.

"சார்!"

கடைசி மணி

"இப்படி வா."

எம்மானுவேல் வந்தார்.

எனமோ ஒரு கடுதாசியில் கிறுக்கினார். கையெழுத்தைப் போட்டார். "இந்தா, இதை எடுத்துண்டு எல்லாக் கிளாஸிலேயும் காமிச்சுட்டு வா."

எம்மானுவேல் அதைப் படித்தார். "ஏன் சார்?" என்றார்.

"என்ன?"

"இன்னிக்குப் பள்ளிக்கூடம் இரண்டாவது பீரியடுக்கு அப்புறம் கிடையாதுன்னு போட்டிருக்கிங்களே –?"

"நீ போய் காமிச்சிட்டு வா. செக்ரடரிவாள் கிட்டே நான் சொல்லிக்கிறேன், போயேன். ஏன் நிக்கறே? ஒரு பத்து நிமிஷம்தான் இருக்கு. கடைசி மணி அடிச்சாகணும்."

எம்மானுவேல் குடு குடுவென்று ஓடினார்.

பச்சையப்பன் மணியடிக்கிற கட்டையைத் தூக்க வந்தான்.

"நீ சர்க்குலர் பார்த்தியா பச்சையப்பா?"

"என்னங்க?"

"இன்னிக்கு இரண்டு பீரியட்தான் பள்ளிக்கூடம். கடைசி மணி அடி."

"ஏங்க?"

"நான் ஒரு நாளைக்கு ஹெட்மாஸ்டரா இருந்தது இந்த ஜில்லாவிலேயே நினைவிருக்க வேண்டாமோ?" என்று சொல்ல வேண்டும் போலிருந்தது ஆராவமுதுக்கு. ஆனால் சொல்லவில்லை. அந்தத் தைரியத்தை அண்ணாவையரிடமல்லவா காண்பிக்க வேண்டும் என்று தைரியத்தை அடக்கிக்கொண்டார்.

கடைசி மணி கண கண கண கணவென்று அரை நிமிஷம் அடுக்கிற்று. இரைச்சலாகக் கிளம்பிற்று.

பச்சையப்பன் கட்டையை வைக்க வந்தான்.

"லக்ஷத்திலே ஒரு ஆளுங்க நீங்க" என்று அவன் சொல்வதுபோலிருந்தது ஆராவமுதுக்கு.

"செக்டரிக்குத் தைரியசாலியைக் கண்டாத்தான் பிடிக்கும்னு நீ தானேடா சொன்னே" என்று அவர் சொல்லுவது போலிருந்தது பச்சையப்பனுக்கு. ஆராவமுது அப்போது கண்ணை மூடி நினைவில் ஆழ்ந்திருந்தார். வெள்ளை யானை சொப்பனம் மாதிரி இருந்தது.

கல்கி தீபாவளி மலர், நவம்பர் 1970

விளையாட்டுப் பொம்மை

அவர் விளையாட்டுப் பொம்மை. வா என்றால் வருகிறார். போ என்றால் போகிறார். எழுந்திருங்கள் என்றால் எழுந்திருக்கிறார். உட்காரு என்றால் உட்காருகிறார் – கை கொடுத்தால் போதும்.

"தாத்தா, சாப்பிடவா" – மூன்று வயதுக் குழந்தை மணிக்கட்டைப் பிடிக்கிறது.

"சரி"

"ஏந்துக்கோ."

எழுந்து கொள்கிறார்.

"விரலைப் புச்சுக்கோ."

பிடித்துக் கொள்கிறார்.

"தூணைப் புச்சுக்கோ – அந்தக் கையாலே. மெதுவா ஏறு."

முற்றத்திலிருந்து தாழ்வாரத்துக்கு ஏறுகிறார்.

"குனிஞ்சு வா, மந்தையிலே இடிக்கும்." சமையலறை நிலைப்படியில் குனிந்து ஜாக்கிரதையாக நிலைப்படியைத் தாண்டிவிட்டார்.

மடத்து யானை பிரம்மாண்ட யானை. பாகன் இல்லாத பொழுது மகன் பார்த்துக்கொள்வான் – வாண்டு. ஒரு குச்சியை வைத்துக்கொண்டு துதிக்கையில் அடிப்பான், காலில் அடிப்பான். குளிக்க அழைத்துக்கொண்டு போவான். யாராவது காசு போட்டால் மண்ணில் விழுந்ததைக் கையில் எடுத்துக் கொடுக்கச் சொல்வான். இல்லாத பொட்டை அதிகாரம் எல்லாம் பண்ணுவான் – பிரம்மாண்டம் மூச்சுப் பேச்சு பறிகிறதில்லை. கீறின கோட்டைத் தாண்டுவதில்லை.

வேணு அப்படித்தான் ஆடிக்கொண்டிருக்கிறார். மடத்து யானையைப் பாகனும் மகனும் ஆட்டலாம். ஆனால்– வேணுவை வீடு முழுவதும் ஆட்டுகிறது.

"வேட்டி கட்டிக்கிங்கோ" – மூத்த பெண்.

"வேட்டியா – கட்டிண்டா போச்சு."

– வேணு இரண்டு கைகளையும் மேலே தூக்கிக்கொள்கிறார்.

"இந்தாங்கோப்பா காபி."

"காபியா? சாப்பிட்டாய் போச்சு."

"இன்னிக்கு சாயங்காலம் ரண்டு தோசை தின்னாச்சே! ராத்திரி சாப்பிடணுமான்னு பார்க்கிறேன்."

"வாண்டாமே. பேசாம படுத்துண்டாப் போச்சு."

"பல்லாங்குயி. வதியா? ஆதலாம்." அதே மூன்று வயதுக் கொள்ளுப் பேரன். இரண்டு கட்டைகளைத் தூக்க முடியாமல், ஏதோ கன்றுக் குட்டியைத் தூக்கி வருவதுபோல வருகிறான். தடார் என்று அந்தக் கணம் தானே பூமியில் வைத்துக்கொள்கிறது. மறுபடியும் ஓடிப்போய் மஞ்சள் ஓலைப்பெட்டியுடன் வருகிறான்.

"வா ... கீய உக்காந்துக்கோ. மெதுவா உக்காந்துக்கோ ..?"

வேணு நாற்காலியிலிருந்தபடியே தழுவுகிறார். காலை மடக்கி விட்டார். குழந்தை அவருடைய இடுப்புக்கும் வேட்டிக்கும் இடையே பூ விரலைக் கொடுத்துக் கீழே அழுத்துகிறது. உடம்பு உட்கார்ந்துவிடுகிறது.

வேணுவுக்கு இரண்டுதான் முடியாது. தானே எழுந்திருக்க முடியாது. தானே உட்கார முடியாது. கையைப் பிடித்து எழுப்பி நிறுத்திவிட்டால் போதும், கால் பாவாது. குடுகுடு என்று ஒரு நடை ஒவ்வொரு கதவாகத் திறந்துகொண்டு கிணற்று முற்றத்தில் இறங்கி, மீண்டும் ஏறிக் கொட்டில் கதவைத் திறந்து இறங்கிக் கொல்லையில் போய் நிற்பார். வாசல் பந்தலில் நின்றுகொண்டிருந்தவன் ஒரு நாள் இதைப் பார்த்தேன். கிராமத்து வீடு. டெலஸ்கோப்பைத் திருப்பி வைத்துப் பார்க்கிற மாதிரி நீளம். சிறுகிச் சிறுகிப் பத்து நிலைப்படி. கொல்லைக் கோடியில் ஒரு புளியமரம், அங்கே வேணு நின்றுகொண்டிருந்தார்.

பார்க்கிறது என் கண்தானா? நம்ப முடியவில்லை. எண்ணி, பன்னிரண்டு நாட்களுக்கு முன்பு பாரத தேசம் முழுவதும் தந்திகளை வீசிக் குலத்தையே கூட்டிய உடம்பா இது?

"மாமா கொல்லைக் கோடியிலே நிக்கறாரே" என்று பொதுவாகச் சொல்லிக்கொண்டு, முன் முற்றம், நடை இரண்டாங்கட்டு, கிணற்று முற்றம், கொட்டில் – எல்லாவற்றையும் கடந்து, பெருநடை நடந்து அவரிடம் போனேன்.

"தனியா இப்படி வரலாமா?"

"யாரு ..?" நினைவு மூட்டங்களை விலக்க, சுளிக்கிற பார்வை.

"ராமு."

"ராமுவா ... அடையாளமே புரியலியே ... உன்னைத்தாண்டா பார்த்துண்டிருந்தேன். புளியமரத்தைச் சுத்திச் சுத்தி ஓடினியே ... பேதிக்குச் சாப்பிட மாட்டேன்னு. உன்னைத் துரத்தித் துரத்திப் பிடிச்சு, இழுத்துண்டு வந்து கையையும் காலையும் அம்மிப் பிடிச்சுண்டு, உன் வாயிலே எண்ணெயைப் போட்டி, நீ ஒக்காளிச்சு, சுத்தி இருக்கிறவா புடவை வேட்டியெல்லாம் எண்ணெயா தெரிச்சு – என்ன முரட்டுத்தனம்! என்ன விஷமம்!" வேணு சிரிக்கிறார். அந்த மாதிரி சிரிப்புக்காகவே சிரிக்கிற சிரிப்பைப் பார்த்து எத்தனை காலமாயிற்று! யாருக்குக் காரியம் இல்லாமல் சிரிக்கத் தெரிகிறது?

அந்தச் சுத்தச் சிரிப்பில் மயங்கி ஒரு கணம் வந்த காரியம் மறந்து விட்டது.

"அது சரி மாமா – இப்படித் தனியா வரலாமா?"

"தனியா என்னடா, எனக்கென்ன பயமா?"

பிடித்து அழைத்து வரும்பொழுது, "நீ எப்ப வந்தே?"

"எப்ப வந்தேனா? பதினைஞ்சு நாளா உங்களோடதானே இருக்கேன்?"

"பதினஞ்சு நாளாவா?" – சற்று நிற்கிறார். என்னைப் பார்க்கிறார் ...

"ஆமாண்டா ... இது என்ன மறதி! ஆச்சரியமாயிருக்கே ... ஒண்ணுகூட நினைவிருக்க மாட்டேங்கறது. பாகவதத்தைக் கேட்ட இடத்திலே சொல்வேன். பீனல் கோடைக் கேட்ட இடத்திலே சொன்னதென்ன! சொப்பனத்திலே எழுப்பிக் கேட்டா நாற்பது வருஷ ஜட்ஜ்மெண்டேல்லாம் ஒப்பிச்சாச்சு. இப்ப எல்லாம் ஒரே வெள்ளையா இருக்கு."

வேணுவுக்கு மறதியும் தெரிந்திருந்தது. அவரை விளையாட்டுப் பொம்மையாக்கினது இந்த மறதிதான்.

"தாத்தா, நான் யாரு சொல்லு பாப்போம்" என்று ஒரு பேத்தி கவுன், பாதி பின்னல் அவிழ்ந்த தலை, அரிசிப்பல் – இந்தக் கோலத்துடன் சிரித்துக்கொண்டு எதிரே நிற்கும்.

"நீயா? ..." – சிறிது யோசனை.

"நீ ருக்கு."

"இல்லெ."

"பின்னே யாரு?"

"கமலா பொண்ணுதானே?"

"அதுவும் இல்லே."

விளையாட்டுப் பொம்மை

"அது நடராஜன் பொண்ணு அண்ணா!" என்கிறாள் கூடத்தில் கறி நறுக்கும் தங்கை.

"எந்த நடராஜன்?"

"நாசமாப்போச்சு." – தங்கை சிரிக்கிறாள். குழந்தைகளும் சிரிக்கின்றன.

"உங்க முதல் பேரன் இல்லையா நடராஜன், ஆவடியிலே இருக்கானே. நேத்திக்குத்தானே ஊருக்குப் போனான்."

"ஆமாண்டி ஆமா" – இது வெறும் சமாளிப்பு. அவருக்கு நடராஜன் வந்ததோ, நேற்று திரும்பிப் போனதோ நினைவிருப்பதாகத் தெரிய வில்லை.

குழந்தைகள் கிசுகிசுவென்று புதிய விளையாட்டுக்குச் சூழ்ச்சி செய்கின்றன.

"தாத்தா – இது என்ன சொல்லு பார்ப்போம்?" இன்னொரு கொள்ளுப்பேரன். ஒரு பென்சிலை அவர் கண்முன் காட்டுகிறான்.

"இதுவா? இதாலேதான் எழுதுவா?"

"அதுக்குப் பேர் என்ன?"

"பேர் எதுக்கு? அதான் செய்யற காரியத்தைச் சொல்லிவிட்டேனே."

"ம்ம் – அதெல்லாம் முடியாது. பேர் சொன்னாத்தான்."

"இது என்ன சொல்லு பார்ப்போம்?" – இன்னொரு பேத்தி. ஒரு புத்தானை விரலில் பிடித்துக் காட்டுகிறது.

"சட்டைக்குப் போட்டுக்கிறது."

"பேர் என்ன?"

"பேரைத் தெரிஞ்சுண்டு என்ன ஆகணும் இப்ப?"

"ம். சொல்லு பார்ப்பம்."

"சொல்ல மாட்டேன்."

"உனக்குத் தெரியாது!"

"பாளையங்களா! அந்தண்டை போறேளா இல்யா இப்ப? பாடம் சொல்லிக் கொடுக்கறேளோ தாத்தாவுக்கு. போங்கடா அந்தண்டை"– கறி நறுக்கும் தங்கையின் அரற்றல்.

"பேராவது! கீராவது! நாமரூபங்களையெல்லாம் தாண்டிப் போறதுதானே ஞானம்!" என்று என்னைப் பார்க்கிறார் வேணு மாமா.

இப்பொழுதும் ஒரு சிரிப்பு. ஆனால், இது அந்தச் சிரிப்பில்லை. நமுட்டுச் சிரிப்பு. மறதிக்குச் சப்பை கட்டுகிற சிரிப்பு.

"நீ எப்ப வந்தே?" என்று மறுபடியும் என்னைக் கேட்டார்.

"எத்தனை தடவை சொல்லுவேன்; நான் வந்து பதினஞ்சு நாளாச்சுன்னு!"

"நீங்கதானேண்ணா தந்தி கொடுத்து வரவழைக்கச் சொன்னேல். உடனே ஹைதராபாத்திலேர்ந்து ப்ளேன்லியும் டாக்சியிலியும் பறந்து வந்தானே" என்று ஞாபகப்படுத்தினாள் வேணுமாமாவின் தங்கை.

பார்க்க முடியுமோ முடியாதோ என்று சங்கையோடுதான் ஓடி வந்தேன். வரும் வழியெல்லாம் பிரார்த்தனை; மாமாவை உயிரோடு பார்த்துவிட வேண்டும் என்று. அதோடு தாளமுடியாத ஒரு நன்றி. நெஞ்சுக் குழியில் உயிர் கிடந்து தவிக்கும்பொழுது என்னைப் பார்க்க வேண்டும் என்று ஆசையா! வேணு மாமா உறவுகூட இல்லை. பக்கத்து வீட்டுக்காரர். திறந்த வீட்டில் நுழைகிற குழந்தைப் பருவத்தில், பக்கத்து வீட்டுக் கூடம் வரையில் போய் பீரோ பீரோவாக தங்க எழுத்து எழுதின சட்டப் புத்தகங்களைப் பார்த்துக்கொண்டு நிற்பேன். வேணு மாமாவின் மேஜைமுன் கட்சிக்காரர்கள் கூட்டம். எப்படியோ சிநேகம் பிடித்து ஊன்றிற்று. மாமாவுக்குப் பிள்ளைகளுக்குப் பஞ்சம் இல்லை. ஒன்றிரண்டு பேரன் பேத்தியும பிறந்துவிட்டார்களாம். நான் இன்னொரு பேரன் ஆகிவிட்டேன்.

நானில்லாத பலகாரம், பண்டிகை கிடையாது. கிராமத்துக்குக்கூட நாலைந்து தடவை அழைத்துப் போயிருக்கிறார். பேதி எண்ணெய்க்கு மிரண்டு புளிய மரத்தைச் சுற்றி விரட்ட விரட்ட ஓடியது அப்படி ஒரு சமயத்தில்தான். மாமாவுக்கு இதெல்லாம் ஞாபகம் இருக்கிறது. இப்பொழுது எல்லோரும் அவரை விரட்டிப் பிடிக்க வேண்டியிருக்கிறது.

"தாத்தா எங்கடி?" என்று அடுக்களையிலிருந்த மூத்த பெண் ஏதோ கூடத்திற்கு வந்தவள் – கத்துகிறாள்.

"இப்ப இருந்தாளே முற்றத்திலே!" என்று பதில் குரல் கேட்கும்.

முற்றத்தில் இருந்த தாத்தாவைக் காணோம். கூடத்தில் யாராவது உட்கார்ந்திருப்பார்கள். காவல் என்று தெரியாமல் ஒரு காவல். அடுக்களை வேலையைக்கூட தாத்தாவைக் கண்காணிப்பதற்காகக் கூடத்திற்குக் கொண்டுவந்து செய்துகொண்டிருப்பார்கள். கறி நறுக்கும் அரிவாள் மணையை உள்ளே கொண்டு வைக்கப்போவார்கள். திரும்பி வருவதற்குள் தாத்தா இடைக்கட்டுக் கதவைத் திறந்துகொண்டு நழுவியிருப்பார். வாசலில் ஓடிப்போய்ப் பார்த்தால் தெருவில் கிழக்கே பார்க்க சிறு ஓட்டமாக நடந்துகொண்டிருப்பார்.

அப்படிக் கையில் படாமல் நழுவி நகர்ந்து ஆற்றங்கரை கட்டுக் கரையில்போய் நின்றாராம் ஒருநாள். கட்டுக் கரையிலிருந்து பாதை இறங்குகிற இறக்கத்தில் கால் தரிசிக்காமல் விழுந்துவிட்டார். மண்டை – மூக்கில் காயம், மயக்கம். யாரோ பாதையோடு போகிற ஆள் அவரைத் தூக்கிக் கொண்டுவந்து வீட்டுக்குள் போட்டுவிட்டுப் போனான். ஆனால் மயக்கம் தெளியவில்லை. ஒருநாள் முழுவதும் தெளியவில்லை. கண்ணைத் திறக்கிறது போலிருக்கும், மறுபடியும் மூடல். தந்திகளாகப் பறந்தது. இரண்டு டஜன் தந்திகள் – ஐந்து பிள்ளைகள் – மூன்று பெண்கள் –

அவர்களுடைய பிள்ளைகள் – மாப்பிள்ளைகள் – இப்படி ... சற்று நினைவு வந்தபோது என் பெயரைச் சொல்லிக் கூப்பிட்டாராம் – நான் வரவில்லையா என்று கேட்டாராம்.

நான் வந்து சேர்ந்தபொழுது வீடு கொள்ளாத கூட்டம். குஞ்சு குளுவான்கள் வாசல் திண்ணையில் விளையாடிக்கொண்டிருந்தன. பட்டணத்து உடை, பட்டணத்துத் தலைவாரல். கத்தரித்த தலைகள் – இப்படி.

உள்ளே ஊஞ்சல், அரிசி மூட்டை, தாவாரம், சந்தனக்கல், ஒட்டுத் திண்ணை, தயிர் கடைகிற முக்காலி, பிரப்பம் பாய் – என்று ஆளுக்கு ஒவ்வொன்றாகப் பிடித்துக்கொண்டு பிள்ளை பெண்ணெல்லாம் உட்கார்ந்திருந்தார்கள். உள்ளே மாமாவைச் சுற்றி அவருடைய தங்கைகள், இரண்டு பெண்கள், மூன்றாவது நான்காவது பையன்கள்.

எல்லோரும் எதற்கும் தயாராக வந்திருந்தார்கள். அதனால்தான் எல்லாருக்குமே சற்று ஏமாற்றம். மாமா மூன்றாவது நாள் மாலையில் கண்ணை நன்றாகத் திறந்துவிட்டார். எழுந்து உட்கார்ந்தும் விட்டார். எல்லோரும் திரும்பிப்போய் ஒரிரண்டு மாதங்களுக்கு ஏதாவது ஆயிற்றென்றால் மறுபடியும் லீவு, செலவு, பிரயாணம் – கொச்சி, பம்பாய், கல்கத்தா, மதுரை, திருநெல்வேலி, புனா எல்லாம் கிட்டவா இருக்கிறது?

மூன்றாவது பெண் தனியாக என்னிடம் சொன்னாள்: "இந்தக் கிடைக்கு அப்பாவை அழச்சிண்டிருக்கப்படாதா பகவான்? எப்படிச் சோதிக்கிறார் பாரு? சண்டிகர்லேந்து என்னாலெ நினைச்சபோது வர முடியுமா? ரயில்லெ முழுசா மூணுநாள் பிரயாணம். அங்கங்கே காத்திண்டிருக்கறதைச் சேர்த்தா இன்னொரு ரண்டு நாள். அஞ்சுமஞ்சும் பத்து நாள்."

அவள் வாயைத் திறந்து சொன்னாள். மற்றவர்கள் சொல்லத் தயங்கினார்கள்.

ஆறாவது நாள் மாமாவின் பாய் தலையணையெல்லாம் பரணுக்குப் போய்விட்டது. மாமா எழுந்துவிட்டார். நடக்கத் தொடங்கிவிட்டார்.

பிள்ளைகள் எல்லாரும் திரும்பிப் போனார்கள். நமஸ்காரம் செய்து விட்டுப் போனார்கள். கை நடுங்க நடுங்க ஒவ்வொருவர் நெற்றியிலும், விரலால் விபூதியைப் பூசிவிட்டார் மாமா.

"போகணுமா – சரி – நீயும் கிளம்பிட்டியா சரி – உனக்கும் அவசரமா? சரி."

கடைசி இரண்டு பெண்களும், பக்கத்து கிராமத்திலிருந்து வந்திருந்த தங்கை – இவர்கள்தான் மிச்சம்.

நானும் நமஸ்காரம் செய்தேன்.

"நீயுமா போகணும்கறே?" – மாமா அழத் தொடங்கினார்.

"நான் போகலே மாமா – சும்மா நமஸ்காரம் பண்ணினேன். ஒரு மாதம் லீவை நீடிக்கச் சொல்லித் தந்தி கொடுத்துவிட்டு, மாமா புத்தானுக்கும் பென்சிலுக்கும் பேர் தெரியாமல் சமாளிக்கிற விளையாட்டு களைப் பார்க்க உட்கார்ந்துவிட்டேன்.

ஆற்றில் குளிக்கப்போன பொழுது மாமாவின் தங்கையும் படியிறங்கினாள். சொன்னாள்.

"அண்ணா உடம்பு உடம்புதான். அந்த உடம்பிலே ரத்தமா ஓடறது? கங்கா ஜலமனா அது! நாப்பத்தஞ்சு வருஷம் எத்தனை ஆயிரம் கேஸ் ஆடியிருக்கான்! ஒரு பொய்! கட்சிக்காரன் வந்து வாயைத் திறந்த அஞ்சு நிமிஷக்கெல்லாம் சொல்லிவிடுவானே அண்ணா! பகவான் தலையிலே எழுதிப்ட்டான் வக்கீலா வாயாடி வயித்தைக் கழுவிக்கோனு. அதுக்காக பஞ்சமா பாதகன் கிட்டே பொறுக்கித் தின்னுன்னு சொல்லிட்டான்னா அர்த்தம்! நீ பண்ணியிருக்கிற அட்டூழியத்துக்கும் உன்னைக் கழு மரத்திலே ஏத்தணும். உன்னைக் காப்பாத்தினா எனக்குக் கழு மரம் காத்திண்டிருக்கும். இன்னும் பதினஞ்சு விநாடி டயம் தர்றேன். இந்தக் கடுதாசி – கட்டு – எல்லாத்தையும் தூக்கிண்டு இறங்கி வெளியிலே நடந்துடணும் இல்லையோ"ன்னு ஒரு முழி முழிப்பன் அண்ணா. நெருப்பு.

நாலு வீடு தள்ளித்தானே இருந்தான் கிட்டுச்சாமி. நன்னாத்தான் வக்கீல் பண்ணினான். ஆனா, உடம்பெல்லாம் சாக்கடை. தூணிலே புடவை சுத்தியிருந்தா போறும். அப்படிச் சிரிச்சுது ஊரு. அதுக்காக அண்ணாவை விட சங்கீதம் ஒண்ணும் தெரிஞ்சுநூடாடே அவன். பாட்டுக் கச்சேரி கேக்கத் தெரிஞ்சா சாந்தும் ஐவாதுமா ஈஷிண்டு ஆட்டுக் கடா மாதிரி அலையணும்ம்னு நெனச்சுநூட்டான்...நான் என்னத்துக்கு இந்த சாக்கடையைப்பற்றிப் பேசறேன், கங்கா ஜலத்தைப்பத்திப் பேசறச்சே!... அண்ணா அதிலியும் நெருப்புன்னு சொல்றதுக்கு வந்தேன். வாலாம்பா கேஸை அண்ணாதானே நடத்தினான். மூணு குழந்தையைப் பெத்துட்டு... மறந்தே போயிடுத்து அவளை நடராஜய்யருக்கு. தேவடியா கேசு போட்டா ஜயிக்கப்போறதுன்னு எத்தனை வக்கீல் கையை விரிச்சா. அண்ணா நடராஜய்யனைக் கூப்பிட்டு என்ன சொன்னானோ – மறந்து போனது அபசாரம்னு பன்னண்டு வேலியை எழுதிக் கொடுத்து நகர்ந்தான். அரை மணியிலே கேஸ் தீர்த்தது. நான் அப்ப அண்ணா பேரனுக்கு ஆண்டு நிறைவுன்னு போயிருந்தேன். சாயங்காலம் ஏழு மணியிருக்கும். ஆபீஸ் உள்ளேருந்து ஒரு சத்தம் கேட்டது பாரு. "நாரைக்கழுதே"ன்னு பெரிய சத்தம். வேணு அண்ணா குரல்தான். இடி இடிக்கறாப்பல இருந்துது. ஆபீஸ் உள்ளே இருந்து எத்தனையோ கேக்கும். யாரும் கேக்க மாட்டா. இது என்னடி புதுசா இருக்கேன்னு நான்தான் ஜன்னலாலே பார்த்தேன். வாலாம்பா விடுவிடுன்னு வாசப்படியிலே இறங்கி நடந்துண்டிருந்தா. ரண்டு மூணு தடவை பாத்திருக்கேன். எனக்கே கட்டிக்கணும்போல இருக்கும். மொட்டச்சி – அப்படின்னா இருப்ப – மின்னல்லெ கடசல் கொடுத்து பண்ணினாப்பல. என்னண்ணான்னு கேட்டேன். கீழே நூறு ரூபா நோட்டா இறஞ்சு கிடந்துது. அண்ணா சிரிச்சான். "ஒண்ணும் இல்லேடி, கோர்ட்டிலே சிரிக்காம காதும் காதும் வச்சாப்பல சொத்து வாங்கி கொடுத்தேனோல்லியா? வாலாம்பாளுக்கு நன்னி தாள முடியலெ. உங்க இஷ்டப்படி இருக்கேன்னா. அவ்வளவுதாண்டி"ன்னு நமுட்டுச் சிரிப்பு சிரிச்சான். அட அசடேன்னு நெனச்சுண்டு ரூபா நோட்டையெல்லாம் எடுத்து வச்சேன் மேஜை மேலே!

மாமாவின் தங்கை குடத்தை மணலைப்போட்டு தேய்த்துக் கொண்டிருந்தாள்.

யாரை அசடு என்று அவள் சொல்கிறாள் என்று தெரியவில்லை. குடம் பளபளவென்று வாலாம்பாளாகத் தெரிந்தது. தான் அண்ணாவாக இல்லையே என்று தங்கை கஷ்டப்படுகிறாளா? மணலும் விரலும் குடத்தை அப்படித் தேய்த்தன.

இடுப்பு மட்டுத் தண்ணீரில் நின்று கையையும் காலையும் தேய்த்துக்கொண்டிருந்தேன்.

"அப்படியெல்லாம் இருந்துட்டு, இப்ப வயத்துலெ பொறந்த பொண்ணைப் பார்த்து நீ யாருன்னு கேக்றான். என்னையே நீ யாருன்னு கேக்றான் சில சமயம், உடம்பிலே என்னிக்குத் தெம்பு குறஞ்சுதோ, அன்னிக்கே பகவான் அழச்சுக்கவாண்டாமோ! இடுப்பிலே துணி போனது தெரியலெ, எதிரக்க இருக்கிற முகம் யார்னு தெரியலெ.

சமுத்ரம் சமுத்ரமா படிச்ச படிப்பு, பண்ணின பூஜை, பாத்த மனுஷா—எல்லாம் இப்படியா வத்திப்போகும்? பித்து மாதிரி ஆயிட்டானே இப்படி. அவனுக்கு மட்டுமா? சுத்தியிருக்கிறவாளுக்குன்னா பாடு! உடம்பாலெ பாடு படறதைச் சொல்லலே. மூணாவது மாட்டுப்பொண்ணு ஆம்படையான்கிட்ட சொல்றாளாம், சாலை முக்கிலே பஸ்ஸுக்கு நிக்கற போது: 'உங்கப்பாவுக்கு ஒண்ணும் பித்துமில்லை. மூளைக் கலக்கமும் இல்லெ. உங்க அக்கா தங்கை அத்தைகளாம் சேர்ந்து அவரை அப்படி ஜோடிச்சுக் காட்டிண்டிருக்கான்னாளாம். அண்ணா ஒரு நாளைக்கு இவா இருக்கிற இடத்துக்கும் போனதில்லெ. இவ கையாலெ ஒரு பொட்டுக் காபி வாங்கி குடிச்சதில்லெ. பேசற பேச்சைப் பாத்தியோல்லியோ? அண்ணா மறதிக்கு நாங்களா பிணை? அவரைப் பித்துக்குளியாக்கி, நாங்க என்னத்தைக் காணப்போறோம். காலா காலத்திலே அழச்சிண்டு போயிருந்தா இந்த இடக்குப் பேச்செல்லாம் கேக்க வாண்டாம் பாரு. இருக்கிறவா? ..."

மாமாவின் நினைவின்முன் படர்ந்த நெடும் பொட்டலை நான் கூடப் பார்க்க முயன்றேன். பொட்டலில் நின்றால், கால் தரை சரிந்து குழிந்து அவரும் அமுங்கிவிட வேண்டும் என்று ஆசைப்படுகிறார்கள். நீதிமன்றம் இல்லை. சங்கீதம் இல்லை. மாமா எங்கேயோ போய் நிற்கிறார். பழசு இல்லை. உலகம் இல்லை. உறவு இல்லை. பெரிய கிண்ணத்தை அவர்மீது யாரோ கவிழ்த்துவிட்டது போலிருந்தது எனக்கு. அவருக்குக் கேட்கிறதெல்லாம் எங்கோ தொலைவில் கேட்கிற குரல்.

மணலில் குளித்துவிட்டுப் படியில் பளபளவென்று உட்கார்ந்திருந்தது குடம். மாமாவின் தங்கை குளிக்க இறங்கிவிட்டாள். "நருமதே சிந்து காவேரி—" என்று காதில் விரலை விட்டுக் கண்ணைப் பொத்தி முழுக்குப் போடுகிறாள். பெரிய சரீரம். ஓடுகிற தண்ணீர்கூட மலைப்பாம்பாக அலை விம்மிப் படிகிறது.

"மறதியைப் பித்துன்னு இந்த மாட்டுப் பொண்ணு சொல்றத்துக் கேத்தாப் போல, பகவானும் அண்ணாவைப் பண்ணினான் பாரு, மன்னி உடம்பா கிடந்தாளே – அப்ப சொல்றேன். ஒரு வருஷ்ம்னா கிடந்தா, படுத்த படுக்கையா. தலையெல்லாம் தும்பைப் பூவா வெளுத்து, காதுத்தோடு தொளதொளன்னு ஆடும். அப்பவும் புது மாட்டுப் பொண்ணு மாதிரின்னா

தி. ஜானகிராமன் சிறுகதைகள்

இருந்தா! அப்படி ஒரு வெட்கம். அவ பேசறது அவளுக்கே காதிலே விழாது. கால் முடங்கிக் கிடந்தவள், அண்ணா வந்தா செவந்து போயிடுவ, ஏந்துக்க முடியாம கிடக்கோமேன்னு. அண்ணாவும் அவளைவிட்டு நகர மாட்டான். நிமிஷத்திற்கு ஒரு புலம்பல் புலம்புவன் – சமயலுள்ளைப் பார்த்து – அம்மாவுக்கு காபி கொண்டாடி – அவளுக்கு மோர்லே சர்க்கரை போட்டுக் கொடுத்தியோ! உடம்பைத்துடைச்சுவிடச் சொல்லட்டுமோ! அந்தப் பக்கமா திருப்பி விட்டுமா, ஒரே வாகிலே எத்தனை நேரம் படுத்துண்டிருப்பே – இப்படியே புலம்பல். இந்தண்டை அந்தண்டை நகரமாட்டான். அவ கண்ணை மூடினப்புறம்னா இப்படி – வீட்டுக்குள்ளே இருப்பா இருக்காமல் பிள்ளையார் கோயில் என்ன, பெருமாள் கோயில் என்ன, கொல்லையென்ன, வாசல் என்னன்னு அலையறான் – அப்ப அவளைவிட்டு நகரமாட்டான். இந்த மாதிரி காவலே காக்க வாண்டாம். அவளைத் தடவிக் கொடுக்கிறதும் கால் பிடிச்சுவிடறதும் – எங்களுக்கு எல்லாமே வெட்கம் புடுங்கும். ஒரு நாளைக்குச் சின்னப் பேரனோட பிள்ளை வந்தது உள்ளே கத்திண்டு. 'கொள்ளுத்தாத்தா கொள்ளுப் பாட்டியை லௌள பண்றா. குனிஞ்சு குனிஞ்சு முத்தம் கொடுக்கறா'ன்னு கத்திண்டே வந்தது. போது விடிஞ்சா எத்தனை சினிமா பார்க்கறது இந்த வாண்டுகள் – குழந்தை பார்க்கும்படியாவா முத்தம் கொடுக்கணும் – அப்படிப் பித்தாப் போயிட்டான் பாரு ..."

"பின்னே யாரை முத்தம் கொடுக்கறதாம்?"

சத்தம் எங்கேயிருந்து வருகிறது என்று தெரியவில்லை. திசை புரிந்தது படித்துறையின் மேலச்சுவருக்கு மேற்கேயிருந்து வருகிறது. ஒரு கணம் வேணு மாமாவின் தலை தெரிகிறது.

"பதினேழு வயசிலே எனக்குக் கலியாணம். சரியா அறுபத்தாறு வருஷம் என்னோடேயே இருந்திருக்கா அவ. ஒரு நாள்கூட பிரிஞ்ச தில்லை. மாமனாரோட சண்டை முதல் பிரசவத்துக்குக்கூட போகலே. யாரை முத்தம் கொடுப்பேன். உங்க ஆம்படையான் மாதிரி, குருக்கள் கோயிலுக்குப் போயிருக்கறச்சே அவள் ஆம்படையாளைப் போய் முத்தம் கொடுக்கணும்ணு சொல்றியா? ..."

வேணு மாமா குலுங்கிக் குலுங்கிச் சிரித்தார். சிரித்துக்கொண்டே யிருந்தார். உடம்பு குலுங்கிற்று. கவனித்த பொழுது அவர் அழுகிறார் என்று தெரிந்தது.

"ஆத்தங்கரைக்கு இப்படித் தனியா வரலாமாண்ணா – சித்தெ நீ அவரைப் பிடிச்சு அழைச்சுண்டு போயேன்!"

தலையைத் துவட்டிக்கொண்டு அவசர அவசரமாகக் கரையேறினேன்.

ஆனந்த விகடன் தீபாவளி மலர், அக்டோபர் 1970

காபி

சொல்ல வேண்டாம், சொல்ல வேண்டாம் என்றுதான் பார்த்தேன்; இனிமேல் முடியாது, பிரெஷர் குக்கர்கூட பீச்சி அடிக்கிறது; நான் மட்டும் என்ன? மிஞ்சிப் போனால், சொல்லிவிடப் போகிறேன். "அம்மா"விடம் இல்லை; முதலாளியிடம் – தம்புவிடம். தம்பு என்றே அவரைக் கூப்பிட்டுவிடப் போகிறேன். கூப்பிட்டால் என்ன? ஆனது ஆகட்டும். கழுத்தை நெட்டி வெளியே தள்ளட்டும். சம்பள பாக்கியைக் கொடுக்காமலேகூடப் போகட்டும். அம்மா திவசத்தை விடுவதாவது?

நான் எதற்காக விடவேண்டும்? நான் முதலாளி இல்லை. பி.ஏ., எம்.ஏ. படித்ததில்லை; லண்டனுக்குப் போனதில்லை. அமெரிக்காவுக்குப் போனதில்லை. பம்பாய், டில்லிக்குக்கூடப் போனதில்லை. வெறும் சமையல்காரன், குக். இல்லை, குக்கர். போன வருஷம் ஒரு நாள் சுரைக்காய்க் கூட்டுப் பண்ணி யிருந்தேன். "அம்மா"வுக்கு சந்தோஷம் தாங்க முடியவில்லை. "பிரமாதமா இருக்கே, பிரமாதமாயிருக்கே!" என்று ஒரு ஏழெட்டு தரம் சொல்லிவிட்டாள். முதலாளியிடம், "இன்னிக்கு சங்குரு பண்ணியிருக்கற கூட்டைப் பார்த்தேளா? ராஜா தலையைப்போல் இடற்றது" என்று மாய்ந்து போனாள்.

"ரொம்ப நன்னாத்தான் பண்ணியிருக்கான். ஒரு நாளும் இப்படி அமைஞ்சதில்லை. அதனாலே என்ன செய்யலாம்? "குக்"கிலிருந்து பதவியை உசத்திப்பிடணும். இனிமேல் "குக்கர்"னு கூப்பிடணும். இன்னும் ஒரு வருஷம் இதே மாதிரி பண்ணினால் "குக்கெஸ்ட்"டுன்னு பண்ணிப்பிடணும்."

பேஷ், பேஷ்! நன்னாருக்கே!" என்று பூரித்துப் போனாள் "அம்மா". தம்பு சிரித்தான் – இல்லை, முதலாளி சிரித்தார். தம்பு, தம்பு என்றே வந்துவிடுகிறது. நான் என்ன பண்ண? வாசனை.

குக், குக்கர், குக்கெஸ்ட்

எனக்கும் இங்கிலீஷ் தெரியும். நானும் கந்தசாமி அய்யர் பிரைமரிப் பள்ளிக்கூடத்தில்தான் படித்தேன். இந்தக் காலம் மாதிரியா? அந்தக் காலத்தில் ஒண்ணாம் வகுப்பிலேயே இங்கிலீஷ் சொல்லிக் கொடுப் பார்கள். "அரிநமோத்துவோ"டேயே ஸீடி "காட்"டும், ஆர்ஏடி "ராட்"டும் சொல்லிக் கொடுப்பார்கள். புதுசாக ஒரு பையனைச் சேர்க்க வந்தால், "வாட்ஸ் யுவர் நேம்?" என்று கேட்பார் வாத்தியார்; பதில் சொல்ல வேண்டும். "உவேர் டு யூ கம் பிரம்?" என்று அடுத்த கேள்வி; அதற்குப் பதில் சொல்ல வேண்டும். அப்புறம் "உவார்ட்ஸ் யுவர் பாதர்?" என்று கேட்பார் வாத்தியார்; அதற்கும் சரியாகப் பதில் சொல்ல வேண்டும்.

மூன்றாம் வகுப்புப் படிக்கிறபோது ஒரு பையன் வந்தான். வெள்ளை வெளேரென்று வாழைக்குருத்து மாதிரி இருந்தான். கன்னம், கழுத்து, முன்னங்கையில் பச்சை நரம்பு தெரிந்தது; அத்தனை வெள்ளை. கட்டம் போட்ட சிவப்புச் சட்டை. கீழே அரைக்கால் சட்டை – அரைக்கால் சட்டையே யாருக்கும் தெரியாது அப்போது – மூன்று முழத்தில் ஈரிழைத்துண்டு, சாய வேட்டி – இவையெல்லாம்தான் நான் கட்டிக்கொள்வேன். நான் என்ன, எல்லாப் பையன்களும்தான். அந்தப் பையனைப் பார்த்ததும் ஒரு நிமிஷம் பேசவில்லை நாங்கள் மூச்சடைத்துப் பார்த்துக்கொண்டிருந்தோம். "மை பாதர் இஸ் ஏ க்ளார்க் இன் த பர்மாஷெல் கம்பெனி" என்று பளிச்சென்று சொல்லிவிட்டு அடுத்த கேள்விக்காக வாத்தியாரின் முகத்தையே பார்த்துக்கொண்டிருந்தான் அவன். "நொம்பப் பணக்காரப் பையன் போல்ருக்குடா" என்று என் காதோடு சொன்னான் தட்டாரக் கிருஷ்ணமூர்த்தி. "ஏய், நந்தியா வட்டைப் பூ மாதிரி இருக்காண்டா" என்றான் மாரிமுத்து. வாத்தியார் மேலே கேட்கவில்லை; பையனை உட்காரச் சொல்லிவிட்டார். "இஞ்ச வா, இஞ்ச வா" என்று எல்லோரும் அவனுக்குத் தம் பக்கத்தில் இடம் ஒழித்தார்கள். மாரிமுத்துவுக்கு வலது பக்கத்தில் உட்கார்ந்து கொண்டான் அவன். "அவன் பெயர் கோபால்தான். ஆனா, ஊட்லே அப்பா, அம்மால்லாம் "தம்பூண்ணு கூப்பிடுவாங்களாம்" என்றார் மாரிமுத்து. ஆனால், மாரிமுத்து வின் பக்கமும் அவன் நிலைக்கவில்லை. முதல் நாளே "பளிச்பளிச்"சென்று பதில் சொன்னதால் வாத்தியார் அவனைத் தனக்குப் பக்கத்தில் இருக்கிற பெஞ்சியில் முதலில் உட்காரச் சொல்லிவிட்டார். அதனால் நாங்கள் நெருங்கிப் பழக முடியவில்லை.

அவனும் யாரோடும் சேரமாட்டான். அவன் சட்டையில் அழுக்கே இருக்காது. சலவையில் மடிந்த கோடுகூட சட்டை நுனியில்தான். அதுவும் உட்காருகிற பின்பக்கம்தான் கிளைத்திருக்கும். தட்டாரக் கிருஷ்ணமூர்த்தி பாதி நாளைக்கு வேட்டியே கட்டமாட்டான். அவன் அண்ணன் சட்டையைக் கணுக்கால் வரையில் போட்டுக்கொண்டு வேட்டியில்லாமல் வந்துவிடுவான். அவன், மாரிமுத்து, நான் எல்லாரும் ரொம்பச் சிநேகிதம். அதுவும் நாங்கள் மூன்று பேரும் கறுப்பு. அட்டைக் கறுப்பு. கோபாலுக்குப் பயமாயிருந்ததோ, அசிங்கமாயிருந்ததோ, எங்களோடு சேரமாட்டான். எங்களுக்கும் பயம். வெள்ளை உடம்பு, வழவழ உடம்பு, வெள்ளைச் சட்டை, புதுப் புதுச் சட்டை, அரைக்கால் சட்டை, பளபள க்ளிப்பு போட்ட பென்சில், கால் செருப்பு – இவ்வளவையும் பார்த்தால். ஆனால், அவனையே பார்த்துக்கொண்டிருப்போம். வாத்தியார் எந்தக் கேள்வி

காபி 399

கேட்டாலும், அவன் எல்லார் மாதிரியும் கையைத் தூக்கித் தூக்கிப் பறக்கமாட்டான். "ஸ்ஸ்" என்று எல்லார் மாதிரியும் அவனுக்கு நாக்கு உறைக்காது. ஆனால், கையைத் தூக்கி, நாக்கு உறைத்த பேர்கள் எல்லாம் தப்பு. "நீ சொல்லு" என்றதும் கோபால் எழுந்து சொல்லுவான். "கரெக்ட்" என்பார் வாத்தியார்.

பதினோரு மணிக்கு "ஒன்று"க்கு விடுவார்கள்; பள்ளிக்கூடமே விழுந்தடித்துக்கொண்டு வாசலுக்கு இறங்கி ஓடும். வாசலில் இறங்கப் பத்துப்பன்னிரண்டு படிகள். உருண்டு விழுந்து விடுகிறாற்போல ஓடுவோம். ரொட்டிக் கடைக்குப் பக்கத்துச் சந்தில் மூக்கைப் பிடித்துக் கொண்டு உட்கார்ந்துவிட்டு வருவோம். மாரிமுத்து எங்களை அழைத்துக் கொண்டு மூலை பட்சணக் கடைக்குப் போவான். காலணா கொடுத்தால் ஒரு சின்னக் கோபுரப் பொட்டலம் நிறைய வெங்காயத்தூள் பகோடா, வெங்காயம் வறுபட்டு, கருநீலமும் சிவப்புமாக – ஐயோ, என்ன ருசி! எங்கப்பா சாஸ்திரிகளாயிருந்தாராம்; அதனால், அம்மா வெங்காயமே சமைக்கமாட்டாள். அப்பாதான் அப்ப இல்லையே? ஆனால், மானத்தி லிருந்து பார்த்துக்கொண்டிருப்பாராம். வெங்காயம் பிடிக்காத, தூள் பக்கோடாவில் சிக்கி ஒடிகிற வெங்காயம் பிடிக்காத மனித ஜென்மம் இருக்குமோ? அதனால் தான் கோபாலைப் பார்த்து எனக்குப் புரிய வில்லை. பதினோரு மணிக்கு அவன் வெளியே வரமாட்டான். அவனுக்கு "ஒன்று"க்கே வராதா என்ன? பள்ளிக்கூடமே வந்த பிறகு, அவன் மட்டும் தனியாக என்ன செய்வான்? "பாவம்டா, அவங்க அப்பா அம்மா ஊட்டை வுட்டா வேறெ எங்கியும் ஒன்னுக்கு இருக்கக்கூடாதுன்னு சொல்லி யிருப்பாங்க, பாவம்" என்று சொல்லி ஒருநாள் தூள் பக்கோடாவை பங்கு போட்டு வகுப்பில் கோபாலிடம் கொடுத்தான் மாரிமுத்து.

"எனக்கு வாண்டாம்" என்று ஒரே கண்டிப்பாகத் தலையசைத்து விட்டான் கோபால்.

"நல்லாயிருக்கும் தம்பு," என்றான் மாரிமுத்து.

"ஏன் பேரு கோபால்னா!" என்றான். நெற்றியைச் சுளுக்கியபடி.

"ஊட்ல தம்புன்னு கூப்பிடுவாங்கன்னியே."

"அது வீட்டிலே. இங்கே அப்படிக் கூப்பிடக் கூடாது. எனக்கு வாண்டாம் ஒண்ணும். இப்ப பசிக்கலெ."

வெங்காயத் தூள் பக்கோடா தின்னாதவன். எங்கப்பா மாதிரி தேவலோகத்தில் இருக்கிறவனோ என்னவோ? மாரிமுத்துவுக்கு வருத்தம். அப்புறம் அவனைச் சரியாகப் பார்க்கிறதில்லை. எனக்கும் பார்க்க இஷ்ட மில்லை. முன்னைப்போல கண்ணாலேயே விழுங்க இஷ்டமில்லை. இருந்தாலும் ஆசை விடவில்லை. நந்தியா வட்டைப்பூ மாதிரி இருந்தானே! அம்மாவிடம் தினமும் அவனைப்பற்றி ஒரு தடவை சொல்லாமல் இருக்க முடியாது; வாய் சும்மா இராது. "போன ஜென்மத்திலெ நிறைய புண்யம் பண்ணியிருப்பான்; அதான் சமத்தா, கெட்டிக்காரனா, அழுகா இருக்கான். நீயும் ஸ்வாமியை வேண்டிக்கோ; தானா முதல் பெஞ்சு கிடைக்கும்; அவனுக்குப் பக்கத்திலேயே கிடைக்கும்" என்று எனக்குத் தலை பின்னும்போது அம்மா சொன்னாள்.

தி. ஜானகிராமன் சிறுகதைகள்

அம்மா வாக்கு எத்தனையோ வருஷம் கழித்துப் பலித்திருக்கிறது – போன வருஷத்திற்கு முதல் வருஷம்; நாற்பது வருஷம் கழித்து இப்போது அவன், தப்பு, அவர் பக்கத்திலேயே வந்துவிட்டேன். என் கையாலேயே சமைத்துப் போடுகிறேன். ரசவாங்கி, பிட்ளை, வேப்பம்பூ ரசம், சேனைத் துவையல், தேங்காய்ச் சட்னி எல்லாம். இன்னும் முதலாளிக்கு நான் யார் என்று தெரியாது. அவர் என்னை நேராகப் பார்த்தால்தானே? பள்ளிக்கூடத்திலேயே என்னை அவர் சரியாகப் பார்த்ததில்லையே! மூன்றாம் வகுப்புப் பரீட்சை எழுதிவிட்டுப் போனவர். பள்ளிக்கூடத்திற்குத் திரும்பி வரவில்லை. அவருக்கு இரட்டைப் பிரமோஷன். ஐந்தாம் வகுப்பு எங்கள் பள்ளிக்கூடத்தில் இல்லை. பெரிய பள்ளிக்கூடத்திற்குப் போய்விட்டார். ஒரு மாசம் கழித்துத் தட்டாரக் கிருஷ்ணமூர்த்தியும் நானும் அவர் வீட்டுக்கே போய், "தம்பூ; தம்பூ" என்று கூப்பிட்டோம். யாரோ ஒரு வேலைக்காரி வந்தாள். "அவங்க மெட்ராஸ் போயிட்டாங்க. ஐயாவுக்கு மாத்தலாயிடிச்சு" என்றாள். கொண்டுபோன சாக்கலேட் இரண்டையும் நாங்களே வாயில் போட்டுக்கொண்டு திரும்பினோம்.

இதையெல்லாம் முதலாளியிடம் சொல்லவேண்டும் போலிருக்கிறது. சொன்னால் மட்டும் ஞாபகம் வந்துவிடுமா? வருமோ வராதோ? நான் எதற்கு எங்கம்மா திதியை விட வேண்டும்? நான் இங்கிலீஷ் படிக்க வில்லையே அந்த மாதிரி! வேலை போனால் போகட்டும். இதென்ன கவர்மென்டு உத்தியோகமா? வேலை போனால் நடுத்தெருவில் நிற்க? கையில் கமகமவென்று வேலை; தம்பு வீடு இல்லாவிட்டால் நூறு தர்மராஜன் வீட்டுச் சமையலறை காத்துக்கொண்டிருக்கும். கல்கத்தாவில் சமையக்காரப் பஞ்சம். கட்வாலி, உடியா எல்லாம் கிடைப்பான். சாம்பார், ரசவாங்கி பண்ணுகிற சங்குரு கிடைக்க மாட்டான்.

"அம்மா"வுக்குப் பொத்துக்கொண்டு வந்தது, நான் லீவு கேட்டதும். "திடீர்னு வந்து நாளன்னிக்கு லீவுங்கறியே, ஒரு வாரம் முன்னாடி சொல்றதுக்கென்ன? நாளன்னிக்குச் சாயங்காலம் முப்பது பேருக்கு பார்ட்டி வச்சிருக்கே, கடையிலேர்ந்து வாங்கிண்டு வந்தா நன்னாருக்குமா? அவா இட்லி, தோசையின்னு நம்ம ஊர் பார்ட்டியா இருக்கணும்கறா. உன்னை நம்பிண்டு தானே சரின்னு சொன்னேன்?"

"அம்மா, என்னை ஒரு வார்த்தை கேட்டிருந்தா நான் சொல்லி யிருப்பேன். நாளன்னிக்கு எங்கம்மாவுக்குத் தெவசம். நான் சாஸ்திரிகள் வீட்டிலே சொல்லி ஏற்பாடெல்லாம் பண்ணிட்டேன்."

"உங்கம்மா வந்து சாஸ்திரிகள் வீட்டிலே மானத்துலேர்ந்து எறங்கி உள்ளே ஆசீர்வாதம் பண்ணப் போறாளாக்கும்!"

"———"

"என்ன பாக்கறே, கோபமா? நீ ரொம்ப சாஸ்திரங்கள்ளாம் படிச்சுக்கரை கண்டுப்ட்டே, கோபம் வரதாக்கும்!"

"கோபம் இல்லேம்மா. போன வருஷம் இதே மாசம் பஞ்சமி அன்னிக்கி சிராத்தம்னு லீவு கேட்டேன், குடுத்தேள் உங்களுக்கு ஞாபகம் இருக்குமாக்கும்னு நெனச்சேன்."

முதலாளி அம்மாள் சிரித்தாள் "அப்படியா? எங்களையும் சாஸ்திரிகள்னு நெனச்சுனூட்டே. ஊர்லே யார் யார் வீட்டிலே யார் யாரு அப்பா, அம்மாவுக்குத் திதி வரதுன்னு சாஸ்திரிகள் மாதிரி டயரியிலே குறிச்சு வெச்சிண்டிருப்போம்னு நெனச்சியாக்கும்?"

"உங்களுக்கு இதுக்கு டயரி எதுக்கு? முதலாளியோட தாயாருக்கு நாளன்னிக்கித்தானே திதி?"

"அம்மா"வுக்குத் தூக்கிவாரிப் போடவில்லை இதைக் கேட்டதும். "ம்ஹும், அதுவும் தெரியுமா?" என்று தலை இரு பக்கங்களிலும் ஆச்சரியமும் கிண்டலுமாக மாறிமாறி அசைந்தது.

"எனக்கு ஞாபகமிருக்கும்மா. நான் இங்கே வேலைக்கு வர அன்னிக்கி, எங்கம்மா திதிக்கு மறுநாள். நீங்களும் முதலாளியும் அன்னிக்குத் தான் கயையிலேர்ந்து திரும்பி வந்தேள், முதலாளி அம்மாவுக்கு விமரிசையா திதி குடுத்துக் கரையேத்திப்ட்டு. அதனாலே உங்களுக்கு ஞாபகமிருக்கும்னு நெனச்சேன். கோபிச்சுக்காதீங்கோ. எங்கம்மாவும் முதலாளி அம்மா மாதிரியே அதே திதியிலே செத்துப் போயிருக்கா. நான் என்ன செய்வேன்? லீவு கேக்க வேண்டியிருக்கு."

"நல்ல வேளை, அத்தோட விட்டியே பெத்த அம்மாவையே மாமா மறந்துட்டார். சிராத்தம்கூடப் பண்றதில்லே"ன்னு சொல்லாம இருக்கியே, அதுவே சந்தோஷம்."

"நான் அப்படிச் சொல்லுவேனாம்மா?"

"நீ சொல்லமாட்டே. நீதான் வரவர சமத்தா ஆயிண்டிருக்கியே. அப்படியெல்லாம் சொல்லுவியா? கேட்டுக்கோ. உனக்கும் தெரியட்டும். கயையிலே போய் சிராத்தம் பண்ணிப்ட்டா, அதோட முழுசாப் பித்ருக்களை யெல்லாம் கரையேத்தியாச்சுன்னு அர்த்தம். அப்பறம் அவாளை வருஷா வருஷம் திதின்னு கூப்பிடப்படாது. மோட்சத்திலே அமைதியா இருக்கிறவாளை இழுக்கப்படாது. அவா சாந்தியைக் கலைக்கப்படாது."

"மோட்சம்னு ஒண்ணு இருக்காம்மா?" இப்போது "அம்மா"வுக்கு உண்மையாகவே தூக்கிவாரிப் போட்டது. "தேவலையே!" என்று கண்ணை அகட்டி வியந்தாள்.

"குக்ஸ் சங்கத்திலே நக்ஸலைட் யாராவது இருக்காளா என்ன? புதுசு புதுசாப் பேசறியே!"

"நான் குக்ஸ் சங்கத்திலே மெம்பரே இல்லேயம்மா. அந்த மாதிரி சங்கம் இருக்குன்னே தெரியாது. நான் எங்கே வெளியே போறேன்? யாரோட பேசறேன்? இங்கே தானே படுக்கை சாப்பாடெல்லாம்?"

"பின்னே ஏன் மோட்சம்னு ஒண்ணு இருக்கான்னு கேக்கறே? ஏன் உங்கம்மாவுக்குத் தெவசம் பண்ணணும்கறே?"

"எங்கம்மாவுக்கு மோட்சம் என் மனசுக்குள்ளேதான் இருக்கு. என் மனசு திருப்தியடையறதுதான் அவளுக்கு மோட்சம்."

"அப்படின்னா நாளன்னிக்குச் செய்வானேன்? இன்னொரு நாளைக்குப் பண்ணிக்கோயேன்."

தி. ஜானகிராமன் சிறுகதைகள்

எனக்கு மூளை கிடையாது; சமையற்காரன்தானே? இதற்குப் பதில் சொல்லத் தெரியவில்லை. பேசாமல் நின்றேன்.

"என்ன பேசாம நிக்கறே? . . . மாமாகூட அப்படித்தான். அவருக்கு ஸ்வாமின்னு ஒண்ணு இருக்கறதாக்கூட நம்பிக்கைகிடையாது. ஆனா இது பைத்தார லோகமாச்சே, அதுக்காகத்தான் செஞ்சார். இப்ப எல்லாருக்கும் திருப்தி, கயாவுக்குப் போயிட்டு வந்ததிலே. எங்க புக்காத்து மனுஷா, பிறந்தாத்து மனுஷா, ஊர் மனுஷா – எல்லாருக்கும். அதனாலே நீ ஒண்ணும் கவலைப்படாதே, இன்னொரு நாளைக்கு நீ பண்ணிக்கலாம். எல்லாத்துக்கும் நீ சொல்றாப்போல மனசுதான் முக்கியம். அந்தரங்கமா அம்மாவை நெனச்சுக்கறே பாரு, அதான் முக்கியம். நாளன்னிக்கு நெறைய வேலையிருக்கு; வெள்ளைக்காராக்கூட வருவா. நான் கடைக்குப்போய் சாமான்லாம் வாங்கிண்டு வரேன். மாமாவுக்கு நீ டிபன் பண்ணிவையி."

"அம்மா" காரை எடுத்துக்கொண்டு போனாள் எனக்கு வேதனை. நாலு படிப்புப் படித்து, பேசத் தெரிந்திருந்தால் இப்படி விட்டிருப்பேனா? இந்த அசட்டை ஏமாற்றிவிட்டோம் என்று தனக்கே "ஷாட்டு"க் கொடுத்துக் கொண்டு போகிறாளே அம்மாள்! அவள் எனக்குப் பல பட்டங்கள் கொடுத்திருக்கிறாள். போன மாசம் முன்னாலே சொல்லாமல் திடீரென்று ஏழெட்டுப் பேர் வந்திறங்கினார்கள். ஒரே மணி நேரத்தில் இரண்டு கறி, கூட்டு பச்சடியோடு சமையல் தயார் செய்துவிட்டேன். அன்று எனக்கு "ப்ரெஷர் குக்கர்" என்று பட்டம் கொடுத்தாள். ஆனால் நிரந்தரப் பட்டம் "அசடு". முதலாளி யாரோடாவது தமிழில் பேசும் பொழுது முகம் எல்லாம் மலர்ந்து நிற்பேன் "நம்ம க்ளாஸ் மேட்டல்லவா பேசுகிறது!" என்று வேடிக்கை வேடிக்கையாகப் பேசுவார் முதலாளி. ஒரு நாள் உரக்கச் சிரித்துவிட்டேன் அம்மாள் எழுந்து உள்ளே போனாள் என்னைக் கூப்பிட்டுக்கொண்டே, சமையல் அறையில் போய், "மாமா யாரோட வாவது பேசறபோது அங்க போய் அசடுமாதிரி நிக்கப்படாது. காரியம் முடிஞ்சா இந்தண்டை வந்துடணும்" என்றாள்.

அம்மாளுக்கு என்ன தெரியும்? உப்புமா கிண்டுகிற மாதிரியே இல்லை. காபி போடுகிற மாதிரியே இல்லை. ஏதோ போட்டேன். கார்ச் சத்தம் கேட்டது. முதலாளி வந்துவிட்டார். தன் அறைக்குப் போய்விட்டார். ஜேம்ஸ் போய் கோட்டைக் கழற்றி, சட்டையெல்லாம் வாங்கி வைத்து விட்டு வந்தான். அவன் காரைக் குளிப்பாட்டப் போனதும் நான் டிபனை எடுத்துக்கொண்டு உள்ளே போனேன்.

"அம்மா எங்கே?" என்றார் முதலாளி. "ஷாப்பிற்குப் போயிருக்கா" என்றேன்.

"என்ன டிபன்?"

"உப்புமா – நெய் முறுக்கும் வெச்சிருக்கேன்."

சாப்பிடத் தொடங்கினார். அதற்குமேல் முதலாளி பேசுகிற வழக்கம் இல்லை.

"நன்னாயிருக்கா?" என்று கேட்டேன், முதலாளி நிமிரவில்லை பதிலும் சொல்லவில்லை. நான் இந்தமாதிரி கேட்டதே இல்லை. ஒரு

நாளுமில்லாமல் இன்றைக்கு என்னமோ கேட்கிறானே என்று அவர் ஆச்சரியப்படக்கூட இல்லை, கோபமாகவும் இல்லை. முதலாளி முகத்தில் ஒன்றும் தெரியாது. கோபம், வருத்தம் – எதையும் முழுங்கிவிட்டுச் சிரிக்கிற முகம்.

"நன்னாயிருக்கான்னு கேட்டேனே, தம்பு" என்றேன்.

"முகம் நிமிர்ந்துவிட்டது. திரும்பி என்னைப் பார்த்தது. "உனக்கு யாரு சொன்னா இந்தப் பேரை?" என்று சொல்கிற பார்வை.

"இதே மாதிரிதான் பார்த்தேன். அன்னிக்கு ஒரு நாளைக்கு, கந்தசாமி அய்யர் பள்ளிக்கூடத்திலே மூணாம் கிளாசிலே, மாரிமுத்துதான் பக்கோடா குடுத்தான். "நல்லாயிருக்கும், தம்பு"ன்னான். உங்களுக்குப் பிடிக்கலே தம்புன்னு கூப்பிட்டது. உங்கம்மா கூப்பிடற பேரு. பள்ளிக்கூடத்திலே இல்லேன்னேள்."

முதலாளிக்கு முகம் மலர்ந்தது "உனக்குத் தஞ்சாவூரா?" என்றார்.

"ஆமாம். உங்களோட மூணாம் கிளாசிலே படிச்சேன். கந்தசாமி அய்யர் பள்ளிக்கூடத்திலே. நீங்க டபிள் பிரமோஷன்லே ஹைஸ்கூலுக்குப் போயிட்டேள். கொஞ்சநாள் கழிச்சு நானும் ஒரு பையனும் உங்க வீட்டுக்குப் போய், "தம்பு, தம்பு"ன்னு கூப்பிட்டோம் நீங்க மாத்தலாகி மெட்ராஸ் போயிட்டேள்னு சொன்னா. நான் நாலாம் கிளாசோட நிறுத்திப்பட்டு காபி கிளப்புலே வேலைக்குச் சேர்ந்துட்டேன். அப்பறம் முதலாளியை இங்க தான் பார்த்தேன்" என்று கடகடவென்று ஒப்பித்தேன். புதுப் பெண்ணோடு பேசுகிறமாதிரி நாக்கிலே நடுக்கம், வார்த்தைகளிலே குளறல்.

முதலாளி என்னைப் பார்த்தார். ஆச்சரியம் அவிழ ஒரு நிமிஷ மாயிற்று. "அந்தச் சங்கரனா நீ?" என்றார்.

"உங்களுக்கு என்னை ஞாபகமிருக்கா?"

"ஞாபகமிருக்கா தம்புன்னு கேளு ... நீ அந்தச் சங்கரன் தானா?"

"எந்தச் சங்கரன்?"

"அந்தச் சங்கரன்தான்! ஒரு சனிக்கிழமை அன்னிக்குக் காலமே ஏழரை மணிக்குப் பள்ளிக்கூடம். நான் லேட்டா எழுந்துண்டேன். மணி ஏழே கால் ஆயிடுத்து அவசர அவசரமா பல்லைத் தேச்சு சட்டையை மாட்டிண்டு பள்ளிக்கூடத்துக்கு ஓடிவந்துட்டேன். கந்தசாமி அய்யர் மூக்குப்பொடி போட்ட நகத்தோட தொடையிலே கிள்ளிவிடுவாரோன்னு பயம்; அலறிப்புடைச்சிண்டு ஓடி வந்தேன். நல்ல வேளையா, கடைசி மணி அடிக்கிறதுக்கு முன்னாலே பள்ளிக்கூடத்துக்குள்ளே வந்துட்டேன். மெதுவா உன் பக்கத்திலே நின்னுண்டு. "வந்தனம் தந்தோம்"னு எல்லாரோடேயும் சேர்ந்து பாடினேன். அப்பறம் கிளாஸ் ஆரமிச்சப்பறம், எட்டு மணியிருக்கும். ப்யூன் கங்கதான் வந்து உங்கம்மா கூப்பிடறாங்க – வாத்தியாரைக் கேட்டுகிட்டுப் போ"ன்னான். நான் எழுந்து போனேன். எங்கம்மா வந்து ரெண்டு கிளாஸுக்கு நடுவிலே நிலைப்படி ஓரமா ஒரு புனா டம்ளரைக் கையிலே வெச்சுண்டு நின்னுண்டிருந்தா. அம்மாவைப்

தி. ஜானகிராமன் சிறுகதைகள்

பள்ளிக்கூடத்திலே பாக்கறதுக்கு எனக்கு வெக்கமாயிருந்தது. "ஏண்டா, தம்பு. காபி சாப்பிடாம வந்துட்டியே. கொண்டு வந்திருக்கேன்"னு மூடியைத் தெறந்து டம்ளரை எங்கிட்டே குடுத்தா கொஞ்சம் ஆறிப் போயிருந்தது. ஆனா என்ன ருசி! என்ன ருசி! அம்மாவைப் பார்த்துண்டே குடிச்சேன். அவ என்னை அப்ப பாத்துண்டே இருந்தா. அந்தமாதிரி யாரும் என்னைப் பார்த்ததில்லை இன்னிவரைக்கும். டம்ளரைத் திருப்பிக் குடுத்தேன். கிளாசுக்குப் போக மனசு வல்லே. கொஞ்ச நாழி அம்மாவைப் பாத்துண்டே நின்னேன். "எனக்காகவா நடந்து வந்தே?"ன்னு கேக்கணும் போல இருந்தது. மனசுக்கு உள்ளே இருக்கு; கேக்கத் தெரியலெ. அம்மா என்னைப் பாத்துட்டு, "நான் போய்ட்டு வரட்டுமா?"ன்னா தலையாட்டி னேன். அம்மா எறங்கிப் போனா. திரும்பினேன். நீ நின்னுண்டிருந்தே. "உங்கம்மாவா?"ன்னு கேட்டே. தலையாட்டினேன். "என்ன கொண்டு வந்தா?"ன்னு கேட்டே. "காபி"ன்னேன். நீ பேசாம போயிட்டே. அப்பறம் நீ என்னையே பாத்துண்டிருந்தே. பீரியடு முடிஞ்சப்பறம் "எங்கம்மாவும் எனக்குக் காபி கொண்டு வந்து குடுப்பா. ஆனா எங்கப்பா செத்துப் போய் ஒரு வருஷம் ஆகலே, அதனாலெ வரமாட்டா"ன்னு சொன்னே. அப்பறம் உன்னைப் பாக்கறபோதெல்லாம் எனக்கு மனசு சங்கடப்படும். பாக்கவே முடியாது . . . எத்தனை வருஷமாச்சு!" என்றார் தம்பு.

கொஞ்ச நேரம் அவர் பேசாமலே உட்கார்ந்திருந்தார் எங்கேயோ பார்த்துக்கொண்டிருந்தார். தஞ்சாவூருக்குப் போய்விட்ட பார்வை. பிறகு, வலது கைச் சுண்டு விரலால் கண்ணோரத்தை வழித்தார். அப்போது தான் கவனித்தேன்; இடது கண் ஓரத்திலும் ஒரு பொட்டு துளித்திருந்தது.

"அந்த மாதிரி காபியே நான் இன்னும் சாப்பிடவில்லை. அப்பறம் ஆயிரக்கணக்கிலே சாப்பிட்டாச்சு. டர்க்கிஷ் காபி. லண்டன் காபி, பாரிஸ் காபி – ஆனா. அந்தக்காபி அந்தக் காபி! அந்தக் காபி!" சரசரவென்று சிரித்தார் தம்பு. அகாத ஆழம் மனுஷன். "ஏன் திடீருன்னு அந்த ஞாபகம் வந்தது இப்ப?" என்று சிரித்தார். மறுபடியும்.

"நாளன்னிக்கி எங்கம்மாவுக்கு சிராத்தம்"

"அதுவா? காமு சொன்னா போன்லெ. எங்கிட்டவும் கேட்டுடுவி யோன்னு பயந்துட்டா போலிருக்கு. நீ இன்னிக்கி ரொம்ப வேதாந்தம் எல்லாம் பேசினியாமே? அம்மாவுக்கு உன் மனசிலேதான் மொட்சம்னு சொன்னியாமே? நான்கூட ரெண்டு பசங்களுக்கும் ஆறு வயசிலேயே பூணல் போட்டுட்டேன். பொண்ணு, ரெண்டுக்கும் மந்திரம் அக்னி யெல்லாம் வெச்சுத்தான் கலியாணம் பண்ணினேன். வருஷா வருஷம் அம்மாவுக்குத் தெவசம் பண்ணனுமேன்னு சோம்பிண்டுதான் கயாவுக்குப் போய்விட்டு வந்தேன். கயையிலேயும் நம்பிக்கை கிடையாது. எனக்கு ஒண்ணிலியேயும் நம்பிக்கை கிடையாது. பொண்டாட்டி, மச்சினன், ஏன் தங்கை, பசங்க இவா கிட்டதான் நம்பிக்கை இப்ப உங்கிட்டவும் நம்பிக்கைதான்."

"நீங்க என்ன சொல்றேள்?"

"நீ என்ன சொல்றே தம்புன்னு கேளேன், என்னை ஒருத்தரும் தம்புன்னே கூப்பிடமாட்டேங்கிறா... எனக்கு உன் பேரிலேயும் நம்பிக்கை. நாளன்னிக்கி உனக்கு லீவு குடுத்தாச்சு, பார்ட்டியை நான் இன்னொரு நாளைக்கு வெச்சுக்குறேன்... போதுமா?"

"தம்பு, தம்பு" என்று குழறினேன்.

"அப்படியே இன்னும் ரெண்டு சாஸ்திரிகளுக்குச் சொல்லிட்டு வா, இங்கே வரச் சொல்லி, எங்கம்மாவோடே பங்குதான் சோடை போவானேன்? இந்த விஸ்கியை இன்னொரு நாள் குடிச்சிண்டா போச்சு" – தம்பு சரசரவென்று மறுபடியும் சிரித்தார்.

"இன்னும் ரெண்டு கப் காபி போட்டுண்டு வா, ரெண்டு பேரும் சேந்து குடிப்போம் சேந்து உக்காந்துண்டு – காரு வரதுக்குள்ளே."

சுதேசமித்திரன் *தீபாவளி மலர்*, அக்டோபர் 1970

பாயசம்

சாமநாது அரசமரத்தடி மேடை முன்னால் நின்றார். கல்லுப் பிள்ளையாரைப் பார்த்தார். நெற்றி முகட்டில் குட்டிக்கொண்டார். தோப்புக்கரணம் என்று காதைப் பிடித்துக்கொண்டு லேசாக உடம்பை மேலும் கீழும் இழுத்துக்கொண்டார்.

"நன்னா முழுங்காலை மடக்கி உட்கார்ந்து எழுந்துண்டு தான் போடேன் நாலு தடவை. உனக்கு இருக்கிற பலம் யாருக்கு இருக்கு? நீ என்ன சுப்பராயன் மாதிரி நித்ய கண்டம் பூர்ண ஆயுசா? சுப்பராயன் மாதிரி மூட்டு வியாதியா, ப்ளட் ப்ரஷரா, மண்டைக் கிறுகிறுப்பா உனக்கு?" என்று யாரோ சொல்வது போலிருந்தது. யாரும் சொல்ல வில்லை. அவரேதான் சொல்லிக்கொண்டார். அந்த மனதே மேலும் சொல்லிற்று. "எனக்கு எழுபத்தேழு வயசுதான். சுப்பராயனுக்கு அம்பத்தாறு வயசுதான். இருக்கட்டும். ஆனா யாரைப் பார்த்தா எழுவத்தேழுன்னு சொல்லுவா? என்னையா, அவனையா? பதினஞ்சு லக்ஷம் இருபது லக்ஷம்னு சொத்துசம்பாதிச்சா ஆயிடுமா? அடித்தென்னமட்டை மாதிரி பாளம் பாளமா இப்படி மார் கிடைக்குமா? கையிலேயும் ஆடுசதையிலியும் கண்டு கண்டா இப்படிக் கல்லுச் சதை கிடைச்சுடுமா? கலியாணம் பண்ணுறானாம் கலியாணம்! உலகம் முழுக்கக் கூட்டியாச்சு! மோளம் கொட்டி, தாலிகட்டி கடைசி பொண்ணையும் ஜோடி சேத்து, கட்டுச்சாதம் கட்டி எல்லாரையும் வண்டி ஏத்திப்பட்டு, நீ என்ன பண்ணப் போறே? கோதுமைக் கஞ்சியும் மாத்திரையும் சாப்பிட்டுண்டு, பொங்கப் பொங்க வெந்நீர் போட்டு உடம்பைத் துடச்சுக்கப் போறே! கையைக் காலை வீசி இப்படி ஒரு நாளைக்கு வந்து காவேரியிலே ஒரு முழுக்கு போட முடியுமான்னேன்!"

சாமநாது சுற்றுமுற்றும் பார்த்தார். அரசமரத்து இலைகள் சிலுசிலுவென்று என்னமோ சொல்லிக்கொண் டிருந்தன. காவேரிக்குப் போகிற சந்தில் இந்தண்டையும்

அந்தண்டையும் குளித்தும் குளிக்கவும் ஆண்கள், பெண்கள், குழுவான்கள் எல்லாம் கடந்துகொண்டிருந்தார்கள். முக்கால்வாசி புதுமுகங்கள் – போகிற வாக்கில் பட்டுப் புடவைகள், வெறுங்குடங்கள் – வருகிறவாக்கில் சொளப்சொளப்பென்று ஈர பட்டுப்புடவைகள், நிறைகுடங்கள். ஈரக்காலில் பாதை மண் ஒட்டி மிளகு மிளகாத் தெறிக்கிறது. (கிரைத் தண்டு மாதிரி ஒரு குட்டி – ஐந்தாறு வயசு – குளித்துவிட்டு அம்மணமாக வருகிறது.) காவேரியில் குளித்துவிட்டு அங்கேயே உடைமாற்றி, நீல வெளுப்புடன் சேலம் பட்டுக்கரை வேஷ்டிகள் நாலைந்து வருகின்றன. முக்காலும் தெரியாத முகங்கள்.

"கலியாணமா?" என்று ஒரு சத்தக் கேள்வி. ஒரு நீல வெளுப்பு வேட்டிதான் கேட்டது.

"ஆமாம்" என்று சாமநாது அந்த முகத்தைப் பார்த்தார். கண்ணில் கேள்வியோடு. மனசிற்குள் 'ஏன் இப்படிக் கத்தறே? நான் என்ன செவிடுன்னு நெனச்சுண்டியா?' என்று கேட்டார்.

"தெரியலியா?" என்றது அந்தச் சலவை ஜரிகை வேஷ்டி. "நான் தான் சீதாவோட மச்சினன் – மதுரை!"

"அப்படியா?... ஆமாமா இப்பத் தெரியறது. சட்டுனு அடையாளம் புரியலே... இன்னும் பலகாரம் பண்ணலியே. போங்கோ... ராத்திரி முழுக்க ரயில்லெ வந்திருப்பேள்" என்று உபசாரம் பண்ணினார் சாமநாது.

"இவா, சுப்பராயரோட சித்தப்பா. குடும்பத்துக்கே பெரியவாளா இருந்துண்டு, எல்லாத்தையும் நடத்தி வைக்கறவா" என்று பக்கத்தி லிருந்த இன்னொரு சலவை வேட்டியிடம் அறிமுகப்படுத்திற்று மதுரை வேட்டி. அவர் போனார்.

"இவர் வந்து..." என்று என்னமோ யாரோ என்று அறிமுகப்படுத்த வும் செய்தது.

"நீங்க போங்கோ – நான் ஸ்நானம் பண்ணிவிட்டு வந்துடறேன்" என்ற சாமநாது அவர்களை அனுப்பினார்.

மனசு சொல்லிற்று. "சீதாவுக்கு மச்சுனனா? சுப்பராயா, எப்படிடா இப்படி ஏழு பெண்ணைப் பெத்தே! ஒரோரு குட்டிக்குமா கலியாணம்னு ரயில் ரயிலா சம்பந்திகளையும் மாப்பிள்ளைகளையும் மச்சுனன்களை யும் கொண்டு இறக்கேறே. காவேரியிலே கால் தட்றதுக்குள்ளே இன்னும் எத்தனை மச்சுனன்களைப் பாக்கப் போறேனோ!"

அரசமரத்தை விட்டு, பாதை அதிர அதிர, காவேரியை நோக்கி நடந்தார் சாமநாது. (நுனியை எடுத்து இடுப்பில் செருகி, முழங்கால் தெரிகிற மூலக்கச்சம். வலது தோளில் ஒரு ஈரிழைத்துண்டு – திறந்தபால் மார்பு, எக்கின வயிறு, சதை வளராத கண், முழுக்காது – இவ்வளவையும் தானே பார்த்துக்கொண்டார்.)

காவேரி மணலில் கால் தட்டு முன்பே, தெருவிலிருந்து தவுல் சத்தம் தொடங்குவது கேட்டது. நாகஸ்வரமும் தொடர்ந்தது. பத்தரை

மணிக்குமேல்தான் முகூர்த்தம். மணி எட்டுக்கூட ஆகவில்லை. சும்மா தட்டுகிறான்கள். அவனுக்குப் பொழுது போகவேண்டும். சுப்பராயனும் பொழுது போகாமல்தானே ஏழு பெண்களையும் நாலுபிள்ளைகளையும் பெற்றான்.

தண்ணீர் முக்கால் ஆறு ஓடுகிறது. இந்தண்டை கால் பகுதி மணல். ருய்ருய் என்று அடியால் மணலை அரைத்துக்கொண்டு நடந்தார்.

மேளம் லேசாகக் கேட்கிறது. கூப்பிடுவார்கள். குடும்பத்திற்குப் பெரியவன். சித்தப்பா என்ற சுப்பராயன் கூப்பிட்டுக்கொண்டு வருவான் – இல்லாவிட்டால் அவன் தம்பிகள் கூப்பிடுவார்கள் – என்னமோ நான்தான் ஆட்டி வைக்கிறாற்போல ... கூப்பிடட்டும் ...

சாமநாது பார்த்தார் – இடது பக்கம்.

ஆற்றின் குறுக்கே புதுமாதிரிப் பாலம் – புதுப்பாலம் – சுப்பராயனா அது நடந்துபோவது . . ? இல்லை ... எத்தனையோ பேர் போகிறார்கள். லாரி போகிறது; சுமை வண்டிகள், நடை சாரிகள் – எல்லாமே சுப்பராயன் மாதிரி தோன்றுகின்றன – லாரிகூட, மாடுகூட. சுப்பராயன்தான் பாலம் இந்த ஊருக்கு வருவதற்குக் காரணம். அவன் இல்லாவிட்டால் நாற்பது மைல் தள்ளிப் போட்டிருப்பார்கள். சர்க்காரிடம் அவ்வளவு செல்வாக்கு ...

வலது பக்கம் – பின்னால் – வேளாளத் தெருவில் – புகை – வெல்லம் காய்ச்சுகிற புகை. புகை பூத்தாற்போல, அந்தண்டை கருப்பம் பூக்கள் – காலை வெயில் பட்டுப் பாதிப் பூக்கள் சிப்பிப் பூக்களாகியிருக்கின்றன – கூர்ந்து பார்த்தால் சுப்பராயன் மாதிரி இருக்கிறது ... சுப்பராயன் மாதிரி இருக்கிறது – சுப்பராயன்தான் கரும்புப் பயிரைக் கொண்டுவந்தான் ஊருக்கு – எதிரே அக்கரையில் நாலு இடத்தில் புகை. வெல்ல ஆலைப் புகை – எல்லாம் சுப்பராயன்.

அதோ பள்ளிக்கூடம் – சுப்பராயன்.

பாலத்துக்கு ஓரமாகக் கோவாப்பரட்டி – சுப்பராயன்.

"ஏன் கிடந்து வேகறேள்! உங்க அண்ணா பிள்ளைதானே அவன்! நானும் உங்க கையைப் பிடிச்சுண்டு படியேறி இருபது வருஷம் பாதி நாளைக்குப் பழையது, வத்தக்குழம்பு, இந்தப் பவழமாலை – வேற என்னத்தைக் கண்டேன்? சுப்பராயனுக்கு மாசம் நாலு ரூவா சம்பளம் அனுப்பிக்க முடிஞ்சுதா, உங்களாலியும் உங்க அண்ணாவாலேயும்! யாரோ உறவுன்னு ஒருத்தரைப் பிடிச்சு மலைக்கோட்டையிலே கொண்டு படிக்க வச்சேளே – நன்னாப் படிக்கிறான்னு – அதுதான் முழுக்க முடிஞ்சுதா உங்களாலே, உங்க அண்ணாவாலே? முக்காலரைக்கால் கிணறு தாண்ட வச்சாப்பல, கடசீ வருஷத்திலே போரும் படிச்சதுன்னு இழுத்துண்டு வந்தேள். குழந்தை ஆத்திரமாத் திரும்பி வந்தான். அலையா அலைஞ்சான். ஓடாக் காஞ்சான். லக்ஷ்மி வந்து பளிச் பளிச்சுன்னு ஆடலானா, குடும்பத்துக்குள்ளே ..."

சாமநாதுவுக்குக் கேட்க இஷ்டமில்லை. அது அவர் மனைவி குரல். இப்போது காற்றில் கேட்கிறது. ஏழெட்டு வருஷம் முன்பு, நேரில் கேட்டது.

சுப்பராயனைப் படிக்கவைக்க முடியவில்லைதான். ஊருக்கு வந்தான். ஓடிப்போனான். கோட்டையில் கடையில் உட்கார்ந்து கணக்கு எழுதினான். அங்கே சண்டை. கடை வாடிக்கை ஒருவரிடமே கடன் வாங்கி பாதி பங்கு லாபத்திற்கு அதே மாதிரி மளிகைக்கடை வைத்தான். பயலுக்கு என்ன ராசி! முகராசியா! குணராசியா! சின்னக் கடை மொத்தக் கடையாகி, லாரி லாரியாக நெல் பிடித்து, உளுந்து பிடித்து, பயறு பிடித்து இருபது வருஷத்துக்குள் இருபது லட்சம் சொத்து. உள்ளூரி லேயே கால் பங்கு நிலம் வாங்கியாகிவிட்டது.

அதையே பாகம் பண்ணி சாமநாதுவுக்குப் பாதி கொடுத்தான். சாமநாதுவுக்குக் கோபம். அவர் பங்கு ஊருக்கு சற்று எட்டாக் கையில் விழுந்தது. அது மட்டுமில்லை. ஆற்றுப் படுகைக்கும் எட்டாக்கை. சண்டை. அப்போதுதான் வாலாம்பாள் சொன்னாள்: "என்ன! கொடுத்து வச்சேளா? உங்க பாட்டா சம்பாதிச்ச சொத்தா, இல்லே உங்க அப்பா சம்பாதிச்சதா? ஒண்டியா நின்னு மன்னாடி சம்பாதிச்சதை, பாவம் சித்தப்பான்னு கொடுக்கறான். இந்தத் தானமாட்டுக்கு பல்லு சரியா யில்லே, வாலு சரியாயில்லியா? பேசாம கொடுத்ததை வாங்கி வச்சுக்கட்டும். ஊரிலே கேட்டா வழிச்சுண்டு சிரிப்பா. நான் ஊர்ப் பெரியவாள்ள ஒருத்தியா இருந்தேனோ"

"நீ இப்பவேதான் வேறயா இருக்கியே! நீ அவனுக்குப் பரிஞ்சுண்டு கூத்தாடறதைப் பாத்தா, நீ என் ஆம்படையாளா எங்க அண்ணா ஆம்படையாளன்னே புரியலியே –"

"தூ, போரும்... அசடு வழிய வாண்டாம்" என்று வாலாம்பாள் நகர்ந்துவிட்டாள்.

"ம்ஹஹ" என்று அவருடைய அடித்தொண்டை மாட்டுக் குரலில் சிரித்தது – பெருமையோடு, பெருமை அசட்டுத்தனத்தோடு. பிறகு அவராகவே குழைந்து தொடர்ந்தார். "கோச்சுக்காதெ. உன் மனசு எப்படியிருக்குன்னு பார்த்தேன்."

"போரும், என்னோட பேச வாண்டாம்."

மூன்று நாள் வாலாம்பாள் பேசத்தான் இல்லை – அந்த அசட்டு விஷமத்திற்காக.

அவள் கண்ணை மூடுகிற வரையில் சொத்துத் தகராறு இல்லை. பாகம் பிரித்தாகிவிட்டது. ஏற்றுக்கொண்டாகிவிட்டது. இனிமேல் என்ன?

ஆனால் முழு பாகமும் கிடைக்கவில்லை. சாமநாதுவின் வாலாம்பாள் இப்போது இந்த உலகத்தில் இல்லை. அவள் பெற்ற முதல் இரண்டு பிள்ளைகள் இந்த உலகத்தில் இல்லை. மூன்றாவது பெண் – இல்லை. நாலாவது, பெண் – கல்யாணமாகி மூன்றாவது வருடம் கணவனை இழந்து, பிறந்த வீட்டோடு வந்துவிட்டாள். பழுப்பு நார்மடி கட்டிக்கொண்டு பிறந்த வீட்டோடு வந்துவிட்டாள். குடும்ப வழக்கப்படி தலைமுடியை வாங்கி நார்ப்பட்டுப் புடவை அணிவித்தார்கள். சுப்பராயனுடைய மூன்றாவது பெண்ணோடு ஒரே பந்தலில்தான் அந்தக் கலியாணம் நடந்தது. ஐந்தாவது – பையன் – டில்லியில் ஏதோ

வேலையாய் – சித்திரம் வரைகிறானாம் – ஆறாவது – பையன் – எடுப்பாள் மாதிரி இந்த சுப்பராயனின் இந்த ஏழாவது பெண் கலியாணச் சந்தடியில் அலைந்துகொண்டிருக்கிறான். "போய், குளிச்சுட்டு வாங்களேன், சட்சட்டுனு. பெரியவாளா யாரு இருக்கிறது?" என்று அவன்தான் அவரைக் காவேரிக்குக் குளிக்கத் துரைபடுத்தி அனுப்பினவன்.

ஈரிழையை இடுப்பில் கட்டி முடிச்சிட்டு சாமநாது தண்ணீரில் இறங்கினார். முழுக்குப்போட்டு, உடம்பைத் தேய்த்தார்.

பாலத்தின் மீது பஸ் போகிறது. பஸ்ஸின் தலைக்கட்டுமேல் வாழை இலைக்கட்டு, ஒரு சைகிள், நாலைந்து மூட்டைகள், கருப்பங்கட்டு – எல்லாம் சுப்பராயன். "அப்படியே அந்தப் பயலைக் கழுத்தைப் பிடித்து உலுக்கி, கண்ணு பிதுங்க... அவன் பெண்பிள்ளைகளை எல்லாம் ஒரு சாக்கில் கட்டி..." அவர் பல்லை நெறித்தார்.

"காவேரியிலே கொண்டு அழுக்கட்டும். அப்பதானே கரையேறாத நரகத்திலே கிடக்கலாம். இப்பவே போங்கோ..."

அவளேதான். வாலாம்பாள்தான். துவைக்கிற கருங்கல்லில் அவள் மாதிரி தெரிகிறது. கறுப்பு நிறம். அலைபாய்கிற மயிர் – பவழமாலை. கெம்புத்தோடு. ரவிக்கையில்லாத உடம்பு. நடுத்தர உடம்பு. அவள் காவேரியில் குளிக்கும்போது எத்தனையோ தடவை அவரும் வந்து சற்றுத் தள்ளி நின்று குளித்திருக்கிறார். யாரோ வேற்றுப் பெண்பிள்ளையைப் பார்ப்பதுபோல, ஒரக்கண்ணால் பார்த்திருக்கிறார். அந்த ஆற்றுவெளியில், வெட்டவெளியில் ஈரப்புடைவையை இடுப்பு, மேல்கால் தெரிந்துவிடாமல் சிரமப்பட்டு அவள் தலைப்பு மாற்றிக்கொள்ளும் போது ஒரு தடவை அவர் பார்த்துக்கொண்டேயிருந்து, அவள் அதைக் கவனித்ததும் சரேலென்று அவர் ஏதோ தப்புப் பண்ணிவிட்டதுபோல, அயல் ஆண்போன்று நாணினது...

இப்போதும் அது தெரிகிறது! ஏன் அவள் மேலுலகத்துக்கு முந்திக்கொண்டாள்?

"சம்பாதிச்சதிலே பாதி நமக்குக் கொடுத்திருக்கான். மீதியை தன் தம்பியோட பாகம் பண்ணிண்டிருக்கான் சுப்பராயன். அவன் பிள்ளைகளுக்கு அதிலியும் கால் கால்னுதான் கிடைக்கும். ஏன் இப்படிக் கரிக்கறேன்..?" என்று இந்தக் காவேரியில்தான் அவரைப் பிடித்து அலசினாள் அவள் ஒருநாள்.

ராட்சச முண்டை! கடைசி மூச்சுவரைக்கும் என்ன நியாய புத்தி! என்ன தர்ம புத்தி!

"என்னை மனுஷனா வச்சிருந்தியேடி, என் தங்கமே... போயிட்டியேடி" என்று முனகினார். கண்ணில் நீர் வந்தது. திரும்பிப் பார்த்தார். அடுத்த துவைகல் எங்கோ இருந்தது. யாரும் கேட்டிருக்க மாட்டார்கள். கேட்டாலும் சுலோகம் போலிருந்திருக்கும்.

நர்மதே சிந்து காவேரி என்று சுலோகம் சொல்லிக்கொண்டே பிழிந்து உடம்பைத் துடைத்துக்கொண்டு அரை வேட்டியைப் பிழிந்து கொசுவி உதறிக் கட்டிக்கொண்டு விபூதி பூசிக்கொண்டு நடந்தார் சாமநாது.

சித்தப்பா சித்தப்பா என்று அரற்றுவான் சுப்பராயன் பாவம்.

நாயனமும் தவுலும் நெருங்கிக்கொண்டிருந்தன. அரசமரத்து மேடை முன் நின்று பிள்ளையாரையும் கல் நாகங்களையும் கும்பிட்டு விட்டு விரைந்தார். தெருவில் நுழைந்தார்.

கிராமமே கலியாணப் பெண் போல ஜோடித்துக்கொண்டிருக்கிறது. புதுப் புடவைகளும் நகைகளும் சிவப்புப் பாதங்களும் சிவப்பு ஆடுசதைகளும் முகங்களும் வீடு வீடாக ஏறி இறங்கிக்கொண்டிருக்கின்றன. நாலு திண்ணைகளில் சீட்டாட்டம். தெருவெல்லாம் சலவை வேஷ்டி நாலு மூலைத்தாச்சி பாய்கிற குளுவான் இரைச்சல்கள்.

"மணலூரார் கலியாணம்னா கலியாணம்தான்" – சாமநாதுவே சொல்லிக்கொண்டார். அவர் குடும்பம் இந்த ஊரே இல்லை. மூன்று தலைமுறைகளுக்கு முன்னால் புரோகிதப் பிழைப்புக்காக மணலூரை விட்டு இங்கு குடியேறி, ஒரு அக்ரஹாரத்து ஓரத்தில் ஒரு குச்சில் நுழைந்தது. இப்போது தெரு நடுவில் பக்கம் பக்கமாக இரண்டு மூன்று கட்டு வீடுகளில் சொந்த இடம் பிடித்துவிட்டது. மணலூர்ப் பட்டம் போகவில்லை. உள்ளூரான்களை எகிறி மிஞ்சி வந்த இந்த நிலை சாமநாதுவின் பார்வை யிலும் நடையிலும் இந்தக் கணம் எப்படித் தெறிக்காமல் போகும்? உள்ளூர், வந்தவர்கள் எல்லாரும் பார்க்கட்டும்.

அவர் வீடு, சுப்பராயன் வீடு இரண்டும் அண்ணன் தம்பியாக நிற்கின்றன. இரண்டு வாசல்களையும் அடைத்துப் பந்தல், திண்ணை யெல்லாம் புது வேட்டிக் கூட்டம். உள்ளே கூடத்தில் பூ, பிச்சாணா, குழந்தைகள் இரைச்சல், ட்ரங்குகள்...

தாண்டிக்கொண்டு உள்ளே போனார். வேட்டியைக் கட்டிக் கொண்டார். கொல்லைக்குப் போய்க் காலை அலம்பி வந்து ஜபத்திற்கு உட்கார்ந்தார். முன்பெல்லாம் அறையின் நான்கு சுவர்களிலும் கிருஷ்ணன், ராமன், பிள்ளையார் என்று வரிசையாகப் படங்கள் மாட்டியிருக்கும். இப்போது ராமனும் கிருஷ்ணனும் பிள்ளையாரும் பூஜை அலமாரிக்குள் மட்டும் இருந்தார்கள். சுவர்களில் மாது எழுதின படங்களாக மாட்டி யிருக்கின்றன.

மாது – அவருடைய மூன்றாவது பையன் – கலியாணத்திற்கு வரவில்லை. சுப்பராயன் பெண்கள் பிள்ளைகள் என்று எத்தனை கலியாணத்திற்குத்தான் வருவான்?

"அப்பா!"

கூப்பிட்டது அவர் பெண்தான். நார்மடியும் முக்காடுமாக நின்ற பெண்.

"மாப்பிள்ளையை அழைச்சு மாலை மாத்தப் போறா. பரதேசக் கோலம் புறப்படப் போறது. போங்களேன். நாளைக்கு ஜபம் பண்ணிக்கலாமே."

"சரி சரி – வரேன் போ."

அவள் ஏறிட்டுப் பார்த்தாள் அவரை. குழப்பம்.

"போயேன். அதான் நான் இதோ வரேன்னேனே ... இதான் வேலை" கடைசி வார்த்தைகள். அவள் காதில் விழவில்லை.

முண்டனம் செய்த தலை. முப்பத்தொரு வயது. கன்னத்திலும் கண்ணிலும் இருபது வயது பாலாக வடிகிறது.

"போன்னா போயேன். வரேன்."

அவள் நகர்ந்தாள் – கதவை லேசாகச் சாத்திக்கொண்டு. அவர் கழுத்துக்குள் அனலாகச் சுடுகிறது.

சுற்றுமுற்றும் பார்த்தார். மாது வரைந்த படங்கள். கூர்ந்து பார்த்தார். சிரிப்பு வருகிறது. ஒரு படம் முழுதும் வெறும் முழங்கால். அதில் ஒரு கண். கண்ணில் ஒரு சீப்பு செருகியிருக்கிறது. இன்னொன்று பெண்பிள்ளை மாதிரி இருக்கிறது. ஒரு கால் பன்றிக்கால். வயிற்றைக் கிழித்துக் காட்டு கிறாள். உள்ளே நாலு கத்தி – ஒரு பால் டப்பா – ஒரு சுருட்டின சிசு. இன்னொன்று – தாமரைப்பூ – அதன் மேல் ஒரு செருப்பு. பாதிச் செருப்பில் ஒரு மீசை...

என்ன இதெல்லாம்! திகைப்பூண்டு மிதித்தாற்போல மனம் ஒடுங்கிப் பார்த்துக்கொண்டே நின்றார். கால் வலிக்கிறது. எனக்குக் கூடவா?

மேளச்சத்தம்.

"அப்பா, கூப்பிடுறாப்பா" – நார்மடித் தலை எட்டிப் பார்த்தது. சிறிசு முகம்.

"இதோ."

சாமநாது வெளியே போனார்.

"சித்தப்பா, எங்க போய்ட்டேன்?"

சுப்பராயன் குரல். மூச்சு வாங்குகிற குரல், கூனல் முதுகு.

மாலை மாற்றுகிறார்கள் – பெண்ணும் பிள்ளையும். அதையும் ஊஞ்சலையும் பார்த்தால், பார்வதி பரமேஸ்வரனை, லக்ஷ்மி நாராயண னைப் பார்க்கிற புண்யமாம். ஊரிலிருக்கிற விதவைகள்கூட மூலை முடுக்கெல்லாம் வந்து நிற்கிறார்கள். எங்கு பார்த்தாலும் பல். ஒடிந்த பல், அழுக்கிடுக்குப் பல், தேய்ந்த பல், விதவைப் பல், பொக்கைப் பல், சமையற்காரன்கூட வந்து நிற்கிறான்.

"கண்ணுஞ்சலாடி நின்றார்..."

நாயனக்காரன் வாங்கி வாசிக்கிறான் அந்த 'ஊஞ்சலை'!

சாமநாதுக்கு மூச்சு முட்டிற்று. மெதுவாக நகர்ந்தார். வியர்வை சுடுகிறது. காற்றுக்காகக் கொல்லைப்பக்கம் நடந்தார். கூடத்தில் ஈ காக்காய் இல்லை. கொல்லைக்கட்டு வாசற்படி தாண்டிக் கடைசிக்கட்டு. அங்கும் யாருமில்லை. கோட்டையடுப்புகள் 'மொலா மொலா' என்று எரிகின்றன. கூட்டம் கூட்டமாக நெருப்பு எரிந்தது. தவலை தவலையாகக்

பாயசம்   413

கொதிக்கிறது. சாக்கு மறைவில் எண்ணெய்ப் பாத்தோலும் அழுக்குப் பூணாலுமாக ஒரு பயல் வெள்ளரிப் பிஞ்சு நறுக்குகிறான். வேறு ஒரு பிராணி இல்லை. பார்வதி பரமேச்வராள் மாலை மாற்றுகிற காட்சியில் இருக்கிறான்கள்.

கோட்டையடுப்புக்கு இப்பால் மேடைமீது ஒரு பாரிஜோட்டுத் தவலை. இடுப்பளவு – மேல் வயிறளவு – உயரம் பாயசம் மணக்கிறது. திராட்சையும் முந்திரியுமாக மிதக்கிறது. எப்படித்தான் தூக்கி மேடை மீது வைத்தான்களோ? மேல் வளையங்களில் கம்பைக் கொடுத்து பல்லக்கு மாதிரி இரண்டு பேராகத் தூக்கினால்தான் முடியும். ஐந்நூறு அறுநூறு பேர் குடிக்கிற பாயசம்.

நான் ஒண்டியாகவே கவிழ்த்துவிடுவேன்.

சாமநாது இரண்டு கைகளையும் கொடுத்து மூச்சை அடக்கி, மேல்பக்கத்தைச் சாய்த்தார். ப்பூ – இவ்வளவுதானே. அடுத்த நொடி, வயிறளவு ஜோட்டி, மானம் பார்க்கிற வாயை, பக்கவாட்டில் சாய்த்துப் படுத்துவிட்டது. பாயசம் சாக்கடையில் ஓடிற்று.

வெள்ளரிப் பிஞ்சு நறுக்கிற பயல் ஓடிவந்தான்.

"தாத்தா தாத்தா!"

சாமநாதுவுக்கு முகம், தோலிலெல்லாம் மணல் படர்ந்தது.

அரிவாள்மணையை எடுத்துண்டுன்னா வரான் பயல்!

கை கால் உதறல். வாய் குழறிற்று.

"படவாக்களா, எங்கே போயிட்டேன் எல்லாரும் – இத்தனை பெரிய எலியைப் பாயசத்திலே நீஞ்சவிட்டுவிட்டு. இத்தனை பாயசத்தையும் சாக்கடைக்கா படைச்சேள் – கிராதகன்களா! மூடக்கூடவா தட்டு இல்லே?"

ஒரு வேலைக்காரி ஓடிவந்தாள்.

"என்னா பெரியசாமி!"

"ஆமாண்டி – பெரியசாமி பார்க்காட்டா, பெருச்சாளி முழுகின பாயசம்தான் கிடைச்சிருக்கும். போங்கோ, எல்லாரும் மாலை போட்டுண்டு ஊஞ்சலாடுங்கோ..."

இன்னும் நாலைந்து பேர் ஓடிவந்தார்கள்.

நார்மடியும் முக்காடுமாக அந்தப் பெண்ணும் ஓடி வந்தாள்.

வேலைக்காரி அவளிடம் சொன்னாள். "எப்படிப்பா இத்தனாம் பெரிய ஜோட்டியை சாச்சேள்!"

அவள் உடல், பால்முகம் எல்லாம் குரு படர்கிறது.

"போ அந்தண்டை" என்று ஒரு கத்தல். "நான் இல்லாட்டா இப்ப எலி பாஷாணம்தான் கிடைச்சிருக்கும். பாயசம் கிடைச்சிருக்காது."

பெண் அவரை முள்ளாகப் பார்த்தாள். கண்ணில் முள் மண்டுமோ?

சாமநாதுவுக்கு அந்தப் புதரைப் பார்க்க முடியவில்லை. தலையைத் திருப்பிக்கொண்டு, "எங்க அந்த சமையக்காரப் படவா?" என்று கூடத்தைப் பார்க்கப் பாய்ந்தார்.

– பெ பெ பே பே

பே பெ பே பே எ –

ஆனந்த பைரவியில் ஊஞ்சல் பாட்டை வாங்கி நாயனம் ஊதுகிறது.

வாலாம்பாள் பாடுகிற மாதிரியிருக்கிறது.

கணையாழி, ஆகஸ்ட் 1971

" . . . . "

தழைந்த கீற்றுச்சார்ப்பும் மூங்கில் தூணும் இருந்த மண்பூச்சுப் பெயர்ந்து போய்க் குண்டும் குழியுமாகக் காணப் பட்ட, துடையின் பாதியளவுயரமாக உள்ள திண்ணை மீது தன் வலது காலை நீட்டிக்கொண்டும் இடது காலை மடக்கித் தூக்கலாக வைத்துக்கொண்டும் உட்கார்ந்து அவன் காணப்பட்டான். காலையில் எழுந்தும் தன் முகத்தைக் கழுவாததால் தன் கண் ஓரங்களில் சீழ்ப்பொட்டு போலிருந்த வெள்ளை நிறமான பூளையைத் துடைக்க முடியாதவ னாகவும் அவன் காணப்பட்டான். அவன் எண்பது வயதை உடைத்தாயிருந்தான். அவன் ஒரு கிழிந்த அரை வேட்டியையும் அதைவிடக் கிழிந்த மேல் துண்டையும் உடைத்தானவனாயிருந்தான். இடது காலைத் தூக்கி மடக்கி உட்கார்ந்திருந்ததால் கிழிந்த கரைவேட்டியின் ஓட்டைகளின் வழியாக இடது கொட்டை பார்ப்போர் களுக்குப் படுவதை அவன் தெரிந்துகொள்ளாதவன் போல் காணப்பட்டான். அவன் தூக்கம் நன்றாகத் தெளியாதவன் போலவும் காணப்பட்டான். அவன் தெருவைப் பார்த்துக் கொண்டிருந்தான். அவன் தெருவைப் பார்க்காமலுமிருந் தான். திண்ணை மீது தனக்குப் பக்கத்தில் கிடந்த சேற்றில் அடிக்கு அடி ஊன்றி காய்ந்த களிமண் ஒட்டிக்கொண் டிருந்த தனது கைத்தடியை அடிக்கடி கண்ணை இடுக்கிப் பார்த்துக்கொண்டிருப்பவனாகவுமிருந்தான்.

அப்போ கொடுவாய்ப்பேட்டை என்ற அந்த ஊரில் பிறந்து வளர்ந்து அந்த ஊர்த் திண்ணைப் பள்ளிக்கூடத்தில் படித்தும் அந்த ஊரிலிருந்து மூன்றாவது மைல் தொலைவில் உள்ள கொண்டகரம்பட்டி என்றும் சிறிய மேஜர் பஞ்சாயத்து டவுனில் உள்ள ஜில்லா போர்டு உயர்தரப் பள்ளிக்கு நடந்து போயும் போகும்போது சாலை ஓரமாக உள்ள மாமரங்களின் மீது கல்லெறிந்து மாங்காய்களை வீழ்த்தித் தின்றுகொண்டும் பள்ளிக்கூடம் படித்து முடித்து, பிறகு டில்லியில் போய் ஒரு சாதாரண அஸிஸ்டெண்டாக அமர்ந்து அந்த சமயத்தில் அண்டர் செக்ரட்டரியாக உயர்ந்திருந்த அக்ரகாரத்தைச்

சேர்ந்த சர்மா என்பவரின் வராண்டா கல்லூரியில் படிப்பவள் ஒருவளும் மதராஸிப் பள்ளியிலும் படிப்பவள் ஒருவளுமான இரண்டு பெண்கள் கோடை விடுமுறைக்காக ஊருக்கு வந்தவர்கள் தங்கள் கால்களால் நடந்து கொண்டு திண்ணையில் அவன் உட்கார்ந்திருந்த அந்த வலையர் தெரு வழியாக, காலையில் தெரு ஓரமாக உட்கார்ந்து கழிவுசெய்து கொண்டிருந்த வலையர் தெருக் குழந்தைகள் வியப்புடன் அவர்களை நிமிர்ந்து பார்க்க நடந்துகொண்டிருந்தார்கள்.

திண்ணையில் அவன் உட்கார்ந்திருக்கும் கோணங்களைப் பார்த்து அவர்கள் சிரிப்பதுபோலவும் கோபப்படுவது போலவும் காணப் பட்டார்கள்.

தலையில் பின்குடங்கள் வரையில் தொங்கும் நீண்ட முடியை உடைத்தாயிருந்த பெண் சொன்னாள். "Look at this bastard, showing off his balls"

"As if they are two breasts" என்று கூந்தலை நறுக்கிப் போட்டு 'பாப்' செய்துகொண்டிருந்ததால் ஆணோ பெண்ணோ என்று புரியாமலோ அல்லது அவள் அணிந்துகொண்டிருந்த லுங்கியால் முஸ்லீமோ அல்லது பகல் வேஷமோ என்றோ அல்லது குழந்தைகளுக்கே உண்டான ஒரு ஆவலாலோ அக்காளை விட இன்னும் அதிகமாக பூவரசு மரத்தடியில் மூத்திரம் பெய்துகொண்டிருந்த குழந்தைகளால் பார்க்கப்பட்ட தங்கை சொன்னாள்.

"Don't be silly. Which breasts are like that?" என்று முன்னால் பேசினவள் விடை சொன்னாள்.

"A bear's!" என்று சிரித்தாள் மூத்தவள்.

"You mean polar bear's" என்று சிரித்துவிட்டு, "பாப்" செய்துகொண் டிருந்தவள் மேலும் சொன்னாள்."Anyway, I should thank daddy for sending us here to see these great sights".

"O, don't talk of that hypocrite."

"மத்லப்?"

"மத்லப் ஐ ஸீ ஹெ. He wanted to get rid of mummy and us for a couple of months"

"What!"

"Yes. He wanted to have fun with Miss Mukherjea - that middle - aged. sagged bitch."

"Bullshit"

"சுப் பச்சா நீ. உனக்கு ஒண்ணும் தெரியாது. I won't be shocked if mummy goes to the divorce court next year this time".

"You don't talk like a daughter"

"Why? Why do you say that?"

"Yes haven't got a wee bit of aedipus complex!"

"What! what! you school lass - talking about aedipus and what not?"

". . . . ."

"ஏன்! நீதானே என்னை மோதிவர்மாவோட பொயட்ரீ ரீடிங் ப்ளே எல்லாத்துக்கும் அழச்சிண்டு போனே."

"You are terrific."

அவன் அவர்களைப் பார்த்துக்கொண்டேயிருந்தான். தெருவின் அந்தப்பக்கத்திலிருந்து வருவதைப் பார்த்தான். வாசலோடு போவதைப் பார்த்தான். இந்தப் பக்கம் பேசுவதைப் பார்த்தான். அவர்கள் தெருக்கோடி மறைவதைப் பார்த்தான். பிறகு ஏதோ கேட்க வேண்டும் என்று ஆசைப் பட்டவன் போலக் காணப்பட்டான். எதிர்வீட்டுக்குப் பக்கத்திலிருந்த பூவரச மரத்தடியைப் பார்த்தான். வெளிக்குப் போய்க்கொண்டும், சிறிய சிறிய கற்களைப் பொறுக்கி எறிந்துகொண்டுமிருந்த மூன்று குழந்தை களைப் பார்த்தான். அந்தப் பெண்கள் தங்களைக் கடந்து சென்றதும் உடனே பாதியில் எழுந்து கால்களை அகட்டி அகட்டி அந்தக் குழந்தைகள் அவர்களையே பார்த்துக்கொண்டும் அவர்களுடைய முகங்களையும் தலைகளையும் தங்கள் கண்களால் நன்றாக பார்ப்பதற்காக அவர்களை முந்திக்கொண்டு முன்னால் போய் நின்றும் நடந்தும் பார்க்க அவர்கள் முயலுவதையும் அவன் கட்டாயம் பார்த்துத்தானிருக்க வேண்டும்.

அப்பொழுது அந்தப் பெண்கள் போன திசையிலிருந்து ஒரு கூட்டப் பாடல் மாதிரி கேட்கவே, ஊருக்கு வெளியேயுள்ள கருப்பக்கலிய பெருமாள் கோவிலில் திருவிழா தொடங்கிவிட்டதோ என்றும், அதற்காகத் தான் பக்கத்துத் தெருவான செங்குந்தர் தெருவிலிருந்து பஜனைக் கூட்டம் புறப்பட்டிருக்குதோ என்றும் ஊகங்கள் செய்வது போலக் காணப்பட்டான் அவன். இது என்னா மாசம், வைகாசியா, சித்திரையா, ஆவணியா என்ற கேள்விகளால் அவன் அலைக்கழிக்கப்படுவதுபோல, அவன் முகம் கவலை குழப்பச் சின்னங்களைக் காட்டிக் கொண்டிருக்கும் பொழுதே கூட்டம் பாடிக்கொண்டே அவன் வீட்டு வாசல் வழியாகப் போயிற்று.

மொபைல் கோரஸ்:

ஐஜாக்குப் பண்ணுவோம்
ஐஜாக்குப் பண்ணுவோம்
ஐயமாரும் போலீசாரும்
ஐயா வேண்டாம் என்றாலும்
ஐஜாக்குப் பண்ணுவோம்
ஐஜாக்குப் பண்ணுவோம்
கன்னம் தாடையைப் பிடித்து
கூழைப் பாட்டு பாடினாலும்
கைவிடோம் கைவிடோம்
ஐஜாக்கிங் போரினைக்
கைவிடோம் கைவிடோம்

ஒருவன் : ஐஜாக்கு

மற்றவர்கள்: பண்ணுவோம்

ஒருவன் : ஐஜாக்கிங்

மற்றவர்கள் : வாழ்க

பஜனைக்குரல்கள் யாருடையது என்று கண்டுபிடிக்க முடியாமல் குழப்பத்திற்குள்ளானவன்போல் அவன் காணப்பட்டான். அவன் குழப்பமே அடைந்தான். அவன் பார்த்தான். அவன் கண்களை இடுக்கிப் பார்த்தான். அந்தப் பெண்கள்தான் இப்படிப் பஜனைக் கூட்டமாக மாறி தெருக்கோடியிலிருந்து திரும்பி வந்தார்களோ என்று நினைத்து போலவும் அவன் கண்கள் வியப்பையும் ஒரு புரியாத தன்மையையும் வெளியிடுவது போல் காணப்பட்டன. அதற்குக் காரணம் அந்தப் பெண்களுக்குப் பின்னால் காலை அகட்டி அகட்டி அதே குழந்தைகள் இந்த பஜனைக் கூட்டத்தின் பின்னாலும் ஓடுவதுதான் என்பது அவனுடைய நெஞ்சின் இருளில் மறந்து போகப்பட்ட ஒரு நடுநிசியின் கனவைப் போல தெரிந்தது.

"யாரு அங்கே?" ஒரு கேள்வி கேட்டான் அவன்.

நான்தான் என்று அவன் மனைவியைப்போல் காணப்பட்ட ஒருவள் நிலைப்படியில் நின்றுகொண்டு சொன்னாள். அவள் இடுப்பில் வயதின் காரணமாக ஒரு கூனலை அல்லது வளைவை உடைத்தா யிருந்து போலிருந்தது.

"சாலியத் தெரு பஜனையா போவது?" என்று மீண்டும் கேட்டான் அவன்.

"அந்தமாருதி தோணலியே" என்று இடுக்கின கண்களால் பேசுவது போல் விடை சொன்னாள் அவள்.

"பின்ன யாராம்?"

"தெரியலையே"

"ஆங்"

"எனக்குத் தெரியலியே"

"தெரியலியா? தூமியைக் குடிப்பே! உனக்கு என்னதான் தெரியும்? யாரு அங்கே ஐயாவு வாடா"

"யாங் தாத்தா" என்று கத்திக்கொண்டே எதிர்வீட்டுத் திண்ணை யில் பஜனைக் கூட்டம் என்று இவன் நினைத்துக்கொண்டிருந்த கூட்டத்தைப் பார்த்துக்கொண்டிருந்த ஒருவன் எழுந்து வந்தான்.

"யாருடா பஜனை பண்ணிகிட்டுப் போறாங்க மருதப்பா?"

"பள்ளிக்கூடத்துப் பையங்க . . . பஜனையில்லெ. ஐஜாக்குப் பண்ணப் போறாங்களாம்."

"என்னது."

"ஐசாக்கு பண்ணப் போறாங்களாம்."

"நீ என்னடா சொல்றே"

"பேப்பர்படிச்சீங்கன்னாத்தான் புரியும்?"

"என்னாத்தைப் புரியும்?"

"ஏரப்ளான்ல பண்றாங்கள்ள – அரபு நாடுகள்ள – அந்த மாதிரி."

". . . . ."

"புரியும்படியா சொல்லுடா தூமிகுடிச்ச பயலே."

"பள்ளிக்கூடம் போறதுக்கு மூணுவண்டியை மாசக் குத்தகைக்குப் பேசிக்கிட்டுத் தானே போறாங்க இவங்க. அந்த மூணு மாட்டு வண்டியை ஐஜாக்கு பண்ணி இன்னக்கி வலையத் தெருவிலே கொண்டுவிடப் போறாங்களாம்"

"என்னாடா ஜாக்கு ஜாக்குங்றே"?

"ஏரப்ளான்ல போறப்ப துப்பாக்கியைக் காட்டி ட்ரைவர் கண்டராக்டரு எல்லாரையும் வேற ஊர்ல கொண்டு எறக்கச் சொல்லு வாங்கள்ள – அந்த மாதிரி – அதுதான் ஐஜாக்கு."

"அதுக்கு முன்னாடி பொம்பளை வேசம் கட்டிக்கிடுவானேன்?"

"என்னது பொம்பளை வேசமா?"

"ஆமாண்டா – இந்தப் பசங்க செத்தமுன்னாலெ ரண்டு பொம்பளையாய்ப் போனாங்க – தெருக்கோடிக்குப் போய் வேசம் மாத்திக்கிட்டு வந்தாங்க – இதுதான் இப்ப சொன்னியே அந்த யாக்கா?"

"நீங்க என்னா சொல்றீங்க – அந்த பொண்ணுங்க – மொட்டய்யரு பேத்தியவுள்ள! டில்லிலேந்து லீவுக்கு வந்திருக்காங்க" – மெதுவாக – "கிளத்துக்கு எல்லாம் கலக்கம்.

"யாரு பேத்தி?"

"மொட்டையரு பேத்தியுவ"

"மொட்டையரு பேத்தியுவளா?

"ஆமா – கைலி கட்டிக்கிட்டு, மயிரை வெட்டிக்கிட்டுப் போவுது ரண்டாவது பேத்தி. காலம் கெட்டு கிடக்கு"

எண்பது வயசானவன் தனக்குள்ளாகச் சிரித்துக்கொள்வது போல் காணப்பட்டான். மொட்டய்யரின் அக்காளின் நினைவும் தன்னுடைய இளம் பருவமும் நினைவுக்கு வருவதுபோல அவன் கண்கள் ஒளிவிடுவது போல் காணப்பட்டன.

"காலம் எப்பதாண்டாகெடலே தூமிகுடிச்ச பயலே" என்று மேலும் நினைத்துக்கொண்டே –

(ஆசிரியர் ஐயா அவர்களுக்கு வணக்கம். புதுக்கதை எனக்கு எழுத முடியவில்லை என்று என் தோல்வியை ஒப்புக்கொள்ளுகிறேன். அதனால் கதையை மேலும் கொண்டுபோக முடியவில்லை. மன்னிப்புக் கேட்டுக்கொண்டு இத்துடன் முடித்துக்கொள்கிறேன். ஆரம்ப முயற்சி கடைசி முயற்சியாகவும் போய்விட்டது பற்றி நீங்கள் வருத்தப்பட வேண்டாம்)

சிவாஜி, **அக்டோபர்** 1972
மறுபிரசுரம், *சதங்கை*, **ஜூன்** 1973

மனிதாபிமானம்

"அஞ்சரை, அஞ்சரை!" என்று அவசரமாக, இந்தியில் உரக்கக் கத்தினார் தேவுடு.

அவன் காதில் விழுந்ததோ, என்னவோ, சைக்கிளில் போகிறான். "மணி என்ன சார்" என்று கேட்டான். அவர் கடிகாரத்தை முழுச்சட்டைக் கைப்பொத்தானைப் பிடுங்கி இழுத்துப் பார்த்துச் சொல்ல வேண்டியிருந்தது. அது இரண்டரை மணிதான் காட்டிற்று. பிற்பகலில் நின்று விட்டிருக்க வேண்டும். இப்போது மாலை. ஆபிஸிலிருந்து வீட்டுக்குப் புறப்பட்டது ஐந்தேகால் மணிக்கு. கால் மணி நடந்திருப்போம். கூட்டி, பிறகு ஐந்தரைக்கு இந்தி என்ன என்று யோசித்துக் கத்தினார். இத்தனை பொறுப்பை அவன் தெரிந்துகொள்ளவில்லை. மணி கேட்கிறவன், சற்று இருந்து பதிலைக் கேட்டுக்கொண்டால் என்ன? அப்படிக் கேட்காமல் போகிறவன் எதற்காகக் கேட்கிறான்? ஏன் சைக்கிளில் ப்ரேக் இல்லையா? இல்லை. நிறுத்தினால் ஓடாதா?

முன்பெல்லாம் தேவுடுக்குக் கோபம் வரும். பதினைந்து வருஷங்களுக்கு முன்பு இப்படி யாராவது செய்திருந்தால், கூடவே ஓடி காரியரை இழுத்து சைக்கிளை நிறுத்தி "ஏண்டா சோம்பேறி, ஏன் மணி கேட்டாய்? கேட்ட பிறகு நான் சொன்னதை ஏன் கேட்காமல் போனாய்" என்று காலரைப் பிடித்து உலுக்கியிருப்பார்.

ஆனால் இன்று அவர் பொறுமையோடு நின்றார். மெதுவாகச் சிரித்துக்கொண்டார். வாழ்க்கையைப் பார்த்துச் சிரிக்க வேண்டும், கோபப்படக்கூடாது என்று பல தத்துவ ஞானிகள் சொல்லிவிட்டார்கள். இன்று அவர் பழைய தேவுடு இல்லை. இப்போது மார்க்ஸ், ப்ராய்டு, காந்திஜி, லெனின், ஜிட்டு என்று பல மகான்களின் கதைகளையும் எழுத்துக்களை யும் படித்துவிட்டு, மனிதாபிமானியாகி விட்டார். கோபம் வருவதில்லை. யாராவது திருடிவிட்டால், காரணமில்லாமல்

திருட மாட்டார்கள். கொலை செய்தால் காரணமில்லாமல் கொல்ல மாட்டார்கள். பிள்ளை தன்னோடு சண்டை போட்டால், பெண்டாட்டி மகளோடு சண்டை போட்டால், ஈடிபஸ் காம்ப்ளெக்ஸாக இருக்கும். யாராவது பலாத்காரமாகக் கற்பழித்தால் கற்பழிப்பவனின் மனநிலை தான் முக்கியம் தேவுடுக்கு. சின்ன வயதில் அவனுக்கு, தாயுடைய அல்லது தகப்பனாருடைய "லௌ" கிடைத்திருக்காது. தங்கள் சுயநலத்திற்காக அவனைப் புறக்கணித்திருப்பார்கள் ...

தேவுடு பொத்தானைக் கழற்றி கடிகாரத்தை மணிக்கட்டிலிருந்து அவிழ்த்து ஆட்டிப் பார்த்தார். விநாடி முள் நகர்ந்தது. ஆனால் பத்தாவது இலக்கத்தில் நின்றுவிட்டது. ஆட்டினார். மீண்டும் ஒரு சுற்று சுற்றி பத்தில் நின்றுவிட்டது. சாவி காலை பத்து மணிக்குக் கொடுத்தோம். அதிகமாகக் கொடுத்துவிட்டோமோ? அப்படியானால் இரண்டரை மணி வரை ஓடி யிருக்காதே.

தேவுடுக்கு வருத்தம். இது புதுக் கடிகாரம். வாங்கி ஒரு வருஷம் இரண்டு மாதம்தான் ஆகிறது. கீழேயும் போடவில்லை. முரட்டுத்தனமாக ஆளவில்லை. தண்ணீர் படவில்லை. ஏன் இப்படித் தரக்குறைவாக ஒரு பொருளைச் செய்கிறார்கள்? ஃபாக்டரியில் தரக் கண்காணிப்பு இல்லையா? இல்லை பொருத்துகிற தொழிலாளிகள் சரியாகப் பொருத்தவில்லையா? அந்தத் தொழிலாளிக்கு அன்று என்ன கஷ்டமோ? பசியாக இருந்திருக்கும். குழந்தைக்குக் காய்ச்சலாக இருந்திருக்கும். முதலாளியோ நிர்வாகமோ லீவு கொடுக்க முரண்டியிருக்கும். தரக் கண்காணியும், என்னதான் நீண்ட முடியும் விறைந்த சட்டையும் தொள தொள கால் சட்டையும் அணிந்திருந்தாலும் அவனும் பாட்டாளிதானே. அவன் வீட்டில் என்ன தொல்லையோ!

வீட்டுக்கு வந்து கடிகாரத்தைப் பற்றிச் சொன்னபோது, "கடியாரத் துக்கும் நமக்கும் ராசி கிடையாதுன்னு தெரியறது," என்று சுருக்கமாகச் சொன்னாள் மனைவி.

தேவுடுவுக்கு இப்போது ராசியிலெல்லாம் நம்பிக்கை கிடையாது. ப்ராய்டும் மார்க்ஸும் இவருக்குக் கண் திறந்து விட்டிருக்கிறார்கள். திருச்சி ஓட்டல் ஒன்றில் கழுவிடத்தில் ஒரு கைக்கடிகாரத்தை அவர் மறந்து வைத்துவிட்டார். அது போய்விட்டது. அதே போல கிராண்ட் ட்ரங்க் எக்ஸ்பிரஸ் கழிவறையில் மறந்து வைத்த இன்னொரு கடிகாரமும் போய்விட்டது. அவர் மனைவிக்கு வாங்கிக் கொடுத்த கடிகாரம் வாங்கிய ஒரு மணி நேரத்தில், ஆட்டோ ரிக்ஷாவில் நழுவி விழுந்துவிட்டது. வீட்டுக்கு வந்த பிறகு வெறுங்கையைப் பார்த்து அவளுக்கு ரத்த அழுத்தம் வந்தது. ஒவ்வொரு ரிக்ஷா நம்பரையுமா குறித்து வைத்துக் கொள்வார்கள்? "இறங்கறபோது ஒரு வார்த்தை, கையிலே வாட்ச் இருக்கா பாத்தியானு நீங்களாவது சொல்ல மாட்டேளா? உங்களுக்கு உங்க ஞாபகம்தான்" என்று அவருக்குக் குழி வேறு பறித்தாள் அவள். அது அவள் சுபாவம். வாழைப் பழத்தோலில் சறுக்கி அவள் விழுந்தால்கூட, சுற்றியிருப்பவர்கள் தோலியை முன்னாலேயே பார்த்து அவளை எச்சரித்திருக்க வேண்டும் என்பது அவள் பார்வை.

"சமூகம் சமூகம்ங்கறேளே! ஒருத்தருக்கொருத்தர் பார்த்து ஆதரவா, முன் ஜாக்ரதையோட அரவணைச்சுண்டாத்தான் சமூகம், தெரிஞ்சுங்கோ" என்று சமூக வாழ்க்கைக்கு முளையும் நடுவது அவள் வழக்கம்.

மறுநாள் தேவுடு மில்லர் கம்பெனிக்குப் போனார். அந்தக் காலத்தில் ஆங்கிலேயர்கள் நடத்தி வந்த புகழ் பெற்ற கடிகாரக் கடை அது.

"பாவ்ஜி, நாங்கள் இதை ரிப்பேர் செய்வதில்லை" என்றான் பழுதுக்காரன்.

"ஏனாம்?"

"இது ரைனாஸரஸ் வாச்சாச்சே."

"இருந்தா என்ன?"

"வேறே எந்த வாச்சும் ரிப்பேர் பண்ணுவோம். இதுக்கு மட்டும் இப்ப இந்தியாவிலேயே ஸ்பேர்பார்ட்ஸ் கிடையாது. மும்தாஜ் சௌக்கிலே ஒரு கடையிருக்கு – பாமர் கம்பெனின்னு. அவங்கதான் ஏதாவது செய்ய முடியும்."

"அது ஏழு மைல்னா இருக்கு."

"என்ன செய்யறது?"

"இங்க வேறெ யாரும் செய்ய மாட்டாங்களா?"

"கேட்டுப் பாருங்க."

வீலர் பட்டவர்வொர்த் போஸ்ட் கேட், மார்ஷல் என்று அந்தக் காலத்தில் ஆங்கிலேயக் கம்பெனிகளாயிருந்த கடைகளில் போய்ப் பார்த்தார் தேவுடு. எல்லோரும் மும்தாஜ் சௌக், பாமர் கம்பெனிக்குத் தான் கைகாட்டிவிட்டார்கள். அதே வழியையத்தான் அக்கர்வால், பூரண்சிங், சரஸ்வதி, நாஷனல் – இந்த இந்தியர் பேர்க் கடைகளும் காட்டினார்கள்.

"மும்தாஜ் சௌக்" என்றுமே தேவுடுவுக்கு ரத்தம் வற்றிவிட்ட சோர்வு. கி.பி. 2050ஆம் ஆண்டில் உலகத்து ஜனத்தொகை பன்மடங்காகப் பெருக ஜனங்களுக்கு வேகமாகவோ சாதாரணமான நடையாகவோ நடக்க முடியாது என்றும் தெருக்களில் ஒருவர் பின் ஒருவர் இடித்துக்கொண்டே மெதுவாக அடிமேல் அடிவைத்து நகர வேண்டும் என்றும், அதற்கும் ஐம்பது வருஷம் கழித்துப் படுக்கவே இடம் இல்லாமல் ஜனங்கள் நின்று கொண்டே தூங்குவார்கள் என்றும் ஏரோப்ளேனிலிருந்து பார்ப்பவர் களுக்கு புழுக்கள் நெளிகிற தோற்றமாக இருக்கும் என்றும் முக்கால சூழல் இயல் ஞானி காமனர் எச்சரிப்பது தேவுடுவை வாட்டிற்று. கி.பி. 2050 மும்தாஜ் சௌக்குக்கு 1950லேயே வந்துவிட்டது. அந்தக் கடைத்தெரு ஒரு மைல் நீளமும், உப்பிலிருந்து கற்பூரும், கைவளையிலிருந்து கருத்தடை வளையம், குண்டூசியிலிருந்து காணாமற் போன கார்கள், நிஜமான கதரிலிருந்து நியூயார்க்கில் அமெரிக்கர்கள் அணிந்து எறிந்துவிட்ட முந்நூறு டாலர் ப்ளானல் சூட்டுகள் – எல்லாம் கிடைக்கிற அகில உலக

பஜார் அது. மனிதர்கள் அடிமேல் அடிவைத்து எல்லா அங்கங்களும் இடிக்க நகர்ந்துகொண்டிருக்கிற பஜார். பாராஜாரி டாங்காங் குதிரை மனிதர்கள் தலையில் கனைக்கிற பஜார். சுத்த தேசிய நெய் ஜிலேபிகள், நாய்க்குட்டிகள், வைர நகைகள், நூறு ரூபாய் பீடர், பன்னல் இல்லாமல் டின்னிலிருந்து சீசாவுக்கு மண்ணெண்ணெய் இறக்குகிற மாஜிக் குழாய், எல்லாம் கிடைக்கிற பஜார்.

தேவுடு பஸ்ஸில் போனார். ஒரு பர்லாங்குக்கு முன்னாலேயே இறக்கி விட்டார்கள்; அங்கிருந்தே கூட்டம் ஆரம்பித்துவிட்டது. அடிஅடியாக நகர வேண்டியிருந்தது. பஜார்வீதிக்குள் திரும்பியதும் நடைபாதையின் குறுக்கே ஒரு க்யூவரிசை. ஒரே கத்தல், அறுபது பரட்டைத் தலைகள். கிழிசல் நிஜார்கள். கரி - அழுக்கு உடம்புகள். க்யூவரிசை தொடங்கின இடம் ஒரு கதவு ஒருக்களித்திருந்த ஒரு வாசற்படி. அங்கு ஒரு ஆள் தலைமீது ஒரு கூடை. பக்கத்தில் முட்டாக்குப் போட்ட ஒரு அம்மாள். அந்தக் கூடையிலிருந்து சப்பாத்தி ஒன்றை எடுத்துக் கையில் வைத்தபடி நின்று கொண்டிருந்தாள். ஒரு பதினைந்து கைகள் அதைப் பிடுங்கிவிடுகிறது போல நீட்டிக்கொண்டிருந்தன. மூன்றாவது ஆள் ஒருவன் ஒரு கம்பைச் சுழற்றிச் சுழற்றி "லைன் லைன், லைன்லே நில்லு எல்லாருக்கும் கிடைக்கும்" என்று இந்தியில் கத்தினான். தர்மசப்பாத்தி.

நடைபாதையில் அப்பால் போக முடியவில்லை. வீதியில் இறங்கி க்யூவை வலம் வந்து மீண்டும் நடைபாதைக்கு ஏறினார். நடக்க முடிய வில்லை. வருகிற ஜனங்கள் மோதினார்கள், முகத்தில் இடித்தார்கள். காலின் கீழே துப்பினான் ஒருவன். பாமர் கம்பெனி மணிக்கூண்டிற்கு அப்பால் இருக்கிறது. அது கிட்டத்தட்ட பஜாரின் அந்தக் கோடி, இந்த நடைபாதையின் ஜன வெள்ளத்தில் எதிர் நீச்சுப் போட்டால் போய்ச்சேர ஒரு மணி பிடிக்கும். தேவுடு இறங்கி வீதிமத்திக்குப் போகக் கால் எடுத்து வைத்தார். ஆட்டோ ரிக்ஷாக்களும் மிதி ரிக்ஷாக்களும் இரண்டு பாரி பசுக்களும் போன பிறகு ஒரே தாண்டாகத் தாண்டி வீதி மத்திக்கு வந்தார். போகும் வழி வரும் வழி என்று வீதியைக் கூறிட்டு நடுவில் ஒரு சிமிண்ட் மேடை கட்டியிருந்தது - பஜார் கோடி வரையில் அதன்மீது நடந்தார். நூறு தப்படிக்கு மேல் நடை தடைபட்டது. அந்தச் சிமிண்டு வகிட்டின் மீது யாரோ ஆள் படுத்து அடித்துப் போட்ட மாதிரி தூங்கிக்கொண்டிருக் கிறான். நடுநிசித் தூக்கத்தை மாலை ஐந்தரை மணிக்குத் தூங்குகிறான். அவருக்கு இப்போதுதான் கண்ணே திறந்த மாதிரி இருந்தது. அந்த ஆளுக்குப் பிறகு அதே மாதிரி இன்னொருவன்- அப்புறம் இன்னொரு ஆள் - இன்னொரு, இன்னொரு - அந்த ஒரு மைல் நீளமும் காலி இல்லை. ஒரே தூக்க வரிசை. எப்படியோ ஒரு தாண்டு தாண்டி நடை பாதைக்கும் போகாமல் நடைபாதையை ஒட்டி வரிசை வைத்திருந்த குட்டிக் கடை பரப்புகளோடு நடந்தார் தேவுடு. டாங்காங்கள் அவரை உரசுகிற மாதிரி நகர்ந்தன. "ஸ்ரீமான்ஜி!" என்று டாக்காங்காரர்கள் அவரைப் பார்த்துக் கத்தினார்கள். தேவுடு வீதியின் நடு வகிடைப் பார்த்துக்கொண்டே நடந்தார்.

சாயங்காலம் ஐந்து மணிக்கு எத்தனை பேர் தூங்குகிறார்கள்! இந்தப் பக்கம் போகிற இரைச்சல்! அந்தப்பக்கம் வருகிற இரைச்சல்!

ஆட்டோ சத்தம். மிதி சைக்கிள் மணிகள்! வீதியோரக் குட்டிக் கடை காரர்களின் கூப்பாட்டுக் கூச்சல்கள்! ரேடியோக்கள், குழந்தை ஊதல்கள் – இத்தனைக்கும் இடையில் வீதியின் நடு வகிடு மக்கள் தூக்கத்தின் மௌனத்தில் புதைந்து கிடக்கிற ஆச்சரியம் தேவுடுவைச் சற்று நிற்க வைத்துவிட்டது. கிழவர்கள், குழந்தைகள், முப்பது வயதுகள், இருபது வயதுகள், தகரக் குவளையைத் தலையணையாக வைத்து ஒரு தூக்கம். கந்தல் மூட்டை பறி போகாமல் அணைத்துக்கொண்டு ஒரு தூக்கம். கடைவாய் வழிகிற தூக்கம். ஒரு பதினாறு வயசு அழுக்குக் கறுப்பன் தலை மேடைக்குக் கீழே லேசாகத் தொங்குகிறது. பள்ளமே தலைக்குயர மாகிறதென்றால் எப்பேர்பட்ட துயிலாக இருக்க வேண்டும்! ஒரு டாங்காச் சக்கரம் உரசினால் போச்சு! உரசாமல் ஏதோ காப்பாற்றி விட்டது இத்தனை நேரம். அவன் தலையைத் தூக்கி சமத்தில் வைக்க வேண்டும் போலிருந்தது தேவுடுக்கு. செய்யலாம். செய்யவில்லை. சங்கோசம். மனிதாபிமானி, மகாத்மா காந்தி அவதாரம் என்று எல்லோரும் பழிக்கத் தொடங்கிவிட்டால் ...

யார் இவர்கள்! எப்படி இந்த வீதி மத்தி தூங்குகிற இடம் என்று கண்டுபிடித்தார்கள்! உற்றுப்பார்த்தார். வேறு யாருமில்லை. நம்நாட்டு மனிதர்கள் தான். பல காந்திகள் சொன்ன தரித்திர நாராயணர்கள், கரீபிஹ்தாவ்களின் பூஜாவிக்ரகங்கள்.

இப்படிச் சாயங்காலம் தூங்குகிறவர்கள் எப்போது எழுந்திருப் பார்கள்? எங்கே சாப்பிடுவார்கள், சாப்பிட்டுவிட்டு எங்கு போவார்கள்? மறுபடியும் எங்கு படுப்பார்கள்? எத்தனை மணிக்குத் தூங்குவார்கள்?

நடைக்கு மீண்டும் தடை! கடை வாசலில் கும்பல்! கும்பலின் கோடியில் தலைக்கு மேல் எழுதியிருந்தது. சுத்த தேசிய நெய் ஜிலேபி. ஸ்தாபிதம் 1786. 1977லிருந்து கழித்ததில் இருநூறு வருஷத்திற்கு ஒன்பது வருஷம்தான் குறைச்சல். இந்திப் பத்திரிகைத் துணுக்குகள், எழுதின நாற்பது பக்க நோட்டுப் பக்கங்கள் – என்று பல தினுசுக் காகிதங்களில் ஒவ்வொரு ஜிலேபியாக வைத்துக் கடித்த வண்ணம் மனிதர்கள் கும்பலிலிருந்து பிதுங்கி வந்துகொண்டிருந்தார்கள். ஜிலேபி பசும் பொன் நிறமாகத் தளதளத்தது. மெல்லுகிற ஓசைகளில் மொரமொரப்பு. கவர்ச்சி தாளாமல், மெதுவாகக் கும்பலில் பிதுங்கிக்கொண்டார் தேவுடு. இரண்டு நிமிஷத்தில் கடைக்காரனிடம் நெருங்க முடிந்துவிட்டது. ஒரு நூறு கிராம் ஜிலேபியை வாங்கிக் கொண்டு பிதுங்கி வந்தார். வாயில் போடுவதற்குள் ஈக்கள் பிடுங்கிவிடும்போல் உடட்டை முற்றுகை இடவே காகிதத்தால் நன்றாக மூடி ஈக்கள் இல்லாத இடமாகப் பார்த்து மேலே நடந்தார் தேவுடு.

மணிக்கூண்டு சதுக்கத்தில் பல்குச்சி, பாய்கள் விற்கிறவர்கள் வரிசைக்கு இப்பால் தொழு நோய்க்காரர்கள் பாஜி பாஜி என்று முப்பது பேர் அரற்றினார்கள். அதற்குள் ஜிலேபியைத் தின்றுவிட்டார் தேவுடு. தின்னாவிட்டாலும் கொடுப்பதாக இல்லை அவர். தொழுநோய்க் காரர்களுக்குத் தனிக் காலனி வைத்து வைத்தியம் சாப்பாடு எல்லாம் நடக்கிறது. கொண்டு விட்டாலும் தப்பி ஓடி வந்து தெரு மத்தியிலும் ஓரத்திலும் இருந்து நோய் பரப்புகிறவர்களுக்கு எதற்கு இரங்க வேண்டும்! ஆனால் காலனியில் கெடுபிடி அதிகமோ என்னவோ! வாய் ருசிக்க

அறுசுவை கிடைத்திராது. பிச்சை உணவில் அறுபது சுவை இருக்கும் ... என்னவோ, ஜிலேபி தீர்ந்துவிட்டது.

பாமர் கம்பெனிக்கு மாடிப்படி ஏறிப்போனார். மாடிப் படியிலும் ஏறுகிற, இறங்குகிற நடமாட்டம். பாமர் கம்பெனி ஒன்றரை ஆள் அகலம். நீளமான ஓட்டம். அகலத்தில் பாதியை வரிசையாக கண்ணாடி அலமாரிகள், அதற்குப்பின் விற்பவர்களாக அடைத்திருந்தது. மூன்று கோடை காலப் பகல் சேர்ந்து வந்தது போல வாழைத்தண்டு விளக்கு வெளிச்சம். கி.பி. 2050 ஆக இல்லாவிட்டாலும் கி.பி. இரண்டாயிரத்தின் கூட்டம் அகப்பட்ட இடுக்குகளைப் பிடித்துப் பிடித்து குனிந்து குனிந்து பார்த்தார். உலகத்துக் கடிகாரம் ஒன்றும் மிச்சமில்லை. முகமில்லாத கடிகார அலமாரியில் எள் விழாத கும்பல்.

யாரும் யாரையும் கவனிப்பதாகத் தெரியவில்லை. இரண்டு கடிகாரத்தைப் பைக்குள் போட்டுக்கொண்டாலும் தெரியாது.

"ரைனாசரஸ் வாட்ச் ரிப்பேர் பண்ணுவீர்களா?" என்று கடையில் இடம் பிடித்து ஆள் பிடித்துக் கேட்டுவிட்டார் தேவுடு.

"ரைனா இப்பல்லாம் வரதில்லை. அதே மாடல்தான் மூனி வாச்சு" என்று இன்னொரு அலமாரியண்டை செல்ல முயன்றான் அவன்.

"வேண்டாம் வேண்டாம் ரைனாசரஸ் கடிகாரம் ரிப்பேர் பண்ண முடியுமானு கேட்டேன்."

"ரைனாசரஸா! அதெல்லாம் இப்ப வரதேல்ல சார். ரிப்பேருக்கே அதை வாங்கறதில்லே. நம் வாச்சுங்களே இப்ப ஏற்றுமதியாவுது – ரைனாவை யார் தருவிக்கிறாங்க இப்பல்லாம்."

சிறிது நின்றார் தேவுடு.

"யாருமே செய்ய மாட்டாங்களா?"

"நாங்க தான் இந்த ஸிட்டியிலேயே செஞ்சுகிட்டிருந்தோம். நாங்களே இல்லேன்னா வேற யாரு செய்வாங்க?"

"என்ன பழுதுன்னாவது சொல்லுங்களேன்."

"இப்ப சட்டுனு சொல்ல முடியாது சார்."

"கொஞ்சம் பாருங்க சார். நான் மிதிலாபுரியிலேர்ந்து வரேன்."

"கொடுங்க" என்று அலுத்துக்கொண்டே வாங்கிப்போனான். ஒரு நிமிஷம் கழித்துத் திரும்ப வந்தான்.

"கொஞ்சம் காத்திருக்கணும் சார்."

"நிச்சயமா."

கொஞ்சம் என்பது ஒரு மணி நேரம் என்று ஏழுமணிக்குத் தெரிந்தது.

"லீவர் உடஞ்சிருக்கு சார். ஒண்ணும் செய்ய முடியாது" என்று கடிகாரத்தைத் திருப்பிக் கொடுத்தான். "காரண்டி இருக்கா? எங்க வாங்கினீங்க?"

"நான் வாங்கலே. என் சிநேகிதர் ஒருத்தர் ஹாங்காங்லேந்து வாங்கிண்டு வந்து கொடுத்தார்."

"அப்ப அங்கதான் அனுப்பணும்."

"இது ரொம்ப ஒஸ்தி வாட்சா?"

"ஒஸ்தி என்ன, மட்டம் என்ன? எல்லா வாட்சும் ஒஸ்திதான். ரைனாசரஸ் எம் மாதிரி ஆளுங்கல்லாம் வாங்கிக் கட்டிக்கிறது. அமெரிக்கா வில் சாதாரண வசதியிருக்கறவங்க வாங்கி கட்டிப்பாங்களாம். அந்த ஊர்லே ஏழைன்னா, நம்ப ஊர்லே நடுத்தரமான மனிசன். அவ்வளவுதான்."

தேவுடு சிரித்தார்.

"அப்ப ஒண்ணுமே செய்ய முடியாது?"

"முடியாது. யாராவது சிநேகிதங்க ஹாங்காங் போனா அனுப்பிச்சுப் பாருங்களேன்" என்று அடுத்த ஆளைக் கவனிக்கத் தொடங்கினான் அவன். அவன் இத்தனை நேரம் முகம் கொடுத்ததே பெரிது.

ஹாங்காங் யார் போகப் போகிறார்கள்? "தொலைஞ்சுது நூத்தம்பது ரூபா. இன்னமே சுண்ணாம்புக் காண்டான்தான்."

தேவுடு வெளியே வந்து நடைபாதையில் மாட்டிக்கொண்டார். இப்பொழுது கூட்டம் கி.பி. 2100ஆகவே வளர்ந்துவிட்டது. கீழே இறங்கினார். வீதி மத்தியின் சிமிண்டு வகிட்டில் இன்னும் தூங்கிக் கொண்டிருக்கிறார்கள். வயிறு குழைகிற தூக்கம். அந்த மாதிரி பல தூக்கங்கள்.

"இந்தக் கடிகாரம் ஓடாவிட்டால் என்ன மோசம் போய்விட்டது?" தேவுடுவுக்குள் இந்தக் கேள்வி எழுந்தபோது அவருக்கு வியப்புத் தாள வில்லை. ஒரு பெரிய வெளிச்சம் உள்ளுக்குள்ளே அடித்தாற்போல் ஒரு பரவசம். உடம்பு முழுவதும் அது ஓடிகிறாற் போலிருந்தது. இப்படிப் பரவசம் வரும்போது அவருக்குக் கழிவிடத்திற்குப் போக வேண்டும் போலிருக்கும். சிரமப்பட்டு நினைவை அதிலிருந்து அகற்றி வெளிச்சத்தை மட்டும் நினைத்து நிறைந்துகொண்டு நடந்தார்.

"மணி என்ன பாவ்ஜி!" என்று குரல் வந்தது. ஒரு சீப்புக் கடைக்குப் பக்கத்தில் சற்றுத் தள்ளினார் போல முட்டி போட்ட ஒரு ஆள்தான் கேட்டான். பக்கத்தில் ஒரு தடி, ஒரு காலி வனஸ்பதித் தகரக்குவளை. கிழவன். ஒரு கண் இல்லை.

"ஏழே கால்" என்று குத்துமதிப்பாகச் சொல்லி வைத்தார் தேவுடு.

"மணி தெரிஞ்சு என்ன பண்ணப் போறே?"

"எட்டு மணிக்குச் சப்பாத்தி கொடுப்பாங்க அனுமான் மந்திர்லே, அதுக்குத்தான்."

"அப்படியா! இந்தக் கடிகாரத்தை வச்சுக்கோயேன். மணி பார்த்துப் பிச்சை கேட்கலாம்" என்று ரைனாசரஸை உருவி நீட்டினார் தேவுடு.

"பைசா கொடுங்க சாமி. இது என்னாத்துக்கு?"

"வைச்சுக்கோ பரவால்லே."

"பாவ்ஜி! என்ன நினைச்சுட்டீங்க; போலிஸ்காரன் பிடிச்சு, கொட்டடிலே போட்டுச் சாக அடிச்சிரலாம்னு பார்க்கிறீங்களா!"

பக்கத்திலிருந்த ஒரு பொம்பளைப் பிச்சைக்காரி சிரித்தாள். "போலிஸ்காரான் அடிச்சு செத்தா என்னவாம்! லாலாஜிக்கு ஒரு சப்பாத்தி மிச்சம் தினமும்."

"நீ சும்மா இர்ரீ ரண்டி" என்று சிரித்துக்கொண்டே கம்பைத் தூக்கி அவள் பக்கம் ஓங்கினான் கிழவன்.

ரைனாசரஸை மீண்டும் மணிக்கட்டில் மாட்டிக்கொண்டு நடந்தார் அவர். பைசா கொடுக்க மறந்துவிட்டது.

"இந்தக் கடிகாரத்தைப் பழுது பார்ப்பது முக்கியமில்லை" என்று மார்க்ஸ், ப்ராய்டு, ஜிட்டு, மகாத்மா காந்தி எல்லாரும் அவர் காதில் உபதேசம் செய்துகொண்டு வந்தார்கள்.

ஹாங்காங்குக்கு யாராவது சிநேகிதன், அல்லது சிநேகிதனுக்கு சிநேகிதன் எப்போதாவது போகாமலிருக்க மாட்டான் என்று அந்த உபதேசங்களுக்கிடையே அவர் குரலும் கேட்டுக்கொண்டிருந்தது. போகிற வழியில் மறுபடியும் சுத்த தேசிய நெய் ஜிலேபிக் கடைக் கும்பலில் பிதுங்கினார் தேவுடு. மனைவி மீதும் அவருக்கு மனிதாபிமானம். இந்தச் சாயங்காலத்தைப் பற்றி அவளுக்குச் சொன்னால், இரவு மூன்று மணி வரை பேசுவாள் – பெண் மொழியும் பொன் மொழியுமாக.

கணையாழி, அக்டோபர் 1977

பாட்டியா வீட்டில் குழந்தைக் காட்சி

பட்டேல் நகரில் வீடு வாடகைக்கு வருகிறதாம். பிள்ளை சொன்னான். அவனுக்குக் கலியாணமாகி இரண்டு வயதில் ஒரு குழந்தை. மருமகளும் ஒரு கம்பெனியில் வேலை பார்க்கிறவள். அவனைப் பார்க்க வருகிறவர்கள் நாளைக்குச் சராசரி ஏழுபேர். அவளைப்பார்க்க வருகிற நண்பிகள் சராசரி நாலு. சில சமயம் இரு தரப்பு நண்பர்களும் ஒரே சமயத்தில் வரவே, வீடு பிதுங்கும். இருக்கிற இரண்டு அறைகளும் மகராஜன் கப்பல். இரண்டும் சிரிக்கும்; கூச்சலிடும். "ஹாய்"கள், "புல்ஷிட்டு"கள் "டோண்பி ஸில்லி"கள், "ஃபண்ட்டாஸ்ட்டிக்"குகள், "மை குட் நெஸ்"கள் என்று யுவ சொல்லகராதியை முழக்கும். புதிய அகராதி பழக்கமில்லாத தாலும் மூப்பு காரணமாகவும் தேவாவும் அவர் மனைவியும் அனுமான் மந்திருக்குப் போய் வருவதாக, முறையே பிள்ளை யிடமும் மருமகளிடமும் விடைபெற்றுக்கொண்டு போவார்கள். கூட்டம் கலைந்ததும் திரும்பி வருவார்கள். பிள்ளைக்குச் சொல்ல முடியாது. மருமகளுக்கு மெல்ல முடியாது. இருவரும் வேறு வீட்டுக்குப் போவதென்று பெற்றோருடன் சுமுகமாக முடிவு செய்தார்கள்.

பட்டேல் வீட்டைப் பிள்ளையும் மருமகளும் முதலில் போய்ப் பார்த்து வெள்ளோட்டம் விட்டு வந்தார்கள். தாயாரும் தகப்பனாரும் பார்க்க வேண்டும் என்று அவர் களுக்கு ஆசை. மறுநாள் மாலை தேவாவும் அவர் மனைவியும் பிள்ளையும் மருமகளும் குழந்தையும் ஒரு டாக்சியில் போய்ச் சேர்ந்தார்கள்.

பாட்டியா வீட்டில் குடும்பமே டெலிவிஷன் பார்த்துக் கொண்டிருந்தது.

"ஆயியே ஆயியே" என்று பாட்டியாவின் மனைவி எழுந்து உபசாரம் செய்தாள்.

பாட்டியாவின் தாயார் இரண்டு பேரன்களையும் இரண்டு பேத்தி களையும் வந்தவர்களுக்கு இடம் கொடுக்குமாறு நகர்த்தி இரண்டு சோபாக்களில் உட்காரச் செய்தாள்.

"பாட்டியா வந்துவிடுவார். தியானம் செய்துகொண்டிருக்கிறார். நமஸ்தே கரோபேடா" என்று தாயார் குழந்தைகளைத் தூண்டினாள். நாலு குழந்தைகளும் எழுந்து கைகூப்பி நமஸ்தே சொல்லிவிட்டு மீண்டும் பக்கத்தில் அமர்ந்தன. தேவா ஒரு பையனைத் தன் பக்கத்தில் இழுத்து வைத்துக்கொண்டார். அவர் மனைவி ஒரு பெண் குழந்தையை இழுத்து வைத்துக்கொண்டாள். அவர் பிள்ளை கடைசிப் பெண் குழந்தையை இழுத்து வைத்துக்கொண்டான். மருமகள் கடைசிக்கு முந்தின பையனை வலது துடையிலும் தன் குழந்தையை இடது துடையிலும் வைத்துக் கொண்டாள். இவர்களுக்காகவே பாட்டியாவும் அவர் மனைவியும் நாலு குழந்தைகளைப் பெற்றது போலிருந்தது.

தேவாவுக்குத் திருப்தி. பாட்டியா தியானம் செய்கிறாராம். நல்ல குடும்பம்.

தேவா இழுத்து வைத்துக்கொண்ட பையன் அவர் மீது சாய்ந்து கொண்டான். அவர் கைவிரல்களோடு தன் விரல்களைக் கோத்துக் கொண்டான். அவனுக்கு எட்டு வயது. டெலிவிஷனைப் பார்த்துக் கொண்டிருந்தவன் நடுநடுவே அவர் முகத்தைப் பார்த்துச் சிரித்தான். நன்றாக ஒட்டிக்கொண்டுவிட்டான். தேவாவின் மனைவி இழுத்து வைத்துக்கொண்ட பெண் அவள் மடியிலேயே சப்பளிக்க உட்கார்ந்து ஒட்டிக்கொண்டது. அவள் மார்புமீது பின்னந்தலையைத் தேய்த்துக் கொண்டது. இரு கைகளாலும் அவளுடைய இரு கைகளையும் வளைத்துக் கொண்டது. அதற்கு ஆறுவயது. பிள்ளை இழுத்துக் கொண்ட பெண் குழந்தை டெலிவிஷன் பார்க்காமல் அவன் முகத்தைப் பார்த்து 'ஹிஹ்ஹிஹ்ஹி' என்று சிரித்தது. சட்டைப் பைக்குள் கைவிட்டுப் பேனாவை இழுத்தது. மணி பர்சை எடுத்து கையில் வைத்துக்கொண்டது. சட்டைப் பித்தானைத் திருகிற்று. நறுக்கு மீசையை விரலால் நிமிண்டிற்று. அதற்கு இரண்டு வயது.

மருமகள் இழுத்துத் துடைமீது வைத்துக்கொண்ட பையன், அடுத்த துடை மீதிருந்த அவள் குழந்தையின் கன்னத்தைத் தடவினான். முத்தம் கொடுத்தான். அதன் புறங்கையை எடுத்து முத்தம் கொடுத்தான். அவனுக்கு நாலு வயது.

"ஷாதி கர் ரஹாஹெ" என்று தேவா பக்கத்தில் இருந்த மூத்த பையன் அதைப் பார்த்துச் சிரித்தான். மற்ற குழந்தைகளும் சிரித்தன. பாட்டியாவின் தாயார் சிரித்தாள்.

டெலிவிஷனில் ஆல்பர்ட் ஐன்ஸ்டீன் படம் காட்டிக்கொண்டிருந் தார்கள். தேவாவுக்கு ஐன்ஸ்டீனைப் பற்றிப் படிக்கும்போது அழுகை வரும். மதர் தெரஸா படத்தைப் பார்த்தால் அழுகை வரும். தியாகராஜ கீர்த்தனத்தைக் கேட்டால் அழுகை வரும். ராமானுஜன் புத்தகம் வாங்கக் காசில்லாமல் யார் யாரோ கண்டுபிடித்தது தெரியாமல்,

அந்தக் கணக்குகளைத் தான் கண்டுபிடிக்க உழைத்ததை நினைத்து அழுகை வரும். "இவாள்லாம் குழந்தைகள் மாதிரி, சூது வாது தெரியாது. திரிசமன் தெரியாது. அப்படியே பகவான் படைச்சதுகளைப் பார்த்து ஆச்சரியப்பட்டுண்டேயிருந்தா" என்பார். அதைக்கூட முழுக்கச் சொல்ல முடியாமல் அவருக்கு அடைத்துக்கொள்ளும்.

இப்போது டெலிவிஷனில் ஐன்ஸ்டீன். பரவசமாகப் பார்த்துக் கொண்டிருந்தார் தேவா.

"எல்லாம் மனதுதான். காதலனைப் பார்க்கப் போகிறவளுக்குப் பத்து மைல் பத்துத் தப்படி. இருள் வெளிச்சம். காதலியோடு பேசிக் கொண்டிருக்கிறவனுக்கு இரவின் நாலு ஜாமமும் நாலு விநாடி. எரியும் அடுப்பு மீது வைத்த தோசைக்கல் மீது உங்களை உட்கார்த்தி வைத்தால் ஒரு நொடி ஒரு யுகமாக இருக்கும். விநாடி, நிமிஷம், மாதம், வருஷம், யுகம் எல்லாம் நம் மனத்தைப் பொறுத்தது" என்று ஒரு கிழவிக்குத் தன் சித்தாந்தத்தை விளக்கினாராம் ஐன்ஸ்டீன்.

இங்கும் பொழுது போனது தெரியவில்லை. ஐன்ஸ்டீன் படத்தோடு இந்தக் குழந்தைகளும் சேர்ந்துகொண்டன. தேவாவை அந்த எட்டு வயது கட்டிக்கொண்டாள். அவர் மனைவியை அந்தப் பெண் கட்டிக் கட்டி முத்தம் கொடுத்தது. பிள்ளையை வைத்திருந்த பெண் குழந்தை அவன் மணி பர்சைப் பிரிக்க முயன்றுகொண்டிருந்தது. தலைமயிரை விரலில் சுற்றிச் சுற்றி விளையாடிற்று. நாலு வயதுப்பையன் மருமகள் குழந்தையைக் கொஞ்சினான். பாட்டியா மனைவி குளிர் பெட்டியிலிருந்து பனிக் கற்களை எடுத்து ஆரஞ்சு ரசம் கொடுத்தாள். தேவாவின் ரசத்தைப் பையன் பாதி சாப்பிட்டான். பிள்ளையின் ரசத்தைக் குடிக்க முடியாமல் பெண் குழந்தை கிளாஸை இழுத்து இழுத்து, ரசம் அவன் சட்டை மீதெல்லாம் சிந்திற்று. பெரியவர்கள், "அரே, க்யா மத்லப், பீனே தோ ந" என்று பாட்டியாவின் தாயார் கத்தினதை அவை சட்டை செய்யவில்லை. பொழுது ஓடிற்று.

பாட்டியா மாடியிலிருந்து இறங்கி வந்தார். மணி எட்டு மணி. ஒரு மணி போனது தெரியவில்லை. தியானத்தின் ஒளி முகத்தில் புலர்ந்திருந்தது. வெள்ளைக் குர்த்தா – வெள்ளை பைஜாமா – வெள்ளை முகம். எல்லாருமே அங்கு வெள்ளைதான். பாட்டியாவின் தாயார், மனைவி, குழந்தைகள் எல்லோரும் வெள்ளை. குழந்தைகளின் உதடுகளில் இயற்கையாக வெற்றிலை போட்ட சிவப்பு. கன்னத்தில் ரோஜா.

"பஞ்சாபிக்குக் குழந்தை பிறக்க வேண்டியதுதான். அழகு எங்கெல் லாம் போய் ஒட்டிக்கலாம்னு காத்துண்டிருக்கும். நம்ப ஊர்ப் பொம்மனாட்டிகளைப் பாரு. புடவை மூக்குத்தி தலைப்பூவெல்லாம் கிடக்கட்டும். சாம்பல் படர்ந்த உடம்பும், கச்சலும் கூனலுமா அரை மைல்ல வர்றபோதே தெரியுமே மதராசின்னு" என்று பிள்ளையாண்டான் சொல்லுவான்.

'ம்க்கும். புருஷா மட்டும் ஆறடி உசரமும் அங்கமும் பாழ் போற தாக்கும்" என்று தாயார் ஒரு நாளைக்குச் சொன்னபிறகுதான் இந்தப் பல்லவியைக் குறைத்துக்கொண்டான்.

கன்னமும் கதுப்பும் உயரமும் தாட்டியும் மினுமினுப்பும் வெள்ளையுமாகப் பாட்டியா கையைக் கூப்பி வணங்கினார். குடுகுலிக்கு விடுகிற பகுதியைக் கொண்டு காண்பித்தார். அந்தக் காம்பவுண்டுச் சுவருக்குள்ளேயே அடுத்த வாசற்படி. அதற்கு முன்னால் காம்பவுண்டுச் சுவருக்குள்ளேயே ஒரு வெளி. சச்சதுரம். மூன்று கட்டில் போட்டுப் படுக்கலாம். உள்ளே நுழைந்ததும் ஒரு சின்ன அறை. இரண்டு கட்டில் போடலாம் – படுக்கை அறை. படுக்கையறையிலிருந்து ஓர் ஆள் நுழையப் போதுமான திறப்பு. அதனுள் நுழைந்து வலது பக்கம் திரும்பியதும், ஒரே ஆள் மட்டும் சுவரில் பட்டும் படாமலும் நடக்கக்கூடிய ஒரு ஓட்டம். ஓட்டத்தை ஒட்டி ஒரு மேடை. அதுதான் சமையல் செய்கிற இடம்.

"அடுத்த தடவை நீ பிள்ளையாண்டானா, இந்த ஓட்டத்திலே நீ எப்படிப் போக முடியும்?" என்றாள் தேவாவின் மனைவி. மருமகள் புன்னகை பூத்தாள்.

"பரவால்லேம்மா. ரண்டு பேரும் குழந்தையும் தானே பாத்துக்கலாம். மனுஷா நல்லவாளா இருக்கா." – பிள்ளை.

"அது சரிடா, காலை நீட்டிண்டு படுத்துக்க முடியாது போலிருக்கே. நீ கொஞ்சம் மடக்கிக்கோ. நான் கொஞ்சம் நீட்டிக்கறேன்னு சொல்லிக்க ணும் போலிருக்கே."

"அதெல்லாம் அட்ஜஸ்ட் பண்ணிக்கலாம்ம்மா! மனுஷா நல்லவாளா இருக்கா. முக்காவாசி நாள் வெளியிலே ஓப்பன்லே படுத்துக்கறா எல்லாரும் இங்கெல்லாம். வெளியிலே ரண்டு கட்டிலைப் போட்டுண்டு படுத்துண்டாப் போறது" என்றான் பிள்ளை.

"அவாளுக்குப் பிடிச்சிருக்கு – நீ ஏன் கவலைப்படறே?" என்றார் தேவா.

"கவலையா? சுளையா நானூறு ரூபான்னா மாசா மாசம். ரெண்டு மாச அட்வான்ஸ் வேறே வேணுமாம்."

"ஏம்மா ரூபா ரூபான்னு மலங்கறே? இந்த இடம் போதும் எனக்கு. பகல் முழுக்க ரெண்டு பேரும் ஆபீசு. குழந்தையை தாயி பாத்துக்கறா. வீட்டுக்காரர் எப்படியிருக்கா பாரு!"

"அது சரி. குழந்தைகள்ளாம்தான் பாரேன் துளிவேத்து முகமாகப் பழகித்தா பாரு. வந்ததும் வராததுமா ஒட்டிக்கிண்டு, என்ன சிரிப்பு! என்ன கொண்டாட்டம்?" என்று தேவாகூட வந்து நின்ற மூன்று குழந்தை களையும் பார்த்தார். அதுகளும் சிரித்தன – தமிழ் புரிந்துவிட்டாற்போல.

அட்வான்ஸைக் கொடுத்தார்கள்.

"ஒரு கவலையும் வேண்டாம். உங்க பஹுவை எங்க ஸிஸ்டர் மாதிரிப் பாத்துக்கறோம்" என்றார் பாட்டியா பணத்தை எண்ணிக் கொண்டு.

"உங்க பையன் இவன் தம்பி மாதிரி" என்றாள் பாட்டியாவின் தாயார்.

விடைபெற்றுக்கொண்டு கிளம்பினார்கள் தேவாவும் குடும்பமும்.

"எப்ப வருவே?" என்று பிள்ளையின் கையைப் பிடித்துக் கொண்டான் எட்டு வயது.

"நாளைக்கே."

"நான் இனிமே இங்கேதான் கீதாவோட விளையாடிண்டிருப்பேன்" என்று குடக்கூலி இடத்தைக் காண்பித்தது நாலு வயது.

"யாரு கீதா?"

"இதுதான்" என்று தேவாவின் பேத்தியைக் காட்டிற்று நாலு வயது.

"அட, நீயும் ஒரு பேரு வைச்சுட்டியா தேவலையே. குழந்தைகள்ளாம் எப்படியிருக்கு பாரு ஒண்ணொண்ணும்!"

"போய் வரோம்."

"நாளைக்கே வந்தடணும்" என்றன மூன்று குழந்தைகளும். "நாளைக்கே!"

"நல்ல நாளாப் பார்த்துண்டு வரோம் – ஒரு வாரத்துக்குள்ளே."

நாலு வயதுப் பையன் "நானும் வருவேன்" என்று அழத் தொடங்கி விட்டான்.

"ஜல்தி வருவா பேட்டா. நல்ல முகூர்த்தம் பார்த்து வந்துடுவா ... அரே, இது என்ன உங்க குழந்தையா? எங்க குழந்தையா? என்று சிரித்தாள் பாட்டியாவின் தாயார் குழந்தை விடாமல் அழுவதைப் பார்த்து.

எல்லாக் குழந்தைகளும் டாட்டா காட்டின.

தேவாவின் பேத்தியும் டாட்டா சொல்லிற்று.

"நல்ல முகுரப் பார்த்து ஜல்தி வாங்க. முன்னாலே வந்தாலும் பரவால்லே" என்றது ஆறு வயது.

"பார்த்தேளோல்லியோ, பரவாயில்லையாம் – நூத்துக் கிழம் மாதிரின்னா பேசறது!"

அந்த நல்ல முகூர்த்தம் லேசில் வரும் வழியாக இல்லை. பிள்ளையும் மருமகனும் சாமான்களைப் போட்டுவிட்டு வந்தார்கள் ஒரு நாள்.

"இன்னிக்கு வல்லியா?" என்று ஏக்கத்தோடு கேட்டனவாம் எட்டும், ஆறும், நாலும்.

தேவாவுக்குப் பதினைந்து நாள் ஜூரம் அடித்தது. அவர் எழுந்ததும் அவர் பிள்ளை படுத்துக்கொண்டான். அவன் எழுந்துகொள்ளும் பொழுது, மருமகளின் தாயாருக்கு உடம்பு கவலைக்கிடம் என்று தந்தி வந்தது. மருமகள் இரண்டு நாள் பயணம் செய்து ஊருக்குப் போனாள். அவள் திரும்பி வர இரண்டு மாதமாயிற்று. மூன்று மாதங்கள் ஆகிவிட்டன. அவள் வந்ததும் தேவாவின் மனைவிக்கு மஞ்சள் காமாலை வந்தது. யமுனையின் நன்கொடை. மூன்று மாத வாடகைகளையும் பிள்ளை மாதாமாதம் இரண்டாம் தேதியே கொடுத்துவிட்டு வந்தான். மூன்றாம்

பாட்டியா வீட்டில் குழந்தைக் காட்சி

மாத வாடகை கொடுக்கும்போது பாட்டியா கடுகடுவென்றிருந்தார். பாட்டியாவின் தாயார் முகத்தை 'உம்'மென்று வைத்திருந்தாள்.

மஞ்சள் காமாலைக்குத் தேவாவின் மனைவியை விட மனதில்லை.

"இப்ப ஜாகை மாற வாண்டாம். பேசாம அட்வான்ஸை திருப்பி வாங்கிண்டு சாமானெல்லாம் எடுத்துண்டு வந்து சேரு" என்று மெலிந்து போன தாயார் உத்தரவிட்டாள்.

தேவாவும் பிள்ளையும் மருமகளும் குழந்தையோடு பட்டேல் நகருக்குப் போனார்கள்.

"ஆயியே" என்று சிரிக்காமல் அழைத்தார் பாட்டியா. "எங்களுக்கு ரொம்பக் கஷ்டம் கொடுத்துவிட்டீர்கள்" என்று எடுத்த எடுப்பில் தொடங்கினார்.

"என்ன கஷ்டம் கொடுத்தோம்? மாசாமாசம் ரெண்டாம் தேதி வாடகை மூணுமாசம் கொடுத்துண்டு வரேன்."

"பணம் யாருக்கு சார் வேணும்? பணத்தைப் பத்தியா நான் பேசினேன்?"

"பின்னே என்ன கஷ்டம்? அட்வான்ஸ் கொடுத்ததிலேர்ந்து நாங்க இன்னும் பால் கூடக் காச்சி சாப்பிடலியே! ஏதோ நாங்க குடி வந்திருந்தாலும், ஏன் அங்கே நின்னே, இங்க நின்னே, எரஞ்சு பேசாதே– இப்படி ஏதாவது சொல்லலாம்."

"அதெல்லாம் நீங்க செய்திருந்தா நல்லா இருந்திருக்கும். இப்ப ரொம்பக் கஷ்டமாப் போச்சு."

பாட்டியாவின் கைக்குழந்தையும் மற்ற மூன்று குழந்தைகளும் ஆஜராகிவிட்டன. எல்லா முகங்களிலும் 'உம்'மென்ற முறைப்பு.

தேவா குழம்பிப்போய்க் குழந்தைகளைப் பார்த்துக்கொண் டிருந்தார். பிள்ளை வாதம் செய்துகொண்டிருந்தான்.

"ரொம்பக் கஷ்டம் ரொம்பக் கஷ்டம்னு சொல்லிண்டேயிருந்தா என்ன கஷ்டம்னு சொல்லுங்களேன்?

"தெருவிலே எல்லாரும் கேக்கறாங்க சார் – ஏன் குடி வச்சவங்க வரலே வரலேன்னு. வீட்டிலே ஏதோ தோஷம் இருக்குன்னு பேசிக்க ஆரம்பிச்சுட்டாங்க...மாசத்துக்கு ஒரு தரம் வந்து நீங்க திறந்து பார்த்துட்டுப் போறீங்க. நீங்க அந்தண்டை போனப்பறம் எலி பிராண்டுது. பூனை ராத்திரி முழுக்கக் கத்துது. அதைக்கூட நான் சட்டை பண்ணலே. தெருவிலே பேசறாங்க பாருங்க ஏன் வரலே ஏன் வரலேன்னு வீட்டுக்காரங்க சரியா யிருந்தா இப்படி வரத் தயங்குவாங்களாங்கறான் அடுத்த வீட்டுக்காரன்."

"இது என்ன சின்ன ஊரா. பாட்டியாஜி வம்பளக்கறதுக்கு? அறுபது லட்சம் பேர் இருக்கற ஊர்லே யார் யாரை சார் கவனிக்கப் போறாங்க?"

"எத்தனை லட்சம் பேர் இருந்தா என்ன? அடுத்த வீடு அண்டை வீடு, தெரு எல்லாம் அப்படியேதான் இருக்கும்."

தி. ஜானகிராமன் சிறுகதைகள்

"சார், இனிமே நாங்க உங்களுக்குக் கஷ்டம் கொடுக்கலெ. நான் இப்பவே காலி பண்ணிடறேன். அதுக்குத்தான் வந்திருக்கேன். எங்க தாயாருக்கு உடம்பு சரியாயில்லெ. நான் இன்னும் நாலு மாசத்துக்கு அவர்களை விட்டு நகர்றதுக்கு இல்லே. அட்வான்ஸைத் திருப்பிக் கொடுத்திடுங்க!"

"ரொம்ப நல்ல பேச்சா இருக்கே இது!"

"ஏன்?"

"அட்வான்ஸ் எப்படித் தர முடியும்? நீங்க பண்ணின கூத்துல இன்னும் மூணு மாசத்துக்கு யாரும் வரமாட்டாங்க! பக்கத்து வீட்டுக்காரன் கலைச்சுக்கிட்டே இருப்பான் ... ஸுஷ்மா!"

"ஹாஞ்ஜீ" என்று உள்ளேயிருந்து குரல் வந்தது.

"நீ வந்து இவங்களோடு பேசிக்க. இவங்க ரொம்ப அன்ரீஸனபிள்" — என்று குரலை உயர்த்திச் சொல்லிவிட்டுக் கோபமாக எழுந்து மாடிக்குப் போனார் பாட்டியா.

தகப்பனார் கோபித்துக் கொண்டு போவதைப் பார்த்து "நீங்கள்ளாம் பொல்லாதவங்க" என்று ஹிந்தியில் கத்திற்று எட்டு வயது.

"அரே, ச்சுப்" என்ற பாட்டியாவின் மனைவி வெளியே வந்தாள்.

பிள்ளை வாதத்தை தொடர்ந்தான். "அதெல்லாம் முடியாது" என்றாள் ஸுஷ்மா. பாட்டியாவின் தாயார் அப்போது வெளியே வந்தாள். "நீங்க ரொம்ப மோசமாப் பேசறீங்க" என்று கத்தினாள்.

"எண்ணூறு ரூபாயை முழுங்கப் பாக்கறேளே" என்று தேவாவும் குரலை உயர்த்தினார்.

நாலு வயதுப்பையன் அவர்மேல் துப்பினான். உடனே ஆறு வயதுப் பெண்ணும் பிள்ளைமேல் துப்பினாள். எட்டு வயதுப் பையன் "நீங்க எல்லாம் ஐங்கிலீகள்" என்று கத்தினான். நாலு வயது, மருமகள் இடுப்பிலிருந்த குழந்தையின் காலைப் பிடித்துக் கிள்ளிற்று. ஆறு வயது துப்பிக்கொண்டேயிருந்தது. பிறகு ஒரு குழந்தை செருப்பை எடுத்து தேவா மீது எறிந்தது.

"இது என்னடா கிரகசாரம்" என்று தேவா எழுந்து நின்றார்.

பிள்ளை நூறு வீடு தள்ளியிருந்த பாத்திராவை அழைத்துவர ஓடினான். அவன் ஆபிஸ் தோழன். இந்த வீட்டைப் பற்றிச் சொன்னவன் அவன்தான்.

தேவாவும் மருமகளும் தனிக்காட்டில் விடப்பட்டது போல் விழித்தார்கள்.

"ம்ம்ம்ம்ம்" என்று நாக்கை வெளியே துருத்திக் கண்ணை இறுக்கி ஆறுவயது மருமகளைப் பார்த்துப் பழிப்புக்காட்டிற்று. ஸுஷ்மாவின் இடுப்பிலிருந்த குழந்தை அவனைப் பார்த்துச் சிரித்தது.

பாத்ரா வந்தான். பாட்டியாவின் ஸ்திரீகளோடு பேசினான். மாடிக்குப் போனான். பாட்டியாவைப் பார்த்தான். கீழே வந்தான்.

பாட்டியா வீட்டில் குழந்தைக் காட்சி

மறுபடியும் மாடிக்குப் போனான். மறுபடியும் கீழே வந்தான். கட்சித் தலைவர் தேர்தல் மாதிரி இருந்தது. நாலுவயது, தேவாவை, ஓர் அடி அடித்துவிட்டு உள்ளே ஓடி ஒளிந்துகொண்டது.

கடைசியில் ஒரு மாச அட்வான்ஸ் மட்டும் திருப்பித் தருவதாக முடிவு செய்யப்பட்டது. அதுவும் அடுத்த மாசம் பிறந்துதானாம். நடுமாசத்தில் காசுக்கு எங்கே போவதாம்!

பாத்ரா, தேவாவின் குடும்பத்தை வெளியே அழைத்து வந்தான். கிசுகிசுவென்று கெஞ்சினான். "எனக்குத் தெரியாமப் போயிடுத்து. என்னாலெதான் உங்களுக்கு இந்தக் கஷ்டம்" என்று பிள்ளையிடமும் தேவாவிடமும் கெஞ்சினான். மன்னிப்புக் கோரினான்.

அவசர அவசரமாக டாக்சி கொண்டு வந்தான் பிள்ளை. பாத்ரா காவலுக்கு நின்றான். கதவைத் திறந்து சாமான்களை ஏற்றினார்கள்.

டாக்சி புறப்படும்போது பாட்டியாவோ ஸ்திரீகளோ யாரையும் காணவில்லை. அடுக்களைக்குள் போய்விட்டார்கள் மாடி ஜன்னல் வழியாக பாட்டியா பார்ப்பது தெரிந்தது. பிள்ளை தன்னைப் பார்ப்பதைக் கண்டு, அவர் தலை மறைந்தது.

ஆறு வயதும் எட்டு வயதும் வாசலைப் பார்த்துத் துப்பின. "ஜாவ் ஜாவ், கல் நஹி ஆனா" என்று கத்தின.

"ச்சுப்" என்று பாத்ரா விரட்டினான். டாக்சிக்கு டாட்டா சொன்னான்.

டாக்சி பிறப்பட்டது.

"அன்னிக்கு டெலிவிஷன் பார்க்கறபோது எப்படி ஒண்டிண்டிருந்த குழந்தைகள்!" என்றார் தேவா.

"அப்பாக்குக் குழந்தைகள்ளா உசிரு" என்றாள் மருமகள்.

"புரியறது நீ சொல்றது. நீங்க பொம்மனாட்டிகள். ரொம்ப ப்ராக்டிகல்" என்றார் தேவா.

அவருக்கு கார் வெளிச்சத்தில் டெலிவிஷன் பெட்டி தெரிந்தது. ஐன்ஸ்டீனையும் மதர் தெரஸாவையும் பார்த்துக்கொண்டே போனார். துப்பின எச்சில்களை மூன்று பேரும் துடைத்துக்கொண்டும் போனார்கள்.

அமுதசுரபி, மே 1979

மறு பிறவி

குஷால்சந்த் மட்டன்வாலா அவமானம் தாங்காமல் குன்றிப்போய் உட்கார்ந்திருந்தார். அவர் மனைவி கன்னத்தில் கை வைத்து இடிந்து போயிருந்தாள். அவருடைய அந்தரங்க ஜோஸ்யரான புரோகிதர் தைரியம் சொல்லிக் கொண்டிருந்தார்.

"ஏதோ சிறுசு. இந்த வயதிலே இப்படிக் குறும்பு வேடிக்கையெல்லாம் பண்ணனும்னு தோண்றது சகஜம் தான். வயசானா தானா சரியாகிவிடும் –"

"சிறுசாவது குறும்பாவது? இது நாலாம் தடவை! பூட்டை உடைத்து ஒரு வைர அட்டிகையை அபேஸ் செய்தான். எனக்கு லட்ச ரூபா தண்டம் – கேஸை அழுக்க, அம்பலத்துக்கு வராம தடுக்க. ரண்டாம் தடவை, என் மானேஜர் வீட்டிலேயே பூட்டைத் திறந்து அவரோட பைனாகுலர்ஸைத் திருடிட்டான். மானேஜர் காலிலே நானே விழும்படியாச்சு ... நான் பணமா கொடுக்கமாட்டேங்றேன்? என் சொத்து ஒரு கோடியய்யா ... அவனும் ஒரே புள்ளை. இவன் எதுக்காகத் திருடணும்? என்னத்திலே குறைச்சல்?"

"நீங்க கொடுக்கலேன்னா திருடறான்? சின்ன வயசுக் குறும்புன்னு சொல்றேன். சரியாப் போயிரும்னு சொல்றேன். மறுபடியும் மறுபடியும் அதையே சொல்கிறீர்களே! மட்டன் வாலாஜி! அவன் ஜாதகத்தை இன்னும் சோதிச்சுப் பார்த்து ஒரு நல்ல வழி சொல்றேன்."

"சொல்லுங்கள். நான் இப்போது மட்டன் வாலா இல்லை. எங்க தகப்பனாரும் பாட்டனாரும்தான் மட்டன், மாட்டுக்கறி, போர்க், சிக்கென் எல்லாம் மொத்த வியாபாரமா பண்ணிண்டிருந்தாங்க. நான்தான் மகாத்மா பேச்சைக் கேட்டு, அந்த வியாபாரத்தைவிட்டு, பருப்பு வியாபாரம் பண்றேன் இருபத்தஞ்சு வருஷமா! ஆனா மட்டன் வாலான்னு பேரு மட்டும் இன்னும் அப்படியே இருக்கு. தாய் தகப்பன் செய்த

பாவம் மக்கள் தலையிலே என்பார்கள். லட்சக்கணக்கிலே வாயில்லா ஜீவன்களைக் கொன்னு வித்த எங்க அப்பன், பாட்டன் பாவம்தான் இந்தப் பயலுக்குத் திருட்டுப் புத்தியா வந்திருக்கு. இல்லாட்டா கோடீச்வரன் மகன் திருடுவானா! இப்படியே போயிட்டிருந்தா, கோடி ரூபாயும் இவன் திருட்டுக் கேஸுகளை அமுக்கவே தீர்ந்து போயிடும்."

"அவர்தான் ஜாதகத்தைப் பார்த்து நல்ல வழி சொல்றேன்னு சொல்றாரே. காதிலே விழலையா?" என்றாள் மட்டன்வாலா மனைவி.

ஜோஸ்யப் புரோகிதர், கிஷன்சந்தின் ஜாதகத்தைப் புடம் போட்டுப் பார்த்தார். ஒன்றும் தெரியவில்லை. பஞ்சதந்திரக் கதை ஐம்பூகம் போல மதியுகுத்தைக் கொண்டே குஷால் சந்தின் துயரத்தைப் போக்க முடிவு செய்தார். குஷால் சந்துக்கு அரசியலில் ஏக்பட்ட செல்வாக்கு. பெரிய பெரிய அரசியல்வாதிகள் அவர் கைக்குள் அடக்கம். வா என்றால் வரும், போ என்றால் போகும் காய்தா. அவருக்கு எது முடியாது?

"தால்வாலாஜீ –" என்று ஸ்வாதீனமாகக் கூப்பிட்டார் ஜோஸ்யர், மறுநாள் வந்து.

"என்ன! என்ன!"

"நீங்கதான் சொன்னீர்களே, மட்டன் வாலா என்கிற பாவப் பெயர் நிலைத்துவிட்டது என்று. நானே மாற்றிவிட்டேன்."

"பலே பலே ... ஆனா ஊர் உலகம் எல்லாம் மாத்தணுமே."

"எனக்கு அந்தக் கவலையில்லை. நான் சைவப் பெயராலேயே கூப்பிடுகிறேன். ஜாதகத்தை நன்றாக அலசிவிட்டேன். நம்ம கிஷன் சந்து பூட்டை உடைச்சோ திறந்தோதான் நாலு தடவையும் திருடி யிருக்கான்...சுவரேறிக் குதிக்கலே.கன்னம் வைக்கலே.வழிப்பறி பண்ணலே. ஜேப்படி பண்ணலே.நாலு தடவையும் பூட்டை உடைச்சிருக்கான். அல்லது லாவகமாத் திறந்திருக்கான். அதனாலே பூட்டுக்கும் அவனுக்கும் ஏதோ ராசியிருக்கு."

"ஆமா. குழந்தையா இருக்கிறபோதே, வேற ஒரு விளையாட்டுச் சாமானும் பிடிக்காது அவனுக்கு. பூட்டு தான் பிடிக்கும். சின்னக் குழந்தைகள்ளாம் எதைக் கொடுத்தாலும் வாயிலே போட்டுக்கும், ருசி பார்க்கும் – கடுதாசி, கல்லு, மரவட்டை, எதுன்னாலும். ஆனா இவன் மத்த எதையும் சட்டை பண்ண மாட்டான். பூட்டு கிடைச்சாப்போதும்" என்றாள் குஷால் சந்தின் மனைவி.

"ஆமா எனக்கும் ஞாபகம் வருது. நாலு நம்பர் அஞ்சு நம்பர் சேர்ந்தா திறந்துக்கற பூட்டுகள், வெறுமே அமுக்கினா பூட்டுகிற பூட்டு, சைக்கிள் பூட்டு, ஸ்பிரிங் பூட்டு எல்லாம் பொறுக்கிட்டு வந்து விளையாடுவான்" என்றார் குஷால் சந்த்.

"அப்படியா! இதை அப்பவே சொல்லிருக்கப்படாதா? நான் ஜாதகத்தை ரா முழுக்க கண்ணுக்கு விளக்கெண்ணெ போட்டுப் புடம் போட்டிருக்க மாட்டேனே ... பேசாம ஒரு பத்து லட்சம் முதல் போட்டு ஜெர்மனி, அமெரிக்காவிலேருந்தெல்லாம் மிஷின் தருவிச்சு ஒரு பூட்டுத்

தொழிற்சாலை வச்சுக் கொடுங்க பையனுக்கு. நீங்க கையை அசைத்தால் போதும், மிஷின்களை வாங்கற அனுமதி, மிஷின்கள் எல்லாம் வந்திடும். இப்ப நல்ல பீரியட் பையனுக்கு."

கிஷன்சந்துக்கு சந்தோஷம் தாங்கவில்லை. ஒரு வருஷத்திற்குள் மிஷின்கள் வந்து இறங்கி, பூட்டுத் தொழிற்சாலை தயாராகிவிட்டது. பூட்டுகள் கூடத் தயாராகத் தொடங்கின. பையனுக்குப் பெருமிதம் தாங்கவில்லை. சம்பிரதாயமாக ஒரு பெரிய புள்ளியைக் கூப்பிட்டுத் தொழிற்சாலையைத் திறந்து வைக்க ஜோஸ்யர் நாள் பார்த்துக் கொடுத்தார்.

முதல்நாள் இரவு தூங்கிக்கொண்டிருந்த குஷால்சந்த் மட்டன் வாலாவை கிஷன்சந்த் எழுப்பினான்.

"என்னடா குழந்தே" என்றார் கண்ணைக் கசக்கிக்கொண்டு தகப்பனார்.

"நீங்கதாம்பா ரொம்ப நல்ல அப்பா" என்றான் பையன்.

"இதுக்கா இப்ப எழுப்பினே?"

"அந்த அப்பா ரொம்ப துர்க்குணம் பிடிச்ச அப்பா."

"எந்த அப்பா?"

"போன ஜன்மத்து அப்பா!"

"போன ஜன்மத்து அப்பாவா?"

"ஆமா."

"யாரு அவர்?"

"அவர் ஒரு மகாராஜா!"

"அட! நீ போன ஜன்மத்திலெ மகாராஜா பிள்ளையா? யாரு அந்த மகாராஜா?"

"ஸகர மகாராஜா."

"யாரு?"

"ஸகர மகாராஜா. நான் அவர் பிள்ளையா இருந்தேன். தெரியாதா? ரொம்ப பிரசித்தி பெற்றவர். இஷ்வாகு வம்சம்!"

"இஷ்வாகு வம்சமா? அது திரேதாயுகம் அல்லவா?"

"ஆமா, ரொம்பக் காலம் முன்னாலெ!"

"உம் பேரு?"

"அசமஞ்சன்."

"பேர் கேட்டாப்பல இருக்கு. ஏன் அவரைத் துர்க்குணம் பிடிச்ச அப்பாங்கறே?"

"என்னைக் காட்டுக்கு விரட்டினார்!"

மறு பிறவி

"ஆ! காட்டுக்கா? எதுக்காக?"

"நான் புதுசா ஒரு விளையாட்டுக் கண்டுபிடிச்சிருதேன். அது அவருக்குப் பிடிக்கலெ."

"என்ன விளையாட்டு?"

"அரண்மனையிலேருந்து ஹாய்யா ரதத்திலே அயோத்தி வீதிகளிலே போவேன். குழந்தைகள் விளையாடிட்டிருக்கும். ஏழெட்டு குழந்தைகளைத் தூக்கிப் போட்டுப்பேன். சரயு நதிக்குப் போவேன். அப்படியே ஜலத்திலே அதுகளை அமுக்குவேன். எல்லாம் முழுகித் தத்தளிக்கும். கத்தும். ரொம்ப ஜோரா இருக்கும். நான் கையைக் கொட்டிச்சிரிப்பேன் ... இப்படி தினமும் பண்ணிக்கிட்டிருந்தேன். 'என் குழந்தையைக் கொன்னுட்டான் பாவி, பாவி'ன்னு எங்கப்பா கிட்ட போய் எல்லாரும் அலறினாங்க. அவர் கூப்பிட்டு விசாரிச்சார். பின்னே என்ன? தெருவிலே இத்தனை வண்டியும் ரதமும் போறப்ப நடுரோட்டிலே விளையாடலாமா? போக்குவரத்துக்கு இடைஞ்சல். அந்த மாதிரி குழந்தைங்க இருந்தா என்ன, செத்தா என்னவாம்னு சொன்னேன். எவ்வளவோ சொல்லிப் பாத்தேன். அவர் கேக்கலெ. அவருக்குப் பயம் வந்துட்டாப்பல இருக்கு."

"இதைவிடவா பயம்? ... எதுக்கு?"

"அவருக்கு ரண்டு ராணி. ஒரு ராணி எங்கம்மா! இன்னொரு ராணிக்கு அறுபதாயிரம் குழந்தைக. நான் அதுகளையும் புடிச்சு ஆத்திலே தள்ளிடுவேனோன்னு பயம். நான் எவ்வளவோ சொல்லிப் பார்த்தேன். நான் நல்லதுதானே செய்யறேன்னு நியாயம் எல்லாம் சொல்லிப் பார்த்தேன். எங்கப்பா கேக்கலெ. உடனே என்னை ஒரு ரதத்திலே வச்சு ஒரு மண்வெட்டியும் கூடையும் கொடுத்து தூரக்க ஒரு காட்டிலெ கொண்டு விட்டுடச் சொன்னாரு. விட்டுட்டாங்க சேவங்க. நான் பட்டினியா அலைஞ்சேன். நான் வேலை செய்யலெ. ஒரு மரத்தடியிலே உக்காந்து தவம் பண்ணினேன் – ரண்டு வருஷம்."

"எதுக்கு? பிராயசித்தமாவா?"

"நான் என்னத்துக்குப் பிராயச்சித்தம் பண்ணணும்? ஒரு நல்ல அப்பாக்குப் பிள்ளையா பொறக்கணும்ம்னு தவம் பண்ணினேன். ரண்டு வருஷம் கழிச்சு பரமசிவன் காட்சி கொடுத்தார். நீ கலியுகத்திலே ஒரு நல்ல அப்பாக்குப் பிள்ளையாப் பிறப்பாய்னு சொல்லி மறைஞ்சு போயிட்டார் ... நீங்கதான் அந்த நல்ல அப்பா."

"என்ன – ஒரே ஆச்சரியமா இருக்கே – நீ இஷ்வாகு வம்சத்துப் பையனா!"

"ஆமாம்ப்பா."

"என்ன பாக்யம்! என்ன பாக்யம்!"

"நீங்க ரொம்ப நல்ல அப்பாப்பா."

"சரி குழந்தெ ... ஆனா ஒண்ணு சொல்றேன். இது வரைக்கும் போல இல்லாம இனிமே நீ சரியா நடந்துக்கணும். உன்னோட பூட்டுத் தொழிற்சாலைப் பூட்டுகளையே திருடப்படாது, தப்பித்தவறி பழைய ஞாபகத்திலே."

"என்ன சொன்னீங்க!" என்று உக்ரமாக எழுந்தான் பிள்ளை.

"சும்மாச் சொன்னேன். ஜாக்ரதையா இருன்னு."

"தெரியும். தெரியும். நீங்க இதுவரைக்கும் நல்ல அப்பாவா இருந்தீங்கன்னு பேசாம இருக்கேன். இல்லாட்டி, அந்தக் குழந்தைங்க மாதிரி ஆயிருக்கும்."

"நான் ... அதுக்காகச் சொல்லலே ..."

"எதுக்காகச் சொல்லலே? பரமசிவன் எப்படி வரம் கொடுத்திருக்கார் தெரியுமா? "நீ ஒருவனாகப் பிறக்க மாட்டாய். பல தகப்பனார்களிடம் பல பிள்ளைகளாகத் தேசம் எங்கும் பிறந்து அப்பாக்களுக்கு நல்ல புத்தி கற்பிப்பாய்"ன்னு வரம் கொடுத்திருக்கார். பரமசிவன் அருளால் நாங்க ஒருத்தருக்கொருத்தர் அடையாளம் கண்டுப்போம். எல்லா அப்பாக்களையும் சீர்திருத்தி எப்படிப் பிள்ளைங்ககிட்ட அன்பா இருக்கறதுன்னு புத்தி கற்பிப்போம்."

"நல்லது குழந்தாய். எனக்கு நல்ல புத்தி வந்துவிட்டது. படுத்துத் தூங்கு. காலையிலே திறப்புவிழா ஏற்பாடெல்லாம் கவனிக்கணும்" என்று படுத்துக்கொண்டார் குஷால் சந்த் மட்டன்வாலா.

அமுதசுரபி, ஜூன் 1979

ஆயிரம் பிறைகளுக்கப்பால்

ஒரு கிழ டைப்ரைட்டர் (தட்டச்சுப்பொறி) பிறந்தது இங்கிலாந்தில் ஒரு தொழிற்சாலையில். இப்போது 83 வயது முடிந்துவிட்டது. ஆயிரம் பிறை கண்டாச்சே. இந்தியாவில் குடியேறிய இத்தாலிய, அமெரிக்க, இங்கிலாந்திய இன்னும் மற்ற விதேச டைப்ரைட்டர்களும், இந்தியாவிலேயே பிறந்த சுதேச இள நடுவயது டைப்ரைட்டர்களும் கூடி விழா எடுத்தன.

"முதுபெரும் பொறியீர், மூத்த பொறியீர், ஆயிரம் பிறை கண்ட உமக்கு ஆயிரம் தண்டன்கள் ..." என்று தொடங்கி தென்னிந்தியாவின் தோல் ஏற்றுமதிக்கும் பொதுவான பொருளாதார உயர்வுக்கும் முதுபெரும் பொறியர் ஆற்றிய சேவையைப் பல இளவயது – நடுவயதுப் பொறிகள் பாராட்டிப் பேசின. பாராட்டுகளுக்கு நன்றி கூறுமுகத்தான் முதுபெரும் டைப்ரைட்டர் பேசியதாவது:

"அன்புள்ள இள நடுவயது நண்பர்களே!

நன்றி, நன்றி, நன்றி, நன்றி. இந்த 83ஆவது வயதில் பழைய நினைவுகள் பொங்கி வருகின்றன. இந்தப் புனித இந்தியா வுக்கு நான் அனுப்பப்பட்டது முதற் பெரும் பாக்கியம். தோல் உற்பத்தியில் இந்த ஸ்தாபனம் நூறு மடங்கு முன்னேற்றம் அடைந்திருக்கிறது – இந்த 80 ஆண்டுகளில் உண்மை –

இதைவிட மகத்தான சாதனை ஒன்று நிகழ்ந்திருக்கிறது. நான் இந்த ஸ்தாபனத்திற்கு வந்த முதல் பதினைந்து ஆண்டு களுக்குப் பிறகு, லோகநாதய்யர் இந்தக் கம்பெனியை விலைக்கு வாங்கினார். அவர் பெரிய சங்கீத ரசிகர். கர்நாடக இசை மட்டுமன்றி, இந்துஸ்தானி இசையிலும் மோகம் கொண்டவர். மாலை ஏழு மணிக்குப் பிறகு இசை பெருக்கெடுத்து ஓடுகிற வீடு அது. வட நாட்டிலிருந்தும் தென் ஜில்லாக்களிலிருந்தும் இசைக் கலைஞர்கள் வந்த வண்ணம், பாடிய வண்ணம், வாசித்த வண்ணமாக இருப்பார்கள். கரீம்கான், ஐயர்கான்,

அல்லவுதீன் கான், கோனேரி ராஜபுரம் வைத்தியநாதய்யர், உமையாள்புரம் ஸ்வாமிநாதய்யர், நாயனாப் பிள்ளை, மகராஜபுரம், திருக்கோடி காவல், மலைக்கோட்டை கோவிந்தசாமி பிள்ளை, திருமருகல் நடேச பிள்ளை, சின்னபக்கிரி – என்ற மகாவித்வான்கள் அமுத மழையாகப் பொழிந்து கொண்டிருப்பார்கள். லோகநாதய்யர் வடநாட்டு சங்கீதக்காரர்கள் பாடும் போது கண்ணை மூடிக்கொண்டுதான் இருப்பார். 'ஆகா ஆகா' என்று அவர் வாய்மட்டும் தாங்க முடியாமல் ஆர்ப்பரிக்கும். "என்ன ச்ருதி! என்ன ச்ருதி! ஆகா! ஆகா" என்பார். அவரே சங்கீதமாய் விட்டாரோ என்று பயமாயிருக்கும்.

கர்நாடக சங்கீதக்காரர்கள் பாடும்போது கண்ணைத் திறந்துகொண்டு தான் கேட்பார் லோகநாதய்யர். யாராவது வடநாட்டுச் சங்கீதக்காரர்களைப் போல ஒரு ராகத்தை ஒரு மணி நேரம் பாடினால் கண்ணை மூடிக் கொள்வார். மற்ற சமயத்தில் படார் படாரென்று கையிலும் தொடையிலும் தாளம் போட்டு அவர்களோடு சேர்ந்து கும்மாளம் போடுவார். விரல் விரலாக எண்ணுவார். சீட்டாட்டத்தில் சின்னத் துருப்பால் பெரிய சீட்டுகளை வெட்டுவது போல் ஓங்கிக் கையைத் தட்டுவார். சுரம் பாடுவது என்கிறார்களே அப்போது அய்யர் விரல் எண்ணுவதையும் சப்பாணி கொட்டுவதையும் தொடை நோக அடிப்பதையும் பார்க்க வேண்டும். எனக்கும் அந்த நேரங்களில் தலை கொள்ளாத ஆனந்தம். படபடவென்று என்னையும் யாராவது தட்டக் கூடாதா என்றிருக்கும். ஆனால் அந்தக் காலத்தில் இது ரொம்ப அபூர்வம். ராகமாக மணிக்கணக்கில் இழுப்பார்கள். அய்யர் அழுவார். பிறகு அரியக்குடி ராமானுஜ அய்யங்கார் என்று ஒரு வித்வான் வந்தார். அவர் ரொம்ப சிக்கனம். ராகம் மூன்று நிமிஷம் பாடுவார். கீர்த்தனம் நாலு நிமிஷம் பாடுவார். சுரம் மூன்று ஐந்து நிமிஷம் அடிப்பார். எனக்கும் சந்தோஷம். நவருசி சாக்லேட் டப்பா மாதிரி எல்லோருக்கும் திருப்தியாக ராகம், பாட்டு, சுரம், நிரவல் எல்லாம் கொஞ்சம் கொஞ்சம் பாடுவார். 'காதை ரொப்பரேடா ராமானுஜம்!' என்று அவரைப் பார்த்துக் கூத்தாடுவார் லோகநாதய்யர். அவரைப் பார்த்து, பிறகு வந்த வித்வான்களும் விதுசிகளும் காதை ரொப்ப ஆரம்பித்தார்கள். எனக்கு உயிர் வந்தது. வடநாட்டு சங்கீத வித்வான்கள் பாடவா பாடுகிறார்கள். தம்புரா ஒலியோடு முழுகிப்போகிறார்கள். கீழ் 'பா' வாம் கீழ் 'தா' வாம். அங்கு அரை மணி நேரம் தம்புரா ஒலி மேலேயே படுத்துக் கொள்கிறார்கள். இவர்கள் குரலா, தம்புரா குரலா என்று கூடத் தெரியவில்லை. அப்புறம் ஒரு புறம் சுரமாக ஏறுகிறார்கள். மறைகிறார்கள். இது ஒரு பாட்டா? தம்புராவோடு மறைவதானால் இவர்கள் ஏன் பாட வேண்டும்? இப்போதுள்ள கர்நாடக இசைதான் இசை. தம்புராவிற்கு இவர்கள் அடிமையாவதில்லை. சுதந்திரப் பிரியர்கள், சுரப்பிரியர்கள்.

இப்பொழுது அரியக்குடி ராமானுஜ அய்யங்கார் இல்லை. பெரிய நஷ்டம்தான். ஆனால் சின்ன வாரிசுகள் அவர் மறைவை நஷ்டம் என்று ஆக்கிவிடாமல் பார்த்துக்கொண்டு விட்டார்கள். தொண்ணூறு நிமிஷத்தில் தொண்ணூறு பாட்டுப் பாடுவார்கள். ஜட்கா வண்டிச் சக்கரத்தைச் சாட்டை கழியால் சீந்துவது போலவும், ஜன்னல் கம்பிகள் மீது ஓட்டுவது போலவும் சுரம் பாடி உண்மையான இசையை எழுப்பி வருகிறார்கள்.

ஆயிரம் பிறைகளுக்கப்பால்

இப்போது மக்களுக்குத் தெரிந்த ஓசைகள் ஜட்கா சக்கர சாட்டை ஓசை, ஆட்டோ ரிக்ஷா ஓசை, மோட்டார் சைக்கிள் ஓசைகள். மோட்டார் சைக்கிள் சைலன்சரை நீக்கிவிட்டு இளங்காளைகள் அண்ணா சாலையில் சடசட சடசடவென்று இசையெழுப்பிப் போவது கர்நாடக இசையும் பொறி நுணுக்க இயலும் ஒன்றே என்று நிரூபிக்கத்தான். வடநாட்டு இசைக்காரர்களும் இப்போது கர்நாடக சங்கீதக்காரர்களைப் பார்த்து இதையெல்லாம் செய்து பார்க்க முயலுகிறார்கள். இது வான்கோழித்தனம். நம்முடைய இளமயில்களை வெல்ல முடியாது.

நான் இதுகாறும் பேசியதன் உண்மை புரிந்திருக்கும் என்று நம்புகிறேன். எண்பது ஆண்டுகளாக இசை கேட்டு நான் கண்டெடுத்த உண்மை இது. அதாவது, டைப்ரைட்டர்களை ஏதோ தட்டச்சுப் பொறி என்று மட்டுமல்ல, இசைப் பொறி, தற்காலக் கர்நாடக இசையோடு உடன்பிறப்புரிமை கண்டுகொண்டிருக்கிற இசைக்கருவி. நாம் இப்போது பியானோ, புல்புல்தராஸ், ஜலதரங்கம் இவற்றையெல்லாம் விட கர்நாடக இசைக்கு மிகமிக நெருங்கிய இசைப்பொறிகள் ஆகிவிட்டோம். நாம் கலைஞர்கள், இசைஞர்கள். நம் உடல்கள் இசைப்பொறிகள். தம்புராவுக்கோ ஆதாரசுருதிக்கோ ஆட்பட்ட கொத்தடிமைகள் அல்ல. கர்நாடக சுரப்ரஸ்தார இசைப் பொறிகள்"

என்று சொல்லிவிட்டு முதுபெரும் கலைஞரும் மூத்த கலைஞரு மான டைப்ரைட்டர் அமர்ந்துகொண்டது.

கேட்டுக்கொண்டிருந்த எல்லா இள – நடுவயது டைப்ரைட்டர் களும் தாங்களும் கலைஞர்கள், கலைஞர்களிலே உயர்ந்த இசைக் கலைஞர்கள் என்று இறும்பூது கொண்டன, சுரம்பாடுகிறோம் என்று அடித்துக்கொண்டன. ஐவாது கடைக்கும் ஐவுளிக் கடைக்கும் ஜின் போன்ற அமுத ரகசியக் கடைக்கும் போகலாமா என்று கலந்துரையாடத் தொடங்கின.

அமுதசுரபி, ஆகஸ்ட் 1979

பிரயாணக்கதை

கூவம் எக்ஸ்பிரஸ் யமுனாப்பூர் ஸ்டேஷனிலிருந்து புறப்படக் காத்திருந்தது. அது பறவை எக்ஸ்பிரஸ். கூவம் நகருக்குப் பயணம் போகிற விதவிதமான பறவைகள் பல நிறங்களும் குரல்களும் கூவல்களுமாக மூட்டை முடிச்சுகளுடன் அதில் ஏறியிருந்தன.

முதல் வகுப்பு வண்டியில் குருவி ஏறிக்கொண்டது. அதற்குக் குறிப்பிடப்பட்டிருந்தது, 'பி' அறையில் மேல் இருக்கை. குருவி அங்கே போகும்போது வெளியே ஒரு பெரிய காக்காய் நின்றிருந்தது. அழகான, வாட்ட சாட்டமான காக்காய். குருவியைப் பார்த்து அது புன்னகை பூத்துக் கும்பிடு போட்டது. குருவிக்கு அதை யார் என்று தெரியாததால் பதிலுக்கு ஒரு புன்னகை செய்துவிட்டு 'பி' அறைக்குள் நுழைந்தது. அது 'கூப்பே' அறை. மேலே ஒருவர், கீழே ஒருவர் ஆக இரண்டே பேருக்கான அறை.

"ஆகா, 'கூப்பே' போட்டிருக்கிறார்களே. மனைவியோடு வந்திருக்கலாமே" என்று குருவி ஒரு கணம் ஏமாற்றத்துடன் நினைத்துவிட்டு, மேல் இருக்கையில் படுக்கையைப் போட்டது. கீழ் இருக்கைக்கு அடியில் பெட்டியைத் தள்ளிற்று. தள்ளிவிட்டுக் கீழ் இருக்கையில் உட்கார்ந்தது.

வெளியே இருந்த வாட்ட சாட்டக் காக்காய், குருவியைப் பார்த்துப் புன்னகை பூத்தவாறு நின்றது. "என்ன தெரிந்தவர் மாதிரி சிரிக்கிறாரே, எனக்குத்தான் ஞாபகம் இல்லையா" என்று பதிலுக்குப் புன்னகை புரிந்தது.

வண்டி புறப்பட்டவுடன் பெரிய காக்காய் உள்ளே வந்தது. அதன் பின்னால் இளைத்துப் போன கிழக் காக்காய் ஒன்று வந்தது.

"குருவி சார் எங்கே போகிறதோ?" என்று கேட்டது கிழக் காக்காய்.

"கூவம் நகர்"

"ஒரே ஒரு விண்ணப்பம். நம்ம சிநேகிதர் இந்தக் காக்காய். வாயசப் பட்டியின் மக்கள் பிரதிநிதி. உடம்பு சரியாயில்லை. மருந்து அடிக்கடி சாப்பிடும். ராத்திரி இருமும் – காரும் – கனைக்கும். உங்களுக்குத் தொல்லையாக இருக்கும். நான் இதைக் கவனித்துக்கொள்ளுகிற அட்டெண்டெண்டு. அவருக்குக் கீழ் இருக்கை கொடுக்கப்பட்டிருக்கிறது. மேல் இருக்கையில் நான் இருந்தால் கவனித்துக்கொள்ளச் சௌகர்யமாயிருக்கும்."

"அட்டெண்டெண்டுக்கு முதல் வகுப்பு டிக்கட் உண்டா?" என்று குருவி கேட்டது.

"அதை நாங்கள் கவனித்துக்கொள்கிறோம். உங்களுக்கு வேறு பெர்த் ஏற்பாடு செய்யச் சொல்கிறோம்."

குருவி யோசித்துக்கொண்டிருந்தது. அதற்குள் காக்காய் சொல்லிற்று: "அட ஏன்யா, மறைக்கணும். குருவி சார், எனக்கு கொஞ்சம் உடம்பு சரியாயில்லை. அடிக்கடி மது கஷாயம் சாப்பிடுவேன். மருந்து மாதிரிதான். உங்களுக்குத் தொந்தரவாக இருக்குமோ என்று நான்தான் கேட்கச் சொன்னேன்."

"எனக்கு ஒன்றும் தொந்தரவே கிடையாது. எனக்காக நீங்கள் கவலைப்படவேண்டாம்." என்றது குருவி.

"அப்ப சரி. ரொம்ப நல்லதாப் போச்சு. நீ பாட்டுக்குக் கீள படுத்துக்கய்யா. ஜமக்காளம் தாரேன். தலகாணி தாரேன்" என்றது காக்காய்.

வண்டி ஓடிற்று. அரைமணியானதும், காக்காய், பெட்டியைத் திறந்து ஒரு விஸ்கி பாட்டிலை எடுத்தது. முக்கால் கிளாஸ் நிரப்பி கால் பாகம் தண்ணீர் கலந்து சாப்பிடத் தொடங்கிற்று.

"நான் அப்பவே சொன்னேனோ இல்லியோ – கால் ள்ளாஸ் மருந்து முக்கால் ள்ளாஸ் தண்ணீன்னு" என்று சோடா பாட்டில் கண்ணாடியால் அதைப் பார்த்துக்கொண்டே கிழக்காக்காய் ஓர் அதட்டல் போட்டது. கிளாஸையும் பிடுங்கப் பார்த்தது.

"ஐயோ, ஆண்டவனே. நீ சொன்னது சரியா காதில் உளுவலெ. விகிதம் மாறிப் போச்சு. இப்ப உட்டுடு" என்று குருவியைப் பார்த்து கண்ணாடித்துச் சிரித்தது பெரிய காக்காய். "அடுத்த ள்ளாஸ் நீ சொல்றபடி தான் இருக்கும்" என்று ஒரு வாய் குடித்தது.

"என்னது! அடுத்த ள்ளாஸா! இன்னும் அடுத்த ள்ளாஸ் வேற இருக்கா? ஹ்ம். இனிமே பாட்டிலைத் தொட்டா, தெரியும் சேதி" என்று பாட்டிலை எடுத்துக் கீழ் இருக்கைக்கு அடியில் எட்டாத மூலையில் வைத்தது கிழக்காக்காய். அது உடலைச் சுருக்கி இருக்கைக்கு அடியில் குனிந்து பாட்டிலை மூலையில் தள்ளிவிட்டு எழுந்துகொள்வதற்குள் வாயசப்பட்டிப் பிரதிநிதியான வாட்டசாட்டக் காக்காய் மளமள வென்று ஒரே மூச்சில் ள்ளாஸில் உள்ள மது கஷாயத்தைக் காலி செய்துவிட்டது. செய்துவிட்டுக் குருவியைப் பார்த்து "எப்படி" என்பது போல் கண் சிமிட்டிற்று.

பிறகு குருவியோடு பேசத் தொடங்கிற்று. தேர்தலில் எப்படி வெற்றி பெற்றது, எந்த எந்தத் தலைவர்கள் தனக்காக எத்தனை ஊர்களில் எத்தனை கூட்டங்களில் பேசினார்கள் என்று மிக மிக விவரமாகச் சொல்லிற்று.

குருவிக்கு இந்த மாதிரிப் பெரிய இடங்கள். அரசியல் உள் விவகாரங்க ளெல்லாம் பழக்கம் இல்லை. திகைப்புடனும் பெரிய இடத்துக்குரிய சிறிது பவ்யத்துடனும் எல்லாவற்றையும் கேட்டது.

பிறகு பொருளாதாரம், நீதி மன்றங்களில் நடக்கிற அடிப்படை உரிமை வழக்குகள் என்று, தான் பத்திரிகைகளில் படித்த செய்திகளைப் பற்றிக் கேட்கத் தொடங்கிற்று. அதற்கு ரொம்ப ஆவல் தெரிந்துகொள்ள.

"அதெல்லாம் இப்ப என்னாத்துக்குக் குருவி சார்? அங்க தான் 'போர்' 'தலைவலி'ன்னா இப்ப என்னாத்துக்கு? அந்தத் தலைவாதனை எல்லாம் வாணாம்னு தானே நிம்மதியா ஒண்ணரை நாளு ரயில்லெ போறோம். இல்லாட்டி ஏரோப்ளான்ல போக முடியாதா?"

"ம்க்கும். ஏரோப்ளான்ல போனா ரண்டு க்ளாஸ் முடியறதுக்குள்ளே ஊர் வந்துடுமே ..." என்று கிழக் காக்காய் நையாண்டி பண்ணிற்று.

"நீ சும்மா இருய்யா."

"மாட்டேன்."

"மாட்டேன்னா இன்னும் கொஞ்சம் மருந்து எடுத்துக் கொடு."

"இன்னும் கொஞ்சமா! உங்க சம்சாரம் இதுக்குத் தான் என்னைக் கூட இருக்கச் சொல்லியிருக்காரா!"

"நீ என்னய்யா பாடி கார்டா, பாட்டில் கார்டா?"

"ரண்டும் தான். பாட்டில் கார்டா இருந்தாத் தான் பாடிகார்டா இருக்க முடியும்."

"நீ பேச்சிலெ சூரன் தான். ஒத்துக்கிட்டேன். போயேன். இதோ பாரு. இது மட்டும் கொடு போதும்" என்று இடது கையால் தாடையைப் பிடித்துக் கெஞ்சிற்று பெரிய காக்காய். வலது கையால் ஆள் காட்டி விரலையும் பாம்பு விரலையும் காட்டிற்று.

"இது ஏதுரா சங்கடம்!" என்று கீழே குனிந்து மூலையிலிருந்து பாட்டிலை எடுத்தது கிழக்காக்காய்.

"ரண்டு விரலையும் கிளாஸ் மேல வச்சுக்குங்க" என்று சொல்லி ஊற்றிற்று. "என்னென்ன என்ன ரண்டு விரலும் அகண்டுண்டே போறது! சேத்து வச்சுக்குங்க"

வாயசப்பட்டிக் காக்காயின் கட்டை விரல் பாம்பு விரலிலிருந்து பிரிந்துகொண்டே போயிற்று.

"இன்னும் பாதிக்கூட வல்லியே" என்றது.

"அதெல்லாம் முடியாது." என்று கிழக்காக்காய் பாட்டிலை நிமிர்த்தும் போது சடக்கென்று வாயசப்பட்டிக் காக்காய் இடது கையால் பாட்டிலைச் சாய்த்தது. க்ளாஸ் நிறைந்துவிட்டது.

"என்ன என்ன என்ன! விளையாடறீங்களா? குருவி சார் புடிங்க சார் பாட்டிலெ. ரண்டு பேரா பிடுங்கினாத்தான் சரியா வரும்" என்று அதட்டிக்கொண்டே மெதுவாகப் பாட்டிலைக் கழற்றிக் கொண்டு முடிற்று.

பிரயாணக்கதை 447

"உங்க சம்சாரம் என்னைக் கேட்டா எங்க கொண்டு முகத்தை வச்சிப்பேன்" என்று மறுபடியும் பாட்டிலை இருக்கைக்குக் கீழே மூலையில் தள்ளி வைத்தது கிழக்காக்காய்.

"அவளுக்கு என்ன வேலை? ஒரு பிரியாணி ஒழுங்காப் பண்ணத் தெரியுமா? உடனொத்தவ இருக்காளே புதுப் பேட்டக்காரி அவ ஒரு பருப்புத் துவையல் அரச்சு ஒரு ரசம் பண்ணிப் போடுவாளே கம்முனு மணக்க மணக்க, ராசா தலையை எரடும். அந்த மாதிரி ஒரு நாளைக்கு வைக்கச் சொல்லு, உன் பாடிகார்டு வேலை கொடுத்தவளை"... ஆவ், ஆ...வ்" என்று ஏப்பம் விட்டுக்கொண்டே சொல்லிற்று வாயசப் பட்டிக் காக்காய்.

"ம்க்கும், அவ இல்லாட்டா தெரியும் சேதி. புதுப்பேட்டைக்கே அத்தனையும் போயிருக்கும். அவ மகாலஷ்மி. ஏடா கோடமாப் பேசப் படாது. சொல்லிட்டேன்" என்று பூத மூக்குக் கண்ணாடி வழியாகக் குருவியைப் பார்த்து கிழக் காக்காய்.

"போய்யா கிடக்கு ... நீயும் உன் மகா லச்சுமியும். சரி எழுந்திரு. டைனிங்காலுக்குப் போயி ஒரு ஆம்லட்டுக்கு ஆர்டர் கொடுத்திட்டு வா போ."

"அதுக்குள்ளியும் பசியா" என்ற கிழக்காக்காய் "அப்பாடா" "அப்பாடா" என்று முனகிக்கொண்டே எழுந்து போயிற்று.

அது மறைந்ததும் வாயசப்பட்டி மெதுவாக எழுந்து கீழே குனிந்து பாட்டிலை எடுத்து அவசர அவசரமாக ஊற்றிக்கொண்டது. கிழம் திரும்ப வருவதற்குள் மெதுவாகச் சாப்பிட்டது.

கிழக் காக்காய் வந்தது. கைப் பையைத் திறந்து வீட்டிலிருந்து கொண்டு வந்திருந்த மிளகாய்ப் பொடி எண்ணெய் போட்ட இட்லிகளைச் சாப்பிட்டது. பிறகு ஜமக்காளத்தை விரித்துப் படுத்துக்கொண்டது.

"ஆம்லெட் வந்ததும் சாப்பிட்டுப் பேசாமப் படுத்துக்கணும். குருவி சார் உங்களுக்கும் சொல்றேன் கவனிச்சுக்குங்க" என்று எச்சரித்து விட்டுப் படுத்துக்கொண்டது. குறட்டை விட்டது.

"குருவி சார் ... ஒரு ஹெல்ப்" – வாயசப் பட்டி.

"என்ன?"

"மெதுவா கஷாய பாட்டிலெ கொஞ்சம் எடுத்துக் கொடுக்கணும்."

குருவிக்கு உடம்பு சிறியது. எளிதில் லாகவமாக எடுத்துவிட்டது. "நான் எடுத்துக் கொடுத்தேன்னு சொல்லப் படாது பெரியவர் கிட்ட" என்று கேட்டுக்கொண்டது.

"என்ன சார்! அப்படி இனம் தெரியாதவனைப் பார்த்தா தேர்ந்தெடுத்திருக்காங்கன்னு நெனச்சீங்க. நம்ப தொகுதியோட அறிவையே கொச்சைப் படுத்திட்டீங்களே" என்று பெரிய காக்காய் சிரித்துக் க்ளாஸில் ஊற்றாமல் அப்படியே மெதுவாக இரண்டு வாய் சாப்பிட்டு, ஓசைப் படாமல் மூடியைத் திருகி, குருவியிடம் கொடுத்தது. குருவி அதை வாங்கி மறுபடியும் கீழே வைத்தது. "ஸாரி" என்றது வாயசப் பட்டி.

ஆம்லட் கொண்டு வந்த டைனிங் கார் ஆளிடம் காதோடு ஏதோ சொல்லிற்று. பையிலிருந்து பணத்தை எடுத்துக் கொடுத்தது. நடுநிசியில் அவன் ஒரு பாட்டில் கொண்டு கொடுத்துவிட்டுப் போனான். இந்த மாதிரி மறு நாளும் இரண்டு தடவை செய்தான். அந்தச் சமயங்களில் கிழக் காக்காயை வேறு ஏதாவது வேலை சொல்லி அனுப்பிவிடும் வாயசப்பட்டி வாட்டசாட்டப் பிரதிநிதி.

"நீங்க சாப்பிட மாட்டீங்களா?" என்று ஒரு தடவை குருவியைப் பார்த்து வாயசப் பட்டி கேட்டது.

"எப்பவாவது வருஷத்துக்கொருதடவை ஜலதோஷம் காய்ச்சல் வந்தா ஒரு அவுன்ஸ் மிளகைத் தட்டிப் போட்டு வெந்நீர்ல விட்டுச் சாப்பிட்டிருக்கிறேன். பழக்கமா இல்லெ."

"பளக்கம் கூடாது. எனக்கும் பளக்கம் இல்லெ. இப்படி ரெயில்லெ போறப்பதான். ஊருக்குப் போயி ஊட்டுக்குள்ள நுழைஞ்சிட்டா நெசமாவே மருந்து கணக்காதான். இந்தக் கிளம் இருக்கே நச்சத்திரையன் தான் போங்களேன். உசிரை எடுத்துடுவான் ... இப்பக் கொஞ்சம் மருந்து மாதிரி சாப்பிடுங்களேன். மொளகு தட்டிப் போட்டு வெந்நீர் கொண்டாரச் சொல்றேன். டைனிங்கார் ஆள்கிட்ட" என்ற உபசாரம் செய்தது வாயசப்பட்டி.

குருவிக்கு நப்பாசை. "ம்" என்று இழுத்தது. டைனிங்கார் ஆள் வரும்போது உத்தரவு பிறந்தது. ஆனால் மிளகு தட்டிப்போட்ட வெந்நீர் வருவதற்குள் வாயசப்பட்டிக்கு மறந்துபோய்விட்டது. சொச்ச பாட்டிலைக் காலி செய்துவிட்டது. ஞாபகப்படுத்தக் கூச்சப்பட்டு குருவி அது சாப்பிடுவதை ஏமாற்றமாகப் பார்த்துக்கொண்டிருந்தது.

மிளகு தட்டிப் போட்ட வெந்நீர் வந்ததும். வாயசப்பட்டிக்கு ஞாபகம் வந்தது. "அடேடே, மறந்தே போயிடிச்சே. நீங்க சொல்லப் படாதா சார். பார்த்துக்கிட்டே பேசாம இருந்தீங்களே ... பொளைக்கிற பிள்ளையா நீங்க...ஏன்யா – இன்னும் ஒரு கால் அரை சைஸ் கிடைக்குமா?" என்று டைனிங்கார் ஆளைக்கேட்டது.

"இனிமே எப்படி சார். தட்டாரப் பேட்டை ஸ்டேஷன் தாண்டி யாச்சே. அஞ்சு நிமிசத்திலே இறங்க வேண்டியது தானே" என்றது டைனிங்கார் ஆள் பறவை.

"சாரி சார்."

"பரவால்லெ சார்"

"அடுத்த தடவை பார்த்துக்கலாம்" என்ற வாயசப்பட்டி, ஸ்லீபெட்டியில் யாரோடோ அரட்டை அடித்துக்கொண்டிருந்த கிழக் காக்காயைக் கூப்பிட்டு, பெட்டி படுக்கைகளை எடுத்து வைக்குமாறு உத்தரவு கொடுத்தது. ஒன்றரை நாள் பயண அலுப்போடு குருவியும் கீழே இறங்கிப் போயிற்று.

அமுதசுரபி, அக்டோபர் 1979

ஆயா

"ஈச்வரதாஸ்" என்று வெளியே வந்த பியூன் கூப்பிட்டான். ஈச்வரதாஸ் எழுந்தான். இவ்வளவு சீக்கிரம் கூப்பிடுவார்கள் என்று அவன் எதிர்பார்க்கவில்லை. எட்டு பேர் போய்விட்டு வந்துவிட்டார்கள். என்ன கேள்வி கேட்டார்கள் என்று வெளியே வந்த ஒவ்வொரு ஆளிடமும் அவன் கேட்டுக்கொண்டிருந்தான். அவசர அவசரமாக ஏதோ சொல்லிவிட்டு அவர்கள் போய்விட்டார்கள். கேள்விகளைச் சொல்லிவிட்டால் மற்றவர்கள் ஜாக்கிரதையாகத் தயார் செய்துகொண்டு பதில் சொல்லிவிடுவார்களோ என்று அவர்கள் கவலைப்பட்டிருக்க வேண்டும். முன்னால் தெரிந்து கொள்வதும் "காப்பி" அடிக்கிற மாதிரி தானே!

உள்ளே போகும்போது, கால், கை நடுங்கிற்று. ஐந்து பேர் நீள மேசைக்குப் பின்னால் உட்கார்ந்து இருந்தார்கள். மத்தியில் ஒரு கவுன் போட்ட ஆள்.

மற்றவர்களுக்குச் சாதாரண சட்டை கால் சட்டை. ஓரத்தில் ஒரு பெண். இவள்தான் பள்ளிகூடத்துக்குத் தலைமை ஆசிரியை, தெரியும்.

மத்தியில் இருந்தவர் கையில்லாத நாற்காலியைக் காட்டினார். ஈஸ்வரதாஸ் உட்கார்ந்தான் – அடக்க ஒடுக்கமாக.

"உன் பேர் என்ன?"

"ஈஸ்வரதாஸ்."

"நல்லா கெட்டியாகச் சொல்லு. என்ன பயம்? என்ன வயசு?"

"பதினேழு."

"என்ன படிச்சிருக்கே?"

"போன வாரம்தான் ஸ்கூல்லே கடைசிப் பரீச்சை எழுதியிருக்கேன்."

"அப்படின்னா?"

"ஆமா."

"போன வாரம் வரைக்கும் மாணவன். இப்ப வாத்தியாரா? பரீச்சையிலே தேற வண்டாமா?"

"நிச்சயமா தேறிடுவேன். இது வரைக்கும் எல்லா க்ளாஸிலேயும் முதல் ஐந்து ராங்குக்குள்ள வந்திட்டிருக்கிறேன். இந்தப் பரீச்சையிலும் நல்லாத் தேறிடுவேன்."

"வாத்தியார் வேலைக்குப் பயிற்சி வேணுமே."

"..."

"தெரியாதா?"

"தெரியும். ஆனா பயிற்சியில்லாம, என் சிநேகிதங்க ரெண்டு மூன்று பேர் வாத்தியார் வேலை பார்க்கறாங்க! நானும் அந்த மாதிரிதான் வந்திருக்கிறேன். அப்புறம் இரண்டு மூன்று வருஷம் கழிச்சு நீங்களே பயிற்சிக்கு அனுப்புங்களேன்."

"வேலையே கிடைத்துவிட்டாற் போல பேசுகிறாயே."

"ஸாரி."

"பாதிரி சிரித்தார்."

"இந்த மாதிரி சின்ன எலிமென்டரி பள்ளிகூடத்திலே வாத்தியாரா இருக்கிறதுன்னா என்ன என்ன தெரிந்திருக்க வேண்டும்?"

"நல்லா விளையாடத் தெரியணும். சிரிக்கத் தெரியணும். புள்ளைங்களோட வேடிக்கையா பேசத் தெரியணும். சுத்தமாக இருக்கணும்."

"ஏன்?"

"அப்பதான் பிள்ளைங்களும் சுத்தமா இருக்கும்."

"வேடிக்கையாய்ப் பேசத் தெரியணும்ன்னா?"

"கதை மாதிரி எல்லாம் புதுசு புதுசா சொல்லணும்."

"அப்ப ஒரு கதை சொல்லு பார்ப்பம். நாங்க அஞ்சு பேரும், நாலாங் க்ளாஸ் பிள்ளைங்கன்னு நெனச்சுக்க. ஒரு கதை சொல்லு."

ஈசுவரதாஸ் குழம்பி புன்னகை பூத்தான்.

"ஆமா, நாங்க இப்ப நாலாம் க்ளாஸ் குழந்தைகள், ஒரு கதை சொல்லு."

"பிராணி கதை சொல்லலாமா?"

"எது வேணும்னாலும்."

"பழைய கதையா – பைபிள் – ராமாயணம் மாதிரி?"

ஆயா

"எது வேணும்னாலும்."

திருதிருவென்று விழித்தான் அவன். ஒரு கதைகூட நினைவுக்கு வரவில்லை. ஒரு நிமிஷம் ஓடிற்று. பிராணிகள், பறவைகள் எல்லாம் எங்கேயோ பறந்துபோய்விட்டாற்போலிருந்தது.

விழித்தான்.

"எந்தக் கதையாகவும் இருக்கலாமா?"

"எந்தக் கதையாயிருந்தாலும் சரி ... நாங்க இப்ப நாலாம் க்ளாசுப் பிள்ளைகள். அது மாத்திரம் ஞாபகம் இருக்கட்டும் ..."

மீண்டும் புன்னகையுடன் சிறிது விழித்தான் அவன். பிறகு மெதுவாக ஆரம்பித்தான்.

"ஒரே ஒரு ஊரிலே, ஒரு அப்பா அம்மா. அவங்களுக்கு ரண்டு குழந்தை. ஒரு ஆணு, ஒரு பொண்ணு. அப்பா வந்து ராணுவத்திலே ட்ரக்கு ட்ரைவர். ரொம்ப தொலைவுலே ஏதோ ஊர்லே வேலை பார்த்துக்கிட்டிருந்தார். அம்மாவையும் பிள்ளைங்களையும் ரண்டு வருஷத்துக்குகொருக்காத்தான் வந்து பார்ப்பார் – லீவு எடுத்துக்கிட்டு வந்து. அப்படி வர்றப்ப, ரண்டு நாளைக்கு அப்புரம் கோச்சுகிட்டு கத்த ஆரம்பிச்சிடுவார் – நல்ல சாப்பாடு போடலேன்னு. ஒரு மீன் கிடையாது, ஒரு கறிக் குளம்பு கிடையாது – இது என்ன பன்னி துன்ற சாப்பாடுன்னு கத்துவார். காசில்லையே மீனுவாங்க, கறி வாங்கலாம். அவரு காசுநிறைய கொண்டாரதில்லெ. அவர்கிட்ட காசு இருக்காது. அவரு நிறைய சாராயம் குடிப்பாரு சம்பாதிக்கிறதெல்லாம் அதுக்கே சரியாப் போயிடும். உனக்குக் கை காலு இல்லியா, நாலு காசு சம்பாதிக்க முடியாதா உன்னாலேன்னு கத்துவாரு அவரு அம்மாவைப் பார்த்து. அப்படி நாலஞ்சு நாள் கத்துவாரு. சாராயத்துக்குக் காசு கேப்பாரு. கொடுக்காட்டி அடிப்பாரு அம்மாவை. அம்மா, பாத்திரம், தோடுன்னு எதையாவது வித்துப் போட்டு நல்லா சமையல் பண்ணிப் போடுவாங்க. காசு தீந்தப்புறம் நல்லா சமைக்க முடியாது. மறுபடியும் சண்டைபோடுவாரு, அடிப்பாரு. கோவிச்சுக்கிட்டு திரும்பி ஊருக்குப் போயிடுவாரு. பிள்ளைங்க படிக்கணும், சாப்பிடணும் அதனாலே அம்மா வந்து ஆயா வேலைக்குப் போனாங்க. பணக்கார வீட்டிலே போய் சமைக்கிறது, துணி தோய்க்கிறது, வீடு கூட்றது, பாத்திரம் தேய்க்கிறது, குழந்தையைப் பார்த்துக்கிறது, இந்த மாதிரி வேலை செய்ய ஆரம்பிச்சாங்க. காலையிலே ரண்டு பிள்ளை களுக்குச் சமைச்சுப் போட்டு, வேலைக்குப் போனா, ராத்திரிதான் வருவாங்க – அசந்து போய் வருவாங்க. கிறிஸ்மஸ், தீபாவளின்னு எப்பவாவது அவங்களுக்கு ஒரு புடவை இனாம் கிடைக்கும்.

"காட்சிலே ஒரு நல்ல வீட்டிலே ஆயா வேலை கிடைச்சுது அந்த அம்மாவுக்கு. ஒரு புருஷன், பொண்டாட்டி – ரண்டு பேரும் வேலைக்குப் போறவங்க. அவங்களுக்கு ஒரு குழந்தை. அவங்க வேலைக்குப் போயிருக்கறப்ப, குழந்தையைப் பார்த்துகிட வேண்டியது. அவங்க ரொம்ப நல்லவங்க. ஆயாவுக்கு நல்ல சாப்பாடு போட்டாங்க. சேலை கொடுப்பாங்க. அந்தக் குழந்தையும் ஆயா மேலே ரொம்ப ப்ரியமா இருந்துச்சு. ஆயாவும் அந்த குழந்தை மேலே உசிரா இருந்தாங்க. அது

அப்பா அம்மாகிட்ட சித்த நேரம் போகும். அப்புறம் ஆயா கிட்டவே தான் இருக்கும். சாயங்காலம் ஆயா வீட்டுக்குப் போனப்புறம் அதுக்கு வெறிச்சினு போயிடும். அதைப் பார்த்துட்டு அந்தப் புருஷன் பெண்டாட்டி ரண்டுபேரும் ஆயாகிட்ட இன்னும் ரொம்பப் பிரியமா இருக்கத் தொடங்கினாங்க. ஆனா அந்த ஆயாவுக்கு எத்தனை வந்தாலும் போரலே. மக பெரிசா ஆயிட்டுது. அதனாலே தம் சேலையெல்லாம் மகளை கட்டிக்கச் சொல்லும் அந்த ஆயா. பையனும் பெரிய கிளாசு படிக்க ஆரமிச்சான். பள்ளிக்கூடத்திலே புஸ்தகம், நோட்டு, அது இதுன்னு புடுங்குவாங்க. நல்ல உடுப்புப் போட்டுக்கணும்னு கண்டிப்பாங்க. புள்ளை நல்லா படிச்சு பெரிய மனுசனாக ஆகணும்னு ஆசை ஆயாவுக்கு. திடீர் திடீர்னு இருவது ரூபா முப்பது ரூபா வேணும்பான் பையன். ஆயா சம்பளத்தையெல்லாம் முன் பணமா வாங்கிப்பா. அப்புறம் மேலே, மகளுக்குக் கலியாணம் பண்ணிரணும்னாங்க உறவு சனங்க. அதுக்காக வேண்டி மோதிரம் சங்கிலி பண்ணாங்க ஆயா. பணம் பத்தலே. ஆனா எப்படியோ ஆயா பணம் கொண்டாந்துடுவாங்க. ஒரு நாளைக்கு பெரிய பரீட்சைக்குப் பணம் கட்டணும்னு பையன் பணம் கேட்டான். இல்லெ. ஒரு வாரத்திலே கட்டணும்னான். ஆனா மூணு மாசத்து சம்பளத்தை முன் பணமாக வாங்கிட்டாங்க ஆயா. ஆனா ஒரு வாரத்துக்குள்ளே பணம் கொண்டாந்துட்டாங்க. ஆனா மறுநாள் காலையிலே வேலைக்குப் போனவங்க ஒரு மணி நேரத்திலே திரும்பிட்டாங்க. ஏன்னு கேட்டான் பையன். வேலையை உட்டு நிறுத்திட்டாங்களாம்.

"பெஞ்ஜி நாலஞ்சு மாசமா ரூபாய் எல்லாம் இருவதும் முப்பதுமா காணாம போயிட்டே இருக்கு. இத்தோட நானூறு ரூபாய்க்கு மேலே திருட்டுப் போயிருக்கு. நீங்க எடுத்தீங்கன்னு நாங்க சொல்லலெ. நீங்க எடுக்க மாட்டீங்கன்னு ஓர் எண்ணம் இருக்கு. ஆனா, இங்கு வேற ஒருத்தரும் வர்றதில்லே. அதனால உங்க மேலே சந்தேகப்படும் படியா இருக்கு. சந்தேகம் இருக்கிறப்ப நீங்க இங்கே வேலை செய்யறது நல்லாருக்காது. நாளைக்கு ஏதாவது நடந்து கெட்டுப்போயிடுச்சுன்னா உங்க பேர்லதான் பழிவிழும்னு சொல்லி மூணு மாசத்துச் சம்பளத்தைத் தந்து திருப்பி கொடுக்க வாணாம்னு சொல்லி நிறுத்திட்டாங்க அந்தப் புருஷன் பொண்டாட்டி ரெண்டுபேரும். அந்த ஆயா அழுதிட்டே வீட்டுக்கு வந்தது.

"இது பெரிய அக்ரமமா இருக்கேன்னான் பையன்."

"இல்லே. அவங்க சந்தேகப்பட்டது சரிதான்"ன்னாங்க ஆயா. "அப்படின்னா நீ எடுத்தியா?"ன்னு கேட்டான் பையன்.

"ஆமா, உனக்குத்தான் குடும்ப நிலைமை தெரிஞ்சிருக்கே. உன் படிப்பு, தங்கச்சி கலியாணம் அதுக்குக் காப்பு, சேலை, காதுக்குத் தோடு ..."ன்னா ஆயா.

"அதை அவங்ககிட்ட ஒத்துக்கிட்டா என்னவாம்? அவங்கதான் ரொம்ப நல்லவங்கன்னு சொல்றியே?"

ஒத்துகிட்டா திருடின்னு பட்டம் நிலைச்சுப் போயிடும். 'உன் மேல சந்தேகம். ஆனா, நீ யோக்கியமானவள்னு சொல்லி வேற யாருகிட்ட

வாவது வேலை வாங்கித்தாரேன், நீ அங்கியும் இந்த மாதிரி பண்ணாம இருந்தா'ன்னு சொன்னாங்களாம்.

"அந்த ஆயா அதைக் கேட்டுகிட்டுத் திரும்பி வந்துடுச்சு அழுதுகிட்டு."

"அந்தப் பையன் ஒரே துடிப்பா துடிச்சுது. எப்படியாவது அந்த ரூபாய்களைச் சம்பாரிச்சுத் திருப்பிக்கொண்டு கொடுத்திரணும்னு, திருப்பித் திருப்பி அம்மாகிட்ட சொன்னான். அப்படின்னா திருடி பட்டம் கட்டலான்னு பாக்கறிய எனக்குன்னு கேட்டது அந்த ஆயா. நமக்குப் பத்தலெ எடுத்துகிட்டு வந்தேன். அவங்ககிட்ட சொல்லாம எடுத்தது தப்புதான்னு சொல்லிச்சு அந்த ஆயா. 'அது திருட்டு இல்லியா?'ன்னு கேட்டான் பையன்.

"அம்மா முழிச்சி தரையைப் பார்த்துக்கிட்டே இருந்தது."

ஈச்வரதாஸ் நிறுத்திவிட்டான்.

"கதை முழுக்க முடிஞ்சி போச்சா?"

"போச்சு சார்."

"இதுதான் நாலாங் க்ளாஸ் புள்ளீங்களுக்குச் சொல்ற கதையா?"

"சொல்லலாம் சார்."

"அவங்களுக்குப் புரியுமா இது?"

"புரியும் சார்."

"கடசியிலே ஒரே சிக்கலா இருக்கே. அவங்க சந்தேகப்பட்டுத்தான் நிறுத்தினாங்க. இந்த ஆயா திருடிப்பிட்டு, ஒப்புக்மாட்டேன்னிட்டாங்க, திருடின்னு பேர் வரக்கூடாதுன்னு பையனையும் தடுக்கறாங்க. இதெல்லாம் நாலாம் க்ளாசுக் குழந்தைகளுக்குப் புரியுமா?"

"புரியும் சார். அஞ்சு வயது முடிஞ்சவுடனே எது நல்லது, எது கெட்டதுன்னு தெரியும் சார்."

ஐந்து பேரும் சிரித்தார்கள்.

"சரி, இப்ப உங்க அம்மா எங்க இருக்காங்க?"

"வீட்டிலேதான்."

"அந்த புருஷன் பெண்டாட்டி வேலை வாங்கித் தரேன்னாங்களே. இன்னும் தரலியா?"

"இன்னும் இல்லெ சார்."

"சரி, நீ வாத்தியார் வேலை பார்க்கறது கிடக்கட்டும். முதல்லே போயி, உங்கம்மாவைக் கூட்டிக்கிட்டு வா இங்கே ஒரு ஆயா வேணும் இப்ப" என்று ஓரத்திலிருந்த பெண் சொன்னாள்.

அமுதசுரபி, நவம்பர் 1979

கிழவரைப் பற்றி ஒரு கனவு

"இருபத்தஞ்சு வருஷம் உன்னை வளர்த்து, ஆளாக்கி, பல்லெக் காட்டாத இடமெல்லாம் காட்டி இளிச்சு, ஸ்காலர்ஷிப்பெல்லாம் வாங்கிக் கொடுத்துப் படிக்கவச்சதுக்கெல்லாம்நல்லகைம்மாறுகிடைச்சுட்டுன்னு எழுதிக் கொடுத்துட்டேன்." கிழவர் இடது கையை ஆட்டி ஆட்டி வெதும்பினார்.வலதுகைசாப்பிட்டுக்கொண்டிருந்தது. ஓரிரண்டு முறை கண்ணைத் துடைத்துக்கொண்டார். துயரத்தினாலோ, எண்பத்துமூன்று வயசில் கண்படும் அவதிகளாலோ? தெரியவில்லை. இரண்டுமிருக்கலாம்.

இடம் என் வீடு. அவர் நாளைக் காலை ரயிலில் ஊருக்குப் போகிறார். ஒன்றரை நாள் பயணம். சாப்பிட வந்திருக்கிறார்.

"இங்க சாப்பிடறத்தைப்பத்தி ஒண்ணுமில்லெ. ஆனா அவன் என்ன சொல்லுவானோ? மாட்டுப் பொண் என்ன சொல்லுவாளோ? அவனுக்கு ரொம்ப க்ரூக்கட் மைண்ட். ஒரு வார்த்தை சிரிச்சுண்டு, சுமுகமாய்ப் பேசத் தெரியாது. தெரியுமோ என்னவோ, என்கிட்ட பேசினது கிடையாது. நான் இங்கு வந்து சாப்பிட்டேன்னு தெரிஞ்சுதோ என்ன சொல்லுவானோ தெரியாது.கழுத்தைப் பிடிச்சுத் தள்ளினாலும் தள்ளிப்பிடுவான். அதனால்தான் ஊருக்குப்போறதுக்கு முன்னால இங்க ஒரு வேளை மட்டும் சாப்பிடறதுன்னு வச்சுண்டேன்."

அவர் பேசியது தன் பிள்ளையைப் பற்றி. பிள்ளை ஒரே பிள்ளை. சர்க்காரில் பெரிய வேலை. ரொம்பப் பெரிய வேலை.தரையிலே கிடந்தவன் பாயில் ஏறினான் என்பார்களே அந்தக் கதை. அவர் எலிமெண்டரி பள்ளிக்கூட வாத்தியார். டில்லியில் பெரிய பெரிய பதவிகளில் அதிகாரக் குரல் கொடுக்கும் பல வாத்தியார் பிள்ளைகளில் ஒருவன் அந்தப் "பையன்"; அதாவது ஐம்பது ஐம்பத்திரண்டு வயது பிள்ளை.

கிழவருக்கு மனைவி இல்லை. அந்தப் பையனுக்குப் பன்னிரண்டு வயதாகும்போது இறந்துவிட்டாளாம். ஒன்றிக் கட்டையாக இருந்து பையனுக்குச் சமைத்துப் போட்டு வளர்த்திருக்கிறார். இரண்டாம் தாரம் வந்தால் என்ன ஆகுமோ என்ற கவலை. மீண்டும் பிரம்மச்சர்யத்தை மேற்கொண்டு, கெஞ்சாத கெஞ்சலெல்லாம் கெஞ்சி ஊராரின் உதவி, சர்க்கார் உதவி எல்லாம் வாங்கி ஒரே குழந்தையை எம்.ஏ. வரையில் படிக்கவைத்துவிட்டார். அந்தப் பையனைத் தென்னை மரத்தில் காய் வரையில் தாங்கவேண்டிய அவசியம் இல்லை. படுசூரப்புத்தி. தானே தன் முயற்சியால் உச்சி வரையில் ஏறத் தொடங்கினான்.

அவனுடைய வருங்காலத்தையும் அறிவையும் பார்த்து, ஒரு பிரபல நடு வயது சர்க்கார் புள்ளி அவன் எலிமெண்டரி வாத்தியார் பிள்ளையாயிருந்தாலும், தன் பெண்ணைக் கொடுத்து, கையும் கொடுத்து, உச்சிக்குக் கொண்டுவரத் தன் பங்கைச் செய்தார். அந்தக் கலியாணம் ஆன நாளிலிருந்து இந்தக் கிழவர் பையனோடு இருந்ததில்லையாம். வாத்தியார் வேலையை அக்கறையாகப் பார்த்துக்கொண்டு வந்திருக்கிறார். பதவியிலிருந்து ஓய்வு பெற்ற பிறகும் வேறு பள்ளிக்கூடங்களில் வேலை பார்த்திருக்கிறார். இயன்றவரையில் சுதந்திரமாக இருப்போம் என்ற இயல்பு. அறுபத்தைந்து வரையில் மாறி மாறிப் பல பள்ளிகளில் வேலை பார்த்தார்.

'பிறகு, மேலும் யாரும் வேலை கொடுக்கவில்லை; ஒரு கோயிலில் கணக்கு எழுதினாராம். ஒரு கடையில் கணக்கு எழுதினாராம். எழுபத்தைந்து வயதுக்குப் பிறகும் யார் வைத்துக்கொள்வார்கள்? வாத்தியார்கள் பெரியவர்கள் என்று சர்க்கார் தரும் சிறிய பென்ஷனை வைத்துக்கொண்டு காலத்தை ஓட்டி வந்தாராம். அப்படி ஒரு ஏழெட்டு வருஷம் – இல்லை, சரியாக எட்டு வருஷம் (கிழவர் எண்ணிக்கை தவறுவதில்லை) இரண்டு மாதம் முன்பு, தாளாமை வந்து தானே சமைத்துச் சாப்பிட முடியவில்லையாம். பிள்ளைக்கு எழுதினாராம். நான் வந்து உன்னோடு இருக்கிறேன் என்று. பிள்ளைக்குக் கல்யாணம் ஆன பிறகு இருபத்தாறு வருடங்களில் (எண்ணிக்கை இன்னும் தவறவில்லை) இரண்டே இரண்டு தடவை பிள்ளையோடு வந்து தங்கியிருக்கிறாராம். ஒரு தடவை ஒரு மாதம். இன்னொரு தடவை பதினெட்டு நாள். எண்பத்து மூன்று வயதானபின் தனியாக இருப்பது சரியில்லை என்று பிள்ளைக்கு எழுதினாராம் – மூன்று கடிதம் – பதில் இல்லை. எழுத நேரம் இல்லைபோலும் என்று சொல்லி ஒரு சின்ன பாத்திர மூட்டையுடனும் ஒரு சின்ன டிரங்கு பெட்டியுடனும் ரயிலேறி வந்துவிட்டாராம்.

வந்த மறுநாளே என் வீட்டுக்கு வந்தார். யாரோ தெரிந்த முகமாக இருக்கிறதே என்று நான் தயங்குவதற்குள் என்னை ஞாபகப்படுத்தத் தொடங்கினார். நான் சின்னப் பையனாக இருந்தபோது, எலிமெண்டரி வாத்தியார்களைக்கூட ஊருக்கு ஊர் மாற்றல் செய்யும் சர்க்காருடைய தயவில் எங்கள் ஊருக்கு மாற்றலாகி வந்து ஒரு மூன்று வருஷம் எதிர் வீட்டில் குடியிருந்து – கிட்டத்தட்ட நாற்பது வருஷத்திய பழைய செய்தி.

அப்போது அந்தப் பையனுக்கு ஏழெட்டு வயதிருக்கும். அந்த அம்மாளும் உயிரோடு இருந்த காலம். நானும் சின்னப் பையன். அவன்

எனக்கு விளையாட்டுத் தோழனாகவும், அவர் என் தகப்பனாரின் நண்பராகவும், தாயார் என் தாயாரின் பேச்சுத் தோழியாகவும் மூன்று வருஷம் கழிந்தது. பிறகு திடீர் என்று வேறு ஊருக்கு மாற்றலாகி விட்டது.

ஒரு எலிமென்டரி வாத்தியார் மூன்று வருஷத்திற்கு மேல் ஒரு ஊரில் இருந்தால் வேரூன்றிக்கொண்டு லஞ்சம் கிஞ்சம் வாங்கி லட்சப் பிரபுவாக ஆகிவிடுவாரோ என்ற பயத்தில் சர்க்கார் அவரை மாற்றிவிட்டது. மாற்றலாகிப் போனவர்கள்தான். பிறகு சேதியில்லை. ரயில் சிநேகம் மாதிரி. திடீர் என்று நாற்பது வருஷம் முன்னால் பார்த்த, முப்பது வருஷம் முன்னால் பார்த்த முகங்கள் காரணமில்லாமல் நினைவுக்கு வருவது போல, இவர்கள் முகமும் ஓரிரு முறை வந்துண்டு எனக்கு. அந்த மாதிரி சம்பவங்களில் இந்த முகங்கள் எல்லாம் இப்போது எங்கிருக்கின்றனவோ, இருக்கோ இல்லையோ என்ற ஒரு எண்ணமும் வருவதுண்டு. "உங்க தகப்பனார் இப்ப ..." என்று சிலர் என்னிடம் ஆரம்பிப்பார்கள் ..."ஊர்ல இருக்கார் – வயசாயிடுத்து" என்று நான் விழுந்து முந்திக்கொள்வேன். அவர்கள் குரலில் சந்தேகம் தீர்ந்த களிப்பு கேட்கும். முகத்தில் ஒரு அசட்டுச் சுதாரிப்பு நிழலாடும்.

கிழவர் வந்ததும் வராததுமாக அதற்கெல்லாம் இடம் கொடுக்காமல் தானே அறிமுகப்படுத்திக்கொண்டார். அவருடைய நாற்பது வயது முகம் நினைவு வந்தது. குடுமி, சிகப்புக் கடுக்கன், மாநிறம், ஒரு தினுசான எப்போதும் மலர்ந்த புன்னகைக்கிற முகம். இப்போது? உடல் கருத்து ஒரு சின்னக் கூனல். பெருத்த தலை. கருவிழியிருந்த இடத்தில் வெள்ளை பூப்பு. சுருக்கம் விழுந்த தோல். பல் போன வாய். அவர் மனைவி இறந்த செய்தியும் இப்போது அவர் சொன்ன பிறகுதான் தெரிந்தது. அவர் பிள்ளை இந்த ஊரில் பத்து வருஷமாக இருக்கிறாராம். உத்தியோகத்தைக் கேட்டதும் எனக்கு மலைத்துவிட்டது. ரொம்ப ரொம்பப் பெரிய உத்தியோகம்.

"இந்த ஊரிலா! பத்து வருஷமா!" என்று வாயைப் பிளந்தான்

"ஆமா. ஜாகைக்கூட இதோ தான். ரெண்டு ரோடு தாண்டி அடுத்த ரோடு."

"அப்படியா? நான் இங்கே இருக்கிறது எப்படித் தெரியும் உங்களுக்கு?"

"நான்தான் கேட்டேன். நீங்க இந்த ஊரில் இருக்கிறது தெரியும். அட்ரஸ் விசாரிக்க முடியுமோன்னேன். உங்க ஆபீஸ்லே யாரையோ விசாரிச்சு இன்னிக்குக் காலமே சொன்னான்."

கிழவர் நாற்பது வருஷக் கதையைச் சொன்னார்.

"இன்னமே இங்கே இருக்கிறதாக வந்துட்டேன். தனியா சமாளிச்சுப் பார்த்தேன். முடியல. வந்துட்டேன்" என்றார்.

"நீங்க தனியா வந்திருக்காப்பல இருக்கே. உங்க பையனும் வரப்படாதா?"

"வருவான், வருவான். ஒரு நாளைக்கு வருவன். நீங்களாம் சின்னப்போ சேர்ந்து விளையாடினவாளாச்சே. கட்டாயம் வருவான்" என்றார் கிழவர்.

ஒருமணி நேரம் பேசிவிட்டு விடைபெற்றுக்கொண்டார். நான் கொண்டு விடுவதாகச் சொன்னேன், "அதெல்லாம் வாண்டம். நான் போயிடுவேன்" என்று அவசர அவசரமாகக் கிளம்பிவிட்டார்.

எண்பத்துமூன்று வயதில் கண்தான் சிறிது பழுது. காது படு கூர்மை. கன்று, பசுவெல்லாம் காதை உயர்த்துவது போல, காது சின்ன ஓசைக்குக் கூட அந்தப் பக்கம் திரும்பும்.

அவர் போன பிறகு அந்தக் காலத்து முகங்கள் எல்லாம் நினைவுக்கு வந்தன. இப்போது காரணம் தெரியாமல் வரவில்லை. நானே தருவித்து தருவித்து நினைவை ஓட்டினேன். நாற்பது நாற்பத்தைந்து ஆண்டுகள்! அந்தப் பையனோடு விளையாடியதெல்லாம் ஞாபகம் வந்தது. என்னை விட வயதில் சற்றுச் சிறியவன். ஒரு பெரிய இலாகாவுக்கு அதிபதி இப்போது. அந்தச் சின்ன வயது முகம். அவன் குறுகுறுப்பு. முகக்களை...

அது சரி, பத்து வருஷமா, நானும் தான் இந்த ஊரில் இருக்கிறேன். நான் பார்த்ததில்லை அவனை. பார்த்திருந்தாலும் அடையாளம் புரிந்திராது. இந்தக் கிழவரின் பிள்ளை என்றெல்லாம் சேர்த்துப் பார்க்க எந்தச் சுவடும் இல்லை.

கிழவர் பிறகு ஒரு மாதம் வரவில்லை.

திடீர் என்று ஒருநாள் வந்தார். கொண்டுவந்த விபூதி தீர்ந்து விட்டதாம், ஒரு பொட்டணமாகக் கட்டி வாங்கிக்கொண்டு போனார்.

"நான் கொண்டு விடட்டுமா?"

"பரவாயில்லே. நான் போய்க்குவேன்" என்று நடையைக் கட்டிவிட்டார்.

மூன்று வாரமாயிற்று. ஒருநாள் வந்தார். வந்ததும் வராததுமாக, "இப்ப ரொம்ப மனசு ஒடிந்துபோய் வந்திருக்கேன்" என்றார்.

"என்ன?"

"தாங்க முடியாத ஹிம்சை."

"என்ன?"

"நீ புறப்பட்டு ஊருக்குப் போ என்கிறான் பிள்ளை."

"ஏன்?"

"அழைக்காமல் வந்துவிட்டேனாம்."

"என்னது?"

"ஒரு வாரமா பிடுங்கறான் – எப்ப ஊருக்குக் கிளம்பப் போறேன்னு."

"எந்த ஊருக்கு?"

"ஏதாவது ஊருக்கு. எனக்கு ஏது ஊர்? மெட்ராஸ்லே ஒரு ரூமே இருந்தேன். காலி பண்ணிண்டு வந்துட்டேன் – இவன் கிட்ட இருக்கலாம்ணு.

நான் உன்னைக் கூப்பிட்டேனா? உன்னை யார் வரச்சொன்னா? இம்மீடியட்லி நீ ஊருக்குப் போகணும்கறான்."

"நீங்க இருந்தா என்னவாம், ஒரு பிள்ளைதானே அவர்."

"நான் இருக்கறது சங்கடமாயிருக்காம். நீங்க பாட்டுக்கு இன்னும் இருபது வருஷம் இருந்தா, நான் சமைச்சுப் போட்டுண்டிருக்க முடியுமா என்கிறாள் மாட்டுப் பொண்ணு."

"என்னது!"

"உங்களுக்கு அதிர்ச்சியாயிருக்கு. எனக்கும் அப்படித்தான் இருந்தது. இப்படி ஒரு பொம்மனாட்டி பேசுவாளோ? அதைக் கேட்டப்பறம், சரி, போறேன். டிக்கெட் வாங்கிக் கொடுன்னேன். பணத்தை யெடு. புக் பண்ணிண்டு வரேன்னான். நூத்தம்பது ரூபா கொண்டு வந்திருந்தேன். நூறு ரூபாய்க்குச் சில்லறை வேணும். அதுக்குத்தான் வந்தேன்.

"போ போன்னுதான் விரட்றா. டிக்கெட்டு கூட வாங்கி கொடுக்கப் படாதா இத்தனை பெரிய வேலையிலே இருக்கிறவர்?"

"நானும் அதைத்தான் கேட்டேன். நீங்க ரெண்டு மாசம் சாப்பிட்டதுக்கு பணம் கேக்கலியே? டிக்கெட்டுக்குக்கூட நாங்க பணம் கொடுக்கணுமாங்கறா மாட்டுப்பொண்ணு."

எனக்குத் திடீரென்று சிரிப்பு வந்தது. அடி வயிற்றில் புகைந்தது.

என்ன இது!

இப்படிப் பெற்றோர்களை நடுத்தெருவில் விடும் பல 'கேஸ்'களை நான் பார்த்திருக்கிறேன். கணக்குப் பார்த்தால் அமைதிக்கும் இயற்கைக்கும் இருப்பிடம் என்று சொல்லப்படும் கிராமங்களில்தான் இது அதிகம். நகரங்களில் இவ்வளவு மோசமாக நான் பார்த்த ஞாபகம் இல்லை. சின்னப் பையனாக இருந்தபோது இந்த மாதிரி இரண்டு மூன்று நபர்களைப் பார்த்திருக்கிறேன். அவர்கள் தெருவில் போகும் போது, "மாதாவை ஒரு நாளும் மறக்க வேண்டாம்" என்று ஒரு கூச்சல் ஜன்னலண்டை போட்டுவிட்டு, முகம் திரும்பும்போது மறைந்து கொள்வேன். தெருவில் எதிர்ப்படுகிற ஒரு பிள்ளையைப் பார்த்து, "அன்னையும் பிதாவும், முன்னறி தெய்வம்" என்று சத்தம் போட்டுக் கொண்டே நடப்பேன்.

இதை அடிக்கடி செய்து, என் தகப்பனார் காதில் விழுந்து ஒரு தடவை அவர் கண்டித்து, நான் அதைக் கேட்காமல் மறுபடியும் செய்ததற்காக, அவர் என் கண்ணில் கலிக்கம் போட்டதுண்டு. இப்போது எனக்கு வயதாகிவிட்டது. ரொம்பப் பெரிய உத்தியோகத்தில் இருப்பவர், இந்த அநாகரிக இழைப்பாரா என்று யோசிக்கத் தொடங்கினேன். திண்ணையில் உட்கார்ந்திருந்த ஒரு தகப்பனாரை இவர் என்னுடைய சமையல்காரர் என்று ஒரு வெள்ளைக்காரருக்கு ஒரு இந்திய ஐ.சி.எஸ். அறிமுகப்படுத்திக்கொண்டே போனதாக அந்தக் காலத்தில் ஒரு கதை உண்டு.

புரோகிதர் அல்லது வாத்தியாரான தகப்பனைத் தகப்பன் என்று சொல்ல வெட்கப்படும் பெரிய பெரிய உத்யோகப் பிராமணப் பிள்ளைகளையும், வயல்காட்டு ஆளான தகப்பனைத் தகப்பன் என்று சொல்லிக்கொள்ள நாணும் ஷெட்யூல் வகுப்புப் பெரிய புள்ளிகளையும் நான் கண்டதுண்டு. மாறாக அத்தகைய பெற்றோர்களை, கோவணம் கட்டாத குறையாகப் பேணும் பிள்ளைகளையும் பார்த்ததுண்டு.

ஆனால் இரண்டு மாசம் சாப்பிட்ட தகப்பனிடம் சோற்றுக்குப் பணம் கேட்காமல் விட்டால் பெருந்தன்மை என்று கூறுகின்ற கணவன் மனைவியை இனிமேல்தான் பார்க்க வேண்டும். கிழவர் இதைச் சொன்னபோது ஏதோ காரணம் இருக்க வேண்டும் என்று குழம்பத் தொடங்கினேன். கிழவரைக் கிண்டிக் கேட்டேன்.

"ஒரு காரணமும் கிடையாது. நான் அவனோடு இருந்ததே கிடையாது. ரண்டே ரண்டு தடவைதான் முப்பது நாள் பதினெட்டு நாள் இருந்திருக்கேன். அப்ப நான் ஒரு வார்த்தை சொன்னது கிடையாது. ஒரு மனஸ்தாபம் கிடையாது. ஒரு சமயம் நான் சந்தியா வந்தனம் பண்றது, விபூதி இட்டுக்கிறதெல்லாம் அவனுக்குப் பிடிக்கலையோ என்னவோ?"

என்னுடைய மகள் குமுறினாள். இரண்டு நாள் லீவில் வந்திருந்த என் மகன், "தாத்தா, ஒரு அரிவாளைக் கொடுக்கறேன். நீ என் புள்ளையே இல்லேன்னு ஓங்கி அவர் கழுத்தில போடுங்க" என்று கோபத்தில் உதடு துடிக்க வாய் குழற, குரல் கமற ஒரு கத்துக் கத்தினான். நானும் அந்த மாதிரி—அந்தக் காலத்தில் செய்த ஞாபகம் வந்தது. அவனை அடக்க ஐந்து நிமிஷம் ஆயிற்று. "வயசாக வயசாக ஃபீலிங் போயிடுமோ என்னவோ? கடவுள் என்னை இப்படி கல்லாங்காய் படாமல் காப்பாத்தணும்" என்று தன் தாயாரிடம் மெதுவாகச் சொன்னானாம். எனக்குக் கொஞ்சம் வெட்கம்தான். வயதானபிறகு, எல்லா அக்ரமங்களும் நடக்கத்தான் நடக்கும், இது உலகப் போக்கு. இதுதான் வாழ்க்கை என்று சொரணை மழுங்கிப்போகிற விந்தையைக் கண்டு வியந்துகொண்டிருந்தேன்.

கிழவர் சில்லறையை வாங்கிக்கொண்டார். போனார். மறுநாள் வந்தார்.

"பதினாலாம் தேதி. ரயில்லே ஸ்லீப்பர் புக் பண்ணியிருக்கானாம். டிக்கெட்டைக் கொடுத்தான். பதினாலாம் தேதி சாயங்காலம் ஆறு மணிக்கப்பறம் இங்க இருக்கப்படாது. ஆறு அடிச்சு மூணாவது நிமிஷம் வாசல்லே நிக்கணும்ன்னு வேற எங்கியோ பார்த்துண்டு டிக்கெட்டை ஒரு டப்பா மேலே வச்சுட்டுப் போனான்" என்றார்.

"அப்படி என்ன உங்க மேலே கோபம்?"

"ஒரு காரணமும் இல்லெ. த்யாஜ கருணை உள்ளவன் கடவுள்ன்னு சொல்வா. இது த்யாஜ கோபக் கேஸ்" என்றார் அவர். கோபமாகச் சிரிக்கவில்லை. வெறுப்பாக வெதும்பினார். ஒரு டம்ளரில் தண்ணீர் வாங்கிக்கொண்டு சந்தியாவந்தனம் செய்தார். விடைபெற்றுக்கொண்டார்.

என் விளையாட்டுத் தோழன் ஒருநாள் கிழவரோடு வருவான் வருவான் என்று எதிர்பார்த்ததுண்டு. ஆனால் அதற்கும் சமாதானம்

செய்துகொண்டேன். டில்லியில் அந்தந்த சம்பளக்காரர்கள் அந்தந்த சம்பளக்காரர்களோடு தான் பேசுவார்கள் என்றும், அந்தஸ்தை இம்மி பிசகாமல் காத்துக்கொள்வார்கள் என்றும், அப்படி ஒருக்கால் அவர்கள் தவறினாலும் மனைவிகள் விடமாட்டார்கள் என்றும் நான் கேள்விப்படுவதுண்டு.

இந்த ஏற்ற இறக்கங்களுக்குப் பிராயச்சித்தமாக கார்னிவல், மேளா என்று ஏதாவது ஆண்டுக்கொருமுறை கொண்டாடி, வருடாந்திரத் திதிக்கு மறுநாள் முன்னோர்களை மறந்துவிடுவது போல மறந்து விடுவார்கள் என்றும் கேள்விப்படுவதுண்டு. இதெல்லாம் ஏழை குமாஸ்தாக்கள் பொச்சரிப்பால் சொல்லும் வார்த்தைகள் என்போரும் உண்டு. இந்த ஏற்ற இறக்கம் – அந்தஸ்து – எல்லா ஊரிலும் இருக்கிற செய்திதான். டில்லி இதை ஒரு விசேஷப் பண்பாடாக வளர்த்திருக்கலாம். அதனால் என்ன? என் விளையாட்டுத் தோழன் கிழவரோடு வராதது பற்றி நான் முதலில் கவலைப்படவில்லை. இப்போது அவன் வராமல் இருப்பதே நல்லது என்று பட்டது. என் மகனுக்கு அரிவாள் கிடைத்தால் என்ன ஆகும்?

அன்றிரவு நானும் மனைவியும், மகளும் மகனும் கிழவரின் நிலைமை பற்றி ஒரு கருத்தரங்கு நிகழ்த்தினோம். ஒரே பிள்ளை இப்படி அநாகரிகம் செய்வதற்காக ஏதோ ஆழ்ந்த காரணம் இருக்க வேண்டும் என்று என் கட்சி. ஏதாயிருந்தாலும் ஒரு சாகவிருக்கும் கிழவனை இப்படி நட்டாற்றில் விடுவது அசுரத்தனம் என்பது மக்கள் கட்சி.

நாட்டுப்பெண் இரண்டு மாதம் சமைத்துப் போட்டதைச் சுட்டிக் காட்டியதற்கு அவளுடைய தாளாமை காரணமாக இருக்கலாம் என்று என் மனைவி வாதாடினாள். இந்த நிலையில் என்ன செய்யலாம் என்றும் விவாதிக்கப்பட்டது. கிழவர்கள் விடுதியில் சேர்க்கலாம் என்று மகன் கட்சி. நாமே வைத்துக்கொள்ளலாம் என்று மகள் கட்சி. பிள்ளை நம்மைப் பழிவாங்குவார் என்ற சந்தேகத்தில் அது கைவிடப்பட்டது. கிழவர்கள் விடுதி அன்பில்லாத பாலைவனமாகக் கருதப்பட்டது. கடைசியில் இந்தப் பிள்ளை மோசமானவர் என்ற ஒரே தீர்மானத்துடன் டில்லியில் நடக்கும் எல்லா – சமூக பொருளாதார – அரசியல் கருத்து அரங்குகள் போலவே தீர்மானம் நிறைவேற்றுவதோடு எங்கள் அரங்கும் முடிந்தது.

பதினாலாம் தேதிக்கு இன்னும் நாலுநாள்தான். கிழவர் தினமும் வந்தார். ஒரு பாட்டம் அழுதார்.

ஊருக்குப் போகிற முதல் நாளிரவுதான் சாப்பிட இசைந்தார். சாப்பிட்டார். என் மனைவி பாயசம் சமைத்துப் போட்டாள். அப்போது தான் எழுத்து மூலம்தான் பிள்ளையோடு இரண்டு மாதங்களாகப் பேச்சு வார்த்தை நடக்கும் என்றும், உன்னை வளர்த்ததற்கு நல்ல கைம்மாறு கிடைத்துவிட்டது என்று சற்று முன்புதான் எழுதிக் கொடுத்ததாகவும் கிழவர் இடது கையை ஆட்டி ஆட்டிச் சொன்னார்.

அவர் மறுநாள் ஊருக்குப் போனார். என் மனைவி ஸ்டேஷனுக்குப் போய் ரிசர்வேஷன் பட்டியலைப் பார்த்து அவர் வண்டியைக் கண்டு

பிடித்து ஒரு இட்லிப் பொட்டணத்தை வழிக்காகக் கொடுத்துவிட்டு வந்தாள். பிள்ளை அவரை ஏற்றிவிட வந்திருந்தானாம். இவர்தானா உங்கள் பிள்ளை என்று ஒரு கேள்வி மட்டும் கேட்டுவிட்டு அந்தப் பிள்ளையைத் திரும்பிக்கூடப் பார்க்காமல் வந்துவிட்டாளாம்.

"நான் ஏன் பார்க்கறேன் அந்த மொகரக்கட்டையை!" என்று இறுமாந்து நின்றாள் மனைவி.

அன்றிரவு மகளுக்கு ஒரு சொப்பனம். அந்தப் பிள்ளை மனைவியைப் போட்டு கைத்தடி கொண்டு அடிஅடி என்று அடித்தாராம். அவள் கூச்சல் போட அண்டை வீடெல்லாம் கூடி விலக்கிற்றாம் ... "இவளுக்காகதான்யா எங்கப்பாவை அப்படிப் படுத்தினேன். திருப்தியா? திருப்தியா, திருப்தியா? என்று மீண்டும், மீண்டும் சாத்தினாராம். கூட்டம் அவரைப் பின்கட்டு முறையாகக் கட்டி உட்கார வைத்ததாம். பிறகு நள்ளிரவில் மூட்டைப்பூச்சி மருந்தைச் சாப்பிட்டுவிட்டு உயிரை மாய்த்துக்கொண்டாராம். ஆஸ்பத்திரிக்குக் கொண்டுபோனபோது "நல்ல வேளையா ஃபுல்லா சாப்பாடு சாப்பிட்டுவிட்டு தின்னீங்க. மூட்டைப் பூச்சி மருந்தை வெறும் வயித்திலே தின்னிருந்தாலல்லவா தெரியும்?" என்று அவர் பிழைத்திருந்ததைப் பார்த்துக் கேலி பண்ணினான் வார்ட்பாய். அது தற்கொலை முயற்சி இல்லை என்று கேஸை அமுக்கி மூட சக அதிகாரிகள் குசுகுசுவென்று பேசிக்கொண்டார்களாம்.

இதைக் கேட்டு மனைவி சிரித்தாள்.

"அவா ரண்டு பேரும் வாக்கிங் போயிண்டிருக்கா. நான் சித்தை முன்னாடிதான் பார்த்தேன். உங்க விளையாட்டுத் தோழனைப் பார்த்ததேயில்லேன்னேன்னு உங்களை எழுப்பலாம்னு பார்த்தேன். நீங்க நன்னாத் தூங்கிண்டிருந்தேள்" என்றாள் என் மனைவி. கனவுதான் நீதிமன்றம் என்று ஒரு கருத்தரங்கு தொடங்கிவிடுமோ என்று எனக்குக் கவலை வந்துவிட்டது.

தினமணி கதிர், நவம்பர் 1980

சுளிப்பு

அந்தப் பையனை ஒரு நிமிஷம் வெறித்துப் பார்த்தார் திருமலை. சர்க்கரைக் குட்டி, பட்டுக் குஞ்சு என்றெல்லாம் கொஞ்ச வேண்டும் போலிருக்கும். அத்தனை லட்சணம். அப்படி முகக் களை. புருபுருவென்று கண். சுருள் சுருளாகத் தலையில் மயிர். ஏழு வயதுக்கான வளர்த்தி இல்லை. உடம்பு மெல்லிசுவாகு. அதனாலேயே ஒரு கவர்ச்சி ஐயோ! இவ்வளவு பூஞ்சையாக இருக்கிறதே என்று ஒரு பரிவுக் கவர்ச்சி.

ஆனால் மண்டையில் இத்தனை களிமண்ணா! திருமலைக்கு அதுதான் ஆச்சரியம். அரை மணி நேரமாக அந்த மண்டையில் ஒரு கணக்கை ஏற்ற, சாகசம் பண்ணிக் கொண்டிருக்கிறார். ஒரு சாகசமும் பலிக்கவில்லை. அந்தச் சின்ன மண்டை ஒரு சின்ன அறை போலவும், அதற்குப் பல கதவுகள் இருப்பது போலவும், ஆனால், உள் முழுவதும் ஒரே ஈரக் களிமண்ணாக இருந்ததால் கதவு கீலில் அந்த மண்ணெல்லாம் சிக்கித் திறக்க முடியாமல் அடைத்துக் கொண்டிருப்பது போலவும் உவமானப் படம் தோன்றிற்று. இன்னொரு தடவை அந்த மண்டையை வெண்ணெய் என்று நினைத்து அவர் ஓர் ஊசியால் குத்தப்போனது போலவும், ஆனால் ஊசி முனை உடைந்ததும், அது வெண்ணெய் இல்லை, வெள்ளைக் கருங்கல் என்றும் அவருக்கு புரிந்ததாக ஒருதோற்றம். இப்படி ஒவ்வொரு தோல்விக்கும் ஓர் உவமானப் படம் தோன்றிக்கொண்டிருந்தது.

அவர் கையில் ஒரு கட்டு மரக் குச்சி. சுளுந்துக் குச்சி. உள்ளங்கை வேர்த்து சுளுந்து கட்டும் கசகசவென்று நனைந்திருக்கிறது.

"இது பாரு மூணும் மூணும் என்ன?"

விரல் விட்டு எண்ணி "ஆறு" என்றான் பையன்.

"உன்கிட்ட மூணு குச்சி இருக்கு. உங்க அண்ணா கிட்ட மூணு குச்சி இருக்கு –"

"எனக்கு அண்ணா இல்லியே."

"சரி, உங்க அக்கா கிட்ட இருக்கு."

"அக்காவும் இல்லே."

"நீ ஒரே குழந்தையா?"

"ஆமாம்."

"சரி, உங்கிட்ட மூணு குச்சி இருக்கு. எங்கிட்ட மூணு குச்சி இருக்கு. மொத்தம் எத்தனை? இரண்டு கையையும் சேர்த்து?"

இரண்டு கையும் சேரவில்லையே என்று விழித்தான் பையன். கடைசியில் அவனுடைய இடது கையில் மூன்றும், வலது கையில் மூன்று குச்சியுமாக வைத்து, சேர்த்து எண்ணி ஆறு என்று ஏற்றிவிட்டார்.

அடுத்த கணக்குத்தான் அவருடைய மூளையின் மூலபலங்களைத் தகர்த்துக் கொண்டிருந்தது.

"என் கிட்ட மூணு குச்சி இருக்கு. உங்கிட்ட எங்கிட்ட இருக்கிறதை விட மூணு குச்சி அதிகமா இருக்கு. இப்ப ரெண்டு பேர் கிட்டவும் சேர்த்து எத்தனை குச்சி இருக்கு?"

"ஆறு"

"இல்லெ. என்கிட்ட மூணு குச்சி ஈ ஈ ஈ ஈ. உங்ககிட்ட அதைவிட மூணு குச்சி அதிகமா இருக்கு ஊ ஊ ஊ. புரியறதோ. நான் சொன்னதைச் சொல்லு பார்ப்பம்."

"என்கிட்ட மூணு குச்சி ஈ ஈ. உங்கிட்ட அதைவிட மூணு குச்சி அதிகமாக இருக்கூ ஊ ஊ ஊ ..."

"அவ்வளவுதான் இப்ப மொத்தம் எத்தனை?"

"ஆறு."

"எப்படி?"

"மூணும் மூணும் ஆறு."

"இல்லே ... ணு குச்சி எங்ககிட்ட அ அ அ. உங்ககிட்ட அதைவிட மூணு குச்சி அதிகம் ம் ம் ம். மொத்தம் எத்தனே?"

"ஆறு."

அவருடைய மேஜை மேல் சுளுந்துக் குச்சிகள் இறைந்து கிடந்தன.

கால் மணி போராடிவிட்டு, "குச்சி வாண்டாம்; மூணு மாம்பழம்ணு வச்சுக்கோயேன். எங்ககிட்ட மூணு மாம்பழம் இருக்கு. உங்கிட்ட அதைவிட மூணு மாம்பழம் அதிகமா இருக்கு."

பையன் தன் கையைப் பாத்துக்கொண்டான்.

"அப்ப மொத்தம் எத்தனை மாம்பழம் இருக்கு?"

அவன் இப்போது ஆறு கூடச் சொல்லவில்லை. நேராக இருக்கிற சுளுந்துக் குச்சியே பலிக்கவில்லை. இல்லாத மாம்பழமா பலிக்கப் போகிறது?

"உனக்கு மாம்பழம் பிடிக்குமா?"

"பிடிக்காது."

"ஓகோ. அப்படியா? ஏன் பிடிக்காது?"

"சிரங்கு வரும்."

"உனக்கு எந்தப் பழம் ரொம்பப் பிடிக்கும்?"

"நாகப்பழம்."

"சரி, நாகப்பழம். உன் இந்தக் கையிலே மூணு நாகப்பழம் இருக்கு— அந்தக் கையிலே அதைவிட மூணு நாகப்பழம் அதிகமா இருக்கு ... கேட்டியா, இந்த கையிலே மூணு – அந்த கையிலே? அதைவிட மூணு நாகப்பழம் அதிகமாக இருக்கு. இப்ப ரண்டு கையையும் சேர்த்து எத்தனை பழம் இருக்கும்?"

"ஆறு."

"ராமா."

அரை மணி ஆகிவிட்டது.

மற்ற குழந்தைகள் பேசாமல் பார்த்துக்கொண்டிருந்தன. ஓரிரண்டு குழந்தைகள் அலுத்துப்போய் ஒன்றை ஒன்று கிள்ளத் தொடங்கின.

இந்தப் பையனை அரை மணியாக நிறுத்தி வைத்துச் சொல்லிக் கொண்டிருக்கிறார் திருமலை. பையன் இரண்டு கைகளையும் தொங்க விட்டவாறே பிசையத் தொடங்கினான். கால் நொந்ததோ, என்னவோ, நகர்ந்து நகர்ந்து நின்றான். கொஞ்சம் அசைந்து அசைந்து சிரமம் தீர்த்துக் கொள்வது போலிருந்தது. கால் மாற்றிக்கொண்டான்.

திருமலை நன்றாகப் பார்த்தார். வரவர பையனின் கண்கள் புருபுரு வென்று இருந்தவை, மந்தமாகத் தூங்குவதுபோல வெளிச்சம் மங்கி விட்டிருந்து. அவரும் விடவில்லை எப்படியாவது இந்த "அதிகத்தை" மண்டையில் ஏற்றாமல் விடுவதில்லை என்று வீம்பு பிடித்துக்கொண்டது.

"நன்னா கவனிச்சுக் கேக்கணும் ... என் கையிலே ... இல்லெ. உன்னோட இடது கையிலே – மூணு நாகப்பழம் ..."

சுளிப்பு

பையனின் முகம் இடுங்கிற்று. புருவம் சுருங்கிற்று. திருமலைக்குச் சட்டென்று வாய் மூடிக்கொண்டது. இந்தப் புருவச் சுருக்கம் ... பத்மா வின் முகம் மாதிரி இந்தப் புருவச் சிணுக்கம் இப்போது அவர் கண்ணை வந்து குத்திற்று.

கலியாணப் பந்தல். திருமலை மாப்பிள்ளை. சம்பந்திகளை இறக்கி யிருக்கிற வீட்டிலிருந்து மேளதாளத்துடன் அவர் பரதேசக் கோலம் கிளம்புகிறார். இடுப்பில் முடமுடவென்று பஞ்சக்கச்சம். மயில்கண். மேலுக்கு ஒரு மயில் கண் ஐந்து முழம். கையில் விசிறி. காலில் செருப்பு. அவர் தம்பியோ யாரோ குடையைப் பிரித்துத் திருமலையின் மீது வெயில் படுவதும் படாததுமாய் பிடித்துக்கொண்டு வந்தான். இடையில் பஞ்சக் கச்சம் அவிழாமல் பெல்ட்டு.

காலையில் அந்தக் கிராமத்துப் பரியாரி வந்து அவனுக்குச் சர்வாங்க க்ஷவரம் செய்து வைத்திருந்தான். திருமலைக்கு ஒரே கூச்சம். தலைமயிரை மட்டும் விட்டுவிட்டு, மார்பு கை கால் என்று ஒரு இடம் விடாமல் மழித்துவிட்டான். திருமலைக்குக் கொஞ்சம் சிரமம். மயிரெல்லாம் போனதும் கறுப்புத் தோலில் கொஞ்சம் கறுப்பு உதிர்ந்தாற்போல ஒரு திருப்தி. ஆனால் உடம்பு முகமெல்லாம், நெற்றி முதல் பாதம் வரையில் அம்மி– கல்லுரலைப் புளிந்தார் போல அம்மை வடு. சிறு சிறு குழிகளாகப் பெரிய அம்மை வடு. அதனால் பரியாரியின் கத்தியும் வழவழவென்று மழித்துவிடவில்லை. கர்கர் என்ற ஓசையுடன் அம்மைத் தழும்புகளையும் பள்ளங்களையும், வரம்புகளையும் நரநரத்துக்கொண்டிருந்து. மயிர் எல்லாம் போனதும் ஒரு அரிப்பு வேறு.

கலியாணப் பந்தலில் புகுந்ததும் கிழக்கே பார்த்து நிற்க வைத்தார்கள் திருமலையை. கலியாணப் பெண் உள்ளேயிருந்து வந்து அவனுக்கு மாலையிட்டு ஊஞ்சலில் ஆட்டிய பிறகு, உள்ளே அழைத்துப் போக வேண்டும். தாயாரும் தங்கைகளும் கிழவிகளும் நடு வயதுகளும் புடை சூழ மொட மொடவென்று பட்டு மடிசாரும் தலையில் சூரியப் பிரபை சந்திரப் பிரபையும் பூப்பின்னலுமாக மெதுவாக வந்தாள்.

"பார்ரீ பத்மா, பாரு, நன்னாப் பார்த்துக்கோ ஆம்படையானை" என்று மேளச் சத்தத்துக்கு நடுவில் ஒரு பெண் குறும்பாகக் கத்திற்று.

பத்மா நிமிர்ந்து பார்த்தாள் ஒரு புன்னகையுடன். அதே கணம் முகத்தில் ஒரு சுளிப்பு. என்னமோ குத்தினது போல ஒரு வலி. ஒரு பயம் ... சிறிது நேரம் அவள் மார்பு, கை, பாதம் எல்லாம் சிலுசிலுப்பது போல ஒரு சிறு அதிர்வு. அதே சுளிப்போடு ஒரு பார்வை. மீண்டும் தலை குனிந்தது.

புன்னகையைக் காணவில்லை. அப்போது, தாலி கட்டும்போது, நலங்கின்போது – ம், ஹும், அந்தப் புன்னகை மறைந்தது மறைந்ததுதான்.

கலியாணப் பந்தலில் கண்ட அந்த முதல் சுளிப்பு! திருமலைக்குப் புரிந்துவிட்டது. அவன் நல்ல அட்டைக் கறுப்பு. அம்மை வடு. அகல

மூக்கு. பல் சோழிப் பல். அவனுக்கே கண்ணாடியில் பார்த்துக்கொள்ளப் பல சமயம் வேதனையாயிருக்கும்.

முன்னால், பெண் பார்க்கவில்லை. அம்மாக்களும் அப்பாக்களும் பார்த்து நிச்சயம் பண்ணிவிட்ட கலியாணம். கண்ணாடியைப் பார்க்கத் தயங்குகிற திருமலைக்கு எந்தப் பெண்ணையும் போய்ப் பார்த்து வேணும் வேண்டாம் என்று சொல்லத் தயக்கம்.

பத்மாவைப் பார்த்ததும் அவனுக்குக் கொஞ்சம் அதிர்ச்சி, கொஞ்சம் என்மாதிரி இருக்கக் கூடாதோ? கொஞ்சம் பகரையாக, கட்டை குட்டையாக – இல்லை, ஒரு கால் விந்தலாக, இல்லை, ஒரு கண் பூ விழுந்து … இப்படி ஏன் மூக்கும் முழியுமா, மாநிறமாகப் பளிச்சென்று ஒல்லியாக, பச்சை நரம்பு ஓட –

இந்தப் பையனுக்கும் அப்படிப் பச்சை நரம்பு – ஒல்லி. முகத்தை ஏன் இப்படிச் சுளுக்கினாள்? என் முகத்தைப் பார்த்தா? பத்மா முகத்தைச் சுளுக்கினது போலவே இருந்தது. திருமலைக்கு மனசு மறுபடியும் பத்மாவுடன் ஓடிற்று. பத்மா நாலைந்து நாள் அப்படியிருந்தாள், இப்படி வந்து சேர்ந்துவிட்டதே என்கிறது போல.

பிறகு படுக்கை அறையில் …

"அப்பா! உடம்பைப் பாரு, சமையக்காரன் மாதிரி கண்டு கண்டா, ம்க்கும்" என்று அவனுடைய இரண்டு கன்னங்களையும் ஒவ்வொரு கையின் ஐந்து விரலாலும் உள்ளங்கையாலும் அழுத்திக் கவ்வி மயக்கமும் சிரிப்பும்" – அவள் கை வேர்வையும் அவன் முதுகின் வேர்வையும் சேர்ந்து கசங்கி நசுங்கி …

சுளிப்பு மறைந்துவிட்டது.

இந்தப் பையன் அப்படித்தான் முகம் சுளுக்கினான் இப்போது. பத்மாவை ஜயித்தாற்போல இவனை எப்படி ஜயிக்க முடியும்?

படிக்கிற குழந்தை – ஏழு வயது …

திருமலை வெறித்துப் பார்த்தார் அவனை.

"உங்கப்பா என்ன பண்றார்?"

"செத்துப் போய்ட்டார்" என்றான் பையன்.

கண்ணில் அழுகை இல்லை.

"அம்மா?"

"அம்மாவும் செத்துப் போயிட்டா?"

"ஆ! எப்ப?"

"போன வருஷம்!"

"அண்ணா, தம்பியாவது இருக்காளா?"

"ஒருத்தருமில்லே."

"நீ யார் கிட்ட இருக்கே?"

"மாமா கிட்ட."

"மாமா என்ன பண்றார்?"

"பக்கோடா, காராபூந்தி எல்லாம் பண்ணி தெருவோட வித்துண்டு போவார்! தலையிலே ஒரு பெரிய தட்டுலே வச்சுண்டு."

"அப்படின்னா உனக்குக் கணக்கு நன்றாகத் தெரிய வேண்டாமா?"

"ஆமா."

"ஆமா?"

பையன் முகம் மறுபடியும் சுளித்தது.

வயிற்றைப் பிடித்துக் கொண்டான்.

"என்ன பண்றது?"

'வயத்தை வலிக்கிறது. போகணும், போகணும், போகணும்', என்று வலது கையில் ஆள் காட்டி – பாம்பு விரல்களை நீட்டினான் பையன்.

"சரி, சரி போ ... ஓடு" என்றார் திருமலை.

பையன் ஓடினான். கால் சட்டையிலேயே போய்விடப்போகிறானே என்று கவலை. நல்ல வேளையா ஓடி விட்டான்.

மற்ற பையன்கள் சிரித்தார்கள்.

"பொய் சார்" என்றான் ஒரு பையன் எழுந்து.

"என்னடா பொய்!"

"அவனுக்கு அப்பா அம்மா எல்லாம் இருக்கா சார்."

"ரண்டு அண்ணா இருக்கான் சார்."

"ஒரு தங்கச்சி கூட இருக்கா சார்."

"அவன் – அப்பா, பக்கோடா விக்கலை சார். பாட்டு வாத்தியார் சார். எங்க அக்காக்குக் கூடச் சொல்லிக் கொடுத்தார் சார்."

"அட!"

"அவனும் நல்லாப் பாடுவான் சார்."

"அட."

"அப்பா அம்மா, யாருமே இல்லேன்னானே?"

"சும்மனாச்சும் சார்."

"ஏன் சொன்னான்?"

குழந்தைகள் பதில் சொல்லவில்லை.

"வரட்டும்" என்றார்.

திருமலைக்குக் குழப்பம். முதலில் கோபம். பிறகு தன் முகம் தெரிந்தது.

குழப்பம்.

"வரட்டும்."

எல்லோரும் காத்துக்கொண்டிருந்தார்கள். பையன் வரவில்லை. கால்மணி, அரை மணி, பகல் இடைவேளை ஆயிற்று. வரவில்லை. பிற்பகல் ஆயிற்று. வரவில்லை. மாலையில் கடைசி மணியும் அடித்தது. பையன் வரவில்லை. திருமலைக்கு வயிற்றில் புளி.

"புஸ்தக மூட்டையை வச்சிட்டுப் போயிட்டான். அவன் வீடு தெரியுமா உங்களுக்கு?"

"நான் கொடுக்கிறேன் சார். எங்க தெருதான் சார்" என்று ஒரு பையன் அந்தப் பையை எடுத்துக்கொண்டான். திருமலை சிறிது நின்றார்.

"நானும் வரேன், வீட்டைக் காமிக்கிறியா?" என்றார்.

"வாங்க சார், காமிக்கிறேன்" என்று பெருமையாக அவருக்கு முன் நடந்தான்.

இரண்டு மூன்று தெரு கடந்ததும், "அதோ அந்த சந்துதான் சார்" என்றான்.

"அடி வாங்க வைப்பீங்களா சார் அவனுக்கு?" என்றான் மறுபடியும். எத்தனை ஆசை அவனுக்கு!

திருமலை பேசவில்லை.

"இவங்கதான் சார் அவன் அம்மா" என்று எதிரே வந்த ஒரு அம்மாளைக் காட்டினான்.

"ஏண்டா குழந்தே! பள்ளிக்கூடம் விட்டாச்சா?"

"விட்டாச்சே, இதோ நட்டுவோட பையி புஸ்தகமெலாம்" என்று அவளிடம் கொடுத்தான்.

"இவங்கதான் எங்க சார். மூணாவது சார்" என்று அறிமுகப் படுத்தினான்.

திருமலை கும்பிட்டார்.

சுளிப்பு

"வயித்து வலின்னு ஓடி வந்தான் குழந்தை. புஸ்தகப் பையைக் கூட வச்சுட்டு வந்துட்டேன்னு அழுதான். அதான் எடுத்துண்டு வரலாம்னு கிளம்பினேன்" என்றாள் அம்மா.

"இப்ப தேவலையா?"

"தேவலை, தூங்கறான்."

திருமலை திரும்பி விட்டார்.

வழி காட்டின பையன், "ஏன் சார், நீங்க ஒண்ணும் சொல்லலே நட்டு அம்மாகிட்ட" என்று நமுட்டுச் சிரிப்பு சிரித்தான். அவனுக்கு ரொம்ப ஏமாற்றம்.

"சொன்னா அடிக்க மாட்டாங்களா"

"அடிச்சாதான் சார், நாளைக்குப் பொய் சொல்லாமல் இருப்பான்." "நாளைக்கு அடிச்சுக்கலாம் போ, நீ போ வீட்டுக்கு" என்று அனுப்பி விட்டு விடு விடு என்று நடந்தார்.

பையன் முகம் இன்னும் அவர் கண்ணில் சுளித்தது. பத்மாவின் பத்து விரல்களும் அழுத்திப் பிழிந்து நசுக்க வேண்டும் என்று அவர் கன்னங்கள் புருபுருவென்று பரந்தன. பயமும் தினவுமாக வேகமாக நடந்தார்.

அமுதசுரபி தீபாவளி மலர், நவம்பர் 1980

திண்ணை வீரா!

"ஏல, என்ன கட்டை ரொம்பத் துளுத்துப் போச்சு? ம்ஹ்ம், சீ... கையைக் கீளப்போடு... ஏண்டல, கணக்குத் தீக்க அம்மாசிக்கே வரேன்னு சொன்னியால்லியாடா?... ஏண்டா! சொன்னியால்லியாடா? ... ஏண்டா சும்மா நிக்கிறியே? எல, உன்னைத்தாண்டா... ஏன், பேசமாட்டியா? இப்ப எழுந்து வந்தெனோ..?"

"அம்மாசிக்குத்தான் என் மாமியா இழுத்துக்கிட்டு கிடந்துச்சுங்க. காலங்காட்டியும் கிளம்பி வரணும்னுதான் படுத்தேன். ரண்டு சாமத்துக்கு ஆள் வந்திரிச்ச... முன்னெத்தி மயிரைப் புடிச்சாத் தெரியாதுங்க. அப்படி இருட்டு கும்பிக் கிட்டு இருந்தது. அதிலேயே உளுந்தடிச்சிகிட்டுப் போனோம். விடிஞ்சு போய் சேர்றதுக்குள்ளாக திருவாலூர் ஆஸ்பத்திரிக்குத் தூக்கிட்டும் போயிட்டாங்களாம். அப்புறம் மேலே போயி... ரொம்ப அவதியாப் பூட்டுங்க..."

"சரி, அப்புறம்? மருமவன் கைராசிதான் மாமியா பொளச்சுக்கிட்டா. சரி, உடனே வர்றதுக்கென்னவாம்? அம்மாசி போயி பதினோரு நாளாச்சிடா..?"

"போன இடத்திலே டாகுட்டருக்கும் மருந்துக்கும் நாப்பது ரூவாக்கு மேலே போயிடிச்சுங்க. அப்புறம் மேலே..."

"சரி, எடு பணத்தை!"

"அதாங்க சொல்ல வந்தேன்... இந்த மருந்துச் செலவு ரொம்ப அடாபுடியாப் பூட்டுங்க..!"

"அதுக்காக..?"

"இந்த மார்கழி முச்சூடும் பொறுத்துக்கிட்டா, பொங்கல் களிஞ்சு மூணா நா கொண்டாரெனா இல்லையா, பார்த்துக்குங்க!"

"எல, இஞ்ச வா இப்படி; வாடாங்கறேன். வாடா இப்படி. வரமாட்டியா? இப்ப எழுந்து வந்தெனோ, தெரியுமா?

பந்தல் காலடியில் நின்ற ஆசாமி திண்ணைப் பக்கம் போனான்.

"இஞ்ச வாடா இப்படி ... இப்படிக் கிட்ட வாடா, வரமாட்டே! இப்ப எழுந்து வந்தன்னா ... பாத்துக்க ..."

ஆசாமி அருகில் போனான்.

"போட்டுக்கடா ... என்னடா பாக்கிறியே? கன்னத்திலே போட்டுக்கடாங்கறேன் ... பளார் பளார்ன்னு நாலு போட்டுக்கணும். மாட்டியா? நான்தான் போடணுமா?"

ஆசாமி பளார் பளார் என்று கன்னத்தில் நாலு போட்டுக் கொண்டான்.

"போட்டுக்கிட்டியா? ... இதைக் கையிலே எடு ... எடுத்துக்கிட்டியா? என்னிக்குப் பணம் கொண்டாரெ?"

"தை மாசம் நாலாம் தேதி."

"நிச்சயமா?"

"நிச்சயமா."

"கிழக்கே பார்த்துக்கிட்டு சொல்லுறே. பாத்துக்க, கையிலே எடுத்துட்டு நிக்கிறியே ... அது என்ன தெரியுமாடா?"

"பொய்த்தவம்"

"பொய்த்தவமில்லெடா, பொஸ்தகம் ... சும்மா தங்கமத்தில்லால இல்லே. திருமுருகாற்றுப்படை. சுப்பரமணியசாமி இருக்குறார் பாரு, அவர் மேலே பாடின பாட்டுங்க. அத கையிலே வச்சுக்கிட்டு கிழக்கை பாத்துக்கிட்டு, தை மாசம் நாலாம் தேதி கொண்டாரென்னு சொல்லி யிருக்கே, ஜாக்குரதெ. பயலெ, தேதி தப்பிச்சோ, கண்ணைப் பிடுங்கிப்புடுவாரு சுப்ரமணியரு! உஜாரா இரு ... தெரிஞ்சுதா? ஏய், செவித்தியான்! கேட்டுக்கிட்டியா, தை மாசம் நாலாம் தேதின்னு சொல்றான் ... சவநாது, நீயும் கேட்டுக்க!"

"கேட்டுங்க," என்று பந்தல் ஒரத்திலிருந்து இரண்டு ஆட்கள் சாட்சி சொன்னார்கள்.

காலையில் காப்பி சாப்பிட்டுவிட்டு திண்ணைக்கு வந்ததிலிருந்து இந்தக் காட்சியைப் பார்த்துக்கொண்டிருக்கிறேன். நேர் எதிர் வீட்டுத் திண்ணையில் அங்கம் அங்கமாக, காட்சி காட்சியாக இந்த நாடகம் நடந்துகொண்டிருந்தது. எட்டு மணி அடித்தது முதல், இன்று மட்டுமல்ல, மூன்று நாளாக, அதாவது முந்தாநாள் மத்தியானம் நான் வந்ததிலிருந்து நடந்துகொண்டிருக்கிறது.

'ஊருக்கு வா வா' என்று நண்பன் பார்த்தபோதெல்லாம் சொல்லிக் கொண்டேயிருந்தான். எழுதிக்கொண்டேயிருந்தான். 'எங்கள் ஊரை வந்து பாரேன், தண்ணீர் வாசனையே இல்லாமல், சுற்றிப் பத்து மைலுக்கு ஒரு பச்சைப் புல்லைக்கூட பார்க்கமுடியாத சீமையாகப் பார்த்து வசித்துக் கொண்டிருக்கிறாயே? எங்கள் ஊருக்கு வந்து நாலுநாள் இருந்து பாரேன்'

என்றான். கடைசியாக நானும் கை ஒழிந்து, நேரம் வாய்த்து வந்தேன். நண்பன் கோர்ட்டுக் காரியமாக சென்னை போயிருக்கிறானாம். அவசரக் காரியமாம். 'உங்களை வரும்வரையில் இருக்கச் சொல்லிவிட்டுத்தான் போனான்' என்று அவன் தந்தை சென்னார். பொழுது போவதற்காக நாலு புத்தகங்களை எடுத்துக் கொடுத்தார் அவர். கடைசி நாலு பக்கம் போன ஒரு துப்பறியும் நாவல். அருணாச்சலக் கவி ராமாயணக் கீர்த்தனை புத்தகம். நல்ல வேளை, இதெல்லாம் இல்லாமலேயே எனக்குப் பொழுது போய்விட்டது. பஸ்ஸை விட்டு இறங்கி வரும்போது பகல் ஒரு மணி இருக்கும். எதிர் வீட்டு மனிதர் திண்ணையில் உட்கார்ந்திருந்தார். தெருக்கோடியில் விசாரித்ததை உறுதிப்படுத்திக்கொள்வதற்காக நண்பன் வீடு எது என்று கேட்டேன்.

"இதோ, இந்த வீடுதான்," என்று கையால் சுட்டிக் காண்பித்துக் கொண்டே, "உங்களுக்கு மதுரையோ, திருச்சியோ?" என்று கேட்டார்.

"இல்லே … ராமநாதபுரம்."

"அப்படியா? செந்திருவை ரொம்ப நாளாத் தெரியுமா?"

"ஒண்ணாத்தான் படிச்சோம்."

"அப்படியா? ராமநாதபுரத்திலே உத்தியோகத்திலே இருக்கீங்க ளாக்கும்?"

"ஆமாம். கலெக்டர் ஆபிசுலே."

"சம்பளம் இருநூறு ரூபாய் இருக்கும், இல்லையா?"

"கிட்டத்தட்ட இருக்கும்."

"சொந்த ஊரே ராமநாதபுரம் தானாக்கும்?"

"ஆமாம்."

"அப்படன்னா … சொந்த வீடே இருக்குமே?"

"இருக்கு."

"அதானே … சொந்த ஊரிலேயே வேலையா இருக்குறதுன்னா, வீடும் பூசொத்தும் பக்கத்திலேதான் இருக்கும் … இல்லையா?"

"ஆமாம்."

"முப்பது ஏகராவாவது இருக்கும், இல்லையா?"

"ம் … இருபத்தெட்டு ஏகரா இருக்கும்."

கேள்விகள் வேடிக்கையாகத்தான் இருந்தன. வெறும் கேள்விகளாக இல்லை. விடையே அடங்கியுள்ள புது மாதிரிக் கேள்வி. பள்ளிக்கூடக் கேள்விகளாக இருந்தன. கலியாணமாகிவிட்டதா, எத்தனை பிள்ளைகுட்டி இருக்கிறது என்று நேரடியாகக் கேட்கவில்லை. "கொளந்தீங்கள்ளாம் சுகந்தானே?" என்று கேட்டார். 'சுகந்தான்' என்றேன்.

"பள்ளிக்கூடத்திலே படிக்குதுகளாக்கும்?"

"ஆமாம்."

"மூணாவது, நாலாவது பாரமா இருக்கும்."

"இல்லை. முதல் பய ஏழாவது. இரண்டாவது பய நாலாம் கிளாசு படிக்கிறான். சின்னப்பொண்ணுக்கு இப்பத்தான் மூணு வயசாகுது!"

"தாயார் தகப்பனார் எல்லாம் சொகம்தானே?"

"சௌக்கியம்தான்."

"செந்திரு பட்டணம் போயிருக்கான் போலிருக்கே; இன்னும் வரலை போலிருக்கே. இன்னிக்கிக் காலமெ திரும்பிடுவான்னு சொன்னாரு அவன் அப்பாரு! ..."

"பட்டணம் போயிருக்காரா? செந்திருவா?"

"ஆமா ஏதோ கோர்ட்டுக் காரியமாம்; அதனாலென்ன? இப்ப வராட்டி சாயரட்சைக்குள்ளார வந்திடுவான். நீங்க போங்க," என்று என்னை அனுப்பிவிட்டார் அவர்.

துப்பறியும் நாவலும் அருணாச்சலக் கவியின் புத்தகமும் இல்லாமல் நேற்றையப் பொழுதும் இன்றையப் பொழுதும் போய்விட்டன.

அசல் தஞ்சாவூர் ஜில்லாவில் இருக்கிற பிரமிப்பு இன்னும் என்னை விடவில்லை. பஸ்ஸில் வரும்போதே தெரிந்தது. பச்சைப் பசேலென்று அலையோடும் வயல்கள், கண்ணுக்கெட்டியவரை பச்சை. போகிற வழியெல்லாம் தென்னைமரம், மாமரம். பச்சை கிடக்கட்டும். தண்ணீரைச் சொல்லுங்கள்! இப்படியா பார்த்த இடத்தில் எல்லாம் தண்ணீராக இருக்கும்? நிழல் என்று ஒரு பொருள் இவ்வளவு சிரமமில்லாமல் – இவ்வளவு மலிவாகக் கிடைக்கிறதா? அதைத்தான் சொல்லுகிறதா? ஊருக்குள் நுழையும்போதே லக்ஷ்மி வாசல் வாசலாக இறைந்து கிடந்தது. எண்ணிக்கொண்டே போனேன். நாலு வீட்டு வாசலில் நெல் உலர்த்தி யிருந்தது. ஆறு வீட்டு வாசல்களில் தேங்காயை உடைத்து, பருப்பை நறுக்கிக் காணத்திற்கு உலர்த்தியிருந்தது. இரண்டு வாசலில், மஞ்சள் முட்டான் போட்டிருந்தார்கள். இன்னொரு வாசலில் தகதகவென்று ஏழெட்டு மூட்டை மஞ்சள் தங்கம்போல கனிந்துகொண்டிருந்தது.

இந்தச் செழுமையைப் பார்த்த பிரமிப்பு முதல் நாளே தீர்ந்து விட்டது. தீரவில்லை. அமுங்கிவிட்டது. எதிர்வீட்டு மனிதரின் பேச்சு ... அவர் பெயர் கோயிந்து மாமாவாம் – கோயிந்து மாமாவின் பேச்சு இந்தப் பிரமிப்பை எல்லாம் அமுக்கிவிட்டது.

"எல, என்ன ரொம்பத் துளுத்துப் போச்சு கட்டை?"

"எலெ, தனிக்களாசு, எங்கடால போயிருந்தே நேத்து? எங்கப்பன் போடுவான்னு நெனச்சியா? ... ஏண்டால, எங்கடா போயிருந்தே? வாயைத் தொறக்கமாட்டியா? இப்ப எழுந்து வந்தேன்னா? ..."

"நேத்து முழுக்க வவுத்து நோவுங்க. எங்கப்பனை வரச் சொல்லாம்னா, அவருக்குக் காய்ச்சல் ஒரேயடியா நடுக்கிட்டுதிங்க."

'எல ... எலெ' என்று மாமா எத்தனை 'எலெ'தான் போடுவார்? 'எலெ' என்று அதட்டும்போது எனக்கு உள்ளுக்குள் உதறிற்று. எழுந்து வந்து கண் முகம் தெரியாமல் எதிராளியை அடித்துவிடப் போகிறாரே என்ற கவலை, ஒரு படபடப்பு என் மனதில் அடித்துக்கொண்டது. "எலெ, என்ன பேச்செல்லாம் மிதப்பாயிருக்காப்பிலேயிருக்கு? கழுதே ... அப்புறம் தெரியுமா? ஐகோர்ட்டு வரையில் இழுத்துக்கிட்டுப் போனேனோ, அப்புறம் தலையிலெ துணியைப் போட்டுக்கிட்டு ஓடணும், தெரிஞ்சுதாடலெ? மரியாதியா சனிக்கிழமக்குள்ளாப் பணத்தைப் பைசா மாறாக் குடுத்து நோட்டைக் கிழிச்சு வாங்கிக்கிட்டுப் போயிடு, சனிக்கிழமை தாண்டிச்சோ, அப்பா அய்யான்னாலும் நடக்காது; உம்முனு சொல்லு; என்னடா, சும்மா நிக்கிறியே? இப்ப எழுந்து வந்தேனா? ..." என்று சத்தம் போட்ட பிறகு, "சரிங்க!" என்று ஒப்புக்கொண்டு போய் விடுவான் கடனாளி.

நேற்றுச் சாயங்காலம் நடந்ததை விடவா? மத்தியானம் மூன்று மணியிருக்கும். குருட்டு வெயில், தோலை உரிக்கிற வெயில் திண்ணையில் உட்கார்ந்திருந்தார் மாமா. மாமாதான் எப்போதும் உட்கார்ந்திருக்கிறாரே, திண்ணையில்! ஏழெட்டுப் பேர் கூட்டமாக வந்தார்கள். நடுவில் வலது கைக்கு ஒரு துணி, இடது கைக்கு ஒரு துணியாகப் போட்டு யாரோ ஆளை இழுத்து வந்தார்கள். பந்தலடியில் கொண்டுவந்து நிறுத்தினார்கள். பிள்ளையார் கோயில் வாழைக்கொல்லையில் முந்தாநாள் மூன்று வாழைத் தார்கள் காணாமற் போய்விட்டனவாம். குயவனார் வீட்டுக்குப் பின் இருந்துது கொல்லை. குயவனார் தங்கை மகன் கருப்பையன்மீது சந்தேகம். அந்தக் கருப்பையனைத்தான் கையில் துணியை முறுக்கி இழுத்து வந்தார்கள்.

"யார்றா பய ..? ஓகோ, கருப்பையா உடையார்வாளா! வாங்க வாங்க! எங்கே இப்படி, மந்திரி சிப்பாயெல்லாம் புடைசூழ வந்திருக்காப்ப லிருக்கு ...சீ! திருட்டுக் கழுதை, வாடா இப்படி. வாடான்னா ... காலமெ கூப்பிட்டனுப்பிச்ச போது ரொம்ப 'ரப்'பா பதில் சொன்னியாமடா? இப்பப் பாத்தியா? ம் ... இப்பவாவது சொல்லுவியாடா? வாழைத்தா ரெல்லாம் எங்கே வித்தே?" என்று ஆரம்பித்தார் மாமா.

"எனக்கு ஒண்ணுமே தெரியாதுங்க ..!"

"ஒண்ணுமே தெரியாதா? பாவம், ஏண்டா, இந்த மகானைப் போய் இப்படி அழச்சுக்கிட்டு வந்திருக்கிங்களே? ஒண்ணுமே தெரியாதுங்கராரே, பாவம்!— எல, இப்ப உண்மையைச் சொல்றியா? பந்தக்காலோடு சேத்துக் கட்டச் சொல்லட்டா?"

"எனக்கு சத்தியமா ஒண்ணும் தெரியாதுங்க! ..."

"அது சரி, குத்தாலத்திலெ வித்தியா, ஆடுதுறையிலே வித்தியா?"

"மறுபடியும் அப்படியே சொல்றீங்களே? எனக்கு ஒண்ணுமே தெரியாதுங்க, சத்தியமாகச் சொல்றேன்."

திண்ணை வீரா!

"எலெ, என்ன சத்யமா சத்யமான்னு சொல்லிக்கிட்டேயிருக்கே? அப்படின்னா நானா புளுகன்? ஏண்டா, நான் சொல்றேன், நீ எடுத்திருக்கிறேன்னு! ... சூடத்தை அணைக்கிறியே? நானா பொய் சொல்றேன்?" என்றார் மாமா. இந்த வாதத்திற்குப் பதில் சொல்ல முடியாமல் விழித்தான் கருப்பையன். அவன் சத்தியமாகச் சொன்னதே குற்றம் என்கிறார் மாமா.

"என்னடா நிக்கிறியே, நானா புளுகன்? ... நானாடா புளுகன்? ... ஏய் சொல்லேண்டா, நானா புளுகன் ..?"

மாமாவின் குரல் ஏறிக்கொண்டே வந்தது. விழி உருண்டது. முகம் பளபளவென்றது. கோபத்தில் கோணிற்று.

"நானாடா புளுகன்? கருப்பையா உடையார்வாள், உங்களைத்தானே கேக்குறேன்? நானா புளுகன்? ... தயவுசெய்து சொல்லணம் !..." அதற்கு மேல் உயர இடமில்லை. மாமாவின் தொண்டை கம்மிற்று.

அவ்வளவுதான், கருப்பையன் முகமும் கோணிற்று. முகச் சதைகள் இழுத்துக்கொண்டன. விசும்பி விசும்பி அழ ஆரம்பித்துவிட்டான்.

"என்னடா அழுவுறியே. இப்பவாவது சொல்லப் போறியா ... இல்லியா ?"

சிறிது நேரம் மௌனம்.

"வெய்யுறது ரோசமாப் போயிடிச்சாக்கும்? மகாமானி இல்லெ. இப்பவாவது சொல்லப் போறியா இல்லியாடா? எலெ, இப்ப எழுந்து வந்தேனா, அப் ... அப் ... அப்ப் ... படியே, முதுகு கிதுகு விரிஞ்சு போயிடும்; ஜாக்கிரதை. எங்கடா எலெ ... வித்த தாரெல்லாம்?"

"குத்தாலத்திலேங்க! ஊ ... க் ... ஊ" என்று உண்மையைக் கக்கி விட்டு அழ ஆரம்பித்தான் கருப்பையன்.

"வா இப்படி !"

"அடிக்காதீங்க, என்ன வேணும்னாலும் கொடுத்திடறேங்க."

"இஞ்ச வாடாங்கறேன், ம் ... வந்தெனோ ..."

கருப்பையன் ஆளோடியில் ஏறி நின்றான்.

"எடுத்துக்க இதை."

கருப்பையன் மூலையில் சாத்தியிருந்த தடியை எடுத்தான்.

"எடுத்துக்கிட்டியா, போட்டுக்க மண்டையிலே! போட்டுக்க, ஒண்ணு, ரண்டு, ஓங்கி ... என்னடா தடவுறே? போட்டுக்க! நாலு, அஞ்சு, ஆறு, ஏழு, எட்டு, ஒன்பது, பத்து ... போதும், கணுக்கால் எலும்பிலே பத்துப் போட்டுக்க".

கருப்பையன் கணுக்கால் எலும்பிலும் பத்து போட்டுக் கொண்டான். அங்கேயே இருபத்தைந்து ரூபாய்க்கு நோட்டு எழுதி

வாங்கி வாண்டையாரிடம் கொடுத்தார் கோயிந்து மாமா. திருட்டுப் போன வாழைத்தார் அவருடையது அல்ல, வாண்டையாருடையது. ஆக, இத்தனை நேரம் நடந்தது சும்மா பரோபகாரம், அவ்வளவுதான்!

முந்தாநாள் வந்ததிலிருந்து திருட்டுக்கேஸ் மூன்று ஆகிவிட்டது. கடனாளிகள் பத்துப் பன்னிரண்டு, ஆனால் மாமாவுக்குக் கடன் தர வேண்டியவர்கள் என்னமோ இரண்டு பேர்தான். மீதியெல்லாம் வாழைத்தார் வழக்குப்போல, ஊருக்கு உபகாரம். எல்லாப் பஞ்சாயத்தும் இருந்த இடத்திலேயே நடந்துவிட்டது. அடிக்கவேண்டிய இடங்களில்கூட மாமா கையைத் தூக்கவில்லை. விசாரிக்கப்படுகிறவனே தானே அடித்துக் கொள்ள வேண்டியது.

இதற்காகச் சிலர் பிறந்திருக்கிறார்கள் என்றுதான் தோன்றுகிறது. இப்படி இருந்த இடத்திலிருந்தே, உட்கார்ந்த இடத்தைவிட்டு அசையா மலே கொடிகட்டி ஆள்கிறது என்றால் எல்லாருக்கும் நடக்கிற காரியமா? தாசில்தார் உத்தியோகம் அந்தக் காலத்தில் பெரிதாக இருந்திருக்கலாம். பல்லக்கும் கொம்பும் தாரையும், பறையும் சூழ அந்தக் காலத்துத் தாசில்தார்கள் வந்திருக்கலாம். ஆனால் இப்போது அஞ்சுமுக வாத்தியமாகிவிட்டது தாசில்தார் உத்தியோகம். யார் சொன்னதைக் கேட்கிறார்கள்? எல்லாவற்றிற்கும் நான் ஓட வேண்டியிருக்கிறது. கடைக் காரர்களா, மிராசுதார்களா, சங்கீத வித்வானா – யார் இப்போது தாசில்தாரைத் திரும்பிப் பார்க்கிறார்கள்? இப்படித் திரும்பினால் ஆபீசர், அப்படித் திரும்பினால் ஆபிசர்! – தாசில்தாராவது, தெருப் புழுதி யாவது! ... ஆபீஸ் பியூன்கூட வீட்டுக்கு வரமாட்டானாம். அது போகட்டும். தாசில்தார் கை நீட்டுகிறார் என்று வெறும் வாயை மெல்லுகிறார்களே ...

கோயிந்து மாமாவுக்கு உட்கார்ந்த இடத்திலேயே எல்லாம் நடந்து விடுகிறது. ஊரே நடுங்குகிறது. 'எழுந்து வந்தேனோ,' என்று ஓர் அதட்டல். அவ்வளவுதான், வழக்குத் தீர்ந்துவிடுகிறது.

மாமாவும் திண்ணையைவிட்டு அசைவதில்லை. நான் எழுந்து காப்பி சாப்பிட்டுவிட்டு வரும்போது திண்ணை காலியாயிருக்கும். நடையில் ஒரு தூக்கம் போட்டுவிட்டு வெளியே வரும்போது, மாமாவின் "ஏலே, என்னாது?" என்ற குரல் கேட்கும். இருட்டுகிற வரையில் மாமா உட்கார்ந்திருப்பார். இரவு ஆற்றங்கரைக்குப் போய்விட்டுத் திரும்பும் போது, உள்ளே போயிருப்பார். முந்தாநாள் மாலையிலிருந்து பார்த்தது தான். ஆனால் என்னமோ எனக்கு ஒரு மாசமாக இருந்து மாமாவைப் பார்த்துக்கொண்டிருக்கிறாற் போலிருக்கிறது. 'எட்டுக்கண் விட்டெரிகிறது' என்று சொல்வார்கள். ஆனால், உட்கார்ந்த இடத்திலேயே இப்படி ஊரையே உலுக்கி விடுகிறது, உலகத்தையே அளக்கிறது என்றால் ஏதோ பிறந்த வேளை – வேறு என்ன சொல்கிறது? இந்த ஜாதகம், அதிர்ஷ்டம் எல்லாவற்றிலும் நம்பிக்கைகூட ஏற்பட்டுவிடும் போலிருக்கிறது.

சாயங்காலந்தான் செந்திரு வந்தான். மூன்று நாள் பொழுது போனதைப்பற்றி ஆற்றங்கரையில் விவரமாகச் சொன்னேன்.

"ஏ, அப்பா, உட்கார்ந்த இடத்திலிருந்தே ஊரையே ஆட்டி வைக்கிறாரே மனுஷன்?" என்ற என் பிரமிப்பைக் கேட்டு, "அவர் பிறந்த வேளை!" என்று நான் நினைத்ததைத்தான் சொன்னான் அவனும்.

ஆற்றங்கரையிலிருந்து திரும்பி வந்து வீட்டுக்குள் நுழைந்த ஐந்து நிமிஷத்திற்கெல்லாம் வாசலைப்பார்க்கும் உள்ளிலிருந்து கூப்பிட்டான் செந்திரு, ரகசியமாகக் கூப்பிட்டான்.

அறை இருட்டாக இருந்தது. "விளக்கு இல்லையே?" என்றேன்.

"அதனால்தான் கூப்பிட்டேன். கோயிந்து மாமாவைப் பாரு," என்று எதிர்வீட்டுத் திண்ணையைக் காண்பித்தான். அவன் ரகசியமாகக் காதோடு காதாகப் பேசினதுதான் விசித்திரமாக இருந்தது.

"அதோ பார்!..."

பார்த்தேன். மாமாவை இரண்டு பேர் தூக்கிக்கொண்டு உள்ளே போனார்கள்.

"என்ன இது! ஒன்றும் புரியவில்லையே! ஏதாவது திடீர் என்று உடம்புக்கு வந்துவிட்டதா மாமாவுக்கு?"

"எழுந்து வந்தெனோ'ன்னு சத்தம் போட்டுக்கிட்டே இருக்காரே மாமா? இப்படித்தான் எழுந்திருக்க முடியும் அவராலே!" என்றான் செந்திரு.

"என்னது? ஏன்? எதுக்கு?" என்று கேட்டேன்.

"மாமாவுக்கு பிறவியிலிருந்தே, இடுப்புக்குக் கீழே ஸ்வாதீன மில்லை. காலுக்கு வேலை கிடையாது. தூக்கிட்டுப் போனாத்தான் யாராவது. அதை, ஒருத்தரும் பார்க்கக் கூடாது, அவரு உள்ளே போறதையும் வரதையும்!" என்றான் செந்திரு.

ஆட்கள் மாமாவைத் தூக்கிக்கொண்டு போய்விட்டார்கள். திண்ணை காலியாயிருந்தது.

ஆனால் ... காலை ஆறு மணிக்கு, "எலே, செவத்தியான்!" என்று மாமாவின் குரல் கணீரென்று கேட்டது.

ஆல் இந்தியா ரேடியோ, நம்பர் 1980

அன்பு வைத்த பிள்ளை

இரவு பத்து மணிக்கு ரேழியில் படுத்திருந்த கிழம் ஜலம் ஜலம் என்று அரற்றிற்று. ஊருக்கு அப்போது இரண்டாம் ஜாமம். ஊமைக் கோட்டனின் ஊங்காரம் ஓய்ந்தது. இருளின் சுவட்டிலேயே கிராமத்திற்குள் வந்த தூக்கமும் வந்துவிடும். அந்தி வேளையில் சோற்றைக் கொட்டிக்கொள்ளக் கூடாது என்ற பழைய கட்டுப்பாட்டைக் கொலை செய்துவிடாமல் காத்திருந்து, நாலு நக்ஷத்திரத்தைக் கண்டதும் மத்தியான்ன மிச்சத்தைச் சாப்பிட்டுவிட்டுப் படுத்துவிடுவார்கள். அடுத்த வீட்டு ஊஞ்சல் பலகை மட்டும் மந்த ஆட்டம் ஆடி யாரையோ தூங்கப் பண்ணிக் கொண்டிருந்தது. இந்த அகாலத்தில்தான் கிழம் நீருக்கு அலறிற்று. மாட்டுப் பெண் சுட்டதும் சுடாததுமாகக் கால் சேர் வெந்நீர் கொண்டுவந்து வைத்துவிட்டுப் போனாள். குடித்துவிட்டு, 'அம்மாடி, அம்மாடி!' என்று கிழம் ஆச்வாசக் குரல் கொடுத்தது.

தப்பு தப்பென்று மெத்தையைத் தட்டி உதறிவிட்டு அகமுடையான் காமிரா உள் ஜன்னல் அடிக்கதவைச் சாத்தினான். மாட்டுப் பெண் வெந்நீர்ப் பாத்திரத்தை ஷெல்பில் வைத்து அடுக்களைச் சங்கிலியைப் போட்டு விட்டு அங்கே வந்துவிட்டாள்.

ஒரு நாழி ஆயிற்று.

"கொஞ்சம் ஜலம் கொண்டு வரயா?" பதிலில்லை.

"பாகு, பாகு, கொஞ்சம் வெந்நீர் கொண்டு வாயேன்."

பதிலாக அடுத்த வீட்டுக் கடிகாரம் டாக் டாக் டாக் என்று ஆற்று மணலை எண்ணுவது போலக் காலத்தை விநாடி விநாடியாக அளந்து கொட்டிற்று.

"பாகு, பாகு!"

நாலாவது வீட்டில் நெருப்புக் குச்சி கிழித்தால் கிழத்திற்குக் கேட்கும். ஆனால் அதைவிடக் கம்மிய குரலில் காமிரா உள் சம்பாஷணை நடந்ததால், அதன் செவிக்கு எட்டவில்லை.

"விடுங்கோன்னா. அம்மா தூத்தம் கேக்கறா."

"தூங்கறாப்பல இருந்துடேன்."

"இப்ப ஏன்னு கேட்டுட்டேனே."

"தாகம் கிடந்து அடிச்சுக்கிறது. அப்புறம் கொண்டு கொடேனாம்!"

"பாகு, பாகு ... தூங்கறயாம்மா?"

"நீங்க விடுங்கோ – இதென்ன பச்சைக் குழந்தை மாதிரி – ரொம்ப அழகாயிருக்கு – அவ்வளவு என்ன!"

"சரி, கொடுத்துட்டு உடனே வந்துடறயா?"

"ம்!"

"உடனே வந்துடணும்."

"உடனே வந்துடறேன், விடுங்கோ" என்று வாக்குறுதியளித்து விட்டு, தலைப்பைப் பிடுங்கி குலைவைச் சரிப்படுத்திக்கொண்டு வெளியே வந்தாள். கூடத்து ஆணியிலிருந்து பெட்ரும் விளக்கை எடுத்து, அடுக்களையில் மெழுகின அடுப்பின் மீதிருந்த கெட்டிலிலிருந்து வெந்நீர் எடுத்து இடை கழிக்கு வந்தாள். கிழிசல் புடைவையுடன் கிழம் கிடந்த அலங்கோலம் சகிக்கவில்லை. பிள்ளை வைத்திருந்த அன்பு ஒவ்வொரு கிழிசலிலும் எட்டிப் பார்த்தது ...

"இந்தாங்கோ – வெந்நீர் ஆறியிருக்கே."

"ஆறியிருந்தா என்னடீம்மா? ... வாயை நனைச்சுக்கத் தானே ...

ம் ... அப்பாடா, அம்மாடி அப்பா – ஹூம் போறும்."

"போறுமா, இன்னும் கொஞ்சம் கொண்டு வரட்டுமா?"

"போறும். நீ போய்ப் படுத்துக்கோம்மா."

"காலை அமுக்கி விடட்டுமா?"

"வாண்டாண்டியம்மா ... ம் ... நீ போய்ப் படுத்துக்கோ."

மாட்டுப் பெண் திரும்பி, ஆணியில் விளக்கை மாட்டிச் சிறிதாக்கி விட்டு, வாக்குறுதியைக் காப்பாற்ற உள்ளுக்குள் வந்தாள். கட்டிலை

விட்டு எழுந்து காத்திருந்தவன் திடீரென்று அவளை அணைப்பில் கொண்டு வேண்டாத திகைப்பில் அவளை ஆழ்த்தினான்.

இடைகழியில் மீண்டும் இருட்டு. மழை பெய்கிறமாதிரி தோன்றிய இருளைத் துளைத்துத் துளைத்துப் பார்த்தது கிழம். அதற்கு வருத்தந்தான், கடைசி காலத்தில் இஷ்டப்படி இருக்க முடியவில்லையே என்று. 'உடம்பில் தெம்புள்ள போதே செத்துப் போய்விட வேண்டும்; கழுகு மாதிரி முடிவில்லாமல் உயிரை வைத்துக்கொண்டு ஊன் தளர்ந்து, புத்தி குழம்பி, தொட்டதற்கெல்லாம் இரண்டாவது கையை எதிர்பார்த்திருப்பது பரம துக்கம்' என்று கிழம் அநுபவபூர்வமாகச் சிந்தாந்தம் செய்துகொண்டது. அது அவ்வாறு துக்கப்பட்டதற்குப் பாத்தியம் உண்டு. குடும்பத்திற்கு இருக்கிற இரண்டரை வேலி சொத்தும் அது கொண்டு வந்ததுதான். கட்டின புருஷனுக்குச் சூச்சக்கரை குழி நிலம்கூட கிடையாது. கிழம் அப்பாவுக்கு ஒரே பெண். பையனிடம் அலாதியான பிரீதியினால், பூமி பூஜ்யமாயிருந்தாலும், பெண்ணைக் கொடுத்து, இரண்டரை வேலியையும் அவனுக்கு எழுதி வைத்துப் பெண்ணுக்கு என்று தனியாக ஓர் ஆயிரம் ரூபாயை ஒதுக்கி வைத்துவிட்டுப் போனார் அவர். கிழத்துக்கு இப்போது அறுபத்தைந்து வயது. நாற்பத்தைந்து வயதிலேயே கொழு கொம்பை இழந்துவிட்டது. இப்போது பிள்ளையிடமும், மாட்டுப் பெண்களிடமும் மாட்டிக்கொண்டு தவிக்கிறது.

கிழத்தின் நிறைவேறாத பாழ்த்துப்போன ஆசைகளெல்லாம் ஒன்று திரண்டு புலம்பத் தொடங்கின.

'சொத்தெல்லாம் என்பேரில் இருந்தால் இப்படி அலக்ஷியம் பண்ணுமா கீழ்க்கிளை? அம்மா அம்மான்னுக் காலைப் புடிச்சிகிண்டு கிடக்கும்! பணம்தான் என் பேரில் போட்டுவைத்திருக்கப்படாதா? கையெழுத்துப் போடத் தெரியாட்டா, கீறல் வச்சு வாங்கிக்கிறேன். அவன் பேரில் இருக்கத் தொண்டுத்தானே சம்பாதிச்ச பணம்னு நெனச்சுநூட்டான். ரெண்டு புடவையும் ராமபாணம் போட்டாப் போல ஆயிடுத்து. ஒரு புடவை எடுத்துத்தாடான்னு எத்தனை மாசமாய்ச் சொல்றேன்? காதிலே போட்டுண்டானா –'

'வீட்டிலே சுடலாட்டமா பளிச் பளிச்'சின்னு ஒண்ணு நிக்கிறது. எதித்த வீட்டு முகரக் கட்டைக்குக் கொண்டுபோய் வண்டி வண்டியாய் நெல்லைக் கொட்டினான், ஒத்தருக்கும் தெரியாதுன்னு நெனச்சிக்கிண்டு. ஊரிலே சேதி படை படைச்சுக் கிடக்கு ... பாவம் பண்ணினா ஒரு பிராணிக்குத் தெரியாதுன்னு நெனச்சுண்டு பண்றதே உலகம்!

'ஏழு பிள்ளை பிறந்து ஆறு மாசத்திலேயும் மூணா மாசத்திலேயும் குழியிலே புதைச்சுட்டு. குறை வேறு நாலு ஆயிட்டுது. அந்தப் பாவிக்கு அப்படித்தான் நடக்கும். அவன் தொட்டது துலங்காது; இருக்கிற இடமே விடியாது. வீடு வீடாவா இருக்கு? சுடுகாடாட்டமா, வெறிச்சோடிக் கிடக்கு. மனுஷா வாழற இடமாகவே இல்லை.'

கிழம் தாகத்திலும் பசியிலும் பழங்கணக்குப் பார்த்துக்கொண் டிருந்தது. அதற்கு என்னமோ குழந்தைகளுக்குக் குறைச்சல் இல்லை.

பெரிய பிள்ளைக்குப் பிறகு மூன்று பெண்கள், அப்புறம் இரண்டு பிள்ளைகள், அப்புறம் இரண்டு பெண்கள். எல்லாவற்றிற்கும் கல்யாணமாய் விட்டது. குழந்தை குட்டிகளும் பிறந்துவிட்டன.

'அம்மாடா, கல்யாணந்தான் பண்ணிக் கொடுத்தாச்சு கூடப் பிறந்தவுகளை ஒரு நாளைக்காவது அழச்சிண்டு வந்து வச்சுக்கணும்ணு ஆசையிருக்காதா? ஒரு பிரசவம், வளைகாப்புன்னு பிறந்த வீட்டில் ஒன்று நடந்திருக்கணுமே அதுகளுக்கு. பெரிசு இரண்டும் இங்கே பிள்ளை பெத்துது ... மகாராஜா மாதிரி அவர் இருந்தார். நடந்தது. அப்புறம் ஒரு பொண்ணாவது தலைகாட்டணுமே. புருஷன் வீட்டில் அடிவச்சுதுதான். இருக்கோ செத்துதோன்னுகூடத் தெரியலை. போன வருஷம் சின்னது கடிதாசு போட்டது. "உடம்பு சரியில்லை. அங்கே வந்து ஒரு மாசம் மருந்து சாப்பிட்டுட்டுப் போறே"ணு. பதில் போட்டானா பாவி, பாவி! எப்படி இருக்க முடிஞ்சுது! ... வீடு வெறிச்சோடிக் கிடக்காமல் என்ன செய்ய முடியும்?'

கிழம் மௌனமாகக் கண்ணீர் உகுத்தது.

அடுத்த இரண்டு பிள்ளைகளும் "நல்லதுகள்தான். அம்மா என்று ஒரு பாசத்தை உணரும் சக்தி உண்டு அதுகளுக்கு! கிழத்திற்கு அவர்களிடம் போய் இருக்க வேண்டும் என்று ஆசை.

இரண்டாவது பிள்ளைக்குக் கும்பகோணத்தில் இரண்டு வருஷமாகப் பாங்கியில் வேலை. அவனுக்குப் பெண்டாட்டி வழியில்லை. அவனைவிட உயரத்தில் ஒரு சாணும் அகலத்தில் இரண்டு சுற்றுமாகச் செழித்திருந்த அவள் அவனைக் கட்டை விரலில் மடக்கி வைத்திருந்தாள். பிண்ணாக்குமூட்டை மாதிரி உடம்பும் – ஆனைக்காலும், – பட்டிக்காட்டுப் பேச்சுமாகக் காட்சி கொடுத்த கிழத்தைக் கண்டால் அவளுக்குச் சிரிப்பும் ஆத்திரமும் வருகிறதாம். ஆகவே அவன் விசுவாசம் செயல் வரையில் வரவில்லை.

மூன்றாவது பிள்ளைக்கும் பெண்டாட்டி வழியில்லை. சாந்தி கல்யாணத்தன்று இரவில் கட்டிலில் ஓர் ஓரமாக மூஞ்சியைத் தூக்கிக் கொடு உட்கார்ந்து 'நீ ஒரு ஆம்பளையா இருந்தால் என்னைத் தொடாதே; தொட்டால் கூச்சல் போடுவேன்' என்று கணவனைப் பயமுறுத்திற்றாம். அதைப் போகிற வழியில் விட்டுத் திருப்ப முயன்றார்கள். பையன் கிராப் வைத்துக்கொண்டான். பவுடர் போட்டுக்கொண்டான். மைனர் வேஷம் போட்டான். தமிழ் நாவல் வாங்கிக் கொடுத்தான். அவள் மசியவில்லை. ஆறு மாதம் கழிந்து 'எங்காத்திலே வந்து இருந்துவிடுங்கள்' என்று அவனை அழைத்துக்கொண்டு சிதம்பரம் போய்விட்டது. மாமனாரின் காபி ஹோட்டலில் அவன் 'காஷியர்' வேலை பார்க்கிறான் இப்போது.

பிள்ளைகளின் துரதிர்ஷ்டத்திற்காகவும் கிழம் கண்ணைத் துடைத்துக்கொண்டது. அது புக்ககத்திற்கு வந்தபோது மாமனார் மாமியாருக்கு, தெய்வத்துக்குச் செய்வது போலத்தான் செய்து போட்டது. மாமியார் கொஞ்சப்பாடு படுத்தவில்லை. கொஞ்சப் பட்டினி போட

வில்லை. இரண்டரை வேலியைக் கொண்டு வந்தவள் என்று பயப்பட வில்லை.

கிழத்தின் பெரிய மாட்டுப் பெண் – வெந்நீர் கொடுத்துவிட்டுப் போனவள் – செய்து போடத் தயாராயிருக்கிறாள். அவள் சாது. அவன் தான் விடமாட்டான். அவனுக்கு எப்பொழுது பார்த்தாலும் – கால தேசப் பிரக்ஞையே இல்லாமல் – மங்கள விலாசத்தில் இருக்க வேண்டும். மனைவிக்கு மனித சரீரம் இல்லை என்று அவன் நினைத்துவிட்டான் போல இருக்கிறது. கல்லுக் கல்லாக ஏழு குழந்தைகளைப் பறிகொடுத்து நாலு குறையும் கண்டுவிட்டாள் அவள் ... அவனுக்கு மனம் கோணாமல் நடந்து வருகிறாள். தெய்வப் பிறவியோ என்னவோ?

பீற்றல் பாயில் படுத்து மனசை அலைய விட்டுக்கொண்டிருந்த கிழத்திற்கு வாய்விட்டு அழலாம்போல் இருந்தது. ஆனால் தெம்பு இல்லை. பத்து நாளாக அதற்குக் கடும் ஜுரம். அன்ன ஆகாரம் இல்லை. வெந்நீர் தான் மருந்து, சாப்பாடு எல்லாம். பிள்ளை ரிஷி மாதிரி பற்றற்றுத் திரிகிறான். ஒரு வைத்தியனை அழைத்துப் பார்க்கத் துப்பில்லை.

"பாகு, பாகு!"

கிழம் ஈனஸ்வரத்தில் அழைத்தது. மீண்டும் நா வறட்சி. கண் மேலே கொண்டு செருகிற்று.

"பாகு பாகு, ஏ பாகு, கொஞ்சம் ஜலம் கொண்டு வாயேன்."

கடிகாரம் காலத்தை அளந்து கொட்டுகிறது.

"பாகு, பாகு."

விச் விச் சென்று இருளில் எங்கோ ஒரு சுவர்க்கோழி.

"பாகு, பாகு."

காமிரா உள்ளில் வாக்குறுதியை நிறைவேற்றிவிட்டு, அயர்ந்து போய்க் கனவில்லாத் துயிலில் ஆழ்ந்து கிடந்தாள் பாகு. அவளுக்கு முன்னாலேயே அவன் தூங்கிவிட்டான்!

வெளுக்கிற வேளைக்குச் சாணி தெளிக்க வந்த வேலைக்காரி, "எழுந்து அப்பாலே குந்தும்மா, மெளுகணும்" என்று ஒரு சத்தம் போட்டாள். கிழம் அசையவில்லை.

"யம்மா, எழுந்திரும்மான்னா."

அருகில் போய்ப் பார்த்தபோது அவளுக்குச் சந்தேகம் தட்டிற்று. கிழத்தின் முகம் சரியாயில்லை. கண் கறுப்பைக் காணோம். மூக்கில் கை வைத்துப் பார்த்தாள். கால், கை எல்லாம் ஜில்லிட்டிருந்தது.

அன்பு வைத்த பிள்ளை

காமிரா உள்ளண்டை ஓடி, "அம்மா, அம்மா" என்று பறந்தாள் வடுவாயி.

பதில் வராததும் உரக்கக் கூப்பிட்டாள்.

"ஏண்டி?"

"ஏண்டியா? வாங்கம்மா சட்டுனு. நல்லாப் படுத்திருக்கீங்க."

திகிலடைந்து, மேலிருந்த கையை எடுத்து வைத்துவிட்டுப் பாகு ஓடி வந்தாள்.

"அம்மாவைப் பாருங்கோ."

மஞ்சத்தில் அரைத் தூக்கத்தில் படுத்திருந்தவனுக்கு ஆத்திரமாக வந்தது.

"சனி" என்று வைய வாயெடுத்தபோது "ஐயோ, ஐயோ, அம்மா, வடிவு! ஐயாவை எழுப்புடி! அம்மா அம்மா, போயிட்டேளே!" என்று அவச் சத்தம் வீரிட்டு எழுந்து அவன் ஊடலை வெருட்டி, உடலை உலுக்கி நிமிர்த்தியது. சோம்பியிருந்த உள்ளம், கலவரத்தில் துடித்தது. நெஞ்சு அடித்துக்கொள்ள, போர்வையைக் காலால் உதறிவிட்டுப் பாதி ஓட்டமாக ஓடி வந்தாள்.

சவத்தின் மார்பின்மீது சாய்ந்து பாகு புலம்பினாள். இடுப்பில் கைகளை வைத்து அவன் கண நேரம் இமை கொட்டாமல் நின்றான். அதிர்ச்சியில் நின்று போன கடிகாரத்தைப் போல அறிவு ஸ்தம்பித்திருந்தது. முகத்தைப் பார்த்தான்; கண்ணைப் பார்த்தான்; புரண்டு கிடந்த கையைப் பார்த்தான்; வீங்கிப்போயும், சூம்பிப் போயும், வெளுத்திருந்த காலைப் பார்த்தான். பிரமை தெளிந்து அருகே வந்தான். உதட்டைக் கடித்து, அழுகையை அமுக்கி, "அம்மா" என்றான். கோரமாக அந்த ஆண் குரல் தேம்பிற்று. கரகரவென்று கண்ணில் நீர்ப்பெருக்கெடுத்தது. "அம்மா, அம்மா!" என்று துடையை அசைத்தான். அம்மா எங்கே?

திடீரென்று நாலைந்து ஸ்திரீகள் வாசலிலிருந்து வந்து மாட்டுப் பெண்ணைக் கட்டிக்கொண்டு பிலாக்கணத்திற்கு ஆரம்பித்தார்கள். ஐந்து நிமிஷமாயிற்று. கூட்டம் பெருகிற்று. கடைசியில் இடைகழி கொள்ள வில்லை. பெண்மை முழுவதும் திரண்டமர்ந்து ஓலமிட்டது. ஒருவரோடும் சேராமல் ஓரிரண்டு குரல்கள் தமக்கென்று தனிச்சுருதி எடுத்துக்கொண்டு சோகத்தைக் கர்ண கடோரமான கேலி கூத்தாக அடித்தன.

அவனுக்கே இதைச் சகிக்க முடியவில்லை. பக்கத்திலிருந்த வயது முதிர்ந்த ஸ்திரீ.

"பத்துப் பொண்ணு புள்ளை பெத்து
பட்டுப் பாயில்உக் காத்தி வச்சு
பாத்து மகிழ்ந்தாயே,
பீத்தல் பாய்தான் கிடைச்சுதோடி

படுத்துண்டு செத்துப் போக
பீத்தல் பாய்தான் கிடைச்சதோடி!"

என்று சொந்தக் கவனம் ஒன்று புனைந்து அவன் மீதிருந்த எரிச்சலைக் கம்மல்கள், கமகங்களுடன் அழுது தீர்த்தாள்.

"மாமி, மாமி நான் மோசம் போயிட்டேன் மாமி. இப்படித் திடீர்னு போயிடுவான்னு நெனக்கலியே; நீங்க சொல்லிக் காட்டும்படியா ஆயிட்டுதே" என்று விக்கினான் நாராயணசாமி. அதுதான் அவன் பெயர்.

"நாராயணசாமி, அவ்வளவுதான் கொடுத்து வச்சுது. பிணத்துக்காவது நல்ல கிழிவா வாங்கிப் போர்த்து ... எழுந்து வா, நாழியாச்சு. தம்பி, தங்கைகளுக்கெல்லாம் சொல்லியனுப்பணும். சாமான்களைத் தருவிக்கணும்" என்று ஊருக்குப் பெரிய கிழவர் கிண்டலை மறந்துவிடாமல் துரிதப்படுத்தினார்.

குடவாசலுக்குப் போய்ச் சின்னப் பிள்ளைக்குச் சிதம்பரத்திற்குத் தந்தி கொடுக்க ஒரு ஆள் ஓடினான். கும்பகோணத்திற்கு ஓர் ஆள் சைக்கிலில் கிளம்பினான். இரண்டாவது பிள்ளைக்குச் சொல்லி விட்டுச் சாமான் வாங்கி வர, சாமான் ஜாபிதா தயாரானதும் சைக்கிள் புறப்பட்டுவிட்டது.

சைக்கிள் தெருக் கோடி திரும்பியதும் என்னமோ நினைத்துக் கொண்டான் நாராயணசாமி. திடுதிடுவென்று எதிர் வீட்டுக்குள் ஓடி, கொல்லையைக் கடந்து வாய்க்காலையும் தாண்டி சாலைமீது ஏறினான். சைக்கிளும் வந்தது.

"அண்ணாவு, அய்யா வரப்போ, ஒரு போட்டோ புடிக்கிறவனையும் அழைச்சிக்கிட்டு வரச் சொல்லு, மறந்து போயிடாமே அழைச்சுக்கிட்டு வரச்சொல்லணும்." அவன் சொல்லும்போது தொண்டை அடைத்துக் கொண்டது.

"ஏதுக்கு ஐயா?"

அவனுக்குப் பதில் சொல்ல முடியவில்லை. கொஞ்சம் சமாளித்துக் கொண்டு, "நீ சொல்லேன்" என்று சுருக்கமாகச் சொன்னான்.

ஒரு மணிக்குப் பிறகு, மண்டை வெடிக்கிற வெயிலில் ஒரு ஸ்பெஷல் பஸ்ஸில் ஒரு கூட்டம் வந்திறங்கிற்று. கும்பகோணத்திலேயே இருந்த பெரிய பெண், அவள் புருஷன், ஐந்து பேரன் பேத்திகள், மூன்றாவது பெண் அவள் குடும்பம், பிறகு கிழத்தின் பிள்ளை, மாட்டுப்பெண் – கடைசியாக ஒரு போட்டோக்காரன் சாமக்கிரியையுடன் – எல்லோரும் இறங்கினார்கள்.

தெருவுக்கு விசேஷப் புதுமையான பஸ்ஸைப் பார்க்க ஒரு சிறுவர் கூட்டம் கூடிற்று. ஸ்திரீகள் வாசலில் நின்று வேடிக்கை பார்த்தார்கள். 'பீற்றல் பாயில் செத்த கிழம் அல்ல, அதன் கும்பகோணத்துச் சந்ததிகள் கூட்டம் ஒரு கார் கொள்ளும்!' என்று அறிந்து ஆச்சரியப்பட்டார்கள்.

அன்பு வைத்த பிள்ளை

ஐந்தாறு பேராகத் தூக்கிக் கிழத்தை நாற்காலியில் உட்கார வைத்தார்கள். கிழத்திற்கு ரொம்பவும் பாரி தேகம். ஆனால் நாற்காலியில் வைத்ததும் தலை நிற்காமல் துவண்டு விழுந்தது. அங்கங்கள் விறைத்து விட்டன. சரிப்படவில்லை. கீழே இறக்கிச் சுவர்மீது சாய்த்துப் பார்த்தார்கள். பயனில்லை.

போட்டோக்காரனின் முகம் பேதிக்குச் சாப்பிட்டது போல் இருந்தது.

"சார், ஒரு போஸும் சரிப்படவில்லை, நான் போட்டோ எடுக்க முடியாது" என்றான்.

"ஏன்."

"இந்த உடம்புக்கு இனிமே நல்ல 'போஸ்' வராது. இன்னும் இரண்டு மணி முன்னாலாயிருந்தாலும், ஏதாவது செய்து எடுத்து விடலாம். இனிமேல் முடியாது."

"எடுத்துப் பாரேன்."

"அது எப்படி முடியும்? முடிந்த மட்டும் பார்த்தாச்சு. நடக்கவில்லை. நல்லா எடுக்காவிட்டால் எனக்குச் சமாதானப்படாது. பணத்துக்காகப் பார்க்கிறவன் இல்லை."

"அதுக்காக விட்டு விடுகிறதா? நாங்கள் ஆசையாகத் தானே உம்மை அழைத்து வந்தோம்."

"எனக்குத் தெரிகிறது. ஆனால் முடியவில்லையே. நாம் கொடுத்து வக்கல்லேன்னு நெனச்சுக்க வேண்டியதுதான்."

"அப்படியே கிடக்கிற வாக்கில் எடுத்துவிட்டால்?"

"நான் அப்படி எடுக்க மாட்டேன்."

உண்மையில் அந்தக் கிழத்தை – ஆனைக் காலும், பூதவுடலும், தேய்ந்த பல்லும், விழுந்த பல்லுமாகக் கிடந்த அந்தக் கிழத்தை சதை மூட்டையைப் படம் எடுக்க அவனுக்கு அருவருப்பாக இருந்தது. காரணம் அவனுக்கே தெரியவில்லை. பார்த்தவுடனேயே எடுக்கக் கூடாது என்று தோன்றிய எண்ணத்தை நிறைவேற்றுவதில் முனைந்து விட்டான்.

பிள்ளைக் கிளைகளும் பெண்களும், மாப்பிள்ளைகளும் ஆன மட்டும் மன்றாடிப் பார்த்தார்கள். அவன் இன்னும் பிகுபண்ணிக் கொண்டான்.

"என்னை மன்னிச்சுங்க சார். தம்பி, சாமானைத் தூக்கு" என்று, அழைத்து வந்த சோக்ராவிடம் சொல்லிவிட்டு நடந்தான் போட்டோக் காரன்.

நாராயணசாமிக்கு ஏமாற்றம் – அதைவிட ஆத்திரம், பொங்கிற்று.

"அவன்தான் சொல்லிவிட்டானே. கொடுத்துவைக்கல்லேன்னு நினைச்சுக்க வேண்டியதுதான்னு. அவ்வளவுதான் விடு. காரியத்தைப் பாரு. ஊரில் குஞ்சு குழந்தைகள்ளாம் பட்டினி கிடக்கு" என்று ஊருக்குப் பெரிய கிழவர் சொன்னார்.

புண்ணில் பாய்ச்சிய இந்தக் கோலைப் பொறுத்துக்கொண்டு "இதுக்குக் கூடவா மாமா நான் கொடுத்து வைக்கலை?" என்று தேம்பினான் அவன்.

சந்திரோதயம்

ஸ்ரீராமஜெயம்

வேலுமாரார், ராகவாச்சாரியைக் கவனித்துக் கொண்டேயிருந்தான். அன்று மாத்திரமில்லை; நாலு நாளாகவே இந்தக் கவனம் நடந்து வருகிறது. ஆனால் அந்த கவனத்தில் சந்தேகமோ கல்மிஷமோ இல்லை. ஒரு வேடிக்கை – அவ்வளவுதான்.

இந்த அச்சாபீஸில் அவன் காவல்காரனாக வந்து இருபது வருஷம் ஆகிவிட்டது. அவனுக்கு மூத்த மூதாதை ராகவாச்சாரி. அவர் ப்ரூப் ரீடராக வந்து இருபத்து ஆறு வருஷமாகிறது. இந்த அச்சாபீஸிலேயே சொந்தக்காரருக்கு அடுத்த பெரியவர் அவர்தான் – வயது, ஊழிய காலம் இரண்டிலும். வேலுமாராருக்குத் தெரிந்து இருபது வருஷமாக, ஆபீசு ஆரம்பிக்கிற எட்டரை மணிக்கு முன்னால் ராகவாச்சாரி இந்தக் கட்டடத்தில் நுழைந்து அவன் ஒரு நாள்கூடப் பார்த்ததில்லை. ஒரு நாள்கூட என்று சொல்வது தவறு; ஒரே ஒரு நாள் இரண்டு நிமிஷம் நேரத்திற்கு முன்னால் வந்தார். அன்றுதான் ஜப்பான்காரன் சென்னை மீது குண்டு வீசிவிட்டுப் போனான்!

ராகவாச்சாரி எட்டு முப்பத்தைந்திலிருந்து ஒன்பதே கால் மணிக்குள் ஏதாவது ஒரு நிமிஷத்தில் ஆபீசுக்குள் வாயில் வெற்றிலை மணக்க நுழைகிற வழக்கம். காலர் இல்லாத ஒரு காக்கிச் சட்டை – அரைக்கைச் சட்டைதான் அவருக்குப் பிடிக்கும். நாலு ஐந்து வருஷத்திற்கு ஒரு ஜோடி சட்டை தைத்து, தோய்த்துத் தோய்த்துப் போட்டுக் கொண்டு வருவார். கோட்டுத் துணியாக வாங்கிச் சட்டையாகத் தைத்த விசேஷம், ஜோடி நாலைந்து வருடமாவது தாக்குப் பிடிக்கும்! பிறகு மூட்டும் ஒட்டும் போட்டும் ஒரு வருடம் ஓட்டிவிட்டு, ஐந்தாவது அல்லது ஆறாவது தீபாவளியன்று புதுச்சட்டையில் புகுந்து கொண்டுவிடுவார். முகத்தில் அம்மை வடு. அம்மை

போட்டு ஒரு கண் பார்வை சற்று மங்கிவிட்டது. அதற்காகத்தான் இடது கண்ணுக்கு ஒரு பூக்கண்ணாடி. வலது கண் நல்ல கண்; வெறுங் கண்ணாடியால் பார்க்கும் அது. வலது கண்ணைப்போல இரண்டு மடங்கு பெருத்து, பூக்கண்ணாடி வழியாக விழிக்கும்இடது கண் அவர் முக அழகைக் கெடுத்துவிடவில்லை. அம்மை வடுவோடும் வழுக்கைத் தலையோடும் அதுவும் பாந்தமாகத்தான் இருந்தது.

"ஏன் லேட்?" என்று அவரை யாருமே கேட்டதில்லை. அவருடைய சட்டையையோ இடது கண்ணையோ பார்த்து அதன் பின்னால் மறைந்து ஏங்கின நாலு பெண் குழந்தைகளையும் மூன்று ஆண் குழந்தைகளையும் முதலாளி பார்த்துவிட்டாரோ என்னவோ – சாய்த்தாற்போல இருந்துவிட்டார். இன்று வரை யாருமே அவரை ஏன் தாமதம் என்று கேட்டதில்லை.

வேலுமாராரும் அவருக்கென்று இதயத்தில் ஒரு இடம் ஒதுக்கி யிருந்தான். இருபத்தாறு வருடமாக அதே மேஜை முன்னால் உட்கார்ந்து அதே பழுப்புக் காகிதத்தில் வரும் கோடானுகோடி அச்சுப் பிழைகளைப் பார்த்துப் பார்த்து மன்னிக்கிற காருண்யம் மகத்தான காருண்யம் என்று அவன் நினைத்திருக்க வேண்டும். நடுப்பகல் ஒரு மணிக்கு மணியடித்ததும் இந்த ஆபீசே அப்படியே போட்டது போட்டபடி குழாயடிக்குக் கை கழுவ ஓடும். அந்த ஒரு மணி நேரத்தில் மகா விஷ்ணுவே வந்தால்கூட மரியாதை காட்டமாட்டார்கள்; எழுந்திருக்க மாட்டார்கள். ராகவாச்சாரி மட்டும் இந்த விடுதலையில் நம்பிக்கை இல்லாமல் ஒன்றரை மணிக்குப் பேனாவைக் கீழே வைப்பார். கைகால் அலம்பிவிட்டு அலுமினிய டப்பாவைத் திறந்து அதில் இருக்கிற தேங்காய்ச் சாத்தையோ மோர் சாத்தையோ நாலைந்து கவளமாக உள்ளே தள்ளிவிட்டு ஒரு டம்ளர் தண்ணீரைச் சாப்பிட்டுவிட்டு மறுபடியும் பேனாவைக் கையில் எடுத்துவிடுவார். ஐந்து நிமிஷத்திற்கு மேல் சாப்பாட்டிற்கு வீணாக்காத அவருடைய பெருந்தன்மைக்காக ஒரு பெரிய இடமே வேலுமாராரின் மனத்தில் அவருக்காக ஒழித்து விடப்பட்டிருந்தது.

அவருக்கு ஆசை கிடையாது. இந்த ஆபீசில் நடந்த எத்தனையோ வேலை நிறுத்தங்களில் அவர் கலந்துகொண்டதில்லை. கலந்துகொள்ள வில்லையே என்று கம்பாஸிட்டர்களோ மற்றவர்களோ அவருடைய வெள்ளி விளிம்பு மூக்குக் கண்ணாடியைப் பிடுங்கியதும் இல்லை. காக்கிச் சட்டையைக் கிழித்ததும் இல்லை. முதலாளிக்குத் தெரிந்த குடும்பக்காட்சி தொழிலாளி கண்ணுக்குத் தெரியாதா?

வேலுமாராருக்கு எப்போதாவது ஒழிந்தால் ராகவாச்சாரியின் மேஜைக்குப் பின்னால் வந்து நிற்பதுதான் பொழுதுபோக்கு. முன்னால் நிற்பதில்லை; பின்னால் நின்றால்தானே அவர் திருத்துகிறது தெரியும்! ராகவாச்சாரிக்கு விரல்கள் பெரியவை. அந்த விரல்களில் அவர் பேனாவைப் பிடித்துத் திருத்தும் லாகவத்தை நாள் முழுவதும்

பார்க்கலாம். பேனாவைக் கழுத்தைப் பிடித்து எழுதுகிறவர்கள் மன முதிர்ச்சி இல்லாதவர்கள் என்றும், நடுவில், வயிற்றில் பிடித்து எழுதுகிறவர்கள் பக்குவமும் லாகவமும் உள்ள விசேஷ மனிதர்கள் என்றும் வேலுமாராருக்கு ஒரு அபிப்பிராயம் உண்டு. ராகவாச்சாரிக்கு மனப்பக்குவம் சராசரிக்கு அதிகம் என்றுதான் அவன் தீர்மானம் செய்து வைத்திருந்தான்.

ராகவாச்சாரி வேலை செய்யும்போது இந்தண்டை அந்தண்டை பார்ப்பதில்லை. மத்தியானம் மூன்று மணி சுமாருக்குப் பேனாவை மேஜை மேல் வைத்துவிட்டு வலது கையை ஒரு உதறு உதறிவிட்டு, இரண்டு கைகளையும் மேலே உயர்த்திச் சோம்பல் முறிப்பார்; திரும்புவார்; வேலுமாரார் அங்கு வந்து நின்றிருந்தால் "மாரார், ஒரு காரியம் பண்ணுவியா?" என்பார்.

"என்ன சாமி?"

"வெத்திலைபாக்கு வேணும்!"

"வாங்கி வரேனே."

1944 – ம் வருஷத்திற்கு முன்னால் ஒரு தம்பிடிக்கு வெற்றிலை சீவலும் ஒரு தம்பிடிக்குப் புகையிலையும்தான் அவர் வாங்குகிற வழக்கம். அதற்குப் பிறகு அந்த இரண்டு தம்பிடிகளின் வேலையைச் செய்ய அரையணா வேண்டியிருந்தது.

"என்ன அநியாயம் சாமி!" என்று சொல்வதைத் தவிர வேறு ஒன்றும் வேலுமாராரால் செய்ய முடியவில்லை. அவனுக்குப் பீடிப் பழக்கம்கூடக் கிடையாது. அவனால் செய்ய முடிந்தது ஒன்றுதான். அச்சாபீசுக்குப் பத்துக் கடை தள்ளி ஒரு நாயர் பெட்டிக் கடை வைத்திருந்தான். பக்கத்துக் கடைகளையெல்லாம் விட்டு, அதுவரையில் நடந்துபோய் ஸ்வதேச அபிமானத்தைப் பயன்படுத்தி இரண்டு மூன்று வெற்றிலை அதிகப்படியாகத் தண்டி வாங்கி வருவான் மாரார்.

என்னவோ அவர்மேல் அவனுக்கு ஒரு தனிப் பரிவு, தனி அநுதாபம். வறுமை இப்படிப் பொறுமையும் பெருமையுமாக நடமாடுகிற விந்தைதான் அவனை இப்படி ஈர்த்திருக்க வேண்டும்.

இந்த ராகவாச்சாரி இப்போது நாலு நாளாக எட்டு மணிக்கே வேலைக்கு வந்துவிடுகிறார். முதலாளியே வராத நேரம். தொழிலாளர்கள்கூட ஆபீஸுக்குப் பக்கத்திலும் முன்னாலும் உட்கார்ந்து காக்கத் தொடங்காத நேரம்.

முதல்நாள் எட்டு மணிக்கே வந்தவர் சிறிது நேரம் உட்கார்ந்து முதலாளியின் கண்ணாடி அறையைப் பார்த்துக்கொண்டேயிருந்தார்.

"சாமி என்ன இவ்வளவு சீக்கிரம் இன்னிக்கு?" என்றார் வேலுமாரார்.

"ஒரு நாளைக்கு ஒழுங்காயிருப்போமே!" என்று புன்சிரிப்புச் சிரித்தார் ராகவாச்சாரி. என்றுமே காணாத புன்சிரிப்பைக் கண்ட வேலுவுக்கு மனசு நிறைந்து வழிந்தது. இந்த மனிதனையும் சந்தோஷமடையும்படி செய்துவிட்டானே பகவான் என்று எண்ணி மகிழ்ந்தான் அவன்.

அடுத்தடுத்து நாலு நாள் அதே மாதிரி அரைமணிக்கு முன்னாலேயே வந்துகொண்டிருந்தார் ராகவாச்சாரி. அக்ஷய திருதியைக்குக் கருட சேவை பார்க்கக் காஞ்சீபுரம் போவதற்காக வருஷா வருஷம் மூன்றே மூன்று நாள் அவர் லீவு எடுக்கிற ஆச்சரியத்தைவிட நாலு நாள் அவர் நேரத்திற்கு அரைமணி முன்னே வருவது பெரிய அற்புதம் என்று வேலுவுக்குத் தோன்றியதும் அற்புதமில்லை.

நாலாம் நாள் மாலை வீட்டுக்குப் போகும்போது, "நான் நாளைக்கு வரவில்லை, மாரார்; லீவு போட்டிருக்கேன்" என்றார் ராகவாச்சாரி.

"என்ன சாமி, காஞ்சிபுரத்திலே உங்களுக்கு ஸ்பெஷல் கருட சேவையா?"

"அதெல்லாம் இல்லை. எங்க அண்ணா ஊரிலேந்து வந்திருக்கார். அவர் ஜாஸ்தி வந்ததே இல்லை. நாளைக்கு அவரோட பேசிண்டிருக்கலாம்னு ..."

"நல்லா, நல்லா!"

மறுநாள் காலையில் ஏழேமுக்கால் மணிக்கு அவர் ஆபீசுக்கு வந்தபோதுதான் வேலுமாராருக்குச் சற்றுத் திகைப்பாக இருந்தது.

"லீவு கான்சலா சாமி?" என்றான்.

"இல்லேப்பா, கொத்தவால் சாவடிக்கு வந்தேன் – அண்ணா வந்திருக்காரே – கறிகாய் வாங்கணுமே சாப்பாட்டுக்கு! முதலாளியையும் பார்க்கணும்; கொஞ்சம் பணம் வேணும்."

"நேத்து லீவு எடுக்கிறபோது கேட்கப்படாது?"

"என்னமோ அப்ப தோணலே."

"சரி, இருங்க" என்றான் வேலு.

ராகவாச்சாரி எங்கு வேண்டுமானாலும் போகலாம், வரலாம் – ஆபிசுக்குள். அவருக்கு அவ்வளவு சுதந்திரம் உண்டு. வீட்டிலே நடமாடுகிற பூனைக்குட்டியை அடுக்களைக்குள் வராதே, அங்கு வராதே, இங்கு வராதே என்று யார் விரட்டப்போகிறார்கள்? விரட்டுகிறவர்கள் கருணையில்லாதவர்களாகத்தான் இருக்க முடியும்.

ராகவாச்சாரி வெளியே ஒரு நாற்காலியில் உட்கார்ந்தார். சற்றுக் கழித்து உதவி மானேஜரின் நாற்காலியில் உட்கார்ந்தார். அங்கும் இருப்புக் கொள்ளாமல் டெலிபோன் ஆபரேட்டர் மேரி உட்காரிற ஸ்டூலில் உட்கார்ந்துகொண்டார். அங்கும் இருப்புக் கொள்ளாமல்

டைப்பிஸ்ட் நாற்காலிக்குப் போனார். கடைசியில் கண்ணாடி அறையைத் திறந்து முதலாளியின் மேஜைக்கு முன்னால் உள்ள விசிட்டர்கள் நாற்காலியிலேயே உட்கார்ந்துவிட்டார்.

சற்றைக்கொருதரம் வாசலிலிருந்து உள்ளே வந்து வேலுமாரார் அவரைக் கவனித்துக்கொண்டிருந்தான். கால்மணியாயிற்று. இப்போது இடம் மாற்றவில்லை அவர்; கண்ணாடி அறைக்குள்ளேயே இருந்தார்.

வேலுமாரார் மறுபடியும் வாசலில் வந்து நின்றான். மணி எட்டு பத்து; அச்சுக் கோப்பவர்கள் நாலைந்து பேர் எதிர்த்த மூக்குக் கண்ணாடி கடை வாசலில் வந்து உட்கார்ந்திருந்தார்கள். போர்மன் சுப்ரமண்யன் பக்கத்து வெற்றிலை பாக்குக் கடையில் சிகரெட் பிடித்துக்கொண்டிருந்தான்.

"மாரார், ஐயாட்ட நான் வந்திட்டு போனேன்னு சொல்லு. கறிகாயை வாங்கிக் கொடுத்திட்டு ஒரு மணியிலே வரேன்" என்று சொல்லிக் கொண்டே வாசல்படி இறங்கினார் ராகவாச்சாரி.

"இன்னும் பத்து நிமிஷத்திலே வந்திருவாங்களே முதலாளி."

"இல்லேப்பா, அப்புறம் சமையலுக்கு லேட்டாயிடும். நான் காய்கறியை வாங்கித் தந்துட்டு ஒன்பது மணிக்கு வரேன்." என்று முகத்தைப் பார்க்காமலே சொல்லிக்கோண்டு தெருவில் இறங்கினார் அவர்.

வேலுமாராருக்குச் சந்தேகப்படுவதுதானே வேலை? சந்தேகப் படுவதற்காகவே அறுபது ரூபாய் சம்பளம் கொடுக்கிறபோது ஏன் சந்தேகப்படாமலிருக்க வேண்டும் என்ற பேய் நினைவு தோன்றிவிட்டது.

"இப்படி வாங்க சாமி. ஒரு விஷயம்" என்றார் மாரார்.

"எனக்கு நிக்க நேரமில்லை" என்று நகர்ந்தார் ராகவாச்சாரி.

பேயின் உருவம் இப்போது பெரிதாகிவிட்டது.

"பரவாயில்லை, வாங்க!"

"என்ன விசேஷம்?" என்று நின்றுகொண்டே கேட்டார் அவர்.

"அங்கேயே நின்னுக்கிட்டு கேக்கிறீங்களே?"

"எனக்கு நாழியாச்சுப்பா!"

"இப்படி ஒரு செகிண்டு வந்திட்டுப் போயிருங்களேன்."

"எதுக்கு?"

"உங்க பையைப் பார்க்கணும்."

"என் பையையா? என் பையிலே எட்டணாதான் இருக்கு. நான் என்ன செய்வேன்?" என்று காக்கிச் சட்டையின் தையல் பிரிந்த பையைத் தொட்டுக் காட்டினார் ராகவாச்சாரி.

"சட்டைப் பையை இல்லை; கைப்பையை!"

"கைப் பையையா? எதுக்கு?"

"பாக்கறேனே ..." என்று கீழே இறங்கிவிட்டான் வேலு.

"எதுக்கு?" என்று சொல்லிக்கொண்டே தெருவில் நின்றவர் 'விறுவிறு'வென்று படியேறினார்.

"சும்மாத்தான்" என்று வேலு பையைப் பார்த்தான். மேலே இருந்த அழுக்குத் துண்டை எடுத்தான். உள்ளே வாயை அகட்டிப் பார்த்தான். கையை விட்டு எதையோ எடுத்தான். பளபளவென்ற பெயிண்ட் செய்த பெரிய நோட்டுப் புத்தகம். ஐந்நூறு பக்கம் உள்ள நோட்டு. பிரித்தான்; ஒன்றுமே எழுதாத புதுநோட்டு!

"முதலாளி மேஜைமேல் இருந்தது இது." என்றான் அவன்.

"நோட்டா! அடெடெ! பார்த்துண்டேயிருந்தேன்; தவறிப்போய்ப் பையிலே போட்டுணுட்டேன் போலிருக்கு" என்றார் ராகவாச்சாரி.

அவர் முகத்தை ஏறிட்டுப் பார்த்தான் வேலு.

"நீங்க தவறி எடுக்கலே. இதை எடுக்கத்தான் நாலு நாளா இங்க பராந்து மாதிரி வட்டமிட்டீங்க"

"ஏய் என்னது! யாரைப் பார்த்துச் சொன்னே? இது என்னத்துக்குடா எனக்கு?"

"அதெல்லாம் தெரியாது எனக்கு. நீங்க இப்படியே உட்காருங்க. முதலாளி வந்தப்புறம் போகலாம்."

"இதை நீயே வச்சுக்கோ எனக்கு என்னத்துக்கு? நான் போணும்" என்று வேகமாக வாசல்படியைக் கடக்கப் போனார் அவர்.

கையில் இருந்த லத்திக் கழியைக் குறுக்கே பிடித்து நிலையில் எதிர்ப் பக்கத்தில் ஊன்றிக்கொண்டான் மாரார்.

"என்னடாது விளையாடறே?" என்று புன்சிரிப்புச் சிரித்தார், தடைப்பட்ட ராகவாச்சாரி.

மாரார் கண்ணுக்கு அந்தச் சிரிப்பில் காவிதான் தெரிந்தது. சத்தியம் தெரியவில்லை.

"நீங்க போய் உட்காருங்க" என்றான், கடுமையோ சுவாதீனமோ இல்லாத வறண்டகுரலில்.

"என்னடா அதிகப்பிரசங்கியா இருக்கே?" என்று இடது விழி பெருக்க விழித்தார் ராகவாச்சாரி.

"சும்மா கத்தாதீங்க. நீங்க கத்தினீங்கன்னா, மத்தவங்களுக்குத் தெரிஞ்சுபோயிடும். அப்படி அசிங்கம் பண்ண வேண்டாம்னு பார்க்கறேன் நான். முதலாளி வரட்டும். கண்ணாடி ரூம்லே உங்களைக் கொண்டு

நிறுத்தறேன். கதவைச் சாத்திக்கிட்டு இதைச் சொல்றேன். அப்புறம் அவர் சொல்றபடி கேக்கறேன். ஒருத்தருக்கும் காதிலே விழாது."

"சரிடா, நீ இதைப் போய்ச் சொன்னா முதலாளி நம்பிடுவாரா?

"நம்பாம இருக்கணும்னுதான் நான் வேண்டிக்கறேன்."

"அப்படின்னா உனக்கு வேலை போயிடும்; இல்லாட்டா அபராதம் விழும். தெரியுமா?"

"விழட்டும், நான் எனக்குத் தோண்றதைச் சொல்லணும்; அதுதான் கடமை. இல்லாட்டி முதலாளிக்குத் துரோகமாயிடும்."

"சரி; நீ சொன்னதை அவர் நம்பி அவர் என்னை வேலையை விட்டுத் தள்ளிப்பிட்டார்னா – ஏழு குழந்தைகள் பட்டினி கிடக்குமே; அதை யோசிச்சுப் பாத்தியா?"

இதைக்கூடச் சற்று மிரட்டலாகத்தான் கேட்டார் அவர்.

"நாம என்ன சாமி செய்யறது! நம்மள் சிரசிலே எப்படி லிகிதமோ!"

"உனக்கு ரொம்பப் பாவம் சம்பவிக்கும்."

"நீங்கதான் எடுக்கலேன்னு சொல்றப்ப, ஏன் இந்தக் கவலை? பகவான் ரக்ஷிக்கட்டும்!" என்றான் வேலு மாரார். "என் பீட்டியை நான் செய்யணுமா இல்லையா? எனக்குச் சம்சயம் வந்திருக்கு."

ராகவாச்சாரி பெருமூச்சு விட்டுக்கொண்டே உதவி மானேஜரின் மேஜைக்கருகில் உட்கார்ந்துகொண்டார்.

எட்டு இருபத்தைந்து கார் வந்து நின்றது. முதலாளி இறங்கினார். உள்ளே வரும்போதே "என்ன ஸ்வாமி! என்ன அதிசயமாயிருக்கு!" என்று கேட்டுக்கொண்டே கண்ணாடி அறைக்குள் போனார்.

வேலு நோட்டுப் புத்தகத்தை எடுத்துக்கொண்டு ராகவாச்சாரியை முன்னால் போகச் சொல்லி உள்ளே சென்றான்.

ராணுவ முறையில் சலாம் செய்தான்.

"சாமி ஏழே முக்காலுக்கே ஆபீசு வந்தாங்க. ஏழு ஐம்பதுக்கு இந்த உள்ற வந்து உக்காந்தாங்க உங்களைப் பார்க்கணும்ன்னு. திடீர்ன்னு அப்புறம் வந்து பார்க்கறேன்னு கிளம்பிட்டாங்க. பையை 'ஸர்ச்சு' பண்ணினேன். இந்த நோட்டு இருந்துது!" என்று சொல்லிவிட்டு நின்றான் வேலு.

முதலாளி "என்னய்யாது!" என்று நோட்டை வாங்கிப் பிரித்துப் பார்த்தார். "தினப்படி கொடுக்கிற சில்லறைக் கணக்கு எழுதன்னா பண்ணச் சொன்னேன் இந்த நோட்டை, இது எதுக்கு உமக்கு?"

"எனக்கு வாண்டாம்; ஏதோ பார்த்துண்டேயிருந்தேன். அசதி மறதியா பைக்குள்ளே போட்டுனுட்டேன் போலிருக்கு."

"அப்ப, மேலேயிருந்த துண்டு உள்ளல்ல அமுங்கியிருக்கணும்!" என்று வேலு, நோட்டுக்கு மேல் துணியிருந்ததை விலக்கிக் காண்பித்தான். மறுபடியும் கண்ணைத் துடைத்துக்கொண்டார் ராகவாச்சாரி.

"அதுக்கு என்னைக் கேட்கப்படாதா? இந்த மாதிரி பத்து நோட்டுப் பண்ணித் தரமாட்டேனா?... சரி போம்! ஏய் மாரார், பெண்டர்கிட்டச் சொல்லி இந்த மாதிரி பத்து நோட்டு பண்ணி இவர்கிட்ட கொடுக்கச் சொல்லு. சாயங்காலத்துக்குள்ள கொடுக்கணும்.

"சரி சார்!"

"சரி, போம்யா – போய் வேலையைப் பாரும். இனிமே ஏதாவது வேணும்னா எங்கிட்ட வந்து கேளும். இது என்ன அசட்டுத்தனம் இந்த வயசிலே! எழுந்திரும்!"

ராகவாச்சாரி எழுந்து கண்ணாடி அறையை விட்டுத் தன் மேஜையை நோக்கிப் போனார். வேலுமாரார் மணி அடித்துவிட்டு முதலாளியின் உத்தரவைத் தெரிவிப்பதற்காகப் பைண்டிங் இலாகாவுக்குச் சென்றான். ராகவாச்சாரிக்கும் தாம் அன்று லீவு எடுத்துக்கொண்ட நினைவு வராமலே போய்விட்டது.

வெளிவந்த இதழ் காலம் தெரியவில்லை

மாப்பிள்ளைத் தோழன்

இது என்ன வைக்கோல் லாரியா, பஸ்ஸா? முன் நுழைவிலும் பின் நுழைவிலும் இருபது மனித வைக்கோல் முறுக்குகள் தொங்கிக்கொண்டிருக்கின்றன. கம்பி, சட்டம், திருகு ஆணி என்று கையில் கிடைத்ததைப் பற்றிக்கொண்டு, ஒரு ஆள் இன்னொரு ஆளைக் கீழே விழாமல் அணைத்துக் கொண்டிருக்கிறான். இத்தனை கொல்லு கொலைப் போட்டியில் கருணை வேறு; விரல் விண்டுவிடும் போல் நசுங்குகிறது. காலில் ஏதோ பூட்ஸ் மிதிக்கிறது. விரலா சதைக் குழலா என்று ஒரு நிமிஷத்தில் புரியாமல் போகிறது. இந்த வதைகள் பெட்ரோலுக்குத் தெரியாது. டீசல் எண்ணெய்க்குத் தெரியாது. ஆக்சிலெட்டருக்குத் தெரியாது. அதை மிதிக்கிற காலுக்குத் தெரியாது. உயிருள்ள வைக்கோல்களை ஏற்றியும் இழுத்தும் போகத்தான் தெரியும் அதற்கு.

பதின்மூன்று பஸ்கள் இப்படிப் போவதைப் பார்த்தான் மாப்பிள்ளைத் தோழன்.

இப்படியே நின்றுகொண்டிருந்தால் மாப்பிள்ளை அழைப்புக்குப் போய்ச் சேர முடியாது. மணி ஆறு பத்து. ஏழரை மணி வரையில் இப்படித்தான் பஸ் போகும். பிறகு சுமாராக இடம் கிடைக்கலாம். பதினெட்டு கி.மீ. போக வேண்டும். இரண்டு பஸ் மாற வேண்டும். ஏழரை மணிக்குப் பிறகு ஏறினால் பத்து பத்தரை மணிக்குத்தான் போய்ச் சேரலாம். மாப்பிள்ளை அழைப்பு முடிந்து சாப்பாடு, எச்சில் களை நேரமாக இருக்கும்.

மாப்பிள்ளைத் தோழனாக இருக்க வேண்டும் என்ற கல்யாணப் பையனின் அம்மா வருந்தி வருந்திக் கூப்பிட்டிருக்கிறாள். இந்த அம்மாளுக்காகவாவது நேரத்தில் போய்ச் சேர்ந்தாக வேண்டும்.

மூன்றரை மணிக்கு நாற்காலியை விட்டு எழுந்து எசமானிடம் போய் "சார் இன்னிக்கு ஒரு கலியாணம். நான் போகாமலிருக்க முடியாது. அவ்வளவு நெருக்கம்" என்று தரையில் கால்படாமல் நின்றான்.

தி. ஜானகிராமன் சிறுகதைகள்

எசமான் பதிலே பேசவில்லை. "இதை அடித்துக் கொடுத்து விட்டுப் போய்விடு. பார்லிமெண்ட் கொஸ்ச்சினுக்குப் பதில். இன்னிக்குத் தபாலில் போகாவிட்டால், நான் என்ன சொல்ல? பார்லிமெண்டுக்கும் கடவுளுக்கும் வித்தியாசம் தெரியாதா நமக்கு? கடவுள் மன்னிப்பார்... சீக்கிரம்."

"நான் மாப்பிள்ளைத் தோழன், சார். இருபது மைல் போக வேண்டும். இன்னும் அரைமணியாகிவிட்டால் பஸ்ஸில் இடம் கிடைக்காது ... சாப்பாட்டுக்குக்கூடப் போய்ச் சேர முடியாது."

"வெல் ... கலியாணத்தை ஒத்திப் போடச் சொல்லலாம். பார்லிமெண்ட் கேள்வியை ஒத்திப்போட மாட்டார்கள்."

ஒரு பக்கத்தை டைப் அடித்து, கையெழுத்து வாங்கி டெஸ்பாட்ச் பிரிவில் கொண்டு சேர்க்க வேண்டியிருந்தது.

காரியம் முடிந்ததும் எசமானர் கையெழுத்துப் போட்டுவிட்டு சொன்னார். "இப்போதுதான் எனக்கு உயிர் வருகிறது. மலையைத் தோளைவிட்டு இறக்கின விடுதலை. உனக்கு ரொம்ப மனவேதனை. உன்னை நிறுத்திவிட்டேன் சமயத்திற்கு. நிஜமாகவே, மனப்பூர்வமாகவே வருந்து ... டிஸ்பாட்சில் உன் கையைட கொடுத்துவிட்டுப் போய்விடு."

எப்படி? இதே உடுப்போடா? இதே எண்ணெய் வழி வோடா? அதுவும் மாப்பிள்ளைத் தோழனாகவா?

பரவாயில்லை. மாப்பிள்ளையின் சோப்பு, சீப்பு, தைலம், வேட்டி ஏதாவது இருக்கும்.

பஸ் ஸ்டாப்புக்கு வந்ததும் வயிற்றைப் பற்றிக்கொண்டு வருகிறது.

கண்ணகியாகச் சிறிது நேரம் நின்றான். நகரம், பஸ்ஸுகள், ஆள்பவர்கள் எல்லாரையும் ஒரே பார்வையில் தீயிலிட வேண்டும் போலிருக்கிறது.

சந்தைக்குப் போகிற சட்டிப்பானை வண்டிகளாக, எல்லாப் பஸ்களிலும் பக்கம் முதுகு எல்லாம் மனிதர்கள் ஒண்டல்.

அழுகை வருகிறது. இப்போது பிடித்துக்கொள்ள ஒரு கைதான். இன்னொரு கையில் மாப்பிள்ளைக்காக வாங்கின பரிசுப் பொட்டணம்.

நேற்று இரவுதான் ஒரு புத்தகத்தில் படித்தோம் – முக்தி என்றால் என்ன, உண்மையான ஆனந்தம் என்றால் என்ன என்று. கடமை உணர்ச்சி இல்லாமல் இருப்பதுதான் ஆனந்தமாம். யாருக்கும், எதற்கும் எப்போதும் கடமைப்பட்டிருக்கக் கூடாதாம்.

இதை நினைத்து நினைத்து, விரித்து விரித்து, மனிதர்களாகவும் செய்கைகளாகவும் அலுவல்களாகவும் மனப்படங்களாகவும் மாற்றி மாற்றிப் பார்த்ததில் இரவு ஒரு மணி வரையில் தூக்கம் போய்விட்டது.

கலியாணம் எதற்காகச் செய்துகொள்கிறார்கள்? செய்து கொள்ளட்டும், எதற்காகப் பத்திரிகை போட்டு அழைக்கிறார்கள்? பேசாமல் புதுப்புடவை ரவிக்கை நகை வாங்கிக் கொடுத்து, புது வேட்டி

வாங்கிக் கட்டி, யாருக்கும் சொல்லாமல் கொள்ளாமல் உள்ளே போய் படுத்துக்கொள்ளக் கூடாதோ? என்னை எதற்காகக் கூப்பிடுகிறான் இவன்? டாக்சிக்கோ ஆட்டோ ரிக்ஷாவுக்கோதான் என்னிடம் காசில்லையே. நான் ஏன் பரிசு என்று இதை வேறு வாங்கி பஸ்ஸில் ஏற வகையில்லாமல் தவிக்கிறேன்! ஏன் திரும்பிப் போய்விடக் கூடாது?

இப்போதுதான் பதினாலாவது பஸ் வருகிறது! என்ன ஆச்சரியம்! பிடித்துக்கொள்ளக் கம்பி கிடைத்துவிட்டது! பொட்டணம் நசுங்குகிறது! கால் விரல் தவளை.

இடது கையில் மார்போடு அணைத்திருக்கிற பரிசுப் பொட்டணம் ஒரு ஆறு மாதக் குழந்தையாக இருந்தால்?

"கால் விரல்! விரல்! விரல் சார்!"

எங்கே? எங்கே?

மூன்று மைலுக்கப்பால் பஸ் நின்றது.

திடுதிடுவென்று கூட்டம் இறங்குகிறது. இறங்கி மறுபடியும் ஏறிய போது, உள்ளே இரண்டடி நகர்ந்து வேறு கம்பி பிடித்துக்கொள்ளக் கிடைக்கிறது! பரிசுப் பொட்டலம் வலது கைக்கு மாறுகிறது. ஆனால் தலையைக் குனிந்துகொள்ள வேண்டியிருக்கிறது. வேறு ஏதோ கை கம்பியைச் சற்று மேலே பிடித்துக்கொண்டிருக்கிறது. அதன் கழுக்கட்டு அடிக்கடி முகத்தின் பக்கம், மூக்கின் பக்கம் வருகிறது. இது என்ன மணம்! கற்றாழை மணமா? எதைச் சாப்பிட்டால் உடம்பு இத்தகைய வாடை வீசும்? முருங்கைக் காயா? வெங்காயமா? மீனா? அல்லது செத்த எலியா? ஏய்! நீயும் கலியாணம் செய்துகொண்டிருக்கிறாயா? அந்தப் பெண் எதற்காக இந்த உடம்பு வாடையைப் பொறுத்துக்கொண்டிருக்கிறது? எத்தனை காலம்! எப்படி உன் பீஜத்தை வயிற்றில் வாங்கி, சாச்வதத் தன்மையை ஸ்தாபிக்கப் போகிறது? இது தவிட்டு நாற்றமா? இது என்ன ரஸாயன அதிசயம்?

பஸ் நிற்கிறதா! போகிறதா! திடீர் என்று மேலே தலையில் ஒரு கொத்து சில்லென்று தண்ணீர் தெளிக்கிறது! சார்! சார்! ஒரு குடை! பஸ் நின்றுதான் அந்தக் குடை ஏறியிருக்கிறது! வெளியே மழை! எப்போது ஆரம்பித்தது?

பஸ்ஸைக் காலி செய்ய வேண்டியிருக்கிறது! பஸ்ஸின் பயணம் முடிந்துவிட்டது!

கடைச் சார்ப்பில் ஒண்டிக்கொண்டு பாதி மழையை ஒரு தோளில் தாங்கி அடுத்த பஸ்ஸுக்கு முக்கைப் பார்த்தால் ...

இருபது நிமிஷம் கழித்து ஒரு பஸ்.

மூன்றாவது பஸ்ஸைவிட்டு இறங்கும்போது கடைத்தெரு மாதிரி இருக்கிறது. எல்லாக் கடைகளிலும் மெழுகுவர்த்தி மினுக்குகிறது. மின் சக்தி நின்று போய்விட்டதாம்.

மழை ஓய்ந்துவிட்டது. போகிற வழியில் மட்டும் கணுக்கால் ஜலம். குதிகால் உளை. குதிரை முகம் வரையில் சேறு. அதே சேற்றில் நடத்தி அழைத்துப் போனான் யாரோ. அவனுக்குக் கல்யாணம் நடக்கிற தெருவிலேயே வீடாம்.

"ஏன் இவ்வளவு சேறு?"

"இது புதுக்காலனியாச்சே. இந்த வீடுகள் கட்டி ஆறு வருஷம்கூட ஆகவில்லை. இனிமேல்தான் நல்ல ரோடு, பம்பாய் லெட்ரீன், கண்படாத சாக்கடை எல்லாம் வரப் போகிறது. அதோ பாருங்கள் குழாய்கள் சுரங்கச் சாக்கடைக்கு."

நசுக்கென்று என்னவோ மிதபடுகிறது.

நடந்தது அரை மணியோ, முக்கால் மணியோ. கால்களைப் பைக் கணக்குப் போட்டால் இரண்டு மணி நடையாக இருக்கலாம்.

"இதுதான் கலியாண வீடு, போங்கள்."

மாப்பிள்ளை அழைப்பு அவசர அவசரமாக முடிந்துவிட்டதாம் – மழைக்குப் பயந்துகொண்டு நனைந்துகொண்டு பாண்டுக்காரர்கள்கூட போய்விட்டார்களாம். எல்லாரும் சாப்பிட்டு, கடைசியில் சமையல் காரரும் ஆட்களும் இருக்கிற மிச்சத்தைச் சாப்பிட்டுக்கொண்டிருந்தார்கள்.

"மாப்பிள்ளை எங்கே?"

"சம்பந்திகள் ஜாகையில் இருக்கிறார். நீங்க சாப்பிட்டுவிட்டுப் போங்க சார்."

அந்த ஜாகை எங்கிருக்கிறதோ? மாப்பிள்ளையைப் பார்த்துவிட்டு வருவதற்குள் சாப்பாடு தீர்ந்துவிடலாம். மாப்பிள்ளைத் தோழன் தலையில் தங்கியிருந்த தூற்றல்களைத் துடைப்பதற்காக, கைக்குட்டையை எடுத்துக் கையைத் தூக்கினபோது, ஏதோ கொடி மாதிரி கட்டியிருந்த கயிற்றில் கைபட்டது.

அவ்வளவுதான், என்னவோ கூட்டமாகப் பறந்து ஒரு சுற்றுச் சுற்றி மீண்டும் கயிற்றுக்கொடியில் வந்து ஒட்டிக்கொண்டன. பார்த்தான். ஈ... ஈ... ஈ... ஈ...க்கள் பத்து நூறு, ஆயிரம்... பதினாயிரமா... கலியாணத்திற்கு வந்திருக்கிற ஈக்கள்.

கீழே ஈரம். இரண்டே அறை. இங்கேதான் சாப்பிட்டார்களாம். மழையால் ரொம்ப லாச்சாராம்.

"சாருக்கு ஒரு இலை கொண்டா ஆறுமுகம்!"

இலை போட்டார்கள். வாழையின் இலை இல்லை. வாழையின் கோவணம்.

உட்கார்ந்தான். சாப்பிட ஆரம்பித்தான். கலியாணச் சாப்பாடு சாப்பாடுதான். தினம் சாப்பிடுகிற வீட்டுச் சாப்பாடில்லை. கறி, சாம்பார், ரசம். எல்லாம் அப்போது அரைத்துவிட்ட மசாலை மணம்.

மாப்பிள்ளைத் தோழன்

கொடியில் இருந்த ஈக்கள் சாப்பிட்டுவிட்டாற் போலிருக்கிறது. பண்டங்களை இலையில் வைக்க வைக்கப் புது ஈக்கள் வந்து மொய்க்கின்றன. பரிசுப் பொட்டணத்தை மடியில் வைத்துக்கொண்டு, இடது கையால் ஈக்களை ஓட்டிக்கொண்டே சாப்பிட்டான்.

எழுந்ததும் ஒரு தொண்டர் வந்து மாப்பிள்ளைத் தோழனை மாப்பிள்ளை இறங்கியிருக்கிற ஜாகைக்கு ஒரு சந்து வழியாக அழைத்துச் சென்றார். ஒரு பெட்ரோமாக்ஸ் புஸ் என்று பாதி மஞ்சளும் பாதி வெள்ளையுமாக ஒளி விட்டு மூச்சுவிட்டுக்கொண்டிருந்தது.

"மாப்பிள்ளைத் தோழன் வர நேரத்தைப் பார்த்தியாம்மா?"

மாப்பிள்ளையின் குரல்தான்.

"பார்லிமென்ட கொஸ்ச்சின், பாஸ் மகாபாவி" என்று என்னென்னமோ சொன்னான்.

"அதுக்குத்தான் லீவு போட்டு, எங்க வீட்டுக்கு வந்துடு, சேர்ந்து வந்துடலாம்னேன். ரொம்ப இது மாதிரி ..."

"எது மாதிரி?"

"ப்பெ ... அது சரி, அம்மா! கொண்டு வச்ச சமையல் பாக்கியிருக்கா?"

மாப்பிள்ளை அழைப்பு, நிச்சயதார்த்தம் எல்லாம் ஆகிவிட்டதாம். பெண்ணைப் பார்க்கவில்லை என்று குறை மாப்பிள்ளைத் தோழனுக்கு. மாப்பிள்ளையின் கண் மை, கோடி வேட்டி, தலையில் தைலம், லேசாக சட்டையில் எழுந்த 'செண்ட்டு' எல்லாம் பெட்ரோமாக்ஸ் வெளிச்சத்தில் தெரிந்தன.

வெளியே தாழ்வாரத்தில் படுக்கை. உள்ளே இரண்டு அறைகள். அங்கு பெட்டிகளும் பெண்களும் கிழவிகளும் மாப்பிள்ளையும் தூங்கினார்கள். வெளியே தாழ்வாரத்தில் பெரிய ஆண்கள் ஒரு அழுக்குப் பிச்சாணாவைப் போட்டுத் தூங்குகிறார்கள். இரவின் மாலை வெளிச்சத்தில் காலி மனைகள், தெருவில் எல்லாம் மழைநீர்க் குட்டை. குட்டைகளுக்குள் மப்பு நீங்கிய வெள்ளை மேகங்கள். எங்கும் தவளைகள் கல்யாண இரைச்சலாகக் கத்துகின்றன. மாப்பிள்ளைத் தோழன் வேட்டிக்குள் புகுந்த ஈக்களை கால் மாற்றி மாற்றித் தேய்த்துக்கொண்டே தூங்கினான்.

"சார், காபி" என்றது ஒரு குரல்.

கிழக்கு வெளுத்திருந்தது.

"சுடச்சுட வெந்நீர் இருக்கு. காபியைச் சாப்பிடுங்கோ. போய்க் குளிச்சுடலாம்" என்று யாரோ வந்து உபசாரம் பண்ணினார்கள்.

காப்பியை ஊற்றிக்கொண்டு அவர் பின்னால் ஓடினான்.

"இதோ லட்ரீன் – பாத்ரூம். பல்பொடி, சோப்பெல்லாம் பாத்ரூமில் இருக்கிறது. சுருக்கக் குளியுங்கள். மாப்பிள்ளை உத்தரவு உங்களை முதலில் கவனிக்கச் சொல்லி."

"சரி, இதோ வந்துடுறேன்" என்றான் அவன்.

கக்கூஸுக்கு அப்பால் கலர்படுதா கட்டியிருந்தது. புகை வந்தது. குரல் கேட்டது. எட்டிப் பார்த்தான் சமையல் செய்துகொண்டிருந்தார்கள். திறந்த வெளியில், கலர் படுதாவில் ஒரு பதினாயிரம் ஈக்கள் எழுந்து எழுந்து இடம் மாறி புது டிசைன்கள் போட்டுக்கொண்டிருந்தன. திடீர் திடீர் என்று பறந்து பறந்து பாத்ருமுக்கும் லெட்ரீனுக்கும் சமையலிடத்திற்கு மாக தத்தித் தத்தி விளையாடிக்கொண்டிருந்தன.

சோப்புப் போட்டுக் குளித்த பிறகும் ஈக்கள் அவனை விடவில்லை. அவன் கணுக்கால், ஆடுசதை, காதெல்லாம் உட்கார்ந்து ஆகாரம் தேடின.

தலை துவட்டுவதற்குள் அதே ஆசாமி வந்து கூப்பிடுகிறார்.

"சார், சார், வாருங்கோ. மாப்பிள்ளை கூப்பிடுகிறார். பரதேசக் கோலம் புறப்படப்போறது. சட்டுனு வாங்கோ."

"எட்டு மணிக்குத்தானே சார் முகூர்த்தம்?"

"மப்பாயிருக்கு சார், சீக்கிரம் ஆரம்பிச்சாகணும்!"

அவசர அவசரமாக ஓடினான் மாப்பிள்ளைத் தோழன். சட்டை மாற்றி வேட்டி மாற்றினான். அதாவது ராத்திரி படுத்திருந்த சட்டை வேட்டியைப் போட்டுக்கொண்டான். மாப்பிள்ளைக்குப் பெண்கள் அலங்காரம் செய்துவிட்டார்கள். கண்ணுக்கு மை, பஞ்சகச்சம், கையில் விசிறி, புத்தகம், காலில் செருப்பு ...

மாப்பிள்ளைத் தோழன் வெயில் படாமல் குடையை வாங்கி மாப்பிள்ளையின் முகத்தை மறைத்தான்.

வாத்தியம் இல்லை.

வாத்தியத்திற்குச் சொல்லவில்லையாம். பெண் வீட்டுக்காரர்கள் அத்தனை ஏழைகளாம். நேற்று இரவு மாப்பிள்ளை அழைப்பின் பாண்டுக்கே இரு நூறு ரூபாய் கொடுத்தாகி விட்டதாம்.

மாப்பிள்ளையும் தோழனும் இன்னும் இருபது முப்பது ஆண்களும் பெண்களும் நடந்தார்கள்.

"வாத்தியம் இல்லாம மூளியாயிருக்கே" என்றாள் மாப்பிள்ளையின் தாயார். அவள் குரல் சூடாகப் பொருமிற்று. நடுங்கிற்று.

"ஏழை ஏழைன்னு இப்படியா சுழிக்கணும்?"

மாப்பிள்ளைத் தோழனுக்குப் பாட வேண்டும் போலிருந்தது. "வாத்தியம்தான் இல்லை. நீங்கள்ளாம் உரக்க ஒரு பாட்டாவது பாடுங்களேன்" என்று மன்றாடினான்.

ம்ஹூம் ...

பெண்வீட்டு வாசலில் நின்றார்கள். பெண்ணின் தகப்பனார் இரண்டு தேங்காய்களை மாப்பிள்ளையின் கையில் கொடுத்து "காசிக்குப் போக

மாப்பிள்ளைத் தோழன்

வேண்டாம். என் பெண்ணைக் கலியாணம் செய்துகொண்டு குடியும் குடித்தனமுமாக இருங்கள். சர்வாலங்கார பூஷிதையும் அழகியுமான என் பெண்ணைத் தருகிறேன்" என்றார்.

பிறகு பெண் வந்தது.

மாப்பிள்ளைத் தோழன் கண்ணை அகட்டிப் பார்த்தான். சந்தன வர்ணத்தில் மேனியும் கண் வீச்சுமாக. பிழைத்தோம் என்று பெருமூச்சு விடுவதற்குள்,

வேறு ஏதோ ஒன்று மாப்பிள்ளையின் முன் வந்து நிற்கிறது.

அதன் கையில் மாலையைக் கொடுத்தார்கள்.

மாப்பிள்ளைத் தோழன் விக்கித்துப் போய்ப் பார்த்தான்.

இதுவா பெண்? இதுவா என் சிநேகிதனுக்குப் பெண்டாட்டி!

அட்டைக் கறுப்பு. வத்தல் உடம்பு. கறுப்பில் ஒரு சாம்பல். ஆறு மாசப் பட்டினிகிடந்த ஒல்லி. தோலிலாவது மழமழுப்பு இருக்க வேண்டுமே, சருகுக் காய்ச்சல்.

சிவப்பு வேண்டாம். ஒரு நல்ல மூக்கு, ஒரு நல்ல முழி ஏன் இல்லை?

மாப்பிள்ளைத் தோழன் மேட்டுக்குடி மனத்தை வழித்தெறிந்தான். கறுப்பாக இருப்பவர்களும் பெண்கள்தான்.

நீக்ரோக்கள் கறுப்பு. பல பழங்குடிகள் கறுப்பு. இன்னும் எத்தனையோ கறுப்புகள்.

ஆனால் மூக்கு ஏன் இல்லை? முழி ஏன் இல்லை?

இது என்ன கலியாணம்? காதல் கலியாணம் இல்லை. ஏற்பாடான கலியாணம். அப்படியானால் இந்தப் பெண்ணைப் பார்த்து எப்படிச் சரி என்று சொன்னான் இவன்?

தாலி கட்டினார்கள். பெண்ணைப் பாடச் சொன்னார்கள். ஓமம் வளர்த்தார்கள். மழை எங்கிருந்தோ வானத்தைப் பொத்துக்கொண்டு வந்தது.

"அரிசி தின்னியா?" என்று கேலி செய்யக்கூட வாய் வரவில்லை.

அவசர அவசரமாக அக்னியை உள்ளே கொண்டு போனார்கள். வீட்டுக்குள் சாக்கடை ததும்பி பாதங்கள் நனைய குளம் கட்டிற்று. பேய் மழை.

திறந்த வெளியில் சமைத்துக்கொண்டிருந்தவர்கள் சமையல் பாத்திரங்களை அண்டா அண்டாவாகப் பிடித்து இருக்கிற இரண்டு அறைகளில் ஒரு அறையில் கொண்டு வந்து நிரப்பினார்கள்.

இதற்கு நடுவில் ஆபீசுக்குப் போகிறவர்கள் சாப்பாட்டுக்கு வந்தார்கள்.

"மழை நிக்கட்டும்."

மழை நிற்க ஒரு மணி ஆயிற்று.

கால் மணி கழித்துத்தான் வீட்டுக்குள்ளே இருக்கிற சாக்கடைகள் கண்ணுக்குத் தெரிந்தன.

சாப்பாடு போட்டார்கள். ஈக்கள் ஆயிரமாயிரமாகச் சாப்பிட வந்தன.

மாப்பிள்ளைத் தோழன் மாப்பிள்ளையைப் பார்த்தான். நினைத்தான். அழுகையை மறைத்துக்கொண்டான். என் சிநேகிதனுக்கா இப்படிக் கலியாணம்?

"சார், இன்னும் கொஞ்சம் பாயசம்" என்று அதட்டினார் சமையற்காரர் அவனைப் பார்த்து. சமையற்காரன் என்றால் இப்படி ஒரு அழுக்குத் துண்டைத்தான் உடுக்க வேண்டுமா? அதுவும் முழங்காலுக்கு மேலும் அடித்தொடையும் கோவணமும் தெரியும் படியாகத்தான் பரிமாற வேண்டுமா?

என் நண்பன் கலியாணத்திற்கு இத்தனை ஈக்கள் வர வேண்டுமா?

இந்தப் பையன் ஏன் யாரையும் கூப்பிடாமல், புது வேட்டி கட்டி அவளுக்குப் புதுப்புடவை கட்டி ஏன் நேராகப் படுக்கை உள்ளுக்குப் போகவில்லை? ஏன் இத்தனை பேரைக் கூப்பிட்டு இந்த மழையில் இந்தச் சங்கடத்தில் இம்சைப்படுத்தினான்? ஏன் இப்படி ஒரு தட்டு கொட்டுகூட இல்லாமல் தாலி கட்டினான்? ஏன் இப்படி ஈச் சாப்பாடு போடுகிறான்?

"சார், பட்சணம்!"

"சார் ஊறுகாய்!"

சமையற்காரர் மாப்பிள்ளைத் தோழனைப் பார்த்து உபசாரம் செய்கிறார்.

சாப்பாடு ஆனதும் மாப்பிள்ளை பெண்ணைக் கையைப் பிடித்துக் கொண்டு ஜாகைக்கு அழைத்து வந்தான். பெண்ணைக் கொண்டுவிட பெற்றவர்களும் சுற்றமும் வந்தார்கள். வாத்தியம் இல்லை. இரைச்சல் இல்லை.

உள்ளே வந்து உட்கார்ந்ததும் அதே நிசப்தம்.

ஒரு பையன் ஓரத்தில் கண், கன்னம் எல்லாம் சவுங்கிப் படுத்திருந்தான். வயிற்றுப் போக்காம்! வாந்தியாம்! ஈக்களின் கொடையோ என்னவோ!

"யாராவது பாடுங்கோளேன்" என்கிறாள் மாப்பிள்ளையின் தாயார்.

பெண்கள் நாணிக் கோணுகிறார்கள்.

"வாத்யம்தான் இல்லை. ஒரு பாட்டாவது பாடுங்களேன்" என்கிறாள் அந்த அம்மாள். குரலில் மீண்டும் பொருமல்.

மாப்பிள்ளைத் தோழன்

ஒரு நிமிஷம், இரண்டு நிமிஷம், ஐந்து நிமிஷம் – யாரோ பாடப் போகிறார்கள் என்று பகல் இறுக்கமாகக் காத்துக்கொண்டிருந்தது. மழை பெய்து ஓய்ந்த புழுக்கமும் ஊமை வெயிலும் பாட்டுக்காகக் காத்துக் கொண்டிருந்தன.

மாப்பிள்ளைத் தோழனாக அத்தனை பெண்களையும் பார்த்து, 'ஆம்பளையை உறிஞ்சிக் குடிக்கிற ஜன்மங்களா. வாயைத் திறந்து ஏதாவது இழுங்களேன்' என்று கத்த வேண்டும் போலிருந்தது. அவன் உடம்பு படபடத்தது. கண் ஜிவு ஜிவு என்றது.

"சனியன்கள்" என்று முணுமுணுத்தான். மனதிற்குள் முணுமுணுத்த தாக எண்ணம். ஆனால் கதவோரமாக அவனுக்குப் பக்கத்தில் நின்ற சமையற்காரன் அவனைத் திரும்பிப் பார்த்தான். அப்போதுதான் வாய்விட்டு முணுமுணுத்துவிட்டதாகத் தோன்றிற்று.

"பாடமாட்டேன்" என்றான் சமையற்காரன்.

"நீர்தான் பாடுமேங்காணும். அவர்களுக்கெல்லாம் வாயடைச்சுப் போச்சு" என்றாள் மாப்பிள்ளையின் தாயார். அவள் குரலில் சூடு.

"இதோ" என்றான் சமையற்காரன்.

"வாழி நீ மருகா,

வாழி எம் மருகீ"

குரல் பிய்த்துக்கொண்டு கிளம்பிற்று. அது என்ன பாட்டோ தெரிய வில்லை. யார் பாடின பாட்டோ? சமையற்காரன் குரல் வரவரத் தடித்துக் கனத்துக்கொண்டேயிருந்தது. குரலில் சூடு ஏற ஏறக் கதவில் சாய்ந்து நின்றவன், தனித்து நின்றான். கையை ஆட்ட, பக்கத்தில் நின்றவர்களை ஒதுக்கிவிட்டான்.

பாட்டுக் கச்சேரி பாங்கு இல்லை. ஆனால் தாளமும் சுருதியும் புரிந்துகொண்ட பாட்டாகத்தான் இருந்தது. ஏழெட்டுச் சரணம் பாடினான். பாட்டு முடிந்ததும் அதே கையோடு ஒரு மங்களமும் பாடினான். அந்தப் பாட்டும் முடிந்ததும் உரக்கப் பேசினான்.

"எல்லாரும் சந்தோஷமாயிருக்கணும். எல்லாரும் திருப்தியாயிருக்க ணும். எத்தனையோ கிடைக்கும். கிடைக்காம இருக்கும். எத்தனையோ வரும். எத்தனையோ போகும். அதுக்காக சந்தோஷமா இருக்கறதை விடப்படாது. முயற்சி பண்ணி சந்தோஷமா இருக்கக் கத்துக்கணும். நூறு இல்லாம இருக்கலாம். பத்து இல்லாம இருக்கலாம். காசு இருக்கலாம். இல்லாம இருக்கலாம். வயித்துக்கு இருக்கலாம். இல்லாம இருக்கலாம். வெயில் கொளுத்தலாம். மழை கொட்டலாம். எதாயிருந்தாலும் எல்லாரும் முயற்சி பண்ணி சந்தோஷமா இருக்கப் பாடுபடணும். சந்தோஷமா இருக்க முயற்சி பண்ணணும். சந்தோஷமாத் தான் இருப்பேன்னு பிடிவாதமா இருக்கணும். பிடிவாதமா சிரிக்கணும். அப்படி ஒரு பிடிவாதம் இருந்தா நீங்க அந்த அம்மா சொன்ன உடனே விடாம பாடியிருப்பேள்.

சந்தோஷமா இருக்கக் கத்துக்கணும். கங்கணம் கட்டிக்கணும். சிரிச்சுண்டே யிருப்பேன்னு பிடிவாதம் பண்ணணும். சிரிக்கிறதிலே சண்டித்தனம் பண்ணணும். அதாவது சிரிக்கிறதை நிறுத்த மாட்டேன்னு சண்டித்தனம் பண்ணணும். பல்லு வலிக்கச் சிரிக்கணும். மனசு கொள்ளாம சந்தோஷமா இருக்கணும். எங்கே சிரிங்கோ பார்ப்போம். பெரியவாளுக்குக் கூச்சமாயிருக்கும். நீங்கள்ளாம் சிரிங்கோ பார்ப்போம். குழந்தைகளா! நீங்க சிரிங்கோ, நான் சிரிக்கிறேன். என்னோடு சேர்ந்து சிரிங்கோ பார்ப்போம் ..."

சமையற்காரன் சிரித்தான். குழந்தைகள் ஒன்று இரண்டு – என்று எல்லாம் சிரித்தன. மாப்பிள்ளைத் தோழன் அழுதுகொண்டே சிரிக்கத் தொடங்கினான்.

சுதேசமித்திரன் தீபாவளி மலர்

பின்னிணைப்புகள்

தி. ஜானகிராமன்
வாழ்க்கைக் குறிப்பு

தஞ்சாவூர் மாவட்டம் மன்னார்குடியை அடுத்த தேவங்குடியில் 1921ஆம் ஆண்டு ஜூன் 18 அன்று பிறந்தார். தந்தை தியாகராஜ சாஸ்திரி வட மொழியில் தேர்ந்த புலமையும் கர்நாடக இசையில் ஆழ்ந்த ஞானமும் கொண்டவர். ஜானகிராமனுடன் பிறந்தவர்கள் ஓர் ஆணும் நான்கு பெண்களுமாக ஐந்து பேர்.

ஜானகிராமன் பிறந்த ஆறாவது மாதம் குடும்பம் கும்பகோணத்துக்கு இடம்பெயர்ந்தது. மீண்டும் அவரது நான்காவது அல்லது ஐந்தாவது வயதில் தஞ்சைக்குக் குடிபெயர்ந்தது.

தஞ்சாவூர் புனித பீட்டர் பள்ளி, செண்டிரல் பிரைமரிப் பள்ளி, கல்யாண சுந்தரம் உயர் நிலைப்பள்ளி ஆகியவற்றில் பள்ளிக் கல்வியைப் பெற்றார். தி. ஜானகிராமனின் ஆரம்ப கால எழுத்து முயற்சிகள் பள்ளிப் பருவத்திலேயே தொடங்கியிருக்கின்றன. 1936–40 ஆண்டுகளில் கும்பகோணம் அரசினர் கல்லூரியில் இண்டர் மீடியட், பி.ஏ. பயின்றார். சென்னை சைதாப்பேட்டை அரசினர் ஆசிரியர் பயிற்சிக் கல்லூரியில் 1942–43ஆம் ஆண்டுகளில் பயின்று எல்.டி. பட்டம் பெற்றார். கல்லூரிக் காலத்தில் இலக்கியத்தின் மீதான ஈடுபாடு தீவிரம் பெற்றது. கல்லூரிப் பருவத்தில் கு.ப. ராஜகோபாலனுடன் ஏற்பட்ட நட்பு அவரைத் தனது வழிகாட்டியாகவும் குருவாகவும் குறிப்பிடும் அளவு வாழ்நாள் தொடர்பாக அமைந்தது.

1942ஆம் ஆண்டு திருமணம் நடைபெற்றது. மனைவி ராஜம் என்கிற ராஜலட்சுமி. இரண்டு ஆணும் ஒரு பெண்ணுமாக மூன்று மக்கள். மகன்களான ராதா ராமன், சாகேதராமன் இருவரும் காலமாகிவிட்டனர். மகள் உமா சங்கரி ஆந்திர மாநிலத்தில் சித்தூரில் வசித்துவருகிறார்.

கும்பகோணம் நகர உயர் நிலைப் பள்ளியில் 1943–44 ஆண்டுகளில் ஆசிரியப் பணியைத் தொடங்கினார். 1944–45 ஆண்டுகளில் சென்னை எழும்பூர் அரசு உயர்நிலைப் பள்ளியிலும் 1945–54 ஆண்டுகளில் தஞ்சை மாவட்டம் அய்யம்பேட்டை குத்தாலம் கழகப் பள்ளியிலும் பணியாற்றினார்.

அகில இந்திய வானொலியின் அழைப்பின் பேரில் கல்வி ஒலிபரப்பு நிகழ்ச்சி அமைப்பாளராகப் பணியேற்றார். 1954 முதல் 1968ஆம் ஆண்டுவரை அந்தப் பணியில் இருந்தார். 1968 முதல் 1974வரை தில்லி வானொலி நிலையத்தில் உதவி கல்வி ஒலிபரப்பு நிகழ்ச்சி அமைப்பாளராகவும் 1974 முதல் 1981ஆம் ஆண்டு ஜூன் மாதம் ஓய்வு பெறும்வரை தலைமைக் கல்வி ஒலிபரப்பு அமைப்பாளராகவும் பணிபுரிந்தார். கல்வி ஒலிபரப்பு அமைப்பாளராகப் பணியாற்றிய காலங்களில் பயிற்சிக்காக, ஜப்பான், ஆஸ்திரேலியா, அமெரிக்கா, பிரிட்டன், பிரான்ஸ், மலேசியா, சிங்கப்பூர் ஆகிய நாடுகளுக்குச் சென்று வந்தார். இந்திய அரசின் பண்பாட்டுப் பரிமாற்றத் திட்டத்தின் கீழ் 1970இல் ரொமேனியா, செக்கோஸ்லாவாகியா ஆகிய நாடுகளுக்கும் சென்று வந்தார்.

1937ஆம் ஆண்டு ஆனந்த விகடன் இதழில் வெளியான 'மன்னித்து விடு' என்ற சிறுகதையே தி. ஜானகிராமனின் அச்சில் வெளிவந்த சிறுகதை. தொடர்ந்து சிறுகதைகள் எழுதி வந்திருக்கிறார். *கிராம ஊழியன்* இதழில் 1944ஆம் ஆண்டு முதலாவது நாவல் 'அமிர்தம்' வெளியாகி இருக்கிறது. இந்த இரு செயல்பாடுகளையும் ஒட்டி அவரது அறிமுகம் நிகழ்ந்திருந்தாலும் 1946இல் *கலாமோஹினி* இதழில் வெளியான 'பசி ஆற்று' சிறுகதையே அவருக்கு வாசக அங்கீகாரத்தைப் பெற்றுத் தந்தது. சாகித்திய அக்காதெமி 1979ஆம் ஆண்டு அவரது 'சக்தி வைத்தியம்' தொகுப்பை முன்வைத்து அவருக்கு விருது வழங்கியது.

தி. ஜானகிராமன் கர்நாடக இசையில் ஆழ்ந்த ஈடுபாடு கொண்டவர். முறையாக இசை பயின்றிருக்கிறார். இசை ரசனை சார்ந்து நுட்பமான கட்டுரைகளையும் எழுதியிருக்கிறார்.

அகில இந்திய வானொலிப் பணியிலிருந்து ஓய்வு பெற்று 1981இல் சென்னை திரும்பினார். திருவான்மியூரில் வசித்தார். *கணையாழி* மாத இதழின் கௌரவ ஆசிரியராக இருந்தார். உடல்நலக் குறைவால் மருத்துவமனையில் சேர்க்கப்பட்டு 1982ஆம் ஆண்டு டிசம்பர் 18 அன்று மறைந்தார்.

கதைகள்: காலவரிசை

வ. எண்	கதைத் தலைப்பு	வெளியான இதழ்	வெளிவந்த காலம்	இடம்பெற்ற தொகுப்பு
1	எருமைப் பொங்கல்	கல்கி	ஜனவரி 1961	எருமைப் பொங்கல்
2	போர்ஷன் காலி	கலைமகள் தீபாவளி மலர்	1961	இத்தொகுப்பில் முதன்முறையாக இடம்பெறுகிறது
3	வெங்கிடிசார் ஏன் ஓடினார்	ஆனந்த விகடன் தீபாவளி மலர்	1961	சக்தி வைத்தியம்
4	கோதாவரிக் குண்டு	கல்கி தீபாவளி மலர்	1961	யாதும் ஊரே
5	சக்தி வைத்தியம்	கலைமகள் தீபாவளி மலர்	1962	சக்தி வைத்தியம்
6	யாதும் ஊரே	கல்கி தீபாவளி மலர்	1962	யாதும் ஊரே
7	ஐயரும் ஐயாறும்	கல்கி	ஜனவரி 1963	அக்பர் சாஸ்திரி
8	இவனும் அவனும் நானும்	ஆனந்த விகடன்	1963	மனிதாபிமானம்
9	புண்ணிய பாங்க்	கல்கி தீபாவளி மலர்	1963	"
10	ஒரு விசாரணை	ஆனந்த விகடன் தீபாவளி மலர்	1963	பிடி கருணை
11	விரல்	கலைமகள்	நவம்பர் 1963	இத்தொகுப்பில் முதன்முறையாக இடம்பெறுகிறது
12	மாடியும் தாடியும்	கல்கி	ஏப்ரல் 1964	யாதும் ஊரே
13	நடேசண்ணா	கலைமகள் தீபாவளி மலர்	1964	எருமைப் பொங்கல்
14	தாத்தாவும் பேரனும்	கல்கி தீபாவளி மலர்	1964	பிடி கருணை
15	பிடிகருணை	ஆனந்த விகடன் தீபாவளி மலர்	1964	"
16	யோஷிகி	கல்கி	ஏப்ரல் 1965	யாதும் ஊரே
17	அருணாசலமும் பட்டுவும்	தீபம்	ஆகஸ்ட் 1965	மனிதாபிமானம்
18	ஸ்டீன்/ 5 ஆர் X க	கல்கி	ஆகஸ்ட் 1965	——
19	வீடும் வெளியும்	கலைமகள் தீபாவளி மலர்	1965	மனிதாபிமானம்
20	கச்சேரி	கல்கி தீபாவளி மலர்	1965	எருமைப் பொங்கல்

21	நடராஜக் கால்	ஆனந்த விகடன் தீபாவளி மலர்	1965	,,
22	அப்பா பிள்ளை	சுதேசமித்திரன் தீபாவளி மலர்	1965	யாதும் ஊரே
23	பாஷாங்க ராகம்	கல்கி	ஏப்ரல் 1966	,,
24	சாப்பாடுபோட்டு நாற்பது ரூபாய்	தீபம்	ஆகஸ்ட் 1966	மனிதாபிமானம்
25	ஒரு சின்ன வாக்குவாதம்	ஆனந்த விகடன் தீபாவளி மலர்	1966	சக்தி வைத்தியம்
26	மாற்றல்	சுதேசமித்திரன் தீபாவளி மலர்	1966	யாதும் ஊரே
27	கண்டாமணி	கல்கி தீபாவளி மலர்	1966	,,
28	மேரியின் ஆட்டுக்குட்டி	தினமணி கதிர்	1967	பிடி கருணை
29	தேடல்	தீபம்	ஆகஸ்ட் 1967	மனிதாபிமானம்
30	நிலவு கருமேகம்	சுதேசமித்திரன்	1967	————
31	இசைப் பயிற்சி	ஆனந்த விகடன் தீபாவளி மலர்	1967	சக்தி வைத்தியம்
32	சந்தானம்	கணையாழி	மே — ஜூன் 1968	பிடி கருணை
33	நேத்திக்கு	கணையாழி	ஆகஸ்ட் 1969	பிடி கருணை
34	பூச்சி டயலாக்	கல்கி	அக்டோபர் 1969	————
35	பஸ்ஸும் நாய்களும்	தினமணி கதிர் தீபாவளி மலர்	1969	பிடி கருணை
36	மனநாக்கு	கணையாழி	நவம்பர் 1969	மனிதாபிமானம்
37	தற்செயல்	குமுதம்	ஆகஸ்ட் 1970	தி.ஜானகிராமன் படைப்புகள் தொகுதி 2 (ஐந்திணை)
38	கடைசி மணி	கல்கி தீபாவளி மலர்	1970	எருமைப் பொங்கல்
39	விளையாட்டுப் பொம்மை	ஆனந்த விகடன் தீபாவளி மலர்	1970	சக்தி வைத்தியம்
40	காபி	சுதேசமித்திரன்	தீபாவளி மலர் 1970	
41	பாயசம்	கணையாழி	ஆகஸ்ட் 1971	பிடி கருணை
42	".........."	சிவாஜி	அக்டோபர் 1972	மறுபிரசுரம், சதங்கை, ஜூன் 1973
43	மனிதாபிமானம்	கணையாழி	ஆகஸ்ட் 1977	மனிதாபிமானம்
44	பாட்டியா வீட்டில் குழந்தைக் காட்சி	அமுதசுரபி	மே, 1979	,,
45	மறுபிறவி	அமுதசுரபி	ஜூன், 1979	எருமைப் பொங்கல்
46	ஆயிரம் பிறைகளுக்கு அப்பால்	அமுதசுரபி	ஆகஸ்ட் 1979	,,
47	பிரயாணக் கதை	அமுதசுரபி	அக்டோபர் 1979	தி.ஜானகிராமன் படைப்புகள் 2 (ஐந்திணை)

48	ஆயா	அமுதசுரபி	நவம்பர் 1979	மனிதாபிமானம்
49	கிழவரைப் பற்றி ஒரு கனவு	தினமணி கதிர்	நவம்பர் 1980	,,
50	சுளிப்பு	அமுதசுரபி தீபாவளி மலர்	1980	,,
51	திண்ணை வீரா	ஆல் இந்தியா ரேடியோ	———	அக்பர் சாஸ்திரி
52	அன்புவைத்த பிள்ளை	சந்திரோதயம்	———	யாதும் ஊரே
53	ஸ்ரீராமஜெயம்		———	,,
54	மாப்பிள்ளைத் தோழன்	சுதேசமித்திரன் தீபாவளி மலர்	———	,,

தொகுப்பு முன்னுரைகள்

கொட்டு மேளம்

சிறுகதைகள் பல விதம். இன்ன மாதிரிதான் சிறுகதை உருவாக வேண்டும் என்று வரையறை செய்வது அவ்வளவு எளிதல்ல; அவசியமும் அல்ல. ஏனெனில், சிறுகதையின் லக்ஷணம் எதுவாயினும், எல்லா இலக்கியப் பிறப்பிலும் உள்ள சிருஷ்டி தத்துவம் அதற்கும் பொதுவானதுதான். முதலில் இதை உணர்ந்தால் இலக்கியத்திற்கும் இலக்கியமில்லாததற்கு முள்ள வேறுபாடு நம் மனதில் பதியும். உண்மையில் கலைஞனிடம் இலக்கியமாவது, அவனுடைய திருஷ்டி தேர்ந்தெடுக்கும் பொருளின் விஷேம் என்றாலும் தவறில்லை. கலை பிறப்பது, கருத்தின் செழுமையும் தெளிவும் கலைஞனிடம் பூரணமான நிலையை எய்தும் பொழுது தான். ஓரளவு அவனுடைய எழுத்துத் திறமை கூட அப்பியாசத்தின் விளைவு என்று கருதுவதும் நியாயம்.

ஆகாயம் முழுவதும் பரவும் சூரியஒளி, ஒரு சின்னஞ்சிறு பனித் துளியினூடேயும் பாய்ந்து ஒன்றுபோலே அதனைப் பிரகாசிக்கச் செய்கையில், அகண்டத்தையும் அணுவினுள் காணும் ரகசியம் வெளியாகிறதல்லவா? அதையொத்ததே சிருஷ்டிக் கலையும். ஆயிரம் பக்கங்களிலிருந்து கிடைக்கும் இலக்கிய சுகத்தை ஒரே பக்கத்திலும் ஒரு சிறுகதையின் வாயிலாக அடையமுடியும். ஆனால் அக்காரணமே சிறு கதை புனைவது அவ்வளவு சுலபமல்ல என்னும் அநுபவமும் கூடவே ஏற்படும்.

இவ்விதம் கடினமானதோர் கலையைப் பலர் இன்று பயிலுகிறார்கள். ஆயினும் கைவிரல்களில் அடங்கும் எண்ணிக்கையே சிறந்த எழுத்தாளர்களாய் இத்துறையில் விளங்குகிறவர்கள். அப்படி யுள்ள சிறுபான்மையினரின் வரிசையில்தான், நண்பர் தி.ஜானகிராமன் இடம் பெற்றிருக்கிறார்.

அவருக்கு இயல்பாயுள்ளது அநாயாசமாய்த் துள்ளியோடும் பேச்சுநடை. தஞ்சை ஜில்லாவின் தனிப்பெருமை என்று கூறத்தகுந்த சில அருமையான சொற்சிதைவுகளும் சேர்ந்து தமிழ்ப் பாஷையை உரிமையுடன் அவரிடம் வளர வைத்திருக்கின்றன. துளியும் பிரயாசை தோன்றாதபடி அவர் எடுத்துக் காட்டும் வாழ்க்கைக் காட்சிகளோ வெனில், தத்ரூபம் தமிழ் நாட்டின், அதிலும் எழிலுடன் நெளிந்தோடும் காவேரி நதி பாயும் கிராமவாசத்தின் தனிப் பொக்கிஷமாகக் கூறலாம்.

கொட்டு மேளத்துடன் தொடங்கும் இக்கதைக் கோவை, தாளிப் பெண் சொர்ணாம்பாளுக்காகத் தவங்கிடக்கும் மனித இதயத்தின் தடைபடாத உணர்ச்சிச் சுழலில் நம்மைச் செருக வைக்கின்றது. ஆசிரியருக்குச் சுபாவமான வேடிக்கை விநோதங்கள் கதை ஒவ்வொன்றி லும் தனி அரசு செலுத்துகின்றன. அதனுடன் நில்லாமல், அவர் பார்வை யின் போக்கும், சுவாரஸ்யம் காட்டும் கல்லிப் பேச்சும், இடுக்குவிடாது எல்லாவற்றையும் படம் பிடித்து நிழல் ஒளியுடன் பளிச்சென்று நம் முன்னே வைக்கும் திறனும் ஆச்சரியமாய்ப் படாததற்கு, அவ்வளவு இங்கிதமாய் வாசகர்களைத் தம்முடன் அவர் இழையும்படி செய்திருப்பதுதான் காரணம். பார்வதியின் கணவனான டாக்டர், அத்து, எம்டன் பயல், இவர்களெல்லாம் நமக்கு ஏற்கனவே சந்தித்தவர்களாய்க் காணப்படுவதின் சூட்சுமமும் இதுவே. முக்கியமாய். தாம் ஒன்றிலும் கலக்காமல், சம்பவங்களையும் வாக்குவாதங்களையும் தூரவே நின்று வேடிக்கை பார்க்கும் ஒருவருடைய இயல்புதான் இங்குள்ள கதைகளவ்வளவிலும் செல்லுகின்றதென அறியலாம். இவ்வித மனப்பான்மைக்குப் பண்பாடு வேண்டும். நண்பர் ஜானகிராமனுக்குச் சித்தித்திருப்பது அதுதான்; எழுத்திலும் வேண்டிய அளவு பயன்பட்டிருக்கிறது.

எந்தக் கதையை வாசகர்கள் விரும்பினாலும் விரும்பாவிட்டாலும் 'செண்பகப் பூ'வை மனக்கண்ணினின்றும் அகற்ற வகைதெரியாது திண்டாடுவார்கள். புது வாழ்க்கையின் வாசற்படியில் வந்து நிற்கும் இளங்கையின் இன்பக் கோட்டை, மேகமற்ற வானத்திலிருந்து பிளந்து வரும் இடியைப்போன்று, கணவன் மறித்த அவச்செய்தியினால் தகர்ந்து விடுகிறது. ஆனால் கதையின் சோகத்தைக் கிளறுவது அதல்ல; இளமை யின் ஆட்சியில் புக இயலாத நிலையில் தவிக்கும் விதியின் முரட்டுப் பிரயாசைதான். சோகத்தையே வறண்டுவிடச் செய்யும் இதய ஆழத்திலுதிக்கும் சிரிப்பு, விதியையும் ஏளனம் செய்வது ஒன்றே இக்கதையின் சிகரம் எனலாம். சொன்னால் விளங்காது. செண்பகப்பூவை யொத்தவளின் பிடியிலடங்காத தலைப் பின்னலை எடுத்துக் கட்டியிருந்த சிவப்பு ரிப்பனும், முகத்தைத் தேய்த்துக் கழுவ வைத்திருந்த சந்தணச் சோப்பும், கல் மோதிரம் ஆள்காட்டி விரலில் பூரிப்புடன் பிரகாசிப்பதுமே

நேருக்குநேர் சொல்லும். அப்பொழுது நம்பாமல் வழியில்லை. ஆசிரியரின் கலைப்பண்பையும் நம்பித்தான் ஆகவேண்டும் என்ற எண்ணம் எழாமலிருக்கவும் வழியில்லை. கதைகளை வாசித்தபின் ஓர் எண்ணம் வாசகர்களிடம் தோன்றலாம். லேசான பரிகாசத்தின் கீழ் ஆழ்ந்த தீர்ப்பு ஆசிரியரின் மனத்தை வெளியிடுகிறது. மத்தியதரக் குடும்பங்களின் அநுபவங்கள் பேரிடிகளுடனும் புயற்காற்றுடனும் இல்லாமலிருக்கலாம். ஆயினும் அங்கே தான் மனித இதயத்தின் சாமான்ய சஞ்சலங்கள், சிறுமை பெருமைகள், அவ்வளவாக மேற்பூச்சு நாகரிகத்தின் வலையில் சிக்கி, வெளியில் தெரியாமல் உள்ளே குமைந்து உலகத்தை மாய்ப்பதில்லை. இதனைப் புரிந்து கொண்டால் ஆசிரியரின் இதயத்தை அறிந்த மாதிரிதான்.

மயிலை   கி. சந்திரசேகரன்
28-5-54

சிவப்பு ரிக்ஷா

'ஆலமர் வித்தின் அருங்குற'ளான வாமனனுக்கும் சிறுகதைக்கும் ஒரே ஒரு வித்தியாசந்தான் உண்டு. வாமனன் விண்ணையும் மண்ணையும் அளக்க விச்வரூபம் எடுக்கவேண்டியிருந்தது. ஆனால் சிறுகதையோ, தன் 'வாமன' ரூபத்திலேயே சகலத்தையும் அளந்துவிடப் பார்க்கிறது. இலக்கியத்தின் மற்ற எல்லா வகைகளும், எதைக்காட்ட முயல்கின்றனவோ, அதையே தன் குறுகிய உருவத்தினால், அழுத்தமாகவும் வேகமாகவும் காட்ட முயல்கிறது சிறுகதை. கதையாகட்டும் இலக்கியமாகட்டும் எதைச் சாதிக்கின்றன என்று கேட்கிறவர்களும் இருக்கத்தான் இருக்கிறார்கள். சூத்திரம்போல் சுருக்கமாகப் பதில் இதைச் சொல்லலாம். 'கலையும், இலக்கியமும் நமக்கு ஒன்றிலே பலவற்றைக் காட்டுகின்றன. நிமிஷத்தை நித்தியமாக்குகின்றன. தோன்றுபவற்றில் தோன்றாததை நமக்குச் சொல்லாமல் சொல்லிக் காட்டுகின்றன' என்று சொல்லலாம். இலக்கியக் கலைகளில் சிறந்தது என்று போற்றப்படும் சிருஷ்டிகளில் இந்த அம்சங்களைக் காணலாம்.

பிரான்ஸ் வெர்பல் என்ற ஆசிரியர் ஒருதரம் சொன்னார்: இனிமேல், இதிஹாஸங்கள் வசனத்திலேதான் எழுதப்பட வேண்டும்; கவிதையில் எழுதும் காலம் போய்விட்டது, என்று. கவிதையின்மேல் அவருக்குக் கோபம் இல்லை. காலத்தின் போக்கை அநுசரித்து, அந்த முடிவிற்கு வந்தார். பார்க்குமிடத்து, மகான் டால்ஸ்டாயின் நூல்களை ஏன் இதிஹாஸங்கள் என்று சொல்லக் கூடாது? இதிஹாஸங்கள் பரந்த அளவில் விஸ்தரித்துதான் எழுதப்படவேண்டும் என்ற அவசியமே இல்லை. சிறுகதையில்கூட அந்தக் கம்பீரத்தையும் அநுபவபுஷ்டியையும் கருத்தின் போஷணையையும் கொடுக்க முடியும் என்பதை, 'செக்காவ்', 'மாப்பஸான்', 'பவிஸ்', 'சரோயன்' போன்ற சிறந்த ஆசிரியர்களுடைய கதைகள் நமக்குப் பறை சாற்றுகின்றன.

மேலே சொன்ன, சிறுகதை 'இதிகாஸ' ஆசிரியர்கள் பரம்பரையில் வந்தவர்தான் ஸ்ரீ. தி. ஜானகிராமன். உலகத்துச் சிறு கதைகள், எதனால் மேம்பட்டு விளங்குகின்றனவோ, அத்தகைய மேன்மை வாய்ந்த குணங்களைப் பெற்றவை ஸ்ரீ. தி. ஜானகிராமனின் கதைகள்.

எதை நாம் சிறந்த சிறுகதை என்கிறோம்? எதை நாம் சிறந்த இலக்கியம் என்கிறோம்? என்பதற்குச் சுபலபமாகப் பதில் சொல்லிவிட முடியாது. எந்த மனிதனை நாம் சிறந்த மனிதன் என்று சொல்கிறோம். என்பதைக் கண்டுபிடிப்பது அவ்வளவு கஷ்டமான காரியம் அல்ல. எவன் ஒருவன், வாழ்விற்கு ஆதர்சமாக இருக்கும் லக்ஷியங்களை வாழ்க்கையிலே நடத்திக்காட்ட முயல்கிறானோ, அவனையே எல்லோரும் நல்ல மனிதன், உயர்ந்த மனிதன் என்று சொல்கிறார்கள். ஆகவே, நல்ல இலக்கியம். நல்ல மனிதர்களையும் நல்லெண்ணங்களையும் நற்காரியங்களையும் பற்றியதாக இருக்க வேண்டிய நிர்பந்தங்கூட ஓர் அளவு ஏற்பட்டு விடுகிறது. ஆதிகவிகூடத் தம் காவியத்திற்கு விஷயமாக லக்ஷிய புருஷனைத் தேடி அலைந்தார். இந்த லோகத்திலுள்ளவர்களுக்குள் ஸகல கல்யாண குணங்களும் பொருந்தினவர் யார்? ...ச்ருதி ஸ்ம்ருதிகளினால் உபதேசிக்கப்பட்ட தர்மங்களின் ரஹஸ்யத்தை அறிந்தவர் யார்?...ஆபத்துக் காலங்களிலும் தருமத்தை விடாதவர் யார்? ஸத்யத்தைச் சொல்பவர் யார்? ...கோபத்தை ஜயித்தவர் யார்...' இப்படித் தன் காவியத்திற்கு நாயகனைத் தேடினார் வால்மீகி. ஸ்ரீ ராமன் அவர் தேடியலைந்த லக்ஷியங்களை லக்ஷணங்களாகக் கொண்டிருந்தான். ஆகவேதான், அந்த ராமகதை, வால்மீகி தந்த இலக்கியமாயிற்று இலக்கியத்திற்கு இலக்கியமாகவும் ஆயிற்று. ஆனாலும் சத்யம், தர்மம் இவைகளைக் கடைபிடிப்பவர்கள்தான் சிறந்த இலக்கிய புருஷர்கள் ஆக முடியும் என்று தீர்மானமாகச் சொல்லிவிடமுடியாது. செக்காவ் எழுதிய சிறந்த சிறு கதைகளுள் ஒன்றான, 'தூங்குமூஞ்சி' என்ற கதையில் குழந்தைக்குத் தாதியான ஓர் ஏழைப்பெண். குழந்தை தன் தூக்கத்தைக் கெடுக்கும் அவஸ்தை பொறுக்க முடியாமல், குழந்தையையே கொன்றுவிடுகிறாள். ஆனால் அருவருப்பைத் தரும், கோரமான காரியத்தைச் செய்த அவளிடம் நமக்கு வெறுப்பு ஏற்படவில்லை; அநுதாபமே ஏற்படுகிறது. அவள் கொலையும் செய்யத்தூண்டும் சூழ்நிலைகளையும், சந்தர்ப்பத்தின் கொடுமைகளையும் பார்க்கும்பொழுது, அந்தக்கொலைகாரப் பெண்ணிடம் கருணையே பெருகுகிறது. அதுவே செக்காவின் மேதாவிலாசம். 'இலக்கியத்திற்கும் வாழ்க்கையிலே ஒரு தேவை உண்டு. இலக்கியத்தினால் மக்களுக்கும் ஒரு பிரயோசனம் உண்டு' என்பது இருக்குமேயானால், அது மனித இதயத்தில் கருணையைப் பெருகச் செய்வதுதான். இதைத்தான் மேதைகளான கலைஞர்கள் தங்கள் சிருஷ்டிகளால் நமக்குக் காட்டிச் சென்றிருக்கிறார்கள்.

ஸ்ரீ ஜானகிராமன் கதைகளிலே சத்யத்தையும் தருமத்தையும் கடைப்பிடிப்பவர்களும் இருக்கிறார்கள். அவர்கள் நம்முடைய மதிப்பிற்கும் பாராட்டுக்கும் உரித்தானவர்கள் ஆகிறார்கள். அவைகளிலிருந்து வழுவினவர்களும் இருக்கிறார்கள். அவர்களும் நம் அநுதாபத்திற்குப் பாத்திரமானவர்கள் ஆகிறார்கள்.

முதலாவதாகச் சத்யத்தைக் கைவிடாமல் பிடித்து வைத்துக் கொள்ளும் ஒரு கதாபாத்திரத்தை எடுத்துக் கொள்வோம். அரிச்சந்திரன் நாட்டை இழந்து. மனைவியை இழந்து மகனைச் சாகக் கொடுத்து, புலையனுக்கு அடிமையாகி, இடுகாட்டில் வேலைக்கு வந்தும் சத்யத்தைக் கைவிடவில்லை. ஆனால் சாதாரண மனிதனுக்கு இவ்வளவு மகத்தான சோதனைகள்

தேவையில்லை. வாழ்விலே ஏற்படும் சின்னஞ்சிறு பரீட்சைகள் போதும். 'சத்தியமா!' என்ற கதையில் வரும் கதாநாயகன் அரிச்சந்திரனைப்போல் பெரிய தீரன் அல்ல. அவன் ஒரு சிறு பையன்தான். தன் நண்பனுக்கு, தான் அருமையாகச் சம்பாதித்துவந்த 'காலண்டரை'ப் பெருமிதத்துடன் காட்டிக்கொண்டிருக்கிறான். 'தவம்' செய்து அடைந்த காலண்டர் அது. ஆகவே அளவிறந்த பெருமை பையனுக்கு. நண்பன் ஒரு குள்ளநரி. பேச்சை மாற்றிவிட்டு. "நான் ஒன்று சொல்றேன். அதுமாதிரி செய்வாயா?" என்று கேட்கிறான். பையன் யோசிக்கிறான். நண்பன் பக்குவமாகப் பையனிடம் வார்த்தைகளைக் கக்க வைத்து, தான் கேட்பதைச் 'சத்தியமாக, சாமி சாட்சியாகச் செய்வதாக' வாக்கு தத்தம் வாங்கிக்கொண்டு காலண்டரைக் கேட்கிறான். பையன் திடுக்கிடுகிறான். ஆனால் காலண்டரைக் கொடுக்கத் தயங்கவில்லை. பையனின் தகப்பனார் பக்கத்து அறையிலிருந்து, நடப்பதை எல்லாம் கேட்டுக்கொண்டே குமுறுகிறார். 'அந்தப் பையன், வார்த்தையினாலேயே அவனைக் கட்டிவிட்டு, ஏமாற்றி காலண்டரை அடித்துக் கொண்டு போய்விட்டானே!' என்று பொருமுகிறார். பையனை அதே தந்திரம் செய்து, அதைத் திருப்பி வாங்கச் சொல்கிறார். பையனும் அதே தந்திரத்தை அநுசரிக்கிறான். ஆனால், கொடுத்ததைக் கேட்கும் கயவனா அவன்! காலண்டரைக் கேட்கவில்லை. ரப்பர் துண்டை வாங்கிக்கொண்டு பெருமையோடு திரும்பி வருகிறான். தகப்பனாரின் கண் கலங்குகிறது. 'பொய்யும், கபடமும், ஏமாற்றும் இருக்கும் இந்தக் கெட்டிக்கார உலகத்திலே, பையன் உலக சாமர்த்தியம் இல்லாமல் இருக்கிறானே!' என்றா? 'இவ்வளவு கபடநாடகங்களிலும் சத்தியத்தைக் கைவிடாமல் இருந்துவிட்டானே!' என்பதற்காகவா? தகப்பனாருடைய இதயத்தைப்போலவே, வாசகர் உள்ளத்திலேயும். அன்பும் ஆதரவும் அந்த 'அசட்டு'ப் பையன் மேல் சுரக்கின்றன.

சிறு பையனின் விளையாட்டுத்தனமான ஏமாற்றத்திலிருந்து, பெரிதானதொரு ஏமாற்றுக்கு வரலாம். சுந்தர தேசிகர் தங்கமான மனிதர். கண்யம் மிகுந்த மனிதர். ஆனாலும் அவருந்தான் ஏமாந்தார். யாரிடம்? ஓர் அயோக்கியன் ராம்தாஸிடம். குழி, பதினைந்துரூபாய் பெறுமான நிலங்களை நாலரை ரூபாய்க்கு வாங்கித் தருவதாக ஆசைகாட்டி, சிறிது சிறிதாகத் தேசிகர் சொத்தையெல்லாம் விற்கச்செய்து, அப்படி வந்த பணத்தையெல்லாம் சுருட்டிக்கொண்டு போய்விட்டான் ராம்தாஸ். தாம் ஏமாந்து, மோசம் போய்விட்டோம் என்பதைத் தேசிகர் தெரிந்து கொள்ளவே சிறிது காலம் ஆயிற்று. எல்லாவற்றையும் கொடுத்துவிட்டு, ஏமாந்து நிற்கும் தேசிகரை அவருடைய பந்து ரத்ன தேசிகர் ஆறுதல் சொல்லி, மோசடியைப் போலீசில் பதிவு செய்தார். வழக்கு நடந்தது. கேஸ் முடியும் தறுவாயில் ராம்தாஸ் பணத்தையெல்லாம் செலவழித்துவிட்டு உடல் நலம் குன்றியவனாய் மரணப் படுக்கையில் கிடக்கிறான். அப்பொழுது தேசிகர் அவன் வீடுதேடி வருகிறார். "அப்பா, உன் பிராணன் போயிட்டிருக்கு. வாங்கின கடனைக் கொடுக்காமல் செத்துப்போகக் கூடாதென்று சாத்திரம் சொல்லுகிறது. உனக்கு நல்ல கதி வரணும் என்பதற்குத்தான் இங்கு வந்தேன். உன்மேல் எனக்குச் சிறிதேனும் கோபமில்லை. உன் கையிலுள்ளது எதுவோ அதைக்கொடு. அதை வாங்கிக்கொண்டு, உன் கடன் தீர்ந்தது என்று

சந்தோஷமாகச் சொல்லிவிடுகிறேன்" என்று சொல்லிவிட்டு, ராம்தாஸின் மனைவி கொடுத்த இரண்டணாவைத் தாம் கொடுத்த இருபத்து நாலாயிரத்திற்கும் வரவு வைத்துக்கொண்டு, மனநிம்மதியோடு வீட்டுக்குத் திரும்பிப் போகும் சுந்தர தேசிகரும் உலகத்திற்கு லாயக்கில்லாதவர்தான். ஆனால் இப்படிப்பட்ட 'பைத்தியக்கார' மனிதர்கள்தான் வாழ்க்கையின் தரத்தையே உயர்த்துகிறார்கள், வாழ்க்கையின் லக்ஷ்யங்களையும் வளர்ப்பவர்கள் ஆகிறார்கள்.

பையனையும் தேசிகரையும்போல் அல்லாமல் உலகத்திலே ஜயமடைந்தவரும் சாமர்த்தியசாலியும் வாழ்விலே வெற்றி பெற்றவருமான மற்றொரு பாத்திரத்தை எடுத்துக்கொள்வோம். வக்கீல் அண்ணா, 'கோர்'ட்டில் அண்ணா, வாழ்க்கையில் நீதிபதி. கொலை செய்துவிட்டு சட்டத்தின் வாயில் மாட்டிக்கொள்பவனை அபயம் கொடுத்துப் பிடுங்கிக் காப்பாற்றுவார். சின்ன விஷயமோ பெரிய விஷயமோ சாணக்கிய சாகசம் செய்து, வேரை ஏற்றி, நீறாக்கி வெற்றி அடைந்த பின்தான் அமைதி காணுவார்.

அந்த மனிதர், தம் ஒரே பிள்ளையின் கல்யாணத்தன்று, கம்பீரமாகப் பந்தி விசாரித்துக்கொண்டிருந்தார். ஒரு அபஸ்வரம். பெரிய மனிதர்களுக்கு மத்தியிலே, ஒரு பரதேசி உட்கார்ந்து சாப்பிட்டுக்கொண்டிருக்கிறான். சிறிதேனும் ஒழுங்கும் முறையும் அந்தஸ்தும் தவறாமல் நடக்கவேண்டும் என்று பழகிக்கொண்ட வக்கீலுக்கு அளவிறந்த கோபம் உண்டாயிற்று அப்படியே அந்தப் பரதேசியைக் கையைப் பிடித்து இழுத்துக் கொண்டு போய் வெளியே தள்ளிவிடுகிறார். அவன் பிரும்மரிஷியல்ல சாபம் கொடுக்க. வெறும் பரதேசிதான்! இருந்தாலும், பசியும் அவமானமும் வேதனையும் தாங்காமல், வைதுவிட்டுப் போகிறான். "நான் போகிறேன் ஆனால் திரும்பி வருவேன் அடுத்த மாதம் இதே தேதிக்கு உம் வீட்டிலேயே சாப்பிட வரேன். நீர் அழுதுகொண்டே போடற சாப்பாட்டுக்கு வரேன் பார்த்துக்கும்!" என்று நடந்தான். அவன் மகரிஷியல்ல. இருந்தாலும் அவன் வாக்கு எப்படியோ பலித்துவிட்டது. வக்கீலின்பிள்ளை மாரடைப்பினால் இறந்துபோகிறான். சொன்ன தேதிக்குப் பரதேசி வருகிறான். வக்கீலின் அகங்காரம் தவிடு பொடியாகிவிடுகிறது. மமதை மக்கிப் போய்விடுகிறது. அஞ்ஞானம் அழிந்து நிற்கிறது. 'பவ்ய' ஜீவனாகி நிற்கிறார். பரதேசியின் வாக்கு, யதேச்சையாகத்தான் பலித்தது. ஆனால், அகந்தை விலகின அவருக்கு, 'ஞானம்' உதயமாகிறது. அந்த வாக்கு, பரதேசியின் வாக்கல்ல. கடவுளின் வாக்கு! காலதேவனின் வாக்கு என்பதை அறிகிறார். வந்தவன் கேவலம் பரதேசியாகத் தோன்றவில்லை. பரம்பொருளாகத்தான் தோன்றுகிறது! சூன்யத்தைப் பார்த்துத் தேம்பிவிட்டு, "காலதேவரே! உட்காரும்" என்கிறார். இத்தகைய உயர்ந்த நிலையைச் சித்தரிக்கும் இலக்கிய சிருஷ்டிகள், எந்த மொழியிலும் சரி, எந்த இலக்கியத்திலும் சரி, மிகவும் அரிதாகத்தான் இருக்கும் ஆனால், ஜானகிராமன், இப்படிப்பட்ட சந்தர்ப்பங்களையும் சம்பவங்களையும் பாத்திரங்களையும் வைத்துக்கொண்டு, சிகர நிலைகளில் நின்று நின்று ஜாலவித்தைகள் செய்கிறார்.

மற்றொரு மனிதரைப் பார்ப்போம். தாத்தாச்சாரி என்றால் ஊரில் எல்லோருக்கும் உயிர். சாஷாத் பகவானைப்போல் எல்லோருடைய யோக

க்ஷேமங்களையும் வகிக்கும் தபாலகாரர். "கட்டை விழும் வரையில் தபால் கட்டை விடமாட்டீரா?" என்ற பரிகாசத்துடனும், அனுதாபத்துடனும் கேட்பார்கள், அவர் அவலை செய்வதன் ரகசியத்தை அறியாதவர்கள். உயிருக்கு உயிராகத்தான் இருந்தாள் அவர் மனைவி ஜனகம். அவரிடத்தில் மரியாதையும் பக்தியும் அன்பும் கொண்டிருந்தாள். ஆனால் சந்தர்ப்பமும் வினைப்பயனும் சூழ்ச்சி செய்து, ஒரு விபரீதத்தை உண்டுபண்ணின. ஜனகம் தவறு செய்யவில்லை; தவறிழைக்கப்பட்டாள். தவ முனிவரான கௌதமன் தன் தவவலிமையையும் மறந்து, அகலிகையைக் கல்லாகச் சபித்தான். ஆனால் இதிகாசப்பாத்திரங்களையும் மீறிய தாத்தாச்சாரி தம் மனத்தையே கல்லாக்கிக் கொண்டார். தம்மை மறக்க, உலகத்தை மறக்க, அநீதியை மறக்க, அபவாதத்தை மறக்க, அரித்துக் கொல்லும் வேதனையை மறக்க, தபால்கட்டைத் தூக்கிக்கொண்டு அலைகிறார். 'எதை' எப்படி மறக்கிறது? தினமும் எட்டு மைல் வெயிலில் நடக்கிறதைவிடப் பெரிய போதை உண்டா, என்ன?' இடத்தில் மாத்திரம் நடக்கவில்லை தாத்தாச்சாரி! காலத்திலும் நடக்கிறார்!

ஒவ்வொரு கதையிலும் பாத்திர சிருஷ்டியும், சம்பவம் அமைக்கும் திறனும் கலைப்பண்புடன் திகழ்கின்றன. பாத்திரங்கள் ஜீவனுடன் திகழ்கின்றார்கள். அவர்கள் செயலும் பேச்சும் நமக்கு மிகவும் அறிமுகமானவைகளாகத்தான் தோன்றுகின்றன. நேற்றும் இன்றும் நாளையும் நம்முடன் பழகிவரும் ஜனங்கள்தான்; இருந்தாலும் அவர்கள் நமக்கு எட்டாத உச்சாணிக் கிளையைத்தான் தொட்டு நிற்கிறார்கள்.

கதைகள் எல்லாம், கலையழகு ததும்பி நிற்கின்றன. ஒவ்வொரு கதையிலும் எந்த எந்த ரஸபாவம் சொல்லப்படுகிறதோ அது நன்கு விருத்தி செய்யப்பட்டு, நல்ல முத்தாய்ப்புடன் முடிகிறது. ராகத்தை விஸ்தரிப்பதுபோல், கதை விஸ்தரிக்கப்பட்டாலும், அந்நிய ஸ்வரம் விழுவதில்லை; ரஸபங்கம், ரஸபேதம் ஒன்றும் ஏற்படுவதில்லை. இது ஆசிரியரின் சிறந்த கைத்திறனையே காட்டுகிறது.

வாழ்க்கையின் பல அம்சங்களையும் நமக்கு எடுத்துக் காட்டுகிறார் ஆசிரியர். இக்கதைகளில் எல்லாம் பலவிதமான காட்சிகளையும் பாவங்களையும் காட்டி, பல உத்திகளையும் கையாண்டிருக்கிறார். சோகம், பரிகாசம், கோபம், இன்பம் இப்படிப் பல ரஸங்களையும் வார்த்துத் தருகிறார். 'நகைச்சுவையிலும் சரி, சோகத்திலும் சரி, விடம்பனம் (Irony) ரஸாநுபவத்தில் ஒரு கூர்மையை உண்டு பண்ணுகிறது' என்பதை எல்லோரும் ஒப்புக் கொள்வார்கள். விடம்பனத்தை ஆசிரியர் கதைகளில் அள்ளி வீசி, வாரிவிட்டிருக்கிறார் என்றே சொல்ல வேண்டும். ஹாஸ்யத்தை அடிப்படையாகக் கொண்ட கதைக்குத் தேவர்குதிரையைச் சொல்லலாம். தம் பரம்பரை மரியாதைக்குப் போட்டியாக முளைத்த பஞ்சாயத்தின்மேல் தேவர் பழி வாங்கினார். தம் அல்லிக் குளத்தைப் பஞ்சாயத்துப் பார்க்குக்காக சாஸனம் செய்தார். அன்றிலிருந்து மூன்று வருஷமாகப் பஞ்சாயத்துப் போர்டு வண்டிகள், ஊர்க் குப்பையையெல்லாம் போட்டுக் குளத்தைத் தூர்த்து, பார்க்காக மாற்ற, படாதபாடு படுகின்றன. நூற்றுக்கணக்கான மணல் வண்டி அடித்தாகிறது. நாலாயிரம் ரூபாய் செலவாகிவிட்டது. குளம் இன்னும் பாதி கூடத் தூர்ந்தபாடில்லை. இன்னும் பதினாயிரம

ரூபாயாவது சாப்பிடாமல் அது பார்க்காக மாறப்போவதில்லை அதுவரையில் தேவர்வீட்டுக் குதிரை, அந்தக் கோரைகளை மேய்ந்து, அந்தத் தண்ணீரைக் குடித்து, தாகசாந்தி செய்துகொண்டுதான் இருக்கும். கதை முழுவதும், நாசுக்கான கேலியும் பக்குவமான கிண்டலுமாகத்தான் இருக்கிறது. விடம்பனத்தின் மற்றோர் அம்சத்திற்கு உதாரணம் பஞ்சத்திற்கு ஆண்டி: நெசவுத் தொழிலாளி. வேலையில்லாத் திண்டாட்டத்தினால் குரங்காட்டியாகிப் பிழைக்கிறான். அவன் குரங்கு, தந்திக் கம்பத்தில் மின்சாரம் பட்டு இறந்து விடுகிறது. அந்தக் குரங்குக்கு, கோவில் கட்டி 'ஹனுமான்' பூஜை செய்கிறார்கள். உயிருள்ள மனிதனைக் கொன்றாகிறது; செத்த குரங்கிற்குக் கோவில்! சவுக்கடி அழுத்தமாகத்தான் விழுகிறது!

எல்லாக்கதைகளும், கலைப் பண்பிலே தோய்ந்த கதாசிரியரின் உள்ளத்தை நன்கு காட்டுகின்றன. ஒவ்வொன்றும் அருமையாக அமைந்திருக்கும்பொழுது எதைச் சொல்வது? எதை விட்டுவிடுவது; கடைசியாக ஒன்றைப் பார்க்கலாம்

கலை எதற்கு? இலக்கியம் எதற்கு? என்று கேட்கிறார்களே அவர்களுக்கும் ஒரு பதில் இருக்கிறது ஒரு கதையிலே. மேனாட்டுக் கலாரஸிகர் ஒருவர், நம் சங்கீதக் கலைச் செல்வத்தின் உயர்வை அறிந்துகொள்ள ஒரு பழுத்த நாகஸ்வர வித்வானிடம் வந்து வாசிக்கச் சொல்லிக் கேட்கிறார். வித்வான், 'சாந்தமுலேகா செளக்கியமுலேது' என்ற தியாகராஜ க்ருதியை வாசிக்கிறார். இதைக் கேட்டுவிட்டு, வெள்ளைக்காரர் மெய்மறந்து கூத்தாடுகிறார். ஆவேசம் அடைந்தவர்போல் தோன்றுகிறார். வித்வானும், கூட வந்தவர்களும் திகைத்து நிற்கிறார்கள் 'எனக்கொரு செய்தி கிடைத்தது' என்கிறார். வெள்ளைக்கார ரஸிகர் போல்ஸ்கா. அவர் மனத்தோற்றத்தில் புயல் எழுகிறது; இடி இடிக்கிறது; யுத்த ஆரவாரம் கேட்கிறது; மரண ஓலமும் கேட்கிறது; கடைசியில் அவையெல்லாம் ஓய்ந்து, அமைதி ஏற்படுகிறது. "இந்த அமைதியைத்தான் இந்த சங்கீதத்தில் கண்டேன்" என்கிறார், பாஷை தெரியாத வெள்ளைக்காரர். 'இந்தப் பாட்டும் இதைத்தானே சொல்கிறது!' என்கிறார் நாகஸ்வரக்காரர். வெள்ளைக்காரருக்கு நம் சங்கீதத்திலே ஒரு செய்தி கிடைத்துவிட்டது! பிள்ளைக்கும் ஒரு செய்தி கிடைத்தது! அந்தச் செய்தியே வாழ்விலிருந்து தாவிக் கலையையோ கடவுளையோ பிடிப்பவர்கள் எல்லோரும் வேண்டி நிற்கும் ஒரு செய்தி. அந்தச் செய்தியே வேத மந்திரங்களும் திரும்பத் திரும்பக் கோஷிக்கும் செய்தி. அதுவே 'சாந்தி!'

ஜானகிராமன் இக்கதைத்தொகுதி மூலம் உலகத்திற்குக் கொடுக்கும் செய்தியும் அதுவேதான்.

சென்னை 26   ந. சிதம்பரசுப்ரமண்யம்
3-10-56

தொகுப்புகளில் இடம்பெற்ற தி. ஜானகிராமனின் முன்னுரை குறிப்புகள்

அக்பர் சாஸ்திரி
(முதல் பதிப்பில் இடம்பெற்றது)

நன்றி

இத்தொகுதியில் வெளியாகியுள்ள கதைகள் ஆண்டுகளில் *மணிக்கொடி, கலைமகள், சுதேசமித்திரன், கல்கி, ஆனந்த விகடன், உமா, காதல்* ஆகிய பத்திரிகைகளில் வெளிவந்தவை, முதலில் இவற்றை வெளியிட்ட இந்தப் பத்திரிகைகளின் ஆசிரியர்களுக்கு என் நன்றி உரித்தாகிறது.

இவையெல்லாம் இலக்கண சுத்தமான சிறுகதைகள் என்று சொல்லவில்லை நான். சிறுகதைகள் என்றுகூடச் சொல்லவில்லை. அசல் சிறுகதைகள் எழுதுகிறவர்கள் உலக இலக்கியத்திலேயே பத்துப் பேருக்குள் இருந்தால் அதிகம். எனவே சாட்சிகள், அல்லது வேறு ஏதாவது சொல்லி இவற்றை அழைக்கலாம்.

"ஐயரும் (ஐயறும் என்று தவறாக அச்சாகியிருக்கிறது) ஐயாறும்" என்பது கதையுமல்ல, சிறுகதையுமல்ல. நையாண்டி.

இந்தத் தொகுதியை வெளியிடும் மதுரை மீனாட்சி புத்தக நிலையத்தாருக்கு என் மனமார்ந்த நன்றி.

தி. ஜானகிராமன்

யாதும் ஊரே
(முதல் பதிப்பில் இடம்பெற்றது)

இந்தத் தொகுதியில் காணும் கதைகள் *சுதேசமித்திரன், கல்கி, கலைமகள், அமுதசுரபி, சந்திரோதயம், கலாவல்லி*

ஆகிய பத்திரிகைகளில் வெளியானவை, இந்தப் பத்திரிகைகளின் ஆசிரியர்களுக்கும் தொகுதியாக வெளியிடும் மீனாட்சி புத்தக நிலையத்தினருக்கும் என் நன்றி.

முன்பு ஒரு தொகுதியில் சொன்னதையே மீண்டும் சொல்கிறேன். இவை சிறுகதைகள் என்று சொல்ல நான் துணியவில்லை. கதைகள் அல்லது காட்சிகள் என்றே வைத்துக் கொள்ளலாம்.

ஆசிரியன்

பிடி கருணை
(முதல் பதிப்பில் இடம்பெற்றது)

நன்றி

இத்தொகுதியில் உள்ளவை, *சுதேசமித்திரன், கணையாழி, கல்கி, ஆனந்த விகடன்* முதலிய பத்திரிகைகளில் வெவ்வேறு ஆண்டுகளில் வெளிவந்தவை. இலக்கண சுத்தமான சிறுகதைகள் அல்ல. அந்த வகை எப்போதுமே என் கைவசமானதில்லை. குடிசைத் தொழில் பீங்கான் போல பொருக்கு, கட்டி எல்லாம் சேர்ந்திருக்கின்றன. இப்போது நீக்குவது சிரமம். இந்த நேரம் ஒருமுறை மீண்டும் படித்தபோது பழைய ஓலைக் கிழுகிழுப்பையை ஆட்டுவது போலிருந்தது. இதற்கும் பத்துப்பேர் இருப்பார்கள் என்ற ஒரு நம்பிக்கை. இந்த டில்லி குளிரில், நம்பிக்கை போர்வை மாதிரி தோற்றமளிக்கிறது.

இந்தக் கதைகளை வெளியிட்ட பத்திரிகைகளுக்கும் இப்போது தொகுதியாக வெளியிடுகிற திரு. செல்லப்பனுக்கும் நன்றியும் தைரியமும் கூறுகிறேன்.

தி. ஜானகிராமன்
30-11-74

தலைப்பகராதி

"........." / 416

அப்பா — பிள்ளை / 216

அருணாச்சலமும் பட்டுவும் / 175

அன்பு வைத்த பிள்ளை / 479

ஆயா / 450

ஆயிரம் பிறைகளுக்கப்பால் / 442

இசைப் பயிற்சி / 316

இவனும் அவனும் நானும் / 90

எருமைப் பொங்கல் / 27

ஐயரும் ஐயாறும் / 83

ஒரு சின்ன வாக்குவாதம் / 247

ஒரு விசாரணை / 106

கச்சேரி / 198

கடைசி மணி / 382

கண்டாமணி / 262

காபி / 398

கிழவரைப் பற்றி ஒரு கனவு / 455

கோதாவரிக் குண்டு / 53

சக்தி வைத்தியம் / 62

சந்தானம் / 327

சாப்பாடு போட்டு நாற்பது ரூபாய் / 233

சுளிப்பு / 463

தற்செயல் / 373

தாத்தாவும் பேரனும் / 144

திண்ணை வீரா! / 471

தேடல் / 285

நடராஜக் கால் / 209

நடேசண்ணா / 131

நிலவு — கருமேகம் / 307

நேத்திக்கு / 336

பஸ்ஸும் நாய்களும் / 355

பாட்டியா வீட்டில் குழந்தைக் காட்சி / 429

பாயசம் / 407

பாஷாங்க ராகம் / 225

பிடி கருணை / 154

பிரயாணக்கதை / 445

புண்ணிய பாங்க் / 97

பூச்சி டயலாக்! / 348

போர்ஷன் காலி / 34

மறு பிறவி / 437

மனநாக்கு / 363

மனிதாபிமானம் / 421

மாடியும் தாடியும் / 122

மாப்பிள்ளைத் தோழன் / 496

மாற்றல் / 254

மேரியின் ஆட்டுக்குட்டி / 273

யாதும் ஊரே ... / 73

யோஷிகி / 163

விரல் / 113

விளையாட்டுப் பொம்மை / 389

வீடும் வெளியும் / 191

வெங்கிடிசார் ஏன் ஓடினார்! / 44

ஸ்டீஃபன் = ரபெ / 183

$\sqrt{5\text{ஆர் } X \text{ க}}$

ஸ்ரீராமஜெயம் / 488